சக்கரவர்த்தி பீட்டர்

அலெக்ஸி டால்ஸ்டாய்

தமிழில் :
எஸ்.இராமகிருஷ்ணன்

நியூ செஞ்சுரி புக் ஹவுஸ் (பி) லிட்.,
41-B, சிட்கோ இண்டஸ்டிரியல் எஸ்டேட்,
அம்பத்தூர், சென்னை- 600 098.
☎ : 26258410, 26251968, 26359906

Language : Tamil
Sakravarthi Peter
Author : **Alexei Tolstoi**
Translated by : **S.Ramakrishnan**
First Edition : January, 2013
Copyright : Publisher
No.of Pages : xii + 840 = 852
Typesetting : N.C.B.H. Computers
New Century Book House Pvt. Ltd.,
41-B, SIDCO Industrial Estate,
Ambattur, Chennai - 600 098.
Tamilnadu State, India.
Email : info@ncbh.in

ISBN : 978-81-234-2334-0
Code No. A2698
₹ 800/-

Tamil Translation of **Peter The Great**
authored by **Alexei Tolstoi**

Branches

Ambattur (H.O.) 044-26359906, 26258410, 26251968 Thiruvanmiyur 044-24404873
Spenzer Plaza (Chennai) 28490027 Trichy 0431-2700885 Tanjore 04362-231371
Tirunelveli 0462-2323990 Madurai 0452-2344106, 2350271 Dindigul 0451-2432172
Coimbatore 0422-2380554 Salem 0427-2450817 Hosur 04344-245726
Ooty 0423-2441743 Vellore 0416-2234495 Villupuram 04146-227800
Pondicherry 0413-2213111 Thiruvannamalai 04175-223449

சக்கரவர்த்தி பீட்டர்
ஆசிரியர் : அலெக்ஸி டால்ஸ்டாய்
தமிழில் : எஸ்.இராமகிருஷ்ணன்
முதல் பதிப்பு : ஜனவரி, 2013

அச்சிட்டோர்: பாவை பிரிண்டர்ஸ் (பி) லிமிடெட்,
16 (142), ஜானி ஜான் கான் சாலை, இராயப்பேட்டை, சென்னை- 14
☎ : 044 - 28482441, 28482973

பதிப்புரை

சோசலிச எதார்த்தவாதக் கோட்பாட்டின் ஆதரவாளரும், பிரபல ரஷ்ய எழுத்தாளருமான அலெக்ஸி டால்ஸ்டாயின் சிறந்த படைப்புகளில் ஒன்று Peter - The Great. அதனை **எஸ்.இராமகிருஷ்ணன்** சிறப்பாகத் தமிழில் தந்துள்ளதுதான் இந்த சக்கரவர்த்தி பீட்டர்.

பிரம்மாண்டமான நாவல் என்று சில நாவல்கள் குறிப்பிடப்படுவதைக் கேள்விப்பட்டிருக்கிறோம். ஆனால், மிகவும் பிரம்மாண்டமான ஒரு கால கட்டத்தை மிக எளிமையாகக் கூறும் நாவல் இது. தமிழ் நாவல் உலகம் தன்னுடைய தேக்கத்திலிருந்து மீண்டு, சுறுசுறுப்பாகியுள்ள இன்றைய காலகட்டத்தில் **சக்கரவர்த்தி பீட்டர்** தமிழுக்கு வருகிறார். அவர் வருகை தருவது தமிழ் நாவல் உலகில் ஆழ, அகலமான பாதிப்பை ஏற்படுத்தும் என்பது உறுதி.

நிலப்பிரபுத்துவ உற்பத்தி முறைக்குள் முதலாளித்துவக் கூறுகள் தோன்று வதையும் வளர்ச்சியடைவதையும், அதனால் ஆளும் வர்க்கமான நிலப்பிரபுத்துவ வர்க்கத்திற்கு உள்ளும் புறமும் நெருக்கடி உண்டாவதையும் காட்சி ரூபமாக வரைந்து காட்டும் நாவல் இது.

பீட்டர் தன்னுடைய காலத்தின் சூழ்நிலையை உணர்ந்து வரலாற்றின் இயக்கத்திற்குத் தடையாக நிற்காமல் அதன் வளர்ச்சிப் போக்கிற்கு இசைந்து போனதைப் போலவே, நம்மையும் போகச் செய்கின்ற அனுபவம். பீட்டரோடும் நூற்றுக்கணக்கான கதாபாத்திரங்களோடும் வாசகர்களையும் பயணம் செய்யத் தூண்டுகிறது இந்நாவல்.

இந்நூலுக்கான தேவையையொட்டி, புதுப்பொலிவுடன் வெளியிடுகிறது நியூ செஞ்சுரி புத்தக நிறுவனம்.

-பதிப்பகத்தார்

முன்னுரை

அலெக்ஸி டால்ஸ்டாய் என்ற ருஷியநாட்டு இலக்கியகர்த்தா அருளிய அரிய சரித்திர நவீனம் இது.

பண்டைக் காலத்திலிருந்தே மனித குலம் தனது அறிவாற்றலையும் மனோபாவனையையும் புலப்படுத்தும் வகையில் பல இலக்கியங்களைப் படைத்திருக்கிறது. ஆயினும் தனக்கே உரிய விதிகளுடன் திகழும் நாவல் என்ற இலக்கியத்துறை தொழிற்புரட்சிச் சகாப்தத்தின் நன்கொடையேயாகும். அதை அச்சு யந்திரத்தின் சிருஷ்டி என்றும் ஒரு வகையில் குறிப்பிடலாம்.

ஒன்றோடொன்று உயிர்த்தொடர்பு கொண்டிராத பஞ்ச தந்திரக் கதைகள் முதலிய கதைக்கோவைகளைப்போலவல்லாமல், நாவல் உறுப்பழகும் ஒருமை நயமுமாய்ப் பெற்றுப் பொலியும் நெடுங்கதையாக உள்ளது. வாழ்வின் ஏதோ ஓர் அம்சத்தைத் தன் கற்பனை வளத்தால் புதிதாகச் செப்பம் செய்து தரும் சிறுகதை ஆசிரியனைப்போலவல்லாமல், அகலக்கால் விரித்து, வாழ்வின் பல்வகை அம்சங்கள் வெவ்வேறு கோணங்களிலிருந்து மனோபாவனைச் சிறப்புடன் நோக்கும் உரிமை நாவலாசிரியனுக்கு உண்டு என்பது உண்மை. ஆனால் அவன் எத்துணைதான் சஞ்சாரம் செய்தபோதிலும், நாவலின் கட்டுக்கோப்பில் ஓர் உள்தொடர்பு இருப்பது அவசியம்; நாவலின் கதை நிகழ்ச்சியில் ஒருமை நயம் மிளிர்வது இன்றியமையாதது. இந்த வகையில் நாவலைக் காப்பியத்துடன் ஒப்பிடலாம். காப்பியத்தில் கிளைக் கதைகள் இருப்பினும் அவை காவியக் கதைக்கு இன்றியமையாதனவாகிக் கதையோட்டத்தில் ஒன்றிவிடுகின்றன வல்லவா?

நாவல் இலக்கியத்தில் ஒருதுறைதான். மேலும் கவிதை, நாடகம், திரைப்படம், ஓவியம், சங்கீதம் ஆகியவற்றால், நாவலால் இயலாத அளவுக்கு நுட்பமாகவும் திட்பமாகவும் வாழ்வின் ஒரோர் அம்சங்களை உணர்த்த முடியுமென்பதும் உண்மையே. ஆனால் ஆங்கில இலக்கிய ஆய்வுரையாளரான ரால்ப் பாக்ஸ் கூறுவதைப்போல், தனி மனிதனின் முழு வாழ்வை வெளி யிடுவதில் வேறு எந்தக் கலைத்துறையாலும் நாவலை விஞ்ச முடியாது. ஒளிவு மறைவாயுள்ள அக உலக ஓட்டங்களைத் துல்லியமாகப் புலப்படுத்தும் தனித்திறன் நாவலுக்கே உரியது என்று புகழ்பெற்ற ஆங்கிலேய நாவலாசிரியர் ஈ.எம்.பார்ஸ்டர் கூறுவது முற்றிலும் உண்மையே.

நாவல்களில் பல ரகங்கள் உண்டு. படிக்கும்போது தோன்றி மறையும் உணர்ச்சியைத் தவிர வேறு எத்தகைய அனுபவத்தையும் அளிப்பதற்கு இயலாத 'கிளுகிளுப்பு' நாவல்களை நாம் இரண்டாம்முறை படிக்கமாட்டோம். மறு புறத்தில், ஜனங்களின் ஆசாபாசங்களிலும் ஆர்வ அபிலாஷைகளிலும் நலன்களிலும் வாழ்விலும் போராட்டத்திலும் ஒன்றி நிற்கும் எழுத்தாளன் தன் படைப்பில் யதார்த்த உண்மையை முழுமையாகவும் நுட்பமாகவும் வெளியிடும் வல்லவன் ஆகிறான். அத்தகைய எழுத்தாளர்களில் சிறந்தவர்களது இலக்கியங்கள், சாகாவரம் பெறுகின்றன. ஐம்புலன்களும் அறிதிறனும் ஆத்மாவும் புதிய அனுபவம் பெறுவதற்கு அவை

உதவுகின்றன. அவற்றால் ஏற்படும் அனுபவத்தை மறத்தற்கியலாது. அறிவைப் பெருக்கி, மனோபாவனையை வளம்பெறச்செய்து, இதயத்தைத் தூய்மை அடையச்செய்யும் அத்தகைய நாவல்கள் காப்பிய இயல்பினைப் பெறுகின்றன என்னலாம்.

ஹோமரின் இலியாது, வான்மீகி முனிவரின் இராமாயணம் முதலிய வளர்ச்சி-இயல் காப்பியங்களைப் பண்டைக்கால மக்களின் கூட்டுப் படைப்புகள் என்றே கூறிவிடலாம். வீரச்சுவையை மிகுதியாகப் பாராட்டும் இந்தத் தேசிய காவியங்களில், மனிதன் இயற்கையின் பிரதிகூலங்களை எதிர்த்து நிகழ்த்திய போராட்டமும், மனித சமூகத்தினுள் நிகழ்ந்த மோதல்களும் சித்திரிக்கப்படுகின்றன. இந்தக் காப்பியங்களில் உண்மைகளும் கற்பனைக் கதைகளும் இரண்டறக்கலந்துள்ளன. நாகரிகம் நிலைபெற்றுத் தளிர்த்துச் செழித்த காலத்தில் தோன்றிய இலக்கியக் காப்பியங்களில் (மில்டனது சுவர்க்க நீக்கம்) கம்பனது இராமகாதை முதலியன, சம காலத்திய சமுதாயத்தின் விமர்சனமும் இடம்பெற்றபோதிலும், புராதன உயிர்த்தெழுவதைக் காண்கிறோம். ஆக, வளர்ச்சி இயல் காப்பியங்களும் இலக்கியக் காப்பியங்களும் தொல் காலத்திய நினைவுகளையும் இயற்கை கடந்த நிகழ்ச்சிகளையும் அடிப்படையாகக் கொண்டுள்ளன. இயற்கை கடந்த அம்சம் என்பது காப்பியத்துக்கு இன்றியமையாதது என்றே மேனாட்டு அறிஞர் கருதுவாராயினர். ஆனால் நாவலில் இயற்கை கடந்த நிகழ்ச்சிகள் இடம்பெறுவதில்லை. நாவலாசிரியனது கற்பனை, வாழ்வின் உண்மைக்கு ஒத்ததாயிருக்கிறது. நாவல் வசனத்தில் விசுவரூபமெடுக்கும் கற்பனையாக மட்டுமின்றி, மானுட வாழ்வின் வசனமாகவே விளங்குகிறது என்று ஆங்கிலேய அறிஞர் பாக்ஸ் கூறுவது முற்றிலும் உண்மை.

பண்டைய காப்பியகர்த்தாக்கள் சமுதாயத்துடன் ஒன்றி நின்றனர்; வாழ்வை நேசித்தனர்; மனித குலத்தின் முன்னேற்றத்தில் குன்றாத நம்பிக்கை கொண்டிருந்தனர். வாழ்வின் சகல நிகழ்ச்சிகளையும் தொகுத்து முழுமையாக அறியமுற்பட்டனர். இந்தப் பண்புகளை உடைய நாவலாசிரியன், சிந்தனைச் செறிவோடும் கற்பனை வளத்தோடும் கூடிய வாழ்க்கை விமர்சனத்தை இயற்றும்பொழுது, அந்த நாவல் காப்பிய இயல்பினைப்பெற முடியுமென்பது ஒருதலை. அத்தகைய வசன காவியங்களை இயற்றும் பணி நம் காலத்து நாவலாசிரியர்களை எதிர்நோக்குகிறது. இந்தத் துறையில், அலெக்ஸிடால்ஸ்டாய் ஆக்கியுள்ள சக்கரவர்த்தி பீட்டர் ஓர் அரிய முயற்சி என்போம்.

நாவல் காப்பிய-வரலாற்று இயல்பினைப் பெற்றிருக்கவேண்டுமென்று பிரிட்டிஷ் நாவலாசிரியரான பீல்டிங் வலியுறுத்தினார். ஹோமரும் மில்டனும் தத்தம் காலத்து அறிவுச் செல்வம் அனைத்திலும் பாண்டித்தியம் பெற்றிருந்ததைப்போல், நாவலாசிரியர் 'அஃகி அகன்ற' அறிவுக்கு உரியவராக இருத்தல்வேண்டுமென்று அவர் கருதினார். மேலும், நாவலாசிரியர் சகலவிதமான மாந்தர்களோடும் ஒன்றிப்பழகும் திறம் படைத்திருக்க வேண்டுமென்றும், சகல விஷயங்களையும் ஊடுருவிப் பார்த்து அவற்றின் முக்கியமான வேற்றுமைகளைக் கண்டுகணிக்கும் ஆற்றலை அடைந்திருக்க வேண்டுமென்றும் அவர் கருதினார். இந்தப் பண்புகளுக்கு உரிய இலக்கிய கர்த்தாவோ சரித்திர அம்சத்துடன் சிறக்கும் நாவலைப் படைக்கமுடியுமென்பது அவரது கருத்து. 'சோதனை' (Ordeal)* என்ற தலைப்பில் அலெக்ஸி டால்ஸ்டாய் ஆக்கியுள்ள மூன்றுபாக நவீனம் இத்தகைய யதார்த்தவாத இலக்கியமாகும்.

சரித்திர அம்சத்தைக் குறிப்பிடுங்கால், சரித்திரத்துக்கும் நாவலுக்கும் இடையே உள்ள வேற்றுமையை மறந்துவிடக்கூடாது. உறுதியான உண்மைகளைப் பகுத்துத் தொகுத்துப் பிழையின்றிப் பொதுமைப்படுத்துவதே வரலாறு ஆகும். ஆனால் மனிதனது வாழ்வு தாழ்வையும்

★ இதைத் திரு. ரகுநாதன் தமிழாக்கியுள்ளார்.

இன்பதுன்பத்தையும் எடுத்துரைக்கும் கதை என்ற அளவிலேயே, நாவல் சரித்திர அம்சம் உடையதாகிறது. ஐந்தாண்டுத் திட்ட நிறைவேற்று விவரணம் சரித்திரமாகும். திட்டத்தில் பணியாற்றும் மனிதனது சிந்தனைகளும் உணர்ச்சிகளும் செயல்களும் மாறுதல்களுமே நவீனத்தின் வீச்சுக்குள் அடங்கும்.

சமகாலச் சமுதாயத்தை அடி நிலமாகக்கொண்டு எழுத்தாளர் படைக்கும் நாவல்களும் வரலாற்று அம்சம் பெறமுடியுமென்றாலும், அவற்றை நாம் சரித்திர நவீனங்கள் என்று குறிப்பிடுவதில்லை. கடந்தகாலச் சமுதாயத்தைக் களமாகக் கொண்டு அமையும் நாவல்களையே சரித்திர நாவல்கள் என்போம். மனிதனைப் புரிந்துகொள்வதற்கு அவனது பாரம்பரியத்தை அறிவது அவசியமாகும். எனவே, மனிதனது வாழ்வைப் புலப்படுத்துவதில் சரித்திர நவீனம் குறிப்பிடத்தக்க பாத்திரம் வகிக்கிறது. மேலும், பாரம்பரியத்தைப் புலப்படுத்தும் சரித்திர நவீனம் சமுதாய முன்னேற்றத்துக்கு ஆக்கம்தரும் ஆற்றலூட்டியாக விளங்குகிறது. இந்த வகையில், சிறந்த சரித்திர நவீனங்களை இராமாயணம் போன்ற தேசிய காவியங்களுடன் ஒப்பிடலாம்.

சரித்திர நாவலாசிரியன் செழுமையான மனோபாவனையைப் பெற்றிருக்கவேண்டும். வாழ்வையும் மானிட இயல்பையும்பற்றி நுட்பதிட்பமான அறிவை அடைந்திருக்கவேண்டும். வரலாற்றைப்பற்றி விவரமாகவும் முழுமையாகவும் ஞானம் எய்தியிருக்க வேண்டும்.

பண்டு ஒழிந்த காலத்தை உயிர்த்துடிப்புள்ளதாக உருவெடுக்கச் செய்வது, மிகவும் கடிமான பணியாகும். அந்தக் காலத்தில் வாழ்ந்த நானாவிதமான மக்களின் லட்சியங்கள், கொள்கைகள், நம்பிக்கைகள், வழக்க ஒழுக்கங்கள் ஆகியவற்றையும் அவர்கள் அடைந்த சரிமங்கள், தொல்லைகள், துன்பங்கள், துய்த்த இன்பங்கள் ஆகியவற்றையும் அவர்கள் அனுபவித்த வெற்றி தோல்விகள், சோர்வு எழுச்சிகள் ஆகியவற்றையும், இவற்றால் எல்லாம் அவர்களிடமும் சமுதாயத்திலும் நிகழ்ந்த மாறுதல்களைப்பற்றியும் கறாராகவும் நுணுக்கமாகவும் தெளிவாகவும் அறிந்திருக்க வேண்டும். இத்தகைய அறிவொடு வளமார்ந்த மனோபாவனையும் இருந்தால்தான், ஆசிரியனால் அக்காலத்துடன் ஒன்றிவிட இயலும். சரித்திர நவீனம் எழுதும் ஆசிரியன், தன் கண்ணெதிரே காட்சிதரும் உண்மையான உலகத்தை மறந்துவிடவேண்டும்; அவனது கதைக்குரிய காலமும் இடமுமே அவனுக்கு உண்மையாகத் தோன்றவேண்டும். இடைப்பட்ட நூற்றாண்டுகளில் நிகழ்ந்தனவற்றை யெல்லாம், மனிதன் புதிதாகக் கற்றதை யெல்லாம், மனிதன் அடைந்த மாறுதல்களையெல்லாம் அவன் மறந்துவிடவேண்டும். அப்பொழுதே, காலவழுவினுக்குச் சிறிதும் இடம்கொடாமல் எழுதமுடியும்; அக்காலத்தில் ஒரு நாவலாசிரியன் இருந்து தன் சமகாலத்து மக்களின் வழக்க ஒழுக்கங்களை எவ்வாறு வெளி யிட்டிருப்பானோ, அதே முறையில் சரித்திர நாவலாசிரியனால் எழுத முடியும். ஒரே ஒரு வேற்றுமை இருக்கலாம். சரித்திர நவீனம் இக்காலமக்களுக்கு விளங்கக்கூடிய மொழியில் அமையும் என்பதே அது.

யாவரும் அறிந்த சரித்திர உண்மைகளுக்கு ஒத்தவகையில், அல்லது அவற்றை முரண்படாத வகையில், கதை சொல்வது எளிதான காரியமாகும். ஆனால் சரித்திர நிகழ்ச்சிகளைத் தொகுத்துக் கூறுவதும் அவற்றுக்கு விளக்கம் தருவதும் சரித்திராசிரியனின் பணி என்றோம். இல்லா தொழிந்த சகாப்தத்தை உயிர்த்தெழச் செய்வதும், அதில் ஆடவரும் பெண்டிரும் எவ்வாறு வாழ்ந்தனர் என்பதைக் காலவழு இல்லாமல் தத்ரூபமாகப் புலப்படுத்துவதுமே சரித்திர நாவலாசிரியனுக்கு மனநிறைவு அளிக்கும் மகத்தான கடமையாகும். தற்செயலான நிகழ்ச்சிகளின் குழப்படி குளறுபடியாக மேல் நோக்கில் தோன்றும் வாழ்வு என்பது, பலதரப் பட்ட மக்களின் பொதுவிவகாரங்களும் தனி வாழ்வும் இணங்கியும் பிணங்கியும் ஒட்டியும்

வெட்டியும் செயல்படுவதால் உருப்பெறுவதைச் சரித்திர நாவலாசிரியன் புலப்படுத்தவேண்டும். பல்வேறு மக்களின் முக்கியமான செயல்களையும் உணர்ச்சிகளையும் எண்ணங்களையும் புலப் படுத்துவதுடன், அவர்களின் வேடிக்கை விளையாட்டுகளையும் கூடச் சித்திரிக்க வேண்டும். அடிக்கடி, சரித்திர நவீனம் அந்தக்காலத்தின் முழுமையான வெளியீடாக விளங்கவேண்டும்; அந்தகாலத்தின் உயிர்த்துடிப்பை உணர்த்தவேண்டும்.

சரித்திர நவீனங்களை இருவகையாகப் பிரிக்கலாம்: (1) அற்புதச் சரித்திர நவீனம்; (2) யதார்த்த சரித்திர நவீனம். ஸர் வால்டர் ஸ்காட் அவர்களின் வேவர்லி நாவல்களும் தமிழ்வசன இலக்கியத்தில் சிறந்த கல்கி அவர்களின் சரித்திர நாவல்களும் அற்புதச் சரித்திர நவீனங்களாகும். அற்புதச் சரித்திர நவீனத்தில், பரபரப்பூட்டும் சம்பவங்கள் நிறைந்துள்ளன. எதிர்பாராத நிகழ்ச்சிகள்மூலம் வியப்பூட்டும் வகையில் கதை உருப்பெறுகிறது. கதைத் தலைவன் எதிர்ப்படும் இடர்களைக் கடந்து இறுதி வெற்றி அடைகிறான் என்பது உண்மை. ஆனால் அவன் சிந்தித்துத் திட்டமிட்டுச் செயல்படுவதால், இந்தச் சிறப்பை அடைவதில்லை. நற்பேற்றின் துணை கொண்டே, இந்த நிலையை அடைகின்றான். எனவே, அறிவாற்றல், மனோபாவனை, நெஞ் சுரம், துணிவு, வீரம் முதலிய பண்புகளை உடைய உன்னத பாத்திரமாக அவன் உருப்பெறுவ தில்லை. கதையும் விரும்பிய முடிவை நோக்கித் தானடித்த மூப்பாக முன்னேறுகிறது. ஆக, அற்புதச் சரித்திர நவீனங்கள் பாத்திரப்படைப்பில் வெற்றி அடைவதில்லை என்னலாம்.

யதார்த்த சரித்திர நவீனத்தில், கதை நிகழ்ச்சி இயற்கையாக உருப்பெறுகிறது. பாத்திரங்கள் ஒன்றுபட்டும் மாறுபட்டும் செயல்படுகின்றன; அவை சூழ்நிலையுடன் இணங்கியும் அதனை எதிர்த்துப் போராடியும் செயல்படுகின்றன. இந்த நிகழ்ச்சிப் போக்கில், கதைத்தலைவன் சூழ்நிலையின்மீது பிற பாத்திரங்களது செயல் அல்லது செயலற்ற தன்மைமீது வெற்றி அடைகின்றான்; அல்லது அந்தச் சக்திகளுடன் இறுதிவரையில் போராடித் தோல்வி அடை கின்றான். அவனது உள்ளத்தில் ஏற்படும் மோதலும், செயலில் பிறருடன் அவன் மோதுவதும் துலாம்பரமாகின்றன. இவ்வாறாக, அவன் நிறைவடிவான, நுட்பதிட்பமான உயிர்ப்பாத்திரமாக உருப்பெறுகிறான். நாடகத்தன்மை கதையின் சாராம்சமாகச் சிறக்கிறது. அற்புதச் சரித்திர நவீனத்தில், இந்த நாடக இயல்பைக் காணமுடியாது.

ஷேக்ஸ்பியர் தமது சரித்திர நாடகங்களில், பாத்திரங்களது செயல்களால் சரித்திரம் உருப்பெறும் போக்கினைப் புலப்படுத்தினார். ஆனால் அந்தப் பணியை ஸ்காட்டினால் செய்யமுடியவில்லை. சரித்திரத்தால் உண்டான பாத்திரங்களையே ஸ்காட் தமது நவீனங்களில் புலப்படுத்தினார். அற்பச் சுவையில் அதிகமாக ஈடுபட்ட ஸ்காட், வரலாற்றின் விளிம்பிலேயே வாழ்ந்தார் எனலாம். முக்கியமான வரலாற்று நிகழ்ச்சிகள் அவரது நவீனங்களில் இடம்பெற்ற போதும், இரண்டாம் பட்சமானவையாகவே அமைந்தன. இதன்காரணத்தை எளிதில் புரிந்து கொள்ளலாம். முக்கியமான நிகழ்ச்சிகள் சரித்திர நவீனத்தின் மையமாக அமைந்தால், அவற்றுக் குக் காரணமான மாந்தர்களை -அவர்களின் கொள்கை, உறுதி முதலியவற்றைப் புலப்படுத்த வேண்டும். வியப்பூட்டும் நிகழ்ச்சிகளின் கோர்வையாக இல்லாமல், உயிர்ப்பாத்திரங்களது அக உலகப் போராட்டங்களையும் அவை ஒன்றோடொன்று செயல்பட்டதையும் யதார்த்தமாக விவரிப்பதாக நவீனம் அமைந்துவிடும். எனவே, ஸ்காட் பிரதானமான சரித்திர நிகழ்ச்சிகளைத் தம் நாவல்களின் மையமாகக் கொள்ளவில்லை.

இதை உணராத சில விமர்சகர்கள், சரித்திர நவீனங்கள் முக்கிய நிகழ்ச்சிகளை மையமாகக் கொள்ளக் கூடாதென்றே விதிவகுப்பார்கள். சரித்திர புருஷர்கள் கதைத்தலைவர்களாயிருக்கக் கூடாதென்றும் கூறுவர்; சமகாலத்து நவீனம் எழுதும் ஆசிரியர் தம் காலத்து அரசியல்

தலைவர்களைக் கதைத்தலைவர்களாகக் கொள்வதில்லை. அதேபோல், சரித்திர நவீன ஆசிரியரும் சரித்திரச் சிற்பிகளைக் கதைத்தலைவர்களாகக் கொள்ளக்கூடாதென்று வாதிப்பர். சரித்திரச் சிற்பியைத் தலைவனாகக்கொள்ளும் கதை, சாராம்சத்தில் உண்மையானதாயிருந்தால், வாழ்க்கை வரலாறாகச் சிறுமையடையக்கூடிய அபாயம் உள்ளது என்பது உண்மை. ஆனால் மனோபாவனைச் சிறப்புக்குரிய நாவலாசிரியனால் அந்த ஆபத்திலிருந்து தற்காத்துக்கொள்ள முடியும். ஜுலியஸ்ஸீஸர் போன்ற சரித்திர புருஷர்களைத் தலைவர்களாகக் கொண்ட சரித்திர நகங்களை இயற்றுவதில் ஷேக்ஸ்பியர் அடைந்திருக்கும் ஒப்புயர்வில்லாத வெற்றியே, சரித்திரத்தலைவனைக் கதைத்தலைவனாகக் கொள்ளக்கூடாதென்ற ஆட்சேபனைக்குத் தகுந்த பதிலாகும். ருஷியாவின் சரித்திர புருஷர்களிடையே மகத்தான ஸ்தானத்தை வகிக்கும் சக்கரவர்த்தி பீட்டரைக் கதைத்தலைவனாகக்கொண்ட இந்த நவீனமும் சரித்திரச் சிற்பியை நாயகனாகக் கொண்ட நாவல் சிறப்பாக அமையமுடியுமென்பதற்கு ஓர் எடுத்துக்காட்டு.

பத்தொன்பதாம் நூற்றாண்டில் வாழ்ந்த சிறந்த ருஷிய எழுத்தாளர்கள் யதார்த்தவாதிகளாக விளங்கினார்கள். அவர்கள் சரித்திரத்தை அலங்காரமான பின்னணியாக மட்டும் கொண்டு சரித்திரநாவல் எழுதும் போக்கினை வெறுத்தார்கள். தேசங்களது வாழ்வில் நிகழ்ந்த மகத்தான இயக்கங்களை உண்மையாக உயிர்த்தெழச் செய்யும் முறையில் சரித்திர நவீனம் எழுதவேண்டுமென்ற ருஷிய யதார்த்தவாதிகள் கருதினர். உலகப் புகழ்பெற்ற தனிப்பெரும் நவீனமான ''போரும் வாழ்வும்'' அவ்வகையில் அமைந்ததுதான்.

''போரும் வாழ்வும்'' என்ற தன்னேரில்லா நவீனத்தை இயற்றிய லியோடால்ஸ்டாயின் யதார்த்தவாதப் பரம்பரையில் தோன்றியவர் அலெக்ஸி டால்ஸ்டாய். மேலும், அவர் சோஷலிஸ்ட் யதார்த்தவாதம் என்ற இலக்கியக் கொள்கையைத் தழுவியவர். வாழ்வை அதன் இயக்கத்தில் சித்திரிப்பதும், தனி மனிதன் வாழ்வு சமுதாயத்தின் வாழ்வுடன் பின்னிப் பிணைந் திருப்பதைப் புலப்படுத்துவதும் சரித்திர நோக்கின் பின்னணியில் வாழ்வின் முன்னேற்றத்தைப் படம் பிடித்துக் காட்டுவதும் சோஷலிஸ யதார்த்தவாதத்தின் அம்சங்களாம். காட்சி அளவையை மட்டும் பயன்படுத்திச் சமுதாய நிலைமையைப் படம் பிடிக்கும் சூனியமான இயற்கை வாதமாகச் சோஷலிஸ்ட் யதார்த்தவாதம் சிறுமை அடைய முடியாது. வாழ்வின் வளரும் அம்சத்தையும் தேயும் அம்சத்தையும் இனங் கண்டுகொள்ளும் ஆற்றல் சோஷலிஸ்ட் யதார்த்தவாதிக்கு இருப்பதால், அவன் சமுதாய நிலையைச் சித்திரிக்கும்போது இந்த இரு அம்சங்களையும் புலப்படுத்துகின்றான். இவற்றின் முரண்பாடு பகையாக வளர்ந்து, வளரும் அம்சம் வெற்றியடையவிருப்பதையும் அதன்மூலம் புதிய ஐக்கியம் அமையவிருப்பதையும் அவன் அறிந்திருப்பதால், அவனது யதார்த்தவாதம் அந்த எதிர்காலத்தைச் சுட்டிக்காட்டி அற்புத இயல்பினைப் பெறுகிறது. இவ்வாறாக சரித்திர உண்மையின் சாரத்துக்கு இடம் தராத பழைய அதீதகற்பனாவாதம், யதார்த்தவாதத்தின் அடிப்படையில் புதிய மலர்ச்சி அடைகிறது. யதார்த்த வாதமும் சூனியமான இயற்கைவாதமாகச் சிறுமையடையாமல், எதிர்காலத்தைப்பற்றிய தெளிவுடன், லட்சிய ஒளிவீசும் மனோபாவனையுடன் அற்புத இயல்புக்கு இடம் தந்து நம்பிக்கையும் உத்வேகமும் அளிக்கும் கொள்கையாகச் செழுமையடைகிறது. எனவே, வாழ்வில் வேரூன்றி நின்றுகொண்டே கம்பீரமான கனவை நனவாக்கும் மகோன்னதமான பாட்டையில் மக்கள் அணிதிரள்வதை சோஷலிஸ்ட் யதார்த்தவாதியால் புலப்படுத்த முடியும். இவ்வாறு, தார்மீக லட்சியமும் யதார்த்த உண்மையும் இணைபிரியா இரட்டையராக ஐக்கியப்பட்டு இதிகாச இயல்புக்குரிய இலக்கியத்தைப் படைக்க முடியுமென்பதற்குச் சக்கரவர்த்தி பீட்டர் ஒரு சான்று ஆகும்.

கறங்கு போல ஒரே வட்டத்தினுள் சுழல்வதாகவோ, பரிவு அல்லது ஏளனத்துக்கு உரிய தற்செயலான நிகழ்ச்சிகளின் கோவையாகவோ சரித்திரம் உருப்பெறவில்லை என்பதைச்

சோஷலிஸ்ட் யதார்த்தவாதியாகிய அலெக்ஸிடால்ஸ்டாய் நன்கறிந்திருந்தார். பழையன கழிந்து புதியன புகுதலால் சமுதாயம் முன்னேறும்போது, அதன் தன்மை மாறுதல் அடைவதை அவர் அறிந்திருந்தார். பழமையின் கூட்டினுள்ளேயே புதிய அம்சங்கள் உருப்பெற்றுச் சேகர மாவதையும், இந்தப் பரிணாமப் போக்கு ஒரு குறிப்பிட்ட கட்டத்தை அடைந்தவுடன், முட்டையிலிருந்து குஞ்சு வெளிவருவதைப் போலவும், நூறு டிகிரி சென்டிகிரேடில் தூய தண்ணீர் நீராவியாவதைப் போலவும், புதுமை பழமையின் கூட்டினைத்தகர்க்கும் புரட்சியைச் சாதிப்பதால், தன்மை மாறுதல் நிகழ்கிறதென்பதை அவர் உணர்ந்தார். அவ்வாறு குணமாறுதல் நிகழும் கொந்தளிப்பான காலகட்டங்களே, வரலாற்றின் முக்கியமான சகாப்தங்கள் ஒன்று ஆகும். எனவே, தேசபக்தரான அலெக்ஸி டால்ஸ்டாய் தம் நாட்டு மக்களின் குணாதிசயங்களை உணர்த்தும் வகையில், மகா பீட்டரைத் தலைவராகக் கொண்ட சரித்திர நவீனத்தை எழுதத் துணிந்தார்.

அலெக்ஸி டால்ஸ்டாய் *1883* ஜனவரி *10* ஆம் நாள் பிறந்தார். குழந்தைகளுக்கான நூல்களை எழுதி வந்த தாயார், சிறுவன் அலெக்ஸியிடம் இலக்கிய ஆர்வம் வளர்வதற்குப் பெரிதும் துணை புரிந்தார்.

1901-ஆம் ஆண்டில், அலெக்ஸி, பீட்டர்ஸ்பர்க் தொழில் நுட்பக் கல்லூரியில் சேர்ந்தார். மாணவன் அலெக்ஸி, ஜாராட்சிக்கு எதிராக நிகழ்ந்த இயக்கங்களில் பங்கு கொண்டார். சமூக ஜனநாயகக் கட்சியிலும் சேர்ந்தார்.

அலெக்ஸியின் கவிதைகளே முதன்முதலில் வெளிவந்தன. *1907*-இல் அவை வெளிவந்த பின், அவர் கதைகளும் நாவல்களும் எழுதலானார். ஜாராட்சிக் காலத்தில் நிலப்பிரபுத்துவம் சிதைந்து வந்ததைச் சித்திரிக்கும் இந்த நூல்கள், இவருக்கு இயற்கையினிடமும் மக்களிடமும் உள்ள பேரன்பைப் புலப்படுத்துகின்றன.

1917-இல் சோஷலிஸ்ட் புரட்சி வெற்றி அடைந்த ’பிறகு, *1919*-இல் அலெக்ஸி தம் நாட்டிலிருந்து வெளியேறிப் பாரிஸ் நகரில் புகலிடம் தேடினார். அப்போதே, தாய்நாட்டைத் துறந்துவிட்டு அன்னியரிடையே அகதியாக வாழ்வதின் தாழ்வை அனுபவத்தில் அறிந்தார். தாய்நாட்டுக்கு விரோதமாகச் சதி செய்த ருஷிய அகதிகளிடம் வெறுப்படைந்து, *1921*-இல் பெர்லினுக்குச் சென்றனர். *1922*-இல் மாக்ஸிம் கார்க்கி பெர்லின் வந்தபோது, இருவரும் நண்பராயினர். சோவியத் ஆட்சியின் மாட்சியை உணர்ந்த அலெக்ஸி அதே ஆண்டில் தம் தாயகம் திரும்பினார். ருஷிய மக்களும் சர்க்காரும் அவரை மனமகிழ்ந்து வரவேற்றனர்.

அலெக்ஸி பல நாவல்களும் நாடகங்களும் கதைகளும் கட்டுரைகளும் இலக்கிய மதிப் புரைகளும் எழுதினார். தம் நாட்டின் பல்வேறு மக்களது நாடோடி இலக்கியங்களைத் தேடிச் சேகரித்தார்; குழந்தைகளுக்கான கதைகளும் எழுதினார்.

1917- லேயே பீட்டரின் காலம் அலெக்ஸியின் நெஞ்சைக் கவர்ந்தது. பீட்டர் காலத்தைப் பொருளாகக் கொண்ட இலக்கியம், ருஷிய மக்களின் இயல்புகளைப் புலப்படுத்தும் சிறப்பினுக்கு உரியதாயிருக்குமென்பதைக் கலைஞனது ‘அந்தராத்மா’ அவருக்குணர்த்தியது. *1930*-இல், சக்கரவர்த்தி பீட்டர் என்ற சரித்திர நவீனத்தின் முதற்பாகம் வெளிவந்தது. *1934*-இல் இதன் இரண்டாம் பாகம் பிரசுரமாயிற்று. *1943*-இல் அவர் மூன்றாம் பாகத்தை எழுதத் தொடங்கினார். ஆறு அத்தியாயங்கள் பூர்த்தியாயின. *1945* பிப்ரவரி *23*-நாள் அவர் இறந்தார்.

சரித்திர நவீனத்தை இயற்றுவோனுக்குத் தேவையான பேரறிவையும் சரித்திர ஞானத்தையும் மனோபாவனையையும் நாட்டுப்பற்றையும் அலெக்ஸி பெற்றிருந்தார். பல்லாண்டுகள்

பாடுபட்டு பீட்டர் சகாப்தத்தின் சகல தகவல்களையும் அறிந்து அவற்றை ஊடுருவி ஆராய்ந்தார். எனவே, சக்கரவர்த்தி பீட்டர், அந்த இலக்கிய பீமனின் தலைசிறந்த நாவலாக உருப்பெற்றிருக்கிறது. ஸ்டாலின் பரிசு பெற்ற இந்நாவலின் முதலிரண்டு பாகங்கள் வெளிவந்தவுடனேயே அவை உலகின் கவனத்தை ஈர்த்தன. ஆங்கிலம் உட்படப் பல மொழிகளில் அவை வெளிவந்தன.

டால்ஸ்டாய், உயிரற்ற வெற்றுச் சொல்லடுக்கையும் ஆடம்பரமான சொற் சிலம்பத்தையும் வெறுத்தார். ஆற்றல் கொப்புளிக்கும் அழகான மொழியில் எழுதுவதையே அவர் விரும்பினார். ''நமது சிந்தனைகளும் கருத்துகளும் சொற் சித்திரங்களும் புதிய உலகின் பொற்சங்கு என முழங்க வேண்டிய நிலையில், நாம் ஏன் சலிப்பூட்டும் வகையில் எழுதவேண்டும்'' என்று அவர் வினவினார். தொட்டு உணரத்தக்க ஸ்தூலமான சித்திரங்களைச் சொற்களால் வரைவதில் வல்லவராய் விளங்கினார் அலெக்ஸி. அவரது 'சித்திர' நடையை இந்நவீன மெங்கும் பரக்கக் காணலாம்.

இதைத்தமிழில் ஆக்கித்தரும் நல்வாய்ப்பினை எனக்கு அளித்ததற்காகவும், இந்தப் பெருநூலைச் சிறப்பாக வெளியிட்டதற்காகவும் நியூ செஞ்சுரி புத்தக நிறுவனத்துக்கு என் உளம் கனிந்த நன்றியைத் தெரிவித்துக்கொள்கிறேன்.

வணக்கம்,
எஸ். இராமகிருஷ்ணன்.

சக்கரவர்த்தி பீட்டர்

அத்தியாயம் 1

1

உறை பனிக்காலம். ஆதவன் உதிக்கும் வேளை. காற்றோட்டமில்லாத குடிசை.

ஸாங்கா அடுப்பு மேடையிலிருந்து துடுக்காகக் குதித்தாள். ஆஷ்காவ், காவிரில்கா, ஆர்ட்ட மோஷ்கா ஆகியோரும் அவளைத் தொடர்ந்து விரைவில் இறங்கினர். நால்வருக்கும் திடீரென்று தாகம் எடுத்தது. நடைபாதை வழியே ஓடினார்கள். அந்த நடைவழியை இருள் கவ்வியிருந்தது. அதில் நீராவியும் புகையும் திட்டுத்திட்டாகச் சஞ்சரித்தன. குடிசையின் குறுகிய சாளரத்தில் பெய்திருந்த பனி வழியே, உதய காலத்தின் ஒளி மங்கலாகக் காட்சி தந்தது. உடலை விறைக்கச் செய்யும் குளிர். தண்ணீர்ப் பீப்பாயும் மரக்குவளையும் பனிப்படலங்களால் மூடப்பட்டிருந்தன.

பாதங்களில் ஒன்றும் அணிந்திராத அக்குழந்தைகள், சில்லிட்டுக்கிடந்த தளத்தில் காலூன்றி நிற்க முடியாது துள்ளித்துள்ளி வட்டமிட்டனர். ஸாங்கா தன் தலையைச் சுற்றி ஒரு கைக் குட்டையைக் கட்டிக்கொண்டிருந்தாள். காவிரில்காவும் ஆர்ட்டமோஷ்காவும் அணிந்திருந்த குட்டைச் சட்டைகள் தொப்புளைக்கூடத் தொடவில்லை.

"தரித்திரங்களா! கதவை மூடுங்கள்!" என்று குடிசையிலிருந்த தாயார் உரக்கக் கூவினாள். அவள் அடுப்புக்கு முன் நின்றுகொண்டிருந்தாள். அடுப்பில் விறகுகள் சுவாலைவிட்டு எரிந்தன. அந்தச் சுவாலைகள் தாயாரின் சுருக்கம் விழுந்த முகத்தின் மீது பேரொளி வீசின. ஓயாத அழுகையில் தோன்றிய கரிய விளிம்புடன் கூடிய அவளது குழிவிழுந்த கண்கள், அடுப்புத் தீயின் ஒளியில், வழிபாட்டு உருவத்தின் கண்களைப் போலப் பயங்கரமாகப் பிரகாசித்தன. தாயின் குரலைக் கேட்டுத் திகிலடைந்துப் பதறிய ஸாங்கா, தன் பலமெல்லாம் பிரயோகித்துக் கதவைச் சாத்தினாள். அதன்பின் அவள் நாற்றமெடுத்த தண்ணீரைக் கரத்தில் எடுத்துக் குடித்தாள். அதிலிருந்த பனிக்கட்டியை மென்று கொண்டே, தம்பிகளுக்கும் தண்ணீர் கொடுத்தாள்.

"குளிரைத் தாங்க முடிந்தால், என்னோடு வாருங்கள். வெளி முற்றத்தில் அப்பா குதிரையை வண்டியில் பூட்டிக்கொண்டிருக்கிறார், 'பார்க்கலாம்....'" என்று ஸாங்கா தன் தம்பிகளிடம் தாழ்ந்த குரலில் கூறினாள்.

வெளி முற்றத்தில், அவர்களது தந்தை, பனிக்கட்டி மீது வழுக்கிச் செல்லும் சறுக்கு வண்டியில் (இதை 'ஸ்லெட்ஜ்' என்பர்) குதிரையைப் பூட்ட முயன்று கொண்டிருந்தான். பனி இலேசாகப் பெய்து கொண்டிருந்தது. வான வெளியெல்லாம் பனிப்படலத்தை உடுத்திக் கொண்டிருந்தது. உயர்ந்த வேலியின்மேல் காகங்கள் நின்றுகொண்டிருந்தன. நடை பாதையை விட இங்கு குளிர் குறைவுதான். அவர்களது தந்தை உயரமான கம்பளிக்குல்லாயை அணிந் திருந்தான். அதைக் கடுமையும் கண்டிப்பும் தோன்ற விளங்கும் தன் புருவங்கள் வரை இழுத்து விட்டிருந்தான். அவனை அவனது மனைவி, ஐவான் ஆர்ட்டமிச் என்று அழைத்தாள். ஆனால் பிறர் அவனை ஐவாஷ் என்றே அழைத்தனர். பிராவ்கின்★ என்று காரணப் பெயரிட்டும் அழைத்தனர். அவன் தன் தாடியைக் கோதி விட்டுப் பல மாதங்களாகிவிட்டன. தோலால் செய்த கையுறைகள், அவனது தடித்த கோட்டின் நடுவில் தொங்கிக் கொண்டிருந்தன. இடுப்பில் அந்தக் கோட்டைச் சுற்றி ஓர் உள் மரப்பட்டையைக் கட்டிக்கொண்டிருந்தான். சாணம் சிதறிய பனித்தரை மீது அவன் காலை வைத்தபொழுது, மரப்பட்டையில் செய்த பாதரட்சைகள் 'கிரீச்' என்று ஒலி செய்தன. குதிரைச் சேணம் சிதைவுற்று, முடிச்சு முடிச்சாக இருந்ததால் அதைப் பூட்ட முடியாது அவன் கஷ்டப்பட்டான்.

''அட பிசாசே! நகராது நில்!''என்று அவன் அந்தக் கரிய குதிரையைப் பார்த்துக் கூச்சலிட்டான். அவனைப் போலவே அதற்கும் கால்கள் குட்டை ; வயிறு தொட்டி.

குழந்தைகள் தெருவாயிலில் சிறுநீர் கழித்தனர். ஒருவரையொருவர் அணைத்துக்கொண்டு, வெண் பனி பெய்திருந்த வாயிற்படியில் நின்றனர். குளிரைப் பொறுக்க முடியவில்லை. ''மோசமில்லை. சீக்கிரத்தில் அடுப்பருகே சென்று குளிர் காயலாம்'' என்று திக்கித்திக்கிப் பேசினான் ஆர்ட்ட மோஷ்கா.

ஒருவகையாகக் குதிரைக்குச் சேணத்தை அணிவித்த ஐவாஷ், அதன் முன்னால் ஒரு பானை தண்ணீரை வைத்தான். ''தீனி போடாமல் காயப் போடுகிறாய். தண்ணீரையாவது குடித்து வைக்கிறேன்'' என்று சொல்லிக் காட்டுவதைப் போலக் குதிரை, நீரை மள மளவென்று குடித்தது; அதன் ரோமம் மிகுந்த விலாப் புறங்கள் விரிந்து, உப்பியதை நோக்கினால், வயிறே வெடித்து விடும்போல் தோன்றியது. ஐவான் தன் கையுறைகளைத் தரித்துக்கொண்டான். ஸ்லெட்ஜ் வண்டியில் பரப்பியிருந்த வைக்கோலின் அடியிலிருந்து சாட்டையை எடுத்துக்கொண்டான். ''குடிசைக்குள் ஓடுங்கள். இல்லாவிட்டால் அடித்துப் போடுவேன்'' என்று குழந்தைகளை மிரட்டி விட்டு வண்டியில் ஏறி அமர்ந்தான். நுழை வாயிலைத் தாண்டியவுடன், குதிரையை, இழுத்துப் பிடித்து, லாகவமாக வண்டியைச் சாலையில் திருப்பினான். உறை பனிக்கோலம் பூண்டு நின்ற ஓங்கி உயர்ந்த மரங்களிடையே சென்ற பாதையில் வால்காவ் பிரபுவின் வீட்டை நோக்கிக் குதிரை விரைந்தது.

''அப்பா! என்ன குளிர்!'', என்றாள் ஸாங்கா. அவர்களது பற்கள் கடகடவென்று அடித்துக்கொண்டன. நால்வரும் இருண்ட குடிசைக்குள் ஓடினர். அடுப்புக்குமேலிருந்த பரணியில் ஏறிப்படுத்தனர். புகைக் கரியால் கறுத்திருந்த கூரையருகே, புகைச் சுருள்கள் வட்டமிட்டன. புகை போக்கி இல்லாததால், கதவு நிலைக்குமேலிருந்த குறுகிய இடைவெளி வழியே புகை வெளியேறிக் கொண்டிருந்தது. அவர்களது தாயார் மாவு பிசைந்து கொண்டிருந் தாள். அந்தக் குடும்பம் ஓரளவுக்கு வசதியாகவே வாழ்ந்தது. அவர்களிடம் ஒரு குதிரையும் ஒரு பசுவும் ஐந்து பெட்டைக் கோழிகளும் இருந்தன. ஐவாஷ் சொத்துப் பத்து உடையவனாகக் கருதப்பட்டான்.

★ ருபிராவ்கின்: 'பிராவ்' என்றால் புருவம் என்று பொருள்படும். ஐவானின் புருவங்கள் கடுமை தோன்ற விளங்கின என்பதால், பிராவ்கின் என்ற காரணப் பெயர் வழங்கியது.

அடுப்புத் தீயிலிருந்து பறந்த பொறிகள் தொட்டித் தண்ணீரில் 'உஸ்'ஸென்ற ஒலியுடன் விழுந்தன. ஸாங்கா ஓர் ஆட்டுத்தோல் கோட்டைத் தன் மீதும் தன் தம்பிகளின் மீதும் விரித்துப் போர்த்திக்கொண்டு, தம்பிகளுக்குக் கதை சொல்லத் தொடங்கினாள். இராக்காலத்தில் சலசலவென்று ஒலித்த நடமாடும் பிறவிகளைப் பற்றிய பயங்கரமான கதைகளை அவள் தணிந்த குரலில் எடுத்துரைத்தாள். அந்தப் பிறவிகளது பெயர்களைச் சொன்னாலும் அனர்த்தம் விளையும் என்று அவள் சொன்னாள். ''கொஞ்ச நேரத்துக்கு முன்னால் எப்படிப் பயந்து விட்டேன்! - வாயிற் படியருகே கூட்டிக் குவித்த குப்பை மீது இருந்த துடப்பத்தை அடுப்படியிலிருந்து நோக்கினேன். என்னவென்று சொல்ல! ஆண்டவன் நம்மைக் காப்பாராக! பூனையைப் போல மீசையை உடையதாய், உடலெல்லாம் மயிர் அடர்ந்ததாய், ஒன்று துடப்பத்துக்கு அடியிலிருந்து வந்தது...''

இவ்வாறு ஸாங்கா கூறுவதைக் கேட்ட தம்பிகள் ''ஓ! ஓ! ஓ!'' என்று கிலி கொண்டு பதறினர்.

2

திருத்த முறாத காட்டுப் பாதை வழியே வண்டி சென்றது. இருமருங்கிலும் ஓங்கி வளர்ந் திருந்த தேவதாரு மரங்கள், விண்ணைக் கண்ணிலிருந்து மறைத்தன. பாதையில் விழுந்து கிடந்த மரங்களும் மண்டியிருந்த புதர்களும், வண்டி செல்வதற்குத் தடையாயிருந்தன. இந்த நிலமெல்லாம் வாலிபனான வாஸிலிவால்காவுக்குச் சொந்தம். அவனது தந்தை மாஸ்கோவில் வசித்தார். அவர் ஒரு பிரபு. ஈராண்டுகளுக்கு முன், வாஸிலி தனி வாழ்க்கையைத் தொடங்கியபொழுது, இந்த நிலமெல்லாம் அவனுக்கு அளிக்கப்பட்டது. ஆயிரத்து இரு நூறு ஏகரா நிலம், அத்துடன் பிணைக்கப்பட்டிருந்த முப்பத்தியேழு அடிமைகள், அவர்களது குடும்பங்கள், அனைத்தும் எஸ்டேட் நிர்வாக இலாகாவால் வாஸிலிக்கு உரிமையாக்கப்பட்டன.

வாஸிலி தனக்கென்று ஒரு வீட்டைக் கட்டிக்கொண்டான். இருப்பிலிருந்த பணமெல்லாம் செலவாகி விட்டதால், நிலத்தில் பாதியை அடமானம் வைத்து, மடத்தில் கடன் வாங்கினான். துறவிகள் நூற்றுக்கு இருபதுவீதம் வட்டி வாங்கினார்கள். தவிர, ஓர் எஸ்டேட்டுக்கு உரியவன் என்ற முறையில், வாஸிலி ஜார் மன்னனைக் கண்டு வணங்க, தக்க முறையில் செல்ல வேண்டும். அதாவது இரும்புக் கவசம் அணிந்து, கத்தியும் கைத்துப்பாக்கியும் ஏந்திச் சிறந்த போர்க் குதிரையிலேறிச் செல்ல வேண்டும். அது மட்டுமா? திண்ணிய கோட்டுகளை அணிந்து, வில், அம்பும், வாளும் ஏந்தியவராய் மூன்று குதிரை வீரர்கள் புடைசூழ, அவன் ஆரோகணித்துச் செல்ல வேண்டும். மடத்தில் வாங்கிய கடன் தொகை, இந்தத் தளவாடங்களை வாங்குவதற்குள் கரைந்து விட்டது. இனி வாஸிலி எப்படி வாழ்வான்? வீட்டிலுள்ள அடிமைகளுக்கு எப்படிச் சோறு போடுவான்? துறவிகளுக்கு எப்படி வட்டியைக் கட்டுவான்?

ஜார் மன்னனின் கஜானா, இரக்கம் என்பதை அறியாத அரக்க சிருஷ்டி. ஆண்டுதோறும் புதிய உத்திரவுகள் பிறப்பிக்கப்பட்டன. பராமரிப்பு வரி என்றும் பங்கு வரி என்றும் பிரயாண வரி என்றும் விடு வரி என்றும் நவ நவமான வரிகள் விதிக்கப்பட்டன. எனவே, வாஸிலியிடம் செப்புக் காசு கூட மிஞ்சவில்லை. அத்துடன், வெந்த புண்ணில் வேல்கொண்டு குத்துவது போல, விவசாயிகளிடம் விடு வரியைக் கறப்பதில் தயக்கம் காட்டுவதாக, நிலச் சுவான்தார்கள் மீது புகார் கூறப்பட்டது. ஆனால் விவசாயியிடம் எத்தனை தடவைதான் தண்ட முடியும்? அண்மையில் காலஞ்சென்ற அலெக்ஸிமைகலோவிச் என்ற ஜார் மன்னன் ஆட்சி செய்தபொழுது நிகழ்ந்த கலகங்களாலும் குழப்பங்களாலும் போர்களாலும் தேசம் மிகுந்த வறுமைக்கு உள்ளாகி விட்டது.

அந்தப் பழிக்கப்பெற்ற கொள்ளைக்காரன், ஸ்டெங்கா ராஸின்* தேசம் முழுவதும் சுற்றித்திரிந்த பின்னர், விவசாயிகள் கடவுளை மறந்துவிட்டார்கள். எனவே, அவர்களைக் கொஞ்சம் கூடுதலாகக் கசக்கிப் பிழிந்தால், ஓநாய்களைப் போல உறுமுகிறார்கள் ; வரித்தண்டலிலிருந்து தப்புவதற்காக, டான் நதிக்கரைக்கு ஓடி விடுகிறார்கள். அங்கிருந்து, ஆணையிட்டு அதிகாரம் செய்தோ, வாளைக்காட்டி அச்சுறுத்தியோ அவர்களை மீட்டுக்கொண்டு வர முடிகிறதா என்றால் அதுவும் நடப்பதில்லை.

வெண் பனியால் போர்த்தப்பெற்ற ஐவானது குதிரை ஆடி அசைந்து கொண்டு சென்றது. மரக்கிளைகள் ஏர்க்காலில் சிக்கிப் பனிப் பொடியைச் சிதறின. மயிரடர்ந்த வால்களை உடைய அணில்கள், அடிமரங்களில் தொத்திக்கொண்டு அவ்வழியே சென்ற வண்டியை நோக்கின. இந்தக் காட்டில் அணில்கள் அதிகம். ஐவான் ஸ்லெட்ஜில் படுத்தபடியே சிந்தித்துக் கொண்டிருந்தான். அவ்வாறு சிந்திப்பதைத் தவிர, விவசாயி செய்யக்கூடியது வேறு என்ன இருக்கிறது?

''சரி! நிரம்ப நல்லது!....இதைக் கொடு, அதைக் கொடு.... இந்தத் தொகையைக் கட்டு, அந்தத் தொகையைக் கட்டு; இப்படி ஓட்ட உறிஞ்சுகிறார்களே! இந்த அரசாங்கம் ஆழங்காண முடியாத கிணறாகவல்லவா இருக்கிறது! இதை எப்படி நிரப்புவது? நாம் உழைப்பதற்குத் தயங்குவதில்லை. அனைத்தையும் பொறுத்துக்கொண்டு பாடுபடுகிறோம். ஆனால் மாஸ் கோவில் பாயர்கள்* பொன் முலாம் பூசிய வாகனங்களில் சவாரி செய்யத் தொடங்கிவிட்டார்கள். இனி இந்த உண்டு கொழுத்த ஊதாரிக் கூட்டத்தின் வாகனத்துக்குக் கூடக் கொட்டியழ வேண்டும்... நல்லது! எப்படியாவது ஒழிந்துபோகட்டும்... நம்மிடம் வேலை வாங்கிக் கொள்ளட்டும், வேண்டியதைப் பெற்றுக்கொண்டு தொலையட்டும். நம்மைக் களவாடாமல் இருந்தால் போதும். ஆனால் ஒன்றுக்கு இரண்டாக நம்மிடம் வரி தண்டுவது கொள்ளை அல்லவா? அடப் பாவிகளா! நமது முதுகு மீதுதான் எத்தனை அதிகாரிகள்! நோக்குமிடமெல்லாம் இவர்களது களியாட்டமாக இருக்கிறதே! எந்தப் பக்கம் திரும்பினாலும், ஒரு குமாஸ்தா அல்லது ஓர் இறை தண்டும் அதிகாரி அல்லது ஒரு கணக்கன் உட்கார்ந்து எழுதிக்கொண்டிருக்கிறான். இவர்களுக்கெல்லாம் விவசாயி படி அளக்க வேண்டும்... இந்தக் கொடுங்கோலர் ஆளும் நாட்டுக்குக் கடும் புலி வாழும் காடு சாலச் சிறந்தது. காட்டில் கொடிய விலங்குகள் என்னைப் பற்றிக் கிழித்துப் புசிக்குமென்பது மெய். ஆனால் இந்த வழிப்பறிக்கு இலாக்காவதை விட இறப்பதே பன்மடங்கு மேலானது. அதன்பின் இந்த அட்டைகள் நமது உதிரத்தை உறிஞ்சவும் முடியாது...''

ஐவான் இவ்வாறெல்லாம் சிந்தித்தானா அல்லது அவனது எண்ணங்கள் வேறாக இருந்தனவா, என்பதை யார் சொல்ல முடியும்?

காட்டுக்குள்ளிருந்து இன்னொரு வண்டி வந்து பாதையில் சேர்ந்தது. அதைப் பூட்டி வந்த ஸிகான் என்பவனும் வால்காவ் குடும்பத்தின் விவசாயிதான். கரிய நிறம்; மயிர் மட்டும் நரைத்துக் கொண்டிருந்தது; அவன் தன் ஸ்லெட்ஜில் மண்டியிட்டு அமர்ந்திருந்தான். ஸிகானுக்கு ஒரு சரித்திரம் உண்டு. எஜமானனுக்குச் சேவகம் செய்வதற்குக் கடமைப்பட்டிருந்த ஸிகான், தப்பி ஓடிப் பதினைந்தாண்டுகள் நாடோடியாகத் திரிந்தான். அதன்பின் எத்தனை ஆண்டுகள் உரிமையோடு வாழ்ந்திருந்தாலும் ஓடுகாலிகள் அனைவரும் தத்தம் எஜமானரிடம் சரண் அடைய

★ ஸ்டெங்காராஸின்: பதினேழாம் நூற்றாண்டில், காஸக்குகளும் விவசாயிகளும் ஜாராட்சிக்கு எதிராக நடத்திய பெருங் கலகத்தின் தலைவன். - மொ-ர்.

★ பாயர்கள்: ருஷிய நாட்டு நிலப்பிரபுக்களில் ஒரு வகையினர். உச்ச வட்டத்துப் பிரபுக்கள் மகாப்பிரபுக்கள் என்று அழைக்கப்பட்டனர்; அடுத்த தட்டிலிருந்தவர்கள் பாயர்கள் என்று குறிக்கப்பெற்றனர். - மொ-ர்.

வேண்டுமென்று அரசாங்கம் ஓர் உத்திரவைப் பிறப்பித்தது. வாரனேஷ் என்ற பேரூருக்கு அருகில் விவசாயக் கூலியாக வேலை செய்த கொண்டிருந்தபொழுது, ஸிகான் பிடிபட்டான். வாஸிலியின் தந்தையிடம் சேர்ப்பிக்கப்பட்டான். மீண்டும் ஸிகான் தப்பி ஓடினான். ஆனால் மீண்டும் அவன் பிடிபட்டான். இந்தத் தடவை அவனைச் சாட்டையாலடித்துத் தோலெல்லாம் இரத்தக் காயமாக்கிச் சிறையிலடைத்தார்கள். காயங்கள் ஆறியபின், அவனை விடுவித்து மீண்டும் ஈவிரக்கமில்லாது சாட்டையாலடித்துச் சித்திரவதை செய்து சிறையிலடைத்தார்கள். இனி அந்தப் போக்கிரித் திருடன் தப்பி ஓடுவானா, பார்க்கலாம் என்று கர்வத்தோடு கூறிக்கொண்டார்கள். வாஸிலிக்கு உரிமையாக்கப்பட்டதால்தான் ஸிகான் பிழைத்தான்.

''வணக்கம்'', என்று கூறிக்கொண்டே ஸிகான் தன் ஸ்லெட்ஜிலிருந்து இறங்கி, ஐவானது வண்டிக்குச் சென்றான்; அதில் அமர்ந்தான். ''வணக்கம்'' என்று ஐவானும் கூறியவுடன், ''என்ன சேதி!'' என்று ஸிகான் உசாவினான். ''நற்செய்தி ஏதும் இருப்பதாகத் தெரியவில்லை'' என்றான் ஐவான். ஸிகான் தன் கரத்திலிருந்த உறையை நீக்கினான். தன் நெஞ்சத்திலுள்ள வஞ்சத்தை ஐவான் முகக்குறிப்பிலிருந்து புரிந்து கொள்ளக்கூடாதென்பதற்காக, விரல்களால் மீசை தாடியை உருவிவிடும் பாவனையில் முகத்தை மறைத்துக்கொண்டு கூறினான்.

''காட்டில் ஒருவனைப் பார்த்தேன். ஜார் மரணப்படுக்கையிலிருப்பதாக அவன் சொல்கிறான்.''

இதைக் கேட்ட ஐவான் ஸ்லெட்ஜில் எழுந்து நின்றான். அவனுக்கு ஒரே திகில். ''ஆ!'' என்ற ஒற்றைச் சொல் அவனது இதயத்தின் அடிவாரத்திலிருந்து வெளிவந்தது. குல்லாயை நீக்கி விட்டுச் சிலுவைக்குறி செய்து கொண்டான். அதன்பின், ''இனி யாரை ஜாராக முடிசூட்டுவார்கள்?'' என்று அவன் வினவினான்.

''சிறுவன் பீட்டரைத் தவிர யாருமில்லை'' என்று அந்த வழிப்போக்கன் கூறினான். ''பீட்டரோ பால்மணம் மாறாத பாலகன்''என்றான் ஸிகான்.

ஐவான் மீண்டும் தன் குல்லாயை அணிந்துகொண்டான். அவனது கண்கள் தம் சோபையை இழந்தன. ''நடக்கட்டும்! இனிப் பாயர்கள் நம்மை ஆள்வார்கள். நமக்கு விநாசகாலம்தான்.''

''விநாசமோ வாழ்வோ, யார் கண்டது?'' என்று கூறிக்கொண்டே ஸிகான் ஐவானை நெருங்கிக் கண்களைச் சிமிட்டினான். ''கலகம் நிகழுமென்று அந்த வழிப்போக்கன் சொன்னான். ஒரு வேளை, நாம் தொடர்ந்து வாழலாம். நாமும் எத்தனையோ இன்னல்களையும் சோதனை களையும் கடந்தவர்களல்லவா?'' என்று கூறிக்கொண்டே, பற்களெல்லாம் விளங்கச் சிரித்தான்; காடெல்லாம் ஒலிக்கும் வகையில் உரக்க இருமினான்.

ஓர் அணில் மரத்திலிருந்து குதித்துப் பாதை வழியே பாய்ந்தோடியது. அப்பொழுது சிதறிய பனித்துகள்கள், மெல்லிய ஊசிகளின் சுழலைப்போல, ஒருக்கணித்த கதிரொளியில் பிரகாசித்தன. அந்தப் பாதையின் முடிவிலுள்ள குன்றின்மேல், வால்காவ் வீட்டின் உயர்ந்த கம்பி வேலிக்கும் செங்குத்தான கூரைகளுக்கும் புகைபோக்கிகளுக்கும் மேல், செங்கதிர்ச் செல்வனின் பெரிய சொரூபம் காட்சிக்குப் புலனாயிற்று.

3

நெட்டையான நுழைவாயிற் கதவுகளுக்கு முன்னால், ஐவானும் ஸிகானும் தம் குதிரைகளை நிறுத்தினார்கள். அந்தக் கதவுகளுக்கு மேலே ஒரு சார்பு. அந்தச் சார்பின் பாதுகாப்பில், ஒரு புனிதமான சிலுவைச் சின்னம் தென்பட்டது. வீட்டைச் சுற்றிலும் ஏறிக்கடக்க முடியாத உயரத்துக்கு ஒரு கம்பிவேலி அமைந்திருந்தது. தார்த்தாரியர்களுக்குக்கூட ஈடு கொடுக்கக்கூடிய வேலி அது. ஐவானும் ஸிகானும் தமது குல்லாயை நீக்கினார்கள். ஐவான், சிறிய மறைகதவிலிருந்த வளையத்தைக் கையிலெடுத்துக் கொண்டு, வாடிக்கையாகச் சொல்லும் மந்திரத்தை உச்சரித்தான்: ''இயேசு கிறிஸ்து பெருமானே, தெய்வகுமாரனே, எங்களிடம் இரக்கம் காட்டுங்கள்.''

குடிசையிலிருந்த காவற்காரனான அவிரியன், மரப்பட்டைப் பாதரட்சை கிரீச்சென்று ஒலிக்க நடந்துவந்து, மறைகதவிலிருந்த துவாரத்தின் வழியே நோக்கினான். வெளியே நிற்பவர் அன்னியரல்லர் என்பதை அறிந்து, 'அவ்வாறே ஆகுக' என்ற சமயவாசக இறுதிக் குறிப்புச் சொல்லை உச்சரித்தான்; பெரிய கதவுகளைத் திறந்துவிட்டான்.

ஐவானும் ஸிகானும் தம் குதிரைகளை நடத்திக்கொண்டு முற்றத்துக்குள் வந்தனர். அங்கே குல்லாய் அணியாது நின்ற அவர்கள், எஜமானனது வீட்டின் காக்காய்பொன் சாளரங்களை ஓரக்கண்ணால் நோக்கினார்கள். முகப்பு மண்டபத்திலிருந்து அமைந்த படிக்கட்டு வழியே, மாடியிலுள்ள இருப்பிடத்துக்குச் செல்ல வேண்டும். மரத்தால் நிறுவப்பட்டிருந்த முகப்பு மண்டபம் சிற்ப வேலைப்பாடுகளுடன் சிறப்புற்றிருந்தது. முகமண்டபத்துக்கு மேல் ஒரு குவிமாடம். அதையும்விட உயரமாக இருந்த வீட்டுக்கூரை, கூடாரவடிவில் நிறுவப்பட்டிருந்தது. இத்துடன் இரண்டு பீப்பாய் வடிவக்கூரை அமைப்புகள் இணைக்கப்பட்டிருந்தன. கூரையின் முகடு, பொன் முலாம் பூசப்பெற்றுப் பளபளவென்று பிரகாசித்தது. பெரும் மரக்கட்டைகளால் அமைந்த அடித்தளம், களஞ்சியமாகும். கதிர்மணி, உப்பிலிட்ட இறைச்சி முதலிய பாதுகாப்புக்குரிய பண்டங்களைச் சேமித்து வைப்பதற்காகத்தான் வால்காவ் இந்த மண்டியைக் கட்டினான். எனினும் அந்தக் களஞ்சியத்தில் ஒரு பொருளும் இல்லை. சுண்டெலிகளே வாசம் செய்தன என்பதை விவசாயிகள் நன்கறிவார்கள். ஆனாலும் என்ன? அந்த முகமண்டபம் மகோன்னதமாக இருந்தது. எந்த இளவரசனும் அத்தகைய மண்டபத்துக்கு உரிமை பாராட்டுவதில் பெருமை அடைவான்.

''அவிரியன்! நாங்கள் குதிரைகளுடன் வரவேண்டுமென்று சீமான் ஆணையிட்டிருப்பதின் காரணம் என்ன? நாங்கள் செலுத்தவேண்டிய வரிப்பாக்கி ஏதுமிருப்பதாக எனக்குத் தெரிய வில்லையே! ஏதாவது சேவகம் புரியவேண்டுமா?'' என்று ஐவான் வினவினான்.

''நீங்கள் வீரர்களை மாஸ்கோவுக்கு அழைத்துச் செல்ல வேண்டும்.''

''மீண்டும் குதிரைகளை வதைக்க வேண்டுமா?''

''என்ன விவகாரம்? யாருடனாவது சண்டையா? அல்லது ஏதாவது கலகமா?'' என்று ஸிகான் அவிரியனை நெருங்கிவந்து உசாவினான்.

''அதைப்பற்றியெல்லாம் நீங்களோ நானோ கவலைப்படத் தேவையில்லை. உத்திரவு என்னவென்பதைச் சொல்லிவிட்டேன். கட்டளைக்குப் பணிந்து நடப்பது உங்கள் கடன்.

உங்களைப் போன்ற ஆட்களுக்காகத்தான் இன்று ஒரு சுமைக் கம்புகளைக் கொண்டு வந்திருக் கிறார்கள்'' என்று அந்தக் காவற்காரக் கிழவன் தலைகுனிந்து கூறினான்.

அதன்பின் அவன் பூமியைப் பாதத்தால் தேய்த்துக்கொண்டே, காவல் வீட்டை நோக்கி விறைப்பாக நடந்தான். குளிர்காலத்து அந்தி ஒளிக்கு இடையே, ஆங்காங்கே சில ஜன்னல்கள் விளக்கொளியில் பிரகாசித்தன. அந்த முற்றத்தில் பண்டகசாலைகள், மாட்டுக்கொட்டகைகள், குடிசைகள், ஒரு பட்டரை முதலிய பலவிதவிதமான கட்டிடங்கள் இருந்தன. ஆனால் அவற்றில் படிக்குப்பாதி பயன்படாது கிடந்தன. வால்காவிடம் பதினைந்து வீட்டு அடிமைகளே இருந் தனர். அவர்களும் பசியால் சாகாமல் இருக்கப் பெரும் பாடுபட்டனர். அவர்கள் உழைத்தனர் என்பது உண்மை. ஏதோ ஒரு வகையில் நிலத்தை உழுதார்கள், விதைத்துச் சாகுபடி செய்தார்கள். மரங்களை வெட்டிக் கொண்டு வந்தார்கள். ஆனால் இந்த வேலைகள் மூலம் அவர்கள் எப்படி ஜீவனம் நடத்த முடியும்? அவர்கள் அடிமைகளாக இருந்ததால், உழைப்பின் பலனில் அவர்களுக்கு உரிமை இல்லை. மாஸ்கோவில் மாதாகோயில் வாயிலில் நின்று பைத்தியக் காரனைப் போல நடித்துப் பணம் சம்பாதிக்கும்படி வலால்காவ் தன் அடிமைகளில் ஒருவனை அனுப்பியிருப்பதாகவும், அவன் அவ்வாறே செய்து வால்காவுக்குப் பணம் தருவதாகவும் பேசிக்கொண்டார்கள். மேலும் இரண்டு அடிமைகள் சாமான் கூடைகளுடன் மாஸ்கோவுக்குச் சென்று மரக்கரண்டிகள், மரப்பட்டைப் பாதரட்சைகள், ஊதுகுழல்கள் ஆகியவற்றை விற்ப தாகவும் பேசிக்கொண்டார்கள். ஆனால் உழவர்களே உலகத்துக்கு ஆணி. அவர்களே சீமான் களுக்குச் சோறு போட்டார்கள்.

ஐவானும் ஸிகானும் அந்தி ஒளியில் நின்று யோசனை செய்தனர். அவர்கள் அவசரப்பட வேண்டியதில்லை. அவர்களுக்கு நன்மை உண்டாகுமென்ற நம்பிக்கைக்கான அறிகுறியே இல்லை. நாலாபுறமும் காரிருளே சூழ்ந்து நின்றது. முன்காலத்தில் வாழ்வு இவ்வளவு மோசமாக இருந்ததில்லையென்றும், எஜமானனைப் பிடிக்காவிட்டால், அவனைவிட்டு எங்காவது போக முடிந்தது என்றும் கிழவர்கள் கூறினார்கள். ஆனால் இப்பொழுது, பிடிக்காத பிரபுவிடமிருந்து விலகிக்கொண்டு வெளியேற முடியாது. ஆணைக்கு அடிபணிந்து, காட்டிய இடத்தில் குற்றேவல் புரியவேண்டும். வாஸிலி வால்காவுக்குத் தீனிபோடுங்களென்று உத்திரவு பிறப்பித்து விட்டார்கள். எப்படித் தீனிபோடுவது என்று யோசித்து ஆவன செய்வது அவர்களது பொறுப்பு. அவர்கள் அனைவரும் அடிமைகளாகி விட்டார்கள். நிலைமை மேன்மேலும் மோசமடையு மென்பதும் உறுதி.

எங்கோ ஒரு கதவு கிறீச்சென்ற ஒலியுடன் திறந்தது. தலையிலொன்றும் அணியாத ஒரு வேலைக்காரப்பெண், பனி பெய்திருந்த முற்றத்தின் வழியே அவர்களிடம் ஓடிவந்தாள். அவள் நாணமில்லாத சிறுக்கி.

''நீங்கள் குதிரைகளை அவிழ்த்து விட வேண்டுமென்று எஜமான் கூறுகிறார். இரவில் இங்குதான் தங்க வேண்டும். எஜமானனுக்குச் சொந்தமான உலர் புல்லைக் குதிரைக்குப் போடாதீர்கள் ; ஆண்டவன் மீது ஆணையாகப் போடாதீர்கள்'' என்று அவள் கூறினாள்.

அந்தத் துடுக்குக் காரியின் மிருதுவான முதுகில் சாட்டையாலடிப்பதற்கு ஸிகான் கரத்தை ஓங்கினான். ஆனால் அவள் அதற்குள் ஓடிவிட்டாள். அவர்கள் நிதானமாகச் சேணத்தை அவிழ்த்தார்கள். அதன் பின், இரவு நேரத்தைக் கழிப்பதற்காக, வேலைக்காரர் விடுதிக்குச் சென்றனர். அங்கு எட்டு ஏவலாட்கள், எஜமானனிடமிருந்து திருடிய மெழுகுதிரியை ஏற்றி வைத்துக்கொண்டு, தொட்டால் ஒட்டிக்கொள்ளும் பசபசப்பான சீட்டுகளைக் கலைத்துப் போட்டுக் காசு வைத்து ஆடிக்கொண்டிருந்தார்கள். அவர்கள் கூச்சலிட்டார்கள், சண்டை

போட்டார்கள். ஒருவன் ஒரு காசைத் தன் வாய்க்குள் அடக்கிக் கொண்டான்; இன்னொருவன் அவனது உதடுகளைக் கிழித்தான். சோம்பேறி மிருகங்கள், ஆயினும் அவர்கள் வயிறுபுடைக்க உண்டார்கள்.

ஒரு பக்கமாக இருந்த பெஞ்சின்மீது 'லினன்' சட்டையும் சின்னா பின்னமான மரப்பட்டைப் பாதரட்சையும் அணிந்த ஒரு சிறுவன் அமர்ந்திருந்தான். அவன்தான் ஐவானது மகன் அலியோஷ்கா, சென்ற இலையுதிர் காலத்தில், ஐவான் தன்மகனை ஆயுட்கால அடிமையாக வால்காவிடம் ஒப்படைத்துவிட்டான். எல்லாம் தரித்திரத்தின் திருக்கூத்தால் நேர்ந்த விபரீதம்தான். வால்காவுக்கு ஐவான் செலுத்தக் கடமைப்பட்டிருந்த தொகையைச் செலுத்த முடியவில்லை. எனவே, மகனைக் கொடுத்து, நிலுவையிலிருந்து விடுதலைபெற்றான். அலியோஷ்கா தன் தாயைப் போலவே பெரிய கண்களை உடையவன். இங்கு அவனை அடித்தார்களென்பது வெளிப்படையாகப் புலப்பட்டது. ஐவான் அவன்மீது ஒரு பக்கவாட்டுப் பார்வையை வீசினான். மகனது நிலையைக் கருதி அவன் வருந்தினான். ஆனால் அவன் ஒன்றும் பேசவில்லை. அலியோஷ்காவும் ஒரு வார்த்தை பேசாமல், தந்தையை முடிதாழ்த்தி வணங்கினான்.

ஐவான் சைகையால் தன் மகனை அருகழைத்து, ''அவர்கள் சாப்பிட்டு விட்டார்களா?'' என்று தணிந்தகுரலில் விசாரித்தான்.

''சாப்பிட்டு விட்டார்கள்'' என்று மகன் பதிலளித்தான்.

''அப்படியா? நான் என்ன செய்வேன்? வீட்டிலிருந்த ரொட்டியைக் கொண்டுவர வில்லையே?'' என்று ஐவான் குறைப்பட்டுக் கொண்டான். ஆனால் அவனது கூற்று உண்மையல்ல. ஒரு ரொட்டித்துண்டைக் கந்தல் துணியில் கட்டிச் சட்டைக்குள் வைத்திருந்தான்.

''எப்படியாவது, நான் உண்பதற்கு ஏதாவது கொண்டு வா. அலியோஷ்கா, இங்கு பார். காலையில் நான் எஜமானன் முன்னால் மண்டியிட்டு வேண்டிக்கொள்ளப் போகிறேன் - எனக்கு வேலை நிறைய இருக்கிறது. ஒரு வேளை அவர் இரக்கம் காட்டலாம் - அப்பொழுது, எனக்குப் பதிலாக நீ மாஸ்கோவுக்குப் போகலாம்'' என்று ஐவான் பேசினான்.

''சரி, அப்பா'' என்று கூறி, அலியோஷ்கா தலை அசைத்தபொழுது, அவனது முகத்தில் மகிழ்ச்சிக்குறி ஏதும் தென்படவில்லை.

ஐவான் தன் பாதரட்சைகளைக் கழற்றினான். வயிறார உண்டு உல்லாசமாய் இருப்பவனைப் போல, மகிழ்ச்சி பொங்கும் சுறுசுறுப்பான குரலில், சீட்டாடியவர்களைப் பார்த்துப் பேசினான்:

''தினந்தோறும் இப்படித்தான் தமாஷாகப் பொழுது போக்குகிறீர்களா? நீங்கள் அதிர்ஷ்டசாலிகள் ; உண்பதற்கும் குடிப்பதற்கும் குறைவில்லாமல் கிடைக்கிறது.''

அவர்களில் ஒருவன் - நெட்டையானவன் - தன் சீட்டுகளை எறிந்துவிட்டுத் திரும்பினான்.

''எங்களிடம் குற்றம் கண்டுபிடிப்பதற்கு நீ யார்?'' என்று அவன் வினவினான்.

அவனோ இன்னொருவனோ எழுந்து வந்து செவிட்டில் அடிக்கும் வரை ஐவான் காத்திருக்கவில்லை. தன் 'வாலைச் சுருட்டி மடக்கிக் கொண்டு' படுக்கையில் ஏறிப் படுத்தான்.

4

அண்மையிலிருந்த ஒரு சிறு நிலச்சுவான்தாரின் மகனான மிஷ்கா டிர்டாவ், அன்றைய இரவை வால்காவுடன் கழித்தான். இருவரும் நேரத்திலேயே இரவுச் சாப்பாட்டை முடித்துக் கொண்டனர். பளபளப்பான கணப்புக்கு அருகிலிருந்த அகன்ற பெஞ்சுகள் மீது, கம்பளி விரிப்புகளும் தலையணைகளும் கரடித்தோல் கோட்டுகளும் குவிக்கப்பட்டிருந்தன. ஆனால் வாலிப வயதின்ரான இருவருக்கும் உறக்கம் வரவில்லை. அறை வெப்பமாயிருந்தது. அவர்கள் உள்ளாடைகளை மட்டும் உடுத்திப் பெஞ்சிகள்மீது அமர்ந்து அந்தி ஒளியில் உரையாடிக் கொண்டிருந்தனர். அடிக்கடி அவர்கள் கொட்டாவி விட்டனர்; அப்பொழுதெல்லாம் தத்தம் வாய்க்கு நேராகச் சிலுவைக் குறியிட்டனர்.

டிர்டாவ் துயரார்ந்த குரலில், தாழ்ந்த சுருதியில் பேசினான்: ''வாஸிலி, பலர் உன்னைப் பார்த்துப் பொறாமைப்படுகிறார்கள். ஆனால் நீ என் நிலையை எண்ணிப்பார். என் தகப்பனாருக்கு நாங்கள் பதினான்கு பிள்ளைகள். ஏழு பேருக்குப் பாகம் பிரித்துக் கொடுத்தாகிவிட்டது. நாங்கள் மலடான பூமியில் இரண்டு விவசாயிகளையும் மூன்று விவசாயிகளையும் வைத்துக் கொண்டு மாரடிக்க வேண்டியிருக்கிறது. மற்ற விவசாயிகள் ஓடிவிட்டார்கள். நான் என் தந்தைக்கு எட்டாவது மகன். நாளைக்கு எனக்குரிய பாகத்தைக் கொடுக்கப் போகிறார்கள். ஓர் எரிந்த கிராமத்தையும் தவளைகள் நிறைந்த சதுப்பு நிலத்தையும் எனக்குக் கொடுப்பார்கள். நான் எப்படி வாழ்வது?''

''யாவர்க்குமே இது கெட்ட காலம்தான். நாம் அனைவரும் போராடிக் கொண்டிருக்கிறோம். ....நாம் எப்படி வாழப்போகிறோம்?'' என்று தன் முழங்கால்களிடையே தொங்கிய ஜப மணிமாலையை ஒரு கையால் உருட்டிக் கொண்டே வால்காவ் கூறியதைக்கேட்ட டிர்டாவ் தொடர்ந்து பேசினான்: ''என் தாத்தா, மகாப்பிரபு கோரிட்ஸின்னுக்கும் முந்தைய ஸ்தானத்தக்கு உரியவராயிருந்தார். அவர் ஜார் மைக்கேலின் பிணப்பெட்டியை இரவும் பகலுமாகக் காவல் காத்தார். ஆனால் நாங்கள் எங்களது இல்லத்தில் மரப்பட்டைப் பாதரட்சைகளில் நடமாடு கிறோம். எங்களுக்கு மான உணர்ச்சி மரத்துப் போய்விட்டது. நாங்கள் கௌரவத்தைப் பற்றிச் சிந்திக்கவில்லை. எப்படி வாழ்வது என்பதைப் பற்றியே கவலைப்படுகிறோம். எஸ்டேட்டு களின் நிர்வாகத் தலைமை அலுவலகத்தில் திரும்பத் திரும்ப மனுப்போட்டு முடிவணங்கியதால், அப்பாவின் நெற்றியெல்லாம் புண்ணாகி விட்டது. இப்பொழுது வெறுங்கையோடு மனுப் போடுவதால் யாதொரு பயனுமில்லை. தலைமைக் குமாஸ்தாவுக்குக் கொஞ்சம், குமாஸ் தாவுக்குக் கொஞ்சம், அவனுக்குக் கீழ் இருக்கும் உதவிக் குமாஸ்தாவுக்குக் கொஞ்சம், எண்ணெய் பூசினால்தான், ஏதாவது நடக்கும். அவர்கள் நாம் கொடுப்பதைக் கொண்டு திருப்தி அடைவ தில்லை. தம் முகத்தை அஷ்டகோணலாக்கிக் கொள்கிறார்கள். ஒரு சிறு விஷயத்தில் உதவி செய்யுமாறு ஸ்டிப்கா என்ற குமாஸ்தாவைக் கேட்டுக்கொண்டோம். அவனுக்குச் சன்மானமும் அனுப்பினோம். கஷ்டப்பட்டுச் சேர்த்த முப்பது கோபெக்குகளையும் நாற்பது பவுண்டு உலர்ந்த மீனையும் அனுப்பினோம். அந்தப் பேராசைக்காரன், குடிவெறியன், முப்பது கோபெக் காசை எடுத்துக்கொண்டான்; ஆனால் மீனை வெளியில் எறியும்படி உத்திரவு இட்டான். நம்மைவிடச் சாமர்த்தியம் அதிகமாக உடையவர்கள் தமது காரியங்களைச் சாதித்துக் கொண்டு விடுகிறார்கள். வாலோட்கா ஜாரையே அணுகி மனுவைக் கொடுத்தான்; பரம்பரைப் பாத்தியதையுடன்கூட இரண்டு நல்ல கிராமங்களைப் பெற்றுக்கொண்டுவிட்டான். ஆனால், சென்ற யுத்தகாலத்தில், போலிஷ் வீரர்களுக்கு எதிராகப் போர் நடந்த களத்திலிருந்து ஓடியவன் வாலோட்கா. அவனது தந்தை, ஸ்மாலென்ஸ்க் அருகில் சண்டை நடந்த களத்திலிருந்து மும்முறை தப்பி ஓடினார்.

இந்தத் துரோகிகளின் நிலத்தையும் வீடுகளையும் பறிமுதல் செய்து அவர்களைத் தண்டிப்பதற்குப் பதிலாக, அவர்களுக்குக் கிராமங்கள் பரிசாக அளிக்கப்படுகின்றன... நியாயம் இல்லாதொழிந்து விட்டது.''

சிறிது நேரம் அவர்கள் மௌனமாயிருந்தனர். கணப்பிலிருந்து வெப்பம் பரவியது. பாச்சைகள் கிரீச்சென்று ஒலி செய்தன. சோர்வை ஊட்டும் அமைதியே நிலவியது. முற்றத்தில் இருந்த நாய்கள்கூடக் குரைப்பதை நிறுத்திவிட்டன. இறுதியில், வால்காவ் சிந்தனை தேங்கிய முகத்துடன் பேசத் தொடங்கினான்:

''வெனிஸிலோ ரோமாபுரியிலோ வீயன்னாவிலோ ஏதாவது ஒரு அரசனிடம் சேவகம் புரிவதற்குச் சந்தர்ப்பம் கிடைக்குமானால், நான் திரும்பிப் பார்க்காமல் போய்விடுவேன். வாஸிலிகோலிட்ஸின் என் ஞானபிதாவிடம் ஒரு புத்தகத்தைக் கொடுத்திருந்தார். நான், அவரிடமிருந்து அதை வாங்கிப் படித்தேன். பிற தேசங்களெல்லாம் செல்வத்திலும் செழிப்பிலும் சுகவாழ்வு நடத்துகின்றன. நாம் மட்டும் வறியவர்களாகத் தாழ்ந்திருக்கிறோம். அன்றொரு நாள் நான் மாஸ்கோவில் போர்க்கருவிகள் செய்வோனைத் தேடி அலைந்து கொண்டிருந்தேன்; கூகுய் வட்டத்தில் வாழும் அன்னியர்களிடம் செல்லும்படி எனக்கு யோசனை கூறினார்கள். அவர்கள் வைதீகக் கிறிஸ்துவ சமயத்தைச் சேர்ந்தவர்களல்ல என்பது மெய். அவர்களது நிரைகுறையை ஆண்டவன் கணித்துத் தீர்ப்புக் கூறுவார். ஆனால் கம்பிவேலியைக் கடந்து, அவர்களது பேட்டைக்குள் சென்றவுடன், சுத்தமான வீதிகளையும் தூய்மையும் ஒளியும் மிகுந்து விளங்கும் வீடுகளையும் மலர் வனங்களையும் தரிசித்தேன். அங்கு நடந்து சென்றபொழுது, ஏதோ ஒரு கனவுலகத்தில் சஞ்சரிப்பதைப் போன்ற பிரமை ஏற்பட்டது. அந்த அற்புதமான காட்சிகளைக் கண்டபொழுது எனக்குக் கொஞ்சம் திகில் உண்டாயிற்று. அங்கு வாழும் ஜனங்கள் நட்புணர்ச்சியுடன் நடந்துகொண்டனர். அவர்களும் நம்மூரில்தான் வாழ்கிறார்கள். அவர்களது பொருட் செல்வப்பெருக்கை என்னென்பது! மாஸ்கோவிலும் அதன் சுற்றுப்புறங்களிலும் உள்ள செல்வத்தை விட அன்னியர் பேட்டையில் உள்ள செல்வம்தான் அதிகம் என்பேன்.''

டிர்டாவ் தனது வெறும் பாதங்களைப் பார்த்துக்கொண்டே பேசினான்: ''வாணிபம் செய்யலாமென்றால் அதற்கும் பணம் தேவைப்படுகிறது. ஜாரின் காவல்படை★யில் சேரலா மென்றால், அதனால் பயனேதுமில்லை. 'காப்டன்' ஆவதற்குள் முதகெலும்பை முறித்து விடு வார்கள். அன்றொரு நாள், ஜாரின் குதிரை லாயத்தில் வேலை செய்யும் டேனிலாமென்ஷிகாவ் என்பவன் என் தந்தையை கண்டு பேசுவதற்கு வந்தான். காவற்படையினருக்கு இரண்டரை யாண்டுச் சம்பளம் பட்டுவாடா ஆகாமல் நிற்பதாக அவன் சொன்னான். பாக்கிச் சம்பளத்தைக் கொடுக்க வேண்டுமென்று சந்தடி செய்தால், உடனே அவ்வாறு கிளர்ச்சி செய்வோருக்குச் சிறைவாசம் கிடைக்கிறது. மேலும் கர்னல் பிஸோவ், மாஸ்கோவிலுள்ள தனது எஸ்டேட்டு களில் வேலை செய்யுமாறு காவற்படையினருக்கு உத்திரவிடுகிறான். அவர்கள் அங்கு சென்று அடிமைகளைப் போலப் பாடுபடுகிறார்கள். அவர்கள் முறையிடுவதற்கு முயன்றால், முறை மன்றத்துக்கு முன்னாலேயே கசையடிக்கு உள்ளாகிறார்கள். உண்மையில், மெய்க்காவலர்கள் கோபாவேசம் கொண்டிருக்கிறார்கள்... கொஞ்சம் காத்திருந்து பாருங்கள், அவர்கள் தமது வல்லமையைக் காட்டுவார்கள் என்று மென்ஷிகாவ் கூறினான்.''

''பாயர் உடுப்பு அணிந்தவன் எவனும் உயிரை ஒரு பொருட்டாக மதித்தால், மாஸ்க்வா

★ ஜாரின் காவற்படை: இதை ருஷிய மொழியில் 'ஸ்டிரலிட்ஸ்' என்பர். ஜாரின் ராணுவத்தில் இதுவே பெரும் பகுதி. இந்தப் படையினர், மாஸ்கோவிலேயே பிரத்தியேகப் பேட்டைகளில் தமது குடும்பங்களுடன் வசித்தனர். அவர்களே போலீஸ் படையினராகவும் பணிபுரிந்தனர். இந்தக் காவலர் படை அமைப்பை சக்கரவர்த்தி பீட்டர்தான் கலைத்தார். - மொர்.

நதியைத் தாண்டமாட்டான் என்று சொல்லக் கேட்டிருக்கிறேன்'' என்றான் வாஸிலி. டிர்டாவ் தொடர்ந்து பேசினான்:

''வேறு என்ன எதிர்பார்க்க முடியும்? எல்லோரும் ஏழைகளாகி விட்டனர். வரிகளும் தீர்வைகளும் சுங்க வரிகளும், அப்பப்பா! சுமையைத் தாங்க முடியவில்லை. எங்காவது ஓடிப் போகலாமென்று தோன்றுகிறது. வாணிபமெல்லாம் அன்னியர் வசப்பட்டு விட்டதாக மென்ஷிகாவ் கூறினான். ஆர்க்கேஞ்சலிலும் வேறு இடங்களிலும் அவர்கள் கருங்கற்களால் பண்டக சாலைகளைக் கட்டியிருக்கிறார்களாம். வெளிநாடுகளில் ஒரு ரூபிளுக்கு வாங்கும் சரக்கை இங்கு மூன்று ரூபிள்களுக்கு விற்பதாகவும் அவன் சொன்னான். நமது வியாபாரிகளோ பேராசையால் பெரு நஷ்டமடைகிறார்கள். பொருளெல்லாம் கெட்டுப் போவதைப் பார்த்துக் கொண்டிருக் கிறார்கள். நமது நகர மாந்தர்கள், ஈவிரக்கமில்லாத வரிச்சுமையைக் கண்டு அஞ்சி நடுங்கி உள் மாகாணங்களுக்கு ஓடுகிறார்கள்; அல்லது ஸ்டெப்பி புல்வெளிகளை நோக்கிப் போகிறார்கள். இப்பொழுது, பனிவரி என்று ஒரு வரி போட்டிருக்கிறார்களாம். ஆற்றில் உறைந்து கிடக்கும் பனியை வெட்டிக் குழி செய்தால், பனி வரியைக் கட்ட வேண்டுமாம்! இந்தப் பணமெல்லாம் எங்கு போகிறது? மகாப்பிரபுவான வாஸிலிகோலிட்ஸின், நிக்லின்னாயா நதிக்கரையில் ஓர் அரண்மனையைக் கட்டிக்கொண்டிருக்கிறானென்றும், அது உட்புறத்தில் பொன்முலாம் பூசிய தோலும் வெளிப்புறத்தில் தாமிரத்தகடுகளும் அமையப் பெற்றிருப்ப தாகவும் மென்ஷிகாவ் கூறுகிறான்...''

வால்காவ் தன் தலையை நிமிர்த்தி, டிர்டாவை நோக்கினான். டிர்டாவ் தன் பாதங்களைப் பின்னுக்கிழுத்துக் கொண்டு, வால்காவை உற்று நோக்கினான். ஒரு விநாடிக்கு முன் அவனது முகத்தில் தவழ்ந்த சாந்தம் எங்கோ ஓடி மறைந்தது. அவன் பல்லைக் காட்டிக்கொண்டே, கால்களை ஆட்டியபொழுது, பெஞ்சு நடுங்கியது.

''உன் மனத்திலிருப்பதென்ன?'' என்று வால்காவ் தணிந்த குரலில் வினவினான்.

''போனவாரம், வாரோபியாவோ கிராமத்துக்கருகில் இன்னொரு கொள்ளை நடைபெற்றது. அதைப்பற்றிக் கேள்விப்பட்டாயா?'' என்று டிர்டாவ் கூறியபொழுது, வால்காவ் தன் புருவங்களை நெறித்தான். ஜபமாலையைக் கையிலெடுத்துக் கொண்டான்.'' அந்தத் தொடர் வண்டியில் மாஸ்கோ போய்ச்சேர வேண்டிய துணிமூட்டைகள் ஏராளமாக இருந்தன. அவை வியாபாரிகள் வாங்கிச் சென்றவை. அவர்கள் இரவுச் சாப்பாட்டு நேரத்துக்கு முன், நகரத்தை அடைய வேண்டுமென்றுதான் முயன்றார்கள். ஆனால் நகரத்துக்குப் போய்ச்சேரவேயில்லை. ஒருவன்தான் உயிரோடு தப்பினான். நடந்த கொள்ளையின் விவரத்தை அவன்தான் அறிவித்தான். கொள்ளைக்காரர்களைப் பிடிப்பதற்காக முயற்சி செய்தனர். ஆனால் அவர்களது அடிச்சுவடுகள் மட்டுமே தென்பட்டன. அந்தச் சுவடுகள்மீதும் பனி பெய்திருந்தது'' என்று டிர்டாவ் அந்தச் சம்பவத்தை விவரித்தான். தோள்களைக் குலுக்கிக் கொண்டு நகைத்துவிட்டுத் தொடர்ந்து பேசினான்:

''அச்சம் கொள்ளாதே. நான் அங்கு போகவில்லை. மென்ஷிகாவ் தெரிவித்த தகவலையே உன்னிடம் சொன்னேன்'' வால்காவ் பக்கமாகச் சாய்ந்துகொண்டு, மேலும் அவன் கூறினான்: ''அந்தச் சுவடுகள், ஸ்டீபன் வீட்டில் போய் முடிகிறதாம். ஆம், இளவரசன் ஒடீவ்ஸ்கியின் கடைசி மகன் ஸ்டீபன், நம்முடைய வயதினன்தான்.''

இதைக்கேட்ட வால்காவ், ''நேரம் அதிகமாகிறது; நாம் உறங்கலாம்'' என்று உற்சாக மில்லாமல் மொழிந்தான். டிர்டாவ் மீண்டும் இளித்தான்: ''சரி. பொழுதுபோக்காகப் பேசி விட்டோம். இனித் தூங்கலாம்'' என்றான்.

அவன் மெதுவாகப் பெஞ்சிலிருந்து எழுந்து, நிமிர்ந்து நின்றான். அப்பொழுது அவனது மூட்டுகள், யாரோ சொடுக்கிவிட்டதைப் போல ஒலி செய்தன. ரை என்ற (கம்பு போன்ற) தானியத்திலிருந்து செய்த பீர் பானத்தை ஒரு மரக்குவளையில் ஊற்றிக்கொண்டான். கோப்பையின் விளிம்பு வழியாக வால்காவைப் பார்த்துக் கொண்டே, அந்தப் பானத்தை மெதுவாகக் குடித்தான்.

''கத்தி, துப்பாக்கி முதலிய ஆயுதங்களை உடைய இருபத்தைந்து அடிமைகள் ஸ்டீபனிடம் இருக்கிறார்கள். எதற்கும் துணிந்தவர்கள்,. அவன் அவர்களை நன்கு பயிற்று வித்திருக்கிறான். ஒரு வருஷத்துக்கு மேலாக, அவன் அவர்களுக்காக ஒரு காசு கூடச் செலவு செய்யவில்லை. இரவு நேரத்தில் வெளியே சென்று கொள்ளையடிப்பதற்குப் பச்சை விளக்குக் காட்டினான். அவ் வளவுதான் .... அவர்கள் ஓநாய்கள்.''

டிர்டாவ் தன் கரத்தின்மீது தலையை வைத்துக்கொண்டு, பெஞ்சி மீது படுத்தான்; கரடித்தோல் ஒன்றை இழுத்துப் போர்த்திக் கொண்டான். அவனது நயனங்கள் பிரகாசித்தன.

''நான் கூறிய விவரங்களுக்காக எனக்கு எதிராக உளவு சொல்வாயா?''

வால்காவ் ஜபமாலையைத் தொங்கவிட்டு விட்டு, மௌனமாகப் படுத்துக்கொண்டான். அவனது கண்கள், தேவதாரு மரக்கட்டைகளாலமைந்த சுவரை நோக்கின. அந்தச் சுவரில் பிசின் துளிகள் தென்பட்டன. கொஞ்சநேரம் கழிந்த பின்பே, ''நான் உன்னைக் காட்டிக் கொடுக்கமாட்டேன்'' என்று வால்காவ் விடை தந்தான்.

5

அவர்கள் களிமண் சுவரின் நுழைவாயிலைக் கடந்து, வளைந்து செல்லும் பாதையில் போனார்கள். பாதையிலிருந்த வீதிகள் வட்டமான குழிகளை உடையனவாக இருந்தன. இரு சரகங்களிலும் மரங்களால் கட்டப்பட்ட இரட்டை மாடி வீடுகள் இருந்தன; அவை குறுகலாகவும் உயரமாகவும் இருந்தன. எங்கு பார்த்தாலும் குப்பையும் சாம்பலும் உடைந்த பானைகளும் கந்தல் துணிகளும் குவிந்து கிடந்தன. கழிவுப் பொருட்கள் அனைத்துக்கும் தெருக்களே புகலிடமாயிருந்தன.

அலியோஷ்கா, கடிவாளத்தின் வாரைப் பிடித்துக்கொண்டு, சறுக்குவண்டியுடன் நடந்து வந்தான். வண்டியில் மூன்று அடிமைகள் அமர்ந்திருந்தனர். சணல் கூளத்தை உள்ளே வைத்துத் திணித்து நூலால் நெய்த ராணுவக் குல்லாய்களையும், உயரமான காலர்களை உடைய விறைப் பான கம்பளக் கோட்டுகளையும் அவர்கள் அணிந்திருந்தனர். அவர்கள்தாம் வால்காவின் சிப்பாய்கள். அவர்களுக்கு இரும்புக் கவசம் வாங்கிக்கொடுப்பதற்கு அவனிடம் வசதி இல்லை; எனவே இத்தகைய உடுப்பை அளித்திருந்தான். அணிவகுப்பு நடைபெறும்பொழுது, முறைப்படி உடுப்பும் தளவாடங்களும் வாங்கிக் கொடுக்கவில்லையென்றும், நாணயம் கெட்டவனாக நடந்துகொள்கிறாயென்றும் கடிந்து கூறி இழிவுபடுத்துவார்களோவென்று அவன் அஞ்சினான். ஆனால் அவனுக்கு வேறு வழி இல்லை.

வால்காவும் டிர்டாவும் ஸிகானின் ஸ்லெட்ஜ் வண்டியில் பிரயாணம் செய்தனர். அந்த வண்டியைத் தொடர்ந்து, ஏவலாட்கள், அவர்களது குதிரைகளை நடத்திக்கொண்டு வந்தனர். வால்காவ் குதிரைக்குப் பாரசீகத்துச் சேணம் அணிவிக்கப்பட்டிருந்தது; இருக்கைத் துணியும்

உயர்தரமானதாயிருந்தது. டிர்டாவின் காயடித்த குதிரை, பின்னங்கால் முட்டில் உள்ள பெரு வீக்கத்துடன் நடந்தது. அதன் சேணமும் இருக்கைத் துணியும் மட்டமானவையாகவும் இழிந்தனவாகவும் இருந்தன.

டிர்டாவின் முகம் வருத்தத்தால் வாடியது. பிரபுக்களும் பாயர்களது புத்திரர்களும் தத்தம் பாட்டன்மார்களது கழுத்துக் காப்புக்களையும் மார்புக் கவசங்களையும் அணிந்துகொண்டும் புத்தம் புதிய சொக்காய்களையும் கோட்டுகளையும் தரித்துக்கொண்டும், குதிரை மீது பவனி சென்றனர். திரையைச் சாட்டையாலடித்து விரட்டிக் கொண்டும் கூச்சலிட்டுக் கொண்டும் கும் மாளமாகச் சென்றனர்.

அணிவகுப்பைப் பார்வையிட்டு நிலத்தை வினியோகம் செய்யும் காட்சியைக் காண்பதற் காகக் கிராம மக்கள் அனைவரும் லூபியான்ஸ்கி சதுக்கத்தில் குழுமியிருந்தனர். அவர்கள் டிர்டாவின் காயடித்த குதிரையைப் பார்த்துக் கைகொட்டிச் சிரித்தார்கள். ''உன்னைத்தானே! குதிரையை எங்கு இட்டுச் செல்கிறாய்? கசாப்புக் கடைக்காரனிடமா? அவ்வளவு தூரம் போகாதப்பா! உஷார், உஷார்!'' என்று அவர்கள் கேலியாகப் பேசினர்; குதிரையைத் தம் சாட்டைகளால் மெதுவாக அடிக்கவும் செய்தனர். அந்த மெல்லடிகளைப் பொறுக்க முடியாமல் அது தயங்கித் தடுமாறியபொழுது, அவர்கள் 'ஆஊ' என்று கூச்சலிட்டு உரக்கச் சிரித்து 'விஸில்' அடித்துக் குறும்பு செய்தனர்.

நூற்றுக்கணக்கான சிறிய காற்றாடியந்திரங்கள் அமையப்பெற்ற செங்குத்தான கரையை உடைய யாவூஸா நதியின் மீதுள்ள பாலத்தை அவர்கள் கடந்தனர். ஸ்லெட்ஜுகளும் பாரவண்டி களும் ஒன்றன்பின் ஒன்றாகச் சென்று கொண்டிருந்த வரிசையில் சேர்ந்து, அலியோஷ்காவும், ஸிகானும் கொஞ்சதூரம் போனார்கள். அங்கு ஒரு சதுக்கம் எதிர்ப்பட்டது. அந்தச் சதுக்கத்துக் கருகில் சதுரமான கோபுரங்களையும் துப்பாக்கிகளை உடைய பலகணிச் சாய்வுகளையும் ஒட்டிச்சேர்த்த வெண்சுவர் காணப்பட்டது. அந்தச் சதுக்கத்தைத் தாண்டியபின் தாழ்வான மியஸ் நிட்ஸ்கி நுழைவாயில் தென்பட்டது. அந்த இடத்தில், கூட்டத்தின் நெருக்கடி அதிகம். ஏச்சும் பேச்சும் கூச்சலும் கும்மாளமும் எட்டு ஊருக்குக் கேட்கும்போலிருந்தது. அடிதடிக்கும் குறை வில்லை. குல்லாய்கள் பறந்தன. ஸ்லெட்ஜுகள் உடைந்தன. குதிரைகள் பின்கால்களில் நின்றன. அந்த நுழைவாயிலுக்கு மேல், காலம் என்னும் கறங்கின் சுழற்சியால் கறுத்திருந்த வழிபாட்டு உருவத்துக்கு முன்னால், இரவும் பகலும் இடையீடில்லாமல் எரியும் விளக்கு ஒன்று ஒளிர்ந்தது.

அலியோஷ்காவுக்குச் சாட்டையடி சமாராதனை கிடைத்தது. அவனது குல்லாய் பறிபோயிற்று. அவன் சாகாமல் பிழைத்ததே ஒரு அதிசயம் என்று சொல்ல வேண்டும்! அவர்கள் மியஸ்நிட்ஸ்கி தெருவுக்குள் சென்றனர். நாசியிலிருந்து பெருக்கெடுத்த குருதியைத் துடைத்துக் கொண்டு, அலியோஷ்கா சுற்றுமுற்றும் வியந்து நோக்கினான்.

சாணம் சிதறிக் கிடந்த ஒடுக்கமான தெருவழியே திரள் திரளான ஜனங்கள் உந்தித் தள்ளிக் கொண்டு முன்னேறினார்கள். கடைக்காரர்கள் தமது மரத்தால் செய்த சிறு கடைகளிலிருந்து தலையை நீட்டிக் கூச்சலிட்டார்கள். வழிப்போக்கர்களது குல்லாயையும் சட்டையையும் பிடித் திழுத்தார்கள்; உள்ளே வந்து சாமான் வாங்கும்படி வற்புறுத்தினார்கள். உயர்ந்த வேலி களுக்குள்ளே, கருங்கல் கட்டிடங்கள் தென்பட்டன. அவற்றின் உயர்ந்த கூரைகள் சிவப்பாக அல்லது வெண்மையாக இருந்தன. சில கட்டிடங்களில் மாதாகோவிலுக்குரிய பன்னிறக்குவி மாடங்களும் காணப்பட்டன. எத்தனை மாதாகோவில்கள்; ஆயிரக்கணக்கில் உள்ளன எனலாம்! ஐந்து குவிமாடங்களை உடைய பெரிய கோவில்களும் இருந்தன; ஒருவர் பின் ஒருவராகவே பிரவேசிக்கத்தக்க குறுகிய வாயிலை உடைய சிறிய கோவில்களும் இருந்தன. ஒரு

சின்னக்கோவிலில் ஒரு டஜன் நபர்கள் கூடிவிட்டால், நிற்பவர் திரும்பிப் பார்ப்பதற்குக் கூட முடியாது. திறந்த கதவுகளின் வழியாக மெழுகுதிரி ஒளியின் அசைவு புலப்பட்டது. பிரார்த்தனை செய்வதற்காகக் கோவிலுக்கு வந்த கிழவிகள் மண்டியிட்டவாறே உறங்கிக் கொண்டிருந்தனர். புதர்புதராக மயிரை வளர்த்துக்கொண்டு பயங்கரமாகக் காட்சியளித்த பிச்சைக்காரர்கள், தமது அழுக்குக் கந்தல்களை ஆட்டிக் காட்டியும் உடலில் கசியும் உதிரத்தையும் படிந்திருக்கும் புழுதியையும் புலப்படுத்தியும், வழிப்போக்கரது பாதங்களைப் பிடித்துக்கொண்டும் சிணுங்கி அழுதனர். உக்கிரமான விழிகளை உருட்டிப் பார்த்த பாதிரிகள், ஜனங்களுக்கு நேராகச் சுருள் அப்பங்களைக் காட்டி, ''வியாபாரிகளே! சீக்கிரம் கோயிலுக்குள் பிரவேசியுங்கள் இல்லா விட்டால் நான் அப்பத்தைத் தின்றுவிடுவேன். அதன்பின் பலி பூஜை நடைபெறாது'' என்று கத்தினார்கள். ஏராளமான காகங்கள் அந்தக் கோயில்களைச் சுற்றிலும் தாழ்வாக வட்டமிட்டன.

அவர்கள் மிகவும் கஷ்டப்பட்டு லூபியான்காவைத் தாண்டிச் சதுக்கத்தை அடைந்தனர். குதிரைவீரர் கோஷ்டிகள் சதுக்கத்தில் நிறைந்திருந்தன. அப்பால், நிகோல்ஸ்கி நுழைவாயில் அருகில், ஒரு பாயரின் கரிய நிறமான நீள் உருளை வடிவத் தொப்பியும், குமாஸ்தாக்களின் மென்தோல் குல்லாய்களும் பிரமுகர்களால் தேர்ந்தெடுக்கப்பட்ட பிரதிநிதிகளது நீண்ட கரிய கோட்டு விளிம்புகளும் தென்பட்டன. அங்கிருந்து நீண்ட தாடியை உடைய ஓர் ஒல்லியான நெட்டை மனிதன் ஏதோ சத்தம் போட்டுச் சொல்லி ஒரு காகிதத்தை ஆட்டினான். அவன் அவ்வாறு அழைத்தவுடன், அழைக்கப்பட்ட பிரபு, சிறந்த படைக்கலங்கள் தரித்தோ, மோசமான படைக்கலங்களை அணிந்தோ, படை வீரர்களுடனோ, தனியனாகவோ, மேஜையை நோக்கிக் குதிரை மீது செல்வான். அங்கு அவன் குதிரையிலிருந்து இறங்கி பாயருக்கும் குமாஸ் தாக்களுக்கும் வணக்கம் செலுத்துவான். அவர்கள் அவனது படைக்கலங்களையும் புரவிகளையும் பார்வையிடுவார்கள்; அவனுக்கு எவ்வளவு நிலம் உரிமையாக்கப்பட்டிருக்கிறதென்று அறிய, தஸ்தாவேஜிகளைப் புரட்டுவார்கள். அச்சமயம் தகராறுகள் ஏற்படுவதுமுண்டு. சில சீமான்கள் ஆண்டவனையே சாட்சிக்கு அழைப்பார்கள். ஆவேசம் கொண்டு, தம் கோட்டின் மார்புப் பாகத்தைக் கிழிக்க முயல்வார்கள். சிலர் தமது நிலம் மோசமாக இருப்பதாகவும் அதனால் தாம் பசிக்குச் சோறும் குளிருக்குப் பாதுகாப்பும் இன்றி நசித்துக்கொண்டிருப்பதாகவும் உருக்கமாகப் பேசிக் கண்ணீர் பெருக்கிப் புலம்புவார்கள்.

இவ்வாறு, நீண்ட நெடுங்காலமாக உள்ள வழக்கப்படி, ஒவ்வொரு ஆண்டும் வசந்தகாலப் படை எழுச்சிகளுக்கு முன்னால், ஜாருக்குச் சேவகம் செய்வதற்குக் கடமைப்பட்டுள்ள பிரபுக் களின் படைகள் பார்வையிடப்பட்டன.

வால்காவும் டிர்டாவும் தத்தம் குதிரைமீது ஏறினார்கள். ஸிகானது ஸ்லெட்ஜிலும் அலியோஷ்காவின் ஸ்லெட்ஜிலும் பூட்டியிருந்த குதிரைகள் அவிழ்த்து விடப்பட்டன. அவற்றின் திறந்தமேனியான முதுகுமீது வால்காவின் பண்ணையடிமைகள் இருவர் ஏறிக்கொண்டனர். மூன்றாவது ஆள் நடந்துவர வேண்டுமென்றும், தனது குதிரை வழியில் நொண்டியாகிவிட்ட தென்று காரணம் கூற வேண்டுமென்றும் உத்திரவிடப்பட்டான். ஸ்லெட்ஜுகள் அங்கேயே கிடந்தன.

ஸிகான் வால்காவின் குதிரையிலுள்ள படித்தட்டைப் பற்றிக்கொண்டு,

''எஜமானனே! இரக்கம் மிகுந்த எஜமானனே! என் குதிரையை எங்கே இட்டுச் செல்கிறீர்கள்?'' என்று கத்தினான்.

''சத்தம் போட்டால் சாட்டையாலடிப்பேன்'' என்று வால்காவ் சாட்டையை உயர்த்திப் பயமுறுத்தினான்.

அவர்கள் சென்றபின், ஸிகான் தன் எஜமானனைப் பயங்கரமாகச் சபித்தான்; குதிரையின் கழுத்துப் பட்டையையும் சேணத்து வில்லையையும் வண்டிக்குள் எறிந்தான்; ஆத்திரத்துடன் தானும் ஏறி வைக்கோலுக்குள் படுத்தான்.

எல்லோரும் அலியோஷ்காவை மறந்துவிட்டனர். அவன் தன் குதிரையின் சேணத்தை எடுத்து வண்டிக்குள் போட்டான். உடம்பெல்லாம் சில்லிட்டுப்போன போதிலும், சிறிதுநேரம் வெளியே உட்கார்ந்திருந்தான். தலைக்குக் குல்லாய் இல்லை, அணிந்திருந்த கோட்டோ கந்தல், என்றால் என்ன? விவசாயியின் கதி அவ்வாறு பாதுகாப்பில்லாமல் குளிரில் நடுங்குவதுதானே! அவன் அதைச் சகித்துக்கொள்ளத்தான் வேண்டும். திடீரென்று, ஓர் இன்சுவை மணத்தை அவனது நாசி நுகர்ந்தது. குழிமுயல் தோலில் தைத்த குல்லாயை அணிந்த ஒரு நகரவாசி அவனைக் கடந்து சென்றான். அவன் சிறிய கண்களும் பருத்த சரீரமும் உடையவன். அவனது வயிற்றுக்கு நேராகத் தொங்கிக் கொண்டிருந்த தட்டத்தில் துணியால் மூடப்பட்டிருந்த தின்பண்டத்திலிருந்து ஆவி வந்து கொண்டிருந்தது. அவன் சூழ்ச்சிக்காரன்! அலியோஷ்காவை விரைவாக ஒரு பார்வை பார்த்தவுடன், தட்டத்துத் துணியின் ஒரு மூலையை நீக்கிப் பண்டத்தைக் காட்டினான். ''சூடானது! நன்றாகப் பொறித்தது!'' என்று கத்தினான். இறைச்சித் துண்டங்களைக் கரைத்த மாவில் போட்டுப் பொறித்த அப்பண்டத்தின் மணம் அலியோஷ்காவைக் கவர்ந்தது.

''மாமா எப்படிக் கொடுக்கிறீர்கள்?''

''கால் கோபெக்குக்கு ஒரு ஜதை. அவற்றை நக்கி நக்கிச் சுவைப்பாய்! அவ்வளவு சுவை.''

அலியோஷ்கா தன் வாயில் கால் கோபெக் நாணயம் ஒன்றை அடக்கிக் கொண்டிருந்தான். அடிமையாக வால்காவ் வீட்டுக்குப் புறப்பட்டபொழுது, அவனுடைய அதிர்ஷ்டக் கட்டையை முன்னிட்டுத் தாயார் கொடுத்த காசு அது. அதைச் செலவு செய்ய அவனுக்கு விருப்பமில்லை. ஆனால் இரைப்பை இணங்கி வர மறுத்துக் கலகம் செய்தது.

''சரி, ஒரு ஜோடி கொடுங்கள்,'' என்று அவன் வெடுவெடுப்போடு கூறினான். அந்த இறைச்சித் துண்டுகளுக்குக் காசு கொடுத்துவிட்டு அவற்றைத் தின்றான். அத்தகைய சுவைமிக்க பண்டத்தை அவன் அதுவரை சுவைத்ததே இல்லை. ஆனால் அவன் ஸ்லெட்ஜுக்குத் திரும்பிச் சென்றபொழுது, அங்கு சாட்டையும் இல்லை; சேணமும் இல்லை; கழுத்துப்பட்டையுமில்லை. எல்லாம் களவு போய்விட்டன. அவன் ஸிகானிடம் ஓடினான். ஆனால் ஸிகானோ வைக்கோலின் அடியிலிருந்து ஆணையிட்டு வசைமொழி பொழிந்தான். அலியோஷ்காவால் நிற்க முடிய வில்லை; கால்கள் தடுமாறின, காதுகள் இரைச்சலிட்டன. கூச்சலிட்டுப் புலம்புவதற்காக வண்டியின் விளிம்பில் உட்கார்ந்தான். ஆனால் உடனே வண்டியிலிருந்து குதித்தான். அவ்வழியே செல்வோரை ஒருவர் பின் ஒருவராக நிறுத்தி, ''திருடனைப் பார்த்தீர்களா? திருடனைப் பார்த்தீர்களா?'' என்று வினவினான். அவர்களோ அவனைப் பார்த்து நகைத்தார்கள். அவன் என்ன செய்வான்? தன் எஜமானனைக் காண்பதற்காகச் சதுக்கத்தின் குறுக்கே ஓடினான்.

வால்காவ் ஒரு கையை இடுப்பில் வைத்துக்கொண்டு குதிரை மீது உட்கார்ந்திருந்தான். தலையில் ஒரு பித்தளைத் தொப்பி அணிந்திருந்தான். கவசத் தகடுகளெல்லாம் பனித்திரையுடன் காட்சியளித்தன. அவனை அடையாளம் கண்டுபிடிக்க முடியவில்லை. ஆம்! அவன் ஒரு கழுகுமாதிரி இருந்தான் ! அவனுக்குப் பின்னால், மெத்தையைப் போல் தைத்த கோட்டை அணிந்து தோள்மீது குத்துக்கம்பை வைத்துக்கொண்டு குதிரை மீது வந்த அவனது இரு அடிமைகளும் பீப்பாய்களைப் போலவிருந்தனர். தாம் எத்தகைய சிப்பாய்களென்பதை அவர்கள் நன்கு உணர்ந்திருந்தனர். இது என்ன பேதைமை என்று எண்ணி அவர்கள் இளித்துக்கொண்டே சென்றனர்.

அலியோஷ்கா, கண்ணீரை முகத்தில் பூசிக்கொண்டும், இரங்கத்தக்க வகையில், சிணுங்கி யழுதுகொண்டும் தன் துரதிர்ஷ்டத்தை எடுத்துரைக்கத் தொடங்கினான்.

''தவறு செய்தவன் நீ தான்! உன் தந்தை உன்னைச் சாட்டையாலடிப்பான். அவன் வேறு சேணத்தை வாங்காவிட்டால், அவனை நான் சாட்டையாலடிப்பேன். கண்முன் நில்லாதே! குதிரைக்கு முன்னால் நெளியாதே! ஓடு!'' என்று வால்காவ் கத்தினான்.

அப்பொழுது அந்த ஒல்லியான நெட்டைக் குமாஸ்தா தன் காகிதத்தைச் சுழற்றி வால்காவைப் பெயர்சொல்லி விளித்தான். நிகோல்ஸ்கி வாயிலை நோக்கி வால்காவ் தன் குதிரை மீது விரைந்து சென்றான். அவனது அடிமைகள் அவனைப் பின்தொடர்ந்து, தமது மரப்பட்டைப் பாதரட்சைகளால் குத்தித் தத்தம் குதிரைகளை விரட்டினார்கள். நிக்கோல்ஸ்கி வாயிலண்டை, ஒரு மேஜையின்மீது மாஸ்கோவிலேயே மிகுந்த அஞ்சத்தக்க மனிதன் உட்கார்ந்திருந்தான். அவன் தான் பிடோர் ரேமோ டானோவ்ஸ்கி என்ற மகாப்பிரபுவாகும். அவன் ஒரு உயரமான மென்தோல் குல்லாயும் இரண்டு மென்தோல் கோட்டுகளும் அணிந்திருந்தான். ஒரு கோட்டின் மேல் வெல்வெட்டு வைத்துத் தைக்கப்பட்டிருந்தது. இன்னொன்று ஆட்டுத்தோலில் தைத்த தாகும்.

இனி அலியோஷ்கா என்ன செய்வான்? குல்லாயும் சேணமும் பறிபோய்விட்டன. ஓசையின்றி விம்மியழுது கொண்டே சதுக்கத்தில் திரிந்து கொண்டிருந்தான். அப்பொழுது குதிரை மீதிருந்த டிர்டாவ் குனிந்து அவனது தோள்களைப் பிடித்துக் கொண்டான்.

''அலியோஷ்கா,'' என்று டிர்டாவ் அவனை விளித்தான். அப்பொழுது டிர்டாவின் கண்கள் கண்ணிரில் மிதந்தன; அவனது உதடுகள் நடுங்கின. ''அலியோஷ்கா, ஆண்டவன் பெயரால் உன்னை வேண்டுகிறேன். டிவர் நுழைவாயிலுக்கு ஓடு. அங்குக் குதிரை லாயத்தில் வேலை செய்யும் மென்ஷிகாவின் வீடு எது என்று உசாவு. அவனது வீட்டுக்குள் போனவுடன், மூன்று தடவை பூமியைத் தொட்டு வணங்கு. நான் அவனிடம் ஒரு வரம் வேண்டுவதாகச் சொல். என் குதிரை படுத்துவிட்டதென்றும், நான் என் நிராதரவான நிலையை எண்ணி வெட்கப்படுவதாகவும் கூறு.... இன்றைக்கு மட்டும், இந்தப் பார்வையிடும் நிகழ்ச்சிக்காக, ஏதாவது ஒரு குதிரையை எனக்குத் தர வேண்டுமென்று நான் கெஞ்சிக்கேட்பதாகக் கூறு. சொன்னதெல்லாம் ஞாபகம் இருக்குமா? இந்த உதவிக்குத் தக்க கைம்மாறு செய்வேன் என்றும் கூறு. என் நிலையில், குதிரை கிடைக்குமானால் ஓர் ஆளையே கொன்று விடுவதற்கும் சித்தமாயிருக்கிறேன். அவ்வளவு அவசரம், அவ்வளவு அவசியம்! போ, போ! அவனை இறைஞ்சு! கண்ணீரைப் பெருக்கிக் காலில் விழுந்து கெஞ்சு!''

''நான் கெஞ்சுகிறேன். ஆனால் அவர் குதிரையைக் கொடுக்க மறுத்தால்?'' என்று அலியோஷ்கா வினவினான்.

''குதிரை இல்லாமல் திரும்பி வந்தால், உன்னைச் சம்மட்டியால் அடித்துக் கழுத்துவரை பூமிக்குள் புதைத்து விடுவேன்'' என்று கூறி, டிர்டாவ் தன் விழிகளை உருட்டினான். மூக்கைச் சிந்தினான்.

டிர்டாவ் சுட்டிக்காட்டிய வழியில் அலியோஷ்கா தலைதெறிக்கும் வேகத்தில் ஓடினான்.

டிர்டாவ் தன் ஆசனத்தில் சில்லிட்டுப் போயிருந்தான். அவன் நாளெல்லாம் ஏதும் உண்ணவில்லை. சூரியன் அஸ்தமித்துக் கொண்டிருந்தான். வானத்தை மூடுபனி கவ்வியது. பனியில் நீலவர்ணம் பாய்ந்தது. குதிரைகளின் குளம்புகள் கெட்டிதட்டிப் போயிருந்த பனியை

உறுதியாக மிதித்துப் பொடித்தன. இருள்படர்ந்தது. மாஸ்கோ நகரம் முழுவதிலும் மணிக் கூண்டுகள் நாதத்தை எழுப்பி, மாலைநேர வழிபாட்டுக்கு மக்களை அழைத்தன. வால்காவ் கால் நடை வேகத்தில் குதிரைமீது சென்றான். அவனது தலை கவலை மிகுதியால் கவிழ்ந்திருந்தது. அலியோஷ்கா அதுவரை திரும்பி வரவில்லை; அதன்பிறகும் அவன் திரும்பி வரவில்லை.

6

மிதமிஞ்சிய வெப்பத்துக்குள்ளாகியிருந்த அந்த ஒடுக்கமான அறை, அதில் வழிபாட்டு உருவங்களுக்கு முன் எரிந்த விளக்குகள், விண்ணுலகப் பறவைகளையும் பின்னிப்பிணைந்த இலைத் தொகுதிகளையும் ஓவியங்களாக வரையப்பெற்ற வில்வளைவுக் கூரையை ஒளிரச் செய்தன. கறுத்த முகத்தை உடைய வழிபாட்டு உருங்களிலிருந்த இடத்துக்குக் கீழே கிடந்த விசாலமான விசிப்பலகையில் பியோடர் அலெக்ஸிவிச்[1] என்ற ஜார்மன்னன் இறந்துகொண்டிருந் தான். அவனது நலிந்த சரீரம், அன்னப்பட்சிகளின் தூவியாலமைந்த இறகு மெத்தைகளில் மறைந்து கிடந்தது.

பியோடரின் மரணம் பல மாதங்களாக எதிர்பார்த்த நிகழ்ச்சிதான். அவன் ஸ்கர்வி என்ற கரப்பான் நோய்க்கு உள்ளாகியிருந்தான். கால்கள் ஊதிக்கொண்டிருந்தன. அன்று காலை அவனால் பகல் வழிபாட்டுக்காக நிற்க முடியவில்லை. நிற்க முயன்றவன், நாற்காலியில் உட்கார்ந்து விட்டான். அதன்பின், நாற்காலியிலிருந்து விழுந்துவிட்டான். அங்கு இருந்தவர்கள் அவனிடம் ஓடினார்கள். அவனைத் தொட்டுப் பார்த்தார்கள். இதயத் துடிப்பு இலேசாகவே இருந்தது. அவனைத் தூக்கிக் கொண்டு வந்து, வழிபாட்டு உருவங்களுக்கு முன்னால் கிடத்தினார்கள். நீர்க்கோவையால் உப்பிய கால்கள், மரக்கட்டைகளைப் போலவிருந்தன. அவனது வயிற்றில் நீர்சேர்ந்து அதுவும் ஊதத் தொடங்கியது. அன்னிய தேசத்தைச் சேர்ந்த டாக்டர் ஒருவர் அழைக்கப்பட்டார். அவர் உடலில் சேர்ந்திருந்த நீரை வெளியேற்றினார். அதன் பின் ஜார் அசைவற்றுக் கிடந்தான்; மெதுவாக இறந்துகொண்டிருந்தான். அவனது நயனங்களை இருள் சூழ்ந்தது; நாசி கூர்மையாயிற்று. ஒரு தடவை அவன் தணிந்த குரலில் ஏதோ கூறினான். ஆனால் அவன் சொன்னது எவருக்கும் விளங்கவில்லை. அந்த அன்னிய டாக்டர் அவனருகில் சாய்ந்து, அவனது வெளிறிய உதடுகளுக்குப் பக்கத்தில் செவிகளைத் தீட்டிவைத்துக் கொண்டிருந்தார். பியோடர் தனக்குள்ளாக லத்தீன் செய்யுட்களைக் கூறிக்கொண்டிருந்தான். உச்சரிப்புச் சுத்தமாயில்லை. எனினும், ஓவிட் என்ற கவிஞுனின் கவிதையொன்றை ஜார் சொல்லுவதாக டாக்டருக்குத் தோன்றியது. ஜார் தன் மரணப்படுக்கையில் ஓவிட்[2] ஓதுகிறான் என்றான். அவன் உணர்விழுந்துவிட்டான் என்பதில் ஐயமில்லை. இப்பொழுது மூச்சின் ஒலிகூடக் கேள்விப் புலனில் பதியவில்லை. உறைபனி படர்ந்த ஜன்னலின் வட்டமான கண்ணாடித் தகடுகளில் நிலவு பிரகாசித்தது. அந்தச் சாளரத்தின் அருகில், ஓர் இத்தாலியச் சாய்வு நாற்காலியில், சமய முதல்வரான ஜேவாகிம் உட்கார்ந்திருந்தார். அவர் உணர்ச்சியற்றவராகவும் கடுமையான தோற்றமுடையவராகவும் காணப்பட்டார். கரிய நிலையங்கியும் வெண்மையான

---

(1) பியோடர் அலெக்ஸிவிச்: அலெக்ஸிமைகலோவிச்சின் மூத்த தாரத்துக்குப் பிறந்த மகன். இவன் ஒரு நோயாளி பதினான்கு வயதில் பட்டத்துக்கு வந்தான். ஆறு ஆண்டுகளில் இறந்தான்.

அலெக்ஸியின் மூத்த தாரம் மிலோஸ்லவ்ஸ்கி என்ற பாயர் குடும்பத்தைச் சேர்ந்தவள். அவள் மூலம், அலெக்ஸிக்கு பியோடர், ஐவான் என்ற இரண்டு ஆண்மக்களும் ஆறு பெண்மக்களும் உண்டு. மூத்த பெண் பெயர் ஸோபியா.

அலெக்ஸியின் இரண்டாம்தாரம், நாரிஷ்கின் என்ற பாயர் குடும்பத்தைச் சேர்ந்தவள். இவள் பெயர் நடால்யா. நடால்யாவுக்குப் பிறந்த மகனே பீட்டர். பீட்டர் ஐவானை விட வயதிற் சிறியவன். பியோடர் இறந்தபொழுது பீட்டருக்குப் பத்து வயது - மொ-ர்.

(2) ஓவிட். (கி.மு. 43 - கி.பி.17) பண்டைக்காலத்து லத்தீன் மொழிக் கவிஞர்களின் குறிப்பிடத்தக்கவர்.

எட்டுமுனைச் சிலுவையை உடைய தலை முடியும் தரித்துக்கொண்டிருந்த சமய முதல்வர் சாய்ந்த தலை நிமிராமல், ஆடாமல் அசையாமல், சாவின் உருவம்போல் உட்கார்ந்திருந்தார். ஜாரின் மனைவி மார்பா சுவருக்கருகில் தன்னந்தனியாளாக நின்றுகொண்டிருந்தாள். அவள் தனது கண்ணீர்ப் படலத்தின் வழியே, இறகுப் படுக்கைகளுக்கு மேல் புலப்பட்ட கணவனது குறுகிய நெற்றியையும் கூர்த்த நாசியையும் நோக்கிக் கொண்டிருந்தாள். அவளுக்குப் பதினேழு வயதுதான் ஆகியிருந்தது. ஏழைக் குடும்பத்தில் பிறந்தவளாயிருந்தாலும், எழிலரசியாக விளங்கியதால் ஜாருக்கு வாழ்க்கைப்படும் பேறு அவளுக்குக் கிட்டியது. இரண்டு மாதங்களுக்கு முன்தான் அவள் ஜாரை மணந்துகொண்டாள். கரிய புருவங்களை உடைய அவளது பேதைமை தவழும் சிறிய முகம், அழுது அழுது வீங்கியிருந்தது. அவள் பயந்த பச்சிளம் சிசுவைப் போல, ஓசை செய்யாது விம்மியழுது கரங்களைப் பிசைந்தாள். உரக்கப் புலம்புவதற்கு அவள் அஞ்சினாள்.

அந்த அறையின் இன்னொரு கோடியில், வில் வளைவுக் கூரையின் நிழலில், ஜாரின் உறவினர்கள் குழுமியிருந்தனர். அவர்கள் ஏதோ குசுகுசுவென்று உரையாடிக் கொண்டிருந்தனர். ஜாரின் சகோதரிகள், அத்தைமார்கள், மாமன்மார்கள், நெருங்கிய உறவு முறைக்கு உரிய பாயர்கள் ஆகியோரே அங்கு நின்றனர். ஐவான் யாஸிகோவ் என்பவன் உயரமில்லாவிட்டாலும் உருண்டு திரண்ட உடற்கட்டுக்கு உரியவன்; இதமாகவும் இனிமையாகவும் இங்கிதமாகவும் நடந்து கொள்ளத் தெரிந்தவன்; அரசவைச் சூழ்ச்சிகளில் சிறப்பான தேர்ச்சி பெற்ற மதியூகி. அலெக்ஸி லிஹாசெவ் என்பவர் அரண்மனை அலுவலர்களது தலைவர்; பல நூல்களைக் கற்றறிந்தவர்; இன்பந் துறந்தவர்; அன்பைத் துறவாதவர், கிழவர். வாஸிலி கோலிட்ஸின் என்ற மகாப் பிரபு வசீகரமான உருவப் பொலிவை உடையவன், மையத்தில் வகிடு உடைய சுருள் தாடியும், மேல் நோக்கி முறுக்கி விடப்பட்ட மீசையும், போலீஷ் முறையில் கத்தரித்து விடப்பட்ட தலைமயிரும் உடையவன். அவன் ஒரு போலிஷ் கோட்டை அணிந்திருந்தான். நடுத்தர உயரமே உடையவனா யிருந்ததால், குதிகால் பகுதி உயர்ந்த அமைந்த மென்மையான தோல் பூட்ஸைப் போட்டுக் கொண்டிருந்தான். அவனது கருநீலக் கண்கள் உள்ளக் கிளர்ச்சியால் ஒளி விசின. அது தீர்மானமான முக்கியத்துவம் வாய்ந்த நேரம். புதிய ஜார் யார் என்பதை முடிவு செய்து அறிவிக்க வேண்டும். பீட்டருக்கு முடி சூட்டுவதா, ஐவானுக்கு முடி சூட்டுவதா என்பதே கேள்வி. நாரிஷ்கினா மகனான பீட்டரா அல்லது மிலோஸ்லவ்ஸ்கயாவின் மகனான ஐவானா? இருவரும் சிறுவர்கள்தான்; ஆனால் இருவருக்கும் அதிகார வலுப்பெற்ற உறவினர்கள் இருந்தனர். பீட்டர் உடல் வலுவும் கூரிய மதியும் உடையவனாயிருந்தான். ஐவானோ மந்த புத்தி உடையவன்; உடல் வலு இல்லாதவன். ஐவானை அரியாசனத்தில் அமர்த்தினால், அவனை இஷ்டப்படி ஆட்டி வைக்கலாம்; என்ன செய்வது, யாரைப் பொறுக்குவது?

கோலிட்ஸின் அடிக்கடி பித்தளைத் தகடுகளால் அமைந்த கதவுப் பக்கம் திரும்பி, அதன் மீது செவியை வைத்து உற்றுக்கேட்டான். மறுபுறத்தில் அரியாசன அறையில் பாயர்கள் உள்ளக் கிளர்ச்சியுடன் உரையாடினார்கள். நாரிஷ்கின் குடும்பத்தினரும் மிலோஸ்லவ்ஸ்கி குடும்பத் தினரும் தத்தம் ஆதரவாளர்களுடன் காலையிலேயே அவ்வறையில் கூடிவிட்டார்கள். மென் தோல் கோட்டு அணிந்திருந்த அவர்கள், பசி, தாகத்தையோ வேர்வைப் பெருக்கையோ ஒரு பொருட்டாக மதியாது, சச்சரவிட்டுக் கொண்டிருந்தனர். ஒருவரையொருவர் ஏசிக்கொண்டனர்; ஒருவருக்கொருவர் கடந்த காலத்தில் இழைத்த பொல்லாங்குகளை நினைவூட்டித் தூற்றிக்கொண்டார்கள். யார் ஜார் என்ற விவகாரத்தில் ஏற்படும் முடிவால், சிலர் அதிகாரத்தின் உச்சத்தில் அமர்வதும் வேறு சிலர் நாடு கடத்தப்படுவதும் உறுதி. எனவே தான், வாதத்தில் சூடேறியிருந்தது; மனக்கசப்பு மிகுந்திருந்தது. ''என்ன சந்தடி!'' என்று முணுமுணுத்துக் கொண்டே, கோலிட்ஸின் யாஸிகோவிடம் சென்றான். அவனிடம் போலிஷ் மொழியில் தணிந்த குரலில் பேசினான்:

''ஐவான் யாஸிகோவ்! யாரை ஜாராகத் தேர்ந்தெடுக்கலாமென்று சமய முதல்வரைக் கேட்க மாட்டீர்களா?''

செழிப்பான சுருள் மயிரும் தாடியும் உடைய யாஸிகோவ் தன் கண்களை உயர்த்தினான். இனிமை பொங்கி ஒளி சிதறப் புன்னகை செய்தான். வெப்பத்தால் அவனது உடலில் வேர்வை பெருகியது. அவனிடமிருந்து அத்தர் மணம் வீசியது.

''திருத்தூய்மைக்குரிய சமய முதல்வரும் நாங்களும் உங்களது கருத்தை அறிவதற்காகக் காத்திருக்கிறோம். ஆனால் எங்களைப் பொறுத்தமட்டில் ஒரு முடிவுக்கு வந்து விட்டோ மென்றுதான் நினைக்கிறேன்''

லிஹாசெவ் அவர்களுடன் சேர்ந்துகொண்டார். தம் வெண்கரத்தால் தாடியை மென்மை யாகத் தொட்டுக்கொண்டே, அவர் பெருமூச்செறிந்து கூறினார்:

''பிரபுவே, இந்த முக்கியமான நேரத்தில் நாம் பிரிந்திருக்கக் கூடாது. ஒற்றுமை மிகமிகத் தேவை. இந்த விவகாரத்தைப் பற்றி எங்களது கருத்து இதுதான்: ஐவானை ஜாராக்குவது கஷ்டம்; ஆபத்தான காரியமும் கூட. அவன் நோயாளி; நமக்குப் பலம் தேவை.''

கோலிட்ஸின் தன் கண்ணிமைகளைத் தாழ்த்தினான். அவனது அழகிய வாயின் மூலைகளை ஒரு மென்னகை தொட்டு மறைந்தது. அந்த நேரத்தில் அவர்களுடன் வாதிப்பது ஆபத்தாகு மென்பதை உணர்ந்தான்.

''அவ்வாறே ஆகுக. பீட்டரே ஜாராக இருக்கட்டும்'' என்று அவன் கூறினான்.

அவன் தன் கரு நில நயனங்களை உயர்த்தினான். திடீரென்று அவ்விழிகள் மினுமினுத்து உணர்ச்சி மிகுதியால் மங்கின. அவன் அப்பொழுதே அறையில் பிரவேசித்த ஸோபியாவைப் பார்த்துக்கொண்டிருந்தான். ஜாரின் ஆறு சகோதரிகளில் ஸோபியாவே மூத்தவள்! அவள் ஒரு மங்கைக்குரிய அழகு விளங்கும் அன்ன நடைபயின்று வரவில்லை. அவள் நடந்துவந்த வேகத்தில், நிறைந்த மார்புப் பகுதியில் பித்தான் இடப்படாதிருந்த பிரகாசமான கோட்டின் விளிம்புகள் அசைந்தாடின. கூர் நுனியை உடைய அவளது தலையணியின் சிவப்பு ரிப்பன்கள் படபடத்தன. அவளது சாமானிய முகத்தில் பவுடரும் செவ்வண்ணப் பசையும், பூசப்பட்டிருந்த போதிலும், பருக்கள் நன்கு தெரிந்தன. அவள் அகன்ற எலும்புகளையும், உரமும் வலுவும் மிகுதியாகப் பெற்ற திண்ணிய உடலமைவும் பெரிய தலையும் உடையவள். அவளது அரை வட்ட வடிவமான நெற்றியையும் பசுமை பாய்ந்த கண்களையும் உறுதிக்குரிய வாய் அமைவையும், பெண்ணுக்கு உரியன என்று செல்வதை விட ஆடவனுக்கு உரியன என்பதே பொருத்தமாகும். அவளது பார்வை கோலிட்ஸின்மீது பதிந்திருந்தது. அவன் அப்பொழுது என்ன சொன்னான், பீட்டருக்குப் பட்டம் சூட்டுவதைப் பற்றி என்ன கருத்துக் கூறினான் என்பதை அவள் புரிந்துகொண்டு விட்டாளென்பது வெளிப்படையாகப் புலப்பட்டது.

அவளது மூக்குத் தொளைகள் ஏளனம் செய்வது போல் துடித்தன. இறந்துகொண்டிருந்த ஜாரின் படுக்கையை நோக்கித் திரும்பிய அவள் கரங்களை உயர்த்தினாள்; குவித்தாள்; கீழே கிடந்த கம்பளத்தில் விழுந்தாள். அவளது நெற்றி மட்டும் தம்பியின் படுக்கையைத் தொட்டது.

சமய முதல்வர் நிமிர்ந்தார். அவரது ஒளியிழந்த கண்கள், ஸோபியாவின் கழுத்துப் பின் புறத்தில் தொங்கிக்கொண்டிருந்த பின்னல்களை நோக்கின. அறையிலிருந்த அனைவரும் சுறு சுறுப்பாகிவிட்டனர். ஸோபியாவின் தங்கைகள் ஐவரும் சிலுவைக் குறியிட்டனர். சமயமுதல்வர்

எழுந்து நின்று, நிண்ட நேரம் ஜாரை உற்றுப்பார்த்தார். அதன்பின், அவர் தமது அங்கியின் முழங்கைப் பகுதியைப் பின்னுக்குத் தள்ளிவிட்டுக் கொண்டு, ஜார் கிடந்த இடத்துக்கு மேலாக, ஒரு பெரிய சிலுவைக் குறியைக் கீறினார்; இறப்பவருக்கான பிரார்த்தனையைத் தொடங்கினார்.

ஸோபியா தன் தலையைக் கெட்டியாகப் பிடித்துக்கொண்டு கேட்போர் உள்ளத்தை ஊடுருவிச் செல்லும் வகையில் வீறிட்டலறினாள். அதன்பின் தணிந்த குரலில் புலம்பத் தொடங்கினாள். அவளது சகோதரிகளும் வீறிட்டலறினார்கள். ஜாரின் மனைவி, பெஞ்சின் மீது தலை குப்புற விழுந்தாள். அவளது மூத்த அண்ணன் பியோடர் அவளிடம் சென்று, அவளது முதுகைத் தட்டிக்கொடுத்தான். அவன் உயரமாகவும் பருமனாகவும் இருந்தான். அவனது மென்மயிர்ச் சுருள் வைத்துத் தைத்த நிண்ட கோட் அவளது பாதங்களைத் தொட்டது. யாஸிகோவ் சமய முதல்வரிடம் ஓடி, அவரது கரத்தை முத்தமிட்டு, அவரை அழைத்துக்கொண்டு சென்றான். சமய முதல்வர், யாஸிகோவ், லிஹாசெவ், கோலிட்ஸின் ஆகிய நால்வரும் விரைவாகக் கதவைக் கடந்து அரியாசன அறைக்குச் சென்றனர். பாயர்கள் தமது சட்டைக் கைகளை ஆட்டிக்கொண்டும் தாடிகளை உருவிவிட்டுக் கொண்டும், அவர்களைச் சூழ்ந்தனர். மானங்கெட்ட வகையில் புடைத்துக்கொண்டிருக்கும் கண்களால் நோக்கி, ''திருத்தூய்மைக்குஉரியவரே, எப்படி இருக்கிறது?'' என்று வினவினர்.

''ஜார் மன்னன் பியோடர் அலெக்ஸிவிச் அமைதியாக உயிர் நீத்துவிட்டார்.... இனி நாம் அழுவோம், பாயர்களே!''

ஆனால் அவர்கள் அவரது பேச்சைக் கேட்கவில்லை. ஒருவரையொருவர் நெருக்கித் தள்ளிக்கொண்டு, அடுத்த அறைக்கு விரைந்தனர். படுக்கையருகில் சென்று மண்டியிட்டனர். கம்பளத்தின் மீது நெற்றியை மோதினர். அதன்பின் எழுந்து நின்று, இறந்தவனது உணர்ச்சியற்ற கரங்களில் முத்தமிட்டனர்; அந்தக் கரங்கள் அதற்குள்ளாக மடங்கிவிட்டன. புழுக்கம் அதிகமானதால், விளக்குகள் ஒன்றன் பின் ஒன்றாக அணையத் தொடங்கின. ஸோபியாவை யாரோ இட்டுச் சென்றுவிட்டனர். கோலிட்ஸினும் மறைந்தான். கோலிட்ஸின் குடும்பத்தைச் சேர்ந்த அண்ணன் தம்பிகளான பீட்டரும் போரிஸும் யாஸிகோவை அணுகினார்கள். அவர்களுடன் கரிய நிறமும் எடுப்பான புருவமும் அஞ்சத்தக்க தோற்றமும் உடைய யாகோவ் என்பவனும் அவனது தம்பிகள் மூவரும் இருந்தனர்.

''நாங்கள் கவசமணிந்து வந்திருக்கிறோம். மேலாடைகளால் அதை மறைத்திருக்கிறோம். கத்திகளும் கொண்டு வந்திருக்கிறோம். என்ன சொல்கிறீர்கள்? பீட்டர் பெயரை அறிவித்து விடுவோமா?'' என்று யாகோவ் வினவினான்.

''முகப்பு மண்டபத்துக்குச் செல்லுங்கள். ஜனங்களிடையே போய் நில்லுங்கள். சமய முதல்வர் வந்தவுடன், நாஙகள் பீட்டரே ஜார் என்று பிரகடனம் செய்கிறோம். 'ஐவான்' என்று யாராவது கூச்சலிட்டால், அந்தப் போக்கிரிகளுக்கு எதிராகக் கத்திகளை உபயோகியுங்கள்!'' என்று யாஸிகோவ் பதில் கூறினான்.

ஒரு மணி நேரம் சென்றபின், தலைமைப் பாதிரியார் சிவப்பு முக மண்டபத்துக்கு வந்தார். அதற்குமுன், பெருந்திரளாக ஜனங்கள் குழுமியிருந்தனர். காவற்படையினர், சாதாரணப் பிரபுக்கள், அரண்மனைச் சிப்பந்திகள், வர்த்தகர்கள், நகர மக்கள் முதலியோர் கூடி நின்றனர். சமய முதல்வர் கூட்டத்தினருக்கு நல்லாசி கூறினார். அதன்பின், ''இளவரசர் இருவரில் எவரை ஜாராக்க வேண்டும்?'' என்று வினவினார்.

பந்தங்கள் எரிந்தன. மாஸ்க்வா நதிக்கு அப்பால் சந்திரன் மறைந்துகொண்டிருந்தான். அதன் தண்ணொளி குவிமாடங்களை ஒளிரச் செய்தது. கூட்டத்திலிருந்து பலகுரல்கள் எழுந்தன.

''பீட்டர் அலெக்ஸிவிச்சையே நாங்கள் விரும்புகிறோம்.''

அதன்பின், ஒரே ஒரு கரகரப்பான குரல்:

''ஐவான் ஜாராக வேண்டுமென்பதே எங்கள் கருத்து.''

இதைச் சொன்ன மனிதன்மீது பலர் பாய்ந்தனர். அவனது குரல் மீண்டும் எழும்பவே இல்லை. ''பீட்டர்! பீட்டர்!''என்ற கூச்சலின் ஸ்தாயி உயர்ந்துகொண்டேயிருந்தது.

7

அலியோஷ்கா, மென்ஷிகாவ் விட்டு முன்றிலில் காலடி வைத்தவுடன், சங்கிலியால் கட்டுண்டிருந்த இரு நாய்கள், சீற்றம் கொண்டு அவனை நோக்கிப் பாய்ந்தன. உதட்டுப் புண் களுடன் நின்று கொண்டிருந்தாள் ஒரு சிறுமி. தலைமீது கோட்டைப் போட்டுக் கொண்டிருந்த அவள், பனி பெய்த படிகளில் ஏறி, மாடியிலுள்ள அறைக்குச் செல்லும்படி அலியோஷ்காவிடம் கூறினாள். அதன்பின் பல்லைக்காட்டி இளித்துவிட்டுப் படிக்கட்டின் கீழிருந்த அறைக்குள் புகுந்தாள். அந்த அறையில் அடுப்பில் எரிந்துகொண்டிருந்த விறகு இருளின் நடுவே ஒளிவீசியது.

படிக்கட்டில் ஏறும் பொழுதே, மாடியில் யாரோ வெறிபிடித்து வீறிட்டு அலறுவது, அலியோஷ்காவின் காதில் விழுந்தது. ''சரி, இங்கிருந்து உயிரோடு மீள முடியாது....'' என்று அவன் எண்ணினான். விசைப் பூட்டுடன் கயிற்றால் இணைக்கப்பட்டிருந்த மரப்பிடியைப் பற்றிச் சிதிலமடைந்திருந்த கதவை மிகவும் பிரயாசைப்பட்டு இழுத்துத் திறந்தான். சூடேறியிருந்த அறையின் கதகதப்பும், முள்ளங்கிக் கிழங்கின் மணமும் ஒட்காவின் நாற்றமும் அவனை வரவேற்றன. வழிபாட்டு உருவங்களுக்குக் கீழே, ஓர் அகன்ற மேஜைமீது இருவர் அமர்ந் திருந்தனர். சிறியதோர் முடிச்சுக்குள் அடங்கிய தலைமயிரையும், விசிறிவடிவத்திலுள்ள நீள மான செந்தாடியையும் உடைய பாதிரி ஒருவன்; இன்னொருவன் கூர்த்த நாசியையும் அம்மை வடுக்களையும் உடைய குட்டை மனிதன்.

அவர்கள் இருவரும் தமது கோப்பைகளை உராயச் செய்துகொண்டே, ''பின்புறக் கதவு வழியே விவேகத்தைப் புகுத்து'' என்று கத்தினார்கள்.

செக்கச் செவேலென்ற சட்டை அணிந்திருந்த ஒரு பருமனான மனிதன், தன் முழங் கால்களுக்கிடையே ஒருவனைப் பிடித்து நிறுத்தி, அவனது ஆடை நீக்கப்பெற்ற சந்துப்பட்டை மீது தோல் வாரால் அடித்துக்கொண்டிருந்தான். அடிபட்டுத் தடித்திருந்த அம்மெல்லிய சந்துப் பட்டைகள் நெளிந்தன; துடித்தன. ''ஐயோ! ஐயோ!'' என்று கீச்சென்ற குரலில் அடிபட்டவன் அலறினான்.

இந்தக் காட்சியைக் கண்ட அலியோஷ்கா பிரமித்து உணர்ச்சியற்ற மரம்போல் நின்றான்.

அம்மை வடுமூஞ்சிக்காரன் அவனை நோக்கித் தனது இமைமயிரில்லாத கண்களைச் சிமிட்டினான். பாதிரியோ தன பெரிய வாயைப் பிளந்து, மாட்டைப் போலக் கத்தினான்.

அலியோஷ்கா தன் பாதங்களைத் தரையில் உறுதியாக நிறுத்திக் கொண்டு, கழுத்தை

நிமிர்த்தினான். ''எனக்கு இறுதி நேரம்; சாவது உறுதி'' என்று எண்ணினான். பருமனான சிவப்புச் சட்டைக்காரன் திரும்பினான். அவனது கால்களின் இடையில் சிக்கியிருந்த பையன் - வட்டமான வெளிறிய நீலக்கண்களை உடைய சிறுவன் - தனது கால் சட்டையைத் தூக்கிப்பிடித்துக் கொண்டு வெளியிலோடினான். அதன்பின், அவர்களது ஆணைக்கு இணங்க, அலியோஷ்கா மண்டியிட்டான்; நெற்றியால் தரையை மும்முறை குட்டினான். தடித்த மனிதன் அவனைக் காலரைப் பிடித்துத் தன்னருகே இழுத்துக்கொண்டான். அவனது செம்புநிற முகத்தில் வேர்வை பெருகி வழிந்தது. அவனது சாராய நெடியுடன் கூடிய சூடான மூச்சு அலியோஷ்காவைச் சூழ்ந்தது.

''எங்கே வந்தாய்? திருடவா? துப்பு அறியவா? கொல்லையிலும் தோட்டத்திலும் சாமான்களைப் புரட்டித் தேடவா?''

அலியோஷ்கா பதிலளித்தபொழுது, அவனது பற்கள் கடகடவென்று அடித்துக்கொண்டன. அவன் டிர்டாவைப் பற்றிச் சொல்லத் தொடங்கினான். ஆனால் செம்புநிற மூஞ்சிக்காரனுக்கு ஏதும் விளங்கவில்லை. அவனது முகத்தில் சிரைக் குழாய்கள் புடைத்துக்கொண்டன. ''யார் அந்த டிர்டாவ்? எந்தக்குதிரை? அப்படியானால் குதிரை திருடுவதற்காக இங்கு வந்தாயா? ஆ! நீ குதிரைத் திருடனா?'' என்று அவன் கத்தினான். அலியோஷ்கா கண்ணிர் பெருக்கிக் கதறினான்; ஆண்டவனைச் சாட்சிக்கு அழைத்தான்; மூன்று விரல்களால் சிலுவைக் குறியிட்டான்.★ இதைக்கண்ட செம்புநிற மூஞ்சிக்காரன், அலியோஷ்காவின் மயிரைப் பிடித்து இழுத்துக் கொண்டு, ஆத்திரம் பொங்க அறையைக் கடந்தான்; கதவைக் காலால் உதைத்துத் திறந்தான்; அலியோஷ்காவைப் படிக்கட்டில் உருளவிட்டான். அவ்வாறு உருளவிடும் பொழுது, ''திருடனை வெளியே துரத்து! நாய்களே! அவனை விடாதீர்கள்! பிடியுங்கள்! கடியுங்கள்!'' என்று ஊளையிட்டான்.

அதன்பின், டேனிலா மென்ஷிகாவ், தலையைக் குனிந்து கதவு நிலையைத் தாண்டி உள்ளே மேஜைக்குச் சென்றான்; பெருமூச்செறிந்தான்; குவளைகளில் ஓட்காவை நிரப்பினான்; முள்ளங்கிக் கிழங்கை விரல்களால் எடுத்துக்கடித்தான்; பாதிரியாரை நோக்கி வேகமாகப் பேசினான்:

''பாதிரியாரே! நீங்கள் சமயநூல்களைப் படித்திருக்கிறீர்கள். எனவே உமக்குத் தெரிய வேண்டும். என் மகனை என்ன செய்வது? அவன் அடங்காப் பிடாரியாகிவிட்டான். வேசிமகன், திருடப் பழகிவிட்டான். அவனைக் கொன்று விடலாமா? திரு நூல்கள் என்ன கூறுகின்றன?'' பில்கா என்ற பாதிரியார், பெருமிதம் நிறைந்த குரலில் பதிலளித்தார்:

''திரு நூல்கள் இவ்வாறு கூறுகின்றன: இளமையிலிருந்தே உன் மகனைத் தண்டிப்பாயாக! அவ்வாறு செய்தால் அவன் உன் முதுமையில் உனக்குப் பணிவிடைபுரிவான். அவனைக் கம்பால் அடிப்பதில் சலிப்படையாதே. ஏனெனில் அடியாதவன் படியான். அடிபட்டால் அவன் சாக மாட்டான்; செழிப்படைவான். அவனது வடுக்களைப் பெருக்குவாயாக! அப்பொழுது அவனது ஆத்மா நரகதண்டனைக்குள்ளாகாது ரட்சிக்கப்படும்!''

''அவ்வாறே ஆகுக'' என்று கூறிக் கூர்த்த நாசிக்காரன் பெருமூச் செறிந்தான்.

★ ருஷியநாட்டுக் கிறிஸ்துவர்கள், ரோமன் கத்தோலிக்கர் அல்ல; ரோமன் கத்தோலிக்க ஏற்பாட்டிலிருந்து முறித்துக்கொண்ட பிராடஸ்டண்டுகளும் (சமயத் திருத்தவாதிகள்) அல்ல. அவர்கள் வைதீகக் கிறிஸ்துவச் சர்ச் என்ற கிளைச் சேர்ந்தவர்கள். கிரேக்கமொழி பேசவோரிடையே இது முதலில் தோன்றியதால், இதைக்கிரேக்க சர்ச் என்பதும் உண்டு.

பதினேழாம் நூற்றாண்டில் வாழ்ந்த நிக்கன் என்ற சமய முதல்வர் ருஷிய சமய ஏற்பாட்டில் சில சீர்திருத்தங்களைச் செய்தார். அதற்குமுன், ருஷியக் கிறிஸ்தவர்கள் இரண்டு விரல்களால் சிலுவைக்குறியிட்டனர். கிரேக்கர்களைப் போல, மூன்று விரல்களால் குறியிட வேண்டுமென்பது நிக்கனது சீர்திருத்தங்களில் ஒன்றாகும். பழமைவாதிகள் இந்தச் சீர்திருத்தங்களை ஏற்க மறுத்தனர். இங்கு அலியோஷ்கா புதிய முறையில் மூன்று விரல்களால் குறியிடுகிறான். - மொ-ர்.

''சற்றுப் பொறுங்கள். இளைப்பாறியபின், அவனை மீண்டும் தருவிக்கிறேன்'' என்று கூறிய டேனிலா, தொடர்ந்து பேசினான்:

''நண்பர்களே! நிலைமை மோசமாகிக் கொண்டிருக்கிறது. ஒவ்வொரு வருடமும் முன் கடந்த ஆண்டைவிடக் கெட்டதாயிருக்கிறது. குழந்தைகள் பெற்றோர் வார்த்தையை மதிப்ப தில்லை. பழையகாலத்துப் பக்தி விசுவாசம் இல்லாதொழிந்து விட்டது. இரண்டு ஆண்டுகளாக, ஜார் எங்களுக்குச் சம்பளம் கொடுக்கவில்லை. உண்பதற்கு ஒன்றுமில்லை. காவற்படையினரோ மாஸ்கோ நகருக்குத் தீ வைப்போமென்று மிரட்டுகிறார்கள். மக்கள் மத்தியிலே அதிருப்தி அதிகரித்து வருகிறது. சீக்கிரத்தில், நாமெல்லோரும் அழிவது திண்ணம்.''

திரு நூல்களைப் படித்துக்காட்டும் பணியைப் புரிந்தவனான போமா என்ற அம்மைவடு மூஞ்சிக்காரன் ''நிக்கனைட்டுகள்[1] பாய சமயத்தை அழித்துவிட்டார்கள்'' என்று தன் பேச்சைத் தொடங்கினான்; ஒரு விரலை உயர்த்திக் காட்டிவிட்டுத் தொடர்ந்தான்: ''பழைய சமயமே தேசத்தை வாழவைத்தது. இப்பொழுது புதிய சமயம் ஏதும் இல்லை. இக்காலக் குழந்தைகள் பாவப் பிறவிகளாகும். அவர்களைச் சாகும் வரை அடித்தால்தான் என்ன? அவர்களுக்கு ஆத்மா கிடையாது. அவர்கள் இந்தச் சகாப்தத்தின் சிசுக்கள்... நிக்கனைட்டுகள், இடையனில்லாத ஆடுகள், சாத்தானுக்கு வாய்த்த தீனி, 'நிக்கனைட்டே! நீ யேசுநாதரின் அடியார்களைத் தவறான வழியில் அழைத்துச் சென்று, உன்னோடு அவர்களையும் உன் தந்தையான சாத்தானிடம் ஒப் படைக்க முயற்சிக்கிறாய்' என்று பெரிய பாதிரியாரான அவ்வகும் கூறினார். ஆம்! சாத்தானிடம் ஒப்படைக்கப் போகிறார்கள்'' என்று கூறிவிட்டு மீண்டும் ஒருவிரலை உயர்த்தினான். ''மேலும், அவர் கூறுகிறார்: 'ஏ! நிக்கனைட்டே! நீ யார்? நீ வெறும் மலம்! உன்னிடமிருந்து முடை நாற்றம் வீசுகிறது! நீ குப்பை மேட்டில் புரளும் இழிந்தவகை நாய்!''

''ஆம்! கடைகெட்ட நாய்கள்!'' என்று டேனிலா உணர்ச்சி பொங்க மொழிந்தான், மேஜையை ஒரு குத்துக் குத்தினான்.

''நிக்கனைட் பாதிரிகளும் பெரும்பாதிரிகளும் ஸில்க் அங்கி தரித்துத் திரிகிறார்கள். அவர்களது கன்னங்கள் கொழுப்பு மிகுதியால் உருண்டு திரண்டு புடைத்துக் கொண்டிருக்கின்றன! பழிக்கப்பெற்ற நாய்கள்!'' என்று பில்கா என்ற பாதிரி பகர்ந்தான்.

இருவரும் சபித்து முடிக்கும் வரை காத்திருந்த போமா தொடர்ந்து பேசினான்: ''இதைப் பற்றிக் கூட அவ்வகும் எழுதியிருக்கிறார்: ''என் நண்பன் இலேரியனே, ரியாஸான் பீடத்துத் தலைமைப் பாதிரியே! தாபர் மலைக்காடுகளில், மில்சிஸிடிக் [2] எவ்வாறு வாழ்ந்தார் என்பதை எண்ணிப் பார். அவர் தளிர்கொடிகளை உண்டார்; இலைகளில் பெய்திருந்த பனியை நக்கித் தாகத்தைத் தணித்துக்கொண்டார். அவர்தாம் உண்மையான பாதிரியார். ரைன்நதிப் பிரதேசத்துச் சுவையான திராட்சை ரஸத்தையோ ஓட்காவையோ வடிகட்டிய ஒயின் வகைகளையோ ஏலக் காய் போட்டு மணம் வீசும் பீர்பானத்தையோ அவர் நாடவில்லை. என் நண்பன் இலேரியனே, ரியாஸான் பீடத்துத் தலைமைப் பாதிரியே! மில்சிஸிடிக் எவ்வாறு வாழ்ந்தார் என்பதை ஞாபகப்படுத்திக்கொள். அவர் உயர்ஜாதிப் புரவிகள் இழுக்கும் வண்டியில் சவாரி செய்து சிற்றின்பம்

---

(1) நிக்கனைட்டுகள்: நிக்கன் என்ற சமயமுதல்வர் வகுத்த சமயச் சீர்திருத்தங்களை ஒப்புக்கொண்டவர்கள், பழமைவாதிகளால் நிக்கனைட்டுகளென்று குறிப்பிடப்பெற்றனர்.

(2) மில்சிஸிடிக்: சர்வசக்தனான ஆண்டவனது பாதிரியார். இஸ்ரேலைட்டுகளின் முதற் பெரும் தலைவனான ஆப்ரஹாம் கூட அவருக்கு மகமை கட்டினான் என்பது எபிரேய நூல்களது கருத்து. அவர் தாய்தந்தையருக்குப் பிறந்தவர் அல்லர் என்றும், அவருக்குப் புத்திரப்பேறு கிடையாதென்றும், அவர் ஆதி அந்தமில்லாத அமரர் என்றும் முனிவரான 'பால்' (எபிரேயர்களுக்கு விடுத்த திருவோலையில்) குறிப்பிடுகிறார். - மொ-ர்.

தேடவில்லை. அரச குடும்பத்தில் உதித்தவர் அவர். ஆனால் வெறுக்கத் தக்க பாதிரியே! நீ யார்? இழிந்த குடியில் பிறந்தவன். என்றாலும், தண்ணீரால் நிரப்பப்பெற்ற மென் தோல் பையைப் போல் பருத்துள்ள நீ வண்டியிலே அமர்ந்து சவாரி செய்கிறாய்! திண்டுகளிலே சாய்ந்து உல்லாசப் பயணம் செல்கிறாய்! மங்கையைப் போலக் கூந்தலை வாரிவிட்டுக்கொண்டு, பொது வீதிகளில் தரிசனம் தருகிறாய்! நாணயங்கெட்ட துறவி, நங்கைகளது அன்பைப் பெறுவதற்காக மினுக்கித் திரிகிறாய்! அட, அப்பாவி! சாத்தான் உன்னைக் குருடனாக்கி விட்டானென்பது வெள்ளிடை மலை. ஆத்மீக வாழ்க்கையை நீ ஒரு பொழுதும் கண்டவன் அல்ல. ஆத்மீக வாழ்க்கையின் பொருளை அறியாத பேதை நீ!''

பில்கா என்ற பாதிரி தன் கண்களை மூடினான். அவன் சிரித்த சிரிப்பில் கன்னங்கள் குலுங்கின. டேனிலா குவளைகளில் மதுபானத்தை ஊற்றினான். அவர்கள் குடித்தார்கள்.

''காவற்படையினர் நிக்கனைட் நூல்களைக் கிழித்தெறிந்து கொண்டிருக்கிறார்கள். அவர்கள் பழைய சமயத்தைப் பாதுகாப்பதற்காகத் திரண்டெழ ஆண்டவன் அருள் புரிவாராக'' என்றான் டேனிலா.

அவன் திரும்பினான். நாய்கள் குரைக்கத் தொடங்கின. வாயில்படிகள் கிரீச் சென்று ஒலித்தன. கதவுக்கு வெளியே, யாரோ யேசுநாதருக்கு வாடிக்கையான பிரார்த்தனையை நிகழ்த்தினார். அறையில் இருந்த மூவரும் 'அவ்வாறே ஆகுக', என்று விடை பகர்ந்தனர். மென்ஷிகாவின் மச்சான், ஓவ்ஸி அறைக்குள் நுழைந்து, புனித உருவங்களுக்கு முன் சிலுவைக் குறியிட்டான். அவன் காவற் படையைச் சேர்ந்தவன்; நெட்டையாக இருந்தான். தலையை ஆட்டி, மயிரைப் பின்னுக்குத் தள்ளிக்கொண்டே, அவன் அமைதியாகப் பேசினான்:

''குடித்துக் கொண்டிருக்கிறீர்களா? மேலிடத்து நிகழ்ச்சிகளை நீங்கள் அறியவில்லையா? ஜார் இறந்துவிட்டார். நாரிஷ்கின்களும் டால்கோருகிளும் பீட்டரை ஜாராகப் பிரகடனம் செய்து விட்டனர். இது எவரும் எதிர்பார்க்காத விபத்தாகும். இனி நாம் பாயர்களுக்கும் நிக்கனைட்டு களுக்கும் அடிமைகளாகக் காலம் தள்ளவேண்டியதுதான்.''

8

பின்புறமாகக் குட்டிக்கரணம் அடிக்கும் ஒருவகை மாடப்புறாவைப் போலப் படிகளில் உருண்ட அலியோஷ்கா, ஒரு பனிப்போக்கில் விழுந்தான். மஞ்சள் நிறமான கோரைப் பற்களை உடைய நாய்கள் அவனை நோக்கிப்பாய்ந்து வந்தன. அவன் தன் தலையை உள்ளே இழுத்துக் கொண்டு கண்களை மூடிக்கொண்டான். ஆனால் அந்த நாய்கள் அவனைக் கடித்துத் துண்ட மாக்கவில்லை. அற்புதம்தான்! ஆண்டவன் அவனைக் காப்பாற்றி விட்டார்! நாய்கள் தலையைத் தொங்கப்போட்டுக் கொண்டு, உறுமியவாறே நகர்ந்தன. யாரோ ஒருவன், அலியோஷ்கா அருகில் வந்து குனிந்து, அவனது தலையை ஒரு விரலால் குத்தினான். ''உன்னைத்தானே! நீ யார்?'' என்று அவன் வினவினான்.

அலியோஷ்கா ஒரு கண்ணைத் திறந்து பார்த்தான். அண்மையிலிருந்து நாய்கள் மீண்டும் உறுமின. சற்றுமுன் தோல்வாரினால் அடிபட்ட பையன் அவனருகே பாதங்களை ஊன்றிக் குந்திக்கொண்டிருந்தான்.

''உன் பெயர் என்ன?'' என்று அவன் வினவினான்.

''அலியோஷ்கா.''

''நீ எந்தக் குடும்பத்தைச் சேர்ந்தவன்?''

''நாங்கள் பிராவ்கின்கள், விவசாயிகள்.''

அந்தப் பையன், ஒரு நாயை ஆராய்வது மாதிரி, தலையை இப்பக்கமும் அப்பக்கமும் சாய்த்து அலியோஷ்காவை ஆராய்ந்தான். ஒரு கொட்டகையின் கூரையில் ஒளி பெய்த நிலவு, அவனது முகத்தையும் அகன்ற நயனங்களையும் பிரகாசிக்கச் செய்தது. ஓ! இவன் நல்ல பையனாகத்தான் இருக்க வேண்டும்!

''போய்க் குளிர்காயலாம், வா. வராவிட்டால் என்ன செய்வேன், தெரியுமா? என்னுடன் சண்டைபோட விரும்புகிறாயா?'' என்று அவன் வினவினான்.

''சண்டைபோட விருப்பமில்லை'' என்று கூறிய அலியோஷ்கா மீண்டும் படுத்துக் கொண்டான். மீண்டும் அவர்கள் ஒருவரையொருவர் உற்றுநோக்கினார்கள்.

''என்னைவிடு, நான் போகிறேன். வேண்டாம்.... நான் உனக்கொரு தீமையும் செய்யவில்லை. நான் போய்விடுகிறேன்'' என்று அலியோஷ்கா மன்றாடினான்.

''ஆனால் நீ எங்குபோவாய்?''

''எனக்கே தெரியாது. என்னைச் சம்மட்டியால் அடித்துக் கழுத்து வரை பூமியில் புதைக்கப் போவதாக அச்சுறுத்தியிருக்கிறார்கள். வீட்டிலோ என்னை நிச்சயம் கொன்று விடுவார்கள்.''

''உன்னை உன் தந்தை அடிப்பதுண்டா?''

''அப்பா என்னை ஆயுட்கால அடிமையாக விற்றுவிட்டார். எனவே இப்பொழுது அவர் என்னை அடிப்பதில்லை. வேலைக்காரர்கள் அடிக்கிறார்கள். ஆனால் வீட்டில் இருந்தபொழுது என்னைப் பெற்றோர்கள் அடித்தார்களென்பதும் உண்மை.''

''நீ ஓர் ஓடுகாலியா?''

''இதுவரை இல்லை. நீ எப்படி? உன் பெயர் என்ன?''

''அலெக்ஸாண்டர். நாங்கள் மென்ஷிகாவ் குடும்பத்தினர். என் தந்தை என்னைத் தினந்தோறும் இரண்டு தடவை அடிக்கிறார். சில நாட்களில் மும்முறை அடிப்பதும் உண்டு. என் முதுகில் எலும்புகள்தான் எஞ்சியிருக்கின்றன. சதையெல்லாம் உரிந்துவிட்டது.''

''அட பாவமே!''

''சரி வா, போய்க் குளிர்காயலாம்.''

''வருகிறேன்.''

படிக்கட்டுக்குக் கீழ் அறையில், விறகு எரிவதை முன்னால் அலியோஷ்கா கண்டானல்லவா? அதே அறைக்கு இருவரும் ஓடினார்கள். அந்த அறையில் ஈரம் இல்லை; கதகதப்பு

நிறைந்திருந்தது. புதிய ரொட்டியின் மணமும் காற்றில் மிதந்தது. திருகு சுருளாயமைந்த இரும்பு விளக்கில் மெழுகு திரி எரிந்துகொண்டிருந்தது. சுவரில் புகையால் கறுத்திருந்த விட்டங்களில் கரப்பான் பூச்சிகள் தவழ்ந்து கொண்டிருந்தன. இங்கேயே நிரந்தரமாக இருந்தால் நேர்த்தியாக விருக்கும்!

''வாஸென்கா, அப்பாவிடம் சொல்லாதே,'' என்று அலெக்ஸாண்டர் சமையற்காரியான குள்ளமாதிடம் விரைவாகக் கூறினான்: ''உன் பாதரட்சைகளைக் கழற்று, அலியோஷ்கா'' என்று சொல்லிவிட்டு அவன் தனது கம்பளத்தால் செய்த பூட்ஸுகளைக் கழற்றினான். அடுப்பு, அறையின் செம்பாதியை அடைத்துக் கொண்டிருந்தது. அடுப்புக்கு நேர் மேலே உள்ள இடத்தில் இருபையன்களும் ஏறிப்படுத்தனர். அங்கிருந்து, இரு கண்கள் தன்னை வெறித்துப் பார்ப்பதை அலியோஷ்கா கவனித்தான். அவை, அவனுக்கு வாயிற்கதவைத் திறந்துவிட்ட சிறுமியின் கண்களாகும். அவன், புகைபோக்கிக்குப் பின்னால் ஒரு மூலையில் படுத்திருந்தான். ''நாம் பேசலாம்'' என்று கூறித் தணிந்த குரலில் அலெக்ஸாண்டர் உரையாடத் தொடங்கினான்: ''என் தாயார் இறந்து விட்டாள். தந்தை தினந்தோறும் மிகுதியாகக் குடிக்கிறார். அவர் மீண்டும் திருமணம் செய்துகொள்ள விரும்புகிறார். எனக்குச் சிற்றன்னை என்றால் பயமாயிருக்கிறது. இன்றும் அவர்கள் என்னை அடித்தனர். ஆனால் சின்னம்மா வந்துவிட்டால் என் இதயத்தையே பறித்து எடுத்து விடுவார்கள்.''

''அது உண்மைதான்'' என்றான் அலியோஷ்கா.

புகை போக்கிக்குப் பின்னாலிருந்த சிறுமி மூக்கால் உறிஞ்சினாள். அலெக்ஸாண்டர் மேலும் பேசினான்:

''அதைத்தான் நானும் சொல்கிறேன். அன்றொரு நாள், ஸெர்புஹோவ் நுழைவாயில் அருகில் ஒரு நாடோடிக் கூடாரத்தைப் பார்ததேன். அந்த நாடோடிகளிடம் கரடிகள் இருந்தன. அவர்கள் ஆடினார்கள்; பாடினார்கள்; குழல் வாசித்தார்கள். அவர்கள் என்னைச் சேர்த்துக்கொள்ள முன்வந்தார்கள். நாம் நாடோடிகளோடு சேர்ந்து திரியலாம் என்பது என் யோசனை.''

''அவர்களுடன் நாமும் பட்டினி கிடக்க வேண்டும்,'' என்றான் அலியோஷ்கா.

''அப்படியானால், யாராவது ஒரு வியாபாரியிடம் கூலிவேலைக்கு அமர்ந்து கொள்வோம். கோடையில், அவரைவிட்டுப் போய்விடலாம். காட்டில் ஒரு கரடிக்குட்டியைப் பிடிக்கலாம். கரடிக் குட்டிகளைப் பிடிப்பவன் ஒருவனை எனக்குத் தெரியும். அவன் எப்படிப் பிடிப்பது என்று நமக்குச் சொல்லிக் கொடுப்பான். நீ கரடியை நடத்திச் செல்வாய்; நான் ஆடிப்பாடுவேன். எனக்கு எல்லாப் பாட்டுக்களும் தெரியும்; ஜீவன் ததும்ப நடனமாடுவதில் என்னை மிஞ்சுவதற்கு மாஸ்கோவில் யாருமில்லை.''

சிறுமி அடிக்கடி நாசியால் உறிஞ்சினாள். அலெக்ஸாண்டர் அவளது விலா எலும்பு களிடையே கிள்ளினான். 'பேசாமலிருக்க மாட்டாய்! அலியோஷ்கா, நாம் அவளையும் உடனழைத்துச் செல்வோமா? என்ன சொல்லுகிறாய்?''

''பெண்களால் எப்பொழுதும் தொல்லைதான் ஏற்படும்.''

''நாம் அவளைக் கோடையில் அழைத்துச் செல்வோம். உண்பதற்கேற்ற காளான்களைப் பறித்துக் கொண்டு வந்து கொடுப்பாள். அவள் ஒரு பேதைதான்; ஆயினும் உணவுக்கேற்ற காளான்களைக் கண்டுபிடித்துச் சேகரிப்பதில் சாமர்த்தியசாலி. இப்பொழுது, நாம் கொஞ்சம்

கோசுக் கீரைச் சூப்பு குடிப்போம். பிரார்த்தனை சொல்வதற்காக அவர்கள் என்னை மாடிக்கு அழைப்பார்கள். வழிபாடு முடிந்தவுடன், என்னை அடிப்பார்கள். அதன்பின் நான் திரும்பி வந்ததும், உறங்குவோம். பொழுது புலரும் சமயத்தில், நாம் கிடே - கோரோட்டுக்கு ஓடி விடுவோம். அந்த ஆற்றைத்தாண்டி விட்டுச் சுற்றுமுற்றும் ஆராய்வோம். அங்கு சிலரை நான் அறிவேன். ரொம்ப நாட்களுக்கு முன்பே ஓடியிருப்பேன். துணைக்கு எவரும் இல்லாததால்தான், இதுவரை இங்கு இருந்தேன்.''

''தின்பண்டங்களைக் கொண்டு சென்று விற்கும் வேலைக்கு யாராவது ஒரு வியாபாரி நம்மை நியமித்தால் மிகவும் நன்றாயிருக்கும்'' என்று அலியோஷ்கா கூறினான்.

வாயிற்கதவைத் தடாரென்று மூடும் சத்தம் கேட்டது. விருந்தாளிகள் வெளியேறிக் கொண்டிருந்தனர். அவர்கள் நடந்ததால், படிகள் கிரீச்சென்று ஓசை செய்தன. மென்ஷிகாவின் அச்சுறுத்தும் குரல், அலெக்ஸாண்டரை மாடிக்கு அழைத்தது.

9

வார்வார்க்காவின் மீது ஒரு தாழ்வான வீடு; ஆறு சாளரங்களை உடையது; முகடுகளும் சேவல்களும் செதுக்கப்பெற்றது. அங்கு அரசாங்கம் நடத்திவந்த சாராயக்கடை இருந்தது. நுழை வாயிலுக்கு மேல், ஒரு ஆட்டின் கபாலம் பொருத்தி வைக்கப்பட்டிருந்தது. விருப்பமுள்ளவர்க் கெல்லாம் நல்வரவு கூறும் வகையில் வாயிற்கதவுகள் திறந்துகிடந்தன. முன்றிலில், பனியும் சாணமும் குவிந்து மேடாகிச் சிறுநீர் பெய்ததால் மஞ்சளாகிக் கிடந்திருந்த இடங்களில், பெருங்குடியர்கள் விழுந்து கிடந்தனர். சிலர் அடிபட்டு உதிரம் வழிந்தோடிய முகங்களோடு காட்சியளித்தனர். வேறு சிலர் தத்தம் குல்லாய்களையோ பூட்ஸுகளையோ பறிகொடுத்து விட்டுக் கிடந்தனர். வாயிற்புறத்திலும் முன்றிலிலும், விவசாயிகளது சறுக்குவண்டிகளும், வர்ணம்பூசப்பெற்ற பின்புறங்களை உடைய வியாபாரிகளது ஸ்லெட்ஜுகளும், சேணம் பூட்டி நின்றன. விடுதிக்குள், சாராயத்தை வடித்துக் கொடுப்பவன், கரிய புருவமும் கண்டிப்பான தோற்றமும் உடையவனாய் நீள மேஜைக்குப் பின்னால் நின்றான். பாட்டில்களும் கலப்பு ஈயச்சாடிகளும் ஒரு நிலைக்கால் தட்டை நிரப்பியிருந்தன. மூலையில் கறுத்திருந்த வழிபாட்டு உருவங்களுக்கு முன்னால், விளக்குகள் எரிந்தன. சுவர்களுக்கு முன்னால், விசிப்பலகைகளும் நீள மேஜை ஒன்றும் கிடந்தன. வியாபாரிகளது உபயோகத்துக்காகத் தட்டிக்குப் பின்னால் ஓர் அறை அமைக்கப்பட்டிருந்தது. யாராவது போக்கிரியோ குடிவெறியில் நிதானமிழந்த நகர வாசியோ தட்டிக்குப் பின்னால் தலையை நீட்டினால், மது விற்பனையாளன் புருவத்தை நெறித்து அவனைக் கூப்பிடுவான். அவன் சொல்லுக்குக் கட்டுப்பட மறுத்தால், விற்பனையாளன் அவனது கால் சட்டையை இடுப்பண்டை பிடித்துத் தூக்கி விடுதிக்கு வெளியே எறிந்து விடுவான்.

அந்தப் பின்னறையில், வியாபாரிகள் இஞ்சி மணத்துடன் கூடிய தேறலையோ சூடான இன்சுவைத் தேறலையோ குடித்துக்கொண்டு நிம்மதியாக உரையாடினார்கள். அவர்கள் பேரம் செய்தனர். உடன்பாடு கண்டனர்; கையடித்து ஒப்பந்தம் செய்தனர். வியாபார நிலையைப் பற்றி யும் விவாதித்தனர். அக்காலத்தில், வியாபாரத்தின் பொதுவான நிலைமை ஒரு புரிய முடியாத புதிராக இருந்தது.

முன்னறையில், பெட்டியடிக்கருகில், கூச்சலும் தூற்றலுமாக, இரைச்சல் ஓய்வதேயில்லை. பணம் உள்ளவரை அவர்கள் குடித்து மகிழ்ந்தனர். நிதி இலாகா கறாராகவிருந்தது. ஒருவன்

குடித்துவிட்டுப் பணமில்லையென்றால், அவன் தன் கோட்டைப் பறிகொடுக்க வேண்டும். ஒருவன் தன் துணிமணிகளை இழந்த பிறகும் குடித்தான் என்றால், விற்பனையாளன், அரசாங்க குமாஸ்தாவுக்குக் கண்ணடித்துச் சைகை காட்டுவான். செவியின் இடுக்கில் பேனாவைச் சொருகிக்கொண்டும் கழுத்தில் மைக்கூட்டைத் தொங்க விட்டுக்கொண்டும் காட்சி தந்த அக்குமாஸ்தா, மேஜையின் ஓரத்தில் உட்கார்ந்து எழுதுவான். பாவம்! ஏமாந்த குடிகாரனுக்கு ஆபத்துத்தான்! பணமோ பொருளோ இல்லாது குடித்துவிட்டுக் கையை விரித்தவனுக்கு அந்தச் சகலகலா வல்லவனான குமாஸ்தா, அடிமைப்பத்திரம் ஒன்றை எழுதிக்கொடுத்து விடுவான்! ஜாரின் சாராயக் கடைக்குள் சுதந்திர புருஷனாகப் பிரவேசித்தவன், குடிவெறியில் மதிமயங்கிச் செய்த காரியத்தால், ஓட்டாண்டியாவதுடன் அடிமையாகவும் மாறி வெளியேறுவான்.

பசுமைபாய்ந்த ஓட்காவைக் கலப்பு ஈயக்கோப்பையில் ஊற்றிக்கொண்டே, விற்பனை யாளன் கூறினான்: ''இந்தக் காலத்தில், மது அருந்துவதென்பது எளிதாகி விட்டது. குடிகாரன் தன் ஆத்மாவைப் பணயம் வைப்பதற்கு முன்னால். அவனது நண்பனோ உறவினனோ மனை வியோ வந்து இட்டுக்கொண்டு போய்விடுகிறார்கள். நாங்களும் அதை அனுமதித்து விடு கிறோம். அந்தக் குடிவெறியர்களை வறியவர்களாக்கிய பின்தான், வெளியே தள்ளுவதென்ற முறையைக் கடைப்பிடிப்பதில்லை. அவர்கள் அமைதியாகப் போய்த் தொலையட்டும் என்று இருக்கிறோம். ஆனால் காலம் சென்ற ஜார் மன்னன் அலெக்ஸிமைகலோவிச் ஆட்சியில் நிலைமை வேறு விதமாயிருந்தது. குடிகாரன் தன்வசமிருந்த கடைசிக் காசைச் செலவு செய்வதற்கு முன்னால், அவனை அழைத்துச் செல்ல ஒரு நண்பன் வருவான். ஆனால் அழைத்துச் செல்வதற்கு அனுமதிக்க மாட்டோம். ஏனென்றால், குடிகாரன் காசோடு வெளியேறினால், கஜானாவுக்கு நஷ்டம்! கடைசிக்காசும் கஜானாவுக்குத் தேவை. எனவே காவற்படையினரை அழைப்போம். அவர்கள் அவனைப் பிடித்துக் கொண்டுபோய்க் குற்றவிசாரணை மன்றத்தில் நிறுத்துவார்கள். அங்கு விசாரணை முடிந்தபின், அவனது இடது கரத்தையும் வலது பாதத்தையும் வெட்டிவிட்டு அவனைப் பணியின் மீது எறிந்து விடுவார்கள்.... அந்தக் காலம் மறைந்து விட்டது. குடியுங்கள்! நன்றாகக் குடியுங்கள்! அச்சமில்லை, அச்சமில்லை, அச்சம் என்பதில்லை. கைகால்களை வெட்டிப்போட மாட்டோம்.''

10

அன்று சாராய விடுதிக்கு வெளியே, ஜனங்கள் ஒருவர் மேல் ஒருவராக ஏறி நின்று சாளரங்களின் வழியே உள்ளே நிகழ்வதை உற்று நோக்கிக் கொண்டிருந்தார்கள். முன்றிலிலும் வாயிலிலும் திரளான ஜனங்கள் நின்றனர். சிவப்பிலும் பச்சையிலும் ஊதாவிலும் காவற்படை யினர் அணியும் கோட்டுகள் ஏராளமாகத் தென்பட்டன. கூட்டத்தினர் நெருக்கித்தள்ளி முன்னேற முயன்றனர். ''என்ன விஷயம்? கொலையுண்டவன் யார்? ஏன் கொலை செய்யப்பட்டான்?'' என்று அந்த ஜனங்கள் ஒருவரையொருவர் வினவினர். விடுதிக்குள் வணிகர்களது அறையில், மெய்க்காவலர்களும் வர்த்தகர்களும் குழுமியிருந்தனர். புழுக்கம் தாங்க முடியவில்லை. சாளரங்கள் வழியே, வேர்வை நீர் வெளியே கசிந்தது. 'நாட்டில் ஒரு காலும் காட்டில் ஒரு காலுமாக' உள்ள ஒரு மனிதனை மெய்க்காவலர்கள் கொண்டுவந்திருந்தனர். அவன் தரையில் கிடந்தான். அவனது முனங்கல் உள்ளத்தை உருக்கியது. வயிறார உண்டு வாழ்ந்தவனாகத் தோன்றினான்; அனால் அவனது ஆடைகள் சுக்கு நூறாகக் கிழிந்திருந்தன. அவனது நரைத்த மயிர் இரத்தம் பாய்ந்ததால் முடிச்ச முடிச்சாகப் பின்னிக் கிடந்தது. நாசியும் கன்னங்களும் அடிபட்டு நசுங்கியிருந்தன.

''விரைவில், உங்களுக்கும் இதே கதி ஏற்படும்'' என்று அவனைச் சுட்டிக்காட்டிக் காவற் படையினர் கூறினார்கள்.

''உறங்குகிறீர்களா? அன்னியப் பேட்டையிலுள்ளவர்கள் இமைகொட்டா விழிப்புடன் செயல்படுகிறார்கள். உஷார்!''

''அன்னியர்கள் இம்மாதிரி நம்மவரை ஏன் அடிக்க வேண்டும்?''

''நல்லவேளையாக, நாங்கள் அச்சமயம் அவ்வழியே சென்றோம். எனவே தலையிட் டோம். இல்லாவிட்டால், இவனைச் சாகடித்திருப்பார்கள்'' இவ்வாறு அவர்கள் பேசினார்கள்.

பிஸோவ் காவற்படையைச் சேர்ந்த ஓவ்ஸி தன் தோழர்களைக் கட்டுப்படுத்தினான்; வியாபாரிகளுக்குத் தலை தாழ்த்தி வணக்கம் தெரிவித்து விட்டு விரிவாகப் பேசினான்:

''மதிப்புக்குரிய பெரியோர்களே, சிறப்புக்குரிய வர்த்தகர்களே! எங்களது ஏழ்மை நிலையால் உந்தப்பட்டே உங்களிடம் வந்திருக்கிறோம். நாங்களும் எங்களது மனைவிமார்களும் பச்சிளம் குழந்தைகளும் பட்டினி கிடந்து வாடுகிறோம். தரித்திரர்களாகி விட்டோம். ஈராண்டுகளாக எங்களுக்குச் சம்பளம் போடவில்லை. அதிகாரிகளது ஆணைக்கு இணங்க, அவர்களது நிலத்தில் மாடாக உழைத்து ஓடாகி விட்டோம். நாங்கள் எப்படி வாழ்க்கை நடத்துவது? நகரத்தில் வியா பாரம் செய்வதற்கு அனுமதி கிடையாது. சுற்றுப்புற வட்டங்களிலோ வணிகர் கூட்டம் அதிகம். வாணிபம் முழுமையும் அன்னியர் கையில் சிக்கிவிட்டது. நார் உள்ள செடிகளை வெட்டுவதற்கு முன் அவற்றை விலைக்கு வாங்கி விடுகிறார்கள். நூல் நூற்பதற்குள், நூலுக்குக் கிரயம் கொடுத்து விடுகிறார்கள். அந்தப் பேய்கள் தோல்களையெல்லாம் வாங்கித் தமது பேட்டையிலேயே பதனிட்டுக் கொள்கிறார்கள். எவ்வளவு மலிவான விலைக்கு விற்றாலும், நம்மவர் செய்த பூட்ஸுகளைப் பெண்கள் வாங்குவதில்லை. அவர்களுக்கு அன்னியர் செய்த பூட்ஸுகள் தாம் வேண்டுமென்கிறார்கள். உயிர் வாழ்வதற்கு ஒரு வழியுமில்லை. வியாபாரிகளே! நீங்கள் எங்களுக்கு உதவ முன்வராவிட்டால், நீங்களும் அழிவது நிச்சயம். ஜாரின் கஜானா நாரிஷ் கின்களது பிடியில் இருக்கிறது. அவர்களது ஆசைக்கு ஓர் அளவில்லை. உங்களிடமுள்ள கடைசிக் காசையும் கறப்பதே அவர்களது குறிக்கோள். அதற்கேற்றபடி புதிய வரிகளை விதிக்கப் போகிறார்கள். மற்றம் ஒரு கேடு என்னவென்றால், நாடு கடத்தப்பட்டிருந்த மாட்வீயிவ் என்ற பாயர் மாஸ்கோவுக்குத் திரும்புகிறான். அவனது நெஞ்சம் ஆத்திர மிகுதியால் துடித்துக் கொண்டிருக்கிறது. அவன் மாஸ்கோ முழுவதையுமே கபளீகரித்து விடுவான்.''

கீழே கிடந்த மனிதனது முனகல்கள் பயங்கரமாயிருந்தன. ஓவ்ஸியின் பேச்சு திகிலும் திகைப்பும் ஊட்டுவதாயிருந்தது. வியாபாரிகள் ஒருவரையொருவர் வினாடிப் பார்வை பார்த் தனர். இந்த அற்ப வியாபாரியை அன்னியர் அடித்திருப்பார்களென்று அவர்கள் நம்பத் தயாரா யில்லை. இதில் ஏதோ இரகசியம் புதைந்திருப்பதாகவே கருதினர். ஆயினும் ஓவ்ஸி உண்மை யைத்தான் விண்டு உரைத்தான் என்பதில் அவர்களுக்கு ஐயமில்லை. வாழ்வு, தாங்க முடியாத பாரமாகிவிட்டது. ஆண்டு தோறும் கஷ்டங்கள் கூடுகின்றன; பாதுகாப்புக் குறைகிறது; வறுமை அதிகரிக்கிறது. ''பாயர்களது இணக்கத்துடன், ஜார் பிறப்பித்திருக்கும் உத்திரவு என்னவென் றால்'' என்று தொடங்கும் ஒவ்வொரு உத்திரவும் ஒரு புதிய பேரிழப்புக்கு வழி செய்தது. ஆழம் காண முடியாத அகழியில் பணத்தைக் கொட்டிக்கொண்டே இருக்க வேண்டுமென்றால், ஜனங்கள் என்ன செய்வார்கள்? அவர்கள் யாருடைய ஆதரவை நாடுவார்கள்? அவர்களைப் பாதுகாக்க யார் இருக்கிறார்கள்? பாயர்கள் பராமரிப்பார்களா? கஜனாவுக்காகப் பணம் தண்டுவதொன்றுதான் அவர்களது செயலாக உள்ளது. இந்தப் பணம் எப்படித் திரட்டப்படுகிற தென்பதைப் பற்றி அவர்களுக்குக் கவலை கிடையாது. வெள்ளி மோதிரங்களை நிறைய அணிந்த

விரல்களை ஆட்டிக்கொண்டே, ஒரு பருமனான வியாபாரி கூட்டத்தைத் தள்ளிக்கொண்டு முன்னால் வந்தான். படுகாயமுற்ற மனிதன் அருகில் நின்று கொண்டு பேசினான்:

''நாங்கள், ஆர்க்கேஞ்சல் சந்தைக்குக் கச்சாப் பட்டைக் கொண்டு சென்றோம். ஒற்றைக் காசுக்குக் கூட, பட்டு வாங்குவதில்லையென்று அந்த அன்னியர்கள் தமக்குள் கூடிப்பேசி முடிவு செய்து கொண்டார்கள். அவர்களது தலைவனான ஒரு ஜெர்மானியன், 'மாஸ்கோ வியாபாரிகளே! நீங்கள் கடன்பட்டு நீதிமன்றங்களில் நின்று தவிக்கும்படி செய்கிறோம். எதிர்காலத்தில், மரப் பட்டைப் பாதரட்சைகளில்தான் நீங்கள் வியாபாரம் செய்ய முடியும். அந்த அளவுக்கு உங்களைத் தாழ்த்தி விடுவோம்' என்ற எங்களிடம் உரக்கக் கத்தினான்.''

அறையில் சலசலப்பு ஏற்பட்டது.

''நாங்கள் என்ன சொன்னோம்? கொஞ்ச காலம் போன பின்பு, மரப்பட்டைச் செருப்பு வியாபாரத்தைக் கூட இழந்து நிற்பீர்கள்!'' என்றான் ஓவ்ஸி. இன்னொரு வியாபாரி - வாலிப வயதினன் - தன் சுருள் மயிரை ஆட்டிக்கொண்டே முன்னுக்குத் தாவினான். அவன் விறுவிறுப் பாகப் பேசினான்:

''நான் பாமார்ய் சென்று வருகிறேன். மீன் வாங்கப்போனேன். வெற்று வண்டிகளுடனேயே திரும்பி விட்டேன். மேலும் பத்து ஆண்டுகளுக்கு பாமார்கள் விற்கக்கூடிய மீன்களுக்கெல்லாம் அன்னியர்கள் முன்பணம் கொடுத்துவிட்டனர். பாமார்கள் அனைவரும் அந்த அன்னியரிடம் தலைக்கு மேல் கடன்பட்டுத் தவிக்கிறார்கள். நியாய நிலையில் நாலிலொரு பங்குதான், அன்னியர்கள் கொடுக்கும் விலை. ஆனால் பிறருக்கு மீன் விற்கக்கூடாதென்று அன்னியர் கட்டுப்பாடு செய்துவிட்டனர். பாமார்களைத் தரித்திரம் பிடுங்கித் தின்கிறது. அவர்கள் கடலுக்குள் போய் மீன்பிடிக்கும் தொழிலை விட்டுவிட்டு, வெவ்வேறு பிரதேசங்களில் பிழைக்கப் போகிறார்கள். இனி ருஷியர்களாகிய நாம் ஆர்க்டிக் கடலுக்குக் கூடப் போக முடியாது.''

மீண்டும் காவற்படையினர் தமது சட்டைக் கைகளை இழுத்துவிட்டுக் கொண்டு சத்தம் போட்டார்கள். ஓவ்ஸி உடைவாளை ஆட்டிக் கலகலவென்ற ஓசையை உண்டாக்கினான்; இளித்துக் கொண்டே பேசினான்:

''எங்களது சேனாதிபதிகளுக்குத் தக்க பாடம் கற்பிக்க அவகாசம் கொடுங்கள். அதன்பின், பாயர்களைக் கவனித்துக் கொள்கிறோம். நாங்கள் மாஸ்கோ நகரெங்கும் எச்சரிக்கை மணியை ஒலிப்போம். சுற்றுப்புறப் பிரதேசங்கள் எங்களை ஆதரிக்கின்றன. வியாபாரிகளே, நீங்களும் எங்களை ஆதரிக்க வேண்டும். நல்லது, நண்பர்களே! அவனைத் தூக்கிக்கொண்டு வாருங்கள்.''

காவற்படையினர் காயமடைந்தவனைத் தூக்கினார்கள். அவன் தன் சிரத்தை ஆட்டி, ''ஓ! என்னைக் கொன்று விட்டார்கள்'' என்று இழுத்து இழுத்து அலறினான். அவர்கள் கூட்டத்தைத் தள்ளிக்கொண்டு, செஞ்சதுக்கத்தை நோக்கிச் சென்றனர். வேறு பலருக்கு அவனைக் காட்டுவதற்கே அங்கு சென்றனர்.

வியாபாரிகள் அறையில் தங்கி நிலைமையை எண்ணிப் பார்த்தனர். இந்த ஆபத்தைக் கடப்பது எப்படி? வாழ்வின் இருளை நீக்கி ஒளி பெறுவது எப்படி? காவற்படையினருடன் சேர்வதா? அவர்களோ இழப்பதற்கு ஏதுமில்லாதவர்கள்; எதற்கும் துணிந்த கட்டைகள். அத்தகையவர்களோடு சேர்வதென்றால் ஒரு முறைக்குப் பன்முறை யோசிக்கத்தான் வேண்டும். சரி, சேராதிருந்தால்? பாயர்கள் நன்றி செலுத்துவார்களா? ஒருக்காலும் இல்லை. காவற்படையினரோடு சேராதிருந்தாலும், பாயர்கள் இவர்களை விழுங்கப் போவது உறுதி. என்ன செய்வது?

11

அன்று மாலை வழிபாட்டுக்குப் பின் அலெக்ஸாண்டருக்குக் கிடைத்த சாட்டையடி அவனைச் சுருண்டு விழச் செய்தது. அவன் மிகவும் கஷ்டப்பட்டு நகர்ந்து நகர்ந்து, மாடிப்படிகளில் இறங்கினான். கீழிருந்த அறையை அடைந்தவுடன், போர்த்திக்கொண்டு படுத்தான். ஒரு சொல் பேசவில்லை; பற்களைக் கடித்துக்கொண்டு வேதனையை அடக்க முற்பட்டான். அலியோஷ்கா அவனுக்குக் கூழும் பாலும் கொண்டுவந்து கொடுத்தான். ''பாவம்! எப்படி அடித்துள்ளார்கள்...!'' என்று இரங்கினான்.

புகை போக்கிக்கு அருகில் அடுப்பு நெருப்பால் அதிகமாகச் சூடேறிய இடத்தில், அலெக்ஸாண்டர் இருபத்தி நான்கு மணி நேரம் படுத்துக் கிடந்தான். அதன் பின் அவனுக்குத் தெம்பு உண்டாயிற்று; பேசத் தொடங்கினான்: ''அப்பனாம் அப்பன்! இரத்த வெறி பிடித்து அலையும் நச்சுப்பாம்பு! சக்கரத்தில் கொடுத்து அரைக்க வேண்டும். அலியோஷ்கா, வழிபாட்டு உருவங்களுக்குப் பின்னால் எண்ணெய் இருக்கிறது. ஒரு கரண்டி அளவு, அதிலிருந்து திருடிக் கொண்டுவா. பின்புறமெல்லாம் தடவிக்கொள்கிறேன். காலையில் காயமெல்லாம் ஆறிவிடும். அதன்பின் நாம் போகலாம். குளம் குட்டையில் செத்தாலும் சாவேன்; இங்கு திரும்பி வரமாட்டேன்.''

இரவெல்லாம் மரக்கட்டைச் சுவர்களுக்கு வெளியே, புயல் அடித்தது. புகைபோக்கியிலிருந்து பேய் பூதங்கள் அலறுவது போன்ற குரல்கள் எழுந்தன. சமையற்காரியின் மகளான சிறுமி அஞ்சி நடுங்கி அடக்கமாக அழுதாள். அலியோஷ்கா அவனது அன்னையைப் பற்றிக் கனவு கண்டான்: குடிசையின் நடுவில், புகையின் மத்தியில்அவள் நின்றுகொண்டிருந்தாள். திறந்த கண்களிலிருந்து கண்ணீர் வழித்தோடியது. கரங்கள் நெற்றியைப் பிடித்துக் கொண்டிருந்தன. அவள் வாய்விட்டு அரற்றிக் கொண்டிருந்தாள். அலியோஷ்கா உறக்கத்திலும் துன்புற்றுத் தவித்தான்.

''தூங்கியது போதும். எழுந்திரு'' என்று கூறி, அலெக்ஸாண்டர் அவனை அதிகாலையில் எழுப்பினான். அவர்கள் தத்தம் சரீரத்தைச் சொறிந்துகொண்டே, மிதியடிகளை அணிந்துகொண்டார்கள். அறையில் இருந்த ஒரு ரொட்டித் துண்டை எடுத்துக்கொண்டார்கள். 'விஸில்' அடித்து நாய்களை அமைதிப்படுத்தியவாறே, வாயிற் கதவின் அடியிலிருந்த பலகையை இழுத்தார்கள். அந்த இடைவெளி வழியே தெருவுக்கு ஊர்ந்துசென்றனர். மூடு பனியை உடுத்தி நின்ற காலையின் வதனத்தில் சாந்தம் தவழ்ந்தது. தெருவெல்லாம் இருட்டாயிருந்தது. ஈரமாயும் இருந்தது. பனித் திவலைகள் சலசலவென்று ஒலித்துக்கொண்டு விழுந்தன. மர வீடுகள் நிறைந்த நகரத்துக்கு அப்பால், காலை ஞாயிற்றின் கதிர்கள் பரவிக்கொண்டிருந்தன.

அகதிகளும் கள்வர்களும் நுழைவதைத் தடுப்பதற்காக இரவில் அமைந்த அடைப்புகளைக் காவற்காரர்கள் நத்தை வேகத்தில் நீக்கிக்கொண்டிருந்தனர். ஆலயங்களுக்கு முன்னால், நல்ல இடம் பார்த்துப் பிடிக்க வேண்டுமென்பதற்காகப் பிச்சைக்காரர்களும் அசடுகளும் அங்கஹீனர்களும் சச்சரவிட்டுக்கொண்டே விரைந்தனர். ஆற்றில் தண்ணீர் காட்டுவதற்காக, சாணம் சிதறிய சாலையில், கதறும் மாடுகளை விரட்டிக்கொண்டு சென்றனர் சிலர்.

பாரோவிட்ஸ்கி வாயிலின் வட்டவடிவ ஸ்தூபியை அடையும் வரை, அலியோஷ்காவும் அலெக்ஸாண்டரும் கால் நடைகளுடன் சென்றனர். அங்கு இரும்புப் பீரங்களின் அருகில் ஆட்டுத்தோல் கோட் அணிந்த ஒரு ஜெர்மானிய வீரன் சிறு துயிலில் ஆழ்ந்திருந்தான். ''ஜாக்

கிரதையாக நட. ஜாரின் அரண்மனை அண்மையில் இருக்கிறது,'' என்றான் அலெக்ஸாண்டர். நிக்லின்னாயா நதியின் செங்குத்தான கரையில் குப்பை மேடுகளிலும் சாம்பல் குவியல்களிலும் நடந்து இவர்ஸ்கி பாலத்தை அடைந்து அதைக் கடந்தனர். பொழுது விடிந்து விட்டது. பழுப்பு நிற முகில்கள் வானத்தில் சஞ்சரித்தன. கிரெம்லின் சுவர்களைச் சுற்றி ஓர் ஆழமான அகழி தென்பட்டது. ஆங்காங்கே, நீரால் இயக்கப்பெற்ற எந்திரங்கள் அண்மைக் காலத்தில் நாச மாக்கப்பட்டதால் மிஞ்சிக் கிடந்த இடிபாடுகள் காட்சியளித்தன. அகழியின் ஓரத்தில், குறுக்கு விட்டத்தால் இணைக்கப்பெற்ற இரு தூக்குமரங்கள் நின்றன. ஒன்றில், முழங்கைகள் முதுகுப் புறத்தில் கட்டபெற்ற ஒரு நெட்டை மனிதன், மரப்பட்டைப் பாதரட்சைகளுடன் தொங்கிக் கொண்டிருந்தான். அவனது உலர்ந்த முகத்தைப் பறவைகள் கொத்திக் கொண்டிருந்தன.

''இதோ இருவர்'' என்றான் அலெக்ஸாண்டர். அகழியினடியில் இரு சவங்கள் கிடந்தன. அவற்றின் மீது பனி பெய்திருந்தது. ''இவர்கள் திருடர்கள். திருடர்களை இப்படித்தான் தண்டிக் கிறார்கள்'' என்று அலியோஷ்கா விளக்கம் தந்தான்.

நீலமான தூண் பீடங்களையும் கவிகைகளையும் உடைய வெள்ளைக் கட்டிடமான திருப் பெருந்திரு. பேஸில் ஆலயம் வரையில், சதுக்கம் முழுமையும் வெறிச்சென்று இருந்தது. மைதானத்தின் குறுக்கே ஒரு சறுக்கு வண்டிப்பாதை வளைந்து சென்றது. அது ஸ்பாஸ்கி வாயிலில்* முடிந்தது. அந்த வாயிற் கதவுகளுக்குமேல், கால் விரித்து நின்ற பொன்னிறக் கழுகு உருவத்துக்கும் மேல், அநேக காகங்கள் வட்டமிட்டுக்கொண்டிருந்தன. அவை வசந்த கால மகிழ்ச்சியில் கூவுவதைப் போல, உணர்ச்சிப் பெருக்குடன் கூவின. கரிய கடிகாரத்தின் முட்கள், மணி எட்டு ஆகிவிட்டதை அறிவித்தன. இசை எழுப்பும் மணிகள் ஓர் அன்னிய இராகத்தை ஒலித்தன. அலியோஷ்கா தன் குல்லாயை எடுத்துவிட்டு, ஸ்தூபிக்குமுன் சிலுவைக் குறியிட் டான். இங்கு சூழ்நிலை துணுக்குறச் செய்தது.

''அலெக்ஸாண்டர், விரைந்து நட. இல்லாவிடில் நம்மைப் பார்த்து விடுவார்கள்.''

''மடையா! என்னுடன் இருக்கும்பொழுது, நீ எதற்கும் அஞ்ச வேண்டாம்.''

அவர்கள் சதுக்கத்தைக் கடந்தனர். எதிர்ப்புறத்தில், மரத்தால் அமைந்த கடைகளும் கூடாரங் களும் நெருக்கமாகவும் தாறுமாறாகவும் அமைந்திருந்தன. கடைக்காரர்கள் கதவுகளிலிருந்த பூட்டுக்களைத் திறந்தும், கடைச் சரக்குகளை வெளிக்கம்பங்களில் தொங்கவிட்டும், வியா பாரத்தைத் தொடங்குவதற்குத் தயாராகிக் கொண்டிருந்தனர். அப்பக் கடைகளின் வரிசையில் புகைபோக்கிகள் கரும்புகையைக் கக்கின. அப்பம் வேகும் மணம் காற்றில் பரவியது. சந்து களிலிருந்து ஜனங்கள் திரள் திரளாக வந்துகொண்டிருந்தனர்.

அலெக்ஸாண்டர் அடி வசையைப் பொருட்படுத்தாமல் அனைத்திலும் தலையிட்டான். கூட்டத்தைத் தள்ளிக்கொண்டு கடைகளுக்குச் சென்றான்; கடைக்காரர்களிடம் விலைவாசிகளை விசாரித்தான்; வேடிக்கையாகப் பேசினான். திகைப்பால் வாயைப்பிளந்தவனாய் நடந்த அலியோஷ்காவுக்கு அவனைப் பின் தொடர முடியவில்லை. தலையில் சால்வையும் அதன்மேல் நரித்தோல் குல்லாயும் தரித்து, பஞ்சாடை உடுத்திய பருமனான மாது ஒருத்தி வருவதைக் கண்ட அலெக்ஸாண்டர், ஒரு காலை இழுத்துக்கொண்டே நடந்தான்: ''ஆ...ஆ...ஆண்டவன் காப் பாற்றுவாராக! ஏழை அ...அ... அனாதைக்கு உதவுங்கள். மகாராசியாயிருப்பீர்கள். பட்டினி கிடக்கிறேன்'' என்று நடுங்கும் குரலில் திக்கிப்பேசினான். வியாபாரியாகவிருந்த கணவனை

★ ஸ்பாஸ்கி வாயில்: கிரெம்லின் மாளிகையின் தலைமையான வாயில்.

இழந்த அவ்விதவை தன் மேலாடையின் வெளி விளிம்பைத் தூக்கி, இடுப்பில் தொங்கிய பணப்பையிலிருந்து இரண்டு அரை-கோபெக் காசுகளை எடுத்தாள். அவற்றை அவனிடம் கொடுத்துவிட்டு, பயபக்தியுடன் சிலுவைக் குறியிட்டாள். உடனே, அப்பமும் இன்சுவைத் தேறலும் வாங்கிச் சாப்பிடுவதற்காக, இரு பையன்களும் ஓட்டம் பிடித்தார்கள்.

''என்னுடன் இருந்தால் உனக்கு ஒரு குறைவும் வராது'' என்றான் அலெக்ஸாண்டர்.

ஜனநெருக்கம் அதிகமாகிக் கொண்டிருந்தது. ஜனங்களைக் கண்டு ரசிப்பதற்காக வந்தவர் சிலர்; தமது நேர்த்தியான ஆடைகளைப் பகட்டாக வெளிக்காட்டுவதற்கு வந்தவர் இன்னும் சிலர்; வேறு சிலர், அகப்பட்டதை அபகரிப்பதற்காக வந்தவர்களாவார்கள். கம்பளம் விரித் ததைப் போலக் கத்தரிக்கப்பட்ட தலைமயிர் பனியின் மீது இறைந்து கிடந்த சந்தில், நாவிதர்கள் கத்தரிக்கோல்களால் 'கிளிக்' என்ற ஓசையைச் செய்து, வாடிக்கைக்காரர்களை வசீகரிக்க முயன்றனர். அவர்களில் சிலர் முன்பே மரக்கட்டைகளின் மீது விறைப்பாக அமர்ந்திருந்த வாடிக்கைக்காரர்களுக்கு மயிர் வெட்டிக் கொண்டிருந்தனர். நூல் விற்பனைக் கடைகளின் வரிசையில்தான், சந்தடி அதிகமாயிருந்தது. வீட்டில் தீப்பற்றிக் கொண்டால் அலறுவார்களே, அதுமாதிரி கூச்சலிட்டுக் கொண்டு, பெண்கள் தையலுக்குத் தேவையான நூலும் ஊசிகளும் பித்தான்களும் வாங்கினார்கள், விற்றார்கள். தன்னந்தனியனாகி விடாமலிருப்பதற்காக, அலி யோஷ்கா, அலெக்ஸாண்டரின் இடுப்புத் தோல்பட்டையைக் கெட்டியாகப் பிடித்துக் கொண்டான்.

அவர்கள் மீண்டும் திறந்தவெளியில் பிரவேசித்து நடந்தபொழுது, ஒருவன் வேகமாக ஓடினான். சிலர் ஏதோ இரைந்து பேசினார்கள். ஒரு பெருங்கூட்டம், செவியைத் துளைக்கும் வகையில் ஊளையிட்டுக் கொண்டும்'விஸில்' அடித்துக்கொண்டும் வார்வார்காவிலிருந்து வந்து கொண்டிருந்தது. காவற்படையினர் நையப்புடைக்கப்பட்ட ஒருவனைத் தூக்கிக் கொண்டு வந்தனர்.

''கிறிஸ்துவச் சகோதரர்களே, இந்த வியாபாரியை என்ன செய்திருக்கிறார்களென்று நோக்குங்கள்'' என்று அவர்கள் கண்களில் நீர்மல்கக் கூட்டத்தினரை வேண்டிக்கொண்டார்கள்.

அங்கு கிடந்த மரப்பட்டைச் சறுக்கு வண்டியில் அடிபட்ட மனிதனைக் கிடத்தினார்கள்! ஓவ்ஸி வண்டியில் ஏறி நின்று, சாராயக் கடையில் பேசிய செய்திகளையே மீண்டும் சொன்னான். ஒரு மதிப்புக்குரிய வியாபாரியைப் பகைமை பாராட்டும் அன்னியர்கள் அடித்துப் போட்டு விட்டதையும், விரைவில் பாயர்கள் மாஸ்கோ நகரை விதேசிகளுக்குக் கூறுபோட்டுக் கொடுக்க விருப்பதையும் விவரித்து உரை நிகழ்த்தினான்.

பையன்கள் கூட்டத்தைத் தள்ளிக்கொண்டு சறுக்குவண்டியை அடைந்தனர். காயம்பட்ட வனுக்கு அருகில் அமர்ந்த அலியோஷ்கா, அவனை உடனடியாக அடையாளம் கண்டு கொண்டான். முன்னாளுக்கு முதல்நாள், லூபியான் காவில் சிறிய கண்களையும் பெரிய சரீரத்தை யும் உடைய ஒருவன், குழிமுயல் தோல்குல்லாயை அணிந்து தின்பண்டம் விற்றானல்லவா? அலியோஷ்கா அவனிடம் தின்பண்டம் வாங்கினானல்லவா? அதே மனிதன்தான் படுகாய முற்றவனாக வண்டியில் கிடந்தான். அவனிடமிருந்து ஓட்காவின் முடைநாற்றம் வீசியது. அவனுக்குப் புலம்பிப் புலம்பி, முனங்கி முனங்கி அலுத்துப் போய்விட்டது. பக்கவாட்டில் படுத்துக்கொண்டு, முகத்தை வைக்கோலில் புதைத்தவனாய்.

''ஓ! ஓ! யேசுநாதருக்காக, என்னை விட்டு விடுங்கள்....'' என்று தணிந்த குரலில் கூறிக்கொண்டிருந்தான்.

ஓவ்ஸி சிலுவைக்குறி இட்டுவிட்டு, ஆலயங்களுக்கும், கூடியிருந்த மக்களுக்கும் வணக்கம் தெரிவித்தான். ஜனங்களிடையே சிதறிப்பரவிய காவற்படையினர் அவர்களது செவிகளில் ஏதோ ஓதிக்கொண்டிருந்தனர்; பொதுமக்கள் ஆவேசம் கொண்டனர். திடீரென்று ஒரு கூச்சல்:

''குதிரை வீரர்கள்! குதிரை வீரர்கள்!''

ஸ்பாஸ்கி வாயிலிருந்து, சறுக்கு வண்டிப் பாதை வழியே இருவர் விரைந்து வந்தனர். முன் குதிரை மீது அமர்ந்தவன், காவலர் படைக்கு உரிய கோட்டை அணிந்திருந்தான். அது செக்கச் செவேலென்று இருந்தது. அவனது குல்லாயைச் சாய்வாக வைத்துக் கொண்டிருந்தான். வைரக் கற்கள் பதிக்கப்பெற்ற அவனது வளைவுக்கத்தி, வெல்வெட்டால் செய்த இருக்கைத் துணிமீது பட்டுப்பட்டு ஒளி செய்தது. அவன் வேகத்தைக் குறைக்காது, கடிவாளத்தை நழுவவிட்டு வட்டத்துக்குள் குதிரையை விரட்டினான். அஞ்சியவர்களின் கரங்கள், குதிரையின் கடிவாளத்தைக் கைப்பற்றின. அந்தக் குதிரைவீரன் தன்மஞ்சள் நிறப்பற்களைக் காட்டிக்கொண்டு, முகத்தை விரைவாக இப்பக்கமும் அப்பக்கமும் திருப்பினான். அவன் விசாலமான நெற்றியும் ஆழமான நயனங்களும் திண்ணிய சிறுநாடியும் உடையவனாயிருந்தான். ஐவான் ஹோவான்ஸி என்ற அந்த ராணுவத் தலைவன், புராதனமான பெருண்மக்குரிய பாயர் குடும்பத்தில் பிறந்தவன்; இழிந்த குடிப்பிடிப்பினரான நாரீஷ்கின்களின் கொடிய பகைவன். தமக்குரிய உடுப்பை அணிந்து வந்த ஹோவான்ஸ்கியைக் கண்டவுடன், காவற்படையினர், ''அவர் நம்முடன் இருக்கிறார்! ஐவான் ஹோவான்ஸ்கி நம்மோடு சேர்ந்துவிட்டார்'' என்று உரக்கக்கூவி அவனைச் சுற்றிக் கொண்டார்கள்.

சற்றுத் தாமதமாக வந்த இரண்டாவது குதிரைமீது வாஸிலிகோலிஸ்ஸின் குந்தியிருந்தான். அவன் தன் குதிரையின் கழுத்தைத் தட்டிக்கொடுத்துக் கொண்டே வினவினான்:

''கிறிஸ்துவர்களே, கலகம் செய்கிறீர்களா? உங்களுக்கு யார் என்ன தீங்கு செய்தார்கள்? பேசுங்கள், மனம் விட்டுப் பேசுங்கள்! பகலும் இரவும் நாங்கள் ஜனங்களது கஷ்டத்தை எண்ணி எண்ணி வேதனைப்படுகிறோம். மாளிகையின் மாடியிலிருந்து ஜார் உங்களைப் பார்த்தார். யாருக்கு என்ன இடர்ப்பாடு என்று திகிலடைந்தார். வயதில் சிறியவரல்லவா? விசாரித்துக் கொண்டு வரும்படி, எங்களை அனுப்பினார்.''

அவனது கோட்டின் சரிகையையும் சித்திரப் பின்னல்களையும் கண்டு கூட்டத்தினர் வாயைப் பிளந்தனர். அந்தக் கோட்டின் கிரயத்தைக் கொண்டு மாஸ்கோவில் பாதியை வாங்கி விடலாமென்று அவர்களுக்குத் தோன்றியது. குதிரையைத் தட்டிக்கொடுத்த கரத்துக்கு அணிசெய்த மோதிரங்களை அவர்கள் உற்று நோக்கினர். அந்த மோதிரங்கள் கண்ணைப் பறிக்கும் ஒளியை உமிழ்ந்தன. ஜனங்கள் வாய் திறக்காது பின்வாங்கினார்கள். கோலிட்ஸின், முகத்தில் குறுநகை அரும்ப முன்சென்று ஹோவான்ஸ்கி குதிரையை ஓட்டினாற்போலத் தன் குதிரையை நிறுத்தினான்.

''எங்களது தளபதிகளை ஒப்படையுங்கள். அவர்களை மணிக்கூண்டுகளிலிருந்து தலை கீழாகத் தொங்கவிட்டுத் தண்டிக்கிறோம். மேலேயுள்ள பாயர்கள் என்ன எண்ணிக்கொண்டிருக்கிறார்கள்? அவர்கள் ஏன் ஒரு சிறுவனை, நாரிஷ்கின் கலப்பு இனப்பிறவியை, எங்கள் மீது ஜாராகத் திணித்திருக்கிறார்கள்?'' என்று சிப்பாய்கள் கோலிஸ்ஸினைப் பார்த்துக் கூச்சலிட்டார்கள்.

ஹோவான்ஸ்கி தனது தோல் கையுறையின் விளிம்பால் நரை கண்ட மீசையைத் தடவிக் கொண்டிருந்தான். அவன் தன் கரத்தை உயர்த்தியதும், அனைவரும் மௌனமாயினர்.

ஆசனத்திலிருந்து சற்றுத் தன்னை உயர்த்திக்கொண்டு, ''சிப்பாய்களே'' என்று அவன் விளித்தான். கூட்டத்தின் ஒரத்திலுள்ளவருக்கும் காது கேட்க வேண்டுமென்பதற்காக அவன் தனது கரகரத்த குரலில் உரக்கப் பேசினான்; எனவே அவனது முகம் குங்குமமாகச் சிவந்தது.

''வீரர்களே! தாங்க முடியாத சுமையைப் பாயர்கள் உங்கள்மீது திணித்திருக்கிறார் களென்பதை நீங்களே உணர்ந்துவிட்டீர்கள். அவர்கள் எப்படித்தான் இந்த ஜாரைத் தேர்ந் தெடுத்தார்களோ, ஆண்டவனுக்குத் தான் வெளிச்சம். பீட்டரை ஜாராகப் பிரகடனம் செய்தது நான் அல்ல. உங்களுக்குச் சம்பளம் கிடைக்காது என்பதுடன், ஜீவனோபாயம் ஏதுமின்றி நீங்கள் தவிக்கப் போகிறீர்கள். இனி நீங்கள் அடிமைகளைப் போல் வேலை செய்ய வேண்டும். உங்களது குழந்தைகள் நாரிஷ்கின்களது நிரந்தர அடிமைகளாகப் போகிறார்கள். இதைவிடப் பெரிய கேடு ஒன்றும் நிகழப் போகிறது... ஆம், உங்களையும் எங்களையும் அன்னியர்களிடம் ஒப்படைக்கப் போகிறார்கள். அவர்கள் மாஸ்கோவை அழித்து விடுவார்கள், வைதீகச் சமயத்தை வேரோடு கில்லி எறிந்து விடுவாகள். அந்தோ! ருஷியப் பராக்கிரமம் என்று ஒன்று இருந்ததே, அது எங்கே, எங்கே?''

இந்த உரையைக் கேட்ட மக்கள் பயங்கரமாகக் கத்தினார்கள். அந்தக் கூச்சல் அலியோஷ்காவை நடுநடுங்கச் செய்தது.

''நம்மை மிதித்துத் துவைத்துச் சாகடித்து விடுவார்கள்'' என்று அவன் எண்ணினான். ஒரு சறுக்கு வண்டியிலிருந்து இன்னொன்றுக்குப் பாய்ந்து கொண்டிருந்த அலெக்ஸாண்டர், வாயில் இரு விரல்களை வைத்து 'விஸில்' அடித்தான்.

''வீரர்களே! ஆற்றைத் தாண்டி, உங்களது படைவீடுகளுக்குச் செல்லுங்கள்; அங்கு உரையாடுவோம்'' என்ற ஹோவான்ஸ்கி உச்சஸ்தாயியில் கத்தியதுதான் செவியில் விழுந்தது.

12

குதிரை பூட்டாத சறுக்கு வண்டிகளைத் தவிர, அலியோஷ்காவும் அலெக்ஸாண்டருமே சதுக்கத்தில் மிஞ்சியிருந்தனர். காயம்பட்ட மனிதன் எழுந்து அமர்ந்தான். வீங்கிய கண்களைத் திறந்து சுற்றுமுற்றும் பார்த்தான்; மூக்கைச் சிந்தினான்.

''மாமா, உங்களை உங்கள் இல்லத்துக்குக் கொண்டு சேர்க்கிறோம். உங்களது நிலையைக் கண்டு மிகவும் வருந்துகிறோம்,'' என்று அலெக்ஸாண்டர், அலியோஷ்காவிடம் கண்ணைச் சிமிட்டி விட்டுக் காயம்பட்ட மனிதனிடம் கூறினான்.

அவனுக்கு ஒன்றுமே விளங்கவில்லை. மயக்கம் தெளியவில்லை. பையன்கள் அவனைத் தாங்கி நடத்திக்கொண்டு சென்றனர். அவன் முணுமுணுத்துக் கொண்டும் தட்டுத் தடுமாறிக் கொண்டும் நடந்தான். ஆங்காங்கே, 'நில்' என்று உரக்கக் கூவிப் பையன்களைத் தள்ளினான்; கம்பளப் பூட்ஸுகளால் பூமியை அறைந்து, யாரையோ அச்சுறுத்தினான். அவர்கள் ஆற்றுக்கு அக்கரையிலிருந்த ஸெர்புலோவ்ஸ்கி வாயிலை நோக்கிச் சென்றனர். அவன் பெயர் பிடோர் லாயட்ஸ் என்பதை அவர்கள் வழியிலேயே தெரிந்துகொண்டனர். நகரின் புறவட்டத்தில் இருந்த அவனது வீடு பெரிதாயில்லை. தோட்டத்தில் பறவைகள் கூடுகட்டியிருந்த மரம் ஒன்று இருந்தது. ஆனால் நுழைவாயிலும் வீடும் புதுமைப் பொலிவுடன் விளங்கின.

''அப்பங்களும் தின்பண்டங்களும் இதோ இருக்கின்றன! எனக்கு உதவும் தேன்சொட்டும் அழகிகள் இதோ இருக்கிறார்கள்'' என்று தன் வீட்டைக் கண்ட பிடோர் மகிழ்ச்சி ததும்பப் பேசினான்.

அம்மை வடுக்களுடைய ஒற்றைக்கண் மாது, திட்டிவாசலைத் திறந்தாள். அவளைத் தள்ளிக் கொண்டு பிடோர் உள்ளே சென்றான். இரண்டு பையன்களும் அவனுக்குப் பின்னால் ஓசையின்றி நுழைந்தனர்.

அவன் அவர்களை நோக்கித் திரும்பினான்:

''எங்கு வருகிறீர்கள்? என்ன வேண்டும்?'' என்று ஆத்திரம் பொங்க வினவினான். ஆனால் திடீரென்று தன் கருத்தை மாற்றிக்கொண்டு, அவர்கள் வருவதைப் பற்றி அக்கரை இல்லாதவன் போலச் சைகை செய்துகொண்டு, வீட்டுக்குள் சென்றான். அங்கே, புதிய உள்மரப்பட்டைப் பாயை விரித்திருந்த விசிப்பலகையில் அமர்ந்து, தன் ஆடைகளை ஆராய்ந்தான். அவை கந்த லாகக் கிழிந்திருந்தன. வருத்த மிகுதியால் சிரத்தை அசைத்துக்கொண்டு புலம்பத் தொடங்கினான்:

''கொன்று விடுவார்களென்றே தோன்றியது. பிழைத்தது புனர் ஜன்மம்தான். என்னை யார் எதற்காக அடித்தார்களென்பது நினைவில் இல்லை. தூய ஆடைகளைக் கொண்டு வா'' என்று ஒற்றைக்கண் மாதிடம் கூறினான். உடனே திடீரென்று மணிக்கட்டுகளால் பெஞ்சை அறைந்தான். ''ஒற்றைக்கண் சிறுக்கி! உன்னைத்தான் சொல்கிறேன், வென்னீர் தயார் செய்'' என்று ஊளை யிட்டான்.

அவள் சிணுங்கிவிட்டு வெளியே சென்றாள். அறையில் பாதியை அடைத்திருந்த அடுப்புக்கு அருகில் இரு பையன்களும் நெருங்கி அமர்ந்தனர். பிடோர் பேசத் தொடங்கினான்:

''சிறுவர்களே! நீங்கள் என்னைக் காப்பாற்றினீர்கள். உங்களுக்கு விருப்பமானதைக் கேளுங்கள். என் உடலெல்லாம் புண்ணாயிருக்கிறது. ஒரு விலா எலும்புகூட முழுசாக இல்லை போலிருக்கிறது. நான் எப்படித் தட்டைத்தூக்கிக் கொண்டு போய்த் தின்பண்டங்களை விற்பேன்? என்ன பரிதாபமான நிலைமை! தொழில் காத்திருக்காதே, என் செய்வேன்?''

அலெக்ஸாண்டர் மீண்டும் அலியோஷ்காவுக்குக் கண்சாடை காட்டினான். அதன்பின் பேசினான்:

''எங்களுக்குப் பரிசு ஒன்றும் தேவையில்லை. இரவு மட்டும் உங்கள் வீட்டில் தங்குகிறோம்.''

பிடோர் குளிக்கும் அறைக்கு ஊர்ந்து சென்றபின், சிறுவர்கள் கணப்புக்குமேல் இருந்த இடத்துக்கு ஏறிப்போய்ப் படுத்தனர்.

''நாளைக்கு அவனுக்காகத் தின்பண்டம் விற்போம். நான்தான் சொன்னேனே. என்னுட னிருந்தால் உனக்கு ஒரு குறைவும் வராது'' என்று அலெக்ஸாண்டர் தன் தோழன் காதில் இரகசியம் பேசினான்.

ஒற்றைக்கண் மாது அதிகாலையில் எழுந்து, பொங்கு அப்பங்களையும் பிஸ்கோத்து களையும் பஜ்ஜிகளையும் சுட்டாள். அவற்றில் இரு ரகம். ஒன்று உண்ணாவிரதம் இருந்தவர்களுக் காகப் பயறு வகைகளையும் கிழங்கு வகைகளையும் உப்பிலிட்ட காளான் வகைகளையும்

உபயோகித்துச் செய்தது. இன்னொரு ரகம், இறைச்சி அல்லது முட்டைகளைக் கொண்டு செய்தது. ஆட்டுத்தோல் கோட்டைப் போர்த்திக் கொண்டு பெஞ்சில் படுத்திருந்த பிடோர் புலம்பியவாறு இருந்தான். அவனால் கைகால்களை அசைக்க முடியவில்லை. அலெக்ஸாண்டர் வீட்டைக்கூட்டினான்; முன்றிலுக்கு ஓடிப்போய் விறகும் தண்ணீரும் கொண்டுவந்தான்; சாம்பலையும் கழுநீரையும் வெளியே கொண்டுபோய்க் கொட்டினான்; பிடோரின் கால்நடை களுக்குத் தண்ணீர் காட்டுவதற்கு அலியோஷ்காவை அனுப்பினான்; அவன் வேடிக்கையாகப் பேசிக்கொண்டே மின்னல் வேகத்தில் காரியங்களைச் செய்தான்.

''என்ன ஊக்கம்!'' என்று பிடோர் வியந்தான்: ''ஏ! தின்பண்டங்களை விற்பதற்கு உன்னைச் சந்தைக்கு அனுப்புவேன். ஆனால் பணத்தை எடுத்தக்கொண்டு கம்பி நீட்டி விடுவாயோ என்று அஞ்சுகிறேன். உன் சாமர்த்தியத்துக்கு நீ திருடாமலிருக்கமாட்டாய்.''

இதைக்கேட்ட அலெக்ஸாண்டர், கழுத்தில் அணிந்திருந்த சிலுவையை முத்தமிட்டான்; பணத்தைத் திருடமாட்டேன் என்று ஆணையிட்டுக் கூறினான். நாற்பது திருப்பெருந் திருவடியார்களது சித்திரங்களை உடைய வழிபாட்டுச் சின்னத்தைச் சுவரிலிருந்து எடுத்து, அதற்கும் முத்தமிட்டான். மனநிறைவோடோ மனக்குறையோடோ பிடோர் அவனை நம் பினான். அந்த அம்மாள், இருநூறு அப்பங்களைத் தட்டுகளில் வைத்து, பழைய துணியால் மூடி னாள். சிறுவர்கள் தம் பணிக்கேற்ற மேலாடைகளைக் கட்டிக்கொண்டனர். தோலுறைகளை அரைக்கச்சையில் சொருகிக்கொண்டனர். தட்டுகளைக் கையிலெடுத்துக்கொண்டு கிளம்பினர்.

''அப்பம் வாங்கலையா அப்பம்! சூடான அப்பம்! தீஞ்சுவை அப்பம்! ஜதைக்குக் கால் கோபெக்!'' என்று அலெக்ஸாண்டர் வழிப்போக்கர்களைக் கண்ணடித்துக் கொண்டே கீச்சென்ற குரலில் கத்தினான். ''போனால் வராது! ஓடி வாருங்கள்! விரைவில் வாங்குங்கள்!'' என்றும் கூவினான்.

சிப்பாய்களது கோஷ்டி ஒன்றைக் கண்டவுடன், அவன் துள்ளித் தாவிக்கொண்டு இழுத்து இசைக்கும் குரலில் கூவினான்:

''வந்து வாங்குங்கள்! ஜார் மன்னர்களுக்குத் தகுதியான அப்பம்! பாயர்களுக்குப் பொருத்தமான அப்பம்! கிரெம்லினில் சில அப்பங்களை வாங்கிக் கொண்டார்கள். என்னைத் தண்டிக்கவும் செய்தார்கள். நாருஷ்கின்கள் அப்பத்தைத் தின்றார்கள், தொப்பையைக் கலக்கிவிட்டது!''

காவற்படையினர் நகைத்தார்கள். அப்பத்தை வாங்குவதற்கு 'நீமுன், நான் முன்' என்று போட்டியிட்டார்கள். அலியோஷ்காவும் இந்தச் சந்தடியில் சேர்ந்துகொண்டான். அவர்கள் ஆற்றங்கரையை அடைவதற்குள் தட்டுகள் காலியாகிவிட்டன. எனவே அப்பங்களை எடுத்துவர வீட்டுக்குத் திரும்பினர்.

''சிறுவர்களே! உங்களை ஆண்டவன்தான் எனக்கு அனுப்பியிருக்கிறார்'' என்ற பிடோர் வியந்து கூறினான்.

13

மூன்று வாரங்கள், டிர்டாவ் மாஸ்கோவில் சுற்றிக்கொண்டிருந்தான். வேலையுமில்லை; பணமுமில்லை. அன்று, லூபியான்ஸ்கி சதுக்கத்தில், குமாஸ்தாக்கள் அவனைக் கிண்டல் செய்தனர். நிலமோ அடிமைகளோ யாதும் கிடைக்கவில்லை. மகாப்பிரபு ரோமோடானோவ்ஸ்கி, அவனை ஏசினான், அவமானப்படுத்தினான். அடுத்த ஆண்டிலாவது வஞ்சிக்கும் எண்ணமில்லாமல் சிறந்த குதிரையுடன் வரும்படி ஆணையிட்டான்.

சதுக்கத்திலிருந்து கிளம்பிய டிர்டாவ், இரவைக் கழிப்பதற்காக ஒரு சாராயக் கடைக்குச் சென்றான். வழியில் அவனைச் சந்தித்த அவனது அண்ணன் அவமதிப்புக்கு ஆளானதற்காகக் கடிந்து கொண்டான்; அவனது காயடித்த குதிரையைக் கைப்பற்றிக்கொண்டான். ஆனால் டிர்டாவின் கத்தியையோ, அவர்களது பாட்டன் காலத்தில் செய்ததும் பெரிய வெள்ளிப் பதக்கங்கள் அமையப்பெற்றதுமான பட்டினாலான அரைக்கச்சையையோ அண்ணன் பறித்துக்கொள்ள வில்லை. அன்று இரவே, வெள்ளைப்பூண்டுடன் ஓட்காவைக் குடித்து நிதானமிழந்த டிர்டாவ், கத்தியையும் அரைக் கச்சையையும் மதுவிற்பனையாளனிடம் அடமானம் வைத்து மேலும் குடித்தான்.

மாஸ்கோவில் வசித்த இரு சாமர்த்தியசாலிகள், டிர்டாவுடன் ஒட்டிக்கொண்டார்கள். ஒருவன் வியாபாரி மகனாகவும் இன்னொருவன் குமாஸ்தாவாகவும் அறிமுகம் செய்து கொண்டனர். உண்மையில் இருவருமே சாராயக் கடைகளில் சோம்பித்திரியும் கழிசடைகளாவார்கள். அவர்கள் டிர்டாவைக் கொண்டாடினர். அவனது இதழ்களில் முத்தமிட்டனர். அவன் இன்பமாகப் பொழுது போக்குவதற்கு வழி செய்வதாக வாக்களித்தனர். ஒரு வாரம், டிர்டாவ் அவர்களுடன் குதித்துக் கும்மாளம் போட்டான். உட்குழிவான மாட்டுக் கொம்பில் நீர் நிறைத்துப் புகையிலையைப் புகைப்பதற்காக, அவர்கள் அவனை ஒரு கிரேக்கனுடைய நிலவரைக்கு இட்டுச் சென்றனர். அங்கு அவர்கள் புகைபிடித்துப் புகைபிடித்து, மெய்மறந்த நிலையை அடைந்தனர். அந்நிலையில் இயற்கைக்கு ஒவ்வாத விபரீதக் காட்சிகளைக் கண்டு இதம்தரும் அச்சத்துக்கு ஆளானார்கள்.

அவர்கள் அவனை அரசாங்கத்துக்குச் சொந்தமான நீராடும் அறைகளுக்கு அழைத்துச் சென்றனர். மாஸ்க்வா நதிக்கரையில் இருந்த ஒரு நீராவி ஸ்தான அறைக்கும் அழைத்துச் சென்றனர் ; அங்கு நீராவி ஸ்நானம் செய்ய வேண்டுமென்பதல்ல அவர்களது தலைமையான நோக்கம். அம்மணமான பெண்கள், தேய்த்துக் குளிப்பதற்கான நார்க்குச்சுகளால் தம்மை மறைத்துக் கொண்டு, நீராவிப் படலங்களிலிருந்து நடையறைக்குப் பாய்ந்து வருவதைக் கண்டுகளிப்பதே அவர்களது பிரதான லட்சியம். இதுவும் டிர்டாவுக்குப் புகையிலையைப் போல ஒரு லாகிரியாகப் பயன்பட்டது.

விலைமகள் வீட்டுக்குச் சென்று இன்புறும்படி அவர்கள் அவனைப் பெரிதும் வற்புறுத்தினர். ஆனால் தடைக்குள்ளான கனியைப் பறித்துப் புசிப்பதற்கு அஞ்சும் இளவயதினனாகவே, டிர்டாவ் இருந்தான். அவனது தந்தை மாலை வழிபாட்டுக்குப் பிறகு, மெழுகுவத்தி விளக்கை விரல்களால் தூண்டிவிட்டுப் பித்தளைக் கொக்கிகளுடன் கூடிய பழைய தோல் அட்டைப் புத்தகத்தை எடுத்து, அதன் மடங்கிய ஏடுகளைப் பிரித்துப் பெண்களைப் பற்றிப் படித்ததெல்லாம் அவன் மறக்க வில்லை.

''பெண் என்பவள் யார்? ஆணுக்கு ஆசைகாட்டி மோசம் செய்யும் வஞ்சகி. அழகு சொட்டும் வதனமும் ஒளிவீசும் கண்களும் ஆடலாடும் பாதங்களும் உடைய அவளது மோகத்துக்கு இரையானால், ஆடவனது மெய்யெல்லாம் பற்றி எரிகிறது. பெண் என்பவள் யார்? சிறு துயிலில் பள்ளிகொண்டிருக்கும் சர்ப்பம், வெறுக்கத்தக்க மோகம், சாத்தானது கலசம், தொட்டால் பற்றிக் கொள்ளும் நோய், குறும்பு செய்யும் கூனி, பேயின் படைப்பு!''

அவன் எவ்வாறு அச்சங்கொள்ளாமலிருக்க முடியும்? ஒருநாள் அவர்கள் அவனைப் பாக்ராவ்ஸ்கி வாயிலண்டை உள்ள சாராயக்கடைக்கு இட்டுச் சென்றார்கள். அவர்கள் உட்கார்ந்தவுடன், மென் மரப்பட்டைத் திரைக்குப் பின்னாலிருந்து ஒரு மங்கை துள்ளிக் குதித்துக் கொண்டு வந்தாள்; குட்டையான உருவம், தளர்ந்துகிடந்த கூந்தல், மைபூசிய புருவங்கள், வட்ட வடிவக் கண்கள், நீள் செவிகள், 'பீட்ரூட்' என்ற கிழங்கால் தேய்த்துத் தேய்த்து நீலம் பாயப் பெற்ற கன்னங்கள். அவள் அவர்கள் முன் தோன்றியவுடன் தன்மேல் போர்த்தியிருந்த ஒட்டுத்தையல் பஞ்சுமெத்தையைத் தூக்கி எறிந்துவிட்டு, உடலின் வெண்மையும் திண்மையும் விளங்க அம்மணமாக நின்றாள். செம்பு மோதிரங்களையும் கணகணவென்று ஒலிக்கும் வளைகளையும் அணிந்த கரங்களால் டிர்டாவுக்குச் சைகை செய்துகொண்டே அவனருகில் அவள் நடனமாடினாள்.

பிறந்த மேனியாக நின்ற அவள், திகில் கொள்ளச் செய்யும் கோரப்பேயாகத் தோன்றினாள். அவளது சுவாசத்தில் மதுவின் மணம் வீசியது. உடலிலிருந்து வேர்வையின் நாற்றம் பரவியது. டிர்டாவ், மண்டையோடு பதறத் துள்ளி எழுந்தான். மூர்க்கனைப் போலக் கத்திக்கொண்டு, கையைத் தூக்கினான். ஆனால் அவளை அடிக்கவில்லை. வெறிகொண்டவனாய் அறையிலிருந்து விரைந்து வெளியேறினான்.

தெருவில் அமைதி நிலவியது. தெருக்கோடியில், சூரியாஸ்தமனத்தின் மஞ்சள் நிறம் மறைந்து கொண்டிருந்தது. காற்று, கிறுகிறுக்கச் செய்தது. காலடியில் மிதிபட்ட மென்பனி படபடவென்ற ஒலியுடன் பொடித்தது. சின்னஞ் சிறிய இரும்புக் கொடியுடன் கூடிய நீலம் பாய்ந்த சாம்பல் நிறக்கோட்டையின் ஸ்தூபிக்கு அப்பால், கூர்மையான கூரையொன்றுக்குப் பின்னாலிருந்து சந்திரன் தனது வானவழிப் பயணத்தைத் தொடங்கினான். செம்பு நிறமான வட்டத்தகடாகக் காட்சியளித்த அவன், டிர்டாவின் முகத்தை ஒளிரச் செய்தான். டிர்டாவுக்கு நடுக்கம் ஏற்பட்டது. அவனது பற்கள் தந்தியடித்தன. அவனது மார்பகம் சில்லிட்டது போலத் தோன்றியது. சாராய விடுதியின் கதவு கிறீச் சென்று திறக்க, வெள்ளையான நிழல்போல அந்தப் பெண் வெளியே வந்தாள். காமவெறி மிகுந்த தோரணையில் அவள் வாயிலில் நின்றாள்.

''அன்பே! எதைக்கண்டு அஞ்சுகிறாய்? உள்ளே வா'' என்றாள்.

டிர்டாவ் ஆத்திர மிகுதியுடன் ஓடிப்போனான்.

விரைவில், அவன் தன் பணத்தையெல்லாம் இழந்து நின்றான். அவனது கூட்டாளிகளும் அவனை விட்டுச் சென்றனர். தான் உண்டு குடித்த ஊதாரித்தனத்தையும், கண்டதை விண்டு பார்க்காததன் கோழைத் தனத்தையும் எண்ணி எண்ணி டிர்டாவ் மிகவும் வருந்தினான்; அங்கு மிங்கும் அலைந்து திரிந்தான். கிராமத்திலுள்ள தந்தையிடம் செல்வதற்கு அவனது மனம் துணியவில்லை.

கடைசியில் அவனுக்குத் தன் வயதினனும் தனது ஞானப் பிதாவின் மகனுமான ஸ்டீபன் ஞாபகம் வரவே, அவனது வீட்டுக்குச் சென்றான். அங்கு, ஏவலாட்கள் அவனை அவமதித்தார்கள், அவர்கள் போக்கிரிகளாகத் தோன்றினார்கள்.

''குல்லாயை எடுக்காமல் படியேறும் கொழுப்பைப்பார்!'' என்று கூறி ஒருவன் அவனது குல்லாயைத் தட்டிவிட்டான். எனினும், அவர்கள் அவனை உள்ளே அனுமதித்தனர். பெரிதாக வும் கதகதப்பாகவுமிருந்த நடையறையில் பெஞ்சுகள் மீது காட்டு மிருகங்களது தோல்கள் விரிக்கப்பட்டிருந்தன. இங்குத் தீஞ்சுவை அப்பம்போல் செழிப்பாக விருந்த ஒரு வாலிபன் டிர்டாவைச் சந்தித்தான். பட்டுச் சட்டையும் உயர்ந்த பூட்ஸும் அணிந்திருந்த அந்த வாலிபன் டிர்டாவைத் துடுக்காக நோக்கி, ''பாயரிடம் உனக்கு என்ன வேலை?'' என்று இதமான குரலில் வினவினான்.

''அவரது நண்பன், மிஷ்கா டிர்டாவ், ஏதோ வேண்டிக்கொள்வதற்கு வந்திருப்பதாகச் சொல்'' என்றான் டிர்டாவ்.

''சொல்கிறேன்'' என்று இழுத்துக் கூறிவிட்டு, சுருள் மயிரைச் சுழற்றிக் கொண்டே மெள்ள நடந்தான். டிர்டாவ் காத்திருக்க வேண்டியதாயிற்று. ஏழைகள் நன்மதிப்பை நாட முடியாது. கடைசியில் அந்த வாலிபன் மீண்டும் தோன்றினான்; தன்னைப் பின்தொடரும்படி தலை அசைத்தான்.

டிர்டாவ் வரவேற்பு அறையில் நுழைந்தான். கூச்சம் அவனைக் கொள்ளை கொண்டது. மூலையில் ஜரிகை அருகுடன் பின்னல் வேலைகளால் பொலிவு பெற்ற திரைச்சீலை மூடிய வழிபாட்டு உருவங்களை நோக்கினான்; மிகுந்த அக்கரையோடு சிலுவைக் குறியிட்டான். அறையில் ஒரு கண்ணோட்டம் விட்டான்; செல்வந்தர்கள் எவ்வாறு வாழ்கிறார்கள்! என்ன வசதி! என்ன அலங்காரம்! எல்லாம் எவ்வளவு நேர்த்தியாக உள்ளன! வெல்வெட் துணிகள் தொங்கும் சுவர்கள்! பன்னிறச் சமுக்காளங்களும் கம்பளங்களும் விரிக்கப்பெற்ற தளம்; வெல்வெட் ஆடை உடுத்திய விசிப்பலகைகள்; முத்துக்களை வைத்துப் பூத்தையல் வேலை செய்த உறைகளுடன் கூடிய பலகணி, அருகுகள்; பட்டாலும் வெல்வெட்டாலும் போர்த்தப்பெற்ற பெட்டி பேழைகள். அப்பப்பா! இவற்றில் எந்த ஒரு துணியைக் கொண்டு உடை தைத்தாலும், அது அவன் கனவிலும் கண்டறியாப் பொருளாக இருக்குமே! சாளரங்களுக்கு எதிரில் ஒரு கடிகார ஸ்தூபியும் அதன்மேல் ஒரு பித்தளை யானையும் காட்சியளித்தன.

கதவு நிலையில் நின்ற ஸ்டீபன் ''மிஷ்காவா? உன்னைக் காண்பதில் மகிழ்ச்சி அடைகிறேன்'' எனக் கூறி வரவேற்றான்.

டிர்டாவ் அவனருகே சென்று விரல்கள் தரையைத் தொடுமளவுக்குக் குனிந்து வணங்கினான். ஸ்டீபன் பதிலுக்குத் தலை அசைத்தான். எனினும் அவன் டிர்டாவை அடிமையாக நடத்த வில்லை; பிரபு வீட்டுப் பிள்ளையாகவே கருதித் தன் ஈரக்கையை நீட்டினான். டிர்டாவ் அக்கரத்தைக் குலுக்கியவுடன்,

''உட்கார். என் விருந்தினனாக இரு,'' என்றான் ஸ்டீபன்.

கரத்திலிருந்த பிரம்புடன் குறும்பு செய்துகொண்டே, ஸ்டீபன் இருக்கையில் அமர்ந்தான். டிர்டாவும் உட்கார்ந்தான். ஸ்டீபன் தலையை க்ஷவரம் செய்துகொண்டு, விலை உயர்ந்த மணிக் கற்கள் வைத்துத் தைத்த இறுகப் பிடிக்கும் குல்லாயை அணிந்திருந்தான். பீப்பாய் வடிவத் திலிருந்த புருவமில்லாத நெற்றி, சிவந்திருந்த கண்ணிமைக் கதுப்புகள், வளைவான நாசி, அங்கொன்று இங்கொன்றாக அரும்பிய மயிருடன் கூடிய சிறிய மோவாய் ஆகியவற்றுக்குரிய ஸ்டீபனை நோக்கிய டிர்டாவ், ''இந்தக் குள்ளப் பயலை இருவிரல்களால் முறித்துப் போட்டு விடலாம். இவனுக்கு இவ்வளவு செல்வமா!'' என்று எண்ணினான். ஆயினும் ஏழைக்குரிய பணி வுடன்தான் அவன் பேசினான். தனக்கு நேர்ந்த இடையூறுகளையும் தன்னை நாசமாக்கிவரும் இல்லாக் கொடுமையையும் அவன் விவரித்தான்:

''ஸ்டீபன் ; நான் உமது அடிமை. ஆண்டவன் பெயரால் கேட்கிறேன், எங்கு தலைவைத்துப் படுப்பது என்று சொல்லுங்கள். துறவியாக மடத்தில் சேரலாம் போலிருக்கிறது.... அல்லது குண்டாந்தடியைத் தூக்கிக்கொண்டு வழிப்பறி நடத்தச் செல்லலாம் போலிருக்கிறது...'' வழிப் பறியைப் பற்றி டிர்டாவ் குறிப்பிட்டவுடன், ஸ்டீபனது தலை சட்டென அசைந்தது. அவனது முகம் நிமிர்ந்தது; உப்பிய கண்கள் பளபளவென்று பிரகாசித்தன. ஆனால் டிர்டாவின் முகபாவம் மாறவில்லை. போகிற போக்கில் முட்டாள்தனமாக வழிப்பறியைப் பற்றிக் குறிப்பிட்டவனைப் போல், அவன் காணப்பட்டான்; ''ஸ்டீபன், இனி இந்த வறுமையை என்னால் தாங்க முடியாது'' என்று அவன் தன் கதையை முடித்தான்.

அதன்பின் அறையில் அமைதி நிலவியது. விநயமாக நடந்துகொள்ள விரும்பிய டிர்டாவ் இலேசாகப் பெருமூச்சு விட்டான். ஸ்டீபன் கொடியதோர் புன்னகை செய்து, கம்பளத்தில் பிரம்பால் விலங்குப் படமொன்று வரைந்தான்.

''மிஷ்கா, நான் என்ன யோசனை கூற முடியும்? சாமர்த்தியசாலிகளுக்குப் பல வழிகள் உள்ளன. பேதைகளுக்குப் பிச்சைப் போணியும் சிறைக்கம்பியும்தான் கதி. உதாரணமாக, வாலோட்காவைப் பார். பக்கத்திலுள்ளவன் மீது வழக்கு நடத்தி வென்று, அவனிடமிருந்து இரு கிராமங்களைப் பெற்றுவிட்டான். லியோண்டியும் வழக்காடி வென்று விட்டான். அதன்மூலம், மாஸ்கோவில் சிஸோவ் குடும்பத்தினரிடமிருந்து ஓர் அருமையான பண்ணையைப் பறித்துக் கொண்டு விட்டான்.''

''நானும் கேள்விப்பட்டேன். எனக்கே அதிசயமாயிருந்தது. வழக்குத் தொடுத்து வெல்வது எப்படி? அது அவ்வளவு எளிதான காரியம் அல்லவே!''

''உனக்குப் பிடித்தமான கிராமம் ஒன்றைத் தேர்ந்தெடு. அதன் சொந்தக்காரனுக்கு எதிராகக் குற்றம் சாட்டித் தகவல் அனுப்பு. அப்படித்தான் அனைவரும் செய்கின்றனர்.''

''தகவல் அனுப்புவதென்றால்? விளங்கவில்லையே!''

''ஒரு கோபெக் காசுக்குக் காகிதமும் மசியும் வாங்குவது; அந்தச் சொந்தக்காரனைக் குற்றம் கூறி மனு எழுதிப்போடுவது.''

''என்ன குற்றம் கூறுவது? எவ்வாறு பழிப்பது?''

''மிஷ்கா! நீ சிறு பிள்ளை. பால் மணம் மாறாப் பாலகனாகவே இன்னமும் இருக்கிறாய். சொல்கிறேன், கேள். சிஸோவ் வீட்டில் நடந்த ஒரு விருந்துக்கு லியோண்டி சென்றான். ஆனால் குடிப்பதைக் குறைத்துக்கொண்டு, பேச்சைக் கேட்பதில் கருத்தாயிருந்தான்; அவசியம் ஏற்பட்டபொழுது, அவனும் ஒத்து இசைத்தான். ''சிறப்புக்குரிய ஜார் மன்னன், பியோடர் அலெக்ஸிவிச்சுக்கு ஆண்டவன் நல்லாரோக்கியத்தை அருள்வாராக! அவர் ஈஸ்டர்* வரை தாக்குப் பிடிக்க முடியாதென்று பேசிக்கொள்கிறார்கள். நேற்று இரவு, ஒரு பெட்டைக்கோழி சேவலைப் போலக் கூவியதாம்!'' என்று கிழவன் சிஸோவ் விருந்து மேஜையில் உளறிக்கொட்டினான். லியோண்டி இந்தப் பொன்னான சந்தர்ப்பத்தைக் கை நழுவ விடுவானா? உடனே ஒரு துள்ளுத் துள்ளினான். ''இது ஜாருக்கு விரோதமான துரோகப் பேச்சு; நான் குற்றம் சாட்டுகிறேன்'' என்று முறைப்படி அறைந்து கூறினான். விருந்து வைத்தவனும் விருந்தாளிகளும், இரகசிய விவகாரங் களின் பணிமனைக்கு இட்டுச் செல்லப்பட்டனர். சிஸோவ், ஜாருக்கு எதிராக அவதூறு செய்த

★ ஈஸ்டர்: ஏசுநாதர் உயிர்த்தெழுந்த நாள் விழா...

தாக லியோண்டி குற்றம் சாட்டினான். அதிகாரிகள், சிஸோவின் கைகால்களைக் கட்டிப்போட்டுச் சித்திரவதை செய்தார்கள். பெட்டைக் கோழி சேவலைப் போலக் கூவியது என்று சிஸோவ் கூறியதை வைத்துக் கொண்டு, ஒரு பெரிய வழக்கை ஜோடித்தார்கள். விசுவாசமிக்க தொண்டாற்றியதற்குப் பரிசாக, லியோண்டி சிஸோவின் பண்ணையை அடைந்தான்; சிஸோவ் ஆயுட்காலக் கைதியாகச் சைபீரியாவுக்கு அனுப்பப்பட்டான். இப்படித்தான் சாமர்த்தியசாலிகள் பிழைக்கிறார்கள்'' என்று கூறிய பின் ஸ்டீபன் தன் கண்களை இமைக்காது உயர்த்தினான். மச்சத்தின் கண்களைப் போலிருந்த அவை டிர்டாவை நோக்கின. அவன் தொடர்ந்து பேசினான்:

''வாலோட்கா மேலும் எளிதாகத் தன் காரியத்தை முடித்தான். அவனது அண்டை வீட்டுக்காரன் தன் முற்றத்தில் அவனைக் கொல்ல முயன்றதாகப் புகார் செய்தான். தனக்குக் கிடைக்கும் கொள்ளையில் மூன்றில் ஒரு பங்கைத் தருவதாகக் குமாஸ்தாக்களுக்கு வாக்களித்தான். அண்டை வீட்டுக்காரன் நீதிமன்றத்து விசாரணையைத் தவிர்ப்பதற்காகத் தன் சொத்துக்கள் அனைத்தையும் வாலோட்காவுக்குத் தத்தம் செய்தான்.''

இந்த விவரங்களைப் பற்றிச் சிந்தித்த டிர்டாவ், தன் குல்லாயை முறுக்கிக் கொண்டே கூறினான்: ''ஸ்டீபன் நான் சட்ட விவகாரங்களில் அனுபவமில்லாதவன்.''

''அனுபவசாலியாயிருந்தால், நான் உனக்குப் போதிக்க வேண்டிய அவசியம் இராது'' என்று கூறிய ஸ்டீபன் தன் கொடுமை விளங்கச் சிரித்தான். ஸ்டீபனது சிதைந்துபோன சிறிய பற்களை நோக்கிய டிர்டாவ் நடுங்கினான். ஸ்டீபன் மேலும் பேசினான்:

''வழக்குரை மன்றம் செல்வதற்கு அனுபவம் தேவை. விவரம் அறியாதவன் சென்றால், சிக்கிச் சித்திரவதைக்குள்ளாவான். மிஸ்கா! ஒரே ஒரு சூத்திரத்தை மட்டும் கவனம் செய்துகொள்; பலசாலிகளிடம் வம்புக்குப் போகாதே; பலவீனர்களை மல்லுக்கு இழுத்து மிதித்துத் துவை. நீ என்னிடம் அச்சமில்லாமல் வந்ததை நான் கவனித்தேன்.''

''ஸ்டீபன், என்ன சொல்கிறீர்கள்? உங்களிடம் பயமில்லாமல் வருவதா?''

''நாவை அடக்கு! வாய் திறக்காமலிருப்பதற்கு ஒருவன் கற்றுக்கொள்ள வேண்டும். நான் உன்னை நண்பனாக மதித்து உரையாடுகிறேன். பிறருக்கு என்ன நேரும் என்பதை நீ அறிவாயா? எனக்குச் சலிப்பு ஏற்படும். அப்பொழுது கைதட்டுவேன். அடிமைகள் ஓடி வருவார்கள். 'விசுவாசமிக்க ஏவலாட்களே, வேடிக்கை செய்து காட்டுங்கள்' என்பேன். அவர்கள் தமது வெள்ளைக்கரங்களால் உன்னைப் பற்றி முற்றத்துக்கு இழுத்துச் செல்வார்கள். அங்கு சுண்டெலியுடன் பூனை விளையாடுவதைப் போல உன்னுடன் விளையாடுவார்கள்'' என்று கூறிவிட்டு ஸ்டீபன் இளித்தான். ஆனால் அவனது கண்கள் உயிரற்றவையாகத் தோன்றின. ''பீதியடையாதே! காலையிலிருந்து வேடிக்கையாகவே பொழுதைப் போக்கிக் கொண்டிருக்கிறேன்'' என்று கூறி முடித்தான்.

டிர்டாவ் உஷாரானான்; வணங்கிவிட்டு வெளியேறக் கருதி எழுந்தான். ஸ்டீபன் தனது பிரம்பு நுனியால் அவனைத் தொட்டு மீண்டும் அமரச் செய்தான்.

''ஸ்டீபன் எனது பேதைமையால் ஏதாவது தெரியாத்தனமாகச் செய்திருந்தால், மன்னித்து விடுங்கள்.''

நல்லுணர்ச்சிக்கு இடம் தராத மமதையுடன் ஸ்டீபன் பதிலளித்தான்: ''நீ தெரியாத்தனமாக ஏதும் செய்துவிடவில்லை. ஆனால் உன் பிறப்புக்கும் அந்தஸ்துக்கும் நிலைமைக்கும் பொருந்

தாத துணிச்சலுடன் நடந்துகொள்கிறாய்! ஆண்டவன் உன்னை மன்னிப்பாராக! ஆனால் மீண்டும் என்னைச் சந்திக்க வரும்பொழுது, நடையறையில் காத்திரு. இங்கு வரும்படி அவர்கள் உன்னை அழைத்தால், உள்ளே நுழைய மறுத்து விடு. நான் உன்னை உட்காரச்சொன்னால், நின்று கொண்டேயிரு. என்னை வணங்கும்பொழுது, தலை தாழ்ந்தால் மட்டும் போதாது, மண்டியிட்டு வணங்கு.''

டிர்டாவின் நாசித்துவாரங்கள் துடித்தன. ஆயினும் அவன் தனது உள்ளக் கிளர்ச்சியைக் கட்டுப்படுத்திக் கொண்டான்; நல்லுரை வழங்கியதற்காக ஸ்டீபனுக்குப் பணிவாக நன்றி செலுத்தினான். ஸ்டீபன் கொட்டாவி விட்டான்; பிளந்த வாய்க்கு நேரில், சிலுவைக் குறியிட்டான்.

"உன் அவல நிலையைப் போக்க நான் ஏதாவது செய்ய வேண்டும். ஆனால் உன்னால் நாவை அடக்கி வைத்திருக்க முடியுமா என்பதுதான் எனக்குச் சந்தேகமாயிருக்கிறது. சரி சரி, நீ புரிந்துகொள்ளக் கூடிய வாலிபன். என் அருகே வந்து அமர்ந்து கொள்'' என்று கூறி, அவன் டிர்டாவைப் பிரம்பால் தட்டினான். டிர்டாவ் விரைந்து வந்து அவனருகே அமர்ந்தான். ஸ்டீபன் அவனைக் கவனமாக நோக்கிக் கொண்டே பேசினான்:

"எங்கு தங்கியிருக்கிறாய்? பிரயாணிகளது விடுதியிலா? சரி, இன்று இரவு இங்கு வந்து விடு. உனக்குக் கோட்டும் மேலங்கியும் கால் சட்டையும் நேர்த்தியான பூட்ஸும் தருகிறேன். பழந் துணிகளை எங்காவது எறிந்துவிடு. ஒரு சீமாட்டிக்கு ஆறுதல் அளிக்க வேண்டும்.''

"நீங்கள் சொல்வது...?'' டிர்டாவின் முகம் நாணத்தால் சிவந்தது.

"ஆம், அவளை இன்பக் கடலில் திளைக்கச் செய்ய வேண்டும். நீயாகத் தொல்லையைத் தருவித்துக் கொள்ளாமலிருந்தால், நீ பணக்காரனாகலாம். உயர்ந்த குடியில் பிறந்த ஒரு சீமாட்டி இருக்கிறாள். பெட்டி பெட்டியாகப் பொன்னைச் சேர்த்து வைத்திருக்கிறாள். ஆனால் அவளை இன்ப வேட்கைப் பேய் பிடித்து ஆட்டி வைக்கிறது. புரிகிறதா, மிஷ்கா? நீ சொன்னபடி நடப் பாயானால், அதிர்ஷ்டசாலியாவாய்; செல்வந்தனாவாய். ஆனால் நீ தவறாக நடந்துகொண்டால், உன்னைக் கரடிக் குழியில் எறிந்துவிடச் செய்வேன். எலும்புகூட மிஞ்சியிருக்காது.''

இவ்வாறு கூறிய ஸ்டீபன், தனது முத்து வைத்துத் தைத்த முன் கைச்சட்டைப் பகுதியைத் தள்ளி விட்டுக்கொண்டு, கை கொட்டினான். டிர்டாவை அறைக்கு இட்டுவந்த இறுமாப்பான இளைஞனே வந்தான்.

"இந்தப் பிரபு குமாரனை நீராடும் அறைக்கு அழைத்துச் செல். அவனுக்கு நல்ல ஆடைகளை வழங்கு, என்னுடன் உண்பதற்கு அழைத்து வா'' என்று ஸ்டீபன் உத்திரவிட்டான்.

14

இளவரசி ஸோபியா தொழுகை முடிந்து திரும்பியபொழுது மிகவும் சோர்ந்திருந்தாள். அன்று லெண்ட் நோன்பை* முன்னிட்டு நடைபெற்ற இரண்டு வழிபாடுகளில் பங்கு கொண்டாள். மேலும், கொஞ்சம் கறுப்பு ரொட்டியும் கோசுக்கீரையும் தவிர வேறெதுவும் அவள் உண்ணவில்லை. கடல் கடந்து வந்த நாற்காலியில் - அது அவளது தந்தைக்கு உரியது - அமர்ந்திருந்தாள். நிவேதனம் செய்யப்பட்ட ஒரு ரொட்டித் துண்டை, மணிப்பின்னலுடன் கூடிய கைக்குட்டையில் மடித்து மடியில் வைத்திருந்தாள். அந்த நாற்காலி, ஜார் மன்னனது சபா மண்டபத்தில்தான் முன்னாளில் இருந்தது. ஸோபியாவின் உத்திரவுக்கு இணங்க அவளது வீட்டுக்குக் கொண்டு வரப்பட்டது. அவளது சிற்றன்னை, நடால்யா இதைப்பற்றிக் கேள்விப்பட்டவுடன், ''இனி, இளவரசி சிம்மாசனத்தைக் கூடத் தன் அறைக்குக் கொண்டு போய்விடுவாள்!'' என்று கத்தினாளாம்! நன்றாகச் சினந்து சீறட்டும்! ஸோபியாவுக்கு என்ன பயம்?

அந்த அறைக்கு இரு சாளரங்கள். அவற்றின் சிறிய கண்ணாடித் தகடுகள் வழியே மார்ச் மாத ஞாயிறின் வெப்பக் கதிர்கள் பன்னிறத்துடன் பாய்ந்தன. தூய்மைக்கும் எளிமைக்கும் எடுத்துக் காட்டாகவிருந்த அவ்வறையில் உலர்ந்த மூலிகைகளின் நறுமணம் வீசியது. கன்னித்துறவியின் சிற்றறையைப் போல், அந்த அறையின் சுவர்கள் வெள்ளையடித்துத் தூய்மையுடன் விளங்கின. கூரை வேய்ந்த படுக்கைகளுடன் கூடிய கணப்பு எரிந்துகொண்டிருந்தது. பெஞ்சுகள், மேஜை முதலியவற்றில் நார்ப்பட்டு விரிக்கப்பட்டிருந்தது. உயரமாக இருந்த கடிகாரத்தில் ரோஜா மலர் வடிவங்களால் அலங்கரிக்கப்பெற்ற முகப்பில் முட்கள் மெதுவாகச் சுற்றிக்கொண்டிருந்தன. புத்தகங்களிருந்து நிலைக்கால் தட்டு மீது திரையிடப்பட்டிருந்தது. நோன்புக் காலத்தில் படிக்கவோ வேடிக்கையாகப் பொழுது போக்கவோ கூடாது. அல்லவா?

முன்னால் மணையில் இருந்த கம்பளச் செருப்புகளில் தன் பாதங்களை நுழைத்த ஸோபியா பாதிக்கண்ணை மூடியிருந்தாள். தூக்கக்கலக்கத்தில் அசைந்தாடினாள். உலகம் முழுவதும் சுற்றித்திரியும் பாவம், கன்னியின் அந்தப்புரத்துக்குள்ளும் திருட்டுத்தனமாக நுழைந்து தன் திவ்விய சொரூபத்தால் வசீகரிக்க முற்படுகிறது! அதுவும் நோன்புக் காலத்தில்! சாளரங்களுக்குத் திரையிட்டு, ஒளிக் கதிர்கள் உள்ளே நுழைவதைத் தடுக்க வேண்டும். ஆனால் அவளுக்கு எழுந் திருக்க மனமில்லை. சேடிப்பெண்ணை விளிப்பதற்கும் விருப்பமில்லை. அந்தப் பக்திப் பெண் களின் ஒலி அவளது நினைவிலிருந்து அகலவில்லை; எனினும் அவளது செவிகள் வேறொரு ஒலியை நாடின. நடை ஓசை கேட்கிறதா, வாழ்வின் ஒளி வந்து கொண்டிருக்கிறதா, பாவம் உள்ளே நுழைந்துவிட்டதா என்பதிலேயே கேள்விப் புலன் கருத்தாயிருந்தது. பாவம் வந்தால் என்ன? வரட்டும். பிறகு பிரார்த்தனை மூலம் பாவ நிவர்த்தி தேடிக்கொள்ளலாம். புனிதமான மடாலயங்கள் உள்ள இடங்களுக்கெல்லாம் கால் நடையாகவே யாத்திரை சென்று பாவ மன்னிப்புப் பெற்றுவிடலாம். இப்பொழுது பாவம் வரட்டும்!

★ லெண்ட் நோன்பு: ஏசுநாதர் பாலை நிலத்தில் உண்ணா நோன்பு இருந்ததின் நினைவைக் கொண்டாடும் வகையில், திருநீறுக்கு உரிய புதன் கிழமையிலிருந்து (Ash Wednesday) ஸ்டர் நாள்வரை, கிறிஸ்துவர்கள் நாற்பது நாள் நோன்பிருப்பார்கள். அதுவே லெண்ட்கால நோன்பு - மொ-ர்.

அறையில் மந்தமாயிருந்தது. மணிப்பொறியின் ஊசல் குண்டு மட்டும் 'டிக், டிக்' என்று ஒலித்துக்கொண்டிருந்தது. இந்த அறையில் பன்முறை கண்ணீர் பெருக்கெடுத்து ஓடியுள்ளது. பன்முறை ஸோபியா குறுக்கும் நெடுக்குமாக வெறிபிடித்தவளைப் போல நடந்ததுண்டு. எத்தனை தடவை அவள் அந்த அறையில் வீறிட்டலறிக் கரத்தைக் கடித்துக் கொண்டிருக்கிறாள்! ஆனால் ஆண்டுகள் உருண்டன. அவளது யௌவனத்தின் மலர்ச்சி மங்கி மறைந்து கொண்டிருந்தது. ஜாருக்குப் பிறந்த மகளிர் கன்னியராகத்தான் காலம் தள்ள வேண்டும். கன்னித்துறவியின் முக்காடே அவர்களுக்குக் கதி. கன்னியர் மடமே அவர்களுக்குப் போக்கிடம்! எத்தனை இளவரசிகள், கூந்தலைப் பிய்த்தும் தலையணையைக் கடித்தும் தமது இதயக் குமுறல்களை அடக்க முற்பட்டிருக்கிறார்கள்! அவர்களது துன்பத்தைக் கண்டவருமில்லை, அலறலைக் கேட்டவருமில்லை. எத்தனை இளவரசிகள், வாழ்நாளெல்லாம் வீணாளாக, வாடி உலர்ந்து கன்னியர் மடங்களின் கல்லறைகளில் நீங்கா நித்திரையில் ஆழ்ந்திருக்கின்றனர்! துன்பக்கேணியில் உழன்ற இந்தக் கன்னியரின் பெயர்களைக்கூட நாடு மறந்துவிட்டது. ஓர் இளவரசி மட்டுமே அதிர்ஷ்டசாலியாகவிருந்தாள். சுதந்திரப் பறவையைப் போல அவள் தன் கன்னிச் சிறையிலிருந்து வெளியேறினாள். 'நீ நேசிக்கலாம்' என்று அவள் தன் இதயத்திடம் கூறினாள். அவளது கண்களின் ஒளியான வாஸிலி கோலிட்ஸின், அந்தசந்தமானவன். சாட்டையும் பூட்ஸுமாகக் காட்சியளிக்கும் கணவனைப் போலன்றி, இதமாகப் பேசும் காதலனாகவிருந்தான்; அவனது அன்பில் மென்மையும் இருந்தது, பொறுமையின்மையால் விளையும் பதற்றமும் இருந்தது. ஓ! பாவம்! பாவம்! ஸோபியா, நிவேதனம் செய்யப்பட்ட ரொட்டியைக் கீழே வைத்துவிட்டு, அவனைத் தள்ளுபவள்போலக் கரங்களை அசைத்தாள். சாளரம் வழியாக உட்புகுந்த ஒளிக்கதிர்களைப் பாராது, கண்களை மூடிக்கொண்டு, தன் ஆவல் மிகுந்த கனவுகளை எண்ணி முறுவலித்தாள்.

15

தரையில் கிடந்த பலகை கிரீச்சென்றது. பொன்னாடை அணிந்த பாவம், பிரகாசமான சிறகுகளை அடித்தவாறு பாய்ந்து இறங்குவதாகக் கருதினாள் போல, ஸோபியா அதிர்ச்சியுற்றுக் கதவை நோக்கினாள். அவளது இதழ்கள் நடுங்கின. மீண்டும் தன் முழங்கை மூட்டுகளை நாற்காலியின் வெல்வெட் கைகளில் குத்திட்டு நிறுத்தினாள்; தன் உள்ளங்கையில் முகத்தை ஏந்தினாள். அவளது இதயம் விரைவாகத் துடித்தது.

தாழ்வான கதவு நிலையைத் தலைகுனிந்து தாண்டிய வாஸிலி கோலிட்ஸின், எச்சரிக்கையாக அறைக்குள் நுழைந்து, ஒரு சொல் பேசாது நின்றான். கடல் அலையைக் கட்டித்தழுவுவது போல அவள் அவனைத் துடியாய்த் துடிக்கும் தன் உடலால் அணைத்திருப்பாள். ஆனால் சிறு துயில் கொண்டவளாக நடித்தாள். வழிபாடு நடந்த நேரமெல்லாம் நின்றுகொண்டிருந்த இளவரசி களைப்புற்று, இதழ்களில் இளநகை தவழ உறங்குகிறாள் என்பது இயல்பானதாகத் தோன்றுமல்லவா?

''ஸோபியா!'' என்று அவன் மெதுவாகக் கூப்பிட்டான். சரிகை ஆடை சலசலவென்று ஒலிக்க அவன் குனிந்தான்; ஸோபியாவின் இதழ்கள் விரிந்தன. அவனது நறுமணம் வீசிய மீசை அவளது கன்னங்களைக் கிளுகிளுக்கச் செய்தது. அவனது வெது வெதுப்பான உதடுகள் அவளது இதழ்களைத் தொட்டு விசையோடு அழுத்தின. ஸோபியா நடுங்கினாள்; ஒரு வர்ணிக்க முடியாத ஆவலின் துடிப்பு அவளது தண்டுவடத்தின் வழியே பரவி, வயிற்றின் ஆழத்தில் வெப்பமான வேதனையாக உருப்பெற்றது. அவனைத் தழுவுவதற்காகக் கரங்களை உயர்த்திய ஸோபியா, அணைப்பதற்குப் பதிலாகத் தூரத்தள்ளினாள்.

''ஓ! என்னை விடு.... என்ன செய்கிறாய்? வெள்ளிக்கிழமையில் இவ்வாறு செய்வது பாவம்!'' என்றாள்.

அவள் தன் கூரிய கண்களைத் திறந்தாள். எப்பொழுதும் போல, அவனது அழகு அவளை ஆட்கொண்டது. அவனது ஆவலின் வேகத்தை உணர்ந்து தலையை ஆட்டினாள். ஆனால் அவளுக்குத் தேகமெல்லாம் இன்பத்தால் புல்லரித்தது.

''ஸோபியா, மிலோஸ்லவ்ஸ்கியும் ஹோவான்ஸ்கியும் முக்கியமான சேதியுடன் கீழே காத்திருக்கிறார்கள். அவசரமான விஷயம்!'' என்று வாஸிலி கூறினான்.

ஸோபியா அவனது கரங்களைப் பற்றித் தன் நிறைந்த மார்பகத்தில் அழுத்திக்கொண்டாள். அக்கரங்களுக்கு முத்தம் கொடுத்தாள். அன்பின் நிறைவால், அவளது கண்ணிமைகள் பனித்தன. தலையணியைச் சரி செய்து கொள்வதற்காகக் கண்ணாடி இருந்த இடத்துக்குச் சென்றவள், தன் காரியத்தை மறந்து, தனது பிரதி பிம்பத்தையே பார்த்துக் கொண்டிருந்தாள்.... அழகெல்லாம் குன்றிவிட்டது. எனினும் அவன் அவளைக் காதலித்தான்....

ஹோவான்ஸ்கியும் ஸோபியாவின் தாய் மாமனான மிலோஸ்லவ்ஸ்கியும் ஒரு சாளரத்தின் அருகே நின்றுகொண்டிருந்தனர். அவர்களது உயரமான மென்தோல் குல்லாய்கள் கூரையின் வில்வளைவைத் தொட்டுக் கொண்டிருந்தன. மிலோஸ்லவ்ஸ்கி புதிய உயர்ந்த கோட்டை அணிந்திருந்தான். அகலமான கன்ன எலும்புகளை உடைய அவனது முகம் ஊட்ட மிகுதியாலும் உள்ளக் கிளர்ச்சியாலும் சிவந்திருந்தது. கீறல் வடிவக் கண்கள், தொளைவழியே நோக்குவதைப் போல அம்முகத்திலிருந்து நோக்கின.

ஸோபியா விரைவாகச் சென்று, கன்னித்துறவிகளின் தோரணையில் மாமனுக்குத் தலை வணங்கினாள். அந்த மாமன், தன் பருத்த இரைப்பை அனுமதிக்கும் அளவுக்குத் தன் தாடியையும் உதடுகளையும் முன்னுக்குக் கொண்டு வந்து பேசத் தொடங்கினான்: ''மாட்வியீவ் டிராயிட்ஸா மடத்தை அடைந்து விட்டான்'' என்று அவன் கூறியவுடன் ஸோபியாவின் பசுமை பாய்ந்த கண்கள் விரிந்தன. அவளது மாமன் தொடர்ந்து பேசினான்: ''அவனுக்குத் துறவிகள் ராஜ வரவேற்பு அளிக்கிறார்கள். மே மாதம் 12-ம் தேதி அவன் மாஸ்கோவுக்கு வருகிறான். என் மருமகன் பீட்டர் டால்ஸ்டாய் இப்பொழுதுதான் டிராயிட்ஸாவிலிருந்து குதிரை மீது வந்தான். வழிபாடு முடிந்தவுடன், பக்தர் பேரவையில் மாட்வியீவ் நம்மை ஏசியதாக அவன் கூறுகிறான். ஜாரின கஜானாவைக் களவாடத் திரண்டிருக்கும் காகங்களின் கூட்டமென்று அவன் நம்மை - மிலோஸ்லவ்ஸ்கிகளை - இழிவாகப் பேசினானாம். நாம், சிப்பாய்களது ஈட்டிகளின் உதவியால் அரண்மனைக்குள் குதிக்க விரும்புகிறோமென்றும் அதை அவன் அனுமதிக்கப் போவதில்லையென்றும் சொன்னானாம். கலகத்தை நசுக்குவேனென்றும் காவற்படைகளைப் பல சிறு பகுதிகளாகப் பிரித்து நகரங்களுக்கும் எல்லையோரப் பகுதிகளுக்கும் அனுப்புவேனென்றும் மார் தட்டினானாம். அவன் சக்தி மிகுந்த பாயர்களான மகாப் பிரபுக்களின் சிறகுகளை வெட்டிவிடுவானாம். ஜார் பீட்டர் அலெக்ஸிவிச்சுக்கு விசுவாசமாயிருப்பேனென்று ஆணையிட்டுக் கூறினானாம். பீட்டர் பாலனாயிருப்பதால், அவனது அன்னை நடால்யா தேசத்தை நிர்வாகம் செய்ய வேண்டுமென்றானாம். இந்த லட்சியங்களெல்லாம் நிறைவேறாது சாக மாட்டேன் என்றும் செப்பினானாம்.''

ஸோபியாவின் முகம் வெளிறியது; அவள் தலை குனிந்தது! கைகள் சோர்ந்தன. தலையணியின் கூர்நுனியும் அடர்த்தியான சடையும்தான் துடித்தன. கோலிட்ஸின் சற்றுத் தூரத்தில் நிழலில் நின்றான். ஹோவான்ஸ்கி, மனங்கலங்கியவனாய்த் தன் பாதங்களை நோக்கினான்.

''அவனது திட்டம் நிறைவேறாது. மாஸ்கோவில் மாட்வியீவ் அதிகாரம் செலுத்த மாட்டான்'' என்று அவன் சொன்னான்.

மிலோஸ்லவ்ஸ்கி தன் பேச்சைத் தொடர்ந்தான்; தணிந்த குரலில் விரைந்து பேசினான்: ''இவை எல்லாவற்றையும் விட மோசமானதென்னவென்றால், அவன் கோலிஸ்ஸின்னைக் குற்றம் கூறித் தூற்றியதுதான். வாஸிலி மகுடத்தைக் கைப்பற்ற முயல்கிறானென்றும் அவன் தன் தலையைப் பறி கொடுப்பது உறுதி என்றும் அவன் சொன்னானாம்.''

ஸோபியா மெள்ள கோலிட்ஸின் பக்கம் திரும்பினாள். இருவரது கண்களும் சந்தித்தன. அவன் புன்னகை செய்தான்; அந்த இதழ்களின் ஓரத்தில், ஒரு மங்கலான சுருக்கம் வட்டமிட்டது. அவனது உயிருக்கு ஆபத்து நேரிட்டிருப்பதை அவள் உணர்ந்தாள். அந்தச் சிறிய உதட்டோரச் சுருக்கத்துக்காக, அவள் அந்தக் கணமே மாஸ்கோவை எரித்து இருப்பாள்! ஆனால் தன் உள்ளக் கிளர்ச்சியைக் கட்டுப்படுத்திக்கொண்டு,

''காவற் படைவீரர்கள் என்ன கூறுகிறார்கள்?'' என்று வினவினாள்.

மிலோஸ்லவ்ஸ்கி பெருமூச்செறிந்தான். கோலிட்ஸின் அறையின் குறுக்கே இலேசாக நடந்து கதவுக்கு வெளியே நோக்கினான்; பின்னர் திரும்பி வந்து ஸோபியா அருகில் நின்றான். ஹோவான்ஸ்கி பேச முயன்றான்; ஆனால் ஸோபியா உணர்ச்சி வேகத்துடன் இடைமறித்துப் பேசினாள்:

''நடால்யா இரத்தபானம் வேண்டுமென்று தவிக்கிறாள். ஏன்? அவளால் தன் இழிந்த பிறப்பை மறக்க முடியவில்லையா? தன் வீட்டில் மரப்பட்டை மிதியடியோடு ஓடித்திரிந்தவள் தானே! மாட்வியீவ் அவளிடம் இரங்கி, அரண்மனைக்கு இட்டுக்கொண்டு வந்தபொழுது, அவளுக்கு மாற்றுடை கிடையாது என்பது அனைவருக்கும் தெரிந்த விஷயம். அந்தப்புரம் என்பதை அறியாது வளர்ந்தவள். ஒரே மேஜையில் ஆண்களுடன் அமர்ந்து மதுவருந்தியவள்.''

ஸோபியாவின் உருண்டு திரண்ட கழுத்தை, உள் சட்டையின் முத்துப்பதித்த காலர் இறுக்கிப் பிடித்த போதிலும், அது வெஞ்சினத்தால் புடைத்துக்கொண்டது. அவளது முகத்தில் இங்கும் அங்கும் நிறவிகற்பம் ஏற்பட்டது.

''காலஞ்சென்ற என் தந்தையுடன் நடால்யா உல்லாசமாகத்தான் வாழ்ந்தாள். சமய முதல்வராயிருந்த நிக்கனுடனும் அவள் வேடிக்கையாகப் பொழுது போக்கினாள்.... அந்தப் புரத்திலுள்ள நாங்கள் அறிவோம்.... என் தம்பி பீட்டர் என் தந்தையின் மகனாம். ஆனால் முகத் தோற்றத்திலோ நடத்தையிலோ அப்பாவுக்கும் மகனுக்கும் ஓர் உடன்பாடுமில்லை. இவன் என் அப்பாவின் மகன் என்பது அதிசயமான சேதி; கட்டுக்கதை'' என்று பேசிய ஸோபியா, மோதிரங்கள் உராய்ந்து ஒலிக்கக் கைகளைச் சேர்த்தாள்; தன் மார்பகத்தைக் கரங்களால் அழுத்திக் கொண்டு, தொடர்ந்து பேசினாள்: ''நான் ஒரு கன்னிப்பெண். உங்களிடம் அரசியல் விவகாரங் களைப் பேசுவதற்கு அருகதை உடையவள் அல்ல.... ஆனால், நடால்யா இரத்தக்கிளறியை விரும்பினால், அவ்வாறே ஆகுக. இரத்தம் சிந்திக் காட்டுங்கள்... இல்லாவிட்டால், நீங்கள் சிரச்சேதம் செய்யப்படுவீர்கள்; நான் கிணற்றில் விழுந்து உயிர் துறப்பேன்.'' ''நல்லபேச்சு, ரொம்ப நல்ல பேச்சு,'' என்றான் வாஸிலி: ''ஹோவான்ஸ்கி, படைகளது நிலவரத்தை இள வரசியிடம் எடுத்துக்கூறு.''

ஹோவான்ஸ்கி கூறினான்: ''ஸ்டிரிமியான்னி படைப்பகுதியைத் தவிர, மிச்சமுள்ள படைகள் அனைத்தும் உங்களை ஆதரிக்கின்றன. ஒவ்வொரு நாளும் சிப்பாய்கள் தலைமை அலு

வலகத்துக்கு முன் கூடுகிறார்கள். கம்புகளையும் கற்களையும் சாளரங்களில் வீசி எறிகிறார்கள். கெட்ட வார்த்தைகளில் அதிகாரிகளை ஏசுகிறார்கள்.'' 'கெட்ட வார்த்தைகள்' என்றவுடன் மிலோஸ்லவ்ஸ்கி அடக்கமாக இறுமினான்; கோலிட்ஸ்கின் நடுக்கத்துடன் விழித்தான். ஆனால் ஸோபியாவிடம் எவ்விதச் சலனமும் ஏற்படவில்லை. ஹோவான்ஸ்கி தொடர்ந்து பேசினான்: ''சில அதிகாரிகள் அவர்களைக் கண்டித்து அடக்க முயன்றனர். ஆனால் சிப்பாய்கள் அவ் விருவரையும் மணிக்கோபுரத்தின் உச்சிக்குத் தூக்கிச் சென்று கீழே எறிந்தார்கள். அப்பொழுது கூட்டத்தினர் ஆரவாரம் செய்தனர். அவர்கள் உத்திரவுகளுக்குக் கீழ்ப்படிய மாட்டார்களென்பது திண்ணம். சுற்றுப்புற ஊர்களில் உள்ள சிப்பாய்கள் கோஷ்டி கோஷ்டியாகச் சேர்ந்து சந்தை களுக்குச் சென்று ஜனங்களைக் கிளப்பி விடுகிறார்கள். பொதுவிடங்களிலுள்ள நீராடும் அறை களுக்குச் சென்று, 'நாரிஷ்கின்களும் மாட்வியிவும் எங்களை ஆட்சி புரிய அனுமதியோம்! அவர் களது குரல்வளையைத் திருகுவோம்!' என்று உரக்கக் கூறுகிறார்கள்.

ஸோபியா நிமிர்ந்து நின்றாள். ஆத்திரத்தில் புருவங்களை நெறித்துக் கொண்டு பேசினாள்: ''சிப்பாய்கள் சத்தம் போடுவதில் சாமர்த்தியசாலிகள், ஆனால் அவர்களிடம் நாம் எதிர்பார்ப்பது வாய்ச்சொல்வீரமல்ல; கரவழிச் செயலாகும். எனது சத்துருக்களை, மாட்வியீவ், யாஸி கோவ், லிஹாசேவ் முதலியோரையும் நாரிஷ்கின்கள் அனைவரையும், தம் ஈட்டிகளால் குத்தித் தூக்கு வதற்கு அவர்கள் அஞ்ச வேண்டாம். அவளது வாண்டுப்பயலைத் தூக்கி எறிவதற்கும் தயங்க வேண்டாம்... சிற்றன்னை, சிற்றன்னை! பழிபாவத்துக்கு அஞ்சாத பேய்...! இதோ இவற்றை எடுத்துக் கொள்ளுங்கள்...!'' ஸோபியா தன் மோதிரங்களையெல்லாம் கழற்றினாள். அவற்றை உள்ளங்கையில் இறுகப் பிடித்தாள். ஹோவான்ஸ்கியிடம் கொடுத்தாள். ''இந்த மோதிரங்களை அந்தச் சிப்பாய்களுக்கு அனுப்புங்கள். அவர்கள் கேட்பதெல்லாம் பெற்றுக் கொள்ளலாமென்று கூறுங்கள். ஆம்! சம்பளம், நிலம், சலுகைகள் அனைத்தும் கிடைக்குமென்று சொல்லுங்கள். ஆனால் நேரம் வரும்பொழுது, அவர்கள் ஊசலாடக்கூடாது. என்னை அரசியாகப் பிரகடனப் படுத்துமாறு அவர்களிடம் சொல்லுங்கள்.''

ஸோபியாவை நோக்கித் தன் கைகளை அசைப்பதற்குமேல், திகிலடைந்த மாமனால் ஏதும் செய்ய முடியவில்லை. ஹோவான்ஸ்கி உணர்ச்சி வெறிகொண்டு பல்லைக் காட்டினான். கோலிட்ஸின் தன் கண்களைக் கரத்தால் மறைத்துக்கொண்டான்; வெற்றி நோக்கை மறைப் பதற்காகத்தான் அவ்வாறு செய்தான் போலும்!

16

அந்த ஆண்டின் வசந்த காலத்தில், அலெக்ஸாண்டரும் அலியோஷ்காவும் அப்பம் தின்று உப்பினார்கள். அதைவிட உயர்ந்த வாழ்வை அவர்கள் விரும்பியிருக்க முடியாது. பிடோர் லாயட்ஸ் செழித்துப் பருத்ததுடன் சோம்பேறித்தனத்துக்கும் இலக்கானான். ''என் காலத்தில் நான் உழைத்தேன். இனி எனக்காக நீங்கள் உழைக்க வேண்டும்'' என்று சிறுவர்களிடம் கூறினான். வீட்டு வாயிலில் அமர்ந்து கோழி, குருவிகளைக் காவல் காப்பதில் பொழுதைப் போக்கினான். கொட்டைகளை மென்று தின்பதில் ஒரு புதிய சுவையைக் கண்டான். ஊட்டமும் சோம்பலும் அவனைச் சந்தேகப் பிராணியாக ஆக்கின. ''இந்தச் சிறுவர்கள் திருடாமல் இருப்பார்களா? எப்படிக் கொஞ்சமாவது திருடாமலிருக்க முடியும்?'' என்று அவன் யோசித்தான்.

அவர்கள் மாலையில் விற்று வரவு கணக்கை ஒப்படைக்கும்பொழுது, குறுக்கு விசாரணை செய்தான்; குற்றம் கூறினான்; சட்டைப் பைகளைத் துழாவினான்; கடைவாய் ஓரத்தில் காசு ஒளிந்து வைத்திருக்கிறார்களா என்று சோதனை செய்தான். இரவில், அவனால் நிம்மதியாக உறங்க முடியவில்லை. 'பணத்துக்குப் பக்கத்தில் இருப்பவன் திருடாமல் இருக்கமாட்டான்' என்ற எண்ணம் அவனது மன அமைதியைக் குலைத்தது. அவர்களை அடித்து அச்சுறுத்துவதே திருட்டைத் தவிர்க்கும் வழி என்று முடிவு செய்தான்.

ஒருநாள் மாலை, அலெக்ஸாண்டரும் அலியோஷ்காவும் மிகுந்த உற்சாகத்துடன் வீடு திரும்பிக் கணக்கையும் காசையும் ஒப்படைத்தனர். காசை எண்ணிய லாயட்ஸ், ''ஒரு கோபெக்குறைவாயிருக்கிறது'' என்று வாதித்தான். அவர்கள் அதைக் களவாடி விட்டதாகக் குற்றம் சாட்டினான். காசைக் கொடுங்களென்று வற்புறுத்தினான். காலையிலேயே ஒடித்து வைத்திருந்த கம்பைக் கையிலெடுத்து, அலெக்ஸாண்டர் சிண்டைப் பிடித்திழுத்து, இருவரையும் அடித்தான். அலெக்ஸாண்டரை ஓரடி அடித்தால், அலியோஷ்காவுக்கு இரண்டு அடி கொடுப்பது என்ற விகிதத்தில், இருவரையும் புடைத்தான். அதன்பின் அவர்களை உண்பதற்கு அழைத்தான். புளிப்பும் உறைப்பும் இட்டுச் செய்த இறைச்சிப் பாகைச் சாப்பிட்டுக்கொண்டே லாய்ட்ஸ் பேசினான்: ''இப்படித்தான் அடிக்க வேண்டும்! அடிவாங்கிய பையன் ஒருவன், அடிவாங்காத இருவருக்குச் சமம், சிறுவர்களே! உங்களை நான் ஆளாக்கி விடுகிறேன். பிற்காலத்தில் எனக்கு நன்றி செலுத்துவீர்கள்.''

ஸாயட்ஸ் கோசுக்கீரைச் சூப்புடன் பன்றி இறைச்சியைத் தின்றுவிட்டுத் தேனும் சுக்கும் சேர்த்துக் கோழிக்குஞ்சு ஈரலை ஒருகை பார்த்தான். வேகவைத்த வாத்து மாமிசம், வறுத்த இறைச்சி, முட்டைப் பட்சணங்கள் ஆகியவற்றையும் புசித்துவிட்டுக் கூழையும் பாலையும் சேர்த்து மளமளவென்று கடித்தான். காலியான மேஜைமீது கரண்டியை வைத்துவிட்டு, இலேசாக ஏப்பம் விட்டான். அவனது கன்னங்கள் கொழுப்பு மிகுதியால் அசைந்தாடின. அவனது நயனங்கள் வெறும் கீறல்களாகவே தோன்றின. ஒரு கால்சட்டைப் பித்தானை அவிழ்த்துவிட்டு, அவன் கூறினான்:

''என் அருமைக் குழந்தைகளே, எனக்கு நன்மைசெய்ய வேண்டுமென்று ஆண்டவனைக் கேட்டு வழிபடுங்கள். நான் அன்பு உள்ளம் படைத்தவன். உண்டு குடித்து மகிழுங்கள்; உங்களது தந்தையாகவே என்னைக் கருதுங்கள்.''

அலெக்ஸாண்டர் பதில் பேசவில்லை. அவனது வாய் கோணியது; வேறுபக்கம் முகத்தைத் திருப்பிக் கொண்டான். சாப்பாடு முடிந்தபின், அவன் அலியோஷ்காவிடம் சொன்னான்:

''அப்பா அடித்தாரென்பதற்காக வீட்டுக்கு முழுக்குப் போட்டவன் நான்; தடியைத் தூக்கும் இவனிடம் இருப்பேனா? முடியாது. இங்கு இருந்தால், இந்த முள்ளம்பன்றி அடிப்பதை வழக்கமாகக் கொண்டு விடுவான்.''

இந்தப் பாதுகாப்பான வாழ்க்கையை விட்டுச் செல்ல அலியோஷ்கா அஞ்சினான். அடிபடாமல் இருப்பது நல்லதுதான். ஆனால் அவனியில் அடிக்காதவர் எங்கு உளர்? எல்லோரும் அடிக்கிறார்கள். அலியோஷ்கா கணப்பின் மேல்தட்டில் சப்தமில்லாது அழுதான். என்ன நேர்ந்தாலும், அவனால் தன் நண்பனைப் பிரிந்து வாழ முடியாது.

மறுநாள் அதிகாலையில், சிறுவர் இருவரும், அப்பத் தட்டுகளுடன் கிளம்பினர். மே மாதத்தின் குளிர்ந்த காலை. குட்டைகள் நீலமாயிருந்தன. 'பர்ச்' மரங்களது இலைகள் இனிய மணத்தைப் பரப்பின. தவிட்டு நிறப்புள்ளிகளை உடைய கரிய 'ஸ்டார்லிங்' புட்கள் கதிரவனை

நோக்கித் தலையைத் தூக்கிக் கீச்சென்று ஒலித்தன. வசந்தகால இன்பத்தை நுகர்ந்து புளகாங்கித மடைந்த பருவப் பெண்கள், வேலையில் நாட்டமில்லாமல் வீதியில் நின்றனர். அவர்களில் சிலர், பாதரட்சை அணியாது, கரடுமுரடான நார்ப்பட்டில் தைத்த நீண்ட உள்ளுடை மட்டும் உடுத்தி யிருந்தனர்; தலையில் பர்ச் மரப்பட்டையில் செய்த முடியைச் சூடியிருந்தனர். கூந்தலில் நாடா வைத்திருந்தனர்; அவர்களது விழிகள், வெறிகொண்டவை போல உருண்டன. கூரைகளிலிருந்த ஸ்டார்லிங் பறவைகள் இராக் குயில்களைப் போலப் பாடி, அந்த நங்கைகளைக் காட்டுப் புல்வெளிக்கு வருமாறு ஆசைகாட்டி வசீகரித்தன. எத்தகைய வசந்தம் இது!

''அப்பம் வாங்குங்கள்! தேனுடன் சேர்த்துச் சாப்பிடுங்கள்!'' என்று கூவிய அலெக்ஸாண்டர் நகைத்தான்: ''இன்று இரவு, லாய்ட்ஸ் பணத்துக்காகக் காத்திருக்க வேண்டும் இலவு காத்த கிளிபோல!''

''ஆ! அலெக்ஸாண்டர்! இது திருட்டு அல்லவா?''

''நீ ஒரு பட்டிக்காட்டுப் பேதை! அந்தக் கிழவன் நமக்குக் கூலி கொடுத்தானா? இரண்டு மாதங்களாக முதுகெலும்பு முறியப் பாடுபட்டோமே,'' என்று கூறிவிட்டுக் கூவினான்: ''காவற் படை வீரர்களே! முயல் பணியாரம் வாங்குங்கள்! சூடான பணியாரம், கால் கோபெக் காசுக்கு இரண்டு!''

மேன்மேலும் அதிகமான வயதான மாதர்களும் இளமங்கைகளும் வீதிகளில் நிற்பதை அவர்கள் கண்டனர். தெருச் சந்திகளில், ஜனங்கள் திரள் திரளாகக் கூடியிருந்தனர். ஒரு காவல் படைப்பிரிவின் சிப்பாய்கள், தமது குத்துவாட்களால் ஓசை செய்துகொண்டே, ஜதை ஜதையாக நடந்தனர். பொதுமக்கள் அவர்களை அச்சத்துடன் நோக்கி வழியிலிருந்து ஒதுங்கினார்கள். விஷிஸ்வியாட்ஸ்கி பாலத்தை நெருங்க நெருங்கக் காவற்படை வீரர் தொகையும் ஜனக்கூட்ட மும் அதிகமாகிக் கொண்டிருந்தன. ஆற்றங்கரையெல்லாம் ஈ மொய்ப்பது போலப் பொதுமக்கள் கூடியிருந்தனர். அவர்கள் குப்பை மேடுகள் மீது ஏறி நின்று கிரெம்லினை உற்று நோக்கினார்கள். பசுமை படர்ந்த அரண் கூண்டுகளும் கற்சுவர்களது ஞாயில்களும் கிரெம்லின் தேவாலயங்களது பொற்கவிகைகளும் சலனமில்லாத ஆற்றுநீரில் தெளிவாகப் பிரதிபலித்தன.

கூட்டத்தின் பேச்சு, அவர்களது கொந்தளிப்பை எடுத்துக்காட்டியது. பாதுகாப்பான சுவர்களுக்குப் பின்னால், பன்னிறங்களுடன் பிரகாசித்த அற்புதமான கூரைகளை உடைய பாயர் மாளிகைகளிலும் ஜாரின் அரண்மனையிலும், அந்த அமைதியான காலை நேரத்தில் ஏதோ ஒரு விபரீதம் நிகழ்ந்து கொண்டிருந்தது. அது என்னவென்று ஒருவருக்கும் தெரியவில்லை. காவற்படை வீரர்கள் குமுறினார்கள். ஆனால் கிரெம்லின் உள்ள பக்கத்தில் இரு பீரங்கிகளைக் காவலாக உடைய பாலத்தை அவர்கள் கடக்கவில்லை. அங்கே, அந்தப் பீரங்கிகளுக்கு அருகே, காலாட்படையினரும் குதிரை வீரர்களும் நின்றனர். அவர்கள் ஜாரின் மெய்க்காப்பாளராகவிருந்த சாமானியப் பிரபுக்களாவார்கள். வெண்மையான நீண்ட கோட்டுகள் அணிந்திருந்தனர்; அந்தக் கோட்டுகளுக்கு மேல், அன்னப்பட்சிகளின் சிறகுகள், காட்சியளித்தன. அவர்கள் அதிகம் பேர் இல்லை; ஆயிரக்கணக்கான ஜனங்கள் திரண்டு வருவதைக் கண்டு திகிலடைந்திருந்தனர்.

அலெக்ஸாண்டர் பாலத்துக்கருகில் அங்குமிங்கும் பாய்ந்துகொண்டிருந்தான். அவனும் அலியோஷ்காவும் முன்பே தம் அப்பங்களை விற்றுவிட்டனர்; தட்டுகளையும் தூக்கி எறிந்துவிட்டனர். அது பொருட்களை விற்பதற்குரிய நேரமல்ல. அவர்கள் கண்ட காட்சி, அச்சுறுத்துவதாக இருந்தது. என்றாலும், வேடிக்கையாகவும் இருந்தது. ஆங்காங்கே, ஜனங்கள் கூச்சலிடத் தொடங்கினார்கள். எல்லோருமே வாழ்வில் வெறுப்படைந்து குமுறிக்

கொண்டிருந்தனர். கிரெம்லினைச் சுட்டுப்பொசுக்கக் கங்கணம் கட்டியவர் போலச் சைகை செய்தனர். குப்பை மேட்டின் மீது ஏறி நின்ற ஒரு கிழவன், தன் வழுக்கைத் தலையிலிருந்த குல்லாயை நீக்கிவிட்டு மெதுவாகப் பேசினான்:

''காலஞ்சென்ற அலெக்ஸியின் ஆட்சியில், மக்கள் கலகம் செய்தனர். அப்பொழுது ரொட்டி இல்லை, உப்பு இல்லை, நாணயத்துக்கு மதிப்பில்லை. கஜானா நிர்வாகிகள் வெள்ளி நாணயங்களை உருக்கினார்கள்; செம்பு நாணங்களையே வெளியிட்டார்கள். பாயர்கள் மக்களது உதிரத்தை அட்டை போல ஒட்ட உறிஞ்சினார்கள். எனவே, ஜனங்கள் கொதித்தெழுந்தனர். ஜார் மன்னனைக் குதிரை மீதிருந்து இழுத்துத் தள்ளினர்! அவனது கோட்டைக் கிழித்தெறிந்தனர். அக்காலத்தில், பல பாயர்களது மாளிகைகள் தீக்கு இரையாயின. பல பாயர்கள் கொல்லப் பட்டனர். அதன்பின், தென்பகுதியில், மனவிரிவுக்குரிய காஸ்ஸக் தலைவனான ராஸின் கலகக் கொடி உயர்த்தினான். அவன் வெற்றியடைந்திருந்தால், ஜனங்கள் சுதந்திரமடைந்திருப்பர்; வறுமை ஒழிந்திருக்கும், வளமார்ந்த வாழ்வைச் சுவைத்திருப்பர். ஆனால் ஜனங்கள் ராஸினை ஆதரிக்கவில்லை. ஜனங்கள் வாய்ச்சொல் வீரர்கள்; கூச்சல் போடுவதல் சமர்த்தர்கள். ஆனால் தெம்பும் திராணியும் இல்லாதவர்கள். நண்பர்களே, இன்று நீங்கள் ஒற்றுமையா யில்லையென்றால், நீங்கள் அழிந்து போவீர்கள். தூக்குமரத்தில் தொங்குவீர்கள், பாயர்களின் கை ஓங்கிவிடும்.''

அவர்கள் திறந்தவாய் மூடாமல் கிழவன் பேச்சைக் கேட்டார்கள். உணர்ச்சி சூடேறியது. கிரெம்லினில் அதிகாரத்தைச் செலுத்தும் சக்தி ஏதுமில்லை என்பதை மட்டும் அவர்கள் புரிந்துகொண்டனர். பல நூறாண்டுகளாக நின்று நிலைத்து வந்த கிரெம்லினை அழிப்பதற்குத் தகுதியான நேரம் வந்து விட்டதென்பதை அவர்கள் உணர்ந்தனர். ஆனால் எப்படி அழிப்பது என்பதுதான் அவர்களுக்கு விளங்கவில்லை.

இன்னொரு இடத்தில், ஒரு படைவீரன் கூட்டத்தில் வழி செய்துகொண்டு முன்னுக்கு வந்து பேசினான்;

''எதற்காகத் தாமதம் செய்கிறீர்கள்? அதிகாலையிலேயே, மாட்வியீவ் மாஸ்கோவுக்கு வந்து விட்டான். உங்களுக்கு அவனைத் தெரியாதா? இதுவரையில், பாயர்களுக்குத் தலைவன் இல்லாதிருந்ததால், அவர்கள் தமக்குள் சச்சரவிட்டுக் கொண்டிருந்தனர்; நாம் ஒருவகையாக வாழ முடிந்தது. இப்பொழுது, ஓர் ஆற்றல்படைத்த தலைவன் அவர்களுக்குக் கிடைத்து விட்டான். அவன் கடிவாளத்தை இழுத்துப் பிடிப்பான். நாம் முன்னால் கண்டறியாத புதிய புதிய வரிகளையெல்லாம் விதிப்பான். இன்றே கலகம் செய்ய வேண்டும். நாளைக்கென்று நாள் கடத்தினால் நாசம் விளையும்.''

இந்தப் பேச்சைக்கேட்ட மக்கள் ஆவேசம் அடைந்தனர்: ''நாளைக்கென்று நாள் கடத்தினால், நாசமே விளையும்!'' .... கேட்டவரின் கண்கள் சிவந்தன. ஆற்றில் விழுந்த கிரெம் லினது பிரதி பிம்பம், பேய்த்தேராகத் தோன்றியது. கிழடு தட்டியதாகவும் பயங்கரமானதாகவும் வஞ்சகத் திறன் படைத்ததாகவும் பொன் மிகுந்ததாகவும் தோன்றியது. சுவர்களுக்கு அருகே, பீரங்கிக்குப் பக்கத்தில் ஒரு வீரனும் இல்லை. கிரெம்லினுக்குள் பேச்சு மூச்சு இல்லை என்றே தோன்றியது. அங்கு அனைவரும் செத்து விட்டார்களா? கிரெம்லினுக்கு மேல் பிணம் தின்னும் பருந்துகள் பறந்தன.

திடீரென்று, பாலத்துக்கு அப்பால், அக்கரையில், அன்னச் சிறகுகளை அணிந்த மெய்க் காப்பாளர் படையில் ஒரு சலசலப்பு ஏற்பட்டது. அவர்களது அழுத்தமில்லாக் கூச்சல் கூட்டத்

தினரது கேள்விப்புலனை எட்டியது. வெண்குதிரை மீது அமர்ந்த ஒருவன் கூட்டத்தினரிடையே தோன்றினான். வட்டத்திலிருந்த படைவீரர்கள் தமது குத்துவாட்களின் அகன்ற அலகுகளைக் காட்டி மிரட்டி அவனை வழிமறித்தனர். ஆனால் அவன் தன் குதிரையைப் பின்காலில் நிற்கச் செய்து கூட்டத்தில் பாய்ந்து முன்னேறச் செய்தான். அவன் தன் குல்லாயை இழந்தான். வெறிபிடித்தவன் போல் மிதவைப் பாலத்தில் விரைந்தான். தண்ணீர் பாலத்தின் பலகைகளுக் கிடையே பீறிட்டுப் பாய்ந்தது. நேர்த்தியான கால்களை உடைய வெண்புரவி தனது பிடரியை உல்லாசமாக ஆட்டியது.

அந்தப் பெருங்கூட்டத்தில், ஓசை ஓய்ந்து அமைதி நிலவியது. குதிரைவீரனைக் குறி வைத்து, ஒரே ஒரு குண்டு அக்கரையிலிருந்து பாய்ந்து வந்தது. கூட்டத்துக்குள் மறைந்த குதிரை வீரன், படித்தட்டில் நின்றான். க்ஷவரம் செய்யப்பெற்ற அவனது கரிய தலையின்தோல் துடித்தது. நீண்ட நாசியை உடைய அவனது வதனம், விரைவுச் சவாரியால் சிவந்திருந்தது. கஷ்டப்பட்டுச் சுவாசித்துக் கொண்டிருந்தான். கட்டைக்கரியால் வரையப்பெற்றதைப் போலக் காட்சியளித்த கரிய புருவங்களுக்குக் கீழ் அவனது தவிட்டு நிறக்கண்கள் பிரகாசித்தன. அவனைக் கூட்டத்தினர் அடையாளம் கண்டு கொண்டனர்.

''டால்ஸ்டாய்..... பீட்டர் ஆண்டிரிவிச்..... மிலோஸ்லவ்ஸ்கியின் மருமகன்! நமது கட்சியைச் சேர்ந்தவன்! என்ன சொல்கிறான் என்று கேளுங்கள்'' என்ற கூச்சல்கள் எழும்பின.

டால்ஸ்டாய் உச்சஸ்தாயியில் படபடவென்று பேசினான்:

''ஜனங்களே படைவீரர்களே! ஓர் அற்புதம் நிகழ்ந்துவிட்டது! மாட்வியீவும் நாரிஷ் கின்களும் இளவரசன் ஐவானது கழுத்தை இறுக்கிக் கொன்றுவிட்டனர்! நீங்கள் அவசரப்பட்டுக் காரியம் செய்யாவிட்டால், பீட்டரையும் கொன்று விடுவார்கள்! கிரெம்லினுக்கு விரையுங்கள்! கணநேரம் தாமதித்தாலும் ஆபத்து.''

கூட்டத்தினர் உறுமினார்கள், உரக்கக் கூச்சலிட்டார்கள், ஓடினார்கள். கர்ஜித்துக் கொண்டே பாலத்துக்கு விரைந்தார்கள். டால்ஸ்டாயின் வெண்குதிரையுடன் ஆயிரக்கணக்கானவர் ஓடினர். பாலம் பளுவைத் தாங்க முடியாது கிரீச்சென்று ஓசை செய்து, தொய்வு அடைந்தது. ஜனங்கள் முழங்கால் அளவு தண்ணீரிலும் ஓடினார்கள். நூற்றுக்கணக்கான காவற்படை வீரர்களும் பாலத் தில் நடக்கத் தொடங்கினர்; ஜனங்களைத் தள்ளிக்கொண்டு அவர்கள் பாலத்தைக் கடந்த பொழுது, எங்கிருந்தோ பூம், பூம், பூம் என்ற மணியோசை கேட்டது. மேன்மேலும் அதிகமாகிக் கிலியூட்டும் வகையில் மணியோசையின் வேகம் கூடியது. பிற மணிக்கூண்டுகளும் செயல்படத் தொடங்கின. மணிகள் முன்னும் பின்னும் வேகமாக ஊசலாடின. மாஸ்கோ முழுவதிலுமிருந்த ஆயிரத்து அறுநூறு ஆலயங்களிலிருந்தும் ஆலாட்சிமணிகள் அபாய அறிவிப்புச் செய்தன.

அமைதியாயிருந்த கிரெம்லினில், ஆங்காங்கே, ஒன்றப் பின் ஒன்றாகச் சாரைக் கதவுகள் மூடப்பட்டன.

17

காவற்படை வீரர்கள் பொறுமை இழந்தனர். அவர்களது அணிகள் கலைந்தன. ஒரு பகுதியினர் அரச மாளிகையையும் அறிவிப்பு ஆலயத்தையும் [(1)] நோக்கி விரைந்தனர். மற்றவர்கள் பாயர்களது மாளிகைகளின் வலிய கதவுகளை உடைப்பதிலோ மணிக்கோபுரங்களில் ஏறி மணி அடிப்பதிலோ ஈடுபட்டனர். பல நூறு டன் உலோகத்தைக் கொண்டு அமைக்கப் பெற்ற மணியை உடைய மகா ஐவான் கோபுரம், [(2)] பயங்கரமான தாழ்ந்த சுருதியில் பூம் பூம் என்று ஒலித்தது. அரண்மனைகளுக்கிடையேயும் கற்களால் கட்டப்பெற்ற துறவி மடங்களது அடைப்புகளுக்கும் நீண்ட அரசாங்கக் கட்டிடங்களுக்கும் இடையேயும் இருந்த குறுகிய சந்துகளில், பாயர்களது ஏவலாட்களில் பலர் செத்துக் கிடந்தனர். பலர் படுகாயமுற்று முனங்கிக் கொண்டிருந்தனர். ஜனங்கள் பீதிகொண்டு ஓடிய குதிரைகளைப் பிடித்துக்கொண்டு நகைத்தனர்; சாளரங்களைக் கற்களால் உடைத்துக் கூச்சலிட்டனர்.

கிரெம்லின் வட்டத்தின் கால்பாகத்தில் ஜாரின் மாளிகை வியாபித்து இருந்தது. கல்லாலோ மரத்தாலோ அமைந்த பல கட்டிடங்களும், அந்தப்புரங்களை உடைய மேன்மாடங்களும், மரத்தால் அமைந்த குள்ளமான குடிசைகளும், நடை பாதைகளும், பெரிய ஸ்தூபிகளும் சிறிய ஸ்தூபிகளும் உடையதாயிருந்த ஜாரின் அரண்மனை, சிவப்பு அல்லது பச்சை அல்லது திண்ணிய நீலம் பூசப்பெற்றதாய்க் காட்சி அளித்தது. பல நடைபாதைகளும் படிக்கட்டுகளும் அந்தக் கட்டிடங்களை இணைத்தன. நூற்றுக்கணக்கான கூரைகளும் கூடார வடிவத்திலோ வில் வளைவு வடிவத்திலோ அமைந்திருந்தன. அவற்றின் முகடுகள் குழல்களையும் பீப்பாய்களையும் சேவற்கொண்டை போன்ற உருவங்களையும் செதுக்கப் பெற்று விநோதமாகப் புலப்பட்டன. அவை வெள்ளியாலோ தங்கத்தாலோ அமைந்து தகதகவென்று பிரகாசித்தன. ஆண்டவனுக்கு அடுத்தவராக உள்ள பூலோக நாதனான ஜார் மன்னன் வாழும் இந்தப் பேரொளி வீசும் அரண்மனையைப் படைவீரர்களும் பொதுமக்களும் அலியோஷ்கா அலெக்ஸாண்டர் முதலிய சிறுவர்களும் உற்று நோக்கினர்.

அந்த மாளிகை பயபக்தி ஊட்டுவதாய் இருந்தது. சாதாரண மனிதன் எவனும் ஆயுத பாணியாக அதை அணுகத் துணியமாட்டான். பாயர்கள்கூட, வாயிலில் குதிரையை நிறுத்திவிட்டு, வெளிமுற்றத்து மண்ணில் பாதரட்சை அணியாது நடப்பார்கள். தொப்பியைக் கையிலெடுத்துக் கொண்டு, சாளரங்களை அச்சத்துடன் நோக்கியபடி நடப்பார்கள். எனவே, ஜனங்கள் பிரமித்து நின்று வெறித்துப் பார்த்ததில் வியப்பு இல்லை. மகாஐவானது குரல் தம் இதயத்தைத் தாக்குவதாகவே அவர்களுக்குத் தோன்றியது. அப்பொழுது எதற்கும் துணிந்த சில நபர்கள் முன்னேறினார்கள். ''ஏன் வாயைப் பிளந்துகொண்டு நிற்கிறீர்கள்? இளவரசன் ஐவானைத் தீர்த்துக்கட்டி விட்டார்கள். பீட்டரைக் கொன்று கொண்டிருக்கிறார்கள். விரையுங்கள். ஏணிகளை வைத்துத்தாண்டுங்கள்; முகமண்டபத்துக்குள் திரளுங்கள்!'' என்று அவர்கள் கர்ஜித்தனர்.

---

1. ஏசுநாதரின் அவதார மர்மத்தையும் அவரைக் கன்னிமேரி கருவில் தரித்திருப்பதையும், மேரித் தாய்க்குத் தேவதூதர் அறிவித்ததை நினைவூட்டும் வகையில், அறிவிப்பு ஆலயம் என்று பெயர் பெற்றது. - மொ-ர்.
2. மகா ஐவான்: பதினாறாம் நூற்றாண்டில் ருஷியாவை ஆண்ட ஜார்.

அந்தப் பெருங்கூட்டம் உறுமியது. முரசுகள் ஒலித்தன. ''ஓடுங்கள்! ஓடிவாருங்கள்!'' என்ற குரல்கள் எழுந்தன. சில படைவீரர்கள் தமது வளைவுக் கத்திகளைக் கரத்தில் பிடித்துக் கொண்டு கிராதியில் ஏறிக் குதித்தனர். அவர்கள் சிவப்பு முக மண்டபத்தை அடைந்தனர். தமது தோள் வலிமையைப் பிரயோகித்துச் செப்புக் கதவுகளைத் திறக்க முயன்றனர். ''முன்னேறு! முன்னேறு!'' என்று கூட்டத்தினர் முழங்கினர். எங்கிருந்தோ வந்த ஏணிகள் அரண்மனையின் சாளரங்களுக்கு நேரேயும் உயரமான முகப்பு மண்டபத்தின் மேலிருந்த கைப்பிடிச் சுவருக்கு நேரேயும் வைக்கப்பட்டன.

ஜனங்கள் ஏணிகளில் ஏறினார்கள்; உறுமினார்கள்! ''மாட்வியீவை ஒப்படையுங்கள்! நாரிஷ்கின்களை ஒப்படையுங்கள்!'' என்று கத்தினார்கள்.

18

''ஆர்ட்டமன் ஸெர்ஜியிவிச்! அவர்கள் நம்மைக் கொல்லப் போகிறார்கள், நிச்சயமாகக் கொல்லப் போகிறார்கள்! நாம் என்ன செய்வது?''

''மகாராணி அவர்களே, ஆண்டவன் கருணையை நம்புங்கள். நான் அவர்களிடம் போய்ப் பேசிப் பார்க்கிறேன். சமய முதல்வருக்குத் தகவல் அனுப்பிவிட்டீர்களா? அவரை அழைத்துக் கொண்டு வருவதற்கு, யாரையாவது அனுப்புங்கள்.''

''ஆர்ட்டமன் ஸெர்ஜியிவிச், அவர்கள்தாம், எனது விரோதிகள்தாம் இந்தக் கலகத்துக்குக் காரணம். காவற்படை வீரர்களிடையே, மிலோஸ்லவ்ஸ்கி குடும்பத்தினர் இருவர் மாறுவேடத்தில் உலாவுவதை யாஸிகோவ் கண்டார்.''

''மகாராணி அவர்களே! நீங்கள் பெண்ணாய்ப் பிறந்தவர், பிரார்த்தனை செய்யுங்கள்.''

நடையறையில் பல குரல்கள் ஒலித்தன:

''அவர் வருகிறார்! அவர் வருகிறார்!'' ஜோவாகிம் - சமய முதல்வர் ஜோவாகிம், ஓக்மரத் தளத்தைத் தம் சிலுவைக் கோலின் கூர்நுனியால் தட்டிக்கொண்டே, உள்ளே நழைந்தார். வில் வளைவுக் கூரையின் கிழிருந்த தாழ்வான சாளரங்களை அவரது வெறிகொண்ட கரிய குழி விழுந்த கண்கள் நோக்கின. வெளியே, ஏணிகளில் ஏறியிருந்த படைவீரர்களது முகங்கள் சாளரங்களின் சிறிய கண்ணாடித் தகடுகளை அழுத்தின. த்லைமைப் பாதிரியார் அச்சுறுத்தும் தோரணையில் தமது உலர்ந்த கரத்தை ஓங்கினார். அந்த முகங்கள் பின் வாங்கின.

நடால்யா தலைமைப் பாதிரியாரிடம் ஓடினாள். கரிய நரித்தோல் குல்லாய்க்குக் கீழ் அவள் கட்டிக்கொண்டிருந்த கைக்குட்டையைப் போலவே, அவளது உருண்டு திரண்ட முகமும் வெள்ளை வெளேரென்று இருந்தது. அவரது குளிர்ந்த கரத்தைக் கைய ்லடுத்து மீண்டும் மீண்டும் முத்தமிட்டாள்.

''புனிதத் தந்தையே! எங்களைக் காப்பாற்றுங்கள், காப்பாற்றுங்கள்?'' என்று குழந்தை போல் பேசினாள்.

''புனிதத் தந்தையே, நிலைமை மோசமாயிருக்கிறது,'' என்று மாட்வியீவ் கடுகடுப்பான குரலில் மொழிந்தான். பாதிரியார் தனது உப்பிய கண்மணிகளை அவனை நோக்கித் திருப்பினார். மாட்வியீவ் சதுரமாக வெட்டியிருந்த நரைதாடியை அசைத்துக்கொண்டு பேசினான்:

''இது ஒரு சதி, பகிரங்கமான கலகம். அவர்களுக்கே தாம் என்ன கூச்சலிடுகிறோமென்று தெரியவில்லை.''

மாட்வியீவ் அமைதியாயிருந்தான். பருந்துக் கண்களும் மெல்லிய நாசியும் உடைய அவன், வைதீகவாதிகளது வழிபாட்டு உருவத்தைப் போலக் காட்சியளித்தான். அவன் தனது நீண்ட வாழ்வில் பல கஷ்டங்களைக் கடந்திருக்கிறான்; பன்முறை உயிருக்கு ஆபத்து ஏற்பட்டு அவற்றிலிருந்து மீண்டிருக்கிறான். ஒரே ஒரு ஆசைதான், அவனது உள்ளத்தை ஆட்டிப் படைத்தது; அதிகாரத்தைச் செலுத்த வேண்டுமென்ற அகங்காரம் நிறைந்த அவாவே அது. ஆத்திரத்தால் அவனது உலர்ந்த இமைகள் துடித்தன. அந்த ஆத்திரத்தைக் கட்டுப்படுத்திக் கொண்டு அவன் சொன்னான்:

''எப்படியாவது அவர்களைக் கிரெம்லினுக்கு வெளியே அனுப்புவதுதான் தலைமையான பிரச்னை. அதன்பின், அவர்களைச் சமாளித்துக் கொள்ளலாம்.''

ஜன்னல்களுக்கு வெளியே, ஜனங்கள் அடித்து உடைத்தும் கூச்சலிட்டும் ரகளை செய்தனர். மகாராணியின் தம்பியான ஐவான் நாரிஷ்கின் அறையின் ஒரு கதவு வழியே நுழைந்து இன்னொரு கதவு வழியே வெளியேறினான். அவன் ஓடியபொழுது கால்விரல் நுனிமட்டுமே பூமியில் பாவியது. படைவீரர்களும் பாயர்களும் அவனிடமே எல்லையில்லாத வெறுப்புக் கொண்டிருந் தனர். வயது இருபத்திநான்கு தான்; ஆயினும் அதற்குள் பாயர் ஆகிவிட்டான். உருவப்பொலிவும் முகவெட்டும் உடையவன்; மினிக்கிக் குலுக்கும் பகடி; ஜாரின் கிரீடத்தைத் தன் சிரத்தில் வைத்துப் பார்த்து விட்டான் என்று ஜனங்கள் அவனைப் பற்றிப் பேசிக்கொண்டார்கள். அவனது கரிய சிறிய மீசை, அந்தக் கருநீலம் பாய்ந்த முகத்தில் பசைவைத்து ஒட்டியிருப்பதைப் போலத் தோன்றியது. மறுநாள் அவனைச் சித்திரவதைசெய்து கொல்லப் போகிறார்களென்பதை அறிந்தது போல அந்த முகம் களையிழந்திருந்தது. தனது போலிஷ்பாணிச் சட்டையின் முன்கைப் பகுதியை ஆட்டிக் கொண்டு, ''ஸோபியா வந்துவிட்டாள்?'' என்று கத்திவிட்டுக் கதவுக்குப் பின் மறைந்தான். சிறுவனைப் போலவிருந்த அவனது சித்திரக்குள்ளன், கோமாளிக் குல்லாயைக் கையிலெடுத்துக்கொண்டு காலை இழுத்து இழுத்து நடந்தான். அவனது உலர்ந்த முகம் கண்ணீரால் நனைந்திருந்தது. மறுநாள் தன் எஜமானனைக் காட்டிக்கொடுக்கப் போவதை அறிந்துதான் அப்படி அழுதான் எனத் தோன்றியது.

ஸோபியா துரிதமாக நடந்து அறையில் பிரவேசித்தாள். கோலிட்ஸின்னும் ஹோவான்ஸ்கியும் அவளுடன் வந்தனர். அவளது கன்னங்களில் சிவப்பு வண்ணச்சாயத்தை அப்பிக்கொண்டிருந்தாள். சரிகை வைத்துப் பின்னிய ஆடையும் முத்துப்பதித்த உயரமான தலையணியும் அணிந்திருந்தாள். தன் மார்புக்கு நேராகக் கரங்களால் சிலுவைக் குறியிட்டு, மகாராணிக்கும் சமய முதல்வருக்கும் தலைவணங்கினாள். சர்ப்பத்தைக் கண்டவளைப் போல, நடால்யா அதிர்ச்சி அடைந்தாள். அவளது நயனங்கள் தெண்டத் தெண்ட விழித்தன. ஆனால் அவள் ஒரு சொல் பேசவில்லை. ஸோபியா உரக்கப் பேசினாள்:

''ஜனங்கள் கோபாவேசம் கொண்டிருக்கிறார்கள். அதற்கு நியாயம் இருக்கிறது. மகாராணி அவர்களே! நீங்கள் என் தம்பிகளுடன் அவர்களுக்குக் காட்சி தர வேண்டும். குழந்தைகள் கொல்லப்பட்டு விட்டதாகக் கத்துகிறார்கள். ஏன் அப்படி எண்ணுகிறார்களோ, ஆண்ட வனுக்குத்தான் வெளிச்சம். அவர்களிடம் பேசுங்கள். சலுகை காட்டுவதாக உறுதி கூறுங்கள். இல்லாவிட்டால், எந்த நிமிடமும் அரண்மனைக்குள் புகுந்து விடுவார்கள்.''

அவன் பேசியபொழுது, அவளது வெண்பற்கள் 'கிளிக்' என்று ஓசை செய்தன; பச்சை விழிகள் ஆனந்த ஆவேசத்தால் பிரகாசித்தன. மாட்வியீவ் அவளை நோக்கி ஓர் அடி எடுத்து வைத்துப் பேசினான்:

''பெண்களுக்கு இடையே கணக்குத் தீர்க்கும் நேரம் இதுவல்ல.''

''அப்படியானால் நீங்களே அவர்களிடம் சென்று பேசுங்கள்.''

''ஸோபியா, நான் சாவைக்கண்டு அஞ்சுகிறவன் அல்ல.''

சமய முதல்வர் தம் சிலுவைக்கோலால் தரையை அடித்துக்கொண்டு பேசினார்:

''வாக்குவாதம் செய்யாதீர்கள், சிறுவர்களை - ஐவானையும் பீட்டரையும் ஜனங்களுக்குக் காட்டுங்கள்.''

தன் நெற்றிப் பொட்டுகளைப் பிடித்துக்கொண்டு, நடால்யா கத்தினாள்: ''வேண்டாம்! புனிதத் தந்தையே! நான் இதை அனுமதியேன்.... எனக்குப் பயமாயிருக்கிறது.''

''சிவப்பு முகமண்டபத்தின் மேல்தளத்துக்குச் சிறுவர்களுடன் செல்லுங்கள்,'' என்று சமய முதல்வர் மீண்டும் கூறினார்.

19

சிவப்பு முக மண்டபத்தின் செப்புக் கதவுகளின் பூட்டு நெகிழ்ந்த ஓசை கேட்டது. கதவருகில் ஜனநெருக்கம் அதிகமாயிற்று. ஜனங்கள் மூச்சுவிடாது பூட்டு உடையும் நேரத்தைக் கவனமாக எதிர்நோக்கினர். முரசொலி அடங்கியது.

அலெக்ஸாண்டர் தனது கால்களாலும் கைகளாலும் முகமண்டபத்துத் தூண் ஒன்றைக் கட்டிக்கொண்டிருந்தான். அலியோஷ்கா திகிலடைந்திருந்த போதிலும் நண்பனை ஒட்டிக் கொண்டிருந்தான். கதவுகள் திறந்தன. தமக்கு முன்னால் மகாராணி நடால்யா நிற்பதைக் கூட்டத்தினர் கண்டனர். அவள் விதவைக்குரிய கறுப்பு அங்கியும் சரிகை மேலங்கியும் அணிந்திருந்தாள். பல்லாயிரக்கணக்கான விழிகள் தன்னையே நோக்குவதைக் கண்ட அவள் நடுங்கினாள்; யாரோ ஒருவன், இறுகப் பிடித்துக் கொண்ட பிரகாசமான கோட்டு அணிந்த சிறுவனை நடால்யாவிடம் நீட்டினான். அவள் அச்சிறுவனைக் கஷ்டப்பட்டுத் தூக்கிக் கைப்பிடிச் சுவர்மீது நிறுத்தினாள். மானோமாக் மகுடம் ★ ஒரு செவியின் மீது நழுவியிருந்ததால், கத்தரித்திருந்த கரிய மயிர் நன்கு புலப்பட்டது. வட்டவடிவக் கன்னங்களையும் குட்டை மூக்கையும் உடைய அவன் தன் கழுத்தை நீட்டிக் கூட்டத்தை நோக்கினான். அவனது நயனங்கள், சுண்டெலியின் கண்களைப் போல் வட்ட வடிவமாயிருந்தன. அவனது சிறிய வாயின் உதடுகள் அச்சத்தால் மடிந்திருந்தன.

★ மானோமாக் மகுடம்: கி.பி. நான்காம் நூற்றாண்டில், ரோமாபுரி சாம்ராஜ்யத்தின் தலைவனான கான்ஸ்டண்டைன், ஆசியாவும் ஐரோப்பாவும் சந்திக்கும் இடத்தில், பாஸ்பரஸ் ஜலசந்தியின் ஐரோப்பியக் கரையில் பைஸாண்டியம் என்ற இடத்தில் ஒரு நகரைக் கட்டினான். அது கான்ஸ்டாண்டி, நோபிள் என்று பெயர்பெற்றது. விரைவில் அது கீழைய கிறிஸ்துவ சாம்ராஜ்யத்தின் தலை நகராயிற்று. பதினைந்தாம் நூற்றாண்டின் கடைசியில்தான் அதைத் துருக்கியர் கைப்பற்றினர்.

கான்ஸ்டாண்டி நோபிளில் ஆண்டவர்களில் ஒருவன் மானோமாக். அவன் அணிந்த கிரீடம், அவன் குடும்பத்தில் உறவுகொண்ட ருஷியத்தலைவருக்குக் கிடைத்தது. பைஸாண்டியம் இரண்டாவது ரோம் என்றால் மாஸ்கோ மூன்றாவது ரோம் என்பது ஜார்களின் நம்பிக்கை. எனவே மானோமாக் கிரீடம் அரசச்சின்னமாயிற்று. - மொ-ர்.

மகாராணி ஏதோ சொல்வதற்கு வாய் எடுத்தாள். ஆனால் அவளது தொண்டை அடைத்துக் கொண்டது; தலை சுற்றியது. அவள் பின்னாலிருந்த மாட்வியீவ் முன்னால் வந்தான். அவனைக் கண்டதும் மக்கள் உறுமினர். அவன் ஒரு சிறுவனை அழைத்துக் கொண்டு வந்தான். மெலிந்து களை இழந்த முகமும் தொங்கும் கீழ் உதடும் உடைய அவன் பீட்டருக்குக் கொஞ்சம் மூத்தவன்.

மாட்வியீவ் தனது புருவங்களை நெறித்துக்கொண்டு, வலிமை குன்றாத கிழவன் குரலில் பேசினான்: ''உங்களிடம் பொய் சொன்னது யார்? ஜாரும் இளவரசரும் கொல்லப்பட்டு விட்டன ரென்று புரளி செய்தது யார்? நீங்களே நோக்குங்கள். இதோ மகாராணியின் அணைப்பில் ஜார் நிற்கிறார். திடகாத்திரமாகவும் சந்தோஷமாகவும் இருக்கிறார்; இதோ இளவரசர் ஐவான் இருக்கிறார்.'' அப்பொழுது அவன் அந்தக்களை இழந்த சிறுவனைத் தூக்கிக் கூட்டத்திற்கக் காண பித்தான். ''ஆண்டவனது அருளால் இருவரும் உயிரோடிருக்கிறார்கள்.''

கூட்டத்தினர் ஒருவரையொருவர் பார்த்துக்கொண்டு, ''ஆம், அவர்கள்தான், இதில் வஞ்சகம், சூழ்ச்சி ஒன்றுமில்லை'' என்றனர்.

''படைவீரர்களே, அமைதியாக உங்கள் பேட்டைகளுக்குச் செல்லுங்கள்! உங்களுக்கு ஏதோவது தேவையென்றால், நீங்கள் ஏதாவது புகார் சொல்லவோ வேண்டிக் கொள்ளவோ விரும்பினால், தூதுகோஷ்டி அனுப்புங்கள்'' என்றான் மாட்வியீவ்.

கோலிட்ஸின்னும் ஹோவான்ஸ்கியும் மண்டபத்தின் படிகளில் இறங்கினர். படை வீரர்களது தோள்களிலும் நகரமக்களது தோள்களிலும் கைவைத்துத் தள்ளினார்கள். கலைந்து செல்லும்படி கூறினார்கள் ; ஆனால் அந்தப் பேச்சில் கேலி தொனித்தது. அமைதி அடைந்த கூட்டத்திலிருந்து மீண்டும் வெஞ்சினக் குரல்கள் எழுந்தன:

''அவர்கள் உயிரோடிருந்தால், நமக்கு என்ன ஆயிற்று?''

''அவர்கள் உயிரோடிருப்பதைத்தான் பார்க்கிறோமே!''

''எப்படியிருந்தாலும், நாங்கள் கிரெம்லினை விட்டு வெளியேறப் போவதில்லை.''

''நாங்கள் மடையர்கள் அல்ல, உங்களது தீஞ்சுவைச் சொற்களைக் கேட்டு ஏமாற மாட்டோம்.''

''நாளைக்கு எங்களை முறை மன்றத்துக்கு முன் சித்திரவதை செய்வீர்கள்.''

''மாட்வியீவையும் நாரிஷ்கின்களையும் எங்களிடம் ஒப்புடையுங்கள்.''

''ஐவான் நாரிஷ்கினை ஒப்படையுங்கள். அவன் ஜாரின் மகுடத்தைச் சிரத்தில் வைத்துப் பார்த்தானாம்.''

''உதிரத்தை உறிஞ்சும் பாயர்கள்...!'

''யாஸிகோவை ஒப்படையுங்கள்! டோல்கோருகியையும் ஒப்படையுங்கள்!''

தமது வெறுப்புக்குப் பாத்திரமான நபர்களது பெயர்களைக் கூறும்பொழுது, அவர்கள் மேன் மேலும் அதிகமாக அச்சுறுத்தினர். நடால்யாவின் முகம் வெளுத்தது. அவள் தன் மகனை மீண்டும் கட்டிக்கொண்டாள். ஒருவன் நகைத்துக்கொண்டே கத்தினான்:

''அவனைப் பாருங்கள், பூனைக்குட்டி மாதிரி.''

அச்சமயம், காவலர்படைத் தளபதியின் மகனான டோல்கோருகி, ஆயுதங்களால் கடகட வென்று ஒலித்துக்கொண்டு படிக்கட்டில் விரைவாக இறங்கினான். அகந்தை மிகுந்த அவன் இழவுத் துயர்க்குறியான கருநிற ஆடையும், இரத்தச் சிவப்பான வெல்வெட்டும் அணிந்து கச்சித மாக விருந்தான். ஒரு சாட்டையை ஆட்டிக்கொண்டே, படைவீரர்களைப் பார்த்துக் கூச்சலிட்டான்:

''வேசிமக்களா! என் தந்தை நோயாளியாகப்படுத்திருப்பதால், எதுவும் செய்யலாமென்று எண்ணுகிறீர்களா? ஒழியுங்கள்! நாய்களா! அடிமைகளா! ஓடுங்கள்!''

முதலில், சாட்டையடியிலிருந்து தப்புவதற்காகப் படைவீரர்கள் பின் வாங்கினார்கள். ஆனால் காலம் மாறிவிட்டது. இந்த மாதிரியான ஆணவப்பேச்சுச் செல்லுபடியாகாது. படைவீரர்கள் ஆழ மூச்சு வாங்கினார்கள்; கர்ஜித்துக்கொண்டு அவனை நோக்கித் தாவினார்கள்.

''உன்னை இன்னும் மணிக்கூண்டிலிருந்து எறியவில்லையா? வாண்டுப்பயலே, நீ யார்? அவனைப் பிடியுங்கள்! விடாதீர்கள்!''

அவர்கள் அவனது அரைக்கச்சையைப் பற்றினார்கள். அது கிழிந்தது. ஒரு வினாடியில், அவனது வெல்வெட் கோட் கந்தலாயிற்று. அவன் தன் கத்தியை உருவினான். அதைச் சுழற்றிக் கொண்டே பின் வாங்கினான். படை வீரர்கள் தமது ஈட்டிகளைக் காட்டிக்கொண்டே முன்னேறி அவனைப் பிடித்தார்கள். மகாராணி வீறிட்டலறினாள். சிறகுகளையும் கால்களையும் விரித்துக் கொண்ட பருந்தைப்போன்ற அவனது உடல், காற்றில் பறந்து கூட்டத்திடையே விழுந்தது. கூட்டத்தினர் அதை மிதித்துத் துவைத்துக் கிழித்தனர்.

மாட்வியீவும் மகாராணியும் கதவை நோக்கித் திரும்பினர். ஆனால் தப்பி ஓடுவதற்கு நேரம் இல்லை. அரசமாளிகையின் நடையறையிலிருந்து ஓவ்ஸியும் வேறு சில படைவீரர்களும் ஓடி வந்தனர்.

''மாட்வியீவ் வீழ்க!'' என்று அவர்கள் கத்தினர். ''அதுதான் சரி! அதுதான் சரி!'' என்று கூட்டத் தினர் கூச்சலிட்டனர்.

ஓவ்ஸி, மாட்வியீவைப் பின்னாலிருந்து பற்றிக்கொண்டான். மகாராணி மாட்வியீவைக் கெட்டியாகக் கட்டிக்கொண்டாள். இளவரசன் ஐவான் கீழே விழுந்தான்; அழத்தொடங்கினான். பீட்டரின் வட்டமான வதனம் கோணியது. அவன் தன் இருகரங்களாலும் மாட்வியீவின் நரைத்த தாடியைப் பிடித்துக்கொண்டான்.

''மாட்வியீவை இழுத்துக்கொண்டு வாருங்கள்! அஞ்சாதீர்கள்!

அவனைத்தூக்கி இங்கு எறியுங்கள்!'' என்று ஈட்டிகளை உயர்த்திய படைவீரர்கள் கூப்பாடு போட்டனர்.

மகாராணியை யாரோ ஒரு பக்கமாக இழுத்துக்கொண்டனர். பூனைக்குட்டியைத் தூக்கிப் போடுவதைப் போல, யாரோ பீட்டரைத் தூக்கி மூலையில் எறிந்தார்கள். மாட்வியீவின் பெரிய சரீரம் தூக்கப்பட்டது. திறந்தவாயும் விரிந்த கால்களுமாக இருந்த அந்த உடல், உயர்த்திய ஈட்டிகள் மீது விழுந்தது.

அதன்பின், படைவீரர்களும் நகரமக்களும் சிறுவர்களும், - அலெக்ஸாண்டரும் அலியோஷ் காவும் உள்பட - அரண்மனைக்குள் நுழைந்தனர்; அதன் நூற்றுக்கணக்கான அறைகளை

நிரப்பினர். ராணியும் சிறுவர்களும் முகப்பு மண்டபத்திலேயே இருந்தார்கள். ராணி மூர்ச்சையாகி விட்டாள்.

கோலிட்ஸின்னும் ஹோவான்ஸ்கியும், மீண்டும் சதுக்கத்தில் எஞ்சியிருந்தவர்களை அணுகினார்கள். உடனே, கூட்டத்திலிருந்து பல குரல்கள் எழுந்தன:

''ஐவானுக்கு முடிசூட்ட வேண்டும்!''

''இருவருமே ஜாராகவிருக்கட்டும்!''

''ஸோபியாதான் தேவை!''

''ஆம், ஆம், ஸோபியாதான் ஆட்சி செலுத்த வேண்டும்!''

''செஞ்சதுக்கத்தில் ஒரு ஸ்தூபியை நிறுவ வேண்டும்! நிரந்தரமான சுதந்திரத்தை உத்திரவாதம் செய்யும் நினைவுச் சின்னம் வேண்டும்!''

அத்தியாயம் இரண்டு

1

கொஞ்சகாலத்துக்குப் படைவீரர்கள் வெறியாட்டம் நடத்தினார்கள். பல பாயர்களைக் கொன்றனர். மகாராணியின் சகோதரர்களான ஐவான் நாரிஷ்கின்னும் இன்னொருவனும் மகாப் பிரபுக்களான யூரிடோல் கோருகி, மைகேல் டோல்கோருகி, கிரிகரி ரோமோடானோவ்ஸ்கி, ஆண்டிரிரோமோடானோவ்ஸ்கி, மைகேல் செர்காஸ்கி, மாட்வியிவ், பீட்டர் ஸால்டிகோவ், பிடோர்ஸால்டிகோவ், யாஸிகோவ் ஆகியோரும், வேறுபல சாதாரணப் பிரபுக்களும் கொலைவாளுக்கு இரையானார்கள். படை வீரர்களுக்கு இரண்டு லட்சத்து நாற்பதாயிரம் ரூபிள் சம்பளப் பாக்கி கிடைத்தது. ஒவ்வொரு சிப்பாய்க்கும் பத்து ரூபிள் பரிசும் கிடைத்தது. சகல நகரங்களிலுமிருந்து பொன்னையும் வெள்ளியையும் கொள் முதல் செய்து உருக்கி நாணயம் அடித்தே, இந்தத் தொகை பட்டுவாடா செய்யப்பட்டது. செஞ்சதுக்கத்தில் ஒரு ஸ்தூபி நிறுவப்பட்டது. அதன் நான்கு புறங்களிலும் கொலை செய்யப்பட்ட பாயர்களது பெயர்களும் அவர்கள் இழைத்த அக்கிரமங்களும் குற்றங்களும் பொறிக்கப்பட்டன. படைவீரர்கள் கோரியபடி, பாயர்கள் உரிமைச் சாசனங்களை வெளியிட்டனர். இனி எக்காலத்திலும் சிப்பாய்களை ஏசுவதில்லையென்றும், கலகக்காரர்களென்றோ துரோகிகளென்றோ தூற்றுவதில்லையென்றும், நியாயமான முகாந்திரமில்லாமல் தூக்கிலேற்றவோ நாடு கடத்தவோ உத்திரவு பிறப்பிப்பதில்லையென்றும் பாயர்கள் அந்தச் சாசனங்கள் மூலம் உறுதி கூறினார்கள்.

கிரெம்லினிலிருந்த சேமிப்புகளையெல்லாம் உண்டு குடித்துக் காலி செய்தபின், படைவீரர்கள் தமது பேட்டைகளுக்கும், நகர மக்கள் தத்தம் நகரத்துக்கும் சென்றனர். எல்லாம் முன்போலவே நிகழ்ந்தன. புதுமை ஏதும் நிகழவில்லை. மாஸ்கோவிலும் நகரங்களிலும் நாடெங்கிலுமுள்ள நூற்றுக்கணக்கான வட்டங்களிலும், தரித்திரமும் துன்பமும் அடிமைத் தளையும் மக்களை வருத்தின. நீண்ட நெடுங்காலமாக நாட்டைச் சூழ்ந்துள்ள இருள் கொஞ்சமும் நீங்கவில்லை.

சாட்டையடியால் முதுகுத்தோல் உரிய, விவசாயி தன் வெறுப்புக்கு உரிய நிலத்தைப் பிறாண்டினான். கணப்புக்குக் கரிவாங்க முடியாது தவித்த நகரவாசி, தாங்க முடியாத வரிப் பளுவால் திக்குமுக்காடி ஊளையிட்டான். சிறு வியாபாரிகள் அனைவரும் முனங்கினார்கள். குட்டி எஸ்டேட்டுகளையே உடைய பிரபுக்கள் தரித்திரர்களானார்கள். நிலவளம் க்ஷீணமுற்றது. வாடிக்கையான விளைச்சலில் மூன்றில் ஒரு பாகம் விளைந்தால்கூட, அதை ஆண்டவனது அருளாகக் கொள்ள வேண்டியிருந்தது. பாயர்களும் பெரிய வியாபாரிகளும்கூடப் புகார் செய்தார்கள். முன் காலத்தில் பாயரக்குத் தேவைகள் அதிகமில்லை. தோல் வைத்துத் தைத்த கோட்டும் நீண்ட குல்லாயும் இருந்து அணிந்து கொண்டால், அவனது கௌரவத்தைக் காப்பாற்றிவிடலாம். இல்லத்தில் இருந்தால், கோசுக்கீரைச் சூப்பும் உப்பிலிட்ட இறைச்சியும் தின்றுவிட்டு உறங்குவான்; ஆண்டவனைப் பிரார்த்தனை செய்வான். ஆனால் இப்பொழுது, அவனது பார்வையில் பேராசை குடிபுகுந்துவிட்டது. அவன் பிற நாட்டினரைக் கண்டான்; அவர்களைப் பற்றி நிறைய விஷயங்கள் கேள்விப்பட்டான். அவன் போலிஷ் பிரபுவைப் போலவும் லிவோனிய மேன்மக்களைப் போலவும் மேனாட்டுச் சீமான்களைப் போலவும் வாழ விரும்பினான். பாயர்கள் பேராவலுக்கு இரையானார்கள். நூற்றுக்கணக்கான வீட்டு அடிமைகளை நியமித்துக் கொண்டார்கள். அவர்களுக்கு ஊழியச் சின்னத்துடன் கூடிய ஆடைகளும் பாதரட்சைகளும் வாங்கித் தர வேண்டும்; அந்தக் குண்டோதரர்களுக்குச் சோறுபோட வேண்டும். இவற்றுக்கெல்லாம் முன்னைவிட அதிகமான பணம் தேவைப்பட்டது. மரவீடுகளில் வாழ்வது இழிவாகத் தோன்றியது. முன்பெல்லாம் பாயரோ அவனது மனைவியோ வெளியில் செல்வதென்றால், ஒற்றைக்குதிரை பூட்டிய சறுக்கு வண்டியில் சென்றனர். அந்தக் குதிரையின் சேணத்து வில்லுக்குப் பின்னால், ஓர் அடிமை குதிரை மீது அமர்ந்திருப்பான். பகட்டுக்காகக் குதிரையின் காலரிலும் கடிவாளத்திலும் நரிவால்களைத் தொங்கவிடுவார்கள். ஆனால் இப்பொழுது, டான்ஸிக்கிலிருந்து பொன்முலாம் பூசிய கோச் வண்டியைத் தருவிக்க வேண்டும்; அதில் நான்கு குதிரைகளைப் பூட்டிப் பிரயாணம் செய்ய வேண்டும். இல்லாவிட்டால், எவரும் பாயரை மதிக்கமாட்டார்கள். இதற்குப் பணம் எங்கே உள்ளது? பணம் கிடைப்பது கஷ்டமாயிருந்தது; குதிரைக் கொம்பாயிருந்தது. வாணிகம் மோசமான நிலையில் இருந்தது. நாட்டுக்குள் அதிகமான சரக்குகளை விற்கமுடியாது. ஜனங்களிடம் பணம் இருந்தால் தானே பொருள் வாங்க முடியும்? சரக்குகளை வெளிநாட்டுக்குக் கொண்டு போகவும் முடியாது - ஆம்; போக்குவரத்துச் சாதனம் ஏதுமில்லை. கடல்களெல்லாம் அன்னிய தேசங்களது ஆதினத்துக்கு உட்பட்டிருந்தன. அன்னிய நாடுகளுடன் நடைபெறும் வியாபாரமெல்லாம் அன்னியர் கைப்பிடியில் சிக்கியிருந்தது. பிற தேசங்களின் வியாபாரப் பெருக்கத்தைப் பற்றிக் கேட்டறிந்தால், எந்தத் தன்மானமுள்ள ருஷியனும் மண்டையைச் சுவரில் மோதி உடைத்துக்கொள்வான்! எந்தத் தீய மாயக் கவர்ச்சி ருஷியத்தாயைக் கட்டிப்போட்டிருக்கிறது? அவள் எப்பொழுதுதான் முன்னேற்றப் பாதையில் நடைபோடுவாள்?

மாஸ்கோவில் ஐவான், பீட்டர் என்ற இரு ஜார்கள் இருந்தனர். அவர்கள் சிறுவர்களாக இருந்ததால், அவர்கள் சார்பில், ஸோபியா ரீஜன்டாகக் கோலோச்சினாள். ஒரு பாயர் கோஷ்டிக்குப் பதிலாக இன்னொரு பாயர் கோஷ்டி ஆட்சிபுரிந்தது என்பதுதான் ஏற்பட்ட மாற்றம் எல்லாம்! வாழ்வு சோர்வுமயமாகவிருந்தது. காலச்சக்கரம் உருளவில்லை; முன்னோக்கிப் பார்ப்பதற்கு ஏதுமில்லை. செஞ்சதுக்கத்தின் நினைவுஸ்தூபியருகே, மன்னால் வாளேந்திய காவற்காரன் நின்றதுண்டு. ஆனால் இப்பொழுதெல்லாம் அவனைக் காண்பதில்லை. ஜனங்கள் பலவகையான கழிவுகளையும் குப்பைகூளங்களையும் அத்தூணைச் சுற்றிக் குவித்திருந்தார்கள். சந்தைகளில், ஜனங்கள் மீண்டும் முணுமுணுக்கத் தொடங்கினார்கள்; வதந்திகளைத் தாழ்ந்த குரலில் பேசிப் பரப்பினார்கள். சென்ற தடவை தொடங்கிய காரியத்தைப் பூர்த்தி செய்யவில்லையோ என்ற

சந்தேகம் படைவீரர்களை அரித்தது. அதிகமான குழப்பம் செய்தபோதிலும் ஆதாயம் ஏதும் பெறவில்லை என்பதை அவர்கள் உணர்ந்தனர். நிரம்பக் காலதாமதம் ஏற்படுவதற்கு முன், காரியத்தை முடித்துவிட வேண்டாமா?

பண்டைய நாட்களில் பொருட்கள் மலிவாகவிருந்தனவென்றும், உணவுப்பண்டங்கள் நிறையக் கிடைத்தனவென்றும் ஜனங்கள் முறை தவறாது வாழ்ந்தனரென்றும், மொத்தத்தில் வாழ்வு சிறப்பாக இருந்ததென்றும் கிழவர்கள் கூறினார்கள். அந்த நாட்களில் திருட்டு என்றால் என்ன என்பதை எவரும் அறிந்திலர். ஆ! என்ன உயர்வான காலம் அது! அச்சிறப்பான காலம் இறந்து ஒழிந்து விட்டதே!

ஒருநாள், ஆறு பழைமைவாதிகள், படைவீரரது பேட்டைக்கு வந்தனர். எலும்பும் தோலுமாகவிருந்த அந்தச் சோனிகள், சமயச் சாத்திரங்களைக் கரைத்துக் குடித்திருந்தனர். உறுதியான சமய நம்பிக்கைக்கு உரிய அவர்கள், படைவீரர்களிடம் கூறினர்:[1] ''நிக்கனைப் பின்பற்றும் சமய முதல்வரையும் பாயர்களது அவையையும் ஒழித்தால்தான், உங்களுக்கு விமோசனம் கிட்டும். அவர்கள் நிக்கனது வழக்க ஒழுக்கங்களையும், போலிஷ் நடை, உடை, பாவனைகளையும் பின்பற்றுகின்றனர். அவர்களை ஒழித்துவிட்டு, தெய்வ பயத்தைப் போதிக்கும் நமது நம்பிக்கையையும் பழைய வாழ்க்கை முறையையும் நிலை நாட்டுவதே விமோசனப் பாதை.''

ஸோலோவெட்ஸ் துறவி மடத்திலிருந்து வெளியிடப்பட்ட ஏடுகளை இந்தப் பழைமைவாதிகள் படித்துக் காட்டினார்கள். நிக்கனைட் மோகத்திலிருந்து எப்படித் தப்புவது, வாழ்வையும் ஆத்மாவையும் எப்படிப் பாதுகாப்பது என்பனவற்றை அந்த ஏடுகள் விவரித்தன. படைவீரர்கள் அவற்றைக் கேட்டுப் புலம்பினார்கள். நிகிடா என்ற பழைமைவாதத் துறவி, சந்தையில் கிடந்த வண்டியில் ஏறி நின்று, ஓர் ஏட்டைப் படித்தான்:

''சகோதரர்களே! நான் அந்திக் கிறிஸ்து[2] வைக் கண்டேன்; உண்மையில் அவனைக் கண்டேன். ஒருநாள், அந்திக் கிறிஸ்து வரவிருப்பதை எண்ணி வருந்தினேன்; துயருற்றேன். எனவே, பிரார்த்தனை செய்யத் தொடங்கினேன். ஆனால் நான் பாவியானதால், பிரார்த்தனை செய்யும் பொழுதே உறங்கிவிட்டேன். ஆ! நான் அப்பொழுது என்ன கண்டேன், தெரியுமா? ஒரு வயலில் ஏராளமான ஜனங்கள் குழுமியிருந்தனர். என் அருகில் ஒருவன் நின்றான். 'இந்தக் கூட்டம் எதற்காக?' என்று அவனைக் கேட்டேன். 'அந்திக் கிறிஸ்து வருகிறான். நின்று நோக்கு, அஞ்சாதே' என்று அவன் பதிலளித்தான். நான் என் வளைத் தடியில் சாய்ந்துகொண்டு, தன்னம்பிக்கை குன்றாது நின்றேன். பார்! ஓர் அம்மணமான மனிதனை அவர்கள் அழைத்து வந்தனர். அவனது சதையிலிருந்து முடை நாற்றம் வீசியது. அவனைப் பார்க்கப் பயங்கரமாகவும் அருவருப்பாகவும் இருந்தது. அவன் மூச்சில் தீ கக்கினான். வாயிலிருந்தும் நாசித் தொளைகளிலிருந்தும் செவிகளிலிருந்தும் கெட்ட வாடையுடன் கூடிய தீக்கொழுந்துகள் வெளிவந்தன. அவனுக்குப் பின் நமது ஜாரும் அரசாங்கத் தலைவர்களும் பாயர்களும் இதர பிரபுக்களும் அரசவையினரும் வந்தனர். நான் அவர்கள் மீது காறி உமிழ்ந்தேன். எனக்கு ஓக்காளம் எடுத்தது. அந்தக் கோரத்தைக் கண்டு அருவருப்படைந்தேன். திருக்கட்டளையைத் தாங்கி நிற்கும் நூல்களிலிருந்து. அந்திக் கிறிஸ்து சீக்கிரத்தில் வரப்போகிறான் என்பதை நான் அறிவேன். ஏற்கனவே, அவனது தீய படைப்புகளான வெறி நாய்கள் பலர் நடமாடுவதை நான் காண்கிறேன்....''

---

1. பழைமைவாதிகள்: நிக்கனது சீர்திருத்தங்களை ஏற்றுக்கொள்ளாத வைதீகவாதிகள்.

2. அந்திக் கிறிஸ்து (Anti Christ): கிறிஸ்துவின் விரோதி; கிறித்துவச் சமய ஸ்தாபனம் தோன்றிய புதிதில், ஏசுநாதருக்குச் சத்துரு ஒருவன் வருவான் என்று அந்த ஸ்தாபனம் எதிர்பார்த்தது. அவனையே 'அந்திக் கிறிஸ்து' என்று குறிப்பிட்டது.

படைவீரர்கள் தாம் என்ன கோரவேண்டுமென்பதைத் தெளிவாக உணர்ந்துவிட்டனர். அவர்கள் கிரெம்லினுக்கு ஓடினார்கள். காவற்படைக் காரியாலயத் தலைவனான ஹோவான்ஸ்கி, தன்னைப் பழைமைவாதியாகப் பிரகடனம் செய்துகொண்டான். ஆறு பழைமை வாதச் சோனிகளும் நிகிடாவும் மூன்று நாட்கள் சோறோ நீரோ உட்கொள்ளாது உபவாசம் இருந்தனர்; அதன்பின் அவர்கள் சாய்வு மேஜைகளையும் மரத்தாலான சிலுவைகளையும் பழைய நூல்களையும்* எடுத்துக்கொண்டு அரண்மனைக்குச் சென்றனர்; ஸோபியாவுக்கு எதிரில், சமய முதல்வரையும் இதர பாதிரிகளையும் தூற்றினர்; சபித்தனர். சிவப்புமுக மண்டபத்தில் திரண்ட சிப்பாய்கள், ''பழைய நம்பிக்கை வேண்டும்! பழைய வாழ்க்கை முறை வேண்டும்!'' என்று கூச்ச லிட்டனர். ''இளவரசி அம்மையார் நாட்டு விவகாரத்தில் தலையிட்டுத் தொல்லை விளைவித்தது போதும்! கன்னியர் மடத்தில் சேரட்டும்!'' என்று பலர் ஆவேசத்துடன் கூறினார்கள். ஸோபியா வுக்கு முன் ஒரே ஒரு வழிதான் இருந்தது. அவள் ஆத்திரம் கொண்டு அச்சுறுத்தினாள்: ''எங் களுக்குப் பதிலாக ஒன்றுமறியாத ஆறு விவசாயித்துறவிகளை அதிகாரத்தில் அமர்த்த விரும்பு கிறீர்களா? அப்படியானால், ஜார் குடும்பத்தினராகிய நாங்கள் இனி இங்கு வாழ முடியாது; இதர நகரங்களுக்குச் செல்வோம். நாட்டுமக்கள் அனைவரிடமும் எங்களுக்கு நீங்கள் இழைக்கும் துரோகத்தையும் எங்களது அவல நிலையையும் எடுத்துரைப்போம்.''

ஸோபியாவின் எச்சரிக்கையிலுள்ள உட்பொருளைப் படைவீரர்கள் புரிந்துகொண்டனர்; 'அவள் பிரபுக்களது படைகளையெல்லாம் திரட்டி மாஸ்கோவுக்கு எதிராக ஏவிவிட்டால் என்ன செய்வது?' என்று அஞ்சித் திகிலடைந்த சிப்பாய்கள், தமது கலகத்தை நிறுத்திப் பேச்சுவார்த்தை தொடங்கினார்கள்.

அதற்குள், அரண்மனை நிலவறைகளிலிருந்து வாளி வாளியாக வாட்காவும் பீரும் சதுக்கத் துக்குக் கொண்டுவர, வாஸிலிகோலிட்ஸின் ஏற்பாடு செய்துவிட்டான். சிப்பாய்கள் குடித்து மதி மயங்கினார்கள்; ஊசலாடினார்கள். ''பழைய நம்பிக்கையைப் பற்றி நமக்கு என்ன கவலை? அதெல்லாம் மதகுருக்களது விவகாரம். பழைமைவாதிகள் ஒழிக!'' என்று யாரோ ஒருவன் கத்தினான். எலும்புக் கூடாயிருந்த துறவிகளில் ஒருவன் அங்கேயே, அப்பொழுதே சிரச்சேதம் செய்யப்பட்டான். மேலும், இருவர் அடிமிதியால் நசுங்கி உயிர்துறந்தனர். மற்ற துறவிகள் மயிரிழையில் உயிர்தப்பி ஓடினார்கள்.

பழிக்கப்பெற்ற பாயர்கள், அந்த வெகுளிகளைக் குடிபோதையில் உணர்விழக்கச் செய்து தம் தோலைக் காப்பாற்றிக் கொண்டனர். மாஸ்கோ தேன்கூடுபோல் சுறுசுறுப்பாக விருந்தது. ஒவ்வொருவனும் தன் சொந்தக் கருத்துக்களை உரக்கக் கூறினான். அந்நேரத்தில், தலைவன் என்று ஒருவனும் தோன்றவில்லை. முன்னேற்பாடு எதுவுமின்றி அக் கலவரம் நிகழ்ந்தது. கலகக்காரர்கள் சர்க்கார் நடத்திய சாராயக்கடைகளை அழித்தார்கள்; குமாஸ்தாக்களைப் பிடித்துப் புடைத்துக் கிழித்து எறிந்தார்கள். மாஸ்கோ வீதிகளில் குதிரைமீதோ கால்நடையாகவோ செல் வது ஆபத்தாக இருந்தது. பாயர்களது அரண்மனைகள் தாக்கப்பட்டன. துப்பாக்கியால் சுட்டுக் கலகக்காரர்களை விரட்டி வீட்டைக் காப்பாற்றுவதே பாயர்களுக்குப் பெரும்பாடாகி விட்டது. அந்த நாட்களில் பெரிய போராட்டங்கள் நிகழ்ந்தன; இரத்தம் வீதிகளில் ஓடியது. வரிசை வரிசையாக, மரத்தாலான வீடுகள் எரிக்கு இரையாயின. வீதிகளிலும் சந்தைகளிலும் ஏராளமான சவங்கள் கவனிப்பாரற்றுக் கிடந்தன. பாயர்கள், பிரபுக்களது படைகளை மாஸ்கோ அருகில் கொண்டுவந்திருப்பதாகவும், ஒரே தாக்குதலில் கலகத்தை நசுக்கத் திட்டமிட்டிருப்பதாகவும் வதந்தி பரவியது. மீண்டும் காவற்படையினர். ஓடுகாலிகளான அடிமைகளின் கூட்டத்தையும்

★ பழைய நூல்கள்: 1653-ல் தலைமைப் பாதிரியாரான நிக்கன் தலைமையில் அமைந்த குழுவால் திருத்தம் செய்யப்பெறாத சமயச்சாத்திர நூல்கள்

சேர்த்துக்கொண்டு ஈட்டிமுனையில் குத்தப்பெற்ற மனுவோடு கிரெம்லினுக்குச் சென்றனர்; சகல பாயர்களையும் தம்மிடம் ஒப்படைக்க வேண்டுமென்று கூச்சலிட்டனர்; அவர்களைச் சட்டுப்புட் டென்று விசாரித்துத் தண்டிக்கப் போவதாக ஆரவாரம் செய்தனர். ஸோபியா சிவப்பு முக மண்டபத்துக்கு வந்து சினந்து சீறினாள்:

''எங்களைப் பற்றிப் புனைந்துரைக்கப்படும் பொய்களை நம்பாதீர்கள். பிரபுக்களது படைகளைப் பற்றி நாங்கள் எண்ணியதே இல்லை. இந்தச் சிலுவையின் மீது ஆணையிட்டுக் கூறுகிறேன்.'' - தனது மார்பகத்தில் தொங்கிய வயிரக்கற்கள் பதித்த சிலுவையைக் கையிலெடுத் துக் கொண்டு ஆணையிட்டாள்; ''இளவரசன் மாட்வீய்காதான் இந்தப் புரளிகளைக் கட்டிவிடு கிறான்'' என்றாள், அதன்பின் அரண்மனையிலிருந்தவர்கள், மாட்வீய்கா என்ற தார்த்தாரிய இளவரசனை மட்டும் கீழே எறிந்தார்கள்.

மாட்வீய்கா, படைவீரர்களது ஈட்டிமுனைகளுக்குப் பலியானான். அவன் உடல் துண்டு துண்டாகக் கிழிக்கப்பட்டது; சிப்பாய்களது வெறியும் அடங்கியது. அவர்கள் வெறுங்கையோடு திரும்பினார்கள்.

மூன்று நாட்களுக்குப் பகலும் இரவும் மாஸ்கோவில் சந்தடி ஓயவேயில்லை. இடைவிடாது ஒலித்த எச்சரிக்கை மணியோசையைக் கேட்டு அஞ்சிய காகங்கள் மிக உயர்வாகப் பறந்தன. அப்பொழுதுதான், எதற்கும் துணிந்த கலகக்காரர்கள் ஒரு புதிய முடிவை எடுத்தார்கள். அதாவது, சமூக அமைப்புக்கே உயிர்நிலையாக உள்ள ஜார்மன்னர் இருவரையும் ஸோபியாவையும் சிரச்சேதம் செய்வதென்று முடிவு செய்தார்கள். ஆனால், நான்காவது நாள் காலையில் மாஸ்கோ கதிரவனைக் கண்டபொழுது, கிரெம்லின் காலியாகக் கிடந்தது. ஜார்களும் இல்லை; ஸோபியாவும் இல்லை. அவர்கள் பாயர்களுடன் ஓடிவிட்டார்கள். ஜனங்கள் பீதி அடைந்தனர்.

ஸோபியா, கோலோமென்ஸ்கோயி கிராமத்துக்குச் சென்றாள். பிரபுக்களது படைகளைத் திரட்டித்தருவிப்பதற்காகத் தூதர்களை அனுப்பினாள். ஆகஸ்ட் மாதம் முழுவதும் அவள் மாஸ்கோவைச் சுற்றிலுமுள்ள கிராமங்களுக்கும் துறவி மடங்களுக்கும் சென்றாள். அங்கெல் லாம் ஆலயவாயில்களில் நின்று திரள்திரளான மக்களிடம் தனக்கு ஏற்பட்ட இழிவையும் கேட்டையும் விரித்துரைத்தாள். கிரெம்லினில் ஹோவான்ஸ்கிதான் படைவீரர்களுடன் இருந்தான். அவனையே ஜாராகப் பிரகடனம் செய்தால் என்ன என்று படைவீரர்கள் யோசித்தனர். அவன் செல்வாக்குள்ளவனாயிருந்தான்; பூர்வீகமான குடிப்பெருமைக்கு உரியவனாயுமிருந் தான்; பழைய சமயத்தில் ஈடுபாடு உடையவனும் கூட, பொதுமக்கள் தமக்கே உரிய ஜாரை ஏன் அடையக்கூடாது ?

பிரபுக்கள் உயர்ந்த பரிசுகள் கிடைக்குமென்று எதிர்பார்த்துக் கச்சிதமாக உடையணிந்து குதிரை மீது ஏறினார்கள்; ஏறத்தாழ இரண்டு லட்சம் ஆட்கள் டிராயிட்ஸா மடத்துக்கருகில் கூடினர்; ஸோபியா ஒரு பறவையைப் போல மாஸ்கோவைச் சுற்றி வட்டமிட்டுக்கொண்டிருந் தாள். செப்டம்பர் மாதத்தில், அவள் ஸ்டீபன் தலைமையில் ஒரு குதிரைப் படையைப் புஷ்கினோ கிராமத்துக்கு அனுப்பினாள். மாஸ்கோவின் வெளிபேட்டைகளில் தன் படைகளுடன் ரோந்து சுற்றிக்கொண்டிருந்த ஹோவான்ஸ்கி, அச்சமயம் புஷ்கினோ கிராமத்தில் சிறு குன்றின்மீது கூடாரத்தில் உறங்கிக்கொண்டிருந்தான். அவனது படையினரும் நிம்மதியாகத் தூங்கிக்கொண்டி ருந்தனர். அவர்கள் விழித்தெழுவதற்குமுன், கண்டதுண்டமானார்கள். உள்ளுடை மட்டும் அணிந்திருந்த ஹோவான்ஸ்கி, உடைவாளை உருவிக்கொண்டு கூடாரத்திலிருந்து பாய்ந்து வந்தான். டிர்டாவ் குதிரை மீதிருந்து தாவி, ஹோவான்ஸ்கியின் தோள்களைப் பிடித்துக்கொண் டான். அவர்கள் ஹோவான்ஸ்கியை டிர்டாவின் குதிரைமீதுள்ள இருக்கையுடன் கட்டிப்

போட்டார்கள். ஸோபியா தனது நாமகரண தினத்தைக் கொண்டாடிக் கொண்டிருந்த கிராமத்துக்கு அவனைக் கொண்டு சென்றார்கள். கிராமத்துக்குள் நுழையும் இடத்தில், போருக்குரிய ஆடையும் தலை அணியும் தரித்த பாயர்கள் விசிப்பலகைகள் மீது அமர்ந்திருந்தனர். டிர்டாவ், ஹோவான்ஸ்கியைத் தூக்கி எறிந்தான். உள்ளாடை மட்டும் உடுத்தியிருந்த ஹோவான்ஸ்கி புல்வெளியில் மண்டியிட்டான்; அவமானமும் துயரமும் தாங்க மாட்டாமல் அழுதான். பாயர்களது அரசவையின் குமாஸ்தாவான ஷாக்லோவிதி, ஹோவான்ஸ்கி செய்த குற்றங்களைத் தொகுத்து எழுதிய பத்திரத்தைப் படித்தான்.

''பொய்! அனைத்தும் பொய்! நான் இல்லாதிருந்தால், என்றோ மாஸ்கோ வீதிகளில் இரத்த ஆறு ஓடியிருக்கும்'' என்று அவன் வெறிகொண்டவனாக இரைந்தான்.

புராதன பெருமைக்குரிய குடும்பத்தில் பிறந்தவனது உதிரத்தைச் சிந்துவதற்குப் பாயர்களது மனம் இலேசில் ஒருப்படவில்லை. வாஸிலிகோலிட்ஸின்னுடைய முகம், வெண்பனியையும் விட வெளுப்பாயிருந்தது. அவனும் ஹோவான்ஸ்கியும் கெடிமின்* என்பவனது வழித்தோன்றல்கள்; இழிந்த குடிகளில் பிறந்து அணிமைக் காலத்தில் புதிதாக உயர்வுற்றவர்கள். *கெடிமின் குடியில் பிறந்தவன் மீது தீர்ப்புக் கூறுகிறர்ர்கள்! எனவே, வாஸிலி வருந்தினான். அவனது தயக்கத்தைக் கண்ட மிலோஸ்லவ்ஸ்கி, குதிரைகள் நின்ற இடத்துக்குச் சென்ற ஸ்டீபனிடம் ஏதோ காதோடு காதாகக் கூறினான். உடனே ஸ்டீபன் ஸோபியாவின் பட்டுத்துணியால் அமைந்த கூடாரத்துக்கு வேகமாகச் சென்று திரும்பினான். விரைந்து ஓடிய குதிரையைக் கண்டு, குழந்தைகளும் கோழிக்குஞ்சுகளும் தலைதெறிக்க ஓடின.

''நீங்கள் தயங்கக் கூடாதென்றும், மகாப்பிரபு ஹோவான்ஸ்கியைக் கொன்றுவிட வேண்டுமென்றும் ரீஜன்ட் உத்திரவிடுகிறார்'' என்று ஸ்டீபன் அறிவித்தான்.

கோலிட்ஸின், தன் கண்களைக் கைக்குட்டையால் மூடிக்கொண்டு, விரைவில் வேறுபக்கம் திரும்பினான். டிர்டாவ் ஹோவான்ஸ்கியின் சிண்டைப்பிடித்துச் சாலைப்புழுதியில் இழுத்த பொழுது, அவன் வீறிட்டலறினான். கிராமத்தின் நுழைவாயிலில், ஹோவான்ஸ்கி சிரச்சேதம் செய்யப்பட்டான்.

படைவீரர்கள் தலைவனில்லாது தவித்தனர். ஹோவான்ஸ்கி கொல்லப்பட்டான் என்பதை அறிந்தவுடன் அவர்கள் கிரெம்லினைப் புகலிடமாகக் கொண்டனர். கிரெம்லினது வாயிற் கதவுகளைப் பூட்டிவிட்டுப் பீரங்கிகளைச் சித்தம் செய்து, முற்றுகைக்குத் தயாரானார்கள்.

ஸோபியா, டிராயிட்ஸா துறவி மடத்துக்கு அவசர அவசரமாகச் சென்றாள். அந்தப் பாதுகாப்பான மடத்தில் இருந்துகொண்டு, அவள் கோலிட்ஸின் தலைமையில் படையை அனுப்பினாள். இவ்வாறாக, இரண்டு ராணுவங்களும் ஒன்றையொன்று அச்சுறுத்திக்கொண்டு நின்றன. ஒரு சேனை, இன்னொன்று தன் மனோபலத்தை இழக்குமென்று எதிர்பார்த்தது. காவற்படையினரே முதலில் சோர்வடைந்தனர். அவர்கள் டிராயிட்ஸா மடத்துக்குத் தூது அனுப்பினார்கள். அவர்கள் சரண் அடைந்தனர். அதனால் தமது உரிமையை இழந்தனர். செஞ்சதுக்கத்திலிருந்த ஸ்தூபி அகற்றப்பட்டது. அவர்களுக்கு உரிமை அளித்துப் பிரகடனமாகியிருந்த சாசனங்கள் ரத்தாயின. கொடுமைக்குப் பெயர் வாங்கிய ஷாக்லோவிதி காவற்படைக் காரியாலயத் தலைவனானான். பல படைகள். பல்வேறு நகரங்களுக்கு மாற்றப்பட்டன. ஜனங்கள் மனோதைரியத்தை இழந்தனர். மீண்டும் மாஸ்கோவிலும், தேசம் முழுவதிலும் இடையீடில்லாத அமைதி நிலவியது. ஆண்டுகள் உருண்டோடின.

★ கெடிமின், பதினான்காம் நூற்றாண்டில் வாழ்ந்த லிதுவேனிய இளவரசன்; லிதுவேனிய, ருஷியப் பிரதேசங்களைக் கொண்ட ஒரு பரந்த ராஜ்யத்தை அமைத்தவன்.

அலெக்ஸாண்டர், அந்தி ஒளியில், வீதிகளது வேலி ஓரமாக ஓடிக்கொண்டிருந்தான். இதயத் துடிப்பு வேதனை தந்தது; வேர்வை விழிகளை மறைத்தது. சற்றுச் சேய்மையில் தீப்பற்றி எரிந்த வீடு, சாலையின் சக்கரத் தடங்களில் நிறைந்திருந்த நீரைப் பிரகாசிக்கச் செய்து அச்சுறுத்தியது. அவனுக்குப் பின்னால், ஐம்பது அடி அளவில், அவனது தந்தையான டேனிலா மென்ஷிகோவ் ஓடி வந்தான். அவன் குடி வெறியில் பூட்ஸ் காலால் தரையை அறைந்ததால், பேரோசை எழுந் தது. இந்தத் தடவை அவன் சாட்டையை விடுத்துப் பிரகாசமான வளைவுக் கத்தியைக் கொண்டு வந்தான். ''நில்! உன்னைக் கொன்று விடுகிறேன்'' என்று அவன் பயங்கரமான குரலில் கத்தினான்.

நண்பனுக்கு இணையாக ஓட முடியாததால், அலியோஷ்கா முன்பே பின் தங்கிவிட்டான்; ஒரு மரத்தின் உச்சிக்கு ஏறி ஒளிந்து கொண்டு விட்டான். ஓர் ஆண்டுக்காலமாக, அலெக்ஸாண்டர், தந்தை கண்ணில் படாதிருந்தான். ஆனால் இப்பொழுது, கலகக்காரர்களது படையெடுப்புக்கும் எரியூட்டலுக்கும் இலக்கான ஒரு சாராயக்கடையின் அருகில், தந்தை மகனைக் கண்டுவிட்டான். மகன் ஓடத் தந்தை பின் தொடர்ந்து ஓடினான். இத்துணைக் காலமும், இரு சிறுவர்களும் ஏதோ ஒருவகையாகக் குடல் கழுவினர். ஆயினும் அவர்கள் உல்லாசமாகக் காலம் தள்ளினர். வெளிப் பேட்டைகளில் வாழ்ந்த மக்கள் அவர்களை நன்கறிந்திருந்ததால், இரவில் உறங்குவதற்கு மனநிறைவோடு இடம் தந்தனர். மாஸ்கோவைச் சுற்றியுள்ள காடுகளிலும் நதிக்கரைகளிலும் அலைந்து திரிந்து கோடையைக் கழித்தனர்; இன்னிசைப் பறவைகளைப் பிடித்து வணிகரிடம் விற்றனர்; வீட்டுத் தோட்டங்களிலிருந்து காய்கனிகளைத் திருடிப் புசித்தனர். கரடியொன்றைப் பிடித்துப் பழக்கவேண்டுமென்பது அவர்களது ஆவல். ஆனால் அது எளிதான காரியமாயில்லை.

அவர்கள் மீன் பிடித்தார்கள். ஒருநாள், லோஸினோவ் தீவின் அடர்த்தியான காட்டைக் கடந்து வரும் யாவூஸாவின் தெளிந்த புனலில் தூண்டிலை போட்டுவிட்டுக் காத்திருந்தபொழுது, எதிர்க்கரையில், ஊன்றிய கையில் மோவாயை வைத்துக் கொண்டு ஒரு பையன் உட்கார்ந்திருந் ததைக் கண்டனர். அவனது ஆடை வினோதமாயிருந்தது; சிவப்புப் பட்டைகளும் பிரகாசமான பித்தான்களும் உடையதாய், விதேசிப் பாணியில் வெட்டித்தைத்த பச்சைக் கோட்டையும், வெள்ளைக் காலுறையையும் அணிந்திருந்தான். அருகில் ஒரு சிறு குன்றின்மீது, எலுமிச்சை மரத்தோப்புகளுக்குப் பின்னால் இருந்த பிரியோ பிராஷென்ஸ்கி அரண்மனையின் கூரைமுகட்டு வேலைப்பாடுகள் காட்சிக்குப் புலப்பட்டன. ஒரு காலத்தில், பல்வகை வர்ணப்பூச்சுகளுடன் களிப்பூட்டிய அரண்மனையின் முழுவடிவமும் புனலில் பிரதிபலித்துக் கண்களுக்கு விருந் தளித்தது. ஆனால் இப்பொழுது, அந்த மாளிகை கவனிப்பாரற்று அடர்த்தியான இலை தழை களின் பின்னே மறைந்து கிடந்தது.

வாயிற்கதவுகளின் அருகிலும், பசும்புல் வெளியிலும், யாரையோ விளித்துக்கொண்டு பெண்கள் அங்குமிங்கும் ஓடினர். அவர்கள் இந்தப் பையனைத்தான் தேடினார்கள் போலும்! ஆனால் அவன் புதர்களின் மறைவில் முகறையை இழுத்துக்கொண்டு அமர்ந்திருந்தான்; அந்தப் பெண்களின் விளியைப் பொருட்படுத்தவில்லை. அலெக்ஸாண்டர் கொக்கிப் புழு மீது எச்சில் துப்பிவிட்டு, அக்கரையிலிருந்த பையனை எச்சரித்தான்:

''ஹே! உன் குறும்பால் மீன்கள் ஓடுகின்றன. உஷார்! இல்லாவிட்டால் கால் சட்டையை நீக்கிவிட்டு, அக்கரைக்கு நீந்தி வருவோம். எங்கள் கையில் சிக்கித் தவிப்பாய்!''

அந்தப் பையன் நெடுமூச்செறிந்துவிட்டு மௌனம் சாதித்தான். மீண்டும் அலெக்ஸாண்டர் பேசினான்:

''நீ யார்? யாருடைய மகன்?''

''உன் தலையை வெட்டிப்போடும்படி உத்திரவிடுவேன். அப்பொழுது நான் யாரென்பதை அறிவாய்'' என்று அந்தப் பையன் ஓரளவு வறட்சியான குரலில் விடை பகர்ந்தான்.

உடனே, அலியோஷ்கா அலெக்ஸாண்டர் செவியில் இரகசியம் பேசினான்:

''ஜாக்கிரதை! அதுதான் ஜார் மன்னன்.''

அவன் தூண்டிலைப் போட்டுவிட்டு, ஓடுவதற்குச் சித்தமானான். ஆனால் அலியோஷ்காவின் நீல விழிகளில் குறும்புத்தனம் விளையாடியது.

''பொறு, பொறு. ஓடுவதற்கு நிறைய நேரம் இருக்கிறது'' என்று தன் நண்பனிடம் கூறிவிட்டு, அலெக்ஸாண்டர் தூண்டிலை நீரில் போட்டான்; சிரித்துக்கொண்டே சிறுவனிடம் பேசினான்:

''உன்னைக் கண்டு பயந்துவிட்டோம் என்று எண்ணுகிறாயா? சிரச்சேதம்! அங்கு எதற்காக உட்கார்ந்திருக்கிறாய்? அவர்கள் உன்னைத் தேடிக்கொண்டிருக்கிறார்கள்.''

''அந்தப் பெண்களது பார்வையில் சிக்காமல் இருக்கவே இங்கு ஒளிந்துகொண்டிருக்கிறேன்.''

''இப்பொழுதுதான் உங்களைப் புரிந்துகொண்டேன். நீ எங்கள் ஜார் அல்லவா?''

இந்தத் துணிச்சலான பேச்சைக் கேட்டு வியப்புற்றதால், அச்சிறுவன் சற்றுநேரம் மௌனமாயிருந்தான். அதன்பின் வினவினான்:

''நான் ஜாராயிருந்தால், அதனால் என்ன? அதைப்பற்றி உனக்கு என்ன கவலை?''

''என்ன கவலையா? நீங்கள்போய், எங்களுக்குத் தேன் அப்பம் கொண்டு வந்தால்...'' பீட்டர் முறுவலிக்காது அவனை வெறித்துப் பார்த்தான்.

அலெக்ஸாண்டர், ''மெய்யாகச் சொல்கிறேன். அப்பம் கொண்டு வாருங்கள். கொண்டு வந்தால், ஒரு வித்தைசெய்து காட்டுகிறேன்'' என்று கூறிவிட்டுத் தன் குல்லாயை எடுத்தான். அதில் குத்தியிருந்த ஊசியைக் கரத்திலெடுத்துக் கொண்டு சொன்னான்:

''இதோ பாருங்கள். இது ஒரு ஊசி; இல்லையா? உங்களுக்குப் பிடித்தம் என்றால், நான் இந்த ஊசியில் நூலைக்கோர்த்து, என் கன்னத்தில் நுழைத்து இழுக்கிறேன். வலியிராது; இரத்தம் வராது.''

''நீ சொல்வது பொய் அல்லவே?'' என்று பீட்டர் வினவினான்.

''பாருங்கள், நான் சிலுவைக் குறியிட்டுச் சத்தியம் செய்கிறேன். வேண்டுமானால் பாதத்தால் சிலுவை கீறுகிறேன்'' என்று கூறிய அலெக்ஸாண்டர், கீழே அமர்ந்தான்; தன் வெறும் பாதத்தைக் கையிலெடுத்து, அதனால் சிலுவைக் குறியிட்டான். பீட்டரின் வியப்பு அதிகமாயிற்று.

''உனக்கு அப்பம் கொண்டுவருவதற்காக ஜார் மன்னன் ஓடமாட்டான். ஆனால் இந்த வித்தையைக் காசுக்குச் செய்து காட்டுவாயா?'' என்று பீட்டர் உறுமினான்.

''ஒரு கோபெக் காசு கொடுப்பதாயிருந்தால் மும்முறை செய்வேன். காயமே ஏற்படாது.''

''பொய் பேசமாட்டாயே?''

பீட்டர் ஆவல் மிகுதியால் விழித்தான்; எழுந்து நின்று திரும்பினான். புதருக்கு அப்பால், சில பெண்கள் அவனை விளித்தவாறு ஓடிக்கொண்டிருந்தனர். பீட்டர் கரையோரமாக ஓடி, மரத்தாலான நடைப்பாலத்தை அடைந்தான். அதைக்கடந்து அலெக்ஸாண்டருக்கு அருகில் வந்து சேர்ந்தான். முகில்களையும் ஓர் உலர்ந்த 'வில்லோ'மரத்தையும் பிரதிபலித்த நீர்ப்பரப்பின் மேல், நீலத் தட்டாரப் பூச்சிகள் விளையாடிக் கொண்டிருந்தன. 'வில்லோ'வின் அடியில் நின்ற அலெக்ஸாண்டர், பீட்டருக்கு வித்தை செய்து காட்டினான். நூலில் கோர்த்த ஊசியை மும்முறை கன்னத்தின் ஊடே நுழைத்து இழுத்தான். ஆனால் இரத்தக்காயம் ஏதும் உண்டாகவில்லை; ஒரு துளி இரத்தம் கூடக் கசியவில்லை. கன்னத்தில் மூன்று புள்ளிகள் மட்டுமே தென்பட்டன. ஆந்தைக் கண்களைப் போல வட்டமாக இருந்த விழிகளால் பீட்டர் உற்று நோக்கினான்.

''ஊசியை என்னிடம் கொடு'' என்று அவன் பொறுமை இழந்தவனாய் ஆணையிட்டான்.

''பணத்தைப் பற்றி என்ன?''

''இந்தா, பிடி!''

அவன் எறிந்த ரூபிள் நாணயத்தை அலெக்ஸாண்டர் பிடித்துக் கொண்டான், ஊசியைப் பெற்ற பீட்டர் அதைத் தன் கன்னத்தில் குத்தினான். அதைக் கன்னத்தினூடே இழுத்தான். தலையை ஆட்டித் தன் சுருள் மயிரைப் பின்னுக்குத் தள்ளிக்கொண்டே, அவன் சிரித்தான்.

''உன்னைப் போலவே செய்தேன்! ஆம், நீ செய்த மாதிரியே!'' என்று கூறிய பீட்டர், அச் சிறுவர்களை மறந்துவிட்டு, அரண்மனைக்கு ஓடினான். கன்னத்தினூடே ஊசியை நுழைத்து இழுக்கும் வித்தையைப் பாயர்களுக்குக் கற்றுக் கொடுப்பதற்காகவே அவன் ஓடினான் போலும்!

அது புத்தம் புதிய ரூபிள் நாணயம். ஒருபுறத்தில் இரட்டைத்தலைப் பருந்தும் மறுபுறத்தில் ஸோபியாவின் உருவமும் இருந்தன. அதுவரை இந்தப் பையன்கள் அவ்வளவு பெரிய தொகையைச் சம்பாதித்ததில்லை. அதன்பின் அவர்கள் யாவூஸா நதிக்கரைக்கு அடிக்கடி வந்தனர்; ஆனால் பீட்டரைத் தூரத்தில் பார்ப்பதுடன் திருப்தியடைய வேண்டியதாயிற்று. சில சமயங்களில், உண்டு கொழுத்த ஊழியர்கள் புடைசூழப் பீட்டர் சிறிய மட்டக்குதிரை மீது சவாரி செய்வதை அவர்கள் கண்டனர். வேறு சந்தர்ப்பங்களில் அன்னிய மாதிரிக் கோட்டணிந்தும் மரத்தாலான பழைய வகை துப்பாக்கிகளைத் தரித்தும் நடைபழகிய இளைஞரது கோஷ்டியின் தலைமையில், அவன் முரசும் கையுமாக நடப்பதைக் கண்டனர். அப்பொழுதும் அந்த உண்டு கொழுத்த ஊழியர்கள் கைகளை அசைத்துக்கொண்டும் சந்தடி செய்துகொண்டும் உடன் சென்றனர்.

''முட்டாள்தனமான செயல்களில் நேரத்தை விரயம் செய்கிறான்'' என்று, உலர்ந்த வில்லோமரத்தின் கீழ் அமர்ந்தவாறு அலெக்ஸாண்டர் அபிப்பிராயம் கூறுவான்.

கோடை முடிந்த சமயத்தில், அவன் சில நாடோடிகளிடமிருந்து அரை ரூபிளுக்கு ஒரு கரடியை வாங்கினான். அது சிறியதாகவும் ஒல்லியாகவும் இருந்தது; காட்டுப்பன்றியைப் போல் கூனலாகவும் இருந்தது. அதன் மூக்கில் வளையம் மாட்டிக் கயிற்றைக் கட்டி, அதை அலியோஷ்கா நடத்திச் சென்றான்; அலெக்ஸாண்டர் பாடினான்; ஆடினான்; கரடியுடன் மற்போரிட்டுக் காட்டினான். ஆனால் இலையுதிர் காலம் வந்தது. அடைமழை பெய்து, மாஸ்கோ வீதிகளும் மைதானங்களும் முழங்கால் மூட்டு அளவுச்சேற்றுடன் காட்சி தந்தன. நடனமாடு

வதற்கு இடமில்லை. கரடியோடு அவர்கள் தங்குவதற்கு இடம்தர எவரும் தயாராயில்லை. கரடியோ தீனி தின்பதில் சமர்த்தனாகவிருந்தது. அவர்களது பணமெல்லாம் அதன் இரைப்பையை நிரப்புவதிலேயே செலவாயிற்று. குளிர்காலத்தில் நிம்மதியாக ஒடுங்கிக் கிடப்பதையே கரடி பெரிதும் விரும்பியது. எனவே, அவர்கள் அதை நஷ்டத்துக்கு விற்றனர். குளிர்காலத்தில் அலியோஷ்கா இரங்கத்தக்கவகையில் கந்தல்களை உடுத்திப் பிச்சை இரந்தான். அலியோஷ்கா ஆலய மைதானங்களில், இடுப்புவரை ஏதும் அணியாது நின்று கடுங்குளிரில் நடுங்கினான். அவன் ஊமையனாகவும் பக்கவாத நோய் உள்ளவனாகவும் நடித்தான். அவனது நிலை கண்டு பலர் மனம் இரங்கி உதவினார்கள். எனவே, அவனிடம் காசு பணம் சேர்ந்தது. ஆகக்கூடி, அவர்கள் குறைப்படுவதற்கு இடமில்லாமல் சௌகரியமாகவே குளிர்காலத்தைக் கழித்தனர்.

மீண்டும், நிலம் காய்ந்தது. காடுகள் பச்சை ஆடையை உடுத்தன. பறவைகள் பாடத் தொடங்கின. சிறுவர்களுக்கு நாள் முழுவதும் வேலை இருந்தது. அதிகாலையில், மூடுபனி சூழ்ந்த ஆற்றில் மீன் பிடித்தனர்; பகலெல்லாம் சந்தைகளில் சுற்றித்திரிந்தனர்; சூரியன் அஸ்த மிக்கும் வேளையில் காட்டுக்குச் சென்று கண்ணிவைத்தனர். பலர் அலெக்ஸாண்டரை எச்சரித் தனர்: ''கண்காணிப்பாயிரு. மாஸ்கோ முழுவதும் உன்னை உன் தகப்பன் தேடிக்கொண்டிருக் கிறான், உன்னைக் கொல்லப் போவதாகக் கறுவிக்கொண்டிருக்கிறான்.'' ஆனால் அலெக் ஸாண்டர் அந்த எச்சரிக்கையை லட்சியம் செய்யவில்லை.

இப்பொழுது திடீரென்று எதிர்பாராத வகையில் தகப்பன் பார்வையில் அகப்பட்டு விட்டான்.

பழைய பாஸ்மான்னாயா தெரு முழுவதும் ஓடியபின், அலெக்ஸாண்டருக்குக் கால் வலித்தது. தகப்பனது காலடி ஓசையும் உஸ்ஸென்ற சுவாச ஒலியும் அவனது செவியில் விழுந்த தால், திரும்பிப் பாராமல் ஓடிய அலெக்ஸாண்டர், தனது முடிவுநேரம் நெருங்கிவிட்டதென்று அஞ்சினான்.

''உதவுங்கள்!'' என்று அவன் கிறீச்சுக் குரலில் அலறினான்.

அந்தச் சமயத்தில், ஒன்றன்பின் ஒன்றாக இணைத்த இரண்டு குதிரைகள் இழுக்கும் வில் வண்டியொன்று, ஆடி அசைந்தவாறு ஒரு சந்திலிருந்து வந்தது. பெயர்பெற்ற சாராயக்கடை இருந்த அந்த வீதியில், குதிரைகள் விருவிருப்பாக ஓடின. முன்னாலிருந்த குதிரைமீது, காலுறை யும் அகன்ற விளிம்புடைய தொப்பியும் அணிந்த ஒருவன் அமர்ந்திருந்தான். இமைகொட்டும் நேரத்துக்குள், அலெக்ஸாண்டர் பின் சக்கரங்களை நோக்கித் திரும்பினான். இருசைத் தாவிப்பிடித்துத் தொங்கினான்; படிக்கட்டுக்குள் ஏறிவிட்டான். கணநேரத்தில் இக்கஷ்டமான காரியத்தைச் சாதித்து விட்டான். இதைக்கண்ட தகப்பன், ''நில்!'' என்று கர்ஜனை செய்தான். ஆனால் குதிரை மீது அமர்ந்திருந்த வண்டியோட்டி தன் கசையால் நீட்டுப்போக்கில் அடித்தான். டேனிலாமென்ஷி கோவ் ஆத்திரத்துடன் சபித்துக்கொண்டே சேற்றில் விழுந்தான். வண்டி தொடர்ந்து ஓடியது.

வண்டியின் பின்னாலிருந்த படிக்கடையில் அமர்ந்த அலெக்ஸாண்டர் வேகம் அடங்கப் பெற்று நிதானமாகச் சுவாசித்தான். அவன் 'இனி இந்த ஊரில் இருக்கக்கூடாது. எங்காவது தொலை தூரத்திலுள்ள கண்காணாச் சீமைக்குப் போய்விட வேண்டும்' என்று எண்ணினான். பாக்ராவ்ஸ்கி வாயிலுக்கு அப்பால் வண்டி வழவழப்பான சாலையில் திரும்பியது; அதன் வேகம் கூடியது. ஒரு உயரமான வேலியை வண்டி அடைந்தவுடன், நுழை கதவிலிருந்து ஓர் அன்னியன் வந்து ஏதோ வினவினான். மழுமழுப்பாக க்ஷவரம் செய்த முகமும் பாதிரியாரைப் போல் நீண்ட

சுருள் மயிரும் உடைய ஒருவன் வண்டிச்சாளரத்தின் வழியாக வெளியில் நோக்கி, ''பிரான்ஸிஸ் லிபோர்ட்'' என்று விடை தந்தான்.

நுழைவாயிற் கதவுகள் திறந்தன. கூகுய் நதிக்கரையிலிருந்த அன்னியர் பேட்டை அது. அதற்குள் அலெக்ஸாண்டர் வந்துவிட்டான். சக்கரங்கள் மணலை அரைத்தன. சிறு வீடுகளது சாளரங்கள் வழியே பரவிய விளக்கொளி நல்வரவு கூறியது. தாழ்வான வேலிகளையும் வெட்டி விடப்பட்ட செடிக்கொத்துக்களையும், மணல் பரப்பிய பாதைகளின் பீடங்கள் மீதிருந்த கண்ணாடிக் குண்டுகளையும் அந்த விளக்கொளி பிரகாசிக்கச் செய்தது. வீட்டு முன்றில்களிலிருந்த தோட்டங்களில் வெள்ளைப்பூக்கள் மலர்ந்து மணம் பரப்பின. ஆங்காங்கே, பெஞ்சிகள் மீதும் முகப்பு மண்டபங்களிலும், பின்னல் குல்லாய் அணிந்த அன்னியர்கள் நீண்ட குழாய்களை வைத்துக்கொண்டு அமர்ந்திருந்தனர்.

''புனிதமான மேரித்தாயே! இவர்கள் எத்துணைச் சிறப்பாக வாழ்கிறார்கள்!'' என்று சுற்றுமுற்றும் நோக்கிய அலெக்ஸாண்டர் எண்ணினான். மினுக்மினுக்கென்று ஒளிவீசும் விளக்குகள் அவனது கண்களைச் கூசச் செய்தன.

வண்டி ஒரு சதுரமான குளத்தைக் கடந்தது. அதன் கரையில், பச்சை நிறப் பூத்தொட்டிகளுக்கிடையே, தீப்பந்தங்கள் எரிந்தன. குளத்தில் மிதந்த பல படகுகளில் மாதர்கள் சிரித்துக் கொண்டும் பாடிக்கொண்டும் இருந்தனர். அவர்கள் இறகுவைத்த தொப்பி அணிந்திருந்தனர்; முழங்கையும் கழுத்தும் திறந்த மேனியாயிருந்தன. ஆடை கசங்கிவிடாமலிருக்க அதைத் தூக்கி வைத்திருந்தனர். அடுத்துச் சாராயக் கடையொன்றின் வாயில் வெளிச்சத்தில், காற்றாடி இயந்திரத்தின் அடியில், ஆண்களும் பெண்களும் ஜோடி ஜோடியாக இறுகத் தழுவி நடனமாடினர்.

எங்கு நோக்கினும், துப்பாக்கிப்படை வீரர்கள் உலவிக்கொண்டிருந்தனர். அவர்கள் கிரெம்லினிலுள்ளவரைப் போல் வாய் பேசாமலும் கடுகடுப்பாகவும் காட்சி தரவில்லை. ஆயுதம் ஏதுமின்றிக் கோட்டு பித்தான்களை அவிழ்த்து விட்டுக்கொண்டு, கை கோர்த்து நடந்தனர்; அமைதி தவழும் முகத்தோடு, உல்லாசமாகச் சிரித்துக்கொண்டும் பாடிக்கொண்டும் நடந்தனர். இந்தப் பேட்டையில், அமைதியும் நிறைவும் நேசமும் பாசமும் கோயில் கொண்டிருப்பதாகத் தோன்றியது; நிலவுலகத்தை நீக்கி வேறு உலகம் வந்துவிட்டோமோவென்று கண்களைக் கசக்கிப் பார்த்து வியக்கச் செய்தது.

திடீரென்று, அந்த வண்டி ஓர் அகன்ற முன்றிலில் நுழைந்தது. அதன் நடுவில் அலங்காரமாக அமைக்கப்பட்டிருந்த சிறு குளத்தில், நீர்ப்பொறி ஒன்று, மலர்மாரி பெய்வது போல, நீரைப் பெய்து கொண்டிருந்தது. கோடியில் ஒரு வீடு; அதன் சுவர்கள் செங்கற்களால் கட்டப்பட்டவை மாதிரி, சிவப்புச் சாயம் பூசப்பெற்றிருந்தன. அவற்றின் இடை இடையே வெண்மையான தூண்கள் காணப்பட்டன. வண்டி நின்றது. அலெக்ஸாண்டர் படிக்கட்டையிலிருந்து குதித்தான். நீண்ட கேசமுடைய மனிதன் வண்டியிலிருந்து இறங்கியவுடன், சிறுவனைக் கண்டுகொண்டான்.

''நீ யார்? இங்கு ஏன் வந்தாய்? எங்கிருந்து வருகிறாய்? உண்மையைச் சொல்; திருடனா?'' என்று கேள்விமேல் கேள்வி கேட்டான். அவனது உச்சரிப்பு வினோதமாயிருந்தது.

''நான்-திருடனா? திருடனாயிருந்தால் அடித்துக் கொல்லுங்கள்!'' என்றான் அலெக்ஸாண்டர். சப்பை மூக்கும் சிரித்த சிறியவாயும் உடைய அவனது மழமழப்பாகச் சிரைத்த முகத்தை உல்லாசமாக நோக்கிக்கொண்டே, அலெக்ஸாண்டர் பேசினான்: ''வழியில் என் தந்தை கத்தியோடு துரத்தி வந்தாரே, நீங்கள் பார்த்தீர்களா?''

''ஆம்! ஆம்! பார்த்தேன். ஒரு பெரிய மனிதன் சிறுவனைத் துரத்திக்கொண்டு ஓடுவதைப் பார்த்ததும் எனக்குச் சிரிப்பு வந்தது!'

''என் தந்தை என் கழுத்தை வெட்டி விடுவார். தயவுசெய்து, என்னை வேலைக்கு எடுத்துக் கொள்ளுங்கள் - கருணை காட்டுங்கள்!''

''வேலையா? நீ என்ன செய்ய முடியும்?''

''எதுவாயினும் செய்வேன். முதலில், நீங்கள் விரும்பும் பாட்டெல்லாம் பாடிக்காட்டுவேன். குழல்களிலும் கொம்பிலும் இசை வாசிப்பேன். மரக்கரண்டிகளிலும் இசை எழுப்புவேன். அடுத்து, வேடிக்கை செய்து ஜனங்களைச் சிரிக்க வைப்பேன். பலரை வயிறு வெடிக்கும் அள வுக்குச் சிரிக்கச் செய்திருக்கிறேன். தவிர, நான் ஆடுவேன்! ஒரு துளி வேர்வை அரும்பாது. அதி காலை முதல் அஸ்தமனம் வரை ஆடுவேன்! நீங்கள் என்ன வேலை கொடுத்தாலும் செய்வேன்.''

லிபோர்ட் அலெக்ஸாண்டரின் மோவாயைத் தன் விரல்களால் பற்றினான். அவனுக்குப் பையனைப் பிடித்துவிட்டது.

''ஓ! நல்ல பையன். உடலெல்லாம் அழுக்காயிருக்கிறது; 'ஸோப்' வாங்கிக் கழுவு. அதன் பின், உடை தருகிறேன். எனக்கு ஊழியம் செய். ஆனால் திருடத் தொடங்கினால்....''

''நான் அவ்வாறெல்லாம் தீய வழியில் செல்லமாட்டேன். எனக்கு மூளை இருக்கிறது'' என்று அலெக்ஸாண்டர் உறுதியாகக் கூறியதை லிபோர்ட் நம்பினான். அலெக்ஸாண்டரைப் பற்றிக் குதிரைக்காரனிடம் ஏதோ சில உத்திரவுகளை உரக்கக் கூறிவிட்டு, லிபோர்ட் வீட்டை நோக்கி நடந்தான்.அவன் 'விஸில்' அடித்துக்கொண்டே, நடனமாடுபவன் போல நடந்து சென்றான். அருகே உள்ள ஏரியிலிருந்து இன்னிசை பெருகியதாலும், ஜர்மானியப் பெண்கள் கவர்ச்சியாகச் சிரித்ததாலும்தான், லிபோர்ட் ஆடல் நடை பழகினான் போலும்!

3

''படித்தது போதும், நிகிடாஸோடோவ், குழந்தைக்குத் தலை நோவு வரப்போகிறது.''

நடால்யா இந்த வார்த்தைகளைச் சொன்னவுடன், ஜார் பீட்டர் அதற்காகக் காத்திருந்தவன் போலப் பைபிளின் புதிய ஏற்பாட்டில் தான் படித்துக் கொண்டிருந்த வாக்கியத்தை இடையில் நிறுத்தினான்; புத்தகத்தை மூடினான்; அவசரஅவசரமாக மைபடிந்த விரல்களால் சிலுவைக் குறி இட்டான். ஆசான் ஸோடோவ் தனக்குமுறைப்படி தலை வணங்குவதற்குக்கூடக் காத்திராமல், அன்னையின் கரத்தை முத்தமிட்டான். அவளது பிடியில் சிக்காமல் விரைந்தோடினான்.

''குல்லாய், குல்லாய்! வெயிலில் தலை வெந்துவிடும்!'' என்று தாயார் கூவியதையும் காதில் வாங்கிக்கொள்ளாமல் பீட்டர் ஓடியபொழுது, நடை பாதையிலும் படிக்கட்டிலுமிருந்த பலகைகள் 'கிரீச், கிரீச்' என்று ஓசை செய்தன; அரண்மனையின் மூலைமுடுக்குகளில் ஒடுங்கிக் கிடந்த கிழவிகள் திடுக்கிட்டு நடுங்கினார்கள்.

ஸோடோவ், நடால்யா முன் விநயத்துடன் நிமிர்ந்து நின்றான். சுத்தமாகக் குளித்துத் திருத் தமாகத் தலைவாரி, மிருதுவான பூட்ஸை அணிந்திருந்தான். விலை உயர்ந்த கரியநிறத்துணியில் தைத்த அவனது கோட்டின் காலர், உச்சந்தலைக்கும் மேல் உயர்ந்து நேராக நின்றது. மிருதுவான

இதழ்களை உடைய அவனது வதனத்தில் ஒரு களை ஒளி வீசியது. அந்தச் சுருள்தாடி அவனது அழகு முகத்துக்கு அழகு செய்தது. அவன் அருமையான மனிதன் என்பதில் ஐயமில்லை. எரியும் தீயில் குதிக்கச் சொன்னாலும் அதற்குக் கீழ்ப்படிவான். நாயையும் விஞ்சும் விசுவாசம்; ஆனால் சூதுவாது அறியாத சாது; பிடிமுரண்டான பையனுக்குத் தகுந்த ஆசான் அல்ல.

நடால்யா அவனிடம் பேசினாள்: ''நிகிடா ஸோடோவ், அவனுக்குச் சமய நூல்களைப் படித்துக் காட்ட வேண்டும். ஜாருக்குத் தேவையான லட்சணம் எதுவும் அவனிடமில்லை. நினைத்துப் பார்ப்பதற்குள் வளர்ந்து விடுவான்; கல்யாணம் செய்துகொள்ளும் பருவத்தை அடைந்து விடுவான். காலம் காத்திருக்காது. ஆனால் மதிப்புடன் நடப்பதற்குக்கூடத் தெரிய வில்லை. எப்பொழுதும் ஓடிக் கொண்டேயிருக்கிறான், சாதாரணக் குடும்பத்துச் சிறுவன் மாதிரி. அதோ, பாருங்கள்!''

சாளரத்துக்கு வெளியே நோக்கிக்கொண்டிருந்த நடால்யா, செய்வதறியாது கைகளை விரித்தாள். பீட்டர் முன்றிலில் ஓடிக் கொண்டிருந்தான். வேகத்தில் கால் தடுமாறியது. அவனுக்குப் பின்னால், அரண்மனைச் சேவகர்களாக விருந்த நெட்டையான வாலிபர்கள் ஓடி வந்தனர். அவர்கள் பழையவகைத் துப்பாக்கிகளையும் நீண்ட கோல்களில் பொருத்திய குட்டைக் கோடரிகளையும் தாங்கி வந்தனர். அரண்மனைக்கு முன்னால் கோட்டை மாதிரி மண்ணால் அமைக்கப்பெற்றிருந்த கொத்தளத்தில், ஒரு வேலிக்குப் பின்னால், கிராமத்திலிருந்து தருவிக்கப் பட்ட விவசாயிகள் விதேசித்தொப்பி அணிந்து நின்றனர். புகையிலை அடைத்த குழாயை வாயில் வைத்திருக்க வேண்டுமென்று அவர்கள் உத்திரவு இடப்பட்டிருநதனர். ஜார் வேகமாக ஓடி வருவதைக் கண்ட கிராமவாசிகள் திகிலடைந்தனர்; தாம் செய்ய வேண்டியதை மறந்தனர். பீட்டர் அவர்களை நோக்கி ஆத்திரத்துடன் இரைந்தான். வெஞ்சின வெறிகொண்ட அவனது வட்ட வடிவக் கண்களைக் கண்ட நடால்யா நடுநடுங்கினாள். அவன் 'கோட்டை'யின் உச்சிக்கு ஏறினான்; சிப்பாய் வேஷக்காரர்களில் ஒருவனைத் துப்பாக்கியால் அடிக்கவே, அவன் தலைகுனிந்தான்.

''அவன் இஷ்டப்படி காரியம் நடக்காவிட்டால், யாரையாவது கொன்று விடுவான் போலிருக்கிறது! இப்படிச் சினந்து சீறுவதில் இவன் யாரைக்கொண்டிருக்கிறான்?'' என்று நடால்யா கூறினாள்.

மீண்டும் விளையாட்டு ஆரம்பமாயிற்று. கோடரி தாங்கிய நெட்டை வாலிபர்களை வரிசையாக நிறுத்தியபொழுது, அவர்கள் தன் கருத்தைப் புரிந்துகொள்ளவில்லையென்று பீட்டர் மீண்டும் கோபமடைந்தான். அவன் உணர்ச்சிவசப்பட்டு விட்டால், தெளிவாகப் பேசமுடிவ தில்லை. பேச்சின் விரைவில், பல சொற்கள் தொண்டைக் குழிக்குள் ஒளிந்துகொண்டன. அதனால்தான், அவன் கருத்தை அவர்களால் அறிய முடியவில்லை.

மகனை நோக்கிய நடால்யா, ''அவனது முகத்தில் ஏனிந்தப் பதற்றம்?'' என்று கிலியுடன் கூறினாள். திடீரென்று, அவள் தன் செவிகளை விரல்களால் அடைத்துக்கொண்டாள். 'கோட்டை' மீதிருந்த மரப்பீரங்கியை விவசாயிகள் உருட்டிச் சுட்டார்கள். பீரங்கியில் வெந்த கிழங்கு, ஆப்பிள் அல்லது அவைபோன்ற மிருதுவான பொருட்களையே அடைக்க வேண்டு மென்று மகாராணி உத்திரவிட்டிருந்தாள். பீரங்கியைச் சுட்டவுடன், அவர்கள் தமது ஆயுதங் களைக் கீழே போட்டுவிட்டுச் சரண் அடைவதகு அறிகுறியாகக் கைகளை உயர்த்தினார்கள்.

''சரண் அடையக் கூடாது! சமர் செய்ய வேண்டும்! மீண்டும் துவக்கத்திலிருந்தே தொடங் குங்கள்! ஆம்! அனைத்தும் ஆரம்பத்திலிருந்தே நடக்கட்டும்!'' என்று பீட்டர் முகத்தை ஆட்டிக் கொண்டே கத்தினான்.

''நிகிடா ஸோடோவ், சாளரத்தைச் சாத்துங்கள். அந்த இரைச்சலால் தலை வலிக்கிறது'' என்றாள் நடால்யா.

வர்ணம் பூசிய கண்ணாடிக் கதவுகளை ஸோடோவ் மூடினான். நடால்யா தலைகுனிந்து, ஜபமாலையின் மணிகளை உருட்டினாள். அவள் கவலைக்கும் துயருக்கும் ஆளாகியிருந்தாள். சில ஆண்டுகளாகக் கண்ணீர் பெருக்கி நெட்டுயிர்த்து நெக்குருகித் துன்புறுவதால், முதுமை அடைந்தவளாகத் தோன்றினாள். பளிச்சென்று மின்னும் கரிய கண்களும் புருவங்களுமே அவளது பழைய அழகில் எஞ்சியிருந்தன. எப்பொழுதுமே கறுப்பாடை அணிந்தாள்; தலையில் ஒரு கரிய கைக்குட்டையைக் கட்டிக்கொண்டிருந்தாள். பயங்கரமான ஐவான்* இறந்தபின், அவனது மனைவி இவ்வாறுதான் தனது அதிர்ஷ்டக் கட்டை மகனான டிமிட்ரி* யுடன் உக்லிச் என்ற இடத்தில் காலம் தள்ளினாள். அவளுக்கு ஏற்பட்ட அவல நிலை தனக்கும் நேரிடுமோ என்று நடால்யா அஞ்சினாள். கோலிட்ஸின்னை மணந்துகொண்டு , உரிமை பாராட்டி அரசு புரிய வேண்டுமென்று ஸோபியா இரவும் பகலும் கனாக் காண்பதை அவள் அறிவாள். அன்னிய தேசத்துப் பொற்கொல்லர்களிடம், மகுடம் ஒன்று செய்து தரும்படி அவள் ஆணையிட்டிருப்பதையும் நடால்யா அறிவாள்.

பீட்டர் வாழ்ந்த அரண்மனையில், சப்தமில்லாமல் அங்குமிங்கும் ஓடிய ஏவலாட்களையும், இருண்ட மூலைகளில் தணிந்த குரலில் வம்பு அளந்த கிழவிகளையும் தவிர, வேறுயாரும் கிடையாது.

ஜார் பாலகன்தான் என்றாலும், அவனுக்குக் கிழவிகளைப் பிடிக்கவில்லை. மெழுகுத் திரியிலிருந்து வாரித் தெளித்த மெழுகுத்துளிகளை உடைய உடை அணிந்து, சுவர் ஓரமாக ஊர்ந்து செல்லும் கிழவிகளைக் கண்டால், அவன் அவர்களை நோக்கிச் சத்தம் போடுவான். அவர்கள் கிலிகொண்டு மூலை முடுக்கை நாடிச் செல்லவும் முடியாதவர்களாகப் பதறுவார்கள்.

பாயர்கள் இங்கு வருவதில்லை. இங்கு வந்தால் செல்வம் கிடைக்குமா, செல்வாக்குக் கிடைக்குமா? அதிகார தேவதை வீற்றிருக்கும் கிரெம்லினில்தான் அவர்கள் திரள் திரளாகக் கூடினார்கள். ஊர்வசைக்கு அஞ்சி, ஸோபியா, நான்கு பாயர்களைப் பீட்டர் அரசவையில் தொண்டு புரியும்படி உத்தரவிட்டிருந்தாள். செர்காஸ்கி, லிகோவ், ட்ரோயிகுரோவ், போரிஸ் கோலிட்ஸின் ஆகிய நால்வருமே அவ்வாறு பணிக்கப்பட்டவர்கள். ஆனால் அவர்கள் என்ன நன்மை செய்ய முடியும்? நாள்தோறும், தூங்கிவழியும் முகத்துடன், முகப்பு மண்டபத்தில் குதிரையிலிருந்து இறங்குவார்கள்; மகாராணியின் கரத்தை முத்தமிட்டுவிட்டு அமர்வார்கள். ஒரு வார்த்தை பேசாது, பெருமூச்செறிவார்கள். அவமதிப்புக்கு ஆளாகியுள்ள மகாராணியிடம் பேசுவதற்கு என்ன இருக்கிறது? பீட்டர் அந்த அறைக்குள் ஓடிவந்தால், அவர்கள் அந்த ஆட்சிபுரியாத அரசனுக்குத் தலைவணங்கி, அவனது உடல் நலத்தைக் குறித்து உசாவிவிட்டு, மீண்டும் தலை அசைத்து நெட்டுயிர்ப்பார்கள். 'ஜாக்பீட்டர் அளவுக்குமீறிய சுறுசுறுப்புடன் ஓடியாடுகிறான். உள்ளங்கைகளில் வெடிப்பைப் பாருங்கள்; கன்னத்திலுள்ள கீறல்களை நோக்குங்கள்! இவற்றில் மெட்டும் இல்லை, மதிப்பும் இல்லை' என்று எண்ணுவார்கள்.

''நிகிடா ஸோடோவ், ரை தானியத்தில் காய்ச்சிய சாராயத்தின் வண்டலைக்கொண்டு எதிர் கால நிகழ்ச்சிகளை எடுத்துரைக்கும் பெண் ஒருத்தி இருக்கிறாளாம். அவள் சொல்வதெல்லாம்

*பயங்கர ஐவான் என்று பெயர் பெற்ற நான்காவது ஐவான் பதினாறாம் நூற்றாண்டில் அரசு புரிந்தான். பாயர்களிடம் அவன் கடுமையாக நடந்துகொண்டதால் அஞ்சத்தக்கவனென்று பெயர் பெற்றான். அவன் இறந்தபின், அவனது மூத்த மனைவியின் மகன் பட்டத்துக்கு வந்தான். இளைய மனைவியான மேரியாவும் அவள் மகன் டிமிட்ரியும் உக்லிச் என்ற இடத்தில் வாழ வேண்டியதாயிற்று. அங்கு ஒருநாள், டிமிட்ரி கத்தி விளையாட்டில் ஈடுபட்டிருந்தபொழுது, கத்திக்கு இரையானான். தற்செயலாக இறந்தானா; அதிகாரத்திலுள்ளவரால் கொல்லப்பட்டானா என்பதைப் பற்றிச் சர்ச்சை இருந்தது. (மொ-ர்)

பலிக்கிறதாம். அழைத்துக் கேட்கலாமா? ஆனால் ஏதாவது கெட்டது நிகழுமென்று சொல்வாளோ என்று அஞ்சுகிறேன்'' என்றாள் மகாராணி.

''மகாராணி, வாரோபிஹாவைப் போன்ற இழிந்தபெண், கேடு நிகழுமென்று எப்படிச் சொல்வாள்? சொன்னால், அவளை வறுத்து எடுக்க வேண்டும்'' என்று இழுத்திசைக்கும் குரலில் ஸோடோவ் விடை தந்தான்.

நடால்யா தன் விரலை உயர்த்திச் சைகை செய்தாள். ஸோடோவ் மிருதுவான பூட்ஸுகளை அணிந்த பாதங்களால் ஓசையின்றி நடந்து, அவளருகில் சென்றான்.

''நிகிடா ஸோடோவ்.... அன்றொரு நாள், சிப்பாய் வீட்டு விதவை ஒருத்தி, அரிதட்டு நிறையக் கொட்டை கொண்டு வந்தாள். அடுக்களையில் உரையாடினாள். கலகம் செய்த பொழுது, சிப்பாய்கள் அந்த ஓநாய்க்குட்டியையும் தாய் ஓநாயுடன் கொல்லாதது பெரும் பிழையாயிற்று என்று அரண்மனையில் ஸோபியா உரக்கக் கத்தினாளென்று அந்த விதவை சொன்னாள்.''

அவள் அவ்வாறு பேசியபொழுது, அவளது இதழ்களும், கைக்குட்டையால் மூடப்பெற்றிருந்த மோவாயும் நடுங்கின; அவளது பெரிய கண்கள் கண்ணீரில் மிதந்தன.

நிகிடா என்ன பதில் சொல்ல முடியும்? எவ்வாறு ஆறுதல் கூற முடியும்? காவற்படைகளும் பிரபுக்களது படைகளும் ஸோபியாவை ஆதரிக்கின்றன. சிப்பாய் வேஷம் போட்டு விளையாடும் பையன்களும் கிழங்கு வைத்து அடைத்த மரப்பீரங்கியுமே பீட்டரிடம் உள்ளவை. நிகிடா இந்த நிர்க்கதியான நிலையை எண்ணித் தலையசைத்தான்.

''வாரோபிஹாவுக்குச் சொல்லியனுப்புங்கள். அவன் உண்மையை உரைக்கட்டும். ஒன்று மறியாமலிருப்பதற்கு, அதுவேமேல்'' என்று நடால்யா தணிந்த குரலில் கூறினாள்.

கோடைக்காலத்தில் பகல் பொழுது அதிகம். நேரம் மெதுவாகக் கழிவதாகத் தோன்றியது. யாவூஸா நதியின்மீது வெயிலில் ஈக்கள் சாரிசாரியாக வட்டமிட்டன. மாஸ்கோவின் ஏராளமான கவிமாடங்களும் கோட்டை ஸ்தூபிகளின் உச்சிகளும் மங்கலாகப் புலப்பட்டன. அவற்றுக்கு முன்னால் அன்னியர் பேட்டையிலுள்ள சமயத்திருத்தவாதிகளின் மாதாகோயில் ஸ்தூபியும் காற்றாடி இயந்திரங்களும் தெரிந்தன. பெட்டைக் கோழிகள் தமது குஞ்சுகளை அழைக்கும் குரல் செவியில் விழுந்தது. அடுக்களையில் இறைச்சியைத் துண்டு செய்யும் ஒலியும் காதில் விழுந்தது.

ஜார் அலெக்ஸி இருந்த நாட்களில், பிரியோ பிராஸென்ஸ்கி அரண்மனையில் இரைச்சலும் சிரிப்பும் நிறைந்திருந்தன. திரள்திரளாக ஜனங்கள் கூடியிருந்தனர்; குதிரைகள் பல கனைத்துக் கொண்டிருந்தன. நாள்தோறும் ஏதாவதொரு களியாட்டம் நடைபெற்றது. வேட்டையாடுவதோ, குதிரைப்பந்தயமோ, கரடிகளைக் கட்டிப்போட்டு நாய்களை ஏவித் துன்புறுத்தி வேடிக்கை பார்ப்பதோ ஏதாவதொரு பொழுதுபோக்கு நடைபெற்றது. ஆனால் இப்பொழுது, கருங்கற்களாலமைந்த நுழைவாயிலிலிருந்து உள்ளே வரும் வண்டிப்பாதையில் கூட அடர்த்தியாகப் புல் முளைத்து விட்டது. ஆம்! வாழ்வின் இறுதிதான் இது. இனிக் கம்மென்று இருந்து ஜபமாலையை உருட்ட வேண்டியதுதான்!

சாளரத்தின் கதவை யாரோ தட்டும் ஒலி கேட்டது. ஸோடோவ் அதைத் திறந்தான். விவசாயி வீட்டுச் சிறுவனைப் போல மண்ணும் புழுதியும் வேர்வையும் படிந்த உடலுடன், எலுமிச்சை மரத்தின்கீழ் நின்ற பீட்டர், ஸோடோவை விளித்தான்.

''நிகிடா, ஒரு உத்திரவு எழுதுங்கள். என்னிடமுள்ள விவசாயிகள் உதவாக்கரைகள்; வயதானவர்கள்; மூளையில்லாதவர்கள். விரைவில் எழுதுங்கள்.''

''மாட்சிமைக்குரிய சக்கரவர்த்தியே, என்ன எழுதவேண்டுமென்பது தங்கள் சித்தம்?''

''எனக்கு நூறு விவசாயிகள் தேவை. ஆம், பலசாலிகள் - கட்டிளங்காளைகள் - நூறுபேர் வேண்டும். அவசரம்.''

''அவர்கள் எதற்காகத் தேவைப்படுகிறார்களென்று எழுதட்டுமா?''

''எழுதுங்கள். சிப்பாய் வேஷம் போட்டு விளையாடுவதற்கு வேண்டும். துப்பாக்கிகளும் தேவை. உடைந்த துப்பாக்கிகள் அல்ல; உருப்படியான துப்பாக்கிகள். வெடி மருந்தும் வேண்டும். சுட்டுப் பழகுவதற்கு இரும்பாலான இரண்டு பீரங்கிகளும் வேண்டும். சீக்கிரம், சீக்கிரம்! நான் அதில் கையெழுத்திடுகிறேன். பிரத்தியேகத் தூதன் மூலம் அதை அனுப்புவோம்.''

மகாராணி, ஜன்னலுக்கு வெளியே தலையை நீட்டினாள். எலுமிச்சை மரத்தின் கிளையொன்றைத் தள்ளிக்கொண்டு, கூறினாள்: ''பீட்டர், கண்ணே, சண்டை பழகியது போதும். கொஞ்ச நேரம் ஓய்வு எடு. இங்குவா, என்னருகில் உட்கார்ந்து கொள்.''

''நேரமில்லை, அம்மா. பிறகு வருகிறேன், அம்மா.''

அவன் ஓடினான். ஓடுவதை நோக்கிய நடால்யா பெருமூச்செறிந்தாள். நிகிடா சிலுவைக் குறியிட்டு விட்டுத் தன் சட்டைப்பையிலிருந்து இறகு எழுதுகோலை எடுத்தான். ஒரு சிறிய கத்தியையும் எடுத்து, அந்த இறகுப் பேனாவின் நுனியை ஒழுங்காகக் கத்தரித்துக் கூராக்கினான். அதைக் கொண்டு தன் நகத்தில் எழுதிப் பார்த்தான். மீண்டும் சிலுவைக் குறியிட்டுப் பிரார்த்தனை செய்து விட்டு எழுதத் தொடங்கினான்:

''ஆண்டவன் அருளால், அமைதியும் ஆற்றலும் மிகுந்த பிரபுவான நாம், சகல ருஷ்யாக்களுக்கும் சர்வாதிகாரியாக விளங்கும் ஜாரும் மேன்மைக்குரிய கோமகனுமான பீட்டர் அலெக்ஸிவிச்சாகிய நாம்....''

மகாராணிக்குப் பொழுது போகவில்லை; சோர்வு தட்டியது. எனவே பீட்டரின் நோட்டுப் புத்தகத்தை எடுத்தாள். அது கணக்கு நோட்டு. அதன் ஏடுகளில் மைப்புள்ளிகள் நிறைய இருந்தன. எழுத்து கோணல் மாணலாக இருந்ததால், படிப்பதற்குக் கஷ்டமாயிருந்தது:

''கூட்டலுக்கு உதாரணம்: நான் கொடுக்க வேண்டிய கடன் தொகை அதிகம்; கையிலுள்ள பணம் அதைவிடக் குறைவு. கழித்தல் மூலம் நான் கொடுக்க வேண்டிய மிச்சத் தொகையைத் தெரிந்து கொள்ள வேண்டும். அதற்கு, மேலே கடன் தொகையை எழுதுவேன்; அதன் கீழ் கையிலுள்ள தொகையைக் குறிப்பேன். கீழேயுள்ள எண்ணை மேலேயுள்ள எண்ணிலிருந்து, ஸ்தானம் ஸ்தானமாகக் கழிப்பேன். உதாரணமாக, இரண்டில் ஒன்று போனால், மிச்சம் ஒன்று. கீழ் ஸ்தானத்துக்குக் கீழே கோட்டைக் கிழித்து விட்டுக் கோட்டுக்குக் கீழ் விடையை எழுத வேண்டும்....''

மகாராணி கொட்டாவி விட்டாள். அவளுக்குப் பசியா அல்லது வேறு ஏதாவது வேதனையா? ''நிகிடா ஸோடோவ், நாம் இன்று மதியத்தில் உண்டோமா இல்லையா என்பது எனக்கு ஞாபகமில்லை'' என்று கூறினாள்.

நிகிடா, பேனாவைக் கீழே வைத்துவிட்டு எழுந்தான்; தலைவணங்கி விடைமொழிந்தான்: ''சாப்பாடு முடிந்தவுடன் நீங்கள் சிறுதுயிலில் ஆழ்ந்தீர்கள். துயில்கலைந்து எழுந்தவுடன் கனி வகைகளும் பால் ஏடும் பழச்சாறும் மடத்துத் தேனும் உண்டீர்கள்.''

''ஆம், ஆம். மாலை வழிபாட்டுக்குரிய நேரம் நெருங்கிக்கொண்டிருக்கிறது.''

அவள் சுருசுருப்பில்லாது எழுந்து தன் படுக்கை அறைக்குச் சென்றாள். சாளரங்களில் திரை இடப்பட்டிருந்ததால், அறையில் சூரியவெளிச்சம் படவில்லை. சுவர் ஓரமாக இருந்த பெட்டி பேழைகள் மீது கிழவிகள் அமர்ந்திருந்தனர். அந்தக் கேடுநினைக்கும் கிழவிகள், வழிபாட்டு உருவங்களுக்கு முன் எரிந்த மெழுகுத்திரிகளின் வெளிச்சத்தில் ஒருவரையொருவர் தணிந்த குரலில் ஏசிக் கொண்டிருந்தனர். மகாராணி உள்ளே நுழைந்ததும், எலும்பில்லாத உடைந்த பொம்மையைப் போலிருந்த அக்கிழவிகள் எழுந்து நின்று ராணிக்குத் தலைவணங்கினர். நடால்யா, வழிபாட்டு உருவங்களுக்குக் கீழே, ஒரு வெனிஸ்நாட்டு நாற்காலியில் அமர்ந்தாள். படுக்கைக்குப் பின்னாலிருந்து நீர் தளும்பும் கண்களுடன் ஒரு குள்ளமான பெண்வந்து குழந்தையைப் போல் புலம்பினாள்; ராணியின் பாதத்தில் சுருண்டு விழுந்தாள். அந்தக் கிழவிகள் அவளை ஏதோ ஒருவகையில் புண்படுத்தி விட்டார்கள்.

''அட பைத்தியமே! ஏதாவது கெட்ட கனவு கண்டாயா? சொல். ஒற்றைக்கொம்புள்ள குதிரையைக் கண்டதாக யாராவது சொன்னார்களா?'' என்று நடால்யா வினவினாள்.

பகற்பொழுது கழிந்து விட்டதைக் குறிக்கும் வகையில், அரண்மனை ஆலயத்தின் மணிக் கூண்டில், மணி மெதுவாக அடித்தது. குடிப்பெருமையிலும் செல்வ நிலையிலும் தாழ்வாக உள்ள பிரபுக்களை, ஸோபியா பீட்டரது அரசவைக்கு நியமித்திருந்தாள். அவர்கள் உறக்கத்தால் உப்பிய கண்களோடு நடைபாதைகளிலும் படிக்கட்டிலும் தோன்றினர். அவர்களில் வாஸிலி வால்காவும் ஒருவன். அவனது தந்தை, மனுப்போட்டு மன்றாடியும் மண்டியிட்டு வேண்டிக்கொண்டும் இந்தக் கௌரவத்தைத் தன் மகனுக்குத் தேடித்தந்தார். இங்கு வாழ்க்கை நடத்துவது எளிதா யிருந்தது. உணவுக்குக் குறைவு இல்லை. ஆண்டுக்கு அறுபது ரூபிள் சம்பளமும் உண்டு. ஆனால் வாழ்வில் சுவையோ சுறுசுறுப்போ கிடையாது. அவையோர் அனைவரும் இரவு பகலும் உறங்கிக் கொண்டேயிருந்தனரெனலாம்.

மாலை வழிபாட்டுக்கு மணி அடித்தது. ஜாரை எங்கும் காணவில்லை. முன்றிலிலும், வீட்டுத் தோட்டத்திலும், ஆற்றுக்கருகிலுள்ள புல்வெளியிலும் அவையோர் பீட்டரைத் தேடி னார்கள். மகாராணி, அவர்களுக்கு உதவியாக உரத்தகுரலை உடைய பத்து இருபது பெண் களையும் அனுப்பினாள். அவர்கள் துருவித்துருவித் தேடினார்கள்; கத்திக்கத்திப் பார்த்தார்கள். ஆனால் ஜாரைக் காணவில்லை. ஆற்று வெள்ளத்தில் மூழ்கிவிட்டானா? ஆண்டவன்தான் அவனைக் காப்பாற்ற வேண்டும்! அவையோர் அனைவரும் உஷாராகி விட்டனர். குதிரை மீதேறிச் சுற்றுமுற்றுமுள்ள வயல்களில் தேடினார்கள். அந்த அந்தி ஒளியில், அவர்கள் தனித்தனி யாகப் பிதணீந்து சென்று கூவிக் கூவித் தேடினர். அரண்மனையில் அமளிதுமளியாயிருந்தது. ''இது அவள் வேலைதான்; அந்த ஸோபியாவின் தீவினைதான். அன்றொரு நாள், பக்கத்திலுள்ள நிலத்தில் ஒருவன் நின்றுகொண்டிருந்தான். அவனது பூட்ஸில் கத்தி இருந்ததை ஜனங்கள் பார்த் தார்கள். ஆம், ஆம். ஸோபியாவின் ஆட்கள் கொன்று விட்டார்கள்; நமது அருள் சொரியும் எஜ மானனைக் கொன்று விட்டார்கள்'' என்று மூலைகளில் முடங்கிக்கிடந்த கிழவிகள் அவசர அவசரமாகக் குசுகுசுத்தனர்.

இந்தக் குசுகுசுப் பேச்சைக் கேட்ட நடால்யா திகிலடைந்தாள்; தன்னையே மறந்தவளாய், முகமண்டபத்துக்கு ஓடினாள்.

இருள் படர்ந்துவிட்டது. வயல்களின்மீது மூடுபனிகள் புலப்பட்டன. கதிர்மணிக் காகங்கள் தமது ஈரப் பொந்துகளிலிருந்து கரைந்தன. சேய்மையில், ஸாகோல்னிகி காட்டுக்குமேல், ஒரு மங்கலான விண்மீன் தோன்றியது. நடால்யாவின் இதயத்தைக் கத்தியால் குத்துவதுபோன்ற ஒரு கூரிய வேதனை வருத்தியது. அவள் தன் கரங்களைப் பிசைந்துகொண்டு, ''பீட்டர், என் மகனே!'' என்று கத்தினாள்.

ஆற்றங்கரையில், பரியின் மீது விரைவாகச் சென்ற வாஸிலிவால்காவ், தீக்காயும் மீனவர் கோஷ்டியொன்றைக் கண்டான். அவர்கள் திகிலடைந்து துள்ளி எழுந்தனர். அந்தப் பீதியில், இரும்புக் கொதிகலத்தை நெருப்பில் தள்ளிவிட்டனர். வால்காவ் பெருமூச்செறிந்து வினவினான்:

''ஜாரைப் பார்த்தீர்களா?''

''சிறிது நேரத்துக்குமுன், படகில் போனது அவராயிருக்கலாமா? அவர்கள் கூகுய்க்குச் சென்றர். அன்னியர் பேட்டைக்குப் போய்ப் பாருங்கள்.''

அன்னியர் பேட்டையின் நுழைவாயிற் கதவுகளை இன்னும் சாத்தவில்லை. வீதியில் ஒரு கோஷ்டியாக அன்னியர் நின்றுகொண்டிருந்த இடத்துக்கு வால்காவ் விரைந்தான். அவன் தனது குதிரை இருக்கையிலிருந்தே ஜார் நின்றதைக் கண்டான். ஜாருக்கு அருகில் நடுத்தர உயரமுள்ள ஒருவன் நிற்பதையும் கண்டான். நீண்ட கேசத்தை உடைய அந்த மனிதனது குட்டைக்கோட்டின் விளிம்புகள், வான்கோழியின் வாலைப்போலத் துருத்திக் கொண்டிருந்தன. அவன் ஒரு கரத்தில் தொப்பியையும் இன்னொன்றில் பிரம்பையும் வைத்துக் கொண்டிருந்தான். சகஜமாகச் சிரித்துக் கொண்டு, ஜாருடன் பேசிக்கொண்டிருந்தான். வேசி மகன்! பீட்டரோ நகத்தைக் கடித்தவாறு அவனது பேச்சைக் கேட்டுக்கொண்டிருந்தான். அன்னியர் அனைவரும் பயம், பக்தி, மானம், வெட்கம் ஏதுமின்றி உல்லாசமாக நின்றனர். வால்காவ் தன் குதிரையிலிருந்து கீழே குதித்தான். கூட்டத்தைத் தள்ளிக்கொண்டு சென்று, பீட்டருக்கு முன்னால் மண்டியிட்டான்:

''அருள் நிறைந்த அரசர் பெருமானே, மகாராணியார் துன்புற்று நிற்கிறார். அவருக்கு இதயம் வெடித்துவிடும் போலிருக்கிறது. உங்களுக்கு என்ன நேர்ந்ததோ என்று நாங்கள் பட்ட கவலையெல்லாம் ஆண்டவனுக்குத்தான் தெரியும். தயவுசெய்து வீட்டுக்கு வாருங்கள். மாலை வழிபாட்டுக்கு நேரம் ஆகிவிட்டது.''

பொறுமை இழந்த பீட்டர் தலையை ஆட்டினான். ''எனக்கு விருப்பமில்லை, போய்விடு!''

வால்காவ் மண்டியிட்டவாறு மகாராஜாவை நோக்கிக்கொண்டே இருந்தான். பீட்டருக்குக் கோபம் வந்துவிட்டது. ''அடிமைப்பயலே! ஓடு!'' என்று கூறி வால்காவை உதைத்தான்.

வால்காவ் கடுகடுத்த முகத்துடன் ஜாருக்குத் தலைவணங்கினான். நகைத்துக்கொண்டு நின்ற அன்னியரைப் பார்க்காது குதிரை மீது ஏறினான். மகாராணியிடம் விவரம் கூறுவதற்கு விரைந்தான். இளஞ் சிவப்பான மோவாயை உடைய ஒரு ஜர்மானியன், பின்னல் குல்லாயும் அரைச் சட்டையும் அலங்காரச் செருப்பும் அணிந்தவனாய்த் தனது சாராயக் கடையிலிருந்து வெளியே வந்து இளம் ஜாரை நோக்கினான். ஜோஹான்மான்ஸ் என்ற அந்த மதுவியாபாரி தன் வாயிலிருந்த சீனப் புகைக்குழாயை எடுத்துவிட்டுக் கூறினான்:

''சக்கரவர்த்திக்கு வீட்டைவிட இந்த இடம்தான் பிடித்திருக்கிறது. நாம் இங்கு உல்லாசமாயிருக்கிறோம் அல்லவா?''

சுற்றிலும் நின்ற அன்னியர்கள், தத்தம் வாயிலிருந்து புகைக்குழாயை எடுத்துவிட்டுப் புன் முறுவல் பூத்தமுகத்தை அசைத்து ஆமோதித்தனர்:

''ஆம்! அங்குள்ளவர்களை விட நாம் உல்லாசமாக இருக்கிறோம்.''

நீண்ட கழுத்தை உடைய நெட்டைப் பையனான ஜாரிடம், நீண்ட கேசத்தை உடைய பிரான்ஸிஸ் லிபோர்ட் என்ன கூறுகிறான் என்பதைக் கேட்க, அவர்கள் நெருங்கிச் சூழ்ந்தனர். பீட்டர், லிபோர்ட்டை யாவூஸா நதிக்கரையில் சந்தித்தான். துடுப்பை ஆளத்தெரியாத ஏவலாட்கள் பீட்டரின் பளுமிகுந்த படகை ஓட்டிக்கொண்டு வந்தனர். பீட்டர் படகில் உட்கார்ந்து சுற்று முற்றும் நோக்கினான். அன்னியர் பேட்டையின் ஓட்டுக் கூரைகளும் கூரிய ஸ்தூபிகளும் வெட்டி விடப்பெற்ற மரங்களது உச்சிகளும் காற்றாடிகளுடன் கூடிய காற்றாடி இயந்திரங்களும் புறாக் கூண்டுகளும் மாலைக் கதிரவனின் பேரொளியில் பிரகாசித்தன. அவன் அந்தப் பேட்டையை நெருங்கியபொழுது, வினோதமான இன்னிசை காற்றில் பரவி வந்து அவனது செவிக்கு விருந்து அளித்தது. தொட்டிலில் படுத்துறங்கிய குழந்தைப் பிராயத்தில், தனக்குத் தாதிப்பெண்கள் எடுத் துரைத்த கற்பனை உலகு இதுதானோ என்று பீட்டர் எண்ணினான். நதிக்கரையில், குப்பை மேட்டின்மீது விறைப்பான உடையும் வெல்வெட் கோட்டும் அணிந்த ஒருவன் நிற்பதை அவன் கண்டான். ஒரு கத்தியும் கரிய மும்மனைத் தொப்பியும் அணிந்திருந்த அந்தக் காப்டன் பிரான்ஸிஸ் லிபோர்ட்டை பீட்டர் கிரெம்லினில் அன்னியத் தூதர்களுக்குப் பேட்டி அளித்தபொழுது பார்த்திருந்தான்.

லிபோர்ட் பிரம்பு வைத்திருந்த இடது கையை நீட்டினான்; வலது கரத்தால் தொப்பியை எடுத்தான்; ஓர் அடி பின்னால் நகர்ந்து, நீண்டகேசம் முகத்தில் விழுந்து மறைக்கத் தலை வணங்கினான். உடனே, அதே சுருசுருப்போடு நிமிர்ந்து நின்றான்; இதழோரத்தில் இள நகை அரும்ப, அரைகுறையாகத் தெரிந்த ருஷிய மொழியில் பேசினான்:

''மன்னர் பிரானுக்குச் சேவை செய்யக் காத்திருக்கிறேன்.''

பீட்டர் ஏதோ அற்புதத்தை நோக்குவது மாதிரி, கழுத்தை நீட்டிக்கொண்டு அந்த மனிதனைப் பார்த்தான். அவன் மற்றவர்கள் மாதிரி இல்லை; அவனது சுறுசுறுப்பும் பொலிவும் பீட்டரைக் கவர்ந்தன. லிபோர்ட் தன் கேசத்தை ஆட்டிக்கொண்டு தொடர்ந்து பேசினான்:

''நீரினால் ஓட்டப்பெறும் ஆலையொன்றைக் காட்டுகிறேன். அது புகையிலையைப் பொடி செய்கிறது; தினையை மாவு ஆக்குகிறது; தறியை ஓட்டுகிறது; ஒரு பெரிய பீப்பாயில் தண்ணீர் நிரப்புகிறது. தன்னுள் ஓடிக்கொண்டிருக்கும் நாயால் இயக்கப்படும் ஆலைச்சக்கரமொன்றையும் காட்டுவேன். மதுக்கடை நடத்தும் மான்ஸிடம் ஓர் இசைப்பெட்டி இருக்கிறது; அதன் மூடியில் பன்னிரண்டு வீரர்களும் நங்கைகளும் இரண்டு பறவைகளும் உயிருள்ளவர்களைப் போலச் செதுக்கப்பட்டுள்ளன. ஆனால், எல்லாம் விரல் நகத்தின் அளவுதான். அந்தப் பறவைகள் இராக்காலக் குயில்களைப் போலப் பாடுகின்றன; வாலையும் சிறகையும் ஆட்டி அசைக்கின்றன. சிக்கலான யந்திர இயல் விதிகளை அடிப்படையாகக் கொண்ட பொறி அது. உங்களுக்கு ஒரு தொலைநோக்கிப் பொறியைக் காட்டுகிறேன். அதன் வழியாகச் சந்திரலோகத்தையும் அதிலுள்ள கடல்களையும் மலைகளையும் நீங்கள் காணலாம். மருந்துக் கடையில், சாராயத்தில் பாதுகாக்கப்படும் பெண் குழந்தையின் உடலைப் பார்க்கலாம். அதன் முகம் பத்தரை அங்குலம் அகலமுடையது; அதன் உடம்பெல்லாம் மயிர் அடர்த்தியாக வளர்ந்திருக்கிறது; அதன் கையிலும் காலிலும் இரண்டிரண்டு விரல்கள்தான் உள்ளன.

பீட்டரின் கண்கள் ஆவல் மிகுதியால் விரிந்தன. ஆனால், அவன் இறுக மூடிய இதழ்களைத் திறக்கவேயில்லை. நீண்ட கையும் நீண்ட காலும் உடைய தான் படகிலிருந்து இறங்கினால், லிபோர்ட் அவனைப் பார்த்துக் கைகொட்டி நகைப்பான் என்று அஞ்சினான்; கூச்சமிகுதியால் ஆத்திரப்பட்டு உறுமினான். படகின் வில்வளைவு, கரையைத் தொட்டுவிட்டது. ஆயினும் இறங்குவதா வேண்டாமா என்பதைப்பற்றி அவன் முடிவுசெய்யவில்லை.

அப்பொழுது அந்தசந்தமான லிபோர்ட் மலர்ந்த முகத்துடன் உல்லாசமாக ஓடிவந்தான். பல்லால் கடிபட்ட நகங்களையும் வெடிப்புகளையும் உடைய பீட்டரது கரத்தை எடுத்துத் தன் இதயத்துக்கு நேராக அழுத்தினான்.

"சக்கரவர்த்தியைக் காண்பதில் எங்களது பேட்டை வாசிகள் பேரானந்தம் அடைவார்கள். பல வினோதமான பொருட்களை உங்களுக்குக் காட்டுவார்கள்."

லிபோர்ட் புத்திசாலி; சாதுரியம் மிகுந்தவன். பீட்டர் தன் உணர்வு இல்லாமலேயே, லிபோர்ட்டுடன் நடக்கத் தொடங்கினான்; கைகளை ஆட்டிக்கொண்டு அன்னியர் பேட்டையை நோக்கிச் சென்றான். அங்கு, நல்ல புஷ்டியும் சிவந்த கன்னமும் உடைய பேட்டைவாசிகள் அவர்களைச் சூழ்ந்துகொண்டனர். ஒவ்வொருவரும் தம் வீட்டையும் நாயால் இயக்கப்படும் ஆலையையும் மணல் பரப்பிய பாதைகளுடன் கூடிய தோட்டத்தையும் வெட்டி விடப்பட்ட புதர்களையும் காண்பிப்பதற்கு ஆவலாயிருந்தனர். எங்கும் அனாவசியமான புல் ஒன்றுகூடத் தென்படவில்லை. லிபோர்ட் குறிப்பிட்ட திறம்படைத்த பொறிகளையெல்லாம் அவர்கள் பீட்டருக்குக் காட்டினார்கள்.

பீட்டருக்கு ஒரே பிரமிப்பு. "இது எதற்காக? இதைச் செய்வது எப்படி?" என்று கேட்ட வண்ணமிருந்தான். கூகுய் பேட்டை வாசிகள் தலை அசைத்து, "ஓ! இளைஞரான பீட்டர் அலெக்ஸிவிச் சகல விஷயங்களையும் அறிந்துகொள்ள விரும்புகிறார். அது நல்லதுதான்" என்று கூறினர்.

கடைசியாக அவர்கள் சதுரவடிவக் குளத்தை அடைந்தனர். சூரியன் மறைந்து இருள் சூழ்ந்துவிட்டது. சாராயக்கடையின் திறந்த கதவு வழியாக வெளியில் பரவிய வெளிச்சம் குளத்து நீரில் விழுந்தது. கட்டிக்கிடந்த படகு ஒன்றைப் பீட்டர் பார்த்தான். ரோஜா இதழ்கள் மாதிரி அலை அலையாக உள்ள வெள்ளை ஆடையை உடுத்திய ஒரு இளம்பெண் அதில் உட்கார்ந் திருந்தாள். அவள் கூந்தலை வாரிமுடித்துப் பூ வைத்திருந்தாள். அவளது கைகள் திறந்த மேனியா யிருந்தன. யாழ்வகை வாத்தியம் ஒன்றை வைத்திருந்தாள். அவளைக் கண்ட பீட்டர் பெருவியப் புற்றான்; ஏதோ காரணத்தால் ஓரளவுக்கு அச்சமடைந்தான் என்றும் சொல்லலாம். அந்தப் பெண் அவனை நோக்கினாள். அவளது முகம் ஒளியில் எழில் ததும்ப விளங்கியது. அவள் வாத்தியத்தின் கம்பிகளை மீட்டினாள். மெல்லிய உயர் இசைக்குரலில் ஒரு ஜர்மானியப் பாடலைப் பாடத் தொடங்கினாள். அது இனிமையாகவும் உள்ளக் கிளர்ச்சியைத் தூண்டுவதாகவும் இருந்தது. பாட்டைக் கேட்டவர்கள் உணர்ச்சி வசப்பட்டனர்; உரக்கக்கூவிப் புலம்புவர்போலத் தோன் றியது. கண்ணாடிக் குண்டுகளுக்கும் வெட்டி விடப்பட்ட செடிகளுக்கும் இடையே இருந்த வெண்மலர்கள் காற்றில் நறுமணம் பரப்பின. இனம் தெரியாத ஓர் உணர்ச்சியால் பீட்டரது இதயம் விரைவாகத் துடித்தது.

"உங்களைப் புகழ்ந்து பாடுகிறாள். நேர்த்தியான சிறுமி. பணம் படைத்த மதுக்கடைக் காரரான ஜோஹான்மான்ஸின் மகள்" என்று பீட்டரிடம் லிபோர்ட் கூறினான்.

வாயில் குழாயுடன் காட்சியளித்த மான்ஸ் தன் கையை உயர்த்திப் பீட்டரை நோக்கி

உல்லாசமாக அசைத்தான்; கேட்போர் உள்ளத்தைப் பிணிக்கும் வகையில் பேசக்கூடிய லிபோர்ட் தணிந்த குரலில் பீட்டரிடம் சொன்னான்:

''சில நிமிடங்களில், சிறுமிகள் மதுக்கடையில் கூடுவார்கள். வாணவேடிக்கைகளைப் பார்க்கலாம்; நடனமும் உண்டு.''

இருள்கவ்விய வீதியில், விரைந்துவரும் குதிரைகளது குளம்பு ஓசை கேட்டது. ஜாரின் குதிரைக் காவலர் பலர் பீட்டரை நெருங்கினர். உடனடியாக வீட்டுக்கு வரவேண்டுமென்று பீட்டருக்கு மகாராணி கண்டிப்பாகக் கட்டளையிட்டிருப்பதாகத் தெரிவித்தனர். இந்தத் தடவை, ஜார் பணிய வேண்டியதாயிற்று.

4

கிரெம்லினுக்கு வந்த அன்னியர்கள், அது வியாபார நிலையமாக இருப்பதைக் கண்டு வியந்தார்கள். பாரிஸ், வியன்னா, லண்டன், வார்ஸா, ஸ்டாக்ஹோம் ஆகிய நகரங்களிலுள்ள அரண்மனைகளைப் போலல்லாமல், கிரெம்லின் பேரம் நடக்கும் சந்தையாயிருப்பதாகக் கூறினார்கள். இங்கு நேர்த்தியான பொழுதுபோக்கு எதுவும் கிடையாது. நடனம், சூதாட்டம், விரும்பத்தக்க இன்னிசை விருந்து ஏதும் இல்லை. தாழ்ந்த கூரையும் மிகுந்த வெப்பமும் உடைய கிரெம்லின் அறைகளில் சரிகைக் கோட்டு அணிந்த பாயர்களும் மமதை மிகுந்த மகாப்பிரபுக்களும் புகழ் பெற்ற தளபதிகளும் கூடி, ஒரே ஒரு வேலையைத்தான் கவனித்தார்கள். நார், இயற்பொருட்கள், பொட்டாஸியம் உப்பு, தானியம், தோல் முதலிய பொருட்களை விற்பதற்கு விலை பேசி ஒப்பந்தம் செய்வதுதான் அந்தவேலை. அவர்கள் விலைவாசிகளைப் பற்றி வாக்குவாதம் செய்து சண்டை போட்டுக்கொண்டார்கள். தமது நாடு பரப்பில் பெரிதாகவும் வளத்தில் மிகுந்ததாகவும் இருந்தாலும், வியாபாரம் மோசமாயிருப்பதாகக் குறைப்பட்டுக் கொண்டார்கள். பாயர்களது எஸ்டேட்டுகள் பெரியவை; ஆனால் அவற்றிலிருந்து விற்பதற்கான பொருள் ஏதும் கிடைப்பதில்லை. கருங்கடற்கரை, தார்த்தாரியர்களிடம் இருந்தது. பால்டிக் கடலை நெருங்க முடியவில்லை. சீனா நெடுந்தொலைவில் இருந்தது. வடக்கேயோ, அனைத்தும் ஆங்கிலேயர் வசத்திலிருந்தன. அவர்கள் கடற்கரைகளில் ஆதிக்கத்தைப் பெறுவதற்காகப் போராட வேண்டும். ஆனால் அது அவர்களது சக்திக்கு அப்பாற்பட்டதாகும்.

மேலும், ருஷியர்கள் சோம்பேறிகளாய் இருந்தனர். வலிய கதவுகளாலும் உயர்ந்த வேலிகளாலும் பாதுகாக்கப்பட்ட மாஸ்கோ மாளிகைகளில், அவர்கள் கரடிகளைப் போல் வாழ்ந்தனர். தினம் மும்முறை வழிபாட்டில் பங்கு கொண்டனர்; நாள்தோறும் நான்கு தடவை வயிறு நிறைய உண்டனர். அவர்கள் பகலிலும் உறங்கினர்; அது வழக்கமாகிவிட்டது; உடல் வளப்பத்துக்கும் உதவியாயிருந்தது. ஆகக்கூடி, பாயர்கள் ஜாரின் அரண்மனைக்குச் சென்று, என்ன ஊழியம் புரிய வேண்டுமென்று கேட்பதற்கும், வியாபாரிகள் கடையில் அமர்ந்து வாடிக்கைக்காரர்களைப் பிடிப்பதற்கும், குமாஸ்தாக்கள் தஸ்தாவேஜிகளை வைத்துக்கொண்டு உழைப்பதற்கும் போதுமான நேரம் கிடைப்பதில்லை.

ருஷியர்கள் எத்துணைக்காலம் இம்மாதிரி முதுகைச் சொரிந்துகொண்டும் குறைகூறிக் கொண்டும் ஏங்கிப் புலம்பிக்கொண்டும் இருந்திருப்பார்களோ, ஆண்டவனுக்குத்தான் தெரியும். ஆனால், எதிர்பாரதவிதமாக அவர்களை நற்பேறு தேடிவந்தது. துருக்கியர்களுக்கு எதிராகக் கூட்டு சேர்வதைப் பற்றி விவாதிப்பதற்காகப் போலிஷ் அரசனான ஜான்ஸோபீஸ்கி தூதர்களை

அனுப்பினான். புறச்சமயிகளான துருக்கியர்கள் கிறித்துவர்களைத் துன்புறுத்துவதை அனுமதிக்க முடியாதென்றும், துருக்கி சுல்தானுடனும் கிரீமியாவின் அதிபனான கான் உடனும் வைதீக ருஷியர்கள் சமாதானச் சகவாழ்வு நடத்துவது தகாத காரியமென்றும் போலிஷ் தூதர்கள் நயமாக எடுத்துரைத்தனர். போலிஷ்காரர்கள் பொறியில் சிக்கிய எலியாகத் தவிக்கிறார்களென்பதையும் அவர்களுடன் பேரம் செய்வதற்கு இதுவே தக்க தருணம் என்றும், மாஸ்கோவிலுள்ள அவைரும் உடனடியாகப் புரிந்து கொண்டார்கள். ஆம், அது உண்மைதான். ஆஸ்திரிய சக்கரவர்த்தியுடன் கூட்டு சேர்ந்திருந்த போதிலும், போலந்துக்குத் துருக்கியர்களைத் துரத்துவது கடினமாக விருந்தது. அதேபொழுதில், வடக்கிலிருந்த ஸ்வீடன் போலந்தை அச்சுறுத்தியது. விநாசத்தை விளைவித்த முப்பது ஆண்டுப் போரின் நினைவுகள் மக்களது மனத்தில் பசுமையாகவிருந்தன. அந்தப் போர் நிகழ்ந்தபொழுது, ஆஸ்திரிய சாம்ராஜ்யம் ஆட்டம் கண்டது; ஜர்மன் ஜனங் களில்லாத நாடாயிற்று. போலந்து ஏறத்தாழ ஸ்வீடிஷ் மாகாணமாகச் சிறுமைப்பட்டது. பிரெஞ் சுக்காரர்களும் டச்சுக்காரர்களும் துருக்கியர்களும் கடல்களில் ஆதிக்கம் செலுத்தினர் ; ஸ்வீடனோ பால்டிக் கடற்கரையில் தனியாட்சி செலுத்தியது. உக்ரேனிய ஸ்டெப்பிகளை துருக்கி சுல்தான் கபளீகரிக்காமல் ருஷியச்சேனைகள் பாதுகாக்க வேண்டுமென்று போலிஷ் மக்கள் விரும்பினார்கள்.

'அரசர்க்குரிய மகாமுத்திரையின் காவலனும் வெளிநாட்டு உறவுகளது நிர்வாகியும் நவகோரோட்டின் ராஜப்பிரதிநிதியுமான' வாஸிலி கோலிட்ஸின், போலிஷ்காரர்கள் கீவ் ராஜ்யத்தை ருஷியாவுக்குத் திரும்பக் கொடுக்க வேண்டுமென்று கோரினான்.

'அனாதிகாலந்தொட்டு ஜாரின் ஏகாந்தத்துக்கு உரியதாயிருந்து வந்துள்ள கீவ்ராஜ்யத்தை எங்களிடம் ஒப்படையுங்கள். ஒப்படைத்தால் அடுத்த வருஷம் கானுக்கு எதிராகக் கிரீமியாவுக்குச் சேனையை அனுப்புவோம்'' என்றான் வாஸிலி. ''அனைத்தையும் இழந்தாலும் சரி, கீவைக் கொடுக்க மாட்டோம்'' என்று போலிஷ் தூதர்கள் மூன்றரை மாதம் வாதித்தார்கள். ருஷியர்கள் அவசரப்படவில்லை. ருஷியர்கள் கிறித்துவர்களாக மதம் மாறியதிலிருந்து நிகழ்ந்தவற்றை யெல்லாம், வரலாற்று நூல்களிலிருந்து படித்துக் காட்டினார்கள். அவர்கள் பொறுமையில் போலிஷ்காரர்களை விஞ்சியதால் வெற்றி அடைந்தார்கள்.

பெஸ்ஸரேபியாவில் துருக்கியர்களிடம் தோல்வியுற்ற ஜான் ஸோபீஸ்கி, அழுதபோதிலும், மாஸ்கோவுடன் நிரந்தர சமாதான உடன்பாடு செய்துகொண்டான். கீவ் ராஜ்யத்தை மாஸ் கோவிடம் ஒப்படைத்தான். அது பெரிய வெற்றிதான். ஆனால் கானை ·எதிர்த்துப் போராடு வதற்குப் படை திரட்டாமல், ருஷியா தப்ப முடியாது.

5

அந்த மாளிகை தூய்மைக்கும் ஒழுங்குக்கும் எடுத்துக்காட்டாக விளங்கியது. கூரையிலிருந்து தளம் வரை செப்புத்தகடு அடிக்கப்பெற்ற புறச்சுவர்கள் கதிரொளியில் பிரகாசித்தன. இரும்புத் தொப்பியும் தோல் கவசமும் அணிந்த இருநெட்டையான ஸ்விஸ் சிப்பாய்கள் நுழைவாயில் கம்பளத்தின் மீது நின்றனர். மேலும் இரு சிப்பாய்கள் பொன்முலாம் பூசிய இரும்புக்கதவு களண்டை நின்றனர். எதிர்ப்புறத்தில் சோம்பித்திரிந்த சாமான்ய மக்கள், அந்தக் கதவுகள்மூலம், உண்டு கொழுத்த சிப்பாய்களையும் வர்ணக்கற்கள் பதித்த விசாலமான வெளிமுற்றத்தையும், பொன்னும் கண்ணாடியுமாக மின்னிய சிறப்பான கோச்சுவண்டியையும் அதில் பூட்டப் பெற்றிருந்த நான்கு கருஞ்சிவப்புக் குதிரைகளையும், வீட்டுப்புறமெங்கும் பிரகாசிக்கும்

செம்பையும் உற்று நோக்கினர். ஆம், அதுதான் மகாமுத்திரையின் பாதுகாவலனும் ஸோபியாவின் ஆசை நாயகனுமான வாஸிலிகோலிட்ஸின்னுடைய மாளிகையாகும்.

வாஸிலிக்கே வெப்பத்தைப் பொறுக்க முடியவில்லை; மந்தமாருதம் வீசிய திறந்த ஜன்னலண்டை அமர்ந்து, அண்மையில் வார்ஸாவிலிருந்து வந்து சேர்ந்த அன்னியனான டீநியூவில் என்பவனோடு லத்தீன் மொழியில் உரையாடிக் கொண்டிருந்தான். பதினான்காவது லூயி மன்னனது அரச சபையில் காலவண்ணமாகக் கருதப்பெற்ற பிரெஞ்சு ஆடைகளையும் பொய் மயிர்த் தொப்பியையும் அவன் அணிந்திருந்தான். கோலிட்ஸின் பொய்மயிர்த் தொப்பி அணியவில்லை; ஆனால் பிரெஞ்சு ஆடைகளையே உடுத்தியிருந்தான். காலுறைகள், சிவப்பு பூட்ஸுகள், குட்டையான வெல்வெட் காலுடைகள், உயர்தரமான சரிகைச் சுருக்கங்களுடைய சட்டை, வெல்வெட் கோட்டு அனைத்தும் பிரெஞ்சுப் பாணிதான். தாடியைச் சிரைத்துக்கொண்டிருந்தான்; ஆனால் மீசையை எடுக்கவில்லை. அவனுக்கு முன்னாலிருந்த பிரெஞ்சு நாட்டு மேஜைமீது சுருள்களும் நோட்புத்தகங்களும் தோல் அட்டையுடன் கூடிய லத்தீன் புத்தகங்களும் நிலப் படங்களும் சிற்பியின் உருவ வரைப்படங்களும் கிடந்தன. கில்ட் தோல்வைத்து அடித்திருந்த சுவரில் உருவப்படங்கள் தொங்கின. கோலிட்ஸின்களது உருவப்படங்கள் தொங்கின. உன்னதமான வெனிஸ் தேசத்துச் சட்டத்தில் இரண்டு தலைக் கழுகின் வடிவம் தொங்கியது; அது தன் நகங்களிடையே ஸோபியாவின் உருவப் படத்தைப் பற்றிக் கொண்டிருந்தது. பிரெஞ்சுப் பாணியில் அமைந்த ஓவியத்திரைகளும் இத்தாலியப் பாணியில் அமைந்த மணிப்பின்னல்களும் உடைய நாற்காலிகள், பளபளவென்றுள்ள விரிப்புகள், கடிகாரங்கள், பாரசீக ஆயுதங்கள், செம்பில் செய்த பூகோளம், ஆங்கில நாட்டில் செய்த உஷ்ணமானி, திண்ணியதாக வெள்ளியில் செய்த மெழுகுவத்தி விளக்குகள், அலங்காரமான வெள்ளிக்கிளை விளக்குகள், கண்கவர் அட்டைகளுடன் கூடிய நூல்கள், வில்வளைவுக் கூரையில் பொன்னிறத்திலும் வெள்ளி வர்ணத்திலும் வான நீலத்திலும் வரையப்பெற்ற விண்ணுலகக்கோளம் ஆகிய அனைத்தும் கதவுகளின் கண்ணாடிகளிலும் சாளரங்களது கண்ணாடிகளிலும் பன்முறை பிரதிபலித்தன.

செம்பாதி ஆசியாவுக்கும் செம்பாதி ஐரோப்பாவுக்கும் உரிய பொருட்களையும் அலங்காரப் பாணிகளையும் விருந்தாளி கவனமாக நோக்கினான். இந்தச் சேர்க்கை அவனுக்குப் பிடித்தமாயிருந்ததை அவனது முகபாவம் காட்டியது. கோலிட்ஸின் கால்மேல் கால்போட்டு உட்கார்ந்து, இறகுப் பேனாவுடன் விரல்களால் விளையாடிக்கொண்டே பேசினான். அப்போதைக் கப்போது தகுதியான லத்தீன் வார்த்தைகளுக்காக அவன் தடுமாறினான். அவனது உச்சரிப்பு ஓரளவுக்கு மாஸ்கோ பாணியை அனுசரித்ததாயிருந்தது. அவன் கூறினான்:

''உயர்திரு டீநியூவில் அவர்களே, விளக்கமாகவே சொல்கிறேன்: இரண்டு வர்க்கங்கள் நமது ராஜ்யத்துக்கு அடிப்படையாக உள்ளன. ஒன்று ஊழியம்புரியும் வர்க்கம்; இன்னொன்று வரி செலுத்தும் வர்க்கம். பிரபுக்கள், விவசாயிகள் ஆகிய இரு வர்க்கங்களுமே தரித்திர தசையில் உள்ளன. எனவே, அவற்றால் அரசாங்கத்துக்கு ஆதாயம் ஏதுமில்லை; அபாயம்தான் உண்டு. விவசாயிகளை நிலச்சுவான்தார்களின் பிடிப்பிலிருந்து விடுதலைசெய்தால், அதனால் பெரும்பயன் உண்டாகும். எப்படியென்றால், இன்று நிலச்சுவான்தார்கள் பேராசை வெறிக்கு இரையாகிப் பண்ணை அடிமைகளை ஈவிரக்கமில்லாமல் சுரண்டுகிறார்கள். அதனால்தான் விவசாயி ஏழையாயிருக்கிறான்; நிலச்சுவான்தாரும் வறுமைப்பட்டிருக்கிறான்; அரசாங்கமும் தரித்திரத்தசையில் இருக்கிறது.''

''விவேகம் நிறைந்த பேச்சு. சிந்தனைச் செறிவுக்குரிய கருத்து. ஆனால், மேன்மைக்குரிய பெரியாரே, இந்தச் சிக்கலான பிரச்னைக்கு எப்படித் தீர்வு காண்பீர்கள்?''

கோலிட்ஸின்னுடைய இதழ்கள் புன்னகையால் விரிந்தன. அவன் மேஜையிலிருந்து ஒரு தோலட்டை நோட் புத்தகத்தை எடுத்தான். அது அவன் கைப்பட எழுதியதாகும். 'சமுதாய வாழ்வு பற்றிய கட்டுரை அல்லது பொதுநலத்துக்குரிய விவகாரங்களில் தீர்வு கண்டு மேன்மை அடைவது எப்படி?' என்று தலைப்பு இடம்பெற்றிருந்தது.

''நாட்டு மக்கள் அனைவரையும் செல்வந்தராக்குவது கடினமான பெரும்பணியாகும்'' என்று கூறிவிட்டு, வாஸிலி கைப்பிரதியிலிருந்து படித்தான்: ''லட்சக்கணக்கான ஏகரா பரப்புள்ள நிலம் தரிசாகக் கிடக்கிறது. இந்த நிலத்தில் உழுது விதைக்க வேண்டும். கால்நடைகளின் தொகையைப் பெருக்க வேண்டும். மட்டமான ருஷிய ஆடுகளுக்குப் பதிலாக, நேர்த்தியான ரோமத்தை உடைய ஆங்கில நாட்டு ஆடுகளை வளர்க்க வேண்டும். சுரங்கத் தொழிலிலும் இதர தொழில்களிலும் ஜனங்கள் ஈடுபடுவதற்கு ஊக்கம் அளிக்க வேண்டும். நியாயமான லாபத்தை உறுதிசெய்து, இதற்கான உத்வேகத்தை உண்டாக்க வேண்டும். பெரும் பளுவாக உள்ள பல்வகை வரிகளையும் ஒழித்து விட்டு, மிதமான தலைவரி மட்டும் விதிக்க வேண்டும். நிலத்தையெல்லாம் நிலச்சுவான்தார்களிடமிருந்து கைப்பற்றிச் சுயேச்சையான விவசாயிகளிடம் ஒப்படைத்தால்தான் இவையெல்லாம் சாத்தியமாகும். இன்றுள்ள பல்வேறு அடிமை முறைகளும் ஒழிய வேண்டும். எதிர்காலத்தில், வீட்டு அடிமைகளாகச் சிலர் இருப்பதை வேண்டுமானால் ஒருவேளை அனு மதிக்கலாம். அதைத் தவிர, ஒருவன் இன்னொருவனுக்கு அடிமைப்பட்டிருப்பதென்பதை அனுமதிக்கலாகாது....''

''ஐயா, ஆட்சியாளரே இத்தகைய தீவிரமான பெருந்திட்டங்களை வகுத்தனர் என்பதற்கு வரலாற்றில் சான்று எதுவும் இல்லை'' என்று டீநியூவில் வியந்து பேசியபொழுது, வாஸிலி தலை குனிந்தான். அவனது வெளிறிய கன்னங்கள் சிவந்தன. ''ஆனால், விவசாயிகளிடம் நிலத்தைக் கொடுப்பதற்கும், பண்ணை அடிமைகளை விடுதலை செய்வதற்கும் நிலப்பிரபுக்கள் மறுப்புக் கூறாது இணங்குவார்களா?'' என்று டீநியூவில் வினவினான். கேலிட்ஸின் பேசினான்:

''நிலத்துக்குப் பதிலாக நிலச் சொந்தக்காரர்களுக்குச் சம்பளம் கொடுப்போம். பிரபுக்களது குடும்பங்களிலிருந்தே சேனைக்கு ஆள் திரட்டுவோம். பண்ணை அடிமைகளையும் வரி கொடுப்போரையும் கட்டாயமாகப் படையில் திரட்டும் வழக்கத்தை நிறுத்துவோம். விவசாயிகள் உழவுத் தொழிலைக் கவனிக்கட்டும். பிரபுக்களது சேவைக்கு நிலமாகவும் பண்ணை அடிமை களாகவும் கைம்மாறு செய்வதற்குப் பதிலாக, அதிகமான சம்பளத்தைக் கொடுப்போம். பொதுப் படையான நிலவரி மூலம் பெறும் வருமானத்தைக் கொண்டு, இந்தச் சம்பளத் தொகைகளைப் பட்டுவாடா செய்வதற்குக் கஜானாவால் முடியும். அரசாங்க வருமானம் இரட்டிப்பாகும் என்பது திண்ணம்.''

''பண்டைக்காலத் தத்துவஞானியின் பேச்சைக் கேட்டுக்கொண்டிருப்பதாக எனக்குத் தோன்றுகிறது'' என்று டீநியூவில் முணுமுணுத்தான்.

''பிரபுக்களது குடும்பங்களில் பிறந்த இளைஞர்களை ராணுவப் பயிற்சி பெறுவதற்காகப் போலந்துக்கும் ஸ்வீடனுக்கும் பிரான்ஸுக்கும் அனுப்புவோம். கல்லூரிகளைத் தோற்றுவித்து விஞ்ஞானப் பாடங்களைக் கற்பிப்போம். கலைகளது அழகுச் செல்வத்தைப் பெற்று ரசிப்போம். உழைப்புத் திறன் மிகுந்த உழவர்களைப் பாலை நிலங்களில் குடியேற்றி அவற்றைச் சோலை நிலங்களாக்குவோம். அறியாமையெனும் பள்ளத்தில் உழலும் குருடரெல்லாம் விழிபெற்று அறிவு ஒளி வீசச் செய்வோம். புழுதி நிறைந்த குடிசைகளுக்குப் பதிலாகக் கற்கட்டிடங்களை எழுப்புவோம். கோழைகளைக் குன்றெனு நிமிர்ந்து நிற்கும் வீரர்களாக்குவோம். ஏழைகளை உயர்த்துவோம்'' என்று பேசிய கோலிட்ஸின், சாளரத்தின் வழியே வீதியை நோக்கினான்.

கூளமும் புழுதியும் பறப்பதைக் கண்டான். ''வீதிகளுக்கெல்லாம் தள்ம் அமைப்போம். செங்கல்லும் கருங்கல்லும் கொண்டு மாஸ்கோவைப் புதிதாக நிர்மாணிப்போம். இந்தத் தரித்திரம் பிடித்த தேசமெங்கும் விவேகத்தின் நல்லொளி வீசப்போகிறது'' என்றான்.

இறகுப் பேனாவைக் கையில் எடுத்துக்கொண்டு, கோலிட்ஸின் எழுந்தான். விரிப்புகளில் குறுக்கும் நெடுக்குமாக நடந்துகொண்டே, மேலும் பல வியப்பான கருத்துக்களைத் தன் விருந்தாளிக்கு விரித்துரைத்தான்:

''ஆங்கிலேயர்கள் ஓர் அநீதியான ஏற்பாட்டை அழித்தார்கள். ஆனால், ஆத்திரத்துக்கு இரையாகிப் பெருங்குற்றங்களையும் புரிந்தார்கள்.* நாம் அத்தகைய பயங்கர நிகழ்ச்சிகளைத் தவிர்க்க விரும்புகிறோம். சகல வர்க்கங்களது நன்மையையும் நாம் நாடுகிறோம். ஆனால், எங்களது திட்டத்தைப் பிரபுக்கள் பிடிவாதமாக எதிர்த்தால், அவர்களது பரம்பரைப் பண்பாக உள்ள பிடிவாதத்தைப் பலாத்காரத்தால் தகர்த்தெறிவோம்.''

அவர்களது உரையாடலுக்கு இடையூறு நேர்ந்தது. ஊழியச் சின்னம் அணிந்த ஓர் ஏவலாள், அச்சம் மிகுந்தவனாய்ச் சப்தமின்றி நடந்துவந்து, வாஸிலியிடம் இரகசியமாக ஏதோ பேசினான். கோலிட்ஸின்னுடைய முகத்தில் வாட்டம் ஏற்பட்டதைக் கண்ட டீநியூவில் தொப்பியைக் கையிலெடுத்தவனாய் தலை வணங்கிப் பின்னோக்கி நடந்தான். கதவை நோக்கிச் சென்ற டீநியூவில்லைத் தொடர்ந்து சென்ற கோலிட்ஸின்னும் தலை வணங்கிக் கூறினான்:

''டீ நியூவில் அவர்களே, நீங்கள் இவ்வளவு விரைவில் விடைபெற்றுச் செல்கிறீர்களே என்று நான் மிகவும் வருந்துகிறேன்.''

டீ நியூவில் சென்ற பின், கோலிட்ஸின் நிலைக் கண்ணாடியில் தன் முகத்தைப் பார்த்துக் கொண்டான்; வேகமாக நடந்து படுக்கையறைக்குச் சென்றான். அங்கு தீக்கோழி இறகுகளால் அலங்கரிக்கப்பெற்ற விதானத்துடன் கூடிய ஓர் இரட்டைக் கட்டில் இருந்தது. மிக்க சிவப்பான பட்டுத்துணியால் அமைந்த அந்த மேற்கட்டியின் கீழ்த் திருகு சுருளான கட்டிற்காலில் தலையைச் சாய்த்தவளாய் ஸோபியபா உட்கார்ந்திருந்தாள். எப்பொழுதும் போலவே, அவள் இரகசியமாக மூடு வண்டியில் வந்து, பின்புற வழியே உள்ளே பிரவேசித்திருந்தாள்.

6

''கண்ணே, ஸோபியா!''

அவள் பேசவில்லை. துயரில் தோய்ந்த முகத்தை உயர்த்திப் பசுமை பாய்ந்த விழிகளால் கோலிட்ஸின்னை நோக்கினாள். கோலிட்ஸின் திகைத்தான்; கட்டிலை நோக்கி நடந்தவன், இடையில் நின்றான்.

''என்ன? ஏதாவது கோளாறா?'' என்று வினவினான்.

சில மாதங்களுக்கு முன்தான், ஸோபியா தன் வயிற்றில் வளர்ந்த கருவை இரகசியமாகச் சிதைத்துக் கொண்டாள். அவளது கன்னங்கள் ஊதிவிட்டன. முகத்தின் பிரகாசம் மறைந்து விட்டது. கவலையும் தொல்லையும் வதனத்தில் தமது முத்திரையைப் பதித்து விட்டன. அவள்

★ பதினேழாம் நூற்றாண்டின் இடையில், இங்கிலாந்து மக்கள், முடியாட்சியின் யதேச்சாதிகாரத்தை எதிர்த்துப் போராடியதையே இங்குக் குறிப்பிடுகிறார். அந்தப் போராட்டம் உள்நாட்டு யுத்தமாக முற்றியது. முதலாவது சார்லஸ் மன்னன் தூக்கிலிடப்பட்டான். அதையும் அதுபோன்ற இதர நிகழ்ச்சிகளையும் தவிர்க்க விரும்புவதாகக் கோலிட்ஸின் கூறுகிறார். - மொ-ர்.

கன்னிப் பெண்ணைப் போலத்தான் சிறப்பாக ஆடை அலங்காரம் செய்துகொண்டாள். ஆயினும், கலக்கமுறாத தோற்றத்தை உடைய பருமனான நடுத்தர வயதினளாகவே காட்சியளித்தாள். கோலிட்ஸின்னிடம் சுரந்த அன்பைப் பலர் முன்னிலையில் பகிரங்கப்படுத்த முடியாத நிலைமை அவளை வதைத்தது. இந்த உறவை அடுக்களையில் வேலைசெய்யும் பணிப்பெண்வரை அனைவரும் அறிந்திருந்தனர் என்பது உண்மை.

'ஆசை நாயகன்' என்ற இழிவான பாவச் சொல்லுக்குப் பதிலாகக் 'காதலன்' என்ற கண்ணியமான சொல் அண்மையில் புதிதாகப் புழங்குவதும் உண்மையே. எனினும், சட்ட சம்மதமில்லாமல், திருமணம் புரியாமல், கோயிலில் நல்லாசி பெறாமல், இளமையை இழந்த தன் உடலைத் தன் காதலனிடம் ஒப்படைப்பது பயங்கரமான செயலென்றும் துன்மார்க்கத்துக்குரிய வினையென்றும் அவள் கருதினாள். இந்த வசந்த காலத்தில், அன்னைக்கே உரிய வீரியத்துடனும் இனிய வேதனையுடனும் ஒரு மகவை ஈன்றிருப்பாள். ஆனால் ஊர் வசைக்கு அஞ்சி அவள் கருச்சிதைவுக்கு இணங்க நேர்ந்தது. மேலும், இந்தக் காதல் அவளை நிம்மதியற்றவளாக்கி விட்டது. கரவாக் காதலனை எண்ணி எண்ணி உணங்குவதும் இரவில் உடலெல்லாம் தகிக்கத் துன்புறுவதும் பதினேழுவயதுப் பெண்ணுக்கு இயல்புதான். ஆனால் இந்த வயதில் இம்மாதிரியெல்லாம் துன்புறக்கூடாது. சில நேரங்களில் அவன்தானே இந்தச் சித்திரவதைகெல்லாம் மூலகாரணம் என்று எண்ணினாள். குறையிலே சிதைந்த குழந்தைக்குத் தகப்பன் அவனல்லவா என்று கருதினாள். அதைப்பற்றிக் கொஞ்சமும் கவலைப்படாத அவனது கல் நெஞ்சத்தை எண்ணினாள். அப்பொழுதெல்லாம் ஒரு வெறுப்பு அவளது தொண்டையை அடைத்துக்கொண்டது.

கனம் மிகுந்த ஆடையை அணிந்து கதகதப்பு உணர்ச்சியுடன் கட்டிலில் அமர்ந்திருந்த ஸோபியா, நட்புணர்ச்சியற்ற பாவத்துடன் கோலிட்ஸின்னை மேலும் கீழும் நோக்கினாள்.

''இது என்ன ஆடை? கேலிக்கூத்தாயிருக்கிறது. எந்த நாட்டு உடை இது? பிரெஞ்சு உடையா? கால் சட்டை தவிரப் பிற ஆடைகளெல்லாம் பெண்ணின் ஆடைகள் மாதிரி இருக்கின்றன. யாராவது பார்த்தால் கைகொட்டி நகைப்பார்கள்'' என்று அவள் கூறினாள். வேறுபக்கம் திரும்பிப் பெருமூச்சைக் கட்டுப்படுத்திக் கொண்டு, ''ஆம், அன்பே! அவப்பேறானதொன்று நிகழ்ந்திருக்கிறது. நாம் அகமகிழ்வதற்கு ஏதுமில்லை'' என்றாள்.

இப்பொழுதெல்லாம் ஸோபியா அவன் வரும்பொழுது, அதிகம் பேசுவதில்லை; முகத்தைத் தொங்கப்போட்டுக் கொண்டேயிருப்பாள். இரண்டு கோமாளிப் பெண்கள் அவளது நம்பிக்கைக்கு உரியராக இருப்பதைக் கோலிட்ஸின் அறிவான். அந்தக் கோமாளிகள் நாளெல்லாம் அரண்மனையில் சுற்றித்திரிந்தார்கள்; பாயர்கள் விளக்கமாகவும் குறிப்பாகவும் பேசுவதையெல்லாம் மறைந்திருந்து ஒற்றுக்கேட்டார்கள். இரவில் ஸோபியா படுக்கச் சென்றபொழுது, தாம் சேகரித்த தகவல்களை அவளிடம் தெரிவித்தார்கள்.

''வீண் வதந்தி. பலர் பலவிதமாகப் பேசுவார்கள். அந்த அபத்தத்தையெல்லாம் காதில் வாங்கிக் கவலைப்படுவதா? அவற்றைப் பொருட்படுத்தாதீர்கள்'' என்றான் கோலிட்ஸின்.

''பொருட்படுத்தாதீர்கள்?'' என்று கூறி அவள் கட்டில் காலைத் தன் நகத்தால் தட்டினாள். அவளது இதழ்கள் சினத்தால் சுருண்டன.

''அவர்கள் மாஸ்கோவில் என்ன சொல்கிறார்களென்று உங்களுக்குத் தெரியுமா? நாடாளும் திறம் நம்மிடம் இல்லையாம். நம்மிடமிருந்து பெருஞ்செயல்களை எதிர்பார்க்க முடியாதாம்.''

கோலிட்ஸின் தன் மீசையைத் தடவிக்கொண்டு, தோள்களைக் குலுக்கினான். ஸோபியா அவனை ஓரக்கண்ணால் பார்த்தாள். அவனது தோற்றப் பொலிவுதான் என்னே! அவன் அவளிடம் மோஹத்தீயை மூட்டி எவ்வாறெல்லாம் சித்திரவதை செய்தான்! ஆனால், அவனுக்கு நெஞ்சுரம் இல்லை. அவனது நாடி நரம்புகளெல்லாம் பெண்மைக்கு உரியவை. சரிகை ஆடைகளால் அலங்கரித்துக் கொள்கிறான்!

''நண்பரே, நிலைமை இதுதான். புத்தகங்களைப் படிப்பதிலும் எழுதுவதிலும் நீங்கள் கெட்டிக்காரர்தான். உங்களது சிந்தனையின் செறிவையும் தெளிவையும் நான் நன்கறிவேன். ஆனால் நேற்று இரவு, மாலை வழிபாட்டுக்குப் பின், என் மாமன் மிலோஸ்லவ்ஸ்கி உங்களைப் பற்றி என்ன சொன்னார் தெரியுமா? 'பண்ணையடிமைகளையும் விவசாயிகளையும் பற்றிக் கோலிட்ஸின் ஒரு கட்டுரையை என்னிடம் படித்துக் காட்டினார். அதைக்கேட்டவுடன், அவர் சித்த சுவாதீனத்துடன் இருக்கிறாரா என்று நான் ஐயம் கொண்டேன்' என்றார். உடனே பாயர்கள் சிரித்தார்கள்.''

இளம்பெண்ணின் முகத்தைப் போலக் கோலிட்ஸின் முகம் சிவந்தது. நீண்ட கண்ணிமை களுக்குள் நீலக்கண்கள் பளிச்சென்று ஒளிவீசின.

''அவர்களைப் போன்ற மூளையில்லாதவர்களுக்காக அதை நான் எழுதவில்லை.''

''அவர்கள் எப்படிப்பட்ட மடையர்களாயிருந்தால் என்ன? நமக்கு அவர்களை விடச் சாமர்த்தியமான சேவகர்கள் கிடையாது. அவர்களுக்காக, நானே எவ்வளவோ ஆவல்களைக் கட்டுப்படுத்திக் கொள்கிறேன். போலீஷ் ராணியைப் போல நாட்டியமாட விரும்புகிறேன். நீண்ட அங்கியை அணிந்து குதிரை மீது பக்கவாட்டில் அமர்ந்து சவாரி செய்யவும் வேட்டை யாடச் செல்லவும் ஆவலாயிருக்கிறது. ஆனால் நான் பேசாதிருக்கிறேன். ஒன்றும் செய்ய முடியாது. செய்தால், என்னைச் சமயத் துரோகியென்று சபிப்பார்கள். இப்பொழுதே, சமய முதல்வர் என் கரத்தை மண் வெட்டியால் வெட்டுவது மாதிரிக் குலுக்குகிறார்.''

''நாம் அரக்கர்களிடையே வாழ்கிறோம்'' என்று கோலிட்ஸின் முணுமுணுத்தான்.

''நண்பரே, நான் உரைப்பதைக் கேளுங்கள். உங்களது சரிகை உடைகளையும் அழகிய காலுறைகளையும் எடுத்துவிடுங்கள். பட்டாளத்து உடுப்பு அணிந்து வாளேந்துங்கள்; செயற்கரிய செய்துகாட்டுங்கள்!''

''என்ன? கானைப்பற்றி இன்னும் பேசுகிறார்களா?''

''இன்று, கிரீமியாமீது போர் தொடுப்பதென்ற ஒன்றைப் பற்றியே எல்லோரும் எண்ணிக் கொண்டிருக்கிறார்கள். அன்பே, இந்தப் போரைத் தவிர்க்க முடியாது. நீங்கள் வாகை மாலை சூடி வந்தால், உங்கள் இஷ்டம் போல் காரியம் செய்யலாம். பலசாலிகளுக்கும் பலசாலியா யிருப்பீர்கள்!''

''ஸோபியா, நம்மால் போராட முடியாது. நீங்கள் இதை உணர வேண்டும். வேறு காரியங்களுக்குப் பணம் தேவை.''

ஸோபியா உறுதியான குரலில் பேசினாள்: ''மற்ற விவகாரங்களையெல்லாம் கிரீமியாப் போருக்குப் பிறகு கவனிப்போம். நான் உத்திரவொன்றைத் தயாரித்து விட்டேன். நீங்கள் சேனாதிபதியாகவிருந்து போரை நடத்துவீர்கள். நான் பகலும் இரவும் உங்கள் நலனுக்காகப் பிரார்த்தனை செய்வேன். முழங்கால் மூட்டுத் தேய மண்டியிட்டு வணங்குவேன். மடங்களுக்

கெல்லாம் கால்நடை யாத்திரை செல்வேன். நீங்கள் வெற்றி பெற்று மீண்டால், யாரும் பழித்துப் பேச முடியாது. இந்த இழிவான ஒளிவு மறைவுக்கும் ஒரு முடிவு காண்போம். கானுக்கு எதிராக நமக்கு ஆண்டவன் உதவுவார் என்று நான் திடமாக நம்புகிறேன்.'' ஸோபியா படுக்கையிலிருந்து எழுந்தாள்; வேறு பக்கம் திரும்பிய தன் காதலனை உற்றுப் பார்த்தாள்.

''வாஸ்யா, உங்களிடம் சொல்வதற்கு அஞ்சினேன். அவர்கள் குசுகுசுவென்று என்ன பேசுகிறார்கள், தெரியுமா? 'பிரியோபிராஜனென்ஸ்கி அரண்மனையில், சக்திவாய்ந்த ஜார் ஒருவன் வளர்ந்துகொண்டிருக்கிறான். இளவரசி நேரத்தை விரயம் செய்துகொண்டிக்கிறாள். அவள் ஒரு நாளும் மகுடத்தை அணிய மாட்டாள்' என்று சொல்கிறார்கள். என்னிடம் கெட்ட எண்ணங்கள் தோன்றுகின்றன. அதற்காக என்னைக் கடிந்து கொள்ளாதீர்கள். இரக்கம் காட்டுங்கள்'' என்று கூறிய ஸோபியா, அவனது நடுங்கும் கரத்தைத் தன் வெப்பமான உள்ளங்கைகளில் எடுத்துக் கொண்டாள். தொடர்ந்து பேசினாள்:

''அவனுக்குப் பதினைந்து வயதாகிவிட்டது. நெட்டை மரம் மாதிரி வளர்ந்து விட்டான். தன்னுடன் சிப்பாய் விளையாட்டு ஆடுவதற்காகச் சகல குதிரைக் காவலர்களையும் பருந்து வேடர்களையும் திரட்ட வேண்டுமென்று உத்திரவிட்டிருக்கிறான். விளையாட்டு என்றாலும், இரும்பால் செய்த கத்திகளும் துப்பாக்கிகளும் கொண்டுதான் பயிற்சி செய்கின்றனர்.... வாஸ்யா, பாவத்திலிருந்து என்னைக் காப்பாற்றுங்கள்! டிமிட்ரி* யைப்பற்றியும் உக்லிச்சைப் பற்றியும் என் காதில் ஓதுகிறார்கள்.... அது பாவவினை அல்லவா?''

கோலிட்ஸின் தன் கரத்தை விடுவித்துக்கொண்டான். ஸோபியா அவனை இரங்கி நோக்கி முறுவலித்தாள்.

''இம்மாதிரியான விஷயங்களைப் பற்றி எண்ணுவதே பாவம்.... நீண்டகாலத்துக்கு முன் அது நடந்தது... உங்களது பெருஞ் செயல்களைக் கேட்டு ஐரோப்பா முழுவதும் பாராட்டும். அப்பொழுது நாம் அவனை அஞ்சத் தேவையில்லை - அவன் விளையாடட்டும்.''

கோலிட்ஸின் வெறுப்பாகப் பேசினான்: ''நாம் போர் செய்ய முடியாது. தகுதியான சேனை இல்லை, பணமில்லை.... என் பெருந்திட்டங்கள் எல்லாம் விழலுக்கிறைத்த நீர்! அவற்றைப் போற்றுவதற்கோ புரிந்து கொள்வதற்கோ ஆள் இல்லை. ஆண்டவனே! போரில்லாமல், மூன்று ஆண்டுகள் அல்லது இரண்டு ஆண்டுகளாவது எனக்கு அவகாசம் கிடைக்கக் கூடாதா!'' கரங்களின் அசைவு அவனது நிர்க்கதியான நிலையை எடுத்துக்காட்டியது. மறுத்துப் பேசுவதால், விரித்து விளக்குவதால் பயனேதுமில்லை.

7

நடால்யா, ஸோடோவைக் கடிந்து கொண்டாள்: ''அவனைத் தேடுங்கள்; கண்டு பிடியுங்கள். பொழுது புலர்ந்ததும் போனான். சிலுவைக் குறியும் இடாமல், ஒன்றும் உண்ணாமல் விழுந்தடித்துக்கொண்டு ஓடினான்.''

பீட்டரைக் கண்டுபிடிப்பது அவ்வளவு எளிதான காரியமில்லை. முரசு ஒலியோ துப்பாக்கி வேட்டுச் சத்தமோ கேட்டால்தான், ஓசைவந்த இடத்தை நோக்கி ஓடி, அவன் சிப்பாய் வேடக்

★ டிமிட்ரி: பயங்கர ஐவானின் இரண்டாவது மனைவிக்குப் பிறந்தவன். இவன் உக்லிச்சில் எவ்வாறு இறந்தான் என்பதை முன்னரே குறித்தோம். மொ-ர்.

காரர்களுடன் விளையாடிக் கொண்டிருப்பதைக் காணலாம். அவ்வாறு தேடிப்பிடித்து விளித்தாலும், ஜார் மன்னன் வருவானா? மாட்டான். பன்முறை, ஸோடோவைக் கைதியாக்கியிருக்கிறான். வழிபாட்டுக்கு வரவேண்டுமென்றோ, மாஸ்கோவிலிருந்து வந்துள்ள பாயருக்குப் பேட்டி அளிக்க வேண்டுமென்றோ பீட்டரை அவன் நச்சரிப்பதைத் தடுப்பதற்காகக் கையாளப் பட்ட யுக்தி இது. அவனை மரத்தில் கட்டிப் போடச் செய்துவிட்டு பீட்டர் தன் ஆட்டத்தில் ஈடுபடுவான். மரத்தின் அணைப்பில் நிகிடாவுக்குச் சலிப்பு தட்டக்கூடாதென்பதற்காக, அவன் முன்னால் ஒரு குண்டான் நிறைய வாட்காவை வைத்து விடுவார்கள். இவ்வாறாகப் பையப்பைய, ஸோடோவ் வாட்கா பிரியனாகி விட்டான். எனவே, 'பார்ச்' மரத்தில் கட்டிப்போடுங்கள் என்று அவனே வலிய வேண்டிக்கொள்ளும் நிலைக்கு வந்துவிட்டான். அரண்மனைக்குத் திரும்பியவுடன், கைகளை உதறிக்கொண்டு நடால்யாவிடம் கூறுவான்:

''மகாராணி, நான் என்ன செய்வேன்? எஜமானன் வரமாட்டேன் என்கிறார்.''

ஆட்டபாட்டத்தில் பீட்டருக்குச் சோர்வு தட்டுவதேயில்லை. உல்லாசமாகப் பொழுது போவதாயிருந்தால், கூச்சலும் கூப்பாடும் காதைத் துளைப்பதாயிருந்தால், துப்பாக்கிகளால் சுடுவதும் முரசுகளை அடிப்பதுமாக நேரம் போவதாயிருந்தால், இருபத்தி நான்கு மணி நேரம் இடைவிடாமல், ஊண் உறக்கமில்லாமல், விளையாடுவான்! இப்பொழுது அவனிடம் முந்நூறு சிப்பாய் வேடக்காரர்கள் இருந்தனர். குதிரை லாயங்களில் வேலை செய்தவர், பருந்து வேட்டையாடியவர் ஆகியோர் மட்டுமல்ல; உயர்ந்த குடும்பங்களில் பிறந்த இளைஞர்களும் அவனது 'படை'யில் இருந்தனர். மாஸ்கோவைச் சுற்றிலுமுள்ள கிராமங்களுக்கும் மடங்களுக்கும் எதிராக அவன் தன் படையுடன் 'போர் எழுச்சி' நடத்துவான். சில நேரங்களில் துறவிகள் அடைந்த அதிர்ச்சியை என்னென்று சொல்வது? கிலிகாரணமாக மாரடைப்பு ஏற்பட்டு மரித்து விடுவர் என்று தோன்றியது. பின்னர் என்ன? உச்சி வேளையின் வெப்பம் ஊரைப் பொசுக்கும்பொழுது, ஓர் இலைகூட அசையாது இருக்கும் புழுக்கத்தில், எலுமிச்சை மரங்களின் அடியில் வண்டுகள் செய்யும் ரீங்காரத்தைத் தவிர வேறு எந்த ஓசையும் கேட்காத நேரத்தில், அனைத்தும் உறக்கக் கலக்கத்தால் ஆட்கொள்ளப்பட்டிருக்கும் அவ்வேளையில்,திடீரென்று ஒரு கூட்டம் காட்டு மனிதர்களைப் போலக் கூச்சலிட்டுக்கொண்டு வந்து, மடத்தின் சுவர்களைக் குறிவைத்து மரக்குண்டுகளைப் பீரங்கியிலிருந்து சுட்டால், துறவிகளுக்கு எப்படியிருக்கும்? பச்சைக்கோட் அணிந்த அவர்களைப் பார்த்தால், ருஷியர்கள் மாதிரியும் இல்லை என்றால் திகிலுக்குக் கேட்கவேண்டுமா? கடைசியில், மண்ணும் வெடிமருந்தும் வாரிப்பூசிக் கறுத்துக் காட்சி தரும் நெட்டை மனிதனே ஜார்பீட்டர் என்பதை உணர்ந்தபின், அவர்களது பீதி அதிகமாகியதில் வியப்பு என்ன?

களியாட்டப் படையில் தொண்டு புரிவது சிரமமாயிருந்தது. நிம்மதியாக உண்பதற்கோ உறங்குவதற்கோ நேரம் கிடைப்பதில்லை. நிலம் ஈரமாயிருந்தாலென்ன, வெப்பத்தில் வெந்தால் என்ன? 'கிளம்பு' என்று ஜார் உத்திரவிட்டால் புறப்பட்டாக வேண்டும். எங்கே போக? எதற்காக? சாத்தானைத்தான் கேட்க வேண்டும். நல்லவர்களை அச்சுறுத்துவதில் ஜாருக்கு ஏன் இந்தப் பிரியம்? சில நாட்களில், நள்ளிரவில், 'சிப்பாய்கள்' உறக்கத்திலிருந்து எழுப்பப்படுவார்கள். ''பகைவனைச் சுற்றிச் சூழ்ந்து முன்னேறுக! ஆற்றைக் கடந்து செல்க!'' என்று உத்திரவு பிறப்பிக்கப்படும். இரவு நேரத்தில் சிலர் ஆற்றில் மூழ்கி இறந்தனர்.

ராணுவநடை நடந்துநடந்து அலுத்து விட்டதென்று படையெழுச்சிக்கு வராமலிருப்பது குற்றம். வீட்டுக்கு ஓடப்பார்ப்பதும் குற்றம். சோம்பலுக்கும் வேலை செய்ய மறுப்பதற்கும் தக்க தண்டனை அளிக்கப்பட்டது. குற்றவாளிகள் கம்புகளால் அடிக்கப்பட்டார்கள். அண்மையில், தேர்ச்சி பெற்ற தளபதி ஒருவனை ராணுவ அதிகாரியாக நியமித்தனர். அவன் பெயர்

கோலோவின். அவன் ஒரு பேதை. ஆனாலும் உடற்பயிற்சி விவகாரங்களில் பண்டிதனாக இருந்தான். கண்டிப்பான கட்டுப்பாட்டை அமல் செய்தான். சித்தம் சென்றவழிச் சிப்பாய் விளையாட்டு நடத்தி வந்த பீட்டர், பிரியோ பிராஷென்ஸ்கியின் பெயரால் அமைந்த முதலாவது படைப்பிரிவில், கோலோவின்னிடம் போர்க் கலையைக் கற்கத் தொடங்கினான்.

பிரான்ஸிஸ் லிபோர்ட் பீட்டரின் கீழ் ஊழியம் செய்யவில்லை. கிரெம்லினில் வேலை மிகுதியாயிருந்தது. எனினும் அவன் அடிக்கடி இந்தப் பட்டாளத்தைக் காணவந்தான்; ஸ்தாபன விஷயங்களில் யோசனை கூறினான். லிபோர்ட் மூலம் ஸாம்மர் என்ற அன்னியக் காப்டன் ஒருவன் கிடைத்தான். துப்பாக்கிகளையும் எறிகுண்டுகளையும் கொண்டு போராடும் வித்தைகளைத் கற்றுக் கொடுக்கும் ஆசானாக ஸாம்மர் நியமிக்கப்பட்டான். அவனுக்குத் தளபதி அந்தஸ்து கொடுக்கப்பட்டது. பீரங்கிப்படையிடமிருந்து பதினாறு பீரங்கிகள் தருவிக்கப் பட்டன. இரும்புக் குண்டுகளைச் சுடுவதற்குச் சிப்பாய் வேடக்காரர்கள் போதிக்கப்பட்டனர். ஸாம்மர் பயிற்சி அளிப்பதில் கண்டிப்பாக இருந்தான். வீணுக்குச் சம்பளம் வாங்குவதில் அவனுக்கு விருப்பமில்லை. ஆம், சிப்பாய் ஆட்டம் பட்டாளப் பயிற்சியாக மாறிவிட்டது. வயல் வெளிகளில் பலவகைக் கால்நடைகள் கொல்லப்பட்டன. பல மனிதர்களும் காயமடைந்தனர்.

8

கூகுய் பேட்டையில், அன்னியர்கள் பீட்டரைப் பற்றி அடிக்கடி உரையாடினார்கள். மாலை நேரத்தில், திருத்தமாகக் கத்தரிக்கப்பட்ட மரங்களிடையே, மணல் பரப்பிய மைதானத்தில் கூடுவார்கள். மேஜையைத் தட்டி,

''ஏ, மான்ஸ், ஒரு கோப்பை பீர்!'' என்பார்கள்.

தையல் குல்லாயும் பச்சைநிற அரைச்சட்டையும் அணிந்த மான்ஸ், மதுக்கடையின் கதவு வழியே, ஒவ்வொரு கரத்திலும் ஐந்து மண்பாண்டங்களைத் தூக்கிக்கொண்டு வருவான். அந்தக்குடி கிண்ணங்களில் பீர் நிறைந்து நுரைத்திருக்கும். சாந்திமயமான சாயங்கால வேளை. ருஷிய நாட்டு வானில் விண்மீன்கள் ஒளிர்கின்றன. துரிங்கியாவிலோ, பவேரியாவிலோ, உர்ட்டம் பர்க்கிலோ பேரொளி வீசுவதைப்போல் இங்கு நட்சத்திரங்கள் ஒளிரவில்லை என்பது உண்மையே. என்றாலும், ருஷியநாட்டு விண்ணொளியில் வசதியாக வாழ முடியும்.

''மான்ஸ்! ஜார்பீட்டர் உங்கள் வீட்டுக்கு எப்பொழுது வந்தார்? என்ன பேசினார்? விவரமாகச் சொல்.''

மான்ஸ் அந்தக் குழாத்துடன் அமர்வான். யாராவது ஒருவருடைய குடி கிண்ணத்தை எடுத்து ஒருவாய் பீரைக் குடிப்பான். கண்ணைச் சிமிட்டிக் கொண்டு கதையைத் தொடங்குவான்:

''ஜார்பீட்டர் அறிவார்வம் மிக்கவராக இருக்கிறார். எங்கள் வீட்டுப் போஜன அறையிலுள்ள அற்புதமான இசைப்பெட்டியைப் பற்றிக் கேள்விப்பட்டிருக்கிறார். அதை என் மாமனார் நூரன்பர்க்கில் வாங்கினார்.''

''ஆம், ஆம். உங்களது அருமையான பெட்டியைப் பற்றி நாங்கள் நன்கறிவோம்'' என்று அவர்கள் கூறி, ஒருவரையொருவர் ஒரு மாதிரியாக நோக்கினர்; தத்தம் புகைக்குழாயை ஆட்டினர்.

''ஒருநாள் லிபோர்ட்டும் ஜார்பீட்டரும் என் போஜன அறைக்குள் திடீரென்று பிரவேசித்த பொழுது, நான் சற்றுத் திகிலடைந்தேன். எப்படி நடந்துகொள்வதென்று எனக்குத் தெரிய வில்லை. அம்மாதிரியான சந்தர்ப்பங்களில் ருஷ்யர்கள் மண்டியிடுகிறார்கள். ஆனால் எனக்கு அது பிடிக்கவில்லை. எனினும், 'உன் பெட்டி எங்கே?'' என்று வந்தவுடனேயே ஜார் வினவினார். 'புனிதமான மாட்சிமைக்கு உரியவரே, இதோ இருக்கிறது' என்று நான் விடை பகர்ந்தேன். 'என்னை அம்மாதிரி விளிக்காதே. அந்த வாசகத்தை வீட்டில் கேட்டுக் கேட்டுப் புளித்துவிட்டது. நான் உன் நண்பனாயிருந்தால் எவ்வாறு அழைப்பாயோ, அம்மாதிரி அழை' என்று ஜார் கூறினார். 'ஆம், மான்ஸ் நாம் அவரை *ஹெர் பீட்டர் என்று அழைப்போம்' என்று லிபோர்ட் சொன்னார். இந்த விகடத்தை எண்ணி மூவரும் வயிறு குலுங்கச் சிரித்தோம். அதன்பின், என்மகள் அன்னாவைக் கூப்பிட்டேன். பெட்டிக்குச் சாவி கொடுக்கும்படிக் கூறினேன். அது மதிப்பிடற் கரிய இசைப்பெட்டி. எனவே, ஆண்டுக்கு ஒரு முறை, கிறிஸ்துமஸ் கொண்டாட்டத்தின் போது மட்டும் அதற்குச் சாவி கொடுப்பது வழக்கம். எனவே, அன்னா என்னை உற்றுப் பார்த்தாள்.

''பரவாயில்லை, சாவி கொடு!'' என்று சொன்னேன்; அவன் சாவியைச் சுற்றியவுடன், வீரர்களும் சீமாட்டிகளும் நடனமாடினார்கள்; பறவைகள் கானம் பாடின. பீட்டர் வியந்தார். 'இதை எப்படிச் செய்திருக்கிறார்களென்று பார்க்க விரும்புகிறேன்' என்றார்; என் இசைப் பெட்டிக்கு இறுதிக்காலம் வந்துவிட்டதென்றே நான் எண்ணினேன். ஆனால் அன்னா கெட்டிக் காரி. அவள் பீட்டருக்கு அழகு சொட்டச் சிரம் வணங்கினாள்: 'மாட்சிமைக்குரிய மன்னர் அவர்களே, எனக்கும் ஆடத்தெரியும், பாடத்தெரியும்; ஆனால் என்னை ஆடவும் பாடவும் செய்வது எது என்று என் உடலுக்குள்ளிருப்பதைக் காண விரும்பினீர்களென்றால், அந்தோ! என் எளிய இதயம் வெடித்துவிடும்' என்று அவள் கூறினாள். அதை மொழிபெயர்க்கும்பொழுது லிபோர்ட் சிரித்துவிட்டார். நானும் மன நிறைவோடு சிரித்தேன். அன்னா வெள்ளிமணி ஒலிப்பது போலச் சிரித்தாள்: ஆனால் பீட்டர் சிரிக்கவில்லை. காளை மாட்டு இரத்தம் பூசியமாதிரி அவரது முகம் சிவந்தது. அன்னாவைச் சிறு பறவையாகக் கருதுவார் போல அவளை வெறித்துப் பார்த்தார். இந்தச் சிறுவன் மனத்தில் ஆயிரம் பேய்கள் வெறிக் கூத்தாடுகின்றனவென்று நான் எண்ணினேன். அன்னாவும் நாணத்தால் முகம் சிவக்க நீலவிழிகளில் நீர்துளிக்க ஓடிவிட்டாள்.''

மான்ஸ் களைத்தான். கோப்பையிலிருந்து இன்னொருவாய் மதுவைக் குடித்தான். அவன் கேட்போர் நெஞ்சைப் பிணிக்கும் வகையில் அருமையாகக் கதை சொல்வான். மனோகரமான மாலைத் தென்றல், அவர்களது தையல் குல்லாய்களுடைய குஞ்சங்களுடன் விளையாடியது. அன்னா விளக்கொளி பரப்பிய கடை வாயிலில் தோன்றினாள்; கபடமறியாத நயனங்களை உயர்த்தி விண்மீன்களை நோக்கினாள்; இன்ப உணர்ச்சி பொங்கப் பெருமூச்சு விட்டாள்; அதன் பின் மறைந்தாள். விருந்தாளிகள் தத்தம் குழாயிலிருந்து புகைபிடித்தனர்; ஆண்டவன் மான்ஸுக்கு அருமையான மகளை அளித்திருப்பதாகப் பாராட்டுரை வழங்கினர். அத்தகைய பெண் வீட்டுக்குச் செல்வம் கொணர்வாளன்று கருத்துத் தெரிவித்தனர். சிவந்த முகமும் நிறைந்த தாடியும் பெரிய உருவமும் உடைய டச்சுக்காரனான கிஸ்ட்,

''சாதுர்யமாக நடந்துகொண்டால், இளைஞனான ஜாரிடமிருந்து நிறைய நன்மை அடையலாம்'' என்று அபிப்பிராயம் கூறினான்.

கடிகார அமைப்பாளனான லூட்விக் என்ற கிழவன் கிஸ்ட்டுக்கு விடை தந்தான்:

''அதெல்லாம் நடக்காத காரியம். ஆகாயக்கோட்டை கட்டாதீர்கள். ஜார் பீட்டரிடம்

*ஹெர்: உயர் திருவாளர் அல்லது ஐயா என்று பொருள்படும் ஜர்மானியச் சொல்.

அதிகாரம் இல்லை. அவர் அரசு புரிவதை ஸோபியா அனுமதிக்கமாட்டாள். அவள் கொடியவள்; நெஞ்சுரம் மிக்கவள். கிரீமியாவின் அதிபனான கானுடன் போர் நடத்துவதற்கு அவள் இரண்டு லட்சம் சிப்பாய்களைக் கொண்ட ராணுவத்தைத் திரட்டிக் கொண்டிருக்கிறாள். இந்த ராணுவம் கிரீமியாவிலிருந்து திரும்பி வந்தபின், ஜார் பாடு திண்டாட்டம்தான்.''

உடனே மான்ஸ் பேசினான்:

''லூட்விக். உங்களது கணிப்புத் தவறானது. சமீபகாலம் வரை சாமான்யராக இருந்து இப்பொழுது தளபதிப் பட்டத்துடன் திகழும் ஸாம்மருடன் நான் பன்முறை பேசியிருக்கிறேன்'' என்று கூறிவிட்டு இடிச் சிரிப்பு சிரித்தான். ஸாம்மர் தளபதியான வேடிக்கையை எண்ணிப் பிறகும் சிரித்தனர். மான்ஸ் மேலும் பேசினான்: '' பொறுங்கள். ஓரிரண்டு ஆண்டு அவகாசம் கொடுங்கள்; பிரெஞ்சு அரசனும் ஸாக்ஸனி ராஜ்யத்தலைவனும் விரும்பிப் பாராட்டும் வகையில், இரண்டு படைகளைத் தயாரித்து விடுவோம்' என்று ஸாம்பர் பன்முறை கூறியிருக்கிறார்.''

''ஓ! அப்படியா! நன்று, நன்று'' என்று விருந்தாளிகள் ஒருவரை ஒருவர் அர்த்தபுஷ்டியுடன் நோக்கிக்கொண்டே கூறினார்கள்.

இவ்வாறு, மான்ஸ் கடைவாசலில் இருந்த மைதானத்தில் அன்னியர்கள் உரையாடினார்கள்.

9

அரண்மனை நிர்வாகத்தின் வில்வளைவாகக் கட்டிய அறைகள் வெப்பமாகவும் புழுக்கமாகவும் இருந்தன. நீண்ட மேஜைகளுக்குப் பின் அமர்ந்திருந்த குமாஸ்தாக்கள், பேனாவால் சொறிந்து கொண்டிருந்தனர். வாரிவிடப் படாத தலைமயிர் கண்களை மறைத்தது. மைக்கூடுகளைச் சுற்றி ஈக்கள் மொய்த்தன. குமாஸ்தாக்களது உதடுகளிலும், வேர்வையில் நனைந்த நாசியிலும் ஈக்கள் ஒட்டிக்கொண்டன. அளவுக்குமீறி அப்பங்களைப் புசித்த தலைமைக் குமாஸ்தா, பெஞ்சியின் மீது படுத்துச் சிறுதுயில் கொண்டிருந்தான். ஐவான் வாஸ்கோவ் என்ற குமாஸ்தா ஒரு காகிதத்திலிருந்து பேரேட்டில் பிரதி செய்துகொண்டிருந்தான்.

''... ...பேரரசரது உத்திரவுக்கு இணங்க, அன்னிய ஆடைகளைத் தயாரித்துப் பேரரசனும் ஜாரும் மகாக்கோமகனும் சகல ருஷியாக்களுக்கும் சர்வாதிகாரியுமான பீட்டர் அலெக்ஸிவிச்சின் அரண்மனைக்கு அனுப்பப்பட்டிருக்கின்றன. இதற்காகத் தளபதி பிரான்ஸிஸ் லிபோர்ட்டிடம் சரக்குகள் வாங்கிய விவரம்: ஒரு ரூபிள், நாற்பது கோபெக்குக்கு ஜரிகை; பதினெட்டு கோபெக்குக்கு டஜன்பித்தான் வீதம் ஒன்பது டஜன்பித்தான்கள்; டஜனுக்கு எட்டு கோபெக் வீதம் ஆறு டஜன் உள்சட்டைப் பித்தான்கள்; பட்டும் நார்ப்பட்டும் முப்பது கோபெக்; மூன்று ரூபிளுக்குப் பொய்மயிர்...'

ஈயை ஒட்டிக்கொண்டே, வாஸ்கோவ் தனது தூக்கக்கலக்க இமைகளைத் திறந்தான்:

''பெட்ரூஹா, உங்களைத்தான்! பொய்மயிர் என்று எப்படி எழுதுவது? பெரிய எழுத்திலா, சின்ன எழுத்திலா?''

எதிரில் இருந்த குமாஸ்தா சற்றுச் சிந்தனை செய்தபின் விடைதந்தான்:

''சின்ன எழுத்திலேயே எழுது.''

''இளைஞரான ஜார் மன்னருக்குச் சொந்த மயிர் இல்லையா?''

''அளந்து பேசு. இம்மாதிரி சொன்னதற்கு...''

எளிதில் எழுதுவதற்காகத் தலையை இடதுபக்கமாகச் சாய்த்திருந்த வாஸ்காவ், வாய் திறக்காது சிரித்தான்; களைத்துப்போகும் வரை சிரித்தான். அன்னியர் பேட்டையிலுள்ள பெண்களிடம் ஜாருக்காகப் பொய்மயிர் வாங்குவதும் அந்தக் குப்பைக்காக மூன்று ரூபிள் கொடுப்பதும் அவனுக்கு வினோதமாயிருந்தது.

''பெட்ரூஹா, இந்த முடியை எங்கு ஒட்டவைத்துக் கொள்வார்?''

''அது அவரது விருப்பத்தைப் பொறுத்தது. இஷ்டப்பட்ட இடத்தில் ஒட்டிக்கொள்வார். இனி நீ இம்மாதிரி கேள்வி கேட்டால், தலைமைக் குமாஸ்தாவிடம் புகார் செய்வேன்.''

பெஞ்சியில் படுத்திருந்த தலைமைக் குமாஸ்தாவையும் ஈக்கள் விடவில்லை. அவன் ஒரு பட்டுக் கைக்குட்டையை எடுத்து ஈக்களை ஓட்டினான். தன் முகத்தையும் ஆட்டுத் தாடி மாதிரியிருந்த மெல்லிய தாடியையும் துடைத்துக் கொண்டு பேசினான்:

''ஏ, உறங்குகிறீர்களா? எப்படிப்பட்ட குமாஸ்தாக்கள் நீங்கள்? ஒரு வேலையும் செய்யாமல் அரசாங்கப் பணத்தை அபகரிப்பதிலேயே குறியாயிருக்கிறீர்கள். உதவாக்கரைகள்! சோம்பேறிகள்! உங்களுக்குக் குளிர்விட்டுப் போய்விட்டது. ஆண்டவனை மறந்துவிட்டீர்கள். பொறுங்கள். அனைவரையும் தடியாலடித்துப் பாடம் புகட்டுகிறேன். அதன்பின், கவனமாக வேலை செய்வது எப்படி என்பதைத் தெரிந்து கொள்வீர்கள். வேலைக்குத் தேவையான காகிதமும் மையும் இல்லாதபொழுதே சுணங்குகிறீர்கள்... சோம்பேறிக் கூட்டமே! உங்களை மின்னல்தான் தாக்க வேண்டும்...''

மீண்டும் கைக்குட்டையை ஆட்டிவிட்டு, அவன் படுத்துறங்கினான். விறுவிறுப்பில்லாத காலம் இது. மனுப்போடுவார் இல்லை; அதனால் பரிசுகளும் இல்லை. மாஸ்கோவில் ஜன நடமாட்டம் குறைந்து விட்டது. காவற்படையினரும் இளம் பிரபுக்களும் நிலச்சுவான்தார்களும் கிரீமியாப் போருக்குச் சென்றுவிட்டனர். ஈக்களும் புழுதியும் அரசாங்கத்தின் அற்ப விவகாரங்களும்தாம் இங்கு எஞ்சியிருந்தன.

''ஒரு கோப்பை மதுவருந்தினால் நன்றாயிருக்கும்'' என்றான் வாஸ்கோவ். முகத்தைத் திருப்பித் தலைமை குமாஸ்தாவை நோக்கிவிட்டு அவன் சோம்பல் முறித்தான். அப்பொழுது அவனது கந்தல் கோட்டு அக்குளில் பட்டென்று கிழிந்தது. தலையை ஆட்டிவிட்டு அவன் மீண்டும் எழுதத் தொடங்கினான்:

''... ...பேரரசனும் ஜாரும் மகாக்கோமகனும் சகல ருஷியாக்களின் சர்வாதிகாரியுமான பீட்டர் அலெக்ஸிவிச்சின் உத்திரவுக்கிணங்க, யாக்கிம்வாரோனின், ஸெர்ஜி புஹ்வஸ்டவ், டேனிலா கார்டின், ஐவான் நாகிபின், ஐவான் ஐவ்வில், ஸெர்ஜி செட்கோவ், வாஸிலி புஹ்வஸ்டவ் ஆகியோரின் குதிரை லாயங்களில் வேலை செய்வோரைக் கோலோமென்ஸ்கோயி கிராமத்திலுள்ள பீட்டரிடம் அனுப்பும்படி உத்திரவிடப்பட்டிருக்கிறது. அவர்களைத் துப்பாக்கி வீரர்களாகப் பதிவு செய்ய வேண்டும். அவர்கள் ஒவ்வொருவருக்கும் ரொக்கம் ஐந்து ரூபிளும் ரைதானியம் நாற்பது* புஷல்களும் ஓட்ஸ் தானியம் நாற்பது புஷல்களும் சம்பளம் கொடுக்க வேண்டும்....''

★ புஷல்; அளக்கும் முறை: முப்பத்தியாறு பவுண்ட் எடையுள்ள அளவை.

''பெட்ரூஹா, சிலர் அதிர்ஷ்டசாலிகளாக இருக்கிறார்களில்லையா?''

''மீண்டும் வம்பளப்பது யார்? சேம்பேறி நாய்களா!'' என்று தலைமைக் குமாஸ்தா தலையை நிமிர்த்தாமல் மிரட்டினான்.

10

குதிரை வலவனான வாஸிலி வால்காவ்தான் அன்னிய ஆடையையும் பொய்மயிரையும் பெற்றுக்கொண்டு ரசீதில் கையெழுத்திட்டான். இரண்டையும் சர்வஜாக்கிரதையாக எடுத்துக் கொண்டு ஜாரின் படுக்கையறைக்குச் சென்றான். பொழுது புலரும் நேரம்; ஆனால் அதற்குள்ளாகக் கம்பளிவிரித்த பெஞ்சில் படுத்திருந்த பீட்டர், ஆட்டுத்தோல் போர்வையை அகற்றி விட்டுத் துள்ளி எழுந்துவிட்டான். அவன் முதலில் பொய்மயிரைப் பெற்று அணியமுயன்றான். அது ரொம்ப இறுகலாயிருந்தது. கத்தரிக்கோலை எடுத்துத் தன் கரியசுருள் மயிரை வெட்ட முற்பட்டான். வால்காவ் நயமாகப் பேசி அதைத் தடுக்கவே, பீட்டர் விடாது முயன்று பொய்மயிரை அணிந்தான். கண்ணாடி முன்னால் நின்று இளித்தான். ஒருநாளுமில்லாத திருநாளாய் ஸோப்பைத் தேய்த்துக் கைகழுவினான். நகங்களைச் சுத்தம் செய்தபின், புத்தாடைகளை விரைவாக உடுத்திக் கொண்டான். லிபோர்ட் கற்றுக் கொடுத்த முறையில் வெண்மையான கழுத்துப்பட்டையைக் கட்டிக்கொண்டு, இடுப்பில் கோட்மீது வெள்ளை ஸில்க் துண்டை முடிச்சிட்டான். இம்மாதிரி ஆடை அலங்காரத்தில் கவனம் செலுத்துவது பீட்டருக்கு வழக்கமல்ல; எனவே இட்ட வேலையைச் செய்வதற்குக் காத்திருந்த வால்காவ் முகத்தில் வியப்புக்குறி படர்ந்தது. பூட்ஸு குறுகலாயிருந்தது கண்டு பீட்டர் பற்களை நெரித்தான். பூட்ஸுகளை இழுத்துப் பெரிதாக்குவதற்காகத் தருவிக்கப்பட்ட ஸ்டீப்கா என்ற வேலைக்காரன், தன் பெரிய பாதங்களை அவற்றுக்குள் நுழைத்துப் பொலிக் குதிரையைப் போலப் படிக்கட்டில் மேலும் கீழும் ஓடினான். புதிய நேரக்கணிப்புப்படி, ஒன்பது மணியானவுடன் காலை நேர வழிபாட்டுக்கு வரும்படி பீட்டரை அழைக்க ஸோடோவ் தோன்றினான். ஆனால் பீட்டர் பொறுமையின்றிப் பதிலளித்தான்:

''அவசரமான அரசாங்க விவகாரத்தைக் கவனிக்க வேண்டியிருப்பதாக அம்மாவிடம் சொல்... நான் தனியாகப் பிரார்த்தனை செய்கிறேன். கவனமாய்க் கேள். அம்மாவிடம் சொல்லி விட்டு ஓடி வர வேண்டும், தெரிகிறதா?''

அவ்வாறு கூறிவிட்டுப் பீட்டர் தலையை நிமிர்த்திச் சிரித்தான். அவனது சிரிப்பு எப்பொழுதுமே செயற்கையானதாகத் தோன்றியது. ஜார் ஏதோ குறும்பு செய்யப்போகிறானென்று ஸோடோவ் உணர்ந்தான். அன்னியர் பேட்டையில் அவனுக்குப் புதுப்புது யோசனைகளைச் சொல்லிக்கொண்டிருக்கிறார்கள். எனினும் ஸோடோவ் அமரிக்கையாகக் கீழ்ப்படிந்தான். தனக்கு ஏதோ ஒரு சோதனை காத்திருக்கிறதென்பதை ஊகித்த போதிலும் அவன் விரைவில் சென்று மீண்டான். நிகிடாவின் அனுமானம் மெய்யாவிட்டது. விழிகளை உருட்டிக்கொண்டே, பீட்டர் உத்திரவிட்டான்:

''நீங்கள், நாமகரண தினம் கொண்டாடும் ஒருவரிடம் *பாக்கஸ் என்ற கிரேக்கத் தெய்வத்தின் தலைமைத் தூதனாகச் சென்று வணக்கம் கூறிப் பாராட்ட வேண்டும்.''

''உங்கள் இஷ்டம், சக்கரவர்த்தி'' என்று ஸோடோவ் பணிவாகப் பதிலளித்தான். ஜாரின்

★ பாக்கஸ்: மதுத்தேவன். கிரேக்கப் புராணங்களில் நடமாடும் பாத்திரம்.

உத்திரவுக்கிணங்க அவன் உட்பக்கம் வெளியில் வரும் வகையில் முயல் தோல் கோட்டை அணிந்தான். தலையைச் சுற்றி உள் மரப்பட்டையைக் கட்டி அதன்மீது சுள்ளிகளால் கிரீடம் அமைத்துக்கொண்டான். ஒரு கிண்ணத்தையும் கையிலெடுத்துக்கொண்டான். அன்னையுடன் வீண்வாதம் செய்வதைத் தவிர்ப்பதற்காகப் பீட்டர் பின் வாசல் வழியே மாளிகையிலிருந்து வெளியேறிக் குதிரை லாயத்துக்குள் ஓடினான். அங்கு ஒரே இரைச்சல், சிரிப்பு. வேலைக்காரர்கள் நான்கு பெரிய பன்றிகளைப் பிடிக்க முயன்று கொண்டிருந்தனர். பீட்டர் அவர்களுடன் சேர்ந்து ஓடினான்; கத்தினான்; இரைந்தான். பன்றிகள் பிடிபட்டன. சித்திரம் செதுக்கப்பெற்ற சக்கரங் களுடன் கூடிய தாழ்வான வண்டியில் அந்தப் பன்றிகள் பூட்டப்பட்டன. அந்தப் பொன் முலாம் பூசிய வண்டி, நடால்யாவுக்கு அவளது கணவன் அளித்த திருமணப் பரிசாகும். அதைக் கவன மாகப் பராமரிக்க வேண்டுமென்று நடால்யா பிரத்தியேகமாக உத்திரவிட்டிருந்தாள். அந்த வண்டி இவர்கள் கையில் சிக்கித்தொல்லைப்படுவதைக் கண்டு குதிரைலாயத் தலைவன் நடுங்கினான். ஸோடோவை வண்டியில் ஏற்றுவதற்குள் என்ன கும்மாளம்! என்ன களியாட்டம்! பீட்டரே பெட்டியில் உட்கார்ந்துகொண்டான். கத்தியுடன் கூடிய இடைக்கச்சையும் மும்முனைத் தொப்பியும் அணிந்த வால்காவ், பன்றிகளுக்கு முன்னால் கிழங்குகளை எறிந்துகொண்டே நடந்துசென்றான். பக்கவாட்டில் நடந்துவந்த குதிரை லாயத்துப் பணிப்பையன்கள் பன்றிகளைச் சாட்டையால் அடித்து விரட்டினார்கள்.

அவர்கள் அன்னியர் பேட்டையை நோக்கிச் சென்றனர். அப்பேட்டையின் நுழைவாயிலில் அன்னியர்கள் திரளாகக் கூடி இருந்தனர். ''நல்லது, நல்லது. ரொம்ப வேடிக்கையாயிருக்கிறது. விலாவெடிக்கச் சிரிக்கவேண்டுமானால் வேறு தமாஷ் வேண்டாம்'' என்று கூறிக் கைகொட்டி நகைத்தனர். பேட்டைவாழ் மக்கள் அனைவருமே வீதிக்கு வந்துவிட்டனர். அவர்கள் வயிறு வலிக்கச் சிரித்தனர்; வண்டி ஓட்டிய ஜாரையும், வண்டிக்குள் பயத்தாலும் பீதியாலும் பாதி உயிரை இழந்தவனாகக் காட்சி தந்த மரப்பட்டை மகுடதாரியையும், சுட்டிக்காட்டிச் சிரித்தனர். திசைக்கு ஒன்றாகப் பன்றிகள் வண்டியை இழுக்க முயன்றன. சேணம் முடிச்சு மயமாகிவிட்டது. குதிரை லாயப் பையனிடமிருந்து சாட்டையொன்றைப் பிடுங்கிய பீட்டர், பன்றிகளைச் சக்கையாக அடித்தான். அவை கதறிக் கொண்டே ஓடின. ஒருவன் கீழே விழுந்தான்; இன்னொருவன் சக்கரங்களினடியில் சிக்கினான். பெண்கள் கண் இமைக்கும் நேரத்துக்குள் குழந்தைகளை வாரி எடுத்தார்கள். முகம் சிவக்க, நாசிவிரிய பெட்டியில் நின்ற பீட்டர் பன்றிகளைச் சாட்டையால் அடித்துக்கொண்டேயிருந்தான். கண்ணீரை அடக்க முயன்றவன்போல் அவனது கண்கள் செக்கச் செவேலென்று ஆயின.

லிபோர்ட் வீட்டின் அருகில், குதிரை லாயச் சிறுவர்கள் ஏதோ ஒருவகையாகப் பன்றிகளைப் பிடித்து, வண்டியைத் திறந்த வாயிலில் திருப்பிவிட்டார்கள். பெயர்சூட்டுநாளைக் கொண்டாடிக் கொண்டிருந்த லிபோர்ட், தொப்பியையும் பிரம்பையும் ஆட்டிக்கொண்டே முற்றத்தில் ஓடிவந்தான். அவனுக்குப் பின்னால் உல்லாசமாக உடையணிந்த விருந்தாளிகள் வந்தனர். பீட்டர், பெட்டியிலிருந்து கீழே குதித்து, ஸோடோவை வண்டிக்குள்ளிருந்து இழுத்தான். வேறு எவரையும் பார்க்கவிரும்பாதவனைப் போல் லிபோர்ட்டையே வெறித்து நோக்கிய பீட்டர் பெருமூச்சுவிட்டவாறு மொழிந்தான்.

''தளபதி அவர்களே, கிரேக்கத் தெய்வமான பாக்கஸின் வாழ்த்துக்களைத் தெரிவிக்க ஒரு தூதர் வந்திருக்கிறார்.''

முகத்தில் முத்து முத்தாக வேர்வைத் துளிகள் இருந்தன. பீட்டர் தன் நாவால் உதடுகளை நக்கிக்கொண்டான். லிபோர்ட்டையே நோக்கியவாறு தொடர்ந்து பேசினான்:

''பாக்கஸ் உங்களை வாழ்த்துகிறார். பன்றிகளையும் வண்டியையும் பரிசாக அனுப்பி யிருக்கிறார்.'' தன் பிடியில் சிக்கித் தவித்த ஸோடோவை நோக்கி, ''மண்டியிட்டு வணங்குங்கள்'' என்று தாழ்ந்த சுருதியில் கூறினான்.

இளஞ்சிவப்பு வெல்வெட்டும் ஜரிகையும் அணிந்து, பவுடர் பூசி, பரிமளத்திரவியத்தைத் தெளித்து அந்தசந்தமாக நின்று லிபோர்ட், பீட்டரின் குறும்பை உடனடியாகப் புரிந்து கொண்டான். அவன் கரங்களை உயர்த்திக் கொட்டினான்; உல்லாசமாகச் சிரித்தான்; பீட்டரையும் விருந்தினரையும் மாறிமாறி நோக்கியவாறு மொழிந்தான்:

''என்ன இன்பமான வேடிக்கை! இதைவிட இன்புறத் தக்கதாக எதையும் நான் கண்ட தில்லை. அவருக்குச் சில வேடிக்கை வினோதங்களைக் கற்றுக்கொடுக்கலாமென்று நாம் எண்ணி னோம். ஆனால் அவர் நமக்குக் குருநாதனாகிவிட்டார்! ஏ, இசைக்குழுவினரே பாக்கஸ் தூதரைக் கௌரவிக்கும் முறையில், இன்னிசை அமுதை வழங்குங்கள்!''

பூச்செடிப் புதர்களின் மறைவிலிருந்து முரசுகளும் கைத்தாளங்களும் ஒலித்தன. கொம்புகள் இசை பொழிந்தன. பீட்டரின் தோள்களிலிருந்து விறைப்பு மறைந்தது. அவனது முகத்தின் இரத்தச் சிவப்பு மறைந்தது. அவன் தன் தலையைப் பின்னுக்குத் தள்ளிக்கொண்டு கோடையிடிச் சிரிப்பு சிரித்தான். லிபோர்ட் அவனது கையைத் தன் கையிலெடுத்துக்கொண்டான். பீட்டர் கூடி நின்ற விருந்தினரை ஒரு பார்வை பார்த்தான். அவர்களிடையே அன்னாவைக் கண்டான். அவள் தன் முத்துப் பற்கள் ஒளி வீச அவனை நோக்கி முறுவலித்தாள். அவளது தோள்கள் ஆடையின்றி இருந்தன. பூப்போன்ற ஆடையின் பாரத்திலிருந்து நீங்கி அவனை நெருங்க முயல்வதுபோல் அவள் அவனை நோக்கினாள்.

மீண்டும் வேதனை தரும் மலைப்புக்கு ஆளாகிப் பீட்டர் திக்குமுக்காடினான். எல்லோருக்கும் முன்னால் லிபோர்ட்டுடன்கூட அவன் வீட்டை நோக்கி நடந்தான். நாரையைப் போலப் பாதங்களை உயர்த்தி நடந்தான். முகப்பு மண்டபத்துக்கு முன்னால், திறந்த வெளியில், இரத்தச் சிவப்பான ருஷியக்காலுடை அணிந்த பாடகர் கோஷ்டியொன்று நின்றது. அக்கோஷ்டி யினர் 'விஸில்' அடித்துக்கொண்டே நடனப் பாட்டொன்றைப் பாடினர். அவர்களில் ஒருவன் நீல விழிகளை உடையவன், ஆணவம் மிக்கவன், முன்னால் துள்ளிப்பாய்ந்து ''ஆ-டுடு-டுடு-டுடு'' என்று பாடி நாட்டியமாடத் தொடங்கினான். கீழே அமர்ந்தும், மேல் நோக்கிப் பாய்ந்தும், லாடம் அடித்த பூட்ஸால் அதிவேகமாக முரசொலி எழுப்பியும், உள்ளங்கையால் மணலைத் தட்டியும், அவன் பம்பரம் போல் சுழன்று ஆடினான்.

''அருமை, அருமை, அலெக்ஸாண்டர்!'' என்றான் லிபோர்ட்.

11

படியரங்கத்தில் தோற்கருவிகளும் துளைக்கருவிகளும் கஞ்சக்கருவிகளும் நரம்புக்கருவி களும் இன்னிசை பொழிந்தன! பழைய ஜர்மானியப் பாடல்களையும் ருஷிய நாட்டு நடனப்பண் களையும் ஆங்கில தேசத்து ஆடற்பாட்டுகளையும் இசைத்தன; இரண்டு வரிசையில் அமைந்த வட்டமான சாளரங்கள் வழியே அறைக்கு வெளிச்சம் தந்த கதிரொளிக் கற்றைகளில் புகை யிலைப் புகைப்படலங்கள் சஞ்சரித்தன; மிகுதியாக மதுவை அருந்தியதால் பேச்சு நெறி திறம்பிய ஆடவர்கள் கொச்சையாக உரையாடினர். அதைக்கேட்ட இளமங்கையரின் முகம் குங்குமமாகச்

சிவந்தது. பீப்பாயைப் போலவும் பாரம் நிறைந்த கூடையைப் போலவும் கம்பி வார்க்கட்டால் உடையை உப்ப வைத்துக்கொண்டிருந்த அழகிகள் மெய்பூரித்து வாய்விட்டுச் சிரித்தனர். பீட்டர் தன் வாழ்விலே முதன் முதலாகப் பெண்களுடன் சேர்ந்து அமர்ந்தான். லிபோர்ட் அவனுக்குச் சீமைச்சோம்பும் சீரகமும் சேர்த்துப் பக்குவப்படுத்திய மதுவை அளித்தான். இதுவரை மதுவைத் தொட்டுப் பார்த்திராத பீட்டர் அதைச் சுவைத்தான். அவனது உதிரக்குழாய்களெல்லாம் பற்றி எரிவதுபோல் அவனுக்குத் தோன்றியது. புன்னகை பூத்த அன்னாவை அவன் நோக்கினான். இன்னிசை அமுதோ அவனதுநாடி நரம்புகளைத் துடிக்கச் செய்தது. அவனது கழுத்து உப்பியது. இனம் தெரியாத ஆவல் தன்னை ஆட்கொள்ள முயல்வதைக் கண்டு, அதை அடக்க முற்பட்டான்; பற்களைக் கடித்தான். விருந்தினர் தமது கோப்பைகளை அவன்முன்நீட்டி ஏதோ உரக்கக் கூறினார்கள். ஆனால் அந்தப் பேரிரைச்சலில் அவர்களது கூற்று அவனுக்கு விளங்கவில்லை. ஸரஸமாக நகைத்த அன்னாவின் பற்கள் பிரகாசித்தன; அவளது மோகப்பார்வை அவன்மீதே லயித்திருந்தது.

இந்த விருந்துக்கு இறுதி காண முடியாது போல் தோன்றியது. லூட்விக் பொடிடப்பியைத் திறந்தான். ‘காரட்’ கிழங்கு மாதிரி நீண்டிருந்த நாசியை டப்பிக்குள் நுழைத்துப் பொடியை உறிஞ்சினான். தன் பொய்மயிரை எடுத்து, அதனால் வழுக்கைத் தலையை விசிறினான். இந்தக் காட்சி பீட்டருக்குப் பெரிய வேடிக்கையாயிருந்தது. உடல் குலுங்கச் சிரித்த சிரிப்பில், அவனது நீண்ட கரங்கள் மேஜையிலிருந்த மட்பாண்டங்களைத் தட்டிவிட்டன. தன் நீண்ட கைகளை மேஜை மீது நீட்டினால், எதிரிலிருந்து அன்னாவின் தலையைத் தொட்டுவிடலாம்; அவளது கேசத்தை வருடலாம்; சிரத்தைத் தடவலாம்; அதன்பின் அவளது மலர்ந்த இதழ்களைத் தன் இதழ்களால் சுவைக்கலாம் என்றெல்லாம் அவன் எண்ணினான். அவனது கழுத்து வீங்கியது; கண்கள் பனித்தன.

காற்றாடி இயந்திரங்களுக்குப் பின்னால் கதிரவன் மறைந்தான். திறந்த சாளரங்கள் வழியே குளிர்ந்த காற்று வீசியது. லிபோர்ட் எழுந்தான். மில் முதலாளியின் மனைவியான பருத்துக் கொழுத்த திருமதி ஷிம்மல்பின்னிக்கிடம் கை கொடுத்தான். ஜோடி நடனமாடுவதற்கு அவளை வெளியே இட்டுச் சென்றான். கவர்ச்சியாகக் கரத்தை வளைத்துத் தங்கப் பொடி தூவிய தலைமயிரைக் குலுக்கியும், மண்டியிட்டு விழிகளை உருட்டி வணங்கியும், லிபோர்ட் அழைத்தபோது, திருமதி ஷிம்மல் பின்னிக் உளம்பூரித்து உவகை கொண்டாள். நாற்பது பீரங்கிகளை உடைய போர்க்கப்பல் மிதந்து செல்வதைப் போல அவள் அவனைத் தொடர்ந்தாள். அந்த ஜோடியைப் பின்பற்ற விருந்தினர் அனைவரும் போஜன அறையிலிருந்து பூங்காவுக்கு வந்தனர். பூங்காவின் பாத்திகளில், பிரான்ஸிஸ் லிபோர்ட் என்ற சொற்களின் முதலெழுத்துக்கள் மலர்களால் அமைக்கப்பட்டிருந்தன. ஜரிகையிலும் ஜிகினாகாகிதத்திலும் செய்த வில்களும் மலர்களும், சிறுமரங்களையும் செடி கொடிகளையும் அலங்கரித்தன. நடைபாதைகள் தூசுதுரும்பு ஏதுமின்றிக் கட்டங்களால் சதுரம் சதுரமாகச் சீரமைக்கப் பெற்றிருந்தன.

ஜதை நடனத்துக்குப் பின், இன்னொரு வகை நடனத்தை உல்லாசமாக ஆடினார்கள். பீட்டர் தனியே நின்று நகத்தைக் கடித்துக் கொண்டிருந்தான். பன்முறை, மாதர்களை அவனை அணுகி வணங்கி ஆடுவதற்கு அழைத்தார்கள். ஆனால் அவன், ‘‘எனக்குத் தெரியாது, என்னால் முடியாது...’’ என்று முணுமுணுத்துத் தலை அசைத்தான். அதன்பின் திருமதி ஷிம்மல் பின்னிக், லிபோர்ட்டுடன் வந்து அவனிடம் ஒரு பூச்செண்டைக் கொடுத்தாள். அவன் நடனத்துக்கு வேந்தனாகத் தேர்ந்தெடுக்கப்பட்டான் என்பது அதன் பொருள். பீட்டரால் மறுக்க முடியவில்லை; லிபோர்ட்டின் மலர் கண்களைப் பார்த்தான். அவன் தன்னை விடமாட்டான் என்பதை உணர்ந்தான். நடுங்கும் கரங்களால் பூச்செண்டு அளித்த வனிதையைப் பற்றினான். லிபோர்ட் இலேசாக அடிவைத்து ஓடி, அன்னாவை இட்டுவந்து அவளுடன் பீட்டர் எதிரில் ஆடினான்.

மலர்க்கரத்தில் கைக்குட்டையை வைத்திருந்த அன்னா ஆவல்பொங்கும் விழிகளால் நோக்கினாள். கைத்தாளங்கள் கொட்டின; முரசுகள் ஒலித்தன; பிடில்களும் குழல்களும் இசைத்தன. மனோகரமான இன்னிசை, மாலைக்காலத்து வானத்தை நோக்கி வியாபித்தது. வௌவால்கள் பயந்து பறந்தன.

காலையில் பன்றிகளை விரட்டியபொழுது கட்டுமீறி வெறிகொண்டதைப் போலவே, இப்பொழுதும் ஆவேச வயப்பட்டான் பீட்டர். அவன் உடலில் சூடேறியது; உணர்ச்சி கொந்தளித்தது.

''பெண்கள் முன்னேறிப் பின்வாங்குங்கள்! ஆடவர்கள் தமது ஜோடிப் பெண்களைச் சுழற்றுங்கள்'' என்று லிபோர்ட் கூவினான்.

பீட்டர் மில்காரனது மனைவியை இடுப்பில் பிடித்துச் சுழற்றினான். அவளது பாவாடையும் பொதிக்கூடைபோல் உப்பியிருந்த உடையும் ஆடையின் பின்தானையும் புயல்வேகத்தில் சுழன்றன. அவளால் பேசமுடியவில்லை. அவளை விடுத்துவிட்டு அவன் தன்னந்தனியாக ஆடினான். கைகால்கள் இன்னிசையால் துள்ளித் தாமே ஆடுவதாகத் தோன்றின. அவன் உதடுகளைச் சேர்த்து அழுத்திக்கொண்டிருந்தான். நாசி உப்பியது. அவனது ஓட்டத்தையும் துள்ளலையும் கண்ட விருந்தினர் பெரிதும் மகிழ்ந்தனர்.

''பெண்கள் தமது கூட்டாளிகளை மாற்றிக்கொள்ளுங்கள்!'' என்று லிபோர்ட் கூவினான்.

அன்னாவின் குளிர்ந்த கரம் பீட்டரின் தோளைப் பற்றியது. ஒரு வினாடிக்குள் பீட்டர் நிதானமடைந்தான்; வெறியெல்லாம் மறைந்தது. அவன் நடுங்கினான். இறகுபோல் இலேசாக இருந்த அன்னாவுடன் ஆடும்பொழுது, அவனது பாதங்கள் தாமாகவே செயல்பட்டன. செடிகளுக்கிடையே விளக்குகள் எரிந்தன. வாணம் ஒன்று மேலெழும்பி, 'உஸ்'ஸென்ற ஒலியுடன் சீறியது. இரண்டு எரி திரிகள் அன்னாவின் கண்களில் பிரதிபலித்தன. ''ஓ, ஓ, என்ன இன்பம்! பீட்டர், நீ அருமையாக நடனமாடுகிறாய்! என்று அவள் தணிந்த குரலில் கூறினாள்.

தோட்டத்தின் நானாபுறங்களிலிருந்தும் வாணங்கள் மேலெழும்பின. தீச்சக்கரங்கள் உருண்டன. தகட்டில் செதுக்கப்பெற்ற படங்கள் பிரகாசித்தன. துப்பாக்கி சுடுவதைப்போலச் சில வாணவெடிகள் வெடித்தன. வேறு சில வெடிகள் உயரப்பறந்து வெடித்துப் பேரொளி வீசின. இன்னும் சில வெடிகள் அருவி அருவியாகப் பொறிகளை வீசின. புகைப்படலம், வானத்துக்குத் திரையிட்டது. சலிப்படையச் செய்த அருவருப்பான அரண்மனையில் அவன் கண்ட கனவல்லவா இது? சிப்பாயைப் போல் நெட்டையாக வளர்ந்த பெண்ணுடன் கூத்தாடிக்கொண்டே பீட்டரைக் கடந்த லிபோர்ட்,. ''மன்மதன்* தன் கணைகளால் இதயங்களை ஊடுருவுகிறான்'' என்று கத்தினான். ஆடலின் உணர்ச்சிப் பெருக்குடன் விளங்கிய அன்னா மலரைப் போல் நறுமணம் பரப்பினாள். ''ஓ.பீட்டர், நான் களைத்துவிட்டேன்'' என்று மெல்லிய குரலில் கூறி அவன் கையில் சாய்ந்தாள். ஒரு வாணவெடி மேலெழும்பி அவர்களுக்கு நேராக வெடித்தது. அதிலிருந்து கிளம்பிய பாம்புபோன்ற தீச்சுவாலைகள் கன்னியின் களைத்து நீண்ட எழில் முகத்தைப் பிரகாசிக்கச் செய்தன. எப்படிச் செய்வதென்பதை அறியாத பீட்டர், அவளது ஆடையில்லாத் தோள்களைப் பற்றினான். கண்களை மூடிக்கொண்டு, அவளது இதழின் ஈரத்தை உணர்ந்தான். இதழ் பட்டவுடன், அவள் அவனது கைப்பிடியிலிருந்து விடுபட்டாள். ஏராளமான வாணவெடிகள் வெடித்து, நூற்றுக்கணக்கான பாம்புச் சுவாலைகள் பறந்தன. புகைப்படலம் பீட்டரைச் சூழ்ந்தது. அதனிடையே பாக்கஸ் தூதனின் முயல் தோல் கோட்டும் சுள்ளி

★ மன்மதன்: ரோமானியரது காதல் தெய்வம் க்யூபிட்; க்யூபிட் என்ற சொல்லையே மன்தமன் என்று குறித்திருக்கிறேன் - மொ.ர்

மகுடத்தலையும் புலப்பட்டன! மிகுதியாகக் குடித்துச் சித்தம் கலங்கிய நிகிடாஸோடோவ், கையில் கிண்ணத்துடன், தட்டுத்தடுமாறி நடந்தான். ஏதோ பொருளில்லாத வார்த்தைகளை முணுமுணுத்துக் கொண்டு வந்த ஸோடோவ், பீட்டரைக் கண்டதும் தள்ளாடிக் கொண்டே நின்றான்.

"மகனே, இந்தா, குடி!" என்ற அவன், பீட்டரிடம் கிண்ணத்தைக் கொடுத்துவிட்டு மேலும் கூறினான்:

"குடி அனைத்தையும் இழந்துவிட்டோம். இனி என்ன நேரிட்டால் என்ன? நோன்பு நாளன்று விருந்து உண்டு ஆத்மாவை இழந்துவிட்டோம். சகல ருஷியாக்களுக்கும் சர்வாதிகாரியே! குடியுங்கள். வண்டல்தட்டும் வரை குடியுங்கள்!..."

அவன் கண்டிப்புச் சைகைசெய்ய முயன்று புதரில் விழுந்தான். பீட்டர் வெற்றுக் கிண்ணத்தைக் கீழே எறிந்தான். வாணவெடி சுழல்வதைப் போல், இன்ப உணர்ச்சி அவனது உடலில் சுழன்றது.

"அன்னா!" என்று விளித்துவிட்டு ஓடத் தொடங்கினான். வெளிச்சமுள்ள சாளரங்கள், வினோதமான விளக்குகள், பேரொளியில் பிரகாசிக்கும் படங்கள் அனைத்தும் தன்னைச் சுற்றி ஓடுவதாக அவனுக்குத் தோன்றியது. அவன் கால்களை அகல விரித்துக்கொண்டு, கரங்களால் தலையைப் பிடித்துக்கொண்டான்.

"என்னுடன் வாருங்கள். அவள் இருக்குமிடத்தைக் காட்டுகிறேன்" என்று நெஞ்சைப் பிணிக்கும் குரல் ஒன்று அவன் செவியில் ஓதியது. மிக்க சிவப்பான காலாடை அணிந்த பாடகர்களில் ஒருவனான அலெக்ஸாண்டர் மென்ஷிகோவ்தான் அவ்வாறு பேசினான். "அவள் வீட்டுக்குப் போய்விட்டாள்" என்று, கூரிய கண்களுக்குரிய அவன் விளக்கம் தந்தான்.

இருட்டில் அவனைத்தொடர்ந்து பீட்டர் ஓடினான். அவர்கள் ஒரு வேலியில் ஏறிக்குதித்த பொழுது, நாய்கள் சூழ்ந்துகொண்டன. அவற்றைத்தாண்டி ஓடி, மேலும் சில கம்பிவேலிகளைக் கடந்து, காற்றாடி இயந்திரத்துக்கு அருகில் உள்ள மைதானத்தை அடைந்தனர். எதிரில் சாராயக் கடை. அதன் மேன்மாடியில் ஒரு நீண்ட ஜன்னல்வழியே வெளிச்சம் தெரிந்தது.

"அவள் இங்கு இருக்கிறாள்!" என்று குசுகுசுத்த அலெக்ஸாண்டர், ஜன்னல் கதவுமீது மணலை வாரி எறிந்தான்.

ஜன்னல் திறந்தது. அன்னா தலையை நீட்டினாள். மயிரைச் சுருட்டையாக்குவதற்காக, அதைக் காகிதத்தில் முறுக்கிவிட்டிருந்தாள். தோள்களைச் சால்வை மறைத்தது.

"யார் அங்கே?" என்று அமைதியான குரலில் வினவினாள். கவனமாக நோக்கியபின், பீட்டரைக் கண்டாள்; தலையை ஆட்டிக்கொண்டே, "ஹெர்பீட்டர், கூடாது. வீட்டுக்குப் போய்ப்படுத்துக் கொள்ளுங்கள்" என்றாள்.

காகிதத்தில் முறுக்கிவிட்ட கேசத்தோடு அவள் அதிக இனிமையுடன் விளங்கினாள். ஜன்னல் மூடியது; ஜரிகைத் திரை விழுந்தது; விளக்கு அணைந்தது.

"அவள் ரொம்ப எச்சரிக்கையாயிருக்கிறாள்," என்றான் அலெக்ஸாண்டர். அவன் பீட்டரை உற்றுப் பார்த்தான்; அவனது தோள்களைப் பிடித்துக்கொண்டு, அவனை ஒரு பெஞ்சிக்கு இட்டுச் சென்றான். "இங்கு அமர்ந்திருங்கள். நான் குதிரைகளைக் கொண்டு வருகிறேன். வீட்டுக்குச்

சவாரி செய்ய முடியுமா?'' என்றான்.

குதிரைகளை இட்டுக்கொண்டு அவன் திரும்பி வந்தபொழுது, பீட்டர் தாறுமாறாகப் பெஞ்சியில் கிடந்தான். அலெக்ஸாண்டர் அவன் முகத்தை வெறித்துப் பார்த்தான்:

''அதிகமாக மதுவருந்தி விட்டீர்களா, என்ன?''

பீட்டர் பதில் பேசவில்லை. அவனை அலெக்ஸாண்டர் குதிரை மீது ஏற்றி உட்கார்த்தினான். தான் இன்னொரு குதிரை மீது ஏறிக்கொண்டான். பீட்டரைப் பிடித்துக்கொண்டே, கால்நடை வேகத்தில் குதிரையைச் செலுத்தினான். அவர்கள் அன்னியர் பேட்டையைக் கடந்தனர். புல் வெளிகளில் மூடுபனி படர்ந்திருந்தது. இலையுதிர்காலத்து வானம் தாரகைகளின் ஒளியால் பிரகாசித்தது. பிரியோ பிராஷென்ஸ்கியில் சேவல்கள் கூவிக்கொண்டிருந்தன. அலெக்ஸாண்டரது தோளைப் பிடித்த பீட்டரது கரம் சில்லென்று இருந்தது; உயிரற்றதாகத் தோன்றியது. அவர்கள் அரண்மனையை நெருங்கிய வேளையில், பீட்டர் திடீரென்று பின்னால் சாய்ந்தான். வேதனையால் நெளிந்தான். அதன்பின் அவன் அலெக்ஸாண்டரது கழுத்தைக் கட்டிக்கொண்டான். குதிரைகள் நின்றன.

'உஸ்'ஸென்ற ஒலியுடன் கஷ்டப்பட்டு மூச்சுவிட்டான். முட்டுகள் 'விண், விண்' என்று தெறித்தன.

''என்னைப் பிடித்துக்கொள். இறுகலாகப் பிடித்துக்கொள்'' என்று பீட்டர் கரகரத்த குரலில் முணுமுணுத்தான். சிறிதுநேரம் சென்றபின், அவனது பிடி தளர்ந்தது. ''நாம் போகலாம். ஆனால் என்னைவிட்டுச் செல்லாதே. என் அருகில் படுத்துக்கொள்'' என்று புலம்பினான்.

முகப்பு மண்டபத்தில், வால்காவ் அவர்களை நோக்கிப் பாய்ந்து வந்தான்.

''ஐயா! ஆண்டவனே! நாங்கள்....''

குதிரை வலவர்களும் குதிரைலாயப் பணியாட்களும் ஓடிவந்தனர். பீட்டர் அவர்களை உதைத்துவிட்டு உதவியின்றி இறங்கினான்; அவன் அலெக்ஸாண்டருடன் தன் அறைக்குச் சென்றான். ஒரு இருட்டான நடைபாதையில், சிறிய உருவத்தை உடைய கிழவி சலசலவென்று ஒலித்துச் சிலுவைக்குறி செய்தாள். பீட்டர் அவளை ஒரு பக்கமாகத் தள்ளினான். இன்னொரு கிழவி, எலியைப் போல் படிக்கட்டின் கீழே பதுங்கிக்கொண்டாள்.

''வம்பளக்கும் கிழங்கள்! தரித்திரங்கள்! ஒழியவேண்டும்!'' என்று பீட்டர் முணுமுணுத்தான்.

படுக்கையறையில் அலெக்ஸாண்டர், பீட்டரின் பூட்ஸையும் கோட்டையும் நீக்கினான். கம்பளத்தின் மீது படுத்த பீட்டர், அவனை அருகில் படுக்கும்படி ஆணையிட்டான். பீட்டர் அலெக்ஸாண்டரின் தோள்மீது தலையை வைத்துக்கொண்டான். சிறிது நேர மௌனத்துக்குப் பின் அவன் கூறினான்:

''நீ என் படுக்கையறையில் பணிபுரிவாய், காலையில் தலைமைக் குமாஸ்தாவிடம் சொல்லிவிடு. அவன் உத்திரவை எழுதுவான். நல்ல வேடிக்கை, நல்ல தமாஷ்!....''

சில வினாடிகளில், குழந்தையைப் போல் சிணுங்கிவிட்டு அவன் உறங்கினான்.

அத்தியாயம் மூன்று

1

பிரபுக்களது படைகளைத் திரட்டுவதற்குள் குளிர்காலம் முடிவடைந்து விட்டது. அந்த நிலச்சுவான்தார்களை நெடுந்தொலைவிலுள்ள கிராமங்களிலிருந்து கிளப்புவது கஷ்டமாக விருந்தது. சேனாதிபதியான கோலிட்ஸின் உடனே கீழ்ப்படியவேண்டுமென்றுதான் உத்திரவிட்டான். கட்டளைக்குப் பணியாதவர்கள் அவமதிப்புக்கு ஆளாகி அழிந்து போவார்களென்றும் அச்சுறுத்தினான். ஆனால் வீட்டுக்கணப்பை விட்டு வருவதற்கு நிலப்பிரபுக்கள் விரும்பவில்லை. ''இது என்ன வக்கிரப்புத்தி! கிரீமியாவுடன் சண்டை செய்வதாம்! ஆண்டவன் அருளால் கிரீமியாவின் கானுடன் நிரந்தரமான சமாதானத்தை ஏற்படுத்தி ஒப்பந்தம் செய்து கொண்டிருக்கிறோம். நாம் அவனுக்குக் கட்டும் கப்பமும் பெரிய பளுவென்று சொல்ல முடியாது. இந்த நிலையில், பிரபுக்களை ஏன் வதைக்க வேண்டும்? இதெல்லாம் அந்தக் கோலிட்ஸின்களது வேலை. பிறரைப் பலி கொடுத்துப் புகழ் அடைய விரும்புகிறார்கள்!'' என்று அவர்கள் முணுமுணுத்தனர்.

அவர்கள் ஏதாவது சாக்குப்போக்குச் சொல்லியவண்ணம் காலம் கடத்தினர். நோய்வாய்ப்பட்டிருப்பதாகச் சொன்னார்கள்; அல்லது படைக்கருவிகளை வாங்குவதற்குப் பணமில்லையென்று கையை விரித்தார்கள்; அல்லது எங்காவது ஒளிந்துகொண்டார்கள். சிலர் துடுக்கான குறும்புகளையும் செய்தனர். வேலையில்லாத குளிர் காலத்தில், வாழ்வில் சலிப்புத்தட்டும் பொழுது பலப்பல சிறுபிள்ளைத்தனமான கருத்துக்கள் உதிப்பது இயல்புதானே? போரிஸ், யூரி என்ற இரு குதிரைவலவர்களும் படையெழுச்சியில் பங்கு கொள்வதைத் தவிர்க்க முடியவில்லை. அதனால் அவர்கள் என்ன என்ன செய்தனர் தெரியுமா? அவர்களும் அவர்களது ஊழியர்களும் கறுப்பாடை அணிந்து கறுப்புக் குதிரைமீதேறிக் கல்லறையிலிருந்து வருவார் போலப் படை முகாமை அடைந்தனர். முகாமிலிருந்த அனைவரும் திகிலடைந்தனர். அதை ஒரு துர்க்குறியாகக் கருதினர். ''விபரீதம் நிகழப் போகிறது. நாம் உயிரோடு திரும்பமாட்டோம்'' என்று படைவீரர்கள் பேசிக்கொண்டனர்.

கோலிட்ஸின் ஆத்திரமடைந்தான். அவனால் ஸோபியாவின் ஆலோசகராக நியமிக்கப்பட்ட ஷாக்லோவிதிக்கு ஒரு கடிதம் எழுதினான்: ''இரக்கம் காட்டுங்கள். எனக்குப் பொல்லாங்கு புரிந்த இந்தத் தீயர்கள் மீது நடவடிக்கை எடுக்க வேண்டும். அவர்களது சொத்துக்களைப் பறிமுதல் செய்ய வேண்டும். அவர்கள் வாழ்நாளெல்லாம் மடத்தில் கழிக்க வேண்டுமென்று கட்டளையிட வேண்டும். அவர்களது கிராமங்களைத் தேவையுள்ளவர்களுக்கு வினியோகம் செய்ய வேண்டும். இம்மாதிரி கடுமையாகத் தண்டித்தால்தான் மற்றவர்கள் நடுங்குவார்கள். இதற்கான உத்திரவை உடனே தயாரிக்கச் செய்வதற்கு முயலுங்கள்.''

உத்திரவு தயாராயிற்று. ஆனால் குற்றவாளிகள் கண்ணீர் சொரிந்து கருணை காட்டும்படி காலில் விழுந்தவுடன், இரக்க நெஞ்சினனான கோலிட்ஸின் அவர்களை மன்னித்தான். இந்த விவகாரம் பைசலானவுடன், இன்னொன்று முளைத்தது. கோலிட்ஸின்னுடைய குடிசையின்

நடைபாதையில் யாரோ திருட்டுத்தனமாக ஒரு சவப்பெட்டியைக் கொண்டு வந்து வைத்திருப்பதாக வதந்தி பரவியது. இந்தப் பயங்கரச் செய்தியைப் பற்றிப் படைவீரர்கள் குசுகுசுவென்று பேசிக்கொண்டார்கள். அவர்களது நடுக்கத்தைச் சொல்லி முடியாது. அந்த நாளில் கோலிட்ஸின் மிதமிஞ்சிக் குடித்தானென்றும் கத்தியை வீசிக்கொண்டே இருளடர்ந்த நடைபாதைக்குள் துள்ளினானென்றும் பேசப்பட்டது. வேறுபல துர்க்குறிகளும் நிகழ்ந்தன. தேவைப்பொருட்கள் ஏற்றிய தொடர் வண்டிகளை ஓட்டி வந்தவர்கள், ஸ்டெப்பியின் புராதனமான சுடுகாடுகளில் வெள்ளைநிற ஓநாய்கள் பயங்கரமாக ஊளையிட்டதைக் கண்டதாகக் கூறினர். எவ்வாறு என்று சொல்லமுடியாது பல புரவிகள் இறந்தன. மார்ச் மாதத்தில், பெருங்காற்று வீசிய இரவு நேரத்தில், பட்டாளத்தினர் வளர்த்த செம்மறியாடு, ''உற்பாதம் ஒன்று நிகழப்போகிறது!'' என்று மனிதக்குரலில் கதறியதைப் பலர் பார்த்ததாகக் கூறினர். அவர்கள் அதைக் கொல்ல முயன்றபொழுது, அது ஸ்டெப்பிக்குள் தப்பி ஓடிவிட்டது என்றும் சொன்னார்கள்.

உறைபனி உருகியது. தென்திசையிலிருந்து மென் காற்று வீசியது. ஆற்றங்கரைகளிலும் ஏரியோரங்களிலும் செடிகள் தளிர்த்தன. கோலிட்ஸின் சினந்து சீறினான். மாஸ்கோவிலிருந்து வந்த சேதிகள் கவலையளித்தன. பீட்டருடன் அன்னியோன்னியமாயிருந்த பாயர்களில் ஒருவனான செர்காஸ்கி, கிரெம்லினில் கிரீமியா இயக்கத்தைக் கேலி செய்து உரக்கப் பேசுவதாகவும், பாயர்கள் அவனுக்குச் செவிகொடுத்து ஊக்கமளிப்பதாகவும் கோலிட்ஸின் கேள்விப்பட்டான். ''கோலிட்ஸின்னுக்காகக் காத்துக்காத்துக் கான் அலுத்துப் போய்விட்டான். கிரீமியாலும், கான்ஸ்டாண்டிநோபிளிலும், ஐரோப்பாவிலும் இந்தப் படையெழுச்சியைப் பொருட்படுத்துவார் எவருமிலர். கோலிட்ஸின்னால் கஜானா காலியாவதுதான் கண்ட பலன்'' என்று பாயர்கள் பேசிக்கொண்டனர்.

கோலிட்ஸின்னை ஆதரித்து வந்த சமய முதல்வர்கூட மனம் மாறிவிட்டார். கோலிட்ஸின் அணிந்திருந்த குருமார் உடைகளையும் கோட்டுகளையும் வழிபாட்டு நேரத்தில் உபயோகிக்கக் கூடாதென்றும் அவற்றைத் தூக்கி எறிய வேண்டுமென்றும் அவர் திடீர் உத்திரவு பிறப்பித்தார். கோலிட்ஸின், ஷாக்லோ விதிக்கு எழுதிய கடிதங்களில் தன் கவலையெல்லாம் தெரிவித்தான்; செர்காஸ்கியைக் காட்டுப்பூனை மாதிரி கண்காணித்து வரவேண்டுமென்று அவனைக் கேட்டுக் கொண்டான்; சமய முதல்வர் ஸோபியாவின் அறைக்கு அடிக்கடி செல்வதைத் தவிர்க்கும்படியும் கூறினான். ''பாயர்களைப் பொறுத்தமட்டில், பேராசை அவர்களது பரம்பரைப் பண்பு. ஒரு துட்டைக் கொடுப்பதற்குக்கூட முணுமுணுக்கிறார்கள். கருமிகள்'' என்று எழுதினான்.

வெளிநாடுகளிலிருந்து வந்த சேதிகளும் கவலை தந்தன. முப்பது லட்சம் லீவர்கள்[1] கடன் தர வேண்டுமென்று கேட்பதற்காக இரண்டு தூதர்கள் பிரான்ஸுக்குச் சென்றிருந்தனர். பிரெஞ்சு அரசன் கடன் கொடுக்க மறுத்ததுடன், தூதர்களுக்குப் பேட்டி தரவும் இணங்கவில்லை. ஹாலந்திலிருந்து ருஷிய ஸ்தானீகரான உஷாகோவ் தன் நடத்தை மூலம் நாட்டுக்கு இழிவு தேடியதாகத் தகவல் வந்தது. ''அவனும் அவனுடைய ஆட்களும் மோசமாக நடந்து கொண்டனர். பல இடங்களில் விருந்துண்டு மதுவருந்தி அநாகரிகமாகப் பேசிச் சக்கரவர்த்தி களுக்கு இழிவு தேடினர்'' என்று அறிக்கை கிடைத்தது.

இறுதியாக மே மாத முடிவில் லட்சம் சிப்பாய்களைக் கொண்ட ராணுவத்துடன் கோலிட்ஸின் தென்திசைப் பயணத்தைத் தொடங்கினான். ஸமாரா நதிக்கரையில், உக்ரேனிய ஹெட்மான்[2] ஸாமோய்லோவிச்சின் படைகள் கோலிட்ஸின் ராணுவத்துடன் சேர்ந்தன. சேனை

---

1. லீவர் - பழைய பிரெஞ்சு நாணயம். 1795-ல் லீவருக்குப் பதிலாகப் பிராங்க் நாணயம் ஏற்பட்டது. மொ-ர்.

2. ஹெட்மான்: கஸாக்குகளுடைய தேர்ந்தெடுக்கப்பட்ட தலைவன்.

மெதுவாக நகர்ந்தது. ஏராளமான சரக்குவண்டிகள் சேனையுடன் சென்றன. அவர்கள் நகரங்களையும் எல்லைப்புற அரண்களையும் கடந்து டிகோயிபோல் ஸ்டெப்பி[1]க்குள் பிரவேசித்தனர். ஐந்தாறு அடி உயரத்துக்குப் புல்வளர்ந்த இந்த ஜனசஞ்சாரமில்லாத சமநிலத்தில் வெப்பம் தகித்தது. சூடான விசும்பில் கழுகுகள் வட்டமிட்டன. தொடுவானத்தில் பேய்த்தேர்கள் சொற்ப ஒளியுடன் விளங்கின. மாலையில், பசுமை பாய்ந்த மஞ்சள் வானத்தில், கதிரவன் திடீரென்று அஸ்தமித்தான். வாகன்கள் நகரும் ஒலியும் குதிரைகள் கனைக்கும் சத்தமும் ஸ்டெப்பியெங்கும் வியாபித்தன. காய்ந்த குதிரைச் சாணம் எரிந்தபொழுது பரவிய புகை, அனாதி காலந்தொட்டு அவனியில் ஆட்சி செய்யும் துயரத்தை உணர்த்தியது. அந்தி ஒளி வேகமாக மறைந்தது. விரைந்து வந்த இரவுக்காலத்தில், நட்சத்திரங்கள் பயங்கரமாகப் பிரகாசித்தன. ஸ்டெப்பி, வண்டிப் பாதையோ நடைபாதையோ இல்லாத அத்துவானமாகும் முன்னணிப்படைகள் தொலைதூரம் முன்னேறிவிட்டன; ஆனால் ஒரு மனிதனும் தென்படவில்லை. நீரில்லாத பாலை நில மணலுக்கு ருஷியப்படைகளை இழுக்க வேண்டுமென்ற தார்த்தாரியர் திட்டம் தெற்றென விளங்கியது. ருஷியர்கள் பல ஆறுகளைக் கடந்தனர். ஆனால் அவற்றின் அடிப்பரப்பு உலர்ந்திருந்தது. அந்த அடிப்பரப்பில் எங்குத் தோண்டினால் தண்ணீர் கிடைக்குமென்பதை அனுபவமுள்ள காஸ்ஸக்குகளே அறிந்திருந்தனர்.

ஜூலையிலும் பாதி மாதம் ஓடிவிட்டது. ஆனால் கிரீமியா இன்னமும் எட்டாத கனியாகவே இருந்தது. ஸ்டெப்பியின் ஒரு முனையிலிருந்து இன்னொரு முனை வரை ருஷியப்படைகள் வியாபித்திருந்தன. வெண்ணிற ஒளியும் தத்துக்கிளிகளின் அரவமும் சிப்பாய்களைக் கதிகலங்கச் செய்தன. குதிரைகளது சவங்களைச் சுற்றிப் பறவைகள் வட்டமிட்டன. பல வண்டிகள் கவனிப் பாரில்லாது கிடந்தன. சில வண்டியோட்டிகள் தத்தம் வண்டிக்கருகே, தாகம் தாளாமல் செத்துக் கொண்டிருந்தனர். சிலர் வடக்கு நோக்கி ஓடினர். வேறு சிலர் நீப்பர் நதிக்கரைக்குத் தப்பி ஓடினர். சேனை முணுமுணுத்தது.

நாள்தோறும், பகலுணவு உண்ணும் நேரத்தில் தளபதிகளும் கர்னல்களும் பட்டாளத் தலைவர்களும் கோலிட்ஸின்னின் கித்தான் கூடாரத்தருகே கூடிச் சோர்ந்து பறந்த பதாகையை வெறித்துப் பார்த்தார்கள். ''வெள்ளம் தலைக்குமேல் உயர்வதற்குள் விவேகமாக நடந்துகொள்ள வேண்டும். முன்னேற முன்னேறத் தொல்லையும் துன்பமும்தான் அதிகமாகும். பெரிகோப்புக்கு அப்பால் உள்ள மணற்காடு பிராணாபத்தானது'' என்று மனம்விட்டுச் சொல்வதற்கு அவர்களில் எவனுக்கும் திராணியில்லை.

இந்த நண்பகல் வேளையில் கோலிட்ஸின் தன் கூடாரத்தில் ஓய்வெடுத்தான். மேலாடைகளையும் பூட்ஸையும் கழற்றிவிட்டு விரிப்பின்மீது படுத்து, லத்தீன் மொழியில் ப்ளூட்டார்க்[2] எழுதிய நூலைப் படித்துக்கொண்டிருந்தான். அந்த நூலின் ஏடுகளில் காட்சி தந்த மாவீரர்களது ஆவிகள் அவனது சோர்ந்த மனத்துக்குத் தெம்பூட்டின. சலிப்படையச் செய்யும் தத்துக்கிளிகளின் அரவத்துக்கிடையே, பாம்பியும், ஜூலியாஸ் ஸீஸரும் பிறரும் தமது ரோமானியப் பருந்துகளைச் சுழற்றினார்கள். 'மெய்க்கீர்த்தியின் மகிமையைப் பெறுவதற்கு முன்னேறுக! முன்னேறுக!'' என்று அவை வாஸிலிக்கு அறிவுறுத்தின. ஸோபியாவின் கடிதங்களை மீண்டும் மீண்டும் படிப்பதாலும் அவன் புதிய தெம்பைப் பெற்றான். அவள் எழுதினாள்: ''என் அன்பே, தோழரே, வாஸெங்கா! நீங்கள் பல்லாண்டு வாழ்வீராக! நீங்கள் பகைவனைத் தோற்கடிப்பதற்கு ஆண்டவன்

1. ஸ்டெப்பி: மரமேதுமில்லாத புல்வெளிப் பிரதேசம்.

2. ப்ளூட்டார்க்: கி.பி. முதல்நூற்றாண்டில் வாழ்ந்தவர். கிரேக்க நாட்டு அறிஞர். புகழ்பெற்ற பல கிரேக்கர்களது, ரோமானியர்களது வாழ்க்கை வரலாறுகளையும் எழுதியவர். ஜூலியஸ் ஸூஸர், பாம்பி ஆகிய ரோமானிய சாம்ராஜ்யத் தலைவர்களைப் பற்றியும் எழுதியுள்ளார்.

அருள்சொரிவாராக. ஆனால், என் அன்பே, நீங்கள் திரும்பி வருவீர்களென்று என்னால் நம்பமுடியவில்லை. உங்களை என் அணைப்பில் காணும்பொழுதே, எனக்கு நம்பிக்கை ஏற்படும். நான் பிரார்த்தனை செய்துகொண்டிருக்க வேண்டுமென்று எழுதியிருக்கிறீர்கள். ஏன்? நான் உண்மையில் ஆண்டவனது சந்நிதானத்தில் பாவம் புரிந்தவளா? ஆண்டவனது அருளுக்குப் பாத்திரமாகத் தகுதியில்லாதவளா? எப்படியிருந்தாலும், நான் பாவியாயிருந்தாலும், ஆண்டவனது கருணைக்கு உரியவளாவேன் என்று நான் துணிந்து நம்புகிறேன். உண்மையில் என் காதலனது இன்பத்தை நாடியே நான் எப்பொழுதும் பிரார்த்தனை செய்கிறேன். அன்பே, நீங்கள் சாகா வரம்பெற்றுச் சிறப்பாக வாழ்வீர்களாக!''

வெப்பம் குறைந்தபின் கோலிட்ஸின் இரும்புத் தொப்பியும் மேலாடையும் அணிந்து, கூடாரத்திலிருந்து வெளியே வந்தான். அவனைக் கண்டவுடன் தளபதிகள் தத்தம் குதிரை மீது ஏறினர். கொம்புகள் ஊதின. எக்காளங்கள் நீட்டி இசைத்தன. இரவெல்லாம் முன்னேறுவதும், காலை வெப்பத்தை உணர்ந்தவுடன் ஓய்வு எடுப்பதும் இராணுவத்தின் முறையாயிருந்தது.

இன்றும் அவ்வாறே நிகழ்ந்தது. புராதனமான சுடுகாட்டு மேட்டின் உச்சியில் நின்று, கோலிட்ஸின் சுற்றுமுற்றும் நோக்கினான். ஏராளமான அடுப்புகளையும் சிப்பாய்களது கரியகூட்டங்களையும் கண்ணுக்கெட்டிய தூரம் வரை தென்பட்ட சரக்கு வண்டிகளையும் பார்த்தான். அந்தி ஒளியுடன் புழுதித் திரையொன்றும் முகாமைச் சூழ்ந்திருந்ததால், எல்லாம் கறுப்பாகத் தோன்றின. உயிருக்கு அஞ்சி விரைவனபோலப் பறவைகள் பறந்தன. சூரியன் அஸ்தமிக்கும்பொழுது, உப்பியிருந்தான். மூடுபனிப் படலத்திடையே, அவனைக் காண்பதே அச்சம் ஊட்டியது. விண்மீன்கள் மினுக்கு மினுக்கு என்று இமைக்கத் தொடங்கின; அதற்குள் அவற்றை ஒரு மெல்லிய மேகம் மூடியது. அடிவானத்தில், புகையடைந்த சுவாலைகள் விட்டு விட்டுச் சொற்ப ஒளி வீசின. ஒரு உஷ்ணக்காற்று வீசத் தொடங்கியது. இப்பொழுது, தீச்சுவாலைகள் முன்னைவிடத் தெளிவாகப் பிரகாசித்தன. அவை முகாமைச் சுற்றிலும் ஒரு வளையம்போல் தொடர்புற அமைந்து தென்பட்டன.

சில குதிரை வீரர்கள் மேட்டின் முன்னால் வந்து நின்றனர். ஒருவன் மட்டும் கூடாரத்து வாயிலுக்கே குதிரை மீது வந்தான். அவன் தன் நெட்டைக் குல்லாயை நிமிர்த்திக்கொண்டு இறங்கினான். ஹெட்மான் ஸாமோய்லோவிச்சின் கொழுத்த முகத்தையும் நரைத்த மீசையையும் கோலிட்ஸின் அடையாளம் கண்டுகொண்டான்.

''விநாசம், மகாப்பிரபு, தார்த்தாரியர்கள் ஸ்டெப்பியில் தீ வைத்து விட்டார்கள்'' என்று அவன் தாழ்ந்த குரலில் கூறினான்.

ஹெட்மானது மீசை, அவனது குறுநகையை மறைத்தது; ஒரு நிழல் அவனது கண்களுக்குத் திரையிட்டது.

''சுற்றிலும் தீ பரவி எரிந்துகொண்டிருக்கிறது'' என்று தன் சாட்டையால் சுட்டிக்காட்டிக் கொண்டே கூறினான்.

கோலிட்ஸின் வைத்த கண் வாங்காமல் தீயின் செவ்வொளியைப் பார்த்தான். ''சரி, காலாட் படையினரைக் குதிரைமீது ஏற்றித் தீயினூடே செல்வோம்.''

''மகாப்பிரபு, தணல் வழியே செல்வது எப்படிச் சாத்தியம்? உணவு இல்லை, தண்ணீர் இல்லை; அழிந்து விடுவோம்.''

''நான் - நான் - பின் வாங்குவதா?''

''உங்கள் இஷ்டம். கஸாக்குகள் எரியும் ஸ்டெப்பியில் செல்லமாட்டார்கள்.''

''போகாவிட்டால், சாட்டையாலடித்துத் துரத்துங்கள்!'' என்றான் கோலிட்ஸின்.

கோலிட்ஸின்னுக்குக் கோபம் வந்துவிட்டால் அடக்க முடியாது. அவன் அந்த மேட்டில் குறுக்கும் நெடுக்குமாக ஓடினான். அப்பொழுது, பூட்ஸின் இரும்பு லாடங்கள் தரையில் அமுங்கின.

''கஸாக்குகள் நம்மை மனமொப்பி ஆதரிக்கவில்லை என்பதைக் கொஞ்ச காலமாகவே கவனித்து வருகிறேன். அவர்களைப் பார்த்தால் வேடிக்கையாக இருக்கிறது. குதிரை மீது ஆரோகணித்து அமர்ந்து உறங்குகிறார்கள். அநேகமாக, அவர்கள் கிரீமியாவின் கானுக்கு உற்சாகமாக உதவியிருக்கலாம். ஹெட்மான், நீங்களும் நேர்மையாக நடக்கவில்லை. ஜாக்கிரதையாயிருங்கள்! மாஸ்கோவில் உம்மைவிடப் பெரிய மனிதர்களைச் சிண்டைப்பிடித்து இழுத்துச் சித்திரவதை செய்திருக்கிறார்கள். ஆம், நீர் ஒரு பாதிரியின் மகன். மெழுகுவத்தி விளக்கும் மீனும் விற்றுப்பிழைத்தவர்தானே?'' என்று கோலிட்ஸின் ஆத்திரத்துடன் பேசினான்.

பருத்துத் தடித்திருந்த ஹெட்மான் பொதிகாளையைப் போல் உறுமியவாறு இந்தப் பழியுரைகளுக்குச் செவி கொடுத்தான். அவன் கெட்டிக்காரன்; தந்திரசாலி. எனவே, தன் நாவை அடக்கிக் கொண்டான். பெருமூச்சு விட்டுக்கொண்டே குதிரை மீது ஏறினான். மேட்டிலிருந்து இறங்கி வண்டிகளுக்குப் பின்னால் மறைந்தான். கொம்புகளை ஊதும்படி கோலிட்ஸின் கட்டளை பிறப்பித்தான். புகைத் திரையால் மூடப்பெற்ற ஸ்டெப்பியில், கொம்புகளின் நாதம் பரவியது. குதிரைப் படையும் காலாட்படையும் சாமான் வண்டிகளும் தீயினூடே செல்லத் தொடங்கின.

மறுநாள் பொழுது புலர்ந்தது. மேற்கொண்டு முன்னேற முடியாதென்பது தெட்டத் தெளிவாகப் புலப்பட்டது. அவர்களுக்கு முன்னால், எரிந்து கறுத்த ஸ்டெப்பி உயிரற்றதாகக் காட்சி தந்தது. சூறாவளிதான் அதன் ஊடே இயங்கியது. தெற்குக்காற்று வலுப்பெற்றது. அது சாம்பலை வாரி வீசியது. சேய்மையில், கஸாக் காவலர்கள் திரும்பிவிட்டதைப் பார்க்க முடிந்தது. உச்சி வேளையில் தளபதிகளும் அதிகாரிகளும் மந்திராலோசனை நடத்துவதற்காகக் கூடினார்கள். ஹெட்மான் புருவத்தை நெரித்தவனாய்க் குதிரை மீது வந்து இறங்கினான். குறுந்தடியைப் பூட்ஸுக்குள் நுழைத்துக்கொண்டு புகைக்குழாயைப் பற்றவைத்தான். கோலிட்ஸின் தன் மோதிரங்களணிந்த கரங்களை மார்புக் கவசத்தின் மீது வைத்துக்கொண்டு, கர்வத்தை மறந்து, கண்களில் நீர்மல்கக் கூறினான்:

''ஆண்டவனை எதிர்க்க யாரால் இயலும்? 'மனிதா, நீ சாவைத் தவிர்க்க முடியாது; எனவே, உன் செருக்கை அடக்கு' என்று எழுதப்பட்டிருக்கிறது. ஆண்டவன் நம்மை ஒரு விநாசத்துக்கு உட்படுத்திவிட்டார். நூற்றுக்கணக்கான மைல் அளவில் புல்லும் இல்லை; நீரும் இல்லை. நான் சாவுக்கு அஞ்சவில்லை; அவமானத்துக்கும் அஞ்சவில்லை. தளபதிகளே, ஆரத் தீர யோசித்து என்ன செய்ய வேண்டுமென்று கூறுங்கள்.''

தளபதிகளும் அதிகாரிகளும் யோசித்துப் பதிலளித்தனர்:

''தயக்கம் செய்யாது, நீப்பர் நதிக்குப் பின்வாங்குவோம்!''

இவ்வாறாகக் கிரீமியாப் படையெழுச்சி இழிவான முடிவை எய்தியது. சேனை வெகு வேகமாகப் பின் வாங்கியது. அச்சமயம் அது பல ஆட்களை இழந்தது. பல சரக்குவண்டிகள் கைவிடப்பட்டன. பொல்டாவாவின் அருகாமையை அடையும்வரை, அவர்கள் நிற்கவே யில்லை.

2

ஸாலோநினா, லிஸோகப், ஸாபிலா ஆகிய கர்னல்களும் காப்டன் ஐவான் மாஸப்பாவும், பொதுக் காரியதரிசி கோச்சுபீயும் கோலிட்ஸின்னுடைய கூடாரத்துக்கு இரகசியமாக வந்து, அவனிடம் சொன்னார்கள்:

''காஸ்ஸக்குகளே ஸ்டெப்பிக்குத் தீ வைத்தனர். தீ வைக்கும்படித் தூண்டிவிட்டது ஹெட்மான்தான். ஹெட்மான்மீது குற்றம் சாட்டி நாங்கள் எழுதியுள்ள பத்திரம் இதோ இருக்கிறது. படித்துவிட்டு மாஸ்கோவுக்கு அனுப்புங்கள். கால விரயம் செய்யாதீர்கள். அவனது தன் முனைப்பான செயல்களை இனியும் சகித்துக்கொண்டிருக்க எங்களால் முடியாது. அவன் பிரபுக்களை நாசம் செய்துவிட்டுத் தனக்குச் செல்வம் திரட்டிக்கொண்டு விட்டான். அவனுக்கு முன்னால் குல்லாய் வைத்துக்கொள்வதற்குக் கஸாக் பெரியோர்கள் அஞ்சுகிறார்கள். ஒவ்வொருவரையும் பழித்துப்பேசுகிறான். ருஷியர்களிடம் பொய்பேசி ஏமாற்றிவிட்டுப் போலிஷ்காரர்களுடன் இரகசிய உறவுகொள்கிறான். அவர்களிடமும் பொய் உரைக்கிறான். ஏனெனில், உக்ரேனைத் தன் சொந்த மாகாணமாக ஆக்கி, எங்களது உரிமைகளைப் பறித்து விட்டுத் தன்னிஷ்டப்படி ஆட்சி செய்யக் கனவு காண்கிறான். நாங்கள் ஸாமோய்லோவிச்சை நீக்கிவிட்டு வேறு ஹெட்மானைத் தேர்ந்தெடுக்க வேண்டுமென்று மாஸ்கோ ஆணையிட வேண்டுகிறோம்.''

''நான் தார்த்தாரியர்களைத் தோற்கடிக்கக் கூடாதென்று ஹெட்மான் கருதுவதன் காரணம் என்ன?'' என்று கோலிட்ஸின் வினவினான்.

''காரணம் இதுதான். தார்த்தாரியர் பலசாலிகளாயிருக்கும் வரை, உங்களுக்குப் பலம் பெருகாது. நீங்கள் தார்த்தாரியரைத் தோற்கடித்து விட்டால், சீக்கிரத்தில் உக்ரேனும் மாஸ்கோ ராஜ்யத்தின் மாகாணமாகிவிடும் என்பது அவன் கருத்து. ஆனால் இதெல்லாம் உண்மையல்ல. நாங்கள் ருஷியர்களது இளைய சகோதரர்கள். உங்களுக்கும் எங்களுக்கும் ஒரே சமயம்தான். மாஸ்கோ ஜாரின் கீழ் வாழ்வதில் நாங்கள் மகிழ்ச்சி அடைகிறோம்'' என்று ஐவான் மாஸெப்பா பதிலளித்தான்.

''சரியான பேச்சு. எங்களது பிரபுக்களது உரிமைகளை மாஸ்கோ ஊர்ஜிதம் செய்ய வேண்டுமென்பது ஒன்றுதான் எங்கள் கோரிக்கை'' என்று தரையை நோக்கும் உச்சிக்குடுமியின் சிண்டை உடைய கானல்கள் ஒத்து இசைத்தனர்.

ஸ்டெப்பிகளின் கரிய புழுதிப் படலங்களையும் எண்ணமுடியாத சவங்களையும் சாலைகளில் சிதறிக் கிடக்கும் குதிரை எலும்புகளையும் கோலிட்ஸின் நினைவூட்டிக்

கொண்டான். மாஸிடோனியாவில் பிறந்த மகா அலெக்ஸாண்டரது திக்விஜயத்தைப் பற்றி அவன் கண்ட கனவுகளை ஞாபகப்படுத்திக் கொண்டான்; அப்பொழுது அவனது முகம் சிவந்து பளபளத்தது. கிரெம்லினது குறுகிய நடைபாதைகளில், அவனது சத்துருக்களான பாயர்கள், கேலிச்சிரிப்பை மறைப்பதற்காக மீசையில் கைபோட்டுக்கொண்டு தலைவணங்கும் காட்சியை அவன் மனக் கண்முன் கண்டான்.

''அப்படியானால், ஸ்டெப்பிக்குத் தீ வைத்தது ஹெட்மான் தானா?''

''ஆம்'' என்று கர்னல்கள் ஊர்ஜிதம் செய்தனர்.

''நல்லது. உங்கள் விருப்பப்படியே காரியம் நடைபெறட்டும்.''

அதேநாளில், மைக்கேல் டிர்டாவ் மாஸ்கோவுக்குக் குதிரையில் பறந்தான். ஹெட்மானைக் குற்றம் சாட்டிய பத்திரத்தை அவனது குல்லாயில் தைத்து வைத்திருந்தான். சேனை பொல்டா வாவின் வெளிப்பேட்டையை அடைந்து முகாமிட்டபொழுது, பேரரசர்களிடமிருந்து பதில் வந்தது.

''பெரியோர்களும் சின்ன ருஷியச் சேனை முழுவதும் ஸாமோய்லோவிச்சை விரும்ப வில்லை என்பது கண்டு, பேரரசரது பதாகையும் ராணுவ உத்தியோகச் சின்னங்களும் அவனிட மிருந்து பறிமுதல் செய்ய வேண்டுமென்றும், அவனைப் பலத்த பாதுகாவலுடன் பெரிய ருஷ்ய நகரங்களுக்கு அனுப்ப வேண்டுமென்றும் உத்திரவிடுகிறோம். அவனுக்குப் பதிலாகப் பெரி யோரும் சின்ன ருஷியச் சேனை வீரர்களும் தம் கருத்துப்படி புதிய தலைவனைத் தேர்ந்தெடுத்துக் கொள்ளலாம்...''

அன்று இரவு, காவற்படையினர் ஹெட்மான் தலைமைப் பணிமனைக்கு அருகில் வாகன்களைக் கொண்டு வந்து நிறுத்தினார்கள். காலையில், ஹெட்மான் தொழுதுகொண்டிருந்த பொழுது, அவனைப் பிடித்தார்கள். ஒரு சாதாரண வண்டியில் ஏற்றிக் கோலிட்ஸின் இருந்த இடத்துக்குக் கொண்டுவந்தார்கள். அங்கு அவன் குறுக்கு விசாரணை செய்யப்பட்டான். அவன் தலையைச் சுற்றி ஈரக்கம்பளம் கட்டப்பட்டது. அவனது கண்கள் எரிந்து சிவக்கச் செய்தனர். திகிலடைந்த அவன் சொன்னதையே திரும்பத்திரும்பக் கூறினான்:

''மகாப்பிரபு, அவர்கள் பொய் சொல்கிறார்கள். ஆண்டவன் சாட்சியாகச் சொல்கிறேன், அவர்கள் பொய் சொல்கிறார்கள். என் விரோதி மாஸெப்பா செய்த சதி இது...'' மாஸெப்பாவும் ஸாலோநினாவும் ஸாபிலாவும் உள்ளே வருவதைக் கண்ட அவன் கருஞ்சிவப்பாகி உதறினான். ''அவர்களது பேச்சைக் கேட்கிறீர்களா? அந்த நாய்கள், உக்ரேனைப் போலிஷ்காரர்களிடம் விற்பதற்குக் காத்துக்கொண்டிருக்கிறார்கள்'' என்றான்.

ஸாபிலாவும் ஸாலோநினாவும் உடைவாளை உருவிக்கொண்டு அவன்மீது பாய்ந்தனர். ஆனால் காவற்படை வீரர்கள் அவர்களை அடித்துத் துரத்தினார்கள். இரவில் அவனுக்கு விலங் கிட்டு வடக்கு நோக்கிக் கொண்டு சென்றார்கள். புதிய ஹெட்மானைத் தேர்ந்தெடுப்பதற்கு அவசரப்படத் தேவையில்லை. காஸ்ஸக்குகள், வாகன்களிலிருந்த மதுப்பீப்பாய்களை உடைத்துக் குடித்தார்கள்; ஹெட்மானின் சேவகர்களைக் கொன்றார்கள்; அனைவராலும் வெறுக்கப்பட்ட காடியாட்ஸ்கி தளபதியை ஈட்டி முனைக்கு இரையாக்கினார்கள். அவையெல் லாம் முடிந்த பின், கூச்சலும் பாட்டும் துப்பாக்கி வேட்டும் சேர்ந்து முகாமை அமளி துமளிப்படுத்தின. மாஸ்கோ படைகளிலும் கொந்தளிப்பு உண்டாயிற்று. அழைப்பேது மில்லாமல் மாஸெப்பா கோலிட்ஸின் கூடாரத்தில் நுழைந்தான். உக்ரேனியப் பாணியில் தைத்த

நீண்ட சாம்பல்நிறக் கோட்டும் சாதாரணமான தோல் குல்லாயும் அணிந்திருந்தான். ஆனால் அழகான உடைவாள் ஒன்று பொற்சங்கிலியில் தொங்கியது. மாஸெப்பா செல்வந்தன்; புகழ்பெற்ற பிரபுத்துவக் குடும்பத்தில் பிறந்தவன்; போலந்திலும் ஆஸ்திரியாவிலும் பல மாதம் கழித்திருந்தான். படைஎழுச்சிக் காலத்தில், அவன் மாஸ்கோவாசி மாதிரி தாடி வளர்த்துக் கொண்டான். தலை மயிரையும் மாஸ்கோ முறையில் வெட்டிக்கொண்டான். அவன் சரிநிகரான நிலையிலுள்ளவர்க்கு வணங்குவது மாதிரி தலை வணங்கிவிட்டு, உட்கார்ந்து கொண்டான். காய்த்துப்போன நீண்ட விரல்களால் மோவாயைத் தட்டிக்கொண்டே, அறிவார்ந்த பெரிய கண்களால் சேனாதிபதியை நோக்கினான்.

''மகாப்பிரபு லத்தீன் மொழியில் உரையாடுவதைப் பெரிதும் விரும்புவார்கள் அல்லவா?''

கோலிட்ஸின் வறட்சியாகத் தலை அசைத்தான். மாஸெப்பா தன் குரலைத் தாழ்த்தாது, லத்தீன் மொழியில் பேசத் தொடங்கினான்: ''இந்த உக்ரேனிய விவகாரங்களைப் புரிந்து கொள்வது உங்களுக்குக் கடினமாயிருக்கலாம். உக்ரேனியர்கள் தந்திரக்காரர்கள். மனம் விட்டுப் பேசமாட்டார்கள். நாளைக்குப் புதிய ஹெட்மானைத் தேர்ந்தெடுக்க வேண்டும். பார்க் கோவ்ஸ்கியைத் தேர்ந்தெடுத்துப் பிரகடனம் செய்வார்களென்று வதந்தி உலாவுகிறது. அவ்வாறு நிகழ்வதென்றால், ஸாமோய்லோவிச்சை நீக்கியிருக்க வேண்டாம். ஏனெனில், மாஸ்கோவுக்குப் பார்க்கோவ்ஸ்கியை விடப் பெரிய விரோதி இல்லை. நான் நண்பன் என்ற முறையில் பேசுகிறேன்.''

''நாங்கள் உக்ரேனிய விவகாரங்களில் தலையிட விரும்பவில்லை என்பதை நீங்கள் அறிவீர்கள். யார் ஹெட்மான் ஆனாலும், எங்களுக்குக் கவலையில்லை. அவர் நண்பராக இருக்க வேண்டுமென்பதொன்றே எங்களது நிபந்தனை'' என்று கோலிட்ஸின் பதிலளித்தான்.

''உங்களது அறிவுரையைக் கேட்டு அகமகிழ்ந்தேன். மாஸ்கோவின் பாதுகாப்பில் நாங்கள் பந்தோபஸ்தாக வாழ்கிறோமென்ற பேருண்மையை மறைக்கத் தேவையில்லை'' என்று மாஸெப்பா கூறியபொழுது, கோலிட்ஸின் குறுநகை செய்து கண்களைத் தாழ்த்தினான். மாஸெப்பா தொடர்ந்து பேசினான்: ''பிரபுக்களாகிய எங்களது நிலங்களை நீங்கள் கைப்பற்றுவதில்லை. எங்களது பழக்கவழக்கங்களை ஆதரிக்கிறீர்கள். எங்களிடையே போலந்து பக்கம் சாய்வோர் சிலர் இருப்பதை நான் ஒப்புக்கொள்ள வேண்டும். ஆனால் அவர்கள் சுயநலப் பேராசை காரணமாக உக்ரேனை அழிப்பதற்குத் தயங்காதவர்கள். நாங்கள் போலந்துக்குப் பணிந்தால், போலிஷ் பிரபுக்கள் எங்களது நிலங்களைக் கைப்பற்றிக் கொள்வார்களென் பதையும், எங்கு பார்த்தாலும் கத்தோலிக்க ஆலயங்களை அமைத்து எங்களை அடிமையாக்குவார் களென்பதையும் நாங்கள் நன்கறிவோம். அது கூடாது. மகாப் பிரபு, நாங்கள் பேரரசரின் விசுவாசம் மிக்க ஊழியராகவே வாழ்வோம்.'' கோலிட்ஸின் வாய் திறக்கவில்லை; தாழ்த்திய கண்களை உயர்த்தவுமில்லை. மாஸெப்பா மேலும் பேசினான்: ''சென்ற ஆண்டு, ஆண்டவன் என்னிடம் கருணைகாட்டினார். அப்பொழுது, ஆபத்துக் காலத்துக்கு உதவுமென்று கருதிப் பத்தாயிரம் பொன் ரூபிள்களை மரப் பெட்டியில் வைத்துப் பூட்டிப் பொல்டாவாவுக்கு அருகில் ரகசிய இடத்தில் புதைத்து வைத்தேன். சின்ன - ருஷிய நாட்டு மக்களான நாங்கள் கள்ளம் கபடம் அறியாதவர்கள். உயர்ந்த லட்சியத்துக்காக உயிரையும் கொடுக்கத் துணிந்தவர்கள். எங்களுக்கு என்ன பயம்? துரோகியின் கரத்துக்கோ பேதையின் கைக்கோ செங்கோல் போய்விடக் கூடாதென்பது ஒன்றுதான் எங்களது கவலை.''

''மாஸெப்பா, நல்லது. நாளைக்குச் சுபயோகத்தில் ஹெட்மானின் தேர்தல் நடை பெறட்டும்'' என்று கூறி, கோலிட்ஸின் எழுந்தான்; விருந்தாளிக்கு வணங்கினான். சிறிதுநேரம்

வாளாவிருந்துவிட்டுக் கோலிட்ஸின் அவனை அணைத்து மும்முறை முத்தமிட்டான்.

அடுத்த நாள், தொழுகைக் கூடாரத்துக்கு அருகில், ஒரு மேஜையின் மீது ஜரிகைத் துணியும் செங்கோலும் பதாகையும் ஹெட்மானது பதவிக்குரிய சின்னங்களும் கிடந்தன. மேஜையைச் சுற்றி இரண்டாயிரம் கஸாக்குகள் நின்றனர். பாரசீகக் கவசமும் மேலாடையும் அணிந்த கோ'லிட்ஸின் கூடாரத்திலிருந்து வெளிவந்தான். அவனது இரும்புத் தொப்பியில் இரத்தச் சிவப்பான இறகுகளால் அமைந்த தலைச்சூட்டு அணிந்திருந்தான். கஸாக்மூத்தோர்கள் அவனைத் தொடர்ந்து வந்தனர். கோலிட்ஸின் ஒரு பெஞ்சின்மீது ஏறி நின்றான். ஒரு கரத்தில் ஸில்க் கைக்குட்டையைப் பிடித்துக்கொண்டு, இன்னொன்றை உடைவாளின் பிடிமீது வைத்துக்கொண்டு, தன்னை நெருங்கிச் சூழ்ந்த காஸ்ஸக்குகளிடம் பேசினான்:

''சின்ன - ருஷியாவின் பெருஞ்சேனையைச் சேர்ந்தவர்களே, கஸாக் ராணுவத்தின் புராதனமான மரபின் வழியில் நின்று உங்களது ஹெட்மானைத் தேர்ந்தெடுத்துக் கொள்வதற்கு, மாட்சிமைக்குரிய ஜார் மன்னர்கள் அனுமதி தந்திருக்கிறார்கள். யார் வேண்டுமென்று கூறுங்கள், உங்களது விருப்பப்படியே நடப்போம். நீங்கள் மாஸெப்பாவை விரும்புகிறீர்களா அல்லது வேறு ஒருவரை விரும்புகிறீர்களா என்பதை நீங்களே தீர்மானிக்க வேண்டும்.''

''மாஸெப்பாவே வேண்டும்'' என்று கர்னல் ஸாலோநினா கத்தினான். மற்றவர்களும் அவ்வாறே மொழிந்தனர். ''மாஸெப்பாவே ஹெட்மானாயிருக்க வேண்டும்'' என்று களத்தில் குழுமியவர் அனைவரும் கோஷித்தனர்.

அதே தினத்தில், மண்மூடிக் கறுத்த சிறிய பெட்டி ஒன்றை நான்கு கஸாக்குகள் தூக்கி வந்து கோலிட்ஸின் கூடாரத்தில் சேர்த்தனர். அந்தப் பெட்டியில் தங்க நாணயங்கள் இருந்தன என்பதைச் சொல்லவும் வேண்டுமா?

3

யாவூஸா நதிக்கரையில், பிரியோ பிராஷென்ஸ்கி மாளிகையின் அருகில், இரண்டாண்டு களுக்கு முன் கட்டப்பட்ட கோட்டை, அந்தக் கோடையில், லபோர்ட்டும் ஸாம்மரும் வகுத்த திட்டப்படி புனர்நிர்மாணமாயிற்று. சுவர்களைப் பருமனாக்கித் திண்மை உடையனவாகச் செய்தனர். சுவர்களின் வெளிப்புறத்தில் ஆழமான அகழிகள் வெட்டப்பட்டன. சுவர்கள் சந்திக்கும் மூலைகளில் பீரங்கிச்சாலகங்களுடன் கூடிய வலுவான ஸ்தூபிகள் அமைக்கப்பட்டன. வரிசையாக அமைந்த வெண்கலப் பீரங்கிகளையும் சிறிய பீரங்கிகளையும் பாதுகாக்க, மணற் சாக்குகளும் ஒன்றோடொன்று பின்னிப் பிணைக்கப்பட்ட வில்லோ செடிகளும் பயன்பட்டன. கோட்டையின் நடுவில், ஐந்நூறு பேர் அமர்வதற்கேற்ற போஜன மண்டபம், மரக்கட்டைகளால் கட்டப்பட்டது. நுழைவாயிலுக்கு மேலிருந்த தலைமையான ஸ்தூபியில், சதிசுதியொத்து இசைக்கும் மணிகள் தொங்கின.

விளையாட்டு விளையாட்டுத்தான், ஆட்டத்துக்கேற்ற சிறிய கோட்டைதான் தேவை. என்றாலும், தேவை ஏற்பட்டால், இந்தக் கோட்டையால் ஒரு முற்றுகையைத் தாங்க முடியும். புல் அறுத்துத் துப்புரவான வெளியில், சூரியோதயம் முதல் சூரியாஸ்தமனம் வரை, ஸெமினோவ்ஸ்கி படையும் பிரியோ பிராஷென்ஸ்கி படையும் பயிற்சி செய்தன. திட்டுவதற்கும் அடிப்பதற்கும், தளபதி ஸாம்மர் கொஞ்சமும் தயங்கவில்லை. சிப்பாய்கள் துப்பாக்கிகளைத்

தூக்கிப்பிடித்துக்கொண்டு, கடிகாரப் பொறியைப் போல் நேரம் தவறாது, இடையீடில்லாமல் நடந்தார்கள்; ''நில்!'' என்ற கட்டளை பிறந்தவுடன், வலது பாதத்தை முன்னுக்கு வைத்தவாறு நின்றார்கள். ''வலது பாதத்தை முதலில் வைத்து முன்னேறு! தப்பு, தப்பு! கழிசடைகளா! காலாடிகளா! சொல்வதைக் கேளுங்கள்!'' என்றெல்லாம் குதிரை மீது அமர்ந்த தளபதி இரைந்து கூவினான். அவனது முகம் வான்கோழியைப் போல் சிவந்திருந்தது. துணை அதிகாரியாகிவிட்ட பீட்டர்கூடத் தளபதியைக் கண்டு தொடை நடுங்கினான்; தளபதியைக் கடக்கும்பொழுது, அச்சத்தால் வீங்கிய கண்களுடன் நிமிர்ந்து நடந்தான்.

அன்னியர் பேட்டையிலிருந்து மேலும் இரு அன்னியர்ககள் நியமிக்கப்பட்டிருந்தனர். ஒருவன், பிரான்ஸ் டிம்மர்மான், கணித சாத்திரத்தில் வல்லவன்; உயரம் அளக்கும் கருவியை உபயோகிக்கவும் தெரிந்திருந்தான். இன்னொருவன், வயது முதிர்ந்த கார்ட்டன் பிராண்ட், கப்பல் நிர்மாணத் துறையில் நிபுணன். டிம்மர்மான் பீட்டருக்குக் கணிதநூலும் கோட்டை அமைப்புக்கலையும் கற்றுக்கொடுக்கத் தொடங்கினான். இஸ்மைலோவோ கிராமத்தில் களஞ்சியத்தில் கிடந்த ஒரு அற்புதமான பழைய கப்பல் மாதிரி, காற்றை எதிர்த்துப் பிரயாணம் செய்யவல்ல கப்பல்களை நிர்மாணிப்பதில் கார்ட்டன் பிராண்ட் ஈடுபட்டான்.

மாஸ்கோவிலிருந்து பாயர்கள் அடிக்கடி வந்தனர். இவ்வளவு பணம் செலவு செய்தும் தளவாடக் கிடங்கிலிருந்து இவ்வளவு படைக்கருவிகளைக் கொண்டு வந்தும் யாவூஸா நதிக் கரையில் பீட்டர் நடத்தும் விளையாட்டு எப்படியிருக்கிறதென்று நேரில் காணவே அவர்கள் வந்தனர். அவர்கள் பாலத்தைத் தாண்டுவதில்லை; ஆற்றின் அக்கரையிலேயே இருந்து நோக்கினார்கள். முன்னால், இறகுப் படுக்கையைப் போல் பெரிதாயிருந்த அழகான ஓவர்கோட்டை அணிந்து, அகன்ற தாடியையும் நிறைந்த கன்னங்களையும் உடைய பாயர், குதிரை மீது அமர்ந்திருப்பான். அவனுக்குப் பின்னால், ஒன்றின் மேல் இன்னொன்றாக மூன்று அல்லது நான்கு சிறந்த கோட்டுகளை அணிந்தவாறு பிரபுக்கள் நிற்பார்கள். அவர்கள் ஆடாது அசையாது மணிக்கணக்காகக் காத்திருந்தார்கள். இக்கரையில் மணல் வண்டிகளும் மரக்கட்டைகளையும் கிளைகளையும் ஏற்றிய வண்டிகளும் தள்ளாடியவாறு சென்றன. சிப்பாய்கள் மரக்கட்டைகளை வலித்து இழுத்தனர்; பளுமிகுந்த பெரிய சம்மட்டி ஒன்று கப்பிகளால் உயர்ந்து, விரைந்து மொத்திய சத்தம் கேட்டது. மண்வெட்டிகள் வேலை செய்த வேகத்தில், பொடி மண் எங்கும் பறந்தது. கவராயங்களையும் உருவ வரைப்படங்களையும் எடுத்துக்கொண்டு அன்னியர்கள் அங்குமிங்கும் நடந்தனர். கோடரிகள் வெட்டின; ரம்பங்கள் அறுத்தன; 'ஓவர்ஸியர்'கள் அளவு கோல்களுடன் குறுக்கும் நெடுக்கும் ஓடினர். அதோ அங்கே, - ஆண்டவனும் புனிதமான முனிவர்களும் காப்பாற்றுவார்களாக! - ஜார் மன்னரே நின்றுகொண்டிருந்தார். உயரத்தில், தங்கச் சிம்மாசனத்தின் மீது அமர்ந்து பொழுதுபோக்காக இக்காட்சியை ரசிக்கவில்லை; தையல் குல்லாயும் அழுக்குச் சட்டையும் டச்சுக் கால்சட்டையும் அணிந்து, பலகைகளை ஏற்றிய தள்ளுவண்டியுடன் ஓடிக்கொண்டிருந்தார்!

அக்கரையிலிருந்து அதைக்கண்ட பாயர் தன் குல்லாயைக் கையிலெடுத்துக் கொண்டான்; பிரபுக்களும் குல்லாய்களை எடுத்துவிட்டுத் தலைவணங்கினர். அவர்கள் திகைப்படைந்து நின்றனர். அவர்களது தகப்பன்மாரும் பாட்டன்மாரும் கெட்டிச் சுவர்போல ஜாரைச் சுற்றி நின்று அவரது புனிதமான திருமேனியைத் தூசி துரும்போ பூச்சி பொட்டோ நெருங்காதவாறு காவல் காத்தனர். என்றாவது ஒருநாள், ஜனங்கள் தரிசிப்பதற்காக ஜார் மன்னன் எழுந்தருளுவார். அப்பொழுது, பைஸாண்டியத்தின் புராதனப் பேரொளியுடன் காட்சி தருவார். கடவுளையே காண்பது போல் இருக்கும். ஆனால், இப்பொழுதோ? ஜார் என்ன செய்கிறார்? அடிமைகளோடு பிறந்தவன் மாதிரி, ஒன்றுக்கும் உதவாத மூடன்மாதிரி, தள்ளுவண்டியுடன் துள்ளி ஓடுகிறார்! மான வெட்க

மில்லாமல், அருவருக்கத்தக்க மட்டமான புகையிலையைக் குழாயில் திணித்துப் புகைபிடித்துக் கொண்டு செல்கிறார்! சமுதாயத்தின் அஸ்திவாரத்துக்கே உலை வைக்கும் செயல் இது. இது பொழுதுபோக்கு அல்ல; வெறும் களியாட்டமல்ல. அதோ பாருங்கள்! அக்கரையில் அடிமைகள் எவ்வாறு இளிக்கிறார்களென்று!

சிற்சில சமயங்களில், யாராவது ஒரு பாயர் துணிவை வரவழைத்துக் கொண்டு, தாடி குலுங்க, நடுங்கும் குரலில் கத்துவான்:

''ஐயா, உண்மையை விளம்புவதற்காக என்னைத் தண்டியுங்கள். ஆனால் இந்த முதுமைப் பிராயத்தில், என்னால் மௌனம் சாதிக்க முடியாது. இந்தக் காட்சியைக் காணச் சகிக்கவில்லை. அவமானமாயிருக்கிறது. இது மகாப் பயங்கரம்!''

நீண்ட கழியைப் போல் வளர்ந்திருந்த பீட்டர் மண்சுவரின்மீது ஏறித் தன் விழிகளை உருட்டிக்கொண்டே இரைந்து சொல்லுவான்: ''ஓ! நீங்களா? கோலிட்ஸின் என்ன எழுதுகிறார்? கேட்கிறேன், சொல்லுங்கள். கிரீமியாவைப் பிடித்துவிட்டாரா, இல்லையா?''

மண்சுவருக்குப் பின்னால், அந்தக் கேடு கெட்ட அன்னியர்கள் உரத்துச் சிரிப்பார்கள். ஜார்களுக்கு நெருங்கியவரான அந்தப் பாயர் முன்னால் மண்டியிட வேண்டிய ருஷியர்களும் அந்தக் கூச்சலிலும் சிரிப்பிலும் சேர்ந்துகொள்வார்கள். தலைக்குமேல் வெள்ளம் வந்தபின், சாணானால் என்ன, முழமானால் என்ன என்று எண்ணிச் சில சமயங்களில், கேலிக்கு அஞ்சாது பிடிவாதமாக வற்புறுத்திப் பேசும் பாயர்களும் வருவதுண்டு. ''உங்களது தந்தை என் மடியில் வளர்ந்தார். அவரது சவப்பெட்டியண்டை பலநாள் பகலும் இரவும் காவல் காத்தேன். என் குடும்பத்துக்குப் பூர்வீகம் ரூரிக். என் முன்னோரும் மகாக் கோமகன் குடியினராவர். நமது கௌரவத்தை எண்ணிப் பாருங்கள்! இந்த விளையாட்டுகளை விட்டுத் தள்ளுங்கள், புத்திசாலித் தனமாக நடவுங்கள்! குளிக்கும் அறைக்குச் செல்லுங்கள். ஆலயத்துக்குச் செல்லுங்கள்!'' என்று உறுதியாகவும் உருக்கமாகவும் யாராவது ஒருவர் வாதாடுவார்.

''அலெக்ஸாண்டர், தீப்பெட்டியைக் கொடு,'' என்று பீட்டர் கூறுவான். இருபது பவுண்டு அளவு சுடக்கூடிய நீண்ட பீரங்கியிலிருந்து பாயரைக் குறிவைத்துக் குண்டு மாரி பொழிவது போலக் கொட்டைகளைச் சுடுவான். ஸாம்மர் வயிற்றைப் பிடித்துக்கொண்டு இடிச்சிரிப்புச் சிரிப்பான். லிபோர்ட்டும் அவ்வாறே சிரிப்பான். வாய்திறந்து பேசாதிருந்த டிம்மர்மானும் புன்னகை செய்வான். பருமனாகவும் குள்ளமாகவும் இருந்த பிராண்ட், சுட்ட ஆப்பிளைப் போல் சுருக்கம் விழுந்த முகமும் எண்சாண் உடம்பும் குலுங்கக் குலுங்க நகைப்பான். அன்னியர்களும் ருஷியர்களும் மண்சுவர்கள் மீது ஏறி நின்று, பீரங்கி வேட்டுக்கு இலக்கான பாயரின் அவதியைக் கண்டு ரசிப்பார்கள். நெட்டையான தொப்பியைக் கொட்டைகள் அடித்துச் செல்ல, கிலியில் பாதி உயிரை இழந்த பாயர் தனக்குப் பணிவிடைபுரியக் காத்துநிற்கும் பிரபுக்கள் மேல் சாய்வான். குதிரைகள் கிலிகொண்டு பின்னங்கால்களில் நின்று, திரும்பிப்பார்த்து ஓடும். இந்தக் காட்சியைக் கண்ட அன்னியரும் ருஷியர்களும் நாள் முழுவதும் அதைப்பற்றிப் பேசிச் சிரித்தனர்.

அவர்கள் அந்தக் கோட்டைக்குப் 'பிரஸ்பர்க்கின் தலைநகர்' என்று பெயர் வைத்தனர்.

4

லிபோர்ட்டின் நாமகரணதினக் கொண்டாட்டம் முடிந்தபின், பீட்டரை அரண்மனைக்கு அழைத்து வந்ததிலிருந்து, அலெக்ஸாண்டர் மென்ஷிகோவ் பீட்டருடனேயே இருந்தான். எதிலும் கைதேர்ந்தவனாயிருந்தான். இலாகவமும் சுறுசுறுப்பும் நிரம்பப் பெற்றிருந்தான். பீட்டர் மனதில் எண்ணுவதை அவன் உடலால் செய்து முடிப்பான். பீட்டரின் விருப்பதைப் புரிந்து கொண்டவுடன் ஒரு தடவை சுழல்வான்; பாய்ந்தோடுவான்; காரியம் கைகூடிவிடும். அவன் எப்பொழுதுதான் தூங்கினான் என்பதே ஒரு மர்மமாயிருந்தது. அந்தத் துடுக்கான முகத்தைக் கரத்தால் தடவிவிடுவான்; கழுவிவிட்ட முகம் மாதிரி களை சொட்டும். அந்த முகத்தில் அவ்வளவு உல்லாசம்; அந்த விழிகளில் அவ்வளவு தெளிவு; அந்த இதழ்களில் அத்தகைய சிரிப்பு. அவனும் வளர்த்திதான். கிட்டத்தட்ட பீட்டரின் உயரம். ஆனால் பீட்டருடையதை விட மெல்லிய இடை, அகன்ற தோள். பீட்டர் சென்ற இடமெல்லாம் அவனும் போனான். முரசு கொட்டுவதோ, துப்பாக்கியால் சுடுவதோ, மரக்கிளையைக் கத்தியால் வெட்டுவதோ, எல்லாம் அவனுக்கு ஒன்றுதான். அவன் கோமாளியாக நடிக்கத் தொடங்கினால், அனைவரையும் வசீகரித்து விடுவான்.

உட்குழிவான மரம் ஒன்றில் தேன் கூட்டை அடைவதற்காகக் கரடி ஏறுவது போலவும், அதைத் தேனீக்கள் தாக்குவது போலவும் நடித்துக் காட்டுவான். அல்லது, பிரத்தியேகமான பலி பூஜைகள் செய்வதற்கு உத்திரவிடாவிட்டால் அனர்த்தம் விளையுமென்று வணிகன் மனைவியைப் பாதிரி அச்சுறுத்துவதைப்போல நடிப்பான். அல்லது, இரண்டு திக்குவாயன்கள் சண்டை போடுவது மாதிரி நடித்துக்காட்டுவான். இதைக்கண்டு பீட்டர் தொண்டை புண்ணாகும்வரை சிரிப்பான்; அலெக்ஸாண்டரிடம் ஏதோ ஒரு சக்தியால் கட்டுண்டவன்போல் அவனை நோக்கு வான். அலெக்ஸாண்டர் அரசவைக் கோமாளி ஆவான் என்றே முதன் முதலில் எல்லோரும் எண்ணினர். ஆனால் அவனது குறிக்கோள் அதைவிட உயர்ந்ததாயிருந்தது. அவன் எப்போதும் வேடிக்கையாகப் பேசிக்கொண்டிருந்தான் என்பது மெய். ஆனால், சில சமயங்களில் தளபதிகளும் இன்ஜினியர்களும் இதைச் செய்வது எப்படி அல்லது அதைச்சாதிப்பது எங்ஙனம் என்று உருவ வரைப்படங்களை வெறித்து நோக்கி விவாதிக்கும் பொழுது, பொறுமை இழந்த பீட்டர் நகங்களைக் கடித்துக்கொண்டிருக்கும்பொழுது, அலெக்ஸாண்டர் யாராவது ஒருவர் தோள்மீது சாய்ந்து, துரத்தியடிப்பதற்கு இடம்தராது துரிதமாகப் பேசுவான்:

''இம்மாதிரி இதைச் செய்ய வேண்டும். சிக்கலில்லாத விவகாரமாயிற்றே...''

''ஓ! ஓ! ஓ!'' என்று தளபதிகள் வியப்பர். பீட்டர் தன் கண்களில் ஒளிவீச, ''ஆம், அதுதான் சரி'' என்பான்.

ஏதாவதொரு பொருள் விரைவில் கிடைக்க வேண்டுமானால், அலெக்ஸாண்டர் பணத்தை எடுத்துக்கொண்டு குதிரைமீது ஏறுவான்; தோட்டங்கள் வழியாகவும், வேலிகளைத் தாண்டியும் மாஸ்கோவுக்குச் சென்று அந்தப் பொருளை வாங்கி வருவான். மந்திரத்தால் பொருளைத் தருவித் தானேவென்று பிறர் மயங்குவர். அதன்பின் (அரண்மனைச் சேனையின் தளவாட நிர்வாகியான) நிகிடாஸோடோவிடம் பெருமூச்சு விட்டுக் கண்ணைச் சிமிட்டிப் பட்டியலைக் கொடுப்பான். ''நீங்கள் என்ன சொன்னாலும் சரி, இதில் ஒரு காசுகூடத் தப்புக்கணக்கு இல்லை'' என்பான்.

''அலெக்ஸாண்டர், அலெக்ஸாண்டர்!'' என்று ஸோடோவ் தலையை ஆட்டிக்கொண்டு விளிப்பான்: ''தேவதாரு மரக்கழிகளுக்கு ஒன்பது கோபக் விலையா? கண்டதுமில்லை, கேட்டது மில்லையே! அதிகமாகப் போனால் மூன்று கோபக் இருக்கும்; உண்மையைச் சொல், அலெக் ஸாண்டர்!''

அவசரத் தேவையாயில்லையென்றால் மூன்று கோபக்தான். ஆனால் கிராக்கியாயிருந்த பொழுது, உடனடித் தேவைக்கு வாங்கியதால் கூடுதலாகக் கொடுக்க நேர்ந்தது. பீட்டர் அலெக்ஸிவிச்சைக் காக்கவைக்காமல், விரைவில் வாங்கி வந்தேனே, அதை மெச்ச வேண்டும்.''

''நீ ஒருநாள் அயோக்கியத்தனத்துக்காகத் தூக்கில் தொங்கப் போகிறாய்.''

''பிரபு, நிகிடாஸோடோவ், நீங்கள் ஏன் என்னை அநியாயமாகப் பழிக்க வேண்டும்!'' என்று வினவிவிட்டு முகத்தைத் திருப்பிக்கொள்வான்; தன் நீல விழிகளில் கண்ணீரைத் தருவித்துக் கொள்வான்.

அவனது இரங்கத்தக்க பேச்சைக்கேட்டு, ஸோடோவ் தன் இறகுப்பேனாவின் அசைவால் அவனுக்கு விடைகொடுப்பான்:

''சரி, போ. இந்தத் தடவை உன்னை நம்புகிறேன். ஜாக்கிரதையாயிரு!''

அலெக்ஸாண்டர், பீட்டரின் ஏவலாளாக நியமிக்கப்பட்டான். ''முன்னுக்கு வரக்கூடிய இளைஞன்; பெரிய காரியங்களைச் சாதிப்பான். விசுவாசத்தில் நாயாகவும் சாமர்த்தியத்தில் சாத்தானாகவும் இருக்கிறான்!'' என்று லிபோர்ட், பீட்டரிடம் அவனைப் புகழ்ந்து பேசினான்.

அலெக்ஸாண்டர், லிபோர்ட்டின் இல்லத்துக்கு அடிக்கடி சென்றான். ஒவ்வொரு தடவை யும் ஏதாவதொரு சன்மானம் பெற்று வருவான். எதுவாயிருந்தாலும், பரிசு என்றால் அவனுக்கு ரொம்பப் பிரியம். அவன் பரிசாகக் கிடைத்த லிபோர்ட்டின் கோட்டுகளையும் தொப்பிகளையும் அணிந்தான். அன்னியர் பேட்டையில் பொய்மயிருக்கு 'ஆர்டர்' கொடுத்த முதலாவது ருஷியன் அவனே. செக்கச் செவேலென்று இருந்த அந்தப் பெரிய பொய்மயிரைப் பண்டிகை நாட்களில் அணிந்து கொள்வான். அவன் தன் உதட்டையும் கன்னங்களையும் சிரைத்துக்கொண்டு, 'பவுடர்' போட்டுக் கொண்டான். சில வேலைக்காரர்கள் அவனை 'அலெக்ஸாண்டர் டானிலோவிச்' என்று விளிக்கத் தொடங்கினார்கள்.

ஒருநாள் அவன் ஒரு அடக்கமான இளைஞனைப் பீட்டரிடம் அழைத்து வந்தான். அந்த இளைஞன் சுத்தமான கால்சட்டையும் புதிய மரப்பட்டைப் பாதரட்சையும் அணிந்திருந்தான். ''மீன்ஹெர்ஸ், முரசு அறைவதில் இவன் அறிந்த வித்தைகளைக் காட்டச் சொல்லுங்கள்'' என்று பீட்டரிடம் கூறிவிட்டு, ''அலியோஷ்கா, முரசை எடுத்துக்கொள்'' என்றான்.

அலியோஷ்கா பிராவ்கின் நிதானமாகத் தன் குல்லாயை எடுத்து வைத்தான். மேஜை யிலிருந்த இரணபேரிகையை எடுத்துக்கொண்டான். உம்மணா மூஞ்சி மாதிரி கூரையைப் பார்த் தான். அதன்பின் சுறுசுறுப்பாக முரசை அறைந்தான். போர்வீரர்கள் உறைவிடம் வந்து சேர வேண்டுமென்பதை அறிவிக்கும் பாணியில் முரசடித்தான்; அதன்பின், படைவீரர்கள் பின்வாங்க வேண்டுமென்பதை அறிவிக்கும் தோரணையில் அதைக்கொட்டினான். அதன்பின், ராணுவ நடைபோட்டுச் சிப்பாய்கள் முன்னேறுவதற்கு உகந்த தோரணையில் அதை அறைந்தான். கடைசியாக, ஒரு துரிதமான நடனத்துக்கேற்ற மெட்டை முரசு ஒலித்தது. அது அருமை யாயிருந்தது. அவன் மரத்தில் செய்த வடிவம் மாதிரி நின்றான். கைகளும் குச்சிகளும்தான் பறந்து

பறந்து விளையாடின. அவை வேகமாக இயங்கியதால் பார்வைக்குப் பிடிபடவேயில்லை.

வியந்து நின்ற பீட்டர் அலியோஷ்காவிடம் பாய்ந்து சென்று, அவனது செவிகளைப் பிடித்தான்; கண்களை நோக்கினான்; அவனைப் பன்முறை முத்தமிட்டான்.

''முதலாவது படைப்பிரிவின் முரசறைவோன்!'' என்று பீட்டர் அறிவித்தான்.

இவ்வாறாக அலெக்ஸாண்டர் தன் தோழனைப் படையில் சேர்த்து விட்டான்.

பகல்பொழுது குன்றிப் பூமியெல்லாம் உறைபனியால் மூடப்பெற்றிருந்த பொழுது, தாழ்ந்து சஞ்சரித்த மேகங்களிலிருந்து உருண்டை உருண்டையாகப் பனி விழுந்தபொழுது, அன்னியர்பேட்டையில், பீர் விருந்துகளும் ஆடல்பாடல் நிகழ்ச்சிகளும் தொடங்கின. அவர்கள் அலெக்ஸாண்டர் மூலம் ஜார் பீட்டருக்கு அழைப்புக் கடிதம் அனுப்பினார்கள். அது அழகான காகிதம். பானை வயிற்று மனிதன் பீப்பாய் மீது உட்கார்ந்திருக்கும் வகையில் படம் வரைந் திருந்தது. பீப்பாயைச் சுற்றி இருந்த கட்டுக்கோப்பில் கொடிமுந்திரிகளும் வரையப் பெற்றிருந் தன. காகிதத்தின் உச்சியில் அம்மணமான குழந்தை வில்லிலிருந்து அம்பு எய்யும் சித்திரம்; அடியில் அரிவாளை உடைய கிழவனது படம்.

''ஹெர்பீட்டர், கோப்பை பீர் அருந்துவதற்கும் நடனமாடுவதற்கும் உங்களை மனங்கனிந்த வாழ்த்துக்களுடன் அழைக்கிறோம்'' என்று நடுவில், பொன்னிற மையில், செய்யுளில் எழுதப்பட்டிருந்தது.

அந்தி வேளை வந்தவுடன் அலெக்ஸாண்டர் ஒற்றைக் குதிரை வாகனத்தை முகமண்டபத் துக்கு ஓட்டி வருவான். பீட்டர் ரொம்ப உயரமாக இருந்ததால் குதிரை ஏறிச் செல்வதை விரும்ப வில்லை. பீட்டர் வண்டியிலேறியதும் நெடுநேரம் அன்னியர் பேட்டையில் கழிப்பதற்காக, இருவரும் செல்வர். போகும் வழியில், அலெக்ஸாண்டர் சொல்வான்:

''பீருக்குச் சொல்லிவைப்பதற்காகச் சாராயக்கடைக்குப் போனபொழுது குமாரி அன்னாவைச் சந்தித்தேன். இன்று இரவு நடனத்துக்குத் தவறாது வருவதாகக் கூறினாள்.''

பீட்டர் உறுமிவிட்டு ஒன்றும் பேசாதிருந்தான். ஒரு பயங்கரமான சக்தி அவனை இந்த மாலைக் களியாட்டத்துக்குப் போகும்படி செய்தது. இரும்புத் தகடு அடித்த சக்கரங்கள், பனி உறைந்த பாதையில் இடியோசையுடன் உருண்டன. அந்த இருட்டில் சாலை சரிவரப் புலப்பட வில்லை. பாலத்தில் செல்லும்பொழுது, இலை உதிர்ந்த கிளைகளை ஆட்டிவைக்கும் காற்றின் ஊளைச்சத்தம் காதில் விழுந்தது. அதன்பின், நல்வரவு கூறும் விளக்குகள் தென்பட்டன. அலெக்ஸாண்டர் இருட்டை ஊடுருவிப் பார்த்துக் கூறுவான்: ''மீன்ஹெர்ஸ், இன்னும் இடது பக்கமாக ஓட்டுங்கள். அந்தச் சந்தில் திரும்ப வேண்டும். இந்த வழியே போகவேண்டாம்.'' தாழ்வான டச்சு ஜன்னல்களில் வெளிச்சம் தெரிந்தது. சாளரங்களின் வட்டமான கண்ணாடித் தகடுகள் வழியே அவர்கள் பெரிய பொய் மயிர்களையும் பெண்களது தோள்களையும் பார்க்க முடிந்தது. இன்னிசை பரவியது. ஆண் பெண் ஜோடிகள் நடனமாடின. பின்புறத்தில் கண்ணாடி பதித்த விளக்குக் கூடுகளில் மெழுகுவத்திகள் எரிந்தன. அந்தக் கூடுகளின் நிழல்கள் வினோதமாக விருந்தன.

பீட்டர் முன்னறிவிப்போடு பிரவேசிக்க மாட்டான். அவன் வினோதமான முறையில் கண்களை உருட்டிக்கொண்டு, சிறிய வாயைக் கெட்டியாக மூடிக்கொண்டு, திடீரென்று வாயிலில் தோன்றுவான். பெண்களது இனிய மணத்தையும் குழாய்ப்புகையிலையும் பீரும் பரப்பும் இன்ப மணங்களையும் சுவாசிப்பான்.

அந்த நெட்டையான வெளிறிய வடிவத்தைக் கண்டதும், ''பீட்டர்!'' என்று விருந்தளிப்பவர் உரக்கக் கூவுவார். உடனே விருந்தாளிகள் துள்ளி எழுந்து, நல்வரவு கூறும் முறையில் நீட்டிய கரங்களுடன் பீட்டரை அணுகுவார்கள். இந்த வினோதமான வாலிபனுக்கு, 'அநாகரிக மாந்தரின் அரசனுக்கு'ப் பெண்கள் தலைகுனிந்து வணக்கம் தெரிவித்தார்கள். அப்பொழுது, வலுவான மார்க்கச்சால் இறுகக்கட்டிய உருண்டு திரண்ட ஸ்தனங்களைப் பகட்டாகக் காட்டினார்கள். முதல் நடனத்துக்குப் பீட்டர் அன்னாவைத்தான் அழைப்பான் என்பதை அனைவரும் அறிந்திருந்தனர். ஆனால் அவளோ ஒவ்வொரு தடவையும் ஆச்சரியமடைந்தாள். ஆச்சரியத்திலும் குதூகலத்திலும், அவளது முகம் சிவந்தது. அவளது எழில் நாள்தோறும் வளர்ந்தது. என்றுமில்லாத வனப்புடன் அவள் விளங்கினாள். பீட்டர் ஜர்மானிய மொழியையும் டச்சு மொழியையும் கணிசமான அளவுக்குக் கற்றிருந்தான். அவன் தத்தித்தத்திப் பேசினான். அவன் விரைந்துகூறிய கதைகளை அவள் கவனமாகக் கேட்டாள்; அடிக்கடி பொருளுக்குத் தகுதியான சொற்களைக் கற்பித்தாள்.

குதிமுள் ஒலிக்கத் துடுக்கான நவநாகரிக வீரன் யாராவது அவளை நடனத்துக்கு வரும்படி அழைத்தால், பீட்டரின் முகம் கறுத்தது. அன்னா உல்லாசமாக ஆடியபொழுது, அவளது பாவாடை விரிந்து சுருங்குவதையும் கூட்டாளியை நோக்கி அவளது தலை திரும்புவதையும் வெல்வெட் நாடா அணிந்த கழுத்து வளைவதையும், ஓரக்கண்ணால் நோக்கியவாறு அவன் முதுகைக் கூனிக்கொண்டு ஸ்டூலில் அமர்ந்திருந்தான். அவனது இதயம் வேதனையுற்றது. அவள் அவ்வளவு வசீகரமாயிருந்தாள்; அத்துணை ஆவலை மூட்டினாள்; அதே சமயத்தில் எட்டாக் கனியாகவும் இருந்தாள்.

அலெக்ஸாண்டர் வயது முதிர்ந்த மாதர்களோடு ஆடினான். அவனில்லாவிட்டால், அவர்களுக்குக் கூட்டாளி கிடைத்திருக்க மாட்டான். பார்வையாளராக இருக்க வேண்டிய அந்த வயதான பெண்களோடு, வேர்த்துக்கொட்டும் வரை ஆடினான்.

பத்து மணிக்கெல்லாம் இளைஞர்கள் தத்தம் இல்லத்துக்குச் சென்றனர். அவர்களுடன் அன்னாவும் சென்றாள். முக்கியமான விருந்தாளிகள் உண்பதற்கு அமர்ந்தனர். மசாலையிட்டுச் சமைத்த இறைச்சியும் பன்றித்தலையும் புசித்தனர். அவற்றுடன் அற்புதமான சுவையை உடைய புதுவகைக் கிழங்கையும் உண்டனர். ஆப்பிள்மாதிரி இருந்த அக்கிழங்கை உருளைக்கிழங்கு என்றனர். பீட்டர் உளமார உண்டான்; பீர் குடித்தான். காதல் நோயால் ஏற்பட்ட மந்தம் மறைந்தது. அவன் முள்ளங்கிக் கிழங்கைக் கடித்தான் ; புகை பிடித்தான். அதிகாலையில், அலெக்ஸாண்டர் உதவியுடன் இரு சக்கர வண்டியில் ஏறினான். மீண்டும், பனிக்காற்று இருண்ட வயல்களில் ஊளையிட்டது. ''எனக்கும் டிம்மர்மான் மாதிரி ஒரு காற்றாடி இயந்திரமோ தோல் பதனிடும் தொழிற்சாலையோ இருந்தால் நன்றாயிருக்கும்'' என்று கிராதியைப் பிடித்துக்கொண்டே பீட்டர் கூறினான்.

''விசித்திரமான விருப்பம்! கெட்டியாகப் பிடித்துக் கொள்ளுங்கள். இங்கு ஒரு பள்ளம் இருக்கிறது.''

''மடையா! அவர்கள் எப்படி வாழ்கிறார்களென்று பார்த்தாயா? நம்மைவிடச் சிறப்பாக வாழ்கின்றனர்.''

''நீங்களும் அவர்கள் மாதிரி இருந்தால், திருமணம் செய்து கொள்வீர்கள்...''

''நாவை அடக்கு. அடித்துவிடுவேன்.''

''ஒரு நிமிடம் பொறுங்கள். மீண்டும் சாலைக்கு வந்துவிடுவோம்.''

''நாளைக்கு அம்மாவிடம் கணக்குச் சொல்ல வேண்டும். தூய்மையைக் கெடுத்துக்கொண்டு விட்டேன் என்பாள். குளித்துவிட்டுப் பாவ அறிக்கை கொடுக்கப் போகவேண்டும். கடவுளுடன் ஒன்றுபட்டு உணர்வதற்கான இறை வழிபாட்டில் ஈடுபட வேண்டும். மேலும், நாளைக்கு மாஸ்கோவுக்கும் போக வேண்டும். மாஸ்கோ போவதென்றால் ஒரே வெறுப்பாய் இருக்கிறது. ஜாரின் ஆடைகளை அணிந்து அரைநாள் இறை வழிபாடு செய்ய வேண்டும்; இன்னொரு அரை நாள், ஸோபியாவின் இருக்கைக்குக் கீழ், என் சகோதரனோடு அரியணையில் அமர்ந்திருக்க வேண்டும். ஐவான் மூச்சுவிட்டாலேயே முடைநாற்றம் வீசுகிறது. இந்தத் தூங்கு மூஞ்சிப் பாயர்கள்! இவர்களை உதைக்க வேண்டுமென்று தோன்றுகிறது. ஆனால் நான் அனைத்தையும் பொறுத்துக்கொண்டு அமைதியாய் இருக்க வேண்டும். ஜாராம் ஜார்! அவர்கள் என்னைக் கொல்வதற்கும் தயங்கமாட்டார்கள். எனக்குத் தெரியும்.''

''நீங்கள் அவ்வாறு கருதுவதற்குக் காரணமே இல்லை. மிகுதியாகக் குடித்துவிட்டதால் இம்மாதிரி பேசுகிறீர்கள்?'' என்றான் அலெக்ஸாண்டர்.

''ஸோபியா ஒரு நச்சுப்பாம்பு! மிலோஸ்லவ்ஸ்கிகள் பேராசைப் பேய்கள். அவர்களது ஈட்டிகளையும் வாட்களையும் ஒருகாலும் மறக்கமாட்டேன். ஜனங்கள் அவர்களைக் கடிந்து கோஷமிடாமலிருந்திருந்தால், என்னை முகமண்டபத்திலிருந்து கீழே எறிந்திருப்பார்கள். உனக்கு நினைவு இருக்கிறதா?''

''நினைவு இருக்கிறது!''

''வாஸிலி கோலிட்ஸின், ஸ்டெப்பியில் ஒரு சேனையை இழந்துவிட்டான். மீண்டும் கிரீமியாவை நோக்கி முன்னேறுமாறு அவனுக்கு உத்திரவிட்டிருக்கிறார்கள். அவன் சேனை யுடன் திரும்பிவரும் நாளை ஸோபியாவும் மிலோஸ்லவ்ஸ்கிகளும் ஆவலுடன் எதிர்நோக்கிக் கொண்டிருக்கின்றனர். அந்தச் சேனையில் நூறாயிரம் ஆட்கள் உள்ளனர். அவர்களிடம் என்னைச் சுட்டிக்காட்டி அபாயச் சங்கை ஊதுவார்கள்.''

''நாம் பிரஸ்பர்க் கோட்டைக்குள் இருந்து விடுவோம்.''

''அவர்கள் ஒரு தடவை எனக்கு விஷம் கொடுக்க முயன்றனர். ஒருவனை உடைவாளுடன் அனுப்பியும் முயன்றனர்'' என்று கூறிய பீட்டர் துள்ளி எழுந்து சுற்றுமுற்றும் பார்த்தான். எங்கும் இருள் சூழ்ந்திருந்தது. ஒரு விளக்கைக்கூடக் காணவில்லை. அலெக்ஸாண்டர் அவனது பெல்ட் டைப் பிடித்து இழுத்து, அவனை இருக்கையில் அமரச்செய்தான். ''அவர்கள் அழியட்டும்! ஒழியட்டும்!'' என்றான் பீட்டர்.

''ஆ! அணை வந்து விட்டது!'' என்று வியந்து கூறிய அலெக்ஸாண்டர், கடிவாள வார்களால் குதிரையை அடித்தான். அந்தத் திண்மையுள்ள விலங்கு, செங்குத்தான பாதையில் ஏறிக் கரை மேட்டை அடைந்தது. பிரியோபிராஷென்ஸ்கியின் விளக்குகள் சேய்மையில் தெரிந்தன.

''மீன்ஹெர்ஸ், இப்பொழுதெல்லாம் அபாயமணி ஒலியால் காவற்படையினரைத் தட்டி எழுப்பி ஏவிவிட முடியாது. அந்தக்காலம் உருண்டோடிவிட்டது. யாரை வேண்டுமானாலும் உசாவுங்கள். அலியோஷ்காவையே கேளுங்கள்; அவர்களிடையே இருந்திருக்கிறான். உங்களது அக்காளிடம் அவர்களுக்குத் திருப்தி இல்லை'' என்றான் அலெக்ஸாண்டர்.

''உங்களுக்கெல்லாம் கைகழுவவிட்டு, ஹாலந்து தேசத்துக்கு ஓடிவிடுவேன். கடிகார அமைப்பாளனாயிருப்பது எவ்வளவோ மேல்'' என்றான் பீட்டர். அலெக்ஸாண்டர் 'விஸில்'

அடித்துக் கொண்டே விளம்பினான்: ''அப்படிப்போனால், குமாரி அன்னாவை மீண்டும் பார்க்க முடியாது.''

பீட்டர் தன் முழங்கால்மீது சாய்ந்து கொண்டான். திடீரென்று இருமினான்; சிரித்தான்.

அலெக்ஸாண்டர் உல்லாசமாக உரக்கச் சிரித்துக்கொண்டே குதிரையைச் சாட்டையால் அடித்துவிட்டுப் பேசினான்:

''விரைவில், உங்களது தாயார் உங்களுக்குத் திருமணம் செய்து வைப்பார். கல்யாண மானவன்தான் உண்மையான சுதந்திர புருஷன். கொஞ்ச காலம்தான், பொறுமையாயிருங்கள். இந்தப் பெண் ஜர்மனி தேசத்தவளாக, லூதர்* வழிக்கு உரியவளாக இல்லாதிருந்தால், எவ்வளவு சிறப்பாகவும் எளிதாகவும் காரியம் முடிந்துவிடும்!''

பீட்டரின் உதடுகள் குளிரில் நடுங்கின. அவன் அலெக்ஸாண்டரை நெருங்கினான்; இருட்டில் அவனது கண்களை நோக்க முயன்றான். ''அது நடவாத காரியம் என்று எப்படிக் கூறுகிறாய்?'' என்று வினவினான். அலெக்ஸாண்டர் பதிலுரைத்தான்:

''சரிதான். நல்ல யோசனை! குமாரி அன்னா மகாராணியாவதா? சபாஷ்! அப்பொழுது அபாயச் சங்கு ஊதுவார்களென்பது உறுதி!''

5

ஞாயிற்றுக்கிழமையன்றுதான், அன்னாவின் கவர்ச்சியான ஆடைகள் ஆடலில் சுழன்றன. குடியும் கூத்தும் வாரத்துக்கு ஒருமுறைதான் உண்டு. திங்கட்கிழமையன்று, அன்னியர்பேட்டை வாசிகள் தையல் குல்லாயும் மெத்தென்று தைத்த அரைச்சட்டையும் அணிந்து தேனீக்களைப் போல் வேலை செய்வர். அவர்கள் உழைப்பைப் பெரிதும் போற்றினார்கள். ஒருவன் வியாபாரி யாயிருந்தாலும் சரி, சர்வசாமான்ய வினைஞனாயிருந்தாலும் சரி, ''அவன் அந்தரங்க சுத்தியுடன் பாடுபட்டுப் பிழைக்கிறான்'' என்று மரியாதையுடன் சுட்டிக்காட்டிக் கூறுவார்கள்.

திங்கட்கிழமை பொழுது புலர்ந்தவுடன், அலெக்ஸாண்டர் பீட்டரை எழுப்பினான். தேர்ச்சி பெற்ற தொழிலாளரையும் வேலை பழகும் பயிற்சித் தொழிலாளரையும் அழைத்துக்கொண்டு பிராண்ட் வந்து விட்டதாக அவனிடம் அறிவித்தான். அரண்மனையின் கூடங்களில் ஒன்று, கப்பல்கட்டும் தொழிற்சாலையாக மாறிவிட்டது. ஆம்ஸ்டர்டாம் உருவ வரைபடங்களை வைத்துக்கொண்டு பிராண்ட் மாதிரிக் கப்பல்களை அமைத்துக் கொண்டிருந்தான். அரசவைப் பணியாளர்களிடையிலும் சிப்பாய் விளையாட்டில் பங்கெடுத்தவர்களிடையிலும் கைத்திறன் உள்ளவராக இருந்த அன்னியர்கள் பொறுக்கி எடுக்கப்பட்டனர்; அவர்கள் தேர்ச்சிபெற்ற தொழிலாளராகவோ பயிற்சியாளராகவோ கப்பல் கட்டுவதில் ஈடுபட வேண்டுமென்று கட்டளையிடப்பட்டனர். அவர்கள் இழைப்புளியால் இழைத்தார்கள்; சம்மட்டியால் அடித்தார்கள். குட்டிக்கப்பல்கள், கப்பல்கள் ஆகியவற்றின் சிறிய மாதிரிகளைச் செய்தார்கள். அவற்றில் உருவங்கள் செதுக்கி அழகு செய்தார்கள். கப்பற் பாய்களைச் சித்தப்படுத்தித் தைத்தார்கள். இந்த இடத்திலும், ருஷியர்கள் எண்கணக்கும் க்ஷேத்திர கணிதமும் கற்றார்கள்.

* லூதர்: ஜர்மனி தேசத்துச் சான்றோன். பதினாறாம் நூற்றாண்டில் வாழ்ந்தவன். கத்தோலிக்கச் சமய ஏற்பாட்டிலிருந்து மாறுபட்டுச் சமயச் சீர்திருத்தத்துக்காகப் பாடுபட்டவன். ஜர்மானியப் பிராடஸ்டண்டுகள் (சமயத் திருத்தவாதிகள்) லூதரது கோட்பாடுகளைப் பின்பற்றுவர். (மொ-ர்.)

தூங்கிவழிந்த இடத்தில் இப்பொழுது சம்மட்டிகளது ஓசையும், சந்தையில் கேட்பது போன்ற இரைச்சலும் பாட்டும், பீட்டரின் எடுப்பான சிரிப்பும் காதைத்துளைத்தன. கிழவிகள் அஞ்சி நடுங்கி வாய் பேசாது கிடந்தனர். அமைதியை விரும்பிய நடால்யா, அரண்மனையின் தொலை வான பகுதிக்குப் போய்விட்டாள். எப்பொழுதும் பீட்டரைப் பற்றியே சிந்தித்துக் கொண்டிருந் தாள்; வழிபாட்டு உருவங்களுக்கு முன்னால், விளக்கொளியில் நறும்புகையின் நடுவேயிருந்து பீட்டருக்காக பிரார்த்தனை செய்து கொண்டிருந்தாள்.

அவள் நம்பகமான பெண்கள்மூலம் கிரெம்லினில் நடப்பதையெல்லாம் அப்போதைக் கப்போது அறிந்தாள். ''ஸோபியா மீண்டும் வெள்ளிக்கிழமையில் மீன் தின்றாள். அவள் பாவம் செய்வதற்கு அஞ்சவில்லை. காஸ்பியன் கடற்கரையிலிருந்து ஏழு அடி நீளமுள்ள மீன் ஏராளமாக வந்தது. எஜமானியே, உங்களுக்கு ஒரு மீன் கூட அனுப்பவில்லை... அவள் கருமியாகிவிட்டாள்; வேலைக்காரர்களைப் பட்டினி போடுகிறாள்'' என்று அவர்கள் கூறினர். ஸோபியா, கோலிட் ஸின் இல்லாததால் மிகவும் வருந்துவதாகவும், ஸில்வஸ்டர் என்ற துறவியைத் தன் வீட்டுக்குள் அனுமதித்திருப்பதாகவும் அவர்கள் கூறினர். அந்தத் துறவி படித்தவன்; ஓரளவுக்கு நவநாகரிகம் அறிந்தவன்;வானசாத்திரி. அவன் ஸில்க்கில் தைத்த குருமார் ஆடையைத் தரித்திருக்கிறான். மார்பில் வயிரங்கள் பதித்த சிலுவையும், விரல்களில் மோதிரமும் அணிந்திருக்கிறான். காகம் மாதிரி கன்னங்கரேலென்றிருக்கும் தாடியைக் கத்தரித்துக் கொண்டிருக்கிறான். அவனிடம் நறுமணம் வீசுகிறது. எந்த நேரத்திலும் ஸோபியாவின் அறைக்குள் செல்ல அவனுக்கு அனுமதி உண்டு. இருவரும் சேர்ந்து ஏதோ மாயம் செய்கின்றனர். ஸில்வஸ்டர் ஜன்னல் கட்டையில் ஏறி நின்று, தொலைநோக்கிக் கருவியால் விண்மீன்களைப் பார்க்கிறான்; அடையாளங்களை எழுதுகிறான். நாசியின்மீது விரலை வைத்துக்கொண்டு, அவற்றை அவளிடம் படிக்கிறான். அவள் அவனை நெருங்கி, ''என்ன? என்ன?'' என்று கேட்கிறாள். இரண்டு நாட்களுக்குமுன், ஓர் அடிச்சுவட்டின் மண்ணை எடுத்துக்கொண்டு போனான். அத்துடன் எலும்புகளையும் வேர்களையும் கொண்டு சென்றான். மூன்று மெழுகுவத்திகளை ஏற்றி, மாயமந்திரங்களை உச்சரித்து யாரோ ஒருவருடைய மயிரை நெருப்பில் எரித்தான். ஸோபியா நடுநடுங்கினாள்; அவளது கண்கள் வீங்கின; சவம்மாதிரி சில்லிட்டுப் போய் உட்கார்ந்திருந்தாள்.

இந்தத் தகவலைக்கேட்ட நடால்யா விரல்களைச் சொடுக்கிக்கொண்டு, தன் உளவாளியை நோக்கிச் சாய்ந்து, தணிந்த குரலில் வினவினாள்: ''அவன் யாருடைய மயிரை எரித்தான்? அது கறுப்பாயிருந்ததா?''

''ஆம் மகாராணி, கறுப்பாயிருந்தது. என்னை ஆண்டவன் பார்ப்பது எப்படி உண்மையோ, அதைப்போல அது கரியமயிர் என்பதும் உண்மை.''

''சுருள் மயிரா?''

''அதுவே, சுருள்மயிர்தான். நமது எஜமானன், ஜார்பீட்டரின் மயிராயிருக்குமென்று நாங்கள் ஊகிக்கிறோம்.''

அந்த ஸில்வஸ்டர், ரொட்டியைத் தொழும் அனாச்சாரத்தைப் போதித்தான் என்று அவர்கள் சொன்னார்கள். இந்த அனாச்சாரம், ரோமன் கத்தோலிக்கப் பாதிரிமார்கள் தோற்றுவித்ததாகும். அவன் 'வான் உணவு'★ என்ற புத்தகம் ஒன்றையும் எழுதியிருக்கிறான். ரொட்டியின் உட் பொருள் கிறிஸ்துவின் உடலாக மாறுவது எப்பொழுது? ''எனவே செய்க'' என்று பாதிரியார் சொல்லும்

★ வான் உணவு: ஆண்டவன் அருளால் யூதர்களுக்குப் பாலைவனத்தில் கிடைத்த உணவு வானிலிருந்து பெறப்பட்டதால், வான் உணவு எனப்படும். மொ-ர்.

பொழுது அல்லவென்றும், ''அதை எடுத்து உண்பாயாக'' என்று அவர் சொல்லும் பொழுதுதான் மாறுதல் நிகழ்கிறதென்றும் அந்த நூலில் ஸில்வஸ்டர் விவரித்து நிலைநாட்டியிருந்தான்: மாஸ்கோ முழுவதும், ஏழை பணக்காரன் வேற்றுமையின்றி, அரண்மனைவாசிகளும் சந்தையில் கூடுவோரும் இந்தத் திருமாறுபாட்டுக் கோட்பாட்டை*யே விவாதித்தார்கள். எந்த வார்த்தை களைச் சொல்லும்பொழுதும் ரொட்டி மாறுதல் அடைகிறது? இதைத் தெரிந்தால்தானே, அந்த நேரத்துக்கு ஏற்றவகையில் பிரார்த்தனை செய்ய முடியும்? எனவே, அனைவரும் ஒன்றும் புரியாமல் குழம்பித் தவித்தனர். பலர் இந்த அனாச்சாரத்திலிருந்து விடுபட்டுப் பழைய நம்பிக்கையைத் தழுவினர்.

சிவந்த மயிரை உடைய பாதிரியான பில்கா மாஸ்கோவெங்கும் சுற்றித் திரிந்தான். ஜனங்கள் திரண்டவுடன் அவன் உரத்த குரலில் முழக்கினான்: ''உண்மையான சமயத்தை உங்களுக்குப் போதிப்பதற்காக ஆண்டவனால் அனுப்பப்பட்டிருக்கிறேன். யேசுவின் முதல் சீடர்களான பீட்டரும் பாலும் எனக்கு உறவினர்கள். மூன்று விரல்களால் சிலுவைக் குறியிடுவதை விடுத்து, இரண்டு விரல்களால் இட வேண்டுமென்று உங்களைக் கோரவே நான் இங்கு வந்திருக்கிறேன். மூன்று விரல்களில், பேய் இருக்கிறது. நரகலோகம் முழுமையும் அந்தப் பேய்க்குள் அடக்கம். நீங்கள் மூன்று விரலால் குறியிட்டால், நீங்காத நரகவேதனைக்கு உள்ளாவீர்கள்.'' பலர் அவனை நம்பினார்கள். அவர்களுக்குப் பல சந்தேகங்கள் முளைத்தன. பில்காவைப் பிடிப்பதற்கு வழியொன்றும் இல்லை.

கிரீமியா படையெடுப்புக்காக விதிக்கப்பட்ட வரிகள் அனைவரையும் தரித்திரராக்கி விட்டன. இரண்டாவது படையெடுப்பாக மக்களிடம் உள்ளதையெல்லாம் உரித்துக்கொண்டு போய் விடுவார்களென்றும் பேசப்பட்டது. நகரங்களிலும் கிராமங்களிலும் ஜனத்தொகை சுருங்கியது. ஆயிரக்கணக்கான ஜனங்கள் யூரல் மலைகளுக்கப்பாலும், வால்கா நதிக்கரைப் பிரதேசத்துக்கும் டான் நதிக்கரை வட்டாரத்துக்கும் ஓடினார்கள். வேறு பலர், பழைமைவாதிகள், அந்திக் கிறிஸ்துவை எதிர்பார்த்துக் கொண்டிருந்தனர். சிலர் அவனை நேரில் கண்டதாகவே கூறினார்கள். நிக்கனிஸத்திலிருந்து மாறுபட்ட பிரசாரகர்கள் கிராம் கிராமமாகச் சென்றனர். களஞ்சியங்களிலும் குளிக்கும் அறைகளிலும் தீ வைத்து அந்த நெருப்பில் இறங்கும்படி கிராமவாசிகளிடம் உபதேசம் செய்தனர். அப்பொழுதே அவர்கள் தத்தம் ஆத்மாவையாவது காப்பாற்றிக்கொள்ள முடியுமென்றனர். ஜாரும் சமய முதல்வரும் சகல குருமார்களும் அந்திக் கிறிஸ்துவின் தூதர்களே என்று அவர்கள் கூவினர். அவர்களைப் பிடித்து விலங்கு இடுவதற்காக ஜாரின் சேனை வந்தபொழுது, அவர்கள் மடங்களில் தம்மை அடைத்துக்கொண்டு, சேனையுடன் சமர் செய்தனர். பாலியோஸ்டராவ் மடத்தில், பழமைவாதிகள் இருநூறு காவற்படை வீரர்களைக் கொன்றனர். மேற்கொண்டு போராட முடியாத நிலையில் அவர்கள் ஆலயத்துக்குள் தம்மை அடைத்துக் கொண்டு, தமக்குத் தாமே தீ வைத்துக்கொண்டனர். ஹிவாலீன்ஸ்கி அருகில், மலைப் பிரதேசத்தில், முப்பது பழைமைவாதிகள் பாம்புகளால் தடுப்பு எழுப்பிக்கொண்டு, களஞ்சியத் தில் நுழைந்தனர். அதில் தீ வைத்து, அந்தத் தீயில் இறந்தனர். நிஷ்னி-நாவ் கோராட்டுக்கு அருகிலுள்ள காடுகளிலும், மரத்தாலான குடிசைகளில் தீ வைத்துக்கொண்டு இறந்தவர் பலர். டான் நதிக்கரையில், மெட்விடிட்ஸா நதிக்கரையில், கூஸ்மா என்ற ஓடிப்போன அடிமை தோன்றித் தன்னைத் திருத்தந்தையாக வர்ணித்துக்கொண்டான். அவன் சூரியனுக்கு நேராகச் சிலுவைக் குறியிட்டுச் சொன்னான்: ''நமது ஆண்டவன் விண்ணுலகில் இருக்கிறார். மண்ணுல

---

* திருமாறுபாட்டுக் கோட்பாடு: சிலுவையில் அறையப்படுவதற்குமுன், கிறிஸ்துநாதர் தம் சீடர்களுடன் இறுதி உணவு புசித்ததைப் பற்றிய ஒரு நம்பிக்கை. இந்த நம்பிக்கைக்குரிய வழிபாட்டில், அப்பமும் செந்தேறலும் யேசுவின் தசை குருதியாகி விடுகின்றன என்பர். இது கத்தோலிக்கர் கருத்து. அப்பமும் செந்தேறலும் தோற்றத்தில் மாறாதிருந்தாலும், உட்பொருளில் சதை ரத்தமாக மாறுவதாகக் கூறுவர். மொ-ர்.

கில் ஆண்டவன் இல்லை; அந்திக் கிறிஸ்துதான் இருக்கிறான். மாஸ்கோ ஜாரும் சமயமுதல் வரும் பாயர்களும் அந்திக் கிறிஸ்துவின் சேவகர்கள்.'' கஸாக்குகள் இந்தத் திருத்தந்தையின் பின்னால் திரண்டுகொண்டிருந்தனர்; அவனது போதனையை ஏற்றுக்கொண்டனர். டான் நதிப் பிரதேசம் முழுவதும் கலகம் செய்யும் கொதிநிலையில் இருந்தது.

இந்தச் சேதிகளையெல்லாம் கேட்டு, நடால்யா பீதியடைந்தாள். திரண்டுவரும் கரு மேகங்களைப் பற்றி ஒன்றும் அறியாத பீட்டர், உல்லாசமாகப் பொழுது போக்கிக் கொண்டிருந்தான். ஜனங்கள் பயம், பக்தி, தன்னடக்கம் ஆகிய இயல்புகளைத் துறந்துவிட்டனர். தீயில் குதித்து மாயும் இந்த மக்களைக் கண்டு பீதி கொள்ளாமல் இருப்பது எப்படிச் சாத்தியம்?

ஸ்டெங்காராஸின் நடத்திய கலகத்தையும் அதனால் ஏற்பட்ட இரத்தக் களறியையும் ஞாபகப்படுத்திக் கொண்ட பொழுது நடால்யா நடுநடுங்கினாள். அது நேற்று நடந்தது மாதிரி தோன்றியது. அப்பொழுதும் அவர்கள் அந்திக் கிறிஸ்துவின் வரவை எதிர்பார்த்தனர். அந்தக் கலகத்தலைவர்களும் இரண்டு விரல்களால் சிலுவைக் குறியிட்டனர். நடால்யா இதயவேதனை யுடன், வழிபாட்டு உருவங்களின் வர்ணவிளக்குகளை நோக்கினாள்; புலம்பியவாறே மண்டி யிட்டாள். மக்கிப்போன கம்பளத்தில் வைத்த நெற்றியை அவள் நெடுநேரத்துக்கு எடுக்க வில்லை.

'பீட்டருக்குத் திருமணம் செய்யும் வேளை வந்துவிட்டது' என்று அவள் எண்ணினாள்.

'நன்றாக வளர்ந்து விட்டான். மது அருந்துகிறான். எப்பொழுது பார்த்தாலும் அன்னிய மாதர்களுடனும் இளமங்கைகளுடனும் இருக்கிறான். கல்யாணம் செய்துவிட்டால், சரியாக அமைந்து விடுவான். அதன்பிறகு, நான் அந்த இளம் ராணியுடன் ஸ்தலயாத்திரை செல்வேன்; சகல மடங்களுக்கும் போவேன். எங்களுக்கு இன்பம் அருளுமாறு ஆண்டவனைப் பிரார்த் திப்பேன். ஸோபியாவின் மாயத்திலிருந்து பாதுகாக்குமாறும், ஜனங்களது பலாத்காரத்தைத் தாக்குப்பிடிக்கும் ஆற்றலை அளிக்குமாறும் ஆண்டவனை இறைஞ்சுவேன்!''

பீட்டருக்குள்ள ஒரே தேவை திருமணம்தான். முன்னாலெல்லாம், அன்னியோன்னியமான பாயர்கள் வந்தால், சிதிலமடைந்த வரவேற்பு அறையில், ஒரு மணி நேரமாவது தந்தையின் அரியணையில் அமர்ந்திருப்பான். ஆனால் இப்பொழுதோ, ''நேரமில்லை, நேரமில்லை'' என்றே திருப்பித் திருப்பிச் சொல்கிறான். அந்த அறையில், இரண்டாயிரம் வாளித் தண்ணீர் பிடிக்கும் பெரிய அண்டா ஒன்றை வைத்து விட்டார்கள். அதில், பாயர்களைத் துருத்தியால் ஊதிக் 'கப்பல்' விடுகிறார்கள். உண்மையான வெடிமருந்தை உபயோகித்து பீரங்கியைச் சுடுகிறார்கள். அரியாசனம் பொசுங்கி விட்டது. ஒரு சாளரம் உடைந்து விட்டது.

மகாராணி தன் சகோதரனான லியோவிடம் புகார் செய்தாள். அவன் சோர்ந்து பெரு மூச்சுவிட்டான்; ''சகோதரியே, அவனுக்குக் கல்யாணம் செய்து விடுங்கள். அதனால் நிலைமை மோசமாகாதென்பது உறுதி. லோபுஹின் குடும்பத்தில், யூடோக்ஸியா என்ற ஒரு பெண் இருக்கிறாள். திருமணப்பருவம் எய்திவிட்டாள். பதினாறு வயது ஆகிறது. லோபுஹின் குடும்பத்தினர் வாயாடிகள். ஆனால் பெரிய குடும்பம்; மேலும் ஏழைகள். எனவே நாய்மாதிரி விசுவாசமாயிருப்பார்கள்.''

பனிவிழத் தொடங்கியவுடன், யாத்திரை போவதாகச் சாக்குப் போக்குச் சொல்லிவிட்டுப் பெண்வீட்டார் ஊரின் அருகிலிருந்த ஒரு கன்னித் துறவிமடத்துக்கு நடால்யா சென்றாள். அவளது வருகையைப்பற்றி ஒரு நம்பகமான பெண்மூலம் லோபுஹின் குடும்பத்துக்குச் சேதி

போயிற்று. அந்தக் குடும்பத்தினர் - நாற்பது பேர் - மடத்துக்கு விரைந்தனர். மடத்தின் ஆலயம் நிறைந்து விட்டது. லோபுஹின்கள் குட்டையாகவும் ஒல்லியாகவும் கொடிய தோற்றம் உடையவராகவும் இருந்தனர். அவர்கள் மகாராணியை வெறித்துப் பார்த்தனர். யூடோக்ஸியாவும் அங்கு தருவிக்கப்பட்டாள். கூண்டு உடைய சறுக்குவண்டியில் சர்வஜாக்கிரதையாகக் கொண்டு வரப்பட்டாள். வரும்பொழுதே அவளுக்குக் கிலியால் பாதி உயிர் போய்விட்டது எனலாம். அவள் தன் கரத்தில் முத்தமிடுவதை நடால்யா அனுமதித்தாள். அவளை மேலும் கீழும் நோக்கி னாள். அவளை ஆலயத்தின் உடுப்பு வைக்கும் அறைக்கு இட்டுச்சென்று, அங்கு மறைவாக அவளது உடலுறுப்புக்களைச் சோதனை செய்தாள். அந்தப் பெண்ணை அவளுக்குப் பிடித்து விட்டது. ஆனால் அந்த நேரத்தில் ஒரு வார்த்தையும் சொல்லவில்லை. நடால்யா திரும்பிப் போய்விட்டாள். லோபுஹின்களது கண்கள் உள்ளக் கிளர்ச்சியால் ஒளிவீசின.

இந்தக் கவலைக்கும் துயருக்கும் இடையே ஒரே ஒரு மகிழ்ச்சியான சம்பவம் நிகழ்ந்தது. வாஸிலி கோலிட்ஸின்னுடைய ஒன்றுவிட்ட சகோதரனான போரிஸ் கோலிட்ஸின், கிரீமிய ராணுவமிருந்த பொல்டாவாவிலிருந்து திரும்பிவந்தான். ஸோபியாவின் பிறந்த நாளன்று, மிகுதியாகக் குடித்துவிட்டு, ஆலய வழிபாட்டுக்குச் சென்று ஸோபியாவின் கண்ணெதிரில் நின்றான். அதன்பின் போஜன மேஜையில், வாஸிலியைக் கேலி செய்து பேசினான்: ''ஐரோப் பாவின் கண்ணெதிரே நாம் அவமானம் அடைந்து விட்டோம். இதற்கு வாஸிலியே காரணம். சேனைக்குத் தலைமை வகிக்கத் தகுந்தவன் வாஸிலி அல்ல. தோப்பில் உட்கார்ந்து, தன் இன்பமான சிந்தனைகளை ஏட்டில் வடிப்பதற்குத்தான் அவன் லாயக்கு.'' அவன் பாயர்களையும் கண்டித்துப் பேசினான். அவர்களது மானத்தை வாங்கினான்: ''நீங்கள் வயிற்றில்தான் சிந்தனை செய்கிறீர்கள். உங்களது கண்கள் கொழுப்புச் சதையில் புதைந்துவிட்டன. அதிகச் சோம்பல் இல்லாதவன் எவனும் முஷ்டி பலத்தாலேயே ருஷியாவைப் பிடித்துக்கொள்ள முடியும்.'' அந்த நாளிலிருந்து அவன் பீட்டர் மாளிகைக்கு அடிக்கடி வரத்தொடங்கினான்.

அவன் பிரஸ்பரிக் கட்டிடத்தையும் பயிற்சி செய்த அரண்மனைப் படைகளையும் பார்வையிட்டபொழுது, மற்ற பாயர்களைப்போல எள்ளி நகையாடவில்லை; மிகுந்த அக்கறை காட்டிப் புகழ்ந்து பேசினான். கப்பல் அமைப்பு ஒர்க்ஷாப்பைப் பார்வையிட்ட பொழுது அவன் பீட்டரிடம் சொன்னான்:

''ரோமானியர்கள் கடற்கொள்ளை நடத்திய கப்பல்களை ஆக்டியத்தில் பிடித்தபொழுது, அவற்றைக்கொண்டு என்ன செய்வதென்று அவர்களுக்குத் தெரியவில்லை. எனவே, வெண்கலத்தால் செய்த அவற்றின் முன்புறங்களைப் பெயர்த்தெடுத்து ஸ்தூபிகளிலும் தூண் களிலும் ஆணி அடித்துப் பொருத்தினார்கள். ஆனால் அவர்களே கப்பல் அமைப்புக் கலையில் தேர்ச்சி பெற்றவுடன் ஏழு கடல்களையும் வென்று குவலயம் முழுவதையும் ஒரு குடை நிழலில் ஆண்டார்கள்.''

போரிஸ், பிராண்டுடன் நீண்ட நேரம் சம்பாஷணை நடத்தி, அவனது ஞானத்தைச் சோதித்தான். மாஸ்கோவிலிருந்து எண்பது மைல் தூரத்திலுள்ள பெரியஸ்லாவ் ஏரியில் கப்பல் அமைக்கும் துறை கட்டலாமென்று யோசனை கூறினான். அவன் ஏராளமான லத்தீன் புத்தகங் களையும், திட்டங்களையும் உருவ வரைபடம் பதித்த செப்புத்தகடுகளையும், ஒர்க்ஷாப்புக்கு அனுப்பினான். டச்சு நாட்டின் நகரங்கள், கப்பல் அமைப்புத்துறைகள், கப்பல்கள் ஆகியவற்றின் ஓவியங்களையும், கடற்போராட்டங்களைச் சித்தரிக்கும் படங்களையும் அனுப்பினான். லத்தீன் நூல்களை மொழி பெயர்ப்பதற்காகப் புலமை சான்ற ஆப்ரஹாம் என்ற கறுப்புக்குள்ளனையும் அவனது இரு கூட்டாளிகளையும் அனுப்பினான். அந்தக் கூட்டாளிகளில் ஒருவன் இரண்டு அடி

உயரம் உள்ள தோமாஸா; இன்னொருவன் இரண்டேகால் அடி உயரமுடைய ஸீகா. மூவருமே வினோதமான கோட்டுகளையும் மயில் இறகு சூடிய தலைப்பாகைகளையும் அணிந்திருந்தனர்.

போரிஸ் செல்வந்தன்; செல்வாக்கு உடையவன்; அஃகி அகன்ற அறிவுக்கும் உரியவன்; கல்வியறிவில் அவன் வாஸிலிகோலிட்ஸினுக்குச் சளைத்தவன் அல்ல. ஆனால் அவன் குடிப் பழக்கத்துக்கு அடிமையாகியிருந்தான்; இன்பமான பொழுது போக்குகளையும் உல்லாசமான தோழர்களையுமே பெரிதும் விரும்பினான். முதலில், நடால்யா அவளைக்கண்டு அஞ்சினாள்; ஸோபியாதான் அவனை அனுப்பியிருப்பாள் என்று எண்ணினாள். 'அப்படி இல்லாவிட்டால், இவ்வளவு பெரிய பிரபு அதிகாரத்திலுள்ளவர்களை விடுத்துப் பலவீனர்கள் பக்கம் ஏன் சேர வேண்டும் என்று அவள் தன்னைத்தானே கேட்டுக்கொண்டாள். ஆனால் நாள்தோறும் போரிஸ் ஸின் நான்கு குதிரை பூட்டிய விசாலமான வண்டி, அச்சுறுத்தும் நீக்ரோக்களைப் பின்புறத்தில் நிறுத்திக்கொண்டு, பீட்டரின் மாளிகையின் முன்றிலுக்குள் வந்தது. போரிஸ், முதலில் மகாராணியின் கரத்தை முத்தமிடுவான். அவனது முகத்தில் களை இருந்தது. நாசி எடுப்பாக இருந்தது. அவனது உயர்த்திவிட்ட மீசையிலிருந்தும் இருகூறாய்ப் பிரிந்திருந்த குட்டித்தாடி யிலிருந்தும் கஸ்தூரி மணம் வீசியது. அவனது புன்னகை தவழும் வெண்மையான பற்களைக் கண்டு யாரும் மகிழாமல் இருக்க முடியாது.

''மகாராணியாரே, எப்படி உறங்கினீர்கள்? மீண்டும் ஒற்றைக்கொம்பு விலங்கைப்பற்றிக் கனவு கண்டீர்களா? உங்களைப் பார்ப்பதற்குத் திரும்பவும் வந்துவிட்டேன். ஆனால் என்னைக் கண்டால் உங்களுக்குச் சலிப்புத் தட்டுகிறது. மன்னிக்க வேண்டும்'' என்று போரிஸ் பேசினான்.

''அப்படிப் பேசாதீர்கள். உங்களைக் காண்பதில் எங்களுக்கு எப்பொழுதுமே மகிழ்ச்சிதான். மாஸ்கோவில் சேதி என்ன?''

''மகாராணியாரே, கிரெம்லின் சோபை இழந்து நிற்கிறது. கலகலப்பே இல்லை. அரண்மனை முழுவதும் சிலந்திக்கூடுகள் நிறைய இருக்கின்றன.''

''என்ன பேச்சு இது! அபத்தமாகப் பேசாதீர்கள்!'' என்றாள் நடால்யா.

போரிஸ் மேலும் கூறினான்: ''அறைகளில் எல்லாம், பாயர்கள் பெஞ்சிமீது படுத்து உறங்குகின்றனர். ஓரிடத்திலாவது ஒளியோ உயிர்த் தளிர்ப்போ இல்லை. நிலைமை மோசமாக விருக்கிறது. எவரும் மரியாதை கொடுப்பதில்லை. மூன்று நாட்களாக ரீஜன்ட் ஸோபியா தரிசனம் தரவில்லை. அவள் தன் அறைகளிலேயே அடைந்துகிடக்கிறாள். ஜார் ஐவானது கரத்தில் முத்த மிடுவதற்காக அவரைப் பார்க்க முயன்றேன். அவர் ஏக்கமே வடிவாகி, நரித்தோல் கோட்டையும் கம்பளி பூட்ஸையும் அணிந்து கணப்புப் பெஞ்சியில் படுத்துக் கிடந்தார். 'போரிஸ், இங்கு ஏன் இவ்வளவு மந்தமாய் இருக்கிறது? புகைபோக்கிகளில் காற்று பயங்கரமாக ஊளையிடுகிறதே, அது என்ன தீமையைக் குறிக்கிறது?' என்று அவர் என்னைக் கேட்டார்.''

போரிஸ் வேடிக்கையாகப் பேசுகிறான் என்பதை நடால்யா ஊகித்தாள். அவனை நோக்கிச் சிரித்தாள்.

''மகாராணி, உங்களுடன் இங்கு இருக்கும்பொழுதுதான், ஊக்கமும் உற்சாகமும் உண் டாகின்றன. நீங்கள் ஒரு அருமை மகனைப் பெற்றெடுத்திருக்கிறீர்கள். அவகாசம் கிடைத்தால், அவர் பிறரை விடக் கெட்டிக்காரராக விளங்குவார். ரொம்பவும் உஷாராயிருக்கிறார்.''

போரிஸ் சென்றபின், நீண்டநேரம் நடால்யாவின் கண்களில் ஒளிவீசும். அவள் தனது சிறிய

படுக்கையறையில் குறுக்கும் நெடுக்கும் நடந்தவாறு சிந்தனை செய்வாள். இந்த ஏழ்மை நிலையிலும், விரைந்தோடும் கருமேகங்களினூடே நீலவானம் தென்படுகிறது; விண்ணையும் மண்ணையும் ஜோதிமயமாக்கும் கதிரவன் காட்சி தருவான் என்பதற்கு இது உறுதியாக உள்ளது. ஆம், இத்தகைய கழுகுகள் ஸோபியாவை விட்டு வரவேண்டுமானால், அவளது அதிகாரத்துக்கு ஆட்டம் கண்டுவிட்டதென்பது வெள்ளிடைமலை.

பீட்டர் போரிஸை விரும்பினான். போரிஸ் வந்தவுடன் அவனது இதழ்களில் முத்த மிடுவான்; பல விஷயங்களைப் பற்றி யோசனை கேட்பான்; பணம் வேண்டும் என்பான். பீட்டர் கேட்டதையெல்லாம் அவன் தட்டாமல் கொடுத்தான். அவன் பீட்டரோடும் அவனது தளபதிகள், தொழிலாளர்கள், ஏவலாட்கள், குள்ளர்கள் ஆகியோருடனும் இன்பப்பயணம் செல்வான்; அப்பொழுது பல வினோதமான களியாட்டங்களை ஏற்பாடு செய்வான். அவன் மதுவை மிகுதியாக அருந்திச் சூடேறப் பெற்றுத் தள்ளிக் குதிப்பான். ஒரு புருவத்தைத் தாழ்த்தி இன்னொன்றை உயர்த்தியவாறு, பற்கள் ஒளி உமிழ, நாசி சிவக்க, வர்ஜில்* எழுதிய லத்தீன் கவிதையிலிருந்து பாடத் தொடங்குவான்:

''கலயத்தில் மது ஊற்றி, இதயத்தை இன்புறுத்தி இன்சுவை உண்டியை உயிருக்கு அளித்து வாழ வைக்கும் தேவர்களைப் போற்றுவோம்; கரவாது உவந்து ஈயும் அத்தெய்வங்களைக் கொண்டாடுவோம்....''

அப்பொழுது, பீட்டர் பரவசமடைந்து போரிஸை நோக்கினான். வெளியே ஆயிரமாயிரம் மைல்கள் பரந்துகிடக்கும் சம நிலங்களிலும் சதுப்பு நிலங்களிலும் காடுகளிலும் காற்று, வீசியடித்தது. ஏழையின் குடிசைமீது கிடந்த வைக்கோலைக் கலைத்தும், குடி வெறியில் தள்ளாடிய விவசாயியைப் பனிப்போக்கில் தள்ளியும், இடிந்த மணிக்கூண்டில் பனி மூடிக்கிடந்த மணியைத் தாக்கிக் கணீரென்று ஒலித்தும் காற்று அட்டகாசம் செய்தது. ஆனால் இங்கோ, கலைந்து கிடந்த பொய் மயிர்கள், சிவந்த முகங்கள், நீண்ட குழாய்களிலிருந்து வெளிவரும் புகை, எரியும் மெழுகுவத்தி, படபடவென்று வெடிக்கும் ஒலி; இரைச்சல்; இன்பம்.

''குடிவெறியர் குழு நிரந்தரமான அமைப்பாக இருக்கவேண்டும்!'' என்று பீட்டர் கூறினான். உத்திரவு ஒன்றை எழுதும்படி ஸோடோவுக்குக் கட்டளையிட்டான். ''இன்றுமுதல், ஞாயிற்றுக் கிழமைதோறும், குடி வெறியர்கள் கிரேக்கத் தெய்வங்களைச் சேர்ந்து கௌரவிப்பதற்காக ஒன்று கூட வேண்டும்'' என்று உத்திரவு பிறந்தது. தன் வீட்டிலேயே கூடலாமென்று லிபோர்ட் யோசனை கூறினான். இவ்வாறாக ஞாயிறுதோறும் லிபோர்ட் வீட்டில் கூடிக் குடித்துக் கூத் தடிப்பது வழக்கமாயிற்று. அண்டாக் குடியனான ஸோடோவ் தலைமைக் குருவானான். அவனது கழுத்தில் சங்கிலியில் கட்டிய குவளை ஒன்று தொங்கவிடப்பட்டது. எதற்கும் துணிந்த அலெக் ஸாண்டரை நிர்வாணமாக்கிப் பீர்ப் பீப்பாய் மீது கால்விரித்து அமரச் செய்வார்கள். அவன் பாடிய கொச்சையான பாடல்களைக் கேட்டவர்கள் சிரித்த சிரிப்பில், அவர்களது குடல் பிய்ந்துவிடும் போலிருந்தது.

இந்தக் களியாட்டங்களைப்பற்றிய செய்திகள் மாஸ்கோவை எட்டின. பாயர்கள் திகில் கொண்டனர். ''இந்தப் பாழாய்ப்போன அன்னியர்கள் ஜாரைக் குடிகாரனாக்கி விட்டார்கள். அவர்கள் இறைவனைப் பழித்துப் பேசும் பாவிகள். அவர்களைப் பேய் பிடித்து ஆட்டி வைக் கிறது'' என்று அந்தப் பாயர்கள் முணுமுணுத்தனர். நன்மதிப்புக்குரிய கிழவனான மகாப்பிரபு ராஸ்டோவ்ஸ்கி, பீட்டரின் அரண்மனைக்கு வந்தான். பீட்டருக்கு வணங்கிவிட்டு, அவனுடன்

* வர்ஜில்: பண்டைக்காலத்து லத்தீன் மொழிக்கவிஞர்களில் ஒருவர்: உலகப் பெருங்காப்பியங்களில் ஒன்றான 'ஈனீத்' என்பதை இயற்றியவர். மொ-ர்.

ஒருமணிநேரம் உரையாடினான். பைஸாண்டியத்தின் பக்தி மார்க்கத்தையும் நயத்தக்க நாகரிகத்தையும் பின்பற்றுவது அவசியமென்றும் அவையே ருஷியாவின் அஸ்திவாரங் களென்றும் அவன் வீறுகொண்ட ஸ்லாவோனிக் மொழியில் எடுத்துரைத்தான். பீட்டர் வாய் திறவாது அவ்வுரைக்குச் செவி கொடுத்தான். அப்பொழுது அவன் போஜன அறையில் அலெக்ஸாண்டருடன் சதுரங்கம் ஆடிக்கொண்டிருந்தான். பகலவன் மறைந்துகொண்டிருந்தான். பீட்டர் சதுரங்கப் பலகையைத் தள்ளிவிட்டு விரலைக்கடித்துக் கொண்டு குறுக்கும் நெடுக்கும் நடந்தான். ராஸ்டோவ்ஸ்கி, தன் பளுமிகுந்த கோட்டின் முன் கைப்பகுதியைத் தூக்கிப்பிடித்துப் பேசிக்கொண்டே போனான். நீண்டதாடியும் உலர்ந்த உடலுமாகக் காட்சியளித்த அவனைப் பார்க்கச் சகிக்கவில்லை; அவன் பேச்சைக் கேட்கமுடியவில்லை. அவன் ஒரு மனிதனே அல்ல; சலிப்பூட்டும் மானிடச் சக்கை; தொணதொணவென்று பல் வலிக்கப் பேசிப் பிராணனை வாங்கும் நச்சுவாயன்! பீட்டர் தலை குனிந்து அலெக்ஸாண்டர் செவியில் ஏதோசொன்னான். அவன் பூனையைப் போலக் கத்திவிட்டுச் சிரித்துக்கொண்டே வெளியேறினான். விரைவில், ஒரு சறுக்கு வண்டி கதவண்டை வந்து சேர்ந்தது. அதில் ஏறி அமரும்படி பீட்டர் கிழவனுக்கு உத்திர விட்டான். அவனை லிபோர்ட்டின் இல்லத்துக்கு இட்டுச்சென்றான்.

அங்கு மேஜைக்குப் பின்னால், உயரமான நாற்காலியில் நிகிடாஸோடோவ் அமர்ந் திருந்தான்; தலையில் காகிதத்தில் செய்த மகுடம்; ஒரு கையில் புகைக்குழாய்; இன்னொன்றில் வாத்து முட்டை. அவனுக்குப் பீட்டர் புன்னகை செய்யாது வணங்கினான்; ஆசிகூற வேண்டு மென்று வேண்டினான். தலைமைக் குருவும் அவனுக்குக் குழாயும் முட்டையும் அளித்து நற்பேறு வழங்கினான். அதன்பின் அங்கு கூடியிருந்த இருபது பேரும் மூக்கால் ஒலிக்கும் பண்ணில் பாசுரங்களைப் பாடினர். ஜாருக்கு முன்னால் மட்டு மதிப்பில்லாமல் முரட்டுத்தனமாக நடப்பதற்கு அஞ்சிய கிழவன், ஊறிய எச்சிலை இரகசியமாகத் துப்பிவிட்டுக் கோட்டுக்கடியில் சிலுவைக் குறியிட்டுக்கொண்டான். ஆனால் குவளையும் கையுமாக ஓர் அம்மண மனிதன் தோன்றிப் பீப்பாய்மீது ஏறி அமர்வதைக் கண்டதும் கிழவன் முகம் வெளுத்துவிட்டது. அத்துடன் சகல ருஷியாக்களுக்கும் ஜாராகத் திகழும் பீட்டர், அந்த நிர்வாண மனிதனைக் காட்டி, ''இதுதான் நமது பாக்கஸ் தெய்வம். இவருக்கு அடிபணிந்து வழிபடுவோம்'' என்று உரத்த குரலில் முழங்கியவுடன், கிழவன் ஆடி விழுந்தான். மயக்கமடித்துக் கிடந்த கிழவனைச் சறுக்கு வண்டிக்குத் தூக்கிப்போக வேண்டியதாயிற்று.

அன்று முதல் பீட்டர், பாக்கஸ் தெய்வத்தின் தலைமைக் குருவான ஸோடோவைத் 'தன்னேரில்லாக் குடிவெறிக்குரிய திருத்தந்தை' என்று விளித்தான். லிபோர்ட் வீட்டுக் கூட்டத்தை 'ஒப்புயர்வு இல்லாத குடிவெறியர் கூட்டம்' என்றும் 'உன்மத்தர் கூட்டம்' என்றும் குறிப்பிட்டான்.

இந்தச் செய்தி ஸோபியாவுக்கு எட்டியது. சினம்கொண்ட ரீஜன்ட், உச்ச வட்டத்துக்குரிய பாயர்களில் ஒருவனான பிடோர் சோமோடானோவ்ஸ்கியைப் பீட்டரிடம் அனுப்பினாள். அவன் கவலையுடன் திரும்பிவந்து ரீஜன்டிடம் கூறினான்:

''பொருளில்லாத பேச்சும் கூத்தும் வேடிக்கையும் நிறைய நடைபெறுகின்றன என்றாலும், பொறுப்பான வேலையும் சுறுசுறுப்பாக நடக்கிறது. அவர்கள் பிரியோபிராஷென்ஸ்கியில் உறங்கவில்லை!''

ஸோபியாவின் இதயத்தை வெறுப்பும் அச்சமும் வதைத்தன. திரும்பிப் பார்ப்பதற்குள்ளாக அந்த ஓநாய்க்குட்டி வளர்ந்துவிட்டதாக அவளுக்குத் தோன்றியது.

6

கோலிட்ஸின் எதிர்பாராதவிதமாகப் பொல்டாவாவிலிருந்து வந்து சேர்ந்தான். அப்பொழுதுதான் சூரியன் உதயமாகிக்கொண்டிருந்தான் என்றாலும், அரண்மனையின் நடைபாதைகளிலும் முன் கூடங்களிலும் ஜன நெருக்கம் அதிகமாகி 'ஜே, ஜே' என்று கலகலப்பாக இருந்தது. இரவெல்லாம் ஸோபியா உறங்கவில்லை. அவள் தங்கத்தால் சித்திர வேலை செய்யப் பெற்ற கவுனை அணிந்திருந்தாள். முத்துக்களால் அமைந்த வலையுடன் கூடிய அது, நாற்பது பவுண்ட் எடை உள்ளதாகும். அத்துடன், வயிரங்களும் செம்மணிகளும் மரகதங்களும் அட்டிகைகளும் பொற்சங்கிலியும் அணிசெய்த மேலாடையும் சேர்ந்து அவளது தோள்களை அழுத்தின. இதழ்கள் நடுங்குவதைத் தடுப்பதற்காக அவற்றைக் கெட்டியாக அமுக்கிக்கொண்டு, சாளரத்தின் அருகில் அமர்ந்திருந்தாள். அவளது ஏவலாட்களில் ஒருத்தியான விர்கா பனி பெய்திருந்த ஜன்னல் கதவில் மூச்சு விட்டுப் பேசினாள்:

''அம்மா, அவர் வருகிறார்!''

அவள் இளவரசியின் முழங்கை மூட்டைப் பிடித்துக்கொண்டாள். ஸோபியா வெளியே நோக்கினாள்; அதோ நிகோல்ஸ்கி நுழைவாயிலிலிருந்து, இரவில் பனி பெய்த பாதையில் ஆறு சாம்பல் நிறக் குதிரைகள் வருகின்றன; அந்தப் புள்ளிக் குதிரைகளது தலையில் செண்டுகள் காணப்படுகின்றன. வெல்வெட் சேணத்தின் வெள்ளிக்குஞ்சங்கள் தரையைத் தொடுகின்றன. குதிரைகளுக்கு முன்னால், வெள்ளைக்கோட்டு அணிந்த தூதர்கள் ''வழிவிடு! வழிவிடு!'' என்று கத்துகின்றார்கள். பின்னல் வேலைகளால் பொலிவுபெற்ற தாழ்வான சறுக்கு வண்டியின் இருபுறங்களிலும் எஃகில் செய்த மார்புக்கவசமும் குட்டையான மேலாடையும் அணிந்த அதிகாரிகள் குதிரை மீது வருகின்றனர். சிவப்பு முக மண்டபத்துக்கு முன்னால், ஊர்வலம் நின்றது. வாஸிலி வண்டியிலிருந்து இறங்குவதற்கு உதவும் பொருட்டுப் பிரபுக்கள் ஒருவரை யொருவர் தள்ளிக்கொண்டு விரைந்தனர்.

ஸோபியாவுக்கு மயக்கம் வரும்போலிருந்தது. விர்கா மீண்டும் அவளைப் பிடித்துக் கொண்டாள். ''பாவம்! வழிமேல் விழிவைத்துக் காத்திருந்தும் கடைசியில் பார்க்க முடியாது போய்விட்டதே!'' என்று விர்கா வருந்தினாள். ஸோபியா கரகரத்த குரலில் முணுமுணுத்தாள்:

''விர்கா, மானோமாக் கிரீடத்தை எடுத்துக்கொடு.''

அவையில், அரசுக்கட்டிலில் ஏறி அமரும்வரை அவள் கோலிட்ஸினைப் பார்க்கவில்லை. கொத்து விளக்குகளில் மெழுகுவத்திகள் எரிந்தன. பாயர்கள் பெஞ்சிகளில் அமர்ந்திருந்தனர். கோலிட்ஸின் நின்றுகொண்டிருந்தான். அவனது ஆடை அலங்காரம் சிறப்பாக இருந்தது. என்றாலும் அந்து அரித்த உடைபோல் அவனது உருவப்பொலிவு ஊனமடைந்திருந்தது. மீசை தாடியைக் கத்தரிக்காது விட்டிருந்தான். கண்கள் புதைந்து கிடந்தன. முகத்தில் இலேசாக மஞ்சள் நிறம் பாய்ந்திருந்தது. தலையில், நெருக்கமில்லாத மயிர் படுக்கையாகக் கிடந்தது.

ஸோபியா தன் துயரத்தைக் கஷ்டப்பட்டு அடக்கிக்கொண்டாள். சூடேறிய தடித்த கரத்தை இருக்கையின் சட்டத்திலிருந்து சிரமப்பட்டு எடுத்து நீட்டினாள். மண்டியிட்ட வாஸிலி ரீஜன்டின் கரத்தில் பட்டதும் படாததுமாய் முத்தமிட்டான். அவள் ஏமாற்றமடைந்தாள். அதை உற்பாதமொன்றின் துர்க்குறியாகவே கருதி நடுநடுங்கினாள்.

''உங்களைக் காணப்பெரிதும் மகிழ்கிறோம். உங்களது உடல் நலனை அறிய ஆவலா யிருக்கிறோம்'' என்று கூறிய ஸோபியா, தன் தொண்டையை இலேசாகக் கனைத்துக்கொண்டு தொடர்ந்தாள்:

''உங்களிடம் நாம் ஒப்படைத்த விவகாரங்களில், ஆண்டவனது கருணை கிட்டியதா?''

தந்தத்தை இழைத்துச் செய்த தந்தையின் அரியணையில் தடித்துக்கொழுத்த ஸோபியா வீற்றிருந்தாள். அவளது மேனியெல்லாம் பொன்னால் செய்த அணிகள் பிரகாசித்தன. கன்னங்களில் செவ்வண்ணப் பசை பூசியிருந்தாள். அரசவையின் ஆசார விதிகளுக்கு ஏற்ப, நான்கு காவலர்கள் அவளுக்குப் பின்னால் நின்றனர். வெள்ளைக் கலை உடுத்திய அந்த அழகு இளைஞர்கள், தலையில் மயிர்ப்பட்டுக் குல்லாய் தரித்திருந்தனர். கையில் சிறிய வெள்ளிக் கோடரி வைத்திருந்தனர். அந்த மேடையின் இருமருங்கிலும், விண்ணுலகத்துப் புனிதர்களைப் போலப் பாயர்கள் அமர்ந்திருந்தனர். மேடையும் அதன் மூன்று படிகளும் இரத்தச் சிவப்பான சமுக்காளத்தால் விரிக்கப்பட்டிருந்தது. பைஸாண்டியத்துச் சக்கரவர்த்திகளது புராதனமான ஆசாரமுறைப்படி அனைத்தும் நடந்தேறின. மண்டியிட்டுக் கைநீட்டி முகம் குனிந்தவாறு, கோலிட்ஸின் ஸோபியாவின் பேச்சைக் கேட்டான்.

ஸோபியா தன் பேச்சை முடித்தாள். கோலிட்ஸின் எழுந்து நின்று, அவள் கருணை கூர்ந்து சொன்ன வார்த்தைகளுக்கு நன்றி கூறினான். இரண்டு ஏவலர் ஒரு மடக்குநாற்காலியைக் கொண்டு வந்து அவன் அமர்வதற்காக வைத்தனர். அவன் வருகை தந்ததற்குக் காரணத்தைத் தெரிவிக்கும் நேரம் வந்துவிட்டது. இது முக்கியமான விவகாரம். அவன் கவலையோடும் அவ நம்பிக்கையோடும் சுற்றுமுற்றும் பார்த்தான். அந்த வழிபாட்டு உருவத்தைப்போல் மெலிந்த முகங்களும், வேலையில்லாச் சுக வாழ்வில் வீங்கிச் சிவந்த கொடிய முகங்களும் அவனுக்குப் பழகியவையே. நெற்றியில் விழுந்த சுருக்கங்கள் அவர்களது மனத்தில் குமுறிய எண்ணங்களை வெளியிட்டன. இந்தக் கோலிட்ஸின் தமது பணப்பையைப் பறிப்பதற்காக என்ன பேசுவானோ என்பதே அவர்களது கவலை, கோலிட்ஸின் சுற்றி வளைத்துப் பேச்சைத் தொடங்கினான்:
''பேரரசர்களும் ஜார்களும் மகாக்கோமக்களுமான உங்களுக்கு ஊழியம் செய்யும் அடிமை நான். பேரரசர்களே, உங்களை நான் வேண்டிக்கொள்வது என்னவெனில், பேரரசர்களாகிய நீங்கள் உங்களது அடிமையான வாஸிலியிடமும் என் கூட்டாளிகளிடமும் முன்போலவே கருணை காட்டித் திருத்தூய்மைக்குரிய புனிதமான அன்னையின் உருவத்தை, கருணை மிகுந்த அரசியும் மாறாத கன்னியுமான மேரித்தாயின் வடிவத்தை, டான்மடத்திலிருந்து உங்களது தோல்வி அறியாத வெற்றிவீரர் படைகளுக்கு அனுப்பவேண்டும் என்பதாகும். அதன்மூலம் ஆண்டவனது அன்னையான திருத்தூய்மைக்குரிய மேரித்தாயே உங்களது சேனைகளுக்குத் தலைமை தாங்கவும், அவர்களுக்கு விபத்து நேரிடாமல் பாதுகாக்கவும், அவர்கள் மகிமை மிகுந்த வெற்றிகளை ஈட்டி, அதிசயிக்கத்தக்க ஏற்றத்தை அடையவும் வாய்ப்பு அளிக்க அருள்புரிய வேண்டுகிறேன்...''

அவன் நீட்டி முழக்கிப் பேசினான். அறையின் வெப்பத்தாலும் பாயர்களது வேர்வையாலும் உண்டான படலம், ஒழுகிக்கொண்டிருந்த மெழுகுவத்திகளைச் சுற்றி ஒளிவட்டங்களை அமைத்தது. டான் மடத்து மேரி வடிவத்தைப் பற்றி அவன் பேசி முடித்தவுடன், பாயர்கள், சம்பிரதாயத்தை அனுசரித்துச் சில வினாடிகள் கூடிப்பேசினார்கள். மேரித்தாயின் உருவத்தை அனுப்ப வேண்டுமென்று முடிவு செய்து பெருமூச்சு விட்டனர். அதன்பின் கோலிட்ஸின் மிக முக்கியமான விஷயத்தைப் பற்றிப் பேசத் தொடங்கினான். மூன்று மாதமாகச் சேனை வீரர் களுக்குச் சம்பளம் கொடுக்கவில்லை. கர்னல் பாட்ரிக் கார்டனைப் போன்ற அன்னிய அதிகாரிகள் தாம் அவமதிக்கப்படுவதாகக் கருதுகின்றனர். அவர்கள் செப்பு நாணயத்தை மறுத்துவிட்டனர்,

வெள்ளி நாணயத்தில்தான் சம்பளம் தர வேண்டுமென்கின்றனர். சிப்பாய்களது ஆடையெல்லாம் கிழிந்துவிட்டன. தோல் பூட்ஸுகளே கிடையாது. சேனையிலுள்ளவர் அனைவரும் மரப் பட்டைப் பாதரட்சையே அணிந்துள்ளனர். அதுவும் போதுமான அளவில் கிடைப்பதில்லை. இந்த நிலையில், இவர்கள் பிப்ரவரி மாதத்தில் களம் புக வேண்டும். எனவே இன்னொரு இழிவான விபத்து ஏற்படுவதைத் தவிர்க்க வேண்டுமென்று அவன் சொன்னான்.

''எவ்வளவு பணம் வேண்டுமென்று கேட்கிறீர்கள்?'' என ஸோபியா வினாவினாள்.

''வெள்ளியிலும் தங்கத்திலும் ஐந்து லட்சம் ரூபிள் தேவை.''

பாயர்கள் மூச்சுத் திணறினார்கள், கைப்பிடி நெகிழ்ந்து, பிரம்புகளும் கைத்தடிகளும் கீழே விழுந்தன. அவர்கள் இரைந்து பேசி ஆரவாரம் செய்தனர்; கிலிகொண்டவர் போல் கதறினர்; வயிற்றிலும் விலாவிலும் அடித்துக்கொண்டனர். கோலிட்ஸின் ஸோபியாவைப் பார்த்தான். அவள் எரித்து விடுபவள்போல் அவனை நோக்கினாள். அவன் மேலும் தைரியமாகத் தொடர்ந்து பேசினான்:

''வார்ஸாவிலிருந்து இரண்டு கத்தோலிக்கப் பாதிரிகள் என் முகாமுக்கு வந்தனர், அவர்கள் நம்பகமானவர்களென்பதை அறிவித்துப் பிரெஞ்சு மன்னன் எழுதிய கடிதத்தைக் காட்டினார்கள். முக்கியமான பேரங்களை முடிக்க, அவர்கள் சித்தமாயிருக்கிறார்கள்'' என்று கூறிவிட்டுச் சிறிது எழுந்து ஸோபியாவை வணங்கிவிட்டு மேலும் பேசினான்: ''அமைதி நிறைந்த பேரரசர்களே, அவர்களால் உங்களுக்குக் கணிசமான அனுகூலம் உண்டாகும். கடல்களில் கொள்ளைக்காரர்கள் அதிகரித்துவிட்டதால், பிரெஞ்சுக் கப்பல்கள் பத்திரமாகச் சென்றுவர முடியவில்லையாம். அதனால் அவர்களது விற்பனைச் சரக்குகள் வீணாகின்றனவாம். ஆனால் ருஷிய நிலத்தின் வழியே கீழ்நாடுகளுக்கு - பாரசீகத்துக்கும் இந்தியாவுக்கும் சீனாவுக்கும் - எளிதில் செல்லலாம். இது நேரான பாதை. சரக்குகளை அனுப்பும் சாதனம் நம்மிடம் இல்லாததாலும், மாஸ்கோ வியாபாரிகளிடம் பணம் இல்லாததாலும், பிரெஞ்சு வாணிகர்கள் செல்வந்தர்களாயிருப்பதாலும் அவர்கள் நம்நாடு வழியே வியாபாரப் போக்குவரத்து வைத்துக்கொள்ள அனுமதி வேண்டுகிறார்கள். பயனில்லாது எல்லைகளை அடைத்து வைப்பதற்குப் பதிலாகச் சைபீரியா வழியாகவும் இதர பிரதேசங்கள் வழியாகவும் பிரெஞ்சு வியாபாரிகள் இஷ்டப்படி பிரயாணம் செய்வதற்கு உரிமை கேட்கிறார்கள். சதுப்பு நிலங்களில் சாலைகளை அமைத்து மைல் கற்களையும் தங்குமிடங்களையும் நிறுவுவதாகக் கூறுகிறார்கள். சைபீரியாவில் மென்மயிருடன் கூடிய மெல்லிய தோலை வாங்குவார்கள். அதன் கிரயத்தைத் தங்கமாகக் கொடுப்பார்கள். தாதுப் பொருட்கள் கிடைத்தால் அந்தக் கனிகளைப் பயன்படுத்துவதற்கு வேலை தொடங்குவார்கள்.''

ராஸ்டோவ்ஸ்கிக்குக் கோபத்தை அடக்க முடியவில்லை; இடைமறித்துப் பேசினான்:

''முன்பே இங்கு உள்ள அன்னிய நாட்டினரை - சமயத் துரோகிகளை - எப்படி ஒழிப்பதென்று தெரியாது திண்டாடுகிறோம். நீங்கள் புதிய அன்னியர்களை நம்மீது திணிக்கப் பார்க்கிறீர்கள். இதை அனுமதித்தால், வைதீகச் சமயத்துக்கு முடிவு ஏற்பட்டுவிடும்.''

''காலஞ்சென்ற ஜார் ஆண்டபொழுதுதான், ஒரு வழியாக ஆங்கிலேயர்களைத் துரத்தினோம். இப்பொழுது பிரெஞ்சுக்காரர்களுக்குப் பணிவதா? முடியாது, ஒரு பொழுதும் நடக்கக் கூடாத காரியம்'' என்று பாயர் கவுன்ஸில் உறுப்பினனான பாபோரிகின் கத்தினான்.

ஸினோவியீவ் என்பவன் சினந்து சீறினான்:

''நாம் உறுதியாயிருக்க வேண்டும். நீண்டகாலமாக அன்னியர்கள் காட்டி வரும் அகந்தைக்கு ஒரு வழியாக முடிவு கட்டவேண்டுமேயல்லாது, அவர்களிடம் தொழிலையும் வியாபாரத்தையும் ஒப்படைக்க முடியாது. அவர்களை அடிபணியச் செய்ய வேண்டும். நாம் மூன்றாவது ரோமாபுரியை★ ச்சேர்ந்தவர்கள்.''

''உண்மை, உண்மை!'' என்று பாயர்கள் அனைவரும் ஆமோதித்துக் குரல் கொடுத்தனர்.

கோலிட்ஸின் அவர்களை நோக்கினான். அவனது விழிகள் வெஞ்சினத்தால் பளிச்சென்று மின்னின. நாசி துடித்தது.

''ராஜ்யத்தின் க்ஷேமநலனில் நான் உங்களைவிடக் குறைவான அக்கறை கொண்டவன் அல்ல'' என்று தன் குரலை உயர்த்திக் கூறினான்: ''நமது தூதர்களைப் பிரெஞ்சு மந்திரிகள் அவமதித்தார்களென்று கேட்டு, நான் மார்பிலடித்துக் கொண்டேன்'' என்று கூறி, மோதிரங்களணிந்த விரல்களால் மார்புக் கவசத்தை அடித்துக்கொண்டு தொடர்ந்து பேசினான்:

''அவர்கள் வெறுங்கையோடு போய்ப் பணம் கேட்டார்கள். அதனால்தான் இழிவுக்குள்ளானார்கள். பிரெஞ்சு அரசனுக்கு ஏதாவது சலுகை காட்டுவதாகக் கூறியிருந்தால், ரொம்ப நாட்களுக்கு முன்பே முப்பது லட்சம் லீவர்கள் நமது கஜானாவை அடைந்திருக்கும். அவர்களது யோசனைகளைப் பேரரசர்கள் ஒப்புக்கொண்டு, பாயர்களது அவையும் ஆமோதித்தால், வசந்தகாலத் துவக்கத்துக்கு முன்னால் நமக்கு முப்பது லட்சம் லீவர்கள் கிடைக்குமென்று அந்தக் கத்தோலிக்கப் பாதிரிகள் பைபிள்மீது ஆணையிட்டுக் கூறினார்கள்.''

''பாயர்களே, இதைப்பற்றி யோசனை செய்யுங்கள்; முக்கியமான விஷயம்'' என்றாள் ஸோபியா.

ஆலோசனை செய்யுங்கள். சொல்லுதல் யார்க்கும் எளிது. ஒரு காலத்தில், அன்னியர்கள் பருந்துகளைப் போல ருஷிய நாட்டில் வட்டமிட்டார்கள். தொழிலையும் வியாபாரத்தையும் கைப்பற்றினார்கள். விலைவாசிகளைக் குறைத்துக் கொள்ளையடித்தார்கள். நிலச்சுவான்தார்கள், கோதுமையையும் நார் இயற் பொருட்களையும் அற்ப சொற்ப விலைக்கு விற்க வேண்டியதாயிற்று. இந்த அன்னியர்கள்தான், ருஷியர்களுக்குப் பல ஆடம்பரப் பழக்கங்களைக் கற்றுக் கொடுத்தனர். ஸ்பெயின் தேசத்து வெல்வெட், ஹாலந்தின் நார்ப்பட்டு, பிரான்ஸின் ஸில்க் ஆகியவற்றை அணிவதற்கும், கோச்சு வண்டிகளில் சவாரி செய்வதற்கும், இத்தாலிய நாற்காலிகளில் அமர்வதற்கும், அன்னியரிடமிருந்தே ருஷியர்கள் பழகினார்கள். அலெக்ஸி மன்னன் ஆட்சிசெய்தபொழுது, இந்த அன்னிய நுகத்தடியைத் தூக்கி எறிந்தனர்.

''நமது பண்டங்களை நாமே கடல்வழியாகக் கொண்டு செல்வோம்'' என்றனர். ஹாலந்திலிருந்து கார்ட்டன் பிராண்ட் என்ற நிபுணனைத் தருவித்தார்கள். ரொம்பக் கஷ்டப் பட்டு, 'ஓரல்' என்ற கப்பலைக் கட்டி முடித்தார்கள். அந்த முயற்சி அத்துடன் முடிவுற்றது. காரணம் என்ன? திறமையான கப்பலோட்டிகள் கிடைக்கவில்லை; மேலும் கப்பல் கட்டுவதென்பது செயற்கரியதாயிருந்தது. வால்காவில் நிஷ்னி-நாவ்கோரோட் அருகில் நங்கூரம் பாய்ச்சியிருந்த ஓரல் நாளா வட்டத்தில் க்ஷீணித்தது. இப்பொழுது மீண்டும் அன்னியர்கள் ஆக்கிரமிக்க முற்பட்டிருக்கிறார்கள். ருஷியனது சட்டைப்பையில் கையைவிட வேண்டுமென்பது அவர்கள் ஆவல். இப்பொழுது என்ன செய்வது? கானுக்கு எதிராகப் போர்புரிவதற்கு ஐந்து

★ பைஸாண்டியம் இரண்டாவது ரோமாபுரி என்றும், மாஸ்கோ மூன்றாவது ரோமாபுரி என்றும், நான்காவது ரோமாபுரி ஒரு காலும் ஏற்படாதென்றும் நான்காவது ஐவான் கூறினான். மொ-ர்.

லட்சம் ரூபிள் தேவை. அந்தத் தொகை இல்லாமல் கோலிட்ஸின் - நகரமாட்டான். முப்பது லட்சத்தைக் காட்டிக் கண்ணி வைக்கிறான், கெட்டிக்காரன்! அதை எண்ணினாலேயே அவர்களுக்கு வேர்த்துக் கொட்டியது.

ஸினோவியீவ் தன் தாடியைப் பற்றிக்கொண்டு கூறினான்:

''வெளிப் பேட்டைகளுக்கும் புதிய பேட்டைகளுக்கும் வரி விதித்தால் என்ன? அல்லது உப்பு வரி விதித்தால் என்ன?''

சமயோசித புத்தி உடைய கிழவனான வால்கான்ஸ்கி விடை தந்தான்:

'மரப்பட்டைப் பாதரட்சைகளுக்கு இன்னும் வரிபோடவில்லை.''

''உண்மை, உண்மை! விவசாயிகள் ஆண்டுக்குப் பன்னிரண்டு ஜதை மரப்பட்டை ஜோடு அணிகின்றனர். ஜதைக்கு ஒரு கோபக் வரி போட்டால் போதும்; கானை ஒழித்துவிடலாம்.'' என்று பாயர்கள் இரைந்து கூறினர்.

பாயர்கள் நிம்மதியடைந்தனர். பிரச்னைக்குப் பைசல் கண்டாகிவிட்டது. சிலர் தமது வேர்வையைத் துடைத்தனர். பிறர் கையைப் பிசைந்தவாறு களைப்பாறினர். வேறு சிலர், தமது பளுவான கோட்டுக்குள்ளேயே கரிய மிலவாயுவை விடுத்தனர். அவர்கள் கோலிட்ஸினனை ஏமாற்றி விட்டார்கள். ஆனால் அவன் பணி மாட்டான்; முறை திறம்பித் துள்ளி எழுந்தான்; பிரம்பை ஆட்டிக்கொண்டே பேசினான்:

''பித்தர்களே, பாப்பர்களே, மாணிக்கத்தைச் சகதியில் எறிகிறீர்கள்! பட்டினிகிடக்கும் பொழுது, ரொட்டி கொடுக்கும் கரத்தை உதைத்துத் தள்ளுகிறீர்கள். இது என்ன நிர்வாகம்? ஆண்டவன் உங்களைச் சித்தம் கலங்கச்செய்து விட்டாரா? கிறிஸ்துவநாடுகள் அனைத்திலும் வியாபாரம் செழிக்கிறது; நமது ராஜ்யத்தின் மாகாணத்தைவிடச் சிறிய தேசங்களிலும் வணிகம் ஓங்குகிறது. ஜனங்கள் செல்வந்தர்களாகிறார்கள். அனைவரும் ஆதாயம் பெறத் துடிக்கிறார்கள். நாம் மட்டும் உறங்குகிறோம்; சுடுகாட்டு உறக்கத்தில் ஆழ்ந்திருக்கிறோம். ஏதோ கொள்ளை நோய் பரவிக் கொண்டிருப்பதைப் போல, ஜனங்கள் அஞ்சி ஓடுகிறார்கள். நம்பிக்கை இல்லாது நானாபுறங்களிலும் சிதறித் திண்டாடுகிறார்கள். காடுகளில் கொள்ளைக்காரர் கூட்டம் பெருத்து விட்டது. அவர்களும் எங்கோ ஓடுகிறார்கள். விரைவில், ருஷியா ஒருபாலை நிலம் என்று குறிப்பிடப்படும்! அதன்பின் ஸ்வீடிஷ்காரர்களும் இங்கிலீஷ்காரர்களும் துருக்கியர்களும் வந்து வசப்படுத்திக் கொள்வார்கள்.''

தாங்க முடியாத வேதனையால், அவனது கண்களில் நீர் பெருக்கெடுத்தது. இருக்கையின் கைச்சட்டங்களில் கை ஊன்றியிருந்த ஸோபியா முன்னால் வளைந்தாள். அவளது கன்னங்கள் துடித்தன.

''பிரெஞ்சுக்காரர்களை அனுமதிக்க வேண்டியதில்லை'' என்று ரோமோடானோவ்ஸ்கி தீர்க்கமான குரலில் கூறினான். ஸோபியா அவனையே நோக்கினாள். பாயர்கள் மௌனம் சாதித்தனர். பெஞ்சியின் விளிம்புபட்டு நோகக்கூடாதென்பதற்காக, வயிற்றை இப்பக்கமும் அப்பக்கமும் ஆட்டியவாறு அவன் எழுந்து நின்றான். குட்டைக்கால்கள், அகன்ற முதுகு, தோள்களுக்கிடையே புதைந்திருந்த மிருதுவான சின்னத்தலை. அவனது ஒருக்கணித்த கருங் கண்களைக் கண்டவர்கள் சில்லிட்டுப்போனார்கள். அவன் அண்மையில்தான் தாடியைச் சிரைத்துக் கொண்டிருந்தான். மீசையை மேல்நோக்கி முறுக்கி விட்டிருந்தான். அவனது வளைந்த

மூக்கு தடித்த உதடுகளுக்கு மேல் தொங்கியது. அவன் பேசினான்: ''பிரெஞ்சு வணிகர்கள் நமக்குத் தேவையில்லை. அவர்கள் நம்மை ஒட்ட உறிஞ்சி விடுவார்கள். ஆனால் அன்றொரு நாள், நான் ஜாரைக் காண்பதற்காகப் பிரியோ பிரெஷென்ஸ்கிக்குச் சென்றிருந்தேன். வேடிக்கையும் விளையாட்டுமாகக் கும்மாளம் போடுகிறார்களென்பது உண்மை. ஆனால் சில ஆட்டங்களும் விவேகம் நிறைந்தனவாக இருக்க முடியும். அங்கு ஜர்மனியிலிருந்தும் ஹாலந்திலிருந்தும் வந்துள்ள கப்பல்கட்டுவோரும் அதிகாரிகளும் தேர்ச்சிபெற்ற வினைஞரும் உள்ளனர். அவர்கள் தத்தம் தொழிலை அறிந்தவர்கள். அங்கு இரண்டு படைப்பிரிவுகள் உள்ளன. நமது காவற் படையினரால் அந்த அரண்மனைப் படைகளைச் சமாளிக்க இயலாது. நமக்கு அன்னிய வியாபாரிகள் தேவையில்லை; ஆனால் அன்னியர் இன்றி நாம் முன்னேற முடியாது. நாம் நமக்கே உரிய இரும்புத் தொழில்களையும் துணி மில்களையும் தோல்பதனிடும் தொழில்களையும் கண்ணாடி தொழிற்சாலைகளையும் அமைக்க வேண்டும். அன்னியர் பேட்டையில் இருப்பது மாதிரி மரம் அறுக்கும் மில்களை நிறுவ வேண்டும். கப்பற்படையைப் படைத்துக்கொள்வது மிகவும் முக்கியம். மரப்பட்டை ஜோடுக்கு வரி விதிப்பதைப் பொறுத்தமட்டில், எக்கேடாவது கெட்டுத் தொலையுங்கள். போட்டாலும் நான் கவலைப்படப்போவதில்லை.''

ஆத்திர மடைந்தவன்போல் அவன்தன் கொழுத்த முகத்தை ஆட்டினான். பின்னால் நகர்ந்து பெஞ்சியில் அமர்ந்தான். அன்று, பாயர்களது அவை இறுதியான முடிவு ஒன்றையும் எடுக்கவில்லை.

7

கடுங் குளிராயிருந்த மாலை வேளையில், வாடிக்கைக்காரர் பலர் மதுக்கடையில் கூடினார்கள். ஏவல் வேலைசெய்த அசடன் புதிய மரக்கட்டைகளைத் தீயில் வைத்தன். ''மான்ஸ்! இங்கு வெப்பம் தாங்கவில்லையே!'' என்று வாடிக்கைக்காரர்கள் கூறினர். அவர்கள் சீட்டு ஆடினர்; பகடை உருட்டினர்; பாட்டுப்பாடினர். மான்ஸ் பீர் எடுப்பதற்காக மூன்றாவது பீப்பாய்க்குத் துளையிட்டான். அவன் தனது கெட்டியான அரைச்சட்டையைக் கழற்றி எறிந்தான்; கையில்லாத உள்சட்டையுடன் நின்றான். அவனது கழுத்து கருஞ்சிவப்பாயிருந்தது. ''ஏ, ஜோஹான், சிறிதுநேரம் உறைபனியில் நின்றுவிட்டு வா. உடலில் இரத்தம் நிறைய இருக்கிறது'' என்று வாடிக்கைக்காரர்கள் கூறினர். மான்ஸ் அசட்டுப் புன்னகை செய்தான். தனக்கு என்ன கோளாறு என்று அவனுக்கு விளங்கவில்லை; குரல்களது ஒலி சேய்மையிலிருந்து கேட்பது போல் தோன்றியது. கண்ணீர் சுரந்தது. பத்துக் குவளைகளில் பீர் நிரப்பித் தன் கரங்களில் எடுத்தான். ஆனால் தூக்க முடியவில்லை. பீரெல்லாம் கொட்டியது. அவன் உடம்பெல்லாம் சோர்வு உண்டாயிற்று. கதவைத் திறந்து, வெளியே சென்றான். வெடவெடக்கும் குளிரில், ஒரு கம்பத்தின் மீது சாய்ந்துகொண்டான். விண்ணின் உச்சத்தில் தண்மதி தென்பட்டது. வானவில் வர்ணங்களுடன் கூடிய மூன்று பெரிய வட்டங்கள் சந்திரனைச் சூழ்ந்திருந்தன. ஊசி வடிவில், மினுமினுக்கும் பனி பெய்தது. தரையில், கூரையில், புதரில், எங்கும் பனி, பனி, பனி! அன்னியதேசம், அன்னிய வானம், எங்கு நோக்கினும் சாவு. அவன் விரைந்து சுவாசித்தான். ஏதோ ஒன்று நம்புதற்கரிய வேகத்தில் அவனை நோக்கி வந்து கொண்டிருந்தது. ஆ! அவனை ஈன்றெடுத்த துரிங்கியாவை மீண்டும் ஒருமுறை பார்க்க முடிந்தால்! அந்த ராஜ்யத்தில், மலைகளுக்கிடையேயுள்ள பள்ளத்தாக்கில், ஏரிக்கரைக்கு மேல் இருக்கும் சொகுசான சிறு நகரை ஒருமுறை பார்க்க முடிந்தால்! அவனது கன்னங்களில் கண்ணீர் வழிந்தோடியது. ஒரு கூரிய வேதனை இதயத்தைப் பிசைந்தெடுத்தது. அவன் கதவைத் தடவித்தேடி அடைந்தான்;

கஷ்டப்பட்டு அதைத் திறந்தான். மெழுகுவத்திகளின் வெளிச்சமும் வாடிக்கைக்காரர்களது முகங்களும் சாம்பல் நிறத்தனவாகத் தோன்றின. அவனது மார்புக்கூடு விரிந்தது. பெரும் பாடுபட்டுப் பயங்கரமான குரலைக் கொடுத்தான்; தரையில் விழுந்தான்.

இவ்வாறு ஜோஹான் மான்ஸ் இறந்தான். அவனது சாவு அன்னியர்களுக்குப் பெரிய அதிர்ச்சியாயிருந்தது. அதனால் ஏற்பட்ட திகிலும் துயரமும் நீண்டகாலத்துக்கு மறையவில்லை. மான்ஸ், மாதில்டா என்ற மனைவியையும் நான்கு குழந்தைகளையும், மதுக்கடை, நகைக்கடை, மில் ஆகிய மூன்று உடைமைகளையும் விட்டுச் சென்றான். ஆண்டவன் அருளால், சில மாதங்களுக்கு முன்தான், மூத்த பெண் மாஸ்டிக்கும் இராணுவ அதிகாரியான பிடோர் பால்க்குக்கும் திருமணமாயிற்று. அன்னாவும், அவளுக்கு இளையவர்களான பிலிமன், வில்லியம் ஆகியோரும் வீட்டில் இருந்தனர். மான்ஸின் பொருளாதார நிலைமை திருப்திகரமாக இல்லை என்பது அவன் இறந்தபின் வெளியாயிற்று. அவன் எழுதிக் கொடுத்த பல கடன்பத்திரங்கள் ஆஜராயின. கடன்களைக் கட்டுவதற்காக மில்லையும் நகைக் கடையையும் விற்கவேண்டியதாயிற்று. இந்தக் கவலையும் துக்கமும் மிகுந்த நாட்களில், லிபோர்ட், அக்குடும்பத்தினருக்காகச் சலியாது உழைத்தான்; ரொக்கம் கொடுத்தும் உதவினான். மதுக்கடையுடன் கூடிய வீடு மட்டும் விதவைக்கு மிஞ்சியது. அந்த வீட்டில், மாதில்டாவும் அன்னாவும் பகலும் இரவும் கண்ணழியக் கிடந்தனர்.

8

''அம்மா,எனக்குச் சொல்லி அனுப்பினாயா?''

''கண்ணே, பீட்டர், உட்கார்.''

பீட்டர் ஸ்டூல்மீது தடுமாறி விழுந்தான். அன்னையின் படுக்கையறையை எரிச்சலுடன் நோக்கினான். எதிர்ப்புறத்தில் அமர்ந்திருந்த நடால்யா அன்பு தவழப் புன்னகை செய்தாள். ஓ! அவனது உடலில் எவ்வளவு அழுக்கு அடைந்து இருந்தது! கிழிந்த ஆடைகளை உடுத்தியிருந் தான். விரலைச் சுற்றி ஒரு கந்தலைக் கட்டியிருந்தான். கேசம் கலைந்துகிடந்தது. அமைதியற்ற கண்களின் கீழ் நிழல்கள் தென்பட்டன.

''பீட்டர், கோபிக்காதே, நான் சொல்வதைக் கேள்!''

''கேட்டுக்கொண்டிருக்கிறேன், அம்மா!''

''நீ திருமணம் செய்துகொள்ள வேண்டும்.''

இந்தச் சொற்களைக் கேட்டவுடன் பீட்டர் துள்ளி எழுந்தான். கதவுக்கு விரைந்தான்; அதே வேகத்தில் திரும்பிவந்து அமர்ந்தான். தலையைச் சட்டென்று அசைத்து ஒரு வெட்டு வெட்டி னான். பெரிய பாதத்தின் விரல்களை ஆட்டினான்.

''யாரை மணப்பது?''

''நான் பார்த்திருக்கிறேன். வெண்புறா மாதிரி, அருமையான பெண்.''

நடால்யா முகத்தைத் தாழ்த்திப் பீட்டரின் தலையைத் தடவிக்கொடுத்தாள். அவனது

கண்களை நோக்க முயன்றாள். பீட்டரின் செவிகள் சிவந்தன. அவளது கைப்பிடியிலிருந்து நழுவித் துள்ளினான்.

''அம்மா, எனக்கு நேரமில்லை. உண்மையாகச் சொல்கிறேன். வேலை அதிகம். நீ பிடிவாதம் செய்தால், நான் மறுக்கமாட்டேன். ஆனால் வேறு விவகாரங்களில் என் மனம் லயித்திருக் கிறது.''

அவன் வெளியே போனான். ஒல்லியானாலும், நெட்டை; எனவே குனிந்து சென்று கதவைக் கடந்தான். தோளால் கதவு நிலையைத் தேய்த்துக்கொண்டு வெளியேறியவுடன், நடைபாதை களில் விரைந்தோடினான். சேய்மையில் கதவைச் சாத்தும் ஒலி, நடால்யாவின் செவியில் விழுந்தது.

அத்தியாயம் நான்கு

1

அலியோஷ்காவின் தந்தையான ஐவாஷ்பிராவ்கின், பனி உறைந்த சாலைகள் வழியே சறுக்கு வண்டியை ஓட்டிவந்தான். விறைத்துப்போன வாத்துகளும், மாவும் பட்டாணி வகையும் பீப்பாய் நிறையக் கோசுக்கீரையும் வண்டியில் இருந்தன. அவன் பிரியோபிராஷென்ஸ்கிக்கு வந்து கொண்டிருந்தான். வண்டியிலிருந்த பொருட்கள் வால்காவுக்குச் செலுத்த வேண்டிய உணவுப் பொருள் வரியாகும். காரியஸ்தன்தான் இவற்றைக் கிராம விவசாயிகளிடம் வசூலித்தான். அவை அழுகிவிடுவதற்கு முன் எஜமானனைச் சேரவேண்டுமல்லவா? அதற்காக, அரண்மனைக்கு அவற்றை வண்டியில் கொண்டுபோகும்படி காரியஸ்தன் ஐவாஷுக்குக் கட்டளையிட்டான். அரண்மனையில் அவனுக்குச் சிற்றறையுடன் கூடிய ஓர் அறை இருந்தது.

அரண்மனை முன்றிலுக்குள் வந்தவுடன், ஐவாஷ் திகிலடைந்தான்; தலையிலிருந்து குல்லாயை எடுத்தான். கூண்டு உள்ளவையும் கூண்டு இல்லாதவையுமாகப் பல ஸ்லெட்ஜ் வண்டிகள், முகமண்டபத்துக்கருகில் நின்றன. அவை உயர்ந்த வேலைப்பாடுகளுடன் கூடிய வண்டிகள். திருத்தமாக ஆடை அணிந்த ஏவலர்கள் கோஷ்டி கோஷ்டியாக நின்று காலைக் குளிரில் உரையாடிக் கொண்டிருந்தனர். ஓநாய் வால்களாலும் நரிவால்களாலும் அலங்கரிக்கப் பெற்ற குதிரைகள், புதிய பனியை விறுவிறுப்போடு பிறாண்டிக் கொண்டிருந்தன. அமைதியற்ற குதிரைகள் கனைத்தன. சூடான சாணத்தில் குருவிகள் சுருசுருப்பாகத் துள்ளிவிளையாடின.

ஜரிகைக்கோட்டு அணிந்த குதிரைவலவர்களும், பெண்ணைப்போல் சுருண்ட கேசத்தையும், இரத்தச் சிவப்பான பின் மடிப்புடன் கூடிய அன்னியக் கோட்டையும் உடைய அதிகாரிகளும் புறத்தேயிருந்த படிக்கட்டில் ஏறி இறங்கிய வண்ணமிருந்தனர். ஐவாஷ் பிராவ்கின் தன் எஜமானனை அடையாளம் கண்டுகொண்டான். அரண்மனையின் அறுசுவை உண்டியைப் புசித்து வந்ததால் வால்காவுக்குச் சதைவைத்திருந்தது. அவனது சுருள்தாடி சிறியதாக இருந்தது. 'ஸில்க் பெல்ட்'டில் கட்டைவிரலை வைத்தவாறு, வால்காவ் இறங்கிவந்தான். அவனது நடையே தற்பெருமை உணர்ச்சியை எடுத்துக்காட்டியது.

"ஓ, என்னைக் காக்கவைப்பார்கள். வந்த நேரம் நல்ல நேரமல்ல!" என்று ஐவாஷ் தனக்குள் எண்ணிக்கொண்டான். அரண்மனை நாய் ஒன்று வந்தது; தன் மஞ்சள் நிறக்கண்களால் ஐவாஷைப் பகை நோக்குடன் பார்த்தது; குரைத்தது. "நல்ல நாயல்லவா! அருமையான நாயல்லவா! என்ன வேண்டும்?" என்று நயமாகப் பேசியும் சிரித்தும் அதை நண்பனாக்க முயன்றான். நல்லவேளையாக, மிகுதியாகத் தின்று கொழுத்த அந்த நாய் அவனைக் கடிக்காது ஓடிப்போயிற்று. பேருருப் படைத்த ஒரு குதிரைலாயப் பணியாள் அவ்வழியே சென்றான்.

"ஏ, நாடோடி, இங்குதான் குதிரைக்குத் தீனி போடுவதா?" என்று அவன் கடிந்து கொண்டான்.

ஆனால் அந்த நேரத்தில், அவனை யாரோ ஒருவன் விளித்தான். ஆண்டவனது அருளால் ஐவாஷ் ஒரு கண்டத்திலிருந்து தப்பினான். அந்த ஆளுக்குச் சிறிது நேரம் கிடைத்திருந்தால், ஐவாஷின் தோலை உரித்திருப்பான். கடவுளை வாழ்த்திய ஐவாஷ் கீழே கிடந்த புல்லைத் திரட்டினான். குதிரைக்குக் கடிவாளத்தைப் பூட்டினான். அந்த நேரத்தில் அரண்மனை ஸ்தூபியில் மணிகள் ஒலிக்கத் தொடங்கின. வேலைக்காரர்கள் சுறுசுறுப்பானார்கள். வண்டிகளது முன்குதிரை களில் சிலர் ஏறினர். வேறு சிலர் வண்டிகளின் பின்பாகத்தில் ஏறி நின்றனர். அநாகரிகமாகத் தோன்றிய கோச்சுவண்டி ஓட்டிகள், கடிவாள வார்களைக் கையிலெடுத்தனர். படிக்கட்டின் ஒவ்வொரு படியிலும், குல்லாயைச் சாய்வாக வைத்துக்கொண்டு குதிரை வலவர்கள் நின்றனர். மணப்பெண் வீட்டைச் சேர்ந்த கூட்டமொன்று மாளிகையிலிருந்து இறங்கியது. சிறுவர்கள் வழிபாட்டு உருவங்களைத் தூக்கிவந்தனர். இளைஞர்கள் வெற்றுத் தட்டுகளை ஏந்திவந்தனர். சிறந்த குல்லாய்களும் பச்சை ஆடைகளும் பூத்தையல் உடைகளும் சிவந்த வெல்வெட் உடுப்புகளும் நீண்ட கோட்டுகளுமாகச் சேர்ந்து, வெண்பனிப் பொடியைப் பூசிக்கொண்டிருந்த 'பிர்ச்' மரங்களின் கீழுள்ள பனியில் பன்னிறக் கலவையைப் பிரதிபலித்தன. முறை அறிந்த ஐவாஷ் சிலுவைக் குறியிட்டான். மணப்பெண் வீட்டாருக்குப் பின்னால் பாயர்கள் வந்தனர். அவர்களிடையே, ஒன்று மற்றொன்றைவிட உயர்ந்ததாக உள்ள பல கோட்டுகளை அணிந்து ஒரு பெண் வந்தாள். கூர்முனை உடைய தலையணி, வெள்ளைச்சாயம் பூசிய புருவங்கள், பொட்டுவரை நீண்டிருந்த நீலநிறக் கண்ணிமைகள், செக்கச்செவேலென்ற வண்ணப் பசையை வட்டம் வட்டமாகப் பூசிக்கொண்ட கன்னங்கள் ஆகியவற்றுடன் அவள் காட்சி தந்தாள். அவளது முகம் அப்பம் மாதிரி இருந்தது. அவளது கையில் மலைவளர் 'ஆஷ்'மரக் கிளை ஒன்றை வைத்திருந்தாள். அவள் அழகாகவும் உல்லாசமாகவும் இருந்தாள். என்றாலும் மிகுதியாக மது அருந்தியவளைப் போலத் தள்ளாடினாள். சிலர், இருபுறத்திலும் அவளது கையைப் பிடித்துக் கொண்டு அழைத்து வந்தனர். ஐவாஷைத் தாண்டி ஓடிய சில பணிப்பெண்கள் கூறினார்கள்:

"திருமணத் தரகுக்காரி வருகிறாள், பார்!"

"மணவறையைச் சீர் செய்வதற்காக வந்தாள்."

"தம்பதிகளுக்குப் படுக்கை போட்டுவைக்க வந்தாள்."

குதிரைலாயத்து ஆட்கள் கத்தினார்கள். சேணமணிகளின் ஒலி காற்றில் எதிரொலித்தது. ஸ்லெட்ஜ் வண்டியுடன் ஓடுவோர் கிரீச்சென்ற குரலில் கூவினார்கள். பிர்ச் மரங்கள் வெண்பனிப் பொடியைத் தூவின. மணப்பெண் வீட்டார், தமது பரிவாரங்கள் புடைசூழச் சாலை வழியே சென்றனர். சமநிலத்தின் குறுக்கேயுள்ள சாலை மாஸ்கோவுக்குச் சென்றது. அதோ தெரிகிறது. மூடுபனி உடுத்திய இடம். நீல வண்ணத்துடன் காட்சி தரும் அதுதான் மாஸ்கோ. ஐவாஷ் வாயைப் பிளந்தவாறு வெறித்துப் பார்த்தான். கடுமையான குரல் ஒன்று அவனை அழைத்தது:

''மடையா, எழுந்திரு!''

வால்காவ் அவனுக்கு முன்னால் நின்றான். அவன் ஆத்திரத்துடன் புருவத்தை நெரித்தான். அவனது கண்கள் கண்டிப்பாக நோக்கின; ஐவாஷை ஊடுருவின என்றே சொல்லலாம். என்ன இருந்தாலும், எஜமானன் அல்லவா?

''என்ன கொண்டுவந்தாய்?'' என்று வினவினான்.

ஐவாஷ் பனியில் மண்டியிட்டு வணங்கினான். காரியஸ்தனது கடிதத்தை மார்பிலிருந்து எடுத்து வால்காவிடம் கொடுத்தான். வாஸிலி வால்காவ் ஒரு பாதத்தை முன்னால் வைத்துக் கொண்டும் முகத்தைக் கோணிக்கொண்டும் படித்தான்: ''கருணை உள்ளம் படைத்த எஜமானரே, புகழ்பெற்ற பிரபுவே! மேன்மைக்குரிய உங்களது கிடங்குக்குப் பொருட்களை அனுப்புகிறோம். சென்ற வருடத்தைவிட இவ்வருடம் குறைவாக அனுப்புவதற்கு எங்களை மன்னித்து விடுங்கள். ஊரில் வாத்துகள் குறைந்துவிட்டன. வான்கோழியே இல்லை. உங்களது கிராமத்து மக்கள் வறுமைப் படுகுழியில் தத்தளிக்கிறார்கள். ஐவர் ஓடிவிட்டனர். இதற்கு எப்படி மன்னிப்புக் கேட்கிறதென்று எங்களுக்குப் புரியவில்லை. சிலர் பட்டினி கிடந்து உலர்ந்து விட்டார்கள். அவர்களது தானியம் சில நாட்களுக்குக்கூடக் காணவில்லை. அவர்கள் செடிகொடிகளைத் தின்று பிழைக்கிறார்கள். குறைவாக அனுப்புவதற்குக் காரணம் இதுவே.'' வால்காவ் சறுக்குவண்டியை நோக்கிப் பாய்ந்தான். ''காட்டு, பார்க்கலாம்!'' என்றான்.

ஐவாஷ் மூடியிருந்த துணியை அவிழ்த்து எடுத்தான். அப்பொழுது அச்சத்தால் அவனது எண்சாண் உடம்பு ஒற்றைச்சாணாகக் குறுகியது என்னலாம். வாத்துகள் எலும்பும் தோலுமாய் இருந்தன. கோழிகள் நீலமாயிருந்தன. மாவு கட்டி தட்டிப் போயிருந்தது.

''என்ன கொண்டு வந்திருக்கிறாய்? சொறிநாயே, என்ன கொண்டு வந்திருக்கிறாய்?'' என்று வால்காவ் சினந்து சீறினான்: ''திருடர்கள்! நீங்கள் அனைவரும் திருடர்கள்!'' என்று வீறிட்டு அலறினான். சறுக்கு வண்டியிலிருந்த சாட்டையை எடுத்து ஐவாஷை அடிக்கத் தொடங்கினான். குல்லாயை அணியாத ஐவாஷ், அடியிலிருந்து தப்பமுயலாது தெண்டத் தெண்ட விழித்தான். அவன் புத்திசாலியான விவசாயி. இது இலேசான தண்டனை என்பதை அறிவான். எவ்வளவு அடித்தாலும், அந்த அடிகள் திண்ணென்று இருந்த கோட்டைக்கடந்து உடலை வருத்த முடியாது அல்லவா?

சாட்டை கைப்பிடியிலிருந்து அறுந்தது. ஆத்திரமிகுதியில், வால்காவ் ஐவாஷின் தலை மயிரைப் பிடித்தான். அந்த வினாடியில், இராணுவக்கோட்டு அணிந்த இருவர் மாளிகை யிலிருந்து விரைந்தோடி வந்தனர். ''அவனுக்கு உதவி செய்ய வருகிறார்கள். நான் ஒழிந்தேன்'' என்று ஐவாஷ் எண்ணினான். முன்னால் ஓடிவந்தவனே இருவரில் குட்டையானவன். அவன் வால்காவ் மீது பாய்ந்து, அவனது விலாப்புறத்தைத் தாக்கினான். வால்காவ் விழுவதற்கிருந் தான். ஐவாஷின் மயிரை விட்டுவிட்டான். நீண்ட முகமும் நீலக்கண்களும் உடைய நெட்டையான இளைஞன் உரக்கச் சிரித்தான். அதன்பின் மூவரும் வாதித்துச் சண்டையிடத் தொடங்கினார்கள். ஐவாஷ் பீதியடைந்து மீண்டும் பனியில் மண்டியிட்டான். வால்காவ் கத்தினான்:

''இத்தகைய அவமதிப்பைப் பொறுக்கமாட்டேன். இருவரும் என் அடிமைகள்! அவர்களை ஈவிரக்கமில்லாது அடிக்கச் செய்வேன். ஜாரின் உத்திரவுகளை ஒரு பொருட்டாக மதிக்கமாட்டேன்.''

அப்பொழுது, நீலக்கண்ணன் தன் விழிகளைக் குறுகலாக்கிக் கொண்டு இடைமறித்தான்:

‘‘சற்றுப்பொறு; சற்றுப்பொறு. அதை மீண்டும் சொல்லுங்கள். ஜாரின் உத்திரவுகளை ஒரு பொருட்டாக மதிக்கமாட்டீர்களா! ஏ, அலியோஷ்கா, அந்தக் கலக வார்த்தைகளைக் கேட்டாயா?’’ என்று கூறிவிட்டு ஐவாஷை நோக்கி, ‘‘நீங்களும் கேட்டீர்களல்லவா?’’ என்றான்.

‘‘ஓ, நில், அலெக்ஸாண்டர் டானிலோவிச்!’’ என்று உருக்கமாக விளித்தான் வால்காவ். அவனது ஆத்திரம் திடீரென்று மறைந்தது.

‘‘அந்த வார்த்தைகளைச் சொன்னபோது, சித்தசுவாதீனமில்லாதிருந்ததே. ஆம்; உண்மை. என் சொந்த அடிமை என்னைக் கொன்றுவிடுவான் போலிருந்தது, பார்த்தாயா? அதனால் புத்தி கலங்கிவிட்டது.’’

‘‘நாம் ஜார் பீட்டரிடம் செல்வோம். அங்கு விவகாரத்தை ஆதியோடு அந்தமாக ஆராய்ந்து பார்க்கலாம்.’’

அலெக்ஸாண்டர் மாளிகையை நோக்கி விரைந்தான். அவனைப் பின்தொடர்ந்த வால்காவ் பாதிவழியில் அவனது முன்கையைப் பிடித்துக்கொண்டான். மூன்றாவது மனிதன் அவர்களுடன் செல்லவில்லை; சறுக்கு வண்டியின் அருகே இருந்தான். அவன் ஐவாஷிடம் மிருதுவாகப் பேசினான்:

‘‘அப்பா, நான்தான், என்னைத் தெரியவில்லையா? நான்தான் அலியோஷ்கா.’’

ஐவாஷுக்குத் திகைப்பாகவும் திகிலாகவும் இருந்தது. ஓரக்கண்ணால் பார்த்தான். சுத்தமான வாலிபன், உயர்தரமான ஆடை உடுத்தி நின்றான். பிரகாசமான பித்தான்கள்; தோள்வரை நீண்ட சுருள்களை உடைய பொய் மயிர்; இடுப்பில் உடைவாள். அலியோஷ்காவா இத்துணைச் சிறப்பாக இருந்தான்! ஏன் கூடாது? அலியோஷ்காவாகவே இருக்கலாம். ஐவாஷ் என்ன செய்வது? இரண்டர்த்தம் தரும் வகையில் விடை தந்தான்:

‘‘உன்னை அடையாளம் தெரியாமல் இருக்க முடியுமா? மகனைத் தெரியாத தந்தையா?’’

‘‘வணக்கம், அப்பா.’’

‘‘வாழ்த்துகிறேன், வாலிபனே’’

‘‘வீட்டில் நிலைமை எப்படியிருக்கிறது?’’

‘‘நலம்தான்; ஆண்டவன் அருளைப் போற்றுவோம்!’’

‘‘நீங்கள் எப்படியிருக்கிறீர்கள்?’’

‘‘நலமே; ஆண்டவன் அருளைப் புகழ்வோம்!’’

‘‘அப்பா, என்னைத் தெரியவில்லையா?’’

‘‘அது...’’

இனிமேல் அடி உதை தொல்லை ஏதுமிருக்காது என்பதை அறிந்த ஐவாஷ் குல்லாயை அணிந்துகொண்டான். அறுந்த சாட்டையை எடுத்துக்கொண்டு, ஆத்திரத்துடன் வண்டிச் சுமையை மூடினான். அந்த வாலிபன் போகாமலிருந்தான். அவனை விடமாட்டான் போலிருந் தது. ஒருவேளை, இவன்தான் மறைந்துபோன அலியோஷ்காவா? ஒருவேளை அப்படி

இருக்கலாம். இருந்தால் என்ன? ரொம்பதூரம் முன்னுக்கு வந்துவிட்டான். அவனைத் தெரிந்து கொண்டதாகக் காட்டிக்கொள்வது அறிவுடைமையா? இல்லை. அடையாளம் தெரியாத மாதிரி நடிப்பதே நல்லது. எனினும், ஐவாஷ் தந்திரம் செய்ய விரும்பினான். கண்களைக் குறுகலாக்கிக் கொண்டு பேசினான்:

''இங்கிருந்து மாஸ்கோ போகவேண்டும். கிழவி, உப்பு வாங்கி வரச் சொன்னாள். என்னிடம் ஒரு செப்புக்காசு கூட இல்லை. ஆறு அல்லது எட்டு கோபக் கொடுத்தாயானால், நீ நஷ்டப் படமாட்டாய். நாம் ஒருவருக்கொருவர் புதியவரல்ல. காசைத் திருப்பிக் கொடுத்துவிடுவேன்!'

'அப்பா, அன்பார்ந்த அப்பா...''

அலியோஷ்கா சட்டைப்பையிலிருந்து கை நிறையக் காசு எடுத்தான். செப்புக்காசு அல்ல, வெள்ளிக்காசு. மூன்று ரூபிளோ அதைவிடக் கொஞ்சம் கூடவோ இருந்தது. ஐவாஷ் பிரமித்து விட்டான். மரத்தாலான அகப்பையைப் போல் உறுதிதுவதாகவும் உறுதியானதாகவுமிருந்த தன் கரத்தில் ஐவாஷ் பணத்தை வாங்கிக்கொண்டபொழுது, அவன் நடுங்கினான்; தன்னையும் அறியாமல் மண்டியிட்டுப் பணிந்தான். அலியோஷ்கா கரத்தை அசைத்தவாறு ஓடினான்.

''ஓ, என் மகனே, என்மகனே'' என்று ஐவாஷ் தணிந்தகுரலில் கூவினான். எந்த வேலைக்காரனாவது கையிலுள்ள பணத்தின்மீது கண்வைத்த விட்டானோ என்று ஐவாஷுக்குப் பயம். சுற்றுமுற்றும் விரைவாகப் பார்த்துவிட்டு, வருமுன் காப்போனாக இரண்டு நாணயங்களை வாயில் அடக்கிக்கொண்டான். மீதியைக் குல்லாயில் வைத்தான். வடிச் சாமான்களைத் துரிதமாக இறக்கி, எஜமானனது ஏவலாளிடம் ஒப்படைத்து ரசீது பெற்றுக்கொண்டான். கடிவாள வார்களால் அடிபட்ட குதிரை மாஸ்கோவை நோக்கி விரைந்தது.

'ஜாரின் உத்தரவுகளை ஒரு பொருட்டாக மதிக்கமாட்டேன்' என்று சொன்னதால், இரகசிய விவகார இலாகாவின் கொலைத்தண்டனை நிறைவேற்றுவோரது அறிமுகத்தைப் பெற வேண்டிய நிர்ப்பந்தம் வால்காவுக்கு ஏற்பட்டிருக்கும். ஆனால் அவன் நடைபாதையில் அலெக் ஸாண்டரை ஒட்டினாற்போல் நடந்து அவனது கரத்தைப் பிடித்துக்கொண்டான். அவன் தன்னைச் சிறிது தூரம் தரையில் இழுத்துச் சென்றதையும் பொறுத்துக்கொண்டான். செம்மணி பதித்த மோதிரத்தை விரலிலிருந்து கழற்றி, அதை ஏற்றுக்கொள்ளும்படி அலெக்ஸாண்டரிடம் வேண்டிக் கொண்டான். அவனது கண்கள் கண்ணீரைப் பெருக்கின. அலெக்ஸாண்டர் பேசினான்:

''பிரபுவின் மகனே, நாயே, உஷார். உன்னைக் காப்பாற்றுகிறேன். ஆனால் இதுதான் கடைசிச் சந்தர்ப்பம். மீண்டும் உன்னைக் காப்பாற்ற மாட்டேன். அலியோஷ்கா பிராவ்கின்னை அவமதித்ததற்காக அவனுக்குப் பணமோ, ஆடையோ கொடுக்க வேண்டும். புரிகிறதா?''

அவன் அந்த மாணிக்கத்தை நோக்கினான்; சிரிப்பொன்று சிரித்துப் பொய்மயிரை ஆட்டினான்; பீடு நடை நடந்து சென்றான். கொஞ்சகாலத்துக்கு முன்தான், இவன் தின்பண்டம் விற்றான்; சந்தையிலே ஜனங்கள், அழுகிப்போன முயல் இறைச்சியில் செய்த பண்டத்தை மோந்து பார்த்துவிட்டு, இவன் மயிரைப்பற்றி இழுத்தனர். ஓ! இப்பொழுது, இவன் எத்துணை அதிகாரம் உடையவனாக வளர்ந்துகொண்டிருக்கிறான்! இதை எண்ணிய வால்காவ் பூமியை நோக்கியவாறு மெதுவாக நடந்து அறைக்குச் சென்றான். பெட்டியைத் திறந்து துணியொன்றைக் கவனமாகப் பொறுக்கினான். எரிச்சலும் வெறுப்பும் அவனை வாட்டி வதைத்தன; வாய்திறந்து கத்திப் புலம்பலாமென்று தோன்றியது. இந்தத் துணியை அவன் யாருக்குக் கொடுக்க வேண்டும்? விவசாயி மகனுக்கு, அடிமைக்கு! முகத்தில் சாட்டையடி வாங்க வேண்டியவனுக்குப் பரிசு! சிறிது நேரம் புலம்பிவிட்டு, அவன் ஒரு வேலைக்காரனைக் கூப்பிட்டான்:

"முதலாவது படைப்பிரிவின் முரசறைவோனான அலியோஷ்காவிடம் இதைக்கொண்டு போய்க் கொடு. என் வாழ்த்துக்களுடன் அனுப்பியதாகச் சொல். இருவரும் நண்பராயிருக்க வேண்டுமென்று நான் விரும்புவதாகக் கூறு." திடீரென்று அவன் மணிக்கட்டை மடக்கிக் கொண்டு, வேலைக்காரனிடம் ஆத்திரத்துடன் கூறினான்: "இளிக்காதே, பல்லைக் காட்டினால் தட்டி விடுவேன். அலியோஷ்காவிடம் கவனமாகவும் கண்ணியமாகவும் மிருதுவாகவும் பேசு. அந்தப் போக்கிரி ஆபத்தான ஆளாகிவிட்டான்."

அலெக்ஸாண்டர் ஒவ்வொரு அறையாகச்சென்று பீட்டரைத் தேடினான். அந்த அறைகளில் ஏவலர்கள் வேலைசெய்தனர். உயர்ரகத் துணியால் விசிப் பலகைகளையும் பலகணி அருகு களையும் மூடினர்; தளத்தில் சமுக்காளங்களை விரித்தனர்; நீண்டகாலமாகப் பெட்டியில் கிடந்து கசங்கிய திரைச் சீலைகளைத் தொங்கவிட்டனர்; வழிபாட்டு உருவங்களுக்குப் பின்னால் முத்து வைத்துத் தைத்த துணியைத் தொங்கவிட்டனர். விளக்குகளில் மெழுகுவத்திகளை வைத்தனர். அரண்மனையெங்கும் சத்தமும் சந்தடியுமாயிருந்தது.

அப்பொழுதே சித்தம் செய்யப்பட்ட மணவறையில் பீட்டர் தனியாக இருப்பதை அலெக்ஸாண்டர் கண்டான். இது புறத்தில் தனியாய் அமைந்த சிறுவீடு ஆகும். கூரையில் மண்ணின் வாசனையே இல்லை. கல்லறைச் சவங்கள் மண்ணுக்கு அடியில் உறங்குகின்றன; மணமக்கள் அவ்வாறு உறங்கக்கூடாதென்றுதான் மண்ணில்லாது கூரைவேய்ந்துள்ளனர். பீட்டர் சில்லறைச் சடங்குகளுக்காக அணிந்த அரச உடைகளுடன் இருந்தான். திருமணத் தரகுக்காரி அவனிடம் கொடுத்த பட்டுக் கைக்குட்டை கரத்திலிருந்தது. அதைப் பல்லால் கடித்துக் கடித்துக் கிழித்திருந்தான். அவன் அலெக்ஸாண்டரை நோக்கியபோது, முகம் சிவந்தது.

"அருமையான அலங்காரங்கள்! தேவர்களுக்கென அமைந்த சுவர்க்கம் மாதிரி உள்ளது" என்று அலெக்ஸாண்டர் இழுத்து இசைக்கும் குரலில் கூறினான்.

பீட்டர் இறுகப்பற்றிய பற்களை நெகிழவிட்டுக் குறுநகை செய்தான். படுக்கையைச் சுட்டிக்காட்டினான்: "என்ன பேதைமை!" என்றான்.

"மணப்பெண் மனோகரமாகவும் விறுவிறுப்பாகவும் இருப்பாளேயானால், இதெல்லாம் மடமையாகத் தோன்றாது. மீன்ஹெர்ஸ், இந்த இன்பத்தைவிட இனியது இந்த உலகில் ஒன்று மில்லை."

"பொய் பேசுகிறாய்."

"எனக்குப் பதினான்கு வயது ஆனதிலிருந்து, இதெல்லாம் அனுபவித்து அறிந்தவன் நான். சில விகாரமான கிழங்களுடனும் உறவாடியிருக்கிறேன். ஆனால் உங்களது மணப்பெண் உண்மையான அழகி என்று சொல்கிறார்கள்."

பீட்டர் பெருமூச்செறிந்தான். மணவறை மீது தன் பார்வையைச் செலுத்தினான். மூன்று சுவர்களில், கண்ணாடிக் கதவுகளுடன் கூடிய பலகணிகள் உயரத்தில் அமைந்திருந்தன. அந்தச் சாளரங்களுக்கிடையே பாரசீகக் கம்பளங்கள் தொங்கின. பறவைகளும் மாய விலங்குகளும் வரையப்பெற்ற விரிப்பு தளத்தில் பரப்பப்பட்டிருந்தது. ஒவ்வொரு மூலையிலும் ஓர் அம்பு இருந்தது. ஒவ்வொரு அம்பிலும், நாற்பது கீரி இன மிருகத்து மென்மயிர்த் தோல்களும் ஒரு ரொட்டியும் தொங்கின. இரண்டு பெஞ்சிகளை இணைத்து அவற்றின்மீது இருபத்தியேழு 'ரை' கதிர்க்கொத்துக்களைப் பரப்பியிருந்தனர். அந்தக் கதிர்க் கொத்துகள்மது ஏழு இறகுப் படுக்கை களை ஒன்றின்மேல் ஒன்றாக விரித்து, அவற்றுக்குமேல் பட்டுவிரிப்பு ஒன்றைப்

பரப்பியிருந்தனர். முத்துவைத்துத் தைத்த உறைகளுடன் கூடிய பல தலையணைகள் படுக்கையில் கிடந்தன. படுக்கையின் அடியில் கீரி ரோமத்தால் செய்த கம்பளங்கள் கிடந்தன. அதன் அருகே எலுமிச்சை மரத்தில் செய்த பீப்பாய்களில் கோதுமை, ரை, ஓட்ஸ், பார்லி ஆகிய தான்யங்கள் இருந்தன.

''அப்படியானால், நீ மணப்பெண்ணைப் பார்க்கவில்லையா?'' என்று பீட்டர் வினவினான்.

''அலியோஷ்காவும் நானும் வேலைக்காரர்களுக்கு லஞ்சம் கொடுத்துக் கூரையில் ஏறினோம். ஆனால் பயனில்லை. மணப்பெண் இருட்டில் அமர்ந்திருக்கிறாள். அவளது தாயார் அவளைவிட்டு அகலாது இருக்கிறாள். யாராவது கண் வைத்து விடுவாரோ என்று அவர்கள் அஞ்சுகின்றனர். அறையைக் கூட்டிய குப்பையை வெளியில் எடுத்துச் செல்வதற்குக்கூடக் கதவைத் திறக்க மறுக்கிறார்கள். மணப்பெண்ணின் பெரியப்பன்களும் சிற்றப்பன்களும் துப்பாக்கியோடும் உடைவாளோடும் முற்றத்தில் ரோந்து சுற்றுகின்றனர். இருபத்தி நான்கு மணிநேரமும் இமை கொட்டாது காவல் காக்கின்றனர்.''

''ஸோபியாவைப் பற்றி ஏதாவது கேள்விப்பட்டாயா?''

''அவளுக்கு ஒரே கோபம். நீங்கள் மணப்பதைத் தடுக்கவும் முடியாது. மீன்ஹெர்ஸ், நான் சொல்வதைக் கேளுங்கள். மணப்பெண்ணுடன் உண்பதற்கு உட்காருவீர்கள் அல்லவா? அப்பொழுது எதையும் புசிக்காதீர்கள். ஏதாவது அருந்த வேண்டுமென்று விரும்பினால், என்னைத் திரும்பிப் பாருங்கள். நான் கிண்ணம் கொண்டு வருகிறேன். அதனால் குடியுங்கள்.''

கிழிந்த கைக்குட்டையைப் பீட்டர் மீண்டும் கடித்தான்.

''அன்னியர் பேட்டைக்குப் போய் வரலாம். ஒருவருக்கும் தெரிய வேண்டாம். ஒரு மணி நேரத்தில் திரும்பிவிடலாம். போகலாமா?''

''மீன்ஹெர்ஸ், அது மட்டும் வேண்டாம். தற்சமயம், அன்னாவைப்பற்றிச் சிந்தனை செய்வதும் கூடாது.''

பீட்டர் தன் கழுத்தை நீட்டினான்; அவனது மூக்குத் தொளைகள் உப்பின. முகம் வெளுத்தது.

''வரம்பு கடந்து நடந்து கொள்கிறாய்'' என்று கூறிப் பீட்டர் அலெக்ஸாண்டரது கோட்டின் மார்பைப் பற்றினான். பித்தான்கள் பறந்தன. ''உனக்குத் துணிச்சல் அதிகமாகிவிட்டது'' என்று சொல்லிக் கனைத்தான்; மீண்டும் அவனைப் பிடித்து உலுக்கிய பின் சிறிது அமைதியடைந்து சொன்னான்: ''பழைய கோட்டு ஒன்றைக் கொடு. பூங்காவுக்குப் போகிறேன். சறுக்கு வண்டியை அங்கு கொண்டு வா.''

2

திருமணம் பிரியோ பிராஷென்ஸ்கி மாளிகையில் நிகழ்ந்தது. நாரிஷ்கின்களையும் பெண் வீட்டாரையும் தவிரச் சிலருக்கே அழைப்பு அனுப்பப்பட்டது. உச்ச வட்டத்துக்குரிய பாயர்களில், போரிஸ் கோலிட்ஸின், பிடோர் ரோமாடானோவ்ஸ்கி முதலிய சிலருக்குத்தான் பத்திரிகை வைத்திருந்தது. நடால்யா, மணமகனது தந்தையின் பாத்திரத்தை வகிக்கும்படி பிடோர் ரோமோடானோவ்ஸ்கியிடம் கூறினாள். ஜார் ஐவான் நோய்வாய்ப்பட்டுப் படுத்திருந்ததால் வரமுடியவில்லை. திருமண தினத்தன்று, ஸோபியா தொழுகை யாத்திரை·கிளம்பிவிட்டாள்.

ஒவ்வொன்றும் தொன்மையான மரபுக்கு இணங்க நடந்தேறியது. அதிகாலையிலேயே மணப்பெண்ணை மாளிகைக்குக் கொண்டுவந்து புத்தாடை அணிவித்தனர். புதிதாக வழங்கப்பட்ட கதகதப்பான சட்டையையும் தலையணியையும் அணிந்த பணிப்பெண்கள், இடைவிடாது பாடிய வண்ணம், மணப்பெண்ணைக் குளிப்பாட்டினார்கள். அரசவை மகளிரும் மணப்பெண்ணின் தோழிகளும் அவளுக்கு உடை அணிவித்தனர். முதலில் நேர்த்தியான உள்ளுடையும் காலுறையும் உடுத்தினர். அதன்மேல், முத்துக்கள் பதித்த முன் கைப்பட்டையுடன் கூடிய சிவப்பான நீண்ட ஸில்க் சட்டையை உடுத்தினர். அதன்மேல், சீனத்துப் பட்டில் தைத்த 'கௌனை' அணிவித்தனர். அதன் விளிம்பு தரையில் புரண்டது; அதன் கைகள் தளர இருந்தன; அதில் மலர் வடிவிலும் விலங்கு வடிவிலும் காட்சி தந்த சித்திரத் தையல் கண்ணைப் பறித்தது. தோள் அளவு அகலமான காலரை - நீர் நாய் மயிரில் தைத்து வயிரங்கள் பதித்த காலரை - அவளது கழுத்தைச் சுற்றிக்கட்டினார்கள். இறுகக் கட்டியதால், யூடோக்ஸியா மூச்சுத்திணறினாள். அந்தக் கவுனுக்கும்மேல், நூற்று இருபது இனாமல் பித்தான்களை உடைய அங்கியை அணிவித்தனர். அது செக்கச்செவேலென்று இருந்தது. எல்லாவற்றுக்கும் மேலாக ஒரு மேலாடையை உடுத்தினர். அது முழுக்க முழுக்க ஜரிகையாகவிருந்தது; மென்மயிருடன் கூடிய மென்தோலை உள்ளே கொடுத்துத் தைத்திருந்தது; ஏராளமான முத்துக்களால் சித்திரத் தையல் வேலை செய்யப் பட்டிருந்தது. யூடோக்ஸியாவின் விரல்கள் நிறைய மோதிரங்களை அணிவித்தனர். அவளது செவிகளில் ஒளிவீசும் தொங்கணிகளை மாட்டினார்கள். அவளது கேசத்தைப் பின்னுக்குத் தள்ளி இழுத்துவாரிச் சடை போட்டார்கள்; சடையில் நாடாக்களை வைத்துப் பின்னினார்கள். அவளது சிரத்தில் நகரத்தின் மாதிரியில் அமைந்த அணிமுடியை வைத்தார்கள்.

மணி மூன்று ஆகிவிட்டது. யூடோக்ஸியா களைத்துச் சோர்ந்துவிட்டாள். மிருதுவான மெத்தையில் அரக்குப் பொம்மையைப் போல் வீற்றிருந்தாள். மணமகன் பரிசாக 'ஓக்'மரப் பெட்டியில் வந்திருந்த இனிப்புப் பண்டங்களை அவள் பார்க்கவும் இல்லை. பல்வகை விலங்குகள் மாதிரி செய்த இனிப்புப் பண்டங்களும், முனிவர்களது முகம்பதித்த தீஞ்சுவை அப்பங்களும், தேனில் சமைத்த வெள்ளரி வகைகளும், கொட்டை வகைகளும், உலர்ந்த கொடிமுந்திரிப் பழங்களும், ரியாஸான் ஆப்பிள் பழங்களும் பெட்டியில் இருந்தன. வாழையடி வாழையாக நின்று நிலவும் வழக்கப்படி, உழைப்புக் கருவிகள் வைப்பதற்கான தந்தப்பேழையும், மோதிரங் களும் காதணிகளும் உள்ள பொன்முலாம் பூசிய செப்புப்பேழையும் இருந்தன. அந்தப் பெட்டிகள்மீது பிரம்பாகப் பயன்படுவதற்காகச் சில சுள்ளிகளைச் சேர்த்துக் கட்டிவைத்திருந்தது.

அன்று முதல் அவளது தந்தை லோபுஹின்னைப் பியோடர் என்று அழைக்க வேண்டுமென்று

உத்திரவாகியிருந்தது. பியோடர் அடிக்கடி உள்ளே வந்தான்; வந்த பொழுதெல்லாம் உலர்ந்த உதட்டை நாக்கால் நக்கிக்கொண்டே, ''எப்படி இருக்கிறது? மணமகள் சித்தமாக இருக்கிறாளா?'' என்று வினவினான். அவனது நாசியில் சிரைக் குழாய்கள் புடைத்துக்கொண்டிருந்தன; யாராவது அந்த நாசியைப் பிடித்து அமுக்கி நசுக்கிவிட்டார்களோ என்று தோன்றியது. சிறிது நேரம் நின்றவுடன் ஏதாவதொன்றை நினைத்துக்கொண்டு, விரைந்து போய்விடுவான். மணமகனின் தாய் மூர்ச்சையாகி ரொம்ப நேரமாகிவிட்டது. அவளைச் சுவரில் சாயவைத்திருந்தனர். அதிகாலையிலிருந்து ஒன்றும் உண்ணாதிருந்ததால் பணிப் பெண்களது குரல் கம்மியது.

திருமணத் தரகுக்காரி மூன்று கஜத்துக்கு நீண்டிருந்த சட்டைக்கைகளை ஆட்டிக்கொண்டே ஓடிவந்தாள்:

''மணமகள் தயாராகிவிட்டாளா? பரிவாரத்தைக் கூப்பிடு. அப்பங்களைத் தூக்கிக் கொள்ளுங்கள். விளக்குகளை ஏற்றுங்கள். நடனப் பெண்கள் எங்கே? ஓ! இவ்வளவுதானா? ஸ்டீபன் என்ற பாயர் வீட்டில்கூடப் பன்னிரண்டு நடன மகளிர் இருந்தனரே; இது ஜாரின் திருமணம் ஆயிற்றே! தோழிகளே, மணமகளைப் பார்த்தீர்களா? என்ன அழகு! இவளை ஒத்த அழகி வேறு எங்காவது இருக்கிறாளா? இல்லை, இல்லவே இல்லை. அடி தோழிகளே, என்ன செய்தீர்கள்? என்னைக் கொன்று விடுவார்களே! மணமகளுக்கு முகத்திரை இடாது அழைத்துச் செல்வதா? மிக முக்கியமான விஷயத்தை மறந்துவிட்டீர்கள்! முகத்திரை, முகத்திரை எங்கே?''

வெண்மையான விரிப்பில், மணமகளது முகம் மறைந்தது. அவர்கள் கூறியதற்கு இணங்க மணமகள் கைகட்டித் தலை குனிந்து நடக்கத் தொடங்கினாள். அவளது தாயார் இலேசாகப் புலம்பினாள். யார்மீதோ குறிவைத்து எறியப்போவதைப்போல் வழிபாட்டு உருவத்தைக் கையில் ஏந்திய தகப்பன் ஓடிவந்தான். அந்த வழிபாட்டு உருவத்தை வைத்துத்தான் மணமகளுக்கு வாழ்த்துரை வழங்க வேண்டும். ஆடல் மகளிர் தமது கைக்குட்டையை அசைத்துக்கொண்டு, சுழலத் தொடங்கினர்:

''இனிய தேற லெனுநங்கை எங்குந் திருநாட் கூட்டத்தில்

தனிச்சீருடனே நடப்பாள் காண்! தருக்கிப் பேசுங் குணமுடைய

வனிதை தன்னைத் தான்பெருமை வர்ணித் துரைப்பாள்: வாழ்க்கையிலே

எனைப்போல் சுவையில் மிஞ்சியவர் எக்களிப் புடையார் யாருமில்லை!''

வட்டமான ரொட்டித்துண்டுகளிருந்த தாம்பாளங்களை ஏவலர்கள் தலைக்கு மேல் தூக்கிக் கொண்டு நடந்தனர். அவர்களுக்குப் பின்னால் வந்த வேலைக்காரர்கள், மைக்கா விளக்குகளை நீண்ட கம்புகளின் உச்சியில் கட்டிக்கொண்டு வந்தனர். மணமகளின் நாற்பது பவுண்ட் எடையுள்ள மெழுகுவத்தி விளக்கை இருவர் தூக்கிவந்தனர். மணமகளுக்குப் பணிபுரிந்த அவளது ஒன்றுவிட்ட சகோதரன், ஜரிகை மயமான கோட்டை அணிந்திருந்தான்; துண்டு ஒன்றை அரைக் கச்சையாகக் கட்டியிருந்த அவன் பெயரும் பீட்டர்தான். பீருக்குச் சுவைத்திறம் அளிப்பதற்காகச் சேர்க்கும் கசப்பான பழக்கொத்துகளையும் (இவற்றை 'ஹாப்ஸ்' என்பர்), ஸில்க் கைக்குட்டைகளையும் கீரி இன மிருகங்களது மென்தோலையும் அணில் தோலையும், கையளவு பொற்காசுகளையும் ஒரு தட்டத்தில் வைத்துத் தூக்கி வந்தான். அவனுக்கும் பின்னால், அவளது தந்தையின் சோதரர் இருவரும் வந்தனர். இந்த இரு லோபுஹின்களும் கெட்டிக்காரர்கள் ; உளவு சேகரிப்பதிலும் சிண்டுமுடிந்து விடுவதிலும் சமர்த்தர்களென்று புகழ்பெற்றவர்கள். மணமகளின் பாதையில் எவரும் குறுக்கே போகக் கூடாதென்பதில் இவர்கள் கவனமாயிருந்தனர்.

அவர்களுக்குப் பின்னால், தரக்குக்காரியும் அவளது துணைவியும் யூடோக்ஸியாவின் கைகளைத் தாங்கி அழைத்து வந்தனர். உபவாசம், உடையின் பளு, உள்ளத்தின் கிலி அனைத்தும் வாட்டிய தால் அவள் நடப்பதற்குச் சிரமப்பட்டாள். இரண்டு பாயர் குடும்பத்துக் கிழவிகள் பின்னால் வந்தனர். ஒருத்தி கல்யாணமான பெண்ணின் வெல்வெட் தலையணியைத் தூக்கி வந்தாள். இன்னொருத்தி விருந்தாளிகளுக்குப் பரிசு அளிப்பதற்காகத் தாம்பாளங்களில் வேட்டித்துண்டு களைக் கொண்டுவந்தாள். அவர்களுக்கும் பின்னால், மணமகளின் தகப்பனான லாரியன் லோபுஹின் வந்தான்; குடும்பத்தினரது கம்பள ஆடைகளையெல்லாம் சேகரித்து உடுத்தியிருந் தான். ஒரு அடி பின்னால் அவனது மனைவி வந்தாள். இறுதியாக, மணமகளின் உறவினர்கள் அனைவரும் கும்பலாக வந்தனர்; குறுகலான கதவுகள் வழியாகவும் நடைபாதைகள் வழியாகவும் நெருக்கியடித்துக்கொண்டு வந்தனர்.

இவ்வாறாக அவர்கள் சபாமண்டபத்தில் பிரவேசித்தனர். வழிபாட்டு உருவங்கள் கொலு விருந்த மேலிடத்துக்குக் கீழே மணமகளை உட்கார்த்தி வைத்தனர். கசப்புக் கனிக் கொத்துக்களும் தோல்களும் பொற்காசுகளும் இருந்த குழிவான தட்டும் ரொட்டிகள் இருந்த தாம்பாளங்களும் மேஜைமீது வைக்கப்பட்டன. அந்த மேஜையில் முன்பே உப்பு ஜாடிகளும் மிளகு ஜாடிகளும் புளிக்காடிக் குப்பிகளும் வைக்கப்பட்டிருந்தன. அனைவரும் தத்தம் அந்தஸ்துக்கு ஏற்றவாறு ஆசனங்களில் அமர்ந்தனர். நிறைந்த அமைதி நிலவியது. லோபுஹின்கள் வெறித்துப் பார்த்தனர். அவர்கள் தமது நடத்தையில் பிழை ஏற்பட்டுவிடுமோ வென்று அஞ்சினர். அவர்கள் அசையவுமில்லை, மூச்சுவிடவுமில்லை. தரகுக்காரி லோபுஹின்னுடைய சட்டைக் கையைச் சுண்டினாள்: ''எங்களைக் காக்க வைக்காதீர்கள்?'' என்றாள்.

அவன் மெதுவாகச் சிலுவைக் குறியிட்டான். மணமகளைச் சேர்வதற்கு நேரமாகி விட்ட தென்று ஜாரிடம் அறிவிப்பதற்குப் பீட்டரை அனுப்பினான். பீட்டர் லோபுஹின் கிளம்பிச் சென்ற பொழுது, சற்றுப் பள்ளமாயிருந்த அவனது பின் தலைப்பகுதி துடித்தது. வழிபாட்டு உருவங்கள் முன்னாலிருந்த விளங்குகள் படபடவென்று ஒலித்தன; மெழுகுதிரிகளின் சுவாலை ஆடவில்லை; அசையவில்லை. அவர்கள் நீண்டநேரம் காத்திருக்க வேண்டியதாயிற்று. மணமகளைச் சுவாசிக் கச் செய்வதற்காகத் தரகுக்காரி அவளது விலா எலும்புகளைத் தொட்டுக் கிளர்ச்சி ஊட்டிக் கொண்டிருந்தாள்.

படிக்கட்டுக் கிரீச்சென்று ஒலித்தது. அவர்கள் வந்துகொண்டிருந்தனர். அரண்மனைக் காவலர்களான இரு இளைஞர்கள் ஓசையில்லாது வந்து, கதவு அருகில் நின்றனர். கௌரவத் தந்தையான மகாப்பிரபு ரோமோடானோவ்ஸ்கி மண்டபத்தில் பிரவேசித்தான். புடைத்த கண்களால் வழிபாட்டு உருவங்களை வெறித்து நோக்கியவாறு சிலுவைக் குறியிட்டான்; லோபு ஹின்னுடன் கைகுலுக்கிவிட்டு, இரண்டு கரங்களது விரல்களையும் கோர்த்துக்கொண்டு, மணப் பெண் எதிரில் அமர்ந்தான். சிறிது நேரம் அமைதி நிலவியது. கௌரவத் தந்தை தீர்க்கமான குரலில் கூறினான்:

''தம் கடமையைச் செய்வதற்குத் தயக்கமின்றி வரவேண்டுமென்று, சகல ருஷ்யாக்களுக்கும் கோமகானாக விளங்கும் ஜாரிடம் போய்ச் சொல்லுங்கள்.''

மணமகளின் உறவினர்கள், ஊறிய எச்சிலை விழுங்கிக்கொண்டு தெண்டத்தெண்ட விழித்தார்கள். ஜாரைக் காண மணமகளது பெரியப்பன் சென்றான். ஆனால் வாலிபத்துக்குரிய பொறுமையின்மையுடன், அழைப்பு வருவதற்கு முன்பே பீட்டர் எதிரில் வந்துகொண்டிருந்தான். கதவு அருகில் நறும்புகை மேகங்கள் படர்ந்தன. அறிவிப்பு ஆலயத்தின் முதற் பாதிரியார் பிரவேசித்தார். நல்ல உயரம், உடலெல்லாம் ரோமம். அவர் அருச்சிய சிஷ்ட பண்டத்தை உடைய

பித்தளைச் சிலுவையைப் பிடித்துக்கொண்டும் நறும்புகைத் தாலத்தைக் கரம்நீட்டி இருமருங்கும் அசைத்துக்கொண்டும் வந்தார். பலருக்கு அறிமுகமாகாத இளைஞனும், பீட்டரால் பிட்கா* என்று பெயரிடப்பட்டவனுமான அரண்மனைப் பாதிரி, சிவப்புத்துணி விரிப்பின்மீது புனிதநீரைத் தெளித்தான். அவர்கள் இருவருக்கும் இடையில், தம் பதவிக்குரிய சின்னங்களுடன் குரல் வளத்தை இழந்தவரும் முதுமைக்குரியவருமான மாஸ்கோ நகரத்துத் தலைமைப் பாதிரியார் நடந்து வந்தார்.

மணமகளின் உறவினர்கள் துள்ளி எழுந்தனர். லோபுஹின் மேஜைக்குப் பின்னாலிருந்து விரைந்து வந்து, மண்டபத்தின் நடுவில் மண்டியிட்டான். மணமகனது தோழனான போரிஸ் கோலிட்ஸின், பீட்டரது கரத்தைப் பிடித்து அழைத்துக்கொண்டு வந்தான். பீட்டர் அரசனுக்குரிய மேலாடையைத் தரித்திருந்தான். அவனது தந்தையின் பொன்மயமான உடை, முழங்கால் மூட்டையே தொட்டது. அவன் மானோமாக் மகுடத்தை அணியக் கூடாதென்று ஸோபியா உத்திரவிட்டிருந்தாள். பீட்டர் தலையில் ஏதும் அணியவில்லை; கரிய சுருள் மயிரை இடையில் வகிடு எடுத்து வாரியிருந்தான். அவனது முகம் வெளிறியிருந்தது; விழிகள் நகரவில்லை; கன்னத்துத்தசைகள் உப்பியிருந்தன. தரகுக்காரி, யூடோக்ஸியாவை அணைத்துக் கொண்டாள். அவளது கரம், மணமகளின் விலா எலும்புகள் நடுங்குவதை உணர்ந்தது.

மணமகனைத் தொடர்ந்து நிகிடா ஸோடோவ் வந்தான். அவனே வினைமுறைக் காவலனாவான். யாரும் கண் வைக்காது, மாயமந்திரம் செய்யாது, திருமணத்தைக் காபந்தாக நடத்துவதும் திருமண வினைகள் முறையாக நிகழ்கின்றவா என்று கண்காணிப்பதும் அவனது பணிகளாகும். அவன்சுத்தமாகவும் தெளிவாகவும் இருந்தான்; நிதானமாக நடந்துகொண்டான்; வயதில் மூத்த லோபுஹின்கள் ஒருவரையொருவர் அர்த்தபுஷ்டியுடன் பார்த்துக்கொண்டனர். இந்த வெட்கங்கெட்ட குடிகாரன், குடிவெறியர்களது 'திருத் தந்தை', வினைமுறைக் காவலன் பொறுப்புக்கு நியமிக்கப்படுவானென்று அவர்கள் எதிர்பார்க்கவில்லை. மகாராணியை அவளது சகோதரன் லியோவும் ஒரு பாயரும் அழைத்து வந்தனர். இந்தப் பெருநாளுக்காக அவள் தனது பெட்டியிலிருந்து நேர்த்தியான உடைகளை எடுத்து அணிந்திருந்தாள். இலேசாகச் சிவப்புக் கலந்த மஞ்சள் நிறத்தில் சோபித்த கவர்ச்சியான அங்கியை உடுத்தியிருந்தாள்; அதன்மேல் சுவைநயம் மிகுந்த பசும்புல் பின்னணியை, அன்னிய மணிகள் வைத்துத் தைத்த மேலாடையை அணிந்திருந்தாள். மணமகள் அருகில் அமர்ந்திருந்த லோபுஹின்னிடம் போரிஸ் சென்றான். குல்லாயிலிருந்த பொற்காசுகளைக் குலுக்கிக்கொண்டே உரத்த குரலில் கூறினான்:

''அரசனுக்காக அந்த ஆசனத்தை வாங்க விரும்புகிறோம்.''

''குறைந்த விலைக்குக் கொடுக்கமாட்டோம்'' என்று விடை தந்த லோபுஹின், மரபுவழக்கப்படி மணப்பெண்ணைப் பாதுகாக்கும் முறையில் கையை நீட்டினான்.

''இரும்பு வேண்டுமா, வெள்ளி வேண்டுமா, அல்லது தங்கம் தேவையா?''

''தங்கம்.''

போரிஸ் தட்டத்தில் பொற்காசுகளைக் கொட்டினான். லோபுஹின் கரத்தைப் பிடித்து அவனை அந்த ஆசனத்திலிருந்து அழைத்துக்கொண்டு வந்தான். பாயர்கள் மத்தியில் நின்ற பீட்டர் புன்னகை செய்தான். அவர்கள் அவனை இலேசாக முன்னுக்குத் தள்ளினார்கள். போரிஸ் அவனது முழங்கைகளைப் பிடித்து அழைத்துச் சென்று மணமகளின் அருகில் உட்காரச் செய்தான். அவளது

* பிட்கா என்றால் துணிச்சலானவன் என்று பொருள்.

வட்டமான தொடையைத் தொட்டதால் அதன் கதகதப்பை உணர்ந்த பீட்டர், தன் காலை நகர்த்திக் கொண்டான்.

வேலைக்காரர்கள் உண்டி வகைகளைக் கொண்டு வந்து பரிமாறினார்கள். தலைமைப் பாதிரியார் விழிகளை உயர்த்திப் பிரார்த்தனை பாடல்களைப் பாடி உணவுக்கும் பானத்துக்கும் நல்லாசி வழங்கினார். ஆனால் எவரும் உணவுத் தட்டுகளைத் தொடவில்லை. தரகுக்காரி மணப்பெண்ணின் பெற்றோருக்குத் தாழ்வாகப் பணிந்தாள்:

''மணப்பெண்ணின் கூந்தலை வாரிப் பின்னுவதற்கு ஆசி நல்குங்கள்.''

''கடவுள் உங்களை ஆசீர்வதிப்பார்'' என்று தகப்பன் கூறினான். தாயின் இதழ்கள்தாம் அசைந்தன; குரல் கேட்கவில்லை. மணமகனுக்கும் மணமகளுக்கும் இடையே கெட்டியான சால்வை ஒன்றை இருவர் விரித்துப் பிடித்துக்கொண்டனர். கதவுகளருகே நின்ற பணிப்பெண் களும் மேஜையருகே அமர்ந்திருந்த பாயர்குலமாதர்களும் அவர்களது மகளிரும் மரபுவழிப் பாடல்களைப் பாடினர். அவை மெதுவாகப் பாடுவதற்குரிய துயரப்பாடல்கள்.

காற்றில் அசைந்தாடும் சால்வைக்குப் பின்னால், தரகுக்காரியும் அவளது துணைவியும் குசுகுசுப்பதையும் பதறித் துடிப்பதையும் பீட்டர் ஓரக்கண்ணால் நோக்கினான். ''நாடாக்களை எடு... பின்னலைப்போடு; முறுக்கிவிடு.... தலையணி எங்கே? தலையணியைக் கொண்டு வா'' என்று அவர்கள் குசுகுசுத்தனர். பூடோக்ஸியா குழந்தைக் குரலில், தாழ்வான சுருதியில் அழத் தொடங்கினாள். பீட்டரின் இதயம் வேகமாகத் துடித்தது. மென்மைக்கும் பெண்மைக்கும் உரிய ஒன்று, இதுவரை அவன் தொட்டு அனுபவிப்பதற்குக் கூடாததாயிருந்த ஒன்று, அவன் அருகே அழுகுரல் எழுப்புவதையும் அது உலக இன்பங்களிலே இனிமை மிகுந்த இன்பத்துக்காக மர்மமான முறையில் சித்தமாகிக் கொண்டிருப்பதையும் அவன் உணர்ந்தான். அவன் சால்வையை நெருங்கி அமர்ந்து அவளது சுவாசத்தை உணர்ந்தான். தரகுக்காரியின் வண்ணச்சாயம்பூசிய முகம் மேலே தாழ்ந்தது. அவள் இதழ்விரியச் சிரித்துக் கூறினாள்:

''ஐயா, பொறுமையாயிருங்கள். விரைவில் முடித்துவிடுவோம்.''

சால்வை நீங்கியது. ஆனால் மணப்பெண்ணின் முகத்திரை நீங்கவில்லை. மணமான பெண் ணின் தலையணியை இப்பொழுது அணிந்திருந்தாள். தரகுக்காரி குழிவான தட்டத்திலிருந்து இருகரங்களாலும் கசப்புக்கனிகளை எடுத்து மணமக்கள் மீது தூவினாள். அதன்பின் கீரிமயிரால் விசிறினான்; தட்டத்தில் மிஞ்சியிருந்த பொற்காசுகளையும் கைக்குட்டைகளையும் விருந்தாளி களிடையே வீசி எறிந்தாள். மாதர்கள் இன்பப்பாடல்களைப் பாடினர். ஆடல்மகளிர் சுழலத் தொடங்கினர். மண்டபத்துக்கு வெளியே கைத்தாளங்களும் உடுக்கைகளும் முழங்கின. போரிஸ் ரொட்டிகளையும் பாலாடைகளையும் அறுத்துத் துண்டம் செய்து, அவற்றையும் வேட்டித்துண்டு களையும் விருந்தாளிகளின் அந்தஸ்துக்கேற்றவாறு வினியோகம் செய்தான்.

அதன்பின், வேலைக்காரர்கள் புதிய உணவு வகைகளைப் பரிமாறினார்கள். லோபுஹின் களில் எவரும் உண்ணவில்லை. அவர்கள் தமக்குப் பசி இல்லை என்பதைக் காட்டுவதற்காகத் தட்டுகளை நகர்த்திவிட்டார்கள். மூன்றாவது தடவையாகப் பரிமாற வேண்டிய உண்டி வகைகளும் வந்தன. தரகுக்காரி உரத்த குரலில் கூறினாள்.

''இளம் ஜோடியின் திருமணச்சடங்கை வாழ்த்துங்கள்.''

நடால்யாவும் ரோமோடானோவ்ஸ்கியும் லோபுஹின்னும் அவனது மனைவியும் வழி

பாட்டு உருவங்களை உயர்த்தினர். பீட்டரும் யூடோக்ஸியாவும் அருகருகே நின்று வணங்கினர். லோபுஹின் ஆசி கூறிவிட்டு அரைக்கச்சையிலிருந்த சாட்டையை அவிழ்த்து எடுத்தான். மும்முறை மணப்பெண் முதுகில் அடித்தான். அவளுக்கு வலித்தது.

''மகளே, உன் தகப்பனின் சாட்டையடியை உணர்ந்திருக்கிறாய். உன்னை இப்பொழுது உன் கணவரிடம் ஒப்படைக்கிறான். இனி நீ கீழ்ப்படிய மறுக்கும்பொழுது, நான் அல்ல, அவரே உன்னை அடிப்பார்.!''

அவன் பீட்டருக்குத் தலைவணங்கிச் சாட்டையைக் கொடுத்தான். வேலையாட்கள் விளக்குகளைத் தூக்கிக் கொண்டனர். வினைமுறைக் காவலன் மணமகனது கரத்தைப்பற்றிக் கொண்டான்; தரகுக்காரி மணப்பெண்ணைப் பிடித்துக்கொண்டாள். லோபுஹின்கள் பாதையில் எவரும் குறுக்கே வராது பார்த்துக்கொண்டனர். கூட்டத்திடையே சிக்கித்தவித்த பணிப்பெண் ஒருத்தி, குறுக்கே போக முயன்றாள். அவளை விசையாகப் பிடித்துத் தள்ளினார்கள். மூர்ச்சையான அப்பணிப் பெண்ணை வேலைக்காரர்கள் தூக்கிச் செல்ல வேண்டியதாயிற்று. நடைபாதைகள் வழியாகவும் படிக்கட்டுகள் வழியாகவும், திருமண ஊர்வலம் அரண்மனை ஆலயத்தை நோக்கி மெதுவாகச் சென்றது. அப்பொழுதே மணி ஏழாகிவிட்டது.

நகரத்துத் தலைமைப் பாதிரியார் நிதானமாகப் பூஜை நடத்தினார். மரக்கட்டைச் சுவர்களின் இடுக்குகள் வழியாகக் குளிர்காற்று வீசியதால், ஆலயத்தில் குளிராயிருந்தது. பனிமூடிய பலகணிகளது கிராதிக்கு வெளியே, இருட்டாயிருந்தது. கூரைமீதிருந்த காற்றாடி கிரீச்சென்று ஒலிசெய்தது. திரைச்சீலையில் மறைந்திருந்த மணமகளின் ஒரு கரத்தைத்தான் பீட்டரால் பார்க்க முடிந்தது. முன்னால் அவனுக்கு அறிமுகமாகியிராத அந்தப் பெண்ணின் கரம் பலமின்றி மெலிந்திருந்தது. இரண்டு வெள்ளி மோதிரங்களும், வண்ணம் பூசிய நகங்களும் பீட்டர் கண்ணில் தென்பட்டன. மெழுகு திரியைப் பிடித்திருந்த அக்கரம் நடுங்கியது. நீலம்பாய்ந்த சிரைக் குழாய்கள்; ஆட்டுக்குட்டியின் வாலைப்போலச் சின்னஞ்சிறுவிரல். பீட்டர் தன் பார்வையைத் திருப்பினான். வழிபாட்டு உருவச் சித்திரங்களால் அமைந்த தாழ்வான பலிபீடத்திரையில் ஒளிர்ந்த சிறு சுவாலைகளை வைத்த கண் வாங்காது நோக்கினான்; அவனது சிந்தனை முன்னாள் நிகழ்ச்சி ஒன்றில் லயித்தது:

முந்தைய தினத்தில், அன்னாவிடம் விடைபெற்றுக் கொள்ளாமல் திரும்பவேண்டியதாயிற்று. சாமானியமான சறுக்குவண்டியில் பீட்டர் வருவதைக்கண்ட விதவை பாதில்டா ஓடிவந்து அவன் கரத்தில் முத்தமிட்டாள்; தமது தரித்திர நிலையைப்பற்றிப் புலம்பினாள். விறகு இல்லையென்றும் இன்றியமையாத பொருட்களுமில்லாது துன்புறுவதாகவும் சொல்லி வருந்தினாள். அப்பாவி அன்னாவுக்கு இரண்டு நாட்களாகக் காய்ச்சலென்றும் மயக்கவெறியில் பிதற்றிக் கொண்டிருக்கிறாளென்றும் கூறி அழுதாள். அவன் அவளைத் தள்ளிவிட்டு அன்னாவைக் காண்பதற்கு மாடிக்கு ஓடினான். அந்தச் சிறிய அறையில் எண்ணெய் விளக்கு இலேசாக எரிந்தது. தரையில் ஒரு குழிவான செப்புத்தட்டம் இருந்தது; அவனது சிறிய மிதியடிகள் இங்கொன்று அங்கொன்றாய்க் கிடந்தன; அறையில் புழுக்கம் அதிகம். அன்னா மஸ்லின் திரைக்குள் படுத்துக்கிடந்தாள். அவளது கூந்தல் தலையணைமீது சடைசடையாகக் கிடந்தது: அந்தச் சடைகள் ஈரமாயிருந்தன. ஓர் ஈரத்துண்டு அவளது நெற்றியையும் கண்களையும் மறைத்தது. அவள் இதழ்கள் காய்ச்சலால் உலர்ந்திருந்தன. பீட்டர் ஓசைசெய்யாது அறையிலிருந்து வெளியேறி, விதவையின் பதறும் கைநிறையப் பொற்காசுகளைக் கொட்டினான். அந்தக் காசுகள், பீட்டருக்கு ஸோபியா அளித்த திருமணப் பரிசு. பகலும் இரவும் விதவையின் வீட்டில் இருந்து ஒத்தாசை செய்யும்படி அலெக்ஸாண்டருக்கு உத்திரவிட்டான். மருந்துக்

கடையில் ஏதாவது வாங்கிவர வேண்டியிருந்தாலும், நோயாளி ஏதாவது அருஞ்சுவைப் பொருள் வேண்டுமென்று கேட்டாலும், ஓடிப்போய்த் தேடிப்பெறுவது அவன் வேலை என்றும் அறிவித்தான். ஆம்; பூமியின் குடலில் புதைந்து கிடந்தாலும் கொண்டு வந்து கொடுக்க வேண்டுமென்று பீட்டர் ஆணையிட்டான்.

நறும்புகைப்பொருளை எரிப்பதில், பாதிரிகள் சிக்கனம் செய்யவில்லை. புகைப்படலத் தினூடே மெழுகுவத்திகள் வெளிச்சம் பரப்பின. மணமக்கள் நீடூழிவாழ வேண்டுமென்று பாதிரியார் உரத்த குரலில் பிரார்த்தனை செய்தார். பீட்டர் மீண்டும் பக்கவாட்டில் பார்வையைத் திருப்பினான். யூடோக்ஸியாவின் கரம் பதறிக்கொண்டேயிருந்தது. அவளது கையிலிருந்த மெழுகுதிரியைச் சட்டென்று பிடுங்கி, அந்த மென்மையான மெலிந்த விரல்களை அமுக்கினான்! இதைக்கண்டவர் அஞ்சிப் பதைத்துக் குசுகுசு என்று பேசிக்கொண்டனர். தலைமைப் பாதிரியாரின் வழுக்கைத்தலை பதறத் தொடங்கியது. போரிஸ்கோலிட்ஸின் பீட்டரிடம் விரைந்துசென்று ஏதோ செவியில் ஓதினான். தலைமைப்பாதிரியாரின் பூஜை புதுவேகத்தைக் கண்டது; பாடகர் களும் அவசர அவசரமாகப் பாடினார்கள்; மனைவியின் கரத்தை வலுவாகப் பிடித்த பீட்டர், அவளது திரையிட்ட முகம் மேன்மேலும் சோர்ந்து தாழ்வதைக் கண்டான்.

அவர்கள், பைபிள் புத்தகத்தை வைத்துப்படிக்கும் மேஜையைச் சுற்றி வந்தனர்; பீட்டர் விரைந்து நடந்தான். தரகுக்காரி யூடோக்ஸியாவைத் தாங்கி வராவிட்டால், அவள் விழுந் திருப்பாள். இவ்வாறாகப் பீட்டரும் யூடோக்ஸியாவும் கணவன் மனைவி ஆனார்கள். அவர்கள் முத்தமிடுவதற்காகக் குளிர்ச்சியான பித்தளைச் சிலுவை கொடுக்கப்பட்டது. யூடோக்ஸியா மண்டியிட்டுப் புருஷனது தோல் பூட்ஸில் முகத்தைப் புதைத்தாள். தலைமைப் பாதிரியார் 'தேவகுரலை'ப் பின்பற்றி இழுத்திசைக்கும் தொனியில் மெதுவாகக் கூறினார்.

''உடலுக்கு வலுவில்லை என்பதாலும் அது பாவத்துக்குரியதாயிருப்பதாலும், மனைவியின் ஆத்மாவைக் காப்பாற்றும்பொருட்டுக் கணவன் அவளைப் பிரம்பாலடிப்பது பொருத்த மானதே.''

யூடோக்ஸியாவைத் தூக்கி நிறுத்தினார்கள். தரகுக்காரி, முகத்திரையின் முனையைப் பிடித்துக்கொண்டு, ''பாருங்கள், ஐயா! பாருங்கள்,'' என்று கூறித் துள்ளி இளம்ராணியின் திரைச் சீலையைச் சுண்டி இழுத்தாள். குழந்தையின் முகம் என்றே சொல்லிவிடலாம்; களைத்துச் சோர்ந்திருந்தது; அழுது அழுது கன்னமெல்லாம் வீங்கியிருந்தது. மிருதுவான சிறிய நாசி. அவளது வெளிறிய நிறத்தை மறைப்பதற்காகச் செவ்வண்ணப் பசையைப்பூசி இருந்தனர். புருஷனின் வட்ட வடிவக் கண்கள் உணர்ச்சிக் கொதிப்புடன் உற்று நோக்குவதைக் கண்ட அவள் நாணமடைந்து தன் சட்டைக்கையால் வாடியவதனத்தை மறைத்துக் கொண்டாள். ''மகாராணி, முகத்தை மறைத்தக் கொள்ளாதீர்கள். அது முறையல்ல. முகத்தை உயர்த்துங்கள்!'' என்று கூறிய தரகுக்காரி, அவளது சட்டைக் கையை இழுத்தாள். விருந்தாளிகள் அனைவரும் இளம் ஜோடியைச் சுற்றிக் கூடினார்கள். ''சிறிது வெளிறிப் போயிருக்கிறாள்'' என்று லியோ நாரிஷ்கின் குறிப்பிட்டான். லோபுஹின்ள் வேகமாகச் சுவாசித்தனர்; நாரிஷ்கின்கள் மணப் பெண்ணைக் குறை கூறினால், வாய்ச் சண்டைபோடுவதற்குச் சித்தமானார்கள். அவள் கண்ணீர் நிரம்பிய தவிட்டு நிற நயனங்களை உயர்த்தினாள். பீட்டர் அவளது கன்னத்தைத் தன் இதழ்களால் தடவினான். அவளும் அவனது கன்னத்தில் இலேசாக முத்தமிட்டாள். அவன் புன்னகை செய்து அவளது இதழ்களில் முத்தமிட்டான். அவள் சிறிது விம்மினாள்.

மீண்டும் அவர்கள் சபாமண்டபத்தை அடைந்தனர். போகும் வழியில் தரகுக்காரி மணமக்கள் மீது நார்ச்செடி விதைகளைத் தூவினாள். ஒரு விதை யூடோக்ஸியாவின் கீழ் உதட்டில்

ஒட்டிக்கொண்டது. திருமணத்துக்கென்று தருவிக்கப்பட்ட இன்னிசைக் குழுவினர், தூய்மையான சிவப்புக் கால்ச் சட்டைகளை அணிந்திருந்தனர்; அவர்கள் உணர்ச்சியில்லாது உடுக்கை அடித்தும் நரம்புக் கருவிகளை வாசித்தும் இசை வழங்கினர். நடனமகளிர் ஆடினர். மீண்டும் சூடான உண்டி வகைகளும் குளிர்ச்சியான உண்டி வகைகளும் பரிமாறப்பட்டன. இப்பொழுது விருந்தாளிகள் வயிறு புடைக்க உண்டார்கள். விருந்தாளிகளுக்கு வறுத்த அன்னப்பட்சிகள் பரிமாறப்பட்ட பொழுது, மணமக்களுக்கு முன்னால் வறுத்தெடுத்த கோழி ஒன்றை வைத்தார்கள். போரிஸ் அதைக் கையிலெடுத்து, ஒரு துண்டில் சுருட்டினான். நடால்யாவுக்கும் ரோமோடானோவ்ஸ்கிக்கும் மணமகளது பெற்றோர்க்கும் வணங்கிவிட்டு, மகிழ்ச்சி ததும்பப் பேசினான்:

''மணமக்கள் படுக்கையறை செல்வதற்கு நல்லாசி வழங்குங்கள்.''

மதுபானத்தின் மகிமையை அனுபவித்துக் கொண்டிருந்த சுற்றத்தாரும் விருந்தினரும் படுக்கையறைக்கு மணமக்களை இட்டுச் சென்றனர். வழியில், கம்பளிக்கோட்டை, உட்புறம் வெளியில் வரும்படி அணிந்த சில மங்கையர் பானையிலிருந்து நார்ச்செடி விதைகளை மணமக்கள் மீது தூவி உரக்கச் சிரித்தார்கள். படுக்கையறையின் திறந்த கதவுக்கு முன்னால், உருவிய கத்தியுடன் நின்றான் ஸோடோவ். பீட்டர் யூடோக்ஸியாவின் தோளில் கைபோட்டான். அவள் கண்களைமூடிப் பின்வாங்க முயன்றாள். அவன் அவளை அறைக்குள் தள்ளிவிட்டு விருந்தாளிகளை முறைத்துப் பார்த்தான். அவனது பார்வையைக் கண்ட அவர்களது குதூகலமும் கும்மாளமும் மறைந்தன. அவர்கள் பின் வாங்கினார்கள். கதவைச் சாத்திய பீட்டர், மார்பில் கை புதைத்துப் படுக்கை அருகே நின்ற மனைவியை நோக்கினான்; விரல் நகங்களைக் கடிக்கத் தொடங்கினான். இந்த நிகழ்ச்சியெல்லாம் கோளாறானவையென்றும் அருவருக்கத்தக்கவையென்றும் அவனுக்குத் தோன்றியது. அவனுக்கு ஒரே எரிச்சல், கோபம். 'திருமணவினையாம் திருமணவினை! கோமாளிக்கூத்து! பத்தாம் பசலிப் பழக்கங்களையெல்லாம் பின்பற்றிக் களியாட்டம் நடத்திவிட்டார்கள். இந்த இளமங்கையோ பலிக்களத்தைக் கண்ட ஆட்டினைப் போலப் பதறுகிறாள்!' அவன் தன் மேலாடையை நீக்கினான்; சட்டைகளைத் தலைவழியாக நிக்கி நாற்காலியில் எறிந்தான்.

''யூடோக்ஸியா, உட்கார். எதைக் கண்டு பயப்படுகிறாய்?''

யூடோக்ஸியா பணிவாகவும் அடக்கமாகவும் தலை அசைத்தாள். ஆனால் உயரத்திலிருந்த படுக்கை மீது ஏறி அமர அவளால் முடியவில்லை. என்ன செய்வதென்று அவளுக்குப் புரியவில்லை. கோதுமைப் பீப்பாய் ஒன்றின் மீது உட்கார்ந்தாள். திகிலடைந்த கண்களைப் பக்கவாட்டில் சட்டென்று திருப்பிப் புருஷனைப் பார்த்தாள். நாணத்தால் முகம் சிவந்தது.

''பசிக்கிறதா?''

''ஆம்'' என்றாள், தாழ்ந்தகுரலில்.

அந்த வறுத்தகோழி, படுக்கையின் கால் மாட்டில் ஒரு தட்டிலிருந்தது. பீட்டர் அதை எடுத்துப் பிய்த்தான். ரொட்டியோ உப்போ உபயோகிக்காது, பிய்த்த பாகத்தைப் புசிக்கத் தொடங்கினான். இன்னொரு பகுதியைப் பிய்த்து, ''இந்தா, எடுத்துக்கொள்'' என்றான்.

''நன்றி'' என்றாள் அவள்.

3

பிப்ரவரி மாத இறுதியில், ருஷிய ராணுவம் கிரீமியாவை நோக்கி முன்னேறத் தொடங்கியது. நீப்பர் நதிக்கரை வழியே முன்னேற வேண்டுமென்றும் வழியில் கொத்தளங்களை அமைத்துக் கொண்டு செல்ல வேண்டுமென்றும், முன்யோசனையுள்ள மாஸெப்பா கூறினான். ஆனால் வாஸிலி கோலிட்ஸின் அவசரப்பட்டான். சட்டுப்புட்டென்று பெரிகோப்பை அடைந்து போராடித் தன் நற்பெயருக்கு ஏற்பட்ட மறுவைத் துடைப்பதிலேயே அவன் குறியாயிருந்தான்.

மாஸ்கோவில் ஜனங்கள் இன்னமும் சறுக்கு வண்டிகளில்தான் சவாரி செய்தனர். ஆனால் இங்கு புராதனமான சுடுகாட்டு மேடுகளெல்லாம் வெல்வெட் விரிப்புப் பரப்பியமாதிரி கசகசாச் செடி வகைகளுடன் காட்சியளித்தன; பரந்து கிடந்த சமநிலமெல்லாம் பச்சைப் பசேலென்று விளங்கியது. வசந்தகாலத்துத் தண்ணீர், பள்ளங்களில் நிரம்பியது; அந்தப் பள்ளங்களில் காற்றடித்துச் சிற்றலைகள் சலசலவென்று ஒலி செய்தன. முழங்கால் அளவு நீர் உள்ள அந்தப் பள்ளங்கள் வழியே நடந்து குதிரைகள் முன்னேறின. இடை இடையே, கண்ணைப் பறிக்கும் கதிரொளிக் கற்றைகள் இளவேனிற் கால மேகங்களை ஊடுருவின. ஓ! எவ்வளவு அருமையான நிலம்! என்ன வளம்! கையிலெடுத்துக் கண்ணில் ஒத்திக்கொள்ளத்தக்க கரிசல் மண்! இதுவன்றோ தங்கச்சுரங்கம்! சதுப்பு நிலங்களிலும் காடுகளிலும் உள்ள விவசாயிகளைக் கொண்டு வந்து இங்குக் குடியேற்றினால், மலை மலையாகக் கதிர் மணிகளைக் குவித்து விடுவார்கள். ஆனால் இப்பொழுது? குரலை நீட்டி ஒலித்துக்கொண்டு, முக்கோண வடிவத்தில் திரண்டு, பறந்து செல்லும் நாரைகளைத் தவிர வேறு உயிர் ராசிகளே காணவில்லை. இந்த ஸ்டெப்பி பிரதேசங்கள் ஆயிரமாயிரம் கைதிகளது கண்ணீரால் நனைந்து உரம் பெற்றன. தார்த்தாரியர்கள் ருஷியர்களை இம்சிக்கத் தொடங்கியது இன்று நேற்றா? எத்தனை தலைமுறைகளோ ஆகிவிட்டன. தார்த்தாரியர் கையில் சிக்கிய ருஷிய தொகை கொஞ்ச நஞ்சமா? லட்சக்கணக்கானவர் அல்லவா? இவ்வழியே தார்த்தாரியர்கள் அவர்களை இட்டுச் சென்றபோது எவ்வாறெல்லாம் கதறியிருப் பார்கள்! தார்த்தாரியர்கள் அவர்களைக் கான்ஸ்டாண்டிநோபிளில் சிறைக் கப்பல்களில் ஏற்றினார்கள்; வெனிஸிலும் ஜினோவாவிலும் எகிப்திலும் அடிமைகளாக விற்றார்கள்.

காஸ்ஸக்குகள் ஸ்டெப்பியைப் புகழ்ந்தார்கள். ''கிண்டிவிட்டால் கொட்டிக் கொடுக்கும். இப்பொழுது இருபதில் ஒரு பங்குகூட விளை நிலமாயில்லை. எச்சில் துப்பினால் போதும், துப்பிய இடத்தில் மரம் வளரும், பாழாய்ப்போன தார்த்தாரியரது தொல்லை இல்லாவிட்டால், இந்த நிலமெல்லாம் சாகுபடி செய்வோம்'' என்றனர். வட மாகாணங்களைச் சேர்ந்த சிப்பாய்கள், நிலவளத்தைக் கண்டு வியந்தார்கள். ''இது நியாயமான யுத்தம். இவ்வளவு அருமையான நிலம் யாருக்கும் பயனில்லாது கிடப்பது தகாது'' என்று அவர்கள் கூறினர். நிலச்சுவான்தார்கள் தத்தம் பண்ணைக்கு இடம் பார்த்துக்கொண்டார்கள்; பங்கு போட்டுக்கொள்வதில் கருத்து வேற்றுமை ஏற்பட்டதால் சண்டை போட்டுக்கொண்டார்கள்; கோலிட்ஸின் கூடாரத்துக்கு விரைந்து தமது வேண்டுகோள்களைச் சமர்ப்பிக்கவும் செய்தார்கள்:

''இந்தப் பகுதிகளை வசப்படுத்திக்கொள்வதற்கு ஆண்டவன் நமக்கு உதவி செய்தால், உச்சியில் கற்சிலை உடைய அந்தக் குன்றிலிருந்து இந்த இடத்திலுள்ள பள்ளம் வரை உள்ள நிலத்தை ஜார்மன்னர் அருள்கூர்ந்து எனக்கு வழங்குவாரா?....''

மே மாதத்தில், நூற்று இருபதாயிரம் பேரடங்கிய மாஸ்கோ சேனையும் உக்ரேனிய

சேனையும், பச்சைப் பள்ளத்தாக்கை அடைந்தன. அது நீர்வளமும் மேய்ச்சல் நிலங்களும் மிகுதியாகப் பெற்றது. இங்கு காஸ்ஸக்குகள் செந்தாடி உடைய தார்த்தாரியன் ஒருவனைக் கைதி யாக்கிக் கோலிட்ஸின் முன் கொண்டுவந்து நிறுத்தினார்கள். வெயிலில் காய்ந்து செம்புநிறம் பெற்ற பளபளப்பான தோலை உடைய அந்தத் தடியன், உள்ளே பஞ்சுகொடுத்துத் தைத்த நீண்ட கோட்டை அணிந்திருந்தான். அவனிடமிருந்து செம்மறியாட்டு நாற்றம் வீசியதால், கோலிட் ஸின் கைக்குட்டையால் நாசியைப் பிடித்துக்கொண்டான். கைதியை விசாரணை செய்யும்படி அவன் உத்திரவிட்டான். கஸாக்குகள், கைதியின் கோட்டைக் கிழித்தெறிந்தார்கள். அவன் தன் சிறிய பற்களைக்காட்டி இளித்தான். அவனது முகம் அஷ்டகோணலாக வளைந்தது. வெடு வெடுப்புடன் தோன்றிய கஸாக் ஒருவன் அவனது கரிய தோள்களில் சாட்டையாலடித்தான். ''எஜமான், எஜமான், ஒன்று விடாமல் சொல்லிவிடுகிறேன்'' என்று கைதி உளறத் தொடங் கினான். அவன் சொன்னதைக் கஸாக்குகள் மொழி பெயர்த்துச் சொன்னார்கள். ''தார்த்தாரியச் சேனை அண்மையில் இருப்பதாகவும் கானும் அத்துடன் இருப்பதாகவும் இந்த மொட்டைத் தலையன் கூறுகிறான்!'' என்றனர். கோலிட்ஸின் சிலுவைக் குறியிட்டுவிட்டு, மாஸெப்பாவுக்குச் சொல்லி அனுப்பினான். மாலையில், தார்த்தாரியர்களைத் தாக்குவதற்காகச் சேனை அணி வகுத்துக் கிளம்பியது. இடையில் துப்பாக்கிப்படை; அதற்குப் பின்னால் சாமான் வண்டிகள்; இருபுறங்களிலும் குதிரைப்படை.

அந்தத் தாழ்வான சமநிலத்தில் காலைக்கதிரவன் பொன்னிறக் கிரணங்களைப் பரப்பும் வேளையில் ருஷியர்கள் தார்த்தாரியர்களைக் கண்ணுக்கு எட்டிய தூரத்தில் கண்டார்கள். வண்டிமீது நின்ற கோலிட்ஸின் தொலைநோக்கிக் கருவிவழியே துருவித்துருவிப் பார்த்தான். பன்னிறக் கோட்டுகளையும் தீவினை சூழும் உல்லாச முகங்களையும் ஈட்டிகளில் தொங்கிய குதிரை வால்களையும் பச்சைத் தலைப்பாகை தரித்த வீறார்ந்த முல்லாக்களையும் கண்டான். அதுவே தார்த்தாரியரது முன்னணிப்படை.

குதிரை வீரர்களது தொகுதிகள் சக்கரம் போல் சுற்றிவந்து ஒன்று சேர்ந்தன. புழுதி கிளம்பியது. அவர்கள் விசிறி வடிவில் விரிந்து அமைந்தவாறே விரைந்து வந்தனர். இதயத்தின் அடிவாரத்திலிருந்து ஊளையிட்டனர். ருஷியரது முகமெல்லாம் புழுதி மூடியதால், அவர்கள் சற்று நேரம் கண்ணுக்குப் புலனாகவில்லை. கோலிட்ஸின் கரத்திலிருந்த தொலைநோக்கி பதறியது. வண்டியில் கட்டப்பட்டிருந்த அவனது குதிரையின் கழுத்தில் ஓர் அம்பு தைக்கவே, அது மிரண்டு கடிவாளத்தை அறுத்துக்கொண்டு ஒதுங்கியது. அப்பாடா! துப்பாக்கிகள் இடி முழக்கம் செய்தன; பழைய மோஸ்தர் சுடுகுழல்கள் படக் படக்கென்று வெடிப்பொலி செய்தன. வெண்புகைப்படலங்களில் ஒன்றமே புலப்படவில்லை. ஓர் அம்பின் இரும்புமுனை, கோலிட் ஸின் மார்புக்கவசத்தில் பட்டது. அவன் நடுங்கினான்; இதயத்துக்கு மேல் அம்புபட்ட இடத்தில் சிலுவைக்குறி இட்டான்.

போராட்டம் ஒரு மணிக்கு மேல் நீடித்தது. புகை மறைந்தபின், களத்தில் சில நூறு சவங்கள் கிடப்பதையும் சில குதிரைகள் வேதனை தாங்காது நெளிவதையும் கோலிட்ஸின் கண்டான். துப்பாக்கிகளைச் சமாளிக்க முடியாது, தார்த்தாரியர்கள் பின்வாங்கி விட்டனர்; அடிவானத்துக்கு அப்பால் அவர்கள் விரைந்து செல்வதைக் கோலிட்ஸின் பார்த்தான். உணவு தயாரிக்க வேண்டுமென்றும் குதிரைகளைக் குளிப்பாட்ட வேண்டுமென்றும் உத்திரவு இடப்பட்டது. காய மடைந்தவர் வண்டிகளில் ஏற்றப்பட்டனர். சூரியன் மறைவதற்கு முன்னால், சேனை மீண்டும் கிளம்பியது; கறுப்புப் பள்ளத்தாக்கை நோக்கி உஷாராக முன்னேறியது. அங்குதான் கோலன்சாக் நதிக்கரையில், கான் ராணுவம் முகாமிட்டிருந்தது.

இரவில், வலுமிக்க காற்று கடலிலிருந்து வீசியது. மேகங்கள் விண்மீன்களை மறைத்தன. சேய்மையில், கடகடவென்று இடிமுழங்கியது. வியத்தற்குரிய ஒளியுடன், கருமேகங்களினூடே தோன்றிய மின்னல்கள் சாம்பல் நிறச் சமநிலத்தைப் பிரகாசிக்கச் செய்தன; மணற்பரப்பும் எட்டிமரக் குறுங்காடுகளும் உப்பு மண்ணை உடைய சதுப்பு நிலமும் ஒளிர்ந்தன. சைன்யம் மெதுவாக முன்னேறியது; விடியற்காலை நான்கு மணி அளவில், வானம் பிளந்து தீயைக் கக்கியது. வண்டிகள் மீது தீ விழுந்து, ஒரு பீரங்கி உருகியது; ஒரு துப்பாக்கிச் சிப்பாய் கொல்லப் பட்டான். அப்பொழுது சூறாவளியொன்று வீசியடித்துச் சிப்பாய்களைத் தரையில் தள்ளியது. குல்லாய்களும் மேலாடைகளும் சுழன்று பறந்தன. உலர் புல்லெல்லாம் சிட்டாய்ப் பறந்தது. மின்னல் கண்ணைப் பறிக்கும் போலிருந்தது. டான் மடத்துப் புனிதமான மேதித்தாயின் உருவத்தை எடுத்துக்கொண்டு சைன்யத்தைச் சுற்றிவரும்படி வாஸிலி உத்திரவிட்டான்.

பொழுது புலரும் நேரத்தில், மழை கொட்டத் தொடங்கியது; அந்த அடை மழையில், தார்த்தாரியர் படை பிறைச்சந்திர வடிவில் அணிவகுத்து வலது பக்கத்தில் வருவதை ருஷியர்கள் கண்டனர். தார்த்தாரியரின் மின்னல் தாக்குதலுக்கு முன், ரஷியரது குதிரைப்படை சிதறியது; முன்னணிப்படை வாகன்களின் வரிசைக்குப் பின்வாங்கியது. வெடிமருந்தைப் பற்றவைக்கும் எரி கயிறு எரியவில்லை. வெடிமருந்தே ஈரமாயிருந்தது. காயமடைந்தவர் புலம்பினர். ஆனால் சோவென்று பெய்த மழையில், அந்தப் புலம்பல் எவர் காதிலும் விழவில்லை. இறுதியில், தார்த்தாரியர் முன்னேற்றம் தடைப்பட்டது. அவர்களது வில் நாண்களும் நனைந்துவிட்டதால் அம்புகள் விசையின்றி விழுந்தன.

கோலிட்ஸின் வாகன் வண்டிகளைச் சுற்றி வெறிகொண்டவன் போல் விரைந்து நடந்தான்; துப்பாக்கி வீரர்களைச் சாட்டையாலடித்தான். எரி கயிறுகளைப் பிடுங்கினான். காற்று விழியிலும் வாயிலும் வேகமாகப் புகுந்தது. இத்துணை இடர்பாடுகளுக்கிடையில் துப்பாக்கிச் சிப்பாய்கள் இறுதியில் வெற்றிகண்டனர். அவர்கள் ஆட்டுத்தோல் கோட்டுகளால் தம்மைப் போர்த்திக் கொண்டனர். தீப்பற்ற வைத்தனர்; ஈரமாகாத வெடிமருந்தையும் தார்த்தாரியக் குதிரைகளிடையே பாய்ந்துகிடந்த பீரங்கியில் இருந்த ரவைக்குண்டுகளையும் உபயோகித்தனர். இடதுபக்கத்தில், மாஸெப்பாவும் கஸாக்குகளும் வாளேந்தி வெஞ்சமர் செய்தனர். திடீரென்று, முல்லாக்கள் நீட்டி முழக்கி ஓசை செய்யவே, தார்த்தாரியர்கள் பின்வாங்கி, இருளில் மறைந்தனர். போர் நின்றது; ஆனால் புயல் நிற்கவில்லை.

4

''ஜார் பீட்டர் அவர்களுக்கு, என் பிரபுவே, என் இன்பமே! என் அன்பின்நாதன் பல்லாண்டு வாழ்ந்து வளம் பெறுவாராக!......''

எழுதி எழுதி யூடோக்ஸியா சோர்ந்துவிட்டாள். கட்டைவிரலாலும் வேறு இரண்டு விரல் களாலும் இறகு பேனாவை நுனியின் அருகில் பிடித்து எழுதினாள். விரல்களெல்லாம் மசியைப் பூசிக்கொண்டதுதான் மிச்சம். முன்பே இரண்டு காகிதத்தில் எழுதிப்பார்த்து விட்டாள். இப் பொழுது மூன்றாவது காகிதத்தில் எழுதிப்பார்த்தாள். எழுத்துக்குற்றம் இல்லாது, மசிக் கறையில்லாது, எழுதுவதற்கு முடியவில்லை. நல்லதொரு கடிதம் எழுதிப் பீட்டரை மணமகிழச் செய்ய வேண்டுமென்று வேறு ஆசைப்பட்டாள்.

இதயத்தில் ஊறிப்பெருகும் உணர்ச்சிகளை ஏட்டில்வடிப்பது எப்படிச் சாத்தியம்? வெளியே

வசந்த கன்னிகை புன்னகைபூத்து வசீகரித்தாள். ஏப்ரல் மாதம். பிர்ச்மரங்களில் பசுமைபடர்ந்து விட்டது; மெல்லிறகு போன்ற துளிர்கள் தோன்றிவிட்டன. வானத்தில் நீலம் பாய்ந்த வெண் மேகங்கள் மிதந்தன. யூடோக்ஸியா அவற்றை நோக்கினாள். இமைகளில் கண்ணீர்த் துளிகள் முத்துமுத்தாய்த் தோன்றின. இது என்ன சிறுபிள்ளைத்தனம்! அவள் சட்டென்று திரும்பிக் கதவை நோக்கினாள்; மாமியார் உள்ளே வந்து தன்னைப் பார்ப்பதை அவள் விரும்பவில்லை. கண்களைச் சட்டைக்கையால் துடைத்துக்கொண்டு புருவத்தை நெறித்தாள்.

அவள் அவனுக்கு வேறு என்னதான் எழுத முடியும்? மனங்கவர்ந்த மணாளன் பெரியஸ்லாவ் ஏரிக்குச் சென்றுவிட்டான். எப்பொழுது திரும்புவேன் என்றுகூட எழுதவில்லை. லெண்ட் காலத்து வழிபாடுகளிலும் பாவ அறிக்கை சமர்ப்பிப்பதிலும் கடவுளுடன் ஒன்றுபட்டுணரும் நிகழ்ச்சியிலும் சதியும்பதியும் சேர்ந்து பங்குகொண்டால் எவ்வளவோ நன்றாயிருக்கும்! ஈஸ்டர் தினத்து இராக்கால வழிபாட்டிலும், அதைத்தொடர்ந்து நோன்பை முடிக்கும் போஜனத்தை உண்பதிலும்கூடச் சேர்ந்து பங்கு கொள்வது சிறப்பாகத்தான் இருக்கும். இவ்வாறு எண்ணிய யூடோக்ஸியா, திருமண தினத்து இரவில் இருவரும் வறுத்த கோழியைப் புசித்ததை ஞாபகப் படுத்திக் கொண்டாள். அப்பொழுது அவளது முகம் சிவந்தது; தனக்குள் சிரித்துக்கொண்டாள். ஈஸ்டர் தினத்தில் சில சிறுமிகளைத் தருவித்து விளையாடலாம்; முட்டை உருட்டலாம்; பாட்டுக் களைப்பாடி மகிழலாம்; நடனமாடலாம்; ஊஞ்சலாடி உவகை கொள்ளலாம்; கண்ணாமூச்சி விளையாடி ஓடலாம். இவற்றைப்பற்றியெல்லாம் பீட்டருக்கு எழுதுவதா? 'அன்பே, ஆருயிரே, விரைவில் வந்து சேருங்கள்; நீங்களில்லாது நான் தனிமையில் தவிப்பதை என்னென்று உரைப்பேன்?'' என்று எழுதுவதா? எப்படி முடியும்? அதற்குத் தேவையான எழுத்துக்கள்கூட இல்லையே!

அவள் மீண்டும் இறகுபேனாவை எடுத்தாள்; இதழ்களை அசைத்துக்கொண்டே எழுதினாள்:

''அன்பார்ந்த பிரபுவே, எங்களிடம் கருணை காட்டித் தவக்கமில்லாது திரும்பிவர வேண்டு மென்று உங்களை இறைஞ்சுகிறேன்; பிரார்த்திக்கிறேன். இப்படிக்கு, உங்களை வணங்கும் இளம் மனைவி யூடோக்ஸியா.''

அக்கடிதத்தை மீண்டும் படித்தாள். தகுதியான சொற்களால் நன்றாக எழுதியிருப்பதாக எண்ணி மனமகிழ்ந்தாள். ஆனால், அந்தோ, மாமியாரைக் குறிப்பிடவில்லையே! இனி நான்காவது தடவையாகக் கடிதத்தை எழுத வேண்டும்; நடால்யா மிகவும் கண்டிப்பான பேர்வழி. பிழையில்லாது காரியம் செய்வதற்கு என்னதான் முயன்றாலும், அவள் குற்றம் குறை கண்டுபிடிக்காது இருப்பதில்லை. 'நீ ஏன் மெலிந்திருக்கிறாய்?' என்று கடிந்துகொள்கிறாள்; உண்மையில், அவள் அவ்வளவு ஒல்லியல்ல; தவிர, பெண்மைக்குரிய உறுப்புக்கள் நன்றாகவும் சோபிதமாகவும் உள்ளன. ''திருமணமாகி இரண்டுமாதம் முடிவதற்குள் பீட்டர் ஏன் பெரியஸ்லாவ் ஏரிக்கு ஓடினான்? உன்னிடம் என்ன கோளாறு? உன்னிடம் துர்நாற்றம் வீசுகிறதா? அல்லது நீ உணர்ச்சியில்லாத பேதையா? உன் புருஷன், கொள்ளைநோயைக் கண்டவன்போல் கண்காணாது ஓடிவிட்டானே, காரணம் என்ன?'' என்று நடால்யா பழித்துப் பேசுகிறாள். உண்மையில், அவள் பேதையுமல்ல; கொள்ளை நோயுமல்ல. எல்லாம் அவர்கள் செய்த தவறுதான். லிபோர்ட் அவருடன் கூடிக்குலாவுவதற்கு ஏன் அனுமதித்தார்கள்? அந்த அலெக் ஸாண்டரையும் ஏன் உள்ளே விட்டார்கள்? அன்னியர்களெல்லாம் அவருடன் பழகுவதற்கு ஏன் இடம் தந்தார்கள்? தும்பையும் விட்டுவிட்டு, வாலையும் பிடிக்காமல், அவளைப்பிடித்துப் பழித்தால்? அந்த அலெக்ஸாண்டரும் அன்னியரும்தான் அவளது அன்புநாதனை மயக்கி ஏரிக் கரைக்குக் கொண்டு போய் விட்டார்கள். இதைவிட மோசமான இடத்துக்கும் விரைவில் அவரைச் சொக்கவைத்து இழுத்துக்கொண்டு போவார்கள்.

யூடோக்ஸியா ஆத்திரத்துடன் பேனாவை மசியில் தோய்த்தாள். உடனே முகத்தை உயர்த்தினாள். பச்சைப் பசேலென்றிருந்த மரக்கிளைகள் வழியே மங்கிவந்த கதிரொளி பலகணியில் பரவியது. பலகணியின் அருகுமீது அமர்ந்த மாடப்புறா, புடைத்த கழுத்துடன் வீறுநடை போட்டது. வேறு பறவைகள் கானம் இசைத்தன. புல்வெளியின் புதுமணம் காற்றில் பரவி வந்தது. பெரிய கண்ணீர்த் துளியொன்று நான்காவது காகிதத்தின் மீது விழுந்தது. இது என்ன அவஸ்தை!

5

அம்மாவிடமிருந்தாவது மனைவியிடமிருந்தாவது கடிதம் வராதநாளே கிடையாது. ''நீ இல்லாமல் பொழுது போகவில்லை. விரைவில் வருகிறாயா? டிராயிட்ஸா மடத்துக்குத் தொழுகை யாத்திரை சென்று வரலாம்....'' என்று அம்மா எழுதினாள். மனைவியும் இதேமாதிரி தான் எழுதினாள். பத்தாம்பசலிக் குப்பை! இதெல்லாம் படிப்பதற்குப் பீட்டருக்கு நேரமில்லை; படிக்கவே நேரமில்லையானால், பதில் எழுதுவதற்கு ஏது அவகாசம்? பெரியஸ்லாவ் ஏரி அகலமானது. அதன் கரையில், சரக்கு ஏற்றி இறக்கும் துறையில் மரத்தால் கட்டிய புதுவீட்டில் பீட்டர் வசித்தான். ஏரியில், கப்பல் செப்பனிடும் சாய்வுதளத்தில், அநேகமாகக் கட்டிமுடிந்த இரண்டு கப்பல்கள் நின்றன. அவற்றின் மேல்தளத்தைச் சீரமைத்துக் கொண்டிருந்தனர்; அவற்றின் பின்புறத்தில் முகங்களைச் செதுக்கிக் கொண்டிருந்தனர். 'பிரஸ்பர்க்கின் தலைநகர்' என்று நாமம் சூட்டப்பெற்ற இன்னொரு கப்பல் முன்பே நீரில் இறங்கிவிட்டது. அதன் நீளம் தொண்ணூற்று ஐந்து அடி. மிகச் சாய்வான வளைவை உடைய அதன் முன்புறத்தில் கடற் கன்னியின் உருவைச் செதுக்கி முலாம் பூசியிருந்தனர். அதன் உயரமான பிற்பகுதியின் உச்சியில் போஜன அறை அமைந்திருந்தது. பாதுகாப்புக்காகச் சுற்றிலும் கிராதிகளை உடைய அதன் தட்டையான மேல்தளத்தின் இடையில், கப்பல் தலைவன் நின்று கட்டளை பிறப்பிப்பதற்கான மேடையும் பெரிய கண்ணாடி விளக்கும் இருந்தன. அந்த மேல்தளத்துக்குக் கீழ், பக்கத்துக்கு எட்டுத் துப்பாக்கிகள், பக்கத்தொளைகள் வழியே துருத்திக் கொண்டிருந்தன. வளைவான இருபக்கங்களும் கீல் அடித்துக் கரியநிறத்துடன் மினுமினுத்தன.

விடியற்காலத்தில், இலேசான மூடுபனி ஏரியைப் போர்த்தியுள்ள சமயத்தில் பார்த்தால், அந்த மூன்று பாய்மரங்களை உடைய கப்பல், விசும்பில் தொங்குவதுபோலத் தோன்றியது; பீட்டருக்குப் போரிஸ் கோலிட்ஸின் கொடுத்த அற்புதமான டச்சுப் படங்களை நினைவூட்டியது. கப்பலை ஓட்டிப் பார்ப்பதற்குக் காற்றுத் தேவை. எனவே அவர்கள் காற்றுக்காகக் காத்திருந்தனர். ஆனால் காற்றுக்கு அவர்களிடம் பகைபோலும்! ஒரு வாரமாக ஓர் இலைகூட அசையவில்லை. வானில், நீலம் பாய்ந்த மேகங்கள் பையப்பைய மிதந்து சென்றன; விரிக்கப்பட்ட கப்பற்பாய்கள் வளைத்து தொங்கி மெள்ள அசைந்தன. பீட்டர் பிராண்டைவிட்டுச் செல்லவேயில்லை. அந்தக் கிழவன் பிப்ரவரி மாதத்திலிருந்து நோயால் கஷ்டப்பட்டுக் கொண்டிருந்தான். ஒரு வறட்டு இருமல் அவனது மார்பைச் சிதைத்துக் கொண்டிருந்தது. என்றாலும் அவன் ஆட்டுத்தோல் கோட்டால் உடம்பை மூடிக்கொண்டு பகலெல்லாம் ஏரித்துறையில் கழித்தான்; வேலையை மேற்பார்வையிட்டான்; ஆட்களைக் கடிந்தும் இரைந்து ஏசியும் வேலை வாங்கினான். சில சமயங்களில், சோம்பேறித்தனமாயிருந்தவர்களுக்கும் மடத்தனமாக வேலை செய்தவர்களுக்கும் அடிதடி மரியாதையும் கிடைத்தது. பிரத்தியேகமான உத்திரவைப் பிறப்பித்து, நூற்றைம்பது அடிமைகளை மடங்களிலிருந்து தருவித்திருந்தான் பீட்டர். அவர்களில் தச்சர்களும் உலோக வேலை செய்வோரும் மரம் அறுப்போரும் கப்பற் பாய்களைச் செய்யும் திறமைபடைத்த

பெண்களும் இருந்தனர். அரண்மனைப் படைகளிலிருந்து தேர்ந்தெடுக்கப்பட்ட ஐம்பது சிப்பாய்கள் இங்கு கப்பல் ஓட்டும் பயிற்சிபெற்றனர். கயிறுகளை இழுத்து விடுவதற்கும் இறுகக் கட்டுவதற்கும், பாய்மரங்களில் ஏறுவதற்கும் கப்பல் தலைவனது உத்திரவுகளைப் புரிந்து கீழ்ப்படிவதற்கும் பயிற்சி பெற்றனர். அவர்களுக்கு ஆசானாயிருந்த அன்யின், போர்ச்சுக்கல் தேசத்தைச் சேர்ந்த பாம்பர்க் என்பவனாவான். வளைந்த மூக்கும் சொரசொரப்பான கரிய மீசையும் உடையவன்; கடற்கொள்ளைக்காரன்; தீமை புரிவதில் பேய்தான். அவனது தீவினை களுக்காகப் பன்முறை தூக்கிலிடப் பட்டானென்றும், ஒவ்வொரு தடவையும் சாத்தானின் உதவியால் சாவிலிருந்து மீண்டான் என்றும் ருஷியர்கள் கூறினார்கள். ஆகக்கூடி அவன் இப்பொழுது இங்கு இருந்தான்.

பீட்டரின் ஆத்திரத்தைச் சொல்லி முடியாது. பொழுது விடியும்பொழுதே, முரசு கொட்டித் தொழிலாளரை எழுப்பச் செய்தான். எழுந்திருக்காதவர்களைக் கம்பால் அடித்தாவது கிளப்ப வேண்டுமென்று கட்டளையிட்டான். வசந்த காலத்தில், இரவுப்பொழுது குறைவு. எனவே, போதுமான ஓய்வு கிடைக்காது பலர் சோர்ந்து விழுந்தனர். ''சகல ருஷ்யாக்களின் பேரரசன்...'' பெயரால் ஏராளமான உத்திரவுகளை எழுதி எழுதி ஸோடோவுக்குக் கை ஓய்ந்துவிட்டது. தான்யம், கோழி, இறைச்சி முதலிய பொருட்களை ஏரித்துறைக்குக் கொண்டுவந்து பட்டுவாடா செய்ய வேண்டுமென்று அக்கம் பக்கத்து நிலச்சுவான்தார்களுக்கு விடுத்த உத்திரவுகளே அவை. நிலச்சுவான்தார்கள் அஞ்சி நடுங்கிக் கீழ்ப்படிந்தார்கள். பணம் கிடைப்பதுதான் மிகவும் கடினமாயிருந்தது. மாஸ்கோவிலிருந்து மேலும் தொலைவிலுள்ள இடத்துக்குத் தம்பி போய் விட்டானென்று ஸோபியா மகிழ்ந்தாள். ''அந்த விளையாட்டுக் கப்பல் ஒன்றில் அவன் மூழ்கட் டும்!'' என்று வேண்டிக்கொண்டாள். ஆனாலும் அரண்மனையின் வைப்புநிதி வறண்டு கிடந்ததால் அவளுக்கும் கவலைதான். கிரீமியாப் போர் இருப்பையெல்லாம் விழுங்கிவிட்டது.

லிபோர்ட் தன் வேலையை முடித்துக்கொண்டு பெரியஸ்லாவ் ஏரித்துறைக்கு வந்த சமயங்களில், களியாட்டங்கள் நிகழ்ந்தன. லிபோர்ட் வரும்பொழுதெல்லாம் உயர்வகை மதுவும் உறைப்பிலிட்ட இறைச்சியும் இனிப்புப் பண்டங்களும் கொண்டுவந்தான். அன்னாவின் வாழ்த்துக்களைப் பீட்டரிடம் தெரிவிக்கும்பொழுது கண்ணைச் சிமிட்டினான். ''அன்னா குண மடைந்துவிட்டாள். முன்னைவிட எழிலோடு விளங்குகிறாள். தனது சன்மானமான இரண்டு எலுமிச்சைப் பழங்களை ஹெர்பீட்டர் அருள்கூர்ந்து ஏற்க வேண்டுமென்று வேண்டிக் கொண்டாள்'' என்றெல்லாம் லிபோர்ட் சொன்னான்.

மரத்தால் அமைந்த புதிய வீட்டில், பகலிலும் இரவிலும் உணவு உட்கொள்ளும்பொழுது, பெரிய ஸ்லாவ் கப்பற்படையை வாழ்த்திக் கண்ணாடிக் கோப்பைகளை மீண்டும் மீண்டும் உயர்த்தினார்கள். இந்தக் கப்பற்படைக்கென்று ஒரு முந்நிறக்கொடியை முடிவு செய்தார்கள். வெள்ளை, நீலம், சிவப்பு ஆகிய நிறங்களுக்கு உரியதாக அது இருக்க வேண்டுமென்று தீர்மானித்தார்கள். கடற் பிரயாணங்கள், கடற்போர்கள், புயல்கள் ஆகியவற்றைப் பற்றியெல் லாம் அன்னியர்கள் கதை கதையாகச் சொன்னார்கள். கால்களை விரித்து அமர்ந்த பாம்பர்க், மீசையை மேலும் கீழும் முறுக்கிக் கொண்டு, கொள்ளைக்காரனது கப்பலில் இருப்பதைப் போலப் போர்ச்சுக்கீஸ் மொழியில் கத்தினான். பீட்டர் அனைத்தையும் செவி வழியாகக் கேட்டும் விழிவழியாகக் கண்டும் அறிந்துகொண்டான். நடுநிலத்தில் பிறந்த அவனுக்குக் கடல்மீது ஆசை ஏற்பட்டது எப்படி என்று அவனுக்கே விளங்கவில்லை. ஆனால், இரவில் அலெக்ஸாண்டர் அருகில் படுத்திருந்தபொழுது அவன் அலைகளைப்பற்றியும், நடுக்கடல் வானத்தில் சூழும் கரிய மேகங்களப் பற்றியும், விரைந்து செல்லும் கற்பனைக் கப்பல்களைப்பற்றியும் கனவு கண்டான்.

அரண்மனைக்குத் திரும்ப வேண்டுமென்ற எண்ணம் அவனிடம் தோன்றவேயில்லை. அன்னையும் மனைவியும் திரும்பத் திரும்பக் கடிதம் எழுதிப் பன்னிப் பன்னி வற்புறுத்திய பொழுது, அவன் இவ்வாறு பதில் எழுதினான்:

''அன்பார்ந்த அம்மா, மகாராணி நடால்யா அவர்களே, உமது உதவாக்கரை மகன் பீட்டர் எழுதிக்கொள்வது: வேலை அதிகம். உங்களது நல்லாசியை வேண்டுகிறேன். உங்களது உடல் நலனைப் பற்றி அறிய ஆவலாயுள்ளேன். அரண்மனைக்குத் திரும்ப வேண்டுமென்று உத்திர விட்டிருக்கிறீர்கள். அதற்குக் கீழ்ப்படியப் பெரிதும் விரும்புகிறேன். ஆனால், வேலை அதிகமா யிருக்கிறது. கப்பல்களை அநேகமாகக் கட்டி முடித்துவிட்டோம். காற்றுக்காகக் காத்துக் கொண்டிருக்கிறோம். கிட்டங்கியிலிருந்து கயிற்றை எடுத்து விரைவில் அனுப்புவதற்கு ஏற்பாடு செய்யும்படி உங்களைப் பணிவுடன் வேண்டிக்கொள்கிறேன். அது வந்துவிட்டால் காரியம் நிறைவுபெறும். உங்களது வாழ்த்துரையை இறைஞ்சுகின்றேன். உங்களது தகுதியற்ற மகன் பீட்டர்.''

6

இப்பொழுதெல்லாம், கிராமவாசிகள் ஐவாஷ் குடிசையைக் கடந்து செல்லும்பொழுது, தத்தம் குல்லாயை எடுத்து மரியாதை செய்தனர். ''ஐவாஷின் மகன் செல்வாக்குள்ளவன். ஜாருக்கு வலது கையாக விளங்குகிறான். ஐவாஷ் கண்ணைச் சிமிட்டினால் போதும், வேண்டிய பணத்தைக் கொடுக்க மகன் காத்திருக்கிறான்'' என்பதைக் கிராமவாசிகள் அனைவரும் அறிந்திருந்தனர். அலியோஷ்கா கைநிறையக் காசு எடுத்துக் கொடுத்தானல்லவா? அவற்றை எண்ணியபொழுது மூன்றரை ரூபிள் இருந்தது. ஐவாஷ் ஒன்றரை ரூபிள்கொடுத்து ஓர் அழகான இளம் பசு வாங்கினான்; முப்பத்தி ஐந்து கோபக்கொடுத்து ஒரு பெண் ஆடு வாங்கினான். முப்பத்தியாறு கோபக் கொடுத்து நான்கு பன்றிக்குட்டிகள் வாங்கினான். புதிய சேணமும் வாங்கிவிட்டான். வீட்டுக்குப் புதிய நுழை கதவும் அமைத்தான். வேறு சில விவசாயிகளுக்கு ஒரு ரூபிள் காசு கொடுத்தும், ஒரு வாளி ஓட்கா வாங்கி வினியோகித்தும், அறுவடையில் ஐந்திலொரு பங்கைத் தருவதாக வாக்களித்தும், அவர்களிடமிருந்து கோடைகாலப் பயிர் செய்வதற்காக இருபது ஏகரா நிலம் வார சாகுபடிக்குப் பெற்றுக்கொண்டான்.

அவன் தன்னை நன்கு ஒப்பனை செய்துகொண்டான். இடுப்பளவில் கோட்டைச் சுற்றி மரப்பட்டையால் கட்டும் வழக்கத்தை விடுத்துவிட்டான். உண்டு பருத்த வயிறு தீர்க்கமாகத் தெரியும் வகையில், இடுப்புக்கு மேலே, மாஸ்கோ கச்சையைக் கட்டிக்கொண்டான். அவன் தன் குல்லாயை இமைகள் வரை இழுத்துவிட்டுக் கொண்டான். தாடியை நாகரிகமாக உருவி விட்டுக்கொண்டான். இத்தகைய மனிதனுக்குத் தலை வணங்காதிருக்க முடியுமா? ''இலையுதிர் காலத்தில் மகனைப் பார்க்கச் செல்வேன். அவனிடம் பணம் பெற்று வந்து மில் வைப்பேன்'' என்று வேறு அவன் அறிவித்தான். வால்காவின் காரியஸ்தன் இப்பொழுதெல்லாம் ஐவாஷை ஏகவசனத்தில் விளிப்பதில்லை. ஐவாஷ் என்றும் பெயர் சொல்வதில்லை. பட்டும் படாததுமாகப் 'பிராவ்கின்' என்று விளித்தான். நிலப்பிரபுவின் நிலத்தில் இலவசமாக உழைக்க வேண்டிய கடமையிலிருந்து அவனை விடுதலை செய்தான்.

ஐவாஷுக்குத் துணையாயிருந்த அவனது ஆண்மக்கள் வளர்ந்துகொண்டிருந்தனர். சென்ற குளிர்காலமெல்லாம், ஆஷ்கா பக்கத்துக் கிராமத்திலுள்ள பாதிரியிடம் சென்று எழுத்துகளைக் கற்றுக்கொண்டான். காவிரில்கா கண்கவர் இளைஞனாகத் தோற்றமளித்தான். ஆர்ட்டமோஷ்கா

அமைதியான பையன்; என்றாலும் அவனுக்கு மூளை இல்லாமல் இல்லை. ஐவாஷின் மகள் ஸாங்காவின் கரம்பிடிக்கப் பலர் முன்வந்துள்ளனர். ஆனால் இப்பொழுது உள்ள நிலைமையில், தன்னைப்போன்ற ஒரு விவசாயிக்குப் பெண் கொடுப்பதற்கு முன்னால் ஐவாஷ் யோசிக்க வேண்டாமா?

படைவீரர்கள் கிரீமியாவிலிருந்து திரும்பி வருவதாக ஜூலை மாதத்தில் ஒரு வதந்தி உலவியது. சிப்பாய்கள் வீட்டுக்கு வந்து சேர்வார்களென்று ஊரில் உள்ளவர் எதிர்பார்த்தனர். மாலை நேரத்தில், பெண்கள் குன்றின் உச்சிக்குச் சென்று, பக்கத்துச்சாலையைப் பார்த்த வண்ணம் இருந்தனர். அவர்கள் அவ்வழியே சென்ற திரிதுறவி வாயிலாக அக்கம் பக்கத்துச் சிப்பாய்கள் வீடு திரும்பிய விவரம் அறிந்து, ''நம்மவர் இறந்தனரே!....'' என்று கதறி அழுதனர். இறுதியாக ஒரு சிப்பாய் மட்டும் திரும்பி வந்தான். அவன்தான் ஸிகான். முகமெல்லாம் காடாய் வளர்ந்திருந்த மயிர், திகிலூட்டுவதாயிருந்தது. அவன் ஒரு கண்ணை இழந்துவிட்டான். கால் சட்டையும் மேல் சட்டையும், மழை வெயில் காற்றால் அடிபட்டுக் கெட்டுக் கிழிந்திருந்தன.

பிராவ்கின்னும் அவனது குடும்பத்தினரும் மூன்றிலில் அமர்ந்து, கோசுக்கீரைச் சூப்பும் உப்பிலிட்ட இறைச்சியும் உண்டனர். அப்பொழுது நுழை கதவை யாரோ தட்டினான்.

''பரமண்டலத்துப் பிதாவின் பெயரால், தெய்வ குமாரன் பெயரால், புனித ஆவியின் பெயரால்...'' என்று யாரோ பேசுவது செவியில் விழுந்தது. ஐவாஷ் தேக்கரண்டியைத் தாழ்த்தி, மனக்கலக்கத்தோடு நுழை கதவை நோக்கினான்.

''அவ்வாறே ஆகுக'' என்று விடை பகர்ந்தபின், இன்னும் உரத்த குரலில், ''பார்த்துவா, நாய்கள் மூர்க்கமானவை, ஜாக்கிரதை'' என்று கூவினான்.

ஆஷ்கா தாழ்ப்பாளை நீக்கினான். ஸிகான் உள்ளே வந்தான். முற்றத்தையும் குடும்பத்தையும் ஒரு நோக்கு நோக்கிய பின், கரகரத்த குரலில், ''எவ்வாறு இருக்கிறாய்?'' என்று கேட்டான். மேஜைக் கருவில் இருந்த மரக்கட்டை மீது அமர்ந்துகொண்டான். ''நிலா விருந்தா? உள்ளே ஈக்களின் தொல்லை தாங்கவில்லையா?'' என்று உரத்த குரலில் வினவினான்.

ஐவாஷ் தன் புருவங்களை அசைத்தான். ஆனால் ஸாங்கா தானாகவே ஒரு கிண்ணம் கோசுக் கீரையை ஸிகான் பக்கம் தள்ளினாள். ஒரு தேக்கரண்டியை மேலாடையில் துடைத்து, அவனிடம் கொடுத்தாள்.

''எங்கள் உணவில் பங்கு கொள்ளுங்கள், நண்பரே'' என்று கூறினாள்.

ஸாங்காவின் தைரியத்தைக் கண்டு ஐவாஷ் வியந்தான். 'சரிசரி, பின்னால் சிண்டைப் பிடித்திழுத்துத் தண்டனை கொடுக்கிறேன். கண்டவனுக்கெல்லாம் உணவைப் பகுத்துக் கொடுக்கிறாளே!' என்று அவன் எண்ணினான். ஆனால் அப்பொழுது அவளுடன் அவன் வாதம் செய்யவில்லை.

ஸிகானுக்கு நல்ல பசி. உற்சாகத்தோடு உண்டான்.

''சண்டைக்குப் போனாயா?'' என்று ஐவாஷ் வினவினான்.

''ஆம்...'' என்ற ஸிகான், கீரையைச் சுவைப்பதில் கவனம் செலுத்தினான்.

''உனக்கு எப்படி இருந்தது?'' என்று பெஞ்சியில் நகர்ந்து அமர்ந்த பிராவ்கின் மீண்டும் வினவினான்.

''எப்பொழுதும் போலப் பிற மனிதர்கள் போர்புரிவது மாதிரி, நானும் போர் புரிந்தேன்.''

''தார்த்தாரியர்களை முறியடித்தீர்களா?''

''அடித்தோம்!.... பெரிகோப்பில் இருபதாயிரம் பேரை இழந்தோம். திரும்பி வந்த வழியில் இன்னொரு இருபதாயிரம் பேரை இழந்தோம்.''

''ஆ,ஆ! கான் நமக்குப் பணிந்துவிட்டதாக இங்குக் கூறுகிறார்கள்'' என்று தலையை ஆட்டிக்கொண்டே பிராவ்கின் சொன்னான்.

ஸிகான் தனது மஞ்சள் ஏறிய பற்களைக் காட்டினான்.

''கான் பணிந்த கதையைக் கிரீமியாவில் துன்புற்று அழிந்தவர்களிடம் கேள். ஒரே வெப்பம். குடிக்கத் தண்ணீர் இல்லை. இடதுபுறத்தில் ஓர் அழுகிய கடல்; வலது புறத்தில் கருங்கடல். அந்த உப்பு நீரைக் குடிக்க முடியாது. தார்த்தாரியர்கள், கிணறுகளில் அழுகிய பிணங்களைப் போட்டு நிரப்பிவிட்டார்கள். இந்த நிலையில் நாங்கள் பெரிகோப்பில் இருந்தோம். முன்னேறவும் முடியாது; பின்வாங்கவும் முடியாது. மனிதர்களும் குதிரைகளும் ஈக்களைப் போல் இறந்தனர். ஆம், நாம் போராடினோம்...''

ஸிகான் விரல்களால் மீசையை வாரிவிட்டுக்கொண்டு வாயைத் துடைத்தான். குருதிச் சிவப்பான ஒற்றைக் கண்ணால் ஸரங்காவை நோக்கி, ''பெண்ணே, நன்றி'' என்று கூறிவிட்டு, முழங்கை மீது சாய்ந்தான்.

''ஐவாஷ், நான் ஊரைவிட்டுச் சென்றபொழுது என்னிடம் ஒரு பசு இருந்தது...''

''ஆம். நீ திரும்பி வந்தபின், பசு இல்லாமல் என்ன செய்வாய் என்று காரியஸ்தனிடம் கேட்டோம். ஆனால் அவன் எங்கள் வார்த்தைக்குச் செவி கொடுக்காமல் அதைக் கைப்பற்றிக் கொண்டான்.''

''சரி. பன்றிகள்? ஓர் ஆண்பன்றி, இரு பெண் பன்றிகள்; அவற்றைப் பராமரிக்கும் பொறுப்பைக் கிராமத்திடம் ஒப்படைத்தேன்.''

''நண்பா, நாங்கள் பாதுகாத்தோம். ஆனால் பராமரிப்பு வரியைக் கட்ட வேண்டுமென்று காரியஸ்தன் நச்சரித்தான்; கட்டாயப்படுத்தினான். ஒரு வேளை நீ போரில் இறந்து விடுவாய் என்று எண்ணினோம்.''

''அப்படியானால் வால்காவ் என் பன்றிகளை விழுங்கிவிட்டானா?''

''ஆம். அவன் உண்டு விட்டான், உண்டு விட்டான்.''

''அப்படியா?'' என்று கூறிய ஸிகான், வாரிவிடாதிருந்த சன்னமான மயிரை விரல்களால் கோதினான்; தலையைச் சொறிந்தான்; ''ஐவாஷ், நல்லது!'' என்று கூறினான்.

''நல்லதா?''

''உன்னைப் பார்க்கவந்தேன் என்று ஒருவரிடமும் சொல்லாதே.''

''யாரிடம் சொல்வேன்? நான் எப்பொழுதுமே வாய்திறந்து வம்பளப்பதில்லை.''

ஸிகான் எழுந்து, ஸாங்காவை நோக்கினான். மெதுவாக நடந்து நுழை கதவை அடைந்தான். அங்கு நின்று,

''ஐவாஷ், உஷார், ஒருவரிடமும் சொல்லாதே. போய் வருகிறேன்'' என்று அச்சுறுத்தும் குரலில் கூறிவிட்டு மறைந்தான். அதன்பின், அவன் அக்கிராமத்துக்குத் திரும்பி வரவேயில்லை.

7

வார்வார்கா நதிக்கரையிலுள்ள சாராயக்கடையில் ஓவ்ஸி காசை எண்ணிக்கொண்டிருந் தான். அச்சமயம், காவற்படையின் சாமான்ய அதிகாரிகளான நிகிடாகிளாட்கியும் கூஸ்மாவும் அங்கு வந்தனர்.

''என்ன சேதி, ஓவ்ஸி, நலமாயிருக்கிறாயா?'' என்றான் ஒருவன்.

''செப்புக்காசை எண்ணியது போதும். எங்களுடன் வா'' என்றான் இன்னொருவன்.

''ஒரு விஷயம் விவாதிக்க வேண்டும். கெடுதலான தகவல் கிடைத்திருக்கிறது'' என்று கிளாட்கி தாழ்ந்த சுருதியில் கூறினான்.

கூஸ்மா சட்டைப்பையிலிருந்த வெள்ளிக் காசுகளைக் கணகணவென்று ஒலிக்கச் செய்து நகைத்தான்.

''உல்லாசமாகப் பொழுதுபோக்கப் போதுமான காசு இருக்கிறது'' என்றான்.

''எங்காவது கொள்ளையடித்தீர்களா? ஓ! சிப்பாய்களே, என்ன காரியம் செய்யத்துணிந் தீர்கள்?'' என்று ஓவ்ஸி வினவினான்.

''முட்டாள்! அரண்மனையில் காவற்பணி புரிந்தோம். இப்பொழுது விளங்கிற்றா?'' என்று கிளாட்கி கூற, இருவருமே மீண்டும் சிரித்தனர்.

அவர்கள் ஓவ்ஸியுடன் கடைக்குள் சென்று ஒரு மூலையில் அமர்ந்தனர். கடைக்காரன் ஒரு குண்டான் 'ஒயினை'யும் ஒரு மெழுகுவத்தியையும் கொண்டு வந்து அவர்கள் முன் மேஜையில் வைத்தான். கூஸ்மா மெழுகுதிரியை உடனடியாக அணைத்துவிட்டுக் கிளாட்கி ஓவ்ஸியிடம் குசுகுசுப்பதைக் கேட்பதற்காக மேஜையில் சாய்ந்தான். கிளாட்கி கூறியது:

''நீ இன்று எங்களுடன் காவல்வேலையில் இல்லாதது வருந்தத்தக்கது. நாங்கள் அங்கு நின்றோம். ஷாக்லோவிதி வந்தான். 'உங்களது விசுவாசமான உழைப்பைக் கருதி, உங்கள் ஒவ்வொருவருக்கும் இளவரசி ஐந்து ரூபிள் கொடுக்கிறார்' என்று கூறிப் பைநிறைய வெள்ளிக் காசுகளைக் கொடுத்தான். நாங்கள் வாய் திறவாது இருந்தோம். அவனது நோக்கம் என்ன என்பது பிடிபடவில்லை. அவன் வருத்த மிகுதியால் பெருமூச்சு விட்டான். 'ஓ, காவற்படையினரே, விசுவாச மிக்க ஊழியர்களே, நீங்கள் அதிகநாள் மனைவிமக்களோடு ஆற்றுக்கு அக்கரையிலுள்ள சொகுசான வீடுகளில் வாழ முடியாது' என்றான்.''

''அதிகநாள் வாழ முடியாது என்று கூறியதின் மர்மம் என்ன?'' என்று ஓவ்ஸி திகிலடைந்து வினவினான். கிளாட்சி பதிலுரைத்தான்:

''இதுதான் நிலைமை: நம்மையெல்லாம் சிறு நகரங்களுக்கு மாற்றி நமது பலத்தைச் சிதறடிக்கப் போகிறார்களென்றும் அவனைக் காவலர் படையின் பணிமனையிலிருந்து வெளி யேற்றப் போகிறார்களென்றும் ரீஜன்டைப் பெண்துறவி மடத்துக்கு அனுப்பப் போகிறார்களென் றும் ஷாக்லோ விதி சொல்கிறான். இம்மாதிரி தொல்லை செய்வதற்கெல்லாம் மகாராணி நடால்யாதான் காரணம் என்கிறான். இதற்காகத்தான் பீட்டருக்குத் திருமணம் செய்து

வைத்தாளாம். நடால்யாவின் ஏவலுக்கு இணங்கச் சில வேலைக்காரர்கள் ஜார் ஐவானுக்குச் சிறுகச் சிறுக விஷம் கொடுப்பதாகவும், அந்தச் சதிக்காரர்கள் யார்யாரென்று கண்டுபிடிக்க முடிய வில்லையென்றும் அவன் சொல்கிறான். ஜார் ஐவானது அறையைச் சுற்றி மரக்கட்டைகளையும் விறகையும் வைத்து அடைத்து விட்டார்களாம். அவன் பின்புறக்கதவையே உபயோகிக் கிறானாம். ஜார் ஐவான் விரைவில் மரித்து விடுவானாம். அதன்பின் காவற்படையினரைக் கவனித்துப் பாதுகாப்பதற்கு எவருமில்லையே என்று ஷாக்லோவிதி வருந்தினான்.''

''வாஸிலிகோலிட்ஸின் இல்லையா?'' என்று ஓவ்ஸி வினவினான்.

''அவனிடம்தான் அவர்களுக்கு அச்சமாயிருந்தது. ஆனால் இப்பொழுது கிரீமியாவில் நேர்ந்த அவமானத்துக்காக அவன் தலையை வாங்க வேண்டுமென்று பாயர்கள் துடிக்கிறார்கள். நம் கழுத்தில் பீட்டரைக் கட்டிவிடுவார்களென்பது உறுதி.''

''பார்க்கலாம், பார்க்கலாம். அவர்கள் கால் கடுக்கக் காத்திருக்கட்டும். அபாய மணியை ஒலிப்பது நமக்குப் புதிதல்ல'' என்றான் ஓவ்ஸி.

''உரக்கப் பேசாதே!'' என்று கடிந்த கிளாட்கி, ஓவ்ஸியின் காலரைப் பிடித்து இழுத்து இன்னும் அருகில் வரச்செய்தான். காதோடு வாய்வைத்துப் பேசினான்: ''அபாயமணியின் ஒலி மட்டும் நம்மைக் காப்பாற்றாது. ஏழாண்டுகளுக்கு முன் செய்த மாதிரி, எல்லோரையும் கொன்றால்கூட, வேர் அழியாது. அந்தக் கிழமான பெண்கரடியைத் தீர்த்துக் கட்ட வேண்டும். குட்டியைத்தான் எதற்காக விட்டு வைப்பது? நம்மைத் தடுக்கக்கூடிய சக்தி ஏதுமில்லை. அவனையும் ஈட்டி முனைக்கு இலக்காக்கிவிட்டால் நம்மை நாம் காப்பாற்றிக் கொண்டவர் களாவோம்.''

கிளாட்சியின் வார்த்தைகள் புதிராகவும் பயங்கரமாகவும் இருந்தன. ஓவ்ஸி நடுங்கினான், கூஸ்மா கலப்பு ஈயக் கிண்ணங்களில் ஒயினை ஊற்றிவிட்டுக் கூறினான்.

''இந்தக் காரியத்தை அமைதியாகச் செய்து முடிக்க வேண்டும். ஐம்பது நம்பகமான ஆட்களைப் பொறுக்கி அழைத்துக்கொண்டுபோய், இரவில் பிரியோபிராஷென்கி அரண் மனைக்குத் தீவைக்க வேண்டும். தீ கொழுந்து விட்டெரியும் பொழுது, அவர்களைக் கச்சிதமாகப் பிடித்து உடைவாளைச் சொருகிவிடலாம்.''

8

காவற்படையினர் தமது பேட்டைகளுக்கும், நிலப்பிரபுக்கள் தமது எஸ்டேட்டுகளுக்கும் திரும்பிவந்து ரொம்ப நாட்களாகிவிட்டன. ஆனால் குர்ஸ்க் சாலையிலும், ரியாஸான் சாலை யிலும், காயமடைந்தவரும் அங்கஹீனர்களும் ஓடிவந்தவர்களும் இன்னமும் மாஸ்கோவை நோக்கி வந்து கொண்டிருந்தனர். அவர்கள் மாதாகோயில் வாயில்களில் திரண்டு தமது பயங்கர மான புண்களையும் காயங்களையும் காட்டினார்கள்; கரமிழந்தும் கண்ணிழந்தும் கதியற்று நிற்பதைப் புலப்படுத்தினார்கள்; உதவி வேண்டினார்கள்:

''உண்மையான கிறிஸ்துவர்களே, இதோ என் மார்பில் அம்பு தைத்திருக்கிறது, தொட்டுப் பாருங்கள்...''

''நல்லவர்களே, இரண்டு கண்களையும் இழந்து நிற்கும் கபோதி நான். அவர்கள் ஈவிரக்கம் காட்டாது கம்பால் தலையில் அடித்தார்கள். ஆ - ஆ - ஆ!''

''ஐயா, முழங்கை மூட்டுவரை, என் கை அழுகிவிட்டது. நுகர்ந்து பாருங்கள்.''

''முதுகைப் பாருங்கள். அடி அடியென்று அடித்துத் தோலைக் கூறு கூறாக உரித்து விட்டார்கள்...''

''பெண்குதிரையின் பாலைக்குடித்தேன். அதனால் உடம்பெல்லாம் புண், கருணை உள்ளம் படைத்தவர்களே, இரக்கம் காட்டுங்கள்.''

இந்தத் திடுக்கிடத்தக்க நிலைகளைக் கண்டு, நல்ல ஜனங்கள் திகிலடைந்தனர். அவர்கள் பிச்சை கொடுத்தார்கள். இரவு நேரத்தில், ஜன நடமாட்டமில்லாத இடங்களில், தலைவேறு முண்டம் வேறாகப் பலர் கொல்லப்பட்டனர். சாலைகளிலும் பாலங்களிலும் இருண்ட சந்து களிலும் கொள்ளைகள் நடைபெற்றன. அங்கஹீனர்களான சிப்பாய்களது கூட்டம் மாஸ்கோவின் சந்தைகளை நோக்கி ஊர்ந்து சென்றது.

ஆனால் மாஸ்கோவிலும் பொருட்கள் மிகுதியாக இல்லை. பல வணிகர்கள் கடைகளை மூடி விட்டனர். வரிச்சுமையால் நொடித்தவர் சிலர். காலம் மாறும்வரை பொறுத்திருப்போமென்று கருதிப் பொருள்களையும் பணத்தையும் மறைத்தவர் சிலர். ஒவ்வொரு பொருளும் கிடைத்தற் கரியதாயிற்று. எவரிடமும் பணம் இல்லை. தானியத்தோடு ஏதோ குப்பையைச் சேர்த்துக் கலப்படம் செய்து விற்றனர். இறைச்சியில் புழுநெளிந்தது. போருக்குப் பிற்பாடு, மீன்கூடக் குறுகி மெலிந்து விட்டதாகத் தோன்றியது. அப்பம் விற்று அனைவருக்கும் அறிமுகமான ஸாயட்ஸின் தட்டில் அழுகல் சரக்குகளே இருந்தன. அந்தப் பண்டங்களைத் தின்றால், குமட்டல் ஏற்பட்டது; இரைப்பையும் குடலும் கெட்டுப்போயின. ஒரு புதுவகை ஈ எங்கிருந்தோ வந்து விட்டது. அந்த ஈ கடித்தால், கன்னமும் உதடும் வீங்கிக்கொண்டன. சந்தைகளில் ஜனநெருக்கம் அதிகமாகியிருந்தது என்பது உண்மையே. ஆனால் அங்கு ஒரே ஒரு பொருள்தான் விற்பனை யாயிற்று. வென்னீரில் குளிக்கும் பொழுது உடலைத் தேய்த்துக் கொள்வதற்கான துடைப்பமே அது. வேலையின்மையாலும் பசி மிகுதியாலும் அந்தப் பரந்த நகரம் கொந்தளித்துக் கொண்டிருந்தது.

9

டிர்டாவ் தன் குதிரையை இழுத்து நிறுத்திவிட்டுக் குல்லாயை நேராக்கிக்கொண்டான். அவன் காட்சிக்கு இனியனாயிருந்தான். சிறப்பாக ஆடை அலங்காரம் செய்துகொண்டிருந்தான். அவனது கோட்டுக் காலரின் பின்பகுதி தலையைவிட உயரமாக இருந்தது. இதழ்களில் வண்ணப் பசை பூசியிருந்தான். கண்ணைச் சுற்றிக் கோடு வரைந்து, அதைப் பொட்டு வரை நீட்டி யிருந்தான். அவனது வளைவுக்கத்தி பாரசீகத்துப் படித்தட்டில் மோதி ஒலித்தது. முகப்பு மண்டபத்தில் நின்ற ஸ்டீபன் அவனை நோக்கிச் சாய்ந்து கூறினான்:

''ஜனங்கள் பேசுவதைக் கவனித்துக் கேள். அதன்பின் உன் பேச்சைத் தொடங்கு.''

''சரி.''

''மகாராணி நடால்யாவும் அவளது சகோதரன் லியோவும் எல்லாத் தானியத்தையும் வாங்கி விட்டார்கள் என்றும் அவர்கள் வேண்டுமென்றே மாஸ்கோவைப் பட்டினிபோடுகிறார் களென்றும் சொல். அந்த நச்சுப் பிறவியை - புதுவகை ஈயை - மறக்காதே. அது அவர்களது மாய மந்திரத்தால் உண்டானதென்று கூறு.''

''சரி.''

''டிர்டாவ் தன் குதிரையின் முன்பக்கம் சாய்ந்து அதைத்தூண்டினான். அது வேகமாக நுழைகதவுகளைத் தாண்டியது. தெருவில் புழுதி பறந்தது; நாற்றம் வீசியது. இடுப்பு அளவு துணி அணியாத ஓர் அனாதைப்பையன் வீறிட்டலறிக் கூட்டத்தைத் தள்ளிக்கொண்டு டிர்டாவ் குதிரையை நெருங்கினான். உடம்பெல்லாம் கருஞ்சிவப்புப் புண்களை உடைய அந்தப் பையனை டிர்டாவ் சாட்டையால் அடித்தான். நானாபுறங்களிலிருந்தும் பலர் கூட்டமாகத் திரண்டு, சொறிபிடித்த கையை நீட்டிப் பணக்காரப் பாயரிடம் பிச்சை கேட்டனர். டிர்டாவ் இடுப்பில் கைவைத்துப் புருவத்தை நெரித்தான். மெதுவாகக் கூட்டத்தினூடே குதிரையைச் செலுத்தினான். கூட்டத்தினர் பேசினர்:

''ஐயா, எங்களுக்குக் கொஞ்சம்....''

''ஒரு செப்புக்காசை வீசுங்கள்.''

''எறிந்தால், வாயால் பிடித்துக்கொள்வேன்....''

''ஒரு காசு, ஐயா, ஒரு காசு கொடுங்கள், கொடுங்கள்.''

''உஷார் ஏதாவது கொடுங்கள். இல்லாவிட்டால் சாணத்தை வீசி எறிவேன்.''

''கை நிறையப் பேன் தருகிறேன்! வாங்குங்கள், இல்லாவிட்டால் சும்மா கொடுத்து விடுவேன்.''

''என்னை மிதியுங்கள், மிதித்துத் துவையுங்கள்! நான் பட்டினியாயிருக்கிறேன்.''

குதிரைக்குக் குதூகலம். அசைந்தாடும் கந்தல்களையும் கலைந்துகிடந்த கேசங்களையும் பயங்கரமான முகங்களையும் அது மமதையுடன் நோக்கியது! வாய் இரும்பைப் பல்லால் கடித்தது பிச்சைக்காரர்களுக்கும் நாதியற்றவர்களுக்கும் தைரியம் அதிகமாகியது. இறுதியில், டிர்டாவ் தெரு முனையை அடைந்தான். இங்கு ஒரு கம்பத்தில் சிறிய வழிபாட்டு உருவப்படத்துக்குக் கீழே ஒரு பிரகடனம் மாட்டப்பட்டது. மதிப்பாக ஆடை அணிந்த ஒருவன், கூட்டத்து இரைச் சலையும் அடக்கி அனைவரையும் கேட்கச் செய்வதற்காகப் பிரகடனத்தை உரத்த குரலில் படித்துக் கொண்டிருந்தான்.

''ஜார் மன்னர்களாகிய நாங்கள், பெரிய பாயரும் பாதுகாவலரும் மகாப்பிரபுவுமான வாஸிலி கோலிட்ஸின்னாகிய உம்மை வாழ்த்துகிறோம். நீர் தளராத ஊக்கத்துடன் மிகப்பெரிய தொண்டு புரிந்துள்ளீர்; புனிதமான சிலுவைக்கும் கிறித்துவ உலகம் முழுமைக்கும் கொடிய வம்சபரம்பரை விரோதியாக இருந்து வந்த கூட்டத்தை ஒழித்தே விட்டீர்கள். அகஸ்மாத்தாகச் செய்த காரிய மாயில்லாது, இதற்குமுன் கண்டறியாத அரிய செயலாகவே இது உள்ளது. அந்தச் சத்துருக்களை அவர்களது வீடு வாசல்களுக்கே துரத்தியடித்து, அங்கே அவர்களை அழித்தீர்கள்....''

கூட்டத்தில் ஒரு கரகரத்த குரல்:

''தோல்வியுற்றது யார்? நாமா, தார்த்தாரியரா?''

கூட்டத்தினர் கோபமாகப் பேசினர்:

''நாம் எங்கே, எப்பொழுது தார்த்தாரியரை தோற்கடித்தோம்?''

''அவர்களைக் கிரீமியாவில் நேருக்கு நேர் காண்பதற்குக்கூட நாம் கொடுத்து வைக்கவில்லை.''

''நாம் உயிருக்கு அஞ்சி ஓடிவந்தபோதே, அவர்களைக் கண்டோம்.''

''இந்தப் பிரகடனத்தைப் படிக்கும் மடையன் யார்?''

''கிரெம்லினில் வேலை பார்க்கும் தலைமைக் குமாஸ்தா.''

''கோலிட்ஸின்னின் அடிமை; விசுவாசமுள்ள நாய்.''

''சரி சரி, கோட்டைப்பிடித்து இழுத்துப் போடு.''

மதிப்பான ஆடை அணிந்தவன் தொடர்ந்து படித்தான்:

''... ...தார்த்தாரியர்களே தமது கட்டிடங்களை அழித்துக் கொண்டனர். பெரிகோப்பில் அவர்கள் நகரங்களுக்கும் கிராமங்களுக்கும் தீ வைத்தனர். ஏக்கமடைந்து, திகில்கொண்டு, அவர்கள் ஓடினார்கள். உங்களை எதிர்நோக்கத் துணிவில்லை. மேற்சொன்ன வெற்றிகளுடன், பத்திரமாக நாட்டுக்குத் திரும்பிவிட்டீர்கள். உங்களது வெற்றிகள் உலகப் புகழுக்கு உரியவை. எகிப்திலிருந்து இஸ்ரேலியர்கள் அழைத்துவந்த மோஸஸ்ஸின் அசுரசாதனை*யுடன் ஒப்பிடத் தக்க உங்களது வெற்றியைக் கருதி, உங்களைக் கருணைகூர்ந்து மனவிரிவோடு வாழ்த்துகிறோம்...''

சொரசொரப்பான மயிரை உடைய ஒற்றைக்கண் மனிதன் மீண்டும் கத்தினான்:

''படிப்பவரே! என்னைப் பற்றிப் பிரகடனத்தில் ஒன்றுமில்லையா?''

எல்லோரும் வெறுப்பைக்காட்டிச் சிரித்தனர். சிலர் சபித்துவிட்டுப் போய்விட்டனர். பிரகடனத் தாள்மீது மண்வந்து விழுந்தது. தலைமைக் குமாஸ்தா கரத்தால் தற்காத்துக்கொண்டு, ''காவற் படையினரே!'' என்று கத்தினான். டிர்டாவ் கூட்டத்தின் வழியே குதிரையைச் செலுத்தி, ஒற்றைக் கண் மனிதனை நோக்கிச் சென்றான். ஆனால், ஸிகான் தன் உடைந்த பற்களைக்காட்டி விட்டு மறைந்தான். ஒருவன் டிர்டாவின் கடிவாளத்தைப் பிடித்து ''இதோ இவன் தோலை உரிக்க வேண்டும்'' என்று கத்தினான். இன்னொருவன் தோல் தைக்கும் ஊசியால் குதிரையைக் குத்தினான். அது பதறியது; பெருமூச்செறிந்தது; பின்னங்காலில் நின்றது. பலர் 'விஸில்' அடித்தனர். ஒரு கல் டிர்டாவின் கன்னத்தைப் பதம்பார்த்தது. அவன் கூட்டத்தைக் கடந்து விரைந் தான். அவர்களோ கூச்சலிட்டும் ஊளையிட்டும் 'விஸில்' அடித்தும் தமது ஆத்திரத்தைக் காட்டினார்கள்.

நிகோல்ஸ்கி வாயல் அருகில் அவன் இரு குதிரைவீரர்களைச் சந்தித்தான். ஒருவன் ஸ்டீபன்; இன்னொருவன் கருடனது மூக்கும் நேர்த்தியான சிறிய மீசையும் உடையவன். அவன் உள்ளே கவசம் அணிந்திருக்கிறான் என்பதை மேலங்கியின் விறைப்பு புலப்படுத்தியது. டிர்டாவ் தன் குல்லாயை எடுத்துவிட்டுக் குதிரைப் பிடரியைத் தொடும் அளவுக்குச் சாய்ந்து வணங்கினான். ஸ்டீபனுடன் இருந்தவன் ஷாக்லோவிதி. அவனது அறிவார்ந்த முகத்தில் கவலைக்குறிகள்

★ பைபிளின் பழைய ஏற்பாடு, இரண்டாவது புத்தகம். இதை விவரிக்கிறது.

தென்பட்டன. அவனது கீழ் உதடு பிதுங்கி, மேல் உதட்டைக் கெட்டியாக அழுக்கியிருந்தது. அவன் கூட்டத்தைப் பழியார்வத்தோடு நோக்கினான்.

''அவர்களிடம் பேசித் தூண்டிவிட்டாயா?'' என்று ஸ்டீபன் கேட்டான்.

''நீங்களேபோய்ச் சத்தம் போடுங்கள்....'' என்றான் டிர்டாவ். அவனது கன்னங்கள் எரிந்துகொண்டிருந்தன. அவன் மேலும் பேசினான்:

''அந்தப் பட்டினிப் பட்டாளத்துக்கு ஸோபியாவா, பீட்டரா என்பதைப் பற்றிக் கவலை இல்லை. இருநூறு காவற்படையினரைக் கொண்டுவந்து இந்தக் கழிசடைகளைக் கலைத்துவிட வேண்டும். அந்தப் பேச்சுதான் இவர்களுக்குத் தேவை.

''உணவு வேண்டுமென்று கோரிப் பிரியோபிராஷென்ஸிக்குப் போகும்படி அவர்களைத் தூண்டி விடுவதற்கு உண்மையில் திறமை உள்ளவர்களை அனுப்ப வேண்டும். அங்கு அந்தச் சிப்பாய் வேவுகாரர்கள் இக்கூட்டத்தைக் கவனித்துக் கொள்ளட்டும். பீட்டர் உத்திரவுக்கிணங்க, ஜர்மானியர்கள் ருஷ்யர்களைத் தாக்கி வதைப்பதாக நாம் கூறுவோம்'' என்றான் ஷாக்லோவிதி. ஸ்டீபன் சிரித்துவிட்டுக் கூறினான்: ''தாமதமில்லாது போய்க் காவற்படையினருக்கு இதை எடுத்துரைத்து மனத்தில் பதியச் செய்யுங்கள். நான் நம்பகமான ஆட்களைச் சந்தைகளுக்கு அனுப்புகிறேன். இந்தக் கூட்டத்தை மாஸ்கோவிலிருந்து அப்புறப்படுத்த வேண்டும். பொதுஜன எழுச்சி நமக்குத் தேவையில்லை. காவற்படையினரே காரியத்தைச் சாதித்து விடுவார்கள்.''

10

காட்டைக் கடந்த சவாரி வண்டி பெரியஸ்லாவ் ஏரிக்கரையை அடைந்தது. புழுதி படிந்த அவ்வண்டிக்கு நான்கு விதவிதமான வர்ணக் குதிரைகளைப் பூட்டியிருந்தனர். பாதத்தில் ஒன்றும் அணியாது குதிரை மீது இருந்த விவசாயியும், பருத்துத் தடித்த வண்டியோட்டியும் சுற்றுமுற்றும் நோக்கினர். எங்கு பார்த்தாலும், மரக்கட்டைகள், மரப்பலகைகள், உளியில் சிதறிய துண்டு துணுக்குகள், உடைந்த கீல்பீப்பாய்கள். பலர் பெருங் குறட்டைவிடும் ஒலி கேட்டதென்றாலும், ஒருவன் கூடத் தென்படவில்லை. கரையருகே, நான்கு கீல்பூசிய கப்பல்கள் நின்றன. அவற்றின் உயரமான பின்புறங்களும், அவற்றில் செதுக்கப்பட்டுள்ள சித்திரங்களும், சதுரமான சிறிய பக்கத் துளைகளும் பசுமையான நீர் நிலையில் பிரதிபலித்தன. பாய்மரங்களிடையே கடற்பறவைகள் விளையாடிக் கொண்டிருந்தன.

வண்டியிலிருந்து இறங்கிய லியோ முகத்தைச் சுளித்து முதுகைத் தேய்த்துக் கொண்டான். பிரயாணத்தின் சிரமத்தால் தசைகள் பிடித்துக் கொண்டு வேதனை தந்தன. அவன் கிழவன் அல்ல; என்றாலும் குடித்துக் குடித்து உப்பியிருந்தான். விளிப்பதற்குக்கூடச் சோம்பலாயிருந்ததால் உறுமினான்; ஒருவரும் வரவில்லை. ஓரக்கண்ணால் கதிரவனை நோக்கிய வண்டியோட்டி கூறினான்:

''நண்பகல் சாப்பாட்டுக்கான இடைவேளை. ஓய்வு எடுக்கிறார்கள்.''

உண்மைதான். நிழலில், மரக்கட்டைகளது மறைவிலும் பீப்பாய்களுக்குப் பின்னாலும் பலர் ஓய்வு எடுப்பதை அவர்கள் அறிய முடிந்தது. மரப்பட்டை ஜோடு அணிந்த பாதங்களும் கசங்கிய அழுக்குச் சட்டை தரித்த முகமும் கலைந்து கிடந்த தலைமயிரும் தென்பட்டன. முன்குதிரையில்

ஏறி வந்த விவசாயி, சோம்பேறி எஜமானனுக்கு உதவ முன்வந்தான்.

''ஓ, கிறித்துவர்களே, யாராவது உயிரோடு இருக்கிறீர்களா?'' என்று அவன் கூவினான்.

இந்தக் குரலைக்கேட்டு, வண்டிக்குப் பின்னால் கிடந்த கயிற்றுக் கட்டுகளின் இடையே ஒரு மனிதன் எழுந்தான். ஓர் அடி நீளமுள்ள மீசையும் குடித்துப் புடைத்த முகமும் உடைய அந்த அன்னியன், அரைகுறையாகத் தெரிந்த மொழியில் உறுமினான்:

''முட்டாள்! ஏன் சத்தம் செய்கிறாய்?''

'இவனைச் சாட்டையால் அடிக்கட்டுமா?' என்று வினவும் பாவனையில், கோச்சோட்டி தன் எஜமானை நோக்கினான். ஆனால் கூடாதென்று லியோ தலையை ஆட்டிவிட்டான். யார் சொல்ல முடியும்? பீட்டரின் தளபதிகள் கூட இம்மாதிரி குடித்துவிட்டுச் சுருண்டு கிடப்பார்கள். ஜார் எங்கிருக்கிறாரென்று லியோ மதிப்பாக வினவ, 'சாத்தானுக்குத்தான் தெரியும்' என்று விடை பகர்ந்து விட்டு அந்த மீசைக்காரன் கயிற்றுக் கட்டுமீது சாய்ந்தான். யாராவது ருஷியன் தென்படுவானாவென்று ஏரிக்கரையில் நடந்த லியோ, மரப்பட்டை ஜோடு அணிந்த ஒருவன் படுத்துக்கிடப்பதைக் கண்ணுற்றான். அவனைத் தயக்கமில்லாது பாதத்தால் நெருடினான். அவன் ஒரு தச்சன். துள்ளி எழுந்து தெண்டத் தெண்ட விழித்தவாறு கூறினான்:

''காலையில் ஜார் மன்னர் கப்பற் பிரயாணம் செய்து துப்பாக்கிகளால் சுட்டுப் பழகினர். களைத்துச் சோர்ந்து உறங்கிக் கொண்டிருப்பார்.''

அவர்கள் பீட்டரை ஒரு படகில் கண்டனர். குட்டைக் கோட்டைத் தலையில் சுற்றிக் கட்டிக் கொண்டு, அவன் உறங்கினான். படகிலிருந்த பிறரை வெளியேறும்படி கூறிய லியோ, பீட்டர் துயில் கலைந்து உணர்வு பெறும்வரையில் காத்திருந்தான். பீட்டர் இன்ப உணர்ச்சியோடு குறட்டை விட்டான். உள்ளாடையோ காலுறையோ அணியவில்லை. அகன்ற அரைக் கால் சட்டையும் பூட்ஸும் மட்டும் அணிந்திருந்ததால், மெலிந்த கால்கள் கண்ணுக்குப் புலனாயின. ஓரிரண்டு தடவைகள், காலோடு கால் தேய்த்து ஈ ஓட்டிக்கொண்டே, அவன் உறங்கினான். இதைக்கண்ட லியோ மனம் வருந்தினான். பேரரசின் தலைவிதி நூலிழையில் தொங்கிக் கொண்டிருக்கும் பொழுது, ஜார் மன்னன் ஈ ஓட்டிக்கொண்டிருக்கிறானேயென்று அவன் மனம் குமைந்தான்.

இப்பொழுதெல்லாம் பாயர்கள் கிரெம்லினில் கூடும் பொழுது, பீட்டரைப் பற்றிப் பகிரங்கமாகப் பேசினார்கள். பீட்டருக்குத் தகுதியான இடம் துறவி மடம்தான் என்றும், அவன் சிப்பாய்களுடன் படுத்துப் புரளும் குடிகாரன் என்றும், சந்தர்ப்பம் கொடுத்தால் சாராயக்கடையில் தாயம் உருட்டிச் சூதாடி ராஜ்யத்தைத் தோற்றுவிடுவானென்றும் தாறுமாறாகப் பேசினார்கள். குடித்துக் கெட்ட காவற்படையினர், மீண்டும் கிரெம்லின் அருகே அலைந்து திரியத் தொடங்கி விட்டார்கள். பிரபுக்களைக் கண்டால் தலை வணங்குவதற்குப் பதிலாக இடுப்பில் கைவைத்து ஏளனமாய் நோக்கினார்கள். இசைநாடி வசைபெற்ற அந்தக் கோலிட்ஸின் - அண்டங் காக்கை யைப் போல் பெருந்தீனியை நாடும் அந்தப் பிறவி - செப்புத் தகடு பதித்த தன் அரண்மனையை விட்டு வெளிவருவதேயில்லை. ஷாக்லோவிதியையும் ஸில்வெஸ்டரையும் மட்டுமே அவன் கண்டு பேசினான். அவன் பழியோடும் இழிவோடும் பொதுவாழ்விலிருந்து ஒதுங்கிக்கொள்ள வேண்டும்; அல்லது இரத்தம் சிந்தியாவது அரியணையைக் கைப்பற்றுவதற்கு முயலவேண்டும். வேறு மூன்றாவது பாதை இல்லையென்பது வெளிப்படை. ஆகக்கூடி கிரெம்லினில் கரு மேகங்கள் இடி முழக்கம் செய்யும் நாள் சேய்மையில் இல்லை.

ஆனால் இந்தப் பீட்டர் எதைப்பற்றியும் அக்கறையில்லாது இப்படகில் உறங்கிக்

கொண்டிருந்தான்.

''ஆ, மாமா, நீங்களா?'' என்று துயில்கலைந்து எழுந்து பீட்டர் வியந்து வினவினான்.

பீட்டர் படகின் விளிம்பில் அமர்ந்தான். வெயிலில் கன்றிய தேகம்; உடம்பெல்லாம் அழுக்கு; ஆயினும் அவனது முகத்தில் மகிழ்ச்சி தவழ்ந்தது. கண்கள் சற்றுப் புடைத்துக் கொண்டிருந்தன. நாசித்தோல் உரிந்துகொண்டிருந்தது; அரும்பு மீசையின் முனைகள் முறுக்கி விடப்பட்டிருந்தன.

''இங்கு எதற்காக வந்தீர்கள்?''

லியோ கண்டிப்பான குரலில் விடை தந்தான்! ''உங்களை அழைத்துச் செல்லவே வந்தேன்; கருணை கூர்ந்து கடைக்கண்ணால் அருள்புரிய வேண்டுமென்று வேண்டிக்கொள்வதற்காக வரவில்லை. மாஸ்கோவில் நிலைமை கெடுபிடியாயிருப்பதால் எவ்வாறாயினும் நீங்கள் வந்து தான் ஆக வேண்டும் என்று கோரவே வந்திருக்கிறேன். நீங்கள் உடன்வராமல், நான் திரும்ப மாட்டேன்.''

லியோவின் கொழுத்த முகம் நடுங்கியது. நெற்றிப் பொட்டுகளில் வேர்வைத் துளிகள் காட்சியளித்தன. பீட்டர் அவனை வியப்போடு வெறித்துப் பார்த்தான். இந்தச் சோம்பேறி மாமாவே இவ்வாறு கிளர்ந்தெழுவதென்றால் மாஸ்கோவில் விவகாரங்கள் முற்றியிருக்க வேண்டுமென்று அவன் அனுமானித்தான். படகு விளிம்புமேல் சாய்ந்து, ஏரி நீரைக் கையில் எடுத்துக் குடித்தான். அரைக் கால்சட்டையை இழுத்துக் கட்டினான்.

''சரி சரி, என்றாவது ஒருநாள் வருகிறேன்.''

''என்றாவது ஒருநாள் அல்ல; இன்றே வரவேண்டும். ஒரு மணி நேரம் தாமதித்தாலும், ஆபத்துத்தான்'' என்று கூறிய லியோ, பீட்டரை நெருங்கி, அவனது காதில் இரகசியமாகக் கூறினான்:

''நேற்று இரவு, பிரியோபிராஷென்ஸ்கி அருகில், யாவூஸாநதியின் அக்கரையில், நூற்றுக்கு மேற்பட்ட காவற் படைவீரர்கள் ஒளிந்திருந்ததைக் கண்டுபிடித்தோம். ''இதைக் கேட்டவுடன் பீட்டரின் செவியும் கழுத்தும் சிவந்தன. லியோ மேலும் சொன்னான்: ''நமது அரண்மனைப் பட்டாளத்தின் காவலர்கள் எரிகயிறுகளைக் கொளுத்தி வைத்துக்கொண்டு இரவெல்லாம் கொம்பூதிய வண்ணமிருந்தனர். நம் மாளிகையில் பலர் வீறிட்டலறும் குரல் கேட்குமென்றும், அதைக் கேட்டவுடன் காவற் படைவீரர்கள் சித்தமாயிருந்து, மாளிகையிலிருந்து வெளி வருவோரையெல்லாம் - யாராயினும் சரி - வெட்டிப் போட வேண்டும் என்றும் திட்டமிட்டிருந் தனராம். இவ்வாறு மாஸ்கோவில் ஓவ்ஸி பேசினான் என்று துப்புக் கிடைத்துள்ளது.''

திடீரென்று பீட்டர் கண்களை இறுகப் பொத்திக்கொண்டான். பிரியோ பிராஷென்ஸ்கி அரண்மனை மீது படையெடுத்துத் தாக்கும்படி, பட்டினிப்பட்டாளத்தைத் தூண்டி விடுவதற்காக ஷாக்லோ விதி சந்தைகளுக்குக் கிளர்ச்சிக்காரர்களை அனுப்பிக்கொண்டிருப்பதைப் பற்றியும் லியோ விவரித்தான். மேலும் சொன்னான்:

''ஜனங்கள் நிராசையடைந்து இருக்கிறார்கள். எதற்கும் துணிந்துவிட்டார்கள். கொள்ளை யடிப்பதிலேயே குறியாக இருக்கிறார்கள். புதிய கலகம் குமுறியெழ வேண்டுமென்பதற்காக ஸோபியா காத்துக்கொண்டிருக்கிறாள். அவளது நம்பகமான காவற்படைவீரர்கள் ஸ்பாஸ்கி ஸ்தூபியிலுள்ள மணியில் கயிற்றைக் கட்டி வைத்திருக்கிறார்கள். பல நாட்கள் முன்பே எச்சரிக்கை மணியோசை செய்திருப்பார்கள். ஆனால் காவற்படையினரும் வணிகர்களும்

நகரமாந்தரும் தயங்கிக்கொண்டிருக்கிறார்கள். அபாய மணி ஓசையிடம் அவர்களுக்கு அலுப்புத்தட்டி விட்டது. விவகாரங்கள் கொதி நிலையை அடைந்து விட்டதால், பாயர்கள் தத்தம் மாளிகையை விட்டுக் கிளம்பாது, முற்றுகைக்கு உள்ளானவர் மாதிரி காலம் கடத்துகின்றனர். என் சகோதரி நடால்யாவே சித்தங் கலங்கியவளாக இருக்கிறாள்.'' லியோ தன் முகத்தைப் பீட்டரின் தோளில் புதைத்து விம்மினான். ''பீட்டர், என் அன்புக்குரிய இளைஞன் நீ. ஆண்டவன் பெயரால் உன்னை இறைஞ்சுகிறேன் நீதான் ஜார் மன்னன் என்பதை நடைமுறையில் புலப்படுத்த வேண்டும். ஜராட்சியே இல்லாதொழிந்துவிட்ட மாதிரி அவர்கள் நடந்துகொள்கிறார்கள். நிமிர்ந்து நில். நாங்கள் உன்னை ஆதரிக்கிறோம். நாங்கள் மட்டுமா? நமது விரோதிகளுக்குக் கூடக் கோலிட்ஸின்னிடம் சலிப்புத்தான்; ஸோபியாவிடம் வெறுப்புத்தான்'' என்று மேலும் கூறினான்.

பீட்டர் இம்மாதிரியான பேச்சுக்களை அடிக்கடி கேட்டிருந்தான். ஆனால் இன்று மாமன் கண்ணீர் சொரிந்து காதோடு கூறிய முறையைக் கண்டு, அவன் திகிலடைந்தான். மீண்டும், மயிர் குத்திடச் செய்த குரல்களைக் கேட்பது போலவும், கோணிய வாய்களையும் பருத்த கழுத்து களையும், வாள் அலகு பொருத்தித் தூக்கிய குத்துக் கம்புகளையும், அவற்றிடையே மாட்வியீவ் விழுவதைத் காண்பது போலவும் அவனுக்குத் தோன்றியது. சிறுவனாயிருந்த பொழுது அவன் கண்ட அந்த வெறுப்பான காட்சிகள்!...... பீட்டரின் வாய் கோணியது; கண்கள் உப்பின. ஏதோ ஒரு வாள் அலகு கழுத்தைக் குத்துவதாகப் பிரமை தட்டியது.

''பீட்டர்! என்ன கோளாறு?'' என்று வினவிய லியோ, பீட்டரின் உயர்ந்து தாழ்ந்த தோள்களைப் பிடித்துக் கொண்டான். பீட்டர் கூச்சலிட்டான்; அதில் ஆத்திரம் கொப்பளித்தது; பயம் பீறிட்டது; வெறுப்பு மேலோங்கியது. ஆனால் அந்தக் கூச்சல்கள் குழப்படி குளறு படியாயிருந்தமையால் ஒன்றுமே விளங்கவில்லை. கூச்சலைக் கேட்டுக் கிலியடைந்த பலர் ஓடிவந்து, வலிப்புக் கண்டவனைப் போல் பதறும் பீட்டரைச் சூழ்ந்துகொண்டார்கள். பாம்பர்க், உடைந்த பானையில் வாட்காவைக் கொண்டு வந்து கொடுத்தான். ஆனால் அவனது பற்கள் ஒன்றையொன்று இறுகப் பற்றியிருந்ததால், அதைக் குடிக்கவில்லை. புகட்டிய வாட்காவைச் சின்னக் குழந்தையைப் போலத் துப்பினான். அவர்கள் அவனை லியோவின் வண்டியை நோக்கி இழுத்துச் சென்றனர். ஆனால் அவன் அவர்களை உதைத்துப் புல்லிலேயே விடும்படி வற்புறுத் தினான். கடைசியில் அவன் அமைதி அடைந்து உட்கார்ந்தான்; எலும்பும் தோலுமாயிருந்த முழங்கால்களைக் கைகளால் கட்டிக்கொண்டு, ஏரியை நோக்கினான். அங்குக் கடற் பறவைகள் பாய்மரங்களை வட்டமிட்டன. எங்கிருந்தோ தோன்றிய ஸோடோவ், தள்ளாடிக்கொண்டே நடந்தான். காலையில் நிகழ்ந்த போலிப் போராட்டத்துக்காக, அவன் மது பக்தர்களது திருத்தந்தைக்குரிய மேலாடையை அணிந்திருந்தான். அவனது தலை மயிர் கலைந்திருந்தது. தாடியில் உலர்புல் குஞ்சங்கள் ஒட்டிக்கொண்டிருந்தன. அவன் பீட்டர் அருகே அமர்ந்து, விவசாயி வீட்டுக்கிழவியைப் போல் பரிவோடு நோக்கிவிட்டுக் கூறினான்:

''பீட்டர், நான் மடையனாயிருந்தாலும், என் வார்த்தையைக் கேள்.''

''எங்காவது தொலைந்து போ!''

''போகிறேன். நமது விளையாட்டுகளால் வந்த வினை இது. இந்தக் குழந்தை விளை யாட்டுகளை நிறுத்திவிட வேண்டும்'' என்றான் ஸோடோவ்.

பீட்டர் தன் முகத்தைத் திருப்பிக்கொண்டான். ஸோடோவ் மறு பக்கத்துக்குத் தவழ்ந்து வந்து அவனை நோக்கினான். பீட்டர் அவனைத் தள்ளிவிட்டு ஒரு சொல் பேசாது வண்டியில் ஏறினான். லியோ விரைந்து சிலுவைக் குறியிட்டுக்கொண்டே, பீட்டரைப் பின்பற்றினான்.

11

ஆலயத்தில் பலிபூஜை நிறைவுபெற்றுக் கொண்டிருந்தது. இடதுபுறத்திலிருந்த சமய முதல்வரது பாடகர் குழுவைச் சேர்ந்த சிறுவர்களும், வலதுபுறத்திலிருந்த அரண்மனைப் பாடகர் குழுவினரும் மாறி மாறி இனிய சாரீரத்திலும் கனசாரீரத்திலும் இசை வழங்கினர். பொன்னால் செய்த சட்டத்தில் காட்சி தந்த புனித உருவங்களுக்கு முன்னால், கொத்துக் கொத்தாக அமைந்த மெழுகுதிரிகள் இலேசாக வெடிப்பொலி செய்து எரிந்தன. அவற்றின் ஒளியில் பாயர்களது வதனங்கள் பிரகாசித்தன. பூஜை நடத்திய சமய முதல்வர் புனித உருவத்திலிருந்து உயிர்த்தெழுந்த முனிவரைப் போல் காட்சி தந்தார். அவரது விழிகள், மெலிந்த கரங்கள், தொப்பூழ் வரை நீண்டு, அவர் அணிந்த பதவிச் சின்னங்கள் மீது ஆடி அசைந்த தாடி, ஆகியவைதான் ஜீவனுள்ளவையாக இருந்தன. பேருருவும் கட்டு முடியும் கொடிய தோற்றமும் உடைய பன்னிரண்டு உதவிப் பாதிரிகள் பளுவான நறும்புகைச் சட்டிகளைத் தூக்கிக் கொண்டிருந்தனர். சமயமுதல்வரும் தலைமைப் பாதிரியாரும் இதர முதற் பாதிரிகளும் நறும்புகைப்படலங்களில் நீந்தினர். தலைமைத் துணைப்பாதிரியாரது இறை வணக்கம் கேட்போரைக் கிறங்கச் செய்தது. இதுதான் மூன்றாவது ரோம். பெருமைக்குரிய ருஷிய இதயம் ஆனந்தத்தால் விம்மியது.

அரசர் மேடையில், மிக்க சிவப்பான மேற்கட்டியின்கீழ் ஸோபியா நின்றாள். அவளுக்கு வலது புறத்தில் நின்றவன் ஜார் ஐவான். அவனது கண்கள் அரைவாசி மூடியிருந்தன; அவனது முகத்தில் இருந்த புண்கள் எரிச்சலைத் தந்தன. நெட்டையாகவும் ஒல்லியாகவும் இருந்த பீட்டர் ஸோபியாவுக்கு இடது புறத்தில் நின்றான். கிறிஸ்துமஸ் கொண்டாட்டத்துக்காக ஜார் ஆடைகளை அணிந்த விவசாயியைப் போலக் காட்சி அளித்தான். அந்த ஆடைகள் அவனுக்குக் குட்டையாயிருந்தன. நிற்கத்தெரியாத பையன், ஆடி அசைந்து கொண்டிருந்தான். அவனைக் கண்டு அருவருப்படைந்த பாயர்கள் தேலியாக நகை செய்தனர். அந்தக் குறுநகை செய்த வாயைக் கைக்குட்டையால் மூடிக்கொண்டனர். ஸோபியா ராஜகம்பீரத்துக்கு எடுத்துக்காட்டாகவிருந் தாள். கூடுதலான உயரமுள்ளவளாகக் காட்டிக்கொள்வதற்காகக் கால் திண்டின்மீது நின்றாள். அவளது முகத்தில் அமைதி தவழ்ந்தது; கரங்கள் மார்பகத்தின் மீது கூப்பியிருந்தன. கரங்கள், தோட்கள், செவிகள், தலையணி, மார்பு அனைத்தும் நவரத்தினங்களோடு பிரகாசித்தன. காஸான்★ தேவியே மேற்கட்டியின் கீழ் நிற்பதாகத் தோன்றியது. ஆனால் அன்னியர் பேட்டையில் குடித்துப் பழகிய மதுவெறியனான பீட்டரோ எதையோ கடிக்கப் போவது போல் கன்னத்துத் தசைகளை உப்பவைத்திருந்தான். ஆம்; கடிக்கட்டும்; கடித்தால் பல்தான் உடையும். அவனது கண்களில் செருக்கும் கேடு சூழும் ஆர்வமும் மிகுந்திருந்தன. அவனது சிந்தனைகளில் பக்தி சிரத்தை ஏதுமில்லை என்பது வெளிப்படையாகத் தெரிந்தது.

பலிபூஜை நிறைவுபெற்றது. ஆலயத்தின் ஏவலாட்கள் அங்கும் இங்கும் ஓடி ஆரவாரம் செய்தனர்; பதாகைகள், மைக்கா விளக்குகள், சிலுவைகள், புனித உருவங்கள் ஆகியவற்றைத் தூக்கிக்கொண்டனர். பாயர்களும் பிரபுக்களும் ஒதுங்கி ஊர்வலத்துக்கு வழிவிட்டனர். துணைப்பாதிரிகளால் தாங்கப்பெற்ற சமய முதல்வர் இரண்டு ஜார்களுக்கும் தலைவணங்கினர். வழக்கப்படி, காஸான் தேவியின் உருவத்தைத் தூக்கிக்கொண்டு, செஞ்சதுக்கத்தின் வழியே

★ காஸான்: ருஷியாவிலுள்ள நகரம். இந்நகரத்துக்குரிய கன்னியின் உருவச் சின்னம் அற்புதங்களைச் சாதிக்கும் வல்லமை உடையதாகக் கருதப்பட்டது. காஸான் தேவியின் பெயரால் ஓர் ஆலயமும் மாஸ்கோவில் அமைந்தது. மொ-ர்.

காஸான் தேவியின் ஆலையத்துக்குச் செல்ல வேண்டுமென்று அவர்களிடம் கூறினார். மாஸ்கோவின் தலைமைப் பாதிரியார் புனித உருவத்தை ஐவானிடம் நீட்டினார். அவன் தனது நெருக்கமில்லாத சிறிய தாடியைப் பற்றிக் கொண்டு ஸோபியாவை நோக்கினான். அவள், சிறிய சாளரமொன்றின் மைக்கா அடைப்பு வழியாக வந்த கதிரொளியை நோக்கிய வண்ணம், சிலை போல் நின்றாள்.

''என்னால் அவ்வளவுதூரம் தூக்க முடியாது. கீழே போட்டு விடுவேன்'' என்று ஐவான் தைரியமில்லாது கூறினான்.

அதன்பின் தலைமைப் பாதிரியார், பீட்டரை விடுத்து, ஸோபியாவிடம் உருவத்தை நீட்டினார். அவள் மோதிரங்கள் அணிந்த தன் கரத்தை நீட்டி உருவத்தை வாங்கிக் கொண்டாள். அதை உறுதியாகவும் பேராசையோடும் இறுகப் பிடித்துக்கொண்டாள். இன்னமும் ஒளி ரேகையைப் பார்த்த வண்ணம், அடித் திண்டிலிருந்து இறங்கினாள். மயிர்ப்பட்டுக் கோட்டு அணிந்த வாஸிலி கோலிட்ஸின்னும் ஷாக்லோவிதியும் ஐவான் மிலோஸ்லவ்ஸ்கியும் உடனடியாக அவளைச் சூழ்ந்தனர். ஆலயத்தின் அமைதி நிறைந்து நிலவியது.

''என்னிடம் கொடுங்கள்!'' என்று ஒரு கடுமையான குரல் கூறியது. உச்சரிப்புத் தெளிவாக இல்லையென்றாலும், அது எல்லோர் காதிலும் விழுந்தது.

''என்னிடம் கொடுங்கள்!'' என்று மீண்டும் அந்தக் குரல் பேசியது. இந்தத் தடவை ஒலியில் அழுத்தம் இருந்தது; பகை உணர்ச்சியும் தொனித்தது. பீட்டர்தான் பேசினான் என்பதை அனைவரும் உணர்ந்தனர். அவனது முகம் செக்கச் செவேலென்று ஆகிவிட்டது. கண்கள் ஆந்தையின் கண்களைப் போல் வட்டமாக இருந்தன. அவன் மேற்கட்டியின் திருகுசுருளால் அமைந்த தூணைப் பிடித்துக்கொண்டிருந்தான்; அது நிலை கலங்கி ஆடியது.

ஆனால் ஸோபியா நிற்கவில்லை; திரும்பிப் பார்க்கவுமில்லை; நிதானத்தை இழக்கவுமில்லை. அங்கு இருந்த அனைவர் காதிலும் விழும்படியாக, பீட்டர் வெடுக்கென்று கரடுமுரடான குரலில் கூறினான்:

''ஐவான் போகவில்லை; நான் போகிறேன். உங்கள் அறைக்குச் செல்லுங்கள். உருவத்தை என்னிடம் கொடுங்கள். இந்தக் காரியத்தைப் பெண் செய்யக்கூடாது. நான் அதை அனுமதிக்க மாட்டேன்.''

ஸோபியா விழிகளை உயர்த்தினாள்; தேவர்களுக்கே உரிய இனிய குரலில் கட்டளையிட்டாள்:

''பாடகர்களே, மகத்தான புறப்பாட்டைப்* பாடுங்கள்!''

குட்டையாகவிருந்த ஸோபியா, பேரொளி வீசிக்கொண்டு மேடையிலிருந்து இறங்கிப் பாயர் வரிசைகளின் இடையே மெள்ள நடந்தாள். பீட்டர் கழுத்தை நீட்டி, அவளை வெறித்துப் பார்த்தான். பாயர்கள் கைக்குட்டையால் முகத்தை மறைத்துக்கொண்டு நகைத்தனர். அந்தக் காட்சி வருந்தத் தக்கதென்றாலும் வேடிக்கையாகவும் இருந்தது. ஐவன் எச்சரிக்கையாக இறங்கிப் பீட்டரிடம் தாழ்ந்த குரலில் பேசினான்:

''பீட்டர், கோபித்துக்கொள்ளாதே. அவளுடன் சமாதானம் செய்துகொள். நீங்கள் ஏன் சண்டைபோட வேண்டும்? பகிர்ந்து அனுபவிக்க முடியாதது என்ன இருக்கிறது?''

---

* மோஸஸ் தலைமையில், இஸ்ரேலியர்கள் எகிப்திலிருந்து புறப்பட்டதை விவரிக்கும் புத்தகத்தைக் குறிப்பிடுகிறாள். இது பழைய ஏற்பாட்டின் இரண்டாவது புத்தகம்.

12

நாற்காலியில் அமர்ந்திருந்த ஷாக்லோவிதி, முன்னோக்கிச் சாய்ந்து வாஸிலி கோலிட்ஸின்னை உற்றுப் பார்த்தான். மிக்க சிவப்பான ஸில்க் அங்கியை அணிந்திருந்த ஸில்வஸ்டரும் தன் கரிய தாடியை உருவி விட்டுக்கொண்டே வாஸிலியை நோக்கினான். படுக்கையறையின் மேஜையில் ஒரே ஒரு மெழுகுதிரி எரிந்துகொண்டிருந்தது. படுக்கையின் மேற்கட்டியை அணிசெய்த தீப்பறவை இறகுகளின் நிழல்கள் கூரையில் புலனாயின. கூரையில் சிறகுடைய குதிரைகளும் மன்மத உருவினரும் மங்கையரும் கோலிட்ஸின் போன்ற ஒரு வீரனது சிரத்தில் மகுடத்தைச் சூட்டும் சித்திரம் பொறிக்கப்பட்டிருந்தது. கோலிட்ஸின் கரடித்தோல்களை விரித்திருந்த பெஞ்சியின் மீது படுத்திருந்தான். கிரீமியாப் போராட்டக் காலத்தில் அவனைப் பீடித்த காய்ச்சல் இன்னமும் நீங்காது படுத்தி வைத்தது. அவன் நடுங்கிக்கொண்டிருந்தான். அணில்தோல் கோட்டை நாசிவரை இழுத்து விட்டுக் கொண்டிருந்தான்; கரங்கள் சட்டைக் குழாய்களுக்குள் மறைந்திருந்தன.

நீண்டநேர மௌனத்துக்குப் பின் அவன் பேசினான்: ''முடியாது, கூடாது. இத்தகைய பேச்சுக்கு நான் செவி கொடுக்க மாட்டேன். உயிரை அளிப்பவர் ஆண்டவன். அவனது உயிரைப் பறிக்கும் உரிமையும் கடவுளுக்கே உரியது.''

எரிச்சலடைந்த ஷாக்லோவிதி, குல்லாயால் முழங்காலில் அடித்துக்கொண்டு, ஸில்வஸ்டரை நோக்கினான். ஸில்வஸ்டர் தயங்காது பேசினான்:

''பழிவாங்குவோனை அனுப்புவேன் என்று திருமறையில் எழுதப்பட்டிருக்கிறது. இதன் பொருள் என்ன? ஆண்டவன் உயிரைப் பறிப்பதில்லையென்றும், அவரது சித்தத்தின் கருவியாகச் செயல்படும் மனிதனே உயிரைப் பறிக்கிறானென்றும்தாம் பொருள் கொள்ள வேண்டும்.''

ஷாக்லோவிதி உணர்ச்சிக் கொதிப்புடன் வழிமொழிந்தான்: ''சாராயக் கடையில் கூச்சல் போடுவது மாதிரி கோயிலில் கத்துகிறான். இளவரசி ஸோபியாவுக்கு அன்று ஏற்பட்ட கிலி இன்னமும் நீங்கவில்லை. அவர்கள் ஓர் ஓநாய்க்குட்டியை வளர்த்திருக்கிறார்கள். முதல் கட்டத்தில் தான் அவன் கஷ்டப்படுவான். அதன்பின் அவனைக் கட்டிப்பிடிக்க முடியாது. மூவாயிரத்துக்கு மேற்பட்ட சிப்பாய் ஆட்டக்காரர்கள் அவனிடம் உள்ளனர். அவர்கள் பொலி குதிரைகளைப்போலக் கொழுப்பெடுத்து அலைகின்றனர். எந்த நேரத்திலும் அவர்களை மாஸ்கோவில் எதிர்பார்க்கலாம். ஸில்வஸ்டர், நான் சொல்வது சரிதானே?''

ஸில்வஸ்டர் மீண்டும் பேசினான்:

''அவனால் மனிதகுலம் அழியும்; வைதீகச் சமய ஸ்தாபனம் ஊனம் அடையும்; இரத்த ஆறு ஓடும். நாங்கள் அவனது ஜாதகத்தைக் கணித்தபொழுது, என் தலைமயிர் குத்திட்டு நின்றது. சொற்கள், எண்கள், வரிகள் அனைத்தும் உதிரம் குடித்து உப்பியிருந்ததைக் கண்டேன். ஆம்! இது உண்மை. 'இந்த ஜாதகத்துக்காகக் காத்திரு' என்று நீண்டகாலத்துக்கு முன்பே சொல்லியிருக்கிறார்கள்.''

சாம்பலைப் போல் வெளுத்திருந்த வாஸிலி, முழங்கையை ஊன்றிக்கொண்டு சற்று எழுந்து பேசினான்:

''பாதிரியாரே, நீங்கள் பொய்யுரைக்கவில்லையா? நீங்கள் என்ன பேசுகிறீர்கள்?''

ஸில்வஸ்டர், மார்பில் தொங்கிய சிலுவையை உயர்த்திக்கொண்டான்.

''நாங்கள் இந்த ஜாதகத்தை நீண்டகாலமாக எதிர்பார்த்து வந்தோம்'' என்று அவன் சொன்னதையே திரும்பச் சொன்னான். ஆனால் இந்தத் தடவை அவனது பேச்சில் ஒரு அசாதாரணமான, வினோதமான தொனி இருந்தது. அது கோலிட்ஸின்னை நடுங்கச் செய்தது. வெள்ளிச் சங்கிலிகள் கணகண வென்று ஒலிக்க, ஷாக்லோவிதி துள்ளி எழுந்தான். கத்தியையும் குல்லாவையும் எடுத்துக்கொண்டான்.

''மகாப் பிரபு, தவக்கம் செய்தல் தகாது. காலம் நமக்காகக் காத்திருக்காது. உஷாராய்ச் செயல்படாவிட்டால், நம் தலைகள் உருளும். ஆயினும் நீங்கள் காலம் கடத்துகிறீர்கள்; தயங்குகிறீர்கள்; எங்களது கைகளைக் கட்டிப்போடுகிறீர்கள்.''

கோலிட்ஸின் கண்களை மூடினான்; ''நான் உங்களது கரங்களைக் கட்டிப்போடவில்லை'' என்று முணுமுணுத்தான்.

அவர்கள் அவனிடம் இதற்குமேல் எதிர்பார்க்கவில்லை. ஷாக்லோவிதி வெளியேறினான். நுழை கதவுக்கு வெளியே அவனது குதிரை விரைந்து செல்லும் ஒலி உள்ளே கேட்டது. கோலிட்ஸின் தலைமாட்டில் அமர்ந்த ஸில்வஸ்டர் சமய முதல்வரான ஜோவாகிம்மைப் பற்றிப் பேசத் தொடங்கினான். அவருக்கு உடலிலே வலு இல்லை, மண்டையிலே மூளை இல்லை, உள்ளத்திலே தூய்மை இல்லை என்று உரைத்தான். ஆலயத்தின் ஆடை அறையில் தலைமைப் பாதிரிகள் அவருக்கு உடைகளை அணிவித்தபொழுது, வேடிக்கைக்காக அவரைத் தள்ளினார்களென்றும், முதுகுக்குப் பின்னால் கேலி செய்தார்களென்றும் அவன் விஸ்தரித்தான். சமய ஸ்தாபனம் சிறப்படைய வேண்டுமானால், கொடிமுந்திரித் தோட்டம்போல் மகிழ்வூட்ட வேண்டுமானால், புலமை சான்ற வாலிபன் சமய முதல்வனாக வேண்டுமென்று கூறினான்.

''பிரபு! அந்தச் சமயஸ்தாபனம் உங்களது மகுடத்துக்குத் தெய்வீகத் திராட்சைகளால் மாலைகட்டிச் சூட்டும்'' என்று கூறிய ஸில்வஸ்டர், சந்தனத்தைலத்திலும் ரோஜா அத்தரிலும் தோய்த்தெடுத்த தாடியால் கோலிட்ஸின் செவியைத்தடவி, அதைக் கிளுகிளுக்கச் செய்தான்.

மேலும் பேசினான்:

''உதாரணத்துக்கு என்னையே எடுத்துக்கொள்ளுங்கள். சமய முதல்வரின் ஆடையை நான் நிராகரிக்கமாட்டேன். நாம் மலர்ந்து விரிந்து மணம் வீசுவோம். வாஸ்காஸிலின் ஒரு முனிவன். அவன் மகாஜவான் மணிக்கூண்டில் நின்று, விரல்களால் சூரியனை நோக்கியபொழுது இந்தக் குறிகளையெல்லாம் கண்டான். ஸிலின்னோடு பேசுங்கள். ஜோவாகிம்மைப் பற்றி இன்னொரு தகவலையும் உங்கள் காதில் போட்டு வைக்க வேண்டும். ஒவ்வொரு சனிக்கிழமையும் இரகசியமாக நான்குபானைக் கெண்டைமீன் அவரைத் தேடி வருகின்றது. எங்கிருந்து? பிரியோ பிராஷென்ஸ்கியிலிருந்துதான். அவர் அவற்றை ஏற்றுக்கொள்கிறார்.''

ஸில்வஸ்டரும் போய்விட்டான். கோலிட்ஸின் தன் உலர்ந்த கண்களைத் திறந்தான்; செவியை தீட்டிக்கொண்டு ஒலிகளைக் கேட்டான். அவனது பணியாள் கதவுக்கு வெளியில் குறட்டைவிடும் ஒலி கேட்டது. வெளிமுற்றத்தில், காவலர்கள் நடைபோடும் ஓசையும் கேட்டது. கோலிட்ஸின் மெழுகுவத்தியை எடுத்துக்கொண்டு, படுக்கைத்திரையின் மறைவிலிருந்த சிறிய இரகசியக் கதவைத் திறந்து பெருஞ்சாய்வுடன் வளைந்து சென்ற படிக்கட்டில்

இறங்கினான். காய்ச்சலால் அவன் வெடவெட வென்று நடுங்கினான். அவனது மூளை குழம்பி யிருந்தது. அடிக்கடி அவன் சற்றுத் தாமதித்து விளக்கைத் தூக்கி வழியைப் பார்த்துக் கொண்டான்.

அவன் த்ன் பெரிய திட்டங்களையெல்லாம் மறந்துவிட்டுப் பொது வாழ்விலிருந்து ஒதுங்கினால் என்ன? தானுண்டு தன் நிலபுலங்களுடண்டு என்று இருந்தால் என்ன? இந்தத் தொல்லைகளுக்கும் ஓர் எல்லை உண்டல்லவா? அவனைத் தவிர மற்றவர்கள் ஒருவரோடு ஒருவர் மோதிக்கொள்ளட்டுமென்று ஒதுங்கினால், காலம் மாறிய பின் ஏதாவது செய்யலாம் அல்லவா? ஆனால் அது எவ்வளவு இழிவான நடத்தை? மானத்தை இழந்து ஊனம் அடைந்த பின், எதைச் சாதிக்க முடியும்? ஒரு காலத்தில் பெரிய பெரிய சேனைகளுக்குத் தலைமை தாங்கிய வாஸிலி, வாத்து மேய்க்கிறானென்று ஏளனம் செய்வார்கள் அல்லவா? அதை எண்ணிய பொழுதே, அவனது குளிர்ந்த கரத்தில் இருந்த மெழுகுவத்தி நடுங்கியது. மகுடத்தை நாடிய மனிதன் கோழிக்குஞ்சுகளை விரட்டுவதா? அவனது பற்கள் ஒன்றையொன்று இறுகப்பற்றின; சில படிகள் வேகமாக இறங்கினான். ''இனி எஞ்சியிருப்பது என்ன? ஸோபியாவும் ஷாக்லோ விதியும் மிலோஸ்லவ்ஸ்கிகளும் கொலை செய்ய வேண்டுமென்கிறார்கள்? நாம் பீட்டரைக் கொல்லாது விடுத்தால், அவன் நம்மைக்கொன்று விடுவான். ஆம், அவனிடம் தலையிடாமல் இருந்தால் என்ன? எல்லாம் குழப்பமாயிருக்கிறது, மலைப்புத் தட்டுகிறது. உறுதியாக முடிவு எடுக்க இயலவில்லை... கடவுளே எனக்கு நல்வழி காட்டுங்கள்!'' என்று தனக்குள்ளே பேசிக் கொண்ட வாஸிலி, சுவரில் சாய்ந்து சிலுவைக் குறியிட்டான். மூளைக்கொதிப்பு ஏற்பட்டுப் படுத்துவிட்டால், எவ்வளவோ மேலென்று எண்ணியது அவன் மனம்.

படிக்கட்டின் அடியில் கோலிட்ஸின் ஓர் இரும்புத் தாழ்ப்பாளைத் திறந்து, வில்வளைவுக் கூரையுள்ள நிலவறையில் நுழைந்தான். அங்கே, ஒரு மூலையில்; மந்திரவாதியான வாஸ்காஸிலின், மரக்கட்டையில் கட்டுண்டு கம்பளத்தில் கிடந்தான். வாஸிலியைக் கண்டவுடன் அவன் அரற்றினான்:

''கருணாமூர்த்தியே, என்னை என்ன செய்துவிட்டீர்கள்? நான் என்னால் இயன்ற உதவி யெல்லாம் புரிந்தேன்...''

''எழுந்திரு'' என்றான் வாஸிலி.

மெழுகுதிரியைத் தரையில் வைத்த வாஸிலி, கம்பளிக்கோட்டை இறுக்கிக் கொண்டான். சில நாட்களுக்கு முன்தான், ஸில்வஸ்டர் வீட்டில் இருந்த வாஸ்காஸிலினை இட்டு வந்து சங்கிலியால் கட்டிப் போடும்படி வாஸிலி உத்திரவிட்டான். பெருஞ் செல்வாக்கிலுள்ள ஒரு நபருக்குக் காதல் வளர்க்கும் மூலிகை வழங்கியிருப்பதாகவும் அவர் அதை எந்தப் பெண்ணுக்குக் கொடுத்தார் என்பதைச் சொல்லக்கூடாதென்றும் அந்தப் பெண் அவ்வளவு உயர்ந்த நிலையில் இருப்பவள் என்றும் அவன் பலர் அறியப் பேசிவந்தான். தான் செய்த உதவிக்குக் கைம்மாறாகத் தனக்கு மாஸ்கோவில் ஒரு வீட்டைத் தருவார்களென்றும், அரசாங்கத்துச் சொந்தமான சாராயக் கடைகளில் இலவசமாகக் குடிப்பதற்கும் உரிமை வழங்கப்போகிறார்களென்றும் கூட அவன் பறையடித்துக்கொண்டிருந்தான். எனவேதான், அவனைக் கைது செய்யும்படி வாஸிலி கட்டளையிட்டான்.

''நீ சூரியனைப் பார்த்தாயா?'' என்று வாஸிலி வினவினான். கரடி மூக்கும் வழுக்கைத் தலையும் உடைய கட்டை குட்டையான வாஸ்கா முணுமுணுத்துக் கொண்டே மண்டியிட்டான்; வாஸிலி பாதத்தின் அருகில் குனிந்து, ஆர்வமிகுதியோடு பிரபுவின் பாதம் பட்ட இடத்தில் முத்த

மிட்டுவிட்டு எழுந்தான். அவனது அடர்த்தியான புருவம், பொட்டின்மீது இருந்த சுருள்மயிர் வரை சாய்ந்து நீண்டிருந்தது. அவனது ஆழப்பதிந்த கண்கள் துடுக்குத்தனத்துக்கு எடுத்துக் காட்டாய் இருந்தன. அவன் பேசினான்:

''அதிகாலையிலும் உச்சி வேளையிலும் என்னை மணிக்கூண்டுக்கு இட்டுச் சென்றனர். நான் கண்டதை மறக்காது விண்டுரைக்கிறேன்...''

''என்னால் நம்பமுடியவில்லை. வான மண்டலத்தில் உள்ள சூரியனில் என்ன அறிகுறி களைக் காண முடியும்? நீ சொல்வதெல்லாம் பொய்....'' என்றான் கோலிட்ஸின். வாஸ்கா விடை தந்தான்:

''குறிகள் இருந்தன. உண்மையாகவே இருந்தன. விரல்கள் வழியாகச் சூரியனை நோக்குவதில் எனக்கு நல்ல பழக்கமுண்டு. அது, வருவது உரைத்தலில் ஒருவகை. என்னிடம் இயல்பாக அமைந்துவிட்டது. புத்தகத்தைப் படிப்பதைப் போலச் சூரியனைப் பார்த்துச் சொல்ல எனக்குத் தெரியும். ரைதான்ய பீரின் வண்டலைப் பார்த்து வருவதுரைப்பவர் உண்டு. சந்திரனுக்கு நேராகச் சல்லடையை வைத்து, அதன் வழியே நோக்கி, எதிர்கால நிகழ்ச்சிகளை உரைப்பாரும் உண்டு. எப்படி என்று தெரிந்தால் ஏன் பார்க்க முடியாது? ஆ, பிரபுவே'' வாஸ்கா திடீரென்று தன் கரடி நாசியால் உறிஞ்சினான். பரவசமடைந்தவனைப் போல இங்கும் அங்கும் ஆடிக் கொண்டு பேசினான்:

''கருணாமூர்த்தியே! நான் அனைத்தையும் பார்த்துவிட்டேன். எனக்கு எல்லாம் தெரியும். அதோ ஒரு ஜார் நிற்கிறான். நல்ல உயரம். கறுப்பு. அவனது கிரீடம் முதுகுப்புறத்தில் தொங்கிக் கொண்டிருக்கிறது. இதோ இன்னொரு ஜார். அழகாயிருக்கிறான். மேலும் - ஐயோ, சொல் வதற்கே பயங்கரமாயிருக்கிறதே, - மூன்று மெழுகுவத்திகள் அவன் தலையிலுள்ளன. இரண்டு ஜார்களுக்கும் இடையில், ஓர் ஆண் - பெண் ஜோடி, ஒருவரையொருவர் இறுகத் தழுவிக் கொண்டு, சக்கரம் போல் சுற்றிச் சுற்றி வருகின்றனர். அவர்கள் கணவன் மனைவி மாதிரி தோன்று கின்றனர். இருவரும் மகுடம் அணிந்துள்ளனர். இருவரையும் சூரிய வெப்பம் தகிக்கிறது.''

'உன் பிதற்றல் எனக்குப் புரியவில்லை'' என்று கூறிய வாஸிலி, மெழுகுதிரியை எடுத்துக்கொண்டு பின் வாங்கினான். வாஸ்கா மீண்டும் பேசினான்:

''உங்கள் விருப்பம் போல் அனைத்தும் நிகழும்; ஒன்றுக்கும் அஞ்சாதீர்கள். உறுதி யாயிருங்கள். நான் தந்த மூலிகைகளை அவளுக்குக் கொடுத்துக்கொண்டேயிருங்கள். அது காரியத்தை உறுதிப்படுத்தும். அந்தப் பெண்ணைத் தனியாக விட்டு வைக்காதீர்கள். அவளது ஆசையைப் பூர்த்தி செய்வதற்குத் தவறாதீர்கள், தயங்காதீர்கள். ஆம், அது மிக முக்கியம்.''

கோலிட்ஸின் இதற்குள் கதவை அடைத்து விட்டான்.

''இரக்கமுள்ள எஜமான்! இந்தச் சங்கிலியை அவிழ்த்து விடும்படி ஆணையிடுங்கள். எஜமான், எனக்கு உணவு கொடுக்கச் சொல்லுங்கள். நேற்றிலிருந்து ஆகாரமே கிடையாது.'' என்று கூறினான் வாஸ்கா. கட்டிப்போட்ட நாயைப்போலச் சங்கிலியை முறுக்கினான்.

கதவுமூடியது. வாஸ்கா சங்கிலியை ஒலிக்கச் செய்தவாறு ஊளையிட்டான்.

13

கூஸ்மா, கிளாட்கி, பெட்ரோவ் ஆகிய மூன்று அதிகாரிகளும் காவற்படையினரைக் கலகப் பாதையில் உந்தித் தள்ளுவதற்காகக் கரடியாகக் கத்தினார்கள்; மாடாக உழைத்தார்கள். படைவீரர்களது வீடுகளின் கதவுகளைப் பலாத்காரமாகத் திறந்து உள்ளே புகுந்து, அவர்களைக் கடிந்துகொண்டார்கள். ''பெண்சாதியோடு படுத்துப் புரள்வதற்கு இதுதான் நேரமா? உங்களது புத்தி எங்கு போயிற்று? நாம் அசட்டையாயிருந்தால், விரைவில் வாளுக்குப் பலியாவோம்'' என்று கூறினார்கள். காவற்படை அலுவலகத்துக்கு முன்னால் நின்றுகொண்டு, ''பாயர்களது வீடுகளுக்கும் வணிகர்களது வீடுகளுக்கும் கரும்புள்ளியிடுவோம். வணிகர்களது கடைகளையும் கொள்ளையடிப்போம். அவர்களது பொருள்களையும் தட்டு முட்டுச் சாமான்களையும் பகிர்ந்து கொள்வோம்'' என்று வெறிகொண்டவர்களைப் போலக் கத்தினார்கள். அவர்கள் சந்தைகளில் அநாமதேய அறிக்கைகளை வினியோகித்தார்கள். உடனேயே, அதே இடத்தில், அநாகரிகமாகச் சபித்துக்கொண்டே அவ்வறிக்கைகளை ஜனங்களுக்குப் படித்துக் காட்டினார்கள்.

ஆனால் ஈர விறகு ஓசை செய்யுமே அல்லாது, தீப்பிடித்து எரியாது. காவற்படையினரும் அதே நிலையில்தான் இருந்தனர். கலகத் தீ கொழுந்துவிட்டெரியவில்லை. மேலும், அவர்களுக்கு வேறு ஒரு பயமும் இருந்தது. ''மாஸ்கோவில் சொத்துப் பத்தில்லாத கூட்டம் அதிகமாகி விட்டது. நாம் எச்சரிக்கை மணியை ஒலித்துக் கலகம் செய்தால், அந்தப் பட்டினிப் பட்டாளமும் அதில் சேர்ந்து கொள்ளும், அவர்களே அனைத்தையும் அழித்து விடுவார்கள். நமக்குச் சொந்தமான உடைமைகளைப் பாதுகாக்க முடியாது போய்விடும்'' என்று கருதி அவர்கள் கலகம் செய்வதற்கு அஞ்சினர்.

ஒருநாள் அதிகாலையில், மியஸ்நிட்ஸ்கி வாயிலண்டை காவல்காத்த நான்கு சிப்பாய்கள் உணர்விழந்து கிடந்ததைச் சிலர் கண்டனர். மண்டை உடைந்தும் கைகால்கள் சிதைந்தும் கிடந்த அந்நால்வரையும் அவர்கள் காவற்படை நிலையத்துக்குக் கொண்டு சென்றனர். ஷாக்லோ விதிக்குச் சேதி சென்றது. அவனும் வந்தவுடன், உணர்வுபெற்ற சிப்பாய்கள் தமது கதையைச் சொன்னார்கள்:

''நாங்கள் காவல் காத்து நின்றோம். அமைதியாகவும், நிதானமாகவும் இருந்தோமென்பதற்குக் கடவுளே சாட்சி. பொழுது விடியும் நேரம் திடீரென்று, வெட்ட வெளியில் குதிரைகள் வருவதைக் கண்டோம். அவற்றில் சவாரிசெய்து வந்தவர்கள் எங்களை அணுகினார்கள்; எவ்விதமான காரணமும் இல்லாமல், எங்களைத் தாக்கினார்கள். குறுந்தடிகளாலும் குண்டாந்தடிகளாலும் சுழல் மட்டைகளாலும் அடித்து எலும்புகளை நொறுக்கினார்கள். அவர்களில் ரொம்பக் கொடுமையாக நடந்த மனிதன் தடித்துக் கொழுத்திருந்தான்; பளபளப்பான வெள்ளைக் கோட்டும் பாயர்குல்லாயும் அணிந்திருந்தான். மற்றவர்கள் அவனைத் தடுத்து நிறுத்த முயன்றனர். ''லியோ நாரிஷ்கின், அடித்ததுபோதும். மேலும் அடித்தால் மரித்துவிடுவார்கள்'' என்று அவனிடம் கூறினர். ஆனால் அவனோ, ''இதைவிடக் கொடுமையாக நடந்துகொள்வேன்; என் சகோதரனைக் கொன்றதற்காக. இந்தப் படைவீரர்களைப் பழிவாங்குவேன்'' என்று கத்தினான்.

இந்தக் கதையைக் கேட்டபொழுதே, ஷாக்லோ விதியின் முகத்தில் புன்னகை தவழ்ந்தது. அவன் காயங்களைக் கவனமாக ஆராய்ந்தான். வெட்டுப்பட்டதால் துண்டாகி விழுந்த விரலைக்

காட்டி, ''ஆம், விரைவில் உங்களைக் காலைப்பிடித்துக் கரகரவென்று இழுத்து வதைப்பார்களென்று தோன்றுகிறது'' என்றான்.

அடிபட்ட சிப்பாய்கள் உரைத்த கதை விசித்திரமாயிருந்தது. லியோநாரிஷ்கின் இத்தகைய பலாத்காரச் செயல்களில் இறங்கிவிட்டான் என்பதை ஜனங்களால் நம்ப முடியவில்லை. ஆனால் கூஸ்மாவும் கிளாட்கியும் பெட்ரோவும் புறப்பேட்டைகளிலும் இந்தக் கதையை ஒலிபரப்பினார்கள். லியோவும் அவனது கூட்டாளிகளும் இரவில் குதிரைமீது சுற்றுகிறார்களென்றும், அப்பொழுது சிப்பாய்களைக் கவனித்துப் பார்த்து, ஏழாண்டுகளுக்குமுன் நிகழ்ந்த கிரெம்லின் கலவரத்தில் பங்கெடுத்தவர்களை அடித்துக் கொல்லுகிறார்களென்றும் கூஸ்மா முதலியோர் பிரசாரம் செய்தனர். ஆனால் ''இயற்கைதானே. கலவரம் செய்தவர்களைத் தட்டிக்கொடுப்பார்களா?'' என்று படைவீரர்கள் மென்மையான முறையில் பதிலுரைத்தார்கள்.

மூன்று நான்கு நாட்கள் கழிந்தன. பாக்ராவ்ஸ்கி நுழைவாயிலில், அதே குதிரைக்காரர்கள் மீண்டும் காவலர்களைத் தாக்கினார்கள். தடிகளாலும் சாட்டைகளாலும் அடித்தனர்; வாட்களால் வெட்டினர்; பலரைப் படுகாயப்படுத்தினர்; காவற்படையின் சில பிரிவுகளில் எச்சரிக்கை மணி ஒலித்தது. ஆனால் சிப்பாய்கள் கதிகலங்கியிருந்ததால், வெளியில் தலைகாட்டவில்லை. இரவில் காவல் வேலை செய்தவர்கள் தத்தம் இடத்தைவிட்டு ஓடினார்கள். இரவில் காவற்காக்க வேண்டுமானால் ஒவ்வொரு கோஷ்டியிலும் நூறு பேராவது இருக்க வேண்டுமென்றும், பீரங்கியும் தேவையென்றும் அவர்கள் கோரினார்கள். காவற்படையினரைப் பீடை பிடித்துவிட்டதாகத் தோன்றியது. அச்சத்தை உச்சத்திற்கொண்ட ஊமை ஜனங்களாகிவிட்டனர். பெட்டிப்பாம்பாக அடங்கிவிட்டனர்.

மேலும் சில நாட்கள் சென்றன. கொடுமைபுரிந்த குதிரைக்காரர்களில் சிலரது அடையாளம் தெரிந்துவிட்டதாக இன்னொரு சேதி காட்டுத் தீ போல் பரவியது. ஸ்டீபனும், அவனுடன் கள்ளக்காதலன் வேலைபார்க்கும் டிர்டாவும், பீட்டர் டால்ஸ்டாயும், இந்தத் தீயர் கோஷ்டியிலிருப்பதாகக் கூறப்பட்டது. மேலும் வெள்ளைக் கோட்டு அணிந்தவன் பாயர் அல்லவென்றும், அவன் இளவரசி ஸோபியாவின் உள்வட்டத்தில் அங்கம் வகிக்கும் மாத்தியூ சோஷ்கினே என்றும் சொல்லப்பட்டது. இதைக்கேட்டு, ஜனங்கள் அதிர்ச்சியடைந்தனர்.

''இந்த அராஜகத்தின் மூலம் அவர்கள் என்ன ஆதாயத்தை எதிர்பார்க்கிறார்கள்?'' என்பது அவர்களுக்குப் புரியாத புதிராயிருந்தது.

மாஸ்கோவில், இந்த நாட்களில் அச்சமும் கவலையும் அனைவரையும் கவ்வின. ஒவ்வொரு இரவும் ஐந்நூறு சிப்பாய்கள் கிரெம்லினுக்குச் சென்றார்கள். குடிபோதையுடன் திரும்பி வந்தனர். அவர்கள் வீடுகளுக்குத் தீ வைப்பார்களோவென்று பொதுமக்கள் பயந்தனர். நுணுக்கமாக அமைந்த எறிகுண்டுகளைச் சித்தம் செய்தனரென்றும், கிளாட்கி அவற்றைக் கொண்டுபோய்ப் பீட்டரது அரண்மனையில் அவன் நடக்கும் பாதையில் இரகசியமாக வைத்துவிட்டு வந்தான் என்றும், ஆனால் அவை வெடிக்கவில்லை என்றும் ஜனங்கள் பேசிக்கொண்டனர். ஏதோ ஒரு நிகழ்ச்சி உருவாகிக் கொண்டிருக்கிறதென்று அனைவரும் கருதினர்; அதை எதிர்நோக்கிக் காத்திருந்தனர்.

பிரியோ பிராஷென்ஸ்கியில், பீட்டர் திரும்பி வந்ததிலிருந்து பீரங்கிகள் இடைவிடாது வெடி முழக்கம் செய்தன. சாலைகளில் தடுப்புகள் நிறுவப்பட்டன; முகத்தைச் சிரைத்துக் கொண்டு, பெண்களைப் போல் கூந்தலை அலங்கரித்த சிப்பாய்கள், தொப்பியும் பச்சைச் சட்டையும் அணிந்து தடுப்புகளில் காவல் காத்தனர். பல தடவைகள், சந்தையில் நாவறளக் கத்திய

நாடோடிகள் பிரியோ பிராஷென்ஸ்கியின் கிட்டங்கிகளைக் கொள்ளையடிக்கக் கிளம்பினார்கள். ஆனால் யாவூஸா நதியை அடைவதற்கு முன், அவர்களைச் சிப்பாய்கள் எதிர் நோக்கினர். அந்தச் சிப்பாய்கள் சுட்டுவிடுவோமென்று மிரட்டினார்கள்; ஆகக்கூடி, எல்லோரும் அலுத்துப் போய்விட்டனர். ஸோபியாவா, பீட்டரா என்பது இனியும் இழுபறியாயில்லாமல், இரண்டில் ஒன்று தீர்மானமாகிவிட வேண்டுமென்று மக்கள் விரும்பினார்கள். பீட்டர் ஸோபியாவை அழித்தாலும் சரி, ஸோபியா பீட்டரை அழித்தாலும் சரி, ஏதாவதொரு காரியம் சட்டுப்புட்டென்று கைகூட வேண்டும். யாராவது இறுதிவெற்றி கண்டு உறுதியாக ஆட்சி செய்ய வேண்டுமென்று ஜனங்கள் விரும்பினர்.

வால்காவ் மியாஸ் நிட்ஸ்காயா தெருவழியே குதிரை மீது சென்றான். அடைப்புகளுக் கிடையே வழிகண்டு செல்வது கடினமாயிருந்தது; மீண்டும் மீண்டும் 'யார் அது?' என்ற கேள்விக்கு, 'ஜார் பீட்டரின் குதிரைவலவன்; ஜாரின் உத்திரவோடு செல்கிறேன்' என்று விடை பகர வேண்டியிருந்தது. லூபியான்ஸ்கி சதுக்கத்தில், படைவீரர் முகாமிலிருந்து கொழுந்து விட்டெறிந்த அடுப்புத் தீ, கட்டை குட்டையான ஸ்தூபியையும் வாயிலோடு கூடிய சுவர் களையும் காட்சிக்குப் புலனாக்கியது. இந்தப் பிரகாசத்தில், விண்மீன்களுடன் கூடியவானம் இருண்டதாகத் தோன்றியது; கிராதிகளுக்கும் வேலிகளுக்கும் பின்னாலிருந்த மரங்கள் பருமனாகத் தோன்றின. தாழ்வான சிறிய கோயில்களின் சிலுவைகள் ஒளிர்ந்தன. நேரம் அதிகமாகிவிட்டதால், பல கடைகள் அடைக்கப்பட்டிருந்தன. வலதுபுறத்தில், ஸ்டிரிமியான்னி படைப்பிரிவின் நீண்ட பணிமனைக்கு முன்னால், சிப்பாய்கள் கோடரியும் கையுமாக இருந்தனர்.

கிரெம்லினுக்குக் காரியத்தோடு செல்வதாகப் பாவனைசெய்து, நகரில் நடப்பதை யெல்லாம் அறிந்து வர வேண்டுமென்பது வால்காவுக்கு இடப்பட்ட உத்திரவு. போரிஸ் கோலிட்ஸின்தான் வால்காவை அனுப்பினான். இப்பொழுதெல்லாம் போரிஸ் பகலும் இரவும் பிரியோபிராஷென்ஸ்கியிலேயே இருந்தான். அந்த மாளிகையில் பழைய சோம்பலும் தூங்குமூஞ்சித்தனமும் இல்லாதொழிந்துவிட்டன. பெரியஸ்லாவ் ஏரியிலிருந்து திரும்பிய பீட்டர் முற்றிலும் புதிய மனிதனாய் இருந்தான். பழைய நாட்களின் பொழுதுபோக்குகளையும் களியாட்டங்களையும் எவரும் நினைவூட்ட முடியாது. காஸான் தேவியின் திருநாளன்று, பீட்டர் வீட்டுக்குத் திரும்பியபொழுது, அவனுக்கு ஆத்திரமிகுதியால் வலிப்புக்கண்டது. புனித நீரைக் குடிக்கச் செய்து அவனை அமைதிப்படுத்துவது பெரும்பாடாகி விட்டது. இப்பொழுது, லியோவும் போரிஸ்ஸுமதான் அவனது நெருங்கிய ஆலோசகர்கள். எப்பொழுது பார்த்தாலும், அவர்களோடு குசுகுசுவென்று பேசி மந்திராலோசனை நடத்தினான்; அவர்களது யோசனைகளை அவன் ஏற்றுக்கொண்டான். விளையாட்டுப் படையின் சிப்பாய்களுக்கு முன்னைவிட அதிகமாக உணவுப்பொருள்கள் வினியோகிக்கப்பட்டன. அவர்களுக்குப் புதிய பெல்ட்டுகளும் கையுறைகளும் வழங்கப்பட்டன. இந்தச் செலவுகளுக்காக, அன்னியர் பேட்டையில் கடன் வாங்கப்பட்டது. ஒரு டஜன் ஆயுதமேந்திய குதிரை வலவர்களின் துணை இல்லாமல், பீட்டர் வெளிமுற்றத்துக்குச் செல்வதே இல்லை. அப்பொழுதும் அவன் விழிப்பாயிருந்தான். அவர்களையே நம்பாதவன்போல அடிக்கடி திரும்பிப் பார்த்தான். ஒவ்வொருவனையும் உன்னிப்பாக ஆராய்ந்தான். அன்று வால்காவ் குதிரை மீது ஏறியபொழுது, பீட்டர் சாளரத்தின் அருகிலிருந்து கத்தினான்:

''ஸோபியா என்னைப்பற்றி விசாரித்தால், மௌனமாயிரு. சித்திரவதை செய்தாலும், வாய்திறவாதே.''

ஜன நடமாட்டமில்லாத சதுக்கத்தை விரைந்து நோக்கிய வால்காவ் தன் குதிரையைக் கணிசமான வேகத்தில் செலுத்தினான்.

''ஏ, நில்!'' என்ற பயங்கரமான கூச்சல் இருளைத் துளைத்துக்கொண்டு வந்தது. ஒரு நெட்டையான காவற்படை வீரன் பாதைக்கு வந்து குறுக்கே நின்றான்; தோளிலிருந்த கைத்துப்பாக்கியைக் கரத்திலெடுத்தான். ''எங்கே போகிறாய்?'' என்று வினவியவாறு கடிவாளத்தைப் பற்றிக் கொண்டான்.

''ஓ, ஜாக்கிரதை. நான் ஜாரின் குதிரை வலவன்!

நெட்டையான சிப்பாய் இருவிரல்களை வாயில் வைத்து 'விஸில்' அடித்தான்; மேலும் ஐவர் ஓடிவந்தனர். ''யார் அவன்?'' ''குதிரை வலவனா?'' ''நமக்குத் தேவையான ஆள் இவனேதான். அவனாக நம் வழியில் வந்து சிக்கினான்'' என்று அவர்கள் பேசிக்கொண்டனர். அவனைச் சுற்றி வளைத்துக் காவற்பணிமனைக்குக் கொண்டு சென்றனர். அங்குக் கணப்புத்தீயின் ஒளியில், ஓவ்ஸியேதன்னைப் பிடித்த நெட்டை மனிதன் என்பதை வால்காவ் புரிந்துகொண்டான். நிலைமை எக்குத் தப்பாயிருந்தது. கடிவாளத்துப் பிடியை நழுவ விடாதிருந்த ஓவ்ஸி கூறினான்:

''யார் அங்கே? சிட்டாய்ப் பறக்கக்கூடியவன் யார்? ஓடிப்போய்க் கிளாட்கியிடம் சொல்.''

இருவர் வேண்டாவெறுப்பாகச் சென்றனர். கணப்பின் அருகிலும் பணிமனை முன்னாலிருந்த பெஞ்சியிலும் வண்டிகளிலும் இருந்த சிப்பாய்கள் - ஏறத்தாழ ஐம்பது பேர் - வால்காவ் அருகில் கூடினார்கள். அவர்கள் சம்பந்தமில்லாதவர்கள் மாதிரி கம்மென்று இருந்தனர். வால்காவ் துணிவாகப் பேசினான்:

''காவற்படையினரே, உங்களது நடத்தை சரி இல்லை. ஒரு கைபோனால் இன்னொரு கை இருக்கிறதென்று எண்ணலாம். தலைபோனால், இரண்டாவது தலை இல்லை; புதிதாகவும் முளைக்காது. நீங்கள் உயிருக்கு ஆபத்துத் தேடுகிறீர்கள். நான் ஜாரின் உத்திரவை எடுத்துச் செல்கிறேன். என்னைப்பிடிப்பது கொள்ளைக்காரன் செயல்; துரோகச் செயல்.''

''நாவை அடக்கு!'' என்று கூறிய ஓவ்ஸி, கைத்துப்பாக்கியை ஓங்கினான். ஒரு கிழவன் அவனைத் தடுத்துவிட்டுக் கூறினான்:

''அவனைத் தொடாதே. உத்திரவுக்குக் கட்டுப்பட்டு நடப்பது அவன் கடமை.''

''ஆம். நான் உத்திரவுக்குக் கீழ்ப்படிந்து நடக்க வேண்டும். நான் ஜாரின் சேவகன். நீங்கள் யாருக்கு ஊழியம் செய்கிறீர்கள்? சிப்பாய்களே, ஜாக்கிரதை. தவறான வழியில் செல்லாதீர்கள்! ஹோவான்ஸ்கி நல்ல செல்வாக்கோடு விளங்கினான்; இறுதியில் அவனுக்கு நேர்ந்தது என்ன? நீங்களும்தான் பேராதரவுக்குப் பாத்திரராயிருந்தீர்கள். ஆனால் செஞ்சதுக்கத்தில் இருந்த ஸ்தூபி எங்கே? உங்களது உரிமைகள் என்னவாயின?'' என்று வால்காவ் பேசினான்.

''பன்றிப்பயலே, பொய் பேசாதே'' என்று ஓவ்ஸி கத்தினான்.

வால்காவ் தன் உரையைத் தொடர்ந்து நிகழ்த்தினான்: ''சிப்பாய்களே, உங்களுக்காக நான் வருந்துகின்றேன். கோலிட்ஸின் உங்களை ஸ்டெப்பியில் இழுத்தடித்ததெல்லாம் போதாதா? அவனுக்கு உதவி செய்யுங்கள், ஆதரவு அளியுங்கள்; உங்களை மூன்றாவது படையெழுச்சிக்கு இட்டுச் செல்வான். கடைசியில் ஓடு தூக்குவீர்கள்; வீட்டுக்கு வீடு சென்று இருப்பீர்கள்.'' சிப்பாய்களது மௌனம் அவர்களது மனக்கலக்கம் அதிகரிப்பதைக் காட்டியது. வால்காவ் மேலும் சொன்னான்: ''ஜார் பீட்டர், பால் குடிக்கும் பாப்பாவல்ல. அவர் உங்களுக்குப் பயந்த காலம் மலையேறிவிட்டது. நீங்கள் அவரைக் கண்டு அஞ்சவேண்டிய நிலைமை ஏற்பட்டு விட்டது. ஓ சிப்பாய்களே, இந்த அராஜகத்துக்கு முடிவு கட்டுங்கள்.''

''ஹி!'' என்று ஒருவன் ஊளையிட்ட குரல்கேட்டு, சிப்பாய்கள் அதிர்ச்சியுற்றனர். வால்காவ் கரகரத்த குரலில் முனகினான். தன் கையை உயர்த்தினான். விழுந்தான். ஓட்டத்தில் வந்த கிளாட்கி, அந்த விசையோடு குதிரைமீது பாய்ந்து ஏறி வால்காவ் கழுத்தைப் பின்புறமிருந்து பற்றிக்கொண்டதால் ஏற்பட்ட விளைவு அது. இருவரும் தரையில் விழுந்தனர். கிளாட்கி குப்புறவிழுந்த வால்காவைத் திருப்பி, அவன்மீது அமர்ந்து முகத்தில் அடித்தான்; குல்லாயைத் தட்டிவிட்டான்; உடைவாளைப் பறித்துக்கொண்டான். அதன்பின் அவன் துள்ளி எழுந்து இடிச்சிரிப்புச் சிரித்து வாளைச் சுழற்றிக்கொண்டே கூறினான்:

''இதோ பார். இவனுடைய உடைவாள். ஜார்பீட்டரையும் இம்மாதிரி நிராயுதனாக்குவேன். இவனைக் கிரெம்லினிலுள்ள ஷாக்லோவிதியிடம் கொண்டு செல்லுங்கள்.''

காவலர்கள் வால்காவைத் தூக்கி நிறுத்திக் குன்றின் இறக்கத்தின் வழியே இட்டுச்சென்றனர். நிக்லின்னாயா நதியின் கரையில் கிளைகளைப் பரப்பிக் காகங்கள் கூடுகட்டுவதற்கு இடம் தந்து நின்ற கிழடு தட்டிய வில்லோ மரங்களைக் கடந்தும், தூக்கு மரங்களைத் தாண்டியும் அவர்கள் சென்றனர். ஊசிப்போன சாராய நெடியைப் பரப்பிய கிளாட்கி பின்னால் நடந்துசென்றான். அவர்கள் கிரெம்லினுக்குள் கூதாப்யா ஸ்தூபி வழியே நுழைந்தனர். நுழைகதவின் அருகே, காவற்காரர்கள் வளர்த்திருந்த தீ சுவாலை விட்டு எரிந்தது. பல நூறு காவற்காரர்கள் தென் பட்டனர். சிலர் அரண்மனைச் சுவர் அருகில் அமர்ந்திருந்தனர்; சிலர் புல்மீது படுத்திருந்தனர்; வேறு சிலர் உலவிக் கொண்டிருந்தனர். வால்கா ஓர் இருண்ட பாதை வழியே இழுத்துச் செல்லப்பட்டான். தாழ்வான கூரையை உடைய அறைக்குள் தள்ளப்பட்டான். அதில் விளக்குகள் எரிந்தன. ஓர் அடக்கமான காவற்காரன் கதவருகே நின்றான்; அவனுடைய முகமெல்லாம் சுருக்கம் விழுந்திருந்தது. நீளமான கைப்பிடியை உடைய கோடரி மீது சாய்ந்துகொண்டு, அவன் தணிந்த குரலில் பேசினான்:

''ஆத்திரமடையாதீர்கள். நாங்களும் வலையில் சிக்கிய மீன்களாகக் கஷ்டப்படுகிறோம். அவர்கள் உத்திரவு இட்டால் அடிக்கிறோம். பாயர், இது பொல்லாத காலம். பட்டினி கிடந்து தவிக்கிறோம். என் வீட்டில் நாங்கள் பதினான்கு பேர். முன்பெல்லாம் வியாபாரம் செய்து கொஞ்சம் சம்பாதிக்க முடிந்தது. ஆனால் இப்பொழுது அவர்கள் கொடுப்பதைக் கொண்டு ஜீவனம் நடத்துகிறோம். நாங்கள் ஜார்பீட்டரை எதிர்ப்பதாக நினைக்காதீர்கள். யார் வேண்டு மானாலும் எங்களை அதிகாரம் செய்யலாம். இன்றைய நிலைமை அதுதான்.''

ஸோபியா அறைக்குள் பிரவேசித்தாள். அவள் கன்னிப் பெண்ணைப்போல், தலைக்கு ஒன்றும் அணியாதிருந்தாள். மயிர்ப்பட்டை கொடுத்துத்தைத்த கறுப்பு வெல்வெட் கோட்டை அணிந்திருந்தாள். அது தொள தொளவென்று இருந்தது. புருவத்தை நெரித்துக்கொண்டு, மேஜைக்கருகே அமர்ந்தாள். அவளுக்குப் பின்னால், வெண் பற்களைக் காட்டிச் சிரித்த வண்ணம், கண்கவர் அழகனான ஷாக்லோவிதி வந்தான். அவன் படைவீரர் அணியும் பச்சையான முழுக்கைச் சட்டையை அணிந்திருந்தான். அவன் அவளருகில் அமர்ந்தான். விசுவாசம் மிகுந்தசேவகனாகக் காட்டிக்கொள்ளும் வகையில், கிளாட்கி பயபக்தியோடு கதவுமீது சாய்ந்து நின்றான். வால்காவின் சட்டைப் பையிலிருந்து கைப்பற்றிய கடிதத்தை பீட்டர் எழுதிய கடிதத்தை ஷாக்லோவிதி புரட்டிக்கொண்டிருந்தான்.

''இளவரசி இந்தக் கடிதத்தைப் படித்துவிட்டார்கள். இது ஒரு சில்லரை விவகாரத்தைப் பற்றி எழுதப்பட்ட கடிதம். இதற்காகவா இந்த இரவில் அவசர அவசரமாக வந்தாய்? இல்லை. உண்மைக் காரணத்தை உரைத்துவிடு'' என்றான் ஷாக்லோவிதி.

''உளவாளி'' என்று பற்களைக் கடித்துக்கொண்டிருந்த ஸோபியா சொன்னாள். அவள் மேலும் பேசினாள்:-

''ஜாரின் வலவனாகிய உன்னோடு பேசுவதில் மகிழ்ச்சி அடைகிறோம். ஜார் உடம்புக்கு ஒன்றுமில்லாது நலமாயிருக்கிறாரா? மகாராணி நல்லாரோக்கியத்தோடு இருக்கிறார்களா? அவர்கள் ரொம்ப நாட்களுக்கு எங்களிடம் கோபித்துக் கொண்டிருக்கப் போகிறார்களா?'' வால்காவ் மௌனமாயிருந்தான்.

''கேட்ட கேள்விகளுக்குப் பதில் சொல். இல்லாவிட்டால் உன்னைச் சொல்ல வைப்போம்'' என்றாள் ஸோபியா.

''உன்னைச் சொல்ல வைப்போம்'' என்று அவள் தணிந்த குரலில் திரும்பக் கூறினாள்.

ஷாக்லோவிதி மேலும் பல கேள்விகளைக் கேட்டான். ''விளையாட்டுச் சேனைக்குத் தேவையான தளவாடங்களெல்லாம் இருக்கின்றனவா? ஏதாவது குறையிருக்கிறதா? எல்லா வற்றையும் இளவரசி அறிய விரும்புகிறார். சாலைகளில் ஏன் காவலர்களை நிறுத்துகிறீர்கள்? அதுவும் வேடிக்கையா அல்லது யாரிடமாவது பயமா? விரைவில் எந்த மாஸ்கோச் சாலையிலும் நடமாட முடியாது செய்து விடுவீர்கள். தானிய வாகன்களைக் கைப்பற்றுகிறீர்களே, அது நியாயமா?''

என்ன நேர்ந்தாலும் வாய்திறக்காதே என்று பீட்டர் கட்டளையிட்டிருந்தான் அல்லவா? அதனால் வால்காவ் நாவை அசைக்காது தலைகுனிந்து நின்றான். இதனால் ஏற்படக்கூடிய விளைவுகளை அவன் அறிந்திருந்தான். ஷாக்லோவிதி பொறுமை இழந்தான்; ஸோபியா புருவத்தை நெரித்து அச்சுறுத்தினாள். ஆயினும் வால்காவின் மனம் கலக்கமுறவில்லை. அவனது உறுதி அதிகமாயிற்று. இவ்வாறு துணிச்சலாக நடந்துகொள்வதில் அவனுக்கு இன்பம் ஒன்றும் இல்லை. பிரியோ பிராஷென்ஸ்கியில் நடத்திய சுகவாழ்வு காரணமாக, அவன் தெம்பும் திறனும் அடைந்திருந்தான். அவனது இதயத்தில் சூடேறியது. சித்திரவதை செய்தாலும் யாதொன்றும் சொல்வதில்லை என்று அவன் முடிவு செய்தான். ஷாக்லோவிதி கத்தியோடு வந்து அவனது முதுகுத் தோலை வெட்டி உரித்தாலும், அவனை ஆணவத்தோடு நோக்கியிருந்திருப்பான்! இப்பொழுதும் அவன் தலையை உயர்த்தி அவர்களை நேராக நோக்கினான். அவனது துடுக்கைக் கண்ட ஸோபியாவின் முகம் வெளுத்தது; நாசித்துவாரங்கள் புடைத்துக்கொண்டன. ஷாக்லோவிதி துள்ளினான்; வெறி கொண்டவனைப் போலத் தரையைக் காலினால் அறைந்து நடந்தான்.

''சித்திரவதை செய்யும் கருவியில்தான் பதில் சொல்வாயா?'' என்று அவன் வினவினான்.

வால்காவ் கவலையற்றவனாக நின்று தோள்களைக் குலுக்கிக்கொண்டு பேசினான்: ''நான் உங்களுக்குப் பதில் சொல்வதற்கு ஒன்றுமில்லை. நீங்களே பிரியோபிராஷென்ஸ்கி அரண்மனைக்குச் சென்று பார்த்துக்கொள்ளுங்கள். பாதுகாப்புக்குத்தான் காவற்படையினர் இருக்கிறார்கள். அவர்களையும் இட்டுச் செல்லுங்கள்'' வால்காவே தன் தைரியத்தைக் கண்டு அஞ்சினான்.

ஷாக்லோவிதி தன் வலுவெல்லாம் பிரயோகித்து வால்காவின் வயிற்றில் அடித்தான். வால்காவ் எச்சிலை விழுங்கியவாறு பின் வாங்கினான். எழுந்து நின்ற ஸோபியாவின் பருத்துத் தடித்த முகம் கோபத்தால் பதறியது.

''அவனைச் சிரச்சேதம் செய்யுங்கள்'' என்று அவள் கடுமையான குரலில் கட்டளையிட்டாள்.

கிளாட்கியும் அறைக்காவலனும் வால்காவை முன்றிலுக்குக் கொண்டு சென்றனர்.

''தலை வெட்டிகளே!'' என்று கிளாட்கி கத்தினான். வால்காவ் அவர்கள்மீது சோர்ந்து சாய்ந்தான். அவர்கள் நகர்ந்துகொள்ளவே, அவன் குப்புற விழுந்தான். சில சிப்பாய்கள் அங்கு வந்து, அவன் யாரென்றும் அவனை ஏன் சிரச்சேதம் செய்ய வேண்டுமென்றும் வினவினர். அவர்கள் சிரித்துக்கொண்டே, தலை வெட்டித் தொண்டுக்கு யார் முன் வருகிறான் என்று ஒருவரையொருவர் கேட்டனர். கிளாட்கி தன் உடைவாளை எடுப்பதற்குச் சித்தமானான். ஆனால் மற்றவர்கள் அவனைத் தடுத்தார்கள். ''நிகிடா கிளாட்கி, உங்களது வாளை இந்த வகையில் சிவப்பாக்குவது அவமானமாகும்'' என்று கூறினர். அவன் சபித்துக்கொண்டே அரண்மனைக்குத் திரும்பினான். சுருக்கம் விழுந்த முகத்தை உடைய காவற்காரன் மரத்துக்கிடந்த வால்காவின் தோளைத் தொட்டுச் சொன்னான்:

''ஓடு. உனக்கு நற்பேறு உண்டாகட்டும். நுழை கதவுகள் வழியே வெளியேற முயலாதே. சுவர் ஓரமாக ஓடு. வசதியான இடத்தில் ஏறிக்குதி.''

லூபியான்ஸ்கி சதுக்கத்தில் தீச் சுவாலைகள் அணைந்துவிட்டன. காவல் வீட்டில் மட்டும் தீக்கொழுந்தில்லாது கனிந்து எரிந்த தணல் தென்பட்டது. என்னதான் ஓவ்ஸி கர்ஜித்தாலும், மரக்கட்டைகளை வலித்து இழுத்துக் கொணர்வதில் சிப்பாய்களுக்கு விருப்பமில்லை. எனவே, நெருப்பெல்லாம் அணைந்துவிட்டது. இருட்டில் ஏமாற்றுவது எளிதல்லவா? பல சிப்பாய்கள் தத்தம் இல்லத்துக்குச் சென்றனர். மேலும் பலர் படுத்து உறங்கினர். ஐந்து சிப்பாய்கள் மட்டும் வேலி ஓரமாகக் கிளைகளைப் பரப்பிக்கொண்டிருந்த எலுமிச்சை மரங்களது நிழலில் நின்று தாழ்ந்த குரலில் உரையாடினார்கள்:

''போரிஸ் கோலிட்ஸின், ரியாஸான் வழி மனையில் அறுபது வெள்ளிச் சங்கிலிகளை ஒளித்து வைத்திருப்பதாகக் கிளாட்கி சொன்னான். நாம் அவற்றைப் பங்கிட்டுக்கொண்டு விற்று விடலாம் என்றும் கூறினான்.''

''கொள்ளையடிப்பதில்தான் கிளாட்கிக்குக் குறி. ஆனால் அவனைப் பின்பற்றுவதற்கு எத்தனை பேர் இருக்கிறார்கள்?''

''கிளாட்கி போன்ற ஆட்களை நம்பக்கூடாது. கொள்ளையடிப்பது அவர்கள்; தண்டனை பெறுவது நாம்.''

''ஜார்பீட்டரைக் கண்டு அஞ்சவேண்டிய நிலைமை விரைவில் ஏற்படுமென்று குதிரை வலவன் கூறியது உண்மைதான்.''

''நம்மை அச்சுறுத்துவது கடினமான காரியம் அல்ல.''

''நமது இளவரசி இருக்கிறாளே! அவள் சிலருக்குப் பரிசாகப் பணம் கொடுக்கிறாள். ஆனால் இரவும் பகலும் காவல் காப்பது நாம். நமது குடும்பங்கள் அழிந்துகொண்டிருக்கின்றன.''

''என்னைப் பொறுத்தமட்டில், உடனேபோய் அந்த விளையாட்டுச் சேனையில் சேர்வேன்.''

''பீட்டருக்குத்தான் இறுதி வெற்றி; இது உறுதி.''

''அப்படித்தான் தோன்றுகிறது.''

''இங்கே காத்திருப்பதில் பயனில்லை. தூக்கில் தொங்குவதுதான் நமது விதியாகும்.''

அவர்கள் இத்துடன் தம் உரையாடலை நிறுத்திவிட்டுத் திரும்பிப் பார்த்தனர். கிரெம்லினிலிருந்து ஒருவன் விரைந்து வந்தான். மீண்டும் கிளாட்கியா?... ஏன் இப்படித் தலை

தெறிக்கும் வேகத்தில் வருகிறான்?'' என்று அவர்கள் கூறிக்கொண்டனர். குடிபோதையிலிருந்த கிளாட்கி, குதிரையைத் தணலுக்குள் விரட்டினான். குதிரையிலிருந்து இறங்கி அவன் ஊளையிட்டான்:

''காவற்படையினரை ஏன் திரட்டவில்லை? அவர்களை ஏன் நுழைவாயிலுக்கு அனுப்ப வில்லை? கிரெம்லினில் எல்லோரும் சித்தமாயிருக்கிறார்கள். இங்கோ தீயெல்லாம் அணைந்து விட்டது. உறங்குகிறீர்களா? பிசாசுகளே! ஓவ்ஸி எங்கே? அவனைப் படைவீரர் பேட்டைகளுக்கு அனுப்புங்கள். ஸ்பாஸ்கி மணிக்கூண்டில் எச்சரிக்கை மணி அடித்தவுடன் ஆயுதமேந்தக் கிளம்புங்கள்!''

கிளாட்கி வசைமொழி கூறிக்கொண்டே, காவல் வீட்டுக்குள் ஓடினான். எலுமிச்சை மரத்தடியில் நின்றவர்கள் ஒருவருக்கொருவர் பேசிக்கொண்டனர்:

''எச்சரிக்கை மணி...''

''இன்று இரவு...''

''அவர்களால் ஆட்களைத் திரட்ட முடியாது.''

''முடியாது...''

''தோழர்களே நாம்...'' அவர்கள் நெருங்கி நின்று காதும் காதும் வைத்தாற்போலப் பேசிக் கொண்டனர்:

''அங்கு உள்ளவர்கள் நமக்கு நன்றி கூறுவார்கள்...''

''ஆம்...''

''பரிசும் கிடைக்கும்...''

''தோழர்களே, இங்கு இருப்பதில் பயனில்லை.''

''அது உண்மைதான். யார் போவது? இருவராவது போக வேண்டும்...''

''ஆம், யார் போவது?''

''டிமிட்ரி, நீ போவாயா?''

''போகிறேன்.''

''யாகோவ், நீயும்?''

''சரி, போகிறேன்.''

''அவரையே கண்டு பேசுங்கள். அவர் பாதத்தில் விழுந்து, நிலைமையை விவரித்துச் சொல்லுங்கள். 'மகாப்பிரபுவே, உங்களைக் கொல்லச் சதி செய்கிறார்கள்'' என்று சொல்லுங்கள். நாம் சிலுவையை முத்தமிட்டவர்கள்; எனவே அவருக்கு விசுவாசமாயிருக்கிறோமென்பதை எடுத்துச் சொல்லுங்கள்.''

''எங்களுக்குத் தெரியும். நீ சொல்லிக் கொடுக்க வேண்டாம்.''

''நாங்கள் அவ்வாறே சொல்வோம்.''

''வாருங்கள், தோழர்களே.''

15

பிரியோபிராஷென்ஸ்கி படை, ஸெமினோவ்ஸ்கி படை ஆகிய இரண்டையும் வைத்துக் கொண்டு, சண்டை போடுவதைப் பற்றிச் சிந்திக்கவும் முடியாது. முப்பதாயிரம் காவற்படை யினரும் கிரெம்லின் காப்பாளரும் அன்னியர் காலாட்படையும், தளபதி கார்டனின் படையும் ஸோபியாவை ஆதரித்து நின்றன. அந்தப் படைகள் ஈக்களைக் கொல்வதைப்போல, விளை யாட்டுச் சேனையை எளிதில் வீழ்த்திவிடும்: எனவே, வசந்தகாலம் வரும்வரை அமைதியாகப் பொறுத்திருக்க வேண்டுமென்று போரிஸ் வற்புறுத்தினான். விரைவில், இலையுதிர்காலம் வந்து, தெருவெல்லாம் சோறாகி விடும்; அதன்பின் பனி பெய்யும். பனி பெய்யும்பொழுது, காவற்படையினர் கணப்பே கதியென்று இருப்பார்கள். கம்புச்சண்டைக்குக்கூட வெளியே வரமாட்டார்கள். குளிர்காலத்தில், பாயர்களிடையே பகை முற்றிக் கொதி நிலையை அடைவது உறுதி. அவர்கள் கோஷ்டி கோஷ்டியாகப் பிரியோபிரா ஷன்ஸ்கிக்கு வரத் தொடங்குவார்கள். கஜானா காலியாக விருந்ததால், காவற்படைவீரர்களுக்குச் சம்பளம் கிடைக்காது. ஜனங்களோ இன்மையின் கொடுமையால் தவித்தார்கள். நகர மக்களும் கைத்தொழிலாளரும் நொடித்துப் போய்விட்டனர். வியாபாரிகள் முனகிக்கொண்டிருந்தனர். இந்த நிலையிலும், ஸோபியா அபாய மணியை ஒலித்துப் படைகளைத் திரட்டினால், விளையாட்டுச்சேனையோடு தாக்குதலுக்கு அசையாத டிராயிட்ஸா மடத்துக்குள் போய் இருப்பதைத் தவிர வேறு வழியில்லை. அது முற்றுகைக்கு ஈடு கொடுத்த மடம்தான். ஓராண்டுக்கும் மேலாக அதில் தாக்குப்பிடிக்க முடியும்.

போரிஸ் அளித்த யோசனைப்படி, டிராயிட்ஸா மடத்தின் தலைவரான விகன்டிக்கு இரகசியமாகச் சன்மானங்கள் அனுப்பப்பட்டன. போரிஸ் இருமுறை மடத்துக்குச் சென்று, விகன்டியுடன் பேசினான், பாதுகாப்பு அளிக்க வேண்டுமென்று கேட்டுக்கொண்டான். ஒவ்வொரு நாளும் தளபதி ஸாம்பர், படை அணிவகுப்பு நடத்திப் பார்வையிட்டான்; சூழ்ச்சித் திறச்செயல்களில் பயிற்சியளித்தான். பீரங்கி கக்கிய குண்டுகளால் அரண்மனையின் ஜன்னல்களெல்லாம் உடைந்துவிட்டன. ஆனால் மாஸ்கோ நிலைமையைப் பற்றி பீட்டர் சொன் னால், ஸாம்பர் கவலையுடன் உறுமினான். ''சரி, சரி. நம்மை நாம் தற்காத்துக் கொள்வோம்'' என்று மட்டும் உறுதி கூறினான். லிபோர்ட் அடிக்கடி வரவில்லை; சில சமயங்களில்தான் வந்தான். அவனது நிதானத்தையும் பண்பார்ந்த அமைதியையும் முகமலர்ச்சியையும் கண்டு, பிறரைக் காட்டிலும் பீட்டரே அதிகமாக அதிர்ச்சி அடைந்தான். அவன் இப்பொழுதெல்லாம் லிபோர்ட்டை நம்புவதில்லை. அவன் இரவில் அடிக்கடி அலெக்ஸாண்டரை எழுப்பி அழைத்துக் கொண்டுபோய்க் காவற்காரர்கள் உஷாராகச் செயல்படுகிறார்களாவென்று சோதிப்பான்; குளிர்ந்த இரவில் யாவூஸா நதிக்கரையில் நின்று மோனத்தில் ஆழ்ந்த மாஸ்கோவையும் அதன் இருட்செறிவையும் உற்று நோக்குவான்.

திடீரென்று குளிரால் மெய்நடுங்கவே, அலெக்ஸாண்டருடன் மெதுவாக நடந்து அறைக்குத் திரும்பி வந்து படுத்துக்கொள்வான்.

பெரிய ஸ்லாவ் ஏரியிலிருந்து திரும்பி வந்தபின், சில இரவுகளே, பீட்டர் தன் மனைவியுடன் படுத்து உறங்கினான். அதன்பின் அரண்மனையுடன் இணைத்த பகுதியில், ஒரே ஒரு சாளரத்தை உடைய தாழ்வான அறையில் படுக்கை சித்தம் செய்ய வேண்டுமென்று உத்திரவிட்டான். ஜார் பீட்டர் அந்தச் சிற்றறையில் ஒரு பெஞ்சின்மீது படுத்து உறங்கினான்; அதே அறையில், தரையில்

விரித்த கம்பளத்தின் மீது அலெக்ஸாண்டர் உறங்கினான். காதலுக்குரிய கணவன் வீட்டுக்கு எப்பொழுது வருவானோ என்று ஏங்கி ஏங்கி விம்மி அழுத யூடோக்ஸியா, இப்பொழுது கைக்கு எட்டியும் வாய்க்கு எட்டாத பொருளைப்போல, வீட்டுக்கு வந்த கணவன் தன் அறைக்கு வராதது கண்டு மனம் நொந்து பதறிப்புலம்பினாள். அவள் கருத்தரித்திருந்தாள். கருத்தோன்றி மூன்று மாதம் நிறைந்து நான்காவது மாதம் நடந்து கொண்டிருந்தது. அவள் பீட்டர் ஏரிக்கரையிலிருந்து திரும்பி வந்தபொழுது, அவனைச் சந்திப்பதற்காகச் சாலைக்கு ஓட விரும்பினாள்; ஆனால் கிழவிகள் அவளைத் தடுத்துவிட்டனர். ஆயினும் அவர்களிடமிருந்து தன்னை விடுவித்துக் கொண்டு ஓடிக் கணவனைக் கூடத்தில் சந்தித்தாள். அவன் இடைக்காலத்தில் இளைத்திருந்த தாகவும், கூடுதலாக உயர்ந்திருந்ததாகவும் அவளுக்குத் தோன்றியது, ஓரளவுக்கு அன்னியனாகத் தோன்றிய அவனைக் கட்டித் தழுவினாள். மார்பையும் முகத்தையும் அவன்மீது அழுக்கி அழுக்கி அணைத்துக்கொண்டாள். அவன் தன் சொரசொரப்பான இதழ்களால் அவளை முத்தமிட்டான்; புகையிலை நெடியும் கீல்நாற்றமும் அவளது நாசியைத் துளைத்தன. பருக்கத் தொடங்கியிருந்த அவளது வயிற்றை அவன் தடவிக்கொடுத்தான். ''சரி சரி, இதைப்பற்றி எனக்கு எழுதியிருக்க வேண்டாமா?'' என்று கேட்டான்; அப்பொழுது ஒருகணம் அவனது முகம் மென்மையுற்றது. மனைவியுடன் சென்று அன்னையை வணங்கினான். அவனது பேச்சு தொடர்ச்சியில்லாததாக இருந்தது; உச்சரிப்பில் சுத்தமில்லை: சொறிந்துகொண்டே உரையாடினான்; பேசும்பொழுது, தோள் சுண்டியது. கடைசியில் நடால்யா சொன்னாள்:

''அன்புள்ள பீட்டர், காலையிலிருந்து வெந்நீர் காய்ந்து கொண்டிருக்கிறது.''

அவன் வினோதமான முறையில் தாயாரை நோக்கினான், ''அம்மா, உடம்பில் அழுக்கு அதிகமாயிருப்பதால் எனக்கு அரிக்கிறது என்று எண்ணுகிறாயா?'' என்று வினவினான். அதன் கருத்தை நடால்யா புரிந்துகொண்டாள். அவளது கன்னங்களில் கண்ணீர்த் திவலைகள் உருண் டோடின.

மூன்று இரவுகள்தான், யூடோக்ஸியாவால் பீட்டரைத் தன் அறைக்கு வரும்படி செய்ய முடிந்தது; அவள் அவனுக்காக எப்படி ஏங்கினாள்! அவனை எவ்வாறு காதலித்தாள்! அவனிடம் இனிமையாகவும் அன்பார்ந்த மென்மையோடும் நடந்துகொள்ள வேண்டுமென்று அவள் எவ்வளவு துடித்தாள்! ஆனால் படுக்கையறையில் அவளைக் கூச்சம் ஆட்கொண்டது; முதல் இரவில் நாணமடைந்திருந்ததை விட அதிகமாக வெட்கமடைந்தாள். காதலுக்குரிய கணவனிடம் என்ன கேள்வி கேட்பதென்று கூட அவளுக்குத் தெரியவில்லை. முத்து வைத்த தலையணை மீது முட்டாளைப் போலப் படுத்துக் கிடந்தாள். அவன் உறக்கத்தில் அடிக்கடி அதிர்ச்சியடைந்து சொறிந்து கொண்டான். அவளோ அவனைத் தொடுவதற்கும் பயந்தாள்; பீட்டர் சிற்றறையில் படுக்கத் தொடங்கியபின், அவள் வீட்டிலுள்ளவரை ஏறெடுத்துப் பார்க்கவும் முடியாது தவித்தாள். அவமானத்தால் மனம் குழைந்தாள். ஆனால் பீட்டர் தன் மனைவியை மறந்து விட்டான் போலத் தோன்றியது. அங்குமிங்கும் ஓடுவதற்கும் போரிஸ்ஸுடன் குசுகுசுவென்று பேசுவதற்கும் தான் அவனுக்குப் பொழுது சரியாயிருந்தது.

இவ்வாறக, ஆகஸ்ட் மாதம் தொடங்கியது: மாஸ்கோவில் துர்க்குறியான சுற்றுணர்ச்சி நிலவியது. பிரியோபிராஷென்ஸ்கியில் அச்சம் மிகுந்திருந்தது; கட்டுக்காவல் பலமாக இருந்தது.

16

''மீன்ஹெர்ஸ், ஒரு சேனையை அனுப்பி உதவி செய்யுமாறு, நீங்கள் ரோமாபுரிச்* சக்கரவர்த்திக்கு எழுதினால் என்ன?''

''போடா, முட்டாள்!''

''யார்? நானா?'' என்று வினவிய அலெக்ஸாண்டர், பீட்டர் படுக்கைக்குத் தவழ்ந்து சென்றான்: ''மீன்ஹெர்ஸ், நான் ஒன்றும் மதிகெட்டுப் பேசவில்லை. பத்தாயிரம் காலாட்படையினரை அனுப்பும்படி நீங்கள் கேட்க வேண்டும். அதற்கு மேல் வேண்டாம். இதைப்பற்றி போரிஸ்ஸூடன் பேசுங்கள்'' என்று கூறியபொழுது அவனது விழிகள் ஆடின.

அலெக்ஸாண்டர் பெஞ்சியின் தலைமாட்டில் அமர்ந்தான். பீட்டர் தலையிலிருந்து கால் வரை விரிப்பால் போர்த்திக் கொண்டிருந்தான். அலெக்ஸாண்டர் உதட்டைக் கடித்துக்கொண்டு மேலும் கூறினான்:

''மீன்ஹெர்ஸ், பட்டாளத்துக்குப் பணம் கொடுக்க வசதியில்லை என்பது உண்மை. பணம் தேவைதான். ஆனால் நாம் அவரை ஏமாற்றினால் என்ன? அந்தச் சக்கரவர்த்தியை வஞ்சிக்க நம்மால் முடியாதா? நிச்சயமாக முடியும். நானே வீயன்னாவுக்கு விரைவில் சென்று வருகிறேன். அந்தப் படையுடன் வந்து மாஸ்கோவையும் காவற்படையையும் தாக்கினால், எப்படியிருக்கும்? என் வார்த்தையைத் தட்டாதீர்கள்.''*

''போதும் உன் பேச்சு, ஒழிந்துபோ?''

''அப்படியானால் எனக்கு என்ன? ஸ்வீடிஷ்காரர்களிடமோ தார்த்தாரியர்களிடமோ இறக்க வேண்டுமென்று நான் சொன்னேனா? விவகாரங்களைப் புரிந்துகொண்டு தான் பேசுகிறேன். ஆனால்,உங்களுக்குப் பிடிக்கவில்லையானால் விட்டுத் தள்ளுங்கள். இது உங்கள் விவகாரம்'' என்று கூறிய அலெக்ஸாண்டர் தன் படுக்கைக்குச் சென்று ஆட்டுத்தோல் கோட்டால் போர்த்திக்கொண்டான்.

பீட்டர் போர்வையை நீக்காமல், பல்லைக் கடித்துக்கொண்டு பேசுவான்போல் உச்சரிப்புத் தெளிவில்லாது பேசினான்.

''இந்த யோசனையை முன்பே சொல்லியிருக்க வேண்டும். காலம் கடந்துவிட்டது.''

அதன்பின், இருவருமே பேசவில்லை, அறையில் வெப்பமாயிருந்தது; கணப்பின் அடியில் சுண்டெலி பிறாண்டும் ஒலிகேட்டது. யாவூஸா நதிக்கரைக் காவலர்கள் 'உஷார்' என்று சத்தம் கொடுத்ததும் செவியில் விழுந்தது. அலெக்ஸாண்டர் சமச்சீரோடு சுவாசிக்கத் தொடங்கினான்.

★ இங்குக் குறிப்பிடப்படுவது பழைய ரோம சாம்ராஜ்யம் அல்ல. கி.பி. பத்தாம் நூற்றாண்டின் பிற்பகுதியிலிருந்து கி.பி. பதினெட்டாம் நூற்றாண்டின் துவக்கம் வரையில் மத்திய ஐரோப்பாவில் இருந்து வந்த ஜர்மானிய சாம்ராஜ்யமே, இங்குக் கருதப்படுவது. இது 'புனிதமான ரோம சாம்ராஜ்யம்' என்று அழைக்கப்பட்டது.

இந்த இரவுகளில் எல்லாம், பீட்டர் தூக்கமின்மை என்ற நோயால் துன்புற்றான். தலையணையில் தலைவைத்துப் படுத்தவுடன், ''தீ! தீ!'' என்ற ஒலியில்லாத கூச்சலைக்கேட்பான். கேட்டவுடன் அவனது இதயம், ஆட்டுக்குட்டியின் வாலைப்போல பதறும். தூக்கம் வராது ஒழியும். அவன் மீண்டும் அமைதியடைவான்; ஆனால் கேள்விப்புலன் கவனமாகச் செயல்படும்; மரக்கட்டையால் அமைந்த வீட்டுக்குள் யாரோ அழுவதின் ஒலியை அது பதிவு செய்யும். இந்த இரவுகள் பீட்டர் நிறையச் சிந்தனை செய்தான். பிரியோபிராஷன்ஸ்கியில் கழித்த ஆண்டுகளையெல்லாம் எண்ணிப்பார்த்தான். அதிகாரம் இல்லாத அரசனாக ஒதுக்கப்பட்டிருந் தான் என்பது மெய்: அதிகாரம் செலுத்தியவர்களால் அவனது தன்மதிப்புக்கு ஊறு ஏற்பட்டதும் உண்மையே; ஆயினும் அவன் கவலையில்லாது வாழ்ந்தான்: கூத்தும் கும்மாளமுமாகக் காலத்தைப் போக்கி இன்பம் அடைந்தான். இதன் விளைவாக அவன், ஜாரின் பண்பாட்டுக்குப் புறம்பானவனாக வளர்ந்துவிட்டான்; ஓநாய்க்குட்டி என்றும் சிப்பாய்களது உயிர்த்தோழன் என்றும் அவனைக் குறித்தனர். ஆடியும் விளையாடியும் பொழுதைப் போக்கினான்; இப்பொழுது கொலைகாரனது கத்தி அவன் இதயத்தைக் குறிபார்க்க முயல்கிறது.

மீண்டும் அவன் விழித்துவிட்டான். காலை மடக்கிக் கட்டிக்கொண்டு, இறுகப்போர்த்திக் கொண்டான். அந்த அக்காள்! கூடப்பிறந்த ஸோபியா! மானவெட்கம் இல்லாதவள், இரத்த வெறி பிடித்தவள்! அகன்ற இடையும் கொழுத்த கழுத்தும் உடைய பிராணி! திருக்கோயிலில், மேற்கட்டியின் கீழ் அவள் எப்படி நின்றாளென்பதை அவன் நினைவூட்டிக் கொண்டான். அந்த விவசாயிப் பெண்ணின் முகம்! அதில் பூசிய வண்ணப்பசை! கசாப்புக்கடைக்காரனது மனைவி மாதிரி இருந்தாள்! அவன் நடக்கும் பாதையில் எறிகுண்டுகள் வைக்கும்படி அந்தப்பாவி உத்திர விட்டாள். கத்தியால் குத்துவதற்கும் ஆட்களை அனுப்பினாள். நேற்று, அடுக்களைக்கு ஒரு சிறு மிடா நிறைய 'ரைபீர்' வந்தது. நல்ல வேளையாக, முதலில் அதை நாய்க்குக் கொடுத்துப் பார்த்தார்கள். அந்த நாய் இறந்தது.

பீட்டர் சிந்திப்பதை நிறுத்த முயன்றான், ஆனால் நெற்றிப் பொட்டுகளின் சிரைகள் கோபத் தால் துடித்தன. அவனது உயிரைப் பறிக்கப் பார்க்கிறார்கள்; ஆனால் வாழ வேண்டுமென்ற பேரார்வம் அவனுக்கு இருந்த மாதிரி வேறு எவருக்கும் இருந்ததில்லை.

''அலெக்ஸாண்டர்! பிசாசே, தூங்கிவிட்டாயா? கொஞ்சம் ரைபீர் கொடு.''

அலெக்ஸாண்டர் தூக்கக் கலக்கத்தோடு துள்ளி எழுந்தான். உடம்பைச் சொறிந்து கொண்டே, கரண்டி நிறையப் பீர் எடுத்துவந்தான்; தான் முதலில் சுவைத்தே பார்த்துவிட்டு அதைப் பீட்டருக்குக் கொடுத்தான். இருவரும் சிறிதுநேரம் உரையாடினார்கள்: ''உஷார்'' என்ற உறக்கம் அறியாத குரலின் ஒலி, சேய்மையிலிருந்து வந்தது.

''மீன்ஹெர்ஸ், நாம் தூங்கலாம்.''

பீட்டர் தன் மெலிந்த கால்களைப் பெஞ்சியிலிருந்து கீழே தாழ்த்தினான். ஆம், அது பயப்பிராந்தி அல்ல. நடைபாதைகளிலிருந்து காலடிச்சத்தம் கேட்டது. குரல்களும் கூச்சல்களும் கூடக் கேட்டன.

கரத்துக்கு ஒரு கைத்துப்பாக்கி ஏந்திய அலெக்ஸாண்டர், உள்ளுடை மட்டும் அணிந்த வனாய்க் கதவருகில் நின்றான்.

''மீன்ஹெர்ஸ். அவர்கள் இங்கு வந்து கொண்டிருக்கிறார்கள்'' என்று அவன் கூறினான்.

பீட்டர் கதவை வெறித்துப் பார்த்தான்; அவர்கள் ஓடிவந்து அறைவாசலில் நின்றனர்; ஒரு நடுங்கும் குரல் கூறியது:

''ஐயா, எழுந்திருங்கள், ஆபத்து!''

''மீன் ஹெர்ஸ், பேசுவது அலியோஷ்கா'' என்றான் அலெக்ஸாண்டர்.

அலெக்ஸாண்டர் தாழ்ப்பாளைத் திறந்தான். பாதத்தில் ஒன்றும் அணியாத ஸோடோவ், பயத்தால் கலங்கிய கண்களுடன் நுழைந்தான்; பிரியோபிராஷன்ஸ்கி படைவீரர்களும் வந்தனர், பின்னால், அலியோஷ்காவும் இன்னொருவனும் கோணிப்பையை இழுத்து வருவது மாதிரி இரண்டு காவற்படையினரை இழுத்துக்கொண்டு வந்தனர். அவர்கள் தலைமயிரும் தாடியும் கலைந்திருந்தன; வாய் பிளந்திருந்தது; பார்வை கருத்தற்றதாயிருந்தது.

அச்சத்தால் ஒடுங்கிய குரலில், ஸோடோவ் சொன்னான்:

''ஸ்டிரிமியான்னி படையைச் சேர்ந்த டிமிட்ரியும் யாகோவும், மாஸ்கோவிலிருந்து ஓடி வந்திருக்கின்றனர்.''

அந்தச் சிப்பாய்ககள் இருவரும் கதவருகே மண்டியிட்டனர்; தாடி, கம்பள விரிப்பைத் தொடும் அளவுக்குக் குனிந்து வணங்கினர், இயன்ற அளவுக்கு திகிலை உண்டாக்க வேண்டு மென்பதற்காக வீறிட்டு அலறினார்கள்:

''ஓ, ஓ, ஜார் அவர்களே, எங்கள் எஜமானரே, உங்களுக்கு ஆபத்து வந்துவிட்டது. கருணைமிகுந்த தந்தையே, அவர்கள் உங்களுக்கு எதிராகச் சதி செய்கிறார்கள். ஒரு பெரிய படை திரண்டு கொண்டிருக்கிறது, வாள் அலகுகளைத் தீட்டிக்கொண்டிருக்கிறார்கள்; ஸ்பாஸ்கி மணிக் கூண்டில், அபாயமணி ஒலிக்கிறதே, நானாபுறங்களிலிருந்தும் ஜனங்கள் வந்து குவிந்து கொண்டிருக்கிறார்கள்!''

பீட்டர், உச்சந்தலை முதல் உள்ளங்கால் வரை நடுங்கினான். சிக்குற்ற தலைமயிரைப் பிடித்தாட்டினான். இடதுபாதம் வலிப்புக்கண்டதைப் போலச் சுண்டியது. அவன் சிப்பாய் க்ளையும்விடப் பயங்கரமாக வீறிட்டலறினான். ஸோடோவைப் பிடித்துத் தள்ளிவிட்டு நடைபாதையில் ஓடினான். உடம்பில் கைச்சட்டையைத் தவிர வேறு உடை ஏதுமில்லாது ஓடினான். கிலிகொண்ட கிழவிகள் தலைநீட்டி நோக்கினார்கள்.

பின்புறத்து வாசல் மண்டபத்துக்கு அருகில், அச்சம் கொண்ட சேவர்கள் திரளாகக் கூடினார்கள். குருடனைப் போல் கரங்களை நீட்டிக்கொண்டு ஒருவன் - வெள்ளை நிறத்துக்குரிய நெட்டையான ஆள் - ஓடி வருவதைக் கண்டனர், கிட்ட நெருங்கிய பீட்டரைக்கண்டு, ''ஆண்டவனே, ஜார் அல்லவா!'' என்று திகிலுற்றுக் கூறினர். சிலர் திகில் மிகுதியால் மூர்ச்சையாகி விழுந்தார்கள்; பீட்டர் அவர்களைத் தள்ளிக்கொண்டு கூடினான். காவல்காத்த குழுவின் அதிகாரியிடமிருந்து சாட்டையையும் கடிவாள வார்களையும் பிடுங்கிக்கொண்டு, குதிரை மீதிருந்த இருக்கைக்கு ஏறுவதற்குப் படித்தட்டைக் காணாததால், தாவி ஏறி அமர்ந்தான். குதிரையை விரட்டிக் கொண்டு சென்று, மரங்களுக்குப் பின்னால் மறைந்தான்.

அலெக்ஸாண்டர் நிதானம் தவறவில்லை, கோட்டையும் பூட்ஸையும் அணிந்து கொண்டான்.

''ஜாரின் உடைகளை எடுத்துக்கொண்டு வா, விரைந்து வந்து எங்களைப் பிடிக்க வேண்டும்''

என்று அலியோஷ்காவிடம் கூறிவிட்டு அவன் இன்னொரு அதிகாரியின் குதிரையில் பீட்டரைத் தொடர்ந்து சென்றான்.

பாதத்தைப் படித்தட்டில் வைக்காமல், கரத்தில் கடிவாள வாரைப் பிடிக்காமல், மனம்போன போக்கில் செல்லும் குதிரைமீது சவாரி செய்த பீட்டரை அவன் ஸாகோல்நிகி தோப்பு அருகில் பிடித்துவிட்டான்.

''மீன்ஹெர்ஸ், நில்லுங்கள், நில்லுங்கள்!'' என்று அவன் கூவினான்.

இலை உதிர்ந்த மரக்கிளைகள் வழியே விண்மீன்கள் இலேசாக ஒளிபரப்பின. சலசலவென்ற ஒலியொன்று கேட்டது; பதறிய பீட்டர் திரும்பி நோக்கிவிட்டுத் தன் குதிரையைப் பாதங்களால் உதைத்து விரட்டினான். அலெக்ஸாண்டர், அக்குதிரையின் கடிவாளத்தைப் பற்றிக்கொண்டான்.

''மீன்ஹெர்ஸ், சற்றுப்பொறுங்கள், கால்சட்டையும் அணியாது எங்குச் செல்கிறீர்கள்?'' என்று ஆத்திரத்துடன் குசுகுசுவென்று வினவினான்.

புதரில் யாரோ பிரம்பால் ஓங்கி அடிப்பது போன்ற ஒலி கேட்டது. ஒருவகைக் காட்டுக் கோழி, தன் சிறகுகளை விடுவித்துக்கொண்டு, நிழல் போல் விசும்பில் பறந்தது. பீட்டர் தன் கரங்களால் திறந்த மார்பை அமுக்கினான். அலியோஷ்காவும் இன்னொருவனும் ஆடைகளுடன் வந்து சேர்ந்தனர். மூவரும் சேர்ந்து ஜாருக்கு விரைவாக ஆடை அணிவித்தனர். அதற்குள் மேலும் இருபது அதிகாரிகளும் புரவி வலவர்களும் அங்கு வந்துவிட்டனர். அவர்கள் எச்சரிக்கையாகத் தோப்பைக் கடந்தனர். மாஸ்கோவில் இலேசான ஒளி தெரிந்தது. அபாயமணியின் ஒலி கேட்பதுபோல் அவர்களுக்குத் தோன்றியது. பீட்டர் பற்களைக் கடித்துக்கொண்டே பகர்ந்தான்:

''டிராயிட்ஸாவுக்கு!''

வண்டிப் பாட்டைகள் வழியாகவும் கவனிப்பாரற்றுக் கிடந்த வயல்கள் வழியாகவும் அவர்கள் டிராயிட்ஸா சாலையை நோக்கி விரைந்தனர். பீட்டர் வார்களைத் தளரவிட்டுச் சவாரி செய்தான். மும்முனைக்குல்லாய் அவனது கண்களை மறைத்தது. அடிக்கடி குதிரையின் கழுத்தில் சாட்டையால் வெறியோடு அடித்தான். அவனுக்கு முன்னும் பின்னும் இருபத்தி மூன்று பேர் குதிரை மீது சென்றனர். உலர்ந்த சாலையில், குதிரைக்குளம்புகள் உரத்த ஓசை செய்தன. மேடுகளையும் சிறு குன்றுகளையும் தோப்புகளையும் கடந்து சென்றனர். கீழ்வானத்தில் இலேசாகப் பச்சை நிறம் தோன்றியது. குதிரைகளின் செவிகளில் காற்று விசையோடு புகுந்த தால், அவை வன்மூச்செறிந்தன. ஓரிடத்தில் நிழல் ஒன்று சாலையைக் குறுக்கே கடந்தது. அது மிருகமா அல்லது இரவில் குதிரைகளை மேய்ச்சலுக்கு ஓட்டிவந்த விவசாயியா என்பதை அவர்களால் தீர்மானிக்க முடியவில்லை. அந்த உருவம் திகில்கொண்டு புல்மீது விழுந்தது.

அவர்கள் ஸோபியாவுக்கு முன்னால் டிராயிட்ஸா மடத்தை அடைய வேண்டும். பொழுது விடிந்தது. வானம் தெளிந்து மஞ்சளாகக் காட்சி தந்தது. பலகுதிரைகள் விழுந்தன. அண்மையில் இருந்த குதிரைமாற்றும் இடத்துக்குச்சென்று, வேறு குதிரைகளுக்குச் சேணம்பூட்டி ஓய்வில்லாது விரைந்தனர். சேய்மையில், கோட்டைபோல் வலுவாய் அமைந்த ஸ்தூபிகளின் கூர் நுனிக்கூரை கள் புலப்பட்ட பொழுது, உதய சூரியனின் செங்கதிர்களில் குவிமாடங்கள் பிரகாசித்தபொழுது, பீட்டர் கடிவாளத்தை இழுத்துத் திரும்பிப் பல்லைக்காட்டினான். அவர்கள் நுழைகதவுகள் வழியே கால்நடை வேகத்தில் மடத்துக்குள் பிரவேசித்தனர். களைப்பாலும் அவமானத்தாலும் பாதி உயிர் போய்விட்டது என்று சொல்லத்தக்க நிலையில் இருந்த பீட்டரை அவர்கள் மடத்தின் தலைவரது அறைக்குத் தூக்கிச் சென்றனர்.

17

மாஸ்கோவிலும் பிரியோபிராஷென்ஸ்கியிலும் எதிர்பார்த்த வகையில், சம்பவங்கள் நிகழவில்லை. ஸோபியாவால் காவற் படைவீரர்களைத் திரட்ட முடியவில்லை. எனவே, ஸ்பாஸ்கி மணிக்கூண்டில் அபாயமணி அலறவில்லை. அன்று இரவு, மாஸ்கோ மக்கள் நிம்மதியாக உறங்கினார்கள். பிரியோ பிராஷன்ஸ்கியிலிருந்தவர் அனைவரும் வெளியேறினர். நடால்யா, கருத்தரித்திருந்த மருமகளான யூடோக்ஸியா, பாயர்கள், புரவிவலவர்கள், அரச குடும்பத்தினர், வேலைக்காரர்கள், விளையாட்டுச் சேனையின் வீரர்கள், அனைவரும் டிராயிட்ஸாவுக்குச் சென்றனர். பீரங்கியும் சட்டிப் பீரங்கிகளும் வெடிமருந்தும் டிராயிட் ஸாவுக்கு எடுத்துச் சென்றனர்.

மறுநாள், ஸோபியா அரண்மனைத் திருக்கோயிலில் வழிபட்டுக் கொண்டிருந்தபொழுது, ஷாக்லோவிதி பாயர்களைத் தள்ளிக்கொண்டு, அவள் அருகே சென்றான். அவனது முகம் பயங்கரமாய் இருந்தது. ஸோபியா ஆச்சரியமடைந்து புருவத்தை உயர்த்தினாள். அவன் கோணிச் சிரித்துக்கொண்டு, அவளிடம் இரகசியம் பேசினான்:

''ஜார்பீட்டர் பிரியோபிராஷென்ஸ்கியிலிருந்து ஓடி விட்டான். படுக்கையறைச் சட்டை யோடு தப்பி ஓடினான். எங்குப் போனான் என்று தெரியவில்லை.''

ஸோபியா இதழ்களை மடித்துக்கொண்டு வெடு வெடுப்போடு கூறினாள்:

''வெறியில் ஓடியிருப்பான்; எங்காவது தொலையட்டும்!''

பீட்டர் ஓடிப்போனதைப் பொருட்படுத்த வேண்டாமென்றுதான் அவர்கள் எண்ணினார்கள். ஆனால், அதேதினத்தில், சுஹாரேவ் என்பவன் தலைமையிலிருந்த காவற்படைப் பகுதி டிராயிட்ஸாவுக்குப் போய்விட்டதென்ற தகவல் கிடைத்தது. அவர்களது மனதை மாற்றியது யார் என்பது விளங்கவில்லை. ஒருவேளை, சுஹாரேவின் நீண்டகாலத் தோழனான போரிஸ் இக் காரியத்தைச் சாதித்திருக்கலாமென்று அனுமானிக்கப்பட்டது. இரவில், வீடுகளது நுழை கதவுகள் கிரீச் சென்று ஒலி செய்து திறந்தன. ஆங்காங்கே ஒரு பாயர்வண்டி வெளியேறி, மரக்கட்டைகளால் அமைந்த தெருக்களைக்கடந்து டிராயிட்ஸாவை நோக்கி விரைந்தது.

வாஸிலிகோலிட்ஸின், இரவெல்லாம், மாயமந்திரத்தால், வருவது உரைத்த ஸில்வஸ்ட ருடன் கழித்தான்; பகலெல்லாம் தூக்கக் கலக்கத்துடன் மாளிகையில் அலைந்தான்; யார் என்ன யோசனை சொன்னாலும், அதற்கு இணக்கம் தெரிவித்தான். ஷாக்லோவிதியோ படைவீரர் களைத் தட்டி எழுப்புவதற்காக நாளெல்லாம் அலைந்து திரிந்தான். ஸோபியா தன் ஆத்திரத்தை மறைத்துக் கொண்டு காத்திருந்தாள்.

திடீரென்று ஐவான்ஸிக்லரும் அவனது அதிகாரிகளும் சிப்பாய்கள் பலரும் டிராயிட் ஸாவுக்கு ஓடினார்கள். ஏழாண்டுகளுக்கு முன்னால், திருக்கோயில் பலிபீடத்தின் அடியில் மறைந்திருந்த ஐவான்நாரிஷ்கின்னைக் கண்டுபிடித்து இழுத்தவன் இவனே. இவ்வாறு மகாராணியின் சோதரனைக்கொல்வதற்குக் காரணமாயிருந்தான். ஸோபியாவின் நம்பிக்கைக் குப் பாத்திரனாக இருந்த ஸிக்லர் இப்பொழுது ஓடிவிட்டான், மன்னிக்க வேண்டுமென்று

பீட்டரிடம் இறைஞ்சியபொழுது, ஸோபியாவின் திட்டங்களையெல்லாம் அவன் எடுத்துரைத்து விட்டான்.

ஸிக்லரது துரோகத்தைப் பற்றி அறிந்தவுடன், ஸோபியா மனங்கும்பினாள். இத்தகைய விசுவாசமுள்ள நாய்களே காட்டிக் கொடுத்தால், அவள் யாரை நம்புவது? காவற்படையின் பத்தொன்பது பிரிவுகளுக்கும் டிராயிட்ஸாவிலிருந்து தூதர்கள் வந்தனர். முக்கியமான அரசாங்க விஷயத்தை முன்னிட்டுத் தளபதிகளும் இதர படை அதிகாரிகளும் உடனடியாக வந்து பீட்டரைக் காணவேண்டுமென்ற உத்திரவுகளை அத்தூதர்கள் கொண்டு வந்தனர். போரீஸ் கைப்பட எழுதிய அந்தக் கட்டளைப் பத்திரங்களில் பீட்டரின் கையொப்பம் இருந்தது.

நகரத்தின் நுழைவாயில்களிலேயே அத்தூதர்களில் பலர் பிடிபட்டு அடிபட்டனர்; ஆணைத் திருமுகங்கள் பறிமுதலாயின. ஆயினும், சிலர் எவ்வாறோ காவற்படையினர் பேட்டைகளை அடைந்து பீட்டரது ஆணையைப் படித்துவிட்டனர். அதன்பின், டிராயிட்ஸாவுக்குப் போகத் துணிந்தவர் சிரச்சேதம் செய்யப்படுவர் என்று ஸோபியா பறைசாற்றச் செய்தாள். இதைக்கேட்ட தளபதிகள், ''சரி, நாங்கள் போகமாட்டோம்'' என்று கூறினர். டிராயிட்ஸாவுக்குப் போய்விட்ட சிப்பாய்களது மனைவிமார்களைப் பயமுறுத்திக் கணவன்மார்களுக்குக் கடிதம் எழுதச் செய்ய வேண்டுமென்று வாஸிலி கோலிட்ஸின் யோசனை கூறினான். நம்பகமான ஆட்கள் மூலம் அந்த யோசனையைக் கடைப்பிடித்தார்கள். ஆனால், அக்கடிதங்களால் பலன் யாதும் ஏற்படவில்லை.

அதன்பின், சந்து செய்விப்பதற்காகச் சமய முதல்வரான ஜோவாகிம்மை டிராயிட்ஸாவுக்கு அனுப்பினார்கள். அவர் உளமார்ந்த விருப்பத்தோடுதான் சென்றார். ஆனால் அங்கேயே தங்கி விட்டார். ஸோபியாவுக்கு ஒரு கடிதமும் எழுதவில்லை. பீட்டர் புதிய உத்திரவுகளைப் பிறப்பித்தான். காவற் படையினரும், வியாபாரிகளும் பொதுமக்களும் நிறுவியுள்னள குடிப் படையும் புறப்பேட்டைவாசிகளும் டிராயிட்ஸாவுக்கு வர வேண்டுமென்று அவன் ஆணையிட் டான். ''தவக்கம் செய்யாது வருக; வரத்தவறினால் சிரச்சேதம் செய்வோம்'' என்று எச்சரித்தான். தலையைத் துண்டிப்போமென்று இருவரும் (ஸோபியாவும் பீட்டரும்) அச்சுறுத்தியதால், எல்லோரும் பயந்தனர்; நீரில் குதித்தால் முதலை, நிலத்தில் குதித்தால் புலி என்ற வகையில் அவர்களை ஆபத்து எதிர்நோக்கியது. சில தளபதிகளும் ஐந்நூறு அதிகாரிகளும் ஏராளமான காவற்படையினரும் வர்த்தகர் பிரதிநிதிகளும் நகரப் பிரமுகர்களும் டிராயிட்ஸாவுக்குச் சென்றனர்; வந்தவருக்கெல்லாம் டிராயிட்ஸா ராஜவரவேற்பு அளித்தது. பீட்டரே ருஷிய ஆடை அணிந்து முகப்பு மண்டபத்தில் நின்றான். ராணி யூடோக்ஸியாவும் தாய் - ராணி நடால்யாவும், போரிஸ்ஸும் ஜோவாகிம்மும் பீட்டருடன் நின்றனர். வருகை தந்த விசுவாசிகளுக்குக் கோப்பையில் வாட்காகொடுத்து உபசரித்தான் பீட்டர். அவர்கள் கண்ணீரைப் பெருக்கி, அராஜக நிலைக்கு விரைவில் முடிவு காண வேண்டுமென்று இறைஞ்சினார்கள். அதே தினத்தில், ''போக்கிரிகளைக் கையும் களவுமாய்ப் பிடிக்க மாஸ்கோ செல்வோம்'' என்று சாஹாரேவ் படையினர் கோஷித்தார்கள்.

வாஸிலி கோலிட்ஸின், தான் நோயுற்றிருப்பதாக அறிவித்தான். வீதியில் நடமாடுவதற்கு அஞ்சிய ஷாக்லோ விதி, மாளிகையில் ஒளிந்துகொண்டான். கிளாட்கியும் அவனுடைய கூட்டாளிகளும் ஸில்வஸ்டரின் மடத்தில் மறைந்திருந்தார்கள். கிரெம்லின் நுழைகதவுகள் சாத்திப் பூட்டப்பட்டன. அதன் சுவர்களில் பீரங்கிகள் காட்சி தந்தன. நிம்மதியற்றவளாக, ஸோபியா கரங்களை மார்புக்குக் கீழேபற்றிப் பிடித்துக்கொண்டு, வெறிச்சென்று கிடந்த அறை களில் அலைந்து திரிந்தாள். பகிரங்கப்போரும் கலகமும் படுகொலையும், இந்தச் சுடுகாட்டு அமைதியைவிட எவ்வளவோ மேலானது என்று அவளுக்குத் தோன்றியது. நினைவிலிருந்து கனவு மங்கி மறைவதைப் போல, அதிகாரமும் ஜீவனும் குன்றிக் குறைவதை அவள் உணர்ந்தாள்.

ஆனால் நகரத்தில், அனைத்தும் அமைதியான தோற்றத்துடன் விளங்கின. சதுக்கங்களிலும் சந்தைகளிலும் எப்பொழுதும் போல் ஜனங்கள் கூடிப்பேசினார்கள். இரவு நேரத்தில், காவலாளிகள் கடகடவென்று பேசினர். சேவல்கள் வழக்கம் போல் கூவின. எவரும் போராடத் தயாராய் இல்லை. தன்னந்தனியாகக் கிரெம்லினில் தற்காப்பு தேடிக்கொண்டிருந்த ஸோபியாவை எல்லோரும் மறந்து விட்டனர் என்றே தோன்றியது.

இறுதியாக அவள் ஒரு முடிவை எடுத்தாள். ஆகஸ்ட் மாதம் 29-ம் தேதியன்று, பணிப்பெண் விர்காவையும் சில மெய்க்காவலர்களையும் அழைத்துக்கொண்டு வண்டியிலேறி டிராயிட்ஸாவை நோக்கிச் சென்றாள்.

18

இரவும் பகலும் யாரோஸ்லாவ் சாலையில் புழுதி கிளம்பியது. வண்டிகளும் சவாரிக் குதிரைகளும் கால்நடையாளரும் மாஸ்கோவிலிருந்து டிராயிட்ஸாவுக்குச் சென்றுகொண்டே இருந்தனர். டிராயிட்ஸா மடத்தைச் சுற்றியுள்ள கிராமங்களிலும் வயல் வெளிகளிலும், பாரவண்டிகள் குவிந்தன; அடுப்புப் புகை மண்டியது; இடத்துக்காகவும் ரொட்டிக்காகவும் உலர் புல்லுக்காகவும் சண்டையும் சச்சரவும் நிகழ்ந்தன. டிராயிட்ஸா மடத்தின் நிர்வாகிகள் இந்தப் பெரிய படையெடுப்பை எதிர்பார்க்கவில்லை. அவர்களது தானியக் களஞ்சியமெல்லாம் வறண்டன; உலர் புற்குவியல்களெல்லாம் களவாடப்பட்டன. இந்த நிலையிலும், காவற்படையினருக்கும் குடிப்படையினருக்கும் திருப்தியாக உணவு அளிக்க வேண்டியிருந்தது. சுற்றுப்புறக் கிராமங்களிலிருந்து உணவுப் பொருட்களைக் கொள்முதல் செய்வதற்கு, அதிகாரிகள் சிப்பாய்களுடன் சென்றனர். விரைவில், அந்தக் கிராமங்களில் குன்றிமணி தானியம்கூட மிஞ்சவில்லை; ஒரு கோழிக்குஞ்சு கூடக் கிடைக்கவில்லை. டிராயிட்ஸாவில் பெருந்திரளாகக் கூடியிருந்தவர்கள் பசியால் தவித்தனர். பல உயர்குடிப் பாயர்கள், முற்றத்திலும் திறந்த வெளியிலும் கூடாரம் கட்டிக்கொண்டு வாழ்ந்தனர். அவர்கள் வாயிற்படிக்கட்டில், கொளுத்தும் வெயிலில், ஜாரின் தரிசனத்துக்காகக் காத்திருந்தனர்; காத்துநின்ற இடத்திலேயே, மதுவகை ஏதுமில்லாமல், கிடைத்த உணவைப் புசித்தனர். மாஸ்கோ வீட்டில் குஞ்சுப்பறவை கூட அனுமதியில்லாது பிரவேசிக்க முடியாது. அந்தச் சொகுசான வீட்டு வாசத்தை விடுத்து, இந்தக் கூட்டத்தில் இடிபட்டுத் தொல்லைப்பட வேண்டியிருந்தது. எனினும், ஒரு பெரிய நிகழ்ச்சி உருவாகிக் கொண்டிருந்ததை அனைவரும் உணர்ந்தனர். அதிகாரம் கை மாறிக்கொண்டிருந்தது. அதனால் நன்மை விளையுமா என்பதே கேள்வி. நன்மை விளையாவிட்டாலும் புதிய தீமை விளையாதென்பது வெள்ளிடைமலை. முன்பே, ருஷியா துன்பதுயரத்தின் அடி ஆழத்தைத் தொட்டுவிட்டது. தேசத்தின் திருமேனியெல்லாம் புண்ணாகிச் சீழ் வடிந்துகொண்டிருந்தது. மாஸ்கோவாசிகளும் இதர ருஷியர்களும் கந்தல் உடுத்திய வற்றல்களாக விருந்தனர். அந்தி ஒளியில், ஜனங்கள் நெருப்பைச் சுற்றி அமர்ந்தும் வண்டிகளின் அடியில் படுத்தும், ஆசை தீரும் வரை, மனம்போன போக்கில் உரையாடினார்கள். மடத்தைச் சுற்றியுள்ள வயல் வெளிகளில், எங்கு நோக்கினும், குளிர்காயும் நெருப்பின் ஒளி தென்பட்டது; கூடிப் பேசுவோரின் அரவம் செவியில் விழுந்தது. மாயமந்திரம் தெரிந்தவர்கள் எங்கிருந்தோ வந்தனர். அவர்கள் மர்மமான முறையில் கண் சாடை செய்தார்கள்: குல்லாயிலிருந்த விதைகளைக் குலுக்கினார்கள்; வருவது உரைப்போம் என்று அறிவித்தார்கள். அவர்கள் கீழே உட்கார்ந்துகொண்டு, தரையில் கைக்குட்டையை விரிப்பார்கள். அதில் மூன்று குவியல்களாக விதைகளைக் கொட்டுவார்கள். அவற்றைத் தம் பிரல்களால் வருடிவிட்டு, அமைதியான, இங்கிதமான குரலில் கூறுவார்கள்:

‘‘உங்களுக்குக் கருதுவன எல்லாம் கைகூடும். இதைப்பற்றி ஐயம் கொள்ள வேண்டாம். மரப்பட்டை ஜோடோ ஆட்டுத் தோலோ அணியாதவர்களிடமும், வெள்ளை மூஞ்சிக்காரர் களிடமும் எச்சரிக்கையாகவிருங்கள். மூன்றாவது வீட்டுக்கு அப்பால் நடக்காதீர்கள். வெட்ட வெளியில் மலஜலம் கழிக்காதீர்கள். நீங்கள் விரும்புவதெல்லாம் நிறைவேறும்; ஒருவேளை, விரைவில் நிறைவேறலாம்; ஒருவேளை, நிறைவேறாமலும் இருக்கலாம். அவ்வாறே ஆகுக. நன்றி சொல்லவேண்டாம்; வாயில் உள்ள காசை எடுத்துக் கொடுங்கள், போதும்.’’

இருண்ட இரவில் இந்தக் குறிகாரர்கள் வண்டிகளிடையே ஊர்ந்துசென்று வினோதமான வதந்திகளைப் பரப்பினார்கள்.

‘‘இளவரசி ஸோபியாவின் முதுகெலும்பு மஜ்ஜை தளர்ந்துவிட்டது. பனி பெய்யத் தொடங்குவதற்கு முன்னால், வாஸிலிகோலிட்ஸின் இறந்து விடுவான். அவனைவிட்டு ஓடி வந்தவர்கள் விவேகிகள். ஜார்பீட்டர் அனுபவம் பெறாத இளைஞன்; ஆனால் மகாராணித் தாயும் சமய முதல்வரும் அவர் சார்பில் சிந்தனை செய்து முடிவு எடுக்கிறார்கள். அவர்கள்தாம் உண்மையான சத்து. அந்தச் சாரணம் என்னவென்று கேட்கிறீர்களா? சொல்வோம். வண்டிச் சவாரி செய்யக் கூடாதென்று பாயர்களுக்கு உத்திரவிடுவார்கள். எந்தப் பாயருக்கும் இரண்டாவது வீடு இருக்கக் கூடாது என்று சட்டம் செய்வார்கள். வணிகர்களும் நகர மக்களின் பிரதிநிதிகளும் அரண்மனைக்குச் சென்று ‘இதைச் செய்’ என்றும், ‘அதைச் செய்யாதே’ என்றும் கண்டிப்பாகக் கூறும் உரிமையைப் பெறுவார்கள். ருஷியாவிலுள்ள அன்னியர்களையெல்லாம் வெளியேற்று வார்கள்; அவர்களது வீடு வாசல் உடைமைகளைக் கொள்ளையடிக்கும் சலுகையை மக்களுக்கு வழங்குவார்கள். அடிமைமுறையும் வரிமுறையும் ஒழிந்துவிடும். விவசாயிகளும் அடிமைகளும் இஷ்டப்பட்ட இடத்தில் சுயேச்சையாக வாழும் உரிமையை அனுபவிப்பார்கள்.’’

இவ்வாறெல்லாம் குறிசொல்லுவோர் உரைத்தார்கள்; அதற்குச் செவிகொடுத்த ஜனங்களும் அவ்வாறே எண்ணினார்கள். மடத்தில், மணிகள் மகிழ்ச்சியோடும் ஒத்திசையோடும் ஒலித்த வண்ணமிருந்தன. திருக்கோயில்கள் எப்பொழுதும் திறந்தேயிருந்தன. துறவறத்துக்குரிய பண்கள் இரவிலும் பகலிலும் இசைத்தவண்ணமிருந்தன.

உதய காலத்தில், ஜார்பீட்டர், மகாராணித் தாயாருடனும் சமயமுதல்வருடனும் படிக் கட்டில் இறங்கி வந்து காலை வழிபாட்டில் கலந்துகொண்டார். வழிபாடு முடிந்தவுடன் அவர்கள் ஜனங்களுக்குக் காட்சி தந்தனர். புதிதாக வந்தவருக்கு மகாராணியே கோப்பையில் வாட்கா ஊற்றிக் கொடுத்தாள். உண்ணா நோன்பாலும் தவத்தாலும் உலர்ந்த வாடியபோதிலும், மனவெழுச்சியால் தெம்பும் திராணியும் பெற்ற சமய முதல்வர், புதிதாக வந்தவர்களுக்கு நல்லாசி வழங்கினார்:

‘‘நீங்கள் கலகக்காரர்களை விடுத்து ஜார்மன்னரிடம் பயபக்திகொண்டு நடப்பதைக் கண்டு ஆண்டவன் அகமகிழ்கிறார்.’’

இவ்வாறு மொழிந்துவிட்டு, அவர் பீட்டரை நோக்குவார். பீட்டர் ருஷியப் பாணி ஆடையை உடுத்தியிருந்தான். கழுவிய கரத்தில் பட்டுக் கைக்குட்டை வைத்திருந்தான். மெலிந் திருந்த முகத்தைத் தாழ்த்திப் பணிவாக நின்றான். இரண்டுவார காலமாக அவன் செந்தேறலைச் சுவைக்கவும் இல்லை; புகை பிடிக்கவும் இல்லை. அன்னையோ, சமய முதல்வரோ, போரிஸ்ஸோ என்ன கூறினாலும், அதற்கு இணங்கச் செயல்பட்டான். மடத்துக்கு வெளியே கால் எடுத்து வைக்கவேயில்லை. பலிபூஜை முடிந்தபின், அவன் மடத்தின் முதல்வரது அறையில் வழிபாட்டு உருவங்களுக்குக் கீழ் அமர்ந்தான்; பாயர்கள் முத்தமிடுவதற்குக் கரம் நீட்டினான்.

அவன் முன்போல் விடுவிடுவென்று பேசிக்கொட்டுவதில்லை; வெறித்துப் பார்ப்பதுமில்லை. தன் கருத்தைப் பொருட்படுத்தாது, மூத்தோர் யோசனைக்கு இணங்க, அமைதியாகவும் மதிப்பாகவும் மெட்டாகவும் பேசினான்.

''கடவுளுக்கு எப்படி நன்றி செலுத்துவேன்! அவரது அருளால், பீட்டர் தன்னுணர்வு பெற்றுவிட்டான். நிதானமும் கண்ணியமும் மாட்சிமையும் அவனிடம் துலங்குகின்றன'' என்று நடால்யா பாயர்களிடம் சொல்லிக்கொண்டே இருந்தாள். அன்னியர்களில் லிபோர்ட் ஒருவனுக்கே பீட்டரைப் பார்ப்பதற்கு அனுமதி கிடைத்தது. அவனும் போஜன வேளையிலோ, பேட்டி அளிக்கும் நேரத்திலோ, பீட்டரைப் பார்க்க முடியாது. சமய முதல்வர் தன்னைப் பார்க்கக் கூடாதென்பதற்காக, அந்திவேளையில் பீட்டரின் அறைக்கு வருவான். பீட்டர் வாய்பேசாது அவன் முகத்தைக் கரங்களால் பிடித்துக் கொண்டு, கன்னங்களில் முத்தமிடுவான்; நிம்மதியாகப் பெருமூச்சு விடுவான். அவன் லிபோர்ட்டுக்கு அருகில் அமர்வான்; லிபோர்ட் அரைகுறையாகத் தெரிந்த ருஷிய மொழியில், அவனிடம் பலவற்றைப் பற்றிப் பேசுவான்; சிரிக்க வைப்பான்; உற்சாகம் ஊட்டுவான்; வேடிக்கைப் பேச்சுக்கிடையே அனுபவ சாத்தியமான யோசனை களையும் சொல்வான்.

படுக்கைச் சட்டையுடன் ஓடிவந்ததை எண்ணிப் பீட்டர் மனங்குன்றி வேதனையடைவதை லிபோர்ட் அறிந்துகொண்டான். எனவே, தந்திரம்செய்து தம் உயிரைக் காப்பாற்றிக்கொண்ட மன்னர்களைப் பற்றியும் தளபதிளைப் பற்றியும் கதைகதையாகச் சொல்வான். ''ஒரு பிரெஞ்சுப் பிரபு பெண்ணாடை உடுத்த இன்னொரு ஆடவனுடன் படுத்துக்கொண்டு, இரவைக் கழிக்க நேர்ந்தது. ஆனால் அதே பிரபு அடுத்த தினத்தில் ஏழு நகரங்களைக் கப்பற்றினான்... எதிரிக்கு வெற்றி கிட்டுவதைக் கண்ட நெக்டேரியஸ் என்ற தளபதி, வழுக்கைத் தலையைக் காட்டி விரோதியை அச்சுறுத்தி ஓட ஓட விரட்டினான். ஆனால் அவனும் பின்னால் தோல்வியுற்று அவ மானம் அடைந்தான்; வழுக்கைத் தலையில் கொம்புகளைக் கட்டிவிட்டு இழிவுபடுத்தினார்கள். என்றாலும், அவன் முன்னால் அடைந்த புகழ் மறையவில்லை'' இவ்வாறு சிரித்துக்கொண்டே கதைசொல்லி, லிபோரட் மெழுகுத் திவலைகள் படிந்த பீட்டரது கரத்தை அமுக்கினான்.

பீட்டர் அனுபவம் பெறாத அவசரவாதியாக இருந்தான். எனவே, ஸோபியாவிடமிருந்து அதிகாரத்தைப் பறிக்கும் பெருமுயற்சியில், முன்னெச்சரிக்கையே தலைமையாக வேண்டப் படுவது என்று லிபோர்ட் எச்சரித்தான். போர்க்களத்தில் குதிப்பதால் பயனில்லை. சண்டை போட்டு மண்டையை உடைத்துக் கொள்வதற்கு எவரும் தயாராயில்லை. மாஸ்கோவிலிருந்து சாரிசாரியாக வந்து திரளும் மக்களிடம், மடத்தின் மணிகள் கணகணவென்று ஒலித்து நல்லாசி வழங்கும் சுற்றுணர்ச்சியில், அமைதியும் செல்வமும் அனைவரும் பெறுவதற்கு வகை செய்வதாக உறுதி மொழியவேண்டும். ஸோபியா, பட்டுப்போன மரம்போலத் தானாக வீழ்ச்சி அடைவாள். மேலும் லிபோர்ட் தணிந்த குரலில் கனிவோடு கூறினான்:

''பீட்டர், மெட்டோடு நடைபோடுங்கள்; காட்சிக்கு எளியராயிருங்கள்; கடுஞ்சொல் பேசாதீர்கள். தொழுகையில் கலந்து, கால்வலிக்கும் வரை நின்றுகொண்டிருங்கள். இவ்வாறு பணிவோடும் பக்தியோடும் நடந்துகொண்டீர்களானால், உங்களை அனைவரும் விரும்புவர். இந்த எஜமானரை ஆண்டவனே அருள்கூர்ந்து அனுப்பியிருப்பதாகச் சொல்வார்கள். இவரது ஆட்சியில், போரும் பகையும் ஒடுங்கும் என்றும், புகழ் ஒடுங்காத வாழ்வு கிட்டும் என்றும் கூறு வார்கள். சண்டை போடுவதையும் சந்தடி செய்வதையும் போரிஸ்ஸிடம் விடுத்துவிடுங்கள்.''

பீட்டர் தன் உயிர்த்தோழனின் கூர்ந்த மதியைக் கண்டு வியந்தான். லிபோர்ட் மேலும் விளக்கம் தந்தான்:

''இதைத்தான் பிரெஞ்சுக்காரர்கள் அரசியல் என்று குறிப்பிடுகிறார்கள். தனக்கு நற்பயன் அளிப்பதை அறிவதே அரசியல் என்பது அவர்கள் கூறும் இலக்கணம். பிரெஞ்சு மன்னனான பதினோராவது லூயி, தனக்குத் தேவை ஏற்பட்டபொழுது, அடித்தட்டிலுள்ள உழவனது குடிசைக்கும் விஜயம் செய்தான்; அதேபோல், அவசியம் ஏற்பட்டபொழுது, உச்சத்தட்டிலுள்ள பிரபுவையும் ஈவிரக்கமின்றிச் சிரச்சேதம் செய்தான். அவன் களம்புகுந்து பொருதுவதை விட அரசியல் யுக்திகளையே அதிகமாகக் கையாண்டான். அவன் ஒரு சிங்கம்; குள்ளநரியும் கூட. சத்துருக்களைச் சம்ஹாரம் செய்து, நாட்டை வளப்படுத்துவதில் வெற்றி கண்டான்.''

அவன் பேச்சு பீட்டரை வியப்பில் ஆழ்த்தியது லிபோர்ட் நாட்டியக்காரன்தான்; கோமாளியும் கூட; ஒழுக்கக் கேடுகளுக்கு உரியவன் என்பதும் உண்மையே. ஆயினும், எந்த ருஷியனும் கூறாத செய்திகளை அவன் எடுத்துரைத்தான்.

''ருஷியர்களாகிய நீங்கள் தத்தம் நலனிலேயே கண்ணும் கருத்துமாய் இருக்கிறீர்கள். ராஜ்யத்தின் பொது நலனைப் பற்றி ஒருவரும் சிந்தனை செய்வதில்லை. ஒருவன் பொருள் திரட்டுவதில் குறியாயிருக்கிறான்; இன்னொருவன் பட்டம் பதவிகளைப் பெறுவதில் உறுதியாய் இருக்கிறான். மற்றொருவன் தன் வயிற்றை நிரப்புவதிலேயே கவனமாய் இருக்கிறான். இம் மாதிரியான அநாகரிக மாந்தரை உலகில் எங்கும் காண முடியாது. ஒருவேளை, ஆப்பிரிக்காவில் பார்க்கலாம். உங்களிடம் தொழில் இல்லை, சேனை இல்லை, கடற்படை இல்லை. உழைப்பவரின் உதிரத்தை உறிஞ்சுவதற்குத்தான் உங்களுக்குத் தெரியும். அந்த இரத்தத்திலும் சத்து இல்லை'' என்று லிபோர்ட் பேசினான்.

மூன்றாவது ரோமாபுரியை இழிவுபடுத்துவதாகப் பீட்டர் கடிந்துகொள்வானென்ற அச்சம் இல்லாமல், லிபோர்ட் தைரியமாகப் பேசினான். அச்சமும் ஆவலும் மிகுந்த பீட்டரின் மனதில் மண்டிக்கிடந்த புதர்களிடையே விளக்கொளி வீசச்செய்வதாக அவனது பேச்சு அமைந்தது. ஸர்ஜியஸ் முனிவரது உருவத்துக்கு முன்னால் எண்ணெய் விளக்கு மங்கலாக எரிந்தது. சாளரத்துக்கு வெளியே, காவற்காரனது காலடி ஓசைகேட்டு ரொம்ப நேரமாகிவிட்டது. ஆயினும் லிபோர்ட் இன்னமும் பீட்டரைச் சிரிக்க வைத்தான்:

''பீட்டர், நீங்கள் புத்திசாலியாகவிருக்கிறீர்கள். நான் இந்த உலகத்தில் பல ஊர்களுக்குச் சென்று பல அனுபவங்களைப் பெற்றுள்ளேன். நாலாவிதமான ஜனங்களோடு பழகியிருக்கிறேன். என் வாளையும் என் வாழ்வையும் உங்களது சேவைக்காக அர்ப்பணிக்கிறேன்'' என்று கூறிப் பீட்டரை நோக்கினான். பல்லாண்டுகள் கழித்தவன் போல, இந்தச் சில நாட்களில், பீட்டரது பெரிய தவிட்டு நிறக் கண்கள் ஒடுங்கிவிட்டன. ''உங்களுக்கு அறிவார்ந்த துணைவர்கள் தேவை. அவர்கள் நம்பகமானவர்களாகவும் இருக்க வேண்டும். உங்களது சொல்லுக்காக, நெருப்பில் குதிக்கவும், தாய் தந்தை என்ற பாசம் பற்றுக்களைப் பாராது செயல்படவும் துணிந்தவர்களாக இருக்க வேண்டும். இந்தப் பாயர்கள் பட்டம் பதவிக்காகத் தமக்குள் சண்டையிட்டுத் தொலையட்டும். அவர்கள் மனதை மாற்ற முடியாது. அவர்களை அழிப்பதும் பிரமாதமான வேலையல்ல. அதைப் பொறுத்திருந்து கவனிக்கலாம். காலம் தாழ்ந்துவிடாது. முதலில் நீங்கள் வலுவடைய வேண்டும். இப்பொழுது, பாயர்களுடன் போராடுவதற்கு வேண்டிய பலம் உங்களிடம் இல்லை. இவ்வாறு அலுவல்களைக் கவனிக்கும் பொழுதே, வேடிக்கைக்கும் களியாட்டத்துக்கும் குறைவில்லாத வகையில் ஏற்பாடு செய்யலாம். அழகு மங்கைகளுக்கும் குறைவு ஏற்படாது. இரத்தத்தில் சூடு இருக்கும்பொழுதே, வாழ்வைச் சிறப்பாகச் சுவைத்து அனுபவியுங்கள். தேவையான வசதியும் இருக்கிறது. நீங்கள் ஜார் மன்னர் அல்லவா?''

அவனது மெலிந்த உதடுகள் மிகவும் தணிவாகப் பேசின; சுருள்மீசை பீட்டரது முகத்தைத் தொட்டுக் கிளுகிளுக்கச் செய்தது. அந்தக் கண்களில் தண்மையும் திண்மையும் மாறிமாறித் தோன்றி மறைந்தன. இந்த நண்பன் பீட்டரது மனத்தில் எழுந்த எண்ணங்களை நன்கறிந்திருந் தான். அவனது மனத்தில் தோன்றிய இனம் கண்டுகொள்ள முடியாத ஆவல்களை இவன் தெளிவாக வெளியிட்டான்.

பீட்டர் இத்துணை முன்யோசனையை எங்கிருந்து பெற்றான் என்று மகாராணி நடால்யா வியந்தாள். அவன் அன்னையிடமும் சமய முதல்வரிடமும் வினயத்துடன் நடந்துகொண்டான்; அவனது அவையைச் சேர்ந்த பாயர்களது பேச்சுக்குச் செவிகொடுத்தான்; நாள் தவறாது நீராடினான்; மனைவியுடன் படுத்து உறங்கினான். இந்தப் பண்பார்ந்த நடத்தையைக் கண்டு நடால்யா பேருவகை அடைந்தாள். டிராயிட்ஸா மடத்தில் அவள் இலையுதிர் காலத்து ரோஜாவைப் போல் மலர்ந்தாள். பதினைந்தாண்டுகளாகக் கவனிப்பாரில்லாது ஒதுக்கப்பட்டுக் கிடந்த நடால்யாவுக்கு நற்பேறு கிட்டிவிட்டது. மீண்டும், உயர்குடிப் பிரபுக்கள் நெருக்கி யடித்துக்கொண்டு வந்து அவளை வணங்கினர். அவள் வாய்திறந்து வெட்டிக்கொண்டு வா என்றால் கட்டிக்கொண்டு வருவதற்குச் சித்தமாகிப் பாயர்களும் அவையாத்தாரும் காத்திருந் தனர். பூஜைவேளையில், அவள் தலைமையான இடத்தில் நின்றாள்; அவளிடமே, முத்தமிடு வதற்கான சிலுவையைச் சமய முதல்வர் முதலில் கொடுத்தார். அவள் வெளியே வந்தவுடன், ஜனங்கள் மண்டியிட்டு வணங்கினார்கள். அசடர்களும் அங்கஹீனர்களும் பிச்சை இரப்போரும் அவளைப் புகழ்ந்து கத்தினார்கள்; அவளது ஆடையின் விளிம்பைத் தொடுவதே அரியதொரு பேறு என்று கருதிப் போட்டியிட்டு முயன்றனர். நடால்யா அமைதியான குரலில் அளவாகப் பேசினாள்; அவளது பார்வையில் ராஜகளை கட்டியது. அவளது அறையில், கம்பளத்தில் தைத்த அரசாங்க ஆடைகளை அணிந்த பாயர்கள், பெஞ்சிகள்மீதம் பெட்டிகள்மீதும் அமர்ந்திருந்தனர்; வெப்பமிகுதியால் அசையாது இருந்தனர். குழந்தைப் பருவத்தில் பீட்டருக்கு எண்ணும் எழுத்தும் கற்றுக்கொடுத்த ஸ்திரீஷ்னெவ் இங்கு இருந்தான். அவனது மோஹனப் புன்னகையையும் புருவத்துடிப்பையும் கண்டவர்கள், அவன் திறமைசாலியா சூதுவாதில் வல்லவனா என்பதைக் கணிக்க முடியாது திகைத்தனர். சிவந்த மயிரும் அகன்ற முகமும் கண்டிப்பான தோற்றமும் உடைய மகாப்பிரபு டிரோயிகுரோவும் இங்கு இருந்தான். பீட்டர் திருமணத்தின் மூலம் சுற்றத்தானாகிவிட்ட பீட்டர் லோபுஹின்னும் இங்கு இருந்தான். அவனது சதைபிடிக்காத கன்னங்களும் இமைமயிர் இல்லாத கண்ணிமைக் கதுப்புகளும் சிவந்திருந்தன; சத்தை இழந்து சக்கையாகிவிட்ட இந்தக் கிழவனுக்கு அதிகாரத்தை அடைய வேண்டுமென்பதில் அவ்வளவு துடிப்பு. கழுகுமூக்கை உடைய செர்காஸ்கி கணப்பின் அருகில் கைகுவித்துச் சாய்ந்திருந்தான். இந்த மாத நடுவில் டிராயிட்ஸாவுக்கு வந்து சேர்ந்த பிடோர் ரோமோ டானோவ்ஸ்கியும், மீசையைத் தடவி விட்டுக்கொண்டும், உப்பிய கண்களைச் சுழற்றிக் கொண்டும், வயிறு பெருக்கும் வரை மச்சு வாங்கிச் சுவாசித்துக்கொண்டும், இந்த அறையில் இருந்தான்.

மகாராணி அறைக்குள் பிரவேசித்தவுடன், ஒவ்வொருவரையும் பெயர் சொல்லி விளித்து வாழ்த்தினாள். நிவேதனமான ரொட்டித்துண்டைக் கரத்தில் வைத்துக்கொண்டு, சாதாரணமான நாற்காலியில் அமர்ந்தாள். அவள் அருகே, சிவந்த முகமும் பருத்துத் தடித்த உடலும் உடைய அவளது சோதரன் லியோநாரிஷ்கின், கண்ணியம் விளங்க அமர்ந்திருந்தான். பாயர்கள் அவனுடன் ராஜ்ய விவகாரங்களை நிதானமாக விவாதித்தனர். ஸோபியாவை எவ்வாறு நடத்துவது, மிலோஸ்லவ் ஸ்கியை என்ன செய்வது, யார் யாரை நாடு கடத்துவது, துறவியாக மடம் புகும்படி யார் யாருக்கு உத்திரவிடுவது, எந்தப் பாயரை எந்த அரசாங்க அலுவலகத்தின் பொறுப்பாளியாக நியமிப்பது ஆகிய விஷயங்களை அவர்கள் விவாதித்தனர்.

போரிஸ், இன்றியமையாத காரியமாயிருந்ததால்தான், நடால்யாவின் அறைக்கு வந்தான். அவனது ஒன்றுவிட்ட சகோதரனது (வாஸிலியின்) நிலையை எண்ணி வெட்கமடைந்தான் என்பது ஒன்று; மகாராணியின் அறையில் அமர்ந்து உரையாடுவதற்கு நேரம் கிடைக்கவில்லை என்பது இன்னொரு காரணம். இரவும் பகலும், அவன் உத்திரவுகளை எழுதினான்; மாஸ்கோவில் மிஞ்சியிருந்தவரோடு பேச்சுவார்த்தை நடத்தினான்; படைகளை டிராயிட்ஸாவுக்கு வரச் செய்தான்; படையினரின் உணவு வசதிகளைக் கவனித்தான். அவன் எவருடைய யோசனையையும் காது கொடுத்துக் கேட்பதில்லை. வாஸிலியைவிட போரிஸ்ஸுக்குச் செருக்கும் மமதையும் அதிகம்தான். பொன்முலாம் பூசிய இலேசான உடற்கவசமும் சிவந்த இறகுகளை வைத்து அலங்கரித்த இத்தாலியத் தொப்பியும் அணிந்துகொண்டு, செந்தேறல் குடித்துச் சிவந்த முகத்தோடு, படைமுகாம்களைச் சுற்றினான். பிடரிமயிரிலும் வால்மயிரிலும் பொன்னிழை வைத்துப் பின்னப்பட்ட துறுதுறுப்பான பெண்குதிரை மீது மாட்சிமை விளங்கச் சுற்றினான். அவன் தன் புரவியின் வெல்வெட் இருக்கையில் சற்றுச்சாய்ந்து, புதிதாக வந்த தளபதிகளை முத்தமிட்டான். வரிசை வரிசையாக வெட்டிப் போடப்பட்ட நீண்ட புல்லைப்போல மண்டியிட்டுத் தரையில் விழுந்த சிப்பாய்களை நோக்கி, அவன் இடுப்பில் வைத்த கையுடன் நிமிர்ந்து அமர்ந்து சென்று கூறினான்:

''நல்லவர்களே, வருக, வருக. கடவுள் உங்களை மன்னிப்பார். ஜார் இரக்கம் காட்டுவார். பாரவண்டிகளை அவிழ்த்து விடுங்கள்; உணவு வகைகளைச் சமைத்துக் கொள்ளுங்கள்; உங்களது பேரரசர் உங்களுக்கு ஒரு பீப்பாய் வாட்காவைச் சன்மானமாக அளித்திருக்கிறார்.''

''இந்தப் போரிஸ் ஓர் உல்லாசப் பேர்வழி. இங்கு அனைத்தும் நன்றாக விருப்பதாகத் தோன்றுகிறது. நாம் வந்தது நல்லதுதான்.'' என்று சிப்பாய்கள், பாரவண்டிகளிலிருந்த பெண்களிடம் கூறினார்கள்.

போரிஸ் தன்னந் தனியனாகவே அனைத்தையும் நிர்வகித்தான். எந்தத் தொல்லையும் இல்லாமல், வாளாவிருப்பதையே பாயர்களும் விரும்பினர். மகாராணியின் அறையில் அமர்ந்து ஆலோசனை செய்வதன் மூலம் பெறும் மன நிறைவையே அவர்கள் நாடினர். ஓர் ஆலய முன்றிலில் சமுக்காளங்களால் கூடாரம் கட்டிக்கொண்டிருந்த யாகோவ், கிரிகரி என்ற இரு டோல்கோருகிகளுக்குத்தான், போரிஸ் நடத்தை பிடிக்கவில்லை. ''ஏழாண்டுகளாக, வாஸிலி (கோலிட்ஸின்) அட்டஹாசத்தைப் பொறுத்துக்கொள்ள வேண்டியிருந்தது. இப்பொழுது இங்கு போரிஸ் (கோலிட்ஸின்) தர்பார் நடத்துகிறான். வாணலியிலிருந்து தணலுக்குள்ளே வீழ்ந்து விட்டோம்!'' என்று அவர்கள் பேசிக்கொண்டனர். போரிஸ் அன்னியர் பேட்டையில் பீட்டருடன் குடித்துக் கூத்தடித்தான் என்பதாலும், அவன் லத்தீன் மொழியில் பண்டிதனாக விருந்ததாலும், அன்னியதேசப் பொருட்களில் பிரியம் வைத்திருந்தான் என்பதாலும், சமய முதல்வருக்குப் போரிஸ்ஸைப் பிடிக்கவில்லை. ஆனால் அவனும் காலமாறுதலை எதிர்பார்த்து வாய்திறவாது பொறுத்திருந்தான்.

ஆகஸ்ட் மாதம் 29-ம் தேதி, ஒரு சிப்பாய், மடத்தின் இரும்பு நுழைகதவு அருகே வந்து தன் குதிரையை நிறுத்தினான். அவனது தலையில் குல்லாய் அணியவில்லை; கோட்டு தளர்ந்திருந்தது. புழுதிபடிந்த முகத்தில், கண்ணின் வெள்ளை மட்டுமே தனியாகக் காட்சிக்குப் புலனாயிற்று. நுழைகதவுக் கூண்டை நோக்கித் தன் நெருக்கமில்லாத தாடியைத் தூக்கிக் கொண்டே, பயங்கரமான குரலில் கத்தினான்:

''ஜாரின் வேலையாக வந்திருக்கிறேன்!''

அவர்கள் கிரீச்சென்று ஓசைசெய்த கதவுகளைத் திறந்தனர். மூச்சுத் திணறிய குதிரை மீதிருந்து சிப்பாய் இறங்குவதற்கு உதவினார்கள். அவன் பலசாலிதான். ஆனால் விரைந்து வந்ததால், களைத்துவிட்டான். நடக்கவும் முடியவில்லை. அவர்கள் அவனைக் கவனமாகப் பிடித்துக் கொண்டு போரிஸ்ஸிடம் இட்டுச்சென்றனர். அவனது தலை ஆடிக்கொண்டேயிருந்தது. முகப்பு மண்டபத்தில் போரிஸ்ஸைக் கண்டவுடன், சிப்பாய் அவன் காலில் விழுந்தான். ''ஸோபியா, ஐந்துமைல் தூரத்தில், வாஸ்டிவிஷன்ஸ்கியில் இருக்கிறாள்'' என்றான்.

19

வாஸ்டிவிஷன்ஸ்கி கிராமத்திலிருந்த காவலர்கள், ரீஜன்டின் வவண்டியை நிறுத்தினார்கள். கண்ணாடிக் கதவைத் திறந்த ஸோபியா, அந்தச் சிப்பாய்களில் சிலரை அடையாளம் கண்டு கொண்டாள்; அவர்களைத் துரோகிகளென்றும் ஜுடாஸ்★ இனத்தவரென்றும் தூற்றி, மணிக்கட்டை ஆட்டி அச்சுறுத்தினாள். கிலியடைந்த சிப்பாய்கள் தத்தம் குல்லாயை எடுத்தனர். ஆனால் வண்டி மீண்டும் தன் பயணத்தைத் தொடங்கியவுடன் அவர்கள் குத்துவாட்களின் கைப்பிடியால் வழியை மறித்துக் குதிரைகளைப் பிடித்துக்கொண்டார்கள். இப்பொழுது ஸோபியாவுக்குத் திகில் ஏற்பட்டது. அருகிலிருந்த வீட்டுக்கு வண்டியை ஓட்டும்படி ஆணையிட்டாள்.

ஆடவரும் பெண்டிரும் நுழைகதவுகளின் வழியே தலைநீட்டிப் பார்த்தனர். சிறுவர்கள் கூரைமீது ஏறி வெறித்துப் பார்த்தனர். நாய்கள் வண்டியைத் தொடர்ந்து வந்து குரைத்தன. ஆத்திரத்தாலும் அவமானத்தாலும் சோர்ந்து வெளிறிப்போன ஸோபியா, வண்டியில் சாய்ந்தாள். விர்கா அவளது பாதங்களை நெருங்கி அமர்ந்தாள். அருவருப்பான உருவுடைய குள்ளனான இக்னாஷ்கா முகத்தைத் தூக்கிக்கொண்டு அழுதான். மூன்று அடி உயரம் உள்ள அந்தக் குரூபியின் குல்லாயில் சலங்கை கட்டியிருந்தது. வழியில், வேடிக்கையாகப் பொழுது போக வேண்டு மென்பதற்காக, அவனை ஸோபியா அழைத்து வந்திருந்தாள். ஒரு பணம் படைத்த தீர்வை அதிகாரியின் வீட்டு வாசலில் வண்டி நின்றது. ஸோபியா, வீட்டுக்காரர்களை ஒதுங்கிப் போகும்படி உத்திரவிட்டு விட்டுப் படுக்கை அறைக்குச் சென்றாள். விர்கா, படுக்கையிலும், பெட்டிகள் மீதும், பெஞ்சிகள் மீதும் உயர்தரமான சால்வைகளை விரித்தாள். வழிபாட்டு உருவத்துக்கு முன் விளக்குகளை ஏற்றிவைத்தாள். ஸோபியா படுத்துக்கொண்டாள். இரும்புப் பட்டைத் தகடு தலையை இறுகக் கட்டியதுபோல், அவப்பேற்றின் அறிகுறிகள் அவளை வசப்படுத்திக்கொண்டு வதைத்தன.

இரண்டுமணி நேரம் நிறைவு பெறுவதற்கு முன்னால், குதிரைக் குளம்புகளின் ஒலியும், படித்தட்டில் வாள் உராயும் ஒலியும் செவியில் விழுந்தன. சாராயக் கடையில் நுழைவது மாதிரி, அனுமதி கேட்காது ஒருவன் உள்ளே நுழைந்தான். குல்லாயைச் சாய்வாகத் தரித்துக்கொண்டும் சட்டைப் பைகளில் கரங்களை நுழைத்துக்கொண்டும் படுக்கையறைக்குள் துடுக்காக வந்த புதுர்லின் என்ற புரவிவலவன்,

''இளவரசி எங்கே?'' என்று வினவினான்.

விர்கா கைவிரித்து விரைந்து, அவனைத் தள்ளினாள்.

★ ஜுடாஸ்: யேசுநாதரின் முதல் மாணவர்களில் ஒருவனாயிருந்தான். அவனே தன் குருநாதனைச் சத்துருக்களிடம் காட்டிக் கொடுத்தான். எனவே, ஜுடாஸ் இனத்தவன் என்றால் துரோகி என்று பொருள்படும். மொ-ர்.

''போ, வெளியே போ. மானங்கெட்டவனே! இளவரசி உறங்கிக் கொண்டிருக்கிறார்'' என்று அவள் கடிந்து கூறினாள்.

ஸோபியா துள்ளி எழுந்தாள். புதுர்லின் குல்லாயை நீக்கும் வரை, அவனை வெறித்துப் பார்த்தாள். பிறகு சொன்னாள்:

''நான் டிராயிட்ஸாவுக்குத்தான் வருகிறேன். தம்பியிடம் இந்தச் சேதியைத் தெரிவித்து விடு.''

''அது உங்கள் விவகாரம். ஆனால் தம் தூதரான டிராயிகுரோவ் வருகையை எதிர்பார்த்துக் காத்திருக்கும்படி ஜார் உங்களுக்கு உத்திரவிட்டிருக்கிறார். அதற்கு முன் நீங்கள் இந்த இடத்தை விட்டு நகரக்கூடாது'' என்று புரவிவலவன் கூறினான்.

அவன் சென்றபின் ஸோபியா மீண்டும் படுத்துக்கொண்டாள். அவள் பதறி நடுங்கியதைக் கண்ட விர்கா, ஒரு கம்பளிக்கோட்டால் அவளைப் போர்த்தினாள். மைக்கா ஜன்னல் வழிவந்த ஒளிமதங்கிமறைந்தது. மாட்டிடையனது சாட்டை சுண்டியதும், பசுக்கள் கத்தியதும், கதவுகள் கிரீச் சென்று திறந்ததும், அவர்கள் காதில் விழுந்தன. அதன்பின், அமைதி நிலவியது. இக்னாஷ்காவின் குல்லாய்ச் சலங்கைகள் சோகராகம் இசைத்தன. அந்தக் குள்ளக்கோமாளி, கால்களை ஆட்டிக்கொண்டு, துயரமே உருவாய்ப் பெட்டிமீது உட்கார்ந்திருந்தான். ''அவனும் என்னைக் கல்லறையில் அடக்கம் செய்வதற்குச் சித்தம் ஆகிக்கொண்டிருக்கிறான்...'' என்று ஸோபியா எண்ணினாள்; ஆத்திரத்தில் பதறினாள். அவன் அவளது கைக்கு எட்டிய தூரத்தில் இருந்திருந்தால், அவனைத்தூக்கி எறிந்திருப்பாள். ஆனால் அவளது கைகள் காரீயம் போல் சுமையாக விருந்தன.

''விர்கா, மடத்துக்குச் சென்றவுடன், புதுர்லின்னைப் பற்றி ஞாபகப்படுத்து. மறந்து விடாதே'' என்று ஸோபியா தணிந்த குரலில் கூறினாள்.

விர்காவின் குளிர்ந்த இதழ்கள், அவளது கரத்தைத் தொட்டன. புதுர்லின் ஆடையின்றி நிற்பது போலவும், கரங்கள் கட்டப்பட்டிருப்பது போலவும், வாள் மின்னுவது போலவும், அவனது தோள்பட்டைகள் உயர்ந்து தாழ்வது போலவும், தலையிருந்த இடத்தில் இரத்தம் குமிழியிடுவது போலவும், அந்த அந்தி ஒளியில் ஸோபியா கற்பனை செய்தாள். அதுவே அவனுக்கு நன்னடத்தை கற்பிக்கும் வழி என்று கருதி, மெதுவாகச் சுவாசித்தாள்.

டிராயிகுரோவ் தன்னை நாடி வருவதை எண்ணினாள். இரண்டு வாரத்துக்கு முன்தான், அவள் அவனைப் பீட்டரிடம் அனுப்பினாள். அவன் உடன்பாடு காணாமல் திரும்பிவந்தான். அதனால் அவள் ஆத்திரம் கொண்டாள்; முத்தமிடுவதற்குக் கை நீட்ட மறுத்தாள். அதை அவன் இழிவாகக் கருதினானா? அல்லது அவன் கோழையாகி விட்டானா? அதன்பின் பீட்டருடன் சேர்ந்து கொண்டான். அவன் புத்திசாலியல்ல; உருவத்தில்தான் ஓங்கி வளர்ந்திருந்தான். ஸோபியா தன் தடித்த கால்களைத் தொங்கவிட்டுக்கொண்டு, வெல்வெட் பாதரட்சைகள்மீது ஆடையைச் சரி செய்து கொண்டு மொழிந்தாள்:

''விர்கா, பெட்டியைக் கொண்டுவா!''

விர்கா, உலோகத்தகட்டில் செய்த பெட்டியை இறகுப்படுக்கை மீது வைத்தாள். மூலையில் இருந்த மெழுகுவத்தியை ஏற்ற முயன்றாள். மீண்டும் மீண்டும் முயன்ற போதிலும்,*சிக்கி

★ நாம் உபயோகிக்கும் தீக்குச்சியைக் கண்டுபிடித்து 125 ஆண்டுகளே ஆகின்றன. அதற்குமுன், தீப்பற்ற வைப்பதற்கு, உலோகத் துண்டு, சிக்கி முக்கிக்கல் அல்லது தீக்கல், சிக்கி முக்கிப் பஞ்சு ஆகிய மூன்று பொருட்களை உபயோகித்தனர். சிக்கி முக்கிப் பஞ்சு என்பது கடற் பஞ்சு மாதிரி இருக்கும். எளிதில் தீப்பிடித்துக் கொள்ளக்கூடியது. தீக்கல்லை உலோகத்துண்டில் விசையாடு தேய்த்தால் பொறி உண்டாகும். தீப்பொறியில் பஞ்சைப்பற்ற வைப்பார்கள். மொ-ர்.

முக்கிக் கல்லில் தீப்பொறி உண்டாகவில்லை. ஸோபியா பொறுமை இழந்தாள். அதன்பின், சிக்கி முக்கிப் பஞ்சு எரியும் மணம் பரவியது. விர்கா முதலில் ஒரு காகிதத்தைக் கொளுத்தினாள்; அதன்பின் மெழுகுதிரியை ஏற்றினாள். அதன் வெளிச்சத்தில், ஸோபியா குனிந்துகொண்டாள்; முகத்தில் விழுந்த கேசத்தைப் பின்னுக்குத் தள்ளிக்கொண்டு, நோயுற்ற சோதரனான ஐவான், பீட்டருக்கு எழுதிய கடிதத்தைப் படித்தாள். இரத்தம் சிந்தியது போதுமென்றும் ஒத்துப்போக வேண்டுமென்றும் ஐவான் பீட்டரை வேண்டிக் கொண்டிருந்தான். சமயமுதல்வர் கருணை காட்டிச் சந்து செய்விக்க வேண்டுமென்றும், பீட்டரும் ஸோபியாவும் மனமிளகச் செய்ய வேண்டுமென்றும், அதில் அவன் வேண்டிக் கொண்டிருந்தான்.

அதைப் படித்தபொழுது, அவள் கடுகடுப்பாகச் சிரித்தாள். ''பரவாயில்லை; இந்த இழிவை யும் பொறுத்துக்கொள்வேன்'' என்று எண்ணினாள். எப்படியாவது அந்த ஓநாய்க்குட்டியை டிராயிட்ஸாவிலிருந்து கிளப்பிவிட வேண்டுமென்பதே அவளது நோக்கம். ஆழ்ந்த ஆலோ சனையில் ஈடுபட்டிருந்த ஸோபியா, வெளிக் கதவு வழியாகக் குதிரைகள் நுழைந்த ஓசையைக் காதில் வாங்கிக் கொள்ளவில்லை. டிராயிகுரோவ் நடைபாதையில் அவளைப்பற்றி அழுத்தமான குரலில் விசாரிப்பதைக் கேட்டவுடன், அவள் படுக்கையிலிருந்த கறுப்புச் சால்வையை இழுத்து எடுத்துத் தலைமீது போட்டுக்கொண்டு, அவனை வரவேற்பதற்கு எழுந்து நின்றாள். அவன் பக்கவாட்டிலிருந்த சின்னக் கதவு வழியாக நுழைந்து, தரையை விரல்களால் தொடும் அளவுக்குக் குனிந்து வணங்கினான். செம்பு நிற முகத்தை உடைய அவன் நிமிர்ந்து நின்றபொழுது, உச்சந் தலை கூரையைத் தொடும் போலிருந்தது. அவனது கண்களை நிழல் மறைத்தது. பெரியநாசி மட்டுமே மெழுகுதிரி ஒளியில் புனாயிற்று. ஸோபியா, ஜாரின் உடல்நலனைக் குறித்தும் மகாராணியாரின் உடல் நலனைக் குறித்தும் வினவினாள். ஆண்டவன் அருளால் அவர்கள் நலமாயிருப்பதாக அவன் சங்கநாதம் செய்தான். அவன் தாடியை உருவிவிட்டு மோவாயைச் சொறிந்தான்; ஆனால் ஸோபியாவின் உடல் நலனைப் பற்றி உசாவவில்லை. இவ்வாறு அவன் தன்னை அவமதிப்பதை உணர்ந்த ஸோபியா சில்லிட்டுப்போனாள். அவள் தன்னை மேலும் அவமதிப்புக்கு ஆளாக்கிக் கொள்ளாமல், உட்கார்ந்திருக்க வேண்டும்; ஆயினும் நின்று கொண்டேயிருந்தாள். அவள் கூறினாள்:

''இன்றைய இரவை மடத்தில் கழிக்கவிரும்புகிறேன். இங்கு வசதி ஏதும் இல்லை; உணவும் கிடைக்கவில்லை.'' நிழலில் மறைந்திருந்த அவனது நயனங்களை நோக்குவதற்கு அவள் முயன்றாள். ரீஜன்டாயிருந்தும், இந்த மூன்று கோட்டு அணிந்த முட்டாளைக் கண்டு அஞ்சு கிறாயே, என்றோ மறைந்தொழிந்த அச்சம் என்ற பெண்ணியல்பு 'மீண்டும் தலைதூக்கி விட்டதே, அடிக்குப் பயந்தவள் போல் அடங்கி ஒடுங்கச் செய்கிறதே!' என்றெல்லாம் அவளது செருக்கு அவளை இடித்துக் கூறியது.

''ஆயுதமேந்திய காவலர் இல்லாமல், படைகளது பாதுகாப்பு இல்லாமல், இளவரசி வெளியே வந்தது மடமையாகும். சாலைகளில் அபாயம் அதிகம்'' என்று டிராயிகுரோவ் கூறினான்.

''நான் அஞ்சவேண்டியது இல்லை. உங்களிடம் உள்ளதைவிட என்னிடம் அதிகமான படைகள் இருக்கின்றன'' என்றாள் ஸோபியா.

''அவை இருந்து என்ன பயன்?''

''நான் கட்டுக்காவல் இல்லாமல் வந்திருப்பதன் காரணம், இரத்தக் களறியைத் தவிர்க்க வேண்டுமென்பதே. நான் சமாதானத்தை நாடுகிறேன்.''

''இரத்தக்களறியா? யாரும் குருதியைச் சிந்தப் போவதில்லை. ஒருவேளை, கலகக்காரனான ஷாக்லோவிதியும் அவனது கூட்டாளிகளும் இரத்த வெறிபிடித்து அலைகிறார்கள் போலும். அவர்களை நாங்கள் கவனித்துக் கொள்வோம்.''

''நீ ஏன் வந்தாய்?'' என்று தழுதழுத்த குரலில் ஸோபியா வினவினாள். அவன் தன் சட்டைப் பையிலிருந்து ஒரு காகிதச் சுருளை எடுத்தான். அதில் ஒரு சிவப்பு முத்திரை ஆடிக்கொண்டிருந்தது. ''கட்டளைப் பத்திரம் கொண்டு வந்திருக்கிறாயா? விர்கா, அந்தப் பத்திரத்தை வாங்கிக் கொள். நான் உத்திரவு இடுகிறேன், வண்டியில் குதிரைகளைப் பூட்டு. பொழுது கழிவதற்கு முன்னால் மடத்துக்குப் போய்விட வேண்டும்.'' என்று ஸோபியா கத்தினாள்.

டிரேயிகுரோவ், விர்காவின் கரத்தைத் தள்ளிவிட்டுப் பத்திரத்தை மெதுவாகப் பிரித்தான்; அவசரப்படாமல் அதைப் படித்தான்: ''ஜாரும் மகாக் கோமகனுமான சகல ருஷியாக்களின் சர்வாதிகாரி பிறப்பிக்கும் ஆணை என்னவெனில், நீங்கள் தவக்கம் செய்யாது மாஸ்கோவுக்குத் திரும்பிச் செல்ல வேண்டும். உங்களைப் பற்றி ஜார் மனம் விரும்பிப் பிறப்பிக்கவிருக்கும் உத்திரவுக்காக அங்கு காத்திருக்க வேண்டும்...''

''அட நாயே!'' என்று கூச்சலிட்ட ஸோபியா, அவனது கையிலிருந்த காகிதத்தைப் பிடுங்கிக் கசக்கிக் கீழே எறிந்தாள். கறுப்புச் சால்வையும் கீழேவிழுந்தது. ''நான் என் படைபலத்தோடு திரும்பி வருவேன். உன்னைத்தான் முதற்பலி வாங்குவேன்'' என்று அவள் இரைந்து கூறினாள்.

டிரோயிகுரோவ் உறுமிக்கொண்டே தலைகுனிந்து தாளை எடுத்தான். ஸோபியாவின் ஆத்திரத்தைக் கவனியாது, அதைக் கண்டிப்பான தொனியில் படித்து முடித்தான்:

''நீங்கள் மடத்தை அடைவதற்குத் தொடர்ந்து முயன்றால், உங்களுக்கு எதிராகப் பலாத்காரத்தைப் பிரயோகிப்பதற்குக் கட்டளை பிறப்பிக்கப்பட்டிருக்கிறது.... ஆகவே!''

ஸோபியா கைகளை உயர்த்தினாள்; நகங்களைக் கூந்தலில் புதைத்தாள். தலைவிரி கோலமாகப் படுக்கையில் விழுந்தாள். டிராயிகுரோவ் கட்டளைப் பத்திரத்தைக் கவனமாகப் பெஞ்சிவிளிம்பில் வைத்துவிட்டு மீண்டும் தாடியைச் சொறிந்தான். தூதன் என்ற முறையில் அவன் வணங்கிவிட்டுச் செல்வதா, வணங்காது போவதா என்பதைப் பற்றி யோசித்துக் கொண்டிருந்தான். அதன்பின் அவன் ஸோபியாவை நோக்கினான். அவள் தலைகுப்புற விழுந்துகிடந்தாள். சவத்தின் பாதங்களைப் போல், வெல்வெட் அடிச்சூட்டு அணிந்த பாதங்கள், பாவாடையிலிருந்து துருத்திக் கொண்டிருந்தன. அவன் மெதுவாகக் குல்லாயை அணிந்து கொண்டான். தலை வணங்காமல், பெரிய உடலைப் பிசைந்து அழுத்திக்கொண்டு, குறுகிய கதவைக் கடந்து சென்றான்.

20

''....இம்மாதிரியான ஒரு முக்கியமான விஷயத்தில், தாமதம் செய்வதைவிடப் பெரிய கேடு ஒன்றுமிருக்க முடியாது.''

வாஸிலி கோலிட்ஸின்னின் கரமும், கரத்திலிருந்த கடிதமும் நடுங்கின. அவன் மெழுகு வத்தியைக் கிட்டத்தில் வைத்துக்கொண்டு, அந்தக் கடிதத்தை உற்று நோக்கினான். விரைவாகக் கிறுக்கி எழுதப்பட்ட கடிதத்தை மீண்டும் மீண்டும் படித்தான். அதன் பொருளை உணரவும், தன்

சிந்தனைகளை ஒருமுகப்படுத்தித் தெளிவடையவும் அவன் முயன்றான். அவனது ஒன்றுவிட்ட சகோதரன் போரிஸ் எழுதியிருந்தான்: ''கர்னல் கார்டன், புடிர்ஸகி படையுடன் டிராயிட்ஸாவுக்கு வந்து விட்டான். ஜார் அவனுக்குப் பேட்டி அளித்தார். அவனைத் தழுவிக் கண்ணீர் உகுத்துப் பன்முறை முத்தமிட்டார். இறுதிமூச்சு உள்ளவரை அவருக்கு ஊழியம் செய்வதாகக் கார்டன் உறுதி கூறினான்... அன்னிய அதிகாரிகளும் துப்பாக்கி ஏந்திய குதிரைவீரரும் இதர குதிரைப் படையினரும் கார்டனுடன் வந்துவிட்டனர். உங்களுடன் இருப்பது யார்? கடை கண்ணி களையும் நீராடும் அறைகளையும் விடுத்துவிட்டு வர மனமில்லாத சில சிப்பாய்களே அங்கு உள்ளனர். வாஸிலி, இப்பொழுதும் காலம் தாழ்ந்து விடவில்லை; என்னால் உங்களைக் காப்பாற்ற முடியும். ஆனால் நாளைக்கு முடியாது. நாளைக்குச் சித்திரவதை செய்யும் பட்டறையில் ஷாக்லோவிதியின் முதுகெலும்பை முறித்து, உள்ளதெல்லாம் கக்கும்படிச் செய்யப் போகிறோம்.''

போரிஸ் உண்மையைத்தான் எழுதியிருந்தான். ஸோபியா டிராயிட்ஸா மடத்துக்கு வரக்கூடாதென்று தடுக்கப்பட்டதிலிருந்து, பீட்டரின் கை நன்கு ஓங்கிவிட்டது. மாஸ்கோ விலிருந்து அதிகாரிகளும் சிப்பாய்களும் டிராயிட்ஸாவுக்கு ஓடுவதை எந்தச் சக்தியாலும் தடுக்க முடியவில்லை. பாயர்கள் நாணமில்லாமல், பட்டப்பகலில் புறப்பட்டுச் சென்றனர். கறாரான பேர்வழியும் நடுநிலை தவறாத வீரனுமான கார்டன், வாஸிலியிடம் வந்து, டிராயிட்ஸாவுக்குக் கிளம்பும்படி பீட்டர் விடுத்திருந்த கட்டளையைக் காண்பித்தான்.

''என் தலை நரைத்து விட்டது. உடலெல்லாம் வீர முகத்திரையான வடுக்கள் நிறைந் துள்ளன'' என்று அவன் முகத்தைச் சுருக்கியும் புருவத்தை நெரித்தும் பேசத்தொடங்கினான்.

''நான் விசுவாசமாகத் தொண்டு புரிவதாகப் பைபிள் மீது ஆணையிட்டுப் பிரதிக்ஞை எடுத்தேன். ஜார் அலெக்ஸி, ஜார் பியோடர், இளவரசி ஸோபியா ஆகியோருக்கு விசுவாசமாகச் சேவகம் செய்தேன். இப்பொழுது பீட்டரிடம் செல்கிறேன்'' என்று கூறிவிட்டுத் தன் நீண்ட வாளின் கைப்பிடியைப் பிடித்துக்கொண்டு, அதனால் தரையில் அடித்தான்.

''நான் தலையை வாங்கும் பட்டறையில் உயிரை இழக்க விரும்பவில்லை'' என்று அவன் கூறினான்.

வாஸிலி அவனுடன் வாதிக்கவில்லை; வாதத்தால் பயனில்லை. பீட்டருக்கும் ஸோபியா வுக்கும் இடையே நடந்த போராட்டத்தில் ஸோபியா தோற்று விட்டாள் என்பதைக் கார்டன் உணர்ந்து விட்டான். அதேதினத்தில், அவன் பதாகைகள் பறக்க, பேரிகைகள் முழங்க டிராயிட் ஸாவுக்குப் போய்விட்டான். இதுவே ஸோபியாவுக்கு இறுதியாக ஏற்பட்ட பேரிழப்பாகும். எனவே, போரிஸ், வாஸிலிக்கு எழுதிய கடிதத்தில் அதைக் குறிப்பிட்டிருந்தான்.

சில நாட்களாகவே, வாஸிலி அமுக்குப் பேய் வசப்பட்டு வலுவிழந்தவனைப் போலக் காலந்தள்ளி வந்தான். அவன், ஸோபியாவின் முயற்சிகள் அனைத்தும் வியர்த்தமாவதைக் கண்டான். ஆயினும் அவனால் அவளுக்குச் சகாயம் செய்ய முடியவில்லை; அவளை விட்டுச் செல்லவும் அவனுக்கு மனமில்லை. அரியணையின் காவலன் என்ற முறையிலும் சேனாதிபதி என்ற வகையிலும் தனக்குள்ள அதிகாரத்தைப் பிரயோகித்து, இருபது படைப் பிரிவுகளையாவது அவனால் திரட்டியிருக்க முடியும்; அவற்றுடன் டிராயிட்ஸாவுக்குச் சென்று, பேச்சு வார்த்தை நடத்துமாறு பீட்டரைக் கட்டாயப்படுத்தியிருக்க முடியும். ஆனால் அவன் தன் மதியை ஐயத்திடம் அடகுவைத்தான். அவனது கட்டளைக்குப் பணிவதற்குப் பதிலாக, ''கொள்ளைக்காரனே! கலகக்காரனே!'' என்று படைவீரர்கள் கத்தினால் என்ன செய்வது என்ற சந்தேகம் நெஞ்சை

அரித்துத் தின்றது. எனவே அவன் செயல்படாது வாளாவிருந்தான். நோயுற்று இருப்பதாகக் கூறி, ஸோபியாவைத் தனிமையில் சந்திப்பதைத் தவிர்த்தான். டிராயிட்ஸாவிலுள்ள ஒன்றுவிட்ட சகோதரனான போரிஸ்ஸுக்கு லத்தீன் மொழியில் கடிதங்கள் எழுதி, நம்பகமான தூதன் மூலம் இரகசியமாகப் பன்முறை அனுப்பினான். அவற்றில், மாஸ்கோவுக்கு எதிராக ராணுவ நடவடிக்கை எடுக்கக் கூடாதென்று வலியுறுத்தினான்; பீட்டரும் ஸோபியாவும் உடன்பாடு காண்பதற்குப் பல வழி வகைகளை எடுத்துரைத்தான்; ஜாருக்குச் சேவை செய்து தான் அனுப வித்த துன்பங்களையும் சாதித்த பெருஞ் செயல்களையும் கோடிட்டுக் காட்டினான்.

ஆனால் அந்தக் கடிதங்களால் ஒரு பயனும் உண்டாகவில்லை.

ஓர் அமுக்குப் பிசாசு, அவனைத் தரையில் கிடத்தி, மார்பின்மீது அமர்ந்து, தாங்கமுடியாத பளுவால் அழுத்துவது போலவும், வாய்திறந்து பேச முடியாது செய்ததுபோலவும், அவன் துன்புற்றான். அவனது உள்ளம் வெறுப்படைந்து முனகிய போதிலும், அவனால் கைகால்களை அசைக்க முடியவில்லை. பாதி எரிந்துவிட்ட மெழுகுவத்தியின் திரியில், சுழன்றுவந்த ஈயொன்று விழுந்தது. கோலிட்ஸின், முழங்கை மூட்டுகளை மேஜையில் ஊன்றிக்கொண்டு, உள்ளங் கைககளால் சிரத்தை இறுகப் பற்றிக்கொண்டான். நேற்று இரவுதான், தன் மகனையும், நீண்டகாலமாக நிர்க்கதியாகத் தவித்த மனைவியையும், மாஸ்கோவுக்கு அருகிலுள்ள தன் பண்ணைக்குப் போய்விடும்படி அவன் உத்திரவிட்டான். வீடு வெறிச்சென்று கிடந்தது. பலகணிக் கதவுகளும், வாயிற்கதவுகளும் சாத்தித் தாழ்ப்பாள் இடப்பட்டிருந்தன. ஆனால் அவன் இன்னமும் இங்கு தயங்கி நின்றான். ஒரே ஒரு நாள்; நிலைமை ஸோபியாவுக்குச் சாதகமாக மாறும்போல் இருந்தது. ஸோபியா, டிராயிட்ஸா போக முடியாது திரும்பி வந்த தினம் அது. அவள் வந்ததும் வராததுமாகக் கை கழுவாமல், உணவு கொள்ளாமல் தூதர்களையும் பறையறி விப்போரையும் அழைத்தாள். நகரெங்கிலும் உள்ள சிப்பாய்களையும் குடிப்படை வீரர்களையும் நகர மக்களையும் கிரெம்லினுக்கு அழைப்பதாக அறிவிக்கும்படி ஆணையிட்டாள். அவர்களும் கிரெம்லின் முன்றிலில் கூடினார்கள். ஸோபியா, ஐவானைச் சிவப்பு முகமண்டபத்துக்கு அழைத்துச் சென்றாள். ஜார் ஐவானால் நிற்க முடியவில்லை; பரிதாபமாகச் சிரித்துக் கொண்டு, தூண் அருகில் அமர்ந்தான். அவன் விரைவில் இறந்து விடுவான் என்பதை அனைவரும் உணர்ந்தனர். ஸோபியா, பயணம் சென்றுவந்த நிலையிலேயே, தலையைக் கூட வாரிவிடாது நின்றாள். கழுத்தில் கறுப்புச் சால்வை கிடந்தது. அவள் பேசினாள்:

''அனைத்திலும், அன்பையும் அமைதியையுமே நாம் பெரிதும் வேண்டுகிறோம். டிராயிட் ஸாவில் நாம் எழுதும் கடிதங்களைப் படிப்பதில்லை; நமது தூதர்களைத் துரத்தி விடுகிறார்கள். எனவே, கடவுளை வழிபட்டுவிட்டு, நானே புறப்பட்டேன். என் தம்பி பீட்டருடன் பிரச்னைகளைச் சௌஜன்யமாகப் பேசி முடிவு செய்யலாம் என்ற நோக்கத்துடன் நான் போனேன். ஆனால் வாஸ்டிவிஷன்ஸ்கிக்கு அப்பால் பிரயாணம் செய்யக்கூடாதென்று என்னைத் தடுத்துவிட்டார்கள். அங்கு என்னை ஏசினார்கள்; இழிவு செய்தார்கள்; நான் ஜாருக்குப் பிறந்தவள் என்பதையும் மறந்து, சிறுக்கி என்று என்னைத் தூற்றினார்கள். உயிரோடு எப்படித் திரும்பி வந்தேன் என்பது எனக்கே புரியவில்லை. இந்த இருபத்தி நான்கு மணி நேரத்தில் நிவேதனம் செய்யப்பட்ட பிரசாதமான ரொட்டித் துண்டைத் தவிர, வேறு எதையும் உண்ணவில்லை. லியோ நாரிஷ்கின், போரிஸ் கோலிட்ஸின் ஆகியோரது உத்திரவின்பேரில், சுற்றுப்புறக் கிராமங்களை யெல்லாம் கொள்ளையடித்து விட்டனர். என் தம்பியைக் குடிகாரனாக ஆக்கிவிட்டார்கள். அவன் பகலெல்லாம் குடிபோதையில் படுத்துப் புரள்கிறான். அவர்கள் மாஸ்கோவைத் தாக்க விரும்புகிறார்கள். வாஸிலியைச் சிரச்சேதம் செய்யத் துடிக்கிறார்கள். எங்களது நாட்கள் குறுகிவிட்டன. நாங்கள் தேவையில்லை என்று நீங்கள் கருதினால் நானும் ஐவானும் துறவு பூண்டு விடுகிறோம்.''

அவளது கண்களிலிருந்து கண்ணீர் தாரை தாரையாக வழிந்தோடியது. அதற்குமேல் அவளால் 'பேசமுடியவில்லை. புனிதமான நினைவுச் சின்னத்துடன் கூடிய சிலுவையைத் தலைக்குமேல் தூக்கினாள். ஜனங்கள், சிலுவையையும், உரக்கப் புலம்பும் இளவரசியையும், சோர்ந்து குனிந்த ஐவானையும் வெறித்துப் பார்த்தனர். அவர்கள் தத்தம் குல்லாயை எடுத்தனர். பலர் பெருமூச்செறிந்து, கண்ணீரைத் துடைத்துக்கொண்டனர். ''டிராயிட்ஸாவுக்குப் போவீர்களா அல்லது நான் உங்களை நம்பலாமா?'' என்று இளவரசி வினவியபொழுது, ''எங்களை நம்புங் கள், நம்புங்கள். உங்களைக் காட்டிக்கொடுக்க மாட்டோம்'' என்று அவர்கள் பதிலளித்தனர்.

கூட்டம் கலைந்தது. இளவரசி பேசியதை எண்ணி அவர்களுக்கு முகம் கோணியது. ஸோபியாவுக்கு ஆதரவாக நிற்பது அவர்களது கடமைதான். ஆனால் அது எப்படிச் சாத்தியம் என்பதுதான் அவர்களுக்கு விளங்கவில்லை. மாஸ்கோவில் ரொட்டி கிடைப்பது அரிதாயிருந் தது; உணவுப் பொருட்களேற்றி வந்த வண்டிகளெல்லாம் டிராயிட்ஸா செல்லும் சாலையில் திரும்பின. மாஸ்கோவில் கொள்ளைகள் நிகழ்ந்தன. ஒழுங்கு முறைமை இல்லாதொழிந்து விட்டது. சந்தைகளில் ஜனங்கள் கூடினார்கள்; ஆனால் வியாபாரம் ஏதும் நடக்கவில்லை. வாழ்வு தேக்கம் கண்டுவிட்டது. ராஜத்துவேஷப் பேச்சுப் பரவியது. இந்த நிலைமையைக் கண்டு அவர்களுக்கு அலுத்துப் போய்விட்டது. மேலும், வாஸிலி கோலிட்ஸின் ஆட்சி நடத்தினால் என்ன, போரிஸ் கோலிட்ஸின் அதிகாரம் செலுத்தினால் என்ன, இரண்டும் ஒன்றுதான் என்பதை அவர்கள் உணர்ந்தனர்.

அன்றைய தினம், ஏறக்குறையப் பத்தாயிரம் ஜனங்கள் கிரெம்லினில் கூடினார்கள். கலகக்கொடி தூக்கியுள்ள கொள்ளைக்காரனான ஷாக்லோவிதியையும் அவனது கூட்டாளி களையும் கைப்பற்றி விலங்கிட்டு மடத்துக்குக் கொண்டு வரும்படி பீட்டர் விடுத்த கட்டளையின் பிரதிகளை ஆட்டிக்கொண்டு, ''ஷாக்லோவிதியை ஒப்படை!'' என்று கத்தினார்கள். சில ஆண்டு களுக்கு முன் செய்ததைப்போல், முகப்பு மண்டபத்திலும் சாளரங்களிலும் ஏறினார்கள். ''கிளாட்கி, கூஸ்மா, பெட்ரோவ், பாதிரி ஸில்வஸ்டர் ஆகியோரையும் ஒப்படையுங்கள்!'' என்று கத்தினார்கள். மெய்க்காப்பாளர்கள் ஆயுதங்களைப் போட்டுவிட்டு ஓடினர். அரசவைச் சேவகர் களும் மாதர்களும் பணிப்பெண்களும் அசடர்களும் குள்ளர்களும் படிக்கட்டுகளின் அடியிலும் நிலவறைகளிலும் ஒளிந்துகொண்டனர்.

''ஷாக்லோவிதியை ஒப்படைக்க மாட்டேன் என்று அந்த மிருகங்களிடம் சொல்லுங்கள்'' என்று ஸோபியா மூச்சுத்திணறிக் கொண்டே கூறி வாஸிலியைக் கதவை நோக்கித் தள்ளினாள். எப்படித்தான் சிவப்பு முக மண்டபத்தை அடைந்தானோ, அவனுக்கே தெரியாது. வெள்ளைப் பூண்டு நாற்றம் வீசிய வெறுப்படைந்த மக்கள், அவனை நெருக்கினார்கள். குத்துக்கம்புகளும் கத்திகளும் வாட்களும் பளபளவென்று மினுமினுத்து அவன் கண்களைப் பறித்தன. அவன் சத்தம்போட்டுப் பேசினான் - என்னவென்று அவனுக்கே நினைவு இல்லை. அதன்பின், நடை பாதைக்குள் மெள்ள மெள்ளப் பின்வாங்கினான். உடனே, தோட்களால் தாக்குண்ட கதவு ஆட்டம் கண்டது. வாஸிலி, வெறித்துப் பார்த்த ஸோபியாவின் வெளிறிய முகத்தைக் கண்டான். ''அவனைக் காப்பாற்ற முடியாது; ஒப்படைத்து விடு'' என்று அவன் சொன்னான். கதவு தடதட வென்று உடைந்து விழுந்தது. ஜனங்கள் மளமளவென்று நுழைந்தனர். ஸோபியா வாஸிலியை முன்னுக்குத்தள்ளிக் கூட்டத்தினரைத் தடுத்து நிறுத்த முயன்றாள். அவளது உடல் சோர்ந்து தளர்ந்தது. அவன் அவளைத் தாங்க முயன்றான். ஆனால் அவள் இலேசாக விம்மி, அவனைத் தள்ளிவிட்டு ஓடினாள். ஜனங்கள் சபாமண்டபத்தில் திரண்டபொழுது, ஷாக்லோவிதி பயங் கரமாக வீறிட்டலறுவதைக் கேட்டனர். அவன் அரசர்க்குரிய நீராடும் அறையில் பிடிபட்டான்.

இதன் பிறகும், கோலிட்ஸின் தன்னூருக்கு ஓடாது தயங்கி நின்றான். முந்தைய நாள்

இரவிலிருந்து, அவனது பயணவண்டி பின் வாசலில் சித்தமாக நின்றுகொண்டிருந்தது. அவனது காரியஸ்தனும் பல வயதான சேவர்களும் கூடத்தில் சிறுதுயில் கொண்டு கிடந்தனர்.

கோலிட்ஸின், கரங்களால் தலையைப் பிடித்துக்கொண்டு, மெழுகுதிரிக்கு முன்னால் அமர்ந்திருந்தான். தீயில் பொசுங்கிய சிறகுகளுடன், ஈ தரையில் கிடந்தது. அந்தப் பெரிய வீடு மோனத்தில் ஆழ்ந்திருந்தது; உயிர்ப்பில்லாததாகத் தோன்றியது. கூரையில் வரையப்பட்டிருந்த இராசி மண்டலத்தின் பன்னிரண்டு வீடுகளும் மங்கலாக ஒளிர்ந்தன. கிரேக்கத் தெய்வங்களின் உருவங்கள், இருள்வழியே வாஸிலியை நோக்கின. அவனை வதைத்த கழிவிரக்கமே உயிர்ப்பு உள்ளதாய் இருந்தது. இந்தச் சம்பவங்களெல்லாம் எப்படி நிகழ்ந்தன என்பதை அவனால் புரிந்து கொள்ள முடியவில்லை. இவற்றுக்குப் பொறுப்பென்று யாரைச் சொல்வது? ஆ! ஸோபியா, ஸோபியா! அவளேதான்! இந்த நேரத்தில் அவனது மயக்கம் மறைந்தது. இதயத்தின் அடி வாரத்தை அடைத்திருந்த தடுப்பு நீங்கியது. அங்கிருந்து அவனது உள் மனதில் உருவான உண்மைச் சித்திரம் மனக் கண்முன் தோன்றிக் காட்சியளித்தது. அவனது அன்பைப்பெறாத ஸோபியாவின் உருவம் இது. அவள் பேராசைக்காரி, யதேச்சாதிகாரி, பருத்துத் தடித்த பயங்கர சொரூபி. அவனது பெருமையின் சின்னம் இதுவே!

அவன் பீட்டரிடம் என்ன சொல்வான்? விரோதிகளிடம் என்ன மாற்றம் கூறுவான்? அவன் ஒரு பெண்ணுடன் படுத்து உறங்கி அதிகாரத்தைக் கைப்பற்றினான்; கிரீமியா போர் எழுச்சியில் அவமானம் அடைந்தான். ''சமுதாய வாழ்வு பற்றிய கட்டுரை அல்லது பொதுநலத்துக்குரிய விவ காரங்களில் தீர்வு கண்டு மேன்மை அடைவது எப்படி?'' என்ற தலைப்பில் ஒரு நூலின் கைப் பிரதியைச் சித்தம் செய்தான். இவற்றைச் சொல்வதா? மணிக்கட்டுகளை மடித்து மேஜையில் குத்தினான். வெட்கம்! வெட்கம்! அணிமைக் காலத்துப் பெருமையெல்லாம் மறைந்துவிட்டது! சிறுமையே எஞ்சியுள்ளது!

சாளரக்கதவின் இடுக்கு வழியே, இலேசான சிவப்பு நிறம் புலப்பட்டது. அதற்குள்ளாக இரவுப்பொழுது கழிந்து, உதயகாலம் வந்துவிட்டதா? ஒருவேளை, மாஸ்கோ வானில் திங்கள் குருதிச் சிவப்பான நிறத்துடன் காட்சி தருகிறானா? வாஸிலி எழுந்தான்; மங்கிய ஒளியில், சுற்று முற்றும் நோக்கினான். அந்த அறையின் வில்வளைவுக் கூரையில் இருந்த இராசி மண்டலத்தின் வீடுகளையும் நோக்கினான். சோதிடர்கள், குறிகாரர்கள், மாயமந்திரவாதிகள் அனைவரும் அவனை வஞ்சித்து விட்டனர். அவன் கருணையின் கடாட்சத்தை, எதிர்பார்க்க முடியாது. மெது வாகப் புருவங்கள் வரை குல்லாயை இழுத்துவிட்டுக் கொண்டான்; சட்டைப்பையில் இரண்டு 'பிஸ்டல்'களை வைத்துக்கொண்டான். அதன்பிறகும், மெழுகுவத்தி விளக்கில் திரி எரிவதை நோக்கியவாறு நின்றான். திரி உருகிய மெழுகுக்குள் விழுந்து அணைந்தது.

இருண்ட முன்றிலில், சிலர் விளக்குகளை எடுத்துக்கொண்டு இரைந்து பேசத் தொடங் கினார்கள். சேய்மையில், உதயத்தின் ஒளி புலனாயிற்று. வண்டியில் ஏறி அமர்ந்த கோலிட்ஸின், காரியஸ்தனிடம் திறவுகோலைக் கொடுத்தான்.

''அவனைக் கொண்டு வா....'' என்று பணித்தான்.

தூக்குப் பைகளை வண்டிக்குள் அடைத்தார்கள்; பெட்டிகளைப் பின்புறத்தில் கட்டி வைத்தார் கள். கிலுகிலுக்கும் விலங்கோடு வாஸ்காஸிலினைத் தள்ளிக்கொண்டே, காரியஸ்தன் திரும்பி வந்தான். அந்த மந்திரவாதி உரத்தகுரலில் முனங்கிவிட்டு, நான்கு திசைகளை நோக்கியும் ஆகாயத்து விண்மீன்களைப் பார்த்தும் சிலுவைக் குறியிட்டான். சேவர்கள் அவனை வாஸிலியின் காலடியில் தள்ளினார்கள்.

''நாம் புறப்படுவோம்; ஆண்டவன் நம்மைக் காப்பாற்றுவாராக'' என்று மெதுவாகவும் உணர்ச்சியோடும் கோச்சு ஓட்டி கூறினான்.

அந்த ஆறு கட்டுக்கடங்காத குதிரைகளும் விரைந்து ஓடி, மரக்கட்டையால் அமைந்த சாலையை அடைந்தன; டிவர்ஸ்காயா வழியாகக் குன்றின்மீது ஏறின. தெருக்களில் வெகு சிலரே நடமாடினர். புழுதியால் மெதுவாக நடந்த மாட்டிடையன் கொம்பு ஊதிக்கொண்டே சென்றான்; பசுக்கள் கத்திக்கொண்டே வீட்டு நுழைகதவுகள் வழியாக வீதிக்குள் வந்தன. திருக்கோயில் வாயில்களில் படுத்திருந்து குளிரில் விறைத்துப்போன பிச்சைக்காரர்கள், விழித்தெழுந்து சொறிந்து கொண்டும் சண்டையிட்டுக் கொண்டும் இருந்தனர். ஆங்காங்கே, கோயிற்பணி யாட்கள் கொட்டாவி விட்டுக் கொண்டே, தாழ்வான ஆலயக்கதவுகளைத் திறந்தனர். வண்டியில் கட்டைக்கரி ஏற்றிவந்த விவசாயி, ஒரு சந்தில், விற்பதற்காகக் கூவினான். மாதர்கள் கழுநீரையும் சாம்பலையும் சாலையில் கொட்டினார்கள். அவர்கள் அனைவருமே அந்த வெண்புரவிகளை நோக்கினர்; மயில் இறகுவைத்த குல்லாயை அணிந்து, உயரமான இருக்கையில் துள்ளிக் குதித்துக்கொண்டு, முன்வரிசைக் குதிரைகள் மீது அமர்ந்திருந்தவரை நோக்கினர்; நீட்டிய கரங்களில் பட்டினாலான பன்னிரண்டு கடிவாள வார்களை வைத்துக்கொண்டிருந்த அநாகரிகத் தோற்றத்துக்குரிய கோச்சு ஓட்டியையும் பார்த்தனர்; வண்டியின் பின்புறத்தில், உருவிய உடைவாளுடன் அடிக்கட்டை மீது நின்ற பேருருவாளர் இருவரையும் நோக்கினர். அவர்கள் வாயைப் பிளந்தவராய் நெடிது நின்று நோக்கினர். மெய்மறந்த பெண்களின் கரத்திலிருந்து பானைகள் கீழே விழுந்தன. வழிப்போக்கர்கள் தத்தம் குல்லாயை எடுத்து மரியாதை செய்தனர். தற்காப்பை உறுதி செய்வோர் சிலர், மண்டியிட்டும் வணங்கினர்.

இவ்வாறாக, வாஸிலி கோலிட்ஸின் கடைசித் தடவையாக மாஸ்கோ வீதிகளில் வண்டிச் சவாரி செய்தான். நாளைக்கு நடப்பதை யார் அறிவார்? நாடு கடத்தப் படுவானா? துறவியாகி மடத்தில் புக வேண்டுமென்று உத்திரவிடப் படுவானா? சித்திரவதைக்குள்ளாவானா? இவ்வாறு எண்ணிய வாஸிலி, தன் முகத்தைக் கோட்டின் காலரால் மறைத்துக் கொண்டான். அவன் சிறு துயில் கொண்டிருப்பதாகத் தோன்றியது. ஆனால் வாஸ்காஸிலின் நகர்வதற்கு முயன்றபொழுது, வாஸிலி அவனை விசையோடு உதைத்தான்.

''ஹோ, ஹோ!'' என்று வாஸ்கா வியந்தான். கண்களை மூடியிருந்த மகாப் பிரபுவின் கன்னங்கள் சட்டென்று பதறின. அவர்கள் நகரத்தின் நுழைவாயிலைக் கடந்தபொழுது, வாஸிலி தணிந்த குரலில் கூறினான்:

''உன் வருவதுணர்த்தல் வித்தையெல்லாங் கலப்பில்லாத பொய்; வஞ்சகம் செய்யும் புரட்டு; கொள்ளையடிக்கும் சூழ்ச்சி. நீ ஒரு நாய், முறைகேடாகப் பிறந்த மோசடிக்காரன்! சாட்டையாலடித்து உன் தோலை உரித்தாலும், அது உனக்குத் தகுந்த தண்டனையாகாது.''

''கருணாமூர்த்தியே, ஐயம் கொள்ள வேண்டாம்; வேண்டவே வேண்டாம். அனைத்தும் பெறுவீர்கள். ஆம், சகலமும், ராஜ மகுடமும் கூட உங்களுக்குக் கிடைக்கும்'' என்றான் வாஸ்கா.

''நாவை அடக்கு, போக்கிரிப்பயலே!'' என்று கனன்று கூறிய வாஸிலி, பின்னால் சாய்ந்து, குறிகாரன் முனகும்வரை, அவனை வெறியோடு உதைத்தான்.

பண்ணைக்கு அரைமைல் தூரத்திலேயே, பிரபுவின் வருகைக்காக வழிமேல் விழிவைத்துக் காத்திருந்த ஒரு விவசாயி, வண்டியைப் பார்த்தான். உடனே குல்லாவை ஆட்டிச் சைகை செய்தான். பிர்ச் மரத்தோப்பின் விளிம்பில் நின்ற இரண்டாவது விவசாயி, கிடங்குக் கணவாய்க்கு அப்பால் மேட்டு நிலத்தில் நின்ற மூன்றாவது விவசாயிக்குச் சைகை காட்டினான். ஐந்நூறு வேலையாட்கள் திரண்டு, புல்தரையில் மண்டியிட்டு, வாஸிலியை வரவேற்றனர். அவர்கள் திகிலடைந்து இருந்தனர். அவர்களது கண்கள், விவகாரத்தை அறிந்துகொள்ளத் துடித்தன. அவர்கள் ரொம்பவும் தாழ்ந்து வணங்கியதைக் கண்டும், சத்தம் போட்டுச் சந்தடி செய்வதைக்

கண்டும் வாஸிலி வெறுப்படைந்து புருவங்களை நெரித்தான். அவன் மரத்தாலமைந்த தன் வீட்டின் ஆறு சாளரங்களிலிருந்த சிறிய கண்ணாடிக் கதவுகளை நோக்கினான். டச்சுக்காரர் வீடு கட்டுவது மாதிரி, கூரையின் நான்கு பக்கத்திலும் எடுத்துக் கட்டியிருந்தது. முகப்பு மண்ட பத்துக்குச் சுவர் எடுக்கவில்லை. மாடிக்குச் செல்வதற்கு இரண்டு அரைவட்ட வடிவான படிக் கட்டுகள் அமைந்திருந்தன. முற்றத்தைச் சுற்றிலும், குதிரை லாயங்களும் பண்டக சாலைகளும் ‘லினன்’ நெசவு அறைகளும், இளஞ் செடிகளை வளர்க்கும் சேமப் பண்ணைகளும் கோழிப் பண்ணைகளும் புறாக்கூண்டுகளும் இருந்தன.

நாளைக்கு அதிகாரிகள் வருவார்கள். இந்தப் பொருட்களுக்கெல்லாம் விவரமான பட்டியல் தயாரிப்பார்கள். எல்லாவற்றுக்கும் முத்திரை வைப்பார்கள். அனைத்தையும் அழித்து விடுவார்கள் என்று வாஸிலி எண்ணமிட்டான்.

அவன் நிதானமாகவும் மதிப்பாகவும் நடந்து வீட்டுக்குள் சென்றான். அவனது மகன் அலெக்ஸி விரைந்து வந்து அவனைக் கூடத்தில் சந்தித்தான். அலெக்ஸி நல்ல உயரம்; உடலமை விலும் முகப் பொலிவிலும் தந்தையைக் கொண்டிருந்தான். அவன் துடிக்கும் இதழ்களால் தகப்பனது கரத்தில் முத்தமிட்டான். அவனது நாசி சில்லென்று இருந்தது. போஜன அறையில், வாஸிலி அசட்டையாகச் சிலுவைக் குறியிட்டான்; விருப்பமில்லாது செய்தான் போலத் தோன்றியது. அவன் மேஜைக்குப் பின்னால் அமர்ந்து, எதிரில் இருந்த நிலைக்கண்ணாடியை நோக்கினான். இழைப்புளியால் மழமழப்பாக்கப்பட்ட சுவர்களும், அவற்றில் பலகணிகளுக்கு இடையே தொங்கிய திரைச்சீலைகளும், நிலைக்கால் தட்டுகளில் இருந்த உயர்வகைப் பீங்கான் பாத்திரங்களும் கண்ணாடியில் பிரதிபலித்தன. இவையெல்லாம் நாசமாகி விடுமென்று வாஸிலி வருந்தினான். அவன் ஒரு கிண்ணத்தில் வாட்காவை ஊற்றிக்கொண்டான்; ரை தானிய மாவில் செய்த ரொட்டியில் ஒரு துண்டத்தைப் பிய்த்து உப்பில் தோய்த்தான். ஆனால் ரொட்டியைத் தின்பதற்கும் வாட்காவைக் குடிப்பதற்கும் மறந்துவிட்டான். முழங்கை மூட்டுகளை மேஜையில் ஊன்றித் தலையைச் சாய்த்துக் கொண்டான். அலெக்ஸி, அருகில் மூச்சை அடக்கிக்கொண்டு நின்றான். ஏதோ சேதி சொல்வதற்கு அவசரப்பட்டான்.

‘‘என்ன சேதி?’’ - இது வாஸிலியின் கடுகடுப்புக் குரலில் எழுந்த கேள்வி.

‘‘அப்பா, அவர்கள் இங்கு வந்தார்கள்.’’

‘‘டிராயிட்ஸாவிலிருந்தா?’’

‘‘இருபத்தி ஐந்து துப்பாக்கி ஏந்திய குதிரைவீரர்கள், புரவி வலவனான வால்காவுடன் வந்தனர்.’’

‘‘அவர்களிடம் என்ன கூறினாய்?’’

‘‘நீங்கள் மாஸ்கோவில் இருப்பதாகவும் இங்கு வருவதாக உத்தேசம் இல்லையென்றும் நாங்கள் சொன்னோம். அவமானத்தைத் தவிர்க்க விரும்பினால், நீங்கள் டிராயிட்ஸாவுக்கு விரைந்து செல்ல வேண்டுமென்று குதிரை வலவன் கூறினான்!’’

கோலிட்ஸின் முகத்தைக் கோணிக்கொண்டு சிரித்தான். அவன் வாட்காவைக் குடித்தான்; ரொட்டியை மென்று தின்றான். இரண்டிலும் சுவையில்லை. மகன் உணர்ச்சிவசப்பட்டிருப் பதையும், அவனது தோள்கள் சோர்ந்திருப்பதையும், பாதங்கள் உட்பக்கம் வளைவதையும், மரப் பலகையால் அமைந்த தளம் ஆடுவதையும் வாஸிலி நோக்கினான். அவனைக் கடிந்துபேச எண்ணினான். ஆனால் அவனது திகிலடைந்த முகத்தைக் கண்டதும், வாஸிலிக்கு இரக்கம் உண்டாயிற்று.

''உன் கால்கள் பதறுகின்றன. உட்கார்ந்துகொள்'' என்றான் வாஸிலி.

''அப்பா, நானும் உங்களுடன் டிராயிட்ஸாவுக்குச் செல்ல வேண்டுமென்று அவர்கள் கட்டளையிட்டனர்.''

இதைக் கேட்ட கோலிட்ஸின் முகம் சிவந்தது. கிளம்புவதற்கு எழுந்தவன், மீண்டும் உட்கார்ந்து விட்டான். செருக்கு அவனைக் கட்டுப்படுத்தியது. அவன் முகத்தைத் தாழ்த்தி மீண்டும் கிண்ணத்தை நிரப்பினான்; களியில் கத்தியால் கீறி, ஒரு துண்டை எடுத்துக்கொண்டான். வெள்ளைப்பூண்டையும் கையில் எடுத்தான். அவனது மகன் புளிக்காடிக் குப்பியை அவசரமாக அப்பாவுக்கு அருகில் தள்ளிவைத்தான்.

''அலெக்ஸி, புறப்பாட்டுக்குச் சித்தமாகு. நான் ஓய்வு எடுக்கிறேன். சூரியாஸ்தமன நேரத்தில் நாம் கிளம்புவோம். ஆண்டவன் கருணை மிகுந்தவர்'' என்று வாஸிலி கூறினான். களியை மென்று சுவைத்தபொழுது, வெறுப்பான சிந்தனைகள் அவனை ஆட்கொண்டன. திடீரென்று அவனது நெற்றி வேர்வையால் ஈரமாயிற்று; கண்கள் அங்குமிங்கும் சுழன்று நோக்கின. ''அலெக்ஸி, நீ ஒரு காரியம் செய்ய வேண்டும். நான் ஒரு ஆளை இட்டு வந்திருக் கிறேன். அவனை ஆற்றங்கரையிலுள்ள ஸ்நான விடுதிக்குக் கொண்டு சென்று அடைத்து வைக்க வேண்டும். விடுதியைப் பூட்டிவைத்து, அவன் தப்புவதற்கு இடம் தராமல் காவல் காக்க வேண்டும். இதற்கான ஏற்பாடுகளைச் செய்'' என்றான் கோலிட்ஸின்.

அலெக்ஸி சென்றபின், வாஸிலி களியைவெட்டி எடுத்த கத்தியைத் தட்டத்தில் வைத்தான். அவனது உடலெல்லாம் சோர்ந்து இருந்தது. புருவத்தை நெரித்தான். அவனது உதடு தொய்ந்தது.

ஆற்றின் செங்குத்தான கரைமீதிருந்த சிறிய நீராடும் விடுதியில் வாஸ்காஸிலின் உட்கார்ந்திருந்தான். பகலெல்லாம் அவன் உணவுக்காக ஊளையிட்டதும் வீறிட்டலறியதும் வீணாயிற்று. சுற்றிலுமிருந்த புதர்களின் சலசல ஒலியும், கோலாச்சி மீன்களைக் கண்டு அஞ்சிய சிறிய மீன்கள் துளைந்து ஓடும் சத்தமுமே அவன் செவியில் விழுந்தன. வேற்றூர் செல்வதற்குத் தயாரான ஸ்டார்லிங் பறவைகளது கூட்டம் அங்குமிங்கும் பறப்பதையும், அவற்றின் சிறகுகள் நீலவானத்தின் ஒளியில் மங்கலாக மினுமினுப்பதையும், குறிகாரன் பலகணியின் வழியே நோக்கினான். பறந்து சோர்ந்த பட்சிகள், பழுப்பு நீல மரங்களில் குந்திக்கொண்டு, கலகல வென்று ஒலித்தன; அல்லது கிரீச் சென்று கத்தின. குறிகாரனது விம்மலையும் புலம்பலையும் அவை பொருட்படுத்தவில்லை.

''ஓ, என் அன்பார்ந்த பொல்டாவா! அந்த ஊரிலிருந்து நான் ஏன் கிளம்பினேன்! பேய் பிசாசுதான் என்னைப் பாழாய்ப்போன மாஸ்கோவுக்குக் கொண்டு போய்ச் சேர்த்தது. அட பாவிகளே! உங்களைக் கொள்ளை நோய் அள்ளிக்கொண்டு போக! உங்களது நகரங்களெல்லாம் நாசமாய்ப் போக! நீங்கள் அனைவரும் நீங்காத நரகத்தில் இடர்ப்பட்டுத் தவிக்க!'' என்று குறிகாரன் முணுமுணுத்தான்.

மாலைக்கதிரவன், குறுகலான ஜன்னல்மீது ஒளி பெய்துவிட்டு, காட்டுக்குப் பின்னால் மறைந்தான். உணவு கிடைக்காதென்பதை உணர்ந்த வாஸ்கா, தேய்த்துக் குளிப்பதற்கான துடைப்பத்தைத் தலைக்கு வைத்துக் கொண்டு குளிர்ந்த பெஞ்சியின் மீது படுத்தான். சற்று உறங்கிய வாஸ்கா, திடீரென்று திகில்கொண்டு துள்ளி எழுந்தான். கோலிட்ஸின் விடுதி வாசலில் நின்றதைக் கண்டதே திகிலுக்குக் காரணம். வாஸிலி, அன்னியபாணியில் தைத்த கைச்சட்டை, மேல்சட்டை, கால்சட்டை ஆகியவற்றுக்கு மேல், பயணத்துக்குரிய கோட்டை அணிந்திருந் தான். சிரத்தில் மும்முனைத் தொப்பி இருந்தது; உடைவாள் வால்மாதிரி தொங்கியது.

''குறிகாரா, இப்பொழுது என்ன சொல்கிறாய்?'' என்று மகாப்பிரபு வினோதமான குரலில் வினவினான்.

வாஸ்காவுக்குச் சித்தம் கலங்கியது. அவனது உடலெல்லாம் பதறி ஆடியது. அவனது வருவதுணர்த்தும் வித்தையில் வாஸிலிக்கு இன்னமும் கொஞ்சம் நம்பிக்கை எஞ்சியிருப்பதை அவன் உணர்ந்திருக்க வேண்டும்; அவன் பிரபுவின் கரங்களைப் பற்றிக்கொண்டு, ''நீங்கள் மரணத்தைத் திரணமாக மதித்து இன்னுயிரைத் தியாகம் செய்வதற்காக, ஜாரிடம் செல்கிறீர்கள்! செல்லுங்கள், அஞ்சா நெஞ்சத்தினராய்ச் செல்லுங்கள்...! நான்கு மிருகங்கள் தமது கூரிய நகங்களைத் தளர்த்திக்கொண்டிருக்கின்றன...! நான்கு அண்டங் காக்கைகள் பறந்துவிட்டன... சாவு பின்வாங்குகிறது... இதோ என் கண்ணுக்கு இவை அனைத்தும் புலனாகின்றன; நன்கு புலனாகின்றன!' என்று ஊளையிட்டிருக்க வேண்டும். அவ்வாறு செய்யாது, பயத்தாலும் பசியாலும் மனங்கலங்கிய வாஸ்கா, ராஜ மகுடத்தைப் பற்றிய பழைய அபத்தத்தையே மீண்டும் உளறினான் ; அதன்பின் புலம்பினான்.

''ஆண்டவன் பெயரால் வேண்டுகிறேன். நான் பொல்டாவா செல்வதற்கு அனுமதி அளியுங்கள். ஒரு தீங்கும் இழைக்க மாட்டேன்; உங்களைக் காட்டிக்கொடுக்க மாட்டேன்...'' என்றெல்லாம் கெஞ்சினான்.

வாசலில் நின்ற வாஸிலி, கொழுந்துவிட்டெரிவது போல் இருந்த கண்ணால் வாஸ்காவை வெறித்துப் பார்த்தான். திடீரென்று அவன் வெளியே ஓடிக் கதவைச் சாத்தித் தாழ்ப்பாளிட்டான். அவன் அவ்விடுதியைச் சுற்றி ஓடிக்கொண்டிருந்ததிலிருந்து, மரக்கட்டைகளையும் கிளைகளை யும் சேர்த்து அடுக்குகிறான் என்பதை வாஸ்கா உணர்ந்தான். ''வேண்டாம்! செய்யாதீர்கள்!'' என்று வாஸ்கா ஊளையிட்டான். ''உனக்கு ரொம்ப ரகசியம் தெரிந்து விட்டது. நீ ஒழிய வேண்டும்!'' என்று விடை தந்த வாஸிலி, இருமிக்கொண்டே, சிக்கிமுக்கிப் பஞ்சை ஊதினான். எரி நாற்றம் பரவியது. வாஸ்கா ஒரு வாளியை எடுத்துக் கதவுமீது மோதினான். வாளி உடைந்தது; கதவு உறுதியாய் நின்றது. அவன் சாளரத்தின் வழியே பக்கவாட்டில் தலையை நீட்டிக் கத்தினான்; ஆனால் புகை அவனது மூச்சை அடைத்தது. மரக்கட்டைகளில் தீப்பிடித்துக் கொண்டபொழுது. அவை படபடவென்று வெடிப்பொலி செய்து உரத்து முழங்கின. விடுதிச்சுவரின் இடுக்குகளிலும் தீப்பிடித்துக் கொண்டது. தீ சுவர்போல எழும்பிக் கர்ஜித்தது. வாஸ்கா, வெப்பம் தாங்காது பெஞ்சியின் அடியில் ஒளிந்து கொண்டான். கூரை வளைந்து விழுந்தது. சுவர்கள் கொழுந்து விட்டெரிந்தன.

காற்றோட்டமில்லாத இரவில், உயர்ந்து எழும்பிய சுவாலைக்குமுன், விண்மீன்கள் இருந்த இடம் தெரியவில்லை. நீண்ட நேரத்துக்கு, ஆறு வெண் குதிரைகளின் நிழல்களும், அவை இழுத்துச் சென்ற கரிய தோல் கோச்சுவண்டியின் நிழலும், சிவந்த நிறம் கொண்டு, யாரோஸ்லாவ் சாலையில் விரைந்து சென்றன. அவை வயல்களைக் கடந்தன; ஈரமான கிடங்குக் கணவாயின் ஆழத்தில் வியாபித்தன; தாழ்வான குன்றுகள் மீது ஏறிச்சென்றன; பிரச்மரத் தோப்பில், மரங்களைத் தழுவியும் அடிமரங்களால் வெட்டுண்டும், முன்னேறின.

''அப்பா, அந்தத் தீ எங்கே எரிகிறது? நம் இடத்திலா?'' என்று அலெக்ஸி மீண்டும் மீண்டும் கேட்டான்.

கோச்சு வண்டியின் மூலையில் சிறுதுயில் கொண்ட கோலிட்ஸின் பதில் உரைக்கவில்லை.

21

மாட்டுக்கொட்டகையின் தாழ்வான நிலவறையில், தச்சர்கள் சுறுசுறுப்பாக வேலை செய்தனர். கஷ்டகாலத்தில் இந்த நிலவறை வெடி மருந்துக் கிடங்காகப் பயன்பட்டது. இப்பொழுதெல்லாம் துறவிகளின் பண்டகசாலையாகப் பயன்பட்டு வந்தது. இங்கு தச்சர்கள் இரண்டு கற்றூண்களுக்கு இடையே ஒரு குறுக்குச் சட்டத்தை அமைத்தார்கள். அதில் ஒரு கப்பியைக் கட்டினார்கள். அதிலிருந்து ஒரு சுருக்குக்கயிறு தொங்கியது. அந்தக் கப்பிக்கு அடியில் ஒரு மரக்கட்டையை அமைத்தனர். கட்டையின் ஓர் ஓரத்தில் ஒரு வளையம் இருந்தது. இதுதான் சித்திரவதை செய்யும் கருவி. வாக்குமூலங்களைப் பதிவு செய்யும் குமாஸ்தாவுக்காகப் பெஞ்சியும் மேஜையும் போட்டனர். உயர்ந்த நிலையிலுள்ளவர் உட்கார்ந்து கொள்வதற்காக இன்னொரு பெஞ்சியைப் போட்டு அதன்மீது மணித் தையலுடன் கூடிய துணியை விரித்தார்கள். இறுதியாக, நிலவறையிலிருந்து களஞ்சியத்துக்கு ஏறிச் செல்வதற்கான படிகளைச் சீரமைத்தார்கள். அந்தக் களஞ்சியத்தில்தான், கடந்த இரண்டு நாட்களாக ஷாக்லோவிதி அடைபட்டுக் கிடந்தான்.

போரிஸ் கோலிட்ஸின் விசாரணையை நடத்தினான். சாட்டையைத் தொட்டவுடன் எவனையும் பேசச் செய்வான் என்று பெயர் வாங்கிய ஸிவிஷேவ், மாஸ்கோவிலிருந்த கொள்ளைக்காரர் சிறையிலிருந்து தருவிக்கப்பட்டிருந்தான். பலர் முன்னிலையில் கம்பத்தில் கட்டிவைத்து அடிக்கும்பொழுது, அவன் கருணைகாட்டுவது உண்டு. ஆனால், விரும்பினால் பதினைந்தாவது அடியில் முதுகெலும்பை முறிக்கும் திறனும் அவனிடம் இருந்தது.

முன்பே, பலரை விசாரித்து விட்டனர். சிலர் தாமாகவே முன்வந்து செய்திகளைக் கூறினர். ஆனால் கிளாட்சியும் ஸில்வஸ்டரும் இன்னமும் பிடிபடவில்லை. அவர்களை எங்கு கண்டாலும் கைது செய்ய வேண்டுமென்ற உத்திரவு நாட்டின் பல பாகங்களுக்கும் அனுப்பப்பட்டது.

இப்பொழுது ஷாக்லோவிதியின் முறை; முன்னாளுக்கு முதல் நாள் அவன் எல்லாக் கேள்விகளுக்கும் உணர்ச்சிக் கொதிப்போடு பதில் உரைத்தான். "இது ஓர் அவதூறு. என் சத்துருக்கள் என்னை அழிக்க விரும்புகிறார்கள். நான் ஒரு குற்றமும் செய்யாத நிரபராதி" என்று அவன் சாதித்தான். இன்று அவனுக்காக ஸிவிஷேவைச் சித்தம் செய்திருந்தனர். ஆனால் இந்த விஷயம் அவனுக்குத் தெரியாது. மீண்டும் சகல குற்றச்சாட்டுகளையும் மறுத்துப் பேசுவதென்றே, அவன் முடிவு செய்திருந்தான். தான் எந்தக் கலகத்தையும் தூண்டவில்லையென்றும் ஜாருக்கு எதிராகச் சதி ஏதும் செய்யவில்லையென்றும் சாதிக்கத் தீர்மானித்திருந்தான்.

முதலில், பீட்டர் இந்த விசாரணைகளில் ஆஜராகவில்லை. மாலையில், போரிஸ், குமாஸ்தாவுடன் வருவான்; குமாஸ்தா வாக்குமூலங்களைப் படிப்பான். ஆனால் ஸோபியாவின் அந்தரங்கமான ஆட்கள் விசாரிக்கப்பட்டபொழுது, அவர்களது வாக்குமூலங்களை நேரில் கேட்கப் பீட்டர் விரும்பினான். நிலவறைக்கு ஒரு நாற்காலி கொண்டுவரப்பட்டது. பூஞ்சக் காளான் நிறைந்த கூரை விட்டங்களுக்குக் கீழே, நாற்காலியின் ஒரு புறத்தில் பீட்டர் அமர்ந்திருந்தான். முழங்கால்கள் மீது முழங்கை மூட்டுகளை ஊன்றிக்கொண்டும் தலையைக் கைகளில் தாங்கிக்கொண்டும் அமர்ந்து அனைத்துக்கும் செவி கொடுத்தான். அவன் ஒரு கேள்வியும்

கேட்பதில்லை. முதலில் கப்பி கிரீச் சென்ற ஒலியோடு சுழன்றபொழுது, இடுப்புவரை ஆடை உடுத்தாத குற்றவாளி அதில் தொங்கியபொழுது, அவனது முகம் சாம்பல் நிறமாவதையும், வேதனையைத் தாங்கமாட்டாமல் அவன் பற்களைக் கடிப்பதையும் கண்ட பீட்டர் கற்றூணின் நிழலில் மறைவாக அமர்ந்து, அசையாதிருந்தான். அன்று முழுவதும் அவன் வெளிறிப்போய் ஆழ்ந்த யோசனையில் இருந்தான். ஆனால் நாளாவட்டத்தில் கொஞ்சம் கொஞ்சமாகப் பழகி விட்டான். இப்பொழுது, சித்திரவதை செய்யும்பொழுது அவன் மறைந்து கொள்வதில்லை.

அன்று, அதிகாலை வழிபாட்டுக்குப் பின் நடால்யா அவனை நிறுத்திக்கொண்டாள். துன்பங்களுக்கெல்லாம் முடிவு கண்டது குறித்துச் சமய முதல்வர் அவனைப் பாராட்டினார். உண்மையில், ஸோபியா கிரெம்லினில் இருந்தபொழுதிலும், சக்தியற்றவளாகத்தான் இருந்தாள். மாஸ்கோவில் மிஞ்சியிருந்த படைப்பிரிவுகள் தூதுகோஷ்டிகளை அனுப்பின; இரக்கம் காட்டி மன்னிப்பு அளிக்க வேண்டுமென்று அத்தூதர்கள் மன்றாடினார்கள். அவர்களும் அவர்களது குடும்பங்களும் தொழில்களும் ஆபத்தில்லாது தப்ப முடியுமானால், அவர்கள் (காஸ்பியன் கடற்கரையிலுள்ள) அஸ்டிராகானுக்கோ, வேறு எல்லையோரப் பிரதேசங்களுக்கோ செல்வதற்குத் தயார் என்றும் அறிவித்தனர்.

பீட்டர் திருக்கோயிலிலிருந்து இறங்கி நடந்தான். மாட்டுக்கொட்டகையில் சிப்பாய்கள் குழுமியிருந்தனர். ''ஐயா, ஷாக்லோவிதியை எங்களிடம் ஒப்படையுங்கள். நாங்கள் அவனிடம் பேசிக் கொள்கிறோம்!'' என்று அவர்கள் பீட்டரிடம் கூறினார்கள். அவன் கையைக் காட்டி அவர்களை ஒதுக்கிவிட்டுத் தலைகுனிந்து விரைந்தான். அந்த நாட்பட்ட களஞ்சியத்தைக் கடந்து, இருண்ட நிலவறைக்குச் செல்வதற்கான படிகளைத் தடவித் தேடிக்கொண்டே நடந்தான். அந்த இடத்தில் பூஞ்சக் காளான் நாற்றமும் சுண்டெலி மலத்தின் நாற்றமும் வீசின. சாக்கு மூட்டைகளுக்கும் பீப்பாய்களுக்கும் இடையே வழிகண்டு சென்று, அவன் ஒரு தாழ்வான கதவைத் திறந்தான். குமாஸ்தா மேஜையின் மீதிருந்த மெழுகுவத்தி, விட்டங்களிலிருந்த சிலந்திக் கூடுகள் மீதும் தரையில் கிடந்த குப்பை செத்தை மீதும் சித்திரவதைக் கருவியின் புதிய மரக்கட்டைகள் மீதும் மஞ்சள் நிறமான ஒளியைப் பரப்பியது. குமாஸ்தாவும் பெஞ்சியின் மீது இருந்த போரிஸ் கோலிட்ஸின், லியோநாரிஷ்கின், ஸ்திரீஷ்னேஷ், ரோமோடானோவ்ஸ்கி ஆகியோரும் எழுந்து நின்று தலை வணங்கினர். அவர்கள் மீண்டும் உட்கார்ந்தவுடன், பீட்டருக்கு ஷாக்லோவிதி தென்பட்டான். அவன் அவர்கள் அருகில் மண்டியிட்டு இருந்தான். சுருள் மயிருடன் கூடிய தலை சோர்ந்து தொங்கியது. பிடிபட்டபொழுது அணிந்திருந்த உயர் ரகக்கோட்டு கிழிந்திருந்தது; அவனது சட்டையில் சேறு சிதறியிருந்தது. அவன் தனது சவக்களை கட்டிய முகத்தை மெதுவாக உயர்த்திப் பீட்டரின் கண்களை நோக்கினான். அவனது கண்-மணிகள் உப்பின; அழகிய இதழ்கள் ஒன்றையொன்று இறுகப் பற்றிக்கொண்டே துடித்தன. நெஞ்சம் அழுவதாகத் தோன்றியது. அவன் பீட்டர் மீது வைத்த விழியை வாங்காமல் முன்னால் சாய்ந்தான்.

போரிஸ்ஸும் ஜாரை விரைந்து நோக்கி எச்சரிக்கையாக முறுவலித்துக்கொண்டு வினவினான்:

''நாங்கள் விசாரணையைத் தொடர்ந்து நடத்த அனுமதிக்கிறீர்களா?''

ஸ்திரீஷ்னேவ் பல்லைக் கடித்துக்கொண்டு, ஷாக்லோவிதியிடம் பேசினான்:

''குற்றங்களைப் புரிவதற்குத் தெரிந்த உனக்குப் பதில் சொல்லத் தெரியாதா? நேரத்தை விரயம் செய்யாதே. ஜார் உண்மையை அறிய விரும்புகிறார்.''

போரிஸ் மேலும் உரத்த குரலில் கூறினான்:

'' 'நான் அம்மாதிரிப் பேசவில்லை; அம்மாதிரிச் செய்யவில்லை' என்ற ஒரே பதிலையே திரும்பத் திரும்பச் சொல்கிறான். ஆனால் அவனும் குற்றவாளிதான் என்பதை விசாரணை விவரங்கள் தெளிவாகக் காட்டுகின்றன. நாம் சித்திரவதை செய்தால்தான், உண்மையை உரைப்பான்.''

யாரோ பிடித்துத் தள்ளியதைப் போல, ஷாக்லோவிதி மண்டியிட்டவாறே பக்க வாட்டில் நகர்ந்தான். தோல் மூட்டைக்குப் பின்னாலோ உப்பிலிட்ட மீன் உள்ள பீப்பாய்க்குப் பின்னாலோ சுண்டெலி ஒளிந்துகொள்ள முயல்வதைப் போல் இருந்தது அவனது முயற்சி. அதன்பின் அவன் கீழே விழுந்து மௌனமாகக் கிடந்தான். பீட்டர் வேகமாக நடந்து அவனை நெருங்கினான். அவனது க்ஷவரம் செய்த கழுத்தில் இருந்த பள்ளத்தை நோக்கினான். பீட்டர் தனது மணிப் பின்னல் கோட்டின் பைக்குள் கரத்தை நுழைத்துக்கொண்டே கீழே அமர்ந்தான். இளமை வளம் மிகுந்த தன் குரலின் உச்சஸ்தாயியில், மமதையோடும் ஏளனத்தோடும் கூறினான்:

''அவன் உண்மையை உரைக்கும்படி செய்யுங்கள்''

போரிஸ், ஸிவிஷேவை விளித்தான். குறுகலான தோள்களை உடைய நெட்டையான மனிதன், முழங்கால் மூட்டுவரை சிவப்பாடை அணிந்தவனாய்த் தூணின் மறைவிலிருந்து வெளி வந்தான். இவன் இவ்வளவு விரைவில் வருவான் என்று ஷாக்லோவிதி எதிர்பார்க்கவில்லை. அவன் பாதங்களை ஊன்றிக் குந்திக்கொண்டு தோள்களைக் கூனச் செய்து, ஸிவிஷேவின் கவலைக்குறி இல்லாத முகத்தை நோக்கினான். அது குதிரை முகம் மாதிரி இருந்தது. நெற்றியே இல்லையென்று சொல்லிவிடலாம். புருவங்களுக்குமேல் ஒரு வரி கிழித்திருப்பது மாதிரி இருந்தது. அந்த அளவுக்கு நெற்றி சுருங்கியிருந்த போதிலும், தாடை பெரிதாயிருந்தது. ஸிவிஷேவ், ஷாக்லோவிதியிடம் சென்றான்; குழந்தையைத் தூக்குவதுபோல் அவனைத் தூக்கினான்; ஒரு குலுக்குக்குலுக்கி நிற்க வைத்தான். அதன்பின் அவன் கவனமாகவும் திறமை யாகவும் ஷாக்லோவிதியின் சட்டைக் கையைப் பிடித்துக்கொண்டு, கோட்டை நீக்கினான்; வெள்ளையான ஸில்க் சட்டையை நகத்தால் கிழித்து எறிந்தான். இவ்வாறாக அவனை இடுப்பு அளவுக்கு அம்மணமாக்கினான். ஷாக்லோவிதி உறுதியாகப் பேச முயன்றான்; ஆனால், ''கனவான்களே, நான் அனைத்தையும் கூறி விடுகிறேன்'' என்று அவன் கத்தியபொழுது, குரல் கரகரவென்று ஆயிற்று; உச்சரிப்பு தெளிவாயில்லை.

பெஞ்சியில் அமர்ந்த பாயர்கள், தத்தம் தாடியையும் முகத்தையும் உச்சந்தலையையும் ஆட்டினார்கள். ஸிவிஷேவ், ஷாக்லோவிதியின் கைகளைப் பின்புறத்தில் சேர்த்துக் கட்டினான்; அவனது மணிக்கட்டுகளில் தோலால் ஆன சுருக்குக் கயிற்றை மாட்டி இறுக்கினான். அதன்பின், சுருக்குக் கயிற்றின் இன்னொரு முனையைப் பற்றி இழுத்தான். ஷாக்லோவிதி பிரமித்து நின்றான். கப்பி கிரீச் சென்றது. அவனது கரங்கள் முதுகுக்குப் பின்னால் உயரத் தொடங்கின. தசைகள் நீண்டு, மட்டு மீறிய வேதனையால் துன்புற்றன. தோள்கள் உப்பின. அவன் முன்னோக்கிச் சாய்ந்தான். ஸிவிஷேவ், அவனது நடுமுதுகில் ஓங்கி அறைந்தான். அதன்பின் கீழே அமர்ந்து, ஷாக்லோ விதியைத் தூக்கினான். முறுக்கிய கைகள், (பந்து-கிண்ண மூட்டின்) கிண்ணங்களிலிருந்து திருகி இழுக்கப் பட்டுத் தலைக்குமேல் உயர்த்தப்பட்டன. அவன் திக்குமுக்காடிக்கொண்டே ஒரு தடவை முனங்கினான். திறந்த வாயும் வெறித்த கண்களும் உடைய அவனது உடல், தரைக்கு மூன்று அடி உயரத்தில் தொங்கியது. ஸிவிஷேவ், கப்பியின் கயிற்றைக் கட்டிவிட்டு, ஆணியில் மாட்டியிருந்த சாட்டையை எடுத்தான். அதன் கைப்பிடி குட்டையாயிருந்தது. போரிஸ் சாடை காட்டியவுடன், குமாஸ்தா, இரும்பு விளிம்பை உடைய மூக்குக் கண்ணாடியை மெலிந்த நாசி மீது மாட்டிக்கொண்டு, மெழுகுதிரியின் அருகில் முகத்தைத் தாழ்த்திப் படிக்கத் தொடங்கினான்:

''மேலும், விசாரணையில் காப்டன் ஸாபோகோவ் கூறியதாவது: ''கடந்த வருடம், ஒரு நாள் - எந்த நாளென்று நினைவு இல்லை. இளவரசி ஸோபியா பிரியோபிராஷென்ஸ்கிக்குச் சென்றாள். அப்பொழுது ஜார்பீட்டர் அங்கு இல்லை. இளவரசி உச்சி வேளை வரையில்தான் அங்கு இருந்தாள். ஷாக்லோவிதியும் காவற்படையினர் பலரும் அவளுடன் இருந்தனர். லியோநாரிஷ்கின்னையும் மகாராணி நடால்யாவையும் கொல்வதற்காக ஷாக்லோவிதி அவர்களை அழைத்துச் சென்றிருந்தான். அப்பொழுது ஷாக்லோவிதி அரண்மனையிலிருந்து வெளியே வந்து, அரண்மனையில் கூச்சல்கேட்கும் வரை காத்திருக்க வேண்டுமென்று ஸாபோகோவிடம் சொன்னான். அப்பொழுது, மகாராணி இளவரசி ஸோபியாவைக் கடிந்து பேசிய சத்தம் கேட்டது. கூச்சல் காதில் விழுந்தவுடன் தயாராயிருந்து வெளியே அனுப்பப் படுவோரையெல்லாம் அடித்துக் கொல்லும்படி ஷாக்லோவிதி கூறினான்.''

''நான் அம்மாதிரி பேசவில்லை. ஸாபோகாவ் பொய் சொல்கிறான்'' என்று மூச்சுத் திணறிக்கொண்டே ஷாக்லோவிதி சொன்னான்.

போரிஸ் சாடை காட்டவே, ஸிவிஷேவ் பின் வாங்கிப் பார்வையால் தூரத்தை அளந்து கொண்டான்; விறைப்பாக நின்று சாட்டையைச் சுழற்றினான்; முன் சாய்ந்து அதனால் அடித்தான். ஷாக்லோவிதியின் மிருதுவான தேகம் வலிப்பு கண்டதைப்போல் நடுங்கியது. அவன் கதறினான். ஸிவிஷேவ் இரண்டாவது தடவை அடித்தான். போரிஸ் ''மூன்று!'' என்றவுடன், ஸிவிஷேவ் மூன்றாவது அடியும் கொடுத்தான். ஷாக்லோவிதி ஊளையிட்டான்; நுரையை உமிழ்ந்து கொண்டு வீறிட்டலறினான்:

''நான் குடிவெறியில் இருந்தேன். குடி போதையில் பேசினேன். என்ன சொன்னேன் என்பதே எனக்குத் தெரியாது.''

கதறலும் புலம்பலும் அடங்கிய பின், குமாஸ்தா தொடர்ந்து படித்தான்:

''மேலும், அவன் ஜார் பீட்டரை இகழ்ந்து பேசினான். பீட்டர் அன்னியர் பேட்டைக்குச் சென்று குடிப்பதாகவும், வரையறை இல்லாது குடிப்பதால் அவனை நிதானம் பெறச் செய்ய முடியாதென்றும் கூறினான். ஜாரைக் கொல்வதற்கு அவனது வண்டியில் எறிகுண்டுகளை வைப்பது நல்லது என்றும் அவன் கூறினான்.''

ஷாக்லோவிதி வாய்திறக்கவில்லை. ''ஐந்து!'' என்று போரிஸ் வெறிகொண்ட குரலில் கட்டளையிட்டான். ஸிவிஷேவ் சாட்டையை உயர்த்திப் பயங்கரமான விசையுடன் அடித்தான். பிட்டர் ஷாக்லோ விதியை நோக்கித் துள்ளி ஓடினான். அவனது கண்களை உற்று நோக்கினான். பீட்டர் நெட்டையாக இருந்ததால், இருவர் கண்களும் சமநிலையில் இருந்தன. பீட்டரின் முதுகும் கரங்களும் கழுத்தும் சட்டென்று துடித்தன.

''உண்மையைச் சொல், நாயே!'' என்று விளம்பிய பீட்டர் அவனது விலாவைப் பற்றிக் கொண்டு வினவினான்:

''சிறுவனாக இருந்தபொழுதே என்னைக் கொல்லவில்லையே என்று வருத்தப்படுகிறாயா? அப்படித்தானே? என்னைக் கொல்ல விரும்பியது யார்? நீதானே? இல்லையா? பிறகு யார்? எறிகுண்டு சகிதமாக ஆட்களை அனுப்பவில்லையா? யார் யாரை அனுப்பினாய்? பெயர் சொல். நீ ஏன் என்னைக் கொல்லவில்லை?''

ஷாக்லோவிதி பேசமுயன்றபொழுது தசைகள் விறைப்பாக நின்றன. அவன் பீட்டர் முகத்துக்கு நேராக முணுமுணுத்தான்:

'' 'மகாராணியையும் அவளுடைய சகோதரர்களையும் ஏன் முன்பே கொல்லவில்லை?' என்று மட்டும் நான் சொன்னது நினைவில் இருக்கிறது. கத்திகளையும் எறிகுண்டுகளையும் பொறுத்தமட்டில், எனக்கு ஒன்றும் ஞாபகம் இல்லை. இவற்றைப் பற்றிக் கோலிட்ஸின்தான் இளவரசியிடம் யோசனை கூறினான்.''

அவன் கோலிட்ஸின் பெயரைக் குறிப்பிட்டவுடன், போரிஸ் பெஞ்சியிலிருந்து துள்ளி எழுந்து, ''கசையால் அடி'' என்று இரைந்து கூவினான்.

ஸிவிஷேவ், ஜார் மீது படாதவாறு முன் ஜாக்கிரதை செய்துகொண்டு, ஷாக்லோவிதியின் தோள்களுக்கிடையே சவுக்கால் அடித்தபொழுது, சதை பிய்ந்தது. அவன் வீறிட்டலறினான். பத்தாவது அடியில், அவனது சிரம் மார்பில் கவிழ்ந்தது.

சில்க் கைக்குட்டையால் இதழ்களைத் துடைத்துக்கொண்டே, போரிஸ் கூறினான்:

''அவனைக் கீழே இறக்குங்கள். ஜாக்கிரதையாகக் களஞ்சியத்துக்குக் கொண்டு செல்லுங்கள். முதுகில் வாட்காவைத் தடவிக் குழந்தையைக் கவனிப்பது போல் பராமரியுங்கள். நாளைக்கு அவன் பேச வேண்டும்.''

பாயர்கள் நிலவறையிலிருந்து புறப்பட்டு மாட்டுக்கொட்டிலுக்கு வந்தவுடன், ஸ்திரீஷ்னேவ், லியோ நாரிஷ்கின்னிடம் குசுகுசுத்தான்:

''ஏ, மகாப்பிரபு போரிஸ்ஸைப் பார்த்தீர்களா?''

''இல்லை. நீங்கள் சொல்வதின் பொருள் விளங்கவில்லை.''

''துள்ளிக் குதித்தாரே, ஷாக்லோவிதியின் வாயை அடைப்பதற்காக.''

''ஏன்?''

''ஷாக்லோவிதி அதிகமாகப் பேசிவிட்டான். அவர்கள் இருவரும் - போரிஸ்ஸூம் வாஸிலியும் - ஒரே குருதிமரபை உடையவர்கள். அவர்களுக்கு ஜார் சேவையைவிட இரத்த பாசமே உயர்ந்ததாக உள்ளதுபோல் தோன்றுகிறது.''

லியோ நாரிஷ்கின் சாணக்குவியல் அருகில் நின்று, கைகளை உயர்த்தித் தொடைகளில் அடித்துக்கொண்டான். அவன் திகைத்துவிட்டான்.

''ஓஹோ! நாம் இந்தப் போரிஸ்ஸை நம்பியிருக்கிறோம்.''

''நம்புங்கள். ஆனால் கண்காணித்துக் கொண்டிருங்கள்.''

''ஆ!''

22

குடிசையில் கணப்பு எரிந்துகொண்டிருந்தது. புகைபோக்கி இல்லாததால், மேற்பாகமெல்லாம் புகை நிறைந்து இருந்தது. நின்றுகொண்டிருந்தவர்களை இடுப்பு அளவுதான் பார்க்க முடிந்தது. இலேசாகப் பிரகாசித்த விளக்குச் சுவாலையிலிருந்து பறந்த தீப்பொறிகள், சிறிய மரத்தொட்டியிலிருந்த தண்ணீரில் விழுந்து 'உஸ்' என்ற ஒலியை உண்டாக்கின. சளி ஒழுகும் மூக்கும் அழுக்கடர்ந்த சந்துப்பட்டையும் பானை போல் பெருத்த வயிறும் உடைய குழந்தைகள் அங்குமிங்கும் ஓடின. அவை அடிக்கடி இடறி விழுந்து எழுந்து ஊளையிட்டன. உள்மரப் பட்டைக் கயிற்றால் பாவாடையைத் தூக்கிப்பிடித்துக் கட்டியிருந்த கர்ப்ப ஸ்திரீ, ''தரித்திரங்களா, சும்மா கிடக்கமாட்டீர்களா? உயிரை வாங்குகிறீர்களே!'' என்று சபித்து, அந்தக்குழந்தைகளை இழுத்துக்கொண்டு போய்த் தெருவில் தள்ளினாள்.

இரண்டு நாட்களாகக் கோலிட்ஸின்னும் அவனது மகன் அலெக்ஸியும் இந்தக் குடிசையில்தான் வசித்தனர். அவர்களை மடத்திற்குள் விடுவதற்கு மறுத்துவிட்டனர். ''கூப்பிட்ட குரலுக்கு ஏன் என்று கேட்கத்தகுந்த வகையில், அண்மையில் தங்க வேண்டுமென்று பேரரசர் உத்திரவிட்டிருக்கிறார்'' என்று அவர்களிடம் கூறப்பட்டது. அவர்கள் தமது முறைக்காகக் காத்திருந்தனர். உணவோ பானமோ எதுவும் விழுங்க முடியாது தவித்தனர். அவர்கள் பேசுவதைக் கேட்பதற்குத் தயாராயில்லை என்று பீட்டர் கூறிவிட்டான். வாஸிலி, எதுவும் நடக்குமென்று எதிர்பார்த்தவன்தான். எந்தக் கேட்டினையும் பொறுத்துக் கொள்வதற்கு வழியில் தன்னை உறுதிப்படுத்திக் கொண்டுதான் வந்தான். ஆனால் இந்தப் புகையடர்ந்த குடிசை வாசத்தை அவன் எதிர்பார்க்கவில்லை.

அன்று பகலில், நேர்மைக்குரிய கர்னல் கார்டன் மலர்ந்த முகத்துடன் குடிசைக்குள் வந்தான். அவன் வாஸிலியிடம் தனக்குள்ள பரிவைத் தெரிவித்துச் 'சூள்' கொட்டினான்.

''கவலைப்படாதீர்கள், சோர்ந்து விடாதீர்கள். இந்தக் காற்றின் வேகம் விரைவில் அடங்கி விடும்'' என்று சொல்லி உற்சாகம் ஊட்ட முயன்றான்; அதன்பின் அவன் குதிமுட்களால் கணீரென்று ஒலித்துக்கொண்டே போய்விட்டான். அவனுக்கென்ன? சுதந்திர புருஷன், அதிர்ஷ்டசாலி.

மடத்துக்குச் சென்று நிலவரத்தை அறிந்து வரும்படி அனுப்புவதற்கு ஆள் இல்லை. உள்ளூர்வாசிகள், இளவரசியின் மாஜிக் காதலனுக்குக் குல்லாயை நீக்கியாவது மரியாதை செய்தார்களா என்றால், கிடையாது. தெருவில் நடந்து செல்வதற்கே அவனுக்கு அவமானமாயிருந்தது. குழந்தைகளின் நாற்றமும் கூச்சலும் சேர்ந்து தலைவேதனை உண்டாக்கின. புகையில் கண்கள் எரிந்தன. மீண்டும் மீண்டும், குறிகாரனது நினைவு தோன்றி அவனைத் துணுக்குறச் செய்தது. ''கதவைத்திற! நீ அழிவாய், அழிவாய்!'' என்று அவன் கத்தியது அவன் காதில் ரீங்காரம் செய்தது.

இரவு நெடு நேரம் கழிந்தபின், ஒரு சாதாரண அதிகாரி, பல ஆட்களுடன் உள்ளே நுழைந்தான். புகையைக் குடித்து இருமிக்கொண்டே கருத்தரித்த பெண்ணிடம் வினவினான்:

''வாஸ்கா கோலிட்ஸின் இங்கு இருக்கிறாரா?''

அவள் கந்தல் உடுத்திய கரத்தால் "அதோ இருக்கிறார்" என்று சுட்டிக்காட்டினாள்.

"மகாப்பிரபுவே, அரண்மனைக்குச் செல்லும்படி உங்களுக்கு உத்திரவிடப்பட்டிருக்கிறது. தயாராகுங்கள்" என்று அந்த அதிகாரி கூறினான்.

கோலிட்ஸின்னும் அவனது மகன் அலெக்ஸியும், காவலர்கள் சூழ, மடத்தினுள் நுழைந்தனர். அனாதைகளைப்போல் நடந்துவந்த அவர்களைக் காவற்படையினர் அடையாளம் கண்டு கொண்டு, துள்ளி எழுந்தனர்; நகைத்தனர். ஒருவன் குல்லாயைக் கண்வரை இழுத்து விட்டுக் கொண்டான்; இன்னொருவன் தாடியைப் பிடித்துக்கொண்டான். மற்றவர்கள் கொச்சையான தோரணைகளில் நின்றனர். அவர்கள் பேசினார்கள்:

"எடுப்பாக நில்லுங்கள். சேனாதிபதி இரண்டு குளம்புகளில் சவாரி செய்கிறார்."

"குதிரை எங்கே?"

"குதிரையா? கால்களுக்கு இடையே இருக்கிறது...."

"பாவம், சேனாதிபதி சேற்றில் விழுந்து விடுவாரே வென்று அஞ்சுகிறேன்..."

அவமானகரமான சோதனை முடிவுற்றது. தலைமைப் பாதிரியார் பூஜை செய்யும் ஆலயத்தின் முகப்பு மண்டபப்படிகளில் கோலிட்ஸின் விரைந்து ஏறினான். அழுக்கான ஆடையணிந்த சாதாரணக் குமாஸ்தா கதவைத்திறந்து மதிப்பாக வெளியே வந்து, சாடைகாட்டி வாஸிலியை நிறுத்தினான். அவன் ஒரு சுருள் காகிதத்தைப் பிரித்து உரக்கப்படித்தான்; வார்த்தை வார்த்தையாக நிறுத்திப் படித்தான். ஒவ்வொரு சொல்லும் ஒரு வேலாக வாஸிலியின் மார்பில் துள்ளிப்பாய்ந்தது:

"... மேற்சொன்ன தீச் செயல்களை நீங்கள் புரிந்திருப்பதால், வாஸிலிகோலிட்ஸின்னாகிய நீங்கள், உங்களது பட்டம் பதவிகளையும் பாயர் அந்தஸ்தையும் இழந்துவிட வேண்டுமென்று ஜார் மன்னர்களான பீட்டரும் ஐவானும் ஆணையிடுகிறார்கள். உங்களையும், உங்களது மனைவிமக்களையும் கார்கோபோல் என்ற இடத்துக்குக் கடத்த வேண்டுமென்றும், நீங்கள் எல்லோரும் அங்கேயே ஆயுட்காலத்தைக் கழிக்க வேண்டுமென்றும் ஆணையிட்டிருக்கிறார்கள். உங்களது பண்ணைகளும் மாஸ்கோ மாளிகைகளும் கால்நடைகளும் பறிமுதலாகி, ஜார்களால் சுவீகரித்துக் கொள்ளப்படும். விவசாயிகளையும் அவர்களது குழந்தைகளையும் தவிர, உங்களிடம் வேலை செய்த அனைவரும், அடிமைகள் உட்படச் சுதந்திரம் பெறுவார்கள்."

குமாஸ்தா நீண்ட தஸ்தாவேஜியைப் படித்து முடித்து, அதைச் சுருட்டினான். தலையில் யாதும் அணியாது இருந்த வாஸிலி, நிற்க முடியாமல் தடுமாறவே, அவனது மகன் அவனைத் தாங்கிக் கொண்டான். குமாஸ்தா வாஸிலியைச் சுட்டிக்காட்டி, அதிகாரியிடம் சொன்னான்:

"அவனைக் கைதுசெய்து இந்த உத்திரவை நிறைவேற்றுங்கள்."

அவர்கள் அவனைக் கைது செய்து இட்டுச் சென்றனர். கோயில் நுழைவாயிலுக்கு அப்பால், தகப்பனும் மகனும் உள்மரப்பட்டை விரித்த வண்டிக்குள் தள்ளப்பட்டனர். அதிகாரியும் துப்பாக்கிவீரன் ஒருவனும் பின்னால் ஏறிக்கொண்டனர். கிழிந்த கோட்டும் மரப்பட்டை ஜோடும் அணிந்த கோச்சு ஓட்டி கடிவாள வார்களைக் கையில் எடுத்தான். அந்த அற்பக்குதிரை, வண்டியை மெதுவாக இழுத்து மடத்தைக் கடந்து வயல்வெளியில் பிரவேசித்தது. எங்கும் இருள் சூழ்ந்திருந்தது. விண்மீன்களை மூடுபனி மறைத்திருந்தது.

23

டிராயிட்ஸா நடவடிக்கைகள் நிறைவு எய்தின. ஏழாண்டுகளுக்கு முன் நிகழ்ந்தது போலவே, மீண்டும், மாஸ்கோவுக்கு எதிராக டிராயிட்ஸா வெற்றிகண்டது. பாயர்களும் சமய மதல்வரும் நடால்யாவும் மந்திராலோசனை நடத்தியபின், பீட்டரின் பெயரால், ஜார் ஐவானுக்குக் கடிதம் எழுதினார்கள்:

''... ... மேன்மைக்குரிய சகோதரரே, ஆண்டவன் நம்மிடம் ஒப்படைத்த ராஜ்யத்தை நாம் இருவருமே ஆட்சி செய்ய வேண்டிய நேரம் வந்துவிட்டது. எப்படியென்றால், நம் இருவருக்கும் வயது வந்துவிட்டது. மேலும் ஆடவர்களாகிய நம்முடன், அவமதிப்புக்கு ஆளான மூன்றாவது நபரான நம் சகோதரி பட்டங்களையும் நிர்வாகத்தையும் பகிர்ந்துகொள்வதை நாம் இனி அனுமதிக்கக் கூடாது.''

ஸோபியாவை இரவோடு இரவாகக் கிரெம்லினிலிருந்து அழைத்துக்கொண்டுபோய், நாவோடிவிச்சி கன்னிமடத்தில் சேர்த்துவிட்டனர். ஷாக்லோவிதி, பெட்ரோவ், கூஸ்மா ஆகியோர் சிரச்சேதம் செய்யப்பட்டனர். மற்றைய கலகக்காரர்கள் பொது மைதானத்திலும் காவற்படையினர் பேட்டையிலும் சவுக்கடி வாங்கினார்கள்; அல்லது அவர்களுக்கு நாக்கு துண்டிக்கப்பட்டது. பலர் ஆயுட்காலக் கைதிகளாகச் சைபீரியாவுக்குக் கடத்தப்பட்டார்கள். பிற்பாடு, ஸில்வஸ்டர் என்ற பாதிரியும் கிளாட்கியும் பிடிபட்டனர். அவர்கள் கொடுமையான சித்திரவதைக்கு ஆளாயினர். பிறகு அவர்களும் சிரச்சேதம் செய்யப்பட்டனர்.

பீட்டரோடு சேர்ந்தவர்களுக்கு நிலமும் பணமும் அந்தஸ்துக்கு ஏற்றபடி பரிசளிக்கப் பட்டது. பாயர்கள் ஒவ்வொருவருக்கும் முந்நூறு ரூபிள் கிடைத்தன; அவையத்தாருக்கு இருநூற்றி எழுபது ரூபிள்; அரசவை உறுப்பினராயிருந்த பிரபுக்களுக்கு இருநூற்றி ஐம்பது ரூபிள்; பீட்டருடன் மடத்துக்குச் சென்ற புரவிவலவர்களுக்கு ஆளுக்கு முப்பத்தி ஏழு ரூபிளும், சற்றுத் தாமதித்து வந்தவருக்கு முப்பத்தி இரண்டு ரூபிளும், ஆகஸ்ட் மாதம் பத்தாம் தேதிக்கு முன் வந்தவர்க்கு முப்பது ரூபிளும், ஆகஸ்ட் மாதம் இருபதாம் தேதிக்கு முன் வந்தவர்க்கு இருபத்தி ஏழு ரூபிளும் கிடைத்தன. இதே முறையில், புறநகரங்களின் பிரபுக்கள் பதினெட்டு, அல்லது பதினேழு அல்லது பதினாறு ரூபிள் பரிசு கிடைத்தது.

மாஸ்கோவுக்குத் திரும்புவதற்கு முன்னால், பாயர்கள் வெவ்வேறு பதவிகளைப் பகிர்ந்து கொண்டனர். முதன்மையான முக்கியத்துவம் வாய்ந்த 'அரசியல் தூதர் அலுவலகம்' லியோ நாரிஷ்கின்னிடம் ஒப்படைக்கப்பட்டது. ஆனால் 'காவலர்' என்ற பட்டப்பெயர் ரத்தாயிற்று. இராணுவத் துறையிலும் இதர வகைகளிலும், போரிஸ் கோலிட்ஸின் உதவி இதுவரை தேவைப் பட்டது; இனித் தேவையில்லை. எனவே அவனுக்கு ஒன்றும் கொடுக்காது ஒதுக்கியிருக்கலாம். சமய முதல்வரும், மகாராணித் தாயாரும் மன்னிக்க முடியாத பல குற்றங்களைப் புரிந்த வனாகவே அவனைக் கருதினார்கள். குறிப்பாக, அவன் தன் ஒன்று விட்ட சகோதரனான வாஸிலியைச் சவுக்கடியிலிருந்தும் தலை துணிக்கும் பட்டறையிலிருந்தும் காப்பாற்றி விட்டான் என்று கோபமாயிருந்தனர். என்றாலும், இத்தகைய உயர்ந்த குடும்பத்துக்குக் கௌரவம் இல்லாமல் செய்வதைப் பாயர்கள் விரும்பவில்லை. ''நாம் அப்படிச் செய்தால், விரைவில், நமது பதவிகளும் பறிபோய்விடும். வர்த்தகர்களும் இழிந்த குடியில் பிறந்த குமாஸ்தாக்களும்

அன்னியர்களும் இதர சாமானிய ஜனங்களும், பதவிக்காகவும் பொருட்பேறுக்காகவும் ஜார்பீட்டரைச் சூழ்ந்துகொண்டிருக்கிறார்கள்'' என்று அவர்கள் வாதித்தனர். எனவே, காஸான் மாளிகையின் நிர்வாகி என்ற முறையில் அதற்குரிய கௌரவத்தையும் வருமானத்தையும் போரிஸ் அனுபவிக்க வேண்டுமென்று அவர்கள் தீர்மானித்தார்கள். இதைக் கேள்விப்பட்ட போரிஸ், காறித் துப்பினான். ''அவர்கள் ஒழியட்டும். எனக்கு இருப்பதுடன் நான் திருப்தி அடைவேன்'' என்று முடித்துவிட்டுக் கூச்சல் போட்டான். குடிவெறியில் குதிரைமீது ஏறி, மாஸ்கோவுக்கு அருகிலிருந்த தன் பண்ணைக்குச் சென்று படுத்து உறங்கினான்.

புதிய நிர்வாகிகளை அமைச்சர்கள் என்று அன்னியர்கள் குறித்தனர். இந்த அமைச்சர்கள் பழைய குமாஸ்தா வர்க்கத்தை நீக்கிவிட்டுப் புதிய குமாஸ்தாக்களை நியமித்துக் கொண்டனர். அதன்பின், அவர்கள் பழைய முறையிலேயே சிந்தனை செய்து கோலோச்சினர். குறிப்பிடத்தக்க மாறுதல் ஏதும் நிகழவில்லை. ஐவான் மிலோஸ்லவ்ஸ்கிக்குப் பதிலாக, லியோநாரிஷ்கின், மயிர்ப்பட்டில் தைத்த கரிய ஆடை அணிந்து குதிரை மீது அங்குமிங்கும் பாய்ந்து சென்றான் என்பது ஒன்றுதான் வேறுபாடு.

அவர்கள் அனைவரும் பழைய ஆட்கள்; நன்கு அறிமுகமானவர்கள். லஞ்சம், ஊழல், குழப்பம், அழிவு ஆகியவற்றைத் தவிர அவர்களிடம் வேறொன்றையும் எதிர்பார்க்க முடியாது என்பதை நாடு அறிந்திருந்தது. மாஸ்கோவிலும் அன்னியர் பேட்டையிலும், பல்துறை வர்த்தகர்களும் வினைஞர்களும் தீர்வை அதிகாரிகளும் டச்சுவணிகரும் ஹானோவர் (ஹானோவர் ஜர்மனி தேசத்தின் ஒரு பகுதி) வியாபாரிகளும் ஆங்கிலேயக் கப்பல் தலைவர்களும், புதிய நிர்வாகிகள் தோன்றுவார்களென்றும் புதிய ஏற்பாடு மலருமென்றும் ஆவலுடன் எதிர்பார்த்துப் பொறுமை இழந்தார்கள். பீட்டரைப்பற்றிப் பல வதந்திகள் பரவின. பலர் அவன்மீது நம்பிக்கை வைத்திருந்தனர். அனாதி காலந்தொட்டு, ருஷியா சேறும் சகதியுமாயிருக்கிறது. ஆனால் அதன் அடியில் பொற்சுரங்கம் உள்ளது. புதிய ஜார் கூடத் தேசத்துக்குப் புத்துயிர் அளிக்காவிட்டால், வேறு எவரால்தான் முடியும்?

பீட்டர் மாஸ்கோ செல்வதற்கு அவசரப்படவில்லை. அவன் தன் இராணுவத்தை டிராயிட் ஸாவிலிருந்து அலெக்ஸாண்டரோவ்ஸ்க்கி கிராமத்துக்கு இட்டுச் சென்றான். இங்கு பயங்கர ஐவானின் அச்சம் ஊட்டிய அரண்மனை இடிந்து கிடந்தது. இந்தக் கிராமத்தில், தளபதி ஸாம்மர் ஒரு போலிப் போராட்டத்தை நடத்தினான். அது ஒருவாரம் நீடித்தது. வெடிமருந்து இருந்திருந்தால் மேலும் நீடித்திருக்கும். இங்குதான் ஸாம்மரின் போர்ப்பணிக்கும் முடிவு ஏற்பட்டது. பாவம்! அவன் குதிரையிலிருந்து விழுந்து முடவனானான்.

விளையாட்டுச் சேனையை மட்டும் உடன் அழைத்துக்கொண்டு, பீட்டர் அக்டோபரில் மாஸ்கோ சென்றான். நகரத்திலிருந்து சுமார் ஆறுமைல் தூரத்தில், அலெக்ஸிவிஸ்க்கி கிராமத்தில் ஏராளமான ஜனங்கள், வழிபாட்டு உருவங்களையும் புனிதமான பாவட்டாக்களையும் ரொட்டித் தட்டுகளையும் ஏந்திக் கொண்டு வந்து எதிர்கொண்டு அழைத்தனர். சாலையின் இருமருங்கிலும், கோடரியால் தலைதுணிக்கும் பட்டறைகள் காட்சி தந்தன. டிராயிட்ஸாவுக்கு வரராத காவற் படைப் பிரிவுகளின் பிரதிநிதிகள், பட்டறையில் தலைவைத்து ஈரத்தரையில் படுத்துக்கிடந்தனர். ஆனால் இளமைக்குரிய ஜார் அரசன் எவரது சிரத்தையும் துண்டிக்கவில்லை. அவன் இப்பொழுது ஆத்திரப்படவில்லை. அவர்களிடம் கருணைகாட்டும் முறையிலும் அவன் நடந்து கொள்ளவில்லை.

அத்தியாயம் ஐந்து

1

லிபோர்ட் செல்வாக்குள்ளவனாக ஆகிக்கொண்டிருந்தான். அன்னியர் பேட்டையில் வாழ்ந்த பிறநாட்டவரும், ஆர்க்கேஞ்சலிலிருந்தும் வாலோக்டாவிலிருந்து வியாபாரம் நிமித்தமாக வந்தவர்களும் அவனைப்பற்றி நன்மதிப்போடு பேசினார்கள். ஆம்ஸ்டர்டாமிலிருந்தும் லண்டனிலிருந்தும் வந்திருந்த ஏஜண்டுகள், அவனைப்பற்றித் தத்தம் தலைமைக் காரியாலயங் களுக்குக் கடிதம் எழுதினர். ஏதாவது தொழில்துறைக் காரியம் நடைபெற வேண்டுமானால் அவனுக்குச் சிறு சன்மானங்களை, சிறப்பாகச் செந்தேறல் வகைகளை, அனுப்ப வேண்டு மென்று அவர்கள் யோசனை கூறினார்கள். டிராயிட்ஸா நடவடிக்கை முடிவுற்றபின், அவனுக்குத் தளபதிப்பட்டம் அளிக்கப்பட்டபொழுது, அன்னியர் பேட்டைவாசிகள் ஒன்றுகூடி அவனுக்கு ஒருவாளைப் பரிசாக அளித்தனர். அவர்கள் அவனது வீடுவழியே சென்றபொழுது அர்த்த புஷ்டியோடு கண்சாடை செய்து, 'ஆ, ஆம், ஆம்!' என்று கூறிக்கொண்டனர். அவனுடன் கைகுலுக்குவதற்கோ, சில வார்த்தை பேசுவதற்கோ, தாமும் இருப்பதை ஞாபகப்படுத்தவோ, பலர் அவன் வீட்டுக்கு வந்து போனார்கள். அதனால் வீட்டிலிருந்த இடம் போதுமானதாயில்லை. இலையுதிர்காலத்தின் பிற்பகுதியாயிருந்த போதிலும், அவனது வீட்டை விரிவாக்கிப் புனரமைக்கும் வேலை அவசரமாக ஆரம்பிக்கப்பட்டது. முன்னால் ஒரு முகப்பு மண்டபம் கருங்கல்லால் கட்டப்பட்டது; அதிலிருந்து இரண்டு புறங்களிலும் சார்பு இறக்கப்பட்டது. முன்புறத்தில் காரை உருவங்களாலும் தூண்களாலும் அலங்காரம் செய்தார்கள். அருவிபோல் நீர் பாய்வதற்குப் பொறி அமைக்கப்பட்டிருந்த முன்றிலில், குளம் ஒன்று வெட்டினார்கள். நீர் விளையாட்டுகளுக்கும், வாண வேடிக்கைகளை ரசிப்பதற்கும் தேவையென்றே அந்தக் குளத்தைத் தோண்டினார்கள். இருமருங்கிலும், துப்பாக்கி வீரர்களுக்காகக் காவல் வீடுகளைக் கட்டிக்கொண்டிருந்தனர்.

லிபோர்ட் இவ்வளவு பணத்தைச் செலவு செய்வதற்குச் சம்மதித்திருப்பான் என்று சொல்ல முடியாது. ஆனால் இவ்வாறு மாளிகையைப் புதுப்பிக்க வேண்டுமென்று ஜார் அரசன் விரும்பினான். டிராயிட்ஸாவில் இருந்தபொழுது, லிபோர்ட் பீட்டருக்கு இன்றியமையாத் துணைவனாகி விட்டான். விவேகமுள்ள தாயார் குழந்தைக்கு எவ்வளவு தேவையோ, அந்த அளவுக்கு லிபோர்ட் பீட்டருக்குத் தேவையாகி விட்டான். லிபோர்ட் குறிப்பறிவதில் வல்லவன்; பீட்டரது விருப்பங்களை நன்றாகப் புரிந்துகொண்டான். அவன் அபாயங்களைக் குறித்து எச்சரித்தான். ஒவ்வொரு காரியத்திலும் அனுகூலமான அம்சங்களையும் பிரதிகூலமான அம்சங்களையும் எடுத்துக்காட்டி அறிவுறுத்தினான். பீட்டரிடம் மிகுந்த நேசம் கொண்டவன் போலத் தோன்றினான். அவன் எப்பொழுதும் பீட்டருடனேயே இருந்தான். காலடியில் விழுந்து தலையால் தரையைக் குட்டிக்கொண்டு, கிராமங்களையும் விவசாய அடிமைகளையும் அளிக்கும்படி வேண்டிக்கொண்ட பாயர்களைப் போலவல்லாமல், லிபோர்ட் பொது விவகாரங் களையும் கேளிக்கைகளையும் பற்றிப் பேசினான். அவன் சொல்லில் வல்லவன்; சோர்விலா தவன்; நல்லியல்பு உடையவன்; நயத்தக்க நாகரிகம் அறிந்தவன். எனவே பீட்டருக்கு அவனைப்

பிடித்திருந்தது. அவன் காலை நேரத்தில் பீட்டரின் படுக்கை அறையில் முகமலர்ச்சியுடன் பிரவேசித்து வணங்கியபொழுது, சாளரம் வழியே காட்சி தந்த காலைக் கதிரவனைப் போலவே புலப்பட்டான். வேடிக்கையும் கேளிக்கையுமாக, நாட்கள் தொடங்கின. அன்னிய தேசங்களை யும், அழகான நகரங்களையும், வீரர் ஓட்டும் கப்பல்கள் நிறைந்த துறைமுகங்களையும் பற்றிப் பீட்டர் கனவு கண்டான். அந்த மெய்சிலிர்க்கச் செய்யும் கனவின் சின்னமாக லிபோர்ட் தோற்றம் அளித்தான். குழந்தைப் பருவத்திலிருந்து, வெளிநாட்டுச் சித்திரங்களையும் உருவ வரைப் படங்களையும் கண்டு கருத்தூன்றிப் பயின்று தான் கண்ட கனவுகளுக்கெல்லாம் லிபோர்ட் காட்சி அளவையாகத் தோன்றினான். அவனது ஆடைகளில்கூட அன்னிய வாடை வீசியது; அது இதயத்தில் உவகை ஊறச் செய்தது.

பாலை நிலத்திடைப் பசுஞ்சோலை போல், லிபோர்ட்டின் மாளிகை இந்தக் கவர்ச்சியான அன்னிய வாழ்வின் நிலைக்களனாக விளங்க வேண்டுமென்று பீட்டர் விரும்பினான். எனவே, ஜாரின் மனநிறைவுக்காகவே, அவனது உயிர்த்தோழனின் மாளிகையை விரிவாக்கி அலங்கரித்தார்கள். அவன் தன் தாயாரிடமிருந்தும் லியோ நாரிஷ்கின்னிடமிருந்தும் பெறக்கூடிய பணத்தையெல்லாம் இந்தப் பணியில் தாராளமாகச் செலவு செய்தான். பீட்டரின் ஆதரவாளர்கள் மாஸ்கோவில் பேராதிக்கம் வகித்தனர். எனவே அவன் முழுமனதுடன் களியாட்டங்களில் ஈடுபட்டான். கட்டுப்பாட்டை உதறி எறிந்த பீட்டருக்கு லிபோர்ட் இல்லாது என்ன செய்ய முடியும்? தன் வேட்கைகளைப் பூர்த்தி செய்வது எப்படி என்பதையே லிபோர்ட்தான் கற்பிக்க வேண்டும். அவனது நாட்டு மக்கள் - ருஷியர்கள் - அவனுக்கு என்ன புத்திமதி கூறமுடியும்? புறா வேட்டைக்குச் செல்லும்படி சொல்வார்கள் அல்லது குருடர்களைத் தருவித்துப் பாடச் சொல்வார்கள். ஆனால், குறிப்பினால் தெரிவித்தாலும், லிபோர்ட் அவனது உள்மனத்து ஓட்டத்தைப் புரிந்துகொண்டான். மாவைப் பக்குவப்படுத்தும் நொதிபோல், லிபோர்ட் பீட்டரது ஆசைகளைக் கனியச் செய்தான்; அவை நிறைவு பெறுவதற்கு உதவினான். அதே சமயத்தில், பிரஸ்பர்க் தலைநகரிலும் வேலை ஆரம்பமாயிற்று. விளையாட்டு ராணுவத்தின் வசந்த காலப் பயிற்சிக்கு, அந்தச் சிறிய கோட்டை சித்தம் செய்யப்பட்டது. படையினருக்குப் புதிய உடுப்புக் கள் வழங்கப்பட்டன. பிரியோ பிராஷென்ஸ்கி படைப்பிரிவுக்குப் பச்சைக் கோட்டும், ஸெமி னோவ்ஸ்கி படைப்பிரிவுக்கு நீலக்கோட்டும், தளபதி கார்டனின் புடிர்ஸ்கி படைப்பிரிவுக்குச் சிவப்புக்கோட்டும் வழங்கப்பட்டன. இலையுதிர் காலமெல்லாம், விருந்திலும் கூத்திலும் கழிந்தது. லிபோர்ட் மாளிகையில் நிகழ்ந்த கேளிக்கைகளுக்கு இடையே, விதேசி வர்த்தகர்கள் தமது நலன்களை விருத்தி செய்துகொண்டனர்.

2

ஆடல் மன்றம் புத்தம் புதிதாகக் கட்டப்பட்டிருந்தது. இன்னும் ஈரம் உலரவில்லை. உயரத்தில் அரைவட்ட வடிவில் பலகணிகள் இருந்தன. அவற்றுக்கு நேர் எதிரே சுவரில் பதித்த கண்ணாடிகளும் சாளரங்களைப் போல் தோற்றம் அளித்தன. இரண்டு பெரிய கணப்புகள் எரிந்தன. வெப்பம் தாங்காது, சாளரங்களும் கண்ணாடிகளும் வேர்த்தன. ஓக் மரப் பலகைகளால் அமைக்கப்பட்ட தளத்தில் அரக்கைத் தேய்த்துப் பளபளப்பாக்கியிருந்தனர். இன்னும் இருள் சூழவில்லையென்றாலும், பிரதிபலிக்கும் கண்ணாடிகளை உடைய முக்கிளை விளக்குகளில் மெழுகுவத்திகளை ஏற்றியிருந்தனர். வெளியில் இலேசாகப் பனி பெய்துகொண்டிருந்தது. முன்றிலில், பனிப்பொடி தூவிய களிமண் குவியல்களுக்கும் மரத்தூள் குவியல்களுக்கும் இடையே, சறுக்கு வண்டிகள் வந்து நின்றன. டச்சுப் பாணி சறுக்கு வண்டிகள், கறுப்பாகவோ

பொன்னிறமாகவோ வர்ணம் பூசப்பெற்று, அன்னப்பட்சி வடிவில் அமைந்திருந்தன. ருஷிய ஸ்லெட்ஜுகள், நீளமாகவும் பெட்டிபோலவும் அமைந்திருந்தன. அவற்றில் திண்டுகளும் கரடித்தோல்களும் குவிந்து கிடந்தன. ஒன்றன் பின் ஒன்றாக ஆறு குதிரைகள் பூட்டிய கூண்டு ஸ்லெட்ஜுகளும் நின்றன. லூபீயான்காவிலிருந்து அன்னியர் பேட்டைக்கு இரண்டு கோபெக் வாடகைக்கு ஆளை ஏற்றிவந்த சாதாரணச் சறுக்கு வண்டிகளும் கிடந்தன.

முகப்பு மண்டபத்தில், தோமாஸா, ஸீகா என்ற கோமாளிக் குள்ளர்கள் விருந்தினரை வரவேற்றார்கள். விருந்தினரின் பூட்ஸுகளிலிருந்து உதிர்ந்த பனியால் ஈரமான விரிப்பின் மீது அவர்கள் நின்றனர். அவர்களில் ஒருவன் ஸ்பானிஷ் தேசத்தினர் அணியும் குட்டையான கறுப்பு மேலாடையையும் அண்டங்காக்கையின் சிறகுகளுடன் கூடிய வைக்கோல் தொப்பியையும் அணிந்திருந்தான். இன்னொருவன் துருக்கிய உடை தரித்திருந்தான்; அவனது ஆறு அடி உயரத் தலைப்பாகை, உள் மரப்பட்டையால் ஆனது; அதன் முன்புறத்தில் பன்றிச் செவியொன்று இருந்தது. டச்சு வியாபாரிகள், ஸ்பானிஷ் ஆடை உடுத்திய குள்ளனைக் கண்டு விசேஷ இன்பம் அடைந்தனர். அவனது மூக்கைச் சுண்டிவிட்டு, ஸ்பெயின் தேசத்து அரசனது உடல் நலனைப் பற்றி விசாரித்தனர். விருந்தினர் தமது கோட்டுகளையும் தொப்பிகளையும் பிரகாசமாயிருந்த கூடத்தில் நின்ற வில்லைச் சேவகர்களிடம் கொடுத்தனர். லிபோர்ட், நடனமன்றத்தின் கதவு அருகில் நின்று, விருந்தினரை வரவேற்றான். அவன் சரிகை விளிம்புடன் கூடிய வெண்மையான 'ஸாடின்' (ஒருபுறம் பளபளப்பான பட்டுத்துணி) சட்டையும் வெள்ளிப்பொடி தூவிய பொய் மயிரும் அணிந்திருந்தான். விருந்தினர்கள் கொழுந்துவிட்டெரிந்த அடுப்புகளைச் சுற்றிக் கூடிநின்று, ஹங்கேரிய நாட்டு ஒயினைக் குடித்துவிட்டுப் புகைக் குழாய்களைப் பற்ற வைத்துக்கொண்டனர்.

அன்னியர்களுடன் டச்சுமொழியிலோ ஆங்கிலத்திலோ ஜர்மானிய மொழியிலோ உரையாடுவதற்குத் தேவையான மொழி அறிவு ஒரு சில ருஷியர்களுக்கே இருந்தது. எனவே, ருஷியர்கள் காலம் தாழ்த்தி வருவர்; விருந்தில் மட்டுமே பங்கு கொள்வர். விருந்தாளிகள் அடுப்புக்கு முன்னால் கவலையற்று நின்று குளிர் காய்ந்தார்கள். இறுக்கிப் பிடித்த உள் கால் சட்டை அணிந்த கால்களையும் முதுகையும் தீக்கருகே காட்டி வெது வெதுப்பு அடைந்தார்கள். குளிர் காயும்பொழுதே, தொழில் விஷயங்களையும் விவாதித்தார்கள். விருந்தளித்த லிபோர்ட்டோ தேனீயைப் போல் அங்கு மிங்கும் பாய்ந்தான். மினுமினுத்த கோட்டு விளிம்பை ஆட்டிக்கொண்டு, ஒருவர்க்கொருவரை அறிமுகம் செய்து வைத்தான்; அவர்களது உடல் நிலையைப் பற்றி உசாவினான்; பயணம் எப்படியிருந்தது என்று வினவினான்; வசதியான விடுதி கிடைத்ததாவென்று விசாரித்தான். திருடர்களையும் கொள்ளைக்காரர்களையும்பற்றி எச்சரித்தான்.

''ஆம், ஆம். ருஷியநாட்டு இழிசனங்களைப் பற்றி நான் நிறையக் கேள்விப்பட்டிருக் கிறேன். பணம் படைத்த பிரயாணிகளிடம் வழிப்பறி செய்வதற்குத் தயங்கமாட்டார்கள்; அவர்களைக் கொல்வதற்கும் கூச மாட்டார்கள்'' என்று ஒரு விருந்தாளி விடை பகர்ந்தான்.

ஆங்கிலேய மர வியாபாரியான ஸிட்னி இழுத்துப் பேசினான்:

''வஞ்சித்துப் பிழைக்கும் மக்கள் வாழும் தேசம் தீய தேசமாகும். ருஷிய வியாபாரிகள், கூடுதலாக ஏமாற்றுவதற்கு உதவிசெய்யுங்களென்று கடவுளை வேண்டுகிறார்கள். சூது செய்வதைத் திறமை என்கிறார்கள். என்னைக் கேட்டால், இந்த நாட்டில் இரகசியமாக ஆயுதம் தரித்து நடமாடுவதே மேலானது என்பேன்.''

கிராம்வெல்[1] பயங்கர ஆட்சி நடத்தியபொழுது ருஷியாவுக்கு ஓடிவந்த ஹாமில்டன் பிரபுவின் பேரன், அன்னியர் பேட்டையில் இருந்த சாமானிய வியாபாரி, அந்தக் கோஷ்டியினரை விநயமாக அணுகிப் பேசினான்:

இந்த நாட்டைப் பிறப்பகமாகக் கொள்ளும் அவப்பேற்றினுக்கு உரிய எனக்கே, இந்த அநாகரிகமான வஞ்சக ருஷியர்களுடன் பழகுவது கடினமாயிருக்கிறது. அனைவருமே தீயர்களாயிருக்கின்றனர்.''

பத்தாம்பசலி உடுப்பை அணிந்து, ஒலியழுத்தத்தோடு ஆங்கிலம் பேசிய இவனைக் கவனித்த ஸிட்னி, வெறுப்படைந்து உதட்டை மடித்துக்கொண்டான். எனினும் மௌனம் சாதித்தால் விருந்தளித்தவருக்கு மரியாதை காட்டாது நடந்ததாகுமென்று கருதி, அவன் சொன்னான்:

''நாங்கள் இங்கு குடியேறப் போவதில்லை. தவிர, நமது மொத்த வாணிகத்துக்கு ருஷியர்களது வஞ்சகப் புத்தியால் பழுது நேராது.''

''நீங்கள் மர வியாபாரம் செய்கிறீர்களா, ஐயா?''

''ஆம், ஐயா. நான் மர வியாபாரம் செய்கிறேன். ஆர்க்கேஞ்சல் அருகில், மரம் வெட்டும் பொருட்டு ஒரு பெரிய காட்டைக் குத்தகைக்கு எடுத்திருக்கிறோம்.''

'காட்டைக் குத்தகைக்கு எடுத்திருக்கிறோம்' என்ற சொற்கள் செவியில் விழுந்தவுடன், வான் லெய்டன் என்ற டச்சுக்காரன் தன் சிவந்த முகத்தை நீட்டினான். இமை மயிர் இல்லாத கண்களும், ஸ்பானிஷ் முறையில் குட்டையாகவும் கூர்முனையுள்ளதாகவும் வெட்டிவிடப்பட்ட தாடியும், கஞ்சிப் பசையால் விறைத்து நின்ற பெரிய கழுத்துப் பட்டையும் உடைய லெய்டன் கூறினான்:

''ஆம். ருஷிய தேசத்து மரங்கள் தரமானவைதாம். ஆயினும் ஆர்டிக் கடலின் பேய்க்காற்றையும் நார்வே தேசத்தினரான கடற்கொள்ளைக்காரர்களையும் நினைத்தால்தான் பயமாயிருக்கிறது.'' இவ்வாறு கூறி, அவன் வாய் திறந்து சிரித்தபொழுது, முகம் மேலும் சிவந்தது. கலங்கிய கண்களிலிருந்து இரண்டு துளிக் கண்ணீர் கசியும் வரை அவன் சிரித்தான்.

வெளிறிய மேனியும் நல்ல உயரமும் உடைய சதைப்பற்றில்லாத ஸிட்னி, இதைக்கேட்டுச் சோர்வு கொள்ளவில்லை. ''பரவாயில்லை. ஒரு பாய்மரக்கட்டையை இங்கு இருபத்தி ஐந்து கோபெக்குக்கு வாங்கலாம்; நியூகாஸில் நகரத்தில் இதை ஒன்பது ஷில்லிங்[2] குக்கு விற்கலாம். எனவே, இன்னலுக்கும் இடையூறுக்கும் அஞ்ச வேண்டியதில்லை.''

''ஒரு மரத்துக்கு ஒன்பது ஷில்லிங்!'' என்று டச்சுக்காரன் வியந்து கூறிப் பல்லைக் கடித்தான்.

லினன் நூலும் லினன் துணியும் கீலும் பொட்டாஷ் ('வெடி' உப்பு) என்ற உப்பும் வாங்குவதற்காக, லெய்டன் மாஸ்கோ வந்திருந்தான். அவனது இரண்டு கப்பல்களும் ஆர்க்கேஞ்சலில் குளிர்காலத்தைக் கழித்துக் கொண்டிருந்தன. கொள்முதல் நடைபெறவில்லை. அரசாங்கத்துக்காகச் சரக்குகளை வாங்கிக்கொண்டிருந்த மாஸ்கோ வியாபாரிகள் - ஜாரின் ஏஜண்டுகள் - லெய்டனின் கப்பல்களைப் பற்றிக் கேள்விப்பட்டு, விலைவாசிகளைப் பொருந்தாத அளவுக்கு உயர்த்திவிட்டனர். சாமானியமான இடைத்தரகர்களோ, மட்டமான சரக்குகளையே வைத்திருந்தனர். ஆனால் இந்த இங்கிலீஷ்காரன் சொல்வது உண்மையானால், இவன் நல்ல வியாபாரம்

1. கிராம்வெல்: பதினேழாம் நூற்றாண்டின் இடையில், இங்கிலாந்தில் முடியாட்சிக்கு எதிராக நடந்த கலகத்துக்குத் தலைமை தாங்கி வெற்றிகண்டு, சில வருடங்கள் ஆட்சி நடத்தியவன்.

2. அக்காலத்தில், ஒரு ஷில்லிங் என்பது நாலரை ரூபிள் மதிப்பு உள்ளது. - ஆசிரியர் குறிப்பு.

செய்தான் என்றே சொல்லவேண்டும். இதை எண்ணியபொழுது, லெய்டனுக்கு எரிச்சலாயிருந்தது. அண்மையில் ருஷியர் யாரும் இல்லை என்பதைக் கவனமாக நோக்கி அறிந்துகொண்ட லெய்டன், மீண்டும் பேசினான்:

''உலகத்திலுள்ள கீலில் முக்கால் பாகம் ருஷிய நாட்டு ஜாருக்குச் சொந்தம். கப்பல் கட்டுவதற்குத் தேவைப்படும் மர வகைகளில் சிறப்பானவையெல்லாம் இங்குதான் உள்ளன. கயிற்றுக்கும் கப்பற்பாய்க்கும் தேவையான நார்ச் செடிகளும் ருஷியாவில் மட்டுமே பயிராகின்றன. ஆயினும் இவற்றை வாங்கிச் சேர்ப்பதற்குள் உயிர்போய்விடுகிறது. ஏதோ சந்திர மண்டலத்தில் வியாபாரம் செய்வது மாதிரி இருக்கிறது. ஆம், ஐயா, இந்தக் குத்தகையால் உங்களுக்குப் பயன் விளையாது. வட பிரதேசத்தில் ஆள் படை கிடையாது; கரடிகள்தான் உள்ளன. கரடிக்கு மரம் வெட்டக் கற்பிக்க முடியாது! மேலும், மூன்று கப்பலில் மரம் ஏற்றினால்., நார்வேக்காரர்களும் ஸ்வீடிஷ்காரர்களும் இரண்டு கப்பல்களைக் கடலில் மூழ்கடித்து விடுவார்கள். மிதக்கும் பனிப்பாறைகள் இன்னொன்றை மோதி அழித்துவிடும்.'' மமதை கொண்ட ஆங்கிலேயனை மட்டம்தட்டி விட்டதாக எண்ணி அவன் மீண்டும் சிரித்தான். மேலும் சொன்னான்: ''ஆம், ஆம். இந்தியாவை விட அமெரிக்காவில் செல்வம் அதிகமாயிருப்பதைப் போல, இந்தத் தேசத்திலும் இயற்கைச் செல்வம் அதிகம்தான். ஆனால் பாயர்கள் ஆட்சி நடத்தும் வரையில், நமக்கு நஷ்டத்துக்கு மேல் நஷ்டம்தான் ஏற்படும். தமக்கு ஆதாயம் தருவது எது என்பது மாஸ்கோவாசிகளுக்குத் தெரியவில்லை. அவர்கள் நடத்தும் வியாபாரமும் காட்டு மனிதர்கள் நடத்தும் வியாபாரமும் ஒன்றுதான். ஓ, அவர்களுக்குப் பால்டிக் கடலில் துறைமுகங்கள் இருந்தால், சாலைகள் செவ்வையாக அமைந்தால், அவர்கள் நேர்மையாக வாணிகம் செய்தால், நாம் செழிப்பான வியாபாரம் செய்ய முடியும்.''

''ஆம், ஐயா'' என்று ஸிட்னி விறைப்பாக விடை தந்தான். ''உங்கள் பேச்சை மனநிறைவோடு கேட்டுக்கொண்டிருந்தேன். அதை நான் ஏற்றுக்கொள்கிறேன். உங்கள் தேசத்தின் நிலைமை எனக்குத் தெரியாது. ஆனால் இங்கிலாந்தில் இப்பொழுதெல்லாம் சின்னக் கப்பல்களைக் கட்டுவதில்லை. ஹாலந்திலும் அப்படித்தான் என்று எண்ணுகிறேன். எங்களது கப்பல் கட்டும் துறைகளில், நானூறு அல்லது ஐந்நூறு டன்னுக்குக் குறைவான எடையுள்ள கப்பல்களைக் கட்டுவதே இல்லை. எனவே முன்னைவிட ஐந்து மடங்கு அதிகமாக, மரமும் நாரும் வேண்டியிருக்கிறது. ஒவ்வொரு கப்பலுக்கும் குறைந்தபட்சம் பத்தாயிரம் கஜம் பாய்க்கித்தான் தேவைப்படுகிறது.''

''ஓ-ஓ-ஓ.ஓ'' என்று இதைக் கேட்டவர்கள் மூச்சுத் திணறி ஒலித்தனர்.

''ஐயா, தோல், ருஷ்யத் தோலுக்குள்ள கிராக்கியை மறந்துவிட்டீர்களே'' என்று ஹாமில்டன் இடைமறித்துக் கூறினான்.

நாலுபேருடன் நாகரிகமாகப் பழகத் தெரியாத இந்த மனிதனை ஸிட்னி ஆத்திரத்தோடு முறைத்துப் பார்த்தான். அவனது சதைப்பற்றில்லாத மோவாயில் சுருக்கம் விழுந்தது. சிறிது நேரம் இடுங்கிய கண்களால் கணப்புத் தீயை உற்று நோக்கிவிட்டுப் பின் பேசினான்:

''இல்லை, ருஷ்ய நாட்டுத் தோலை நான் மறக்கவில்லை. ஆனால் நான் தோல் வாணிகம் செய்யவில்லை. அதை ஸ்வீடிஷ் வியாபாரிகள் வாங்கி ஏற்றுமதி செய்கிறார்கள். ஆண்டவன் அருளால், இங்கிலாந்து செல்வந்த நாடாகிக்கொண்டிருக்கிறது. நிர்மாண வேலைகளுக்குத் தேவையான கச்சாப் பொருட்கள் நிறைய வேண்டும். எப்படியும் அவற்றைப் பெறுவோம். ஆங்கிலேயர் ஒன்றை விரும்பினால் அதை அடைந்தே தீர்வார்கள்.''

அவன் பேச்சை முடித்துவிட்டு உட்கார்ந்தான். கனமான பூட்ஸ் அணிந்த பாதத்தை அடுப்பின் தீத்தாங்கி மீது வைத்தான். அதன் பின் எவரையும் கவனியாது இருந்தான். அச்சமயம் லிபோர்ட் அலெக்ஸாண்டரோடு கைகோத்துக்கொண்டு வந்தான். அலெக்ஸாண்டர், மிக்க சிவப்பான புறச்செவிகளும் பித்தளைப் பித்தான்களும் உடைய பச்சை நிறத் துணிக்கோட்டை அணிந்திருந்தான். முழங்கால் மூட்டுவரை மூடிய பூட்ஸ் போட்டுக் கொண்டிருந்தான். அதில் வெள்ளியில் செய்த பெரிய குதிமுட்கள் இருந்தன. ஆடம்பரமான பொய்மயிரை அணிந்து கொண்டு, முகத்தில் நறுஞ்சுண்ணம் தூவித் தேய்த்திருந்தான். சரிகையால் ஆன கழுத்துப்பட்டி யில் வயிர ஊசி பிரகாசித்தது. உல்லாசம் நாடும் தெளிந்த கண்களால், விருந்தாளிகளைத் தைரியமாக நோக்கினான். அவன் நன்னயத்துடன் தலை வணங்கிவிட்டுக் குளிரைப் பொறுக்காத வலுவான தோள்களைக் குலுக்கிக் கொண்டு, அடுப்பருகில் நின்று புகைக் குழாயைப் பற்றவைத்தான்.

''சிறிது நேரத்தில் ஜார் வருகை தருவார்'' என்று அவன் அறிவித்தான்.

விருந்தாளிகள் குசுகுசு என்று பேசத்தொடங்கினார்கள். முக்கியமான விருந்தாளிகள் கதவை நோக்கி விரைந்தனர். ஸிட்னிக்கு அலெக்ஸாண்டரின் பேச்சு விளங்கவில்லை. கணப்பின் அருகில் நின்ற பெரிய மனிதர்களைப் பயபக்தியோடு நகரச் செய்துவிட்டுக் குளிர்காயும் இந்த இளைஞன் யார் என்று புரியாது அவன் திகைத்தான். அப்பொழுது, ''ஜாரின் அன்புக்கு உரியவன்; அண்மையில்தான் ஏவலாள் நிலையிலிருந்து அதிகாரியின் அந்தஸ்துக்கு உயர்த்தப்பட்டான். மிகவும் உபயோகமாகவிருப்பான்'' என்று ஹாமில்டன் ஸிட்னி காதில் ஓதினான்.

இதைக் கேட்டவுடன், ஸிட்னி அலெக்ஸாண்டரை நோக்கிப் புன்னகை செய்தான். அப்பொழுது, கண்களைச் சுற்றிக் கவர்ச்சியான சுருக்கங்கள் விழுந்தன.

''மேன்மைக்குரிய ஜாரைச் சந்திக்கும் இன்பத்தை அடைய வேண்டுமென்பது எனது நீண்ட நாள் வேட்கை. ஒரு சாதாரண வியாபாரியான எனக்கு இந்த எதிர்பாராத சந்தர்ப்பம் கிடைத் தமைக்கு, ஆண்டவனுக்கு நன்றி செலுத்துகிறேன். என் குழந்தைகளுக்கும் பேரக் குழந்தை களுக்கும் பெருமையாகச் சொல்லி மகிழ்வதற்குரிய அரிய பேறு இது'' என்றான் ஸிட்னி.

லிபோர்ட் இதை மொழிபெயர்த்துச் சொன்னவுடன், ''ஜார் அரசரை அறிமுகம் செய்து வைப்போம்'' என்று கூறிக்கொண்டே அலெக்ஸாண்டர் வெண்பற்கள் விளங்கச் சிரித்தான். மேலும் கூறினான்:

''உங்களுக்குக் குடித்துவிட்டு வேடிக்கையாகப் பேசத்தெரியுமானால், ஜார் அரசருடன் நன்றாகப் பழக முடியும். அந்த அனுபவம், உங்களது பேரக்குழந்தைகளிடம் சொல்லி மகிழ் வதற்குரியதாகவும் இருக்கும்.'' லிபோர்ட் பக்கம் திரும்பி அவன் வினவினான்: ''அவர் என்ன வியாபாரம் செய்கிறார் என்று கேளுங்கள். ஓ, மரவியாபாரமா? மரம் வெட்டுவதற்கு ஆள் வேண்டுமென்று கேட்க வந்திருக்கிறாரா?''

லிபோர்ட் கேள்வியை மொழிபெயர்த்துக் கூறியவுடன் ஸிட்னி தலையசைத்தான். ''ஏன் கேட்கக்கூடாது? ஜார் அரசர் லியோ நாரிஷ்கின்னுக்குக் குறிப்புக் கொடுக்கலாம். முயன்று பார்க்கட்டும்'' என்று அவன் மேலும் பேசினான்.

திடீரென்று பீட்டர் கதவருகில் தோன்றினான். பிரியோ பிராஷென்ஸ்கி படைவீரர்களுக்கு உரிய அதே கோட்டை - அலெக்ஸாண்டர் அணிந்திருந்த அதே பச்சைக்கோட்டை - பீட்டரும் உடுத்தியிருந்தான். அதன்மேல் பனிபெய்து பொடியாகியிருந்தது. அவனது சிவந்த கன்னங்கள் குழிவாகவிருந்தன. உதடுகள் சரங்கியிருந்தன. ஆனால் அந்தக் கரிய கண்கள் நடனமாடிக்

கொண்டிருந்தன. அவன் தன் மும்முனைத் தொப்பியை எடுத்தான்; பூட்ஸ்மீது படிந்திருந்த பனியைப் போக்குவதற்காகப் பாதத்தைத் தளத்தில் அறைந்தான்.

லிபோர்ட் அவனிடம் ஓடினான். ஒரு கையை மார்பில் வைத்துக்கொண்டு, இன்னொரு கையை நீட்டித் தலைவணங்கினான்.

''எனக்கு நல்ல பசி. விருந்து மேஜைக்குப் போகலாம்'' என்றான் பீட்டர்.

மூச்சடக்கி நின்ற அன்னியர்களை நோக்கிக் கண்ணைச் சிமிட்டி விட்டுப் பீட்டர் திரும்பினான். சற்றுக் கூனலாயிருந்தபோதிலும், கதவுநிலை அளவுக்கு உயர்ந்திருந்த அவன், நடனக்கூடத்தைக் கடந்து விருந்துண்ணும் அறைக்குச் சென்றான்.

3

விருந்தாளிகளுக்கு முகம் சிவந்துவிட்டது; பொய்மயிரெல்லாம் கலைந்துவிட்டது. இடுப்புப் பட்டையை நீக்கிவிட்டு, ருஷிய தேசிய நடனத்தை உத்வேத்துடன் ஆடிய அலெக் ஸாண்டர், மீண்டும் குடித்துக் கொண்டிருந்தான். ஒயினை அருந்தியதால் அவன் முகம் சிவக்க வில்லை; வெளுத்தது. விருந்தாளிகளைவிட அதிகமாகக் குடித்து மயங்கிவிட்டதாகப் பாசாங்கு செய்த கோமாளிகள், குதிரை தாவுதல் என்ற விளையாட்டை விளையாடினார்கள்; உப்பியிருந்த மென்தோல் பைகளால் விருந்தாளிகளைத் தலையிலடித்தார்கள். அப்பொழுது, கொட்டைகளை உடைய அப்பைகள் கடகடவென்று ஒலிசெய்தன. எல்லோரும் ஏக காலத்தில் பேசினர். மெழுகுவத்திகள், பாதி அளவு எரிந்துவிட்டன. விரைவில், அன்னியர் பேட்டையின் மாதர்கள் நடனத்துக்கு வரவிருந்தனர்.

ஸிட்னி நிமிர்ந்து அமர்ந்திருந்தான். கண்கள் சற்று இரத்தச் சிவப்பாகவிருந்தபோதிலும் அவன் நிதானத்துடன் இருந்தான். ஓரக்கண்ணால் பார்த்துக்கொண்டே பீட்டருடன் உரையாடிக் கொண்டிருந்தான். நாற்காலிகளுக்குப் பின்னால் நின்ற ஹாமில்டன் மொழிபெயர்ப்புப் பணியைப் புரிந்தான்.

ஹாமில்டன் கூறினான்: ''ஐயா, கடல் வர்த்தகத்தின் வெற்றியிலேயே எங்கள் நற்பேறு அடங்கியிருப்பதாக ஆங்கிலேயர்களான நாங்கள் கருதுகிறோமென்பதை மாட்சிமை தங்கிய மன்னர் பிரானிடம் கூறுங்கள்! போர் என்பது அவசியமானாலும், நாசத்தையும் துயரத்தையும் விளைவிக்கிறது. வியாபாரமோ, ஆண்டவன் வழங்கிய நற்பேறு ஆகும்.''

''ஆம்'' என்று பீட்டர் தன் ஒப்புதலைத் தெரிவித்தான். அவனைச் சுற்றி நிகழ்ந்த வாக்கு வாதங்களையும் இரைச்சலையும் அவன் பெரிதும் அனுபவித்தான். குறிப்பாக, வியாபாரத்தால் ராஜ்யத்துக்கு ஏற்படும் நன்மை தீமைகளைப் பற்றி இந்த அன்னியன் வெளியிட்ட வினோதமான கருத்துக்களைக்கேட்டு அவன் உவகை அடைந்தான். நற்பேற்றைக் குறித்தும் அவப்பேற்றைக் குறித்தும் அவன் பேசியதும் விசித்திரமாக இருந்தது. ''பேசுங்கள். நான் கேட்டுக்கொண்டிருக் கிறேன்'' என்றான் பீட்டர். ஸிட்னி கூறினான்:

''மாட்சிமை பொருந்திய இங்கிலாந்து அரசரும் தகைசான்ற பிரபுக்களும், வியாபாரத்துக்குப் பாதகமான சட்டத்தை எந்நாளும் இயற்றமாட்டார்கள். அதனால்தான் எங்களது அரசரின் கஜானா நிரம்பியிருக்கிறது. எங்கள் நாட்டில், வியாபாரிகள் நன்மதிப்புக்கு உரியவர்களாய் விளங்குகிறார்

கள். நாங்கள் அனைவரும், நாட்டுக்காகவும் அரசனுக்காகவும் குருதி சிந்துவதற்குத் தயாரா யிருக்கிறோம். ருஷியாவில் பல உபயோகமில்லாத சட்டங்களும் தீங்கு விளைவிக்கும் சட்டங் களும் இருப்பதாக நான் கூறினால், மாட்சிமை பொருந்திய ஜார் அவர்கள் கோபிக்கமாட்டார் களென்று நம்புகிறேன். ஓ, நல்ல சட்டத்தின் மகத்துவம் எத்தகையது! எங்கள் நாட்டிலும் கடுமையான சட்டங்கள் உள்ளன. ஆனால் அவை நன்மை விளைவிப்பதால், நாங்கள் அவற்றை மதித்து நடக்கிறோம்.''

''இவர் என்ன பேசுகிறார்!'' என்று கூறிய பீட்டர் சிரித்தான். பறவை வடிவில் கால் உடைய உயரமான கிண்ணத்தைக் காலிசெய்து விட்டுக் கூறினான்:

''பிரான்ஸ், இவர் இம்மாதிரி கிரெம்லினில் பேசினால், அவர்களுக்கு வலிப்புக்கண்டு விடுமல்லவா? சரி சரி, எங்களிடம் என்ன தப்பு இருக்கிறது? சொல்லுங்கள். ஹாமில்டன், என் கேள்வியை மொழிபெயர்த்துக் கூறு.''

''ஓ, அது ஒரு பெரிய கேள்வி. மிக முக்கியமான விஷயம். குடித்து முயங்கிய நிலையில் பதில் சொல்லக்கூடாது. மாட்சிமை மிகுந்த மன்னர் அனுமதி தந்தால், நாளைக்கு, என் மனதும் மதியும் தெளிவாயுள்ளபொழுது, ருஷியாவிலுள்ள தீய பழக்கங்களைப் பற்றிச் சொல்கிறேன். ஒரு ராஜ்யத்தின் செல்வம் எதில் அடங்கியிருக்கிறது. அந்தச் செல்வத்தை எப்படிப்பெறுவது என்ற விஷயங்கள் பற்றியும் பேசுகிறேன்'' என்று ஸிட்னி பதிலளித்தான்.

அவனது சாய்ந்து நோக்கும் அன்னியக் கண்களைப் பீட்டர் வெறித்துப் பார்த்தான். இந்த வியாபாரி, ருஷியர்களை மடையர்களாகக் கருதி, வேடிக்கையாகப் பேசுகிறானோ என்பது பீட்டரின் சந்தேகம். ஆனால், லிபோர்ட் விரைவாக அவன் தோள் மீது சாய்ந்து குசுகுசுத்தான்:

''பொருள் திரட்டுவது எப்படி என்பதைப்பற்றிய தத்துவத்தைக் கேட்போம். சுவையாக இருக்கும்.''

''சரி. ஆனால் இப்பொழுது, நம்மிடமுள்ள குற்றங்குறைகளை எடுத்துச் சொல்லட்டும்'' என்றான் பீட்டர்.

ஸிட்னி குடிவெறியைக் கட்டுப்படுத்திக்கொண்டு மூச்சை இழுத்தான். அதன்பின் பேசினான்.

''நமது அன்பார்ந்த விருந்தளிப்பவர் வீட்டுக்கு வரும்பொழுது, ஒரு சதுக்கத்தைக் கடந்தேன். அங்கு ஒரு தூக்குமரம் நின்றது. ஒரு சிறிய இடத்தில் பனி இல்லாது கூட்டியிருந் தார்கள். அங்கு ஒரே ஒரு சிப்பாய் காவல் காத்துக் கொண்டிருந்தான்.''

''பாக்ராவ்ஸ்கி வாயிலுக்கு அப்பால்'' என்று நாற்காலியை இழுத்துப் போட்டுக்கொண்ட அலெக்ஸாண்டர் கூறினான். ஸிட்னி தொடர்ந்து பேசினான்.

''ஆம், அந்த இடத்தில்தான் திடீரென்று ஒரு பெண் தரையிலிருந்து தலையை நீட்டுவதையும் தெண்டத்தெண்ட விழிப்பதையும் கண்டேன். எனக்குத் திகிலாகிவிட்டது. 'இந்தத் தலை ஏன் இப்படி விழிக்கிறது?' என்று என்னுடன் வந்தவரைக் கேட்டேன். 'அவள் இன்னும் சாகவில்லை. இது மரண தண்டனையை நிறைவேற்றும் ருஷிய முறைகளில் ஒன்று. கணவனைக் கொன்ற குற்றத்துக்காக, மனைவி பூமியில் புதைக்கப்படுவாள். சில நாட்கள் கழித்து, அவள் இறந்த பின் அவளைத் தலைகீழாகத் தொங்கவிடுவார்கள்' என்று அவர் கூறினார்.''

அலெக்ஸாண்டர் உரத்துச் சிரித்தான். பீட்டர், அவனையும் பணிவாகப் புன்னகை செய்த லிபோர்ட்டையும் நோக்கிவிட்டுக் கூறினான்:

''சரி, இதில் என்ன கோளாறு? அவள் ஒரு கொலைகாரி. பல நூற்றாண்டுகளாகக் கொலை காரிகளை இவ்வாறுதான் தண்டித்து வருகிறோம், அவளை மன்னித்திருக்க வேண்டுமென்று கருதுகிறீர்களா?''

ஸிட்னி பதிலளித்தான்: ''அரசர் பெருமானே, ஏன் இந்த வெறுக்கத்தக்க குற்றத்தைச் செய்தாய் என்று இந்த துரதிருஷ்டக்காரியிடம் கேளுங்கள். அவளது பதில் உங்களது நல்ல இதயத்தை இளகவைக்கும் என்பது உறுதி.'' இதைக்கேட்டு பீட்டர் புன்னகை செய்தான். ஸிட்னி தொடர்ந்தான்: '' நான் ருஷியாவில் சிலவற்றைக் கண்டும் கேட்டும் இருக்கிறேன். அன்னிய னுடைய பார்வை தெளிவும் கூர்மையும் உடையதாக இருக்கும். நான் சொல்கிறேன், அந்தப் புறத்திலுள்ள ருஷிய மாதர்கள் மிருக வாழ்க்கை நடத்துகிறார்கள்...'' மிதமிஞ்சிப் பேசுகி றோமோ என்று அஞ்சிய ஸிட்னி, கைக்குட்டையால் நெற்றியின் வேர்வையைத் துடைத்தான். மமதையும் குடியும் சேர்ந்து நாவை அடக்க முடியாமல் செய்தன. மேலும் பேசினான்: ''தாயை உயிரோடு புதைப்பதும் தலைகீழாகத் தொங்கவிடுவதும் எதிர்காலக் குடிமக்களுக்கு - இன்றைய குழந்தைகளுக்கு - தகுந்த முன்னுதாரணம் என்று கருத முடியுமா? எங்கள் நாட்டு எழுத்தாளர் களில் ஒருவரான வில்லியம் ஷேக்ஸ்பியர் என்பவர் ஓர் அழகான இன்பவியல் நாடகம்* எழுதியிருக்கிறார். அதில், ஒரு பெண்ணிடம் ஏற்பட்ட காதலுக்காக ஒரு பணக்கார இத்தாலிய வியாபாரியின் மகன் நஞ்சுண்டு உயிர்த்தியாகம் செய்வதை இதயத்தைத் தொடும் வகையில் சித்திரிக்கிறார். ருஷியர்கள் தமது மனைவிமார்களைக் கம்பாலும் கசையாலும் அடித்து நடைப் பிணமாக ஆக்கிவிடுகிறார்கள். சட்டம் அவர்களுக்கு ஊக்கம் அளிக்கிறது. நான் லண்டனிலுள்ள என் இல்லத்துக்குத் திரும்பிச் செல்லும்பொழுது, என் மனைவி அன்புகனிந்த புன்னகையுடன் என்னை வரவேற்பாள். என் குழந்தைகள் அச்சமில்லாது வந்து என்னைக் கட்டிக்கொள்வர். நான் வீட்டில் அமைதியையும் ஒழுங்கு முறைமையையும் காண்பேன். நான் என் மனைவியிடம் அன்பாக இருப்பதால், அவள் என்னைக் கொல்ல வேண்டுமென்று ஒருநாளும் கருதமாட்டாள்.''

உணர்ச்சி வசப்பட்ட ஆங்கிலேயன் பேச்சை நிறுத்தித் தலைகுனிந்தான். பீட்டர் அவனது தோளைப் பிடித்துக்கொண்டான்.

''ஹாமில்டன், மொழி பெயர்த்துச் சொல்....'' என்று கூறி, ஸிட்னியின் காதில் ருஷிய மொழியில் கத்திப் பேசினான் ;

''இவற்றையெல்லாம் நாங்களே உணர்ந்திருக்கிறோம். அனைத்தும் சிறப்பாக இருப்பதாக நாங்கள் பெருமையடித்துக் கொள்ளவில்லை. உங்களிடம் விஷயங்களைக் கற்றுக்கொண்டு வருவதற்காகப் புத்திசாலிகளாக உள்ள ஐம்பது புரவிவலவர்களை அனுப்ப வேண்டுமென்று நான் என் தாயாரிடம் சொல்லிக்கொண்டிருக்கிறேன்; நாங்கள் 'அரிச்சுவடி'யிலிருந்து ஆரம்பிக்க வேண்டும். ஆம், வேறு வழியில்லை. நாங்கள் காட்டு மனிதர்களாகவும் பிச்சைக்காரர்களாகவும் முட்டாள்களாகவும் மிருகங்களாகவும் இருப்பதாகக் குற்றம் சாட்டுகிறீர். நான் அறிந்த உண்மையே அது! ஆனால் பொறுத்துப் பாருங்கள். பொறுத்துப் பாருங்கள்...''

அவன் எழுந்தான். வழியில் கிடந்த நாற்காலியைத் தூக்கி எறிந்தான்.

''அலெக்ஸாண்டர், குதிரைகளைக் கொண்டு வா?''

''மீன்ஹெர்ஸ், எங்கே போக?''

''பாக்ராவ்ஸ்கி நுழைவாயிலுக்கு.''

★ ஷேக்ஸ்பியர் எழுதிய 'ரோமியோவும் ஜூலியத்தும்' என்ற அருமையான காதற்சுவை நாடகத்தையே இங்கு குறிப்பிடுகிறார். (மொ-ர்).

4

''அவள் எங்கே? இங்கு காணவில்லையே? நாய்கள் தின்றுவிட்டனவா?'' என்று பீட்டர் உரத்த குரலில் வினவினான்.

''காவற்காரா, உறங்குகிறாயா?'' என்று சறுக்குவண்டியைச் சூழ்ந்துநின்ற ஜனங்கள் கூவினார்கள்.

''இங்கே!'' என்று ஒருவன் இழுத்துப் பேசினான். கொட்டும் பனி இடையே அவன் ஓடி வந்தான். தன் ஆட்டுத்தோல் கோட்டை மிதித்துத் தடுமாறிக்கொண்டே ஓடிவந்த காவற்காரன் கரடியைப் போல் பீட்டர் காலில் விழுந்து மண்டியிட்ட நிலையிலேயே இருந்தான்.

''இங்குதான் ஒரு பெண் புதைக்கப்பட்டிருக்கிறாளா?''

''ஆம். ஜார் மகாராஜா!''

''அவள் உயிரோடு இருக்கிறாளா?''

''ஆம்.''

''அவளுக்கு ஏன் மரண தண்டனை விதிக்கப்பட்டது?''

''கணவனைக் கத்தியால் குத்திக் கொன்றதற்காக.''

''அவளைக் காட்டு.''

காவற்காரன் சிறிது தூரம் ஓடினான். முன்னோக்கி வளைந்து, அவளது முகத்திலும் மயிரிலும் இருந்த வெண்பனியைத் தேய்த்து நீக்கினான்.

''ஜார் அவர்களே, இவள் உயிரோடு இருக்கிறாள்; தெண்டத் தெண்ட விழிக்கிறாள்.''

பீட்டர், ஸிட்னி, அலெக்ஸாண்டர், லிபோர்ட்டின் விருந்தாளிகளில் சிலர் ஆகியோர் அந்தத் தலை அருகே சென்றனர். இரண்டு சிப்பாய்கள் விளக்கேந்தி நின்றனர். அவர்களது கேடயங்கள் பளபளத்தன. பெரிய குழிவிழுந்த கண்கள் தரையிலிருந்து நோக்கின. அவளது முகம், வெண் பனியைப் போல் வெளுத்திருந்தது.

''நீ உன் கணவனை ஏன் கொன்றாய்?'' என்று பீட்டர் வினவினான்.

அவள் ஒன்றும் பேசவில்லை. காவற்காரன் தன் கம்பளி பூட்ஸால் அவளது கன்னத்தைத் தொட்டான்.

''முட்டாள், ஜார் அவர்களே கேட்கிறார்!'' என்றான்.

பீட்டர் கீழ்நோக்கிச் சாய்ந்து வினவினான்: ''அவன் உன்னை அடித்தானா? கொடுமை செய்தானா? அவள் பெயர் என்ன? டாஷாவா? சரி, டாஷா, பதில் சொல்!''

அவள் மௌனம் சாதித்தாள். காவற்காரன் தரையில் அமர்ந்து அவளது காதில் தணிந்த குரலில் பேசினான்: ''குற்றத்தை ஒப்புக்கொண்டு விடு, ஒருவேளை அவர் உன்னை மன்னித்து விடலாம். எனக்குச் சங்கடமான நிலைமையை ஏற்படுத்துகிறாய்.''

அதன்பின், அந்தத் தலை தன் கரிய வாயைத் திறந்தது; அழுத்தமான கரகரத்த குரலில் மிகுந்த வெறுப்போடு பேசிற்று: ''ஆம், நான் அவனைக்கொன்றேன். அந்த மிருகத்தை இன்னொரு முறையும் கொல்வேன்.''

கண்கள் மூடின. எவரும் பேசவில்லை. விளக்குகளிலிருந்து குங்குலியத் துளிகள் உஸ்ஸென்ற ஒலியுடன் விழுந்தன. ஸிட்னி வேகமாகப் பேசினான். ஆனால் அவனது பேச்சை எவரும் மொழி பெயர்க்கவில்லை. காவற்காரன் மீண்டும் அவளைப் பூட்ஸால் தொட்டான். உயிரில்லாததுமாதிரி, அந்தத் தலை உருண்டது. பீட்டர் கடுமையாக இருமிக்கொண்டே ஸ்லெட்ஜுக்குச் சென்றான்.

''அவளைச் சுட்டுக் கொல்லும்படி உத்தரவிடு'' என்று அவன் அலெக்ஸாண்டரிடம் தாழ்ந்த குரலில் கூறினான்.

5

குளிரில் நடுங்கிய பீட்டர், மௌனமாக லிபோர்ட் வீட்டுக்குத் திரும்பிவந்தான். ஆடல் மண்டபத்தின் படியரங்கத்தில் இன்னிசைக் குழுவினர் வாத்தியங்களை வாசித்துக்கொண்டிருந் தனர். கண்கவர் வர்ண ஆடைகளும் முகங்களும் மெழுகுவத்திகளும் பல கண்ணாடிகளில் பிரதிபிம்பங்களைத் தோற்றுவித்தன. திடீரென வெளிச்சத்துக்குள் வந்ததால் பார்வை மங்கி யிருந்தபோதிலும், அழகான கேசத்தை உடைய அன்னாவைப் பீட்டர் உடனடியாகப் பார்த்து விட்டான். அவள் சுவர் அருகே அமர்ந்திருந்தாள். அவளது முகத்தில் சிந்தனைக்குறிகள் தென்பட்டன. திறந்த மேனியாயிருந்த தோள்கள் சோர்ந்து இருந்தன.

அந்தச் சமயத்தில், வேகமில்லாத நடனப்பாட்டை வாசித்துக்கொண்டிருந்த வித்வான்கள் பித்தளை முரசுகளை நீட்டி முழக்கினார்கள். அன்னாவைப் பற்றியும், அலை அலையாய் அமைந்த அவளது இளஞ்சிவப்பு ஆடையைப் பற்றியும், மடியில் கிடத்திய அவளது மலர்க் கரங்களைப் பற்றியும் வித்வான்கள் தன்னிடம் இன்னிசை வடிவில் எடுத்துரைப்பதாகப் பீட்டருக் குத் தோன்றியது. ஏன்? அவனது இதயம் தாங்க முடியாத துயரால் வெடிப்பதின் காரணம் என்ன? அவன், தான் தரையில் கழுத்துவரை புதைக்கப்பட்டிருப்பது போலவும், பனிப்புயலுக்கிடையே, சேய்மையிலுள்ள காதலியை விளித்து அவன்தான் கத்துவது போலவும் அவனுக்குத் தோன்றியது.

அன்னாவின் கண்கள் அசைந்தன. பீட்டர் கதவு நிலையில் நின்றதை அவள்தான் முதலில் பார்த்தாள். அவள் எழுந்து, மெருகிடப்பட்ட தளத்தின் குறுக்கே ஓடினாள். இப்பொழுது, புராதன சிறப்புக்குரிய ஜர்மனியைப் பற்றி வித்துவான்கள் இசைத்தனர். அப்பழுக்கில்லாத தூய சாளரங்கள் வழியே, நல்ல அப்பாவும் நல்ல அம்மாவும் அன்பு ததும்பப் புன்னகை செய்து, இளஞ்சிவப்பு மலர்களை உடைய வாதுமை மரத்தின் கீழ் நின்ற ஹான்ஸெலையும் கிரிடலையும் நோக்குவதாகவும், அந்த மலர்கள் அழியாத அன்பைக் குறிப்பனவென்றும், அவர்களது வாழ்வுச் சூரியன் அஸ்தமித்தபொழுது, அவர்கள் அமைதியாகப் பெருமூச்செறிந்துகல்லறைக்குச் சென்றனரென்றும் பாட்டு உரைத்த பொருளை அன்னா மனத்தில் வாங்கிக்கொண்டாள். அது தொலைவிலுள்ள விஷயமாக அவளுக்கு தோன்றியது.

பீட்டர் அன்னாவின் இடையைக் கரத்தால் அணைத்துக் கொண்டான். அவளுடன் நீண்ட நேரம் அமைதியாக ஆடினான். வித்துவான்களுக்குக் கை சோர்ந்ததால் லயசுத்தமில்லாது இசைத்தனர்.

''அன்னா?'' என்று அவன் வினா வடிவில் விளித்தான்.

அவள் தூய்மைக்கும் தெளிவுக்கும் உரிய நயனங்களால் நம்பிக்கையோடு நோக்கினாள்.

''பீட்டர், இன்று நீங்கள் மகிழ்ச்சியாக இல்லையே?''

''அன்னா, நீ என்னை நேசிக்கிறாயா?''

கழுத்தில் வெல்வெட் ரிப்பனைக் கட்டியிருந்த அன்னா உடனடியாகத் தலைகுனிந்தாள். அவள் பேசவில்லை. அங்கு இருந்த மாதர்கள் அனைவரும் - நடனமாடியவர்களும் உட்கார்ந் திருந்தவர்களும் - பீட்டர் கேட்ட கேள்வியையும் அன்னா அளித்த பதிலையும் புரிந்துகொண் டனர். ஆடல்மன்றத்தைச் சுற்றி வந்தபொழுது, பீட்டர் அன்னாவிடம் கூறினான்:

''உன்னோடு நான் சந்தோஷமாய் இருக்கிறேன்.''

6

சமயமுதல்வர் ஜோவாகிம் இருவரது கைத்தாங்கலுடன் பிரவேசித்தார். அவர் மகாராணி தாயாரையும் அவளது சகோதரனையும் பாயர்களையும் வாழ்த்தியபொழுது, அவர்கள் அவர் கடுமையோடு நீட்டிய மெலிந்த கரத்தின் விரல் கணுக்களை இதழ்களால் தொட்டனர். ஜார்பீட்டர் இன்னும் வந்து சேரவில்லை. ஜோவாகிம் உயரமான பின்சாய்வை உடைய உறுதியான நாற்காலி யில் அமர்ந்து தலைகுனிந்தார். அவரது முகத்தைத் தலைமூடி மறைத்தது. பிரகாசமாக வர்ணம் பூசிய வில்வளைவுக் கூரையை உடைய அந்தச் சபாமண்டபத்தில், பலகணிச் சாய்வுகள் வழியே சூரிய ஒளிக் கற்றைகள் பாய்ந்து விழுந்தன. அனைவரும் முகம் தாழ்த்தி மௌனமாயிருந்தனர். ஜன்னல் அருகில் பனிமீது வந்தமர்ந்த மாடப்புறாவின் அசைவுமட்டுமே அமைதிக்கு ஊறு செய்தது. நீலநிறமான ஓடுவேய்ந்த கணப்பிலிருந்த வெப்பம் பெருகியது. நறும்புகை மணமும் மெழுகுமணமும் அறையில் பரவின. இம்மாதிரி அமர்ந்து நன்மதிப்புக்குரிய மோன நிலையில் ஆழ்ந்து, மரபையும் வினை முறையையும் பாதுகாப்பதே தலைமையான பெருமைக்கு உரிய தாகும். குன்றென நிமிர்ந்து நிற்கும் இந்த உறுதிப்பாட்டை மனிதகுலத்தின் ஆசாபாச அலை களால் - வீண் பகட்டுகளால் - என்ன செய்ய முடியும்? மோஹத்தை மூட்டிவிடும் லாகிரிகளுக்கும் புதுமைகளுக்கும் குறைவில்லை. ஆயினும் ருஷியக் கோட்டை இதோ உருக்கின் உறுதியுடன் காட்சிதருகிறது. நாம் பிறரை விட வசதிக்குறைவானவர்களாக இருக்கலாம்; ஆனால் மற்றவர் களைவிடச் சிறப்பாக மெய்ப்பொருளை உணர்ந்தவர்கள் நாம்தாம். மற்றபடி, ஆண்டவன் நமக்குக் கைகொடுத்து உதவுவார்.

அவர்கள் ஜாரின் வருகைக்காக மௌனமாகக் காத்திருந்தனர். மகாராணி நடால்யா, பக்தி விளங்கும் முகத்தோடு சிறிது உறங்கினாள். கடந்த சில மாதங்களில் அவள் தடித்துவிட்டாள். அவளது உடல்நலன் க்ஷீணித்துக் கொண்டிருந்தது. அவளது மடியிலிருந்து கம்பளத்தில் விழுந்த ஜபமணி மாலையை, ஸ்திரீஷ்னேவ் முனங்கிக்கொண்டே எடுத்து வைத்தான். ஸோபியா அதிகாரம் செலுத்தியபொழுது, சபாமண்டபத்தில், உயரமான பெட்டியில் கடிகாரம் ஒன்று

இருந்தது. ஆனால் உத்திரவு பிறப்பித்து அந்த மணிப்பொறியை அகற்றிவிட்டார்கள். அதன் ‘டிக், டிக்’ ஒலி கடுப்பூட்டியது. மேலும், ‘‘நேரத்தை அறிந்தவர் எவரும் இலர்....’’ என்று கூறப் பட்டிருக்கிறது. மணிக்கணக்கு பார்ப்பது, தன்னைத்தானே ஏமாற்றிக்கொள்ளும் வேலையாகும். காலம் என்ற சக்கரம் ருஷியாவில் மெதுவாகவும் அமைதியாகவும் சுழலட்டும்!

கதவுகளைத் தடாலென்று சாத்தும் சத்தமும் கரகரத்த குரல்களின் ஒலியும் வெளியிலிருந்து வந்து, மண்டபத்தின் மந்தமான அமைதியைக் கலைத்தன. கொட்டாவியை அடக்கிவிட்ட நடால்யா வாய்க்கு நேராகச் சிலுவைக்குறி இட்டாள். மெய்க்காப்பாளன் வேலை பார்த்த ஒரு வாலிபன், ஜார் வருவதாகப் பணிவோடு அறிவித்தான். பாயர்கள் தமது உயரமான குல்லாய்களை நிதானமாகச் சரி செய்துகொண்டனர். நடால்யா கதவிலே கண்வைத்து முகம் சுளித்தாள். ஆண்டவன் அருளால், பீட்டர் ருஷிய உடுப்பில் வருவதைக்கண்டு அவள் நிம்மதியடைந்தாள். அவன் இப்பொழுதெல்லாம் சிரிப்பதில்லை. மதிப்பாகப் பிரவேசித்த மகனை நோக்கிய தாய், ‘‘நாரைமாதிரி கால்கள். கண்ணியமாக நடைபோடுவதற்குக் கஷ்டப்படுகிறான்’’ என்று எண்ணினாள். நல்வரவு கூறும் வகையில் அவளது வதனம் மலர்ந்தது. அவன் சமய முதல்வரிடம் சென்று அவரது நல்லாசியைப் பெற்றான். நோயுற்ற சகோதரனது உடல் நிலையைப் பற்றி விசாரித்தான்.

அவனுக்கு அவசரமாகப் பணம் தேவைப்பட்டது. அதனால்தான், அன்னையின் கடிதம் கிடைத்தவுடன், ஜோவாகிம் பேச்சை கேட்பதற்குப் பணிவாக வந்தான். அவன் அரசுக்கட்டிலில் அமர்ந்தான். அறையின் தூக்கக் கலக்கமான அமைதி, இறகுப் படுக்கை மாதிரி அவனைச் சூழ்ந் தது. அரசிருக்கையின் கைச்சட்டத்தில் முழங்கை மூட்டை ஊன்றிக்கொண்டான். கொட்டாவி வருமோவென்று அஞ்சிக் கரத்தால் வாயை மூடினான்.

ஜோவாகிம் தமது கரிய மேலாடையின் கீழிருந்து ஒன்றாகத் தைத்த ஒரு கட்டுக் காகிதத்தை எடுத்தார். நடுங்கிய கரத்தால் அதன் ஏடுகளை மெதுவாகப் புரட்டினார். முகத்தை உயர்த்திக் கொண்டு, தலைமுடியிலிருந்த எண்முனைச் சிலுவையை நெடுநேரம் விரல்களால் அமுக்கிக் கொண்டேயிருந்தார். கடைசியில், தாழ்ந்த குரலில் இழுத்துப் படித்தார்:

‘‘... ... ராஜத்துவேஷத்தை வேரோடு வெட்டி வீழ்த்திவிட்டதால், நாட்டுக்கும் ஜனங்களுக் கும் அமைதி கிட்டிவிட்டதென்று மதிமயங்கி விடாதீர்கள். ஜனங்களிடையே சிந்தனையில் ஒற்றுமை இல்லை; அவர்கள் சுபிட்சமாக வாழவில்லை. எனவே, நான் மிகவும் வருந்துகிறேன். தலைநகரில், சோம்பேறிகளாக உள்ள ஆண்துறவிகளும், பெண்துறவிகளும், சாதாரணப் பாதிரி களும் துணைப்பாதிரிகளும், தக்கன இவை, தகாதன இவை என்பதைப் பகுத்தறியும் திறனை இழந்து, முறை நெறியிலிருந்து திரும்பிவிட்டனர். அவர்களும் இன்னும் பற்பல உதவாக்கரை களும் கை கால்களில் கட்டுப்போட்டுக் கொண்டோ, முகத்துக்குத் திரையிட்டுக் கொண்டோ, கண்களை மறைத்துக் கொண்டோ வீதிகளில் நடந்து பிச்சை கேட்கிறார்கள். இப்படித் தந்திரம் செய்து வஞ்சிப்பதுதான் சுபிட்சமா? வீடுகளில் குடிவெறியும் காமவெறியும் கூத்தாடுகின்றன. கனவின் குறி சொல்லுதலும் மாயமந்திரமும் பேராதரவு பெறுகின்றன. கணவன் மனைவியின் கூந்தலைப் பிடித்துப் பிய்க்கிறான்; அவளை அம்மணமாக்கி வீதியில் எறிகிறான். மனைவி கணவனைக் கொல்கிறாள். அவர்களது குழந்தைகள் அறிவில்லாத பதர்களாக வளர்கின்றன. இதுவா இன்பப் பூங்கா? அம்மட்டோ? பாயரின் மகனும் வினைஞனும் விவசாயியும் தத்தம் வீட்டுக்கு எரியூட்டிவிட்டுக் குண்டாந்தடியும் கையுமாய்க் காட்டுக்குச் சென்று, கொள்ளைக் காரர்களாக மாறுகின்றனர். உழவனே, உன் கலப்பை எங்கே? வாணிகனே, உன் மரக்கால் எங்கே? பாயரின் மகனே, உன் கௌரவம் எங்கே?’’

இவ்வாறாகத் தேசத்தில் பரவியுள்ள கேடுகளைப் பற்றி அவர் படித்தார். பீட்டரின் தூக்கக் கலக்கமெல்லாம் எங்கோ மறைந்துவிட்டது. திகைப்படைந்த நடால்யா மகனையும் பாயர்களையும் நோக்கினாள். மரபுவழக்கப்படி பாயர்கள் தாடிக்குள் முகத்தைத் தொங்கப் போட்டுக் கொண்டு மௌனமாயிருந்தனர். ராஜ்யத்தின் விவகாரங்கள் முற்றிலும் கெட்டு இருப்பதை அனைவரும் அறிந்திருந்தனர். ஆனால், அவற்றை எப்படி நீக்குவது? அவற்றைப் பொறுத்துக் கொள்வதைத் தவிர வேறுவழியில்லை. ஜோவாகிம் மேலும் படித்தார்:

''பேரரசர்களே, சிற்றறிவை உடைய நாம், உங்களிடம் உண்மையை விண்டுரைப்பதென்று தீர்மானித்து விட்டோம். இந்தத் தேசத்தில் நாத்திகமும், வெறுக்கத்தக்க சமயவிரோதப் போக்குகளான லத்தீன் கொள்கை[1]யும் லூதர்கொள்கையும்[2] கால்வின்[3] கொள்கையும் யூதர் சமய கொள்கையும் உள்ளவரை, முறை இருக்காது; மிகுதியாகப் பொருள் குவியாது. நாம் செய்த பாவங்களின் பலனை அனுபவித்துக் கொண்டிருக்கிறோம். மூன்றாவது ரோமாகத் திகழ்ந்த நாடு, ஸ்டாம்[4] ஆகவும் கம்மோரா வாகவும் ஆகிவிட்டது. ஜார் அரசர்களே, வைதீகச் சமயத்தின் விரோதிகள் பிரார்த்தனை நிலையம் அமைப்பதைத் தடை செய்ய வேண்டும்; அவர்கள் முன்பே கட்டியுள்ள பிரார்த்தனை நிலையங்களை இடித்து விட வேண்டும். பாழாய்போன சமய விரோதிகளைப் படை அதிகாரிகளாக நியமிக்கக் கூடாது. அவர்கள் எப்படி வைதீகச் சமயத் தினரது ராணுவத்துக்கு உதவி செய்ய முடியும்? அவர்களால் நாம் ஆண்டவனது கடுங் கோபத்துக்கு இலக்காகிறோம். ஆட்டுக்குட்டிகளுக்கு ஓநாய்கள் தலைமை தாங்குவதா? வைதீக சமயத்தினர், மாறுபட்ட கொள்கையினரோடு பழகக்கூடாதென்று உத்திரவிட வேண்டும். அன்னியப் பழக்கங்களையும் ஆடைகளையும் இந்நாட்டில் புகுத்தக் கூடாது. நாம் வைதீகத்தின் ஆத்மாவைப் படிப்படியாக மீட்டு உயர்த்திய பின், ருஷியாவிலிருந்து அன்னியர்களை வெளியேற்ற வேண்டும். ஆசை காட்டி மோசம் செய்யும் அன்னியர் பேட்டையை - கிஹன்னா[5]வை சுட்டுச் சாம்பலாக்க வேண்டும்.''

சமய முதல்வரின் கண்கள் கொழுந்துவிட்டு எரிந்தன; அவரது முகமும் குறுகலான தாடியும் நீலம் கண்ட கரங்களும் நடுங்கின. பாயர்கள் கண்களை மூடிக்கொண்டனர். சமய முதல்வர் ரொம்பவும் அழுத்திப் பேசிவிட்டார் என்றும், இப்படிப்பட்ட விஷயத்தில் எச்சரிக்கையாகப் பேச வேண்டுமென்றும் அவர்கள் கருதினர்.

ரோமோடானோவ்ஸ்கியின் கண்கள் உப்பின. நடால்யாவுக்கு ஒன்றும் விளங்கவில்லை. ஜோவாகிம் படித்து முடித்த பிறகும் அவள் தலையை ஆட்டிப் புன்னகை செய்த வண்ண மிருந்தாள். பீட்டர் அரியணையில் கைகால்களைப் பரப்பிக் கொண்டிருந்தான்; குழந்தை மாதிரி உதடுகளைப் பிதுக்கினான். சமய முதல்வர் ஏடுகளை வைத்துவிட்டு, விரல்களால் கண்களைத் தடவிக்கொண்டே பேசினார்:

---

(1) லத்தீன் கொள்கை: ரோமன் கத்தோலிக்க ஏற்பாடு

(2) லூதர் கொள்கை: லூதர் வகுத்த சமயத்திருத்தக் கொள்கை.

(3) கால்வின் - பதினாறாம் நூற்றாண்டில் ஜினிவாவில் வாழ்ந்த சமயச் சீர்திருத்தப் பெரியார்.

(4) ஸாடம், கம்மோரா ஆகிய இரு நகரங்களும் பாவ வினைக் கூடங்களாகப் பைபிளில் குறிப்பிடப்படுகின்றன. அழிவுக் குரியனவாக ஆண்டவனால் தீர்மானிக்கப்பட்ட அந்நகரங்களில், கொடி முந்திரிப் பழம் கசந்ததென்றும், அதிலிருந்து தயாரான செந்தேறல் நஞ்சாக இருந்ததென்றும் பைபிள் கூறும். மொ-ர்.

(5) கிஹன்னா ஜெருசலத்துக்கருகிலுள்ள பள்ளத்தாக்கு அங்கு இருந்த மோலோக் என்ற ஸெமிட்டித் தெய்வத்துக்குப் பண்டைக்கால இஸ்ரேலியர்கள் நமது குழந்தைகளைப் பலி கொடுத்தனர். பிற்காலத்தில் அங்குதான் குப்பை கூளங்களைச் சேகரித்து எரித்தனர். எனவே, பைபிளின் புதிய ஏற்பாட்டில் கிஹன்னா நரகம் என்ற பொருளில் ஆளப்படுகிறது. மொ-ர்.

''இந்தப் பெரும் பணியை ஒரு சிறிய விஷயத்துடன் தொடங்குவோம். இளவரசி ஸோபியா ஆட்சி புரிந்தபொழுது, நான் பணிவாக வேண்டிக் கொண்டதற்கு இணங்கச் சமய விரோதத் தீயனான குயரின் கூல்மான் அன்னியர் பேட்டையில் பிடிபட்டான். அவனைக் குறுக்கு விசாரணை செய்தோம். ஆம்ஸ்டர்டாமில் இருந்தபொழுது, வெள்ளை ஆடை தரித்த ஒரு மனிதன் மாயமாகத் தோன்றி, மாஸ்கோ மக்கள் தெய்வ பக்தி என்ற ஒளியைப் பெறாது இருளில் சீரழிவதாகக் கூறி மாஸ்கோ செல்லும்படி கட்டளையிட்டதாக அவன் கூறினான்.'' உணர்ச்சி வசப்பட்ட ஜோவாகிம் பேச்சைச் சற்று நிறுத்திவிட்டுத் தொடர்ந்து பேசினார்:

''நாம் குருடர்களாயிருப்பதாகவும், அதனால் அவனது தலையைச் சுற்றி இருந்த ஒளிவட்டத்தைக் காண முடியவில்லையென்றும், புனித ஆவி(1)யே அவன் மூலம் பேசுவதாகவும் கூறினான். மேலும், ஜாகப் பாம், கிறிஸ்தபர் பார்தட் ஆகியோரின் தவறான போதனைகளிலிருந்து அவன் மேற்கோள் காட்டினான். எனினும், அவன் மாஸ்கோவில் மேரியா என்ற நங்கையைத் தன் வசப்படுத்திக் கொண்டிருக்கிறான். அவளை எவரும் கண்டுபிடிக்கக் கூடாதென்பதற்காக, ஆண் வேடத்தைத் தரிக்கச் செய்திருக்கிறான். அவள் அவனது வீட்டில் ஒரு சிற்றறையில் வாழ்கிறாள். ஒவ்வொரு நாளும் அவர்கள் இருவரும் மிகுதியாகக் குடித்துவிட்டுக் கைத்தாளத்தைக் கொட்டுகின்றனர்; பிடில் வாசிக்கின்றனர். அவன் பலகணி வழியாகத் தலையை நீட்டித் தன்னைப் புனிதஆவி வசப்படுத்திக்கொண்டிருப்பதாகக் கத்துகிறான். அவனைப் பார்க்கச் செல்வோரிடம் சோதிடம் உரைக்கிறான்; அவர்கள் தன் வயிற்றை முத்தமிட வேண்டுமென்று சொல்கிறான். பிரபுவே, இவ்வாறு இங்கு சாத்தான் ஜயபேரிகை கொட்டும்பொழுது, ஒரு கணம் கூட அமைதியாயிருக்க முடியுமா? குயரின் கூல்மானை அவனது புத்தகங்களுடன் உயிரோடு எரிக்க வேண்டுமென்று உத்திரவு பிறப்பிக்கும்படி ஜார் அரசர்களை வேண்டுகிறேன்.''

எல்லோரும் பீட்டரை நோக்கினார்கள். அவையிலுள்ளோர், குயரின் கூல்மானைக் கொல்வதென்ற முடிவுக்கு முன்பே வந்துவிட்டனர் என்பதைப் பீட்டர் உணர்ந்தான். அன்னையின் அமைதியான விழிகள் அந்தச் சேதியைக் கூறின. ரோமாடானோவ்ஸ்கி மட்டுமே வெறுப்பைக் காட்டும் வகையில் சட்டென்று மீசையை இழுத்தான். பீட்டர் நிமிர்ந்து அமர்ந்தான். அவனையும் அறியாமல் நகத்தைக் கடிப்பதற்குக் கரத்தை உயர்த்தினான். அவனது வாழ்விலேயே முதன்முதலாக, அரசன் என்ற முறையில் ஒரு முடிவைச் செய்ய வேண்டிய நிலையில் இருந்தான். அவனுக்குச் சற்று நடுக்கம் ஏற்பட்டதென்றாலும், ஆத்திரம் பீறிட்டு எழுந்தது. அண்மையில் லிபோர்ட் வீட்டில் நடத்திய சம்பாஷணைகளையும், அங்கு கூடியிருந்த அறிவார்ந்த அன்னியர்களது கண்ணியத்தையும் ஞாபகப்படுத்திக் கொண்டான். ''ருஷியா ரொம்பக் காலமாக, ஆசிய நாடாகவே(2) இருக்கிறது'' என்ற ஏளனமும் இகழ்ச்சியும் அந்த அன்னியரின் வணக்க இணக்கமான நடத்தையில் தென்பட்டதை நினைவூட்டிக் கொண்டான். ''நீங்கள் ஐரோப்பியர்களைக் கண்டு அஞ்சுகிறீர்கள். ஆனால் நீங்களே உங்களுக்குக் கொடிய விரோதிகளாயிருக்கிறீர்கள்'' என்று அந்த உரையாடல் நடந்ததற்கு அடுத்த நாள் ஸிட்னி கூறினான். அதைக் கேட்டபொழுது, அவனை அவமானம் பிடுங்கித் தின்றதைப் பீட்டர் ஞாபகப்படுத்திக்கொண்டான். அவன் ஸிட்னிக்கு ஒரு மயிர்ப் பட்டுக்கோட்டைப் பரிசளிக்கும்படி உத்திரவிட்டான். லிபோர்ட் இல்லத்தில் நேரத்தை விரயம் செய்யாமல், உடனடியாக ஆர்க்கேஞ்சலுக்குப் போகும்படி அவனிடம் கூறினான். ஸிட்னி இந்த வார்த்தைகளைக் கேட்டானேயானால், அன்னியர் பேட்டையில் உள்ள கத்தோலிக்கர் திருக்கோயில்களையும் சமயத்திருத்தவாதிகளின் ஆலயங்களையும் அழிக்க வேண்டுமென்ற வார்த்தைகளுக்கு அவன் செவி கொடுத்திருந்தானேயானால், அவன்

---

(1) புனித ஆவி: கிறித்துவ மும்மூர்த்திகளில் ஒன்று. ஆண்டவன், யேசுநாதராகப் பிறந்த தெய்வ குமாரன், புனித ஆவி ஆகியோரே அம் மும்மூர்த்திகள். புனித ஆவியின் அருளால்தான், கன்னி மேரி கருத்தரித்து யேசுநாதரை ஈன்றாள் என்பது பைபிள்கதை. மொ-ர்.

(2) அக்கால ஐரோப்பியர்கள், ஆசியாவை அநாகரிகக் கண்டமாகக் கருதினர். ருஷியாவையும் அவ்வாறே நோக்கினர். மொ-ர்.

என்ன கூறியிருப்பான்? ஜர்மானிய ஆலயத்தின் மணியோசை, கோடையில் திறந்திருந்த பலகணிகள் வழியே பரவித் தன் செவியில் இன்பத் தேனாகப் பாய்ந்ததைப் பீட்டர் நினைவு படுத்திக் கொண்டான். அந்தக் காலை மணியோசை, நேர்மையை ஒலி பரப்பியது; ஒழுங்கு முறையைப் போற்றியது; கூகுய் பேட்டையில் நன்கு பராமரிக்கப்பட்ட சின்னஞ்சிறு வீடுகளின் நறுமணத்தை நினைவூட்டியது; அன்னா வீட்டுச் சாளரத்தின் சரிகைத் திரையை ஞாபகப்படுத்தியது. இந்தக் கரிய அண்டங்காக்கை (சமய முதல்வர்) அன்னாவையும் எரிக்க விரும்பினார்! கூகுய் பேட்டையில் சாம்பல் மேடுதான் மிஞ்சவேண்டுமென்று எண்ணினார்! இப்பொழுது பீட்டரின் சினந்து சிவந்த கண்கள்தாம் சமய முதல்வரை உறுத்துப் பார்த்தன. ஆனால் ஆத்திர அடங்கிச் சூழ்ச்சித் திறனும் பிடிவாதமும் மேலோங்கின. அது லிபோர்ட்டிடம் பாடம் கற்றதன் பயனோ? நல்லது: நீண்டதாடிக்காரர்களான நாடாளும் பாயர்களைத் தாக்கிச் சத்தம்போடுவது எளிதுதான். அவர்களும் காலில் விழுந்து கம்பளத்தில் முகத்தைப் புதைப்பார்கள். தாயார் நடால்யாவும் கண்ணீர் பெருக்குவாள். சமய முதல்வரும் அவனது காலைக் கட்டிக்கொள்வார். ஆனால் அதன்பின் அவர்கள் தம் இஷ்டப்படிதான் நடப்பார்கள். தவிர பண விஷயத்திலும் சிக்கலைச் சிருஷ்டிப்பார்கள்.

''புனிதத் தந்தையே'' என்று பீட்டர் மதிப்பார்ந்த சினத்துடன் தொடங்கினான். அதைக் கண்ட நடால்யாவின் புருவங்கள் வியப்பால் உயர்ந்தன. அவன் கூறினான்:

''இந்த விஷயத்தில் நம்மிடையே கருத்து ஒற்றுமை இல்லாதது கண்டு நான் மிகவும் வேதனைப்படுகிறேன். நாம் உமது கிறித்துவச் சமய விவகாரங்களில் தலையிடுவதில்லை. ஆனால் நீங்கள் நமது ராணுவ விவகாரங்களில் தலையிடுகிறீர்கள். நம்மிடம் பெரிய திட்டங்கள் உள்ளன. உங்களுக்கு அவற்றைப் பற்றி என்ன தெரியும்? நாம் கடல்களைக் கைப்பற்ற விரும்புகிறோம். கடல்மார்க்க வியாபாரத்தில் வெற்றியடைவதன் மூலமே நம் தேசம் இன்ப வாழ்வை அடைய முடியுமென்பது எமது கருத்து. அந்த வியாபாரம் ஆண்டவன் வழங்கியுள்ள நற்பேறு. அன்னியர்கள் இல்லாமல் ராணுவ விவகாரங்களை நிர்வகிக்க முடியாது. அவர்களது திருக்கோயில்களைத் தொட்டோமானால் ஓடி விடுகிறார்கள். எனவே, உங்களது கருத்தின் பலன் என்னவாகும்?'' பாயர்களை ஒவ்வொருவதாக நோக்கிவிட்டு, ''என் சிறகுகளை வெட்ட விரும்புகிறீர்களா?'' என்று வினவினான்.

இத்துணை ஆண்மையோடு பீட்டர் பேசுவதைக் கண்டு பாயர்கள் பிரமித்தனர். ''ஓஹோ! அப்படியா? எடுப்பாகப் பேசுகிறான்! தன்முனைப்பானவனாகத்தான் இருக்கிறான்!'' என்று பொருள்படும் வகையில் அவர்கள் ஒருவரையொருவர் நோக்கினர். ரோமோடானோவ்ஸ்கி தன் இணக்கத்தைத் தெரிவிக்கும் வகையில் தலை அசைத்தான். சமய முதல்வர் தம் மெலிந்த நாசியை அரியணையை நோக்கி நீட்டிக்கொண்டு, உணர்ச்சி மிகுதியோடு கத்தினார்:

''ஜார் அவர்களே! அந்தப் பேய்ப் பிறவியான சமயத் துரோகி குயரின்கூல்மானை என்னிடமிருந்து விடுவித்து விடாதீர்கள்!''

பீட்டர் புருவத்தை நெரித்தான். இந்த விஷயத்தில், நீண்டதாடிக்காரர்களுக்கு விட்டுக் கொடுக்கலாமென்று கருதினான். மகாராணித் தாய் நடால்யா, ''அன்பார்ந்த பிரபுவே'' என்று முணுமுணுத்தாள்; கெஞ்சிக் கேட்பதைப்போலக் கரங்குவித்தாள். பீட்டர், ரோமோடானோவ்ஸ்கியைச் சட்டென்று நோக்கினான்.

''ஒழியட்டும்'' என்ற பாவனையில் அவன் சைகை செய்தான்.

''கூல்மானைப் பற்றி நமக்கு அக்கறை இல்லை. உங்கள் இஷ்டப்படி அவனை என்ன வேண்டுமானாலும் செய்து கொள்ளுங்கள்'' என்று பீட்டர் கூறினான். சமய முதல்வர் இருக்கையில் அமர்ந்து சோர்வு மிகுதியால் கண்களை மூடினார். பீட்டர் மேலும் பேசினான்: ''பாயர்களே, நான் சொல்ல விரும்புவது இதுதான்: ராணுவச் செலவுக்காகவும் கப்பல் கட்டும் செலவுக்காகவும் எனக்கு எட்டாயிரம் ரூபிள்கள் தேவை.''

பீட்டர் அரண்மனையிலிருந்து கிளம்பியபொழுது, ரோமோடானோவ்ஸ்கியையும் ஸ்லெட்ஜ் வண்டியில் ஏற்றிக்கொண்டான். லூபியான்ஸ்காவிலுள்ள அவனது வீட்டில் உண்பதற் காகச் சென்றான்.

7

இளம் ராணிக்காக வாரோபிஹாவைக் கிரெம்லின் மாளிகைக்குத் தருவித்தார்கள். இதைக் கேட்டவுடன் யூடோக்ஸியா மனமகிழ்ந்தாள். அவளை நேரடியாகத் தன் படுக்கையறைக்கு அழைத்து வரும்படி ஆணையிட்டாள். இநதச் சிற்றறை, கட்டிடத்தின் பிரதான பகுதியில் இருந்தது. வெயில் விழாமல் இருப்பதற்காக இரண்டு பலகணிகளிலும் திரையிடப்பட்டிருந்தது. இரவு பகலாக உடன் இருந்து பணிபுரிந்த மருத்துவச்சி, கம்பள பூட்ஸும் கதகதப்பான கோட்டும் அணிந்து கணப்பின் பெஞ்சியில் சிறுதுயில் கொண்டிருந்தாள். யூடோக்ஸியாவின் பிள்ளைப்பேறு எந்நேரத்திலும் நிகழலாமென்று எதிர்பார்த்திருந்தனர். அவள் அன்னப்பட்சியின் மெல்லிறகுகளாலான படுக்கையிலிருந்து எழுந்திருந்து பல நாட்களாகி விட்டன. அந்தப் புழுக்கம் அவளைப் படுத்தி வைத்தது. சறுக்கு வண்டியில் ஏறி மாஸ்கோ வீதிகளின் பனியில் சென்று வர வேண்டுமென்பது அவளது ஆசை. ஆனால் நடால்யாவும் இதர மாதர்களும் அதற்குத் தடை விதித்தனர்; அவள் அடாது அசையாது படுத்திருக்க வேண்டுமென்றும், வயிறு குலுங்காமல் காபந்து செய்ய வேண்டுமென்றும் அவர்கள் கூறினர்; அவள் சுமப்பது ஜாரின் சிசு என்பதை மறக்கக்கூடாதென்று வலியுறுத்தினர். நல்லறம் போதிக்கும் கதைகளைக் கேட்பதற்குத்தான் அவளுக்கு அனுமதி உண்டு. அவள் அழுவதைக்கூடத் தடை செய்தனர். அழுது புலம்பினால் கருவிலுள்ள சிசுவுக்கு அதிர்ச்சி ஏற்படுமென்று எச்சரித்தனர்.

வாரோபிஹா விநயமாகவும் விறுவிறுப்போடும் அறையில் பிரவேசித்தாள். அவள் தூய்மை விளங்கக் காட்சி தந்தாள். புத்தம் புதிய மரப்பட்டைப் பாதரட்சை அணிந்திருந்தாள். அவளது 'லினன்' பாவாடைக்குள் நறுமணச் செடிகளைக் கட்டிக்கொண்டிருந்தாள். மென்மையான இதழ்கள்; சுண்டெலியின் கண்கள். முகத்தில் முதுமைதட்டியிருந்தாலும், இளஞ்சிவப்பு வண்ணம் மங்கவில்லை. அவள் ஓயாது பற்களை நெறு நெறு எனக் கடித்தாள். அறைக்குள் வந்த வுடன், உள்ளேயிருப்பனவற்றை ஒரு பார்வையால் கிரகித்துக் கொண்டாள். படுக்கையருகே சென்று மண்டியிட்டாள். இளம் ராணி மனம் குளிர்ந்து தனது ஈரக் கரத்தை அவளிடம் நீட்டினாள்.

''வாரோபிஹா தனது இதழ்களைத் துடைத்துக்கொண்டு, கிழவன் - கிழவியைப் பற்றியும் பாதிரியின் மகளிரைப் பற்றியும் பொற்கொம்புகளை உடைய ஆட்டைப் பற்றியும் கதை சொல்லத் தொடங்கினாள்.

''ஒரு நிமிஷம், வாரோபிஹா!'' என்று கூறிய யூடோக்ஸியா சற்று எழுந்து, மருத்துவச்சி உறங்குகிறாளா என்பதைப் பார்த்துக் கொண்டாள். ''எனக்குக் குறி சொல்'' என்று கேட்டாள்.

''ஓ, என் கண்மணியே, எனக்குக் குறிசொல்லத் தெரியது'' என்றாள் வாரோபிஹா.

"வாரோபிஹா, நீ சொல்வது உண்மையல்ல. நீ குறி சொன்னாயென்று எவரிடமும் சொல்ல மாட்டேன். விதைகளை வைத்துக்கொண்டாவது குறிசொல்."

"இப்பொழுதெல்லாம் விதைகளை வைத்துக்கொண்டு குறி சொன்னாலும் சவுக்கால் அடிக்கிறார்கள்; முதுகுத்தோலை உரித்து விடுகிறார்கள். 'ஓட்ஸ்' தானியத்தின் மாவைப் புனித நீரில் கரைத்து, அதைக்கொண்டு சொல்வதென்றால் பார்க்கலாம்."

"எனக்கு எப்பொழுது பிள்ளைப்பேறு நிகழும்? விரைவில் ஆகிவிடுமா? திகிலாயிருக்கிறது. இரவில் என் இதயம் தயங்கித் தயங்கித் துடிக்கிறது; அதன்பின் துடிப்பே நின்று விடுகிறது-திடுக்கிட்டு எழுந்திருக்கிறேன். குழந்தை உயிரோடு இருக்கிறதா? ஆண்டவனே!"

"காலால் உதைக்கிறதா? எந்த இடத்தில்?"

"இங்கே கால் கை முட்டுகளால் மென்மையாகத் தேய்ப்பது மாதிரி அது திரும்புகிறது."

"நேராகத் திரும்புகிறதா, மாறாகத் திரும்புகிறதா?"

"இப்படியும் அப்படியும் திரும்புகிறது. விளையாடுகிறது என்று தோன்றுகிறது."

"ஆண் குழந்தைதான்."

"ஓ, உறுதியாகவா?"

வாரோபிஹா தன் சுண்டெலிக் கண்களால் கவர்ச்சியாக நோக்கிக்கொண்டே, தணிந்த குரலில் கூறினாள்:

"மகாராணியே, அழகுத் தேவியே, வேறு எதைப்பற்றிக் குறி சொல்ல? ஏதோ ஒரு இரகசியத்தை என்னிடம் சொல்லத் துடிக்கிறீர்கள். தாழ்ந்த குரலில் செவியில் சொல்லுங்கள்."

சற்றுத் தடித்த உதடுகளையும், தவிட்டு நிற வடுக்களையும் உடைய முகத்தை யூடோக்ஸியா திருப்பிக்கொண்டாள். அவளது முகம் சிவந்தது.

"ஒருவேளை, நான் குருடியாகி விட்டனோ? எனக்கு ஒன்றும் புரியவில்லை..." என்றாள் அவள்.

"என்ன அழகு! அற்புதமான வனப்பு..." என்றாள் வாரோபிஹா.

"நாவை அடக்கு" என்று கூறிய இளம் ராணி திரும்பினாள். அவளது நயனங்களில் கண்ணீர் சுரந்திருந்தது. "அவருக்கு என்னிடம் பரிவு உண்டா? அன்பு உண்டா? 'ஓட்' மாவைக் கொண்டு வந்து பார்த்துக் குறி சொல்" என்று உருக்கமாகக் கூறினாள் யூடோக்ஸியா.

வாரோபிஹா தன் மாய மந்திரத்துக்குத் தேவையான பொருட்களுடனேயே வந்திருந்தாள். ஒரு பையில், சிறிய மண் தட்டும் தண்ணீர்க் குப்பியும் கறுப்புப் பொடியும் கொண்டு வந்திருந்தாள். அந்தப் பொடி, புனிதர் ஜான் திருநாளுக்கு முதல் தின இரவில் சேகரித்த மலைநாட்டுப் பூண்டிலிருந்து செய்தது என்று அவள் குசுகுசுத்தாள். அவள் தட்டில் நீர் ஊற்றிப் பொடியைக் கரைத்தாள். படுக்கையருகில் இருந்த மணையில் தட்டை வைத்து, விளங்காத சொற்களை முணுமுணுத்தாள். யூடோக்ஸியாவின் திருமண மோதிரத்தை வாங்கித் தட்டில் போட்டுவிட்டுத் தட்டை நோக்கும்படி ராணியிடம் சொன்னாள்.

''உங்களது இரகசியத்தைப் பற்றி எண்ணிக்கொண்டே தட்டைப் பாருங்கள், முடிந்தால், இரகசியத்தை வாய்விட்டுச் சொல்லுங்கள். உங்களைத் துன்புறுத்தும் ஐயப்பாடு என்ன?''

யூடோக்ஸியா மெல்ல மொழிந்தாள்:

''டிராயிட்ஸாவிலிருந்து திரும்பி வந்த பின், அவர் மாறிவிட்டார். நான் பேசினால் செவி கொடுப்பதில்லை. என்னை வடிகட்டிய முட்டாளாகக் கருதுகிறார். சரித்திரத்தைப் பற்றி ஏதாவது படித்தால் என்னவென்று என்னை வினவுகிறார். டச்சு மொழி அல்லது ஜர்மானிய மொழியைக் கற்றுக்கொண்டால் என்ன என்று கோபிக்கிறார். நான் முயன்று பார்த்தேன்; ஒன்றும் விளங்க வில்லை. படிக்காத மனைவியையும்தான் புருஷன் நேசிக்கிறான். இவர் ஏன் இப்படி இருக்கிறார்?''

''நீங்கள் இருவரும் சேர்ந்து படுத்து எத்தனை நாட்களாகின்றன?''

''இரண்டு மாதங்களுக்கு மேலாகிவிட்டது. சிசுவுக்கு ஊறு நேரிடுமோவென்று அஞ்சி, நாங்கள் சேர்ந்து படுப்பதை நடால்யா தடைசெய்துவிட்டாள்.''

''அன்புத் தெய்வமே, மோதிரத்துக்குள் நோக்குங்கள். ஏதாவது மங்கலாகத் தென்படுகிறதா?''

''ஒருமுகம் மாதிரித் தோற்றம் அளிக்கிறது.''

''உற்றுப் பார்த்துக்கொண்டேயிருங்கள். பெண் முகம் தெரிகிறதா?''

''அப்படித்தான் தோன்றுகிறது. ஆம், வனிதையின் வதனம்தான்!''

''அவள்தான்'' என்று கூறிய வாரோபிஹா, விஷயம் தெரிந்தவளைப் போல் உதட்டை மடித்துக்கொண்டாள். துளையிலிருந்து நோக்குவதைப் போல் அவளது உருண்டையான கண்கள் நோக்கின. கஷ்டப்பட்டுச் சுவாசித்த யூடோக்ஸியா, எழுந்தாள். உருண்டு திரண்ட வயிற்றைப் பற்றிக்கொண்டிருந்த கரம் நெகிழ்ந்து விழுந்தது. அவளது இதயம், சிறைப்பட்ட பறவையைப் போல் துடித்தது.

''உனக்கு என்ன தெரியும்? எதையோ மறைத்துப் பேசுகிறாய். அவள் யார்?'' என்று அவள் வினவினாள்.

''யாரா? அந்தப் புல்லில் நெளியும் பாம்புதான். அந்த ஜர்மனி தேசத்துச் சாகசக்காரிதான். மாஸ்கோ வெங்கும் அவளைப்பற்றிப் பேசுகிறார்கள். உரக்கப் பேசுவதற்கு அஞ்சிக் கிசுகிசுவென்று பேசுகிறார்கள். அந்நியர் பேட்டையில், காதல் மூலிகைகளைக் கொடுத்து அவரைக் கெடுக்கிறார்கள். அன்புத்தேவியே, துயரம் அடையாதீர்கள். காலம் கடந்துவிட வில்லை. நான் உதவுகிறேன்'' என்று கூறிய வாரோபிஹா, ஓர் ஊசியைத் தலையணியிலிருந்து எடுத்து, எதையோ முணுமுணுத்துக்கொண்டே ராணியிடம் நீட்டினாள்.

''இந்த ஊசியைக் கையில் வாங்கிக்கொள்ளுங்கள். என்னோடு சேர்ந்து சொல்லுங்கள்; அன்னாவே, இரக்கமில்லா அரக்கப் பிறவியே! அக்கிரமக்காரியே! நீ கால் கைகளை இழந்து தவி! பக்கவாதத்துக்குப் பலியாகி மரி! எலும்புருக்கி நோயால் தெம்பை இழந்து திண்டாடு! நோயாளிப் பீடையே ஒழிந்து போ! சூரியன் தோன்றாத இருட் பிரதேசத்துக்குத் தொலைந்து போ! பனி பெய்யாத பயங்கரப் பிரதேசத்துக்கு ஓடிப் போ! பூமியின் குடலுக்குள் மறைந்துவிடு! அந்தத் தாழ்விடத்திலேயே எந்நாளும் கிட! கொடும்பாம்பு அன்னாவே, உடனே ஒழிந்து போ!'' என்று வாரோபிஹா சொன்னாள்.

யூடோக்ஸியா ஊசியால் தட்டைக் குத்திக்கொண்டே, அந்தச் சாபத்தைத் திருப்பிச் சொன்னாள். ஊசி ஒடியும்வரை அதனால் குத்திக்கொண்டேயிருந்தாள். அதன்பின், கைகளால் முகத்தை மறைத்துக்கொண்டு விம்மிவிம்மி அழுதாள்.

அன்று மாலையில், பணிப்பெண்களும் மருத்துவச்சிகளும் செவிலித் தாய்மார்களும் அரண்மனை சேடிகளும் சந்தடி செய்தனர். 'ஜார் வருகிறார்' என்று கூறிக்கொண்டே, தளத்தின் பலகைகள் கிரீச்சென்று ஒலிக்க ஓடி வந்தனர். வாரோபிஹா, மெழுகுதிரியில் நறும் பொடியைத் தூவிவிட்டு விரைந்து மறைந்தாள். பீட்டர் ஓடி வந்தான். அவன் மனைவியின் படுக்கை மீது சாய்ந்தபொழுது, ஒயின் மணமும் பனிமணமும் வீசின.

''யூடோக்ஸியா, எப்படியிருக்கிறாய்? இன்னும் முடியவில்லையா? முடிந்துவிட்ட தென்று...''

அவன் சேய்மையிலுள்ள எதையோ எண்ணியவன்போல் இன்பமாகப் புன்னகை செய்தான். அவனது வட்டவடிவக் கண்களில் ஒரு புதுமை தென்பட்டது.

யூடோக்ஸியாவின் இதயம் சில்லிட்டது. ''உங்களைத் திருப்தி செய்விப்பதில் நான் மகிழ்ச்சி அடைவேன். எல்லோருமே காத்துக் காத்து அலுத்துப் போய்விட்டார்கள். இதைக் கண்டுதான் பெரிதும் வருந்துகிறேன்'' என்று தெளிவாகக் கூறினாள்.

அவளுக்கு என்ன வருத்தம் என்பதைப் புரிந்துகொள்வதற்காக அவன் புருவத்தை நெரித்து யோசனை செய்தான். குதிமுட்களால் கம்பளத்தைப் பிறாண்டிக்கொண்டே, ஒரு மணையை இழுத்துப் போட்டுக் கொண்டு அமர்ந்தான்.

''நான் ரோமோடானோவ்ஸ்கியின் இல்லத்தில் சாப்பிட்டேன். எந்த நிமிஷத்திலும் நீ பிள்ளை பெற்றுவிடுவாய் என்று அவர்கள் கூறினார்கள். பேறுகால வேதனை தொடங்கிவிட்ட தென்று எண்ணினேன்.''

''நான் பேறுகாலத்தில் இறந்துவிடுவேன். அப்பொழுது உங்களுக்குத் தெரியும். மற்றவர்கள் சொல்வார்கள்...''

''அபத்தமாகப் பேசாதே. பிள்ளை பெறுவதால் எல்லோரும் இறப்பதில்லை.''

அப்பொழுது அவள் தன் சக்தியையெல்லாம் பிரயோகித்து, மேலே கிடந்த விரிப்புகளை நீக்கி எறிந்துவிட்டுத் தன் வயிற்றைக் காட்டினாள்:

''இதோ, என் வயிற்றில் சிசு, பார்த்தீர்களா? துன்பம் அடையப் போவது நான், நீங்கள் அல்ல, வீறிட்டலறப்போவது நான், நீங்கள் அல்ல. பிரசவ வேதனையால் எவரும் இறப்பதில்லையாம்! சரி, சரி. நான் இறந்தேன் என்ற சேதி உங்களுக்குக் கடைசியில்தான் தெரியவரும்! போங்கள்! சிரித்துக் குடித்துச் சல்லாபம் செய்யுங்கள். அந்தப் பாழாய்போன அன்னியர் பேட்டைக்கு ஏகுங்கள்! நாடறிந்த ரகசியம் அது! ஊரே சிரிக்கிறது.''

அவன் வாயைப் பிளந்தான். அவளை உற்று நோக்கினான்.

''நாடு எதைப்பற்றி எள்ளி நகையாடுகிறது?'' என்று வினவிய பீட்டர், தன் கால்களை இழுத்துக்கொண்டான். கோபத்தில் பூனைமாதிரி இருந்தான். இனி என்ன நேரிட்டாலும் பொருட்படுத்த வேண்டியதில்லை என்று முடிவு செய்த யூடோக்ஸியா, கூச்சலிட்டாள்:

''எல்லாம் அந்தச் சமய விரோதியைப் பற்றித்தான். அந்த ஜர்மனிக்காரியைப் பற்றித்தான். உங்களது அன்புக்குரிய சாராயக்கடைச் சிறுக்கியைப் பற்றித்தான். அவள் உங்களுக்கு என்ன மருந்தைக் கொடுத்தாளோ?''

இதைக்கேட்ட பீட்டரின் முகம் சிவந்தது. அந்தச் சூட்டினால், நெற்றியில் வேர்வை அரும்பியது. அவன் மணையை ஒருபுறம் எறிந்தான். அவனது பயங்கரமான தோற்றத்தைக் கண்ட யூடோக்ஸியா, முகத்தைக் கரத்தில் புதைத்துக்கொண்டாள். பேய்வெறி கொண்ட விழிகளால் அவளை நோக்கிய பீட்டர், 'முட்டாள்!' என்று மட்டுமே சொன்னான்.

அவள் சத்தம் செய்யாது விம்மினாள். கருவிலிருந்த குழந்தை பொறுமையை இழந்து, மெல்லத் திரும்பியது. ஒரு பயங்கரமான வேதனை, அளவிடற்கரிய விசையுடன் அவளைத் தாக்கியது. அவளைத் துண்டம் துண்டமாக அறுப்பதுபோல் இருந்தது.

ராணியின் விம்மலைச் செவியுற்ற பணிப்பெண்களும் மருத்துவச்சிகளும் கிழவிகளும் படுக்கையறைக்குள் ஓடிவந்தனர். யூடோக்ஸியா வீறிட்டலறியபொழுது, வாய் பயங்கரமாகக் கோணியது; கண்கள் வெறிகொண்டு நோக்கின. பணிப்பெண்கள் விரைவாகச் செயல்பட்டனர். வழிபாட்டு உருவங்களது படத்தை எடுத்து அதன் அடித்தட்டில் இருந்த விளக்குகளை ஏற்றினர். பீட்டர் அறையிலிருந்து வெளியேறினான். ஆரம்ப கட்டத்துக்குரிய வேதனை அடங்கியவுடன், வாரோபிஹாவும் மருத்துவச்சியும் யூடோக்ஸியா பிள்ளை பெறுவதற்காக அவளை வென்னீர் அறைக்கு இட்டுச் சென்றனர்.

8

வீட்டிறைப்பில் குந்தியிருந்த காகம், கிலியடைந்து பறந்து, மரத்தின் கிளையில் அமர்ந்தது; கிளையிலிருந்து பனி பொடித்து விழுந்தது. ஒற்றைக் கண் ஸிகான் அண்ணாந்து பார்த்தான். பனி பெய்திருந்த மரக்கிளைகளுக்கு அப்பால், காலை ஞாயிறு தன் செங்கதிர்களைப் பரப்பிக்கொண்டிருந்தான். வீடுகளில் பெண்கள் அடுப்புத்தீ மூட்டினார்கள்; புகை மெல்ல மெல்ல மேலே எழும்பியது. கம்பளபூட்ஸ் அணிந்த பாதங்கள் நடந்து பனி பொடியும் ஒலியும் இருமல் சத்தமும் திட்டி வாசல் கதவுகளின் கிரீச் ஓசையும் கோடரி வெட்டும் ஒலியும் செவியில் விழுந்தன. உயர்ந்த முகடுகளை உடைய கூரைகள் தெட்டத் தெளிவாகப் புலனாயின. ஆற்றின் இரு கரைகளிலுமுள்ள சிப்பாய்களது வீடுகளும் வியாபாரிகளின் கிட்டங்கிகளும், தோல் பதனிடுவோர், காலுறை தைப்போர், ரை மது காய்ச்சுவோர் முதலிய ஏழை எளியவர்களின் ஒடுங்கிய குடிசைகளும் புகையைப் பரப்பின.

சுறுசுறுப்பான காக்கை கிளைக்குக் கிளை தாவியது. ஸிகான் கண்களில் பனிப்பொடி விழுந்தது. அவன் ஆத்திரமடைந்து தோலுறையை ஆட்டிக் காகத்தை விரட்டினான். கிணற்றிலிருந்து வாளியை இழுத்துத் தீயவாடை வீசிய தண்ணீரைத் தொட்டியில் கொட்டினான். இந்தப் பிரகாசமான ஞாயிற்றுக்கிழமைக் காலையில், அவனது மனம் வெறுப்பாலும் கசப்பாலும் வேதனையுற்றது. விதியின் கொடுமையால் வறுமையுற்று வாடுவதை எண்ணி அவன் மனம் குமைந்தது. அவனது எஜமானர்களுக்கு மனிதனும் மிருகமும் ஒன்றுதான். அவர்களது சொத்தைப் பராமரிப்பது மாதிரி அவன் தன் சொத்தையும் பராமரித்திருப்பான். ஆனால் அவன் கொடுத்து வைக்கவில்லை. வாளி இரும்புச் சங்கிலி மீது பட்டு ஓசை செய்தது; ஏற்றத்தின் கம்பம் கிரீச்சென்றது. அதன் இன்னொரு முனையில் சமன் செய்யும் பளுவாகக் கட்டப்பட்டிருந்த உருளை அங்கும் இங்கும் ஆடியது.

அவனது எஜமானனான சிப்பாய் ஓவ்ஸி, வீட்டிலிருந்து முகப்பு மண்டபத்துக்கு வந்தான். குட்டையான ஆட்டுத்தோல் கோட் மீது சிவப்புக் கச்சையைக் கட்டியிருந்த ஓவ்ஸி, பனியைக் கண்டு உறுமிவிட்டுக் குல்லாயைத் தலையில் அழுத்தினான்; கையுறைகளை இழுத்துவிட்டுக் கொண்டும் சாவிகளை ஆட்டி ஒலித்துக்கொண்டும் வினவினான்:

''தொட்டியை நிரப்பிவிட்டாயா?''

ஸிகான் பதில் பேசாது ஒற்றைக் கண்ணால் நோக்கினான். தொட்டிக்கருகில் பெய்திருந்த பனியில் அவனது மரப்பட்டை ஜோடுகள் வழுக்கின. ஓவ்ஸி மாட்டுக் கொட்டகையைத் திறக்கச் சென்றான். நல்ல எஜமானன் தானே கால்நடைகளுக்குத் தண்ணீர் காட்ட வேண்டுமல்லவா? வழியில் கிடந்த கம்பத்தைக் காலால் உதைத்துக்கொண்டே வினவினான்:

''வேசிமகனே, இந்தக் கம்பத்தால் உன்னைப் பார்க்கட்டுமா? முற்றத்தில் சாமான்களைக் கண்டமேனிக்குப் போடாதே என்று எத்தனை தடவை சொல்வது?''

ஓவ்ஸி தாழ்ப்பாளை நீக்கிக் கதவைத் திறந்து அதற்கு முட்டுக்கொடுத்தான். உண்டு கொழுத்த இரண்டு காயடித்த குதிரைகளை வெளியே இட்டு வந்தான். அவை அந்தக் குளிர்ந்த ஜலத்தைக் குடித்த பொழுது அடிக்கடி தலையை உயர்த்திச் சூரியோதயத்தை நோக்கினான். அவன் அவற்றைத் தட்டிக்கொடுத்து 'விஸில்' அடித்தான். ஒரு குதிரை கனைத்தது. அப்பொழுது அதன் உடல் பதறியதைக் கண்ட ஓவ்ஸி, 'என்ன, என்ன!' என்று மென்மையாக மொழிந்தான். அதன்பின், பசுக்களையும் ஒரு காளையையும் கொட்டகையிலிருந்து நடத்திக் கொண்டு வந்து தண்ணீர் குடிக்கச் செய்தான். அதன்பின், ஆடுகள் கூட்டமாக வெளியே வந்தன. ஸிகான் இன்னமும் தண்ணீர் இழுத்துக் கொண்டிருந்தான். உழைப்பின் கடுமையால் அவனது மெய் வருந்தியது; கால் சட்டையில் நீர் தெறித்தது. ஓவ்ஸி சொன்னான்:

''உன்னால் நன்மை ஒன்றும் இல்லை; தீமைதான் அதிகம். நீ கால்நடைகளை அன்பாகப் பராமரிப்பதில்லை. அவற்றை ஒற்றைக்கண்ணால் வெறித்து நோக்கத்தான் உனக்குத் தெரிகிறது. நீ எப்படிப்பட்ட ஆள் என்றே எனக்குப் புரியவில்லை.''

''எனக்குத் தெரிந்த வகையில் நான் உழைக்கிறேன்'' என்று ஸிகான் பதில் உரைத்தான்.

''நன்று, நன்று!'' என்று எள்ளி நகையாடிய ஓவ்ஸி, உலர் புல்லைக் கொண்டு வந்து குதிரைகளுக்குப் போடும்படி ஆணையிட்டான். அவை படுப்பதற்குப் புதிதாக உமி கொண்டு வரும்படியும் உத்திரவிட்டான். முன்றிலின் ஓர் ஓரத்தில் உமி குவிந்திருந்தது; அதில் குருவிகள் விளையாடிக் கொண்டிருந்தன. ஸிகான் அங்குச் சென்று உமி கொண்டு வந்து கொட்டகையில் பரப்பினான். விறகுவெட்டித் தூக்கிவந்தான். ஓவ்ஸி அங்கு நின்று வேலைகளைக் கண்காணித் தான். நீலவானத்தின் பின்னணியில், காலைக்கதிரவனின் ஒளிக்கற்றைகள் பர்ச்மர உச்சிகளைப் பிரகாசிக்கச் செய்தன. ஆலயமணிகள் ஒலித்தன. ஓவ்ஸி பக்தி சிரத்தையோடு சிலுவைக் குறியிட்டான். வட்டமான முகமும் வெளிறிய நீலவிழிகளும் உடைய ஒரு சிறுமி ஓடிவந்தாள்:

''அப்பா, உள்ளே வந்து சாப்பிடுங்கள். சீக்கிரம் வாருங்கள்.''

ஓவ்ஸி பூட்ஸில் இருந்த பனியை உதறிவிட்டு உள்ளே சென்று தாழ்வான கதவைச் சாத்தினான். ஸிகானை எவரும் விளிக்கவில்லை. அவன் மூக்கைச் சிந்திவிட்டுத் தன் கோட்டின் விளிம்பால் துடைத்துக்கொண்டே நின்றான். கடைசியில் அழையாத விருந்தாளியாக நில வறைக்குச் சென்றான். கதகதப்பாகவும் வெளிச்சம் குறைவாகவும் இருந்த அவ்வறையில்

அவனது எஜமானர்கள் சாப்பிட்டுக் கொண்டிருந்தனர். அவன் கதவருகில் இருந்த பெஞ்சியின் ஓரத்துக்குச் சத்தமில்லாது நகர்ந்தான். கோசுக்கீரையும் இறைச்சியும் மணம் வீசின. ஓவ்ஸியும் அவனது சகோதரனான கான்ஸ்டண்டைன் என்ற சிப்பாயும் தட்டை நிதானமாகக் காலி செய்து கொண்டிருந்தனர். களையிழந்த முகத்தை உடைய நெட்டையான கிழவி அவர்களுக்குப் பரிமாறிக்கொண்டிருந்தாள்.

உள் மரப்பட்டையில் செய்த பொருட்களை விற்கும் கடையும், நீராடும் அறையும், காற்றாடி இயந்திரமும் இந்தச் சகோதரர்களுக்குச் சொந்தமாயிருந்தன. தவிர, உழவு நிலமும் புல் நிலமுமாக முப்பது ஏகரா பூமியை ஸ்டீபனிடம் குத்தகைக்கு எடுத்திருந்தனர். முன்பெல்லாம் அவர்களே அந்த நிலத்தில் பாடுபட்டார்கள் (கிரீமியா படையெழுச்சியில் இருவருமே பங்கு கொள்ளவில்லை). ஆனால் இப்பொழுதெல்லாம் ஜார்பீட்டர் அவர்களுக்கு ஓய்வு கொடுப்பதே யில்லை. ஒவ்வொரு நாளும் ஏதாவது காவல் வேலையாவது பயிற்சியாவது இருந்தது. கடை களிலும் நீராடும் அறைகளிலும் சிப்பாய்கள் நேரடியாகத் தொழில் நடத்துவதற்குத் தடை விதிக்கப்பட்டது. சம்பளக்காரர்களையோ நம்பமுடியவில்லை. சிப்பாய்களது மனைவிமார் களும் மகளிருமே இந்த வேலைகளைக் கவனிக்க வேண்டியதாயிற்று. ஆகக்கூடி, பெண்கள் வியாபாரம் செய்ய, ஆண்கள் ஜாரின் பட்டாள விளையாட்டில் பயன்பட வேண்டியதாயிற்று.

''இந்தக் கோடையில் எப்படித்தான் அறுவடை செய்யப்போகிறோமென்று தெரிய வில்லை'' என்று ஓவ்ஸி கூறினான். அவன் பெரிய ரொட்டியை மார்பின் அருகில் வைத்துக் கொண்டு துண்டு துண்டாக நறுக்கினான்; தம்பிக்கும் கொடுத்தான். அவர்கள் பெருமூச்செறிந் தனர். ரொட்டித் துண்டத்தைத் தின்றுவிட்டுச் சூப்பைக் குடித்தனர்; இறைச்சித் துண்டுகளையும் புசித்தனர்.

''இனிக் கூலிக்காரர்களை நம்ப முடியாது. சாராயக்கடைகளிலும் நீராடும் அறைகளிலும், புறப்பேட்டைகளிலும் காளவாய்களிலும் கதியில்லாது வாழ்கின்ற அனைவரைக் குறித்தும் தகவல் தெரிவிக்க வேண்டுமென்று புதிய உத்திரவு பிறப்பிக்கப்பட்டிருக்கிறது'' என்று கான்ஸ்டண்டைன் கூறினான்.

''அவர்கள் உழைத்துப் பிழைத்தார்களானால்?'' இது ஓவ்ஸியின் கேள்வி.

''அப்பொழுது, அவர்களுக்காக எஜமானர் உத்தரவாதம் அளிக்க வேண்டும். ஸிகானிடம் ஏதாவது எழுதி வாங்கியிருக்கிறீர்களா? அவன் யார்?''

''சாத்தானுக்குத்தான் தெரியும். அவன் ஒன்றும் கூறுவதில்லை.''

ஸிகான் உள்ளே பிரவேசித்துச் சகோதரர்களை வெறித்துப் பார்த்துக்கொண்டே, தன் தாடியிலிருந்த பனியை நீக்கியபொழுது, ஓவ்ஸி வேண்டுமென்றே உரத்த குரலில் கூறினான்:

''எனக்கு அவனிடம் அலுப்புத் தட்டிவிட்டது.''

அவர்கள் அதன்பின் அமைதியாக உண்டனர். ரொட்டியின் மணத்தையும் சூப்பின் மணத்தையும் நுகர்ந்த ஸிகான் துடித்தான். ஒரு பனித் திவலையைக் கதவடியில் எறிந்துவிட்டு, ''என்னைப்பற்றிப் பேசிக்கொண்டிருந்தீர்களா?'' என்று கரகரத்த குரலில் வினவினான்.

ஓவ்ஸி தேக்கரண்டியைக் கீழே வைத்துவிட்டுப் பேசினான்: ''உன்னைப் பற்றிப் பேசினால் என்ன தப்பு? ஆறு மாதத்துக்கு மேலாக எங்கள் சோற்றைத் தின்றுவருகிறாய். ஆனால் நீ யார் என்பது சாத்தானுக்குத்தான் வெளிச்சம். உன்னைப்போன்ற பல அநாமதேயங்கள் ஊர் திரிகிறார்கள்.''

"அநாமதேயம் என்று எப்படிச் சொன்னீர்கள்? உங்கள் உடைமையைத் திருடினேனா?" என்று ஸிகான் கேட்டான்.

"திருடினாயா இல்லையா என்று எப்படிச் சொல்வது?...."

"அப்படியா சேதி? சொல்ல முடியாதா?"

"நீ திருடினால்கூடப் பரவாயில்லை என்று தோன்றுகிறது. எனது செம்மறியாடுகளில் இரண்டு இறந்தனவே, காரணம் என்ன? என் பசுமாடுகள் ஏன் மந்தமாயிருக்கின்றன? அவற்றின் பால் ஏன் கெட்டவாடை வீசுகிறது? ஏன்?" என்று அழுத்திக்கேட்ட ஓவ்ஸி, மேஜைமீது சாய்ந்து அதைக் குத்தினான். மேலும் பேசினான்: "எங்கள் வீட்டுப் பெண்களுக்கு இலையுதிர் காலத்தில் வயிற்றுவலி ஏற்படுவதின் காரணம் என்ன? என்ன? ஏதோ ஒரு மாயமந்திர சக்தி செயல்படுகிறது! கேடு சூழும் கண்...."

"ஓவ்ஸி, உம்மைப்போன்ற புத்திசாலி இப்படிப் பிதற்றக் கூடாது" என்று ஸிகான் கூறினான்.

"கான்ஸ்டண்டைன், அவன் என்னைத் திட்டியதைக் கேட்டாயா? பிதற்றுகிறேனாம்" என்று கூறிய ஓவ்ஸி மேஜையிலிருந்து எழுந்து விரல்களை வளைத்தான்; முஷ்டியை உயர்த்தினான். அண்ணன் தம்பி இருவரும் பலசாலிகள்; நன்றாய் உண்டு கொழுத்தவர்கள். எனவே, ஸிகான் வாதம் செய்யாது, எச்சரிக்கையாக எழுந்தான்.

"நல்லவனைப் பிடிப்பதில்லை. பிடித்தமானவன் நல்லவனாகிறான்..... ஓவ்ஸி, உமக்காக நெற்றிவேர்வை நிலத்தில் விழப் பாடுபட்டிருக்கிறேன். உமக்கு நன்றி" என்று கூறிய ஸிகான் தலை வணங்கினான். மேலும் சொன்னான்:

"நீர் விரும்பினால், என்னைப் பீடை என்று எண்ணிக்கொள்ளுங்கள். என்ன எண்ணினாலும் எனக்கொன்றுதான். எனக்குத் தர வேண்டிய பணத்தை மட்டும் கொடுத்து விடுங்கள்."

"எந்தப் பணத்தைக் கொடுப்பது? நீ என்ன சொல்கிறாய்?" என்று கேட்ட ஓவ்ஸி, தன் தம்பியையும், உயிரற்ற கண்களால் சண்டையை நோக்கிய பாட்டியையும் பார்த்தான். "அவனது பணத்தைப் பாதுகாக்கும்படி நம்மிடம் ஒப்படைத்தானா? அல்லது நான் அவனிடம் கடன் வாங்கினேனா?" என்று வினவினான்.

"ஓவ்ஸி, உமக்கு மனச்சாட்சி இல்லையா? மாதத்துக்கு அரை ரூபிள் சம்பளம். இரண்டரை ரூபிள் எனக்குத் தர வேண்டும். நான் பாடுபட்டதற்குக் கூலி" என்றான் ஸிகான்.

இதைக் கேட்ட ஓவ்ஸி, அவனை நோக்கிப் பாய்ந்து குதித்து ஊளையிட்டான்:

"பணம் வேண்டுமா? உயிரோடு ஓடலாம் என்று கனாக் காண்கிறாயா? வேசிமகனே, இந்தா, பெற்றுக்கொள்."

ஸிகானின் கோட்டைப் பிடித்துக்கொண்டு அவன் செவியில் அறைந்தான். ஸிகான் தலையைத் தாழ்த்தியிராவிட்டால், இரண்டாவது அடியில் உயிரை இழந்திருப்பான். கான்ஸ்டண்டைன் அண்ணனது உயர்ந்து தாழும் தோள்களைப் பிடித்துக்கொண்டு அவனைக் கட்டுப்படுத்தினான். ஸிகான் தடுமாறிக்கொண்டே அறையிலிருந்து வெளியேறினான். கான்ஸ்டண்டைன் அவனைத் தொடர்ந்து வந்து, முதுகில் குத்தி வீதியில் தள்ளினான். ஸிகான், ஒற்றைக்கண்ணால் நுழை கதவை நோக்கியவாறு நீண்ட நேரம் நின்றான். அவன் விரும்பி

யிருந்தால் அதைச் சுட்டெரித்திருப்பான். "சரிசரி, தக்க தருணம் வரும்!" என்று அவன் அர்த்தம் விளங்காதவகையில் முணுமுணுத்தான். கன்னத்தைத் தன் கரத்தால் தடவியபொழுது, இரத்தம் கசிவதை உணர்ந்தான். தெருவழியே நடந்து சென்ற ஜனங்கள் அவனைத் திரும்பிப் பார்த்துச் சிரித்தார்கள். அவன் முகத்தை நிமிர்த்திக் கொண்டு, மரப்பட்டைப் பாதரட்சைகளைச் சிரமப் பட்டுத் தூக்கி நடந்தான். எங்காகிலும் செல்வதென்ற முடிவோடு அவன் சோர்ந்து நடந்தான்.

9

"முன்னுக்குத் தள்ளு, தள்ளு, தள்ளிக்கொண்டு செல்....!"

"அவர்கள் அனைவரும் ஏன் ஓடுகிறார்கள்?"

"யாரையோ உயிரோடு எரிக்கிறார்களாம், அதைப் பார்க்க."

"மரண தண்டனை நிறைவேற்றப் படுகிறதா?"

"ஆம். ஆனால் அவன் அதை விரும்பிக் கேட்கவில்லை."

"தாம்மைத்தாமே எரித்துக்கொள்வோரும் இருக்கிறார்கள்."

"பழமைவாதிகள் தமது கொள்கையை முன்னிட்டு அவ்வாறு செய்கின்றனர்."

"அப்படியானால், இவன் யார்?"

"ஓர் அன்னியன்."

"கடைசியில் அன்னியரைத் தண்டிக்கத் தொடங்கி விட்டார்களா? நற்பேறுதான்! கடவுளை வாழ்த்துவோம்!"

"ஆம், ஆம். இனியும் தாமதம் செய்யலாகாது. இந்தப் பாழாய்ப்போன புகையிலை பிடிப்பவர்களை ஒழிக்க வேண்டும், நாம் வேர்வை சிந்த, அவர்கள் கொழுக்கிறார்கள்."

"பார், புகை தெரிகிறது."

இவ்வாறு உரையாடிக்கொண்டு ஆற்றங்கரைச் சாம்பல் மேடுகளுக்கு விரைந்து சென்ற ஜனக்கூட்டத்துடன் ஸிகானும் சென்றான். சிறிது நேரமாகவே, அவன் தன்னைப் போன்ற இரு அனாதைகள் மீது கண்வைத்தவனாய் நடந்து கொண்டிருந்தான். அவர்கள் உதவியால் ஏதாவது தின்பதற்குக் கிடைக்காதா என்ற ஆசையில், அவர்களை ஒட்டினாற்போல் நடந்தான். அவர்களும் சோதனைகளையும் சித்திரவதைகளையும் அனுபவித்தவர்கள் போலத் தோன்றியது. அவர்களில் ஒருவனுக்கு வடுக்கள் நிறைந்த முகம்; கன்னத்தில் சூடு போட்டிருந்ததை மறைப்பதற்காகக் கந்தலால் கட்டியிருந்தான். அவன் பெயர் ஜூடாஸ். மற்றொருவனுக்கு இரண்டு கால்களும் ஊனம்; எனவே இரு ஊன்றுகோல்களின் உதவியுடன் நடந்தான். ஆயினும் அவன் தனது சின்னத் தாடியை முன்னுக்குத் தள்ளிக்கொண்டு சுறுசுறுப்பாக நடந்தான்; அவனது பார்வையில் ஓர் எக்களிப்பு புலப்பட்டது. ஒட்டுத்துணிக் கோட்டின் மீது உள்மரப் பட்டையைக் கட்டியிருந்த அவன் ஆவ்டோகிம் என்று அழைக்கப்பட்டான். ஸிகானுக்கு இவனிடம் ஓர் அபிமானம் உண்டாயிற்று. புண்ணான முகத்துடன் கூடிய ஒற்றைக் கண்ணன் தம்முடன் வருவதை

ஆவ்டோகிம் உடனடியாகக் கவனித்து விட்டான். ஊன்றுகோல்களை நிறுத்திக்கொண்டு நிமிர்ந்து அவன் மெல்லக் கூறினான்:

''எங்களிடமிருந்து உனக்கு ஓர் ஆதாயமும் கிடைக்காது. நாங்களே திருடிப் பிழைப்பவர்கள்.''

ஜூடாஸ் வாயைக் கோணச் செய்துகொண்டு விளம்பினான்:

''வேவுகாரன் ஒருவன் எங்களை நிழல்போலத் தொடர்ந்தான். உறைபனிக்குள்ளே அமுக்கப் பட்டான்.''

''ஓஹோ! தைரியசாலிகள்தான்!'' என்று ஸிகான் எண்ணினான். அவர்களது கூட்டாளியாக வேண்டுமென்ற ஆர்வம் அதிகரித்தது.

''சாவா? அந்தப் பாழாய்ப்போன சாவு என்னை அண்டுவதில்லை. எனவே எப்படியாவது பிழைக்க வேண்டியிருக்கிறது. நீங்கள் என்னைச் சேர்த்துக்கொள்ள மாட்டீர்களா? கூட்டாகக் காரியம் செய்வது எளிது'' என்று கண்ணிமைகளைச் சிமிட்டிக்கொண்டே ஸிகான் பேசினான்.

''தீமைபுரியும் கரிய கண்ணாயிருக்குமா?'' என்று ஜூடாஸ் தன் சகாவிடம் பல்லைக் கடித்துக் கொண்டே வினவினான்.

''இல்லை. இல்லை. உறுதியாக இல்லை'' என்று இழுத்திசைக்கும் குரலில் விடை தந்த ஆவ்டோகிம், முகத்தைத் திருப்பி ஸிகானது கண்ணை நோக்கினான்.

அதன்பின் அவர்கள் பேசவில்லை. கீழே, பனிமீது, குளிரில் விறைத்துப்போன சிப்பாய்கள் இராணுவ நடைபயின்றனர். அவர்களின் இடையே, சதுரமான இடத்தில் விறகுகள் அடுக்கப் பட்டிருந்தன. அண்மையில் தூக்குமரம் ஒன்று இருந்தது. அதன் அருகில், நெருப்பில் இரும்பைக் காய்ச்சிக்கொண்டிருந்தனர். வெண் புகை எழும்பியது. காத்திருந்த ஜனங்கள் குளிரில் நடுங்கினர்.

''இதோ வருகிறார்கள்.... தள்ளு! தள்ளு!''

நகர்ப்புறத்திலிருந்து துப்பாக்கி ஏந்திய சிப்பாய்கள் குதிரை மீது வந்தனர். அவர்களுக்குப் பின்னால் வந்த சறுக்கு வண்டியில், ஓர் அன்னியனும் ஆடவன் குல்லாய் அணிந்த ஒருத்தியும் அமர்ந்திருந்தனர். வண்டிக்குப் பின்னால், ஒரு பாயரும் குதிரை வலவர்களும் ஒரு குமாஸ்தாவும் குதிரை மீது வந்தனர். கடைசியில், கூண்டு உடைய சறுக்கு வண்டி ஒன்று வந்தது. கரிய தோலால் மூடிய அது பளு மிகுந்ததாயிருந்தது.

சிப்பாய்கள் அந்த ஊர்வலத்துக்கு வழி விட்டார்கள். குமாஸ்தா குதிரையிலிருந்து குதித்தான். அந்த இடத்தை அடைந்தவுடன் கூண்டு வண்டி நின்றது; ஆனால் அதிலிருந்து எவரும் இறங்கவில்லை. கூட்டத்தினர் அதையே நோக்கியவாறு ஏதோ குசுகுசுத்தனர்.

விறகு அடுக்குக்குப் பின்னாலிருந்து ஸிலிஷேவ் தோன்றினான். சிவப்புக் குல்லாய் அணிந்த அவன், சாட்டையைத் தோள் மீது வைத்திருந்தான். அவனது துணைவர்கள் சறுக்கு வண்டி யிலிருந்த பெண்ணைத் தள்ளிக்கொண்டு போனார்கள். அவளது கோட்டைக் கிழித்துவிட்டுத் தூக்குமரத்தில் அவளைக் கட்டினார்கள். முத்திரைகளைத் தொங்கவிட்டிருந்த சுருள் காகிதத்தை விரித்துக் குமாஸ்தா உரக்கப் படித்துக்கொண்டிருந்தான். ஆயினும், அந்தப் பனியில் அது சரியாகக் காதில் விழவில்லை. அந்தப் பெண் மேரியா என்பதும் அந்த அன்னியன் கூல்மான்

என்பதும் மட்டுமே ஒருவாறாக மக்களுக்குப் புரிந்தது. அந்த அன்னியனின் கூனல் முதுகும் வழுக்கை விழுந்த உச்சந்தலையும் கூட்டத்தினர் பார்வைக்குப் புலனாயின.

ஸிவிஷேவின் குதிரை முகத்து மலர்ச்சி மாறவேயில்லை. அவன் நிதானமாகத் தூக்கு மரத்தருகே சென்று சாட்டையைக் கரத்தில் எடுத்துக்கொண்டான். ஜனங்கள் கசையை வீசும் ஒலியைக் கேட்டனர். அவளது முதுகின் குறுக்கே சிவந்த பாளம் ஏற்பட்டதைக் கண்டனர். அவள் பன்றியைப்போல் கதறினாள். அவளுக்கு ஐந்து சவுக்கடிகள் கொடுத்தனர். ஆனால் முழு விசையுடன் அடிக்கவில்லை. அதன்பின் அவர்கள் கட்டை அவிழ்ந்தனர். தடுமாறித் தள்ளாடிய அவளை நெருப்பின் அருகில் இட்டுச்சென்றனர். ஸிவிஷேவ், தீயில் கொதித்த இரும்பை எடுத்து அவளது கன்னத்தில் சூடுபோட்டான். அவள் அலறினாள்; விழுந்தாள்; புரண்டாள். அவர்கள் அவளைத் தூக்கி ஆடை அணிவித்து, வண்டியில் ஏற்றினார்கள். அது மாஸ்க்வா நதிக்கரை வழியாகக் கனியா மடத்தை நோக்கிக் கால்நடை வேகத்தில் சென்றது.

குமாஸ்தா இன்னமும் தஸ்தவேஜியைப் படித்துக்கொண்டிருந்தான். இப்பொழுது அந்தக் கட்டை குட்டையான அன்னியனது முறை. விறகு அடுக்கை நோக்கிச் சென்ற அவன், திடீரென்று கரங்குவித்தான். மீசையும் தாடியுமாக விருந்த அந்த உப்பிய முகத்தை உயர்த்தி ஏதோ முணு முணுத்தான். 'இந்த விதேசி வேசிமகன் கூவிப் புலம்புவதைப் பார்' என்று கோபங்கொண்ட ஆட்கள், அவனைப் பிடித்து இழுத்துக்கொண்டு போனார்கள். ஸிவிஷேவ் அவனது ஆடைகள் அனைத்தையும் நீக்கினான். அவனை விறகுகளுக்கிடையே தள்ளினான். அவனது புத்தகங்களை யும் தாள்களையும் முதுகுமேல் வைத்துத் தீ வைத்தான். அவ்வாறு செய்ய வேண்டுமென்றுதான் உத்திரவு கூறியது.

ஸிகான் நின்ற கரையிலிருந்து ஒருவன் கத்தினான்:

''கூல்மான்! நன்றாகக் குளிர் காய்வாயாக!''

ஆனால் அந்தத் தடித்த உதட்டுக்காரனை நோக்கித் திரும்பிய ஜனங்கள், ''மானங்கெட்ட வனே, வாயை மூடு! அம்மாதிரி உன்னைக் குளிர் காயவைத்தால் எப்படியிருக்கும்?'' என்று கடிந்து கொண்டனர்.

உடனே, அந்தத் தடித்த உதட்டு வாலிபன் ஓடிவிட்டான். நாற்புறமும் எரியூட்டப்பட்ட சிதையிலிருந்து சாம்பல் நிறமான புகை பரவியது. சிப்பாய்கள் குத்துக்கம்புகளை ஆதாரமாக ஊன்றிக்கொண்டு நின்றனர். எல்லோரும் மௌனமாக விருந்தனர். புகை விண்ணை நோக்கித் தாவி எழும்பியது.

''முதலில் மூச்சுத்திணறித் துன்புறுவான்; ஈர விறகு.''

''அன்னியன், அன்னியன்! ஆனாலும் அவனை உயிரோடு எரிப்பதா?... ஓ, ஆண்டவனே...!''

''எழுதப் படிக்கக் கற்றுக்கொண்டான்; புத்தகங்களை எழுதினான். இப்பொழுது...''

இவ்வாறு ஜனங்கள் பேசிக்கொண்டார்கள். கூண்டு போட்ட வண்டியின் சிறிய சாளரம் வழியே, ஓர் உயிரில்லாத முகம், புகையையும் கொழுந்துவிட்டெரியும் தீயையும் நோக்கியது. அம்முகம் பண்டைக்கால வழிபாட்டு உருவம் உயிர்த்தெழுந்தமாதிரி தோன்றியது.

''அந்தக் கண்களைப் பார்; பயங்கரம்!''

''சமய முதல்வர் மரண தண்டனை விதிப்பது நன்றாயில்லை.''

''கொள்கைக்காகச் சுட்டெரிக்கிறீர்களா?... ஓ, பாதிரிகளே!''

கடைசி வாக்கியத்தைக் கூறியவன் ஆவ்டோகிம். அவன் அச்சமில்லாது உரக்கப் பேசினான். அண்மையிலிருந்தவர்கள் பயந்து ஓடிவிட்டார்கள். ஜூடாஸும் ஸிகானும் மட்டுமே அவன் அருகில் இருந்தனர். ஊன்றுகோல்களைத் தட்டிக்கொண்டே, ஆவ்டோகிம் மேலும் பேசினான்:

''அவன் சமயக் கொள்கையில் மாறுபட்டால்தான் என்ன? அவனது சிந்தனைக்குப் பிடித்தமான கொள்கையில் நம்பிக்கை வைக்கிறான். நமது கொள்கையை விரும்பாவிட்டால், அதற்காக அவனை எரிப்பதா? துன்பமான காலத்தில் வாழ்கிறோம். சித்திரவதையிடையே காலம் தள்ளுகிறோம்.''

விறகு படபடவென்று வெடித்து எரிந்தது. பெருந்தீ முழக்கம் செய்தது. தீப்பொறிகளும் புகையும் சுருள் சுருளாய் அமைந்து மேல்நோக்கிச் சென்றன. அந்தத் தீச்சுவாலைகளுக்கிடையே அன்னியன் அசைவதைக் காண்பதாகச் சிலர் சொன்னார்கள். கூண்டு வண்டி விரைந்து சென்றது. கூட்டம் மெதுவாகக் கலைந்தது.

''ஆவ்டோகிம், வா! வா!'' என்று ஜூடாஸ் கூறிக்கொண்டேயிருந்தான்.

ஆவ்டோகிம்மின் கண்கள் ஒளி வீசின. ஆனால் அவனது சுத்தமான சிவந்த முகம் வருந்தித் துடித்தது. குட்டித் தாடி நடுங்கியது. ''இல்லை, இல்லை; தோழர்களே! மெய்ப்பொருளை அறிவதற்கு முயலாதீர்கள்! பாதிரிகளும் அதிபர்களும் தீர்வை அதிகாரிகளும் பொற் காசுகளில் புரள்கிறார்கள். அவர்கள் மூர்க்கர்களாகிவிட்டனர். கேடு சூழும் கோபத்தின் வசப்பட்டுள்ளனர். வாலிபர்களே, ஓடுங்கள். சித்திரவதைக்கு உள்ளானவர்களே, சூடு போடப்பட்டவர்களே, உருளையில் எலும்பு முறிந்து திண்டாடுவோரே, விரைந்து பறந்து செல்லுங்கள்! காட்டுக்குள் ஒளியுங்கள்!'' என்று அவன் பேசினான்.

அவர்கள் மிகவும் கஷ்டப்பட்டு அவனை அவ்விடத்திலிருந்து இட்டுச் சென்றனர். மூவரும் சந்திலுள்ள சாராயக் கடைக்குச் சென்றனர்.

10

கடைசியில், ஸிகான் தன் நடுங்கும் கரத்தில் கரண்டியை எடுத்தான். இறைச்சி போடாத கோசுக் கீரைச் சூப்பை அதில் எடுத்து ரொட்டித் துண்டுடன் புசித்தான். அவர்கள் அவனைக் கடைக்கு இட்டுவரமாட்டார்களென்று அவன் பயந்ததுண்டு. எனவே, வழியில் அவன் வாழ்வின் தொல்லைகளைப் பற்றிப் பேசித் தோலுறையால் கண்களைத் துடைத்துக் கொண்டான். ஒரு சொல் பேசாது, ஊன்றுகோல்களது உதவியுடன் வண்டு மாதிரி விரைந்து சென்ற ஆவ்டோகிம், கடை வாயிலில் திடீரென்று வினவினான்:

''உனக்குத் திருடத் தெரியுமா?''

''ஏன், கூட்டாளி இருந்தால் நான் தடியும் கையுமாகக் காட்டுக்குக்கூடச் செல்வேன்'' என்றான் ஸிகான்.

''ஓ, தைரியசாலிதான்'' என்றான் ஆவ்டோகிம்.

''நாங்கள் எப்படிப்பட்டவரென்று கணிக்கிறாய்?'' என்று ஜூடாஸ் வினவினான்.

இவர்கள் தன்னை ஒதுக்கப் பார்க்கிறார்களென்று ஸிகான் எண்ணி வருந்தினான். அவன் அந்த ஏற்றத்தாழ்வான நுழை கதவுகளையும், முன்றிலில் இருந்த பனிப்போக்கையும், அதில் கொட்டப்பட்டிருந்த கழுநீரில் மிதந்த பனியையும், உள் மரப்பட்டை அடித்த கதவையும், அங்கிருந்து காற்றில் மிதந்து வந்து கிறுகிறுக்கச் செய்த மணத்தையும் கண்டு ஏங்கினான். அவன் தாழ்ந்த சுருதியில் பேசினான்:

''நீங்கள் மனிதர்கள்தாம். திருடுகிறீர்களென்பது மெய். அதனால் என்ன? தேவைக்காகத் திருடுகிறீர்கள். உங்களைக் குற்றம் சொல்ல முடியாது. தற்காலத்தில், பாதி ஜனங்கள் காடு செல் கிறார்கள்... அன்பானவர்களே, என்னை விரட்டாதீர்கள், உண்பதற்கு ஏதாவது கொடுங்கள்!''

''நாங்கள் சில சமயங்களில் அன்பாக இருப்போம். சில சமயங்களில் இரக்கம் காட்டாது நடப்போம். ஜாக்கிரதை!'' என்று கூறிய ஆவ்டோகிம், இரு ஊன்று கோல்களையும் இடது கரத்தில் எடுத்துக்கொண்டு ஸிகானுக்கு நேராக நீட்டினான். ''இப்பொழுது எங்களோடு சேர்ந்து விட்டாய், பின் வாங்காதே'' என்று கூறிவிட்டு, ''ஜூடாஸ், ஏதாவது திருட்டுச் சொத்து இருக்கிறதா?'' என்று வினவினான்.

ஜூடாஸ் சட்டைப்பையிலிருந்து பணப்பையை எடுத்து, அதிலிருந்த செப்புக்காசுகளைக் கையில் எடுத்தான், மூவரும் அந்தக் காசுகளை எண்ணினார்கள்.

ஆவ்டோகிம் முகமலர்ச்சியோடு கூறினான்:

''பறவை விதைப்பதுமில்லை, அறுப்பதுமில்லை; கடவுள் அதற்கு உணவு அளிக்கிறார். நமக்கு மிகுதியாகத் தேவைப்படவில்லை. உணவுக்குத் தேவையான காசு கிடைத்தால் போதும். வா, வா. ஒற்றைக் கண்ணா!''

சாராயக்கடையின் கடைக்கோடி மூலையில் இருந்த இருக்கைகளில் அமர்ந்தனர். பணப் பெட்டி மீதிருந்த மெழுகுவத்தியின் வெளிச்சம் அந்த மூலையை எட்டவில்லை. கடையில் ஏராளமான ஆட்கள் இருந்தனர். சிலர் தமது திண்ணிய கோட்டுகளைத் தளர்த்திவிட்டிருந்தனர்; அவர்கள் குடி வெறியில் இரைந்து பேசினார்கள். மற்றவர்கள் பெஞ்சிகளில் படுத்து உறங்கினர். ஆவ்டோகிம், அரை பாட்டில் மதுவும் ஒரு சட்டிக் கோசுக் கீரைச் சூப்பும் கேட்டான். அவை மேஜைக்கு வந்தவுடன், அவன் கரண்டியால் தட்டிக்கொண்டே, ''ஒற்றைக்கண்ணா, சாப்பிடு. இது ஆண்டவன் அருளிய உணவு'' என்றான்.

அவன் பாட்டிலிலிருந்து ஒரு வாய் குடித்து விட்டுக் குழிமுயலைப் போலக் கீரையை விரைவாக மென்றான் . கண்கள் இன்ப ஒளி வீச, அவன் கூறினான்:

''உங்களுக்கு ஒரு நீதிக்கதை சொல்கிறேன். கேட்கிறீர்களா? ஓர் ஊரில் இரண்டு மனிதர்கள் இருந்தனர். ஒருவன் உல்லாசப் பேர்வழி. இன்னொருவன் உம்மணாமூஞ்சி. உல்லாசப் பேர்வழி பரம ஏழை. அவனிடம் இருந்ததையெல்லாம் பாயர்களும் குமாஸ்தாக்களும் நீதிபதிகளும் தட்டிப் பறித்துவிட்டனர். அவர்கள் அவனைப் பல தகிடுதத்தங்களுக்காகச் சித்திரவதை செய்தனர். அவனது முதுகைச் சித்திரவதைப் பட்டடையில் வருத்தியதால், கூனலாகிவிட்டான். நல்லது... அந்த உம்மணாமூஞ்சிக்காரன், ஒரு பாயரின் மகன்; பணம் படைத்தவன்; அற்பன்.

அவன் வேலைக்காரர்களைப் பட்டினி போட்டதால், அவர்கள் ஓடிவிட்டனர். முன்றிலில் களைகள் காடாக மண்டின. அவன் பகலெல்லாம் தன்னந்தனியாகப் பொன்னும் வெள்ளியும் வைத்துப் பூட்டிய பேழையின் மீது உட்கார்ந்திருந்தான். இவ்வாறாக இருவரும் இவ்வுலகில் வாழ்ந்தனர். உல்லாசப் பேர்வழி ஓட்டாண்டியானதால், வெண்பனியால் உடலைக் கழுவினான்; தறித்த மரத்தின் அடிக்கட்டையருகில் சிலுவைக் குறியிட்டான்; பசித்த பொழுது, யேசுநாதர் பெயரால் இரந்தான், அல்லது திருடினான். வசதி இல்லாதவர்கள் பிச்சை கொடுப்பார்கள்; ஏனெனில், அவர்கள் வருத்தத்தை அறிந்தவர்கள். அவன் வேடிக்கையாகப் பேசி மகிழ்வாகக் காலம் கழித்தான். கஷ்டகாலம் நீள நீள அவனது உல்லாசமும் அதிகரித்தது. உம்மணாமூஞ்சிக் காரனோ கையிருப்பைக் காப்பாற்றுவது எப்படி எறு மனங்குமைவதைத் தவிர வேறொன்றும் செய்யவில்லை. மேலும் அவன் சாவை எண்ணி நடுங்கினான். பணக்காரர்களுக்குச் சாவு என்பது ரொம்பவும் பயங்கரமான விஷயம்! பணம் பெருகப் பெருக வாழ்க்கைப் பற்று கூடுகிறது. அந்த உம்மணாமூஞ்சி, நாற்பது பவுண்ட் எடையுள்ள மெழுகுவத்தி விளக்குகளை வாங்கி ஆலயங் களில் வைத்தான். வழிபாட்டு உருவங்களைப் பதிப்பதற்கு விலை உயர்ந்த சட்டங்களை வாங்கிக்கொடுத்தான். இவ்வாறெல்லாம் செய்தால், கடவுள் அவனிடம் கருணைகாட்டி ஆயுட் காலத்தை நீடிப்பார் என்பது அவனது அபிப்பிராயம்.''

ஆவ்டோகிம் தாடியால் மேஜையைத் தேய்த்துக்கொண்டு இடிச்சிரிப்பு சிரித்தான். தன் நீண்டகரத்தை நீட்டிக் கரண்டிச்சூப்பை எடுத்துக் குடித்துவிட்டுத் தொடர்ந்து பேசினான்:

''இந்த உம்மணாமூஞ்சிப் பணக்காரன்தான் அந்த உல்லாசப் பேர்வழியை சித்திரவதை செய்து கெடுத்தான். ஒருநாள் உல்லாசப் பேர்வழி தடியை எடுத்துக்கொண்டு உம்மணாமஞ்சி வீட்டில் திருடுவதற்குச் சென்றான். ஒவ்வொரு அறையாகத் தேடினான். ஓரிடத்தில், பணக்காரன் பெஞ்சி மீது படுத்துக்கிடந்தான். பெஞ்சியின் அடியில் பணப்பெட்டி இருந்ததை உல்லாசப் பேர்வழி கவனிக்கவில்லை. அவன் பணக்காரனது மயிரைப் பிடித்துக்கொண்டான். 'என்னிடம் இருந்ததெல்லாம் களவாடினாயே, உணவுக்கு ஏதாவது பணம் கொடு' என்று கேட்டான். பணக் காரனுக்குச் சாவு என்றால் அச்சம். ஆயினும், பணம் கொடுக்கவும் விருப்பமில்லை. எனவே தன்னிடம் பணமில்லையென்று சாதித்தான். அப்பொழுது உல்லாசப் பேர்வழி அவனது விலாவிலும் முகத்திலும் கம்பால் அடி அடியென்று அடித்தான்.'' இதைக்கேட்ட ஜூடாஸ் பல்லைக்காட்டிச் சிரித்தான். ஆவ்டோகிம் மேலும் சொன்னான்: ''தனக்குச் சலிப்பு வரும்வரை அவன் அடித்தான். 'இன்னொரு இரவில் வருவேன். குல்லாய் நிறையத் தங்கம் தயாராய் வைத்திருக்க வேண்டும் என்று சொல்லி விட்டுச் சென்றான். அந்தப் பணக்காரன் முட்டாள் அல்ல. ஜாருக்கு எழுதவே, ஜார் சில காவலர்களை அனுப்பினர். ஆனால் உல்லாசக்காரன் தந்திரசாலி. காவலர்களை ஏமாற்றிவிட்டு வீட்டுக்குள் போய் பணக்காரனது சிண்டைப் பிடித்துக் கொண்டு பணத்தைக் கேட்டான். பணக்காரன் நடுங்கினான்; தன்னிடம் பணமில்லை என்று மீண்டும் சாதித்தான். மீண்டும் நல்ல அடி வாங்கினான். இன்னும் ஓரிரண்டு அடிவிழுந்தால், ஆள் தீர்ந்துபோயிருப்பான். அந்த நிலையில் அடிப்பதை நிறுத்திவிட்டு மூன்றாவது தடவை வரும்பொழுது பேழை நிறையப் பணம் தர வேண்டு'மென்று கூறிவிட்டு உல்லாசப் பேர்வழி போய்விட்டான்.''

''அதுதான் நியாயம்'' என்றான் ஸிகான்.

''சக்கையாக அடித்து விட்டானே!'' என்றான் ஜூடாஸ், சிரித்துக்கொண்டே.

ஆவ்டோகிம் கதையைத் தொடர்ந்தான்: ''நல்லது. இந்தத்தடவை பணக்காரனைப் பாதுகாப்பதற்காக ஜார் ஒரு பட்டாளத்தையே அனுப்பிவிட்டார். என்ன செய்வது? உல்லாசப்

பேர்வழி சூழ்வினைத் திறம் படைத்தவன். அவன் சிப்பாய் வேஷம் தரித்துக்கொண்டு பணக்காரன் வீட்டுக்குச் சென்றான். 'யாருடைய சொத்தைப் பாதுகாக்கிறீர்கள்?' என்று காவற்காரர்களை வினவினான். 'ஜாரின் உத்திரவுக்கு இணங்கப் பணக்காரனின் உடைமைகளைப் பாதுகாக்கிறோம்' என்று அவர்கள் கூறினர். 'காவல் காப்பதற்குப் படி அளந்தானா?' என்று அவன் வினவ, 'ஒரு காசுகூடக் கொடுக்கவில்லை' என்று அவர்கள் விடை பகர்ந்தனர். 'சரி. அப்படியானால் நீங்கள் மடையர்கள். இன்னொருவன் சொத்தை இலவசமாகக் காவல் காக்கிறீர்கள். அவன் அந்தப் பணத்தைக கட்டிக் கொண்டு, நாய்மாதிரி சாவான். நீங்கள் அதில் ஒரு செப்புக்காசைக்கூடப் பார்க்க மாட்டீர்கள்' என்று உல்லாசப் பேர்வழி சொன்னான். ஆகக்கூடி அவன் சிப்பாய்களைக் கிளர்ந்தெழச் செய்தான். அவர்கள் நிலவறைகளது பூட்டுக்களையும் பண்டக சாலைகளது பூட்டுகளையும் உடைத்தெரிந்தனர். நன்றாகத் தின்று குடித்தனர்; குடிவெறியில் மதிமயங்கினர். இருப்பினும், பணம் கிடைக்காததால் வஞ்சிக்கப்பட்டு விட்டதாக எண்ணினார்கள். எனவே, கதவை உடைத்துப் பணக்காரன் இருந்த அறைக்குள் நுழைந்தனர். அவன் அழுக்கடர்ந்து, பேழையின்மீது உட்கார்ந்திருந்தான். பதறித் துடித்த அவனது சிண்டைப் பிடித்திழுத்த உல்லாசப் பேர்வழி, 'நான் கேட்டபொழுது என் உரிமைப் பொருளைக் கொடுக்க மறுத்தாய் இப்பொழுது உள்ளதெல்லாம் கொடுத்துவிடு'' என்று கூறினான். அதன்பின் அவனைச் சிப்பாய்கள் மத்தியில் எறிந்தான். அவர்கள் அவனைக் கண்டதுண்டமாக்கி விட்டனர். உல்லாசப் பேர்வழி தன் வாழ்வுக்குத் தேவையான பணத்தை எடுத்துக்கொண்டு அமைதியாக வெளி யேறினான்.''

அவன் கதை சொல்லிக்கொண்டிருந்த பொழுதே, பலர் அவன் மேஜை அருகே வந்து அமர்ந்து, கதையை ரசித்துக்கேட்டனர். ஒருவன் மட்டும் கைகளை ஆட்டிக்கொண்டும் உச்சந் தலையைப் பிடித்துக்கொண்டும் விம்மி அழுதான். அவன் குடிவெறியில் அப்படிச் செய்தானா அல்லது சித்த சுவாதீனமில்லாதிருந்தானா என்பது விளங்கவில்லை. அவர்கள் அவனைப் பேசும்படி கோரிய பொழுது, அவன் வேகமாகப் பிதற்றியதால், ஒன்றும் விளங்கவில்லை. எனவே, எல்லோரும் நகைத்தனர்; ''ஸிமோவ் பாயர்களைக் கண்டுவிட்டு வந்திருக்கிறான். அவர்கள் அவனுக்குச் சந்துப்பட்டை வழியாக புத்தி கற்பித்திருக்கிறார்கள்'' என்று கூறினர்.

பணப்பெட்டியடியில், ஒருவன் மெழுகுவத்தியைத் தூண்டிவிட்டான். வெளிச்சத்தில் பார்த்து உரக்கச் சிரிக்கட்டுமென்பது அவன் எண்ணம். சப்பைமூக்கும் அடர்த்தியான தாடியும் உடைய ஸிமோவின் முகம் வீங்கியிருந்தது. அவன் இடைவிடாது குடித்திருக்க வேண்டு மென்பது வெளிப்படையாகத் தெரிந்தது. அவன் கால்சட்டையும் கிழிந்த கைச்சட்டையும்தான் அணிந்திருந்தான். அரைக்கச்சைகூட இல்லை.

''சிலுவையைக் கூட அடகுவைத்துக் குடித்துவிட்டான்!'' என்றான் ஒருவன்.

''ஒரு வாரமாக இந்தப் பக்கத்திலேயே திரிகிறான்'' என்றான் இன்னொருவன்.

''பாதரட்சையில்லாமல் இந்தப் பனியில் எங்கு போவான்?'' எனறு மூன்றாவது நபர் வினவினான்.

''எனது கஷ்டம், ஜனங்களது கஷ்டம். இதோ இருக்கிறது. பாயர் டிராயிகுரோவ் முத்திரை வைத்திருக்கிறான்'' என்று கால் சட்டையைப் பிடித்துக்கொண்டே கத்திய ஸிமோவ் அதைக்கீழே இறக்கி, இரத்தக் காயங்களும் விரிசல்களும் நிறைந்து வீங்கியிருந்த சந்துப்பட்டையைக் காட்டி னான். அங்கு இருந்தவர் அனைவரும் உரக்கச் சிரித்தனர். கடைக்காரன் கூட மெழுகுவத்தியைத் தூண்டிவிட்டுப் பணப்பெட்டி மேஜையின்மீது சாய்ந்தான். ஸிமோவ் மேலும் பேசினான்:

''உலோக வேலை செய்யும் ஸிமோவைத் தெரியுமல்லவா? உயிர்த்தியாகம் செய்த புனிதனான பார்பாராவின் பெயரால் உள்ள ஆலயத்துக்கு அருகில் இருக்கும் பட்டறை தெரியுமல்லவா? அங்குதான் ஸிமோவாகிய நான் பதினைந்து ஆண்டுகளாக இருந்து வருகிறேன். நான் செய்த பூட்டைத் திறக்க எந்தத் திருடனாலும் முடிவதில்லை. நான் செய்த அரிவாட்கள் ரியாஸான் வரை விற்பனையாகின்றன. யாருடைய அரிவாள்? ஸிமோவின் அரிவாள்! நான் செய்த மார்புக் கவசங்களை இது வரை எந்தக்குண்டாலும் துளைக்க முடிந்ததில்லை. குதிரைக்கு லாடம் அடிப்பது யார்? ஆண்களுக்கும் பெண்களுக்கும் பற்களைப் பிடுங்குவது யார்? ஸிமோவ்! உங்களுக்குத் தெரியுமா?''

''தெரியும், தெரியும். கதையைச் சொல்லு'' என்று அவர்கள் நகைத்துக் கொண்டே உரைத்தனர்.

''ஆனால் ஸிமோவ் இரவில் உறங்குவதில்லை என்பது உங்களுக்குத் தெரியாது'' என்று கூறிய ஸிமோவ், வழுக்கைத் தலையைப் பற்றிக்கொண்டே தொடர்ந்து பேசினான்: ''ஸிமோவ் துணிச்சலான மூளையை உடையவன். இன்னொரு நாடாயிருந்தால், என்னைப் போற்றிப் புகழ்ந்து கௌரவித்திருப்பார்கள். ஆனால் இங்கு என் மூளைக்கும் பன்றியின் உணவுக்கும் ஒரே மதிப்புத்தான். ஆம்! ஒருநாள் இதை நீங்கள் எண்ணிப் பார்ப்பீர்கள்! உங்களது கல்லறைகளில் புல் முளைத்துக் காடாகிவிடும்; ஆனால் ஸிமோவின் நினைவு பசுமையாக விருக்கும்.'' இவ்வாறு கூறிய ஸிமோவ், நான்கு சிறிய கதவுகளை உடைய ஜன்னலைப் பார்த்து முஷ்டியை உயர்த்தினான்.

''ஸிமோவ், பொறுமையுடன் பேசு. உன்னை எதற்காகக் கசையால் அடித்தார்கள்?''

''ஆம், சொல்.... நாங்கள் நகைக்க மாட்டோம்.''

அப்பொழுதுதான் அவர்களைப் பார்ப்பவன்போல், அவன் வியந்து நோக்கினான். பிரகாசமான நாசிகளையும், சிக்கான தாடிகளையும், வெடிபடச் சிரிப்பதற்குச் சித்தமாயுள்ள திறந்தவாய்களையும், இன்ப மூட்டும் காட்சியைக் காண்பதற்கு ஆவல்கொண்டு விழிக்கும் நயனங்களையும் அவன் நோக்கினான். அவை அனைத்தும் மங்கலாகவே தெரிந்தன.

''கேளுங்கள். ஒரே ஒரு நிபந்தனை; யாரும் சிரிக்கக்கூடாது. என் இதயம் வெந்து கொண்டிருக்கும்பொழுது, வேல்கொண்டு குத்தக்கூடாது.''

புகையிலைப் பையில் இருந்த காகிதத்தை எடுப்பதற்கு அவனுக்கு ரொம்ப நேரமாயிற்று. தட்டுத்தடுமாறி அதை எடுத்தபின், மேஜையில் விரித்தான். அவர்கள் பணப்பெட்டி மேஜை யிலிருந்த மெழுகுவத்தியைக் கொண்டு வந்தனர். அவன் அந்தக் காகிதத்தின் இருமுனைகளை யும் நகங்களால் குத்தி நிறுத்தினான். அதில் வௌவாலின் சிறகுகளைப்போல் இரண்டு சிறகுகள் வரையப்பெற்றிருந்தன. நெம்புகோல்களும் கொக்கிகளும் கூட வரையப்பட்டிருந்தன. அவனது வீங்கிய முகம் மேலும் உப்பியது.

''இந்த அற்புதமான பொறி மிகவும் நுட்பமானது'' என்று அவன் தன்னம்பிக்கையோடு பேச்சைத் துவக்கினான்.

''இந்தச் சிறகுகளை மைக்காவில் செய்தேன். ஒவ்வொன்றும் மூன்று கஜம் நீளம்; ஒன்றே முக்கால் கஜம் அகலம். கால் கைகளால் நெம்பு கோல்களைத் தொழிற்படுத்த வேண்டும். நெம்புகோல்கள் இயங்குவதால் பெறும் ஆற்றலைக்கொண்டு, இந்தச் சிறகுகள் அடித்துக் கொள்கின்றன. மனிதனால் விசும்பில் பறக்க முடியுமென்று நான் உறுதியாக நம்புகிறேன். நான்

இங்கிலாந்துக்கு ஓடுவேன். இந்தச் சிறகுகளை அங்கே செய்வேன். ஓர் ஆபத்துமில்லாமல் மணிக்கூண்டின் உச்சியிலிருந்து தாவுவேன். மனிதன் நாரையைப் போல் பறப்பான்'' என்று கூறிவிட்டு ஈரமான ஜன்னலை நோக்கி ஆத்திரத்துடன் கத்தினான்.

''டிராயிகுரோவ் இங்கு தவறு செய்துவிட்டான். பாயராம் பாயர்! கடவுள் மனிதனை ஊர்ந்து செல்லும் புழுவாகப் படைத்தார். நான் அவனுக்குப் பறக்கக் கற்றுக்கொடுப்பேன்...'' ★

ஆவ்டோகிம் முகத்தை நீட்டினான் ; நீட்டிய கரத்தால் ஸிமோவைத் தட்டிக்கொடுத்தான்.

''நண்பா, முறையாகக் கூறு. அவர்கள் உன்னை ஏன் அடித்தனர்?''

ஸிமோவ் புருவத்தை நெரித்தான்; சிரமப்பட்டு மூச்சுவிட்டுக் கொண்டே கூறினான்:

''என் கணக்கில் சிறுபிழை ஏற்பட்டதால், சிறகுகளைக் கொஞ்சம் அதிக எடையுள்ளனவாகச் செய்துவிட்டேன். நான் ஓர் ஏழை. மரப்பட்டைத் துண்டுகளையும் தோல் துண்டுகளையும் உபயோகித்து ஒரு ஜதை சிறு இறகுகள் செய்தேன். வீட்டுக் கூரையிலிருந்து காற்றடிக்கும் திசையில் பாய்ந்தேன். அச்சிறகுகள் என்னை நூற்று இருபத்தி ஐந்து அடி தூரம் வரை கொண்டு சென்றன. என் மூளையில் ஆவல் கொழுந்து விட்டெரிந்தது. ஜனங்கள் கூறிய யோசனைக்கு இணங்கக் காவற்படை வீரர்களது தலைமைப் பணிமனைக்குச் சென்று 'காவலர்களே' என்று கத்தினேன். அவர்கள் என்னைப் பிடித்து அடிக்கத் தொடங்கினார்கள். 'வேண்டாம், அடிக் காதீர்கள். ஒரு பாயரிடம் என்னை இட்டுச் செல்லுங்கள். ஜாருக்குச் சேவை செய்வதற்காக ஒரு காரியம் உத்தேசித்திருக்கிறேன்' என்றேன். அவர்கள் என்னை டிராயிகுரோவிடம் அழைத்துச் சென்றனர். அந்தப் பேய், பன்றி மாதிரி கொழுத்த முகத்தோடு உட்கார்ந்திருந்தான். 'சுமார் இருபத்தி ஐந்து ரூபிள் பணமும் கொஞ்சம் மைக்காவும் கொடுத்தீர்களானால் ஆறுவாரத்தில் பறப்பேன்' என்று அவனிடம் கூறினேன். அவனுக்கு நம்பிக்கை ஏற்படவில்லை. என் வீட்டுக்குக் குமாஸ்தாவை அனுப்பினால் சிறிய சிறகுகளைக் காட்டுவதாகச் சொன்னேன். ஜாருக்கு முன்னால் அவற்றோடு பறப்பது நன்றாயிருக்காது என்பதால்தான் மைக்காவும் பணமும் கேட்பதாகக் கூறினேன். அவன் தட்டிக் கழிக்கப் பார்த்தான், முடியவில்லை. 'காவலரே!' என்று நான் விளித்ததை அனைவரும் கேட்டிருந்தனர். அவன் என்னைச் சபித்தான்; சிண்டைப்பிடித்து இழுத்தான்; ''விவிலிய நூலை முத்தமிட்டு, ஏமாற்ற மாட்டேன்' என்று சத்தியம் செய்யும்படி கூறினான். பதினெட்டு ரூபிள் கொடுத்தான். வைத்த கெடுவுக்கு முன்பே, சிறகுகளைச் செய்து விட்டேன். ஆனால் அவற்றின் எடை அதிகமாகி விட்டது. இங்குதான், சாராயக்கடையில் குடித்த பிறகுதான் அந்தத் தவற்றை உணர்ந்தேன். மைக்காவை உபயோகிக்கக் கூடாது. எழுதுவதற் கேற்ற தோலை மரச்சட்டத்தில் பதித்து உபயோகிக்க வேண்டும்! சரி, மைக்கா சிறகுகளுடன் கிரெம்லினுக்குச் சென்று பறந்துகாட்ட முயன்றேன். பறக்கவில்லை; முகம்தான் நசுங்கியது. என் பரிசோதனை தவறிவிட்டதென்றும், இன்னும் ஐந்து ரூபிள் வேண்டுமென்றும் டிராயிகுரோவிடம் கூறினேன். அப்பொழுதும் 'நான் பறக்காவிட்டால் என் தலையைத் துணித்துக் கொள்ளுங்கள்' என்றும் சொன்னேன். பாயர் என் கூற்றை நம்ப மறுத்தான். திருடன் என்றும் வஞ்சகன் என்றும் சமய விரோதி என்றும் என்னைப் பார்த்துக் கத்தினான். 'நீ கடவுளைவிடப் புத்திசாலியாக விரும்புகிறாய்!' என்றான். அவன் முன்னிலையில் என்னை அடிக்கும்படி உத்திரவிட்டான். கம்பால் இருநூறு அடி அடித்தார்கள். அத்தனை அடிகளையும் பொறுத்துக் கொண்டேன்.

★ இங்கு விவரிக்கப்பட்டுள்ள காட்சி, *1694*-ல் மாஸ்கோவில் நிகழ்ந்தது. (ஆசிரியர் குறிப்பு.)

பற்களைக் கடித்துக் கொண்டு நின்றேன். பதினெட்டு ரூபிளையும் திருப்பிக் கொடுக்க வேண்டுமென்றும் என் பட்டரை, கருவிகள், வீடு அனைத்தையும் விற்க வேண்டுமென்றும் உத்திரவிட்டிருக்கிறார்கள். நான் என்ன செய்வேன்? உடலுக்குத் துணிகூட இல்லை. தடியேந்திக் காட்டுக்குச் செல்வதா?''

''பாவம், வேறு என்ன செய்வாய்?'' என்று தெளிவான, தாழ்ந்த குரலில் ஆவ்டோகிம் கூறினான்.

ஸிமோவ், ஆவ்டோகிம் கோஷ்டியில் சேர்ந்துகொண்டான். அவர்கள் பழைய துணிக் கடைக்குச் சென்று ஒரு கோட்டும் ஒரு ஜதை கம்பள பூட்ஸும் வாங்கிக் கொண்டனர். இப்பொழுது, நால்வரும் சேர்ந்து நீராடும் அறைகளிலும் சந்தைகளிலும் சந்துபொந்துகளிலும் சுற்றித் திரிந்தனர். சட்டைப் பைகளைக் கத்தரித்துத் திருடுவதில் ஜூடாஸ் நிபுணனாகிவிட்டான். விழியைப் பயங்கரமாக உருட்டுவதற்கும் இரங்கத்தக்க பாடல்களைப் பாடுவதற்கும் ஸிகான் கற்றுக்கொண்டான். அவர்கள் ஸிமோவைக் கயிற்றால் கட்டி இட்டுச் சென்றனர். அவன் பைத்தியக்காரன் என்றும் வலிப்பு நோய் கண்டவன் என்றும் கூறினார்கள். ''இந்தப் பைத்தியக் காரனுக்கு ஏதாவது உபகாரம் செய்யுங்கள்; வழிவிடுங்கள்; வழிவிடுங்கள். இல்லாவிட்டால் அவன் எதிர்ப்பட்டோரைத் தாக்கிவிடுவான்'' என்று கத்தினார்கள். ஒவ்வொரு நாளும் சாப்பாட்டுக்குத் தேவையான காசு சேர்ந்தது. சில நாட்களில், பாட்டில் வாங்குவதற்கும் பணம் கிடைத்தது. ஆனால் இதற்கு அளவுக்கு மீறிய உழைப்பு தேவைப்பட்டது. அத்துடன் பயம் வேறு. ஏனென்றால், இத்தகைய ஆட்களைப் பிடித்துக் குற்றவாளி இலாகாவில் ஒப்படைக்க வேண்டுமென்று ஜார் உத்திரவிட்டிருந்தான்.

லென்ட் நோன்புக் காலம் முடிந்தது. வசந்தகாலக் கதிரவன் மாஸ்கோ வானில் உயர்ந்து விளங்கினான். சூரிய வெளிச்சம் பட்ட இடங்களில் பனி உருகித் துளி துளியாகச் சொட்டியது. நறுமணம் பரவியது. இப்பொழுதெல்லாம், சாணம்கலந்த பனி காலடியில் பொடிப்பதில்லை. ஒரு நாள் இரவில், சாராயக் கடையில் இருந்தபொழுது, ஆவ்டோகிம் கூறினான்:

''நண்பர்களே, நாம் புறப்படுவதற்கு நேரம் வந்துவிட்டதல்லவா? இங்கு பிரிவாற்றாமையால் வருந்துவதற்கு எவருமில்லை. இந்த மேட்டு நிலத்தை விட்டுக் காட்டுவெளிக்குச் செல்லலாம்.''

''நாம் நால்வர்தான் இருக்கிறோம். ஆயுதங்களும் இல்லை. காட்டில் பட்டினி கிடந்து மடிய நேரிடும்'' என்று ஜூடாஸ் ஆட்சேபிக்க முயன்றான். ''ஆனால் நாம் புறப்படுவதற்கு முன் ஒரு தீய காரியத்தைச் செய்வோம்'' என்று ஆவ்டோகிம் கூறியதைக் கேட்டு, அவர்கள் அஞ்சி நோக்கினர். ''நமது தேவையை நாம் பெறுவோம். ஒரு பாவம், நம் துன்பங்கள் அனைத்தையும் விஞ்சி விடாது. அப்படியே விஞ்சினாலும் என்ன? திருநூல்களில் நீதிக்கு இடமில்லை என்பதுதான் பொருளாகும். நண்பர்களே, அஞ்சாதீர்கள். நானே சகல பொறுப்புக்களையும் மேற்கொள்கிறேன்'' என்றான் ஆவ்டோகிம்.

11

அந்த ஆட்டபாட்டம் வசந்த காலத்தில் தொடங்கியது. பூனைக்குக் கொண்டாட்டம்; எலிக்குத் திண்டாட்டம். போலந்தின் அரசனுக்கும் பிரஸ்பர்க் தலைநகரின் வேந்தனுக்கும் இடையே போர்மூண்டது. விளையாட்டுச் சேனையும் புடிர்ஸ்கி படையும் லிபோர்ட்டின் படையும் பிரஸ்பர்க் வேந்தனின் கட்சி. காவற் படைகளின் சிறந்த பகுதிகள் போலந்து அரசன் கட்சியில் இருந்தன. ரோமோடானோவ்ஸ்கி, பிரெடிரிக் என்ற பெயருடன் பிரஸ்பர்க்கின் அரசனானான். புடிர்ஸ்கி, போலந்துக்கு மன்னனானான். புடிர்ஸ்கி குடிகாரன்; வஞ்சமில்லாது லஞ்சம் வாங்கும் பேராசைக்காரன்; தீயோன். ஆயினும் வேடிக்கை விளையாட்டு என்றால் அவனுக்கு ரொம்பப் பிடித்தம்: ஸிமினோவ் மைதானத்தில் அவனது தலைநகர் அமைக்கப் பட்டது.

இதெல்லாம் பீட்டரின் பழைய விளையாட்டுத்தான் என்றே முதலில் அனைவரும் எண்ணினர். ஆனால் ஒவ்வொரு நாளும் பிறப்பிக்கப்பட்ட உத்திரவுகள் மனக்கலக்கத்தை அதிகமாக்கின. பாயர்களும் அவையத்தாரும் குதிரை வலவர்களும், இரு அரசர்களது பரிவாரங்களிலும் நியமிக்கப்பட்டனர். பீட்டரின் விளையாட்டு, கண்ணியத்தின் வரம்பைக் கடப்பதாகக் கருதிப் பல பாயர்கள் பயந்தனர். இதுவரை யாருமே இம்மாதிரி கௌரவத்தையும் அந்தஸ்தையும் விளையாட்டுப் பொருளாகத் துச்சப்படுத்தியதில்லை. அவர்கள் நடால்யாவிடம் சென்று, அவளது மகனுக்கு எதிராக உஷாரோடு புகார் செய்தனர். அவளுக்கு ஒன்றுமே விளங்க வில்லை. திகைத்துக் கைவிரித்தாள். ''நாம் என்ன செய்வது? பேரரசரின் அதிகார முத்திரை களுடன் உத்திரவு வந்திருக்கிறது. நீங்களே அவரிடம் சென்று உத்திரவை ரத்து செய்ய வேண்டுமென்று கேளுங்கள்'' என்று லியோ நாரிஷ்கின் வெடு வெடுப்போடு கூறினான்.

எனினும், அம்மாதிரி பீட்டரிடம் சென்று கோரும் அளவுக்கு அவர்கள் மடையர்களாகி விடவில்லை. விவகாரம் அத்துடன் முடிந்துவிடுமென்று கருதினர். ஆனால் பீட்டர் எளிதில் விடுவதாக இல்லை. சில பாயர்களது வீடுகளில் சிப்பாய்கள் திடீரென்று தோன்றினார்கள். வன் முறையில் உள்ளே நுழைந்தனர். அரசவை உடுப்பு அணியும்படி பாயர்களைக் கட்டாயப் படுத்தினர். கோமாளிக் கூத்தில் நடிப்பதற்குப் பிரியோபிராஷென்ஸ்கிக்கு இட்டுச் சென்றனர். ராஸ்டோவ்ஸ்கி என்ற கிழவன் தனது இரு கால்களும் ஊனமாகி விட்டதாகக் கூறினான். மற்றவர்களோ, தமக்கு நோய் என்று கூறிப் பார்த்தனர். ஆனால் எந்த வித்தையும் பலிக்கவில்லை. அவர்கள் அந்தக் கோமாளிக் கூத்தில் பங்கு கொள்ளும் இழிவுக்கும் அவமானத்துக்கும் உட்பட வேண்டியதாயிற்று.

பிரஸ்பர்க்கிலிருந்த மரத்தால் கட்டிய எண்கோண ஸ்தூபிகளையும் பீரங்கிகளை உடைய முன் சரிவுகளையும் சுற்றிலுமுள்ள வெள்ளைக் கூடாரங்களையும் தூரத்திலிருந்து பார்த்தால்கூடச் சித்தம் கலங்கித் தவிக்கும் நிலையில் ருஷியர்கள் இருந்தனர். அது ஏதோ உட்தொடர்பில்லாத கனவு மாதிரி தோன்றியது. அது விளையாட்டுத்தான்; ஆனாலும் மனமார்ந்த அக்கறையுடன் காரியம் நிகழ்ந்தது. பிரகாசமாக வர்ணம் பூசப்பட்ட அறையில் பொன் முலாம் பூசிய அரசு கட்டில் அமைந்திருந்தது. அதில் கை கால்களை விரித்துக்கொண்டு அமர்ந்திருந்த பிரெடிரிக் பித்தளை மகுடத்தை அணிந்திருந்தான். அவனது வெண்மையான ஸாட்டின் கோட்டில் நட்சத்திர வடிவ ஊக்குகள் மினு மினுத்தன. முயலின் மயிர்ப் பட்டில் செய்த மேலாடை தோளில் கிடந்தது.

முழங்கால் மூட்டு வரை நீண்டிருந்த பூட்ஸுகளின் குதிமுட்கள் கண கணவென்று ஓசை செய்தன. வாயில் புகைக் குழாயை வைத்திருந்தான். அவனது கண்களில் ராஜகளை வீசியது. என்றாலும் நெருங்கிப் பார்த்தால், அவன் ரோமோடானோவ்ஸ்கி என்பது புலனாயிற்று. இந்தக் காட்சியைக் கண்டவுடன் காறித் துப்பவேண்டுமென்று தோன்றியது. ஆனால் அம்மாதிரிச் செய்வது ஆபத்தாகும். ஸினோவீவ் என்ற பிரபு அருவருப்படைந்து காறித் துப்பினான் என்பது உண்மையே. ஆயினும் உடனுக்குடன் அவனது பட்டம் பதவிகளெல்லாம் பறிமுதலாயின. அவன் நாடு கடத்தப்பட்டான்; விவசாயியின் சாமான்ய வண்டியில் ஏற்றி அனுப்பப்பட்டான். அவனை மன்னித்துத் திருப்பியழைக்க வேண்டுமென்று கெஞ்சுவதற்காக, நடால்யாவே நேரடியாகப் பிரியோபிராஷென்ஸ்கிக்குப் போக வேண்டியதாயிற்று.

வருந்தத்தக்க விஷயம் என்னவென்றால், ஜார் பீட்டருக்குப் பட்டம் பதவி எதுவும் கிடையாது. அவன் சிப்பாயின் கோட்டில், அங்குமிங்கும் நடமாடினான். பிரெடிரிக் சிம்மாசனத்தை நெருங்கும் பொழுது, அவன் மண்டியிட்டு வணங்கினான். அந்தத் தரித்திரம்பிடித்த வேந்தனோ, சில சமயங்களில் பீட்டரைச் சாமான்யனாக மதித்துத் திட்டினான். பாயர்களும் அரசவை பிரபுக்களும் இந்த ஒப்பனைக் குழுவில் கூடித் தூதர்களை வரவேற்றனர்; பிரஸ்பர்க் உத்திரவுகளைப் பிறப்பித்தனர். அப்பொழுது அவர்களை அவமானம் பிடுங்கித் தின்றது.

இரவில், லிபோர்ட்டின் மாளிகையில் விருந்துண்டு குடித்தனர். இங்கு, அந்த வெறுக்கத்தக்க நாத்திகனான நிகிடா ஸோடோவ் தலைமை வகித்தான். அன்னியர் பேட்டையின் முட்டாள்களது திருத்தந்தையான அவன்தான் இராக்காலத்து அரசன்.

இந்தப் பயங்கர நிகழ்ச்சி நிறைவு பெறவேண்டுமென்பதற்காக அன்னியர்கள் ஒரு யோசனை கூறினார்கள் போலும்! அதன்படி, வாலிப வயதினரான குமாஸ்தாக்களும் கணக்கர்களும் - ஏறத்தாழ ஆயிரம் பேர் - மாஸ்கோ காரியாலயங்களிலிருந்து பொறுக்கி எடுக்கப்பட்டனர். அவர்கள் தருவிக்கப்பட்டு, ஆயுதம் வழங்கப்பட்டனர். குதிரை மீது ஏற்றிக் கடினமான உடற் பயிற்சி செய்யும்படி கட்டாயப்படுத்தப்பட்டனர். ''விரைவில், எல்லோரையும் திரட்டி விடுவோம். கரப்பான் பூச்சிகள் அதிகநாள் ஒளிந்திருக்க முடியாது. ஒவ்வொருவரும் சிப்பாயின் கஞ்சியை உண்ணும்படி செய்வோம்'' என்று பிரெடிரிக் தன் அவையில் அறிவித்தான்.

ராஜ சபையில் உட்காருவதற்குத் துணியாத பீட்டர், கதவருகில் நின்றான்; பிரெடிரிக்கின் அறிவிப்பைக் கேட்டு உரக்கச் சிரித்தான். பிரெடிரிக் தன் குதிமுட்களால் ஓசை செய்து அவனை ஆத்திரத்துடன் நோக்கவே, பீட்டர் பெட்டிப் பாம்பாய் அடங்கிவிட்டான். இதைக் கண்ட பாயர்களும் பிரபுக்களும் கண்ணீர் பெருக்கிக் கதறியிருப்பார்கள்; தமது பாவங்களை ஒப்புக் கொண்டு ஜாரின் பாதத்தில் விழுந்திருப்பார்கள்; ''உங்களுக்கு வேடிக்கையாகப் பொழுது போக்க வேண்டுமானால், எங்களைக் கொடுமையாக நடத்துங்கள்; கொல்லுங்கள்; சித்திரவதை செய்யுங்கள்; இந்தக் கூத்து மட்டும் வேண்டாம். பைஸாண்டியத்தின் சக்கரவர்த்திகளது வழித்தோன்றலாகிய நீங்கள் எந்தப் படுகுழியை நோக்கி ருஷியாவை இட்டுச் செல்கிறீர்கள்? ஒருவேளை, அந்திக் கிறிஸ்துவின் நிழல் உங்களுக்குப் பின்னால் எழுந்து கொண்டிருக்கிறதோ?'' என்று புலம்பியிருப்பார்கள். ஆனால் நெஞ்சுரம் இல்லாததால் ஒருவரும் வாய் திறக்கவில்லை.

போலிஷ் அரசனான புதுர்லின், ஸெமினோவ் மைதானத்தில் இதேமாதிரி இன்னொரு தர்பாரை நடத்தினான். ஆனால் அங்கு அவையத்தாருக்குச் சிரமம் அதிகமில்லை. பாயர்களும் அவையத்து அதிகாரிகளும், அவையின் சுவர்களருகே இருந்த பெஞ்சிகளில் உட்கார்ந்து, கதிரவன் மறையும் வரை சட்டைக் கைக்குள் கொட்டாவி விட்டுக்கொண்டிருந்தனர். அதன்பின், இரவைக் கழிக்க மாஸ்கோ சென்றனர். அந்த வெறுக்கத்தக்க புதுர்லின், அவர்களைப் போலிஷ் மொழியில் பேசும்படி கட்டாயப்படுத்த முயன்றான். ஆனால் அவர்கள் உறுதியாயிருந்ததால்,

அவனது சூது வெற்றியடையவில்லை. இறுதியில் சலித்துவிட்டான். அவர்கள் அமைதியாகச் சிறுதுயில் கொள்வதை அனுமதித்தான்.

இந்த அரசவைக் கூத்துக்கு அவர்கள் பழகியவுடன், ஒரு புதிய அதிர்ச்சியால் தாக்குண்டனர். காட்டில் மரம் கொடிகள் பச்சைப் பாவாடை உடுத்தியவுடனே, புதுர்லின் பிரெடிரிக் மீது போர் தொடுத்தான்; தன் படைகளுடனும் பாயர்களுடனும், தளவாட வண்டிகளுடனும் பிரஸ்பர்க்கை நோக்கி முன்னேறினான். இந்தப் போர் எழுச்சி தொடங்கிய பொழுதே, சிப்பாய்கள் ஆத்திர மடைந்திருந்தனர். ''விதைப்புக்காலம்; தாமதிப்பதற்கு நேரமில்லை. இந்தப் பொன்னான வேளையில் இப்படிப் பொழுதுபோக்க வேண்டுமென்று ஜாரின் மனதில் தோன்றியதே, எந்தப் பேய் செய்த விஷமம் இது?'' என்று அவர்கள் கோபித்தனர்.

விதிமுறைப்படி முற்றுகையை நடத்த வேண்டுமென்பது உத்திரவு. அதாவது, பதுங்கிக் குழிகளையும் கோட்டையை நெருங்குவதற்கான கிடங்குகளையும் வெட்டிச் சுரங்கவெடிகளை வைத்துத் தாக்குதல்களை நடத்த வேண்டும். அது சுலபமான விளையாட்டு அல்ல. வெடிமருந்து தாராளமாகப் பயன்படுத்தப்பட்டது. வெடி குண்டுகளைப் போல் வெடித்த மட்பானைகள் சட்டிப் பீரங்கிகளிலிருந்து ஏவப்பட்டன. கோட்டைப் பாதுகாவலர்கள், எருவையும் சேறான நீரையும் ஆக்கிரமிப்பாளர் மீது கொட்டினார்கள். கம்பின் முனையில் கயிற்றைக் கட்டிக் கொளுத்தி, அதனால் அவர்களைத் தாக்கினார்கள். இரு கட்சியினருமே மழுங்கிய வாட்களை வீசிப் போர் புரிந்தனர். பலருக்கு முகம் தீய்ந்தது; விழிகள் எரிந்தன; எலும்புகள் முறிந்தன. உண்மையான போருக்கு ஆகும் பணச்செலவு கிட்டத்தட்ட இதற்கும் ஆயிற்று. இந்த முற்றுகை பல வாரங்களுக்கு நீடித்தது; வசந்த காலம் முடியும்வரை நிகழ்ந்தது.

ஓய்வு நேரங்களில், இரு அரசர்களும் பீட்டரோடும் அவனுடைய அபிமானத்துக்கு உரியவர்களோடும் விருந்துண்டனர்.

பிரஸ்பர்க் கோட்டையைப் பிடிப்பதில் தோல்வியுற்ற புதுர்லின், கோடைக்கால இறுதியில், இருபது மைல் தூரம் பின்வாங்கிக் காட்டில் முகாமிட்டான்; தன் முகாமைச் சுற்றி அரண் அமைத்துக் கொண்டான். அப்பொழுது, பிரெடிரிக் தாக்குதலைத் தொடுத்தான். இந்த வாழ்வில் வெறுப்படைந்த சிப்பாய்கள் ஆத்திரமடைந்திருந்ததால், வெறியுடன் போராடினார்கள். இறந்தவர்களை டஜன் கணக்கில் எண்ண வேண்டியதாயிற்று. தளபதி கார்டன் தலையில், சட்டிப் பீரங்கியிலிருந்து வந்த மட்பானை தாக்கியது. அவன் பிழைப்பது பெரும்பாடாகி விட்டது. பீட்டரின் புருவங்களும் முகமும் பொசுங்கி விட்டன. எனவே, அவன் பிளாஸ்திரியை ஒட்டிக் கொண்டு திரிந்தான். சிப்பாய்களில் பாதிப்பேருக்குச் சீதபேதி கண்டது. வெடி மருந்தெல்லாம் தீர்ந்துவிட்டது; போர்க் கருவிகளெல்லாம் உடைந்துவிட்டன; வீரர்களது ஆடைகள் அனைத்தும் கிழிந்துவிட்டன. அப்பொழுதுதான், லியோ நாரிஷ்கின், நடால்யாவின் கடிதத்துடன் முகாமுக்கு வந்தான்; கஜானா காலியாகிவிட்டதால், மேலும் பணம் கேட்கக் கூடாதென்று கண்ணீரைப் பெருக்கி வேண்டிக்கொண்டான். அதன் பிறகே, பீட்டரின் மனம் அமைதி அடைந்தது. ராணுவத் தினர் தத்தம் பேட்டைக்கும் வீட்டுக்கும் செல்லலாமென்று ஒப்பனை அரசர்கள் உத்திரவிட்டனர்.

இந்த ஒப்பனை எழுச்சிகளைப் பற்றி ஜனங்கள் விவாதித்தார்கள். ''விளையாட்டுக்காக இவ்வளவு பணத்தை விரயம் செய்யமாட்டார்கள். இதில் ஏதோ உள்நோக்கம் இருக்கிறது. பீட்டர் இன்னமும் இளவயதினனாகவும் பேதையாகவும் இருக்கிறான். மற்றவர் தூண்டி விட்டபடி அவன் ஆடுகிறான். இந்த வீண் செலவிலிருந்து நன்மை அடையலாமென்று யாரோ திட்டமிட்டிருக்கின்றனர் என்பது தெட்டத் தெளிவான விஷயம்'' என்று அவர்கள் பேசிக்கொண்டனர்.

12

மந்தமான வாழ்க்கை; துன்பம்தான் அதிகம். ஸோபியாவின் காலத்திலாவது, ஒரு வகையான கட்டுப்பாடு இருந்தது. இப்பொழுது, எளியாரை வலியார் அடிப்பதில் ஈவிரக்கம் காட்டுவதில்லை. முறை மன்றங்களிலிருந்து நீதி ஓடிவிட்டது. எங்கு பார்த்தாலும் லஞ்சமும் ஊழலும் அரசாங்கத்தை வஞ்சிக்கும் சூதும் தலைவிரித்தாடின. பலர் காடுகளுக்கு ஓடிக் கள்வர் களாக மாறினார்கள். இந்தக் கவர்னர்களும் நிலச்சுவான்தார்களும் குமாஸ்தாக்களும் கணக்கர் களும் இதர அதிகாரிகளும் தயவு தாட்சணியமில்லாமலும் சட்ட விரோதமாகவும் இரத்தத்தை உறிஞ்சும் கொடுமையிலிருந்து எவ்வாறாகிலும் விடுபட எண்ணிய வேறு பலர், வடக்கே உள்ள நதிக்கரைகளின் காடுகளுக்கும் - இதற்கு முன்னால் மனிதன் காலடி வைக்காத அக்காடுகளுக்கும் - ஓடினார்கள். அங்கே வாழ்ந்த அவர்களை எவரும் சீண்டவில்லை. ஆறும் காடும் ஊட்டம் அளித்தன. அவர்கள் மரங்களை வெட்டி நிலத்தைத் திருத்திப் 'பார்லி' தான்யம் சாகுபடி செய்தனர். 'பைன்' மரங்களை வெட்டி அடுக்கி, ஒன்றுக்கொன்று இடைவெளி உள்ளதாக விசாலமான வீடுகளைக் கட்டிக்கொண்டனர். இந்த விவசாயி அரண்மனைகளில் தனிமையில் வாழ்ந்த அவர்கள், தமது கிராமியக் கதைகளையும் புராணங்களையும் இரங்கற்பாடல்களையுமே 'பூர்வாசிரம' உடைமையாகக் கொண்டு வந்திருந்தனர். அவர்கள் வீட்டுத் தேவதையிலும் காட்டுக் கிழவனிலும் நம்பிக்கை கொண்டிருந்தனர். அதிகாரத்திலிருந்த சமயக் கொள்கையிடம் மாறுபட்டிருந்த இணங்காதாரிடம் சென்று பிரார்த்தனை செய்தனர்; கடவுளுடன் ஒன்றுபட்டு உணரும் நிகழ்ச்சியில், ரொட்டியும் செந்தேறலும் பெறுவதற்குப் பதிலாக மாவையும், அங்கு விளைந்த சிவப்புப் பழத்தின் புளிப்பான ரசத்தையும் பெற்றனர். ''அந்திக் கிறிஸ்து உலகத்தில் நடமாடுகிறார்'' என்று அந்த மூத்தோர் - இணங்காதார் - கூறினர்.

''ஜாரிடமிருந்தும் சமய முதல்வரிடமிருந்தும் ஓடி வந்தவர்களே ரட்சிக்கப்படுவர்'' என்றும் அவர்கள் உரைத்தனர்.

ஆனால் கீழ்ப்படியாதவர்களையும் அதிருப்தி அடைந்தவர்களையும் கண்டுபிடித்துச் சிறைப்பிடிப்பதற்காக அனுப்பப்பட்ட 'அந்திக் கிறிஸ்துவின் சேவகர்கள்' நாட்டின் விளிம்பி லிருந்த இந்த அடர்த்தியான காடுகளிலும் நுழைந்துவிட்டனர். அப்பொழுது இந்த விவசாயிகள், வீடுகளையும் கால்நடைகளையும் துறந்துவிட்டு, மூத்தோரின் முற்றத்திலோ, ஆலயத்துக் குள்ளோ, தமது மனைவி மக்களுடன் திரண்டனர்; சிப்பாய்களுடன் சண்டையிட்டனர். அவ்வாறு போராடுவதற்குக் கருவி இல்லையென்றால், அந்தச் சிப்பாய்களது பிடியில் சிக்குவதை வெறுத்து, அவர்களைத் திட்டிச் சவால் விடுத்துவிட்டுத் தத்தம் வீட்டிலோ ஆலயத்திலோ தீ வைத்துக்கொண்டும், ஊளையிட்டுக்கொண்டும், பாடிக்கொண்டும் உயிர் நீத்தனர்.

மனைவி மக்களோ சொத்துப் பத்தோ இல்லாதவர்கள், வறுமையிலிருந்தும் அடிமைத்தளை யிலிருந்தும் தப்புவதற்காகக் கொள்ளைக்காரர்களாக மாறிக் காடு சென்றனர். அவர்கள் பையப்பையக் குறைந்த குளிரும் அதிக உணவும் உள்ள பிரதேசங்களை நோக்கி நகர்ந்தனர். வால்கா, டான் நதிகளது கரைகளிலிருந்த காடுகளை அடைந்தனர். அவர்களும் எட்டாத தூரத் துக்கு வந்துவிட்டதாக இறுமாந்து இருக்க முடியவில்லை. ஜாரின் உத்திரவுகளும் பகைவெறி கொண்ட வைதீகப்பாதிரிகளும் இந்தக் காடுகளுக்குள்ளும் நுழைந்தனர். எனவே, ஆயுதமேந்திய பல கோஷ்டிகள் தாகிஸ்தானுக்கும் காபார்டாவுக்கும் சென்றன; டெரிக்குக்கு அப்பால் சென்றன.

| சக்கரவர்த்தி பீட்டர் 249 |

அல்லது கிரீமியாவிலிருந்த தார்த்தாரியருடன் சேர்ந்து துருக்கிக்குச் சுல்தானுக்குச் சேவகம் செய்வதற்கும் முன் வந்தன. தென்பகுதியில் சுதந்திரமாக வாழ்ந்தவர்கள், வீட்டுத் தேவதையிடம் நம்பிக்கை வைக்கவில்லை. அவர்கள் நல்ல குதிரையும் வளைவுக்கத்தியுமே அனாதை ரட்சகர் களென்று கருதினார்கள்.

ஆகக்கூடி, ருஷிய நாட்டில் வசதி இல்லை; சௌகரியம் இல்லை. மக்கள் அதை நேசிக்க வில்லை. கடுமையான அடிமை முறையையும் விட மோசமான நிலைமை, ருஷ்ய மக்களை வாட்டி வதைத்தது. ஆயிரமாண்டுகளாக மரப்பட்டை ஜோடுகள் நடை போட்ட தேசம், வேண்டா வெறுப்பாக மரக் கலப்பைகளால் மேலோட்டமாக உழப்பட்டதேசம், அநாமதேயங்களது கல்லறைகளோடும் அழிந்துபோன கிராமங்களின் சாம்பற் காடுகளோடும் காட்சியளித்தது. எங்கு நோக்கினும், தேசம் பாலை நிலமாக மாறிக்கொண்டிருந்தது; கையறவு நிலையே காட்சி தந்தது.

13

''அப்பா, இது என்ன? மணிகள் சரியாக ஒலிக்கவில்லை?''

''அவை எப்படிப் பிழைபட ஒலிக்க முடியும்?''

''அப்பா, இப்படி அடிக்கக்கூடாது. மெதுவாக அடிக்க வேண்டும்.... அப்பா, ஏதாவது நிகழ்வதற்கு முன்னால் நாம் இந்த இடத்தை விட்டு நீங்குவதே நலம்.''

''பேதைப் பெண்ணே, பேசாதிரு!''

ஐவான் பிராவ்கின் (அவனை ஒரு காலத்தில் ஐவாஷ் என்று விளித்ததை ஜனங்கள் மறந்து விட்டனர்.) மியாஸ் நிட்ஸ்கி தெருவில் புராதனமான சிறிய கோயில் ஒன்றின் வாயிலில் நின்றான். புதிதாகத் தைத்த ஆட்டுத் தோல் கோட்டை அணிந்திருந்தான். அந்தக் குட்டைக் கோட்டு விறைப்பாகப் பிதுங்கிக்கொண்டிருந்தது. அவன் அணிந்திருந்த கம்பள பூட்ஸ் புத்தம் புதிது. புதிய கம்பளிக் கழுத்துப்பட்டையை இறுகச் சுற்றியிருந்ததால் அவனால் தலை குனிய முடியவில்லை. விசையோடு வீசிய காற்று முகத்தைத் தாக்கியது. அது 'உஸ்'ஸென்று ஒலித்துக் கொண்டு, கறுத்த தெருவில் கிடந்த பனிக்கட்டிகளைத் திரட்டி வண்டித் தடங்களில் குவித்தது. ஒவ்வொரு கோயிலிலிருந்தும் சின்ன மணிகள் ஓசை செய்தன. வெறியில் ஒலிப்பதைப் போல, மணிகள் லயமின்றி ஒலிப்பதைக் கேட்டுக்கொண்டு, ஜனங்கள் கடை வாசல்களில் கும்பல் கும்பலாகக் கூடியிருந்தனர்.

ஸாங்காவுக்கு இப்பொழுது பதினெட்டாவது வயது நடந்துகொண்டிருந்தது. தடித்திருந்த போதிலும் அழகாக இருந்தாள். நல்லாடை உடுத்தியிருந்தாள். மணப் பெண்ணாவதற்கு முழுத் தகுதி பெற்றுவிட்டாள். அவள் மீண்டும் தகப்பனது சட்டைக்கையைப் பற்றி இழுத்தாள்; அந்த இடத்தை விட்டுப் போகலாம் என்பது அதன் பொருள். அவள் மாஸ்கோவுக்கு வருவது அருமை யிலும் அருமை. வரும்பொழுதெல்லாம் அவளது இதயம் படபடவென்று துடித்தது. எவனாவது தன் கற்புக்கு ஊறுசெய்யத் துணிவானோவென்பது அவளது அச்சம். இன்று, தன் சீர்வரிசையில் ஒன்றாக இறகுப் படுக்கை தைப்பதற்கு மெல்லிறகு வாங்கலாமென்று தந்தையுடன் வந்தாள். திருமணத் தரகர்கள் பிராவ்கின் வீட்டைச் சூழ்ந்தனர். ஆனால் நாளாவட்டத்தில், அவன் அவளுக்கு மேன்மேலும் உயர்ந்த வரனை நாடினான். அவனது மகன் அலியோஷ்கா, பீரங்கிப்

படையின் முதலதிகாரியாக ஆகிவிட்டான்; ஜார் அரசனிடமே அவனுக்குப் பழக்கமுண்டு. பிராவ்கின்களுடைய புதிய உயரிய இல்லத்துக்கு வால்காவின் காரியஸ்தன் வந்துபோனான். ஐவான், வால்காவிடமிருந்து உழவு நிலமும் புல்வெளிகளும் குத்தகைக்கு எடுத்தான்; மர வியாபாரம் செய்தான்; அண்மையில் ஒரு காற்றாடி இயந்திரத்தையும் கட்டிவிட்டான். அவனது கால்நடைகள், கிராமத்துக் கால் நடைகளுடன் சேராமல், தனியாக மேய்ந்தன. அவன்தான் ஜாரின் அரண்மனைக்குக் கோழிகளைச் 'சப்ளை' செய்தான். கிராம மக்கள் அனைவரும் அவனை வணங்கினார்கள். அனைவரும் அவனிடம் கடன்பட்டிருந்தனர். சில கடன்காரர்களிடம் கருணை காட்டினான். இதரரிடம் கடுமையாக நடந்துகொண்டான். பத்துக் கடன்பட்ட விவசாயிகள் அவனுக்காக உழைத்தார்கள்.

''சரி, நாம் எதற்காகக் காத்திருக்கிறோம்?'' என்று ஸாங்கா வினவினாள்.

அந்நேரத்தில் செந்தாடிப் பாதிரியான பில்கா அங்கு வந்து சேர்ந்தான். கடந்த பத்தாண்டு களில் அவன் தடித்துப் பருத்துவிட்டதால், கம்பளம் கொடுத்துத் தைத்த பாதிரி உடை தையல் விளிம்புகளில் விட்டுப்போய்விடும் போலிருந்தது. அவன் மெலிந்திருந்த கோயிற்பணியாளை முன்னால் தள்ளிக்கொண்டே வந்தான்.

''வா, வா. உதவாக்கரையே; வா, வா பிஸ்ஸிபப்★...'' என்றான் பில்கா.

பணியாள் தடுமாறினான். பூட்டைப் பிடித்துக் கொண்டு நின்று, ஆலயக் கதவைத் திறக்கத் தொடங்கினான். பில்கா அவனைத் தள்ளிக்கொண்டேயிருந்தான்.

''குடிகாரப் பயலே, கரங்கள் பதறுகின்றனவே. நான் நேற்று இரவே சொன்னேன், நீ வந்து மணி அடிக்க வேண்டுமென்று, மீண்டும் எனக்குத் தொல்லை உண்டாக்குகிறாய்'' என்று கூறிப் பணியாளின் முதுகில் குத்தினான்.

பணியாள் கோயிலின் இரட்டைக் கதவில் ஒன்றை மட்டும் கொஞ்சம் திறந்து உள்ளே சென்று மணிக்கூண்டுக்கு ஏறினான். பில்கா நுழை வாயிலிலேயே நின்றான். ஐவான், புதிய தோலுறை அணிந்த இரு கைகளையும் உயர்த்திக் குல்லாயை நீக்கிவிட்டுப் பாதிரிக்குத் தலை வணங்கினான்.

''தந்தையே, இன்று ஒரு மாதிரியான விடுமுறை தினமா? எனக்கும் என் மகளுக்கும் ஒன்றுமே விளங்கவில்லை. அன்போடு பதில் சொல்லுங்கள்'' என்று கூறினான்.

பில்கா கண்களைக் குறுக்கினான்; தன் தாடியைப் பறக்கச் செய்த பனிக்காற்றை நோக்கினான். அனைவரும் கேட்கும்படியாக உரத்த குரலில் விடை பகர்ந்தான்:

''அந்திக் கிறிஸ்து வருகிறார்.''

ஐவான் தலை சுற்றியது; தள்ளாடினான். ஸாங்கா தன் மார்பகத்தின் நேரே கரங்களைக் குவித்தாள்; சிலுவைக் குறியிட்டாள் ; ஏதோ பயங்கரமானதொன்று நிகழப் போவதாக மட்டுமே புரிந்துகொண்ட அவள், பயத்தால் வெளிறிப்போனாள். மியாஸ்நிட்ஸ்கி நுழை வாயிலிருந்து ஒரு கூட்டம் கூச்சலிட்டுக்கொண்டும் 'விஸில்' அடித்துக்கொண்டும் வெறி பொங்கச் சிரித்துக் கொண்டும் வந்தது. வீதியிலிருந்த மக்கள் மௌனமாக நோக்கினர். கடைகள் மூடப்பட்டன.

★ பிஸ்ஸிபப்: பிலிஸ்தீனியர்கள் தொழுத தெய்வத்தின் பெயர். இவனைக் கேடு சூழும் பேய் பிசாசுகளது தலைமைத் தெய்வமாகக் கிறிஸ்துவத் திருநூல்கள் வர்ணிக்கின்றன.

கந்தல் அணிந்தவர்களும், பக்கவாதத்தால் துன்பமடைந்தவர்களும், மூக்கில்லாதவர்களும், இடுப்பளவுக்கு அம்மணமாக இருந்தவர்களும் எங்கிருந்தோ ஊர்ந்து வந்தனர். சாம்பல் நிறமான ஓர் அசடன், சங்கிலிகளாலும் தாழ்ப்பாள்களாலும் மார்பில் அடித்துக்கொண்டு ஓசை எழுப்பினான்; ''நிபுசட்னஸார்!* நிபுசட்னஸார்!'' என்று கத்தினான்.

ஐவானது இதயம் எங்கோ மறைந்து ஒடுங்கியது. ஸாங்கா அச்சத்தோடு சுவாசித்தாள். எப்பொழுதும் எரிந்துகொண்டிருந்த புனித உருவ விளக்கின் கீழிருந்த கம்பிபோட்ட ஜன்னல் மீது அவள் சாய்ந்தாள். அந்தப் பதற்றமான இயல்பை உடைய பெண்ணுக்கு இந்தக் காட்சியெல்லாம் திகிலூட்டின.

அதன்பின், அவர்கள் அதைப்பார்த்தனர். நீண்ட ஊர்வலம் மெதுவாக வந்தது. ஒவ்வொன்றிலும் ஆறு பன்றிகள் பூட்டிய பல வண்டிகள்; பசுக்களால் இழுக்கப்பட்ட சறுக்கு வண்டிகள், இவற்றுக்குக் கீல் பூசி இறகுகளால் அலங்காரம் செய்திருந்தனர். அவற்றுக்குப் பின் ஆடுகளும் நாய்களும் இழுத்த தாழ்வான வண்டிகள். உள் மரப்பட்டைத் தொப்பியும் பாய்போல முடையப்பட்ட கோட்டும், சுண்டெலித் தோலில் செய்த கையுறையும் வைக்கோலில் செய்த பூட்ஸும் அணிந்தவர்கள், ஒவ்வொரு வண்டியிலும் உட்கார்ந்திருந்தனர். சிலர் பன்னிறமான ஒட்டுத் தையல் கோட்டுகளைத் தரித்திருந்தனர்; அவற்றில் பூனைகளின் வால்களையும் நகங்களையும் வைத்து அலங்கரித்திருந்தனர். சவுக்குகள் வெடிப்பொலி செய்தன; பன்றிகள் கீச்சென்று கத்தின; நாய்கள் குரைத்தன; முகமூடி ஆட்டக்காரர்கள் ஆடுபோலும் பூனை போலும் கத்தினார்கள். அவர்கள் அனைவருமே மிகுதியாகக் குடித்திருந்தனர். அவர்களது முகமெல்லாம் மிக்க சிவப்பாயிருந்தன. ஊர்வலத்தின் இடையில், ஒரு பொன்முலாம் பூசிய அரசவாகனம் வந்தது. அதைப் பன்னிறமான மட்டக் குதிரைகள் இழுத்தன. அவற்றின் கழுத்திலிருந்து துடைப்பங்கள் தொங்கின. வண்டியின் முன்னிருக்கையில், பீட்டரின் மனதுக்குகந்த தோழனான பிட்கா என்ற இளம்பாதிரி உறங்கிக்கொண்டிருந்ததைக் கூட்டத்தினர் சாளரத்தின் வழியாகப் பார்த்தனர். மயில் இறகுகள் வைத்துத் தைத்த குல்லாயும் உயர்ந்த கோட்டும் தரித்த நீண்ட மூக்குக்காரன் ஒருவன் பின்னிருக்கையில் சோம்பிக் கிடந்தான். அவன் அருகில், வட்ட வடிவில் தடித்திருந்த ஒரு பெண், சாயத்தைப் பூசிக்கொண்டும் பொடியை அப்பிக்கொண்டும் உட்கார்ந்திருந்தாள். மயிர்ப்பட்டுகளாலும் நகைகளாலும் அலங்கரித்துக்கொண்டிருந்த அவள், கரத்தில் ஒரு பாட்டிலை வைத்துக்கொண்டிருந்தாள். இவர்கள் இருவரும் அரசவைக்குப் புதிதாக வந்துள்ள கோமாளிகள். அவன் பெயர் துர்கனேவ். ஸோபியா காலத்தில் குதிரை வலவனாயிருந்தவன்; பிறகு நாடு கடத்தப்பட்டவன். கோமாளிக் குல்லாயை அணிவதற்கு இணங்கி உரிமை பெற்றுள்ளான். அவள் சுஷீரா. கணவனாயிருந்த கணக்கனை இழந்து விதவையானவள். இரண்டு நாட்களுக்கு முன்தான், துர்கனேவ் அவளை மணந்துகொண்டான். அதிலிருந்து இருவரும் பல வீடுகளுக்குச் சென்றுவந்த வண்ணம் உள்ளனர். அவர்கள் இருந்த வண்டிக்குப் பின்னால், புதுர்லின், ரோமோடானோவ்ஸ்கி என்ற இரு ஒப்பனை அரசர்களும் நடந்து வந்தனர். அவர்களுக்கிடையே, ''பிரஸ்பர்க்கின் புனிதமான பெருமகனும்'' மது பக்தர்களது திருத்தந்தையுமான நிகிடா ஸோடோவ் குருமார் குல்லாய்மாதிரி தகரத்தில் செய்த தலைச்சூட்டு அணிந்தும் செவ்வாடை உடுத்தியும் இரண்டு புதுக்குழாய்களைச் சிலுவை வடிவத்தில் பிடித்துக் கொண்டும் வந்தான். அவர்களுக்குப் பின்னால், இரண்டு போலி அரசர்களுக்கும் உரிய அவையத்தாரும் பாயர்களும் நடந்து வந்தனர். பல முக்கியமான பாயர் குடும்பத்தினரை மக்கள் அடையாளம் கண்டு கொண்டனர். மாஸ்கோ நகர் அமைந்த நாளிலிருந்து, அது இத்தகைய மானங்கெட்ட காட்சியைக் கண்ட

★ நிபுசட்னஸார்: பாபிலோன் நகரிலிருந்து ஆண்ட பேரரசன்; தொண்ணூறு அடி உயரத்துக்கு ஒன்பது அடி அகலத்தில் ஒரு பொற்சிலை அமைத்து, அந்த விக்கிரகத்தைத் தொழ வேண்டுமென்று நாட்டு மக்களைக் கட்டாயப்படுத்தினான் என்றும், இணங்காதாரைத் தீயிலிடுவதாக அச்சுறுத்தினான் என்றும் பைபிள் கூறும். மொ-ர்.

தில்லை. வியப்பாலும் திகிலாலும் கூச்சலிட்ட மக்கள், பாயர்களைச் சுட்டிக்காட்டினார்கள். சிலர் அருகே சென்று, பாயர்களுக்குத் துடுக்காகத் தலைவணங்கினர்.

பாயர்களுக்குப் பின்னால், உருளைகள் மீது அமைத்த படகொன்று வந்தது. அதன் பாய்மரங்கள் அப்பேய்க்காற்றில் அசைந்தாடின. அதை இழுத்து வந்த குதிரைகளுக்கு முன்னால், பீரங்கிப் படைவீரன் உடுப்பை அணிந்த பீட்டர் நடந்து வந்தான். அவன் விழிகளை உருட்டி ஜனங்களை நோக்கியவாறு, மோவாயை முன்னுக்குத் தள்ளிக்கொண்டு முரசை அடித்தான். அவனுக்குத் தலை வணங்கக் கூடாதென்று உத்திரவு பிறந்திருக்கலாமல்லவா? அதனால் அஞ்சிய மக்கள், பேசாதிருந்தனர். பீட்டர் முரசு கொட்டுவதைக் கண்ட அசடன், மீண்டும் ''நிபுசட்னஸார்!'' என்று கத்தினான். ஆனால் கூட்டத்தினர் அவனை நெருங்கி வளைத்து ஒளித்துவிட்டனர். படகில், லிபோர்ட், கார்டன், நீண்டமீசை உடைய பாம்பர்க், டிம்மர்மான் ஆகியோரும், மெங்க்டன், கிரேகி, புரூஸ், லிவிங்க்ஸ்டோன், சால்ம், ஷிலிப்பன்பாக் ஆகிய புதிய கர்னல்களும் டச்சு மாலுமி உடை தரித்து நின்றனர். அவர்கள் கூட்டத்தை நோக்கும்பொழுது சிரித்தார்கள்; குளிர்தாங்காது, புகைபிடித்தார்கள்.

பீட்டர் அச்சிறுகோயில் வாயிலை அணுகியவுடன், ஐவான், மரத்து நின்ற ஸாங்காவை மெல்ல இடித்துவிட்டு மண்டியிட்டான். ''உனக்கென்ன? எனக்கென்ன? பேதையே, மண்டியிடு!' என்று அவன் மகளிடம் விரைவாகக் குசுகுசுத்தான். பிலகா தன் பெரிய வாயைத் திறந்து உரக்கச் சிரித்தான். பீட்டர்கூட அந்த ஒலியைக் கேட்டுத் திரும்பினான். பில்கா சிரித்துக்கொண்டே கரங்களை உயர்த்தினான்; திரும்பிக் கோயிலுள் நுழைந்தான்.

ஊர்வம் கோயிலைக் கடந்துவிட்டது. ஐவான் எழுந்தான்; தலையில் குல்லாயைத் தரித்துக் கொண்டான்; காதுவரை அதை இழுத்து விட்டுக்கொண்டு சிந்தித்தவாறு, ''ஆம், நிஜம்தான். ஆம், ஆயினும், சரிசரி!'' என்று முணுமுணுத்தான். அதன்பின் ஸாங்காவை நோக்கி, ''போதும், எழுந்திரு! என்னுடன் வா. மெல்லிறகு வாங்கச் செல்வோம்'' என்றான்.

14

இந்த இளைஞனுக்கு இத்துணை சக்தி எங்கிருந்து சுரக்கிறது என்று அனைவரும் வியந்தனர். வேறு யாரியினும் சரி, இவனைவிடப் பலசாலியாகவும் அதிக வயதினனாகவும் இருந்தாலும் கூட, என்றைக்கோ கட்டையைப் போட்டுவிட்டுப் பரலோகப் பயணம் சென்றிருப்பான். வாரத்துக்கு இருமுறையாகிலும் அன்னியர் பேட்டையில் அளவுக்கு மீறிக் குடித்துக்கிடந்த பீட்டரை வீட்டுக்குத் தூக்கிவந்தனர். ஆனால் நான்குமணி நேர உறக்கத்தில் அந்த மயக்க மெல்லாம் மறைந்து விடும். மீண்டும் புதிய களியாட்டத்தைப் பற்றிச் சிந்திக்கத் தொடங்குவான்.

கிறிஸ்துமஸ் நாளுக்கு முதல் நாள், திடீர் விருந்தினராக விஜயம் செய்வதென்று முடிவு செய்தான். தன்னுடன் குடிகாரர்களது போப்பாண்டவனான நிகிடாவையும் இரண்டு ஒப்பனை அரசரையும் தளபதிகளையும் இட்டுக்கொண்டான். அவனது கண்டிப்பான கட்டளைக்கு இணங்கப் பாயர்களும் உடன் சென்றனர். அவர்கள் உச்ச வட்டத்துக்குரிய மேன்மக்களின் இல்லங் களுக்கு எதிர்பாராத விஜயம் செய்தனர். அவர்கள் அனைவருமே வினோதமான ஆடை அணிந்து முகமூடியும் தரித்துக்கொண்டனர். ஸாகோவ்கின் என்ற மாஸ்கோ பிரபுவைத் தம் கோஷ்டிக்குத் தலைவனாக நியமித்தனர். அவன் சகல தீய குணங்களையும் ஒருங்கே அமையப் பெற்றவன். இழிவான வழிகளில் புறங்கூறிக் கேடு விளைவிப்பதில் வல்லவன். அவனுக்குத் 'தீர்க்கதரிசி'

என்று பட்டம் அளித்தார்கள். 'காப்பூசின்' துறவி மாதிரி முக்காடு இட்டு ஆடை அணிவித்தார்கள். அந்த உடுப்பின் இருக்கைப் பகுதியில் ஒரு நீண்ட கீறல் இருந்தது. அந்த வருடக் கிறிஸ்துமஸ் நாளுக்கு முதல் நாள், பிரபுக்களது இல்லங்கள் - சிறப்பாக வயதான பாயர்களும் மகாப்பிரபுக் களும் வாழ்ந்த இல்லங்கள் - முடிவான அவமதிப்புக்கும் இழிவுக்கும் உள்ளாயின. ஏறத்தாழ நூறு கூத்தாடிகள், விஸில் அடித்துக் கொண்டும் வெறித்தனமாக ஊளையிட்டுக் கொண்டும், நரம்புக் கருவிகளையும் குழல்வடிவக் கருவிகளையும் வாசித்துக்கொண்டும் பேரிகைகளைக் கொட்டிக்கொண்டும் திடீர்ப் பிரவேசம் செய்வதைக் கண்ட வீட்டுக்காரன், திகைப்படைந்தான். அவர்களது கொம்மாளத்தையும் இளித்தலையும் கண்டு, அந்தத் தெய்வபயமுள்ள வீட்டுக் காரனுக்கு மயிர்குத்திட்டது. பீட்டரின் உயரத்திலிருந்தும் ஆடையிலிருந்தும் அவனை அடை யாளம் கண்டு கொண்டனர். பீட்டர் டச்சுக்கப்பல் தலைவனது உடை அணிந்திருந்தான். துணியில் தைத்த அகன்ற காலுடையை முழங்கால் மூட்டில் கட்டிக்கொண்டும், துருக்கியனைப் போல் மிதியடிக் கட்டையும் வட்டவடிவக் குல்லாயும் தரித்துக் கொண்டும் பீட்டர் வருகை தந்தான். அவனது முகத்தில் வண்ணம் ஏற்றிய கைக்குட்டையைக் கட்டியிருந்தான்; அல்லது நீண்ட பொய்மூக்கால் அணி செய்து கொண்டிருந்தான்.

இன்னிசைக்கும் இரைச்சலுக்கும் சிரிப்புக்கும் குறைவு இல்லை. அந்தக் கூத்தாடிகள் அந்தஸ்தை மதிக்காது மேஜையருகே கூடிக் கோசுக்கீரையும் வெந்த முட்டைகளும் காரமிட்ட இறைச்சியும் வேண்டுமென்று கட்டளையிட்டனர்; மிளகும் வாட்காவும் தரும்படி ஆணையிட் டனர்; நடன மகளிர்வந்து ஆட வேண்டுமென்றனர். வீடே தலைகீழாகப் புரண்டது என்னலாம்! வேர்த்துக் கொட்டிய அறைகளில் புகையிலைப் புகை நிறைந்தது. அவர்கள் புத்தி பேதலிக்கும் வரையில் குடித்தனர். வீட்டுக்காரன், தம்மைப் போல் இருமடங்கு குடிக்க வேண்டுமென்று வற்புறுத்தினர். அவனால் முடியாவிட்டால், வன்முறையாக வாயில் ஊற்றி விழுங்கச் செய்தனர்.

இந்தக் கிறிஸ்துமஸ் வேடிக்கை பெரிய பயங்கரமாக இருந்தது. எனவே, இந்தக் கிறிஸ்துமஸ் விழாவுடன் தமது வாழ்நாட்கள் இறுதி காணப்போவது மாதிரி வீட்டுக்காரர்கள் மனத்தைத் திடப்படுத்திக் கொண்டார்கள்.

வசந்த காலத்தில்தான், நிலைமை சற்று சீர்திருந்தியது. பீட்டர் ஆர்க்கேஞ்சலுக்குப் போய் விட்டான். டச்சு வியாபாரிகளான வான்லெய்டனும், ஹென்ரி பெல்ட்டன்பர்க்கும் மீண்டும் அங்கு வந்து சேர்ந்தனர். அவர்கள் முந்திய வருஷம் வாங்கியதைப் போல் இருமடங்குப் பொருட் களை வாங்கினார்கள். அவர்கள் அரசாங்கத்திடமிருந்து, உப்பிலிட்டுக் காயவைத்த உயர்தர மீன் வகைகளையும், 'ஸாமன்' மீன்களையும், கம்பளங்களையும், மீன் பசையையும், ஸில்க்கையும் வாங்கினார்கள்; முன்போலவே, கீலும், நார் இயல்பொருளும் முரட்டு லினனும் பொட்டாஷ் உப்பும் வாங்கினர். கைத்தொழில் வினைஞர்களிடமிருந்து அவர்கள் தோல் பொருட்களையும், எலும்புகளில் செதுக்கப்பெற்ற பொருட்களையும் வாங்கினர். தூலா தளவாட உற்பத்தி சாலையை அன்னியனிடமிருந்து வாங்கியிருந்த லியோநாரிஷ்கின், அணிகள் செதுக்கப்பெற்ற எஃகுக்கருவிகளை டச்சுக்காரர்களிடம் விலை பேசினான். ஆனால் அவன் கூடுதலாக விலை கூறியதால் அவர்கள் வாங்க மறுத்தனர்.

வசந்தகாலம் தொடங்குவதற்கு முன்னால், அவர்கள் ஆறு கப்பல்களில் சரக்குகளை வாங்கி ஏற்றிவிட்டனர். வடகடலில் பனிப்பாறைகள் இடம் பெயர்வதற்குக் காத்திருந்தனர். திடீரென்று, டச்சுக்காரர்களின் வேண்டுகோளுக்கு இணங்க, லிபோர்ட் பீட்டரிடம் ஒரு யோசனை சொன்னான். அதாவது ஆர்க்கேஞ்சலுக்குச் சென்று கடலில் செல்லும் உண்மையான கப்பல் களைக் காண்பது நலம் பயக்கும் என்றான். அடுத்த தினமே, தூதர்கள் கிளம்பினர். வாலோக்டா

சாலை வழியே சென்று கவர்னர்களுக்கு உத்திரவுகளைச் 'சதாரா' செய்ய விரைந்தனர். பீட்டர் தனது வாடிக்கையான பரிவாரத்துடன் கிளம்பினான்; நிகிடா ஸோடோவும், இரண்டு ஒப்பனை அரசர்களும் அவர்களது உழையர் குழுவினரும் லிபோர்ட்டும் பீட்டருடன் சென்றனர். மேலும், அரசாங்க விவகாரங்களில் அனுபவம் மிகுந்தவர்களான வினியஸ் என்ற அரசவைக் குமாஸ் தாவையும் போரிஸ் கோலிட்ஸின்னையும் டிதரோயிகுரோவையும் காலஞ்சென்ற ஜார் பியோடரின் மைத்துனனான அப்ராக்ஸின்னையும் துணிவுள்ள அலெக்ஸாண்டர் மென்ஷி கோவின் தலைமையில் ஐம்பது சிப்பாய்களையும் அவன் அழைத்துச் சென்றான்.

அவர்கள் வாலோக்டாவை நெருங்கினார்கள். ஸ்தல பாதிரிகளும் வாணிகர்களும் நகரத்தின் வெளிப்புறத்திலேயே பீட்டர் குழாத்தினரை வரவேற்றனர். ஆனால் பொறுமையிழந்த பீட்டருக்கு இதில் நாட்டமில்லை. அதேநாளில் அவன் தன் குழாத்துடன், ஏழு துடுப்பினால் தள்ளும் படகுகளில் ஏறி, ஸுஹோன் வழியாக உஸ்துக் பள்ளத்தாக்கை அடைந்தான். அங்கிருந்து வடக்குத் திவினா வழியாக ஆர்க்கேஞ்சலுக்கு ஏகினான்.

இத்தகைய வெள்ளப் பெருக்கெடுத்தோடும் பெருநதிகளையும் அளவு தெரியாத காடுகளையும் பீட்டர் இப்பொழுதே முதன்முதலாக நோக்கினான். கண் முன்னால், எல்லை தெரியாத அளவுக்கு நிலம் விரிந்து கிடந்தன. தாழ்வான மேகங்கள் விண்ணில் சஞ்சரித்தன. படகுகள் நெருங்கினவுடன், நீர்ப்பரப்பிலிருந்து பறவைக் கூட்டங்கள் மேல்நோக்கிப் பறந்தன. விசை மிகுந்த பேரலைகள் படகுகளின் புறங்களைத் தாக்கின. பாய்கள் காற்றில் உப்பின. பாய்மரங்கள் கிரீச்சென்று ஒலித்தன. ஆற்றங்கரை மடங்கள் மணியடித்து நல்வரவு கூறின. இணங்காதாரின் துயில்காணா நயனங்கள், அடர்ந்த கானகங்கள் வழியே அந்திக் கிறிஸ்துவின் படகுகளை நோக்கின.

15

விரிப்பைப் பரப்பிய மேஜையில் இரண்டு மெழுகுவத்திகள் கசிந்துகொண்டிருந்தன. புதிதாக இழைக்கப்பெற்ற பலகைச் சுவரிலிருந்து பிசின் துளிகள் ஒழுகிக்கொண்டிருந்தன. அழுத்தித் துடைத்த தளத்தில், ஒரு மூலையிலிருந்து இன்னொரு மூலை வரையும், சாளரத்தி லிருந்து படுக்கை வரையும், ஈரமான அடிச்சுவடுகள் பதிந்திருந்தன. சேறான பூட்ஸுகள், ஒன்று அறையின் நடுவிலும் ஒன்று மேஜையின் கீழுமாகக் கிடந்தன. இதுவரை பழகாத சாரல்காற்று வெளியே வீசிக் கொண்டிருந்தது. இந்த வடபகுதியில் வசந்த காலத்தின் இரவுப் பொழுது குறைவு. இன்று கதிரவன் மறைந்தும் விண்மீன்கள் புலப்படவில்லை. அண்மையிலிருந்த கடற்கரை மீது அலைகள் மோதும் ஒலி கேட்டது.

பீட்டர் படுக்கை மீது அமர்ந்திருந்தான். அவனது கால்சட்டை முழங்கால் மூட்டு வரை ஈரமாயிருந்தது. முழங்கைகளை முழங்கால் மூட்டில் ஊன்றிக்கொண்டு, முகத்தைக் கரத்தில் தாங்கியவாறு, அவன் சாளரத்தை நோக்கினான்; ஆயினும் காட்சிப்புலன் எதையும் பதிவு செய்யவில்லை.ஒரு தடுப்புக்குப் பின்னால் இரு ஒப்பனை அரசர்களும் போட்டியிட்டுக் கொண்டு குறட்டை விட்டனர். மாஸியீவ் தீவில், ஜார் மன்னனுக்காக அவசரத்தில் கட்டப்பட்ட இந்த இல்லத்தில் எல்லோருமே உறங்கிக் கொண்டிருந்தனர். பகலில் அவர்களைப் பீட்டர் கசக்கிப் பிழிந்துவிட்டான்.

அவர்கள் பொழுது புலர்ந்த பொழுது ஆர்க்கேஞ்சலை அடைந்தனர். அவர்களில் அநேகர் இந்த வடகோடிப் பிரதேசத்துக்கு இதுவரை வந்ததில்லை. மேல் தட்டில் நின்றுகொண்டு, கருமுகில் திரள்களுக்குப் பின்னால் உதய காலத்து ஒளி பரவிய வினோதக் காட்சியைக் கண்டு களித்தனர். காட்டின் கரிய விளிம்புகளுக்கு மேல், சூரியன் மிகப்பெரிய வடிவில் தோன்றினான்; விண்ணை ஒளிமயமாக்கினான்; கடற்கரையையும் கற்பாறைகளையும் பைன்மரங்களையும் பிரகாசிக்கச் செய்தான். திவினாவின் வளைவை நோக்கிப் படகுகள் சென்றன. அந்த வளைவைச் சுற்றி, ஒரு நீண்ட கட்டிடம் தென்பட்டது. ஆறு ஸ்தூபிகளும் முன் சரிவுகளும் கிராதிகளும் உடையதாய்க் கோட்டை மாதிரி இருந்த அக்கொட்டாரம், அன்னியருக்குச் சொந்தமானது. அதில் நாற்கோண வடிவான முன்றிலில், வலுவான களஞ்சியங்களும் ஓடு வேய்ந்த கூரை உடைய திருத்தமான வீடுகளும் இருந்தன. மதில்களில் துப்பாக்கிகளும் சட்டிப்பீரங்கிகளும் தென் பட்டன. ஆற்றங்கரையில், சரக்குகளை ஏற்றி இறக்குவதற்கான வசதிகள் செய்யப்பட்டிருந்தன. மேலும், கரை மீது ஏராளமான சாக்கு மூட்டைகளும் சுமைகளும் பீப்பாய்களும் குவிக்கப் பட்டிருந்தன. அவற்றின் மீது பாதுகாப்புக்காக மேற்கட்டி அமைக்கப்பட்டிருந்தது. சரக்கு ஏற்றி இறக்குவதற்கான துறையில் இருபது கப்பல்கள் நங்கூரம் பாய்ச்சி நின்றன. மேலும் அறுபது கப்பல்கள் அப்பால் நின்றன. இந்தக் கப்பல்களது உயரமான பாய்மரங்களும், வலைப்பின்னல் போல் அமைந்த அவற்றின் கட்டுகளும், காடுமாதிரி தோற்றம் அளித்தன. வடிவங்கள் செதுக்கப்பெற்ற உயரமான கப்பற் பிற்பகுதிகள், காற்றில் ஊசலாடின. நீர்ப்பரப்பைத் தொடும் அளவுக்கு டச்சுக்கொடிகளும் ஆங்கிலேயர் கொடிகளும் ஹாம்பர்க் கொடிகளும் சாய்ந்திருந்தன. கப்பலின் இருபக்கங்களிலும், அகன்ற வெள்ளைப்பட்டைகளைச் சுற்றிக் கீல் பூசியிருந்தார்கள். பக்கத் துளைகள் வழியாகத் துப்பாக்கிகள் நீட்டிக்கொண்டிருந்தன.

வலதுபுறத்தில் - அதாவது கீழ்க்கரையில் - ஒரு மணி ஓசை செய்து நல்வரவு கூறிற்று. இந்தப்புறத்தில் பழைய ருஷியாவே காட்சி தந்தது என்னலாம். மணிக்கூண்டுகளும், அங்கும் இங்கும் சிதறிக் கிடந்த குடிசைகளும், வேலிகளும், எரு மேடுகளும்தாம் இப்புறத்தில் காட்சி தந்தன. கடற்கரைக்கு அருகே நூற்றுக்கணக்கான படகுகளிலும் தெப்பங்களிலும் கச்சாப் பொருட் களை நிறைத்திருந்தார்கள். அவற்றின் மீது உள் மரப்பட்டையில் முடைந்த பாயை மூடி யிருந்தார்கள். படகின் முன்புறத்தில் தன்னருகே நின்ற லிபோர்ட்டைப் பீட்டர் ஒரு கள்ளப் பார்வை பார்த்தான். எப்பொழுதும் போல் சொகுசாக உடை அணிந்திருந்த லிபோர்ட், பிரம்பால் தட்டினான். அவனது சிறிய மீசைக்குக்கீழ், ஓர் இதமான புன்னகை தவழ்ந்தது. உப்பிய கண்ணிமைக் கதுப்புகளிலும் ஒரு மலர்ச்சி தென்பட்டது. பொடி அப்பிய கன்னத்திலும் குழிவு விழுந்திருந்தது. பீட்டருக்குத் தன் உயிர்த்தோழனான பிரான்ஸிஸ்ஸின் முகத்தில் அடிக்கலாம் போலிருந்தது. பீட்டரின் காலடியில் அமர்ந்திருந்த அலெக்ஸாண்டரும் மான வெட்கமில்லாமல் தலையை ஆட்டினான்; ஏளனமாகக் கூச்சலிட்டான். ஐரோப்பியரது மேல்கரையோ, செல்வமும் சிறப்பும் மிக்கதாய், பொன்னையும் துப்பாக்கியையும் காட்டி அச்சுறுத்துவதாய், ஏளனமும் திகைப்பும் கலந்த நோக்குடன் கீழ்க்கரையை உற்றுப் பார்த்தது. எஜமானன் அடிமையைப் பார்ப்பது மாதிரி, நூறு ஆண்டுகளாகவே அது இவ்வாறு ஏற்றத்துடன் நோக்கி வந்தது.

அண்மையிலிருந்த கப்பல், புகைப்படலத்தைக் கிளப்பிக்கொண்டு கர்ஜனை செய்தது. அந்த முழக்கத்தில், மாதா கோயில்களது மணியோசை அமுங்கிவிட்டது. பீட்டர், துடுப்புத் தள்ளு வோரின் பாதங்களை மிதித்துக்கொண்டு ஓடினான்; மூன்று பவுண்ட் துப்பாக்கி அருகில் சென்று, எரிகயிற்றைச் சிப்பாயிடமிருந்து பிடுங்கினான். குண்டு வெடித்தது. ஆனால் அதை எப்படிக் கப்பல் துப்பாக்கியின் இடியோசையோடு ஒப்பிட முடியும்? ஜாரின் முகமனுக்கு விடைகூறும் வகையில், அன்னியர் கப்பல்கள் அனைத்தும் குண்டு வெடித்தன. அக்கப்பல்கள் புகைப் படலத்தில் மறைந்தன. ஆற்றங்கரைகள் ஆடிக்கொண்டிருப்பதாகத் தோன்றியது. பீட்டரின்

கண்கள் பேரொளியை உமிழ்ந்தன. ''அருமை! அருமை'' என்று அவன் வியந்து கூறிக் கொண்டேயிருந்தான். இளம்பருவத்தில் அவன் படித்த புத்தகங்களிலிருந்த படங்கள் உயிர்த்து எழுந்துவிட்டனவாக அவனுக்குத் தோன்றியது. புகை நீங்கியபின், இடது கரையிலிருந்த துறையில், அன்னியர்கள் தொப்பியை ஆட்டிக்கொண்டு நின்றதை அவன் கண்டான். வான் லெய்டனும் பெல்ட்டன்பர்க்கும் அவ்வாறு வணங்குவதைக் கண்ட பீட்டர், தன் சிரத்திலிருந்த மும்முனைத் தொப்பியை எடுத்து உல்லாசமாக ஆட்டிக் கொண்டே, வாழ்த்துரை கூறினான். ஆனால் அப்ராக்ஸின், ரோமோடானோவ்ஸ்கி, வினியஸ் ஆகியோர் விறைப்பாய் நிற்பதைக் கண்டவுடன் அவன் ஆத்திரமடைந்து வேறு திசையில் திரும்பினான்.

இப்பொழுது, அவன் படுக்கையில் அமர்ந்து, வெளியிலுள்ள அந்தி ஒளியை நோக்கினான். கூகுய் பேட்டையில் உள்ள அன்னியர்கள் அவனுக்குக் கீழ்ப்படிந்து நடந்து கொண்டனர். ஆனால் இங்கு எஜமானன் யார் என்பது தெளிவாயில்லை! அந்தக் கடல்நடுங்கச் செல்லும் கப்பல்களின் அருகே அவனது படகுகள் அற்பமாகத் தோன்றின! என்ன அவமானம்! எல்லோருமே இதை உணர்ந்தனர். இந்த இழிவை எண்ணிய பாயர்களுக்கு முகம் கறுத்தது. கரையில் நின்ற வினயமான அன்னியர்களும், மேல்தளத்தின் பிற்பகுதியில் நின்ற கப்பல் தலைவர்களும், கடற்காற்றில் அடிபட்ட மாலுமிகளும், இந்தத் துர்ப்பாக்கியமான நிலைமையைப் புரிந்துகொண்டனர். என்ன மானங்கெட்ட நிலைமை!...... எவ்வளவு பரிகசிக்கத்தக்க நிலைமை!...... பாயர்களுக்கு - லிபோர்ட்டுக்கும்கூடத்தான் - தம் கௌரவத்தைக் காப்பாற்றிக் கொள்வதிலேயே குறி. பீட்டர் என்ன எண்ணுகிறான் என்பது எவருக்குத் தெரியும்? அவர்கள் மமதையோடு நடந்து கொண் டனர். சகல ருஷியாக்களுக்கும் ஜாராக விளங்கும் பேரரசனுக்கு ஒரு சில வர்த்தகக் கப்பல்களைக் காண்பதில் அக்கறை ஏதும் இருக்க முடியாது என்று காட்டிக்கொண்டனர். தேவைப்பட்டால் அவரே இத்தகைய கப்பல்களைக் கட்டிக்கொள்ள முடியுமென்றும், இது ஒரு பெரிய விஷயமல்லவென்றும் சொல்வதுபோல் நடந்துகொண்டனர். 'எதிர்காலத்தில், இந்தக் கப்பல்கள் வெண்கடலில் பிரவேசிப்பதை அவர் விரும்பாவிட்டால் தடை செய்து விடலாம்; ஏனென்றால் அந்தக் கடல் ருஷியாவுக்குச் சொந்தம். அப்பொழுது இந்த அன்னியர்கள் நிர்க்கதியாக நிற்பார்கள்' என்று சொல்லிக் காட்டுவது மாதிரி அவர்கள் நடந்துகொண்டனர். இத்தகைய ஜம்பத்தால், கௌரவத்தைக் காப்பாற்றி விடலாமென்று அவர்கள் மனப்பால் குடித்தார்கள்.

பீட்டர் நேராக வந்திருக்காவிட்டால், அநேகமாக அவனும் இந்த மமதைக்கு அடிமை யாகியிருப்பான். ஆனால் மேனாட்டார் விஷயமாகப் புன்னகை செய்தபொழுதே செருக்கோடும் ஏளனத்தோடும் நோக்கிய காட்சியை அவன் மறக்கவில்லை. நரைத்த தாடி உடைய பல்விழுந்த மாலுமி முதல் ஸ்பானிஷ் வெல்வெட் ஆடை அணிந்த வாணிகன் வரை சகல மேனாட்டினருமே விரயத்தின் திரைமறைவில் வீறாப்புக்காட்டினார்கள். அதோ, அங்கே, கப்பலின் உயரமான பிற்பகுதியில், விளக்குக்கு அருகில், கட்டை குட்டையான ஆள் நிற்கிறான்; மாநிறம்; கண்டிப் பான தோற்றம்; பொன்னிறக் கேசம்; தொப்பியில் தீக்கோழி இறகு; ஸில்க் காலுறை. அவனது இடதுகையால் இடுப்பில் அழுத்திய தொலைநோக்கிக் கண்ணாடியைப் பிடித்துக்கொண்டிருக் கிறான். வலதுகரத்தில் பிரம்பைப் பிடித்திருக்கிறான். இவன் பல கடல்களில் கடற்கொள்ளைக் காரர்களோடும் அவர்களது கப்பல்களோடும் போராடிய காப்டன். உயர்ந்த இடத்தில் நின்ற அவன், அருவருப்பான படகில் அமர்ந்திருக்கும் நெட்டையான இளைஞனை - காட்டு மிராண்டிகளது அருவருப்பான அரசனை - தலைகுனிந்து நோக்குகிறான்! இவ்வாறுதான், துப்பாக்கிகளில் தெறிகுண்டுகளை அடைக்கும்படி கட்டளையிட்டுவிட்டு, மடகாஸ்கரிலும் பிலிப்பைன்ஸ் தீவுகளிலும் நோக்கியிருப்பான்!

ஆசியாக்காரனுக்கு உரிய தந்திரம் கைவரப்பெற்ற பீட்டர், இந்த அன்னியர்களிடம் எப்படி நடந்து கொண்டால் அவர்களைக் கவர்ச்சிக்க முடியும் என்பதை அறிந்து கொண்டான்.

அவர்களை வியக்கச் செய்ய வேண்டும்; ஜாராக இருப்பதைப் பற்றிச் சிறிதும் பொருட்படுத்தாத அற்புத அரசன் இவன் என்று அவர்கள் பேசிக்கொள்ள வேண்டும். அதற்கேற்ற வகையில், எடுப்பாக நடப்பதென்று அவன் தீர்மானித்தான். பாயர்கள் ஜம்பமாக நடந்துகொள்ளட்டும்; அதுவும் நல்லதுதான். ஆனால் அவன், பெரியஸ்லாவ் கப்பற்படையில் கப்பலோட்டியாக விருந்த பீட்டராகவே நடந்துகொள்வான். ''நாங்கள் உழைப்பாளிகள். ஏழைகளாயிருந்தாலும் புத்திசாலிகள். எப்படிச் செய்வது என்பதைக் கற்றுக்கொடுங்களென்று வேண்டிக்கொள்ள நாங்கள் வந்திருக்கிறோம்'' என்று பேசும் முறையில் அவர்களிடம் நடந்துகொள்வதென்று முடிவு செய்தான்.

படகைக் கரைக்குத் தள்ளும்படி உத்திரவிட்டான். கரையை நெருங்குவதற்கு முன்னால், எல்லோருக்கும் முன்னதாக, முழங்கால் அளவுத் தண்ணீரில் குதித்தான். துறையில் ஏறி லெய்டன்னையும் பெல்ட்டன்பர்க்கையும் தழுவிக்கொண்டான். மற்றவர்களுடன் கைகுலுக்கி விட்டு அவர்களை முதுகில் தட்டிக்கொடுத்தான். ஜர்மானியச் சொற்களையும் டச்சுமொழிச் சொற்களையும் கலந்து, அவர்களிடம் தன் பிரயாணத்தைப் பற்றி எடுத்துரைத்தான். படகுகளில் பாயர்கள் சிலைபோல் நின்றனர். பீட்டரோ, அந்தப் படகுகளைச் சுட்டிக்காட்டிச் சிரித்தான்; ''உங்களது தேசங்களில் இம்மாதிரியான எளிய படகுகளைக் கனவில்கூடக் கண்டிருக்க மாட்டீர்கள்'' என்று அந்த அன்னியர்களிடம் கூறினான்; பல துப்பாக்கிகளுடன் கூடிய அன்னியர் கப்பல்களை உயர்வுநவிற்சியாகப் புகழ்ந்தான்; பாதங்களால் ஓங்கி மிதித்தான்; மெலிந்த தொடைகளைத் தட்டிக்கொண்டான். ''இம்மாதிரி இரண்டு கப்பல்கள் நம்மிடம் இருந்தால்!'' என்று வியந்து கூறினான். போகிற போக்கில் ஆர்க்கேஞ்சலில் உடனடியாகக் கப்பல் கட்டும் துறை அமைக்கப்போவதாகவும் சொல்லி வைத்தான். ''நானே கொஞ்சம் தச்சுவேலை செய்வேன். சுத்தியலை எடுத்து ஆணி அடிக்கும்படி என் பாயர்களையும் கட்டாயப்படுத்துவேன்'' என்று கூறினான்.

தன் பேச்சைக் கேட்டவுடன் வஞ்சகப் புன்னகைகள் மறைந்ததைப் பீட்டர் ஓரக்கண்ணால் நோக்கி உணர்ந்தான். உண்மையில், கண்ணியமான வாணிகர்கள் திகைத்துவிட்டனர். இம்மாதிரி ஒரு காட்சியை அவர்கள் இதற்குமுன் கண்டதில்லை. அவர்களுடன் உண்பதற்குத் தானே முன்வந்தான் பீட்டர். ''நல்ல விருந்து வைத்து உபசரித்தீர்களானால், நாம் அனுகூலமான பேரங்களை முடிக்கலாம்'' என்று கண்ணைச் சிமிட்டிக்கொண்டே பீட்டர் கூறினான். அதன்பின் அவன் படகில் ஏறி, மாஸியீவ் தீவில் தனக்காகப் புதிதாகக் கட்டப்பட்டுள்ள வீட்டிற்கு வந்தான். கவர்னர் மாட்வியீவ் அவனைப் பயபக்தியுடன் சந்தித்து வணங்கியபொழுது, பீட்டர் முற்றிலும் வேறுவிதமாக உரையாடினான். அரைமணி நேரம் கழிந்தவுடன், பீட்டர் மாட்வியீவை ஆத்திரத் துடன் வீட்டிலிருந்து வெளியே தள்ளினான். (வரும் வழியிலேயே, மாட்வியீவ் அன்னியரிடம் பணம் பிடுங்குவதாகச் சேதி கிடைத்தது.) அதன்பின் பீட்டர் லிபோர்ட்டையும் அலெக் ஸாண்டரையும் அழைத்துக்கொண்டு போய்க் கப்பல்களையெல்லாம் பார்வையிட்டான். மாலையில் அவர்கள் அன்னியர் குடியிருப்பில் விருந்துண்டனர். ஆங்கில மாதருடனும் ஜர்மானிய மாதருடனும் நடனமாடிய வேகத்தில், அவனது குதிகால்கள் பெயர்ந்து விட்டன. ஆம், அந்த அன்னியர்கள் தம்வாழ்வில் இவனைப் போன்ற ஒருவனைக் கண்டதேயில்லை.

இப்பொழுது, உறக்கமில்லாது பொழுது கழிந்துகொண்டிருந்தது. அவன் அன்னியர்களை வியப்படையச் செய்வதில் வெற்றி அடைந்துவிட்டான் என்பது மெய். ஆனால் அதனால் என்ன பயன்? ருஷியா முன்போலவே தூங்கு மூஞ்சியாகவும் பரம ஏழையாகவும் ஒடுங்கிக் கிடந்தது. இந்த இழிவை மக்களுக்கு உணர்த்த முடியுமா? முடியாது. பணம் படைத்தவர்களும் அதிகாரத் திலுள்ளவர்களுமே அவமானத்தை உணர முடியும். இந்த விஷயத்தில் ஜனங்களை எப்படித் தட்டி

எழுப்புவது? அவர்களை விழிப்படையச் செய்வது எப்படி? அதுதான் விளங்கவேயில்லை. அவர்கள் மானிடர்கள்தானா? அல்லது ஆயிரம் ஆண்டுகள் கண்ணீரும் செந்நீரும் சிந்தியபின், நீதியிலும் இன்ப வாழ்விலும் இருந்த நம்பிக்கையை இழந்துவிட்டுப் பாசிக்குள் மூழ்கிய மரத்தைப் போல் அழுகிக் கொண்டிருந்தார்களா?

இத்தகைய தேசத்தின் ஜாராக அவன் ஏன் பிறந்தான்?

இலையுதிர் காலத்தில் ஓர் இரவில், அவன். அலெக்ஸாண்டரிடம் கூறியது நினைவுக்கு வந்தது. பனிக் காற்று மூச்சை அடைக்க, "இங்கு ஜாராயிருப்பதைக் காட்டிலும் ஹாலந்தில் தொழில் பயிற்சி பெறுவோனாக இருப்பது மேலானது" என்று அவன் அப்பொழுது கூறினான். ஆனால் அதன்பின், இத்தனை ஆண்டுகளில், அவன் என்ன செய்தான்? ஓர் இழவும் இல்லை. கோமாளிக் கூத்தைத்தான் நடத்தினான். வாஸிலி கோலிட்ஸின்னாவது கருங்கல் வீடுகளைக் கட்டினான்; அவப்பேறுக்குரிய படையெழுச்சிகளையாவது நடத்தினான்; போலந்துடன் பேச்சு வார்த்தை நடத்தி சமாதான ஒப்பந்தம் செய்து கொண்டான். தன் இதயத்தைக் கூரிய நகங்கள் கிழித்துத் துன்புறுத்துவதைப் போலப் பீட்டருக்குத் தோன்றியது. அந்த அளவுக்கு ருஷியர்களது அவல நிலையை எண்ணி வெறுப்புற்று வருந்தினான்; சுய திருப்தியுடன் கூடிய வாணிகர்களது நிலையுடன் ஒப்பிட்டுப் பொறாமை கொண்டான். அவர்கள் தமது சுதந்திரக் கப்பல்களது பாய்களைப் பரப்பி, அற்புதமான தேசங்களிலுள்ள தத்தம் இல்லத்துக்குச் செல்வார்கள். அவனோ, அழுக்கடைந்த மாஸ்கோவுக்குத்தான் திரும்ப வேண்டும். அவன் ஏதாவது ஒரு பயங்கரமான உத்திரவைப் பிறப்பித்துப் பறை சாற்றலாமா? ஏராளமான ஜனங்களைத் தூக்கிலிடும்படியும் கசையால் அடிக்கும்படியும் உத்திரவிடலாமா? யாரைத் தூக்கிலேற்றுவது? யாரைக் கசையால் அடிப்பது? விரோதி கண்ணுக்குப் புலனாகாதவனாயிருக்கிறான்; கைப் பிடியில் சிக்காதவனாயிருக்கிறான்; இங்கு அங்கு எனாதபடி எங்கும் நீக்கமற நிறைந்திருக்கிறான்; அவனுக்குள்ளேயே இருக்கிறான்!

பக்கத்துச் சிறு அறையின் கதவைப் பீட்டர் வேகத்தோடு திறந்தான்.

"பிரான்ஸிஸ்!" என்ற விளியைக் கேட்டதும் லிபோர்ட் பெஞ்சியிலிருந்து துள்ளி எழுந்து புடைப்பான கண்களால் வெறுத்து நோக்கினான். "தூங்குகிறீர்களா? இங்கு வருக" என்றான் பீட்டர்.

மேல் சட்டை மட்டும் அணிந்திருந்த லிபோர்ட், பீட்டரின் படுக்கையில் அமர்ந்து வினவினான்:

"பீட்டர், உடல் நலமாயில்லையா? வாந்தி செய்ய வேண்டுமா?"

"இல்லை, அது இல்லை பிரான்ஸிஸ், நான் ஹாலந்தில் இரண்டு கப்பல்கள் வாங்க விரும்புகிறேன்."

"சரி. நல்ல முடிவு."

"மேலும் சில கப்பல்களை நாமே கட்டுவோம். நமது பொருட்களை நம் கப்பல்களிலே அனுப்புவோம்."

"நேர்த்தியான முடிவு."

"நீங்கள் வேறு யோசனை ஏதாவது கூறுகிறீர்களா?"

லிபோர்ட் திகைப்படைந்தவனாய்ப் பீட்டரது கண்களை நோக்கினான்.

எப்பொழுதும் போலவே, இப்பொழுதும், பீட்டரைவிடத் தெளிவாக அவனது சிக்கலான சிந்தனை ஓட்டத்தைப் புரிந்துகொண்டான். புன்னகை செய்தான்.

''சற்றுப் பொறுங்கள். கால்சட்டையை அணிந்துகொண்டு, புகைக் குழாய்களை எடுத்து வருகிறேன்'' என்றான். சிற்றறையில் உடை அணிந்தபொழுது, அவன் விசித்திரமான குரலில் மொழிந்தான்: ''பீட்டர், இதை நீண்ட காலமாக எதிர்பார்த்துக் கொண்டிருந்தேன். பெருஞ் செயல்களைச் சாதிக்க வேண்டிய வயதினை அடைந்து விட்டீர்கள்.''

''என்ன செயல்கள்?'' என்று பீட்டர் கத்தினான்.

''இன்றும் முன்மாதிரிகளாகத் திகழும் ரோமானிய மாவீரர்களைப் போல....'' என்று மொழிந்த லிபோர்ட், பொய்மயிரின் சுருள்களை நேர் செய்துகொண்டே திரும்பி வந்தான். ''அந்த வீரர்கள், போரில் புகழ் இருப்பதாகக் கருதினார்கள்'' என்றான்.

''யாருடன் சமர் செய்வது? மீண்டும் கிரீமியாவுக்குப் படை திரட்டிச் செல்வதா?''

''பீட்டர், கருங்கடலும் அஸோவ் கடலும் இல்லாது நீங்கள் வாழ முடியாது. கிரீமியாவின் கானுக்கு ருஷியர்கள் இன்னமும் கப்பம் கட்டுகிறார்களா என்று இன்று மாலை பெல்ட்டன்பர்க் என்னிடம் இரகசியமாகக் கேட்டான்'' என்று லிபோர்ட் சொன்ன பொழுது, பீட்டரின் கண்கள் விரிந்து சுருங்கின. ஊசிமுனை அளவுக்கு ஒடுங்கிய கண்மணிகளால் தொடர்ந்து பேசும் நண்பனை நோக்கினான். ''பீட்டர், பால்டிக் கடல் இல்லாமலும் நீங்கள் வாழமுடியாது. நீங் களாக அதைக் கைப்பற்றாவிட்டால், அதை வசப்படுத்தும்படி டச்சுக்காரர்கள் உங்களை நிர்ப் பந்திப்பார்கள். உங்களுக்குப் பால்டிக் கடலில் துறைமுகங்கள் இருந்தால், இன்று ஏற்றுமதி செய்வதைப் போல் பத்து மடங்கு ஏற்றுமதி செய்வோமென்று அவர்கள் கூறுகிறார்கள்'' என்றான் லிபோர்ட்.

''ஸ்வீடனுடன் சண்டையிடுவதா? உமக்குப் பைத்தியம் பிடித்துவிட்டதா? அல்லது விளையாட்டாகப் பேசுகிறீர்களா? உலகில் உள்ள எவராலும் ஸ்வீடனைத் தோற்கடிக்க முடியாது. இந்த நிலையில் நீங்கள்....''

''பீட்டர், அதை நாளைக்கே சாதிக்க வேண்டுமென்று நான் சொல்லவில்லை. என்னை ஒரு கேள்வி கேட்டீர்கள். அதற்கு நான் பதில் பகர்ந்தேன். பெரிய விஷயங்களில் குறியாய் நில்லுங்கள் என்கிறேன். சிறு விரோதிகளைத் தாக்கினால், உங்களது மணிக்கட்டைத்தான் புண்படுத்திக் கொள்வீர்கள் என்கிறேன்.''

16

''கவர்னர்களும் குமாஸ்தாக்களும் இதர அதிகாரிகளும் காலம் கடத்திக் காரியம் செய்வ தால், சகல வகைப்பட்ட தொழில்களும் பேரங்களும் பாதிக்கப்படுகின்றன. சகல நகரங்களிலு முள்ள வணிகர்களும் வணிகர் சங்கங்களும் கைத்தொழில் வினைஞர்களும் நஷ்டப்படு கிறார்கள்; நாசம் அடைகிறார்கள். மேற்சொன்ன அதிகாரிகள், சிங்கங்களைப் போலவும், ஓநாய்களைப் போலவும் எங்களைக் கபளீகரிக்கிறார்கள். ஜார் பேரரசரே, எங்களிடம் இரக்கம் காட்டுங்கள்....''

''கவர்னர்களுக்கு எதிராக இன்னொரு புகாரா?'' என்று பீட்டர் வினவினான். அவன் மேஜை ஓரத்தில் அமர்ந்து சாப்பிட்டுக் கொண்டிருந்தான். அப்பொழுதுதான், கப்பல் துறையிலிருந்து திரும்பி வந்தான். முழங்கை மூட்டு வரை சுருட்டிவிட்டிருந்த சட்டைக் கையைக் கூட இழுத்து விடவில்லை: அதில் கீல் பூசியிருந்தது. அவன் வறுத்த இறைச்சியையும் ரொட்டித்துண்டையும் விரைவாக மென்று கொண்டிருந்தான். அதேபொழுதில், டிவினாவின் வெண்மையான நீரோட்டத்தில் அங்கொன்று இங்கொன்றாக எழும் அலைகளது நுரைகளையும் மேஜையின் இன்னொரு ஓரத்தில் அமர்ந்திருந்த வினியஸ்ஸையும் மாறிமாறி நோக்கினான்.

வெள்ளை முகமும் கணிசமான தாடியும் பருத்த உடலும் உடைய வினியஸ் மாஸ்கோ விலிருந்து வந்த தபாலைப் படித்துக்கொண்டிருந்தான். அறிவார்ந்தவையாகவும் அகன்றவை யாகவும் உள்ள நீல விழிகள் மீது மூக்குக் கண்ணாடி அணிந்திருந்தான். சமீப காலத்தில், குறிப்பாக லிபோர்ட்டுடன் பீட்டர் உரையாடியதன்பின், தன் முன்னிலையில் மாஸ்கோ தபாலைப் படிக்க வேண்டுமென்று அவன் உத்திரவிட்டதிலிருந்து, வினியஸ் முக்கியமான பாத்திரம் வகிக்கத் தொடங்கினான். இதற்கு முன்னால், டிரோயிகுரோவ்தான் தபால்களைக் கவனித்தான்; அவற்றில் பீட்டர் தலையிடவில்லை. ஆனால் இப்பொழுது, பீட்டர் தபால்களைப் படிக்கச் செய்து நேரில் கேட்க விரும்பினான். அதற்கு நேரம் இல்லாததால், அவன் உணவு அருந்தியபொழுது, கடிதங்கள் வாசிக்கப்பட்டன. அவன் நாளெல்லாம், கப்பல்களில் வந்த விதேசித் தொழிலாள ருடன் துறையில் வேலை செய்தான். அவன் தச்சனாகவும் கொல்லனாகவும் வேலை செய்வதைக் கண்ட அன்னியர்கள் வியந்தனர். அவன் அவர்களிடம் ஒவ்வொன்றைப் பற்றியும் ஆவலோடு கேள்வி கேட்டான். ஒவ்வொருவருடனும் சண்டை போட்டான். இப்பொழுதே, நூறு தொழி லாளர்கள் துறையில் வேலை செய்தனர். அவர்களைக் கிராமங்களில் தேடிப்பிடித்துக் கொணர்ந் தனர். அவர்கள் இஷ்டப்பட்டு வந்தால், கௌரவமாக இட்டுவரப்பட்டனர்; சம்பளமும் கொடுக்கப்பட்டது. இந்த வேலைக்கு வரமறுத்தவர்கள் அவமதிப்புக்கு ஆளாயினர்; விலங்கு மாட்டப்பெற்ற நிலையில் துறைக்கு வந்தனர்; எனவே அவர்களும் வேலை செய்ய வேண்டியதாயிற்று.

பகலுணவு நேரத்தில், பீட்டர் ஓநாய்ப் பசியுடன் மாஸியீவ் தீவுக்குத் திரும்பி வந்தான். ஜாரின் கையொப்பத்துக்காக வந்துள்ள உத்திரவுப் பத்திரங்களையும், மனுக்களையும், புகார்களையும், கடிதங்களையும், வினியஸ் வீறார்ந்த குரலில் படித்தான்: ''ஆணைத் திருமுகங்களது பகட்டான வாசகம், தொன்மையின் வறட்சிக்கு எடுத்துக்காட்டாயிருந்தது. புகார்களோ, கதியற்ற அடிமைகளது துன்ப துயரத்தை எடுத்துரைத்துப் புலம்பின. வாழையடி வாழையாக நின்று நிலைத்துள்ள ருஷிய அதிகாரவர்க்கம் பொய்யுரைத்தது; திருடியது; ஒடுக்கியது; பண்டை வழக்கான எழுத்துக்களில் அறிக்கை எழுதி இந்தத் தீம்புகளைத் திரையிட்டு மறைத்தது. மறுபுறத்தில், உயிர்ப்பற்ற மக்கட்கூட்டம் பேனுக்கும் கரப்பானுக்கும் இரையாகித் தவித்து முனங்கியது.''

''கவர்னரைப் பற்றிய புகார்தான்; மீண்டும் ஸ்டீபன்ஸுஹோடின்னைப் பற்றி'' என்று வினியஸ் விடை தந்தான்.

அவன் மூக்குக் கண்ணாடியை நேர் செய்துகொண்டு, குஸ்குர் மாகாணத்தின் கவர்னருக்கு எதிரான சோக மயமான கூக்குரலைப் படித்தான். ''அந்த ஸுஹோடின், தன் நலனுக்காக வரிவிதித்து வர்த்தகத்தை அழித்துக்கொண்டிருந்தான். அவன் வர்த்தகர்களையும் நகர மக்களை யும் தன் வீட்டில் சிறைப்படுத்திக் கம்பால் அடித்தான்; இதன்மூலம் ஒரு நிரபராதியைக் கொன்று விட்டான். தனக்குப் பொருள் திரட்ட வேண்டுமென்பதற்காகச் சரக்கு ஏற்றிய தொடர்

வண்டிகளுக்குச் சுங்கம் வசூலித்தான். குளிர்காலத்தில் வாகனுக்கு எட்டு கோபெக் வீதமும், கோடையில் தோணிக்கு நான்கு கோபெக் வீதமும் வரி வசூல் செய்தான். பணம் படைத்த தொழிலதிபனான ஸிமீவ் என்பவனைப் பெட்டியில் வைத்துப்பூட்டி, அவன் திக்குமுக்காடிச் சாகாமல் இருப்பதற்காகப் பெட்டி மூடியில் துளைகள் செய்து, சித்திரவதை செய்தான். அவன் நிலவரியையும் உள்நாட்டுப் பொருள் வரியையும் வசூலித்துத் தானே எடுத்துக்கொண்டான். யாராவது தன்னை எதிர்த்தும் புகார் செய்தால், குஸ்குர் மாகாணத்தையே அழித்து விடுவேன் என்று மிரட்டினான்.''

''அந்த நாயைக் குஸ்குர் சந்தையில் தூக்கிலிட வேண்டும்! உத்திரவை எழுது!'' என்று பீட்டர் கத்தினான்.

வினியஸ் அவனைக் கண்டிப்பாக நோக்கியவாறு கூறினான்:

''ஒரு மனிதனைத் தூக்கிலிடுவதற்கு நேரம் பிடிக்காது. ஆனால் இவர்களுக்குப் புத்தி கற்பிக்க அது உதவாது. பீட்டர் அலெக்ஸிவிச், எந்தக் கவர்னரையும் ஈராண்டுக்கு மேல் பதவியில் வைக்கக் கூடாதென்று நான் ரொம்ப நாட்களாகச் சொல்லிக்கொண்டு வருகிறேன். அதற்குமேல் இருந்தால், அவர்களுக்கு இடம் பழகி விடுகிறது. நெளிவு சுழிவுகளைக் கற்றுக்கொண்டு விடு கின்றனர். புதிய கவர்னராயிருந்தால், குறைவாகத் திருடுவான். பீட்டர் அலெக்ஸிவிச், நீங்கள் முதன் முதலில் வியாபாரிகளுக்குப் பாதுகாப்பு அளிக்க வேண்டும். அவர்கள் மீதுள்ள தாள முடியாத சுமையை நீக்கி விட்டால், உங்களுக்கு ஏராளமாகக் கொடுத்து உதவுவார்கள். பார்க்கப் போனால், இரண்டு ஜதை மரப்பட்டை ஜோடுகளைச் சந்தைக்குக் கொண்டு வருவதற்குக்கூட அஞ்சுகிறார்கள். ஏன்? அவர்களைப் பிடித்து அடிப்பார்கள்; அவர்களிடமுள்ள பணத்தையும் பறித்துக்கொள்வார்கள். வியாபாரிகளிடமிருந்து செல்வத்தைப் பெறாவிட்டால், வேறு யாரிடமிருந்து பெறுவீர்கள்? பிரபுக்களிடமிருந்து ஒன்றும் கிடைக்காது. அவர்கள் தம்மிட முள்ளதையெல்லாம் உண்டு கொழுக்கிறார்கள். விவசாயியிடமோ எலும்பும் தோலுமே எஞ்சி உள்ளன. இதைக் கேளுங்கள்.''

வினியஸ், அந்தக் காகிகதங்களில் ஒன்றைத் தேடி எடுத்துப் படிக்கத் தொடங்கினான்:

''... ... ஆண்டவன் சித்தம் அவ்வாறு இருப்பதால், எங்களது அறுவடை எப்பொழுதுமே குறைவாயுள்ளது; உறைபனி எங்களது வயல்வெளிகளை நாசம் செய்யாத வருடம் இல்லை. ஆகக் கூடி, இன்று எங்களிடம் ரொட்டி இல்லை; விறகு இல்லை; கால்நடை இல்லை. தாங்க முடியாத குளிராலும் பசியாலும் அழிந்துகொண்டிருக்கிறோம். ஜார் அவர்களே, எங்களது ஏழ்மை நிலையை உணர்ந்து இரக்கம் காட்டுங்கள். எங்களை விடுவரிமுறைக்கு மாற்ற வேண்டு மென்று உத்திரவிட்டு, உதவி செய்யுங்கள். நாங்கள் இல்லாக் கொடுமைக்கு ஆளாகி நிர்க்கதியாக விருப்பதால், நிலப்பிரபுவுக்குப் பன்றி இறைச்சியும் ஆட்டிறைச்சியும் கோழிகளும் இதர தீவனங்களும் கொடுக்க முடியவில்லை. நாங்கள் பன்றி தின்னும் செடிகளை உண்டு காலம் தள்ளுகிறோம்; அதனால் உடலெல்லாம் வீங்கித் துன்பமடைகிறோம். எங்களிடம் கருணை காட்டுங்கள்!''

இதைக்கேட்ட பீட்டர் சினந்து உலோகத் துண்டால் சிக்கிமுக்கிக் கல்லைத் தேய்த்த பொழுது, அவனது விரலில் வெட்டுப்பட்டு இரத்தம் சிந்தியது. புகைக் குழாயில் தீப்பற்றிய வுடன், அவன் புகையை நன்றாக இழுத்தான். அமுக்குப் பிசாசுமாதிரி நாட்டைப் பற்றியுள்ள இந்தத் தொன்மையான பீடையை எண்ணி மனங்குமைந்தான். விண்ணில் சஞ்சரித்த மேகங் களைச் சிதறடித்துக்கொண்டு, சூரியன் பேரொளி செய்தான். நீலமாகிவிட்ட நதி வெள்ளத்தில்

கதிரவனது பிரதிபிம்பம் நடனமாடியது. நதியின் அக்கரையில், கப்பலைச் செப்பனிடும் சாய்வு தளத்தின் அருகே, ஒரு புதிய கப்பலின் விலாப்புறம் தென்பட்டது. கோடரிகள் வெட்டின; ரம்பங் கள் அறுத்தன; புகையிலை, கீல், மரத்தூள், ஹெம்ப் என்ற மஞ்சி பொருளில் செய்த கயிறு ஆகிய வற்றின் மணமெல்லாம் காற்றில் கலந்து பரவின. கடற்காற்று இதயத்தில் புத்துணர்ச்சி ஊறச் செய்தது. ''பீட்டர், ருஷியா ஒரு பயங்கரமான தேசம். அதைத் தலைகீழாக மாற்றிப் புனரமைக்க வேண்டும்'' என்று அன்றொரு நாள் இரவில் லிபோர்ட் சொன்னது பீட்டரின் நினைவில் பட்டுத் தெறித்தது.

''வெளிநாடுகளில் ஜனங்கள் திருடுவதில்லை, கொள்ளையடிப்பதில்லை. அவர்கள் வேறு வகையினரா?'' என்று பீட்டர், கண்களைச் சுருக்கி நதியை நோக்கியவாறு வினவினான். வினியஸ் பதிலுரைத்தான்:

''அந்த ஜனங்களும் நம் ஜனங்களைப் போன்றவர்கள்தான். பீட்டர் அலெக்ஸிவிச். ஆனால், அங்கெல்லாம் களவினால் ஆதாயம் கிடைப்பதில்லை. நேர்மை வழியில் அதிகமான ஆதாயம் கிடைக்கிறது. அவர்கள் வியாபாரிகளைப் பாதுகாக்கிறார்கள். வியாபாரிகள் தங்களைத் தாங்களே கவனித்துக் கொள்கிறார்கள். காலஞ்சென்ற ஜார் ஆட்சி செய்தபொழுது, என் தந்தை ருஷியா வுக்கு வந்தார். அவர் தூலாவில் ஒரு பாக்டரியைக் கட்டினார். நேர்மையாக உழைக்க விரும் பினார். அவர்கள் அதை அனுமதிக்கவில்லை. பல வகைகளில் தவக்கம்செய்தும் தடைகள் விதித்தும், அவரை அழித்தார்கள். அந்த நாட்டில், திருடனாயில்லாதவன் முட்டாளாயிருக்க வேண்டும். கௌரவம் என்பது மானமுள்ள வாழ்க்கையின் பயனாகக் கருதப்படவில்லை. பிறரைவிட உயர் நிலையிலுள்ளவனாகக் காட்டிகொள்வதே கௌரவமாக மதிக்கப்படுகிறது. எனினும், நம்மிடையிலும் புத்திசாலிகள் இருக்கிறார்கள்.''

வினியஸ்ஸின் வெண்மையான தடித்த விரல்கள் எதையோ பின்னுவதைப் போலத் தோன்றியது. அவனது கண்ணாடியில் கதிரவன் பிம்பம் விழுந்தது. அவன் இதமாகப் பேசினான்:

''வர்த்தகர்களைக் கௌரவியுங்கள். அவர்களைச் சகதியிலிருந்து தூக்கிவிடுங்கள். அவர்களிடம் அதிகாரத்தைக் கொடுங்கள். அவர்களது சொல்லே பிணையாகவிருக்கும். அவர்களை உறுதியாக நம்பலாம்.''

ஸிட்னி, வான்லெய்டன், லிபோர்ட் ஆகியோரும் இப்படித்தான் சொன்னார்கள். தன் பாதங்களை ஊன்றுவதற்குத் தகுதியான உறுதி வாய்ந்த நிலம் இதுவே என்று பீட்டர் எண்ணத் தொடங்கினான். இது சாதாரண விஷயமல்ல; மூன்று விளையாட்டுப் படைகளது விவகார மல்ல. அதிகாரம்பற்றிய பிரச்னை; அது நிலை கொள்வது சம்பந்தமான பிரச்னை. சாளரத்தின் அருகில் முழங்கையை ஊன்றிக்கொண்டு அவன் வெளியே நோக்கினான். நதியின் அலைகள் கதிரொளியில் எண்ணெய்போல ஒளி வீசின. நாவாய்க் குறட்டில், ஒருவன் சம்மட்டியால் ஓங்கி ஒடிப்பதைப் பீட்டர் கண்டான். ஓசையில்லாது அடி விழுந்ததாகத் தோன்றியது. ஏனெனில் அந்த ஓசை சிறிதுநேரம் சென்ற பின்னரே அவன் செவியில் விழுந்தது. பீட்டர் தெண்டத் தெண்ட விழித்தான். அவனது இதயம் நம்பிக்கையோடும் இன்பக் கிளர்ச்சியோடும் துடித்தது.

''வாலோக்டா வியாபாரியான ஸிகுலின் ஒரு மனுவுடன் வந்திருக்கிறான். அதை உங்களிடம் நேரில் சமர்ப்பிக்க விரும்புகிறான்'' என்று வினியஸ் எடுப்பாகவும் அழுத்தமாகவும் பேசினான்.

பீட்டர் தலை அசைத்தான். வினியஸ் பருத்திருந்தபோதிலும் இலேசாக நடந்து கதவருகே சென்று யாரையோ விளித்துவிட்டு வந்து தன் இருக்கையில் அமர்ந்தான். அவனுக்குப் பின்னால்,

விசாலமான தோள்களை உடைய ஒரு பேருருவாளன் வந்தான். நாவோகிராட் பாணியில் தலை மயிரைக் கத்தரித்திருந்தான். வலுப்பெற்ற முகத்தில், தொங்கும் புருவங்களுக்குக் கீழ் இருந்த கண்கள் கூர்மையாக நோக்கின. அவன் மிகைப்படையான சைகையோடு சிலுவைக் குறி இட்டான்; தரையைத் தொடும் அளவுக்குக் குனிந்து வணங்கினான். பீட்டர் தன் புகைக்குழாயால் ஒரு நாற்காலியைச் சுட்டிக்காட்டிச் சொன்னான்:

''நீர் உட்கார வேண்டுமென்று உத்திரவிடுகிறேன்.'' ஸிகுலின் சற்று புருவங்களை உயர்த்தி விட்டு முன் எச்சரிக்கையோடு அமர்ந்தான்.

''என்ன வேண்டும்? வாய்திறந்து பேசும்'' என்றான் பீட்டர்.

இங்கு தரையில் நெற்றியைக் குட்டிக்கொள்ளும் விவகாரம் கிடையாது என்பதையும், தன் பணப்பையின் அளவைக் காட்டுவதே அவசியம் என்பதையும் ஸிகுலின் உணர்ந்துகொண்டான். அவன் நன்மதிப்போடு மீசையைத் தடவிக்கொடுத்துவிட்டுத் தனது ஆட்டுக்குட்டித்தோல் பூட்ஸை நோக்கியவாறு இருமிவிட்டுப் பேசினான்:

''ஜார் அவர்களிடம் மனுச் செய்துகொள்வதற்காக வந்திருக்கிறோம். திவினாவில் கப்பல் கட்டுகிறீர்கள் என்பதைக் கேள்விப்பட்டவுடன் நாங்கள் பேருவகை அடைந்தோம். நாங்கள் அன்னியரிடம் சரக்குகளை விற்கக்கூடாதென்று நீங்கள் உத்திரவு பிறப்பிக்க வேண்டுமென விரும்புகிறோம். உண்மையில், நாங்கள் சரக்குகளை இனமாகக் கொடுப்பது மாதிரி ரொம்பக் குறைந்த விலைக்கு விற்கிறோம். ஐயா! திமிங்கிலக் கொழுப்பும் ஸீல்தோல்களும் உப்பிலிட்ட ஸாமனும் நீர்யானைகளது தந்தம் போன்ற பற்களும் முத்துக்களும் இவ்வாறுதான் குறைந்த விலைக்கு அழிகின்றன. அவற்றை உங்களது கப்பல்களில் சேர்க்க வேண்டுமென்று உத்திர விடுங்கள். ஆங்கிலேயர்கள் எங்களை நாசம் செய்து விட்டார்கள். எங்களிடம் இரக்கம் காட்டுங் கள்! அன்னிய அரசருக்குத் தொண்டு புரிவதைக் காட்டிலும், ஜாருக்கு எவ்வளவோ மேலாகத் தொண்டு புரிவோம்.''

அவனை நோக்கியபொழுது பீட்டரின் விழிகள் பிரகாசித்தன. அவன் இன்பமாக இளித்துக் கொண்டே கரத்தை நீட்டி ஸிகுலின் தோளில் தட்டினான்:

''இலையுதிர் காலத்துக்கு முன்னால் இரண்டு கப்பல்களைக் கட்டிவிடுவேன். மூன்றாவது கப்பலை ஹாலந்தில் வாங்கியாகிவிட்டது. உமது சரக்குகளைக் கொண்டு வரலாம். ஆனால் சூது ஏதும் கூடாது, உஷார்!''

''ஆனால் நாங்கள், ஆண்டவன் அருளால், நாங்கள்...''

''நீரே சரக்குகளைக் கொண்டு செல்வீரா? நமது முதலாவது வியாபாரப் பிரதிநிதியாகச் செல்வீரா? ஆம்ஸ்டர்டாமில் விற்பீரா?'' என்று பீட்டர் வினவினான்.

''எனக்கு அன்னிய மொழிகளில் ஞானம் இல்லை. ஆயினும் நீங்கள் உத்திரவிட்டால் நான் ஏன் செய்யக்கூடாது? ஆம்ஸ்டர்டாமில் வாணிகம் செய்வேன். அவர்கள் என்னை வஞ்சிப்பதற்கு அனுமதிக்க மாட்டேன்!''

''நல்ல மனிதன்! வினியஸ், கட்டளைப் பத்திரத்தை எழுது. முதலாவது கடல்வழி வர்த்தக ராக நியமித்துள்ளோமென்று எழுது. உமது பெயர் என்ன? ஸிகுலின் - ஐவான் - தந்தைவழிப் பெயர் என்ன?''

ஸிகுலின் வாயைப் பிளந்தான்; அவன் எழுந்து நின்றபொழுது, கண்கள் உப்பின; தாடி ஆடியது.

''என் பிதுர்வழிப் பெயரோடு எழுதுவீர்களா? அதற்காகவே, நீங்கள் என்ன சொன்னாலும் செய்து முடிப்பேன்!'' என்றான்.

தன் விவகாரத்தில் வெற்றி கிட்ட வேண்டுமென்று வேண்டிக்கொண்டு யேசுநாதரது உருவத்துக்கு முன் விழுந்ததைப் போலவே, பீட்டரின் காலடியில் விழுந்தான்.

ஸிகுலின் போய்விட்டான். வினியஸ்ஸின் இறகுபேனா பிறாண்டிக்கொண்டிருந்தது. பீட்டர் இளித்துக்கொண்டே அறையில் அங்கும் இங்கும் நடந்தான். அதன்பின் நின்று பேசினான்: ''சரி, உன்னிடம் வேறு என்ன இருக்கிறது? படி! ஆனால் சுருக்கமாகப் படி!''

வினியஸ் கூறினான்:

''மீண்டும் வழிப்பறி விஷயம். டிராயிட்ஸா சாலையில், பணத்துடன் சென்ற தொடர்வண்டி பிடிபட்டுக் கொள்ளையடிக்கப்பட்டது. இருவர் கொல்லப்பட்டனர். விசாரணை நடத்தியபின், மகாப்பிரபு ஸெமியனது கடைசி மகனான ஸ்டீபனைக் கைது செய்தனர். அவனைச் சாதாரண வண்டியில் ஏற்றிக் குற்றவிவகார இலாகாவின் அலுவலகத்துக்குக் கொண்டு வந்தனர். அங்கு அவன் தன் குற்றத்தை ஒப்புக்கொண்டான். அவனை நிலவறையில் வைத்துச் சவுக்கால் அடிக்க வேண்டுமென்றும், அவனுடைய மாஸ்கோ மாளிகையும், அவனுக்குக் கீழுள்ள நானூறு விவசாயி குடும்பங்களையும் அவனிடமிருந்து பிடுங்கிவிட வேண்டுமென்றும் தண்டனை விதிக்கப் பட்டது. அவனது தந்தை ஸெமியன், அவனை ஜாமீனில் எடுத்திருக்கிறான். அவன் வீட்டு அடிமைகளில் பதினைந்து பேர் கழுவிலேற்றப்பட்டனர்.''

''வினியஸ், இந்தப் பாயர்களையும் மகாப்பிரபுக்களையும் பார்த்தாயா! தடியேந்திக் கொள்ளை அடிக்கக் கிளம்பி விட்டார்கள்.''

''ஆம், ஐயா. உண்மைதான். அவர்கள் கொள்ளையடிக்கிறார்கள்.''

''புல்லுருவிகள், நீண்ட தாடிகள்! நான் அறிவேன், மறந்துவிடவில்லை.... அவர்கள் ஒவ்வொருவரும் என்னைக் கொல்வதற்கு இரகசியமாகக் கத்தியைத் தீட்டுகிறார்கள். ஆனால் அவர்கள் ஒவ்வொருவரையும் வெட்டிப் போடுவதற்கு நான் கோடரி வைத்திருக்கிறேன்'' என்று பீட்டர் கூறிய பொழுது, அவனது கழுத்து சுருங்கியது. அவன் காறித்துப்பினான்; கால் சட்டென்று ஆடியது. விரல்களை விரித்து மேஜைவிரிப்பைப் பிடித்து இழுத்தான். வினியஸ் விரைவாகக் காகிதங்களையும் மசிக்கூட்டையும் பிடித்துக்கொண்டான். ''இப்பொழுது என்னிடம் அதிகாரம் இருக்கிறது. நாம் மோதுவோம்... இரக்கமில்லாமல்...'' என்றபடி பீட்டர் கதவருகே சென்றான்.

''ஐயா, மன்னிக்க வேண்டும். மேலும் இரண்டு கடிதங்கள் உள்ளன. மகாராணித் தாயாரிட மிருந்தும் ராணியிடமிருந்தும்'' என்றான் வினியஸ்.

''சரி, படி.''

பீட்டர் ஜன்னலுக்காகத் திரும்பினான்; புகைக்குழாயை ஆட்டிக்கொண்டு நின்றான். வினியஸ் சற்றுத் தலைகுனிந்து வணங்கிவிட்டுப் படிக்கத் தொடங்கினான்:

''எனது அன்புக்குரிய தந்தை, ஜார்பீட்டர் அலெக்ஸிவிச் அவர்களுக்கு வணக்கம். நீங்கள் பல்லாண்டு சுகமாக வாழ்வீர்களாக....'' பீட்டரின் புருவம் வியப்பால் உயர்ந்தது.

''உங்களது சின்னஞ்சிறு மகன் அலெக்ஸி, என் கண்களின் ஒளியான உங்களிடமிருந்து நல்லாசி வேண்டுகிறேன். எங்கள் அரசரே, எங்களை மகிழ்ச்சியில் திளைக்கச் செய்பவரே, தவக்கம் செய்யாது திரும்பி வாருங்களென்று வேண்டிக்கொள்கிறேன். என் பாட்டி மிகுந்த துயரத்துக்குள்ளாகியிருப்பதால்தான் இவ்வாறு வேண்டுகிறேன்; இந்தக் கடிதம் நன்றா யில்லையென்று மனம் கலங்காதீர்கள். என் பிரபுவே, நான் இன்னும் எழுதக் கற்கவில்லை.''

''யார் எழுத்து?''

''மகாராணித் தாயார் நடால்யா அவர்கள் எழுதியிருக்கிறார்கள். எழுத்து கோணல் மாணலா யிருக்கிறது. தெளிவாக இல்லை'' என்றான் வினியஸ்.

''சரி, ஏதாவது பதில் எழுது. ஹாம்பர்க்கிலிருந்து வரவேண்டிய கப்பல்களுக்காகக் காத்திருக்கிறேன் என்று எழுது. நான் நலமாயிருப்பதாகவும் கடலுக்குப் போவதில்லையென்றும் கவலைப்பட வேண்டாமென்றும் தெரிவி. நான் விரைவில் திரும்புவேன் என்று அவர்கள் எதிர்பார்க்கக் கூடாது, புரிகிறதா?''

வினியஸ் இலேசாக விம்மிக்கொண்டு, கூறினான்:

''இளவரசர் அலெக்ஸி தனது மை தோய்த்த விரலைக் கடிதத்தில் பதிய வைத்திருக்கிறார்.''

''ஓ, சரி, சரி! அவனது ரேகை! ஆம், அவனது ரேகைதான்!'' என்று கூறிக் கனைத்துக் கொண்டே பீட்டர் வினியஸ்ஸிடமிருந்த இரண்டாவது கடிதத்தை வாங்கிக் கொண்டான்.

அவன் தன் மனைவியின் கடிதத்தைப் படகில் படித்தான். ஓர் புதிய காற்று பாய்களை உப்பச் செய்தது. சிறிய படகு உயிருள்ளது மாதிரி, நீரைக் கிழித்துக் கொண்டு சென்றது. நுரைத்த அலைகள் அதன் புறங்களை விசையோடு தாக்கின. நுண்ணிய திவலைகள் உயர்ந்து சிதறின. பீட்டர் சுக்கானில் அமர்ந்து அந்தச் சிறிய கடிதத்தைப் படித்தான். திவலைகள் அதன்மீது சிதறவே, முழங்கால் மீது வைத்துக்கொண்டு படித்தான்.

''அன்பே, வணக்கம். நீங்கள் பல்லாண்டு சிறப்பாக வாழ்வீர்களாக! என் ஒளியே! உங்களது உடல் நலனைப்பற்றித் தகவல் அனுப்பி என் இதயத்தில் பாலைவார்க்கும்படி இறைஞ்சுகிறேன். இந்தத் துன்பமான தனிமையில், அதுதான் கொஞ்சம் ஆறுதல் அளிக்கும். நீங்கள் இங்கிருந்து சென்றதிலிருந்து ஒருவரி கூட எழுதவில்லை. நீங்கள் வராது இருப்பதாலும், உங்கள் நலனைக் குறித்து எழுதாமலிருப்பதாலும், நான் துன்பமடைகிறேன். என்னைப்போன்ற துர்ப்பாக்கியசாலி, உலகில் எவருமிருக்க முடியாது. அன்பே, என்னைப்பற்றி என்ன நினைக்கிறீர்களென்று எழுதுங்கள். என்னையும் அலெக்ஸியையும் பொறுத்தவரை, நாங்கள் உயிரோடு இருக்கிறோம்....''

படகுக்குள் தண்ணீர் பாய்ந்தது. பீட்டர் விரைவாகச் சுக்கான் கைப்பிடியை இடதுபுறம் திருப்பினான். ஒரு பெரிய அலை நுரைத்துச் சீறிப் படகின் பக்கத்தைத் தாக்கி, அவனைத் தலை முதல் கால்வரை நனைத்துவிட்டது. பீட்டர் சிரித்தான். அந்த வேண்டாத கடிதத்தைக் காற்று பிடியிலிந்து பிடுங்கியது. கடிதம் பின்புறமாகப் பறந்து, சேய்மையில் அலைகளிடையே மறைந்தது.

17

கடைசியில் நடால்யா தன் மகனைக் கண்டாள்; கூரிய நகமொன்று இதயத்தைத் துளைப்பது போல் வேதனையுற்ற நாளில்தான், அவனைக் கண்டாள். அன்னப் பட்சிகளது மெல்லிறகுகளால் ஆன தலையணைகளில் சாய்திருந்த அவள், சுவரில் பதித்திருந்த தோல் மீது தென்பட்ட பொன்னிறத் திருகுச்சுருளைத் தனது உப்பிய கண் - பாவைகளால் உற்று நோக்கினாள். அந்தக் கண்மணிகளைச் சிறிது அசைப்பதற்குக் கூட அவள் அஞ்சினாள். எத்தகைய நா வறட்சியாலும் ஏற்பட முடியாத வேதனை அவளது மார்பகத்தின் வெறுமை உணர்ச்சியால் உண்டாகி வருத்தியது. அவள் சுவாசிக்க விரும்பினான்; ஆனால் காற்றை இழுக்க முயன்றபொழுது, கண்கள் திகிலால் புடைத்துக் கொண்டன. லியோ நாரிஷ்கின் அடிக்கடி படுக்கையறைக்குள் கால் விரலால் நடந்துவந்து, பணிப்பெண்களை வினவினான்:

''எப்படியிருக்கிறாள்? ஓ, ஆண்டவனே, ஓ, கடவுளே! அது நிகழ்வதை அனுமதிக் காதீர்கள்!''

அவன் உமிழ் நீரை விழுங்கிக்கொண்டு, படுக்கையில் அமர்ந்து சகோதரியிடம் பேசினான். ஆனால் அவள் விடை பகரவில்லை. அவளுக்கு உலகம் முழுமையும் மாயையாகத் தோன்றியது. இதயத்தில் நகம் துளைத்து வருத்துவதொன்றுதான் அவளால் உணர முடிந்தது.

வழிமேல் விழிவைத்துக் காத்திருந்த ஏவலாட்கள் நுரைதள்ளும் குதிரைகளில் விரைந்து வந்து கிரெம்லினுக்குள் பிரவேசித்து, ''அவர் வருகிறார், அவர் வருகிறார்!'' என்று ஊளையிட்ட பொழுது, கோயிற் பணியாட்கள் சிலுவைக் குறியிட்டு மணிக்கூண்டுகளில் ஏறியபொழுது, ஆலயங்களது கதவுகள் திறந்தபொழுது, பாதிரிகளும் துணைப்பாதிரிகளும் பூஜைக்காக அணிந்த கையில்லாச் சட்டைகளை விரைவாகக் கழற்றியபொழுது, அவையத்தார் வாயிற்படிகளில் திரண்டபொழுது, காலுக்குச் செருப்பும் அணியாது தூதர்கள், நகரின் பலபாகங்களிலுள்ள பிரமுகர்களுக்குச் சேதி கூற ஓடியபொழுது, லியோ நாரிஷ்கின் பதை பதைத்தவனாய்ச் சகோதரி அருகே சாய்ந்து கூறினான்:

''வந்துவிட்டார்; நமது கண்களின் ஒளி வந்துவிட்டார்!'' நடால்யா திடீரென்று மூச்சு வாங்கினாள்; அவளது தடித்த கரங்கள் ஆடையைச் சட்டென்று இழுத்தன. இதழ்கள் நீலமாயின. மயங்கிவிட்டாள். லியோ நாரிஷ்கின் தன் உணர்வு இழந்தவனாய் மூச்சுத் திணறினான். பணிப் பெண்கள் சமயகுருவை இட்டுவருவதற்காக ஓடினர். மூலை முடுக்குகளில், அரண்மனை ஆரவால் பிழைத்த எளியவர்கள் முனங்கினார்கள். அரண்மனையிலுள்ளோர் அனைவரும் கிலியடைந்தனர்.

இப்பொழுது மகாஐவான் மணிக்கூண்டு தன் பித்தளை மணியால் நாதம் செய்தது; ஆலய மணிகளும் மடங்களின் மணிகளும் ஒலிக்கத் தொடங்கின; வேலைக்காரர்கள் இரைந்து பேசிச் சந்தடி செய்தனர். இந்தக் குழப்பத்துக்கும் இரைச்சலுக்கும் மேலாக, ''ஆயுதமேந்து!'' என்ற அன்னியர் குரல் கேட்டது. வண்டிகளும் கோச்சுவண்டிகளும் துருப்புகளையும் ஜனக்கூட்டத் தையும் கடந்து, வெகுவேகமாகச் சிவப்பு முகப்பு மண்டபத்தை அடைந்தன. கூட்டத்தினர் ஜாரை

நோக்குவதற்குச் சிரமப்பட்டார்கள். ஆனால் உயர்ந்த கோட்டுகளும் தளபதிகளின் மேலாடைகளும் இறகுத் தொப்பிகளும்தாம் தென்பட்டன.

நடைபாதைகளில் திரண்டிருந்த மக்கள் ஒதுங்குவதற்குக்கூட அவகாசம் அளிக்காது, பீட்டர் நெருக்கி அடித்துக்கொண்டு அன்னையின் அறைக்கு ஓடினான். அவன் மெலிந்தும் வெயிலில் கன்றியும் இருந்தான். தலைமயிரைக் குட்டையாக வெட்டியிருந்தான். கரிய வெவெல்ட் சட்டை இறுகப் பிடித்துக்கொண்டிருந்தது. அரைக் கால்சட்டை அணிந்திருந்தான். படிக்கட்டில் விரைந்தோடிய பொழுது, அவன் அன்னியப் பேட்டையின் டாக்டர் என்றே சிலர் முதலில் கருதினர். ஆனால் அடையாளம் தெரிந்தவுடன், அச்சமிகுதியோடு சிலுவைக் குறியிட்டனர். அவன் கதவை வெடுக்கென்று திறந்து அந்தத்தாழ்வான புழுக்கம் மிகுந்த அறைக்குள் நுழைந்த பொழுதும், அனைவரும் அதிர்ச்சியடைந்தனர். நடால்யா தலையணைகளில் நிமிர்ந்து சாய்ந்தவளாய், இந்த ஒல்லியான டச்சு மாலுமியை உற்றுப்பார்த்தாள்.

''அம்மா! அன்பே!'' என்று அவன் குழந்தைப் பருவத்தில் அழைத்த மாதிரியே விளித்தான்.

''பீட்டர் கண்ணே, மகனே!'' என்ற நடால்யா தன் கரங்களை நீட்டினாள்.

பிள்ளையிடம் உள்ள அன்பில் அவள் இதய வேதனையையும் மறந்தாள். அவன் அவளைத் தோளிலும் முகத்திலும் முத்தமிட்டபொழுது, அவள் சுவாசிக்கவேயில்லை. மார்பில் கூரிய வாளைப் போல் வேதனை வருத்தியபொழுதுதான் அவன் கழுத்தைக் கட்டியிருந்த தன் கரங்களைத் தளர்த்தினாள்.

பீட்டர் துள்ளிக்குதித்து, அவளது புரண்டவிழிகளை நோக்கினான். புலம்புவதற்கு அஞ்சிய பெண்கள் வாயைக் கைக்குட்டையால் அடைத்துக்கொண்டார்கள். லியோ நாரிஷ்கின் நடுங்கினான். ஆனால் திடீரென்று நடால்யாவின் இமைமயிர் அசைந்தது. பீட்டர் கரகரத்த குரலில் ஏதோ கூறினான். ஒருவருக்கும் விளங்கவில்லை. சாளரத்துக்கு ஓடி, அதன் இருப்புச் சட்டத்தை ஆட்டினான். வட்டமான கதவுகள் விடுபட்டுக் கடகடவென்று கீழே விழுந்தன.

''புளூமென்டிராஸ்ட்டை அன்னியர் பேட்டையிலிருந்து இட்டுவாருங்கள்!'' என்று மீண்டும் கத்தினான். ஆனால் அவர்கள் ஒன்றும் புரியாத திகைத்து நின்றனர். இதைக்கண்ட பீட்டர் ஒருத்தியின் தோள்களைப் பிடித்து ''முட்டாள்! டாக்டரைக் கூட்டிவா!'' என்று கூறி, அவளைக் கதவுக்கு வெளியே தள்ளினான்.

அவள் பாதி உயிரை இழந்தவளாய்க் கடகடவென்று படிகளில் இறங்கிக்கொண்டே, ''ஜார் உத்திரவு! ஜார் உத்திரவு!'' என்று கூவினாள். ஆனால் என்ன உத்திரவு இட்டிருக்கிறார் என்பதை மட்டும் அவளால் சொல்ல முடியவில்லை.

நடால்யா குணமடைந்தாள். இரண்டு நாட்களுக்குப் பின், பலி பூஜைக்குச் செல்வதற்கும் அவளால் முடிந்தது. நல்ல பசியும் எடுத்தது. பீட்டர் பிரியோபிராஷென்ஸ்கிக்குச் சென்றான். அங்குதான் யூடோக்ஸியா, இளவரசன் அலெக்ஸியுடன் வசித்துக்கொண்டிருந்தாள். மாமியார் கிட்டத்தில் இருக்கக்கூடாதென்பதற்காக அவள் அங்கு வசந்தகாலத்தில் போனாள். அவள் இன்னும் சில நாட்களுக்குத் தன் கணவன் வரமாட்டான் என்று நினைத்திருந்தாள். எனவே பீட்டர் திடீரென்று நந்தவனத்தின் பாதையில் தோன்றியபொழுது, அவள் தன்னை நன்கு சிங்காரித்துக் கொள்ளாதிருந்தாள். அவளும் அவளது சேடிப்பெண்களும் எலுமிச்சை மரங்களின் நிழலில் ஆப்பிள் பழத்தைச் சர்க்கரையுடன் சேர்த்துக் காய்ச்சிப் பாகு செய்துகொண்டிருந்தனர். அழகில் ஒருவரை ஒருவர் விஞ்சும் அவைப் பெண்கள், நீண்ட சடைபோட்டுக் கொண்டும், குட்டையான

தலைச்சூட்டு தரித்துக்கொண்டும், அகன்ற கைகளை உடைய இளஞ்சிவப்பான கவுன்களைத் தரித்துக் கொண்டும், காட்சியளித்தனர். அவர்கள் வாரோபிஹாவின் மேற்பார்வையில், ஆப்பிள் பழங்களை நறுக்கினார்கள். வேறுசிலர் அடுப்புக்குச் சுள்ளி கொண்டுவந்தார்கள். அடுப்பில் செப்பு வாணலியில் ஏதோ கொதித்துக்கொண்டிருந்தது. அது பரப்பிய மணம் உமிழ் நீரை ஊறச் செய்தது. இன்னும் சில பெண்கள், இளவரசனைச் சிரிக்க வைப்பதற்கு முயன்று கொண்டிருந் தனர். உயரமான நெற்றி, களையில்லாத கரிய கண்கள், வெடுவெடுப்பான தோற்றம் ஆகிய வற்றுக்கு உரிய அச்சிறுவன் மெலிந்திருந்தான்.

அவனுக்கு என்ன வேண்டுமென்பது ஒருவருக்கும் புரியவில்லை. அகன்ற இடையை உடைய நங்கைகள், பூனையைப்போல் ''மியாவ், மியாவ்!'' என்றனர்; நாய்களைப் போல் குரைத்தனர்; கைகளை ஊன்றிக் கொண்டு, விரைந்து தவழ்ந்தனர்; சிரித்துச் சிரித்துச் சோர்ந்தனர். ஆனால் அந்தக் குழந்தை சிடுசிடுப்பாகவே இருந்தான்; கண்ணீர் பெருக்குவான்போல் இருந்தது.

''முட்டாள்களா, உங்களது கருத்தெல்லாம் வேறு விஷயங்களில் லயித்திருக்கிறது. ஸ்டிஷ்கா, பாவாடையைத் தொங்கவிட்டுக் கொள்! அந்த இடங்களில் மிலாறினால் அடித்தால் நன்றாய் இருக்கும். வாஸெங்கா, ஆடு எப்படி முட்டுமென்று அவனுக்குக் காட்டு.... போய் ஒரு தட்டான்பூச்சியைக் கொண்டு வா. அதில் ஒரு துரும்பைவிட்டு விளையாட்டுக் காட்டு! உங்களது கற்பனாசக்தியை உபயோகியுங்கள். இத்தனைபேருக்கும் வயிற்றை நிரப்புகிறேன்; குழந்தைக்கு விளையாட்டுக் காட்டுவதற்குக்கூட உங்களுக்குத் தெரியவில்லை!''

யூடோக்ஸியாவுக்கு வெப்பமாயிருந்தது. இலையுதிர்காலத்து ஈக்கள் அவளைத் தொந்தரவு செய்தன. அவள் தலையணியை நீக்கிவிட்டுத் தன் கேசத்தை வாரிவிடும்படி பணிப்பெண்களுக்கு உத்திரவிட்டாள். விசும்பு துலக்கமாயிருந்தது. எலுமிச்சை மரங்களுக்கு அப்பால், வானம் தெளிவான நீலத்துடன் விரிந்து கிடந்தது. ரட்சகரின் தினத்தைக் கடந்திருக்காவிட்டால், குளித்து இன்புறலாம். ஆனால் கலைமான் தன் கொம்புகளை முன்பே ஈரமாக்கி விட்டது. இனிக் குளிப்பது பாவச் செயலாகும்.

திடீரென்று ஒரு நெட்டையான, வெயிலினால் கறுத்த மனிதன் கறுப்பாடை உடுத்துப் பாதையில் தோன்றினான். யூடோக்ஸியா வியப்புற்றுக் கன்னத்தில் அடித்துக் கொண்டாள் அவளது இதயம் துடித்த துடிப்பில், சிந்தனை செய்ய முடியவில்லை. பணிப்பெண்கள், பின்னல்கள் பறக்க, மூச்சுத்திணற ஓடி மலர்ச்செடிப் புதர்களில் ஒளிந்து கொண்டார்கள். பீட்டர் கிட்டவந்து யூடோக்ஸியாவை வாரி எடுத்து அவளது இதழில் முத்தமிட்டான். அவள் கண்களைச் சுருக்கினாள். பதிலுக்கு முத்தம் கொடுக்கவில்லை. அவளது பித்தானிடாத கவுன் வழியே, குளிர்ச்சியான மார்பகத்தில் அவன் முத்தமிட்டான். யூடோக்ஸியா வெட்கத்தால் சிவந்து நடுங் கினாள். விரிப்பில் தன்னந்தனியாய் உட்கார்ந்திருந்த குழந்தை, குட்டி முயலைப் போல் சிணுங் கினான். பீட்டர் அவனைத் தூக்கிப் பந்தாடினான். அச்சிறுவன் கண்ணீர் உகுத்துக் கதறினான்.

இந்தச் சந்திப்பு இன்பம் தரவில்லை. பீட்டர் கேட்ட கேள்விகளுக்கு யுடோக்ஸியா தகுந்த முறையில் பதிலுரைக்கவில்லை. தலைக்கு அணியில்லாதும் ஆடை குலைந்தும் அவள் நின்றாள். சிறுவனோ மேலெல்லாம் ஆப்பிள் மாவைப் பூசிக்கொண்டிருந்தான். சிறிது நேரத்தில் பீட்டர் மாளிகைக்குப் போய்விட்டான். அங்குக் கைத்தொழில் வினைஞர்களும் வியாபாரிகளும் தளபதிகளும் அந்தரங்கத் தோழர்களும் அவனைச் சூழ்ந்து கொண்டனர். அவன் வெடுக்கென்று சிரித்த ஒலி, சேய்மையில் இருந்த ராணியின் செவியில் விழுந்தது. அதன்பின் அவன் யாவூஸா படகுகளைப் பார்வையிடுவதற்காக ஆற்றிற்குச் சென்றான்; அங்கிருந்து அன்னியர் பேட்டைக் குப் போய் விட்டான்... ஓ, யூடோக்ஸியா, யூடோக்ஸியோ, கைக்கு எட்டியது வாய்க்கு எட்டாது போகும்படி செய்துவிட்டாயே...!

நிலைமையைச் செப்பம் செய்ய முடியும் என்று வாரோபிஹா கூறினாள். அவள் வைராக்கியத்துடன் ஈடுபட்டாள். வெந்நீர் கொதிக்க வைப்பதற்குப் பணிப்பெண்களை அனுப்பினாள். குழந்தையைக் கொண்டுபோய்க் கழுவிப் புத்தாடை உடுத்தும்படி தாதிகளிடம் கூறினாள்.

அவள் ராணியிடம் தாழ்ந்த குரலில் ஓதினாள்: ''அழகுத் தேவியே, இரவு வந்தவுடன் நிதானத்தை இழந்து விடாதீர்கள். நீராடும் அறையில், எங்கள் முறைப்படி, விவசாயி முறைப்படி, உங்களைக் குளிப்பாட்டுவோம். நறும்புகையிட்ட நீரில் குளிப்பாட்டி, உங்களை நறுமணம் வீசச் செய்வோம். ஆடவருக்கு நறுமணம்தான் முக்கியமான கவர்ச்சிப் பொருளாகும். அவர் என்ன கேட்டாலும், சிரித்துக் கொண்டே இருங்கள். சிரிக்கும்பொழுது, உடல் முழுவதும் துடிக்க வேண்டும்; மார்பகம் விம்ம வேண்டும்; உரத்த ஓசையில்லாது, புள்ளினம் பாடுவது போல் சிரிக்க வேண்டும். அப்பொழுது பிணம்கூட உயிர்பெற்று வெறிக்கூத்தாடும்.''

''வாரோபிஹா, அவர் அந்த விதேசிப் பெண்ணிடம் போய்விட்டார்.''

''மகாராணி அவர்களே, அவளைப் பற்றிப் பேசாதீர்கள். அவளிடம் என்ன அற்புதம் இருக்கிறது? துள்ளிக் குதித்து மகிழ்கிறாள். அவளது மனம் கொடியது; ஆத்மா பாவம் செய்வது; தோல் தொட்டால் ஒட்டிக்கொள்வது. நீங்களோ இதம் தரும் அன்னம். அவரை இனிமையாகவும் உல்லாசமாகவும் படுக்கைக்குக் கூப்பிடுங்கள். அந்த விதேசிப் பெண்ணை உங்களுடன் எப்படி ஒப்பிட முடியும்?''

யூடோக்ஸியா விஷயத்தைப் புரிந்து கொண்டு விரைந்து செயல்பட்டாள். நீராடும் அறை சூடாயிருந்தது. வாரோபிஹாவும் பணிப்பெண்களும் ராணியை உயரமான பெஞ்சியில் கிடத்தினார்கள்; நறுமணத் திரவங்களில் தோய்த்த மயிர்க்குச்சுக்களால் விசிறினார்கள். அதன்பின், களைத்துப் பழுப்பு நிறமான ராணியைப் படுக்கையறைக்கு இட்டுச் சென்றனர்; தலைவாரி, முகத்தில் செவ்வண்ணம் பூசினர்; புருவங்களிலும் வண்ணம் பூசினர். அதன்பின் அவர்கள் அவளைப் படுக்கையில் கிடத்தித் திரையைத் தொங்கவிட்டனர். யூடோக்ஸியா காத்திருந்தாள்.

சுண்டெலிகள் பிறாண்டும் ஒலி செவியில் விழுந்தது. இரவு வந்தது. அரண்மனையில் அமைதி நிலவியது. முன்றிலில் காவற்காரன் தூங்காது தட்டிக்கொண்டிருந்தான். அவளது இதயத் துடிப்பில் தலையணை அசைந்தது. இன்னும் பீட்டர் வரவில்லை. விதேசிப் பெண்ணிடம் ஏற்பட்ட வெறுப்பால், அவளது வயிறு நடுங்கியது; பாதங்கள் சில்லிட்டுப் போயின. எனினும், வாரோபிஹாவின் புத்திமதியை மறக்காதவளாய்ப் புன்னகை பூத்த முகத்துடன் இருட்டில் கிடந்தாள்.

காவற்காரன் தட்டுவதை நிறுத்திவிட்டான். சுண்டெலிகளும் அமைதியாகி விட்டன. நாளைக்குத் தன் பணிப்பெண்களிடம் முகத்தைக் காட்டுவதற்குக்கூட அவளுக்கு வெட்கமாயிருக்கும்! இப்பொழுதும், யூடோக்ஸியா தைரியமாயிருக்க முயன்றாள். ஆனால் அந்த முதலிரவில் அவளும் பீட்டரும் கோழிக் குஞ்சைத் தின்ற நிகழ்ச்சியை நினைவூட்டிக் கொண்டவுடன், அவள் புலம்பினாள்; முகத்தைத் தலையணையில் புதைத்து அதைக் கண்ணீரில் நனைத்தாள்.

சூடான மூச்சுப்பட்டதால் அவள் அதிர்வுற்று எழுந்தாள் ; ''யார் அங்கே? யார் அங்கே?'' என்று வினவினாள். அந்தத் தூக்கக் கலக்கத்தில் தன்னைக் கசக்குவது யார் என்பதைக்கூட அவளால் முதலில் உணரமுடியவில்லை. உணர்ந்தவுடன், அவள் வலி தாங்காது விம்மினாள்; புறங்கைகளால் கண்களைத் தேய்த்துக் கொண்டாள். பீட்டரிடம் மனிதப் பண்பே இல்லையென்று அவளுக்குத் தோன்றியது. இத்துணை நேரமாக அவள் காத்திருந்தாள். அவன் அந்த

அன்னிய வேசியுடன் கிடந்துவிட்டுப் புகையிலை நெடியோடு சாவகாசமாக வருகிறான்! அவன் அவளைத் தழுவிக் கொஞ்சி அன்பு காட்டவில்லை; வாய் பேசாது புணர்ச்சியில் ஈடுபட்டான். என்ன பயங்கரம்! இதற்காகவா அவள் நறும் புகையில் குளித்தாள்?

யூடோக்ஸியா படுக்கையின் ஓரத்துக்கு நகர்ந்தாள். பீட்டர் ஏதோ முணுமுணுத்து விட்டுக் குட்டையில் கிடக்கும் குடிகாரனைப் போல் உறங்கினான். படுக்கையின் திரைகளுக்கிடையே நீல ஒளி தென்பட்டது. பீட்டரின் ஆடை கட்டாத நீண்ட கால்களைக் கண்டு வெட்கமடைந்த யூடோக்ஸியா, அவன் மீது போர்வையை விரித்துவிட்டு மெதுவாகப் புலம்பினாள். வாரோ பிஹாவின் நல்லுபதேசம் விழலுக்கு இறைத்த நீராகிவிட்டது.

மாஸ்கோவிலிருந்து ஒரு தூதன் புரவியில் விரைந்து வந்தான். மகாராணித் தாயார் மீண்டும் மிகவும் நோயுற்று இருந்தாள். எல்லோரும் ஜாரைத் தேடிக்கொண்டு ஓடினார்கள். பிரியோ பிராஷன்ஸ்கியின் புதிய பேட்டையில், சிப்பாய் புஹ்வஸ்டாவ் வீட்டில் நிகழ்ந்த பெயர்சூட்டு விழாவுக்குப் பீட்டர் போயிருந்தான்.

அங்கு அவர்கள் அப்பம் தின்றுகொண்டிருந்தனர். அங்கு புதியவர் யாருமில்லை. படைத் தலைவன் அலெக்ஸாண்டர் மென்ஷிகோவும், அண்மையில் பீட்டரது ஏவலாளாக நியமிக்கப்பட்ட அலெக்ஸாண்டர் பிராவ்கின், நிகிடாஸோடோவ் ஆகியோரும் அங்கிருந்தனர். அவர்கள் வேடிக்கையாகப் பேசிப் பொழுதுபோக்கினர். மென்ஷிகோவ் தன் கதையைச் சொல்லிக்கொண்டிருந்தான். பன்னிரண்டு ஆண்டுகளுக்கு முன் அவன் அலியோஷ்காவுடன் வீட்டை விட்டு ஓடி வந்ததையும், ஸாயட்ஸுடன் வசித்ததையும், அதன்பின் அநாதையாகத் திரிந்ததையும், திருடிப் பிழைத்ததையும், யாவூஸா நதிக்கரையில் சிறுவனாயிருந்த பீட்டரைச் சந்தித்து கன்னத்தை ஊசியால் குத்திக் கொள்ளக் கற்றுக் கொடுத்ததையும் அவன் விரித்துரைத்தான்.

''ஊசியால் குத்திக்கொள்ளக் கற்பித்தது நீயா? அதன்பின் ஆறுமாத காலம் உன்னைத் தேடிக்கொண்டிருந்தேன். அலெக்ஸாண்டர், அந்த ஊசிக்காகவே உன்னை நேசிப்பேன்'' என்று வியந்து கூறிய பீட்டர், அவனது இதழில் முத்தமிட்டான்.

''பீட்டர் அலெக்ஸிவிச், நீங்கள் விஷமம் செய்தபொழுது சவுக்கால் அடித்தேனே, ஞாபகம் இருக்கிறதா? நீங்கள் குறும்புக்காரராயிருந்தீர்கள்... ஏன்....'' என்று நிகிடா ஸோடோவ் பீட்டரை நோக்கி விரலை ஆட்டிக்கொண்டே பேசினான்.

பீட்டர் சின்னஞ்சிறு பையனாயிருந்த பொழுதே கூர்ந்தமதிக்கு உரியவனாக விளங்கியதைப் பற்றி நிகிடா கதை சொன்னான். பீட்டர் பாயர்களிடம் கேள்வி கேட்டான் என்றும், அவர்கள் பதிலுரைக்க முடியாமல் விழித்தார்களென்றும், அதன்பின் பீட்டர் கரத்தை ஆட்டிக்கொண்டே நறுக்கென்று பதிலைச் சொன்னான் என்றும், அதெல்லாம் அற்புதமாயிருந்ததென்றும் நிகிடா கூறினான்.

மேஜையைச் சுற்றி அமர்ந்தவர்கள் அனைவரும் இந்த அதிசயக் கதைகளைக் கேட்டு வியப்புற்றார்கள். இம்மாதிரி நிகழ்ந்தனவா என்பது பீட்டருக்கு நினைவில் இல்லை, என்றாலும் பிறர் நம்பியபொழுது அவனும் ஒத்து இசைக்கத் தயாராயிருந்தான்.

புஹ்வஸ்டாவ் கிண்ணங்களை நிரப்பிக் கொண்டேயிருந்தான். பார்ப்பதற்குக் கள்ளம் கபடமில்லாத வெகுளியாகத் தோன்றினாலும், அவன் ஓரளவுக்குத் தந்திரசாலிதான். நிதானமுள்ள பீட்டரின் இயல்புகளையும், மிகுதியாகக் குடித்த பீட்டரின் இயல்புகளையும் அவன்

நன்கறிந்திருந்தான். ஆனால் அவன் வாலிபன் அல்ல; அவனது மூளையும் சுறுசுறுப்பாகத் தொழிற்படுவதில்லை; எனவே அலெக்ஸாண்டருடன் போட்டியிடுவதற்கு அவனால் முடிய வில்லை. அவன் புன்னகை பூத்தவனாய், விருந்தாளிகளை உண்டு குடிக்கும்படி வற்புறுத்திவிட்டு உரையாடலில் பங்கு கொள்ளாதிருந்தான்.

மென்ஷிகோவ் நிமிர்ந்து உட்கார்ந்திருந்தான். அவன் சிறிய அளவே உண்டான். ஒயினைக் குடித்ததால், நீலவண்ணக் கண்களின் சோபையே அதிகமாயிற்று. சட்டையின் முன்கைப் பகுதிச் சரிகையால் மேஜைத் துணியை உராய்ந்து கொண்டே, அவன் கூறினான்:

''ஜாரின் ஏவலராக உள்ள அலியோஷ்கா பிராவ்கின்னுக்கு மணப் பருவமடைந்த அழகான சகோதரி இருப்பதாக நாம் கேள்விப்படுகிறோம். இந்த விஷயத்தில் நாம் தலையிட்டு உதவ வேண்டும்.''

பத்துத் தடித்த அலியோஷ்கா தெண்டத் தெண்ட விழித்தான்; திடீரென்று அவனது முகம் வெளுத்தது. அவர்கள் அவனைக் கேள்வி கேட்டு நச்சரித்தார்கள். மென்ஷிகோவ் கூறியது மெய்யென்றும், தனது சகோதரியான ஸாங்காவுக்குத் திருமணம் செய்விக்க வேண்டிய வயது ஆகிவிட்டது என்றும், தகுதியான மணமகன் கிடைக்கவில்லையென்றும் அவன் கூறினான். அவனது தந்தை ஐவான் பிராவ்கின் நிரம்பச் செருக்குடையவனாக ஆகிவிட்டதால், அவன் சாதாரண நிலையிலுள்ள வியாபாரிகளைக் கூட நிராகரித்தான். அவன் தன் வீட்டில் சில கொடிய நாய்களை வளர்த்து வந்ததால், வீட்டருகே செல்வதற்குக்கூட ஜனங்கள் அஞ்சினார்கள். அவன் வீடு தேடி வந்த திருமணத்தரகர்களை ஓட ஓட விரட்டினான். தகப்பனாரின் மமதையால், திருமண மகுடத்துக்குப் பதிலாகக் கன்னித் துறவியின் தலைமூடியே தனக்குக் கிட்டுமென்று ஸாங்கா அஞ்சினாள். எனவே, அன்றலர்ந்த மலர் எனத் திகழ்ந்த அவள், இரவும் பகலும் புலம்பிக் கொண்டிருந்தாள்.

''அது எப்படி? மணமகன் கிடைக்காமற் போகுமா? மென்ஷிகோவ், மணம் செய்து கொள்வதற்கு இணங்கு'' என்று பீட்டர் உணர்ச்சியோடு கூறினான்.

''மீன்ஹெர்ஸ், என்னால் முடியாது. எனக்கு வயது ஆகவில்லை. ஒரு வயதுப் பெண்ணைச் சமாளிக்க எனக்குச் சக்தி இல்லை'' என்றான் அலெக்ஸாண்டர்.

''புனிதமான திருத்தந்தையே, நீங்கள் என்ன சொல்கிறீர்கள்? திருமணம் செய்து கொள்ள விரும்புகிறீர்களா?''

''என் மகனே, வயதுப் பெண்ணுக்கு நான் ஏற்றவனல்ல; எனக்கு வயதாகிவிட்டது. தவிர, வேசிகளது கூட்டுறவையே நாடுபவன் நான்'' என்று நிகிடாவ் பதிலளித்தான்.

''குடிவெறிப் பேய்களா, உங்கள் இஷ்டம். அலியோஷ்கா, உன் தந்தைக்குக் கடிதம் எழுது. நானே திருமணத்துக்கு ஏற்பாடு செய்வதாகத் தெரிவித்து விடு'' என்றான் பீட்டர்.

அலியோஷ்கா தனது கரிய பெரிய பொய்மயிரை நீக்கிவிட்டுத் தரையைத் தொடும் அளவுக்குத் தலைகுனிந்து வணங்கினான். பிராவ்கின்கள் வாழ்ந்த கிராமத்துக்கு உடனடியாகப் புறப்பட வேண்டுமென்பது பீட்டரின் எண்ணம். ஆனால் அந்நேரத்தில்தான், கிரெம்லினிலிருந்து வந்த தூதன் உள்ளே பிரவேசித்து, நாரிஷ்கின் எழுதிய கடிதம் ஒன்றைக் கொடுத்தான். நடால்யா இறந்து விட்டாள். பீட்டர் கடிதத்தைப் படித்தபொழுது, எல்லோரும் பொய்மயிரை நீக்கிவிட்டு எழுந்து நின்றனர். பீட்டரின் உதடுகள் தளர்ந்து தடித்தன. ஜன்னல் அருகில் இருந்த தொப்பியை

எடுத்துக் கண்களை மறைக்கும் அளவுக்குத் தலையில் அமுக்கி வைத்துக்கொண்டான். கண்ணீர் கன்னங்கள் வழியே ஓடியது. அவன் மௌனமாக வெளியே சென்றான். வீதியில் புழுதியைக் கிளப்பும் அளவுக்கு விசையோடு நடந்தான். அரண்மனைக்குப் போகும் வழியில், அவனது வண்டி எதிரே வந்தது. அதில் ஏறிக்கொண்டு மாஸ்கோவுக்கு விரைந்தான்.

இப்பொழுது என்ன நிகழுமென்பதைப் பற்றிப் பிறர் உரையாடியபொழுது, மென்ஷிகோவ் லிபோர்ட் இல்லத்துக்குப் போய்விட்டான். இனி பீட்டர் தனியாட்சி செலுத்த முடியுமென்ற சேதியை லிபோர்ட்டிடம் சொன்னான். இருவரும் குசுகுசுவென்று பேசிக்கொண்டனர். சேனை, கஜானா முதலிய அனைத்துக்கும் பீட்டரே எஜமானனாகிவிட்டதால் அவன் இனி அரசியல் விவகாரங்களைத் தட்டிக் கழிக்கக் கூடாதென்றும், அவனது நெருங்கிய நண்பர்களைத் தவிர வேறு எவரும் அரசனை அண்டுவதற்கு இடம் கொடுக்கலாகாதென்றும் பேசிக்கொண்டார்கள். அரசவையைப் பிரியோ பிராஷன்ஸ்கிக்கு மாற்றிவிட வேண்டுமென்று அபிப்பிராயப்பட்டனர். இனிக் கூச்சம் தயக்கம் ஏதும் காட்டாது, ஜாரின் கருத்துக்கு மனப்பூர்வமாக இணங்கிவிடும்படி அன்னாவிடம் கூற வேண்டுமென்றும், அவள் அம்மாதிரி செய்வது அவசியமென்றும் அவர்கள் கருதினர்.

ஜார் வந்துசேரும் வரையில் ஒருவரும் நடால்யாவைத் தொடவில்லை. அவளது முகத்தில் வியப்புக்குறி படர்ந்திருந்தது. மூச்சுத் திணறச்செய்து கொல்லப்பட்டாள் போல, அவளது வதனத்தில் நீலம் பாய்ந்திருந்தது. கண்கள் இறுகமூடியிருந்தன. உப்பிய கரத்தில் ஒரு சிறிய புனித உருவம் இருந்தது.

பீட்டர் அவளது முகத்தை நோக்கினான். நெடுந்தொலைக்குச் சென்று அனைத்தையும் மறந்துவிட்டவனைப் போல அவளது முகம் தோன்றியது. இதழோரத்திலாவது அன்புக்குறி தென்படுகிறதா என்று அவன் உற்று நோக்கினான். இல்லை. இல்லை. இந்த அளவுப் பகைமையோடு இந்த உதடுகள் இதற்குமுன் மடிக்கப்பட்டிருந்ததே இல்லை. எனினும், இன்று காலைதான், அவள் சுவாசிப்பதற்குச் சிரமப்பட்டபொழுதுகூட, ''பீட்டர்.... அவனுக்கு ஆசிகூற.....'' என்று கூவிக் கொண்டிருந்தாள். அயலார்களால் சூழப்பட்டுத் தன்னந்தனியாக இருப்பதாகப் பீட்டருக்குத் தோன்றியது. இவ்வாறு நிராதரவாகிவிட்ட தன் நிலையை எண்ணி அவன் பெரிதும் வருந்தினான்.

வெறுப்படைந்த பீட்டர் தோள்களை வளைத்துக் கொண்டு இருந்தான். படுக்கையறையில், கண்ணீரும் கம்பலையுமாக நின்ற பணிப்பெண்களைத் தவிரப் புதிய சமய முதல்வரான ஆட்ரியனும் இருந்தார். சிறிய உருவமும் கணிசமான கேசமும் உடைய அவர் அசட்டுத்தனமான ஆவலுடன் பீட்டரை நோக்கினார். தவிர, பீட்டருக்கு ஓராண்டு இளைய சகோதரியான இளவரசி நடால்யாவும் இருந்தாள். மென்மையும் உல்லாசமும் ததும்பப் பழகும் அவள் விவசாயிப் பெண் புலம்பி நிற்பது மாதிரி, முகத்தைக் கரத்தில் பிடித்துக்கொண்டு நின்றாள். அவளது சாம்பல் நிறக்கண்களில் ஒரு தாயின் இரக்கம் தென்பட்டது.

பீட்டர் அவளிடம் வந்தான். ''நடாஷா... பாவம், அம்மா....''

அவள் அவனது முகத்தைக் கையிலெடுத்துத் தன் மார்பில் அணைத்துக் கொண்டாள். தாதிகள் இலேசாகக் குரல் கொடுத்துப் புலம்பினார்கள். ஜார் அழுவதை நன்றாக நோக்க வேண்டுமென்பதற்காகச் சமயமுதல்வர் ஆட்ரியன் திரும்பினார். லியோ நாரிஷ்கின் தடுமாறிக் கொண்டே உள்ளே நுழைந்தான். அவனது தாடி நனைந்திருந்தது; முகம் பச்சை இறைச்சிக்கட்டி மாதிரி உப்பியிருந்தது. அவன் தன் சகோதரியின் சவத்தருகில் தரையில் விழுந்து அசைவற்றுக் கிடந்தான்; முதுகுமட்டும் துடித்தது.

சவத்தைக் கழுவி உடுத்தும் வேளையில், இளவரசி நடால்யா மாடியிலுள்ள தன் அறைக்கு அண்ணனை அழைத்துச் சென்றாள். சிறிய வர்ணக்கண்ணாடிகளை உடைய சாளரத்தின் அருகில் பீட்டர் உட்கார்ந்துகொண்டான். இங்கு அனைத்தும் அவனது இளம்பருவத்தில் இருந்த மாதிரியே இருந்தன. முன்னால் இருந்த அதே விரிப்புகள், அதே சிறு பேழைகள்; தாழ்வான நிலையறைப் பெட்டிகளில், வெள்ளியிலும் கண்ணாடியிலும் கருங்கல்லிலும் செய்த பிராணிகள் இருந்தன; அவையும் முன்பு இருந்தவைதாம். வெனிஸ் நகரத்துச் சட்டத்தில் அமைந்த இருதயவடிவுக் கண்ணாடியும், திருநூல்களின் கதைகளைச் சித்திரிக்கும் வர்ண ஓவியங்களும், வினோதமான கடற்பிராணிகளது தோடுகளும் கூடப் பழையவைதாம்.

''நடாஷா, உன்னிடம் பயங்கரமான கண்களை உடைய துருக்கன் பொம்மை இருந்ததே நினைவு இருக்கிறதா? அதன் தலைகூட உடைந்து போயிற்றே?'' என்று பீட்டர் தணிந்த குரலில் வினவினான்.

நடாஷா சற்று யோசித்தாள். அதன்பின் ஒரு சிறிய பேழையைத் திறந்து, அதன் அடியிலிருந்து துருக்கன் பொம்மையின் முண்டத்தையும் துண்டுபட்ட தலையையும் எடுத்துப் பீட்டரிடம் காட்டினாள். அவளது புருவங்கள் துடித்தன. அவன் அருகே அமர்ந்து, அவனை இறுகத்தழுவினாள். இருவரும் சேர்ந்து அழுதார்கள்.

அந்தி வேளையில், மகாராணித் தாயார் நடால்யாவின் சவத்துக்குச் சரிகைமயமான ஆடையை உடுத்திச் சபாமண்டபத்தில் கிடத்தினார்கள். ஆலயத்தில் பைபிள் படிப்பதற்காகப் பயன்படும் சாய்வுமேஜை சவப்பெட்டியின் அருகே இருந்தது. பீட்டர் அதன் முன் நின்று, மெழுகுவத்திகளுக்கிடையே தலைகுனிந்து, சற்றுக் கரகரப்பாயிருந்த தன் இளமைக்குரலில் படித்தான். வெள்ளையாடை உடுத்திய அரண்மனைக் காவலர்கள், தோள் மீது குட்டையான குத்துவாளை வைத்துக்கொண்டு இரண்டு கதவு நிலைகளிலும் நின்றனர். லியோ நாரிஷ்கின் சவப்பெட்டியின் காலடியில் மண்டியிட்டான். அரண்மனையிலிருந்தோர் அனைவரும் உள்ளக் கிளர்ச்சியின் பின்விளைவாகச் சோர்ந்து உறங்கிக் கொண்டிருந்தனர்.

நள்ளிரவில், கதவு கிரீச்சென்று ஒலித்தது. விறைப்பான கருப்பாடையும் கன்னித் துறவியின் சிறிய கரிய குல்லாயும் அணிந்த ஸோபியா உள்ளே பிரவேசித்தாள். அவள் தம்பியைப் பாராது, நடால்யாவின் நீல நெற்றியைத் தன் இதழ்களால் தொட்டுவிட்டுத் தரையில் மண்டியிட்டாள். பீட்டர், உருகிக் கசிந்த மெழுகால் ஒன்றோடொன்று ஒட்டியிருந்த ஏடுகளைப் புரட்டித் தாழ்ந்த குரலில் படித்தான். நீண்ட இடைவேளை கடந்தபின் கிரெம்லின் கடிகாரம் மணியோசை செய்தது. ஸோபியா தன் தம்பியைக் கள்ளத்தனமாக விரைவுப் பார்வை பார்த்தாள். உதயகாலத்தின் ஒளி சாளரத்தின் வழியே உட்புகுந்து பொழுது, அவள் இலேசாக எழுந்து சாய்வுமேஜையருகே சென்றாள்.

''நான் படிக்கிறேன், நீ ஓய்வு எடுத்துக்கொள்'' என்று அவள் தணிந்த சுருதியில் பேசினாள்.

அவளது குரலின் ஒலியைக் கேட்டவுடன் அவனது காதுகளில் ஏதோ சுருக்கென்று தைத்தது போலிருந்தது. அவன் படிப்பதை நிறுத்திவிட்டு தோள்களைக் குலுக்கிக்கொண்டு நகர்ந்தான். ஸோபியா அவன் இடையில் நிறுத்திய வாக்கியத்தைத் தொடர்ந்து படித்தாள். படிக்கும் பொழுதே, விரல்களால் மெழுகு திரியைத் தூண்டிவிட்டாள். பீட்டர் சுவரில் சாய்ந்தான். வில் வளைவுக் கூரையில் தலையைச் சாய்ப்பது வேதனை தந்ததால், அவன் ஒரு பெட்டி மீது உட்கார்ந் தான். முழங்கைகளை முழங்கால் மூட்டுகளில் ஊன்றி, முகத்தைக் கரத்தில் தாங்கிக் கொண்டான். ''என்னவாயினும், நான் அவளை மன்னிக்க மாட்டேன்'' என்று தனக்குள் கூறிக்கொண்டான்.

கிரெம்லின் மாளிகையின் வழிவழி மரபுக்கு இசைந்த வகையில் இறுதி இரவு இவ்வாறாகக் கழிந்தது.

மூன்று நாட்கள் கழிந்தபின், இழவு வினை முடிந்த சூட்டோடு பீட்டர் பிரியோபிரஷன்ஸ்கி அரண்மனைக்குச் சென்று உறங்கினான். யூடோக்ஸியா சற்றுத் தாமதித்துச் சென்றாள். தன்னுடன் வந்த அவைப்பெண்களது பெயர்களைக்கூட அவள் அறிந்திருக்கவில்லை. இப்பொழுது அவர்கள் அவளை மகாராணித்தாயார் என்று விளித்தனர்; அவளைப் புகழ்ந்து பசப்பினர்; கெஞ்சி இறைஞ்சி ஆதரவு நாடினர்; அவளது கரத்தில் முத்தமிடுவதற்கு அனுமதிக்க வேண்டினர். அவள் முதலில் குழந்தை வளர்ப்பு அறைக்குச் சென்றுவிட்டுப் படுக்கை அறைக்குப் போனாள். பீட்டர் ஆடைகளில் எதையும் நீக்காமல், வெள்ளை ஸாடின் படுக்கையில் பத்துக் கொண்டிருந்தான்: புழுதி படிந்த பூட்ஸுகளை மட்டும் கழற்றி எறிந்திருந்தான்.

''ஓ, இந்த அன்னியர் பேட்டைச் சகவாசத்தில் வந்த பழக்கம்! அவர்கள் குடித்து விட்டு எங்கு வேண்டுமானாலும் விழுந்து கிடப்பார்கள்!'' என்று எண்ணிய அவளது முகம் கோணியது. அவள் ஒரு நிலைக்கண்ணாடிக்கு முன் அமர்ந்து தன் ஆடைகளை நீக்கத் தொடங்கினாள். உண்பதற்கு முன்னால் ஓய்வு எடுக்க வேண்டுமென்று அவள் தீர்மானித்தாள். அந்த அவையத்துப் பெண்களது நினைவாகவே அவள் இருந்தாள். அவர்களது புகழுரைகள் அவளது செவியில் ஒலித்துக் கொண்டேயிருந்த்ன. அவள் சர்வவல்லமை வாய்ந்த ராணியாக ஆகிவிட்டதைத் திடீரென்று புரிந்துகொண்டாள். ராணிக்குரிய முறையில், கண்களைச் சுருக்கினாள்; உதடுகளை மடித்தாள். 'முதன்முதலில், அன்னாவைச் சைபீரியாவுக்கு அனுப்ப வேண்டும். ஆயுட் காலமெல்லாம் அவள் அங்கேயே இருக்க வேண்டுமென்று உத்திரவிட வேண்டும்' என்று தீர்மானித்தாள். மாமியார் அவளை வெறுத்ததால், அவளுக்கும் அவள் கணவனுக்கும் இடையே பகைமையை மூட்டி விட்டாள். மாமியார் இறந்துவிட்டதால், நிலைமை மாறிவிடும். நேற்று அவள் வெறும் யூடோக்ஸியாவாகவே இருந்தாள். இன்று, சகல ருஷியர்களுக்கும் மகாராணியாகி விட்டாள். அவள் ஆலயத்தில் தொழுகை முடிந்தவுடன், மணிகள் ஒலிக்கப் பாயர்களின் முன்னால் நடந்து வந்து, ஜனங்களுக்குத் தரிசனம் அளிப்பாள்! அந்தக் காட்சியைக் கற்பனை செய்து பார்த்தவுடன், அவள் மூச்சுவிட இயலாது பிரமித்து விட்டாள். அரசியாகக் காட்சி தர வேண்டிய சந்தர்ப்பங்களில் அணிவதற்குப் புதிய ஆடைகளைச் சித்தம் செய்யவேண்டும். நடால்யா கழித்துவிட்ட ஆடைகளை அணியக்கூடாது. பீட்டர் எப்பொழுதுமே எங்காவது போய்க்கொண்டிருந்தான். எனவே அவள்தான் ஆட்சி நடத்த வேண்டும். அதனால் என்ன? ஸோபியா ஆட்சி புரிந்தாள் அல்லவா? ஸோபியா அவளைவிடச் சில ஆண்டுகள் தானே மூத்தவள்? எதைப்பற்றியாவது யோசிக்க வேண்டியிருந்தால், அதற்குப் பாயர்கள் இருக்கிறார்கள். திடீரென்று லியோ நாரிஷ்கின் நினைவு வந்ததால் அவள் சிரித்தாள். முன்பெல்லாம் அவன் அவளைக் கவனிப்பதே இல்லை; கண்டாலும் உதாசீனம் செய்தான். ஆனால் இன்று சவ அடக்கம் செய்தபொழுது, அவன் அவளை முழங்கையால் தாங்கிக்கொண்டு, கெஞ்சுவது மாதிரிப் பார்த்தான். ஓ, பருத்துத்தடித்த மடையன்!''

''யூடோக்ஸியா!'' என்று குரல் கேட்ட அவள் அதிர்வுற்றுத் திரும்பினாள். பீட்டர் முழங்கையில் தலையை வைத்துக்கொண்டு பக்கவாட்டில் படுத்திருந்தான். ''யூடோக்ஸியா, அம்மா போய் விட்டாள்'' என்றான். யூடோக்ஸியா தெண்டத் தெண்ட விழித்தாள். ''வாழ்வே வெறுமையாகத் தோன்றியதால் உறங்கிவிட்டேன். ஓ, அன்பே, யூடோக்ஸி'' என்றான் பீட்டர்.

அவன் அவளிடமிருந்து எதையோ எதிர்பார்த்தான் என்று தோன்றியது. அவனது விழிகள் துயரில் தோய்ந்திருந்தன. ஆனால் அவள் தனது சிந்தனைகளின் வசப்பட்டிருந்ததால், தைரிய மாகி விட்டாள்.

''அது ஆண்டவன் சித்தம். நாம் துயருறுவதில் பயனில்லை. அவளுக்காக அழுதுவிட்டோம். வாழ்க்கை முன்னேறுகிறது. நாம் ஜார் குடும்பத்தினர். நமக்கு வேறு கவலைகள் இருக்கின்றன'' என்றாள்.

அவன் மெதுவாகக் கையைநீட்டி உட்கார்ந்தான்; காலைத் தொங்கவிட்டு ஆட்டினான். காலுறையின் கட்டைவிரல் பகுதியில் ஓர் ஓட்டை இருந்தது. அவன் மேலும் கூறினான்:

''இன்னொரு விஷயம். உங்களது ஆடைகளோடு ஸாட்டின் விரிப்பின்மேல் படுப்பது நன்றாயில்லை; நாகரிகமாயில்லை. நீங்கள் சிப்பாய்களோடும் உழவர்களோடும் நேரத்தைக் கழிக்கிறீர்கள். இனியாவது....''

''என்ன? என்ன?'' என்று அவன் இடைமறித்தான். அவனது விழிகள் ஜொலித்தன.

''காளான், பூஞ்சை ஏதாவது தின்றுகொண்டிருந்தாயா?'' என்று வினவினான்.

அவனது பார்வையைக் கண்டு அவள் சிறிது தயங்கினாள். எனினும், குரல் மாறிய போதிலும் அதே மாதிரியான அபத்தத்தையே அவள் உளறிக்கொட்டினாள். அந்தப் பிதற்றலெல்லாம் அவனுக்கு விளங்கவில்லை. ஆனால், ''கல்யாண நாளிலிருந்தே உங்கள் தாயார் என்னை வெறுத்து வந்தாள். நான் சிந்திய கண்ணீர்...'' என்று அவள் உளறியபொழுது, பீட்டர் கோபம் விளங்கப் பற்களைக் காட்டிவிட்டு பூட்ஸுகளை அணியத் தொடங்கினான்.

''பீட்டர், உங்களது காலுறையில் ஓட்டை இருக்கிறது. தயவு செய்து வேறு உறையைப் போட்டுக் கொள்ளுங்கள்'' என்று அவள் கூறினாள்.

''நான் மடையர்களை அறிந்திருக்கிறேன். ஆனால் இத்தகைய முட்டாள்... சரி, சரி.... யூடோக்ஸியா, இந்த நிகழ்ச்சிக்கு உன்னை நான் ஒருபொழுதும் மன்னிக்கமாட்டேன். என் தாயார் இறந்துவிட்டாள். என்வாழ்வில் ஒருநாள், உன் ஆதரவை நாடினேன்... மறக்க மாட்டேன்!'' என்று பீட்டர் பேசியபொழுது அவனது கரங்கள் பதறின.

அவன் வெளியேறியபொழுது கதவைச் சாத்திய சத்தத்தைக் கேட்டு யூடோக்ஸியா அஞ்சினாள்; மிகவும் தாழ்வாகக் குனிந்தாள். நீண்டநேரம் கண்ணாடிக்கு முன் அமர்ந்து இருந்தாள். ஒன்றுமே விளங்கவில்லை. அவள் அவ்வளவு பயங்கரமாக என்ன பேசிவிட்டாள்? 'அவருக்குப் பைத்தியம் பிடித்துவிட்டது; முழுப்பைத்தியமாகி விட்டார்' என்று அவள் முடிவு செய்தாள்.

படுக்கையறைக்கு வெளியேயிருந்த நடைபாதையில் லிபோர்ட் நீண்ட நேரமாகக் காத்திருந்தான். சவ அடக்கம் நிகழ்ந்தபொழுது, அவர்கள் ஒருவரையொருவர் தூரத்திலேயே பார்த்துக் கொண்டனர். இப்பொழுது அவன் உணர்ச்சிப் பெருக்கோடு பீட்டரின் கரத்தைப் பிடித்துக் கொண்டு சொன்னான்:

''ஓ, பீட்டர், பீட்டர், எத்தகைய இழப்பு!'' பீட்டர் இன்னமும் விறைப்பாக விருந்தான். லிபோர்ட் தொடர்ந்து பேசினான்: ''உங்களது துக்கத்தைக் கண்டு நான் பரிவுகொள்கிறேன். என் அனுதாபத்தைத் தெரிவிக்க அனுமதியுங்கள். நீங்கள் சோகத்தில் ஆழ்ந்திருக்கிறீர்கள். என் இதயமும் துயரம் நிறைந்ததாய் இருக்கிறது. ஆறுதல் கூறுவதில் பயனில்லை என்பதை அறிவேன். ஆனால் பீட்டர், என் வாழ்வை உங்களிடம் ஒப்படைக்கிறேன். என்னை என்ன வேண்டுமானாலும் செய்யுங்கள். ஆனால் நீங்கள் துன்பப்படாதீர்கள்...'' உள்ளக்கிளர்ச்சி ஏற்பட்டு விட்டால்தான் அரைகுறையாக அறிந்த ருஷியமொழியில் பேசுவது லிபோர்ட்டுக்கு வழக்கம். இன்றும் அவ்வாறே பேசினான். இது பீட்டரைக் குறிப்பாக வசப்படுத்தியது.

பீட்டர் தன் பலத்தையெல்லாம் பிரயோகித்து அவனைத் தழுவினான். அவனது நறுமணம் வீசும் பொய்மயிரில் தன் கன்னத்தை வைத்தான். ஒரு உண்மையான நண்பன் இருந்ததில் அவனுக்கு ஆறுதல். லிபோர்ட் தணிந்தகுரலில் பேசினான்:

''பீட்டர், என் வீட்டுக்கு வாருங்கள். உங்களது துயரத்தைப் போக்கிக் கொள்ளுங்கள். நீங்கள் விரும்பினால் உங்களுக்குக் கொஞ்சம் களிப்பூட்டுவோம்; அல்லது நாம் சேர்ந்து அழுவோம்''

''ஆம், ஆம், பிரான்ஸிஸ், உமது வீட்டுக்குப் போகலாம்.''

அங்கு அனைத்தும் சித்தம் செய்யப்பட்டிருந்தன. ஒரு சிறிய அறையில், ஐவர் அமர்ந்து உண்பதற்கு மேஜை தயாராய் இருந்தது. அந்த அறையிலிருந்து தோட்டத்துக்குப் போவதற்குக் கதவு இருந்தது. இன்னிசைக் குழுவினர் தோட்டத்தின் புதர்களில் ஒளிந்து கொண்டிருந்தனர். ரோமானியக் கோட்டு அணிந்தும் தலையில் மாபிள்மரத்து இலை மாலைகளைத் தரித்தும் இருந்த குள்ளர்களான தாமோஸாவும் ஸிகாவும் அவர்களுக்குப் பரிமாறினார்கள். அறையெங்கும் ரோஜா மாலைகளால் அலங்கரித்திருந்தனர். பீட்டர், லிபோர்ட், ஸோடோவ், அலெக்ஸாண்டர் ஆகிய நால்வரும் அமர்ந்தனர். வாட்காவோ, அத்துடன் பரிமாறப்படும் சிற்றுண்டிப் பொருட்களோ காணப்படவில்லை. குள்ளர்கள், பறவைகளைக் கொண்டு செய்த தின்பண்டங்களைத் தங்கத்தட்டுகளில் வைத்துத் தலைக்கு மேல் தூக்கிக்கொண்டு வந்தனர்.

''ஐந்தாவது இருக்கை யாருக்கு?'' என்று பீட்டர் வினவினான்.

''இன்று இரவு ரோமானிய விருந்து உண்டு. ஸீரிஸ்* தெய்வத்துக்கு வந்தனை செய்கிறோம். அவளது மகளான பிராஸ்பரீனுடைய அறிவூட்டும் கதையால் அவளுக்குப் புகழ் ஏற்பட்டு விட்டது'' என்றான் லிபோர்ட்.

''அது என்ன கதை?'' என்று அலெக்ஸாண்டர் வினவினான். ஸில்க் கோட்டு அணிந்திருந்த அவனது பொய்மயிர் இடுப்புவரை நீண்டிருந்தது. அவன் மிகவும் களைத்திருந்தான். ஸோடோவும் அவனைப் போலவே ஆடை அலங்காரம் செய்துகொண்டிருந்தான்.

லிபோர்ட் பேசினான்: ''கீழ் உலகத்தின் தெய்வமான புளூட்டோ, பிராஸ்பரின்னைத் தூக்கிக் கொண்டு போய்விட்டான். அவளது தாயார் துயரம் அடைந்தாள். அத்துடன் கதை முடிந்து விடுமென்று நினைக்கலாம். அதுதான் இல்லை. சாவு என்று ஒன்றும் கிடையாது. இடைவிடாத, அழிவில்லாத, வளர்ச்சிதான் நியதி. அவப்பேறு உற்ற பிராஸ்பரின் பூமிவழியே வளர்ந்து மாதுளை மலராக பூமிக்கு மேல் உயர்ந்தாள். இவ்வாறு தாய்க்கு ஆறுதல் கூறுவதற்கு மண்ணுலகுக்கு வந்தாள்.''

பீட்டர் பேசவில்லை. அவன் சோக வடிவினனாய்க் காட்சி தந்தான். தோட்டத்தில் இருள் சூழ்ந்தது. அங்கு ஈரமாகவும் இருந்தது. திறந்த கதவு வழியே விண்மீன்கள் புலனாயின. அறையிலிருந்து தோட்டத்தில் பரவிய ஒளிக்கற்றையில் அடிக்கடி உலர்ந்த இலை விழுந்தது.

''இந்த இடம் யாருக்கு?'' என்று பீட்டர் மீண்டும் வினவினான்.

லிபோர்ட் ஒரு விரலை உயர்த்தினான். தோட்டத்தில் மணல் பொடித்தது. அன்னா அறையினுள் நுழைந்தாள். முழு நீள கவுன் அணிந்திருந்த அவள் இடது கையில் கதிர்க் கொத்து ஏந்திக் கொண்டிருந்தாள். வலது கையிலிருந்த தட்டில், முள்ளங்கிக் கிழங்குகளும் காரட் கிழங்குகளும் கீரைகளும் ஆப்பிள்களும் இருந்தன. அவளது கேசத்தைச் சேர்த்து உச்சந் தலையில்

★ ஸீரிஸ் என்ற பெண்தெய்வம் சாகுபடித் துறைக்கும் கதிர்மணியின் விளைவுக்கும் தலைமை தாங்கினாள் என்று ரோமானியர் கருதினார்கள்.

முடித்திருந்தாள். அந்த முடிச்சில் ரோஜா மலர்கள் இருந்தன. மெழுகுதிரியின் ஒளியில் அவளது முகம் காண்போர் இதயத்தைக் கொள்ளை கொள்ளும் கவர்ச்சியுடன் சோபித்தது.

பீட்டர் எழுந்திருக்கவில்லை. தன் நாற்காலியின் கைப்பிடிச் சட்டங்களைப் பற்றிக்கொண்டு நிமிர்ந்து அமர்ந்திருந்தான். அன்னா அவனுக்கு முன் தட்டை வைத்துவிட்டு வணங்கினாள். சிற்றுரை நிகழ்த்த வேண்டுமென்று அவளுக்குப் போதித்திருந்தார்களென்பது வெளிப்படையாகத் தெரிந்தது. ஆனால் அவள் மனங்கலங்கியதால் பேசாது நின்றாள். எனினும், இந்த மௌனமே அதிகமான பயனுறுதி உடையதாயிருந்தது.

''உங்களுக்கு ஸீரீஸ், பழம் கொண்டு வருகிறாள். சாவு இல்லை என்பது இதன் பொருள்! பழத்தைப் பெற்று வாழுங்கள்'' என்று கத்திய லிபோர்ட், அன்னாவுக்கு நாற்காலியை இழுத்துப் போட்டான். அவள் பீட்டர் அருகில் அமர்ந்தாள். பளிச்சென்று ஒளிர்ந்த உயர்ந்த ரகப் பிரெஞ்சு மது கிண்ணங்களில் ஊற்றப்பட்டது. பீட்டர் வைத்த கண் வாங்காது அன்னாவை நோக்கினான். ஆனால் இன்னமும் ஒருவகைக் கட்டுப்பாடுணர்ச்சி நிலவியது. அவள் தன் விரல்களை அவன் கரத்தில் வைத்தாள்.

''வருந்துகிறீர்களா, ஹெர்பீட்டர்?'' அவளது பெரிய கண்களில் கண்ணீர் நிறைந்தது.

''நீங்கள் ஆறுதல் பெறுவதற்காக நான் அனைத்தையும் அளிப்பேன்'' என்றாள்.

மது அருந்தியதாலும், அன்னா அருகில் இருந்ததை உணர்ந்ததாலும், பீட்டருக்குக் கதகதப்பு உண்டாயிற்று. ஸோடோவ் கண்களைச் சிமிட்டிக்கொண்டிருந்தான். அலெக்ஸாண்டர்

வேடிக்கையாகப் பேசுவதற்குத் துடித்தான். லிபோர்ட் ஒரு குள்ளனைத் தோட்டத்துக்கு அனுப்பினான். நரம்பு வாத்தியங்களும் தோல் வாத்தியங்களும் இசைக்கத் தொடங்கின. அன்னாவின் ஆடை சலசலவென்று ஒலி செய்தது. மழைக்குப் பின் தெளிவடையும் வானத்தைப் போல், அன்னாவின் கண்கள் காய்ந்துவிட்டன. பீட்டர் தன் துயரத்தைக் களைந்து எறிந்தான்.

''மது, பிரான்ஸிஸ் மது!'' என்று கூவினான்.

''மகனே, அதுதான் சரி. கிரேக்கத் தெய்வங்களுடனும் ரோமானியத் தெய்வங்களுடனும் பழகுவதுதான் எளிது'' என்றான் ஸோடோவ். அவனது மலர்ந்த முகத்தில் சுருக்கங்கள் தோன்றின.

18

ஓகாவுக்கு அப்பாலுள்ள அடர்த்தியான காடுகளில், அவர்கள் கோடை முழுவதையும் கழித்தனர். அங்குக் கால் ஊனமாயிருந்த ஆவ்டோகிம் துணிவுடன் செயல்பட்டான்; எடுத்த காரியம் யாவினும் வெற்றி அடைந்தான். சித்திரவதையை அனுபவித்தவர்களாகப் பார்த்துச் சிலரைத் தன் கூட்டாளிகளாகப் பொறுக்கினான். அவர்கள் இரத்தம் சிந்துவதற்கோ சாவதற்கோ அஞ்சாதவர்கள். அவர்கள் தேவையில்லாத பொழுது கொள்ளை அடிப்பதில்லை. அவர்களது முகாம் சதுப்பு நிலத்துக்கிடையே உள்ள ஒரு தீவில் இருந்தது. மனிதனோ மிருகமோ அந்தத் தீவுக்குப் போக வேண்டுமானால், ஒரே ஒரு வழிதான் உண்டு. அதுவும் ஆபத்தான பாதை. தாங்கள் கொள்ளையடித்த ரொட்டி, கோழி, வாட்கா, துணி, ஆலயங்களில் திருடிய வெள்ளி ஆகியவற்றை அங்குக் கொண்டுவந்து சேர்த்தனர். ஒரு கண்ணியமான பைன் மரத்தின் உச்சிக்கு ஏறி, எதிரே

நடமாட்டம் தென்படுறதா என்று கவனிக்க ஏற்பாடு செய்தனர். ஜூடாஸ்தான் அதில் ஏறிச் சுற்றுவட்டாரத்தை ஆராய்ந்தான்.

ஆகக் கூடி அத்தீவில் ஒன்பது கொள்ளைக்காரர்கள் இருந்தனர். மேலும் இருவர் - எதற்கும் துணிந்தவர்கள் - சாலைகளிலும் சாராயக் கடைகளிலும் சுற்றித் திரிந்து வேவு பார்த்தனர். ஒரு வியாபாரி தொடர் வண்டியில் சரக்கு ஏற்றி மாஸ்கோவிலிருந்து தூலாவுக்குக் கொண்டுசென்றானென்றால், அல்லது ஒரு பாயர் தன் கிராமப்புறத்து எஸ்டேட்டுக்குப் போய்க்கொண்டிருந்தானென்றால், அல்லது ஒரு வரி அதிகாரி மிகுதியாகக் குடித்துவிட்டுப் புதையலைப் பற்றிப் பெருமையாகப் பேசினால், உடனடியாக ஒரு கிராமத்துப் பையன், சாட்டை அல்லது கூடையை எடுத்துக் கொண்டு இருண்ட காட்டை நோக்கிச் செல்வான். காட்டை அடைந்தவுடன், ஒரே ஓட்டமாக ஓடிச் சதுப்பு நிலத்துக்குப் போய்ச் சேர்வான். அங்கு அவன் 'விஸில்' அடித்தவுடன் பைன் மரத்தின் மீதிருந்த ஜூடாஸ் பதிலுக்கு 'விஸில்' அடிப்பான். ஒரு மண்குடிசையிலிருந்து கூனல் முதுகை உடைய ஆவ்டோகிம் வெளிவருவான். பையனைச் சதுப்புநில வழியாகத் தீவுக்கு இட்டு சென்று, அவனைக் கேள்வி கேட்பார்கள். சாலை அருகே உள்ள சகல கிராமங்களிலும், ஆவ்டோகிம்முக்கு இத்தகைய தூதர்கள் இருந்தனர். அவர்களைத் துண்டம் துண்டமாக வெட்டிப் போட்டாலும், நாவை அசைக்கமாட்டார்கள். ஆவ்டோகிம் அவர்களை அன்பாக நடத்தினான்; அவர்களுக்கு உணவு அளித்தான்; காசும் கொடுத்தான். அவர்களது தாய் தந்தையரைப் பற்றி விசாரித்தான். குழந்தைகளுக்கும் பெரியவர்களும் அவனது அமைதியையும் தெளிவையும் நேசப் பான்மையையும் கண்டு, அவனிடம் அச்சம் கொண்டனர்.

சதுப்பு நிலத்தில் வாழ்வு வருத்தமூட்டுவதாக இருந்தது. அந்தி வேளையில் தோன்றிய மூடுபனி, பாலைப் போலக் கெட்டியாக இருந்தது. எலும்புகள்கூடச் சில்லிட்டுப்போயின. பழைய புண்கள் வேதனை தந்தன. இரவில் தீ வளர்ப்பதை ஆவ்டோகிம் அனுமதிக்கவில்லை. ஒரு தடவை, ஒரு கொள்ளைக்காரன் கடிந்து பேசித் தன் கண்டனத்தைத் தெரிவித்தான். இரவில் நிலவறையில் கிடப்பதைப்போல் துன்புற வேண்டியிருக்கிறதென்றான். கவர்னர்களும் நிலச் சுவான்தார்களும் தம்மீது குந்திக் கோலோச்சுவது போதாதென்று, இந்தப் பேயையும் ஏற்றிக் கொண்டு துன்புறுகிறோமென்று கத்தினான். அதன்பின் தீப்பற்ற வைக்க அவன் முயன்றான். ஆவ்டோகிம் ஆத்திரப்படாது அவனிடம் சென்றான். ஊன்றுகோல்களை இடது கரத்தில் வைத்துக்கொண்டு, வலது கரத்தால் அவனது தொண்டையைப் பிடித்தான். அவனது நாக்கும் விழிகளும் துருத்திக் கொண்டன. அவனைச் சதுப்பு நிலத்தில் தூக்கி எறிந்தனர்.

சூரியன் மஞ்சளாகத் தோன்றினான். வெப்பமோ கதகதப்போ இல்லை. மரங்களெல்லாம் மங்கலான நீர்த்துளிகளால் சூழப்பட்டிருந்தன. கொள்ளைக்காரர்கள் இருமினார்கள்; கசையடி பட்டுக் காய்ந்த முதுகைச் சொறிந்தார்கள்; பாதரட்சையை அணிந்துகொண்டார்கள்; கொதி கலத்தில் தண்ணீர் காய வைத்தார்கள்.

உண்மையான வேலை என்று ஒன்றும் இல்லை. நற்பேறு கிட்டினால், காட்டிலிருந்து ஒரு தூதன் விஸில் அடிப்பான். இல்லாவிட்டால், பகலெல்லாம் உறங்குவதைத் தவிர வேறு பணி எதுவும் இல்லை. அலுப்புத்தட்டினால் அவர்கள் பழங்காலக் கற்பனைக் கதைகளைக் கூறினர்; அல்லது கைதிகளது அவலச் சுவைமிகுந்த பாடல்களைப் பாடினர். அவர்கள் தமது பூர்வாசிரமத்தைப் பற்றிப் பேசுவதில்லை. அதைப் பற்றி எப்பொழுதாவது உரையாடினாலும், ரத்தினச் சுருக்கமாகவே பேசினர். ஜூடாஸையும் ஸிமோவையும் தவிர, மற்றவர்கள் விவசாயிகளாயிருந்தவர்கள்; நிலப் பிரப்புக்களின் பிடியிலிருந்து தப்பி ஓடிவந்தவர்கள். அவர்களைப் பிடித்து விலங்கிட்டுச் சிறையிலடைத்தனர். ஆனால் மீண்டும் சிறையிலிருந்து தப்பி இங்கு வந்துவிட்டனர்.

அடிக்கடி, ஆவ்டோகிம் பாசிமூடிய கருங்கல் மீது அமர்ந்து கதை சொல்லத் தொடங்கினான். தூக்கக் கலக்கமான மௌனம் நிறைந்த அந்தக் காட்டில், அவர்கள் பேசாதிருந்து அவனது கதைக்குச் செவி கொடுத்தனர். அவன் கதையை எப்படி முடிப்பான் என்பது அவர்களுக்குத் தெரியாது. அவன் வேறு சிலரைப்போல் பொய்யும் புரளியுமாகப் பேசியிருந்தால், அவர்கள் அதை வரவேற்றிருப்பார்கள். உதாரணமாக, ''தோழர்களே கேளுங்கள். விரைவில், ஜார் அரசர் ஒரு தங்கமான உத்திரவைப் பிறப்பிக்கப் போகிறார். அனைவருக்கும் சுதந்திரம் அளிப்பதாக அறிவிப்பார். இஷ்டம் போல் வாழுங்கள், அமைதியும் செல்வமும் பெற்று நல்வாழ்க்கை நடத்துங்கள். அதன் பின் சாகுங்கள்'' என்று அவன் கூறினால், அது கற்பனையாகத்தான் இருந்திருக்கும். எனினும், பைன் மரங்களின் சலசலப்புக்கு இடையே அந்தக் கதையைக் கேட்டால் எவ்வளவு மனோஹரமாயிருக்கும்! ஆனால் அவன் ஒருபொழுதும் ஆறுதல் வார்த்தை சொல்வதில்லை. இன்று அவன் கூறினான்:

''அன்பர்களே, அது ஒரு காலம். அந்தக் காலத்தில் நான் துணிக்கோட்டையும் கூரிய உடைவாளையும் அணிந்துகொண்டு, தலைக்குல்லாயில் கிளர்ச்சிக் கடிதங்களை வைத்துக் கொண்டு ஊர் ஊராகச் சென்றேன். மீண்டும் அம்மாதிரியான காலம் வரும். அதனால்தான் உங்களைக் காட்டில் சேர்த்து வைத்துக்கொண்டிருக்கிறேன். ஏராளமான காகங்கள் ஒன்று கூடுவதைப் போல், கணக்கிட முடியாத கருமுகில்கள் திரண்டெழுவதைப்போல, ஏழைகளும் அனாதைகளும் ஒன்று சேர்ந்தனர். அவர்களிடம் ஒரு பொன்னான ஆணைப்பத்திரம் இருந்தது. அது ஸ்டீபன் ராஸின் என்ற காஸ்ஸக்கின் கோட்டில் தைக்கப்பட்டிருந்தது. எங்களது காயங்களில் பெருகிய ரத்தத்தில் கூரிய கத்தியைத் தோய்த்து அந்தக் கட்டளைப் பத்திரத்தை எழுதினோம். ''ஈவிரக்கம் காட்டக்கூடாது. பணக்காரர்களையும் உயர்குடிப் பிறப்பினரையும் அவர்களுடைய எஸ்டேட்டுகளோடும் நகரங்களோடும் தலைநகரான மாஸ்கோவோடும் அழித்துவிட வேண்டும்; எச்சமிச்சமில்லாமல் அழித்துவிட வேண்டும். அந்தப் பாழ் நிலத்தில், சுதந்திரமான காஸ்ஸக் முகாமை அமைக்க வேண்டும்'' என்று அந்த ஆணைப்பத்திரம் கூறியது. இளைஞர்களே, இவற்றையெல்லாம் சாதிக்க முடியவில்லை. எனினும், அவை நிறைவேறுவது உறுதி; நிறைவேறாமலிருக்க முடியாது. ஏனெனில், அவ்வாறு திருநூலில் எழுதப்பட்டிருக்கிறது.''

அவனது குறுகலான சிறிய தாடியால் ஊன்றுகோலை அழுத்தினான்; சதுப்பு நிலத்தின் சேற்றை வெறித்துப் பார்த்துக்கொண்டே, கன்னத்தில் குந்திய கொசுவை நசுக்கிவிட்டுச் சிரித்தான். மேலும் கூறினான்:

''ஏராளமாகக் காளான்கள் கிடைப்பதால், நாம் இன்னும் பல நாட்கள் இங்கு வாழ முடியும். பனி பெய்யத் தொடங்கியவுடன் உங்களை இங்கிருந்து அழைத்துச் செல்வேன். இளைஞர்களே, இந்தத் தடவை மாஸ்கோவுக்கு இட்டுச்செல்ல மாட்டேன். அங்கு ரோமோடானோவ்ஸ்கி குற்ற விவகார இலாகாவுக்குப் பொறுப்பாளியாக நியமனமாகியிருக்கிறான். அவன் இரத்தத்தைக் குடிக்கும் நாளில் உல்லாசமாய் இருப்பதாகவும், அதைக்குடிக்காத நாளில், ரொட்டி தொண்டையை அடைத்துக்கொள்கிறதென்றும் சொல்கிறார்கள். விசா நதிக்கரையில், காட்டின் தொலைவிலுள்ள பகுதியில், இணங்காதாரின்* தளம் இருக்கிறது. அங்கு உங்களை அழைத்துச் செல்வேன். அடுக்கடுக்காகப் பரண்கள் அமையப் பெற்ற ஒரு பெரிய அறை அங்கு உள்ளது. அதில் சாளரங்கள் உள்ளன. அவற்றைக்கொண்டு, ஜாரின் ஆட்களுக்கு எதிராகப் போராடித் தற்காத்துக்கொள்ள முடியும். ஏராளமான துப்பாக்கிகளும் வெடி மருந்தும் உள்ளன. அந்த அறையில் ஒரு துறவி இருக்கிறார். அவர் உருவில் சிறியவர், வயதில் பெரியவர்; நரைத்த மயிரை

★ இணங்காதார்: அதிகாரத்திலுள்ள சமயக் கொள்கையிலிருந்து மாறுபட்டவர்கள்.

உடையவர். இருநூறு இணங்காதார்கள் அவருடன் இருக்கின்றனர். அவர்கள் விசா நதிக்கரையில் சிதறி வாழ்கின்றனர். பெரிய மரங்களைத் தரையின் ஆழத்தில் புதைத்து, அவற்றின்மீது குடிசை கட்டியிருக்கிறார்கள். குதிரைகளில்லாது உழுது சாகுபடி செய்கிறார்கள். அவர்கள் அந்தத் துறவியின் சொற்படி நடக்கின்றனர். நாள்தோறும் அவர்களது எண்ணிக்கை அதிகரித்து வருகிறது. அவர்கள் வாரம் ஒருமுறை துறவியிடம் சென்று தமது குற்றங்குறைகளையெல்லாம் ஒப்புக்கொண்டு, மன்னிப்பு வேண்டுவார்கள். அவர் அங்கு விளையும் புளிப்புப் பழங்களை ரை அல்லது பார்லி மாவில் பிழிந்து நற்கருணைப் பிரசாதமாக வழங்குகிறார். இரகசியப்பாதைகள் வழியாக அந்த இன்பபூமிக்கு உங்களை அழைத்துச்செல்வேன். இளைஞர்களே, அங்கு நாம் பிறருக்குக் கேடு சூழாது வாழலாம்.''

அதைக்கேட்டபொழுது, அந்தக் கொள்ளைக்காரர்கள் பெருமூச்செறிந்தனர். விசாவுக்குப் பத்திரமாகப் போக முடியுமென்று அவர்கள் நம்பவில்லை. இதுவும் ஒரு கற்பனைக்கதை என்றே அவர்கள் கருதினர்.

ஆவ்டோகிம் கொள்ளையடிக்கச் செல்வது அரிதாயிருந்தது. அவன் தீவில் தனியே இருந்தான். அவர்களுக்குச் சமையல் செய்தான். அவர்களது கால் சட்டை, கைச்சட்டைகளைத் துவைத்து வெளுத்தான். ஆனால் அவன் எப்பொழுதாவது அரைக்கச்சையின் பின்புறத்தில் சாட்டையைச் செருகிக்கொண்டு கிளம்பினால், விவகாரம் பெரிதாயிருக்க வேண்டுமென்று அவர்கள் ஊகித்து விடுவார்கள். அவன் அங்கஹீனன்தான்; ஆனால் இலாகவமும் சுறுசுறுப்பும் உடையவன். இரவில் அவன் கேட்போருக்குக் கிலியூட்டும் வகையில் விஸில் அடித்துக்கொண்டு குதிரைகளுக்கு முன் சென்று, அவற்றின் முகத்தில் சாட்டையால் அடிப்பான். பிரயாணி பணக்காரனாகவோ பிரபுவாகவோ இருந்தால், அவனிடம் இரக்கம் காட்டாது, அதே இடத்தில் தீர்த்துக் கட்டிவிடுவான். இளைஞர்களானால், அச்சுறுத்திய பின் விட்டுவிடுவான். ஆனால் யாராவது அவனை அடையாளம் கண்டு கொண்டான் என்றால், அவனுக்குப் பிராணாபத்துதான்!

தூலா சாலையில் நிகழ்ந்த இந்தக் கொள்ளைகளைப் பற்றி மாஸ்கோ ஆட்சியாளர் அறிவித்திருந்தனர். பலதடவைகள் இந்தக் கள்வர் கோஷ்டியை ஒழிப்பதற்காகப் படையினர் அனுப்பப்பட்டனர். ஆனால் அவர்களில் எவனும் காட்டிலிருந்து மீளவில்லை. ஆவ்டோகிம் தன் சூழ்வினைத் திறத்தால், அவர்களைச் சதுப்பு நிலத்துக்கே வரச்செய்தான். அந்தச் சிப்பாய்களுக்கு நேர்ந்த இறுதியை இச்சதுப்புநிலம் மட்டுமே அறிந்திருந்தது.

இவ்வாறு அவர்கள் குறைவில்லாது வாழ்ந்தனர். கோடைக்காலத்தின் கடைசியில், ஆவ்டோகிம் சில ஆடைகளையும் கம்பளங்களையும் சேர்த்து ஸிமோவ், ஸிகான், ஜூடாஸ் ஆகியோரிடம் கொடுத்து, அவற்றைத் தூலா சந்தையில் விற்றுவிட்டு வருமாறு அனுப்பினான்.

''இளைஞர்களே, பணத்தோடு திரும்பி வாருங்கள். உங்களது மனத்தில் பாவச்சுமையை ஏற்றிக்கொள்ளாதீர்கள். ஏதாவது திருட்டுத்தனம் செய்தால் என்னிடமிருந்து தப்ப முடியாது நான் கண்டுபிடித்து விடுவேன். அதன்பின் உயிர்வாழ முடியாது'' என்று அவன் அவர்களை எச்சரித்தான்.

ஒருவாரம் சென்றபின், அவன் உடைந்த மண்டையுடன் திரும்பி வந்தான். அவனிடம் பணமும் இல்லை, பொருளும் இல்லை. தீவிலும் ஒருவரும் இல்லை. சாம்பலும் அங்குமிங்கும் சிதறிக் கிடந்த கிழிசல்களுமே தென்பட்டன. அவன் அங்குக் காத்திருந்து பார்த்தான்; குரல் கொடுத்துக் கூவினான். ஆனால் ஒருவனையும் காணவில்லை. ஆவ்டோகிம், பபணத்தையும் வெள்ளிக் கட்டிகளையும் புதைத்து வைத்திருந்த இடத்தைத் தேடினான். ஆனால் அந்தப் புதையலும் கிடைக்கவில்லை.

காட்டில் மஞ்சளும் சிவப்பும் தென்பட்டன; சிலந்தி நூல்கள் காற்றில் சஞ்சரித்தன. உலர்ந்த இலைகள் கீழே விழுந்தன. ஜூடாஸுக்கு இதய நோவு ஏற்பட்டது. அவன் சில ரொட்டிப் பொறுக்குகளைச் சேர்த்துக்கொண்டு கிளம்பினான். எங்குச் செல்வதென்று அவனுக்கே புரிய வில்லை. மாஸ்கோவுக்குப் போகலாமா என்று எண்ணினான். சதுப்பு நிலத்தைக் கடந்தவுடன், பைன் மரக்காட்டில், நாரிஷ்கின்னின் அடிமை விவசாயிகளில் ஒருவனும், தனது தோழனுமான பிடோர் பிடோரோவ் என்பவனைக் கண்டான்.

பிடோர் பெரிய குடும்பத்தை உடைய சாது. விடுவரிச் சுமையைத் தாங்க முடியவில்லை; எனினும் குதிரைமாதிரி, வருவதை ஏற்றுப் பாடுபட்டான். அவன் தன் உடலையே தன் மக்களுக்கு அர்ப்பணித்தான் என்று சொல்லலாம். சில சமயங்களில் அவன் மிகுதியாகக் குடித்துவிடுவான். அப்பொழுது தடியெடுத்துக் கிராமத்துக்குச் சென்று நாரிஷ்கின்னுடைய காரியக்காரன் மண்டையை உடைப்பேன் என்று அச்சுறுத்திப் பேசுவான். இதனால்தான் அவனுக்குக் கஷ்டம் வந்தது. நாரிஷ்கின்னுடைய காரியக்காரனை அவனே கொன்றானா, அல்லது வேறு யாராவது கொன்றானா என்பதைப் பற்றி உறுதியாகச் சொல்ல முடியாது. ஆனால் பிடோர் தன் மக்கள் முன்னிலையில் ஆண்டவன் மீது ஆணையிட்டுத்தான் நிரபராதி என்று கூறிவிட்டு ஓடினான். இப்பொழுது அவன் ஒரு பைன் மரக்கிளையில் தொங்கிக்கொண்டிருந்தான்; அவனது கைகள் முதுகுக்குப்பின்னால் கட்டப்பட்டிருந்தன. முகம் ஒரு பக்கமாக முறுக்கேறியிருந்தது. ஜூடாஸ் அவனது முகத்தை நோக்குவதற்கு முயலவில்லை. ''ஆ, நண்பா, நண்பா?'' என்று கூறி அவன் அழுதான். அதன்பின் புதர்கள் வழியே காட்டிலிருந்து நீங்கினான்.

19

கிரெம்லின் அவையில் அரசியல் விவகாரங்களைப் பற்றிச் சிந்தனை செய்த பாயர்கள், எப்படியாவது சுகவாழ்வை நடத்த முடியுமென்று இன்னமும் நம்பினார்கள். ''ஜார் பீட்டர் இளமைக்குரிய திருவிளையாடல்களில் ஈடுபடுவான். விவகாரமெல்லாம் நேராகிவிடும். கவலை வேண்டாம். என்ன நேர்ந்தாலும், நமக்கு விவசாயிகள் உணவளிப்பார்கள்'' என்று அவர்கள் நம்பினார். கிரியோ பிராஷன்ஸ்கியில், பொய்மயிருக்காகக் குலப்பெருமையைப் பலி கொடுத்த புதிய பேராசைக்காரர்களான பிரபுக்களும் வர்த்தகர்களும் பீட்டரைச் சூழ்ந்து கொண்டனர். பீட்டரோ விளையாட்டு ராணுவத்திலும், இதர விளையாட்டுகளிலும், கப்பல் கட்டுவதிலும், சிப்பாய்களுக்கு வீடுகட்டிக் கொடுப்பதிலும் உற்ற நண்பர்களுக்கு மாளிகை கட்டிக்கொடுப்ப திலும், வரையறையில்லாமல் பணத்தைச் செலவிட்டுக் கஜானாவைக் காலி செய்துகொண்டிருந் தான். அரசாங்க அமைப்போ முன்போலவே, சகதியில் சிக்கிய வண்டி மாதிரி, ஊனமாகி யிருந்தது. ஆனால் மேற்கே, வெனிஸிலும் ரோமானிய சாம்ராஜ்யத்திலும், போலந்திலும் நெருக் கடியான நிலைமை ஏற்பட்டதால், மாஸ்கோவின் சோம்பலும் வஞ்சகமும் அனுமதிக்கக் கூடாதனவாக ஆகிவிட்டன.

ஸ்வீடன் வடகடலுக்கு எஜமானனாக விளங்கியது. பிரெஞ்சு அரசனின் இரகசிய ஆதரவுடன், துருக்கி மத்திய தரைக் கடலில் ஆதிக்கம் வகித்தது. துருக்கியின் கப்பற்படை, வெனிஸ் நாட்டின் வியாபாரக் கப்பல்களைக் கைப்பற்றியது. துருக்கி நாட்டுச் சிப்பாய்கள் ஹங்கேரியை அழித்துக் கொண்டிருந்தனர். துருக்கிச் சுல்தானுக்குக் கப்பம் கட்டிய கிரீமியாவின் தார்த்தாரியர்கள், போலந்தின் தென்பாகத்து ஸ்டெப்பிகளை வசப்படுத்தி அட்டூழியம் செய்தனர்.

ஆனால், தார்த்தாரியர்களையும் துருக்கியரையும் எதிர்த்துப் போரிடுவதாக ஒப்பந்த வாயிலாக உறுதி அளித்த மாஸ்கோ சர்க்கார், குறிப்புகளை மட்டும் எழுதிவிட்டுக் காலம் கடத்தியது; சாக்குப் போக்குகளைக் கூறியதும் ''நாங்கள் இருமுறை கிரீமியாவுக்குப் படைகளை அனுப் பினோம். ஆனால் நேசநாடுகள் எங்களுக்கு ஆதரவு அளிக்கவில்லை. இந்த வருடம், விளைச்சல் ரொம்பக் குறைவு. எனவே, அடுத்த ஆண்டு வரை காத்திருப்பதே நலம். நாங்கள் போராடுவதற்கு மறுக்கவில்லை. ஆனால் நீங்கள் முதலில் தொடங்க வேண்டுமென்றுதான் காத்திருக்கிறோம்; உங்களை ஆதரிப்போமென்று ஆணையிட்டு உறுதி கூறுகிறோம்'' என்று கூறியது.

கிரீமியாவின் கானுடைய தூதர்கள் மாஸ்கோவுக்கு வந்து, பாயர்களுக்கு உயர்ந்த பரிசுகளை அளித்தனர். இனி ஒரு பொழுதும் ருஷியநாட்டுக்குள் புகுந்து சூறையாட மாட்டோமென்றும், முன்போல் கப்பம்கட்டக் கோரி இழிவுபடுத்த மாட்டோமென்றும் அவர்கள் உறுதி கூறினார்கள். கிரீமியாவுடன் நிரந்தர சமாதான ஒப்பந்தம் செய்துகொள்ளும்படி வற்புறுத்தினர். லியோ நாரிஷ்கின், வியன்னாவிலும் கிராகோவிலும் வெனிஸிலும் உள்ள ருஷியத் தூதர்களுக்குக் கடிதம் எழுதினான் ; சக்கரவர்த்தியோ அரசனோ* டோஜியோ அளிக்கும் வாக்குறுதிகளை நம்பிவிடக் கூடாதென்றும், பிடி கொடுக்காமல் பேச வேண்டுமென்றும் அவர்களுக்கு அறிவுறுத்தினான். இவ்வாறு இரண்டு வருடத்துக்கு மேலாகக் காலம் கடத்தி வந்தனர். போலந்து முழுவதையும் வாளுக்கும் தீக்கும் இரையாக்குவோமென்றும் வியன்னாவிலும் வெனிஸிலும் பிறைச் சந்திரக்கொடியை ஏற்றுவோமென்றும் துருக்கியர்கள் பயமுறுத்தினார்கள். கடைசியில் சக்கர வர்த்தியின் தூதனான ஜோஹான் கர்ட்டியஸ் வியன்னாவிலிருந்து மாஸ்கோ வந்து சேர்ந்தான். பாயர்கள் திகிலடைந்தனர். இனிக் காலம் கடத்த முடியாது; ஏதாவது ஒரு முடிவை எடுக்க வேண்டும். அவர்கள் கர்ட்டியஸ்ஸுக்குப் பகட்டான வரவேற்பு அளித்துக் கிரெம்லினுக்கு இட்டுச் சென்றனர். சொகுசான கட்டிடத்தில் தங்க வைத்தனர். பிற தூதர்களுக்குச் செலவிடு வதைப் போல இருமடங்குப் பணம் செலவிட்டுச் சகலவசதிகளையும் செய்தனர். அதன்பின், ஜார் ராணுவப் பயிற்சிகளைப் பார்வையிடப் போயிருப்பதாகவும் அவர் இல்லாமல் ஒரு முடிவும் செய்ய முடியாது என்றும் பொய்பேசிக் காலம் கடத்தினர்.

எனினும், பேச்சுவார்த்தை நடத்த வேண்டிய நிர்ப்பந்தம் அவர்களுக்கு ஏற்பட்டது. பழைய ஒப்பந்தத்துக்குக் கட்டுப்பட்டு நடப்பதாக ஒத்துக்கொள்ளும்படிச் செய்வதில் கர்ட்டியஸ் வெற்றிகண்டான். அவர்கள் போர் செய்வதற்கு இணங்கிச் சிலுவையில் முத்தமிட்டனர். கர்ட்டியஸ் பேருவகையுடன் வியன்னாவுக்குத் திரும்பிச் சென்றான். ரோமானியச் சக்கரவர்த் தியும் போலிஷ் அரசனும் நன்றி நவின்று கடிதம் எழுதினார்கள். அவற்றில் பீட்டர் ''மாட்சிமை பொருந்திய'' என்று குறிப்பிடப்பட்டான். ''ஐபிரியா, ஜார்ஜியா, காபார்டா ஆகிய நாடுகளுக்கும், டிடிச், ஆட்சிச் ஆகிய மாகாணங்களுக்கு அதிபன்'' என்ற பட்டமும் உட்படச் சகல பட்டங் களுடனும் அவன் குறிப்பிடப் பெற்றான். அதன்பின் அவர்கள் மீண்டும் கொஞ்சகாலத்துக்குக் காலம் கடத்துவதில் வெற்றிக்கண்டனர். ஆயினும், யுத்தத்தைத் தவிர்க்க முடியாதென்பது வெள்ளிடை மலையாக விளங்கிவிட்டது.

★ டோஜி: அக்காலத்தில், வெனிஸ், ஜினோவா ஆகிய இத்தாலிய நகரங்கள் சுதந்திரமான குடியரசுகளாக விளங்கின. அங்கு, முறைமன்ற முதல்வர் டோஜி என்று அழைக்கப்பட்டார். - மொர்.

20

கார்னிவல்* வாரத்துக்குப் பின் லெண்ட் காலத்து மணியோசை மாஸ்கோவில் எதிரொலித்த பொழுது, சகல சந்தைகளிலும் பேட்டைகளிலும் புறப்பேட்டைகளிலும், போரைப் பற்றிய பேச்சு அடிபட்டது. ''போர் நடக்கப் போகிறது. அதன் மூலம் நமக்குக் கணிசமான நன்மை கிடைக்கும். கிரீமியா நம் வசப்பட்டுவிட்டால், உலகம் முழுவதுடனும் வியாபாரம் செய்யலாம். கடல் பரந்து விரிந்து கிடப்பது. அங்கு மனிதன் கடைவாயிலுள்ள கோபக் காசையும் பிடுங்கும் வரிவசூல் அதிகாரி வரமாட்டான்'' என்று யாரோ இரவில் திடீரென்று கூறிய மாதிரி ஜனங்கள் சண்டையைப் பற்றிச் சட்டென்று விவாதிக்கத் தொடங்கினார்கள்.

வாரனேஷ், குர்ஸ்க், பெல்கரோட் ஆகிய பகுதிகளிலிருந்து தானிய வண்டிகளைக் கொண்டு வந்த விவசாயிகளும், விவசாயி நிலைக்குத் தாழ்ந்துவிட்ட சாதாரண நிலச்சுவான்தார்களும் இந்தப் பேச்சில் பங்கு கொண்டனர். ஸ்டெப்பியிலுள்ள ஜனங்கள், தார்த்தாரியர்களுடன் சண்டை போடுவதற்காக ஆவலுடன் காத்திருப்பதாக அவர்கள் சொன்னார்கள். ''நமது ஸ்டெப்பி, ஆயிரக்கணக்கான மைல்தூரம் தெற்கிலும் கிழக்கிலும் வியாபித்திருக்கிறது. ஸ்டெப்பியைப் பருவ மங்கைக்கு ஒப்பிடலாம். அதைத் தொட்டால் போதும்; அம்பாரம் அம்பாரமாகக் கோதுமை விளைந்து குவியும். இதைத் தார்த்தாரியர்கள் அனுமதிக்க மாட்டார்கள். அவர்கள் எத்தனை ஜனங்களைச் சிறைப்படுத்திக் கிரீமியாவுக்குக் கொண்டு போய் விட்டார்கள்! ஓ! ஸ்டெப்பியின் சுதந்திரம்தான் உண்மையான சுதந்திரம்! மாஸ்கோவிலுள்ள நீங்கள் அனுபவிக்கும் சுதந்திரம் அதற்கு உறைபோடவும் காணாது!'' என்று அவர்கள் கூறினர்.

பிற இடங்களைக் காட்டிலும் பீட்டரின் புடையர் குழுவில்தான் போரைப் பற்றிய விவாதம் அதிகமாயிருந்தது. பலர் அதை எதிர்த்தனர். ''நமக்குக் கருங்கடல் தேவையில்லை. மரத்தையோ கீலையோ திமிங்கிலக் கொழுப்பையோ துருக்கிக்கும் வெனிஸுக்கும் விற்க முடியாது. நாம் வட கடல்களைப் பிடிக்க வேண்டும்'' என்று அவர்கள் வாதித்தனர். ஆனால் ராணுவத்தினர், குறிப்பாக வாலிபர்கள், போரை மனப்பூர்வமாக ஆதரித்தனர். அந்த இலையுதிர் காலத்தில் அவர்கள் இரண்டு ராணுவங்களாக அமைந்து கோஸுஹோவோ கிராமத்துக்குச் சென்று, இதுவரை நடக்காத வகையில், ராணுவ விஞ்ஞானத்தின் சகல விதிகளுக்கும் உட்பட்டுப் போர் புரிந்தனர். உயிர்க் காவலர்கள் என்ற புதுப்பட்டத்தைப் பெற்றுள்ள பிரியோபிராஷன்ஸ்கி, ஸெமினாவ்ஸ்கி படைகளும், லிபோர்ட்டின் படையும், புடிர்ஸ்கி படையும் சிறப்பாகப் போர்புரிந்தனவென்றும், அவை பிரெஞ்சுப் படைக்கோ ஸ்வீடிஷ் படைக்கோ எவ்வகையிலும் தாழ்ந்தவையல்ல வென்றும் அன்னியர்கள் கூறினார்கள். ஆனால், என்னதான் வேட்டுப்போட்டு முரசு ஒலித்தும் வாழ்த்துரைத்தும் விருந்து மேஜையில் பேசியும் கோஸுஹோவா போராட்டத்தைப் புகழ்ந்தால் என்ன? கரிய பொய்மயிரும் தரையைத் தொடும் அளவுக்கு நீளமான கழுத்துப்பட்டையும் பெரிய குதிமுட்களும் உடைய அதிகாரிகளைப் பார்த்து, ''கோஸிஹோவோ வீரர்களே! காகிதக் குண்டுகளுடன் சண்டையிடுவதில் சூரர்களாயிருக்கிறீர்களே! தார்த்தாரியன் குண்டு எப்படிச் சுவைக்குமென்பதைப் பாருங்களேன்!'' என்று ஜனங்கள் கத்தினார்கள்.

பீட்டரின் நெருங்கிய கூட்டாளிகளான ரோமாடானோவ்ஸ்கி, கோலோவின், அப்ராக்ஸின், கார்டன், வினியஸ், அலெக்ஸாண்டர் மென்ஷிகோவ் ஆகியோர்தாம் தயங்கினார்கள்.

★ கார்னிவல்-லெண்ட் கால நோன்புக்கு முன்னால் வரும் பண்டிகை.

அவர்களுக்கு இந்தப் பொறுப்பு அச்சமூட்டியது. தோற்றுவிட்டால், என்ன நேரிடும்? தோல்வி ஏற்பட்டால் யாரும் அழிவிலிருந்து தப்ப முடியாது. மக்கள் வெகுண்டெழுந்து அவர்களைக் கொன்று விடுவார்கள். ஆனால், சண்டை வேண்டாமென்றாலும், ஆபத்து அதிகமாகும். எப்படி யென்றால், அன்னியர்கள் ஜார் குடும்பத்தினரின் மனதைக் கெடுத்துவிட்டதாகவும், ஜனங்கள் துன்புற்றுத் தவிக்கும்பொழுது ஏராளமான பணம் உல்லாசக் கேளிக்கைகளில் விரயமாகிற தென்றும், பெருஞ்செயல் ஒன்றையும் காணோம் என்றும் ஜனங்கள் முன்பே முணுமுணுத்துக் கொண்டிருந்தனர்.

பீட்டர் தன்கருந்தை வெளியிடவில்லை. ''சரி, சரி! கோஸுஹோவோவில் விளை யாடினோம். இப்பொழுது தார்த்தாரியர்களோடு விளையாடுவோம்'' என்று பிடிகொடுக்காது விடை தந்தான். டிராயிட்ஸாவுக்கு ஓடிய இரவில் பயந்த மாதிரியே இப்பொழுதும் பீட்டர் அஞ்சுவதை லிபோர்ட்டும் மென்ஷிகோவும் மட்டுமே உணர்ந்தனர். என்றாலும் அவன் போராடத் துணிவான் என்பதையும் அவர்கள் அறிந்திருந்தனர்.

இரண்டு கரியமுகத் துறவிகள், ஜரூசலத்தின் சமய முதல்வரிடமிருந்து ஒரு கடிதம் கொண்டு வந்தனர். அந்தக் கடிதத்தை அவர் இரங்கத்தக்க தோரணையில் எழுதியிருந்தார். புனித இடங் களைப் பற்றிப் பிரெஞ்சு அரசன் எழுதிய கடிதத்துடன் அவனுடைய தூதன் ஆட்ரியனோபிள் வந்து சேர்ந்தானென்றும் அவன் துருக்கியின் முதலமைச்சருக்கு எழுபது ஆயிரம் பொற்காசுகள் சன்மானம் அளித்தான் என்றும் அந்நேரத்தில் அந்நகரில் இருந்த கிரீமியாவின் கானுக்குப் பத்தாயிரம் பொற்காசுகள் பரிசளித்தானென்றும், புனித இடங்களைப் பிரெஞ்சுக்காரர்களிடம் ஒப்படைக்கும்படி துருக்கியர்களை வேண்டிக்கொண்டான் என்றும் சமய முதல்வர் தெரிவித்திருந்தார். மேலும் அவர் எழுதியதாவது: ''துருக்கியர்கள் வைதீகக் கிறித்துவர்களான நம்மிடமிருந்து புனிதமான கல்லறை'[1]யைப் பிடுங்கிப் பிரெஞ்சுக்காரர்களிடம் ஒப்படைத்து விட்டார்கள். மேலும் பிரெஞ்சுக்காரர்கள் நம்மிடமிருந்து கோல்கோதா[2] வில் பாதியையும் பெத்திலிஹம் [3] மிலுள்ள திருக்கோயில் முழுவதையும் புனிதமான குகையையும் கைப்பற்றி விட்டார்கள். அவர்கள் புராதனமான புனித உருவங்களையெல்லாம் அழித்து விட்டனர். நாம் பக்தர்களுக்குப் புனித ஒளியைக் காட்டும் மண்டபத்தையும் நாசம் செய்துவிட்டனர். ஜரூசலத்தில், பாரசீக மக்களும் அரபு மக்களும் இழைத்த கேடுகளையெல்லாம் பிரெஞ்சுக் காரர்களது அக்கிரமங்கள் மிஞ்சிவிட்டன. மாஸ்கோவின் புனிதமான சர்வாதிகாரிகளாகிய நீங்கள் புனிதமான சமயத்தைக் கைவிட்டால், உங்களது பெயர்களை எப்படி மதிப்பார்கள்? புனித இடங்களை வைதீகச் சமயத்தினரிடம் ஒப்படைக்க வேண்டுமென்று துருக்கியர்களைக் கட்டாயப்படுத்துங்கள்; மறுத்தால் அவர்கள் மீது போர்தொடுத்து விடுங்கள்! இதுதான் தகுதியான நேரம். சுல்தானின் மூன்று பெரிய சேனைகள், ஹங்கேரியில் சக்கரவர்த்திக்கு எதிராகப் போராடிக் கொண்டிருக்கின்றன. உக்ரேனைப் பிடியுங்கள். அதன்பின் மொல்டேவியாவையும் வாலாசியாவையும் கைப்பற்றுங்கள். ஜரூசலத்தையும் பிடித்துக்கொண்ட பிறகுதான் சமாதானம் செய்துகொள்ள வேண்டும். துருக்கியர்களும் தார்த்தாரியர்களும் சக்கரவர்த்தியோடு போர்புரியும் காலம் வரவேண்டுமென்று நீங்கள் பிரார்த்தனை செய்யவில்லையா? இப்பொழுது இந்தப் பொன்னான நேரத்தில் நீங்கள் பின் வாங்குகிறீர்கள்! முஸ்லீம்கள் உங்களைப் பார்த்துக் கைகொட்டிச் சிரிக்கிறார்கள். தார்த்தாரியர்கள் உயர்ந்தவர்கள் என்று சொல்கிறார்கள்; அவர்கள் உங்களைக் கப்பம் கட்டும் நிலைக்குத் தாழ்த்தி விட்டதாகப் பெருமையடித்துக் கொள்கிறார்கள்.

---

1. புனிதமான கல்லறை: ஜரூசலத்திலுள்ள யேசுநாதரின் கல்லறை.

2. கோல்கோதா - இது ஒரு குன்று. யேசுநாதர் இக்குன்றின் மீது சிலுவையில் அறையப்பட்டார். அந்தக் குன்றைச் சுற்றி மண்டை யோடுகள் குவிந்து கிடந்ததால், கோல்கோதா (மண்டை ஓடுகள் என்ற பொருள்) என்ற பெயர் வந்தது.

3. பெத்லிஹம் - யேசுநாதர் பெத்லிஹம் என்ற ஊரில் ஒரு மாட்டுக்கொட்டிலில் பிறந்தார் என்று பைபிள் கூறும்.

அந்தத் தார்த்தாரியர்கள் துருக்கியருக்குக் கீழ்ப்பட்டு இருப்பதால், நீங்களும் துருக்கியரின் அடிமைகள் என்பது தெளிவாகிறது.''

மாஸ்கோவில் இந்தக் கடிதத்தைப் படிப்பதே அவமானமாகவிருந்தது. பாயர்களது அரசவை கூடியது. அரச உடைகளையும் முடி முதலிய அரசச் சின்னங்களையும் அணிந்த பீட்டர் அரியணையில் அமைதியாக அமர்ந்திருந்தான். பாயர்கள் பண்டைக்கால வரலாற்று நூல்களிலிருந்து மேற்கோள் காட்டியும், புனித இடங்கள் பழுதுபட்டிருப்பதைக் குறித்துப் புலம்பியும் பகட்டாகப் பேசித் தம் உணர்ச்சிகளை வெளியிட்டனர். சூரியன் மறைந்துவிட்டான்; வழிபாட்டு உருவம் இருந்த மூலையில் விளக்குகள் ஏற்றப்பட்டன: ஆனால் இன்னமும் பாயர்கள் தமது குலப் பெருமைக்கும் அந்தஸ்துக்கும் உகந்தவகையில் ஒருவர் பின் ஒருவராக எழுந்து, சட்டைக் கைகளை இழுத்துவிட்டு, விரல்களால் சைகை காட்டிய வண்ணம் பேசிக் கொண்டேயிருந்தனர். வேர்வைத்துளிகளுடன் கூடிய உயர்ந்த நெற்றிகள்; கண்டிப்பான பார்வைக்குரிய நயனங்கள்; நன்றாக வாரிவிடப்பட்ட தாடிகள்; கவைக்குதவாத வெற்றுரைகள் - இவையனைத்தும் பீட்டருக்கு வெறுப்பை ஊட்டின. அவர்களில் ஒருவனும் போர் செய்வதைப் பற்றிக் கருத்துத் தெரிவிக்கவில்லை. இரண்டு உதவிக் குமாஸ்தாக்களின் துணையுடன் பேச்சுகளைக் குறிப்பெடுத்த அவைக் குமாஸ்தாவான வினியஸ்ஸை அடிக்கடி பார்த்தவாறு அவர்கள் சுற்றி வளைத்துப் பேசினார்கள். யுத்தம் என்ற சொல்லை உச்சரித்துத் தமது சமாதானச் சுகவாழ்வை அழித்துக்கொள்வதற்கு அவர்கள் அஞ்சினார்கள். போரில் இறங்கினால் மீண்டும் கலகமும் நாசமும் விளையுமென்று பயந்தனர். அவர்கள் ஜாரின் பேச்சுக்காகக் காத்திருந்தனர். அவன் என்ன முடிவை எடுத்தாலும் அதற்கு இணங்குவார்களென்பது தெளிவாகப் புலனாயிற்று.

பீட்டரோ வயதில் இளையவன்; குழந்தைப் பருவத்திலிருந்தே அச்சமூட்டி வளர்க்கப் பட்டவன். எனவே இவ்வளவு முக்கியமானதொரு முடிவை எடுக்கும் பொறுப்பை மேற் கொள்வதற்கு அவன் அஞ்சினான். அவன் கண்களைச் சுருக்கிக் கொண்டு காத்திருந்தான். கடைசியில், அவனுக்கு நெருங்கிய பாயர்கள் வேறு தொனியில் பேசத் தொடங்கினார்கள். அவர்கள் நேரடியாக விவாத விஷயத்தைக் குறித்துக் கருத்துரைத்தனர். ஸ்திரீஷ்னேவ் கூறினான்.

''முடிவு செய்ய வேண்டியது ஜார் அவர்கள்தான். ஆனால் பாயர்களாகிய நாம் தெய்வ குமாரனது கல்லறைக்கு நேரிட்ட இழிவை நீக்குவதற்காகவும் ஜாரின் நன்மதிப்பைக் காப்பாற்றுவதற்காகவும், நமத உயிரைத் தத்தம் செய்ய வேண்டும். ஜெருசலத்தில் அவர்கள் நம்மைக்கேலி செய்து பேசுகிறார்கள். இதைவிடப்பெரிய அவமானம் இருக்க முடியுமா? பாயர்களே, பட்டாளத்தைத் திரட்டுவதற்குச் சித்தமாகுங்கள்.''

மந்தபுத்திக்காரனான லியோநாரிஷ்கின், விளாட்மிர் காலத்தில் ருஷியா கிறித்துவச் சமயத்தை ஏற்றுக் கொண்டதிலிருந்து வரலாற்றை விவரித்துரைக்கும் வகையில் பேச்சைத் தொடங்கினான். ஆனால் பீட்டரது முகம் சுளிப்பதைக் கண்டவுடன் அதை நிறுத்திவிட்டுப் போர்ப்பிரகடன யோசனையை ஆதரித்தான்:

''பாயர்களே, நாம் எதற்கும் அஞ்சத் தேவையில்லை. வாஸிலி கோலிட்ஸின் கிரீமியாவில் சிக்கிக் கஷ்டப்பட்டார் என்பது உண்மை. ஆனால் அவரது ராணுவத்துக்கு எத்தகைய ஆயுதங்களை அளித்திருந்தார்? கம்பும் கழியும்தானே! இப்பொழுது ஆண்டவன் அருளால், நம்மிடம் போர்க் கருவிகள் உள்ளன. உதாரணத்துக்குத் தூலாவிலுள்ள என்னுடைய தொழிற் சாலையையே எடுத்துக்கொள்ளுங்கள். நான் செய்யும் பீரங்கிகள் துருக்கியரின் பீரங்கிகளுக்கு எவ்வகையிலும் தாழ்ந்தவையல்ல. என்னுடைய துப்பாக்கிகளும் கைத்துப்பாக்கிகளும் துருக்கி யருடையதைவிட மேலானவை. ஜார் அவர்கள் உத்திரவிட்டால், மே மாதத்துக்குள் நூறாயிரம்

உடைவாட்களையும் ஈட்டி அலகுகளையும் செய்து தருவேன். நாம் யுத்தத்திலிருந்து பின்வாங்க முடியாது.''

ரோமோடானோவ்ஸ்கி கனைத்துக் கொண்டே கூறினான்:

''நாம் தனிமையில் வாழ்ந்தோமானால் ஒரு முறைக்கு இருமுறை சிந்திப்பதற்கு இட முண்டு. ஆனால் ஐரோப்பா நம்மைப் பார்த்துக் கொண்டிருக்கிறது. நாம் காலம் கடத்தினோ மானால், அழிவைத் தவிர்க்க முடியாது. இது கோஸ்டோமிஸில் காலமல்ல. கொடுமை நிகழக் கூடிய காலம் நம்மை எதிர் நோக்குகிறது. தார்த்தாரியர்களை முறியடிப்பது நம் முதற்பெரும் கடமையாகும்.''

சிவப்பு வண்ணம் பூசிய தாழ்வாரக் கூரைகளின் கீழ், அமைதி நிலவியது. பீட்டர் நகத்தைக் கடித்துக்கொண்டான். திருத்தமாக முகத்தைச் சிரைத்துக்கொண்டு, ருஷிய ஆடை அணிந்த போரிஸ்கோலிட்ஸின் மகிழ்ச்சி ததும்பப் பிரவேசித்தான்: பீட்டரிடம் ஒரு காகிதச் சுருளைக் கொடுத்தான். மாஸ்கோவியாபாரிகள் அனுப்பிய மனு அது. கோல்கோதாவையும் புனிதமான கல்லறையையும் பாதுகாக்க வேண்டுமென்று தென்திசைப் பாதைகளிலிருந்து தார்த்தாரியர்களை விரட்ட வேண்டுமென்றும், முடிந்தால் கருங்கடற்கரையில் நகரங்களைக் கட்ட வேண்டு மென்றும் அம்மனுவில் பீட்டரை இறைஞ்சினார்கள். சீவினியஸ் தெளிவான குரலில் அந்த விண்ணப்பத்தைப் படித்தான். பீட்டர் எழுந்து நின்றான். மானோமாக் மகுடம் மேற்கட்டியைத் தொட்டது.

''சரி, பாயர்களே, உங்கள் முடிவு என்ன?'' என்று வினவி, உதட்டை மடித்துக்கொண்டு அவர்களைக் கண்டிப்போடு நோக்கினான். பாயர்கள் எழுந்து நின்று தலைவணங்கினர்:

''மாட்சிமை தங்கிய ஜார் அவர்கள் பட்டாளத்தை அழைப்பதற்கு மனம் இசைவார்களாக!''

21

''ஸிகோன், நான் சொல்வதைக் கேள்.''

''என்ன?''

''என் பட்டரையில் எனக்குத் துணைவனாக வேலை செய்ததாகக் கூறு; சிலுவையில் முத்தமிட்டுச் சத்தியம் செய்.''

''அதனால் பயனுண்டா?''

''உண்டு. இன்னும் சிறிது காலம் வாழலாம். அதுவே அற்புதமான நற்பேறு அல்லவா?''

''ஸிமோவ், நான் சோர்ந்துவிட்டேன். நம்மைக் கொன்றுவிட்டார்களானால், அதுவே நல்லது. எவ்வளவு விரைவில் தீர்த்துக்கட்டுகிறார்களோ, அவ்வளவுக்கவ்வளவு நல்லது.''

''ஒழித்துக் கட்ட வேண்டுமா? அது எளிது. விஸில் அடித்தால் போதும். அவர்கள் வந்து உன் மூக்கைப் பிய்த்துச் சவுக்கால் தோலையும் சதையையும் உரித்தெடுத்துவிட்டுச் சைபீரியாவுக்கு அனுப்புவார்கள்.''

''ஆம் - செய்யலாம். ஆனால் அது இதைவிட மோசமாயிருக்காது.''

''லியோ நாரிஷ்கின்னுடைய காரியஸ்தன் மாஸ்கோவுக்குச் சென்றான் ; கைதிகளில் பயனுள்ள ஆட்களைத் தேடிப் பொறுக்கித் தன் பாக்டரிக்கு இட்டுச் செல்வதற்கு அனுமதி வாங்கினான். இதுதான் எனக்கு ரொம்பவும் பிடித்தமான விஷயம். எனவே, நான் பேச்சுக் கொடுத்தேன். அவர்கள் இன்னும் என்னை மறக்கவில்லை. ஆ, நண்பா, ஸிமோவை அவ்வளவு விரைவில் மறக்க முடியாது. அவர்கள் எனக்கு உணவளித்தனர்; கோசுக் கீரைச் சூப்பியுடன் இறைச்சி கொடுத்தனர். நன்றாக நடத்தினார்கள். கடுமையாகத்தான் உரையாடினார் களென்றாலும், அடிக்கவில்லை. அவர்கள் உன்னைக் கூப்பிட்டுக் கேட்டால், என் பட்டறையில் சம்மட்டியால் அடிக்கும் வேலை செய்ததாகக்கூறு.''

ஸிகானும் ஸிமோவும், துலா சிறையின் நிலவறையில் இந்த உரையாடலை நிகழ்த்தி னார்கள். அவர்கள் இங்கு வந்து கிட்டத்தட்ட ஒரு மாதமாகி விட்டது. இதுவரை அவர்களுக்கு ஒருமுறைதான் அடிதடி மரியாதை கிடைத்தது. அதுவும், திருட்டுத்துணிகளுடன் சந்தையில் பிடிபட்ட பொழுதுதான். ஜுடாஸ் தப்பிவிட்டான். அவர்கள் தம்மைக் கேள்வி கேட்டுச் சித்திரவதை செய்வார்களென்று எதிர்பார்த்தார்கள். ஆனால் தூலாவின் கவர்னரும் அவரது குமாஸ்தாக்களும் சிப்பந்திகளுமே குற்ற விசாரணைக்கு உட்பட்டார்கள். எனவே, எல்லோரும் கைதிகளை மறந்து விட்டனர். ஒவ்வொரு நாள் காலையும், ஸிகானும் ஸிமோவும் மரக் கட்டைகளில் இணைத்து விலங்கிடப்பட்ட பாதங்களால் நடந்து சந்தைக்குச் சென்று பிச்சை கேட்டனர்; அப்பொழுது காவலர்களும் உடனிருந்தனர். இவ்வாறு அவர்கள் தமக்கும் காவலர்களுக்கும் உணவு தேடிப்பெற்றனர். இப்பொழுது இந்த எதிர்பாராத சேதி கிடைத்தது; அவர்களைச் சைபீரியாவுக்கு அனுப்புவதற்குப் பதிலாக லியோ நாரிஷ்கின்னுடைய தளவாடத் தொழிற்சாலைக்கு அனுப்புவார்களென்ற சேதியே அது.

அவர்கள் ஸிகானைக் கேள்வி கேட்டபொழுது, ஸிமோவ் கற்பித்தபடி விடை தந்தான். அவர்களை விலங்குகளுடனேயே சிறையிலிருந்து அழைத்துக்கொண்டு போனார்கள். நகரைத் தாண்டி, உபாநதிக்கரைக்கு இட்டுச் சென்றனர். அங்குக் கிராதிவேலியால் சூழப்பட்ட தாழ்வான செங்கற்கட்டிடம் இருந்தது. ஆற்றிலிருந்து பிரிந்து சென்ற ஒரு வாய்க்காலில், நீரினால் ஓட்டப்பெறும் பொறிகளின் உருளைகள் கிரீச்சென்று ஓசை செய்தன. மண்கரையில் ஏராளமான கைதிகள், படகுகளிலிருந்து விறகையும் வார்ப்பு இரும்பையும் இரும்புக் கனியையும் இறக்கிக் கொண்டிருந்தனர். சுற்றிலும் தடித்த மரங்களது அடிக்கட்டைகளும் இலையுதிர்ந்த புதர்களும் உயிரிழந்த வயல்களுமே காணப்பட்டன. இலையுதிர் காலத்துக் காற்று வீசியது. இரும்புக் குமிழ்கள் பதித்த நுழைவாயிற் கதவுகளின் அருகே, குத்துவாள் ஏந்திய காவற்காரர்கள் நின்றனர். அவர்கள் அந்த இடத்தை அணுகியபொழுது, ஸிகான் வெறுப்போடு உறுத்துப்பார்த்தான். அவர்களுக்கு அவனை அடித்தது போதாதென்று, நாடெல்லாம் காட்டு விலங்கை வேட்டை யாடுவது போல் துரத்தியடித்தது போதாதென்று வேலை வேறு செய்ய வேண்டும்! வேலையாம் வேலை! சாவதற்குக்கூட அனுமதிக்க மாட்டார்கள்!

அவர்கள் நுழைவாயில் வழியாக இரும்பு குவிந்து கிடந்த கரியமுற்றத்துக்கு அழைத்துச் செல்லப்பட்டனர். கடகடவென்ற ஒலியும் ரம்பம் அறுக்கும் சத்தமும் சம்மட்டிகளின் அடிகளால் எழுந்த உலோக ஓசையும் செவிவழி புகுந்தன. அவர்கள் புகையால் கறுத்த கதவின் வழியே நோக்கியபொழுது, உலையிலிருந்து பொறிகள் பறப்பதைக் கண்டனர். இடுப்புக்குக் கீழேயே ஆடை உடுத்திய ஆடவர்கள், தத்தம் சம்மட்டியை வில்வளைவில் ஓங்கிச் சுற்றி அடித்துப் பாளத்தை உருவாக்கிக் கொண்டிருந்தனர். பல நூறு பவுண்டு எடையுள்ள ஒரு பெரிய சம்மட்டி

மில் சக்கரத்தால் தொழிற்பட்டு ஒரு பெரிய உலோகக் கட்டியைத் தாக்கியது. நுழைவாயிலிலிருந்து கட்டை குட்டையான உலையின் கூரைவரை தொடர்பாக அமைந்திருந்த பலகைகள் வழியே, நிலக்கரி நிறைந்த தள்ளு வண்டிகள் உருண்டன. உலை, சுவாலைகளையும் கரும் புகையையும் உமிழ்ந்தது. ''ஸிமோவ் எப்படிப்பட்டவன் என்பதைக் காண்பிக்கிறேன்'' என்று கூறி, ஸிமோவ் ஸிகானை மெல்ல இடித்துக்கொண்டேயிருந்தான்.

உலைகளிலிருந்து சிறிது தூரத்தில், ஒரு திருத்தமான செங்கல் வீடு இருந்தது. நீராவியில் குளித்து வந்தவன்மாதிரி இளஞ்சிவப்பாயிருந்த ஒருவன் பல கணிக்கு வெளியே பார்த்துக் கொண்டிருந்தான். தலையில் பின்னல் குல்லாய் அணிந்திருந்தான். முகத்தை நன்றாய்ச் சிரைத்திருந்தான். இவன்தான் பாக்டரியின் நிர்வாகியான கிளீஸ்ட் என்ற ஜர்மானியன். அவன் புகைக் குழாயைப் பலகணியின் கண்ணாடியில் தட்டினான். காவலன், ஸிகானையும் ஸிமோவையும் அங்கு அழைத்துச் சென்று அவர்கள் எங்கிருந்து வந்தனர் என்பதை எடுத்துரைத்தான். கிளீஸ்ட் பலகணிக் கண்ணாடியின் கீழ்ச் சட்டத்தை உயர்த்திவிட்டு உதட்டைச் சுருக்கிக்கொண்டு தலையை வெளியில் நீட்டினான். குல்லாயின் குஞ்சம் அவனது கொழுத்த முகத்தின்மீது ஆடியது. ஸிகான் அச்சத்தோடும் பகைமையோடும் அக்குஞ்சத்தை உற்றுப் பார்த்தான். ''உதிரத்தை உறிஞ்சும் கயவன்!'' என்று தனக்குள் சொல்லிக்கொண்டான்.

கிளீஸ்ட்டுக்குப் பின்னால் ஒரு தூய மேஜை; அதில் வறுத்த இறைச்சியும் முறுகிய சுருப்பமும் பொன்முலாம் பூசிய கோப்பை நிறையக் காப்பியும் இருந்தன. இன்பமூட்டும் புகையிலைப் புகை ஜன்னலுக்கு வெளியே பரவியது. பனிக்கட்டி மாதிரி உணர்ச்சியற்றிருந்த கண்களால் ஊடுருவித் துளைப்பவனைப் போல் கைதிகளை நோக்கிய கிளீஸ்ட், அரைகுறையாகத் தெரிந்த ருஷிய மொழியில், மெதுவாகப் பேசினான்:

''வஞ்சனை செய்வோர் விபரீதமான முடிவையே அடைவார்கள். அவர்கள் உதவாக்கரையான விவசாயிகளை, பன்றிக்குப் பிறந்தவர்களை அனுப்புகிறார்கள். அந்தப் போக்கிரிகளுக்கு ஒரு வேலையும் தெரிவதில்லை. நீங்கள் உலோக வேலையில் கெட்டிக்காரர்களாயிருந்தால், மிகவும் நல்லது. ஆனால் என்னை ஏமாற்ற முயன்றீர்களானால், தூக்கிலேற்றி விடுவேன்.'' அவன் பலகணி அருகில் புகைக்குழாயைத் தட்டிவிட்டு மேலும் கூறினான்:

''ஆம். தூக்கிலேற்றுவதற்கு என்னால் முடியும். சட்டம் அனுமதிக்கிறது. காவலனே, இந்த முட்டாள்களை அழைத்துப்போய் அடைத்துப் பூட்டு.''

போகும் பாதையில், காவலன் அவர்களை எச்சரித்தான்:

''இதோ பாருங்கள். அவனிடம் ஜாக்கிரதையாயிருக்க வேண்டும். நேரம் கடந்து உறங்கினாலும், சோம்பலாயிருந்தாலும், தண்டனை விதிக்கிறான்; சின்னஞ்சிறு பிழை செய்த போதிலும் இரக்கம் காட்டமாட்டான்.''

''நாங்கள் வாய் பிளந்து வேடிக்கை பார்க்கவா வந்தோம்? உங்களது ஜர்மானியனுக்கே சில புதிய விஷயங்களைக் கற்றுக்கொடுப்போம்'' என்று ஸிமோவ் கூறினான்.

''நீங்கள் எப்படிப் பட்டவர்கள்? கள்வர்கள் என்றும் கொள்ளையடிப்பவர்களென்றும் சொன்னார்கள். உங்களை எதற்காகப் பிடித்தார்கள்?''

''கிறித்துவா, நாங்கள் இந்த ஒற்றைக் கண்ணனையும் அழைத்துக்கொண்டு, இணங்காதார் வாழும் காட்டை நோக்கிச் சென்றுகொண்டிருந்தோம். அங்குப்போய்ப் புனித வாழ்வு வாழ எண்ணினோம். வழியில், பிசாசு ஆசை வலையில் சிக்கச் செய்துவிட்டது.''

''அப்படியா, அது வேறு விஷயம்'' என்று தாழ்வான கதவின் பூட்டைத் திறந்துகொண்டே காவலன் கூறினான். ''இங்குள்ள நிலவரத்தை உங்களிடம் சொல்கிறேன். உங்களுக்கும் தெரிய வேண்டுமல்லவா?.... வாருங்கள், ஒரு மெழுகுவத்தியைப் பற்ற வைக்கிறேன்'' என்றான். அவர்கள் நிலவறைக்கு இறங்கிச் சென்றனர். இரும்பு விளக்கின் ஓட்டைகள் வழியே பரவிய குறுகலான ஒளிக்கற்றைகளில், படுப்பதற்கேற்ற பரண்களும், பலகைகளும், புகையால் கறுத்த கணப்பும், கயிறுகளில் தொங்கிய கிழிசல் துணிகளும் தென்பட்டன. ''இந்த இடத்து வேலைத் திட்டம் இதுதான்: அதிகாலையில் நான்கு மணிக்கு நான் முரசடிப்பேன். உடனே பிரார்த்தனை செய்துவிட்டு வேலைக்குப் போக வேண்டும். ஏழு மணிக்கு முரசு கொட்டுவேன். காலை உணவுக்காக அரைமணி நேரம்; அதன்பின் வேலைக்குப் போக வேண்டும். உச்சி வேளையில், சாப்பிட்டு விட்டு ஒரு மணி நேரம் உறங்கலாம். ஏழுமணியிலிருந்து இராத்திரி உணவுக்காக அரைமணிநேரம். இரவு பத்து மணிக்கெல்லாம் வேலையை நிறுத்தி விடலாம்'' என்று கூறிய காவலன், என்னிடம் மணிப்பொறி இருக்கிறது பார்'' என்றும் சொல்லி ஒரு பெருங்கிழங்கு வடிவில் இருந்த பித்தளைக் கடிகாரத்தை எடுத்துக் காட்டினான்.

''அவர்கள் மட்டுமீறி உழைப்பதால் துன்பமடைவதில்லையா?'' என்று ஸிகான் வினவினான்.

''அதிலென்ன சந்தேகம்? ஆனால் இது தண்டனை என்பதை மறந்து விடாதே. நீ திருட வில்லையானால், வீட்டில் கணப்புப் பெஞ்சியில் படுத்திருப்பாய். இங்கும் சுயேச்சையானவர்கள் பதினைந்து பேர் இருக்கிறார்கள். கூலி வேலை செய்யும் உழைப்பாளிகள். அவர்கள் இரவு ஏழு மணிக்கெல்லாம் போய்விடுகிறார்கள்; தனியறைகளில் உறங்குகிறார்கள். பண்டிகை நாட்களில் வீட்டுக்குப் போய்விடுகிறார்கள்.

'அப்படியா? நமக்கு எப்பொழுதும் இதே கதிதானா?'' என்று பரண்மீது அமர்ந்த ஸிகான் மேலும் கரகரத்த குரலில் வினவினான்.

ஸிமோவ், வட்ட விளக்கின் ஓட்டைகளை நோக்கியவாறு இலேசாக உறுமினான். காவலன் ஏதோ கிசுகிசுத்துவிட்டு விளக்கை எடுத்துக்கொண்டு சென்றான்.

22

அவனது கண்ணியமான நரைகண்ட தாடி திருத்தமாக வாரிவிடப்பட்டிருந்தது; தலை மயிரில் வெண்ணெய் தடவியிருந்தான்; இளஞ்சிவப்புச் சட்டை அணிந்து, அதன்மேல் மார்பின் அளவில் ஓர் அரைக்கச்சு அணிந்திருந்தான். அந்த ஸில்க் கச்சையில் நாற்பது முனிவர்களது நாமங்கள் பின்னப்பட்டிருந்தன. ஆனால், இவற்றைக் கண்டு, ஐவானது பழைய உறவினரும் கூட்டாளிகளுமான விவசாயிகள் வியப்புறவில்லை. வட்ட வடிவில் பெருத்திருந்த வயிற்றைத் தான் அவர்கள் வெறித்து நோக்கினர். ஆம், அவர்கள் மாஜி உறவினர் தாம்; மாஜி நண்பர்கள் தாம், இப்பொழுது அவர்கள் உறவோ உரிமையோ கொண்டாட முடியாது. அதுதான் குறிப் பிடத்தக்க வித்தியாசம். ஐவான் பிராவ்கின் பெஞ்சியின் மீது அமர்ந்திருந்தான். அவனது கண்கள் இமை கொட்டாது கொடுமை விளங்க நோக்கின. நேர்த்தியான துணியில் தைத்த கால்சட்டை அணிந்திருந்தான். பன்னிறத் தோல்களால் காஸான் நகரத்து வேலை முறையில் செய்த பூட்ஸுகளை அணிந்திருந்தான். விவசாயிகள், துப்புரவான தரையைத் தம் உள் மரப்பட்டை ஜோடுகளால் அழுக்கு செய்யக் கூடாதென்பதற்காக, உள் மரப்பட்டையில் முடைந்த புதிய பாய்மீது நின்றனர்.

பிராவ்கின் கூறினான்: "சரி, சரி, நான் உங்களுடைய விரோதியல்ல. என்னால் செய்யக் கூடியதை நான் செய்கிறேன். என்னால் முடியாத காரியத்துக்கு என்னைக் குறை சொல்லாதீர்கள்."

"ஐவான் பிராவ்கின், கோழிக்குஞ்சு உலாவுவதற்குக்கூட இடமில்லை. நாங்கள் என்ன செய்வோம்?"

"கால் நடைகளிடம் காரணம் காட்டிப் பேச முடியாது. அவை வழிதவறி உங்களது புல்வெளிக்குள் நுழைந்து விடுகின்றன."

"கிராமம் முழுவதையும் திரட்டி, இடையனை அடிக்கச் சொல்கிறோம், கவலைப்படாதீர்கள்."

"சரி, நல்லது" என்றான் பிராவ்கின்.

"தயவுசெய்து கால்நடைகளை விட்டுவிடுங்கள்."

"எங்களுக்கு இடமே இல்லை, இடமே இல்லை..."

"விவசாயிகளே, உங்களிடமிருந்து எனக்கு எவ்விதமான ஆதாயமும் கிடையாது" என்று கூறிய பிராவ்கின் கைகளைக் குவித்து வயிற்றின் மீது வைத்துக்கொண்டான். மேலும் சொன்னான்

"விவசாயிகளே, நான் ஒழுங்கு முறையை விரும்புகிறேன். உங்களிடையே நான் எவ்வளவு பணம் வினியோகித்து இருக்கிறேன்..."

"நீங்கள் கொடுத்திருக்கிறீர்கள். நாங்கள் அதை மறக்க மாட்டோம்."

"எல்லாம் அன்பின் காரணமாகத்தான். நான் இந்தப் பிரதேசத்தில் பிறந்தேன். என் தகப்பனார் இங்குதான் இறந்தார். ஆண்டவன் எனக்கு நன்மை செய்வதைப்போல், நான் உங்களுக்கு உதவி செய்கிறேன். உங்களிடம் நான் பெறும் வட்டி ரொம்பக்குறைவு. வருடத்துக்கு ஒரு ரூபிளுக்குப் பத்து கோபக்தான். ஆம், ஆம், அதுவும் ஆதாயம் கருதி அல்ல; ஒழுங்கு முறையை உத்தேசித்துத்தான்."

"உங்களுக்கு நன்றி, ஐவான் பிராவ்கின்."

"விரைவில் நான் இந்த ஊரைவிட்டே போய்விடுவேன். நான் பெரிய தொழில் - ஆம், பெரிய தொழில் - ஆரம்பிக்கப்போகிறேன். மாஸ்கோவில் வசிக்கப்போகிறேன்" என்று கூறிய ஐவான் பெருமூச்செறிந்து கண்களை மூடினான். மீண்டும் பேசினான்:

"உங்களிடம் கிடைப்பதைக் கொண்டு வாழ்வதென்றால், என் வாழ்க்கையில் வசதியோ மகிழ்ச்சியோ காணமுடியாது. பழைய காலப் பந்தத்துக்காகவும், என் ஆத்மாவின் நலன் கருதியும்தான் உங்களுக்கு உதவி செய்கிறேன். ஆனால் நீங்கள்? உங்களது நன்றியறிவை எப்படிக் காட்டுகிறீர்கள்? உங்களது கால் நடைகள் என் புல் வயல்களுக்குள் படையெடுக்கின்றனர்! எவ்வளவு இழிவாக நடந்து கொள்கிறீர்கள்! சரி, சரி. இந்தத் தடவை உங்களை விட்டுவிடு கிறேன். ஒவ்வொரு பசுவுக்கும் மூன்று கோபக், ஒவ்வொரு ஆட்டுக்கும் அரை கோபக் அபராதம். உங்களது கால் நடைகளை ஓட்டிக்கொண்டு செல்லுங்கள்."

"ஐவான் பிராவ்கின், நன்றி. ஆண்டவன் உங்களுக்கு நல்லாரோக்கியத்தை அளிப்பாராக!"

விவசாயிகள் வணங்கிவிட்டு வெளியேறினர். இன்று அவன் இனிய சுபாவத்துடன் நடந்து

கொண்டான். பேசிக் கொண்டே இருக்க வேண்டுமென்று விரும்பினான். சமீப காலத்தில்தான் மகன் அலியோஷ்கா மூலம், அலெக்ஸாண்டர் மென்ஷிகோவைச் சந்தித்து அவனுக்கு இரு நூறு ரூபிள் சன்மானம் கொடுத்தான். லிபோர்ட்டைச் சந்திப்பதற்கு மென்ஷிகோவ் ஏற்பாடு செய்தான். இவ்வளவு உயர்ந்த நிலையில் உள்ளவர்களோடு பிராவ்கின் இதுவரையில் பழகியதில்லை. உருவத்திற் சிறியவனாய், இடுப்பளவு பொய் மயிரைத் தொங்க விட்டுக்கொண்டும் ஸில்க்கும் வெல்வெட்டும் உடுத்தியும் விரல்களில் பேரொளி வீசும் மோதிரங்களை அணிந்தும் நின்ற லிபோர்ட்டைக் கண்டவுடன், ஐவான் பேசுவதற்குக் கூசினான். கூரிய கண்களை உடைய லிபோர்ட் கடுமையுடன் நடந்துகொண்டான். ஆனால் இவன் அலியோஷ்காவின் தந்தை என்பதையும் மென்ஷிகோவிடமிருந்து அறிமுகக் கடிதம் கொண்டுவந்திருந்தான் என்பதையும் அறிந்தவுடன், லிபோர்ட்டின் கடுமை மறைந்தது. அவன் புன்னகை செய்து ஐவானின் தோள்களைத் தட்டினான். இவ்வாறுதான், சேனைக்கு ஓட்ஸும் உலர்புல்லும் சப்ளை செய்வதற்கான உத்திரவை ஐவான் பெற்றுக்கொண்டான்.

விவசாயிகள் வெளியேறியவுடன், ''ஸாங்கா, உள்மரப்பட்டைப் பாயை எடுத்து விடு என் உறவினர்கள் அதைச் சேறாக்கிவிட்டனர்'' என்று கூறினான் ஐவான்.

அவன் சிரித்தபொழுது, கண்களைச் சுற்றி சுருக்கங்கள் விழுந்தன. பணக்காரனால் சிரிக்க முடியும். குழந்தைப் பருவத்திலிருந்து, தாடி நரைத்துவிட்ட இந்நாள்வரை, அவனுக்குச் சிரிப்பதற்கான சந்தர்ப்பம் கிடைக்கவில்லை. அகன்ற சட்டைக் கைகளையும் பித்தான்களையும் உடைய பச்சை ஸில்க் கவுனை அணிந்து, ஸாங்கா வந்தாள். மேற்கையளவுப் பருமனாயிருந்த அவளது கருஞ்சிவப்புப் பின்னல் முழங்கால் மூட்டு வரை தொங்கியது. மார்பகத்தின் வளர்ச்சியைக் கண்டு வெட்கமடைந்த அவள், இரை வைக்கும்பையைச் சற்றுமுன்னுக்குத் தள்ளிக் கொண்டு நடந்தாள், அவளது கருநீலக் கண்களில் அசடுவழிந்தது. ''சீ, காலடியில் எவ்வளவு சேறுகொண்டு வந்திருக்கிறார்கள்'' என்று கூறிய ஸாங்கா, முகத்தை வேறுபுறம் திருப்பிக் கொண்டே, பாயின் மூலையை முன்னெச்சரிக்கையோடு பிடித்து, அதை நடைபாதை ஓரத்தில் எறிந்தாள். ஐவான் அவளைக் கவனித்தான்; இத்தகைய பெண் அரசனுக்கு இணையான துணைவியாக விளங்குவாள் என்று கருதினான்.

''நான் மாஸ்கோவில் கருங்கல் வீடு கட்டப்போகிறேன். முதலாவது நூறு வியாபாரிகளில் ஒருவனாக இருப்பேன். ஸாங்கா, நான் சொல்வதைக் கேள். உன் விஷயத்தில் அவசரப்படாமல் இருந்தது எவ்வளவு நல்லதாய்ப்போயிற்று! நாம் உயர் நிலையிலுள்ளவரோடு உறவுமுறை கொள்வோம். முட்டாள்! ஏன் திரும்பிப் போகிறாய்?'' என்று ஐவான் பேசினான்.

''ஆம், ஆம். ஆ!'' என்ற ஸாங்கா தன் பின்னலை வீசிக்கொண்டு, தகப்பனாரை நோக்கினாள்.

''என்னைத் தொடாதீர்கள்'' என்றாள்.

''தொடக்கூடாதா? ஏன் அப்படிச் சொல்கிறாய்? முடிவு செய்வது நான். என்னை ஆத்திரமூட்டினால், ஒரு இடையனுக்குக் கல்யாணம் செய்வித்து விடுவேன்.''

''உங்களது மடமையால் உலர்ந்து வாடுவதைவிடப் பன்றிகளை மேய்ப்பது கூட மேலானது'' என்றாள் ஸாங்கா.

பிராவ்கின் மரத்தில்செய்த உப்புக்குப்பியை ஸாங்கா மீது எறிந்தான். எழுந்திருந்து போய் அவளை அடிப்பதற்குச் சோம்பல். ஸாங்கா கண்ணீர் சிந்தாமல் அழுதாள். அந்த நேரத்தில், நுழைவாயிற் கதவுகளை ஓங்கித்தட்டும் சத்தம் கேட்டது. பிராவ்கின் வாயைப் பிளந்தான். நாய்கள் குரைத்தன.

''ஸாங்கா, போ, என்னவென்று பார்.''

''எனக்குப் பயமாயிருக்கிறது. நீங்களே போங்கள்.''

''கதவைத் தட்டுவது எப்படி என்று கற்பிக்கிறேன்'' என்று கூறிய ஐவான், நடைபாதை யிலிருந்து ஒரு துடைப்பத்தை எடுத்துக்கொண்டு முன்றிலுக்குப் போனான். ''உங்களுக்குக் காட்டுகிறேன், மானங்கெட்ட பசங்களா! யார் அங்கே? நாய்களை ஏவி விடுவேன்'' என்று கத்தினான்.

''திற!'' என்ற ஆத்திரமான குரல்கள் வெளியிலிருந்து வந்தன. கதவுப் பலகைகள் கிரீச்சென்று ஓசை செய்தன.

பிராவ்கின் திகிலடைந்தான். அவன் தடுமாறிக்கொண்டே திட்டி வாசலை அடைந்தான். அவன் நடுங்கிய கரங்களால் கட்டையை இழுத்தவுடன், கதவுகள் திறந்தன. சில குதிரை வீரர்கள் உள்ளே நுழைந்தனர். உருவிய உடை வாட்களை ஏந்திய அவர்கள் உயர்ந்த ஆடைகளை உடுத்தியிருந்தனர். அவர்களுக்குப் பின்னால் வந்த பொன்முலாம் பூசிய வண்டியை நான்கு குதிரைகள் இழுத்தன. அதன் பின்புறத்து அடிக்கட்டையில் நான்கு குள்ளர்கள் நின்றனர். அதற்குப் பின் வந்த ஒற்றைக் குதிரை வண்டியில் ஜாரும் லிபோர்ட்டும் இருந்தனர். தம்மீது சேறு தெறிக்கக் கூடாதென்பதற்காக அவர்கள் மும்முனைத் தொப்பியும் முரட்டுக்கோட்டும் அணிந்திருந்தனர். நடையோசை, சிரிப்பு, சத்தம்....

பிராவ்கின் கால்கள் ஆடின. அவன் மண்டியிட்டு இருந்தபொழுது, குதிரை வீரர்கள் புரவிகளிலிருந்து இறங்கினார்கள். அன்னிய ஆடைகளை அணிந்திருந்த ஸோடோவ் வண்டி யிலிருந்து இறங்கினான். அவன் உப்பியிருந்தான்; கண்களில் தூக்கக் கலக்கம் தென்பட்டது. ஸோடோவுக்குப் பின்னால் வெள்ளிமயமான கோட் அணிந்த வாலிபப் பாயர் ஒருவனும் இறங்கினான். லிபோர்ட்டுடன் முகப்பு மண்டபத்தின் படி ஏறிய பீட்டர், தீர்க்கமான குரலில் கத்தினான்;

''இந்த வீட்டுக்கு எஜமானன் எங்கே? அவரை உயிரோடோ பிணமாகவோ இங்குக் கொண்டு வாருங்கள்!''

ஐவானது கால்சட்டை ஈரமாகிவிட்டது. அதேநேரத்தில், வேறு இருவர் அவனைப் பார்த்துவிட்டனர். அவர்கள்தான் மென்ஷிகோவும் அலியோஷ்காவும் ஆவர். அவர்கள் அவனைத் தூக்கினார்கள்; முகப்புமண்டபத்துக்கு இழுத்துக்கொண்டு சென்றார்கள். அவன் மீண்டும் மண்டியிடுவதைத் தடுப்பதற்காக அவர்கள் அவனை நிமிர்த்திப் பிடித்துக்கொண்டே யிருந்தனர். ஐவானுக்கு அடியோ அதைவிட் மோசமான தண்டனையோ கிடைக்கவில்லை. பீட்டர் தொப்பியை எடுத்துவிட்டுத் தாழ்ந்து வணங்கிக் கூறினான்:

''நல்ல நண்பரே, வாழ்த்துக்கள். உங்களிடம் அருமையான சரக்கு இருப்பதாகக் கேள்விப்பட்டோம். ஒரு வியாபாரியை அழைத்து வந்திருக்கிறோம். விலை விஷயத்தில் பேரம் செய்ய மாட்டோம்.''

பிராவ்கின் வாயைத் திறந்தான்; ஆனால் பேச்சுவரவில்லை. அவனது வித்தை ஏதாவது அம்பலத்துக்கு வந்து விட்டதா என்று அவனுக்குச் சந்தேகம். ஒன்றும் பேசாதிருப்பதே உத்தமம் என்று முடிவு செய்தான்.... ஜாரும் லிபோர்ட்டும் சிரித்தனர். பிறரும் மூச்சுத் திணரும் வரை சிரித்தனர். ''ஸாங்காவுக்கு மணமகனை நிச்சயிப்பதற்காக வந்திருக்கிறார்கள்'' என்று

அலியோஷ்கா தந்தையிடம் குசுகுசுத்தான். அவர்கள் வருகை தந்ததால் தீமையொன்றும் நேரிடாது என்பதைக் களியாட்டத்திலிருந்து ஐவான் புரிந்துகொண்டான் என்றாலும், முட்டாள் மாதிரி நடித்தான். அவன் பலே கெட்டிக்காரன்; விருந்தாளிகளுடன் வீட்டுக் கூடத்துக்குச் சென்றபொழுது, பயத்தால் புத்தி கலங்கி விட்டதைப்போல் நடித்தான். அவர்கள் அவனைப் புனித உருவப்படத்துக்கீழ் அமரச் செய்தார்கள். அவனுக்கு வலது புறத்தில் ஜாரும் இடது புறத்தில் நிகிடாவும் அமர்ந்தனர். கண்ணிமைகளைப் பாதி மூடிக்கொண்டே மன்னன் யார் என்று சுற்றும் முற்றும் பார்த்தாள். அலியோஷ்காவுக்கும் மென்ஷிகோவுக்கும் நடுவில் அவனது பழைய எஜமானன் வாஸிலிவால்காவ் வெள்ளிக்கோட்டை அணிந்து உட்கார்ந்திருப்பதைக் கண்டான். அடிமைச் சிட்டுகளுக்கெல்லாம் ஐவான் பணம் கொடுத்து எத்தனையோ மாதங்களாகி விட்டன. இன்று அவன் விரும்பினால், வால்காவின் எஸ்டேட்டுகள், அடிமைகள் அனைத்தையும் வாங்கிவிட முடியும். ஆனால் ஐவானுக்குப் பயம் உதித்தது மனதில் அல்ல; கசையடிபட்ட சந்துப் பட்டையில்.

''மணவாளனை உங்களுக்குப் பிடிக்கவில்லையா?'' என்று பீட்டர் திடீரென்று கேட்டான்.

மீண்டும் அனைவரும் இடிச்சிரிப்பு சிரித்தனர். மீசையை மேலே முறுக்கி விட்டிருந்த வால்காவ் உதடுகளைச் சுளித்தான். மென்ஷிகோவ் பீட்டரைப் பார்த்துக் கண்ணைச் சிமிட்டினான்:

''அவர் பழைய அடிவரிசை எதையாவது ஞாபகப்படுத்திக் கொண்டாரோ?'' என்று கூறி விட்டுப் பிராவ்கின்னைப் பார்த்துக் கண் சிமிட்டினான். ''எப்பொழுதுதாவது, மணமகன் உங்களை மயிரைப் பிடித்து இழுத்தாரா? அல்லது கைப்பிடி ஒடியும் வரை கசையால் அடித்தாரா? நல்ல கிறித்துவன் என்ற முறையில் அவரை மன்னித்துவிடுங்கள்! இருவரும் ஒத்துப்போக வேண்டுகிறோம்.''

இதற்கு என்ன பதில் சொல்வது? ஐவானின் கைகால்கள் பதறின. வருவதை ஏற்பதற்கு ஒருப்பட்டவனாய்ப் பணிவாக உட்கார்ந்திருந்த வால்காவின் வெளிறிய முகத்தை நோக்கினான். பிரியோபிராஷன்ஸ்கி முற்றத்தில், அவனை அலியோஷ்கா காப்பாற்றியதையும், வால்காவ், மென்ஷிகோவுக்குப் பின்னால் ஓடி அவனது சட்டைக் கையைப் பிடித்துக்கொண்டு கண்ணீர் சிந்தாக் குறையாக இறைஞ்சியதையும், ஐவான் திடீரென்று ஞாபகப்படுத்திக்கொண்டான்.

''ஓஹோ! அப்படியானால் என்னைவிடப் பெரிய கோமாளியும் இங்கிருக்கிறானா?'' என்று ஐவான் தனக்குள் கூறிக்கொண்டான். வால்காவை நோக்கியபொழுது ஏற்பட்ட மகிழ்ச்சியில், காரியத்தைக் கெடுத்துவிடுவான் போலிருந்தது. ஆனால் தன்னிடம் என்ன எதிர்பார்க்கிறார் களென்பதை அவன் அறிந்துவிட்டான். அளவிட முடியாத ஆழத்தை உடைய அகழிமீது நூல் பாலம் அமைத்து நடப்பது போல், ஓர் அபாயகரமான விளையாட்டில் அவன் பங்குகொள்ள வேண்டும். சரி, பார்க்கலாம்!

அனைவரும் அவனை உற்று நோக்கினர். ஐவான் ரகசியமாக, மேஜையின் கீழ், கொப்பூழ் அருகில் சிலுவைக் குறியிட்டான். பீட்டருக்கும் மதுபக்தர்களது திருத்தந்தையான நிகிடாவுக்கும் தலைவணங்கிவிட்டுப் பேசினான்:

''திருமண ஏற்பாடு செய்யவந்துள்ள கனவான்களே, உங்களுக்கு நன்றி செலுத்துகிறேன். பட்டிக்காட்டுப் பேதையான நான் அறியாமையால் ஏதாவது பிழை செய்திருந்தால், யேசுநாதரை நேசிக்கும் நீங்கள் என்னை மன்னிக்க வேண்டுகிறேன். நான் ஒரு வியாபாரி; நாகரிகத்தைப் படித்தறியாத விவசாயி. நான் வெள்ளையாகப் பேசுகிறேன். கஷ்டம் என்னவென்றால், என்

மகளுக்கு அதிக வயதாகிவிட்டது. கெட்டழிந்த குடிகாரனுக்குக்கூட அவளைக் கொடுத்து விடுவேன்.'' அவன் பயந்து பீட்டரை நோக்கினான். பீட்டர் வயிறு புண்ணாகும் வகையில் சிரித்து வன்மூச்சு வாங்குவதைக் கண்டவுடன், தன் பேச்சில் கோளாறில்லை என்பதை உணர்ந்து பேச்சைத் தொடர்ந்தான்:

''அவளை மணம் புரிய விரும்பிப் பலர் என் வீட்டுவாசலில் தவம் கிடக்கிறார்களென்பது உண்மை. ஆனால் அவர்கள் ஏன் அப்படிச் செய்கிறார்களென்பதுதான் எனக்கு விளங்கவில்லை. அவள் அழகான பெண்தான். ஆனால் ஒரு கண்மட்டும் ஓரளவுக்கு ஊனம். இன்னொரு கண்ணுக்கு ஒரு குறையுமில்லை. அவளது முகத்தில் அம்மை வடுக்கள் உள்ளன. ஆனாலும் அவள் கைக் குட்டையால் முகத்தை மூடிக்கொண்டு விடலாம்.'' ஐவானை நோக்கிய வால்காவின் முகம் 'செத்துவிட்டது'! 'காலைக்கொஞ்சம் இழுத்து இழுத்து நடப்பாள்; தலை ஆடிக்கொண்டே யிருக்கும். இடுப்புச் சற்று வளைந்திருக்கும். ஆனால் வேறுகுறை ஏதுமில்லை. அவளை ஏற்றுக் கொள்ளுங்கள்'' என்று முடித்தான். அவன் தன் நடிப்பில் ஈடுபட்டு விட்டபடியால், மூக்கால் உறிஞ்சினான்: கண்களைத் துடைத்துக்கொண்டான். மெலிந்த குரலில் கட்டளையிட்டான்: ''குழந்தை, ஸாங்கா! இங்குவா! அலியோஷ்கா, உன் சகோதரியை அழைத்துவா! ஒரு வேளை கழிப்பிடத்தில் இருக்கிறாளோ, என்னவோ! அவளுக்கு வயிற்றுவலி! ஆம் வயிற்றுவலிக்காரி என்பதை குறிப்பிட மறந்துவிட்டேன், மன்னிக்கவேண்டும். அலியோஷ்கா, போய் அவளை அழைத்து வா!''

வால்காவ் இருக்கையிலிருந்து எழுந்து செல்வதற்குத் திமிறினான். ஆனால் மென்ஷிகோவ் அவனை அமுக்கி உட்காரச் செய்தான். ஒருவரும் சிரிக்கவில்லை. பீட்டரது மோவாய்தான் பதறியது.

பிராவ்கின் சொன்னான்: ''திருமண ஏற்பாடு செய்த உங்களுக்கு வந்தனம் செலுத்துகிறேன். எனக்கு மணமகனைப் பிடித்துவிட்டது. அவனிடம் உண்மையான தந்தை மாதிரி நடந்து கொள்வேன்: நல்லபடியாக நடந்தால் அன்பு காட்டுவேன்; பிழை செய்தால் அடிப்பேன். என் அன்பான மருமகனே, உனக்கு என் கசையின் சுவையை உணர்த்தினால் அல்லது உன் மயிரைப் பிடித்து இழுத்தால், என்னைத் தவறாக எண்ணிவிடாதே. நீ விவசாயி குடும்பத்தில் பெண் எடுக்கிறாய் என்பதை மறக்காதே.''

அனைவரும் விலாவைப் பிடித்துக்கொண்டு சிரித்தனர். வால்காவ் பல்லைக் கடித்தான். அவமானத்தால் கன்னங்கள் எரிந்தன; கண்களில் நீர் தளும்பியது. கூடத்துக்கு வரமறுத்த ஸாங்காவை அலியோஷ்கா நடைபாதையிலிருந்து இழுத்துக்கொண்டு வந்தான். அவள் தன் முகத்தைச் சட்டைக்கையால் மறைத்துக்கொண்டாள். பீட்டர் துள்ளி எழுந்து அவளது கரங்களை நீக்கினான். சிரிப்பு நின்றது. ஸாங்காவின் கண்கவர் பொலிவைக் கண்டவர் மெய்மறந்திருந்தனர்; விற்புருவங்கள்; கரியகண்கள்; சுருண்ட இமைமயிர்கள்: சற்றுச் சாய்வான நுனியை உடைய நாசி; அவளது குழந்தைக்குரிய இதழ்கள் நடுங்கின. ஒரு சீரான வரிசைப் பற்கள் கடகடவென்று அடித்துக்கொண்டன. பீட்டர் அவளது இதழ்களிலும் சூடேறிய கன்னங்களிலும் முத்தமிட்டான்.

''ஸாங்கா, ஜாரே முத்தமிடுகிறார். முரண்டு செய்யாதே'' என்று பிராவ்கின் கத்தினான்.

அவள் முகத்தை உயர்த்திப் பீட்டரைப் பார்த்தாள். அவளது இதயம் விரைந்து துடிப்பதை அவனால் உணர முடிந்தது. அவன் அவளது தோளில் கையைப் போட்டு மேஜைக்கு இட்டுச் சென்று, வாஸிலியைச் சுட்டிக்காட்டினான்.

''சரி, உனக்காக நாங்கள் அழைத்து வந்திருக்கும் மணவாளனைப் பார். உனக்குப் பிடிக்கிறதா?'' என்று பீட்டர் கேட்டான்.

ஸாங்காவுக்கு ஒன்றும் புரியவில்லை. நாணத்தால் வளைந்து நெளிந்து சுருங்குவதுதான் மரபு. ஆனால், அவள் வெறிகொண்ட விழிகளால் மணாளனை உறுத்துப்பார்த்தாள். திடீரென்று பெரு மூச்செறிந்து, ''நன்றாய் இருக்கிறது!'' என்று குசுகுசுத்தாள். மீண்டும் பீட்டர் அவளைப் பிடித்து முத்தமிடத் தொடங்கினான்.

''நண்பர், அம்மாதிரி செய்யக்கூடாது. பெண்ணை விட்டுவிடு'' என்று நிகிடா கூறினான்.

ஸாங்கா தன் முகத்தை ஆடையில் மறைத்துக்கொண்டாள். அலியோஷ்கா சிரித்துக் கொண்டே அவளை அழைத்துப்போனான். வால்காவ் நிம்மதி அடைந்தவனாய், மீசையைத் தடவிக் கொண்டிருந்தான். திருத்தந்தை நிகிடா, மூக்கால் பேசினான்:

''சகோதரர்களே, பாக்கஸைத் தந்தையாகப் பெற்ற நாம் ஒருவரை ஒருவர் நேசிப்போமாக. ஒயினும் தொட்டுக் கடிப்பதற்குப் பண்டமும் வேண்டுமென்று இறைஞ்சுகிறோம்.''

ஐவான் விரைவில் சுய நினைவு அடைந்தான்; அங்குமிங்கும் போய்ச் சந்தடி செய்தான். முன்றிலில் வேலைக்காரர்கள் கோழிக்குஞ்சுகளை ஓடிப்பிடித்தனர். மன்னிப்புக் கேட்கும் தோரணையில் புன்னகை செய்த அலியோஷ்கா விருந்து மேஜையைக் கவனித்தான். ''மாட்ரினா, திறவுகோல்களைக் கொண்டு வா. கூடத்தில், நாற்பது புனிதர்களது படத்தின் கீழ் இருக்கிறது'' என்று உள்ளக் கிளர்ச்சியால் முறிந்தகுரலில் ஸாங்கா கூவியது காதில் விழுந்தது. ''வால்கா, பெண் பார்த்து ஏற்பாடு செய்ததற்காக நன்றி கூறு'' என்று பீட்டர் வால்காவிடம் கத்தினான். வால்காவ் தலை வணங்கிப் பீட்டரது கரத்தில் முத்தமிட்டான். ஐவானே, வெந்த முட்டைகளிலிருந்த வாணலியைக் கொண்டுவந்தான். பீட்டர் அவனிடம் உற்சாகத்தோடு உரைத்தான்:

''உங்களது வேடிக்கைப் பேச்சுக்கு நன்றி; வயிறு வெடிக்கச் சிரிக்க வைத்தீர்கள். ஆனால் முறையாக நடந்துகொள்ளுங்கள்; மமதை கொள்ள வேண்டாம்.''

''ஐயா, நீங்கள் விரும்பியதால்தான் அம்மாதிரி பேசினேன். இல்லாவிட்டால் எனக்கு அந்தத் துணிவு வருமா? பயந்துகொண்டே பேசினேன்.''

''சரிசரி. உங்களையெல்லாம் நான் நன்கறிவேன்; திருமணத்தைத் தாமதம் செய்யாதீர்கள். மணமகன் விரைவில் போர்க்களம் செல்வான். அன்னியர் பேட்டையிலிருந்து ஒரு மங்கையைச் சம்பளத்துக்கு நியமித்து, உமது மகளுக்கு நாகரிக ஒழுக்கமும் நடனமும் கற்றுக்கொடுங்கள். போர் முடிந்து மீண்ட பின், ஸாங்காவை அரசவைக்கு அழைத்துக்கொள்கிறேன்.''

அத்தியாயம் ஆறு

1

1695-ம் ஆண்டு பிப்ரவரி மாதத்தில், கிரெம்லின் முகப்பு மண்டபத்தில் நின்று பாயர்களது அரசவைக் குமாஸ்தாவான வினியஸ், ஜாரின் பணியாளருக்கும் சகல அவையத்தாருக்கும் வழக்கறிஞர்களுக்கும் மாஸ்கோ பிரபுக்களுக்கும் இதர நகரங்களது பிரபுக்களுக்கும் ஓர் அறிவிப்பு செய்தான். அவர்கள் அனைவரும் தமது மெய்க்காப்பாளருடனும் ஆயுதமேந்திய ஆட்களுடனும், பெல்கரோட், ஸிவஸ்க் ஆகிய நகரங்களில் திரள வேண்டுமென்றும், கிரீமியாப்போரில் பங்கு கொள்வதற்காக ஷெரிமிடேவ் என்ற பாயர் முன்னிலையில் ஆஜராக வேண்டுமென்றும் அந்த அறிக்கை கூறியது.

ஷெரிமிடேவ், அனுபவம் மிகுந்த தளபதி; எச்சரிக்கையாகச் செயல்படும் திறன் படைத்தவன். நூற்று இருபதாயிரம் சிப்பாய்களைக் கொண்ட சேனையைத் திரட்டிக்கொண்டு, உக்ரேனிய கோஸக் படைகளையும் சேர்த்துக்கொண்டு அவன் நீப்பர்நதியின் கழிமுகத்தை நோக்கி மெதுவாக முன்னேறினான். அங்குத்தான், ஓசாக்கோவ் என்ற புராதனமான கோட்டையும், துருக்கியரது அரண் அமைந்த சிறு நகரங்களான கிஸிக்கர்மான், ஆர்ஸ்லான் - ஆர்டெக், ஷாக்கர்மான் ஆகியவையும் இருந்தன. நீப்பரின் கழிமுகத்திலிருந்த தீவில், பருந்துக்கோட்டை இருந்தது. அதிலிருந்து இருகரைகளுக்கும் இருப்புச் சங்கிலி அமைத்துக் கடலுக்குப் போக முடியாதபடி தடுத்திருந்தனர்.

மாஸ்கோவின் பெரியசேனை இந்த நகரங்களை நெருங்கியது; கோடைக்காலம் முழுவதும் இந்தப் பேரூர்களைத் தாக்குவதில் செலவாயிற்று. பணம், பீரங்கி, பேராயுதங்கள் அனைத்துக்கும் தட்டுப்பாடு ஏற்பட்டது. ஒவ்வொரு சிறு விவரத்துக்கும், மாஸ்கோவுடன் நாட்பட்ட கடிதப் போக்குவரத்து நத்தை வேகத்தில் நிகழ்ந்தது. என்றாலும், ஆகஸ்ட் மாதத்தில், கிஸிக்கர்மானும் மேலும் இரு சிறு நகரங்களும் பிடிபட்டன. ஷெர்மிடேவ் முகாமில் விருந்து நடத்தி இந்த வெற்றியைக் கொண்டாடினார்கள். வாழ்த்துக்கூறி மதுவைப் பருகும் பொழுதெல்லாம், பதுங்கு குழிகளிலிருந்து துப்பாக்கிப் பிரயோகம் செய்து துருக்கியர்களையும் தார்த்தாரியர்களையும் அச்சுறுத்தினார்கள். இந்த வெற்றிச் செய்தி மாஸ்கோவை எட்டியவுடன், ''கடைசியில் வெற்றிப் பறை கொட்டுகிறதா? கிரீமியாவிலிருந்து சின்னஞ்சிறு பகுதியே மீட்கப்பட்டதென்றாலும், அது குறிப்பிடத் தக்கதுதான்!'' என்று ஆறுதல் அடைந்தார்கள்.

அதே வசந்த காலத்தில், பகிரங்க அறிவிப்பு ஏதுமின்றி இருபதினாயிரம் சிறந்த சிப்பாய்கள் மாஸ்கோவிலிருந்து புறப்பட்டனர். பிரியோபிராஷன்ஸ்கி, ஸெமினோவ்ஸ்கி படைகளும் லிபோர்ட்டின் படையும் காவற்படையினரும் குடிப்படையினரில் சிறந்தவரும், குமாஸ்தாக் களின் படைப்பிரிவுகளும் இந்தச் சேனையில் இருந்தனர். இவர்கள் மாஸ்க்வா நதியின் சகல - புனிதர் - பாலத்தருகில் தோணிகளிலும் படகுகளிலும் சிறு கப்பல்களிலும் ஏறினார்கள். பல மைல்

அளவு நிண்டிருந்த அக்கலங்களது கூட்டம், இன்னிசை முழக்கத்தோடும் துப்பாக்கி வேட்டு களோடும் புறப்பட்டு ஓகாவை நோக்கிச் சென்றது. அங்கிருந்து வால்கா வழியாக ஜாரிட்ஸின்* சென்றது.

தளபதி கார்டன் பன்னிரண்டாயிரம் படைவீரர்களுடன் ஸ்டெப்பி வழியாகச் செர்காஸ்க் நோக்கிச் சென்றான்.

இந்த இரண்டு சேனைகளும் அஸோல் கடலில் உள்ள அஸோவ் என்ற துருக்கியர் கோட்டையைக் குறிவைத்து முன்னேறின. அஸோவ் துருக்கியர் வசமிருந்ததால், கீழ் நாடு களுக்குச் செல்வதற்கான வர்த்தகப் பாதைகளும் கூபான், டெரிக்ஸ்டெபிகளின் செழுமையான தானிய வயல்களும் அவர்களது ஆதிக்கத்துக்குக் கட்டுப்பட்டிருந்தன. லிபோர்ட், கார்டன், கோலோவின் ஆகிய மூன்று சேனாதிபதிகளைக் கொண்ட போர்க்குழுவே, பீட்டருடன் கலந்தாலோசித்து, அஸோவ் அரங்கத்தில் இரண்டாவது போர்முனை அமைப்பதென்று முடிவு செய்தது. ஜார் மன்னனே களம் புகுந்திருக்கிறான் என்பது பிரசாரம் எய்திவிடக் கூடாதென்பதற் காகவும், துருக்கியருக்கு மிதமிஞ்சிய பெருமை ஏற்பட்டு விடக் கூடாதென்பதற்காகவும், ராணுவத்தில் பீட்டரைப் பீரங்கிப் படை அதிகாரி பீட்டர் அலெக்ஸீவ் என்று அழைத்தனர். போரில் தோற்றுவிட்டாலும், அவமானத்தைக் குறைத்துக் காட்டுவதற்கும் மாறுபெயர் உதவுமென்று கருதினர். மாஸ்கோவில் அதிகாரம் செலுத்துவதற்கு எவரை நியமிப்பது என்பதைக் குறித்துப் போர்க்குழு நீண்ட நேரம் விவாதித்தது. ஜனங்கள் அதிருப்தி அடைந்திருந்தனர். தலைநகரின் அருகில் கூடக் கொள்ளைகள் நிகழ்ந்தன. பிரயாணம் செய்வது அபாயகரமாகி விட்டதால், சாலைகளில் புல் முளைத்துப் பெருகிவிட்டன. தற்சமயம், அந்தப் பயங்கரமான சத்துருவான ஸோபியா நாவோடி விச்சி கன்னியாமடத்தில் செயலற்று இருந்தாளென்பது மெய்; ஆனால் எத்துணைக்காலம் அவள் வாளாவிருப்பாள்?

பிடோர் ரோமோடானோவ்ஸ்கியைத்தான் உறுதியாக நம்ப முடியும். அவன் உளமார்ந்த விசுவாசம் உடையவனாய் இருந்தான். அவனால்தான் மக்களிடையே அச்சத்தை உண்டாக்க முடியும். ஒப்பனைப் போர்களுக்கும் சர்வ முட்டாள் குழுவுக்கும் வேந்தனாக விளங்கிய ரோமோடானோவ்ஸ்கியிடம் மாஸ்கோ ஒப்படைக்கப்பட்டது. அவனது கடந்த காலக் கோமாளிக் கூத்துக்களை எண்ணி, ஜனங்கள் மறைவாகப் பரிகசித்துச் சிரிப்பதைத் தடுப்பதற்காக, அவனுக்கு 'மாட்சிமை தங்கிய பேரரசன்' என்ற பட்டம் அளிக்கப்பட்டது. நூறாண்டுகட்கு முன், பயங்கர ஐவான் அலெக்ஸாண்டிராவ்ஸ்கி கிராமத்துக்குச் சென்ற பொழுது, தார்த்தாரிய இளவரசனான ஸிமியன் என்ற கோமாளிப் பூச்சாண்டியைச் ''சர்வருஷிய ஜார்'' என்ற பட்டத் துடன் மாஸ்கோவில் நியமித்ததைப் பாயர்கள் நினைவூட்டிக்கொண்டனர்; பேரரசனுக்குப் பணிந்தனர். பொதுஜனங்களைப் பொறுத்தமட்டில், பேரரசனாயிருந்தால் என்ன, பேயாய் இருந்தால் என்ன, எல்லாம் ஒன்று போல்தான் என்று கருதினர். ரோமோடானோவ்ஸ்கி ஈவிரக்கம் அறியாதவன் என்பதையும் இரத்தம் சிந்துவதற்குத் தயங்காதவன் என்பதையும் அவர்கள் அறிந்திருந்தனர்.

படகுத்தொகுதியின் தலைமையில் சென்ற லிபோர்ட்டின் பல் துடுப்புச் சிறுகப்பலில் பீட்டர் பிரயாணம் செய்தான். வழியில் அவர்களுக்கு நேர்ந்த தொல்லை கொஞ்சநஞ்சமல்ல. வியா பாரிகளும் சர்க்காரின் வர்த்தக ஏஜண்டுகளும் கட்டிக்கொடுத்த படகுகளிலும் சிறு கப்பல்களிலும் ஓட்டை உடைப்புகள் ஏற்பட்டு, அவை முழுகின. வசந்தகால இரவுகளின் மூடுபனியில் வழி தெரியாமல் திண்டாடிய படகுகள், வெள்ளத்தால் நிரம்பிய வயல்களிலும், ஆழமில்லாத மணல்

★ தற்சமயம், இதற்கு ஸ்டாலின் கிராட் என்று பெயர்.

திடர்களிலும் சிக்கின. நிஷினி - நாவ்கோரோட்டில், சிப்பாய்கள் வால்கா படகுகளில் ஏறவேண்டியிருந்தது. பீட்டர் ரோமோடானோவ்ஸ்கிக்கு எழுதினான்:

''தங்களது ராஜமாட்சிமைக்காக நாங்கள் கடைசித்துளி இரத்தத்தையும் சிந்த வேண்டும். அதற்காகத்தான் நாங்கள் அனுப்பப்பட்டிருக்கிறோம். இங்குள்ள நிலவரம்: ஆண்டவன் அருளால் உங்களது அடிமைகளான தளபதிகள் கோலோவின்னும் லிபோர்ட்டும் சகல படை வீரர்களும் நல்லாரோக்கியத்துடன் இருக்கிறார்கள். நாங்கள் எங்களது நதி வழிப் பயணத்தை நாளைக்கு மீண்டும் தொடங்குவோம். சில படகுகள் இங்கு வந்து சேர்வதற்கு மூன்று நாட்கள் பிடித்ததே தவக்கத்துக்குக் காரணம். வியாபாரிகள் கட்டிக்கொடுத்த படகுகள் மிகவும் மோசமாய் உள்ளன. அவற்றில் சிலவற்றுக்கு இந்தப் பயணத்தை முடிப்பதே பெரும்பாடாகிவிட்டது. சிப்பாய்களில் சிலர்தான் இறந்தனர். உங்களது மனைவியரின் பாதுகாப்பு எனக்கு உரியதாகுக. என்றென்றும் உங்களது தெளிந்த மாட்சிமைக்கு அடிமையான, பீரங்கிப் படைவீரன் பீட்டர்.''

ஆற்றின் அலைகள் மோதிய வெண் சுவர்களை உடைய காஸானிலோ, நதியின் செங்குத்தான கரைமீதிருந்த ஸிம்பிர்ஸ்கிலோ, நாடோடிக் குடிகளிலிருந்து தற்காத்துக் கொள்வதற்காகக் கழிவேலியும் களிமண் அரணும் அமைத்துக்கொண்டிருந்த சிறுநிகரான ஸாமாராவிலோ, போர்மேல் சென்ற படகுகள் நிற்கவில்லை. ஸாரடோவுக்கு அப்பால், கண்களைக் கூசச்செய்த கதிரொளியில் பசும்புற் கரைகள் மங்கலாகத் தெரிந்தன. நீலநிறம்பெற்ற ஆற்று வெள்ளம் மெதுவாக ஓடியது. ஸ்டெப்பியின் காற்று, உலைக்காற்று மாதிரி கொதித்தது.

பீட்டரும் லிபோர்ட்டும் அலெக்ஸாண்டரும், சிறுகப்பலின் உயரமான பிற்பகுதி மீது அமர்ந்து புகை பிடித்து நாட்களை ஓட்டினர். குடித்து வேடிக்கை செய்வதற்காகக் கூட வந்திருந்த நிகிடாவும் அவர்களுடன் இருந்தான். துடுப்புத் தெறிக்கும் நீரில் பிரகாசித்த படகுக்கூட்டத்தை அவர்கள் நோக்கியபொழுது, ஒப்பனைச் சண்டைகளின் இன்பமான நாட்களது தொடர்ச்சியாகவே இந்தப் பேரெழுச்சியும் தோன்றியது. இந்த அஸோவ் என்பது எத்தகைய கோட்டை? அவர்கள் அதை எப்படிக் கைப்பற்றுவது? இந்தக் கேள்விகளுக்கு அவர்களில் எவராலும் விடைசொல்ல முடியாது. அங்குப் போனபின் பார்த்துக்கொள்ளலாமென்பது அவர்கள் எண்ணம்.

குடிபோதையில் சிணுங்கிய ஸோடோவ், தன் கருஞ்சிவப்பு நாசியில் உரிந்திருந்த தோலை இழுத்துக்கொண்டே கூறினான்:

''என் மகனே, கடைசியில் இந்தக் காட்சியைக் கண்டுவிட்டோம்.... நேற்றுத்தான் உனக்கு எண் கணக்குச் சொல்லிக்கொடுத்த மாதிரி இருக்கிறது. ஆனால் இப்பொழுது போர் மேல் செல்கிறோம். என்னருமை இளைஞனே, என்னே இந்த மாறுதல்!''

முடிவற்றதாகத் தோன்றிய அந்த நதியின் எழிலையும் மாட்சிமையையும் லிபோர்ட் போற்றிப் புகழ்ந்தான். அவன் கூறினான்:

''பிரெஞ்சு அரசனையும் ஆஸ்திரியச் சக்கரவர்த்தியையும் யார் பொருட்படுத்துவார்கள்? ஓ, பீட்டர், உங்களிடம் இன்னும் அதிகமான பணம் இருந்தால்! ஐரோப்பாவிலிருந்து இஞ்ஜினியர் களையும், அறிவாளிகளையும் இன்னும் பல அதிகாரிகளையும் சம்பளத்துக்கு அழைத்து வர முடிந்தால்! எவ்வளவு பெரிய தேசம்! இப்படி வெறுமையாகக் கிடக்கிறதே!''

மரக்கலங்கள் ஜாரிட்ஸின்னை அடைந்தன. இங்கு இடர்ப்பாடு தொடங்கியது. ஐந்நூறு குதிரைகள்தான் கிடைத்திருந்தன. துடுப்புத்தள்ளிச் சோர்ந்திருந்த சிப்பாய்கள், பீரங்கிகளையும் சாமான்களை ஏற்றிய தொடர் வண்டிகளையும் இழுக்க வேண்டியதாயிற்று. ரொட்டி, தினை,

எண்ணெய் ஆகியவை போதுமான அளவுக்குக் கிடைக்கவில்லை. மட்டு மீறிய உழைப்பாலும் பசியாலும் சோர்ந்த சிப்பாய்கள், டான்நதிக்கரையிலுள்ள பான்ஷின் என்ற சிறு நகரத்தை நோக்கி, ஸ்டெப்பியில் மூன்று நாட்கள் நடந்தனர். பான்ஷினியல்தான் தீவனங்கள் சேமித்து வைக்க வேண்டுமென்று ஏற்பாடு. வழியில் பலர் களைப்பு மேலிட்டு விழுந்தனர். அவர்கள் பான்ஷினில் ஓய்வு எடுக்கலாமென்று எதிர்பார்த்திருந்தனர். ஆனால் அந்த ஊரை அடைவதற்கு முன், சேனை முழுமையின் தேவைப் பொருட்களைத் தேடித்திரட்டும் பொறுப்புக்கு நியமனமாகி யிருந்த ஸ்திரீஷ்னேவிடமிருந்து ஒரு கடிதம் வந்தது:

''பீரங்கிப்படை அதிகாரி அவர்களுக்கு, திருட்டுக் கண்டிராக்டர்களால் நமக்குப் பெருந் தொல்லை ஏற்பட்டிருக்கிறது. 15 ஆயிரம் வாளித்தேறலும் 45 ஆயிரம்வாளி வீதம் புளிக்கரடியும், வாட்காவும், பல்வகை மீன்கள் 40 ஆயிரமும், 360 ஆயிரம் பவுண்ட் உப்பிலிட்ட பன்றித்தொடை இறைச்சியும், 180 ஆயிரம் பவுண்ட் எண்ணெயும் பன்றிக்கொழுப்பும், 29 ஆயிரம் பவுண்ட் உப்பும் தருவதாக வாரோனின், உஷாகோவ் கோரீஸின் ஆகிய வர்த்தகர்கள் ஒப்பந்தம் செய்து கொண்டனர்.கண்டிராக்டர்களுக்கு 33 ஆயிரம் ரூபிள் கொடுத்தோம். இந்தப் பணத்தில் பாதியைக் களவாடி விட்டனர். ஒரு பவுண்டு உப்புக்கூடக் கிடைக்கவில்லை. மீன் முடை நாற்றம் வீசுவதால், எவரும் கொட்டகைக்குள் பிரவேசிக்க முடியவில்லை. கோதுமை முழுவதும் கெட்டுப்போயிருக்கிறது. ஐவான் பிராவ்கின் என்ற வியாபாரி 'சப்ளை' செய்த ஓட்ஸும் உலர்புல்லும்தான் நன்றாயிருக்கின்றன. அருள்மிகுந்த ஐயாவே, இந்தத் திருட்டினால் உங்களுக்கு மனவேதனை ஏற்படும்; சிப்பாய்கள் பட்டினி கிடந்து துன்புறுகிறார்கள். உமது போர்த் திட்டத்தில் தவக்கம் ஏற்படுவதை ஆண்டவன்தான் தவிர்க்க வேண்டும்.''

படைகளை விட்டுவிட்டுப் பீட்டரும் லிபோர்ட்டும் பான்ஷினுக்குக் குதிரை மீது விரைந்தனர். டான் நதியின் வளைவில் இருந்த அந்தக் கிராமத்தைச் சுற்றிலும் வண்டிகளது ஏர்க்கால்கள் வரிசையாக நின்றன; எனவே, தீயில் எரிந்த காடுமாதிரி தோற்றமளித்தது. எங்கு நோக்கினாலும், பெருங்கொம்புகளை உடைய காளை மாடுகள் படுத்துக்கிடந்தன; முளையில் கட்டப்பட்டிருந்த குதிரைகள் புல்லைத் தின்றுகொண்டிருந்தன. பகலுணவு புசித்த நேரமாதலால், காவற்காரர்கள், வண்டியோட்டிகள் முதலிய அனைவரும் உறங்கிக்கொண்டிருந்தனர். குதிரைக் குளம்புகளின் கடகடவென்ற ஒலிமட்டும் டான் நதியில் சஞ்சரித்தது. பீட்டர் ஆத்திரத்தில் கத்தியதைக் கேட்டு, வேலிக்குப்பின்னாலிருந்த நார்ச்செடிகளின் மத்தியிலிருந்து ஒரு மயிர் கலைந்த தலை எழும்பியது. அந்த விவசாயி தன்னைச் சொறிந்துகொண்டே, பாயரின் தங்கு மனைக்குப் பீட்டரையும் லிபோர்ட்டையும் இட்டுச்சென்றான். வெடுக்கென்று கதவைத் திறந்த பீட்டரை, அதிர்வுற்ற ஈக்களின் ரீங்காரம் வரவேற்றது. இரண்டு பெஞ்சிகளைச் சேர்த்துப் போட்டுக்கொண்டு, ஸ்திரீஷ்னேவ் உறங்கிக்கொண்டிருந்தான்; போர்வையால் முகத்தையும் மூடியிருந்தான். பீட்டர் அந்தப் போர்வையைச் சட்டென்று இழுத்து விட்டு, கிலிகொண்ட பாயரின் சிண்டைப் பிடித்துக் குலுக்கினான். ஆத்திர மிகுதியால், பீட்டரால் பேசமுடியவில்லை. அவன், கிழவன் முகத்தில் எச்சிலைத் துப்பினான்; அவனைத் தரையில் தள்ளிக் கொழுத்த விலாப்புறத்தில், இரும்புப் பட்டைகளுடன் கூடியதன் நீண்ட பூட்ஸால் உதைத்தான்.

மேல்மூச்சு வாங்கிய பீட்டர் மேஜையருகில் அமர்ந்தான்; ஜன்னல்களைத் திறக்கும்படி உத்திரவிட்டான். அவனது கண்கள் உப்பின; தவிட்டு நிறமான மெலிந்த முகத்தில் சினம் கொப்புளித்தது.

''சேதிகூறு! எழுந்திரு! உட்கார்! கண்டிராக்டர்களைத் தூக்கிலிட்டாயா? இல்லையா? ஏன்?'' என்று பீட்டர் ஸ்திரீஷ்னேவைப் பார்த்துக் கத்தினான்.

''ஐயா...'' என்றான் அந்தப் பாயர். பீட்டர் தன் பாதத்தால் தரையில் ஓங்கி அறைந்தான். தலை குனிந்து வணங்கினால் கோபம் அதிகமாகி விடுமென்று அஞ்சிய ஸ்திரீஷ்னேவ் கூறினான்

''பீரங்கிப்படை அதிகாரி அவர்களே, கண்டிராக்டர்கள் கொடுக்க வேண்டியதை முதலில் கொடுக்கட்டும். செத்தவர்களிடம் எப்படி வசூல் செய்ய முடியும்?''

''இல்லை, முட்டாள்! நீ சொல்வது பிசகு. பிராவ்கின் ஏன் திருடவில்லை? என் ஆட்கன் களவாடுவதில்லை. உங்களுடைய ஆட்களெல்லாம் கொள்ளைக்காரர்கள். எல்லாக் கண்டிராக்டு களையும் பிராவ்கின்னுக்கே கொடுக்க வேண்டும். உஷாகோவையும் வாரோனினையும் விலங்கிட்டு, மாஸ்கோவுக்கு, ரோமோடானோவ்ஸ்கியிடம் அனுப்ப வேண்டும்.'' என்றான் வீட்டர்.

''அதுதான் சரி, பலே பேஷ்'' என்று லிபோர்ட் ஆமோதித்தான்.

''வேறு என்ன சேதி? கப்பல்கள் சித்தமாக உள்ளனவா?''

''பீரங்கிப்படை அதிகாரி அவர்களே, எல்லாக் கப்பல்களும் தயாராக உள்ளன. சிறிது நேரத்துக்கு முன்தான், கடைசிக்கப்பல்கள் வாரநேஷிலிருந்து வந்து சேர்ந்தன'' என்றான் ஸ்திரீஷ்னேவ்.

''ஆற்றுக்குப் போகலாம்'' என்று கூறிய பீட்டர், பொய்க்கால்களால் நடப்பதுபோல் விரைந்து நடந்தான். மென்மையான வீட்டுப்பூட்ஸ் அணிந்த ஸ்திரீஷ்னேவ், சட்டைக்குக் கச்சை கூடக் கட்டாது, சோர்ந்து நடந்தான். டான் நதியின் வளைவில் ஏராளமான மரக்கலங்கள் நங்கூரம் பாய்ச்சப்பட்டிருந்தன. சிறு கப்பல்கள், தெப்பங்கள், குறுகலான காஸ்ஸக் படகுகள், நீளமான முன்பாகத்தில் மட்டும் துடுப்புகளை உடையனவாய், பிற்பகுதியின் மேல் ஓர் அறையும் சதுரமான பாயும் உடையனவாய் அமைந்த சிறு கப்பல்கள் ஆகியவை நின்றன. இவை நேராகக் கப்பல்கட்டும் துறையிலிருந்து வந்திருந்தன. இவை நீரோட்டத்தின் விசையால் இலேசாக ஊசலாடின. அநேகக் கலங்களில் பாதியளவு நீர் பாய்ந்திருந்தது. கொடிகள் சோர்ந்து தொங்கின. சூரிய வெப்பத்தில், வர்ணம் பூசாத மரப்பலகைகள் வெடித்தன; கீல்பூசப்பட்ட பக்கங்கள் பிரகாசித்தன.

ஒருகாலை முன்னால் வைத்துக்கொண்டு நின்ற லிபோர்ட், தொலை நோக்கிக் கண்ணாடி மூலம் மரக்கலங்களின் கூட்டத்தை ஆராய்ந்துவிட்டு, ''பேஷ்.... போதுமான கப்பல்கள் உள்ளன'' என்றான்.

''பேஷ்'' என்று பீட்டர் வெடுக்கென்று திரும்பக் கூறினான். அவனது அழுக்கடர்ந்த கரங்கள் நடுங்கின. எப்பொழுதும் போல், பீட்டரது எண்ணத்தை லிபோர்ட் எதிரொலித்தான்:

''இங்குப் போர் தொடங்குகிறது.''

''ஸ்திரீஷ்னேவ், கோபித்துக் கொள்ளாதீர்கள்'' என்று கூறிய பீட்டர் கிழவனது தாடியை ஆட்டினான். கிழவன் இலேசாக விம்மினான்.

''உடனடியாகப் படைவீரர்கள் கலங்களில் ஏறவேண்டும். தாமதம் கூடாது. திடீரென்று தாக்கி அஸோவ் கோட்டையைப் பிடிப்போம்'' என்றான் பீட்டர்.

அன்றிலிருந்து ஆறாவது நாள் அதிகாலையில், ஸ்திரீஷ்னேவ் குடிசையில் புகையிலைப் புகைப் படலத்தினிடையே அமர்ந்திருந்த அவர்கள் ரோமோடானோவ்ஸ்கிக்கு எழுதினார்கள்:

| சக்கரவர்த்தி பீட்டர் 301 |

''உங்களது தந்தையும் பெரியாரும் பிரஸ்பர்க்கின் தலைமைப் பாதிரியாரும் அகில யாவூஸாவுக்கும் அனைய கூகுய்க்கும் சமய முதல்வருமான திருத்தூய்மைக்குரிய போப்பாண்ட வரும் (நிகிடா ஸோடோவ்) உங்களது அடிமைகளான தளபதிகள் கோலோவின்னும் லிபோர்ட் டும் அவர்களது தோழர்களும் நல்லாரோக்கியத்துடன் உள்ளனர். இன்று பான்ஷினிலிருந்து கிளம்புகின்றனர். நாங்கள் மார்ஸ்* தொண்டில் இடையீடில்லாது ஈடுபட்டிருக்கிறோம். உங்களுக்கு நல்லாரோக்கியத்தை அளிக்க வேண்டுமென்று பிரார்த்தித்து 'வாட்கா' அருந்து கிறோம்; அதையும்விட அதிகமாகப் 'பீர்' அருந்துகிறோம்....'' இந்தக் கடிதத்தில் லிபோர்ட், மென்ஷிகோவ், டிரோயிகுரோவ், பீட்டர் அலெக்ஸீவ், கோலோவின், மாடம்கின் ஆகியோரின் கையொப்பங்கள் தெளிவில்லாது குறிக்கப் பெற்றிருந்தன.

அவர்கள் ஒருவாரம் டான் நதியில் பிரயாணம் செய்தனர். அந்நதியின் சிறு தீவுகளில் கோஸக்குகள் அரண் எழுப்பி வாழ்ந்த சிறு நகரங்களை அவர்கள் கடந்தனர். கோலுபாய், ஸிமோவீஸ்கி, ஸிமில்யான்ஸ்கி, ராஸ்டோரி, மானிச் ஆகிய சிறு நகரங்களைக் கடந்தனர். அதன்பின், செங்குத்தான வலது கரையில், செர்காஸ்க் கோட்டையின் முன் சரிவுகளும் மிலாறு வேலிகளும் ஓக்மரச்சுவர்களும் தென்பட்டன. பின் தங்கிய கலங்கள் வந்துசேர வேண்டு மென்பதற்காக, அவர்கள் இங்கு மூன்று நாட்கள் தங்கினார்கள்.

எல்லாக் கலங்களும் சேர்ந்த பின் அவர்கள் அஸோவ் நோக்கி முன்னேறினார்கள். இரவு வெதுவெதுப்பாயிருந்தது; கும்மிருட்டாகவும் இருந்தது. மழைபெய்த மணமும் புல்மணமும் பரவின. தத்துக்கிளிகள் அரவம் செய்தன. இரவுப் பறவைகளது கூப்பாடு வினோதமான பய உணர்ச்சியை ஊட்டியது. லிபோர்ட்டின் தலைமைக் கப்பலில் எவரும் உறங்கவில்லை; எவரும் புகை பிடிக்கவில்லை; வேடிக்கையாகப் பேசவும் இல்லை. துடுப்புகள் ஒரு சீராகவும் மெது வாகவும் தொழிற்பட்டன.

பீட்டர் தன் வாழ்விலேயே முதன் முதலாகப் பேரபாயத்தின் பயத்தை உச்சந்தலை முதல் உள்ளங்கால் வரை உணர்ந்தான். நதிக்கரை வழியே இருளும் மங்கலான நிழல்களும் இயங்கின. அவன் உற்று நோக்கினான்; இலைகளின் சலசலவென்ற ஒலியை அவனது கேள்விப் புலன் பதிவு செய்தது. எந்த நேரத்திலும், அதோ அந்த மையிருட்டின் இசையே ஒரு தார்த்தாரிய வில்லின் நாண் ஒலி செய்யலாம். அவனது கால்விரல்கள் வளைந்தன. தெற்கே நெடுந்தூரத்தில் புயற்காலத்து மின்னல் மேகங்களிடையே தோன்றியது. ஆனால் இடியின் ஓசை அவன் செவியில் விழவில்லை.

''காலையில் நாம் தளபதி கார்டனின் துப்பாக்கி முழக்கத்தைக் கேட்போம்'' என்றான் லிபோர்ட்.

அதிகாலையில் வானம் தெளிவாயிற்று. சுக்கானை இயக்கிய கோஸக், டான்நதியை விடுத்து, இடது புறத்தில் சென்ற காய்ஸாகா நதியில் சிறு கப்பலைத் திருப்பினான். இதர மரக்கலங்களும் அதைப் பின் தொடர்ந்தன. வெப்பக்கதிரவன் உதயமானான்; ஆற்று வெள்ளம் கூடி விட்டதாகத் தோன்றியது; கரைகள் விலகிப் போய்விட்டன; நீர் நிரம்பிய பசும்புல் வெளிகளுக்கப்பால், கங்குல் ஓடி ஒளிந்தது. முன்னோக்கினால், மணலுக்கு அப்பால் பிரகாசமான இழைப்பட்டை மாதிரி டான் மீண்டும் காட்சி தந்தது. சரிவுகளில் கித்தான் கூடாரங்களும் வண்டிகளும் குதிரைகளும் தென்பட்டன. கொடிகள் பறந்தன. இதுதான் மிடிஷி இறங்கு துறை; தளபதி கார்டனின் முக்கியமான ராணுவ முகாம். இங்கிருந்து அஸோவ் ஒன்பது மைல்.

★ மார்ஸ்: ரோமானியர்களது போர்த்தெய்வம்.

பீட்டரே முன்புறத்து இருந்த துப்பாக்கியைப் பிரயோகம் செய்தான். அந்தக் குண்டு நீர்ப்பரப்பைத் தடவிக்கொண்டு ஓடியது. சகலகலங்களிலிருந்தும் துப்பாக்கிகளும் பீரங்கிகளும் வெடி முழக்கம் செய்தன. ''தள்ளு! துடுப்பால் தள்ளு!'' என்று பீட்டர் கத்தினான். சிப்பாய்கள் தலை குனிந்து விசையோடு தள்ளியதால் துடுப்புகள் வளைந்தன.

சிப்பாய்கள் மிடிஷி இறங்கு துறையில் இறங்கினார்கள். களைத்துச் சோர்ந்த சிப்பாய்கள் மணலிலேயே விழுந்து உறங்கினர். கீழ் அதிகாரிகள் அவர்களைக் கம்பால் அடித்து எழுப்பினர். விரைவில் வெண்மையான கூடாரங்கள் தோன்றின; கூடாரக் கணப்புகளது புகை ஆற்றை நோக்கிப் பரவியது. பீட்டர், லிபோர்ட், கோலோவின் ஆகிய மூவரும் மூன்று கோஸாக் குதிரைப் படை வீரர் தொகுதிகளுடன் குன்றுகளுக்கு அப்பால் இருந்த கார்டன் முகாமுக்கு விரைந்தனர். வலுவான பாதுகாப்புடன் கூடிய அம்முகாம், அஸோவுக்குச் செல்லும் வழியின் நடுவில் இருந்தது. புராதனமான கல்லறை மேட்டிலிருந்த தளபதியின் பன்னிறக் கூடாரம் சேய்மையிலேயே புலனாயிற்று. அம்புக்கு இலக்கான குதிரைகளது சவங்களும் உடைந்த வண்டிகளும் வழியில் கிடந்தன. உருவில் சிறிய தார்த்தாரியன் ஒருவன், எட்டி மரத்தில் முகத்தைப் புதைத்தவனாய்க் கிடந்தான்; இடுப்பளவு ஆடை உடுத்தாத அவனது கழுத்தின் பின்புறத்தில் குருதி பெருகியிருந்தது. பீட்டரின் குதிரை கனைத்தது, மிரண்டு துள்ளியது. காஸ்ஸக்குகள் சொன்னார்கள்:

''நமது சாமான் வண்டிகள் மிடிஷியை விட்டுக் கிளம்பியவுடன், தார்த்தாரியர்கள் அம்பு மழை பொழிகிறார்கள். இதுதான் ரொம்ப மோசமான இடம். அதோ பாருங்கள்.'' அவர்கள் சாட்டையால் சுட்க்காட்டிக்கொண்டே மேலும் சொன்னார்கள்: ''அதோ அங்கே, குன்றுகளுக்கு அப்பால் அவர்கள் நகர்ந்துகொண்டிருக்கின்றனர். அவர்கள்தான்! உஷார், உஷார்! அவர்கள் எந்நேரத்திலும் அம்புகளை எய்வார்கள்.''

கல்லறை மேட்டை நோக்கிக் குதிரைகள் விரைந்தன. கார்டன் தன் பாசறை அருகே நின்றான். எஃகில் செய்த உடற்கவசமும் இறகுகளுடன் கூடிய தொப்பியும் அணிந்திருந்த அவன், தொலைநோக்கிக் கண்ணாடியை வைத்துக்கொண்டிருந்தான். அதன் ஒரு முனையை இடுப்பு தாங்கிக் கொண்டிருந்தது. அவனது சுருக்கம் விழுந்த முகத்தில் கடுமையும் பெருமிதமும் புலப்பட்டன. கொம்புகள் முழங்கின; பீரங்கிகள் தீ கக்கின. அந்த மேட்டில் நின்ற அவர்களுக்கு, மாலைக் கதிரவனின் பேரொளியில், விரிகுடாவும், அஸோவ் கோட்டையின் மஞ்சள் பாய்ந்த சாம்பல் நிறச் சுவர்களும், அருகிலான சிறு ஸ்தூபிகளும் தெளிவாகப் புலனாயின. ருஷியர்களது வருகையைக் கருதி எரியூட்டப்பட்ட புறப்பேட்டையின் கரிந்த மீதமிச்சங்களும் நன்கு புலப்பட்டன; கோட்டைக்கு முன்னால், தாழ்வான குன்றுகளின் வரிசையில், அங்கும் இங்கும் வெட்டப்பட்டிருந்த பதுங்கு குழிகளும், ஆங்காங்கே அமைக்கப்பட்டிருந்த சின்னஞ்சிறு ஐங்கோணக் கொத்தளங்களும் காட்சிக்குத் தெளிவாகத் தெரிந்தன. அமைதியான விரிகுடாவின் அகல் வெளிகளில், பல துப்பாக்கிகளை உடைய உயரமான கப்பல்கள், தளர்ந்து தொய்ந்த கப்பற்பாய்களுடன் நங்கூரம் பாய்ச்சி நின்றன. கார்டன் அவற்றைச் சுட்டிக் காட்டினான்:

''போனவாரம், துருக்கியர்கள் காபாவிலிருந்து கடல்வழியாக ஆயிரத்து ஐந்நூறு சிப்பாய்களைக் கொண்டு வந்தனர். இன்று இந்தக் கப்பல்களும் துருப்புகளை இறக்கியிருக்கின்றன. நேற்று நாங்கள் ஒருவனைச் சிறைப்பிடித்தோம். அவன் மெய்யுரைக்கிறானா, பொய் பேசுகிறானா என்பதை நான் அறியேன். ஆனால் கோட்டையில் ஆறாயிரம் சிப்பாய்கள் இருப்பதாகவும், தார்த்தாரியர் குதிரைப்படை ஸ்டெப்பியில் இருப்பதாகவும் அவன் கூறுகிறான். அவர்களுக்கு ஒரு குறையும் இல்லை. கடல் அவர்களுடையது. கோட்டையைப் பட்டினி போட்டுப் பணியவைப்பது சாத்தியமில்லை.''

''நாம் அதைத் திடீரென்று தாக்கிப் பிடிப்போம்'' என்று கையுறையை ஆட்டிக்கொண்டே லிபோர்ட் கூறினான்.

''சட்டுப்புட்டென்று காரியத்தை முடித்துவிடுவோம். அது ஒன்றும் பிரமாதம் இல்லை'' என்று கோலோவின் உறுதியாக மொழிந்தான்.

அஸோவ் கடலின் பரப்பும் அஸோவ் கோட்டையின் சுவர்களும் சிறு ஸ்தூபிகளில் பறந்த பிறைச்சந்திரக் கொடிகளின் சிற்றொளியும் கப்பல்களும் சூரியாஸ்தமனத்தின் மாட்சிமையும் பீட்டரைக் கவர்ந்துவிட்டன. அவன் அவற்றை வெறித்து நோக்கினான். இளம்பருவத்தில் அவனது இதயத்தைக் கவர்ந்த சித்திரங்கள் உயிர் பெற்று விட்டனவாகத் தோன்றின. இங்கே, அந்த யாருமறியாத தேசம் கண்கூடாகவும் யதார்த்தமாகவும் தொட்டுணரக் கூடியதாகவும் அவனுக்குத் தரிசனம் தந்தது.

''சரி, கார்டன், நீங்கள் என்ன நினைக்கிறீர்கள்? ஏன் பேசாதீருக்கிறீர்கள்? அஸோவைக் கைப்பற்றுவோமா?''

''நாம் பிடிக்கத்தான் வேண்டும்'' என்று கார்டன் உதடுகளைக் கடுமையாகச் சுருக்கிக் கொண்டு விடையளித்தான்.

கூடாரத்திலிருந்து ஒரு நிலப்படத்தைத் தருவித்து முரசின்மீது விரித்தார்கள். எந்த இடங்களில் படைகளை நிறுத்த வேண்டுமென்று பீட்டர் நகத்தால் குறியிட்டுக் காட்டினான். நடுவில், கோட்டையிலிருந்து 1250 அடி தூரத்தில், கார்டன் படைகள்; கார்டனுக்கு இடது புறத்தில் லிபோர்ட்; வலது புறத்தில் கோலோவின்.

''இங்கே, முற்றுகைத் துப்பாக்கிகள்; அங்கே சட்டிப் பீரங்கிகள். இங்கிருந்து கோட்டையை நெருங்கிப் பிடிப்பதற்கான கிடங்குகளை வெட்டுவோம். என்ன கார்டன், சரிதானா?''

''அம்மாதிரிச் செய்யலாம். ஏன் கூடாது? ஆனால் நமக்குப் பின்னால் தார்த்தாரியக் குதிரைப் படை இருக்கும்!'' என்று கார்டன் பதிலுரைத்தாள்.

''அந்தப் படையை அழிக்க வேண்டும். அதற்கு எதிராகக் கஸாக் படையை ஏவி விடுவோம்.''

''ஆம். அதை நாம் அழிக்க முடியும். ஆனால் மிடிஷா இறங்கு துறையிலிருந்து தளவாடங் களைக் கொண்டு வருவது கடினம் என்றே நான் கூறுகிறேன். ஒவ்வொரு தொடர் வண்டிக்கும் ஒரு பெரும்படையைக் காவலுக்கு அனுப்ப முடியாது.''

''தளபதிகளே, கேளுங்கள். நாம் தளவாடங்களைப் படகில் கொண்டு வந்தால் என்ன?''

பொய்மயிரின் சுருள்கள் ஊசலாட அவர்கள் குனிந்து நிலப்படத்தை நோக்கினர்.

''படகில் கொண்டு வருவதில்தான் இடர்ப்பாடு அதிகம். டான் நதியைச் சங்கிலிகளால் அடைத்திருக்கிறார்கள். மேலும், முகத்துவாரத்தில் வலுவான பீரங்கிப் படையுடன் கூடிய இரண்டு காவல் ஸ்தூபிகள் உள்ளன.''

''அப்படியானால், காவல் ஸ்தூபிகளைக் கைப்பற்ற வேண்டும். தளபதிகளே, என்ன சொல்கிறீர்கள்?''

''இது என்ன, பெருஞ்செயலா, இரண்டு காவல் ஸ்தூபிகளைப் பிடிப்பது!'' என்று கூறிய கோலோவின் சிரித்தான்; ஓரளவுக்கு அசடு வழிந்தபோதிலும், நேரத்தியானவையாக இருந்த தன் கண்களைச் சுருக்கிக்கொண்டு, மேற்கே குன்றுகளுக்கு மேல் புலப்பட்ட வட்டவடிவமான ஸ்தூபியின் உச்சியை நோக்கினான்.

''ஏன் கூடாது? அந்த ஸ்தூபிகளைப் பிடிக்கலாம்'' என்றான் கார்டன்.

''சரி, கார்டன், ஆண்டவன் அருளால், நாம் நாளைக்குக் கோட்டையை நெருங்குவதற்கான கிடங்குகளிலிருந்து தொடங்குவோம். தவக்கமில்லாமல், சேனை முழுவதையும் ஈடுபடுத்து வோம். ஓரிரண்டு நாட்களுக்குக் குண்டுகளால் பதம் பார்த்துவிட்டுத் தாக்குதலைத் தொடுப் போம்!'' என்று கூறிய பீட்டர், கார்டனது முகத்தைப் பிடித்துக்கொண்டு கன்னங்களில் முத்தமிட்டான்.

துருக்கியக் கப்பல்களில் கொம்பு ஊதிய ஒலி இலேசாகக் கேட்டது. அவை பின்வாங்கிக் கொண்டிருந்ததை அவ்வொலி அறிவித்தது. விரிகுடாவில் அந்த ஒளியின் நிழல்கள் பரவின. அஸோவ் கேட்டையில் சிறு ஸ்தூபிகளுடைய உச்சிகள் சிறிது நேரம் சிவப்பாக ஜொலித்தன; விரைவில், அவையும் காட்சிக்குப் புலனாகாது மறைந்தன. தத்துக் கிளிகளது ஓசை மட்டுமே கேட்டது. பீட்டர் பாசறைக்குள் சென்றான். எடுப்பாகக் காட்சி தந்த மேஜையில் இரண்டு மெழுகு வத்தி விளக்குகள் எரிந்தன. அவர்கள் முரசுகளின் மீது அமர்ந்தனர். சூடான இறைச்சி தட்டில் தருவிக்கப்பட்டது. பீட்டர் மிக்க ஆவலுடன் இரு கரங்களாலும் புசிக்கத் தொடங்கினான்.

உல்லாசமாக இருப்பதற்காக உடற்கவசத்தை நீக்கிய லிபோர்ட், கலப்பு ஈயக் கிண்ணங் களில் ஹங்கேரியச் செந்தேறலை ஊற்றினான். சிவந்த முகத்தை உடைய கோலோவின், ''முதலாவது பீரங்கிப் படைத் தலைவனை வாழ்த்திப் பருகுவோம்! பருகுவோம்!'' என்று ஊக்கத்தோடு கத்தியபொழுது, அந்த அழைப்பு கீழே நின்ற சிப்பாய்களது செவியில் விழுந்தது. துப்பாக்கிகளது முழக்கத்தால் மெழுகுவத்திகள் நடுங்கின.

''அற்புதம்!'' என்று பீட்டர் கூவினான்.

கிண்ணங்களை நிரப்பிய லிபோர்ட் சிரித்தான்.

''பீட்டர், இது அற்புதமான வாழ்க்கை.''

''தளபதி, உங்களது முகாமில் யாராவது இசை வல்லுனன் இருக்கிறானா?''

லிபோர்ட்டும் பீட்டரும் நகைத்து உரைத்தனர்:

''மாடம்கின் ஒரு பெரிய நிபுணன்.''

''மாடம்கின்னைத் தருவிப்பதற்கு ஒரு தூதனைக் குதிரையில் அனுப்புங்கள்.''

காலையில் இரண்டு காவற்படைப் பிரிவுகளையும் சேர்த்துக்கொண்டு, கார்டன் அஸோவை நோக்கி முன்னேறினான். கோட்டைக்கு முன்னால் இருந்த பழுப்புநிறச் சிகரத்தின் மீது மென் னடையில் ஏறிய காஸ்ஸக் குதிரைவீரர்கள் கடிவாளத்தைப் பிடித்திழுத்தனர். அந்த முன்னணி வீரர்களில் பலர் விரைந்து திரும்பிவந்து, நான்கு வரிசைகளில் முன்னேறிய காலாட்படையினரை நோக்கி ''தார்த்தாரியர்கள்! உஷார்! துப்பாக்கிகளைக் கொணடு வாருங்கள்!'' என்று கத்தினார்கள்.

அந்தச் சிகரத்தின் இடது புறத்தில், பத்தாயிரம் தார்த்தாரியக் குதிரைப் படையினர் அரைவட்ட வடிவில் வியூகம் அமைத்து முன்னேறினர். அவர்களது வேகம் கூடிக்கொண்டே யிருந்தது. அவர்கள் எழுப்பிய புழுதிப் படலமும் அடர்த்தியாகிக் கொண்டேயிருந்தது. அம்புகள் பறந்தன; கஸாக்குகளின் அணி குலைந்தது. அவர்கள் தனித்தனியாகக்குதிரை மீது முகத்தைச் சாய்த்துக் கொண்டு அதைத் திருப்பி விரட்டினார்கள். கொடிகளைப் பறக்கச் செய்யும்படி கர்னல்கள் கட்டளையிட்டதெல்லாம் வீணாயிற்று. கஸாக்குகளில் ஒருவன்கூட உடைவாளை உருவவில்லை. அனவருமே குதிரையைச் சரிவில் விரட்டினார்கள். ஆனால் விரைந்து செல்லும் குட்டைக் குதிரைகளை உடைய தார்த்தாரியர்கள், வளைவுக்கத்திகளைச் சுழற்றிக் கொண்டும் ஊளையிட்டுக்கொண்டும் வலது புறத்தில் முன்னேறிக் காஸ்ஸக்குகளை வளைத்துவிட்டனர். புழுதி கிளம்பியது. கஸாக்குகளில் ஒரு பகுதியினர் எதிர்த்துப் போராடத் தலைப்பட்டனர். பகைவர்கள் கலந்து ஒருவரோடொருவர் மோதினர். அச்சமயம் காலாட்படையினர் துரிதமாக நடந்துவந்து சதுரவடிவில் அணிவகுத்தனர். காவற்படையினர் கயிற்றால் பீரங்கிகளை இழுத்துக் கொண்டு வந்தனர். தார்த்தாரியப் பிறைச்சந்திரக் கொடி மடங்கியது. ஆங்காங்கே குண்டு மாரி பொழிந்தது. புகைப் படலங்கள் குன்றுகளை மறைத்தன. ஒரு வெறிபிடித்த குதிரை விரைந் தோடியது. ஒரு தார்த்தாரியன் தரையில் உருண்டான். ஒரு பீரங்கிக் குண்டு உஸ் என்ற ஒலியுடன் பறந்தது. குண்டுகள் இடிமுழக்கம் செய்தன. சிப்பாய்கள் வெறி பிடித்தவர்களைப் போலக் கத்தினார்கள்; சுட்டார்கள். முற்றுகைத் துப்பாக்கிகளின் கர்ஜனையில் இதர ஒலிகளெல்லாம் வலுவிழந்தன. யார் கை ஓங்கியது என்று ஒருவராலும் சொல்ல முடியவில்லை.

அப்பொழுது, ஏதோ ஒன்று நிகழ்ந்தது; போராட்டம் திடீரென்று நின்றது. புகை மறைந்தது. தார்த்தாரியனையும் காணவில்லை; துருக்கியனையும் காணவில்லை. சுருண்டு விழுந்த குதிரைகள் உயிருக்கு மன்றாடிக் கொண்டிருந்தன. ஏராளமான மானிட உடல்கள், பழுப்புநிறத் தரையில் சிதறிக் கிடந்தன. அவற்றில் சில அசைவற்றிருந்தன; இன்னும் சில துடித்துக் கொண்டிருந்தன. முன்னணியில், ஒரு சிறு குன்றின்மேல், தளபதி கார்டன் தன் கரிய புரவியில் அமர்ந்திருந்தான். அவனது முதுகுக்கவசம் மினுமினுத்தது. அவன் தொலைநோக்கிக் கண்ணாடியின் ஒரு முனையை இடுப்பில் ஆதாரப்படுத்திக் கொண்டிருந்தான். உடற்கவசத்துக்கு மேலிருந்த சிறிய, நரைத்த, தலை ஒரு பந்துமாதிரி தோற்றம் அளித்தது. அவன் தனது தொப்பியை இழுந்துவிட்டான். உடைவாளை மெதுவாக அசைத்துக்கொண்டு, அஸோவை நோக்கிச் செல்லும் சரிவில் குதிரையை மென்னடையாக ஓட்டினான். "முன்னேறுவோம்! தைரியமாக முன்னேறுவோம்!" என்று கோஷம் அணிகளில் எழும்பியது.

கார்டனின் படைப்பிரிவினர் கோட்டைக்கு எதிராகப் பதுங்கு குழிகளைத் தோண்டுவதிலும் இருப்பு வேலிகளை அமைப்பதிலும் ஈடுபட்டனர். துருக்கியர்கள் சுவர்களிலிருந்து துப்பாக்கிப் பிரயோகம் செய்து திகிலூட்டினர். குண்டுகள் உஸ்ஸென்ற ஒலியுடன் சுழன்று வந்து விழுந்த பொழுதெல்லாம், அதிகாரிகளும் குதிரைவலவர்களும் அவையத்தாரும் தலைகுப்புற விழுந்து தம்மைக் கைகளால் மறைத்துக்கொண்டனர். இவை பயறுவகைகளால் அமைந்த விளையாட்டுக் குண்டுகளல்ல. பயங்கரமான பேரோசையுடன் வெடித்துப் பூமியைப் பெயர்த்து எறிந்தன. சிப்பாய்களுக்குச் சவக்களை கட்டியது; சிலுவைக் குறியிட்டனர். அதைத்தவிர வேறொன்றும் அவர்களால் செய்ய முடியவில்லை. கார்டன் மட்டும் நிதானம் தவறாமலும் கடுமை குறையாமலும், அணிகளைச் சுற்றி வந்தான். அவன் சினந்து சீறிய குண்டுகளைத் திரும்பியும் பார்க்க வில்லை. துருக்கியர் குண்டுகளுக்குத் தலைவணங்காதீர்களென்று அடிக்கடி சிப்பாய்களைப் பார்த்துக் கத்தினான்.

"தலை குனிவோரைத் தண்டிப்போம். கோழைத்தனம் கேடு விளைவிக்கும். வெட்கம்! வெட்கம்! ருஷியச் சிப்பாய் இப்படிச் செய்வதா?" என்று எடுப்பாகப் பேசினான்.

அவன் முன்கூட்டியே கூறியமாதிரி, போர்முனைக்குச் சாமான்களைக் கொண்டு வருவதில் இடர்கள் அதிகமாயின. குறிப்பாகக் குடிதண்ணீர் கிடைக்காது சிப்பாய்கள் தவித்தனர். மிடிஷா இறங்குதுறையிலிருந்து பொருட்கள் ஏற்றிவந்த தொடர் வண்டிகளைத் தார்த்தாரியர்கள் அழித்தனர். அவர்கள் நேரடி மோதலுக்கு இணங்குவதில்லை. ருஷியர்கள் மீது அம்புமாரி பெய்து விட்டுக் குதிரை மீது விரைந்து ஸ்டெப்பிக்குள் மறைந்தனர். கடைசியில், போர்முனை முகாம் நிறுவனம் நிறைவு எய்தியது. ஆழமான பதுங்கு குழிகளில், சிப்பாய்களுக்கு எதிரிக் குண்டு களிலிருந்து பாதுகாப்புக் கிடைத்தது. நான்காவது நாள்தான், லிபோர்ட்டின் துருப்புகளும் கோலோவின் துருப்புகளும் பாண்டுகளை வாசித்துக்கொண்டும் முரசுகளை அறைந்துகொண்டும் பாவட்டாக்களைப் பறக்கவிட்டுக் கொண்டும் வந்து தத்தம் இடத்தை மேற்கொண்டன.

துப்பாக்கி வீரர் தொகுதியின் தலைமையில் பீட்டர் பெருமை விளங்க வந்தான்; மென்ஷிகோவ், அலியோஷ்கா, வால்காவ் ஆகியோர் அவனது தொகுதியில் இருந்தனர். அண்மையில் நியமனமானவனும் திறமைவாய்ந்த துப்பாக்கி வீரனுமான ஜேன்ஸன் என்ற டச்சுக்காரனும் பீட்டரது தொகுதியில் இருந்தான். கரடியின் மூக்கும் தடித்த உதடுகளும் உடைய ஒரு பேருருவாளன், பித்தளைக் கைத்தாளங்களைக் கொட்டிக்கொண்டு பீட்டருக்கு முன்னால் இங்குமங்கும் துள்ளிச் சென்ற புரவியில் அமர்ந்திருந்தான். இவன் ஜாரின் புதிய உயிர்த்தோழன்; கைத்தாளம் கொட்டுவதில் வல்லவன்; மாடம்கின் என்ற செல்லப்பெயர் உடையவன்; 'ஒண்ணாம் நம்பர்' குடிகாரன்; தீய ஒழுக்கங்களில் கரைகண்டவன்.

பீட்டர், சில துப்பாக்கி வீரர்களோடு கார்டன் முகாமுக்கு நேராகச் சென்றான். இடதுபுறத்தில் லிபோர்ட் துருப்புகளும் வலதுபுறத்தில் கோலோவின் துருப்புகளும் பதுங்கு குழிகளைத் தோண்டிக்கொண்டிருந்தன. பீட்டருக்கு முன்னால், சுள்ளிக் கட்டுகளையும் மண் மூட்டை களையும் உடைய சிறிய கொத்தளங்களைக் கொண்டு சென்று, கோட்டைச் சுவர்களுக்குச் சுமார் ஆயிரத்து இருநூறு அடி தூரத்தில் அமைத்தனர். கோட்டைக் கருங்கற் சுவர்களின் கீறல்கள் வழியே, துருக்கியத் துப்பாக்கிச் சிப்பாய்களது 'பெஸ்' குல்லாய்களும் கூரிய கண்களும் புலப் பட்டன. அலெக்ஸாண்டர் தோள்மீது கைவைத்துக்கொண்டு பாய்ந்த பீட்டர், கொத்தளத்தின் சுள்ளிக்கட்டில் குதித்தான். கார்டன் அவசரமாக அவனைப் பற்றிக்கொண்டு 'உஷார்!' என்றான்.

கோட்டைச் சுவரிலிருந்த கீறலில், ஒரு துப்பாக்கியின் நீண்டகுழல் தீ கக்கியது. பீட்டரின் கரத்திலிருந்த தொலைநோக்கிக் கருவி பறந்தது. அவன் பதுங்கு குழிக்குள் குதித்துத் தாழ்வாகக் குனிந்தான். சிப்பாய்கள் அவனைச் சூழ்ந்தனர். அவன் உலர்ந்த உதடுகளை விரித்துப் பல்லைக் காட்டிச் சிரித்தான்.

''பேய்கள்! நாய்கள்! எரிகயிற்றைக் கொடுங்கள்!'' என்று பீட்டர் கஷ்டப்பட்டுப் பேசினான்.

ஒரு சிறிய பித்தளைச்சட்டிப் பீரங்கியைத் துப்பாக்கி வீரர்கள் உருட்டிக்கொண்டு வந்தனர். அதன் வாய் வானை நோக்கி உயர்ந்திருந்தது. பீட்டர் அந்தச் சிப்பாய்களை விரைவாக நோக்கி விட்டு, டப்பியிலிருந்த மருந்தைத் திறமையாகத் திணித்தான்; இருபது பவுண்டு குண்டை உள்ளே உருட்டினான்; வெடிமருந்தின் வத்தியைச் சரிசெய்து உள்ளே உருட்டினான்; கீழே குத்திக் கொண்டு, குறிபார்த்துச் சுட்டான்!

''ஆண்டவன் அருளால், முதல் வேட்டு! ஒதுங்கி நில்லுங்கள்!'' என்றான்.

சட்டிப்பீரங்கி கனல் படலத்தைக் கக்கியது. கூரிய வளைவில் எழும்பிய வட்டமான குண்டு கோட்டைச்சுவர் அருகே விழுந்தது. துருக்கியர்கள், சிறு பிளவுகளில் சாய்ந்து, அவமதிப்பாக ஏதோ கத்தினார்கள். பீட்டரின் முகம் சிவந்தது. அவனுக்காக இன்னொரு சட்டிப்பீரங்கியை உருட்டிக் கொண்டு வந்தனர்.

அஸோவின் உயர்ந்த சுவர்களருகேயிருந்தபொழுது, அதைத் திடீர்த் தாக்குதலால் பிடிப்போமென்று அண்மையில் வீறாப்பு பேசியதை நினைவூட்டிக் கொள்வதற்கு வெட்கப் பட்டார்கள், அவர்கள். முற்றுகையிட்ட சேனை, சிறிய கொத்தளங்களை அமைத்துப் பீரங்கி களைப் பொருத்தியபின், இரண்டுவார காலம் கோட்டை மீது குண்டுமாரி பொழிந்தது. அஸோவ் டவுனில் தீப்பிடித்துக் கொண்டது. காவல் ஸ்தூபிகளில் ஒன்று தகர்ந்தவுடன், பீட்டரின் பதுங்குகுழியில் அந்த வெற்றியைக் கொண்டாடினார்கள். ஆனால் இருபது சிறுகப்பல்களில் துருக்கியருக்குப் புதிய படைபலம் கடல்வழியே வந்து சேர்ந்தது. தீ அணைக்கப்பட்டது. இரவில் துருக்கியச் சிப்பாய்கள் வளைவான குத்துவாட்களுடன், பாம்புபோல் ஊர்ந்துவந்து ருஷியப் பதுங்குகுழிகளை அணுகிக் காவற்காரர்களைக் கொன்றனர். கோட்டைச் சுவர்களோ, குன்றென நிமிர்ந்து நின்றன. அனைத்திலும் பெருங்கேடு என்னவென்றால், ருஷியப்படைவீரர்களுக்குப் பொருட்கள் கிடைக்கவில்லை. தளபதிகள் கூடி விவாதித்துக் காவல் ஸ்தூபிகளைக் கைப்பற்றும் முயற்சிக்குத் தொண்டர்களைத் திரட்டுவதென்று முடிவு செய்தனர். ஒவ்வொரு தொண்டனுக்கும் பத்து ரூபிள் பரிசு அளிப்பதாக அறிவித்தனர். இருநூறு டான் காஸ்ஸக்குகள் தொண்டர்களாக முன்வந்தனர். அவர்களுக்குத் துணையாக ஒரு படைப்பிரிவு ஒதுக்கப்பட்டது. காஸ்ஸக்குகள் இடது கரையிலிருந்த காவல்ஸ்தூபிக்கு இரவில் ஊர்ந்து சென்றனர். அதன் நுழைவாயிலுக்கு வெடிவைப்பதில் வெற்றிகிட்டவில்லை. எனவே அவர்கள் கடப்பாரைகளால் சுவரை இடித்து உள்ளே புகுந்தனர். அதில் இருந்த முப்பது துருக்கியர்களில் நால்வர் கொல்லப்பட்டனர்; மற்றவர்கள் கட்டிப் போடப்பட்டனர். பதினைந்து துப்பாக்கிகள் பிடிபட்டன; அவற்றை இன்னொரு ஸ்தூபி மீது திருப்பிக் குண்டுகளைச் சுட்டுத்தள்ளிய பொழுது, துருக்கியர்கள் அந்த ஸ்தூபியையும் கைவிட்டனர். இது ஒரு பெரிய சாதனை. டான் விடுதலை எய்திவிட்டது. முகாம் களில் நன்றி தெரிவிப்பு வழிபாடுகள் நடைபெற்றன. மிடிஷியிலிருந்த ஸோடோவ் விருந்துக்கு வந்தான்.

ஆனால் திடீரென்று ஓர் உற்பாதம் நிகழ்ந்தது. மட்டுமீறிய உள்வெப்பத்தை உண்டாக்கிய காலம். உச்சிவேளை நெருங்கியபொழுது, புழுக்கத்தைப் பொறுக்க முடியாத சிப்பாய்கள் நிழலைத் தேடித் திரிந்தனர். கோசுக்கீரைச் சூப்பும் காய்ந்த மீனும் அடைத்திருந்த தகரக் கலங்களைத் திறந்து பகுத்து உண்டனர். கிண்ணம் கிண்ணமாக வாட்காவைக் குடித்தனர். அருகுகட்டிய கதிரவன் தாங்கொணாத சூட்டை வாரி வழங்கினான். தத்துக் கிளிகள் கீச்சென்றன; ஈக்கள் மொய்த்துத் தொல்லை கொடுத்தன; சிறுநீர், மலங்கள் முடைநாற்றம் வீசின. கண்களைக் கூசச்செய்த வெப்பத்தில், அஸோவின் சுவர்களும் ஸ்தூபிகளும் மெல்ல ஆடுவதாகத் தோன்றின. வழிவழி மரபைப் பின்பற்றித் தளபதி முதல் சமையற்காரன் வரை முகாமிலிருந்த அனைவரும் பகலுணவுக்குப் பின் படுத்து உறங்கிக் குறட்டை விட்டனர். காவற்காரர்களும் தூக்கக் கலக்க மிகுதியால் ஆடினர்.

ஒருநாள் இம்மாதிரியான உறக்க நேரத்தில் டச்சுத் துப்பாக்கிவலவனான ஜேன்ஸன் காணாமற் போய்விட்டான். பீட்டர்தான் அவனது மறைவை முதலில் கண்டுபிடித்தான். பகல் ஒரு மணியானபின் பீட்டர் தன் பதுங்கு குழியிலிருந்து ஊர்ந்து வெளி வந்து கொட்டாவி விட்டான்; வெயில் தாங்காது கண்களைச் சுருக்கினான். சிறிது நேரத்துக்கு முன்பாக அவர்கள் மூன்று குண்டுகளைக் கொண்டு எதிரிக் கோட்டையின் சிறு ஸ்தூபிகளில் ஒன்றைத் தகர்ப்பதென்று முடிவு செய்திருந்தாலும், ஜேன்ஸன் தானே அக்காரியத்தைச் செய்வதாக மார் தட்டியதால், பீட்டர் அவனைத் தேடினான்.

''அவனைப் பேய் பிசாசு ஏதாவது கவர்ந்துகொண்டு போய்விட்டதா?'' என்று பீட்டர் கத்தினான்.

காணாமற் போனவனைக் கண்டுபிடிப்பதற்காக முகாம் முழுவதும் சோதனையிட்டார்கள். சிவப்புக்கோட்டு அணிந்த ஒருவன், பையையும் வேறு சில பொருட்களையும் தூக்கிக்கொண்டு கோட்டையை நோக்கி ஓடியதைக் கண்ணால் கண்டதாக ஒரு சிப்பாய் சொன்னான். அதைக் கேட்டு ஆத்திரமடைந்த பீட்டர் அவனது கன்னத்தில் அடித்தான். ஆனால் உண்மையில் ஜேன்ஸனது பதுங்கு குழியில் அவனது உடைமைகளைக் காணவில்லை. அவன் துருக்கியர் பக்கம் போய்விட்டானா? சகல படைப்பிரிவுகளிலும் காலை வழிபாடு நடைபெறும்பொழுது, அந்த டச்சுக்காரனுக்குக் கேடு உண்டாக வேண்டுமென்று பிரார்த்தனை செய்யுமாறு கட்டளை யிடப்பட்டது. இந்தத் துரோகத்தால், கார்டன் கலக்கமுற்றான்; போர்க்குழுவின் கூட்டம் நிகழவேண்டுமென்று வற்புறுத்தினான்; கோலோவின் முகாமிலும் லிபோர்ட் முகாமிலும் தற்காப்பு வேலைகள் கவனமில்லாமலும் ஒழுங்கு இல்லாமலும் நடைபெறுகின்றன வென்று குற்றம் சாட்டினான்; முகாம்களுக்கிடையே போக்குவரத்து நடைபெறுவதற்கான பதுங்குழிவழி இல்லையென்றும், துருக்கியர்கள் திடீரென்று தாக்கினால் அழிவு ஏற்படுமென்றும் எச்சரித்தான்.

''தளபதிகளே, போர் என்பது கேலி அல்ல; நமது சிப்பாய்களின் உயிருக்கு நாம் பொறுப்பு. ஆனால் இங்கு எல்லோரும் வேடிக்கை செய்துகொண்டும் விளையாடிக்கொண்டும் இருப்பதாகத் தோன்றுகிறது'' என்று கார்டன் கூறினான்.

வெஞ்சினத்தால் லிபோர்ட்டின் இதழ்கள் வெளுத்தன. பெரிதும் புண்பட்ட கோலோவின் கார்டனை எருதுமாதிரி உறுத்துப் பார்த்தான். ஆனால் பாதுகாப்பு வரிசையை உடனடியாக முறைப்படுத்த வேண்டுமென்று கார்டன் வற்புறுத்தினான்.

''கனவான்களே, பகைவரைப் பற்றிப் பயம் இருக்க வேண்டும். இதுவே போரில் தலைமை யாக வேண்டப்படுவதாகும்.''

''நாம் - அவர்களைக் கண்டு அஞ்சுவதா?''

''ஈக்களை நசுக்குவது மாதிரி ஒழித்து விடுவோம்.''

''இல்லை கனவான்களே, ஆஸோவ் ஓர் ஈயல்ல.''

இரு தளபதிகளும் கார்டனைத் தூற்றத் தொடங்கினர்; நாய் என்றும் கோழையென்றும் ஏசினர். பீட்டர் அங்கு இருந்திராவிடில், கார்டனின் பொய்மயிரைப் பிய்த்திருப்பார்கள். அதே நாளில், சேனை முழுவதும் பகலுணவுக்குப் பின் நிம்மதியாக உறங்கிய வேளையில், துருக்கியர் கள் கோட்டைக் கதவுகளைத் திறந்து வெளியே வந்தனர். ஓசை செய்யாது முன்னேறி, முகாம் களின் சந்திப்புகளில் பூர்த்தியாகாதிருந்த பதுங்கு குழிகளை அழித்தனர்.

காவற்படையினரில் பாதிப்பேர், உறங்கியபொழுதே துருக்கியரின் உடைவாட்களுக்கு இரையானார்கள். மற்றவர்கள் குத்துவாட்களையும் துப்பாக்கிகளையும் கீழே போட்டுவிட்டு, அரை குறையாக அமைந்த கொத்தளத்தில் இருந்த துப்பாக்கி அடுக்கு நோக்கி ஓடினர். அங் கிருந்த பதினாறு துப்பாக்கிகளில் வெடிமருந்தின் வத்தியைப் பற்றவைப்பதற்குக்கூட அவர் களுக்கு நேரமில்லை. துருக்கியர்கள் அந்தக் காவற்படையினருக்கு முன்னால் ஓடிக் கொத்தளத் தின் மீது ஏறினார்கள்; வளைவுக் குத்துவாட்களை வீசிக்கொண்டும் ஊளையிட்டுக் கொண்டும் ஏறிய அவர்கள், அங்கிருந்த துப்பாக்கிச் சிப்பாய்கள் மீது விழுந்தனர். அவர்களிடையே கார்டன் மகன் ஜேகப் கார்டன், மருந்து திணிக்க உதவும் கோலுடன் கிடந்தான்.

முகாமில் ஒரே குழப்பம்; குண்டுகள் வெடித்தன. ஒரு பதுங்கு குழியின் கூரை மீது நின்ற

பீட்டர் உள்ளக் கிளர்ச்சியால் முஷ்டி உயர்த்தி விம்மினான். சத்தம் போடுவதாலும் உத்திரவு பிறப்பிப்பதாலும் ஒரு பயனும் இல்லை. திடீரென்று விழித்தெழுந்த சிப்பாய்கள் வெறிகொண்டு அங்குமிங்கும் ஓடினர். கார்டன் பிஸ்டல்களை உயர்த்திக்கொண்டே தன் முகாமின் சுவரில் ஏறிக் கடந்து, தன் மகனை மீட்பதற்காக அந்தக் கொத்தளத்தை நோக்கி ஓடியதைப் பீட்டர் பார்த்தான். தன்னால் முடிந்த வேகத்தில் சென்ற அக்கிழவனைப் பின்தொடர்ந்து, பச்சைக்கோட்டு அணிந்த வரும் சிவப்புக்கோட்டு அணிந்தவரும் கருநீலக் கோட்டு அணிந்தவரும் கலந்து ஓடினார்கள். லிபோர்ட் முகாமின் மண்சுவர் மீது யாரோ நின்று படைக்கொடியை ஆட்டினான். அங்கிருந்தும் பலர் அந்தக் கொத்தளத்தை மீட்பதற்காக ஓடினார்கள். களமெல்லாம் சிப்பாய்கள்; பிடிபட்ட கொத்தளத்தைப் புகை கப்பியது. துருக்கியர்கள் துப்பாக்கிப் பிரயோகம் செய்துகொண்டே பின்வாங்கினார்கள். அவர்கள் துப்பாக்கிகளைத் தம்முடன் எடுத்துச் சென்றனர். கோட்டையை நோக்கிச் செல்லும் சரிவில், துப்பாக்கி வண்டிகள் இரட்டை வேகத்தில் உருண்டோடின. சிவப்பான, தளர்ந்த, காற்சட்டைகளை அணிந்த துருக்கியர்கள், வாளால் குத்தியும், துப்பாக்கி யால் சுட்டும் எதிரியை அச்சுறுத்திக் கொண்டே, கொத்தளச் சுவர்கள் வழியே தப்பியோடினர். களமெல்லாம் சிதறிக் கிடந்த ருஷியர்கள், இப்பொழுது ஒரு சீராய் அமையாத அணியில் திரண்டு, கோட்டையை நோக்கிச் சென்ற துருக்கியர்களைத் துரிதமாகத் தொடர்ந்தனர். பீட்டருக்கு இது ஒரு விளையாட்டாகத் தோன்றியது. ருஷியர் கை ஓங்குவதாகவும் அவன் எண்ணினான். துருக்கியரும் அவர்களை அடுத்து ருஷியரும் கோட்டையின் அகழிக்குள் உருண்டனர்.

''ஒரு குதிரை! தாக்குதல் தொடுப்போம்! முரசு கொட்டுவோர்களே!'' என்று பீட்டர் கத்தினான்.

அவன் பாதங்களைத் தரையில் அறைந்தான். ஆனால் ஒருவனும் அவனுக்குச் செவி கொடுக்கவில்லை. அலெக்ஸாண்டர் மென்ஷிகோவின் குதிரை பீட்டருடையதைக் கடந்து விரைந்தது. அவன் தன் குதிரையை உடைவாளால் அடித்து அகழியைத் தாண்டினான். ''ஹுர்-ர்ரா'' என்று அவனது அகன்ற வாய் கர்ஜித்தது. முரசுகள் கொட்டின. திடீரென்று ஒரு நிகழ்ச்சி. துருக்கியர்கள் சுவரை முன்பே அடைந்துவிட்டனர். நுழைகதவுகள் திறந்தன. சிப்பாய் கள் பலர் வெளியே வந்தனர். அவர்களிடையே ஒருவன் பெரிய தலைப்பாகை வைத்துக் கொண்டிருந்தான். சிவப்பாடை அணிந்த அவன் வெண்புரவி மீது கைகளை உயர்த்திக்கொண்டு வந்தான். துப்பாக்கிச் சத்தத்தையும் விஞ்சிய பயங்கரமான ஊளையைக் கேட்டுப் பீட்டர் நடுங்கினான். குதிரைமீதும் கால்நடையாகவும் துரத்தி வந்த துருக்கியருக்கு முன்னால், ருஷியர்கள் பின்வாங்கி ஓடினார்கள். அவர்கள் மேலும் மேலும் பின்வாங்குவதைக் கண்ட பீட்டரின் புருவங்கள் 'விண்விண்' என்று தெறித்தன. மீண்டும் அவன் அலெக்ஸாண்டரை நோக்கினான். அலெக்ஸாண்டர், பெரிய தலைப்பாகை அணிந்த சிவப்பாடைக்காரனை நோக்கிப் புரவியில் விரைந்தான். இருவரும் போரிட்டதைப் பீட்டர் நோக்கினான். வெடி மருந்துப் புகைப்படலங்கள் பரவின; குண்டுகள் வெடித்தன; வெறிகொண்ட குதிரைகள் விரைந் தோடின. கிலியால் கோணிய முகத்துடன் ஓடிய சிப்பாய்கள், உருவில் பெருந்தவராகப் புலப் பட்டனர். விரைவில் கட்டப்பட்டிருந்த கொத்தளங்கள் வழியே உருண்டு பதுங்குகுழிகளில் விழுந்தனர். ஆம்; அவர்கள் தோற்றுவிட்டனர்.

இந்த விவகாரத்தில், ஐந்நூறு சிப்பாய்களும் ஒரு கர்னலும் பத்து அதிகாரிகளும் கொல்லப்பட்டனர். ஓர் அடுக்குத் துப்பாக்கிகளும் நஷ்டமாயின. பல நாட்களுக்குப் பீட்டர் கோட்டையைப் பார்க்கவேயில்லை; ஏனெனில், அங்குத் துருக்கியர்கள் ஏளனமாகப் பல்லைக்காட்டி இளித்தார்கள். அலெக்ஸாண்டர் தனது குருதிக்கறை படிந்த வாளைப் பற்றி எல்லோரிடமும் பெருமையாகப் பேசிக் கொண்டான். ஆம், அலெக்ஸாண்டர் வீரன்தான்.

முகாம்களில் சோர்வு மிகுந்தது. நண்பகல் சிறுதுயிலால் வந்த வினையை எண்ணி அவர்கள் மனம் குமைந்தனர். லிபோர்ட்டும் கோலோவின்னும் கண்ணில் படுவதேயில்லை. அவர்களது முகாம்களில் மண்வெட்டு வேலை மும்முரமாக நடைபெற்றது.

இந்தத் தோல்வியால் பீட்டர் திகைப்படைந்தான். இந்தச் சில நாட்களில் பரிபக்குவம் அடைந்தவன் மாதிரி அவன் வாயடக்கத்தோடும் வியாகூலத்தோடும் நடமாடினான். எப்படியாவது அஸோவைப் பிடித்துவிட வேண்டுமென்ற எண்ணமாகவே இருந்தான். புகழ் கிடைத்தாலும் சரி, அல்லது ருஷியா முழுமையும் சோர்ந்துவிழும் நிலையை எட்டும் அளவுக்குக் கஷ்டப்பட்டாலும் சரி; அஸோவைப் பிடிக்க வேண்டும்! மாலை நேரத்தில் தன் பதுங்குகுழிக்கருகே திறந்த வெளியில் அமர்ந்து புகை பிடித்துக்கொண்டே, அவன் போரைக் குறித்தும் அதிர்ஷ்டத்தைக் குறித்தும் புகழ் பெற்ற தளபதிகளைக் குறித்தும் கார்டனை வினவினான்.

''உணவு டப்பியும் மண்வெட்டியும் உடையவனே, உறுதியாகவும் முன்யோசனையோடும் போரை நடத்துபவனே, நற்பேறுடைய தளபதி ஆவான். சிப்பாய்க்கு வயிறார உணவும் கிடைத்து அவனுக்குத் தளபதியிடம் நம்பிக்கையும் ஏற்பட்டுவிட்டால், நெஞ்சுரத்தோடு போர் செய்வான்'' என்று கார்டன் அடிக்கடி கூறினான்.

பொழுதுபோக்காகக் கோட்டைமீது துப்பாக்கிப் பிரயோகம் செய்வதைப் பீட்டர் நிறுத்திவிட்டான். அகழிக் கிடங்குகள் வழியே சேனை படிப்படியாகக் கோட்டையை நோக்கி முன்னேறியது; அவற்றின் கொத்தளங்களில் பீட்டர் பொழுதைக் கழித்தான். அங்கு அவன் கோட்டையும் பொய்மயிரையும் நீக்கிவிட்டுக் கிடங்கு வெட்டினான்; சுள்ளிக்கட்டுகளை வைத்துக் கிடங்கைப் பலப்படுத்தினான். அங்கும் அவன் சிப்பாய்களுடன் உண்டான்.

ஆற்றுப்புறத்திலிருந்து நோக்கினால், அஸோவ் ஒரு சரிவில் இருந்ததைக் காணமுடிந்தது. கோட்டையின் எதிரில் இருந்த தீவில் அகழிக் கிடங்குகளை வெட்டி அரண்களை அமைத்துத் துப்பாக்கிகளைப் பொருத்த வேண்டுமென்று கார்டன் யோசனை கூறினான். இந்த ஆபத்தான வேலையை மேற்கொள்வதற்கு யாகோவ் டோல்கோருகி முன் வந்தான். அவன் தைரியசாலி; பிடிவாதக்காரன்; புகழுக்காகத் தலையைக் கொடுக்கவும் சித்தமாயிருந்தான். இரவோடு இரவாக இரண்டு படைப்பிரிவுகளுடன் சென்று தீவை வசப்படுத்திக்கொண்டு தற்காப்பு ஏற்பாடுகளைச் செய்தான். காலையில், துருக்கியர்கள் தமக்கு நேரிட்டுள்ள ஆபத்தை உணர்ந்தனர். ருஷியர்களைத் தீவிலிருந்து விரட்டுவதற்காக ஒரு பெரிய துருக்கியர் படைப்பிரிவும் தார்த்தாரியக் குதிரைப்படையும் டான்நதியின் வலது கரையை நோக்கிச் சென்றன. டோல்கோருகிக்கு உதவிசெய்வதற்கு வரும்படி, கார்டன் லிபோர்ட்டுக்கும் கோலோவின்னுக்கும் வேண்டுகோள் விடுத்தான். அவர்களுக்காகக் காத்திராமல், துப்பாக்கிகளோடும் குதிரைப் படையோடும் ஆற்றங்கரைக்கு உடனடியாகச் சென்று வேலி அரண்களால் தற்காப்பு அமைத்துக்கொண்டு அணிவகுத்தான். துருக்கியர்கள் திகிலடைந்து நின்றனர். ஆக, இந்த நிலைமை ஏற்பட்டது: இடது கரையில் கார்டன்; தீவில் ஆபத்தால் சூழப்பட்ட டோல்கோருகி; வலது கரையில் மனவுறுதியற்ற துருக்கியர்கள். லிபோர்ட்டும் கோலோவின்னும் காலம் கடத்தினார்கள்; இறுதியாக, உதவிக்குச் செல்வதில்லை என்று தீர்மானித்தார்கள். கார்டனைக் கண்டால் அவர்களுக்கு வெறுப்பாயிருந்தது. எனவே அவன் தன்னந்தனியாகச் சமாளிக்கட்டுமென்று விட்டுவிட்டனர்.

கொத்தளத்தின் உச்சியில் நின்றுகொண்டு, பீட்டர் பார்வையிட்டான். பிறரைப் போலவே அவனுக்கும் நிகழ்ச்சிகள் பிடிபடவில்லை. அவன் குறுக்கிடுவதற்குப் பயந்தான். திடீரென்று, தார்த்தாரியக் குதிரைகள் ஆற்றில் இறங்கி நீந்தத் தொடங்கின. துருக்கியச் சிப்பாய்கள் அவற்றின் வால்களைப் பிடித்துக் கொண்டிருந்தனர். தார்த்தாரியர்கள் ஸ்டெப்பியில் மறைந்தனர்;

துருக்கியர்கள் கோட்டைக்குள் நுழைந்தனர். கொடிகள் பறக்க, பாண்டுகள் இன்னிசை பொழிய, கார்டன் திரும்பி வந்தான். ஒரு குண்டுகூட வெடிக்காமல், தீவுப்போரில் வெற்றி கிட்டிவிட்டது.

அந்தத் தீவிலிருந்து அஸோவ் நன்கு புலனாயிற்று. குண்டுகள் பறந்து சென்று அஸோவில் விழுந்து வீடுகளை எரித்தன. பல இடங்களில் தீ பரவியது. ஜனங்கள் பாதுகாப்பை நாடிச் சுவர்களருகே ஓடியதைப் பார்க்க முடிந்தது. ருஷிய முகாமில் மகிழ்ச்சித் தாண்டவம்தான். அஸோவைத் தாக்கிப் பிடிப்போமென்ற பேச்சு மீண்டும் அடிபட்டது. ஆனால் மீண்டும் கார்டன் அவசரப்படக்கூடாதென்று அறிவுறுத்தினான். பேச்சுவார்த்தை நடத்திப் பார்க்கலாமென்பது அவனது யோசனை. கோட்டையின் சேனாதிபதியான மூர்தாஸா பாஷா, சாதகமான உடன் பாட்டுக்குச் சந்தர்ப்பம் இருந்ததைக் கண்டால் சரணாகதி அடையலாமென்பது கார்டனின் கருத்து. விசையோடு குண்டுமாரி பொழிந்து, அஸோவையே புகைக்கச் செய்த பின்னர், இரண்டு காஸ்ஸக் தூதர்களைப் பாஷாவிடம் அனுப்பினர்; சமாதானத்துக்குச் சித்தமாயிருப்பதாக எழுத்து மூலம் தெரிவித்தனர்.

இதன் விளைவு என்னவாகும்? கஸாக்குகள் குல்லாவையும் பத்திரத்தையும் ஆட்டிக் கொண்டே சுவர் அருகே சென்றனர். நுழைகதவுகள் திறந்தன. அவர்கள் உள்ளே அனுமதிக்கப் பட்டனர். ஆனால் விரைவில் முரட்டுத்தனமாக வெளியேற்றப்பட்டனர். ஆம், ஜாரின் தூதர்கள் தாம்! அவர்கள் கடிதத்தைத் திரும்பக் கொண்டு வந்தார்கள். அதன் மீது, ஜேன்ஸன் கைப்படக் கொச்சையான ருஷ்யச் சொற்கள் எழுதப்பட்டிருந்தன.

கோலோவின் கூடாரத்தில் விவாதம்; போர் விஞ்ஞானப்படி, அகழிக்கிடங்குகளைத் தோண்டி அவற்றின் வழியே கோட்டைச் சுவரை அடைந்து அதில் உடைப்பு ஏற்படுத்த வேண்டு மென்றும், அதன்பிறகே தாக்குதலைத் தொடுக்க வேண்டுமென்றும் கார்டன் வாதித்ததெல்லாம் வியர்த்தமாயிற்று. அவர்கள் அவனது வார்த்தையைக் கேட்க மறுத்தனர். தளபதிகள் ஒயின் குடித்துக் கொண்டிருந்தனர். பீட்டர் தலையின் பின்புறத்தைச் சொறிந்தவாறு மெழுகுவத்திகளை உறுத்துப் பார்த்தான். அஸோவ் சுவர்களில் வெற்றி முரசுகள் கொட்டுவதை அவனால் கேட்க முடிந்தது.

கார்டன் வாளால் தட்டிக்கொண்டே பேசினான்:

''பெருமைக்குரிய மார்ஷல் காண்டி* எப்பொழுதுமே....''

''காண்டி! காண்டி!'' என்று கோலோவின் மூக்கால் பேசி இடைமறித்தான். ''நீங்களும் உமது காண்டியும் எக்கேடு கெட்டால் என்ன? காலம் விரயமானதும் ஜாரின் நன்மதிப்பு இழிவுற்றதும் தான் உம் யோசனைகளால் கண்ட பலன்'' என்று அவன் கூறினான்.

லிபோர்ட் கார்டனை நோக்கித் துடுக்காகச் சிரித்தான். உடனடியாகத் தாக்குதலைத் தொடுக்க வேண்டுமென்று பீட்டர் பிடிவாதமாக வலியுறுத்தினான். ஆகஸ்ட் மாதம் ஐந்தாம் தேதி தாக்குவது என்று முடிவாயிற்று.

தொண்டர்களுக்கு அழைப்பு விடுக்கப்பட்டது. பகைவனது துப்பாக்கியைக் கைப்பற்றும் ஒவ்வொரு அதிகாரிக்கும் இருபத்தியைந்து ரூபிளும் சிப்பாய்க்குப் பத்து ரூபிளும் பரிசு அளிக்கப் போவதாக உறுதி கூறினார்கள். பூஜை நேரத்தில், தன்னலமற்ற உயிர்த் தியாகத்தின் அவசியத்தைப் பாதிரிகள் வற்புறுத்தினார்கள். ஆனால் காவற்படையினரிலும் சோல்ஜர்களிலும் எவரும்

★ காண்டி: பதினேழாம் நூற்றாண்டில் வாழ்ந்தவன். ராணுவ நிபுணன். பிரெஞ்சு. ஸ்பானிஷ் படைகளுக்கு வெவ்வேறு காலங்களில் தலைமை தாங்கியவன். மொ-ர்.

முன்வரவில்லை. அவர்கள் சிடுசிடுப்போடு முகத்தைத் திருப்பிக்கொண்டனர்; ''இத்தகைய அபாயத்தை அணைத்துக்கொள்ளும் அறிவிலிகளல்ல நாங்கள்'' என்று கூறினார்கள்.

ஆனால் தாம் தயாராயிருப்பதாக டான் காஸ்ஸக்குகள் தமது அதிகாரிகள் மூலம் பீட்டரிடம் தெரிவித்தனர். இரண்டாயிரத்து ஐந்நூறு பேரானாலும் சரி, அவசியமானால் மேலும் அதிகமான பேரானாலும் சரி, கோட்டைச்சுவர்களைத் தாக்குவதற்குச் சித்தமாயிருப்பதாகச் சொன்னார்கள். ஆனால் இருபத்தி நான்குமணி நேரம் கோட்டையைக் கொள்ளையடிப்பதற்குத் தம்மை அனுமதிக்க வேண்டுமென்று அவர்கள் நிபந்தனை விதித்தனர். பீட்டரும் தளபதிகளும் காஸ்ஸக் அதிகாரிகளைக் கட்டித் தழுவி, மூன்று நாட்களுக்குக் கோட்டையைச் சூறையாடுவதற்கு அனுமதி தருவதாகக் கூறினார்கள். காஸ்ஸக்குகளுக்குத் துணைப்பலமாக ஐந்தாயிரம் காவற் படையினரும் சோல்ஜர்களும் ஒதுக்கப்பட்டனர்.

தாக்குதலுக்கு முதல் நாளிரவு, கார்டன் பீட்டரது பதுங்கு குழிக்கு வந்தான். அங்குப் பீட்டர் மெழுகுவத்தி வெளிச்சத்தின் ஒளியில் போர் நிலவரப் படத்தை ஆராய்நதுகொண்ட புகை பிடித்தவாறு இருந்தான். ''ஸோல்ஜர்களிடம் பேசிவிட்டீர்களா? நல்லது, தளபதி அவர்களே, முடிவாகி விட்டது. ஆண்டவன் உதவி செய்வார்'' என்று பீட்டர் மொழிந்தான்.

கார்டன் தொப்பியை மடிமீது வைத்துக்கொண்டு உட்கார்ந்தான். கிழவன் சோர்ந்து விட்டான். ஒட்டி உலர்ந்த கன்னங்களில் கட்டை கட்டையாக நரைமயிர் முளைத்திருந்தது. அவன் தனது பெரிய, மஞ்சளான, பற்களைக் காட்டிக்கொண்டே கஷ்டப்பட்டுச் சுவாசித்தான். அவற்றில் இரண்டு முன்னிலைப் பற்கள் விழுந்துவிட்டன. அன்பார்ந்த வியாகூலத்தோடு அவன் அந்தத் தன்னம்பிக்கை மிகுந்த வாலிபனைப் பார்த்தான். ஒருவேளை, வாலிபர்கள் இடர்களை எள்ளி நகையாடும் துணிவுள்ளவர்களாகத்தான் இருக்க வேண்டுமா?

குருதிச்சிவப்பான கண்களை உயர்த்திக்கொண்டு பீட்டர் பேசினான்: ''இந்த வருடக் குளிர் காலத்தில், வாரனேஷில் ஒரு பெரிய கப்பற்படையைக் கட்டுவோம். நாளைக்கு அஸோவைப் பிடித்து விட வேண்டும். ''டான் நதியின் கழிமுகத்துக்கு மேற்கேயிருந்த சிறிய விரிகுடாவைப் புகைக்குழாய்த் தண்டால் சுட்டிக்காட்டிப் பேசினான்: ''பாருங்கள், இங்கு நாம் இரண்டாவது கோட்டையைச் சிறியதாகக் கட்டுவோம். குளிர் காலத்தில் துருக்கியர்களால் அஸோவ் கடலுக் குள் நுழைய முடியாது. வசந்த காலத்தில் நாம் பெரிய கப்பற்படையுடன் திரும்பி வருவோம். பாருங்கள், கெர்ச்சுக்குக் கீழே உள்ள ஜலசந்தியில் ஒரு கோட்டையைக் கட்டுவோம். அதன்பின் கடல் முழுவதும் உம்முடையதாகும்.'' குழாயால் படத்தில் பல இடங்களைக் காட்டிக் கொண்டே தொடர்ந்தான்: ''இங்கு நாம்

கடற்பரப்பில் ஆதிக்கம் பெற்றவுடன், கிரீமியாவைக் கடல்வழியே அடைந்து கைப்பற்றுவோம் கிரீமியா நம்முடையது. அதன் பின் பாஸ்பரஸூம் டார்டநெல்ஸூம் நம் வசமாகிவிடும். போர் மூலமாகவோ உடன்பாடுவழியிலோ, நாம் மத்தியதரைக் கடல் செல்வதற்குப் பாதை வகுத்துக்கொள்வோம். சந்தைகளில் கதிர்மணிகளையும் ஸில்க்கையும் கொண்டுபோய்க் குவிப்போம். இந்த ராஜ்யங்களைப் பாருங்கள் - வெனிஸ், ரோம்... இதோ இங்கே நோக்குங்கள். மாஸ்கோ இங்கு இருக்கிறது. மாஸ்கோவிலிருந்து ஜாரிட்ஸின்னுக்குச் சரக்குகளை ஆற்றுவழியே கொண்டு செல்வோம். இங்கிருந்து பான்ஷினுக்கு நிலவழியாக வந்தோமல்லவா? இந்த இடத்தில் ஒரு பெரிய கால்வாயை வெட்டி வால்கா நதியையும் டான் நதியையும் இணைத்துவிடுவோம். அப்பொழுது மாஸ்கோவிலிருந்து ரோமுக்கு நேராகச் செல்லலாம், நீர்வழியே. இல்லையா? நாம் வியாபாரிகளாகி விடுவோம்...! கார்டன், அஸோவைப் பிடிப்போமா?''

கார்டன் சிறிது சிந்தனை செய்தபின் பதில் உரைத்தான்: ''நிச்சயமாகச் சொல்ல முடியாது. நான் சோல்ஜர்களைக் கண்டு பேசினேன். பலர் சுத்த அறிவிலிகளாயிருக்கிறார்கள். ஏணி இல்லாமல் சுவரில் ஏறிவிடலாமென்று எண்ணுகிறார்கள். தாம் ஏன் முன்வந்து இத்தொல்லை யில் சிக்கினோமென்று பலர் வருத்தப்படுவதாகத் தோன்றுகிறது; அவர்கள் ஊக்கமின்றி வாட்டமாயிருக்கின்றனர். 'நீங்களாக முன் வந்தீர்கள். இனிப் பின்வாங்கக் கூடாது. தொண்டராகப் பதிவு செய்தவர்களெல்லாம் போய்த்தானாக வேண்டும்; கோழைகளைச் சுட்டுத் தள்ளும்படி உத்திரவிடுவேன்' என்றுதான் அவர்களிடம் கூறினேன். எப்படியிருந்தாலும், ஏணிகள், சுள்ளிகள், எறிகுண்டுகள் முதலிய அனைத்தும் சித்தமாயுள்ளன. ஆண்டவன் உதவிக் காகப் பிரார்த்தனை செய்வோம்.''

பீட்டருக்கு மனநிம்மதியே கிடையாது. நள்ளிரவில் அவன் மென்ஷிகோவை எழுப்பினான். இருவரும் புரவி மீது ஏறிக் கஸாக் முகாமுக்கு விரைந்தனர். காஸ்ஸக்குகள் தமது வாகன்களில் கவலையில்லாது உறங்கிக் கொண்டிருந்தனர். மொட்டைத் தலையும் உருளும் கண்களும் உறுதியான தோற்றமும் உடைய ஒரு கஸாக் தலைவன் அவர்களைச் சந்தித்தான். அவன், முகாம் கணப்பினருகில் குதிரை இருக்கையைப் போட்டு அதன்மீது பீட்டரை உட்காரச் செய்தான். அவன் துருக்கியர் தோரணையில் அமர்ந்தான். கஸாக்குகள் அவர்களைச் சூழ்ந்துகொண்டனர். வாட்காவும் காயவைத்த மீனும் தருவிக்கப்பட்டன. கஸாக்குகள் தைரியமாகவும் ஏளனமாகவும் பேசினார்கள். உலகத்தில் அவர்களுக்கு எவரிடமும் பயமில்லை என்பது வெளிப்படை யாகப் புலப்பட்டது.

அவர்கள் ஒருவரையொருவர் தள்ளிக்கொண்டு, தீக்கருகில் வந்தனர். தீயின் ஒளியில் அவர்களது துணிவுகாட்டும் முகமும் கரிய தாடியும் பளிச்சென்று பிரகாசித்தன. அவர்கள் பிரகாசமாகச் சிரித்துக்கொண்டே பேசினார்கள்:

''கஸாக்குகள்தாம் சமுதாயத்தின் முதுகெலும்பு; ஜீவசக்தி. மாஸ்கோவிலுள்ளவர்களுக்கு எங்களைப் பற்றி என்ன தெரியும்? எங்களைக் கொள்ளைக்காரர்களாகக் கருதுகிறார்கள். ஆ! அவர்கள் ஒரு கவர்னரை அனுப்புகிறார்கள். அவன் பலே திருடனாக ஆகிவிடுகிறான்! ஐயா, நீங்கள் எங்களிடம் வந்தது நல்லதாய்ப் போயிற்று. எங்களை நன்றாக உற்று நோக்குங்கள். நாங்கள் தீயவர்கள் மாதிரித் தோன்றுகிறோமா? காஸ்ஸக்குகள் பருந்துகள்! ஹோ...ஹோ... நீங்கள் எங்களைப் போற்ற வேண்டும்.''

கிழக்கே பசுமையான ஒளி பரவியபொழுது, தணிந்த குரலில் உத்திரவுகள் பிறப்பிக்கப் பட்டன. அவை காஸ்ஸக் முகாம்முழுதும் பரவின. நூற்றுக்கணக்கான காஸ்ஸக்குகள் மண்சுவர் மீது ஊர்ந்து ஏறித் தாண்டினர். ஆற்றை நோக்கிய கோட்டைச் சுவரின் திசையில், அவர்கள் பூனைகள் மாதிரி கரிய ஸ்டெப்பியில் மறைந்தனர். மற்றவர்கள் இலேசான படகுகளில் ஏறிச் சென்றனர்; அவர்கள் இலேசான ஏணிகளையும் வளையங்களுடன் கூடிய கயிறுகளையும் எடுத்துப் போனார்கள். ஓசையில்லாது முகாமிலிருந்தோர் அனைவரும் வெளியேறிவிட்டனர்.

பரந்த வானத்தில், விண்மின்கள் ஒளி இழந்தன. தொடர்வண்டிகளிலிருந்த சேவல்கள் கூவின. ஓர் இலேசான குளிர்க்காற்று வீசி, உதயத்தின் வருகையை அறிவித்தது. வடக்கே, ஒரு வெளிச்சம் சிறிது நேரம் புலனாகி மறைந்தது; ஒரு துப்பாக்கி பேரோசை செய்தது. தளபதி கார்டனின் புடிர்ஸ்கி படைப் பிரிவும் தாம்போவ்ஸ்கி படைப்பிரிவும் தாக்குதலைத் தொடங்கிவிட்டன.

இந்த இரு படைப் பிரிவுகளே சுவர் ஏறுவதில் வெற்றியடைந்தன. இவற்றைப் பின்

தொடர்ந்த காவற் படையினர், ஆத்திரத்துடன் கைகலப்புச் சண்டை நிகழும் ஒலியையும் வாட்கள் உராயும் ஓசையையும் கேட்டு மனம் குன்றினர்; (கோட்டையின்) எரிந்துபோன புறப் பேட்டையில், பழத் தோட்டங்களில் படுத்துவிட்டனர். காஸ்ஸக்குகள் நதிப்புறத்திலிருந்து வெகுண்டு தாக்கினார்கள். ஆனால் அவர்களது ஏணிகள் குட்டையாயிருந்தன; தவிர, துருக்கியர் தம் சுவர் மீது நின்று கற்களை உருட்டினார்கள்; சூடான கீலை ஊற்றினார்கள். காஸ்ஸக்குகள் ஏதும் சாதிக்காமல் முகாமுக்குத் திரும்பினர். தாக்குதல் தோல்வியுற்றது.

சூரியன் உதயமானான். கோட்டை அருகே, ஏராளமான சவங்கள் தென்பட்டன. துருக்கியர் கள், ருஷியர்களைச் சுவரிலிருந்து சுழற்றி வீசினார்கள். சவங்கள் உருண்டு அகழிக்குகள் விழுந்தன. ஆயிரத்து ஐநூறு பேருக்குமேல் இறந்துவிட்டனர். பதுங்கு குழிகளில், சோல்ஜர்கள் நெட்டுயிர்த்தனர்:

''நேற்று நாம் வானுஷ்காவைக் கிண்டல் செய்தோம். இன்று அங்கே அவனது சவத்தைப் பறவைகள் கொத்திக் கொண்டிருக்கின்றன.''

''நாம் ஏன் துருக்கியரிடம் சண்டை போட வேண்டும்? நமக்கு இங்கு என்ன இருக்கிறது?''

''நாம் ஏன் போராட வேண்டும்? அனைவரும் கொலை செய்யப்படுவோம்.''

''தளபதிகள் மட்டும் மாஸ்கோவுக்குத் திரும்புவார்கள்.''

தளபதிகள் கோலோவின் பாசறையில் பீட்டருடன் கூடினார்கள். கார்டன், துயருற்று வாய் திறவாதிருந்தான். லிபோர்ட் கஷ்டப்பட்டுத் தன் கொட்டாவிகளை அடக்கினான்; யாரையும் பார்ப்பதற்கு அவனுக்குத் தைரியமில்லை. கோலோவின் உம்மணாமூஞ்சி மாதிரி இருந்தான்; அடிக்கடித் தலையைத் தொங்கப் போட்டுக்கொண்டான். பீட்டருடன் வந்திருந்த மென்ஷிகோவ் மட்டுமே, இடுப்பில் கை வைத்துக்கொண்டு வீறாப்பாக நின்றான். அவனது தலையில் கிழிசல் துணியால் கட்டுப் போட்டிருந்தது. அவன் சுவர் ஏறிப் போர் புரிந்தான்; மீண்டும் அவனது வாள் துருக்கியன் குருதியைச் சுவைத்துவிட்டது. அவனை யாராலும் கொல்லமுடியாது போல் தோன்றியது. ஏதோ மாயமந்திரத்துக்குக் கட்டுப்பட்ட உயிர்போலிருக்கிறது!

பீட்டர் நிமிர்ந்து உட்கார்ந்திருந்தான். அவனது முகத்தில் எள்ளும்கொள்ளும் வெடித்தது. தளபதிகள் நின்றுகொண்டிருந்தனர். ''சரி, கனவான்களே, இப்பொழுது என்ன கூறுகிறீர்கள்?'' என்று பீட்டர் வினவினான். லிபோர்ட் கோலோவின் கையைத் திருட்டுத்தனமாக இடித்தான். கோலோவின் கதியற்றவனாகக் கரங்களை அசைத்தான்.

''நீங்கள் உங்களை இழிவுபடுத்திக் கொண்டுவிட்டீர்கள். இனி என்ன செய்வது? முற்று கையைக் கைவிடுவோமா?'' என்று பீட்டர் கேட்டான்.

அவர்கள் பதில் பேசவில்லை. பீட்டர் தன் நகங்களால் தட்டினான்; அவனது கன்னம் சட்டென்று இழுத்துக்கொண்டது. மென்ஷிகோவ் துடுக்குப் பார்வையுடன் மேஜையருகே வந்து கரத்தை நீட்டிப் பேசினான்:

''பீட்டர் அலெக்ஸிவிச், இங்கு நான் பேசக்கூடாதென்றாலும், எனக்குஅனுமதி கொடுங்கள். நானே சுவரில் ஏறினேன்.... பார்க்கப்போனால் நானே ஒரு அதிகாரியை என் வாளால் குத்தினேன்.... அவர்களது முறைகளைச் சொல்கிறேன். ஒரு துருக்கியனும் சரி. நமது சோல்ஜர் களில் ஐவரும் சரி என்று கணக்கிட வேண்டும். ஏனென்றால், அவர்கள் பயங்கரமான மூர்க்கர் களாயிருக்கிறார்கள். நான் என் வாளை அந்த அதிகாரியின் உடலில் குத்தி நுழைத்த பிறகும்,

அந்தப் பாழாய்ப்போன பாவி, கோபாவேசம் கொண்டு பன்றி மாதிரி உறுமினான்; என் வாளைப் பல்லால் கடித்துக் கவ்விப் பிடுங்கப் பார்த்தான். அவர்களது ஆயுதங்கள் நமது கருவிகளைவிடச் சவுரியமானவை. அவர்களது குத்து வாட்கள் க்ஷவரக் கத்திமாதிரி உள்ளன. நாம் குத்துக்கம்புடனோ வாளுடனோ பாய்ந்து தாக்குவதற்குள், துருக்கியன் மும்முறை நமது தலையைச் சீவி விடுவான். சுவர்களைப் பிளக்காமல், துருக்கியரைத் தோற்கடிக்க முடியாது. சுவர்களில் பிளவு செய்ய வேண்டும் சோல்ஜர்களுக்கு நீண்ட ஆயுதங்களைக் கொடுப்பதற்குப் பதிலாக எறி குண்டுகளையும் காஸ்ஸக் உடைவாட்களையும் வினியோகம் செய்ய வேண்டும்.''

அலெக்ஸாண்டர் புருவங்களைச் சட்டென்று வெட்டிவிட்டுச் சுறுசுறுப்பாக நிழலுக்குப் பின் வாங்கினான்.

''இந்த வாலிபன் ஓர் அருமையான விளக்கத்தை அளித்தான். ஆனால் சுரங்கவெடி களில்லாமல் சுவர்களை உடைக்க முடியாது. அதற்கு அகழ்க்கிடங்கு வெட்ட வேண்டும். இது மிகவும் ஆபத்தான வேலை. இதற்கு நாள் பிடிக்கும் என்பதையும் மறக்கலாகாது'' என்று கார்டன் கூறினான்.

''இப்பொழுதே, தீவனச் சேமிப்பெல்லாம் கரைந்துவிட்டது. விரைவில், ரொட்டியே இல்லாத நிலைமை ஏற்பட்டுவிடும்'' என்றான் கோலோவின்.

''அடுத்த வருடத்துக்கு ஒத்திவைத்தால் என்ன?'' என்று லிபோர்ட் சிந்தனை தேங்கிய முகத்தோடு வினவினான்.

பீட்டர் பின்புறம் சாய்ந்து தன் அணிமைக்காலத்து உயிர்த்தோழர்களை நோக்கினான்.

''தளபதிகளே! நீங்கள் பாழாய்ப் போங்கள்!'' என்று அவன் குரைத்தான்; முகம் இரத்தச் சிவப்பாயிற்று. ''நானே முற்றுகையின் தலைமைப் பொறுப்பை மேற்கொள்கிறேன். ஆம், நானேதான்! குழிபறிக்கும் வேலை இன்று இரவே தொடங்க வேண்டும். ரொட்டியை எப்பாடு பட்டாகிலும் திரட்டியாகவேண்டும். கடமையில் தவறுவோரைக் கழுவிலேற்றுவேன். நாளைக்குப் போர் ஆரம்பமாகிறது. அலெக்ஸாண்டர், இன்ஜினியர்களைக் கூப்பிடு.''

இருவர் கூடாரத்தில் பிரவேசித்தனர். ஒருவன், பிரான்ஸ் டிம்மர்மான் - கிழவனாகி விட்டான்; கொழுத்துப் பருத்து இருந்தான். இன்னொருவன், கள்ளங்கபடமில்லாத முகத்தை உடையவன்; அதில் அறிவு ஒளி வீசியது. உயரமாகவும் ஒல்லியாகவும் இருந்த அந்த அன்னிய வாலிபனின் பெயர், ஆதாம்.

பீட்டர் மெழுகுவத்திகளை அருகில் வைத்துக்கொண்டு, படத்தை உள்ளங்கையால் தடவினான். ''கனவான்களே, செப்டம்பருக்குள் சுவர்களை உடைத்தெறிய வேண்டும். சிந்தனை செய்யுங்கள். அகழ்க்கிடங்கு வெட்டிச் சுரங்கவெடி வைப்பதற்கு ஒரு மாதம் அவகாசம் தருகிறேன்.'' என்று பீட்டர் இன்ஜினியர்களிடம் விளம்பினான்.

அவன் எழுந்திருந்து, மெழுகுதிரியில் புகைக்குழாயைப் பற்ற வைத்துக்கொண்டு பாசறைக்கு வெளியே வந்தான். அலெக்ஸாண்டர் அவன் காதில் ஏதோ குசுகுசுத்துக் கொண்டிருந் தான். பீரங்கிப் படை அதிகாரியின் புதுமாதிரியான நடத்தையைக் கண்டு திகைப்புற்ற தளபதிகள் கூடாரத்தில் நின்று கொண்டிருந்தனர்.

முற்றுகை நீடித்தது. ருஷியரது தாக்குதல் தோற்றதால் ஊக்கம்பெற்ற துருக்கியர், இரவும் பகலும் தொல்லை கொடுத்துக்கொண்டே இருந்தனர். அவர்கள் பதுங்குகுழிகளிலேயே புகுந்து

அட்டூழியம் செய்தனர். புழுதியைக் கிளப்பும் தார்த்தாரியக் குதிரைகளோ, முகாமின் விளிம்பையே நெருங்கி வந்து, சாமான் வண்டிகளை வளைத்தன. தார்த்தாரியரால் சாமான் வண்டிகள் நாசமாயின. அவர்களுடன் நடந்த சண்டைகளில் பல காஸ்ஸக்குகள் கொல்லப் பட்டனர். ருஷிய ராணுவம் கரைந்துகொண்டிருந்தது. ஏதாவது ஒரு பொருளுக்குத் தட்டு ஏற்பட்டுக்கொண்டேயிருந்தது. கருங்கடலிலிருந்து இடிமேகங்கள் திரண்டு வந்தன; மாஸ்கோவாசிகள் இம்மாதிரி புயல்களைக் கண்டதே இல்லை. மின்னலில் தூண்தூணாகச் சுவாலைகள் தோன்றின. இடி முழக்கத்தைக் கேட்டுப் பூமி நடுங்கியது. பெருவெள்ளமாகப் பொழிந்த மழையில் பதுங்குகுழிகளும் கிடங்குகளும் மூழ்கிப் போயின. புயலும் மழையும் ஓய்ந்தபின், திடீரென்று, இருள்டர்ந்த, குளிர்மிகுந்த, இலையுதிர் காலம் ஆரம்பமாயிற்று. சேனையிலுள்ளோருக்கு வெதுவெதுப்பான துணி ஏதும் அளிக்கப்படவில்லை. பலருக்கு நோய் உண்டாயிற்று. காவற்படையினர் முணுமுணுத்தனர். துருக்கியர் இருந்த அஸோவ் தீவுக்குப் புதுப்புதுப் படையினர் இடையீடில்லாது வந்துகொண்டிருந்த சேதியை நாள்தோறும் கடலில் காட்சியளித்த கப்பற்பாய்கள் உணர்த்தின.

முற்றுகையைக் கைவிடும்படி, லிபோர்ட் பீட்டரிடம் பன்முறை வற்புறுத்தினான். ஆனால் பீட்டர் பிடிவாதமாயிருந்தான். அவன் கடுமையாகவும் கண்டிப்பாகவும் நடந்துகொண்டான். அவன் இளைத்துவிட்டதால், அவன் தனது பச்சைக்கோட்டை அணிந்தபொழுது, அது ஒரு கம்பத்தில் தொங்குவதாகத் தோன்றியது. ஸோடோவ் குடித்துவிட்டு முகாமுக்குள் வந்த பொழுது, பீட்டர் அவனை மண்வெட்டியின் கைப்பிடியால் அடித்தான்.

பீட்டர் விரும்பிய அளவுக்கு, வேகமாக வேலை நடப்பது சாத்தியமென்று எவரும் நினைக்கவில்லை. ஆனால் நடைமுறையில், அந்த அளவுக்கு வேகம் பிடித்து வேலை நடந்தது. செப்டம்பர் மாத மத்தியில், இன்ஜினியர் ஆதாம் வேலையின் முன்னேற்றத்தைப் பற்றி எடுத்துரைத்தான். கோட்டையின் காவலரணுக்குக் கீழேயே கிடங்கு வெட்டி விட்டதாகவும், அங்கு ஏதோ பல ஒலிகள் கேட்கின்றன என்றும் அவன் சொன்னான். துருக்கியர்களும் கோட்டைக்குக் கீழ் கிடங்கு வெட்டிக்கொண்டு முன்னேறுகிறார்களோ? அதன்மூலம் ருஷியர் களது சுரங்கவெடிக் கண்ணிகளை அழித்துவிடலாமென்று எண்ணுகிறார்களோ? பீட்டர் சிறிய மெழுகுவத்தியுடன் கிடங்குக்குள் ஊர்ந்துசென்றான். அவன் செவியிலும் அந்த ஒலிகள் விழுந்தன. இனித்த தவக்கம் செய்யலாகாதென்றும், அந்தச் சுரங்க வெடியையாவது உடனடியாக வெடித்துவிட வேண்டுமென்றும் அந்த இடத்திலேயே முடிவு செய்தனர். ஏறத்தாழ ஒன்றரை டன் வெடிமருந்தைத் திணித்தனர். தாக்குதலுக்குத் தயாராகுமாறு துருப்புகளுக்கு உத்திரவிடப் பட்டது. மூன்று குண்டுகளை வெடித்துச் சிப்பாய்களுக்கும் தொழிலாளருக்கும் எச்சரிக்கை செய்தார்கள். பீட்டர், வெடிமருந்தின் வத்தியைப் பற்றவைத்துவிட்டு, அலெக்ஸாண்டரோடும் மாடம்கின்னோடும் முகாமின் ஓரத்துக்கு ஓடிவிட்டான். துருக்கியர்கள் சுவரைவிட்டு ஓடி, உட்புறக்கோட்டை அமைப்பில் புகலிடம் தேடினார்கள். வழக்கத்துக்கு மீறிய அமைதி நிலவியது. டான்நதிமீது பறந்து சென்ற காகங்கள் மட்டும் கரைந்தன. திடீரென்று கோட்டைச் சுவரின் அடியிலிருந்து பூமி வெடித்துப் பெயர்ந்து எழுந்தது. தீயும் புகையும் மண்ணும் கருங்கல்லும் மரக்கட்டைகளும் சேர்ந்தமைந்த தூண்போல் எழும்பிய அது, காற்றில் பரவியது; அடுத்த கணத்தில் ருஷியப் பதுங்குகுழிகளில் விழுந்தது. சூடான சூறாவளி சுழன்று அடித்தது. எரி மரங்கள் உஸ்ஸென்ற ஒலியுடன் பறந்து முகாமின் நடுவில் விழுந்தன. பீட்டரின் அருகில் நின்ற மாடம்கின் மண்டைஓடு உடைந்துசிதறக் கீழே விழுந்தான். நூற்றி ஐம்பது சிப்பாய்களும் இரண்டு கர்னல்களும் ஒரு துணைக்கர்னலும் கொல்லப்பட்டனர் அல்லது காயமடைந்தனர். சேனைச்சிப்பாய்களை வர்ணிக்க இயலாத அச்சம் பிடித்தாட்டியது. புழுதியெல்லாம் மறைந்த பின் அவர்கள் பார்த்தார்கள்; கோட்டைச் சுவர்கள் பழுதில்லாது நிற்பதையும், அவற்றின்மீது துருக்கியர்கள் நின்று இரைந்து சிரிப்பதையும் கண்டார்கள்.

பீட்டரை அணுகுவதற்கு ஒருவருக்கும் துணிவு இல்லை. அவனே கோணல் மாணலான எழுத்தில் ஓர் உத்திரவை எழுதினான். எழுதும்பொழுது, ஏட்டில் மை கொட்டியது; எழுத்துப் பிழைகள் நேர்ந்தன. மாதம் முடிவதற்கு முன்னால், நிலத்திலும் நீரிலும் தாக்குதல் தொடுக்க வேண்டுமென்று அந்த உத்திரவு கூறியது. பழுதாகாத மீதி இரண்டு சுரங்கவெடிக் கண்ணிகளை யும் பூர்த்தியாக அமைக்க வேண்டுமென்றும் உத்திரவிட்டான். ராணுவத்தினர் அனைவரும், பாவங்களை ஒப்புக்கொண்டு புனிதமான நற்கருணைப் பிரசாதத்தைப் பெற்றுக்கொள்ள வேண்டு மென்றும் அவன் கட்டளையிட்டான். இவ்வாறாகச் சகலரும் சாவுக்குச் சித்தமானார்கள்.

இப்பொழுதெல்லாம் பீட்டர் ரோமம் அடர்ந்த சிறு புரவிமீது ஏறிக்கொண்டு முகாம்களைப் பரிசோதனை செய்த வண்ணம் இருந்தான். ஓங்கிவளர்ந்த புல் அவனது மெலிந்த கால்களை அடித்து ஒலி செய்தது. வெளுத்துப்போன மும்முனைத் தொப்பியால் செவிகளையும் மறைத்துக் கொண்டிருந்தான். அரைக்கச்சையில் பிஸ்டல்களை மாட்டிக்கொண்ட அலெக்ஸாண்டர், பீட்டருடனேயே சென்றான். அவனுக்குப் பின்னால், அலியோஷ்கா பிராவ்கின், துப்பாக்கியும் தொலைநோக்கிக் கருவியும் வைத்துக்கொண்டு புரவியில் விரைந்தான். இவர்களது வருகையைக் கண்டு சிப்பாய்கள் அஞ்சினர். எனவே அவர்கள் பதுங்குகுழிகளில் ஒளிந்திருந்தனர். பீட்டரது முடிவுக்கு மாறாக ஒரு வார்த்தை பேசக்கூடாது என்பது மட்டுமல்ல; யாராவது வியாகூல மாயிருப்பதாகத் தோன்றினால், உடனே ஸார்ஜண்டைக் கூப்பிட்டுக் குறுக்குவிசாரணை செய்தார்கள். மிகச்சிறிய பிழையாயிருந்தாலும், கசையால் அடித்தார்கள். ''துருக்கிநாட்டு அண்டங்காக்கைகளுக்கு ருஷிய பிணம் கிடைக்க வேண்டுமென்பதற்காக, ருஷியர்களை இங்கு விரட்டிக்கொண்டு வந்திருக்கிறார்கள்'' என்று பல காவற்படையினர் தமக்குள் பேசிக் கொண்டனர். பீட்டர் அவர்களை முகத்தில் அறைந்தான்; அவர்கள் அனைவரையும் கீழ்மேலாகப் புரட்டிய வண்டிகளின் ஏர்க்காலில் தூக்கிலிடும்படியாக உத்திரவிட்டான்.

ஆகஸ்ட் மாதம் 24-ம் தேதி இரவு, பீட்டர் டோல்கோருகி இருந்த தீவுக்குச் சென்றான். அங்கிருந்து போராட்டத்தைக் கவனிக்க விரும்பியதே காரணம். எந்த முகாமிலும் எவரும் உறங்கவில்லை. உத்திரவுக்குத் தலைவணங்கிய பாதிரிகள், முகாமின் கணப்புகள் அருகே அமர்ந் திருந்தனர். ஸார்ஜண்டுகளின் மீசைகள் சிலிர்த்தன. அதிகாலைக் குளிரில், படைவீரர்கள் முகாம் களிலிருந்து நீங்கினார்கள். இரண்டு வெடிப்பொலிகள் செவியில் விழுந்தன. ஒரு கண நேரத்துக்குச் சிறு ஸ்தூபிகளையும் அரண்களையும் தாழ்வான குன்றுகளையும், நதியையும் திகிலடைந்து வெறித்து நோக்கும் கண்களை உடைய மனிதரையும், ஒரு கொடூரமான சுவாலை பிரகாசிக்கச் செய்தது. ருஷியர்கள் தாக்கத் தொடங்கினார்கள்.

சுவரின் உடைப்புவழியே உள்ளேபுகுந்த புடிர்ஸ்கி படைப்பிரிவினர், கிராதிகளண்டை நின்று போராடினார்கள். அவர்கள் மீது எறிகுண்டுகள் விழுந்தவண்ணமிருந்தன. பிரியோ பிராஷன்ஸ்கி படைவீரர்களும் ஸெமினோவ்ஸ்கி படைவீரர்களும் படகுகளில் சென்று ஏணி களை வைத்துச் சுவர்களில் ஏறமுயன்றனர். துருக்கியர்கள் அவர்கள்மீது அம்புமாரி பொழிந் தனர்; குத்துக் கம்புகளால் குத்தினர். நூற்றுக் கணக்கான வீரர்கள் ஏணிகளிலிருந்து விழுந்தனர். வெறிகொண்ட சிப்பாய்கள் அநாகரிகமாகச் சபித்துக்கொண்டு ஏறிச் சுவர்களின் உச்சியை அடைந்தனர். கொடூரமாக ஊளையிடும் தன் சிப்பாய்களுடன் முர்தாஸா பாஷாவே வந்து இந்தக் கைகலப்பில் கலந்து கொண்டான்.

இதர படைவீரர்களும் கூச்சலிட்டுக்கொண்டு விரைந்து சுவர்களை அடைந்தனர். ஆனால் சாவை நோக்கிச் சினந்து சீறும் வேகம் அவர்களிடம் இல்லை. அவர்கள் சுவர் ஏறுவதற்கே முயல வில்லை. காவற்படையினர் மீண்டும் மண்சுவரண்டையிலேயே நின்றுவிட்டனர். அப்பொழுது,

படைவீரர்கள் பின்வாங்க வேண்டுமென்று கார்ன் கட்டளையிட்டான். புடிர்ஸ்கி படைப்பிரிவில் பாதிப்பேர்தான் சுவரின் உடைப்புவழியே திரும்பிவந்தனர். விளையாட்டுச் சேனை (பிரியோ பிராஷன்ஸ்கி படைப்பிரிவும் ஸெமினோவ்ஸ்கி படைப்பிரிவும்) ஒருமணி நேரம் உறுதியாகப் போராடியது; பாஷாவை நெருக்கியது; குறுகலான தெருக்களில் நுழைந்தது; அந்தத் தெருக்களின் இடிபாடுகளிலிருந்து வந்து தாக்கிய அம்புகளையும் கற்களையும் குண்டுகளையும் சமாளித்தது. ஆனால் ஓர் ஆதரவும் கிடைக்கவில்லை. தீவிலிருந்து பீட்டர் உணர்ச்சி வசப் பட்டான். துருப்புகள் திரும்பிப் போய்ச் சுவர்களைத் தாக்கவேண்டுமென்று பீட்டர் தூதர்கள் மூலம் சேதி அனுப்பியவண்ணம் இருந்தான். பொன்னாலான உடற்கவசத்தையும் இறகுகளுடன் கூடிய தொப்பியையும் அணிந்த லிபோர்ட், பிடிபட்ட துருக்கியக் கொடியைத் தூக்கிக்கொண்டு, கலங்கிக் குலைந்து நின்ற படையினரிடையே குதிரைமீது விரைந்தான். கோலோவின், கண்ணில்லாதவனைப்போல், சிப்பாய்களைக் கண்டமேனிக்குக் கம்பால் அடித்தான். பறந்துவந்த அம்புகளுக்கும் குண்டுகளுக்கும் இடையே கார்டன் மதில்மேல் தனியாக நின்று கரகரப்பான குரலில் கத்தினான். சிப்பாய்கள் அகழிவரை சென்று பின்வாங்கிக் கொண்டே யிருந்தனர். பலர் துப்பாக்கி அல்லது குத்துக்கம்பைக் கீழே போட்டுவிட்டுத் தரையில் குந்திக் கொண்டனர். முகத்தை மூடிக்கொண்டு, '''இங்கேயே எங்களைக் கொன்று விடுங்கள். முன்னேற மாட்டோம்; முன்னேற முடியாது'' என்று கதறினர். மீண்டும், பின்வாங்க வேண்டுமென்று முரசுகள் ஒலித்தன.

கோட்டையிலும் முகாமிலும் அமைதி நிலவியது. சவங்களது குவியல்கள்மீது பறவைகள் குத்தின. மூன்றாவது இரவில், முற்றுகை நீக்கப்பட்டது. விளக்குகளை ஏற்றவேயில்லை. ஓசையில்லாது துப்பாக்கிகளை ஏந்தினார்கள். டான் நதியின் இடதுகரையில் பயணத்தைத் தொடங்கினார்கள். முன்னணியில் பாரம் ஏற்றிய தொடர்வண்டிகள்; அடுத்துச் சேனையில் மிஞ்சிய சிப்பாய்கள்; கடைசியில் கார்டனது இரு படைப்பிரிவுகளும் சென்றன. அரண்களுடன் கூடிய காவல் ஸ்தூபிகளில் மூவாயிரம் சோல்ஜர்களையும் காஸ்ஸக்குகளையும் விட்டுவிட்டுச் சென்றனர்.

காலையில், கடலிலிருந்து சூறாவளி வீசியடித்தது. டான்நதி கறுத்தது; வெள்ளம் பெருகியது. கிரீமியா பக்கத்துக்குச் செல்வதற்காக நதியைக் கடக்க முயன்ற பல வாகன்களும் மனிதர்களும் மூழ்கினர். மற்றவர்கள் இடதுகரையிலேயே சென்றனர். தார்த்தாரியர்கள் மீண்டும் மீண்டும் தாக்க வந்தனர். கார்டன் அவர்களைச் சமாளித்தான்: வீரர்கள் சதுரவடிவில் வியூகம் வகுத்துத் துப்பாக்கிகளைத் திருப்பிக் குண்டுமாரி பொழிந்தனர். அதன் பிறகே தார்த்தாரியர்கள் ஓடினர்.

செர்காஸ்க்கைக் கடந்தபின், தார்த்தாரியர்கள் தொடரவில்லை. இப்பொழுது, ருஷியர்கள் ஜனசஞ்சாரமில்லாத ஸ்டெப்பியில் போய்க்கொண்டிருந்தனர். எஞ்சி மிஞ்சியிருந்த உலர் ரொட்டியைத் தின்றார்கள். நெருப்புக்கு விறகு இல்லை; இராக்காலக் குளிரிலிருந்து தற்காத்துக் கொள்வதற்கு கூரை இல்லை. இலையுதிர் கால முகில்கள் விண்ணைப் போர்த்தின. வாடை வெண்பனியைக் கொண்டு வந்தது. மண்ணைப் பனி போர்த்தியது. பனி பெய்ததுடன் பனிப்புயல்களும் வீசியடித்தன. இத்துணை இடர்களுக்கிடையே கோடைக்காலக் கோட்டு அணிந்த சிப்பாய்கள், காலடிக்கும் ஜோடு இல்லாது நடந்தனர். வீழ்ந்தவர்கள் எழுந்திருக்க வில்லை. ஒவ்வொரு காலையும், இரவில் படுத்த இடத்திலேயே, பலரை விட்டுவிட்டுப் பயணம் தொடரவேண்டியதாயிற்று. பனிப்புயலில் ஊளையிட்டுக் கொண்டே, ஓநாய்களும் சேனையைத் தொடர்ந்தன.

மூன்று வாரங்கள் கழிந்தபின், அவர்கள் வாலுய்கியை அடைந்தனர். ஆகக்கூடி, சேனையில் மூன்றியில் ஒரு பகுதிதான் பிழைத்தது. இங்கிருந்து பீட்டர் தன் புடையர் குழுவுடன், தூலாவிலுள்ள நாரிஷ்கினது ராணுவத் தளவாடத் தொழிற்சாலைக்குச் சென்றான். இரண்டு துருக்கியக் கைதிகள் ஜாருடன் சென்றனர். பிடிபட்ட துருக்கியப் பதாகையொன்றும் அவருடன் சென்றது.

வழியில், பீட்டர் ரோமோடானோவ்ஸ்கிக்கு எழுதினான்:

''பிடிபடாத அஸோவிலிருந்து திரும்பி வரும்பொழுது தளபதிகளின் குழு கூடியது; எதிர்காலப் போருக்காகக் கப்பல்களையும் சிறு கப்பல்களையும் இதர கலங்களையும் கட்ட வேண்டுமென்று என்னைப் பணித்திருக்கிறது. இந்த வேலையில் நாம் இடையீடின்றி ஈடுபடப்போகிறோம். நமது செய்தியைப் பொறுத்தமட்டில், மாட்சிமைக்குரிய உம்முடைய தந்தையும் பிரஸ்பர்க்கின் தலைமைப் பாதிரியும், அகில யாவூஸாவுக்கும் அனைய கூகுய்க்கும் சமய முதல்வருமான மிகப்புனிதமான திருத்தந்தையாரும் அவரது அடிமைகளும் ஆண்டவன் அருளால் நலமாயிருக்கின்றனர் - பீட்டர்.''

இவ்வாறு முதலாவது அஸோவ் போராட்டம் இழிவான முடிவை எய்தியது.

அத்தியாயம் ஏழு

1

இரண்டு ஆண்டுகள் கழிந்தன. உரக்கப் பேசியவர்களும் சிரித்துக் கேலி செய்தவர்களும் வாய்மூடி மௌனிகளானார்கள். இந்த ஈராண்டுகளில் பயங்கரமான பெரிய மாறுதல்கள் நிகழ்ந்தன. மேனாட்டு நாகரிகம், பெருவாரிநோயின் கிருமியைப் போல், ருஷியாவின் சோம்பல் வாழ்வில் ஊடுருவியது. அந்த முரண்பட்ட சக்திகள் வேறுபட்டு மாறுபட்ட அளவுக்கு, ருஷிய வாழ்வின் வெடிப்புகளும் பிளவுகளும் தெளிவாகப் புலனாயின.

பாயர்களும் பிரபுக்களும், பாதிரிகளும் காவற்படையினரும் மாறுதல்களைக் கண்டு அஞ்சினர். மாறுதல்களால் புதிய தொழில்களும் புதிய ஜனங்களும் உருப்பெருவதை அவர்கள் விரும்பவில்லலை. புதியன புகுதலின் வேகத்தையும், அதனால் நேர்ந்த கொடுமையையும் அவர்கள் வெறுத்தனர். "இந்த உலகத்தில், கண்ணியத்திற்கு இடமில்லாது போய்விட்டது; நாடே சாராயக் கடையாகி விட்டது; அனைத்தையும் அழிக்கிறார்கள்; சகலரையும் தொல்லைப்படுத்து கிறார்கள். இழிந்த குடியில் பிறந்த சிறிய வியாபாரிகள் அதிகாரத்தைப் பறித்துக் கொள்கிறார்கள். இவர்கள் வாழ்கிறார்களா? இல்லை; பரபரப்படைந்து விரைகிறார்கள். தெய்வபயமில்லாத இழிஞர்களிடத்தில், ஒழுக்கம் கெட்ட கயவர்களிடத்தில், ஜார் நாட்டை ஒப்படைத்து விட்டார். நாம் ஆழம் காணமுடியாத அகழியை நோக்கிப் போய்கொண்டிருக்கிறோம்'' என்று அவர்கள் கூறினர்.

ஆனால் அந்த இழிகுடிப் பிறந்தவர்கள் என்ன சொன்னார்கள்? அவர்கள் திறமைசாலிகள்;

மாறுதலை வரவேற்றவர்கள்; ஐரோப்பாவால் கவர்ச்சிக்கப்பட்டவர்கள்; மேனாடுகளில் பரவிப் படர்ந்துள்ள தங்கப்பொடியில் ஒரு குன்றிமணி கிடைத்தாலும் அதைப் பற்றுவதற்குக் கை நீட்டுபவர்கள். ஜாரிடம் தாம் வைத்திருந்த நம்பிக்கை பொய்யாகவில்லை என்று அவர்கள் சொன்னார்கள். அவர்கள் எதிர்பார்த்த வகையிலேயே அவன் வளர்ந்து விட்டான் என்றும் கூறினார்கள். அன்னியர் பேட்டையில் குடித்துக் கூத்தாடும் களிவெறியனாயிருந்த பீட்டரை, அஸோவில் நேர்ந்த விபத்தும் இழிவும் ஆளாக்கிவிட்டன. தோல்வி அவனை வலுக்கட்டாய மான கடிவாளத்தால் கட்டுப்படுத்தி விட்டது. அவனுடைய உறவினர்கள்கூட அவன் மாறிவிட்டதை உணர்ந்தனர். கண்டிப்பும் மூர்க்கமும் பிடிவாதமும் அவனிடம் குடிபுகுந்தன.

அஸோவ் தோல்விக்குப் பின்னர் அவன் ஒரு தடவைதான் மாஸ்கோவுக்கு வந்தான். ''கோஸுஹோவோ போலிப் போராட்டத்திலிருந்து வேறுபட்டதாக அஸோவ் போர் இருந்ததல்லவா!'' என்று அனைவரும் கேலிசெய்தனர். மாஸ்கோ வந்தவுடனேயே பீட்டர் வாரனேஷுக்குப் போய்விட்டான். தேசத்தின் சகல பகுதிகளிலிருந்தும் கைத் தொழிலாளரும் வினைஞரும் வாரனேஷுக்கு பலவந்தமாகக் கொண்டுவரப்பட்டனர். இலையுதிர்காலச் சாலைகளில், வாகன் தொடர்கள் வியாபித்திருந்தன. வாரனேஷ் நதிக்கரையிலும் டான் நதிக்கரை யிலும் இருந்த புராதனமான ஓக் மரங்கள், கோடரிகளின் தாக்குதல்களால் ஆட்டம் கண்டன. (சரக்கு ஏற்றி இறக்கும் துறைகளான) நாவாய்க் குறடுகளும், பண்டகசாலைகளும் படைவீரர் விடுதிகளும் கட்டப்பட்டன. இரண்டு கப்பல்கள், இருபத்தி மூன்று சிறு கப்பல்கள், எரிபொருட்களை நிரப்பி எதிரிக் கப்பல்களிடையே அனுப்புவதற்கேற்ற இரண்டு தீக்கப்பல்கள் ஆகியவற்றைக் கட்டும் வேலை தொடங்கியது. குளிர்காலத்தில், தாங்க முடியாத கடுங்குளிரால் அவர்கள் தவித்தனர். தேவைப் பொருட்களுக்கெல்லாம் பஞ்சம். நூற்றுக்கணக்கான உழைப் பாளிகள் இறந்தனர். இத்தகைய அடிமை முறையை இதுவரை எவரும் கனவில்கூடக் கண்ட தில்லை. ஓடிப்போனவர்களைப் பிடித்து இரும்பு விலங்குகளை மாட்டிக் கொண்டுவந்தார்கள். தூக்கு மரங்களில் தொங்கிய பிணங்களைப் பனிப்புயல்கள் சுழற்றியடித்தன. நம்பிக்கை யின்மையால் எதற்கும் துணிந்தவர்களானவர்கள், வாரனேஷைச் சுற்றியிருந்த காடுகளுக்குத் தீ வைத்தார்கள். பாரம் ஏற்றிய வாகன்களைக் கொண்டுவந்த விவசாயிகள் தமக்கு வழித்துணையாக வந்த சிப்பாய்களைக் கொன்றுவிட்டு, அகப்பட்டதைச் சுருட்டிக்கொண்டு மனம்போன போக்கில் ஓடினார்கள். கிராமவாசிகள், வாரனேஷ் போவதைத் தவிர்ப்பதற்காகத் தம்மை ஊனம் செய்துகொண்டனர் - விரல்களை வெட்டிக்கொண்டனர். ருஷியா முழுமையும் எதிர்த்தது. உண்மையில், அந்திக் கிறிஸ்துவின் காலம் வந்துவிட்டது என்று ஜனங்கள் கருதினர். தம்மீது பலாத்காரமாகத் திணிக்கப்பட்ட இந்தப் புரியாத புதிய உழைப்போடு ஒப்பிட்டால், பழைய வரி முறையும் அடிமை முறையும் வலுக்கட்டாய உழைப்பும் எவ்வளவோ சிறந்தவை என்று தோன்றியது. நிலச்சுவான்தார்கள், சபித்துக்கொண்டே கப்பல் வரியைக் கட்டினார்கள்; பயிரிடாத வயல்களையும் காலியான களஞ்சியங்களையும் நோக்கி அவர்கள் முனங்கினார்கள். பாதிரிகளும் துறவிகளும் தமது வெறுப்பை முணுமுணுப்பு மூலம் வெளியிட்டனர். அதிகாரம் தம் கையிலிருந்து நழுவி, ''அன்னியர்''களிடமும், தம் நாட்டு இழிகுடிகளில் பிறந்த அற்பப் பகடிகளிடமும் போய்விட்டதென்று அவர்கள் வயிறு எரிந்தனர்.

பழைய நூற்றாண்டு முற்றுப்பெறும் தருவாயில், நிலைமை சிரமம் மிகுந்ததாக விருந்தது. எனினும், வசந்தகாலத் துவக்கத்துக்குள், கப்பற்படையைக் கட்டி முடித்துவிட்டார்கள். இன்ஜினியர்களும் படைத் தளபதிகளும் ஹாலந்திலிருந்து தருவிக்கப்பட்டனர். செர்க்காஸ் கிலும் பான்ஷினிலும் ஏராளமான தீவனங்கள் சேகரிக்கப்பட்டன. சேனைக்கு ஏற்பட்ட இழப்பு ஈடுசெய்யப்பட்டது. மே மாதத்தில், பீட்டர், பிரின்ஸிபியம் என்ற தனது புதிய சிறு கப்பலில், அஸோவ் சுவர்களுக்குமுன் தோன்றினான். கப்பற்படை அவனுடன் சென்றிருந்தது. நிலத்திலும்

நீரிலும், தாக்குதல்கள் தொடுக்கப்பட்டன. துருக்கியர்கள் உறுதியாக எதிர்த்துப் போரராடி னார்கள். ஆனால் ரொட்டியும் மருந்தும் தீர்ந்துபோனபின், அவர்கள் நிபந்தனையில்லாமல் சரணடைந்தார்கள். கவர்னர் ஹாஸானும் மூவாயிரம் துருக்கியச் சிப்பாய்களும், அழிந்துபோன அஸோவிலிருந்து வெளியேறினார்கள்.

இந்த வெற்றியின் தலையாய முக்கியத்துவம் என்ன? பீட்டருக்குத் தன் நாட்டு மக்களுக்கு எதிராகக் கிடைத்த வெற்றியாகும்; அன்னியர் பேட்டைக்கு மாஸ்கோவுக்கு எதிராகக் கிடைத்த வெற்றியாகும். லியோபோல்டு சக்கரவர்த்திக்கும் வெனிஸ்ஸின் டோஜிக்கும் பிரஷ்யாவின் அரசனுக்கும் வாசாலகமான அறிக்கைகள் உடனடியாக அனுப்பப்பட்டன. வினியஸ்ஸின் முயற்சியால், மாஸ்கோ நதியின் கற்பாலத்தோரத்தில், ஒரு வெற்றி வளைவு அமைக்கப்பட்டது. அந்த வளைவுக்கு மேல், இரட்டைத் தலைக் கழுகு, பாவட்டாக்களாலும் படைக் கருவிகளாலும் குழப்பப்பட்டதாகக் காட்சி தந்தது. அந்தக் கழுகு உருவத்தின் கீழ், ''ஆண்டவன் நம்முடன் இருக்கிறார். நம்மை எதிர்ப்பவர் எவருமில்லை. வரலாறு கண்டறியாத வெற்றி'' என்று செதுக்கப்பட்டிருந்தது.

அந்த வளைவின் மேற்பாகத்தை இருபத்தியேழு அடி உயரமுடைய இரண்டு தங்க உருவங்கள் தாங்கிக் கொண்டிருந்தன. சுவரில் ஒன்று, மார்ஸினுடையது; இன்னொன்று ★ஹெர்குலிஸுடையது. அவற்றுக்குக் கீழ், மரத்தால் செய்த இரண்டு உருவங்கள் இருந்தன; அவற்றுக்கு வண்ணம் பூசியிருந்தது. அவற்றில் ஒன்று, விலங்கிடப்பட்ட அஸோவ் பாஷாவின் உருவம்: இன்னொன்று, தளையிடப்பட்ட தார்த்தாரியனுடையது. அந்த உருவங்கள் சொல்வது போல், கீழ்க்கண்ட விளக்க வாசகமும் பொறிக்கப்பட்டிருந்தது:

''ஒருகாலத்தில் நாங்கள் ஸ்டெப்பியில் போராடினோம். இப்பொழுது, மாஸ்கோவாசி களிடமிருந்து உயிருக்கஞ்சி ஓடுவதற்கும் முடியாது தவிக்கிறோம்.''

வளைவின் இருபுறங்களிலும் பெரிய வண்ணப்படங்கள் இருந்தன. ஒருபுறத்தில் கடல் தெய்வமான நெப்ட்யூன் ஓவியம் நின்றது. அது கூறுவதுபோல், ''அஸோவ் கோட்டையைக் கைப்பற்றியதற்காக நானும் உங்களைப் பாராட்டுகிறேன். நானும் உங்களுக்குப் பணிகிறேன்'' என்ற விளக்கவாசகம் அந்த ஓவியத்தின் அருகில் வரையப்பட்டிருந்தது. இன்னொரு ஓவியம், ருஷியர்கள் தார்த்தாரியர்களைத் தோற்றோடச் செய்வதைச் சித்திரித்தது. ''நாங்கள் அஸோவை இழந்து விட்டோம். அந்தோ! இது ஓர் உற்பாதம்'' என்று தார்த்தாரியர்கள் மொழிவது போல் விளக்கக் குறிப்பு எழுதப்பட்டிருந்தது.

செப்டம்பர் மாதக் கடைசியில், ஜனங்கள் ஆற்றங்கரைகளிலும் வீட்டுக் கூரைகளிலும் திரண்டனர். ஆற்றுக்கு அப்பாலிருந்து, அஸோவ் சேனை அணிஅணியாய் வந்து, ஆற்றுப் பாலத்தையும் வெற்றிவளைவையும் கடந்தது. ஆறு குதிரைகள் பூட்டிய தலைமை வாகனத்தில், வாளும் கேடயமும் அணிந்த ஸோடோவ் அமர்ந்திருந்தான். அந்த வண்டியை அடுத்துப் பாடகர்களும் குழலிசை வல்லுனரும் குள்ளர்களும் குமாஸ்தாக்களும் பாயர்களும் துருப்பினரும் வந்தனர். அவர்களுக்குப் பின்னால், உயர்தரமான அணிமணியாடை தரித்த பதினான்கு புரவிகள் வந்தன; இவை லிபோர்ட்டுக்குச் சொந்தம். அவனே, ஒரு பொன்மூலாம் பூசிய உயர்தரமான சறுக்கு வண்டியில் நின்றுகொண்டிருந்தான். உடற்கவச மணிந்த அவன் கையில் அஸோவ் நிலப்படத்தை வைத்திருந்தான். லிபோர்ட்டுக்குப் பின்னால் மேலும் பல பாயர்களும் குமாஸ்தாக்களும் சோல்ஜர்களும் மாலுமிகளும் வந்தனர். புதிதாகக் கடற்படையின்

★ ஹெர்குலிஸ்: கிரேக்க நாட்டுப் பீமன். மிகவும் கடினமான பன்னனிரண்டு பெருஞ் செயல்களைச் சாதித்த அற்புத வீரன்.

துணைத்தலைவர்களாக நியமனம் பெற்ற லீமா என்பவனும் டீ லோஸிர் என்பவனும் வந்தனர். அடுத்து, மிகுந்த படாடோபத்துடன் வந்தது ஒரு கிரேக்க ரதம். அதைச் சுற்றிலும் முரசறைவோர் சூழ்ந்துநின்று ரணபேரிகை கொட்டிக் கொண்டிருந்தனர். அந்த ரதத்தில், சேனை முதல்வனான ஷீன் என்ற பாயர் வந்தான். அவன் அகன்று கொழுத்த முகத்தை உடையவன்; கட்டை குட்டையான வடிவினன்; பகட்டான மினுக்கன். பாயர்களது வாயை மூடுவதற்காக, இரண்டாவது அஸோவ்போருக்கு முன்னால், இவனுக்குச் சேனை முதல்வன் என்ற கௌரவம் அளிக்கப் பட்டது. புரவிகள் இழுத்த இந்த ரதத்துக்குப் பின்னால், பதினாறு துருக்கியப் பதாகைகளைத் தரையில் இழுத்துக்கொண்டு வந்தனர். அவற்றுக்குப் பின்னால் ஒரு கைதியை இட்டுவந்தனர். அவன்தான் வீரன் என்ற சிறப்பைப்பெற்ற தார்த்தாரியன் ஆலாடிக் கூட்டத்தை நோக்கியபொழுது அவனது சாய்வுக் கண்கள் சுருங்கின; அவன் சீற்றம் கொண்டு பற்களைக் காட்டி உறுமினான். ஜனங்கள் அவனைத் பின்தொடர்ந்து கேலி செய்தனர்; கூப்பாடு போட்டனர். பிரியோபராஷன்ஸ்கி படையினருக்குப் பின்னால், தூக்குமரத்தை ஏற்றிய வண்டியை நான்கு குதிரைகள் இழுத்தன. அந்த வண்டியில், தூக்குமரத்தின் அருகில், துரோகி ஜேன்ஸன் நின்றான். அவனது இருபுறங்களிலும் நின்ற இரு கழுத்துவெட்டிகள், சித்திரவதைக்குப் பயன்படுத்தும் இடுக்கியால் 'கிளிக்' என்ற ஒலியை எழுப்பிக்கொண்டும் கசையை அசைத்து இருந்தனர். அந்த வண்டிக்குப் பின்னால், இன்ஜினியர்களும் கப்பல் கட்டுவோரும் தச்சர்களும் உலோக வேலை செய்வோரும் வந்தனர். காவற்படையினருக்குப் பின்னால் கார்டன் குதிரைமீது வந்தான். அவனுக்குப் பின், பிணப்போர்வைகளை உடுத்திய துருக்கியக் கைதிகள் வந்தனர். கப்பல் வடிவில் அமைந்த தங்க ரதத்தை எட்டுச் சாம்பல்நிறக் குதிரைகள் இழுத்தன; அதற்கு முன்னால், மாலுமியின் கோட்டை அணிந்த பீட்டர் நடந்து சென்றான். அவன் தீப்பறவையின் இறகுடன் கூடிய மும்முனைக் கம்பளத் தொப்பி தரித்திருந்தான். அவனது வட்டவடிவ வதனத்தையும் நீண்ட உடலமைப்பையும் கண்ட ஜனங்கள் திகைப்படைந்தனர். அவன் மனிதஎல்லை மீறிய உயரத்தை உடையவனாயிருந்தான். ஜனங்கள் சிலுவைக் குறியிட்டபொழுது, இந்த ஜாரைப் பற்றிப் பரவியுள்ள பயங்கரமான புதிரான, புரளிகளையெல்லாம், நினைவூட்டிக் கொண்டனர்.

துருப்புகள் மாஸ்கோவைக் கடந்து பிரியோபிராஷன்ஸ்கியை அடைந்தன. விரைவிலேயே அரசவைக் கூட்டத்துக்கு வரும்படி பாயர்களுக்கு அழைப்பு வந்தது. இந்தக் கூட்டம் மரபுக்கெல்லாம் புறம்பான புதுமையாயிருந்தது. அன்னியர்களும் தளபதிகளும் கடற்படைத் தலைவர்களும் இன்ஜினியர்களும் இக்கூட்டத்தில் பிரசன்னமாயிருந்தனர். பீட்டர் ஆண்மை விளங்கும் எடுப்பொலியோடு பாயர்களுக்கு உரை நிகழ்த்தினான்: ''இதுவரை எக்காலத்திலும் தென்னகத்துக்குப் போயிராத 'நற்பேறு' என்ற நங்கை இன்று நம்மிடையே ஓடி விளையாடுகிறாள். அவளது கேசத்தைப் பற்றி வசப்படுத்திக் கொள்வோன், மகிழ்ச்சி அடைவான். எனவே, இது உங்களது முடிவாயிருக்கட்டும்: எரிந்து அழிந்த அஸோவ் கோட்டையைப் புனரமைத்துப் படைநிறுத்திப் பாதுகாக்க வேண்டும். அதன் அருகில் நான் நிறுவியிருக்கும் டாகன்ராக் கோட்டையைப் பூர்த்தி செய்து அதிலும் படை வைத்துப் பாதுகாக்க வேண்டும். நிலத்தைவிட நீரில் போர்புரிவதே நமக்குச் சவுகரியமாயிருப்பதால் நாற்பது கப்பல்கள் அல்லது மேலும் அதிகமான கப்பல்கள் உடைய கப்பற் படையை அமைக்க வேண்டும். அவை ஒவ்வொரு அம்சத்திலும் நிறைவு பெற்றிருக்க வேண்டும். அவற்றில் துப்பாக்கிகளும் சிறு ஆயுதங்களும் சித்தம் செய்து, சண்டைக்குத் தயாராக இருக்கவேண்டும். அவற்றைக் கட்டும் முறை பின்வருமாறு: எண்ணாயிரம் விவசாயக் குடும்பங்களின் மீதுள்ள உரிமைக்கு ஒரு கப்பல் வீதம், சமய முதல்வரும் மடங்களும் கப்பல்களைக் கட்டித்தர வேண்டும். பத்தாயிரம் அடிமைக் குடும்பங்கள் மீதுள்ள உரிமைக்கு ஒரு கப்பல் வீதம் பாயர்களும் அரசாங்க ஊழியர்களும் கட்டித் தரவேண்டும். பல்வேறு நிலையிலுள்ள வியாபாரிகள் அனைவரும் சேர்ந்து பன்னிரண்டு பெரிய கப்பல்களைக்

கட்டிக் கொடுக்கவேண்டும். இந்தப் பணியை முன்னிட்டுப் பாயர்களும் பாதிரிகளும் மகுடத்துக்கு ஊழியம் செய்வோரும் வியாபாரிகளும் கம்பெனிகளை - அதாவது சங்கங்களை - அமைக்கவேண்டும். இவ்வாறு முப்பத்தைந்து கம்பெனிகள் அமையவேண்டும்.''

பாயர்களது கண்கள் உப்பின. வேர்த்துக் கொட்டியதால் கம்பளக் கோட்டுகள் ஈரமாயின. எனினும், அவர்கள் பீட்டரின் கோரிக்கையை நிறைவேற்றினார்கள். கம்பெனிகளை டிசம்பர் மாதத்துக்குள் அமைக்கவேண்டுமென்றும், தவறினால், கடமையில் பிறழ்ந்தவர்களது வீடுகளும் எஸ்டேட்டுகளும் பறிமுதலாகுமென்றும், அவை வம்ச பரம்பரையாக அனுபவிக்கப்பட்டன வாயினும், ஜாரால் வழங்கப்பட்டனவாயினும் வேற்றுமை பாராட்டாது பறிமுதலாகுமென்றும் தெளிவாக விதிக்கப்பட்டது. ஒவ்வொரு கம்பெனியும் தச்சு வேலைக்கும் ரம்பத்தால் அறுப் பதற்கும் ருஷியர்களை நியமிப்பதுடன், தன் சொந்தச் செலவில் அன்னிய வினைஞர்களையும் நன்றாக உலோக வேலை செய்வோரையும் மொழிபெயர்ப்பாளரையும் ஓர் உருவம் செதுக்கு வோனையும் தச்சு வேலையில் நிபுணன் ஒருவனையும் ஓர் ஓவியக்காரனையும் மருந்து சாலையுடன் கூடிய ஒரு டாக்டரையும் நியமித்துக் கொள்ளவேண்டும் என்றும் பீட்டர் உத்திரவிட்டான்.

வால்கா-டான் கால்வாயைத் தோண்டும் வேலை உடனடியாகத் தொடங்க வேண்டு மென்றும், அதற்காக ஒரு தனி வரியை விதிக்க வேண்டுமென்றும் பீட்டர் உத்திரவிட்டான். திகைப்படைந்த பாயர்கள், வாதம் செய்யாமல் இந்த வரிக்கும் இணக்கம் தெரிவித்தனர். இத்தகைய துரிதமான முடிவுகளை எடுப்பது அவர்களுக்குக் கஷ்டமாகத்தான் இருந்தது. ஆனால் வாதம் செய்வதில் பயனில்லை என்பதை அவர்கள் உணர்ந்தனர். இந்த விஷங்களில் எல்லாம் பீட்டர் முன்கூட்டியே முடிவு செய்துவிட்டான். அவன் பேசவில்லை; அரக்கட்டிலிருந்து கடுமை யாகக் குரைத்தான். நன்கு சிரைத்துக்கொண்டிருந்த தளபதிகள் பொய்மயிரின் சுருள்களைச் சுழற்றினர். ஓ! என்ன திடீர்மாற்றம்! தலைகீழான மாற்றம்! பிரியோபிராஷன்ஸ்கியின் சுற்றுப்புற மெல்லாம் ராணுவ மயமாகிவிட்டது. முரசுகளும் பேரிகைகளும் சிப்பாய்ப் பாட்டுக்களும்தாம் கண்ணையும் காதையும் உறுத்தின. ஆகக்கூடி, பண்டைக்கால மரபுக்குச் சலுகையளிக்கும் முறையிலேயே, பாயர்களது அரசவை கூடிப் போவதற்கு உரிமை வழங்கப்பட்டதென்பது வெள்ளிடைமலையாக விளங்கியது. எந்நேரத்திலும் ஜார் அந்த அவையைக் கலைத்துவிடலாம்.

உண்மையில், விரைவிலேயே, பாயர்கள் முடிவுசெய்யாமலேயே, ஒரு முக்கியமான சம்பவம் நிகழ்ந்தது. இலேசான விஷயம்போல் அது நிறைவேற்றப்பட்டது. ஜாரின் சொந்த அலுவலகத்துக்குக் குமாஸ்தாவாக இருந்தவனும் மதுபக்தர்களது திருத்தந்தையுமான நிகிடாஸோடோவ், ஜாரின் திருமுகம் ஒன்றை எழுதி, மாஸ்கோவின் பெரும்புள்ளிகளாயிருந்த ஐம்பது பிரபுக்களுக்குச் சிப்பாய்கள்மூலம் அனுப்பினான். அவர்கள் வெளிநாடு சென்று, கணிதம், கோட்டை அமைப்புக்கலை, கப்பல் கட்டுதல் முதலிய விஞ்ஞானங்களைப் பயில வேண்டுமென்று அந்த உத்திரவு கூறியது. (ஆண்டவன் அருளால் அந்த விஞ்ஞானங்கள் இல்லாமல், *விளாட்மிர் காலத்திலிருந்து அவர்கள் வாழ்ந்து வந்திருக்கின்றனர்.) பிரபுக்கள் ஆத்திரமடைந்தனரென்பது உண்மை. ஆனால் உத்திரவை ரத்துசெய்யவேண்டுமென்று கெஞ்சவோ, சுகவீனம் என்று பொய்யுரைக்கவோ அவர்கள் துணியவில்லை. இளைஞர்களது உடைமைகள் சித்தமாயின. பெற்றோர்கள் அவர்களை வாழ்த்தி விடைகொடுத்தபொழுது, சோகத்திலாழ்ந்தனர். மக்கள் பிரியாவிடைபெற்றுப் பரலோகயாத்திரை செல்வது மாதிரி அவர்கள் வருந்தினர். அவர்களுக்குப் பணிவிடை புரியவும் அப்போதைக்கப்போது

★ விளாட்மிர்: பத்தாம் நூற்றாண்டில் கீவ் ராஜ்யத்தை ஆண்ட அரசன். அவன் காலத்தில்தான், ருஷியர்கள் வைதீகக் கிறிஸ்துவ சமயத்தைத் தழுவினர். மொ-ர்.

மாஸ்கோவுக்கு அறிக்கை அனுப்பவும், ஒவ்வொரு இளம் பிரபுவுக்கும் ஓர் ஏவலாள் நியமிக்கப் பட்டான். சாலைகளெல்லாம் வெள்ளத்தில் மூழ்கியிருந்த வசந்த காலத்தில், அவர்கள் கவர்ச்சியான நெடுந்தொலைநாடுகளுக்குப் புறப்பட்டனர்.

அவர்களில் ஒருவன், டிரோயிகுரோவின் மகளை மணந்த பீட்டர் டால்ஸ்டாய். காவற்படையினர் கலகத்தில் கலந்துகொண்டதால் ஏற்பட்ட களங்கத்தைப் போக்கிக் கொள்வதற்காக அவன் எந்தத் துன்பத்தையும் மனநிறைவோடு தாங்குவதற்குத் தயாராயிருந்தான்.

2

அஸோவைப் பிடித்தகாரியம், மடத்துணிச்சலானது; ஆபத்தை விலைக்குவாங்கிக் கட்டிக் கொண்ட வினை. அதன் விளைவாக, ருஷியா துருக்கி சாம்ராஜ்யத்துடனேயே போர்புரிய வேண்டிய நிலைமை ஏற்படும்போலிருந்தது. ருஷியாவுக்கோ ஒரே ஒரு சின்னக் கோட்டையைப் பிடிப்பதற்குத்தான் சக்தி இருந்தது. இந்த உண்மையைப் பீட்டரும் அவனுடைய தளபதிகளும் அஸோவ் போராட்டத்தின்போது உணர்ந்தார்கள். எனவே, பழைய கோஸுஹோவோவின் பகட்டு ஆர்ப்பரிப்பில் ஏதும் மிஞ்சவில்லை. திக்விஜயம் செய்வதைப் பற்றியெல்லாம் இப்பொழுது எவரும் எண்ணவில்லை. துருக்கி நிலவழியிலும் நீர்வழியிலும் ருஷியாவைத் தாக்கினால், தாக்குப் பிடிப்பது எப்படி என்பதே பீட்டரது குழுவினரின் கவலையாயிருந்தது.

சில அவசர அவசியமான பணிகளைச் செய்து முடிக்கவேண்டும். நேசநாடுகளைப் பெற வேண்டும்; சேனையையும் கப்பற்படையையும் விரைவாகச் சீர்திருத்தி, அவற்றுக்குப் போதிய ஆயுதங்களை வழங்கவேண்டும். அடியிலிருந்து முடி வரையில் துருப்பிடித்துக்கிடக்கும் அரசாங்க அமைப்பைத் தீவிரமாக மாற்றியமைத்து ஒழுங்கு படுத்தவேண்டும். பணம் கிடைக்க வேண்டும். பணம்தான் உயிர்நிலையான தேவை.

மேற்சொன்ன பணிகளைச் செய்து முடிப்பதற்கு ஐரோப்பா மட்டுமே உதவி செய்ய முடியும். எனவே, ஐரேப்பாவுக்குத் தூதர்களை அனுப்பவேண்டும். ஐரோப்பியர்கள் உதவி செய்வதற்குத் தூண்டும் வகையில் தூதர்குழு அமையவேண்டும். இது ஒரு சிக்கலான பிரச்னை; உடனடியாகத் தீர்வுகாண வேண்டியதும்கூட. பீட்டரும் அவனது ஆலோசகர்களும், ஆசியாக்காரனுக்குரிய சூழ்வினைத்திறத்தோடு இதற்குத் தீர்வுகண்டனர். சகலவசதிகளும் உடைய ஒரு பெரிய தூதர் குழுவை அனுப்புவதென்றும், பிரியோபிராஷன்ஸ்கி படைப்பிரிவின் ஸார்ஜண்ட் பீட்டர் மீஹேலாவ் என்ற மாறுவேடத்தில் ஜார் பீட்டர் அக்குழுவுடன் செல்லவேண்டுமென்றும் முடிவாயிற்று. ''நாங்கள் அறிவிலிகள் என்றும் அநாகரிக மக்கள் என்றும் நீங்கள் கருதுகிறீர்கள். ஆனால் நாம் ஜாராக இருந்தபோதிலும், அஸோவில் துருக்கியர்களை வென்றபோதிலும், நமக்குச் செருக்கு கிடையாது. நாங்கள் எளியவர்கள்; கவலையில்லாது வாழும் இயல்பினர்கள். அப்படியொன்றும், பழக்கத்துக்கு அடிமைப்பட்டவர்களல்ல; இந்த அம்சத்தில் உங்களையும் விட உயர்ந்தவர்களன்றும் சொல்லலாம். நாம் தரையில் படுத்துறங்குவோம்; விவசாயிகளோடு ஒரே தட்டில் உண்போம். அன்பானவர்களே, உங்களிடம் பாடம்கற்று அறியாமையையும் பேதைமையையும் நீக்கிக்கொள்ள வேண்டுமென்பது ஒன்றுதான் எங்கள் கவலை'' என்று மேனாட்டாரிடம் கூறுவதுபோல் இருந்தது, இந்தமுடிவு.

அவர்கள் சரியாகத்தான் கணித்தார்கள். ஒரு கடற்கன்னிகூட ஐரோப்பாவில் இத்தகைய

வியப்பை உண்டாக்கியிருக்க முடியாது. சமீபகாலத்தில்கூடப் பீட்டரின் அண்ணன் ஜாராயிருந்த பொழுது அவனைத் தெய்வநிலையில் வைத்துத் தொழுதார்களென்பதை ஐரோப்பியர் ஞாபகப் படுத்திக் கொண்டனர். இப்பொழுது, தசைவலிப்பு நோயால் சற்றுக்கோணிய பொழுதிலும் அந்த சந்தமான முகத்தை உடைய இந்த ஆஜானுபாஹு, வியாபாரத்திலும் விஞ்ஞானங்களிலும் உள்ள ஈடுபாட்டால், அரசகுல மேன்மையையும் சிறப்பையும் துச்சமெனக் கருதிவிட்டான். இது விசித்திரமான விஷயம்; அற்புதமான காரியம் என்று அவர்கள் கருதினர்.

சைபீரியாவின் ராஜப்பிரதிநிதியும் அன்னிய மொழிகளில் ஞானமும் கூர்ந்த மதியும் உடையவனுமான பிபடோர் கோலோவின் என்பவனும் பாயர்களது அரசவைக் குழுவின் குமாஸ்தாவான வாஸ் நிட்ஸின்னும் லிபோர்ட்டும் முழு உரிமைபெற்ற அரசியல் தூதர்களாக நியமிக்கப்பட்டனர். இருபது மாஸ்கோ பிரபுக்களும் முப்பத்தியைந்து தொண்டர்களும் அவர் களது புடையர் குழுவில் இருந்தனர். பீட்டரும் அலெக்ஸாண்டர் மென்ஷிகோவும் தொண்டர் களாகச் சேர்ந்தனர்.

ஓர் எதிர்பாராத நிகழ்ச்சி காரணமாகப் பயணத்தை ஒத்திவைக்க வேண்டியதாயிற்று: முதன் முதலில் டிராயிட்ஸாவுக்குக் காவற்படையைக் கொண்டுவந்த கர்னல் ஸிக்லரின் தலைமையில், டான் காஸ்ஸக்குகள் கலகம் செய்யத் திட்டமிட்டதைக் கண்டுபிடித்தனர். ஸிக்லர் ஸோபியா விடம் மிகுந்த விசுவாசம் கொண்டிருந்தான் என்பதைப் பீட்டர் ஒரு நாளும் மறக்கவில்லை. அவன் என்னதான் மானத்தை விடுத்துத் தாழ்ந்து கெஞ்சினாலும், பீட்டர் அவனை நம்பியதே யில்லை. அஸோவ் பிடிபட்ட பிறகு, டாகன் ராக் கோட்டையைக் கட்டும் திருப்பணிக்குப் பீட்டர் ஸிக்லரை நியமித்தான். அதிகார ஏணியில் ஏற விரும்பிய ஸிக்லர், இது நாடுகடத்தும் உத்திரவுக்கு ஒப்பாகும் என்று கருதினான். டாகன்ராகில் காஸ்ஸக்குகள் கொந்தளித் தெழுவதை அவன் கண்டான். ஸ்டெப்பியில்தாம் அனுபவித்த உரிமைக்கு ஜாரின் கொடுங்கரம் உலை வைத்து விட்டதாக அவர்கள் கருதினர். வலுக்கட்டாய உழைப்புக்கு எதிராக அவர்கள் வீறுகொண்டு எழுந்தனர். உடனடியாக ஸிக்லர் துரோகியாக மாறினான்; அவர்களிடம் கூறினான்:

''ஜார் வெளிநாடு செல்கிறார். நமது விரோதியான அந்தப் பாழாய் போன அன்னியன் லிபோர்ட்டைத் தம் அரசியல் தூதராக நியமித்திருக்கிறார். ஏராளமான செல்வத்தைத் தம்முடன் மேனாட்டுக்குக் கொண்டு செல்கிறார். எனவே, நாட்டில் குழப்பம் ஏற்பட்டிருக்கிறது. ஜார் பிடிவாதக்காரராயிருக்கிறார். யார் என்ன சொன்னாலும் அதைக் காதுகொடுத்துக் கேட்க மறுக் கிறார். அருவருப்பான களியாட்டங்களில் ஈடுபடுகிறார். வருந்தத்தக்க காரியங்களில் ஈடுபடு கிறார். இவ்வாறெல்லாம் அரசாங்கக் கஜானாவை விரயம் செய்கிறார். இரவில் தன்னந்தனியாக ஜர்மனிக்காரியின் இல்லத்துக்குச் செல்கிறார். அப்பொழுது மறைந்திருந்து அவரைக் குத்திக்கொல்வது எளிது. அதன்பின் உங்களைத் தட்டிக்கேட்பதற்கு ஆளில்லை. ஸ்டெங் காராஸின் சொன்ன மாதிரி நீங்கள் செய்யலாம். நீங்கள் விரும்பினால், ஒரு ஜாரை நியமிக்கலாம். நீங்கள் பிரியப்பட்டால், என்னை ஜாராக நியமிக்கலாம். நான் பழைய சமயக் கொள்கைக்காக நிற்கிறேன். இழிகுடியிற் பிறந்த ஏழை எளிய மக்களையே நான் நேசிக்கிறேன்.''

''அவகாசம் கொடுங்கள். ஜார் வெளிநாடு சென்றவுடன், ஸ்டெங்கா ராஸின் சொன்ன மாதிரி நாங்கள் செய்வோம்'' என்று காஸ்ஸக்குகள் கோஷித்தார்கள். யீலிஸார்யீவ் என்ற காவற்படை அதிகாரி, குதிரைகளை வேகமாக விரட்டிக்கொண்டு மாஸ்கோ வந்து சேர்ந்தான். அவன் இந்தத் துரோகத்தை அம்பலப்படுத்தினான். மாஸ்கோ பிரபுக்களான ஸாகோஸ்கி, புஷ்கின் ஆகி யோருடன் ஸிக்லர் கூட்டுச் சேர்ந்திருந்தான் என்பதும், அந்தப் பிரபுக்கள் நாவோடிவிச்சி கன்யா மடத்துடன் தொடர்பு கொண்டிருந்தனர் என்பதும் விசாரணையில் வெளியாயின.

பீட்டரே ஸிக்லரைச் சித்திரவதை செய்தான். சாவின் கோரப்பற்களிடையே சிக்கவிருந்த நிலையில் அவன் வேதனையைப் பொறுக்க முடியாமல், பல புதிய உண்மைகளைச் சொன்னான். ஸோபியாவும் மூன்றாண்டுகளுக்கு முன் இறந்த ஐவான் மிலோஸ்லவ்ஸ்கியும், அக்காலத்தில் வகுத்த அபாயகரமான திட்டங்களைப்பற்றிய அந்த விவரங்களைக் கேட்டவுடன், பீட்டர் இளம் பருவத்தில் தனக்கு நேர்ந்த இன்னல்களையெல்லாம் நினைவூட்டிக் கொண்டான். மீண்டும், மிலோஸ்லவ்ஸ்கியின் ஆவி அவனைத் துன்புறுத்துவதாகத் தோன்றியது.

டான் மடத்தில் இருந்த மிலோஸ்லவ்ஸ்கி குடும்பத்தின் கல்லறை திறக்கப்பட்டது. ஐவான் மிலோஸ்லவ்ஸ்கி சவத்தின் மீத மிச்சங்கள் ஒரு சறுக்குவண்டியில் வைக்கப்பட்டன. நீண்ட மூஞ்சியை உடைய பன்னிரண்டு கூனலான பன்றிகள், கசையடி தாங்காது அலறியவாறு அந்த வண்டியை எருமேடுகள் வழியாகவும் மாஸ்கோ தெருக்கள் வழியாகவும் இழுத்துக் கொண்டு வந்து பிரியோ பிராஷன்ஸ்கியை அடைந்தன. அந்தப் பிணவண்டியைப் பார்த்த ஜனங்களுக்குச் சிரிப்பதா, பயந்து அழுவதா என்று புரியவில்லை.

பிரியோபிராஷன்ஸ்கியின் சிப்பாய்களது பாளையத்தில் இருந்த வெளியில் துப்பாக்கி வீரர்கள் சதுரவடிவில் நின்றனர். முரசுகள் கொட்டின. நடுவில் ஒரு மேடை இருந்தது. மேடையின் மேல் தலை துணிக்கும் பட்டடை இருந்தது. மேடையின் செங்குத்தான படிகளில் ஸிக்லரை இழுத்துச் சென்றனர். அவனது ஆடைகளை நீக்கிவிட்டுப் பட்டடை மீது எறிந்தனர். கைகால்களை வெட்டிய பின், அவனைச் சிரச்சேதம் செய்தனர். மேடையின் வெடிப்புகள் வழியாக ஓடிய இரத்தம், அடியில் இருந்த மிலோஸ்லவ்ஸ்கியின் பிணப் பெட்டிக்குள் கொட்டியது.

3

லியோ நாரிஷ்கின், ஸ்திரீஷ்னேவ், அப்ராக்ஸின், டிரோயிகுரோவ், போரிஸ் கோலிட்ஸின், அரசவைக் குமாஸ்தா வினியஸ் ஆகியோர் தலைமையில் பாயர்கள் நாட்டை ஆளவேண்டுமென்றும், மாஸ்கோவையும் குற்றவிவகார இலாகாவின் அலுவலகங்களையும் ரோமோடானோவ்ஸ்கி நிர்வகிக்க வேண்டுமென்றும் தீர்மானமாயிற்று. மார்ச்சு மாத நடுவில், பீட்டர் மிஹாலேவ் உள்ளிட்ட தூதர் குழு கூர்லாந்துக்குப் புறப்பட்டது.

ஏப்ரல் மாதம் முதல் தேதியன்று, பீட்டர் கண்ணுக்குப் புலப்படாத மையில் எழுதினான்:

''மின்ஹெர் வினியஸ், நேற்று நாங்கள் ரீகா வந்து சேர்ந்தோம். ஆண்டவன் அருளால் நலமாயிருக்கிறோம். அரசியல் தூதர்களுக்குச் சிறப்பான வரவேற்பு கிடைத்தது. அவர்கள் கோட்டைக்குள் பிரவேசித்தபொழுதும் கோட்டையிலிருந்து நீங்கியபொழுதும் இருபத்திநான்கு வேட்டுகள் போட்டு மரியாதை செய்தார்கள். திவினாநதி இன்னமும் உறைந்து கிடப்பதால், இங்கேயே சில நாட்கள் தங்கவேண்டியதாக உள்ளது. நமக்கு அறிமுகமானவர்கள் அனைவருக்கும் என் வாழ்த்துக்களைத் தெரிவிக்கவும். எதிர்காலத்திலும், நான் கண்ணுக்குப் புலப்படாத மசியில்தான் எழுதுவேன். கடிதத்தை நெருப்பருகே காட்டிவிட்டால் படிக்க முடியும். இதைப் பிறர் கண்டுபிடிக்கக் கூடாதென்பதற்காக, நான் தகுதியான இடத்தில் கீழ்க்கண்டவாறு கறுப்புமையில் எழுதுவேன்: 'என் தலைவரான தளபதிக்கு என் வணக்கத்தைத் தெரிவித்து என் குடும்பத்தை கவனித்துக்கொள்ளும்படி அவரைக் கெஞ்சிக் கேட்டுக்கொள்ளுங்கள்'.... மற்ற விஷயங்களெல்லாம் கண்ணுக்குத்தெரியாத மையில்தான் எழுதுவேன்; ஏனெனில் இங்கு உள்ளவர்கள் பிறர் காரியங்களில் தலையிடுவோராக உள்ளனர்.''

இதற்கு வினியஸ் எழுதிய பதில்:

''பெருந் தூதரிடமிருந்தும் அவரது கூட்டாளிகளிடமிருந்தும் முதல் தபால் கிடைத்தவுடன் நான் நல்ல நண்பர்களைச் சேர்த்துக்கொண்டு, தூதர்களும் வீரர்களும் நலமாயிருக்க வேண்டு மென்று வாழ்த்தி மதுவைப் பருகினேன். நாங்கள் மிகுதியாகக் குடித்ததைக் கண்ட பாக்கஸ், விலாத்தெறிக்கும் அளவுக்குச் சிரித்தான். மேன்மைக்குரிய உங்களது தளபதிகளும் கர்னல்களும் ராணுவ அதிகாரிகள் அனைவரும் ஸார்ஜண்டுகளும் சோல்ஜர்களும் உங்களை வாழ்த்தி வணங்குகிறார்கள். முதலாவது படைப்பிரிவில் முரசு அறைவோனாயிருந்த லூக் இறந்து விட்டான். நல்ல வேளையாக, ஹானிபல் என்ற நீக்ரோ நன்னயத்தோடு நடந்துகொள்கிறான். அவனது விலங்குகளை நீக்கிவிட்டோம்; ருஷிய மொழி கற்றுக்கொண்டிருக்கிறான். உங்களது குடும்பங்களெல்லாம் நலமாயிருக்கின்றன.''

ஒரு வாரம் சென்றபின், இன்னொரு கடிதம் மாஸ்கோவை அடைந்தது:

''ஹெர் வினியஸ், இன்று நான் இந்த ஊரிலிருந்து புறப்பட்டேன்; மிடாவ் செல்கிறேன். ஈஸ்டர் தினத்தன்றே, நதியில் பனியெல்லாம் உருகிவிட்டதால், நாங்கள் ஆற்றுக்கு அக்கரை சென்று வசித்தோம். அங்கு ரொம்பவும் கஷ்டப்பட்டோம். கண்ணுக்குத்தான் விருந்து கிடைத்தது; வயிற்றுக்கு அல்ல. இங்கு வர்த்தகர்கள் மேலாடை அணிகிறார்கள். மிகவும் நேர்மையானவராகத் தோன்றுகிறார்கள். ஆனால் நமது ஆட்கள் சறுக்குவண்டிகளை விற்பதற்கு முன்வந்த பொழுது, அந்த வியாபாரிகள் ஒரு கோபக் காசுக்குக்கூடப் பேரம் செய்து சாபம் கொடுத்தார்கள். மகா கருமிகள். ஒரு குதிரைக்கும் ஒரு ஸ்லெட்ஜுக்கும் பத்து கோபக்தான் விலை கொடுத்தனர். ஆனால் அவர்களிடம் ஏதாவது பொருள்வாங்கச் சென்றால் ஒன்றுக்கு மூன்றாக விலையை உயர்த்திக் கேட்கிறார்கள்... என் தலைவரான தளபதிக்கு என் வணக்கத்தைத் தெரிவித்து, என் குடும்பத்தைக் கவனித்துக் கொள்ளும்படி கெஞ்சிக் கேட்டுக்கொள்ளுங்கள். (இந்த வாக்கியம் மட்டும் கரிய மசியில் எழுதப்பட்டிருந்தது)... நாங்கள் ரீகாவிலிருந்து புறப்பட்டுக் கோட்டை வீட்டையும் டவுனையும் கடந்தபொழுது, சுவர்கள் மீது நின்ற சோல்ஜர்களின் எண்ணிக்கை இரண்டாயிரத்துக்குக் குறைவில்லை. டவுனின் அரண் அமைப்பு வலுவானதுதான்; ஆனால் மூளியாக இருக்கிறது. இங்குள்ள ஜனங்கள் ரொம்பவும் பயப்படுகிறார்கள். மெய்க்காவலர்கள் இருந்தாலும், டவுனுக்குள் யாரையும் அழைத்துச் செல்வதற்கு அஞ்சுகின்றனர். ஆகக்கூடி, மனதுக்கு ஒத்தவர்களாக இல்லை. பயிர்கள் மோசம் செய்துவிட்டதால் நாட்டில் பசியும் பட்டினியும் அதிகம்.''

மீண்டும், மூன்று வாரங்களுக்குப் பின் இன்னொரு கடிதம் வந்தது:

''இன்று நாங்கள் கோனிக்ஸ்பர்க்குக்குக் கிளம்புகிறோம்; கடல்வழியே செல்கிறோம். இங்கு, மிடாவில், ஒரு விந்தைப் பொருளைப் பார்த்தேன். ஊரில் இருந்தபொழுது, இம்மாதிரிப் பொருள் இருப்பதாகக் கூறியதைப் பொய்யென்று கருதினோம். ஒரு மருந்துக் கடைக்காரனிடம், சாராய ஜாடியில் ஒரு *ஸாலமண்டர் இருந்ததைக் கண்டேன். அதைக் கையிலெடுத்துப் பார்த்தேன். அவர்கள் சொல்வதுமாதிரி, அது நெருப்பில் வாழும் பிராணிதான்... இங்கு நாங்கள் வண்டியோட்டிகளையெல்லாம் போகச் சொல்லிவிட்டோம். இடைவழியில் ஓடிப்போன வண்டியோட்டிகளைத் தேடிப் பிடியுங்கள். அவர்களைச் சந்தைக்கு இட்டுச்சென்று கசையால் அடியுங்கள். பெற்றுக்கொண்ட பணத்தைத் திரும்பக் கொடுக்கச் செய்யுங்கள். அப்பொழுதுதான், மற்றவர்கள் எதிர்காலத்தில் ஏமாற்றத் துணிய மாட்டார்கள்.

★ ஸாலமண்டர் - நீரிலும் நிலத்திலும் வாழும் ஒரு வாலுள்ள பிராணி. இது யாதொரு தீங்கும் செய்யாது. ஆனால் நஞ்சுள்ளதாகக் கருதப்பட்டது. அது தீயிலும் வாழுமென்று நம்பினார்கள். மொ-ர்.

4

பிரதான பாய்மரத்திலும், முன்புறப் பாய்மரத்திலும் இருந்த நான்கு பெரிய சதுரப் பாய்களும், முன்னணிப் பாகத்திலிருந்து நீண்டிருந்த சட்டத்தின் முனையில் இருந்த இரண்டு பாய்களும் இன்பமான தென்றலில் உப்பின. அந்த வசந்தகாலப் பகல் வேளையில், கதிரொளியில் பிரகாசித்த சாம்பல் நிறமான கடலில், புனிதர் ஜார்ஜ் என்ற பெயரை உடைய கப்பல் இடப் பக்கமாகச் சற்றுச் சாய்ந்து மிதந்தது. ஆங்காங்கே, நுரையால் விளிம்புகட்டிய பனிக்கட்டிகள் தென்பட்டன. ஸ்தூபி மாதிரி உயர்ந்திருந்த பின்புறத்தில் பிராண்டன்-பர்க் கொடி பறந்தது. மேல்தளம் துப்புரவாகத் துடைத்துத் தூயதாகவிருந்தது. 'பாலிஷ்'செய்யப்பட்ட பித்தளை பளபளவென்றிருந்தது. நடனமாடிய அலைகள் 'ஓக்'மரக் கப்பல் மீது மோதின. அவை முன்னால் நீட்டியுள்ள சட்டத்தின் கீழ்ச் சிதறியபொழுது வர்ணஜாலம் செய்தன.

பீட்டர், மென்ஷிகோவ், அலியோஷ்கா, வால்காவ் ஆகியோருடன் பாதிரி பிட்காவும் இருந்தான். பெரிய தலையும் கத்தரித்துவிடப்பட்ட தாடியும் உடைய பிட்கா, நோயாளிமாதிரித் தோன்றினான். அவர்கள் அனைவருமே சாம்பல்நிறத் துணியில் தைத்த டச்சு ஆடைகளையும் பஞ்சில் நூற்று நெய்த காலுறைகளையும் இரும்பு இறுக்கிகளுடன் கூடிய ருஷியத் தோல்பூட்ஸு களையும் அணிந்திருந்தனர். கீல்பூசிய கயிற்றுக் குவியல்கள் மீது அமர்ந்து அவர்கள் நல்ல புகையிலையைப் புகைபிடித்துக் கொண்டிருந்தனர். முழங்கையை, நீட்டிய கால்மீது வைத்துக்கொண்டிருந்த பீட்டர் அகமகிழ்ந்து களிகூர்ந்த நிலையில் இருந்தான். அவன் கூறினான்:

''பிராண்டன் பர்க்கின் *எலக்டரான பிரீட்ரிக்கைக் கோனிக்ஸ்பர்க்கில் பார்ப்போம். அவன் நம் மாதிரியான நபர்தான். நமது உதவி அவனுக்கு அவசரமாகத் தேவைப்படுகிறது. ஒரு புறத்தில் ஸ்வீடன்; இன்னொரு புறத்தில் போலந்து. இரண்டு நாடுகளிடமும் அஞ்சி வாழ்கிறான். இதை நாம் முன்பே அறிந்து கொண்டோம். நம்மிடம் ராணுவக் கூட்டுறவை நாடுவான், பாருங்கள்.''

''அதைப்பற்றி ஒருமுறைக்கு இருமுறை யோசிக்க வேண்டும்'' என்றான் அலெக்ஸாண்டர்.

பீட்டர் கடலில் எச்சில் துப்பிவிட்டுப் புகைக்குழாயின் நுனியைச் சட்டைக்கையின் முனையால் துடைத்துக்கொண்டான்.

''சரியான வார்த்தை. அத்தகைய ராணுவ ஒப்பந்தத்தால் நமக்கு ஏதும் நன்மை இல்லை. பிரஷ்யா, துருக்கியரோடு போரிடாது. அனால் இளைஞர்களே, கோனிக்ஸ்பர்க்கில் திமிர் பிடித்துத் திரியாதீர்கள். திரிந்தால், சிரச்சேதம் செய்வேன். நம்மைப்பற்றிக் கெட்ட பெயர் ஏற்படக்கூடாது.''

குடித்துக் கரகரத்துப்போன குரலில், பாதிரி பிட்கா பதிலுரைத்தான்:

''நாங்கள் எப்பொழுதுமே நன்மதிப்போடு நடந்து நற்பெயர் எடுப்பவர்கள்தாம். எனவே, எங்களை அச்சுறுத்தத் தேவையில்லை. ஆனால் இந்த எலக்டர் என்ற பட்டப்பெயரை நான் கேள்விப்பட்டதேயில்லை.''

★ எலக்டர் - புனித ரோமானிய சாம்ராஜ்யம் என்று குறிப்பிடப்பட்ட ஜர்மானிய சாம்ராஜ்யத்தின் சக்கரவர்த்தியைத் தேர்ந்தெடுக்கும் உரிமைபடைத்த ஜர்மானிய மகாப்பிரபுக்களும் தலைமைப் பாதிரிகளும் எலக்டர்களென்று குறிப்பிடப்பட்டனர். மொ-ர்.

''அரசனைவிடச் சற்றுத் தாழ்ந்தவன்; கோமகனைவிடச் சற்று உயர்ந்தவன் - அவனே எலக்டர். ஆனால் இந்த எலக்டரின் ராஜ்யம் அழிந்து கிடக்கிறது. இவன் கைக்கும் வாய்க்குமாக வாழ்க்கை நடத்துகிறான்'' என்றான் அலெக்ஸாண்டர்.

இன்னமும் மீசை அரும்பாத பருவத்தினனாயிருந்த அலியோஷ்கா கண்களையும் வாயையும் திறந்தவனாய் இந்த உரையாடலைக் கேட்டான். பீட்டர், அவன் வாயில் புகையை ஊதினான். அலியோஷ்கா இருமத் தொடங்கவே, மற்றவர்கள் சிரித்தனர்; அவனது விலாப்புறத்தில் கிளுகிளுக்கச் செய்தனர்.

''சரி, சரி! பார்க்கப்போனால், இது ஓர் அதிர்ச்சி தரும் விஷயம்: அவர்களது நாட்டுக்கு நாம் திடீரென்று விஜயம் செய்கிறோம்'' என்றான் அலியோஷ்கா.

இவர்கள், கயிற்றுச் சுருள்களிடையே அமர்ந்து வேடிக்கையாகப் பேசிக் கொம்மாளம் அடிப்பதைக் கண்டு கப்பல் தலைவனான பின்லாந்து தேசத்தினன் திகைப்படைந்தான். உல்லாசமாகப் பொழுதுபோக்கும் இந்த இளைஞர்களில் ஒருவன் மாஸ்கோவின் ஜார் என்பதை நம்புவது அக்கிழவனுக்குக் கஷ்டமாயிருந்தது. ஆனால் இந்த உலகத்தில் அற்புதங்களுக்குக் குறைவு இல்லை.

இடதுபுறத்தில், சேய்மையில், மணற்பாங்கான கடற்கரைகள் ஊர்ந்து சென்றன. அவர்கள் எப்பொழுதாவது ஒரு கப்பற்பாயைக் கண்டனர். சகல பாய்களையும் விரித்துக் காற்றை நிரப்பிக்கொண்டு சென்ற ஒரு பெரிய கப்பல், மேலைத் தொடுவானத்தின் அடியில் மறைந்தது. இந்தக் கடல் முன்னால் வைக்கிங்குகளுடைய[1] ஆதிக்கத்திலும் பிறகு ஹான்சு வணிகர்களது[2] ஆதிக்கத்திலும் இருந்தது. இப்பொழுது, ஸ்வீடிஷ்காரர்கள் இந்தக் கடலில் ஆட்சி புரிந்தனர். சூரியன் மறைந்து கொண்டிருந்தான். உயரமான பாய்மரத்திலிருந்த பாய்கள் காற்றுக்கும் முன்னால் பறந்து விரிந்தன. அலைகளிடையே மிருதுவான குமிழிகளை உண்டாக்கிக் கொண்டே உழுத 'புனிதர் ஜார்ஜ்', கடலிலிருந்து பிரிஷிஸ் ஹாப் விரிகுடாவைத் தடுத்த நீண்ட மணற் கரையை நோக்கிச் சென்றது. அவர்கள் ஒரு கலங்கரை விளக்கையும், விரிகுடாவின் நுழை வாயிலிருந்த பிலாவ் கோட்டையின் தாழ்வான காவல் அரண்களையும் கண்டார்கள். மணற் கரையை அடைந்தவுடன், வேட்டுப்போட்டு வணக்கம் தெரிவித்துவிட்டு, நங்கூரம் பாய்ச்சி னார்கள். கப்பல்தலைவன் மாஸ்கோவாசிகளை இராச் சாப்பாட்டுக்கு அழைத்தான்.

---

1. வைக்கிங்குகள்: எட்டு, ஒன்பது, பத்தாவது நூற்றாண்டுகளில் கடற்கொள்ளைகளை நடத்திய டேனிஷ்காரர்கள்.

2. ஹான்சு வணிகர்: ஹான்சு என்றால் சங்கம் என்று பொருள். வடக்கு ஜர்மனியின் நகரங்களில் வணிகர்கள் சங்கம் அமைத்துப் பால்டிக் கடலில் ஆதிக்கம் வகித்தனர். மொ-ர்.

6

காலையில் கரைக்குச் சென்றனர். மனங்கவர் காட்சி ஏதுமில்லை: மணல், பைன் மரங்கள், இருபது மீன்பிடிக்கும் கலங்கள், முளையடித்துக் காயவைத்திருந்த வலைகள், காற்று வெயில் மழையில் அடிபட்டு வெளுத்த தார்வான எளிய குடிசைகள், அவற்றின் ஜன்னல் கண்ணாடி களுக்குப் பின் தொங்கிய வெண்திரைகள் - அவ்வளவுதான். பீட்டர் அன்னாவைப் பற்றி அன்போடு எண்ணினான். துப்புரவாகக் கூட்டிய வீட்டு வாயில்களில், லினன் குல்லாய் அணிந்த மகளிர் தம் வீட்டு வேலைகளைக் கவனித்துக் கொண்டிருந்தனர். ஆடவர்கள், பின்புறத் தொங் கலுடன் கூடிய நீர்உறிஞ்சாத் தொப்பியை அணிந்திருந்தனர். அவர்கள் முகத்தைச் சிரைத்துக் கொண்டனர்; மோவாயின் கீழ் ஓர் அருகு அளவு தாடி வைத்திருந்தனர். அவர்களது நடையும் பாவனையும் ருஷியர்களுடையதைவிட அருவருப்பானதாக இருந்ததென்று சொல்லலாம். ஆயினும், அவர்கள் சுறுசுறுப்பாகப் பாடுபடுவோர் என்பதும், கூச்சமில்லாது பழகும் ஆர்வமுடையோர் என்பதும் உள்ளங்கை நெல்லிக்கனிபோல் புலனாயிற்று.

பீட்டர், மதுக்கடை எங்கிருக்கிறதென்று விசாரித்தான். மதுக்கடையின் சுத்தமான ஓக் மர மேஜைகள் முன்னால் அமர்ந்தபொழுது, அங்கு நிலவிய தூய்மையையும் இனிய மணத்தையும் கண்டு ஆச்சரியமடைந்தவாறு அவர்கள் பீர் குடித்தனர். இங்கு பீட்டர், எலக்டர் பிரிட்ரிக்குக்கு ருஷிய மொழியில் ஒரு கடிதம் எழுதினான்; அவனைச் சந்திக்க விரும்புவதாக அதில் தெரிவித் தான். வால்காவ் கடிதத்தை எடுத்துக்கொண்டு, கோட்டைச் சிப்பாய் ஒருவனுடன் கோனிக்ஸ்பர்க் சென்றான்.

வலைஞரும் அவர்களது வீட்டுப் பெண்களும், கதவருகில் நின்றனர்; சாளரங்கள் வழியே உள்ளே நோக்கினர். இந்த நல்ல ஜனங்களைப் பார்த்து பீட்டர் உல்லாசமாகக் கண் சிமிட்டினான்; அவர்களது பெயரை விசாரித்தான்; நிறைய மீன் கிடைத்ததா என்று உசாவினான்; இறுதியில் மேஜைக்கு அழைத்துப் பீர் அளித்தான்.

பிற்பகலில் பாதிநேரம் கழிந்தபின், தீப்பறவையின் இறகுகளால் அலங்கரிக்கப்பட்ட ஒரு பொன்முலாம் பூசிய கோச்சு, மதுக்கடை வாயிலுக்கு வந்து நின்றது. நீல ஸில்க் உடுத்து நறும்பொடி தூவிக்கொண்டிருந்த காம்மர்ஜங்கர், இலாகவமாகக் கீழே குதித்தான். வலைஞர் களை அப்பால் தள்ளிவிட்டுக் கவலைக்குறி படர்ந்த முகத்தோடு நடந்தான். கலப்பு ஈயக் கிண்ணங்களால் கடகடவென்று ஒலிசெய்துகொண்டிருந்த மாஸ்கோவாசிகளுக்கு ஏழெட்டு அடி தூரத்திலேயே அவன் தனது அகன்ற விளிம்புத் தொப்பியைக் கையில் எடுத்தான். முழங்காலைச் சற்று வளைத்து. ஒரு கையை நீட்டிக்கொண்டே பின்னால் அடி எடுத்துவைத்துத் தொப்பியின் இறகுகளால் தரையைக் கூட்டினான்.

''பிராண்டன்பர்க்கின் எலக்டர், மேன்மை பொருந்திய என் தலைவர், பிரிட்ரிக் அவர்கள் பிரார்த்தித்து உங்களை-'' என்று கூறியவன், சிறிது தயங்கினான். பீட்டர் அவனை நோக்கி ஒரு விரலை ஆட்டினான். அவன் தொடர்ந்து பேசினான்:

''நீண்ட காலமாக ஆவலுடன் எதிர்பார்க்கப்பட்ட பெருமகனான விருந்தாளி இந்த ஏழைக் குடிசையிலிருந்து நீங்கி, அவரது அந்தஸ்துக்கு உரித்தான இடத்தில் தங்கவேண்டுமென்று எலக்டர் வேண்டுகிறார். வேண்டிய வசதிகளைச் செய்துவைத்துக் காத்திருக்கிறார்.''

அலெக்ஸாண்டர் நீல ஆடை அணிந்த தூதனை உற்றுப் பார்த்துவிட்டு, மேஜையின் அடியில் அலியோஷ்காவை உதைத்துவிட்டுக் கிசுகிசுத்தான்:

''இதுதான் விநயம் என்பேன்! அவன் கால்விரல்களில் நிற்பதைப் பார், ஓவியம்போல! அவனது பொய்மயிர், குட்டையாகவிருக்கிறது. நாமோ தொப்பூழ்வரை தொங்கும் பொய்ம் மயிரை அணிகிறோம்! என்ன கேவலம்!''

பீட்டர், காம்மர் ஜங்கருடன் கோச்சில் ஏறிக்கொண்டான். மற்றவர்கள் சாதாரண வண்டியில் சென்றனர். கோனிக்ஸ்பர்க்கின் தலைசிறந்த குடியிருப்புப் பகுதியில் ஒரு வணிகர் வீட்டை இவர் களுக்காகச் சித்தம் செய்திருந்தனர். அவர்கள் நகரில் பிரவேசித்தபொழுது, இருட்டிவிட்டது. வட்டமான கற்கள் பாவிய சுத்தமான தெருக்களில், வண்டிச் சக்கரங்கள் கடகடவென்ற ஒலியுடன் உருண்டன. வேலிகளோ கிராதிகளோ வீடுகளுக்கு இல்லாததுகண்டு அவர்கள் வியப்புற்றனர். வீடுகள் தெருவை ஒட்டியிருந்தன. அவற்றின் சிறிய கதவுகளை உடைய நீண்ட ஜன்னல்கள் கிட்டத்தட்டத் தரையைத் தொட்டன. எங்கு நோக்கினும் விளக்குகள் எரிந்து நல்வரவு கூறின. கதவுகள் திறந்திருந்தன. ஜனங்கள் பயமில்லாமல் நடமாடினார்கள். ''உங்களுக்குக் களவு, கொள்ளையைப் பற்றி அச்சம் இல்லையா? உங்கள் நகரில் திருடர்கள் இல்லையா?'' என்று கேட்க வேண்டும் போலிருந்தது.

மீண்டும், அவர்களுக்குத் தங்குமனையாகப் பயன்பட்ட வணிகர் வீட்டிலும், எதையும் ஒளித்துவைக்கவில்லை; அழகழகான பொருட்கள் இங்குமங்கும் கிடந்தன. முட்டாள்தான் இவற்றைத் திருடாதிருப்பான். ஓக் மரத்தால் கட்டிய போஜன அறையின் படங்களையும் பீங்கான் களையும் மான் கொம்புகளையும் நோக்கிய பீட்டர், அலெக்ஸாண்டரிடம் கிசுகிசுத்தான்:

''யாராவது மிகச் சிறுதிறமான பொருளைத் தொட்டாலும், அவனை நுழைவாயிலிலே தூக்கிலிடுவேன் என்று நம் ஆட்களிடம் கண்டிப்பாகக் கூறிவிடு.''

''மீன் ஹெர்ஸ், அவ்வாறே செய்கிறேன். நானே அம்மாதிரி பயந்தேன். அவர்களுக்குப் பழக்கமாகும்வரை முன் ஜாக்கிரதையாக இருக்கவேண்டும்; எனவே, அவர்களது சட்டைப் பைகளைத் தைத்துவிடச் செய்கிறேன். குடிபோதையில் அவர்கள்... ஆண்டவன் தடுப்பாராக.''

காம்மர்ஜங்கர் கோச்சுடன் திரும்பிவந்து பீட்டரை அரண்மனைக்கு அழைத்துச்சென்றான். அவர்கள் ஒரு மறைவான திட்டிவாசல் வழியே பிரவேசித்தனர். அங்கிருந்த தோட்டத்தில், பொறிகளிலிருந்து நீர் தாரைதாரையாய்ப் பீரிட்டது. பந்துவடிவிலும் பறவை வடிவிலும் 'பிரமிட்' வடிவிலும் கத்தரிக்கப்பட்டிருந்த செடிக்கொத்துகள், புல்வெளியின் பின்னணியில் கறுப்பாகத் தோன்றின. தோட்டத்திலிருந்து உள்ளே செல்வதற்கான கண்ணாடிக் கதவுகளண்டை, பிரிட்ரிக் தன் விருந்தாளியைச் சந்தித்தான். அவன் சட்டைக் கையின் சரிகை விளிம்பில் மறைந்திருந்த விரல்களின் நுனிகளை விருந்தாளியிடம் நீட்டினான். கூரிய நாசியும் உயர்ந்த நெற்றியும் உடைய அவனது ஆர்வம் மிகுந்த முகத்தை ஒரு பட்டுப்போன்ற பொய்மயிர் அலங்கரித்தது. மார்புக்கு நேராக இருந்த நீல நாடாவில் வயிர நட்சத்திரங்கள் ஜொலித்தன.

''ஆ, என் சகோதர, என் இளைய சகோதர!'' என்று பிரெஞ்சு மொழியில் அவன் விளித்தான்; அதையே ஜர்மானிய மொழியில் திரும்ப உரைத்தான்.

பீட்டர், கொக்கு மாதிரி அவனைக் கீழ்நோக்கிப் பார்த்தான். அவனை எப்படி அழைப்ப தென்று அவனுக்குப் புரியவில்லை. 'சகோதரா என்பதா? மிதமிஞ்சிய கௌரவம் அளித்ததாகி விடும். மாமா எனலாமா? நன்றாயில்லை. மேன்மை தங்கியவரே என்பதுமாதிரி ஏதாவது

சொல்லலாமா? எவ்வாறு அழைப்பதென்று அனுமானிப்பது கடினம். தாழ்வான பட்டமாகத் தோன்றினால், அவன் மனது புண்படலாம்.'

விருந்தாளியின் கரங்களைப் பிடித்துக்கொண்டே, எலக்டர் பின்னோக்கி நடந்தான். கம்பளம் விரித்த சிறிய அறையில் அவர்கள் பிரவேசித்தனர். பீட்டருக்குத் தலை சுற்றியது. அவனுக்குப் பிடித்தமான இளம்பருவகாலப் படங்களில் ஒன்று உயிர்த்தெழுந்த மாதிரி அவ்வறை இருந்தது. நெருப்புக் கணப்புக்குமேல் இருந்த சலவைக்கல் தட்டில், அருமையான வேலைப்பாடுடன் கூடிய கடிகாரத்தின் ஊசல்குண்டு ஆடிக்கொண்டிருந்தது. ஒரு விண்ணுலகக் கோளமும் விண்மீன்களும் சந்திரனும் அக்கடிகாரத்தை அலங்கரித்தன. பிரதிபலிக்கும் கண்ணாடி யுடன் கூடிய முக்கிளை விளக்குகள் கண்ணுக்கினிய ஒளி பெய்து, சுவர்களிலிருந்த திரைச்சிலை ஓவியங்களையும், சொகுசான நாற்காலிகளையும், மணைகளையும், எதற்கென்று ஊகிக்க முடியாதனவாயிருந்த ஏராளமான மனோகரப் பொருட்களையும் பிரகாசிக்கச் செய்தன. சோப்புக்குமிழிபோல் நொய்மையான கண்ணாடியில் செய்த குறுகலான நீண்ட குடிகிண்ணங் களில், ஆப்பிள் மலர்களையும் 'செர்ரி' மலர்களையும் உடைய பூங்கொம்புகள் காட்சி தந்தன.

எலக்டர், பொடி டப்பியை விரல்களால் உருட்டிக்கொண்டிருந்தான். பாதி மூடிய கண்களால் நன்னயத்தோடு நோக்கினான். கணப்புக்கருகில் இருந்த பொன் முலாமிட்ட நாற்காலியில் விருந்தாளியை உட்காரச் செய்தான். அது நொய்மையாயிருந்ததால் உடைந்துவிடுமென்று அஞ்சிய பீட்டர், தன் பளுவையெல்லாம் பாதத்தில் தாங்கிக்கொண்டான். எலக்டர், பிரெஞ்சு வார்த்தைகள் விரவிய ஜர்மானிய மொழியில் பேசினான். கடைசியில் அவன் ராணுவ ஒப்பந்தத்தைப் பற்றியும் குறிப்பிட்டான். அப்பொழுது பீட்டருக்குப் பேச்சும் புரிந்தது; கூச்சமும் ஓரளவுக்கு நீங்கியது. அவன் மாலுமியுடன் டச்சு-ஜர்மானியக் கலப்பு மொழியில் பேசினான். தான் மாற்றுருவில் வந்திருப்பதால், அரசியல் விவகாரங்களை விவாதித்து முடிவுசெய்ய இயலா தென்றும், ஒரு வாரம் சென்றபின் அரசியல் தூதர்கள் வருவரென்றும், அவர்களுடனேயே பேச்சு வார்த்தைகளை நடத்த வேண்டுமென்றும் பீட்டர் கூறினான்.

பிரிட்ரிக் கரம் கொட்டினான். பீட்டரால் சாளரம் என்று கருதப்பட்ட ஒரு கண்ணாடிக் கதவு ஓசையின்றித் திறந்தது. மிக்கச் சிவப்பான ஊழியர் ஆடை அணிந்த வில்லைச் சேவகர்கள், உணவும் மதுவும் பரிமாறிய சிறு மேஜையைக் கொண்டுவந்தனர். பசியால் சோர்ந்திருந்த பீட்டருக்கு உடனடியாக ஊக்கம் உண்டாயிற்று. ஆனால் மேஜையில் உணவுப் பண்டங்கள் கொஞ்சமாகவே இருந்தன. உறைப்பிலிட்ட இறைச்சித் துண்டுகள் சிலவும், வறுத்த மாடப் புறா ஒன்றும், ஒரு சிறிய அப்பமும், சிறிய அளவு இன்சுவைப் பச்சடியும் இருந்தன. மேஜைக்கு முன் அமரும்படி பீட்டரை எலக்டர் நேர்த்தியாகச் சைகை செய்து அழைத்தான். ஒரு கஞ்சி போட்ட துண்டை எடுத்துப் பிரித்து வயிற்றுக்கு மேல் கோட்டில் சொருகிக்கொண்டு, சாமர்த்தியமாகச் சிரித்துப் பேசினான்:

''மாட்சிமை பொருந்திய நீங்கள், கிறித்துவச் சமயத்தின் சத்துருக்களைப் போர்க்களத்தில் தோற்கடித்த சேதி கேட்டு ஐரோப்பா மகிழ்கிறது; உங்களது பெரிய வெற்றிகளைப் போற்றுகிறது. அந்தோ, நடுவரங்குக் காட்சிகளைக் கண்டு களித்துக் கரகோஷம் செய்த ரோமானியரைப் போல், பார்வையாளராக இருந்து புகழ்வதற்கே என்னால் முடியும். என் அவப்பேறான தேசம், சத்துருக்களால் சூழப்பட்டிருக்கிறது. இப்பக்கம் திரும்பினால் போலிஷ்காரர்கள்; அப்பக்கம் திரும்பினால் ஸ்வீடிஷ்காரர்கள். ஸ்வீடிஷ் கொள்ளைக்காரர்கள், பால்டிக் கடலுக்கும் ஸாக்ஸனிக்கும் போலந்துக்கும் விவோனியாவுக்கும் எஜமானனாக இருக்கும்வரையில், நாட்கள் சுபிட்சம் எய்தமுடியாது. என் வாலிப நண்பரே, நாம் செய்த பாவங்களுக்காக ஆண்டவன் நமக்கு

எதிராக அனுப்பியுள்ள பொது விரோதி துருக்கியன் அல்ல; ஸ்வீடிஷ்காரனே. இதை நீங்கள் விரைவில் உணர்வீர்கள். அவர்கள் பால்டிக் கடலில் செல்லும் ஒவ்வொரு கப்பலுக்கும் சுங்கவரி வசூலிக்கிறார்கள். நாமெல்லோரும் பாடுபடுகிறோம்; அவர்கள் குளவிகளைப்போல் கொள்ளை யடித்து வாழ்கின்றனர். நாம் மட்டுமல்ல; ஆங்கிலேயரும் டச்சுக்காரரும்கூடப் பாதிக்கப்பட்டிருக் கிறார்கள். துருக்கியர்கள்! துருக்கியர்கள்! 'அவர்களுக்குள்ள பலமெல்லாம் பிரான்ஸின் ஆதரவுதான். ஸ்பெயினை ஆண்டுவரும் ஹாப்ஸ்பர்க்குகளது மகுடத்தைக் கவரவிரும்பும் அந்தக் கொடுங்கோலனே துருக்கிக்குச் சிம்புவைத்துக் கட்டுகிறான். நண்பரே, பிரான்ஸுக்கு எதிராக ஒரு மகத்தான கூட்டணி உருப்பெறுவதை நீங்கள் விரைவில் காண்பீர்கள். பதினான்காவது லூயி கிழவனாகிவிட்டான். அவனது புகழ்பெற்ற மார்ஷல்களெல்லாம் கல்லறையில் புதைந்து விட்டனர். தாங்க முடியாத வரிப் பளுவால் பிரான்ஸ் அழிந்து கொண்டிருக்கிறது. அதனால் இனி துருக்கிச் சுல்தானுக்கு உதவி செய்யமுடியாது. சர்வதேச ஆட்டத்தில் துருக்கியின் சீட்டு தோற்றுவிடும். ஆனால் ஸ்வீடன்! - ஆ, ஸ்வீடன்தான் மாஸ்கோவின் பின்புறத்திலுள்ள மிக்க ஆபத்தான விரோதி.''

முழங்கை மூட்டுகளை இலேசாக மேஜையில் வைத்துக்கொண்டு, எலக்டர் ஆப்பிள் மலர் ஒன்றைப் பறித்தான். அவனது ஈரவிழிகள் மினுமினுத்தன. மெழுகுவத்தியின் ஒளியில் அவனது மழுமழுப்பாகச் சிரைத்த முகம் அசாத்தியத் திறமைவிளங்கக் காட்சியளித்தது.

இந்த ஜர்மானியன் தன்னை வலையில் சிக்கவைப்பானென்று பீட்டர் அஞ்சினான். ஒரு பெரிய கண்ணாடிக் கிண்ணத்தில் ஒயினை அருந்திக்கொண்டே, ''உங்களது இன்ஜினியர்களிடம் துப்பாக்கிப் பிரயோகப் பயிற்சி பெற விரும்புகிறேன்'' என்று கூறினான்.

''பூங்கா முழுவதையும் உமது ஏவலுக்குப் பயன்படுத்தலாம்'' என்றான் எலக்டர்.

''நன்றி....''

''இந்த நறுமணத் தேறலைச் சுவைத்துப் பாருங்கள்.''

''நன்றி. நாங்கள் அதற்குள்ளாக ஐரோப்பிய விவகாரங்களில் சிக்கமுடியாது. துருக்கியர்கள் எங்களுக்குப் பெரிய உபத்திரவமாயிருக்கிறார்கள்.

''ஆனால், போலந்தின் உதவியை நம்பாதீர்கள். வாலிப நண்பரே, போலந்து ஸ்வீடனுக்குத் தாளம் போடுகிறது.''

''இந்த நறுமணச் செந்தேறல் நன்றாயிருக்கிறது.''

''உங்களது வியாபார வளர்ச்சிக்குக் கருங்கடல் உதவாது. ஆனால் பால்டிக் கடற்கரையில் சில துறைமுகங்கள் இருந்தால், ருஷியாவுக்குக் கணக்கிட முடியாத பொருட்பேறு உண்டாகும்.''

எலக்டர், ஆப்பிள் மலரின் இதழ்களைக் கொறித்தான். மனங்கலங்கிய மாஸ்கோவாசியின் முகத்தை நோக்கியபொழுது, அவனது உறுதிவாய்ந்த கண்களில் ஏளனம் மறைந்திருந்தது.

6

அடுத்த வாரம் முழுவதும், அரசியல் தூதர்கள் வரும்வரையில் பீட்டர் நகருக்கு வெளியே குறிபார்த்துச் சுடுவதற்குப் பழகிக்கொண்டிருந்தான். ஸ்டீட்னர் என்ற தலைமை இன்ஜினியர் கீழ்க்கண்ட நற்சான்றுரையை வழங்கினார்:

''ஹெர் பீட்டர் மிஹாலேவைக் குண்டுகள்சுடும் விஞ்ஞானத்தின் தத்துவத்திலும் நடைமுறையிலும் வல்லவராகவும், துப்பாக்கி வகைகளைக் கவனமாகவும் திறமையாகவும் ஆள்கிறவராகவும் கருதவேண்டும். அவருடைய உயர்ந்த ஞானத்தைக் கருதி, அவருக்குச் சகல சாத்தியமான உதவிகளையும் அன்பான ஆதரவையும் அளிக்கவேண்டும்.''

அரசியல் தூதர்களின் கோனிக்ஸ்பர்க் பிரவேசம் அதற்குமுன் எங்கும் கண்டிராத அளவுக்கு எடுப்பாகவும் பகட்டாகவும் இருந்தது. உயர்ந்த இருக்கைத் துணிகளையும் குதிரைத் துணி களையும் உடைய குதிரைகள் முன்சென்றன. அவற்றின் பின்னால், பிரஷ்யக் காவலர்களும் சேவகர்களும் வீரர்களும் வந்தனர். ருஷ்ய முரசொலிப்போர் எக்காளவகைகளில் எழுப்பிய நாதம் காதைச் செவிடாக்கியது. அவர்களுக்குப் பின்னால் சரிகைவைத்துப் பின்னிய பச்சைக் கோட்டு அணிந்த முப்பது தொண்டர்கள் வந்தனர். தூதர்களது புடையர்கள், மிக்க சிவப்பான கோட்டு உடுத்து, அதன் மார்பிலும் முதுகிலும் பொன்னாலான மரபுச் சின்னங்களைத் தரித்துக் குதிரை மீது வந்தனர். லிபோர்ட், கோலோவின், வாஸ்நிட்ஸின் ஆகிய மூன்று தூதர்களும் விசாலமான கண்ணாடிக் கோச்சில் வந்தனர். அவர்கள் மயிர்ப்பட்டு கொடுத்துத் தைத்த வெண்மையான ஸாட்டின் கோட்டு அணிந்திருந்தனர். நீர்நாய் மயிரில் செய்த நெட்டையான பாயர் தொப்பி தரித்திருந்தனர். அத்தொப்பியில் வயிரத்தில் செய்த இரட்டைத்தலைக் கழுகு 'டால்' வீசியது. அவர்கள் சாய்ந்து அமர்ந்து சிலைபோல் இருந்தனர். மோதிரங்களிலும், கைத்தடிகளின் பிடியிலும் ரத்தினக் கற்கள் ஜொலித்தன. இந்தக் கோச்சுக்குப் பின்னால், மதிப்பிடற்கரிய ஆடை அணிந்த மாஸ்கோ பிரபுக்கள் வந்தனர்.

எலக்டருடைய வரவேற்புகளும், அவருடன் பேச்சுவார்த்தைகளும் நடைபெற்றபொழுது, பீட்டர் சிங்காரப் படகு விட்டுக்கொண்டிருந்தான். இங்கு வேலை ஒன்றுமில்லை. எலக்டர் என்னதான் தந்திரக்காரனாயிருந்தாலும், அவனுடன் கூட்டுச் சேர்வதைவிடப் போலந்துடன் சேர்வதே பீட்டருக்கு அவசியமாயிருந்தது. முன் காலத்தைப்போல, அரசியல் தூதர்கள், ஒவ்வொரு எழுத்துக்கும் வார்த்தைக்கும் காரணமில்லாமல் தடை சொல்லிக்கொண்டிருக்க வில்லை. எலக்டர் இன்னும் அரசனாகவில்லை என்பதால் அவனுக்கு மண்டியிட்டு அவனது கரத்தை முத்தமிட்டு மரியாதைசெய்ய மறுத்ததைத் தவிர, அவர்கள் இணக்கமாகவே நடந்து கொண்டனர். அவர்கள் ராணுவ ஒப்பந்தம் வேண்டாமென்றனர்; நட்புறவு ஒப்பந்தம் போது மென்பதில் உறுதியாயிருந்தனர். எலக்டர் வற்புறுத்தியபொழுது, அவர்கள் ஒரு நிபந்தனையுடன் ராணுவ ஒப்பந்தத்துக்கு உடன்பட்டனர். துருக்கிக்கு எதிரான போரிலிருந்து விலகும் நாடுகள்மீது போர்தொடுக்க வேண்டுமென்பதே அந்த நிபந்தனை. இது எலக்டருக்குப் பிடித்தமாயில்லை. அவன் பீட்டர் இருந்த சிங்காரப் படகுக்குச் சென்று, இரவெல்லாம் அவனுடன் பேசினான். ஆனால் அந்த இளைஞன் தனது அழுக்கு நகங்களைக் கடித்துக்கொண்டு பேசாதிருந்தான். கடைசியில், அவன் கூறினான்:

''சரி; உங்கள் கருத்துக்கு உடன்படுகிறோம். ஆனால் இதை எழுத்துமூலம் உறுதிப்படுத்த வேண்டாம். எலக்டர், உங்களுக்குத் தேவை ஏற்படும்பொழுது நாங்கள் உதவிசெய்வோம். இதோ சிலுவையை முத்தமிட்டுச் சொல்கிறேன். நீங்கள் என்னை நம்பவில்லையா?''

இந்த இரகசியமான வாய்மொழி ஒப்பந்தத்தைப் பிறகு காகிதத்தில் ஊர்ஜிதம் செய்ய வேண்டியதாயிற்று. அதன்பின் தூதர்குழு புறப்பட்டது. எனினும், போலந்தில் புதிய அரசனின் தேர்தல் தொடங்கிவிட்டதென்ற மிக முக்கியமான சேதி வந்ததால், தூதர்குழு மூன்றுவார காலம் பிலாவில் தங்கவேண்டியதாயிற்று போலந்தில் சட்டசபைகளிலும் ஸ்தலஸ்தாபனங்களிலும், பிரபுக்கள் தத்தம் அபேட்சகர் நலனை முன்னிட்டுப் பிஸ்டல்களால் சுட்டார்கள்; வாளேந்திப் போராடினார்கள். அரசு இருக்கைக்கு பத்துக்கு மேற்பட்ட அபேட்சகர்கள் இருந்தபோதிலும், ஸாக்ஸனியின் எலக்டரான அகஸ்ட்டும் பிரான்ஸிஸ் லூயியுமே உண்மையானவர்களாகவும் முக்கியமானவர்களாகவும் இருந்தனர்.

பிரெஞ்சுக்காரன் போலிஷ் அரியணையில் அமர்ந்தால், போலந்து துருக்கிக்கு எதிரான கூட்டிலிருந்து விலகி, மாஸ்கோவுக்கு எதிராகப் போர்தொடுக்கும். இங்குதான் பீட்டர் ராஜ தந்திரத்தின் முக்கியத்தை உணர்ந்தான். பிலாவிலிருந்து பீட்டர் வினியஸ்ஸுக்கு ஒரு தூதனை அனுப்பினான்; பிரெஞ்சுப் பிரபுவின் ஆதரவாளர்களுக்கு அதிகப் பட்சமான அச்சத்தை ஊட்டும் வகையில், போலிஷ்காரர்களுக்குக் கடிதம் எழுதும்படி வினியஸ்ஸுக்கு ஆணையிட்டான். அவர்கள் மாஸ்கோவிலிருந்து க்னீஸ்டின் கத்தோலிக்கத் தலைமைக் குருவுக்கு ஒரு கடிதம் எழுதினார்கள். அதில் அவர்கள் கூறியது:

''... ...பிரெஞ்சுக்காரன் ஒருவன் போலந்துக்கு வேந்தனானால், புனிதச் சிலுவையின் விரோதிகளுக்கு எதிரான கூட்டுறவுக்குப் பேராபத்து விளையும் என்பதுடன், போலந்துடன் ஏற்பட்டுள்ள நிரந்தர சமாதானத்துக்கும் அபாயம் உண்டாகும். எனவே, போலந்தின் அரசர்களிடமும் பிரபுக்களிடமும் அரசவையிடம் போலிஷ் ராஜ்யத்திடமும் உள்ள சாசுவத நட்பால் உந்தப்பட்டு நாம் கூறுவது என்னவெனில், பிரெஞ்சு - துருக்கியக் கட்சியிடம் சார்புடைய அரசனை நாங்கள் விரும்பவில்லை என்பதே.'' இந்தத் தஸ்தாவேஜியுடன் மயிர்ப்பட்டும் பொன்னும் அனுப்பப்பட்டன. பாரிஸிலிருந்தும் பொன் வந்தது. பொறுப்பற்ற போலிஷ்காரர்கள் அகஸ்ட், பிரான்ஸிஸ் இருவரையும் தேர்ந்தெடுத்தார்கள். கலகங்கள் உண்டாயின. பிரபுக்கள் தத்தம் சேவகருக்கும் உழவருக்கும் ஆயுதமளித்துப் பண்ணைகளை அழித்துக்கொண்டனர்; சிறு நகர்களைத் தீயிட்டுக் கொளுத்தினர். கிலியடைந்த பீட்டர், அகஸ்ட்டுக்கு ஆதரவாகப் படைகளை லிதுவேனிய எல்லைக்கு அனுப்பும்படி மாஸ்கோவுக்கு எழுதினான். ஆனால் அகஸ்ட்டே அரியாசனத்தைக் கைப்பற்றுவதற்காகப் பன்னிரண்டாயிரம் படைவீரர்களுடன் போலந்து சென்றான். பிரெஞ்சுக் கட்சி தோல்வியுற்றது. பெரிய பிரபுக்கள் தத்தம் கோட்டைக்குச் சென்றனர்; சாதாரணப் பிரபுக்கள் சாராயக் கடைகளில் புகுந்தனர். பிரான்ஸிஸ் லூயியைப் பொறுத்தமட்டில், அவன் புலோகன் வரைதான் வந்தானென்றும் அங்கேயே தோட்களைக் குலுக்கிவிட்டுத் தன் களியாட்டங்களில் ஈடுபட்டுவிட்டானென்றும் ஐரோப்பா அறிந்து கொண்டது. அரசன் அகஸ்ட், வார்ஸாவிலிருந்த ருஷிய ஸ்தானீகரிடம், தான் பீட்டரைச் சார்ந் திருப்பதாக வாக்களித்தான்.

இந்தப் பெரிய நிகழ்ச்சி நல்லபடியாக முடிந்தது. தூதர்கள், பீட்டரோடும் தொண்டர் களோடும் பிலாவிலிருந்து புறப்பட்டனர்.

7

தூதர்குழுவுக்கு முன்னால், பீட்டர் பிரயாணம் செய்தான். எந்த இடத்திலும் தங்காது, பெர்லினையும் பிராண்டன்பர்க்கையும் ஹால்பர்ஸ்டாடையும் கடந்தான். இல்ஸன்பர்க் அருகில் இருந்த இரும்புத் தொழிற்சாலையைப் பார்வையிடுவதற்காக மட்டும் அவன் தன் வழியிலிருந்து திரும்பினான். தாதுப்பொருள்களை உருக்கும் உலையிலிருந்த கசடுகள் நீங்கிய இரும்பு, குழம்பாகக் கொட்டுவதையும், புடக் குகைகளில் இரும்பு உருகுவதையும், மெல்லிய இரும்புத் தகடுகளிலிருந்த துப்பாக்கிக் குழல் உருவாக்கப்படுவதையும், நீரினால் ஓட்டப்பெறும் சக்கரங்களால் இயக்கப்பெறும் கடைசல் யந்திரங்களில் துளையிடுவதும் கடைசல் பிடிப்பதும் நிகழ்வதையும் அவன் கண்டான். தேர்ச்சியாளரும் பயிற்சியாளரும் தமக்குச் சொந்தமான ஒர்க்ஷாப்பிலும் பட்டறையிலும் வேலை செய்தனர். அவர்கள் உற்பத்திசெய்த துப்பாக்கி களையும் பிஸ்டல்களையும் வாட்களையும் பூட்டுக்களையும் குதிரை லாடங்களையும் இல்ஸன் பர்க் கோட்டையில் வாங்கிக்கொண்டனர். பீட்டர் இரண்டு திறமையான தேர்ச்சியாளர்களிடம் பேசி, மாஸ்கோ செல்வதற்கு இணங்கும்படிச் செய்தான். ஆனால் அவர்கள் சங்கம் அனுமதி அளிக்க மறுத்தது.

அவர்கள் பிரயாணம் செய்த சாலைகளில் பேரிக்காய் இனப் பழமரங்களும் ஆப்பிள் மரங்களும் வரிசையாயிருந்தன. ஆனால் ஜனங்கள் அக்கனிகளைத் திருடவேயில்லை. சுற்றிலும் ஓக் மரத் தோப்புகள், நீண்ட சதுரமான கதிர்மணி வயல்கள், கற்சுவர்களை உடைய தோட்டங்கள்; மரங்களிடையே வீடுகளின் ஓட்டுக் கூரைகளும் புறாக்கூண்டுகளும் தென்பட்டன. இரண்டு அல்லது மூன்று மைல் தூரத்துக்கு ஒரு டவுன் இருந்தது. அங்கு மெல்லிய ஸ்தூபியை உடைய செங்கற்கோயிலும், கருங்கல்லில் கட்டிய கிணற்றுடன்கூடிய தளம்பாவிய சதுரமும், நகர மண்ட பத்தின் உயர்ந்த கூரையும், அமைதி நிறைந்த செம்மையான இல்லங்களும், தங்குமனையின் வினோதமான பெயர்ப்பலகையும், க்ஷவரத் தொழிலாளியின் கதவுமேல் ஒரு தட்டமும் காணப்பட்டன. பின்னல் குல்லாயும் குட்டைச் சட்டையும் வெள்ளைக் காலுறையும் அணிந்த ஜர்மானியர்கள் அன்பு ததும்பப் புன்னகை செய்தனர். இதுதான் புராதனப் பெருமைக்குரிய உயர்வான ஜர்மனியாகும்.

ஒரு வெதுவெதுப்பான ஜூலை நாள் மாலையில் பீட்டரும் அலெக்ஸாண்டரும், ஹானோவர் அருகிலுள்ள கோப்பன்புரூக் என்ற சிறிய டவுனை அடைந்தனர். நாய்கள் குரைத்தன. ஜன்னல்கள் சாலையில் ஒளிபெய்தன. ஜனங்கள் தத்தம் இல்லத்தில் இரவுணவு புசித்துக்கொண்டிருந்தனர். பொன்னிறப் பன்றியைப் பெயர்ப் பலகையில் பொறித்திருந்த தங்குமனையின் பிரகாசமான வாயிற் கதவண்டை தூசாடை அணிந்த ஒருவன் தோன்றினான். அவன் கோச்சுஓட்டியிடம் ஏதோ இரைந்து கூறினான். கோச்சுஓட்டி சோர்ந்த குதிரைகளை இழுத்துப் பிடித்துக்கொண்டு பீட்டரை நோக்கித் திரும்பினான்:

''மேன்மை பொருந்தியவரே, இந்த விடுதிக்காரன் ஒரு பன்றியைக் கொன்றிருக்கிறான். இன்று, குடற்குழாயில் உறைப்பிட்ட இறைச்சியை அடைத்திருக்கிறான். இரவுக்கு இதைவிட வசதியான தங்குமனை கிடைக்காது.''

பீட்டரும் அலெக்ஸாண்டரும் வண்டியிலிருந்து இறங்கிக் கால்களை நிமிர்த்தினர்.

‘‘அலெக்ஸாண்டர், நாம் இத்தகைய வாழ்வை நம் தேசத்தில் என்றாவது காண்போமா?’’

‘‘நான் அறியேன்; மீன் ஹெர்ஸ், விரைவில் சாத்தியமென்று எனக்குத் தோன்றவில்லை.’’

‘‘சொகுசான வாழ்க்கை. உற்றுக் கேள். இங்கு நாய்கள்கூட நாஸூக்காகக் குரைக்கின்றன. இது விண்ணுலகம்தான். மாஸ்கோவைப் பற்றி நினைத்தால், அதை எரிக்கவேண்டுமென்று தோன்றுகிறது.’’

‘‘அது ஒரு பன்றிப்பட்டி என்பது உண்மைதான்.’’

‘‘பழைமை பழைமை என்று பேசி, அதிலேயே ஊறி அழுகுகிறார்கள். ஆயிரமாண்டுகளில், உழவுத்தொழிலைக் கூட அவர்கள் நன்றாகக் கற்றுக்கொள்ளவில்லை. ஏன்? எலக்டர் பிரிட்ரிக் விவேகிதான். நாம் பால்டிக் கடலை நோக்கி முன்னேற வேண்டுமென்று அவன் கூறியது சரியே. அப்படித்தான் செய்யவேண்டும். அங்கு ஒரு புதிய நகரத்தை, உண்மையான சுவர்க்கபுரியை, கட்டவேண்டும். பார், இங்குள்ள விண்மீன்களும் நம் தேசத்தின் விண்மீன்களைவிடப் பிரகாசமாக உள்ளன!’’

‘‘மீன் ஹெர்ஸ், நமது ஜனங்கள் இந்த நகரையும் பன்றிப்பட்டியாக்கி விடுவார்கள்.’’

‘‘அலெக்ஸாண்டர், சற்றுப்பொறு. நான் திரும்பிச் சென்றதும், மாஸ்கோவுக்குச் சரியான பாடம் கற்பிக்கிறேன்.’’

‘‘அது ஒன்றுதான் வழி.’’

அவர்கள் அந்த விடுதிக்குள் சென்றனர், கூரையின் ஓக்மா உத்திரத்திலிருந்து இறைச்சி அடைத்த குடல் குழாய்களும், பன்றித்தொடையில் உப்பிலிட்ட இறைச்சியும் தொங்கின. பிரகாசமாக எரிந்த விறகின் ஒளியில், செப்புப் பாத்திரங்கள் பளபளவென்று புலனாயின. விடுதிக்காரன், தன் சிவந்த முகமெல்லாம் மலரத் தாழ்வாகக் குனிந்து வணங்கினான். அவர்கள் பீர் வேண்டுமென்று கூறிவிட்டு உட்கார்ந்தபொழுது, ஒரு வீரன் தெருவிலிருந்து உள்ளே வந்தான். அவன் கூம்பு வடிவத்திலுள்ள உயரமான அகன்ற விளிம்புத் தொப்பியை அணிந்திருந் தான். அவனது மேலாடை குதிமுட்களைத் துடைத்தது. தலையசைத்து விடுதிக்காரனை விரட் டினான். தொப்பியைக் கையிலெடுத்து விட்டுத் தலைவணங்கினான். வாளால் மேலாடையை உயர்த்திக்கொண்டும், அடுக்களை முழுவதும் துள்ளிப் பாய்ந்துகொண்டும் அவன் தலை தாழ்த்தியதைப் பீட்டரும் அலெக்ஸாண்டரும் வாய்பிளந்து வெறித்துப் பார்த்தனர். அந்த நாகரிக யுவன் மிருதுவாக மொழிந்தான்:

‘‘ஹானோவரின் மேன்மைக்குரிய ஸோபியாவும், அவரதுகுமாரி ஸோபியா - ஷார்லத்தும், அவரது திருக்குமாரனும் இளவரசனும் இங்கிலாந்தின் அரச பீடத்துக்கு வாரிசுமான ஜார்ஜூம், ஸெல்லிகோமகனும், மேன்மை தங்கிய ஸோபியாவின் அவையத்தாரும் ஹானோவரிலிருந்து வந்திருக்கின்றனர். மாஸ்கோவின் தனிச்சிறப்புக்குரிய ஜார் அவர்களை அறிமுகம் செய்து கொள்வதன் மூலம், பயணக் களைப்பையும் இங்குள்ள வசதிக்குறைவையும் ஈடுசெய்துவிடலாம் என்ற ஒரே நோக்கத்துடன் வந்திருக்கின்றனர்.’’

ஸோபியாவுடனும் அவளது மகளுடன் பீட்டர் இரவுணவு கொள்ளவேண்டுமென்றும், விருந்தாளி வருகைதரும்வரை அவர்கள் ஒரு தட்டையும் தொடமாட்டார்களென்றும் கோப்பன் ஸ்டீன் - அதுதான் அவன் பெயர் - கூறினான். அவன் கூறியதில் பாதிதான் பீட்டருக்கு விளங் கியது. பீட்டர் திகிலடைந்து வீதிக்கு ஓட முற்பட்டான்; திக்கித் திக்கிப் பேசினான்; ‘‘என்னால்

முடியாது. ரொம்ப அவசரமாகப் போய்கொண்டிருக்கிறேன். தவிர, நேரம் அதிகமாகிவிட்டது. ஹாலந்திருந்து திரும்பும் வழியில், ஒருவேளை....''

மீண்டும், கோப்பன்ஸ்டீனுடைய தொப்பியும் மேலாடையும் சமையலறையைக் கூட்டின. அவன் சிறிதம் வெட்கப்படாமல், வற்புறுத்திக்கொண்டேயிருந்தான். அலெக்ஸாண்டர், ருஷிய மொழியில் குசுகுசுத்தான்:

''அவன் போகமாட்டான், மீன் ஹெர்ஸ். ஜர்மானியருக்கு எளிதில் ரோஷம் பொத்துக்கொண்டுவரும். ஒருமணி நேரத்துக்குப் போய்வரலாம்.''

எரிச்சலடைந்த பீட்டர், அரைக்கோட்டின் பித்தான் ஒன்றை இழுத்தெறிந்தான். ஆனால் கோப்பன்ஸ்டீனுடன் செல்வதற்கு இணங்கினான். இரண்டு நிபந்தனைகள்: ஜனநடமாட்டம் இல்லாத நேரத்தில், அவர்களைப் பின்புறவழியாக அழைத்துச் செல்லவேண்டும். போஜன மேஜையில், ஸோபியாவும், அதிகமாகப் போனால் அவளுடைய மகளும்தான் இருக்கலாம். இவ்வாறு பேசிய பீட்டர் புழுதிபடிந்த மும்முனைத் தொப்பியைக் கண்கள் மீது இழுத்துவிட்டுக் கொண்டு, அடுப்புக்கு மேல் தொங்கிய இறைச்சி அடைத்த குடல்குழாய்களை ஆவலுடன் நோக்கினான்.

வெளியே, ஒரு வண்டி காத்திருந்தது.

8

ஸோபியாவும் அவளது மகள் ஸோபியா - ஷார்லத்தும் அடுப்புக்கு முன்னாலிருந்த விருந்து மேஜையில் அமர்ந்தனர். அடுப்படியின் அருவருப்பான தோற்றத்தை மறைப்பதற்காகச் சினப்பட்டைத் திரைச்சீலையாகத் தொங்கவிட்டிருந்தனர். அது உள்ளூர் நிலச்சுவான்தாருக்குச் சொந்தமான பழங்காலக் கோட்டைவீடு. அதன் வசதிக் குறைவுகளையெல்லாம் தாயும் மகளும் நெஞ்சுரத்தோடு சமாளித்துக் கொண்டிருந்தனர். பொடிந்துகொண்டிருந்த செங்கற்சுவர்களைப் புதிய விரிப்புகளாலும் திரைச்சீலைகளாலும் ஒருவகையாக மறைத்திருந்தார்கள். வில்வளைவுக் கூரைக்குள் ஆந்தைகள் வாசம் செய்தன. சில்க் வைத்துத் தைத்த நாற்காலிகள் - கைச்சட்டம் உடையவை - அவசரமாகத் தருவிக்கப்பட்டன. செந்தாடி வீரர்களது பூட்ஸுகளும், அவர்களது குதிரைகளின் குளம்புகளும், பரவிய தளத்தில் கோடுகளைக் கீறியிருந்தன. புழுதியின் நாற்றமும் சுண்டெலி மலத்தின் கெட்ட வாடையும் வீசின. ஆண்டவன் அருளால் மறைந்தொழிந்துவிட்ட காலத்தின் அநாகரிக வழக்க ஒழுக்கங்களை எண்ணியபொழுது, அந்தப்பெண்கள் நடுங்கினர். கேடயங்களையும் கவசத்தையும் மாட்டுவதற்காக ஒரு காலத்தில் பயன்பட்ட ஆணி துருப்பிடித்திருந்தது: அதில் தொங்கிய ஒரு பெரிய படத்தைப் பார்த்துத் தாயும் மகளும் ஆறுதலடைந்தனர். அதில் ஓர் உணவு மேடை வரைந்திருந்தது. அந்த மேடையில் கடல்மீனும் நண்டுவகை ஐந்துக்களும் செத்த பறவைகளின் கொத்துகளும் காய்கறிகளும் பழமும் ஈட்டியால் துளைக்கப்பட்ட ஆண் பன்றியும் ஏராளமாகக் குவிந்திருந்தன. படத்தின் வண்ணங்கள் உவகை தரும் ஒளியை வீசின.

ஓவியம், இன்னிசை, கவிதை ஆகியவையும், நேர்த்தியான விஷயங்களில் அறிவைச் செலுத்துவதுமே இந்த நிலையாத வாழ்வைப் பயனுள்ளதாக்கும் வழிதுறைகள் என்று தாயும் மகளும் கருதினர். ஜர்மனிதேசத்திலேயே, தமக்கு ஒப்பாரும் மிக்காரும் இல்லாத அளவுக்குக்

கல்வியறிவு பெற்றிருந்தனர். அவர்கள் லீப்நிட்ஸுடன் கடிதப் போக்குவரத்து நடத்தினார்கள். ''இவர்கள் துருவித்துருவி ஆராயும் திறம் படைத்தவர்களாக விளங்குகின்றனர். சில சந்தர்ப்பங் களில், இவர்களது நுண்ணிய கேள்விகளுக்குப் பதில் தெரியாது சரண் அடைய வேண்டிய தாயிருக்கிறது'' என்று லீப்நிட்ஸ் இவர்களைப்பற்றிக் கூறினார். அவர்கள் கலை, இலக்கியங் களின் புரவலராகத் திகழ்ந்தார்கள். ஸோபியா - ஷார்லத், பெர்லின் நகரத்தில் ஒரு விஞ்ஞானக் கல்லூரியை நிறுவியுள்ளாள். சில நாட்களுக்கு முன்னால், எலக்டர் பிரிட்ரிக் அவர்களுக்கு ஒரு கடிதம் எழுதினான். தச்சன் வேடத்தில் பிரயாணம் செய்த பீட்டரைப்பற்றி - காட்டுமிராண்டிகளது ஜாரைப்பற்றி - அவன் விவரித்திருந்தான். ''மாஸ்கோ தன்னுடைய ஆசிய உறக்கத்திலிருந்து விழித்துக் கொள்வதாகத் தோன்றுகிறது. அதன் ஆரம்ப நடவடிக்கைகளை அனுகூலமான திசையில் உருவாக்குவதற்கு உதவவேண்டும்; இது முக்கியம்'' என்று அவன் எழுதியிருந்தான். ஆயினும் தாய்க்கோ மகளுக்கோ அரசியலைப்பற்றிக் கவலையில்லை. புதியனவற்றைக் கண்டறிய வேண்டுமென்ற மேன்மையான ஆவலே அவர்களைக் கோப்பன்புரூகுக்குக் கொண்டு வந்தது.

ஸோபியா மெலிந்த விரல்களால் நாற்காலியின் கைச்சட்டங்களைப் பிடித்தவாறு, செவிகளைத் தீட்டிக் கொண்டிருந்தாள். இருண்ட தோட்டத்தை நோக்கித் திறந்திருந்த சாளரத்தின் வழியே, இலைகளின் சலசல ஒலியுடன் உருளைகளின் கடகட ஓசையும் கேட்பதாக அவள் எண்ணினாள். கைகளை உயர்த்தினாலும் உச்சியைத் தொடமுடியாத அளவுக்கு, திமிங்கில எலும்பை உள்ளே கொடுத்துக் கட்டியிருந்த வெண்மையான பொய்மயிரின் மேலிருந்த முத்துமாலை நடுங்கியது. ஒல்லியாகவும் சுருக்கம் விழுந்தும் இருந்தது அவளது உடல். பல் விழுந்த இடங்களில் மெழுகை அடைத்திருந்தாள். ஊதா கவுன்மீது கட்டியிருந்த நாடா, கவர்ச்சியை இழந்துவிட்ட மார்பகத்தை மறைத்தது அவளது கரிய பெரிய கண்கள் மட்டுமே எடுப்பாகவும் சுருசுருப்பாகவும் பிரகாசித்தன.

அன்னையைப் போலவே, மகளுக்கும் கரிய கண்கள்தான்; ஆனால் அவற்றின் பார்வையில் ஓர் அமைதி தென்பட்டது. அவள் வெண்ணிறமாகவும் அழகாகயும் மாட்சிமையோடும் விளங் கினாள். நறும்பொடி தூவிய பொய்ம்மமயிரின் கீழிருந்த நெற்றியில் அறிவுக்களை கட்டி யிருந்தது. அவள் மெலிந்த உதடுகளும் வலுவான மோவாயும் உடையவள்; அவளது தோள்களும் முலைக்காம்பு வரையில் திறந்திருந்த மார்பகமும் வெண்மையாகப் பிரகாசித்தன. நாசியின் சற்று உயர்வான முனையைக் கண்டவர்கள், இவளிடம் இன்ப நாட்டம் மறைந்திருக்கிறதோ என்று எழில் வதனத்தைத் துருவி ஆராய்வார்கள். ''கடைசியில்! அவர்கள் வருகிறார்கள்'' என்று நாற்காலியிலிருந்த எழுந்த ஸோபியா-ஷார்லத் கூறினாள்.

அவளது தாயார் அவளை முந்திக்கொண்டாள். இருவரும் ஸில்க்கின் சலசலப்புடன் அறையைக் கடந்து, திண்ணிய சுவரின் சாளர மூலையில் நின்றனர். கைகளை ஆட்டிய ஒரு நீண்ட நிழல் தோட்டப் பாதையில் விசையோடு நடந்தது. அதற்குப் பின்னால் கூம்புவடிவத் தொப்பியும் மேலாடையும் அணிந்த நிழல்; சிறிது தூரத்தில் மூன்றாவது உருவம்.'' அவன்தான்! அட கடவுளே, என்ன பேருருவவம்!'' என்று தாயார் கூறினாள்.

கோப்பன்ஸ்டீன் கதவைத் திறந்து அறிவித்தான்: ''மாட்சிமை தங்கிய ஜார் வருகிறார்!''

அழுக்கான பூட்ஸ் அணிந்த அருவருக்கத்தக்க பாதம் முதலில் தென்பட்டது: பீட்டர் பக்கவாட்டில் திரும்பி உள்ளே நுழைந்தான். இரண்டு சீமாட்டிகளையும் மெழுகுதிரி ஒளியில் கண்டவுடன், அவன் 'மாலை வணக்கம்' என்று கிசுகிசுத்தான். நெற்றியைத் தேய்க்க எண்ணிய வன் போல், கையைக் கொண்டுபோனவன் நிதானத்தை இழந்து, முகத்தை உள்ளங்கையால் மூடிக் கொண்டான்.

ஸோபியா மூன்று அடி முன்னால் எடுத்துவைத்து, ஆடையை விரல் நுனிகளால் உயர்த்தி, வயதில் இளையவள்போல் கவர்ச்சியாக முழங்கால்களை மடித்து வணங்கினாள்:

''மாட்சிமை மிக்கவரே, மாலை வணக்கம்!''

அதன்பின் ஸோபியா-ஷார்லத் அன்னம்போல் அசைந்து, அழகான கைகளை விரித்து, ஆடைத் தொகுதியை உயர்த்தி, முழங்கால்களை வளைத்துக் கூறினாள். ''எண்ணிட முடியாத மக்களின் தலைவனை, பண்டைய பழக்கமென்னும் சங்கிலியை அறுக்கத் துணிந்த முதலாவது ருஷ்யரான உங்களை, வாலிப வீரரை, காண்பதற்குத் துடித்துக்கொண்டிருந்தோம். மாட்சிமைக் குரிய நீங்கள் எமது பொறுமையின்மையை மன்னிப்பீர்களா?'' என்று மகள் கூறினாள்.

அவன் சிரமப்பட்டு முகத்திலிருந்த கையை எடுத்தான்; நீண்ட கழியைப்போல் வளைந்து வணங்கினான். தான் நகைப்புக்கு இடம்தரும் நிலையில் இருப்பதாகவும், சீமாட்டிகள் எந்நேரத் திலும் ஏளனமாகச் சிரிக்கலாமென்றும் அவன் அஞ்சினான். அவனது குழப்பத்தில், தான் அறிந்திருந்த ஜர்மானியச் சொற்களைக்கூட மறந்துவிட்டான். ஒடுங்கிய குரலில் சில சொற்களை உளறினான்.

ஆனால் அவன் பேசவேண்டிய நிலைமை ஏற்படவில்லை. தாயார் கேள்விமேல் கேள்வி கேட்டுக் கொண்டிருந்தாள். விடைக்குக் காத்திராமலேயே, பருவ நிலையைப்பற்றியும் அவனது பயணத்தைப் பற்றியும் ருஷியாவைப் பற்றியும் போரைக் குறித்தும், அவனுக்கு ஐரோப்பாவைப் பற்றி ஏற்பட்டுள்ள அபிப்பிராயங்களைக் குறித்தும் வினவிக்கொண்டேயிருந்தாள். அவள் அவனைக் கைப்பிடித்து அழைத்துப் போய் மேஜையருகே உட்காரச் செய்தாள். இருண்ட கூடத்தை நோக்கியவாறு, மூவரும் அமர்ந்தனர். தாயார் ஒரு வறுத்த பறவையை அவனுடைய தட்டத்தில் வைத்தாள். மகள் அவனுக்கு கண்ணாடிக் கோப்பையில் ஒயினை ஊற்றினாள். இருவருமே மனோகரமான நறுமணச்சத்தைத் தெளித்துக் கொண்டிருந்தனர். அம்மையார் உரையாடிக்கொண்டே, அன்னையின் அன்போடு தன் மென்மையான உலர் விரல்களை அவனது கரத்தில் வைத்தாள். அவன் அந்த விரல்களைப் பற்றியபொழுது, மேஜை விரிப்பின் தூய வெண்மைக்கும், கண்ணாடிப் பாத்திரங்களில் செதுக்கிய மலர்களுக்கும் இடையே தனது அழுக்கு நகங்கள் மாறுபட்டுத் தோன்றுவதை எண்ணி வெட்கமடைந்தான். ஸோபியா-ஷார்லத்தின் விருந்தோம்பலில் ஒரு கவர்ச்சியிருந்தது. இருக்கையிலிருந்து எழுந்து ஒரு தட்டு அல்லது ஜாடியை நகர்த்தி, மோகப் புன்னகையுடன் கூறினாள்:

''மாட்சிமை மிக்கவரே, இதைச் சுவைத்துப் பாருங்கள். நன்றாக இருக்கலாம்.''

அவள் அழகு மிக்கவளாகவும் ஓரளவுக்கு அம்மணமாகவும் இருந்தாள் என்பதையும், அவளது மணச்சத்து இட்ட கௌன் சலசலத்தது என்பதையும் மறந்துவிட்டால், அவள் அவனது சகோதரி மாதிரியே இருந்தாள். அவர்கள் உறவினரைப் போல் பிரியத்தோடு உரையாடினார்கள். பீட்டர் தன்முனைப்பு உணர்வை இழந்து, அவர்களது கேள்விகளுக்குப் பதிலுரைக்கத் தொடங் கினான். அந்தச் சீமாட்டிகள், பிளாண்டர்ஸ் ஓவியர்களைப்பற்றியும் டச்சு ஓவியரைப்பற்றியும் பிரெஞ்சு அரசவையிலுள்ள நாடகாசிரியர்களைப் பற்றியும், தத்துவ தரிசனங்களைப்பற்றியும் அழகுக் கலையைப்பற்றியும் அவனிடம் எடுத்துரைத்தனர். அவர்கள் குறிப்பிட்ட பல விஷயங் கள் அவனுக்கு நூதனமாக இருந்தன. கூறியதையே திரும்பச் சொல்லக்கேட்டுத் தன் வியப் புணர்ச்சியை வெளியிட்டான்.

மேஜையின்கீழ்க் காலை நீட்டிக்கொண்டு அவன் பேசினான்: ''மாஸ்கோவில் கலையாவது!

விஞ்ஞானமாவது! நானே அவற்றை இங்குதான் முதன்முதலில் காண்கிறேன். கலை, விஞ்ஞானம் என்றால் எங்கள் நாட்டவருக்குப் பயம். எங்களது பாயர்களும் பிரபுக்களும் அநாகரிகமான விவசாயிகளே ஆவார்கள். உண்டு குடித்துத் தொழுது உறங்குவதைத் தவிர அவர்கள் வேறொன் றும் செய்வதில்லை. எங்கள் தேசம் கொடூரமானது. நீங்கள் அங்கு ஒருநாள் வாழ்வதற்குள் பயத்தால் வெலவெலத்துப் போய்விடுவீர்கள். இங்கு உட்கார்ந்துகொண்டு எங்கள் நாட்டைப் பற்றி எண்ணுவதற்கே அச்சமாயிருக்கிறது. நான் இரத்தம் சிந்துவதாக அவர்கள் கூறுகிறார்கள். என் கரங்களாலேயே ஜனங்களைச் சித்திரவதை செய்வதாகக் கூறுகிறார்கள். ஆனால்....''

அவனது வாய் கோணியது; கன்னம் சட்டென்று இழுத்தது. தன் முன்னாலுள்ள மேஜையைப் பாராது, பிரியோபிராஷன்ஸ்கியிலுள்ள இரத்தம் வாரித்தெளித்த சாளரமில்லாத குடிசையைக் கண்டவன்போல், அவனது கண் ஒரு விநாடி பிரகாசித்தது. கழுத்தையும் தோளையும் குலுக்கி அந்த அகக்காட்சியை விரட்டினான். அவனது முகபாவ மாறுதல்களை அச்சீமாட்டிகள் பயபக்தி நிறைந்த ஆவலோடு நோக்கினர். ''ஆனால், நீங்கள் அதை நம்பக்கூடாது. கப்பல் கட்டுவதுதான் எனக்கு மிகப் பிடித்தமான காரியம். பிரின்ஸிபியம் என்ற கப்பலின் பாய்மரம்முதல், அடிக் கட்டைவரை நானே அமைத்தேன்.'' கடைசியில் அவன் தனது மரத்துப்போன உள்ளங்கைகளை விரித்துக் காட்டினான். ''நான் கடலை நேசிக்கிறேன். வாண வேடிக்கைகளென்றால் எனக்குப் பிரியம். நான் பதினான்கு தொழில்களை அறிவேன்; ஆனால் அவற்றில் தேர்ச்சி அடைய வில்லை. அதனால்தான், இங்கு வந்திருக்கிறேன். நான் கொடுமை செய்கிறேன் என்றும் இரத்த வெறி பிடித்து அலைகிறேனென்றும் அவர்கள் பொய்யுரைக்கிறார்கள். எனக்குக் கொடுநெஞ்சம் இல்லை. ஆனால் எமது மாஸ்கோ வாசிகளோடு வாழ்ந்தால் எவருக்கும் வெறி ஏறிவிடும். ருஷியாவில் அனைத்தையும் அழித்துவிட்டுப் புதிதாக நிர்மாணிக்கவேண்டும். எமது ஜனங்கள் பிடிவாதக்காரர்கள். எலும்பு தெரியும்வரை கசையாலடித்தாலும், கல்லுளிமங்கராகவே இருப்பார்கள்...'' அவன் பேச்சை நிறுத்திவிட்டு, மனக் குழப்பத்தோடு புன்னகை செய்து அந்தச் சீமாட்டிகளை நோக்கினான். ஸோபியாவின் கரத்தைப் பிடித்துக்கொண்டு, கூறினான். ''அம்மா, இந்த நாட்டில் அரசனாயிருப்பது எளிது. ஆனால் நானோ தச்சுவேலையைக் கற்றுக்கொள்வதி லிருந்து தொடங்க வேண்டியிருக்கிறது.''

தாயும் மகளும் பீட்டரின் பேச்சைக்கேட்டு மனமகிழ்ந்தனர். அவனது அழுக்கு நகங்களை அவர்கள் மன்னித்து விட்டனர். ஓசை செய்து உண்பதையும் மேஜை விரிப்பில் துடைத்துக் கொள்வதையும் அவர்கள் பொருட்படுத்தவில்லை. மாலுமிகளது சொற்றொடர்களை உப யோகித்தும், வட்டமான கண்ணைச் சுழற்றியும், அழுத்தம் கொடுப்பதற்காக ஷார்லத்தை முழங்கை மூட்டால் இடித்துக் கொண்டும் அவன் மாஸ்கோவைப்பற்றிப் பேசிய முறையையும் அவர்கள் பொருட்படுத்தவில்லை. அவனைப்பற்றி அறிய அறிய, அவர்களுக்கு அவனிடம் பயமும் ஏற்பட்டது; கவர்ச்சியும் அதிகரித்தது. ஒருவகையில் பார்த்தால், அவன் கொடுமை செய்வோனாகத் தோன்றினான். இன்னொரு வகையில் பார்த்தால், பண்பாட்டின் பல அம்சங்களைக் குறித்து ஏதும் அறியாதவனாக விருந்தான். ஆற்றல் மிகுந்த விலங்கினைப்போல், அவன் பண்படாத நிலைக்குரிய தூய்மையையும் செழுமையையும் வெளிப்படுத்தினான்.

''அவன் மிகவும் நல்லவன்; மிகவும் கெட்டவன். ஒழுக்கத்தைப் பொறுத்தமட்டில், அவன் தன் தேசத்துக்கு ஏற்ற பிரதிநிதியாக இருக்கிறான்'' என்று ஸோபியா பிற்பாடு தன் நாட்குறிப்பில் எழுதினாள்.

பளபளவென்று ஒளிரும் ஒயினும், இத்தகைய கவர்ச்சியான புத்திசாலிப் பெண்களின் அண்மை நிலையும் பீட்டரது மனோவேகத்தை அதிகரித்தன. ஸோபியா-ஷார்லத் தனது

மாமனையும் சகோதரனையும், தமது புடையர் குழுவையும் பீட்டருக்கு அறிமுகம் செய்ய விரும்பினாள். சட்டைப் பையில் புகைக்குழாயைத் தேடிய பீட்டர், தன் சிறியவாயால் வினோதமாகச் சிரித்துக்கொண்டு, ''சரி, உங்கள் இஷ்டம்'' என்று தலையசைத்தான். அவர்கள் அறையில் பிரவேசித்தனர். ஸெல்லி கோமகன் வாடி வற்றிய கிழவன்; பழங்கால ஸ்பானிஷ் முறையில் தாடியை வெட்டியிருந்தான்; காலாடியும், நேரிருவர் சண்டைக்குத் துடிப்பவனும் போல் மீசையை மேல்நோக்கி முறுக்கிவிட்டிருந்தான். இளவரசன் ஜார்ஜ், குறுகலான முகத்தை உடையவனாயிருந்தான். களை கட்டாது களைத்துச் சோர்ந்திருந்த அவன், கரிய வெல்வெட் உடுத்தியிருந்தான். நிறைந்த ஆடைகளை உடுத்தி ஒளிவீசிய சீமாட்டிகளுக்கும் கனவான்களுக்கும் பின்னால், பணிப்பெண்கள் புடைசூழ, அகன்ற தோட்களை உடைய அந்தசந்தமான அலெக் ஸாண்டரும் பிரவேசித்தான். அவன் எங்கிருந்தாலும் சகஜமாகப் பழகினான். கோப்பன்புரூக்கில் ஜாரின்வண்டியைக் கண்டவுடன், அவன் எங்கு சென்றான் என்பதை அறிந்து அச்சம்கொண்டு, உண்ணாமலும் உடை மாற்றாமலும் விரைந்துவந்த அரசியல் தூதர்களான லிபோர்ட்டும், கொழுத்துப்பருத்த கோலோவின்னும் அங்குவந்து சேர்ந்தனர்.

பீட்டர் ஸெல்லி கோமகனைத் தழுவினான். இங்கிலாந்தின் வருங்கால மன்னனைத் தூக்கிக் கன்னத்தில் முத்தமிட்டான். மிகைப்படையாகக் கையை அசைத்துப் புடையர் குழுவுக்கு முகமன் கூறினான். சீமாட்டிகள் முழங்கால் மடித்து வணங்கினர்; ஆடவர்கள் தொப்பியைத் தூக்கி ஆட்டினர்.

''அலெக்ஸாண்டர், கதவைச் சாத்து'' என்று பீட்டர் ருஷியமொழியில் கூறினான். அதன்பின், அவன் இரண்டு பைன்ட் அளவுள்ள கிண்ணத்தில் ஒயினை நிரப்பி, அண்மையிலிருந்த கனவானை விளித்தான். இன்னொரு வினோதமான புன்னகையுடன் கூறினான்:

''ஜார் தரும் கிண்ணத்தைக் குடிக்க மறுக்கலாகாதென்பது ருஷியநாட்டு வழக்கம். சீமான்களும் சீமாட்டிகளும், துளியும் மிச்சம் வைக்காது குடிப்பார்களாக!''

சுருங்கச் சொல்வதென்றால், அவர்கள் அன்னியர் பேட்டையில் செய்த மாதிரி இங்கும் களியாட்டம் ஆடினார்கள். மாண்டலின்களைக் (ஒருவகை யாழ்க்கருவி) கொண்டு இத்தாலிய இசை வல்லுனர்கள் இசைத்தனர். பீட்டர் நடனமாட விரும்பினான்; ஆனால் இத்தாலிய இன்னிசை ரொம்ப மிருதுவாக இருந்தது; வேகமும் இல்லை. எனவே, தனது இசை வல்லுனரை இட்டுவருவதற்காக, அலெக்ஸாண்டரைத் தங்கும்விடுதிக்கு அனுப்பினான். பிரியோபிராஷன்ஸ் கியின் குழல்வகை வாசிப்போரும் கொம்புவகைவாசிப்போரும் மிக்க சிவப்பான கால்சட்டை அணிந்து, சுவர் ஓரத்தில் சிலை மாதிரி நின்று, மரக்கரண்டிகளாலும் கைத்தாளங்களாலும் அடித்தும், மாட்டுக் கொம்புகள், மர ஊதல்கள், பித்தளைக் குழாய்கள் ஆகியவற்றை ஊதியும் இசைஎழுப்பினார்கள். இந்தப் புராதனமான வில்வளைவுக் கூரையின்கீழ் இம்மாதிரியான கொடியஇசை ஒருபொழுதும் ஒலித்ததில்லை. பீட்டர் பாதத்தால் தாளம்போட்டுச் சுற்றுமுற்றும் பார்த்துக்கொண்டேயிருந்தான்.

''அலெக்ஸாண்டர், அவர்களுக்கு ஆடிக்காட்டு!'' என்றான் பீட்டர்.

அலெக்ஸாண்டர் தோள்களைக் குலுக்கினான்; கண்களைச் சாய்த்தான்; முகத்தில் பெருமிதத்தை வரவழைத்துக்கொண்டு, விரலைப் பாவியும் குதிகாலைப் பாவியும் நடனமாடத் தொடங்கினான். அவன் கிழவியின் விரல்களை முன்னெச்சரிக்கையோடு பற்றிக்கொண்டு, பெருமிதம் விளங்கும் தோரணையில் அவளை இட்டுச்சென்றான். அவளை அவளது இருக்கைக் குத் திரும்பக் கொண்டு சேர்த்த பிறகு ஒரு பருமனான நங்கையைத் துணை சேர்த்துக்கொண்டு

ஆடிச் சுற்றினான். நடனத்துக்கு உத்திரவிடும் பணிக்கு லிபோர்ட் தன்னைத் தானே நியமித்துக்கொண்டான். தோட்டத்திலிருந்த தொண்டர்கள் விரைந்து வந்து, ஜோடி சேர்த்துக் கொண்டு, பித்துக்குளியான தோரணைகளுடன் ருஷிய நடனத்தை ஆடினர்; அப்பொழுது தார்த்தாரிபரைப்போல் ஊளையிட்டனர். பாவாடைகள் சுழன்றன; பொய்மயிர்கள் பக்கவாட்டில் நழுவின. ஜர்மானியப் பெண்களுக்கு வேர்த்துக் கொட்டியது. இந்தப் பெண்களது விலா எலும்புகள். இவ்வளவு உறுதியாக இருப்பதின் மர்மம் என்னவென்று பல ருஷியர்கள் வியந்தனர். பீட்டர் இதை ஸோபியா-ஷார்லத்திடம் கேட்டுவிட்டான். முதலில் அவளுக்குப் புரியவில்லை. கேள்வி விளங்கியவுடன், அவள் சிரித்தாள். இறுதியில், ''அவை விலா எலும்புகளல்ல; மார்புக்கச்சின் எலும்புகள்'' என்று கூறினாள்.

9

அவர்கள் கோப்பன்புருக்கில் பிரிந்தனர். தூதர்கள் சுற்றி வளைத்துச்செல்லும் வழியே ஆம்ஸ்டர்டாம் போனார்கள். பீட்டர் சில தொண்டர்களுடன் நேராக ரைன் நதிக்குச் சென்றான். கிஸாண்டன் டவுனை அடைவதற்குமுன் அவர்கள் நதியில் படகுப் பிரயாணம்செய்த அனுபவித் தார்கள். ஹாலத்துக்குப் போவதில் பீட்டர் மிக்க ஆவலாயிருந்தான். ஷென்கன்சாண்ட் என்ற இடத்துக்கு அப்பால், ஹாலந்துதேசம் ஆரம்பமாயிற்று. அவர்கள் ரைன் நதியின் வலதுகரை வழியே சென்றனர். போர்ட் என்ற கிராமத்தில், அணை அடைப்பைக் கடந்து கால்வாய்களுக்குச் சென்றனர்.

அகன்ற முதுகை உடைய இரண்டு கருஞ்சிவப்புக் குதிரைகள், தட்டையான அடித்தளத்தை உடைய படகை நீரில் இழுத்துக்கொண்டே, புல்கரையின் மணற்பாதையில் தலையை உயர்த்தியும் தாழ்த்தியும் மந்த கதியில் சென்றன. அந்தச் சம நிலத்தின் குறுக்கே கால்வாய் நேர்க் கோடாகச் சென்றது. நிலப்படத்தில் இருப்பதைப்போல அச்சமநிலத்தில் காய்கறித் தோட்டங்கள், மேய்ச்சல் நிலங்கள், மலர் வனங்கள் ஆகியவை கச்சிதமாக அமைந்திருந்தன. கிளைக் கால் வாய்கள், நீர் நிலைகள் ஆகியவை வலைப்பின்னல்களால் இடை இடையே வெட்டிச் சென்றன. அன்று வெப்பமாக இருந்தது. காட்சிகள் தெளிவாக இல்லை. குவளைமலர் வகைகளை யெல்லாம் பறித்துவிட்டனர்; பாத்திகளில் எஞ்சிமிஞ்சியிருந்த மலர்களையும் பறித்துக் கூடைகளில் சேமித்துக்கொண்டிருந்தனர். ஆனால் கருஞ்சிவப்பாகவும், மிக்க சிவப்பாகவும், பன்னிறமாகவும், பொன்னிறமாகவும் இருந்த மணி உருவ மலர்வகைகள் பூமியை வெல்வெட் டால் போர்த்தியிருந்தன. எங்கு நோக்கினும், காற்றாடியந்திரத்தின் சிறகுகள் மென்காற்றில் சுற்றிக் கொண்டிருந்தன. நாலாபுறத்திலும், செங்குத்தான கூரைகளை உடைய வீடுகளும் குடிசைகளும் பண்ணைகளும் பறவைகளின் கூடுகளும் தென்பட்டன. முடிவெட்டிய வில்லோக் கள் கால்வாய்களுக்கு எல்லை கட்டின. நீலமான மங்கலினூடே, நகரங்கள், ஆலயங்கள், ஸ்தூபிகள், காற்றாடி யந்திரங்கள் ஆகியவற்றின் எல்லைக் கோடுகள் புலப்பட்டன. காற்றாடி யந்திரங்களது எல்லைக் கோடுகள்தாம் அதிகமாகத் தென்பட்டன.

உலர்புல் ஏற்றிய படகு ஒன்று கால்வாயில், காய்கறித் தோட்டங்களைக் கடந்து சென்றது. ஒரு பண்ணையின் கூரைக்குப் பின்னாலிருந்து ஒரு படகுப்பாய் வெளித்தோன்றி மணிஉருவ மலர்களிடையே மெல்ல அசைவது புலனாயிற்று. பீப்பாய் அளவுக்கு அகன்ற கால்சட்டை யையும் இறுகப் பிடித்த கைச்சட்டையையும், மரத்தில் செய்த செருப்புகளையும் அணிந்த டச்சுக்காரர்கள், சகதி படிந்து பசுமையான கலிங்கல் அருகே அமர்ந்து அது திறப்பதற்காகக்

காத்திருந்து அமைதியாகப் புகை பிடித்தனர். அருகில், கால்வாயில் காய்கறிப் படகுகள் நின்றன. கால்வாய், வெயிலில் மங்கலாகத் தெரிந்த சேய்மையான இடம் வரையில் நீண்டிருந்தது.

சில சமயங்களில் அவர்கள் தம் படகிலிருந்து தாழ்நிலத்து வீடு, வயல்களைக் கண்டனர். செங்கற் சுவர்களில் சாய்ந்த மரங்களின் கனிகளும், கொடிகளில் காய்ந்த ஆடைகளும் தென் பட்டன. மணல் பரப்பிய தூய சிறுமுற்றங்களில் மயில்கள் தோகைகள் விரித்தாடியதையும் கண்டனர். இத்தகைய உயிரினங்களும் இறப்பதை அறிந்த அவர்கள் வியப்புற்றார்கள். அளவிட முடியாத உழைப்பால் கடலிலிருந்து மீட்கப்பட்ட இத்தேசம், உயிர்ப்புள்ள கனவாகத் தோன்றியது. இங்கு ஒவ்வொரு அங்குல நிலத்தையும் கண்ணெனப் போற்றிப் பண்படுத்திக் கவனமாக சாகுபடி செய்தனர். இந்த நாடு எங்கே? ருஷிய நாட்டில் வனாந்திரமாகக் கிடக்கும் ஸ்டெப்பி எங்கே? படகின் பிற்பகுதியில் அமர்ந்து மட்குழாயில் புகை பிடித்த பீட்டர், தொண்டர்களிடம் கூறினான்.

''மாஸ்கோவிலுள்ள முன்றில்களில் பல இங்குள்ளனவற்றைவிட விசாலமானவை. ஆனால் அவற்றைத் துடைப்பத்தால் கூட்டுவதைப் பற்றியோ, பழச் செடிகளையும் காய்கறிச் செடிகளையும் பயிரிட்டு இன்பமும் பயனும் அடைவதைப் பற்றியோ, ஒருவரும் கனவு காண்பதுகூட இல்லை. ஒரு கட்டிடம் விழுந்துவிடும் போலிருந்தாலும், அதற்கு முட்டுக் கொடுப்பதற்கு முன்வராது, கணப்பு பரணியில் படுத்துக் கிடப்பீர்கள். பேய்களா, உங்களை நான் அறிவேன். சிறுநீர், மலங்களைக் கழிக்கக் கழிப்பிடம் செல்வதற்குச் சோம்பி, வீட்டுவாயிலி லேயே கழித்துவிடுவீர்கள். ஏன் இந்த நிலைமை? நம்மிடம் நிலவளத்துக்கு ஒரு குறைவுமில்லை. என்றாலும், பாப்பர்களாக இருக்கிறோம். இது வருந்தத்தக்க நிலைமை. பாருங்கள். இவர்கள் கடலின் அடியிலிருந்து நிலத்தை மீட்டிருக்கிறார்கள். ஒவ்வொரு மரத்தையும் எங்கிருந்தோ கொண்டுவந்து நட்டிருக்கிறார்கள். இவர்கள் உண்மையான சுவர்க்கத்தை உண்டாக்கி விட்டார்கள்.''

அணை அடைப்புகளைத் திறக்கச் செய்து, படகு பெரிய கால்வாயிலிருந்து சிறிய கால்வாய்களுக்குள் சென்றது. இங்கு நீண்ட கழிகளின் உதவிகொண்டு படகைத் தள்ளினார்கள். பாரம் ஏற்றிய படகுகள் இடைவிடாமல் எதிர்ப்பட்டன. கிழக்கே. *ஸுய்டர்ஸீயின் சாம்பல்நிறப் பரப்பு தெரிந்தது. மேன்மேலும் அதிகமான கப்பற் பாய்களும் ஜனங்களும் புலனாயினர். அந்தி வேளையில் அவர்கள் ஆம்ஸ்டர்டாமை அடைந்தனர். கடலின் இளஞ்சிவப்புப் பரப்பு கப்பல் மயமாகக் காட்சி தந்தது. பாய்மரங்களும் பாய்களும் திருக்கோயில்கள் கட்டிடங்கள் ஆகியவற்றின் செங்குத்தான கூரைகளும் சூரியாஸ்தமன ஒளியில் தகதகவென்று பிரகாசித்தன. மலைபோன்ற சிவந்த முகில்கள் கடலிலிருந்து தோன்றி, உயர்ந்து, விரைவில் வெளுத்துச் சாம்பல் நிறமாயின. சமவெளியெங்கும் விளக்குகள் தோன்றின; கால்வாய்களிலும் அவை ஊர்ந்து சென்றன.

இரவு உணவுக்காக ஒரு பிரகாசமான விடுதியில் அவர்கள் தங்கினார்கள். இங்கு ஆங்கில நாட்டு மாத்தேறலும், ஜின் என்ற கடுந்தேறல் வகையும் பருகினார்கள். இங்கிருந்து பீட்டர் தன்னுடன் வந்திருந்த தொண்டர்களையும் மொழிபெயர்ப்பாளர்களையும் மூட்டை முடிச்சு களுடன் ஆம்ஸ்டர்டாமுக்கு அனுப்பினான். மென்ஷிகோவ், அலியோஷ்கா, பாதிரி பிட்கா ஆகியோரை மட்டும் தன்னுடன் அழைத்துக்கொண்டு ஒரு சிறு படகில் ஏறித் தலைநகரைத் தவிர்த்துக்கொண்டு ஸாண்டாம் சென்றான்.

★ ஸுய்டர்ஸீ-இது ஒரு வளைகுடா. ஆம்ஸ்டர்டாம் என்ற பிரசித்திபெற்ற துறைமுகம் இதனில் இருக்கிறது. மொ-ர்.

உலகிலேயே அவன் முதன்மையாக பார்க்க விரும்பியது இந்த இடம்தான். இளம் பருவத்திலிருந்தே அவனுக்கு இவ்விடத்தின்மீது பற்று ஏற்பட்டுவிட்டது. பெரிய ஸ்லாவ் ஏரியில் அவர்கள் விளையாட்டுப் படகுகளைக் கட்டியபொழுது அவனது பழைய நண்பனான கிஸ்ட் என்ற கொல்லன், இந்த ஊரைப் பற்றிச் சொல்லியிருந்தான். நிறையப் பணம் சம்பாதித்தவுடன், கிஸ்ட் வீட்டுக்குப் போய்விட்டான். ஆனால் வேறு கொல்லர்களும் கப்பல் கட்டுவோரும், முதலில் ஆர்க்கேஞ்சலுக்கும் பிறகு வாரனேஷுக்கும், ஸாண்டாமிலிருந்து வந்தனர். ''ஸாண்டாமில்தான் சிறந்த கப்பல்கள் கட்டப்படுகின்றன; அவை இலேசாகவும் வலுவாகவும் விரைவாகச் செல்லத் தக்கனவாகவும் உள்ளன. வேறு எந்தக் கப்பலும் ஸாண்டாம் கப்பலுடன் போட்டியிட முடியாது'' எனறு அவர்கள் பீட்டரிடம் கூறியிருந்தனர்.

ஆம்ஸ்டர்டாமுக்கு வடக்கே ஆறுமைல் தூரத்தில், ஸாண்டாம், கூக், ஊஸ்ட்-ஸான், மேற்கு ஸான், ஸாண்ஜிக் ஆகிய கிராமங்களில் ஐம்பதுக்குக் குறையாத கப்பல் கட்டும் துறைகள் இருந்தன. அவர்கள் பகலும் இரவும் வேலை செய்தனர். வேலை வேகமாக நடைபெற்றதால், ஐந்தாறு வாரங்களுக்குள் ஒரு கப்பலைக் கட்டிமுடித்தனர். அந்தத் துறைகளைச் சுற்றிலும், தொழிற்சாலைகள் இருந்தன. காற்றாடியந்திரங்களால் இயக்கப்பெற்ற மெஷின்களைஉடைய அந்த பாக்டரிகளும் ஒர்க்ஷாப்புகளும், தேவைப்பொருள்கள் அனைத்தையும் உற்பத்தி செய்தன; கடைசல் பிடித்த பாகங்கள், ஆணிகள், தளைகள், கயிறுகள், பாய்கள், கருவிகள் ஆகிய அனைத்தையும் அவை அளித்து உதவின. தனிப்பட்டவருக்குச் சொந்தமான இந்தக் கப்பல்கட்டும் துறைகளில், திமிங்கில அளவுக் கப்பல்களும் நடுவாந்திர வர்த்தகக் கப்பல்களும் கட்டப்பட்டன. போர்க்கப்பல்களும், காலனிகளுடன் வர்த்தகம் செய்வதற்குத் தேவைப்பட்ட பெரிய வியாபாரக் கப்பல்களும், சர்க்காரின் கடற்படைத் தலைமையால் ஆம்ஸ்டர்டாமில் கட்டப்பட்டன.

இரவெல்லாம் அவர்கள் அந்த ஆழமான குறுங்கால்வாயில் சென்றபொழுது, அவர்கள் கடற்கரையின் விளக்குகளைக் கண்டார்கள்; கோடரி வெட்டும் ஓசையையும் விட்டங்களின் கிரீச் சென்ற ஒலியையும் இரும்பின் உரத்த நாதத்தையும் கேட்டார்கள். ஒரு நெருப்பின் ஒளியில், ஒரு கப்பல் அமைப்பின் பக்கக்கட்டைகளையும், இன்னொரு கப்பலின் பிற்பகுதியையும் கண்டனர்; மரத்தில் செய்த கிரேன் (பாரம் தூக்கி) கனமான விட்டங்களையும் பலகை அடுக்குகளையும் தூக்குவதைப் பார்த்தனர். விளக்குகளை உடைய சிறு படகுகள் அங்குமிங்கும் சென்றன. அவற்றிலிருந்து கரகரத்த குரல்கள் ஒலித்தன. பைன்மரப்பொடி, குங்குலியம், ஆற்றுஈரம் ஆகியவற்றின் மணம் பரவியது. அவர்களது படகில் துடுப்புத்தள்ளிய நான்கு வாட்டசாட்டமான டச்சுக்காரர்களும் தமது வளைவுக்குழாயில் வாய்நிறையப் புகைபிடித்தார்கள்.

நள்ளிரவில் அவர்கள் ஓய்வு எடுப்பதற்காக ஒரு வழிமனையில் தங்கினார்கள். அப்பொழுது துடுப்புத் தள்ளுவோர் மாற்றப்பட்டனர். உதயகாலம் ஈரமாகவும் சாம்பல்நிறமாகவும் இருந்தது. எங்குநோக்கினும், வீடுகள், காற்றாடி யந்திரங்கள், படகுகள், நீண்ட கொட்டகைகள்; இவையெல்லாம் இரவில் பிரம்மாண்டமாகத் தோன்றின: இப்பொழுது சாம்பல்நிறப் பனிபெய்த கரைகளில் தாழ்வாக ஒடுங்கிவிட்டனபோல் தோன்றியது. வில்லோ செடிகள் சோர்ந்து மூடுபனி சூழ்ந்த நீர்ப்பரப்பைத் தொட்டன. அந்தப் புகழ்பெற்ற ஸாண்டாம் எங்கே? ''அதோ இருக்கிறது, அதுதான் ஸாண்டாம்,'' என்று துடுப்புத் தள்ளுவோரில் ஒருவன் தலையசைத்துக் காட்டினான். சுட்டிக்காட்டிய இடத்தில், மரத்தாலும் பருவநிலை மாறுதல்களால் நிறமிழந்த செங்கற்களாலும் கட்டப்பட்ட சிறிய வீடுகள் தென்பட்டன. அவை நிரலான முகப்பையும் செங்குத்தான கூரையையும் உடையனவாக இருந்தன. அவர்களது படகு வீதியில் செல்வது மாதிரி தூசி படிந்த கால்வாயில் சென்று அந்த வீடுகளைக் கடந்தது. கிராமம் விழித்தெழுந்துகொண்டிருந்தது. ஆங்காங்கே கணப்புகள் எரிந்து கொண்டிருந்தன. பெண்கள் சதுரமான ஜன்னல்களை -

முதுமையால் பன்னிறம் பாய்ந்த அவற்றின் சிறுகதவுகளை - கழுவினர்; தொய்வு அடைந்த வாயிற்கதவுகளின் பித்தளைக் கைப்பிடிகளையும் தாழ்ப்பாள்களையும் துடைத்துப் பளபளப் பாக்கினர். ஒரு புறவீட்டின் புற்பற்றை வேய்ந்த கூரையில் சேவல் கூவியது. வெளிச்சம் அதிகரித் தது. கால்வாய்க்குக் குறுக்கே கொடிகள் கட்டியிருந்தனர். அந்தக் கொடிகளில், வெளுத்த துணிகள் - மிக அகன்ற கால்சட்டைகளும் முரட்டு லினன் சட்டைகளும் கம்பளிக் காலுறைகளும் - விரித்துக் கிடந்தன.

படகு ஒரு கிளைக்கால்வாயில் திரும்பியது. உளுத்துப்போன முளைகளையும் கோழிப் பண்ணைகளையும் கழிப்பிடத்துக்காகச் சார்பு இறக்கிய களஞ்சியங்களையும் உட்குழிவான வில்லோக்களையும் கடந்தது. கிளைக்கால்வாய் ஒரு சிறிய நீர்நிலையில் முடிந்தது. ஆங்கே, பின்னல் குல்லாய் அணிந்த ஒருவன் படகில் கூனிக் குந்திக்கொண்டு, விலாங்கு மீன் பிடித்துக் கொண்டிருந்தான். பீட்டர் அவனை உறுத்துப் பார்த்துவிட்டுத் துள்ளிக் குதித்துக் கூவினான்:

''கொல்லன் கிஸ்ட்! நீயா?''

அந்த மனிதன் தூண்டில் கயிற்றை இழுத்துவிட்டு, முகத்தை உயர்த்தி நோக்கினான். அவன் மனஅமைதியோடு இருந்தானென்றாலும், தன்னை நெருங்கிவந்த படகில், லினன் கால் சட்டையும் சிவப்புக்கோட்டும் பளபளப்பான தொப்பியும் அணிந்து டச்சுத் தொழிலாளி மாதிரி நின்ற இளைஞனைக்கண்டு வியப்புற்றான் என்பது தெளிவாகத் தெரிந்தது. ஆனால் அடையாளப் பிசகு ஒன்றும் நேரிடவில்லை. அவனேதான்! அந்த வீறாப்பான வதனம்தான்; அதே ஒளிவு மறைவு அறியாத முகம்தான்; அந்தப் பொல்லாத கண்கள்தாம்! இந்த மூடுபனி ஆழ்ந்த காலை வேளையில் மாஸ்கோவின் ஜார் சாமான்யப் படகில் கால்வாயைக் கடந்து வந்ததுகண்டு கிஸ்ட் அதிர்ச்சியடைந்தான். அவன் தனது கண்ணிமைகளைச் சிமிட்டினான். ஆம், அது உண்மையில் ஜார்தான். அவனை விளித்தான்:

''ஹே, பீட்டர், நீங்களா?''

''நன்னாள் வருக!''

''நன்னாள் வருக, பீட்டர்!''

கிஸ்ட் தனது கடினமான விரல்களால் பீட்டரின் கரத்தை விழிப்போடு அமுக்கினான். அதன்பின், அலெக்ஸாண்டரைக் கண்ணுற்றான்: ''ஓ, நீயும் வந்திருக்கிறாயா? நீங்களாகத் தானிருக்க வேண்டுமென்று நான் எனக்குள் சொல்லிக்கொண்டேன். நீங்கள் ஹாலந்துக்கு வந்தது ரொம்ப நல்லது.''

''குளிர்காலம் முழுவதும் இங்கு இருப்போம், கிஸ்ட்; கப்பல்கட்டும் துறையில் தச்சுவேலை செய்வோம். இன்றே கருவிகளை வாங்கிவிடலாம்.''

''காலஞ்சென்ற ஜேகப்பின் மனைவி விற்பதற்கு நல்ல கருவிகளை வைத்திருக்கிறாள். விலையும் அதிகமில்லை. அவளுடன் பேசுகிறேன்.''

''மாஸ்கோவிலிருந்து கிளம்பியபொழுது, உன்வீட்டில் இடம் கொடுப்பாய் என்று எண்ணினேன்.''

''பீட்டர், போதுமான இடமில்லை: நான் ஏழை. என் வீடு சிறியது; இடிந்துபோனது.''

''ஆனால், கப்பல்கட்டும் துறையில் எனக்குக் கூலி கொட்டிக் கொடுக்கப் போகிறார்களா?''

''ஆ, பீட்டர், இன்னும் நகைச்சுவை ரசிகராக இருக்கிறீர்களா?''

''இல்லை. இப்பொழுது வேடிக்கைக்கெல்லாம் நேரமில்லை. இரண்டாண்டுகளுக்குள் நாங்கள் கப்பற்படையைக் கட்டிக்கொள்ள வேண்டும்; முட்டாள்களாக இல்லாமல் புத்திசாலிகளாக வேண்டும்; நம் தேசத்தில் உழைக்காதவன் ஒருவனுமில்லை என்ற நிலைமை ஏற்பட வேண்டும்.''

''நல்ல யோசனை, பீட்டர்.''

இரண்டு படகுகளும் புல் கரையை நோக்கி ஊர்ந்தன. இங்கு ஒரு சார்பும் இரு பலகணிகளும் உடைய ஒரு மரவீடு தென்பட்டது. அதன் ஓட்டுக் கூரை தொய்வு அடைந்திருந்தது. அதன் உயர்ந்த புகைபோக்கி வழியே வெளியேறிய புகை, முதுமையான மாபிள் மரக்கிளைகளை நோக்கி மிதந்தது. மரஜோடுகளை விடுவதற்காகக் கோணலான கதவுக்கு முன்னால் ஒரு தூய பாய் கிடந்தது; ஹாலந்தில், உறையிட்ட பாதத்தோடுதான் எவரும் விட்டினுள் பிரவேசிக்கமுடியும். தூய தூசாடையின் அடியில் கை கட்டிக்கொண்டிருந்த ஓர் ஒல்லியான, வயதான, மாது கதவருகில் நின்று அவர்களைக் கவனித்தாள். ''ஏ, இவர்கள் மாஸ்கோவிலிருந்து வந்திருக்கிறார்கள்'' என்று புல்மீது துடுப்புகளைப் போட்ட கிஸ்ட் இரைந்து கூறியபொழுது, அவள் தன் செவிகளை உடைய குல்லாயை அசைத்தாள்.

பீட்டருக்கு அந்த வீடு மிகவும் பிடித்திருந்தது. அவன் இரு சாளரங்களை உடைய அறையையும் படுக்கை உடைய இருட்டான சிற்றறையையும் தானும் அலெக்ஸாண்டரும் வசிப்பதற்கென்று வாடகைக்கு எடுத்தான். அந்த அறையிலிருந்து ஏணிவைத்து ஏறி அடையக் கூடிய முகட்டறையை அலியோஷ்கா, பிட்கா ஆகிய இருவருக்காக வாடகைக்கு எடுத்தான். அதே நாளில் அவன் ஜேகப்பின் விதவையிடமிருந்து நல்ல கருவிகளை வாங்கினான். அவற்றைத் தள்ளுவண்டியில் கொண்டுவந்தபொழுது, ரென்ஸனைக் கண்டான். ரென்ஸன், ஓர் ஆண்டின் குளிர்காலம் முழுவதும் வாரனேஷில் வேலை செய்தவன். அவன் நல்லியல்புக் குரியவன்; கொழுத்த சரீரத்தை உடையவன். பீட்டரைக் கண்டதும் திடுக்கிட்டு நின்று வாயைப் பிளந்தான்; முகமெல்லாம் வெளுத்துவிட்டது. பளபளப்பான தொப்பியைத் தலையின் பின்புறத்தில் தள்ளிவிட்டுக்கொண்டு, தள்ளுவண்டியை நடத்திச்சென்ற இந்த இளைஞனைக் கண்டதும் அவனுக்கு ஏதோ பயங்கரமான நினைவு உண்டாகி, இதயத்தை நோகச்செய்தது. பனிபெய்வதும், கண்ணைக் கூசச்செய்யும் சிவந்த ஒளிதோன்றுவதும், ருஷியத் தொழிலாளரது உடல்கள் பனிக்காற்றில் ஆடுவதும் பற்றிய நினைவுகள் மனத்தில் தோன்றின.

''ரென்ஸன், எப்படியிருக்கிறாய்?'' என்று தள்ளுவண்டியை நிறுத்திய பீட்டர் வினவினான் தன் சட்டைக்கையால் முகத்தின் வேர்வையைத் துடைத்துக்கொண்டு, கரத்தை நீட்டி, மேலும் பேசினான்:

''ஆம். நான்தான். எப்படி இருக்கிறாய்? நீ வாரனேஷிலிருந்து ஓடி வந்திருக்கக்கூடாது. நான் திங்கட்கிழமையன்று, லிங்ஸ்ட்ரோஜியின் நாவாய்க் குறட்டில் வேலை தொடங்குகிறேன். ஆனால் யாரிடமும் சொல்லாதே, சொல்வாயா? இங்கு நான் பீட்டர் மிஹாலேவ்.'' உறுத்துப் பார்த்த அவனது பெரிய கண்களில், வாரனேஷின் மிகுந்த செல்வொளி மீண்டும் பிரகாசித்தது.

10

''மீன் ஹெர் கோனிக், உங்களது கட்டளைப்படி, இங்கு வந்த மாலுமிகள் பயிற்சி பெறுவதற்கு ஏற்பாடுகள் செய்தாகிவிட்டது. ஐவான் கோலோவின், பிளீஷ்சியேவ், கிராபோட்கின், வாஸிலி வால்காவ், வீரிஷ்சாகின், மென்ஷிகோவ், அலியோஷ்கா, நிரந்தரக் குடிவெறியனான பாதிரி பிட்கா, நான் ஆகியோர் கப்பல் கட்டும் தொழிலில் பயிற்சி பெறுகிறோம்; ஸாண்டாமில் சிலர்; மேற்கு இந்தியக் கப்பல்கட்டும்துறையில் சிலர். அலெக்ஸாண்டர் கிகினும் ஸ்டீபன் வாஸிலீவும் பாய்மரம் செய்யும் தொழிலைப் பயில்கிறார்கள். ஓவியன் யாகீமும் ரோல்ஸ்க் துணைப் பாதிரியான கிரிவாஸிஹின்னும், பல்வகைப்பட்ட நீர்ச்சக்தி ஆலைகளில் பயிற்சி பெறுகிறார்கள். போரிஸாவும் உவாராவும் படகு நிர்மாணத் துறையில் கல்வி பெறுகின்றனர். லூகின், கோபிலின் ஆகியோர் பட்டடை அமைப்பைக் கற்கிறார்கள். கான்ஷின், ஸிக்வார்ட்ஸோவ், பீடிலின், முஹானோவ், ஸின்யாவின் ஆகியோர் வெவ்வேறு இடங்களிலுள்ள கப்பல்களில் மாலுமிகளாகச் சேர்ந்திருக்கின்றனர். ஆர்ச்சிலோவ், துப்பாக்கிப் பயிற்சி பெறுவதற்காக ஹேகுக்குப் போயிருக்கிறான். எங்களுக்கு முன்னால் இங்கு அனுப்பப்பட்ட குதிரைவலவர்கள், மாலுமியின் திசைகாட்டியைப் பற்றித் தெரிந்து கொண்டவுடன், கற்கவேண்டியது அவ்வளவுதான் என்றுகருதி, மாஸ்கோவுக்குத் திரும்புவதற்கு விரும்பினார்கள். ஆனால் அவர்கள் தம் உத்தேசத்தை மாற்றிக்கொண்டு விட்டனர். ஆஸ்டேட் கப்பல்கட்டும் துறையில் தொழிலாளராக வேலைசெய்யும்படிக் கட்டளையிட்டுள்ளோம். அவர்கள் கொஞ்சம் வேர்வை சிந்தட்டும்.

ஜேகப் புரூஸ் இங்கு வந்து, மேன்மை தங்கிய தாங்கள் எழுதிய கடிதத்தை எங்களிடம் கொடுத்தான். இன்னும் ஆறாத காயங்களை எங்களிடம் காட்டினான். அவை நீங்கள் ஒரு விருந்தில் செய்த மரியாதை என்று அவன் கூறினான். அட, முரடனே! இன்னும் எத்துணைக் காலம் ஜனங்களுக்குச் சூட்டுகோல் போடுவாய்? உன்னிடம் பட்டவர்கள் இங்குக்கூட வந்து விட்டனர். ஐவான் மெல்நிட்ஸ்கி* யிடம் உள்ள பழக்கத்தை விட்டுவிடு. இல்லாவிட்டால் நாசித்தோல் உரிந்து போகும் - பீட்டர்.''

''என் எஜமானனே, நான் ஐவான் மெல்நிட்ஸ்கியுடன் பழகுவதாக நீங்கள் எனக்கு எழுதிய கடிதத்தில் குறிப்பிட்டிருக்கிறீர்கள். ஆனால் எஜமான், இது உண்மையல்ல. ஜேகப் மிகுதியாகக் குடித்துவிட்டு மாஸ்கோவிலிருந்து நேராக உங்களிடம் வந்திருக்கிறான். அவனது மனக் குழப்பத்தில் இவ்வாறு உளறியிருக்கிறான். ஐவான் மெல்நிட்ஸ்கியைக் கவனிப்பதற்கு எனக்கு நேரமில்லை. இங்குத் தொல்லைக்கும் சண்டைக்கும் ஓய்வே இல்லை. எப்பொழுதும் இரத்தம் சிந்திக்கொண்டுதானிருக்கிறோம். நீங்கள்தான் ஓய்வு நேரத்தில் ஐவானைக் கவனித்துக் கொள்ளவேண்டும்; எங்களுக்கு நேரமில்லை. நான் முன்பே உங்களுக்குக் கொள்ளைக் கூட்டத்தினர் பிடிபட்டதைப்பற்றித் தெரிவித்திருக்கிறேன். அதே கூட்டத்தைச் சேர்ந்தவர்கள், மேலும் எட்டுப்பேர் பிடிபட்டுள்ளனர். இந்தத் திருடர்களில் கசாப்புக்கடைக்காரரும் வண்டி ஓட்டிகளும் உண்டு; பாயர்களின் ஆட்கள் நால்வர் பிரபுவின் மகனான மிஷ்காடிர்டாவும் பிடிபட்டவர்களில் ஒருவன். அவர்கள் திருடிய பொருட்களின் பதுக்கிடம் டிவர் நுழைவாயிலுக்கு வெளியே இருந்தது. அதே இடத்தில்தான் அவர்களும் மறந்திருந்தனர். ஜேகப் புரூஸோ வேறு

★ ஐவான் மெல்நிட்ஸ்கி: குடிவெறியின் உருவகம்.

யாராவதோ என்னைப்பற்றிப் புகார் சொல்லியிருந்தார்களானால், அவையெல்லாம் குடிவெறியில் சொல்லப்படும் பொய்களாகும்.

வாழ்த்துக்களுடன்,

பிடோர் ரோமோடானோவ்ஸ்கி.''

''மீன் ஹெர் கோனிக், எனக்கு ராஜாங்கத் தபால் கிடைத்தது. அதில் தாமஸ் என்ற அன்னியனைப்பற்றிக் குறிப்பிட்டு அவன் எந்த அடிப்படையில் புகையிலை வியாபாரத்தை எதிர்காலத்தில் நடத்துவது என்று கேட்டிருக்கிறீர்கள். இது விஷயமாகச் சென்ற ஆண்டுக் குளிர் காலத்திலேயே ஓர் உத்திரவு பிறப்பிக்கப்பட்டது: முதல் வருடம் அவனே வில்லங்கமில்லாது வியாபாரம் நடத்திக்கொள்ள வேண்டியது; இரண்டாவது வருடம், அவன் வியாபாரத்தைத் தானே நடத்திக் கொள்வதுடன் வரியும் செலுத்தவேண்டும்; மூன்றாவது வருடத்தில், வியாபார உரிமையை ஏலத்துக்குவிட்டு அதிகமான தொகைக்குக் கேட்பவனிடம் கொடுப்பது. இது ஒரு சாமான்யப் பிரச்னை. இதைக் குறித்து உமது அரசாங்கப் பாயர்கள் சிந்தித்து முடிவுசெய்ய முடியாமை கண்டு நான் வியப்புறுகிறேன். உமது சர்க்கார் சேவைக்காக நாங்கள் இங்கு 13 ஆயிரம் கைத்துப்பாக்கிகளை வாங்கியிருக்கிறோம்; மேலும் 10 ஆயிரம் கைத்துப்பாக்கிகளுக்கு 'ஆர்டர்' செய்திருக்கிறோம். எட்டுச் சட்டிப் பீரங்கிகளுக்கும் பதினான்கு துப்பாக்கிகளுக்கும் கூட ஆர்டர் செய்திருக்கிறோம். தேர்ச்சி பெற்ற இரும்புத் தொழிலாளரைப்பற்றிப் பலரிடம் பேசியுள்ளேன். ஆனால் இதுவரை ஒருவரும் கிடைக்கவில்லை. திறமைசாலிகள் உள்ளூரைவிட்டுக் கிளம்ப மாட்டார்கள். திறமைக் குறைவானவர்களை நாம் விரும்பவில்லை.... என் தலைவரான தளபதிக்கு என் வாழ்த்துக்களைத் தெரிவித்து, என் குடும்பத்தைக் கவனித்துக்கொள்ளும்படி மன்றாடிக் கேட்டுக்கொள்ளுங்கள். (இந்த வாக்கியம் மட்டும் கரிய மசியில். மிச்சமெல்லாம் கண்ணுக்குத் தெரியாத மையில்)..... இங்குள்ள நிலவரம்: பிரெஞ்சு அரசன் மீண்டும் பிரஸ்ட் என்ற இடத்தில் கப்பற்படையைச் சித்தம் செய்துகொண்டிருக்கிறான்; ஆனால் அதன் இலக்கு எது என்பது எவருக்கும் தெரியாது. ஸ்பெயின் அரசன் இறந்துவிட்டானென்று நேற்று வியன்னாவிலிருந்து சேதி வந்தது. அவன் இறந்தபின் என்ன நிகழுமென்பதை மேன்மை தங்கிய தாங்கள் அறிவீர்கள்.*

அங்கு அடைமழை பெய்வதைப்பற்றி எழுதியிருக்கிறீர்கள். மாஸ்கோவிலுள்ள அத்தகைய மாளிகைகளில், அவ்வளவு சேறு எப்படி ஏற்படுகிறதென்று நாங்கள் வியக்கிறோம். இங்கு நாங்கள் கடல் மட்டத்துக்குக் கீழே வசிக்கிறோம். என்றாலும் ஈரம் இல்லை. - பீட்டர்.''

பீட்டர் உத்திரவுக் கிணங்க நாட்குறிப்பு எழுதிவந்த வாஸிலி வால்காவ் குறித்தது:

''ஆம்ஸ்டர்டாமில் நான் ஒரு பதினெட்டுமாதப் பெண் குழந்தையைப் பார்த்தேன்; அதன் உடம்பெல்லாம் ரோமம் அடர்ந்திருந்தது. மிகவும் கொழுத்திருந்தது. அதன் முகத்தின் அகலம் பத்து அங்குலம். அதைச் சந்தைக்குக் கொண்டு வந்திருந்தனர். அங்கேயே நான் ஒரு வினோதமான யானையைப் பார்த்தேன். அது இருவர் ஆடுவதற்குரிய ஆடலின் இசையை வாசித்தது; துருக்கியர் முறையில் முரசு கொட்டியது; கைத்துப்பாக்கியால் சுட்டது; தன் தோழனாகவுள்ள நாயுடன் விளையாடியது. இது ஓர் அற்புதமான யானை.''

''மரத்தால் செய்த மனிதமுகம் பேசுவதை நான் பார்த்தேன்! கடிகாரம் மாதிரி அதற்குச் சாவிகொடுக்கிறார்கள். நாம் என்ன சொன்னாலும் அந்தத் தலை திரும்பச்சொல்கிறது. ஒரு

★ ஸ்பானிஷ் மரபுவழியுரிமைக்கான போர் (ஆசிரியர் குறிப்பு)

சக்கரத்தின்மீது அமைந்த இரு மரக்குதிரைகளைக் கண்டேன். ஜனங்கள் அவற்றின்மீது உட்கார்ந்து, இஷ்டப்பட்ட இடத்துக்குத் தெருக்கள் வழியே விரைவாக ஓட்டிச் செல்கின்றனர். வெள்ளியையும் காரீயத்தையும் உருக்குவதற்கு உதவும் கண்ணாடியைக் கண்டேன். அதைக் கொண்டு அவர்கள் நீரின் அடியில் விறகை எரிக்கிறார்கள். நாலுவிரல் தண்ணீர் இருந்தது. அந்தக் கண்ணாடியைப் போட்டவுடன் அந்த நீர் கொதித்து ஆவியாக மாறியது; அடியில் இருந்த மரம் எரிந்தது.''

''நான் ஒரு டாக்டர் வீட்டில் ஒருமானிட உடலைப் பார்த்தேன். இருதயம், நுரை ஈரல், சிறுநீரகம் ஆகியவற்றை அப்படியே தனித்தனியாக அகற்றியிருந்தார்கள். சிறு நீரகத்தில் கல் எப்படி உண்டாகிறது என்பதைக் காணலாம். நுரையீரலின் உயிர்ப்புக்குக் காரணமாயுள்ள நரம்பு. பழங்கந்தல் மாதிரி இருக்கிறது. மூளையில் உள்ள நரம்புகள் நூலிழைகளாக உள்ளன. அற்புதமான விஷயம்.''

''ஆம்ஸ்டர்டாம் நகரம், கடலருகே தாழ்வான நிலத்தில் இருக்கிறது. சகல தெருக்களிலும் கப்பல்கள் செல்லக்கூடிய அளவுக்குப் பெரிய கால்வாய்கள் வெட்டப்பட்டுள்ளன. கால்வாயின் இருமருங்கிலும் அகன்ற பாதைகள் உள்ளன. சில இடங்களில் இரண்டு வண்டிகள் தோளோடு தோளாகப் போகமுடியும். கால்வாயின் ஒவ்வொரு கரையிலும் பெரிய மரங்கள் உள்ளன; அவற்றுக்கிடையே விளக்குகள் உள்ளன. விளக்கு இல்லாத வீதியில்லை. ஒவ்வொரு இரவும் ஒவ்வொரு வீட்டுக்காரனும் தன் வீட்டுக்கு முன்னால் தெருவில் விளக்கு ஏற்றிவைக்க வேண்டுமென்று கட்டாயம் செய்கிறார்கள். இந்தத் தெருக்களில் ஜே ஜே என்று ஜனங்கள் கூடி உலவி உவகை அடைகிறார்கள்.''

''ஐரோப்பாவில் வர்த்தகர்கள் செல்வந்தர்களாக விருப்பதால், பிறரைவிட உயர்ந்தவர் களாகக் கருதப்படுகிறார்கள். வியாபாரிகள் சுபிட்சமாக வாழ்கின்றனர். அவர்களது ஆடை தனிச்சிறப்புக்கு உரியது. வியாபாரிகள் கூடிப் பேரம் செய்வதற்காக உள்ள நிலையம் மிகவும் அற்புதமானது. சலவைக்கல்லால் கட்டியிருக்கிறார்கள்; உட்புறத்தில் உருவங்கள் செதுக்கப் பெற்ற பளிங்குக்கல் காட்சி தருகிறது. செஸ் பலகைமாதிரி தளத்தை அமைத்துள்ளனர். ஒவ்வொரு வியாபாரியும் தனக்குரிய சதுரத்தில் நிற்கிறான். பொது மைதானத்தில், ஒவ்வொரு நாளும் ஜனங்கள் திரளாகக் கூடுவதால், அவர்கள் கஷ்டப்பட்டு நகரவேண்டி யிருக்கிறது. அங்கு ஒரே சத்தம். ஏழை யூதர்கள் வியாபாரிகளோடு நிற்கிறார்கள்; அவர்களுக்கு அவசரத்துக்கு மூக்குப்பொடி கொடுக்கிறார்கள். இந்த வழியில் அவர்கள் பிழைக்கிறார்கள்.''

பொது விவகாரங்களை அக்கறையோடு ஆராய்வதில் நாட்டம்கொண்ட ஜேகப் நோமென் தன் நாட்குறிப்பில் எழுதினான்: ''ஜார் தன் மாற்றுருவை ஒரு வாரத்துக்கு மேல் பாதுகாக்க முடியவில்லை. மாஸ்கோவுக்குப் போய்வந்த சிலர் அவரை அடையாளம் கண்டுகொண்டனர். இந்தச் சேதி விரைவாகத் தேசமெங்கணும் பரவியது. ஆம்ஸ்டர்டாம் வியாபாரிகளது நிலையத்தில், அவர் ஜார்தானா அல்லது அவரது தூதரா என்ற தகராறில் பலர் பெருந் தொகை களைப் பந்தயம் கட்டினார்கள். ஹெர் ஹாட்மான் மாஸ்கோவுடன் வியாபாரம் செய்கிறார்; மாஸ்கோவுக்குச் சில சந்தர்ப்பங்களில் சென்றிருக்கிறார். அப்பொழுது, ஜார் அவரது விருந்தாளியாக வந்து போயிருக்கிறார். எனவே, ஜாருக்கு வணக்கம் தெரிவிக்க, ஹாட்மான் ஸாண்டாமுக்குச் சென்றார். அவரிடம் கூறினார்:

''புனிதமான மாட்சிமைக்கு உரியவரே, நீங்களா?''

''நீங்கள் பார்க்கிறீர்களே, தெரியவில்லையா?'' என்று ஜார் வெடுக்கென்று பதில் கூறினார்.

அதன்பின் அவர்கள், மாஸ்கோவுக்கு வடகடல் வழியாகச் சென்றுவருவதிலுள்ள கஷ்டங் களைக்குறித்தும், பால்டிக் துறைமுகங்களின் அனுகூலங்களைப் பற்றியும் நீண்டவிவாதம் நடத்தினார்கள். ஜாரின் முகத்தை நேராக நோக்குவதற்கு ஹாட்மான் துணியவில்லை; ஏனெனில் அவர் ஆத்திரமடைவாரென்பது அவருக்குத் தெரியும். தம் கண்களை நேரில் யாராவது நோக்கினால், அதை ஜாரால் சகித்துக்கொள்ள முடியாது. ஏதோ வியப்புக்கும் வேடிக்கைக்கும் உரிய விந்தைப் பொருளைப் பார்ப்பது மாதிரி, ஆல்டர்ஸ்டன் பிளாக் என்ற ஒரு மனிதர் தெருவில் போய்க்கொண்டிருந்த ஜாரின் கண்களைத் துடுக்காக வெறித்துப் பார்த்தார். உடனே ஜார் அவனது முகத்தில் அறைந்தார். காயம்பட்ட பிளாக், அவமானத்தால் மனம் குமைந்துவிட்டான். வழிப் போக்கர்கள் அவனை ஏளனம் செய்து நகைத்தனர்; ''சபாஷ், ஆல்டர்ஸ்டன், நீர் பெருமகனாக ஆகிவிட்டீர்!'' என்றனர்.

இன்னொரு வியாபாரிக்கு, ஜார் வேலை செய்யும்பொழுது பார்க்கவேண்டுமென்று பேராவல். கப்பல்கட்டும் துறையில் இருந்த ஒரு தேர்ச்சியாளனது உதவியை நாடினான். ''தச்சன் பீட்டர், இதைச் செய் அல்லது அதைச் செய்'' என்று அவன் யாரிடம் கூறுகிறானோ, அவரே மாஸ்கோவின் ஜார் என்று தேர்ச்சியாளன் கூறினான். ஆவல் மிகுந்தவனான வியாபாரி துறைக்குச் சென்றான். சில தொழிலாளர்கள் ஒரு பளுவான விட்டத்தைத் தூக்கிவருவதைக் கண்டான். அப்பொழுது, ''தச்சன் பீட்டர், அவர்களுக்குக் கைகொடுத்து உதவக்கூடாதா?'' என்று தேர்ச்சி யாளன் வினவினான். அதைக் கேட்டவுடன் தச்சர்களில் ஒருவன் கோடரியைக் கீழே போட்டு விட்டுப் பணிவாக ஓடிவந்தான்; கிட்டத்தட்ட ஏழடி உயரம்; துணியெல்லாம் கீல்மயம்; நெற்றி வேர்வையில் ஈரமாகி ஒட்டிக்கொண்டிருந்த சுருள்மயிர். அவர் விட்டதின் கீழ் தோளைக் கொடுத்து, அதைத் தூக்குவதற்கு உதவினார். இதைக்கண்ட வர்த்தகன் மலைத்துவிட்டான்.

வேலை முடிந்தவுடன் கப்பல்துறைக்கு அருகிலுள்ள ஓர் அருவருப்பான உணவு விடுதிக்குச் சென்று, கோப்பையில் பீர் குடித்துக்கொண்டே, சாமான்யமான ஜனங்களுடன் உல்லாசமாக உரையாடுகிறார், பீட்டர். அவர்களது வேடிக்கைப் பேச்சைக்கேட்டுச் சிரிக்கிறார். இந்தச் சமயங்களில் அவர்கள் தமக்கு மரியாதை காட்டுவதில்லை என்பதைப்பற்றி அவர் சிறிதும் கவலைப்படவில்லை. ருஷியாவுக்குச் சென்று, தொழில் செய்வோர்களது வீடுகளுக்குச் சென்று, அவர்களது மனைவிமார்களுடன் ஜின் குடித்தும் அவர்களை விளையாட்டாகத் தட்டிக் கொடுத்து வேடிக்கையாகப் பேசியும், மனமகிழச் செய்கிறார். அவரது வினோதமான நடத்தைக்கு ஓர் உதாரணம்: சில கனிகளை வாங்கித் தொப்பியில் வைத்துக்கொண்டு, ஒவ்வொன்றாக எடுத்து வாயில் போட்டுத் தின்றவாறு, செய்கரையில் நடந்து சென்றார். சிறுவர் கூட்டமொன்று அவரைப் பின்தொடர்ந்தது. அவர்களில் சிலரது தோற்றப்பொலிவு அவருக்குப் பிடித்திருந்தது. ''சிறுவர் களே, பழம் வேண்டுமா?'' என்று கேட்டுவிட்டு, அவர்களுக்குச் சில பழங்களைக் கொடுத்தார். வேறு சிலர் ஓடிவந்து தமக்கும் தரவேண்டுமென்று கோரினார்கள். ஆனால் அவர் அவர்களைப் பார்த்துக் கோணங்கி செய்தார்; அவர்களைத் தொந்தரவு செய்து விளையாட விரும்பியவராய், பழக்கொட்டை ஒன்றை அவர்கள்மீது துப்பினார். சில பையன்களுக்கு ஆத்திரம் வந்துவிட்டது; அழுகிய ஆப்பிள்களையும் புல்லையும் குப்பைகளையும் அவர்மீது வீசி எறிந்தனர். அவர் சிரித்துக்கொண்டே போய்விட்டார். ஒரு பையன் கல்லால் அடித்தான். அது பட்டதால் முதுகு வலித்தது. அவர் ஆத்திரமடைந்தார். கடைசியாக அணை அடைப்பின் அருகில் ஒரு மண்கட்டி அவரது தலைமீது விழுந்தபொழுது, அவர் வெகுண்டு கத்தினார். ''ஒழுங்கைப் பாதுகாக்கும் முறைமன்ற முதல்வர் இந்த ஊரில் இல்லையா?'' என்று, ஆனால் அதன் பிறகும் சிறுவர்கள் கொஞ்சமேனும் பயப்படவில்லை.

விடுமுறை நாட்களில் அவர் விரிகுடாவில் படகுப் பிரயாணம் செய்கிறார். அந்தப் படகை

நாற்பது கூல்டன்* பணமும் ஒரு சட்டிப் பீரும் கொடுத்து, ஹார்மன்ஸன் என்ற ஓவியனிடம் வாங்கினார். ஒருநாள் அவர் தம்படகில் சென்றுகொண்டிருந்தபொழுது, பிரயாணிகளின் படகொன்று அவரது படகை நெருங்கிவந்தது. ஜாரைப் பார்க்கவேண்டு மென்று மிகுந்த ஆவலை உடைய பல ஜனங்கள் மேல்தட்டில் கூடினார்கள். அந்தப் பிரயாணப்படகு பீட்டரது படகுடன் பக்கத்துக்குப் பக்கமாக வந்தபொழுது, அவர்களது கவனத்தைக் கவரவிரும்பாத பீட்டர், இரண்டு காலி பாட்டில்களை எடுத்து, ஒன்றன்பின் ஒன்றாகக் கூட்டத்தின் மீது எறிந்தார். நல்ல வேளையாக, ஒருவருக்கும் அடி விழவில்லை.

அவருக்கு நவநவமான விஷயங்களை அறிவதில் மிகுந்த ஈடுபாடு. ''இது என்ன? அது என்ன?'' என்று ஓயாமல் உசாவிக்கொண்டிருக்கிறார். என்னவென்று சொன்னவுடன், ''நான் அதை நன்றாகப் பார்க்கவேண்டும்'' என்கிறார். அதன்பின், அதை நுணுக்கமாக ஆராய்ந்து, கேள்விகளைக் கேட்டுத் தெளிவுபெறுகிறார். ஹாலந்தின் தலைவனும் ஆங்கிலேய அரசனுமான ஆரன்ஜ் வில்லியத்தைச் சந்திப்பதற்காக அவர் உட்ரக்ட் சென்றார். அங்கு அனாதைப் பராமரிப்பு நிலையங்களுக்கும் ஆஸ்பத்திரிகளுக்கும் பல்வேறு பாக்டரிகளுக்கும் ஒர்க்ஷாப்புகளுக்கும் தம்மை அழைத்துச் செல்லும்படிச் செய்தார். பேராசிரியர் ரூயிச்சின் உடற்கூறு ஆராய்ச்சி நிலையம் அவரைப் பெரிதும் கவர்ச்சித்தது. உயிருள்ளதைப்போல் புன்னகை செய்த ஒரு மருந்திலிட்ட குழந்தையின் உடலைக்கண்ட அவர், மனமகிழ்ந்து அதற்கு முத்தமிட்டார். உடற்கூறு பரிசோதனைக்காக அறுக்கப்பட்டிருந்த மற்றோர் உடல் மீதிருந்த போர்வையை ரூயிச் நீக்கியதும், ஜாரின் ருஷியக் கூட்டாளிகள் வெறுப்படைந்தனர். அதை நோக்கிய ஜார். ஆத்திரமடைந்தார். அந்த உடலின் சில தசைகளைத் தம் பற்களால் கடித்துப் பிய்க்கவேண்டு மென்று அவர்களுக்கு உத்திரவிட்டார்.

பல்வேறு ஜனங்கள் என்னிடம் கூறிய விவரங்களைத்தான் மேலே எழுதியிருக்கிறேன். அனால் நேற்று அவரை நேரில் காணும் நற்பேறு எனக்கு வாய்த்தது. ஜேகப் விதவையின் கடையிலிருந்து வெளியேறிய அவர், கரத்துக்கொரு புதிய கோடரிப்பிடியை எடுத்துக்கொண்டு, கைகளைச் சுழற்றியவாறு விரைவாக நடந்தார். மிகவும் உயரமாயிருக்கிறார். நல்ல உடற்கட்டு; விறுவிறுப்பு மிகுந்தவர். இலாகவமாகவும் கவர்ச்சியாகவும் நடந்தார். வட்டவடிவமான முகம்; அதில் ஓரளவுக்குக் கடுமை விளங்கும் தோற்றம்; கரிய புருவங்கள்; குட்டையான சுருள்மயிரும் கறுப்பு என்றுதான் சொல்ல வேண்டும். வலுவான சாய்வரித் துணிக்கோட்டையும் சிவந்த சட்டையையும் கம்பளக் குல்லாவையும் அணிந்திருந்தார். என்னைப் போலவே, வீதியில் கூடியிருந்த என்மனைவியும் என் மகளும் நூற்றுக்கணக்கான ஜனங்களும் அவரைப் பார்த்தனர்.''

''மீன்ஹெர் கோனிக், நேற்று வியன்னாவிலிருந்து சக்கரவர்த்தியின் தூதர்களால் அனுப்பப் பெற்ற பிரபு வந்தான். அவன் நமது தூதர்களிடம் தெரிவித்த சேதி: லியோபோல்டு சக்கர வர்த்தியின் படைகளுக்கு ஆண்டவன் பெரிய வெற்றியை அளித்திருக்கிறார். மூன்று வரிசைகளில் அகழ் தோண்டி அரண் செய்திருந்த துருக்கியர்கள், மூன்று பாதுகாப்பு நிலைகளையும் விட்டு ஓடவேண்டியதாயிற்று. சக்கரவர்த்தியின் சிப்பாய்கள் துப்பாக்கி அடுக்குகளிலிருந்து கக்கிய குண்டுகளைத் தாங்க முடியாது பாலத்தில் ஓடியவர்கள், நீரில் குதித்தனர். அப்பொழுது சக்கரவர்த்தியின் சிப்பாய்கள் வாட்களால் பின்புறத்தில் தாக்கினர். துருக்கியர்கள் படுதோல்வி அடைந்தனர். அவர்களது தளவாடத் தொடர்வண்டிகள் பிடிபட்டன. இந்தப் போரில், பன்னிரண்டாயிரம் துருக்கியர்கள் கொல்லப்பட்டனர்; அவர்களில் துருக்கிராஜ்ய முதன்மந்திரியும் ஒருவர். சுல்தானும் கொல்லப்பட்டு விட்டதாக இவர்கள் சொல்கிறார்கள்.

---

* கூல்டன்: ஒரு டச்சு நாணயம்

சக்கரவர்த்திப் படைகளது சேனாதிபதி, யூஜீன் என்ற இளைஞன்; ஸேவாய் கோமகனது தம்பி. அவனுக்கு இருபத்தியேழு வயதுதான் ஆகிறதென்றும், இதுவே அவன் நடத்திய முதற்போர் என்றும் சொல்கிறார்கள்.

ஐயா, சேதியைக் கூறிவிட்டோம். இந்த வெற்றியை முன்னிட்டு உங்களைப் பாராட்டு கிறோம். துப்பாக்கிகளும் கைத்துப்பாக்கிகளும் முழக்கம் செய்யவும், நானாவிதமான கொண்டாட்டங்கள் நிகழவும் ஏற்பாடுசெய்யுமாறு வேண்டுகிறோம். ஆம்ஸ்டர்டாமிலிருந்து, செப்டம்பர் 13-ந் தேதியன்று எழுதுவது. - பீட்டர்.''

11

ஜனவரி மாதத்தில் பீட்டர் இங்கிலாந்துக்குச் சென்றான். லண்டனிலிருந்து நான்குமைல் தூரத்தில் இருந்த டிப்ட்போர்டு என்ற சிறுநகரின் கப்பல்கட்டும் துறையில் தங்கினான். விஞ்ஞான வீதிகளின் அடிப்படையில் கப்பல் கட்டுவது எப்படி - அதாவது கப்பலின் வடிவ இயல் (ஜியோமிதி) விகிதாச்சாரங்கள் - என்ற கேள்விக்கு விடைகாண்பதற்கு அவன் ஹாலந்தில் முயன்றதெல்லாம் வியர்த்தமாயிற்று; ஆனால் இங்கு அந்த வினாவுக்கு விடை அறிந்தான். இரண்டரை மாதகாலம், அவன் கணித சாத்திரமும் கப்பலின் உருவரை அமைத்தலும் கற்றான். மாஸ்கோவில் கப்பல் தொழிற்கல்லூரி அமைப்பதற்காக அவன் ஆண்டிரூ பெர்கூஸ்ஸன் என்ற புலமைசான்ற கணிதப் பேராசிரியரை நியமித்தான். வால்கா - டான் கால்வாய் வெட்டுவதை மேற்பார்வையிடுவதற்காகக் கால்வாய் இன்ஜினியரான காப்டன் ஜான் பெர்ரியை ஏற்பாடு செய்தான். ஆனால் ஆங்கிலேய மாலுமிகளை வேலைக்கு அமர்த்துவதில் அவன் வெற்றி காண வில்லை; அவர்கள் அதிகத் தொகை கேட்டார்கள்: இவர்களிடமோ கொஞ்சம் பணம்தான் இருந்தது. மயிர்ப்பட்டுகளும் மணிப்பின்னல்களும், அரசு கஜானாவிலிருந்த குடிகிண்ணங்கள், நகைகள், சீன மட்பாண்டங்கள் ஆகியவையும் கூட, மாஸ்கோவிலிருந்து வந்துகொண்டே யிருந்தன. அனால் பெரிய ஆர்டர்களுக்குத் தொகை கட்டுவதற்கும் திறமைசாலிகளை நியமிப்பதற்கும் இவையெல்லாம் போதவில்லை.

கார்மார்த்தன் கோமகனான, பெரிக்ரைன் பிரபு என்ற, நல்லிணக்கமான ஆங்கிலேயன், உதவிக்கு வந்தான். ருஷியா முழுவதும் புகையிலையை விற்பனை செய்யும் ஏகபோக உரிமையைத்தான் வாங்கிக்கொள்ள முன்வந்தான். ஒவ்வொரு பெட்டியிலும் ஐந்நூறு ஆங்கிலேயப் பவுண்டு புகையிலையை வைத்து, மூவாயிரம் மரப் பெட்டிகளை ருஷியாவில் இறக்குமதி செய்யும் உரிமைக்காக இருபதாயிரம் பவுன் அச்சாரம் கொடுத்தான். அதேபொழுதில், கார்னீலியஸ் க்ரீஸ் என்ற புகழ்பெற்ற டச்சுக் காப்டனை வேலைக்கு அமர்த்துவதில் அவர்கள் வெற்றியடைந்தனர். க்ரீஸ் நெஞ்சுரமும் மண்டைக்கனமும் ஒருங்கே உடையவன். நீண்ட கடற் பிரயாணம் பல நடத்தி அனுபவம் பெற்ற ஆற்றல் வாய்ந்த மாலுமி. அவனுக்கு ரொக்கமாக ஒன்பதினாயிரம் கூல்டன் கொடுப்பதென்றும், மாஸ்கோவில் ஒரு வீட்டைத் தருவதுடன் பராமரிப்புச் செலவையும் மேற்கொள்வதென்றும், அவனுக்குக் கடற்படையின் துணைத் தலைவன் என்ற பட்டத்தை அளிப்பதென்றும், வெற்றிப் பொருட்களில் மூன்று சதவீதம் அவனைச் சேருமென்றும், அவன் பிடிப்பட்டால், கஜானாவிலிருந்து பணம் கொடுத்து விடுவிக்க வேண்டுமென்றும் ஏற்பாடு ஆயிற்று.

அன்னியப் படை அதிகாரிகளும் கப்பல்வலவர்களும் படகோட்டிகளும் டாக்டர்களும் மாலுமிகளும் கப்பல் சமையற்காரர்களும் கப்பல் கட்டும் நிபுணர்களும் துப்பாக்கி விற்பன்னர்

களும் ஆர்க்கேஞ்சல், நாவோகிராட் வழியாக மாஸ்கோ வந்துசேர்ந்தனர். ஜாரின் உத்திரவுக் கிணங்க, வியாபாரிகளும் பிரபுக்களும் தமது இல்லங்களில் அவர்கள் தங்குவதற்கு வசதி செய்துகொடுத்தார்கள். மாஸ்கோவில் கூட்டம் அதிகரித்துவிட்டது. இவ்வளவு அன்னியர்களை வைத்துக்கொண்டு என்ன செய்வதென்று பாயர்களுக்குத் தெரியவில்லை.

படைக்கலங்களும், கப்பற்பாய்க் கித்தானும், மரத்திலும் இரும்பிலும் வேலை செய்வ தெற்கான கருவிகளும், திமிங்கில எலும்பும், கெட்டிக் காகிதமும், நெட்டியும், நங்கூரங்களும், மரவகைகளும் சலவைக் கல்லும், சாராயத்தில் குழந்தை உடல்களையும் குரூபி உருவங்களையும் பத்திரப்படுத்திய பேழைகளும், காய்ந்த முதலைகளும், பஞ்சுவைத்துத் திணித்த பறவைகளும் நீண்ட தொடர்வண்டிகளில் வந்தன. ஜனங்கள் அரைப் பட்டினி கிடந்தார்கள்; கொள்ளைக் காரர்கள்கூடப் பசியால் துன்புற்றனர். ஆனால் இந்தப் பொருட்கள் வந்துகொண்டிருந்தன. உண்டு கொழுத்த, துடுக்கான அன்னியர்கள் தேசத்தில் குவிந்தனர். ஜார் புத்திசுவாதீனத்தோடு தான் நடந்துகொள்கிறாரா?

கொஞ்சகாலமாக மாஸ்கோ சந்தைகளில் ஜாரைப் பற்றி வதந்திகள் உலவின. வெளிநாடு சென்ற ஜார் தண்ணீரில் தவறிவிழுந்து இறந்துவிட்டான் என்பது ஒன்று. அவனை ஒரு பீப்பாயில் அடைத்துப்பூட்டிச் சாகடித்துவிட்டார்களென்பது இன்னொன்று. அவனைப்போல் உள்ள ஓர் அன்னியனை லிபோர்ட் கண்டுபிடித்து விட்டதாகவும், அந்த அன்னியனைத்தான் பீட்டர் என்று காட்டிவருவதாகவும், இனி இந்தப் போலியின் பெயரால் லிபோர்ட்டே ஆட்சி செய்து ஜனங்களை ஒடுக்கிப் பழைமை வாதத்தை (பழைய சமயக் கொள்கையை) அழித்து விடுவானென் றும் சிலர் சொன்னார்கள். இவ்வாறு அவதூறு மொழிந்தோரை அரசாங்கத்தின் ஆட்கள் பிரியோபிராஷன்ஸ்கி நிர்வாகமனைக்கு இழுத்துக்கொண்டு சென்றனர். அங்கு ரோமோடா னோவ்ஸ்கியே, கசையும் தீயும் கொண்டு, அவர்களை விசாரித்தான். ஆனால் இந்த ஆட்சிப்பகை அவதூறுகளின் தோற்றுவாயைக் கண்டுபிடிக்க முடியவில்லை. இளவரசி ஸோபியாவுடன் தொடர்பு ஏற்படுவதைத் தடுப்பதற்காக, நாவோடிவிச்சி கன்யா மடத்தின் கட்டுக்காவலைப் பலப்படுத்தினார்கள்.

ரோமோடானோவ்ஸ்கி பாயர்களையும் பெரிய பிரபுக்களையும் தன் மாளிகைக்கு அழைத்து வரைநெறியில்லாது செந்தேறல் வழங்கினான். விருந்தாளிகள் வெளியேறுவதைத் தடுப் பதற்காக, வாயிற்கதவுகள் அருகில் துப்பாக்கிச் சிப்பாய்கள் நிறுத்தப்பட்டனர்.- இவ்வாறாக விருந்தோம்பல் பலநாட்கள் நீடித்தது. அவர்கள் பேசுவதைக் கேட்பதற்காகக் கோமாளிகளும் குள்ளர்களும் மேஜைகளின் அடியில் தவழ்ந்தனர். ஒரு பயிற்சிபெற்ற கரடி, குடிபோதையிலுள்ள விருந்தாளிகளிடம் சென்று, தனது பாதங்களால் ஒயின் ஊற்றிய கோப்பைகளைக் கொடுத்தது. யாராவது வாங்கிக் குடிக்க மறுத்தால், கரடி கோப்பையைக் கீழே எறிந்துவிட்டு அவனைப் பாதங்களால் பிறாண்டியது; அவனைத் தழுவி, முகத்தைக் கடிக்க முயன்றது. கொழுத்துக் களைத்திருந்த ரோமோடானோவ்ஸ்கி ஓரளவு குடிவெறிகொண்டு அரியணையில் கண்ணை மூடினான் என்றாலும், உஷாராகத்தானிருந்தான். ஆனால் குடிபோதையில்கூட விருந்தினர் நாவை அடக்கினார்கள். பீட்டரும் அவனது கூட்டாளிகளும் அதிகாரத்தை இழந்த அல்லற்பட வேண்டுமென்று அவர்களில் பலர் விரும்பியதை அவன் அறிவான். ஆனால் அவர்களைக் கையும் களவுமாய்ப் பிடிக்கமுடியவில்லை.

விரைவில், விரோதி பகிரங்கமாக வந்துவிட்டான். லிதுவேனிய எல்லையிலிருந்த தமது படையினரை விட்டுவிட்டு, நூற்றியைம்பது காவற்படையினர் மாஸ்கோவுக்கு வந்தனர். அங்கு உள்ள கவர்னரான மிஹைல் ரோமாடானோவ்ஸ்கிக்கு ஆதரவாக, ஹண்டர்ட்மார்க், சுபாரோவ்,

கோல்ஸாகோவ், கூஸ்மா ஆகியோரின் நான்கு காவற்படைகளும் அனுப்பப்பட்டிருந்தன. இவைதாம், அஸோவ் பிடிப்பட்டபிறகு, அஸோவிலும் டாகன்ராக்கிலும் கோட்டைகட்டும் பணிக்கு நியமனமானவை; ஸ்டென்காராஸினைப் பின்பற்றுவோமென்று அச்சுறுத்திக் கஸாக்குகளுடன் முந்திய வருட இலையுதிர்காலத்தில் கலகம் செய்தவை. அங்கு வேலைப்பளு தாங்காது அவதியுற்ற அவர்கள், மாஸ்கோவுக்குத் திரும்பி மனைவி மக்களோடு வாழவும், கைத்தொழில் வியாபாரங்களைக் கவனிக்கவும் விரும்பினார்கள். அனால் அதற்குப் பதிலாக அவர்கள் லிதுவேனியச் சதுப்பு நிலத்துக்கு அனுப்பப்பட்டனர்; அங்குக் குறைந்த அளவான உணவுப் பொருட்களே அவர்களுக்குக் கொடுக்கப்பட்டன.

காவற்படையினரின் வருகையை எதிர்ப்பார்த்தவர்களும் மாஸ்கோவில் இருந்தனர் என்பது தெளிவாயிற்று. அரண்மனைப் பணிப்பெண்களில் ஒருத்தி, அவர்களது மகஜரை உடனடியாகக் கிரெம்லினின் அந்தப்புரத்துக்குக் கொண்டு சென்றாள். அங்கு ஸோபியாவின் தங்கையான இளவரசி மார்த்தா கண்டிப்பான கட்டுக்காவலில்லாது வசித்துவந்தாள். மனுவைக் கொண்டு வந்த மாது மூலமே, மார்த்தா விரைவில் பதிலனுப்பினாள்:

''மேலிடத்துத் தொல்லை அதிகமாகிவிட்டது. அன்னியர்பேட்டைக்கு அடிக்கடிச் சென்று விதேசிகளுடன் உறவாடும் சில பாயர்கள், இளவரசன் அலெக்ஸியின் கழுத்தை இறுக்கிக் கொல்ல விரும்புகிறார்கள். நாங்கள் அலெக்ஸிக்குப் பதிலாக ஓர் எடுப்புப் பிள்ளையைப் படுக்கவைத்தோம். கொல்ல வந்தவர்கள் ஆத்திரமடைந்து, ராணியின் தாடையில் அடித்தார்கள். வருங்காலத்தில் என்ன நிகழுமென்று எவரும் சொல்லமுடியாது. ஜார் உயிரோடு இருக்கிறாரா இல்லையா என்பது ஒருவருக்கும் தெரியாது. நீங்கள் மாஸ்கோவுக்கு விரைந்துவராவிட்டால், இந்த நகரைப் பார்க்க உங்களால் முடியாது; ஏனெனில், உங்களுக்கு எதிராக ஓர் உத்திரவு பிறப்பிக்கப்பட்டிருக்கிறது.''

காவற்படையினர் இந்தக் கடிதத்துடன் மைதானங்களுக்கு விரைந்து, தகுதியான இடங்களில் இரைந்து பேசினார்கள்: முன்னாட்களில், இளவரசி ஸோபியா ஆண்டுக்கு எட்டு முறை. முந்நூறு பேருக்கு உணவு அளித்தார். அவளது சகோதரிகள் சில நாட்களில் பசு நாக்கு, புகையூட்டிய வாத்து, கொள், கோழி, இறைச்சிப்பண்டம், முட்டையப்பம், உப்பிலிட்ட மீன், உப்பிலிட்ட பன்றி இறைச்சி, வாட்கா, இன்தேறல் முதலியவற்றை வாங்கினார்கள். இத்தகைய ஜார்கள் நம்மை ஆட்சிபுரிந்தனர். ஆனால் இன்று அன்னியர்கள்தான் உண்டு கொழுக்கிறார்கள்; நீங்கள் பட்டினிகிடந்து சாகிறீர்கள். உங்களது உணவுப்பொருள்களின் கிரயமெல்லாம், வெளிநாட்டில் முதலைகள் வாங்குவதில் விரயமாகிறது.''

அவர்கள் காவற்படையின் தலைமை அலவலகத்தின் முன்னால் சந்தடி செய்தனர்; பாயர் டிரோயிகுரோவிடம் கூடப் பயப்படவில்லை. அவர்களில் அதிகமாகச் சத்தம் போட்ட பலர் கைதிகளாகிச் சிறைக்கு இட்டுச் செல்லப்பட்டபொழுது, மற்றவர்கள் காவலர்களை அடித்து விரட்டிவிட்டுக் கைதிகளை விடுவித்தனர்.

ரோமோடானோவ்ஸ்கி, தளபதிகளான கார்டனையும் கோலோவின்னையும் அழைத்துப் பேசினான். கலகக்காரர்களை உடனடியாக மாஸ்கோவிலிருந்த வெளியேற்றுவதென்று அவர்கள் முடிவு செய்தனர். ரோமோடானோவ்ஸ்கி மனம் கலங்கினான் ; உயிர்க் காவலர்களையும் இதர படையினரையும் பார்வையிடுவதற்கு அவனே நேரில் சென்றான். அனைவரும் அமைதியாகவும் ஒழுங்காகவும் இருந்தனர். ஸெமினோவ்ஸ்கி படைப்பிரிவிலிருந்து நூறுபேரைப் பொறுக்கி னான்; டவுன் வர்த்தகர்களிலிருந்து தொண்டர்களைத் திரட்டிக்கொண்டான். இரவில் இந்தச் சிப்பாய்களும் தொண்டர்களும் காவற்படையினர் பேட்டையில் ஓசையில்லாது நுழைந்து,

வீட்டுக்கதவுகளை உடைத்து உட்புகுந்து, ஆடவர்களை ஒவ்வொருவராக விரட்டினார்கள். ஆனால் அந்தக் காவற்படையினர் எதிர்க்கவேயில்லை. ''நீங்களா? ஏன் இந்தச் சந்தடி? நாங்கள் போகத்தான் போகிறோம்'' என்றனர். பையில் அப்பங்களை எடுத்துக்கொண்டும் துப்பாக்கியைக் கந்தலில் சுருட்டிக்கொண்டும் அவர்கள் கிளம்பினர். மாஸ்கோ வந்த வேலை முடிந்துவிட்ட மாதிரி இளித்துக்கொண்டு சென்றனர்.

அவர்கள் இளவரசி ஸோபியாவின் கடிதத்தோடு லிதுவேனிய எல்லைக்குச் சென்றனர். அவர்கள் மாஸ்கோவந்த நாளிலேயே, மார்த்தா தனது குள்ளப்பெண் மூலம் நாவோடிவிச்சி மடத்துக்கு ஓர் அப்பத்தை அனுப்பினாள். அதில் காவற்படையினரது விண்ணப்பத்தை மறைத்து வைத்திருந்தாள். அதே குள்ளியின் மூலம், ஸோபியா தனது பதிலை அனுப்பியிருந்தாள்:

''காவற்படையினரே! உங்களில் சிலர் மாஸ்கோ வந்திருப்பதாக நான் அறிகிறேன். உமது நான்கு படைப்பிரிவுகளும் மாஸ்கோவுக்கு வந்து, நாவோடிவிச்சி மடத்துக்கு வெளியே முகாமிட வேண்டும். மாஸ்கோவுக்குத் திரும்பிவந்து முன்போல் கோலோச்சும்படி என்னை வேண்டிக் கொள்ள வேண்டும். மடத்தில் காவல்காக்கும் சிப்பாய்கள், நான் வெளியேறுவதைத் தடுத்தால், நீங்கள் அவர்களைச் சமாளித்துக் கொன்றுவிட வேண்டும். அதன்பின் என்னோடு மாஸ்கோவில் பிரவேசிக்க வேண்டும். நம்மை எதிர்ப்பவர் யாராயினும் சரி; சோல்ஜர்களோடு எதிர்த்தாலும் சரி, எடுபிடி ஆட்களோடு சண்டையிட்டாலும் சரி; அவர்களையெல்லாம் எதிர்த்துப் பொருதுங்கள்.''

படைவலியால் மாஸ்கோவைக் கைப்பற்றவேண்டுமென்ற உத்திரவே இது. ஓடிவந்தவர்கள் இளவரசியின் கடிதத்தோடு தம் படைப்பிரிவுகளைச் சேர்ந்தவுடன், கலகம் உண்டாயிற்று.

12

பீட்டருக்கும் அரசியல் தூதர்களுக்கும் ஐரோப்பிய அரசியல் பெரும்பாலும் புதிராகவே இருந்தது. நாடோடிகளிடமிருந்து ஸ்டெப்பிகளைப் பாதுகாப்பதும், கிரீமியத் தார்த்தாரியர்களது படையெடுப்புகளுக்கும் கொலைகாரர் கொடுஞ்செயல்களுக்கும் முடிவுகட்டுவதும், கீழ்நாடு களுக்குச் செல்வதற்கான நிலவழிப்பாதையையும் நீர்வழிப் பாதையையும் பாதுகாப்பதும், கடற்கரைப் பகுதியின் ஆதிக்கத்தைப் பெறுவதும்தான் யுத்தம் செய்வதற்கான காரணங்களா யிருக்க முடியுமென்பது ருஷியரின் கணிப்பு. அவர்களுக்கு, ஐரோப்பிய அரசியல் ஓர் இருட்டறை விவகாரமாகத் தோன்றியது. அவர்கள் எழுத்தில் பதித்த ஒப்பந்தங்களிலும் அரசர்களது சூளுரைகளிலும் உறுதியான நம்பிக்கை வைத்திருந்தனர். பிரெஞ்சு அரசன் துருக்கிச் சுல்தானுடன் சேர்ந்திருப்பதை அவர்கள் அறிந்திருந்தனர். ஆரஞ்சு வில்லியம் ஆங்கில நாட்டு வேந்தன் என்ற முறையிலும், ஹாலந்தின் ராஜப்பிரதிநிதி என்ற முறையிலும் துருக்கிக்கு எதிரான போரில் உதவுவதாகப் பீட்டரிடம் வாக்களித்ததையும் அவர்கள் மறக்கவில்லை. ஆனால், திடீரென்று ஒரு விளங்காத சேதி கிடைத்தது. ஆஸ்திரியாவின் சக்கரவர்த்தியான லியோபோர்ல்டு, துருக்கிய ருடன் சமாதானப் பேச்சுவார்த்தை துவக்கியிருப்பதாகவும், ஆரஞ்சு நாட்டு வில்லியம் இந்தச் சமாதானம் ஏற்படச் செய்வதற்காகச் சலியாது உழைப்பதாகவும், ருஷியர்களையோ போலிஷ் அதிபர்களையோ கலக்காது இந்தக் காரியம் நடைபெறுவதாகவும், போலந்தின் அரசனான அகஸ்ட் ஒரு சாதாரணப் பிரபு மூலம் சேதி அனுப்பியிருந்தான். இதைக் கேட்டுப் பீட்டரும் தூதர்களும் அதிர்ச்சியடைந்தனர்.

புனிதமான கல்லறையின் விரோதிகளை வீழ்த்துவதில் கிறித்துவச் சேனைக்கு வெற்றிகிட்ட

வேண்டுமென்று வில்லியம் உற்சாகமாகப் பேசினானே, அதன் பொருள் என்ன? தன் ஆதரவை உறுதியாகத் தெரிவித்தானே, அதை என்னென்று கொள்வது? பீட்டருக்கு ஒரு சிங்காரப் படகைப் பரிசளித்தான்; 'சகோதரன்' என்று அவனை விளித்தான்; இருவரும் சேர்ந்தமர்ந்து விருந்துண் டனர் இப்பொழுது இவனைப்பற்றி என்ன எண்ணுவது?

சக்கரவர்த்தி லியேபோல்டு துருக்கியரோடு பேச்சுவார்த்தை நடத்துவதையாவது புரிந்து கொள்ள முடியும். அவனுக்கும் பிரெஞ்சு அரசனுக்கும் இடையே ஸ்பானிஷ் மரபுரிமைப் போர் தொடங்கிவிட்டது. யாருடைய மகன் மாட்ரிட் சிம்மாசனத்தில் அமர்வது என்பதைக் குறித்து அவர்கள் போர் புரிவதாக ருஷிய அரசியல் தூதர்கள் எண்ணினர். அது மிகமுக்கியமான விஷயம் என்றும் கருதினர். ஆனால் அதற்கும் ஹாலாந்துக்கும் என்ன சம்பந்தம்? அதற்கும் இங்கிலாந்துக் கும் என்ன தொடர்பு?

இங்கிலாந்திலும் ஹாலந்திலும் உள்ள வணிகர்களும் தொழிலதிபர்களும், அட்லாண்டிக் மகாசமுத்திரத்திலும் மத்தியதரைக் கடலிலும் பிரெஞ்சுக்காரர்களுக்குமுள்ள வியாபார ஆதிக்கத்தையும் ராணுவ ஆதிக்கத்தையும் அழிக்கவேண்டுமென்று நீண்ட நாட்களாக எண்ணித் திட்டமிட்டு வந்தனர்; ஸ்பானிஷ் மரபுரிமைப்போர் என்பது இந்த அரசகுமாரனுக்குப் பட்டம் சூட்டுவதா அல்லது அந்த அரசகுமாரனுக்குப் பட்டம் சூட்டுவதா என்பதைக் குறிக்கோளாகக் கொண்டதல்ல. மகா சார்லஸின் மதிப்பிடற்கரிய மகுடத்தைச் சூட்டிக்கொள்வது யார் என்பது அல்ல பிரச்னை. துணியும் இரும்பும், ஸில்க்கும் வாசனைத் திரவியங்களும் ஏற்றிய கப்பல்கள் சுயேச்சையாகக் கடல்வழியே செல்வதற்குச் சுதந்திரம் வேண்டும் என்பதற்காகவும், செழுமையான சந்தைகளும் தங்குதடையின்றிப் பொருட்களை இறக்குவதற்கான துறைமுகங் களும் வேண்டுமென்பதற்காகவும், ஆங்கிலேயரும் டச்சுக்காரரும் பிரெஞ்சுக்காரரை எதிர்த்தனர். தாமே போரில் இறங்காமல், பிறரைப் போர்மேல் தூண்டிவிட்டுத் தம் காரியத்தைச் சாதித்துக் கொள்ள முற்பட்டனர். ஆனால் பீட்டருக்கோ அரசியல் தூதர்களுக்கோ இவையெல்லாம் பிடிபடவில்லை.

இதைவிடப் பெரிய புதிர் என்னவென்றால், பிரான்ஸுக்கு எதிரான போரில் முழுமனதுடன் ஈடுபடுவதற்காக, ஆஸ்திரியச் சக்ரவர்த்தி துருக்கிப் போரிலிருந்து விடுபட வேண்டுமென்று விரும்பிய டச்சுக்காரர்களும் ஆங்கிலேயர்களும், இன்னொன்றையும் விரும்பினார்கள்; அதாவது, ருஷியர்கள் துருக்கிச் சுல்தானுடன் தொடர்ந்து போர்புரிய வேண்டுமென்று வற்புறுத்தி னார்கள். இதுதான் இருபொருள் மயக்கத்தைத் தரும் ஐரோப்பிய அரசியலின் சிறப்பு!

பீட்டர் ஆம்ஸ்டர்டாமுக்குத் திரும்பினான். வியன்னாவிலிருந்து வந்த கவலைதரும் சேதிகளைப் பற்றி அவன் முறைமன்ற முதல்வர்களை வினவியபொழுது, அவர்கள் தந்திரமாகத் தப்பித்துக் கொள்வதற்காக ஏதோ மழுப்பிவிட்டு, வர்த்தக விஷயங்களைப்பற்றிப் பேசத் தொடங்கினார்கள். இதேபோல், ருஷியர்களுக்கு முக்கியமானதாயிருந்த இன்னொரு விஷயத்தைப்பற்றியும் அவர்கள் பிடிகொடுக்காது பதிலளித்தார்கள்.

அந்த ஆண்டில், தேர்ச்சி பெற்ற கொல்லனான டெமிடாவ், யூரால் மலைப்பிரதேசத்தில் காந்த சக்தியுள்ள இரும்புத் தாதுவைக் கண்டுபிடித்தான். வினியஸ் பீட்டருக்கு எழுதினான்:

''இதைவிட உயர்ந்த தாது கிடைக்காது. உலகத்தின் எப்பாகத்திலும் இதற்கொப்பான உலோக மண் கிடைத்ததில்லை. நூறு பவுண்டு தாதுவில் நாற்பது பவுண்டு வார்ப்பு இரும்பு கிடைக்கிறது; அவ்வளவு வளமானது. எஃகு உண்டாக்கும் தொழிலில் வல்லவர்களைக் கண்டு நியமிக்க வேண்டுமென்று தூதர்களை வற்புறுத்துங்கள்.''

யூரால் மலைகளிலுள்ள காந்தக்கவர்ச்சி மிகுந்த இரும்புத் தாதுவைப்பற்றிய பேச்சை, ஆங்கிலேயரும் டச்சுக்காரரும் கவனமாகக் கேட்டார்கள். ஆனால் திறமையான வினைஞர்கள் தேவை என்று சொன்னவுடன், அவர்கள் மழுப்பிப் பேசியும் பசப்பியும் ஏமாற்ற முனைந்தார்கள். ருஷியர்களால் இத்தகைய வேலையைச் சமாளிக்க முடியாதென்றும் அவர்கள் அந்த இடத்துக்குச் சென்று பார்வையிடுவார்களென்றும்,ஒருவேளை அவர்களே அந்தத்தொழிலை எடுத்து நடத்த லாமென்றும் கூறினார்கள். ஆகக்கூடி, இங்கிலாந்திலோ ஹாலந்திலோ தேர்ச்சிபெற்ற இரும்புத் தொழிலாளரை வேலைக்கு அமர்த்துவதில் அவர்கள் வெற்றி அடையவில்லை.

இந்தக் கவலைகளோடு, மாஸ்கோ காவற்படையினரது கலகம் பற்றிய சேதியும் வந்தது. வியன்னாவில் ஒரு உளவாளி, அரசியல் தூதர்களிடம் பேசியபொழுது, அவர்களுக்கு முன்பே அந்த நிகழ்ச்சியைப் பற்றித் தகவல் கிடைத்தாகக் கூறினான். மாஸ்கோவில் கலகம் மூண்டு விட்டதென்றும், வாஸிலி கோலிட்ஸின்னை வரவழைத்து விட்டார்களென்றும். ஸோபியா அரசுக்கட்டிலில் ஏறிவிட்டாளென்றும், ஜனங்கள் அவளுக்கு விசுவாசப் பிரமாணம் எடுத்து விட்டனரென்றும் ஒரு போலிஷ் பாதிரி வியன்னாநகரில் வதந்தியைப் பரப்பிக் கொண்டிருந்தான்.

''மீன் ஹெர் கோனிக், காவற்படையினர் கலகத்தைப்பற்றியும் அதை உமது சர்க்கார்களும் சிப்பாய்களும் முயன்று ஒடுக்கியதைப்பற்றியும் உமது பணிமுறைக் கடிதத்தில் தெரிவித்திருக் கிறீர்கள். நாம் அகமகிழ்ந்தோம். ஆனால் எனக்கு உங்களிடம் எரிச்சல்தான். நீங்கள் ஏன் இந்த விவகாரத்தில் விசாரணை நடத்தவில்லை? குற்றவாளிகளை ஏன் எல்லைக்குத் திருப்பி அனுப் பினீர்கள்? ஆண்டவன் உங்களுக்கு நீதி வழங்குவான். நாம் நடையறையில் பேசி முடிவுசெய்ததை மறந்து விட்டீர்கள்.

இங்கிருந்து தபால் தாமதித்துக் கிடைப்பதால், நாங்கள் இறந்துவிட்டதாகக் கருதி விடாதீர்கள். ஆண்டவன் அருளால், நாங்கள் அனைவரும் சுகம். ஒருவருக்கும் ஓர் ஆபத்து மில்லை. இந்தப் பெண்பிள்ளைப் பயங்களெல்லாம் உங்களை எப்படிப் பாதிக்கின்றன வென்று எனக்குப் புரியவில்லை. ஆத்திரப்படாதீர்கள். இதயம் வேதனையுற்றதால், உள்ளத்தின் துயரத்தை உண்மையாக எழுதுகிறேன். இந்த வாரம் நாங்கள் வியன்னா செல்கிறோம். அங்குள்ளவர்களுக்கு எங்களது மறைவைப்பற்றி உரையாடத்தான் தெரியும். - பீட்டர்.''

13

மூவுரு ஞாயிற்றுகிழமை[1] தெளிவாகவும் அமைதியாகவும் இருந்தது. வீதிகளெல்லாம் துப்புரவாகக் கூட்டப்பட்டிருந்தன. நுழைவாயில்களிலும் திட்டி வாசல்களிலும் பிரச் மரக் கிளைகள் வாடிக் கொண்டிருந்தன.[2] பளுவான பூட்டுகளால் பூட்டப்பட்ட கடைகளுக்கு முன்னால் குறுந்தடியையோ குத்துக்கம்பையோ ஏந்திநின்ற காவற்காரர்கள் மட்டுமே தெருவில் தென்பட்டனர். மாஸ்கோ முழுமையும் பூஜையில் ஈடுபட்டிருந்தது. சிறிய பிரச் மரக்கிளைகளால் அலங்கரிக்கப்பட்டிருந்த தாழ்வான திருக்கோயிற் கதவுகள் வழியாக நறும்புகையுடன்கூடிய வெப்பக்காற்று வெளியேறியது. நிர்மலமான நீலவானத்தில், திருவிழாக்கோலம் பூண்டு உலவிய கதிரவன் வெப்பம் பெய்தான். மணியோசையைப் பருகிய வண்ணம் கோயில் வாயிலில்

(1) தந்தை, தெய்வகுமாரன், புனிதஆவி ஆகிய மூவுருவைக் கொண்ட ஆண்டவன். மூவுரு ஞாயிற்றுக்கிழமை என்பது ஈஸ்டருக்குப் பிறகு எட்டாவது ஞாயிற்றுக்கிழமை.

(2) மூவுரு ஞாயிற்றுக்கிழமையன்று ருஷியர்கள் தம் வீடுகளையும் அறைகளையும் பிர்ச்மரக் கிளைகளால் தோரணம் கட்டி அலங்கரிப்பார்கள். மொ-ர்.

கூடியிருந்த பிச்சைக்காரர்களும் சோர்ந்திருந்தனர். அவர்களது வாரிவிடாத தலையும், கந்தல் அணிந்த உடலும் வெயிலில் காய்ந்தன. காற்றில் சாராயமணம் இலேசாகப் பரவியது.

இந்த அமைதி திடீரென்று குலைந்தது. உருளைகள் கடகடவென்று ஒலிசெய்தன; இரும்புப் பட்டையிட்ட சக்கரங்களை உடைய வண்டி, மரக்கட்டைகள் பாவிய சாலையில் விரைந்து வந்தது. வயிறார உண்டு வாகான உடலமைவைப் பெற்றிருந்த குதிரை, வீறார்ந்து ஓடியது; தொப்பியில்லாத வியாபாரி ஒருவன், தென்டத்தெண்ட விழித்துக்கொண்டு, தூக்கிவாரிப் போட்ட இருக்கையிலிருந்து கசையால் புரவியை அடித்துக் கொண்டிருந்தான். அவனது நீலநிறக் கோட்டெல்லாம் புழுதி மயமானது. அவன் ஐவான் பிராவ்கின் என்பதை அனைவரும் அடையாளம் கண்டனர்.

செஞ்சதுக்கத்தை அடைந்தவுடன், ஓடிவந்த பிச்சைக்காரர்களிடம் பதைபதைத்த புரவியை விட்டுவிட்டு, சூடேறிச் செம்பாகச் சிவந்த ஐவான் தலைகால் புரியாமல் காஸான் திருக் கோயிலுக்கு ஓடினான். அங்குத்தான் உச்சவட்டப் பாயர்கள் வழிபட்டுக்கொண்டிருந்தனர். சிந்தனையிலும் கற்பனையிலும்கூட எவரைத் தொடுவதற்கு அஞ்சுவானோ, அத்தகைய ஜனங்களை அவன் பிடித்துத் தள்ளினான்; முன்சென்று ரோமோடானோவ்ஸ்கியின் மணித்தையல் ஆடை உடுத்திய பரந்து முதுகைக் கண்டான். ரோமோடானோவ்ஸ்கி, அனைவருக்கும் முன்னால், புராதனமான பலிபீடத் திரையின் எதிரில் ஒரு விரிப்பின்மீது நின்றுகொண்டிருந் தான்... அவனது கொழுத்து வெளிறியமுகம், முத்துக்கள் பதித்த உயரமான காலரில் புதைந் திருந்தது. மற்றவர்களைத் தள்ளி வழிசெய்துகொண்டு அவனை அடைந்த பிராவ்கின், விரைவாகத் தாழ்ந்து குனிந்து வணங்கினான். அவனது மங்கலான கண்களின் இமைக்கதுப்புகள் ஆத்திரத்தால் உப்பிப் பயங்கரமாயிருந்தபோதிலும், ஐவான் அவற்றைத் தைரியமாக நோக்கிக்கொண்டு கூறினான்:

''எஜமான், புதிய ஜெருசலத்துக்கு அருகில் உள்ள எனது கிராமமான ஸிசிவ்காவிலிருந்து வெகு வேகமாக வந்தேன். பயங்கரமான சேதி கொண்டு வந்திருக்கிறேன்.''

அவன் சொன்னது ஒன்றும் விளங்கவில்லை; எனவே, ரோமோடானோவ்ஸ்கி அவனை உறுத்துப் பார்த்துப் பேசினான்:

'' ஸிசிவ்காவா? உனக்கு என்ன கோளாறு? குடி போதையா? எப்படி நடந்துகொள்வது என்று உனக்குத் தெரியாதா?'' அவனது கழுத்து சினத்தால் உப்பியது; தொங்கு மீசை துடித்தது. ஆனால் பிராவ்கின் பயம்கொள்ளாது அவனது செவியருகே குனிந்து கிசுகிசுத்தான்:

''நான்கு காவற்படைப் பிரிவுகள் மாஸ்கோவை நோக்கி வந்துகொண்டிருக்கின்றன. அவை புதிய ஜெருசலத்திலிருந்து இரண்டுநாள் பிரயாணதூரத்தில் உள்ளன. தளவாடங்கள் ஏற்றிய தொடர்வண்டிகளுடன் மெதுவாக வருகின்றன. எஜமான், என்னை மன்னித்துவிடுங்கள். இந்தச் சேதியால்தான் உங்களைத் தொந்தரவு செய்தேன்.''

கைத்தடியை ஆதாரப்படுத்திக்கொண்டு நின்ற ரோமோடானோவ்ஸ்கி, ஐவானின் கரத்தைப் பிடித்துக் கசக்கிப் பிழிந்தான். அவனது முகம் குருதிச் சிவப்பாயிற்று. அவன் திரும்பி, ஆவலோடு தன்னை உற்று நோக்கிய அணிமணியாடை உடுத்திய பாயர்களைப் பார்த்தான். அந்தப் பார்வையைக் கண்ட அவர்கள், கண்களைத் தாழ்த்திக் கொண்டார்கள். மெல்லச் சைகைசெய்து போரிஸ் கோலிட்ஸின்னைக் கூப்பிட்டான்:

''பலிபூஜை முடிந்தவுடன் என்னை வந்து பார். வழிபாட்டை விரைவில் முடிக்கும்படி

பாதிரியாரிடம் கூறு. கோலோவின்னும் வினியஸ்ஸூம் என்னை உடனடியாகப் பார்க்கவேண்டு மென்பதை அவர்களிடம் தெரிவி.''

பின்புறத்தில் பாயர்கள் குசுகுசுப்பார்களென்பதை உணர்ந்த அவன், மீண்டும் திரும்பி அவர்களை அமைதியாக நோக்கினான். அவர்களுக்கு உண்டான கிலியில், சிலுவைக் குறியிடுவ தற்குக் கூட மறந்தார்கள். நறும்புகைத் தட்டத்தின் கணகண ஒலியையும் தூசி படர்ந்த சாளரத்தில் மாடப்புறா சிறகடித்த ஒலியையும் தவிர, வேறு ஒலி ஏதுமில்லாது அமைதி நிலவியது.

14

ஹாண்டர்ட்மார்க், சுபாரோவ், கோல்ஸாகோவ், கூஸ்மா ஆகியோரின் நான்கு படைப் பிரிவுகளும், புதிய ஜெருசலம் என்று குறிப்பிடப்படும் மறுஉயிர் எழுச்சி* மடத்தின் சுவர் அருகே உள்ள சதுப்பு நிலத்தில் முகாமிட்டன. பாபிலோனிய மணிக்கூண்டுக்குப் பின்னால், பசுமையான அந்தி ஒளிவானத்தில் ஒரு விண்மீன் மினுமினுத்தது. மடத்தில் இருள் சூழ்ந்திருந்தது; அதன் நுழை கதவுகள் சாத்தியிருந்தன. முகாமிலும் இருட்டுத்தான்; நெருப்பையெல்லாம் அணைத்து விட்டார்கள். வண்டிகள் கிரீச்சென்றன; கடுமையான குரல்கள் ஒலித்தன. அந்த இரவே, குறுகலான இஸ்ட்ரா நதியைக் கடந்து மாஸ்கோ சாலையைச் சேர வேண்டுமென்பது காவற் படையினர் திட்டம்:

தீவனங்களைத் தேடவேண்டியிருந்ததால், அவர்கள் ஸிசிவ்கா கிராமத்திலும் மடத்திலும் தாமதிக்க நேர்ந்தது. மாஸ்கோவின் சுற்றுப்புறத்துக்குச் சென்றுவந்த வேவுகாரர்கள், பாயர்களும் பெரிய வியாபாரிகளும் தத்தம் கிராமத்துக்கும் எஸ்டேட்டுக்கும் ஓடுவதாகச் சொன்னார்கள். புறப் பேட்டை ஜனங்கள், காவற்படையினரை எதிர்நோக்கியிருப்பதாகவும், அவர்களைக் கண்ட வுடன் நுழைவாயில்களின் காவலர்களைக் கொன்று, காவற்படையினரை மாஸ்கோவுக்குள் அனுமதிப்பார்களென்றும் அந்த உளவாளிகள் சொன்னார்கள். சேனாதிபதி ஷீன், லிபோர்ட், கார்டன் ஆகியோரது படைப் பிரிவுகளிலிருந்து மூவாயிரம் பழைய விளையாட்டு சோல்ஜர் களைத் திரட்டியுள்ளான். அவர்கள் எதிர்த்துப் போராடுவார்கள். ஆனால், அநேகமாக எல்லா ஜனங்களுமே காவற்படையினரை ஆதரிப்பார்கள். மேலும், கணவன்மாரையும் சகோதரர் களையும் மக்களையும் காண்போமென்று நம்பியிருக்கும் காவற்படையினரது குடும்பப் பெண்கள், அங்குமிங்கும் ஓடிக் கிளர்ச்சிசெய்வதாகவும் குத்தீட்டிகளையும் கோடரிகளையும் தீட்டிக் கொண்டிருப்பதாகவும் அந்த உளவாளிகள் சொன்னார்கள்.

பகலெல்லாம் காவற்படையினரிடையே வாக்குவாதம் நிகழ்ந்தது. சிலர் நேராக மாஸ்கோ செல்வோமென்றனர்; வேறு சிலர், ஸெர்புரோவ் அல்லது தூலாவில் அகழ்வெட்டி அரண் அமைத்துக்கொள்வோமென்றும், அடங்கிருந்து டான் கஸாக்குகளுக்கும், நாட்டின் எல்லையோர நகரங்களிலுள்ள காவற்படையினருக்கும் தூதர்கள் அனுப்பி உதவி பெறுவோ மென்றும் கூறினர்:

''ஸெர்புஹோவ் எதற்கு, நேரே நம் பேட்டைக்கு, வீட்டுக்குச் செல்வோம்.''

''முற்றுகைக்கு உட்படுவதை நாம் விரும்பவில்லை. ஷீன் என்ன பெரிய நிபுணன்? மாஸ்கோ முழுவதையும் நாம் தட்டி எழுப்பித் திரட்டுவோம்.''

★ மறு உயிர் எழுச்சி: ''ஈசன் வந்து சிலுவையில் மாண்டான், எழுந் துயிர்த்தனன் நாள் ஒரு மூன்றில்'' என்பது கிறித்துவ மதக் கருத்து.

''முன்னால் ஒரு தடவை தட்டி எழுப்புவதில் வெற்றியடைந்தோம். அது அபாயகரமானது.''

''கார்டனும் கிரேஜூம் படைகளுடன் தயாராய் இருப்பார்கள். அவை ஒன்றும் கிள்ளுக் கீரையல்ல.''

''நாம் களைத்திருக்கிறோம். வெடிமருந்தும் அதிகமாயில்லை. பதுங்குகுழி வெட்டிப் பாதுகாத்துக் கொள்வதே மேலானது.''

காப்டனாகத் தேர்ந்தெடுக்கப் பட்டிருந்த ஓவ்ஸி, ஒரு வண்டியின்மீது ஏறி நின்றான். கலகம் தொடங்கிய சூட்டிலேயே அவர்கள் கர்னல்களையும் அதிகாரிகளையும் தீர்த்துக் கட்டி விட்டார்கள். ஹண்டர்ட்மார்ட் புரவிமீது விரைந்துசென்று தன் தோலைக் காப்பாற்றிக் கொண்டான். கோல்ஸாகோவ் மண்டை உடைந்த போதிலும், சிதிலமடைந்த பாலத்தின் வழியே நதியைக் கடந்து ஓடி உயிர் தப்பினான். அங்கேயே அவர்கள் பேரவைக் கூட்டத்தை நடத்தித் தலைவர்களைத் தேர்ந்தெடுத்தனர். ஓவ்ஸி, இயன்ற அளவு குரலை உயர்த்திக் கத்தினான்:

''இங்குச் சட்டை அணிந்திருப்பவன் யார்? என்னுடையது இற்றுப்போய் விட்டது. சென்ற வருடத் துவக்கத்திலிருந்து நான் நீராடவும் இல்லை; தாடியை வாரிவிடவும் இல்லை. சட்டை உடுத்தியவர் அகழ்வெட்டி அரண் அமைந்துக்கொள்ளட்டும். நம்மைப் பொறுத்தமட்டில், ஒரே சிந்தனைதான்; வீட்டுக்குப்போக வேண்டுமென்பதே அது.''

''வீடு செல்வோம்! வீடு செல்வோம்!'' என்று காவற்படையினர் வாகன்களில் ஏறிக்கொண்டே கோஷித்தனர். ஓவ்ஸி மேலும் பேசினான்:

''ஸோபியா நமக்கு என்ன எழுதினார் என்பதை மறந்து விட்டீர்களா? நாம் விரைந்து சென்று அவளை மீட்கவேண்டும். நாம் விரையாவிடில் வீழ்ச்சியுறுவோம்; நம் வாழ்நாளின் இறுதிவரை, லிபோர்ட் நம்மீது சவாரி செய்வான்: உடனடியாகப் போராடி ஸோபியாவை அரசியாக்குவோம். அப்பொழுது நமக்குச் சம்பளமும் சாப்பாடும் சுதந்திரமும் கிடைக்கும். செஞ்சதுக்கத்தில் சுதந்திர ஸ்தூபியை மீண்டும் நாட்டுவோம். பாயர்களை மணிக்கூண்டுகளிலிருந்து கீழே எறிவோம்; அவர்களது இல்லங்களைக் கொள்ளையடித்துப் பகிர்ந்து கொள்வோம். எல்லாவற்றையும் நாமே எடுத்துக்கொள்வதைப் புதிய ராணி அனுமதிப்பார். அன்னியர்பேட்டையைப் பொறுத்தமட்டில், இருந்த இடம் தெரியாது அழித்து விடுவோம்.''

காவற்படையினரது கலகத் தலைவர்களான தூமா, பிராஸ்குரியாகோவ், ஸோரின், யார்ஷ் ஆகியோர் ஓவ்ஸியின் வண்டியிலேறி, உடைவாளை வாளுறையில் கடகடவென்று ஆட்டிய வாறே, கத்தினார்கள்:

''இளைஞர்களே, ஆற்றைக் கடக்கத் தொடங்குங்கள்!''

''மாஸ்கோவுக்குப் போகவிரும்பாதவனைக் குத்தீட்டியால் குத்துங்கள்!''

பலர் குதிரைகளை விரட்டிக் கத்தியவாறு வண்டிகளுக்கு விரைந்தனர். வாகன்களும் சிப்பாய்களது கூட்டமும் மூடுபனி சூழ்ந்த ஆற்றை நோக்கித் திரண்டு நகர்ந்தன. ஆனால், அக்கரையில் மங்கலாகத் தெரிந்த புதர்களிடையே, துகிற்கொடிமாதிரி ஒன்று அசைந்தது. ஒரு கரகரத்த குரல் ''நில்லுங்கள்! நில்லுங்கள்!'' என்று சத்தமிட்டது.

அவர்கள் உற்று நோக்கியபொழுது, அக்கரையில் இறகுவைத்த தொப்பியும் உடற்கவசமும் அணிந்த ஒருவன் நிற்பது புலனாயிற்று. அது கார்டன் என்பதைப் புரிந்துகொண்டனர். அமைதி நிலவியது.

அவன் கத்திப்பேசியது அவர்கள் செவியில் விழுந்தது:

''காவற்படையினரே! என்னிடம் அரச விசுவாசமுடைய வீரர்கள் நாலாயிரம்பேர் உள்ளனர். போராடுவதற்குத் தகுதியான கேந்திரத்தில் அணிவகுத்திருக்கிறோம். ஆனால் சொந்தச்சகோதரர்களின் இரத்தத்தைச் சிந்துவதற்கு நான் விரும்பவில்லை. உங்களுக்கு என்ன வேண்டும்? எங்கு போகிறீர்கள்? என்னிடம் சொல்லுங்கள்!''

அவர்கள் கத்தினார்கள்.

''மாஸ்கோவுக்கு!''

''வீட்டுக்கு!''

''நாங்கள் பட்டினி கிடக்கிறோம்!''

''கந்தல் உடுத்தியிருக்கிறோம்!''

''எங்களை ஏன் காட்டுச் சதுப்புநிலத்துக்கு அனுப்பினீர்கள்?''

''அஸோவில் எங்களது சகாக்களைக் கொன்றது போதாதா?''

''அஸோவிலிருந்து திரும்புங்கால் நாங்கள் தின்ற நிணம் போதாதா?''

''கோட்டை கட்டிய வேலையில் ஓடாகிவிட்டோம்!''

''மாஸ்கோவுக்குச் செல்வோம். மூன்று நாளாவது வீட்டில் இருந்துவிட்டுச் சரண் அடைவோம்!''

அவர்கள் கத்தி முடிந்தபின், கார்டன் வாயில் கரங்களை வைத்துக்கொண்டு இரைந்து பேசினான்:

''நல்லது. முட்டாள்கள்தாம் இரவில் ஆற்றைக் கடப்பார்கள். பேதைகளே! இஸ்ட்ரா ஆழமான நதி. உங்களது வாகன்களெல்லாம் வெள்ளத்தில் போய்விடும். அந்தப் பக்கத்திலேயே காத்திருங்கள். நாங்கள் இங்குக் காத்திருக்கிறோம். நாளைக்குப் பேசிக்கொள்வோம்.''

அவன் தன் பெரிய புரவியில் ஏறி, இருட்டில் விரைந்து மறைந்தான். காவற்படையினர் தயங்கினார்கள்; இரைந்தார்கள்; வாதம் செய்தார்கள்; அதன்பின் தீ மூட்டி உணவைச் சமைக்கத் தொடங்கினார்கள்.

முகில் இல்லாத வானில், காலைக் கதிரவன் உதயமானான். ஆற்றுக்கு அப்பால், ஏறு முகமான நிலத்தில் பிரியோபிராஷென்ஸ்கி படைவீரர்கள் நெருக்கமாக அணிவகுத்திருப்பதையும், அந்த அணிக்கும் அப்பால், பச்சைநிறத் துப்பாக்கி வண்டிகளில் பன்னிரண்டு வெண்கலப் பீங்கிகள் இருப்பதையும் அவர்கள் கண்டனர். வெடிமருந்து வத்திகள் புகைந்து கொண்டிருந்தன. அந்த அணியின் இடது பக்கத்தில், துப்பாக்கி ஏற்றிய ஐந்நூறு குதிரை வீரர்கள் தத்தம் துகிற் கொடியுடன் அணிவகுத்திருந்தனர். வலதுபுறத்தில், இதர படைவீரர்கள் மாஸ்கோ செல்லும் சாலையை அடைத்துக் கொண்டு, கவணைகளுக்கும் கிராதிகளுக்கும் பின்னால் நின்றனர்.

காவற்படையினர் ஒரு கூப்பாடு போட்டுவிட்டுத் தம் வாகன்களைப் பூட்டினார்கள். அதன்பின், கஸாக் வழிமுறையில், வாகன்களுடன் சதுரவியூகம் அமைத்தார்கள். கார்டன்,

ஆறுகுதிரை வீரர்களை உடன் அழைத்துக்கொண்டு, ஆற்றை நோக்கிக் குன்றுச்சரிவில் மெல்ல இறங்கினான். அவனது கருங்குதிரை ஆற்று வெள்ளத்தை மோப்பம் பிடித்தது. அதன்பின், பாய்ந்து பாய்ந்து முன்னேறித் துறையைக் கடந்தது. காவற்படையினர் தளபதியைச் சூழ்ந்து கொண்டனர்.

இரும்புக் கையுறை அணிந்த கரத்தை உயர்த்தி அவன் கூறினான்: ''நான் சொல்வதைக் கேளுங்கள். நீங்கள் நல்லவர்கள்; பகுத்தறிவு உடையவர்கள். நாம் எதற்காகப் போரிட வேண்டும்? கலகத் தலைவர்களை, மாஸ்கோவுக்கு ஓடிவந்த போக்கிரிகளை, என்னிடம் ஒப்படையுங்கள்.''

ஓவ்ஸி தன் குதிரையை நோக்கிப் பாய்ந்து குதித்தான். அவனது தாடி சடையிட்டதா யிருந்தது. கண்கள் குருதிச் சிவப்பாக இருந்தன. அவன் கூறினான்:

''இங்குப் போக்கிரி யாரும் இல்லை. கயவர்களாகிய நீங்கள்தான் ருஷிய மக்களைப் போக்கிரிகள் என்று இழித்துரைக்கிறீர்கள்! நாங்கள் கழுத்திலே சிலுவை அணிந்திருக்கிறோம். ஒருவேளை லிபோர்ட்டுக்குச் சிலுவை பிடிக்கவில்லையோ?''

அவர்கள் சந்தடி செய்தவாறு கார்டனை நெருக்கினார்கள். ஆனால், அவன் பாதிக் கண்ணை மூடிக்கொண்டு அசைவற்று இருந்தான்.

''உங்களை மாஸ்கோவுக்குள் அனுமதிக்க மாட்டோம். ஒரு சோல்ஜர் கிழவன் சொல்வதைக் கேளுங்கள். கலகத்தைக் கைவிடுங்கள். கலகத்தால் உங்களுக்குத்தான் கேடுவிளையும்'' என்றான்.

காவற்படையினரது ஆவேசம் அதிகமாயிற்று. அவர்கள் சபிப்பதற்கும் கொச்சையாகப் பேசுவதற்கும் தொடங்கினார்கள். பருந்துக் கண்களையும் கரிய கேசத்தையும் உடைய உயரமான தூமா ஒருதுப்பாக்கி வண்டியில் ஏறி நின்று, காகிதமொன்றை ஆட்டினான்:

''எங்களது புகார்களெல்லாம் இதில் எழுதப்பட்டுள்ளன. நாங்கள் மூவராவது ஆற்றைக் கடந்து வருகிறோம். எமது விண்ணப்பத்தைச் சிப்பாய்களிடம் படிக்கிறோம்.''

''இப்பொழுதே படி! கார்டன், கேளுங்கள்!'' என்றது ஒரு குரல்.

முஷ்டியால் காற்றை அறுத்துக்கொண்டே, தூமா படித்தான்:

''...அஸோவில், ருஷியரது கடவுட்பற்றுக்குப் பெருங்கேடு இழைக்க வேண்டுமென்ற நோக்கத்துடன், சமய விரோதியான பிரான்ஸிஸ் லிபோர்ட் காரியம் செய்தான்:

மாஸ்கோ காவற்படையினரில் சிறந்தவர்களை, பாதகமான நேரத்தில் அபாயகரமான இடங்களில் நிறுத்திப் பலர் கொலை செய்யப்படுவதற்குக் காரணமாயிருந்தான். அவனது தூண்டுதலால், ஒரு சுரங்கவெடிக் கண்ணி வைக்கப்பட்டது. அது நமது ஆட்களில் முந்நூறுக்கு மேற்பட்டவரைக் கொன்றது...''

கார்டன் தன் குதிமுட்களால் குதிரையை தொட்டவாறு, அந்த தஸ்தாவேஜியைப் பிடுங்க முயன்றான். தூமா பின்புறத்தில் பாய்ந்து நின்றான். காவற்படையினர் காட்டுக் கூச்சல் போட்டார்கள். தூமா தொடர்ந்து படித்தான்:

''மேலும் அவனது (லிபோர்ட்டின்) விருப்பத்துக்கு இணங்க, ஜனங்களை அவமதிக்

கிறார்கள். தாடிகளை அடியோடு வெட்டிவிடுகிறார்கள்; புகையிலைப் புகை பிடிக்கிறார்கள். ஒவ்வொரு வகையிலும் நமது புராதனமான கடவுட்பற்றிற்குக் குழி பறிக்கிறார்கள்...''

காவற்படையினரிடம் பேசிப் பயனில்லை என்று கருதிய கார்டன், குதிரையின் முன்னங் கால்களைத் தூக்கச் செய்தான். கூட்டம் சிதறவே, அவன் ஆற்றுக்கு விரைந்தான். அவன் சேனாதிபதியின் பாசறையருகே இறங்குவதை அவர்கள் பார்த்தனர். சிறிது நேரம் சென்றபின், சூரியனின் சாய்வு ரேகைகளில், பாதிரிமார்களது உடுப்புகள் பளபளவென்று புலனாயின. அப் பொழுது, தாமும் கூட்டுப் பிரார்த்தனை செய்ய வேண்டுமென்று காவற்படையினர் கோரினார் கள். அவர்கள் துப்பாக்கி வண்டியின் மீது ஒரு குதிரைஇருக்கைத் துணியை விரித்தார்கள். அதன் மீது குதிரைக்கு நீர் காட்டும் பானையில் தண்ணீரை நிரப்பிவைத்தார்கள். அது நல்லாசி பெறுவதற்கான திருநீர். அவர்கள் குல்லாவை நீக்கினார்கள். பாதரட்சை அணியாத, கந்தை உடுத்திய பாதிரிகள் ஊக்கத்துடன் வழிபாட்டைத் தொடங்கினர்: ''ஆண்டவனே, அமாலி கைட்டுகளுக்கும் பிலிஸ்தீனியர்* களுக்கும் இதர சமயவிரோத மக்களுக்கும் எதிரான அறப்போரில் வெற்றி அளியுங்கள்!''

ஆற்றின் அக்கரையில் ஷீனுடைய கூடாரத்தின் அருகில், சிப்பாய்கள் சிலுவையை வரிசையாகச் சென்று முத்தமிட்டுக்கொண்டிருந்த பொழுதும், இங்குக் காவற்படையினர் மண்டியிட்டு வழிபாட்டுப் பாசுரத்தைப் பாடிக் கொண்டிருந்தனர். அதன்பின் அவர்கள் சிலுவைக் குறியிட்டு விட்டுச் சென்று கைத்துப்பாக்கிகளை எடுத்துக்கொண்டனர்; தோட்டாக்களின் முனைகளைக் கடித்தெறிந்துவிட்டுத் துப்பாக்கிகளில் மருந்தை அடைத்தார்கள். பாதிரிகள் தமது நீண்ட கந்தல் அங்கிகளைச் சுருட்டிக்கொண்டு வண்டிகளுக்குப் பின்னால் சென்றனர். அப்பொழுது, குன்றின் மேலிருந்த பன்னிரண்டு துப்பாக்கிகளும் ஏககாலத்தில் சுட்டன. பீரங்கிக் குண்டுகள் உஸ்ஸென்ற ஒலியுடன் வண்டிகளைக் கடந்துசென்று, மடத்தின் சுவர் அருகே வெடித்துப் பாறை பாறையாகப் பூமியைப் பெயர்த்தன.

ஓவ்ஸி, தூமா, ஸோரின், யாரிஷ் ஆகியோர் வாட்களைச் சுழற்றினார்கள்:

''சகோதரர்களே, முன்னேறுங்கள்! எதிரிஅணியைக் குலைத்துக்கொண்டு முன்னேறுங்கள்!''

படைபலத்தால் மாஸ்கோவைப் பிடிப்போம்!''

''தொகுதி தொகுதியாக நில்லுங்கள்!''

''துப்பாக்கிகள்....துப்பாக்கிகளைப் பின்னால் உருட்டுங்கள்!''

காவற்படையினர் குல்லாயைக் காற்றில் எறிந்தும், ''ஸெர்ஜீவ்! ஸெர்ஜீவ்!''* என்று கத்தியும், கோணல் மாணலான அணிகளில் முன்னேறினர்.

துப்பாக்கிகளைத் தாழ்வாகக் குறிவைத்துச் சுடவேண்டுமென்று கர்னல் கிரேஜி உத்திரவிட்டான். துப்பாக்கிகள் தளவாட வண்டித்தொடரைச் சுட்டன. சிம்புகள் பறந்தன. குதிரைகள் உதைத்துக்கொண்டு விழுந்தன. காவற்படையினர் துப்பாக்கிகளால் சுட்டும், தமது நான்கு பீரங்கிகளிலிருந்து குண்டுகளை ஏவியும் போராடினர். அவர்களில் சிலர், மாஸ்கோ சாலையின் தடுப்புகளைக் கடக்க விரைந்தனர்; ஆனால் அங்குக் கார்டன் படைப்பிரிவினரும்

★ பிலிஸ்தீனியர்களும் அமாலிகைட்டுகளும் பாலஸ்தீனத்தில் வாழ்ந்த குடிகள். பண்டைக்காலத்தில் அவர்கள் யூதர்களுக்கு இழைத்த இன்னல்களைக் குறித்தும், அவர்களுக்கும் யூதர்களுக்கும் நிகழ்ந்த போர்களைக் குறித்தும் பைபிளின் பழைய ஏற்பாடு விவரிக்கிறது. மொ-ர்.

லிபோர்ட் படைப்பிரிவினரும் இடைமறித்தனர். பீரங்கி நான்காவது தடவையாக இடிமுழக்கம் செய்தது; அடர்த்தியான புகை குன்றைச் சூழ்ந்தது; காவற்படயினரின் அணி சிதறியது ; அவர்கள் இங்கும் அங்கும் திரும்பி ஓடினார்கள். பதாகைகளையும் ஆயுதங்களையும் கேட்டுகளையும் குல்லாய்களையும் போட்டுவிட்டு நானாபுறமும் ஓடினார்கள். துப்பாக்கி ஏந்திய குதிரைவீரர்கள் ஆற்றைக் கடந்து அவர்களை வேட்டையாடினர். ஆடுகளை நாய்கள் விரட்டுவது மாதிரி, அவர்கள் தப்பி ஓடியவர்களைத் தமது முகாமுக்குத் திரும்பச் செல்லும்படிச் செய்தனர்.

அதே தினத்தில், சேனை முதல்வன் ஷீன் மடத்தின் சுவர்அருகே தன் முகாமை அமைத்துக் கொண்டு விசாரணையைத் துவக்கினான். காவற்படை வீரர்களில் ஒருவன்கூட ஸோபியாவைக் காட்டிக் கொடுக்கவில்லை; ஒருவனும் அவளது கடிதத்தைக் குறிப்பிடவில்லை. அவர்கள் அழுதார்கள்; தம் காயங்களைக் காட்டினார்கள்; கந்தைகளை ஆட்டினார்கள்; தற்காலிகமாகப் புத்திசுவாதீனத்தை இழந்து மாஸ்கோவுக்குப் புறப்பட்டதாகப் பசப்பினார்கள்; இப்பொழுது புத்தி வந்துவிட்டதாகவும், தாம் செய்தது பிழை என்பதை உணர்ந்துவிட்டதாகவும் கூறினார்கள்.

தூமா சித்திரவதைசெய்யும் கருவியில் தொங்கியபொழுதும், கசையடியால் அவனது சதை பெயர்ந்தபொழுதும், ஒரு சொல் பேசவில்லை; தன்னை வதைத்தவரை, வெறுப்புத் தீ கக்கும் கண்களால் நோக்கினான். தூமாவும் பிராஸ்கரியாகோவும் ஐம்பத்தி ஆறு முக்கியஸ்தர்களும் மாஸ்கோ சாலையில் தூக்கிலிடப்பட்டனர். மற்றவர்களில் ஒரு பகுதியினர் சிறைக்கும், பிறர் மடத்துக்கும் கட்டுக்காவலோடு அனுப்பப்பட்டனர்.

15

வியன்னாவின் சாம்ராஜ்யப் பேரவையைச் சேர்ந்த அரசியல்வாதிகளைப் போன்ற தட்டிக் கழிக்கும் பொய்யர்களை ருஷியர்கள் ஒருபொழுதும் கண்டதில்லை. பீட்டரை நன்மதிப்போடு வரவேற்கிறார்கள்; ஆனால் தனிநபர் என்ற முறையில்தான். லியோபோல்டு அவனை அன்பாகச் 'சகோதரன்' என்று அழைத்தான்; ஆனால் அவர்கள் தனியாக இருந்தபொழுதுதான் அம்மாதிரி அன்பு சொரிந்தான். லியோபோல்டு அவர்களைப் பார்ப்பதற்கு வந்தான்; ஆனால் இரவில், முகமூடி தரித்து, மாற்றுருவில்தான் வந்தான். துருக்கியுடன் சமாதானம் செய்வது சம்பந்தமான விவாதத்தில், முதன் மந்திரி உடன்படாத விஷயமில்லை; அளிக்காத வாக்குறுதி இல்லை; மறுத்த விஷயம் ஏதுமில்லை. ஆனால், ஒரு முடிவென்று வந்தபொழுது, விலாங்குபோல் நெளிந்தான். பீட்டர் அவனிடம் கூறினான்:

''ஆங்கிலேயர்களும் டச்சுக்காரர்களும் தமது வர்த்தக நலன்களை முன்னிட்டே சந்தடி செய்கிறார்கள். ஒவ்வொரு விஷயத்திலும் நீங்கள் அவர்களது சொற்படி நடக்க வேண்டுமென்று கட்டாயமில்லை. புனிதமான கல்லறையைப் பாதுகாக்க வேண்டுமென்று இறைஞ்சி, ஜெருசலத்தின் சமய முதல்வர் எழுதியிருக்கிறார். புனிதக் கல்லறை விஷயத்தில் சக்கரவர்த்தி அசிரத்தையாயிருக்க முடியுமா?''

முதன்மந்திரி உரைத்த பதில்: ''உங்களது உயர்ந்த லட்சியங்களிலும் உன்னதமான நோக்கங்களிலும் சக்கரவர்த்திக்குப் பூர்ணமான உடன்பாடு. ஆனால் பதினைந்தாண்டுப் போரில் ஏராளமாகச் செலவாகியிருப்பதால், தற்சமயம் சமாதானம் செய்துகொள்வதே சாத்தியமான காரியமாகும்.''

''சமாதானமா? சமாதானமா? ஆனால் பிரான்ஸுடன் போர்புரிவதற்குச் சித்தம் செய்து கொண்டிருக்கிறீர்களே; அது எப்படி?'' என்று பீட்டர் வினவினான்.

ஆனால் முதன்மந்திரி, இதெல்லாம் புரியாத மாதிரி கண்களை உல்லாசமாகச் சிமிட்டினான். கெர்ச் என்ற துருக்கியர் கோட்டை தனக்குத் தேவையென்றும், சமாதானப் பேச்சுவார்த்தையில், மாஸ்கோவுக்குக் கெர்ச்சைக் கொடுக்கும்படி சக்கரவர்த்தி கோர வேண்டுமன்றும் பீட்டர் முதன் மந்திரியிடம் சொன்னான். இந்தக் கோரிக்கைக்கு வியன்னா அரசவையின் ஆதரவு உறுதியாக உண்டென்றாலும், போரின்றிக் கோட்டையை இழப்பது துருக்கியருக்கு வழக்கமில்லை யாதலால், இடர்ப்பாடு தோன்றுமென்று முதன் மந்திரி பதிலுரைத்தான்.

சுருங்கச் சொல்வதென்றால், வியன்னா விஜயம் விழலுக்கு இரைத்த நீராயிற்று. அரசியல் தூதர்கள் தமது நற்சான்றுப் பத்திரங்களைக் காட்டிப் பரிசுகளை அளிப்பதற்கு ஓர் ஆசார முறையான பேட்டியைக்கூடச் சக்கரவர்த்தி அளிக்கவில்லை. அரசியல் தூதர்கள் தொப்பி அணியாது நடையறைகளைக் கடப்பதற்கும் இணங்கினார்கள்; நாற்பத்தியெட்டு சாமான்ய பிரஜைகள் பரிசுகளைத் தூக்கிச் செல்வதற்கும் உடன்பட்டார்கள். ஆனால் அவர்கள் சபாமண்டபத்தில் பிரவேசிக்கும் பொழுது அவைக்காவலன் ஜாரின் பட்டத்தைக் குறுகிய அளவிலாவது உரக்கப் பிரகடனம் செய்யவேண்டும் என்று வற்புறுத்தினார்கள்; மேலும், ஜாரின் பரிசுகளை சக்கரவர்த்தியின் காலடிக்கம்பளத்தில் கிடத்தக் கூடாதென்பதிலும் அவர்கள் பிடிவாதமாயிருந்தனர். ''நாங்கள் சுவாஷ்* மக்களல்ல; சக்கரவர்த்தியின் சிற்றரசர்கள் அல்ல; சரிநிகர் சமானமான சிறப்புக்குரிய தேசத்தினர்'' என்று கூறினார்கள். அரசவையின் அமைச்சன் புன்னகைசெய்து, தன் கருத்து மாறுபாட்டைச் சைகையால் காட்டிவிட்டு இயம்பினான்: ''இம்மாதிரி எவரும் உரிமை கொண்டாடியதில்லை; இதற்கு இணங்க முடியாது.''

ஹாலந்தில் கற்றதைவிடக் கசப்பானமுறையில், இங்கு அவர்கள் ஐரோப்பிய அரசியலின் உண்மையான தன்மையைக் கற்றுக்கொண்டார்கள். மனச்சாந்தி பெறுவதற்காக அவர்கள் ஆபராவுக்குச் (இசை நாடக வகை) சென்று அதைக் கண்டு களித்து வியப்புற்றார்கள். நகருக்கு வெளியே இருந்த கோட்டைவீடுகளைப் பார்வையிட்டார்கள். அரசவையின் ஆதரவில் நிகழ்ந்த பொய்முகம் காட்டி ஆடிப்பாடும் கூத்தினை ரசித்தார்கள். பீட்டர் வெனிஸ் நகருக்குப் புறப்படத் தயாராகியபொழுது, மாஸ்கோவிலிருந்து, ரோமோடானோவ்ஸ்கியும், வினியஸ்ஸும் எழுதிய கடிதங்கள் வந்து சேர்ந்தன. அவை புதிய ஜெரூஸலத்தில் காவற்படையினர் செய்த கலகத்தைப் பற்றித் தெரிவித்தன உடனே பீட்டர் எழுதினான்:

''மீன்ஹெர் கோனிக் நீங்கள் ஜூன் மாதம் பதினேழாம் தேதி எழுதியகடிதம் கிடைத்தது. அதில், ஐவான் மிலோஸ்லவ்ஸ்கியின் விதை பல்கிப்பெருகுவதாக நீங்கள் தெரிவித்திருக் கிறீர்கள். இந்த விஷயத்தில் உறுதியாயிருக்க வேண்டுமென்று உங்களை இறைஞ்சுகிறேன். ஏனெனில், தீச்சுவாலைகளை அணைப்பதற்கு வேறு வழியில்லை. எமது பயனுள்ள வேலையைக் கைவிடுவதற்கு வருந்துகிறோம். என்றாலும், இந்தச் சம்பவங்களை முன்னிட்டு, நீங்கள் எதிர்பார்ப்பதையும் விட விரைவில் அங்கு வந்து சேர்வோம். - பீட்டர்.''

★ சுவாஷ்: கீழைய ருஷியாவில் இருந்த பூர்வீகக் குடிகள்.

16

ஆலயத்தில் பலிபூஜை முடிந்தவுடன், ரோமோடானோவ்ஸ்கி சிலுவையை முத்தமிட்டு விட்டுப் பலிபீடத் திரைக்கு முன்னாலிருந்த மேடையில் ஏறிப் பாயர்களை நோக்கித் திரும்பினான்; கருங்கல்லில் செய்த கொடிகளை தன் கைத்தடியால் தட்டிவிட்டுக் கூறினான்:

''மாட்சிமை தங்கிய ஜார் அவர்கள் மாஸ்கோவை நோக்கி வந்துகொண்டிருக்கிறார்.''

அதன்பின் அவன கூட்டத்திடையே தவளைபோல் அசைந்து நடந்து தனது பொன்முலாம் பூசிய வண்டியில் ஏறினான். ஏழடி உயரமுள்ள இரண்டு சேவர்கள் பின்புறத்தில் நிற்க, வண்டி மாஸ்கோ தெருக்களில் இடியோசை செய்தவாறு சென்றது.

அந்தச் சேதியைக் கேட்ட பாயர்கள், பேரிடி தரையில் விழுந்ததுபோல் பதறினர். கடந்த பதினெட்டு மாதங்களாக அவர்கள் அமைதியாக வாழ்ந்து வந்தனர். இப்பொழுது அந்த இளம் பருந்து திரும்பிவருகிறது! இனி ஓய்வு இல்லை, உறக்கம் இல்லை. மீண்டும் முகமூடிதரித்து ஆட வேண்டும். தவிர, காவற்படையினர் கலகத்துக்கு ஜவாப் சொல்லவேண்டுமோ? தார்த்தாரியர் களை எதிர்த்து நிகழ்ந்த போரின் வேகம் குன்றிவிட்டதற்குக் காரணம் கூறவேண்டுமோ? கஜானா காலியாகவிருந்ததற்கு விளக்கம் தர வேண்டுமோ? எத்தனையோ விவகாரங்களைக் கவனிக்கத் தொடங்கலாமென்று கருதி, எவ்வாறாகவோ தொடங்காது இருந்தார்களே, அதற்கெல்லாம் நியாயம் காட்ட வேண்டுமோ?... அந்தோ! தூய புனிதர்களே! இது எப்படிப்பட்ட அவப்பேறு!

இப்பொழுது ஓய்வைப்பற்றியோ மன நிம்மதியைப்பற்றியோ பேசமுடியாது. பாயர்களது அவை நாளுக்கு இருமுறை கூடியது. கடைக்காரர்கள் அனைவரும் தமது கடைகளை மூடி விட்டுக் கஜானாவுக்கு வந்து செப்புக்காசுகளையெல்லாம் மூன்று நாட்களில் எண்ணிவிட வேண்டுமென்று உத்திரவிடப்பட்டது. இலாகாக்களின் தலைமைக் குமாஸ்தாக்கள் அழைக்கப் பட்டனர்; ஏதாவது தவறு இருந்தால் சரி செய்யும்படி கடவுட்பற்றின் பெயரால் வேண்டிக் கொள்ளப்பட்டனர். குமாஸ்தாக்களையும் எழுதுவோரையும் அடுத்த சில நாட்களுக்கு இரவில் வீட்டுக்குப் போகவிடக் கூடாதென்றும், இதற்குக் கீழ்ப்படியாதவர்களை மேஜையோடு காலோடுகால் சேர்த்துக் கட்டிப்போடவேண்டுமென்றும் உத்திரவிடப்பட்டது.

ஜாருக்கு வரவேற்பு அளிப்பதற்குப் பாயர்கள் தயாரானார்கள். அவர்களது வெறுப்புக்குரிய அன்னிய ஆடைகளையும் பொய்மயிரையும், அந்த அரித்துவிடாமலிருப்பதற்காகத் துளசிவகைச் செடியின் பொடியைத் தூவிப் பேழைகளில் வைத்திருந்தனர் ; இப்பொழுது அவற்றை வெளியில் எடுத்தார்கள். போஜனக் கூடங்களில் அதிகப்படியாக விருந்த வழிபாட்டு உருவப்படங்களை அகற்றி விட்டுக் கிடைத்த கண்ணாடிகளையும் படங்களையும் சுவர்களில் மாட்டுமாறு உத்திர விட்டனர். யூடோக்ஸியா, இளவரசனோடும் பீட்டரின் தனிப்பற்றுதலுக்குப் பாத்திரமான சகோதரி நடால்யாவோடும் டிராயிட்ஸாவிலிருந்து அவசரமாகத் திரும்பிவந்தாள்.

செப்டம்பர் மாதம் நான்காம் தேதி, அந்திவேளையின் அரை இருளில், இரண்டு புழுதி படிந்த வண்டிகள், ரோமோடானோவ்ஸ்கி வீட்டுவாயிலின் இரும்புக் கதவுகளுக்கு முன்னால் நின்றன. பீட்டர், லிபோர்ட், கோலோவின், அலெக்ஸாண்டர் ஆகியோர் இறங்கினார்கள். அவர்கள் கதவைத் தட்டினர். முற்றத்தில், பெரிய காவல்நாய்கள் காட்டுத்தனமாகக் குரைத்தன. கதவைத்

திறந்த சிப்பாய், பீட்டரை அடையாளம் கண்டுகொள்ளவில்லை. பீட்டர் அவனைப் பிடித்துத் தள்ளிவிட்டுத் தன் கூட்டாளிகளுடன் துப்புரவற்ற முன்றிலைத் தாண்டித் தாழ்வான முகமண்டபத்தை அடைந்தான். ஈயக்கூரையின் கீழிருந்த அம்மண்டபத்தின் தூண்கள் நெளிந்து வளைந்து அமைந்திருந்தன; குமிழ் வடிவாகவும் இருந்தன. ஒரு பழகிய கரடியைக் கதவில் சங்கிலியால் கட்டியிருந்தனர். ரோமோடானோவ்ஸ்கி ஒரு பலகணிக் கண்ணாடிச் சட்டத்தை உயர்த்தி வெளியே நோக்கினான். அவனது உப்பியமுகம் உவகையால் துடித்தது.

17

ரோமோடானோவ்ஸ்கியின் இல்லத்திலிருந்து ஜார் கிரெம்லினுக்குச்சென்றான். அவன் வருகையை முன்பே அறிந்திருந்த யூடோக்ஸியா சிறந்த ஆடைகளை அணிந்து, சிவந்த முகத்துடன் காத்திருந்தாள். அழகான சட்டையை அணிந்த வாரோபிஹா, புன்னகை பூத்தவளாய், ராணியின் பக்கவாட்ட முகப்பு மண்டபத்திலிருந்து வழிமேல் பார்த்திருந்தாள். கதவின் வெடிப்பு வழியே விழுந்த வெளிச்சத்தில் நின்ற வாரோபிஹாவை யூடோக்ஸியா பலகணிவழியாக நோக்கினாள். வாரோபிஹா எப்பொழுது கைக்குட்டையை அசைத்துச் சைகை செய்வாள் என்பதிலேயே கண்ணாய் இருந்தாள். திடீரென்று வாரோபிஹா உள்ளே ஓடிவந்து கூறினாள்:

''அவர் வந்துவிட்டார்! ஆனால் இளவரசி நடால்யாவின் முகமண்டபத்துக்கு நேராகச் சென்றார். நான் ஓடிப்போய்ப் பார்த்து வருகிறேன்.''

எதிர்பாராத விதமாக, யூடோக்ஸியாவின் மனம் ஒரு வெறுமையின் வசப்பட்டது. நிகழவிருக்கும் கேட்டின் முன்னறிகுறி அவளைப் பற்றிக்கொண்டது. அவளது சக்தியெல்லாம் சிதறிப் பறந்தது. ஒரு நாற்காலியில் விழுந்தாள். வெளியே நோக்கினாள். இலையுதிர் காலத்து இரவின் விண்மீன்கள் காட்சி தந்தன. பீட்டர் வெளிநாடு சென்றிருந்த இந்தப் பதினெட்டு மாதங்களில் ஒரு கடிதம்கூட அவளுக்கு எழுதவில்லை. இப்பொழுதும் திரும்பிவந்தவன் நேராக நடால்யாவின் அறைக்குச் சென்றான். அவள் தன் கரங்களைப் பிசைந்தாள். 'அமைதியாகவும் இன்பமாகவும் வாழ்ந்தோம். இப்பொழுது நம்மைச் சித்திரவதை செய்வதற்குப் பாய்ந்து இறங்கிவிட்டார்' என்று எண்ணினாள்.

அவள் துள்ளி எழுந்தாள். அலெக்ஸி எங்கே? அவனைத் தந்தையிடம் விரைவில் இட்டுச் செல்லவேண்டும். மகனைத்தேடி நடந்த யூடோக்ஸியா கதவருகில் வாரோபிஹாவின் மீது முட்டிக் கொண்டாள். அவள் கிசுகிசுத்ததாவது:

''நான் கண்கூடாகப் பார்த்தேன். அவர் நடால்யாவின் அறைக்குச் சென்று அவளைத் தழுவினார். அவள் கண்ணீர் பெருக்கினாள். அவரது முகம் கடுமையாக இருந்தது; கன்னங்கள் சட்டென்று இழுத்தன. மீசை மேல்நோக்கிச் சுருண்டிருக்கிறது. அன்னிய நாட்டுத் தோரணையில் தைத்த சாம்பல்நிறக் கோட்டை அணிந்திருக்கிறார். கோட்டுப்பையில் ஒரு கைக்குட்டையும் ஒரு புகைக்குழாயும் துருத்திக் கொண்டிருக்கின்றன. அவரது பூட்ஸுகள் பெரிதாயுள்ளன; அவையும் நம்நாட்டுப் பொருள் அல்ல...''

''முட்டாள், நடந்ததைக் கூறு!''

'' 'அன்புத் தங்கையே, என் ஒரே மகனைப் பார்க்க விரும்புகிறேன்' என்றார். அவள் திரும்பிப்போய் அலெக்ஸியைக் கொண்டுவந்தாள்.''

''பாம்பு! பாம்பு! நடால்யா!'' என்று யுடோக்ஸியா துடிக்கும் உதடுகளோடு குசுகுசுத்தாள்.

''அவர் அலெக்ஸியை வாரி எடுத்து முத்தமிட்டு அன்பு சொரிந்தார். அதன்பின் அவனைக் கீழே விட்டுவிட்டு, அன்னியத் தொப்பியைத் தலையில் வைத்துக்கொண்டு, பிரியோ பிராஷன்ஸ்கி சென்று உறங்கப்போவதாகக் கூறினார்.''

''சென்று விட்டாரா?'' - யூடோக்ஸியா தலையை இறுகப் பிடித்துக்கொண்டாள்.

''அன்பான ராணியே, மென்மையான தேவியே! அவர் சென்று விட்டார். பிரியோ பிராஷன்ஸ்கிக்கோ, அன்னியர் பேட்டைக்கோ? யார் கண்டது?''

18

மறுநாள் பொழுது புலர்ந்தபொழுது, வண்டிகளும் கோச்சுகளும் புரவிமீது செல்வோரும், பிரியோபிராஷன்ஸ்கி நோக்கிப் போனார்கள். பாயர்களும் தளபதிகளும் கர்னல்களும் நிலப்பிரபுக்களும், வெளிநாடு சென்று மீண்டுள்ள எஜமானனுக்கு வணக்கம் தெரிவிக்க விரைந் தனர். அவர்கள் நடையறைகளில் கூடியிருந்த ஜனத்திரளைத் தள்ளிக்கொண்டு சென்றபொழுது, ''சரி, எப்படியிருக்கிறது? ஜார் எப்படி இருக்கிறார்?'' என்று கவலையோடு கேட்டார்கள். வினோதமாகப் புன்னகை செய்துகொண்டே, ''ஜார் களிகூர்ந்த மன நிலையில் இருக்கிறார்'' என்று அவர்கள் பதிலளித்தனர்.

புதிதாக அலங்கரிக்கப்பட்ட பெரிய அறையில், குடுவைகளும் கண்ணாடிக் கலங்களும் கோப்பைகளும் குளிர்ந்த உணவுத் தட்டுகளும் இருந்த நீண்ட மேஜையின் அருகில் பீட்டர் பேட்டி அளித்துக் கொண்டிருந்தான். கதிரவனது ஒளிக் கற்றைகளில், புகையிலைப் புகை பன்னிறப் படலங்களாக மிதந்தது. ஜாரைப் பார்த்தால், ருஷியன் மாதிரியே இல்லை. நேர்த்தியான துணியில் தைத்த விதேசிக் கோட்டு; பெண்கள் அணிவது மாதிரியிருந்த கழுத்துப் பட்டை; மேல் நோக்கி முறுக்கி விடப்பட்ட சிறிய கரிய மீசை. முன்னைக்காட்டிலும் மெலிந் திருந்தான். பட்டுப்போன்ற சிறிய பொய்மயிரைத் தலையில் தரித்திருந்தான். முறுக்கிய கம்பளத் தில் தைத்த காலுறை அணிந்த பாதங்களில் ஒன்றை நாற்காலியின் அடியில் தள்ளிவிட்டுக் கொண்டு அவன் அமர்ந்திருந்த முறையே, ருஷியாவுக்குப் புதிது.

நீண்ட அங்கி அணிந்த அவையத்தார், தாடியை முன்னுக்குத் தள்ளிக்கொண்டு, ஜாரை நெருங்கினர். அவர்களது கண்கள் உப்பியிருந்தன. அந்தஸ்துக்கு ஏற்றபடி, சிலர் தாழ்ந்து தலை குனிந்தும், சிலர் மண்டியிட்டும் வணங்கினார்கள். அப்பொழுதுதான் அவர்கள், பீட்டரின் அருகில் வெறுக்கத்தக்க குள்ளர்களான தோமோஸாவும் ஸிகாவும் ஆட்டுமயிர் கத்தரிக்கும் பெரிய கத்திரிக்கோல்களுடன் நிற்பதைக் கண்டனர்.

பீட்டர், வணக்கம் தெரிவித்தவர்களில் சிலரை உயர்த்தி நிறுத்தி முத்தமிட்டான்; மற்றவர் களைத் தோளில் தட்டிக்கொடுத்தான். ஆனால் ஒவ்வொருவனிடமும் அவன் அகம்மகிழ்ந்து கூறியதாவது:

''என்ன தாடி! அட கடவுளே, ஐரோப்பாவில் தாடியைக் கேலி செய்கிறார்கள். இந்த இன்பவேளையின் நினைவுச் சின்னமாக, உமது தாடியை எனக்கு அளியுங்கள்.''

பாயர்களும் மகாப் பிரபுக்களும் தளபதிகளும் - இளையோரும் முதியோரும் - திகைத்து நின்றனர். தோமோஸாவும் ஸிகாவும் விரல் நுனியை ஊன்றி உயர்ந்து நின்று, கவனமாகப் பராமரித்து வாரிவிட்டிருந்த தாடியைக் கத்திரிக்கோலால் நறுக்கினார்கள். அந்தப் புராதனப் பெருமை ஜாரின் காலடியில் விழுந்தது. தாடியை இழந்த பாயர் மௌனமாக முகத்தைக் கையில் புதைத்து நடுங்கினான். ஆனால் ஜார் தன் கையாலேயே மும்மடங்கு கடுமை உடைய மிளகுவாட்காவைப் பெரிய கோப்பையில் ஊற்றிக்கொடுத்தான்.

''நமது ஆரோக்கியத்தையும் நீண்ட வாழ்வையும் வேண்டிப் பருகுங்கள்! ஸாம்ஸன்* கூடத் தன் மயிரை இழந்தான்!'' என்று கூறிய பீட்டர், பிரகாசமான கண்களால் அவையத்தார் அனைவரையும் நோக்கிவிட்டு ஒரு விரலை உயர்த்திக்கொண்டு பேசினான்: ''இப்பொழுது தாடியை ஏன் கத்திரிக்கிறோம்? ஏனென்றால், தாடி இல்லாத முகமே பெண்களுக்குப் பிடித்த மானது. இதுதான் பாரிஸின் இன்றைய காலவண்ணம். ஹா! ஹா!''.... அவன் உணர்ச்சியில்லாது சிரித்துவிட்டுச் செப்பினான்: ''உமது தாடி இழப்புக்காக வருந்தினீர்களேயானால், அதை உங்கள் சவப்பெட்டியில் போடச் சொல்லிவிடலாம். மேல் உலகத்தில் அது தானாக ஒட்டிக்கொண்டு விடும்!''

அவன் கடுமையாகவோ கோபாவேசமாகவோ நடந்துகொண்டிருந்தால், அல்லது அவர்களை இந்தத் தாடிகளாலேயே இழுத்திருந்தானேயானால், அல்லது தன் மனம்போன போக்கில் அவர்களை அச்சுறுத்தினானேயானால், அது அவர்களுக்கு இவ்வளவு பயங்கரமாக இருந்திருக்காது. ஆனால் அவன் ஒரு புரியமுடியாத புதிராயிருந்தான்; முற்றிலும் புறம்பானவனா யிருந்தான்; வீட்டுப் பிள்ளையாக அல்லாமல் எடுப்புப் பிள்ளை மாதிரி நடந்துகொண்டான். அவனது புன்னகையே பாயரின் இதயத்தைச் சில்லிட்டுப் போகச்செய்தது.

மேஜையின் கோடியில் ஒரு போலிஷ் அம்பட்டன் சுறுசுறுப்பாகச் செயல்பட்டான்; தாடியை இழந்த மோவாயில் நுரை பூசி, மழுமழுப்பாகச் சிரைத்தான். அதன்பின், ஊனமடைந்த பாயர், அவமதிப்புக்கு ஆளாகிய மயிர் நீக்கிய முகத்தையும், அதன் கோணல் வாயையும் பார்க்க வேண்டு மென்பதற்காக, அம்பட்டன் கண்ணாடியைக் காட்டினான். குடிபோதையிலிருந்தவர்கள், க்ஷவரம் முடிந்தவுடன், நின்ற இடத்திலேயே அழுதார்கள். சேனை முதல்வன் ஷீன், பாயர் டிரோயி குரோவ் பிலோஸில்ஸ்கி முதலியோரை அவர்களது ஆடைகளிலிருந்துதான் அடையாளம் காண முடிந்தது. ஜார் அவர்களது க்ஷவரம் செய்த கன்னங்களைக் கிள்ளிவிட்டுக் கூறினான்:

''இனிச் சக்கரவர்த்தியின் அவைக்குச் செல்வதற்குக்கூட நீங்கள் வெட்கப்படத் தேவையில்லை.''

★ ஸாம்ஸன்: பண்டைக்கால எபிரேய மக்களது கிராமியக் கதைகளில் பாராட்டப் பெற்ற வீரன். பைபிளில் நீதிபதிகள் என்ற பகுதியில் இவனைப்பற்றிய குறிப்புகள் உண்டு. பிலிஸ்டைன்களுடன் நிகழ்ந்த போர்களில் பெரும் பங்கு வகித்தவன். இவனது பலம் மயிரில் இருந்ததை, இவனது பிலிஸ்தீனியக் காதலி டிலைலா அறிந்து அவன் உறங்கியபொழுது கூந்தலை வெட்டி விடுகிறாள். மொ-ர்.

19

பீட்டர் லிபோர்ட் வீட்டில் விருந்துண்பதற்குச் சென்றான். அவனது அருமை நண்பன் அப்பொழுதுதான் எழுந்திருந்தான். நண்பகல் நெருங்கிக்கொண்டிருந்தது. ஆனால் லிபோர்ட் தனது விசாலமான, வெளிச்சம் நிறைந்த படுக்கை அறையில் கண்ணாடிக்கு முன்னால் உட்கார்ந்து கொட்டாவி விட்டுக்கொண்டிருந்தான். அவனுக்கு ஆடை அணிவித்தும் மயிரைச் சுருட்டி விட்டும் நறும்பொடியைத் தூவியும் சேவகர்கள் சுருசுருப்பாகப் பணியாற்றினார்கள். ஹாம்பர்க்கிலிருந்து அவன் அழைத்துவந்திருந்த இரு குள்ளர்கள், விரிப்பின்மீது விளையாடிக் கொண்டிருந்தனர். அவனது வீட்டின் பொது நிர்வாகியும் குதிரைலாயப் பொறுப்பாளியும் காவற்குழுத் தலைவனுமாகப் பணிபுரிந்த சிப்பந்தி, கணிசமான தூரத்தில் நின்று கொண்டிருந்தான். பீட்டர் உள்ளேவந்து, லிபோர்ட் எழுந்திருப்பதைத் தடுப்பதற்காக அவன் தோள்மீது கை வைத்தான். கண்ணாடியில் லிபோர்ட்டின் பிரதிபிம்பத்தைப் பார்த்துக்கொண்டே பீட்டர் கூறினான்:

''அவர்கள் தீர்க்கமான விசாரணை நடத்தவில்லை. மன்னிக்க முடியாத அசட்டையோடும் மடமையோடும் நடந்து கொண்டிருக்கிறார்கள். ஷீன் என்னிடம் பேசினான். ஆணிவேரைக் காண்பதற்கு அவனுக்கு உளவு கிடைத்தும் பேசாதிருந்துவிட்டான். அந்த முட்டாளுக்குப் புரியவில்லை. பாலாலியேவ் என்ற காவற்படைச் சிப்பாயைத் தூக்குமேடைக்கு இழுத்துச் சென்ற பொழுது, 'பாம்பைக் கொன்றுவிட்டீர்கள்; ஆனால் அதன் நச்சுப்பையை விட்டுவிட்டீர்கள்' என்று கத்தினானாம்.''

கண்ணாடியை நோக்கிய பீட்டரது கண்கள் கறுத்தன. லிபோர்ட் திரும்பி, அறையில் இருந்தவர்களை வெளியேறும்படி உத்திரவிட்டான்.

பீட்டர் தொடர்ந்து பேசினான்:

''பிரான்ஸிஸ் கொடுக்கை இன்னும் வெட்டவில்லை! இன்று பாயர்களது முகக்ஷவரத்தை நடத்திக் கொண்டிருந்தபொழுது, எனது இரத்தம் கொதித்தது. இரத்தவெறி பிடித்த வெட்டுக் கிளிகள்! அவர்களுக்கு எல்லாம் தெரியும்; ஆனால் ஒன்றும் சொல்வதில்லை. காலம் மாறும் என்று கருதிக் கட்டுண்டிருக்கிறார்கள். அது சாதாரணக் கலகம் அல்ல. அவர்கள் மனைவிமாரைக் காண்பதற்காக மாஸ்கோ வரவில்லை. பயங்கரமான சம்பவங்களுக்குத் தயாரிப்புகள் நடக் கின்றன. அரசாங்கம் பிளவுநோய் கண்டதுபோல் சீரழிகிறது. அழுகிய உறுப்புக்களை வாளால் வெட்ட வேண்டும். இந்தப் பாயர்களை ரத்தச் சாட்சியாகப் பிரமாணம் எடுக்கும்படி செய்ய வேண்டும். மிலோஸ்லவ்ஸ்கியின் விதை! பிரான்ஸிஸ் சிறைகளிலும் மடங்களிலுமுள்ள காவற் படையினரைப் பிரியோபிராஷன்ஸிகிக்குக் கொண்டுவரவேண்டு மென்று இன்றே உத்திரவிட வேண்டும்.''

20

விருந்துண்டபொழுது, அவன் மீண்டும் நல்லிணக்கத்தோடு நடந்துகொள்வதாகத் தோன்றியது. விளங்காதவகையில் வெறித்துப் பார்க்கும் புதியதொரு தனி இயல்பை விருந்தினர் அவனிடம் கண்டனர். உரையாடல் நிகழும்பொழுது அல்லது வேடிக்கையாகப் பேசும்பொழுது, இடையில் திடீரென்று பேச்சை நிறுத்திவிட்டு யாரையாவது ஊடுருவித் துளைப்பதுபோல் நோக்கினான். அந்த ஆழம் காணமுடியாத நோக்கில் ஓர் அசுரத்தன்மை புலப்பட்டது. அதன்பின் அவனது நாசித்துளைகள் துடித்தன; புன்னகைசெய்து குடித்துவிட்டு உணர்ச்சியற்ற சிரிப்புச் சிரித்தான்.

வெளிநாட்டிலிருந்து வந்துள்ள சோல்ஜர்களும் மாலுமிகளும் இன்ஜினியர்களும் மன மகிழ்ந்து பொழுது போக்கினார்கள். ஆனால் ருஷியர்கள் வேதனையுற்றிருந்தார்கள். இன்னிசை பெருகியது; நடனத்துக்குப் பெண்கள் வருவதற்குரிய நேரம் நெருங்கிவிட்டது. பீட்டர் மேஜையின் மீது வைத்த கரங்களை இறுகப் பற்றியும் நெகிழத் திறந்தும் தொழிற்படுத்தியதை அலெக்ஸாண்டர் கவனித்தான். பிரெஞ்சு அரசனின் வைப்பாட்டிகளைப்பற்றி லிபோர்ட் குட்டிக் கதைகளை அளந்து கொண்டிருந்தான். எதிர்பாராதவிதமாகக் காகம் கரைவதுபோல் கத்திக் கொண்டு துள்ளியெழுந்த பீட்டர், மேஜையின் எதிர்ப்புறத்தில் இருந்த ஷீனை நோக்கி ஆத்திரத்துடன் சாய்ந்து, ''போக்கிரி! போக்கிரி!'' என்றான்.

பீட்டர் நாற்காலியை எறிந்துவிட்டு அறையிலிருந்து ஓடினான். விருந்தினர் திகிலடைந்து எழுந்தனர். லிபோர்ட் ஒவ்வொருவரிடமாகச் சென்று அவர்களை அமைதிப்படுத்துவதற்கு முயன்றான். படியரங்கத்தில், இசைக்குழுவினர் தமது வாத்தியங்களை உரக்க வாசித்தார்கள். சில பெண்கள் நடையறைக்கு வந்துவிட்டனர்; அவர்கள் கவுனையும் பொய்மயிரையும் ஒழுங்கு படுத்திக் கொண்டு நின்றனர். அனைவருடைய பார்வையும் ஒரு நீலவிழியாள் மீது லயித்தது. வீறார்ந்த பொலிவோடு விளங்கிய அந்த அழகி, தனது பொன்னிறக் கூந்தலை உச்சந்தலையில் உயரமாகக் குவித்துக் கட்டியிருந்தாள். மிகவும் அகன்ற ஸில்க் ஆடைமீது சரிகை நாடாவைக் கட்டி ஒப்பனை செய்து கொண்டிருந்தாள். அவளது திறந்த மேனியான தோட்களும் கைகளும் வெண்மையாகவும் கவர்ச்சி மிகுந்தவையாகவும் இருந்தன. அவள் யாரையும் நோக்காது கூடத்துக்கு வந்து, காலவண்ணத்துக்குரிய வகையில் மெதுவாக முழங்கால்களை மடித்து வணங்கிவிட்டுக் கரத்தில் ரோஜாமலருடன்மேல் நோக்கிப் பார்த்து நின்றாள்.

அவள் யார் என்று அன்னியர்கள் ஊக்கத்தோடு உசாவினார்கள். அவள் செல்வம் மிகுந்த வணிகனான பிராவ்கினது மகள் அலெக்ஸாண்ட்ரா வால்காவா (ஸாங்கா) என்று கூறினர். லிபோர்ட் அவளது விரல்களின் நுனியில் முத்தமிட்டுவிட்டு நடனமாடுவதற்கு அழைத்தான். ஆண்-பெண் ஜோடிகள் விரைவாகச் சந்தத்தோடு நடந்து வணங்கின. திடீரென்று மீண்டும் குழப்பம் ஏற்பட்டது. பீட்டர் மினுமினுத்த நாசித் துளைகளுடன் திரும்பிவந்து ஷீனைக் கண்டான். துரிதமாகத் தன் உடைவாளை உருவி, வெறியோடு தாக்கினான். சேனைமுதல்வன் பின்வாங்க, வாள் அவனுக்கு முன்னால் மேஜையைத் தாக்கியது. கண்ணாடிச் சிம்புகள் பறந்தன. லிபோர்ட் ஓடிவந்தான்; ஆனால் பீட்டர் அவனை முழங்கையால் முகத்திலடித்துவிட்டு, ஷீனைத் தாக்குவதற்குத் தாவிக் கத்தினான்:

''உன் படையை சம்ஹாரம் செய்வேன்; உனது கர்னல்களை வெட்டிப் போடுவேன்! கொள்ளைக்காரா, இழிகுடிப் போக்கிரி, முட்டாள்....''

அலெக்ஸாண்டர் தன் நடனக் கூட்டாளியை விடுத்துவிட்டுத் தைரியமாகப் பீட்டரிடம் சென்றான். அவனது வாளைப்பற்றி அக்கறை கொள்ளாது, அவனைக் கட்டிக்கொண்டு செவியில் ஏதோ குசுகுசுத்தான். வாள் கீழே விழுந்தது.

''போக்கிரிகள், ஓ, போக்கிரிகள்! இவன் கர்னல் பதவிகளை விலைபேசி விற்றான்'' என்று பீட்டர் தன் தோழன் காதில் கிசுகிசுத்தான்.

''மீன்ஹெர்ஸ், போனால் போகட்டும். அனைத்தும் சீராகிவிடும். இந்த ஹங்கேரிய ஒயினைப் பருகுங்கள்'' என்றான் மென்ஷிகோவ்.

அந்த ஆட்டபாட்டம் அடங்கியது. பீட்டர் ஒயினைக் குடித்தபின்னர், ஷீனை நோக்கிக் கண்டிக்கும் தோரணையில் விரலை ஆட்டினான். பிறகு லிபோர்ட்டை விளித்து, அடிபட்டதால் உப்பிய அவனது நாசியில் முத்தமிட்டான்.

''அன்னா எங்கே? அவளைப்பற்றி விசாரித்தீர்களா? நலமாயிருக்கிறாளா?'' என்று வினவிய பீட்டர், இறுகப்பற்றிய உதடுகளைக் கோணச் செய்தான்; உயரமான சாளரங்கள் வழியே வெள்ளம்போல் பாய்ந்த மாலைக்கதிரவனது ஆரஞ்சு ஒளி அவனைக் கவர்ந்தது. ''பொறுத்திருங்கள். நானே போய் அவளை இட்டுவருகிறேன்'' என்று கூறிவிரைந்தான்.

மான்ஸுடைய விதவையின் வீட்டில், பலர் மெழுகுவத்திகளோடு ஓடும் ஓசையும் கதவு களைத் திறந்து மூடும் சத்தமும் கேட்டன. விதவையும் பணிப்பெண்களும் களைத்துவிட்டனர். ஓர் அவப்பேறு நிகழ்ந்துவிட்டது. அது என்னவெனில், அன்னாவின் ஆடைகளுக்கு நன்றாகக் கஞ்சி போடவில்லை. எனவே, மீண்டும் கஞ்சியிட்டு அவற்றைப் பெட்டி போடவேண்டிய தாயிற்று. அன்னா மாடியில் காத்திருந்தாள். தலைமயிரில் நறும்பொடியைத் தூவும்பொழுது அணியும் தொளதொளப்பான கவுனோடேயே இருந்தாள். பொடியிட்ட பொய்மயிர் அணிந்த பின்னர், காலுறையைச் செப்பம் செய்துகொண்டிருந்தாள். திகிலடைந்த விதவையையும் பணிப்பெண்களையும் கடந்து மாடிக்கு ஓடிய பீட்டர். அன்னாவை இந்நிலையில்தான் கண்டான்.

அன்னா எழுந்து முகத்தைப் பின்புறமாகச் சாய்த்துத் தணிந்த குரலில் கத்தினாள். பீட்டர் மிகுந்த ஆவலோடு, அரைகுறையாக ஆடை உடுத்திய ஆசை நங்கையைப் பற்றினான். அந்தத் தாழ்வான அறையில், அவளது இதயம் கணீர்கணீரென்று துடித்தது.

21

சிறைகளிலும் மடங்களிலும் இருந்த காவற்படை வீரர்கள் அனைவரையும் விலங்கிட்டுப் பிரியோபிராஷன்ஸ்கிக்குக் கொண்டுவந்து நிலவறைகளிலும் குடிசைகளிலும் அடைத்துக் கட்டுக்காவல் ஏற்பாடு செய்தார்கள். செப்டம்பர் மாத இறுதியில் விசாரணை தொடங்கியது; பீட்டர், ரோமோடானோவ்ஸ்கி, ஸ்திரீஷ்னேவ், லியோ நாரிஷ்கின் ஆகிய நால்வரும் விசாரணை நடத்தினார்கள். கைதிகளைச் சித்திரவதை செய்த வீடுகளுக்கு முன்னால் இரவெல்லாம் கணப்புத் தீ எரிந்தது. வெவ்வேறான பதினான்கு இடங்களில், கைதிகளைச் சித்திரவதைக் கருவியில் தொங்கவிட்டுக் கசையாலடித்தார்கள். கட்டை அவிழ்த்து இழுத்துக்கொண்டுபோய், தீப்பற்றி

எரிந்த வைக்கோலின் சுவாலையிலும் புகையிலும் காட்டினார்கள். அதன்பின் கைதிகளுக்கு வாட்கா கொடுத்து உணர்வுவரச் செய்து மீண்டும் சித்திரவதைக் கருவியில் தொங்கவிட்டார்கள். இவ்வாறு கலகத்தலைவர்களைப் பற்றி விவரம் கூறுமாறு நிர்ப்பந்தித்தார்கள்.

இரண்டுவாரம் சென்றபின், துப்புத் துலங்கியது. பழுக்கக் காய்ச்சிய கிடுக்கியால் விலா எலும்புகளைப் பற்றிமுறித்த வேதனையைத் தாங்கமுடியாத காரணத்தால், ஓவ்ஸி உண்மையைக் கக்கினான். ஸோபியா எழுதிய கடிதத்தைக் குறிப்பிட்டான். அவளது உத்திரவுக்கு இணங்க, மடத்துக்குச் சென்று அவளை விடுவித்து, அரியணையில் அமர்த்தவே மாஸ்கோ நோக்கிப் புறப் பட்டோமென்று கூறினான். மூன்றாவது தடவையாகக் குருதிக்குழாயைத் திறந்து ரத்தமெடுத்த பொழுது, ஓவ்ஸியின் சகோதரனும் தளர்ந்துவிட்டான். புதிய ஜரூஸலத்தின் மையத்து ஸ்தூபியின் கீழுள்ள எருமேட்டில் ஸோபியாவின் கடிதத்தைக் காவற்படையினர் மிதித்து அமுக்கியதாக அவன் சொன்னான். இளவரசி மார்த்தாவும் இரண்டு குள்ளிகளும்கூடச் சம்பந்தப்படுத்தப் பட்டனர். ஆனால் சித்திரவதைக்குள்ளான பொழுதும் சிலரே வாய்திறந்து பேசினர். பெரும் பாலோர், ஆயுதமேந்திக் கலகம் செய்ததை ஒப்புக்கொண்டனரேயன்றிச் சதிக்குற்றத்தை ஒப்புக்கொள்ளவில்லை. சாகும்பொழுதும் அவர்கள் இவ்வளவு பிடிமுரண்டு செய்ததிலிருந்து, தன்னிடம் அவர்களுக்குள்ள ஆழ்ந்த வெறுப்பைப் பீட்டர் உணர்ந்தான்.

அவன் இரவெல்லாம் சித்திரவதைக் கூடங்களில் கழித்தான்; பகலெல்லாம் அன்னிய இன்ஜினியரோடும் வினைஞரோடும் விவாதித்தான்; அல்லது படைவீரர் அணிவகுப்புகளைப் பார்வையிட்டான். மாலையில் யாராவது ஒரு ஸ்தானீகருடனாவது லிபோர்ட்டுடனாவது விருந்துண்டான். இரவு பத்துமணி அளவில், அந்தச் சிரிப்பையும் சங்கீதத்தையும் விடுத்து, தலைநிமிர்ந்து நின்று முன்னறைகளை விரைவாகக் கடந்து, இருண்ட முன்றிலைத்தாண்டிச் சிறிய வண்டியில் ஏறிக்கொண்டான். பனிக்காற்று வீசியதால் முகத்தைப் போர்த்திக்கொண்டு, பனி பெய்த சாலைகள் வழியே பிரியோ பிராஷன்ஸ்கிக்கு விரைந்தான்.

அந்த நாட்களில் தான் கண்டதையும் கேட்டதையும்பற்றிச் சக்கரவர்த்தியின் ஸ்தானீகராலயக் காரியதரிசிகளில் ஒருவன் தன் நாட்குறிப்பில் எழுதினான்:

''டேனிஷ் தூதரின் புடையர்குழு ஆவல் மிகுதியால் பிரியோபிராஷன்ஸ்கிக்கு விஜயம் செய்தது. அவர்கள் பல்வேறு கைதிமுகாம்களைக் கடந்து, கோரமான துன்பத்தைக் குறிக்கும் பயங்கரமான கூச்சல் கேட்ட இடத்தை அடைந்தனர். மூன்று குடிசைகளில் தரையெல்லாம் இரத்தம் பெருகி வாயில்வரை ஓடியிருந்ததைக் கண்டு அவர்கள் பயத்தாலும் வெறுப்பாலும் பதறினார்கள். ஆனால், இன்னும் கோரமாக வீறிட்டலறும் குரல்கள் நான்காவது குடிசை யிலிருந்து கேட்டதால், அங்கு நிகழ்ந்த பயங்கரங்களை நேரில் காணவிரும்பினர்.

ஆனால், குடிசைக்குள் காலடிவைத்தவுடனேயே அவர்கள் திகிலடைந்து விரைவாகப் பின் வாங்கினர். ஏனெனில் அக்குடிசையில் ஜாரும் பாயர்களும் இருந்தனர். கூரையிலிருந்து அம்மணமாகத் தொங்கிய மனிதனுக்கு முன்னால் பீட்டர் நின்றுகொண்டிருந்தான். இந்த வேலையில் ஈடுபட்டிருந்தபொழுது தன்னை அன்னியர்கள் பார்ப்பதை விரும்பாத பீட்டர், திரும்பி நோக்கினான். லியோ நாரிஷ்கின் அவர்களைத் தொடர்ந்துவந்து, ''நீங்கள் யார்? இங்கு ஏன் வந்தீர்கள்?'' என்று வினவினான். அவர்கள் மௌனம் சாதித்தனர். அதைக்கண்ட அவன், உடனடியாக மகாப்பிரபு ரோமோடானோவ்ஸ்கியின் வீட்டுக்குப் போகும்படி உத்திரவிட்டான். ஆனால் அவன் தமக்கு உத்திரவிட முடியாதென்று கருதிய அவர்கள், இந்தத் துடுக்கான கட்டளையை உதாசீனம் செய்துவிட்டுச் சென்றனர். அவ்வமயம், அவர்களது குதிரைகளைத் தடுத்து நிறுத்தும் நோக்குடன், ஒரு அதிகாரி புரவி மீது விரைந்து தொடர்ந்தான். ஆனால்

அவர்களிடமே பலம் அதிகம். முதலாவது, அவர்கள் எண்ணிக்கையில் அதிகமாயிருந்தனர்; இரண்டாவது, தைரியசாலிகளாகவும் இருந்தனர். ஆயினும், அந்த அதிகாரி உறுதியான நடவடிக்கை எடுப்பான் என்பதை உணர்ந்தவுடன், அவர்கள் பாதுகாப்பான இடம் நாடி விரைந்தனர். அந்த அதிகாரி யார் என்பதைப் பின்னர் விசாரித்துத் தெரிந்து கொண்டேன். அவ பெயர் அலெக்ஸாண்டர்; ஜாரின் பிரத்தியேக அன்புக்குப் பாத்திரமானவன்; மிகவும் அபாயகரமான பேர்வழி....''

''ஒரு புதிய ரொக்கவரி விதிக்கப்பட்டிருக்கிறது. அரசாங்க அலுவலகங்களில் பணிபுரியும் ஒவ்வொரு குமாஸ்தாவும் தன் பதவிக்கேற்ற அளவில் இந்த வரியைக் கட்டவேண்டும்.

மாலை நேரத்தில், பகட்டு ஆரவாரமான வைபவங்கள் லிபோர்ட் மாளிகையில் நிகழ்கின்றன; விருந்தாளிகள் வாண வேடிக்கைகளை ரசிக்கிறார்கள். ஜார் அக்கினித்தேவன்மாதிரி, இலையுதிர்ந்த தோட்டத்தில் பாய்ந்து ஓடி, விளக்குகளை ஏற்றி, ஒளியணிக் காட்சியைப் படைக்கிறான்; தீப்பறக்கச் செய்யும் பொறிகளை ஏற்றுகிறான். இளவரசன் அலெக்ஸியும் அவனது அத்தை நடால்யாவும் பல கணிகளிலிருந்து நோக்குகிறார்கள். நடனமாடும் பெண்களில் அன்னாவே தலைசிறந்த அழகி என்பதை அனைவரும் ஒப்புக்கொள்கிறார்கள். அவள் ஜார் மனைவியின் இடத்தை வகிக்கிறாள். ஜார், மணவினைமூலம் கைப்பிடித்த மனைவியைத் தொலைதூரத்துக் கன்னிகா மடத்துக்கு அனுப்பப் போகிறான்...''

''அக்டோபர் மாதம் பத்தாம் தேதி, கொலைத் தண்டனைகளை நிறைவேற்றத் தொடங்கினார்கள். அதைக் காண்பதற்குச் சகல அன்னிய ஸ்தானீகர்களையும் ஜார் அழைத்திருந்தான். பிரியோபிராஷன்ஸ்கியில் காவல் வீடுகளின் வரிசைக்கு முன்னால் ஒரு மேடான சதுக்கம் இருக்கிறது. இதுதான் கொலைத் தண்டனையை நிறைவேற்றும் இடம். அங்கு தூக்குமரங்கள் எப்பொழுதும் நின்றுகொண்டிருக்கின்றன. அவற்றில், தூக்கிலிடப்பட்டோரின் தலைகளை ஒட்டிவைத்திருக்கின்றனர். முறையாக ஆயுதமணிந்த உயிர்க்காவலர்படையினர் இந்தச் சதுக்கத்தைச் சுற்றி வளைத்துக்கொண்டார்கள். மாஸ்கோவாசிகளில் பலர் கூரைமீதும் வாயிற் கதவுமீதும் ஏறிநின்று பார்த்தனர். அழைப்பு இல்லாது, பார்வையாளராகவே வந்த அன்னியர்களைச் சதுக்கத்தின் அருகில் அனுமதிக்கவில்லை.

மூன்று சிரம்துணிக்கும் பட்டடைகள் முன்பே தயாராகியிருந்தன. குளிர் காற்று வீசியது அனைவருக்கும் பாதம் சில்லிட்டுவிட்டது. அவர்கள் நீண்டநேரம் காத்திருக்க வேண்டியதாயிற்று. கடைசியில், ஜார் தனது தனி அன்புக்கு உரிய அலெக்ஸாண்டருடன் வண்டியில் வந்து ஒரு பட்டடை அருகில் இறங்கினான். தண்டனை பெற்றவர்கள் வந்து சதுக்கத்தை நிறைத்தனர். ஒரு சிப்பாய் கொண்டுவந்துபோட்ட மணையின்மீது ஏறி நின்ற குமாஸ்தா, சதுக்கத்தின் பல இடங்களிலிருந்து கலகக்காரர்களுக்குத் தண்டனை விதிக்கப்பட்டிருந்ததைப் படித்தான். ஜனங்கள் அமைதியாயிருந்தனர். கொலை வேலை தொடங்கியது.

அந்தத் துரதிர்ஷ்டசாலிகள் தத்தம் முறைக்குக் காத்திருக்க நேர்ந்தது. சாவின் நுழைவாயிலில் இருப்பதைக் குறித்து அவர்கள் அஞ்சியதாகவோ வருந்தியதாகவோ முகக்குறி ஏதும் புலனாகவில்லை. இந்த அக்கறையின்மைக்கு நெஞ்சுரமோ வீரமோ காரணம் என்று நான் கருதவில்லை. அவர்கள் அனுபவித்த சித்திரவதைகளின் நினைவே இந்த அசிரத்தைக்குக் காரணம். அவர்கள் வாழ்வை ஒரு பொருட்டாக மதிக்கவில்லை; அதை வெறுத்தார்கள். ஒரு கைதியோடு வந்திருந்த அவனது மனைவியும் மக்களும் அலறிப் புலம்பினார்கள். ஆனால் அந்தக் கைதி கலக்கம் ஏதும் இல்லாமல், கையுறைகளையும் வண்ணக் கைக்குட்டையையும் கொடுத்துவிட்டுப் பட்டடையில் சிரத்தை வைத்தான்.

இன்னொருவன் ஜாரின் அருகாமையில் சென்று, ''ஜார்! வழிவிடுங்கள்! நான் இங்குதான் மண்டியிட வேண்டும்!'' என்று உரத்த குரலில் கூறினான்.

தலையைத் துணிக்கவிருந்த நிலையிலும், செய்த குற்றத்தை ஒப்புக்கொள்ள மறுத்த அவர்களது பிடிவாதத்தைப்பற்றி, அதே நாளில் ஜார் தளபதி கார்டனிடம் புகார் சொன்னதாக நான் கேள்விப்பட்டேன். உண்மையில் ருஷியர்கள் பிடிவாதக்காரர்கள்தான்....''

''நாவோடிவிச்சி கன்னிகாமடத்துக்கு முன்னாலுள்ள சதுக்கத்தில், முப்பது தூக்குமரங்கள் அமைக்கப்பட்டன. அவற்றில் இருநூற்று முப்பது காவற்படையினர் தூக்கிலிடப்பட்டனர். இளவரசி ஸோபியாவுக்கு விண்ணப்பத்தை அனுப்பிய மூன்று கலகத் தலைவர்களும் மடத்தின் சுவரில் அவளது அறையின் பலகணிக்கு எதிரில் தூக்கிலிடப்பட்டனர்...''

''கலகத்தில் கலந்துகொண்ட பாதிரிகள் கொல்லப்பட்டபொழுது, ஜார் ஆஜராகியிருந்தான். கொலையாளிகள் இரண்டு பாதிரிகளது கைகால்களை வெட்டினார்கள். அதன்பிறகே சிரச்சேதம் செய்து உயிரைப் போக்கினார்கள். மூன்றாவது பாதிரி நேரடியாகச் சிரச்சேதம் செய்யப்பட்டான். பாக்கியிருந்த இதர பாதிரிகளும், மூன்றாவது பாதிரிக்கு விரைவில் சாகும் பேற்றினை அளித்ததற்காகப் புகார் செய்தனர்...''

''காவற்படையினர் மாஸ்கோவில் நுழைய முயன்றார்களல்லவா? அதனால் மாஸ்கோவின் புறமதில்கள் புனிதமானவையென்றும் பழுதுசெய்ய முடியாதவை என்றும் மெய்ப்பிப்பதற்காக, அரண்புழைச் சாய்வுகளில் இரண்டு உத்திரங்களை அமைக்கும்படி ஜார் உத்திரவிட்டான். அவை ஒவ்வொன்றிலும் இரு கலகக்காரர்கள் வீதம் தூக்கிலிடப்பட்டனர். இவ்வாறாக இன்று இரு நூறு பேர் கொலை செய்யப்பட்டனர். மாஸ்கோவைச் சுற்றிலும் தூக்கில் தொங்கியவரால் அமைந்த வேலியைப் போல், வேறு எந்த நகரமும் கண்டிருக்க முடியாது...''

''அக்டோபர் 27. இன்று நிகழ்ந்த கொலைகள், முந்திய கொலைகளலிருந்து முற்றிலும் வேறுபட்டிருந்தன. அவை வெவ்வேறு வழிகளில் நிகழ்த்தப்பட்டன. காணாதவர் நம்ப மாட்டார்கள். முந்நூற்று முப்பது கைதிகள், ஒரே சமயத்தில், செஞ்சதுக்கத்தில் தமது குருதியைக் கொட்டினார்கள். சகல பாயர்களும், குமாஸ்தாக்களது மன்றத்து உறுப்பினர் அனைவரும் கொலைத் தண்டனையை நிறைவேற்றுவோராக மாறியதால்தான், இத்தகைய காரியம் சாத்திய மாயிற்று. ஜாரின் உத்திரவுக்குக் கீழ்ப்படிந்தே அவர்கள் கொலையாளிகளாக மாறினார்கள். அவன் எவரையும் நம்பவில்லை. ஒவ்வொருவனும் கலகக்காரர்களிடம் பரிவு கொண்டிருக் கலாமென்று ஐயுற்றான். எனவே, இரத்தக் சாட்சி மூலம் பாயர்களைக் கட்டுப்படுத்துவதென்று உறுதிகொண்டான். இந்த மேன்மக்கள் சதுக்கத்துக்கு வந்தபொழுதே, நிகழவிருக்கும் சோதனையை எண்ணி நடுங்கினார்கள். ஒவ்வொருவனுக்கும் முன்னால் ஒரு கைதி நிறுத்தப் பட்டான். ஒவ்வொருவனும் கைதியின்மீது விதிக்கப்பட்டுள்ள கொலைத் தண்டனையைப் படித்துவிட்டு, தன் கரத்தால் அதை நிறைவேற்றவேண்டும்.

அரண்மனையிலிருந்து தருவிக்கப்பட்ட நாற்காலியில் ஜார் அமர்ந்தான். இந்தப் பயங் கரமான படுகொலைகளை உலர்ந்த கண்களால் உற்று நோக்கினான். அவனுக்கு உடம்பு நலமா யில்லை. பல் வலியால் முகம் வீங்கியிருக்கிறது. தலைவெட்டி வேலைக்குப் பழக்கப்படாத பாயர்கள் பதறுவதைக் கண்ட பீட்டர், கோபங்கொண்டான்.

கழுத்துவெட்டியின் கடமையை ஏற்கும்படி, லிபோர்ட்டுக்கும் அழைப்பு வந்தது. ஆனால் தன் தேசத்தில் அம்மாதிரி செய்வதில்லையென்று கூறி, வர இயலாமைக்கு மன்னிக்கும்படி

சொல்லிவிட்டான், அவன். ஏககாலத்தில் பட்டடைமீது எறியப்பட்ட முன்னூற்று முப்பதுபேரும் சிரச்சேதம் செய்யப்பட்டனர்; ஆனால் சில தலைவெட்டிகள் சரிவரச் செய்யவில்லை. போரிஸ் கோலிட்ஸின் கழுத்தை வெட்டுவதற்குப் பதிலாக முதுகை வெட்டினான். கிட்டத்தட்ட இரு பாதியாகப் பிளவுபட்ட கைதி தாங்க முடியாத வேதனையால் துடித்திருப்பான்; நல்ல வேளையாக, அந்நேரத்தில் அலெக்ஸாண்டர் வந்து, கோடரியை லாகவமாக வீசி அந்தத் துரதிர்ஷ்டம் பிடித்த கைதியின் தலையைத் துணித்தான். அன்றைய தினத்தில் முப்பது தலைகளைச் சீவியதாக அலெக்ஸாண்டர் பெருமைப்பட்டுக்கொண்டான். ரோமோடா னோவ்ஸ்கி தன் கையாலேயே நால்வரைக் கொன்றான். சில பாயர்கள் முகம் வெளுத்துச் சோர்ந்து மூர்ச்சையாவோர் போல் இருந்தனர்; அவர்களை அவ்விடத்திலிருந்து இட்டுச் சென்றார்கள்...''

குளிர்காலம் முழுவதும் சித்திரவதைகள் நிகழ்ந்தன; கொலைத் தண்டனைகள் நிறைவேறிய வண்ணமிருந்தன. இவற்றைக் கண்டித்து ஆர்க்கேஞ்சலிலும் அஸ்டிரகானிலும் டான் நதிக்கரையிலும் அஸோவிலும் கலகம் உண்டாயிற்று. சிறைச்சாலைகளில் இடமில்லாது போயிற்று. பனிப்புயல் அடித்தபொழுதெல்லாம், மாஸ்கோ புறமதில்கள்மீது ஆயிரக் கணக்கான புதிய புதிய சவங்கள் ஊசலாடின. தேசம் முழுவம் பீதியுற்றது. பழைய சமுதாய அமைப்பு இருண்ட மூலைகளில் ஒளிந்துகொண்டது. பைஸாண்டிய ருஷியா தன் முடிவை நெருங்கிக் கொண்டிருந்தது. மார்ச் மாதக் காற்று, பால்டிக் கடலோரமாகக் கற்பிதமான வர்த்தகக் கப்பல் களை உந்தித் தள்ளியது.

முதற்பாகம் முற்றிற்று.

இரண்டாவது பாகம்

அத்தியாயம் 1

1

சேவல்கள் கூவிப் பொழுதுபுலர்வதை அறிவித்தன. பிப்ரவரி மாதக் கதிரவன் வேண்டாவெறுப்போடு உதயமாகிக் கொண்டிருந்தான். இரவு நேரத்தில், வாயிற்காப்போர் தெரு அடைப்புகளை அகற்றியபொழுது நீண்ட ஆட்டுத்தோல்கோட்டில் கால்சிக்கி அவஸ்தைப் பட்டனர். அடுப்புகளிலிருந்து கிளம்பிய புகை தாழ்வாகச் சஞ்சரித்தது. புதிதாகச் சுட்ட ரொட்டி யின் மணம் வளைவான சந்துகளில் பரவியது. குதிரைமீதமர்ந்து சுற்றித்திரியும் காவலர்கள், இரவில் கொள்ளை ஏதும் நடந்ததா என்று வாயிற் காப்போரை வினவினார்கள். ''திருட்டு நடக்காமல் எப்படி இருக்கும்? திருடர்கள்தாம் எங்கும் சஞ்சரிக்கிறார்களே'' என்று அவர்கள் பதிலளித்தனர்.

மாஸ்கோ விருப்பமில்லாமல் துயிலெழுந்தது. குளிர் தாங்காது முனங்கிய மணியடிப்போர், மணிக்கூண்டுகளில் ஏறி மகா ஐவான் மணியோசைக்காகக் காத்திருந்தனர். மூடுபனி சூழ்ந்த தெருக்களில் லென்ட்கால மணியோசை மெதுவாக மிதந்து வந்தது. திருக்கோயிற் கதவுகள் கிரீச்சென்று திறந்தன. கோயிற்பணியாள், திருவிடத்து விளக்குத் திரிகளைத் தூண்டிவிட்டு விரல்களை நக்கிக் கொண்டான். பிச்சையெடுப்போரும் உறுப்புக் குறைந்தோரும் குரூபிகளும் கோயில் வாசல்களில் நிற்பதற்காகக் காலை இழுத்துக் கஷ்டப்பட்டு நடந்தனர். அவர்கள் நோன்பு இருந்தபடியால் தணிந்த குரலில் சண்டையிட்டனர். சிலுவைக் குறியிட்டுவிட்டு, மெழுகுவத்தி எரிந்த முகப்பு மண்டபத்தை நோக்கிச் சென்றனர்.

பாதரட்சை அணியாத அசடன் ஒருவன் பாய்ந்து வந்தான். அவனிடமிருந்து கெட்ட வாடை வீசியது. அவனது மயிரில் போனவருடக் கோடையில் ஒட்டிய முள் தோடுகள் இன்னமும் நீங்கவில்லை. அவனைக் கண்டவுடன் முகமண்டபத்தில் இருந்தோர் அதிர்ச்சியடைந்து மூச்சுத் திணறினர். 'திருவருள் பெற்ற மனிதன்' பச்சை இறைச்சியுடன் வந்துவிட்டான் என்று கருதினர். அவன் அன்று என்ன சொன்னாலும் அது மாஸ்கோ முழுவதும் பரவிவிடும்; எல்லோரும் அதைப் பற்றிக் கிசுகிசுத்துக் கொண்டிருப்பார்கள். அவன், அம்மைவடு மூஞ்சியை முழங்காலில் சாய்த்துக் கொண்டு கதவருகில் அமர்ந்தான்; கூட்டம் கூடுவதற்காகக் காத்திருந்தான்.

வீதிகளில் வெளிச்சம் அதிகரித்தது. திட்டிவாசல்கள் கடகடவென்று திறந்தன. இறுக்கிக் கட்டிய கச்சைகளோடு வியாபாரிகள் தோன்றினார்கள்; கடைகளைத் திறந்தார்கள். பழைய சுறுசுறுப்பு இப்போது அவர்களிடம் இல்லை. விண்ணிலே முகிற்கூட்டங்கள்; அவற்றிற்கு அடியில் காகங்களது கூட்டங்கள். குளிர்காலமெல்லாம் ஜாரின் அருளால் நிணந்தின்னும்

பறவைகளுக்குக் கொண்டாட்டம். அவை எங்கிருந்தோ ஏராளமாக வந்துகூடிக் குவிமாடங் களிலெல்லாம் மலங்கழித்து முடைநாற்றம் வீசச்செய்தன. ''போர் மூளும்; கொள்ளைநோய் பரவும். இந்தப் போலி ஜார் ஆட்சி மூன்றரையாண்டுகள் தாம் நிலைக்கும் என்கிறார்கள்'' என்று கோயில்வாயிலில் கூடிய பிச்சைக்காரர்கள் முன்னும் பின்னும் பார்த்தவாறு பேசிக் கொண்டார்கள்.

சென்ற ஆண்டுகளிலெல்லாம் இந்தக் காலைநேரத்தில் கிடே-கோ ரோடில் கூட்டமும் கூச்சலுமாக இருக்கும். மாஸ்க்வா நதிக்கு அப்பாலிருந்து வாகன்தொடர்கள் ரொட்டி கொண்டு வரும். கோழியும் விறகும் ஏற்றிய வண்டிகள் யாரோஸ்லாவ் சாலையில் நிறைந்திருக்கும். வியாபாரிகள், முசாயிஸ்க்ஸ் சாலைவழியாக மூன்று குதிரைபூட்டிய வண்டிகளில், வருவார்கள். ஆனால் இப்பொழுது நீங்கள் பார்த்தீர்களேயானால், கெட்டுப்போன இறைச்சியை விற்கும் ஓரிரண்டு சிறு வண்டிகளே தென்பட்டன. பாதிக் கடைகள் பூட்டிக்கிடந்தன. புறப்பேட்டைகளும் மாஸ்க்வா நதிக்கு அக்கரையிலுள்ள வட்டாரம் முழுவதும் வெறிச்சென்று கிடந்தன. காவற் படையினரின் வீட்டுக் கூரைகளைக் கூடப் பிரித்துவிட்டார்கள்.

திருக்கோயிலை அண்டுவாரில்லை. வைதீகப் பாதிரிகள் நல்வாழ்வில் இச்சைகொண்டு கெட்டுவிட்டனர் என்றும், குளிர்காலப் படுகொலைகளுக்கு உடைந்தையாய் இருந்தனர் என்றும் கூறிப் பலர் கோயில்களைப் பகிஷ்கரித்தார்கள். சில கோயில்களில் பாதிரிகள் பூஜையை ஆரம் பிக்காமல், ''ஏ, முட்டாள்! பெரிய மணியை அடி; பலமாக அடி!'' என்று தாடியை ஆட்டிக் கொண்டே பணியாளைக் கடிந்துகொண்டார்கள். அவன் மணி அடித்தாலென்ன, பேசாதிருந் தாலென்ன! வழிப் போக்கர்கள் நிற்காது நடந்தனர். மூன்று விரல்களால் குறியிடுவதற்கு அவர்களுக்கு விருப்பமில்லை. பழைமைவாதிகள் அவர்களிடம் கூறினார்கள்: ''மூன்று விரலால் குறியிடுவது இழிவான காரியம். இரண்டு விரல்களுக்கு இடையே கட்டைவிரலை நுழைத்துக் குறியிடும்படி போதிப்பது யாரென்று உங்களுக்குத் தெரியுமா? இந்தப் பாவத்திற்கு உடன்படாதீர்கள்.''

என்றாலும்கூடச் சில ஜனங்கள் தெருவில் தென்பட்டார்கள். பாயர்களின் பணியாட்களும், காக்காய் பிடிப்பவர்களும், பல்வகைப்பட்ட இரவுப்போக்கிரிகளும், நாடோடிகளும் தெருவில் நடந்தனர். பலர் சாராயக் கடைவாசல்களில் கூடி அவை திறப்பதற்குக் காத்திருந்தனர். வெள்ளைப் பூண்டு மனமும், புலாலில்லாத் தின்பண்டங்களின் மணமும் காற்றிற் பரவின. நிக்லின்னாயா நதியின் அக்கரையிலிருந்து வெடிமருந்தும், இரும்பும், நாரியற்பொருளும், இரும்பிற்செய்த குண்டுகளும் ஏற்றிய வாகன்கள் வந்தன. வண்டித் தடத்தின் குண்டுகுழிகளைத் தவிர்த்தவாறு வந்த வாகன்கள், வாரனேஷ் சாலையை அடைந்தன. புத்தம்புதிய குட்டையான ஆட்டுத்தோல் கோட்டுகளையும் விதேசிக் குல்லாய்களையும் அணிந்து துப்பாக்கி ஏந்திய குதிரை வீரர்கள் வண்டியோட்டிகளைக் கண்டமேனிக்கு ஏசியும் கசைகளால் அச்சுறுத்தியும் விரட்டி னார்கள். அவர்கள் விதேசிகளைப்போல் மீசை வைத்திருந்தனர். ''மீண்டும் போர்மேல் செல்லும் படி அன்னியர்கள் ஜாரைத் தூண்டிவிடுகிறார்கள். நமது ஜார் லென்ட் காலத்தில் விலக்க வேண்டிய உணவை அன்னிய ஆடவர் பெண்டிருடன் வாரனேஷில் உண்டு களித்தாராம்'' என்ற ஜனங்கள் பேசிக்கொண்டார்கள்.

சாராயக்கடை திறந்திருந்தது. கடைக்காரன் அவர்களுக்கும் பழக்கமானவன்தான். ஆனால் அவன் வாயிலில் வந்து நின்றபோது அனைவரும் வியப்புற்றுக் கல்லாய்ச் சமைந்துவிட்டனர். ஒருவனும் நகைக்கவில்லை. கடைக்காரனுக்கு ஓர் அவப்பேறு நிகழ்ந்துவிட்டதென்பதை எல்லோரும் உணர்ந்தனர். அவனது முகம் ஒற்றைமயிரில்லாது மழமழப்பாயிருந்தது. இந்த

அவப்பேறு முதல் நாள்தான் சம்பவித்தது. ஜாரின் உத்திரவுக்கு இணங்க அவனுக்குக் காவல்வீட்டில் முகக்ஷவரம் செய்துவிட்டார்கள். வருத்த மிகுதியால் உதட்டை மடித்துக்கொண்ட கடைக்காரன், ஐந்து தாழ்வான கோயிற் குவிமாடங்களையும் நோக்கிச் சிலுவைக் குறியிட்டான். ஆத்திரத்தால் புருவத்தை நெரித்து, ''உள்ளே வாருங்கள்'' என்றான்.

எதிர்ப்புறத்தில் கோயில்வாயிலில் நின்ற அசடன் இறைச்சித் துண்டைப் பல்லால் கடித்துக் கொண்டே நாய்மாதிரி துள்ளிக்குதித்தான். ஆண்களும் பெண்களும் ஓடிவந்து அவனை முறைத்துப் பார்த்தார்கள். அசடனை உடைய ஆலயத்துக்கு நற்பேறு கிட்டும் என்பது அவர்கள் நம்பிக்கை. ஆனால் இந்த நாளில் அசடனை வைத்துக்கொள்வதும் ஆபத்தாகிவிட்டது. பழைய பிமன் ஆலயத்தில் இம்மாதிரியான ஓர் அசடுக்குத்தான் கஞ்சி ஊற்றினார்கள். ஆனால் அவன் ஒருநாள் பலி பீடத்தின் படிகளில் ஏறி, நெற்றிப் பொட்டுகளருகே விரல்களை வைத்துக் கொம்பு காட்டி, ''என்னைத் தொழுங்கள். ஏன், அடையாளம் தெரியவில்லையா?'' என்று ஊளையிட்டான். சோல்ஜர்கள் அவனையும், அந்தக் கோயிலின் பாதிரி, துணைப் பாதிரிகளையும் பிரியோபிராஷன்ஸ்கி நிர்வாகத்தை நடத்தும் ரோமோடானோவ்ஸ்கியிடம் இட்டுச் சென்றார்கள்.

திடீரென்று ஒரு பெருஞ் சத்தம், ''வழி விடுங்கள்! வழி விடுங்கள்!'' என்று. சிவப்பு இறகு அணிந்த தொப்பிகளும் பொய் மயிர்களும் மிருகத்தனமாகச் சிரைத்த முகங்களும் கூட்டத்தினிடையே உயர்ந்து தாழ்வது புலனாயிற்று. அவர்கள் முன்னணிக் குதிரைகள்மீது அமர்ந்து சென்றனர். ஜனங்கள் வீதியோர வேலிகளுக்கு ஓடினார்கள். பனிப்போக்குகளின் மீது நின்றார்கள். பொன்முலாம் பூசிய கூண்டுடன் கூடிய சறுக்கு வண்டி விரைந்துசென்றது. அதனுள்ளே வண்ணம் பூசிய ஒருபெண், பொம்மைமாதிரி நிமிர்ந்து அமர்ந்திருந்ததைக் கண்ணாடிப் பலகணி வழியே கண்டனர். கூந்தலை உச்சந் தலையில் தூக்கிக்கட்டி வயிரங்களையும் நாடாக்களையும் வைத்து அலங்கரித்திருந்தாள் அவள். அதன்மீது ஒருசிறிய கம்பளத் தொப்பியைத் தரித்திருந்தாள். அவளது முழங்கைகளை மயிர்ப்பட்டுப் பைக்குள் நுழைத்திருந்தாள். அன்னியப் பேட்டையிலுள்ள 'அரசி' அன்னாவை அனைவரும் அடையாளங் கண்டனர். அவள் கடைகளை நோக்கி வருவதைக் கண்ட வர்த்தகர்கள் உள்ளக்கிளர்ச்சி அடைந்து சில்க்குகளையும் வெல்வெட்டுகளையும் தூக்கிக்கொண்டு வீதிக்கு வந்தனர்.

ஆனால், இலையுதிர்காலத்தில் பனி விழத்தொடங்கிய உடனேயே, சட்டசம்மதம் பெற்ற மகாராணியான யூடோக்ஸியா சாதாரணச் சறுக்குவண்டியில் சூஸ்டாலில் உள்ள கன்னிகா மடத்துக்கு அனுப்பப்பட்டுவிட்டாள். கண்ணீர் பெருக்கிக் கதறுவதே அவளுடைய கதியாயிற்று.

2

''**ச**கோதரர்களே! நல்லவர்களே! எனக்கு வாட்கா வாங்கிக்கொடுங்கள். மூர்ச்சையாகி விடுவேன் போலிருக்கிறது. நேற்று என் சிலுவையைக்கூட விற்றுக் குடித்துவிட்டேன்.''

''நீ யார்!''

''பாலேக்கிலிருந்து வருகிறேன். புனித உருவம் வரையும் ஓவியன் நான். எங்கள் குடும்பம் அனாதிகாலந்தொட்டு அங்குதான் வாழ்ந்தது. ஆனால் இப்பொழுது நொடிந்துவிட்டோம்.''

''உன்பெயர் என்ன?''

''ஆண்ரி.''

ஆண்ரிக்குச் சட்டையுமில்லை; குல்லாயுமில்லை. கந்தலால் போர்த்தியிருந்தான். அவனது கண்கள் செந்தழல்போல் இருந்தன. கன்னங்கள் ஒட்டிக் குழிந்திருந்தன. ஆயினும், அவன் நன்னயத்தோடு நடந்துகொண்டான். அவர்கள் வாட்கா குடித்துக்கொண்டிருந்த மேஜையை வினயத்தோடு நெருங்கினான். இப்படிப்பட்ட மனிதனுக்கு இல்லையென்று சொல்ல மனம் வருமா?

அவர்கள் அவனுக்கு வாட்காவை ஊற்றிக்கொடுத்துவிட்டு உரையாடலைத் தொடர்ந் தார்கள். மெல்லிய கழுத்தையும் மங்கிய பார்வையையும் உடைய ஒரு தந்திரமுள்ள விவசாயி பேசினான்:

''அவர்கள் காவற்படையினரைச் சிரச்சேதம் செய்தார்கள். சரி, அது ஜாரின் விவகாரம்; நமக்குச் சம்பந்தமில்லை. ஆனால்...'' - இங்ஙனம் கூறியவன், சற்றுவளைந்த விரலை உயர்த் தினான்.

அவனோடு பேச்சுக் கொடுத்தவன் காவற்படைச் சிப்பாயின்கோட்டு அணிந்த நகரவாசி. இந்த நாட்களில் காவற்படையினரின் கோட்டும் குல்லாயும் அணிந்தவர் பலருண்டு. அந்தச் சிப்பாய்களின் வீட்டுப் பெண்கள் அழுது புலம்பியவாறே மலிவான விலைக்கு உடுப்புகளை விற்றனர். மழுமழுப்பாகவும் பளபளப்பாகவும் இருந்த அந்த நகரவாசி, கலப்புஈயக் கோப்பையை விரல்களால் தட்டிக்கொண்டே பேசினான்:

''அதுதான் விஷயம்... ஆனால்... நீ சொல்வது சரிதான்... அதே அதே!''

சூழ்ச்சித்திறம் படைத்த விவசாயி விரலை ஆட்டிக்கொண்டே பேசினான்:

''நாங்கள் ஒன்றுஞ் செய்வதில்லை. மாஸ்கோவிலுள்ள நீங்கள்தான் ஏதாவது ஒரு சாக்குப் போக்குக் கிடைத்தவுடன் மணியடித்துக் கலகம் செய்கிறீர்கள். எனவே, காவற்படையினரை மதில்களில் தூக்கிலிட்டுத் தொங்கவைத்து உங்களை அச்சுறுத்துவது அவசியமாயிற்று. நகர நண்பரே! நான் அதைப்பற்றிப் பேசவில்லை. மாஸ்கோவுக்குச் சாமான் சரக்கு வருவதில்லை யென்று நீங்கள் வியப்படைகிறீர்கள். அதைத்தான் சொல்லவந்தேன். நீங்கள் ஏதும் எதிர்பார்க்க வேண்டாம். நிலைமை இன்னும் மோசமாகும். இன்று ஒரு பீப்பாய் நிறைய உப்பிலிட்ட மீன் கொண்டுவந்தேன். அந்தக் கதையைக் கேளுங்கள். சிரிக்கவும் தோன்றும்; அழவும் தோன்றும். நான் அந்த மீனை வீட்டுத் தேவைக்காகத்தான் உப்பிலிட்டுக் காயவைத்தேன். ஆனால் அது கெட்டுவிட்டது. எனவே, சந்தைக்குக் கொண்டுவந்தேன். இத்தகைய நாற்றமெடுத்த பண்டத்தைக் கொண்டுவந்ததற்காக என்னை அடிப்பார்கள் என்று எதிர்பார்த்தேன். அதுதான் இல்லை. ஓரிரண்டு மணி நேரத்திற்குள் எல்லாவற்றையும் விற்றுவிட்டேன். இல்லை, இல்லை. மாஸ்கோ நாசமாகிவிட்டது.''

''ஆ! உண்மைதான்!'' என்று, துயரத்தோடு மூக்கை உறிஞ்சிய ஓவியன் சொன்னான்.

விவசாயி அவனை விரைவாக நோக்கிவிட்டுக் கண் மூக்குக் காது வைக்காது பேசினான்:

''லென்டுக்கு முன்னால் சுவர்களில் தொங்கிய பிணங்களையெல்லாம் வண்டியில் ஏற்றி நகருக்கு வெளியே கொண்டுபோக வேண்டுமென்று உத்திரவிட்டார்கள். ஆனால் பிணங் களென்ன கொஞ்சமா? ஏறத்தாழ எண்ணாயிரம் சவங்கள் இருந்தன. சரி, இவற்றைக்

கொண்டுசெல்வதற்கு வண்டிகள் எங்கே இருக்கின்றன? மீண்டும் விவசாயிக்குத்தான் வேலை. சுற்றுவட்டத்தில் உள்ளவர்கள் உதவுகிறார்களா? அதுதான் இல்லை. இவர்கள் ஏன் குதிரை களைக் கொடுத்து உதவக் கூடாது?''

நகரவாசியின் கொழுத்துத் தொங்கிய கன்னங்கள் துடித்தன. விவசாயியை நோக்கி ஆத்திரத்தோடு தலையசைத்துக் கூறினான்:

''ஆ! உழவா! இந்தக் குளிர்காலத்தில் நீ மாஸ்கோ மதில்களைப் பார்த்திருக்க வேண்டும்; பனிப்புயலில் சவங்கள் ஊசலாடிய கண்ணராவியைக் கண்டிருக்க வேண்டும். நாங்கள் இந்தப் பயங்கரத்தை அனுபவித்தது போதாதா?''

விவசாயி விடையளித்தான்: ''ஆமாம்! அவற்றை அப்போதைக்கப்போது அடக்கஞ் செய்திருந்தால் எளிதாய் இருந்திருக்கும். ஒரு ஞாயிற்றுக்கிழமையன்று நாங்கள் பதினெட்டு வண்டிகளோடு வந்தோம். வண்டியின் மூடுதுணி முடிச்சை அவிழ்ப்பதற்குள்ளாக சோல்ஜர்கள் ஓடி வந்தனர். வண்டிகளை விரைவில் காலி செய்யும்படி கட்டளையிட்டனர். 'ஏன்? எதற்காக?' என்று வினவினோம். 'வாதஞ் செய்யாதே!' என்று கூறி வாட்களைக் காட்டி அச்சுறுத்தினார்கள். சரக்கு வண்டிகளைக் கவிழ்த்தார்கள். நான் ஒரு பீப்பாய் நிறையக் காளான்பூஞ்சைகளைக் கொண்டுவந்திருந்தேன். அந்தப் பேய்கள் அதைக் கொட்டிவிட்டார்கள் வார்வார்ஸ்கி வாயிலுக்கு விரையவேண்டும் என்று உத்திரவு பிறந்தது. அவ்விடம் சென்றால் முந்நூறு சிப்பாய்களது சவங்கள் குவிந்து கிடந்தன. 'நீ இதை ஏற்று! நீ அதை ஏற்று!' என்று ஆர்ப்பாட்டம் செய்தனர். எனவே துண்டு ரொட்டியைக்கூடக் கடிக்காமலும் குதிரைக்குத் தீனிபோடாமலும் பொழுது மறையும்வரை சவங்களை ஏற்றி வண்டி ஓட்டினோம். நாங்கள் கிராமத்திற்குத் திரும்பிவுடன் வீட்டு ஜனங்களைப் பார்ப்பதற்குக் கூட வெட்கப்பட்டோம்.''

புதியவன் ஒருவன் மேஜைக்கு வந்தான்; ஒரு பாட்டிலைத் தொப்பென்று வைத்தான்.

''குடிதண்ணீரைக்கூடக் கொண்டுசெல்வோன் அடிமுட்டாள்'' என்று கூறிய அவன், தைரியமாக அமர்ந்து எல்லோருக்கும் வாட்கா ஊற்றினான்; நிலை கொள்ளாது உருண்ட கண்ணைச் சிமிட்டி, ''உங்களது நல்லாரோக்கியத்தை வேண்டிப் பருகுகிறேன்!'' என்றான். வாயைத் துடைக்காமலேயே வெள்ளைப்பூண்டைக் கடிக்கத் தொடங்கினான். அவனது முகம் கன்றிப்போய்ச் சிடுசிடுப்பாயிருந்தது. அவனது சுருள்தாடியில் நரைகள் தென்பட்டன.

மங்கிய பார்வையை உடைய விவசாயி அவன் கொடுத்த கிண்ணத்தை எச்சரிக்கையோடு வாங்கிக்கொண்டான்.

கோப்பைமதுவைக் குடித்துவிட்டு மனநிறைவோடு கனைத்துக்கொண்டு பேசினான்: ''விவசாயி ஒரு முட்டாள். ஆம்! அவன் ஒரு பேதைதான். ஆனால் அவனுக்கும் விஷயம் புரியும்.'' கையை நீட்டி வெள்ளைப்பூண்டை எடுத்துக்கொண்டு தொடர்ந்து பேசினான்: ''இன்று காலை வாரஷேஃக்குச் சறுக்குவண்டிகள் சென்றதைப் பார்த்தீர்களா? விவசாயியின் சதையைக்கூட உரித்து விடுகிறார்கள். 'வீட்டுவரியைக் கட்டு; கடமைவரியைச் செலுத்து; பாயர்வீட்டுக்குத் தீவனங்களைக் கொண்டுவா; கஜானாவுக்குக் கிஸ்தி செலுத்து; பாலத்துக்கு வரிகட்டு; சந்தைக்குப் போனால் மீண்டும் வரி கொடு.... ' என்றெல்லாம் தொல்லைப் படுத்துகிறார்கள்.''

கருமையும் வெண்மையும் கலந்த தாடியை உடைய புதியவன் வாயைப்பிளந்து பற்களைக் காட்டிச் சிரித்தான். பேச்சை நிறுத்திய விவசாயி மூக்கால் உறிஞ்சிவிட்டுத் தொடர்ந்தான்:

''சரி, இப்பொழுது ஜாரின் வாகன்களுக்குக் குதிரைகளை ஒட்டிக்கொடுக்க வேண்டும். உலர்ந்த ரொட்டியைக்கூடத் தட்டிப் பறித்துவிட்டார்கள். இது நடக்காது அன்பர்களே! கிராமப்புறத்தில் எத்தனைபேர் மிஞ்சியிருக்கிறார்கள் என்று எண்ணிப் பாருங்கள். மற்றவர்கள் எங்கே? அவர்களைக் கண்டுபிடிக்க முடியுமா? கண்காணாத திசையில் ஓடிப்போவதிலேயே எல்லோரும் கருத்தாயிருக்கிறார்கள். வயிற்றுக்குச் சோறு இருக்கும் வரையில் விவசாயி முட்டாள்தான். ஆனால் அவனது துணியையும் சோற்றையுமே பறிக்கத் தொடங்கினால்....'' கரத்தில் தாடியை எடுத்துத் தலைகுனிந்து வாக்கியத்தை முடித்தான்: ''அப்பொழுது விவசாயி மரப்பட்டை ஜோட்டை அணிந்து கொண்டு எங்காவது ஓடிவிடுவான்!''

'வடக்கே செல்வான். ஏரிகளின் அருகே புகலிடந் தேடுவான்'' என்று விவசாயியை நெருங்கி நின்ற ஓவியன் இடைமறித்துப் பேசினான். அவனது கரிய கண்கள் தகித்துக்கொண்டிருந்தன.

''நீ பேசாதே!'' என்று கூறிய விவசாயி, அவனைத் தள்ளினான். நகரவாசி சுற்றுமுற்றும் பார்த்துவிட்டு மேஜைமீது சாய்ந்து குசுகுசுத்த பொழுது, அவனது உப்பிய கன்னங்கள் துடித்தன:

''அன்பர்களே! அது உண்மைதான். பலர் திகிலடைந்து வால் ஏரிக்கும் மாட்கா ஏரிக்கும் விக் ஏரிக்கும் ஓடுகிறார்கள்... அங்கெல்லாம் தொல்லையில்லை. அப்படிப் போகிறவர்கள்தாம் உயிரோடு வாழமுடியும்!''

ஓவியனது கண்பாவைகள் உப்பின. அவன் மூவரையும் மாறிமாறி நோக்கிப் பேசினான்:

''அவர் கூறுவது உண்மைதான். பாலோக்கிலுள்ள நாங்கள் லென்ட் நோன்புக்காக அறுநூறு உருவங்கள் வரைந்தோம். சென்ற வருடங்களில் எல்லாம் இவை போதாமல் போய்விடும். ஆனால் இந்த ஆண்டில் மாஸ்கோவில் ஒரு சித்திரம்கூட விற்பனையாகவில்லை. பாலேக் துன்பக்கேணியில் ஆழ்ந்திருக்கிறது. இதன் காரணம் என்ன? நாங்கள் படங்களுக்கு இலேசாக வண்ணம் பூசுகிறோம். யேசுநாதரின் பெயரை எழுதும்போது! என்ற எழுத்தை இருமுறை குறிப்போம். கட்டைவிரலையும் இரண்டு விரல்களையும் சேர்த்து ஆசி கூறுவதுபோல வரைவோம். சிலுவையில் நிறம் பூசுவதில்லை. அதை நான்கு முனையோடு அமைப்போம். எல்லாம் வைதீகச் சமயவிதிகளுக்கு உகந்தவாறு செய்வோம். புரிகிறதா? வியாபாரிகள் எங்களிடமிருந்து இந்த உருவங்களை வழக்கமாக வாங்கிவந்தார்கள். ஆனால் இப்பொழுது, 'இம்மாதிரி வரையாதே! இவையெல்லாம் பாவ உருவங்கள். இவ்றை எரிக்கவேண்டும்' என்று சொல்லுகிறார்கள். இதில் ஒரு பாதச்சுவடு இருப்பதாகவும் கூறுகிறார்கள். என்ன அடிச்சுவடு என்று கேட்டால், பறவை நகத்தின் சுவட்டைப் பார்த்திருக்கிறாயா என்று எதிர் வினவுகிறார்கள். பறவையின் நகம் தரையில் பதிந்தால் நான்கு கோடுகள் இருக்குமாம். அதேபோல் எங்களது புனித உருவங்களிலும் இருக்கின்றனவாம். 'எங்கே' என்று வினவினால் நான்கு முனைச் சிலுவையைக் காட்டுகிறார்கள். இந்த மாதிரிச் சரக்கை மாஸ்கோவுக்குக் கொண்டுவரக்கூடாது என்று எச்சரிக்கிறார்கள். மாஸ்கோ முழுவதும் வைதீகச் சமயத்தினரின் கேட்டை உணர்ந்து விழித்தெழுந்து விட்டதாம்.''

விவசாயி தெண்டத் தெண்ட விழித்தான். தன் காதில் விழுந்ததை நம்பினானா இல்லையா என்பதை அனுமானிப்பதே கஷ்டமாக இருந்தது. கருமையும் வெண்மையும் கலந்த தாடிக்காரன் உள்ளிப்பூண்டைக் கடித்துக்கொண்டே புன்னகை செய்தான். நகரவாசி நல்லிணக்கமாகத் தலையசைத்தான்; திடீரென்று சுற்றுமுற்றும் பார்த்துவிட்டுக் குசுகுசுத்தான்:

''இந்தப் புகையிலையைத்தான் எடுத்துக்கொள்ளுங்கள். மனிதன் புகையை விழுங்க வேண்டுமென்று எந்தத் திருநூலில் எழுதியிருக்கிறது? யாருடைய வாயிலிருந்து புகை குப்பென்று

வெளி வரும்? என்ன... நாற்பத்தெட்டாயிரம் ரூபிளுக்குச் சைபீரியாவிலும் எல்லா நகரங்களிலும் புகையிலை விற்கும் உரிமையை ஆங்கிலேயனுக்கு வழங்கிவிட்டார்கள். இந்தப் பேய்ப் பூண்டைப் புகைக்க வேண்டுமென்றும் உத்திரவிட்டு விட்டார்கள். இதற்கு யார் பொறுப்பு? இதைத்தவிர தேயிலை வேறு; காப்பி வேறு. அத்துடன் இந்தப் பாழாய்ப்போன உருளைக் கிழங்கும். இந்த உருளைக்கிழங்கு புல்லுணர்ச்சி உடைய அந்திக் கிறிஸ்துவின் தீனி. இந்த நஞ்செல்லாம் அன்னிய நாட்டிலிருந்து வருகின்றன. லூதர் கொள்கைவாதிகளும், கத்தோலிக் கர்களும் இவற்றை விற்கிறார்கள்; தேத் தண்ணீர் குடிப்பவன் நம்பிக்கையிழந்து ஏக்கத்துக்கு இரையாகிறான். இந்தக் காப்பி என்பது ஆத்மாவைப் பிடிப்பதற்காக வைக்கும் கண்ணி! அப்பா! இந்தப் பண்டங்களை நான் விற்கமாட்டேன். செத்தாலும் சரி.''

''நீங்கள் என்ன வியாபாரம் செய்கிறீர்கள்?'' என்று தாடிக்காரன் வினவினான்.

''வியாபாரமாம் வியாபாரம்! என்ன வியாபாரம் செய்கிறது? அன்னியர்கள் வாணிகம் செய்கிறார்கள். நாங்கள் மூக்கால் அழுகிறோம். உங்களுக்கு ஓவ்ஸியையும் அவனது தம்பி கான்ஸ்டண்டைனையும் தெரியுமா? ஹண்டர்ட் மார்க் காவற்படைப் பிரிவில் இருந்தனர். அவர்களது நீராடும் அறைகளுக்கு அருகில்தான் என் கடை இருந்தது. இப்பொழுது அவர்கள் இல்லை; தலை துணிக்கும் பட்டடைக்குப் பலியாகிவிட்டார்கள். அந்த ஓவ்ஸி அடிக்கடி சொல்வான்; '82-ல் (1682ல்) கிரெம்லினில் திரண்ட நேரத்தில் பழைமைவாதிகளது சொற்படி நடக்காததால்தான் இன்னமும் கஷ்டப்படுகிறோமென்று கூறுவான். அப்பொழுது காவற்படை யினர் ஒன்றுபட்டுச் செயலாற்றியிருந்தால், மாஸ்கோவில் ஓர் அன்னியன் இல்லாது செய்திருக் கலாம். பழையகொள்கை பொலிவு பெற்றுத் திகழும்; எல்லா ஜனங்களும் வயிறார உண்டு மகிழ்வாக வாழ்வார்கள் என்று அவன் கூறுவான். இப்பொழுது உடல் கிடக்க ஆத்மாவைக் காப்பது எப்படி என்று அறியாது விழிக்கிறோமென்று வருந்துவான்! இத்தகைய அறம் பிழையாப் பெருவீரர்கள்தாம், குளிர்காலத்தில் மாஸ்கோ மதில்களில் தூக்குக்கயிற்றில் ஊசலாடினார்கள். இப்பொழுது, காவற்படையினரே இல்லாதொழிந்து விட்டனர். இனி ஆட்சியாளர் நம்மை என்ன வேண்டுமானாலும் செய்யலாம். பாருங்கள், என்னென்ன கூத்தெல்லாம் நடக்கிறதென்று. நம் எல்லோருக்கும் முகத்தைச் சிரைத்து விடுவார்கள்; அனைவரையும் காப்பிக் குடியர்களாக்கி விடுவார்கள்!'' என்றான் நகரவாசி.

''நாங்கள் ரொட்டியெல்லாம் காலியானவுடன், வசந்தகாலத்தில் ஓடிப் போய்விடுவோம்'' என்று விவசாயி உறுதியோடு கூறினான்.

சாளரத்தின் வெளிச்சத்தை வெறித்து நோக்கிய ஓவியன், ''சகோதரர்களே, சகோதரர்களே! வடகோடிப் பிரதேசத்தில் அற்புதமான இடங்கள் உள்ளன; அமைதியான புகலிடங்களில் தொந்தரவில்லாது வாழலாம்....'' என்றான்.

கடையில் சத்தமும் வெப்பமும் அதிகரித்துக்கொண்டேயிருந்தன. உள் மரப்பட்டை அடித்த கதவைத் திறந்து மூடியவண்ணமிருந்தனர். குடித்தவர்கள் சண்டையிட்டனர். காசுப் பெட்டி மேஜையருகே, இடுப்புவரை சட்டை அணியாதும், கழுத்தில் சிலுவை போடாதும் இருந்த ஒருவன் ஆடி அசைந்துகொண்டே, கடனுக்கு வாட்கா வேண்டுமென்று கெஞ்சினான். இன்னொருவனை, ஏதோ காரணத்துக்காக, மயிரைப் பிடித்து இழுத்துவந்து நடைபாதையில் அடித்தார்கள். அவன் ஊளையிட்டான்.

தரையைத் தொடும் அளவுக்குக் கூனி நடந்த ஒரு பிச்சைக்காரன், மேஜையருகே நின்றான். இரண்டு ஊன்றுகோல்களில் சாய்ந்த அவன், அன்பாகச் சிரித்தான்; முகத்தில் சுருக்கங்கள் விழுந்தன. தாடிக்காரன் அவனை நோக்கிப் புருவத்தை நெரித்தான். கூனன் வினவினான்:

"ஏ பருந்து, எங்கிருந்து பறந்துவந்தாய்?"

"உன் கண்ணுக்கு எட்டாத தூரத்திலிருந்து, உன்பாட்டுக்குப்போ. இங்கு ஏன் நிற்கிறாய்?"

"டான் நதிக்கரையிலிருந்து வருகிறாயா?" என்று கூனன் தணிந்த குரலில் துரிதகதியில் பேசினான்.

"போ, போ. நான் பகிரங்கமாகத்தான் வந்திருக்கிறேன்" என்று தாடிக்காரன் சொன்னான்.

அதன்பின் அந்த அங்கஹீனன் ஒன்றும் கேட்கவில்லை. குட்டைத்தாடியை முன்னுக்குத் தள்ளிக்கொண்டு, ஊன்றுகோல்களால் 'டக் டக்' என்று ஒலி செய்துகொண்டு கடையின் கோடிக்குச் சென்றான்.

"அவன் யார்?" என்றான் திகிலடைந்த நகரவாசி.

'தன் வழியே செல்லும் தன்னந்தனியான வழிப்போக்கன்" என்று தாடிக்காரன் வெடுக்கென்று விடைபகர்ந்தான்.

"அவன் உன்னிடம் என்ன மொழியில் பேசினான்?"

"பறவை பாஷையில்."

"உன்னை அடையாளம் கண்டுகொண்டான் போல் தோன்றியது."

"குறைவாகக் கேள்வி கேட்பவன்தான் கெட்டிக்காரன்" என்று கூறிய தாடிக்காரன், தாடியில் ஒட்டிய துண்டு துணுக்குகளை உதறிவிட்டுத் தன் பெருங்கைகளை மேஜைமீது வைத்துப் பேசினான்:

"நான் சொல்வதைக் கேள். நாம் டான் பக்கத்திலிருந்து வியாபார நிமித்தமாக வந்திருக்கிறோம்."

நகரவாசி தெண்டத்தெண்ட விழித்தவாறு அவனை நெருங்கினான்.

"என்ன பொருள் வாங்கப் போகிறீர்கள்?"

"பத்துப் பீப்பாய் வெடிமருந்து. இரண்டாயிரம் பவுண்டு ஈயம். கோட்டுத் தைப்பதற்கு நல்ல துணி. குதிரை லாடத்துக்கும் ஆணிக்கும் இரும்பு. கைமேல் பணம் கொடுப்போம்."

"துணியும் இரும்பும் வாங்கிவிடலாம். ஈயமும் வெடிமருந்தும் வாங்குவது கடினம். அவை அரசாங்க அலுவலகங்களில்தாம் உள்ளன."

"அதுதான் விஷயம். அரசாங்க அலுவலகத்தை நெருங்கக்கூடாது."

"எனக்கு ஒரு குமாஸ்தாவைத் தெரியும். அவனுக்குப் பரிசு அளிக்கவேண்டும்."

"நியாயம்தான்; கொடுப்போம்."

நகரவாசி கொக்கிகளால் ஆட்டுத்தோல்கோட்டு மீது சொறிந்துகொண்டான்; கொக்கிகளை விரைவாக மாட்டி இறுக்கிக்கொண்டு, தான் முயற்சிசெய்து பார்ப்பதாகச் செப்பினான். ஒரு நிமிடத்தில் குமாஸ்தாவை இட்டு வருவதாகக் கூறிவிட்டு விரைந்து சென்றான். விவசாயியும்

இந்த வியாபாரப் பேரத்தில் பங்குகொள்ள விரும்பினான். அவன் நெற்றியைச் சுருக்கிப் பன்முறை இருமினான்.

''நண்பரே, உமக்குக் கம்பளத்துக்கு ஆட்டுரோமம் வேண்டுமா? அல்லது தோல் வேண்டுமா? என்னிடம் சொல்லுங்கள். இரண்டாயிரம் பவுண்டு ஈயம் எதற்கு? நீங்கள் போர்மேல் செல்வதற்குத் தயாராகும் கஸாக்குகளா?''

''பறவை சுடுவதற்கு.''

தாடிக்காரன் வேறு பக்கம் திரும்பினான். கூனன் திரும்பி வந்தான்; பிச்சையெடுத்த குல்லாயுடன் அவனருகில் அமர்ந்து, அவனைப் பாராமலேயே பேசினான்:

''ஐவான், எப்படியிருக்கிறாய்?''

''ஆவ்டோகிம், நீ எப்படியிருக்கிறாய்?'' என்று தாடிக்காரனும் அவனைப் பாராமல் கேட்டான்.

''தலைவனே, நாம் சந்தித்து ரொம்பக் காலமாகிவிட்டது.''

''பிச்சை எடுத்துப் பிழைக்கிறாயா?''

''வேறு வழியில்லை; உடம்பு தள்ளவில்லை. கோடையில், காட்டில் கொஞ்சம் விளையாடினேன். ஆனால் முதுமையால் மெய் நொடிந்துவிட்டது. அனைத்தும் அலுத்துப் போய்விட்டன. சாவதற்குரிய நாள் வந்துவிட்டது.''

''பொறுமையாக இரு.''

''ஏன்? ஏதாவது நற்செய்தி உண்டா?''

ஐவான் நீராவிப் படலங்களினூடே குடிவெறியர் கூட்டத்தைப் பார்த்துச் சிரித்தான். அவனது கண்கள் தன்மை கொண்டன. அவன் மிருதுவாகக் கிசுகிசுத்தான்:

''நாங்கள் டான் நதிக்கரையில் கலகத்தைத் தூண்டிவிட்டுக் கொண்டிருக்கிறோம்.''

ஆவ்டோகிம் குல்லாயில் இருந்த காசுகளை விரல்களால் உருட்டிக்கொண்டே குனிந்தான்.

''எனக்குத் தெரியாது. ஆனால் டான் கஸாக்குகள் சாதுவாகிவிட்டதாகவும் சொத்துப் பத்தும் வீடுவாசலும் உடையவர்களாகிச் சாகுபடியில் ஈடுபட்டிருப்பதாகவும் கேள்விப் பட்டேன்'' என்றான் ஆவ்டோகிம்.

''பலர் புதிதாக வந்திருக்கிறார்கள்; வீடு வாசலைவிட்டு ஓடிவந்தவர்கள். அவர்கள் கலகத்தைத் தொடங்குவார்கள், கஸாக்குகள் உதவி செய்வார்கள். அவர்கள் உதவி செய்யாவிட்டால் உருத் தேறமுடியுமா? ஒன்று, துருக்கிக்கு ஓடவேண்டும்; அல்லது மாஸ்கோவின் நிரந்தர அடிமைகளாக வேண்டும். ஒருதடவை அவர்கள் ஜாருக்கு உதவினார்கள். அவன் இப்பொழுது டான் நதிப் பிரதேசம் முழுவதையும் கிடுக்கி போட்டுப் பிடித்துவிட்டான். புதிதாக வந்தவர்களையெல்லாம் ஒப்படைக்க வேண்டுமென்று உத்திரவு பிறந்திருக்கிறது. மாஸ்கோவிலிருந்து ஏராளமான பாதிரிகள் வந்திருக்கின்றனர்; அவர்கள் பழைய கொள்கையை வேரோடு கில்லி எறிகிறார்கள். டான் பிரதேசத்தின் அமைதி குலைந்துவிட்டது.''

''இத்தகைய அரு முயற்சிக்குப் பெரிய மனிதன் ஒருவன் தேவை. இல்லாவிடில், ஸ்டீபன் ராஸின் காலத்தில் நடந்தமாதிரி ஆகிவிடும்'' என்றான் ஆவ்டோகிம்.

''அத்தகைய தலைவன் கிடைத்திருக்கிறான். அவன், முட்டாள்தனமாக நடந்துகொண்ட ஸ்டீபனைப் போன்றவனல்ல. சகல தகுதிகளும் ஒருசேரப் பொருந்திய தலைவர். பழைமை வாதிகள் அனைவரும் அவனை ஆதரிப்பார்கள்.''

''ஐவான், என் மனஅமைதியைக் கெடுத்துவிட்டாய். பொல்லாத ஆசையைத் தூண்டிவிட்டாய். நான் மிச்சமுள்ள நாட்களை அமைமதியாகக் கழிக்க எண்ணியிருந்தேன்.''

''வசந்த காலத்தில் வந்துவிடு. பழைய தலைவர்கள் நமக்குத் தேவை. ஸ்டீபனுடன் இருந்ததைவிட இப்பொழுது இன்னும் உல்லாசமாகக் காலம் கழிக்கலாம்.''

''அதெல்லாம் நடக்காது, அதெல்லாம் நடக்காது.... பழைய ஆட்களில் எத்தனைபேர் மிஞ்சியிருக்கிறோம்? நீயும் நானும்தானே!''

நகரவாசி திரும்பிவந்தான். அவனுக்கு மூச்சுத் திணறியது. கண்ணைச் சிமிட்டினான். அவன் பின்னால்,, ஒரு வழுக்கைத்தலைக் குமாஸ்தா பெருமிதத்தோடு வந்தான். பித்தளைப் பித்தான்களுடன் கூடிய தவிட்டுநிறமான விதேசிக் கோட்டையும், சிதிலமான கம்பளிப்பூட்ஸையும் அணிந்திருந்தான். மார்புமீது பித்தான் துவாரத்தில், ஓர் இறகுபேனா தென்பட்டது. அவன் யாருக்கும் முகமன் கூறாது, வெறுப்புக் குறி தோன்ற மேஜையருகே அமர்ந்தான். பேராசை பிடித்தவன் என்பதை அவனது முகமே பறைசாற்றியது. மங்கலான கண்களில் பழியார்வம் மிகுந்திருந்தது. அவனது நாசித் துளைகள் மிகவும் அகன்று இருந்தன. நகரவாசி இருக்கையில் அமராது 'குமாஸ்தாவிடம் கிசுகிசுத்தான்:

''கூஸ்மா இகோரிச், இவன்தான்...''

''அப்பம்! உப்பிலிட்ட மீனும் அப்பமும் வேண்டும்'' என்று நகரவாசியைக் கவனியாது, உணர்ச்சியற்ற குரலில் குமாஸ்தா உத்திரவிட்டான்.

3

மகாப்பிரபு ரோமன் பைனோஸாவ், உள்ளாடை மட்டும் அணிந்தவனாய்ப் படுக்கையோரத்தில் அமர்ந்து, கனைத்துக்கொண்டு, மார்பையும் அக்குளையும் சொறிந்துகொண்டிருந்தான். வழக்கம் விடுமா? கரம் தாடியை உருவத் தாவியது; ஆனால் சிரைத்த மோவாயில் கட்டை கட்டையாய் முளைத்திருந்த மயிர் குத்தியது. வெறுப்படைந்த ரோமன், கொட்டாவிவிட்டுச் சிறிய சாளரத்தின் வழியாக நோக்கினான். பொழுது புலர்ந்துகொண்டிருந்தது; மூடுபனி சூழ்ந்திருந்தது.

சென்ற ஆண்டுகளிலெல்லாம், இந்த நேரத்தில், அவன் 'மார்ட்டன்' தோல்கோட்டை அணிந்து, நீர்நாய்த்தோல் குல்லாயைப் புருவம்வரை இழுத்துவிட்டுக்கொண்டு, நீண்ட கைக்கோலுடன் நடைபாதைகளைக் கடந்து முகமண்டபத்துக்குச் சென்றிருப்பான். அவனிடம் நூற்றி ஐம்பது வீட்டு அடிமைகள் இருந்தனர். அவர்களில் சிலர் கூண்டு போட்ட சறுக்கு வண்டியருகே குதிரைகளைப் பிடித்துக்கொண்டு நிற்பார்கள். மற்றவர்கள் ஓடிப்போய் நுழை

கதவுகளைத் திறப்பார்கள். அவர்கள் முகமலர்ச்சியோடு குல்லாயை நீக்கிவிட்டுத் துரிதமாக இடுப்பளவு வளைந்து வணங்குவார்கள்; அருகிலிருந்தவர்கள் அவனது பாதத்தையே முத்தமிடு வார்கள். பருவநிலை எவ்வாறு இருந்தாலும் ரோமன் ஒவ்வொருநாள் காலையிலும் அரண்மனைக்குச் சென்றதுண்டு. ஜாரும் ராணியும் தம் கடைக்கண் பார்வையைத் தன் திசையில் எப்பொழுது செலுத்துவார்கள் என்று கவலையோடு காத்திருந்ததும் உண்டு. ஒவ்வொரு நாளும் அவனுக்கு அவர்களது அருட்பார்வை கிட்டியது.

ஆனால், இப்பொழுது இதெல்லாம் பழங்காலக் கதையாகிவிட்டன. அமைதியாகவும் நன்மதிப்பாகவும் வாழ்ந்ததை நினைவூட்டிக்கொள்வதே ஒரு வினோதமாயிருந்தது. அதோ, அங்கே, மரப்பலகை பாவிய சுவரில் - ஒன்றுமே தொங்கக்கூடாத சுவரில் - ஓர் ஓவியம் தொங்கியது. என்ன ஓவியம்? கொடிய இச்சையைத் தூண்டிவிடும் டச்சுக்காரியின் சித்திரம்; உடையை இழுத்துக் கட்டிய வேசியின் ஓவியம். வேடிக்கைக்காகவோ தண்டனையாகவோ, அதைத் தொங்கவிட வேண்டுமென்று ஜார் உத்திரவிட்டிருந்தான். எனவே, ரோமன் இதையும் பொறுத்துக்கொள்ள வேண்டியதாயிற்று.

முன்னாள் இரவில் பெஞ்சிமீது எறிந்த ஆடைகளை ரோமன் வருத்தத்தோடு பார்த்தான். பெண்கள் அணிவதைப்போல், குறுக்கே கட்டம்போட்ட கம்பளக் காலுறைகள்; முன்னும் பின்னும் இறுக்கிப் பிடிக்கும் குட்டைக் கால்சட்டை; தகரத்தில் செய்ததுமாதிரி இருந்த பச்சைப் பின்னல் கோட்டு. ஆணியில் ஒரு கரிய பொய்மயிர் தொங்கியது; அதிலுள்ள புழுதியைக் கம்பால் அடித்தும் நீக்க முடியாது. இதெல்லாம் எதற்கு?

''மிஷ்கா!'' என்று பாயர் சிடுசிடுப்போடு கத்தினான். சிவப்புத்துணி மூடிய தாழ்வான கதவு வழியே, நீண்ட ருஷியச் சட்டை அணிந்த ஒரு சுறுசுறுப்பான இளைஞன் ஓடி வந்தான். அவன் இடுப்பளவு வளைந்து வணங்கிவிட்டு நிமிர்ந்து கேசத்தைப் பின்னுக்குத் தள்ளினான். ''மிஷ்கா, முகம் கழுவத் தண்ணீர் கொண்டுவா'' என்றான் ரோமன். இளைஞன் செப்புப் பாத்திரத் தில் தண்ணீர் ஊற்றிக்கொண்டு வந்தான். ''பாத்திரத்தைச் சரியாக வைத்துக்கொள். என் கரத்தில் தண்ணீரைக் கொட்டு'' என்றான் அந்தப் பாயர்.

ரோமன் உள்ளங்கைக் குழிவில் பெருமூச் செறிந்தானேயல்லாது, முகத்தைத் தேய்த்துக் கழுவவில்லை. அந்தச் சிரைத்த முகத்தின் உறுத்தல் அவ்வளவு வெறுப்பாயிருந்தது. அவன் உறுமிக் கொண்டே கால்சட்டை அணிய முற்பட்டபொழுது, மிஷ்கா ஒரு குழிதட்டத்தையும் சாக்கட்டியையும் சுத்தமான துண்டையும் நீட்டினான்.

''இவை எதற்கு?'' என்று ரோமன் ஊளையிட்டான்.

''உங்களது பற்களைத் தேய்ப்பதற்கு.''

''தேய்க்க மாட்டேன்.''

''உங்கள் விருப்பம். பல் தேய்க்கவேண்டு மென்று ஜார் கூறியதால், ஒவ்வொரு நாள் காலையும் இவற்றைச் சித்தம் செய்துகொடுக்க வேண்டுமென்று பாயரினா* உத்திர விட்டார்கள்.''

''தட்டத்தைத் தலையில்போட்டு உடைப்பேன்! வாயாடியாகிவிட்டாய்!''

★ பாயரினா: பாயரின் மனைவி.

''உங்கள் இஷ்டம்.''

ஆடையணிந்த ரோமன், நகர முயன்றான். இறுக்கமாகவும் விறைப்பாகவும் இருந்த ஆடைகள் அவனைத் தொந்தரவு செய்தன. இவற்றை எதற்காக அணியவேண்டும்? ஆனால் அன்னிய ஆடையும் பொய்மயிரும் அணிந்துகொண்டுதான் பிரபுக்கள் தத்தம் வேலைக்கு வரவேண்டும் என்று கண்டிப்பான உத்திரவு பிறப்பிக்கப்பட்டிருந்தது. பொய்மயிர்! அது எந்தப் பெண் பிள்ளையின் தலை மயிரோ! அவன் அதை ஆணியிலிருந்து எடுத்து அருவருப்போடு தரித்துக்கொண்டான். மிஷ்கா அதன் சுருள்களைச் சிக்கெடுக்க முயன்றபொழுது அவனது கரத்தைத் தட்டிவிட்டான். நடையறைக்குச் சென்றபொழுது, கணப்பில் விறகு வெடிப்பொலி செய்தது. செங்குத்தான படிக்கட்டில் இறங்கினால், அடுக்களையை அடையலாம். அடுக்களை யிலிருந்து ஏதோ ஒரு கசப்புப் பொருள் பொரியும் மணம் வந்தது.

''மிஷ்கா, அது என்ன நெடி? மறுபடியும் காப்பி செய்கிறார்களா?''

''காலையில், பாயர்களும் அவர்களது வீட்டுப் பெண்களும் காப்பிகுடிக்க வேண்டுமென்பது ஜாரின் உத்திரவு. எனவே காப்பி போடுகிறார்கள்.''

''அதெல்லாம் எனக்குத் தெரியும். இளிக்காதே.''

''உங்கள் இஷ்டம்.''

வீட்டுப் பூஜையறையின் கதவை மிஷ்கா திறந்தான். பக்தியோடு சிலுவைக் குறியிட்ட பெருமகன், சாய்வு மேஜைக்குச் சென்றான். அதன் வெல்வெட்மீது, மெழுகுக்கறை படிந்த ஒரு பிரார்த்தனை நூல் திறந்து கிடந்தது. வட்டமான இரும்புச்சட்ட மூக்குக் கண்ணாடியை அணிந்த பிரபு, மெழுகுவத்தியைத் தூண்டிவிட்டு விரல்களை நக்கிக்கொண்டான். அவன் ஓர் ஏட்டைப் புரட்டிவிட்டு ஆழ்ந்த சிந்தனையில் லயித்தான். புனித உருவங்களது படச்சட்டத்தின் மூலையில் மங்கலாகத் தெரிந்த ஒளியை அவனது கண்கள் நோக்கின. ஆம், புனிதர் நிக்கலஸ்ஸின் உருவத்துக்குமுன் ஒரே ஒரு பச்சையொளி விளக்குமட்டும் எரிந்தது.

சிந்தனைக்கா விஷயமில்லை? நிறைய இருந்தன. ஏனென்றால், விவகாரங்கள் இம்மாதிரியே உருவானால், பிரபுக்களும் மகாப்பிரபுக்களும் அவமதிப்புக்கு ஆளாவதுடன், ஏச்சுப்பேச்சுக்குப் பொருளாவதுடன், இருந்த இடம் தெரியாது அழிந்து விடுவார்கள். 'எப்படியிருக்கிறது கதை! அவர்கள் பிரபுத்துவத்தையே அழிக்கத் தொடங்கிவிட்டனர்! முயற்சி செய்து பார்க்கட்டும்! பயங்கர ஐவானும் மேன்மக்களது குடிகளை நாசம் செய்யத்தான் முயன்றான். அதன் விளைவு என்ன? குழப்பமும் கலகமும்தான். மீண்டும் அராஜகம் உண்டாகும். நாம்தான் அரசாங்கத்தின் இருசு. நம்மை அழித்தால், அரசு ஏது? வாழ்வு பொருளற்றதாக ஆகி விடும். ஜார் அடிமைகளை வைத்துக்கொண்டு ஆட்சி நடத்தப்போகிறாரா? மடமை! இளம் பிள்ளைக்கு நல்லது கெட்டது தெரியாது. கொஞ்ச நஞ்சம் இருந்த அறிவையும் அன்னியர் பேட்டையில் குடித்துக் கூத்தாடிக் கெடுத்துக்கொண்டு விட்டார்....'

இவ்வாறு எண்ணமிட்ட பிரபு, முக்குக் கண்ணாடியைச் சரி செய்துகொண்டு, வழிவழி மரபுப்படி, மூக்கால் படிக்கத் தொடங்கினான். ஆனால் மீண்டும் அவனது சிந்தனை, படித்த பொருளைக் கடந்து சென்றது:

'ஐம்பது வீட்டு அடிமைகளைச் சேனைக்கு எடுத்துக்கொண்டனர். வாரனேஷ் கப்பற் படைக்கு ஐந்நூறு ரூபிள் அழுதாகிவிட்டது. வாரனேஷ் எஸ்டேட்டின் தானியத்தையெல்லாம்

சிறு விலைக்குக் கொள்முதல் செய்துவிட்டனர். களஞ்சியங்கள் அனைத்தையும் காலி செய்து விட்டார்கள். மூன்று வருடத்திய கோதுமை விளைச்சலெல்லாம் பத்தயங்களில் இருந்தன. விலைவாசி உயரட்டுமென்று வைத்திருந்தேன்' என்று எண்ணிய பாயருக்கு, வெறுப்பால் வாய் கசந்தது. 'இப்பொழுது மடங்களின் நிலத்தையெல்லாம் சுவீகரித்துக்கொள்ளப் போகிறார்களாம். அவற்றின் வருமானம் முழுமையும் கஜனாவில் குவியும். பத்துப் பீப்பாய் உப்பிலிட்ட மாட்டிறைச்சி சித்தம் செய்யும்படி எனக்கு உத்திரவிட்டிருக்கிறார்கள். அந்தோ! அந்த மாட்டிறைச்சி அவர்களுக்கு எதற்கு?'

இவ்வாறு எண்ணிய பாயர், தொடர்ந்து படித்தான். ஈயத்தகடு வேய்ந்த மைக்கா சாளரத்தில் காலை வெளிச்சம் பசுமையாகத் தென்பட்டது. கதவருகில், மிஷ்கா மண்டியிட்டிருந்தான்; அவனது நெற்றி தளத்தைத் தொட்டுக்கொண்டிருந்தது.

'லென்ட் நோன்புக்கு முந்தைய பண்டிகையின்பொழுது, பெருங்குடிகள் இழிவுக்குள் ளாயினர். நள்ளிரவிலும் அதற்குப் பின்பும் முந்நூறு முகமூடி ஆட்டக்காரர்கள் படையெடுத் தார்கள். என்ன பயங்கரம்! புகைக் கரியை அப்பிக்கொண்ட மூஞ்சிகள்! எல்லோரும் குடி போதையில் இருந்தனர். ஜாரை அடையாளம் கண்டுபிடிக்க முடியவில்லை. இருந்ததை யெல்லாம் உண்டு குடித்து, வீட்டை அமளிதுமளிப்படுத்தினார்கள்; பணிப்பெண்களது பாவாடை களை இழுத்தார்கள். ஆடுபோல் கத்தியும் சேவல்போல் கூவியும் பறவை பேசவதுபோல் 'விஸில்' அடித்தும் கொம்மாளம் போட்டார்கள்....'

ரோமன் தன் உடலின் சுமையை ஒரு பாதத்திலிருந்து இன்னொன்றுக்கு மாற்றிக் கொண்டான். லென்ட் நோன்பு ஆரம்பமானதற்கு முதல்நாள், அவனை அவர்கள் மிகுதியாகக் குடிக்கச் செய்ததை நினைவூட்டிக்கொண்டான். அந்தக் குடிபோதையில், அவனது முகத்தில் அசடு வழிந்தது. அவர்கள் அவனது கால்சட்டையை நீக்கினார்கள். முட்டைகள் நிறைந்திருந்த கூடையில் உட்காரச் செய்தார்கள். இதெல்லாம் வேடிக்கையா? இல்லை, இல்லை. அவனது மனைவிகூட அந்தக் கோரத்தைப் பார்த்தாள். ஏன், மிஷ்காவும் அந்தக் கண்ணராவியை நோக்கி னான். 'ஓ, கடவுளே, ஏன்? இவையெல்லாம் எதற்காக?' என்று ரோமன் தனக்குள்ளாகவே வினவிக்கொண்டான்.

காரண-காரியத் தொடர்பைப் புரிந்துகொள்வதற்கு ரோமன் முயன்றான். இந்த உற்பாதத்தின் காரணம் என்ன? அவர்களது பாவ வினைகளின் பலனா இது? மாஸ்கோவில் பலர் குசுகுசுத் தார்கள்; வஞ்சகன் ஒருவன் உலகில் தோன்றிவிட்டதாகச் சொன்னார்கள்; கத்தோலிக்கர்களும் லூதர்கொள்கைவாதிகளும் அந்த வஞ்சகனது சேவகர்கள் என்றார்கள். விதேசிப் பொருட்கள் அனைத்திலும் அந்திக்கிறிஸ்துவின் முத்திரை இருப்பதாகச் சொன்னார்கள்; உலகத்தின் இறுதி உறுதியாக நெருங்கிவிட்டதென்று பேசினார்கள்.

மெழுகுதிரி ஒளியை உறுத்துப் பார்த்தவாறு, சிவந்த முகத்தில் சுழிப்புகளை வரவழைத்துக் கொண்ட அவன், அந்தக் கருத்தைக் கண்மூடித்தனமாக நம்ப மறுத்தான். ''இல்லை, இல்லை; அம்மாதிரி நிகழாது. ருஷியப் பிரபுத்துவம் அழிவதை ஆண்டவன் அனுமதிக்கமாட்டார். நாம் பொறுமையாகக் காத்திருந்தால் எல்லாம் நேராகிவிடும்'' என்று அவன் எண்ணினான்.

அவன் பக்தி சிரத்தையோடு பிரார்த்தனையை முடித்தபின், சாளரத்தின் அருகில் இருந்த தனியிடத்தில், கம்பளி விரித்த மேஜைக்கு முன் அமர்ந்த ஒரு பேரேட்டுப் புத்தகத்தைத் திறந்தான். அதில் யார் யாருக்கு என்னென்ன கடன் கொடுத்திருக்கிறது. யார் யாரிடமிருந்து கடன் வசூலாகியிருக்கிறது. எந்தக் கிராமத்திலிருந்து பணம் அல்லது தானியம் அல்லது இதர

பொருட்கள் தருவிக்கப்பட்டுள்ளன என்பன போன்ற விவரங்கள் இருந்தன. அவன் ஏடுகளை மெதுவாகப் புரட்டினான்.

அவனது தலைமைக் காரியஸ்தன் ஸெங்கா அறைக்குள் வந்தான். அவன் அடிமையாக இருந்தவன்தான்; ஆனால் தந்திரசாலியாகவும் பிறருக்குத் தீம்பு செய்வதில் தீரனாகவும் இருந்ததால், அவனை ரோமன் காரியஸ்தனாக எடுத்துக்கொண்டான். அவன் சரியான காவல்நாய். பாயருக்கு வரவேண்டிய தொகையில் செப்புக்காசைக்கூட விடமாட்டான். அவன் திருடினான் என்பது மெய்தான். ஆனால் அளவுக்கு மீறிக் களவாடமாட்டான்; துண்டு துண்டாக அறுத்துப் போட்டாலும், தான் திருடியதை ஒப்புக்கொள்ளமாட்டான். ரோமன் அவனது கொழுத்த முகத்தின் அடர்ந்த தாடியைப் பற்றி இழுத்து, அவனைச் சுவர்மேல் மோதி, ''நீதான் அதைத் திருடினாய்; உண்மையாகவே திருடியிருக்கிறாய்; ஒப்புக்கொள்!'' என்று கத்திப் பார்த்திருக்கிறான். ஸெங்கா, தெய்வத்தையே பார்ப்பது மாதிரி, எஜமானனை இமைக்காது நோக்கிக் கொண்டிருப்பான். அவன் அடிப்பதை நிறுத்திய பிறகே, தனது முரட்டுக் கம்பைளக் கோட்டின் தொங்கலைச் சரிசெய்துகொண்டு, மிருதுவான மூக்கைச் சிந்தியவாறு முனங்குவான்:

''உங்களது ஊழியனை இம்மாதிரி அடிப்பபது நியாயமாகாது. ஆண்டவன் உங்களை மன்னிப்பாராக. நான் எவ்வகையிலும் குற்றவாளியல்ல.''

பாதி திறந்த கதவு வழியே காணி நடந்துவந்த ஸெங்கா, புனிதர் நிக்கலஸ்ஸின் உருவத்துக்குமுன் சிலுவைக் குறியிட்டான்; பாயருக்கு வணங்கி மண்டியிட்டான்.

''சரி, ஸெங்கா, என்ன சேதி?''

''எல்லாம் நன்றாயிருக்கின்றன.''

மண்டியிட்ட நிலையிலேயே, ஸெங்கா கூரையைப் பார்த்துக்கொண்டு, பேசத் தொடங்கினான். முந்தினநாளில் யாரிடமிருந்து எவ்வளவு தொகை வசூலாயிற்று, எந்த ஊரிலிருந்து என்ன பொருட்கள் தருவிக்கப்பட்டன என்ற விவரங்களை ஞாபகத்திலிருந்தே எடுத்துரைத்தான். வாங்கிய கடனைத் திருப்பிக்கொடுக்காத கெட்ட எண்ணக்காரர்களான பெட்காவையும் கோஸ்காவையும் அழைத்துவந்திருப்பதாகவும், வலுக்கட்டாயம் செய்து வசூலிப்பதற்காக, முதல்நாள் மாலையிலிருந்து அவ்விரு விவசாயிகளையும் கீழே காவலில் வைத்திருப்பதாகவும் ஸெங்கா சொன்னான்.

அவர்களுக்குக் கடனைக் கட்டும் எண்ணமில்லை என்பதைக்கேட்டு ரோமன் பைனோஸாவ் வியப்புற்றான்; வாயைப் பிளந்தான்; அவன் பேரேட்டைப் புரட்டினான். பெட்கா முந்தைய வருடத்தில் அறுபது ரூபிள் கடன் வாங்கியிருந்தான். புதிய குடிசை கட்டுவதற்காகவும், சேணமும் கலப்பையின் கொழுவும் விதையும் வாங்குவதற்காகவும், அவன் பெற்றுக்கொண்ட தொகை அது. கோஸ்கா முப்பத்தியேழு ரூபிளும் ஐம்பது கோபக்கும் கடன் வாங்கியிருந்தான். தன் பண்ணையின் செலவுக்காக வென்று அவன் சொன்னது அநேகமாகப் பொய்யாக விருக்கலாம்.

''போக்கிரிகள்! மோசடிக்காரர்கள்! அவர்களைக் கம்பால் அடிக்குமாறு உத்திரவிட்டாயா?'' இது ரோமன் பைனோஸாவின் கேள்வி.

''காலையிலிருந்து அடித்துக்கொண்டிருக்கிறார்கள். ஆளுக்கு இருவரை நியமித்து ஈவிரக்கம் காட்டாமல் அடித்து நொறுக்கச் சொல்லியிருக்கிறேன். ஆனால் ஒன்று. எஜமான், இதைப்பற்றி

நீங்கள் கவலைப்படவேண்டாம். கடனைக் கட்டத்தவறினால், அடிமையாவதாக அவர்கள் எழுதிக் கொடுத்திருக்கிறார்கள். இருவரையும் பத்தாண்டுக்கு அடிமையாகப் பயன்படுத்தலாம். நமக்கும் அடிமைகள் தேவை'' என்றான் ஸெங்கா.

பேனாவை மேஜையில் வைத்த பைனோஸாவ் பேசினான்: ''எனக்குத் தேவை பணம்தான்; அடிமைகள் அல்ல. அடிமைகளுக்குத் தீனிபோடவேண்டும். அவர்களை ஜார் மீண்டும் பட்டாளத்துக்கு எடுத்துக்கொண்டு விடுவார்.''

''உங்களுக்குப் பணம் தேவையென்றால், பிராவ்கின் செய்வதுமாதிரிச் செய்யுங்கள். அவர் ஒரு கித்தான் தொழிற்சாலை வைத்திருக்கிறார். சர்க்காருக்குக் கப்பற்பாய்க் கித்தான் 'சப்ளை' செய்கிறார். அவரது பணப்பை பிதுங்கிக் கொண்டிருக்கிறது'' என்றான் ஸெங்கா.

''ஆம், நான் முன்பே கேள்விப்பட்டேன். ஆனால் நீ சொல்வது அநேகமாகப் பொய்யாகவிருக்கலாம்.''

பிராவ்கின்னுடைய கித்தான் தொழிற்சாலையை எண்ணி ரோமன் மனங்கலங்கினான். ஒவ்வொருநாளும் ஸெங்கா அதைப்பற்றி ஜபித்துக்கொண்டிருந்தான். அத்தகைய தொழிலைப் பாயர் நடத்தினால், நிறையத் திருடலாமென்பது அவன் எண்ணம் என்பது வெளிப்படையாகத் தெரிந்தது. தவிர, ஜாரின் தாய்மாமனான லியோநாரிஷ்கின் பிராவ்கின்னைவிடக் கெட்டிக்காரத்தனமாக நடந்து கொண்டான். அன்னியர் பேட்டையிலுள்ள ஒரு டச்சுக்காரனிடம் பணத்தைக் கொடுத்தான். அவன் அதை ஆம்ஸ்டர்டாமிலுள்ள வியாபாரிகளது நிலையத்துக்கு அனுப்பினான். ஒவ்வொரு ஆண்டும் அந்தப் பத்தாயிரம் ரூபிளுக்கு வட்டியாக அறுநூறு ரூபிள் நாரிஷ்கின்னுக்குக் கிடைத்தது. 'அறுநூறுரூபிள், இவ்வளவு எளியமுறையில்!' என்று ரோமன் வியந்தான்.

''நமது முன்னோர்கள் கவலையில்லாது வாழ்ந்தார்கள். அப்பொழுது அரசும் தெம்பாக இருந்தது'' என்று ரோமன் கூறினான். ஸெங்கா ஆட்டுமயிர்கொடுத்துத் தைத்த கோட்டைப் பிடித்துக்கொண்டான். அதில் கைகளை நுழைத்து அதை அணிந்த ரோமன் பேசினான்: ''நம் முன்னோர்கள் ஜாருடன் அமர்ந்து மந்திராலோசனை செய்தார்கள். அது ஒன்றே அவர்களது கவலையாயிருந்தது. இப்பொழுதோ, விழித்தெழுவதில்கூட மகிழ்ச்சி இல்லை.''

ரோமன் பைனோஸாவ் படிக்கட்டுகளில் ஏறி இறங்கினான்; குளிரான நடைபாதைகளைக் கடந்தான். வழியில் ஒரு நொய்மையான கதவை அவன் திறந்தபொழுது, புளிப்புவாடையுடன் கூடிய ஆவி வெளிவந்தது. எரிவிறகுகளின் வெளிச்சத்தில், நான்கு ஆட்கள் தென்பட்டனர். பாதரட்சையோ கால்சட்டையோ அணியாத அவர்கள், அந்த அறையில், ஆட்டு ரோமத்திலிருந்து கம்பளி நெய்துகொண்டிருந்தார்கள். ''சரி, சரி. வேலையைக் கவனியுங்கள். ஆண்டவனை மறக்காதீர்கள்'' என்று ரோமன் கூறினான். அவர்கள் பதில் சொல்லவில்லை. அதன்பின் அவன் பின்னல் வேலை நடக்கும் அறைக்குச் சென்றான். அங்கு மேஜையில் பூவேலைச் சட்டங்களை வைத்துக்கொண்டு வேலைபார்த்த இருபது இளம்பெண்கள் எழுந்துநின்று தலை வணங்கினர். பாயர் நாசியைச் சுளித்தான். ''இது என்ன நாற்றம்! பெண்களே, வேலையைக் கவனியுங்கள், வேலையைக் கவனியுங்கள். கடவுளை மறவாதீர்கள்'' என்றான்.

அவன் தையல் நிலையத்துக்கும் சென்றான்; தோல் வேலை நடந்த இடத்துக்கும் போனான்; இங்கு தோல்கள் தொட்டிகளில் ஊறின; அல்லது பதனிடப்பட்டன. சிடுசிடுப்பான விவசாயிகள் தம் கரத்தால் தோலை இழுத்துப் பிசைந்து பதனிட்டுக்கொண்டிருந்தனர். ஸெங்கா, சிறிய

துளைகளை உடைய வட்டமான விளக்கில் இருந்த மெழுகுதிரியை ஏற்றினான். தீவனங்களைச் சேமித்து வைத்திருந்த அறைகளையும் சிற்றறைகளையும் பூட்டியிருந்த பளுவான விசைப்பூட்டு களைத் திறந்து காட்டினான். எல்லாம் ஒழுங்காக இருந்தன. ரோமன் விசாலமான முன்றிலுக்குச் சென்றான். வெளிச்சம் வந்துவிட்டது; ஆனால் வானம் மப்பாயிருந்தது. கிணற்றின் அருகில் ஆடுகள் தண்ணீர் குடித்தன. நுழைகதவிலிருந்து, உலர் புல்லை அடைத்து வைக்கும் மேன்மாடம் வரை, புல்வண்டிகள் சங்கிலி கோர்த்தாற்போல் நின்றன. விவசாயிகள் குல்லாயை எடுத்தனர். ''ஹே! உலர்புற் கட்டுகள் சிறியனவாய் உள்ளன!'' என்று ரோமன் பைனோஸாவ் கத்தினான்.

புகை போக்கியில்லாத பழங்குடிசைகளிலிருந்தும் கீழறைகளிலிருந்தும் கிளம்பிய புகையைக் காற்று அடித்து முற்றத்தில் சேர்த்தது. எங்கு நோக்கினும் சாம்பலும் எருவும் குவிந்திருந்தன. துணிக் கொடிகளில் பனியில் சில்லிட்ட கந்தைகள் அடித்துக்கொண்டன. குதிரை லாயங்களுக்கருகே இரு விவசாயிகள், தலைக்கு ஒன்றும் அணியாது, குனிந்து சுவரை நோக்கினார்கள். நெட்டையாயிருந்த சில பணியாட்கள், முகப்பு மண்டபத்தில் பாயர் நின்றதைக் கண்டு, லாயத்திலிருந்து ஓடிவந்து, தரையில் கிடந்த சில கம்புகளை விரைவாகப் பொறுக்கிக் கொண்டு, விவசாயிகளின் சந்துப்பட்டையிலும் தொடையிலும் அடிக்கத் தொடங்கினார்கள். ''ஓ,ஓ, கடவுளே. என்னை ஏன் அடிக்கிறீர்கள்?'' என்று பெட்காவும் கோஸ்காவும் முனங்கினர்.

''அதுதான் சரி. தகுந்த பாடம். இன்னும் நையப் புடையுங்கள்'' என்று மகப்பு மண்டபத் திலிருந்த ரோமன் கத்தினான்.

சிவந்த அம்மை வடு மூஞ்சிக்காரனான பெட்கா என்ற நெட்டையன், ரோமனை நோக்கித் திரும்பிப் பேசினான்:

''அருள் மிகுந்த ஆண்டை! எங்களிடம் ஒன்றுமில்லை! ஆண்டவன் சாட்சியாகச் சொல் கிறேன். கிறிஸ்துமஸுக்கு முன்பே இரந்த தானியத்தை உண்டுவிட்டோம். உங்களுக்குப் பிடித்தமானால் என் கால்நடைகளை ஓட்டிக்கொள்ளுங்கள். என்னால் இந்தச் சித்திரவதையைத் தாங்க முடியவில்லை.''

''அவன் பொய் சொல்கிறான்; அவனது கால்நடைகள் அளவில் சிறியவை; சதைப்பற்று இல்லாதவை. அனால் பாதிக் கடனுக்கு அவனது மகளைப் பெற்றுக்கொள்ளலாம். மிச்சத் தொகையை வேலைசெய்து கழிக்கட்டும்'' என்றான் ஸெங்கா.

''யோசனைசெய்து சொல்கிறேன். மாலையில் பேசுவோம்'' என்று ஸெங்காவிடம் கோபமாகக் கூறிவிட்டு ரோமன் திரும்பினான்.

புகைக்கும் இலையுதிர்ந்த மரங்களுக்கும் அப்பாலிருந்து லென்ட் கால மணிஓசை பரவியது. துருப்பிடித்த குவிமாடங்களிலிருந்து காகங்கள் எழுந்து பறந்தன. ''ஓ, நமது பாவங்கள் கொடியவை!'' என்று முணுமுணுத்தவாறு முன்றிலை நோக்கிவிட்டு, ரோமன் காப்பி குடிக்கப் போஜனக்கூடத்துக்குச் சென்றான்.

அவ்டோத்யா அம்மையாரும் அவளது மூன்று மகளிரும் மேஜையின் ஓரத்தில், டச்சுநாட்டு மடிப்புநாற்காலிகளில் அமர்ந்திருந்தனர். மணிப்பின்னலுடன் கூடிய மேஜைவிரிப்பு கறையாகக் கூடாதென்பதற்காக, அதை அந்த இடத்தில் திருப்பிப் போட்டிருந்தனர். அகன்ற கைகளுடன் தொளதொள வென்றிருந்த கறுப்பு வெல்வெட் கோட்டையும் விதேசிக்குல்லாவையும் தாயார் அணிந்திருந்தாள். மூன்று குமாரிகளும் பின்தானையுடன் கூடிய விதேசிக்கவுன் தரித்திருந்தனர். நடால்யாவின் கவுன் 'பீச்' நிறத்தில் (இலேசாகச் சிவப்பு பாய்ந்த மஞ்சள்) இருந்தது; ஆவ்கா

பச்சைக் கட்டம்போட்ட கவுனை உடுத்தியிருந்தாள். அந்தோனியா உடையின் நிறம், ''மறக்க முடியாத சூரியாஸ்தமனம்'' என்று குறிப்பிடப்பட்டது. அவர்கள் அனைவருமே தலையை வாரிவிட்டு, அதில் மாவைத் தூவிக்கொண்டிருந்தனர். அவர்களது கன்னங்களில், செம்புள்ளி குத்தியிருந்தது; புருவங்களுக்கு மை தீட்டியிருந்தனர். உள்ளங்கைகள் மருதாணிச் சிவப்பா யிருந்தன.

முன்னாட்களில் அவ்டோத்யாவோ அவளது மகளிரோ போஜனக்கூடத்துக்குள் வருவதே யில்லை என்பது மெய். அவர்கள் தத்தம் அறையின் பலகணி அருகிலமர்ந்து தையல்வேலை செய்து கொண்டிருந்தனர்; அல்லது, கோடைகாலமாயிருந்தால், தோட்டத்தில் ஊஞ்சலாடி னார்கள். ஆனால் ஒருநாள், ஜார் தனது குடிவெறிக் கூட்டாளிகளுடன் வந்தான்; பயங்கரமான கண்களுடன் இந்த அறையைச் சுற்றுமுற்றும் பார்த்துவிட்டு, ''உமது பெண்கள் எங்கே? மேஜை யிலமர்வதற்கு அழைத்து வாருங்கள்!'' என்று கூறினான். அவர்களை அழைத்து வருவதற்கு ஆட்கள் விரைந்தனர். அந்தப் பெண்களோ பயந்தனர்; கலங்கினர்; கண்ணீர் உகுத்தனர்; அவர்கள் அறைக்குள் வந்தபோது, புத்திசுவாதீனமில்லாது, அசடு வழிய நின்றனர். ஜார் அவர்கள் ஒவ்வொருவரின் மோவாயையும் பிடித்து, 'நடனமாடத் தெரியுமா?' என்று வினவினான். நடனமாம்! குமாரிகள் அவமானத்தால் கண்ணீர் பெருக்கினார்கள். ''அவர்கள் கற்கவேண்டும். லென்டுக்கு முன் வரும் பண்டிகைக்குள், அவர்கள் ஜோடி நடனத்தையும் மஸுர்க்கா நாட்டியத் தையும் கிராமிய ஆடல் வகைகளையும் கற்றுக்கொள்ள வேண்டும்'' என்று பீட்டர் மொழிந்தான். அவன் ரோமனது கோட்டைப் பிடித்து உலுக்கினான். ''வீட்டில் நாகரிகத்தைப் போதிக்க வேண்டும், மறக்காதீர்கள்!'' என்று கூறினான். அந்தப் பெண்களை மேஜைக்குமுன் அமர்த்தி, ஒயின் குடிக்கச் செய்தான். வேடிக்கை என்னவெனில் அவர்கள் கூச்சநாச்சமில்லாமல் குடித் தார்கள். இதில் வழக்கத்துக்கு மீறியதாக ஒன்றுமில்லைபோல், அவர்கள் விரைவில் சகஜமாகச் சிரிக்கத் தொடங்கினார்கள்.

ஆக, வீட்டில் நாகரிக நடையுடை பாவனைகள் புகுத்தப்பட்டன. அவ்டோத்யா எதைக் கண்டாலும் வியப்புற்று நிற்கும் பேதையாக இருந்தாள். ஆனால் குமாரிகளோ, விரைவில் மாறிவிட்டார்கள். தைரியமும் துடுக்குத்தனமும் உண்டாகிவிட்டன. அவர்களைத் திருப்தி செய்வதும் கடினமாகவிருந்தது. 'இதுவேண்டும், அதுவேண்டும்' என்று நச்சரித்தார்கள். அவர்களுக்குப் பூவேலை பிடிக்கவில்லை. நேர்த்தியான ஆடைகளை அணிந்து, அதிகாலையி லிருந்தே டீயும் காப்பியும் குடித்துக் களித்துக் கொண்டிருந்தனர்.

ரோமன் அறையில் நுழைந்ததும், குமாரிகளை நோக்கினான். அவர்கள் தலைமட்டும் அசைந்தது. அவ்டோத்யா எழுந்திருந்து வணங்கிக் 'காலை வணக்கம்' என்று கூறினாள். ''அம்மா, உட்கார்'' என்று அந்தோனியா சிறினாள். ரோமன் கடுங்குளிரில் நின்றுவிட்டு வந்ததால், ஒரு கோப்பை வாட்காவையும் கொஞ்சம் உள்ளிப் பூண்டையுமே பெரிதும் விரும் பினான். ஆனால் ஒருவேளை வாட்கா கிடைத்தாலும், பூண்டு கிடைப்பதற்கு வாய்ப்பு இல்லை என்பதை அவன் அறிந்திருந்தான்.

''இன்று என்னமோ போலிருக்கிறது; காப்பி குடிக்கப் பிடிக்காது, முகப்பு மண்டபத்தில் நின்றதால், சில்லிட்டிருக்க வேண்டும். ஏதாவது கடுமையானதாகக் கொடு'' என்றான் ரோமன்.

''ஒவ்வொரு நாளும் இப்படித்தான் ஒப்பாரி வைக்கிறாய். வாட்கா, வாட்கா! எப்பொழுது தான்....'' இது அந்தோனியாவின் பேச்சு.

''நாவை அடக்கு, சிங்காரி. இல்லாவிட்டால் கசையால் அடிப்பேன்.'' இது ரோமனின் எச்சரிக்கை.

குமாரிகள் தத்தம் நாசியை உயர்த்தினர். அவ்டோத்யா, ஒரு கண்ணாடிக் கோப்பையில் சாராயம் கொண்டுவந்தாள். பழங்கால முறைப்படி தலைகுனிந்து, ''உங்கள் மனம் திருப்தி அடையும்வரை குடியுங்கள்'' என்று கிசுகிசுத்தாள்.

ரோமன் குடித்துவிட்டு மூச்சுவிட்டான். கக்கரிக்காயைக் கடித்துத் தின்றபொழுது, அரைச் சட்டையில் அதன் சாறு சொட்டியது. மேஜையில் கோசுக்கீரையும் இல்லை; வெங்காயத்தோடு காளான்களை வெட்டிப்போட்டு உப்பிலிட்ட கறியும் இல்லை. அந்த அப்பத்துக்குள் என்ன இருந்ததோ தெரியவில்லை; வேறுவழியின்றி அதைக் கடித்து மென்ற ரோமன், ''மிஷ்கா எங்கே?'' என்று தன் மகனைப்பற்றி விசாரித்தான்.

''அவன் எண்கணக்குப் படிக்கிறான். இத்துணை விஷயங்களையும் அவனது மூளை தாங்குமா என்பதுதான் எனக்கு விளங்கவில்லை'' என்று அவ்டோத்யா கூறினாள்.

இலேசான அம்மைத் தழும்புகளை உடையவளும், அன்னிய நடையுடை பாவனைகளைக் கசடறக் கற்பவளுமான ஆல்கா உதட்டை மடித்துக்கொண்டு பேசினாள்:

''மிஷ்கா எப்பொழுதும் விவசாயிகளோடேயே இருக்கிறான். நேற்று அவன் தன் நரம்பு வாத்தியத்துடன் குதிரை லாயத்துக்குச் சென்று கொச்சையான சீட்டாட்டங்களை ஆடிக் கொண்டிருந்தான்.''

''குழந்தைதானே'' என்று அவ்டோத்யா முணுமுணுத்தாள்.

அவர்கள் சிறிதுநேரம் மௌனமாயிருந்தனர். அண்மையில் மைக்காவுக்குப் பதிலாகக் கண்ணாடி பதித்த ஜன்னல் அருகில், கடைசிக் குமாரியான நடால்யா உட்கார்ந்திருந்தாள். அவளை எளிதில் சிரிக்கவைக்க முடிந்தது; உயிர்த் தளிர்ப்பும் உல்லாசம் உடைய இளநங்கை. அவள் ஜன்னல் வழியே நோக்கியவாறு, ''ஓ, ஓ, பெண்டுகளா! விருந்தாளிகள் வருகிறார்கள்!'' என்று கத்தினாள்.

பெண்கள் துள்ளிக் குதித்துக் கைகளை உயர்த்தினார்கள். கரங்களை மேலும் வெண்மை யாக்குவதற்காக உதறினார்கள். மேஜையைச் சுத்தம் செய்து புதிய விரிப்பைப் போடுவதற்குப் பணிப் பெண்கள் விரைந்தனர். பக்திசிரத்தை உடைய கிழவனும், கிறிஸ்துமஸுக்கு முதல்நாள் பொய்முக ஆட்டத்துக்காக வேஷம் போட்டவன்போல் உடை அணிந்தவனுமான தலைமைப் பணியாள் தளத்தைக் கைத்தடியால் தட்டிப் பாயர் வால்காவின் மனைவியார் வருவதாக அறிவித்தான். காலை மடக்கித் தொப்பியை ஆட்டி விருந்தாளிக்கு நன்னயம் பொங்கும் நல்வரவு கூறுவதற்காக, ரோமன் வேண்டாவெறுப்போடு தன் சரீரத்தைச் சுருக்கி, மேஜையிலிருந்து எழுந்தான். அவன் யாருக்காக இந்தக் கோட்டித்தனமெல்லாம் செய்யவேண்டும்? ஏழாண்டு களுக்கு முன்னால், இந்தப் பாயர் வால்காவின் மனைவியை ஸாங்கா என்று அழைத்தார்கள். அப்பொழுது அவள் பரம ஏழையான ஒருவிவசாயியின் ஒண்டுக் குடிசையில் வாழ்ந்தாள். சிந்திய மூக்கைக் கந்தல் பாவாடையின் விளிம்பால் துடைத்துக் கொண்டிருந்தாள். அவளது தந்தை ஐவாஷ் பிராவ்கின் என்பவன் பின்கட்டுப் பணியாளாகப் பண்ணை அடிமையாக இருந்தான். அவள் தன் வாழ்நாளெல்லாம் புகைபோக்கியில்லாத கணப்பின் அடியில் கழித்திருப்பாள். ஆனால் இப்பொழுது அவளது வருகையைத் தலைமைப் பணியாள் அறிவித்தான்! பொன்முலாம் பூசிய வண்டியில் வந்து இறங்கினாள்! அவளது கணவன் ஜாரின் அபிமானத்துக்குப் பாத்திரனா யிருந்தான். உண்மையில் அவன் ரோமனது ஒன்றுவிட்ட சகோதரனது மகன். சாத்தான் உதவியால், அந்தப் பெண்ணின் தந்தை முன்னுக்கு - வந்து விட்டான்; இப்பொழுது ஒரு பெரிய

வியாபாரியாக ஆகிவிட்டான். ராணுவத்தின் தேவைகள் அனைத்தையும் பூர்த்திசெய்யும் உரிமையை அவனுக்கே வழங்கியிருப்பதாகவும் சொல்லப்பட்டது.

குறுகித் தாழ்ந்த பழங்காலத்துக் கதவைத் தலைமைப் பணியாள் திறந்தான். ஒரு ரோஜா நிறக் கவுன் சலசலத்தது. திறந்தமேனிக்கு இருந்த தோள்களைக் குனியச் செய்துகொண்டு, பாயரினா வால்காவா அறையில் பிரவேசித்துத் தன் அழகிய முகத்தை நிமிர்த்தினாள்; அவளது கண்கள்மட்டும் தாழ்ந்திருந்தன. அவள் அறையின் நடுவில் நின்றாள்; மோதிரங்கள் பளிச்சென்று மின்னின. வன மல்லிகைக் கரையிட்ட ஆடையைத் தூக்கிப் பிடித்துக்கொண்டு, ஒரு பாதத்தை முன்வைத்தாள்; அவளது ஸாட்டின் பூட்ஸீக்கு நான்கு அங்குல உயரத்தில் குதிகால் அமைந் திருந்தது. முன்னால் நீட்டிய காலை மடக்காது, பிரெஞ்சுப் பாணியில் வணங்கினாள். பொடிதூவிய சிரமும் அதிலிருந்த தீப்பறவை இறகுகளும், வலது புறத்திலும் இடது புறத்திலும் குனிந்தன. அதன்பின் அவள் தன் கருநீலக் கண்களை உயர்த்திப் புன்னகைசெய்து வாயைத்திறந்து முகமன் கூறினாள்.

ரோமனது குமாரிகளும் முழங்காலை மடக்கித் தலைகுனிந்தனர். விழிகளால் விருந்தாளியை விழுங்கினார்கள். ரோமன் தொப்பியை எடுத்து அசைத்துவிட்டுக் கையையும் காலையும் நீட்டி முகமன் கூறினான். மேஜைமுன் அமர்ந்து காப்பி அருந்தும்படி அவர்கள் பாயரினாவை வேண்டிக் கொண்டனர். உற்றார் உறவினரது க்ஷேமலாபங்களைப்பற்றி ஒருவரையொருவர் உசாவிக் கொண்டார்கள். ரோமனது குமாரிகள் அவளது கவுனையும் சிகை அலங்காரத்தையும் கவனமாக ஆராய்ந்தனர்.

''ஆ, திமிங்கில எலும்பைக் கொடுத்து முடி அலங்காரம் செய்திருக்கிறாயல்லவா?'' என்றாள் ஒருத்தி.

''எங்களுடைய கேசத்தில் சுள்ளிகளையும் கந்தல்களையும் வைத்துக் கட்டியிருக்கிறோம்'' என்றாள் இன்னொருத்தி.

ஸாங்கா பதிலுரைத்தாள்: ''முடி அலங்காரம் செய்வோன் இல்லாது ரொம்பக் கஷ்டப்பட வேண்டியிருக்கிறது. மாஸ்கோ முழுமைக்கும் ஒரே ஒரு சிகை அலங்காரிதான் உண்டு. லென்டுக்கு முந்தைய பண்டிகையின்பொழுது, பெண்கள் முடி அணி செய்விப்பதற்காக ஒருவாரம் காத்துக்கிடக்க வேண்டியிருந்தது. ஆம்ஸ்டர்டாமிலிருந்து ஒரு சிகை அலங்காரியை இட்டுவரும்படி என் தந்தையிடம் சொல்லியிருக்கிறேன்.''

''உன் மதிப்புக்குரிய தந்தையிடம் என் வாழ்த்துக்களைத் தெரிவி, அவரது கித்தான் தொழிற்சாலை எப்படி இருக்கிறது? அதைப்போய்ப் பார்க்கவேண்டுமென்று திட்டமிட்டுக் கொண்டே இருக்கிறேன். இதுவரை கைகூடவில்லை. அது ஒரு புதிய முயற்சி; கவனத்துக் குரியது'' என்றான் ரோமன்.

''என் தந்தை வாரனேஷில் இருக்கிறார். என் கணவரும் அங்குதான் ஜாருடன் இருக்கிறார்.''

''நாங்கள் கேள்விப்பட்டோம்; அலெக்ஸாண்டிரா, நாங்கள் கேள்விப்பட்டோம்.''

''நேற்று வாஸ்யாவிடமிருந்து ஒரு கடிதம் வந்தது'' என்று கூறிய ஸாங்கா, தன் தாழ்வாக வெட்டிய அரைக்கச்சுக்குள் இரண்டு விரல்களை நுழைத்தாள். ரோமன் தெண்டத் தெண்ட விழித்தான். இன்னொரு நிமிடத்தில், அவள் அந்தக் கச்சையே அவிழ்த்துவிடுவாளோ என்று அவன் அஞ்சினான். ஸாங்கா வெளிறிய நீலமாயிருந்த ஒரு கடிதத்தை மார்பகத்திலிருந்து இழுத்து எடுத்தாள்; ''அவர்கள் அவரைப் பாரிஸுக்கு அனுப்புவார்கள் போலிருக்கிறது'' என்றாள்.

ரோமன் இருமினான். ''வாஸ்யா என்ன எழுதியிருக்கிறான்? ஜாரைப்பற்றி ஏதாவது செய்தி தெரிவித்திருக்கிறானா?'' என்று வினவினான்.

ஸாங்கா கடிதத்தைப் பிரிப்பதற்குள் நீண்ட நேரமாகிவிட்டது. அவள் புருவத்தை நெரித்தாள். முகமும் கழுத்தும் குப்பென்று சிவந்தன. ''நான் அண்மையில்தான் படிக்கக் கற்றுக் கொண்டேன். என்னை மன்னித்துவிடுங்கள்'' என்று குசுகுசுத்தாள்.

கடிதத்தில் வரிக்குவரி மசிப்புள்ளியும் சுருக்கக் குறியீடுகளும் இருந்தன. எழுத்துகோணல் மாணலாயிருந்தது. அவள் விரலால் வரிவரியாகத் தொட்டுப் படித்தாள்; ஒவ்வொரு சொல்லையும் மெதுவாக உச்சரித்து உரத்துப் படித்தாள்:

''சாஷெங்கா, வாழ்த்துக்கள். என் அன்பே, நீ நன்னலம் பெற்றுப் பொலிவாயாக! வாரனேஷிலுள்ள நிலைமை இதுதான்: கப்பற்படை சித்தமாகிவிட்டது. அது விரைவில் டான் நதிக்குப் புறப்படும். அதன்பின் நாங்கள் இங்கிருக்கத் தேவையில்லை. உன்னை நான் அச்சுறுத்த விரும்பவில்லை; ஆயினும், தனிப்பட்ட முறையில் கிடைத்த சேதியை உன்காதில் போட்டு வைக்கிறேன். என்னை ஆண்டிரி மாட்வியீவுடன் ஹேக்நகருக்கும் பாரிஸ் நகருக்கும் அனுப்ப வேண்டுமென்று ஜார் விரும்புகிறாராம். இதைப்பற்றி என்ன நினைப்பதென்றே தெரியவில்லை. நெடுந்தொலைவு போவதென்றால் அச்சமாகத்தான் இருக்கிறது. ஆண்டவன் அருளால், நாங்கள் நலமாயிருக்கிறோம். ஹெர் பீட்டர் உனக்குத் தன் வாழ்த்துக்களைத் தெரிவித்துக் கொள்கிறார். அன்றொரு நாள் மாலை, உன்னைப்பற்றிப் பேசிக்கொண்டிருந்தோம். நாள் தவறாது, அவர் வேலை செய்கிறார். சாதாரண மனிதனைப்போல் நாவாய்க்குறட்டில் பாடுபடுகிறார். அவரே ஆணிகளையும் பற்றிறுக்கிகளையும் காய்ச்சி அடித்து உருவாக்குகிறார்; அவரே கப்பற் பலகைகளின் சந்துகளில் பழைய கயிற்று இழைகள் முதலியவற்றை வைத்து, நீர் உட்புகா வண்ணம் செய்யும் வேலையைச் செய்கிறார். முகத்தைச் சிரைத்துக் கொள்வதற்குக்கூட நேர மில்லை. அனைவரிடமும், நல்ல வேலை வாங்குகிறார். எல்லோருமே களைத்துச் சோர்ந்து போகும்வரை உழைக்க வேண்டியிருக்கிறது. ஆனால் கப்பற்படையைக் கட்டி முடித்து விட்டோம்.''

விரல்களால் மேஜையைத் தட்டிய ரோமன் விளம்பினான்:

''ஆம், ஆம், கப்பற்படை சித்தமாகிவிட்டது. அவரே ஆணிகளைக் காய்ச்சி அடித்து உருவாக்குகிறார்! தன் சக்தியைக்கொண்டு என்ன செய்வதென்று அறியாத மனிதன்!''

கடிதத்தைப் படித்து முடித்த ஸாங்கா இதழ்களை மென்மையாகத் துடைத்துக்கொண்டாள். கடிதத்தை மடித்து அரைக்கச்சுக்குள் செருகிக்கொண்டாள்.

''ஈஸ்டர் வாரத்தில் ஜார் திரும்பிவிடுவார். அவர் காலில் விழுந்து இறைஞ்சுவேன். நானும் பாரிஸுக்குப் போகவிரும்புகிறேன்'' என்றாள் ஸாங்கா.

அந்தோனியா, ஆல்கா, நடால்யா ஆகிய மூவரும் 'ஆ! ஆ! ஆ' என்று வியந்து கைவிரித்தனர். அவ்டோத்யா சிலுவைக் குறியிட்டாள்: ''அன்பே! என்னை அச்சுறுத்திவிட்டாய்! பாரிஸுக்குப் போவதா? என்ன பயங்கரம்! அது தீட்டுப்பட்ட இடமாகவல்லவா இருக்கும்!''

ஸாங்காவின் நீலவிழிகள் கறுத்தன. அவள் தன் மோதிரவிரல்களால் மார்பகத்தைப் பற்றிக்கொண்டாள்:

''மாஸ்கோ எனக்குச் சலித்துவிட்டது. எங்காவது வெளிநாட்டுக்கு ஓடவேண்டும் என்று ஏங்குகிறேன். மகாராணி பிராஸ்கோவ்யாவின்* புடையர்குழுவில் ஒரு பிரெஞ்சுக்காரன் இருக்கிறான். மேனாட்டு நடையுடை பாவனைகளைக் கற்றுக்கொடுக்கிறான். நானும் அவனிடம் படிக்கிறேன். அவன் சொல்லும் கதையைக் கேட்டால்....!'' என்று கூறிய ஸாங்கா, சிறிது விம்மிவிட்டுத் தொடர்ந்தாள்:

''ஒவ்வோர் இரவும் நான் கனவு காண்கிறேன். மற்றவர்களைவிடச் சிறப்பாக ஜோடி நடனம் ஆடுவது போலவும், எல்லோரும் ஒதுங்கி வழிசெய்ய அரசன் லூயியே என்னிடம் வந்து ஒரு ரோஜாவைக் கொடுப்பது போலவும் கனாக் காண்கிறேன்.... மாஸ்கோவில் ஜீவனே இல்லை. நல்ல வேளையாகக் காவற்படையினரின் சவங்களை நீக்கித்தொலைத்தார்கள். அந்தச் சடலங்களைக் கண்ட பொழுதெல்லாம் நான் பயத்தால் செத்துப்பிழைத்தேன்.''

பாயரினா வால்காவா புறப்பட்டுப் போய்விட்டாள். மேஜையருகே சிறிதுநேரம் அமர்ந்திருந்த ரோமன் கூண்டுவண்டியைப் பூட்டும்படி கட்டளையிட்டான். அரண்மனை அலுவலகத்தில் தனக்குரிய வேலையைக் கவனிப்பதற்கு அவன் செல்லவேண்டும். இப்பொழுதெல்லாம் ஒவ்வொருவனும் உழைக்க வேண்டும் என்பது உத்திரவு. மாஸ்கோவில் உள்ள குமாஸ்தாக்கள் போதாதென்று பிரபுக்களும் பேனாபிடித் தெழுதவேண்டுமாம். ஜாரோ, புகையிலையைப் புகைத்துக்கொண்டும் மேலெல்லாம் கீல் பூசிக்கொண்டும் கோடரியால் வெட்டுவதிலேயே பொழுதைக் கழிக்கிறான்; விவசாயிகளுடன் உட்கார்ந்துகொண்டு மாத்தேறலைக் குடிக்கிறான்.

''ஓ! நிலைமை ரொம்பக் கெட்டுப்போய் விட்டது. எனக்கு ஒன்றும் பிடிக்கவில்லை'' என்று முனங்கியவாறு, ரோமன் சறுக்குவண்டிக்குள் ஏறினான்.

4

ஸ்பாஸ்கி வாசலுக்கு அருகிலுள்ள பனிபெய்த அகழியில் ஆங்காங்கே உளுத்துப்போன முளைகள் துருத்திக்கொண்டிருந்தன. அங்கு உள் மரப்பட்டையை முடைந்த பாயால் மூடிய இருபது சறுக்குவண்டிகள் நின்றதை ரோமன் கண்டான். மெலிவுற்ற குதிரைகள் தலையைத் தொங்கப்போட்டுக்கொண்டு நின்றன. பனியில் உறைந்து தரையோடு தரையாக ஒட்டிக்கிடந்த சவத்தை ஒரு விவசாயி சரிவில் நின்று கடப்பாரையால் பெயர்த்துக் கொண்டிருந்தான். விண்ணும் மண்ணும் சாம்பல் நிறமாய்க் காட்சியளித்தன. கெட்டியான சாம்பல்நிறக் கோட்டு அணிந்த ஜனங்கள் செஞ்சதுக்கத்தில் தலைகுனிந்து நடந்தனர். அந்தச் சதுக்கத்தின் வண்டித்தடங்களில் சாணம் நிரம்பியிருந்தது. ஸ்தூபியிலிருந்து கடிகாரம் கஷ்டப்பட்டுக் கரகரவென்று ஓசை செய்தது. ஆனால் ஒரு காலத்தில் அது எவ்வளவு தெளிவாகக் கணீரென்று ஒலித்தது! ரோமன் வியாகூலம் அடைந்தான்.

சிதிலமடைந்த பாலத்தைக் கடந்த கூண்டுவண்டி, ஸ்பாஸ்கிவாயில் வழியாகக் கிரெம்லினில் பிரவேசித்தது. சந்தையில் நடமாடுவது மாதிரி, குல்லாய்தரித்த ஜனங்கள் அங்குமிங்கும் சென்றனர். சாமான்யமான ஸ்லெட்ஜ் வண்டிகள் வரிசையாகக் கிடந்தன. அவற்றின் குதிரைகள் வாயிரும்பைக் கடித்தன. பாயரின் இருதயம் வெடித்துவிடும்போலிருந்தது. இந்தக் கிரெம்லின்

★ பிராஸ்கோவ்யா: பீட்டரின் மாற்றாந்தாய்ப் புதல்வனான ஜார் ஐவானின் விதவை.

எவ்வளவு க்ஷீணித்துவிட்டது! அதோ, அங்கே ராஜமாளிகையின் சாளரத்தில் மூன்றாவது ரோமின் பெருமையைப் பறைசாற்றிக்கொண்டு திருவிளக்கு மாதிரி ஒளிர்ந்த அந்த நயனங்கள் எங்கே? உண்மையில் வாழ்வு சலிப்பூட்டுவதாகி விட்டது.

அலுவலகத்தின் முகமண்டபத்தில் கூண்டுவண்டி நின்றது. பாயர் வண்டியிலிருந்து இறங்குவதற்கு உதவ ஒருவனும் வரவில்லை. அவனாக மேல்மூச்சுக் கீழ்மூச்சு வாங்கிக்கொண்டு வண்டியிலிருந்து இறங்கிக் கூரைவேய்ந்த படிக்கட்டில் ஏறினான். ஜனங்களின் பூட்ஸிலிருந்து உதிர்ந்த பனியும் எச்சிலும் படிகளை மாசுபடுத்தியிருந்தன. சில சாதாரண ஜனங்கள் குட்டையான ஆட்டுத்தோல் கோட்டை அணிந்துகொண்டு படிக்கட்டில் ஓடிவந்த வேகத்தில், மகாப்பிரபுவின் மீது மோதிவிடுவார்கள் போலிருந்தது. கடைசியில் வந்தானே ஒருவன் - கருமையும் வெண்மையும் கலந்த தாடிக்காரன் - பாயரைப் பார்த்து எத்துணைத் துடுக்கோடு விழிகளை உருட்டினான்! பாதிவழியில் நின்ற ரோமன் சினம்பொங்கப் பிரம்பால் தட்டி, ''உன் குல்லாயை! எடு!'' என்று ஆணையிட்டான்.

ஆனால் ஒருவரும் அவன் வார்த்தைக்குச் செவிகொடுக்கவில்லை. இத்தகைய நடத்தை இப்பொழுது கிரெம்லினில் நாகரிகமாகிவிட்டது.

அலுவலகத்தின் தாழ்வான அறைகளில் கணப்பின் புகை நிரம்பியிருந்தது. ஒரு பயங்கரமான நெடி வீசியது. தளம் கூட்டப்படாமல் இருந்தது. நீண்ட மேஜைகளுக்கு முன்னால் தோளோடு தோள் சேர்ந்து அமர்ந்திருந்த குமாஸ்தாக்கள் பேனாவால் பிறாண்டிக் கொண்டிருந்தார்கள். அப்போதைக்கப்போது யாராவது ஒருவன் தலை நிமிர்ந்து, வாராத மயிரையும் அக்குளையும் சொறிந்துகொள்வான். சிவப்பு நாடாவின் மர்மங்களைக் கசடறக்கற்ற தலைமைக் குமாஸ்தாக்கள் சிறிய மேஜைகளின் முன்னால் அமர்ந்து ஏடுகளைப் புரட்டினார்கள்; வரிவரியாக விரலால் தடவிக்கொண்டே விண்ணப்பங்களைப் படித்தார்கள். அவர்களிடமிருந்து லென்ட் கால அப்பங்களின் மணம் வீசியது. சாளரங்களின் அழுக்குப்பற்றை வழியே மங்கலான வெளிச்சம் உட்புகுந்தது. மூக்குத் தழும்பின் மீது கண்ணாடியை அணிந்த பதிவாளர், மேஜைகளுக்கு இடையே குறுக்கும் நெடுக்குமாக நடந்து கொண்டிருந்தார்.

ஓர் அறையிலிருந்து இன்னோர் அறைக்கு, ஒருபதிவு நிலையத்திலிருந்து இன்னொன்றிற்கு, ரோமன் பெருமிதத்தோடு நடந்தான். அரண்மனை அலுவலகத்தில் வேலை ஏராளமாக இருந்தது சிக்கலான வேலை, ஜாரின் கஜானா, சேமிப்பு அறைகள், தங்கக் கட்டி, வெள்ளிக் கட்டி ஆகியவற்றுக்கு அரண்மனை அலுவலகம்தான் பொறுப்பு. தவிர, சுங்க வரிகளையும் காஸ்ஸக் தீர்வையையும் காவற்படை கிஸ்தியையும் அஞ்சல் நிலையப் பணத்தையும் அரண்மனைக்குச் சொந்தமான நகர, கிராமங்களின் வீட்டு வரியையும் இந்தப் பணிமனையே வசூலித்தது. செயலாளரும் மூத்த பதிவாளர்களுமே இந்த வேலைகளின் சிக்கலை நன்கு அறிந்திருந்தனர். புதிதாக நியமிக்கப்பட்ட பாயர்கள் சூடேறிய சிற்றறையில் உட்கார்ந்துகொண்டு பகற்பொழுதையெல்லாம் கழித்தனர். இறுக்கமான விதேசி ஆடைகளை உடுத்தியதால் மிகவும் துன்புற்றனர். வெறிச்சென்று கிடந்த ஜார் மாளிகையின் இரண்ட சாளரங்களை வெறித்துப்பார்த்து வருந்தினர். முற்காலத்தில் அவர்கள் அந்த மாளிகையின் மேடையில் மயிர்ப்பட்டுக் கோட்டை அணிந்து உலவினார்கள்; பட்டுக் கைக்குட்டையை எடுப்பாக வைத்துக்கொண்டு முக்கியமான விஷயங்களைப் பற்றி வாதம் செய்தார்கள். அந்தக்காலம் உருண்டோடி விட்டது.

இந்தச் சதுக்கத்தில் எத்தனையோ பயங்கரச் சம்பவங்கள் நிகழ்ந்திருக்கின்றன. அதோ, அங்கே க்ஷீணமடைந்து புட்டிக்கிடக்கிறதே ஒரு முகப்பு மண்டபம், அது வழியாகத்தான் பயங்கர ஐவான் கிரெம்லினிலிருந்து கிளம்பி அலெக்ஸாண்டிராவ்ஸ்கி கிராமத்திற்குச் சென்றான் என்பது

வழிவழி வழக்கு. அவன் அங்கிருந்து பாயர் குடும்பங்கள் மீது தனது கொடிய தாக்குதலைத் தொடுத்தான். அவன் பாயர்களைச் சிரச்சேதம் செய்தான்; கொப்பரைகளில் போட்டு வறுத்தான்; கழுவில் ஏற்றினான்; அவர்களது எஸ்டேட்டுகளையெல்லாம் பறிமுதல் செய்தான். ஆயினும் பாயர்கள் பூண்டற்றுப் போவதை அண்டவன் அனுமதிக்கவில்லை. இந்தப் பெருங்குடிகள் மறுமலர்ச்சியுற்றன.

அதோ தெரிகிறதே, மரத்தால் அமைந்த உயரமான கட்டிடம், பித்தளையில் செய்த சேவல்களை உடைய அதன் வெங்காய வடிவுக் கூரையிலிருந்துதான் பாழாய்ப்போன கிரிஸ்கா என்பவன் கீழே விழுந்து இறந்தான். மகிமை பொருந்திய ருஷியப் பாயர் கூட்டத்தை அழிக்க வந்த நாசகாரன் அவன். அப்பொழுது மாஸ்கோராஜ்யம் பாலைநிலமாக மாறிற்று. நகர்களும் கிராமங்களும் தீயில் எரிந்து சாம்பலாயின. மனிதர்களின் எலும்புகளால் பாவப்பெற்ற சாலைகள் வெண்மையாகத் தோன்றின. அனால் அந்தச் சமயத்திலும் பாயர்களின் பேரழிவை ஆண்டவன் அனுமதிக்கவில்லை. அந்தப் பெருங்குடிகள் புதுமலர்ச்சியுற்றன.

இன்று மீண்டும் சூறாவளி அடிப்பதற்கான சூழ்நிலை உருவாகிக் கொண்டிருக்கிறது. வெப்பம் மிகுந்த அறையின் பலகணிகள் அருகே அமர்ந்த பாயர்கள் தமது பாவங்களின் விளைவாக நிகழ்ந்து வரும் கேட்டினை எண்ணியெண்ணிப் புலம்பினார்கள். ஒரு வழியில் முடியாவிட்டால் இன்னொரு வழியில் தம்மைக் கர்வபங்கம் செய்யும் பீட்டரது செயல்களை எண்ணிக் குமைந்தார்கள். அவர்களது தாடிகளைப் பறிகொடுத்துவிட்டார்கள். அவர்கள் ஒவ்வொருவரும் வேலைசெய்யவேண்டுமென்று உத்திரவிடப்பட்டிருக்கிறது. அவர்களது குமாரர்கள் பட்டாளத்தில் திரட்டப்பட்டுள்ளனர்; அல்லது வெளிநாட்டுக்கு அனுப்பப்பட்டு விட்டனர்... ஆ! இந்தத் தடவையும் ஆண்டவன் அனுமதிக்கமாட்டான்.

அறையில் நுழைந்த ரோமன், இன்றும் ஏதோ சுவைக்கேடான செய்தி மேலிடத்திலிருந்து வந்திருப்பதை ஊகித்துக்கொண்டான். கிழவியைப்போல் தொளதொளவென்று தொங்கும் கன்னங்களை உடைய மார்ட்டின் லீகோவ் பதறிக் கொண்டிருந்தான். பாயர் குழுவின் உறுப்பினனான ஐவான் எண்டுகுரோவும் குதிரை வலவனான சிவின்யினும் ஒரு பத்திரத்தைத் தட்டுத் தடுமாறிப் படித்துக்கொண்டிருந்தனர். அவர்கள் அப்போதைக்கப்போது முகத்தை உயர்த்தி ‘ஓ! ஓ!’ என்று மட்டும் கூறினார்கள்.

கண்ணீர் மல்கும் நிலையிலிருந்து மார்ட்டின், ரோமனைப் பார்த்து உட்காரும்படி கூறினான்.

‘‘இந்தப் பத்திரத்தில் உள்ளதைக் கேள். இனி நமக்கு என்னதான் நடக்காது? யார் வேண்டுமாயினும் நம்மை ஏசிப்பேசலாம்; இழிவுபடுத்தலாம். அரண்மனைக்குள் வருவதற்கு நமக்கென்று ஒரேஒரு பாதைதான் இரந்தது. அதுவும் பறிபோய்விட்டது.’’

எண்டுகுரோவும் சிவின்யினும் ஜாரின் உத்திரவை மீண்டும் எழுத்து எழுத்தாகப் படிக்கத் தொடங்கினர். பாயர்களும் மகாப் பிரபுக்களும், பிரபுக்களும் தமக்கு இழைக்கப்படும் அவமதிப்பு குறித்து மீண்டும் மீண்டம் புகார்செய்து தொல்லை கொடுப்பதாக ஜார் குறிப்பிட்டிருந்தான். குறிப்பிட்ட ஒருநாளில் ‘ஜார்’ ‘மகாக் கோமகன்’ இத்யாதி பட்டங்களையுடைய அவனிடம், லிகோவ் என்ற குடிப் பெயருக்குரிய மகாப்பிரபு மார்ட்டின் ஒரு விண்ணப்பத்தைச் சமர்ப்பித்ததாகவும் அந்த உத்திரவு கூறியது. பிரியோபிராஷன்ஸ்கி படைப் பிரிவின் அதிகாரியாக உள்ள அலியோஷ்கா பிராவ்கின் என்பவன் பாயர்களின் தனி வழியில் மார்ட்டினைத் தூற்றி அவமானம் செய்ததாக அந்த மனுவில் குறித்திருந்தது. ‘‘நீ ஏன் என்னைக் காட்டு விலங்குமாதிரி நோக்குகிறாய்? நான் உன் அடிமையல்ல. ஒரு காலத்தில் நீ மகாப்பிரபுவாய் இருந்தாய், இப்பொழுது

அதெல்லாம் கட்டுக்கதை.'' என்று அலியோஷ்கா மார்ட்டினை ஏசியதாக அந்த மனுவில் கண்டிருந்தது. இந்தக் குறிப்பை ஜாரின் உத்திரவிலிருந்து படித்தவுடன் மார்ட்டினின் கன்னங்கள் துடித்தன.

''அவன் ஒரு நாய், விவசாயின் மகன்! காட்டுமிராண்டி! இதைவிடக் கேவலமாக என்னை ஏசினான். அப்பொழுதிருந்த ஆத்திரத்தில் மறந்துவிட்டேன்'' என்றான் மார்ட்டின்.

''அப்படி என்ன கூறினான்?'' என்று ரோமன் வினவினான்.

''என்னவா? குரங்கு மூஞ்சி என்றான். வழுக்கைத் தலை என்றான்'' என்று மார்ட்டின் கத்தியது பலர் காதில் விழுந்தது.

ரோமன் தலையை ஆட்டினான்: ''ஆமாம்! எரிச்சல் ஊட்டும் விஷயம்தான்! இந்த அலியோஷ்காதானே ஐவான் பிராவ்கினின் மகன்?''

''யாருடைய மகனோ? சாத்தானுக்குத்தான் வெளிச்சம்!''

எண்டுகுரோவும் சிவின்யினும் தொடர்ந்து படித்தனர்: ''அரசாங்கத்திற்குச் சிக்கல் ஏற்பட்டுள்ள நிலையில் 'ஜார்' 'கோமகன்' இத்யாதி பட்டங்களையுடைய பேரரசன், தமக்கு யாரும் தொந்தரவு கொடுப்பதை விரும்பவில்லை. அவருக்கு வீண் தொல்லை கொடுத்ததைக் கணக்கில் எடுத்துக்கொண்டு விண்ணப்பம் செய்த மார்ட்டினிடம் பத்து ரூபிள் அபராதம் வசூலிப்பதென்றும், அதைப் பிச்சைக்காரர்களிடம் வினியோகிப்பதென்றும், இதன் மூலம் இத்தகைய புகார்கள் வருவதற்கு இடமில்லாமற் செய்வதென்றும் ஜார் முடிவு செய்திருக் கிறார்...''

அவர்கள் படித்துமுடித்தவுடன் நாசியைச் சுருக்கிக்கொண்டார்கள். மார்ட்டின் ஆவேச முற்றுப் பேசினான்:

''கட்டுக்கதையாம்! இதோ, என்னைத் தொட்டுப்பார். நான் ஒரு கற்பனையா? லிச்கோ இளவரசன் குலத்தில் பிறந்தவன் நான். பதின்மூன்றாம் நூற்றாண்டில் மூவாயிரம் ஈட்டி ஏந்திய சிப்பாய்களுடன் லிச்கோ ஹங்கேரியிலிருந்து வந்தார். புருஹதி, தாராதுஹின், சுபனேவ் ஆகிய இளவரசர்களுக்கும் லிச்கோதான் குலமுதல்வர். பைனோஸாவ் குடியினர் லிச்கோவின் கடைசி மகனது வழித்தோன்றல்கள்....''

புருவம் துடிக்க, கண்ணில் தீப்பொறி பறக்கத் தன் பெஞ்சியில் திரும்பியமர்ந்த ரோமன், ''மார்ட்டின்! நீ பேசுவது பொய், அபத்தம்!'' என்று கத்தினான். சற்று வளைந்த வாயைச் சுற்றிலும் கன்னத்தில் தாடிமட்டும் இருந்திருந்தால் பயங்கரமாகத் தோன்றியிருப்பான்! அவன் தொடர்ந்து பேசினான்:

''அனாதிகாலந் தொட்டுப் பைனோஸாவ் குடியினர் லிச்கோவ் குடியினரைவிட உயர்ந்த வராக அந்தஸ்துபெற்றுச் சிறந்திருக்கிறார்கள். செர்னிகோவில் அரசுபுரிந்த மன்னர்களின் பரம் பரையில் வந்தவர்கள் நாங்கள். எங்களது முன்னோர் ஒவ்வொருவரையும் பெயரிட்டு சொல்ல முடியும். லிச்கோவ்களாகிய நீங்களோ பயங்கர ஐவான் காலத்தில் ஒரு வம்சாவளியைப் புனைந்து கொண்டீர்கள். லிச்கோ அரசனாம்! ஹங்கேரியிலிருந்து வந்தானாம்! அவனைச் சாத்தான்தான் பார்த்திருக்க வேண்டும்...''

மார்ட்டினது விழிகள் உருண்டன. இமைக் கதுப்புகள் துடித்தன. நீண்ட மேலுதட்டை உடைய அவனது முகம் முழுவதும் பதறியது. அழுதுவிடுவான்போலிருந்தது. அவன் கத்தினான்:

''பைனோஸாவ் குடியினர்! துகஷின் கொள்ளைக்காரன்தானே!. துஷினோவில் தன் முகாமில் இருந்தபோது உங்களுக்கு எஸ்டேட்டுகளை வழங்கினான்?''

இரண்டு மகாப்பிரபுக்களும் பெஞ்சியிலிருந்து எழுந்துநின்று ஒருவரையொருவர் கண்ணால் அளந்து பார்த்தனர். மற்ற இருவரும் தலையிட்டு வாதித்து அவர்களை அமைதிப்படுத்தி யிருக்காவிட்டால் பெருங்கூச்சல் உண்டாகியிருக்கும். அவர்கள் கைக்குட்டையால் கழுத்தையும் நெற்றியையும் துடைத்துக்கொண்டு வெவ்வேறு பெஞ்சிகளில் உட்கார்ந்தனர்.

அலுப்பை நீக்குவதற்காக எண்டுகுரோவ் பாயர்குழுவில் நிகழ்ந்த உளறல்களைப்பற்றி விவரித்தான். அந்த அப்பாவிகளுக்கு ஒன்றுமே விளங்கவில்லை. வாரனேஷிலுள்ள ஜாரும் அவனது ஆலோசகர்களும் 'பணம், பணம்' என்று பிடுங்கித்தின்றார்கள். ருஷிய வியாபாரி களையும், சிதேசி வியாபாரிகளையும், தச்சர், கொல்லர், மாலுமிகள், கொடுந் தண்டனை யிலிருந்து மயிரிழையில் தப்பிய போக்கிரிகள் ஆகிய இழிகுடியினரையும் ஜார் தன்னைச் சுற்றித் திரட்டிக்கொண்டிருந்தான். அவர்களது திருட்டுப் புத்தியையே அவன் நாடினான். உண்மையான அரசவை வாரனேஷில்தான் இருந்தது. ஒவ்வொரு நகரிலிருந்தும் நகர மாந்தரும் வியாபாரிகளும் அங்குதான் புகார்களை அனுப்பினர். மனதுக்கிசைந்த மன்னன் கிடைத்துவிட்டதாக அவர்கள் மகிழ்வுற்றனர். இந்த இழிஞர் கூட்டத்தை வைத்துக்கொண்டுதான் ஜார் துருக்கிச் சுல்தானை முறியடிக்கப் போகிறானாம்! கார்லோவிட்ஸிலுள்ள வாஸ்நிட்ஸின் தூதராலயத்திலிருந்து ஒருவன் கடிதம் எழுதியுள்ளான். வாரனேஷ் கப்பற்படையைப் பற்றிக் கிண்டல் செய்து துருக்கியர் கைகொட்டிச் சிரிக்கிறார்களாம்! டான் நதியின் கழிமுகத்திலுள்ள மணல் திடர்களிலே அவை சிக்கிவிடுமென்று சொல்லுகிறார்களாம்!

''ஆண்டவனே! நமக்கு ஏன் இந்த வம்பு? துருக்கியர்களை ஆத்திரம் ஊட்டாது இருப்பதுதான் உத்தமம்'' என்று சாதுவான சிவின்யின் கூறினான். அவனது மூன்று புதல்வர்கள் சேனையிலும், நான்காவது மகன் கப்பற்படையிலும் இருந்தனர். கிழவன் தனிமையில் துன்புற்றான்.

சவால் விடுவதுபோல வெறித்துப்பர்த்த ரோமன் ஆத்திரமாகப் பேசினான்: ''பேசாதி ருப்பதா? அது கிடக்கட்டும். சிவின்யின், உன் தாழ்நிலையை மறந்துவிட்டாயா? நீ எப்படி இந்த உரையாடலில் கலந்துகொள்ளலாம்?'' ரோமன் தொடையைத் தட்டிக்கொண்டு தொடர்ந்தான்; ''துருக்கியர்களையும் தார்த்தாரியர்களையும் பொறுத்தமட்டில் எப்படிக் கைகட்டி வாளாவிருக்க முடியும்! நாம் ஏன் வாஸிலி கோலிட்ஸின்னைக் கிரிமியாவுக்கு இருமுறை அனுப்பினோம்?''

மார்ட்டின் கணப்பைப் பார்த்துக்கொண்டே கூறினான்: ''எங்களது எஸ்டேட்டுகள் வாரனேஷுக்கும் ரியாஸானுக்கும் அப்பால் இல்லை.''

ரோமன் அவனை ஏளனமாக நோக்கி அந்தக் குறிப்பை உதாசீனம் செய்துவிட்டுத் தொடர்ந்து பேசினான்:

''ஆம்ஸ்டர்டாமில் நாற்பது பவுண்டு போலிஷ் கோதுமைக்கு ஒரு கூல்டன் கொடுக் கிறார்கள். பிரான்சில் கோதுமைக்குக் கிராக்கி இன்னும் அதிகம். போலிஷ் பிரபுக்கள் பொன்னில் புரளுகிறார்கள். பிராவ்கின்னிடம் பேசினால் விவரம் தெரியும். நானோ இங்கு சாராயம் வடிப்போரிடம் சென்று நாற்பது பவுண்டு தானியத்துக்கு மூன்றரை கோபக் கொடுக்கும்படி

கெஞ்சவேண்டியிருக்கிறது. என் ஆற்றாமை என்னவென்றால், பண்ணைக்குப் பக்கத்தில் வாரோனா நதி இருக்கிறது. அது வழியாகவும் டான் நதி வழியாகவும் என் கோதுமை கடலுக்கும் போகமுடியும். இது ஒரு அருமையான முயற்சி. சுல்தான்மீது வெற்றிகிடைக்க ஆண்டவன் அருள் புரிவாராக! நீ சமாதானத்தைப்பற்றிப்பேசுகிறாய். ஒருசிறிய கடற்கரைத் துறைமுகம் நமக்கு இருந்தால் நிலைமை எப்படியிருக்கும் தெரியுமா? கெர்ச் இருந்தால்கூடப் போதும். மூன்றாவது ரோம் ஆகிவிடுவோம். அது கிடக்கட்டும்; புனிதமான கல்லறையைப்பற்றி நமக்கொன்றும் அக்கறை இல்லையா? மனச்சாட்சியை மீதமிச்சமில்லாமல் இழந்துவிட்டோமா?''

மார்ட்டின் சொகுசாகப் பேசினான்: ''நம்மால் சுல்தானைத் தோற்கடிக்க முடியாது. இந்த வீம்புப் பேச்சு எதற்கு? ஆண்டவன் அருளால் போதுமான தானியம் இருக்கிறது. பட்டினி கிடக்க மாட்டோம். பெண்களுக்குப் பின்தானை கட்டித் தொங்கவிடாமல் இருந்தால் போதும், பெண் களிடம் நல்லமுறையில் நடப்பதாகச் சொல்லி வினோதமான நாகரிகத்தைப் புகுத்தாமலிருந்தால் போதும்.''

சிறிதுநேரம் அமைதி நிலவியது. அதன்பின் கால் விரித்தமர்ந்த ரோமன் தரையை நோக்கியவாறு பேசினான்: ''சரி, நல்லது! ஆனால் பெண்களுக்குப் பின்தானை கட்டிவிடுவது யார்?''

''அன்னியர் பேட்டைக்குப் போய் பவுண்டுக்கு அரை ரூபிளும் முக்கால் ரூபிளும் கொடுத்துக் காப்பிக்கொட்டை வாங்கும் முட்டாளுக்கு எந்த விவசாயியால்தான் தீனி போடமுடியும்?'' என்று கணப்பை நோக்கிய மார்ட்டின், தொங்குசதை மோவாயை அசைத்துக் கொண்டே பேசினான். அவன் வம்புச் சண்டைக்கு ஆர்வமாக இருந்தான் என்பது விளக்கமாகத் தெரிந்தது.

கதவு திடீரென்று திறந்தது. ஒரு சப்பை மூக்கு அதிகாரி குளிர் காற்றிலிருந்து புழுக்க அறைக்குள் நுழைந்தான். அவனது முகம் வட்டமாகவும் சிவந்தும் இருந்தது. பொய்மயிர் கலைந் திருந்தது. சிறிய மும்முனைத் தொப்பியைச் செவிவரை அழுத்தியிருந்தான். முழங்கால்வரை இருந்த கனமான பூட்ஸும் பச்சைக் கோட்டும் பனியால் மூடியிருந்தன. அந்தக் கோட்டின் முன் கை சிவப்பாயிருந்தது. அவன் விரைந்துவந்து நகரைக் கடத்திருக்கிறான் என்பது வெளிப்படை யாகத் தெரிந்தது.

அதிகாரியைக் கண்டவுடன் மார்ட்டின் வாயைப் பிளந்தான். இவன்தான் மார்ட்டினை இழிவுபடுத்திய அலெக்ஸிபிராவ்கின்; பிரியோபிராஷன்ஸ்கி படையின் அதிகாரி; ஜாரின் தனியன்புக்கு உரியவன்.

''பாயர்களே! வேலையை நிறுத்துங்கள். பிரான்ஸிஸ் லிபோர்ட் இறந்துகொண்டிருக்கிறார்'' என்று கதவருகே நின்ற அலியோஷ்கா வேகமாகப் பேசினான்.

பொய்மயிரை ஆட்டிவிட்டு, இழிகுடியிற் பிறந்து ஜாரைக் கால்,கை பிடிக்கும் இதரரைப் போலவே அவன் துடுக்குத் தனமாகப் பாயர்களை நோக்கிவிட்டுச் சென்றான். அப்பொழுது குதி முட்களால் பேரோசை செய்தான். தலையில் வழுக்கை விழுந்த, வயதான குமாஸ்தாக்கள் சிடுசிடுவென்று நோக்கி, ''இப்படிச் சத்தம் செய்கிறானே! இது என்ன குதிரைலாயமா?'' என்றார்கள்.

5

ஒரு வாரத்துக்கு முன்பு பிரான்ஸிஸ் லிபோர்ட் தன் மாளிகையில் டச்சுத் தூதருக்கும், பிராண்டன்பர்க் தூதருக்கும் விருந்து வைத்தான். அப்பொழுதுதான் பனி உருகத் தொடங்கியது. கூரைகள் நீர் சொட்டிக்கொண்டிருந்தன. அந்தச் சின்னக் கூடத்தில் வெப்பம் அதிகமாக இருந்தது. திறந்த அடுப்பில் எரிந்த விறகுகளுக்கு முதுகைக் காட்டிக்கொண்டு லிபோர்ட் உட்கார்ந்திருந் தான். பெரிய திட்டங்களைப் பற்றி உற்சாகமாகப் பேசிக்கொண்டிருந்தான். அவனது உள்ளக் கிளர்ச்சி மேன்மேலும் அதிகரித்தது. ஒரு கொட்டாங்கச்சியில் மதுவை ஊற்றி, ஜார் பீட்டரும் டென்மார்க் அரசரும் பிராண்டன்பர்க் எலக்டரும் நண்பர்களாக வாழவேண்டுமென வாழ்த்தி அதைப்பருகினான். சாளரத்தின் அருகே நின்ற தலைமைப்பணியாள் கைக்குட்டையால் சைகை செய்தபோதெல்லாம் வீட்டுவாயிலிலிருந்த பச்சையான துப்பாக்கி வண்டிகளின் பன்னிரண்டு துப்பாக்கிகளும் வேட்டுப் போட்டன. வெண்மையான வெடிமருந்துப் புகைப்படலங்கள் ஒள்ளிய வானத்தை மறைத்தன.

லிபோர்ட் பொன்முலாம் பூசிய நாற்காலியில் சாய்ந்துகொண்டான்; கண்களை அகலவிரித் தான்; பொய்மயிர்ச் சுருள்கள் அவனது வெளிறிய கன்னங்களில் ஒட்டிக்கொண்டன. அவன் பேசினான்:

''பாய்மரம் செய்வதற்காகக் காடுகளை யெல்லாம் வெட்டிப் பெருநதிகளிலே கொண்டு வருகிறோம். எங்கள் நாட்டு மீனைக்கொண்டு கிறிஸ்தவ உலகத்திலுள்ள ஒவ்வொரு தேசத்துக் கும் வயிறாரத் தீனிபோடமுடியும். பல்லாயிரக் கணக்கான ஏகரா நிலத்தில் நாரியற்செடிகளைப் பயிரிட முடியும். தென்னகத்தேயுள்ள ஸ்டெப்பிகளில் பத்தடி உயரத்துக்குப் புல் வளர்ந் திருக்கிறது. தார்த்தாரியர்களை விரட்டிய பிறகு அங்கு கால்நடைகளைப் பெருக்குவோம். விண்ணிலுள்ள நட்சத்திரங்களை எண்ணமுடியாதது மாதிரி ருஷியாவிலுள்ள கால்நடைகளையும் எண்ண முடியாது போய்விடும். இரும்பு தேவையென்றால் அந்த உலோகமண் காலடியில் கிடக்கிறது. யூரல் மலைப்பிரதேசத்தில் மட்டும் பூமிக்குள்ளே மலைமலையாய் இரும்பு இருக் கிறது. மேனாடுகளிலே நாம் போற்றத்தக்கதாயிருப்பது என்ன? உங்களது தொழில்கள்தாமே? நாங்கள் ஆங்கிலேயர்களையும் டச்சுக்காரர்களையும் தருவிப்போம். எங்கள் ஜனங்களுக்கும் பயற்சியளிப்போம். நீங்கள் திரும்பிப் பார்ப்பதற்குள்ளாக எங்கள் தேசத்தில் பல்வகைத் தொழில்கள் பூத்துக்குலுங்கும். நகர மக்களுக்குக் கலைகளையும் விஞ்ஞானத்தையும் கற்றுக் கொடுப்போம். இதற்குமுன் கண்டிராத அளவுக்கு வணிகனையும் தொழிலதிபனையும் உயர்த் துவோம்.''

இங்ஙனம் மிகுதியாகக் குடித்த லிபோர்ட் குடிபோதையிலிருந்த தூதர்களிடம் பேசினான், செந்தேறலும் சிறந்த பேச்சும் அவர்களை உணர்விழக்கச் செய்தன. அறையில் புழுக்கமா யிருந்தது. இரண்டு பலகணிகளையும் திறக்கும்படி லிபோர்ட் தலைமைப் பணியாளுக்கு உத்திரவிட்டான். திறந்த பின் உட்புகுந்த ஈரமான குளிர்காற்றை மனநிறைவோடு சுவாசித்தான். சூரியன் அஸ்தமிக்கும் வரையில் அவன் கோப்பை கோப்பையாகக் குடித்துத் தன் பெருந்திட்டங் களைப் போற்றிப் பேசினான். மாலையில் போலிஷ் தூதராலயத்திற்குச் சென்றான். அங்கு மறுநாட்காலைவரை குடித்து ஆடினான்.

மறுநாள் லிபோர்ட்டுக்கு வழக்கத்துக்குமீறிய சோர்வு ஏற்பட்டது. முயல்தோல் கோட்டைத் தரித்துக்கொண்டு தலையில் சில்க் கைக்குட்டையைக் கட்டிக்கொண்டான். யாரையும் உள்ளே விடக் கூடாது என்று உத்திரவிட்டபின், பீட்டருக்குக் கடிதம் எழுதினான். ஆனால் அதையும் முடிக்க இயலவில்லை. உடம்பெல்லாம் நடுங்கியது. கணப்பின் அருகே காலைக்கட்டிக் கொண்டு உட்கார்ந்திருந்தான். இத்தாலிய டாக்டர் போலிகோலோவுக்கு அழைப்பு சென்றது. அவர் சிறுநீரையும் கோழையையும் முகர்ந்து பார்த்தார்; பல்லைத் தட்டினார். மூக்கைச் சுரண்டினார். லிபோர்ட்டுக்குப் பேதி மருந்து கொடுக்கப்பட்டது. ஓரளவு இரத்தம் வெளியேற்றப் பட்டது. இவற்றால் பயன் ஏதுமில்லை. இரவில் லிபோர்ட்டுக்கு நல்ல காய்ச்சல். உணர்வையும் இழந்துவிட்டான்.

பணியாள் சிறிய மணியை அடித்துக்கொண்டு முன்செல்ல, ஸ்டிரம்ப் என்ற பாதிரி கூடத்திலிருந்த பெருங்கூட்டத்தை வழிசெய்துகொண்டு புனிதமான தைலத்தோடு சென்றார். லிபோர்ட்டின் மாளிகையில் கூச்சலும் கூப்பாடுமாயிருந்தது. மாஸ்கோ முழுவதும் அங்கு ஒன்றுதிரண்டது. கதவுகள் திறந்து மூடின. காற்று அடித்துப் பேரொலி செய்தது. மனங்கலங்கிய சோல்ஜர்கள் செய்வதறியாது அங்குமிங்கும் விரைந்தனர். அவர்களில் சிலர் குடிபோதையில் இருந்தார்கள். லிபோர்ட்டின் மனைவியான எலிசபெத் தன் கணவனது படுக்கையறை வாசலிலே பாதிரியைச் சந்தித்தாள். அவளது உலர்ந்த முகத்தில் செம்புள்ளிகள் இருந்தன. ஒட்டிய நாசி அழுது புலம்பியதால் வீங்கியிருந்தது. எதோ ஒருவகையாக அவளது மிக்க சிவப்பான கவுனைச் சுற்றி நாடாவைக் கட்டியிருந்தாள். அவளது பொய்மயிரின் அடியிலிருந்து மெல்லிய மயிர்ச் சடைகள் துருத்திக்கொண்டிருந்தன. பல பிரமுகர்கள் தொடர்ந்து வருவதைக்கண்டு அவள் பயந்து விட்டாள். அவளுக்கு ருஷியமொழியே தெரியாது. வாழ்நாளை யெல்லாம் மாளிகையின் பின்கட்டிலேயே கழித்தவள். பாதிரியின் சட்டையைப் பிடித்துக்கொண்டு அவள் ஜெர்மானிய மொழியில் குசுகுசுத்தாள்:

''நான் என்ன செய்வேன்? இத்தனைபேர் வந்திருக்கிறார்களே! பாதிரியாரே! யோசனை சொல்லுங்கள். அவர்களுக்கு ஏதாவது சிற்றுண்டி கொடுக்கவேண்டுமா? எல்லாச் சேவர்களும் புத்திசுவாதீனத்தை இழந்திருக்கிறார்கள். நான் என்ன சொன்னாலும் செவிகொடுக்க மாட்டார்கள். சேமிப்பு அறைகளின் சாவிகள் பிரான்ஸின் தலையணையடியில் இருக்கின்றன.'' அவளது வெளிறிய மஞ்சள் நிறக் கண்களிலிருந்து கண்ணீர் தாரை தாரையாகக் கொட்டியது. அரைக்கச்சில் தேடித் தடுமாறி ஓர் ஈரமான கைக்குட்டையை எடுத்தாள். அதனால் முகத்தை ஒற்றிக்கொண்டாள். ''பாதிரியாரே! கூடத்துக்குள் போவதற்கே எனக்குப் பயமாயிருக்கிறது. மனது குழம்பியிருக்கிறது. என்ன நடக்கப் போகிறதோ? சொல்லுங்கள்!''

சந்தர்ப்பத்துக்கு ஏற்ற தொனியில் ஸ்டிரம்ப் சில ஆறுதல் வார்த்தைகளைக் கூறினார்; சிரைத்து நீலம்பாய்ந்த முகத்தைக் கையால் தடவிக்கொண்டு லௌகீகச் சிந்தனைகளை விரட்டி விட்டுப் படுக்கையறையில் பிரவேசித்தார்.

லிபோர்ட் கசங்கியிருந்த அகன்ற படுக்கையில் கிடந்தான். தலையணைகளில் அவனது முதுகைச் சாய்த்திருந்தார்கள். குழிவிழுந்த கன்னங்களிலும் உயர்ந்த நெற்றியிலும் முள்முள்ளாக மயிர் முளைத்திருந்தது. அவன் விரைந்து சுவாசித்தபொழுது விஸில் அடிக்கும் ஒலி கேட்டது. விடாப்பிடியாக வாழ்வைப் பற்றிக்கொள்ள முயல்வதுபோல் அவனது மஞ்சள் நிறம்பாய்ந்த தோள்பட்டை எலும்பு உயர்ந்து தாழ்ந்தது. அவனது திறந்த வாய் காய்ச்சலால் உலர்ந்து வெடித்திருந்தது. அசைவற்றிருந்த கரிய கண்கள் மட்டுமே உயிர்ப்போடு இருந்தன.

டாக்டர் போலிகோலலோ பாதிரியாரைத் தனியாக அழைத்துச்சென்று அர்த்தபுஷ்டியோடு கண்களையும் கன்னங்களையும் சுருக்கிக்கொண்டு பேசினார்:

''தசைநார்கள்ஆத்மாவை உடலோடு இணைக்கின்றன என்பதை எங்கள் விஞ்ஞானம் அறியும். லிபோர்ட் அவர்களைப் பொறுத்தமட்டில் அடர்த்தியான சளி தசைநார்களை அடைத்து விட்டது. ஆத்மா எந்தப் போக்குகள் வழியாக உடலுக்குள் பிரயாணம் செய்கிறதோ அந்தப் போக்குகள் ஒவ்வொரு நிமிடமும் குறுகிக்கொண்டிருக்கின்றன. விரைவில் அந்தப் போக்குகளை யெல்லாம் சளி பூரணமாக அடைத்துவிடுமென்று எதிர்பார்க்கலாம்.''

செத்துக்கொண்டிருந்தவன் சிரத்தின் அருகே பாதிரியார் உட்கார்ந்தார். சற்று நேரத்துக்கு முன்தான் லிபோர்ட் மயக்கத்திலிருந்தும் வெறிப் பிதற்றலிலிருந்தும் விடுபட்டான். இப்பொழுது அவன் எதைப்பற்றியோ கவலைப்பட்டுக் கொண்டிருந்தான். தன் பெயர் குறிப்பிடப்படுவதைக் கேட்டவுடன் அவன் கஷ்டப்பட்டுக் கண்களைத் திருப்பிப் பாதிரியாரை நோக்கினான். அதன்பின் அடுப்பில் புகைந்த ஈர விறகை நோக்கினான். அங்கே திருகுசுருள் வடிவில் அமைந்த கருங்கல்மீது கடலரசனான நெப்டியூன் திரிசூலம் ஏந்தி நின்றான். அவனது முழங்கைக்குக் கீழிருந்த பொன்முலாம் பூசிய பாத்திரத்திலிருந்து பொன்னிறத்தண்ணீர் பொன்னிற அலைகளாகச் சிதறிக்கொண்டிருந்தது. நடுவிலிருந்த கரிய துவாரத்தில்தான் ஈரவிறகு புகைந்துகொண்டிருந்தது.

ஸ்டிரம்ப் லிபோர்ட்டின் கவனத்தைச் சிலுவையின்பால் ஈர்ப்பதற்கு முயன்றார். அவர் நிலைபேறுடைய வீட்டினைக் குறித்துப் பேசினார். நிலையாமைக்கு உரிய ஒவ்வொரு மனிதனும் இந்த வீடுபேற்றினை அடையமுடியும் என்று விளக்கினார். அப்போது லிபோர்ட் ஏதோ முணுமுணுத்தான்; என்னவென்று விளங்கவில்லை. ஸ்டிரம்ப் லிபோர்ட்டின் கருஞ்சிவப்பு உதடுகளண்டை முகத்தைச் சாய்த்துச் செவி கொடுத்தார். வேகமாகச் சுவாசித்த லிபோர்ட், ''சுருக்கமாக முடித்துவிடுங்கள்!'' என்று கூறியது பாதிரியின் காதில் விழுந்தது.

எனினும் பாதிரியார் தம் கடமையைச் செய்தார். இறந்துகொண்டிருந்தவனுக்குப் பாவ நிவாரணம் அளித்துப் புனிதத் தைலத்தைத் தெளித்தார். அவர் போனபிறகு லிபோர்ட் முழங்கைகளை ஊன்றிச் சற்று நிமிர்ந்தான். அவன் தலைமைப்பணியாளை விளிக்க விரும்புவதை அங்குள்ளோர் புரிந்துகொண்டனர்; அவனைத் தேடி விரைந்தனர். அந்தக் கிழவன் அடுக் களையில் அழுதுகொண்டிருந்தான். அழுகையால் முகம் வீங்கியிருந்தது. கைத்தடியையும் தீப்பறவை இறகுவைத்த தொப்பியையும் கரங்களில் வைத்துக்கொண்டு அவன் எஜமானனின் தலைமாட்டில் நின்றான். லிபோர்ட் அவனிடம் கூறினான்:

''இசைக்குழுவினரை - என் நண்பர்களை - கூப்பிடு! குடி கிண்ணங்கள்!''

இன்னிசைக் குழுவினர் அரைகுறையாக உடுத்தியவாறே கால்விரல்களால் நடந்து வந்தனர். குடி கிண்ணங்களில் ஒயின் தருவிக்கப்பட்டது. படுக்கையைச் சுற்றி நின்ற வாத்தியக்காரர்கள் வாயில் கொம்புகளைவைத்து ஊதத்தொடங்கினர். வெள்ளியிலும் பித்தளையிலும் மரத்திலும் செய்த அறுபது கொம்புகள் இருவர் ஆடலுக்கேற்ற பண்ணைச் சிறப்பாக இசைத்தன.

லிபோர்ட்டின் தோள்கள் தலையணைகளில் அமுங்கின. அவனுக்குச் சவக்களை தட்டியது. புருவங்கள் குதிரையினுடையவை போலக் குவிந்தன. ஆனால் கண்களில் மட்டும் அணைக்கமுடியாத தீ ஒளிர்ந்தது. அவனிடம் ஒரு குடி கிண்ணத்தைக் கொடுத்தார்கள். ஆனால் கரத்தை உயர்த்த அவனால் முடியவில்லை. செந்தேறல் மார்பில் சிந்தியது. இன்னிசைப் பெருக்கிடையே அவன் உணர்விழந்தான். காட்சிப்புலன் தொழில்படாது ஒய்ந்தது.

லிபோர்ட் இறந்துவிட்டான். மாஸ்கோ ஜனங்களுக்கு ஏற்பட்ட மகிழ்ச்சியில் என்னசெய்வதென்று அறியாது திகைத்தனர். இப்பொழுது அன்னியர்களின் ஆட்சி, அன்னியர் பேட்டையின் ஆதிக்கம் ஒரு முடிவுக்கு வந்துவிட்டது. சாபக்கேடாக வாய்த்த ஆலோசகனைப்

பீட்டர் இழந்துவிட்டான். அவன்தான் பீட்டருக்குக் காமத்தைத் தூண்டும் வசியமந்திர பானத்தைக் கொடுத்துப் பருகச் செய்தவன் என்பதை அவர்கள் அறிந்திருந்தார்கள். ஆனால் ஒன்றும் பேசுவதற்கு முடியாமல் இருந்தார்கள். இப்பொழுது காவற்படையினரின் துன்பதுயரத்துக்குப் பழி தீர்த்தாகிவிட்டது. அந்திக் கிறிஸ்துவின் கூடாரமான லிபோர்ட்டின் மாளிகையை இனி யாரும் சீண்டமாட்டார்கள்.

லிபோர்ட் மரரணப்படுக்கையில் கிடந்தபொழுது வாத்தியக்காரர்களை இசைக்கச்செய்தான் என்றும், கோமாளிகளை விசுக்விசுக்கென்று குதிக்கச்செய்தான் என்றும், நாட்டிக்காரர்களை நடனமாடச்செய்தான் என்றும் ஊரெல்லாம் பேசிக்கொண்டார்கள். மேலும் சவம்போல் முகத்தில் பசுமை பாய்ந்த பிறகும், லிபோர்ட் படுக்கையிலிருந்து குதித்து விசுக்விசுக்கென்று துள்ளினான் என்றும்பேசிக் கொண்டார்கள். தவிர, இருளுலகத் தேவதைகள் அவனது மாளிகையின் மேன்மாடத்தில் திடீரென்று ஊளையிட்டு விஸில் அடித்ததாகவும் சொல்லிக் கொண்டார்கள்.

லிபோர்ட்டின் பிணப்பெட்டியருகே இறுதி மரியாதை செலுத்தும் பொருட்டுப் பாயர்களும் பல்வகை அதிகாரிகளும் ஏழுநாட்களுக்கு வந்துகொண்டிருந்தார்கள். அவர்கள் தமது மகிழ்ச்சியையும் அச்சத்தையும் மறைத்தவாறு கூடத்தில் பிரவேசித்தனர். இரண்டு அடுக்குகளில் சாளரங்களை உடைய அந்தக் கூடத்தின் அருகில் உயர்வான மேடைமீது பிணப்பெட்டி இருந்தது. கன்னங்கரிய சில்க் ஆடையால் அதைப் பாதியளவு போர்த்தியிருந்தார்கள். பிணப்பெட்டியின் நான்கு புறத்திலும் நான்கு அதிகாரிகள் உருவிய வாட்களுடன் நின்றனர். மேலும் நான்கு அதிகாரிகள் மேடையைச் சுற்றி நின்றனர். லிபோர்ட்டின் விதவை சோகத்துக்குரிய ஆடையணிந்து மேடையின் கால்மாட்டில் ஒரு மடிப்பு நாற்காலியில் அமர்ந்திருந்தாள்.

பாயர்கள் மேஜைமீது ஏறி, தீட்டுப்படாமல் இருப்பதற்காக வாயையும் நாசியையும் திருப்பிக் கொண்டு, லிபோர்ட்டின் நீலக்கரத்தைத் தமது கன்னங்களால் தொட்டனர். அதன்பின் அவர்கள் விதவையின் முன் சென்று இடுப்பளவு வணங்கி விரலால் தரையைத் தொட்டுவிட்டு வெளியேறினார்கள்.

எட்டாவதுநாள் பீட்டர் வந்துசேர்ந்தான். அவன் வெகு வேகமாக வாரனேஷிலிருந்து வந்தான். அவனது தோல்கூண்டு வண்டியில் ஆறு குதிரைகளைக் கட்டியிருந்தது. அந்த வண்டி மாஸ்கோ வீதிகளைக் கனவேகமாகக் கடந்து லிபோர்ட் மாளிகையை அடைந்தது. நிறவொற்றுமை இல்லாத அந்தக் குதிரைகள் மேல்மூச்சு கீழ்மூச்சு வாங்கின. தொங்கு திரைக்குப் பின்னாலிருந்து ஒரு கரம் வெளித்தோன்றித் தோல்நாடாவைக் கொக்கியிலிருந்து எடுக்க முயன்றது.

அப்பொழுதுதான் அலெக்ஸாண்டிரா வால்காவா வெளியே வந்துகொண்டிருந்தாள். முகப்புமண்டபத்தில் வேறுயாரும் இல்லை. அந்தக் குதிரைகளைப் பார்த்தவுடன் யாரோ இழிகுடிப் பிறந்தவன் வந்திருப்பதாக அவள் அனுமானித்தாள். தன் வண்டிக்கு இடைஞ்சலாக அந்த ஸ்லெட்ஜ் நிற்பதைக் கண்டு அவள் கோபங்கொண்டாள். ''வண்டியை நகர்த்து! பாதையை மறிக்காதே!'' என்று அவள் ஜாரின் கோச்சுவோட்டியிடம் கூறினாள்.

நாடாவைக் கொக்கியிலிருந்து எடுக்கத் தடவித் தடுமாறிய கரம் பொறுமையிழந்து அதை இரண்டாக்கியது. அதன்பின் நீண்ட செவியுடைய வெல்வெட் குல்லாயும் கம்பளப் பூட்ஸும் ஆட்டுத்தோல் கோட்டும் அந்தக் கோட்டின் மேல் சாம்பல் நிறத்துணியும் அணிந்த ஒருவன் ஸ்லெட்ஜிலிருந்து கீழே குதித்தான். நிமிர்ந்து நின்ற அவனது முகத்தை நோக்குவதற்கு ஸாங்கா தன் தலையைப் பின்னால் சாய்த்தாள். ஒரு வட்டவடிவான முகம்; ஆனால் களைத்துக்

கோரமாகவிருந்தது. உப்பிய கண்கள்; கரிய சிறிய மீசை மேல்நோக்கி முறுக்கிவிடப் பட்டிருந்தது. அட, கடவுளே! ஜாரல்லவா இறங்கியிருக்கிறான்?

பீட்டர் தனது மரத்துப்போன கால்களை ஒன்றன்பின் ஒன்றாக நீட்டினான். அவனது புருவங்கள் நெரிந்தன. அந்த இளமங்கையை அவன் ஞாபகப்படுத்திக் கொண்டான். அவன் தானே வால்காவுக்காக அவளை மணப்பெண்ணாகத் தெரிந்தெடுத்தான்? பீட்டர் உணர்ச்சி யில்லாமல் சிரித்து விட்டு, ''என்ன அவப்பேறு!'' என்று கரகரத்த குரலில் கூறினான்.

கோட்டின் கைத்தொங்கல்களை விசிறிக்கொண்டே அவன் வீட்டுக்குள் சென்றான். ஸாங்கா அவனைப் பின்தொடர்ந்தாள்.

ஜாரைக்கண்ட விதவை மலைத்துப் போனாள். துள்ளியெழுந்து அவன் காலடியில் விழுவதற்குத் தயாரானாள். பீட்டர் அவளைக் கட்டியணைத்துக்கொண்டு அவளது தலைக்கு மேலாகப் பிணப்பெட்டியை நோக்கினான். சேவகர்கள் ஓடிவந்தனர்; அவனது கோட்டைக் கழற்றினர். பீட்டர் தன் நண்பனுக்கு இறுதி விடையளிப்பதற்காகக் கம்பளப்பூட்ஸ் அணிந்த வாறே பிணப்பெட்டியண்டை சென்றான். அந்தப் பெட்டியின் விளம்பில் கைவைத்துக்கொண்டு நீண்ட நேரம் நின்றான். பிறகு அவன் சாய்ந்த தன் உயிர்த்தோழனின் நெற்றியிலும் முன் கைகளிலும் முத்தமிட்டான். அவனது தோள்கள் ஏறியிறங்கின. கழுத்தின் பின்புறம் விறைப்பாய் நின்றது.

ஸாங்கா பீட்டருக்குப் பின்னால் நின்றாள். அவளது விழிகள் கண்ணீரில் மிதந்தன. விவசாயிப் பெண்ணைப் போலக் கன்னத்தில் கைவைத்துக்கொண்டு மெலிந்தகுரலில் இலேசாகப் புலம்பினாள். அவள் எதற்காகவோ யாருக்காகவோ மிகுந்த துயருற்றாள்.

பீட்டர் சின்னப் பையனைப்போல் வலுவாக மூச்சை இழுத்துக்கொண்டு மேடையிலிருந்து இறங்கி ஸாங்காவின் முன் நின்றான். அவள் துயரத்தோடு தலையசைத்தாள்.

''இனிமேல் இத்தகைய நண்பன் எனக்குக் கிடைக்கமாட்டான்'' என்று அவன் கூறினான். கையால் கண்களை மூடிக்கொண்டு சிக்கான கரிய சுருள்மயிரை அசைத்தான். ''எங்களது இன்பங்களையும் துன்பங்களையும் பகிர்ந்துகொண்டோம்; ஒருமனப்பட்டவராக வாழ்ந்தோம்'' என்றான்.

திடீரென்று கண்களின் மீதிருந்த கரத்தை நீக்கிவிட்டுச் சுற்றுமுற்றும் பார்த்தான். கண்ணீர்த்துளிகள் உலர்ந்துவிட்டன. அவன் பூனையைப்போல் நோக்கினான். பத்துப் பாயர்கள் விரைவாகச் சிலுவைக்குறியிட்டுக்கொண்டு கூடத்தில் பிரவேசித்தனர்.

அவர்கள் தமது அந்தஸ்தின் தராதரத்திற்கு ஏற்றவாறு வரிசையாக நின்று பீட்டரை நெருங்கினர்; மண்டியிட்டு உள்ளங்கைகளைத் தரையில் ஊன்றித் தளத்தின் ஓக் மரக்கட்டைகளில் நெற்றியைக் குட்டிக்கொண்டனர்.

பீட்டர் அவர்களில் யாரையும் உயர்த்தி நிறுத்தவில்லை. எவரையும் தழுவிக் கொள்ள வில்லை. ஒருவருக்கும் தலையசைக்கக்கூட இல்லை. அவன் மமதையோடு ஒதுங்கி நின்றான். அவனது சின்ன மூக்கின் துளைகள் உப்பின.

''உங்களுக்கு மகிழ்ச்சிதான். உங்கள் உவகையை நான் நன்றாகப் பார்க்கிறேன்!'' என்று கூறிய பீட்டர், வீட்டிலிருந்து வெளியேறிச் சறுக்குவண்டியில் ஏறிக்கொண்டான்.

6

அந்த ஆண்டு இலையுதிர்காலத்தில் அன்னியர் பேட்டையில் லூதர் கொள்கைவாதிகளின் திருக்கோயிலுக்கு அருகில் ஒரு செங்கல்வீடு டச்சுப்பாணியில் கட்டப்பட்டது. அதில் ஏழு ஜன்னல்கள் தெருவை நோக்கின. அதை அரண்மனை அலுவலகம் இரண்டே மாதத்தில் கட்டி முடித்தது. அன்னா தன் தாயாருடனும் வில்லியம் என்ற தம்பியுடனும் இந்த வீட்டில் குடி புகுந்தாள்.

ஜார் இங்கு பலரறிய வந்தான். அடிக்கடி இரவில் தங்கினான். அன்னியர் பேட்டையிலும், மாஸ்கோ முழுவதுமே இந்த வீடு ராணியின் அரண்மனை என்று குறிப்பிடப்பட்டது. அன்னா இந்த வீட்டைச் சிறப்பாக நிர்வகித்தாள். பல வில்லைச்சேவகர்களும் தலைமைப் பணியாளும் இருந்தனர். குதிரைலாயத்தில் பன்னிரண்டு மதிப்பிடற்கரிய போலிஷ் குதிரைகள் இருந்தன. பல சந்தர்ப்பங்களுக்குத் தேவையான பலவகை வண்டிகளும் இருந்தன.

ஒரு கோப்பை பீர் குடிப்பதற்காகச் சாராயக்கடையில் நுழைந்தமாதிரி அன்னாவின் புதிய வீட்டில் நுழைய முடியாது. அந்தக்காலத்தில் இந்த நீலவிழியாள் தூய்மையான சிறிய தூசாடையை அணிந்து கோப்பைகளை எடுத்துவந்து மேஜைகளில் வைப்பாள். யாராவது ஒரு நல்லிணக்கமான வாடிக்கைக்காரன் அவளது முதுகைத்தட்டி, "நுரையைப் பருகிவிடு! மலர்கள் உனக்கு; பீர் எனக்கு!" என்று கூறினால், அவள் காட்டு ரோஜாபோல முகம் சிவந்துவிடுவாள். அன்னியர்கள் அதை நினைவூட்டிக்கொண்டு இப்பொழுதும் சிரிப்பார்கள்.

இப்பொழுதெல்லாம் அன்னியர் பேட்டையிலிருந்த வியாபாரிகளும் தொழிலதிபர்களும் மட்டுமே அவளது வீட்டுக்குள் பிரவேசிக்க முடியும். அவர்களும் பண்டிகை நாட்களில் விருந்துண்ண வரும்படி அழைக்கப்பட்டால்தான் போகமுடியும். இப்பொழுதும் வேடிக்கையாகப் பேசினார்கள் என்பது உண்மை. ஆனால் அதில் வரையும் நெறியும் இருந்தன. ஸ்டிரம்ப் பாதிரியார் எப்பொழுதும் அன்னாவின் வலதுபுறத்தில் அமர்ந்திருந்தார். அவர் ரோமானியர் வரலாற்றிலிருந்து ஏதாவது அறிவூட்டும் கதையோ களிப்பூட்டும் கதையோ சொல்வதை விரும்பினார். குருதிச் சிவப்பான விருந்தாளிகள் பீர்க்கோப்பைகளை அசைத்துக் கொண்டு உலக நிலையாமையைப்பற்றிப் பேசிச் சொகுசாகப் பெருமூச்சுவிடுவார்கள். தன் வீட்டில் ஓர் ஒழுங்கு முறை இருக்கவேண்டுமென்பதில் அன்னா அலாதியான அக்கறை காட்டினாள்.

இந்த ஆண்டுகளில் அவளது எழில் பெருகிவிட்டது. பெருமிதத்தோடு நடந்தாள். அமைதியும் நல்லொழுக்கமும் துயரமும் நயனங்களில் வெளிப்பட்டன. அவளது கண்ணாடிக் கோச்சு தெருவில் செல்லுங்கால் ஜனங்கள் தாழ்வாகக் குனிந்து வணங்கினர் என்பது மெய். ஆயினும் ஜார் அவளுடன் படுத்துறங்குவதற்கு மட்டுமே வந்தான். அதற்கு அப்பால் என்ன? எஸ்டேட்டுகளின் அலுவலகம் அவளுக்குச் சில கிராமங்களை வழங்கியிருந்தது. நடனமாடும் போது எவருக்கும் குறையாத அளவுக்கு நகையணிந்துகொள்ள முடிந்தது. அவளது மார்பில் சிறு தட்டு அளவுக்குப் பெரிதாகப் பீட்டரின் உருவமொன்றைத் தொங்கவிட்டுக் கொண்டிருந்தாள். அதில் நிறைய வயிரங்கள் பதிக்கப்பட்டிருந்தன. அவளுக்கு ஒரு குறையும் இல்லை. அவளது விருப்பங்கள் ஒன்றுவிடாமல் பூர்த்தியாயின. ஆனால் அத்துடன் விஷயம் முடிந்தது.

காலம் ஓடியது. பீட்டர் மேன்மேலும் அதிகமான நாட்களை வாரனேஷில் கழித்தான்; அல்லது தென்கோடிக் கடலிலிருந்து வடகோடிக் கடலுக்குப் பயணஞ் சென்றான். அன்னா அவனுக்குக் கடிதங்கள் எழுதியனுப்பினாள். ஒவ்வொரு தடவையும் ரீகாவிலிருந்து தருவிக்கப் பட்ட எலுமிச்சம் பழங்களையும், ஆரஞ்சுப் பழங்களையும் டஜன் கணக்கில் அனுப்பினாள். மேலும், குடலில் செய்த குழாய்களில் இறைச்சியும் உறைப்புமிட்டு ஏலக்காய் சேர்த்துத் தின்பண்டம் அனுப்பினாள். மூலிகைகளைக் கரைத்த வாட்காவையும் அனுப்பினாள். ஆனால் கடிதங்களும் பண்டங்களும் எவ்வளவு காலத்திற்கு அவளது காதலனைப் பிடித்துவைத்திருக்க முடியும்? வேறொரு பெண் அவனோடு ஒட்டிக்கொண்டு புழு குடைவதுபோல் குடைந்து அவனது இதயத்துக்குள் புகுந்துவிட்டால் என்ன செய்வது? அவள் இரவெல்லாம் உறங்காது இறகுப் படுக்கையில் உருண்டு புரண்டாள். பிடி கிடைக்கவில்லையென்று பதறினாள். எதுவும் உறுதியில்லாமல் இருக்கிறது என்று அஞ்சினாள். ஆபத்து சூழ்ந்திருப்பதாகக் கருதினாள். அவள் எப்போது தடுக்கிவிழுவாள் என்று சத்துருக்கள் உற்றுநோக்கிக்காத்திருந்தனர்.

அவளது அன்யோன்ய நண்பன் லிபோர்ட் கூட அவளுடைய வருத்தத்தை அறியவில்லை; பீட்டர் இத்தகைய முறையில்லாத வாழ்வை எத்துணைக்காலம் நடத்தப்போகிறான் என்று சுற்றி வளைத்துக் கேட்டபொழுது,, அவன் தெளிவில்லாத புன்னகை செய்து அவளது கன்னத்தை மென்மையாகக் கிள்ளினான். ''வாக்களிக்கப்பட்டிருக்கிற விஷயத்துக்கு மூன்று வருடங்கள் காத்திருக்கக் கூடாதா?'' என்று கூறினான். யாரும் அவளைப் புரிந்துகொள்ளவில்லை. அவள் அரசிருக்கைக்காகத் தவம் இருக்கவில்லை. மனத்துக்குக் கவலையளித்து அபாயத்தினுடைய வாழச் செய்யும் அதிகாரத்தை அவள் விரும்பவில்லை. அவள் விரும்பியது வேறு; நிலையான, முறையான, கண்ணியமான வாழ்க்கை.

ஒரேயொரு வழிதான் எஞ்சியிருந்தது. அதுதான் வசிய மந்திரம். வசிய மந்திரத்தின் மூலம் ஒரு பிடிப்பை ஏற்படுத்திக் கொள்ளவேண்டும். தாயாரின் யோசனைக்கு இணங்க அன்னா ஒரு காரியம் செய்தாள்; இரவில் பீட்டர் ஆழ்ந்து உறங்கியபோது அவள் தன் இரத்தத்தில் தோய்த்த சிறுதுணியை அவனது அரைச்சட்டையின் விளிம்பில் வைத்துத் தைத்தாள். ஆனால் அவன் அந்த அரைச்சட்டையைப் பிரியோபிராஷன்ஸ்கியில் விட்டுவிட்டு வாரனேஷுக்குப் போய்விட்டான். அதன் பிறகு அவன் அதை அணியவே இல்லை. அன்னாவின் தாய் வீட்டின் பின்கட்டுக்குக் குறிகாரர்களை இட்டுவந்தாள். ஆனால் யாரைப்பற்றிய விஷயம் என்பதை எடுத்துச் சொல்லு வதற்குத் தாயும் மகளும் அஞ்சினர். மாயமந்திரத்தில் ஈடுபடுவோரை ரோமோடானோவ்ஸ்கி சித்திரவதைக் கருவியில் வாட்டிவதைத்தான்.

போதுமான வருமானம் உடைய சாதாரண மனிதன் ஒருவன் தன்மீது காதல்கொண்டால், நிம்மதியான வாழ்வுக்காக அனைத்தையும் கைவிடலாம் என்று அன்னாவுக்குத் தோன்றியது. சின்னஞ்சிறிய சுத்தமான வீடு; தலைமைப் பணியாள்கூடத் தேவையில்லை; மெழுகுபூசிய தளத்தில் சூரிய வெளிச்சம்; ஜன்னலருகே மல்லிகைவகை மலரின் மணம்; அடுக்களையில் காப்பிக்கொட்டை வறுக்கும் நன்மணம்; அமைதி தவழச் செய்யும் கோயில் மணியோசை; - இந்த வசதிகள் கிடைத்தால் போதுமானது. அவள் சாளரத்தில் அமர்ந்து தையல் வேலை செய்யும்போது வீதியில் போகும் கண்ணியமான ஜனங்கள் அவளுக்கு நன்மதிப்போடு முகமன் கூறினால் போதுமானது. லிபோர்ட் இறந்த பின்பு கரியமேகமொன்று தன் தலைக்கு நேரே தொங்குவதாக அன்னாவுக்குத் தோன்றியது. பீட்டர் வருகைதருவதற்கு முந்திய அந்த ஏழு நாட்களில் அவள் அழுது அழுது நோவுற்றதால் அவளது தாயார் டாக்டர் போலிகோலோவுக்குச் சொல்லியனுப்பினாள். அவர் ஓர் 'எனிமா' கொடுக்க வேண்டும் என்றார். துயரமிகுதியால் அவளது இரத்தம் கெட்டிருப்பதால் பேதி மருந்து கொடுக்க வேண்டுமென்றும் சொன்னார்.

அன்னா, பீட்டரின் வருகையை அச்சத்தோடு எதிர்நோக்கினாள். அவளுக்கோ அந்தப் பயத்தின் காரணம் புலப்படவில்லை. காவற் படையினரைப் பெரிய அளவுக்குச் சிரச்சேதம் செய்த நாளில், பல்வலியால் வீங்கிய முகத்துடன் அவன் லிபோர்ட் வீட்டுக்கு வந்திருந்ததை அவள் ஞாபகமூட்டிக் கொண்டாள். அந்தச் சாம்பல்நிற முகத்தில் கண்கள் உப்பி ஆத்திரத்தையே வெளியிட்டுக் கொண்டிருந்தன. சில்லிட்டுப் போனதால் சிவந்த அவன் கரங்கள் காலித் தட்டின் அருகே வாளாவிருந்தன. அவன் ஏதும் சாப்பிடவில்லை. பற்கள் கடகடவென்று அடித்துக் கொண்ட போதிலும் அவர்கள் வேடிக்கையாகப் பேசினார்கள். ஆனால் அவன் அவற்றிற்கும் காதுகொடுக்கவில்லை. யாரையும் பாராது புதிராகப் பேசினான்:

''நான்கு படைப் பிரிவுகளல்ல; ஏராளமான பேர்! தலை துணிக்கும் பட்டடையில் அவர்கள் சிரத்தை வைத்தபோது இரண்டு விரல்களால் குறியிட்டார்கள். இல்லாக் கொடுமைக்குரிய பழைய வாழ்வுக்காகத்தான் அவ்வாறு குறியிட்டார்கள். அம்மணமாகத் திரியவேண்டும்; அசடர்களாக நடக்கவேண்டும்; அதுதான் அவர்களது குறி. இந்த நகரமக்களை என்னென்று சொல்ல? நாம் நமது போராட்டத்தை அஸோவில் அல்ல, மாஸ்கோவில் ஆரம்பித்திருக்க வேண்டும்!''

அப்போது பீட்டர் இருந்த நிலையை இன்று நினைவூட்டிக் கொண்டபொழுதும் அன்னாவுக்கு நடுக்கம் ஏற்பட்டது. அவன் அவளை அமைதியான சாளரத்தின் அருகிலிருந்து வாட்டிவதைக்கும் பயத்துக்குரிய வாழ்வினுள் கொடுமனத்தோடு உந்தித் தள்ளுவதாக எண்ணினாள்! அவன் ஏன் இப்படிச் செய்கிறான்? ஒரு வேளை ருஷியர்கள் கிசுகிசுப்பது மாதிரி அவன் உண்மையிலேயே அந்திக் கிறிஸ்துதானா? மெழுகுவத்திகளின் சொகுசான ஒளியருகே படுக்கையில் கிடந்த அவள், கைகளைப் பிசைந்து ஏக்கத்துடன் அலறினாள்:

''அம்மா! அம்மா! நான் என்ன செய்வேன்? நான் அவனை நேசிக்கவில்லை. அவனோ பொறுமையிழந்தவனாய் என்னிடம் வருவான். அதை நினைத்தாலே சவம்போல் சில்லிட்டு விடுகிறேன். அப்பாவி பிரான்ஸிஸ் மாதிரி நானும் என் பிணப்பெட்டியில் கிடந்தால் உத்தமமாயிருக்கும்.''

திடீரென்று ஒருநாள் காலை அவள் ஆடை அலங்காரத்தை முடிப்பதற்கு முன்னாலேயே, தூக்கக் கலக்கத்துடன் பலகணியைப் பார்த்தபொழுது, வேலிக்கப்பால் சாலையின் வண்டித்தடத்தில் ஜாரின் ஸ்லெட்ஜ் வந்துநிற்பதைக் கண்டாள். இப்பொழுது அவள் ஒன்றும் ஆடை உடுத்திக்கொள்வதில் அக்கறைகாட்டிச் சந்தடி செய்யவில்லை. படுக்கைக்குரிய குல்லாயும் கம்பளச் சால்வையும் அணிந்த நிலையிலேயே அவன் அவளைப் பார்க்கட்டுமே! தோட்டத்தின் வழியே வந்த பீட்டர் அவளைப் பலகணி வழியே நோக்கிப் புன்னகை செய்யாது தலையசைத்தான்; நடைபாதையில் கிடந்த கம்பளத்தில் பாதங்களைத் துடைத்துக்கொண்டான். அவன் நிதானமாகவும் அமைதியாவும் இருந்தான்.

''காலை வணக்கம், அன்னா! நாம் அனாதையாகிவிட்டோம்'' என்று மிருதுவாகக் கூறிய பீட்டர், அவளது நெற்றியில் முத்தமிட்டான். அவன் சுவரருகே அமர்ந்தான். மேலே இருந்த கடிகாரத்தில் பித்தளை ஊசல்குண்டு மெதுவாக ஆடியது. சாவு இத்துணைப் பொறுப் பில்லாமலும் நியாயமில்லாமலும் நடந்துகொண்டதை எண்ணி வியப்புற்றான்போல அவன் தணிந்த குரலில் பேசினான்: ''பிரான்ஸிஸ்... அவனொன்றும் பெரிய கடற்படைத் தலைவனல்ல. ஆனாலும் ஒரு கடற்படை முழுமைக்கும் அவன் நிகராவான். அன்னா! இது ஓர் உற்பாதம்! நீ சிறுமியாக இருந்தபொழுது உன் வீட்டுக்கு அவன் என்னை முதலில் அழைத்துவந்தானே, ஞாபகமிருக்கிறதா? உன் இசைப்பெட்டியை நான் உடைத்துவிடுவேனோ என்று பயந்தாயே!

சாவு பெரும்பிழை செய்து விட்டது. இனி பிரான்ஸிஸ் இல்லை. இதை என்னால் நம்பமுடிய வில்லை...''

அன்னா அவன் கூறியதை உற்றுக்கேட்டாள். மெல்லிறகுச் சால்வையைக் கண்கள்வரை இழுத்துக்கொண்டாள். அவள் இந்தப் பேச்சை எதிர்பார்க்கவில்லை. என்ன சொல்வதென்று அவுளுக்குத் தெரியவில்லை. சால்வையின் அடியில் கண்ணீர் தாரை தாரையாக ஓடியது. கதவுக்கு வெளியே தட்டுகள் உராயும் ஒலி கேட்டது. கண்களில் நீர் தளும்ப விம்மிய அவள், இப்பொழுது பிரான்ஸிஸ் ஆண்டவனுடன் மகிழ்வாகச் சேர்ந்திருப்பாரென்று கிசுகிசுத்தாள். பீட்டர் வினோதமான முறையில் அவளை நோக்கினான்.

''பீட்டர்! உங்களது பிரயாணத்துக்குப் பிறகு நீங்கள் ஒன்றும் சாப்பிடவிலை. சற்றுத் தங்கியிருந்து ஏதாவது சாப்பிடுங்கள். எப்பொழுதும்போல் இன்றும் குடற்குழாயில் இறைச்சி யிட்டு வறுத்திருக்கிறோம். உங்களுக்கு அது ரொம்பப் பிடித்தமானதாயிற்றே''என்றாள் அன்னா.

ஆனால் அந்தத் தின்பண்டம்கூட அவனை வசீகரிக்கவில்லை என்பதைக்கண்டு அவள் மனங்கசிந்தாள். அவன் அருகே அமர்ந்து ஆட்டுத்தோல் மணம் வீசிய கரத்தைக் கையில் எடுத்து முத்தமிட்டாள். அவனது இன்னொரு கை அவளது குல்லாய்க்கு அடியிலிருந்த கூந்தலை வருடியது.

அவன் கூறினான் ''இன்று இரவு இங்கு வந்து ஒருமணிநேரம் தங்குவேன். இப்பொழுது இது போதும். போதும், போதும்; கையெல்லாம் கண்ணீரில் நனைத்துவிட்டாய். உள்ளேபோய் ஒரு குடற்குழாய் இறைச்சியும் ஒரு கோப்பை வாட்காவும் கொண்டுவா....போ...போ... இன்று எனக்குநிறைய வேலையிருக்கிறது.''

7

லிபோர்ட்டின் சவ அடக்கம் ஆடம்பரமாகவும் விமரிசையாகவும் நடந்தேறியது. மூன்று படைப்பிரிவுகள் பதாகைகளையும் துப்பாக்கிகளையும் தாழ்த்திவைத்துக்கொண்டு, ஊர்வலத்தில் நடந்தன. ஒன்றன்பின் ஒன்றாகக் கட்டிய பதினாறு குதிரைகள் பாடைவண்டியை இழுத்தன. அதன் பின்னால், கப்பற்படைத் தலைவனாயிருந்த லிபோர்ட்டின் தொப்பியையும் வாளையும் குதிமுட்களையும் திண்டுமீது வைத்துத் தூக்கிக்கொண்டு போனார்கள். கரிய உடற்கவசமும் கரிய இறகுகளும் அணிந்த ஒரு புரவி வீரன், தீப்பந்தத்தைத் தலைகீழாகத் தூக்கிச்சென்றான். வெளிநாடுகளது ஸ்தானீகர்களும் தூதர்களும், சோகத்தைப் புலப்படுத்தும் கறுப்பாடை அணிந்து நடந்தார்கள். அவர்களுக்குப் பின்னால், பாயர்கள், அவையத்தார், அவையத்துப் பிரபுக்கள், மாஸ்கோ பிரபுக்கள் ஆகியோர் கிட்டத்தட்ட ஆயிரம்பேர் நடந்தனர். பட்டாளத்துக் கொம்புகள் ஊதின; ரணபேரிகைகள் மெல்லோசை செய்தன. முன்னணியில் சென்ற பிரியோபிராஷன்ஸ்கி படையுடன் பீட்டர் நடந்தான்.

அண்மையில் ஜார் இல்லை என்பதைக் கண்ட சில பாயர்கள், வேகமாக நடந்து பையப்பைய அன்னியத் தூதர்களைக் கடந்துசெல்வதற்கு முற்பட்டனர்; ஊர்வலத்தின் தலைமை இடத்துக்குச் செல்வது அவர்களது நோக்கம். விதேசித் தூதர்கள் தோள்களைக் குலுக்கிக்கொண்டு தமக்குள்ளே குசுகுசுத்தனர். கல்லறையை அடைவதற்குள், அன்னியர்கள் பின்னுக்குத் தள்ளப்பட்டுவிட்டனர். மகாப்பிரபுக்களான ரோமன் பைனோஸாவும், ஸ்டீபன் பிலோஸெல்ஸ்கி என்ற வடிகட்டிய

மடையனும், பாடையைப் பிடித்துக்கொண்டு அதன் சக்கரங்களை ஓட்டினாற்போல் போனார்கள். பல ருஷியர்கள் குடிவெறியால் புத்தி கலங்கியிருந்தனர். அவர்கள் பொழுது விடிந்த நேரத்திலேயே சவ அடக்க நிகழ்ச்சிக்காகக் கூடினார்கள்; எனவே, அதற்குரிய சமயச் சடங்கு முடிந்தவுடன் மிகுந்த பசியால் வாட்டமுற்ற அவர்கள், உணவு மேஜைகளின் அருகில் கூடி ஆறியிருந்த உணவுவகைகளைப் புசித்திருந்தனர்; மிகுதியாக மதுவைக் குடித்திருந்தனர்.

கல்லறைக் குழியிலிருந்து வெட்டிக்குவித்த மண்மீது பனி பெய்திருந்தது. அந்த மண்மீது பிணப்பெட்டி வைக்கப்பட்டது. அப்பொழுது பீட்டர் அங்கு விரைந்து வந்தான். திடீரென்று அமைதி தவழச்செய்த பாயர்களது சிரைத்த முகங்களைக்கண்டான். அப்பொழுது அவனது பார்வை அச்சுறுத்துவதாயிருந்தது. பாயர்கள் ஒருவர் பின் ஒருவராகப் பதுங்குவதற்கு முயன்றனர். பீட்டர் தலையை அசைத்து நாரிஷ்கின்னைக் கூப்பிட்டான்.

''அவர்கள் ஏன் அன்னியத் தூதருக்கு முன்னால் வந்துநிற்கின்றனர்? அம்மாதிரி செய்வதற்கு உத்திரவிட்டது யார்?'' என்று அவன் வினவினான்.

''நான் கடுமையாகக் கடிந்துகொண்டேன். அவர்கள் என் வார்த்தைக்குச் செவிகொடுக்க மறுக்கிறார்கள்'' என்று லியோ நாரிஷ்கின் தணிந்த குரலில் விடை பகர்ந்தான்.

''நாய்கள்!'' என்றான் பீட்டர். இன்னும் உரத்த குரலில், ''அவர்கள் நாய்கள்; மனிதர் களல்ல!'' என்றான். அவனது கழுத்து சட்டென்று இழுத்துக்கொண்டது; தலை இப்பக்கமும் அப்பக்கமும் திரும்பியது; நீண்ட பூட்ஸ் அணிந்து இரும்புப்பட்டை இட்ட கால், வலிப்புக் கண்டதைப் போல் உதைத்துக்கொண்டது. பாயர் கூட்டம் கலைந்தது. அன்னிய ஸ்தானீகர்களும் தூதர்களும் கூட்டத்திடையே வழிசெய்து கொண்டு வந்து பிணக்குழியின் அருகே நின்றனர். மெல்லிய துணிக்கோட்டை அணிந்த பீட்டர் குளிரில் விறைத்துப் போயிருந்தான். பிணப்பெட்டி திறந்திருந்தது. அவன் அடுத்து என்ன செய்வானோவென்று அஞ்சி, அனைவரும் திகைப்புற்று நின்றனர். பீட்டர் வாளை மண்ணில் குத்திவிட்டு மண்டியிட்டான். துணிகரச் செயல்களைச் சாதிப்பதில் தீரனாகவும் விவேகம் மிகுந்த நண்பனாகவும் விசுவாசமுள்ள தோழனாகவும் மிகுதியாகக் குடிப்பவனாகவும் தீய ஒழுக்கங்களில் திளைத்தவனாகவுமிகுந்த அந்த லிபோர்ட்டின் மீதமிச்சங்களை அவன் தன் மனத்தில் ஒற்றிக்கொண்டான். அதன்பின் கண்களைத் துடைத்துக்கொண்டு கனன்று எழுந்தான்:

''பெட்டியை மூடு! சவக்குழியில் இறக்கு!'' என்றான்.

பேரிகைகள் முழங்கின; பதாகைகள் தாழ்ந்தன; துப்பாக்கிகள் இடியென முழங்கி, வெண்புகைப்படலங்களைக் கக்கின. வாய் பிளந்து நின்ற ஒரு துப்பாக்கிச்சிப்பாய், நேரத்தில் ஒதுங்காத காரணத்தால், துப்பாக்கிக் குண்டு அவனது சிரத்தைத் தட்டிவிட்டது. அன்று மாஸ்கோ மக்கள் ஒருவரோடொருவர் பேசிக்கொண்டனர்:

''ஒரு பேய் மண்ணில் புதைந்துவிட்டது. ஆயினும், இன்னொன்று எஞ்சியிருக்கிறது. இன்னும் எத்தனைபேர் பலியாக வேண்டுமோ!''

8

கண்ணியமான வியாபாரிகளும் தொழிலதிபர்களும் வாயிலுக்கு வெளியே சறுக்கு வண்டிகளை விடுத்துவிட்டு உள்ளே பிரவேசித்தனர். குல்லாயை நீக்கிவிட்டு முன்றிலின் மத்தியிலிருந்த படிக்கட்டில் ஏறினார்கள். கூரை வேய்ந்த அந்த நீண்ட படிக்கட்டு பிரியோபிராஷன்ஸ்கி மாளிகைக்குச் செல்லும் வழியாகும். செல்வம் படைத்த வியாபாரிகளிலிருந்து சர்க்கார் ஏஜெண்டாக நியமிக்கப்பட்டிருப்பவர்களும் வியாபாரக் கம்பெனியைச் சேர்ந்தவர்களும் மூன்று குதிரைபூட்டிய கூண்டு வண்டிகளில் வந்தனர். நரித்தோல் கொடுத்துத் தைத்த ஹாம்பர்க் கோட்டு அணிந்த அவர்கள் தைரியமாகத் தலைநிமிர்ந்து நடந்தனர். இடிந்திருந்த கூடத்தில் போதுமான வெப்பமில்லை. வியாபாரிகள் கூரையின் வெடிப்புகளை நோக்கினார்கள்; பெஞ்சிகளிலும் கதவுகளிலும் இருந்த சிவப்புத் துணி அந்துப்பூச்சியால் அரிக்கப்பட்டிருப்பதைப் பார்த்தார்கள். ''என்ன கேவலம்! பாயர்களின் நிர்வாக லட்சணம் இதுதான்! இரங்கத்தக்க நிலைமை!'' என்று அவர்கள் கூறிக்கொண்டனர்.

ஜார்மன்னன் நேராக அனுப்பிய அவசர அழைப்பே இந்தக் கூட்டத்திற்குக் காரணம். சில வியாபாரிகள் வரவில்லை; ஏனென்றால் ஜார் விட்டுப் பாண்டங்களில்* புசிக்கவேண்டியிருக்குமென்றும் புகையிலையைப் புகைக்க வேண்டியிருக்குமென்றும் அவர்கள் அஞ்சினர். ஜார் தம்மை எதற்காகக் கூட்டியுள்ளான் என்பதை அவர்கள் அனுமானித்தனர். சிலநாட்களுக்கு முன்னால் அரசவைக் குமாஸ்தா செஞ்சதுக்கத்தில் தூக்குமேடையருகே நின்று பேரிகை முழக்கத்திடையே ஜாரின் உத்திரவைப் படித்தான்: ''கவர்னர்களும் அரண்மனை அலுவலகத்தாரும் இதர அதிகாரிகளும் காலங்கடத்திக் காரியம் செய்வதால் சர்க்காரின் வியாபார ஏஜெண்டுகளுக்கும் வியாபாரச் சங்கங்களுக்கும் சகல வியாபாரிகளுக்கும் தொழிலதிபர்களுக்கும் நகர மக்களுக்கும் பேரிழப்பும் நாசமும் விளைவதாக ஜாருக்குத் தெரியவந்திருகிறது. எனவே, ஜார் அருள்கூர்ந்து கீழ்க்கண்ட உத்திரவைப் பிறப்பிக்கிறார்: உரிமைகள், தகராறுகள், மனுக்கள், வர்த்தக விவகாரங்கள் ஆகியன பற்றிய சகல விஷயங்களையும் அரசாங்க வரிகளை வசூலிப்பதையும் நிர்வாகிகளே கவனிக்கவேண்டும்; தம்மிடையே தகுதியும் நேர்மையும் மிகுந்தவர்களை அவர்கள் ஆண்டுக்கொருமுறை நிர்வாகிகளாகத் தேர்ந்தெடுக்க வேண்டும். அந்த நிர்வாகிகள் தம்மிடையே மாதத்திற்கு ஒரு தலைவனைத் தேர்ந்தெடுத்துக் கொள்வார்கள்.'' இதேமாதிரி நகரங்களிலும் புறப்பேட்டைகளிலும் பெரிய கிராமங்களிலும் தகுதியும் நேர்மையும் மிகுந்தவர்களை ஸ்தல நிர்வாகிகளாகத் தேர்ந்தெடுக்க வேண்டுமென்று உத்திரவிடப்பட்டது. அந்த ஸ்தல நிர்வாகிகள் வழக்குகளை நடத்துவார்கள்; மனுக்களை விசாரிப்பார்கள்; வரிகளை வசூலிப்பார்கள். சுங்கவரிகளை வசூலிப்பதற்குச் சுங்கவரி நிர்வாகிகளையும், மதுவரி வசூலிப்பதற்குச் சாராயக்கடை நிர்வாகிகளையும் தேர்ந்தெடுக்க வேண்டும். நிர்வாகிகள் ஒரு குழுவாகக்கூடி வியாபாரம், வரி ஆகியவைபற்றிய பிரச்னைகளைக் கவனிப்பார்கள். அரண்மனை அலுவலகங்களிடம் போகாமல் தகராறுகளை நேரில் ஜாரிடம் கொண்டுசெல்வதற்கும் அவர்களுக்கு உரிமையுண்டு.

★ ஜார் வீட்டுப் பாண்டங்கள் தீட்டுப் பட்டவை என்பது பழைமை வாதிகளின் கருத்து.

கிரெம்லினில் ஞானஸ்தானம் செய்வித்த ஜான் புனிதர்★ பெயரால் உள்ள ஆலயத்தின் அருகில் பழைய ஜார் மாளிகையின் ஒரு பகுதியில் நிர்வாகிகளின் நிலையம் அமைந்தது. அவர்கள் தமது நிதிகளை அங்குள்ள நிலவறைகளில் வைத்துக்கொள்வதற்கும் உரிமை பெற்றனர்.

இத்தகைய உயர்ந்த நோக்கத்துக்காகப் பணம் செலவிடுவதில் மாஸ்கோ வியாபாரிகள் சிக்கனம் செய்யவில்லை. கொஞ்சகாலத்திற்கு முன்தான் அவர்கள் தலையணியை நீக்கிவிட்டுப் பயத்தோடு கிரெம்லினுக்குள் நடந்தார்கள். ஆனால் இப்போதோ, கிரெம்லினிலேயே உட்கார் வதற்கு அலுவலகம் கிடைத்துவிட்டது. தமது கட்டிடத்திற்குப் புதிய கூரை வேய்ந்தார்கள். அது வெள்ளியால் வேய்ந்ததுபோல் இருந்தது. வீட்டில் உள்ளும் புறமும் வண்ணம் பூசினார்கள். சாளரங்களை மைக்காவில் அல்ல, கண்ணாடியில் அமைத்தார்கள். நிலவறைகளுக்குத் தமது ஆட்களையே காவலர்களாக நியமித்தார்கள்.

கவர்னர்களது கொள்ளையிலிருந்தும் வரியதிகாரிகளின் அநீதங்களிலிருந்தும் விடுபட்ட தற்கு விலையாக அவர்கள் இரட்டிப்பு வரி கட்டவேண்டியிருந்தது. கஜானாவுக்கு ஆதாயம் என்பது தெளிவு. அனால் வணிகர்களுக்கு ஆதாயம் உண்டா என்பதுதான் பிரச்னை. அந்த விஷயத்தில் அவர்களுக்குச் சந்தேகந்தான்.

கவர்னர்களும் அதிகாரிகளும் குட்டிதேவதைகளும் படுத்தியபாடு கொஞ்ச நஞ்சமல்ல என்பது உண்மை. அவர்கள் பேராசையில் ஓநாய்களாக இருந்தார்கள். உஷாராய் இல்லாவிட்டால் கழுத்தை அறுப்பார்கள். மாஸ்கோவில் அவர்கள் வியாபாரிகளை முறைமன்றங்களுக்கு இழுத்தடித்து, இருந்த காசு பணத்தையெல்லாம் கறந்தார்கள். டவுன்களிலும் கிராமங்களிலும் வலுக்கட்டாயமாக வசூல் செய்வதற்காகக் கவர்னர்வீட்டு முற்றத்தில் காவலில் வைத்தார்கள் இவைகளெல்லாம் உண்மைதான்.

ஆனால் பல சூழ்ச்சிக்காரர்கள் கவனமாகச் செயல்பட்டனர். எனவே, அவர்களுக்கு இந்தக் கெடுதிகள் விளையவில்லை. கவர்னருக்குப் பணம் கொடுத்தனர். குமாஸ்தாவுக்கு ஜீனி, துணி அல்லது மீன் அனுப்பினர். வீட்டுக்குவந்து கிடைத்த உணவைப் புசிக்கும்படி பதிவாளர்களை அழைத்தனர். சில பணக்காரர்களிடம் எவ்வளவு பணம் இருந்தது, எவ்வளவு சரக்குகள் இருந்தன என்பனவற்றை யெல்லாம் கவர்னராலோ அரண்மனை அலுவலக அதிகாரியாலோ கண்டுபிடிக்க முடிந்ததில்லை, ஏன், பேய்பிசாசால்கூடக் கண்டுபிடிக்க முடிந்திருக்காது! வியாபாரிகளின் கம்பெனிக்குத் தலைவனாயிருந்த ஷோரின், அலெக்ஸி சிவிஸ்னிகாவ் முதலிய பெரிய மனிதர்களைப் பொறுத்தமட்டில் அனைத்தும் நேர்மையாக நிகழ்ந்தன என்பது மெய்தான். சமயமுதல்வர்கூட அவர்களது வீடுகளுக்கு விஜயம் செய்தார். அவர்கள் முன்செலுத்திய வரியைப் போல மூன்று மடங்கு நிர்வாகிகளின் அவைக்குக் கொடுப்பதற்கும் தயாராய் இருந்தனர். ஏனெனில் அதன்மூலம் நன்மதிப்பும் அதிகாரமும் பெற்றுப் பொலிந்தனர்; ஓர் ஒழுங்கு முறையையும் ஸ்தாபித்தனர். ஆனால் வாஸிலி ரீவ்யாகின் போன்றவர்களைப்பற்றி என்னென்று சொல்வது? இரும்பு வியாபாரிகளின் கடைவரிசையிலே அவனக்குக் கடையிருந்தது. ஆனால் அதில் பத்துக் கோபக் காசுக்குக்கூடச் சாமான் இருந்ததில்லை. அவன் அங்கு கந்தலால் கண்ணைத் துடைத்துக்கொண்டு உட்கார்ந்திருந்தான். ஆனால் அவனிடம் மூவாயிரம் பண்ணையடிமைகள் இருந்ததாக விஷயமறிந்தவர்கள் சொன்னார்கள். விவசாயிகள்மீதும் நகரஜனங்கள் மீதும் அவனுக்கு ஒரு பிடிப்பு இருந்தது என்பது மட்டுமல்ல, அவனிடம் தலைக்குமேற் கடன்பட்டிராத வியாபாரியே இல்லை யெனலாம். ரீவ்யாகின்னுக்குக் கடையோ கிட்டங்கியோ இல்லாத டவுன் அல்லது பெரிய கிராமம் ஒன்றுமில்லை. ஆனால் அவையெல்லாம் அவனது உறவினர்

★ யேசுநாதரின் முன்னோடி. செய்த பாவங்களை எண்ணி வருந்தியவர்க்கு ஆற்றுநீரில் ஞானஸ்நானம் செய்வித்தார். மொ-ர்.

பெயரிலோ குமாஸ்தாக்களின் பெயரிலோ பதிவாகியிருந்தன. அவனைப் பிடிக்கமுடியவில்லை. கை பட்டால் நழுவிவிடுவான். விலாங்கு மீன்தான். அவனுக்கு நிர்வாகிகளின் அவையால் ஆதாயமில்லை. நாசம்தான் உண்டாகும். ஏனெனில், தன்னினத்தவரிடமிருந்தே தன் களவுகளை மறைப்பது இயலாத காரியம் அல்லவா?

அவர்கள் ஜாரின் வருகைக்காகக் காத்திருந்தபோது வயதானவர்கள் பெஞ்சியில் அமர்ந் திருந்தனர். மற்ற வியாபாரிகள் நின்றுகொண்டிருந்தார்கள். அவர்கள் நம்பிக்கைக்கெல்லாம் நடுநாயகமாக விளங்கிய ஜாருக்குப்பணம் தேவையென்பதையும், அவன் அவர்களுடன் மனம்விட்டுப் பேச விரும்பினான் என்பதையும் அவர்கள் புரிந்துகொண்டனர். ரொம்ப நாட்களுக்கு முன்பே அவன் இத்தகைய அந்தரங்க சம்பாஷணையை நடத்தியிருக்க வேண்டும். முதன்முதலாக அரண்மனைக்கு வந்தவர்கள் அரியணை மேடையருகே இரந்த கதவில் சிங்கங்களும் பறவைகளும் வரையப்பட்டிருந்ததைக்கண்டு பயந்தனர். அரியணை மேடையின் மீது அரசுக்கட்டில் இல்லை. மேற்கட்டில் மட்டுந்தான் இருந்தது.

எதிர்பாராத விதமாகப் பீட்டர் ஒரு பக்கவாட்டக் கதவுவழியாக நுழைந்தான். அவன் டச்சு ஆடையணிந்திருந்தான். முகம் சிவந்திருந்தது. குடித்துவிட்டு வந்திருக்கவேண்டும். 'நன்னாள் வருக! நன்னாள் வருக!' என்று அவன் இனியகுரலில் திரும்பத்திரும்பக் கூறிக்கொண்டே சிலருடன் கைகுலுக்கினான்; சிலரை முதுகில் தட்டினான்; சிலரைத் தலையில் தட்டினான். அவனோடு பலர் உள்ளே நுழைந்தனர். அவர்களில் ஷோரினும், அலெக்ஸி சிவிஸ்னிகாவும் ஹங்கேரியக் கோட்டு அணிந்திருந்தனர். அண்ணன் தம்பிகளான ஓசிப் பாசினின், பிடோர் பாசினின் ஆகிய இருவரும் முகத்தில் சிந்தனை தேக்கிச் சிறப்பாக நடந்தனர்; மீசையை உயர்த்தி முறுக்கியிருந்தனர். அவர்களது விதேசி உடுப்பு தோளருகே இறுக்கமாயிருந்தது. புதுப் பணக்காரனான ஐவான் பிராவ்கின் மழமழப்பாக க்ஷவரம் செய்துகொண்டு பெருமிதம்ததும்ப வந்தான். அந்தக் குட்டை மனிதனின் மாநிறப் பொய்ம்மயிர் கொப்பூழ்வரை தொங்கியிருந்தது. அவர்களுக்குப் பின்னே கடுமையான தோற்றத்தையுடைய அவைக் குமாஸ்தா லூபிம் வந்தான். கடைசியில் வந்தவனை யாருக்கும் தெரியாது. அவனது உயர்ந்த நெற்றி மழுக்கையாயிருந்தது. ஜிப்ஸிமாதிரி தாடி வளர்த்திருந்தான். சாதாரண நகரவாசியின் உடை அணிந்திருந்தான். அவன் மிகவும் கூச்சப்பட்டான் என்பது வெளிப்படையாகத் தெரிந்தது. மற்றவர்களுக்குப் பின்னால் தலைகுனிந்து நின்றான்.

ஒரு பெஞ்சியின்மீது அமர்ந்த பீட்டர், விரித்த முழங்கால்கள் மீது முழங்கைகளை ஊன்றிக் கொண்டான். தன்னை நெருங்கிவந்த வியாபாரிகளை நோக்கி, ''உட்காருங்கள், உட்காருங்கள்!'' என்றான். அவர்கள் தயங்கினார்கள். உட்காரவேண்டு மென்று உத்திரவிட்டான். அப்பொழுது அவன் தலை சட்டென்று இழுத்தது. மூத்த வியாபாரிகள் உடனே அமர்ந்தனர். நின்றுகொண்டிருந்த அவைக்குமாஸ்தா சட்டையின் பின்புறப் பையிலிருந்து ஒரு சுருள் காகிதத்தை எடுத்துத் தன் உலர்ந்த உதடுகளால் ஏதோ முணுமுணுத்தான். பாசினின் சகோதரர்கள் உடனடியாகத் துள்ளியெழுந்தனர். தமது ஆங்கிலேயத் தொப்பியை வயிற்றருகே வைத்துக் கொண்டு கண்ணியமாகக் கண்தாழ்த்தினர். பீட்டர் அவர்களை நோக்கித் தலையசைத்துவிட்டுப் பேசினான்:

''நமக்கு இவர்களைப்போன்ற பலர் தேவை. ஒவ்வொருவர் முன்னிலையிலும் அவர்களைப் புகழ விரும்புகிறேன். இங்கிலாந்திலும் ஹாலந்திலும் தொழில்வியாபாரத் துறைகளில் நல்ல சாதனைகள் காண்பவர்களைக் கௌரவிக்கிறார்கள். நாமும் அந்தப் பழக்கத்தைப் பின்பற்ற வேண்டும். நான் சொல்லுவது சரிதானா?'' அவன் இப்பக்கமும்

அப்பக்கமும் பார்த்துவிட்டுப் புருவத்தை உயர்த்தினான்: ''நீங்கள் ஏன் தயங்குகிறீர்கள்? பணம் கேட்பேனோ என்று பயப்படுகிறீர்களா? வியாபாரிகளே! நாம் ஒரு புதிய முறையில் வாழத் தொடங்கவேண்டும். அதைத்தான் நான் விரும்புகிறேன்.''

பணம் படைத்த துணி வியாபாரியான மாமனோவ் தலைகுனிந்து வினவினான்:

''ஐயா! இதன் பொருள் என்ன? புதிய முறையில் வாழ்வதென்றால், நீங்கள் என்ன கருதுகின்றீர்கள்?''

பீட்டர் பேசினான்: ''நாம் தனித்தனியாகக் கூடுகட்டி வாழ்வதை விடுவிக்கவேண்டும். என்னுடைய பாயர்கள் வளைதோண்டி வாழும் கரடிகளைப்போலத் தத்தம் மாளிகையில் அடைந்து கிடக்கிறார்கள். நீங்கள் அம்மாதிரி செய்யக்கூடாது. நீங்கள் வணிகர்கள். தானுண்டு, தன் தொழிலுண்டு என்ற முறையில் அல்லாமல், கூட்டுச் சேர்ந்து கம்பெனி அமைத்து வியாபாரம் செய்ய வேண்டும். ஹாலந்திலுள்ள கிழக்கிந்தியக் கம்பெனி ஓர் அருமையான ஸ்தாபனம். அவர்கள் ஒன்று சேர்ந்து கப்பல் கட்டுகிறார்கள்; கூட்டமாக வியாபாரம் செய்கிறார்கள்; பெரிய ஆதாயத்தைப் பெறுகிறார்கள். நாம் அவர்களிடமிருந்து கற்றுக்கொள்ள வேண்டும். ஐரோப்பாவில் இதற்கென்றே கல்லூரிகள் உள்ளன. உங்களுக்கு விருப்பமிருந்தால் ஆம்ஸ்டர்டாமில் இருப்பதைப்போன்ற வியாபார நிலையத்தைக் கட்டித் தருவோம். உங்களது கம்பெனிகளை அமைத்துக் கொள்ளுங்கள்; தொழில்களைத் தொடங்குங்கள். இன்று உங்களுக்குத் தெரிந்ததெல்லாம் ஒரே ஒரு சூத்திரந்தான்; வஞ்சிக்காமல் விற்கமுடியாது என்பது அது.''

ஜாரை அபிமானத்தோடு நோக்கிய ஓர் இளம் வியாபாரி திடீரென்று தன் குல்லாயைக் கைகளால் தட்டிக்கொண்டு கூறினான்: ''அது உண்மை. நாங்கள் அப்படித்தான் இருக்கிறோம்!''

மற்றவர்கள் அவனது கோட்டின் தொங்கல்களைப் பிடித்துக் கூட்டத்திற்குள் இழுத்தார்கள். ஆனால் அவன் தோள்களைக் குலுக்கிக்கொண்டும் தலையைச் சுழற்றிக்கொண்டும் தொடர்ந்து பேசினான்:

''ஏன்? இது உண்மையல்லவா? நாம் மோசடி செய்து பிழைக்கிறோம். மோசடி செய்வது தான் நமக்குப் பிழைக்கும் வழியாய் இருக்கிறது. எடையும் பொய்; மரக்காலும் பொய்...''

பீட்டர் சிரித்தான்; இதழ்களை விரித்து தீர்க்கமாகச் சிரித்தான். ஆனால் அதில் சந்தோஷம் இல்லை. அருகே நின்றவர்களும் நாகரிகம் கருதிச் சிரித்தார்கள். அவன் திடீரென்று சிரிப்பை நிறுத்திவிட்டுக் கடுமையான தொனியில் பேசினான்:

''நீங்கள் இருநூறு வருடங்களாக வியாபாரம் செய்கிறீர்கள். ஆனால் நீங்கள் இன்னும் அதைக் கற்றபாடில்லை. கிட்டவரும் செல்வத்தை எட்டியுதைக்கிறீர்கள். எப்பொழுதும் வறுமையுற்றுத் துன்பமடைகிறீர்கள். வியாபாரம்செய்து ஒரு கோபக் காசு கிடைத்துவிட்டால் உடனே சாராயக் கடைக்கு ஓடுகிறீர்கள். இல்லையா?''

''எல்லோரும் அப்படியல்ல!'' என்றான் மாமனோவ்.

பீட்டரின் நாசி உப்பியது. அவன் பேசினான்: ''ஆம்! நீங்கள் எல்லோரும் அப்படித்தான் வெளி நாடுகளுக்குச் சென்று அங்கெல்லாம் உள்ள வியாபாரிகளைப் பாருங்கள். அவர்கள் அரசர்க்குரிய பெருமையோடு விளங்குகிறார்கள். நீங்கள் சுயமாகத் தெரிந்துகொள்ளும் வரையில் நம்மால் காத்திருக்க முடியாது. சில பன்றிகளின் முகறையை தண்ணீர்த் தொட்டிக்குள் அமுக்கினால்தான் அவை நீர் குடிக்கும். அன்னியர்கள் எனக்கு ஓய்வு தராமல் என்னை

நச்சரிப்பதன் காரணம் என்ன? 'இதைக் குத்தகைக்குக் கொடு, அதைக் குத்தகைக்குக் கொடு' என்று என் பிராணனை வாங்குகிறார்கள். மரம் வெட்டுதல், உலோக மண் எடுத்தல், தொழில்கள் அமைத்தல் ஆகிய அனைத்தையும் அவர்கள் விரும்புகிறார்கள். நம் ஜனங்கள் ஏன் இவற்றைச் செய்யக்கூடாது. வாரனேஷுக்கு ஒருவன் வந்தான்; எங்கிருந்து வந்தானோ, சாத்தானுக்குத்தான் தெரியும்! அப்பா! அவன் போட்ட இரைச்சல்! அவன் எடுத்துரைத்த திட்டங்கள்!' மிகுதியான வ்ளங்களைப் படைத்த இந்தத் தேசத்தில் ஏன் ஏழைகளாக வாழ்கிறீர்கள்?' என்று அவன் என்னைக் கேட்டான். நான் பதில் சொல்லவில்லை. இப்பொழுது உங்களைக் கேட்கிறேன்: நம் தேசத்து ஜனங்கள் வெளி நாட்டாரைவிடத் தாழ்ந்தவர்களா?'' உப்பிய கண்களால் சகல வியாபாரிகளையும் நோக்கிவிட்டு மேலும் கூறினான். ''ஆண்டவன் இவர்களைத்தான் நமக்குப் படைத்துக் கொடுத்திருக்கிறார். நம்மிடம் இருப்பவர்களை வைத்துக்கொண்டுதான் காரியத்தைச் சாதிக்கவேண்டும். அப்படித்தானே? சில சமயங்களில் ருஷியமக்களாகிய உங்களை எண்ணினால் எனக்கு ஓக்காளம் எடுக்கிறது; ஆம், ஓக்காளம் எடுக்கிறது....'' அவனுடைய காதுகளும் கழுத்துத் தசைகளும் விறைப்பாயின.

அப்பொழுது அவனுக்கு அடுத்து அமர்ந்திருந்த ஐவான் பிராவ்கின் இழுத்திசைக்கும் மிருதுவான குரலில் பேசினான்:

''ருஷியர்கள் நைய்யப் புடைக்கப்பட்டவர்கள்; காரணமில்லாமல் துன்புறுத்தப் பட்டவர்கள்; அதனால்தான் குன்றிப்போயிருக்கிறார்கள்.''

''முட்டாள்! முட்டாள்!'' என்றுகூறிய பீட்டர், அவனது விலாப் புறத்தில் கிள்ளினான். மேலும் அதிகமாக அசடு வழியும் குரலில், ''நீங்கள் பாருங்கள்! நான் என்ன சொன்னேன்?'' என்று தொடங்கினான் பிராவ்கின்.

ஒரு வினாடி பீட்டர் அசட்டுத்தனமாக இளித்துக்கொண்டிருந்த ஐவானின் பளபளப்பான முகத்தை ஆத்திரத்தோடு நோக்கினான். அதன்பின் நெற்றியில் அடித்துக்கொண்டான். ''வாங்கா! உன்னை நான் இன்னும் அரசவைக் கோமாளியாக நியமிக்கவில்லை!'' என்றான் பீட்டர்.

வியாபாரிகளுக்கு முன்னால் சினந்து சீறுவது உசிதமல்ல என்பதைப் பீட்டர் உடனடியாக உணர்ந்துகொண்டான். வியாபாரிகள் பாயர்களல்ல. பாயர்களால் தப்பியோட முடியாது. ஏனெனில், அவர்கள் தமது எஸ்டேட்டுகளைச் சுருட்டிக்கொண்டு போகமுடியாது. ஆனால் வியாபாரி நத்தைமாதிரி, கொஞ்சம் ஆத்திரம் மூட்டினால் போதும்; உடனே தன் கூட்டில் பதுங்கிக்கொள்வான். மூலதனத்தையும் ஒளித்துவிடுவான். உண்மையில் இப்பொழுதே ஒரு தலையிடாப்போக்கு, துர்க்குறியான அமைதி நிலவியது. பிராவ்கின் தந்திரம்விளங்கச் சுருக்கிய கண்ணால் பீட்டரை ஒரு பார்வை பார்த்தான்.

''லூபிம்! படி!'' என்று பீட்டர் குமாஸ்தாவிடம் கூறினான்.

பாசினின் சகோதரர்கள் மீண்டும் தமது நயனங்களைத் தன்னடக்கத்தோடு தாழ்த்தினார்கள். குமாஸ்தா மெதுவாகவும் உணர்ச்சியில்லாமலும் உச்சஸ்தாயியில் படிக்கத் தொடங்கினான்:

''...கப்பல்களைக் கட்டுவதில் உழைப்புத்திறனும் உற்சாகமும் காட்டியதற்குப் பரிசாக இந்தப் பாதுகாப்புஉரிமைப் பத்திரங்கள் அருள்கூர்ந்து வழங்கப்படுகின்றன. சென்ற ஆண்டில் ஓசிப்பாசினினும் அவனது தம்பியும் வாம்சூக் கிராமத்தில் நீர்ச்சக்தியால் இயங்கும் மரம் அறுக்கும் மில்லை அமைத்தார்கள். ரம்பத்தில் பணிபுரியும் அந்த மில்லை.அன்னிய வினைஞர் களின் உதவியின்றியே தமது சொந்த முயற்சியால் அவர்கள் கட்டினார்கள். அதில் பலகைகளை

அறுத்து ஆர்க்கேஞ்சலிலுள்ள அன்னிய வியாபாரிகளுக்கும் ருஷிய வியாபாரிகளுக்கும் விற்பதற்குத் திட்டமிட்டனர். அவ்வாறே அறுத்து ஆர்க்கேஞ்சலுக்குக் கொண்டுவந்து கடல் கடந்த நாடுகளுக்கு அனுப்பியுள்ளார்கள். பலகைகளையும் இதர ருஷியப் பொருட்களையும் கடல்வழியே அனுப்புவதற்குக் கப்பல்களையும் இதர மரக்கலங்களையும் இதே மில்லில் நிர்மாணிக்க உத்தேசித்திருக்கிறார்கள். ஜார் பேரரசராகிய நாம் அவர்களுக்கு இந்தப் பரிசை அளிக்கிறோம். அந்தக் கிராமத்தில் கப்பல்களையும் இதர மரக்கலங்களையும் கட்டுவதற்கு அனுமதியளித்திருப்பதுடன், அவற்றுக்காகக் கடல் வழியே இறக்குமதியாகும் பொருட்களுக்குச் சுங்க வரியிலிருந்து விலக்கு அளிக்கவும் தீர்மானித்திருக்கிறோம். தமது சொந்தச் செலவில் ருஷிய வினைஞர்களையும் அன்னிய வினைஞர்களையும் கூலிக்கு அமர்த்துவதற்கு அவர்களை அனுமதித்திருக்கிறோம். அந்தக் கப்பல்கள் பூர்த்தியான பிறகு அவை கடலில் கொள்ளைக் காரர்களாலோ வேற்றுநாட்டு வர்த்தகக் கப்பல்களாலோ இன்னலுறாமல் இருப்பதற்காக அவற்றில் துப்பாக்கிகளையும், வெடிமருந்தையும் வைப்பதற்கும் அனுமதித்திருக்கிறோம்...''

குமாஸ்தா படித்துக்கொண்டே யிருந்தான். அதன்பின் அதைச் சுருட்டினான். நாடாவில் முத்திரை தொங்கிய அந்தப் பத்திரத்தை இரண்டு கைகளிலும் எடுத்து அந்தச் சகோதரர்களின் கையில் கொடுத்தான். ஓசிப்பும் பிடோரும் அதை வாங்கிக்கொண்டு பீட்டரிடம் சென்று மௌனமாகவும் முறையாகவும் கண்ணியமாகவும் தரையைத்தொட்டு வணங்கினர். அவன் அவர்களது தோள்களைப் பிடித்து உயர்த்தினான்; முத்தமிட்டான். ஜார் வாடிக்கையாகச் செய்வது மாதிரி கன்னத்தோடு கன்னம் சேர்க்காமல், அவர்களது இதழ்களிலே உற்சாகத்தோடு முத்தமிட்டான்.

''புதிய பாதையில் ஓர் ஆரம்பம் செய்வதுதான் முக்கியம்'' என்று பீட்டர் வியாபாரிகளிடம் கூறினான். அவனது விரைவுப்பார்வை யாருமறியாத நகரவாசியின் மீது விழுந்தது. ''டிமிடிச்'' என்று விளித்தான். அவன் கூட்டத்தினரிடையே வழிசெய்துகொண்டு வந்தான். பீட்டர் கூறினான்; ''டிமிடிச்! வியாபாரிகளை வணங்கு. இவன் பெயர் நிகிடா டிமிடிச். தூலா நகரத்துக் கொல்லன். இவன் செய்யும் பிஸ்டல்களும் கைத்துப்பாக்கிகளும் ஆங்கிலநாட்டுப் பொருட் களைப் போலவே சிறப்பாக இருக்கின்றன. இரும்பைக் காய்ச்சி உருக்கி வார்த்தெடுப்பதில் வல்லவன். உலோக மண்ணைத் தேடிக்கொண்டிருக்கிறான். இன்னும் சிறப்பாகக் காரியம் செய்வதற்கு அவனிடம் சாதனம் இல்லை. வியாபாரிகளே! இதைப்பற்றி அவனிடம் பேசுங்கள். அவன் சொல்வதைப்பற்றிச் சிந்தியுங்கள். நான் அவனது நண்பன். அவசியமானால் அவனுக்கு நிலமும் கிராமங்களும் வழங்குவோம். டிமிடிச்! அவர்களை வணங்கு. உனக்கு நான் பொறுப்பு!''

9

''நீ யார்? எங்கிருந்து வருகிறாய்? உனக்கு இங்கு என்ன வேலை?''

இங்ஙனம் பரந்த தோள்களையும் கடுமையான தோற்றத்தையும் உடைய அந்த மாது, பாலேக் ஓவியனான ஆண்ரியைச் சந்தேகித்து வினவினாள். அவன் நடுங்கிக் கொண்டிருந்தான். அந்த ஒட்டுத் தையல்போட்ட தவிட்டுநிறக் கோட்டின் கிழிசல்களூடே தேோளின் சுருக்கங்கள் தென்பட்டன. ஈரம் நிறைந்த மார்ச் மாதக் காற்று இலையுதிர்ந்த புதர்கள் வழியாக இடிந்துபோன பெலியி-கோரோட் சுவர்களின்மீது விசையோடு அடித்தது. குப்பைமேடுகளிலிருந்து பசித்த காகங்கள் மனம் வருந்திப் பறந்தன. இந்த மாஸ்கோ சுவர்களை ஒட்டினாற்போல வாஸிலி ரீவ்யாகின் வீட்டின் உயர்ந்த வேலிகள் அமைந்திருந்தன. இரண்டு மாஸ்கோ மதில்கள் இந்த இடத்தில் சந்தித்தன. ஜனநடமாட்டம் இல்லாத குறுகலான சந்தகள் நிறைந்த இடம் இது.

நெற்றிமீது இரண்டு விரல்களை உறுதியாக அமுக்கிய ஆண்ரி, ''மூத்தோரான ஆப்ரஹாமிடமிருந்து வருகிறேன்'' என்று கிசுகிசுத்தான். அந்த மாது ஒரு முன்றிலின் வாயிலில் நின்றுகொண்டிருந்தாள். அதில் பல வண்டித்தடங்கள் குறுக்கும் நெடுக்குமாகத் தென்பட்டன. இடிந்துபோன சேமிப்பு விடுதிகள் புலப்பட்டன. அங்கே மெலிந்த காவல்நாய்கள் தம்மைப் பிணைத்திருந்த சங்கிலியை இழுத்துக்கொண்டிருந்தன. ஆண்ரி, குளிரில் விறைத்திருந்தான். அவனது கண்கள் மட்டுமே வெப்பமாக ஒளிர்ந்தன. அந்த மாது கொஞ்சநேரம் சென்றபிறகே அவனை முன்றிலுக்குள் அனுமதித்தாள். சேறுமீது போட்டிருந்த பலகைவழி நடந்துவாயிற் படிக்கட்டோ முகப்பு மண்டபமோ இல்லாத ஒரு நீண்டுயர்ந்த கட்டிடத்துக்கு இட்டுச் சென்றாள். உயரத்தில் இருந்த சிறிய மைக்கா ஜன்னல்கள் மூடியிருந்தன.

தோல் பதனிடும் தொட்டிகளின் நாற்றம் வீசிய இருண்ட நடைபாதை வழியே அவர்கள் சென்றனர். அவள் ஆண்ரியை மெல்ல இடித்து, ''வைக்கோலில் பாதத்தைத் துடை. இது பன்றிப்பட்டி இல்லை'' என்று கூறினாள். சிறிது காத்திருந்தபின் பகைமைவிளங்கிய அதே குரலில், ''தந்தை, மகன், புனித ஆவி ஆகியோரின் பெயரால்...'' என்று கூறிவிட்டு ஒரு தாழ்வான கதவைத் திறந்தாள். அந்த அறை உஷ்மாக இருந்தது. கணப்பின் தணல்களது ஒளியில் மூலையிலிருந்த புனித உருவங்கள் புலப்பட்டன. புராதன காலத்தில் வரையப்பெற்ற புனிதர் உருவங்களின் பயங்கரக் கண்களை நோக்கியவாறு ஆண்ரி மீண்டும் மீண்டும் சிலுவைக் குறியிட்டான். அவள் கீழே உட்கார்ந்தாள். சுவான் மறுபுறத்திலிருந்து பலர்கூடிப் பாடும் பேரொலி ஒடுங்கிய அளவில் கேட்டது.

''ஆப்ரஹாம் உன்னை எதற்காக அனுப்பினார்?'' என்று அவள் அவனை வினவினாள்.

''பயிற்சிக்காக.''

''என்ன பயிற்சி?''

''மூத்தோரான நெக்தரியிடம் போய் மூன்றாண்டுகள் பயிற்சி பெறுவதற்காக.''

''நெக்தரியிடமா!'' என்று அவள் இழுத்துப் பேசினாள்.

''நெக்தரியிடம் செல்வதற்கு வழி தெரிந்துகொள்வதற்கே இங்கு என்னை அனுப்பினார். என்னால் இந்த உலகத்தில் வாழமுடியாது. வயிற்றுப்பசி ஒருபுறம்; ஆத்மாவின் பயம் மறுபுறம்; எனக்கு வாழ்வைக் கண்டால் அச்சமாயிருக்கிறது. ஒரு புகலிடம் தேவை. நான் தவ வாழ்வை நாடுகிறேன். நல்ல ஆத்மாவே! என்னிடம் இரக்கங் காட்டுங்கள்; விரட்டாதீர்கள்!'' என்றான் ஆண்ரி.

''நெக்தரி உனக்குத் தகுதியான புகலிடத்தைச் சித்தம்செய்து உதவுவார்'' என்று அவள் புதிராகப் பேசினாள். அவளது கண்கள் சுருங்குவதை அவனால் தணலின் ஒளியில் பார்க்க முடிந்தது.

ஆண்ரி தன்னைப்பற்றி அவளிடம் சொல்லத் தொடங்கினான். ஆறுமாதகாலமாக அவன் இந்த நகரில் திரிந்துகொண்டிருந்தான். பசியும் குளிரும் அவனை வாட்டி வதைத்தன. பலவகைப்பட்டவர்களோடு அவன் பழக நேர்ந்தது. அவர்கள் குற்றஞ்செய்யும் பாதையில் அவனை இழுக்க முயன்றனர். ''நான் அதற்கு இணங்கவில்லை. என் ஆத்மா குற்றத்தை எண்ணினால் கூடப் பயந்து திகிலடைகிறது.'' அந்தக் குளிர்காலத்தில் பனிப்புயல்கள் வீசியடித்தபோது நகர மதில்களின் இடிந்த கூரையின்கீழ் அவன் பல இரவுகள் படுத்துக்கிடந்ததை

அவளிடம் விவரித்தான். ''நான் கொஞ்சம் வைக்கோலைச் சேர்த்துத் தூவி அதன்மீது படுத்தேன். உள் மரப்பட்டையில் முடைந்த பாயால் போர்த்திக்கொண்டேன். காற்று ஊளையிட்டது. பனிக்கட்டிகள் சுழன்றன. காவற்படையினரின் சவங்கள் தத்தம் கயிற்றில் நாட்டியமாடிச் சுவர்மீது மோதின. அந்த இரவுகளெல்லாம் நான் அமைதியான வாழ்வை எண்ணி ஏங்கினேன்'' என்று கூறினான்.

ஆப்ரஹாமைப்பற்றித் துருவித் துருவிக் கேள்வி கேட்டபின்னர், அவள் பெருமூச்செறிந்து கொண்டே எழுந்தாள். ''என்னோடு வா'' என்று கூறிவிட்டு, மீண்டும் இருண்ட பாதை வழியே அழைத்துச் சென்றாள். சில படிகள் இறங்கிய பின்னர் பாட்டொலி வந்த நிலவறைக்குள் அவனுடன் நுழைந்தாள். நுழைவதற்கு முன்பே அந்த அறையில் பிச்சைக்காரர்களோடுதான் உட்கார வேண்டும் என்று அவள் எச்சரித்திருந்தாள். அறையில் மெழுகு மணங்கலந்த நறும்புகை பரவியிருந்தது. முப்பதுக்கு மேற்பட்ட ஜனங்கள் கூட்டித் துடைத்த தரையில் மண்டியிட்டுத் தொழுதனர். கோணலான தோளையுடைய ஒருவன் கரிய அங்கியும் இறுகப்பிடிக்கும் குல்லாயும் அணிந்து, வெல்வெட் விரித்த சாய்வு மேஜையின் முன் நின்று படித்துக்கொண்டிருந்தான். காலப் போக்கில் க்ஷீணித்திருந்த அந்தக் கையெழுத்து ஏடுகளை அவன் புரட்டியபொழுது முகத்தை உயர்த்தினான். திட்டுத் திட்டாயிருந்த தாடி விளக்கொளியில் தென்பட்டது. ஒரு சுவர் முழுவதும் குறுக்கும் நெடுக்கும், பண்டைக்கால நாவோகரோட் பாணியில் வரையப் பெற்றிருந்த, பெரியவையும் சிறியவையுமான வழிபாட்டுச் சித்திரங்கள் தொங்கின. அவை ஒவ்வொன்றுக்கும் முன்னால் விளக்கு எரிந்தது.

அவர்கள்* புரோகிதனில்லா ஆசாரத்தின் வழியில் வழிபாட்டை நடத்திக்கொண்டிருந்தனர். அவர்களது பாட்டில் சோகம் மிகுந்திருந்தது. மூக்கால் பாடினார்கள். சாய்வு மேஜைக்கு முன்னால் நின்ற மூத்தோனுக்கு அருகில் பக்தர்களின் முகவரிசையில் ஆட்டுத் தாடியை உடைய குட்டையான வாஸிலி ரீவ்யாகின் மண்டியிட்டுக் கொண்டிருந்தான். ஜபமணி மாலையைக் கைவிரல்களால் உருட்டிக் கொண்டே அவன் அடிக்கடி விழியை உயர்த்தித் தொழுகையுருவங்களை நோக்கினான்; அல்லது தலையைச் சற்றுத் திருப்பி ஓரக்கண்ணால் தொழுதோரை நோக்கினான். அந்தப் பார்வையை உணர்ந்த அவர்கள் இன்னும் உற்சாகமாகத் தலைகுனிந்து நெற்றியில் இரத்தக் காயம் செய்து கொண்டனர். அந்த மூத்தோன் புத்தகத்தை மூடித் தலைக்குமேல் தூக்கிக்கொண்டு திரும்பினான். அவனது தாடி திட்டுத்திட்டாகப் பிய்த்தெடுக்கப்பட்டிருந்தது. மூக்கு உடைந்திருந்தது. முகத்தில் முதுமைக்குறி யாதுமில்லை. ஏதோ ஒரு பயங்கரமான பேயுருவைக் கண்டவன்போல, உப்பிய கண்பாவைகளால் நோக்கி வாயைத் திறந்தான். சில பற்கள் விழுந்திருந்தன. அவன் கத்திப் பேசினான்.

''ரோமாபுரியின் போப்பாண்டவரான நல்லாசிபெற்ற ஹிபோலிட்டஸ் அவர்களது வார்த்தைகளை நினைவூட்டிக் கொள்வோம்; அந்திக்கிறிஸ்து வரும்பொழுது ஆண்டவனது சமய ஸ்தாபனம் வீழ்சியடையுமென்றும், இரத்தம் சிந்தா நிவேதனம் எதுவும் நடைபெறாதென்றும், நகரங்களும் கிராமங்களும் மடங்களும் இச்சைவசப்படுமென்றும் ஒரு சிலரே ரட்சிக்கப்படுவர் என்றும் அவர் கூறினார்...'' அவனது குரல் அச்சமூட்டுவதாயிருந்தது. பக்தர்கள் முகத்தைத் தரையில் சாய்த்தனர்; அவர்களது தோள்கள் உயர்ந்து தாழ்ந்தன. எல்லோரும் புலம்பத் தொடங்கும் வரையில் மூத்தோன் புத்தகத்தை உயர்த்தியவாறு நின்றான்.

தொழுகை முடிந்தபின் அவன் தன் மார்பிலிருந்த மரச்சிலுவையைப் பிடித்துக்கொண்டு பேசினான்; ''சகோதரர்களே! இன்று நான் கூறப்போவது இதுதான். நான் ஆண்டவனின்,

---

★ பழைமைவாதிகளில் ஒரு கோஷ்டி.

திருவருளுக்குப் பாத்திரனானேன். ஆண்டவன் என்னைவால் ஏரி அருகேயுள்ள பெரியார் நெக்தரி மடத்துக்கு அழைத்துச் சென்றார். நான் நெக்தரிக்கு வணங்கியவுடன், 'உனக்கு என்ன வேண்டும்? ஆத்மாவை ரட்சிக்க விரும்புகிறாயா?' என்று அவர் என்னை வினவினார். 'ஆத்மா, ஆத்மாவைத்தான் காப்பாற்ற வேண்டும்' என்றேன் நான். 'நன்று மகனே!' என்றார் அவர். அவர் என் உடலைத் துன்புறுத்துவதிலும் ஆத்மாவைக் காப்பாற்றுவதிலும் ஈடுபட்டார். அங்கு நாங்கள் ரொட்டி தின்னவில்லை. மலைப்பூண்டும், புளிக்கீரையும், பழக்கொட்டையும் தின்றோம். பைன்மரங்களது பட்டையைப் பெயர்த்து மீனோடு சேர்த்துப் பொடிசெய்து புசித்தோம். நாங்கள் சாவதை ஆண்டவன் அனுமதிக்கவில்லை. ஆரம்பத்திலிருந்தே என்னுடைய ஞானகுருவினிடம் நான் அனுபவித்த சோதனைகள் கொஞ்சமல்ல. நாளுக்கு இருமுறை என்னை அடித்தார். ஈஸ்டர் ஞாயிற்றுக் கிழமையன்றுகூட என்னை இருமுறை அடித்தார். நாளுக்கு இருமுறை என்று கணக்கிட்டால் நான் அங்கு இருந்த இரண்டாண்டுகளில் 1430 தடவை அடி வாங்கினேன். அவருடைய புனிதமான கரங்களால் நான் எத்தனை அடிகள் வாங்கினேன், எத்தனை காயங்கள் அடைந்தேன் என்பனவற்றை நான் எண்ணவில்லை. என் சதையைத் துன்புறுத்தி அடக்குவதற்கு அவர் முயன்றார். அவரால் பராமரிக்கப்பட்ட பேற்றினைப்பெற்ற அனாதையாகிய என்னைக் கையில் கிடைத்தவற்றையெல்லாம் கொண்டு அடித்தார். அவரது கைத்தடியால் அடித்தார்; உலக்கையால் புடைத்தார்; அகப்பைக் கோலால் தாக்கினார்; வாணலியால் மொத்தினார்; மாவு பிசைவதற்கு உதவும் கட்டையால் குட்டினார். இருளடைந்த ஆத்மாவில் ஒளிபுகச் செய்வதற்கே அவர் என் சதையை இவ்வாறெல்லாம் துன்புறுத்தி அடக்கினார்; நீர்ப்பானையைக் கட்டித் தூக்கிவரும் நீண்டகோலால் என் காலின் தவளைச்சதையை அடித்தார். அப்பொழுதுதானே என் கால்களைப் பணியச்செய்ய முடியும்? மரவகைக் கருவிகளால் மட்டும்தானா? இரும்பாலும் கருங்கல்லாலும் செங்கல்லாலும் அடித்தும் மயிரைப் பிடித்து இழுத்துப் பிய்த்தும் என் சதையை ஒடுக்கினார். அந்த நாட்களில் என் விரல்கள் தத்தம் குழியிலிருந்து பிரிந்திருந்தன. விலா எலும்புகளும் பிற எலும்புகளும் உடைந்தன. ஆனால் ஆண்டவன் நான் சாவதை அனுமதிக்க வில்லை. இன்று என் உடலில் பலமில்லை. ஆயினும், என் ஆத்மா தெளிவடைந்துவிட்டது. சகோதரர்களே! உங்கள் ஆத்மா விஷயத்தில் மசமசவென்று இருக்காதீர்கள்.''

''உங்களது ஆத்மா விஷயத்தில் மசமசவென்று இருக்காதீர்கள்'' என்பதை அந்த மூத்தோன் மும்முறை சொன்னான். பயந்துநின்ற பக்தர்கூட்டத்தை ஈவிரக்கமில்லாது ஊடுருவித் துளைக்கும் வகையில் பார்த்தான். அவர்கள் எல்லோரும் ஏதோ ஒருவகையில் வாஸிலி ரீவ்யாகின்னுடன் தொடர்பு கொண்டுள்ளவர்கள்; அவனது சுற்றத்தார், அல்லது திருமணம்மூலம் உறவினரானவர், அல்லது அவனது பண்ணையடிமைகள். அவர்கள் குமாஸ்தாக்களாகவோ கிட்டங்கிச் சிப்பந்தி களாகவோ கடைக்காரர்களாகவோ வேலை பார்த்தார்கள். மூத்தோன் பேச்சைக் கேட்டபொழுது அவர்கள் பெருமூச்செறிந்தனர். அவனது வெறித்த பார்வைக்கு முன்னால் சிலர் நிலை குலைந்தனர். ஆண்ரி விம்மிவிம்மி நோவுற்றான்; முகத்தைப் பிடித்துக்கொண்டு அழுதான். கண்ணீர்ப் படலத்தின் ஊடே அவன் பார்த்தபொழுது, மெழுகுவத்தி சுவாலையின் மஞ்சலொளிக் கற்றைகள் தேவர்களின் சிறகுகள்போலத் தென்பட்டன. தேவர்கள் சிறகடித்துப் பறப்பதாக அவன் எண்ணினான்.

மூத்தோன் பக்தர்களுக்குமுன் தலைகுனிந்துவிட்டு அப்புறம் நகர்ந்தான். நரைமயிரை யுடைய வாஸிலி அந்த இடத்தில் வந்து நின்றான். அவனுக்குக் கண்கள் இருக்கவேண்டிய இடத்தில் இரண்டு கீறல்கள் இருந்தன. அந்தக் கீறல்களில் கண்மணிகள் அங்குமிங்கும் சென்றுகொண்டிருந்தன. ஜபமணி மாலையைக் கையில் வைத்துக்கொண்டிருந்த ரீவ்யாகின் அமைதியாகவும் அன்பாகவும் பேசினான்:

''என் அன்புக்குரிய நண்பர்களே! இது பயங்கரமான விஷயம். என் பாசத்துக்குரிய தோழர்களே! உண்மையில் இது பயங்கரமானது. போரொளி வீசிய பகலில் முகிலொன்று தோன்றி நம் வாழ்வு முழுவதும் நெடியை வீசுகிறது.'' அவன் தலையை வலப்புறத்திலும் இடப்புறத்திலும் திரும்பி நோக்கினான். தன் பின்னால் யாரோ நிற்பதாக அஞ்சினான்போலும். அதன்பின் அவன் மிருதுவான கம்பள பூட்ஸ் அணிந்த பாதத்தை முன்னால்வைத்துப் பேசினான்:

''முன்பே அந்திக்கிறிஸ்து இங்கு வந்துவிட்டான். உங்களுக்குத் தெரியாதா? நிக்கனைட்டுகளின் கோவில் குவிமாடங்களில் அவன் கொலு வீற்றிருக்கிறான். மூன்றுவிரல் சிலுவைக் குறியிடுவதுதான் அவனது முத்திரை. மூன்று விரலால் குறியிடுவோருக்கு விமோசனம் இல்லை. ஏனெனில் அவ்வாறு குறியிட்டவுடனே அவர்கள் விழுங்கப்படுகிறார்கள். மூன்று விரலால் குறியிடுவோருடன் உண்டு குடிப்போருக்கும் விமோசனம் இல்லை. பாதிரியிடம் பிரசாதம் பெறுவோருக்கு விமோசனம் இல்லை. பாதிரிகள் நிவேதனம் செய்த ரொட்டி பழிக்குரியது. அவர்கள் மோசடிக்காரர்கள். நாம் நம்மை எப்படிக் காப்பாற்றிக் கொள்வது? சிலர் தம்மை எப்படிக் காப்பாற்றிக் கொள்ளுகிறார்கள் என்பதைக் கேட்டோம். நாம் யாரையும் தடுத்து நிறுத்தவில்லை. போங்கள், என் நண்பர்களே, செல்லுங்கள். மெய்வருத்தம் பாராது துன்பங்களைத் தாங்கிப் புனிதமடையுங்கள். அப்பொழுது நம்மைப்போன்ற நெஞ்சுரம் இல்லாதவர்களுக்கும் பாவிகளுக்கும் கருணைகாட்டவேண்டுமென்று நீங்களும் ஆண்டவனிடம் வாதிப்பீர்களல்லவா? நானே போனாலும் போய்விடுவேன். கடைகளையும் சேமிப்பு அறைகளையும் சாமான் சரக்குகளையும் ஏழைகளிடம் விநியோகித்துவிட்டு நானே போய்விடுவேன். நமது முன்னோர்களின் நம்பிக்கையிலும், கீழ்ப்படிதலிலும், பயத்திலும்தாம் நமது விமோசனம் அடங்கியிருக்கிறது.'' அவன் தனது குறுந்தாடியை வெறுப்போடு குலுக்கினான். சட்டைக்கையால் கண்ணிமைகளைத் துடைத்தான். பக்தர்கள் பேச்சுமூச்சின்றிச் சிலையாய்ச் சமைத்திருந்தனர். அவன் தொடர்ந்து பேசினான்: ''இந்தத் துறவு வழியில் செல்வது சாலச்சிறந்தது. ஆனால் இந்த வழிமேற் செல்ல முடியாதென்பதற்காக ஏக்கம் அடைய வேண்டாம். அவ்வாறு செல்லாதோரையும் மூத்தோர்கள் தமது பிரார்த்தனையின் மூலம் காப்பாற்றி விடுவார்கள். தீயோன் உங்களை இச்சைகொள்ளும்படி செய்வதற்கு இடம் கொடுக்காதீர்கள். இச்சையும் மோகமும் சாவைவிடக் கொடியன என்று அஞ்சுங்கள். பழங்காலத்தைப்போல அல்ல; இப்பொழுது தீயோனின் சேவகர்கள் கண்ணுக்குப் புலனாகாமல் ஒவ்வொரு மனிதனையும் சுற்றிச் சூழ்ந்திருக்கிறார்கள். அவன் எப்பொழுது மனமுடைந்து மோக வலையில் வீழ்வான் என்று காத்திருக்கிறார்கள். உங்களது மனச்சாட்சிக்கு விரோதமாகச் செயல்பட்டால், உங்களது எஜமானனின் பணத்தில் ஒரு கோபக் எடுத்துக்கொண்டால் - ஒரு கோபக்தானே என்று நீங்கள் நினைக்கலாம், இல்லை - அந்தத் தீய சக்தியின் சேவகர்கள் உங்கள்மீது பாய்வார்கள். அதன்பின் உங்களை மீட்க முடியாது. மீளா நரகத்தில் ஆழ்ந்து விடுவீர்கள். மூத்தோர்கள் உங்களுக்காக வழிபடுவதை நிறுத்திக்கொள்ளக்கூடாது என்பதில் அக்கரையாக இருங்கள்.'' அவன் இன்னோர் அடி எடுத்துவைத்து, ஜபமணி மாலையால் தொடையை அடித்துக்கொண்டு மேலும் பேசினான்: ''இதோ, ஓர் ஆசைவலை விரித்திருக்கிறார்கள். இதன் பெயர் நிர்வாகிகளின் அவை. இதுதான் நரகம்; உண்மையான நரகம். புராதன காலத்திலிருந்து வியாபாரிகள் தத்தம் வரியைக் கஜானாவில் கட்டினார்கள். 'நான் என்ன வியாபாரம் செய்தேன்? எப்படிச் செய்தேன்?' ஆகியவையெல்லாம் என் சொந்த விவகாரமாகக் கருதப்பட்டது. ஆண்டவன் ஒருவனுக்கு அறிவை அளிக்கிறார். அதனால் அவன் வியாபாரி ஆகிறான். மடையன் தன் வாழ்நாளெல்லாம் இன்னொருவனுக்குச் சேவகம் செய்கிறான். நிர்வாகிகளைத் தேர்ந்தெடுக்க வேண்டுமாம். அதன்பின் யாராவது ஒரு முட்டாள் என் கிட்டங்கியிலும் பெட்டிப்பேழையிலும் என்ன இருக்கிறது என்று பார்க்க வருவான். நான் ஒவ்வொன்றையும் சொல்லவேண்டும்; காட்டவேண்டும். எதற்காக? இதெல்லாம்

யாருக்குத் தேவை? வியாபாரிகளைப் பிடிப்பதற்காக அந்திக்கிறிஸ்து விரித்திருக்கும் வலை! இந்த அஞ்சல் ஏற்பாடு எதற்காக? எப்படிப்பட்ட ஆள் என் கடிதத்தைக் கொண்டு போவானோ? என்னுடைய நம்பகமான ஆளை நான் அனுப்பினால் அவன் அந்த அஞ்சல்காரனைவிட வேகமாகச் சென்று சொல்லவேண்டியதை இரகசியமாகச் சொல்லிவிட்டு வந்துவிடுவான். வேண்டாம்; நமக்கு அஞ்சலும் வேண்டாம்; நிர்வாகியும் வேண்டாம்; அன்னியர்களோடும் நிக்கனைட்டுகளோடும் புகைபிடிக்கவும் வேண்டாம்.''

தன்னையும் மீறி ஆத்திரவயப்பட்ட ரீவ்யாகின், பதறிய கையால் கைக்குட்டையை எடுத்து முகத்தைத் துடைத்துக்கொண்டான்; தலையை ஆட்டினான்; புனித உருவங்களுக்கு முன்னால் இலேசாக எரிந்த விளக்குகளை நோக்கினான்; பெருமூச்செறிந்தான்; ''சாப்பாட்டுக்குப் போவோம்'' என்று கடைசியில் சொல்லி நிறுத்தினான். அங்கிருந்தோர் அனைவரும் நடை பாதை வழியாகச் சென்று அடுக்களையைக் கடந்து இன்னொரு நிலவறையை அடைந்தனர். அங்கே மரத்தால் செய்த மேஜையொன்று இருந்தது. அதில் பளபளப்பான லினன் வர்ணத்துணி விரித்திருந்தது. புனித உருவங்கள் மாட்டிய மூலையருகே இருந்த அந்த மேஜையில், ரீவ்யாகின்னும் அவனது ஒன்றுவிட்ட சகோதரர்களான மூன்று வயதான குமாஸ்தாக்களும் சாப்பிட்டார்கள். தம்முடன் சாப்பிடும்படி அவர்கள் மூத்தோனை அழைத்திருந்தனர்.அவன் காறித் துப்பிவிட்டுக் கதவருகே சென்றான். அங்கே தரையில் பிச்சைக்காரர்களுடன் உண்பதற்கு உட்கார்ந்தான். ஆண்ரியும் அங்கே இருந்தான்.

மேஜையின் நடுவில் ஒரு மெழுகுவத்தி எரிந்துகொண்டிருந்தது. அந்தக் கண்டிப்பான தோற்றமுடைய மாது, தட்டுகள் நிறைய உணவுவகைகளைத் தூக்கிக்கொண்டு திரும்பத்திரும்ப இருட்டிலிருந்து வந்தாள். அப்போதைக்கப்போது ஒரு கரப்பான் பூச்சி கூரையிலிருந்து விழுந்தது. அவர்கள் மௌனமாகச் சாப்பிட்டார்கள்; மெதுவாக மென்றார்கள்; ஓசையில்லாமல் கரண்டியைக் கீழே வைத்தார்கள். மூத்தோன் தன் தட்டை நெருங்கி உட்கார்ந்து, நடுங்கிய கரத்தால் கரண்டியைப் பிடித்துக் கூழை எடுத்தான். அந்தக்கஞ்சி அவனது தாடியில் சொட்டியது. அதுபட்ட இடத்தில் வெம்புண் உண்டாயிற்று. ரொட்டியைச் சிறு சிறு துண்டாக்கி அவன் புசித்தான். சாப்பாட்டை முடித்தபிறகு பிரார்த்தனையைக் கூறிவிட்டு வயிற்றின்மீது கைகளைக் குவித்துவைத்துக் கொண்டான். அவனது கண்கள் பனித்ததிலிருந்து, வேகம் தணிந்துவிட்ட தென்பதை ஊகிக்க முடிந்தது. பையப்பைய நகர்ந்து மூத்தோன் அருகே வந்துவிட்ட ஆண்ரி மென்மையான குரலில் பேசினான்:

''தந்தையே! நான் நெக்தரியிடம் செல்ல விரும்புகிறேன். அனுமதியுங்கள்.''

மூத்தோன் விரைவாகச் சுவாசித்தான். ஆனால் அவனது கண்கள் மீண்டும் பனித்தன. ''அவர்கள் படுத்துறங்கியபின் பூஜையறைக்கு வா. உன்னைச் சோதிக்கிறேன்'' என்றான்.

ஆண்ரி நடுங்கினான். தன் வாழ்வுக்கு இறுதி நேரப்போகிறதென்ற ஓர் உணர்ச்சி அவனைப் பற்றி வதைத்தது. சுவரின் சிம்புகளில் தலையைத் தேய்க்கத் தொடங்கினான்.

10

தெற்கு ஸ்டெப்பியிலிருந்து கதகதப்பான காற்று வீசியது. ஒரு சாரத்துக்குள் பனிக்கட்டிகளெல்லாம் உருகிவிட்டன. சமநிலத்தில் நின்ற தண்ணீரில் நீலவானம் பிரதிபலித்தது. கிளை நதிகளில் வெள்ளம் பெருகியது. டான் நதியிலும் பனிக்கட்டி உடைந்தது. ஒரே இரவில் வாரனேஷ்நதியின் தண்ணீர் கரைகளை நிரப்பி வழிந்தோடிக் கப்பல்கட்டும் துகைளை வெள்ளக் காடாக்கியது. கப்பல்கள், இரு பாய்மரங்களையுடைய கப்பல்கள், சிறு கப்பல்கள், படகுகள், ஓடங்கள் ஆகியவை வாரனேஷிலிருந்து டான்வரை நங்கூரம் பாய்ச்சப்பட்டிருந்தன. அவை தத்தம் நங்கூரத்தில் அசைந்து ஆடின. அவற்றின் பக்கங்களிலிருந்து இன்னமும் கெட்டிதட்டாத கீல் துளிகள் சொட்டிக்கொண்டிருந்தன. பொன் முலாம் பூசிய முகப்புகளும் வெள்ளிமுலாம் பூசிய முகப்புகளும் ஒளிர்ந்தன. காய்வதற்காகக் கட்டப்பட்டிருந்த கப்பற்பாய்கள், காற்றில் அடித்துக்கொண்டன. கடைசிப் பனிக்கட்டிகளும் கலங்கிய நீரில் உடைந்து கரைந்தபோது சலசலவென்று சத்தம் செய்தன. ஆற்றின் வலதுகரையில் நகருக்கு எதிரில் இருந்த கோட்டையின் சுவர்கள் மீது வெடிமருந்துப்புகை மண்டிக்கிளம்பிக் காற்றில் சிதறுண்டது. துப்பாக்கிப் பிரயோக ஓசை நீர்ப் பரப்பின்மீது பரவியபொழுது, பூமியே உப்பி உடைந்து நுரைப்பதாகத் தோன்றியது.

கப்பல் கட்டும் துறைகளில் இரவுபகலாக வேலை நடந்தது. நாற்பது துப்பாக்கிகளை யுடைய 'நம்பிக்கை' என்ற போர்க்கப்பலின் அலங்காரத்தை முடித்துக்கொண்டிருந்தார்கள். அதன் செதுக்கப்பெற்ற உருவங்களையுடைய உயரமான பிற்பகுதியும், மூன்று பாய்மரங்களும் அலைதாங்கியின் புதிய கட்டைத்தொகுதியின் அருகே அசைந்துகொண்டிருந்தன. வெடிமருந்து, உப்பிலிட்ட இறைச்சி, ரொட்டி ஆகியவற்றை ஏற்றிய ஓடங்கள் தொடர்ச்சியாக நதியைக் கடந்து கப்பலின் கரியநிறப் பகுதிக்குச் சென்றுகொண்டிருந்தன. கப்பலை உறுதியாகப் பிணைத்திருந்த கயிறுகள் நீரோட்டத்தால் இழுக்கப்பட்டு விறைப்பாயின. கப்பற்பலகைகள் கிரீச்சென்றன. கரிய முகத்தையுடைய காப்டன் பாம்பர்க் மேல்தட்டின் பிற்பகுதியில் நின்றுகொண்டிருந்தான். அவனது நீளமீசை சிலிர்த்தது. கண்கள் வெஞ்சினங்கொண்ட செம்மறியாட்டின் கண்கள்போல் இருந்தன. முழங்காலளவு நீண்டிருந்த பூட்ஸின்மேல் சேறு படிந்திருந்தது. அவன் தனது உத்தியோக உடுப்பின்மேல் ஒரு சாதாரண ஆட்டுத்தோல் கோட்டைத் தரித்துக்கொண்டிருந்தான். சிவப்பான சில்க் கைக்குட்டையைத் தலையைச்சுற்றிக் கட்டியிருந்தான். கட்டைகளாலும் கப்பல்தட்டுகளில் உருண்ட பீப்பாய்களாலும் ஏற்பட்ட ஒலியைக்கடந்து கேட்கும்வண்ணம், பாம்பர்க் கத்தினான்: ''முட்டாள்களே! முறைதவறிப் பிறந்தவர்களே!'' என்று ருஷிய மொழியிலும் போர்ச்சுகீஸ் மொழியிலும் ஏசினான். மாலுமிகள் ரொட்டிச் சாக்குகளையும் பீப்பாய்களையும் கூடைகளையும் தம்மால் இயன்ற விசையுடன் கீழறையை நோக்கி உருட்டினார்கள். கம்பளக்குல்லாயும் பழுப்புநிறக் கால்சட்டையும் அணிந்த படகோட்டிகள் அங்கே நின்று காவல்நாய்களைப்போல உறுமினார்கள்.

நதிக்கு அப்பாலிருந்த குன்றின்மேல் கூர்நுனிக் கூரையையுடைய மரத்தாலான ஸ்தூபிகள் வளைவாகச் சாய்ந்திருந்தன. இடிந்த சுவர்களுக்குப் பின்னால் திருக்கோயில்களின் சிறிய துருப்பிடித்த குவிமாடங்கள் தென்பட்டன. இந்தப் பழைய நகருக்கு எதிரில் குன்றில் சரிவில் சிதறிக் கிடந்த மண்குடிசைகளிலும் பலகைக் குடிசைகளிலும் தொழிலாளர் வசித்தனர்.

அங்கிருந்து நதியை நெருங்கிவந்தால் மரத்தில்கட்டிய புதிய வீடுகளைக் காணலாம். அண்மையில் அட்மிரலாக (கடற்படைத்தலைவராக) நியமிக்கப்பட்ட கோலோவின்னும் கடற்படைத் தலைமைக்கு முதல்வனாக நியமிக்கப்பட்ட அப்ராக்ஸினும், அலெக்ஸாண்டர் மென்ஷிகோவும், துணை அட்மிரலான கார்னீலியஸ் கிரீஸும் அங்கு வசித்தனர். ஆற்றின் அப்புறத்துத் தாழ்வான கரையில் வண்டித்தடங்கள் தென்பட்டன. மரச்செதில் கரை முழுவதும் குவிந்திருந்தது. அங்குதான் புகையால் கறுத்த பட்டரைகள் மண்கூரையுடன் காட்சியளித்தன. அவற்றிற்கு அருகே பூர்த்தியாகக் கட்டப்பெறாத கப்பல்களின் விலாப்புறங்களும், பாதியளவு மூழ்கியிருந்த பலகைக் குவியல்களும், நீரிலிருந்து மீட்கப்பட்ட கட்டுமரங்களும் பீப்பாய்களும், கம்பிச்சுருள்களும், துருப்பிடித்த நங்கூரங்களும் கிடந்தன. கீல் கொப்பரைகளிலிருந்து கறும்புகை எழுந்தது. மெலிந்த உருளைகள், கயிற்றை முறுக்கும்பொழுது கிரீச்சென்று ஓசை செய்தன. உயரமான கட்டைகளின்மீது நின்று ரம்பத்தால் அறுத்தோரின் தோள்கள் முன்னும் பின்னும் இயங்கின. வெள்ளம் அடித்துச்சென்ற மட்டைகளை இழுத்துக் கொணர்வதற்காகக் கட்டுமரக் காரர்கள் காலில் ஒன்றும் அணியாது கொக்கியோடு சேற்றில் ஓடினர்.

முக்கியமான வேலை முடிந்துவிட்டது. கப்பற்படையை வெள்ளோட்டம் பார்த்தாகி விட்டது. 'நம்பிக்கை' என்ற போர்க்கப்பலில் மட்டும் சிறிது வேலை எஞ்சியிருந்தது. விசேஷ அக்கறையுடன் அதைச் சீர்செய்து அலங்கரித்தார்கள். இன்னும் மூன்று நாட்களில் அதில் அட்மிரலின் கொடியை ஏற்றவேண்டும்.

கதவு திறந்து மூடியவண்ணமிருந்தது, மேன்மேலும் ஜனங்கள் உள்ளே வந்துகொண்டிருந் தனர். அவர்கள் தமது கோட்டை நீக்கவுமில்லை; பூட்ஸைத் துடைக்கவுமில்லை. நேராகவந்து பெஞ்சிகளில் அமர்ந்தனர். அவர்களில் முக்கியமானவர் மட்டும் மேஜையைச் சுற்றியமர்ந்தனர். பகலிலும் இரவிலும் எந்த நேரத்திலும் அவர்கள் இம்மாதிரி ஜாரின் வீட்டுக்குள்ளே வந்து புசித்துப் பருகினர். இரவெல்லாம் காலிக் குப்பிகளில் நிறுத்தியிருந்த மெழுகுவத்திகள் எரிந்துகொண்டிருந்தன. மரத்தால் அமைந்த சுவர்களில் ஏராளமான பொய்மயிர்கள் தொங்கின. உள்ளே வெப்பமாக இருந்ததால் பொய்மயிரை அணியவில்லை. புகைக்குழாய்களிலிருந்து கிளம்பிய புகைப்படலங்கள் காற்றில் மெதுவாகச் சஞ்சரித்தன.

சட்டைக் கையின் ஜரிகை அருகுகளில் முகத்தைப் புதைத்தவாறு துணை அட்மிரல் கார்னீலியஸ் மேஜைமீது உறங்கிக் கொண்டிருந்தான். உதவியாளனான ஜூலியஸ்ரெஸ் என்ற டச்சுக்காரன் ஒற்றைக் கண்ணையுடைய கொடூரமான முகத்தால் மெழுகுவத்தியைக் கோபித்து நோக்கியவாறு பெருஞ்சீரகமிட்ட பானத்தைக் குடித்துக் கொண்டிருந்தான். அவன் நெஞ்சுரம் படைத்த கடலோடி. தொலைதூரக் கடல்களில் அவன் இழைத்த பல குற்றங்களுக்காக அவனைப் பிடித்துக் கொடுப்போருக்கு இரண்டாயிரம் பவுன் சன்மானம் அளிக்கப்படுமென்று வேற்று நாட்டில் பிரகடனமாகியிருந்து, ஜோஸப் நை, ஜான் டே ஆகிய இரு கப்பல் கட்டுவோரும் புகைபிடித்துக் கொண்டிருந்தனர். உத்வேகத்துடன் வேலைநடந்த அந்த நாட்களில் க்ஷவரம் செய்துகொள்வதற்கு நேரங் கிடைக்காததால், அவர்களது முகத்தில் கட்டைகட்டையாக மயிர் முளைத்திருந்தது. அப்பொழுது கப்பல்கட்டுவோனான பிடேடாஸே என்ற ருஷியன் உள்ளே நுழைந்தான். நையும் டேயும் அவனை ஏளனமாக நோக்கிக் கண்சிமிட்டினர். அவன் கழுத்துப் பட்டையை நீக்கிவிட்டு கதகதப்பான கோட்டைக் கழற்றிவிட்டு முட்டையில் செய்த தின்பண்டத்தைப் பன்றி இறைச்சியுடன் தின்னத் தொடங்கினான்.

''பிடோஸே, நீ மாஸ்கோவில் விருந்துண்ட விவரத்தைக் கூறு!'' என்று ஜோஸப் நை கண்ணைச் சிமிட்டியவாறு கூறினான்.

பிடோஸே பதில்கூறாது சாப்பிட்டுக் கொண்டிருந்தான். இந்தப் பேச்சு அவனுக்கு அலுத்துப் போய்விட்டது. பிப்ரவரி மாதத்தில் வெளிநாட்டிலிருந்து திரும்பியபோது அவன் உடனடியாக வாரனேஷுக்கு வந்திருக்கவேண்டும். பீட்டர் அம்மாதிரிதான் ஒரு கடிதத்தில் ஆணையிட்டிருந் தான். ஆனால் அவனை ஏதோ பேய் பிடித்துவிட்டது. மாஸ்கோவில் தன் நண்பர்களைக் கண்டுவரச் சென்றான். அப்போதுதான் தமாஷ் தொடங்கியது. மூன்று நாட்களுக்கு ஒரே கொம்மாளம்தான். அப்பங்களையும் சுருள் அப்பங்களையும் தின்றும் விருந்துண்டும் வாட்காவை மிகுதியாகக் குடித்தும் பொழுதைப் போக்கினான். இம்மாதிரிச் செய்தால் என்ன விளையுமோ, அது விளைத்தது. பிரியோ பிராஷன்ஸ்கி அலுவலகத்தில் நிறுத்தப்பட்டான்.

நீண்டநாட்களாகப் பீட்டர் தன் தனியன்புக்குரிய பிடோஸியை எதிர்பார்த்துக் கொண்டிருந்தான். அவனை ரோமோ டானோவ்ஸ்கி கைது செய்துவிட்டான் என்பதைக் கேள்விப்பட்டவுடன், பீட்டர் ஒரு விசேஷ தூதனை மாஸ்கோவுக்கு அனுப்பினான். அவன் மூலம் அனுப்பிய கடிதம்:

''மீன் ஹெர்கோனிக், நமது தோழர்களான பிடோஸியையும் மற்றவர்களையும் ஏன் காவலில் வைத்திருக்கிறீர்கள்? நான் மிகவும் வருந்துகிறேன். நான் குறிப்பாகப் பிடோஸியின் வரவை எதிர்பார்த்துக் கொண்டிருந்தேன். ஏனெனில், கப்பல் கட்டுவதில் அவன் கைதேர்ந்தவன். எனினும் நீங்கள் அவனைச் சிறைப்படுத்தியிருக்கிறீர்கள். ஆண்டவன் உங்களுக்கு நீதி வழங்குவார். உண்மையில் இங்கு எனக்கு ஒரு துணைவனும் இல்லை. கடவுளுக்காகக் கேட்கிறேன். அவனை விட்டு விடுங்கள்; இங்கு வரட்டும்... பீட்டர்.''

கிட்டத்தட்டப் பத்துநாட்கள் கடந்தபின், பிடோஸியே ரோமோடானோவ்ஸ்கியின் பதிலைக் கொண்டுவந்தான்:

''அவன் செய்தது இதுதான்: சில நண்பர்களோடு மிகுதியாகக் குடித்துவிட்டு வண்டியில் சென்றபோது, எல்லையில் இருந்த பிரியோபிராஷன்ஸ்கி பட்டாளத்தின் சோல்ஜர்களுடன் சண்டை போட்டான். விசாரணை நடத்தியதிலிருந்து இருபக்கத்திலும் தப்பு இருந்தது தெளிவாயிற்று. நான் அதை விசாரித்தறிந்தபின் பிடோஸின் மடமைக்காக அவனைக் கசையால் அடிக்கச்செய்தேன். அதேபோல், அவன் சண்டையிட்டதாகப் புகார் கூறிவந்த சோல்ஜர்களுக்கும் சவுக்கடி கொடுக்கச் செய்தேன். இந்த விஷயத்தில் என்னிடம் ஆத்திரப்படாதீர்கள். குற்றவாளியின் அந்தஸ்து என்னவாயினும், முட்டாள்தனமாக நடப்பவனைத் தண்டிக்காமல் விடுவது எனக்குப் பழக்கமல்ல.''

நன்று. விவகாரம் அத்துடன் முடிந்திருக்கலாம். பீட்டர் பிடோஸியைச் சந்தித்தபொழுது அவனைத் தழுவி அன்புசொரிந்தான்; தொடையைத் தட்டினான்; உள்ளூரச் சிரிப்பதுடன் அமையாமல், உரக்கச் சிரித்தான். ''பிடோஸி! நீ இப்பொழுது ஆம்ஸ்டர்டாமில் இல்லை'' என்றும் கூறினான். இரவு உணவுஉண்டபொழுது அவன் ரோமோடானோவ்ஸ்கியின் கடிதத்தை உரக்கப் படித்தான்.

முட்டையில் செய்த தின்பண்டத்தைப் புசித்தபின், பிடோஸி தட்டத்தை நகர்த்திவிட்டு கையில் புகையிலையை எடுத்துக்கொண்டான்.

''சரி, சரி! பேய்களா! போதும், போதும்! சிரித்தது போதும்! நீங்கள் கப்பலின் பின்புறத்துக் கீழறைக்குச் சென்றுவந்தீர்களா?'' என்று அவன் வெடு வெடுப்போடு வினவினான்.

''சென்று வந்தோம்'' என்று ஜோஸப் தை பதிலளித்தான்.

ஜான் டே மெதுவாகத் தன் மண்குழாயை வாயிலிருந்த எடுத்துவிட்டுப் பல்லைக் கடித்துக் கொண்டு ருஷிய மொழியில் பேசினான்:

''பிடோஸி! நாங்கள் அங்கு போகாததுமாதிரி நீ பேசுவதன் காரணமென்ன?''

''எனென்றா கேட்கிறாய்? என்னைப் பார்த்து விழிகளைப் பிதுக்குவதற்குப் பதிலாக விளக்கை எடுத்துக்கொண்டுபோய்ப் பார்!''

''ஓட்டையா?''

''ஆமாம்; ஓட்டைதான். உப்பிலிட்ட இறைச்சியுள்ள பீப்பாய்களை அவர்கள் அடுக்கியதும், பலகைகள் பிரிந்துகொண்டன. தண்ணீர் உள்ளே பீறிட்டுப் பாய்கிறது.''

''அப்படி இருக்கமுடியாது!''

''அப்படித்தான். நான் அப்போதே சொல்லவில்லையா? பின்புறத்தின் விலாப்பகுதி சிறிது பலவீனமாக இருக்கிறது.''

நையும் டேயும் ஒருவரையொருவர் பார்த்துக் கொண்டார்கள். நிதானமாக எழுந்திருந்து செவிகளையுடைய குல்லாயை அணிந்துகொண்டனர். பிடோஸி எரிச்சலோடு கழுத்துப் பட்டையைச் சுற்றிக்கொண்டு விளக்கை எடுத்துக் கிளம்பினான். ''நல்ல தளபதிகள்!'' என்று கூறிச் சென்றான்.

அதிகாரிகளும் மாலுமிகளும் வினைஞர்களும் களைத்துச் சோர்ந்தவர்களாய், சீலும் சேறும் மேலெல்லாம் பூசப்பட்டவர்களாய் உள்ளேவந்து மேஜையில் அமர்ந்தனர்; மண்பானையிலிருந்த கடுமையான வாட்காவைக் கோப்பையில் ஊற்றிக் குடித்தனர். தட்டுகளில் இருந்த வறுத்த இறைச்சியையும், புளிக்காடியில் ஊறவைத்த பன்றி இறைச்சியையும், பன்றிக்குட்டி இறைச்சியையும் விரல்களால் பிய்த்தெடுத்துத் தின்றனர். இங்ஙனம் உண்டபின் சிலுவைக் குறியிடாது, கடவுளுக்கு ஒரு வார்த்தை நன்றி கூறாது, வெளியேறினார்கள்.

மரப்பலகையால் அமைந்த தடுப்பின் கதவுநிலையில் சாய்ந்தவனாய்ப் பரந்த தோள்களையும், தூக்கக் கலக்கமான கண்களையும் உடைய ஒரு மாலுமி நின்றுகொண்டிருந்தான். உயரமான கம்பளக் குல்லாயைச் சாய்வாக அணிந்து கொண்டிருந்தான். அவனுடைய சதைப் பற்றுள்ள கழுத்திலிருந்து ஒருசீல் பூசிய கயிறு தொங்கியது. அதன் நுனி தீய்ந்துகொண்டிருந்தது. யாருக்காவது தேவையானால் அந்தக் கயிற்றுநுனியால் பதம்பார்ப்பான்.

அந்தக் கதவருகே வந்தவர்களையெல்லாம், ''நீ எங்கே போவதாக எண்ணிக் கொண்டிருக் கிறாய்?'' என்று இழுத்திசைக்கும் குரலில் வினவினான். தடுப்புக்குப் பின்னால் இருந்த படுப்பதற்குரிய இடத்தில், இந்த நேரத்தில் அரசாங்க முக்கியஸ்தர்கள் கூடியிருந்தனர். அட்மிரல் பிடோர் கோலோவின், லியோ நாரிஷ்கின், பிடோர் அப்ராக்ஸின், அலெக்ஸாண்டர் மென்ஷிகோவ் ஆகியோர் அங்கிருந்தனர். லிபோர்ட் இறந்தவுடனே மென்ஷிகோவுக்கு மேஜர் ஜெனரல் அந்தஸ்து வழங்கப்பட்டது. அவன் பிஸ்கோவின் கவர்னராக நியமிக்கப்பட்டான். லிபோர்ட்டின் இழவுவினை முடிந்த பிறகு வாரனேஷுக்குத் திரும்பியபோது, ''எனக்கு இருகைகள் இருந்தன. இப்பொழுது ஒன்றுதான் எஞ்சியிருக்கிறது. அதற்குத் திருட்டுக் குணம் உடென்றாலும், அது நம்பகமான கை!'' என்று பீட்டர் கூறியதாகச் சொல்லிக்கொண்டார்கள்.

அலெக்ஸாண்டர், பிரியோபிராஷன்ஸ்கி பட்டாளத்துக்கு உரிய நேர்த்தியான கோட்டைத் தரித்து, அதன்மீது ஒரு கழுத்துப் பட்டையைக் கவர்ச்சியாகக் கட்டிக்கொண்டிருந்தான். பொய்மயிரையும் அணிந்து அவன் வெம்மை மிகுந்த செங்கல் அடுப்பருகில் நின்றான். அவனது குறுகிய மோவாய், சரிகைக் காலரில் புதைந்திருந்தது.

குலைந்துகிடந்த படுக்கையின்மீது அப்ராக்ஸினும் பரத்துத்தடித்த கோலோவின்னும் அமர்ந்திருந்தனர். நாரிஷ்கின் உள்ளங்கையில் நெற்றியைத் தாங்கிக்கொண்டு மேஜையண்டை குந்தியிருந்தான். அவைக் குமாஸ்தாவும் அரசியல் தூதருமான வாஸ்நிட்ஸின் பேச்சை அவர்கள் கேட்டுக்கொண்டிருந்தனர். அவன் அப்பொழுதே டான்யூப் நதிக்கரையிலுள்ள கார்லோவிட்ஸி லிருந்து வந்திருந்தான். அந்த இடத்தில்தான், ஆஸ்திரிய, போலிஷ், வெனிஸிய, ருஷ்யத் தூதர்கள் துருக்கியருடன் சமாதானப் பேச்சுவார்த்தைகள் நடத்தினார்கள்.

வாஸ்நிட்ஸின் இதுவரை ஜாரைச் சந்திக்கவில்லை. அமைச்சர்கள் கூடி விவாதிக்க வேண்டுமென்று ஆணையிட்ட பீட்டர், தான் பின்னர் வருவதாகச் சொல்லிவிட்டான். பரிபாஷைக் குறிப்புகளடங்கிய நோட்டுப் புத்தகங்களை முழங்கால் மூட்டுமீது வைத்துக் கொண்டு, வாஸ்நிட்ஸின் பேசினான். அவனது மூக்குக் கண்ணாடி, நாசியின் நுனியில் செருகப் பட்டிருந்தது. அவன் கூறியது:

''போரைத் தாற்காலிகமாக நிறுத்துவதற்கான போர் நிறுத்த ஒப்பந்தத்தை நான் துருக்கியத் தூதருடன் ஏற்பாடு செய்திருக்கிறேன். அதற்குமேல் எதையும் சாதிக்க முடியவில்லை. நீங்களே யோசித்துப் பாருங்கள்: ஐரோப்பாவில் இப்பொழுது, பெரிய பிரச்னைகள் சூடேறி வெடிக்கும் தருவாயிலுள்ளன. ஸ்பெயின் தேசத்து அரசன் கிழவனாகி விட்டான். அவன் எந்நேரத்திலும் இறந்துவிடலாம். அவனுக்குக் குழந்தை குட்டி இல்லை. பிரெஞ்சு அரசன் தன் பேரனான பிலிப்பை ஸ்பானிஷ் அரசிருக்கையில் அமர்த்துவதற்கு விரும்புகிறான். பிலிப்புக்குத் திருமணம் செய்து விட்டான். எந்த நிமிடத்திலும், பிலிப்புக்கு முடிசூட்டுவதற்குச் சித்தமாகிப் பாரிஸில் காத்திருக்கிறான். மறுபுறத்தில், ஆஸ்திரியாவின் சக்கரவர்த்தி, தன் மகனான சார்லஸை ஸ்பெயின் தேசத்து அரசனாக்க விரும்புகிறான்.''

''இதெல்லாம் எங்களுக்குத் தெரியும்'' என்று பொறுமையிழந்த அலெக்ஸாண்டர் இடைமறித்தான்.

''பொறுமை வேண்டும், அலெக்ஸாண்டர் டானிலோவிச்! நான் எனக்குத் தெரிந்த முறையில் பேசுகிறேன்'' என்று கூறிய வாஸ்நிட்ஸின் தனது முதுமைக்குரிய விழிகளால் அந்த, சாந்தமான இளைஞனை உறுத்துப் பார்த்தான். அதன்பின், தன் பேச்சைத் தொடர்ந்தான்: ''இங்கிலாந்துக்கும் பிரான்ஸுக்கும் இடையேயுள்ள ஒரு பெரிய தகராறு முடிவான கட்டத்தை அடைந்திருக்கிறது. ஸ்பெயின் பிரெஞ்சு அரசன் வசப்பட்டால், பிரெஞ்சுக் கப்பற்படையும் ஸ்பானிஷ் கப்பற் படையும் சேர்ந்து கடல்களில் பேராதிக்கம் வகிக்கும். ஸ்பெயின் ஆஸ்திரியச் சக்கரவர்த்தியின் ஆதினத்துக்கு உட்பட்டால், ஆங்கிலேயர் தமது சுயபலத்தால் பிரெஞ்சுக் கப்பற்படையைச் சமாளித்து விடுவார்கள். ஆங்கிலேயர் தாம், கார்லோவிட்ஸில் ஆஸ்திரியர்களும் துருக்கியர் களும் கூடிப் பேசுவதற்கு ஏற்பாடு செய்தார்கள். ஆஸ்திரியச் சக்கரவர்த்தி, வேறு வில்லங்கம் ஏதுமின்றிப் பிரெஞ்சு மன்னனுடன் போர்புரிய வேண்டுமென்பதே பேச்சுவார்த்தையின் நோக்கம். ஓய்வு கிடைத்தால் மன்னனுடன் போர்புரிய வேண்டுமென்பதே பேச்சுவார்த்தையின் நோக்கம். ஓய்வு கிடைத்தால் பலத்தைப் பெருக்கிக்கொள்ளலாமென்று துருக்கியர் எண்ணு வதால், அவர்களும் சமாதானத்தை வரவேற்கின்றனர். இப்பொழுது அவர்களது நிலைமை மோசமாயுள்ளது. ஹங்கேரியிலும், டிரான்ஸில்வேனியாவிலும், மோரியாவிலும் பல

நகர்களையும் பிரதேசங்களையும் அவர்களிடமிருந்து ஆஸ்திரியச் சக்கரவர்த்திக்காகப் போராடிய ஸேவாய் கோமகன் யூஜீன், பிடித்துவிட்டான். ஆஸ்திரியர்கள் கான்ஸ்டான்டிநோபிள் மீதே கண் வைத்துவிட்டார்கள். எனவே, இழந்த பிரதேசங்களை, மீட்பதே துருக்கியரது கவலையாயிருக்கிறது. தொலைவிலுள்ள போலந்துடனோ, நம்முடனோ சண்டை போடுவதைப் பற்றிச் சிந்திக்கவும் இல்லை. அஸோவையே எடுத்துக் கொள்ளுங்கள். அதைக் கைப்பற்றுவதற்காகப் போராடுவதில் ஏற்படும் இழப்பைவிட அதைப் பிடிப்பதனால் ஏற்படும் நன்மை அதிகமாயிராது.''

''உண்மையில் துருக்கிச் சுல்தான் இந்த அளவுக்குப் பலவீனப் பட்டுவிட்டானா? இதை என்னால் நம்பமுடியவில்லை'' என்று அலெக்ஸாண்டர் கூறினான். கோலோவினும் அப்ராக்ஸினும் சிரித்தனர். அதைக் கண்ட லியோநாரிஷ்கினும் தலையை அசைத்துச் சிரித்தான். காலை ஆட்டிக் குதி முள்ளை ஒலிக்கச் செய்துகொண்டே, அலெக்ஸாண்டர் தொடர்ந்து பேசினான்: ''துருக்கிச் சுல்தான் பலவீனமடைந்திருந்தால் ஒரு சாசுவத சமாதான ஒப்பந்தத்தைச் செய்து கொள்வதற்கு உங்களால் ஏன் முடியவில்லை? உக்ரேனில் நாற்பது ஆயிரம் காவற் படையினர் காத்திருப்பதையும் ஷீனின் பெரிய குதிரைப் பட்டாளம் ஆடிர்காவில் இருப்பதையும் படகுகள் பிரியான்ஸ்கி அருகில் சித்தமாக விருப்பதையும் நீங்கள் துருக்கியத் தூதரிடம் எடுத்துரைக்கவில்லையா? உங்களை நாங்கள் வெறுங்கையுடன் அனுப்பவில்லையே? போர் நிறுத்தமாம், போர் நிறுத்தம்!''

வாஸ்நிட்ஸின் மெதுவாகத் தன் மூக்குக் கண்ணாடியை நீக்கினான். இழிகுடியில் பிறந்த ஒரு நாய் இம்மாதிரி ஓர் அரசியல் தூதனிடம் உரையாடும் இப்புதிய ஏற்பாட்டுடன் இணங்கிப் போவது அவனுக்குக் கஷ்டமாக இருந்தது- வெஞ்சினத்தால் துடித்த முகத்தைக் கையால் தடவிக்கொண்டு குழம்பிய சிந்தனைகளைச் சீர்படுத்திக்கொள்ள முயன்றான். இவனோடு சண்டை போடுவதில் பயனில்லை என்பதை அவன் அறிந்திருந்தான்! மேலும் பேசினான்:

''அலெக்ஸாண்டர் டானிலோவிச், சமாதான ஒப்பந்தம் செய்து கொள்ளாது, போர் நிறுத்த உடன்பாடு செய்துகொண்டதின் காரணம் இதுதான்; ஆஸ்திரியத் தூதர்கள், நம்மையோ போலிஷ் தூதரையோ வெனிஸின் தூதரையோ கலக்காது, தனியாகவும் இரகசியமாகவும் துருக்கியரோடு பேச்சு வார்த்தை நடத்தினார்கள். போலிஷ் தூதர்களும் நம்மைக் கலக்காது தனியாகப் பேசி ஓர் உடன்பாட்டுக்கு வந்தனர். எனவே, நாம் தனிமைப்பட்டு நின்றோம். ஆஸ்திரியர்களுடன் திருப்திகரமான உடன்பாட்டுக்கு வந்தபின், நம்மோடு பேச்சுவார்த்தை நடத்துவதற்கே துருக்கியர்கள் விரும்பவில்லை. அவர்களுக்கு அவ்வளவு மமதை ஏற்பட்டுவிட்டது. எனது பழைய நண்பன் அலெக்ஸாண்டர் மாவ்ரோ கார்டாடோ அந்தக் குழுவில் இருந்திராவிட்டால், ஒரு போர் நிறுத்த உடன்பாடு கூடச் சாத்தியமாயிராது. நீங்கள் இங்கு அமர்ந்துகொண்டு ஐரோப்பாவே உங்களை நோக்குவதாக நினைக்கிறீர்கள். உண்மை அதுவல்ல. அவர்கள் நம்மை ஒரு சிறு திறமான அரசியல் சக்தியாகவே கருதுகின்றனர்; நம்மை ஓர் அரசியல் சக்தியாகக் கருதவேயில்லை என்றும் சொல்லலாம்.'' ''அதைப் பொறுத்திருந்து பார்க்க வேண்டும்'' என்று இடைமறித்தான் மென்ஷிகோவ்.

''பேசாதிரு. ஆவேசம் அடையாதே, அலெக்ஸாண்டர்!'' என்று கோலோவின் மெல்லக் கூறினான். வாஸ்நிட்ஸின் தொடர்ந்து பேசினான்:

''தூதர் முகாமில் நமக்கு மிகவும் மோசமான இடத்தைக் கொடுத்தார்கள். நம்மைக் கண்காணிப்பதற்குக் காவலர்களை நியமித்தார்கள். துருக்கியரைச் சந்திக்கவோ அவர்களோடு கடிதப் போக்குவரத்து வைத்துக் கொள்ளவோ கூடாதென்று தடை விதித்தனர். நான்

வீயன்னாவிலிருந்தபொழுது, ஓர் அனுபவமுள்ள போலிஷ்காரனை - அவன் ஒரு டாக்டர் - வேலைக்கு அமர்த்திக்கொண்டேன். அவனை முதலில் அனுப்பியபொழுது அவன் மூலம் மாவ்ரோ கார்டாடோ தன் வாழ்த்துக்களைத் தெரிவித்தான். இரண்டாவது தடவையாக அவனை அனுப்பினேன். அப்பொழுது மாவ்ரோகார்டாடோ தன் வாழ்த்துக்களை அனுப்பியதுடன், குளிர் அதிகமாயிருப்பதாகச் சொல்லி அனுப்பினான். நான் மனமகிழ்ந்தேன். நரித்தோல் கொடுத்துத் தைத்த மிக்க சிவப்பான எனதுகோட்டை டாக்டர் மூலம் அனுப்பினேன். அரசியல் தூதர்களின் முகாம்களைச் சுற்றி வளைத்துக் கொண்டு வயல் வழியே செல்லும்படி டாக்டரிடம் சொன்னேன். மாவ்ரோகார்டாடோ கோட்டைப் பெற்றுக்கொண்டான். மறுநாள் அவன் எனக்கு இரண்டு அழகிய புகைக் குழாய்களும் புகையிலையும், ஒரு பவுண்டு காப்பியும் காகிதமும் அனுப்பினான். பதிலுக்குச் சன்மானம் செய்கிறானாவென்று நான் வியந்தேன். எனவே அவனுக்கு ஒரு வண்டி நிறையப் பலவகையான மீன்களையும் நானாவிதப் பழச் சத்துப் பாகுகளையும் அனுப்பினேன். அதன் பின் நானே சாதாரண உடை தரித்துத் தன்னந்தனியாகத் துருக்கியர் முகாமுக்குச் சென்றேன். அதே நாளில், துருக்கியச் சக்கரவர்த்தியுடன் சமாதான ஒப்பந்தத்தில் கையெழுத் திட்டு விட்டனர்.''

''ஓ! என்ன....!'' இங்ஙனம் பேசத் தொடங்கிய அலெக்ஸாண்டர் குதி முட்களை உடைய பாதத்தால் தரையை அறைந்தான்.

வாஸ்நிட்ஸின் மேலும் பேசினான்:

''மாவ்ரோகார்டாடோ என்னிடம் உரையாடினான். நீப்பர் நதியின் கழிமுகத்து நகர்களை அவர்களிடம் ஒப்படைக்க வேண்டமென்றான். அப்பொழுதே, நாம் நீப்பர் நதி வழியே கருங் கடலைச் சேர முடியாது செய்யலாமென்றான். கருங்கடலுக்குள் நம்மை அனுமதிக்க முடியாதென்று கூறி விட்டு அஸோவை அவர்களிடம் ஒப்படைக்க வேண்டுமென்றும், முன் போலக் கிரீமியாவின் கானுக்குக் கப்பம் கட்ட வேண்டுமென்றும் கூறினான். அலெக்ஸாண்டர் டானிலோவிச், எங்களது முதல் பேச்சில் இங்ஙனம் துருக்கியர்கள் வீம்பு செய்தார்கள். நானோ தனியாளாக இருந்தேன். நமது நேச நாடுகளது தூதர்கள் தத்தம் காரியத்தை முடித்து விட்டுத் தத்தம் வழியில் சென்று விட்டார்கள். நான் வாரனேஷ் கப்பற் படையைப் பற்றிக் கூறித் துருக்கியர்களைப் பயமுறுத்தினேன். ஆனால் அவர்கள் அதைக் கேட்டு ஏளனமாகச் சிரித்தார்கள். 'கடலுக்கு அறுநூறு மைல்களுக்கு அப்பால் கப்பல்களைக் கட்டும் விநோதத்தைப் பற்றி இப்பொழுதே கேள்விப்படுகிறோம். நல்லது, டான் நதியில் கப்பலைச் செலுத்துங்கள். அனால் டானின் முகத் துவாரத்தைக் கடக்க அவற்றால் முடியாது' என்றனர்; நான் உக்ரேனிலுள்ள ராணுவத்தைப் பற்றிப் பேசி மிரட்டினேன்; அவர்கள் தார்த்தாரியர்களைப் பற்றிப் பேசி அச்சுறுத்தினார்கள். 'உஷார், தார்த்தாரியர்களுக்கு இப்பொழுது வேறு வம்பு தும்பு ஏதும் இல்லை. தேவ்லத்-கிரே★ காலத்தில் செய்த மாதிரி மீண்டும் செய்துவிடுவார்கள்' என்றனர். துருக்கியருக்கு வேறு கவலை ஏதுமில்லையானால் நம் மீது போர் தொடுத்திருப்பார்கள். அலெக்ஸாண்டர் டானிலோவிச், என்னால் இயன்றது இவ்வளவுதான்; ஒரு வேளை என் மந்த புத்திகாரணமாக நல்ல வெற்றி கிட்டாதிருந்திருக்கலாம். எப்படியாயினும், போரை விடப் போர் நிறுத்தம் மேலானது.''

மேலும் பல சிறிய விஷயங்களைக் கவனிக்க வேண்டியிருந்தது. ஆணிகள் அதிகமாகத் தேவைப்பட்டன. சாலைகளில் பனி உருகி வெள்ளம் ஓடியதால், தூலாவிலிருந்து வரவேண்டிய

★ *1584*-ல் பயங்கர ஐவான் மேற்றிசைப் போரில் ஈடுபட்டிருந்த பொழுது கிரிமியத் தார்த்தாரியர்களது தலைவனான தேவ்லத்கிரே தன் படையுடன் வந்து மாஸ்கோவை எரித்தான். ஏறத்தாழ ஐந்து லட்சம் மக்களைச் சிறைப் படுத்திக்கொண்டு சென்றான்.

இரும்புச் சுமைச் சறுக்கு வண்டிகள் முதல் நாள்தான் வந்து சேர்ந்தன. ஆற்றில் வெள்ளம் நிறைந்திருக்கும்பொழுது, டான் நதியின் கழிமுகத்தைப் பெரிய கப்பல்கள் கடக்க வேண்டுமானால், தாமதம் செய்வதற்கு நேரமில்லை.

எல்லா உலைகளும் கொழுந்து விட்டெரிந்து கொண்டிருந்தன. கொல்லர்களது தூசாடையெல்லாம் பொசுங்கியிருந்தன. அவர்களது சட்டையெல்லாம் வேர்வையில் நனைந்து உப்பு நாற்றம் வீசின. இடுப்புவரை துணி அணியாது நின்ற நெட்டையான சம்மட்டியடிப்போர் வெம்புண்களுடன் காட்சி தந்தனர். துருத்தியைத் தொழிற்படுத்திய பையன்கள் புகைக்கரியில் கறுத்திருந்தனர். அவர்கள் அனைவருமே நிற்க முடியாது தவித்தனர்; கைகளை உயர்த்த முடியாமல் துன்புற்றனர்; அட்டைக் கரியாக விருந்தனர். இரவில் அவர்கள் அடிக்கடி முறைமாறி வேலை செய்ததால் ஒருவனும் அந்த இடத்தைவிட்டுப் போகவில்லை. ஓய்வெடுத்தவர்களிற் சிலர் திறந்த கதவருகே நின்று கருவாட்டைத் தின்றனர். வேறு சிலர் மரக்கரிக் குவியல் மீது படுத்துறங்கினர்.

இங்கு ஸிமோவ் மேலாளராக வேலை பார்த்து வந்தான். தூலா சிறையிலிருந்து ஆயுட்காலம் முழுவதும் உழைப்பதற்கு இணங்கி விடுதலை பெற்றுத் தூலா தொழிற்சாலையில் அமர்ந்திருந்த ஸிமோவை, லியோ நாரிஷ்கின் இங்கு அனுப்பியிருந்தான். அவனுக்கு ஒரு கை தீய்ந்து விட்டது. இன்னொரு மேலாள் கரிப்புகையின் விஷத்தால் பாதிக்கப்பட்டுப் பட்டரைக்கு வெளியே கிடந்த ஈரப்பலகைகள் மீது முனங்கிக்கொண்டு கிடந்தான். 'நம்பிக்கை' என்ற கப்பலின் பெரிய நங்கூரத்திற்குத் தேவையான கொக்கிகளை அவர்கள் பற்ற வைத்துக்கொண்டிருந்தனர். மேலேயுள்ள விட்டத்தில் இணைந்த கட்டையிலிருந்து தொங்கிய நங்கூரம் உலையினுள் இருந்தது. சிறுவர்கள் வியர்வையைத் துடைத்துக்கொண்டும் மேல் மூச்சுக் கீழ் மூச்சு வாங்கிக் கொண்டும் ஆறு துருத்திகளில் நெம்பு கோல்களைத் தொழிற்படுத்திக் கொண்டிருந்தனர். நீண்ட கைப்பிடியையுடைய சம்மட்டியைத் தாழ்த்திக்கொண்டு இரண்டு சம்மட்டியடிப்போர் சித்தமாய் நின்றனர்; தீய்ந்த கையில் கந்தலைக் கட்டியிருந்த ஸிமோவ் இன்னொரு கையால் கரியைக் கிளறிக்கொண்டே ''காலங் கடத்தாதே! காலங் கடத்தாதே! இன்னும் கொஞ்சம் கொடு!'' என்று மீண்டும் மீண்டும் கூறிக்கொண்டிருந்தான்.

அதே உலையில் நீண்ட இடுக்கிகளால் நங்கூரத்தின் கொக்கியைக் கவனமாகத் திருப்பிக் கொண்டிருந்தான் பீட்டர். அவ்வளவு பெரிய கருவியைப் பற்றவைப்ப தென்பது இலேசான காரியமல்ல. பொறுப்பும் திறமையும் மிகுதியாகத் தேவைப்படும் செயலாகும். பீட்டரின் வெள்ளைச் சட்டை அழுக்கடர்ந்து இருந்தது. அவன் கித்தானி செய்த தூசாடையைக் கட்டிக் கொண்டிருந்தான். அவனது களைத்த முகத்தில் புகைக்கரியின் கறைகள் பல தென்பட்டன. உதடுகளை இறுக மடித்துக் கொண்டு அவன் வேலை செய்தான்.

ஸிமோவ் கப்பிக்கயிறுகளின் அருகே நின்ற ஆட்களை நோக்கித் திரும்பி, ''உஷார்! சித்தமாயிரு!'' என்றான். பீட்டர் பக்கந் திரும்பி, ''இதுதான் நேரம்! தாமதித்தால் மிதமிஞ்சிக் காய்ந்து விடும்'' என்றான். பீட்டர் கரியை வெறித்துப் பார்த்துக்கொண்டே தலையசைத்துவிட்டு இடுக்கியை நகர்த்தினான். ''கயிற்றை இழுங்கள்!'' என்ற குரல் கேட்டது.

இருகைகளால் துரிதமாகக் கயிற்றைப் பிடித்த ஆட்கள் அதை இழுத்தார்கள். கட்டைகிரீச்சென்றது. அரைடன் எடையுள்ள நங்கூரம் உலையிலிருந்து எழுந்தது. புயற்காற்றில் பனி தெறிப்பதைப்போலத் தீப்பொறிகள் பட்டரையெங்கும் பறந்தன. பழுக்கக் காய்ந்து வெண்மையான நங்கூரத்தின் பிடி அடைகல்லுக்கு மேலாகத் தொங்கியது. அதிலிருந்து செதிள்கள் எரிந்து பறந்தன. இனி அதைத் தாழ்த்தி அதற்குரிய நிலையில் வைக்கவேண்டும்.

''தாழ்த்துங்கள்... உறுதியாக வையுங்கள்'' என்று ஸிமோவ் குசுகுசுத்தான். ''செதிள்களைச் சுரண்டி எறியுங்கள்!'' என்றான். அவனே ஒரு சுள்ளிக்கட்டையால் சுரண்டத் தொடங்கினான். பீட்டரை நோக்கித் திரும்பி ஆத்திரத்தோடு, ''கொக்கி! கொக்கி எங்கே? என்ன செய்கிறாய்?'' என்று கத்தினான்.

பீட்டர் நாற்பது பவுண்டு எடையுள்ள இடுக்கியால் கொக்கியை உலையிலிருந்து எடுத்துச் சுழற்றினான். அடைகல்லில் வைக்கத் தவறுவான் போல இருந்தது. பழுக்கக் காய்ச்சிய கொக்கி இடுக்கியிலிருந்து விழுந்துவிடும் போலிருந்தது. ஆனால் அவன் உடல்வளைத்துப் பல்லைக் கடித்துப் பெருமுயற்சி செய்து அந்தக் கொக்கியை அடைகல்மீது வைத்து விட்டான்.

''இன்னும் அருகே!'' என்று ஸிமோவ் கத்திவிட்டுச் சம்மட்டியடிப்போரைச் சிறிது நோக்கினான். அவர்கள் கஷ்டப்பட்டு மூச்சுவிட்டுக் கொண்டே ஒருவர்பின் ஒருவராகச் சம்மட்டியால் அடித்தனர். பீட்டர் இடுக்கியால் கொக்கியைப் பிடித்தபடி நின்றான். ஸிமோவ் சின்னச் சுத்தியால் 'டக்டக்டக், டக்டக்டக்' என்று அடித்தான். தீய்ந்த செதிள்கள் பறந்து அவர்களது தூசாடை மீது விழுந்தன.

பற்றவைக்கும் வேலை முடிந்தது. சம்மட்டியடிப்போர் மூச்சுத் திணறிக்கொண்டே நகர்ந்தனர். பீட்டர் இடுக்கியைத் தொட்டியில் போட்டுவிட்டுச் சட்டைக்கையால் முகத்தைத் துடைத்துக் கொண்டான். வலது கண்கள் சுருங்கி எக்களிப்பை வெளிப்படுத்தின. ஸிமோவை நோக்கிக் கண்ணைச் சிமிட்டினான். ஸிமோவின் முகம் முழுவதும் சுருக்கங்கள் விழுந்தன. அவன் கூறினான்:

''சரி, பீட்டர் அலெக்ஸிவிச், இப்படிப்பட்ட தவறுகளும் நிகழ்கின்றன. இன்னொரு தடவை அம்மாதிரி இடுக்கியைச் சுழற்றாதே! யார்மீதாவது அடிபடும். தவிர, இடுக்கியில் சிக்கிய பொருளும் அடைகல்லுக்கு அப்பால் விழுந்துவிடும். அம்மாதிரி சுழற்றியதற்காக நான் அடிபட்டிருக்கிறேன்.''

பீட்டர் பதிலுரைக்கவில்லை. அவன் கைகளைத் தொட்டியில் கழுவித் தூசாடையில் துடைத்துக்கொண்டு கோட்டைப் போட்டுக்கொண்டான். அதன்பின் பட்டரையிலிருந்து வெளியேறினான். வெளியே வசந்தத்தின் ஈரமணம் அவனை வரவேற்றது. ஆற்றில் சலசலத்த பனிக்கட்டிகள் பெரிய விண்மீன்களின் ஒளியில் இலேசான சாம்பல்நிறம் உடையனவாகத் தென்பட்டன. 'நம்பிக்கை' என்ற கப்பலின் பாய்மரத்து உச்சிவிளக்கு மெல்ல அசைந்தது. சட்டைப்பையில் கைவிட்டுக் கொண்டும் மென்மையாக விஸில் அடித்துக்கொண்டு நீர்ப்பரப்பின் விளிம்பருகே கரைவழியே நடந்தான் பீட்டர்.

தடுப்புக்கு அருகில் நின்ற மாலுமி, ஜார் வருவதைக் கண்டவுடன் தலையை உள்ளே நீட்டி அமைச்சர்களை எச்சரித்தான். ஆனால் பீட்டர் நேராக உள்ளே செல்லவில்லை. முன்னறையின் கதகதப்பும் புகைமணமும் அவனை இன்புறச் செய்தன. உவகையால் நாசியைச் சுருக்கியவாறு மேஜைமீது சாய்ந்து உணவுத்தட்டுகளை ஆராய்ந்தான்.

பிரகாசமான நீல விழிகளும், சிறியமுகமும், வட்டமான தாடியும், வியப்புக்குறி தோன்றச் செய்த விற்புருவங்களும் உடைய அலாதுஷ்கின் அங்கிருந்தான். புகழ்பெற்ற தச்சன் அவன். பீட்டர் அவனிடம் மேஜைமீதிருந்த வறுத்த இறைச்சியையும் ஆப்பிள் ஊறுகாயையும் சுட்டிக்காட்டியவாறு ''மிஷ்கா! அவற்றை இங்கே தள்ளு!'' என்றான். தூங்கிக்கொண்டிருந்த துணை அட்மிரலுக்கு எதிரிலிருந்த பெஞ்சியின்மீது அமர்ந்தான். களைத்தவர்கள் குடிக்கும்

வகையில், ஒரு சிறு கோப்பை வாட்காவை மெதுவாகக் குடித்தான். அந்தப்பானம் அவனது இரத்தக் குழாய்களில் ஓடியது. உறுதியான ஓர் ஆப்பிளைப் பொறுக்கியெடுத்துக் கடிக்கத் தொடங்கிய பீட்டர், கார்னீலியஸின் வழுக்கைத் தலைமீது ஒரு துண்டைத் துப்பினான். ''குடிமயக்கமா?'' என்று வினவினான்.

துணை அட்மிரல் தனது கசங்கிய முகத்தை உயர்த்திக் கரகரத்த குரலில் கூறினான்:

''தென் திசைக்கும் தென் மேற்குத் திசைக்கும் இடையே காற்று அடித்துக் கொண்டிருக் கிறது. பாம்பர்க், சேனாதிபதியின் காவலிடத்தில் நின்றுகொண்டிருக்கிறான். நான் ஓய்வெடுத்துக் கொண்டிருக்கிறேன்.'' இங்ஙனம் கூறிவிட்டு அவன் தன் சட்டையின் முன்கைப் பகுதியில் முகத்தைப் புதைத்துக்கொண்டான்.

தின்றுமுடித்த பீட்டர், ''இங்கே ஏன் இவ்வளவு சோர்வாய் இருக்கிறீர்கள்?'' என்று வினவினான். மேஜைமீது கைவைத்து ஒரு விநாடி பேசாதிருந்தான். பிறகு முதுகை நிமிர்த்திக் கொண்டு தடுப்புக் கதவு வழியே உள்ளறைக்குச் சென்றான். அவன் படுக்கையின்மீது அமர்ந்து கொண்டான். மந்திரிகள் மரியாதையாக நின்றனர். அவன் கட்டை விரலால் டச்சுப் புகையிலையை எடுத்துக் குழாயில் அடைத்துக்கொண்டு, அலெக்ஸாண்டர் நீட்டிய மெழுகு திரியில் பற்றவைத்துக்கொண்டான். ''நல்லது! புகழ்பெற்ற தூதரே! என்ன சேதி?'' என்றான்.

வாஸ்நிட்ஸின் மண்டியிட்டு வணங்கியபொழுது அவனது பிரெஞ்சுக் கோட்டின் விறைப்பான தொங்கல்கள் குத்திட்டு நின்றன; பொய்மயிர்ச் சுருள்கள் ஜாரின் சேறான பூட்ஸ் அருகே ஆடின. தன்னை ஜார் தூக்கி நிறுத்துவான் என்று எண்ணி அந்நிலையிலையே காத்திருந்தான். தலையணை மீது ஒரு கையைச் சாய்த்துக் கொண்டிருந்த பீட்டர் கூறினான்:

''அலெக்ஸாண்டர்! இந்தப் பிரபல தூதரைத் தூக்கி நிறுத்து. வாஸ்நிட்ஸின்! கோபித்துக் கொள்ளாதே. எனக்குச் சற்றுக் களைப்பாக இருக்கிறது.''

வாஸ்நிட்ஸின் அலெக்ஸாண்டரின் உதவியை மறுத்துவிட்டுப் புண்பட்ட மனத்தோடு தானே எழுந்தான்.

பீட்டர் தொடர்ந்து பேசினான்: ''நான் உன் கடிதங்களைப் படித்துவிட்டேன். உன்னிடம் கோபங்கொள்ளக் கூடாதென்று எழுதியிருக்கிறாய்; எனக்குக் கோபமில்லை. நீ உன் கடமையை நன்மதிப்போடு நிறைவேற்றியிருக்கிறாய். ஆனால் பழைய முறையில் செயல்பட்டிருக்கிறாய். உன்னை நான் நம்புகிறேன்....'' அவனது இதழ்கள் ஆத்திரத்தால் வளைந்தன. பற்கள் வெளியே தெரிந்தன. ''ஆஸ்திரியர்கள்! ஆங்கிலேயர்கள்! நல்லது! இம்மாதிரி அவர்களுக்கு வாழ்த்துத் தெரி விப்பது இதுதான் கடைசித்தடவை. உட்கார்ந்துகொள். எல்லாவற்றையும் விபரமாகக்கூறு.''

தூதர்கள் சந்தித்த இடத்தில் அவர்கள் தனக்கு இழைத்த அவமதிப்புகளையும் கஷ்டங் களையும் பற்றிய கதையை வாஸ்நிட்ஸின் திரும்பச் சொன்னான். அவனுடைய கடிதத்திலிருந்து பீட்டர் இவற்றையெல்லாம் முன்பே அறிந்திருந்ததால் அவன் ஏதோ சிந்தனையாகப் புகை பிடித்துக்கொண்டிருந்தான்.

வாஸ்நிட்ஸின் கூறினான்: ''ஐயா! நாம் துருக்கியர்களை ஆத்திரமூட்டாமல் இருந்தோமே யானால் நீண்டகாலத்துக்குப் போர் நிறுத்தத்தை நீட்டமுடியும் என்று அற்ப அறிவையுடைய சேவகனாகிய நான் எண்ணினேன். சூழ்வினைத்திறன் மிகுந்த ஒரு தூதனை நாம் துருக்கியரிடம் அனுப்ப வேண்டும். அவன் பேச்சுவார்த்தை நடத்தி ஓரிரண்டு சலுகை தருவதாக வாக்களித்துக்

காலத்தைக் கடத்த வேண்டும். பார்க்கப்போனால், முகம்மதியர்களை வஞ்சிப்பது பாவமாகாது. ஆண்டவன் அதை மன்னித்துவிடுவார்.''

பீட்டர் புன்னகை செய்தான். அவனது முகத்தில் பாதி, நிழலில் இருந்தது. ஆனால் ஒரு கண் மெழுகுதிரியின் ஒளியில் கடுமை விளங்கக் காட்சி தந்தது.

''பாயர்களே! வேறு என்ன சொல்லுகிறீர்கள்?'' என்று வினவிய அவன் புகைக்குழாயை வாயிலிருந்து எடுத்துவிட்டு மூன்று கஜத்துக்கு அப்பால் விழும்படி எச்சில் துப்பினான்.

அப்ராக்ஸின், கோலோமின் ஆகியோரின் கொம்பு போன்ற பொய்மயிர்களின் நிழல்கள் சுவரில் ஆடின. இம்மாதிரி நேராகப் பதில் கொடுப்பது மிகவும் கடினம். பாயர் அவையில் பகட்டான சொல்லலங்காரத்தோடு சுற்றிவளைத்துப் பேசுவது அவர்களுக்கு வழக்கம். ஆனால் பீட்டருக்கோ அது பிடிக்கவில்லை. அலெக்ஸாண்டர் சூடான அடுப்புமீது தோளைத் தேய்த்துக் கொண்டு முகஞ் சுளித்தான்.

''என்ன?'' என்று பீட்டர் அவனை வினவினான்.

''வாஸ்நிட்ஸின் யோசனை பழங்காலத்துக்கு உரியது. காலங்கடத்துவதென்ற அந்த யோசனை இன்றைக்குப் பொருத்தமில்லை'' என்றான் அலெக்ஸாண்டர்.

லியோ நாரிஷ்கின் உணர்ச்சி ததும்பப்பேசினான்:

''நாம் துருக்கியரோடு சமாதான ஒப்பந்தம் செய்துகொள்வதில் கடவுளுக்கு விருப்ப மில்லை. திருத்தூய்மைக்குரிய கல்லறையைக் காப்பாற்றவேண்டும் என்று ஜெருஸலத்தின் சமயமுதல்வர் கண்ணீர் சிந்தி எழுதியிருக்கிறார். தம்மைத் துருக்கியர் பிடிப்பிலிருந்து பாதுகாக்க வேண்டுமென்று மொல்டேவியாவின் அரசனும் வல்லாச்சியா வேந்தனும் நம்மிடம் மண்டியிட்டு வேண்டுகிறார்கள். ஆனால் நாமோ - ஆ! கடவுளே!''

''அழாதீர்கள்!'' என்று பீட்டர் ஏளனமாகச் சொன்னான்.

சிறிதுநேரம் நாரிஷ்கின்னால் பேசமுடியவில்லை. வாயையும் கண்களையும் அகல விரித்துக் கொண்டு நின்றான்; பிறகு பேசினான்: ''ஐயா! கருங்கடலின்றி நாம் வாழமுடியாது. ஆண்டவன் அருளால் நாம் இப்பொழுது பலம் பெற்றிருக்கிறோம். துருக்கியர் பலவீனமாக இருக்கிறார்கள். வாஸிலி கோலிட்ஸின் கிரீமியாமூலம் முன்னேற முயன்றான். நாம் அவ்வாறு செய்யக்கூடாது. நாம் டான்யூப் நதியைக் கடந்து முன்னேறிக் கான்ஸ்டாண்டி நோபிளைப் பிடித்து ஸோபியாவின்* ஆலயத்தில் சிலுவைக் குறியை ஏற்றவேண்டும்.

கொம்புபோன்ற பொய்மயிர்கள் கவலையோடு துடித்தன. பீட்டரின் கண்ணில் முன்போலவே ஒரு புரிபடாத பிரகாசம் தென்பட்டது. அவன் இலேசாகப் புகைக்குழாயை இழுத்தான். சாதுவான அப்ராக்ஸின் தணிந்த குரலில் பேசினான்:

''போரைவிடச் சமாதானமே சிறந்தது. நாரிஷ்கின்! போரால் பேரிழப்பே ஏற்படும். அஸோவையோ, நீப்பர் கழிமுக நகர்களையோ கைவிடாமல் துருக்கியருடன் இருபத்தைந்து

★ஸோபியாவின் ஆலயம்: கி.பி. ஆறாம் நூற்றாண்டில், கலவரத்தில் அழிந்துபோன திருக்கோயிலை ஜஸ்டினியன் என்ற பைஸாண்டிய சக்கரவர்த்தி சிறப்பாக நிர்மாணித்தான். பைஸாண்டிய சிற்பக்கலைக்குத் தலைச்சான்றாகத் திகழும் இது. உலகிலே உள்ள அழகு மிகுந்த கட்டிடங்களில் ஒன்று. பதினைந்தாம் நூற்றாண்டில் துருக்கியர் கான்ஸ்டாண்டி நோபிளைப் பிடித்தபொழுது, அதை மசூதியாக மாற்றினார்கள் - மொ-ர்.

ஆண்டுகளுக்கு, அல்லது குறைந்தபட்சம் பத்து ஆண்டுகளுக்குச் சமாதானம் செய்துகொள்ள முடிந்தால் நன்றாக இருக்கும்...'' அவன் பீட்டரை விரைவாக நோக்கிவிட்டுப் பெருமூச்சு விட்டான்.

பீட்டர் எழுந்தான். குறுக்கும் நெடுக்கும் நடப்பதற்கு அறையில் இடமில்லை. எனவே மேஜையின் மீதமர்ந்து பேசினான்:

''பாயர்களே! நிலச்சுவான்தார்களே! நான் எப்போதும் உங்களையே நம்பியிருக்க வேண்டுமா? பிரபுக்களின் படைகளை நம்பினால் உருத்தேற முடியுமா? அவர்கள் பளபளவென்று இருக்கிறார்கள் என்பது மெய். புரவிமீது அமர்கிறார்கள் என்பது மெய். ஆனால் எந்தக் கையில் வாளைப்பிடிப்பது என்பது தெரியவில்லை. உதவாக்கரைகள்! உண்மையிலேயே உதவாக்கரைகள்! நீங்கள் வியாபாரிகளோடு பேசிப் பார்க்கவேண்டும். ஆர்க்கேஞ்சல்! இந்த ஓரிடம் தான் நமக்கு இருக்கிறது. இதுவும் பூமியின் ஓர் ஓரத்தில் இருக்கிறது. ஆங்கிலேயர்களும் டச்சுக்காரர்களும் தம் மனதுக்கிசைந்தவாறு விலை கூறுகிறார்கள். மிகவும் குறைந்த விலைக்கு நமது பொருட்களைக் கொள்முதல் செய்கிறார்கள். அன்றொருநாள் ஷோரின் என்னிடம் சொன்னான்: அவனுடைய கொட்டாரங்களில் அறுநூறு டன் 'ஹெம்ப்' மூன்றாண்டுகளாகத் தேங்கிக்கிடக்கிறதாம். நியாயமான விலை கிடைக்கவில்லை. அந்த விதேசிப் போக்கிரிகள் அதைப்பார்த்துச் சிரித்துவிட்டுப் போகிறார்களாம். மர வியாபாரத்தின் நிலவரம் என்ன? வெளிநாடுகளில் மரம் தேவை. நம்மிடந்தான் காடுகள் உள்ளன. எனினும் நாம் அவர்களிடம் சென்று மண்டியிட்டுத் தாழ்ந்து மரம் வாங்கும்படி கெஞ்சுகிறோம். லினனைப்பற்றி என்ன? ''இந்த விலைக்குக் கொடுப்பதற்குப் பதிலாக ஆர்க்கேஞ்சலிலுள்ள அந்த லினனைக் கிட்டங்கியோடு எரித்து விடுவேன்'' என்று ஐவான் பிராவ்கின் கூறுகிறான். வேண்டாம். கருங்கடலைப் பற்றி நாம் கவலைப்படவேண்டாம். பால்டிக் கடலில்தான் நமது கப்பல்கள் நிற்கவேண்டும்.''

அவன் சொல்ல வேண்டியதைச் சொல்லிவிட்டான். பற்றை பற்றையான அழுக்கோடு அந்த நெட்டையன் மேஜை மீதமர்ந்து மந்திரிகளை முறைத்துப் பார்த்தான். அவர்கள் புருவத்தை நெரித்தனர். தார்த்தாரியர்களோடும் துருக்கியரோடும் சண்டை போடுவதே கஷ்டம். எனினும் அது அவர்களுக்குப் பழகிவிட்டது. ஆனால் பால்டிக்கடலுக்குக்காகப் போராட வேண்டுமாமே, லிவோனியர்களோடும் போலிஷ்காரர்களோடும் போர்புரிவதா? ஸ்வீடனோடு சமர்செய்வதா? ஐரோப்பியச் சிக்கல்களில் மாட்டிக்கொள்வதா? நாரிஷ்கின்னின் தடித்த கரம் கோட்டின் விறைப்பான தொங்கல்கள் வழியே தேடித்தடுமாறி ஒரு தவிட்டுநிறச் சில்க் கைக்குட்டையை எடுத்தது. அதனால் அவன் தலையைத் துடைத்துக்கொண்டான். வாஸ்நிட்ஸின் தன் உலர்ந்த முகத்தை ஆட்டினான். கால்சட்டைப் பையிலிருந்த புகையிலைப் பையை எடுத்துக்கொண்டே பீட்டர் மேலும் கூறினான்:

''நாம் துருக்கியர்களோடு சமாதானம் செய்துகொள்ள முயல்வோம். வாஸ்நிட்ஸின் வழியிலல்ல. ஒரு புதிய முறையில். கௌரவமாக மீள்வோம்.''

''அதுதான் சரி'' என்று கூறிய அலெக்ஸாண்டரின் கண்கள் மினுமினுத்தன.

11

கதகதப்பான காற்று, கட்டம்போட்ட கப்பற்பாய்களை நிரப்ப, டான்நதியின் கலங்கிய வெள்ளத்தில் கப்பல்கள் சென்றன. இரண்டு தளமுடைய பதினெட்டுக் கப்பல்கள் வரிசையாகச் சென்றன. அவற்றுக்கு முன்னும்பின்னும் இருபது சிறு கப்பல்களும், மேலும் இருபது இரட்டைப் பாய்மரக் கப்பல்களும், ஒற்றைப் பாய்மரக்கப்பல்களும், வேவுபார்க்கும் படகுகளும் சென்றன. ஒட்டுமொத்தமாக எண்பத்தி ஆறுபோர்க்கலங்களும் ஐந்நூறு படகுகளும் வளைந்துசெல்லும் நதியில் போய்க்கொண்டிருந்தன. அவற்றில் ஏராளமான கஸாக்குகள் இருந்தனர்.

அவர்கள் மேல்தளங்களில் நின்று பார்த்தபொழுது ஸ்டெப்பியில் புதிதாகப்பூத்த பசுமையும், புதிய வெள்ளத்தால் நிரம்பிய ஏரிகளின் சிற்றலைகளும் தென்பட்டன. பறவைக்கூட்டங்கள் வடக்கு நோக்கிப் பறந்தன. அடிக்கடி சீமைச்சுண்ணாம்புப் பாறைகள் சேய்மையில் வெண்மையாக ஒளிர்ந்தன. தென் கிழக்குக் காற்று வீசிக்கொண்டிருந்தது. முதலில் அந்தக் காற்று அவர்களுக்கு எதிர்த்திசையில் அடித்ததால், டான்நதி மேற்கு நோக்கி வளையும் திருப்பத்தை அடையும்வரை அவர்கள் மிகவும் கஷ்டப்பட்டனர். கப்பற்பாய்கள் தொங்கி ஆடின. கப்பல்கள் மெதுவாக நகர்ந்தன. காப்டன்கள் தமது பித்தளைக் கொம்புகளை ஆத்திரத்தோடு ஊதினர். கப்பற்படைக்குக் கீழ்க்காணும் உத்திரவு பிறப்பிக்கப்பட்டது:

''எந்தக்கலமும் கொடிக்கப்பலுக்கு ரொம்பவும் பின் தங்கிவிடக்கூடாது. சகல கலங்களும் நெருக்கமாக அதை அடியொற்றி வரவேண்டும். எந்தக் கப்பலாவது மூன்றுமணி நேரத்துக்குரிய தூரம் பின் தங்கினால் அந்தக் கப்பலோட்டிகள் மூன்று மாதச் சம்பளத்தை இழப்பார்கள். ஆறுமணி நேரத்துக்குரிய தூரம் பின் தங்கினால் எட்டு மாதச் சம்பளத்தை இழப்பார்கள். பன்னிரண்டு மணி நேரத்துக்குரிய தூரம் பின் தங்கினால் ஓராண்டுக்குரிய சம்பளத்தை இழப்பார்கள்.''

தென் மேற்கில் திரும்பியபின் பயணம் எளிதாயிருந்தது. ஸ்டெப்பியில் மூடுபனி சூழ்ந்த விசும்பில் சூரியாஸ்தமனத்தின் மாட்சிமை சிறிது நேரமே தென்பட்டது. சூரியன் விரைவாக மறைந்த அந்நேரத்தில் கொடிக்கப்பலின் துப்பாக்கி இடிமுழக்கம் செய்தது. கப்பலின் மணிகள் நேரத்தை அறிவித்தன. விளக்குகள் பாய்மர உச்சிகளுக்கு ஏற்றப்பட்டன. கப்பற்பாய்கள் மடிக்கப்பட்டன. நங்கூரங்கள் ஆற்றில் விழுந்து தண்ணீரைச் சிதறடித்தன. இருண்டிருந்த ஆற்றங்கரைகளில் தீ மூட்டப்பட்டது. காஸ்ஸக்குகள் நீட்டிமுழக்கிக் கூப்பாடு செய்தனர்.

'அப்போஸ்டில் பீட்டர்' என்ற கப்பலின் உடற்பகுதியிலிருந்து ஒரு வாணவெடிகுண்டு பறவைகளை அச்சுறுத்தியவாறு விண்ணைநோக்கிப் பறந்துசென்றது. இந்தக் ப்பலுக்குத்தான் ஜார் தலைவனாக இருந்தான். அதிகாரிகள் இரவு உணவுக்காகப் போஜன அறையில் கூடினர். அந்த விருந்து களிப்பூட்டுவதாயிருந்தது. அக்கம்பக்கத்துக் கப்பல்களிலிருந்த அட்மிரல்களும் காப்டன்களும் உச்ச வட்டத்துப் பாயர்களும் இங்கே விருந்துண்ண வந்தனர்.

திவ்னோ கோர்ஸ்கி மடத்தின் அருகில் இந்தக் கப்பற்படையோடு போரிஸ் கோலிட்ஸின் கம்பெனி கட்டிய ஆறு கப்பல்களும் சேர்ந்துகொண்டன. இந்த நிகழ்ச்சியைக் கொண்டாடு வதற்காகக் கப்பல்களெல்லாம் சுண்ணாம்புக் கரையருகே நின்றன. மடத்தின் தோட்டத்தில்

திறந்தவெளியில் இரண்டு நாட்கள் விருந்துண்டு வேடிக்கையாகப் பொழுதுபோக்கினார்கள். அவர்கள் கொம்புகளை ஊதியும், கொச்சையாகத் தமாஷ்செய்தும் துறவிகளை வருத்தத்தில் ஆழ்த்தினார்கள். எண்ணூறு மரக்கலங்களிலிருந்தும் துப்பாக்கிகளைப் பிரயோகம்செய்து துறவிகளைத் திகிலடையச் செய்தார்கள்.

மீண்டும் கப்பற்பாய்கள் நதியெங்கணும் புடைத்துக்கொண்டன. உயர்ந்தகரைகளையும் மண் சுவர்களாலும் மிலாறு வேலிகளாலும் சூழப்பட்ட சிறு நகரங்களையும் புதிய பாயர்களது எஸ்டேட்டுகளையும் மீன் பண்ணைகளையும் மடங்களின் எஸ்டேட்டுகளையும் மீன் பண்ணை களையும் மரக்கலங்கள் கடந்துசென்றன. பான்ஷின் நகரத்தை நெருங்குவதற்கு முன்னால் அவர்கள் இடதுகரையில் கால்முக்[1] குதிரை வீரர்களையும் வலது கரையில் கஸாக்குகளையும் கண்டனர். கால்முக்குகள் நீண்ட குத்தீட்டிகளை வைத்திருந்தனர். கஸாக்குகள் வாகன்களால் அமைந்த சதுரத்திற்குள் இரண்டு துப்பாக்கிகளை நிறுத்தியிருந்தனர். குதிரை மேய்ச்சல் பூமி சம்பந்தமாகவும், மீன்பிடிக்கும் பிரதேசம் சம்பந்தமாகவும் இருவருக்குமிடையே தகராறு முற்றியதால், சண்டைக்குச் சித்தமாகி நின்றனர்.

தளபதிஷீன், கால்முக்குகள் நின்ற கரைக்கும், போரிஸ் கோலிட்ஸின், கஸாக்குகள் நின்ற கரைக்கும் படகில் சென்றனர். ஓர் உடன்பாடு காண்பதில் அவர்கள் வெற்றியடைந்தனர். இந்த நிகழ்ச்சியைக் கொண்டாடும் பொருட்டுப் புல்லடர்ந்த நதிக்கரைகளில் விருந்துண்டார்கள். அப்பொழுது வானத்தில் முகிற்கூட்டங்கள் மெதுவாகச் சஞ்சரித்தன. அவற்றின்கீழே வேறு பிரதேசத்தை நாடிச்செல்லும் நாரைகள் வரிசையாகச் சென்றன. குடிபோதையின் விளைவால் துன்புற்ற கார்னீலியஸ் ஆமைகளைப் பிடிப்பதற்கு ஏற்பாடுசெய்தான். அவற்றைக்கொண்டு அவனே ஒரு சூப்பும்செய்துகொண்டான். பீட்டரும் சில ஆமைகளைப் பிடிப்பதற்கு உத்திர விட்டான். அவற்றைக் கொண்டு சமைத்துப் பாயர்களுக்கு ஒரு விநோதமான உணவைப் பரிமாறினான். அதைத் தின்ற பிறகே அவன் அவர்களிடம் ஆமைத்தலைகளைக் காட்டினான். தளபதி ஷீனுக்கு நோய் உண்டாகி விட்டது. எல்லோரும் சிரித்துக் கொம்மாளம் அடித்தனர்.

மே மாதம் 24-ம் தேதி உச்சி வேளையில், தென் திசையை நோக்கியபொழுது, கடலின் மூடுபனிக்கு மேலே அஸோவ் கோட்டையின் காவல் அரண்கள் தென்பட்டன. அந்த இடத்தில் தான் டான் அகன்றுவிரிந்தது. ஆனால் நாற்பது துப்பாக்கிகளை உடைய கப்பல், கழிமுகத்தில் போகமுடியாது, ஏனெனில் அதில் நீர்மட்டம் குறைவாயிருந்தது.

துணை அட்மிரல் டான் நதியின் கிளையான குதுர்மாவில் சென்று ஆழம் பார்த்துக் கொண்டிருந்தபோது, பீட்டர் அஸோவ் கோட்டையையும் டாகன்ராக் கோட்டையையும் பார்வையிடுவதற்காக ஒற்றைப் பாய்மரக்கப்பலில் சென்றிருந்தான். அச்சமயம் கிரீமியாகானின் தூதர்கள் அழகான குதிரைகள்மீது அமர்ந்து பாச்சிசேரி[2]யிலிருந்து வந்தனர். சுமை தூக்கி விலங்குகளையும் அவர்கள் இட்டு வந்திருந்தனர். அவர்கள் ஒரு குன்றின்மீது கம்பளக் கூடாரங்களை அமைத்துக்கொண்டு தமது பதாகையைக் கட்டிப் பறக்கவிட்டனர். அதில் ஒரு குதிரை வாலும், பிறைச் சந்திரனுடன் கூடிய நீண்ட ஈட்டியும் வரைந்திருந்தனர். கானின் வாழ்த்துக்களையும் சன்மானங்களையும் ஜார் பெற்றுக்கொள்ள இசைவாரா என்பதை அறிவதற்கு அவர்கள் ஒரு மொழி பெயர்ப்பாளனை அனுப்பினார்கள். ஜார் மாஸ்கோவில் இருப்பதாகவும், அவருடைய பிரதிநிதியான அட்மிரல் கோலோவின் பாயர்களோடு இங்கு இருப்பதாகவும் பதில் கிடைத்தது. குன்றின்மீது இருந்த பதாகை மூன்று நாட்களுக்குப் பறந்தது. ருஷியத்

1. கால்முக்: மங்கோலிய இனத்தைச் சேர்ந்த குடிகள்.

2. பாச்சிசேரி: தார்த்தாரியர்களின் ஆட்சிக்கு உட்பட்டிருந்த கிரிமீயாவின் தலைநகரம்.

துப்பாக்கிகளுக்கு நேர் எதிரான பிரதேசத்தில் தார்த்தாரியர்களின் குதிரைகள்அங்கு மிங்கும் விரைந்தன. நான்காவது நாளில் தூதர்கள் அட்மிரலின் கப்பலுக்கு வந்தார்கள். ஒரு வெண்மையான உயர்ந்த கம்பளத்தை விரித்து அதன்மீது தமது சன்மானங்களை வைத்தார்கள். குதிரைமீது அமர்வதற்கான இருக்கையின் வில்லொன்றும், சிறிய வாளும், கத்தியும், பிஸ்டல்களும், வெள்ளியால் அணிசெய்வித்து விலை மலிவான கற்கள் பதிக்கப்பெற்ற சேணமும் இருந்தன. அவற்றில் எதுவும் தரமானதாக இல்லை. கோலோவின் ஒரு மடிப்பு நாற்காலியில் கண்ணியத்தோடும் பெருமிதத்தோடும் அமர்ந்திருந்தான். தார்த்தாரியர்கள் கம்பளத்தின் மீது உட்கார்ந்திருந்தனர். இரண்டு கூர்நுனிகளையுடையதாக அமைந்திருந்த தத்தம் மெலிந்த தாடியை உருவிக்கொண்டே அவர்கள் வாஸ்நிட்ஸின் கையெழுத்திட்ட ஒப்பந்தத்தைப்பற்றியும் வேறு பல விஷங்களைப்பற்றியும் பேசிக்கொண்டே இருந்தார்கள். கடல்நாயின் கண்களைப்போன்ற அவர்களது கண்களின் கூர்ந்த பார்வையால் ஒவ்வொன்றையும் நோக்கினர். பற்களால் கிளிக்கென்று ஒலிசெய்தவாறு அவர்கள் கூறினர்.

''ருஷியர்கள் நேர்த்தியானவர்கள்; கப்பற்படை உயர்வானது. ஆனால் பெரிய கப்பல்களுடன் குதுர்மா நதிவழியே செல்லலாம் என்று நீங்கள் நம்புகிறீர்களே, அது வீண் கனவு! கொஞ்ச காலத்திற்குமுன்தான் சுல்தானின் கப்பற்படை டான்நதிக்குள் பிரவேசிக்க முடியாது கெர்ச்சுக்குத் திரும்பியது.''

அவர்கள் உளவு அறிய வந்தார்கள் என்பதைச் சகல விஷயங்களும் தெளிவுபடுத்தின. மறுநாட்காலையில் குன்றிலிருந்த கொடியும் கூடாரங்களும் குதிரைவீரர்களும் மறைந்தனர்.

ஆழம் பார்த்தபொழுது, குதுர்மாவின் நீர்மட்டம் குறைவாயிருப்பது தெரிந்தது. ஒவ்வொரு நாளும் டான்நதியின் வெள்ளம் வடிந்துகொண்டிருந்தது. வலுப்பெற்ற தென்மேற்குக் காற்று அடித்துக் கடல்நீரைக் கழிமுகத்துக்குள் கொண்டுவந்தால்தான் கப்பல்கள் முன்னேறமுடியும்.

டாகன்ராக்கிலிருந்து திரும்பிய பீட்டர் நீர்மட்டக் குறைவைப்பற்றி அறிந்து வருந்தினான். தெற்குக் காற்று மந்தமாக வீசியது. நாள்தோறும் வெப்பம் அதிகமாயிற்று. கப்பல்களின் பக்கங்களிலிருந்து கீல் உருகிச்சொட்டியது. குளிர்காலத்தில் சரியாகப் பக்குவமடையாத கப்பற்பலகைகள் சுருங்கத்தொடங்கின. கீழறைகளிலிருந்து தண்ணீரை வெளியேற்றினார்கள். தொங்கிய பாய்களுடன் கண் கூசச்செய்யும் வெயிலின் புழுக்கத்தில் கப்பல்கள் அசைவற்றுக் கிடந்தன.

அடிப்பாரத்தை இறக்குமாறு உத்திரவு பிறந்தது. வெடி மருந்துப் பீப்பாய்களும் உப்பிலிட்ட இறைச்சிப் பீப்பாய்களும் கீழறைகளிலிருந்து தூக்கிப்படகுகளில் இறக்கப்பட்டன. அப்படகுகள் டாகன்ராக் சென்றன. கப்பல்களின் எடைகுறைந்தது. ஆனால் குதுர்மா வடிந்து கொண்டே யிருந்தது.

ஜூன் மாதம் 22-ம் தேதி - பகலுணவு நேரம். வெப்பமான போஜன அறையிலிருந்து அட்மிரல் ஜூலியஸ் ரியாஸ் வெளியே வந்தான். கப்பலின் பக்கவாட்டில் சிறுநீர் கழிக்கச் சென்ற அவன் சுற்றுமுற்றும் நோக்கினான். தென்மேற்குத் திசையில் சாம்பல் நிறமேகம் துரிதமாகப் படர்வதைக் கண்டான். சிறுநீர் கழித்தபின் அந்த மேகத்தை இன்னொருமுறை நோக்கிவிட்டு உள்ளே சென்று தொப்பியும் வாளும் கையில் எடுத்தான். ''புயல் வருகிறது!'' என்று உரத்த குரலில் கூறினான். பீட்டரும் அட்மிரல்களும் காப்டன்களும் வெளியே பாய்ந்துவந்தனர். தலைக்கு நேராக வானத்தில் சிதறிய மேகங்கள் பாய்வதையும், கண்ணுக்கெட்டிய தூரத்திலிருந்து வெண்மையான நீர்ப்பரப்பின்மீது இருள் படர்வதையும் அவர்கள் கண்டார்கள். கொடிகளும்

சிறுகொடிகளும் பாய்மரக்கயிறுகளில் கிடந்த மாலுமிகளின் துணிகளும் சோர்ந்து தொங்கின. அவற்றின்மீது வெப்பமான உலோக ஒளியைக் கதிரவன் பெய்தான். ஒவ்வொரு கப்பலிலும் கப்பலோட்டிகள் மேல்தளத்தின் மீது சுறுசுறுப்பாய்ச் செயல்பட்டனர். கப்பற்பாய்களைப் பாதுகாத்தனர்; புயற்கால நங்கூரங்களைத் தாழ்த்தினர்.

இடிமேகம் விண்ணில் பாதியை மறைத்தது; நீர்ப்பரப்பு இருண்டது; அடிவானத்தில் தகடு தகடாக மின்னல் வீசியது; பாய்க்கட்டுகளில் மேன்மேலும் கொடியதாகவும் அச்சுறுத்துவ தாகவும் காற்று ஊதியடித்தது. சிறுகொடிகள் சிதறின, விண்ணிலே சிதறிய மேகம் சுழல, புயற்காற்று முழு விசையுடன் கப்பல்களைத் தாக்கியது, பாய்மரங்கள் கிரீச்சென்றன, பாய்மரக் கயிறுகளில் கட்டிக் கிடந்த உள்ளாடைகள் பறந்தன, காற்று சவுக்கால் அடிப்பதுபோல் வெள்ளத்தை நையப் புடைத்தது. பாய்மரக்கயிறுகளை அறுத்தெறிய முனைந்தது. மாலுமிகள் அந்தக் கயிறுகளை வெறியோடு பற்றிக்கொண்டிருந்தனர். காப்டன்கள் பாதங்களைத் தளத்தில் அறைந்து கத்திப்பேசினார்கள். புயலின் பேரொலிக்கும் மேலாகத் தமதுகுரல் கேட்கவேண்டு மென்று அவர்கள் உச்சஸ்தாயியில் கூவினார்கள். நுரை முடிதரித்த அலைகள் கப்பல்களின் உடற்பகுதிகளைத் தாக்கின. காதுசெவிடுபடும் அளவுக்கு முழக்கம்செய்த இடி விண்ணைப் பிளந்தது. அந்த இடிமுழக்கம் இடையீடு இல்லாததாக நீடித்தது. மின்னல்கள் தூள் தூளாகத் தீயைச் சிதறச்செய்தன. தலைக்கு ஒன்றும் அணியாத பீட்டர் உயர்ந்து தாழ்ந்துகொண்டிருந்த பிற்பகுதியில் கைப்பிடியைப் பிடித்துக்கொண்டு நின்றான். அவனது கோட்டின் தொங்கல்கள் பறந்தன. கண்ணால் ஒன்றையும் பார்க்க முடியவில்லை. காதால் ஒன்றையும் கேட்க முடிய வில்லை. மீனைப்போல வாயைத்திறந்தான். கப்பலைச் சுற்றிலும் அலைமுடிகள் மீது மின்னல் விழுவதாகத் தோன்றியது. ஜுலியஸ்ரியாஸ் அவனது செவிக்குள் கத்தினான்:

''இது ஒன்றும் பெரிய விஷயமல்ல. உண்மையான புயல் இப்பொழுதுதான் வரப் போகிறது!''

புயல் அடித்து ஓய்ந்தது. ஆனால் பெருத்த நஷ்டம் உண்டாயிற்று. ஆற்றங்கரையில் இரண்டு மாலுமிகள் மின்னலடித்து இறந்தனர். நங்கூரச் சங்கிலிகள் தகர்ந்தன. சில பாய்மரங்கள் உடைந்தன. பல சிறுகலங்கள் கரைப்பக்கம் தள்ளப்பட்டுச் சேற்றில் சிக்கிக்கிடந்தன. ஆனால் வலுமிக்க தென்மேற்குக்காற்று சீராக அடித்துக்கொண்டிருந்தது. அதுதான் அவர்களுக்கு அப்போது அவசரத்தேவை.

குதுர்மாவில் வேகமாக நீர்மட்டம் உயர்ந்தது. அதிகாலையில் கப்பல்கள் நகரத்தொடங்கின. 'நம்பிக்கை' என்ற கப்பலை ஐம்பது தோணிகளோடு நீண்ட கயிறுகளால் கட்டியிருந்தனர். அந்தத் தோணிகள் அக்கப்பலை இழுத்துச் சென்றன. ஒரு தடவைகூட அதன் அடிக்கட்டை ஆற்றின் அடியைத் தொடவில்லை. இவ்வாறு குதுர்மாவழியே சென்ற அந்தக்கப்பல் அஸோவ் கடலில் பிரவேசித்தவுடன் வாழ்த்துக்கூறும் வேட்டுப்போட்டு, காப்டன் பாம்பர்க்கின் சொந்தக் கொடியை உயர்த்தினார்கள்.

அதேதினத்தில் 'அப்போஸ்டில் பீட்டர்', 'வாரனேஷ்,' 'அஸோவ்' முதலிய கப்பல்கள் அஸோவ்கடலை அடைந்தன. இவற்றுக்குத்தான் தண்ணீரின் ஆழம் அதிகமாகத் தேவைப் பட்டது. ஜூன் மாதம் 27ம் தேதிக்குள் டாகன்ராக் காவல் அரண்கள் அருகே சகல மரக்கலங்களும் நங்கூரம் பாய்ச்சிவிட்டன.

அங்கே அலைதாங்கு கரையின் ஒதுக்கிடத்தில் கப்பல்களின் சீரமைப்பு வேலையைத் தொடங்கினார்கள். பலகைகளிடையே இருந்த சந்து பொந்துகளை அடைத்தார்கள்; வண்ணம்

பூசினார்கள்; பாய்க்கட்டுகளைச் செம்மை செய்தார்கள்; அடிப்பபாரத்தை மீண்டும் ஏற்றினார்கள். பீட்டர் 'நம்பிக்கை'யின் பக்கத்தில் ஒரு தொட்டிலிலே நின்று பழங்கயிற்று இழை போன்ற வற்றைச் சந்து பொந்துகளில் அடைத்துச் சுத்தியால் அடித்துக்கொண்டிருந்தான். சில சமயங்களில் அவன் அழுக்கான கித்தான் கால்சட்டையை அணிந்து பாய்மரத்தில் ஏறிப் புதிய சட்டத்தை வைத்து அடித்தான். சில சமயங்களில் அவன் கீழறைக்குச் சென்றான். அங்கு டே, நை ஆகியோருடன் பலத்த சண்டைபோட்டு விட்ட பிடோஸே, மரப்பலகைகளைச் சேர்த்து இறுக்குவதற்காக ஏதோ தந்திரம் செய்துகொண்டிருந்தான்.

''பீட்டர் அலெக்ஸிவிச், கடவுளுக்காக என்வழியில் வராதே! நான் சரியாகச் சேர்த்து இறுக்காவிட்டால் என் தலையை வேண்டுமானால் வாங்கிவிடு. என் வேலையில்மட்டும் குறுக்கிடாதே'' என்று பிடோஸே வெடுவெடுப்பாகச் சொன்னான்.

''சரி, சரி. நான் உனக்கு உதவி செய்யத்தான் வந்தேன்'' என்றான் பீட்டர்.

''அலாதுஷ்கின்னுக்குப் போய் உதவு, நீயும் நானும் சேர்ந்தால் சண்டைதான் வரும்.''

ஜூலை மாதம் முழுவதும் வேலை நடந்தது. பிரியோ பிராஷன்ஸ்கி பட்டாளத்திலிருந்தும், ஸெமினோவ்ஸ்கி பட்டாளத்திலிருந்தும் பொறுக்கியெடுக்கப்பட்ட மாலுமிகளுக்கு ஜூலியஸ் ரியாஸ் பயிற்சியளித்தவண்ணம் இருந்தான். அவர்களில் பலர் இதற்கு முன்னர் கடலையே காணாத பிரபுக்களின் பிள்ளைகள். ஜூலியஸ்ரியாஸ் தைர்யத்திலும் மூர்க்கத்திலும் உண்மையான மாலுமி. அவன் கயிற்றால் அடித்துக் கப்பலோட்டும் உற்சாகத்தை ஊட்டமுயன்றான். நீர் மட்டத்திலிருந்து எண்பது அடி உயரத்தில் மரச்சட்டத்தின் மீது நிற்கும்படி செய்தான். அல்லது கப்பலின் பக்கத்திலிருந்து சகல உடைகளும் உடுத்திய நிலையில் கடலில் குதித்து மூழ்கச் செய்தான். தண்ணீரில் அமுங்குவோன் மாலுமியாக இருக்க முடியாது என்பது அவனது சித்தாந்தம். அவன் மேல் தளத்தின் நடுவில் இருந்த காப்டனுக்குரிய மேடைமீது கால்களை அகல விரித்து நின்றான். முதுகுக்குப்பின்னால் பிரம்பைப் பிடித்துக்கொண்டு தன் ஒற்றைக்கண்ணால் நோக்கினான். நாயைப்போன்ற தாடையெலும்பையுடைய அந்தக் கடற்கொள்ளைக்காரன் கண்ணுக்குத் தப்புவது ஒன்றுமில்லை. ஒரு முடிச்சை அவிழ்ப்பதில் யார் காலங்கடத்துகிறான், அல்லது யார் தவறான வழியில் கயிற்றைக் கட்டுகிறான் என்பதையெல்லாம் உடனடியாகக் கண்டுபிடித்து விடுவான்.

''ஏ! மாடே! அங்கே அந்தக்கயிற்றை என்ன செய்கிறாய்?'' என்று கத்திப் பாதத்தால் தளத்தை அறைவான். ''பிற்பகுதியிலுள்ளவர் அனைவரும் வேலையை மீண்டும் செய்யுங்கள்!'' என்று உத்திரவிடுவான்.

புதிதாக நியமனமாகியிருக்கும் தூதனின் பெயர் உக்ரேன்ஸேவ். அரசியல் தூதர் இலாகாவில் அவனுக்கே அனுபவம் அதிகம். அவன் தன் குமாஸ்தாவான சிரிடியே என்பவனுடனும், லாவ்ரெட்ஸ்கி, பாட்வின்கின் ஆகிய மொழிபெயர்ப்பாளருடனும் அங்குவந்து சேர்ந்தான். அவர்கள் தம்முடன் சுல்தானுக்கும் பாஷாக்களுக்கும் பரிசு அளிப்பதற்காக மயிர்ப்பட்டு களையும், நீர்யானைப் பற்களையும், அறுபது பவுண்டு தேயிலையையும் கொண்டுவந்திருந்தனர்.

ஆகஸ்ட் மாதம் 14-ம் தேதி - 'நம்பிக்கை' திறந்தகடலில் பயணத்தைத் தொடங்கியது. இதர மரக்கலங்கள் அதைப் பின்பற்றின. வலுவான வடகிழக்குக் காற்றின் உதவியோடு மேற்றிசைக்கும் தென்மேற்குத் திசைக்குமிடையே சென்றன. 17-ம் தேதியன்று தாமனின் மெல்லிய ஸ்தூபிகள் இடதுபுறத்தில் தென்பட்டன. கப்பற்படை ஜல சந்தியைக்கடந்து கெர்ச்சுக்கு முன்னால் நங்கூரம் பாய்ச்சியது. அப்பொழுது முகமன் கூறும் வகையில் போட்ட

குண்டில் எழுந்த புகை, கப்பல்களை மூடி மறைத்தது. அங்கிருந்து அவர்கள் கெர்ச் நகரை நோக்கினார்கள். அதன் சுவர்கள் மிகவும் பழையனவாக இருந்தன. ஆங்காங்கே உயர்ந்திருந்த சதுரவடிவுக் கோபுரங்கள் இடிந்திருந்தன. அரண்களோ, புறக்காவல் அரண்களோ தென்பட வில்லை. கடற்கரையருகே நான்கு கப்பல்கள் நின்றன. எதிரே உள்ள விரிகுடா முழுவதும் கப்பல்கள் நிறைந்து வெடிமருந்துப் புகையைக் கக்குமென்று துருக்கியர்கள் எதிர்பார்க்க வில்லை; கனவுகூடக் காணவில்லை. எனவே அவர்கள் திகிலுற்றிருந்தனர் என்பது வெளிப்படை யாகத் தெரிந்தது.

மழுமழுப்பாகவும் பளபளப்பாகவும் இருந்த சோம்பேறியான முர்தாஸா பாஷாதான் கெர்ச்சின் கவர்னராக இருந்தான். ஒரு கோபுரத்தின் பலகணிச் சாய்வுவழியே கப்பற்படையை நோக்கிய அவன் கிலியடைந்தான். இவ்வளவு பெரிய மரக்கலக்கூட்டம் ஏன் வந்தது என்பதை அறிவதற்காக அவன் தன் அதிகாகளை ருஷியர்களது கொடிக்கப்பலுக்கு அனுப்பினான். ஒரு மாதத்திற்கு முன்தான் கானின் ஆட்கள் அவனுக்குத் தகவல் அனுப்பியிருந்தனர். ஜாரின் கப்பற்படை பெரிதில்லை என்றும், அதில் துப்பாக்கி ஏதுமில்லை என்றும், அஸோவ் வரையுள்ள ஆழமில்லாத கழிமுகத்தை அதனால் ஒருபொழுதும் கடக்கமுடியாது என்றும் அவர்கள் சேதியனுப்பியிருந்தார்கள்.

பாஷா மீண்டும் மீண்டும் பெருமூச்செறிந்தான். நன்றாகப் பார்ப்பதற்காக ஒரு செடியின் கிளையை வளைத்தான். கப்பல்களை எண்ணத்தொடங்கிய அவன் விரைவில் இந்த முயற்சியை விடுத்தான். அவனுக்குப் பின்னால் பறவைகள் அசுத்தப்படுத்திய சதுரமான மேடைமீது அதிகாரிகள் நின்றனர். ''கானின் வேவுகாரர்களை ஏன் நம்பினீர்கள்? அந்தத் தார்த்தாரிய நாய்களை நம்பலாமா?'' என்று கத்தினான்.

அவன் பாதரட்சை அணிந்த பாதத்தால் தரையை உதைத்தான். இந்த அமைதியான கடற்கழியில் வாழ்ந்து நன்றாகக் கொழுத்துச் சோம்பலுக்கு அடிமையாகியுள்ள அவனது அதிகாரிகள் இதயத்தின்மீது கைவைத்துக்கொண்டு நின்றார்கள். வருத்தத்தோடு குல்லாயையோ தலைப்பாகையையோ ஆட்டினார்கள். இப்போது முர்தாஸா பாஷா, சுல்தானுக்குப் பிடிக்காத ஒரு தகவலைத் தெரிவிக்கவேண்டும் என்பதை அவர்கள் உணர்ந்திருந்தனர். அதனால் என்ன விளைவு ஏற்படும் என்பதை ஒருவரும் சொல்லமுடியாது. நபிகள் நாயகத்தின் தெளிவும் ஒளியும் மிகுந்த பிரதிநிதியாகத்தான் சுல்தான் தன்னை வர்ணித்துக்கொண்டான். என்றாலும் கூட அவன் ஆத்திரக்காரன். முர்தாஸா பாஷாவைவிட உயர்ந்த பாஷாக்கள் பலரைத் துன்புறுத்திக் கழுவில் ஏற்றியிருக்கிறான்.

துருக்கிய அதிகாரிகளை ஏற்றிய கப்பலொன்று ருஷியர்களின் கொடிக்கப்பலை விட்டுப்பிரிந்து சென்றது. முர்தாஸா பாஷா அந்த அதிகாரிகளை விரைவாக இட்டுவரும்படி தன் ஆட்களில் ஒருவனைக் கடற்கரைக்கு அனுப்பினான். அவன் மீண்டும் கப்பல்களை எண்ணத் தொடங்கினான். அவனுடைய தூதர்களான இரண்டு கிரேக்கர்களும் விழிகளை உருட்டிக் கொண்டும் தோட்களைக் குலுக்கிக்கொண்டும் நாக்கால் சூள் கொட்டிக்கொண்டும் அங்கு வந்தனர். பாஷா வெறியோடு தன் உப்பிய முகத்தைத் திருப்பி அவர்களை நோக்கினான். அவர்கள் கூறியது:

''ருஷிய அட்மிரல் உங்களை வாழ்த்துகிறார். சுல்தானிடம் செல்லவேண்டிய தூதரை அழைத்து வந்திருப்பதாகச் சொல்லுகிறார். நீங்கள் தூதரைக் கடல்வழியே பயணம் செய்வதற்கு அனுப்பமாட்டீர்கள் என்றும் எல்லோரையும் போலவே கிரீமியா வழியேதான் அவர் பாபாவுக்குச் செல்லவேண்டுமென்றும் நாங்கள் கூறினோம். நாம் அவரது கடற்பயணத்தை

அனுமதிக்காவிட்டால் அவர்கள் கப்பற்படை முழுவதையும் அவரோடு கான்ஸ்டாண்டி நோபிளுக்கு அனுப்புவதாகக் கூறுகிறார்கள்.''

அடுத்தநாள் முர்தாஸாபாஷா தன்னுடைய தலைமை அதிகாரிகளை அட்மிரலிடம் அனுப்பினான். அவர்கள் அவனிடம் கூறியது:

''மாஸ்கோ நண்பர்களே! நாங்கள் உங்களுக்காக வருந்துகிறோம். எங்களது கருங்கடலைப் பற்றி உங்களுக்குத் தெரியாது. இந்தக் கடலில் செல்லும்போது சில சமயங்களில் மனிதர்கள் தீயோர் ஆகிவிடுகின்றனர். அதனால்தான் இதற்குக் கருங்கடல் என்று பெயர்வந்தது. எங்களது புத்திமதியைக் கேளுங்கள். பாபாவுக்கு நிலவழியே செல்லுங்கள்.''

அட்மிரல் கோலோவின் மார்பு விம்மியது. ''நீங்கள் எப்படிப் பயமுறுத்துகிறீர்கள்'' என்றான் ஏளனமாக. டச்சு ஆடையணிந்து அருகில் நின்ற நெட்டையன் ஒருவன் - ஒளிவீசும் கண்களை உடையவன் - சிரித்தான். இதர ருஷியர்களும் சிரித்தனர்.

இனி என்ன செய்வது? மாஸ்கோ கப்பல்கள் காலைத்தென்றலில் வரிசையாக அணிவகுத்து அந்த வளைகுடாவில் குறுக்கும் நெடுக்ககுமாகச் சென்றுகொண்டிருந்தன. மிதவைகளிலிருந்த கித்தான் தடுக்குகள் மீது குறிவைத்துத் துப்பாக்கிப் பிரயோகம் செய்தனர். இந்தக் கப்பல்களைப் பாஷாவால் எப்படி நிறுத்த முடியும்? இந்தத்துடுக்கான ஆட்களுக்கு எப்படி அனுமதி மறுக்க முடியும்! இனி பாஷாவுக்கு அல்லாவைத் தவிர வேறு ஆதரிப்பார் யாருமில்லை. அல்லாவையே நம்பி அவன் பேச்சுவார்த்தையை இழுத்தடித்தான்.

துருக்கியரின் கொடிக்கப்பலுக்குப் பக்கத்தில் ஒரு படகு வந்து நின்றது. டச்சு மாலுமி உடுப்பு அணிந்த பீட்டரும் அலெக்ஸாண்டரும் அந்தப்படகில் துடுப்பைத் தள்ளினர். அவர்களும் கார்னீலியஸ் கிரிஸுும், துருக்கியரின் கொடிக்கப்பலுக்குள் ஏறி மேல்தளத்தை அடைந்தனர். அங்கே துருக்கிய மாலுமிகள் ருஷியத்துணை அட்மிரலுக்கு வணக்கம் தெரிவித்தனர். பின்புறத்து அறையிலிருந்து அட்மிரல் ஹாஸான்பாஷா பீடு நடைபோட்டு வந்தான்; வெண்மையான சில்க் ஆடை அணிந்திருந்தான். தலைப்பாகையில் வைரத்தால் இழைத்த பிறைச்சந்திரன் இருந்தது. அவன் தன் விரல்களால் இதழைத்தொட்டும் மார்பைத்தொட்டும் கண்ணியமான சைகை செய்து முகமன் கூறினான். கார்னீலியஸ் தொப்பியை எடுத்துப் பின்புறம் நடந்து இறகுத் தொப்பியை ஆட்டியவாறு தலைவணங்கினான்.

இரண்டு நாற்காலிகள் தருவிக்கப்பட்டன. அட்மிரல்கள் இருவரும் ஒரு கித்தான் மேற்கட்டியின் கீழ் அமர்ந்தனர். சமையற்காரனும் பருத்துக்கொழுத்த குள்ளனுமான ஒரு பேடி இனிப்புப் பண்டங்களுடைய தட்டத்தையும் காப்பிப் பானையையும் கோப்பைகளையும் கொண்டுவந்தான். அந்தக்கோப்பைகள் விரலுறை அளவே இருந்தன. அட்மிரல்கள் நன்னயத்தோடு உரையாடத் தொடங்கினர். ஹாஸான் பாஷா, ஜாரின் உடல் நிலையைப் பற்றி விசாரித்தான். ஜார் நலமாக இருப்பதாக விடைதந்த கார்னீலியஸ், மாட்சிமை பொருந்திய சுல்தான் நலமாக இருக்கிறாரா என்று உசாவினான். ''மாட்சிமை தங்கிய சுல்தானின் உயிரை அல்லா பாதுகாக்கிறார்'' என்று ஹாஸான் பாஷா விடையளித்தான். அதன்பின் பாஷா வியாகூலம் நிறைந்த கண்களால் கடலை நோக்கியவாறு கூறினான்:

''நாங்கள் கெர்ச்சில் ஒரு பெரிய கப்பற்படை அமைத்திருக்கவில்லை. இங்கு நாங்கள் பயப்படுவதற்கு ஒன்றுமில்லை. ஆனால் மார்மரா கடலில் பெரிய கப்பல்களை வைத்திருக் கிறோம். அவற்றில் பெருந் துப்பாக்கிகள் இருக்கின்றன. நூற்றி இருபது பவுண்டு எடையுள்ள கருங்கல் குண்டுகளைக் கூட அவற்றால் சுடமுடியும்.''

காப்பி பருகிய கார்னீலியஸ் பதிலுரைத்தான்: "எங்களது கப்பல்கள் கருங்கல் குண்டுகளை உபயோகிப்பதில்லை. நாங்கள் உபயோகிக்கும் இரும்புக்குண்டுகள் பதினெட்டுப் பவுண்டி லிருந்து முப்பது பவுண்டு எடையுள்ளவைதாம். அவை எதிரிக் கப்பலின் ஒருபக்கம் நுழைந்தால் இன்னொரு பக்கந்தான் வெளியேறும்."

ஹாஸான் பாஷா நேர்த்தியாக அமைந்த தன் புருவங்களைச் சிறிது உயர்த்தினான்:

"ஆங்கிலேயர்களும் டச்சுக்காரர்களும் துருக்கியின் சிறந்த நண்பர்கள். எனவே ஆங்கிலேய மாலுமிகளும் டச்சு மாலுமிகளும் ஜாரின் கப்பற்படையில் விடாமுயற்சியோடு பணியாற்று வதைக் கண்டு நாம் ஆச்சரியமடைந்தோம்."

கார்னீலியஸ் உணர்ச்சியில்லாத புன்னகை செய்து பேசினான்: "ஆ! ஹாஸான் பாஷா! யார் அதிகமாகச் சம்பளம் கொடுக்கிறானோ அவனுக்குச் சேவை செய்வது மனித இயல்பு." ஹாஸான் பாஷா தன் தலையைப் பெருமிதம் விளங்கச் சாய்த்துக்கொண்டான். கிரீஸ் மேலும் பேசினான்: "டச்சுக்காரர்களும் ஆங்கிலேயர்களும் மாஸ்கோவுடன் வியாபாரம் நடத்தி மிகுந்த ஆதாயம் பெறுகிறார்கள். ஜாருடன் போரிடுவதைக் காட்டிலும் சமாதானமாக வாழ்வதே சிறந்தது. உலகத்தின் பிறநாடுகளைவிட அதிகமான செல்வத்தையுடையது ருஷியா."

"துணை அட்மிரல்! ஜாருக்கு இத்தனை கப்பல்கள் எப்படிக் கிடைத்தன" என்று ஹாஸான் பாஷா முன்யோசனையோடு வினவினான்.

"இரண்டே ஆண்டுகளில் ருஷியர்களே கட்டிக்கொண்டார்கள்."

"ஐ... ஐ... ஐ!" என்று பாஷா தலைப்பாகையை ஆட்டிக்கொண்டே வியந்தான்.

அட்மிரல்கள் உரையாடிக்கொண்டிருந்த பொழுது பீட்டரும் அலெக்ஸாண்டரும் துருக்கிய மாலுமிகளோடு வேடிக்கையாகப் பேசிக்கொண்டிருந்தார்கள்; அவர்களுக்குப் புகையிலை கொடுத்தார்கள். இந்த நெட்டையர் இருவரும் அளவுக்கு மீறிய அறிவார்வத்தோடு நடந்து கொள்வதை உணர்ந்து, ஹாஸான் பாஷா அப்போதைக்கப்போது அவர்களை நோக்கினான். அவர்களில் ஒருவன் பாய்மரத்தில் ஏறி அதன் உச்சிக்குப்போய்ச் சுற்றுமுற்றும் பார்த்தான். இன்னொருவன் வேகமாகச்சுடும் ஆங்கிலத்துப்பாக்கியைக் கூர்மையாகக் கவனித்தான். ஆனால் துருக்கிய மாலுமிகள் அவர்கள் இருவரையும் கீழ்த்தட்டுக்கு அழைத்துச் சென்ற பொழுதுகூட ஹாஸான் பாஷா, நாகரிகங் கருதிப் பேசாதிருந்தான். பழம், இனிப்புப் பண்டங்கள், காப்பிக் கொட்டை ஆகியவற்றை வாங்குவதற்குக் கரைக்குப்போய்வர அனுமதி வேண்டினான் கார்னீலியஸ். சிறிது நேரம் யோசனை செய்த பாஷா தானே துணை அட்மிரலுக்குக் காப்பிக் கொட்டை வறுக்கலாம் என்று எண்ணினான்.

"உமக்குக் காப்பிக்கொட்டை அதிகமாகத் தேவைப்படுமா?"

"எழுபது பொற்காசுக்கு வாங்குவேன்."

குதிகாலால் தளத்தை அடித்தவண்ணம் 'அப்துல்லா' என்று பாஷா விளித்தான். அந்தச் சமையற்காரனான அலி மெல்ல நடந்து வந்து உத்திரவைக் கேட்டுக்கொண்டுபோய்த் துலாக்கோலுடன் திரும்பினான். அவனுக்குப் பின்னால் மாலுமிகள் காப்பி மூட்டைகளைக் கொண்டுவந்தனர். ஹாஸான்பாஷா தன் நாற்காலியை இழுத்துப் போட்டுக்கொண்டு துலாக் கோலை நன்கு ஆராய்ந்தான். அதன்பின் அளவைகளை எண்ணுவதற்காகக் கோட்டுப் பையிலிருந்து உருண்டை மணிகளை எடுத்தான். மூட்டையை அவிழ்க்கச் சொல்லிவிட்டுக் காப்பிக்கொட்டையில் விரல்களை விட்டான்; கண்ணைப்பாதி மூடிக்கொண்டு கூறினான்:

''ஜாவாவில் விளையும் காப்பிவகைகளில் இதுதான் உயர்ந்தது. துணை அட்மிரல்! இதற்காக எனக்கு நீங்கள் நன்றி தெரிவிப்பீர்கள். நீங்கள் நல்லவர் என்பது எனக்குப் புரிகிறது.'' கிரீஸின் காதருகே சாய்ந்து மேலும் கூறினான்: ''நான் உங்களுக்குத் தீமை ஏதும் கருதவில்லை. இந்தக் கடலில் செல்லவேண்டாமென்று கூறி மாஸ்கோவாசிகளின் மனத்தை மாற்றுங்கள். கடற்கரை யோரத்தில், மூழ்கிய குன்றுகளும், அபாயகரமான மணல் திடர்களும் ஏராளமாக உள்ளன. நாங்களே அந்த இடங்களைக்கண்டு அஞ்சுகிறோம்.''

''நாங்கள் ஏன் கரையோரமாகச் செல்லவேண்டும்? காற்று சாதகமாக அடித்தால் கடலின் குறுக்கே அல்லவா கடலைக் கடப்போம்'' என்று கார்னீலியஸ் விடையளித்தான்.

அவன் எழுபது பொற்காசுகளை எண்ணிவைத்தான். இருவரும் விடைபெற்றனர். அவன் ஏணியருகே சென்றவுடன், ''ஏ! பீட்டர் அலெக்ஸீவ்!'' என்று கடுமையாகக் கத்தினான்.

''இங்கே'' என்று ஒரு குரல் விரைவாக விடை பகர்ந்தது.

அலெக்ஸாண்டரும் பீட்டரும் துள்ளிக்கொண்டுவந்தனர். இருவரும் துருக்கியரின் சிவப்புக் குல்லாய் அணிந்திருந்தனர். துணை அட்மிரல் தொப்பியை ஆட்டிக்கொண்டே சுக்கானில் அமர்ந்தான். படகு கரையை நோக்கி விரைந்துசென்றது. வளைந்த துடுப்புகளை இழுத்த பீட்டரும் அலெக்ஸாண்டரும் களிப்போடு இளித்தார்கள்.

ஒரு பெரிய அலை, கூழாங்கல் நிறைந்த கடற்கரைக்குப் படகைத் தள்ளியது. முன்னால் கப்பலின் அட்மிரலைப் பார்க்கச்சென்ற அதிகாரிகள் கோட்டையின் நுழை கதவுகளைத் திறந்து கொண்டு ஓடிவந்தனர். உளுத்துப்போன படகுகளையும், சேற்றில் கிடந்த முளைகளையும் தாண்டிக் கொண்டு ஓடி வந்தனர். எந்தக் காரணத்தைக்கொண்டும் ருஷியர்கள் நகருக்குள் பிரவேசிக்கக் கூடாதென்றும், அவர்களுக்கு என்ன தேவையானாலும் வியாபாரிகள் கொண்டு வருவார்கள் என்றும் அவர்கள் கூறினர். பீட்டரின் கண்கள் மினுமினுத்தன; அவனது கன்னங்கள் ஆத்திரத்தால் சிவந்தன. துடுப்பை நேராகப்பிடித்த அலெக்ஸாண்டர் கூறினான்:

''மீன்ஹெர்ஸ், அவர்களிடம் சொல்லுங்கள். கப்பற்படை முழுவதையும் கொண்டுவருவோ மென்று சொல்லுங்கள்...''

''நாம் நகருக்குள் நுழையக்கூடாது என்று சொல்லுவதற்கு அவர்களுக்கு உரிமையுண்டு. ஏனெனில் இது ஒரு கோட்டை. நாம் சுவரருகே கடற்கரையில் உலவுவோம். நமக்குத் தேவையானவற்றைப் பார்த்துவிடலாம்'' என்று கார்னீலியஸ்கிரீஸ் கூறினான்.

12

முர்தாஸா பாஷாவினால் மேலும் சாக்குப்போக்குச் சொல்லமுடியவில்லை. எனவே அவன் ''போங்கள்! அல்லா உங்களுடன் இருப்பார்'' என்று கூறவேண்டியதாயிற்று.

பீட்டர் கப்பற்படையுடன் டாகன்ராக்கிற்குத் திரும்பிவிட்டான். ஆகஸ்ட் மாதம் 28-ம் தேதி 'நம்பிக்கை' தூதரையும் குமாஸ்தாவையும் மொழி பெயர்ப்பாளரையும் ஏற்றிக்கொண்டு கிளம்பியது. நான்கு துருக்கிக் கப்பல்கள் உடன் சென்றன. அவை கெர்ச்சின் முற்பகுதியைச் சுற்றிக்கொண்டு கிரீமியாவின் தென்கரையோரமாகச் சென்றன.

துருக்கியக் கப்பல்கள் 'நம்பிக்கையை' நெருங்கித் தொடர்ந்தன. அவற்றின் முன்னணிக்

கப்பலில் ஒரு போலிஷ் அதிகாரி இருந்தான். ஹாஸான் பாஷா கெர்ச்சிலேயே தங்கிவிட்டான். ஜாரின் தூதர் தம் பொறுப்பிலேயே இந்தப் பிரயாணத்தை மேற்கொண்டிருப்பதாகவும், கடல் வழியே செல்ல வேண்டாமென்று ஹாஸான் அவர்களிடம் கூறியதாகவும் எழுதித் தரும்படி கடைசி நிமிஷத்தில் ஹாஸான் கெஞ்சினான். ஆனால் இந்த வேண்டுகோளும் நிராகரிக்கப் பட்டது.

அவர்கள் பாலாகிலாவாவை நெருங்கியவுடன் போலிஷ் அதிகாரி ஒரு படகில் ஏறி 'நம்பிக்கை'க்குப் பக்கத்தில் வந்தான். பாலாகிலாவாவில் நின்று நல்ல தண்ணீர் பிடித்துக்கொள்ளும்படி அவன் கூறினான். அந்த நகரின் குன்றுகளை நோக்கித் தன் ஆடையை அசைத்து, ''இது ஓர் அருமையான நகரம்! வந்து பாருங்கள்!'' என்றான். கிராதியிலே கைவைத்து நின்ற காப்டன் பாம்பர்க் உச்சஸ்தாயியில் கீழ் நோக்கிக் கத்தினான்:

''ஸ்தானிகர் குழுவினர் பொருட்கள் வாங்கினால் அதற்காக அந்த ஊராரிடம் 'பக்ஷீஸ்' பெறலாம் என்று எண்ணியே இன்ஸ்பெக்டர் இங்கு நிற்குமாறு சொல்லுகிறார். இதை நாங்கள் அறிவோம். எங்களது தண்ணீர்ப் பானைகள் நிறைந்திருக்கின்றன.''

அதிகாரியின் யோசனை நிராகரிக்கப்பட்டது. புதிய காற்று வீசியது. பாம்பர்க் வானத்தை நோக்கினான். அதிகமான பாய்களை உயர்த்தும்படி கட்டளையிட்டான். பாரம்மிகுந்த துருக்கிக் கப்பல்கள் பின் தங்கின. அவற்றின் முன்னணிக்கப்பல், ''பாய்களைக் குறையுங்கள்!'' என்று அறிவித்தது. தன் தொலை நோக்கிக்கருவி வழியே வெறித்து நோக்கிய பாம்பர்க் போர்ச்சுகீஸ் மொழியில் திட்டினான். அவன் அங்கிருந்து போஜன அறைக்கு ஓடினான். அங்கு ஸ்தானிகரான உக்ரேன்ஸேவ் மெருகிடப்பட்ட பெஞ்சியின்மீது அமர்ந்திருந்தான். கடல்நோயுற்று இருந்த அவன் கண்களை மூடிப் பொய்மயிரைக் கையில் பிடித்துக்கொண்டிருந்தான். பாம்பர்க் அவனிடம் ஆத்திரத்தோடு கூறினான்: ''நான் வேகத்தைக் குறைக்க வேண்டுமென்று அந்தப் பேய்கள் உத்திரவிட்டிருக்கின்றன. நான் அதைப் பொருட்படுத்தவில்லை. திறந்த கடலில் நேராகக் கப்பலைச் செலுத்தப் போகிறேன்.''

உக்ரேன்ஸேவ் பொய்மயிரை இலேசாக அசைத்தான்: ''எங்கு வேண்டுமானாலும் போ!'' என்றான்.

பிற்பகுதியின் மேல்தட்டிலிருந்த காப்டன் மேடையில் பாம்பர்க் ஏறினான். மீசையை முறுக்கிக்கொண்டு கப்பலைத்திருப்பி நேராகச் செலுத்துவதற்கு வேண்டிய உத்திரவுகளைப் பிறப்பித்தான்.

'நம்பிக்கை' சுழன்று திரும்பியபோது அதன் பலகைகள் கிரீச்சென்றன. பாய்கள் அனைத்தும் காற்றில் புடைத்தன. அது கருங்கடலின் குறுக்கே கான்ஸ்டாண்டி நோபிளைக் குறிவைத்து நேராகச்சென்றது. பின்னாலிருந்து துருக்கியக் கப்பல்களைப் பார்த்தால் அவை நங்கூரம் பாய்ச்சிக் கிடப்பதைப்போலத் தோன்றியது.

கடலலைகளை நையப்புடைத்த வட கிழக்குக் காற்றின் உதவியோடு 'நம்பிக்கை' கருநீலப் பரப்பில் விரைந்தது. வெயிலில் காய்ந்த கடற்கரையை அடைவதற்கு இன்னும் எவ்வளவுதூரம் உருளவேண்டும் என்பதைப் பார்க்க விரும்பியதைப்போல அலைகளின் நுரைமுடிகள் உயர்ந்தன. அந்தக் கப்பலில் பதினாறு மாலுமிகள் இருந்தனர். சிலர் டச்சுக்காரர்; சிலர் ஸ்வீடிஷ்காரர்; சிலர் டென்மார்க் தேசத்தினர். அனைவருமே வாழ்நாளெல்லாம் கடலோடியவர்கள். அவர்கள் அலைகளை நோக்கியவாறு புகை பிடித்தனர். இம்மாதிரிக் கப்பலை ஓட்டுவது அவர்களுக்குக் களிப்பை ஊட்டியது. அது எளிதான காரியமாக இருந்தது. ஆனால் சிப்பாய்களிலும் துப்பாக்கி

வீரர்களிலும் பாதிப்பேர் கீழறையில் இறைச்சிப் பீப்பாய்களுக்கும் தண்ணீர்ப் பீப்பாய்களுக்கும் இடையே படுத்துக்கிடந்தனர். கடல் நோயுற்ற அவர்களுக்குத் தினம் மும்முறை வாட்கர் வினியோகமாக வேண்டுமென்று பாம்பர்க் உத்திரவிட்டான். அப்படித்தான் கடற்பயணத்துக்குப் பழகமுடியும் என்பது அவன் கருத்து.

அவர்கள் ஒருநாள் பகலும் இரவும் பிரயாணம் செய்தார்கள். இரண்டாவதுநாள் கப்பல் வேகமாகத் தண்ணீரைக் கீறி வாரியடித்தது. மேல்தளங்களையெல்லாம் அந்தத் தண்ணீர் கழுவியது. பாம்பர்க் தன் மீசையிலிருந்த நீர்த்துளிகளை ஊதினான். அவர்கள் ஒரு கப்பற்பாயை மடித்து விட்டார்கள்.

உக்ரேன்ஸேவும் அவனுடைய குமாஸ்தாவும் கடல்நோயால் மிகவும் பாதிக்கப்பட்டிருந் தனர். கப்பலின் பிற்பகுதியில் புதிதாக வண்ணம் பூசிய சிற்றறையில் அவர்கள் படுத்துக் கிடந்தனர். அடிக்கடி தலையணையிலிருந்து தலையை உயர்த்திச் சதுரமான சிறிய பக்கத் தொளை வழியாக நோக்கினர். கப்பல் மெதுவாக அமுங்கியது. பசுமையான தண்ணீர் உஸ்ஸென்று சீறி எழுந்து நான்கு சிறிய கண்ணாடிக் கதவுகளையும் மறைத்தது. அறைக்குள் வெளிச்சம் வராது தடைப்பட்டது. தடுப்புகள் கிரீச்சென்றன. தாழ்வான கூரை சுற்றியது. உக்ரேன்ஸேவும் அவனது குமாஸ்தாவும் முனங்கிவிட்டுக் கண்ணை மூடினார்கள்.

செப்டம்பர் மாதம் 2-ம் தேதி காலையில் நீலவானம் நிர்மலமாகக் காட்சியளித்தது. பாய்மரத்தின் உச்சியிலுள்ள இருக்கையிலிருந்து கால்முக் சிறுவன் ''நிலம்!'' என்று கத்தினான். பாஸ்பரஸ் கடற்கரையின் குன்றுகள் தென்பட்டன. சேய்மையில் சாய்வான கப்பற் பாய்கள் புலப் பட்டன. கடற்பறவைகள் பறந்துவந்து ருஷியக் கப்பலின் உயர்ந்த பிற்பகுதியை வட்டமிட்டன. ''கழுவிக்கொள்ளுங்கள்! கோட்டைத் துடைத்துக் கொள்ளுங்கள்! பொய்மயிரை அணியுங்கள்!'' என்று பாம்பர்க் உத்திரவிட்டான்.

உச்சி வேளையில் நம்பிக்கை புராதனமான காவல் ஸ்தூபிகளைக் கடந்து பாஸ்பரஸுக்குள் பிரவேசித்தது. ''உங்கள் கப்பல் எந்த நாட்டைச் சேர்ந்தது?'' என்று கேள்வி, கோட்டைச் சுவர்மீது சைகையால் தெரிவிக்கப்பட்டது.

''மாஸ்கோவின் கொடியை நீங்கள் அறிந்திருக்கவேண்டும்'' என்ற பதிலைச் சைகைமூலம் தெரிவிக்குமாறு பம்பர்க் உத்திரவிட்டான். ''ஒரு வழி காட்டியை அழைத்துக்கொள்ளுங்கள்!'' என்று கடற்கரையிலிருந்து தெரிவிக்கப்பட்டது. ''தேவையில்லை'' என்று பாம்பர்க் விடை யனுப்பினான்.

தங்க நாடாவுடன் கூடிய மிக்க சிவப்பான கோட்டையும் இறகுத் தொப்பியையும் உக்ரேன் ஸேவ் அணிந்துகொண்டான். அவனுடைய குமாஸ்தா சிரிடியே எலும்புந்தோலுமாய் இருந்தான். மெலிந்த மூக்கு. வழிபாட்டு உருவச் சித்திரம்போலக் காணப்பட்டான். அவன் வெள்ளி ஜரிகை நாடாவுடன் கூடிய பச்சைக்கோட்டை அணிந்துகொண்டான். அவனும் இறகுத் தொப்பியை அணிந்துகொண்டான். துப்பாக்கிச் சிப்பாய்கள் துப்பாக்கிகளின் அருகில் நின்றனர். சிப்பாய்கள் தம் கைத்துப்பாக்கிகளோடு மேல்தளத்தின் பிற்பகுதியில் நின்றனர்.

முகம்பார்க்கும் கண்ணாடிபோல் தெளிவாய் இருந்த வளைகுடா வழியாகக் கப்பல் ஊர்ந்து சென்றது. இடதுபுறத்தில் வெடித்துப்போன குன்றுகளிடையே அறுவடையாகாத மக்காச்சோள வகைகளும், தண்ணீர்ப்பம்புகளும் தென்பட்டன; சரிவுகளில் ஆடுகள் மேய்ந்தன. வலைஞரின் கருங்கல் வீட்டுக் கூரைகள்மீது மக்காச்சோள வைக்கோல் பரப்பியிருந்தது. வலது கரையில் சிறப்பான தோட்டங்களும் வெண் சுவர்களும் ஓடு வேய்ந்த கூரைகளும் நீரில் இறங்குவதற்கான

படிக்கட்டுகளும் காட்சிதந்தன. நெட்டையான நூற்புக்கதிர்போன்ற பச்சையான 'சிப்ரஸ்' மரங்கள் தென்பட்டன. ஒரு கோட்டை வீட்டின் இடிபாடுகளில் புதர் மண்டிக்கிடந்தது. அவர்கள் கடற்கரையை நெருங்கியபொழுது, மரக்கிளைகளில் அற்புதமான கனிகளைக் கண்டனர். 'ஆலிவ்' மணமும் ரோஜா மணமும் காற்றில் பரவி அவர்களை எய்தின. துருக்கிநாட்டு மண்ணின் வளத்தைக் கண்டு ருஷியர்கள் வியந்தார்கள்.

''எல்லோரும் இவர்களை 'மொட்டைத் தலைப்புறச் சமயிகள்' என்று இகழ்கிறார்கள். ஆனால் இவர்கள் வாழ்வதைப் பாருங்கள்!'' என்றனர்.

உலகமே முடிவடையும் இடம் என்று சொல்லத்தோன்றியது. நெடுந்தொலைவில் சூரியன் பொன் மயமாகி அஸ்தமித்தான். அந்தப் பொன்னிறம் இரத்தச் சிவப்பாக மாறியது. அந்த நிறம் மங்கியபொழுது, பாஸ்பரஸ் வளைகுடா மிக்க சிவப்பாய் மாறியது. கான்ஸ்டாண்டி நோபிளி லிருந்து மூன்றுமைல் தூரத்தில் அவர்கள் நங்கூரம் பாய்ச்சினார்கள். இருண்ட வானத்திலே மாஸ்கோவில் கண்டறியாத அளவுக்குப் பெரிய நட்சத்திரங்கள் தோன்றி மின்னின. ஆகாய கங்கை கடலில் பிரதிபலித்தது. அந்தப் பிரதிபலிப்பு மங்கலாக இருந்தது.

கப்பலில் ஒருவரும் தூங்குவதற்கு விரும்பவில்லை. அவர்கள் கடற்கரையை நோக்கினார்கள். கிணறுகளின் ஏற்றமிறைக்கும் ஒலியைத் தவிர, பூச்சிகள் செய்த ஓசையைத் தவிர, அமைதியே நிலவிற்று. இங்கு நாய்கள் கூட ஒரு தனிமுறையில் குரைத்தன. பிரகாசம் நிறைந்த வினோதமான மீன்கள் நீரோட்டத்தில் விரைந்தன. துப்பாக்கிகளின் அருகே அமைதியாக அமர்ந்திருந்த சோல்ஜர்கள், ''இது ஒரு வளமார்ந்த தேசம். இங்கு வாழ்க்கை நடத்துவது எளிதாக இருக்க வேண்டும்'' என்றனர்.

கப்பலின் பிற்பகுதியில் இருந்த அறையில் அமர்ந்திருந்த உக்ரேன்ஸேவ், விண் மீன் ஒளியை மங்கச் செய்த மெழுகுதிரி வெளிச்சத்தை உற்று நோக்கிச் சிந்தனை செய்தான். இறகு பேனாவைக் கவனமாக மசியில் தோய்த்தான். அதில் ஏதாவது மயிர் ஒட்டியிருந்தால் பொய்மயிரில் துடைத்து அதை நீக்கினான். சாவகாசமாக ஒரு கடிதத்தைப் பீட்டருக்கு எழுதினான். பரி பாஷையில் எழுதிய அக்கடிதத்தில் அவன் கூறியது:

''நாங்கள் இங்கு நங்கூரம் பாய்ச்சி இருபத்தி நான்கு மணி நேரம் ஆகிறது. பின்தங்கிய துருக்கியக் கப்பல்கள் மூன்றாந் தேதி இங்கு வந்து சேர்ந்தன. அந்த அதிகாரி நாங்கள் விரைந்து வந்ததற்குக் கடிந்து கொண்டு கண்ணீர் சிந்தினான், சுல்தான் அவனுடைய தலையைச் சீவிவிடுவான் என்றும் கூறினான். நமது வருகையை அவனே சுல்தானிடம் அறிவிக்கும்வரை காத்திருக்கும்படி கெஞ்சினான். சுல்தான் எங்களை ராஜ மரியாதையோடு வரவேற்க வேண்டுமென்று நாங்கள் வற்புறுத்தினோம். மாலையில் அவன் கான்ஸ்டாண்டி நோபிளிலிருந்து திரும்பி வந்தான். சுல்தான் எங்களை ராஜ மரியாதையோடு வரவேற்பார் என்றும் கூறினான். நாங்கள் கரைக்குச் செல்வதற்குப் படகுகளை அனுப்புவார் என்றும் சொன்னான். நமது கப்பலில்தான் வருவோம் என்று நாங்கள் விடை தந்தோம். இதைப்பற்றி ஒரு வாதம் நடந்தது. இறுதியில் அவர்களது படகுகளில் செல்வதற்கு நாங்கள் இணங்கினோம். ஆனால் படகுகளுக்கு முன்னால் 'நம்பிக்கை' செல்வதற்கு அவர்கள் இணங்கினார்கள்.

மறுநாள் சுல்தானுடைய படகுகளில் மூன்று வந்தன. அவற்றில் கம்பளங்கள் விரித்திருந்தன. நாங்கள் அவற்றில் ஏறினோம். 'நம்பிக்கை' தலைமையில் சென்றது. விரைவில் நாங்கள் கான்ஸ்டாண்டி நோபிளை நெருங்கினோம். அது உண்மையிலேயே ஓர் அற்புதமான நகரம். சுவர்களும் ஸ்தூபிகளும் புராதனமானவை. ஆயினும் மிகுந்த வலுவுடையவை. எல்லாக்

கூரைகளிலும் ஓடு வேய்ந்திருக்கின்றனர். மசூதிகள் சலவைக்கல்லால் அமைந்து சிறப்பாகவும் அதிசயிக்கத்தக்கனவாகவும் உள்ளன. சோபியாவின் ஆலயம் மணற்பாறையில் கட்டப்பட்டது. அங்கிருந்து ஸ்டாம்புலையும், பீராவின் புறப்பேட்டையையும் உள்ளங் கையைப் பார்ப்பது போல் பார்க்கலாம். கடற்கரையில் குண்டுபோட்டு முகமன் கூறினார்கள். காப்டன் பாம்பர்க் சசகல துப்பாக்கிகளாலும் குண்டு போடச் செய்து பிரதிவணக்கம் செலுத்தினான். சுல்தானின் அந்தப்புரத்திற்கு நேரெதிரே எங்கள் கப்பல் நின்றது. சுல்தான் சுவர்மீது நின்று எங்களை நோக்கினான். ஒரு வெண்சாமரமும் தென்பட்டது. அவர்கள் அவனுக்கு விசிறிக் கொண்டிருந்தனர்.

கடற்கரையில் நூறு குதிரைவீரர்களும் மூங்கில் தடி வைத்துக்கொண்டிருந்த இருநூறு சிப்பாய்களும் எங்களைச் சந்தித்தனர். நானும் குமாஸ்தாவும் ஏறுவதற்கு அணிமணி ஆடைகளுடன் கூடிய இரு புரவிகள் கொண்டுவரப்பட்டன. நாங்கள் படகிலிருந்து இறங்கியவுடன், குதிரைப் படையின் தலைவன் எங்களது உடல் நலனைப்பற்றி விசாரித்தான். புரவிமீது ஏறிய நாங்கள் வளைந்து சென்று பல குறுகிய தெருக்களைக் கடந்து, ஒரு தங்குமனைக்கு ஏகினோம். தெருக்களின் இருமருங்கிலும் ஜனங்கள் எங்களைத் தொடர்ந்து ஓடிவந்தனர்.

உங்களது கப்பல் இங்கு பெருவியப்பை உண்டாக்கியிருக்கிறது. இதை யார் கட்டினார்கள் என்றும், இது டான்நதியின் ஆழமில்லாக் கழிமுகத்தை எப்படிக் கடந்தது என்றும் அவர்கள் வினவுகிறார்கள். இதைப்போன்ற கப்பல்கள் உங்களிடம் எத்தனை இருக்கின்றன என்றும் அவர்கள் எங்களிடம் கேட்கிறார்கள். உங்களிடம் பல கப்பல்கள் இருக்கின்றன என்றும், அவை இங்கு தவறாகப் பிரச்சாரம் செய்யப்படுவதைப்போல் தட்டையான அடிப்பாகத்தை உடையன அல்ல என்றும், அலை கடலில் எங்கும் செல்லக்கூடியவை என்றும் நான் கூறினேன். ஆயிரக் கணக்கான துருக்கியர்களும்,ஆர்மீனியர்களும், யூதர்களும், கிரேக்கர்களும் 'நம்பிக்கை'யைப் பார்ப்பதற்கு வருகிறார்கள். உண்மையில் சுல்தானே ஒரு படகில் வந்தான். அவனது படகு நம் கப்பலை மும்முறை சுற்றியது. அவர்கள் குறிப்பாக நம் கப்பலின் பாய்கள், கயிறுகள், சட்டங்களின் மரம் ஆகியவற்றின் திண்மையைப் போற்றுகிறார்கள். ஆனால் இது வலுவாகக் கட்டப்பட்டதில்லையென்று சிலர் சொல்லுகிறார்கள். என்னுடைய அபிப்பிராயத்தையும் நான் கூறுகிறேன். மன்னிக்கவேண்டும். நாங்கள் வந்தபொழுது காற்று மிதமான விசையுடன்தான் அடித்தது. ஆயினும் கப்பல் சிரமப்பட்டது. அளவுக்கு மீறி ஒருபுறமாகச் சாய்ந்தது. தண்ணீரை வாரி உள்ளே கொட்டியது. இதைக் கட்டுவதில் ஜோஸப் நையும் ஜான்டேயும் கணிசமான ஆதாயம் தேடியிருப்பார்கள் என்று நான் நினைக்கிறேன். கப்பல் என்பது கிள்ளுக்கீரையல்ல. நல்ல அளவிலுள்ள ஒரு நகரத்தின் மதிப்பு ஒரு கப்பலுக்கு உண்டு. இங்கே அவர்கள் கப்பலைப் பார்க்கிறார்களே அல்லாமல் விலைபேசுகிறார்களில்லை. இதை வாங்குவதற்கு யாரும் முன்வரவில்லை. இவ்வாறு எழுதியதற்கு என்னை மன்னித்து விடுங்கள். என் மனத்தில் பட்டதைச் சொல்லியிருக்கிறேன்.

துருக்கியக் கப்பல்கள் மிகவும் கவனமாகக் கட்டப்படுகின்றன. அவை வலுவானவை. பலகைகளை இடைவெளியில்லாமல் இறுக்கிச் சேர்த்திருக்கிறார்கள். அவை நம் கப்பல்களை விடக் குட்டையானவை. ஆனால் அவை உள்ளே தண்ணீரைவாரிக் கொட்டுவதில்லை.

"ஜார் கருங்கடலில் தன் ஆதிக்கத்தை ஏற்படுத்திக்கொண்டு அதன்வழியே பொருள்வராமல் செய்து விடுவாரென்றும், தானியம், எண்ணெய், மரம், விறகு ஆகியவை டான்யுப் நதியின் நகரங்களிலிருந்து வரவேண்டியிருப்பதால் அவை கிடைக்காமல், கான்ஸ்டாண்டி நோபிள் பட்டினி கிடக்க நேரிடும் என்றும், துருக்கியர்கள் அஞ்சுகிறார்கள் என ஒரு கிரேக்கன் என்னிடம்

சொன்னான். நீங்கள் உங்கள் கப்பற்படையுடன் திரிபிஸோன்டுக்கும், சினோப்புக்கும் போயிருப்பதாக இங்கு ஒரு வதந்தி உலவுகிறது. அதைப்பற்றி என்னைக் கேட்டார்கள். எனக்கு ஒன்றும் தெரியாதென்றும் நான் கப்பற்படையுடன் இருந்தபோது போகவில்லையென்றும் பதிலளித்தேன்....''

ஐரோப்பிய அரசியல் தூதர்களில் சிலரைக் காண்பதற்காகப் பாம்பர்க் தன் அதிகாரிகளுடன் பீராவுக்குச் சென்றான். டச்சு, பிரெஞ்சு ஸ்தானிகர்கள் ருஷியர்களை மிகுந்த அன்போடு வரவேற்றனர்; வருகை தந்ததற்கு நன்றி கூறினர். ஜாரின் உடல் நலனைவேண்டிச் செந்தேறல் பருகினர். அதன்பின் பாம்பர்க் தன் அதிகாரிகளுடன் ஆங்கிலேய ஸ்தானிகராலயத்திற்குச் சென்றான். அவர்கள் முகமண்டபத்தில் குதிரைமீதிருந்து இறங்கிக் கதவைத்தட்டினர். சிவந்த தாடியையுடைய ஒரு பணியாள் கதவைத்திறந்து வெளியே வந்தான். ஏழடி உயரத்துக்கு வளர்ந்திருந்த அவன் கதவைப் பிடித்தவாறே, ''என்ன வேண்டும்?'' என்று வினவினான்.

அப்பொழுதே பாம்பர்க் கோபங்கொண்டான். ஆயினும் அதை வெளிக்காட்டாது தாம் யாரென்பதையும் ஏன் வந்தனர் என்பதையும் தெரிவித்தான். வேலையாள் கதவைச் சாத்திவிட்டு உள்ளே போனான். ருஷியர்களை நெடுநேரம் தெருவில் காக்கவைத்த பின்னர் அவன் திரும்பினான். அவன் ஏளனமாகச் சொன்னான்:

''ஸ்தானிகர் உண்பதற்கு உட்கார்ந்து விட்டார். காப்டன் பாம்பர்க்கைச் சந்திப்பதற்குக் காரணம் ஏதும் இருப்பதாகத் தமக்குத் தெரியவில்லை என்று உம்மிடம் கூறும்படி கட்டளை யிட்டார்.''

''உள்ளேபோ! எலும்பைக் கடித்து மூச்சடைத்துத் தவிக்கும்படி ஸ்தானிகரிடம் சொல்லு'' என்று பாம்பர்க் கத்தினான். அவன் ஆத்திரத்தோடு குதிரைமீது ஏறினான். தெருக்களின் அகன்ற செங்கல்களின் மீது கடகடவென்று ஒலித்துக்கொண்டு குதிரைகள் சென்றன. தெருவில் பொருள் விற்போரையும், அம்மணமான குழந்தைகளையும், நாய்களையும் கடந்து காலாதாவுக்குச் சென்றன. அங்குதான் அதற்குச் சிறிது நேரத்திற்கு முன்னால் அவனது நண்பர்களில் சிலரைக் காப்பிவிடுதிகளிலும் உணவு விடுதிகளிலும் விலைமகளிர் வீட்டுவாயில்களிலும் அவன் கண்டான்.

இங்கு பாம்பர்க்கும் அவனது அதிகாரிகளும் கிரேக்க ஒயினை மிகுதியாகக் குடித்தனர்; குடிவெறியில் சத்தம் போட்டனர்; ஆங்கிலேய மாலுமிகளைச் சண்டைக்கு இழுத்தனர். இங்குதான் பாம்பர்க்கின் பழைய நண்பர்களில் பலர் அவனோடு சேர்ந்துகொண்டனர். அவர்கள் புகழ்பெற்ற கொள்ளைக்காரர்கள்; பல்வகைப்பட்ட வினோதப் பிறவிகள். இவர்கள் அனைவருக்கும் காலாதா போக்கிடமாக இருந்தது. 'நம்பிக்கை'யில் விருந்துண்ணுவதற்கு அவர்கள் அனைவரையும் பாம்பர்க் அழைத்தான்.

அடுத்தநாள், பல நாடுகளைச் சேர்ந்த மாலுமிகள் படகுகளில் ஏறிக் கப்பலுக்கு வந்தனர். ஸ்வீடன், ஹாலந்து, பிரான்ஸ், போர்ச்சுக்கல் ஆகிய தேசத்தினரும், மூர்சாதிக்காரரும் வந்தனர். அவர்களில் சிலர் பொய்மயிரும் சில்க் காலுறையும் உடைவாளும் தரித்திருந்தனர். மீன் நாற்றம் உடைய வேறு சிலர் சிவப்புக் கைக்குட்டையால் தலையை இறுகக்கட்டிக்கொண்டும், அகன்ற அரைக்கச்சையில் பிஸ்டலை வைத்துக்கொண்டும், மிதியடியணிந்தும் வந்தனர். வேறுசிலர் தோல்கோட்டும் நீர் உறிஞ்சாத் தொப்பியும் அணிந்திருந்தனர்.

அவர்கள் மேல்தட்டில் விருந்துண்ண அமர்ந்தனர். செப்டம்பர் மாதச்சூரியன் இலேசாகச் காய்ந்தான். எதிரே சுவர்களுக்குப் பின்னால் சுல்தானுடைய கவர்ச்சியில்லா அரண்மனை

தென்பட்டது. அதன் சாளரங்கள் அடைக்கப்பட்டிருந்தன. பாஸ்பரஸின் அக்கரையில் ஸ்கூடாரியின் செழுமையான தோட்டங்களும் தோப்புகளும் நீண்டுகிடந்தன. பிரியோ பிராஷன்ஸ்கி பட்டாளத்தையும் ஸெமினோவ்ஸ்கி பட்டாளத்தையும் சேர்ந்த சோல்ஜர்கள் கொம்புகளிலும் கரண்டிகளிலும் இசை பொழிந்தனர்; நடனப்பாட்டுக்களைப் பாடினர்; பல பறவைகளின் குரலில் 'வசந்தம்' என்ற நடனப்பண்ணை இசைத்தனர்.

வெள்ளிப்பொடி தூவிய பொய்மயிரையும் மிக்க சிவப்பான கோட்டையும் பாம்பர்க் தரித்திருந்தான். அந்தக் கோட்டின்மீது நாடாவைச் சுற்றிக்கட்டியிருந்தான். ஒரு கையில் மதுக் கிண்ணத்துடனும் இன்னொரு கையில் கைக்குட்டையுடனும் நின்ற அவன் செந்தேறல் குடித்துச் சூடேறப்பெற்றுப் பேசினான்:

''ஆயிரங் கப்பல்கள் தேவையென்றாலும் எங்களால் கட்டமுடியும். எண்பது துப்பாக்கிக் கப்பல்களையும் நூறு துப்பாக்கிக் கப்பல்களையும் கட்டத் தொடங்கியிருக்கிறோம். அடுத்த வருடம் எங்களை மத்தியதரைக்கடலிலும் பால்டிக்கடலிலும் நீங்கள் எதிர்பார்க்கலாம். புகழ்பெற்ற மாலுமிகள் அனைவரையும் நாங்கள் வேலையில் அமர்த்திக்கொள்வோம். மகா சமுத்திரத்திலும் பிரவேசிப்போம்....''

''வாழ்க! காப்டன் பாம்பர்க் வாழ்க!'' என்று குடித்து முகஞ்சிவந்த விருந்தினர்கள் கூச்சலிட்டனர். அவர்கள் மாலுமிகளுக்குரிய கூட்டுப் பாடல்களைப் பாடினர். பாதங்களால் தளத்தை அறைந்தனர். காற்றோட்டமில்லாததால், குழாய்களிலிருந்து கிளம்பிய புகை படலம் படலமாக மண்டியது. சூரியன் மறைந்ததையும், இந்த வழக்கம் மீறிய விருந்தின்மீது விண்மீன்கள் ஒளிரத் தொடங்கியதையும் அவர்கள் கவனிக்கவில்லை. நள்ளிரவு நேரத்தில், விருந்தினராக கலந்த மாலுமிகளில் பாதிப்பேர், குறட்டை விட்டுக்கொண்டிருந்தனர். சிலர் மேஜையின் கீழ் உறங்கினர்; வேறு சிலர், துணிகரமான செயல்களைக்கண்ட வாழ்வால் நரைத்துப்போன தலையைத் தட்டுகளிடையே சாய்த்து உறங்கினர். பாம்பர்க், காப்டனது மேடைக்கு ஓடினான்:

''உத்திரவைக் கேளுங்கள்! துப்பாக்கிச் சிப்பாய்களே, துப்பாக்கிகளண்டை செல்லுங்கள்! மருந்தைத்திணியுங்கள்! மருந்து வத்தியைப் பற்றவையுங்கள்! இப்பொழுது, இருபுறங்களி லிருந்தும் குண்டுமாரி! சுடுங்கள்!''

நாற்பத்தியாறு பளுவான துப்பாக்கிகள் ஏககாலத்தில் தீச்சுவாலைகளைக் கக்கின. உறங்கிக் கொண்டிருந்த கான்ஸ்டாண்டி நோபிள்மீது ஏற்பட்ட இடிமுழக்கம் விண்ணையே இடித்து வீழ்த்துவதாகத் தோன்றியது. புகைப்படலத்தில் மறைந்த 'நம்பிக்கை' இன்னொரு தடவை குண்டுமாரி பொழிந்தது.

உக்ரேன்ஸேவ் பரிபாஷையில் எழுதினான்:

''...சுல்தானும் ஜனங்கள் அனைவரும் பெரும் பயத்துக்குள்ளாயினர். பகல் முழுவதும், காப்டன் பாம்பர்க் மாலுமிகளுடன் அமர்ந்து மிகுதியாகக் குடித்துவிட்டான். அந்தக் குடி போதையில் நள்ளிரவில், சகல துப்பாக்கிகளாலும் பன்முறை சுடச்செய்தான். இதனால், கான்ஸ்டாண்டிநோபிளில் கூக்குரல் எழுந்தது. நீங்கள் உங்களது கப்பற்படையுடன் கருங்கடலில் பிரயாணம் செய்ததாகவும், வளைகுடாவில் நுழையும்படி உங்களைக் கேட்டுக்கொள்ளும் வகையில்தான், காப்டன் துப்பாக்கிப் பிரயோகம் செய்தானென்றும் ஒரு வதந்தி பரவியது.

அன்று இரவு மாட்சிமை தங்கிய சுல்தான் கிலியடைந்தான். படுக்கை ஆடையுடன்

படுக்கையறையிலிருந்து ஓடிவந்தான். மந்திரிகளும் அதிகாரிகளும் திகிலுற்றனர். சுல்தானின் தனிஅபிமானத்துக்குரிய அந்தப்புரத்து ராணிகளில் இருவரது கர்ப்பம், காப்டனின் வழக்கம்மீறிய துப்பாக்கிப்பிரயோகத்தால், சிதைவுற்றது. எனவே, மாட்சிமை பொருந்திய சுல்தான் பாம்பர்க்கிடம் மிகுந்த கோபம் அடைந்தான். காப்டனைக் கப்பலிலிருந்து நீக்கிச் சிரச்சேதம் செய்யவேண்டுமென்று நம்மிடம் கூறும்படி சுல்தான் உத்திரவிட்டான். காப்டன் எதற்காகத் துப்பாக்கிப் பிரயோகம் செய்தான் என்பது எனக்குத் தெரியாதென்றும், அதைப்பற்றி விசாரிப்பேன் என்றும், இதனால் மாட்சிமைக்குரிய சுல்தானுக்கு அசௌகரியம் ஏற்பட்டிருந்தால் இனி இம்மாதிரி சுடக்கூடாதென்று காப்டனுக்குக் கறாராக உத்திரவிடுவதாகவும் நான் சுல்தானுக்குப் பதிலளித்தேன். காப்டனைக் கப்பலிலிருந்து நீக்கத் தேவையில்லையென்றும் கூறினேன். அத்துடன் விவகாரம் முற்றுப்பெற்றது.

சுல்தான் எங்களைச் செவ்வாய்க்கிழமையன்று வரவேற்க விருக்கிறார். உங்களுடன் சமாதானம் செய்து கொள்வதா, அல்லது சண்டை பிடிப்பதா என்பதைப்பற்றி, முன்னாள் கடற்கொள்ளைக்காரனான அல்ஜீரியா நாட்டு மெட்ஸோமார்ட் பாஷாவுடன் விவாதிக்கப் போகிறார்கள். எனவே, அவனது வரவுக்காகத் துருக்கியர்கள் காத்துக் கொண்டிருக்கிறார்கள்....''

அத்தியாயம் – 2

1

காடுகள் அடர்ந்த ஆற்றங்கரையில், செப்டம்பர் மாதக் கதிரவன் கீழே தாழ்ந்திருந்தான். நாள்தோறும், அவர்கள் வட திசையில் முன் செல்ல முன் செல்ல, மனிதர் அடியிடாத காடே தென்பட்டது. திடீரென்று, அமைதியான ஆற்றிலிருந்து பறவைக் கூட்டங்கள் மேலே எழுந்து பறந்தன. காற்றடித்து அடிபெயர்ந்த மரங்கள் தூரோடும் வேரோடும் சாய்ந்து கிடந்தன. சதுப்பு நிலங்கள் பரவிக் கிடந்தன. ஒரு மனிதனும் புலப்படவில்லை. எப்பொழுதாவது அரிதாக, அவர்கள் ஒரு வலைஞனின் மண்குடிசையையும் நதிக் கரையில் இழுத்துக் கட்டிய தோணியையும் பார்த்தனர். இன்னும் ஒரு வாரம் பிரயாணம் செய்தால்தான், பிலோ ஏரியை அடைய முடியும்.

தெப்பத்தில் தானியத்தை ஏற்றியிருந்தனர்; பாரம் அதிகம். அதைப் பதினான்கு ஆட்கள் கயிற்றைக் கட்டி இழுத்துக் கொண்டு வந்தனர். அகலமான தோல்பட்டைவாரை மார்பில் கட்டிக் கொண்டிருந்த அவர்கள், தலை குனிந்து, கைகளை ஆட்டி மார்பை முன்னுக்குத் தள்ளி, வாரோடு பிணைந்த கயிற்றையும் தெப்பத்தையும் இழுத்தனர். யாரோஸ்லாவிலிருந்து அவர்கள் இம்மாதிரியே தெப்பத்தை இழுத்து வந்துள்ளனர். 'பிர்' மரங்களது கரிய முடிகளுக்குப் பின்னால் அஸ்தமிக்கும் பொழுது, கதிரவன் மந்தமான செவ்வொளியுடன் நீண்ட நேரம் தயங்கினான். ''ஏ, துரிதமாகச் செல்'' என்று படகிலிருந்து குரல் வந்தது.

தெப்பத்தின் இழுவைக் கயிற்றைக் கட்டுவதற்காக அந்த ஆட்கள் கரையில் முளை அடித்தனர் அல்லது அதை மரத்திலேயே கட்டினார்கள். உடனே தீ மூட்டினார்கள். அப்பொழுது அந்தச் சதசதப்பான கரையிலிருந்து நோக்கினால், 'பிர்' மரங்களின் காடு வெண்மையான மூடுபனியால் தன்னைப் போர்த்திக் கொண்டதைக் காண முடிந்தது. அந்த அந்தி ஒளியில்

கூட்டமாகப் பறந்து சென்ற வாத்துக்கள், நீண்ட கழுத்தை உடைய நிழல்கள்மாதிரி இருந்தன. குதிரையின் அளவுக்கு உயரமாயிருந்த மான்கள், காற்றில் விழுந்த மரங்களின் கிளைகளை ஒடித்துக்கொண்டு நடந்து, நதியை அடைந்தன. காட்டில் விலங்குகள் அதிகம். அவற்றுக்கு அச்சமில்லை; ஏனெனில் அவை வேட்டையாடப்பட்டதேயில்லை.

ஆற்றில் துடுப்புகள் தண்ணீரைச் சிதறச் செய்தன. தெப்பத்திலிருந்து அதன் சொந்தக்காரனான டெனிஸோவ் கரைக்கு வந்தான். அவன் தனது வேலையாட்களுக்குக் காய்ந்த ரொட்டியும் தினையும் கொண்டு வந்தான்; சில சமயங்களில் மீன் அல்லது உப்பிலிட்ட இறைச்சியும் கொண்டு வந்தான். தெப்பத்தின் இழுவைக் கயிற்றை நன்றாகக் கட்டியிருந்தார்களாவென்று சோதித்துப் பார்த்தான். அதன்பின், பாதிரியின் பெரிய சொக்காயும் இறுகப் பிடித்த குல்லாயும் தரித்த அவன் தோல் கச்சைக்குள் கைகளை நுழைத்துக்கொண்டு, ஆட்கள் தீ மூட்டியிருந்த இடத்துக்கு வந்தான்.

''சகோதரர்களே, எல்லோரும் உயிரோடு இருக்கிறீர்களா? நன்றாகப் பாடுபடுங்கள்! ஆண்டவன் உழைப்பை நேசிக்கிறார். மன மகிழ்ச்சியோடு வேலை செய்யுங்கள். இதெல்லாம் உங்களுக்கு நலம் பயக்கும். இப்பொழுதே நிக்கனைட் நாற்றத்திலிருந்து மீண்டுவிட்டதால் நீங்கள் அதிர்ஷ்டசாலிகள்தாம். ஆனால் நாம் ஒனீகா ஏரியை அடைந்தவுடன் நீங்கள் உங்களுக்குப் பிடித்தமான தேசத்தைக் காண்பீர்கள்! அது உண்மையான சுவர்க்கம்தான்'' என்று தெளிவான கண்களையும் சுருள் தாடியையும் உடைய டெனிஸோவ் கூறினான்.

உழைத்துக் களைத்தவர்கள் அமைதியாகக் கேட்டுக் கொண்டிருந்தனர். அவன் தோல் கச்சையிலிருந்த கைகளை எடுத்துவிட்டு, நெருப்பருகே அமர்ந்து பேசினான்:

''அந்தப் பிரதேசத்தில், விகா நதிக்கரையில் ஒரு பெரியவர் வசித்தார். உங்களைப் போலவே அவரும் அந்திக் கிறிஸ்துவின் ஆசை வலைகளில் சிக்காது ஓடி வந்தவர்தாம். அதற்கு முன்னால் அவர் செல்வம்மிக்க வியாபாரியாகவிருந்தார்; வீடும் கடைகளும் கிட்டங்கிகளும் அவருக்குச் சொந்தமாயிருந்தன. ஒருநாள், அவர் ஓர் இயற்கை கடந்த காட்சியைக் கண்டார். தீச்சுவாலைகளையும், அவற்றுக்கிடையே ஒரு மனிதனையும் கண்டார். ''நான் ஆசைவலையில் விழுந்துவிட்டேன். எனக்கு இனி விடுதலை இல்லை!'' என்று ஒரு குரல் புலம்புவதைக் கேட்டார். அதன் பிறகு அவர் தம் சகல சொத்துக்களையும் மனைவி மக்களிடம் ஒப்படைத்துவிட்டு வெளியேறினார். அவர் ஒரு குடிசையை மரத்தால் கட்டிக்கொண்டார். அதிலே வாழ்ந்தார். ஒன்றுக்கும் கட்டுப்படாத ஏக்கமே அவரது சமயவினையாகவிருந்தது. அவர் நெருப்பைக் கிளறும் இரும்புச் சட்டத்தால், நிலத்தை உழுது, இரண்டு குல்லாய் அளவு பார்லி தானியத்தை விதைத்தார். ஒரு புதிய ஆட்டுத் தோலை ஆடையாக உடுத்திக் கொண்டார்; உடுத்திய பின்பே, அது காய்ந்தது. வெயிலிலும் மழையிலும் அதையே அணிந்திருந்தார். மரத்தில் செய்த தட்டமும் கரண்டியும், பாய முறையில் எழுதப்பட்ட பிரார்த்தனைப் புத்தகமுமே அவரிடம் இருந்த உடைமைகள். விரைவில், தீமை விளைவிக்கும் பேய் பிசாசுகளை விரட்டக்கூடிய அளவுக்கு அவருக்கு ஆற்றல் ஏற்பட்டது. அவையெல்லாம் அவருக்குப் பூச்சி பொட்டுமாதிரிதான். ஜனங்கள் அவரிடம் வரத் தலைப்பட்டனர். அவர்கள் தம் பாவங்களை அவரிடம் ஒப்புக் கொண்டனர். அவர் ஒரு இலை அல்லது கனியை நற்கருணைப் பிரசாதமாக வழங்கினார். நீங்கா நிரயத்தில் துன்புறுவதைக் காட்டிலும் தீக்குளித்து இறப்பதே சாலச் சிறந்தது என்று அவர் அவர்களுக்குப் போதித்தார். ஓரிரண்டு ஆண்டுகள் கழிந்தன; ஜனங்கள் அவர் அருகே குடியேறத் தொடங்கினார்கள். அவர்கள் காட்டில் தீ வைத்து மரங்களை அழித்து, அந்த நிலத்தில் உழுது சாகுபடி செய்தனர். அவர்கள் மீன்பிடித்தார்கள்; செடி, கொடிகளிலிருந்து கனிகளைச் சேகரித்தார்கள்; பூஞ்சைக் காளான்களையும் திரட்டினார்கள். அவர்கள் சகல பணிகளையும் கூட்டாகச்

செய்தனர். களஞ்சியங்களும் பண்டகசாலைகளும் பொதுச் சொத்தாயிருந்தன. ஆண்கள் வேறாகவும் பெண்கள் வேறாகவும் பிரிந்து வாழும்படி அவர் ஏற்பாடு செய்தார்.''

''அதுதான் சரி. பெண்ணோடு வாழும் மனிதனால் செல்வம் திரட்ட முடியாது'' என்று ஒரு கடுமையான குரல் கூறிற்று.

இருட்டிலிருந்து பேசிய அவனை டெனிஸோவ் முகமலர்ச்சியோடு விரைவாக நோக்கி விட்டுத் தொடர்ந்து பேசினான்:

''மூத்தோர்களது பிரார்த்தனைகளின் பலனாக, வேட்டைப் பொருள் ஏராளமாகக் கிடைத்தது. சில சமயங்களில் அவர்கள் வியப்பூட்டத்தக்க மீன்களையும் பிடித்தனர். பூஞ்சைக் காளான்களும் சிறு பழச் செடிகளும் நன்றாக வளர்ந்தன. அவர் வழிகாட்டுதலைப் பின்பற்றிய அவர்கள் இரும்புத் தாதுவையும் செம்பு உலோக மண்ணையும் கண்டுபிடித்தனர். பட்டறைகள் அமைத்தனர். உண்மையில் அது அமைதி தவழும் துறவு வாழ்வுக்குரிய புகலிடமாக ஆயிற்று.''

பட்டுப்போன மரத்துக்குப் பின்னால் இருந்த ஆண்ரி எழுந்திருந்துவந்து, டெனிஸோவின் அருகில் உட்கார்ந்து அவனது முகத்தை வெறித்து நோக்கினான். ஒரு வேண்டுதலை நிறைவேற்று வதற்காக அவன் இந்தத் தெப்பமிழுப்போருடன் சேர்ந்து கொண்டான். அன்று ரிவ்யாகின் வீட்டில் மூத்தோனிடம் அவன் தனது பாவங்களை ஒப்புக்கொண்டான்; மூத்தோன் அவனை ஜபமணி மாலையால் அடித்துவிட்டு, யாரோஸ்லாவுக்குச் சென்று டெனிஸோவின் தானியம் ஏற்றிய தெப்பத்துக்காகக் காத்திருக்குமாறு கட்டளையிட்டான். இந்தத் தெப்பத்தை இழுத்துவந்த பதினான்கு படகோட்டிகளில், ஒன்பதுபேர் ஆண்ரியைப்போலவே, நேர்ந்து கொண்டதை நிறைவேற்றுவதற்கோ பிராயச்சித்தம் செய்து கொள்வதற்காகவோ வந்தவர்தாம்.

டெனிஸோவ் மேலும் கூறினான்:

''உயிர்துறக்கும் நேரத்தில், அந்தப் பெரியவர் அண்ணன் தம்பியான ஸெமியனையும் என்னையும் வாழ்த்தினார். எங்களை விகாபுகலிடத்துக்குத் தலைவராக நியமித்தார். அவர் எங்களுக்கு நற்கருணைப் பிரசாதம் வழங்கியபின் நாங்கள் அவரது குடிசையிலிருந்து புறப்பட்டோம். அது ஒரு பள்ளத்தில் தன்னந்தனியாக இருந்தது. நாங்கள் சிறிது தூரம் சென்றபின் திரும்பிப் பார்த்தோம். ஒரு வெளிச்சம் தெரிந்தது. புதரை எரிப்பது போன்றதொரு தீ அக்குடிசையைச் சுற்றி வளைத்தது. நான் அங்கே ஓடுவதற்குச் சித்தமானேன். ஸெமியன் 'ஓடாதே!' என்று கூறி என்கையைப் பிடித்துக் கொண்டான். அப்பொழுது தீச்சுவாலை களிலிருந்து இனிய இசைநாதம் பொங்கி வந்தது. புகைக்கும் மேலே, புகைக்கரி மாதிரியிருந்த பேய்கள் சுழன்று, வீறிட்டலறின. இதை உங்களால் நம்ப முடியுமா? நானும் என் சகோதரனும் மண்டியிட்டுப் பாடத் தொடங்கினோம். மறுநாள் காலையில் நாங்கள் அந்த இடத்துக்குச் சென்றோம். சாம்பலுக் கடியிலிருந்து ஸ்படிகம்போல் தெளிவான ஊற்று நீர் நுரைத்துக்கொண்டு வந்தது. வசந்த காலத்தில் நாங்கள் அங்கு மரத்தால் ஒரு கிணற்றைக் கட்டினோம். வழிபாட்டுச் சித்திரம் வைப்பதற்காக ஒரு சிறிய சார்புப் பந்தலையும் அமைத்தோம். எங்களுக்கு ஆர்வம் அதிக மாக இருந்தபோதிலும், புனிதவுருவம் வரைவதற்கு ஓவியன் கிடைக்காது கஷ்டப்படுகிறோம்.

ஆண்ரி விம்மினான். டெனிஸோவ் கலைந்து கிடந்த தன் தலைமயிரைத் தடவிக்கொண்டே மேலும் பேசினான்:

''சகோதரர்களே! மூன்று வருடத்துக்கு ஒரு முறை விளைச்சலெல்லாம் சாவியாகி விடுகிறது. இதுதான் எங்களுக்குள்ள ஒரே கவலை. போன வருடம் கோடையில் மழைபெய்து பயிரெல்லாம்

அழுகி விட்டன. வைக்கோல்கூடக் கிடைக்கவில்லை. எனவே தொலைவிலிருந்து தானியம் கொண்டுவர வேண்டியதாயிருக்கிறது. ஆனால் குழந்தைகளே, இது ஒரு புனிதமான காரியம்! நீங்கள் வீணுக்கு உழைக்கவில்லை.''

டெனிஸோவ் மேலும் சிறிது நேரம் பேசினான். அதன்பின் பொதுப் பிரார்த்தனையைக் கூறிவிட்டுப் படகில் ஏறித் தெப்பத்திற்குச் சென்றான். இந்தப் பக்கத்தில் இரவு நேரத்தில் குளிர் அதிகம். கந்தலாடையில் உறங்குவது கடினமாயிருந்தது.

பொழுது புலர்ந்தவுடன் டெனிஸோவ் மீண்டும் கரைக்குவந்து ஆட்களை எழுப்பினான். அவர்கள் இருமினார்கள்; சொறிந்துகொண்டார்கள். அதன்பின் அவர்கள் பிரார்த்தனையைச் சொல்லி விட்டுக் கூழ்காய்ச்சத் தொடங்கினார்கள். பன்னிறக் கதிரவன் மங்கலான நீர்க்குமிழிபோல மூடு பனியினிடையே தென்பட்டபொழுது, படகோட்டிகள் தோல்பட்டை வாரால் தம்மைப் பூட்டிக்கொண்டு ஈரக்கரைவழியே மரப்பட்டை செருப்பணிந்து நடந்தனர். அவர்கள் மைல் மைலாக நடந்தனர்; நாள்தோறும் நடந்தனர். வடக்கே கரியமேகங்கள் பையப்பையப் பரவின. காற்று தீவிரமாக வீசியது. ஷீக்ஸ்னா நதியின் வெள்ளம் கரைகளை நிரப்பி ஓடியது.

இப்பொழுது பிலோ ஏரியில் தண்ணீர் காற்றிலே அலைமோதியது. கரியமேகங்கள் கீழே தாழ்ந்து விரைந்தன. அந்த ஆட்கள் பிலோஸர்ஸ்க் நோக்கி மேல்திசையில் திரும்பினர். கரையைத் தாக்கிய அலைகள் படகோட்டிகளைக் கீழே தள்ளின. தெப்பத்தை இழுத்துக்கொண்டு செல்வது மிகவும் கடினமாக இருந்தது. பகலுணவு நேரத்தில் அவர்கள் ஒரு வலைஞன் குடிசையில் குளிர்காய்ந்தனர். இங்கேதான் சம்பளத்துக்குவந்த பட கோட்டிகளில் இருவர் உணவு போதாதென்று டெனிஸோவிடம் சண்டையிட்டுத் தாம் செய்த வேலைக்கு ஆளுக்கு எழுபத்தைந்து கோபெக் கூலியாகப் பெற்றுக்கொண்டு எங்கோ போனார்கள்.

நகருக்கு எதிர்ப்புறத்தில் தெப்பம் பேரலைகளில் தானாக மிதந்து சென்றது. புதுக்காற்று வீசி அவர்களைக் கண்டதுண்டமாக வெட்டுவதுபோல் தோன்றியது. அவர்களுக்கு நம்பிக்கை யின்மையும் ஏக்கமும் உண்டாயின. இழுவைக் கயிற்றோடு தம்மைக் கட்டிக்கொண்டு வடக்கு நோக்கிச் செல்வது சிந்திக்க முடியாத தொன்றாகத் தோன்றியது. மீதிக் கூலிக்காரர்களும் டெனிஸோவிடம் சண்டை போட்டுக்கொண்டு வலைஞர் குடியிருப்புகளிலே எங்கோ போய்த் தங்கிவிட்டனர். பிரார்த்தனையாகவோ பிராயச்சித்தமாகவோ இந்தப் பயணத்தை மேற்கொண்டவர்களிலும் பலர் போய்விட்டனர். ஒருவன் தன் நண்பனைக் கண்டதும் அவனோடு போனான். வேறு சிலர் பொறுத்துப் பார்த்து முடியாது மறைந்து விட்டனர்.

ஏரிக்கரையின் ஈரக்கற்களிடையே கவிழ்ந்துகிடந்த படகுகளின் மீது ஆண்ரியும் காஷீரியிலிருந்து ஓடிவந்த விவசாயியான ஈல்யாவும், பிட்காவும் அமர்ந்திருந்தனர். வட்டமான தோட்களையுடைய பிட்கா, மடத்தில் அடிமையாயிருந்தவன்; மிகுந்த சித்திரவதைக்கு உள்ளானவன்,'மண் கழுவி' என்ற புனைப்பெயரை உடையவன். இப்பொழுது நாடோடியாகத் திரிந்தான். இவர்கள் மூவரும் சுற்றுமுற்றும் பார்த்தனர்.

அனைத்தும் கொடூரமாக இருந்தன. ஏரியின் தண்ணீர் கலங்கலாக இருந்தது. அதில் வெண்குதிரை வடிவங்கள் புலப்பட்டன. வடக்கேயிருந்து கரியமேகங்கள் மெல்ல நகர்ந்தன. கரையின் மேட்டுக்கு அப்பால் இருந்த சமநிலத்தில் மரத்தால் கட்டிய இடிந்த நகரமொன்று இருந்தது. அதை மேகங்கள் மறைத்திருந்தன. ஸ்தூபிகளின் உடைந்த கூரைகளும் மாதா கோயில்களின் துருப்பிடித்த வெங்காய வடிவுக் குவிமாடங்களும் நெட்டையான வீடுகளின் நொய்வான வீடுகளும்தான் தென்பட்டன. ஏரிக்கரையில் மீன்பிடிக்கும் வலைகளை விரித்துக்

காயவைப்பதற்காக அடித்திருந்த கழிகள் காற்றில் ஆடின. எங்குமே ஒரு மனிதனும் தென்படவில்லை. ஒருமணி வியாகூலத்துடன் ஓசை செய்தது.

''சொல்லிருந்து அளிப்பதில் டெனிஸோவ் கெட்டிக்காரன். அவன் சொல்லும் சுவர்க்கத்தை அடையும் பொழுது நமது ஆத்மாதான் எஞ்சியிருக்கும்'' என்று பிட்கா ஆணியால் உள்ளங்கை காய்ப்பைக் கீறிக்கொண்டே சொன்னான்.

''நீங்கள் அவனை நம்பவேண்டும். நீங்கள் அவனை நம்பவேண்டும்'' என்று ஆண்ரி ஆத்திரத்தோடு மொழிந்தான். அவன் ஏரியின் வெண்மையான அலைகளை ஏக்கத்தோடு நோக்கினான். இந்த இடத்தில் அவனுக்கு உற்சாகம் பிறக்கவில்லை. தனிமையுணர்ச்சியும் கடுங் குளிரும் அவனை வதைத்தன. ''இந்த இடம் ஆண்டவனிடமிருந்து நெடுந்தொலைவில் இருக்க வேண்டும்'' என்று அவன் கூறினான்.

ஈல்யா பேசத்தொடங்கினான். அவன் அகன்ற வாயை உடையவன்; உல்லாசமான கண்களை உடையவன்; சதைப்பற்று மிக்கவன். அமைதியாகவும் மெதுவாகவும் பேசினான்:

''...எனவே, நான் இந்த ஆளைக் கேட்டேன். உங்களது ஊர் ஏன் வெறிச்சென்று கிடக்கிறது. பாதிவீடுகள் ஏன் பூட்டிக்கிடக்கின்றன என்று வினவினேன். துறவிகளின் தொல்லையே இதற்கெல்லாம் காரணமென்று அவன் சொன்னான். மாஸ்கோவுக்குப் பல மனுக்களை அனுப்பினோம் என்றும் அவர்கள் இதைக் கவனிக்கவில்லை என்றும் கூறினான். அந்தத் துறவிகள் ஈஸ்டர் வாரத்தில் செய்த அட்டகாசத்தைக் காணச் சகிக்கவில்லையாம். அவர்கள் பத்துச்சறுக்கு வண்டிகளில் புனிதவுருவங்களை வைத்துக்கொண்டு கிளம்பினார்களாம். சிலர் டவுனுக்கும் சிலர் புறப்பேட்டைக்கும் சிலர் கிராமங்களுக்கும் சென்றனர். அவர்கள் வீடுகளில் புகுந்து ஜனங்களின் முகத்தில் சிலுவையால் அடித்தார்களம். 'மூன்று விரலால் குறியிடு. இந்தச் சிலுவையை முத்தமிடு' என்று கத்தினார்களாம். ரொட்டி, பாலாடை, முட்டை, மீன் ஆகியவை வேண்டுமென்று வாங்கிச் சாப்பிட்டார்களாம். துடைப்பத்தால் கூட்டியதைப்போல எல்லா வற்றையும் துடைத்துக்கொண்டு போய்விட்டார்களாம். பணமும் கேட்டார்கள் என்று அவன் சொன்னான். 'நீ ஓர் இணங்காதான்! பாதிரியில்லாது தொழுகை நடத்தும் குழுவைச் சேர்ந்தவன்! பழைமைவாதிகளின் நூல்கள் எங்கே?' என்றெல்லாம் கேள்வி கேட்டார்களாம். இணங்காதவரை விலங்கிட்டுச் சித்திரவதை செய்தார்கள் என்றான்.''

பிட்கா தலையைப் பின்னுக்குத் தள்ளிக்கொண்டு கரகரத்த குரலில் உரக்கச் சிரித்தான்.

''ஆ! இந்தத் துறவிகள்! எப்படிக் குடிக்கிறார்கள்! எவ்வளவு உண்ணுகிறார்கள். அவர்களைக் கட்டிப்பிடிக்க முடியாது!'' என்றான்.

ஈல்யா அவனது முழங்காலில் மெல்ல இடித்தான். ஜிப்ஸியின் தாடியையுடைய ஒரு துறவி அவர்களை நோக்கி வந்துகொண்டிருந்தான். இறுகப் பிடிக்கும் குல்லாயை அவன் கண் வரை இழுத்து விட்டுக்கொண்டிருந்தான். காற்றில் பறந்த சொக்காயைக் கையில் பிடித்துக்கொண்டு, காற்றோட்டத்தைக் கஷ்டப்பட்டு எதிர்த்து நடந்துவந்தான். அலைகள்மீது நின்ற தெப்பத்தையும் உரையாடிக் கொண்டிருந்த மூன்று ஆட்களையும் பயங்கரமான விழிகளால் நோக்கினான்.

''இந்தப்படகு எங்கிருந்து வருகிறது?'' என்று அவன் வினவினான்.

''யாரோஸ்லாவிலிருந்து, தந்தையே!'' என்று ஈல்யா நேசப்பன்மையுடன் விடை தந்தான்.

''அதில் என்ன பாரம்?''

''எங்களிடம் சொல்லவில்லை.''

''தானியமா?''

''ஆமாம்!......''

''எங்கே கொண்டு செல்கிறீர்கள்?''

''யாருக்குத் தெரியும்? காட்டுமிடத்துக்கு இட்டுச் செல்வோம்.''

துறவி விரைவாகச் சட்டையின் வலக்கையைச் சுருட்டிக்கொண்டான். ''பொய் சொல்லாதே! பொய் சொல்லாதே! இது டெனிஸோவின் தெப்பம்! நீங்கள் பாவ்நட்ஸுக்குப் போகிறீர்கள். இணங்காதாரின் புகலிடங்களுக்குத் தானியம் கொண்டு செல்லுகிறீர்கள். புறச்சமயிகளே, பொய்பேசாதீர்கள்'' என்றான்.

அவன் திடீரென்று பாய்ந்து, ஈல்யாவின் கோட்டைப் பிடித்துக்கொண்டு, திகிலடைந்த அந்த ஆளை உலுக்கினான்; நகரை நோக்கித் திரும்பி, ''காவலர்களே!'' என்று உச்சஸ்தாயியில் கத்தினான்.

ஆண்ரி படகிலருந்து குதித்தான். ஏரியின் தண்ணீர் விளிம்போடு, வலைஞர் வீடுகளை நோக்கி ஓடினான்.

''காவலர்களே!'' என்று மீண்டும் கத்திய துறவி, திடீரென்று வாய்திறவாதிருந்தான். பிட்கா, துறவியின் தலைமயிரைப் பிடித்து இழுத்து, ஈல்யாவை விடுதலை செய்தான்; அதன்பின் அந்தத் துறவியின் காலைத் தட்டிவிட்டான்; ஒரு கருங்கல்லைத் தேடிச் சுற்றினான். கீழேவிழுந்த துறவி சுறுசுறுப்போடு துள்ளி எழுந்து பிட்காவைத் தாக்கவந்தான். ஆனால் பிட்காவுக்கு ஒரே ஆத்திரம். அவன் மீண்டும் துறவியைப் பிடித்துக் கீழே சாய்த்து அவனது கழுத்தில் நையப் புடைத்தான். துறவி முனங்கினான். ஒரு சந்திலிருந்து, நான்கு ஆட்கள், நீண்ட கழிகளோடு கரையை நோக்கி ஓடிவந்தனர்.

ஒரு வலைஞன் குடிசையின் மூலையிலிருந்து ஆண்ரி திகிலோடு பார்த்துக்கொண்டிருந்தான். பிட்கா ஐந்து பேரோடு சண்டைபோட்டுக் கொண்டிருப்பதைக் கண்டான். எதிரிகளிடமிருந்தே ஒரு கழியைப் பிடுங்கி, உரக்கக் கத்திக்கொண்டு அவர்களைத் தாக்கிய பிட்காவை ஆண்ரி நோக்கினான். இந்த அளவுக்கு மூர்க்கமான ஒருவனை ஆண்ரி இதுவரை கண்டதேயில்லை. ''பேய்! சரியான பேய்!'' என்று அவன் சொல்லிக்கொண்டான். அதன்பின் ஈல்யா சண்டையில் தலையிட்டுத் துறவியின் செவிட்டில் அடிக்கவே, அவன் மூன்றாவது தடவையாகக் கைகால் விரித்துக் கீழேவிழுந்தான். துறவிக்குத் துணையாக வந்தவர்கள் பின்வாங்கினர். ஆங்காங்கே வீட்டைவிட்டு வெளியே வந்த நகரவாசிகள், ''அப்படித்தான்! அப்படித்தான்! அப்படித்தான்!'' என்று உறுமி, துறவியிடம் தமக்குள்ள வெறுப்பைக் காட்டினர்.

பிட்கா, ஈல்யா ஆகியோரின் கை ஓங்கியது. அவர்கள் தமது எதிரிகளைத் துரத்தியடித்தனர். விரைவில் திரும்பிவந்து நாசியில் ஒழுகிய உதிரத்தைச் சிந்திவிட்டு, ஆண்ரி பதறிக் கொண்டிருந்த குடிசைக்கு நேராகச் சென்றனர்.

''உண்மையில் உன்னையும் நையப்புடைக்க வேண்டும். நீ ஒரு மடையன். சுவர்கத்துக்குப் போக இச்சைப் படுகிறாய்'' என்று பிட்கா ஆண்ரியிடம் கூறினான்.

மண்குடிசையின் கதவு திறந்தது. கலைந்த தலையும் கரியதாடியும் உடைய ஒருவன் தோன்றினான். சிறிதுநேரம் தெண்டத்தெண்ட விழித்துவிட்டு அவன் வெளியே வந்தான். கட்டை குட்டையாயிருந்த அவன் காலடியில் ஒன்றும் அணியவில்லை. மேலெல்லாம் புகைக்கரி, அவன் நகரை நோக்கிப் பார்வையைத் திருப்பினான்; அங்கு ஒருவரும் தென்படவில்லை.

''உள்ளே வாருங்கள்'' என்று கூறிவிட்டுத் தார்வான குடிசையில் நுழைந்தான். கதவுக்கு மேலிருந்த கீறல் வழியாக மட்டுமே, உள்ளே வெளிச்சம் வந்தது. அங்கு கெட்டுப்போன மீனின் முடைநாற்றம் வீசியது. குடிசையின் பாதிப்பாகத்தில் மீன்பிடி கருவிகள் கிடந்தன. ஈல்யாவும் பிட்காவும் ஆண்ரியும் உள்ளே நுழைந்தபொழுது இரு விரல்களால் சிலுவைக் குறியிட்டனர்.

''உட்காருங்கள். *நீங்கள் யாரை அடித்தீர்களென்பதை அறிவீர்களா?*'' என்று வலைஞன் வினவினான்.

''*என்னை வாழ்நாளெல்லாம் அடித்தவர்கள் நான் யார் என்று விசாரித்ததில்லை*'' என்றான் பிட்கா.

''*மடத்தின் பாதிரியான பியோதாஸியைத்தான் அடித்தீர்கள். அவன் ஒரு கொள்ளைக்காரன், எப்படிப்பட்ட கள்வன்! பேய்! வெறியன்!*'' என்று வலைஞன் கூறினான்.

அந்த ஆட்கள் தன்மாதிரியானவரே என்பதைப் புரிந்துகொண்ட வலைஞன், அவர்களுடன் பெஞ்சியில் உட்கார்ந்துகொண்டான். கைகளைக் கட்டிக்கொண்டும் முன்னும் பின்னும் அசைந்து கொண்டும் அவன் பேசினான்:

''இந்தப் பிரதேசத்தில் மீன்வளம் அதிகம், நன்றாக வாழலாம்; ஆனால் நான் இவ்வூரிலிருந்து போகிறேன். இங்கு வசிக்க முடியவில்லை, ஏரி முழுவதற்கும் அந்தப் பேய் எஜமானனாகி விட்டான். வழக்கம் என்னவென்றால், பிடித்த மீன்களில் கால்பாகத்தைத் துறவிகளுக்குக் கொடுப்போம். ஆனால் இவனுக்கு இவை போதவில்லை. படகு மிதப்பதைக் கண்டவுடன் கரைக்கு ஓடிவருகிறான். பிடிபட்டமீனில், நம் சாப்பாட்டுக்கு மாத்திரம் கொஞ்சம் எடுத்துக் கொண்டு மீதியை அவனிடம் கொடுக்க வேண்டுமென்கிறான். கொடுக்காவிட்டால், எரிந்து விழுகிறான். 'நீ எப்படிச் சிலுவைக் குறியிடுகிறாய்?' என்று வினவுகிறான். சரி, தொலையட்டு மென்று மூன்று விரலால் குறியிட்டுக் காட்டிப் பாவம்செய்தால், இல்லை. இதெல்லாம் பாசாங்கு! என்னுடன் வா!'' என்று மிரட்டுகிறான். அவனோடு மடத்துக்குப் போனால், நிலவறையில் அடைத்து விலங்குபோடுவான். அவன் எத்தனை வலைகளைக் கிழித்தெறிந்திருக்கிறான்! எத்தனை படகுகளை உடைத்துப் போட்டிருக்கிறான்! நாங்கள் கவர்னரிடம் புகார் கூறினோம். ஆனால் கவர்னரோ தனக்கு என்ன கிடைக்கும் என்பதிலேயே குறியாயிருக்கிறான். பழமைவாதி களை ஒழித்துக்கட்ட வேண்டுமென்று சமயமுதல்வர் விசேஷ உத்திரவு பிறப்பித்திருக்கிறார். அது மடத்துக்குக் கிடைத்திருக்கிறது. எனவே நீங்கள் விரைவாக இந்த ஊரைவிட்டுப் போக வேண்டும்.''

''தேவையில்லை, நாங்கள் டெனிஸோவுடன் வந்திருக்கிறோம்'' என்று அச்சத்தோடு பிட்காவையும் ஈல்யாவையும் நோக்கி ஆண்ரி கூறினான்.

வலைஞன் பதிலளித்தான்: ''டெனிஸோவ் செல்வமும் செல்வாக்கும் உடையவன். பணத்தைக் கொடுத்துத் தப்பி விடுவான். அவனைக் கெடுப்பதற்கு எவராலும் முடியாது. அவன் வடக்கேயிருந்து கம்பளம், நீர்யானைப் பல், செம்பு முதலியவற்றைக் கொண்டுவரும்பொழுதும் பணத்தைக் கொடுத்துத் தப்பி விடுகிறான். திரும்பவும் வடக்கே செல்லும்பொழுதும் லஞ்சம்

கொடுத்துத் தன்னைக் காப்பாற்றிக் கொள்கிறான். இவ்வாறு பன்முறை செய்திருக்கிறான். அவனது ஆட்கள் இல்லாத இடமில்லை."

பிட்கா ஏளனம் பொங்கக் கூறினான்: "இந்த டெனிஸோவ் தேனொழுகப் பேசுகிறான். வரும் வழியெல்லாம் அவன் எங்களுக்கு உலர்ந்த ரொட்டிதான் கொடுத்தான். ஆனால் அவன் பேசியதைக் கேட்டால், கோழிக்குஞ்சு தின்பதாகத் தோன்றியது."

விகா ஆசிரமத்து மூத்தோனான டெனிஸோவைப்பற்றி இவர்கள் பச்சை பச்சையாகப் பேசுவதைக் கண்டு ஆண்ரி வேதனையுற்று முகம் சுளித்தான். ஒரு தடவை, டெனிஸோவ் அவனை அன்பாகத் தலையில் தடவி "உன் ஆத்மா அழியாது இருக்கிறதா? நல்லது" என்று கூறியதை ஆண்ரி ஞாபகப்படுத்திக்கொண்டான். வரும் வழியில் தங்கிய இடங்களில் டெனிஸோவ் அடுப்புத் தீ அருகே அமர்ந்து பேசியதையும், அதன்பின் படகில் திரும்பிச் சென்றதையும் அவன் நினைவூட்டிக்கொண்டான். இம்மாதிரி படகில் அமர்ந்த புனிதர்களை வழிபாட்டு உருவங்களில் வரைந்ததும் அவனுக்கு நினைவு வந்தது. இந்த நேரத்தில், டெனிஸோவுக்காக அவன் தீக்குளிக்கவும் தயாராயிருந்தான்.

அவர்கள் பெஞ்சிமீது அமர்ந்து என்ன செய்வது? எங்கே போவது? என்பனவற்றைக் குறித்து விவாதித்தார்கள். அவர்கள் வடகோடிப் பகுதிக்கே செல்வதா? செல்ல வேண்டாமென்று வலைஞன் சொன்னான். படகு இல்லாமல், கால் நடையாக விகா ஏரிக்குச் செல்வதென்றால், காட்டில் இரண்டு மாதங்களைக் கழிக்கவேண்டும்; அதற்குள் அவர்கள் செத்து விடுவார்களென்று வலைஞன் அபிப்பிராயப்பட்டான்.

"எளிதாகச் செல்லக்கூடிய இடத்துக்குப் போங்கள். உதாரணமாக டான் நதிக்கரைக்குச் செல்லலாம்" என்றான் அவன்.

"நான் டான் நதிக்கரைக்குப் போனேன். அங்கு முன்னாலிருந்த சுதந்திரம் இப்பொழுது இல்லை. கஸாக் கிராமங்களில், புதிதாக வந்தவர்களைப் பிடித்து அதிகாரிகளிடம் ஒப்படைக்கிறார்கள். நான் இருமுறை பிடிபட்டேன். என்னை விலங்கிட்டு, ஜாரின் வேலைக்காக வாரனேஷுக்குக்கொண்டு சென்றனர்" என்று பிட்கா கரகரத்த குரலில் கூறினான்.

அவர்களால் ஒரு முடிவுக்கு வரமுடியவில்லை. டெனிஸோவ் எங்கிருக்கிறானென்று பார்த்து வரும்படி அவர்கள் ஆண்ரியை அனுப்பினார்கள்.

ஆண்ரிக்கு ஏற்பட்ட அனுபவம் அவனை வெருட்சிக்கு உள்ளாக்கியது. அவன் அந்தப் புராதனமான நகரின் வாயிலை அடைந்தவுடன் "நில்! நில்!" என்ற கூச்சல்கள் காதில் விழுந்தன. கந்தை தரித்தவர்கள் ஓடிக்கொண்டிருந்தனர். அவர்களில் சிலர் வேலியில் ஏறிக்குதித்தனர். இரண்டு பச்சைக் கோட்டணிந்த சிப்பாய்கள் தொப்பியைக் கரத்தில் வைத்துக்கொண்டு, அவர்களைத் துரத்தினார்கள். அவர்கள் மூச்சுத் திணற ஓடி, ஒரு வளைந்த சந்தில் மறைந்தனர். கண்ணியமான தோற்றத்தை உடைய குட்டையான கிழவன் ஒருவன் திட்டி வாசல் அருகே நின்று, "அவர்கள் ஆள்பிடிக்கத் தொடங்கி இன்றோடு இரண்டு நாளாகிறது" என்றான். ஆண்ரி அவனருகேசென்று, செல்வந்தனான டெனிஸோவைத் தெரியுமாவென்றும் அந்த வர்த்தகனைப் பார்த்தீர்களாவென்றும் விசாரித்தான். கிழவன் சிறிது நேரம் யோசனைசெய்துவிட்டுக் கூறினான்:

"சந்தைக்குச் செல், அங்கே கவர்னரது வீட்டில் டெனிஸோவைப்பற்றி விசாரி."

அது ஒரு சிறிய சந்தை, எங்கும் எருமேடுகள் தென்பட்டன, வரிசை வரிசையாயிருந்த கடைகள் மூடிக்கிடந்தன, தூண்கள் வளைந்திருந்தன; கூரைகள் தொய்வு கண்டிருந்தன. தோல்

காலுறைகளையும் வினோதமான சுருளப்பங்களையும் விற்ற இரண்டு மூன்று கடைகள் மட்டுமே திறந்திருந்தன. அந்தப் புராதனமான திருக்கோயிலின் சுவர்கள் இடிந்திருந்தன. கோயிலைச் சுற்றி வேலி ஏதும் இல்லை. தாழ்வாகச் சார்பு இறக்கியிருந்த கோயில் வாயிலின் அருகே, புல்வெளியில் கந்தல் உடுத்திய பிச்சைக்காரிகள் உறங்கிக்கொண்டிருந்தனர்; மூன்று அகப்பைக் கோல்களை அருகில் கிடத்திவிட்டு உட்கார்ந்திருந்த அசடன் கண்களில் கண்ணீர் வரும்வரையில் தலையை ஆட்டிக் கொட்டாவி விட்டான். இங்கு வாழ்வு மிகவும் மந்தமாயிருந்ததென்பது தெளிவாகப் புலனாயிற்று.

சந்தையின் நடுவில், ஒரு காவற்காரன் குத்துக்கம்புடன் நின்றுகொண்டிருந்தான். ஒரு பாதத்திலிருந்து இன்னொன்றுக்கு உடலின் பளுவை மாற்றிக்கொண்டு நின்ற அவனுக்கு அருகில், ஒரு கழுமரம் இருந்தது. ஆண்ரி நடுக்கத்துடன் அவனருகே சென்றான்.

சாமர்த்தியம் மிகுந்த ஒரு கடைக்காரன் சாரல்தாங்கியுடன் கூடிய தன் கடையிலிருந்து தலையை நீட்டி, ''ஓ, என்ன அருமையான சுருளப்பம்! அதிலுள்ள கசகசா விதை எவ்வளவு நேர்த்தியாயிருக்கிறது!'' என்று கூறினான்.

அண்ரி காவற்காரனுக்குப் பணிவாக வணங்கிவிட்டு, கவர்னரது இல்லம் எங்கே உள்ளது என்று வினவினான். காவற்படை வீரரது பழைய கோட்டில் ஒட்டுத்தையல் போட்டு அணிந்திருந்த அந்தக் குட்டைக் காலுடைய சிப்பாய் கோபத்தால் புருவத்தை நெரித்துக்கொண்டு திரும்பினான். அருகிலிருந்த கழுமரத்தில் ஜாரின் உத்திரவொன்றும் முத்திரையும் பொறித்த தகரம் தொங்கியது. ''ஓடிப்போ'' என்று காவற்காரன் கத்தினான். ஆண்ரி பின் வாங்கினான். குலைந்து கிடந்த வேலிகளும் வளைந்திருந்த மரவீடுகளும் தென்பட்டன. கரிய மேகங்கள், திருக்கோயில் உச்சியிலிருந்த சிலுவைகளைப்பற்றிக்கொள்ளும் போலிருந்தன. கம்பள பூட்ஸ் அணிந்த ஒருவன் எதிரே வந்தான். அவன் கோட்டின் மீது கச்சையைத் தாழ்த்திக் கட்டியிருந்தான். அவனது தோலுரிந்த தடித்த உதடுகள் முன்னுக்குத் தள்ளியிருந்தன. கழுமரத்தருகே நின்ற காவற்காரனும் கடைகளிலிருந்த வியாபாரிகளும் என்ன நிகழப் போகிறதென்பதை ஆவலோடு நோக்கினார்கள்.

''நீ எங்கிருந்து வருகிறாய்? யாருடைய ஆள்? நாடோடியா?'' என்று அந்த மனிதன் ஆண்ரியை வினவினான். அவனிடமிருந்து கெட்டுப்போன வெள்ளைப் பூண்டின் நாற்றம் வீசியது. ஆண்ரி விக்கினான், உளறினான். அந்த மனிதன் ஆண்ரியின் காலரைப் பிடித்தான்.

''அவன் டெனிஸோவின் ஆள்'' என்று யாரோ ஒருவன் கடையிலிருந்து கத்தினான்.

''அவன் தீயிலிட்டு எரிப்பதற்கு ஒன்பதுபேரை அழைத்துச் செல்கிறான்'' என்று இன்னொரு கடையிலிருந்து ஒரு மெலிந்த குரல் கூவியது.

அந்த மனிதன் ஆண்ரியைக் குலுக்கினான்:

''அந்தத் தூண் மீதிருக்கும் ஜாரின் உத்திரவைப் படித்தாயா? வேசி மகனே, என்னோடு வா.''

ஆண்ரி எதிர்க்கவில்லையென்றாலும், அவன் அந்த இடத்தில் கோடியிலிருந்த கவர்னர் வீட்டிற்கு அவனை இழுத்துக்கொண்டு சென்றான்.

கவர்னர் வீட்டில் விருந்தினரை வரவேற்கும் அறையில், எடுப்பாக ஆடை உடுத்திய டெனிஸோவ் உட்கார்ந்திருந்தான். அவனது தலைமயிரைத் திருத்தமாக வாரியிருந்தான்;

'மார்ட்டன்' தோல் குல்லாய் மடியில் கிடந்தது. கவர்னரான மாக்ஸிம் லுபான்டின், டெனிஸோவின் கோட்டையும் பூட்ஸையும் வருத்தத்தோடு நோக்கினான். அந்தப் பூட்ஸ், நேர்த்தியான ஆட்டுக்குட்டித் தோலில் செய்தது. மிக்க சிவப்பான ஸில்க்கை உள்ளே கொடுத்துத்தைத்த அந்தக் கோட்டு, ஹாம்பர்க் துணியிலோ இங்கிலீஷ் துணியிலோ சித்தமானது. கவர்னரோ இற்றுப்போன அணில் தோல்கோட்டைப் போட்டுக் கொண்டிருந்தான். அவன் கொழுத்துப் பருத்தவன் அல்ல; அவனது முகமெல்லாம் பரு; தலையெல்லாம் வழுக்கை. பியோடர் அலெக்ஸிவிச் ஜாராயிருந்தபொழுது, அவன் குதிரை வலவனாக இருந்தான். பீட்டர் அலெக்ஸிவிச்சின் ஆட்சியில் அவன் பெரும் பாடுபட்டு இந்தப் பதவியைத்தான் பெற முடிந்தது.

அவர்கள் இருவரும் பொதுப்படையாக உரையாடினார்கள். டெனிஸோவ் தன் கருத்தை அழுத்தமாகப் பேசவில்லை; கவர்னரும் தன் நிலையைக் கண்டிப்பாகவும் வெட்டொன்று துண்டிரண்டாகவும் எடுத்துப் பேசவில்லை.

''என்ன அருமையான கோட்டு! இவன் இதை ஏன் எனக்குக் கொடுக்கக் கூடாது?'' என்று கவர்னர் எண்ணினான். அவன் ரகசியமாக மடத்துக்கு ஆள் அனுப்பியிருந்தான்; பியோதாஸியை உடனே வரும்படி கோரியிருந்தான். ஆனால் டெனிஸோவும் ஏதோ ஒரு துருப்புச் சீட்டை மறைத்து வைத்திருந்தான்.

''பருவநிலையைப் பற்றிக் கவலையில்லை. காற்றுத் திரும்பினால், ஏரியைக் குறுக்கே கடந்துவிடுவோம். இல்லாவிட்டால் எப்படியாவது கரையோரமாகச் சென்று விடுவோம். காவ்ஸாவை அடைய வேண்டுமென்பதுதான் என் கவலை. அங்கே, எங்களைப் பாவ்நட்ஸுக்கு அழைத்துச் செல்வதற்கு ஆள்படை கிடைக்கும்'' என்றான் டெனிஸோவ்.

கவர்னர், டெனிஸோவின் கோட்டைப் பார்த்துக்கொண்டே பதிலளித்தான். ''உங்களது தொழிலை எளிதாகப் புரியமுடியும்'' என்று தந்திரமாகக் கூறினான்.

''மாக்ஸிம், எனக்கு உதவி செய்யுங்கள், என் தெப்பத்தையும் ஆட்களையும் தவக்கப் படுத்தாதீர்கள்!''

''ஜாரின் உத்திரவு இல்லையென்றால், நாங்கள் குறுக்கே நிற்க மாட்டோம்'' என்று கூறிய கவர்னர், ஜாரின் உத்திரவைச் சட்டைப் பையிலிருந்து எடுத்தான். அந்தச் சுருளைப் பிரித்துக் கண்ணருகில் வைத்துக்கொண்டு படித்தான்:

''ஜாரும் மகாக் கோமகனும்... இடும் உத்திரவு என்னவெனில்... மடங்களில் சாப்பிட்டுக் கொண்டிருக்கும் நாடோடிகளையும் பிச்சைக்காரர்களையும், மடங்களிலுள்ள துறவிகளல்லாத பலவகைப்பட்ட ஜனங்களையும் பட்டாளத்தில் சேர்க்க வேண்டும்...''

''மடங்களைப் பற்றி எங்களுக்குக் கவலையில்லை. நாங்கள் வர்த்தகர்கள்'' என்றான் டெனிஸோவ். ''சற்றுப் பொறுங்கள். 'பாயர்களின் குதிரை லாயச் சேவர்களையும் ஏவலர் களையும், சகலவிதமான பிச்சைக்காரர்களையும் நாடோடிகளையும் ஓடிப்போன பண்டை அடிமைகளையும் கூடப் பட்டாளத்தில் சேர்க்க வேண்டும்' என்று இந்த உத்திரவில் கண்டிருக் கிறது. டெனிஸோவ், உங்கள் விஷயத்தில் என்ன செய்வதென்று எனக்குத் தெரியவில்லை. யாராவது ஒரு குமாஸ்தா இந்த உத்திரவைக்கொண்டு வந்திருந்தால்.... ஆனால் பிரயோ பிராஷன்ஸ்கி படைப்பிரிவில் அதிகாரியாக உள்ள அலெக்ஸி பிராவ்கின் என்பவனே இதைக் கொண்டு வந்திருக்கிறான். அவனுடன் சோல்ஜர்களும் வந்திருக்கின்றனர். இப்பொழுதெல்லாம் இந்த ராணுவ அதிகாரிகளுடன் பழகுவது எவ்வளவு கடினமானதென்பது உங்களுக்குத் தெரியாதா?'' என்று கவர்னர் மாக்ஸிம் கூறினான்.

டெனிஸோவ் கோட்டின் விளிம்பைத் தூக்கிவிட்டுச் சட்டைப் பையின் வெள்ளிக் காசுகளைக் கணகணவென்று ஒலிக்கச் செய்தான். பணத்தைக் குறைத்துக் கொடுப்பானோ வென்று அஞ்சிய கவர்னர், பியோதாஸி வருகிறானாவென்று கதவை நோக்கினான். ஆனால் தடித்த உதட்டை உடைய ஏவலாள், ஆண்ரியை முன்னால் தள்ளிக்கொண்டு உள்ளே நுழைந்தான். அவன் தன் குல்லாயை எடுத்துவிட்டுத் தாழ்ந்து வணங்கினான்.

''மாக்ஸிம் அவர்களே, இன்னொருவனைப் பிடித்துவிட்டேன்'' என்றான் அவன்.

''மண்டியிடு'' என்று கவர்னர் ஆத்திரத்தோடு பகர்ந்தான். தடித்த உதட்டை உடைய ஏவலாள் ஆண்ரியை அமுக்கியதால், அவனது முழங்கால் மூட்டுகள் தரையில் முட்டின.

''நீ யாருடைய மகன்? யாருடைய அடிமை? எங்கிருந்து ஓடி வந்தாய்?'' என்று ஆண்ரியை வினவிவிட்டுக் கவர்னர் தன் ஏவலாளிடம், 'வாங்கா, மையும் பேனாவும் கொண்டுவா'' என்றான்.

''மாக்ஸிம், அவன் இருக்கட்டும், அவன் எனது வேலைக்காரன்'' என்று டெனிஸோவ் தாழ்ந்த குரலில் கூறினான்.

கவர்னரின் கண்கள் பிரகாசித்தன. அவன் பித்தளை மசிப் பெட்டியைக் கஷ்டப்பட்டுத் திறந்தான். இறகு பேனாவால் அதிலிருந்த ஈயை எடுத்தெறிவதற்குள் அவனுக்கு மேல் மூச்சு வாங்கியது. ''இந்தப் பாதிரி ஏன் இன்னும் வரவில்லை?'' என்று எண்ணிக்கொண்டே இருந்தான். அந்த நேரத்தில் நடை பாதையின் பலகைகள் கிரீச்சென்றன. வாங்கா கதவைத் திறந்தான். ஜிப்ஸிதாடியை உடைய துறவி கோபத்தோடு நுழைந்தான். அண்மையில், ஆண்ரி கண்ட அதே துறவிதான். அந்தச் சண்டையின் விளைவாக, அவனது கண்களில் ஒன்று வீங்கிப் போய் மூடியிருந்தது.

''இவனது ஆட்கள் என்னைத் தொட்டு அடித்தனர். நையப்புடைத்தனர். கொன்று விடுவார்கள் போலிருந்தது. ஆனால் நீரோ இவனைப் பக்கத்தில் உட்கார்த்தி வைத்துக் கொண்டிருக்கிறீர்! யாருக்கு இந்தக் கௌரவம்? நான் கேட்கிறேன். இவன் பரி பாவத்துக்கு அஞ்சாத இணங்காதான். கவர்னர், நான் சொல்கிறேன். இவனை என்னிடம் ஒப்படைத்து விடும்!'' என்று துறவி உரத்த குரலில் கத்தினான்.

நீண்ட கைத்தடியின் மீது கைகளை வைத்துக்கொண்டு நின்ற துறவி, ஒற்றைக் கண்ணால்; டெனிஸோவையும் கவர்னரையும் மாறி மாறிப் பார்த்தான். புத்தி சுவாதீனத்தை இழந்த நிலையிலிருந்த ஆண்ரி, ஒரு மூலைக்கு ஊர்ந்து சென்றான். அவனைத் தாக்கிக் கைகளைக் கட்டுவதற்குக் கட்டளையை ஆவலுடன் எதிர்பார்த்தான் வாங்கா. 'இந்தக் கோட்டு என்னுடையது' என்று எண்ணினான் கவர்னர்.

''துறவி, இங்கு வந்து எங்களைத் தூற்றுவதற்கு நீ யார்? உன்னை எனக்குத் தெரியாது, தெரிந்துகொள்ள விருப்பமும் இல்லை'' என்று கூறிய டெனிஸோவ் எழுந்தான். கைத்தடியைப் பிடித்திருந்த பியோதாஸியின் கரங்கள் நீலமாயின. டெனிஸோவ் தன் சட்டையின் பித்தான்களைக் கழற்றினான். கழுத்தில் கட்டியிருந்த எண்முனைச் சிலுவையிலிருந்து ஒரு சிறியபையை எடுத்தான். ''மாக்ஸிம், உம்மிடம் நேராக நடந்துகொள்ள விரும்பினேன். எனது குறைந்த லாபத்திலிருந்த உமக்குப் பரிசளிக்க எண்ணினேன். ஆனால் நமது பேச்செல்லாம் பயனற்றதாகிவிட்டது'' என்று டெனிஸோவ் கூறினான்.

அவன் ஒரு மடித்த காகிதத்தைச் சிறிய பையிலிருந்து எடுத்துக் கவனமாகப் பிரித்துவிட்டுக் கூறினான்:

''ஆண்ரி டெனிஸோவ், ஸெமியன் டெனிஸோவ் ஆகிய நாங்கள் அண்ணன் தம்பி இருவரும் இஷ்டப்பட்ட இடத்தில் வியாபாரம் செய்வதை அனுமதிப்பதற்கும், எங்களுக்கு எவரும் நஷ்டமேற்படுத்தக் கூடாதென்பதை உறுதிசெய்வதற்கும், நிர்வாகிகளின் அவை இந்தப் பத்திரத்தை வெளியிட்டிருக்கிறது. இதில் நிர்வாகிகளது அவைக்குத் தலைவரான ஷோரின் கையொப்பமிட்டிருக்கிறார்.''

''உங்கள் ஸோரினைப்பற்றி எங்களுக்கு என்ன கவலை. அவன் தூசிக்குச் சமானம்'' என்று துறவி பியோதாஸி கையை ஆட்டிக்கூறினான்.

''ஓ!'' என்று கவர்னர் இலேசாக முனங்கினான்.

டெனிஸோவின் கன்னங்கள் சிவந்தன:

''மாஸ்கோ வர்த்தகர்களில் சிறந்த ஒருவரை இழிவு படுத்தத் துணிகிறாயா? இது ஒரு குற்றம்!''

''குற்றமா? அதை எண்ணி மூச்சடைத்துக் கிட! மூச்சடைத்துத் தவி!'' என்று தன் தாடியால் டெனிஸோவின் முகத்தைத் தேய்த்த துறவி சொன்னான். அவன் டெனிஸோவின் கழுத்தில் தொங்கிய பழமைவாதிக்குரிய சிலுவையைப் பற்றினான். ''பாதிரியில்லாமல் தொழும் குழுவினனே! இந்தச் சிலுவைக்காகவே, உன்னை உயிரோடு எரிப்பேன்.... உன்னிடமுள்ளது உதவாக்கரை தஸ்தவேஜி; என்னிடமுள்ளது சக்திவாய்ந்த தஸ்தவேஜி'' என்று கத்தினான்.

''ஓ, நீங்கள் இருவரும் சமாதானம் செய்து கொள்ளுங்கள்'' என்று கவர்னர் புலம்பினான்.

''டெனிஸோவ், துறவியிடம் இருபது ரூபிள்கொடுங்கள். அதன்பின் உம் வம்புக்கு வரமாட்டார்'' என்றும் சொன்னான்.

ஆனால் ஒருவரையொருவர் நோக்கிக் கனைத்த டெனிஸோவும் துறவியும் கவர்னரது பேச்சைக் காதில் வாங்கிக்கொள்ளவில்லை. ஏவலாள் வாங்கா அவர்களை நோக்கி நண்டுபோல் நடந்தான். அப்பொழுது, டெனிஸோவ் பாதிரி கையிலிருந்த சிலுவையைப் பறித்துக்கொண்டு பலகணிக்கு ஓடி, அதன் கண்ணாடிச் சட்டத்தை உயர்த்திவிட்டுக் கத்தினான்:

''ராணுவ அதிகாரியே, ஜாரின் வார்த்தையைக் காப்பாற்றுவதற்காக அழைக்கிறேன்!''

உடனடியாக அறையில் அமைதி நிலவியது. அவர்கள் கனைப்பதை நிறுத்தினர். நடைபாதையில் குதிமுட்கள் கணகணத்தன. நீண்டபூட்ஸும், வெள்ளைக் கழுத்துப் பட்டையும் அணிந்த அலியோஷ்கா வாளுடன் உள்ளே நுழைந்தான். அவனது கன்னங்கள் சிவந்திருந்தன. மும்முனைத் தொப்பியைப் புருவம்வரை இழுத்துவிட்டுக் கொண்டிருந்தான்.

''என்ன சண்டை?'' என்று அவன் வினவினான்.

''அதிகாரி அவர்களே, பாதிரி பியோதாஸியும் கவர்னரும் தலைவரின் தஸ்தவேஜியைப்பற்றி இழிவாகப் பேசுகிறார்கள்; என் கோட்டைப் பிடித்திழுக்கின்றனர்; என்னை எரிப்பதாக அச்சுறுத்துகின்றனர்.''

அலியோஷ்காவின் கண்கள் ஜார்பீட்டரின் கண்களைப் போலவே, வட்டமாகிக் கடுமை தோன்றப்புடைத்தன. அவன் துறவியைப் பார்த்தான்; பெஞ்சியில் கரங்களை அமுக்கி எழுந்திருக்க முயன்ற கவர்னரைப் பார்த்தான். பிரம்பால் தட்டினான்; அங்கு வந்த சோல்ஜரிடம் 'இருவரையும் கைது செய்' என்று கட்டளையிட்டான்.

2

அன்னியர் பேட்டை வாசிகள் அன்னாவைப் பெரிதும் புகழ்ந்தார்கள். ''இது ஓர் அற்புதம்தான். இந்த இளம் பெண்ணுக்கு இவ்வளவு உலக அறிவு எப்படி உண்டாயிற்று? வேறு ஒரு நங்கையாயிருந்தால், எப்பொழுதோ மமதைகொண்டு நிதானத்தை இழந்திருப்பாள். அன்னா அவளது அப்பாவைக் கொண்டிருக்கிறாள்!'' என்றனர்.

கருங்கடலிலிருந்து திரும்பியபொழுது, பீட்டர் மிகவும் தாராளமாகப் பணம் செலவு செய்தான். ''என் அன்பே, இதயமே, பித்துக்கொள்ளித் தனமாக, அணிமணி ஆடைகளில் பணத்தை வீண் செய்வதற்கு என்னைப் பழக்கப்படுத்துகிறீர்கள்'' என்று அன்னா அவனை அன்பாகக் கடிந்து கொண்டாள்.

''நான் ரிவாலுக்குக் கடிதம் எழுதுவதற்கு அனுமதி தந்தால், அது பயனுள்ளதாகவிருக்கும். அங்கு நாளுக்கு இரண்டு பானை பால் கறக்கும் பசுக்கள் நியாயமான விலையில் கிடைக் கின்றனவாம். அவற்றை வாங்குகிறேன். அதன்பின் நீங்கள் சில சமயங்களில் எனது இனிய சிறிய தூய பால் பண்ணைக்கு வந்து சாப்பிடலாம். பாலாடையும் புசிக்கலாம்'' என்று அவள் கூறினாள்.

அவளுக்குக் கொடுக்கப்பட்ட நிலத்தில் ஒரு 'பர்ச்' மரத்தோப்பில் பால் பண்ணை அமைக்கப்பட்டது. அது ஆப்பு வடிவத்தில் இருந்தது. அவளது வீட்டுப் பின்வாசலில் தொடங்கிக் கூகுய் கிளை ஆற்றைக் கடந்து, யாவூஸாநதிவரை நீண்டிருந்தது. அதில் ஒரு சிறிய வீடு கட்டப்பட்டது. இந்த வீட்டைச் சேய்மையிலிருந்து பார்த்தால் செங்கல்வீடு மாதிரி தோன்றியது. ஓடுவேய்ந்த மாட்டுக் கொட்டில்களும் கதிரடிக்கும் கொட்டகையும் களஞ்சியங்களும் கட்டப்பட்டன. ஆற்றுச் சரிவுகளில் மயிலைப்பசுக்கள் மேய்ந்தன; அவை ஒவ்வொன்றுக்கும் ஒரு கிரேக்கப் பெண் தெய்வத்தின் பெயர் வைக்கப்பட்டது. அருமையான ரோமத்தை உடைய ஆடுகளும் மேய்ந்தன. ஆங்கில தேசத்துப் பன்றிகளும் பல்வகைக் கோழிகளும் வளர்க்கப் பட்டன. காய்கறித்தோட்டத்தில், விதேசிக் காய்கறிகளும் உருளைக் கிழங்கும் பயிரிடப்பட்டன.

பொழுது புலர்ந்தபொழுது, கதகதப்பான சாதாரணக்கோட்டை அணிந்துகொண்டும், ஆட்டுரோமச் சால்வையைப் போட்டுக்கொண்டும், அன்னா மணலிட்டபாதை வழியே பால்பண்ணைக்கு நடந்து சென்றாள். கோழிகளுக்குத் தீனி அளிப்பதையும் முட்டைகளை எண்ணுவதையும் அவள் மேற்பார்வையிட்டாள். காலைச்சிற்றுண்டிக்கு அவளே பச்சடிக்கீரை பறித்தாள். அவள் வேலைக்காரர்களிடம் கறாராக நடந்துகொண்டாள்; செய்வதை நேர்த்தியாகச் செய்ய வேண்டுமென்பதில் ரொம்பக் கண்டிப்பு. கோசுக்கீரையை வெட்டுவதற்குரிய காலம் வந்துவிட்டது. ஸ்டாம்ப் பாதிரியாரின் காய்கறித் தோட்டத்தில்கூட அவர்கள் இத்தகைய கீரையைக் கண்டதில்லை. இத்தகைய கீரையை ஹாம்பர்க் பொருட்காட்சி சாலைக்கு அனுப்ப வேண்டுமென்று கூறி, ஜர்மானியர்கள் வியந்தனர். நீண்ட காலமாகப் பாழாகக் கிடந்த நிலத்தில் காயும் கனியும் இப்படி விளையச்செய்வதற்கு அன்னாவிடம் ஏதோ மந்திர சக்தி இருக்க வேண்டுமென்று அவர்கள் தமாஷாகக் கூறினார்கள்.

எலுமிச்சை மரத்தில் புதிதாகச்செய்த தொட்டியில் கோசுக்கீரையை வெட்டிப் போட்ட பொழுது, ருஷியப் பெண்கள் பாட்டுப் பாடினார்கள். அன்னியர் பேட்டைக்கு அருகில் புதிதாக

மாளிகை கட்டிக்கொண்டிருந்த மென்ஷிகோவ், கோலோவின் ஆகியோருக்குச் சொந்தமான கிராமங்களிலிருந்து உடல் நலமும் உல்லாச இதயமும் ஒருங்கே உடைய பெண்களை அன்னா தருவித்து வேலையில் அமர்த்தியிருந்தாள். சிவந்த கன்னங்களை உடைய அந்த நங்கைகள் காசுக் கீரையை வெட்டிய பொழுது, அந்தக் கீரைத் தண்டின் மணம் அவர்களிடமிருந்தே வீசியது. களஞ்சியத்தின் நீண்ட நிழலிலுள்ள புல்மீது வெண்பனி இன்னமும் தென்பட்டது. பனியை யொத்த வெண்ணிறமுடைய வாத்துகள் அவ்வழியே வாத்துக்கூடத்திலிருந்து குளத்துக்குச் செல்லும்பொருட்டுச் செருக்கோடு மெல்ல நடந்தன. பால்பண்ணையின் கூர்நுனிக் கூரைக்குமேல் எழும்பிய புகை, இலையுதிர் காலத்தின் நீலத்தோடு காட்சிதந்த வானை நோக்கி உயர்ந்தது. சுத்தமான இரு அப்பம் சுடுவோர் புதிதாகச் சுட்ட வினோதமான அப்பங்களைக் கூடையில் எடுத்துக்கொண்டு, நன்றாகக் கூட்டிய முற்றத்தின் வழியே சென்றனர்.

அன்னா மனமகிழ்ந்தாள். பாதிச் சில்லிட்டுப்போன பாதங்களால் தரையை அறைந்த அவள், இந்தச் சுபீட்சத்தை நோக்கி உவகையடைந்தாள்; அவளது வதனம் பிரகாசித்தது. ஆனால், அந்தோ, அவள் வீட்டுக்குத் திரும்பியவுடன் இந்த மகிழ்ச்சியும் மறைந்துவிடும். ஒருநாள்கூட அவள் மன அமைதியோடு இருந்ததில்லை. எப்பொழுதுமே, பீட்டரின் திடீர் நடவடிக்கை களுக்குத் தயாராயிருக்க வேண்டியதாயிற்று. ஒருநாள் அவன் குடி வெறியில் மதி மயங்கிய ருஷியர்களை இட்டு வந்தான்; அவர்கள் தமது பூட்ஸ் காலால் நடந்து, வீட்டை மாசுபடுத்தினர்; வீடெல்லாம் புகை கப்பியது. அவர்கள் ஒயின் கோப்பைகளை உடைத்தார்கள்; குழாயில் எரிந்த புகையிலையைப் பூத்தொட்டிக்குள் கொட்டினார்கள். இன்னொருநாள், அவள் விரும்பினாலும் விரும்பாவிட்டாலும் ஆடை அலங்காரம் செய்துகொண்டு, எங்காவது நடனமாடுவதற்குக் கிளம்ப வேண்டியதாயிற்று.

விருந்தும் நடனமும் உரிய காலத்தில் நிகழ்ந்தால் நல்லதுதான். இலையுதிர் காலத்தின் இருட்டான மாலை நேரத்திலோ குளிர்கால விடுமுறைநாட்களிலோ விருந்துண்டு ஆடல் பாடல்களில் ஈடுபடலாம். ஆனால் இந்த ருஷியப் பிரபுக்கள் நாள்தோறும் வயிறுபுடைக்க உண்டுவிட்டு நாட்டியமாடினார்கள். ஆனால் அன்னாவுக்கு அதிகமான எரிச்சலை ஊட்டியது பீட்டரின் முன்யோசனையில்லாத செயல்தான். அவன் எந்த வேளை சாப்பாட்டுக்கு வருவான் என்பதைப்பற்றியோ எத்தனை விருந்தாளிகளை அழைத்து வருவான் என்பதைப்பற்றியோ முன்கூட்டி அறிவிக்கமாட்டான். சில சந்தர்ப்பங்களில் இரவு நேரத்தில் அவனோடு பல பெருஞ் சோற்றுவீரர்கள் வந்து சேர்ந்தனர். எனவே, அவசியம் ஏற்படலாமென்று எண்ணி, அவள் முன்னெச்சரிக்கையாக, மலைமலையாக உணவுவகைகளைத் தயாரித்து வைத்தாள். அனால் அடிக்கடி அவற்றைச் சாப்பிடுவதற்கு விருந்தினர் வராததால், அவற்றைப் பன்றிக்குப்போட வேண்டியதாயிற்று. அதைக்கண்டு அன்னா மிகவும் வருந்தினாள்.

ஒரு தடவை அன்னா பீட்டரிடம் எச்சரிக்கையோடு கெஞ்சினாள்! ''உங்களது வருகையைக் குறித்து ஒவ்வொரு தடவையும் முன்கூட்டியே எச்சரித்தீர்களானால் நான் தேவையற்ற செலவுகளைப் பெரிதும் குறைக்க முடியும்.'' பீட்டர் அவளை ஆச்சரியத்தோடு நோக்கிவிட்டுப் புருவத்தை நெரித்தான். ஒரு வார்த்தை பேசவில்லை. ஆனால் அவனது நடத்தையில் மாறுதல் ஏதும் ஏற்படவில்லை.

மஞ்சளான இலைகளை உதிர்த்துக்கொண்டிருந்த பர்ச்மரங்களுக்கு மேலே, கதிரவன் தோன்றினான். பணிப் பெண்கள் அடுக்களைக்குச் சென்றனர். அன்னா கொட்டகைக்குச் சென்று, கித்தான் சாக்குகளில் தலையைத் துருத்திக்கொண்டு தொங்கிய வாத்துகளைப் பார்வையிட்டாள். அவற்றைக் கொல்வதற்குமுன் இருவாரத்துக்குக் கொழுப்புணவு கொடுத்தனர். அன்னாவே

கொழுத்து மசமசத்த வாத்துகளுக்கு கொட்டையைத் தோட்டோடு தொண்டையில் திணித்தாள். அந்த வாத்துகளை நோக்கியபின் அவள், இறகுகால்களை உடைய பெட்டைக் கோழிகளின் கால்களைக் கழுவிவிட்டனரா என்று பார்த்தாள்; ஒவ்வொரு நாள் காலையிலும் அவற்றைக் கழுவ வேண்டும். ஆட்டுப் பட்டிக்குள் சென்று, ஆட்டுக்குட்டிகளின் நெற்றிச் சுருள் மயிரில் முத்த மிட்டாள். அதன்பின் அவள் விருப்பமில்லாமல் வீட்டுக்குச் சென்றாள். ஆம், வீட்டுவாயிலில் ஒருவண்டி நின்றது. வீட்டுப்பின் வாயிலில் அவளைச் சந்தித்த தலைமைப்பணியாள்,

'ஸாக்ஸனியின் தூதர்; ஹெர் கோனிக்ஸெக் வந்திருக்கிறார்' என்று கிசுகிசுத்தான்.

நன்று; அது பரவாயில்லை என்று கருதிய அன்னா புன்னகை செய்தவாறு பாவாடையைத் தூக்கிப் பிடித்துக்கொண்டு கவுனை மாற்றுவதற்காகக் குறுகலான மாடிப்படிக்கட்டு வழியே விரைந்தோடினாள்.

கோனிக்ஸெக், ஒரு பாதத்தை நாற்காலியின் அடியில் வைத்துக்கொண்டு உட்கார்ந்தான். இடது கையில் பொடிடப்பி இருந்தது. வலதுகரத்தால் நேர்த்தியாகச் சைகை செய்துகொண்டே, அவன் பிரெஞ்சுச் சொற்கள் விரவிய ஜர்மானிய மொழியில் பேசினான். பொழுதுபோக்கான துணிகரச் செயல்களைப்பற்றியும் பெண்களைப்பற்றியும், அரசியலைப்பற்றியும் தனது அரசனைப்பற்றியும் அவன் வம்பளந்தான். அவனது அரசன்தான், போலந்து வேந்தனாகத் தேர்ந்தெடுக்கப்பட்டவனும் ஸாக்ஸனியின் எலக்டருமான அகஸ்ட். கோனிக்ஸெக்கின் கஸ்தூரி மணம் வீசிய பொய்மயிர், அவனது தோள்களைவிட அகலமாக இருந்தது. அவனது தொப்பியும் கையுறைகளும் கம்பளத்தின் மீது கிடந்தன. அவன் விந்தையாகப் பேசியபொழுது, அவனது தட்டைமூக்கு சுருங்கியது; அவனது மங்கலான கண்கள் அன்னாவை அன்பாகவும் தைரிய மாகவும் நோக்கின. அவள், விறகு எரிந்த அடுப்பின் அருகில், அவனுக்கு எதிராக அமர்ந் திருந்தாள். இறுகப்பிடித்த அரைக்கச்சு அணிந்த அவள், மடியின்மீதிருந்த உள்ளங்கைகளை நோக்கியவாறு, விறைப்பாக அமர்ந்திருந்தாள். அவனது பேச்சைக் கேட்டபொழுது, அவள் நாகரிகம் கருதி வாயின் ஓரங்களை அசைத்தாள்.

கோனிக்ஸெக் பேசினான்:

''அவரைத் தொழுது வணங்காதிருக்க முடியாது. அவர் - அந்த சந்தமானவர், நவநாகரிகர், நெஞ்சுரம் மிக்கவர். அரசர் அகஸ்ட்டை மானிட வடிவுகொண்ட தெய்வமென்றே சொல்லலாம். அவரது மனவெழுச்சி தளர்வதே இல்லை; களியாட்டங்களில் அவருக்குச் சலிப்புத் தட்டுவதே கிடையாது. வார்ஸாவாழ்வில் வெறுப்பு ஏற்பட்டால், கிராக்கோவுக்கு ஓடுகிறார். வழியில், பன்றிகளை வேட்டையாடுகிறார்; பிரபுக்களின் கோட்டை வீடுகளில் உயர்ந்த விருந்துகளில் பங்குகொள்கிறார்; உலர் புல்குவியல் அருகே, பிரமித்து நிற்கும் பட்டிக்காட்டுச் சிறுக்கிக்கு உணர்ச்சிக் கொதிப்போடு முத்தம் கொடுக்கிறார். 'வின்டர் வீரன்' என்ற பெயரால் (வின்டர் - குளிர்காலம்) தனக்குத்தானே ஒரு பாஸ்போர்ட்டைத் தயாரித்துக்கொண்டு, நாடோடி வீரனது வேடத்தில் ஐரோப்பிய நாடுகளைக் கடந்து பாரிஸுக்குச் செல்கிறார். பாரிஸ் தெருச்சந்திகளில் இரவு நேரத்தில் நடந்த சண்டைகளில், அவரது நெஞ்சைக் குறிபார்த்து அடிக்கவந்த பலரை, என்னுடைய இந்தவாள் தடுத்திருக்கிறது. ஒருநாள் இரவு, அதிகாரி உடைதரித்த அகஸ்ட்டுடன் நாங்கள் வர்ஸேல்ஸ் சென்றோம். ஆ, வர்ஸேல்ஸ்! ஓ, குமாரி அன்னாமான்ஸ், நீ ஒருநாள் அந்தப்பூலோகச் சுவர்க்கத்தைக் காணவேண்டும்! பிரம்மாண்டமான பலகணிகளில் லட்சக்கணக் கான மெழுகுவத்திகள் பேரொளி வீசுகின்றன; வீட்டு முகப்புகளில் பன்னிறக் கண்ணாடிக் கலங்களில் உள்ள விளக்குகளின் ஒளியணிக் காட்சியைக் காணக் கண்கோடி வேண்டும். மேன்மாடத்தில், எல்லைகட்டித் திகழும் செடிகொடிகளின் அருகே பண்புடை வீரர்களும்

பாங்கான மகளிரும் உலவுவார்கள். விண்ணுலக் கனிகளைப் போலச் சீன விளக்குகள் மரங்களில் தொங்குகின்றன. வாணவெடிகள் ஏரிக்குமேல் பறந்து வெடிக்கின்றன; அவற்றின் பொறிகள், ஏரியில் விழுகின்றன. ஏரியில் இசைவாணர்கள் நரம்புக் கருவிகளை வாசிக்கிறார்கள். பொறியால் இயங்கும் குழாய்கள் தண்ணீரை நாற்புறமும் சிதறச் செய்கின்றன. மின்னிப் பூச்சிகள் அங்குமிங்கும் பறக்கின்றன. இலைதழைகள் வழியே நோக்கும் பொழுது, சலவைக்கல் சிலைகள், உயிர்த்தெழுந்த தெய்வங்களைப்போல் தோன்றுகின்றன. தலைசிறந்த கிறித்துவ வேந்தனான லூயிகைச் சட்டம் வைத்த நாற்காலியில் அமர்ந்திருக்கிறான். அவனது கொழுத்துப் பருத்த முகத்தைப் பொய்மயிரின் நிழல் மறைக்கிறது. எனினும், அவனது மமதை விளங்கும் பக்கத்தோற்றத்தை நான் தரிசித்தேன். உலகம் முழுமைக்கும் அறிமுகமாகிவிட்ட அவனது மெல்லிய மீசையையும் தொங்கிக்கொண்டிருக்கும் கீழ் உதட்டையும் நான் நேரில் கண்டேன். கண்களையும் மறைக்கும் வகையில் கறுப்புத்தலையணியை இழுத்துக்கொண்டு ஒருத்தி லூயியின் நாற்காலிமீது சாய்ந்துகொண்டிருக்கிறாள். அவள்தான் டீ மெயின்டினான். அவனது வலதுபுறத்தில், ஒரு நாற்காலியில், லூயியின் பேரனும் ஸ்பெயினின் எதிர்கால மன்னனுமான பிலிப் உட்கார்ந்திருக்கிறான். அவனது முகத்தில் துயரச்சாயல் படர்ந்திருக்கிறது; சோர்வுக்குப் பலியானவன்... முகமூடி அணிந்த ஆயிரக்கணக்கானவர்களையும் அரண்மனையையும் பூங்காவையும் நோக்கினால் பெருமை விளங்கப் பேரொளி வீசுகின்றனர்.''

அன்னாவின் மெலிந்த விரல்கள் துடித்தன; அவளது மார்பகத்தின் வளைவுகள், இறுக்கமான கச்சைக்கும் மேல் உயர்ந்தன. அவள் பேசினாள்:

''ஆ, நீங்கள் சொல்வதெல்லாம் கனவுலகக் காட்சி மாதிரியிருக்கிறது... சரி, அரசனது அருகில் டீமெயின்டினான் என்ற சீமாட்டி நின்றதாகச் சொன்னீர்களே, அவள் யார்?''

''அரசனது ஆசைநாயகி. அமைச்சர்களும் தூதர்களும் அவளுக்குமுன் நடுங்குவார்கள். என் வேந்தன் அகஸ்ட், அவளது கவனத்தைக் கவர்வதற்காக அவளிருந்த இடத்தின் அருகே பன்முறை குறுக்கும் நெடுக்கும் நடந்தார்.''

''தூதரே, அரசன் லூயி அவளை ஏன் திருமணம் செய்து கொள்ளவில்லை?''

இதைக்கேட்ட கோனிக்ஸெக் சிறிது திகைத்துவிட்டான்; பேச்சுக்குச் சைகை காட்டிய கரம் அசைவற்றுக்கிடந்தது. அன்னாவின் முகம் மேலும் சாய்ந்தது; அவளது வாயின் ஓரத்தில் ஒரு சுருக்கம் விழுந்தது.

''ஆ, குமாரி அன்னாமான்ஸ்.... அரசியின் முக்கியத்துவத்தை ஆசைநாயகியின் அதிகாரத் தோடு ஒப்பிடமுடியுமா? வம்சபரம்பரை நலன்களுக்காகப் பலியாகிறவளையே அரசி என்கிறோம். ஜனங்கள் அரசிக்கு முன்னால் மண்டியிட்டுவிட்டு ஆசைநாயகியின் இருப்பிடத்துக்கு ஓடி, அவளது கடைக்கண் கடாட்சத்துக்காகக் காத்திருக்கிறார்கள்; ஏனெனில் வாழ்வு அரசியலில் அடங்கியிருக்கிறது; அரசியல், பொன்னிலும் புகழிலும் அடங்கியிருக்கிறது; இரவில் அரசர் அரசியின் படுக்கைத் திரையைத் தொங்க விடுவதில்லை. ஆசை நாயகியின் மஞ்சத் திரையைத்தான் இழுத்து விடுகிறார். அரசர் ஆசை நாயகியைக் கட்டித்தழுவும்பொழுது, சூடேறிய தலையணையில்...'' அன்னாவின் கன்னங்கள் இலேசாகச் சிவந்தன. கோனிக்ஸெக்கின் பொய்மயிர் இன்னும் கிட்டத்தில் மணம் வீசியது. 'சூடேறிய தலையணையில், ரொம்பவும் அந்தரங்கமான எண்ணங்களைப் பேசிக்கொள்வார்கள். அரசரை அணைக்கும் பெண், அவரது இதயத்துடிப்பைக் கேட்கிறாள். அவள் சரித்திரத்தில் இடம் பெற்று விடுகிறாள்'' என்று அவன் தன் பேச்சை முடித்தான்.

அன்னா ஈரமான தன் நீலவிழிகளை உயர்த்தினாள்: ''மனமகிழ்ச்சியே நிலையானது என்பதை உணர்வதுதான் செம்மை சான்ற அறிவாகும். எனக்கு இன்பத்தைப்பற்றி உறுதி இல்லையானால், இந்த அணிமணி ஆடைகளாலும் அந்த சந்தமான வியன் கண்ணாடிகளாலும் என்ன பயன்?.... புகழ் வேண்டாம், பெருமை வேண்டாம், எனக்குரிய சிற்றளவு மன நிறைவை ஆண்டவன் காப்பாற்றினால் போதும். நான் ஒரு பகட்டான படகில் மிதக்கிறேன்; ஆனால் அது பொய்மையானது.''

அவள் தன் அரைக்கச்சிலிருந்து ஒரு சிறிய சரிகைக் கைக்குட்டையை மெதுவாக இழுத்தாள். அதை இலேசாக ஆட்டிவிட்டு முகத்தில் ஒற்றிக்கொண்டாள். சரிகையின் அடியில் அவளது இதழ்கள், பச்சிளங் குழந்தையின் இதழ்களைப்போலத் துடித்தன.

கோனிக்ஸெக் அவளது கரத்தைப்பிடித்து மெல்ல அமுக்கியவாறு விளம்பினான்: ''குழந்தாய் உனக்கு விசுவாசமான நண்பன் தேவை. உன் அந்தரங்கங்களை நம்பிக்கையோடு சொல்வதற்கு ஒருவரும் இல்லை. என்னை நம்பி, என்னிடம் கூறு. நான் மனநிறைவோடு தொண்டாற்றுவேன்.... என் அனுபவம் எல்லாம்... ஐரோப்பா முழுவதும் உன்னை நோக்குகிறது. எனக்கெழுதும் ஒவ்வொரு கடிதத்திலும், 'கூகுய் பேட்டை அணங்கை'ப்பற்றி என் வேந்தர் விசாரிக்கிறார்.''

''நீர் எந்த வகையில் தொண்டுபுரிவதாகக் கூறுகிறீர்? எனக்கொன்றும் புரியவில்லை'' என்றாள் அன்னா.

அவள் முகத்தை ஒற்றியிருந்த கைக்குட்டையை எடுத்தாள். ஸ்தானிகரின் அண்மை யிலிருப்பது அபாயம் என்றெண்ணி நகர்ந்தாள். அவன் தன்பாதத்தில் விழுந்து விடுவானோ வென்று அஞ்சித் துணுக்குற்றாள். அவசரமாக எழுந்தபொழுது, பாவாடை தடுக்கியது. ''நீர் பேசுவதற்குச் செவிகொடுப்பதே தவறு என்று நினைக்கிறேன்'' என்று அவள் கூறினாள்.

மனங்குழம்பிய அன்னா சாளரத்தின் அருகே சென்றாள். காலை நேரத்தின் ஒள்ளியவானம் இப்பொழுது மேகங்களில் மறைந்திருந்தது. வேகம் கொண்ட காற்று தெருப்புழுதியை வீசியடித்தது. பலகணி மேடையில் பூச்சட்டிகளின் இடையே இரந்த பொன்முலாம் பூசிய கூண்டில் ஒரு பறவை இருண்டவானத்தைக் கண்டு சிறகடித்தது. அந்தப் பழகிய பறவை பீட்டர் அவளுக்கு அளித்த சன்மானம். அன்னா மனத்தை அமைதிப்படுத்த முயன்றாள். ஆனால் என்ன காரணத்தாலோ, கோனிக்ஸெக் அசைவற்று அமர்ந்து அவளது பின்னழகை நோக்கியதாலோ அவளது இதயம் கவலையோடு துடித்தது. 'இது என்ன மதியினம்? இந்த இதயம் ஏன் இப்படித் துடிக்கவேண்டும்?' என்று அவள் எண்ணினாள். அவள் திரும்பிப் பார்ப்பதற்கு அஞ்சினாள். அதுவும் நல்லதுதான். ஏனென்றால் அவளது அழகை அப்பொழுதே உணர்ந்தவன் போலக் கோனிக்ஸெக் வியந்து நோக்கினான். அலையலையாகப் புரண்ட கீழாடைக்கு மேலிருந்த மெல்லிடையையும் அவளது தோள்களின் பாலாடை மென்மையையும் தலையின் உச்சியில் குவித்துக்கட்டியிருந்த கேசத்தின் வனப்பையும், முத்தமிடுவதற்காகவே படைக்கப்பட்ட கழுத்துப் பின்புறத்தின் கவர்ச்சியையும் நோக்கிய அவன், கண்கள் பிரகாசித்தன.

என்றாலும் அவன் தன் நிதானத்தை இழக்கவில்லை. ''இந்த அணங்கு இன்னும் சற்றுப் புத்திக் கூர்மையுடைவளாகவும் அதிகார ஆசையுடையவளாகவும் ஆகிவிட்டால், இவளைக் கொண்டு சரித்திரத்தையே சிருஷ்டித்து விடலாம்'' என்று அவன் எண்ணினான்.

அன்னா திடீரென்று பலகணியருகிலிருந்து பின் வாங்கினாள். அவளது மினுமினுத்த கண்கள் கோனிக்ஸெக்கைக் குழப்பத்துடன் நோக்கின.

''ஜார் வருகிறார்!'' என்றாள் அவள்.

அந்த ஸ்தானிகர் தொப்பியையும் கையுறையையும் எடுத்துக்கொண்டு கழுத்துப் பட்டையைத் தடவினான். தோட்டத்துக்கு வெளியே ஒரு வண்டி நின்றது. புழுதியைக்கண்டு கண்களைச் சுருக்கிய பீட்டர் வண்டியிலிருந்து இறங்கினான். ஒரு பளு மிகுந்த கோச் வண்டியும் வந்து நின்றது. பீட்டர் அந்தக் கோச்சை நோக்கி ஏதோ இரைந்துவிட்டு வீட்டுக்குள் விரைந்தான். கோச்சிலிருந்து இறங்கிய இருவர் மேலாடையால் முகத்தை மூடிக்கொண்டு வாயில் தோட்டத்தைக் கடந்தனர் வண்டியும் கோச்சும் உடனே புறப்பட்டுச் சென்றன.

இந்த இரு மனிதரையும் அன்னா முன்னால் பார்த்ததில்லை. அவர்கள் பெருமிதத்தோடு தலைவணங்கினார்கள். பீட்டரே அவர்களது தொப்பிகளை வாங்கிக்கொண்டான். பீட்டர், சிடுசிடுப்பும் மமதையும் விளங்கிய முகத்தையுடைய நெட்டையனது தோள் மீது கைபோட்டுக் குலுக்கித் தட்டிவிட்டுக் கூறினான்!

''ஹெர்பாத்குல், இப்பொழுது நீர் என் வீட்டில் இருக்கிறீர். இங்கே சாப்பிடலாம்.''

பீட்டர் நல்லிணக்கத்தோடும் நிதானத்தோடும் நடந்துகொண்டான். அவன் பொய்மயிரை எடுத்து அன்னாவிடம் கூறினான்:

''அன்னா! ஒரு சீப்பை எடுத்து இதை நன்றாக வாரிவிடு. உன் விருப்பத்திற்கு இணங்க விருந்துண்ணும்பொழுது சவரியை அணிந்துகொள்வேன். அதைத் தருவிப்பதற்கு ஒரு சோல்ஜரை அனுப்பியிருக்கிறேன்.'' கருஞ் சிவப்பான கொழுத்த கன்னங்களையுடைய இரண்டாவது விருந்தாளியான தளபதி கார்லோவிஸை நோக்கி அவன் தொடர்ந்து பேசினான்:

''நான் என்ன பொய் மயிர் அணிந்தால் என்ன? அரசன் அகஸ்டுக்கு ஒரு நாளும் இணையாகமாட்டேன். அவன் சிறப்பாகவும் பகட்டாகவும் திகழ்கிறான். நானோ பட்டரையிலும் குதிரை லாயத்திலும் என் பொழுதைக் கழிக்கிறேன்.''

அவனது பூட்ஸெல்லாம் புழுதி, கோட்டிலிருந்து குதிரை வேர்வையின் நாற்றம் விசியது. முகம் கழுவுவதற்குச் சென்றபொழுது கோனிக்ஸெக்கைப் பார்த்துக் கண்ணைச் சிமிட்டிக் கொண்டே கூறினான்:

''அரசியல் தூதரே! ஜாக்கிரதை! அணிமைக் காலத்தில் இங்கு உங்களது விஜயம் அதிகமாகிக் கொண்டிருக்கிறது.''

கோனிக்ஸெக் எழுந்து நின்று தொப்பியை மிகைப்பட ஆட்டிப் பின்வாங்கி முழங்கால் வளைத்து வணங்கியவாறு கூறினான்!

''மாட்சிமை பொருந்தியவரே! வீனஸின்* சிலைக்கு மலர்களையும் மாடப் புறாக்களையும் கொண்டுவரும் மனிதனைத் தண்டிக்க முடியாது.''

பீட்டர் முகங் கழுவித் துடைத்துக் கொண்டிருந்த பொழுது அன்னா விருந்தோம்பத் தொடங் கினாள். ஒரு தட்டத்திலிருந்து வாட்கா ஊற்றிய கண்ணாடிக் கோப்பைகளை விருந்தாளிகளுக்கு வழங்கினாள். அவர்களது உடல்நலத்தைப் பற்றி விசாரித்தாள். அவர்கள் மாஸ்கோ வந்து எத்தனை நாட்கள் ஆகின்றன என்று வினவினாள். ஏதாவது வசதிக் குறைவு உண்டா என்பதை அறிய விரும்பினாள். அவள் சொன்னாள்:

★ வீனஸ்: ரோமானியக் கதைகளில் வரும் காதற் பெண் தெய்வம்

''ஐரோப்பாவிலிருந்து இங்கு வருபவர்களுக்கு முதலில் கஷ்டமாகத்தான் இருக்கிறது. ஆனால் ஆண்டவன் அருளால் நாங்கள் விரைவில் துருக்கியரோடு சமாதானம் செய்து கொள்வோம். அதன்பின் ஹங்கேரிய ஆடைகளையும் ஜெர்மானிய ஆடைகளையும்தான் அணிய வேண்டுமென்று சகலருக்கும் உத்திரவிடுவோம். வீதிகளில் கருங்கல் பாவுவோம். மாஸ்கோவிலுள்ள கொள்ளைக்காரர்களையெல்லாம் ஒழித்துக் கட்டுவோம்.''

பாத்குல் தனது மெலிந்த இதழ்களைச் சிறிதே திறந்து பேசினான். அந்தப் பேச்சில் உணர்ச்சியே இல்லை. அவன் ரீகாவிலிருந்து மாஸ்கோ வந்து ஒரு வாரம் ஆகிறது என்று கூறினான். ஸ்தானிகர் ஆலயத்தில் தங்கவில்லை என்றும், துணை அட்மிரல் கார்னீலியஸின் இல்லத்தில் ஜாகை இருப்பதாகவும் சொன்னான். அதற்குச் சில நாட்களுக்கு முன்னாலேயே வார்சாவிலுள்ள அகஸ்ட் அரசனிடமிருந்து வந்த தளபதி கார்லோவிஸும் அங்கேயே தங்கியிருப்பதாகச் சொன்னான். தற்சமயம் குறையேதும் இல்லை. மாஸ்கோத் தெருக்களில் புழுதி பறப்பதையும் ஜனங்களின் ஆடை மோசமாயிருப்பதையும் குறிப்பிட்டுவிட்டு அவன், கார்லோவிஸை ஏளனமாக நோக்கினான். வயிறு புடைத்துக் கொண்டிருந்ததாலும், அகன்ற கச்சை கட்டிய கோட் இறுகப் பிடித்ததாலும் அவன் கஷ்டப்பட்டுச் சுவாசித்துக் கொண்டிருந்தான். பாத்குல் மேலும் கூறியதாவது:

''இந்த ஊர் இழி ஜனங்கள் வாட்கா வாங்குவதற்குக் காசு பறிக்க ஓர் அலாதியான முறையைக் கையாளுகின்றனர். ஏதாவது பொருள் வாங்கிவிட்டுப் பணத்தைக் கொடுத்து மிச்சக் காசைக் கேட்டோமானால் குறைத்துக்கொடுத்துவிட்டு எண்ணிப் பார்க்கும்படி சொல்லுகிறார்கள். சில்லறையை எண்ணிப்பார்த்துவிட்டுக் குறைவாய் இருக்கிறதென்று கூறினால் நான்தான் எண்ணுவதில் பிசகு செய்திருப்பதாக ஆணையிட்டுக் கூறுகிறார்கள். மாதாகோயில் குவிமாடங்களை நோக்கிச் சிலுவைக் குறியிட்டுக்கொண்டே, தாம் சரியாக எண்ணியதாகச் சாதித்து மீண்டும் எண்ணும்படி கூறுகிறார்கள். இரண்டு மூன்று தடவை எண்ணிப் பார்த்த பிறகும் என் கணக்கை ஒப்புக்கொள்வதில்லை. மீண்டும் அவர்கள் எண்ணுகிறார்கள். இம்மாதிரி திரும்பத் திரும்ப எண்ணியெண்ணிச் சலிப்புத் தட்டிவிடுகிறது. நஷ்டத்திற்கு உடன்பட்டு வரவேண்டியிருக்கிறது.''

''அம்மாதிரியான ஆட்களைப் பிடித்துக் காவலர் பணிமனைக்கு இழுத்துச் செல்லும்படி உங்கள் ஏவலாட்களுக்கு உத்திரவிட வேண்டும். அங்கே நையப்புடைத்துப் பாடம் கற்பிப்பார்கள்'' என்று அன்னா உறுதியாகக் கூறினாள்.

பாத்குல் ஏளனமாகத் தோள்களைக் குலுக்கினான்.

நன்றாக வாரிய சிறிய பொய் முடியை அணிந்து பீட்டர் உள்ளே வந்தான். அன்னா அவனுக்கு விரைவாக வாட்கா வழங்கினாள். அவன் அதைக் குடித்துவிட்டு அவளது கன்னத்தைத் தட்டி முத்தமிட்டான். தலைமைப் பணியாள் கதவைத் திறந்து கோலால் தரையை அடித்தான். அவர்கள் போஜன அறைக்குள் சென்றனர். அதன் வில்வளைவுக் கூரையில் சிறு மேகங்களுக்கிடையே மன்மத வடிவங்கள் களிப்பாக விளையாடிக் கொண்டிருந்தன. காரை பூசிய சுவர்களில் பிலாண்டர்ஸ் ராஜ்யத்துத் திரைச் சீலைகள் தொங்கின. பளபளப்பான அடுப்புக்கு மேல் இறந்த பறவைகளையும் கனியையும் வரைந்த ஓர் ஓவியம் தொங்கியது.

பீட்டர் அடுப்புக்கு முன்னால் உட்கார்ந்து கொண்டான். வலது புறத்தில் பாத்குல்லும், இடதுபுறத்தில் கார்லோவிஸ், கோனிக்ஸெக் ஆகியோரும் அமர்ந்தனர். அன்னா பீட்டருக்கு எதிரே இருந்தாள். விருந்து பரிமாறும் வேலையை அவள் கவனித்தாள். பிரகாசமான

வண்ணத்தையுடைய லினன் துணி மேஜைமீது விரித்திருந்தது. அதன் மீதிருந்த பளிங்குபோன்ற கோப்பைகளில் ஹங்கேரியச் செந்தேறல் ஊற்றியிருந்தது. மேஜையின் அருகிலிருந்த தட்டத்தில் குடற்குழாயில் பன்றி இறைச்சியையும் ஈரலையும் அடைத்து வைத்திருந்தது! குளிர்ந்த உணவு வகைகளில் வாசனைத் திரவியங்கள் கமழ்ந்தன. வெளியே காற்று இலையுதிர்ந்த கிளைகளைச் சவுக்கால் அடிப்பதுபோல் தாக்கியும் புழுதியை வாரியிறைத்தும் அட்டகாசம் செய்தது. ஆனால் அறையினுள் வெதுவெதுப்பாயிருந்தது. அழகுற அமைந்த விருந்து மேஜையும், விருந்தாளி களின் திருப்தி தவழ்கின்ற முகங்களும், அடுப்பின் தீச்சுவாலைகளும் சுவர்களிலிருந்த முக்கிளை விளக்குகளின் சார்புக் கண்ணாடியில் பிரதிபலித்தன.

பீட்டர் தன் அன்பார்ந்த நண்பனான போலந்தின் அரசன் அகஸ்ட் நீடுவாழவேண்டும் என்று கூறிக் கோப்பையை உயர்த்திப் பருகினான். விருந்தாளிகள் தத்தம் பொய்மயிர்களின் சுருள்களைப் பின்புறம் தள்ளிவிட்டுக்கொண்டு சாப்பிடத் தொடங்கினார்கள்.

நான்காவது வட்டிப்பாகப் படைக்கப்பட்ட இளம் வாத்துக்களையும் வாதுமைகளையும் புசித்த பின், பாத்குல் பீட்டரைப் பார்த்துக் கூறினான்:

''நாம் ஓர் இரகசியம் பேசவேண்டியிருப்பதால்தான் தனிமையில் உரையாடவேண்டும் என்று கோரினேன்.''

''சரி'' என்று பீட்டர் தலையசைத்தான். அவன் கலப்பீயத் தட்டுக்களைக் கரத்தால் தள்ளினான். ஒயின் குடித்துச் சிவந்த அன்னாவின் கன்னங்களை நோக்கியபொழுது அவனது முகம் புன்னகையால் சுருங்கியது. இன்று சாப்பிட்டுக்கொண்டிருந்தபொழுது அவன் மீண்டும் மீண்டும் அன்னாவின் கருமித்தனமான வீட்டு நிர்வாகத்தைப்பற்றிக் கிண்டலாகப் பேசிக் கொண்டேயிருந்தான்: ''உன்னுடைய வீனஸ்சிலைக்கு அவர் கொண்டுவருகிற மாடப் புறாக்களி லிருந்துதான் இந்த இறைச்சியை வறுத்துச் சமைத்தாயா?'' என்று கோனிக்ஸெக்கை நோக்கிக் கண் சிமிட்டிக் கொண்டே கூறினான். பாத்குல்லும் கார்லோவிஸும் மாஸ்கோவுக்கு முக்கிய மான செய்திகளுடன் விரைந்துவந்திருக்கின்றனர். ஆனால் அந்தச் செய்திகளைக் கேட்பதில் அவனுக்கு ஆர்வம் இருந்ததா இல்லையா என்பதைச் சொல்லமுடியாது.

இதற்கு முன்னால் அவர்கள் பீட்டரைத் துணை அட்மிரல் வீட்டில் பார்த்திருந்தார்கள். அங்கு பீட்டர் அன்பாக நடந்துகொண்டான். ஆனால் பொறுப்பான பேச்சு வார்த்தைகளைத் தவிர்த்தான். இன்று அவனே தன் காதலி வீட்டுக்கு வந்து தனி விருந்து உண்ணும்படி அவர்களை அழைத்தான். பாத்குல் அந்த ஆசியாக்காரனைப் பற்றுதல் இல்லாமல் உறுத்துநோக்கினான். ஆயினும் அந்தப் பார்வையில் ஒரு மரியாதை புலப்பட்டது. அவன் உடனடியாக ஜாருடன் பேசித்தீர வேண்டும். ஸ்வீடன் தேசத்து அரசனான பன்னிரண்டாவது சார்லஸ், தன் தூதனைக் கொஞ்சகாலத்திற்கு முன்பே மாஸ்கோவுக்கு அனுப்பிவிட்டான். அந்த வாலிப அரசனின் தூதன் ஸ்வீடனோடு நிரந்தர சமாதானம் செய்துகொள்வதைப்பற்றி லியோ நாரிஷ்கின்னுடனும் பாயர்களுடனும் பேச்சு வார்த்தை நடத்திக்கொண்டிருந்தான். அவனும் அவனது குழுவினரும் இதுவரை ஜாரைச் சந்திக்கவில்லை. ஆனால் அடுத்த சில நாட்களில் அவர்கள் தமது நற்சாட்சிப் பத்திரங்களுடன் ஜாரைக்காண முடியுமென்று எதிர்பார்த்துக் கொண்டிருந்தார்கள்.

''நான் கூறுவது மாட்சிமை பொருந்திய அகஸ்ட் அரசரின் மனதுக்குகந்த விருப்பங்களை ஒத்திருப்பதைத் தளபதி கார்லோவிஸும் ஹெர் கோனிக்ஸெக்கும் ஊர்ஜிதம் செய்வார்கள். நான் துயரம் நிறைந்த இதயத்திலிருந்து பேசுகிறேன். லிவோனிய மேன்மக்கள் அனைவரும் ரீகாவின் புகழ்பெற்ற வியாபாரிகளும் உங்களிடம் இறைஞ்சுகிறார்கள். என் வார்த்தைக்குச் செவி கொடுங்கள்'' என்று பாத்குல் தொடங்கினான்.

அவன் மெதுவாகப் பேசினான் ; பேசும்பொழுது உயர்ந்த நெற்றி சுருங்கியது. அடிக்கடி குமுறியெழுந்த கோபத்தை அடக்கிக்கொண்டு அவன் பேசியது:

''துயருற்றிருக்கும் லிவோனியா அமைதியையும் சமாதானத்தையும் நாடுகிறது. ஒரு காலத்தில் எங்கள் நாடு, போலிஷ் ராஜ்யத்தின் உறுப்பாகவிருந்தது. எங்களது உரிமைகளை ஊறு இல்லாது அனுபவித்தோம். ரீகாநகர், பால்டிக் கடல் வட்டாரம் முழுமையும் புகழ்பெற்றிருந்தது. ஆனால் அழுக்காற்றால், மானிடனது இதயம் இருளடர்ந்து விடுகிறது. எங்களது செல்வத்தைப் பற்றுவதற்குப் போலந்து கைநீட்டியது; கத்தோலிக்கப் பாதிரிகள் எங்களது சமயக்கொள்கை யையும் மொழியையும் வழக்க ஒழுக்கங்களையும் அழிக்கத் தொடங்கினர். அந்தத் துர்க்குறியான ஆண்டில், ஆண்டவன் எங்களது மனதில் கருமுகில் சூழச் செய்தார். லிவோனியாவின் மேன் மக்கள் ஸ்வீடிஷ் முடியாட்சியின் பராமரிப்பை வலிய நாடினார்கள். போலிஷ் பருந்தின் கூரிய நகங்களிலிருந்து தப்பி, ஸ்வீடிஷ் சிங்கத்தின் வாய்க்குள் விழுந்தார்கள்.''

''அது விவேகமற்ற செயல். ஸ்வீடிஷ்காரர்களது பேராசை உலகறிந்த சங்கதி'' என்றான் பீட்டர். அவன் ஒரு குட்டைக் குழாயைச் சட்டைப்பையிலிருந்து எடுத்தான். கோனிக்ஸெக் விரைவாக எழுந்து ஒரு சக்கி முக்கிக்கல்லைத் தேய்த்தான். புகைந்த சக்கிமுக்கிப் பஞ்சை ஒரு தட்டில் வைத்து நீட்டினான். ஜார் குழாயைப் பற்றவைக்கும் வரையில், நல்லிணக்கத்தோடு காத்திருந்து விட்டுப் பிறகு பாத்குல் தொடர்ந்து பேசினான்:

''ஸ்வீடிஷ் செனேட் நிறைவேற்றிய சட்டத்தை நீங்கள் அறிவீர்கள். காலஞ்சென்ற பதினோராம் சார்லஸ் ஆண்டகாலம் அது, அவன் இந்தச் சட்டத்துக்கு அங்கீகாரம் அளித்து இருபதாண்டுகள் கடந்துவிட்டன. முன்னதாக ஆண்ட அரசர்கள் வழங்கிய நிலங்களையெல்லாம் பிரபுக்களிடமிருந்து பறிமுதல் செய்வதற்காக இந்தச் சட்டம் நிறைவேற்றப்பட்டது. ஸ்வீடிஷ் செனேட்டிலுள்ள கெட்ட எண்ணமுடைய வர்த்தகர்கள், இந்த அக்கிரமத்துக்கு உடந்தை யாக்குவதற்காக அரசனுக்கு என்ன வசிய மருந்து கொடுத்தார்களோ, தெரியவில்லை. பிரபுக்களும் கோமக்களும் தமது கோட்டை வீடுகளை இழக்க நேர்ந்தது. பிரபுக்களின் நிலங்களைப் பண்ணையாட்கள் உழத் தொடங்கினார்கள். இந்தச் சட்டம் எங்களைப் பாதிக்காது என்று லிவோனிய மேன் மக்களாகிய எங்களிடம் உறுதி கூறியிருந்தனர். ஆனால் எட்டாண்டுகள் உருண்டோடிய பிறகு, எங்களுக்கு முன்னாள் மன்னர்கள் வழங்கிய நிலங்களையும் பறிமுதல் செய்ய வேண்டுமென்று அரசன் உத்திரவிட்டான். பல நூற்றாண்டுகளாக நாங்கள் அனுபவித்து வரும் நிலமென்பதற்குப் பண்டைக்கால தஸ்தவேஜிகளைச் சான்று காட்டினாலொழிய, மேன்மக்கள், சமய வட்டத்தலைவர்கள் ஆகியோரின் நிலபுலமெல்லாம் பறிமுதலாகு மென்றனர். பயங்கர ஐவான், ஸ்டீபன் பாட்டரி ஆகியோர் காலத்திலிருந்து லிவோனியாவில் போரினால் ஏற்பட்ட அழிகோ கொஞ்ச நஞ்சமல்ல. எனவே, எங்களது தஸ்தவேஜிகளெல்லாம் இல்லாதொழிந்துவிட்டன. அதனால் பண்டைக்காலந்தொட்டு நாங்கள் அனுபவித்து வந்துள்ள உரிமைகளை நிரூபிக்க முடியவில்லை. பறிமுதல் குழுவின் தீய வேலையை எதிர்த்து, லிவோனிய மேன்மக்கள் சார்பில் ஒரு விண்ணப்பத்தை எழுதி, ஸ்வீடிஷ் மன்னனிடம் சமர்ப்பித்தேன். ஆனால் அதன் பலன் என்ன? விண்ணப்பத்தை எழுதிய என் கரத்தை வெட்டிவிட்டு அதன்பின் என்னைச் சிரச்சேதம் செய்ய வேண்டுமென்று செனேட் உத்திரவிட்டது.'' பாத்குல் தன் குரலை உயர்த்தினான்; அவனது இதழ்கள் வெளுத்தன. அவன் மேலும் கூறினான்: ''சிரச்சேதம் செய்வதாம்! ஏன்? அநீதிக்குப் பணிந்து தலை வணங்க மறுத்ததற்காக! ஐயா! லிவோனிய மேன் மக்கள் நாசமாகிவிட்டார்கள். ஆனால் எங்கள் வியாபாரிகளும் முன்னேறவில்லை.'' வியாபாரியைப்பற்றிக் குறிப்பிட்டதிலிருந்து பீட்டர் மிகுந்த கவனத்துடன் செவி கொடுத்தான். ''ரீகா துறைமுகத்தில் இறக்குமதியாகும் பொருட்களுக்கும்

ஏற்றுமதியாகும் பொருட்களுக்கும் ஸ்வீடன் கொடுமையான வரிகளை விதித்திருக்கிறது. அவர்களது பேராசையாலும் லஞ்ச ஊழலாலும் எங்களுக்கு மட்டுமல்ல, அவர்களுக்கும் பேரிழப்பு உண்டாகிறது; எப்படியென்றால், அன்னியக் கப்பல்களெல்லாம் ரீகாவில் நிற்காமல், நேராகக் கோனிக்ஸ்பர்க் செல்கின்றன. போலந்தின் தானியம் முழுவதும் பிராண்டன் பர்க்கின் எலக்டரிடம் செல்கின்றன. எங்களது வயல்களில் களை மண்டிக்கிடக்கிறது. துறைமுகம் வெறிச்சென்றிருக்கிறது; நகரம் சுடுகாடு மாதிரி உள்ளது. ரீவாலில், ஸ்வீடன் செய்துள்ள அக்கிரமம் இதையும்விட அதிகம். ஒரேயடியாக ஒழிந்துபோவதா அல்லது போராடுவதா என்பதே எங்கள் முன்னுள்ள கேள்வி. இப்பொழுதில்லாவிட்டால் எப்பொழுதுமில்லை. ஐயா, எங்களது மேன் மக்கள் அனைவரும் போர்க்கோலம்பூண்டு புரவிமீது ஏறுவார்கள். எங்களைப் போலந்தின் ஆட்சி வட்டத்துக்குள் உட்படுத்துவதாக அரசன் அகஸ்ட் ஆணையிட்டுக் கூறியிருக்கிறான்.''

பாத்குல் தளபதி கார்லோவிஸை உறுதியோடு நோக்கிவிட்டுத் தன் மஞ்சளான கண்களைக் கோனிக்ஸெக்கை நோக்கித் திருப்பினான். இருவரும் தமது பொய்மயிரை ஆட்டினர். புகைக்குழாயின் தண்டைக் கடித்துக்கொண்டே, பீட்டர் பதிலுரைத்தான்:

''உஷார். மீண்டும் கொதிக்கும் எண்ணெய்ச் சட்டியிலிருந்து சுவாலைவிட்டெரியும் தீயில் விழாதீர்கள். அரசன் அகஸ்ட் மென்கரம் உடையவன்தான். ஆனால் போலிஷ் பிரபுக்கள் இறுகப்பிடிக்கும் கூரிய நகங்களை உடையவர்கள். நீங்கள் அவர்களுக்குப் பெரிய தீவனத்தை - ரீகாவையும் ரீவாலையும் - அளிக்கிறீர்கள்.''

''இன்றைய போலந்து, ஸ்டீபன்பாட்டரி காலத்துப் போலந்து அல்ல. போலந்து எங்கள் அழிவை நாடவில்லை. நிலத்திலும் நீரிலும் எங்களுக்கு ஒரு பொது விரோதி வாய்த்திருக்கிறான். போலந்து எங்களது சமய நம்பிக்கையையும் உரிமைகளையும் தாக்காது'' என்றான் பாத்குல்.

''ஆண்டவன் அவ்வாறே அருள்புரிவாராக! ஆனால் போலந்தின் சட்டசபை, பிரபுக்களது மனதுக்கு இசைந்து செயல்படுகிறது. இன்று ஒரு முடிவு செய்யும்; நாளைக்கு இன்னொரு முடிவு செய்யும். அரசன் அகஸ்டிடம் எல்லா அதிகாரங்களும் குவிந்திருந்தால், நீங்கள் அவரை நம்பலாம். ஆனால் இந்தப் போலி பிரபுக்கள்!'' என்று பீட்டர் நல்லிணக்கத்தோடு வாதித்துப் புகைபிடித்தான். அவனை உன்னிப்பாக நோக்கியதால், பாத்குலின் முகத்து எலும்புகள் புடைத்துக்கொண்டன.

''மேலும், போலிஷ் பிரபுக்கள் போர்புரியச் சித்தமாயிருக்கிறார்களா?'' என்று பீட்டர் வினவினான்.

''ஐயா, லிவோனிய எல்லைக்கு அருகிலுள்ள ஸிவலி மாவட்டத்திலும் பிர்ஸன் மாவட்டத்திலும் குளிர்கால முகாம் இடும்படி அரசன் அகஸ்ட் தம் தனித்தலைமையிலுள்ள ஸாக்ஸன் சேனைக்கு உத்திரவிட்டிருக்கிறார்.''

''அந்தச் சேனையில் எத்தனைபேர் உள்ளனர்?''

''பன்னிரண்டாயிரம் பொறுக்கி எடுக்கப்பட்ட ஜர்மானியர்கள்.''

''இத்தகைய அருமுயற்சிக்கு இந்தச் சேனை ரொம்பச் சிறியது.''

''அதே அளவு லிவோனிய மேன்மக்கள் ரீகா அருகில் சேர்வார்கள். ஸ்வீடிஷ் காவல்படை பெரிதல்ல. நாம் திடீரென்று தாக்கி ரீகாவைக் கைப்பற்றிக்கொள்வோம். போர் ஆரம்பித்த பின்,

போலிஷ் பிரபுக்கள் தாமாகவே வாளை உருவுவார்கள். இந்தக் கூட்டணியில், டென்மார்க் அரசனான கிறிஸ்தியனும் ஒரு சகாவாயிருப்பான். ஐயா! அவனுக்கு ஸ்வீடிஷ்காரரிடமும் கோமகனிடமும்* உள்ள வெறுப்பை நீங்கள் அறிந்திருப்பீர்கள். டேனிஷ் கப்பற்படை எங்களுக்குக் கடலில் பாதுகாப்பு அளிக்கும்.''

பாத்குல் சிக்கலான விஷயத்தைப்பற்றிப் பேசிக்கொண்டிருந்தான். கையை ஆட்டிக் கொண்டிருந்த ஜார், விரல் நகங்களால் மேஜையைத் தட்டினான். அவனது வட்டமான முகத்தில் ஊக்கமளிக்கும் உடன்பாட்டுக் குறியோ ஏக்கம் அளிக்கும் மாறுபாட்டுக் குறியோ தோன்ற வில்லை. அந்திஒளி வேளையில், வெளியே காற்று விசையுற்றுப் பலகணி அடைப்புகளைக் கிரீச்சென்று ஓசை செய்யச் செய்தது. அன்னா மெழுகுவத்திகளை ஏற்றுவதற்கு எழுந்தாள்; ஆனால் பீட்டர் பற்களைக் கடித்துக் கொண்டே, 'வேண்டாம்' என்று கூறினான்.

பாத்குல் மேலும் பேசினான்:

''ஐயா, பால்டிக் கடற்கரையில் நீங்கள் ஒரு உறுதியான இடம் பெறுவதற்கும், புராதன காலத்திலிருந்து உங்களுக்கு உரிய மாகாணங்களான இங்ரியாவையும் காரீலியாவையும் ஸ்வீடனிடமிருந்து மீட்பதற்கும், இதைவிடச் சாதகமான சந்தர்ப்பம் கிடைக்காது. ஸ்வீடிஷ்காரர் களைத் தோற்கடித்துவிட்டுப் பால்டிக் கடற்கரையில் உங்களை ஸ்தாபித்துக் கொண்டபிறகு, நீங்கள் உலகப் புகழ் பெறுவீர்கள்; ஹாலந்து, இங்கிலாந்து, ஸ்பெயின், போர்ச்சுக்கல் ஆகிய நாடுகளுடன் வியாபாரம் செய்வீர்கள்; வடக்கிலும் மேற்கிலும், தெற்கிலுமுள்ள சகல நாடுகளுடனும் வாணிபம் செய்வீர்கள். கிழக்குக்கும் மேற்குக்கும் இடையே மாஸ்கோ வழியாகப்பாதை அமைத்து, எந்த ஐரோப்பிய அரசனும் சாதிக்காத பெருஞ் செயலைச் சாதித்து விடுவீர்கள். சகல கிறித்துவ வேந்தர்களுடனும் உறவுகொண்டு ஐரோப்பிய விவகாரங்களில் உங்களுக்குரித்தான பாத்திரத்தை வகிப்பீர்கள். பால்டிக் கடலில் ஒரு வலுவான கப்பற்படையை அமைத்துக்கொண்டவுடன், நீங்கள் மூன்றாவது கடலரசாக ஆகிவிடுவீர்கள். துருக்கியர் களையும் தார்த்தாரியர்களையும் வெற்றிகொள்வதன் மூலம் கிடைக்கும் ஆதாயத்தைவிட அதிகமான பயனை இதன்மூலம் பெறுவீர்கள். இப்பொழுது இல்லாவிட்டால் எப்பொழுது மில்லை!''

பாத்குல் ஆண்டவனை சாட்சிக்கு அழைப்பதைப்போல் கரத்தை உயர்த்தினான். ''இப்பொழுதில்லாவிட்டால் எப்பொழுது மில்லை'' என்று கோனிக்ஸெக்கும் கிசுகிசுத்தான். தளபதி கார்லோவிஸ் அர்த்த புஷ்டியோடு மூச்சுவிட்டான்.

அதன்பின், குழாய்த்தண்டைக் கடித்துக்கொண்டே பீட்டர் பேசினான்; விருந்தாளிகளது கவனமான கண்களை அடுப்பின் ஒளி துலக்கமாகக் காட்டியது. பீட்டர் பேசியது:

''இப்பொழுதே என்ன குடிமுழுகி விட்டது? கூரையில் தீப்பிடித்து விட்டதா? ஸ்வீடனுடன் சமர் செய்வதென்பது ஓர் அசுரமுயற்சி. பன்னிரண்டாயிரம் ஸாக்ஸனியரின் படை என்பது கணிசமான சக்தி. டேனிஷ் கப்பற்படை.... ம்... லிவோனிய மேன்மக்கள், போலிஷ் பிரபுக்கள் இவர்களெல்லாம் சேர்வார்களா? நீங்கள் சொல்வது வெறும் ஊகம்தான். ஸ்வீடிஸ்காரர்கள்.... ஐரோப்பாவிலேயே அவர்களிடம்தான் தலை சிறந்த சேனை இருக்கிறது. உங்களுக்கு யோசனை கூறுவது கடினம்.''

பீட்டர் மீண்டும் நகங்களால் தட்டினான். பாத்குல் கோபத்தை அடக்கிக்கொண்டே பேசினான்:

★ ஹோல்ஸ்டீன் கோமகன்: இவனது சகோதரியை ஸ்வீடனின் பத்தாவது சார்லஸ் மன்னன் மணந்துகொண்டான்.

''இன்று ஸ்வீடனை எளிதாக முறியடித்துவிடலாம். பன்னிரண்டாவது சார்லஸ் மன்னன் வயதில் இளையவன், மதியீனன். அரசனாம் அரசன்! பெண்மாதிரி வேடம் புனைந்து கொள்கிறான்; விருந்துண்பதையும் முயல் வேட்டையாடுவதையும் தவிர அவன் வேறு என்ன அறிவான்? பொய்முகக்களியாட்டங்களிலேயே கஜானாவைக் காலி செய்துவிட்டான். அவன் பல்லில்லாத சிங்கம். எனவே, ஸ்வீடிஷ் தூதர்கள், நிரந்தரமான சமாதானத்தை நாடி, வசந்தகாலத்திலிருந்து மாஸ்கோவில் தவம் இருப்பதில் ஆச்சரியமில்லை. அவர்களை அரசியல் தூதரென்று கூறுவதே ஒரு கேலிக்கூத்து. அவர்களில் ஒருவருக்குக்கூட ஸில்க் காலுறை கிடையா தென்பதை அகில ஐரோப்பாவும் அறியும். அவர்கள் அனைத்தையும் விரயம் செய்துவிட்டு அப்பம் தின்று வாழ்கின்றனர். ஐயா, சென்ற ஆண்டில், தளபதி கார்லோவிஸ் ஸ்டாக்ஹோம் போயிருந்தார்; அரசனைப்பற்றி நிறையக் கண்டறிந்து கொண்டார். தளபதியாரே, நீங்கள் கண்டதை விண்டுரையுங்கள்.''

கார்லோவிஸ் கழுத்துப்பட்டையைச் சற்றுத்தளர்த்திக் கொண்டு பேசத் தொடங்கினான்:

''ஆம், நான் அங்குபோயிருந்தேன். ஸ்டாக்ஹோம் பெரியநகர் அல்ல. ஆனால் நிலவழியிலோ நீர்வழியிலோ அதை எளிதில் அடைய முடியாது. அந்த வகையில் அது சிங்கத்தின் குகைதான். நான் மாறுபெயர் வைத்துக்கொண்டு சாதாரண பிரஜையின் உடையில் கப்பலைவிட்டு இறங்கிச் சென்றேன். சந்தையை அடைந்தவுடன் நான் வியந்தேன். அவர்கள் கடைகளின் அடைப்புகளை மூடிக்கொண்டிருந்தனர். வீடுகளின் கதவுகளைச் சாத்தினர். பெண்கள் குழந்தைகளை இறுகப்பற்றிக் கொண்டனர். டவுனுக்குள் யாரோ எதிரி புகுந்துவிட்ட மாதிரி அவர்கள் நடந்துகொண்டனர். இதன் மர்மம் என்னவென்றது ஒரு வழிப் போக்கனை வினவினேன். அவன் கரத்தை அசைத்துவிட்டு, 'அரசன்' என்று கூறிவிட்டு ஓடினான்! நான் எனது போர் எழுச்சிகளிலும், முகாமிட்டிருந்த பல நகர்களிலும் பல்வகை அனுபவம் பெற்றுள்ளேன். ஆனால் கொள்ளை நோய்க்குப் பயந்து ஓடுவதைப் போல் சொந்த நாட்டு வேந்தனைக் கண்டு அஞ்சித் தலைதெறிக்க ஓடுவோரைக் கண்டதேயில்லை. நான் நோக்கினேன்; காடான குன்றுகளிலிருந்து ஏறத்தாழ நூறு வேடர்கள் புரவிமீது வருவதைக் கண்டேன். அவர்கள் கொம்புகளை முதுகுப்புறத்தில் தொங்கவிட்டிருந்தனர். வேட்டை நாய்களை வாரினால் கட்டி இழுத்துவந்தனர். அவர்கள் கற்பாலத்தைக் கடந்து நகருக்குள் விரைந்தனர். அதற்குள் சதுக்கம் வெறிச்சென்றாகி விட்டது. அவர்களது தலைமையில், சுமார் பதினேழு வயது என்று மதிக்கத்தக்க இளைஞன், சோல்ஜரின் நீண்ட பூட்ஸ் அணிந்து கரும்புரவிமீது வந்தான். அவன் கோட் அணியாது சட்டையோடு இருந்தான். கடிவாளத்தைத் தளர்த்தி விட்டவாறு குதிரை சவாரி செய்த அவனே பன்னிரண்டாவது சார்லஸ் மன்னன்! வனவிலங்குக் குட்டிதான்! அவனுக்குப்பின் வந்த வேடர்கள் 'விஸில்' அடித்துச் சிரித்தனர். அவர்கள் ராட்சஸர்களைப்போல் சந்தையின் குறுக்கே சவாரி செய்து சென்றனர். ஒருவருக்கும் காயம் ஏற்படாதது ஒரு நற்பேறுதான். ஆனால் சில சமயங்களில், ஜனங்கள் குதிரையின் கால்கள் இடறியதால் விழுந்தனர். விஷயங்களைத் தெரிந்து கொள்ளவேண்டுமென்ற ஆவல் என்னிடம் இருந்தது. எனவே, அரபு நாட்டு வாசனைத் திரவியங்களை விற்கும் வியாபாரியின் வேடத்தில் என்னை அரண்மனைக்கு இட்டுச் செல்லுமாறு எனக்கு அறிமுகமான ஒருவனைக் கேட்டுக்கொண்டேன். அது அதிகாலை நேரம். ஆனால் அதற்குள்ளாகவே அரண்மனையில் விருந்துண்ணலைத் தொடங்கிவிட்டனர். அரசன் களிப்போடு விளையாடிக் கொண்டிருந்தான்! போஜன் அறையின் சுவர்களில் ஓர் ஆளின் உயரத்துக்கு இரத்தமாயிருந்தது; அந்தக் குருதி தரையில் வழிந்தோடிக் கொண்டிருந்தது. பயங்கரமான நெடியொன்று வீசியது. குடிவெறியர்கள் தரையில் கிடந்தனர். அரசனும், தலைசுற்றிக் கீழே விழாத மற்றவர்களும், பத்து ஸ்வீடிஷ் கிரவுன் நாணயத்தைப் பந்தயம் வைத்து, வாளின் ஒரே வீச்சில், ஆடுகளையும் கன்றுகளையும் வெட்டிக்கொண்டிருந்தனர்.

என்னால் அரசனது திறமையைப் போற்றாது இருக்க முடியவில்லை. ஏவலாட்கள் ஒரு கன்றை அவனுக்குமுன் தள்ளுவார்கள். அவன் ஓடிவந்து தன்வாளைச் சுழற்றிக் கன்றின் தலையை வெட்டுவான்; வெட்டியவுடனேயே, இரத்தம் பூட்ஸ்மீது சிதறக்கூடாதென்பதற்காக இலாகவமாகத் திரும்புவான்.

''நான் மரியாதையோடு வணங்கினேன். அரசன் வாளை மேஜைமீது எறிந்துவிட்டு, நான் முத்தமிடுவதற்காக அவனது அழுக்கடர்ந்த கரத்தை நீட்டினான். நான் வியாபாரி என்பதை அறிந்தவுடன், 'சரி, எனக்கு ஐந்நூறு டச்சுகில்டர்கள் கடன் கொடுப்பாயா?'' என்று வினவினான். அவர்கள் என்னை ஒரு மேஜைமீது உட்கார்த்திவைத்து மிதமிஞ்சிக் குடிக்கச் செய்தனர். 'அரசனுக்கு மாறாகப் பேசாதே. அவர் மூன்று நாட்களாகக் குடிபோதையில் இருக்கிறார். நேற்று இங்கு ஒரு கண்ணியமான வியாபாரியை அம்மணமாக்கி, தேனைக்கொட்டி இறகுகளால் மூடினார்கள்' என்று ஒரு அவையத்துப் பிரமுகர் கூறினார். அத்தகைய இழிவு ஏற்படுவதைத் தவிர்ப்பதற்காக, நான் அரசன் கோரிய ஐந்நூறு கில்டர் பணத்தைத் தருவதாக வாக்களித்தேன். ஆனால் கையில் பணமில்லை. நாள் முழுவதும் குடிபோதையிலிருப்பதாகப் பாசாங்கு செய்துகொண்டு மேஜையின் அடியில் கிடந்தேன். அவையத்தார் விழித்தெழுந்து உண்டு குடித்துக் கூச்சல் போட்டுப் பாடிவிட்டு, தட்டங்களை ஏவலர் மீது எறிந்தபின்னர் மீண்டும் தரையில் உருள்வார்கள்.

பகற்பொழுது கழிந்தபின், அரசன் தன்னைச் சார்ந்தவரின் திரளோடு, ஜன்னல்களை உடைத்து உறங்கும் மக்களை அச்சுறுத்தும் பணியில் ஈடுபடுவதற்காக வெளியே சென்றான். நான், இருளடர்ந்திருந்ததைப் பயன்படுத்திக் கொண்டு தப்பி ஓடினேன். அரசனது மடமையால் நகர் முழுமையும் முனங்கிக் கொண்டிருந்ததைக் கண்ணால் கண்டேன். 'இளைஞன் ஆளும் நாட்டில் நாசமே உண்டாகும்!' என்று பாதிரிகள் ஜனங்களிடம் கூறியதை நானே மூன்று திருக்கோயில்களில் கேட்டேன். தீய ஒழுக்கத்தை விடுத்து, அரசாங்க விவகாரங்களில் ஈடுபடவேண்டுமென்று அரசனை வேண்டிக் கொள்வதற்காக நகரமக்கள் தமது சிறந்த பிரதிநிதிகளை அனுப்புகின்றனர். அந்த விண்ணப்பக்காரர்கள் வெளியே தள்ளப்படுகின்றனர். காலஞ்சென்ற அரசனால் நாசமுற்ற பிரபுக்களும் கோமக்களும் அரசகுலத்தையே வெறுக்கின்றனர். இப்பொழுதும் செனேட் அரசை ஆதரிக்கிறது. ஆனால் அது பணப்பையைத் தளர்த்துவதில் எச்சரிக்கையாகி விட்டது. ஆனால் அந்தப் பைத்தியக்காரன் இதைப்பற்றியெல்லாம் கவலைப்படுவதில்லை.

அண்மையில் ஒருநாள் அவன் செனேட்டுக்குவந்து, இரண்டாயிரம் கிரவுன்கள் நிபந்தனையில்லாமல் தரவேண்டுமென்று கோரினான். செனேட் ஏகமனதாக மறுத்தது. அரசன் ஆத்திரமடைந்து பிரம்பை இரண்டாக முறித்தான். ''என்னை எதிர்ப்போர் இதே கதியை அடைவர்'' என்று கூறினான். மறுநாள் அவன் தன் வேடர்களுடன் செனேட்மண்டபத்துக்குள் திடீரென்று நுழைந்தான். அவர்கள் ஆறு முயல்களை ஒரு சாக்கிலிருந்து அவிழ்த்துவிட்டனர்; அவற்றைத் துரத்துவதற்கு வேட்டை நாய்களை விடுவித்தனர். இதைக்கேட்ட பீட்டர் முகத்தை நிமிர்த்திக் களிப்பாகச் சிரித்தான். ''செனேட்டர்கள் ஜன்னல் மேடைகளில் ஏறிக்கொண்டனர். அவர்களில் சிலரது கோட்டுகளை நாய்கள் கடித்துக் கிழித்தன. இதுதான் ஸ்வீடிஷ் அரசனது லட்சணம்! இழிவுக்குறிய அற்பப்பிறவி. இந்தக் குட்டிவிலங்கு அவ்வளவு பயங்கரமானதல்ல'' என்று கார்லோவிஸ் கூறி முடித்தான்.

அவன் ஒரு சில்க் கைக்குட்டையை எடுத்து முகத்தையும் பொய் முடியின் கீழிருந்த கழுத்தையும் துடைத்துக்கொண்டான். மேஜைமீது முழங்கையை ஊன்றிய பீட்டர் சிரித்துக் கொண்டேயிருந்தான்.

''அருமையான அரசன்! ஏன், நமது பிரியோபிராஷென்ஸ்கி பட்டாளம் போதுமே, அவனைப் பிடிப்பதற்கு'' என்று அன்னா ஏளனத்தோடு கூறியதைக்கேட்டு அனைவரும் வியந்தனர்.

அவர்கள் அவளை நோக்கித் தத்தம் முகத்தைத் திருப்பினர். கோனிக்ஸெக் தன் கைக்குட்டையை வாயில் வைத்துக்கொண்டான். ''அன்னா, இதெல்லாம் உன்னால் புரிந்து கொள்ள முடியாத விஷயங்கள். எழுந்திருந்து மெழுகுவத்திகளை ஏற்று'' என்றான் பீட்டர்.

பிரதிபலிக்கும் வியன் கண்ணாடிகளை உடைய முக்கிளை விளக்குகளில் மெழுகுவத்திகள் ஏற்றப்பட்டன. பளிங்கு போன்ற குடிகிண்ணங்களில் ஒயின் நிரப்பப்பட்டது. பால்குலின் முகம்கூட, மெழுகுதிரி ஒளியில் மென்மையுற்றது. அன்னா ஒரு சிறிய இசைப் பெட்டியைக் கொண்டு வந்து திருகினாள்; அதன் மூடியை எடுத்துக் கணப்பினருகில் இருந்த தட்டில் வைத்தாள். அந்தப் பெட்டியின் இசைக்கட்டைகள் ஒரு ஜெர்மானியப் பாட்டைப் பாடின. வெளியே கற்று வீசியடித்தாலும், வீட்டில் உணவும் ஒளியும் நீல விழிகளின் மலர்ச்சியும் மிகுந்து சிறக்க, உலகம் இன்புறுவதைப்பற்றி யஅந்தப் பாட்டைக் கேட்ட பீட்டர் புன்னகை செய்து, தலை அசைத்தான்; பூட்ஸால் தாளம் போட்டான். அதன் பின் அவன் அன்றைய தினத்தில் ஒரு வார்த்தைகூட அரசியலைப் பற்றிப் பேசவில்லை.

3

ஒவ்வொரு ஞாயிற்றுக்கிழமையும், ஐவான் பிராவ்கினது மகளான அலெக்ஸாண்டிரா, இலியங்கா நதிக்கரையிலுள்ள தந்தையின் புதிய செங்கல் வீட்டுக்குக் கணவனுடன் வந்து விருந்துண்டாள். ஐவான் இப்பொழுது தபுதாரனாகி (தாரம் இழந்தவன்) விட்டான். அவனது மூத்தமகன் அலியோஷ்கா சேனைக்கு ஆள் திரட்டிக் கொண்டிருந்தான். அண்மையில், ஜார் வெளியிட்ட திருமுகத்தில், மூன்று படைகளை அமைப்பதற்கு முப்பது படைப்பிரிவுகளைத் திரட்ட வேண்டுமென்று கண்டிருந்தது. தீவனங்களைத் திரட்டுவதற்காக ஓர் உயர்தர அதிகாரியின் தலைமையில் ஒரு புதிய இலாகா அமைக்கப்பட்டது. ஆனால் அந்த அதிகாரியால் தனது இலாகாவின் தஸ்தவேஜிகளிலிருந்து ஓட்ஸும் உலர்புல்லும் பிஸ்கோத்தும் இதர பொருட்களும் தயாரிக்க முடியுமா? எனவே, பட்டமோ பதவியோ இல்லாவிட்டாலும், இன்னமும் பெரும்பாலான தீவனங்களைச் 'சப்ளை' செய்யும் பொறுப்பைப் பிராவ்கின் நிர்வகித்து வந்தான். அவனது தொழில் வேகமாக விரிவடைந்துகொண்டிருந்தது. பல முக்கியமான வியாபாரிகள் அவனது கூட்டாளிகளாகவோ ஏஜெண்டுகளாகவோ செயல்பட்டனர். அவனது மக்களில் ஒருவனான யாகோவ் வாரனேஷிலிருந்த கப்பற்படையில் வேலை பார்த்தான்; இன்னொரு மகனான காவிரில்கா, ஹாலந்தில் கப்பல் கட்டும் துறையில் பயிற்சி பெற்றுக் கொண்டிருந்தான். கடைசி மகனான ஆர்ட்டமன் மட்டுமே தந்தையுடன் இருந்தான்; அவனுக்கு இருபத்தியொன்றாவது வயது நடந்து கொண்டிருந்தது. அவன் தந்தைக்குக் கடிதங்கள் எழுதியும் கணக்கு வழக்குகளைக் கவனித்தும் புத்தகங்களைப் படித்தும் உதவி செய்தான். அவன் ஜெர்மானிய மொழியில் ஆற்றொழுக்காகப் பேசினான். அவனது தந்தைக்காக வியாபாரத்தைப் பற்றிய நூல்களைப் படித்து மொழிபெயர்த்துச் சொன்னான். பொழுது போக்குக்காக, பப்பன்ராப் எழுதிய வரலாற்று நூலையும் மொழி பெயர்த்துக் கூறினான். ஐவான் அவற்றைக் கேட்டு ''உலகம் இவ்வாறு முன்னேறும் பொழுது, நாம் இந்த ஓரத்தில் பன்றிகளைப் போல் பொழுதைக் கழிக்கிறோம்! அட ஆண்டவனே!'' என்று புலம்பினான்.

ஆண்டுக்கு ஒன்றாகப் பிறந்த அவனது மக்கள் அனைவருமே புத்திசாலிகள். ஆனால் இந்த ஆர்ட்டமோஷ்கா மட்டும் புடம்போட்டு எடுக்கப்பட்ட பரிசுத்தமான பொன்னாக இருந்தான். அவர்களது அன்னை, தன் குழந்தைகளின் நல்வாழ்வைக் கருதி, மாடாக உழைத்தாள். குளிர்காலத்தில் புயற்காற்று வீசியடித்தபொழுது அவள் தனது புகையடர்ந்த குடிசையில் அமர்ந்து, படுகுழி போன்ற கண்களால் அடுப்பில் எரிந்த விறகை நோக்கிக்கொண்டே, நூல் நூற்றாள். அப்பொழுது, குழந்தைகள் கணப்பின் பரணில் துயின்றன; கரப்பான் பூச்சிகள் இடுக்குகளில் ஓடின. வாழ்வின் கொடுமையைச் சாடுவதைப் போல், புயல், குடிசையின் ஓலைக் கூரையை நையப்புடைத்தது. ''இந்தக் குழந்தைகள் ஒரு பாவமும் அறியாதவர்கள்; அவர்கள் ஏன் துன்புற வேண்டும்?'' என்று அவள் வருந்தினாள். பின்னாளில் கைகூடிய நற்பேற்றினைக் கண்டு மனமகிழ்வதற்கு அவள் உயிரோடு இருக்கவில்லை. அந்தக் காலத்தில், ஐவான் அவளிடம் இரக்கப்பட்டதில்லை; அதற்கு நேரம் இருந்ததில்லை. ஆனால் இப்பொழுது, இந்த முதுமைப் பருவத்தில், அவன் தன் மனைவியைப் பற்றி இடைவிடாது எண்ணினான். அவள் மரணத்தின் நுழைவாயிலை நெருங்கியபெழுது, ''குழந்தைகளுக்கு ஒரு மாற்றாந் தாயைத் தருவிக்காதீர்கள்'' என்று அவனைக் கெஞ்சிக்கேட்டுக் கொண்டாள். எனவே அவன் இரண்டாவது கல்யாணம் செய்து கொள்ளவில்லை.

பிராவ்கினது மாளிகை, விதேசித் தோரணையில் அமைந்திருந்தது. படுக்கையறை, பூஜை அறை, போஜன அறை ஆகிய மூன்று அறைகளை வழக்கப்படி அமைத்ததுடன், வரவேற்பு அறை ஒன்றையும் இதில் அமைத்திருந்தனர். போஜனத்துக்குரிய வேளை வரும் வரையில், விருந்தாளிகள் இந்த வரவேற்பு அறையில்தான் தங்கினார்கள். அவர்கள் அலுத்துச் சலித்துக் கொட்டாவி விட்டுக் கொண்டிருப்பதற்காகச் சுவர் அருகே பெஞ்சிகளைப் போடவில்லை. அறையின் நடுவில், முத்திரை வெல்வெட் விரித்த மேஜையைச் சுற்றியிருந்த டச்சு நாற்காலிகளில் தாம் அவர்கள் அமர்ந்தனர். மேஜை மீது விருந்தாளிகளின் பொழுதுபோக்குக்காக மனமகிழ் வூட்டும் சித்திரங்களும் வருட பலன்களைக் குறித்திருந்த காலண்டரும், இசைப் பெட்டியும் சதுரங்கக் காய்களும் புகையிலையும், புகைக் குழாய்களும் இரந்தன. சுவர்களை ஒட்டினாற் போல், நானாவித சாமான் சரக்குகளை அடைத்த பெட்டி பேழைகளை அடுக்கி வைப்பதுதான் பண்டைக்கால முறையில் வாழ்ந்த பிரபுக்களது வீட்டுப் பழக்கம். ஆனால் இங்கோ, சமையல் செய்த உணவு வகைகளை வைப்பதற்கான மேடைகளும் நிலையறைப் பெட்டிகளுமே சுவர் அருகே இருந்தன. அந்த நிலையறைப் பெட்டிகளிலுள்ள விலை உயர்ந்த சீன மண்பாண்டங்களை விருந்தாளிகளுக்குக் காட்டுவதுண்டு.

இவையெல்லாம் அலெக்ஸாண்டிராவின் ஏற்பாடு. அவள் தன் தகப்பன் அடிக்கடி க்ஷவரம் செய்துகொள்ள வேண்டுமென்றும் நன்றாக ஆடை உடுத்திக்கொள்ள வேண்டுமென்றும் பொய் மயிரை அடிக்கடி மாற்றிக்கொள்ள வேண்டுமென்றும் வற்புறுத்தினாள். இந்த விஷயங்களில் ஐவான் மகளுக்குக் கீழ்ப்படிய வேண்டியதாயிற்று. ஆனால் உண்மையில் அவனுக்கு இந்த வாழ்வு அவ்வளவாகப் பிடிக்கவில்லை. அவன் ஜாருடனும் கைகுலுக்க முடிந்ததென்பது மெய்; ஆயினும் அவன் யாருக்கும் முன்னால் ஆசைதீரப் பேசி வெளிச்சம் போட முடியவில்லை. வார்காவிலுள்ள சாராயக் கடைக்குச் சென்று கடைக்காரர்களுடன் உட்கார்ந்து அவர்களது சுவையான பேச்சைக் கேட்க வேண்டுமென்றும் தன் வாயாடித்தனத்தை யெல்லாம் காட்ட வேண்டுமென்றும் அவன் சில சமயங்களில் விரும்பியதுண்டு. ஆனால் அவனால் அங்கு போக முடியவில்லை; அங்கு செல்வது அவனைத் தாழ்த்திக் கொள்வதாகும். எனவே இந்த வாழ்வைப் பொறுத்துக்கொண்டு சலிப்படைவதைத் தவிர வேறு வழியில்லை.

அவன் ஜன்னலருகே நின்றான். வீதியில் சிவிஸ்னிகாவின் தலைமைக் குமாஸ்தா தலைதெறிக்க ஓடிக்கொண்டிருந்தான். ''வேசி மகன்! சாமர்த்தியசாலிதான். ஆனாலும் இன்று அவனுக்கு ஏமாற்றம்தான். காலையிலேயே அந்த நாரியற்பொருளை வாங்கிவிட்டேன்'' என்று ஐவான் மனம் முணுமுணுத்தது. அதோ, புதிய கம்பள பூட்ஸ் அணிந்து செல்கிறான் ரீவ்யாகின். சாளரத்தை நோக்காது மூஞ்சியைத் திருப்பிக்கொண்டு செல்கிறான். சட்டமன்ற அலுவலகத்திலிருந்து வருகிறான் போலும். ''நண்பா, நான் சொன்னேனே, கேட்டாயா? பிராவ்கினுக்கு எதிராக முறைமன்றத்துக்குச் சென்று குப்பை கொட்ட உன்னால் முடியுமா?'' என்று ஐவானின் உள்ளம் குசுகுசுத்தது.

மாலை நேரத்தில் ஸாங்கா வெளியே போய்விடுவாள். அப்பொழுது, ஐவான் தனது பொய்மயிரையும் ஸ்பானிஷ் வெல்வெட் கோட்டையும் நீக்கிவிட்டுக் குமாஸ்தாக்களுடனும் விவசாயிகளுடனும் உண்பதற்காக, கீழே உள்ள அடுக்களைக்கு இறங்கிச் செல்வான். அவனது கிராமத்திலிருந்து யாராவது ஒருவன் வந்துவிட்டால், கிராமத்தில் இருந்த இடம் தெரியாமல் ஒடுங்கிக் கிடந்த ஐவான் பிராவ்கினுடன் பழகியவன் யாராவது வந்துவிட்டால், அன்று அடுக்களை விஷயத்தில் ஐவான் பேரின்பம் கண்டான். அந்தக் கிராம விவசாயி அடுக்களையில் ஐவானைப் பார்த்தவுடன், மண்டியிட்டு வணங்குவதா அல்லது வேறு எம்முறையில் முகமன் கூறுவது என்பதறியாமல் பயந்து வெலவெலத்துப் போய்விடுவான்! கூச்சப்பட்டுக்கொண்டு, மேஜைக்கருகே உட்கார மறுப்பான். ஆயினும் பையப்பைய அவன் பேசத் தொடங்குவான்; சுற்றிவளைத்துப் பேசித் தான் வந்த காரியத்தைப் புலப்படுத்துவான்.

''ஆ, ஐவான் உமது குரலைக் கேட்காவிட்டால் உம்மை இனம் கண்டுகொள்ள முடியாது. எனினும், கிராமத்தில் நாங்கள் அனைவரும் உங்களைப் பற்றித்தான் பேசுகிறோம். விவசாயிகள் வீட்டு வாயில் பெஞ்சியில் அமர்ந்து பேசத்தொடங்குவார்கள். ஒரே ஒரு குதிரையை வைத்துக் கொண்டு, தலைக்கு மேல் கடனோடு நீர் தவித்துத் தத்தளித்த காலத்தை நினைவுபடுத்திக் கொள்வோம். அப்பொழுதே நீங்கள் ஒரு பருந்தாகத்தான் இருந்தீர்கள்'' என்று அவன் கூறினான்.

''நான் மூன்று ரூபிளோடு இந்த வழ்க்கையைத் தொடங்கினேன். ஆம், கான்ஸ்டண்டைன், மூன்றே மூன்று ரூபிள்; அப்படித்தான்'' என்றான் ஐவான்.

அந்த விவசாயி பக்தியோடு கண்களை அகல விரித்தான்; தலையை ஆட்டினான்.

''அதெல்லாம் ஆண்டவன் சித்தம். ஆம், அவரது திருவருள்'' என்று கூறிவிட்டு அவன் நன்னயத்தோடு மேலும் பேசினான். ''ஐவான், நான் கான்ஸ்டண்டைன் என்று எண்ணிக் கொண்டிருக்கிறீர்கள். அது தவறு. அவன் உமது வீட்டுக்கு நேர் எதிரில் குடியிருந்தான். நான் இடதுபுறத்தில் சற்றுத்தள்ளி இருந்த ஒரு குடிசையில் வசித்தேன். அது இடிந்த குடிசை.''

''மறந்துவிட்டேன், மறந்துவிட்டேன்'' என்றான் ஐவான்.

அதன்பின் வந்தவன் கரகரத்த குரலில் துயரைத் தருவித்துக்கொண்டு பேசினான்; ''குடிசை ரொம்பப் பழசாகிவிட்டது. எந்த நேரத்திலும் இடிந்துவிழலாம். அன்றொரு நாள் மாட்டுக் கொட்டகை இடிந்து விழுந்ததால் ஓர் இளம்பசு இறந்தது. நான் என்ன செய்வேன்?'' என்ன செய்ய வேண்டுமென்பதை ஐவான் புரிந்துகொண்டான். ஆனால் ''நாளைக்கு என் குமாஸ்தாவிடம் போய்க் கேள். தவணையில் கடன்கொடுக்கிறேன்'' என்று உடனடியாகச் சொல்லவில்லை. கொட்டாவி விடும் வரையில், ஊரிலுள்ளவரின் க்ஷேமலாபங்களைப் பற்றி உசாவினான்; யார்யார் இறந்துவிட்டனர், யார் யாருக்குப் பேரப்பிள்ளைகள் பிறந்திருக்கின்றன முதலிய கேள்விகளைக் கேட்டான்.

''என் வருகையை எதிர்பார்க்கலாம். எனக்கு ஒரு மணப்பெண்ணைத் தேடுவதற்காக ஈஸ்டருக்குப் பின் வருவேன்'' என்று தமாஷ் செய்தான்.

விவசாயி அடுக்களையிலேயே இரவைக் கழித்தான். ஐவான் மாடியிலுள்ள மட்டுமீறிய சூட்டை உடைய படுக்கையறைக்குச் சென்றான். கதவருகே கிடந்த கம்பளப்பாயில் நெடு நேரமாக உறங்கிக்கொண்டிருந்த இரண்டு வில்லைச் சேவகர்கள் துள்ளி எழுந்து கட்டை குட்டையாயிருந்த ஐவானது ஆடைகளைக் கழற்றினார்கள். அவன் தொழுகை உருவங்களுக்கு முன்னால் மண்டியிட்டு, தரையை நெற்றியால் குட்டியபின், எழுந்திருந்து விலாப்புறத்தையும் வயிற்றையும் சொறிந்துகொண்டான். அதன்பின் அவன் மிதியடியைப் போட்டுக்கொண்டு கழிப்பிடத்துக்குச் சென்று வந்தான். அவன் இறகுப் படுக்கையில் படுத்தவுடன், நெட்டுயிர்த்து, 'இன்னொரு நாள் ஓடிவிட்டது' என்று ஒவ்வொருநாளும் தனக்குள் சொல்லிக்கொண்டான். இனி அவன் இவ்வுலகில் அதிக நாட்கள் வாழ முடியாது. வாழ்விலே இன்பம்கண்ட வேளையில், அந்திக்காலம் நெருங்குவதைக் கண்டு அவன் வருந்தினான். அதன்பின் உறக்கம் வந்து சிந்தனையைக் கலைக்கும் வரையில் அவன் தன் மக்களைப்பற்றியும் தொழிலைப்பற்றியும் எண்ணிக்கொண்டிருந்தான்.

அன்று அவன் பலிபூஜைக்குப்பிறகு முக்கியமான விருந்தாளிகளது வரவை எதிர் நோக்கிக் கொண்டிருந்தான். ஸாங்காவும் அவளது கணவனுமே முதலில் வந்தனர். வாஸிலி வால்கோவ் தலைவணங்கவில்லை; மாமனாரை முத்தமிட்டுவிட்டு, தடுமாற்றத்தோடு மேஜை அருகே அமர்ந்தான். ஸாங்கா தந்தையின் கன்னத்தைத் தன் இதழ்களால் தடவிவிட்டு, நிலைக் கண்ணாடிக்கு விரைந்தாள். கண்ணாடிக்கு முன்னால் அவள் தன் தோள்களைக்குலுக்கியும் அலை அலையாய் உள்ள சிவந்த புத்தாடையைச் சுழற்றியும் அந்த ஆடையை ஆராய்ந்தாள்.

''அப்பா, உன்னோடு ஒருவார்த்தை பேசவேண்டும்; முக்கியமான விஷயம்'' என்று கூறிய ஸாங்கா, திறந்த மேனியாக கைகளைத் தூக்கிப் பொடிதூவிய கேசத்திலிருந்த ஸில்க் மலர்களை நேராக்கினாள். நீலவிழியும் ரோஜா மொட்டு போன்ற வாயும் உடைய தன் புலனுகர் திறம்மிக்க உடம்பின் பிரதிபிம்பத்தைப் பார்த்துக்கொண்டேயிருக்க வேண்டுமென்று அவளுக்கு ஆவலா யிருந்தது. அவள் மீண்டும் தன்னைக் கண்ணாடியில் பார்த்துக் கொண்டு முழங்காலை மடித்து முகமன் கூறி இறகு, விசிறியை அசைத்தாள்.

வால்காவ் மனக்கசப்போடு பேசினாள்;

''அவளுக்குப் பைத்தியம் பிடித்துவிட்டது. பாரிஸ் போவதிலேயே லயத்து இருக்கிறாள். பாரிஸ் போவதாம்! பாரிஸ்! இவளில்லாமல் பாரிஸ்மக்கள் வாழமுடியாது என்று எண்ணுகிறாள்! நாங்கள் இப்பொழுது தனித்தனியாகப் படுத்து உறங்கிறோம்.''

டச்சுக்கணப்பின் அருகில் அமர்ந்த பிரவ்கின் சிரித்துக்கொண்டே, ''ஐ-ஐ-ஐ. நீ அவளை அடிக்கவேண்டும்'' என்றான்.

''முயன்று பாருங்கள்! வீறிட்டு அலறி வீடே அதிர்ந்துவிழச் செய்து விடுவாள். சின்னஞ்சிறு விஷயமாயினும், ஜாரிடம் புகார் செய்வதாக அச்சுறுத்துகிறாள். அவளை ஐரோப்பாவுக்கு அழைத்துச் செல்ல எனக்கு விருப்பமில்லை. அங்கு அவள் புத்தி சுவாதீனத்தைப் பரிபூர்ணமாக இழந்துவிடுவாள்'' என்றான் வால்காவ்.

ஸாங்கா கண்ணாடியிலிருந்து திரும்பிக் கண்களைச் சுருக்கினாள்; ஒரு விரலை உயர்த்தியவாறு கூறினாள்:

''என்னை அழைத்துக் கொண்டுதான் போகவேண்டும். பீட்டர் அலெக்ஸிவிச்சே நான் போகவேண்டுமென்று உத்திரவிட்டிருக்கிறார். நீங்கள் முரட்டுத்தனமாக நடந்து கொள்கிறீர்கள்.''

''மாமா, பார்த்தீர்களா? இது என்ன பேச்சு?''

''ஐ-ஐ-ஐ!''

ஸாங்கா தன் ஆடையைப் பரப்பிக்கொண்டு ஐவான் அருகில் அமர்ந்து பேசினாள்:

''அப்பா, நேற்று நான் மகாப்பிரபு ரோமனது கடைசி மகளான நடால்யாவுடன் பேசினேன். அவள் மிகவும் துயருற்றிருக்கிறாள். அவர்கள் இதுவரை மூத்த மகளுக்கே கல்யாணம் செய்ய வில்லை; நடால்யாவுக்கு எப்பொழுது திருமணம் நடப்பது? அவளுக்கு இதுதான் தகுதியான பருவம். சிறந்த அழகி. நாகரிக நடையுடை பாவனைகளிலும் அரசவைப் பண்பாட்டிலும் என்னளவுக்குத் தேர்ச்சி பெற்றிருக்கிறாள்.''

''நீ என்ன சொல்கிறாய்? ரோமன் குடும்பப் பொருளாதார நிலைமை அவ்வளவுதூரம் கெட்டுவிட்டதா? அதனால்தான் என்னிடம் கித்தான் தொழிற்சாலையைப் பற்றிப் பேசிக் கொண்டேயிருக்கிறான் போலும்'' என்று தன் மிருதுவான மூக்கைச் சொறிந்துகொண்டே ஐவான் வினவினான்.

''ஆம். அவர்களது பொருளாதார நிலைமை முற்றிலும் மோசமாகத்தான் இருக்கிறது. அவ்டோத்யா குறைப்பட்டுக் கொண்டேயிருக்கிறாள். அவரோ மூர்க்கமாகத் திட்டிக் கொண்டிருக்கிறார்.''

''அவன் ராணுவக் கண்டிராக்டுகளை எடுத்திருக்கக்கூடாது. நமது ஆட்கள் அவனை ரொம்பச் சோதித்துவிட்டார்கள்.''

''அப்பா, இந்த பைநோஸாவ் குடும்பம் உயர்ந்தது. அத்தகைய குடும்பத்தில் பெண் எடுப்பதென்பது சாதாரண கௌரவமல்ல; நாம் வரதட்சனை விஷயத்தில் அதிகமாக வற்புறுத்தாமலிருந்தால், அவர்கள் பெண்ணை கொடுப்பார்கள். அவளை நம் ஆர்ட்டமோஷ்காவுக்கு திருமணம் செய்விக்கலாமென்று நினைக்கிறேன்.'' பிராவ்கின் தலையின் பின்புறத்தைச் சொறிய விரைந்தான்; ஆனால் பொய்முடி அவனது கரத்தைத் தடுத்தது. ''முக்கியமான விஷயம் என்னவெனில், நான் பாரிஸுக்குச் செல்வதற்குமுன்னால், ஆர்ட்டமனுக்கும் நடால்யாவுக்கும் திருமணம் செய்துவிட வேண்டும். அந்தப் பெண் ஏக்கமே வடிவாக இருக்கிறாள். நான் ஜாரிடமும் இதைப்பற்றிப் பேசிவிட்டேன்'' என்று ஸாங்கா மேலும் கூறினாள்.

மூக்கைச் சுரண்டுவதை நிறுத்திய ஐவான், ''ஜாருடன் பேசினாயா? அவர் என்ன சொன்னார்?'' என்று வினவினான்.

''இது நல்லயோசனை என்று அவர் கூறுகிறார். நேற்று இரவு மென்ஷிகோவ் வீட்டில் அவருடன் நாட்டிய மாடிக்கொண்டிருந்தேன். அவர் தம் மீசையால் என் கன்னத்தைக் கிளுகிளுக்கச் செய்துவிட்டுத் திருமணத்தை விரைவில் முடிக்கும்படி கூறினார்.''

''என்ன அவ்வளவு அவசரம்?'' என்று வினவிய பிராவ்கின் எழுந்து நின்று அவளை உற்று நோக்கினான். அவள் அவனைவிட உயரமாக இருந்தாள்.

''போர்முளுமோ, என்னமோ, நான் கேட்கவில்லை. நான் வேறு விஷயங்களைப்பற்றி யோசித்துக்கொண்டிருந்ததால் அவரைக் கேட்கவில்லை. போர் தொடங்கப் போகிறதென்று நேற்று இரவு எல்லோரும் பேசிக்கொண்டிருந்தனர்.''

''யாரோடு?''

ஸாங்கா உதட்டைப் பிதுக்கினாள். ஐவான் தனது குட்டைக் கைகளை முதுகுக்குப் பின்னால் இணைத்துக் கொண்டு, குறுக்கும் நெடுக்குமாக மெல்ல நடந்தான்.

முகப்பு மண்டபத்தில வண்டி உருளைகளின் கடகட சத்தம். விருந்தாளிகள் வந்து கொண்டிருந்தனர்.

பிராவ்கின் விருந்தாளிகளது அந்தஸ்துக்கு ஏற்றமுறையில் கௌரவம் அளித்து வரவேற்றான். ஸில்க் அரைச்சட்டை அணிந்திருந்த அவன், வயிற்றை முன்னுக்குத் தள்ளிக் கொண்டு கதவருகில் சிலரை வரவேற்றான். முகப்பு மண்டபத்துக்கே சென்று வேறு சிலரை வரவேற்றான். இப்பொழுது, வண்டியிலிருந்து இறங்கிய ரோமனை ஐவான் மாடிப்படிக்கட்டின் இடையிலேயே சந்தித்தான். அவனோடு அன்பாகக் கை குலுக்கினான். அந்தோணியாவும் ஆல்காவும் நடால்யாவும் கீழாடைகளைச் சிறிது உயர்த்திப் பிடித்துக்கொண்டு தந்தைக்குப் பின்னால் இரும்புப்படிகளில் விரைந்துவந்தனர். நடால்யா தன்னைக் கடந்து சென்றவுடன், ஐவான் அவளை நோக்கினான். அவள் திருமணம் செய்வதற்குரிய பருவத்தை அடைந்திருந்தாள்.

பைநோஸாவ் மகளிர், வரவேற்பு அறையின் நடுவிலிருந்த மேஜையருகே, சந்தடி செய்தவாறு அமர்ந்தனர். அவர்கள் ஸாங்காவின் திறந்த மேனியான கரத்தைப் பிடித்துக் கொண்டு, என்ன வெல்லாமோ பொருளில்லாது பேசிக் கலகலவென்று ஒலிசெய்தனர். நன் மதிப்புக்குரிய விருந்தாளிகளான ஷேரினம் சிவிஸ்னிகாவும் மாமனோவும், பெண்களின் பின்தானைகளை மிதிக்கக்கூடாதென்பதற்காகப் பின் வாங்கிக் கணப்பினருகே நின்று, புருவம் தாழ்த்தி இம்மகளிரைப் பார்த்தனர். ''நாம் ஐரோப்பாவைப் பின்பற்ற வேண்டுமென்பது நல்லதுதான்; ஜாரின் விருப்பமும் அதுதான். ஆயினும், பெண்களை அழைத்துக்கொண்டு வீடு வீடாகச் செல்வதால் நன்மை ஏதும் உண்டாகாது'' என்று அவர்கள் கருதினார்கள்.

அப்பொழுதே, ஹாம்பர்க்கிலிருந்து தருவிக்கப்பட்டிருந்த சில படங்களை ஸாங்கா அந்த மகளிரிடம் காட்டினாள். அவை புகழ்பெற்ற டச்சு ஓவியர்கள் வரைந்தவை. அந்த அம்மணமான ஆண் பெண் தெய்வங்களை நோக்கியவுடன், அந்நங்கைகள் கைக்குட்டையை நாசிக்குக் கொண்டு சென்றனர்.

''இது யார்?'' ''இவன் கையிலிருப்பது என்ன?''

''இவள் என்ன செய்கிறாள்?'' ''ஐ!'' என்றெல்லாம் பேசினர்.

பொறுமை இழந்த ஸாங்கா விளக்கம் தந்தாள்:

''பசுவின் கால் போன்ற கால்களை உடைய இவன் ஒரு வன தேவதை. ஆல்கா, நீ ஒன்றும் முகம் சுளிக்க வேண்டாம். அவன் ஓர் இலையைக் கட்டிக்கொண்டிருப்பது தெரியவில்லையா? இப்படித் தான் வரைவார்கள். க்யூபிட்(மன்மதன்) தன் மலர்க்கணைகளால் இவளது நெஞ்சைத் துளைக்கிறான்; பார்த்தாயா? பாவம், அவள் அழுகிறாள்; இதயம் வெடித்துவிடும்போல் தவிக்கிறாள். அவளது காதலன் அவளிடம் காதல் செய்துவிட்டுக் கப்பலேறிப்போய்விட்டான்; இதோ கப்பற்பாய் பார்த்தாயா? 'கைவிடப்பட்ட ஆரியாதின்' என்பது இந்தச் சித்திரத்தின் பெயர்.

நீங்கள் இவற்றைப் பற்றியெல்லாம் அறிந்துகொள்ளவேண்டும். இப்பொழுதெல்லாம், கனவான்கள் கிரேக்க தெய்வங்களைப் பற்றிப் பேசிக்கொண்டேயிருக்கிறார்கள். சென்ற ஆண்டு போல் அல்ல. உங்களுக்கு இவையெல்லாம் தெரியாதென்றால், அன்னியருடன் நடன மாடாதீர்கள்.''

''நாங்கள் கற்றுக்கொண்டிருப்போம். ஆனால் எங்களிடம் புத்தகங்களில்லை. நல்ல காரியத்துக்கு எங்கள் அப்பாவிடமிருந்து அரைக்கோபெக் காசு கூடவாங்க முடியாது'' என்றாள் அந்தோணியா.

இலேசான தழும்பை உடைய ஆல்கா, எரிச்சலடைந்து சட்டைக்கையின் ஜரிகையைக் கடித்துக்கொண்டாள். திடீரென்று ஸாங்கா நடால்யாவின் தோளில் கைபோட்டு ஏதோ குசுகுசுத்தாள். நடால்யாவின் வட்டவடிமான முகம் சிவந்தது; தலையின் மயிர்க்கால்கள் கூடச் சிவந்தன.

அப்பொழுது, அன்னியப்பாணியில் தைத்த தவிட்டுநிற ஆடைகளை அணிந்துகொண்டு ஆர்ட்டமன் அமைதியாகவும் விநயமாகவும் உள்ளே வந்தான். அவன் ஒல்லியாயிருந்தான்; ஸாங்காவை ஒத்திருந்தான்; ஆனால் அவனது உருவங்கள் இன்னும் கறுப்பாயிருந்தன; கண்கள் மேகத்தின் சாம்பல் நிறத்தைப் பெற்றிருந்தன. அவனது மேல் உதட்டில் மென்மயிர் முனைத்திருந்தது. நடால்யா தன் தம்பியைப் பார்க்கவேண்டுமென்பதற்காக ஸாங்கா அவளைக் கிள்ளினாள். மனம் குழம்பிய நடால்யா தலைகுனிந்து, யாரையும் பார்க்கமுடியாதென்று கையை நீட்டி ஆட்டினாள்.

ஆர்ட்டமன், பெரியோர்களாயுள்ள விருந்தாளிகளுக்குத் தாழ்ந்து வணங்கிவிட்டு, தன் சகோதரியை நெருங்கினான். நேர்த்தியான இதழ்களை உடைய ஸாங்கா அவனுக்கு முகமன் கூறிவிட்டு.

''என் கடைசித் தம்பி ஆர்ட்டமனை அறிமுகம் செய்து வைக்கிறேன்'' என்று விரைவாகக் கூறினாள்.

அந்தப் பெண்கள் தத்தம் பொடிதூவிய உயரமான தலைகளை மந்தமாக அசைத்தனர். ஆர்ட்டமன், எடுப்பாகப் பின்வாங்கி, துணியைக் கழுவுவது மாதிரி கரத்தை அசைத்தான். ஸாங்கா அந்தப் பெண்களை அறிமுகம் செய்தாள்ඃ ''அந்தோணியா, ஆல்கா, நடால்யா'' ஒவ்வொருத்தியும் எழுந்து முழங்கால் மடக்கி வணங்கினர். ஒவ்வொருத்திக்கும் ஆர்ட்டமன் கை அசைத்தான். அவன் மேஜையருகே எச்சரிக்கையோடு அமர்ந்துகொண்டு, முழுங்கால் மூட்டு களிடையே கரங்களைத் தொங்க விட்டான். அவனது முகம் ஆங்காங்கே சிவந்தது. அவன் மகிழ்ச்சியில்லாத கண்களை உயர்த்தி ஸாங்காவைப் பார்த்தான். அவன் பயமுறுத்தும் தோரணையில் புருவங்களை நெரித்தாள்.

''நீங்கள் அடிக்கடி பொழுதுபோக்குக்காக வெளியே போகிறீர்களா?'' என்று அவள் நடால்யாவைப் பார்த்துத் தயங்கித்தயங்கி வினவினான்.

அவள் ஏதோ குசுகுசுத்தாள்; ஒன்றும் விளங்கவில்லை. ஆனால் ஆல்கா தைரியமாகப் பதிலளித்தாள்; ''நேற்றைக்கு முதல் நான், நாங்கள் நாரிஷ்கின் வீட்டில் நடனமாடினோம். அன்று மும்முறை கவுன் மாற்றினோம். அது நல்ல வெற்றியாக இருந்தது. வெப்பம்தான் அதிகம். ஆனால் உங்களை நாங்கள் ஒரு பொழுதும் சந்தித்ததில்லையே, காரணம் என்ன?''

''எனக்கு இன்னும் வயதாகவில்லை.''

''ஊதாரியாகி விடுவானோவென்று அப்பாவுக்குப் பயம். அவன் திருமணமானபின், நடனங்களுக்குச் செல்வான். ஆனால் இப்பொழுதே ஆடற்கலையில் தேர்ந்து விளங்குகிறான். அவனது கூச்சத்தைப் பொருட்படுத்தாதீர்கள். அவன் பிரெஞ்சு மொழியில் எப்படிப் பேசுகிறான், தெரியுமா? நீங்கள் திகைத்து விடுவீர்கள்'' என்றாள் ஸாங்கா.

வயதான விருந்தினர் இந்த இளைஞர்களை அடிக்கடி ஆவலோடு நோக்கினர்.

''நன்று, நன்று. இக்காலக் குழந்தைகள் இப்படித்தான் உள்ளனர்'' என்று கருதினர்.

''உன் மகனுக்கு எங்கே பயிற்சி அளித்தாய்?'' என்று ஷோரின் ஐவானை வினவினாள்.

''ஆசிரியர்கள் வீட்டுக்கு வந்து கற்பிக்கின்றனர், ஷோரின். நாம் பொது வாழ்வில் இடம் பெற்றுவிட்டதால், வேறு வழியில்லை. குடிப்பெருமையால் பிரகாசிக்க முடியாதபொழுது, வேறுவழியில் தான் ஒளிரவேண்டும்'' என்றான் பிராவ்கின்.

''ஆம், ஆம். வளையிலேயே ஒளிந்திருக்கமுடியாது. வெளிக் கிளம்பித்தானாகவேண்டும்.''

''இல்லாவிட்டால் ஜாரும் கோபிக்கிறார். பணத்தை மூட்டை மூட்டையாகச் சம்பாதிக்கும் பொழுது சிறப்பாகப் பயின்று பயனுள்ள பணிபுரிய வேண்டுமென்பது அவரது கூற்று.''

''இயற்கைதானே. தவிர, இந்த முதலீட்டுக்குத் தகுந்த ஆதாயமும் கிடைக்கும்.''

''ஸாங்காவுக்காகவே நான் நிறையப் பணம் செலவு செய்கிறேன். ஆனால் அவளுக்கு ஒரு ஸ்தானம் ஏற்பட்டுவிட்டது.''

''ஆம், ஐவான்; அவள் சுறுசுறுப்பான நங்கை. ஆனால் நீ ஜாக்கிரதையாக இருக்க வேண்டும்; இல்லாவிட்டால்...''

சிறிது நேர மௌனத்துக்குப்பின், பிராவ்கின் யோசித்துப் பதில் உரைத்தான்:

''அவளைச் சவுக்கால் அடித்து, மாடியின் அந்தப்புரத்தில் அமர்ந்து பூவேலைத் தையலில் பொழுதைப் போக்கும்படி சொல்லலாம் என்பது மெய். ஆனால் அதனால் என்னபயன் விளையும்? அவளது கணவனுக்கு மனம் நிம்மதியடையும் என்பதொன்றுதானே? ஆ, பாவ வினைக்கு வசீகரிக்க முயலும் சூழ்நிலையில் அவள் உலவுவதை நான் அறிவேன். அது உண்மைதான் என்பதை ஆண்டவன் அறிவார். அவளது விழிகளில் பாவம் நர்த்தனம் புரிகிறது. ஆனால், ஷோரின், காலம் மாறி விட்டது. நீங்கள் கேள்விப்பட்டீர்களா? இங்கிலாந்தில், மார்ல்பாரோவின்* மனைவி, அகில ஐரோப்பாவின் விவகாரங்களையும் கவனித்து நிர்வாகம் செய்கிறாள். அவளுக்குப் பின்னால் சாட்டையை வைத்துக்கொண்டு நின்றால், முட்டாள் பட்டம்தான் கட்டிக்கொள்ள வேண்டும்!''

சிவிஸ்னிகாவ், ஷோரினும் ஐவானும் சில்லறை விவகாரங்களைப் பற்றிப் பேசுவதை எப்பொழுது முடிப்பார்களென்று காத்திருந்தான். கடுமையான தோற்றத்தை உடைய அவன் நல்ல பணக்காரன். அடர்த்தியான புருவத்தை உடைய அவன், பொய்முடி அணியாதிருந்தான்.

★ பதினெட்டாம் நூற்றாண்டின் துவக்கத்தில், ஸ்பெயின் தேசத்து அரசுரிமைக்காக பிரிட்டிஷ்-டச்சு-ஆஸ்திரியக் கூட்டணிக்கும் பிரான்ஸுக்கும் இடையே நடந்த போரில் செயற்கரிய சாதித்த பிரிட்டிஷ் சேனாதிபதி. மொ-ர்.

அவனது கரியசுருள் கேசத்தில் நரைகண்டிருந்தது. ஜரிகை அலங்காரங்களுடன் கூடிய தொளதொளப்பான ஹங்கேரியக் கோட்டைத் தரித்திருந்தான்.

"ஷோரின், நான் அந்தப் பிரச்னையை மீண்டும் எழுப்புகிறேன். அந்த விவகாரத்தை நாம் துரிதப்படுத்த வேண்டும். வேறுயாரோ முதலில் அதை முடிக்கப் போவதாக ஒரு வதந்தி உலவுகிறது" என்று அவன் சொன்னான்.

கூரியநாசியும் தூய தவிட்டுநிற முகமும் உடைய ஷோரின் தேனொழுகப் புன்னகை செய்தான்.

"விருந்தளிக்கும் நண்பர்தான் அதைப்பற்றித் தீர்மானிக்க வேண்டும். ஐவானிடமே கேள்" என்றான் ஷோரின்.

முதுகுப்புறத்தில் கைகளைக் கோர்த்துக் கொண்டிருந்த பிராவ்கின் விரைவாக விரல்களைப் பிசைந்தான். கால்களை அகலவிரித்து நின்று, கழுகுகளான ஷோரினையும் சிவிஸ்னி காவையும் பார்த்தான். இந்தப்பாவிகள் எதைப்பற்றியோ அவசரப்படுகிறார்களென்பதையும் அவர்கள் ஏதோ ஒரு விசேஷமான விஷயத்தைப் பற்றி மோப்பம் கண்டிருக்க வேண்டுமென்பதையும் ஐவான் உடனடியாக உணர்ந்தான். முந்தைய நாளில், ஐவான் தானியக் கொட்டாரங்களுக்குச் சென்றிருந்தான். அவன் எந்தப் பிரமுகனையும் சந்திக்கவில்லை. எனவே, பதில் பேசாமல், பெருமிதம் விளங்கப் புடைத்துக் கொண்டு, அவர்கள் மனத்திலுள்ள விஷயம் என்னவென்று அனுமானிக்க முயன்றான். கையை முன்னுக்குக் கொண்டுவந்து, மூக்கைச் சொறிந்தான்.

"நல்லது. துணி விலை உயருமென்ற ஒரு வதந்தி நடமாடுகிறது. அதைப்பற்றி விவாதிப்போம்" என்றான் ஐவான்.

சிவிஸ்னிகாவ் உடனடியாகத் தன் 'ஜிப்ஸி' விழிகளை உருட்டிக்கொண்டு,

"ஐவான், அப்படியானால் நேற்று நடந்தது உமக்கும் தெரியுமா?" என்று வினவினான்.

"எனக்கு ஓரிரண்டு விஷயங்கள் தெரியும். விஷயங்களைத் தெரிந்துகொண்டு மனத்திலேயே அடக்கி வைத்துக்கொள்வது என் வேலை. அட பேய்களா? அவர்கள் எதைக் கண்டு பிடித்தார்கள்?" என்று மோவாயைப் பிடித்துக்கொண்டு ஐவான் சிந்தனை செய்தான்.

பிற விருந்தாளிகள் ஒரு பார்வை பார்த்தவாறு, ஐவான் கூரைவேய்ந்த கணப்புக்குப் பின்னால் சென்றான். ஷோரினும் சிவிஸ்னிகாவும் அவனைப் பின் தொடர்ந்தனர். அங்கு அவர்கள் நெருங்கி நின்று, முன்னெச்சரிக்கையோடு உரையாடத் தொடங்கினார்கள்.

"ஐவான், மாஸ்கோ முழுவதும் இதைப்பற்றிப் பேசுகிறார்கள்."

"ஆம். நிறையப் பேசுகிறார்கள்."

"ஆனால் யாருடன்? உண்மையாகவே, ஸ்வீடிஷ்காரருடன் தானா?"

"அது ஜாரின் விவகாரம்."

"அது மெய்தான். இருந்தாலும், தெரிய ஆவல். அது விரைவில் தொடங்குமா?" என்று வினவிய சிவிஸ்னிகாவ் தன் சன்னமான தாடியை நகங்களால் கோதிவிட்டுக்கொண்டு மேலும் பேசினான்:

''நாம் ஒரு பாக்டரியை அமைப்பதற்கு இதுவே தக்கதருணம். ஹாம்பர்க் துணியைவிட மலிவா இல்லையா என்பதைப்பற்றி ஜாருக்கு அக்கரை இல்லை. அவர் உள்நாட்டுத் துணிவேண்டுமென்று தான் கூறுகிறார். நாட்டெல்லை வழியே வர்த்தகம் நடைபெற முடியாது போகலாம்; எனவே உள்நாட்டுத்துணி வேண்டுமென்பார். இது ஒரு தங்கச்சுரங்கம். பலர் முன்பே மோப்பம் பிடித்துக் கொண்டிருக்கிறார்கள். உதாரணமாக அந்த மார்ட்டிஸன்...''

பிராவ்கின் தன் புன்னகையைக் கையால் மறைத்துக்கொண்டான்,''இதைத்தான் மோப்பம் பிடிக்கிறார்களா?'' என்று எண்ணினான். சில நாட்களுக்கு முன்தான், இந்த மார்ட்டிஸன் என்ற அன்னியன் ஒரு மொழி பெயர்ப்பாளனுடன் பிராவ்கினும் வந்தான். அவன் ஒரு நெசவாலை வைக்கச் சித்தமாயிருப்பதாகச் சொன்னான். ஜாரும் பிராவ்கினும் முதல் போடவேண்டும். அவன் இங்கிலாந்திலிருந்து நெசவுத் தறிகளையும் தேர்ச்சிபெற்ற தொழிலாளரையும் கொண்டுவந்து தொழிலை நிர்வகிப்பான். அதன் பொருட்டு அவன் லாபத்தில் மூன்றிலொரு பகுதியை அடைவான். பிராவ்கின் தம்முடன் சேர்ந்து ஒரே கம்பெனி அமைத்து, நெசவாலை தொடங்க வேண்டுமென்று ஷோரினும் சிவிஸ்னிகாவும் முன்பே கூறியிருந்தனர். அனால் இதுவரை அது பேச்சளவிலேயே இருந்தது. முதல் நாள், ஏதோ நடந்திருக்கிறது; அநேகமாக மார்ட்டிஸன் ஜாரை அணுகியிருக்கலாம். அதனால் தான் இவர்கள் இருவரும் இவ்வளவு வேகத்தோடு உள்ளனர்.

''இவ்வளவு முக்கியமான ஒரு தொழிலை அன்னியரிடம் ஒப்படைக்கலாமா?'' என்று சிவிஸ்னிகாவ் விழிகள் சிவக்க வினவினான்.

ஷோரின் பாதிக்கண்ணை மூடிக்கொண்டு பெருமூச்சுவிட்டுக் கூறினாள்ஃ

''இங்கு நாம் நமது கடைசிக் கோபெக்பொருளையும் உயிரையும் அர்ப்பணிக்கத் தயாராயிருக்கிறோம்...''

''நாளைக்கு; நாளைக்குப் பேசுவோம்'' என்று கூறிக்கொண்டே பிராவ்கின் கதவை நோக்கி விரைந்தான். வழவழவென்று க்ஷவரம் செய்து கொண்டிருந்த கட்டை குட்டையான மனிதன் அறையினுள் பிரவேசித்திருந்தான். அவனது கருடமூக்கின் தண்டு அகலமாயிருந்தது. கரிய உடுப்பு அணிந்திருந்த அவனது பூட்ஸ் புழுதியாகவிருந்தது. அவனுக்கு முகமன் கூறுவதற்கு எவனும் முன்வரவில்லை. ஐவானைக்கண்ட அவன், விதேசிமுறையில் குட்டைக்கைகளை நீட்டிச் சைகைசெய்து, ''மதிப்புக்குரிய ஐவான் பிராவ்கின்!'' என்று அழைத்தான். ஒவ்வொரு எழுத்தையும் இழுத்திசைக்கும் குரலில் அவன் உச்சரித்தபொழுது, வாய் புன்னகையால் கோணியது. அவன் ஐவானைத் தழுவிக்கொண்டான். ஈஸ்டர் பண்டிகையின் பொழுது செய்வது மாதிரி, இந்த வினோதப் பிறவி ஐவானை மும்முறை முத்தமிட்டான். அதன்பின் தனது மிக்க சிவப்பான பொய்முடியை இப்பக்கமும் அப்பக்கமும் ஆட்டிக்கொண்டு குசுகுசுத்தான்; ''இதுவரை மார்டிஸனிடம் ஒன்றும் முடிவு செய்யவில்லை. அலெக்ஸாண்டர் டானிலோவிச் சீக்கிரமாக வருவார்.''

''ஷாப்ரோவ், உன்னைக்கண்டு மகிழ்கிறேன். உளமார வரவேற்கிறேன்'' என்றான் ஐவான்.

இவன் ஸ்தானிகராலயத்தில் மொழிபெயர்ப்பாளாராக உள்ள யூதன். ஜார் வெளிநாட்டுக்குச் சென்ற போது, ஷாப்ரோவ் உடன் சென்றான். ஆனால் இந்தவருட இலையுதிர் காலம் வரை அவன் முன்னுக்கு வரமுடியவில்லை. ஆனால் இப்பொழுது அவன் 'ஸ்வீடிஷ் ஸ்தானிகராலயம் சம்பந்தமான வேலைகளைக் கவனித்துவந்தான்; நாள் தோறும் பீட்டரைக்கண்டு பேசினான்;

அதிகார பலமுடையவர்களில் ஒருவனெனக் கருதப்பட்டான்.

''ஐவான், நாளைக்குத் தயவு செய்து கிரெம்லினிலுள்ள ராஜமாளிகைக்கு வருகை தாருங்கள். நிர்வாகிகளது அவையிலிருந்து பதின்மர் பிரதிநிதிகளாக வரவேண்டுமென்று ஜார் உத்திர விட்டிருக்கிறார். ஸ்வீடிஷ் தூதர்கள் தமது நற்சான்றுப் பத்திரங்களைச் சமர்ப்பிக்கப் போகிறார்கள், என்றான் ஷாப்ரோவ்.

''உடன்பாடு ஏற்பட்டு விட்டதா?''

''இல்லை, ஐவான். ஜார் ஸ்வீடிஷ் அரசனுக்காகப் பைபிளை முத்திமிட மாட்டார்.''

இதைக்கேட்ட ஐவான் பெருமூச்சு வாங்கித் தொப்புளுக்கு மேல் அவசரமாகச் சிலுவைக் குறியிட்டான்.

''அப்படியானால் இந்த வதந்தியெல்லாம் உண்மைதானா?''

''பார்க்கலாம், ஐவான். இவை மிகவும் முக்கியமான விவகாரங்கள், முக்கியமான விவகாரங்கள்...'' என்று கூறிய ஷாப்ரோவ், பைநோஸாவ் பெண்களை நோக்கித் திரும்பினான்; அவர்களது விரல்களில் விதேசிப் பாணியில் முத்தமிட்டான்.

ரோமன் உம்மென்று முகத்தைத் தூக்கிவைத்துக் கொண்டு சுவர் அருகே இருந்த நாற்காலியில் உட்கார்ந்திருந்தான். இம்மாதிரியான வீட்டுக்கு வருவதில் கௌரவமில்லை. அவன் தனது பெண்களை மந்தமாக நோக்கிவிட்டுச் சிந்தனையிலாழ்ந்தான்:- ''வீண் வம்பர்கள்! முட்டாள்கள்! இவர்களை எவன் கைப்பிடிப்பான்? ஆண்டவனே, இந்தக்காலம் எவ்வளவு கொடியதாக உள்ளது! பணம், பணம்! ஏதோ ஒரு காற்று அடித்துப் பணத்தைத் தட்டிக்கொண்டு போனது மாதிரித் தோன்றுகிறது... வரவுக்கும் செலவுக்கும் எப்படிச் சரிக்கட்டி, வாழ்க்கையை ஓட்டுவது என்பதைப் பற்றியே அதிகாலையிலிருந்து மண்டையை உடைத்துக்கொள்ள வேண்டியிருக்கிறது. கிராமங்களையெல்லாம் கசக்கிப் பிழிந்தாகி விட்டது; ஆனால் அவை போதவில்லை. ஏன்? ஒரு காலத்தில் அந்த வருமானம் போதுமானதாகத் தானிருந்தது. அந்தக் காலத்தில், பலகணி அருகே உட்கார்ந்து பொழுதைக் கழிக்கலாம்; விரும்பினால் ஓர் ஆப்பிளைத் தின்னலாம்; இல்லாவிட்டால் பேசாதிருந்த மாதாகோவில் மணியோசையைக் கேட்கலாம். சாசுவதமான அமைதி நிலவியது... அதன் பின் ஒரு சூறாவளி அடித்தது. எறும்புப் புற்றில் கொதிக்கும் தண்ணீரை ஊற்றினால், எறும்புகள் பதறி ஓடுவதைப்போல், ஜனங்கள் ஓடுகின்றனர். இதன் காரணம் விளங்கவில்லை. எப்பொழுதும், பணம், பணம், பணம் என்றே அலைகிறார்கள்! இந்தப் பாக்டரிகள், இந்தக் கம்பெனிகள்.''

வியாபாரிச் சங்கத்தின் முக்கியஸ்தர்களில் ஒருவனும், வயதானவனுமான மாமனோவ் ரோமனுக்கு அருகில் அமர்ந்திருந்தான். அவன் பேசினான்:

''ரோமன் அவர்களே, விவகாரங்கள் இம்மாதிரியே இருந்தால், நாம் உருத்தேற முடியாது. கையும் காலும் கட்டிப்போட்ட நிலையில் இருக்கிறோம். ஒவ்வொரு வகையிலும் அன்னியர்கள் நம்மை விஞ்சிவிடுகிறார்கள். அவர்கள் நம் சாமான்களை வாங்குவதற்கு முன்னால் ஹாம்பர்க்குக்குக் கடிதம் எழுதுகின்றனர். கடிதம் போய்ச் சேர்வதற்குப் பதினெட்டு நாட்கள்; அங்குள்ள விலைவாசி நிலவரத்தைக் குறித்து அவர்கள் எழுதும் பதில் இங்கு வந்துசேரப் பதினெட்டு நாட்கள். உலகத்தில் அந்த விலைவாசி மாறினாலும், நமது மூடஜனங்கள், ஓர் ஆண்டு அல்லது ஈராண்டு அதே விலையில் வியாபாரம் செய்கின்றனர். நாம் நமது வளையில் ஒடுங்கிக்

கிடக்கிறோம்; அன்னியர்களோ நம் தேசத்தின் வழியே வியாபாரப் பாதையை அமைத்துக் கொண்டு விட்டனர். முடியாது, பிரபு, போரைத் தவிர்க்க முடியாது. ஒரு நகரம் நமக்குக் கிடைத்தாலும் போதும்; பண்டைக் காலத்திலிருந்து ஜார்களது மானியமாயிருந்த நார்வா கிடைத்தாலும் போதும்.''

''வியாபாரிகளாகிய நீங்கள் பணத்தில் புரள்கிறீர்கள்; ஆனாலும் உங்களுக்குத் திருப்தி இல்லை. யுத்தமாம் யுத்தம்! போர் மேல் செல்வது என்பது அரசாங்கத்தின் பிரச்னை. தாழ் குடியில் பிறந்த வியாபாரிகளாகிய நீங்கள் இத்தகைய விவகாரங்களில் தலையிட முடியாது'' என்று ரோமன் வெறுப்போடு உரைத்தான்.

''பிரபு, உண்மை, உண்மை. நான் பேதைமையில் பேசிவிட்டேன்...'' என்று மாமனோவ் உடனடியாக தன் உடன்பாட்டைத் தெரிவித்தான்.

ரோமன், குருதிச் சிவப்பான கண்களின் ஓரத்தால் அவனை நோக்கினான். மாமனோவ் சாதாரணமாகத்தான் உடை அணிந்திருந்தான்; அவனது முகறையில் களை ஒன்றும் சொட்ட வில்லை. அழகு ஏதும் வழியில்லை. ஆயினும், அவனது நிலவறையில் பானை பானையாகப் பொன்னைச் சேமித்திருப்பதைப் பற்றி ரோமன் எண்ணினான்.

''உனக்கு எத்தனை புதல்வர்கள்?'' என்று ரோமன் வினவினான்.

''ஆறு.''

''திருமணமாகவில்லையா?''

''ஆகிவிட்டது. அறுவருக்கும் ஆகிவிட்டது.''

வெளியே, மரக்கட்டை பாவிய தளத்தில் வண்டியின் உருளைகள் கடகடவென்று ஓசை செய்தன. ஐவான் படிக்கட்டுக்கு விரைந்தான். சில விருந்தாளிகள் சாளரத்துக்குத் துரிதமாகச் சென்றனர். கடகட ஒலி ஓய்ந்தது. இரும்புப் படிகளில் குதிமுட்களது கணகண வென்ற ஒலி கேட்டது. பிஸ்கோவின் கவர்னராக உள்ள மேஜர்-ஜெனரல் அலெக்ஸாண்டர் மென்ஷிகோவ் உள்ளே வந்தான்; பிராவ்கின் அவனைப் பின் தொடர்ந்தான். அவனது கோட்டின் முன்கைப்பகுதி இரத்தத்தில் நனைத்த மாதிரிச் சிவப்பாயிருந்தது. அவன் உள் வாயிலைக் கடந்தபொழுது, உணர்ச்சிக்கு இடமில்லாத அதிகாரப் பார்வையை, விருந்தாளிகள் மீது ஓடவிட்டான். தொப்பியை நீக்கிவிட்டு, பைநோஸாவ் பெண்களுக்கு மிகைப்படையான சைகையோடு முகமன் கூறினான். அதன்பின், இடது புருவத்தைச் சாய்த்துக்கொண்டு, மந்தஹாசமாக ஸாங்காவிடம் சென்று அவளது நெற்றியில் முத்தமிட்டான்; அவளது விரல் நுனிகளை இலேசாகத் தொட்டபின் திரும்பி, விருந்தாளிகளுக்குச் சுருக்கமாகத் தலையசைத்தான்.

போஜன அறையின் கதவுகள் திறந்தன. அலெக்ஸாண்டர் டானிலோவிச், பிராவ்கின் தோளைத் தட்டிவிட்டு, அவனது செவியில் ஓதினான்.

''ஷோரின், சிவிஸ்னிகாவுடன் பேச்சுவார்த்தை நடத்தவேண்டாம், அது நல்லதல்ல, மார்ட்டிஸனுக்கும் பங்கு கொடுக்கவேண்டாம். நாமே நடத்துவோம். ஷாப்ரோவிடம் ஒரு வார்த்தை பேசுங்கள்.''

4

ஸ்வீடிஷ் தூதர்கள் பதினான்கு வண்டிகளில் தூதர் நிலையத்திலிருந்து புறப்பட்டனர்; ஒவ்வொரு வண்டியிலும் நான்கு குதிரைகள் பூட்டப்பட்டிருந்தன; மும்முனைத் தொப்பியும் குட்டைக் கோட்டும் ஸில்க் காலுறையும் அணிந்த காலாட் படையினர் வழியெல்லாம் விறைப்பாக நின்றனர். கிரெம்லின் சுவர் வரை அவர்கள் அணிவகுத்து நின்றனர். குத்துக் கம்பில் உயர்த்திய பதாகைகளும் துகிற் கொடிகளும் அக்டோபர் மாதக் காற்றில் அசைந்தாடின. வண்டியின் பலகணிவழியே இந்தப் புதிய சேனையை நோக்கிய ஸ்வீடிஷ் தூதர்களின் முகத்தில் கவலைக் குறி தென்பட்டது.

அவர்கள் ஸ்பாஸ்கி வாயிலைக் கடந்தபொழுது, துப்பாக்கிக் குண்டுகளது குவியல் களையும், விண்ணை நோக்கும் வாயுடன் இருந்த பித்தளைச் சட்டிப் பீரங்கிகளையும் பார்த்தனர். ஒவ்வொரு பீரங்கிக்கும் அருகே மருந்தைத் திணிக்கும் கோலையும், புகைக்கும் வத்தியையும் வைத்துக்கொண்டு நான்கு நெட்டையான, மீசை வைத்த துப்பாக்கிச் சிப்பாய்கள் நின்றனர். சிவப்பு முகமண்டபத்தின் முன்னிலையில், கிழவனாகிவிட்ட தளபதி கார்டன், மிக்க சிவப்பான 'டான்' வட்டாரக் குதிரைமீது அமர்ந்திருந்தான். அவனது சிவப்பான மேலாடை காற்றில் அலை அலையாக அலைந்து பறந்தது. பனிக்கட்டிகள் தொப்பி மீதும் உடற்கவசம் மீதும் தாளம் போட்டன. வண்டிகள் வந்து நின்றவுடன், தளபதி கரத்தை உயர்த்தினான். துப்பாக்கிகள் முழங்கின; அலுவலகங்களின் மங்கலான ஜன்னல்களும் மாதா கோயில்களின் கவிகைகளும் புகைப்படலத்தில் மறைந்தன.

முகமண்டபத்தில், அரசியல் தூதர்கள், குதிரை வலவர்களின் கோரிக்கைக்கு இணங்கித் தமது வாட்களை ஒப்படைத்தார்கள்.

செமினோவ்ஸ்கி பட்டாளத்தைச் சேர்ந்தவர் நூறுபேர், வெள்ளித் தட்டங்கள், குடி கிண்ணங்கள், கூஜாக்கள் முதலிய ஸ்வீடிஷ் அரசனது பரிசுப் பொருட்களைத் தூக்கிக் கொண்டு முகமண்டபத்திலும் நடையறையிலும் அணிவகுத்தனர். அவர்கள் வாலிபனான பன்னிரண்டாவது சார்லஸ் மன்னனின் முழுநீள உருவப் படத்தையும் தூக்கிச் சென்றனர். அது உயர்ந்த வேலைப்பாட்டுடன் கூடிய மரச் சட்டத்தில் பொருத்தப் பட்டிருந்தது. அரசியல் தூதர்கள், கதவருகே தொப்பியை நீக்கிவிட்டுப் போஜன அறைக்குள் சீரான நடை போட்டார்கள்.

நான்கு சுவர்களின் அருகிலுமிருந்த விசிப்பலகைகளில், பாயர்களும் மாஸ்கோ பிரபுக்களும் முக்கியமான வியாபாரிகளும் அமர்ந்திருந்தனர். அவர்கள் சாதாரணமான துணி உடுப்பு அணிந்திருந்தனர்; அநேகரது ஆடைகள் அன்னிய பாணியில் தைக்கப்பட்டிருந்தன. அறையின் கோடியில் வெள்ளியாலும் தந்தத்தாலும் இழைத்த அரியணையில், பீட்டர் அமர்ந்திருந்தான். அந்த இடத்தில், சதுரமாக அமைந்திருந்த கூரையில், நான்கு சுவர்களிலுமிருந்ததைப் போலவே நவ நாகரிக வீரர்கள், விலங்குகள், பறவைகள் ஆகியவற்றின் ஓவியங்கள் தென்பட்டன. பீட்டர் தொப்பியோ பொய்மயிரோ அணியவில்லை. காட்டுப் பூனை வகையின் மயிரில், செய்த பட்டை உள்ளே கொடுத்துத் தைத்த சாம்பல்நிற ஆடையை அணிந்திருந்தான். அவன் ஒரு சிலைபோல் அசைவற்று இருந்தான்; கண்கள் வெறித்து நோக்கின. இடதுபுறத்தில் ஒரு தங்கத் தட்டத்தை

ஏந்திக்கொண்டு ஸிவின்யின் நின்றான். வலதுபுறத்தில், நீட்டிய கரத்தில் துண்டை வைத்துக் கொண்டு வால்காவ் நின்றான்.

தூதர்கள் அரியணையை நெருங்கினார்கள். அதன் படிக்கட்டுக்கு முன்னாலிருந்த கம்பளத்தில் மண்டியிட்டனர். ஸிவின்யின் தட்டத்தை நீட்ட, நேராக நோக்கிய பீட்டர் அதில் இருந்த நீரில் விரல்களை நனைத்தான். வால்காவ் அவற்றைத் துடைத்தான். தூதர்கள் பீட்டரின் சொர சொரப்பான கரத்தில் முத்தமிட்டனர். அதன்பின் பீட்டர் எழுந்தான்; அப்பொழுது அவனது சிரம் மேற்கட்டியைத் தொடும்போலிருந்தது. அவன் பெரிய தொண்டையில், பண்டைக்கால மரபுப்படி ருஷிய மொழியில் வினவினான்ஃ

''ஸ்வீடிஷ் மக்களது அரசனான சார்லஸ் நலமாயிருக்கிறாரா?''

தூதர் குழுவன் தலைவன், மார்பில் கை வைத்துக்கொண்டு, பெரிய கொம்புபோன்ற பொய் மயிரைப் பக்கவாட்டில் சாய்த்துக்கொண்டும், ஆண்டவன் அருளால் அரசன் நலமாயிருப்பதாக விடை பகர்ந்தான்; அதன் பின், சகல ருஷ்யாக்களின் ஜாராக விளங்கும் பேரரசனது உடல் நலனைப்பற்றி வினவினான். ஸ்வீடிஷ்காரர்களைப் போல், குட்டையான மேலாடையும், தொடைப் பாகத்தில் கட்டம் போட்டதாகவும் ரிப்பன்களை உடையதாகவும் உள்ள ஸில்க் அரைக்கால் சட்டையையும் அணிந்த ஷாப்ரோவ் தூதனின் பதிலை உரத்த குரலில் மொழி பெயர்த்தான். பாயர்கள் கவனமாக வாய் திறந்தும், புருவத்தை உயர்த்தியும் செவிகளைத் தீட்டியும் அதைக் கேட்டார்கள். ஏதாவது அவமதிப்பு தொனிக்கிறதா என்பதை அறியவே அவர்கள் அவ்வாறு உற்றுக் கேட்டனர். ''நான் நலமாயிருக்கிறேன். நன்றி'' என்று பீட்டர் தலையசைத்துக் கூறினான். அந்த அரசியல் தூதன் தனது காரியதரிசி கொண்டுவந்த திண்டில் இருந்த நற்சான்றுப் பத்திரத்தை எடுத்து பீட்டரிடம் சமர்ப்பித்தான். ஜார் அதை ஏற்றுக் கொண்டான். அதைப் பாராமலேயே முதலமைச்சனான லியோநாரிஷ்கினிடம் தள்ளினான். பிறருக்கு மாறுபாடாக, லியோநாரிஷ்கின் மட்டும் பகட்டாக உடை அணிந்திருந்தான். அவனது வெள்ளை ஸாட்டின் ஆடையில் மணிகள் ஒளிவீசின. அவன் காகிதச் சுருளைப் பிரிக்காமலேயே, நிகழ்ச்சி நிறைவு எய்தியதாக உரத்த குரலில் அறிவித்தான்.

தூதர்கள் தலைகுனிந்து வணங்கியவாறே, கதவை நோக்கிப் பின் வாங்கினார்கள்.

மாஸ்கோவில் எதற்காக ஆறுமாத காலமாக அவர்கள் காத்திருந்தார்களோ அந்தப் பிரச்னையை இப்பேட்டியின் பொழுது எழுப்பலாமென்று தூதர்கள் எண்ணியிருந்தனர். ஜார் பீட்டர் 'நற்செய்தி'*யில் முத்தமிட்டு ஆணையிடுவதன் மூலம் ஸ்வீடனுடன் உள்ள சமாதான ஒப்பந்தத்தை ஊர்ஜிதம் செய்யவேண்டுமென்பதே அவர்களது கோரிக்கை. ஒருவாரம் சென்ற பின், ருஷிய மந்திரிகள், அன்னிய நாட்டு விவகார இலாகாவில் கூடிப் பேசுவதற்கு அத்தூதர்களை அழைத்தனர். ஸ்வீடனுடனுள்ள பழைய சமாதான ஒப்பந்தங்களை ஜார்பீட்டர் மனப்பூர்வமாக ஊர்ஜிதம் செய்வதாக அம்மாநாட்டில் வாஸ்நிட்ஸின் அறிவித்தான். ஆனால் தற்கால அரசனது தந்தை இருந்தபொழுதே, பீட்டர் ஆணையிட்டு ஊர்ஜிதம் செய்துள்ளபடியால் இப்பொழுது மீண்டும் 'நற்செய்தி' யை முத்தமிட்டுக் கூற முடியாதென்பதையும் அவன் தெளிவுபடுத்தினான். மாறாக, சார்லஸ் மன்னன் ஜார்பீட்டருக்கு இதுவரை உறுதிமொழி அளிக்கவில்லையென்றும், அவன்தான் 'நற்செய்தி'யை முத்தமிட்டுப் பிரதிக்ஞை எடுக்கவேண்டுமென்றும் வாஸ்நிட்ஸின் கூறினான்.

★ நேற்செய்தி (சுவிசேஷம்) பைபிளின் புதிய ஏற்பாட்டில் உள்ளது. கிறிஸ்துவின் வாழ்க்கையையும் போதனைகளையும் பற்றி அவரது தலை மாணவர் நால்வர் பெயரால் உள்ளவை. மொ-ர்.

தூதர்கள் ஆவேசமடைந்து வாதிக்கத் தொடங்கினர். ஆனால் மமதையால் புடைத்திருந்த மாஸ்கோ வாசிகள் சுடச்சுடத் திருப்பிக் கொடுத்தனர். இத்தகைய நிரந்தர சமாதான ஒப்பந்தத்தை அரசனது சம்மதமின்றி அவர்களால் ஏற்றுக்கொள்ள முடியாதென்றும், எனவே ஸ்டாக் ஹோமுக்குத் தகவல் தெரிவிப்பதாகவும் அவர்கள் சொன்னார்கள். வாஸ்நிட்ஸின், கிண்டலாக நோக்கிக் கொண்டு பதிலுரைத்தான்:

''ஸ்டாக்ஹோமுக்குள்ள போக்குவரத்து வசதியை நீங்கள் அறிவீர்கள். நான்கு மாதத்தில் கூடப் பதில் கிடைக்காது. இந்த நாட்களையெல்லாம் உங்கள் செலவிலேயே மாஸ்கோவில் 'வீணாகக் கழிக்க வேண்டும்.''

இரண்டாவது, மூன்றாவது கூட்டங்களிலும் நிலைமை மாறுதல் அடையவில்லை. அரசியல் தூதர் இலாகா குதிரைகளுக்கு உலர் புல் வழங்குவதைக் கூட நிறுத்திவிட்டது. தூதர்கள், பொய்முடிகள், காலுறைகள், பித்தான்கள் முதலிய சில உடைமைகளை விற்று உணவுக்கு வழி செய்துகொள்ள வேண்டியதாயிற்று. இறுதியில் அவர்கள் இணக்கம் தெரிவித்தனர். கிரெம் லினில், காட்டுப் பூனை வகையின் மயிர்ப்பட்டுக் கோட்டை அணிந்த பீட்டர், அரசு கட்டிலில் அமர்ந்து, இறுதியான தஸ்தவேஜியை முத்தமிடாது வழங்கினான். சோர்ந்துவிட்ட தூதர்கள் அதைப் பெற்றுக் கொண்டனர்.

நவம்பர் மாதத்தில் ஒரு நாள், மூடுபனி சூழ்ந்த காலை நேரத்தில், தோல் வைத்துத் தைத்த கோச்சு வண்டி சேற்றுக் கறைகளுடன், பிரியோபிராஷென்ஸ்கி மாளிகையின் பின் வாயிலில் வந்து நின்றது. மாளிகையின் வினோதமான கூரைகளை ஈரமான மூடுபனி சூழ்ந்திருந்தது. பொறுமை இழந்த அலெக்ஸாண்டர் மென்ஷிகோவ், பூட்ஸ்காலால் தரையை அறைந்து கொண்டே, அங்கு காத்திருந்தான். தலைமீது கோட்டைப் போட்டுக் கொண்டு ஒரு பணிப் பெண் அவ்வழியே எங்கோ செல்வதைக் கண்ட அவன், ''இந்தப் பக்கம் வராதே, பிணமே ஓடு'' என்று கத்தினான். அந்தப் பெண் தலைதெறிக்க ஓடியபொழுது, பாதரட்சை அணியாத அவளது பாதங்கள் ஈர இலைகளில் வழுக்கின.

போலிஷ் தளபதி கார்லோவிஸும் லிவோனியா மேன் மகள் பாத்குலும் வண்டியிலிருந்து இறங்கினர். ''நன்று, வந்துவிட்டீர்களா? ஆண்டவனுக்கு நன்றி கூறுவோம்'' என்று அவர்களுடன் கைகுலுக்கிய மென்ஷிகோவ் சொன்னான். அவர்கள் வெறிச்சென்று கிடந்த நடைபாதைகளையும் மாடிப் படிக்கட்டுகளையும் கடந்து சென்றனர். படிக்கட்டுகளில் சுண்டெலி மலத்தின் நாற்றம் வீசியது. மென்ஷிகோவ் ஒரு தாழ்வான கதவைத் தட்டினான்.

பீட்டர் கதவைத் திறந்து சற்று முகத்தைச் சாய்த்துப் பார்த்தான். அதன் பின் அவன் விருந்தாளிகளைப் புகைசூழ்ந்த சிறிய படுக்கையறைக்கு இட்டுச் சென்றான். அதில் இருந்த ஒரே ஒரு மைக்கா ஜன்னல் வழியாக மங்கலான வெளிச்சம் இலேசாக வந்தது. ''உங்களைக் காண்பதில் மகிழ்ச்சி அடைகிறேன், மிகவும் மகிழ்கிறேன்'' என்று பலகணிக்குத் திரும்பிய பீட்டர் முணு முணுத்தான். இங்கே, சிறிய மேஜையிலும் சாளர மேடையிலும் தரையிலும், காகிதங்களும் புத்தகங்களும் இறகு பேனாக்களும் இறைந்து கிடந்தன.

'மென்ஷிகோவ்!' என்று விளித்த பீட்டர், மசிக்கறை படிந்த விரலைச் சப்பினான். ''மென்ஷிகோவ், அந்தக் குமாஸ்தாவின் மூக்கை வெட்டிவிடச் சொல்வேன்! ஆம், அவனிடம் எச்சரித்துவிடு. பேனாக்களைச் செம்மையாகக் கூர் செய்து வைத்திருப்பது ஒன்றுதானே அவன் வேலை? இருப்பினும் அந்தப் பேய் பகலெல்லாம் உறங்குகிறது. ஓ, இந்த ஜனங்கள், இந்த ஜனங்கள்!'' என்று அலுத்துப் பேசிய பீட்டர், பாத்குலும் கார்லோவிஸும் நின்று கொண்டிருப் பதைக் கண்டவுடன் சுயநினைவு அடைந்து, ''மென்ஷிகோவ், விருந்தினருக்கு நாற்காலி கொண்டுவந்து போடு. தொப்பிகளை வாங்கிக்கொள். இங்கே...'' என்றான். கோணல் மாணலாக

எழுதியிருந்த காகிதங்களை நகத்தால் தட்டிக்கொண்டே அவன் மேலும் பேசினான்: ''நாங்கள் அ, ஆவிலிருந்து ஆரம்பிக்க வேண்டியிருக்கிறது. மாஸ்கோவில் ஏழடி உயரத்துக்கு வளர்ந்து விடுகிறார்கள். ஆனால் வடிகட்டிய முட்டாள்களாக இருக்கிறார்கள். தடியால் அடித்துப் படிக்கச் சொல்ல வேண்டியிருக்கிறது. ஓ, இந்த ஜனங்கள், இந்த ஜனங்கள்! ஹெர் பாத்குல், நீங்கள் சொல்லுங்கள்; பெர்கூஸ்ஸன், கிராண்ட் என்ற ஆங்கிலேயர்கள் புகழ்பெற்ற அறிஞர்களா?''

''நான் லண்டனிலிருந்தபோது அவர்களைப் பற்றிக் கேள்விப் பட்டேன். அவர்கள் ரொம்பப் புகழ் பெற்றவர்களல்ல; தத்துவ ஞானிகள் அல்ல; நடைமுறை விஞ்ஞானத்தைப் பயின்றவர்கள் என்று சொல்லாம்'' எனப் பாத்குல் கூறினான்.

''அதுதான் சரி. சமய சாத்திரத்தைப் படித்துப் பயன் என்ன? பேன்களுக்கு இரையாகிறோம். கணக்கு, கப்பல் கட்டுதல், சுரங்கத் தொழில், வைத்தியம் இவைதாம் நமக்குத் தேவை'' என்று கூறிய பீட்டர் காகிதங்களை எடுத்து மேஜை மீது போட்டான். ''அனைத்தையும் விரைவாகச் செய்து முடிக்க வேண்டும். இதுதான் பெருந் தொல்லையாகவிருக்கிறது'' என்றான்.

அவன் கால்மேல் கால் போட்டுக்கொண்டு அமர்ந்தான்; முழங்கைகளை மேஜைகளில் ஊன்றிக்கொண்டு புகை பிடிக்கத் தொடங்கினான். கொழுத்த சரீரத்தை உடைய கார்லோவிஸ் கஷ்டப்பட்டு மூச்சு விட்டுக்கொண்டு, ஜாரை நோக்கித் தெண்டத் தெண்ட விழித்தான். பாத்குல் சிடுசிடுப்பாகத் தன் காலடியை நோக்கினான். மென்ஷிகோவ் நிதானமாக இருமினான். குழாய் வைத்திருந்த பீட்டரது கரம் நடுங்கியது.

''நல்லது. அதை எழுதிவிட்டீர்களா? இங்கு கொண்டுவந்திருக்கிறீர்களா?''

வெளிறியமுகத்தை உயர்த்திய பாத்குல் உறுதியாகக் கூறினான். ''நாங்கள் ரகசிய ஒப்பந்த வாசகத்தை எழுதிக் கொண்டு வந்திருக்கிறோம். இதைப் படிக்கும்படிக் கார்லோவிஸிடம் சொல்லுங்கள்.''

''படியுங்கள்.''

மென்ஷிகோவ் கால்விரலால் நடந்து அவர்களை நெருங்கினான். கார்லோவிஸ் ஒரு வெளிறிய நீலக் காகிதத் துண்டை எடுத்துத் தூரத்தில் பிடித்துக் கொண்டு கஷ்டப்பட்டுப் படித்தான்.

''ஸ்வீடன் அக்கிரமமாகப் பிடித்துள்ள பிரதேசங்களை ருஷிய ஜார் திரும்பப் பெறுவதில் உதவுவதற்காகவும், பால்டிக் கடலில் ருஷிய ஆதிக்கம் ஏற்படச் செய்வதற்காகவும் போலந்து அரசர் ஸ்வீடன் தேசத்து அரசனுடன் போர் தொடுப்பார்; ஸாக்ஸன் படைகளைக் கொண்டு லிவோனியா மீதும் எஸ்டோனியாமீதும் படையெடுப்பதுடன், போலிஷ் அரசையும் போரில் ஈடுபடுவதற்கு இணங்கச் செய்வதாக வாக்களிக்கிறார். துருக்கியுடன் சமாதான ஒப்பந்தம் செய்து கொண்டவுடன், அல்லது அது கைகூடாவிட்டாலும் 1700-ஆம் ஆண்டு ஏப்ரலுக்குள்ளாக, ஜார் இங்கிரியாவிலும் காரீலியாவிலும் ராணுவ நடவடிக்கைகளில் ஈடுபடுவார். அதற்கு முன்னால், அவசியமானால், கூலிப்படையின் உருவில் போலந்து அரசருக்கு ஆதரவாகப் படை அனுப்புவார். பகைவனுடன் தனித்தனியாகப் பேச்சுவார்த்தை நடத்துவதில்லையென்றும், ஒருவரை ஒருவர் கைவிடுவதில்லையென்றும் நேச நாடுகள் ஒப்புக்கொள்கின்றன. இந்த ஒப்பந்தத்தை மீறக் கூடாத ரகசியமாகக் காப்பாற்ற வேண்டும்.''

உலர்ந்த உதடுகளை நாக்கால் தடவிக்கொண்டு, ''அவ்வளவுதானா?'' என்று பீட்டர் வினவினான்.

''மாட்சிமை பொருந்தியவரே, அவ்வளவுதான்'' என்றான் கார்லோவிஸ்.

''மாட்சிமை பொருந்திய தங்களது அங்கீகாரத்தைப் பெற்றவுடன், நான் நாளைக்கே வார்ஸாவுக்குப் புறப்படுகிறேன். அகஸ்ட் அரசனது நம்பகமான கையொப்பத்துடன் டிசம்பர் 'மாத முற்பகுதிக்குள் உங்களைச் சந்திக்க முடியமென்று நம்புகிறேன்'' என்றான் பாத்குல்.

பாத்குலின் மஞ்சள் பாய்ந்த திண்ணிய கண்களைப் பீட்டர் வினோதமாக வெறித்துப் பார்த்தான். அப்பொழுது கண்ணீர் தளும்பியது. வாயைக் கோணலாக நீட்டிப் புன்னகை செய்து கொண்டு அவன் சொன்னான்ஃ

''பாத்குல், இது ஒரு பெரிய முயற்சி, சரி சரி... வார்ஸாவுக்குப் போய் வாருங்கள்.''

5

ஆலயத்தின் ஸ்தூபியில் பன்னிரண்டு மணி அடித்த பேரோசை எங்கும் நிறைந்தது. தன் மானமுள்ள நகர மக்கள், தத்தம் நண்பகல் சாப்பாட்டுக்குத் தயாரானார்கள். செனேட் உறுப்பினர்கள், பேரவை மண்டபத்தின் நாற்காலிகளிலிருந்து எழுந்தனர். தேர்ச்சிபெற்ற வினைஞன் தனது கருவிகளைக் கீழே வைத்துவிட்டுத் தன்னிடம் பயிற்சிபெற்ற ஊழியரை நோக்கி ''என் புதல்வர்களே, கைகழுவுங்கள்; பிரார்த்தனை செய்யுங்கள்!'' என்று கூறினான். பிரபு தனது மூக்குக் கண்ணாடியை நீக்கிவிட்டுத் துயரார்ந்த கண்களைத் துடைத்துக்கொண்டு, மறைந்தொழிந்த பெருமையின் புகையில் இருண்டிருந்த போஜன அறையை நோக்கிப் பெருமிதமாக நடந்தான். உல்லாசமான சோல்ஜர்களும் மாலுமிகளும் சாராயக் கடைகளை நோக்கிச் சென்றனர். அந்தக் கடைகளின் கதவருகே, இறைச்சி அடைந்த குடற்குழாய்களும், உப்பிலிட்ட பன்றித்தொடை இறைச்சியும் கொத்துக்கொத்தாகத் தொங்கி, அவர்களது நாவில் நீர் ஊறச்செய்தன.

இந்த உலக நடைக்கு விலக்காக நகரில் நடந்துகொண்டவன் ஒருவன்தான் என்று சொல்லலாம் அவனே பன்னிரண்டாவது சார்லஸ் மன்னன். அவனது படுக்கையருகே இருந்த சிறிய மேஜையின் மீது, பொன்னிறமான 'ரைன்' நதிப் பிரதேச ஒயின் பாட்டில்களின் இடையே, சாக்லேட் பானம் ஆறிக்கொண்டிருந்தது. உயரமான ஜன்னல்களின் கருஞ்சிவப்புத்திரைச் சீலைகள் ஒதுக்கப்பட்டிருந்தன. தோட்டத்தில், உருண்டை, பிரமிட்டு, நாற்கோணம் ஆகிய வடிவங்களில் வெட்டப்பட்டிருந்த செடிக்கொத்துக்கள் இன்னமும் பசுமையாக விருந்தன; அவற்றின் மீது பனி பெய்து கொண்டிருந்தது. கணப்புருக்கருகேயிருந்த பலகைமீதுள்ள கண்ணாடி, வெண்மையான ஒளியைப் பிரதிபலித்தது. அது எரிந்துபோன மெழுவத்திகளை உடைய இரண்டு கிளை விளக்குகளில் இருந்த உருகிக் கெட்டி தட்டிய மெழுகுக் கட்டிகளையும் பிரதிபலித்தது. அடுப்பில், பைன்மர விறகு வெடித்தது. படுக்கையின் கால்மாட்டிலிருந்த பொன்னாலான மன்மத உருவத்தின் தலையில் அரசனது கால்சட்டை தொங்கியது. ஒரு பெண்ணின் ஸில்க் ஆடையும் உள்ளாடைகளும் நாற்காலிகளில் சிதறிக்கிடந்தன.

தலையணைமீது கைவைத்துச் சாய்திருந்த சார்லஸ், ராஸின் எழுதிய நாடகத்தை உரக்கப்படித்துக் கொண்டிருந்தான். அந்த நாடகத்தின் கவிதையைப் படித்தபொழுதே, அப்போதைக்கப்போது நறுமணத் தேறலைக் குடி கிண்ணத்திலிருந்து பருகிக்கொண்டிருந்தான். அவனுக்கு அருகில், ரஜாய் ஒன்றை மூக்கின் நுனிவரை இழுத்துப் போர்த்திக்கொண்டு, ஒரு கருங்குழலாள் சிறு துயில் கொண்டிருந்தாள். அவளது மயிரின் சுருள்கள் கலைந்திருந்தன;

கன்னங்களின் செவ்வண்ணப்பூச்சு அழிந்திருந்தது. முகம் மஞ்சளாகவிருந்தது; குடி கிண்ணத்து ஒயினின் நிறத்தையே ஒத்திருந்தது.

இவள்தான், டெஸ்மன்ட் சீமாட்டி அதலி என்பவள். இன்ப வேட்கைமிகுந்தவள்; தீய ஒழுக்கங்களில் தேர்ச்சி பெற்றவள். வௌவால் பறப்பது மாதிரி, குறியோ நெறியோ இல்லாது பறந்து திரிந்தவள். அரசவை ஆடையையும் நடிகையின் உடையையும் படையதிகாரியின் உடுப்பையும் ஒரு சீரான நேர்த்தியுடன் அணிந்துகொள்ளும் திறம்படைத்தவள். அரண்மனைப் போலீஸின் விரும்பத்தகாத கவனத்திலிருந்து தப்புவதற்காகச் சாளரத்திலிருந்து நூலேணிவைத்து இறங்குவாள். அவள் வீயன்னாவில் ஆபிராவில் பாடினாள்; ஆனால் அதன்பின் தன்குரல் வளத்தை இழந்துவிட்டாள்; எப்படி இழந்தாளென்பது ஒரு மர்மம். பதினான்காவது லூயி மன்னனுக்கு முன்னால், மோலீர் நடித்துக்காட்டிய கற்பிதமான கதைப்பொருளை உடைய நாடகத்தில் அவள் நடனமாடினாள். மார்ஷல் லக்ஸம்பர்க் பிளாண்டர்ஸ் நகரங்களை முற்றுகையிட்டபொழுது, அவள் சிப்பாய் வேடம் தரித்து அவனுடன் சென்றாள். நாமுர் பிடிபட்டபொழுது, அவளது பயணப்பை நகைகளால் நிரப்பட்டதாகச் சொல்லிக் கொண்டார்கள். பிரெஞ்சு அரசவையின் வற்புறுத்தலுக்கு இணங்க, அவள் லண்டனுக்கு சென்றாள். அவளது நேர்த்தியான சவாரிக்குதிரைகளையும் கவுன்களையும் கண்டு ஆங்கிலேயர் பாராட்டினர். பல ஆங்கிலேயப் பிரபுக்கள் அவளது வசீகரத்திறனுக்கு அடிமையாயினர். இறுதியில் மார்ல்பாரோ கோமகனே அவளது மோகவலையில் சிக்கினான். ஆனால் மார்ல்பாரோ சீமாட்டி, லண்டனைவிட்டு உடனே புறப்பட்டுச் செல்லும்படி அவளை எச்சரித்தாள். இப்பொழுது, துணிகரச் செயல்களை உயிர் மூச்சாகக்கொண்ட இந்தப் பெண்ணைக் காற்று அடித்துக் கொண்டுவந்து, ஸ்வீடிஷ் மன்னனது படுக்கையில் கிடத்தியிருக்கிறது.

பாட்டிலை எடுப்பதற்குக் கையை நீட்டிய சார்லஸ் சொன்னான்: ''காதல், காதல், மீண்டும் காதல்! நாளா வட்டத்தில் சலித்துவிடுகிறது. ராஸினை[1]ப்படித்தால் வெறுப்பு உண்டாகிறது. மீர்மிடன்[2]களது வேந்தனான பிர்ஹஸ், மோசமான போர்வீரன் அல்ல; ஆனால் நாடகத்தின் ஐந்து அங்கங்களிலும், அவன் பொருளில்லாத அபத்தங்களை உளறிக்கொட்டுகிறான். புளூட்டார்க்கும் ஸீஸரின் விமர்சனங்களும் தாம் எனக்குப் பிடிக்கின்றன. உனக்குக் கொஞ்சம் ஒயின் வேண்டுமா?

''அரசரே, என்னைத் தொந்தரவு செய்யாதீர்கள். மண்டை உடைக்கிறது. இன்று முழுவதும் உயிரோடிருப்பேனா என்பதே சந்தேகமாயிருக்கிறது'' என்று அந்தச் சீமாட்டி கண்களைத் திறவாது பதிலளித்தாள்.

சார்லஸ் சிரித்துவிட்டுக் கண்ணாடிக் கோப்பையிலிருந்து பருகினான். கதவைப் பிறாண்டிய சத்தம் கேட்டது. ராஸினில் ஈடுபட்டிருந்த சார்லஸ், ''உள்ளே வருக'' என்று சோர்ந்தவன் மாதிரிக் கூறினான். படுக்கையறையை நிர்வகித்த பர்க்கன்ஹம் பிரபு ஸில்க்கைச் சலசலத்துக் கொண்டும் புன்னகை செய்துகொண்டும் உள்ளே வந்தான். சிறிய மச்சத்தை உடைய அவனது நாசியின் நுனி சிறிது சாய்ந்திருந்தது. புத்தம் புதிய செய்திகளைக் கூறுவதற்கு அவன் ஆவலாயிருந்ததை முகக்குறியே காட்டியது.

அரசனது கால்சட்டைக்கு வணங்கிய, அவன், அரண்மனையின் சிறுசிறு நிகழ்ச்சிகளைப்

1. ராஸின், பதினேழாம் நூற்றாண்டில் பிரபலமான பிரெஞ்சு நாடகக் கவிஞன்.

2. மீர்மிடன்கள் என்பது பண்டைக்கால கிரேக்கர்களில் ஒரு பகுதியினரைக் குறிக்கும். கிரீக்க அரசுகள் ஒன்றுபட்டு டிராயுடன் போராடியபொழுது, கிரேக்கமாவீரனான அக்கிலிஸைப் பின்பற்றியவர்கள் மீர்மிடன்கள் எனப்படுவர்.

பற்றி இங்கிதமாகப் பேசினான். அவனது அறிவார்வத்தின் வீச்சில் சிக்காத விஷயம் ஒன்றுமில்லை.நல்லொழுக்க நெறிபட்ட பணிப்பெண்ணான அன்னாவின் படுக்கைறையில் இரவில் ஏதோ ஐயம் விளைவிக்கும் சந்தடி கேட்டதென்பதைக்கூட அவன் அறிவித்தான். இடது பக்கம் திருப்பிய அதலி முணங்கினாள்:

''அட, கடவுளே, கடவுளே, என்ன அபத்தம்!''

அந்தப் பிரபு அதைரிய மடையவில்லை. முக்கியமான சேதியும் சொல்வதற்கு இருந்தான். ''இன்று காலை ஒன்பது மணிக்குக் கடைக்காரர்கள் செனேட் சபையில், அரசனது செலவு மானியத்தைக் குறைக்கவேண்டுமென்று கோரி ஒரு புதிய விண்ணப்பத்தைச் சமர்ப்பித்தார்கள்'' என்று அவன் கூறினான். இதைக்கேட்டு சார்லஸ் கனைத்தான். பர்க்கன்ஹம் தொடர்ந்து பேசினான்; ''இந்த நகரத்தாரின் பேராசைக்கு ஒருவரையறையே இல்லை. நான் இப்பொழுது தான் பிரெஞ்சு ஸ்தானிகரைப் பார்த்துப்பேசினேன். அவர் சில அருமையான ஆங்கிலநாட்டு வேட்டை நாய்களுடன், பனியில் வேட்டையாடுவதற்குப் போய்க்கொண்டிருந்தார். அவரது புரவி எவ்வளவு அருமையானது! சீட்டாட்டத்தில் கிடைத்த வெற்றிப்பொருள் அது. அவரிடம் இந்த விண்ணப்பத்தைப் பற்றிக் கூறினேன். அவர் தோட்களைக் குலுக்கினார். இது யூகனோக்க[1]ளின் சதியாக இருக்கவேண்டும். இந்தக் கடைக்காரரும் வியாபாரிகளும் ஐரோப்பாவெங்கும் சிதறிக்கிடக்கிறார்கள். அவர்கள் பிரான்ஸிலிருந்து ஆறுகோடி லீவர்களை எடுத்துச் சென்றனர்.

இந்தச் சமயவிரோதிகள் பிடிவாதக்காரர்கள். அவர்கள் சாத்தியமான இடங்களில் எல்லாம் முடியாட்சிக் கொள்கைக்கே குழிபறிக்கிறார்கள். ஸ்வீட்ஸர்லந்திலும் இங்கிலாந்திலும் ஹாலந்திலும் பிரான்ஸிலுள்ள அவர்கள் ஒருவரோடு ஒருவர் ரகசியத் தொடர்பு வைத்துக் கொண்டு இருக்கிறார்கள். அரசனுக்கும் பிரபுக்களுக்கும் விரோதமான வெறுப்புணர்ச்சியை நகரத்தாரிடம் கிளறி விடுவதற்கு ஒவ்வொரு சந்தர்ப்பத்தையும் பயன்படுத்துகிறார்கள்' என்று அவர் கூறினார்.''

''வேறு என்ன சேதி?'' என்று சார்லஸ் வியாகூலத்துடன் வினவினான்.

''செனேட்டுக்குப் போயிருந்தேன். இன்றைய மனு, பல சாக்குப் போக்குகளில் ஒன்றுதான். தாழ்வாரத்தில் சில செனேட்டர்களுடன் பேசினேன். போர்ப் பிரகடனம் செய்வதற்கு அரசனுக் குள்ள உரிமையைக் கட்டுப்படுத்தும் சட்டத்தை அவர்கள் தயாரித்துக் கொண்டிருக்கிறார்கள்.''

சார்லஸ், ராஸின் எழுதிய 'ஆண்டிரோமாகி'[2] நாடக நூலை ஆத்திரத்தோடு மூடிப் பக்கத்தில் எறிந்தான். படுக்கை விரிப்பை உடம்பில் சுற்றிக் கட்டிக்கொண்டு எழுந்து உட்கார்ந்தான்.

''இன்று உனக்குக் கிடைத்த தகவலைச் சொல்'' என்று சார்லஸ் கூறியவுடன், பெர்க்கன்ஹம் சீமாட்டியின் சிரத்தை கூர்மையாக நோக்கினான். ''மதியீனம்! இங்கு கேட்கத்தகாத செவி ஒன்றுமில்லை. அறிந்ததைக் கூறு'' என்று சார்லஸ் சொன்னான்.

---

1. யூகனோக்கள்: பிரெஞ்சு பாட்டின் கிறித்துவச் சமயத்திருத்தவாதிகள். பிரெஞ்சு கத்தோலிக்கரது ஒடுக்கு முறையைத் தாங்க முடியாது வெளிதேசங்களுக்கு ஓடினார்கள். அவர்கள் பல்வகைத் தொழில் திறமை உடையராயிருந்தனர். -மொர்.

2. ஆண்டிரோமாகி என்பவன் டிராய் தேசத்து இளவரசனான ஹெக்டரின் மனைவி. ஹெக்டர் போரில் கொலையுண்டபின். தற்கொலை செய்துகொள்ள முயன்றாள்; முடியாது போயிற்று. பிறகு, அக்கிலிஸின் மகனான பிர்ஹஸ் இவளை இட்டுச் சென்று தன் மனைவியாகக்கொண்டான். அவனுக்குச்சில குழந்தைகளைப் பெற்றாள். பிறகு இவளை வேறு ஒருவனுக்கு வாழ்க்கைப் படுத்திவிட்டுப் பிர்ஹஸ் இன்னொருத்தியை மணந்துகொண்டான்.-மொர்.

"நேற்றையதினம், ஒரு பிரபு ஒரு வர்த்தகக்கப்பலில் ரீகாவிலிருந்து வந்தான்.. நான் இன்னும் அவனைப் பார்க்கவில்லை. பாத்குல் திடீரென்று மாஸ்கோவில் தோன்றியிருப்பதாக அவன் கூறுகிறானாம்.''

சீமாட்டி தன் தலையைத் தலையணையிலிருந்து சற்று உயர்த்தினாள்.

"போ, போ. பைப்பர் பிரபுவை என்னிடம் அனுப்பு'' என்று அரசன் அறிவித்தான்.

பெர்க்கன்ஹம், சிறகடிப்பதைப் போல் சட்டையின் முன்கைச் சரிகையை ஆட்டிக்கொண்டு கம்பளவிரிப்பின் மீது மிதந்து சென்று அறையிலிருந்து நீங்கினான். சார்லஸ், சாளரத்தில் வழியே, பனி பெய்வதைப் பார்த்தான். உயர்ந்த நெற்றியும் நீண்டமூக்கும், சிறுமியின் வாயும் உடைய அவனது குறுகலான முகம், குளிர்காலத்து நாளைப்போல் நிறமின்றி இருந்தது. ஒரு மயிர்ச்சுருள் வழியே, கிண்டல் செய்யும் பாவனையில் சீமாட்டியின் கண் அவனை நோக்கியதை அவன் கவனிக்கவில்லை. வெண்பனி ஏடுகள் விழுவதை நோக்கிய அவன், ஆத்திரமடைந்த போதிலும், முன்யோசனையுடன் செயல்பட வேண்டுமென்ற எண்ணமும் தோன்றியது.

கதவுக்கு வெளியேயிருந்து காலடிச் சத்தம் கேட்டவுடன், அவன் ஒரு தலையணையை எடுத்து அவள் முகத்தின் மீது எறிந்தான்.

"முகத்தை மூடிக்கொள். நான் தனியாயிருக்க வேண்டும்!'' என்று கூறினான். அவன் தன் சட்டையை நேராக்கிக்கொண்டு, ஆறிவிட்ட சாக்லேட் பானக்கோப்பையைக் கையிலெடுத்தான். பிரெஞ்சு வழக்கத்தைப் பின்பற்றி அரசன் பள்ளியறையில் சாக்லேட் பானத்தைக் காலையில் கொண்டுவந்து வைப்பது இந்த அரண்மனையிலும் பழக்கமாகி விட்டது.

"உள்ளே வருக.''

அண்மையில், சார்லஸால் பிரபுவாக்கப்பட்ட உயர் அவை உறுப்பினனான காரல் பைப்பர் அறையில் பிரவேசித்தான். திண்ணிய கால்களை உடைய அவன் உயரமாயிருந்தான். ஆடை சிறப்பாக இல்லையென்றாலும் அதைக் கவனமாக உடுத்தியிருந்தான். கசங்கிய முகத்தின் கண்காணிப்பான தோற்றம், அவன் ஓர் அனுபவமிக்க அதிகாரி என்பதை அறிவித்தது.

சார்லஸ் அவனைப் பற்றுதலில்லாமல் மேலும் கீழும் நோக்கிவிட்டுக் கூறினான்:

"அரசவை வம்பளப்பைப்பற்றி அறியவேண்டும்.''

"ஐயா, அவர்கள் என்னிடமிருந்து தகவல் கிடைத்தால் தான் வம்பளக்க முடியும். அவர்கள் வம்பு அளப்பதற்கு அவசியமான சேதி என்று நான் கருதுவதையே அவர்களிடம் சொல்கிறேன்'' என்றான் பைப்பர். பைப்பர் சிரிப்பதே இல்லை, ஒரு பொழுதும் அவனது உள்ளச் சமநிலை உலைவுறுவதில்லை. எப்படித்தான் தலைகுப்புற தள்ளி உருட்டினாலும், அவனது கால்கள் தாங்கும்.

"பாத்குல் மாஸ்கோவில் இருக்கிறானா?'' என்று அரசன் வினவினான்.

பைப்பர் பதிலுரைக்காது மௌனம் சாதித்தான்.

சார்லஸ் தன் குரலை உயர்த்தினான்: "அரசன் ஏகாந்தமாக இருப்பதாகப் பாசாங்கு செய்தால், அவன் அப்படித்தான் இருப்பதாகக் கொள்ளவேண்டும். விண்ணுக்கும் மண்ணுக்கும் இது பொருந்தும். என்னவானாலும் சரி, சொல்.''

''ஆம். ஐயா. பாத்குல் மாஸ்கோவிலிருக்கிறான். அவனோடு புகழ்பெற்ற சாகசியான தளபதி காரலோவிஸூம் இருக்கிறான்.''

''அவர்கள் அங்கு என்ன செய்கின்றனர்?''

''ஊகமாகத்தான் சொல்லமுடியும். இதுவரை எனக்குச் சரியான தகவல் கிடைக்கவில்லை.''

''நம் தூதர்களும் மாஸ்கோவில் இருக்கிறார்களல்லவா?''

''ஆம், செனேட் அனுப்பிய தூதர்கள் போயிருக்கிறார்கள். கிழக்கே, எப்படியாவது புதிய விண்ணப்பத்தைப் பற்றிக் கேள்விப்பட்டாயா. செனேட்டர்கள் என்னிடம் என்ன கேட்கப் போகிறார்களென்பதை நீ அறிவாயா?'' என்று சார்லஸ் கூறியபொழுது பைப்பர் தோள்களைக் குலுக்கினான். சார்லஸ் விரைவாகக் கிண்ணத்தை மேஜை மீது வைத்தான். சார்லஸ் மேலும் பேசினான்:

''இழுத்த இழுப்புக்கெல்லாம் இசைந்தோடும் கழுதையாக நடிப்பதற்கு நான் இனியும் தயாராயில்லை என்பதை நீ அறிவாயா? இந்தக் கருமிகளுக்காகத்தான் என் தந்தை பிரபுக்களது வர்க்கத்தை அழித்தார். இப்பொழுது இந்த 'யூகனோக்கள்' என்னை ஓர் ஊமைப் பொம்மையாக மாற்ற விரும்புகின்றனர்! அவர்கள் தப்புக் கணக்குப் போடுகிறார்கள்!'' பைப்பரைப் பார்த்துத் தலையை ஆட்டிக்கொண்டு மேலும் சொன்னான்: ''ஆம், ஆம். அவர்கள் தப்புக் கணக்குப் போடுகிறார்கள். பைப்பர், நீ என்ன நினைக்கிறாய் என்பதை நான் அறிவேன். நான் தெம்மாடியாக விருப்பதாகவும், என் பணப் பை காலியாகவிருப்பதாகவும், எனக்கு நற்பெயர் கிடையாதென்றும் நினைவூட்ட விரும்புகிறாய். பிரான்ஸ் தேசத்தில் பெற்ற வெற்றிகளின் அடிப்படையில் ஸீஸர் ரேமாபுரியை வென்றான். மது, மாதர் இன்பம் முதலியவற்றின் மீது மையல் கொண்டு நான் வாழ்கிறேனென்றால், இந்த விஷயத்தில் ஸீஸர் எனக்குச் சளைத்தவனல்ல. நீ கவலைப்படாதே. நமது நன்மதிப்புக்குரிய செனேட் மண்டபத்தின் மீது குதிரைப் படையை ஏவிவிடும் உத்தேசம் எனக்கில்லை. ஐரோப்பாவில் புகழ் பெறுவதற்கு நிறைய வாய்ப்பு இருக்கிறது.'' அவன் உதட்டைக் கடித்துவிட்டு வினவினான்.

''கார்லோவிஸ் மாஸ்கோவில் இருக்கிறானென்றால், நாம் அகஸ்ட் அரசனோடு சண்டையிட வேண்டியிருக்குமல்லவா?''

''அவன் மட்டுமே எதிரியாகவிருப்பான் என்று தோன்றவில்லை.''

''என்ன சொல்கிறாய்?''

''என் கணிப்பு பிழைபடாதென்றால், நமக்கு எதிராக ஒரு கூட்டணி உருவாவதாகக் கருதுகிறேன்.''

''அது இன்னும் நல்லது. அவர்கள் யார் யார்?''

''தகவல் சேகரித்துக் கொண்டிருக்கிறேன்.''

''ரொம்ப நல்லது. செனேட் தன் விவாதங்களை நடத்தட்டும். நாம் நமது வேலையைக் கவனிப்போம். வேறு ஒன்றும் தகவல் இல்லையே? நன்றி, சென்று வா.''

பைப்பர் விகாரமாக வணங்கிவிட்டு வெளியேறினான். அவன் ஓரளவுக்கு திகைப்படைந் திருந்தான். அரசனது சிந்தனைகளின் எதிர்பார்க்க முடியாத விளைவு நெளிவுத் திருப்பங்கள்

எவரையும் குழப்பத்திலாழ்த்தும், வேறு எதைக் காட்டிலும் போர்ச் செலவிடமே அதிகமாக அச்சங் கொண்டிருந்த செனேட்டை எதிர்த்துப் போராடுவதற்கு பைப்பர் நிதானமாகவும் எச்சரிக்கையாகவும் சித்தம் செய்து கொண்டிருந்தான். சிறிது கால அமைதிக்குப்பின், மீண்டும், ரைன் நதியிலிருந்து பால்டிக் கடலோர நாடுகள் வரை உள்ள நிலப்பகுதியில் போர் வாடை வீசியது. போரே அதிகாரத்தை அடைவதற்குள்ள ஒரே பாதையாக இருந்தது. சார்லஸ் இதை உணர்ந்திருந்தான். ஆனால் அவன் உற்சாக மிகுதியால், களம் புகுவதற்கு அவரசப்பட்டான். ஆனால் இந்த விஷயத்தில் அவனது உற்சாகம் மட்டும் போதாது.

படுக்கையறை வாயிலைக் கடந்தவுடன், பைப்பர் பர்க்கன்ஹமை நடைபாதையில் சந்தித்தான். அவனது கரத்தைப் பிடித்துக்கொண்டு கவலையோடு கூறினான்:

''அரசனது கவனத்தைத் திருப்புவதற்கு முயற்சி செய். ஒரு பெரிய வேட்டை நடத்துவதற்கு ஏற்பாடு செய். ஸ்டாக்ஹோமிலிருந்து சில நாட்களுக்கு வெளியே அழைத்து சென்றுவிடு. தேவையான பணத்தை நான் தருகிறேன்.''

சார்லஸ் படுக்கையிலேயே உட்கார்ந்திருந்தான். கற்பிதமாக நிகழ்ச்சிகளைப் பற்றி மனோராஜ்யம் செய்வோனைப்போல் அவனது கண் பாவைகள் உப்பியிருந்தன. அதலி முகத்தின் மீதிருந்த தலையணையை ஆத்திரத்துடன் தூக்கி எறிந்தாள்; படுக்கையிலணியும் ஆடையைத் தூக்கி பல்லால் கடித்துக்கொண்டு கூந்தலை நேர் செய்யத் தொடங்கினாள்.அவளது கைகள் அழகாயிருந்தன; தோள்கள் பழைய தந்தத்தின் நிறத்தைக் கொண்டிருந்தன. இறுதியில், கஸ்தூரியின் மணம் அரசனது கவனத்தை இழுத்தது.

''நீ அரசன் அகஸ்ட்டைப் பார்த்திருக்கிறாயா?'' என்று அவன் வினவினான். அவளது வட்ட வடிமான கரிய கண்கள் அவனை வெறுமையாக வெறித்து நோக்கின. ''அவன் ஐரோப்பாவிலேயே முதன்மையான உல்லாசப் பிரியன் என்கிறார்கள். ரொம்பத் துடுக்கானவனாம். அதிர்ஷ்ட தேவியின் தனி அன்புக்கு உரியவன். அவன் பொய்முகக் களியாட்டங்களிலும் வாணவேடிக்கைகளிலும் நான்கு லட்சம் பொற்காசுகள் செலவிடுகிறான். நான் என் தந்தையின் மகனாயிருப்பதாலேயே அரசு கட்டிலில் அமர்ந்திருப்பதாகவும் சுயதிறமை இல்லாதவன் என்றும், என்னைப் பிடித்திழுத்துக் கசையால் அடித்தால் நன்றாயிருக்குமென்றும், அகஸ்ட் சொன்னதாக பைப்பர் ஆணையிட்டுக் கூறுகிறான்.''

இதைக் கேட்டு அதலி, பல்லில் கடித்த உடை விளிம்பை விடுத்துவிட்டு உல்லாசமாகவும் கரகரப்பாகவும் சிரித்தாள். சார்லஸின் இமைகளில் ஒன்று துடித்தது.

''அகஸ்ட் தமாஷாகப் பேசுவதில் கெட்டிக்காரன் என்று நான் சொல்லவில்லையா? அவனிடம் பத்தாயிரம் ஸாக்ஸன் காலாட்படையினர் உள்ளனர். பெரிய திட்டங்களை வகுத்திருக்கிறான். தந்தையின் மகன் என்பதால் ஆட்சிக்கு வந்த ஸ்வீடன் ஆடுபோல் நிர்க்கதியாக இருக்கிறது என்றாலும், அகஸ்ட்டைத் துப்பாக்கி வீரர்கள் கட்டிப் பிணைத்து என் பாசறைக்குக் கொண்டு வரவேண்டுமென்றும் அப்பொழுது நான் அவன் கூறியதை நினைவூட்ட வேண்டு மென்றும் பெரிதும் விரும்புகிறேன்.

''பேஷ், பேஷ்!'' என்று அதலி கூறினாள். ''உன் முயற்சிகளின் வெற்றிக்காக!'' என்று கூறி, ஒரு கோப்பையை ஒயினை ஒரே மடக்கில் குடித்தாள். போர்வையின் விளிம்பால் இதழ்களைத் துடைத்துக்கொண்டாள்.

சார்லஸ் படுக்கையிலிருந்து துள்ளி எழுந்தான். குதிகால்வரை தொங்கிய படுக்கைச்

சட்டையோடு, சாய்வு மேஜைக்குப் பாதரட்சையும் அணியாது ஓடினான். ஒரு மறைவான இழுவை அறையைத் திறந்து நகைப்பெட்டி யொன்றை எடுத்தான். அதில் வைரத்தில் செய்த தலைச்சூட்டு ஒன்று இருந்தது. படுக்கை விளிம்பில அமர்ந்த அவன், அதலியின் கரிய சுருள் மயிர் மீது இந்தத் தலைச் சூட்டை அணிவித்துவிட்டு வினவினான்.

''நீ எனக்கு விசுவாசமாயிருப்பாயா?''

''அநேகமாக, விசுவாசமாயிருப்பேன், உன்னைப்போலக் கிட்டத்தட்ட இரண்டு மடங்கு வயது எனக்கு ஆகிறது. சில சமயங்களில், உன்னிடம் தாய்ப்பாசமே ஏற்படுகிறது'' என்று கூறிய அவள், தன் இதழ்களை முதலில் சந்தித்த அவனது மூக்கை முத்தமிட்டாள். இனிய புன்னகையோடு அவள் தலைச்சூட்டை விரல்களால் சுற்றினாள்.

''அதலி, நீ வார்ஸா போகவேண்டுமென்பது என் விருப்பம். 'ஓலாப்' சில நாட்களில் புறப்படுகிறது. அது நேர்த்தியான கப்பல். அதில் பேய் ரீகாவில் இறங்கினால், குதிரைகளும் கூண்டுவைத்த சறுக்கு வண்டியும் ஆட்களும் பணமும் உனக்காக அங்கு காத்திருக்கும் ஒவ்வொரு தபாலிலும் நீ எனக்குக் கடிதம் எழுதவேண்டும்''என்றான் சார்லஸ்.

அவனது இளமைக்குரிய விழிகளை அதலி மிகுந்த ஆவலோடு பார்த்தாள். இந்த வடவர்களது (வடக்கு ஐரோப்பா) கண்கள் தாம் எவ்வளவு தெளிவாகவும் உறுதியாகவும் இருந்தன! அவை ஒரு வெறித்தனமான வைராக்கியத்தை எங்கே மறைத்திருந்தன. இந்த வாலிபன் முன்னுக்கு வருவான் என்பதற்கு அறிகுறிகள் தென்பட்டன. மார்ஷல் லக்ஸம்பர்க்குடன் பேரெழுச்சியில் சென்றபொழுது ஏற்பட்ட பழக்கத்தால், அவள் இலேசாக 'விஸில்' அடித்தாள்.

''நான் அகஸ்ட் அரசனது படுக்கைக்கு வழிகண்டு செல்லவேண்டு மென்பது உம் விருப்பமா?''

சார்லஸ் உடனடியாக அடுப்பருகில் சென்றான். இடுப்பில் வைத்துக்கொண்டு, சோர்ந்தவன் மாதிரிப் பாதிக்கண்ணை மூடிக்கொண்டு கூறினான்:

''நீ என்ன துரோகம் செய்தாலும் மன்னிப்பேன். ஆனால் புனிதமான நற்செய்தியின் பெயரால் ஆணையிட்டுத் துரோகம் செய்தாயானால், நீ எங்கு ஒளிந்திருந்தாலும் உன்னைக் கண்டு பிடித்துக் கொன்று விடுவேன்.''

6

கிடே-கோராடில், ஜனங்கள் பிராவ்கின்களைப் பற்றியே பேசினார்கள். பைநோஸாவ் குடும்பத்தின் கடைசிக் குமாரியை-ரூரிக்கின் வழித்தோன்றலை-ஆர்ட்டமன் பிராவ்கினுக்குத் திருமணம் செய்விப்பதில், வழக்கம்போல திடீரென்று பீட்டருக்கு உற்சாகம் பிறந்தது. சகல முக்கியமான அலுவல்களையும் மறந்துவிட்டு அதில் ஈடுபட்டான். மந்திரிகளும் பாயர்களும் அரண்மனைக்குச் சென்று அவனைக் கண்டுபேச முடியாது திரும்பினார்கள். ''ஜார் எங்கு போயிருக்கிறாரென்று தெரியாது'' என்ற பதிலே அவர்களுக்கு கிடைத்தது.

ஒரு நாள் மாலையில், வீதி அடைப்புகள் அமைக்கப்பட்ட வேளையில், பீட்டர் பிராவ்கின் வீட்டுக்குச் சென்றான். அப்பொழுது, ஐவான் பிராவ்கின், அடுக்களையில் மெழுவர்த்தியின் வெளிச்சத்தில் விவசாயிகளோடு சீட்டாடிக் கொண்டிருந்தான். பழைய முறையில் பொழுது போக்குவதில் அவனுக்கு மிகுந்த பிரியம். திடீரென்று, மும்முனைத் தொப்பி அணிந்த தலை தாழ்வான கதவில் குனிந்து வருவது தெரிந்தது. சேமிப்பறையைக் காவல்காக்கும் சோல்ஜர்

ஒருவன் குளிர் காய்வதற்காக வருவதாக அவர்கள் எண்ணினார்கள். திடீரென்று அவர்கள் சில்லிட்டுப் போனார்கள். ஐவானை மேலும் கீழம் பார்த்த பீட்டர் சிரித்தான். இற்றுப்போன முயல் தோல் கோட்டை அணிந்து, நரைத்ததலையைப் பயத்தால் வளைத்துக்கொண்டு நின்ற ஐவான், கண்ணிய புருஷனாகத் தோன்றவில்லை.

பீட்டர் ரை தானியத்தில் காய்ச்சிய மதுவேண்டுமென்று சொல்லிவிட்டுப் பெஞ்சியில் அமர்ந்தான். விவசாயிகளுக்கும் குமாஸ்தாக்களுக்கும் முன்னால் அவன் சொன்னான்:

''ஐவான், முன்னொரு தடவை உனக்குத் திருமணத் தரகனாகச் செயல்பட்டேன். மீண்டும் அதே ஜோலியுடன் வந்திருக்கிறேன். இணக்கத்துக்கு அறிகுறியாக வணக்கம் செய்.''

பிராவ்கினது உடம்பெல்லாம் உடனடியாகக் கசகசவென்றாயிற்று. அவன் ஒரு வார்த்தை பேசாது மண் தரையில் தடுமாறிவிழுந்து, பீட்டரின் பாதங்களைத் தொட்டு வணங்கினான்.

''ஐவான், உன் மகனை இட்டுவா'' என்றான் பீட்டர்.

ஆர்ட்டமன் முன்பே அங்கிருந்தான். கணப்பின் பின்னாலிருந்து அவன் நேரில் வந்ததும், பீட்டர் அவனைத் தன் முழங்கால்களிடையே இருத்திக்கொண்டு துருவித்துருவிப் பார்த்தான்.

''ஐவான், இந்த அருமையான இளைஞனை எனக்குத் தெரியாமல் ஒளித்துவைத்திருந்தாயே, ஏன்? நான் பேய்போலப் பாடுபடுகிறேன். இவர்கள் இங்கே...'' என்று கூறிய பீட்டர், ஆர்ட்டமனை நோக்கித் திரும்பி,'' உனக்குப்படிக்கத் தெரியுமா?'' என்று கேட்டான்.

ஆர்ட்டமன் முகம் சிறிதே வெளுத்தது. அதன்பின் அவன் தயக்கமில்லாமல் பிரெஞ்சு மொழியில் கடகடவென்று பேசினான்:

''எனக்கு ஜர்மானிய மொழியும் பிரெஞ்சு மொழியும் தெரியும். நன்றாக எழுதுவேன், படிப்பேன்.''

பீட்டர் வாயைப் பிளந்தான். ''புனிதத் தாயே! இன்னும் கொஞ்சம் பேசு!''

ஆர்ட்டமன் முன்னர் கூறியதையே ஜர்மானிய மொழியில் திரும்பச்சொன்னான். அதன் பின், அவன் மெழுகுவர்த்தியை நோக்கிக் கண்களைச் சுருக்கிக்கொண்டு, அதையே டச்சுமொழியில் அவன் கூறியபொழுது, சிறிதளவே தடுமாறினான்.

பீட்டர் அவனை முத்தமிட்டான், தட்டிக்கொடுத்தான், தூரத்தள்ளினான், கிட்ட இழுத்துக் கொண்டு குலுக்கினான்.

''சரி, அருமை இளைஞனே! என்ன சொல்கிறாய். ஆ, நல்லது. ஐவான். உன் பரிசுக்கு நன்றி! இனி நீ உன் மகனுக்கு விடை கொடுக்க வேண்டியதுதான். ஆனால் அதற்காக நீ வருத்தப்பட வேண்டாம். பொறுத்துப் பார். அறிவாற்றல் உள்ளவருக்கெல்லாம் பிரபு பட்டம் கொடுக்கப் போகிறேன்.''

உணவு பரிமாற வேண்டுமென்று அவன் உத்திரவிட்டான். அரசன் இங்கு உண்ணக் கூடா தென்றும், மாடி அறைக்குச் செல்ல வேண்டுமென்றும் பிராவ்கின் கெஞ்சிக் கேட்டுக் கொண்டான். கணப்புக்குப் பின்னால் நின்று, அவசர அவசரமாக அரைச் சட்டையையும் பொய்முடியையும் தரித்துக்கொண்டான். ஸாங்காவை அழைத்து வருவதற்கு ஒரு வேலையாளை ரகசியமாக அனுப்பினான். வெள்ளிக் கைப்பிடி உடைய கோலைத் தாங்கிய தலைமைப் பணியாள் கதவருகே தோன்றினான். ஆனால் பீட்டர் சிரித்துக்கொண்டு பேசினான்:

''நான் மாடிக்குப் போகமாட்டேன். இங்குதான் கதகதப்பாயிருக்கிறது. சமையற்காரா, அடுப்பிலிருப்பதை மேஜையில் பரிமாறு.''

அவன் ஆர்ட்டமனை அருகில் அமர்த்திக்கொண்டு, அவனுடன் ஜர்மானிய மொழியில் பேசினான். வேடிக்கையாகப் பேசி, விவசாயிகளுக்கும் குமாஸ்தாக்களுக்கும் ஒயின் ஊற்றிக் கொடுத்துவிட்டு, அவர்களைப் பாட்டுப்பாடச் சொன்னான். வயதான விவசாயிகள், கதவருகே நெருங்கி நின்று, கரடிகளைப்போல் உறுமும் குரலில் பாடினார்கள். திடீரென்று ஸாங்கா, அடுக்களையில் தோன்றினாள். பொடிதூவியும், ஓரளவுக்கே ஸில்க் உடை அணிந்தும் வந்த அவளை பீட்டர் கையைப்பிடித்து இழுத்துத் தன்பக்கத்தில் அமர்த்திக்கொண்டான். கூச்ச நாச்சமில்லாமல் அவள் தனது இனிய இழுத்திசைக்கும் குரலில் விவசாயிகளோடு சேர்ந்து பாடினாள். அவள் மெழுவத்தியைத் தன் முகத்தினருகில் வைத்துக்கொண்டு, சாமர்த்தியம் நிறைந்த துலுக்கமான பார்வைகளைப் பீட்டர் மீது வீசினாள். இந்த விருந்தும் பாட்டும் நள்ளிரவு நேரத்துக்குப் பின்னும் நீடித்தன.

காலையில், பீட்டரும் மணமகன் வீட்டாரும் ரோமன் வீட்டுக்குச்சென்று, ஆர்ட்டமனுக்கு நடால்யாவைக் கொடுக்க வேண்டுமென்று கோரினார்கள். இவ்வாறாக அவன் பிராவ்கின் வீட்டுக்கும் ரோமன் வீட்டுக்கும் மாறிமாறிச்சென்று, விவகாரங்களைப் பேசிமுடித்தான். ஐம்பதுபேர் அவனுடனேயே சென்றனர். அவர்கள் நல்லாடை அணிந்து, மணமகள் வீட்டிலும் மணமகன் வீட்டிலும் வழியனுப்பு விருந்து உண்டனர். திருமணம் மிகுந்த சந்தடியோடு நடைபெற்றது. அதனால் பிராவ்கினுக்குப் பெரும் செலவு ஏற்பட்டது.

இரண்டுவாரம் சென்ற பின், ஸாங்காவும் அவளது கணவனும் பாரிஸுக்குப் புறப்பட்டனர்.

அவர்கள் சறுக்கு வண்டித் தொடர்களுடன் சேர்ந்து மெதுவாகப் பிரயாணம் செய்தனர். தங்குமிடத்தில் குதிரைகளுக்குத் தீனிபோடுவதில் நெடுநேரம் கழிந்தது. பனி அபரிமிதமாகப் பெய்திருந்தது; பருவ நிலைக் கோளாறு ஏதுமில்லை; பயணம் எளிதாக விருந்தது.

வியாஸ்மா தங்கு மனையில், அலெக்ஸாண்டிரா தன் கணவனுடன் சண்டைபோட்டாள். அங்கேயே இரவிலும் தங்கி நீராட வேண்டுமென்றும், மறுநாள் காலையில் பலிபூஜைக்குப் பிறகு, தன் தொலைதூர உறவினனான கவர்னருடன் விருந்துண்ண வேண்டுமென்றும், குதிரைகளுக்குப் புதிதாக லாடம் அடிப்பதுபோன்ற பணிகளையும் கவனிக்க வேண்டுமென்றும் வால்காவ் கூறினான்.

''நான் விரைவாகப் பிரயாணம் செய்ய விரும்புகிறேன். இந்தச் சாலை என்னைச் சலிப்படையச் செய்துவிட்டது. நாம் ரீகாவில் ஓய்வு எடுக்கலாம்'' என்று அலெக்ஸாண்டிரா கூறினாள்.

''ஸாங்கா! வியாஸ்மாவுக்கு அப்பால் கள்வர்கள் இருக்கிறார்களென்று முன்பே கூறினேன். இந்தப் பிரதேசங்களில் பாதுகாப்பை முன்னிட்டு ஐந்நூறு ஸ்லெட்ஜுகள் சேர்ந்தாற்போல் பிரயாணம் செய்கின்றன.''

''எனக்கு அதைப்பற்றி ஒன்றும் தெரியாது.''

மாடியில், சுத்தமான சிற்றறையில், புனித உருவங்களுக்குமுன் எரிந்த விளக்குகளின் வெளிச்சத்தில், அவர்கள் இராச்சாப்பாடு சாப்பிட்டுக்கொண்டிருந்தனர். வாஸிலி ஆட்டுத் தோலில் தைத்த பயணக்கோட்டைப் போட்டுக்கொண்டிருந்தான். அதன்மீது கச்சையை கட்டிக்

கொள்ளவில்லை. அலெக்ஸாண்டிரா, நீண்ட சட்டைக் கைகளுடன் கூடிய வெல்வெட் கவுனைத் தரித்துக் கொண்டு மெல்லிறகு போன்ற சால்வையைப் போட்டுக்கொண்டிருந்தாள். அவளது கூந்தலைச் சடை போட்டுத் தலையைச் சுற்றிக்கட்டியிருந்தாள். எதையும் உண்ணாது, ரொட்டியைப் பிசைந்து கொண்டிருந்தாள். முகத்தைத் தொங்கப் போட்டுக்கொண்டிருந்த அவளது கண்களின் கீழே, பொறுமையின்மையால் நிழல்கள் விழுந்திருந்தன. ஆண்டவனே, என்ன பெண் இவள்!

வால்காவ் உப்பிலிட்டபன்றி இறைச்சியைமென்று கொண்டே பேசினான்:

''நீ எத்தகைய பெண் என்று சொல். இது உண்மையில் ஒரு சாபத்தீட்டுதான். உனக்கு அமைதியில்லை, நிம்மதி இல்லை. நீ உண்பதில்லை, உறங்குவதில்லை. மனிதப் பிறவி மாதிரி பேசுவதும் இல்லை. நீ ஏன் பூப்பிரதட்சணம் செய்ய வேண்டுமென்று துடிக்கிறாய்? அரசர்களோடு ஆடவா? அவர்கள் அதற்கு இசைவார்களா?''

''இது தங்குமனையாகவிருப்பதால் தான், நீ சொல்வதைக் கேட்டுக் கொண்டிருக்கிறேன்.''

இறைச்சித் துண்டைக் கவர்ந்த முள் கரண்டியைத் தாழ்த்திவிட்டு அவன் தன் மனைவியின் நெற்றியையும், ஏக்கத்தால் உயர்ந்த புருவங்களையும், யாருக்கும் விளங்காத காட்சிகளில் ஈடுபட்டிருந்த கருநீலக் கண்களையும் நீண்டநேரம் உற்று நோக்கினான்.

''ஓ, அலெக்ஸாண்டிரா, நான் அமைதியாகவும் பொறுமையாகவும் இருக்கிறேன்.''

''வேண்டுமானால், சத்தம் போடு. எனக்கு என்ன கவலை?''

வாஸிலி கடிந்துகொள்ளும் தோரணையில் தலையை ஆட்டினான். அவனது அன்புக்கு அவள் தகுதியற்றவளாகத் தோன்றினாள். எனவே, அந்த அன்பு அவனை இழிவுபடுத்துவதாயிருந்தது. எனினும் அவன் அவளை நேசித்தான். தகராறு ஏற்பட்டு, அவள் கூரிய சொல்லம்புகளை ஏவும்பொழுது, அவன் செய்வது அறியாது தவித்தான். இன்றும் அதே நிலைமைதான். வியாஸடமாவிலிருந்து ஸ்மாலன்ஸ்க் செல்லும் வழியெல்லாம் அடர்ந்திருந்த காடுகளில், அசட்டுத் துணிவுள்ள பேதைதான் தனியாகச் செல்வான். எனினும், அவளது கோரிக்கைக்கு இறுதியில் இணங்கித்தானாக வேண்டுமென்பதை வாஸிலி அறிந்திருந்தான். அந்த இடங்களைப் பற்றிப் பயங்கரமான கதைகள் உலவின. கொள்ளைக் கூட்டத்தின் தலைவனான ஸோகோல் வழிப்போக்கர்களைத் தாக்குவதாகச் சொன்னார்கள். நீங்கள் பட்ட பகலிலேயே பிரயாணம் செய்யலாம் திடீரென்று, தலையில் உயர்ந்த குல்லாயும் காலில் மரப்பட்டை ஜோடும், இடுப்புக்கச்சையில் வாளும், அணிந்தவனாய் அகன்ற வாயும் பெரிய பற்களும் உடைய ஒரு நெட்டையன் சாலையில் தோன்றி விஸில் அடிப்பான். குதிரைகள் படுத்துக்கொண்டுவிடும். அதன் பின் சாகும் காலத்துப் பிரார்த்தனையைச் சொல்வதைத் தவிர வேறு வழி இல்லை.

''நான் கொள்ளைக்காரர்களை எண்ணி அஞ்சுபவளாக இருந்தால், மாஸ்கோவிலேயே இருந்திருப்பேன். நம்மிடம் சிறந்த குதிரைகள் உள்ளன. அவை இடப்பாடுகளைக் கடப்பதற்குப் பெரிதும் உதவும். கொள்ளைக்காரனைச் சந்திக்க நேர்ந்தாலும் நல்லதுதான். பேச்சுக்குப் பொருள் கிடைக்கும். நீங்கள் தங்கு மனைகளில் எப்படிக் குறட்டை விட்டீர்களென்பதைப் பற்றி உரையாடுவதற்கு எனக்கு விருப்பமில்லை.''

அவள் தட்டத்தைத் தள்ளிவிட்டுத் தன் கால்முக் பணிப்பெண்ணை விளித்தாள். புத்தகத்தைக் கொண்டுவரும்படியும் படுக்கையைச் சித்தம் செய்யும்படியும் அவளுக்கு உத்திரவிட்டாள்.

அந்தப் புத்தகம், கையெழுத்து ஏடுகளாலானது; பப்பன்ராப் எழுதிய வரலாற்று நூலிலிருந்து, பிரெஞ்சுக்காரர்களைப் பற்றிய அத்தியாயத்தை அவளது தம்பி ஆர்ட்டமன் மொழி பெயர்த்துக் கொடுத்திருந்தான். அவள் அதைத் தன் மடியில் வைத்துக்கொண்டு படிக்கத் தொடங்கினாள்.

வால்காவ் கன்னத்தைக் கையில் வைத்துக்கொண்டு, ஸாங்காவின் கவர்ச்சியான தலையையும், சிறிய மயிர்ச்சுருள்களை உடைய கழுத்தையும் நோக்கினான். கற்பிதமான கதைகளில் வர்ணிக்கப்படும் இளவரசியைப் போலவே இருந்தாள். எனினும், சில வருடங்களுக்கு முன்தான் அவள் புல் அறுத்துக் கொண்டிருந்தாள்; குதிரைச் சாணம் ஏறிய வண்டியை ஓட்டிக் கொண்டிருந்தாள். இப்பொழுது, பாரீஸுக்குப் போவதற்கோ, அரசனிடம் நானாவிதமான அபத்தங்களைப் பேசுவதற்கோ அவளுக்குப் பயமில்லை. பூ, ஸாங்கா, ஸாங்கா! இவள் அமைதியாக வாழ்ந்து எனக்கு ஒரு குழந்தையையும் ஈன்று அளித்தால், எவ்வளவு நன்றாயிருக்கும் என்று வால்காவ் ஏங்கினான். இருவரும் இணக்கமாகவும் நிம்மதியாகவும் வீட்டில் வாழ்வதையே அவனது மனம் அவாவியது.

ஸாங்கா இதழ்களை அசைத்துப் படித்துக் கொண்டிருந்தாள்:

''மேலும், பிரெஞ்சு மக்கள் உல்லாச உள்ளம் படைத்தவர்கள். எதையும் சட்டுப்புட்டென்று செய்வார்கள். இனிமையானவர்கள். சிறப்பாகப் புற அலங்காரங்களிலும் உடல் அசைவுகளிலும் நயமும் அழகும் விளங்குகின்றன. இயற்கையான அழகு அவர்களிடம் வெளிப்படையாகப் புலனாகிறது. அவர்களில் பலர் மிகுந்த புலனுகர் ஆர்வம் உடையவர்கள். அழகிகளின் அணைப்பைப் பெரிதும் நாடுகிறார்கள். இவற்றில் ஈடுபடுவதைக் குறித்துப் பெருமையாகப் பேசிக் கொள்கிறார்கள். பிற நாடுகளின் மக்கள், அவர்களைப் பின்பற்ற முயலும் பொழுது, தம்மைத்தாமே அவமதித்துக்கொண்டு நகைப்புக்குரியவர்களாகிறார்கள்...''

முகத்தை உயர்த்திய ஸாங்கா, கொட்டாவி விடுவதற்கிருந்த வால்காவை நோக்கினாள். ''இப்படி உட்கார்ந்து கொண்டிருப்பதற்குப் பதிலாக, வழியில் வாட் பயிற்சி செய்வது நலம்'' என்று ஸாங்கா கூற, வால்காவ் அதிர்ச்சியுற்றான்.

''எதற்காக?'' என்ற அவன் வினவினான்.

''பாரிஸுக்குப் போனவுடன் உங்களுக்கே புரியும்?''

''உண்மையில், நீ அதிகப்பிரசங்கியாகிவிட்டாய்!'' என்று ஆத்திரத்துடன் கூறிய வாஸிலி, எழுந்திருந்து, குல்லாயை வைத்துக் கொண்டான். குதிரைகளைப் பார்வையிடுவதற்காக அவன் முன்றிலுக்குச் சென்றான். பனி பெய்த கொட்டகைகளுக்கு அப்பால், சந்திரன் மங்கலாகத் தென்பட்டான். விண்ணில் ஒரு நட்சத்திரம் கூட இல்லை. மெல்லிய ஊசிகளைப்போல் பெய்த பனி மட்டுமே மினுமினுத்தது. ஒடுக்கமான காற்று நாசித் தொளைகளின் மயிரைச் சில்லிடச் செய்தது. சார்புப்பந்தலின் இருண்ட நிழலின் குதிரைகள் புல்லை மென்று கொண்டிருந்தன. அண்மையிலிருந்த சிறிய திருக்கோயிலின் காவற்காரன் தூக்கக் கலக்கத்தோடு சத்தம் எழுப்பினான்.

ஒரு நாய் வாஸிலியிடம் வந்து, அவனது உயரமான புள்ளியிட்ட கம்பள பூட்ஸை மோப்பம் பிடித்தது. அவனிடம் ஆச்சரியம் கொண்டு ஏதோ எதிர்பார்ப்பதைப்போல, எடுப்பான புருவங்களை உடைய தன் மூஞ்சியை உயர்த்தியது. இந்தத் தாய்நாட்டு அமைதியை விடுத்து விட்டுப் பாரிஸுக்குச் செல்வதில் வாஸிலிக்குத் திடீரென்று பெரிய வெறுப்பு உண்டாயிற்று. பூட்ஸால் பனியைப் பொடித்துக்கொண்டே அவன் வருத்தத்தோடு திரும்பினான். மரத்தால் கட்டிய மாடி அறையிலிருந்து சிறிய மைக்காப் பலகணி வழியாக மங்கலான வெளிச்சம் வந்தது.

ஸாங்கா, பப்பன்ராபின் நூலைப் படித்துக்கொண்டிருந்தாள். அவன் செய்யக்கூடியது ஒன்று மில்லை. அது அவனது விதி.

காட்டின் மரங்களது உச்சிகளை மிக்க சிவப்பான சூரியஸ்தமனம் பிரகாசிக்கச்செய்தது. அடிமரங்களும் பரவிப்படர்ந்த வேர்களும் தோன்றி மறைந்தன. பளுவான கருஞ்சிவப்புக் கிளைகள், சறுக்கு வண்டியின் கூண்டை உராய்ந்து, அதன்மீது பனியைச் சிதறின. இடுப்பளவு முன் நோக்கிச் சாய்ந்த வாஸிலி, கடிவாள வார்களைப் பிடித்துக்கொண்டு, வெறியோடு சீறினான். கோச்சோட்டி தன் இருக்கையிலிருந்து தள்ளப்பட்டு, வளைவுக்கும் அப்பால், ரொம்பதூரம் பின்னால் கிடந்தான். தலைமையில் சாம்பல் நிறமான பெண்குதிரையும், அடுத்துக் கருஞ்சிவப்புக் குதிரையும், அதன்பின்னால் பனியால் மூடப்பெற்ற கருங்குதிரையும் ஒன்றன்பின் ஒன்றாகக் கட்டப்பட்டிருந்தன. அவை கனைத்துக்கொண்டே விரைந்து சென்றன. சாலையில் குழிகள் அதிகமாயிருந்ததால், சறுக்கு வண்டி இப்பக்கமும் அப்பக்கமும் தூக்கி எறியப்பட்டது. வண்டிக்குப் பின்னால், கொள்ளைக்காரர்கள் வளைந்து நெளிந்த வரிசையில் ஓடி வந்தனர். காடு முழுவதிலும் அவர்களது ஊளைகள் எதிரொலித்தன.

ஐந்து நிமிஷங்களுக்கு முன்தான், வளைவுக்கு முன்னால், வண்டிப்பாதை பெருஞ் சாலையை வெட்டும் இடத்தில், கோடரியும் குத்துக்கம்பும் ஏந்திய பத்து நெட்டையான ஆட்கள், சென்ற வருடத்திய உலர்புல் குவியலின் மறைவிலிருந்து வெளி வந்தனர். திகிலடைந்த கோச்சோட்டி, மடத்தனமாகக் கடிவாள வார்களைப் பிடித்து இழுத்தான். அந்த ஆட்களில் நால்வர், 'நில்! நில்!' என்று பயங்கரமாகக் கத்திக்கொண்டு குதிரைகளண்டை ஓடிவந்தனர். மற்றவர்கள் பனியில் ஆழமாக நுழைந்த காலை இழுத்துக்கொண்டே வண்டியை நோக்கிய ஓடிவந்தனர். கோச்சோட்டி வார்களை விட்டுவிட்டுக் கொள்ளைக்காரர்களை நோக்கி உறை அணிந்த கைகளை அசைத்தான். அவர்கள் ஒரு தடியால் அவன் தலையிலடித்தனர்.

அதெல்லாம் மின் வெட்டும் நேரத்தில் நிகழ்ந்தது. தலைமைக் குதிரைதான் அவர்களைக் காப்பாற்றியது. அது முன்னங்கால்களைத் தூக்கியது; அதன் கடிவாளத்தைப் பிடித்துக் கொண்டிருந்த இருவரையும் அலாக்காகத்தூக்கி உதைத்துக் கடிக்கத் தொடங்கியது. ஸாங்கா வண்டியின் முன்னால் கட்டியிருந்த தோல் தூசாடையை அவிழ்த்துவிட்டு, ''கடிவாள வார்களைப்பிடி!'' என்று கத்தினாள். அத்துடன் அவள் கணவனது ஆட்டுத்தோல் கோட்டின் மார்புப் பையிலிருந்த பிஸ்டலை எடுத்துத் தாடிக்காரனது முகத்தில் குறிபார்த்துச்சுட்டாள். கொள்ளைக்காரர்கள் அதிர்வுற்றுப் பின்வாங்கினர். ஒரு பெண் பிஸ்டலால் சுடுவதைக் கண்டு ஆச்சரியமுற்றதே அவர்கள் பின் வாங்கியதற்குப் பிரதான காரணம். குதிரைகள் முன்னோக்கித் துள்ளின. வால்காவ் கடிவாள வார்களைப் பிடித்துக்கொண்டான். வண்டி விரைந்தது. ஸாங்கா, ''ஓட்டு, விரைவாக ஓட்டு!'' என்ற கத்திக் கொண்டு, கணவனது முதுகில் பிஸ்டல் முனையால் தட்டிக்கொண்டே இருந்தாள்.

கொள்ளைக்காரர்கள் வண்டியைத் தொடர்ந்து ஓடுவதைக் கைவிட்டனர். குதிரைகளிட மிருந்து நீராவி கிளம்பியது. அவர்களுக்கு முன்னால், சறுக்கு வண்டிகளது நீண்ட வரிசையின் இறுதிப் பகுதி தென்பட்டது. குதிரைகள் கால்நடை வேகத்தில் செல்வதை வால்காவ் அனுமதி தான். அவன் வண்டியில் குல்லாய் கிடக்கிறதா என்று பார்க்கும் பொருட்டுத்திரும்பினான். ஸாங்காவின் வட்டவடிக் கண்களையும் புடைத்துக்கொண்ட நாசித் தொளைகளையும் கண்டான். அவன் கூறினான்:

''சரி, உனக்குத் திருப்தியா? கொள்ளைக்கூடத்தின் தலைவன் ஸோகோலைப்பற்றி நான் சொன்னபொழுது நம்பமறுத்தாய். பேதைப் பெண்ணே! உனக்குள்ளது, பெட்டைக் கோழியின் மூளைதான். கோச்சோட்டி இல்லாமல் நாம் என்ன செய்யப்போகிறோம்? பாவம், அவன்

நல்லவன். எல்லாம் உன் பேதைமையான பெண்புத்தியால்தான், பெண் பேயே!''

அவன் தன்னைத் திட்டுவதைக்கூட ஸாங்கா கவனிக்கவில்லை. 'ஆ! இதுவன்றோ வாழ்வு! உறக்கமும் சலிப்பும் யாருக்குவேண்டும்?'

7

ஒவ்வொரு நாளும் ஒவ்வொரு நுழைவாயில் மூலமாகவும் நீண்ட சறுக்கு வண்டித் தொடர்கள் மாஸ்கோவுக்கு வந்தன; அவற்றில் ராணுவத்தில் சேர்வதற்கான ஆட்கள் வந்தனர். கொள்ளைக்காரரைப்போலச் சிலரைக்கட்டிக் கொணர்ந்தனரென்பது உண்மை. ஆனால் பலர் வலிய வந்தனர். காரணம், அவர்களது வறுமை நிலைமையே. சேனையில் சேர்வதற்கு முன்வரும்படி தொண்டர்களை அழைக்கும் உத்திரவுகள், தகரங்களில் பொறிக்கப்பட்டு மாஸ்கோ மைதானங்களிலுள்ள கம்பங்களில் அடித்திருந்தார்கள். ஒவ்வொரு சோல்ஜருக்கும் ஆண்டுக்குப் பதினோரு ரூபிள் பணமும் ரொட்டியும் இதர உணவு வகைகளும் அளவான வாட்காவும் கிடைக்குமென்று அறிவிக்கப்பட்டது. பாயர்களின் மாளிகைகளில் அரை வயிற்றுக்கே உண்டுவிட்டுக் கஷ்டப்பட்ட ஏராளமான அடிமைகளும் கடன்பட்ட ஏவலர்களும் வீட்டுக்காரியஸ்தனுடன் சண்டையிட்டுவிட்டோ, பாயர்காலடியிலேயே குல்லாவை எறிந்து விட்டோ பிரியோபிராஷன்ஸ்கிக்கு விரைந்தனர். ஒவ்வொருநாளும் ஆயிரம் பேர் திரண்டனர்.

முகப்பு மண்டபத்திலிருந்து அதிகாரிகள், பதிவான ஏடுகளிலிருந்து பெயர்களைக் கூப்பிட்டு முடிவதற்குள், சில நாட்களில் பகற்பொழுது கழிந்துவிடும். எனவே அவர்கள் நீண்டநேரம், குளிரில் காத்திருக்க வேண்டியதாயிற்று. அதன்பின் அவர்கள் அரண்மனையின் நிலவறைக்கு அழைத்துச் செல்லப்பட்டனர். அங்கே, பரியோ பிராஷன்ஸ்கி பட்டாளத்தின் மீசைவைத்த சிப்பாய்கள், அவர்களைப் பார்த்து, ஆடைகளை நீக்கி அம்மணமமாகும்படிக் கடுமையாகக் கட்டளையிட்டனர். கால்களில் கட்டியிருந்த லினன் துணிப்பட்டைகளை அவிழ்த்து அம்மணமாக நிற்கும்பொழுது, அந்த ஆட்கள் பெரிதும் கூச்சப்பட்டனர். அதன்பின் அவர்கள் மர்ம ஸ்தானத்தைக் கையால் மூடிக்கொண்டு மேல் அறைக்குச் சென்றனர். அங்கே, நீண்ட கேசத்தை உடைய அதிகாரிகள் கம்பளத் தொப்பியை அணிந்து மெழுவர்த்தி விளக்குகளின் இடையே உட்கார்ந்திருந்தனர். அவர்கள் உள்ளே வந்த மனிதனைப் பருந்துபோல் நோக்கி, ''பெயரென்ன? குடிப்பெயர் என்ன? என்ன வயது?'' என்று வினவினர். ஆனால் அவன் யார்? ஓடி வந்த அடிமையா? கொள்ளைக்காரனா? என்றெல்லாம் அவர்கள் ஒருபொழுதும் உணர வில்லை. அவர்கள் அவனது உயரத்தை அளந்தனர்; உதடுகளை இழுத்துப் பற்களைப் பார்த்தனர்; மர்ம ஸ்தானத்தைக் காட்டச் செய்தனர். ''தகுதி உடையவன்; இந்தப் படைப் பிரிவில் சேரவேண்டும்'' என்று முடிவு கூறினர்.

அரண்மனையின் முற்றத்துக்குப் பின்னால், பனிபெய்த வயல்களினிடையே, புதிதாகக் கட்டப்பட்ட சிப்பாய்களது விடுதிகள் நீண்டன. தகுதியானவர்களாக எடுத்துக்கொள்ளப் பட்டவர்கள், இந்த மர வீடுகளில் தங்கினர். அவற்றில் கூட்டம் அதிகமாயிருந்தது. ஒவ்வொரு வீட்டுக்கும் ஒரு அதிகாரி தலைவனாக நியமிக்கப்பட்டான். அவன் எப்பொழுதும் பிரம்போடு காட்சியளித்தான். ''கடவுளுக்குக் கீழ்ப்படிவது மாதிரி என் உத்திரவுகளுக்குக் கட்டுப்பட வேண்டும். ஒரு உத்திரவை, இரண்டாவது தடவை சொல்லமாட்டேன். ஆணைக்கு அடங்

காதவனது முதுகுத்தோலை உரித்து விடுவேன். உங்களுக்கு நான்தான் கடவுள், ஜார், தந்தை அனைத்தும்'' என்று புதிதாக வந்தோரிடம் அவன் கூறினான். அவர்களுக்குச் சாப்பாடு நிறையக்கிடைத்தது; ஆனால் ஓர் உரிமையும் அனுமதிக்கப்படவில்லை. காவற்படையினரின் நாட்களைப் போல் அல்ல! இப்பொழுது உண்மையாக சோல்ஜர் வாழ்க்கையை நடத்த வேண்டும். முரசொலி அவர்களைத் துயிலெழச் செய்தது, சாப்பிட்டு முடித்தவுடனேயே, அவர்கள் நன்கு மிதிபட்ட வயலுக்கு விரட்டப்பட்டனர். அங்கு அவர்கள் வரிசைக்கு நால்வராக அணி வகுக்கவேண்டும். முதன் முதலாக, வலதுகை எது, இடதுகை எது என்பது அவர்களுக்குப் போதிக்கப்பட்டது. பல விவசாயிகள் தம் வாழ்வில் தமக்குள்ள கைகளைப்பற்றியும் எண்ணியதில்லை. அந்த அறிவைப் பிரம்பு அவர்களுக்குப் புகட்டியது. அதன்பின் ஓர் அதிகாரி தோன்றினான்; அநேகமாக அவன் அன்னியனாகவே இருந்தான்; அடிக்கடி அவன் ஓரளவுக்குக் குடிபோதையில் இருந்தான். புதுச்சிப்பாய்களது வரிசைக்குமுன் நின்ற அவன், விவசாயிகளின் முரட்டுக்கோட்டுகளையும் ஆட்டுத்தோல் சட்டைகளையும், மரப்பட்டைப் பாதரட்சைகளையும், ஆட்டுத்தோல் அல்லது கம்பளக் குல்லாய்களையும் மங்கிய கண்களால் வெறித்து நோக்கினான். அவன் கன்னங்களைப் புடைக்கச்செய்துகொண்டு அன்னிய மொழியில் குரைக்கத் தொடங்கினான். அவர்கள் அவன் பேசியதைப் புரிந்துகொள்ள வேண்டுமென்று வற்புறுத்திப் பிரம்பைக் காட்டிப் பயமுறுத்தினான். நட என்பதற்கும் பிரம்படி அவர்களுக்கு உணர்த்தியது. அதிகாரி அவர்களைத் திட்டுவதையும் இதேமாதிரி புரிந்துகொண்டனர். காலைச்சிற்றுண்டிக்குப்பின் அவர்கள் மீண்டும் பயிற்சிக்களத்துக்குச் சென்றனர். பகலுணவுக்குப் பிறகும், அவர்கள் மூன்றாவது தடவையாகக் கம்புகளோடும் கைத்துப்பாக்கிகளோடும் நடைபோடச் சென்றனர். ஸேவாய் கோமகனான யூஜினின் ராணுவத்தைப் போல் நெருங்கி அணிவகுப்பதற்கும், அடிபிசகாது நடப்பதற்கும் குண்டுமாரி பொழிவதற்கும், துப்பாக்கிச் சனியன்களால் தாக்குவதற்கும் கற்பிக்கப்பட்டனர். தவறு செய்தவர்களை அணிவகுப்புக்கு முன்னால் கொண்டுவந்து நிறுத்திப் பனியில் கால் சட்டையைக் கழற்றச் செய்து, ஈவிரக்கமின்றிக் கசையாலடித்தார்கள்.

ராணுவப்பயிற்சிகள் கடினமாயிருந்தன. ''கைத்துப்பாக்கியில் மருந்தை அடை'' என்பார்கள். அதன் விவரத்தை முறையாகத் தெரிந்திருக்க வேண்டும். ''தட்டைத்திற; அதில் மருந்தைப் போடு; அதைமூடு; தோட்டாவை எடு; அதன் மேற்பாகத்தில் கடி; அதைத் துப்பாக்கிக் குழலில்வை; மருந்தைத் திணிக்கும் கோலை எடு; அதில் திணி; துப்பாக்கியைச் சாய்த்துக்கொள்; குறிபார்...'' அவர்கள் தொகுதி தொகுதியாக நின்று சுட்டார்கள். ஒரு வரிசையினர் ஒருகாலை மண்டியிட்டு மருந்தை அடைந்த பொழுது, இன்னொரு வரிசையினர் நின்று சுட்டார்கள். ஒரு வரிசையைத் தவிர மீதி வரிசைகள் அனைத்தும் ஒன்றன்பின் ஒன்றாகத் தலைகுப்புற விழுந்து சுடும் முறையையும் அவர்கள் பழகினார்கள்.

ஆதாம்வீடி என்ற ஆஸ்திரியன் இந்தப் பயிற்சிக்குப் பொறுப்பாயிருந்தான். அவனும் தளபதிகோலோவினும் பிரபுரெப்னினும், ஒவ்வொன்றும் ஒன்பது படைப்பிரிவுகளைக் கொண்டதாக மூன்று படைகளை அமைக்க வேண்டுமென்று உத்திரவிடப் பட்டிருந்தனர்.

வடக்கே சென்ற அதிகாரியான அலெக்ஸி பிராவ்கின், பட்டாளத்தில் சேர்வதற்குத் தகுதியான ஐந்நூறு ஆட்களைப் பொறுக்கிச் சேர்த்தான். அவர்களை ஆங்காங்கே கவர்னரிடமோ ஜில்லா அதிகாரியிடமோ ஒப்படைத்து, மாஸ்கோவுக்கு அனுப்பும்படி பணித்தான். இப்பொழுது அவன் பாவ்நட்ஸுக்கு அப்பாலுள்ள அடர்த்தியான காடுகளை நோக்கிப் போய்க்

கொண்டிருந்தான். அங்கு துறவிகளின் தவச்சாலைகளின் அருகே, ஓடிப்போன அடிமைகளும் நாடோடிகளும் பலர் இருந்தனர் என்று அவன் கேள்விப்பட்டிருந்தான். அந்த வட்டாரங் களைப்பற்றி விவரம் அறிந்தவர்கள், அவ்வளவு தூரம் துணிந்து போவது உசிதமல்ல என்று அவனிடம் கூறினர்:

''துறவிகளது இருக்கைகளுக்கு வதந்திகள் பரவிவிட்டன. எனவே இணங்காதார் உஷாராகிவிட்டனர். அவர்கள் பலர். நீங்களோ மூன்று சறுக்கு வண்டிகளில் செல்லும் பதின்மர் தாம். சுவடுகூட இல்லாமல் மறைந்து விடுவீர்கள்.''

இந்தப் பிரதேசங்களில் வாழ்ந்தவர்கள் முரடர்கள்; மரம் வெட்டிகளாகவும் வேடர் களாகவும் இருந்தனர். மரங்களைக்கொண்டு கட்டிய திண்ணிய பெரிய வீடுகளில் வசித்தனர். ஒரே கூரையின் கீழே குடியிருப்பும் மாட்டுக் கொட்டிலும் கதிரடிக்கும் களமும் இருந்தன. இந்தக் கிராமங்கள் பாரிஷ் என்று குறிப்பிடப்பட்டன. ஒரு குடியிருப்பிலிருந்து இன்னொன்றுக்குச் செல்ல வேண்டுமானால், பலநாட்கள் பாதையில்லாத காடுகள் வழியே பயணம் செல்லவேண்டும். இது மிகவும் கடினமான வேலை என்பதை அலெக்ஸி உணர்ந்தான். ஆனால் பயமில்லாது வாழ்க்கை நடத்த முடியாது. வடக்கே சென்று, இடையில் அச்சம் கொண்டு திரும்பிவிட்டதாகப் பீட்டர் அலெக்ஸிவிச்சிடம் கூறினால், அவன் நாரையைப் போல் கீழ் நோக்கிப் பார்ப்பான்; விழுங்கிவிடுவான் போல் விரைவாகப் பார்த்துவிட்டுத் தோளைக் குலுக்கிக்கொண்டு திரும்பிவிடுவான். அதுவும் பயமூட்டுவதுதான். எவ்வளவு கடினமாக முயன்றாலும், அது நற்போற்றுக்குச் சாவோலை வாசிப்பதைத் தடுக்க முடியாது. அலெக்ஸி ஊக்கமும் உறுதிப்பாடும் உடைய வாலிபன். பல்லாண்டுகளுக்கு முன்னால் கால்கோ பெக்காசைக் கடைவாயில் வைத்துக்கொண்டு மாஸ்கோவந்து சேர்ந்ததை அவன் உறக்கத்திலும் மறக்கவில்லை. உலைவின்றித் தாழாது உழைத்தே, அவன் ஊழை உப்பக்கம் கண்டு, அதிகாரியின் வெண்மைக் கழுத்துப் பட்டையை வென்றான்.

பாவ்நட்ஸ் சந்தையில் அவன் யாகிம் என்ற வேடனைக் கண்டான்; அவனைத் தன் வழிகாட்டியாக நியமனம் செய்தான். யாகிம் இதற்கு முன்னால் ரீவ்யாகின் என்ற வியாபாரிக்காக இருபதாண்டுகள் உழைத்தவன். நரி, மார்ட்டன் என்ற விலங்குவகை, அணில் ஆகியவற்றையும், ஆரம்பத்தில் ஸாபிள் என்ற கீரிவகையும் வேட்டையாடினான். ஆனால் இப்பொழுது அவையெல்லாம் இந்த வட்டாரங்களில் அரிதாகிவிட்டன. அந்த நாட்களில், அவன் வேட்டை யாடிய மிருகங்களது பதனிடாத தோல்களைப் பாவ்நட்ஸுக்குக் கொண்டுவந்து, ரீவ்யாகினின் ஏஜண்டிடம் கொடுத்தான். பணத்தையெல்லாம் குடித்துத் தீர்த்தான். கழுத்தில் தொங்கிய சிலுவை மட்டும் மிஞ்சும் வரையில் குடித்தான். ரீவ்யாகினது ஏஜண்டு மீண்டும் அவனுக்குத் துணியும், துப்பாக்கியும், வெடிமருந்தும் தந்தான். அந்த வருட இலையுதிர் காலத்தில், வேட்டையில் அதிகம் கிடைக்கவில்லை. கணக்கைப் பார்த்த பொழுது,அவனுக்கு வரவேண்டியது ஒற்றைக்காசு கூட இல்லை என்பதும் இரண்டாண்டுகளுக்கு அவன் கடனாளியாக இருக்க நேரிடுமென்பதும் புலனாயிற்று. அவன் ஏஜண்டிடம் சண்டை போட்டுவிட்டுத் தன்னிட மிருந்ததையெல்லாம் மதுக்கடையில் விரயம் செய்தான். நிர்வாணமாகப் பனியில் கிடந்து கெட்டிருந்த நிலையிலேயே, அவனை அலெக்ஸி பிராவ்கின் சாராயக்கடையில் கண்டான். சறுக்குவண்டியில், வண்டியோட்டியின் இருக்கையினடியில் ஒரு சாராயபாட்டில் இருந்தால் போதும்,யாகிம் அரிய பெரிய வேலை செய்தான்; அவனது எடைக்கு எடை பொன்னிருந்தால்கூட அந்த வேலையைச் செய்து முடிப்பது கடினம்.

குட்டையான பனிச் செருப்பை அணிந்த யாகிம், சறுக்குவண்டிகளுக்கு வழிகாட்டிக்

கொண்டு முன்னால் ஓடினான். அந்தக் காடுகள் அற்புதமாக இருந்தன; அச்ச மூட்டுவனவாகவும் இருந்தன. அடிமரங்களுக்கிடையே வட்டமாகவும் பெரியனவாகவும் பிதுங்கியிருந்த குன்று களைக் கண்டனர். அவற்றிலும் மரங்கள் அடர்த்தியாக இருந்தன. அவர்கள் வெறிச்சென்றுகிடந்த ஏரியின் கரைக்குச் சென்ற பொழுதெல்லாம், அதன் வெண்மையான, மிருதுவான மேற்பரப்பு அவர்களது கண்களை நோகச் செய்தது. சில சமயங்களில் அவர்கள் நீர் வீழ்ச்சியின் பேரோசையைக் கேட்டனர். சில சந்தர்ப்பங்களில் யாகிம் சறுக்கு வண்டியின் பக்கத்தில் குந்திக் கொண்டான்.

''இங்கெல்லாம் எத்தனை ஜனங்கள் வாழ்கிறார்களென்று எவரும் எண்ணவில்லை. இந்தக் காடுகள் அவ்வளவு அடர்த்தியானவை! எனக்குத்தான் வழிதெரியும். ஆனால் இந்த ஜனங்கள் கொடியவர்கள். அவர்களைப் பிடித்துக்கொண்டு செல்வது கடினம்'' என்று யாகிம் கூறினான்.

இரவைக் கழிப்பதற்காக, அவர்கள் ஏதாவது ஒரு குளிர்காலக் குடிசைக்குச் சென்றனர்; அல்லது ஏதாவது ஒருவாய்க்கால்கரையின் வெட்டித்திருந்திய காட்டுப்பகுதியிலேயே, பனியில் கிடந்த மரங்களை எரித்துக் குளிர்காய்ந்து இரவைக்கழித்தனர். பல நாட்களில், குதிரைகள் கோணலான குடிசையருகே வண்டிகளிலிருந்து அவிழ்க்கப்பட்டன. சோல்ஜர்கள் பிர்மரக் கிளைகளை வெட்டிக் குடிசைக்குள் இழுத்துக்கொண்டு வந்தனர். அவர்கள் மண்தரை மீதே கிளைகளைக்குவித்துத் தீ மூட்டினார்கள். புகை கூரையின் இடுக்குகள் வழியே வெளியேறி, சாம்பல் நிறமான வானத்தை நோக்கி உயர்ந்தது. யாகிம், வாட்கா கோப்பை கிடைக்கும் வரையில் சந்தடி செய்தான். அதன்பின் அவன் நெருப்பின் அருகே, கிளைகள் மீது அமர்ந்துகொண்டான். அப்பொழுது, பரந்த தாடியும் தடித்த உதடுகளும் அகன்ற நாசித்தொளைகளும், வட்டமான கண்களும் உடைய அவனே ஒரு காட்டேறி மாதிரி இருந்தான். அப்பொழுது அவன் கதை சொல்லத் தொடங்கினான்:

''நான் போகாத இடமில்லை. விகா பிரதேசம் முழுவதும் சுற்றித்திருந்தவன் நான். விகா ஆசிரமத்தில் பலவாரங்கள் வசித்தேன். பயத்தோடு நடந்து செல்லவேண்டியதாக உள்ள ஒரே பாதையை உடைய புகலிடங்களை நான் அறிவேன். மூத்தேனான நெக்டரி எங்கிருக்கிறான் என்பதைத்தான் என்னால் கண்டுபிடிக்க முடியவில்லை. அவர்கள் அவனை ஒளித்து வைத்திருக்கிறார்கள்; ஒரு வார்த்தையும் சொல்லமாட்டார்கள். ஓர் இணங்காதானிடம் அவன் பெயரைச் சொன்னால் போதும்; அவன் மௌனியாகி விடுவான்; கண்டதுண்டமாக வெட்டினாலும், வாயைத் திறக்கமாட்டான். எனினும், உமது வேலைக்கு அவனைப் பார்த்தால் நன்மை உண்டாகலாம். உம்மோடு இருநூறு இளைஞர்கள் போவவதை அவன் அனுமதிக்கலாம். ஓ, அவன் ஆணைக்கு என்ன அதிகாரம் இருக்கிறது!''

''அவர்களிடையே அவனுக்கு என்னபதவி? சமய முதல்வர் மாதிரியா?'' என்று அலெக்ஸி வினவினான்.

''அவன் ஒரு மூத்தோன்; தலைமைப் பாதிரியான அவ்வகும், புஸ்டோஸர்ஸ்கில், தூக்கிலிடப்படுவதற்கு முன்னால் இவனுக்கு நல்லாசி வழங்கினாராம். பன்னிரண்டாண்டு களுக்கு முன்னால், இவன் இரண்டாயிருத்து ஐந்நூறு இணங்காதாரை பாலிஸ்டிரோவ் மடத்தில் எரித்து விட்டான். அவர்கள் அனைவரும் பனிபெய்த இரவில் மடத்துக்கு வந்தனர். நுழை கதவுகளை உடைத்து விட்டு உள்ளே புகுந்தனர். துறவிகளையும் மடத்தின் தலைவரையும் நிலவறையில் அடைத்துப் பூட்டினர். உக்கிராண அறைகள் உடைக்கப்பட்டன. நெக்டரி, ஒவ்வொருவனுக்கும் நிறைய உணவும் மதுவும் கொடுத்தான். அவர்கள் அங்கிருந்த பணம், நகை முதலியவற்றையும் கைப்பற்றினார்கள். அதன்பின் அவர்கள் கோயில் தொழுகை

உருவங்களையெல்லாம் திருநீரால் கழுவினார்கள்; மெழுகுதிரிகளை ஏற்றிவிட்டுத் தமக்கே உரியபாணியில் வழிபாட்டை நடத்தினார்கள். அவர்களில் ஆண்கள் அதிகமில்லை; பெண்களும் குழந்தைகளுமே மிகுதியாக இருந்தனர். பாவ்நாட்ஸிலிருந்து கவர்னர் காவற் படையினருடன் பனிபெய்தவழியே வந்தான். சரணடையும்படி உத்திரவிட்டான். மூன்று நாட்கள் விவசாயிகள் எதிர்த்துத் தாக்குவோமென்று அச்சுறுத்தினார்கள். ஆனால் காவற்படையினரிடம் பீரங்கி இருந்தது. எனவே அவர்கள் வைக்கோல், கீல், வெடியுப்பு ஆகியவற்றைத் திருக்கோயிலினுள் குவித்தனர். இரவில்- கிறிஸ்துமஸுக்கு முதல் நாளிரவு அது- அவர்கள் தீ வளர்த்துத் தம்மை மாய்த்துக் கொண்டனர். ஆனால் நெக்டரி சில ஆட்களோடு வெளியேறி விட்டான். மூன்றாண்டு களுக்குப் பிறகு அவன் புதோஸெஸ்க் பாரிஷில் ஆயிரத்து ஐந்நூறு பேரைச் சுட்டெரித்தான். சமீப காலத்தில், மீண்டும் வால் ஏரி அருகே, தீப்பற்றி எரிந்தது. இப்பொழுதும் நெக்டரிதான் எரித்திருக்க வேண்டுமென்று ஜனங்கள் பேசிக்கொள்கிறார்கள். இப்பொழுது, போரைப் பற்றியும் சேனைக்கு ஆள் எடுப்பதைப் பற்றியும் வதந்திகள் உலவுகின்றன. எனவே, விரைவில் பெரிய பலி நிகழும்; என்னை நம்புங்கள். இந்த ஜனங்கள் அவனிடம் ஏராளமாகக் குவிக்கிறார்கள்.''

அலெக்ஸியும் அவனது சிப்பாய்களும் இந்தக் கதையைக் கேட்டு வியந்தனர்:

''தாமாக வலியவந்து தீக்குளிப்பதா. இந்த ஜனங்கள் எங்கிருந்து வருகிறார்கள்?''

''இது ரொம்பவும் எளிய விஷயம்.'' என்றான் யாகிம்.

''அடிமைகளும் வீட்டுவரி செலுத்தும் விவசாயிகளும் கடன்வாங்கித் தளைப்பட்டவர் களும், நாவோகிராட், டிவர், மாஸ்கோ, வாலோக்டா முதலிய பகுதிகளிலிருந்து வீடுவாசலை விடுத்து ஓடி வருகிறார்கள். இந்தக் காடுகளில் மனித எலும்புகள் சிதறிக்கிடக்கின்றன. ஆயிரக்கணக்கானவர்கள் ஆசிரமத்துக்கு வந்தால், அவர்களுக்கு எப்படி உணவு அளிப்பது? தானியம் இல்லை. வந்தவர்கள் புலம்பத் தொடங்குகிறார்கள். ஊசலாடத் தொடங்குகிறார்கள். எனவே அனாவசியமான பாவச் செயல்களைத் தடுப்பதற்காக வேண்டி, நெக்டரி அவர்களைச் சுவர்க்கத்துக்கு நேராக அனுப்புகிறான்.''

''நீ தமாஷ் செய்கிறாய்!''

''அலெக்ஸி ஐவனோவிச், நான் ஒருபொழுதும் பொய் பேசமாட்டேன். இஷ்டப்பட்டுத் தம்மைத்தாமே உயிரோடு புதைத்துக்கொள்வோரும் இருக்கிறார்கள். அதோ அங்கே வெண்கடலின் அருகில், ஒரு சிறு வடிவக் கிழவன் இருக்கிறான். அவன் திருத்தூய்மைக்குரிய நற்கருணைப் பிரசாதமாக உலர்ந்து கொடி முந்திரிப் பழங்களை வழங்குகிறான். அவன் யாருடைய வாயிலாவது அந்த உலர்கனியைப் போட்டானென்றால், அந்த மனிதன் உயிரோடு பிணப் பெட்டியில் படுத்துக் கொள்வதற்கு அனுமதி அளித்துவிட்டான் என்பது பொருள்.''

''சரி, உன் கதைகளைத் தொடர்ந்து சொல்லு! இரவு நேரமாகவும் இருக்கிறது!''

நெருப்பினருகே கிளைகள் மீது அமர்ந்திருந்த அலெக்ஸி ஆட்டுத் தோல் கேட்டால் தன்னைப் போர்த்திக்கொண்டான். சிறிது நேரம் சென்றபின், ''யாகிம், இந்த நெக்டரியை நாம் பிடிக்க வேண்டும்'' என்றான்.

பனிச் செருப்பு அணிந்த இருவர் காட்டிலிருந்து வெண்ணிலவு வீசிய வெட்டித் திருத்திய பகுதிக்கு வந்தனர். குடிசையிலிருந்து இலேசாகப் புகை வெளியேறியது. பாய்களால் போர்த்தப் பட்டிருந்த குதிரைகள், ஸ்லெட்ஜுகளின் அருகே தலையைத் தொங்கப் போட்டுக்,

கொண்டிருந்தன. காவற்பணிக்கு நியமிக்கப்பட்ட சோல்ஜர், துப்பாக்கியைக் கையில் பிடித்துக் கொண்டே, வண்டியின் முற்பகுதியில் சாய்ந்து கிடந்தான்.

பனிச்செருப்பு அணிந்த இரு மனிதர்களும் ஓசை செய்யாது குடிசையைச் சுற்றி வந்தனர். அதன் பின் அவர்கள் ஈட்டி மீது சாய்ந்து நின்று உற்றுக் கேட்டனர். சந்திரனைச் சுற்றி ஒரு மங்கலான ஒளிவட்டம் தென்பட்டது. வெண் பனியால் உடுத்தப் பெற்ற காட்டில் அமைதி நிலவியது. குடிசைக்குள் யாரோ ஒருவன் தணிந்த முதலில் முணுமுணுத்துக்கொண்டிருந்தான். சறுக்கு வண்டியருகே ஒரு குதிரை, வயிறு முழுவதையும் தொழிற்படுத்தி நெட்டுயிர்த்தது. மீசை வைத்த முகத்தில் வெண்ணிலவு வீசும் வகையில் கிடந்த காவலன், பனியில் விறைத்துச் செத்தவனைப் போலிருந்தான்.

பனிச் செருப்பணிந்த இருவரில் ஒருவன் கூறினான்!

''அவனைக் கட்டிப் போடுவோமா? மெய்ம்மறந்து உறங்குகிறான். பிறகு பிரார்த்தனை செய்து அவனைத் தீயில் எறிவோம்.''

மற்றவன், தாடியை முன்னுக்குத் தள்ளிக்கொண்டு உற்று நோக்கினான்.

''சத்தம் உண்டாகும். அவன் குரல் கொடுப்பான். உள்ளே பத்துப்பேர் இருக்கிறார்கள்'' என்று அவன் கூறினான்.

''பின்னர் என்ன செய்வது?''

''ஈட்டியால் குத்திவிடலாம். அதன்பின் குடிசையின் கதவை வெளிப்புறத்தில் இழுத்து முட்டுக்கொடுத்துவிடலாம்.''

பெரிய செவிகளை உடையை குல்லாயை அணிந்த முதல்வன் தலையை ஆட்டிக்கொண்டு பேசினான். ''பெட்ரூஷா, பெட்ரூஷா! நீ ஏன் அப்படிப் பேசுகிறாய்? நம்மெல்லோருக்கும் ஒரே குருதிதானே. அவன் காட்டு விலங்கு அல்ல; மனிதன் நெருப்பில் ஞான ஸ்தானம் பெறுவதாகச் சொல்வார்கள். ஆம், தீயில். ஆனால் நீ ஈட்டியால் குத்தவேண்டுமென்கிறாய். உன் ஆத்மாவைப் பழிக்குள்ளாக்காதே!''

''அந்தப் பாவத்தை நானே மேற்கொள்கிறேன்.''

''அம்மாதிரி எண்ணத் துணியாதே! யேசுநாதர் மீதுள்ள அன்பின்பெயரால் சொல்கிறேன், என்னைத் தீயவழியில் இழுக்காதே!''

''ஆனால் இது ரொம்ப எளிது. விரைவாகவும் சத்தமில்லாமலும் முடிந்துவிடும்.''

''இம்மாதிரியாக நீ சிந்திப்பதற்குத் தந்தை நெக்டரி என்ன கூறுவாரோ?''

''நான் சிறந்த வகையில் செயல்பட விரும்புகிறேன்.''

அவர்கள் என்ன செய்வதென்று எண்ணியவராய் மௌனத்தில் ஆழ்ந்தனர். நீலம் பாய்ந்த பனியில், ஓர் ஆந்தையின் நிழல் வளைந்து நெளிந்து ஊர்ந்தது. அந்தப் பாழாய்ப் போன ஐந்து, பலி நிகழவிருப்பதை உணர்ந்து, இங்கு வட்டமிட்டது போலும்! திடீரென்று குடிசையின் கதவு கிரீச்சென்றது. யாகிமின் காட்டேறித்தலை வெளியே தோன்றியது. அவன் சிறுநீர் கழிப்பதற்கு வெளியே வந்தான் என்பது வெளிப்படை. இருமனிதரையும் கண்ட அவன் மூச்சுத் திணறினான்; பின்பக்கம் பாய்ந்து, அபாய அறிவிப்புச் செய்தான். இருவரும் பனிப்பாரத்தை உடைய

கிளைகளிடையே பதுங்கி ஊர்ந்து, அதன் பின் ஓடினர். காட்டின் அமைதியைக் குலைத்த துப்பாக்கிப் பிரயோக இடியோசை அவர்கள் செவியில் விழுந்தது.

அவர்கள், பாதை தெரியாது குழம்ப வேண்டுமென்பதற்காகப் பற்பல தடவைகள் திரும்பித் திரும்பி நீண்ட நேரம் ஓடினர். ஒரு பிர்மரத் தோப்பிலிருந்து ஓர் அருவியின் அடிப்பரப்பை அவர்கள் அடைந்தபொழுது, சந்திரன் உச்சத்திலிருந்தான்; சூரியோதய நேரம் நெருங்கிக் கொண்டிருந்தது. இரும்புத் தகட்டை மெதுவாக அடிக்கும் ஓசை, அருகே எங்கிருந்தோ கேட்டது.

அதிகாலை வழிபாட்டுக்காக ஆண்ரி மணி அடித்துக்கொண்டிருந்தான். முற்றிலும் இற்றுப் போன நரித்தோல் கோட்டை அவன் போட்டுக் கொண்டிருந்தான். பாதரட்சை ஏதுமில்லை. பனிகடித்த நீலப் பாதங்களால் தரையை அறைந்துகொண்டு, அவன் அவ்வகும் வார்த்தைகளை உச்சரித்தான்! ''தியாகிகளது அணியில் சேருங்கள்! யேசுநாதரது முதல் சீடர்களின் அணியில் சேருங்கள்! முனிவர்களது தொகுதியில் இடம் பெறுங்கள்!'' அதன் பின் அவன் ஆசிரம வாசலுக்கு எதிராக இருந்த கம்பத்தில் மணிக்குப் பதிலாகக் கட்டியிருந்த இரும்புத் தகட்டில், இரும்புக் கோலால் அடித்தான். முந்தைய நாளில் நோன்பு இருந்தபொழுது, தாகத்தைப் பொறுக்க முடியாமல் ரை தானிய மதுவைக் குடித்ததற்காக, ஆண்ரிக்கு நெக்டரி விதித்த தண்டனை இது.

மணியோசை கேட்டவுடனேயே ஜனங்கள் விரைந்து வந்தனர். ஆசிரம அறைகளில் வேறு வேறாக வாழ்ந்த ஆடவரும் பெண்டிரும் தனித்தனியே வந்தனர். மரக்கட்டைச் சுவரால் சூழப்பட்ட ஆசிரமம் பெரியதல்ல. பலர் வாய்க்கால் கரையிலோ சதுப்பான தீவின் ஓரத்திலோ வாழ்ந்தனர். அவர்கள் காட்டுப் பாதைகள் வழியே இங்கு விரைந்து வந்தனர். தூரத்தில் இருந்தவர்கள் தாமதமாகக் கூடாதென்பதற்காக மிகவும் துரிதமாக வந்தனர். ஏனெனில் நெக்டரி நேர விஷயத்தில் மிகவும் கண்டிப்பு.

ஆசிரமத்தின் நடுவே, அருகருகே இருந்த வைக்கோல் போர்களின் இடையே பிரார்த்தனை விடுதி இருந்தது. இது மரத்தில் கட்டிய நீண்ட அமைப்பு. இதன் அகன்ற கூரை சதுரமாகவும் சாய்வாகவும் இருந்தது. சிறிய எண்கோண ஸ்தூபியின் மீது ஒரே ஒரு கவிகை இருந்தது.

அந்த ஜனங்கள், கைகளை மார்பில் வைத்துக்கொண்டும், தலைகுனிந்தும் பயத்தோடு நுழைவாயிலைக் கடந்து உள்ளே நுழைந்தனர். ஆடவர்கள் வாலிபராகவோ நடுத்தர வயதினராகவோ இருந்தனர். பெண்கள் வெதுவெதுப்பான கோட்டை அணிந்தும் சால்வையை முகத்தின் மீது இழுத்துவிட்டுக் கொண்டு அவற்றின்மேல் கரடுமுரடான லினன் முக்காட்டை அணிந்தும் வந்தனர். மண்ணுலக வாழ்வின் துயரில் தோய்ந்ததாய், பாளம் பாளமாய் வெடித் திருந்த இரும்புத் தகடு, நிலவொளி பெய்த மூடுபனியின் இடையே மந்தமாக ஓசை செய்தது. இதைத்தவிர, மரப்பட்டைச் செருப்புப் பனியை பொடிக்கும் ஒலிமட்டும் கேட்டது.

ஜனங்கள் கதவருகே இருண்டு விரல்களால் சிலுவைக் குறியிட்டுவிட்டுப் பிரார்த்தனை விடுதிக்குள் நுழைந்தனர் அதன் சுவர்ளை உறைபனி போர்த்தியிருந்தது. பண்டைக்காலப் பாணியிலே வண்ணம் பூசப்பெற்ற வழிபாட்டு உருவங்களுக்கு முன்னால், கோபெக்குக்கு ஒன்று என்று விற்பனையாகும் மெழுகுவத்திகள் எரிந்தன. இந்தக் கண்காணாத காட்டின் நடுவில் மெழுகுவத்திகள் எரிவது ஓர் அற்புதம்தான். ஆண்கள் வலதுபுறத்திலும் பெண்கள் இடதுபுறத்தில் மண்டியிட்டனர். இடையே ஒட்டுத் தையல் திரையொன்றை உள்மரப்பட்டைக் கயிற்றால் கட்டியிருந்தனர்.

பனிச் செருப்பணிந்த இருவரும் வேகமாக மூச்சுவிட்டுக்கொண்டு ஆசிரமவாயில் வழியே ஓடிவந்து, ஆண்ரியைப் பார்த்துக் கூச்சலிட்டனர்.

''மணி அடிக்காதே! ஓர் உற்பாதம் நிகழ்ந்து விட்டது!''

''விரைந்து செல். மூத்தோரை இங்கு வரச்சொல்.''

உபவாசமிருந்ததாலும் உறங்காமல் காவல்காத்ததாலும், நிரந்தரமான பயத்தாலும், ஆண்ரியின் ஆத்மா கயிறுபோல் விறைப்பாக இழுக்கப்பட்டு இருந்தது. அவன் பதை பதைத்து இரும்புக் கோலை எரிந்துவிட்டு, மூச்சுத்திணறத் துடித்தான். ஆனால் தீயபேய்களை (அவையோ கணக்கில்லாதவை. ஒவ்வொரு சிந்தனையும் ஒரு பிசாசுதான்) எப்படி விரட்டவேண்டுமென்று நெக்டரி போதித்தது வீண் போகவில்லை. அவன் ''சாத்தான், என் சத்துருவே, ஓடிவிடு!'' என்று தனக்குள் சொல்லிக்கொண்டான். உடனே கோலை எடுத்து 'என் வழியில் வராதே, போ' என்ற பொருள்படும் வகையில் தலையை ஆட்டிக்கொண்டு இரும்புத் தகட்டை அடித்தான்.

''ஆண்ரி, சொல்வதைக் கேள். இங்கிருந்து மூன்று மைல் தூரத்தில் அதிகாரியும் சிப்பாய் களும் இருக்கின்றனர்.''

''அடிப்பதை நிறுத்தாவிட்டாலும், இவ்வளவு ஓசை செய்யாது அடி. அவர்கள் காதில் விழப்போகிறது. யாகிம் அவர்களோடு இருக்கிறான். அவன் இந்த ஒலியின் உதவியால் அவர்களை இங்கு இட்டு வருவான்.''

இவ்வாறு பேசிய இருவருக்கும், ஆண்ரி பதிலளித்தபோது அவனது பற்கள் கடகடவென்று அடித்துக்கொண்டனஃ

''பெரியவர் இன்னமும் தம் அறையில்தான் இருக்கிறார். நேராக அவரிடம் செல்லுங்கள்.''

அவர்கள் பனிச்செருப்புகளை நீக்கிவிட்டுச் சென்றனர். ஸ்டீபன், பீட்டர் என்ற அவர்களிருவரும் பாவ்நாட்ஸைச் சேர்ந்தவர்கள்; மீன் பிடித்தும் வேட்டையாடியும் பிழைப்பவர்கள். அவர்கள் பழைய கொள்ளையைக் கடைப்பிடித்ததால், பாவ்நட்ஸின் கவர்னர் மீண்டும் மீண்டும் அவர்களை நையப்புடைத்தும் உடைமைகளையும் கால் நடைகளையும் பறி முதல்செய்தும் படுத்திவைத்தான். சலிப்படைந்த அவர்கள், இரண்டாண்டுகளாக மனைவி மக்களை விகா ஆசிரமத்தில் விட்டுவிட்டு, தமது தொழிலுக்கு ஏற்ற இடங்களில், ஜன சஞ்சாரமே இல்லாத பகுதிகளில் காலத்தைக் கழித்து வரலாயினர். ஓர் அதிகாரியும் சோல்ஜர்களும் (முகத்தைச் சிரைத்துக் கொண்டவர்கள்; புலால் உண்பவர்கள்; ஒரு மைல் தூரத்துக்குப் பேய்ப் பூண்டான புகையிலையின் நெடியைப் பரப்புகிறவர்கள்) ஆசிரமங்களை நோக்கி வருவதாக வதந்தி பரவியபொழுது, நெக்டரி ஸ்டீபனையும் பீட்டரையும் விளித்தான்; அந்த ஆட்களைக் கண்காணிக்க வேண்டுமென்றும் வேறு திசையில் செல்லும்படி செய்ய வேண்டுமென்றும், முடிந்தால் பாவம் செய்யாது அந்திக் கிறிஸ்துவின் சேவகர்களைத் தீர்த்துக்கட்ட வேண்டு மென்றும் நெக்டரி கட்டளையிட்டான்.

நெக்டரியின் முன்னிலையில் போய் நிற்பது எளிதல்ல. குளிராயிருந்த நடைபாதையிலேயே, லௌகீகச் சகோதரன் ஒருவன் ஸ்டீபனையும் பீட்டரையும் சந்தித்தான். நெக்டரிக்கு இரண்டு லௌகீகச் 'சகோதரர்கள்' உண்டு. ஒருவன் ஆண்ரி. இன்னொருவன் இப்பொழுது நடைபாதைக்கு வந்த நொண்டியான பார்பிரி. பார்பிரி மேல் நோக்கிப் பார்க்கும் கண்களை உடைய விகாரமான வாலிபன். அவர்கள் அவனிடம் குசுகுசுவென்று கதையைக் கூறினார்கள். பார்பிரி தலையை ஒருபக்கமாகச் சாய்த்துக்கொண்டு 'உள்ளே வாருங்கள்' என்றான். அந்தக் காட்டான்கள் குல்லாயை எடுத்துவிட்டுக் கூனிக்குறுகிக்கொண்டு அறையினுள் நுழைந்தனர். அவர்கள் கரடுமுரடான சரீரத்தை உடையவர்கள்; சிறப்பான உடற்கட்டுக்கு உரியவர்கள். நெக்டரிக்கு கொழுப்பான சரீரமென்றால் பிடிக்காது.

பிரார்த்தனை கீதத்தைப்படிப்பதற்கான சாய்வு மேஜை முன் நின்ற நெக்டரி அந்த இரு மனிதரையும் ஓரக்கண்ணால் பார்த்தான். அவன் வடிவில் சிறியவன்; கூனல் விழுந்திருந்தது; வீட்டில் நெய்த துணியில், புராதன முறையில் வெட்டித்தைத்த கரிய மேலாடையை அணிந்திருந்தான். அவனது குறுகலான ஆப்புவடிவத்தாடி கிட்டத்தட்ட முழங்கால் மூட்டுவரை தொங்கியது. புருவங்களும் கண்களும் கன்னங்கரேலென்று இருந்தன. அந்த அரித்த புத்தக அட்டைமீது இருந்த மெழுகுவத்தி, மெல்ல வெடிப்பொலிசெய்தது; திண்ணிய உறைபனி பெய்யப் போவதை அறிவித்தது போலும். ஏரிக்கரைப் பாறைகளால் கட்டப்பட்ட கணப் பிலிருந்து வெப்பம் வந்தது. மரக்கட்டைச் சுவர்கள் துப்புரவாகத் துடைக்கப்பட்டிருந்தன. மூலிகைகளின் கொத்துகள் உள் மரப்பட்டைத் துண்டுகளில் கூரையிலிருந்து தொங்கின.

ஸ்டீபன், பீட்டர் ஆகியோரின் மீசையிலிருந்து பனித்திவலைகள் ஒழுகின. ஆனால் நெக்டரி படித்து முடிப்பதற்குமுன் அந்தத் திவலைகளைத் துடைப்பதற்கோ வேறு அங்க அசைவைச் செய்வதற்கோ அவர்களுக்குத் துணிவு இல்லை. அவன் பயங்கரமான குரலில் படித்துக் கொண்டிருந்தான். ஓர் இருண்ட மூலையிலிருந்து ஒருக்கணித்துப் படுத்திருந்த ஒருவன் நெக்டரியை நோக்கினான். அவனுக்குப் பேய்பிடித்திருந்ததாகச் சொல்லப்பட்டது. சுவரில் இருந்த இரும்பு நாதாங்கியில் சங்கிலியை இணைத்து அவனது இடுப்பில் அதனால் கட்டி யிருந்தனர். கணப்பின் அருகில் இருந்த தொட்டியில் பழைய அங்கியால் மூடப்பெற்ற மாவு பக்குவமாகிக்கொண்டிருந்தது.

''சரி, என்ன சேதி?'' என்று அந்த இருவரை நோக்கி நரை தாடியை முன்னுக்குத்தள்ளிய கிழவன் வினவினான். கரடியைக் கண்டு அஞ்சாத அவர்கள், தன்னந்தனியாக காட்டுமானைத் துரத்திப்பிடிக்கும் ஆற்றலை உடைய அவர்கள், இந்தக் கிழவனுக்கு முன்னால் பெட்டிப் பாம்பாய் அடங்கினார்கள். ஸ்டீபன் நடந்தனவற்றைப் பற்றி முன்பின் தொடர்பில்லாது எடுத்துரைத்தான். பீட்டர் அந்தக் கதையைத் தன்னம்பிக்கை இல்லாது ஊர்ஜிதம் செய்தான்.

''அப்படியா? பெட்ரூஷா, நீ அந்த சோல்ஜரை ஈட்டியால் குத்த விரும்பினாய்! ஸ்டீபன், நீ பாவம் செய்வதற்கு அஞ்சினாய்!'' ஸ்டீபன் உற்சாகத்தோடு விடைதந்தான்ஃ

''தந்தையே, நாங்கள் அவர்களை இரண்டு வாரமாகப் பின் தொடர்ந்து வருகிறோம். அந்தப் பாழாய்ப்போன யாகிமுக்கு இந்தப் பகுதிகளெல்லாம் நன்கு தெரியும். அவன் அவர்களை நேராக இங்கு அழைத்து வருகிறான். அவர்கள் கவனமாக இருக்கிறார்கள். இல்லாவிட்டால் குடிசைக்கதவை அடைத்துத் தீவைப்பது எளிதாயிருக்கும். ஒரு பிரார்த்தனையுடன் அவர்களுக்கு ஞானஸ்நானம் செய்வித்திருக்கலாம். அது அவர்களுக்கும் நன்மை, நமக்கும் நன்மை. ஆனால் அம்மாதிரிசெய்ய முடியவில்லை. கொள்ளைக்காரனைப்போல் கொல்வதென்றால், -யேசுநாதர் நம்மைக்காப்பாராக அது பேயின் மோசவலைதான்.''

''தீ வைத்து எரிப்பதற்கு நான் ஆசி வழங்கினேனா?'' என்று நெக்டரி வினவியவுடன், அவர்கள் வியப்புற்றனர். பதில் பேசவில்லை. ''ஸ்டீபன், பத்துப்பேரைத் தீயில் எரித்து ஞானஸ்நானம் செய்விப்பதற்கு உன் பிரார்த்தனை ரொம்பத்திறம் படைத்ததாக இருக்க வேண்டும். ஓ, ஓ! உனக்கு இந்த அதிகாரத்தை கொடுத்தது யார்?''

நெக்டரியின் பேச்சைக் கேட்டு ஸ்டீபன் முகம் சுளித்தான். பீட்டர் ஒன்றும் விளங்காததால் தெண்டத் தெண்ட விழித்தான்.

''பார்பிரி, பையா! நறும்புகைக் கலசத்தில் ஒரு தணலை வைத்துக்கடவுளைத் தொழுது கொண்டே ஊது'' என்று நெக்டரி கட்டளையிட்டான். பார்பிரி, கலசத்தை நிலைக்காலிலிருந்து

எடுத்துக்கொண்டு கணப்பை நோக்கி நொண்டி நடந்தான்; தணலை எடுத்துவைத்து ஊதினான். அதன் பின் நெக்டரியின் கையில் முத்தமிட்டு அதை அவனிடம் கொடுத்தான். நெக்டரியின் நீண்டகையில் இருந்த புகைக் கலசம் தரையைத் தொடும்போலிருந்தது. அந்த இருவரது முகத்திலும் விலாப்புறத்திலும் புகையைக் காட்டிய நெக்டரி அவர்களைச் சுற்றிவந்தபொழுது, தலைகுனிந்து கிசுகிசுத்தான். அதன்பின் அவன் பார்பிரியிடம் கணகணத்த கலசத்தைக் கொடுத்துவிட்டுத் தன் தோல்பெட்டியிலிருந்த ஜபமணி மாலையை எடுத்து, ஸ்டீபனது முகத்தில் வேதனை தரும்படியாக அடித்தான். அதேபோலப் பீட்டரையும் அடித்தான். அவர்கள் மண்டி யிட்டனர். அவன் நீலம்பாய்ந்த உதடுகளால், ''மமதை, பழிக்கப்பெற்ற மமதை!'' என்று கிசுகிசுத்து, மேன் மேலும் அதிகமான வெறியோடு அவர்களது கன்னத்தில் அறைந்தான். பேய்பிடித்துக் கிடந்தவன் திடீரென்று உரக்கக்களைத்துச் சிரித்து விட்டுக் காவல் நாயைப்போல் சங்கிலியை இழுத்துக்கொண்டு கத்தினான்:

''கிழவா, அவர்களை அடி, நையப்புடை! அவர்களிடம் குடிகொண்டுள்ள பேயை விரட்டு.''

கிழவன் களைத்துவிட்டான். வெறியும் நீங்கியது. மேல் மூச்சுக் கீழ் மூச்சு வாங்கினான்.

''இது எதற்காக என்பதைப் பின்னர் புரிந்து கொள்வீர்கள். யேசுநாதருடன் செல்லுங்கள்'' என்று அவன் இருமிக்கொண்டே பேசினான்.

ஸ்டீபனும் பீட்டரும் எச்சரிக்கையோடு அறையிலிருந்து வெளியேறினார்கள். நிலவொளி மங்கிவிட்டது. பிரார்த்தனை விடுதிக்கு அப்பால், இருண்ட காட்டுக்கு அப்பால், பொழுது புலர்ந்து கொண்டிருந்தது. குளிர் தாங்க முடியவில்லை. அவர்கள் திகைத்து நின்றனர். ''நாம் என்ன தவறு செய்தோம்? நம்மை ஏன் அடித்தார்? நாம் இனி என்ன செய்வது?'' என்று அவர்கள் ஒருவரையொருவர் சைகையால் வினவினர்.

''நாம் நடந்தது அதிகம்; உண்டது குறைவு'' என்று பீட்டர் கிசுகிசுத்தான்.

''இப்பொழுது அவரை எப்படிக் கேட்பது?''

''கேட்டால் கொஞ்சம் ரொட்டி கொடுப்பாரா?''

''மீண்டும் அவரிடம் தலையைக் காட்டவேண்டாம். இப்படியே மற்றவர்களிடம் போகலாம். ஓர் அணிலைக்கொன்று உண்போம்.''

ஆண்ரி கணப்பின் மீது ஏறியபொழுது கைகால்கள் பதறின. பிரார்த்தனை விடுதிக்குச் சென்ற நெக்டரி, அவனை வழியில் சந்தித்து மணி அடிப்பதை நிறுத்தும்படி சொன்னான். வழிபாட்டில் கலந்துகொள்வதை அனுமதிக்க மாட்டேன் என்ற கூறிவிட்டு, ரொட்டி சுடும்படி ஆணை யிட்டான். ஆண்ரியின் சில்லிட்டுப்போன பாதங்கள், கணப்பின் சூடானகற்களைத் தொட்டவுடன் வேதனை தந்தன. பசியால் அவனுக்குத் தலைசுற்றியது. அவன் தலைகுப்புறப் படுத்து, அடியில் கிடந்த போர்வையைப் பற்களால் கடித்தான். வீறிட்டலறாமல் இருப்பதற்காக, அவன் அவ்வகுமின் வாசகத்தைத் திரும்பத் திரும்பத் தனக்குள் சொல்லிக் கொண்டிருந்தான்; ''சீழும் சிறுநீர் மலங்களும் சேர்ந்து அமைந்தவனே மனிதன். நாய் பன்றிகளோடு சேர்ந்து வாழ்வது எனக்கு நல்லது. என் ஆத்மா கெட்டவாடை வீசுவதைப் போலவே அவையும் நாறுகின்றன. நான் செய்த பாவங்களின் விளைவாக, செத்துப்போன நாயைப் போல முடைநாற்றம் வீசுகிறேன்.''

மூலையில், சங்கிலியை இழுத்து அசைந்த விவசாயி,''கிழவன் நேற்று இரவு மீண்டும் தேனைப்பருகினான்'' என்றான்.

‘‘பொய் சொல்லாதே?’’ என்று இந்தத்தடவை ஆண்ரி அவனைப் பார்த்துச் சத்தம் போடவில்லை. மேலும் வலுவாகப் போர்வையைக் கடித்தான். தனக்குள்ளிருந்த பயங்கரமான சந்தேகப் பேயை அடக்கும் வலு அவனிடம் இப்பொழுது இல்லை. ஒரு சாதாரண நிகழ்ச்சிக்குப் பின், இந்தச் சந்தேகப்பேய் அவனிடம் புகுந்தது. நெக்டாரி, பார்பிரி, ஆண்ரி ஆகிய மூவரும் நாற்பது நாட்கள் உண்ணா நோன்பிருந்தனர். தண்ணீரைத் தவிர வேறு எதுவும் குடிப்பதில்லை. அதையும், சிறிது சிறிதாகத் தான் குடித்தனர். இந்த விதிகளை ஆண்ரியும் பார்பிரியும் மீறக்கூடாதென்பதற்காக அவர்கள் வெந்நீரில் மார்பை ஈரமாக்கிக் கொள்ளவேண்டுமென்றும், ரைதானிய மதுவை உதட்டில் தடவிக்கொள்ள வேண்டுமென்றும் அவன் உத்திரவிட்டான். ‘‘எனக்கு அது தேவையில்லை. ஒரு தேவதை விண்ணுலகப் பனியால் என் இதழ்களைத் தடவுகிறது’’ என்றும் நெக்டாரி சொன்னான். அற்புதம் என்னவெனில், ஆண்ரியும் பார்பிரியும் சோர்ந்து களைத்துக் கிசுகிசுக்கவும் முடியாது கிடந்த பொழுது, நெக்டாரி புத்துணர்ச்சியோடு விளங்கினான்.

ஒருநாள் இரவு, நெக்டாரி ஓசை செய்யாமல் கணப்பின் பரணியிலிருந்து ஏறிப் பானைத் தேனிலிருந்து ஒரு தேக்கரண்டி எடுத்து, நிவேதனம் செய்யாத கோயில் ரொட்டித் துண்டோடு உண்டதை ஆண்ரி பார்த்துவிட்டான். ஆண்ரியின் கை கால்கள் தண்மையுற்றன. ஒரு மனிதனை யாராவது கழுத்தறுப்பதைக் கண்டாலும்கூட, அவனுக்கு இவ்வளவு மனவேதனை ஏற்பட்டிருக்காது. இந்த விஷயத்தை யாருக்கும் சொல்லாதிருப்பதா அல்லது இதைப்பற்றிப் பேசுவதா என்பது அவனுக்குப் புரியவில்லை. எனினும் மறுநாள் காலையில் அவன் தான்கண்ட காட்சியை நெக்டாரியிடம் கண்ணீர் பெருக்கியவாறு எடுத்துரைத்தான். மூச்சுத்திணறிய நெக்டாரி சொன்னான்:

‘‘நாயே! பேதையே! அது நான் அல்ல, பேய். அதைக்கண்டு நீ திருப்தி அடைந்தாய் அல்லவா? உன் சபிக்கப்பெற்ற தேகம் உன்னை அப்படிக் கெடுக்கிறது. ஒரு தேக்கரண்டித் தேனுக்காக விண்ணுலக சாம்ராஜ்யத்தைதயே விற்றுவிடுவாய்.’’

பானையை எடுத்து அடுப்பில் வைப்பதற்குப் பயன்படும் கிடுக்கியால் ஆண்ரியை நையப் புடைத்தான். சட்டைமட்டும் அணிந்திருந்த அவனை வெளியே பனியில் தள்ளினான். அதன் பின் சிறிது காலத்துக்கு ஆண்ரியின் மனம் அமைதி அடைந்திருந்தது. ஆனால் இலையுதிர் காலத்திலிருந்து இரக்கம் மிகுந்த நெக்டாரியால் கதகதப்பான இடத்தில் கட்டிப் போடப்பட்டுள்ள அந்தப் பேய்பிடித்த விவசாயி, அறையில் எவருமில்லாத பொழுது, ஆண்ரியிடம் சொன்னான்.

‘‘கரண்டியைப்பார். தேன் ஒட்டிக்கொண்டிருக்கிறது. நேற்று மாலை கழுவியகரண்டிதான். அதை நக்கு.’’

அன்று அதைக் கேட்டவுடன் ஆண்ரி அந்த விவசாயியைச் சபித்தான். மறுநாள் இரவு நெக்டாரி மீண்டும் ரகசியமாகத் தேனைப்பருகி முயலைப்போல் உதட்டை நக்கினான். பொழுது புலரும் நேரத்தில், எல்லோரும் நன்றாக உறங்கியிருந்த பொழுது, ஆண்ரி கரண்டியைச் சோதித் தான். அதில் தேன் ஒட்டிப் பிசுபிசு வென்றிருந்தது. ஒரு நரைமயிரும் ஒட்டிக்கொண்டிருந்தது.

ஆண்ரியின் ஆத்மாவை ஒரு சந்தேகம் அரித்துத்துளைத்தது: பொய் சொல்வது யார்? கரண்டியில் தேன் இருப்பதாகவும் நரைமீசை மயிர் ஒன்று இருப்பதாகவும் (அது பேயின் மயிராக இருக்க முடியாது!) கண்கள் சொல்வது பொய்யா? அல்லது, நெக்டாரி பொய் சொல்கிறாரா? எதை நம்புவது? குழப்பத்திலும் ஏக்கத்திலும் தத்தளித்த ஆண்ரிக்குச் சிறிது நேரம் புத்தி சுவாதீனமே இல்லாமலிருந்தது. ‘‘அந்திக்கிறிஸ்து உலகத்தின் நுழைவாயிலுக்கு வந்துவிட்டான். இந்த

வானத்தின் கீழ் உள்ள உயிரினங்கள் அனைத்தும் அவனுடைய படைப்புகளே. நம் தேசத்தில் ஒரு பெரிய பிசாசு வந்திருக்கிறான். ஆழம் மிகுந்த நரகத்துடன் ஒப்பிட்டே இந்தப் பிசாசைப் புரிந்துகொள்ள முடியும்'' என்று நெக்டரி அடிக்கடி கூறி வந்தார். அப்ப்டியானால், அவரே, நெக்டரியே, பேயாக தெரியாதா? ஒன்றுமே விளங்கவில்லை. பாசி படர்ந்த சதுப்புமாதிரி, எல்லாம் உறுதியற்றதாயுள்ளன. எதைப்பற்றியும் சிந்திக்காமல்,அடிபட்ட நாயைப்போல் தலையைத் தொங்கப்போட்டுக் கொண்டு, மனத்தால் அல்ல, வயிற்றால் நம்புவதொன்றே வழி. ஆனால் நம்ப முடியாவிட்டால்? சிந்தனை செய்யாது இருக்க முடியாவிட்டால்? மெழுகு வத்தியை அணைக்கலாம்; ஆனால் சிந்தனைகளை அழிக்கமுடியாது. அவை கோடைகாலத்து மின்னல்போல் மீண்டும் மீண்டும் பளிச்சென்று பட்டுத் தெறிக்கின்றன. அப்படியானால் இதுவும் அந்திக் கிறிஸ்துவின் சேஷ்டையா? சிந்தனைகளை அந்தக் கிறிஸ்துவின் மின்னலா? திடீரென்று ஆண்ரியின் அகமெல்லாம் கிர்ரென்று சுற்றியது. அவன் எங்கே போய்க்கொண்டிருந்தான்? எவ்வழியில் உருண்டு கொண்டிருந்தான்? அவன் சிறியவன், ஏழை, பேதை. நெக்டரியை பாதத்தில் விழுந்து 'அறிவுரை வழங்குங்கள். காப்பாற்றுங்கள்' என்று அவனால் கூற முடிந்தால்! ஆனால் அதுவும் அவனால் முடியவில்லை. தேன்வழிந்த மீசை அவன் கண்முன்னால் காட்சியளித்துக் கொண்டேயிருந்தது. அமைதியான வாழ்வை நாடி ஆசிரமத்துக்குவந்தவன், ஐயத்தையே கண்டுபிடித்தான்.

ஆனால் அதன்பின், உடலின் பலவீனம் அவனைச் சோர்வடையச் செய்தபொழுது, சிந்தனைகள் மழுங்கின; மனக்கிளர்ச்சி பெரிதும் அடங்கியது. கிளுகிளுக்கச் செய்வதைப் பொறுத்துக்கொள்வது மாதிரி அடி உதையைப் பொறுத்துக்கொண்டான். நாள் தோறும், நெக்டரியின் கொடுமை அதிகமாயிற்று. ''பார்பிரி, அன்பார்ந்த பையா'' என்று விளித்த கிழவனே, ஆண்ரியை எப்படி அடித்தான்! குதிரைகள் கூட அம்மாதிரி அடிபட்டதில்லை. அவன் இந்த இடத்தை விட்டு ஓடினால் என்ன? ஓடலாம்; எங்கே செல்வது? சென்ற டிசம்பர் மாதத்தில் அவர்கள் விகா ஆசிரமத்துக்குச் சறுக்குவண்டிகளில் தானியம் கொண்டு வந்தபொழுது, ''எங்களோடு வந்து இரு. திருக்கோயிலை அலங்கரிக்கும் வேலையில் ஈடுபடு. பனிக்கட்டி உடைந்தபின், உன்னைச் சாமான்களோடு மாஸ்கோவுக்கு அனுப்புவேன். நான் உன்னை நம்புகிறேன்.'' என்று டெனிஸோவ் ஆண்ரியிடம் கூறியது உண்மைதான். ஆனால் அதற்கு இணங்க மறுத்தான் ஆண்ரி. அவன் விரும்பியது அதுவல்ல; அமைதியும் தெளிவுமே அவன் நாடியவை. ''காட்டிலே ஓர் அறை; அளவில் சிறிய ஆனால் வயதில் மூத்த ஒரு பெரியார் இறுகப் பிடிக்கும் குல்லாய் அணிந்து சிற்றருவியின் பாறை மீது அமர்ந்து தன் அன்பார்ந்த லௌகீகச் சகோதரனான ஆண்ரியிடம் விண்ணொளியைப் பற்றிப் பேசுவார். காடுகளிலுள்ள மிருகங் களெல்லாம் அங்கு கூடி அவர் பேச்சைப் பருகும். பறவைகளெலலாம் கிளைகளில் அமர்ந்து அந்த நல்லுரைக்குச் செவி கொடுக்கும். அந்தக் தன்னந் தனியான சிற்றருவியின் அமைதியார்ந்த மிருதுவான மேற்பரப்பில் மங்கலாக ஒளிவீசும். வட திசைக் கதிரவனும் அந்தத் தெளிவுரையைக் கேட்டான்'' என்றெல்லாம் ஆண்ரி கற்பனை செய்திருந்தான். ஆனால் அவனுக்குக் கிட்டிய 'அமைதி' இதுவல்ல! அவனது ஆத்மாவில் இத்தகைய சூறாவளி ஒரு பொழுதும் அடித்ததில்லை. மாஸ்கோவின் கிடேய் கோரோட் மதிலின் வெடிப்பில் குளிர்காலத்துப் பனிப் புயல்கள் வீசியடித்த இரவுகளில் அவன் கிடந்து நடுங்கினானே, காவற் படையினரது சவங்கள் காற்றில் இயங்கிக் கழுமரத்தைக் கிரீச்சென்று சப்திக்கச் செய்து ஒன்றோடொன்று மோதிய ஓசையைக் கேட்டானே, அப்பொழுது கூட அவனது மனத்தில் இத்தகைய புயல் அடிக்கவில்லை.

கணப்பின் பரணியில் படுத்துக்கிடந்த ஆண்ரியைநோக்கிப் பேய் பிடித்த விவசாயி பேசினான்ஃ ''நீ இங்கு அதிக நாட்கள் தாக்குப் பிடிக்கமாட்டாய். மிகவும் நோஞ்சையாகி விட்டாய். கிழவனுக்கு உன்னைக் கண்டால் எட்டிக் காயாகக் கசக்கிறது. அவன் அடிக்கிற

அடியில் நீ பிணக்குழியை அடைந்து விடுவாய். ஓ, அந்தக் கிழவன் மமதை மிகுந்தவன், கொடுங்கோலன்! புனிதர்கள் அவனை உறங்குவதற்கு அனுமதிக்கமாட்டார்கள். அவன் புனிதர்களது வாழ்வைப் பற்றிப் படித்துவிட்டுப் பல்வகை வினோதமான திருவிளையாடல்களில் ஈடுபடுகிறான். குளிர்காலம் மட்டும் கொடுமையாகவில்லையென்றால், ஒரு பைன் மரத்திலேயே பத்தாண்டுகளைக் கழிப்பான். இதே காரணத்துக்காக ஜனங்களைச் சுட்டெரிக்கிறான். என்ன காரணம்? அதிகார ஆசை. காட்டு வேந்தனாகத் துடிக்கிறான்! நண்பா, நான் அவனை அளந்து வைத்திருக்கிறேன். அவனைவிட நான் புத்திசாலி. என்னை நம்பு; நான் உங்கள் அனைவரையும் விடப் புத்திசாலி. என்னை மூன்று பேய்கள் பிடித்தாட்டுகின்றன என்பது மெய். முதலாவது பேய், வலிப்பு நோய். இது வலு மிகுந்த பேய். இரண்டாவது பேய் சோம்பல். அது இல்லாவிட்டால் நான் இங்கே பிணைப்புண்டு கிடப்பேனா? மூன்றாவது பேய், எனது மிகுதியான சாமர்த்தியம். இது பயங்கரமானது! வலிப்பு நோய் என்னை வதைக்கத் தொடங்குவதற்கு முன்னால், எனக்கு ஒவ்வொரு விஷயமும் புரிகிறது. எனக்கு ஏற்படுகிற சீற்றத்தில், எல்லாவற்றிடமும் வெறுப்பு உண்டாகிறது. ஒவ்வொருவனைப் பற்றியும் நான் அறிவேன்; அவன் எங்கிருந்து வருகிறான். எத்தகைய முட்டாள், என்ன எதிர்பார்க்கிறான் என்பனவற்றை நான் புரிந்துகொள்கிறேன். வேண்டுமென்றே, வேடிக்கைக்காக, மடத்தனமாகப் பேசுகிறேன். சங்கிலியைக் கடித்துக் கொண்டு உருள்கிறேன். அவர்கள் அவற்றை நம்புவதைக் கண்டால் தமாஷாயிருக்கிறது. கிழவனும் என்னை வெறித்துப் பார்க்கிறான். அவனுக்கு என்னிடம் அச்சம். வசந்த காலத்தில் நான் இவனை விட்டு ஓடிவிடுவேன். ஆனால், ஆண்ரி, நீ அவனிடம் அடிபட்டு வற்றலாகப் போகிறாய். அவன் அடுத்தபடி நடத்தவிருக்கும் எரியூட்டலில் உன்னை முதலில எரிப்பான் என்றும் சொல்லலாம்.''

''ஓ, நாவை அடக்கு, அடக்கமாட்டாய்!''

ஆண்ரி கணப்பிலிருந்து இறங்கிவந்து கைகளைக் கழுவினான். சட்டைக் கைகளைச் சுருட்டி விட்டுக்கொண்டு, மாவுச் சட்டியைத் திறந்தான். மற்ற அறைகளில், மரப்பட்டையைக் காயவைத்துப் பொடித்த மாவை மூன்றில் இரண்டு பங்கும், கதிர்மணி மாவை மூன்றில் ஒரு பங்கும் சேர்ந்து ரொட்டிக்கு மாவைப் பக்குவப் படுத்தினார்கள். ஆனால், இங்கே, தானிய மாவை மட்டும் உபயோகித்தார்கள். மாவு நன்றாகப் பொங்கியிருந்தது. விவசாயி உடலை நீட்டி உற்று நோக்கினான். சங்கிலியைத் திருகி இழுத்தான். அது சுவரிலிருந்து நாதாங்கியையும் பறித்துக் கொண்டு வந்தது. கிலியடைந்தான் ஆண்ரி. ஆனால், சட்டைக் கைகளைச் சுருட்டிவிட்டுக் கொண்ட விவசாயி சொன்னான்:

''இது ஒன்றுமில்லை. நான் இம்மாதிரி அடிக்கடி செய்கிறேன். கிழவன் வரும் நேரத்தில், நாதாங்கியைச் சுவரில் மாட்டிக்கொண்டு மூலையில் இருப்பேன்.''

அவனும் கைகளைக் கழுவிக்கொண்டு, ரொட்டிச் சிட்டங்களை உருட்டுவதிலும் அவற்றை அடுப்பில் வைப்பதிலும், ஆண்ரிக்கு உதவி புரிந்தான். அவன் கூறினான்:

''ஆண்ரி, என்னவிருந்தாலும், இங்கு ரொம்ப மந்தமாயிருக்கிறது. ஒரு பெண் மட்டும் இருந்தால் நன்றாயிருக்கும்.''

''பேசாது கிட!'' என்றான் ஆண்ரி. இத்தகைய சொற்களிடமிருந்து தன்னைப் பாதுகாத்துக் கொள்வதற்காக அவன் சிலுவைக் குறி இட விரும்பினான். ஆனால் விரல்களில் மாவு ஒட்டிக் கொண்டிருந்தது.

''உண்மையில் நான் பெரியவரிடம் புகார் சொல்வேன்'' என்று அவன் எச்சரித்தான்.

''புகார் செய், பார்க்கலாம். வடிகட்டிய முட்டாளாயிருக்கிறாயே! ஆசிரமங்களில் பெண்களையெல்லாம் காற்றுதான் கர்ப்பவதிகளாக்குவதாக் கருதுகிறாயா? விகா ஆசிரமத்தில் மட்டும் ஏறத்தாழ முப்பது பெண்கள் சினைப் பசுக்களைப் போல் நடமாடுகிறார்கள். அங்கு கண்டிப்புக்கு ஒன்றும் குறைவில்லை.''

''இதெல்லாம் பொய்யான பேச்சு.''

''ஆண்ரி, நீ அந்த இனிமையை ஒரு பொழுதும் சுவைத்ததில்லையென்று தோன்றுகிறது.''

''நான் உயிரோடு உள்ளவரை, என்னை மாசுபடுத்திக்கொள்ள மாட்டேன்.''

''மென்மைக்குரிய நேர்த்தியான ஒருத்தியைக் கூப்பிட்டுத் தரையைக் கழுவச்சொன்னால் எப்படி இருக்கும்? அவள் கழுவும்பொழுது, பெஞ்சியில் உட்கார்ந்து பார்த்தால், இரத்தம் சூடேறிக் கொண்டே இருக்கும். அது ஒயினைவிடச் சக்தி வாய்ந்தது.

ஆண்ரி விரைவாக விரல்களில் ஒட்டிய மாவைக் கழுவிவிட்டு, அறைக்கு வெளியே சென்றான். அந்தப் பனியில் சிறிதுநேரம் நிற்கலாமென்பது அவனது எண்ணம். காட்டுக்கு அப்பால் வெள்ளி முளைத்துவிட்டது. விரைவில் கதிரவன் உதயமாகி விடுவான். பனியில் பதிந்த அடிச்சுவடுகள் கதகதப்பாயிருந்தன. குடிசைகளுக்கு எதிரில், பனிப்போக்குகள் வெண்மையாகக் காட்சி தந்தன. உயர்ந்த பிர்மரங்களது உச்சியெல்லாம் பச்சையாக இருந்தன. பிரார்த்தனை விடுதியின் பாதிதிறந்த கதவு வழியே துயரார்ந்த பாட்டின் ஒலி மிதந்து வந்தது. ஸ்டீபனும் பீட்டரும் மீண்டும் ஆண்ரி அருகே ஓடிவந்து, ''அவர்கள் வருகிறார்கள்! நுழை கதவுகளைச் சாத்து!'' என்று கத்தினர்.

அலெக்ஸி பிராவ்கின், இணங்காதாரோடு பேசுவதற்கு யாகிமை அனுப்பினான். அவர்கள் யார், எத்தனைபேர் உள்ளனர். ஜாரின் அதிகாரிக்குக் கதவைத் திறக்க ஏன் மறுக்கின்றனர் என்பனவற்றை அறிந்துவரச் சொன்னான். அவன் குதிரைகளைச் சாலையில் நிறுத்திவிட்டு சோல்ஜர்களுடன் ஆசிரமத்துக்கு வந்தான். துப்பாக்கிகளில் மருந்தை அடைக்கும்படி அவர்களுக்கு உத்திரவிட்டான். உயரமான வேலிக்குப் பின்னால், வெண் பனியை உடுத்திய கூரைகள் மினுமினுத்தன; பிரார்த்தனை விடுதியின் எண்முனைச் சிலுவை நீலமாகப் பிரகாசித்தது. பூஜைநேரம் கடந்துவிட்டது என்றாலும், துயரார்ந்த பாடலின் ஒலி இன்னமும் கேட்டது.

யாகிம் நீண்டநேரம் திட்டி வாசலைத் தட்டினான். அதன்பின் வேலிமீது ஏறி, நாய்கள் உள்ளனவா என்று சுற்றுமுற்றும் பார்த்துவிட்டு முன்றிலில் குதித்தான். அலெக்ஸி அஞ்சத் தக்கவனாகத் தோன்றுவதற்காக மும்முனைத் தொப்பியை வைத்துக்கொண்டு குட்டையான ஆட்டுத்தோல் கோட்டின் மீது உடைவாளை உடைய கச்சையைக் கட்டிக்கொண்டான். அவர்களைப் பயமுறுத்தினால், சிலரையாவது பட்டாளத்துக்குத் திரட்டலாமென்பது அவனது எண்ணம். சர்க்காரின் குமாஸ்தாக்களோ நிர்வாகிகள் அவையின் ஏஜண்டுகளோ இந்த இடங்களுக்கு வந்து இணங்காதாரிடம் இரட்டிப்பு வரியை வசூலித்திருக்கமாட்டார்கள். நேரம் ஆகிக்கொண்டிருந்தது. வானத்தில் தாழ்வாகத் தொங்கிய கதிரவனை சோல்ஜர்கள் பார்த்துக் கொண்டிருந்தனர். அவர்கள் பொழுது விடிந்ததிலிருந்து எதையும் உண்ணவில்லை. அலெக்ஸி, கம்பள உறை அணிந்த கையால் வாயைமூடிக் கொண்டு ஆத்திரத்தோடு இருமினான்.

கடைசியில் யாகிம் வேலிக்குள்ளிருந்து தாவி வந்தான்.

''அலெக்ஸி ஐவனோவிச், நாம் அதிர்ஷ்டசாலிகள். நெக்டரி இங்கு உள்ளான்.''

''அந்தப் பேய்மகன் ஏன் கதவைத் திறக்கவில்லை. என் சிப்பாய்களுக்குப் பனி வெடிப்பு வந்துவிடும்.''

''அலெக்ஸி ஐவனோவிச், அவர்கள் பிரார்த்தனை விடுதியில் புகுந்து பூட்டிக்கொண்டு விட்டார்கள். எனக்குத் தெரிந்த ஒருவனைப் பார்த்தேன். அவன் நாவோகிராட் விவசாயி. இங்கு கட்டிப் போட்டிருக்கிறார்கள். இங்கு இருநூறுபேர் இருப்பதாகவும் அவர்களில் சிலர் சோல்ஜராகத் தகுதியுடையவர்களென்றும் அவன் சொன்னான். ஆனால் அவர்களைப் பெறுவது கடினம். அவர்கள் அனைவரையும் எரித்துவிடக் கிழவன் திட்டமிட்டிருக்கிறான்.''

அலெக்ஸிக்கு ஒன்றும் விளங்கவில்லை; யாகிமைக் கண்டிப்பாக உறுத்துப் பார்த்தான்.

''அவர்களை எரிப்பதாவது? அவனுக்கு அனுமதி கொடுத்தது யார்? நாம் அதை அனுமதிக்க மாட்டோம். ஜனங்கள் அவனது உடைமையல்ல; ஜாருக்குச் சொந்தமானவர்கள்.''

''அதுதான் விஷயம். காடுகளில் அவன்தான் அவர்களது ஜார்.''

''மடத்தனமாகப் பேசாதே!'' என்று கடிந்து கூறிய அலெக்ஸி, சோல்ஜர்களை அழைத்தான். அவர்கள் வேண்டா வெறுப்பாக வந்தனர். ஏதோ அசாதாரணமான நிகழ்ச்சியொன்று நடப்பதாக அவர்கள் உணர்ந்தனர்.

''நாம் வாதம் செய்து நேரம் கடத்த வேண்டாம். கதவை உடையுங்கள்'' என்றான் அலெக்ஸி.

''அலெக்ஸி ஐவனோவிச், ஜாக்கிரதை! பிரார்த்தனை விடுதியைச் சுற்றிலும் வைக்கோல் போர்கள் உள்ளன. விடுதிக்குள்ளே வைக்கோலும் கீலும் வெடி மருந்துப் பீப்பாய் ஒன்றும் இருக்கின்றன. அந்தக் கிழவனை எப்படியாவது வெளியே கொண்டுவர முயன்றால் அது நல்லது. இருநூறு பேரைத் தீக்குளிக்கும்படி தூண்டும்செயல் விளையாட்டு அல்ல என்பதை அவன் உணராமலிருக்கமுடியாது. அலெக்ஸி ஐவனோவிச், அவனிடம் மரியாதை காட்டுங்கள். அவன் கெட்டிக்காரன், மரியாதை காட்டினால், விவகாரத்தை சௌஜன்யமாகப் பைசல் செய்து விடலாம்.''

அலெக்ஸி அந்த வாயாடியைப் பிடித்துத் தள்ளினான். நுழைகதவண்டைசென்று, அது எவ்வளவு வலுவாயிருந்ததென்று நோக்கினான்.

''இளைஞர்களே, ஓர் உத்திரத்தைக் கொண்டுவாருங்கள்.''

ஒதுங்கி நின்ற யாகிம், அடுத்து என்ன நிகழுமென்பதை அறிய ஆவலோடு பார்த்தான்; தெண்டத்தெண்ட விழித்தான். சோல்ஜர்கள் உத்திரத்தைச் சுழற்றி, மரக்கதவைத் தாக்கினார்கள். மூன்றாவது தடவையாகத் தாக்கியவுடன், இணங்காதாரின் பாட்டொலி ஓய்ந்தது.

''பிரார்த்தனை விடுதிக்குள் ஓடு.''

''போகமாட்டேன் என்று சொல்லிவிட்டேன். என்னை விட்டுவிடு'' என்று பேய் பிடித்த விவசாயி சிடுசிடுப்பாக விடை கொடுத்தான்.

நெக்டாரி மூச்சுத்திணறிக்கொண்டு உள்ளே வந்தபொழுது அவனது தாடியில், பெரிய மெழுகுத்துளிகள் தென்பட்டன. அவன் தன் கண் மணிகளை ஊசி அளவுக்குச் சுருக்கிக்கொண்டு நோக்கினான். பயமுறுத்த விரும்பினான் போலும்; அநேகமாக அவன் ஆத்திரத்தில் தன்னையே மறந்திருந்த நிலை காரணமாக இருந்திருக்கலாம். அவன் திக்குமுக்காடிய குரலில் கத்தினான்:

''எவ்டோகிம், எவ்டோகிம். தீர்ப்பு வழங்கப்பெறும் ஊழ்க்கடைநாள்* வந்துவிட்டது. நீங்கா நரகவேதனை தொடங்குவதற்கு இன்னும் ஒருமணிநேரம்தான் உள்ளது. ஓ, என்ன பயங்கரம்! உன்னுள் இருக்கும் பேய் பிசாசுகள் களிக்கூத்தாடுகின்றன! உன்னைப் பாதுகாத்துக் கொள்.''

''ஓடிப்போய் சதுப்பில் அமுங்கு! எந்தப் பேய்களைப்பற்றிக் கூறுகிறாய்! என்னுள் ஒரு பேயும் இருந்ததில்லை. முட்டாள்களுக்கு முன்னால் உன் நடிப்பெல்லாம் காட்டு'' என்று எவ்டோகிம் ஆத்திரத்தோடு தலையை ஆட்டிக்கொண்டு கூவினான்.

நெக்டாரி தன் ஜபமணி மாலையை உயர்த்தினான். ஆனால் அந்தப் பேய்பிடித்த விவசாயி குனிந்து பார்த்த பார்வையில், கிழவன் தற்காலிகமாகத் தன் பலத்தையெல்லாம் இழந்து பெஞ்சிமீது அமர்ந்துவிட்டான். அமைதி நிலவியது.

''ஆண்ரி எங்கே?''

''உன் ஆண்ரி எங்கேயென்று பேய்க்குத்தான் தெரியும்.''

''சபிக்கப் பெற்றவனே, உனக்கு விமோசனம் இல்லை; உறுதியாக இல்லை!''

''நல்லது. நீ முனங்கத் தொடங்காதே.''

ஆண்ரி சாவுக்கு அஞ்சிக் கணப்பின் பின்னால் பதுங்கியிருப்பானோவென்று நோக்குவதற்காக, நெக்டாரி துள்ளியெழுந்தான். அந்தச் சமயத்தில், பலமான அடியின் ஓசையும் ஏதோ உடைந்து விழும் சத்தமும் அறையை எட்டின.

''அவர்கள் கதவை உடைத்துக் கொண்டிருக்கிறார்கள்'' என்று விவசாயி இளித்துக் கொண்டே சொன்னான். கணப்பை அடைவதற்குள் நெக்டாரி தடுமாறினான்; வலிப்புக் கண்டவனைப் போல் நடுங்கினான். அவன் முன்றிலில் விரைந்து சென்றபொழுது, மேலாடை அலை அலையாகப் பறந்தது. அவன் கதவைத் திறந்துவைத்துவிட்டுச் சென்றிருந்தான்.

''ஆண்ரி, கதவை மூடு. குளிராயிருக்கிறது'' என்றான் அந்த விவசாயி.

ஒருபதிலும் இல்லை. அவன் சுவரிலிருந்து நாதாங்கியைப் பறித்துக்கொண்டு கதவைத் திறப்பதற்காகச் சபித்துக்கொண்டே சென்றான்.

''இங்கு ஒரு நன்மையையும் எதிர்பார்க்க முடியாது, ஓடவேண்டியதுதான்.''

இங்ஙனம் எண்ணிச்சென்ற அவன் கணப்புக்குப் பின்னால் பார்த்தான். அங்கே, சுவருக்கும் கணப்புக்கும் இடையே இருந்த குறுகலான இடத்தில், வெள்ளை வெளேரென்று ஆகிவிட்ட

★ ஊழின் இறுதியில், மண்ணுலகில் வாழ்ந்த ஒவ்வொரு மனிதனது பாவ புண்ணியச் செயல்களைக் கணித்து ஆண்டவன் தீர்ப்புக் கூறுவார் என்றும், பாவம் செய்தவர்கள் நிரயத்தையும் புண்ணியம் செய்தவர்கள் துறக்கத்தையும் அடைவர் என்றும் கிறிஸ்தவர் நம்புகின்றனர்.

ஆண்ரி நின்றான். அவனது திகைப்பைச் சொல்லி முடியாது. இலேசாக விக்கினான். எவ்டோகிம் அவனது கரத்தைப் பிடித்திழுத்தான்:

''உனக்குச் சாகவிருப்பமில்லை, அப்படித்தானே? நல்லது. விருப்பமில்லாவிட்டால் சாக வேண்டாம். தீக்குளிக்காமல் தப்பமுடியும். சாவியைத்தேடி எடு. கிழவன் சாவியை எங்கே ஒளித்து வைக்கிறான்? இந்தச் சங்கிலிப்பூட்டைத் திறக்கவேண்டும். ஆண்ரி, விழித்துக்கொள்!''

அவர்கள் அனைவரும் மண்டியிட்டிருந்தார்கள். பெண்கள் குழந்தைகளை இறுகத் தழுவிக் கொண்டு சத்தம் செய்யாது அழுதனர். ஆணடவரில் சிலர் தமது காய்ந்துப்போன கைகளில் முகத்தைப் புதைத்துக்கொண்டனர்; அவர்களது கேசம் தொங்கியது. மற்ற ஆடவர்கள் மெழுவத்திச் சுவாலைகளை வெறுமையாக வெறித்து நோக்கினர். கிழவன் சிறிது நேரத்துக்குத் தொழுகை விடுதியிலிருந்து வெளியே போயிருந்தான். அவர்கள் நீண்ட நேரமாகத் தொழுது களைத்திருந்தனர்; இப்பொழுது ஓய்வு எடுத்துக்கொண்டிருந்தனர். அவர்கள் பச்சிளங்குழந்தைகளைப் போல் பணிவாக இருந்ததும் நெக்டரிக்கு திருப்தி அளிக்கவில்லை. அவன் பலி பீடத்துப்படியிலிருந்து பயங்கரமாகக் கத்தினான்:

''அரை குறையான ஆர்வம் உடையவர்கள் மீது காறித் துப்புவேன்! எனக்கு இளச்சூடு தேவையில்லை. கொதித்து எரிவோரே தேவை. நான் விண்ணுக்கு ஆடுகளை ஓட்டவில்லை, எரியும் புதர்களை அனுப்பவேண்டும்!''

ஆத்மாவைக் கிளர்ந்தெழச் செய்யவேண்டுமென்று அவன் சொன்னான்; அங்ஙனம் செய்வது கடினமாயிருந்தது. இங்கு உள்ளவரெல்லாம் நொடித்துப் போனவர்கள். முன்பு கிராமங்களில் ஓயாது உழைத்துவிட்டுப் பிழைப்பதற்கு வசதி இல்லாது, ஆட்டுத்தோல் உரிப்பதுபோல் சுரண்டப் பட்டவர்கள். அவர்கள் அமைதியை நாடி இங்குவந்தனர். சதுப்பு நிலத்தின் ஈரம் அவர்களது உடல் முழுவதும் வீங்கும்படி செய்ததையோ மரப்பட்டைப் பொடியுடன் மாவைக் கலந்து செய்த ரொட்டியைத் தின்னவேண்டியிருந்ததையோ, அவர்கள் பொருட்படுத்தவில்லை. காட்டிலும் வயல் வெளிகளிலும் அவர்கள் தமக்குத்தாமே எஜமானராக இருந்ததால், நிம்மதி அடைந்தனர். ஆனால் ஒருவனும் அமைதியை இலவசமாக வழங்க மாட்டான் போலும்! அவர்களது ஆத்மாக்களுக்குக் குருவாக வாய்த்த நெக்டரி கொடியவனாயிருந்தான். உலகத்தைக் கட்டி ஆளும் அந்திக் கிறிஸ்துவிடம் வெறுப்புக் கொள்ள வேண்டுமென்று அவன் ஓயாது பிரச்சாரம் செய்தான். வெறுப்பதில் வேகம் காட்டாதவர்களை அவன் தண்டித்தான். சில சமயங்களில், அத்தகையோரை வெளியேற்றவும் அவன் தயங்கவில்லை. எந்த உத்திரவுக்கும் கீழ்ப்படியும் முறையில் விவசாயி நீண்டகாலமாகப் பழகியவன். ஆத்மா தீக்கொழுந்து விட்டெரிய வேண்டுமானால், அப்படியே செய்யவேண்டும்; வேறு வழியில்லை.

இன்று வழக்கத்தையும்விட அதிகமாக, நெக்டரி அவர்களைக் கொடுமைப் படுத்தினான். அந்தச் செயலால் அவனே களைத்துவிட்டான். பார்பிரி உச்சஸ்தாயியில் படித்துக் கொண்டிருந்தான்; கூட்டத்தினரது சுவாசத்தில் வெளிப்பட்ட நீராவி, கவிகைப் பலகைகளில் கீழ் படலமாகத் தொங்கியது.

கிழவன், எதிர்பார்த்ததற்கும் முன்பாகத் திரும்பிவிட்டான். ''உங்களுக்குக் கேட்கிறதா? அந்திக்கிறிஸ்துவின் சேவர்களது ஓசை கேட்கிறதா?'' என்று அவன் விடுதிவாயிலேயே கத்தினான். அவர்கள் அனைவரும் கதவை உடைக்கும் ஓசையைக் கேட்டனர். அவன் தன் ஆடை விளிம்பால் அவர்களது தலையைத் துடைத்துக்கொண்டே, விடுதியில் துரிதமாக நடந்தனர்.

தாடியை உயர்த்திக்கொண்டு, அவன் கறுத்துப்போயிருந்த புனித உருவங்களுக்கு மும்முறை வணங்கினான். அதன் பின் கூட்டத்தினரை நோக்கினான்; அந்தக் கொடிய நோக்கைக் கண்டு குழந்தைகள் உரக்கக்கத்தின. அவன் தன் கரத்தில் சம்மட்டியும் ஆணிகளும் வைத்திருந்தான்.

''என் ஆத்மாவே, என் ஆத்மாவே, விழித்தெழு. நீ ஏன் உறங்குகிறாய்? அது வந்துவிட்டது. முடிவு நெருங்கிவிட்டது. இந்த உலகத்தில் நமக்கு எஞ்சியுள்ள இடம் இந்த விடுதி மட்டுமே. குழந்தைகள்! நாம் மேல் நோக்கிப் பறந்து செல்வோம்! தீச்சுவாலையில் பறப்போம்! கோயிலுக்கு மேலாக, வானத்தில் ஒரு பெரிய துவாரம் இருப்பதை ஆண்டவன் அருளால் இப்பொழுது தான் பார்த்தேன்! குழந்தைகளே, தேவர்கள் 'அதன் வழியே இறங்குகிறார்கள்! என் அன்பர்களே, தேவர்கள் மகிழ்ச்சியடைந்திருக்கிறார்கள்'' என்று கிழவன் கத்தினான்.

பெண்கள் கண்களை உயர்த்தி அழுதார்கள். சில ஆடவரும் சிணுங்கினர்.

''இத்தகைய காலம் மீண்டும் எப்பொழுதுவரும்? விண்ணுலக சாம்ராஜ்யம் நம்மடியில் விழுகிறது! சகோதரர்களே! சகோதரிகளே! கேளுங்கள்! அவர்கள் கதவை உடைத்துக் கொண்டிருக்கின்றனர். இந்த விமோசனத் தீவைப் பேய்ப்படை சூழ்ந்துவிட்டது. இந்தச் சுவர்களுக்கு அப்பால் இருவரும் முடை நாற்றத்தைப் பரப்பும் புயற்காற்றுமே உள்ளன!''

சுத்தியலையும் ஆணிகளையும் எடுத்துக்கொண்டு கிழவன் கதவுக்கு விரைந்தான். அங்கு மூன்று பலகைகள் சித்தமாயிருந்தன. சிலரைக் கூப்பிட்டுத் தனக்கு உதவச் சொன்னான் அவன். அவனே அடைத்த கதவுமீது பலகைகளை வைத்து ஆணிகளை அடிக்கத் தொடங்கினான். அவன் கஷ்டப்பட்டு மூச்சுவிட்டான். கூட்டத்தினர் அவனது செயலை அச்சத்தோடு கவனித்தனர். ஓர் இளம்பெண்- வெள்ளைத்தலையணி அணிந்தவள்-மூச்சுத் திணறி உரக்கப் பேசினாள்:

''நல்லவர்களே, அன்பானவர்களே, என்ன செய்கிறீர்கள்? இப்படிச் செய்யாதீர்கள்!''

''அப்படித்தான் செய்யவேண்டும்'' என்று கத்திய நெக்டரி பலிபீடத்தின் படிகளுக்குத் திரும்பினான். ''ஒரு கிறித்துவன், தீச்சுவாலைகளில் பிரவேசிப்பதை எப்படி விரும்பாதிருக்க முடியும்? நாம் எரிந்து விடுவோம்; ஆயினும் அமரவாழ்வை அடைவோம்'' என்று கூறிய அவன் அந்த நங்கையின் கன்னத்தில் அறைந்தான்: ''நீ ஒரு முட்டாள்; உனக்குக் கணவன் இருக்கிறான். வீடும் நல்ல பொருட்களும் உள்ளன. ஆனால் அவற்றுக்குப் பிறகு என்ன? சவக்குழிதானே? முட்டாள்களே, நாங்கள் உங்களிடம் பரிவு காட்டுவது உண்டு. இனி அது சாத்தியமில்லை. விரோதி, வாயிலுக்கு வந்துவிட்டான். இரத்தத்தைப் பருகி வெறிகொண்ட அந்திக் கிறிஸ்து, கதவுக்கு வெளியே இரத்தச் சிவப்பான மிருகத்தின் மீது உட்கார்ந்திருக்கிறான். அவன் சீறிக்கொண்டிருக்கிறான். கையிலுள்ள கோப்பையில் சிறுநீர் மலங்களும் அருவருக்கத்தக்க இதர பொருள்களும் சேர்த்து நிறைத்திருக்கிறான். அவன் அதைத்தான் உங்களுக்கு நற்கருணைப் பிரசாதமாக வழங்கப்போகிறான்! என்ன பயங்கரம்!''

அந்தப் பெண் உட்கார்ந்து விட்டாள். முகத்தை முழங்கால்களிடையே புதைத்துக்கொண்டு மேன்மேலும் அதிகமாக வலிப்புக் கண்டவளைப்போல், வீறிட்டலறினாள். மற்றவர்கள் விரல்களால் தம் செவிகளை அடைத்துக்கொண்டு தாமும் அலறக்கூடாதென்பதற்காகக் குரல்வளையைப் பிடித்துக் கொண்டனர்.

''போகிறீர்களா, கதவுக்கு வெளியே போகிறீர்களா?'' மீண்டும் கதவுடைக்கும் ஓசை காதில் விழுந்தது. ''காதுகொடுத்துக் கேளுங்கள்! அந்திக்கிறிஸ்துதான் எலும்புச் சதையோடு ஜார் பீட்டராக வந்திருக்கிறான்! அவனது ஏவலர்கள் நமது ஆத்மாக்களைச் சிறைப்படுத்தக் கதவை

உடைக்கிறார்கள்! நரகம்! நரகம் என்றால் என்ன என்று உங்களுக்கு தெரியுமா? அதுதான், மண்ணுலகுக்கு மேலுள்ள வெற்றிடமான பிரபஞ்சம்; ஆழம் காணமுடியாத படுகுழி. இருள்சூழ்ந்த அகழி! கிரகங்கள் அந்த நிரயத்தைச் சுற்றிவருகின்றன. அங்கு குளிர்கொடியது; தாங்க முடியாதது! புழுக்கள் நெளியுமிடம்! கந்தகப்பூமி! எரியும் கீல்! அந்திக் கிறிஸ்துவின் ராஜ்யம்! நீங்கள் அந்த இடத்துக்கா போகவிரும்புகிறீர்கள்?''

அவன் மெழுகுவத்திகளை ஏற்றினான். அவற்றைக் கைநிறையத் தட்டிலிருந்து எடுத்துக் கொண்டு, இலாவகமாக ஓடி, தொழுகை உருவங்களுக்கு முன் வைத்தான். அவற்றின் மஞ்சள் ஒளி, விடுதியில் கதகதப்பாகப் பரவியது.

''சகோதரர்களே! நமது கப்பல் புறப்படுகிறது. விண்ணுலக சாம்ராஜ்யத்துக்குக் குழந்தைகள், குழந்தைகளை அருகே கொண்டுவருக- இந்தப் புகை அவர்களை உறக்கத்திலாழ்த்தும், சகோதரர்களே, சகோதரிகளே, ஆனந்தமடையுங்கள்! புனிதர்களோடு நாங்கள் ஓய்வுபெற வரம் அருள்வாய்*...'' என்று கிழவன் பாடத்தொடங்கினான்.

தாடியை உயர்த்திக் கிழவனை வைத்த கண்வாங்காது பார்த்த ஆடவர்கள் மண்டியிட்டவாறு மேடையை நெருங்கிச் சேர்ந்து பாடினர். பெண்கள் குழந்தைகளது முகங்களைச் சால்வையால் மறைத்துக்கொண்டு மேடையை நோக்கி ஊர்ந்தனர்.

பிரார்த்தனை விடுதியின் சுவர்கள் நடுங்கின. பலகைகளை அடித்தும் நீண்ட கழியை முட்டுக் கொடுத்தும் பாதுகாக்கப்பட்ட கதவுமீது ஓர் அடிவிழுந்தது. கிழவன் ஒரு மனைமீது ஏறி, கதவின் மேலிருந்த குறுகலான இடுக்கின்மீது முகத்தை வைத்துக்கொண்டான்.

''திரும்பிப் போங்கள். நாங்கள் உயிருள்ளவரை சரண் அடைய மாட்டோம்'' என்று அவன் கத்தினான்.

''நீ தான் மூத்தோன் நெக்டரியா?'' என்று அலெக்ஸி பிராவ்கின் வினவினான். அவர்கள் நுழைகதவை உடைத்துக்கொண்டு உள்ளே வந்துவிட்டனர். இப்பொழுது பிரார்த்தனை விடுதியின் கதவை உடைத்துக் கொண்டிருந்தனர். ஒரு கிழவனின் வெளிறிய முகம், நீண்ட ஜன்னலிலிருந்து பக்கவாட்டில் அவனை வெறித்துப் பார்த்துக் கொண்டிருந்தது. அலெக்ஸி அவனிடம் ஆத்திரத்துடன் கேட்டான்:

''உங்களுக்கெல்லாம் பைத்தியம் பிடித்து விட்டதா?''

கிழவன், ஜன்னலிலிருந்த கரத்தை விடுவித்துக்கொண்டு ஜாரின் அதிகாரியை நோக்கி இரண்டு விரல்களால் சிலுவைக் குறியிட்டான். சுவரின் அப்புறத்தில் நூறு குரல்கள் உரக்க இசைத்தன: ''ஆண்டவன் எழுந்தருள்வாராக!''

அலெக்ஸிக்கு கோபம் அதிகமாகி விட்டது. அவன் கூறினான்: ''என்னை நோக்கி உன்விரல்களால் அசைக்காதே. நான் பேயும் அல்ல; நீ எனக்குப் பாதிரியும் அல்ல. எல்லோரும் வெளியே வாருங்கள். இல்லாவிட்டால் கதவை உடைத்து விடுவேன்.''

''நீங்கள் யார்? காட்டிலுள்ள இந்த ஜனசந்தடியில்லாத இடத்துக்கு ஏன் வந்தீர்கள்?'' என்று அந்தக்கிழவன் வினோதமான பரிகாசக் குரலில் வினவினான்.

---

*வைதீகக் கிறித்துவ சமயத்தினர். சவ அடக்கத்தில் பொழுது பாடும்பாட்டு.

''நாங்கள் ஜாரின் உத்திரவோடு வந்திருக்கிறோம். நீங்கள் கீழ்ப்படியா விட்டால், உங்களையெல்லாம் கட்டிப்பிணைத்துப் பாவ்நட்ஸுக்குக் கொண்டுபோவோம்'' என்று அலெக்ஸி விடையளித்தான்.

கிழவனது தலை பதில் பேசாது மறைந்தது. இனி என்ன செய்வது? ''அலெக்ஸி ஐவனோவிச், என்னை நம்புங்கள். அவர்கள் தீமூட்டித் தம்மை எரித்துக்கொள்வார்கள்'' என்று யாகிம் நம்பிக்கை இழந்தவனாய்க் குசுகுசுத்தான்.

''...புனிதர்களோடு அமைதி...'' என்று உள்ளே பாடினார்கள்.

எரிச்சலடைந்த அலெக்ஸி மோப்பம் பிடித்துக்கொண்டே கதவுக்கு முன்னால் நடந்தான். அவன் திரும்பிப் போய்விட்டால் என்ன. ஓர் அதிகாரி விரட்டப்பட்டான் என்ற சேதி எல்லா ஆசிரமங்களுக்கும் பரவிவிடும். அவன் கையுறைகளை நீக்கிவிட்டுத் துள்ளி, குறுகலான ஜன்னல் ஒன்றின் விளிம்பைப் பிடித்துக்கொண்டு தொங்கினான். எண்ண முடியாத மெழுகுவத்திகளின் சூடான ஒளியில் அவன் நோக்கினான். தாடிவைத்த முகங்கள் அவனை வெருட்சியோடு பார்த்து விட்டுச் சிலுவைக் குறியிட்டன; ''புனிதம், புனிதம், புனிதம்!'' என்று சீறின. அலெக்ஸிங் கீழே இறங்கினான்.

''கதவை மீண்டும் தாக்குங்க.''

சிப்பாய்கள் ஒரு தடவை தாக்கிவிட்டுக் காத்திருந்தார்கள். அப்பொழுது மூன்று மனிதர்கள் சாய்வான கூரையிலிருந்து நீட்டிக்கொண்டிருந்த ஜன்னல் வழியே ஏறினார்கள். அவர்களில் ஸ்டீபன், பீட்டர் என்ற இருவரையும் யாகிம் அடையாளம் கண்டு கொண்டான். அவர்கள் வேட்டையாடுவதற்குப் பயன்படும் வில்லைக் கையில் வைத்திருந்தனர். உபரியான அம்பு ஒன்றைக் கச்சையில் சொருகிக்கொண்டிருந்தனர். மூன்றாவது மனிதனிடம் ஒரு கைத் துப்பாக்கி இருந்தது. அவர்கள் கூரைமீது ஏறி நின்று சிப்பாய்களை நோக்கினார்கள். துப்பாக்கி வைத்திருந்தவன் கடுமையாகக் கூறினான்.

''போய்விடுங்கள், இல்லாவிடில் துப்பாக்கியால் சுடுவோம். நாங்கள் பலர் இருக்கிறோம்.''

இந்தத் தைரியம் அலெக்ஸியை மனங்கலங்கச் செய்தது. அவர்கள் நகரவாசிகளென்றால், அவன் வாதம் செய்து நேரத்தை விரயம் செய்யமாட்டான். ஆனால் இவர்கள் விவசாயிகளாகப் பிறந்து வளர்ந்தவர்கள். விவசாயிகளது வைராக்கியத்தை அவன் நன்கறிந்திருந்தவன். துப்பாக்கி வைத்திருந்தவன் திண்ணிய கால்களை உடையவன்; தாழ்வாகக் கச்சை கட்டியிருந்தான்; தாடி அடர்த்தியாக இருந்தது; கண்கள் கரடியின் கண்களைப் போல் இருந்தன. ஆகக்கூடி, அலெக்ஸியின் காலஞ்சென்ற ஞானத் தந்தையே அப்படியே உரித்து வைத்திருந்தது. பார்க்கப் போனால், தன் இனத்தவரையே சுடுவதற்கு எவரால்தான் முடியும்? அலெக்ஸி பயமுறுத்தும் வகையில் சைகை காட்டுவதுடன் அமைந்துவிட்டான். யாகிம் பேச்சுக் கொடுத்தான்:

''உன் பெயர் என்ன?''

''ஓஸிப் என்று என்னைக் கூப்பிடுவார்கள்'' எனத் துப்பாக்கி வைத்திருந்தவன் வேண்டா வெறுப்பாக விடை கூறினான்.

''ஓஸிப், இந்த அதிகாரியை உத்திரவுப்படி இங்கு வந்திருக்கிறார் என்பது உனக்குப் புரியவில்லையா? நீ ஏன் அவரோடு சுமுகமாகப் பேசி சௌஜன்யமாகத் தீர்வு காணக்கூடாது?''

''அவருக்கு என்ன வேண்டும்?'' என்ற ஓஸிப் வினவினான்.

''பத்துப் பதினைந்து ஆட்களைப் பட்டாளத்தில் சேர்வதற்குக் கொடுங்கள். சோல்ஜர்கள் சிறிது குளிர்காயட்டும். இரவில் நாங்கள் போய்விடுகிறோம்.''

பீட்டரும் ஸ்டீபனும் கூரை விளிம்பில், குதிகால் மீது குந்திக்கொண்டே, இந்தப் பேச்சுக்குச் செவி கொடுத்தனர். ஓஸிப் நீண்ட நேரம் யோசித்துவிட்டு,

''முடியாது, நாங்கள் ஆட்களைக் கொடுக்க மாட்டோம்'' என்று பதிலுரைத்தான்.

''ஏன் மாட்டீர்கள்?''

''எங்களையெல்லாம் பழைய கிராமங்களுக்கு அனுப்பி, மீண்டும் அடிமையாக்கி விடுவீர்கள். நாங்கள் பழைய பிரார்த்தனைக்காகவும் இருவிரல் சிலுவைக் குறிக்காகவும் சாக விரும்புகிறோம். நாங்கள் சொல்லவேண்டியது இவ்வளவுதான்!

அவன் துப்பாக்கியை உயர்த்தினான்; மூடியை ஊதித்திறந்தான்; கொம்பிலிருந்து கொஞ்சம் வெடிமருந்தைக் கொட்டினான்; கதவுக்கு நேராகக் கூரைமீது நின்றான். இனி என்ன செய்வது? நெக்டரியைப் பணி வைக்க முடியாதென்றும், முயற்சியைக் கைவிட வேண்டுமென்றும் யாகிம் கூறினான்.

''அவன் பிடிவாதக்காரன் என்றால், நான் அவனையும்விடப் பெரிய பிடிவாதக்காரன். சில ஆட்களில்லாமல் இந்த இடத்தைவிட்டுப் புறப்பட மாட்டேன். நாம் முற்றுகையிட்டு அவர்களைப் பெறுவோம்'' என்றான் அலெக்ஸி. அவன் குதிரைகளை வண்டியிலிருந்து அவிழ்த்துத் தீனி போடுவதற்கு இரண்டு சோல்ஜர்களை அனுப்பினான். நால்வரை அருகிலிருந்த அறையில் குளிர்காய்வதற்கு அனுப்பினான். மற்றவர்கள் காவல் காக்க வேண்டுமென்று கட்டளையிட்டான். பிரார்த்தனை விடுதிக்குள் உணவோ தண்ணீரோ யாரும் கொண்டுசெல்ல முடியாது கண்காணிப்பது அவர்களது பணி. அந்தி வேளை நெருங்கியது உறைபனி மேன்மேலும் கடுமையானது. இணங்காதார்கள் சவ அடக்கப் பாடல்களைப் பாடிக் கொண்டிருந்தனர். ஸ்டீபனும் பீட்டரும் தமக்குள் சிறிது நேரம் கிசுகிசுத்துப் பேசிய பின்னர், முற்றுகை நீடிக்குமென்பதை உணர்ந்தனர்.

''நாங்கள் சிறுநீர் கழிக்க விரும்புகிறோம். கூரையில் கழிப்பது பாவம். நாங்கள் கீழே குதிப்பதை அனுமதியுங்கள்'' என்று அவர்கள் கூறினர்.

''குதியுங்கள்; உங்களைத் தொடமாட்டோம்'' என்றான் அலெக்ஸி.

ஓஸிப் திடீரென்ற அவர்களை நோக்கித் தாடியை ஆட்டி அச்சுறுத்தினான். ஆயினும் அவர்கள் சிறிது நேரம் தயங்கிய பிறகு கவிகைக்குப் பின்னால் சென்று, வைக்கோல் போர் மீது குதித்தனர்.

உண்மையிலேயே முற்றுகை தொடங்கி விட்டதென்பதை நெக்டரியும் உணர்ந்தான். அவன் இருமுறை கதவு நிலைக்கு மேலிருந்த இடுக்கு வழியாக அந்த ஒளியை உற்று நோக்கினான். அலெக்ஸி அவனுடன் பேச்சுக் கொடுக்க முயன்றான். ஆனால் அவனோ காறித் துப்பினானோ யல்லாது பேசவில்லை. மீண்டும் பாட்டுக்கும் கெஞ்சலுக்கும் குழந்தைகளது அழுகைக்கும் மேலாக அவனது கரகரத்த குரல் கேட்டது. உள்ளே ஏதோ ஒரு தீங்கு நிகழ்ந்து கொண்டிருந்தது.

சூரிய வெளிச்சம் பூர்ணமாக மறைந்த பின், பத்து விவசாயிகள் கூரை மீது ஏறினார்கள். அவர்கள் தலையில் ஒன்றும் அணியவில்லை. பைத்தியக்காரர்களைப் போல் கைகளை ஆட்டியும் குதித்து ஆடியும் அவர்கள் வீறிட்டலறினார்கள்:

''ஓடுங்கள்! தொலையுங்கள்?''

அதன்பின் அவர்கள் தமது கோட்டு, சட்டை, கால்சட்டை, கம்பளப் பூட்ஸு அனைத்தையும் நீக்கினார்கள்.

அவற்றைக் கையிலெடுத்து சோல்ஜர்கள் மீது வீசி எறிந்தார்கள். ''எடுத்துக் கொள்ளுங்கள்! கொடுமை இழைப்போரே, அவற்றை எடுத்துக்கொள்ளுங்கள்! யாருக்கு எது கிடைக்க வேண்டுமென்று தீர்மானிக்கச் சீட்டுக் குலுக்கிப் போடுங்கள்! அம்மணமாக இவ்வுலகுக்கு வந்தோம்; அம்மணமாகவே அதைப் பிரிகிறோம்'' என்றனர்.

அம்மணமான அவர்கள் குளிரில் நீலமாயினர். கூரை மீது விழுந்து பனியில் முகத்தைத் தேய்த்துக் கொண்டு விம்மினர். அலறினர். அதன் பின் அவர்கள் துள்ளி எழுந்து விண்ணை நோக்கி கைகளையும் பனிச்சுமை ஏறிய தாடியையும் நீட்டினர். அதன் பின் அவர்கள் ஜன்னல் வழியே உள்ளே சென்றனர். ஓஸிப்மட்டும் கூரை மீதிருந்தான். அவனது துப்பாக்கி சோல்ஜர்களைக் குறிபார்த்தபடி இருந்தது.அவர்கள் கதவருகே வருவதை அவன் அனுமதிக்கவில்லை. நிர்வாணமானவர்களைக் கண்டு அலெக்ஸி பெரிதும் திகிலடைந்தான். கதவுக்கு மேலிருந்த சாளரம் வழியே யாகிம் உருக்கமாக வேண்டிக்கொண்டான்; ''குழந்தைகளிடமாவது இரக்கம் காட்டுங்கள்! சகோதரர்களே? பெண்களிடமிருந்து பரிவு காட்டுங்கள்!''

விடுதிக்குள்ளிருந்து புலம்பலின் ஒலி கேட்டது. உரத்த புலம்பல் அல்ல. ஆயினும், காது செவிடாகாதா என்று எண்ணச்செய்யும் வகையான புலம்பல் அது. சோல்ஜர்கள் நெருங்கி நின்றனர். அவர்கள் வாட்டாமாயிருந்தனர்.

''அதிகாரி அவர்களே, இது நல்ல முடிவுக்கு வராது. ஓஸிப் எங்களைச் சுடட்டும். நாங்கள் கதவைத் தகர்க்கிறோம்.''

''தகர்த்துத் திற!'' என்று அலெக்ஸி பல்லைக் கடித்துக்கொண்டு கூறினான்.

சோல்ஜர்கள் விரைவாகத் துப்பாக்கிகளைக் கீழே வைத்துவிட்டு உத்திரத்தை எடுத்தனர். அந்த ஒளியில் மங்கலாகத் தெரிந்த கவிகையும் அதன் மீதிருந்த சிலுவையும் திடீரென்று நிலைகுலைந்து தள்ளாடின. பூமி பெரிதும் நடுங்கியது. வெடிப்பின் ஒலி கேட்டது. துரிதமாகப் பாய்ந்த காற்று அவர்களது மார்பைத் தாக்கியது. கூரையின் அடியிலிருந்த வெடிப்புகள் வழியே, புகை பெருகி வந்தது. அது திண்ணியதாகிச் சுவாலையாக மாறிற்று. மரக்கட்டைகளுக்கிடையே தீ நாக்குகள் ஜொலித்தன.

உத்திரத்தின் தாக்குதலால் கதவு வீழ்ந்தவுடன், மேலெல்லாம் தீப்பற்றி எரிந்த நிலையில், கறுத்த தலையை உடைய ஒருவன் ஓடிவந்து பனியில் விழுந்து புழுப்போல் துடித்தான். பிரார்த்தனை விடுதிக்குள், புகை வீசிய சுவாலைகள் சுழன்றன; மானிட வடிவங்கள் நெருப்பில் துள்ளின. தரையின் அடியிலிருந்தும் சுவாலைகள் பாய்ந்தன. சுற்றியுள்ள வைக்கோலும் புகையத் தொடங்கியது.

வெப்பத்தைத் தாங்க முடியாத சோல்ஜர்கள் தடுமாறிப் பின் வாங்கினார்கள். ஒருவரையும் காப்பாற்ற முடியவில்லை. சோல்ஜர்கள் தொப்பியை நீக்கிவிட்டுச் சிலுவைக்குறியிட்டனர்.

சிலரது முகங்கள் கண்ணீரில் நனைந்தன. எதையும் பார்க்கவோ நெஞ்சைத் துளைக்கும் புலம்பலைக் கேட்கவோ விரும்பாத அலெக்ஸி உடைந்த நுழை கதவு வழியே வெளியேறினான். அவனது கால்கள் நடுங்கிக் கொண்டிருந்தன; தொண்டையில் வாந்தி எடுக்கும் உணர்ச்சி உண்டாயிற்று. அவன் ஒரு மரத்தின் மீது சாய்ந்து கீழே உட்கார்ந்தான். அவன் தொப்பியை எடுத்து விட்டுத் தலையைக் குளிர்ச்சி பெறச் செய்தான். வாயில் பனியைப் போட்டுக்கொண்டான். இந்த வறுக்கப்பட்ட நிணத்தின் நாற்றத்திலிருந்து ஓடுவதற்கு ஓர் இடமும் இல்லை.

திடீரென்று அவன் மூன்று மனிதர்களைத் தன் அண்மையில் கண்டான். சிவப்புப் பாய்ந்த பனியில் அவர்களது பாதங்கள் ஆழப்பதிந்தன. அவர்களில் ஒருவன் தயங்கி வந்தான். ஆசிரமத்துக்கு மேலே அலை அலையாகப் பரவிய புகையிலிருந்து பெரிய தீக்கொழுந்துகள் கிளம்பிக்காட்டுக்கு மேல் சுழன்றதையும், அவற்றிலிருந்து எண்ணற்ற பொறிகள் மேல் நோக்கிப் பறப்பதையும் கண்டு தான் அவன் கைகளைப் பிசைந்ததாகத் தோன்றியது. இன்னொருவன், தாங்கமுடியாத கோபவசப்பட்டவனாக, நீண்டதாடியும் சிறுவடிவமும் உடைய கிழவனை இழுத்துக்கொண்டு வந்தான். அந்தக் கிழவன் சாதாரண ஆட்டுத்தோல் கோட்டைத் தன் மேலாடையின் மீது போட்டுக் கொண்டிருந்தான்.

ஆத்திரமடைந்தவன், கிழவனை ஜாரின் அதிகாரியிடம் இழுத்து வந்தபொழுது கத்தினான்; ''இந்த வேசி மகன் தப்பி ஓடிக்கொண்டிருந்தான். இவனைத் துண்டம் துண்டமாக வெட்டிப் போட வேண்டும்! நிலவறையிலிருந்த ஓர் ஓட்டை வழியே இவன் தீயிலிருந்து தப்பி வந்தான். சாபத்தீடாக உள்ள இந்தப் பேய் ஆண்ரியையும் என்னையும் தீயில் எரிக்க விரும்பினான்.''

8

ஜாரின் ஆணை கூறியது: ''சகல கிறித்துவநாடுகளது உதாரணத்தைப் பின்பற்றி, இனி உலகப்படைப்பிலிருந்து தொடங்காது, யேசு நாதரின் பிறப்பிலிருந்து, அவர் பிறந்த எட்டாவது நாளிலிருந்து, வருடக் கணக்கைத் தொடங்கவேண்டும். புத்தாண்டு செப்டம்பர் மாதம் முதல் தேதியன்று தொடங்காமல், *1700*-ம் ஆண்டு ஜனவரி மாதம் முதல் தேதியிலிருந்து ஆரம்பமாகும். இந்த நல்ல ஆரம்பத்தின் அடையாளமாகவும் புதிய நூற்றாண்டின் நல்லறிகுறியாகவும், புதிய வருடப் பிறப்பன்று எல்லோரும் ஒருவருக்கொருவர் மகிழ்ச்சி தெரிவித்துக்கொள்ளவேண்டும். முக்கியமான வீதிகளிலும் தெருக்களிலும் உள்ள வீடுகளும் நுழைவாயில்களும், பைன், பிர், ஜூனிப்பர் ஆகிய மர வகைகளின் தோரணங்களால் அலங்கரிக்கப்படவேண்டும்; கடைத் தெருவின் கீழ்க்கோடியில், மருந்துக்கடை அருகே தோரணங்கள் கட்டியிருப்பதை முன் மாதிரியாகக் கொள்ளவேண்டும். குறைந்த வசதி உடையவர்கள் தமது வீட்டுவாயிலில் ஒரு மரம் அல்லது ஒரு கிளையையாவது கட்டவேண்டும். அரசாங்க ஊழியம் செய்வோர், வியாபாரிகள், ராணுவத்தினர் ஆகியோரது வீடுகளின் முன்றில்களில், சிறு பீரங்கிகளாவது துப்பாக்கிகளாவது குண்டுபோடவேண்டும்; முடிந்த அளவுக்கு வாணவெடிகளை வெடிக்கவேண்டும்; பன்னிறக்கலங்களில் விளக்கு ஏற்றவேண்டும். சிறு வீடுகளாயுள்ள இடங்களில் ஐந்தாறு குடும்பங்களாக ஒன்று சேர்ந்து, பழைய கீல் பீப்பாய்களில் வைக்கோலோ கீலோ நிரப்பிச் சொக்கப்பனை கொளுத்தவேண்டும். வியாபாரி சங்க மண்டபத்துக்கு முன்னால், வியாபாரிகள் தமக்குப் பிடித்தமான வகையில் துப்பாக்கிகளால் இடிமுழக்கம் செய்வதற்கும் ஒளி அணிக்காட்சி ஏற்பாடு செய்வதற்கும் முன்வரவேண்டும்.''

நீண்டகாலமாக, மாஸ்கோவில் இம்மாதிரி மணியோசை கேட்கவேயில்லை. ஜாரின் பேச்சுக்கு மாறுபாடாக ஏதும் சொல்லத்துணியாத சமயமுதல்வர் ஆட்ரியன், மணி அடிப்பதற்காகக் கோவிற் பணியாட்களுக்கு ஆயிரம் ரூபிள் பணமும் ஐம்பது பீப்பாய் கடுந்தேறலும் கொடுத்ததாக ஜனங்கள் பேசிக்கொண்டனர். மணிக்கூண்டுகளிலும் மணிக்கோபுரங்களிலும், மணியடிப்போர் மெய்மறந்து ஆடிக்கொண்டே அடித்தனர். சறுக்குவண்டியோடு ஓடுவோர் பாதம்பட்டு, உறை பனிக்கட்டி கீச்சென்று ஒலித்தது. வெண் பனிச்சுமையால் மரங்கள் வளைந்தன. சாராயக்கடைகள் இருபத்தி நான்கு மணிநேரமும் திறந்திருந்தன; அவை ஆவிப் படலங்களில் மூழ்கியிருந்தன. புகைப்படலத்துக்கு அப்பால் தோன்றிய கதிரவன், செக்கச்செவேலென்ற இருந்தான்; தீ மூட்டிக் குளிர் காய்ந்த காவற்காரர்களது அகன்ற வாட்களைச் செந்தீ பளபளக்கச் செய்தது.

மணியோசைக்கும் மேலாகக் குண்டுகள் வெடித்த ஓசையையும் பீரங்கிகள் குமுறிய பெருஞ்சத்தத்தையும் மாஸ்கோ வாசிகள் கேட்டனர். டஜன் கணக்கான சறுக்கு வண்டிகள் வீதிகளில் விரைந்தன; அவற்றில் குடிவெறிகொண்ட பொய்முகக் களியாட்டக்காரர்கள் இருந்தனர்; புகைக்கரியால் முகத்தைக் கரியாக்கிக்கொண்டிருந்த அவர்கள் கம்பளக்கோட்டை மாற்றிப் போட்டுக்கொண்டிருந்தனர். அவர்கள் கால்களைத் தூக்கினார்கள்; பாட்டில்களை ஆட்டினார்கள்; ஊளையிட்டார்கள்; வண்டிக்குள் புரண்டார்கள். அந்த வண்டித் திசை திரும்பிய பொழுது, அவர்கள் அலக்காகத் தூக்கி எறியப்பட்டு முன்பே புகையாலும் மணியோசையாலும் மதிமயங்கியிருந்த சாமான்ய மக்களது காலடியில் விழுந்தார்கள்.

ஒருவார காலத்துக்கு, கிறிஸ்துவின் தெய்வீகத்தோற்றத் திருநாள்★ வரை, மாஸ்கோ கொம்மாளமடித்துக் குதூகலித்தது. பல இடங்களில் தீப்பிடித்துக்கொண்டது. நல்ல வேளையாக, காற்று பலமாயில்லை. அக்கம்பக்கத்துக் காடுகளிலிருந்து பல கொள்ளைக்காரர்கள் மாஸ்கோவுக்கு வந்தனர். எங்காவது, பனிபெய்த கூரைமீது புகை தென்பட்டால், காயவைத்த ஆட்டுமுகறையையும், கோமாளிக் குல்லாவையும் அணிந்த தீயோர், சறுக்கு வண்டிகளில் விரைந்து வந்து இறங்கி, நுழைகதவுகளை உடைத்து எரிகிற வீட்டில் கிடைத்ததையெல்லாம் களவாடினார்கள். அவர்கள் சிலர் பிடிபட்டனர்; சிலர் கூட்டத்தினரால் மிதித்துத் துவைக்கப்பட்டு இறந்தனர். கொள்ளைக் கூட்டத்தலைவனான ஸோகோலே மாஸ்கோவுக்கு வந்து இந்தக் கூத்துக்களை நடத்துவதாக ஒரு வதந்தி உலவியது.

பாதிரி அங்கியணிந்து, அதில் பூனைவாலை வைத்து அலங்காரம் செய்து கொண்ட ஜார், மது பக்தர்களது 'போப்பாண்டவனும்' நெறி கெட்டவனுமான நிகிடா ஸோடோவுடனும், முட்டாள்கூட்டத்துத் 'தலைமைப் பாதிரி'களுடனும் பிரபுக்களது வீடுகளுக்கு விஜயம் செய்தான். அவர்கள் மிகுதியாக உண்டு குடித்திருந்த போதிலும், வெட்டுக்கிளிக்கூட்டம் மாதிரி படையெடுத்து, உணவெல்லாம் வாரி இறைத்தும் பக்திப்பாடல்களை அபசுரத்தோடு கத்திப்பாடியும், மேஜைகளின் கீழே சிறுநீர் கழித்தும் அட்டஹாசம் செய்தனர். மறுநாள் காலையில் நகரின் வெவ்வேறு பகுதிகளிலிருந்து ஒன்று திரள்வதைத் தவிர்ப்பதற்காக, அவர்கள் இரவில் ஏதாவது ஒருவீட்டில் ஒரு சேரக்குவித்து உறங்கினார்கள். மாஸ்கோவின் ஒரு மூலையிலிருந்து இன்னொரு மூலைவரை அவர்கள் போய்க் கூத்தடிக்காத இடமில்லை. இங்ஙனம்,புத்தாண்டு வாழ்த்தையும் புது நூற்றாண்டுத் துவக்க வாழ்த்தையும் தெரிவித்தனர்.

★ வானத்து இயங்கிய விண்மீனால் வழிகாட்டப் பெற்றுப் பெத்லிஹம் சென்ற கீழ் நாட்டு ஞானிகள், கிறிஸ்து பிறந்த பதினான்காவது நாளன்று (ஜனவரி 6-ம் தேதி) அவரை அடைந்து அவரது தெய்வீகத் தோற்றத்தைக் கண்டுணர்ந்ததைக் கொண்டாடும் விழா. மொ-ர்.

தெய்வ பயமுள்ள சாதுக்களாயிருந்த ஜனங்கள், இந்த நாட்களில் மிகவும் கவலைப்பட்டனர். அவர்கள் வீட்டைவிட்டு வெளியேறுவதற்கே பயந்தனர். இந்த வெறிக்கெல்லாம் என்ன காரணம் என்பது அவர்களுக்குப் புரியாத புதிராயிருந்தது. தமது வாழ்வின் அச்சாணியாக விருந்த பழைய பழக்கத்தைத் தகர்த்தெறியும்படியும் ஜனங்களைக் கிளர்ந்தெழச் செய்யும்படியும், பேய்தான் ஜாரைத் தூண்டி விட்டுக்கொண்டிருந்ததா? அந்த ஜனங்கள் அடக்கமாக வாழ்ந்தனரென்றாலும், அவர்கள் கண்ணியத்தோடு வாழ்ந்தனர். கோபெக்குக் காசுகளைக் கவனமாக எண்ணினர்; சரி எது தப்பு எது என்பதை அறிந்திருந்தனர். இப்பொழுது அனைத்தும் நெறி திரும்பி நிகழ்ந்தன. சரியானது எதுவும் ஜாருக்குப்பிடிக்கவில்லை. நான்கு முனைச்சிலுவையையும் மூன்று விரல்களால் சிலுவைக்குறியிடுவதையும் ஏற்றுக்கொள்ளாதவர்கள், மாலை வழிபாட்டுக்காக நிலவறைகளில் கூடினார்கள். லென்ட்கால நோன்பு துவங்குவதற்கு முந்திய நாட்களில் நிகழும் பண்டிகைவரை தான் அவர்கள் பொறுத்திருக்க வேண்டுமென்றும், அந்தத் திருவிழா வாரத்தில், சனிக்கிழமை இரவு ஊழி முடிவின் எக்காளம் முழங்குமென்றும் ஜனங்கள் மீண்டும் கிசுகிசுக்கத் தொடங்கினார்கள். பிரோன்னா புறப்பேட்டையில், ஒரு மனிதன் தோன்றி, நீராடும் அறையில் ஜனங்களைத் திரட்டினான். அவன் சுழன்று வந்து தன் கன்னத்தில் அறைந்து கொண்டான்; தன்னை அவதார புருஷனென்று வர்ணித்துக்கொண்டு வாய்நுரைக்கத் தரையில் விழுந்தான். இன்னொருவன் மேலெல்லாம் ரோமம்; அம்மணமாக வந்த அந்தப் பயங்கர மனிதன் கையில் மூன்று நெருப்பைக் கிளறும் இரும்புச் சட்டங்களை வைத்திருந்தான். அவன் வருங்கால உற்பாதங்களைக் குறித்து விளங்காத குறிகளைச் சொன்னான்.

கிடே-கோரோட், பெல்யி-கோரோட் நுழைவாயில்களில் ஜாரின் இரண்டாவது திருமுகம் ஆணியிலடித்து மாட்டப்பட்டது. அது கூறியது: ''பாயர்கள் அவையத்தார், சோல்ஜர்கள், குமாஸ்தாக்கள், வியாபாரிகள் ஆகிய அனைவரும் விதிவிலக்கு இல்லாமல், ஹங்கேரிய ஆடையைத் தான் இனி அணியவேண்டும். வசந்த காலத்தில், குளிர் குறையும்பொழுது, அவர்கள் ஸாக்ஸன் கோட்டுகளை அணியவேண்டும்.''

இந்தக் கோட்டுகளும் தொப்பிகளும் வளையங்களில் தொங்கவிடப்பட்டன. வியாபாரிகள், சிப்பாய்கள், பாதிரிகள், துணைப்பாதிரிகள் ஆகியோரது மனைவிமார்களும் இதர நகரப் பெண்களும் தலையணி சூடக்கூடாதென்றும், குட்டையான விதேசிக் கவுனை உடுத்த வேண்டுமென்றும், ஆடைக்குள்ளே விலாப்புறங்களில் திமிங்கில எலும்புகளை அணிய வேண்டுமென்றும் விரைவில் உத்திரவிடப்படுவார்களென்று கோட்டுத் தொப்பிகளைக் காவல்காத்த சோல்ஜர்கள் சொன்னார்கள். அந்த நுழைவாயில்களருகே, இனம் தெரியாத பயத்துக்கு இரையாகிக் கிலியடைந்த ஜனங்கள் திரள்திரளாகக் கூடி நின்றனர். மூன்ற இரும்புச் சட்டங்களை உடைய புதிய மனிதன், ஒரு வளையத்தில் தொங்கிய கோட்டின்மீது சாணத்தை எறிந்தானென்றும், ''பொறுத்துப் பாருங்கள், ருஷியமொழி பேசக்கூடாதென்று விரைவில் கட்டளையிடுவார்கள்! ரோமன் கத்தோலிக்கப் பாதிரிகளும் லூதர்கொள்கைக் குருமார்களும் வந்து நாட்டினரை மதம் மாற்றி விடுவார்கள். நகர மக்கள் அன்னியரது நிரந்தர அடிமைகளாக ஒப்படைக்கப் படுவார்கள். மாஸ்கோவுக்குப் பேய் நகர் என்ற புதிய பெயர் சூட்டப்படும் பீட்டர் டான் குலத்தைச் சேர்ந்த யூதன் என்பதைப் பழைய நூல்கள் வெளிப்படுத்தியுள்ளன''என்று கத்தினானென்றும் ஜனங்கள் ஒருவருக்கொருவர் பேசிக் கொண்டனர்.

கிறித்துவின் தெய்வீகத்தோற்றத் திருநாளுக்குமுன்னால், வியாபாரி ரீவ்யாகினது குமாஸ்தாக்கள் கடைத்தெருக்களில் சென்று அந்திக் கிறிஸ்துவிடமிருந்து உலகத்தை மீட்பதற்காகப் பயங்கரமான பெரிய பலி கொடுக்கப்பட்டதைப்பற்றித் திடீரென்று செய்தி பரப்பியபொழுது, மேற்சொன்ன வதந்திகளை எப்படி நம்பாமல் இருக்க முடியும்? விக் ஏரிக்கு

அருகில் பல நூறு இணங்காதார் தம்மை உயிரோடு எரித்துக்கொண்டு விட்டனரென்று அந்தக் குமாஸ்தாக்கள் கூறினார்கள். அந்தப் பெருந்தீக்கு நேராக, வானம் திறந்துகொண்டது என்றும், கண்ணாடிபோலிருந்த விண்ணுலகம் தென்பட்ட தென்றும், அதில் நான்கு மிருகங்கள் சுமந்த அரியணைமீது ஆண்டவன் அமர்ந்திருந்தது புலனாயிற்றென்றும், அவர்கள் சொன்னார்கள். ஆண்டவனுக்கு இடது கைப்புறத்திலும், வலதுகைப் புறத்திலும் இருபத்தி நான்கு மூத்தோர்கள் அமர்ந்திருந்தனர். இவரைச் சுற்றிலும் கெரூபியர்கள்* ''இரண்டு சிறகுகளால் கால்களை மூடிக்கொண்டும் இரண்டு சிறகுகளால் கைகளை மூடிக்கொண்டும் இரண்டு சிறகுகளால் பறந்து கொண்டுமிருந்தனர்'' என்றனர். ஒரு வெண்புறா ஆண்டவனது இருக்கையிலிருந்து பறந்து வந்து இறங்கியது. உடனே நெருப்பு அணைந்தது. எரிந்த இடத்தில் நறுமணம் வீசியது என்று அவர் கூறினர்.

தபால் இலாகாவில், சாதாரண வடிவும் தோற்றமும் உடைய ஒருவன், புறப்பட்டுச் செல்லும் பொழுது ஒரு கடிதத்தைக் கீழே போட்டு விட்டுச் சென்றான். ''ஏ, எதையோ போட்டுவிட்டுப் போகிறாய்!'' என்று அவர்கள் அவனை விளித்துக் கூவினார்கள். ஆனால் அவன் அச்சம்கொண்டு ஓடி மறைந்தான். அந்தக் கடிதம் ஒட்டியிருந்தது. ''இதைத் திறக்காமல், ஜாரிடம் சேர்க்க வேண்டும்'' என்று அதன் மேல் எழுதியிருந்தது. இதைப் படித்தவுடன் தலைமைக் குமாஸ்தா பேவல் ஸுஸ்லாவ் நடுங்கினான். பதறிய கைகளில் பெரிய கோட்டை மாட்டிக்கொள்வதே பெரும் பாடாகிவிட்டது. அவன் குதிரையின் முதுகுத்தோலை உரித்து விடுவான் போலிருந்தது; அவ்வளவு அடித்து அதை விரட்டிப் பிரியோ பிராஷன்ஸ்கிக்குச் சென்றான்.

அரண்மனையின் நடையறையில் காவல் காத்து நின்ற அதிகாரி, குமாஸ்தாவைத் தலை வழுக்கையிலிருந்து கால் பூட்ஸ்வரை ஏளனத்தோடு நோக்கினான். 'நீ ஜாரைப் பார்க்கமுடியாது' என்று கூறினான். கவலையால் சோர்ந்த ஸுஸ்லாவ் பெஞ்சின் மீது அமர்ந்தான். அங்கு ஒரே கூட்டம்; பரந்த தோள்களை உடைய நெட்டையான ருஷ்யர்கள், எருதுபோன்ற வலுவுடைய பட்டாளத்து ஆட்கள்; இவர்களைவிட வடிவில் சிறியவர்களான அன்னியர்களது முகத்தில் இங்கிதம் தவழ்ந்தது. (அண்மைக் காலத்தில், பல அன்னியர்கள் மிகுதியாகக் குடித்து அசடுவழியத் திரிந்ததற்காக வேலையிலிருந்து நீக்கப்பட்டனர்.) விளாட்மிர், யாரோஸ்லாவ், ஓரல் ஆகிய இடங்களிலிருந்துவந்த திறன்மிக்க வியாபாரிகள் இங்கு அமர்ந்திருந்தனர். இரண்டு உயர்குடிப்பாயர்கள் அக்கம் பக்கத்தில் உட்கார்ந்திருந்தார்கள். ஒருவனது தலையில் கட்டுக் கட்டியிருந்தது; இன்னொருவன் ஒரு கண்ணின் பார்வைத்திறனை இழந்திருந்தான். மென்மையான இளைத்த முகத்தை உடைய ஓர் அன்னியன், மூக்குக் கண்ணாடியும் பஞ்சாடைப் பொய்முடியும், குட்டையான தவிட்டு நிறக் கோட்டும் அணிந்து, எவரையும் பாராது குறுக்கும் நெடுக்கும் உலவிக் கொண்டிருந்தான். அவன் கணித சாத்திரத்திலும் ரசாயன சாத்திரத்திலும் வல்லவன்; இடைவிடாது இயங்கும் நீருருளையை அமைத்துக் கொடுத்தவன்; ஒயினையோ பீரையோ மடக்கு மடக்காகக் குடித்துவிட்டு இயற்கையான முறையில் அதைக் கழிக்கும் ஆற்றலை உடைய பித்தளை மனிதனையும் அவன் படைத்திருந்தான். ருஷியராஜ்யத்தின் வளத்தைப் பெருக்கக்கூடிய நூற்றுக்கு மேற்பட்ட புதிய கண்டுபிடிப்புகளின் தனி உரிமையை ஜாருக்குக் கொடுக்க அந்தக் கணித சாஸ்திரி முன்வந்தான்.

மிகுதியாகக் குடித்த நிகிடாஸோடோவ், பொதுநிலை கடந்த சுற்றளவு உடைய ஒருவனோடு, வெளியிலிருந்து தடுமாறிக்கொண்டே நடையறைக்குள் வந்தான். ''அஞ்சாதே, அருவருப்பான உருவம் உடையவரைக் கண்டால் அவருக்குப் பிடிக்கும். நிறையப் பணம் கொடுப்பார்'' என்று அவன் சொன்னான். ஸுஸ்லாவ் மிகுந்த ஆர்வத்துடன் காவலதிகாரியிடம்

★கெரூபியர்கள், விண்ணுலகத் தேவர்கள்.

சென்று, ''நான் ஜாரின் வார்த்தை மீது உரிமை கொண்டாடுகிறேன்'' என்று அவனது முகத்துக்கு நேராகத் திக்குமுக்காடிய குரலில் கூறினான். உடனே, நடையறையில் அமைதி நிலவியது. அதிகாரி நிமிர்ந்து நின்றான். சிறிது மூச்சுவாங்கிக்கொண்டு, உடைவாளைக் கையிலெடுத்தான்; ''என்னோடுவா'' என்றான்.

பீட்டருக்குத் தலைவலி. பொறுமையிழந்து முகத்தைச் சுளித்துக் கொண்டுதான் அவன் குமாஸ்தாவை வரவேற்றான். ஸுஸ்லாவ் அவனிடம் கடிதத்தை கொடுத்தான். அது அங்கேயே திறக்கப்பட்டது. மகாப்பிரபு ஷெரிமிடேவின் வீட்டு அடிமையான அலெக்ஸி குர்பாதோவ் அதில் கையெழுத்திட்டிருந்தான். அதை விரைவாக நோக்கிய பீட்டர், 'உம்!' என்று மோவாயைத் தட்டிக் கொண்டிருந்தான். அதன் பின் அதை இரண்டாவது தடவை படித்துவிட்டு முகத்தை உயர்த்தி, 'ஆ!' என்றான். ஸுஸ்லாவை மறந்துவிட்டுத் தன் அமைச்சர்கள் பகலுணவுக்காகக் காத்திருந்த போஜன அறைக்கு வேகமாக நடந்தான்.

பீட்டரின் கண்கள் தெளிவு அடைந்திருந்தன. அவன் பேசினான்:

''அமைச்சர்களே, உங்களுக்கு உணவு அளிக்கிறேன்; மிகுதியாகக் குடிப்பதற்கு மது வழங்குகிறேன். ஆனால் உங்களால் என்ன ஆதாயம்?'' அவன் கடிதத்தை ஆட்டிக்கொண்டு மேலும் பேசினான்:

''ஓர் ஏழை- ஓர் அடிமை- அற்புதமான யோசனையை வெளியிட்டிருக்கிறான். கஜானாவுக்குப் பணம் தேடுவதற்குத்தான்.'' இலேசாகக் குறட்டைவிட்ட ரோமாடானோவ்ஸ்கியை நோக்கிப் பீட்டர் சொன்னான்:

''பிடோர்யுரிவிச், இந்தக் குரிபாதோவ் எங்கிருந்தாலும் அவனைக் கண்டுபிடித்து உடனே அழைத்துவர வேண்டுமென்று உத்திரவிடுங்கள். அவனில்லாமல் நாம் இப்பொழுது சாப்பிடக்கூடாது. என் அன்பார்ந்த மந்திரிகளே, விஷயம் இதுதான்; நாம் ஸ்டாம்புத் தாள்களை விற்க வேண்டும். சகலவகைப்பட்ட பத்திரங்களுக்கும் விண்ணப்பங்களுக்கும் ஸ்டாம்புகள் கூடிய தாளை விற்கவேண்டும். ஒரு கோபெக்கிலிருந்து பத்துரூபிள் ஸ்டாம்புத் தாள்கள்வரை புரிகிறதா? போருக்குப் பணமில்லையென்று நினைக்கிறீர்கள். இதோ, பணம் பெறும் வழி!''

அத்தியாயம்–3

1

விடிவெள்ளி இன்னும் முளைக்கவில்லை. ஆனால் அதற்குள்ளாகவே கதவுகளைச் சாத்தித் திறப்பதும் மாடிப்படிகளில் விடுவிடுவென்று நடப்பதுமாக வீட்டில் சந்தடி ஏற்பட்டது. பணிப்பெண்கள் மூட்டைகளையும் கூடைகளையும் பயணப் பெட்டிகளையும் முன்றிலுக்கு இழுத்துக்கொண்டு சென்றனர். மகாப்பிரபு ரோமன், மெழுகுவத்தியின் ஒளியில் சிற்றுண்டி புசித்துக்கொண்டிருந்தான். கோசுக்கீரைச் சூப்பை மடக்கு மடக்காக் குடித்துக்கொண்டே அவன் வெடு வெடுப்போடு கூவினான்: ''அவ்டோத்யா! அந்தோணியா! ஆல்கா! அட, கடவுளே!''

அவன் தனது பெருவயிற்றைச் சிறிது உயர்த்திக்கொண்டு, கையை நீட்டிப் பாட்டிலை எடுத்தான். தலைமைப் பணியாளும் மற்றவர்களைப் போலவே மறைந்துவிட்டான். அங்கே! கீழ்தளத்தில் யாரோ தலைகுப்புற விழும் ஓசை கேட்டது.

''பேய்களா! அமைதியாக அலுவல்களைக் கவனியுங்கள்! அட, கடவுளே!'' என்றான் ரோமன்.

அந்தோணியா தன் அன்னையின் பழைய கம்பளிக்கோட்டை அணிந்துகொண்டு தலைவிரி கோலமாக ஓடிவந்தான்.

''அந்தோணியா, உட்கார். ஏதாவது சாப்பிடு.''

''ஓ, அப்பா!''

அவள் ஒரு கம்பளிச் சால்வையை எடுத்துக்கொண்டு கூடத்துக்கு ஓடினாள். உண்பதற்கு வேறு ஏதாவது உள்ளதா என்று ரோமன் சுற்றுமுற்றும் பார்த்தான். மேலே அவர்கள் ஒரு பாரமான சாமானைத் தளத்தில் இழுத்துக் கொண்டிருந்தனர். அதன்பின் கைப்பிடியை நழுவவிட்டனர். அப்போது, உத்திரங்களிலிருந்து புழுதி விழுந்தது. அவர்கள் என்னதான் செய்து கொண்டிருந்தனர்? வீட்டை இடிக்கிறார்கள்? தலையை ஆட்டியரோமன், மீனை எடுத்துப் புசித்தான்.

கம்பளிக் கோட்டின்மீது சால்வைகளைப் போர்த்திக்கொண்டிருந்த அவ்டோத்யா கதவு வழியாகப் பாதம் பாவாது மிதந்துவந்தாள். சுவர் அருகே இருந்த வெனீஷிய நாற்காலியில் விழுந்தாள். கவலையால் அவளது முகம் தொங்கியிருந்தது. அவள் தன் வாழ்விலேயே, ஒரு முறை டிராயிட்ஸா மடத்துக்கும் ஒரு முறை புதிய ஜெருசலத்துக்கும் போனதைத் தவிர மாஸ்கோவை விட்டுக் கிளம்பியதே இல்லை. இப்பொழுது திடீரென்று இந்த நீண்டதூரப் பயணம்!

''நீ ஏன் அதற்குள்ளாகச் சால்வையைப் போர்த்திக்கொண்டு விட்டாய்? வா, அவற்றை நீக்கிவிட்டுக் கொஞ்சம் சாப்பிடு. சாலையில் சாப்பிடுவதால் தொல்லைதான் உண்டாகும்.''

''ரோமன், நாம் நெடுந்தூரம் செல்கிறோமா?''

''வாரனேஷுக்கு.''

''ஆண்டவனே!''

அவள் வறட்சியாக விம்மினாள். மாடியிலிருந்து ஆல்காவின் கீச் சென்ற குரல் கேட்டது: ''அம்மா, பொய்மயிர்களை எங்கே வைத்தாய்?'' காற்றில் பறக்கும் இலையைப்போல், அவ்டோத்யா நாற்காலியிலிருந்து எழுந்து அறையிலிருந்து நீங்கினாள்.

இதே மாதிரியான குழப்பம் மாஸ்கோ முழுவதும் நிலவியது என்பது மட்டுமே ரோமனுக்கு ஆறுதல் அளித்தது. நேற்றைக்கு முன்தினம், தலைநகரின் நிர்வாகியான ரோமோடானோவ்ஸ்கி, ஜாரின் உத்திரவைப் பிரகடனஞ் செய்தான்; அதிகாரிகளும் அவர்களது மனைவிமக்களும் முக்கியமான வியாபாரிகளும் அன்னியர் பேட்டையின் பிரமுகர்களும், பூர்வசங்கற்பம் என்ற கப்பலின் வெள்ளோட்டத்தைக் காண்பதற்காக வாரனேஷ் செல்லவேண்டு மென்று அந்த ஆணை கூறியது. வெளிநாடுகளில் கூட இந்தப் பெரிய கப்பலுக்கு ஒப்பான கப்பல்கள் சிலவே உள்ளன என்று கூறப்பட்டது. பனிக்கட்டி உருகிவிட்டால், சாலைகளில் நீர் நிரம்பிப் போக்குவரத்து அசாத்தியமாகிவிடுமாதலால், வசந்த காலத்தின் வருகையை முன்னிட்டுப் பனி பெய்த பொழுதே, பயணத்தை விரைவில் தொடங்கவேண்டுமென்றும் உத்திரவிடப்பட்டது.

அருமுயற்சி செய்ததால்தான், அரசியலைப் புரிந்துகொள்ள ரோமனால் முடிந்தது. ஓரளவுக்குத்தான் அவன் புரிந்துகொண்டிருந்தான் எனலாம். ஜனவரி மாதத்தில், புத்தாண்டு

விழாக்கடிதங்கள் வந்தன; துருக்கியர்கள் நிரந்தர சமாதானத்துக்கு உடன்படும் நிலையில் இருந்தனர். கோபதாபங்களைத் தணிப்பதற்காகச் சில சிறிய சலுகைகளைக் கோரினார்கள். ''உடையவனிடமே உடைமை இருக்கவேண்டும்'' என்று கார்லோவிஸ் காங்கிரஸில் வகுக்கப்பட்ட கொள்கையிலிருந்து ருஷியர்கள் நழுவ மாட்டார்களென்பதைத் துருக்கியர்கள் ஏற்றுக்கொள்ளச் செய்வதில் உக்ரேன் சோவ் வெற்றியடைந்தான். ஆனால் அதன் பின், கான்ஸ்டாண்டி நோபிளில் ஏதோ நிகழ்ந்தது; யாரோ ஒரு விரோத பேச்சு வார்த்தைகளில் குறுக்கிட்டான். அதன் விளைவாகத் துருக்கியர்கள் முன்னைக் காட்டிலும் அதிகமாக வரம்பு மீறிய கோரிக்கைகளை வற்புறுத்தத் தொடங்கினார்கள். அஸோவையும் கிஸிக்கர்மான் பவுனையும் திரும்பக் கொடுக்க வேண்டுமென்றும், நீப்பர் நதியின் கழிமுக நகர்களையும் தரவேண்டுமென்றும், கிரீமியாவின் கானுக்கு முன்போல் மாஸ்கோ கப்பம்கட்ட வேண்டு மென்றும் அவர்கள் சொன்னார்கள். புனிதமான கல்லறையைப் பற்றிக் குறிப்பிடுவதையே அவர்கள் விரும்பவில்லை.

இந்தச் சேதியை அறிந்தவுடன், பீட்டர் வாரனேஷுக்கு ஓடினான். ஜனவரி மாதத் துவக்கத்தின் கூத்துகளது பின் விளைவுகளையெல்லாம், நீராவி ஸ்நானம் செய்து போக்கிக் கொண்ட மென்ஷிகோவ், ஓர் உயர்ந்த வண்டியில் ஏறிச் சென்று பணக்கார வியாபாரிகளைச் சந்தித்தான். ''நீங்கள் இந்த இக்கட்டான நிலைமையில் உதவி செய்யவேண்டும். வசந்த காலத்துக்குள், நாம் பெரிய கப்பற் படையைக் காட்டித் துருக்கியரைப் பயமுறுத்துவதில் வெற்றிகிட்டாவிட்டால் சமாதானம் நிலைத்திருக்காது. நம் முயற்சியெல்லாம் அழிந்துவிடும்'' என்று அவன் அவர்களிடம் உணர்ச்சியோடு கூறினான்.

கிரெம்லினில், லியோநாரிஷ்கின் கண்களில் கண்ணீர்மல்க, உயர்தர அதிகாரிகளிடம் உருக்கமாகப் பேசினான்: ''நாம் அவமானத்தைப் பொறுக்க முடியுமா? முன்போல் கிரீமியாவின் கானுக்குக் கப்பம் கட்டுவதா? ஒவ்வொரு ஆண்டின் வசந்த காலத்திலும், தார்த்தாரியர்கள் நமது வளமார்ந்த பூமிகளை ஆக்கிரமிப்பதற்கு அனுமதித்துக் கொண்டிருப்பதா? துருக்கியர்களும் கத்தோலிக்கர்களும் புனிதமான கல்லறைக்கு கேடு விளைவிப்பதை இனியும் சகத்துக் கொண்டிருப்பதா? மினின், பாஸார்ஸ்கி* ஆகியோரது நாட்களில் நடந்த மாதிரி நாம் வாரனேஷ் கப்பற்படைக்காக அனைத்தையும் அர்ப்பணிக்க வேண்டும்.''

கப்பல் கட்டும் கம்பெனிகள் மீண்டும் பணப் பைகளை அவிழ்க்க வேண்டியதாயிற்று. விரைவில் போர் தொடங்குமென்ற துர்க்குறியான வதந்திகள் மாஸ்கோவின் பரவின; உலகம் முழுவதுமே ஆயுதமேந்தி ஆர்த்தெழுவதாக அவர்கள் கூறினார்கள். சுண்டெலிகளைப் போல் மாஸ்கோவுக்கு விரைவில் வந்து திரும்பிய அன்னியர்கள், ஐரோப்பாவெங்கும் கதைகளைப் புனைந்து பரப்பினார்கள். மாஸ்கோ முன்போல், உண்மையான கிறித்துவ தர்மத்தின் அமைதி யார்ந்த உறைவிடமாகவில்லையென்றும், மாஸ்காவெங்கும் சோல்ஜர்களும் துப்பாக்கிகளுமே தென்படுவதாகவும், ஜார் தற்பெருமையும் தன்னகங்காரமும் கொண்டு திரிவதாகவும் அவனது ஆலோகசர்கள் மட்டுமீறிய துடுக்குத்தனமுள்ளவர்களென்றும் புரளி செய்தனர். மாஸ்கோ, வம்புச் சண்டைக்குத் தயாராகி விட்டதாக அவர்கள் கூறினார்கள்.

அணிமைக் காலத்தில், கிரெம்லினில் இருந்த பொழுது, ரோமன், உணர்ச்சி வசப்பட்டு, 'பூர்வ சங்கற்பம்' என்ற கப்பல் கட்டுவதற்கு ஓராண்டுத் தீவனங்கள் அளிப்பதாக வாக்களித்தான். ஆவேசத்தில், அவனது முகம் ஊதிக் கருஞ் சிவப்பாகியது. லியோநாரிஷ்களிடம் கூறினான்: ''அவசியமானால் நானே குதிரையை ஏரில் கட்டி உழுவேன். ஆனால் ஜாருக்கு அவமதிப்பு

*1598-1613 ஆண்டுகளில், கஷ்ட காலத்தில் ருஷிய மக்களைத் திரட்டிய தேசியவீரர்கள்.

ஏற்படக்கூடாது.'' இரவில், அவன் மெழுகுவத்தியுடன் ரகசியமான நிலவறைக்குள் சென்று ஈர மண்ணைத் தோண்டிப் புதைத்திருந்த பானையை எடுத்துக் கம்பெனிக்குத் தான் செலுத்த வேண்டிய பங்குப் பணமான நூற்றி ஐம்பது ரூபிளைக் கோபெக் கோபெக்காக எண்ணியபொழுது கூட, அந்த மங்கிய ஒளியில் தன்னந் தனியாக இருந்த ஒவ்வொரு கோபெக்கையும் விரலால் தடவிப் பார்த்த அச்சமயத்தில் கூட, அவன் ராஜத் துவேஷ் சிந்தனைகளுக்கு இடம் கொடுக்கவில்லை. ஆம், மகாப் பிரபு பைநோஸாவ் புதிய மனிதானகிவிட்டான். அவர்கள் அவனை நாகரிகமுடையவனாகச் செய்து விட்டார்கள்.

அவன் ராஜத் துவேஷ சிந்தனைகளைத் தன் இதயத்திலேயே அடக்கி நசுக்கினான். அத்தகைய எண்ணங்களுக்கு இடம் கொடுத்ததால் தான், மகாப் பிரபு லிகோவ் மாஸ்கோ விலிருந்து கடத்தப்பட்டுத் தன் கிராமத்தில் ஒடுங்கிக் கிடந்தான். ஸ்டீபன் பிலோஸில்ஸ்கி என்ற அசடனோ, ரோமோ டானோவ்ஸ்கி வீட்டில் விருந்துண்டு மிகுதியாகக் குடித்துவிட்டு உளறினான்; ''உறங்கும் பொழுது கூட என் இஷ்டப்படி சிந்தனை செய்வதைத் தடுப்பாயா? என் முகத்தை க்ஷவரம் செய்துவிட்டனர். பிரெஞ்சுக் கால்சட்டை அணியவேண்டிய நிலைமை ஏற்பட்டுவிட்டது. ஆனால் என் ஆத்மாவுக்கு...!'' இங்ஙனம் கூறிய அவன், ஏளனமாகச் சைகை காட்டினான். ரோமோடானோவ்ஸ்கி கடுமையாகச் சிரித்துவிட்டுப் பேசாதிருந்தான். ஆனால் மறு நாள், புஸ்டோஸர்ஸ்ருக்குக் கவர்னராகப் போகும்படி ஸ்டீபனுக்கு உத்திரவு வந்தது.

ரோமனுக்கு ஓரளவுக்குப் புத்திசாலித்தனம் இருந்தது. ஆனால் ஜார்பீட்டரின் கற்பனைக் கோட்டைகளைப் புரிந்து கொண்டு பாராட்டுவதற்கு எத்தகைய புத்திசாலித்தனம் தேவை என்று உணர்வது கடினமாயிருந்தது. இரவில்கூட, பிறருடைய அமைதியைக் குலைக்க வேண்டுமென்று பீட்டருக்கு அரிப்பு எடுத்ததுபோல் தோன்றியது. மாஸ்கோ முழுவதும் வாரனேஷுக்கு ஓட வேண்டுமாம். எதற்காக? பெஞ்சிகளிலும், கூட்டம் நிறைந்த இடிந்த குடிசைகளிலும் படுத்துறங்கவா? போதுமான உணவின்றித் தவிக்கவா? மாலுமிகளோடு சரிசமனாகயிருந்து வாட்கா குடிக்கவா? எல்லாவற்றுக்கும் மேலாக இன்னொரு கேள்வி, பெண்களையும் அங்கே ஏன் இழுத்துக்கொண்டு போகவேண்டும்? அட, கடவுளே!

ரோமன் தன் குழப்பமான சிந்தனைகளை அடக்குவதற்காக, உபரியாக ஒரு கோப்பை வாட்காவைக் குடித்தான். சாளரம் வழியே, உதயகாலத்தின் ஒளிதென்பட்டது. இலையுதிர்ந்த மரங்களின் கிளைகளில் காகங்கள் வந்து உட்கார்ந்தன. ஜார் எப்படித்தான் ஒருவனது அமைதிக்கு உலை வைத்தாலும், பசுமையான காலை ஒளி, பாட்டன்மார்களது காலத்திலிருந்த மாதிரியே விளங்கியது; முன் காலத்திலிருந்ததைப் போன்ற முகில்கள் தாம், கோயில் குவி மாடங்களுக்குப் பின்னால், இளஞ்சிவப்பு வண்ணம் கொண்டன. ரோமன் வயிற்றின் அடிவாரத்திலிருந்து முனங்கினான்; ஆனால் உதடுகளைத் திறக்காது முனங்கினான். முன்றிலில், சறுக்குவண்டி மணிகள் கணீரென்று ஒலிப்பதையும், குதிரைகளை வண்டியில் பூட்டியபெழுது ஆட்கள் கத்தியதையும் அவனால் கேட்க முடிந்தது.

இரண்டு கூண்டு இட்ட சறுக்கு வண்டிகளில் குடும்பத்தினர் பிரயாணம் செய்தனர். வேறு மூன்று வண்டிகளில் வீட்டுச் சாமான்களும் உணவுப் பொருட்களும் ஏற்றப்பட்டன. சேணத்தின் மணிகள் இரங்கத்தக்கவகையில் கணகணத்தன. காலலோம்னாவுக்குச் செல்லும் சாலை மிருதுவாக இருந்தது; ஆனால் குழிகள் அதிகம் ஒவ்வொரு வெர்ஸ்ட்டு*க்கும் ஒரு சிவப்புக் கம்பம் நட்டிருந்தனர். அந்தக் கம்பங்களுக்கிடையே புதிதாக நட்டிருந்த பர்ச் மரச்செடிகள் வளர்ந்துகொண்டிருந்தன. அந்தோணியாவும் ஆல்காவும் அந்த மரங்களையும் கம்பங்களையும்

★ வெர்ஸ்ட்: கிட்டதட்ட அரையே அரைக்கால் மைல்.

எண்ணிக்கொண்டே வந்தார்கள். பொழுதைக் கழிப்பதற்கு வேறு வழிஇல்லை. மார்ச் மாதக் கதிரொளியில், உறைபனி மீது இருந்த பனிப்பொறுக்கு பிரகாசித்தது. சேய்மையில் இருந்த தவிட்டு நிறமான தோப்புகளும் பிரகாசித்தன. சாலை மரங்களின் மீதுள்ள காகங்களைக் குறிகளாகக் கருதி, ஏற்படக்கூடிய காதலின் விளைவுகளைப் பற்றிப் பெண்கள் சோதிடம் கூறினார்கள். இரண்டாவது சறுக்கு வண்டியில், ரோமன் தன் மனைவி மீது சாய்ந்தவாறு குறட்டைவிட்டான்; வண்டி, சாலைக்குழியில் மோதியபொழுது, அவன் உதடுகளை அசைத்தான்.

மாஸ்கோவிலிருந்து முப்பது மைல் தூரத்திலுள்ள ஊல்யாநினோ கிராமத்தில் குதிரை களுக்குத் தீனி வைப்பதற்காகத் தங்க வேண்டும். பள்ளத்திலிருந்த ஓலை வேய்ந்த கூரைகள் தென்படுவதற்கு முன்னால், ஆறு கருஞ்சிவப்புக் குதிரைகள் பூட்டிய உயரமான தோல்மூடியிட்ட ஸ்லெட்ஜ், அவர்களைக் கடந்து சென்றது. அதன் இரு முன்னணிக் குதிரைகள் மீது இரண்டு ஆட்கள் அமர்ந்திருந்தனர். பட்டுபோன்ற கரிய உரோம ஆடை அணிந்த அழகி, களைத்துச் சோர்ந்தவளாய் ஆவல் மிகுதியால் படபடத்துக்கொண்டிருந்த பைநோஸாவ் மகளிரைச் சாளரம் வழியே அக்கரை இல்லாது நோக்கினான்.

தாயின் கம்பளக்கோட்டிலிருந்து தலையை நீட்டிய அந்தோணியா, ''மான்ஸ் மகள், மான்ஸ்மகன்! ஆல்கா, பார். அவளுடன் ஒரு கனவான் இருக்கிறான்!'' என்று கத்தினான்.

உண்மையில் அந்த வண்டி அவர்களை விரைந்து கடந்தபொழுது, அதன் பிற்பகுதியில் ஒரு க்ஷவரம் செய்த முகமும் தொப்பியின் தங்க நாடாவும் புலனாயின.

''அது கோனிக்ஸெக்தான், இல்லாவிடில் என் கண்களைப் பிடுங்கிக்கொள்கிறேன்.''

அந்தோணியா தன் உறை அணிந்த கரங்களை விரித்தாள்:

''அப்படியா சொல்கிறாய்! ஓ, மானங்கெட்ட சிறுக்கிதான்!''

''ஏன் இப்படி வியப்படைகிறாய்? அந்த ஜெர்மானியப் பெண் ஒரு வேசி. மாஸ்கோ முழுவதும் கோனிக் ஸெக்கைப் பற்றிக் கிசுகிசுக்கிறது. ஜார்மட்டும் குருடாயிருக்கிறார்.''

''அவளைச் சந்தையில் கட்டிவைத்துச் சவுக்கால் அடிக்கவேண்டும்.''

''அவளுக்கு அந்த முடிவுதான் நேரும்.''

கிராமத்தின் ஒவ்வொருவீட்டு முன்றிலிலும் சறுக்கு வண்டிகள் வரிசையாக நின்றன. பாயர்களது கூண்டுவைத்த ஸ்லெட்ஜ்கள், திறந்த நுழைகதவு வழியே தென்பட்டன. கிராமத்துப் பெண்கள், சாணம் சிதறிய பனிப்போக்குகளைத் தாண்டிக் கோழிகளைத் துரத்திப்பிடித்தனர். ரோமன் தன்மனைவியிடம் முணுமுணுத்தான்:

''உன் மதியீனமான தயாரிப்புகளால் வந்தவினை! அதிகாலையிலேயே புறப்பட்டிருக்க வேண்டும்! இப்பொழுது நிற்பதற்குக்கூட இடம் கிடைக்காது!''

ஜாரின் தங்கு மனைக்கு ஓட்டும்படி அவன் உத்திரவிட்டான். இத்தகைய அஞ்சல் நிலையங்கள். நான்கு பலகணிகளும், படிக்கட்டுகள் கூடிய முகப்பு மண்டமும் உடையவை மாஸ்கோவுக்கும் வாரனேஷுக்கும் இடையே உள்ள ஒவ்வொரு கட்டத்திலும் அந்த ஆண்டில் கட்டப்பட்டிருந்தன. உணவும் மதுவும் எப்பொழுதும் சித்தமாய் வைத்திருக்க வேண்டுமென்றும்,

ஜாருக்குப் பூச்சி பொட்டுகளைக் கண்டால் பயம் என்பதால், கரப்பான்பூச்சி போன்றவற்றுக்கு இடமில்லாது வீட்டைப் பாதுகாக்க வேண்டுமென்றும் இந்தத் தங்கு மனைகளது காவலருக்கு உத்திரவிட்டிருந்தார்கள்.

பொய்மயிரும் வாளும் அணிந்த வீட்டுக்காவலன்; முகப்பு மண்டபத்துக்கு விரைந்து வந்து, ''நிறைந்து விட்டது! நிறைந்து விட்டது! இங்கு தங்க முடியாது!'' என்று புதிதாக வந்தோரிடம் கூறிக்கொண்டிருந்தான். ரோமன் பெரிய மனிதனைப்போல், அந்தக் காவலனைத் தள்ளிவிட்டுக் கூடத்துக்குள் பிரவேசித்தான். அவனது மனைவியும் மகளிரும் அவனைப் பின் தொடர்ந்தனர். அவர்களுக்குப் பின்னால், வீட்டுக்காவலன் செய்வது அறியாது, 'உஸ்'ஸென்று சீறினான். உள்ளே, கூடத்தின் வலது புறத்திலும் இடதுபுறத்திலும் இருந்த அறைகளில், கூட்டம் அதிகமாயிருந்தது. கம்பளிக் கோட்டுகளும் பூட்ஸுகளும் தொப்பிகளும் வாள்களும் தரையில் குவித்து கிடந்தன. பணிப்பெண்கள் அங்குமிங்கும் ஓடினர். கோசுக்கீரைச் சூப்பின் மணம் வீசியது.

''அப்பா, இது உயர்நிலையிலுள்ளவர்க்கு'' என்று ஆல்கா குசுகுசுத்தாள். அவர்கள் அமைதியாகப் பின்வாங்கித்தானாக வேண்டுமென்று ரோமனும் உணர்ந்தான். ஆனால் திடீரென்று, பொய்மயிர் தரித்த நாகரிக நடையாளர் சிரித்துக்கொண்டிருந்த வலதுபுற அறையிலிருந்து ஒரு ஜெர்மானியக்குரல், ருஷிய மொழியில் கூறிற்றுஃ

''குமாரி ஆல்கா! குமாரி அந்தோணியா! இங்கு வந்து எங்களுடன் உணவருந்துங்கள்''

பொய்மயிர்கள் ஒதுங்கின. உணவு வகைகள் நிறைந்த மேஜையருகே, பயணக்குல்லாயும் சிவப்பு கௌனம் அணிந்த அன்னாமான்ஸ் இருந்தான். அவன் ஓர் உயரமான ஒயின் கோப்பையைக் கையில் எடுத்துக்கொண்டு, அம்மகளிரை நோக்கிப் புன்னகைசெய்து, சிற்றுண்டி அருந்துவதற்கு அழைத்தான். ஸாக்ஸன் ஸ்தானிகரமான கோனிக்ஸெக்கும், மாஸ்கோவிலுள்ள ஸ்வீடிஷ் ஸ்தானிகரது மருமகனான காரல் நிப்பர்க்ரன்னும், பைநோஸாவ் மகளிருக்கு முன்னால் அறிமுகமாகியிராத ஒரு பிரெஞ்சுக்காரனும், சுறுசுறுப்பாக எழுந்து அப்பெண்களின் கோட்டுகளைக் கழட்டுவதாக முன் வந்தனர். ''ஓ, நாங்களே சுழட்டிக்கொள்வோம்'' என்ற பெண்கள் விரைவாகத் தம் தாயின் பழைய கோட்டுகளைக் கழற்றி இதர கம்பளிக்கோட்டுகளின் குவியல்மீது போட்டனர்.

''அம்மா, இப்படி எங்களை அவமானப்படுத்துகிறாயே! இதை மறக்க மாட்டோம்'' என்று அவர்கள் தமக்குள் எண்ணினார்கள். அவர்கள் அந்த ஆடவரின் அணைப்புக்கு உடன்பட்டு வணக்கம் தெரிவித்தனர்.

பெரிய கண்களையும் கரிய கேசத்தையும் உடைய சிறிய பையன், ஐன்னல்மீது சாய்ந்து கொண்டு பெஞ்சியில் உட்கார்ந்திருந்தான். அவனது வாய் சற்றுத் திறந்திருந்தது. உண்டு கொழுத்து முகம் சிவந்து நெட்டையான பெரியவர்கள் காது செவிடுபடும்படி பேசிச் சிரித்துக் கொண்டிருப்பதைத் தன் களைத்த கண்களால் அவன் பார்த்துக்கொண்டிருந்தான்; முகம் பக்க வாட்டில் சாய்ந்திருந்தது. அவன் பிரியோபிராஷன்ஸ்கி பட்டாளத்தினருக்கு உரிய பரிகாசமான பச்சை நிறத்தில் சட்டை அணிந்திருந்தான். பெல்ட்டில் ஓர் உடைவாள் தொங்கியது. கோதிய கம்பளத்தில் செய்த வெள்ளையான பூட்ஸ் அணிந்த அவன் கால் தரையைத் தொடவில்லை.

ரோமன், சிறிது விம்மிவிட்டுப் பக்தி சிரத்தையுடன் பத்து வயதுப் பாலகனை அணுகினான். மண்டியிட்டுத் தளத்தின் பலகைகளை நெற்றியால் தொட்டான். கஷ்டப்பட்டு மூச்சுவிட்டான். இளவரசனான அலெக்ஸிபெட்ரோவிச்சிடம், கரத்தை முத்தமிடுவதற்கு அனுமதி தரும்படி இறைஞ்சினான்ஃ

''அலியோஷெங்கா, உன்கரத்தைக்கொடு, அவரிடம் கொடு'' என்று சிவந்து கன்னங்களை உடைய அத்தையான இளவரசி நடால்யா தன் இனிய குரலில் களிப்போடு கூறினாள். மகாராணி யூடோக்ஸியாவை ஸுஸ்டால் கன்னிகாமடத்துக்கு அனுப்பியதிலிருந்து, நடால்யாதான் குழந்தையைத் தாய்போல் பராமரித்து வந்தாள்.

அலெக்ஸி மெதுவாகத் தன் விழிகளை உயர்த்தி அத்தகைய நோக்கினான்; சரிகைச் சட்டை விளிம்பால் பாதிமூடிய விரல்களைப் பணிவாக நீட்டினான். ரோமன் தன் தடித்த உதடுகளால் அந்தக் கரத்தில் முத்தமிட்டபொழுது, இளவரசன் தன் கையை இழுக்கமுயன்றான். ஆல்காவும் அந்தோணியாவும் நன்னடத்தை விதிகளுக்கு இணங்கத் தம் கீழாடைகளைப் பரப்பினார்கள். நெட்டையான காவல்வீரர்களும் பொய்மயிரைக் குலுக்கியும் காலடிவைத்து ஓசைசெய்தும், பைநோஸாவ் மகளிரோடு சேர்ந்து வணக்கம் செலுத்தினார்கள். அலெக்ஸிக்கு அழுகை வந்தது.

''அலியோஷெங்கா, வா, என்னிடம் வா! உன்னால் இந்தக் கூட்டத்தைச் சமாளிக்க முடியாது'' என்று கூறிய நடால்யா, அவனை அழைத்துக்கொண்டு மெல்லிறகு போன்ற தன் சால்வையின் ஓரத்தால் அவனது முகத்தை மறைத்தாள். அவளுக்குப் பீட்டரைப் போலவே வட்டமான முகம்; மோவாயில் களிப்பூட்டும் குழிவு இருந்தது. கணிசமான கூந்தலும் நிறைந்த மார்பும் உடையவளாயிருந்தாள்.

''கவலைப்படாதே. நீ வளர்ந்த பிறகு, மற்றவர்களை அச்சுறுத்துவாய் இல்லையா, அலியோஷெங்கா?'' என்று கூறிய இளவரசி, அவனது நெற்றியில் முத்தமிட்டுவிட்டு ஓர் இனிப்பு ரொட்டியைத் தட்டிலிருந்து எடுத்து, சிறு துண்டென்றைத் தன் அழகிய பற்களால் கடித்து அவனிடம் கொடுத்தாள்.

''பிரபு குமாரிகளே, இனி நீங்கள் உட்கார்ந்து சாப்பிடுங்கள். மகாபிரபு ரோமன் அவர்களே, இந்தக் கனவான்களுடன் காத்திருங்கள். நாங்கள் உண்டவுடன் உங்களுக்குப் பரிமாறப்படும்'' என்றாள் நடால்யா.

நடால்யாவோடும் அன்னவோடும் இன்னோர் உயரமான நங்கை மேஜையில் அமர்ந் திருந்தாள். அவளது முகம் வெளிறியிருந்தபோதிலும் அறிவுக்களை கட்டியிருந்தது. அவளது புருவங்களும் இமை மயிர்களும், சருமத்தைப் போலவே வெளுப்பாயிருந்தன. அவளது கூந்தலைச் சேர்த்துப் பின்னித் தலையின் உச்சியில் இறுக முடிச்சுப்போட்டிருந்தாள். முன்பே சிற்றுண்டியை முடித்துவிட்டுப் பாதியளவு அருந்திய ஒயின் கோப்பையையும் தட்டையும் நகர்த்திவிட்டுக் கம்பளி நூலில் ஏதோ வேகமாகப் பின்னிக்கொண்டிருந்தாள். அவள் தான் அமலியா. ஸ்வீடிஷ் ஸ்தானிகரது மகள், ஜாரின் சினேகிதி.

''அலெக்ஸிபெட்ரோவிச் தயவுசெய்து உன் இனிய முகத்தைக் காட்டு. இந்தக் கழுத்துப் பட்டையை நீ தான் விரைவில் அணியப்போகிறாய்'' என்று ருஷிய மொழியில் கூறிக்கொண்டே அமலியா சிறுவனது கழுத்தில் தான் பின்னிய துணியை வைத்துப்பார்த்தாள்.

சிறுவன் சிரிக்காமல் தன் கன்னத்தை அவளது கையில் தேய்த்தான். அமலியாவின் உள்ளங்கை ஆடவனுடையதைப்போல் பெரிதாயிருந்தது. விறைப்பாக நிமிர்ந்து அமர்ந்திருந்த அன்னாமான்ஸ், இனிமையாக இதழ்களைத் திறந்து ருஷிய மொழியில் பேசினாள்:

''இளவரசனுக்கு வண்டிப் பயணத்தால் நலம் குன்றிவிட்டது. ஆயினும் அவன் தீரன்தான் என்பதில் ஐயமில்லை. தனது சிறியவாளை வீரம் விளங்க அணிந்திருக்கிறான்.''

அத்தையின் சால்வையில் மறைத்திருந்த முகத்தை நீட்டி, வெள்ளை முக ஜெர்மானிய மாதை அவன் கோபமாகப் பார்த்தான். இளவரசன் வீர லட்சணங்கள் பொருந்தியவனாக நடந்து கொள்வதாக நாற்காலிக்குப் பின்னால் நின்ற கனவான்கள் உறுதி கூறினார்கள்.

ரோமன் முழங்கால்களை மடித்துக்கொண்டு அமர்ந்து அலெக்ஸின் முகத்தை உற்று நோக்கித் தீடீரென்று கத்தினான்: ''அன்பார்ந்த இளவரசரே, நம் பாதுகாவலரே, எஜமானரே, சிறந்த புரவிமீது ஏறிக் கூரிய வாளை உருவி, நம் சத்துருக்களைச் சம்ஹாரம் செய்யுங்கள். வைதீக ருஷியவைப் பாதுகாத்து நில்லுங்கள். இளவரசரே ருஷியா இன்று உலகில் தன்னந்தனியாக உள்ளது.''

அவன் சிறுவனது தலையில் முத்தமிட விரும்பினான்; ஆனால் துணிவு இல்லை. எனவே, அவனது தோளில் முத்தமிட்டுவிட்டு எழுந்து நின்று, மன நிறைவோடு முதுகைத் தடவிக் கொண்டான். ஏதோ காரணத்தினால், நடால்யா அவனது முகத்தைப் பயத்தோடு பார்த்தாள். அன்னா தோள்களைக் குலுக்கிக்கொண்டு, பெருமிதமாக முறுவலித்தாள்; அவள் கூறினாள்:

''மகாப்பிரபு ரோமன், உங்களது கோபத்தைக் கிளறியது யார்? நமக்குத் துருக்கியரைத் தவிர வேறு விரோதி எவருமில்லையே! அவர்களுடனும் சமாதானம் செய்துகொள்வதில் கருத்தாயிருக்கிறோம். போருக்கான வாய்ப்பு எதுமில்லை...'' அவள் அமலியாவைச் சாதுரியத்தோடு நோக்கினாள்.

''அன்பார்ந்த அன்னா! நீங்கள் என்ன சொல்கிறீர்கள்? சாலைகள் காய்ந்தவுடன், நாம் ஒருபெரிய படையெழுச்சியில் ஈடுபடுவோம். நாம் படைதிரட்டிப் பயிற்சி அளித்துப் போர்க்கலம் அளிப்பதெல்லாம் வீண் வேலையா? அல்லது வேடிக்கையா?''

அமலியா தன் கை வேலையை நிறுத்தினாள். அவளது நயனங்கள் அகல விரிந்தன; வியப்பு மிகுதியால் முகம் நீண்டு தொங்கியது. கனவான்கள் ஒருவரையொருவர் பார்த்துக் கொண்டனர். தற்பெருமை அடித்துக்கொள்ளும் ஆர்வத்தால் உந்தப்பட்ட ரோமன். நடைபெற்றுக் கொண்டிருந்த ராணுவத் தயாரிப்புகளை விவரித்தான். பிரமித்துபோன கோனிக்ஸெக் தன் அரைச் சட்டையிலிருந்த பொடி டப்பியை எடுத்து, ரோமனிடம் நீட்டினான். ஆனால் ரோமன் அதைத் தள்ளிவிட்டான்.

''இல்லை அன்னா, இல்லை, இல்லை. மாஸ்கோ முழுவதும் அதைப்பற்றிப் பேசிக் கொண்டிருக்கிறது. நாம் தயாராகிக்கொண்டிருக்கிறோம். நமது புராதனமான லிவோனிய மாகாணங்களை மீட்பதற்காக நெஞ்சுரத்தோடு போராடுவோம்.''

இந்தச் சமயத்தில், கோனிக்ஸெக் ரோமனது பாதத்தை மிதித்தான். ஆத்திரத்தால் முகஞ் சிவந்த நடால்யா கத்தினாள்: ''மடத்தனமாகப் பேசுவதை நிறுத்துகள். போரைப் பற்றி இங்ஙனம் கனாக் கண்டிருக்கிறீர்கள். நேற்று இரவு குடித்தபிறகு நிதானம் அடையவில்லை போலிருக்கிறது.''

அவள் அலெக்ஸியின் தோள்களைப் பிடித்துக்கொண்டு கட்டம் போட்ட லினன் திரைக்கும் பின்னால் சென்றாள்; அங்கு கணப்பில் விறகுகள் வெடிப்பொலி செய்தன. அன்னாவும் அவளைப் பின் தொடர்ந்தாள். ஆல்காவும் அந்தோணியாவும் அங்கு சென்றனர். சிறிது நேரம் சென்றபின், வியப்பிலிருந்து விடுபடாத அமலியாவும் சென்றாள். கனவான்கள் மேஜையைச் சுற்றி அமர்ந்தனர். எல்லோரும் ரோமனை உதாசீனம் செய்தனர்; அவனைப் பார்க்கவும் இல்லை. அவர்கள் வெறுப்படையும்படி செய்துவிட்டதை அவன் உணர்ந்தான். ஆனால் அவன் இழைத்த தவறு என்ன? வைதீக ருஷியாவுக்காக நிமிர்ந்து நிற்பதற்கு ஒருவருக்கும் உரிமை இல்லையா?

அன்னியர்களுக்கு முன்னால் ருஷியர்கள் வாய்ப்பூட்டு இட்டுக்கொள்ள வேண்டுமா? அவன் சினங்கொண்டு மேஜையை நோக்கினான். உணவு பரிமாறப்பட்டது. மேஜையின் கால் மாட்டில் ஒரே ஒரு இடம் காலியாக இருந்தது. முட்டாள் மாதிரி அழைப்புக்குக் காத்திருந்தது போதாதா? எது எக்கேடு கெட்டால் என்ன? ரோமன் திரும்பிக் கூடத்துக்குச் சென்றான். அங்கு கோட்டுக் குவியல்களுக்கு அருகே, அவ்டோத்யா ஒரு நாற்காலியில் உட்கார்ந்திருந்தாள்.

''நீ ஏன் சாதாரணப் பெண்பிள்ளை மாதிரி இங்கு காத்திருக்கிறாய்?''

''அவர்கள் என்னை அறைக்கு அழைக்கவில்லை.''

''அவர்கள் அழைக்கவில்லையா! பேதைப் பெண்ணே! உன் அந்தஸ்தை மறந்துவிட்டாய்! அடுத்த அறைக்குப் போகலாம், வா.''

நிறைய உண்டு குடித்தபின் ரோமனுக்கு மன அமைதி ஏற்பட்டது. இளவரசனுக்கும் இளவரசிக்கும் முன்னால் அவன் ஒரு வேளை மட்டு மீறிப் பேசிவிட்டானோ? மேலிடத்திலிருப்பவர்களுக்கு ரோஷம் அதிகம்; அதுவும் அன்னியர் முன்னால், அவர்களுக்கு விரைவில் ரோஷம் பொத்துக் கொண்டுவரும். சரி, பரவாயில்லை. கிழவனுக்கு எதிராக வன்மம் காட்ட மாட்டார்கள்; மறந்து விடுவார்கள்.

பிற்பகலில் அவன் தூக்கக் கலக்கத்தோடு வண்டியிலேறிக் கொட்டாவி விட்டான். இங்கும் அங்கும் நகர்ந்து வசதியாக உட்கார்ந்து கொண்டவுடன் மார்ச் மாத மாருதத்தால் விசிறப்பட்டு நல்லுறக்கத்தில் ஆழ்ந்தான். அவனது மனச்சாட்சி நிம்மதியாயில்லாமல் இருக்கலாம்; ஆனால் அது அவனை உறுத்தி உலைவுறச் செய்யவில்லை. ஜாரின் அஞ்சல் நிலையத்தில் நிகழ்ந்த இந்தச் சம்பவம் சிறு திறமானதாகத் தோன்றியது. எனவே இதிலிருந்து வழக்கமீறிய வெறுப்பான விளைவுகள் ஏற்படுமென்பதை அவன் எப்படி எதிர்பார்க்க முடியும்?

எனினும், வாரனேஷுக்குப் போய்ச் சேர்வதற்குள் அவர்கள் அடைந்த தொல்லை கொஞ்சமல்ல. ஒரு குளிர்காற்று அடித்து, அதைத்தொடர்ந்து பனிப்புயலும் வீசாதிருந்தால் அவர்கள் அநேகமாக ஏதாவது ஓர் ஆற்றைக் கடந்தபொழுது மூழ்கி இருப்பார்கள். அவர்களது அவசரத்தில் தமது குதிரைகளையும் வாடகைக்கு அமர்த்திய குதிரைகளையும் கைவிட்டனர். டான் நதியை நெருங்க நெருங்க, விவசாயிகள் அடங்காப் பிடாரிகளாக இருப்பதை அவர்கள் கண்டனர். அந்த விவசாயிகள் இவர்களைச் சிடுசிடுப்போடு நோக்கினர். சத்தம் போட்ட பிறகே, தலைக்குல்லாயை நீக்கினர். ஒவ்வொரு அஞ்சல் நிலையத்திலும், குதிரை கேட்டுப் பெறுவதற்குள் ரேமனுக்குத் தொண்டைத் தண்ணீர் வற்றிப்போயிற்று. அவனே விவசாயிகளது வீடுகளுக்குச் சென்றான். விவசாயியின் கோட்டைப்பிடித்து அவனை உலுக்கினான். ''யாருடன் பேசுகிறோம் என்று புரியவில்லையா? வேசிமகளே, உன்னை ஒழித்து விடுவேன்'' என்று மிரட்டினான்.

விவசாயியின் தலை இப்பக்கமும் அப்பக்கமும் ஆடியபொழுது, அவன் பற்களைக் கடித்துக் கொண்டான். கணப்பின் மீது படுத்திருந்த குழந்தைகளது கண்கள், ஓநாய்க் குட்டியின் விழிகளைப் போல் மினுமினுத்தன. அகன்ற எலும்பை உடைய விவசாயியின் மனைவி, கையில் அகப்பைக் கோலையோ இடுக்கியையோ வைத்துக்கொண்டு ரோமனைக் கோபமாகப் பார்த்தாள். ''பாயர், உம்மால் எங்களை அழிக்கமுடியாது. நாங்கள் முன்பே நொடித்துவிட்டோம். எங்களிடம் குதிரைகள் இல்லை. உங்கள் வழியே போங்கள்'' என்றாள்.

ஒரு கிராமத்தில் பத்தேவீடுகள் இருந்தன; அவையும் புயலில் சேதமுற்றவை. இங்கு பைநோஸாவ்கள், ஒரு இரவும் ஒரு பகலும் கழிக்கவேண்டியதாயிற்று. ஒரு சிற்றாற்றின் சரிவில் இருந்த இக்கிராமத்தில் ஆடவருமில்லை, குதிரைகளுமில்லை. பெண்கள் மட்டுமே இருந்தனர். இங்கு புகை போக்கி இல்லாத ஒரு குடிசையில் பைநோஸாவ்கள் உறங்கினர். இக்குடிசையின் மேற்பாதியில் புகை கப்பியிருந்தது. பெஞ்சிகளைச் சேர்த்துப்போட்டு அவற்றின் மீது படுத்து ஆட்டுத்தோல் கோட்டுகளைப் போர்த்திக்கொண்ட குமாரிகள் புலம்பினார்கள். அவர்களது கண்கள், புகையில் கரித்தன. காற்று நிர்க்கதியான ஆத்மாவைப்போல் ஊளையிட்டது.

ரோமன் இரவில் விழித்தெழுந்த பொழுது, வெளியே சிலர்பேசுவதின் ஒலி காதில் விழுந்தது. யாரோ வீட்டு வாசலுக்கு வந்திருக்கவேண்டும். அவன் முனகிக்கொண்டே, வேண்டா வெறுப்போடு கம்பளிக்கோட்டின் அடியிலிருந்து வெளிவந்தான். வெளிமுற்றத்தில், அனைத்தும் வெண்மையாகத் தோன்றின. விரைந்து சென்ற மேகங்களுக்கிடையே நட்சத்திரங்கள் பிரகாசித்தன. ரோமன் சிறு நீர் கழித்துவிட்டு நுழை கதவண்டை சென்றான். வெளியே சிலர் கிசுகிசுவென்று உரையாடினார்கள்.

''...ஸுகாவ் விவசாயிகள், வசந்த காலத்தில் ஓடிவிடுவார்கள், ஐவான்...''

''இந்த மண்வேலை ஆரம்பமாவதற்கு முன் நாங்கள் சௌகரியமாக வாழ்ந்தோம். அந்த ஆஸ்மஸ்-அவன் பெயர்கூட நினைவு இல்லை- அந்த அந்திக்கிறிஸ்து வந்தபின் தான் விபரீதம் நிகழ்ந்தது. அவர்கள் பல இடங்களில் குடைந்தார்கள். சதுப்பிலிருந்து மண்ணைத் தோண்டி எடுத்துச் செங்கல் வடிவில் அதை அமைத்துக் கதிரடிக்கும் களங்களில் காயவைத்தனர். இந்த மண்ணைத்தான் நம் விவசாயிகள் பகலெல்லாம் வண்டியில் ஏற்றிச் செல்கிறார்கள். களமெல்லாம் இந்தக் காளவாய்கள்தான். குதிரைகளெல்லாம் ஊனமாகி விட்டன. நாங்கள் உழுதுவிதைக்க முடியாது போய்விட்டது.''

''ஜார் இங்குவந்தார். அது போதாதென்று அவர் கூறினார். அடியிலிருந்து மண்ணைத் தோண்டி ஏற்றுவதற்கு ஓர் ஆலையைக் கட்டவேண்டுமென்று உத்திரவிட்டார். அவர்கள் அவரது முன்னிலையிலேயே காளவாய்க் கற்களைச் சுட்டனர். களத்திலிருந்து அவற்றைக் கொண்டு போனார்கள். முடியாது, இந்த அடிமைத்தனத்தைப் பொறுக்க முடியாது. நாங்கள் ஓடவேண்டும்; திரும்பிப்பாராது ஓடியாகவேண்டும்.''

''ஐவான், நாங்கள் கிடங்குகளில் பதுங்கியிருக்கிறோம். இரவில் ரொட்டித்துண்டைக் கடிப்பதற்காகத்தான் வீடு செல்கிறோம். இது ஒரு வாழ்வா?''

''தலைவரே, கலகம் விரைவில் தொடங்குமா?''

தலைக்குமேல் கோட்டைப் போட்டிருந்த போதிலும், குளிர்காற்று ரோமனைச் சில்லிடச் செய்தது எனினும், அவன் அதையும் உணராமல் நுழைகதவின் இடுக்குவழியே வெளியே நோக்கினான். விண்மீன்களின் மங்கலான ஒளியில் பல விவசாயிகள் ஒரு ஸ்லெட்ஜ் அருகே சோர்ந்து நின்றதை ரோமன் கண்டான். அந்த வண்டியின் கடிவாளவார்களைப் பிடித்துக் கொண்டிருந்தவன் காஸ்ஸக் குல்லாயும் வெது வெதுப்பான கோட்டும் அணிந்திருந்தான். கருமையும் வெண்மையும் கலந்த அவனது தாடியை நோக்கினால், வெள்ளையடிக்கும் பொழுது, சுண்ணாம்பு தெளித்த மாதிரி இருந்தது. ''ஆ, இந்தப் போக்கிரியை எங்கோ பார்த்திருக்கிறேன்'' என்று தனக்குள் எண்ணிய ரோமனுக்குப் பயம் உண்டாகிவிட்டது.

விவசாயிகளில் ஒருவன், சறுக்குவண்டியின் கம்பளம் விரித்த பிற்பகுதியில் சாய்ந்து ''டான் வட்டாரத்துச் சேதி என்ன, தலைவரே?'' என்று வினவினான்.

தாடிக்காரன், கடிவாளவார்களை விரல்களால் தொட்டுப் பார்த்துக்கொண்டே பெரிய மனிதத் தோரணையில் கூறினான்:

''கோடைக்குமுன் அதை எதிர்பாருங்கள்.''

''ஆண்டவன் அருள்வாராக!''

''ஏதோ ஒருவழியில், சட்டுப்புட்டென்று முடியவேண்டும்.''

''அது நிறைவு எய்தும், ஆம் நிறைவு எய்தும்'' என்று தாடிக்காரன் பயமுறுத்தும் தோரணையில் கூறினான். ''நமக்குத் தெரியும் திராணியும் உள்ளன'' என்று கூறியவன், திடீரென்று திரும்பி, ''இளைஞர்களே, குதிரையை எங்கு நிறுத்துவேன்?'' என்று கேட்டான்.

''ஐவான், என் வீட்டில் குதிரையைவிடலாம். ஆனால், நேற்று, ஒரு பாயரையும் அவளது வீட்டுப் பெண்களையும் பேய்கொணர்ந்திருக்கிறது. அவர்கள் எவ்வளவு துடுக்கோடும் திமிரோடும் நடந்து கொள்கிறார்கள். உலர் புல்லையும் வைக்கோலையும் கண்ட இடத்தில் வாரி இறைத்து விட்டார்கள். நான் என்னிடமிருந்து ஓட்ஸை ஒளித்து வைத்திருந்தேன். அவர்கள் அதைக்கண்டு பிடித்துவிட்டார்கள். நீ நம்பமாட்டாய், ஒவ்வொரு குதிரைக்கும் ஒரு பானை ஓட்ஸ் கொடுக்கிறார்கள். இதற்காக எனக்கு என்ன கொடுப்பான். ஒரு கோபெக்கூடத் தரமாட்டான்.''

நரை கண்ட தாடிக்காரன் வாயை அகலவிரித்தான்.

''ஹா!'' என்ற அவன் சிரித்தான். ''ஹா-ஹா! நான் என் வண்டி இருக்கையின் அடியில் ஒரு சாக்கில் வாள் வைத்திருக்கிறேன். எடுத்துக்கொள். உனக்கு வேண்டிய காசைப் பெறலாம். தளைப்பட்ட விவசாயிகளே, இதுதான் வழி. சரி. நான் யார்வீட்டுக்குப் போவது? என்று கூறிய கடிவாளவார்களை இழுத்துப் பிடித்தான்.

ஒருவன் பாய்ந்து ஒதுங்கினான்: ''ஐவான், என் வீட்டுக்கு வருக, நிறைய இடம் இருக்கிறது.''

அப்பொழுதுதான், ரோமனுக்குத் திடீரென்று குளிர்ந்தது. பற்கள் கடகடவென்று அடித்துக் கொண்டன. அவன் இருண்ட குடிசைக்கு விரைந்தான்.

''அவ்டோத்யா'' என்று விளித்து உறக்கத்தில் கிறங்கிய மனைவியைக் குலுக்கினான். ''என் பிஸ்டல்களை எங்கே வைத்தாய்? ஆல்கா, அந்தோணியா! தீ மூட்டுங்கள். சக்கிமுக்கிக் கல்லும் சக்கிமுக்கிப் பஞ்சும் எங்கே. மிஷ்கா, வாங்கா, எழுந்திருங்கள். குதிரைகளைப் பூட்டுங்கள்!'' என்று மடமடவென்று பேசினான்.

ஆற்றின் பழைய போக்குக்கும் புதிய போக்குக்கும் இடையே உள்ள படுகையில், நகருக்கு எதிர்புறத்து ஆற்றங்கரையோர நிலத்தில், ஜாருக்கு ஒரு புதிய மாளிகை மரத்தால் கட்டப்பட்டது. ஆனால் பீட்டர் அதைப் பயன்படுத்துவது அரிதாயிருந்தது. எந்த இடத்தில் இரவுப் பொழுது வந்ததோ அந்த இடத்தில் அவன் உறங்கினான். இளவரசி நடால்யாவும், பீட்டரின் இளங் குமாரனும் அந்த மாளிகையில் தங்கினர். காலஞ் சென்ற ஐவானின் மனைவியான ராணி பிராஸ்கோவ்யாவும் அவளது மூன்று மகளிரான ஈகதீரினா, அன்னா, பிராஸ்கோவ்யா ஆகியோரும் அங்கு தங்கினார்கள். கொண்டாட்டத்துக்காக வந்திருந்த பாயரினாக்களும் பாயர்

குமாரிகளும் கூட அங்கு குழுமினார்கள். அரண்மனையிலிருந்து வெளியே சென்றுவர ஓர் இடமும் இல்லை; சுற்றிலும் சிற்றூறுகளும் சதுப்பு நிலங்களுமே இருந்தன. மாளிகையின் சாளரங்களிலிருந்து நோக்கினால், நாவாய்க் குறடுகளின் பலகை வேய்ந்த கூரைகளும், வாரனேஷ் கரை நெடுகிலும் இருந்த அரைகுறையான கப்பல்களும், பனி நிறைந்த பள்ளங்களும், தரித்த மரங்களது அடிக்கட்டைகள் நிறைந்த தாழ்வான குன்றுகளுமே தென்பட்டன.

பைநோஸாவ் மகளிர் சாளரத்தருகே 'தவங் கிடந்தனர்'. வான வேடிக்கைகளும் நடனங்களும் எப்பொழுது ஆரம்பமாகுமென்று ஏங்கினர். உண்மையில், இதைவிட மோசமான இடத்தை அவர்கள் கண்டிருக்க முடியாது! உலவுவதற்கு ஒரு தோப்பு இல்லை; உட்கார்வதற்கு ஒரு சொகுசான நதிக்கரை இல்லை. சேறு, குப்பை, கூளம், மரச்செதிள்கள் ஆகியவையே எங்கும் புலனாயின. கரையிலிருந்து மஞ்சள் நிறக் கப்பல்களிலிருந்து கூச்சல்களும் சம்மட்டியடி ஓசையும் மிதந்து வந்தன. ஏராளமான கனவான்கள் அடிக்கடி அங்கு புரவி மீது வந்தனரென்பது மெய், ஆனால் அந்த நேர்த்தியான களியாட்டங்கள் எப்பொழுது தொடங்குமென்று எவருக்கும் தெரியாது. கப்பல்களருகில் சொக்கப் பனைகளைக் கொளுத்தி, இரவெல்லாம் வேலை செய்தனர். அந்தச் சுவாலைகளின் பயங்கரமான பிரதிபலிப்புகள் தம்மை எழுப்பக் கூடா தென்பதற்காக, அந்தப் பெண்கள், ஜன்னல்களில் தங்கள் பாவாடைகளைத் திரையாகத் தொங்கவிட்டனர்.

மரக்கட்டைச் சுவர்களால் சூழப்பட்ட முன்றிலில் மண் சிறிது காய்ந்த பின், அவர்கள் முகப்பு மண்டபத்துக்கு வந்தனர்; வெயில் கொளுத்திய அந்த இடத்தில், அலுத்துச் சலித்து நேரத்தைப் போக்குவார்கள். இதர முகப்பு மண்டபங்களிலிருந்த மங்கைகளோடு கூடிப்பேசி, அவர்கள், சலிப்பிலிருந்து ஓரளவுக்கு விடுபட்டிருக்கலாம். பயங்கரமான முட்டாளான ஸ்ரீமதி லிகோவா அங்கு இருந்தாள். அவளது உயரமும் அகலமும் ஒரே அளவு என்று சொல்லலாம், அந்தச் சதுரவடிவச் சீமாட்டியின் கண்கள் கூடக் கொழுப்பில் புதைந்திருந்தன. ஸ்ரீமதி டோல்கோருகோவா அங்கிருந்தாள். அவள் கரிய நிறமுடையவள். மமதை மிகுந்தவள். அவள் என்னதான் மறைப்பதற்கு முயன்றாலும், அவளுக்குக் கால்களில் ரோமம் அடர்ந்திருந்த விஷயம் மாஸ்கோவில் அனைவருக்கும் தெரிந்திருந்தது. ஷாவோஸ்காய் சீமாட்டிகள் எட்டுப் பேரும் அங்கு இருந்தனர். மிகுந்த கேடு விளைவிக்கும் கூட்டத்தினரான அவர்கள் குசுகுசுவென்று வீண் வம்பு பேசுவதொன்றையே தொழிலாகக் கொண்டிருந்தனர். இவர்களை ஆல்காவும் அந்தோணியாவும் நாடவில்லை; பெண்களது சகவாசத்தை அவர்கள் பொருட்படுத்தாததே காரணம்.

ஒருநாள், விவசாயிகள் முற்றத்துக்குத் தருவிக்கப்பட்டனர். காலை நேரத்துக்குள் அவர்கள் ஊஞ்சல்களை அமைத்தனர்; குதிரைகளும் படகுகளும் உடைய சுழல் ராட்டினத்தை அமைத்தனர். ஆனால் அவற்றை நெருங்க முடியவில்லை. இளவரசன் தன் கச்சையைப் பிடித்த தாதிகளைத் தள்ளி விட்டுச் சுழல விரும்பினான். அல்லது, அந்தச் சிறிய இளவரசிகளும் அவர்களது ஆசானும் சுழல் ராட்டினத்தில் ஏறி விடுவர். இளவரசிகளது ஆசானின் பெயர் ஜோஹான் ஆஸ்டர்மான். அந்த ஜெர்மானியனின் முகம் பெரிதாக இருந்தது; அதில் அசடு வழிந்தது. அவன் தன்மதிப்பு மிகுதியோடு புருவத்தை நெரித்தான். வட்டமான மூக்குக்கண்ணாடி அணிந்திருந்தான். அவனது பொடிக் கலர்க்கோட்டின் ஒரு பையில் மூக்கைத் துடைப்பதற்கான ஸில்க் கைக்குட்டை வைத்திருந்தான். இன்னொரு பையில், பர்ச் மரச் சுள்ளிக்கொத்து வைத்திருந்தான். அவன் இளவரசிகளைப் படகுகளில், அமர்த்தி வைத்துவிட்டு தான் ஒரு பிரகாசமான வண்ணம் பூசிய குதிரைமீது ஏறிக்கொண்டான். சுழலும் ராட்டினத்தைச் சுற்றிய விவசாயிகளை நோக்கி, 'ஆரம்பியுங்கள், சுற்றுங்கள்' என்றான். ராட்டினம் சுற்றிவந்தபொழுது,

அவனது பூட்ஸின் குதிகாற்பகுதி பூமியை உராய்ந்தது. கண்களை மூடிக்கொண்டு, மயக்கம் வரும் வரையில் சுற்றினான்.

சில சமயங்களில், பிரதான முகப்பு மண்டபத்தின் படிகளில், கோட்டைத் திருப்பிப் போட்டுக் கொண்ட கோமாளிகளும், புகைக்கரி மாதிரி கறுத்திருந்த எதியோபியர்களும், பெண் வேடம் தரித்த இரண்டு கோமாளிக் கிழவர்களும் பணிப் பெண்களும் இறங்கி வந்தனர். அவர்களுக்குப் பின்னால் கறுப்பு வெல்வேட் கவுனைத் தொளதொள வென்று அணிந்து மகாராணி பிராஸ் கோவ்யா, புடை மகளிர் தாங்கப் படிகளில் மிதந்து வந்தனர். அவளுக்காக ஒரு நாற்காலியும் திண்டுகளும் தருவிக்கப்பட்டன. முலாம் பழம் மாதிரி வட்ட வடிவமாயிருந்த செவ்வண்ணம் பூசிய முகத்தில் கதிரொளி நேராக விழாதவாறு, அவள் அமர்ந்தாள். குள்ளிகளும் கோமாளிகளும் தம் கன்னங்களை ஊதச் செய்துகொண்டு அவளது பாதங்களருகே அமர்ந்தனர். பணிப்பெண்கள் அவளது நாற்காலிக்குப் பின்னால் நின்றுகொண்டு அன்பாகச் சிரித்தனர்.

''உட்கார், உட்கார்!'' என்று மகாராணி பாயர்மகளிரிடம் சோர்ந்த தொனியில் சொன்னாள். அவர்கள் தலை வணங்கிக்கொண்டு நிற்காமல், முக மண்டபத்தில் அமரவேண்டுமென்பது அவள் எண்ணம். அவள் ஊஞ்சல்களையும் சுழல் ராட்டினத்தையும் சிறிது நேரம் கவனித்த பின், தலையை ஒருக்கணித்துக்கொண்டு இலேசாகப் புலம்பினாள். பணிப்பெண்கள் கவலையோடு அவளை நெருங்கி,

''அன்பார்ந்த ராணியே, எங்கள் விழிகளின் ஒளியே, எங்கே நோவு? நோவு எங்கே? என்று வினவினார்கள்.

''ஒன்றுமில்லை. என்னைத் தனியாக விடுங்கள்'' என்று அவள் பதிலளித்தாள். உரமில்லாத ஊளைச் சதை மிகுந்த ராணிக்கு எங்காவது வலி இருந்துகொண்டேயிருந்தது. ''ஏ, ஜோஹான், சுழன்றது போதும்! பெண்களுக்கு மயக்கம் வந்துவிடும்; ஆண்டவன் அருள்வாராக! இந்த ஜெர்மானியன் முட்டாளாயிருக்கிறான்! வளர்த்திக்குப் பஞ்சமில்லை; மூக்குக் கண்ணாடியும் போட்டிருக்கிறான். ஆனால் சுற்றிச் சுற்றிச் சுழல்வதிலேயே அவனது நாட்டமெல்லாம்'' என்றான் அவள்.

ஜோஹான், சிறுமிகளை அவர்களது அன்னையிடம் அழைத்து வந்தான். மூத்தவளான ஈகதிரீனாவுக்கு முகத்தில் தழும்புகள் இருந்தன; வக்கிர திருஷ்டி உடையவள். எனவே, ராணிக்கு அவளிடம் இரக்கம் உண்டு. உல்லாசமாகவும் கொழுகொழுவென்றும் இருந்த கடைக் குட்டியான பிராஸ்கோவ்யாவைத்தான் அவள் அதிகமாக நேசித்தாள். அவள் தனது தடித்த சரீரத்தின் அருகே அவளை இழுத்து முழங்கால்களிடையே நிறுத்திக்கொண்டு, சுருள் மயிரை வருடி நெற்றியில் முத்தமிட்டாள். நடுப் பெண்ணான அன்னா இவனோவ்னா* எப்பொழுதும் முகறையை இழுத்துக் கொண்டிருந்தாள். சிறிது வெளிறியிருந்தாள். உதட்டில் நிறமில்லாதிருந்தது. அவள் எப்பொழுதுமே தன் சகோதரிகளுக்குச் சில அடிதூரம் பின்னால்தான் நடந்தாள். அம்மாவைப் பயத்துடன் அணுகினாள்.

'ஏன் கால் விரலையே பார்த்துக்கொண்டிருக்கிறாய்? உன் தாயார் உன்னை விழுங்க மாட்டாள்'' என்று ராணி கூறினாள். ஒரு கோமாளிக் கிழவன் நீட்டிய தட்டிலிருந்து இனிப்புப் பண்டங்களை எடுத்து, முதலில் தன்தனி அன்புக்குரிய பிராஸ்கோவ்யாவுக்கும், அடுத்து ஈகதிரீனாவுக்கும் கொடுப்பாள். கடைசியில், ''உனக்கு ஒரு இனிப்பு'' என்று கூறி அன்னாவின் கரத்தில் ஒரு கேக்கை வைப்பாள். அவள் பெருமூச்சுவிட்டுக்கொண்டே அந்த ஆசிரியரைச்

---

*பிற்காலத்தில் (1730-40) சக்கரவர்த்தினியாக விளங்கிய அன்னா.

சுத்தமான பொய்மயிரிலிருந்து ஸில்க் காலுறைவரை நோக்குவாள். ''ஓ, இவ்வளவு விரைவில் இந்தக் குழந்தைகளை இவனிடம் ஒப்படைத்திருக்கக் கூடாது. இன்னும் சிறிது காலம் தாதிப் பெண்களிடமே விட்டிருக்க வேண்டும்'' என்று கருதி நெட்டுயிர்ப்பாள்.

அகன்ற சந்துப்பட்டையை உடைய பணிப்பெண்கள், நாற்காலிக்குப் பின்னால் தம் பாவாடையைக் குலுக்கிக்கொண்டே கூறினர்: ''அன்பார்ந்த மகாராணி, இவ்வளவு விரைவில் படிக்கச் சொல்லக் கூடாது. அதற்கு இன்னும் வயதாக வேண்டும்.''

''பேசாதிருங்கள். என் செவியில் 'உஸ்' என்று ஒலி செய்யாதீர்கள்'' என்று முகங்சுளித்துக் கூறிய ராணி, ஆஸ்டர்மானைத் தலையசைத்து விளித்து, ''ஜெர்மானியனே, இன்று அவர்களுக்குப் படித்துக் காட்டினாயா? ஜெர்மானிய மொழியும் எண் கணக்கும் கற்றுக் கொடுத்தாயா?'' என்று வினவினாள்.

ஜோஹான் ஆஸ்டர்மான், ஒரு பாதத்தை முன்னால் வைத்து மூக்குக் கண்ணாடியைச் சரி செய்துகொண்டு பொருளில்லாமல் நீட்டி வளைத்துப் பேசினான். மகாராணிக்கு ஒரு வார்த்தையும் விளங்கவில்லை; அவள் மெல்லத் தலை அசைத்தாள். பழைய வாழ்வு முறை, காலம் கடந்ததாகி விட்டது என்பது மட்டும் அவளுக்குப் புரிந்தது. புதிய முறைக்கு ஒத்துப் போவது கடினமாகவிருந்தபோதிலும், அவளுக்கு வேறு வழியில்லை. 1698-ல் கிரெம்லினில் உச்சநிலையிலிருந்தவர்களெல்லாம் பழைய முறைகளை விடாப்பிடியாகப் பற்றிக் கொண்டிருந்ததால் வெளியேற்றப்பட்டனரென்பதையும், இளவரசி ஸோபியாவும் அவளது சகோதரிகளும் நூலிழையில் கசையடியிலிருந்து தப்பினர் என்பதையும், கணவன் உயிரோடு இருந்தபொழுது, மகாராணி யூடோக்ஸியா ஸுஸ்டாலில் துறவியாகக் கண்ணழியக் கண்ணீர் பெருக்கிக் காலம் தள்ளுவதையும் அவள் மறக்கவேயில்லை.

ராணி பிராஸ்கோவ்யா, ஸால்டிகோவ் குடும்பத்தில் பிறந்ததால் பயனடையாமல் இல்லை. அவளது சரீரம் கொழுமழுத்து இருந்தாலும் கூர்ந்தமதி உடையவளாக இருந்தாள். அவளுக்கு ஆலோசகனாகவும் வீட்டு அதிகாரியாகவும் சேவை செய்த அவளது சகோதரன் வாஸிலியும் கூர்மையான அறிவு உடையவன். மாஸ்கோவில், ஜார்பீட்டருக்கு முறையான ராஜதர்பார் அவசியமென்பதை அவர்கள் உணர்ந்தனர். அன்னிய தேசங்களின் தூதர்களும் ஸ்தானிகர்களும் இது விஷயத்தில் விசேச கவனம் செலுத்தினர். எல்லோரையுமே அன்னியர் பேட்டையிலுள்ள மான்ஸ் குமாரி வீட்டுக்கு இட்டுச் செல்ல முடியாது. எனவே, ராணி பிராஸ்கோவ்யா தன் வீட்டில் விதேசி நடையுடை பாவனைகளைப் புகுத்தினாள். வெளிநாட்டிலிருந்து வந்த தூதர்களையும் யாத்திரிகளையும் பிரபல வியாபாரிகளையும் வரவேற்று உபசரித்தாள். அவளது அன்புக்குரிய பழைய பழக்கங்கள் வீட்டுப் பின்கட்டில் தஞ்சம் புகுந்தன; அவசியம் ஏற்பட்ட பொழுது, அங்கிருந்தும் மறைந்தன. இந்தக் காரணங்களுக்காகப் பீட்டர் அவளை விரும்பிக் கௌரவித்தான்.

இம்மாதிரி வெயிலில் உட்கார்ந்து அலுப்புத் தட்டியவுடன், ராணி தன் குமாரிகளுடனும் பணிப்பெண்களுடனும் உள்ளே சென்றாள். அப்பொழுது பைநோஸாவ் மகளிர் சுழல் ராட்டினத்தில் ஏறினார்கள். வேகமாகச் சுழற்றும்படி ஆட்களுக்கு ஆணையிட்டார்கள். அவ்வாறு சுழன்ற பொழுது, இலேசாகக் கீச்சென்று அலறினார்கள். சேய்மையில், துப்பாக்கிகள் செய்த முழக்கத்தையும், கப்பலில் பாய்மரத்தைத் தூக்கிய தொழிலாளரின் கூப்பாட்டையும் கேட்டார்கள்.

அதன்பின், பகலுணவுக்குரிய நேரம் வந்தது. போஜனத்தை முடித்தபின் அவர்கள் பிசின் மணம் வீசிய வெப்பமான படுக்கை அறைகளில் சிறுதுயில் கொண்டனர். ஓரிரண்டு

சந்தர்ப்பங்களில், ரோமனுக்குத் தூய ஆடையை எடுத்துச் செல்வதற்குத் தூதன் வந்தான். அப்ராக்ஸின் வீட்டின் சிற்றறையில் இன்னும் மூவரோடு ரோமன் வசித்ததாகவும், வாரனேஷில் இன்னும் எவ்வளவு காலம் இப்படித் தவங்கிடக்க வேண்டுமென்று எவருக்கும் தெரியாதென்றும் அவர்கள் சொன்னார்கள்.

ஆனால் ஒரு நாள் உச்சிவேளையில், பீட்டர் முன்றிலுக்கு வந்தான். அவன் மெலிந்து இருந்தான். வெயிலில் கன்றிய கன்னங்களைப் புதிதாக க்ஷவரம் செய்து கொண்டிருந்தான். அவன் சுழல் ராட்டினத்தைப் பார்த்துக் களிப்படைந்தான்; தூக்கக் கலக்கத்துடன் கூடிய பெண்கள் சாளரங்களின் அருகே மனங்கலங்கி நிற்பதைக் கண்டான். அவன் குதிரையிலிருந்து இறங்கித் தன் இறுகப் பிடித்த கோட்டின் பெல்ட்டை நேராக்கிக்கொண்டு, மாடியிலுள்ள பிராஸ்கோவ்யாவின் அறைக்கு ஓடினான்.

ஒரே நிமிடத்தில் மறுநாள் காலை கப்பலை வெள்ளோட்டம் விடுவார்களென்றும் கொண்டாட்டம் தொடங்குமென்றும் மாளிகையிலிருந்தோர் அனைவரும் அறிந்துகொண்டனர்.

இரண்டு மேல் தளங்களையும் ஐம்பது துப்பாக்கிகளையும் உடைய 'பூர்வ சங்கற்பம்' ஆற்றுக் கரைச் சரிவின் மரச்சட்டத்தில் நின்றது. அதன் உயரமான பிற்பகுதியில், மூன்று வரிசைகளில் சதுரமான பக்கத்தொளைகள் இருந்தன. அந்தப் பிற்பகுதி ஓக்மரத்தில செய்யப்பட்டு, வடிவங்கள் செதுக்கப்பெற்று அழகாயிருந்தது. கறுப்பாயிருந்த கப்பற்பக்கங்களில் இரண்டு வெண்மையான பட்டைகள் இருந்தன. துப்பாக்கி வைப்பதற்கான தொளைகளின் அரைக் கதவுகள் பித்தளைக் குடுமிகளை உடையனவாய்த் திறந்திருந்தன. பிற்பகுதியைவிட மிகத் தாழ்வான முற்பகுதியின் வட்டவளைவுகளில் ஓர் அம்மணமான நீர் உறைப் பெண் தெய்வம் நின்றது. அது தன் வலுவான கரங்களில் ஒரு நீண்ட மரச்சட்டத்தை ஏந்திக்கொண்டிருந்தது. பழைய மாதிரிக் கப்பல்களைப் போலில்லாமல், அந்தச் சட்டம் நீட்டுப்போக்கான பாய்களைமட்டும் சுமந்துகொண்டிருந்தது. இக்கப்பலுக்கு உருவரை வகுத்தது பீட்டர்; இதன் அமைப்பைப் பீட்டருடன் பிடோசேயும் கலாதுஷ்கினும் மேற்பார்வை யிட்டனர்.

பசுந்தளிர்க்குன்றுகளுக்கும் வாரனேஷின் புராதனமான ஸ்நூபிகளுக்கும் அப்பால் கதிரவன் உதயமானான். நீலவானம் நிர்மலமாயிருந்தது. குளிர்ச்சியான நாள். இன்பம் பொங்கத் தென்றல் வீசியது. பாயை விரித்துக் கப்பலை வெள்ளத்தில் செலுத்தி, தூரத்துப் பச்சையை நோக்கிச்செல்ல வேண்டுமென்ற ஆவலை அத்தென்றல் கிளறிவிட்டது.

கப்பலுக்கு அருகே மரத்தால் அமைந்த மேடையில், உணவு வகைகளும் மதுவகைகளும் நிறைந்த மேஜைகள் இருந்தன. சிவப்பான மேஜை விரிப்புகளின் விளிம்புகளுடனும், பெண்டிரது தொப்பிகளின் இறகுகளுடனும், அதிகாரிகளது பொய்மயிர்ச் சுருள்களுடனும் உடைவாள்க் கச்சையின் குஞ்சத்துடனும் காற்றுவிளையாடியது. மகாராணி பிராஸ்கோவ்யா, இளவரசி நடால்யா, குழந்தைகள், அரசியல் தூதர்கள், ஸ்தானிகர்கள், டச்சு வியாபாரிகள், ஆங்கிலேய வர்த்தகர்கள், போலிஷ்காரர்கள், பாரிஸிலிருந்து வந்த ஒரு கத்தோலிக்கப் பாதிரி, அமலியா, ஸாக்ஸன் ராணுவ இன்ஜினியர் ஹால்லார்ட், போலந்து வேந்தனான அகஸ்டிடமிருந்து அப்பொழுதே கடிதம் கொண்டு வந்து பேரரசுக் கோமகனான யூஜின் ஆகியோர் அமர்ந்திருந்தனர். பிற விருந்தாளிகள் உயர் குடிப்பிறப்பினர் தாமென்றாலும் தற்சமயம் அவ்வளவு முக்கிய மானவர்களல்ல என்பதால் மேஜைகளுக்குப் பின்னால் மேடையில் நின்றனர். மாலுமிகள் மரவாளிகளில் வாட்கா எடுத்துச் சென்று கோப்பைகளில் ஊற்றிக்கொண்டிருந்தனர்.

பேரரசுக் கோமகன் மகாராணிக்கும் இளவரசிக்கும் இடையே பாராமுகமாய் அமர்ந்திருந்தான். முழங்கை மூட்டுகளை மேஜையில் ஊன்றியிருந்தான். அவன் தனது மீசையை

முறுக்கிக் கொண்டே கூட்டத்தினரைக் கவனமில்லாமல் வெறித்து நோக்கினான். அவனது மூக்கு நீளமாகவும் சிறிது வளைவாகவும் இருந்தது; முகம் அசிரத்தை வடிவமாயிருந்தது; கண்களுக் கீழே பை வடிவப்பள்ளம் இருந்தது. மிருதுவான பொய்மயிரைப் புருவங்கள் வரை இழுத்து விட்டிருந்தான். இளஞ்சிவப்புக் கோட்டின் உள்ளே ஏதோ ஒரு குழாத்தின் நாடாவைத் தரித்திருந்தான். கழுத்தில் தங்கச் சங்கிலியும் விலாப்புறத்தில் வயிர நட்சத்திரங்களும் காட்சியளித்தன. இந்தப் புனிதமான ரோம சாம்ராஜ்யத்துக்குக் கோமகனைக் கண்டு, பதினைந்து புகழ்பெற்ற போராட்டங்களில் பங்குகொண்ட இந்த வெற்றி வீரனைக் கண்டு ராணியும் இளவரசியும்கூடப் பயங்கொண்டனர். என்றாலும், இந்தக் கோமகன் வறியவனாயிருக்க வேண்டுமென்று ருஷியர்கள் கருதினர். ஆனால் அவர்கள் அதை வெளிக்காட்டவில்லை. அவன் வறியவனாயில்லாவிட்டால் வாரனேஷுக்கு வந்திருக்கமாட்டான் என்பது அவர்களது அனுமானம். அவனது நாற்காலிக்குப் பின்னால், மொழி பெயர்ப்பாளனான ஷாப்ரோவ் நின்றான்.

சிறிது சிவந்த கண்ணிமைக் கதுப்புகளைச் சுருக்கிக்கொண்டு கோமகன் பேசினான்:

''ருஷியா ஓர் அருமையான தேசம்; ருஷியர்கள் சுறுசுறுப்பானவர்கள்; தெய்வபயம் உள்ளவர்கள். ருஷியப் பெண்கள் மிகவும் கவர்ச்சியானவர்கள். ருஷியர்கள் எங்களது நடைஉடை பாவனைகளைக் கடைப்பிடிப்பதற்கு விடா முயற்சி செய்வதைக் கண்டு ஐரோப்பாவிலுள்ள நாங்கள் ஓரளவுக்கு ஆச்சரியமடைகிறோம். ருஷியர்கள் ஆசியாவை நோக்கித் தம் பார்வையைத் திருப்ப வேண்டுமென்பதே ஆண்டவனின் ஆணை. ஆசியாவிலுள்ள கோடானுகோடி மக்களை ஜாரின் முடியாட்சிக்கு உட்படுத்திப் பாரசீகத்துக்கும் சீனாவுக்கும் ஓர் இடர்ப்பாடில்லாத பாதையை அமைக்க முடிந்தால், அது சிறப்பான சாதனையாகும்; கிறித்தவ மதத்துக்குப் பெரிய அனுகூலமாகும்.''

யூஜின் தன் பேச்சை முடிக்கவில்லை. அதற்குள்ளாக விருந்தாளிகள் கிசுகிசுக்கும் ஒலியும் கால் அடி தேய்க்கும் ஓசையும் கேட்டன. ஜார் கப்பலிலிருந்து விரைவாக வந்துகொண்டிருந்தான். டச்சுப் பாணியில் தைத்த வெல்வெட் அரைக்கால் சட்டையை அணிந்திருந்தான்; லினன் சட்டையின் கைகளைச் சுருட்டிவிட்டுக் கொண்டிருந்தான். நீர் புகாத எண்ணெய்த் துணித் தொப்பித் தலையின் பிற்பகுதியை மட்டும் மறைத்தது. அவன் மேடையின் முன்னால் நின்றான். பெரிய பொய்மயிரை அணிந்த கொழுமழுத்த அட்மிரலான கோலோவின் ஹங்கேரிய ஒயினைப் பருகிக்கொண்டிருந்தான். பீட்டர் அட்மிரலுக்குமுன், மரியாதையோடு தொப்பியை எடுத்து விட்டுக் கூறினான்:

''நன்னாள் வருக, அட்மிரல் அவர்களே.''

''நன்னாள் வருக, கப்பல் கட்டும் ஊழியன் 'பீட்டர் அலெக்ஸிவிச்'' என்று கோலோவின் பெருமிதத்தோடு பதிலளித்தான்.

''அட்மிரல் அவர்களே, கப்பல் புறப்பாட்டுக்குச் சித்தமாகிவிட்டது. முட்டுக் கால்களை நீக்கலாமா?''

''ஆண்டவன் உதவியுடன் தொடங்குங்கள்.''

கோமகன் மீசை முறுக்குவதை நிறுத்திவிட்டு ஜாரை வியப்போடு வெறித்துப் பார்த்தான். தாழ்குடியில் பிறந்த சாமானிய தச்சனைப்போல், ஜார் அட்மிரலுக்குத் தலை வணங்கிவிட்டுத் தொப்பி அணிந்து கொண்டு மரச்செதிள் சிதறிய தரையில் பாய்ந்து செல்வதைக் கண்டு அவன்

அதிசயித்தான். ''தயாராகுங்கள்!'' என்று பீட்டர் தொழிலாளரைப் பார்த்துக் கத்தினான். அவர்கள் கப்பலின் செங்குத்தான அடிக்கட்டையின் கீழ் செயல்படத் தொடங்கினார்கள். பீட்டர் வழியில் ஒரு சம்மட்டியை எடுத்துக்கொண்டு ''முட்டுக்கோல்களை அடியுங்கள்! எல்லோருமாக! விசையோடு தாக்குங்கள்!'' என்று கூச்சலிட்டான். அந்தப் பெரிய கப்பலின் முன்புறத்துக்கு ஆதாரமாக நின்ற விட்டங்களைத் தாக்கிய சம்மட்டிகள் கணீரென்று ஒலிசெய்தன. எக்காளங்கள் இடையீடில்லாது நீண்டநேரம் ஊதின. விருந்தாளிகள் எழுந்து நின்று தம் மதுக்கோப்பைகளை உயர்த்தினார்கள். பீட்டர் சுத்தியாலடித்தபோது அவனது தோள்ப் பட்டைகள் இயங்கியதைப் பார்க்கமுடிந்தது. பாய்மரங்கள் துடித்தன. கப்பல் சற்று அமுங்கியது. ஆனால் அது சிறிது நேரத்துக்கெல்லாம் பசை பூசிய சாய்வு தளத்தில் நகரத் தொடங்கியது. ''கப்பல் புறப்பட்டு விட்டது! புறப்பட்டுவிட்டது!'' என்று மேடையிலிருந்த விருந்தாளிகள் கத்தினார்கள்.

கப்பல் சாய்வு தளத்தில் நழுவிச்சென்றபொழுது, இயக்கவிசை பெற்றது. பசை புகையத் தொடங்கியது. கப்பலின் முன்புறம் தண்ணீரைத்தொட்டது. அது நகர்ந்தபொழுது பொன் முலாம் பூசிய தெய்வ அணங்கு இடுப்பளவுத் தண்ணீரில் இறங்கியது. கப்பல் முழுவதும் நீரில் இறங்கி, இரண்டு புறங்களிலும் இரண்டிரண்டு அலைகள் வீசிவிட்டுத்திரும்பியது. பாய்மர உச்சிகளில் துகிற்கொடிகள் ஏறின. நாக்குப்போன்று இருந்த அந்தக் குறுகலான ஸில்க் கொடிகளைக் காற்று வலிந்திழுத்தது. கப்பலின் அகன்ற பக்கங்களது தொளைகளிலிருந்து துப்பாக்கிகள் இடியோசை செய்தபொழுது தீச்சுவாலைகள் தோன்றின.

நகர்ப்புறத்து நதிக்கரையில் பாலத்தின் அருகில் இருந்த மென்ஷிகோவ் இல்லத்தில், இடையீடு இல்லாமல் இரண்டாவது நாளும் விருந்து நடந்துகொண்டிருந்தது. சில விருந்தினர்கள் உறங்கவேயில்லை. மற்றவர்கள் மேஜைகளுக்கடியில் திரும்பத் திரும்பப் புதுப்பிக்கப்பட்ட உலர்புல் மீது படுத்துக்கிடந்தனர். பெண்கள் சிறிதுநேரம் ஓய்வு எடுத்த பிறகு பொடியும் செவ்வண்ணமும் பூசிக்கொண்டும் கவுனை மாற்றிக்கொண்டும், கடகடவென்று உருண்ட உருளை வண்டிகளில் விரைந்து வந்தனர். முதல்நாளன்று வாணவேடிக்கைகள் நிகழ்ந்தன. இன்று பெரிய அளவில் நடனம் நடைபெற விருந்தது.

இந்தக் கொண்டாட்டத்தில் கலந்துகொண்ட அன்னியர்கள் மிகவும் மகிழ்ந்தனர். அவர்களுக்கு ஹங்கேரிய ஒயினையும் ஷாம்பான் ஒயினையும் சளைக்காது ஊற்றிக் கொண்டிருந்தான் ஷாப்ரோவ். ருஷியர்களுக்குக் கீழ்த்தரமான மதுவகைகள் பரிமாறப்பட்டன. வாரனேஷில் தாங்கள் கண்டதைக் கான்ஸ்டாண்டிநோபிளில் உள்ள தம் நண்பர்களுக்கு எழுதுவதாகப் பல தூதர்களை இணங்கச்செய்வதில், தந்திர சாலியான மொழிபெயர்ப்பாளன் (ஷாப்ரோவ்) வெற்றியடைந்தான். 'பூர்வ சங்கற்ப' த்துக்குப்பின் மேலும் ஐந்து பெரிய கப்பல்களையும் பதினான்கு சிறிய கப்பல்களையும் கட்டத் தொடங்கிவிட்டனரென்றும் இன்னும் பல கப்பல்களின் நிர்மாணம் வேகமாகப் பூர்த்தியாகி வருகிறதென்றும், சிஸோவ்கா கிராமம் வரையில் கப்பல் கட்டும் துறை நீண்டிருப்பதாகவும் எழுதுவதற்கு அவர்கள் ஒப்புக் கொண்டனர். இந்தக் கப்பல்களும் அஸோவ் கடற்படையுடன் சேர்ந்து விட்டால், கருங்கடலைக் கண்காணிப்பாகக் கட்டியாளும் சுல்தானால் சமாதானப் பேச்சுவார்த்தைகளில் வீம்பு செய்ய முடியாதென்று சுட்டிக் காட்டவும் அவர்கள் ஒப்புக்கொண்டனர்.

இரண்டு அடுக்குப் பலகணிகளுடன் விரைவாகக் கட்டப்பட்ட மரக் கூடத்தில், இள நீலக்கவுன் அணிந்த அந்தோணியாவும், ஒளிர் மஞ்சள் கவுன் தரித்த ஆல்காவும் சாப்பிட்டுக் கொண்டிருந்தனர். குதிரை லாட வடிவில் அமைந்திருந்த மேஜைகளது வெளிப்புறத்தில் நூற்றிஐம்பது விருந்தாளிகள் அமர்ந்திருந்தார்கள். லாடத்தின் உட்பகுதியில் கோமாளிகள்,

குதிரை தாவுதல் விளையாடினார்கள்; பட்டாணிப் பயறு அடைத்த பைகளோடு சண்டை போட்டார்கள்; குரைத்தார்கள்; பூனை போல் கத்தினார்கள். அந்த ஆட்ட பாட்டத்தில் அவர்கள் எழுப்பிய புழுதி விருந்தினரது தட்டங்களில் விழுந்தது. தலைமைக் குரு பதவிக்குரிய தகரத் தலைப்பாகை அணிந்த நிகிடா ஸோடோவ் ஒரு மேற்கட்டியின் கீழ் உட்கார்ந்திருந்தான். வாழ்த்துக் கூறிப்பருகும் பொழுதெல்லாம் துப்பாக்கி வீரர்களுக்குக் கைக் குட்டையை அசைத்து அந்தக்கிழவன் மிகவும் களைத்துவிட்டான். கோமாளிக்கிழவனான யாகோவ் துர்கனேவ், தலைப்பாகையும் தார்த்தாரிய கவுனும் துருக்கியர் மிதியடியும் அணிந்து, ஆபாசமான கூனல் பன்றிமீது சவாரி செய்து அனைவரையும் சிரிக்கச் செய்தான். குடிபோதையிலிருந்த அவன் தன் பொய்த்தாடியைக் குலுக்கினான்.

''நெருங்கி வாருங்கள், நெருங்கி வாருங்கள் மாட்சியை பொருந்திய சுல்தானின் குதிகாலை முத்தமிடுங்கள்!'' என்று கூறிவிட்டு, அந்தக் குடிவெறியன் மேஜையினடியில் படுத்தான்.

மாலுமிப் பாடகர்களின் குரல் கம்மிவிட்டது. இன்னிசைக்குழுவினர் ஊது கொம்புகளில் என்ன வாசித்தார்களென்பது ஒருவருக்கும் புரியவில்லை. ஆல்காவுக்கு அருகில் பிரியோ பிராஷன்ஸ்கி பட்டாளத்தின் கொடிதாங்கு வீரனான மீர்பாக் அமர்ந்திருந்தான்; அவர்களுக்குப் பக்கத்தில் அந்தோணியாவும் பிராம் என்ற கடற்படை அதிகாரியும் அமர்ந்திருந்தனர். ஆல்காவின் கூட்டாளிக்கு ருஷிய மொழியில் மேலெழுந்த வாரியான அறிவு உண்டு. அவன் தன் குடி வெறியை நீக்குவதற்காக முகத்தைக் கசக்கித் தேய்த்துக்கொண்டேயிருந்தான். டேனிஷ்காரனான பிராம், பச்சை இறைச்சி மாதிரிச் செக்கச் செவேலென்று இருந்தான். அவன் எப்பொழுதும் குடித்துக்கொண்டும் அந்தோணியாவைக் கடைக்கண்ணால் பார்த்துக்கொண்டும் இருந்தான். அந்தோணியாவுக்கு முறுக்குத்தளர்ந்து விட்டது. ஓ, கண்ணோடு கண்ணினை நோக்கொக்கின், வாய்ச் சொற்களால் என்ன பயன்? பேசுவதென்றாலும், எதைப்பற்றிப் பேசுவது? அந்த நேரத்தில் உரையாடல் என்பது அற்பத்தனமான காரியம். கூட்டாளிக்கு விரல் நுனிகளை நீட்டிப் பாவாடை முற்பகுதியைத் தூக்கிக் கொண்டு பிடில்களின் இசைக்கு ஏற்றவாறு அவனோடு மெழுகு பூசிய தரையில் நழுவி நடன மாடுவதைத் தவிர வேறு என்னவேண்டும்? புயல்காற்றில் அலைபாயும் காட்டு ஏரியைப்போல், அந்தப் பெண்கள் துடியாய்த் துடித்துக்கொண்டிருந்தனர்.

மேஜையின் இன்னொரு முனையில், ரோமன் தன் மனைவியுடன் உட்கார்ந்திருந்தான். ஜாருக்கு அருகில் இல்லாது சேய்மையில் அமர்ந்திருந்தால், அவனுக்கு வருத்தம்தான். பீட்டரைச் சுற்றி அன்னியர்கள் குழுமியிருந்தனர். அவனுக்கு ஒரு புறத்தில் அமலியாவும் இன்னொரு புறத்தில் யூஜினும் இருந்தனர். யூஜின் மிகுதியாகக் குடித்திருந்தான். எனவே, ஈக்களின் தொந்திரவு பொறுக்காது முகத்தை ஆட்டும் குதிரையைப்போல், தலையை ஆட்டிக் கொண்டிருந்தான். பீட்டர் வேடிக்கையாகப் பேசிக்கொண்டு உல்லாசமாயிருந்தான். அதன்பின் ஏதோ நிகழ்ந்தது; மென்ஷி கோவ் பீட்டரின் செவியில் ஏதோ குசுகுசுப்பதைத்தான் விருந்தினர்கள் பார்த்தார்கள். பீட்டரின் முகமலர்ச்சி மறைந்தது. அவன் தன்னைக் கட்டுப்படுத்திக் கொள்வதற்கு முயன்றதை அவர்கள் பார்த்தனர். அடுத்த வட்டிப்பு பரிமாறப்பட்டபொழுது, அவனது கையிலிருந்த கத்தியும் முள் கரண்டியும் தடுமாறியதால், கத்தி மேஜையை வெட்டியது; கரண்டி கன்னத்தைக் குத்தியது. அமலியா அன்போடு அவனது சட்டைக் கைவிளிம்பில் கைவைத்துக் கொண்டு கூறினாள்:

''ஹெர்பீட்டர், நீங்கள் உங்களை அமைதிப்படுத்திக் கொள்ளவேண்டும்.''

பீட்டர் கத்தியையும் கரண்டியையும் வைத்துவிட்டு முகத்தைச் சுளித்துக்கொண்டே சிரித்தான்.

''என் கரங்கள் எனது சத்துருக்கள்'' என்று கூறிய அவன், அவற்றை மேஜையின் அடியில் மறைத்தான். ''புத்திசாலிப் பெண்ணே, நீ ஏன் என்னை இப்படி வெறித்துப் பார்க்கிறாய்? இன்று இரவு, குதிகால் பிய்ந்து போகும் வரையில், நாட்டிய மாடுவோம்'' என்றான் பீட்டர்.

அவள் புருவத்தை நெரித்தாள். இலேசாகக் கடிந்துகொள்ளும் தொனியில் அவள் வினவினாள்:

''ஹெர்பீட்டர், நான் உமது நம்பிக்கைக்குத் தகுதியற்றவளாகி விட்டேனா?''

அவனது கண்கள் மினுமினுத்தன; குட்டை மூக்கின் தொளைகள் துடித்தன:

''மடமை, மடமை!''

''ஹெர்பீட்டர், எனக்கு ஓரளவுக்குக் கவலை ஏற்பட்டிருக்கிறது.''

''யாராவது ஒரு கிழவி அவப்பேறு உண்டாகுமென்று குறி சொன்னாளா?''

அவன் திரும்பினான். அமலியாவின் இதழ்கள் நடுங்கின:

''என் தந்தையும் மிகவும் கவலைப்படுகிறார்; இன்று அவரிடமிருந்து ஒரு கடிதம் வந்தது...''

''கடிதமா?'' அவன் இரையை நோக்கும் பருந்துபோல் அவளது கவலைபடர்ந்த முகத்தைத் தன் வட்டமான கண்களால் முறைத்துப் பார்த்தான். ''நிப்பர்கிரன் என்ன எழுதுகிறார்?''

''ஹெர்பீட்டர், நாங்கள் பராமுகமாய் இருக்க விரும்பினாலும், கண்கூடான நிகழ்ச்சிகளைப் பார்க்காதிருக்க முடியவில்லை. காது கொடுத்துக் கேட்காமலிருக்க எங்களுக்கு விருப்ப மென்றாலும்... முன்பே, பலர் அறிய விவாதிக்கும் பொழுது செவிகொடுக்காமலிருப்பது சாத்திய மாயில்லை.'' ஏதோ ஒரு சொல்லை உச்சரிப்பதற்கு அவள் அஞ்சினாள். அவளது நாசி சிவக்கத் தொடங்கியது. ''அதற்குக் கிஞ்சித்தும் நியாயம் இல்லை. அது நயவஞ்சகச் செயலாகும்'' என்று கூறியபொழுது, அவளுக்குக் கண்ணீர் சுரந்தது. ''ஹெர்பீட்டர், உம்மிடமிருந்து ஒரு வார்த்தை...'' என்ற அவள் தீர்க்கமாகக் காற்றுவாங்க விரும்பியவள்போல் வாயைப் பாதி திறந்தாள்.

வாஸிலிவால்காவ், துரிதமாக வந்து பீட்டரின் நாற்காலிக்குப் பின்னால் நின்றான்; அவன் கடுமைவிளங்கக் காட்சிதந்தான். சவுக்காலடிப்பதுபோல் காற்றினால் அடிபட்ட அவனது முகம் க்ஷவரம் செய்யப்படவில்லை. அப்பொழுதே பயப்பையிலிருந்து கோட்டை எடுத்து அணிந் திருந்தான் என்பதை அதன் மடிப்புகள் எடுத்துக்காட்டின. அவனது சட்டைக் கை விளிம்பில் ஒரு கடிதத்தின் மூலை துருத்திக்கொண்டிருந்தது. அமலியாவின் முகம் வெளுத்துவிட்டது. அவள் பீட்டரையும் வால்காவையும் மாறிமாறிப் பார்த்தாள். அவன் தன்மனைவியுடன் வெளிநாடு சென்றிருந்ததை அவள் அறிந்திருந்தாள். கெடுதலான சேதியுடன் குதிரையில் விரைந்து வந்திருக்கிறான் என்பது தெற்றென விளங்கியது.

பீட்டர் தன்னருகே இருந்த ஒரு நாற்காலியை வால்காவுக்குக் காட்டினான். 'உட்கார்' என்றான். அருமையான பொய்மயிரை அணிந்த மென்ஷிகோவ், கோணல் சிரிப்போடு அங்கு வந்தன. பீட்டர் நீட்டியகரத்தில், வால்காவ் விரைவாகக் கடிதத்தைவைத்தான்.

''அரசன் அகஸ்டிடமிருந்து கெடுதலான சேதி. லிவோனியாவில் கலகம்'' என்று அமலியாவை நோக்காது பீட்டர் சொன்னான். அவன் கடிதத்தைப் புரட்டிவிட்டுக் கோட்டின் மார்புப்பையில் திணித்தான். ''இருந்தாலும் லிவோனியா சேய்மையில் இருக்கிறது. நாம்

உல்லாசமாகப் பொழுது போக்குவதை அது தடுக்காது'' என்று கூறிய பீட்டர், ''வாய்மொழியாக விவரத்தைச் சொல்'' என்ற வால்காவை ஆணையிட்டான்.

வால்காவ் எழுந்திருக்கப்போனான்; ஆனால் மென்ஷிகோவ் அவனை நாற்காலியில் அமுக்கி அமரச் செய்துவிட்டு அதன் பின்னால் சாய்ந்துகொண்டு நின்றான்.

வால்காவ் தழுதழுத்த குரலில் பேசினான்: ''அகஸ்டின் ஸாக்ஸன் சேனை போர்ப்பிரகடனம் செய்யாமல் லிவோனியா மீது படையெடுத்திருக்கிறது. அவர்கள் ரீகாவை நெருங்கி விட்டனர். ஆனால் கோபர்ஸ் சான்ட்ஸ் என்ற சிறிய கோட்டையைத்தான் அவர்களால் கைப்பற்ற முடிந்தது. ரீகாநகரைப் பாதுகாத்த ஸ்வீடிஷ் படையினர் மூர்க்கமாகத் துப்பாக்கிப் பிரயோகம் செய்யததால் அதைத் தாக்குவதற்கு அவர்கள் அஞ்சினார்கள். விரோதியின் கவனத்தை வேறுபக்கம் திருப்புவதற்காக நடைபெற்ற இத்தாக்குதல் தோற்றபின், கால்லோவிஸ் கடற்கரையை நோக்கி முன்னேறி, தூனா முண்டி என்ற கோட்டையைத் திடீர்த்தாக்குதல் மூலம் கைப்பற்றினான். ஆனால் அந்தப் போர் முடிவடையும் தருவாயில், கால்லோவிஸ் துப்பாக்கிக் குண்டுக்கு இரையாகிக் கொல்லப்பட்டான்.''

''கார்லோவிஸ் கொல்லப்பட்டு விட்டானா? பாவம், பரிதாபம்! சரி, இவ்வளவுதானா சேதி?'' என்று இடைமறித்துப் பேசிய பீட்டர், வேகமாகச் சுவாசித்த அமலியாவின் கரத்தைப் பிடித்து, வலி உண்டாகும் அளவுக்கு அதைக் கசக்கினான். வால்காவ் மௌனமாயிருந்தான். மென்ஷிகோவ் மோதிர மணிந்த விரல்களால் பொய்மயிரின் சுருள்களைக் கோதிக்கொண்டே, கவலையில்லாது பேசினான்:

''நான் இவரைக் கேள்விகேட்டுக் குடைந்தேன். இவருக்குத் தெரிந்தது அவ்வளவுதான். ரீகாவிலிருந்து சேதி வந்தபொழுது இவர் வார்ஸாவில் இருந்தார். உடனே இவரை அகஸ்ட் அரசன் இங்கு அனுப்பினான். சாக்ஸன்கள் ரீகாவைக் கைப்பற்றவில்லை. அவர்களால் கைப்பற்றவும் முடியாது. ஸ்வீடிஷ்காரர்களுக்குப் பலம் இருக்கிறது. இது ஒரு மடத்தனமான முயற்சி.''

அமலியா தன் கரத்தைப் பீட்டரின் கையிலிருந்து எடுக்கவில்லை. ஆவேசத்தால் கோணிய முகத்தை அவள் தொங்கவிட்டுக் கொண்டாள்.

''ஹெர்பீட்டர், இதன் பொருள் என்ன? போர்; போர்மூளும். என்னிடமிருந்து மறைக்காதீர்கள். இங்கு வரும் வழியிலேயே நான் இதை உணர்ந்தேன். ஓ, என்ன துரதிர்ஷ்டம்!''

பீட்டர் ஒரு வினாடி மௌனமாயிருந்தான். அதன்பின் கடுமையான குரலில் வினவினான்:

''நீ என்ன உணர்ந்தாய்? ஏதாவது பேசப்பட்டதா? யார் என்ன பேசினார்கள்?''

அவள் அஞ்சல் நிலையத்தில் தன்னை வியப்பிலாழ்த்திய ரோமனது பேச்சை முன்பின் தொடர்பு இல்லாமல் பீட்டரிடம் எடுத்துரைத்தாள்.

''பைநோஸாவ் இப்படி உளறினானா? என்ன, அந்த முட்டாளா இப்படிப் பிதற்றினான்?'' என்று பீட்டர் அச்சுறுத்தும் தோரணையில் வினவினான். அமலியா தலையை அசைத்தபொழுது, கன்னத்திலிருந்த கண்ணீர்த்துளிகள் பறந்தன. ''நீ அந்தப் பேதையின் பேச்சை நம்பினாயா? புத்திசாலிப்பெண் என்று எங்களால் கருதப்படும் நீ அதை நம்பினாய்! கைக்குட்டையை எடுத்துக் கண்ணீரைத்துடை.'' அமலியா தன்னையும் அறியாமல், அவனது சொற்களைக் கேட்டுச் சமநிலை உற்றதாக அவனுக்குத் தோன்றியது. ''உன் தந்தைக்குக் கடிதம் எழுது. அநியாயமான

போரைத் தொடங்குவதற்கு நான் ஒரு பொழுதும் ஒருப்பட மாட்டேன் என்பதை அவருக்குத் தெரிவி. சார்லஸ் மன்னனுடன் செய்துகொண்டிருக்கும் நிரந்தர சமாதானத்தை நான் மீற மாட்டேன். போலிஷ் அரசன் ரீகாவைப் பிடித்தாலும், அவனால் அதைப்பாதுகாக்க முடியாது. நான் அதை அவனது பிடியிலிருந்து பிடுங்குவேன் என்று ஆண்டவன் மீது ஆணையிட்டுக் கூறுகிறேன்.''

பீட்டர் அந்தரங்க சுத்தியாகப் பேசுவதாகத் தோன்றியது. மென்ஷிகோவும் அதை உறுதிப்படுத்தும் முறையில் தலை அசைத்தான். ஆனால் அவன் தன் வாயைக் கையால் மறைத்து மூடிக்கொண்டான். அப்பொழுது சிரித்தால் காரியம் கெட்டுவிடுமல்லவா?

அமலியா கைக்குட்டையால் கன்னங்களை ஒற்றிக்கொண்டு தெளிவில்லாது சிரித்தான். அவள் பீட்டரை நம்பினாள்; தான் அயிர்த்ததற்கு வருத்தினாள். பீட்டர் தன் தோல் நாற்காலியில் சாய்ந்துகொண்டு, உல்லாசமாக, ''ரோமன் பிரபு, இங்கு வருக!'' என்றான்.

அப்பொழுது கோமாளிகள் வீல் என்று கத்திக்கொண்டும் உருண்டுகொண்டும் ஒருவன் வாயிலிருந்த மீனை இன்னொருவன் பிடுங்கிக் கொண்டும் சந்தடி செய்துகொண்டிருந்ததால், ரோமனின் காதில் விழவில்லை. அவன் அந்தக் கோமாளிக் கூத்தைப் பார்த்துச் சிரித்த சிரிப்பில் விக்கிக்கொண்டிருந்தான். ஜார் கூப்பிடுவதை அவனுக்கு உணர்த்துவதற்காக ஆல்காவும் அந்தோணியாவும் புருவங்களை நெரித்துக்கொண்டு அவனைப்பார்த்தனர். அவ்டோத்யா அவனது கால் சட்டையை இழுத்து,''ஜாரின் அன்பை நாடிச் செல்லுங்கள். கடைசியில் அவர் நம்மை அன்போடு விளிக்கிறார்'' என்றாள்.

ரோமன் விடுவிடு வென்று பீட்டரிடம் சென்று தலை வணங்கினான். அப்பொழுது அவனது உடைவாள், கோட்டின் தொங்கல்களை உயர்த்தியது. ''உங்களது உடலும் உயிருமான நான் இதோ வந்திருக்கிறேன்'' என்றான். பீட்டர் அவன் பக்கம் திரும்பவேயில்லை; அமலியாவிடம் கூறினான்:

''இவர் ஓர் அருமையான அரசியல்வாதி; மிகுந்த துணிச்சலை உடையவர்; இவரைச் சேனாதிபதியாக நியமிக்கலாமாவென்று யோசிக்கிறேன். நிறைய இரத்தம் சிந்துவாரோ என்பதுதான் எனக்குப் பயமாயிருக்கிறது. இல்லாவிட்டால், உள் நாட்டில் உபயோகிக்கலாமா என்றும் யோசித்துக் கொண்டிருக்கிறேன்.''

அவன் திடீரென்று திரும்பி ரோமனை நோக்கியபொழுது, அந்தப் பிரபுவின் பார்வை மங்கியது. பீட்டர் வினவினான்:

''நமது புராதனமான லிவோனிய பூமியை மீட்பதற்காக நீங்கள் போர்த் தயாரிப்புகள் செய்வதற்காகக் கேள்விப்படுகிறேன். உண்மைதானா?''

ரோமன் தெண்டத் தெண்ட விழித்தான். அவனது உடலெல்லாம் ஒரு வெறுப்புணர்ச்சி பரவியது.

''நமக்கு நெஞ்சுரம் மிகுந்த தளபதிகள் தேவை. உமது துணிவு மிகுதியைக் கருதி, உம்மைக் கோமாளிகளது சேனை முழுமைக்கும் அதிபராக நியமிக்கிறேன்.''

கைகளை ஆட்டிக்கொண்டும் உப்பிய முகத்தைச் சுளித்துக்கொண்டும், செத்துக் கொண்டிருப்பவனைப்போல் முனங்கியவாறு உறங்கிக்கொண்டுமிருந்த ஸோடோவின் அருகே, துள்ளியெழுந்த பீட்டர் ரோமனை இழுத்துச் சென்றான். பீட்டர் ஸோடோவைக்

குலுக்கினான். அவனோ 'எங்காவது ஒழிந்துபோ!' என்று முணுமுணுத்தான். புதிய வேடிக்கை காத்திருக்கிறதென்பதை உணர்ந்த விருந்தாளிகள் அந்த மேடையைச் சுற்றிக் கூடினார்கள். கோமாளிகள் அவர்களது கால்களுக்கிடையே தவழ்ந்து வந்து மேடையின் படிகளில் அமர்ந்தார்கள். அவர்கள் இரண்டு புகைக் குழாய்களைச் சேர்த்துக் கட்டிய சிலுவையையும் ஒரு முட்டையையும் ஸோடோவின் கையில் கொடுத்தனர். ரோமன் ஸோடோவுக்கு முன்னால் மண்டியிட வேண்டியதாயிற்று. பீட்டர் குலுக்கிய குலுக்கில் விழிப்படைந்த நிகிடா ஸோடோவ், தனது எச்சில் ஒழுகும் வாயைத் துடைத்துக் கொண்டான்.

''இவரது நியமனத்தை ஊர்ஜிதம் செய்யவேண்டுமா? சரி, தொலையட்டும்'' என்றான் அவன்.

அவன் ரோமனது உச்சந் தலையில் முட்டையைத் தட்டினான்; முட்டையின் மஞ்சட் கரு, ரோமனின் பொய்மயிரில் வழிந்தோடியது. அதன் பின், அவன் ரோமனது வாயில் புகைக் குழாய்களைத் திணித்துக் காலால் ஒரு தள்ளுத் தள்ளினான். கோமாளிகள் சேவல் போல் கூவத் தொடங்கினார்கள். அதன் பின் அவர்கள் ரோமனை ஒரு நாற்காலியில் உட்கார்த்திவைத்து, ஒரு பன்றித் தொடை எலும்பைக் கையில் கொடுத்து, மேஜைகளுக்கிடையேயுள்ள நடுவிடத்துக்கு இழுத்து வந்தனர். எலும்பைப் பிடித்துக்கொண்டும், வாயைப் பிளந்துகொண்டும், தெண்டத் தெண்ட விழித்துக்கொண்டும், அசைவற்று இருந்தான் ரோமன். விருந்தினர் அவனைச் சுட்டிக் காட்டி வயிறு குலுங்கச் சிரித்தார்கள். அமலியாவும் சிரித்தாள். அவளது அச்சமும் இதய வேதனையும் இந்தத் தமாஷில் முடிவுற்றன.

திரும்பிப் பார்த்துத் தத்தம் கூட்டாளியைக் காணாத பொழுதுதான், அந்தோணியாவும் ஆல்காவும் தமக்கு நேர்ந்த அவப்பேற்றினைச் சரிவர உணர்ந்துகொண்டனர். மீர்பாக்கும், பிராமும் நடன அறையின் வாசலில், வெறுக்கத்தக்க ஷாவோஸ்காய் சகோதரிகளுக்கு முன் குடி போதையின் பிடிவாதத்துடன் தலை குனிந்தனர். அந்த எட்டு மகளிரும் கையை வளைத்துக் கொண்டும் பொடி தூவிய பொய்மயிரை இங்கும் அங்கும் திருப்பிக்கொண்டும் முழுங்கால் மடித்து வணங்கியபொழுது, பைநோஸாவ் குமாரிகளை ஆத்திரமூட்டும் வகையில் நோக்கினார்கள்.

2

அந்த வருடக் குளிர்காலத்தில், வால்காவ் தம்பதிகள் ரீகாவுக்குப் போகவேயில்லை. ஸ்மாலன்ஸ்கிலிருந்து ஆர்ஷா வழியாக அகன்ற வண்டிப் பாதையில் கிரீயுஸ்பர்க் நோக்கிச் சென்றனர். ருஷிய நாட்டில் ஒரு கிராமத்திலிருந்து இன்னொரு கிராமததை அடைவதற்கு ஒரு நாள் முழுவதும் அடர்த்தியான காடுகளில் பயணம் செய்யவேண்டியிருந்தது. ஆனால் நாட்டெல்லையைக் கடந்து போலந்தில் பிரவேசித்த பின் கிராமங்கள் அடிக்கடி தென்பட்டன. குன்றின் மீது திருக்கோயில் அல்லது துறவிமடமும், மாளிகையும் புலனாயின. சில இடங்களில் மதில்களையும் அகழியையும் உடைய கோட்டை வீடும் தென்பட்டது. ருஷியாவில், அரசனுக்குச் சேவகம் புரிந்த சாமானிய நிலச்சுவான்தார்கள் தாம் கிராமப் புறங்களில் வாழ்ந்தனர். அல்லது, இழிவுக்குள்ளான சில பாயர்கள் மட்டுமமே வளை தோண்டி வாழும் கரடியைப்போல் உயரமான மரச்சுவர்களை உடைய கிராமப்புற வீடுகளில் விசனத்தோடு காலங் கழித்தனர். ஆனால் போலிஷ் நிலப்பிரபுக்கள் உல்லாசமாக வாழ்ந்தனர்; பகட்டாக விருந்தோம்பினர்.

இந்த அற்புதமான கோட்டை வீடுகளில் ஒன்றுக்குச்செல்ல வேண்டுமென்று அலெக்ஸாண்டிரியா துடியாய்த் துடித்தாள். வயதான எலுமிச்சை மரங்களுக்குப் பின்னால்

புலனான பெரிய சாளரங்களும் கற்பலகையால் வேய்ந்த கூரைகளும் அவளை ஆகர்ஷித்தன. ஆனால் வால்காவ் வெஞ்சினத்தோடு கூறினான்: ''நாம் ஜார் வேலையாகச் செல்கிறோம். நற்சான்றுப் பத்திரங்களுடன் போகிறோம். அழையாத விருந்தாளியாக எங்கும் போகக்கூடாது. இதைப் புரிந்துகொள்.''

அவர்கள் அழையாத வீட்டில் நுழைய வேண்டிய நிலைமை ஏற்படவில்லை. ஒரு நாள், அந்தி வேளையில் அவர்கள் ஒரு பெரிய கிராமத்தை அடைந்தனர். அந்தக் கிராமத்தில் உயிர்ப்பே இல்லையென்று தோன்றியது. நாய்கள் கூடக் குரைக்கவில்லை. அவர்கள் ஒரு சாவடிக்கு முன் வண்டியை நிறுத்தினார்கள். சாவடியின் சொந்தக்காரன் நரித்தோல் குல்லாய் அணிந்த நெட்டையான யூதன். அந்தக் கூனன் நுழை கதவுகளைத் திறப்பதற்குப் பிரயாசைப் பட்டுக் கொண்டிருந்து பொழுது, ஸாங்கா சறுக்கு வண்டியிலிருந்து இறங்கிச் சோம்பல் முறித்தாள். அவள் அரைவட்டச் சந்திரனை நோக்கினாள். நிலவு மங்கலாக இருந்ததால், விண்மீன்கள் ஒளிர்வதும் புலனாயிற்று. அவள் அந்தக் கிராமத்தின் தெருவில் மெதுவாக நடந்தபொழுது, ஒரு வினோதமான அவா மிகுந்த ஏக்கம் அவளை வதைத்தது. சிறிய மர வீடுகளெல்லாம் இடிந்தும் நொறுங்கியும் கிடந்தன. பல வீடுகளுக்குக் கூரை இல்லை; அவற்றின் உத்திரங்கள், அந்த நிலவில் கறுப்பாகத் தெரிந்தன. சோர்ந்து தொங்கிய வில்லோ மரத்தின் கீழ் ஒரு சிறிய திருக்கோயில் தென்பட்டது. அதன் மூடிய கதவருகே, வெள்ளைக் கோட் அணிந்த ஒரு மாது, முகத்தைக் கையால் மூடிக்கொண்டு தலை குப்புறப் படுத்திருந்தாள். பனி பொடிந்த ஓசை கேட்டும் அவள் திரும்பிப்பார்க்கவில்லை. ஸாங்கா சிறிது நேரம் அங்கு நின்றபின், பெருமூச்செறிந்தவாறு திரும்பினாள். தூரத்தில் இன்னிசை வாசிப்பதைக் கேட்பதைப் போல், அவளுக்குத் தோன்றியது.

வால்காவ் அவளை விளித்தான். இருவரும், சிறிய தொட்டிகளும் பீப்பாய்களும் கிடந்த நீண்ட நடைபாதைவழியே சாவடியினுள் சென்றனர். சாவடிக்காரன் மெழுவத்தியுடன் வழிகாட்டிக்கொண்டு முன் சென்றான். அவனது சிறிய முகத்தில் அடர்த்தியான தாடி இருந்தது; கண்களில் முதுமையும் துயரமும் விளங்கின. ''மூட்டைப்பூச்சி இல்லை. நீங்கள் நன்றாக உறங்கலாம். மாலாஹாவ்ஸ்கி மட்டும் சாவடிக்கு வராதிருக்கவேண்டும். ஓ, கடவுளே கடவுளே!'' என்று சாவடிக்காரன் பைலோ ருஷிய மொழியில் கூறினான்.

சாவடிக்குள் உஷ்ணமாயிருந்தது.புளிப்பு வாடையும் வீசியது. ஒரு கந்தலான திரைக்குப் பின்னால், கூரையிலிருந்து தொங்கிய தொட்டிலில் ஒரு குழந்தை அழுதுகொண்டிருந்தது. ஸாங்கா தன் கம்பளிக் கோட்டைக் கழற்றினாள். வெளியேயிருந்து கொண்டு வந்த குளிர்ச்சியான திண்டுகள் மீது படுத்தாள். அவளுக்கும் அழவேண்டும் போலிருந்தது. அவள் பாதிக் கண்ணை மூடினாள்; இதயத்தின் அருகே, ஆத்மாவின் இருப்பிடத்தில் தாங்கமுடியாத நோவு உண்டா யிற்று. அதன் காரணம் என்ன? யாரிடமாவது சுரந்த இரக்க உணர்ச்சியா? அல்லது அன்பை நாடித் தவித்த ஏக்கமா? அவளுக்கே விளங்கவில்லை.

தங்கு மனையின் கதவு திறந்து மூடிய சத்தம் கேட்டுக்கொண்டேயிருந்தது. வழி மனையின் சொந்தக்காரனும் பிறரும் வெளியே போய் வந்துகொண்டிருந்தனர். குழந்தை நிராதரவாகக் கதறியது. ''இன்று இரவும் உறக்கமில்லை'' என்று ஸாங்கா எண்ணினாள். ''ஸாங்கா, சாப்பிட வருகிறாயா?'' என்று வால்காவ் வினவினான். அவள் உறங்குவதுபோல் பாசாங்கு செய்தாள். சிறு கோயிலின் வாயிலில் வெள்ளைக் கோட்டு அணிந்த மாதின் முதுகில் விழுந்த மங்கலான நிலவொளி அவளது மனக்கண்ணைவிட்டு நீங்கவில்லை. அந்தக் காட்சியை விரட்டுவதற்கு முயன்றதெல்லாம் வியர்த்தமாயிற்று. நீண்ட காலத்துக்கு முற்பட்ட ஒரு காட்சி, இறந்து

கொண்டிருந்த நிலையில் பயங்கரமாகக் காட்சி அளித்த அவளது தாயின் கண்கள்- அவளது மனக்கண் முன் தோன்றின. அடுப்பு எரிந்துகொண்டிருந்தது. அவளது தம்பிகளான சிறுவர்கள் சட்டையிலேயே சிறு நீரைக் கழித்துவிட்டுக் கணப்பின் பரணியல் படுத்துக்கொண்டிருந்தனர்; அவர்கள் தலையைத் தொங்கப் போட்டு, அன்னையின் முனகல்களைக் கேட்டுக் கொண்டிருந்தனர். மரச் சுவரில் விழுந்த நூற்பு ராட்டினத்து நிழலைப் பார்த்துக் கொண்டிருந்தனர். அந்த நிழல் மெலிந்த கழுத்தையும் ஆட்டுத் தாடியும் உடைய கிழவன் மாதிரி இருந்தது. ''ஸாங்கா, ஸாங்கா, அவர்களுக்காகத்தான் நான் வருத்தப்படுகிறேன்'' என்று மிகவும் மெலிந்த குரலில் அந்தத் தாயார் கூறியதும் ஸாங்காவின் நினைவுக்கு வந்தது.

வால்காவ் சாவதானமாகச் சூப்பைக் குடித்துக்கொண்டிருந்தான். மீண்டும் கதவு திறந்து மூடும் சத்தம் கேட்டது. யாரோ சாவடிக்குள் வந்து எச்சரிக்கையாகப் பெருமூச்செறிந் தாற்போலிருந்தது. ''இப்படித்தான் இன்பம் எட்டாக் கனியாகிறது'' என்று எண்ணிய ஸாங்கா, கண்ணீரை அடக்கிக்கொண்டாள். ''ஸாங்கா, கொஞ்சம் பாலாவது குடி'' என்று அவள் கணவன் மீண்டும் கூறினான்.

கதவருகே ஒரு பெண்ணின் குரல்: ''கருணாமூர்த்தியே, புனிதத் தாய் உங்களைப் பராமரிப்பாராக! மூன்று நாட்களாகப் பட்டினி கிடக்கிறோம். இரக்கம் காட்டுங்கள்.கொஞ்சம் ரொட்டி அணியுங்கள்!'' தன் இதயத்தில் யாரோ வாளால் குத்தியது போன்ற ஓர் உணர்ச்சி ஸாங்காவுக்கு ஏற்பட்டது. அவள் எழுந்து பெஞ்சில் அமர்ந்தாள். கதவருகில், ஒரு மாது மண்டி யிட்டிருந்தாள். அவளது வெண்மையான கோட்டின் மார்பில் ஒரு பரிவுக்குரிய குழந்தையை வைத்துக் கொண்டிருந்தாள். ஸாங்கா துள்ளி எழுந்து தட்டத்திலிருந்த வறுத்த வாத்தை எடுத்து, ''பெற்றுக்கொள்'' என்று சொல்லிக் கொடுத்தாள். அப்பொழுது, விவசாயியின் தோரணையில் தன்னையும் அறியாமல் தலை அசைத்தாள். ''போய்விடு, போய்விடு'' என்றாள்.

அந்த மாது போய்விட்டாள். மேஜையின் முன்னால் உட்கார்ந்த ஸாங்காவுக்கு இதயம் படபடவென்று அடித்ததால், அவளால் பாலை விழுங்கக்கூட முடியவில்லை. வால்காவ் வழிமனையின் சொந்தக்காரனான யூதனிடம் பேச்சுக் கொடுத்தான்:

''ஏன் இந்த நிலைமை? விளைச்சல் சாவியாகி விட்டதா?''

''இல்லை. இதுவரை அம்மாதிரி நிகழ்வதை ஆண்டவன் அனுமதிக்கவில்லை. நல்ல அறுவடைதான். அனால் தை மாலாஹாவ்ஸ்கி பிரபு துடைத்துக்கொண்டு போய் கோனிக்ஸ்பர்க்குக்கு அனுப்பிவிட்டான்!''

''அப்படியா!'' என்று வியந்த வால்காவ், தேக்கரண்டியைக் கீழே வைத்தான். ''அவர்கள் கோனிக்ஸ்பர்க்கில் விற்கிறார்கள்? அங்கு நல்ல விலை கிடைக்கிறதா?''

''ஓ, விலையாம் விலை!'' என்று சடைசடையாய்ச் சிக்குற்ற தாடியை ஆட்டிய கிழவன் தவளை போல் கத்தினான். அவன் மெழுகுவத்தியை பெஞ்சிமீது வைத்தான்; உட்காருவதற்குத் துணியவில்லை.

''நாங்கள் கோதுமையை வேறு எங்கும் கொண்டு செல்ல முடியாதென்பதைக் கோனிக்ஸ்பர்க் வியாபாரிகள் நன்கு அறிவார்கள். ரீகாவுக்குக் கொண்டுபோக முடியாது. ஏனென்றால், ஸ்வீடிஷ்காரர்கள் நிறையச் சுங்கவரி கேட்கிறார்கள். எனவே, கோனிக்ஸ்பர்க்கில் ஒரு கில்டர்தான் கிடைக்கிறது.''

''ஒரு கில்டர்! முப்பத்தியாறு ராத்தலுக்கா. பொய் சொல்கிறாய்'' என்று வால்காவ் கூறினான்; அவனது நீல விழிகளை அகலத் திறந்தான்.

''என்னை நம்புங்கள். நான் பொய் பேசவில்லை. பிரபுவிடம் எதற்காகப் பொய் சொல்ல வேண்டும். நான் இளைஞனாயிருந்தபொழுது, ரீகாவுக்குக் கோதுமை கொண்டு சென்றார்கள். அங்கு ஒன்றரை அல்லது இரண்டு கில்டர் கொடுத்தார்கள். நான் உட்கார்ந்து கொண்டால் பிரபு கோபித்துக் கொள்ளமாட்டார் என்று நினைக்கிறேன். ஓ, கடவுளே! இதெல்லாம் மாலா ஹாவ்ஸ்கிக்குத் தமாஷ்! அவன் படோவ்ஸ்கி பிரபுவின் கிராமத்தில், ஆல்டர் என்ற யூதனை வாளால் கண்டதுண்டமாக்கினான். படோவ்ஸ்கியோ, ஒரு பெட்டைக் கோழிக்காகத் தன் கீழுள்ள சிறு பிரபுக்களை யெல்லாம் திரட்டிக் களம்புகும் மனப்பான்மையை உடையவன். ஆல்டர் அவனது சிப்பந்தியாக வேலை பார்த்தவன். எனவே, படோவ்ஸ்கி தன் பரிவாரத்துடன் திரண்டு வந்து மாலாஹாவ்ஸ்கி பிரபுவைத் தாக்கினான். அவர்கள் எவ்வளவு வெடிமருந்தை விரயம் செய்தார்கள்! எல்லாம் கொலையுண்ட ஒரு யூதனுக்காக. அதன்பின் அவர்கள் சமரசம் செய்துகொண்டு ஐம்பது பீப்பாய் பீரைக் குடித்தனர். மாலாஹாவ்ஸ்கியின் புடையர்கள் எங்களது கிராமத்துக்குப் புரவிமீது வந்து என்னையும் இன்னும் ஐந்து யூதர்களையும் கைப்பற்றினார்கள். எங்களை ஒரு வண்டிக்குள் தள்ளிக் கட்டிப் போட்டுத் தானியக் கதிர்க் கட்டுகளைக் கொண்டுபோவது மாதிரி படோவ்ஸ்கி வீட்டுக்கு இட்டுச் சென்றனர். அங்கு மாலாஹாவ்ஸ்கி சிரித்த சிரிப்பில் அவனுக்கு விலா எலும்புகள் தெறித்துவிடும் போலிருந்தது. ''படோவ்ஸ்கி பிரபுவே இதோபார்; ஒரு யூதனுக்குப் பதிலாக ஆறு யூதர்கள்'' என்று அவன் கூறினான். எங்களில் ஒருவனான காகனுக்கு வண்டியிலேயே ஒரு விலா எலும்பு முறிந்தது. இன்னொருவனான லெவீட்டுக்குக் கல்லீரல் கெட்டுப்போய் விட்டது. எனக்கு அப்பொழுதிருந்தே கால்கள் சூம்பிவிட்டன.''

ஒரு மண் கிண்ணத்தில் பாலை ஊற்றிக்கொண்டே, வால்காவ் வினவினான்ஃ ''நீ பொய் சொல்லவில்லை என்றால், உன் கிராமம் ஏன் இவ்வளவு ஏழ்மையாக இருக்கிறது?''

''விவசாயிகள் எப்படிப் பருத்துத்தடிக்க முடியும்?''

''பருத்துத்தடிக்க வேண்டுமென்று யார் சொன்னது? விவசாயி கொழுமமுவென்று ஆவதற்கு அனுமதிக்கக் கூடாதுதான். எனினும், குடிசைகளின் கூரைகளைச் சீரமைத்திருக்கலாம். இங்குள்ள நிலவரத்தைப் பார்த்தால், கால்நடைகள் கூட இவ்வளவு கேவலமாக வாழாவென்று தோன்றுகிறது. இங்கு விடுவரி கட்டும் விவசாயிகளே இல்லையா?''

''எங்கள் விவசாயிகள் அனைவரும் நிலப்பிரபுவின் நிலத்தில் பாடுபடுகிறார்கள்.''

''வாரத்துக்கு எத்தனை நாட்கள்?''

''ஆறு நாட்களும் நிலப்பரப்புக்காகத்தான் உழைக்கிறார்கள்.''

வால்காவ் மீண்டும் வியந்தான்.

''எங்கள் நாட்டில், ஜாரின் கஜானா அதை அனுமதிக்காது. அம்மாதிரியான உழவர்களிட மிருந்து அரைக்காசுகூட வரி கிடைக்காது'' என்று தனக்குள் எண்ணிய வால்காவ், யூதனை வினவினான்ஃ

''இங்கு அரசாங்கக் கஜானாவுக்கு வரி கொடுப்பது யார்? பிரபுக்களா?''

''இல்லை. பிரபுக்கள் வரி கொடுப்பதில்லை. நாங்கள் பிரபுக்களுக்குக் கொட்டிக் கொடுக்கிறோம்.''

வால்காவ் சிரித்துத் தலை அசைத்தான்:

''இது ஒரு விநோதமான ராஜ்யம்தான். ஸாங்கா, இது உண்மையில் பிரபுக்களுக்குச் சர்வ சுதந்திரம் வழங்கும் ராஜ்யம்...''

ஆனால் ஸாங்கா அவன் பேச்சைக் கேட்கவில்லை. அவளது அகல விரிந்த கண்களில் அசைவே இல்லை. அதன்பின் அவள் பலகணியை நோக்கித் திரும்பி அதன் ஈரக் கண்ணாடிமீது முகத்தைப் பதித்தாள். வெளியிலிருந்து, இன்னிசையும் சேண மணிகளின் கணகண நாதமும் குரல்களும் மேன்மேலும் உரத்துக் கேட்டன. சாவடிக்காரன் மனங் கலங்கினான். கையில் மெழுகுவத்தியை எடுத்துக்கொண்டு, உடலை வளைத்துக் கதவைக் கடந்தான்.

''அப்பொழுதே நான் சொன்னேன் அல்லவா? மாலாஹாவ்ஸ்கி பிரபு நீங்கள் உறங்குவதை அனுமதிக்கமாட்டான்'' என்று கூறிச்சென்றான்.

வழி மனைக்கு முன்னால் ஒரு டஜன் சறுக்கு வண்டிகள் வந்து நின்றன. யூதர்கள் பிடில் வாசித்தனர், கிளாரினெட் ஊதினர். தடித்த விரிப்புகளில் சாய்ந்திருந்த போலிஷ் பிரபுக்கள் கால்களால் உதைத்துக் கொண்டனர்; இடிச் சிரிப்புச் சிரித்தனர்; இசைக் குழுவினரை உற்சாக மூட்டிச் சத்தம் போட்டனர். அவர்களில் ஒருவன் பெரிய மீசை வைத்திருந்தான்; குட்டையான கம்பளச் சட்டையை உடுத்தியிருந்தான்; அவன் நன்கு மிதிபட்ட வெண்பனியில் நடனமாடினான். மீசையைத் தட்டிக்கொண்டே துள்ளிக் குதித்தான், அல்லது வெறித்தனமாகச் சுழன்றான்; அவன் சுழன்றபொழுது, அவனது வாளும் சுழன்றது.

தீப்பந்தங்களை ஏந்தி வந்த குதிரை வீரர்கள் கீழே குதித்தனர். இருளிலிருந்து நான்கு உயர்ந்த குதிரைகள் விரைந்து வந்தன. அவற்றின் பெருமிதமாக உயர்ந்த முகத்தில் மயிலிறகுகள் அழகு செய்தன. கூண்டு இல்லாத சறுக்கு வண்டிகளில் பெண்கள் அமர்ந்திருந்தனர். அவர்கள் கம்பளம் கொடுத்துத் தைத்த இறுக்கமான வெல்வெட் கோட்டுகளைப் போட்டுக்கொண்டிருந்தனர். ஜன்னல் கண்ணாடியோடு ஒட்டிக்கொண்டிருந்த ஸாங்கா இந்த விதேசிப் பெண்களை உறுத்துப் பார்த்தாள். பந்தங்களின் வெளிச்சத்தில், அவர்கள் சிரிப்பது புலனாயிற்று. கட்டுக்குட்டான பிரபு ஒருவன் சறுக்கு வண்டியின் அடிக் கட்டையிலிருந்து குதித்து ஆடி அசைந்தவாறு தங்கு மனையை நோக்கி நடந்தான். அவன் மங்கலான கண்ணாடிக்குப் பின்னாலிருந்த ஸாங்காவின் முகத்தைக் கண்டதும், ''வாருங்கள்'' என்று பொருள் படும் வகையில் தன் புடையர் குழுவுக்குக் கை காட்டி விட்டு நடந்தான். அந்தப் புடையர்களில் சிலர் சாதாரணக் கம்பளிச் சட்டை அணிந்திருந்தனர்; வேறு சிலர் கந்தலை உடுத்தியிருந்தனர். ஆனால் எல்லோரிடமும் வாளும் பிஸ்டலும் இருந்தன. அவர்கள் சந்தடி செய்துகொண்டே சாவடிக்குள் நுழைந்தனர். செப்புப் பாத்திரம் மாதிரிச் சிவந்த முகத்தை உடைய மாலாஹாவ்ஸ்கி, கால் விரித்து நின்று, கைக்கு அடங்காத மீசையை முறுக்கி விட்டான். நரித்தோல் கொடுத்துத் தைத்த அவனது கோட்டு வெண்பனிமயமாகவிருந்தது. வழியில் பன்முறை வண்டியிலிருந்து விழுந்திருக்க வேண்டுமென்பதை அது தெட்டத் தெளிவாக்கியது. உடைவாளை உறையில் ஆட்டிக்கொண்டும், மினுமினுத்த கண்களால் ஸாங்காவை முறைத்துப் பார்த்துக் கொண்டும் நின்ற அவன், நாட்பட்ட குடிப் பழக்கத்தால் கரகரத்த குரலில் பகட்டாகப் பேசினான்:

''மேன்மைக்குரிய இளவரசியே, உங்களது வருகையை எனக்கு அறிவிப்பதில், சாபத் தீட்டாக வாய்த்துள்ள சாவடிக்காரன் தாமதம் செய்துவிட்டான். இத்தகைய அழகு மிகுந்த உயர்

குடிப்பெண் ஆபாசமான கிராமத்துச் சுவடியில் இரவைக் கழிப்பது எப்படித் தகும்? நாங்கள் அதை அனுமதியோம். கனவான்களே, சீமாட்டியின் காலடியில் விழுந்து கோட்டை வீட்டுக்கு வருகை தரும்படி இறைஞ்சுங்கள்!''

அவனது பரிவாரத்தினரில் சிலருக்கு மயிர் நரைத்திருந்தது; சிலர் முகத்தில் வாள் வெட்டுக் காயங்களின் வடுக்கள் இருந்தன. அவர்கள் அறையில் குவிந்ததால், சாராய நெடி வீசியது. அவர்கள் ஸாங்காவுக்கு முன்னால் ஒற்றைக்காலால் மண்டியிட்டனர்; குல்லாயை நீக்கினர்; மார்பில் அடித்துக் கொண்டனர்.

''மேன்மைக்குரிய இளவரசியே, நீங்கள் மாலாஹாவ்ஸ்கி பிரபுவின் அழைப்பை ஏற்றுக் கொள்ளும்வரை, எழுந்திருக்கமாட்டேன்; உங்களது கவர்ச்சியான காலடியிலேயே உயிர் துறப்பேன்'' என்று ஒவ்வொருவரும் கூறினர்.

ஸாங்கா, தோள்மீது கிடந்த சால்வையை நீக்கிவிட்டு எழுந்து நின்றாள். மண்டியிட்ட பிரபுக்களுக்கு முன் புருவத்தை உயர்த்திக் கொண்டு நின்ற அவளுக்கு முகம் வெளுத்து விட்டது. நாசித் தொளைகள் துடித்தன. மாலாவராவ்ஸ்கி அவனைப் பார்த்தான். மண்டியிட்ட பிரபுக்களை நகர்த்தினான். அவளருகே சென்று, ஒற்றைக் காலில் மண்டியிட்டான்.

''நான் உங்களைக் கெஞ்சிக் கேட்டுக் கொள்கிறேன்!''

ஸாங்கா ஓரளவுக்கு நிதானம் தவறாது இருந்ததால் கணவனைப் பார்த்தாள். வாஸிலி மிகுந்த திகில் கொண்டான். நடுங்கும் கையால், தன் சட்டைக் காலரின் பித்தான்களை அவிழ்த்தான். அவனை யாரும் தொடக்கூடாதென்பதற்குச் சாட்சியாக உள்ள பத்திரத்தை ஒரு சிறு பையில் வைத்து மார்புப் பையில் வைத்திருந்தான். அதை எடுத்துக் காட்டவே அவன் பித்தான்களை நீக்கினான். ஸாங்காவின் குரல் சிறிது தடுமாறியது. ஆயினும் அவள் இனிமையாகப் பேசினாள்:

''உம்மை அறிமுகம் செய்து கொள்வதில் நான் மகிழ்ச்சி அடைவேன்.''

அந்த மாலாஹாவ்ஸ்கி பிரபு ஒருவாரமாகக் குடித்துக் கூத்தடித்துக் கொண்டிருந்தான்; ஓர்ஷா மகாணம் முழுவதும் அதன் எதிரொலி கேட்டது. அவனது மனைவியான அகஸ்டாவுக்குக் களியாட்டமென்றால் உயிர். அவளோடு நடனமாடியவர்கள் கால்தடுக்கி விழாமலிருந்ததில்லை. அந்தக் கூட்டாளிகளில் எவனாவது களைத்துப்போய் ஒரு சிற்றறையில் ஒளிந்துகொண்டால் அவர்கள் அவனை எழுப்பி அரைத்தூக்கத்தில் கூடத்துக்கு இழுத்துக்கொண்டு வந்தனர். அந்தக் கூடத்தின படியரங்கத்தில், எலும்பும் தோலுமாயிருந்த பாடகர்கள், ஒட்டுத்தையல் கோட்டு அணிந்துகொண்டு தம்மால் இயன்ற அளவுக்குப் பாடுபட்டுப் பாடினார்கள். தூண்கள் வைத்துக் கட்டப்பட்ட அக்கூடத்தின் கூரை சிறப்பாகச் சிங்காரிக்கப்பட்டிருந்தது. அதில் தொங்கிய கொத்து விளக்குகளிலிருந்து உருகிய மெழுகுத் துளிகள் வேர்வையான பொய்முடிகள் மீது சுழன்று பறந்த பாவாடைகள் மீதும் சொட்டின. பக்கத்து அறைகளில் சாதாரணப் பிரபுக்கள் குடித்துவிட்டு ஊக்கத்தோடு சத்தம் போட்டனர்.

வடிவில் சிறியவளும் குழிவான கன்னங்களையும் சுருள் மயிரையும் உடையவளுமான அகஸ்டா திடீரென்ற நள்ளிரவில் ஏதாவது ஒரு புதிய களியாட்டத்தைப் பற்றி எண்ணிக் கை கொட்டுவாள். அவர்கள் அனைவரும் சறுக்கு வண்டிகளில் ஏறிப் பந்தங்களின் வெளிச்சத்துடன் இன்னொரு பிரபுவின் கோட்டை வீட்டுக்குச் செல்வார்கள். அங்கு மீண்டும் பீப்பாய் பீப்பாயாக ஹங்கேரிய ஒயின் காலியாகும்; உயர் குடிப் பிறப்பினராயுள்ள விருந்தினருக்கு ஆட்டை அப்படியே வறுத்துப் படைப்பார்கள். சாதாரண புடையருக்கு மட்டமான இறைச்சியையும்

வெள்ளைப் பூண்டையும் அண்டா அண்டாவாக வைப்பார்கள். அழகான பெண்களுக்கும், போலிஷ் கௌரவத்துக்கும் போலிஷ் ராஜ்யத்தின் சுதந்திரப் பெருமைக்கும் வாழ்த்துக்கூறி ஒயினைப் பருகுவார்கள். இல்லாவிட்டால் அகஸ்டாவுக்கு இன்னொரு யோசனை தோன்றும். அவள் தமது விருந்தினரைத் துருக்கியராகவும் கிரோக்கராகவும் ஹிந்துக்களாகவும் ஆடை உடுத்தச் செய்வாள். சாதாரண ஆட்கள், முகத்தில் புகைக்கரியைப் பூசிக்கொள்வார்கள். இரவை உல்லாசமாகக் கழித்துவிட்டு அவர்கள் தமது விசித்திரமான ஒப்பனையோடு, தாழ்வான குன்றில் இலையுதிர்ந்த மரங்களுக்குப் பின்னாலிருந்து மணியோசை செய்து நல்வரவு கூறிய மடத்துக்குச் சென்றனர். அங்கு வழிபாட்டில் கலந்துகொண்டபின், விறகு அடுப்பின் வெப்பத்தால் வெது வெதுப்பான போஜன விடுதிக்குள் சென்று, பழைய இன்தேறலைப் பருகினார்கள்; அங்கு நறுமணம் வீசிய உடைதரித்துப் பெண்களிடம் இதமாகப் பழகுவதற்குச் சித்தமாயிருந்த துறவிகளிடம் வேடிக்கையாகப் பேசினார்கள்.

ஸாங்கா இந்தக் கேளிக்கைகள் அனைத்திலும் முழுமனதுடன் ஈடுபட்டாள். அவன் தன் கவுன்களையும் ஈரக்கச்சுகளையும் மாற்றிக்கொண்டு, நறுமணச்சத்திட்ட வாட்காவால் உடம்பைத் தேய்த்துக்கொண்டு வந்து ஜதை நடனம் ஆடினாள்; மஸூக்கர் நடனத்தில் சுழன்றாள்.

ஆரம்பத்தில் வாஸிலி முன்யோசனையுடன் நடந்துகொண்டான். ஆகிருதிக்கும் அருஞ் செயல் வீரத்துக்கும் போலந்து முழுவதும் புகழ்பெற்றவர்களும், உண்டு குடிப்பதில் சூரர்களுமான ஹாட்காவ்ஸ்கி நிதானமாக நடக்கமுடியவில்லை. அந்தத் துணைவர்கள், எட்டு பைன்ட் அளவு பீரை ஒரே மடக்கில் குடித்தனர்; அத்துடன் ஒரு முழு வாத்தைப் பழங்களோடு விழுங்கிவிட்டு, ஓர் அண்டா பாலேடு கொழுக்கட்டைகளைத் தின்றனர். இவற்றுக்குமேல் ஐந்து பாட்டில் ஹங்கேரிய ஒயினைக் குடித்தனர். வாஸிலி அவர்களோடு இரவையும் பகலையும் கழித்தான். குடி போதையில் அவர்கள் அழுதுகொண்டே தழுவிக்கொண்டனர். புத்தி தெளிந்த பொழுது அவன் துயரத்தோடு தன் மனைவியைத் தேடினான். ''ஸாங்கா, அன்பே போதும் புறப்படலாம்'' என்று கூறினான். ஆனால் ஸாங்கா பராமுகமாய் இருந்தாள். அப்பொழுது ஹாட்காவ்ஸ்கி வாஸிலியின் தோள்மீது கைபோட்டுக்கொண்டான். இருவரும் உண்டு குடிப்பதற்காகத் தள்ளாடி நடந்தனர்.

வாஸிலி தலையணையில் முகத்தைப் புதைத்துக்கொண்டு தெளிவில்லாது ஒலிசெய்தான். கோட்டும் பூட்ஸும் தவிர மீதி ஆடையெல்லாம் அணிந்து உறங்கிய அவனை யாரோ தோளைப்பிடித்துக் குலுக்கியதை உணர்ந்தான். அவனது தலை ஈயம்மாதிரிக் கனத்தது; தூக்கமுடியவில்லை. ஆனால் குலுக்கிய கை ஓயவில்லை; நகங்களால் பிறாண்டுவது மாதிரியும் இருந்தது. ''ஓ, இப்பொழுது என்ன வேண்டும்?'' என்று அவன் வினவினான்.

''என்னோடு நடனமாட வாருங்கள்! உடனடியாக வரவேண்டும்!'' என்று ஸாங்கா வினோதமான குரலில் திரும்பத் திரும்பக் கூறியதைக்கேட்டு, வால்காவ் கைகளை ஊன்றிக் கொண்டு சிறிது எழுந்தான். ஸாங்கா அவனது படுக்கையின் அருகில் தன் பொடி தூவிய தலையை ஆட்டிக்கொண்டு நின்றாள். வீட்டில் தீப்பிடித்துவிட்டதுபோல் அல்லது வேறு ஏதோ விபத்து நிகழ்ந்துவிட்டதுபோல் அவளது கண்கள் சோக மயமாயிருந்தன.

''என்னோடு நாட்டியமாட மாட்டீர்களா?''

''உனக்குக் கிறுக்குப் பிடித்துவிட்டது, பெண்ணே. பொழுது விடிந்துவிட்டது; இன்னமும் நடனமா?''

சுத்தமான பெரிய பலகணியின் வழியாக உள்ளே புகுந்த உதயகால ஒளியில் ஸாங்காவின் மாறியமுகமும் திறந்த தோள்களும் நீலமாகத்தோன்றின. ''இப்படி உடலைக் கெடுத்துக்கொண்டு விட்டாள். ஆவியாக ஆகி விட்டாள்! வெளிறிப் போய்விட்டாள்!'' என்று வாஸிலி தனக்குள் எண்ணினான்.

''படுத்து உறங்கு'' என்றான் அவன்.

''ஆ, வாஸிலி உனக்கு விருப்பமில்லை, விருப்பமில்லை!''

அவள் ஓர் உயரமான நாற்காலியில் உட்கார்ந்தாள்; கைகள் தம் போக்கில் தொங்கின. அவளிடமிருந்து ஏதோ ஓர் அன்னிய வாடை வீசியது; இனிய பிரெஞ்சு மணம் கமழ்ந்தது. அவள் கண்ணைச் சிமிட்டாமல் கணவனை நோக்கினாள். தொண்டையை ஒரு கட்டி அடைத்துக் கொண்டதாகத் தோன்றியது.

''வாஸ்யா, நீ என்னைக் காதலிக்கிறாயா?''

அவள் தனக்கு இயல்பான குரலில் மென்மையாகக் கேட்கவில்லை. பயமுறுத்துகிறவள் மாதிரி இந்தக் கேள்வியைக் கேட்டாள். வாஸிலி எரிச்சலடைந்து தலையணையைக் குத்தினாள்.

''நான் அமைதியாக இருப்பதற்காவது விடமாட்டாயா?''

அவள் மீண்டும் எச்சிலை விழுங்கித் தொண்டையைச் சரிசெய்துகொண்டாள்ஃ

''சொல், நீ எந்த அளவுக்கு என்னை நேசிக்கிறாய்?''

அவன் என்ன சொல்வான்? அவளது பெண் புத்தியை, பேதமையை என்னென்று சொல்வது? அவனுக்கு மண்டை இடி இல்லாவிட்டால், தன் காதலை ஆணையிட்டு அறிவித்திருப்பான். ஆனால் இப்பொழுது அம்மாதிரி செய்வதற்கு அவனிடம் சக்தியும் இல்லை, விருப்பமும் இல்லை. கடிந்துகொள்ளும் அவளைப் புன்னகைசெய்து நோக்கினான்; மௌனமாயிருந்தான். ஸாங்கா தன் கைகளை உயர்த்தினாள்.

''நீ என்னைப் பாதுகாக்கமாட்டாய்... அது உன் பிழையாகத்தான் இருக்கும்.''

அவள் எழுந்திருந்து தனது கவுனின் நீண்ட பின்தானையைப் பின்னால் உதைத்துவிட்டுக் கொண்டு நடந்தாள்.

''ஸாங்கா கதவைச் சாத்திவிட்டாவது போகக்கூடாதா?''

அதன்பின் வாஸிலியில் உறங்க முடியவில்லை. படுக்கையில் புரண்டு படுத்தான், பெருமூச்சுவிட்டான். கீழ்த்தளத்துக் கூடங்களிலிருந்து வந்த இன்னிசையின் ஒலியைக் கேட்டான். ''இது கெடுதல், இது தப்பு'' என்ற எண்ணம் அவனையும் மீறி அவனை வதைத்தது. அவன் கைகளால் தலையைப் பிடித்துக்கொண்டு, எழுந்து உட்கார்ந்தான். ''இப்படி வாழக் கூடாது'' என்று எண்ணியவனாய் உடைமாற்றிக்கொண்டான். சறுக்குவண்டி சீராக இருக்கிறதா என்று பார்ப்பதற்குப் பின்புறக் கதவுவழியே சென்றான். கோச்சுவிடுதியின் அருகே, ஆன்திப் என்ற கோச்சோட்டியைக் கண்டான். வியாஸ்மா அருகே விபத்தில் சிக்கிய கோச்சோட்டிக்குப் பதிலாக ஸ்மாலன்ஸ்க் கவர்னரிடம் அறுபது ரூபிள்விலைக்கு வாஸிலி வாங்கிய கோச்சோட்டியே ஆன்திப். தன் ஆளைக் கண்டவுடன் வாஸிலியின் உள்ளம் உவகை அடைந்தது.

''நல்லது, ஆன்திப் நாம் நாளைக்குப் புறப்படுவோம்.''

''ஓ, வாஸிலி வாஸிலீவிச், அதுதான் சரியான முடிவு. எனக்கு இந்த இடம் கட்டோடு பிடிக்கவில்லை.''

''இன்று இரவு சாவடிக்காரனிடம் சென்று குதிரைகளைப்பற்றி விசாரி.''

வாஸிலி பூங்காவின் வழியே மெதுவாகத் திரும்பினாள். காற்றுத் தூய வெண்பனியை வாரியடித்தது. காகங்களின் கூடுகளை உடைய மரங்கள் நெட்டுயிர்ப்பதைப் போல் ஒலி செய்து அசைத்தன. பல விவசாயிகள், ஆண்களும், பெண்களும், குளத்தில் வேலை செய்தனர். பனியெல்லாம் நீக்கிவிட்டுக் கம்பங்களை நட்டுக் கொடிகளை ஏற்றுவதற்காகக் கிராமத்தையே திரட்டியிருந்தனர். அந்தக் கொடிகள் காற்றில் ஆடின. ''பொழுது போக்கும் களியாட்டமும் தவிர வேறொன்றுமில்லை...'' என்று எண்ணிய வாஸிலி, யாரோ அவனது தோள்களைப் பிடித்துக் கொண்ட மாதிரி, திடீரென்று நின்றான். அவனது இதயம் துடியாய்த் துடித்தது. இவனேதான் என்று அவன் மனது கூறிற்று. பன்முறை குடிபோதையில் பார்த்திருந்தான். ஆனால் இப்பொழுதுதான் அவன் அதை உணர்ந்தான். ஆரஞ்சுநிற வெல்வெட்டில் பாரிஸ் பாணியில் தைத்த கோட்டை அணிந்தது இந்த நெட்டையான அழகனான விளாடிஸ்லா பிரபுதான்! அலெக்ஸாண்டிரா எப்பொழுதும் அவனுடனேயே இருந்தாள். ஜோடி ஆடல், மஸுக்கர், கிராமிய நடனம் அனைத்தும் அவனுடன் தான் அவள் ஆடினாள்.

வாஸிலி பூமியை நோக்கினான். வெண்பனி ஏடுகள் அவனது கன்னத்திலும் கழுத்திலும் ஒட்டிக்கொண்டன. ஆனால் அந்தத்திடீர் ஞானம் குடிபோதையில் மறைந்துவிட்டது. அவன் ஒரு முடிவும் எடுக்கவில்லை. அதற்குள் காலைச்சிற்றுண்டிக்கு அழைத்துச்செல்லச் சிலர் அவனைத் தேடிவந்தனர். இரவெல்லாம் உல்லாசமாகப் பொழுது போக்கிவிட்டு அதிகாலையில் சிற்றுண்டியைப் புசித்துவிட்டுப் பகலுணவு நேரம்வரை உறங்குவது அந்த இடத்துப் பழக்கம். பெருவயிற்றுத் தற்பெருமைக்காரர்களான ஹாட்காவ்ஸ்கியையும் தாமோரட்ஸ்கியையும் வாஸிலி இப்பொழுது முழுமனதோடு வெறுத்தான். அந்தப் பொய்யர்கள் இடிச்சிரிப்பு சிரித்துக் கொண்டு அவனை நெருங்கினார்கள். ''வாஸிலிபிரபுவே, அருமையான சிற்றுண்டியைப்பரிமாறி இருக்கிறார்கள்...'' என்றனர். ஸாங்கா சிற்றுண்டி மேஜையருகே இல்லை. அந்த விளாடிஸ் லாவையும் காணவில்லை. வாஸிலி கடுமைமிகுந்த பழைய வாட்காவை விழுங்கினான். ஆனால் அது அவனது புத்தியைப் பேதலிக்கச் செய்யவில்லை.

அவன் எழுந்து நடன அறைக்குச் சென்றான். அங்கு ஒருவரும் இல்லை. படியரங்கத்தில் ஒரு நெட்டையான சோனி- யூதன் -பெரிய முரசுமீது படுத்து உறங்கிக்கொண்டிருந்தான். வாஸிலி அடுத்த அறைக்குச் செல்வதற்கு இரட்டைக்கதவை மெல்லத்திறந்தான். அங்கே, படியடுக்குடன் கூடிய அந்த அறையில் வண்ணக் காகிதத்துண்டுகள் இறைந்துகிடந்தன. ஜன்னல்களின் அருகே, அலெக்ஸாண்டிரா விளாடிஸ்லாவுடன் நடந்துகொண்டிருந்தான். அவன் பொய்மயிரை ஆட்டிக் கொண்டு உணர்ச்சி வசப்பட்டவனாய் ஏதோ பேசிக்கொண்டிருந்தான். அவள் தலை குனிந்து செவி கொடுத்தாள். அந்தக் கழுத்தின் வளைவிலே சிறுமிக்கு உரிய வெகுளித்தனமும் தற்காத்துக் கொள்ளும் திறனில்லாத நிலையும் விளங்குவதாக வாஸிலிக்குத் தோன்றியது. ஓர் அனுபவமில்லாத பேதையை அன்னிய நாட்டுக்கு இட்டுவந்து தன்னந்தனியாக விட்டு விட்டான். அவளுக்கு யாராவது தீங்கு இழைத்தால் என்ன செய்வாள்? தன் துயரத்தை அடக்கிக் கொள்வதைத்தவிர அவளுக்கு வழியில்லை.

வாஸிலி ஆத்திரத்தோடு செயல்பட்டிருக்க வேண்டும். மமதை மிகுந்த போலிஷ்காரனிடம் ஜவாப் கேட்டிருக்கவேண்டும். ஆனால் அவர் பாதி திறந்த கதவுவழியே நோக்கிவிட்டு இரக்கம்

காட்டியதைத்தவிர வேறு ஒன்றும் செய்யவில்லை. ''ஆ, வாஸிலி நீயும் ஒரு பாதுகாவலானா?'' என்று அவன் மனம் கடிந்துகொண்டது. அதற்குள் விளாடிஸ்லா பக்கவாட்டக் கதவை நோக்கிச் சைகை செய்தான்; முகத்தைச் சற்று உயர்த்திய ஸாங்கா மெல்லத் தலை அசைத்தாள். அவர்கள் திரும்பி, தோட்டத்துக்குச் சென்றனர். வாஸிலி தன்னையும் அறியாமல் சட்டைக்கையைச் சுருட்டப்போனான். ஆனால் அது சட்டைக்கையை அல்ல; நாடாதான் கையில் சிக்கியது. மேலும் வாளை மாடியில் விட்டு வந்துள்ளான்! அட, எழவே!

அவன் ஒரு கதவை ஓசையோடு சாத்தினான். அதற்குள் அவனது துணைவர்களான ஹாட்காவ்ஸ்கியும் தாமோரட்ஸ்கியும் பின்னால் வந்து அவனைப் பிடித்துக்கொண்டனர்.

''வாஸிலிபிரபு, வருக. கொழுக்கட்டை சூடாயிருக்கிறது. பாலாடையுடன் சாப்பிடலாம்'' என்று கூறினான்.

மீண்டும் அவன் மனங்குழம்பி மேஜையில் அமர்ந்தான். ஆத்திரமும் வெட்கமும் அவனை வதைத்தன. இங்கு ஏதோ சதிவலை பின்னுகிறார்களென்பது வெளிப்படையாகத் தெரிந்தது. இந்தப் பெருந்தீனிக்காரர்கள் ஓர் உள் நோக்கத்துடன் தான் அவனை மிகுதியாகக் குடிக்கச் செய்தனர். அவன் என்ன செய்வது? ஓடிப்போய் வாளை எடுத்துப் போர்புரிவதா? பெண்ணுக்காகக் கிராமத்துச் சதுக்கத்தில் சண்டைபோடும் விவசாயிமாதிரி ஜாரின் தூதர் நடப்பதா! சரி, எவ்வாறாயினும் இங்கேயே, இப்பொழுதே ஒரு முடிவுகாண்பதே நல்லது.

அவர்கள் நீட்டிய மதுக்கோப்பையைத் தள்ளிவிட்டு, வாஸிலி போஜன அறையிலிருந்து விரைந்தான். மாடியில், பற்களைக் கடித்துக்கொண்டு வாளைத் தேடினான். கடைசியில் ஸாங்காவின் கவுன்குவியலின் அடியில் அதைக்கண்டான். உடைவாள் கச்சையை இறுகக் கட்டிக்கொண்டு கருங்கற் படிக்கட்டில் ஓடினான். கோட்டை. வீட்டில் அனைவரும் உறங்கினார்கள். தோட்டமும் வெறிச் சென்றுகிடந்தது. ஒரு பணிப்பெண் அவனுக்குத் தாழ்ந்து வணங்கிவிட்டுக் கீச்சென்ற குரலில் கூறினாள்:

''இளவரசியும் மாலாஹாவ்ஸ்கி பிரபுவும் விளாடிஸ்லா பிரபுவும் வெளியே போயிருக் கிறார்கள். மாலையில்தான் திரும்புவோமென்று என்னிடம் தெரிவித்தார்கள்.''

வாஸிலி மாடியறைக்குத் திரும்பினான். சாலையைப் பார்த்துக்கொண்டே, பகலெல்லாம் ஜன்னலருகில் அமர்ந்திருந்தான். தன் செயலுக்கு வருந்தி, ஜாருக்குக் கடிதம் எழுதவேண்டு மென்றும் எண்ணினான். ஆனால் காகிதமோ பேனாவோ கிடைக்கவில்லை.

ஸாங்கா ரொம்ப நேரத்துக்கு முன்பே திரும்பிவந்து அகஸ்டாவின் அறையில் ஓய்வு எடுத்துக் கொண்டிருந்தாளென்பது அவனுக்குப் பிற்பாடுதான் தெரியவந்தது. இரவில் குளக்கரையில் வாணவேடிக்கையும் களியாட்டமும் நடைபெறுவதாயிருந்தது. வாஸிலி கோச்சுவிடுதிக்குச் சென்று ஆன்திப்பைச் சந்தித்தான். இரகசியமாகக் குதிரைகளைச் சித்தம் செய்யுமாறும் சாமான்களில் சிலவற்றை வண்டியில் கொண்டுவந்து வைக்குமாறும் அவன் உத்திரவிட்டான். அவன் மனம் நொந்தவனாய்க் கோட்டை வீட்டுக்குத் திரும்பினான். ஜன்னல் பிதுக்கங்களருகே நெருப்புச் சட்டியில் தீ மூட்டினார்கள். அதன் சிறு ஜ்வாலைகள் காற்றில் ஆடின. வானத்தில் சஞ்சரித்த மேகங்கள் மறைந்து விட்டன. முக்கால் அளவுக்கிருந்த சந்திரனது ஒளியில், அனைத்தும் நீலமாகத் தென்பட்டன.

பனியால் பாதிமூடிய கற்சிலைகள் நிறைந்திருந்த சிறு மண்டபத்தின் அருகே, திடீரென்று கரகரத்த குரல்களும் பதைபதைத்து மூச்சுவாங்கும் ஓசையும் வாட்கள் உராயும் சத்தமும் காதில்

விழுந்தன. அவனுக்கு அந்தச் சண்டையைப்பற்றி அறிய ஆவல் இல்லை. தொடர்ந்து நடக்கவே விரும்பினான். மூலையில் திரும்பிய பொழுது, கணை ஏந்திய மன்மத உருவின் காலடியில், ஒரு பெண் நிற்பதைக் கண்டான். தோளில் போட்டிருந்த கம்பளிக்கோட்டால் கழுத்தைச் சுற்றிக் கொண்டும் வெள்ளையான பொய்மயிர் அணிந்த தலையை நிமிர்த்திக்கொண்டும் அவள் நின்றாள். அவன் அவைகளை உற்றுப்பார்த்தான். அவள் ஸாங்காதான் என்பதை அறிந்து, அருகில் ஓடினான். பக்கத்தில், விளாடிஸ்லாவும் மாலாஹாவ்ஸ்கியும் வாட்போர் செய்தனர். அவர்கள் கால்களை அகலவிரித்து, முழங்கால்களைச் சற்றுவளைத்து நின்றனர்; பதைபதைத்தவாறு பாய்ந்தனர்; வாளோடுவாள் மோதியது.

ஸாங்கா வாஸிலி மீது விழுந்து அவனைக் கட்டிக்கொண்டாள். முகத்தைப் பின்னுக்குத் தள்ளிக் கண்ணை மூடிக்கொண்ட அவள், ''என்னை அழைத்துச் செல், அழைத்துச் செல்!'' என்று பற்களைக் கடித்துக்கொண்டே கூறினாள்.

வாஸிலியைப் பார்த்தவுடன், மாலாஹாவ்ஸ்கி சத்தம் போட்டான். ''அவன் உனக்குச் சொந்தமல்ல; அவளை அழைத்துச் செல்ல அனுமதிக்கமாட்டோம்'' என்று சத்தம் போட்டுக் கொண்டே விளாடிஸ்லா வாஸிலியை நெருங்கினான். சண்டைக்காரர்களைப் பிரித்துவிடுவதற்கு அந்தப் பிரபுக்களின் புடையர்கள் உருவிய வாளுடன் ஓடி வந்தனர்.

மாலாஹாவ்ஸ்கி பிரபுவைவிட முப்பது மைல் முன்னால் செல்லும் வரையில், வாஸிலியின் மனம் சமநிலை அடையவில்லை. அவன் ஸாங்காவைக் கடிந்து கொள்ளவேயில்லை. எதைப் பற்றியும் கேள்வி கேட்கவுமில்லை. ஆனால் கவலையோடிருந்தான். அவள் கண்களை மூடிக் கொண்டு சறுக்கு வண்டியில் பேசாது அமர்ந்திருந்தாள். செல்வமிக்க எஸ்டேட்டுகள் எதிர்ப்பட்ட பொழுது, அவர்கள் கிளைப் பாதைகள் வழியே அவற்றைக் கடந்தனர்.

கோச்சோட்டிக்குப் பக்கத்தில் அமர்ந்திருந்த வழிகாட்டி, சாலையின் அருகே ஓடு வேய்ந்திருந்த சிறு கோயிலைக் காட்டினான். ஆன்திப் வண்டிக்குள் தலையை நுழைத்துக் கூறினான்:

''வாஸிலி வாஸிலீவிச், இங்கு நிற்காமல் செல்ல முடியாது.''

பெருந்தீனி தின்பதிலும், வஞ்சனையில்லாது கொழுமமுழுத்திருப்பதிலும் கபடமில்லாது விருந்தோம்புவதிலும் புகழ்பெற்ற போரீகோ கட்டிய கோயில் அது என்பது தெரிந்தது. சாலையிலிருந்து கொஞ்ச தூரத்தில், கரிய குறுங்காட்டுக்குப் பின்னால் அந்தப் பிரபுவின் வீடு இருந்தது. நண்பர்களைத் திரட்டுவதற்கு வசதியாக சாலையருகே இந்தக் கோயிலைக் கட்டி யிருந்தான். இங்கே, ஒரு கட்டிடத்தில் அடுக்களையும் உக்கிராண அறையும் இருந்தன; இன்னொன்றில் போஜன அறை இறைவழிபாட்டை நடத்தினான்; பொழுது போகாதபொழுது பிரபுவுடன் சீட்டாடினான். இருவரும் பிரயாணிகளுக்காக வழிமேல் விழிவைத்துக் காத்திருந்தனர்.

அந்த வழியே யார் சென்றாலும் சரி, அவன் முக்கியமான பிரபுவோ, கடைசிக் குல்லாவையும் தோற்றுவிட்ட கவலையற்ற குடிகாரனான சாதாரணப் பிரபுவோ, சிற்றூர் வியாபாரியோ, யாராயினும் சரி, வேலைக்காரர்கள் சாலையில் ஒரு வடத்தை நீட்டிப்போட்டு வண்டியை மறித்தார்கள். அதன் பின், போரிகோ பிரபு தவளை போல் நடந்துவந்து ஒயினைக் கொடுத்தான். சேவகர்கள் குதிரைகளை வண்டியிலிருந்து அவிழ்த்தனர். கிலிகொண்ட யாத்திரிகனைக் கோயிலுக்குள் இழுத்துச் சென்றனர். அங்கே துறவி நன்றியறிவிப்புக் கீதம் பாடியவுடன் விருந்து தொடங்கியது. போரிகோ ஒருவருக்கும் தீங்கு இழைப்பதில்லை. ஆனால்

குடிபோதையில் மதி மயங்காது அங்கிருந்து சென்றவர் கிடையாது. உணர்விழந்த நிலையிலேயே வண்டிக்குத் தூக்கிவரப்பட்டவரும் உண்டு. சிலர் உணர்வுபெறாமல் மரித்ததும் உண்டு. அவ்வாறு இறந்தவர்களுக்குத் துறவி பாவ மன்னிப்புச் சடங்கைச் செய்தான்.

''நாம் என்ன செய்வது?'' என்று ஆன்திப் வினவினான்.

''வயல்களில் திரும்பி, விரைவாக ஓட்டு'' என்றான் வாஸிலி.

இந்தப் பிரபுக்களுக்குக் களியாட்டத்தைத் தவிர வேறு வேலையே கிடையாதென்று வெள்ளிடை மலையாக விளங்கியது. போலிஷ் ராஜ்யம் முழுவதுமே பொறுப்பில்லாமல் குடித்துக் கூத்தடித்தது. சிற்றூர்களில், முக்கியமான வீடுகளெல்லாம் திறந்து கிடந்தன; குடிவெறி கொண்ட பிரபுக்கள் வாயில் மண்டபத்தில் குதித்துக் கும்மாளம் அடித்தனர். ஆனால் நகர்களில் தெருக்கள் சுத்தமாயிருந்தன; பல நல்ல கடைகளும் சந்தைகளும் இருந்தன. கடைகள், சலூன்கள், வியாபாரி சங்கங்களது தொழில்கள் ஆகியவற்றுக்கு முன்னால், வண்டியிலுள்ள சீமாட்டி அல்லது குதிரை மீதுள்ள சீமான், அல்லது அம்பட்டனது செப்புப் பாத்திரம் பலகையில் வரையப் பெற்றிருந்தன. ஒரு நுழை கதவருகே ஒரு ஜெர்மானியன் புகைக் குழாயைக் கையிலெடுத்துக் கொண்டு அன்பாகப் புன்னகைப் செய்தான். இன்னொரு கடை வாசலில், நல்ல கோட்டு அணிந்த யூதன் வழிப் போக்கர்களை வினயமாக அழைத்தனர்; கடைச் சாமான்களைப் பார்வையிடும்படி கேட்டுக்கொண்டான். மாஸ்கோவில், சாதாரண கடைக்காரனும் வழிப்போக்கனைக் கோட்டைப் பிடித்திழுப்பான். கடைக்குள் அழைத்துச்சென்று மட்டமான சரக்குகளை உயர்ந்த விலைக்கு விற்பான். ஆனால் இங்கு எந்தக் கடையில் அடி எடுத்து வைத்தாலும், சாமான்கள் கண்ணைப்பறித்தன. கையில் பணமில்லாவிட்டால், கடனுக்கு விற்றார்கள்.

அவர்கள் லவோனிய எல்லையை நெருங்க, நெருங்க, அதிகமான டவுன்கள் எதிர்ப்பட்டன. குன்றுகளின் மீது காற்றாடி இயந்திரங்கள் தென்பட்டன. கிராமங்களில் அதற்குள்ளாகவே வயல்களுக்கு எருவடித்தனர். வசந்தம் நெருங்குவதை வானம் உணர்த்தியது. ஸாங்காவின் கண்கள் மீண்டும் ஒளிர்ந்தன. அவர்கள் கிரீஸ்பர்க்கை நெருங்கியபொழுது, ஓர் எதிர்பாராத சம்பவம் நிகழ்ந்தது.

வெளி நாட்டிலிருந்து மாஸ்கோவுக்குத் திரும்பிக்கொண்டிருந்த அதிகாரியான பீட்டர் டால்ஸ்டாய், சாவடியில் தடுப்புக்குப் பின்னால் ஓய்வு எடுத்துக்கொண்டிருந்தான். ருஷியரின் குரல்கள் கேட்டவுடன் அவன் குட்டையான ஆட்டுத்தோல் கோட்டைத் தோளில் போட்டுக் கொண்டும் வழுக்கைத் தலையில் ஸில்க் கைக் குட்டையைக் கட்டிக்கொண்டும் வெளியில் வந்தான்.

''குறுக்கிடுவதற்காகக் கிழவனை மன்னித்துவிடுங்கள். இந்தச் சந்திப்பு எனக்குப் பேருவகை தருகிறது'' என்ற அவன் அலெக்ஸாண்டிராவுக்குத் தலைவணங்கிக் கூறினான்.

ஸாங்கா தன் சாமான்களை எடுத்தபொழுது, கன்னங்கரேலென்ற புருவங்களை உடைய டால்ஸ்டாய் அவளை நிதானமாகவும் அமைதியாகவும் நோக்கினான். அவனுக்கு ஐம்பது வயதிருக்கும்; குட்டையாகவும் ஒல்லியாகவும் வலுவுள்ளவனாகவும் இருந்தான். மாஸ்கோவில் டால்ஸ்டாய்க்கு நற்பெயர் இல்லை. ஹோவான்ஸ்கியுடன் சேர்ந்து, ஸோபியாவுக்கு ஆதரவாக அவன் காவற் படைவீரர்களைத் திரட்டியதை ஜார் மறக்கவுமில்லை, மன்னிக்கவுமில்லை. ஆனால் டால்ஸ்டாய் பொறுமைசாலி. அவன் சிக்கலான வெளிநாட்டுப் பணிகளை மேற்கொண்டு அவற்றை வெற்றிகரமாக நிறைவேற்றினான். அவனுக்குப் பிற மொழிகளிலும்

அவற்றின் இலக்கியங்களிலும் தேர்ச்சி உண்டு. தகுதியான விலையில், (மென்ஷிகோவ் மாளிகைக்கு) ஒரு படம் வாங்கவோ, ஒரு பயனுள்ள புத்தகத்தை வாங்கவோ, ஒரு திறமை சாலியை வேலைக்கு அமர்த்தவோ அவனால் முடிந்தது. அவன் தன்னைத்தாளே முன்னுக்குத் தள்ளிக்கொள்ளவில்லை. பலர் அவனிடம் சிறிது பயப்படத் தொடங்கினர்.

ஸாங்காவின் கம்பளிப் பூட்ஸை அவளது வேலைக்காரி கழற்றினாள். ''நீங்கள் ரீகா செல்கிறீர்கள்.'' என்று டால்ஸ்டாய் ஸாங்காவை வினவினான்.

''நாங்கள் பாரிஸ் செல்கிறோம்'' என்று கவலையில்லாதவள் மாதிரி நடித்த ஸாங்கா பதில் கூறினாள்.

டால்ஸ்டாய் கொம்பில் செய்த பொடி டப்பியைத் தேடி எடுத்து, நடு விரலால் அதன் மூடியைத் தட்டித் திறந்து பெரிய மூக்கில் பொடியை உறிஞ்சினான்.

''இந்த வழியில் தொல்லை அதிகம். வார்ஸா வழியே செல்வதே நல்லது'' என்றாள்.

குளிராலும் காற்றாலும் சிவந்த முகத்தைத் தேய்த்துக்கொண்ட வாஸிலி, 'ஏன்?' என்று வினவினான்.

''ஏனென்றால், லிவோனியாவில் போர் நிகழ்கிறது. வாஸிலி வாஸிலீவிச், ரீகா முற்றுகைக்கு உள்ளாகியிருக்கிறது.''

ஸாங்கா கன்னங்களைப் பிடித்துக்கொண்டான். வால்காவ் திகிலடைந்து விழித்தான்.

''போர் ஆரம்பமாகி விட்டதா? எப்படி? அகஸ்ட் மட்டுமா? அப்படியானால்...''

அதற்கு மேல் பேச முடியாதபடி, டால்ஸ்டாயின் எச்சரிக்கைப் பார்வை தடுத்தது. டால்ஸ்டாய் முகத்தை உயர்த்தி, பொடிக்கறை மூக்கை உறிஞ்சினான். அவனது தலையில் கட்டிய ஸில்க் கைக்குட்டையின் முனைகள், இறக்கை அடிப்பதுபோல் ஆடின.

''அன்பார்ந்த வாஸிலி அவர்களே, நீங்கள் மிதாவ் நோக்கித் திரும்பவேண்டுமென்பது என் யோசனை. அகஸ்ட் அரசன் அங்கு இருக்கிறான். உங்களைப் பார்ப்பதில், குறிப்பாக உங்களது கவர்ச்சியான மனைவியைப் பார்ப்பதில் அவன் பெரு மகிழ்வு எய்துவான்.''

டால்ஸ்டாய் போரைப் பற்றிச் சில தகவல்களைக் கூறினான். இலையுதிர் காலத்திலேயே, அகஸ்ட்டின் ஸாக்ஸன் படைகள், லிவோனிய எல்லைக்கருகேயுள்ள ஜானிஸ்கியிலும் மிதாவிலும் திரண்டன. மூன்றாண்டுகளுக்குமுன் பீட்டரையும் அவனது ருஷியத் தூதர் குழுவையும் அவமதித்த ரீகா கவர்னரான டர்ல்பர்க், இந்தப் படையெழுச்சியைப் புறக்கணித்து வாளாவிருந்தான். திடீர்த் தாக்குதல் மூலம் ரீகாவைப் பிடித்திருக்க முடியும். ஆனால் மதிப்பிட முடியாத நேரம், காமலீலைகளிலும் அநியாயமான களியாட்டங்களிலும் வீண்போயிற்று. ஸாக்ஸன் தளபதியான பிளமிங் என்ற வாலிபன், ஸாபீஹா பிரபுவின் மருமகளைக் காதலித்தான்; குளிர்காலம் முழுவதும் அந்தப் பிரபுவின் கோட்டை வீட்டில் குடித்துக் கூத்தடித்தான். சிப்பாய்களும் குடித்துக் கூத்தாடினார்கள்; அவர்கள் குர்லாண்ட் கிராமங்களைக் கொள்ளை யடித்தார்கள். விவசாயிகள் லிவோனியாவில் தஞ்சம் புகுந்தனர். இறுதியில், ரீகா அதிபர்கள் ஆபத்தை உணர்ந்தனர். கவர்னர் ரீகாவின் அரண்களைப் பலப்படுத்தினான்.

வார்த்தைகளைச் சுவைப்பதைப் போல் உதடுகளை நாக்கால் நக்கிய டால்ஸ்டாய் தொடர்ந்து பேசினான், ''தளபதி கார்லோவிஸ் வந்த பிறகு, ஆண்டவன் அருளால் ராணுவ

நடவடிக்கைகள் தீவிரத்துடன் ஆரம்பமாயின. ஆனால் அந்தோ! வீனஸூம் பாக்கஸூம் குண்டுமாரி பொழிவதை வெறுக்கின்றனர். பிளமிங் மேலும் கடினமான போர்களை நாடுகிறான். ஸ்வீடிஷ் படையைத் தாக்குவதற்குப் பதிலாக அவன் அந்த அழகான போலிஷ் சீமாட்டியைத் தைரியமாக முற்றுகையிடுகிறான். அவளை டிரஸ்டனுக்கு இட்டுச் சென்றிருக்கிறான். விரைவில் அங்கு திருமணம் நடைபெறவிருக்கிறது.''

இந்தக் கதையைக் கேட்டவுடன், அகஸ்ட்டின் விவகாரங்கள் தன்னிலையில் இல்லை என்பதை வால்காவ் உணர்ந்தான். அவன் ஏதாவது தவறு செய்தால் பிறகு ஜாரிடம் பதில் சொல்லியாக வேண்டும். அதைத் தவிர்ப்பதற்காக, மிதாவ் செல்வதென்று தீர்மானித்தான்.

''உங்கள் மேன் மக்கள் எங்கே? பத்தாயிரம் பேர் உடற் கவசமணிந்து குதிப்பார்களென்று சத்தியம் செய்தீர்களே? அரசனிடம் பொய் பேசினீர்கள் அல்லவா?''

இங்ஙனம் கடிந்துகொண்ட அகஸ்ட் அரசன், நிலைக்கண்ணாடிக்கு முன்னால், நறுமணப் பொடி டப்பிகள், மணச்சத்துக் குப்பிகள், கையுறைகள் ஆகியவற்றுக்கிடையே எரிந்து கொண்டிருந்த கொத்து விளக்கைக் கையாலடித்தான். ஒரு மெழுகு வத்தி உருண்டு விழுந்து அணைந்தது. அவன் தன் படுக்கையறையின் வெண்மையான விரிப்பின் மீது அங்கும் இங்கும் நடந்தான். காலுறையால் இறுக்கப்பட்டிருந்த வலுவான தவளைச் சதைகள் ஆத்திரத்தில் துடித்தன. அவனுக்கு முன்னால் பாத்குல், கையில் தொப்பியுடன் நின்றான். அவனது முகம் வெளுத்துவிட்டது.

மனித சக்திக்கு உட்பட்டதெல்லாம் அவன் செய்துவிட்டான். குளிர்காலத்தில், உணர்ச்சி யூட்டும் பல கடிதங்களை எழுதி, ரீகாவிலும் லிவோனிய எஸ்டேட்டுகளிலும் இருந்த மேன் மக்களுக்கு ரகசியமாக அனுப்பினான். ஸ்வீடிஷ் சட்டத்தின் தண்டனைகளுக்கும் அஞ்சாது, அவன் வியாபாரி வேடம் தரித்து, எல்லையைக் கடந்து, பெங்கன்டார்ப், ஸீவர்ஸ், பாலம் ஆகியோரை அவர்களது கோட்டை வீடுகளில் கண்டு பேசினான். மேன் மக்கள் அவனது கடிதங்களைப் படித்துவிட்டு பழைய கால மேன்மையை எண்ணி எண்ணிப் புலம்பினார்கள். அவர்கள் தானிய வரியைப் பற்றிப் புகார் செய்தார்கள்; தம் நிலத்தின் பகுதியை இழந்தவர்கள், இன்னுயிரையும் தியாகம் செய்வதற்குச் சித்தமாயிருப்பதாகக் கூறினார்கள். ஆனால் ஸாக்ஸன் சேனை லிவோனியா மீது படையெடுத்த பொழுது ஸ்வீடிஷ் நுகத்தடியைத் தூக்கி எறியும்படி அகஸ்ட் பிரகடனம் செய்தபொழுது, மேன் மக்களில் ஒருவன் கூடக் குதிரைமீது ஏறத் துணியவில்லை. அம்மட்டோ? ரீகாவைக் கொள்ளையடிக்க வேண்டுமென்று அரசனது படைகள் ஆவலாயிருந்த பொழுது, இந்த மேன்மக்களில் பலர், ரீகாவின் அரண்களைப் பலப்படுத்துவதில் வியாபாரிகளோடு ஒத்துழைத்தனர்.

அன்றையதினமே, பாத்குல் அந்தத்துயரச் சேதியுடன் மிதாவுக்கு வந்தான். அரசன் சாப்பாட்டை இடையிலே நிறுத்திவிட்டுக் கிளைவிளக்கை எடுத்துக்கொண்டு படுக்கை யறைக்குப் பாத்குலுடன் விரைந்தான்.

''ஐயா, என்னைப்போரில் உந்தித்தள்ளியது நீங்கள். ஆம், நீர்தான். உமது வாக்குறுதியை நம்பி நான் வாளை உருவினேன். இப்பொழுது, அந்தக் குடிகாரர்கள், பெருந்தீனிக்காரர்கள், லிவோனிய மேன்மக்கள் இன்னும் தயங்குவதாகச் சொல்கிறீர்கள்'' என்ற அகஸ்ட் கூறினான்.

வெண்மையான பட்டாளத்துக் கோட்டை அணிந்து சிறப்பாகக் காட்சியளித்த பேருருவாளனான அகஸ்ட், முஷ்டியை மடக்கிக்கொண்டு பாத்குலை நெருங்கினான்; ஆத்திரத்தில் அவன் கூறிய பல விஷயங்களைக் குறிப்பிடாதிருப்பதே நலம்.

''டேனிஷ் துணைப்படை எங்கே? அது கிடைக்குமென்று உறுதிகூறினாய். ஜார்பீட்டரின் ஐம்பது படைப்பிரிவுகள் எங்கே? இரண்டு லட்சம் பொற்காசுகள் எங்கே? இந்தப் பாழாய்ப்போன போலிஷ்காரர்கள் பணத்துக்காகத்தான் காத்துக்கொண்டிருக்கின்றனர்! நான் வெற்றியடைந்தால், அவர்களும் வாளை உருவிக் களத்தில் குதிப்பார்கள். நான் தோற்றால், பயங்கரமான உள்நாட்டுப் போரைத் தொடங்குவார்கள்'' என்றான் அகஸ்ட்.

அவனது வாய் நுரைத்து நிறைவான அழகு இதழ்கள் வழியே சொட்டியது. அவனது அந்த சந்தமான வதனம் துடித்தது. பாத்குல் தன் கோபத்தை அடக்கிக்கொண்டு, முகத்தைத் திருப்பிக்கொண்டான். அவன் கூறினான்:

''ஐயா, ஸ்வீடிஷ் ஆட்சியை ஒழித்தால், மாஸ்கோ காட்டுமிராண்டிகள் படையெடுக்க மாட்டார்களென்பதற்கு மேன்மக்கள் உத்திரவாதம் கோருகிறார்கள். அவர்களது தயக்கத்துக்கு இதுதான் காரணம் என்பது என் கருத்து.''

''மடத்தனமான பேச்சு. வீண்பயம். யாம்பர்க்குக்கு அப்பால் போவதில்லையென்று ஜார் பீட்டர் சிலுவைமீது ஆணையிட்டுச் சொல்லியிருக்கிறான். இங்கிரியாவும் காரீலியாவும் தாம் ருஷியருக்குத்தேவை. அவர்கள் நார்வாவைக் கைப்பற்றுவதற்குக்கூட முயலமாட்டார்கள்.

''ஐயா, ருஷியர்கள் துரோகம் செய்வார்களென்று நான் ஊகிக்கிறேன். ரஷிய உளவாளிகள் நார்வாவுக்கும் ரீவாலுக்கும் அனுப்பட்டிருப்பதை நான் அறிவேன். சரக்குகளைக் கொள்முதல் செய்வதாக நடித்து அந்தக் கோட்டைகளது உருவரைப் படங்களை வரையுமாறு அவர்கள் பணிக்கப்பட்டிருக்கிறார்கள்.''

இதைக்கேட்ட அகஸ்ட் வியப்புற்றான். வண்ணம் பூசிய நகங்களை உடைய பெரிய கையால் உடைவாளின் பிடியைப் பற்றிக்கொண்டான். அவனது வட்டமான மோவாய் செருக்கால் உயர்ந்தது.

''பாத்குல், நார்வாவோ, ரீவாவோ, ரீகாவோ ருஷியர்களைக் காணாது என்று நான் உறுதிகூறுகிறேன். என்ன நடந்தாலும் சரி, இந்த நகரங்களை ஜார் பீட்டரின் பிடியிலிருந்து விடுவிப்பேன்.''

மிதாவிலிருந்த மாளிகையில் அகஸ்ட்டுக்கு சலிப்புத் தட்டியது. இந்த வாழ்வு அவனுக்குக் கசந்தது. சேனை அருகே இருந்ததால், அபிவிருத்தி ஏதும் ஏற்படவில்லை. கோபர் சாண்ட்ஸ் கோட்டையின் வீழ்ச்சி ஒன்றுதான் அவர்களுக்குக்கிடைத்த வெற்றி. ரீகாவை இருமுறை தாக்கியதும் வியர்த்தமாகிவிட்டது. லிவோனிய மேன்மக்கள் குதிரைமீது ஏறிக் கலகக்கொடி உயர்த்துவதைப் பற்றி இன்னும் யோசித்துக்கொண்டிருந்தனர். போலிஷ் செல்வந்தர்கள் விழிப்போடு காத்திருந்தார்கள். சட்டசபை கூடும்பொழுது, இந்த ஆபத்தான போரில் அரசன் ஏன் போலந்தை இழுத்துவிடுகிறான் என்ற கேட்பதற்குத் தயாராயிருந்தனர்.

மிதாவில் பருவநிலை மோசமாயிருந்தது. பணம் இல்லை. குர்லாண்ட் பிரபுக்கள் மடையர்களாயிருந்தனர். அவர்களது மனைவிமார்களோ, பெண்மையின் கவர்ச்சியற்றவராய், கன்று ஈனும் நிலையிலுள்ள சினைப்பசுக்களைப் போலிருந்தனர். குர்லாண்டின் கோமகனான பிரெடரிக்வில் ஹல்ம் என்ற வாலிபன், மமதைகொண்ட தற்பெருமை காரணமாகவும் சகிக்கமுடியாத வாயாடியாகவும் இருந்தான். வார்ஸாவிலிருந்து அகஸ்ட்டுடன் வந்திருக்கும் அவனது சினேகிதி அதலிதான் ஊக்கம் மிகுந்த அவன் வியாகூலத்துக்குப் பலியாகாது தடுத்தாள்.

அதலி நாட்டியங்களையும் வேட்டைகளையும் ஏற்பாடு செய்தாள். வார்ஸாவிலிருந்து இத்தாலிய நடிகர்களைத் தருவித்தான். வரை நெறி ஏதுமின்றிப் பணத்தைவாரி இறைத்தாள். அதலிக்குப் பொற்காசுகளைக் கணக்கு வழக்கில்லாமல் கொடுக்க நேர்ந்ததால்,சில சமயங்களில், அகஸ்ட்கூட கனைத்தான். இத்தாலிய நடிகர்களுக்குப் பருவநிலை ஒத்துக்கொள்ளவில்லை; நீர் கோர்த்துக்கொண்டது; இருமல் வந்தது. நடனங்களுக்கு ஏற்பாடுகள் நேர்த்தியாகச் செய்யப் பட்டன. ஆனால் நயமான இன்பங்களைத் துய்த்தறியாத உள்ளூர் மேன்மக்கள் இதற்கு என்ன செலவாகியிருக்குமென்று மனக்கணக்குப் போட்டுக்கொண்டு விழிகளைப் பிதுக்கினார்கள்.

ஒருநாள், அரசன் நண்பகல் போஜனம் சாப்பிட்டுக் கொண்டிருந்தான். வழக்கப்படி, அவன் ஒரு சிறு மேஜைக்கு முன்னால் தனியாக உட்கார்ந்து உண்டான். பெண்கள் அவனுக்கு எதிரில், அரைவட்ட வடிவில் அமைந்த 'கில்ட்' நாற்காலிகளில் அமர்ந்திருந்தனர். அரசன் ஒரு நேர்த்தியான சிறிய பொய்மயிரையும், பூப்போட்ட கோட்டையும் மெல்லிய லினன் சட்டையையும் அணிந்திருந்தான். சட்டையின் குஞ்சம் இடுப்பைத் தொட்டது. உலர்ந்த முகத்தையும் வண்ணம் பூசிய மீசையையும் உடைய ஒருகிழவன் அரசனது கோப்பையில் உயர்ரக ஒயினை ஊற்றிக்கொண்டேயிருந்தான். அன்று, 'பீட்ரூட்' மாதிரிச் சிவந்த கன்னங்களை உடைய ஆறு உள்ளூர் சீமாட்டிகள் அரசனுக்கு முன் உட்கார்ந்து கொண்டிருந்தனர். ஆறு பருத்துத்தடித்த பிரபுக்கள், மாவு தூவிய பொய்மயிர் அணிந்த பெண்களுக்குப் பின்னால் நின்று கொண்டிருந்தனர். இரண்டு நாற்காலிகள் காலியாகவிருந்தன.

அகஸ்ட் முயல் இறைச்சியைத் தின்றுகொண்டே, அந்தச் சீமாட்டிகளை நோக்கினான்; கணப்பில் விறகுகள் வெடிப்பொலி செய்தன. மூக்கால் உறிஞ்சுவது மாதிரி விரும்பத்தகாத ஓசை ஏதும் செய்யக்கூடாதென்பதற்காகச் சீமான்களும் சீமாட்டிகளும் அசைவற்று இருந்தனர். அந்த அமைதி எரிச்சலை ஊட்டியது. அகஸ்ட் மேஜைமீது முழங்கையை ஊன்றிக்கொண்டு, உதட்டைக் கைத்துண்டால் துடைத்துவிட்டு அத்துண்டைக் கீழே போட்டான்.

''சீமான்களே சீமாட்டிகளே, உமது உயர்வான நகரத்தின் விருந்தாளியாக விருப்பதில் எனக்குள்ள மனமகிழ்ச்சியை எத்தனை தடவைகள் எடுத்துக் கூறினாலும், எனக்குச் சலிப்புத் தட்டாது.'' அவன் கைச்சைகையால் தன் பேச்சுக்கு அழுத்தம்கொடுத்தான். ''குர்லாண்ட் பிரபுக்களது உயர்வான ஒழுக்கம் பிறருக்கு முன்மாதிரியாக விளங்கவேண்டும். நீங்கள் நிதானமான உலக அறிவையும் பிரபுத்துவ கண்ணோட்டத்தையும் ஒருங்கே பெற்றிருக்கிறீர்கள்.''

பிரபுக்கள் தமது குதிரை மயிர் முடிகளைப் பெருமிதத்துடன் தாழ்த்தினார்கள். உட்கார்ந் திருந்த சீமாட்டிகள் சிறிது நேரத்தவக்கத்துக்குப் பின் (ஏனெனில், அவர்களுக்குப் பிரெஞ்சுமொழி நன்றாகப் புரியவில்லை) தமது விரிந்து பருத்த சந்துப்பட்டைகளை உயர்த்தி வணங்கினார்கள்.

''சீமான்களே சீமாட்டிகளே, பயன் விளைவிலேயே கண்ணாயுள்ள நமது யுகத்தில், பிரஜைகளின் க்ஷேம நலனைக் கருதி, அரசர்களும் சில சமயங்களில் தமது உயர்நிலையிலிருந்து இறங்க வேண்டியிருக்கிறது. இது பரிவுக்குரிய விஷயம். அந்தோ, எல்லோரும் இந்த உண்மையைப் புரிவதில்லை.'' அவன் பெருமூச்சுவிட்டு வானத்தை நோக்கினான். ''இந்தப் போலிஷ் பிரபுக்களை என்னென்பது! அவர்களது வேந்தன் எதிரிகளது கோட்டைகளைப் பிடிப்பதற்காக வாளை உருவும் பொழுது, அந்த ஒற்றைச் சாண் நினைப்புடைய ஊதாரிகள், டம்பாச்சாரிகள் என்ன செய்கிறார்கள்? மமதையில் மண்டை கனத்துப்பொன்னையெல்லாம் விருந்திலும் வேட்டையிலும், குடிகாரச் சோம்பேறிகளது பராமரிப்பிலும் விரயம் செய்கிறார்கள்.''

அகஸ்ட் சிறிதளவு ஒயினைக் குடித்தான். பிரபுக்கள் காதைத் தீட்டிக்கொண்டு கவனமாகக் கேட்டார்கள்.

''அரசரைக் கேள்வி கேட்பது மரபு அல்ல. ஆனால் அரசர்கள் தம் பிரஜைகளின் கண்களை நோக்கி அவர்களது உள்ளக்கிளர்ச்சியை உணர்ந்து கொள்கிறார்கள். சீமான்களே, நான் இந்தப் போரை எனது பத்தாயிரம் படைவீரருடன் தன்னந்தனியாகத் தொடங்கினேன். இதை ஓர் உன்னதமான கோட்பாட்டின் பெயரால் ஆரம்பித்தேன். போலந்து உள்நாட்டுச் சச்சரவால் சீரழிகிறது. வெறிகொண்ட ஓநாயான பிராண்டன்பர்க்கின் எலக்டர் நமது ஈரலைக் கடிக்கிறான். ஸ்வீடன் பால்டிக் கடலில் ஏகச்சக்கராதிபத்தியம் செலுத்துகிறது. சார்லஸ் இப்பொழுது சிறுவனாக இல்லை. அவனது துணிவு மட்டுமீறி வளர்ந்துவிட்டது. நான் முந்திக்கொண்டு லிவோனியாவைத் தாக்கியிராவிட்டால், ஸ்வீடிஷ்காரர்கள் இங்கு வந்திருப்பார்கள்; குர்லாண்டின் தானியத்துக்கு ஐந்து மடங்கு வரி விதித்தும் உங்களது எஸ்டேட்டுகளைப் பறிமுதல் செய்தும் அட்டூழியம் செய்திருப்பார்கள்.''

அவனது கண்கள் அகல விரிந்தன. பிரபுக்கள் கஷ்டப்பட்டு மூச்சுவிட்டார்கள். சீமாட்டிகள் விறைப்பாக அமர்ந்தனர்.

''ஆண்டவன் என்னிடம் ஒரு திருப்பணியை ஒப்படைத்திருக்கிறார். எல்ப் நதிமுதல் நீப்பர் நதிவரை, பாமரேனியா முதல் பின்னிஷ் கடற்கரைவரை ஓர் அகண்ட ராஜ்யத்தை அமைத்து, சமாதானத்தையும் சுபீட்சத்தையும் நல்கும் பெரும்பணியே அது. வடித்த கஞ்சியை யாராவது குடிக்க வேண்டும். ஸ்வீடிஷ் வணிகரும் பிராண்டன்பர்க் வியாபாரிகளும் ஆம்ஸ்டர்டாம் வர்த்தகர்களும் தமது தேக்கரண்டியை அக்கஞ்சியை நோக்கி நீட்டுகிறார்கள். சீமான்களே, நான் ஒரு பிரபு இந்தக் கஞ்சியை நீங்களே அமைதியாகப் பருக வேண்டுமென்பதே என் ஆவல்.'' அவன் எந்த அளவுக்கு இறங்க வேண்டுமென்பதைக் கணக்கிட்டான்போல முகத்தை உயர்த்திக் கூரையை நோக்கினான். ''நேற்று, எஸ்டேட்டில் கொள்ளையடித்ததற்காக இரு கள்வர்களைத் தூக்கிலிட்டேன். ஆனால் சீமான்களே என் சிப்பாய்கள் இரத்தம் சிந்துகின்றனர். அவர்கள் புகழையே நாடுகிறார்கள். எனினும், இந்தப் பாழாய்ப்போன புரவிகளுக்கு ஓட்ஸும் உலர்புல்லும் தேவைப்படுகின்றன! நாம் யாருக்காகக் குருதி சிந்துகிறோமோ, அவர்களது தீர்க்கதரிசனத்துக்கு வேண்டுகோள் விடுக்க வேண்டிய நிலையில் உள்ளேன்.''

அரசனது நோக்கத்தை இறுதியில் உணர்ந்த சீமான்களின் முகம் கருஞ்சிவப்பாகியது. அவர்களது மௌனத்தைக்கண்டு, அகஸ்டின் எரிச்சல் அதிகமாகியது. எனவே தன் பேச்சில் பல கொச்சையான பாளையத்துச் சொற்றொடர்களை விரவத் தொடங்கினான். அந்த நேரத்தில், அதலி அறையினுள் பிரவேசித்தாள். தாழ்ந்திருந்த கண்ணிமைக் கதுப்புகள் அவளது வெளிறிய முகத்துக்கு ஓர் உத்வேகத்தை அளித்தன. அவன் அரசனுக்கு வணங்கி, முத்துப் பதித்த விசிறியை அசைத்த பொழுது அவளது உதாசீனப் போக்கு கவர்ச்சியாகவிருந்தது. அதிசயிக்கத்தக்க பாரிஸ்புதுமையான அந்த விசிறியைச் சீமாட்டிகள் கடைக்கண்ணால் நோக்கினர். அதலி தலைவணங்கிக் கூறினாள்:

''ஐயா, மாஸ்கோவில் வீனஸை உங்களுக்கு அறிமுகம் செய்யும் மகிழ்ச்சியை எனக்கு அளிக்க வேண்டுகிறேன்.''

அவள் தனது பின்தானைச் சுமையைப் பின்னால் இழுத்துக்கொண்டே கதவுக்குச்சென்று, அங்கிருந்து அலெக்ஸாண்டிரா வால்காவாவைக் கைப்பிடித்து அழைத்துக்கொண்டு வந்தான். அவளது பல தந்திரங்களில், இதுவே கைதேர்ந்த தந்திரமாயிருந்தது. வால்காவ் தம்பதிகளின் வருகையைப்பற்றி முதன் முதலில் அறிந்த அதலி, அவர்கள் தங்கியிருந்த சாவடிக்கு விஜயம் செய்தாள்; உடனடியாக அலெக்ஸாண்டிராவின் நிறை குறைகளைக் கணித்துவிட்டான். அவளை அரண்மனையில் தனக்கு ஒதுக்கப்பட்டிருந்த பகுதிக்கு இட்டுச் சென்றாள். அவளது

ஆடைகளைப் பரிசீலனை செய்த பிறகு, மாஸ்கோ ஆடைகளை உடுத்துவதற்குக் கண்டிப்பான தடையை விதித்தாள். நூறு பொற்காசுகளுக்கு வாங்கப்பட்ட சிறந்த ஆடைகளைக்கூட ''அன்பே, இவை ஸாமோயீதர்*களுக்குத்தான் ஏற்றது'' என்று கூறி நிராகரித்தாள்.

''பொய்மயிரா! அது சென்ற நூற்றாண்டில் அணியப்பட்டது. வார்ஸேல்ஸில் நடந்த தேவதை விழாவுக்குப் பிறகு, யாரும் பொய்மயிர் அணிவதில்லை குழந்தாய்'' என்றாள். சகல பொய்மயிர்களையும் தீயிலிட்டுக் கொளுத்துமாறு, அதலி தன் பணிப்பெண்ணுக்கு உத்திர விட்டான். அலெக்ஸாண்டிரா வரம்பு கடந்த பயபக்தியின் வசப்பட்டுத் தெண்டத் தெண்ட விழித்தாள்; அதலி சொன்னதற்கெல்லாம் தலையசைத்தாள். அதலி தன் பெட்டியிலிருந்து ஆடைகளை எடுத்து, மாலை உடை தரித்த தலைசிறந்த பெண்ணாக அலெக்ஸாண்டிராவை அலங்கரித்தாள்.

அகஸ்ட் இந்த மாஸ்கோ வீனஸை உற்று நோக்கி வியப்பும் உவகையும் அடைந்தான். அவளது சாய்ந்த தலையில் இரண்டு பொன்னிற அலைகள் தென்பட்டன. ஒரு சுருளான மயிர்த் திரள். அவளது ஆடையின் தாழ வெட்டிய மார்புப் பகுதிமீது புரண்டது. கூந்தலிலும் உடையிலும் சில மலர்கள் காட்சி தந்தன. ஆடையை உப்பச் செய்வதற்கான சாதனம் எதையும் உள்ளே அணியவில்லை. கிரேக்கச் சொக்காய்மாதிரி நேராக வெட்டித் தைத்த அவ்வாடை எளிமையாக விருந்தது. அவளது தோள்மீது போட்டிருந்த பொன்னிறச் சரிகைத்துணி, தரையில் புரண்டது.

அகஸ்ட் அவளது விரல் நுனிகளைக் கையிலெடுத்து, முகத்தைச் சாய்த்து முத்தமிட்டாள். சீமாட்டிகளது சிவந்த முகங்களை அலெக்ஸாண்டிரா சிறிது நேரம் நோக்கினாள். அவள் நீண்ட காலமாக எதிர்நோக்கிய நேரம் வந்துவிட்டது. இந்த அரசன், கற்பிதமான கதைகளில் வரும் மன்னன் போலிருந்தான்; சீட்டுக்கட்டு ராஜா உயிர்த்தெழுந்தமாதிரி இருந்தான் என்றும் சொல்லலாம். நல்ல ஆகிருதி உடையவன்; அருமையான உருவப் பொலிவு; நன்னய நடத்தைக்குரியவன்; சிவந்த உதடுகள், உயரமான விற்புருவங்களின் அமைப்பும் உன்னதமானது தான். மந்திர சக்தியால் கட்டுண்டவன்போல், ஸாங்கா அவனது ஒளிர்ந்த விழிகளை நோக்கினாள். ''நான் சரண் அடைவது உறுதி'' என்று தனக்குள் எண்ணிக் கொண்டாள்.

கிட்டத்தட்ட ஒரு வாரம், வால்காவ் சாவடியில் காத்திருந்தான். அலெக்ஸாண்டிராவை இட்டுக்கொண்டு போனவர்கள் அவனை மறந்து விட்டார்கள். அவன் மாளிகைக்குச் சென்று விசாரித்தான். மறுநாள் அரசன் அவனைத் தவறாது காண்பானென்று ஒவ்வொரு தடவையும் அரசனது பணியாள் நல்லிணக்கத்தோடு உறுதி கூறினான். வால்காவ் பொழுதைக் கழிப்பதற்காக வளைந்து சென்ற குறுகிய தெருக்களில் சுற்றித் திரிந்தான். எளிய கூரையும் இரும்புக் கதவும் உடைய உயரமான குறுகிய வீடுகளில் ஜனசஞ்சாரமில்லையென்று தோன்றியது. அவன் அரிதாகவே இரவுக் குல்லாய் அணிந்து சீறிய முகத்தை உயரமான ஜன்னலுக்குப் பின்னால் கண்டான். சந்தைகளில், அநேகமாகச் சகல கடைகளும் மூடிக் கிடந்தன. சில சமயங்களில், நான்கு சோனிக் குதிரைகளால் இழுக்கப்பட்ட துப்பாக்கி வண்டிகள் பெரிய வட்டக் கற்கள் பாவிய சாலையில் கடகடவென்று சென்றன. சிடுசிடுவென்று இருந்த குதிரைக்காரர்கள், விசையோடு வீசிய காற்றிலிருந்து தம்மைப் பாதுகாத்துக் கொள்வதற்காக மேலாடைக் கம்பளியால் தம்மைப் போர்த்திக் கொண்டனர். பிச்சை எடுக்கும் விவசாயிகளும், கண்ணீர்க் கறை படிந்த முகத்தினை உடைய பெண்களும் கந்தல் அணிந்த குழந்தைகளுமே, கோஷ்டி கோஷ்டியாக வீதிகளில் திரிந்தனர். அவர்கள் குல்லாயை நீட்டிக்கொண்டு ஜன்னல்களை அண்ணாந்து நோக்கினர்.

---

* வடமேற்கு சைபீரியாவில் வாழும் குடிகள்.

இரவில், சாப்பாட்டை முடித்துக்கொண்டபின், வால்காவ் கையில் வைத்துக் கொண்டு மெழுகுவத்தி வெளிச்சத்தின் அருகே, அமர்ந்து தன் மனைவியையும் மாஸ்கோவையும்தான் வேலையின் கஷ்டங்களையும் பற்றிச் சிந்தித்தான். தகப்பனும் பாட்டனும் போதித்தமாதிரி பணிவாகவும் தெய்வ பயத்தோடும் மூத்தோரிடம் வினயமாகவும் நடந்துகொள்வதால், இந்தக் காலத்தில் பயன் அதிகம் இல்லை. பல்லும் நகமும் உடையவர்கள் தாம் வெற்றியடைகிறார்கள். அலெக்ஸாண்டர் மென்ஷிகோவ் தைரியசாலி, துடுக்கானவன். நேற்றுவரை பணியாளாக இருந்தான். இன்று கவர்னராகி விட்டான். ஜாரின் புடையர் குழுவில் ஒருவனாகி விட்டான். பிறரைக் காட்டிலும் இரண்டு அடி உயர்வதற்குச் சமயத்தை எதிர்பார்த்துக் கொண்டிருந்தான். அலியோஷ்கா பிராவ்கின், பட்டாளத்துக்கு ஆள் சேர்ப்பதற்கான காவலரின் காப்டனாக உயர்ந்துவிட்டான். யாஷ்கா பிராவ்கின் சிடுசிடுப்பான காட்டுமிராண்டி; விகாரமான விவசாயி; ஆனால் அவன் ஒரு கப்பலுக்குத் தலைவனாகிவிட்டான். ஸாங்கா! ஆ, ஸாங்கா! கடவுளே, கடவுளே! இன்னொருவன், கணவானாயிருந்தால் சவுக்காலடித்து முதுகெல்லாம் ரணகாயமாக்கி யிருப்பான். இவற்றிலிருந்து விளங்குவது என்ன? அவன் புதிதாகப் புரிந்துகொள்ள வேண்டிய விஷயம் ஒன்று உள்ளது. சாதுக்களுக்குச் செல்வாக்கு இல்லை, ஆதரவு இல்லை. நீங்கள் விரும்பினாலும் விரும்பாவிட்டாலும், ஏணியில் ஏறித்தான் ஆகவேண்டும். அவன் மெழுகுவத்திச் சுவாலையைத் துயரத்தோடு பார்த்தான். பனிபெய்த கூரைமீது புயற்காற்று ஊளையிட்டதைக் கேட்டுக்கொண்டு, அமைதியான மாளிகையில் வாழ்ந்த அந்தக் காலத்தின் மன அமைதி எப்படிக் கிடைக்குமென்று அவன் ஏங்கினான். அந்தக் கணப்பின் வெப்பம், அந்த வெட்டுகிளிகளின் அரவம், அந்தச் சாவகாசமான இன்பச்சிந்தனைகள்! அவனும் பப்பன்ராவின் வரலாற்று நூலைப் படிப்பதா? மென்ஷிகோவ் அல்லது ஷாப்ரோவ்மாதிரி வர்த்தகம் செய்வதா? அது கடினமான காரியம்; அவனுக்கு அதில் பழக்கமில்லை, போர் மட்டும் விரைவல் தொடங்குமானால்! வால்காவ் குடியினர் சாதுக்கள் தாம். ஆனால் அவர்கள் போர்க்கோலம் பூண்டு புரவிமீது ஏறிவிட்டால் அதுவேறு விஷயம். யாஷ்கா பிராவ்கினும் அலியோஷ்கா பிராவ்கினும் உச்ச நிலைக்கு வரமுடியுமா என்று அப்பொழுது பார்க்கவேண்டும்.

இவ்வாறு சிந்தனையிலாழ்ந்திருந்த ஒரு மாலையில் அரசனது அதிகாரி சாவடிக்கு வந்தான்; இதுவரை தவக்கம் செய்ததற்குப் பன்முறை வருத்தம் தெரிவித்துவிட்டு, வால்காவ் உடனே அரண்மனைக்கு வரவேண்டுமென்று வினயமாக வேண்டிக்கொண்டான். வால்காவ் உணர்ச்சி வசப்பட்டு அவசரமாக ஆடை உடுத்திக் கொண்டான். அவர்கள் கோச்சில் சென்றனர். அகஸ்ட் அவனைப் படுக்கையறையில் வரவேற்றான். அவன் கரத்தை நீட்டியது மட்டுமல்லாமல், வால்காவ் மண்டியிடுவதை அனுமதிக்காது அவனைக் கட்டி தழுவினான். அவனை அண்மையில் அமர்த்திக்கொண்டு அகஸ்ட் பேசினான்ஃ

''என் நண்பரே எனக்குப் புரியவே இல்லை. என் அவையிலுள்ள முறை கேட்டு மன்னிப்புக் கேட்பதைத் தவிர நான் என்ன செய்ய முடியும்? இன்று சாப்பிட்டுக்கொண்டிருந்தபொழுது தான், உமது வருகையைப்பற்றி அறிந்துகொண்டான்; அதலி பொறுப்பில்லாத பெண்மணி; அவள் உம்மனைவியால் கவர்ச்சிப்பட்டு விட்டான். அவனை உம்மிடமிருந்து இட்டுக்கொண்டு வந்து, அவளது நட்பை ஒருவார தனிமையில் அனுபவித்து வருகிறாள். அவள் இங்கிருப்பது ஒருவருக்கும் தெரியாது.''

வால்காவ் எழுந்திருக்க முயன்றான்; ஆனால் அவன் தலை குனிந்து வணங்கி விடை கூறுவதற்குமுன்பாக, அகஸ்ட் அவனது தோளில் கைபோட்டு அமுக்கி உட்கார்த்தினான். அவன் சிரித்துக்கொண்டே உரக்கப் பேசினான்; ஆனால் விரைவில் சிரிப்பதை நிறுத்தினான்;

''நீங்கள் பாரிஸுக்குப் போகிறீர்களென்பதை நான் அறிவேன். நண்பரே, அந்தரங்கமான செய்திகளடங்கிய கடிதங்களை என் சகோதரரான ஜாருக்குக்கொண்டு செல்ல வேண்டுமென்று உம்மைக் கேட்டு விரும்புகிறேன். அலெக்ஸாண்டிரா இவனோவ்னா, உமக்காகச் சீமாட்டி அதலியின் அரவணைப்பில் பரிபூர்ண பாதுகாப்போடு காத்திருப்பாள். உமக்குக் கடைசிச் சேதிகள் தெரியுமா?''

சிரிப்பைத் துடைத்துவிட்ட மாதிரி இருந்தது முகம். இதழ்களின் ஓரத்தில் கோபவரிகள் படர்ந்தன.

''ரீகாவில் நிலைமை மோசமாயிருக்கிறது. லிவோனிய மேன்மக்கள் என்னை வஞ்சித்து விட்டார்கள். என் சிறந்த தளபதியான கார்லோவிஸ் மூன்று நாட்களுக்கு முன்னால் வீரமரணம் எய்தினான்.

அவன் முகத்தைக் கையால் மூடிக்கொண்டான். அவப்பேறுற்றுக் காலமான கார்லோவிஸை எண்ணி ஒரு விநாடி மௌனமாயிருந்தான்.

''சட்டசபைக் கூட்டத்தில் கலந்து, ஜனங்களது மனத்தில் எழுந்துள்ள பயங்கரமான குழப்பத்தை அகற்றுவதற்காக நான் நாளைக்கு வார்ஸா செல்கிறேன். வார்ஸாவில் உம்மிடம் கடிதங்களையும் தஸ்தவேஜிகளையும் கொடுப்பேன். ருஷியச்சேனை உடனடியாகக் களம் புகுவதின் அவசியத்தை ஜாருக்கு உணர்த்த சலியாது முயலுங்கள்.''

இரவில் அதலி தன் பணிப்பெண்ணை எழுப்புவாள். மெழுவத்தி ஏற்றப்படும். கணப்பில் தீ மூட்டப்படும். பழங்கள், அப்பங்கள் இறைச்சி, ஒயின் ஆகியவை நிறைந்த சிறிய மேஜைகொண்டு வந்து வைக்கப்படும். அதலியும் ஸாங்காவும் படுக்கையிலிருந்து எழுந்து இரவுணவுக்கு உட்கார்வார்கள். இராக்காலக் கவுனையும் சரிகைக்குல்லாயையும் மட்டும் அணிந்து, சாப்பிடத் தொடங்கினார்கள். ஸாங்கா உறங்க வேண்டுமென்று துடித்தாள். பகல் முழுவதும் கணநேரம் கூட ஓய்வு இல்லாத பொழுது, ஒவ்வொன்றையும் பற்றச் சிக்கலாகச் சுற்றிவளைத்துப் பேசவேண்டியிருந்த பொழுது, ஒவ்வொரு விநாடியும் விழிப்பாக இருக்க நேரிட்டபொழுது இரவில் தூக்கம் வராமல் இருக்குமா? ஆனால் அவன் தன் உப்பிய கண்களைத் துடைத்துக்கொண்டு, பன்னிறக் கோப்பையிலிருந்த ஒயினைத் தைரியமாகப் பருகினாள்; இதழோரங்களை உயர்த்தி முறுவலித்தாள். அவள் வெளி நாட்டுக்குவந்தது, உறங்கு வதற்காகவல்ல, பண்பார்ந்த நன்னடத்தையைக் கற்றுக் கொள்வதற்காக. இந்த நவநாகரிகத்தை அரசவைகள் கூட எப்பொழுதும் புரிந்துகொண்டிருப்பதாகக் கூற முடியாதென்றும் வார்ஸேல்ஸில் கூட கரடுமுரடான நடத்தை பெரிய அளவுக்கு எஞ்சியிருப்பதாகவும் அதலி அவளிடம் கூறியிருந்தாள். ''என் அன்பே, நீயே எண்ணிப்பார். ஈரமான மாலைவேளையில் பலகணிக் கதவைத்திறக்க முடியாது. அரண்மனையைச் சுற்றிலும் அவ்வளவு கெட்டவாடை, மாடி முகப்பிலிருந்து புதர்ச்செடிவரை எங்கும் இந்தத் துர்நாற்றம் வீசும். அரசனது கெட்டவாடை, கூட்டமாக வசிக்கிறார்கள். அவர்கள் அசுத்தமான படுக்கையில் படுத்து உறங்குகிறார்கள். அழுக்கான உள்ளாடையின் நாற்றத்தை அடக்குவதற்காக நறுமணச்சத்தை ஊற்றிக்கொள்கிறார்கள். ஆ, நீயும் நானும் இத்தாலிக்குப்போகவேண்டும். அது இன்பக்கனவில் வாழ்வதுபோலிருக்கும். அங்குதான் ஒவ்வொரு வகையான பண்பாட்டுச் சிறப்பையும் காணலாம். கவிதை, சங்கீதம், உணர்ச்சிகளை வெளியிடும் வாய்ப்பு, மனத்துக்கு மகிழ்வூட்டும் கலைகள் அனைத்தும் அங்கு உள்ளன'' என்றாள் அதலி.

அவள் வெள்ளிக்கத்தியால் ஆப்பிளை நறுக்கிக்கொண்டிருந்தாள். கால்மேல் கால்போட்டுக் கொண்டு, தன் சிறிய மிதியடியைச் சுழற்றினாள்; பாதிக்கண்ணை மூடிக்கொண்டு ஒயினை மெல்லப் பருகினாள்.

''நவநாகரிகர்கள்தான் வாழ்வின் உண்மையான வேந்தர்கள். 'கைதேர்ந்த விவசாயி உழுகிறான். சுருசுருப்பான நெசவாளி தறியில் பாடுபடுகிறான். துணிவுள்ள வியாபாரி, மரணத்தைத் திரணமெனமதித்துத் தன் கப்பலின் பாயை விரிக்கிறான்... மனிதர்கள் எதற்காக உழைக்கிறார்கள். ஏனென்றால் தெய்வங்கள் இறந்துவிட்டன... ஒலிம்பஸ்.[1] குன்றின்மீது சிவந்த மேகங்களிடையே நான் வேறு வகைப்பட்ட தெய்வங்களைக் காண்கிறேன் என்று சொல்லப்பட்டிருக்கிறது. உனக்குத் தெரியுமா?''

மந்திரத்தால் கட்டுண்ட குழிமுயலைப்போல் ஸாங்கா அவளது பேச்சைக்கேட்டாள். அதலியின் நெற்றியில் சிறிய சுருக்கங்கள் விழுந்தன. அவள் காலிக்கோப்பையை நீட்டி 'ஒயினை ஊற்று' என்ற கூறிவிட்டுத் தொடர்ந்து பேசினாள்ஃ

''என் தோழி, நீ அகஸ்டின் அன்பை ஏற்பதற்கு ஏன் அஞ்சுகிறாய் என்பதுதான் எனக்குப் புரியவில்லை. அகஸ்ட் மிகவும் துன்பமடைகிறார். நல்லொழுக்கம் எனப்படுவது அறிவின்மைக்கு அறிகுறியே தவிர வேறொன்றுமில்லை. ஸ்பெயின் தேசத்துராணி, கழுத்தைத் தொடும் வகையில் கவுனைத் தைத்துத் தரித்துக்கொண்டு தன் கொழுமழுத்த மார்பகத்தை மறைத்துக்கொள்கிறாள். அதைப் போலவே தார்மீகத்துறையில் அருவருப்பாயுள்ளவள் அந்தக் குறையை மறைக்க நல்லொழுக்கத் திரையைப் பயன்படுத்திக்கொள்கிறாள். ஆனால் நீ-நீ கெட்டிக்காரி. உன்னிடம் கூர்ந்த அறிவு ஒளிர்கிறது. நீ உன் கணவனை நேசிக்கிறாய். நீ அவனிடம் உனக்குள்ள உணர்ச்சியைக்காட்டக் கூடாதென்று ஒருவரும் சொல்லவில்லை. ஆனால் அதைப் பலர் அறியக் காட்ட வேண்டாம். தோழி பரிகசிக்கத் தக்க நிலைக்கு தாழ்ந்து விடாதே. நல்லவனாயுள்ள நகரவாசி, ஞாயிற்றுக்கிழமையில் மனைவியை இடுப்பில் அணைத்துக் கொண்டு வெளியே உலாவச் செல்கிறான். ஏன்? தன் பொக்கிஷத்தை எவரும் கைப்பற்றத் துணியக் கூடாதென்பதற்காக. ஆனால் நாம் நவநாகரிக நாரீ மணிகள் எனவே நமக்கு விசேஷப் பொறுப்புகள் உள்ளன.''

அவளது குல்லாவின் நாடா, ஸாங்காவின் குனிந்த முகத்தை மறைத்தது. அவள் என்ன செய்வது? அவளால் ஓய்வில்லாமல் இருபத்தி நான்கு மணி நேரம் நடனமாட முடியும். எந்தக் கிரேக்கப் பெண்தெய்வத்தின் பாத்திரத்தை வேண்டுமானாலும் மேற்கொள்ள முடியும். ஓர் இரவு முழுவதும் உட்கார்ந்து ஒரு புத்தகம் முழுவதையும் படித்துவிட முடியும். கவிதையை மனப்பாடம் செய்யமுடியும். ஆனால் அவளிடம் இருந்த ஒரு விசயத்தை அவளால் நசுக்க முடியவில்லை. பெண்ணுக்குரிய இரக்கத்தை அரசனிடம் காட்டவேண்டுமென்று அதலி கூறுவதற்கு இணங்கினால், அவள் சித்திரவதைக்குள்ளாகி, வெட்கத்தால் செத்து விடுவாள். இதை எப்படி அதலிக்குப் புரியவைப்பது? அவள் பார்னஸஸ்[2] குன்றில் பிறந்தவள் அல்ல என்பதையும், பசுக்களைப் பராமரித்து வளர்த்தவள் என்பதையும் அதலியிடம் ஒப்புக்கொள்வதா? நல்லொழுக்கத்தைக் கைவிட அவள் சித்தமாயிருந்தபோதிலும், தன்னிடமுள்ள ஏதோ, ஒன்றிலிருந்து முறித்துக்கொள்ளும் சக்தி இல்லையென்பதை மனம் விட்டுக் கூறுவதா? இந்தப் புனிதமான ஒன்றை, அவளது வாழ்வின் உயிர் நிலையாக உள்ள இதை அவளது அன்னையின்

---

1. ஒலிம்பஸ்ஃ பண்டைக்கால கிரேக்கர்கள், தமது தெய்வங்கள் ஒலிம்பஸ் மலையில் வாழ்வதாக எண்ணினார்கள்-(மொர்)

2. பார்னஸஸ்ஃ கிரேக்க நாட்டிலுள்ள ஒரு குன்று. இன்னிசை, கவிதை, வைத்தியம், வில்வித்தை ஆகியவற்றில் புரவலனான அப்பாலோ(சூரியன்)வுக்கும் கலைகளது தலைவிகளான பெண் தெய்வங்களுக்கும் உயர புனிதமான இடம்.(மொர்)

அச்சமூட்டும் விழிகள் காத்து வருவதற்கு தோன்றுகிறதென்பதை அதலியிடம் எடுத்துச் சொல்வதா? அது எப்படிச் சாத்தியம்?

அதலி கட்டாயப்படுத்தவில்லை. ஸாங்காவின் கன்னத்தைக் கிள்ளவிட்டு அவள் பேச்சை மாற்றிவிடுவாள்:

''ஜார் பீட்டரைக் காண வேண்டுமென்பது என் நெடுநாளைய கனவு. ஓ, சம்மட்டியையும் வாளையும் ஆளும் அந்தக் கரத்தை நான் எவ்வளவு பயபக்தியுடன் முத்தமிடுவேன். ஹெர்குலீஸையும் அவனது பன்னிரண்டு பணிகளையும் ஜார் பீட்டர் எனக்கு நினைவூட்டுகிறார். ஆம். பீட்டரும் பல்தலைப் பாம்பை[1] எதிர்த்துப் போராடுகிறார். அகியஸின் லாயத்தைச் சுத்தம் செய்கிறார்.[2] இந்த உலகத்தைத் தன் தோள்களில் தூக்கிச் சுமக்கிறார். சில ஆண்டுகளுக்குள் வலுவான கப்பற்படையையும் வெல்லமுடியாத சேனையையும் பீட்டர் உண்டாக்கி விட்டா ரென்றால், அது பண்டைக் காலத்துக் கற்பனைக் கதை மாதிரி இல்லையா? சகல தளபதிகளது பெயர்களையும் மார்ஷல்களது பெயர்களையும் அறிந்துகொள்ள நான் ஆவலாயிருக்கிறேன். உங்களது ஜார், சார்லஸ் மன்னனுக்குத் தகுதியான எதிரி. மாஸ்கோ பருந்து, ஸ்வீடிஷ் சிங்கத்தின் பிடரியைத் தன் கூரிய நகங்களால் பற்றும் நாளை ஐரோப்பா ஆவலுடன் எதிர்நோக்குகிறது. நீ என் அறிவார்வத்தைப் பூர்த்தி செய்யவேண்டும்.''

எப்பொழுதுமே அதலி மாஸ்கோ விவகாரங்களைப் பற்றி அறிவதற்கேற்ற வகையில் உரையாடலை நடத்தினாள். ஸாங்கா தான் அறிந்த அளவுக்குப் பதிலுரைத்தாள் அவளது புதிய தோழி விழிப்பாகவும் நயமாகவும் பேசியதை அவளையும் அறியாமல் அவள் வெறுக்கத் தொடங்கினாள். ஏன் என்று அவளுக்கே புரியவில்லை. பிறகு, மூக்குவரை போர்வையை இழுத்துக்கொண்டு படுத்தபொழுது, அவளுக்கு நீண்ட நேரம் உறக்கம் வரவில்லை. இந்த இராக்கால சம்பாஷணைகள் அவள் மனத்தைக் கலங்கச் செய்தன. ஓ! நவநாகரிகம் எவ்வளவு கடினமான விஷயம்!

3

''**க**டைசியாக நான் சொல்லவேண்டியது இதுதான்; இந்தக் கூட்டொப்பந்தம் என்பது வெற்றுக் காகிதமே. கண்ணியமான செனேட்டர்களை அச்சுறுத்தலாம்; உமது துணிவு மிகுந்த தீரத்தை அது ஊறு செய்ய முடியாது. ஒரு பெண்ணின் விவேகத்தை நம்புங்கள்; டேனிஷ்காரர்கள் சமாதானத்தைக் குலைக்கமாட்டார்கள். ஜார் பீட்டரைச் சமாதானப் பேச்சு வார்த்தைகள் கட்டிப்போட்டுள்ளன. துருக்கியர்கள் அவனது கைக்கட்டை அவிழ்த்தாலொழிய அவன் களம்புகமாட்டான். ஆனால் துருக்கியரோடு சமாதானம் ஏற்படப் போவதில்லை. ருஷிய தூதராண உக்ரேன் ஸேவ் தன்னிடமிருந்த மயிர்ப்பட்டுக் கோட்டுகளையெல்லாம் துருக்கிய அமைச்சர்களிடம் வினியோகித்து விட்டான். அவனிடம் வேறு வாதம் எதுவும் இல்லை. ஜார் பீட்டர் தனது புதிய வாரனேஷ் கப்பற்படையை வெள்ளோட்டம் விட்டுத் துருக்கியர்களைப் பயமுறுத்த முயன்றான். ஆனால் அதன் பலன் வேறு விதமாகிவிட்டது. அது ஆங்கிலேயரையும்

---

1. கிரேக்க தேசத்துப் பீமனான ஹெர்குலீஸ் பன்னிரண்டு கடினமான பணிகளைச் சாதித்தான். அவற்றில் ஒன்று பல்தலைப்பாம்பை அழித்தது. ஒரு தலையை வெட்டினால் இரண்டு தலைகள் புதிதாக முளைத்தன. அத்தகைய பாம்பைக் கொன்றான்.

2. அகியஸ் என்ற அரசனது மாட்டுக் கொட்டகையில் மூவாயிரம் கால்நடைகள் இருந்தன. நீண்ட காலமாக அதைச் சுத்தம் செய்யவே யில்லை. ஒரே நாளில் அதைச் சுத்தம் செய்வது ஹெர்குலிஸின் பணியாயிற்று. ஆற்றையே திருப்பிவிட்டுக் கொட்டகையைச் சுத்தம் செய்தான் ஹெர்குலிஸ்-(மொர்).

டச்சுக்காரரையும் உஷார்ப்படுத்திவிட்டது. கான்ஸ்டாண்டி நோபிளிலுள்ள அவர்களது தூதர்கள், ருஷியக்கப்பல்கள் கருங்கடலுக்கு வரக் கூடாதென்பதில் உறுதியாகவிருக்கிறார்கள். இவர்களில் கொஞ்சமும் வளைந்து கொடுக்காதவனாக இருப்பவன் போலிஷ் ஸ்தானிகனான லீஸென்ஸ்கி யாகும். இவன் அகஸ்ட் அரசனின் கொடிய விரோதி கீவ், பொல்டாவா உட்பட உக்ரேன் முழுவதையும் போலிஷ்காரர்கள் ருஷியர்களிடமிருந்த கைப்பற்றுவதற்கு உதவ வேண்டுமென்று அவன் துருக்கி சுல்தானை இறைஞ்சினான்.

''இவைதான் கடைசியாகக் கிடைத்த செய்திகள். வார்ஸாவில் இவற்றைப் பற்றியே வம்பளந்து கொண்டிருக்கிறார்கள். அகஸ்டும் நானம் நடனங்களிலும் களியாட்டங்களிலும் ஏராளமாகப் பணம் செலவிட்டுக் கொண்டிருக்கிறோம். அந்தோ, அரசனது புகழ் இன்னமும் ஷீணித்துக்கொண்டிருக்கிறது. அவனுக்கு ஒரே ஆத்திரம். ஒரு ருஷியப் பேதையைத் துரத்திக் கொண்டிருக்கிறான்; அதன் மூலம் நகைப்புக்கு இடமாகிவிட்டான்.

''எனவே, வரலாற்றின் சாதகமான காற்று உமது கப்பற் பாய்களை நிரப்புகிறது; உமது வருங்காலப் புகழின் பாய்மரக் கயிறுகளில் எக்காளம் ஊதுகிறது. இப்பொழுது இல்லாவிட்டால் எப்பொழுதுமில்லை. உம்மை நேசிக்கும் அதலி.''

குஸ்ஸோர் காட்டில் இருந்தபொழுது சார்லஸுக்கு இந்தக் கடிதம் கிடைத்தது. அவன் மரத்தின் மீது சாய்ந்துகொண்டு இதைப் படித்தான். பைன் மரங்கள் சலசலத்தன. வானத்தில் மார்ச் மாத மேகங்கள் தாழ்வாகச் சஞ்சரித்தன. கீழே மூடு பனியால் சூழப்பெற்ற மலைப்பள்ளத்தில், வேட்டை நாய்கள் குரைத்தன. அந்தக் குரைப்பின் கிளர்ச்சி, அவை நல்ல வேட்டைக்குரிய விலங்குகளை அதிர்வுறச் செய்துவிட்டதை அறிவித்தது. ஒரு கிழவேடன், கற்களுக்கிடையே இருந்த பனியை மிதித்துக்கொண்டு, அருவி அரித்த அந்த மலைப் பள்ளத்தில் இறங்கினான். பல அடி இறங்கியபின், நம்பிக்கையோடு திரும்பி நோக்கினான். அரசன் அந்தக் கடிதத்தை மீண்டும் மீண்டும் படித்தான். அதைக் கொண்டுவந்த தூதன் குதிரையின் கடிவாளத்தைப் பிடித்துக் கொண்டிருந்தான். குதிரை, வேட்டை நாய்களில் குரல் கேட்ட திசையில் தன் செந்நீலக் கண்ணைச் சிரமப்படுத்தி நோக்கியது.

ஓர் ஆண் மான் பள்ளத்திலிருந்து வந்தது; சாய்வின் ஏற்றத்தில் விரைந்து வந்தது. சார்லஸ் தன் துப்பாக்கியை உயர்த்தவில்லை. மான் தனது கிளைத்த கொம்புகளைப் பின்னுக்குத் தள்ளிக்கொண்டு மரங்களுக்கு இடையே ஓடியது. சுமார் ஐம்பது கஜங்களுக்கு அப்பால், பிரெஞ்சுத் தூதர் நின்ற இடத்திலிருந்து துப்பாக்கிப் பிரயோகச் சத்தம் கேட்டது. சார்லஸ் திரும்பிப் பார்க்கவில்லை. அக்கடித் அவனது சிவந்த கையில் அசைந்தாடியது. மோவாயின் சுருக்கங் களைத் தோல் சட்டையின் காலரில் மறைந்திருந்த வேடன் திரும்பி வந்தான். சிறிய தலையும் குறுகிய முகமும் உடையவனும் மோட்டு மரச்சட்டத்தைப் போல் மெலிந்தவனும் கரிய கோட்டை அணிந்தவனுமான இந்த வாலிபனுக்குப் பின்னால் அந்தக் கிழ வேடன் வந்து நின்றான்.

''இந்தக் கடிதத்தை உன்னிடம் கொடுத்தது யார்?'' என்று சார்லஸ் வினவினான்.

அந்த அதிகாரி, குதிரையின் கடிவாளப் பிடியை நெகிழ விடாமல் ஓர் அடி நெருங்கினான்.

''பைப்பர் பிரபுகொடுத்தார். இதுவரை செனேட்டுக்குத் தெரியாத சில தகவல்களை உங்களிடம் வாய் மொழியாகக் கூறும்படியும் எனக்குக் கட்டளையிட்டார்.''

வட்டமான முகமும் சிவந்த கன்னங்களும் உடைய அந்த அதிகாரியின் சாம்பல் நிறக்கண்கள் தைரியத்தையும் ஆவல் மிகுதியையும் வெளிப்படுத்தின.

சார்லஸ் திரும்பினான். இந்தப் பிரபுக்கள் எல்லோருமே எதையோ எதிர்பார்ப்பதைப் போல இப்படித்தான் அவனைப் பார்த்தார்கள். இந்தக் காவலர்கள் அனைவருமே பட்டினி கிடந்து மோப்பம் பிடிக்கும் நாய்கள் மாதிரி நடந்துகொண்டனர். ''நீ என்னிடம் என்ன சேதியைத் தெரிவிக்க வேண்டும்?''

''டேனிஷ் சேனை-பதினைந்து அல்லது இருபது படைப் பிரிவுகளை உடையது-ஹோல்ஸ்டீன் எல்லையைக் கடந்துவிட்டது.''

சார்லஸ், அதலியின் கடிதத்தை மெதுவாகக் கசக்கினான். வேட்டை நாய்களின் குரைப்பு அருகில் கேட்டது. மரங்கள் அடர்ந்த பள்ளத்திலிருந்து கரடியின் உறுமல் கேட்டது. மரத்தின் மீது சாய்ந்திருந்த கைத் துப்பாக்கியைச் சார்லஸ் கையில் எடுத்துக்கொண்டான். முகத்தைத் திருப்பி அதிகாரியிடம் கூறினான்.

''உன் குதிரையை மாற்றிக்கொண்டு ஸ்டாக்ஹோமுக்குப் போ. நாம் எந்த நாளிலும் அனுபவிக்காத அளவுக்கு இன்புற்றிருப்பதாகப் பைப்பர் பிரபுவிடம் சொல்லு. மூன்று கிழக்கரடிகளைச் சூழ்ந்துவிட்டோம். பைப்பர் பிரபுவையும் தளபதி ரீன்ஸ்கோல்டையும் தளபதி லோவன் ஹாப்பையும் தளபதி ஷிலிப்பன்பாக்கையும் வேட்டைக்கு அழைப்பதாகத் தெரிவி. போ, விரைந்துசெல்.''

இயல்பாக வெளிறியிருந்த அரசனது முகம் ஆங்காங்கே சிவந்தது. அவன் துப்பாக்கிக் குதிரையைப் பின்னுக்கிழுத்தபொழுது விரல் துடித்தது. அவன் உறுதியாகப் பள்ளத்தின் நுழைவாயிலுக்கு விரைந்தபொழுது, அதிகாரி புன்னகை செய்துகொண்ட அரசனது கூனல் முதுகையும் செருக்கால் விறைந்த கழுத்தையும் நோக்கினான். அதன் பின் அவன் குதிரை மீது ஏறி, நிறைப்பனி பெய்திருந்த போதிலும் அதை விரட்டி ஓட்டிக் காட்டில் மறைந்தான்.

பதினான்கு கரடிகள் கொல்லப்பட்டன அல்லது கண்ணியில் சிக்கின. சிக்கிய கரடிக் குட்டிகளை ஸ்டாக் ஹோமுக்கு அனுப்புவதற்காகத் தோல் வார்களால் கட்டினார்கள். அந்தக் குட்டிகள் உறுமியபொழுது சார்லஸ் சிறுவனைப் போல் சிரித்தான். பைப்பர், ரீன்ஸ்கோல்டு, லோவன்ஹாப், ஷிலிப்பன்பாக் ஆகியோர் அதிகாலையிலேயே தோல் கோட்டும் காட்டுப் பறவை இறகுகளுடன் கூடிய தொப்பியும் அணிந்து வந்தனர்; ஆளுக்கு ஒரு கரடியை ஈட்டியால் குத்தினார்கள். பிரெஞ்ச் ஸ்தானிகரான கூஸ்கார்டு .ஏழடி உயரமுள்ள கரடியைச் சுட்டுக் கொன்றான்.

களைத்துச் சோர்ந்த வேடர்கள். நீர்வீழ்ச்சிக்கு அப்பால் இருந்த விடுதிக்குச் சென்றனர். அருவி பள்ளத்தின் அடியில் பெய்திருந்த பனிமீது விழுந்தபொழுது சோவென்று பேரிரைச்சல் செய்தது. அடுப்பில் பைன் விறகுகள் எரிந்ததால், போஜன அறையில் சூடாகவிருந்தது. சுவரில், பஞ்சு வைத்து அடைத்த மான் தலைகளிலும் கீரித் தலைகளிலும் இருந்த கண்ணாடிக் கண்கள் பிரகாசித்தன. வடிவில் சிறியவனான கூஸ்கார்டுக்கு ஒயின் குடித்து முகம் சிவந்தது. அவன் தன் குட்டைக் கைகளை ஆட்டிக்கொண்டும் மீசையை முறுக்கிவிட்டுக் கொண்டும், கரடி வேட்டையாடிய கதையை உற்சாகத்தோடு விவரித்தான். சூறாவளி வேகத்தில் வெண் பனி ஏடுகள் விழுந்தபொழுது, கரடி பதுக்கிடத்திலிருந்து பாய்ந்து வந்து அவனை விழுங்க முயன்றது. ''அதன் வெளிச் சுவாசம் என் முகத்தில் பட்டது! ஆனால் துள்ளிப் பின் வாங்குவதில் வெற்றி கண்டேன். குறிபார்த்துச் சுட்டேன். குறி தவறியது! அந்த ஒரு கணத்தில் என் வாழ்வின் நிகழ்ச்சிகள் அனைத்தும் மனக்கண்முன் தோன்றின... இரண்டாவது துப்பாக்கியைப் பிடித்தேன்...''

வாயடக்கமான ஸ்வீடிஷ்காரர்கள் அந்தக் கதையைக் கேட்டனர்; ஒயினைக் குடித்தனர்; புன்னகை செய்தனர். சாப்பிட்டபொழுது, சார்லஸ் கொஞ்சம் பீர்கூடக் குடிக்கவில்லை. பிரெஞ்சுத் தூதரைக் கஷ்டப்பட்டுத் தூக்கிக் கொண்டு போய்ப் படுக்கையில் கிடத்திய பின்னர், சார்லஸ் கதவருகே காவற்காரனை நிறுத்திவிட்டுக் கணப்பினருகே அமர்ந்தான். பைப்பரும் தளபதிகளும் அவனது நாற்காலியருகே வந்தனர்.

''கனவான்களே, உங்களது கருத்தை அறிய விரும்புகிறேன்'' என்று கூறிய சார்லஸ் தன் இதழ்களைச் சேர்த்து இறுக அமுக்கினான். காற்றில் சிவந்த அவனது சிறு பிள்ளை நாசி நெருப்பின் சூட்டில் ஒளிர்ந்தது.

தளபதிகள் தலை குனிந்தனர். எதையுமே எண்ணித் துணிய வேண்டும். இந்த விஷயத்தில் கவனமாகச் சிந்திக்கவேண்டும். பைப்பர் தன் சதுரமான மோவாயை மெதுவாகத் தேய்த்தான்.

''செனேட் போரைக் கண்டு அஞ்சுகிறது. அது போரை விரும்பவில்லை. நாங்கள் புறப்படுவதற்கு முதல் நாள், செனேட்டின் விசேஷக் கூட்டம் நடைபெற்றது. போலிஷ் அரசன் லிவோனியா மீது படையெடுத்து விட்டதைப் பற்றிய வதந்திகளும், குறிப்பாக டேனிஷ் சேனையின் ஆக்கிரமிப்புப் பற்றிய தகவலும் ஸ்டாக்ஹோமில் கிலி உண்டாக்கின. கப்பல் சொந்தக்காரர்களும் மர வியாபாரிகளும், தானிய வர்த்தகர்களும் செனேட்டுக்கு ஒரு தூதர் குழுவை அனுப்பினார்கள். அந்தக் குழுவினர் பேச்சைச் செனேட்டர்கள் கவனமாகக் கேட்டார்கள். போருக்கு ஆதரவாக ஒரு செனேட்டர் கூடப் பேசவில்லை. எவ்வாறாகிலும் விவகாரத்தைச் சமாதானமாகப் பைசல் செய்வதற்காக, வார்ஸாவுக்கும் கோப்பன் ஹேகனுக்கும் அரசியல் தூதர்களை அனுப்புவதென்று முடிவு செய்திருக்கிறார்கள்.''

''இந்த விஷயத்தில் அவர்களது அரசனது அபிப்பிராயம் என்ன ஆவது?'' என்று சார்லஸ் வினவினான்.

''மாட்சிமை பொருந்திய தங்களது ஆவல் முழுவதும் கரடி வேட்டையில் நிறைவு பெறுகிறது என்று செனேட்டர்கள் கருதுவதாகத் தோன்றுகிறது.''

''ரொம்ப நல்லது!'' என்று கூறிய சார்லஸ் தன் குறுகிய முகத்தைக் காட்டுப் பூனையைப் போல் துரிதமாகத் திருப்பி, ரீன்ஸ்கோல்டை நோக்கினான். அந்தத் தளபதி, தன் சப்பை மூக்கின் பெருந்தொளைகள் வழியே நன்றாக மூச்சு வாங்கிவிட்டுப் பேசினான்:

''ஸ்வீடன் மிகவும் சிறியதாயிருப்பதாக எண்ணும் பல இளம் பிரபுக்கள் சேனையில் இருப்பதாக நான் நம்புகிறேன். வாட்போரில் புகழ் தேட விரும்பும் தொண்டர்கள் நிறையக் கிடைப்பார்கள். அரசன் எங்களை மண்ணுலகின் மறுகோடிக்கு இட்டுச் சென்றாலும், நாங்கள் பின்பற்றத் தயார். அவ்வாறு திக்விஜயம் செய்வது ஸ்வீடனுக்குப் புதிது அல்ல.''

அவனது மங்கலான வட்ட வடிவக் கண்களில் நேர்மை புலப்பட்டது. நேரான வாயால் நல்லிணக்கத்தோடு புன்னகை செய்தான். பிற தளபதிகள் தலையசைத்து, ''பொன்னும் புகழும் பெறுவதற்காக அன்னிய நாடுகளுக்குச் செல்வது நமக்குப் புதிதல்ல'' என்பதை ஆமோதித்தனர். தலை அசைவு நின்ற பிறகு, பைப்பர் சொன்னான்:

''செனேட் போருக்காக ஒரு செப்புக் காசைக்கூடக் கொடுக்காது. கஜானா காலியாக இருக்கிறது. இதையும் ஆலோசிக்க வேண்டும்.''

தளபதிகள் மௌனமாயினர். சார்லஸ் உதட்டைக் கடித்தான். அடுப்பின் தீத்தாங்கி மீது வைத்திருந்த பூட்ஸின் அடிப்பாகம் புகைந்து கொண்டிருந்தது.

''நமது படைகள் புறப்பட்டு டென்மார்க் செல்வதற்குத்தான்- முதல் சில நாட்களுக்குத் தான்- பணம் தேவைப்படும். இந்தப் பணத்தை பிரெஞ்சுத் தூதனிடம் பெறுவேன். அவன் நிச்சயம் கொடுப்பான்; ஏனெனில் அவன் மறுத்தால் ஆங்கிலேயரிடம் வாங்கிக் கொள்வே னென்பதை அவன் அறிவான். அதன்பின் நடைபெற வேண்டிய ராணுவக் காரியங்களுக்கு டேனிஷ் அரசன் பணம் தரவேண்டும். அவன் கொடுப்பான்!''

தளபதிகள் அரசனது நாற்காலியை மேலும் நெருங்கி; ''அப்படித்தான், அப்படித்தான்.'' என்று கூறினர். பைப்பர் பன்முறை தன் கண்ணிமைகளை உயர்த்தித் தாழ்த்தினான். மீண்டும் அவனை அந்த வாலிபன் வியப்பிலாழ்த்திவிட்டான்.

சார்லஸ் மேலும் பேசினான்: ''நாம் இந்தப் போரை நடத்துவதற்கு முடிவு செய்யா விட்டாலும், பிற அரசுகள் நம்மீது இப்போரைத் திணிக்குமென்பது நிச்சயம். எனவே நாம் சாதமான வழியை மேற்கொண்டு, முந்தித் தாக்குவோம். வண்ணப் பகட்டான அகஸ்ட் ஒரு பெரிய சாம்ராஜ்ரத்தைப் பற்றிக் கனாக்கண்டு கொண்டிருக்கிறான். என்னைப் போலவே அவனிடமும் பணமில்லை. அவன் ஜார் பீட்டரிடம் கெஞ்சிக் கேட்டுப் பணத்தை வாங்கிச் சிறுக்கிகளுடன் குடிப்பதில் விரயம் செய்கிறான். அகஸ்ட் நாடோடி நடிகனாக இருந்திருந்தால் புகழ் அடைந்திருப்பான். அகஸ்டிடம் உள்ள பயம்கூட மாஸ்கோ ஜாரிடம் எனக்கு இல்லை. அவன் தன் விவசாயப் படைகளுக்குத் துப்பாக்கியால் சுடுவதற்குக் கற்றுக் கொடுப்பதற்குள் தனது நேச நாடுகளை இழந்து விடுவான். கனவான்களே, உமது ஆலோசனைக்கு ஒரு திட்டத்தை முன்வைக்க விரும்புகிறேன்.''

அன்று மாலை, சார்லஸ் மடியில் விரித்திருந்த படத்தை ஆராய்ந்த மூன்று தளபதிகளும் ஒரு திட்டத்தை வகுத்தார்கள். நார்வாவின் கவர்னரான வெல்லிங், லிவோனியாவிலும் எஸ்டோனியாவிலுமுள்ள ஸ்வீடிஷ் படைகளுக்குத் தலைமை தாங்கி, முற்றுகைக் குள்ளாகியிருக்கும் ரீகாவின் உதவிக்குச் செல்லவேண்டும். லோவன்ஹாப்பும் ஸ்லிப்பன்பாக்கும் பயிற்சிக்காகத் திரட்டுவது மாதிரி காவலர்களையும் சேனா வீரர்களையும் ஸவுண்டின்* துறைமுகமான லாண்ட்ஸ்கிரோனாவில் திரட்ட வேண்டும். இந்தத் தயாரிப்புகளைப் பற்றி செனேட் ஒன்றும் அறிய முடியாதவாறு, அதன் கவனத்தை வேறு திசையில் திருப்புவதற்கு பைப்பர் இயன்றதனைத்தும் செய்யவேண்டும்.

அவர்கள் பைன்மரவேர்களைக் கணப்பில் போட்டார்கள். காவற்காரனைப் போகச் சொன்னார்கள். இரவு உணவுக்கு மேஜை சித்தம் செய்யப்பட்டது. அயர்ந்து உறங்கிய கூஸ்கார்டு எழுந்திருந்து கைகளைத் தேய்த்துக் கொண்டே போஜன அறைக்கு வந்தான். சார்லஸ் அவனைக் கணப்பின் அருகில் உட்காரச் செய்தான். வார்த்தைகள் வெளிவரக் கஷ்டப்பட்டதைப் போல், தொண்டையைக் கனைத்துக்கொண்டு சார்லஸ் பேசினான்:

''என அன்பார்ந்த நண்பரே, என் சகோதர அரசனான உங்களது வேந்தன்பால் எனக்குள்ள அன்பையும் ஈடுபாட்டையும் பற்றி நீர் சிறிதும் ஐயம் கொள்ளவேண்டாம்'' கூஸ்கார்டுதன் உள்ளங்கைகளை மெதுவாகத் தேய்த்தான். அவன் எச்சரிக்கையோடு அரசன் பேச்சுக்கு செவி கொடுத்தான். ''வட கடல்களில், பிரெஞ்சு நலன்களை விசுவாசத்துடன் பாதுகாக்கும் நண்பனாக ஸ்வீடன் விளங்கும். ஸ்பானிஷ் மரபு வழியுரிமை பற்றிய தகராறில் என் வாள் லூயிக்கே உரியது.''

---

* ஸவுண்டு: டென்மார்க்குக்கும் ஸ்வீடனுக்கும் இடையே உள்ள கடற்பகுதி.

கூஸ்கார்டு தன் குட்டைக் கைகளை விரித்துத் தாழ்வாக வணங்கினான். ''ஆனால் ஸ்வீடனைத் தம் பக்கத்துக்கு வெல்வதற்கு ஆங்கிலேயர்கள் தம்மாலியன்றனைத்தும் செய்கிறார்களென்பதை நான் உம்மிடம் மறைக்கமாட்டேன். ஸ்வீடனில் அரசனைத்தவிர செனேட்டும் இருக்கிறது; அதன் எண்ணங்களை அனுமானிக்க என்னால் முடியாது. அந்தோ! இன்றைய உலகத்தில் முரண்பாடுகள் நிறைந்திருக்கின்றன. ஆங்கிலேயக் கப்பற் படை ஸவுண்டுக்கு வந்திருப்பதாக நான் இன்று கேள்விப்பட்டேன். அபாயகரமான தவற்றினைத் தவிர்க்க வேண்டுமென்று கருதுகிறேன். எனவே, கூஸ்கார்டு அவர்களே, உமது நட்புக்குக் கண்கூடான சான்று தேவை.''

உரத்து உறுமிய கரடிக் குட்டிகளை வண்டியிலேற்றி ஸ்டாக்ஹோம் தெருக்கள் வழியே கொண்டு சென்றனர். அந்தக் கரடிக்குட்டி வண்டிக்குப் பின்னால், சார்லஸும் வேட்டைக்குச் சென்ற இதரரும் வேடர்களும் சென்றனர். பித்தளை எக்காளங்கள் ஊதின; வேட்டை நாய்கள் குரைத்தன. நேர்மையான ஜனங்கள் பலகணிக்கு வந்து நின்று தலையசைத்தனர். ''அரசனது களியாட்டங்களுக்குத் தகுதியான நேரம் இதுவல்ல'' என்று அவர்கள் கருதினர்.

பல ஆண்டுகளாக அமைதியாக வாழ்ந்து பழகிவிட்ட நகரத்தைப் பல வதந்திகள் திகிலடையச் செய்தன. ஆங்கிலேயக் கப்பற் படையும் டச்சுக் கப்பற்படையும் ஸவுண்டுக்கு வந்துள்ளன. எதற்காக? அவையும் டேனிஷ் படையுடன் சேர்ந்து, வட கடல்களில் ஸ்வீடிஷ் ஆதிக்கத்தை ஒழிக்கப் போகிறார்கள் அல்லவா?அந்தப் பெரிய தேசமான போலந்து, பால்டிக் கடற்கரையிலிருந்து ஸ்விடிஷ் காவற்படைகளை ஒழிக்கப் போவதாக அச்சுறுத்தியது. கிழக்கே ருஷியாவுடன் உள்ள ஆயிரக்கணக்கான மைல் நீளமுள்ள எல்லை, கிட்டதட்டப் பாதுகாப்பு இல்லாமல் இருந்தது; நீவா கழிமுகத்தின் அருகில் இருந்த நீன்ஷான்ஸ் என்ற சிறு கோட்டையும் லடோகா ஏரியின் வடிகாலில் உள்ள நோடிபர்க் கோட்டையும் தாம், அந்த எல்லையில் தற்காப்பு வசதிகளுடன் அமைந்தவை.

இருபதினாயிரம் ஆட்களைக் கொண்ட சிறிய சேனையையும் கிறுக்கு அரசனையும் வைத்துக் கொண்டு, கிட்டத்தட்ட கீழைய ஐரோப்பா முழுவதையும் எதிர்த்து நிற்பதைப் பற்றி எண்ணுவதே பயங்கரமாயிருந்தது. சமாதானம், சமாதானத்தைத் தவிர வேறு வழியில்லை. சிறு சலுகை கொடுத்தாவது சாராம்சத்தைப் பாதுகாப்பதே நலம்.

சார்லஸ் தன் வேட்டைக் கோட்டை மாற்றாமல், செனேட் முன் தோன்றினான். தந்தை மகனுக்குப் புத்தி, சொல்வதைப்போல், கடவுளின் கரம் ஸ்வீடன் மீது உயர்ந்திருப்பதைப் பற்றியும் முன் யோசனையைப் பற்றியும் நன்னெறியைப் பற்றியும் செனேட்டர்கள் பேசினார்கள். சார்லஸ் அவற்றைக் கவனியாது, மமதையோடு உட்கார்ந்திருந்தான். அவன் தன் குத்துவாளின் எலும்பாலான கைப்பிடியுடன் விளையாடிக்கொண்டே பதில் பேசினான். குங்ஸோர் கோட்டை வீட்டில் வசந்த விழா நடத்துவதற்கு ஏற்பாடு செய்வதில் ஈடுபட்டிருப்பதாகவும், விழா முடியும்வரை வெளிநாட்டு விவகாரங்களைப் பற்றித் தன் கருத்தைத் தெரிவிக்க முடியாதென்றும் சார்லஸ் கூறினான். மூத்த செனேட்டர் எழுந்து நின்று தாழ்ந்து வணங்கினான்; அரசனது களியாட்டத்தில் எவ்வகையான கவலையும் குறுக்கிடாதென்று நம்புவதாகப் பொறுக்கி எடுத்த வார்த்தைகளில் குறிப்பிட்டான்.

அரசன் தோள்களைக் குலுக்கிவிட்டு வெளியேறினான். சில நாட்கள் கழிந்தபின், அவன் உண்மையிலேயே குங்ஸோர் கோட்டை வீட்டுக்குச் சென்றான். அங்கே குதிரைகளை மாற்றிக் கொண்டு, ரீன்ஸ்கோல்டுடனும் காவலர் படையின் அதிகாரிகள் பன்னிருவருடனும் லாண்ட்ஸ் கிரோனாவுக்கு விரைந்தான். வழியில் அவன் மனிதரிடமோ மிருகங்களிடமோ இரக்கம் காட்டவில்லை; ஓய்வின்றிப் பிரயாணம் செய்தானென்றே சொல்லலாம். அவன் புதிய

மனிதனாகத் தோன்றினான். ஒரேயொரு சிந்தனை அவனது உணர்ச்சிகளையும் சித்தத்தையும் ஆட்கொண்டது.

வசந்த காலத்தின் நிர்மலமான காலை நேரத்தில், பதினைந்தாயிரம் பொறுக்கி எடுத்த சிப்பாய்களை ஏற்றிக்கொண்ட கப்பற்படை ஸவுண்டுக்குள் சென்றது. உச்சிவேளை நெருங்கிய பொழுது, போர்க் கப்பல்கள், சிறு கப்பல்கள் முதலியவற்றின் கரிய உருவரைகள் புலனாயின. அவை வெயிலில் பிரகாசித்த கடல் அலைகளுக்கு மேலே தொடுவானத்துக்கும், மேல் வானத்துக்கும் இடையே, அந்தரத்தில் தொங்கியமாதிரி இருந்தன. நூற்றுக் கணக்கான கொடிகள் காற்றில் அசைந்தாடின. இவை ஆங்கிலோ-டச்சுக் கப்பற் படையைச் சேர்ந்தவை.

தலைமையில் சென்ற ஸ்வீடிஷ் போர்க் கப்பல் அரசர் கொடியை ஏற்றியவுடன் கப்பல்களின் பக்கங்களிலிருந்து சிறிய புகைப் படலங்கள் வெளிக்கிளம்பின. துப்பாக்கிகளது பேரோசை நீர்ப்பரப்பின் மீது பரவியது. அந்தப் புகைச்சலைக் காற்று தென்திசையிலடித்துச் சென்றது. தங்க ஜரிகை ஆடையை அணிந்து பளபளத்த ஆங்கிலேய அட்மிரல்களும் டச்சு அட்மிரல்களும் படகில் ஏறி ஸ்வீடிஷ் தலைமைக் கப்பலுக்கு விரைந்தனர்.

கரிய கழுத்துப்பட்டையும் கழுத்து வரையில் பித்தான் போட்டிருந்த மங்கிய பச்சைக் கோட்டையும், முழங்கால் மூட்டுவரை நீண்ட கரிய பூட்ஸையும் அணிந்த சார்லஸ் மேல்தட்டின் பிற்பகுதியில் அவர்களுக்காகக் காத்திருந்தான். சார்லஸின் சிறிய தொப்பியில் விளிம்பு முன்னும் பின்னும் மேல் நோக்கித் திருப்பிவிடப்பட்டிருந்தது. தொப்பியின் கீழிருந்த பொய்மயிர் பன்றி வால் வடிவில் பின்னப்பட்டுத் தோல் உறை இடப்பட்டிருந்தது. ஊன்றுகோலைப் பிடிப்பது போல், நீண்ட, வாளைப் பிடித்துக் கொண்டிருந்தான். ஐரோப்பாவை வெல்வதற்காக அவன் தன் நீண்ட பிரயாணத்தை இவ்விதமே தொடங்கினான்.

ஒழுக்கங்கெட்ட இளைஞனான சார்லஸைப் பற்றி வம்புப் பேச்சைக் கேட்டிருந்த அட்மிரல்கள் அவனது பொது நிலை கடந்த வைராக்கியத்தையும் சுயகட்டுப்பாட்டையும் கண்டு வியந்தனர். டேனிஷ் அரசனும் போலிஷ் அரசனும் சகிக்க முடியாதபடி தன்னை அவமதித்த விவரங்களைச் சார்லஸ் அவர்களிடம் கூறினான். துரோகம் செய்த டேனிஷ்காரர்களைத் தண்டிப்பதில், பிரிட்டீஷ்-டச்சுக் கப்பற் படைகளின் உதவியை ஏற்றுக்கொள்வதற்கு மன விரிவுடன் இணங்கினான்.

அதே நாளில், மூன்ற கப்பற்படைகளும் சேர்ந்து, தமது பாய்களால் கடலை நிறைத்துக் கோப்பன் ஹேகன் நோக்கிப் பிரயாணம் செய்தன.

4

மழை நின்றது; மேகங்கள் காற்றில் பறந்து மறைந்தன. மாலை நேரம் வெதுவெதுப்பாக இருந்தது. புல்லும் புகையும் காற்றில் மணத்தன. தூரத்தில் அன்னியர் பேட்டையின் திருக்கோயில் மணியடிக்கும் ஓசை இங்கு கேட்டது.

ஜன்னலைத் திறந்து வைத்து அதன் அருகே பீட்டர் அமர்ந்திருந்தான். மெழுகுவத்திகளை இன்னும் ஏற்றவில்லை. பீட்டர் விண்ணப்பங்களைப் படித்துக் கொண்டிருந்தான். படுக்கை யறையின் இன்னொரு கோடியில், கதவின் அருகில், தூலாவிலிருந்து வந்த கொல்லனான நிகிடா டிமிடாவ் அசைவற்று நின்றான். அவனது வழுக்கைத் தலை வெளேரென்று பளபளத்தது.

அலெக்ஸி குர்படாவ் என்ற வரி வசூல் அதிகாரி எழுதிய மனுவைப் பீட்டர் படித்தான்; ''ஐயா, உண்மையில், ஜனங்கள் தன் கடமையைச் செய்வதில் மேன்மேலும் அதிகமாகப் பின் தங்குகிறார்கள். நாம் தளர்த்தினோமானால், எல்லாம் முன்போல் ஆகிவிடுமென்று எண்ணு கிறார்கள். மாட்வீ என்ற வியாபாரி தன் பேரங்களைப் பற்றியும் சொத்தைப் பற்றியும் பட்டியல் கொடுத்தான். அதில் தன்னிடம் இரண்டாயிரம் ரூபிள் பெறுமான சாமான்களே இருப்பதாகவும் தான் பூர்ணமாக நொடித்து விட்டதாகவும் கூறினான். ஆனால் அவன் ஸாரியாடையில் உள்ள அவனது வீட்டின் கழிப்பிடத்தில், -நாம் நுழைவதற்கு வெட்கப்படக் கூடிய அந்த இடத்தில்- அவனது பாட்டண் பணம் நாற்பதாயிரம் பொற்காசுகளைப் புதைத்து வைத்திருக்கிறான் என்பதை நான் அறிவேன். இந்த மாட்வீயை நம்பமுடியாது. அவன் தன் செல்வத்தைப் பெருக்காமல் குடித்து விரயம் செய்கிறான். அவனைக் கட்டுப்படுத்தாவிட்டால் உள்ள செல்வம் முழுவதையும் தோற்று விடுவான். ஐயா, ஸாரியாரடையிலுள்ள அவன் வீட்டுக்கு ஓர் அமீனாவை இருபது சோல்ஜர்களுடன் அனுப்புவதற்கு உத்திரவு கொடுங்கள். அமீனா பொற்காசுகளைத் தோண்டி எடுத்து விடுவான்...''

பீட்டர் தலையை ஆட்டிவிட்டு, இடதுகைப் புறத்தில் உள்ள ஜன்னல் மீது வைத்தான். அதன் மீது நடவடிக்கை எடுக்க வேண்டுமென்பதற்காக அங்கு வைத்தான். அடுத்த மனு, பிக்லிமிஷேவ் என்ற நீதிபதி எழுதியது. நடுங்கிய கரத்தால் எழுதப்பட்ட அந்த மகஜரிலிருந்து பீட்டருக்கு விளங்கியது இதுதான் ''...உமது தந்தைக்கும் சகோதரருக்கும் கீழ் பல பொறுப்புகளை நிர்வகித்தேன். மாஸ்கோ நீதி இலாகாவின் நீதிபதியாக நியமிக்கப்பட்டேன். இன்றுவரை என் கடமைகளை நேர்மையாக நிறைவேற்றி வருகிறேன். இங்ஙனம் தன்னலம் கருதாது சேவை செய்ததால், கடன்பட்டுவிட்டேன். வறுமைக்குள்ளாகியிருக்கிறேன். ஐயா, என்னிடம் இரக்கம் காட்டுங்கள். என் நாணயமான சேவைக்குப் பரிசாக என்னைக் கவர்னராக அனுப்புங்கள். உதாரணமாக, பொல்டாவாவுக்கு அனுப்புங்கள்...''

கொட்டாவி விட்ட பீட்டர், அந்த மனுவை வலதுபுறத்திலிருந்த காகிதக் குவியலில் எறிந்தான். பெல்கரோட், ஸிவிஸ்க் ஆகிய மாகாணங்களிலிருந்தும் அறிக்கைகள் வந்திருந்தன. நகர மக்களும் பலதரப்பட்ட ராணுவத்தினரும் விவசாயிகளும் பண்ணை அடிமைகளும் ஜாரின் ராணுவத்தில் சேரவோ, கப்பல் கட்டுதல் அல்லது மரம் அறுத்தலில் ஈடுபடவோ விரும்ப வில்லை யென்றும் அவர்கள் டானட்ஸிலுள்ள காஸ்ஸக் குடியிருப்புகளுக்கு ஓடுகின்றனர் என்றும் அந்த அறிக்கைகள் தெரிவித்தன. ''பெல்கரோட், ஸிவிஸ்க் கவர்னர்களை அழைத்துக் கடுமையாகக் குறுக்கு விசாரணை செய்யவேண்டும்'' என்று அவற்றின் மீது பீட்டர் குறிப்பு எழுதினான்.

குங்குர் கவர்னரான ஸுஹோடினைப்பற்றி அரசாங்க அடிமைகள் இரங்கத்தக்க புகார்களைக் கூறி மனுச் செய்திருந்தனர். அவன் சகல வரிகளையும் தவிர தன் சொந்த உபயோகத்துக்காக வீட்டுக்கு இருபத்தி நான்கு கோபெக் வரி விதிப்பதாகவும், எவ்வளவு குளிராயிருந்த பொழுதிலும் வீட்டுக் கதவுகளையும் நீராடும் விடுதிகளது கதவுகளையும் இழுத்துப் பூட்டி முத்திரை வைப்பதாயும், பல பெண்கள் மாட்டுக் கொட்டகையில் பிள்ளை பெற்றதாயும், அவ்வாறு பிறந்த பல குழந்தைகள் அகால மரணம் எய்தியதாயும், முறை மன்ற அறையில் கவர்னர் சில பெண்களது மார்பைப் பிடித்து, இரத்தம் வரும்வரையில் முலைக்காம்புகளைக் கசக்கியதாயும், வேறுபல வழிகளிலும் அப்பெண்களைச் சித்திரவதை செய்து அங்கஹீனம் செய்ததாயும் அந்த மனுவில் குறிப்பிடப்பட்டிருந்தது.

பீட்டர் தன் தலையின் பின்புறத்தைச் சொறிந்தான். தேசம் முழுவதிலுமிருந்து புகார்கள் மலைமலையாகக் குவிந்தன. ஒரு கவர்னரை நீக்கினால், புதிய கவர்னர் இன்னும் கேவலமாக

நடந்துகொண்டான். அவன் ஆட்களை எங்கு தேடுவான்? அவர்கள் அனைவரும் திருடர் களாயிருந்தனர். அவன் மை சிதறிய இறகு பேனாவால் எழுதத் தொடங்கினான்: ''குஸ்குருக்கு...''

''நிகிடா, உன்னைக் கவர்னராக்கினால், திருடுவாயா?'' என்று திரும்பி நோக்கிய பீட்டர் வினவினான்.

கதவருகில் அசையாதிருந்த நிகிடா டிமிடோவ் முன் யோசனையுடன் பெருமூச்செறிந்தான்.

''மற்றவர்களைப் போலத்தான், பீட்டர் அலெக்ஸிவிச். அது அந்தப் பதவியின் இயல்பான குணம்.''

''அப்படியானால் திருடாத ஆட்களே கிடைக்காதா?''

''உண்மைதான். அம்மாதிரி ஆட்கள் இல்லைதான்'' என்ற சொல்வதுபோல் டிமிடோவ் தோள்களைக் குலக்கினான்.

''சித்திரவதை செய்தாலும் சரி, நிறையச் சம்பளம் கொடுத்தாலும் சரி, அவர்கள் திருடாமல் இருப்பதில்லை'' என்றான் பீட்டர். அறை இருட்டாக இருந்தபொழுதிலும், அவன் பேனாவை மையில் தோய்த்து எழுதினான். ''அவர்களுக்கு மனச் சாட்சி இல்லை, தன்மான உணர்ச்சி இல்லை. அவர்களை நான் கோமாளிகளாக்கி விட்டேன். ஏன்?'' என்று மொழிந்த பீட்டர் திரும்பினான்.

''பீட்டர் அலெக்ஸிவிச் வயிறார உண்ட மனிதன் அதிகமாகத் திருடுகிறான். அவனுக்குத் துணிச்சல் அதிகமாகி விடுகிறது'' என்றான் டிமிடோவ்.

''இப்பொழுது உனக்கும் துணிச்சல் கூடிவிட்டது.''

''பீட்டர் அலெக்ஸிவிச், எனக்கு அழவேண்டுமென்று தோன்றுகிறது. ஆட்கள் இல்லையே என்று நீங்கள் கவலைப்படுகிறீர்கள். எனது சிறந்த கொல்லர்களில் பதினோரு பேரை அவசர வேலையிலிருந்து விடுவித்துச் சிப்பாய்களாகப் பதிவு செய்துவிட்டனர்!''

''அப்படி செய்தது யார்?''

''பாயர் கிமோடானோவ். அவர் ஆட்களை எடுப்பதற்காகக் குமாஸ்தாக்களுடன் தூலாவுக்கு வந்தார்...'' நிகிடா தயங்கினான். பீட்டர் முகத்தை வேறு பக்கம் திருப்பி விட்டதால், அவனது முகக் குறிப்பை உணர முடியாமல் உற்று நோக்கினான். ''தூலாவில் நடந்த சம்பவங்கள்! அவற்றை நான் ஏன் உங்களிடமிருந்து மறைக்க வேண்டும்? பணம் கொடுக்க முடிந்தவர்களெல்லாம் 'தட்சிணை'யைக் கொடுத்துத் தப்பிவிட்டார்கள். பாயர் என் பாக்டரிக்கும் ஒரு குமாஸ்தாவை அனுப்பினார். அப்பொழுது நான் தூலாவில் இருந்திருந்தால், என் திறமைமிக்க வினைஞர் களுக்காக ஐந்நூறு ரூபிள் கொடுப்பதற்குத் தயங்கியிருக்கமாட்டேன். இரக்கம் காட்டுங்கள். எவ்வாறாகிலும் உதவி செய்யுங்கள். பார்க்கப்போனால், அவர்கள் ஆங்கிலேயருக்கு எவ்வகையிலும் சளைக்காத துப்பாக்கி செய்வோராவார்கள்.''

''ஒரு விண்ணப்பத்தை எழுதிக் கொடு'' என்ற பீட்டர் பற்களைக் கடித்துக்கொண்டே கூறினான்.

''நல்லது, ஐயா. ஆனால் பீட்டர் அலெக்ஸிவிச், ஆட்கள் எப்பொழுதும் கிடைக்கும்.''

''சரி, உன் அலுவலைப் பற்றிச் சொல்லு.''

நிகிடா எச்சரிக்கையோடு பேசத் தொடங்கினான். விவகாரம் மிகவும் முக்கியமானது. குளிர் காலத்தில் அவன் தனது மகன் அகின்பியுடன் யூரல் மலைப் பகுதிக்குச் சென்றான். டேனியல் ஆசிரமத்திலிருந்து மூன்று இணங்காதாரை- விஷயமறிந்த விவசாயிகளை உடன் அழைத்துச் சென்றான். அவர்கள் உலோக மண்ணை எடுக்கும் வேலை செய்து பிழைத்தவர்கள். நிகிடா அவர்களுடன் சென்று, யூரல் பகுதியில் நிவ்யான்ஸ்கிலிருந்து சோஸோவாயா நதிக்கரை டவுன்கள்வரை உலோக மண்ணுக்காக நிலத்தை ஆராய்ந்தனர். அவர்கள், மலைமலையாய் இரும்புத்தாது இருப்பதைக் கண்டனர். செம்பு, வெள்ளி ஆகியவற்றின் தாதுப் பொருட்களையும் கல்நாரையும் கண்டனர். அங்கே பாலை நிலத்தின் நடுவில், செல்வங்கள் பயன்படாது கிடந்தன. இரண்டாண்டுகளுக்கு முன் பீட்டரின் உத்திரவுக்கிணங்க, நிவ்வா நதிக்கரையில் கட்டப் பட்டிருந்த இரும்பு வார்ப்படத் தொழிற் சாலையில் ஒருடன்னுக்கும் குறைவான இரும்பே உற்பத்தியாயிற்று. சாலைகள் இல்லாததால், அதைக் கொண்டு செல்வதற்கு மிகவும் கஷ்டப்பட வேண்டியிருந்தது. அந்தத் தொழிற்சாலையின் நிர்வாகியாகவிருந்த தாஷ்கோப் பாயர்வீட்டுப் பிள்ளை. அவனுக்கு அவ்விடத்து வாழ்வு கசந்தால் குடிகாரனாகி விட்டான். நிவ்யான்ஸ்கின் கவர்னரான பிராடஸ்யீவும் அப்படித்தான். உடல்வலுவுள்ள தொழிலாளிகள் ஓடிவிட்டனர். ஓடுவதற்குத் தெம்பில்லாதவர்கள் தாம் அங்கு இருந்தனர். சுரங்க வழிகள் தகர்ந்து கொண்டிருந்தன. சுற்றிலும் மனிதன் காலடி படாத காடு. குளங்களிலும் சிற்றாறுகளிலும் நீளக் கரண்டியை விட்டு அடி மண்ணை எடுத்து அதிலுள்ள தங்கத்தை ஆட்டுத் தோலில் கழுவி எடுத்துவிடலாம். இந்த நிலவரம், தூலாவிலுள்ளதிலிருந்து மாறுபட்டது. தூலாவில் டிமிடோவின் பாக்டரியில், தாதுவின் உலோக விகிதம் குறைவு; விறகு கிடைப்பதும் அரிதாகிவிட்டது. (ஓக், ஆஷ், மாப்பில் விறகுக்காகவும் கரிக்காகவும் வெட்டக்கூடாதென்று போன வருடமே உத்திரவிட்டு விட்டனர்) ஒவ்வொரு இழிவழிச் செல்லும் குமாஸ்தாவும் தொல்லை கொடுத்தனர். யூராலில் இடம் நிறைய இருந்தது; சுதந்திரத்துக்கும் பலத்துக்கும் எடுத்துக்காட்டென அது திகழ்ந்தது. ஆனால் அங்குள்ள உலோகத்தைப் பெறுவது எப்படி? ஏராளமாகப் பணம் தேவை. அந்தப் பிரதேசத்தில் ஜனங்களும் இல்லை.

''பீட்டர் அலெக்ஸிவிச், நாம் அதைப்பற்றி ஒன்றும் செய்ய முடியாது. சிவிஸ்னிகோவ் பிராவ்கின் முதலிய சிலரை நான் கண்டு பேசினேன். இவ்வளவு கஷ்டங்கள் நிறைந்த தொழிலில் பங்காளியாவதற்கு அவர்கள் ஆவலாயில்லை! நான் அவர்களது ஏவலுக்கு உட்பட்டு நடக்கவும் விரும்பமாட்டேன். யூரல் புதையலை எடுக்க எவ்வளவு உழைப்புத் தேவைப்படுமென்பதை எண்ணிப் பாருங்கள்.''

பீட்டர் திடீரென்று தரையைப் பாதத்தால் அறைந்தான்ஃ

''உனக்கு என்ன தேவை? பணமா? ஆளா? உட்கார்!'' நிகிடா விரைவாக ஒரு நாற்காலியின் விளிம்பில் உட்கார்ந்து குழி விழுந்த கண்களால் பீட்டரைப் பார்த்துக்கொண்டிருந்தான். ''இந்த ஆண்டுக் கோடையில் எனக்கு இரும்பு குண்டுகள் மூவாயிரம் டன்னும் இரும்பு ஆயிரத்தி ஐந்நூறு டன்னும் தேவை. நீங்கள் ஆரத் தீரப் பேசிச் சிந்தித்து சீர்தூக்கித் துணியும் வரையில் நான் காத்திருக்கமுடியாது. நிவ்யான்ஸ்கி வார்ப்படத் தொழிற்சாலையை எடுத்துக்கொள்! யூரல் பிராந்தியம் முழுவதையும் எடுத்துக்கொள்! இது ஓர் உத்திரவு.'' நிகிடா தன் 'ஜிப்ஸி' தாடியை முன்னுக்குத் தள்ளினான். பீட்டர் அவனை நெருங்கி அமர்ந்தான். ''என்னிடம் பணமில்லை. ஆனால் இந்தத் தொழிலுக்கு நான் பணம் தருகிறேன். பல ஜில்லாக்களை இந்தப் பவுண்டரியோடு இணைத்து, அவற்றின் வரி வசூலெல்லாம் இதற்குக் கிடைக்கச் செய்கிறேன். பாயர் எஸ்டேட்டுகளிலிருந்து ஆட்களை விலைக்கு வாங்கிக்கொள்ள உனக்கு அனுமதி அளித்து உத்திரவிடுகிறேன். ஆனால் உஷார்...!'' பீட்டர் நீண்ட விரலைக்காட்டி எச்சரிக்கைக்

குறிசெய்தான். ''நான் ஸ்வீடிஷ்காரர்களிடம் முப்பத்தியாறு ராத்தல் இரும்புக்கு ஒரு ரூபிள் கொடுக்கிறேன். நீ முப்பது கோபெக்குக்குக் கொடுக்க வேண்டும்.''

''அது நியாயமான விலையல்ல. அம்மாதிரி செய்யமுடியாது. ஐம்பது கோபெக்...' என்ற நிகிடா விரைவாகப் பதில் அளித்தான்.

அவன் உப்பிய கண்களால் பீட்டரை நோக்கினான். பீட்டர் ஆத்திரத்தோடு அவனை ஒரு நிமிடம் முறைத்துப் பார்த்தான். அதன்பின் அவன் கூறினான்.

''சரி, சரி, அதைப்பற்றிப் பிறகு யோசிப்போம். இன்னொரு விஷயம், உன்னால் என்னை ஏமாற்றமுடியாது. திருடா, மூன்றாண்டுகளுக்குள் நான் கொடுக்கும் பணத்தை இரும்பாகவும் வார்ப்பு இரும்பாகவும் திருப்பிக் கொடுக்கவேண்டும். ஆண்டவன் அறிய, நீ தைரிய சாலிதான்! ஆனால் உன் வாக்குறுதியைக் காப்பாற்றாவிட்டால் உன்னைச் சித்திரவதைப் பட்டடையில் வைத்து வதைத்துக் கொன்றுவிடுவேன், மறக்காதே!''

நிகிடா இலேசாகத் தொண்டையைச் சரிசெய்துகொண்டு கரகரத்த குரலில் குசுகுசுத்தான்:

''என்னை நம்புங்கள். கெடுவுக்கு முன்பாகவே பணத்தைக் கொடுத்து விடுவேன்.''

பீட்டர் என்ன செய்வதென்று தெரியாது திகைத்த மாலைப்பொழுதுகளில் ஒன்று. மெழுகு வத்தியை ஏற்றும்படி யாரையாவது உத்திரவிட எண்ணியவன், படிக்கவேண்டிய தஸ்தவேஜி களை ஒரு பார்வை பார்த்துவிட்டு ஜன்னல்மீது சாய்ந்து, வெளியே நோக்கினான்.

பகற்பொழுது கழிந்துவிட்டது. ஆனால் எப்பொழுதையும் விட இப்பொழுது வெது வெதுப்பாக இருந்தமாதிரி தோன்றியது. இலைகளிலிருந்து தண்ணீர் சொட்டியது. புல்மீது இலேசாக மூடுபனி தென்பட்டது. அந்தக் கதகதப்பான ஈரக்காற்றைப் பீட்டர் சுவாசித்தான். கழுத்தின் பின் புறத்தில் ஒரு நீர்த்துளி விழுந்தது; உடம்பெல்லாம் நடுங்கியது. அவன் கழுத்தை மெதுவாகத் துடைத்துக்கொண்டான்.

வசந்தகால அமைதியில் அனைத்தும் எச்சரிக்கையோடு உறங்கின. எந்த இடத்திலும் வெளிச்சம் தென்படவில்லை. தூரத்தில் சிப்பாய்களது பாளையத்திலிருந்து காவற்காரன் ''கேள்'' என்று இழுத்து இசைத்த ஒலிமட்டுமே கேட்டது. உடலின் ஒவ்வொரு உறுப்பையும் கட்டிப் போட்டிருந்த மாதிரி அவன் சோர்வுணர்ச்சிக்கு உட்பட்டான். அவனது இருதயம், ஜன்னல் அருகுமீது வேகமாக அடிப்பதை அவனால் உணரமுடிந்தது. பல்லைக் கடித்துக்கொண்டு காத்திருப்பதைத் தவிர வேறு வழியில்லை. காத்திரு, காத்திரு... அமைதியான இரவில் கற்பனையான காலடி ஓசையைக் கேட்பதற்காகச் சூடேறிய தலையணையிலிருந்து தலையை உயர்த்தும் விலைமகள் போல் காத்திருக்க வேண்டியதுதான்.

அன்று முழுவதுமே அவனுக்கு வேலை ஓடவில்லை. இரவுச் சாப்பாட்டுக்கு வரும்படி மென்ஷிகோவ் அழைத்திருந்தான். ஆனால் அவன் போகவில்லை. அவர்கள் இப்பொழுது விருந்துண்டுகொண்டிருப்பார்கள்! பீட்டருக்கு இப்பொழுது மாதிரி எப்பொழுதும் இருந்த தில்லை. நிலைமையில் அவ்வளவு சிக்கல், காத்திருப்பதில்தான், பொறுத்திருக்கும் திறமையில் தான் அவனது பலம் அடங்கியிருந்தது. அகஸ்ட் அரசன் காலம் கருதிக்காத்திருக்காமல் அவசரப்பட்டுப் போர் தொடங்கி ரீகாவில் சிக்கிக்கொண்டிருக்கிறான். டென்மார்க்கின் அரசனான கிறிஸ்தியனும் விரைந்து செயல்பட்டு மாட்டிக்கொண்டு விழிக்கிறான். குற்றம் அவனுடையதுதான்.

''குற்றம் அவனுடையதுதான் அவனுடையதுதான்'' என்று மழைத்தண்ணீருடன் காட்சியளித்த லிலாக் மலர்ச் செடிக்கொத்துகளை வெறித்துப் பார்த்த பீட்டர் முணுமுணுத்தான். அங்குயாரோ சண்டை போடும் ஓசைகேட்டது. ஏவலாள் ஒரு நங்கையிடம் வம்பு செய்தான் போலும். அன்று அகஸ்ட் அரசனிடமிருந்து அஞ்சத்தக்க சேதியுடன் கர்னல் லாங்கன் வந்திருந்தான். ஸ்வீடிஷ் சிங்கக்குட்டி எதிர்பாராத வகையில் தன் வலுவைக் காட்டிவிட்டது. சார்லஸ் பெரிய கப்பற் படையுடன் கோப்பன் ஹேகன் கோட்டைகளுக்குமுன் தோன்றி, நகரம் சரண் அடைய வேண்டுமென்று கோரினான். திகிலடைந்த கிறிஸ்தியன் போர்மேல் செல்வதற்குத் துணியாது பேச்சு வார்த்தைகளை ஆரம்பித்துவிட்டான். அதற்குள் ஹோல்ஸ்டீன் கோட்டையை முற்றுகையிட்ட டேனிஷ் சேனையின் பின்புறத்தில் சார்லஸ் பதினைந்தாயிரம் காலாப்படையினரை இறக்கிவிட்டான். ஸ்வீடிஷ்காரர்கள் டென்மார்க் மீது புயல்வேத்தில் பாய்ந்துவிட்டனர். ஸ்வீடிஷ் மக்களோ சார்லஸின் வெளிநாட்டு விரோதிகளோ இந்த ஒழுக்கம் கெட்ட இளைஞன் இந்தக் குறுகிய காலத்தில் ஒரு உண்மையான ராணுவத் தலைவனின் விவேகத்தையும் துணிவையும் காட்டுவான் என்று கற்பனை செய்திருக்க மாட்டார்கள். அகஸ்ட் அரசனுக்குப் பணம் தேவை என்பதையும் லாங்கன் தெரிவித்தான். பிரபுக்களிடம் வினியோகம் செய்வதற்காகத் தலைமைக்குருவிடமும் தலைமை அதிகாரியிடமும் இருபதாயிரம் பொற்காசுக்கொடுத்தால் போலந்தைப் போரில் ஈடுபடுத்த முடியுமென்று அகஸ்ட் தெரிவித்திருந்தான். துருக்கியருடன் சமாதானம் ஏற்படும் வரையில் காத்திருக்காமல், உடனடியாகப் போர் தொடங்க வேண்டுமென்று லாங்கன் பீட்டரைக் கண்ணீர் தளும்பக் கெஞ்சினான்.

இந்தத் தகவல்களைக் கேட்ட பீட்டருக்கு உடம்பெல்லாம் தினவு எடுத்தது. ஆனால் அந்த வேண்டுகோளை நிறைவேற்ற முடியாது. கிரீமியாவின் கான் அவனது வாலில் உட்கார்ந்திருக்கும் வரை அவன் ஒரு போரில் சிக்கமுடியாது. இகல் வெல்லும் வேந்தர்க்குப் பொழுது வேண்டும் சிறிது நேரத்துக்குமுன் ஐவான் பிராவ்கின் வந்தான். நிர்வாகிகள் அவையில் பெரிய கூக்குரல் ஏற்பட்டதாகக் கூறினான். சிவிஸ் நிகாவும் ஷோரினும் ரகசியமாகத் தானியத்தை வாங்கி நீர்வழியிலும் நிலவழியிலும் நாவ்கோரோடுக்கும் பிஸ்கோவுக்கும் அனுப்பத் தொடங்கி விட்டார்கள். உடனே கோதுமையின் விலை மூன்று கோபெக் உயர்ந்தது. ரிவ்யாகின் அவர்களைப் பார்த்துச் சத்தம் போட்டான்: ''உங்களுக்குப் பைத்தியம் பிடித்துவிட்டதா? இன்னும் இங்கிரியா நம் வசமாகவில்லை. அது எப்பொழுது நம் கைக்கு வரும்? உங்களுடைய தானியம் நாவ்கோரோடிலும் பிஸ்கோவிலும் கெட்டுப்போகும்'' என்று அவன் எச்சரித்தான். ஆனால் அவர்கள் ''இலையுதிர்காலத்தில் இங்கிரியாவில் நமது கொடி பறக்கும். சாலைகள் காய்ந்தவுடன் நாங்கள் நார்வாவுக்குக் கொண்டுசெல்வோம்'' என்று கூறினார்கள்.

ஈரமான புதர்கள் குலுங்கின. இலைகளிலிருந்து தண்ணீர்த் துளிகள் சடசடவென்று விழுந்தன. இரண்டு நிழல்கள் விரைவாக நகர்ந்தன. ''ஓ, அன்பே, வேண்டாம், வேண்டாம்...'' இரண்டில் உயரக்குறைவான நிழல் பின்வாங்கி இலேசாக ஓடத்தொடங்கியது. அதன் பாதங்களில் பாதரட்சை ஏதுமில்லை. இன்னொரு நிழல்- பணியாள் மிஷ்காவினுடையது- பூட்ஸால் ஓசை செய்து கொண்டு தொடர்ந்து ஓடியது. அவர்கள் எலுமிச்சை மரத்தின் கீழ் நின்றனர். மீண்டும் ''அன்பே வேண்டாம்...'' என்ற பேச்சுக் கேட்டது.

பீட்டர் இடுப்பளவு வளைந்து ஜன்னலுக்கு வெளியே நோக்கினான். தாழ்வான பூமியின் வில்லோ மரங்களுக்கு அப்பால், மூடுபனிப் போர்வையணிந்து பெரிய சந்திரன் உதயமாகிக்கொண்டிருந்தான். சமநிலத்தில், வைக்கோல் போர்களும் தோப்புகளும், சிற்றூற்று வெண் கீற்றும் புலனாயின. இவையெல்லாம் ஆதி அந்தம் இல்லாதனவாகவும் அசைக்கவோ

மாற்றவோ முடியாதனவாகவும் திகல் கொண்டவையாகவும் தோன்றின. அந்த இருட்டான எலுமிச்சை மர நிழலில் குசுகுசுத்த இரண்டு நிழல்களுக்கும் ஒரே ஒரு விஷயத்தைப் பற்றித்தான் கவலை.

''நிறுத்து! மிஷ்கா! முதுகுத்தோலை உரித்துவிடுவேன்!'' என்று தீர்க்கமான குரலில் பீட்டர் கத்தினான்.

அந்த மங்கை அடிமரத்துக்குப் பின்னால் மறைந்தாள். ஒரு நிமிடமாவதற்குள் மிஷ்கா கால்விரல்களால் நடந்து மாடிப்படியைக் கடந்துவந்து அறையின் கதவைப் பிறாண்டினாள்.

''மெழுகுவத்தி ஏற்று; குழாய் எங்கே?'' என்றான் பீட்டர்.

அவன் புகைபிடித்துக்கொண்டே அறையில் குறுக்கும் நெடுக்கும் நடந்தான். அடிக்கடி அவன் ஒரு காகிதத்தை மேஜையிலிருந்து எடுத்து, மெழுகுவத்தியருகே கொண்டுவந்தான்; பிறகு அதை எறிந்தான். அவனால் படுப்பதைப்பற்றி எண்ணவும் முடியவில்லை. அவனது குழாயிலிருந்து கிளம்பிய புகை ஜன்னலை நோக்கி நகர்ந்தது; அங்கே, ஜன்னல் சட்டத்தைச்சுற்றி சுருள் சுருளாய்த் தென்பட்டது. அதன்பின் வெளியேறியது.

''மிஷ்கா!'' மீண்டும் அந்தப் பணியாள் கதவருகே தலையை நீட்டினான். அவனுக்குக் கன்னங்கள் வட்டமாக இருந்தன; மூக்குசப்பை. கண்களில் ஒரு திகைப்புத் தென்பட்டது. ''பெண்களிடம் ஏன் வம்பு செய்கிறாய்? இந்தமாதிரி விஷமம் செய்யக்கூடாது'' என்று கூறிய பீட்டர் மிஷ்காவை நெருங்கினான். ஆனால் அவனுக்கு இருந்த பிரமிப்பில் அடித்தால் கூட அதை உணர்ந்து வருத்தப்பட்டிருக்க மாட்டான். ''ஓடு, என் வண்டியைக் கொண்டுவரச் சொல், நீயும் என்னோடு வருகிறாய்'' என்றான் பீட்டர்.

சமநிலத்துக்குமேல் சந்திரன் வந்துவிட்டான். நீலம்பாய்ந்த புல்லில் நீர்த்துளிகள் ஒளிர்ந்தன. மங்கலான புதர்களை நோக்கிய குதிரை பெருமூச்சுவிட்டது. பீட்டர் அதைக் கடிவாள வார்களால் அடித்தான். வண்டித்தடத்தில் நிறைந்த தெளிவான நீரை உருளைகள் கலக்கின; சேற்றை வாரியடித்தன. அன்னியர் பேட்டையின் தெருக்களில் வண்டி விரைந்து சென்றது. வீடுகளில் அனைவரும் உறங்கினர். வேலிகளுக்குப் பின்னாலிருந்த புகையிலைச் செடிகள், பல்லாண்டுகளுக்கு முன் கமழ்ந்ததைப் போலவே, இனிய மணம் பரப்பியது. அந்தக் காரமணம் மூச்சை அடைத்தது. அன்னா வீட்டின் ஜன்னல்களில் இருதய வடிவுக்கதவுகள் திறந்திருந்தன. அவற்றைச்சுற்றி 'பாப்லார்' மரங்கள் அடர்த்தியாகவும் செழிப்பாகவும் வளர்ந்திருந்தன.

அன்னாவும் பாதிரி ஸ்டிரம்பும் கோனிக்ஸெக்கும் யூஜினும் இரண்டு மெழுகுவத்திகளின் வெளிச்சத்தில் அமைதியாகச் சீட்டாடிக் கொண்டிருந்தனர். ஸ்டிரம்ப் அடிக்கடி மூக்குப்பொடி போட்டுக்கொண்டார். கட்டம் போட்ட கைக்குட்டையை எடுத்து அதனால் மூக்கைப் பிடித்துக்கொண்டு உறிஞ்சி இன்புற்றார். அவரது ஈரக்கசிவான கண்கள், உல்லாசமாக மற்ற மூவரையும் நோக்கின. யூஜின் மயிரில்லாத கண்ணிமைகளைச் சிமிட்டிக்கொண்டு சீட்டுகளைக் கவனமாக ஆராய்ந்தான். பதினைந்து புகழ்பெற்ற போராட்டங்களைக்கண்ட அவனது மீசை நாசித்தொளைகளைத் தொட்டது. அன்னா, வெளிறிய நீலத்தில் தைத்த வீட்டுக்கவுனை உடுத்தியிருந்தாள். தடித்துவிட்ட அவளது முழங்கை திறந்து கிடந்தது. செவிகளில் வயிரத்தொங்கணி காட்சிதந்தது. வெல்வெட் கழுத்துப் பட்டையை அணிந்திருந்த அவள் நெற்றியைச் சிறிது சுருக்கிக்கொண்டு தன்கைச் சீட்டுகளைக் கணிக்க முயன்றாள். நன்றாகச் சிங்காரித்துக் கொண்டும் மணப்பொடியைத் தூவிக்கொண்டுமிருந்த கோனிக்ஸெக் அவளை நோக்கி அன்பாக

முறுவலித்தான்; அல்லது பிறர் அறியாது உதவி செய்வதற்காக ஓசையின்றி உதடுகளை அசைத்தான்.

வெளியே என்ன புயல் அடித்தாலும், இந்த அறையில் அமைதியே நிலவியது. அப்பத்துக்குப் பயன்படுத்தும் ஏலக்காயும் இதர வாசனைத்திரவியங்களும் இந்த அறையில் இன்பமாக மணத்தன. கைச்சட்டம் உடைய நாற்காலிகளிலும் ஸோபாக்களிலும் கோடைகாலத்து 'லினன்' உறையை அதற்குள்ளாகவே போட்டுவிட்டார்கள். சுவர்மீதிருந்த கடிகாரம் மெதுவாக 'டிக்' ஓசை செய்தது. ''நாம் தன்னடக்கத்தோடு, 'கிளாவர்' சொல்கிறோம்'' என்று கூரையைப் பார்த்த பாதிரியார் கூறினார். துருப்பிடித்த வாளை உறையிலிருந்து எடுக்கும் ஓசையோடு, 'இஸ்பேட்' என்று யூஜின் கூறினான்.

அன்னாவின் சீட்டைப் பார்ப்பதற்காகத் தன்னை உயர்த்திக்கொண்ட கோனிக்ஸெக், ''நாம் மீண்டும் 'ஆடுதன்' சொல்கிறோம்'' என்று இனிமையாகக் கூறினான்.

பீட்டர் பின்வாசல் வழியே வந்து கதவைத் திடீரென்ற திறந்தான். ஆடவர்கள் விரைவாக எழுந்தனர். அன்னா நிதானமுடையவளாயிருந்த போதிலும், இன்பம் பொங்கச் சிறிது கத்தினாள். மலர்ந்த புன்னகையுடன் வணங்கி, பீட்டரின் கரத்தை முத்தமிட்டாள்; கைக்குட்டையால் பாதியளவு மூடியிருந்த மார்பகத்தின் மீது பீட்டரின் கரத்தை அமுக்கினாள். இவ்வளவு தூரம் அவள் அன்பு சொரிந்தாளென்றாலும், அவளது தெளிவான நீலக்கண்களில் இலேசாகப் பயம் தோன்றி மறைந்ததாகப் பீட்டருக்குத் தோன்றியது. அவன் தோள்களை வளைத்துக்கொண்டு ஸோபாவின் பக்கம் திரும்பிக் கூறினான்ஃ

''நீங்கள் விளையாடுங்கள், நான் இங்கு அமர்ந்து புகைபிடிக்கிறேன்.''

ஆனால் உயரமான குதிகால்களை உடைய அன்னா மேஜைக்கு ஓடிச் சீட்டுக்களைச் சேர்த்து விட்டாள்.

''நாங்கள் பொழுது போக்குவதற்காகத்தான் சீட்டாடினோம். ஆ, பீட்டர், எவ்வளவு நன்றாயிருக்கிறது- நீங்கள் வரும் பொழுதெல்லாம் இன்பத்தையும் உல்லாசத்தையும் உடன் கொண்டு வருகிறீர்கள்!'' என்று கூறிய அன்னா குழந்தையைப்போல் கைகொட்டி விட்டு, ''இப்பொழுது சாப்பிடலாம்'' என்றாள்.

''எனக்குப் பசியில்லை'' என்று பீட்டர் உறுமினான். அவன் புகைக்குழாய்த் தண்டைக் கடித்தான். ஏதோ காரணத்தினால் அவனுக்குக் குமட்டியது. நாற்காலி உறைகளையும், கோதிய கம்பளிநூற் சிட்டங்களுடன் கூடிய பின்னல் வேலைச்சட்டத்தையும் கடைக்கண்ணால் நோக்கினான். அன்னாவின் மிருதுவான நெற்றியில் ஒரு சிறிய கனமான மடிப்புத் தென்பட்டது. அவன் அதை முன்னால் கண்டதில்லை.

''ஓ, பீட்டர் ஏதாவது புதிய களிப்பான ஆட்டம் ஆடலாம்'' என்றாள் அன்னா. மீண்டும் அவளது விழிகளில் ஏதோ பரிவுக்குரியதாய்ப் புலப்பட்டது.

பீட்டர் வாய்திறக்கவில்லை. ஸ்டிரம்ப் பாதிரியார் சுவர்க்கடிகாரத்தையும் அதன்பின் தன் கைக்கடிகாரத்தையும் பார்த்தார். ''அட, மணி இரண்டாகிவிட்டதே'' என்று அவர் கூறினார். பிரார்த்தனை நூலை ஜன்னல் அருகிலிருந்து எடுத்துக்கொண்டார். யூஜினும் கோனிக்ஸெக்கும் தொப்பியை எடுத்துக்கொண்டனர். அன்னா தன் விரல்களை முறுக்கினாள்ஃ ''ஓ, அதற்குள் போகாதீர்கள்!'' என்று அவள் சொன்னது நாகரிகப் பேச்சாகமட்டும் தோன்றவில்லை. அதில் போகிறார்களே என்ற வருத்தமும் தொனித்தது.

பீட்டர் வேகமாகச் சுவாசித்தான்; அவனது குழாயிலிருந்து பொறிகள் பறந்தன. அவன் தன் பாதங்களைப் பின்னுக் கிழுத்துக்கொண்டு துள்ளி எழுந்தான். வேண்டுமென்றே வேகமாக நடந்தான்; கதவைச் சாத்திக்கொண்டு வெளியேறினான். அன்னா மேன்மேலும் வேகமாகச் சுவாசித்தாள். அவள் தன்முகத்தைக் கைக்குட்டையால் மூடிக்கொண்டாள். கோனிக்ஸெக் ஒரு கோப்பை தண்ணீர் கொண்டுவருவதற்கு விரைந்தான். ஸ்டிரம்ப் பாதிரியார் நிலைமைக் கேற்றவாறு தலை அசைத்தார். யூஜின் மேஜையிலிருந்த சீட்டுகளைக் காரணமில்லாமல் எடுத்துப் போட்டுக் கொண்டிருந்தான்.

மரக்கூரைகளிலிருந்தும், காய்ந்துகொண்டிருந்த தெருவிலிருந்தும் நீராவி கிளம்பியது. சாலைக்குழிகள் ஆழங்காண முடியாத கிணறுகள் மாதிரி தென்பட்டன. அந்தத் தண்ணீர் நீலமாயிருந்தது. மணிகள் அடித்தன. அன்று ஞாயிற்றுக்கிழமை; ஈஸ்டருக்குப் பின்வரும் முதல் ஞாயிற்றுக்கிழமை. தெருவில் அப்பங்களையும் சூடான குடிவகையையும் விற்பவர்கள் இரைந்து விலை கூறினார்கள். சோம்பேறிகள் அங்கும் இங்கும் திரிந்தனர்; அவர்களில் பலர் குடிபோதை யிலிருந்தனர். நகர மதிலின் பலகணிச்சாய்வில், புதிய சட்டை அணிந்து நின்ற வாலிபர்கள், உள் மரப்பட்டைக் கொத்தை முனையில் கட்டிய நீண்ட கழிகளால் மாடப்புறாக்களை விரட்டி னார்கள். அந்த வெண் புறாக்கள் உயரத்தில் சிறகடித்துச் சுழன்று அதன்பின் விழுந்தன. எங்கு நோக்கினும்- உயரமான வேலிகளுக்குப் பின்னாலும், இரவில் நனைந்த எலுமிச்சை மரங்களின் அடியிலும் சாம்பல் நிறமான வில்லோ மரங்களுக்கு அடியிலும், ஊஞ்சல்கள் உயர்ந்து தாழ்ந்தன. கிளைகளிடையே மகளிர் சடைகள் காற்றில் பறக்க ஊஞ்சலாடினார்கள்; அல்லது ஒரு வழுக்கைத் தலைக் கிழவன் வீறிட்டலறிக்கொண்டு ஊஞ்சலில் அமர்ந்த பருத்துத் தடித்த பெண்ணை ஆட்டிவிட்டான்.

பீட்டர் கால்நடை வேகத்தில் குதிரையை ஓட்டினான். அவனது கண்கள் அமுங்கியிருந்தன; முகம் நீண்டிருந்தது. முதுகில்பட்ட வெயில் சூடாயிருந்தது. இரவெல்லாம் வண்டியில் காத்திருந்த பணியாளான மிஷ்கா, தூங்காதிருப்பதற்காகத் தலையை ஆட்டிக்கொண்டே யிருந்தான். ஜனங்கள் ஒதுங்கிக் குதிரைக்கு வழிவிட்டார்கள். ஆனால் சிலரே ஜாரை அடையாளம் கண்டுகொண்டனர்; அவர்கள் குல்லாயை எடுத்துவிட்டு இடுப்பளவு குனிந்து வணங்கினர்.

நேற்று இரவு பீட்டர் அன்னாவின் வீட்டிலிருந்து மென்ஷிகோவ் வீட்டுக்குப்போனான். ஆனால் குடிவெறிக் கூச்சல்களையும் இன்னிசையையும் காதில் வாங்கிய பீட்டர், திரையிட்ட பெரிய பல கணிகளைப் பார்த்துவிட்டு 'இவர்கள் எப்படியாவது ஒழியட்டும்!' என்று சொல்லித் திரும்பினான். அவன் கடிவாள வார்களைக் குலுக்கிக்கொண்டு முன்றிலிருந்து வெளியேறிய வுடன் மாஸ்கோவை நோக்கி வண்டியை ஓட்டினான். குதிரை முதலில் சாதாரண வேகத்தில் சென்றது; பிறகு வெகு விரைவாகக் காவற்படையினரின் புறப்பேட்டையை நோக்கிச் சென்றது.

புறப்பேட்டையில் ஓர் எளிய வீட்டுக்கு முன் பீட்டர் வண்டியை நிறுத்தினான். வீட்டுவாசலில் உலர் புல்லை முனையில் கட்டிய நீண்டகழி நடப்பட்டிருந்தது. பீட்டர் கடிவாள வார்களை மிஷ்காவிடம் எறிந்துவிட்டுப்போய்த் திட்டிவாசல் கதவைத் தட்டினான். அவனுக்குப் பொறுமையில்லை; சொதசொதவென்றிருந்த சாணத்தைப் பாதத்தால் அறைந்தான்; முஷ்டியால் கதவை ஓங்கி அடித்தான். ஒரு பெண் கதவைத்திறந்தாள். அவள் உயரமாக இருந்ததையும் முகம் வட்டமாக இருந்ததையும், கரிய மேலாடையை உடுத்தியிருந்ததையும் மிஷ்கா கவனித்து விட்டான். அவள் பீட்டரைக்கண்டதும் மூச்சுத்திணறினாள்; கையால் கன்னத்தைப் பிடித்துக் கொண்டாள். பீட்டர் வளைந்து முன்றிலுக்குள் சென்று திட்டி வாசலை மூடினான்.

அந்த மரத்தாலான வீட்டில் இரண்டு உயரமான ஜன்னல்களுக்குப் பின்னால் ஒரு வெளிச்சம் தோன்றியதை மிஷ்கா கண்டான். அதன்பின் அந்தப் பெண் வாயிலுக்கு வந்து விளித்தாள்:

''லூகா, ஹி, லூகா!''

''ஊ...ம்?''

''லூகா, யாரையும் உள்ளேவிடாதே. காது கேட்கிறதா?''

''கதவை உடைத்துக்கொண்டுவர முயன்றால்?''

''நீ ஆண் பிள்ளை இல்லையா?''

''சரி. ஒரு கவட்டைக்கோலை எடுத்துப் பாடம் கற்பிக்கிறேன்.''

''எல்லாம் புரிந்துவிட்டது'' என்று மிஷ்கா தனக்குள் எண்ணினான்.

சிறிது நேரத்துக்கெல்லாம் காவற்படையினர் குல்லாய் அணிந்நிதமூவர் ஒரு சந்திலிருந்து வந்து அந்த வெறிச்சென்று கிடந்த தெருவை நிலவில் நோக்கிவிட்டு வாயிலண்டை சென்றனர். மிஷ்கா கடுமையாகக் கூறினான்.

''உங்கள் வழியே செல்லுங்கள்.''

காவற்படையினர் வண்டியருகே வந்து பயமுறுத்தும் தோரணையில் வினவினர்:

''நீ யார்? இந்த நேரத்தில் எங்கள் பேட்டைக்கு ஏன் வந்தாய்?''

''செல்லுங்கள். விரைந்து செல்லுங்கள்'' என்று மிஷ்கா தணிந்த குரலல் அச்சுறுத்திக் கூறினான்.

அந்த மூவரில் அதிகமாகக் குடித்தவன் ஆத்திரத்தோடு கத்தினான்: ''ஏன்? நீ ஏன் எங்களைப் பயமுறுத்த முயல்கிறாய்? நீ எங்கிருந்து வருகிறாய் என்பது எங்களுக்குத் தெரியும்...'' மற்ற இருவரும் அவனது தோளைப்பிடித்து ஏதோ குசுகுசுத்தனர். ஆனால் அவன் ''உன் தலை நூலிழையில் நிற்கிறது. சற்றுப்பொறு, சற்றுப்பொறு'' என்றான். அவன் சட்டைக்கையைச் சுருட்டுவதற்கு இடம் தராமல் அவனது தோழர்கள் இழுத்துக்கொண்டு போனார்கள். ''எங்களில் தூக்கு மேடை ஏறாதவர்களும் இன்னும் இருக்கிறோம். எங்களுக்குச் சக்தி இருக்கிறது. அவனைக் கொன்று கம்பத்தில் கட்டிப்போடுவோம்'' என்று அவன் கத்தினான். அவனது தோழர்கள் அவனைக் கழுத்திலடித்துக் குல்லாவைத் தட்டிவிட்டுச் சந்துக்குள் இழுத்துச் சென்றனர்.

விரைவில், ஜன்னல் வழியே தெரிந்த வெளிச்சம் அணைந்தது. ஆனால் பீட்டர் வரவில்லை. நுழைகதவுக்கு அப்பால், லூகா அடிக்கடி தூக்கக் கலக்கத்துடன் காவற்காரனது பலகையைத் தட்டினான். அதன்பின், பரிபூர்ண அமைதி நிலவியது. களைத்துப்போன குதிரையும் தலையைத் தொங்கப்போட்டது. சிறு துயிலில் ஆழ்ந்த மிஷ்கா, சேவல்கள் கூவுவதைக் கேட்டான். குளிர் அதிகமாயிற்று. தெரு முனையில், உதயகால ஒளி முதலில் மஞ்சளாகவும் பிறகு இளஞ் சிவப்பாகவும் தோன்றியது. மீண்டும் கிசுகிசுவென்ற சிறு சத்தம் மிஷ்காவை எழுப்பியது. சிறுவர்கள் வண்டிகளைச் சூழ்ந்தனர். அவர்களில் சிலருக்குக் கால் சட்டை இல்லை. ஆனால் அவன் கண்களைத் திறந்தவுடன், அவர்கள் வெறும் பாதங்களால் சத்தம் செய்துகொண்டு ஓடினார்கள்.

கண்களையும் மறைக்கும் வகையில் தொப்பியை இழுத்துவிட்டு பீட்டர் திட்டிவாசல் வழியே வந்தபோது, சூரியன் ரொம்பதூரம் வந்துவிட்டான். பீட்டர் கடிவாளவார்களைக் கையிலெடுத்த பொழுது, வயிற்றினடியிலிருந்து இருமினான். ''சரி, ஒரு சுமை தோளிலிருந்து இறங்கியது'' என்று தன் கனசாரீரத்தில் கூறிவிட்டுக் குதிரையை விரட்டினான்.

அவர்கள் மாஸ்கோவைக் கடந்தனர்; பசுமையான வயல்களிடையே வண்டி சென்றது. சேய்மையில் அன்னியர் பேட்டையின் கூரைகள் தென்பட்டன. அவற்றுக்கு அப்பால், தொடு வானத்தின் கீழிருந்து இழிந்து பனி மேகங்கள் எழுந்தன. பீட்டர் கூறினான்:

''பணியாட்களாகிய உங்களை இப்படித்தான் நடத்தவேண்டும். இரவில் விளையாடத் தொடங்கினால், இருண்ட சிற்றறையில் போட்டுப் பூட்டி விடுவேன்'' தொப்பியைத் தலையின் பின்புறத்துக்குத் தள்ளிக்கொண்டு அவன் சிரித்தான்.

அவர்கள் ஒரு தொகுதி சோல்ஜர்களைக் கடந்தனர். மங்கிய தவிட்டு நிறக் கோட்டுகளை அவர்கள் அணிந்திருந்தனர். அந்தக் கோட்டுகள் சோல்ஜர்களுக்குச் சரியாகப் பொருந்தவில்லை. ஒவ்வொரு சோல்ஜரும் ஒரு பாதத்தில் உலர்புல் கொத்தும் இன்னொரு பாதத்தில் வைக்கோல் கொத்தும் கட்டிக்கொண்டிருந்தனர். அவர்கள் வரிசை தவறி நடந்தனர். துப்பாக்கிச் சனியன்கள் ஒன்றன்மீதொன்று மோதின. ஸார்ஜண்ட் ஆத்திரமடைந்து 'நேராகநில்!' என்று கத்தினான். பீட்டர் வண்டியிலிருந்து இறங்கி ஒவ்வொருவனாக இரண்டு சோல்ஜர்களைப் பிடித்துத் திருப்பி, அந்த மட்டமான கோட்டுத்துணியைத் தொட்டுணர்ந்தான்.

''செத்தை!'' என்று கத்திய அவன், முகத்தில் பருக்களை உடைய ஸார்ஜண்டை உறுத்துப் பார்த்தான். ''இந்தக் கோட்டுகளை 'சப்ளை' செய்தது யார்?'' என்று வினவினான்.

''பீரங்கிப் படைத்தலைவரே, இந்தக் கோட்டுகளை சுஹாரேவ் தொழிற்சாலை சப்ளை செய்தது.''

''உன் கோட்டை நீக்கு!'' என்று மூன்றாவது ஆளைப் பிடித்துக்கொண்டு பீட்டர் கத்தினான். கூரிய மூக்கை உடைய அந்த ஒல்லியான சிப்பாய், அண்ணாந்து பார்த்து, எதிரில் நின்றவனது வட்டமான வதனத்தையும் சிறு மீசையையும் கண்டு வெலவெலத்துப் போனான். அவனருகே இருந்தவர்கள் அவன் கையிலிருந்து துப்பாக்கியை இழுத்துக்கொண்டு அவனது பெல்ட்டை அவிழ்த்துக் கோட்டைக் கழற்றினார்கள். பீட்டர் கோட்டைப்பிடுங்கி வண்டியில் எறிந்தான். மேற்கொண்டு ஒரு வார்த்தை பேசாமல், வண்டியில் ஏறி, மென்ஷிகோவ் மாளிகையை நோக்கிக் குதிரையை விரட்டினான்.

கோட்டை இழந்த சிப்பாய்க்கு உடல் நடுங்கியது. அவன் புல்வளர்ந்த சாலையில் வண்டியைத் தொடர்ந்து விரைந்து ஓடினான். ஸார்ஜண்ட் அவனைப் பிரம்பால் குத்தி நிறுத்தினான்:

''ஆண்ரி, அணியிலிருந்து விலகித் திரும்பிச் செல்'' என்று கூறிவிட்டு ''நிமிர்ந்து நில்'' என்று சிப்பாய்களை நோக்கிக் கத்தினான். அவன் கழுத்தை வளைத்து வாயை அகலத் திறந்து, சகல சிப்பாய்களுக்கும் கேட்கும்படியாக ஊளையிட்டான்; ''உலர்புல்தான் இடது பாதம்; வைக்கோல் தான் வலது பாதம்; மறந்துவிடாதீர்கள்... நடவுங்கள்! உலர்புல், வைக்கோல்-உலர்புல், வைக்கோல்...'' ஐவான் பிராவ்கினின் புதிய பாக்டரியே சுஹாரேவ் தொழிற்சாலைக்குத் துணியை சப்ளை செய்தது. நிக்லின்யா நதிக்கரையில் குஸ்னட்ஸ்கி பாலத்துக்கு அருகில் கட்டப் பட்டிருந்த இப்பாக்டரியில் மென்ஷிகோவும் ஷாப்ரோவும் பங்காளிகள். பட்டாளத்து உடுப்புத்

துணிக்காகப் பிரியோ பிராஷன்ஸ்கி நிர்வாகம் லட்சம் ரூபிள் முன் பணம் கொடுத்திருந்தது. ஹாம்பர்க்கில் உற்பத்தியாகும் துணியைவிடத் தரத்தில் குறைவாயில்லாத துணியை உற்பத்தி செய்து தருவதாக மென்ஷிகோவ் பெருமையடித்துக் கொண்டான். ஆனால் அவர்கள் கந்தல் நூலோடு புதிய நூலைக் கலந்து நெய்து கொடுத்துவிட்டார்கள். இந்த மென்ஷிகோவ் திருடனாய்ப் பிறந்தவன், திருடனாய் வளர்ந்தவன், இன்னும் திருடனாகவே இருந்தான். ''சற்றுப் பொறு!'' என்று எண்ணிய பீட்டர் பொறுமையிழந்தவனாய்க் குதிரையை விரட்டினான்.

அலெக்ஸாண்டர் மென்ஷிகோவ் காலை ஆறுமணி வரை குடித்துக் கூத்தடித்ததால் நிதானத்துக்கு வருவதற்காக வெள்ளரி வகையில் செய்த உப்புப் பச்சடியைக் குடித்துக் கொண்டிருந்தான். அவனது ஆழமான நீலக்கண்கள் மங்கியிருந்தன; கண்ணிமைக் கதுப்புகள் வீங்கியிருந்தன. பெட்ரிலா என்ற செல்லப் பெயரை உடைய அவனது வீட்டுப் பாதிரி ஒரு கிண்ணத்தை வைத்துக்கொண்டு அவன் முன் நின்றான். அவன் உரத்த குரலை உடையவன். விகாரமான தோற்றத்துக்கு உரியவன்! ஏழடி உயரம்; பீப்பாய் மாதிரி பருத்திருந்தான். அவன் கிண்ணத்தில் விரல்களை விட்டு அலசி, இரக்கத்தோடு சொன்னான்:

''இதோ ஒரு வெள்ளரிக்காய்த் துண்டு, இதோ ஒன்று...''

''ஒழிந்து போ!''

அந்தப் பகட்டான படுக்கையருகே, கையில் பொடி டப்பியைத் திறந்து வைத்துக்கொண்டு ஷாப்ரோவ் அமர்ந்திருந்தான். அவனது சாமர்த்தியம் விளங்கிய முகம், பொங்கப்பத்தைப் போல் கொழுமழுத்து இருந்தது. அரைக்கோப்பை அளவு இரத்தத்தை வெளியேற்ற வேண்டுமென்றும் அல்லது கழுத்தின் பின்புறத்தில் அட்டைகளை விட்டு உதிரம் உறிஞ்சச் செய்ய வேண்டுமென்றும் அவன் மென்ஷிகோவுக்கு யோசனை கூறினான்.

''அலெக்ஸாண்டர் டானிலோவிச், என் நண்பன், கடுந் தேறல்களை மிகுதியாகக் குடித்து உன் உடம்பைக் கெடுத்துக்கொண்டிருக்கிறாய்.''

''ஒழிந்து போ!''

பாதிரிதான் பீட்டரைப் பல கணி வழியாக முதலில் பார்த்தான். ''கோபமாக வருகிறார் போலிருக்கிறது'' என்று அவன் கூறினான். அவர்கள் யோசித்துப் பார்ப்பதற்குள், பீட்டர் அறைக்குள் விடுவிடு என்று நுழைந்தான். யாருக்கும் முகமன் கூறாது, மென்ஷிகோவிடம் சென்று, சிப்பாயின் கோட்டை அவனுக்கு முன் எறிந்தான்:

''இதுதான் ஹாம்பர்க் துணியைவிட உயர்ந்ததா? பேசாதே, திருடா, பேசாதே. நீ ஒரு சாக்குப்போக்கும் சொல்ல முடியாது!''

பீட்டர், மென்ஷிகோவ் சட்டையின் முன்புறச் சரிகையைப் பிடித்துக்கொண்டு, அவனைச் சுவருக்குத் தள்ளி, அங்கே வலதுபுறத்தில் இடதுபுறத்திலும் செவிட்டில் அடித்துக்கொண்டேயிருந்தான். மென்ஷிகோவின் தலை இங்கும் அங்கும் ஆடியது. அதன்பின் பிடியை விடுத்த பீட்டர் கணப்பு அருகே இருந்த பிரம்பை எடுத்து அவனை ஆத்திரத்தில் அடித்தபொழுது, அது ஒடிந்தது. மென்ஷிகோவை விடுத்துவிட்டுப் பீட்டர் ஷாப்ரோவ் பக்கம் திரும்பினான். ஷாப்ரோவ் நாற்காலியருகே பணிவாக மண்டியிட்டிருந்தான். பீட்டர் அவனைப் பார்த்துக் கனைத்தான். 'எழுந்திரு!'' என்றான். ஷாப்ரோவ் துள்ளி எழுந்தான்.

"நான் கொடுத்த விலையில் இந்தக் கழிசடைத் துணியையெல்லாம் அகஸ்ட் அரசனிடம் விற்றுவிட வேண்டும். ஒரு வாரம் தவணை கொடுக்கிறேன். விற்காவிடில், உங்களைச் சித்திரவதை செய்யும் பொறியில் சட்டையில்லாது தொங்கவிட்டுக் கசையால் அடிக்கச் செய்வேன். புரிந்ததா?"

"ஓ, மாட்சிமை பொருந்தியவரே, விற்றுவிடுகிறேன். அந்தத் தவணைக்கும் முன்னால் விற்றுவிடுவேன்?"

"எனக்கும் பிராவ்கினுக்கும் நல்ல துணியாகக் கொடுக்க வேண்டும்."

முகத்திலிருந்த கண்ணீரையும் இரத்தத்தையும் துடைத்துக்கொண்டே மென்ஷிகோவ் கூறினான்: "மீன்ஹெர்ஸ், கடவுள் அறிய, நாங்கள் உங்களை ஏமாற்றுவோமா? இந்தத் துணி விஷயத்தில் நடந்தது என்னவென்றால்…"

"சரி, சரி, சிற்றுண்டி பரிமாறுவதற்கு உத்திரவிடு" என்றான் பீட்டர்.

அத்தியாயம் 4

1

வெப்பம் அதிகமாயிருந்தது. ஓர் இலைகூட அசையவில்லை. கான்ஸ்டாண்டி நோபிளின் ஓடுவேய்ந்த கூரைகள் வெண்மையாகிவிட்டன. நகரில் காற்று வெப்பத்தால் துடித்தது. சுல்தானது அரண்மனையின் தோட்டங்கள் கூட வெயிலில் பொசுங்கிவிட்டன; அந்தப் புழுதியான தோட்டங்களில் நிழலே இல்லை. கந்தல் அணிந்த ஜனங்கள், கோட்டை மதில்களது அடிவாரத்தில், கண்ணாடி போல் தெளிவாயிருந்த தண்ணீருக்கு அருகே கற்களில் படுத்துறங்கினர். நகரெங்கும் அமைதி நிலவியது. உயரமான ஸ்தூபிகளிலிருந்து எழுந்த நீண்ட ஓசைதான் வாழ்வின் துயரை நினைவூட்டும் ஒலியாக இருந்தது. இரவில் நாய்கள் பெரிய விண்மீன்களைப் பார்த்துக் குரைத்தன.

பீட்டரின் தூதனான உக்ரேன்ஸேவும் அவனது குமாஸ்தாவான சிரிடியேவும் பீராவிலுள்ள விடுதித்துறைக்கு வந்து ஓராண்டு கழிந்துவிட்டது. இருபத்தி மூன்று சந்திப்புகள் நிகழ்ந்தன; ஆனால் இரண்டு கட்சிகளுமே விட்டுக்கொடுக்கத் தயாராயில்லை. சில நாட்களுக்கு முன்னால், பீட்டர் ஒரு தூதன்மூலம் புதிய கட்டளையை அனுப்பியிருந்தான். உடனடியாகச் சமாதான உடன்பாடு செய்துகொள்ள வேண்டுமென்றும், அதன்பொருட்டு அஸோவ் நீங்கலாக வேறு சலுகைகளை அளிக்கலாமென்றும் அவன் கூறியிருந்தான். புனிதமான கல்லறையைப்பற்றிக் குறிப்பிட்டுக் கத்தோலிக்கர்களைப் புண்படுத்த வேண்டாமென்றும் தெரிவித்திருந்தான். இந்தச் சலுகைகளை வழங்கிய பின், உக்ரேன்ஸேவ் உறுதியான நிலைகொள்ள வேண்டுமென்றும் அறிவித்திருந்தான்.

இருபத்தி மூன்றாவது சந்திப்பில் உக்ரேன்ஸேவ் அவர்களிடம் கூறியது:

''நாங்கள் கடைசியாகச் சொல்வது இதுதான்: இன்னும் இரண்டுவாரம் கான்ஸ்டாண்டி நோபிளில் இருப்போம். அதற்குள் சமாதான உடன்பாடு ஏற்படாவிட்டால் குற்றம் உங்களுடையது தான். ஜாரின் கப்பற்படை சென்றவருடம் இருந்த மாதிரி இந்த வருடம் இல்லை என்பதை நீங்கள் கேள்விப்பட்டிருப்பீர்கள்.''

தமது எச்சரிக்கையின் தன்மையைத் துருக்கியர் உணரச்செய்வதற்காக உக்ரேன்ஸேவ் தன் புடையர் குழுவுடன் விடுதித்துறையிலிருந்து கப்பலுக்குப் போய்விட்டான். 'நம்பிக்கை' இத்துனை மாதங்களாக நங்கூரம் பாய்ச்சப்பட்டுக் கிடந்ததால் அதன் பக்கங்களில் பூஞ்சக்காளான் அடர்த்தியாகப் பிடித்துவிட்டது. அதன் அறைகளில் கரப்பான் பூச்சிகளும் மூட்டைப் பூச்சிகளும் குடியேறியிருந்தன. வேலையில்லாது காலம் கழித்தால் காப்டன் பாம்பர்க் உப்பிவிட்டான்.

உக்ரேன்ஸேவும் அவனது குமாஸ்தாவும் அதிகாலையிலேயே எழுந்திருந்து முனங்கினர்; தம்மைச் சொரிந்து கொண்டனர். அவர்கள் தன் உள்ளாடைக்குமேல் தார்த்தாரிய கவுனை அணிந்து கொண்டு, அந்தக் காற்றோட்டமில்லாத அறையிலிருந்து கப்பலின் மேல்தளத்துக்குச் சென்றனர். அவர்களுக்கு ஒரே சோர்வாயிருந்தது. மேகமில்லாத வானத்தில் செங்கதிரோன் அனலைக் கக்கித் தகிக்கப்போவதை அறிவிக்கும் வகையில் இருண்ட பாஸ்பரஸ்மீதும், பொசுங்கிய குன்றுகள் மீதும் உதயகால ஒளி பரவியது. அவர்கள் உண்பதற்கு அமர்ந்தனர். நிலவறையிலிருந்து குளிர்ச்சியான ரை தானியத் தேறலைக்கொண்டு வந்து குடித்தால் எவ்வளவு சொகுசாக இருக்கும்! வீண் ஆசை! அவர்கள் விருப்பமில்லாமல் முடை நாற்றம் வீசிய மீனைத்தின்றனர். தண்ணீரையும் புளிக்காடியையயம் அருந்தினர். உள்ளாடைமட்டும் அணிந்த காப்டன் பாம்பர்க் கடுமையான பானத்தைப் பருகிவிட்டு வெயிலில் உலர்ந்து சுருங்கிய மேல்தளத்தில் நடைபோட்டுக்கொண்டிருந்தான். இளஞ்சிவப்புக் கதிரவன் வானத்தில் உயர்ந்தான். விரைவில் சுற்றுப்புறக்காட்சிகளைக் காண்பதே வேதனையாகிவிட்டது. நீரோட்டமும், கடற்கரையருகே 'தொட்டிலாடி'க் கொண்டிருந்த படகுகளின் முலாம் பழச்சுமையும், மசூதிகளின் சுண்ணாம்பு வெள்ளை மாடங்களும் நீலவானத்தின் பின்னணியில் பறந்து கண்களைக் கூசச்செய்த பிறைச் சந்திரக்கொடிகளும் கண்ணுக்குப் புலனாயின; ஆனால் அவற்றைப் பார்த்தால் கண்களில் நோவு உண்டாயிற்று. காலாதாவின் குறுகலான தெருக்களில் ஜனங்கள் பேசியதும் கூச்சலிட்டதும் வீதியிலே பொருள் விற்போர் மணியடிததும் அவர்கள் காதில் விழுந்தன.

''உக்ரேன்ஸேவ் அவர்களே, என்னால் உங்களுக்கு என்ன பயன். எனக்கு அனுமதி கொடுங்கள். நான் கால் நடையாகவே செல்கிறேன்'' என்று குமாஸ்தாவான சிரிடியே கூறினான்.

''சற்றுப் பொறு. விரைவில் நாம் வீடு செல்வோம்'' என்று உக்ரேன்ஸேவ் கண்களை மூடிக்கொண்டு பதிலளித்தான். நகரத்தின் காட்சிகளைக் காண்பதை அவன் வெறுத்தான்.

''உக்ரேன்ஸேவ் அவர்களே, எனக்கு ஒரே ஆசைதான். என் தோட்டத்தின் குளிர்ந்த புல்மீது சிறிது நேரம் படுக்கவேண்டும் என்பதுதான் அது.'' வெப்பத்தாலும் தாயகம் திரும்பவேண்டுமென்ற ஏக்கத்தாலும், குறுகலான தாடியை உடைய சிரிடியேவின் நீண்ட முகம் வாடி வற்றிவிட்டது. அவனது கண்கள் உள்ளே அமுங்கிவிட்டன.

''எனக்கு ஸுஸ்டாலில் ஒரு சிறிய வீடு இருக்கிறது. அந்த வீட்டுத் தோட்டத்தில் இரண்டு பர்ச் மரங்கள் உள்ளன. நான் என் கனவுகளில் அந்த மரங்களைக் காண்கிறேன். அங்கே காலையில் எழுந்திருந்து கால்நடைகளைப் பார்ப்பதற்குச் சென்றால், அங்கு புல் வெளியில் அவிழ்த்து விட்டிருப்பார்கள். தேனீத் தோட்டத்துக்குச் சென்றால், அங்கு புல் இடுப்பளவு வளர்ந்திருக்கும்.

சிற்றாற்றில் விவசாயிகள் மீன் பிடிக்க வலை வீசுவார்கள். விவசாயிப் பெண்கள் அழுக்குத் துணிகளை அடித்துத் துவைப்பார்கள். அவையெல்லாம் எவ்வளவு பிடித்தமானவை!''

''ஆ, ஆம்! ஆ, ஆம்! ஆ, ஆம்!'' என்று உக்ரேன்ஸேவ் தன் சுருக்கம் விழுந்த முகத்தை அசைத்தான்.

''பகலுணவுக்கு ஷீட்-மீன்* கிடைக்கும்.''

உக்ரேன்ஸேவ் முகத்தை இப்பக்கமும் அப்பக்கமும் ஆட்டிக்கொண்டு கண்களைத் திறவாமல் பதிலளித்தான்:

''ஷீட்மீன் சிறிது ஆடம்பரமான உணவுதான். கோடையில் குளிர்ந்த மீனும் காய்கறிச் சூப்பும் உண்பதே நல்லது; அவற்றுடன் மணப்பூண்டு இட்ட ரைதானியத் தேறலும் அருந்த வேண்டும்.''

''உக்ரேன்ஸேவ் அவர்களே, புதிய வெள்ளத்து மீனைக் கொண்டு சூப்பு செய்தால் நன்றாக இருக்கும்.''

''ஆம், அந்த மீனைக் கழுவாது, அப்படியே அதன் பசபசப்போடு சமைக்கவேண்டும். சமைத்தவுடன், அதைத் தூக்கி எறிந்துவிட்டு அந்தச் சூப்பில் ஸ்டர்லிட் மீனைப் போடவேண்டும்.''

''ஆண்டவனே, என்ன அருமையான தேசம்! ஆனால் இங்கே? உக்ரேன்ஸேவ் அவர்களே, இவர்கள் உண்மையான புறச்சமயிகள் தான். இந்த வாழ்வு ஒரு பேய்த்தேர். இங்குள்ள கிரேக்க மகளிர், பாவக் கலசங்கள்.''

''சிரிடியே, நீ அவர்களை நெருங்கக்கூடாது.''

சிரிடியேயின் பெரிய நாசியில், தினைவிதை போன்ற சிறு வேர்வைத் துளிகள் தென்பட்டன. அவனது கண்கள் இன்னும் உள்ளே புதைந்துகொண்டிருப்பதாகத் தோன்றியது. ஆறு தடுப்புகளை உடைய ஒரு படகு- கம்பளம் விரிக்கப் பெற்றது. கடற்கரையிலிருந்து கப்பலை நோக்கி வந்தது. பாம்பர்க் திடீரென்று கரகரத்த குரலில் கத்தினான்.

''மேலாள், மேல்தளத்தில் அனைவரையும் உஷார்ப்படுத்து! ஏணியை இறக்கு.''

படகு கப்பலுக்குப் பக்கத்தில் வந்து நின்றது. முதலமைச்சரின் அதிகாரிகளில் ஒருவனான ஸாலமன், மிதியடியால் சத்தம் செய்து கொண்டே ஏணியில் ஏறினான். அவனுக்குக் கன்ன எலும்புகள் உயரமாயிருந்தன. மூக்குத் தட்டையாயிருந்தது. லாகவமான உடம்பையும் சுறுசுறுப்பான மூளையையும் உடையவன். அவன் கப்பலை ஒரு பார்வை பார்த்தான்; அவனது கரம் துரிதமாக இருதயத்தையும் உதடுகளையும் நெற்றியையும் தொட்டது. அவன் ருஷிய மொழியில் பேசினான்:

''உக்ரேன்ஸேவ் அவர்களே, முதலமைச்சர் உமது நலனைப்பற்றி வினயமாக விசாரிக்கிறார். நீங்கள் கப்பலில் வசதியாகத் தங்க முடியாது என்று அஞ்சுகிறார். உங்களுக்கு எங்களிடம் என்ன கோபம்?''

''வணக்கம், ஸாலமன்.'' உக்ரேன்ஸேவ் வெகுவாக யோசனை செய்து பேசினான்: ''முதலமைச்சரின் உடல் நலத்தைப் பற்றி எனக்குத் தெரிவியுங்கள் நீங்கள் சகல வகைகளிலும்

---

*ஷீட் மீன்: ஐரோப்பிய நதிகளில் கிடைக்கும் பெரிய மீன்வகை.

நலமாயிருக்கிறீர்கள் அல்லவா?'' இங்ஙனம் கூறியபின் அவன் கூரிய கண்ணை அகலத் திறந்தான்; ''எங்களைப் பொறுத்த மட்டில் இங்கு மன மகிழ்வோடு தங்கியிருக்கிறோம். ஆனால் வீட்டுக்குத் திரும்ப வேண்டுமென்று ஏங்குகிறோம். இங்கு இந்த ஐம்பது அடிக் கப்பல்தான் எங்களது வீடாயிருக்கிறது.''

''உக்ரேன்ஸேவ் அவர்களே, உங்களிடம் தனியாக ஒரு வார்த்தை பேசலாமா?''

''ஏன் கூடாது? தனியாகவே பேசுவோம்.'' அவன் இருமினான்; பாம்பர்க்கையும் சிரிடியேவையும் நோக்கி, ''ஒதுங்கிப் போங்கள்'' என்று கூறிவிட்டு ஒரு கப்பற்பாயின் நிழலுக்குப் பின் வாங்கினான்.

ஸாலமன் விகாரமான பல் ஈறுகளைக் காட்டிக்கொண்டே புன்னகை செய்தான்.

''நான் உங்களின் உண்மையான நண்பன். உங்களது விரோதிகளை என்னால் விரல் விட்டுச் சொல்ல முடியும்'' என்று மொழிந்த ஸாலமன், உக்ரேன்ஸேவின் நாசியருகே விரல்களால் சொடுக்கினான். 'ஆம், ஆம்' என்று மட்டும் உக்ரேன்ஸேவ் குறிப்பிட்டான்.

ஸாலமன் தொடர்ந்து பேசினான்: ''உமது விரோதிகளது சூழ்ச்சிகளைப் பார்த்து நான் நகைக்கிறேன். அவை எனக்கு ஒரு பொருட்டு அல்ல. நான் இல்லாவிட்டால் அமைச்சரவைப் பேச்சுவார்த்தைகளை முறிந்திருக்கும். நிலையைச் சாதகமாக மாற்றுவதில் 'நான் வெற்றியடைந்து விட்டேன். நாளைக்கே சமாதான ஒப்பந்ததில் கையெழுத்திடுவதற்கு முதலமைச்சர் சித்தமாயிருக்கிறார்... சிலருக்குப் 'பக்ஷீஸ்' கொடுக்கவேண்டியதாக இருக்கும்.''

'அப்படியா?'' என்றான் உக்ரேன்ஸேவ். அவனுக்கு இப்பொழுது அனைத்தும் விளங்கி விட்டன. முதல் நாளே, அவனிடம் தொடர்பு கொண்டு பணம் பெற்றுவரும் ஒரு கிரேக்கன் உளவு கூறியிருந்தான். பிரெஞ்சு ஸ்தானிகர் பாரிஸிலிருந்து கான்ஸ்டாண்டி நோபிளுக்குத் திரும்பி வந்து விட்டதாகவும், சுல்தானின் மந்திரிகள் கூடிப் பேசினர் என்றும் அவர்களுக்குச் சிறந்த பரிசுகள் கிடைத்திருப்பதாகவும் அந்தக் கிரேக்கன் கூறியிருந்தான். இரவெல்லாம் புழுக்கத்தாலும் கரப்பான் பூச்சியாலும் வதைக்கப்பட்ட ருஷியத் தூதன் இந்தத் தகவலைப் பற்றியே யோசித்துக் கொண்டிருந்தான். ''இதன் பொருள் என்ன? பிரெஞ்சுக்காரர்கள், துருக்கியர்களை ஆஸ்திரியச் சக்கரவர்த்திக்கு எதிராக மீண்டும் போர் புரியும்படி தூண்டி விடுகிறார்கள் என்பது தெளிவு. எனவே, துருக்கியர் மாஸ்கோவுடன் சமரசம் செய்து கொண்டாக வேண்டும்'' என்று அவன் முடிவு செய்தான்.

உக்ரேன்ஸேவ் ஸாலமனிடம் கூறினான்: ''நல்லது, பக்ஷீஸ் பெரிய விஷயமல்ல. நாங்கள் சாதகமான காற்றுக்காகத்தான் காத்திருக்கிறோமென்று முதலமைச்சரிடம் சொல்லுங்கள். சமாதானம் ஏற்பட்டால் நல்லது; ஏற்படாவிட்டாலும், அதைவிட நல்லது. சமாதானமும் இந்த அடிப்படையில் இருக்கவேண்டும்...'' நரைத்த புருவங்களின் கீழிருந்து அவன் ஸாலமனை உறுதியோடு நோக்கினான்: ''நாங்கள் ஒப்புக்கொண்ட மாதிரி நீப்பர் கழிமுகக் கரையிலுள்ள சிறு கோட்டைகளை அழித்துவிடுகிறோம். ஆனால் இதற்குப் பதிலாக, அஸோவைச் சுற்றிலும் பத்துநாள் குதிரைச் சவாரி தூரம் ருஷியருடையதாக வேண்டும். இந்த விஷயத்தில் விட்டுக் கொடுக்க முடியாது.''

ஸாலமன் தனக்குப் பக்ஷீஸே கிடைக்காது போய்விடுமென்று அஞ்சினான். இந்த ருஷியர்கள் தெரியவேண்டியதை விட அதிகமாகவே அறிந்திருந்தார்கள். அவன் உக்ரேன் ஸேவின் சட்டைக் கையைப் பிடித்துக்கொண்டு வாதிக்கத் தொடங்கினான். அவர்கள் அறைக்குச்

சென்றனர். பலகண்கள் தொலைநோக்கிக் கருவி மூலம் 'நம்பிக்கை'யைப் பார்த்துக் கொண்டிருப்பதை அறிந்த பாம்பர்க் மாலுமிகளைப் பாய்மரக் கட்டுகளிடம் அனுப்பினான். கப்பல் புறப்படத் தயாராவது மாதிரி நடிப்பதே அவனது நோக்கம். உக்ரேன்ஸேவ் அறையிலிருந்து தலையை நீட்டி, ''உடை அணிந்துகொள்; கரைக்குப் போகவேண்டும்'' என்று குமாஸ்தாவிடம் கூறினான்.

விரைவில் அவனும் பொய் மயிரையும் வாளையும் அணிந்துகொண்டு வெளியே வந்தான். அவன் ஏணி வழியே இறங்கிப் படகை அடைவதற்கு ஸாலமன் உதவினான்.

பல நாட்களுக்குப் பிறகு, அன்று பிற்பகலில் பாய்மரத்து உச்சியில் குறுகலான கொடி சிறிது பறந்தது. தொலைதூரக் குன்றுகளை மூடுபனி சூழ்ந்தது. வான நீலத்தைப் புழுதி மறைத்தது. நகரம் மங்கலாகவே தென்பட்டது. பாலை நிலத்திலிருந்து காற்று வீசத் தொடங்கிவிட்டது.

மறுநாள் சமாதான ஒப்பந்தம் கையெழுத்தாயிற்று.

2

மகா ஐவான் மணியோசை மாஸ்கோவெங்கும் எதிரொலி செய்தது. வியாபாரிகள் பேட்டையிலிருந்து வந்த இருபத்தி நான்கு பலசாலிகள் அந்த மணியின் பித்தளை நடு நாவை இழுத்து அடித்தனர். ருஷியர்கள் பகைவரை முறியடித்து வெற்றி பெறுவதற்கு அருள்புரிய வேண்டுமென்று வழிபாடுகள் நிகழ்ந்தன. அன்று பூஜை நிறைவுற்றவுடன் அரசவைக் குமாஸ்தாவான வாஸ்நிட்ஸின் புராதனமான மரபுப்படி கம்பளம்கொடுத்துத் தைத்த கோட்டையும் உயரமான கம்பளிக் குல்லாவையும் உயர்தரமான தோல் பூட்ஸையும் அணிந்து, ஜார்மட்டும் உபயோகிப்பதற்குரிய ஆசாரவாயிலில் தோன்றினான்; (முட்செடிகள் மண்டியிருந்த அந்த வாயிலில் நின்ற) அவன் தன் முன் கூடியிருந்த ஜனத்திரளுக்கு ஜாரின் ஆணை ஓலையைக் கவனமாகப் படித்தான்; ராணுவ சேவைக்காகப் பதிவு செய்துகொண்டவர்கள் அனைவரும், ஸ்வீடனுக்கு எதிரான போர் மேல் எழவேண்டுமென்றும், குதிரை வலவர்களும் வழக்கறிஞர் களும் மாஸ்கோ பிரபுக்களும் அரண்மனையில் ஊழியம் செய்த பிரபுக்களும் ராணுவத்துறை நுணுக்கங்களைப் பயில்வதற்குப் பதிவானவர்களும் குதிரை மீது செல்லவேண்டுமென்றும் அந்தத் திருமுகம் கூறியது.

இது நீண்ட காலமாக எதிர்பார்க்கப்பட்டது என்றாலும், மாஸ்கோ அதிர்வுற்றது. அதிகாலையிலிருந்தே பட்டாளங்களும் தளவாட வண்டித் தொடர்களும் மாஸ்கோ வீதிகளில் சென்று கொண்டிருந்தன; தெருவெல்லம் புழுதிப் படலங்கள் நிறைந்தன. சோல்ஜர்களது மனைவிமார்கள், சட்டைக் கைத் தொங்கல்களை ஆட்டிக்கொண்டே, வீதியோரமாக வெறிகொண்டு ஓடினர். மரக்கட்டை பரப்பிய வீதிகளில், துப்பாக்கி வண்டிகள் திடீர் திடீரென்று ஒரு பக்கமாகச் சாய்ந்து குலுங்கியபொழுது, பொதுமக்கள் வீட்டு வேலியோரமாக ஒதுங்கி நின்றனர். புராதனமான சிறு கோயில்களில் பாதிரிமார்கள் வெற்றிக்காக உரத்த குரலில் வழிபட்டனர். பாயர் வீடுகளின் நுழை கதவுகள் திறந்தன; பண்டைக்காலத்து உடற்கவசத்தையும் மேலாடையையும் தரித்தவர்கள் குதிரை மீது வேகமாக வெளி வந்தனர். அவர்கள் குதிரையைக் குதிமுள்ளால் குத்திக் கூட்டத்திடையே விரட்டினர்; ஜனங்களைச் சவுக்கால் அடித்தனர். வண்டிகள் மோதின; இருசுகள் கிரீச்சென்றன; குதிரைகள் வாயிரும்பைக் கடித்து வீறிட்டலறின.

உஸ்பென்ஸ்கி திருக்கோயிலில், ஏராளமான மெழுகுவத்தி விளக்குகள் எரிந்தன; நறும்புகைப் படலத்திடையே காட்சியளித்த சமய முதல்வரான ஆட்ரியன் கரங்களை உயர்த்திக் கண்ணீர் உகுத்தார். பாயர்களும், அவர்களுக்குப் பின்னால் செல்வம் படைத்த வர்த்தகர்களும் மண்டியிட்டிருந்தனர். உயரமான கூரையை நோக்கிய சமய முதல்வரின் முகத்தில் வழிந்தோடிய கண்ணீரைக் கண்டு, அவர்கள் அனைவரும் அழுதனர். வாயை அகலத் திறந்து தலைமைத் துணைப் பாதிரியார் வெற்றியை வேண்டிக் குரல் கொடுத்த பொழுது, அவரது புருவங்களின் இரத்தக் குழாய்கள் புடைத்துக்கொண்டன. அவரது குரல், ஊழ்க்கடை நாளின் எக்காள ஒலியை ஒத்திருந்தது; சமய முதல்வரது பாடகர் குழுவின் பாட்டையும் ஓங்கி உயர்ந்து ஒலித்தது. சமய முதல்வரின் மேலாடை கறுப்பாயிருந்தது; பொன்னாலான சட்டங்களில் அமைத்திருந்த புனித உருவங்களும் கறுப்பாயிருந்தன. ஆலயம் பொன்னும் புகழும் விளங்கச் சோபித்தது.

பாயர்களுக்கே உரிய அக்கோயிலில் இந்த அளவுக்கு வியாபாரிகளை இதுவரை அனுமதித்தவில்லை. இந்தச் சந்தர்ப்பத்தை முன்னிட்டு, நிர்வாகிகளின் அவை, மெழுகுவத்திகள் வாங்குவதற்குத் தொள்ளாயிரம் பவுன் நன்கொடை அளித்திருந்தது. பல பணக்கார வியாபாரிகள், தனித்தனியாகவும் மெழுவத்திகளை அளித்திருந்தனர். அவற்றில் சில பதினெட்டு ராத்தல் எடை உடையவை; மற்றவை முப்பத்தியாறு ராத்தல் எடை உடையவை. நறும்புகைத் திரவியங்களைச் செலவிடுவதில் சிக்கனம் கூடாதென்று துணைப்பாதிரிகளிடம் கூறப்பட்டிருந்தது.

கண்ணீர் சிந்திய ஐவான் பிராவ்கின் ''மகிமை, மகிமை...'' என்று திரும்பத் திரும்பக் கூறினான். அவனுக்கு அருகில் ஒரு புறத்தில் நின்ற ஷோரின் உணர்ச்சி வசப்பட்டு பாடகரோடு சேர்ந்து பாடினான். இன்னொரு புறத்தில் நின்ற சிவிஸ்னிகாவ் பலிபீடத்திரையின் பொன்னையும் வழிபாட்டு உருவங்களது கட்டுக்கோப்பையும் ஒளி வட்டங்களையும் வெறித்துப் பார்த்தான்; அவையெல்லாம் தன் கையால் செய்தவையென்று கருதியவன் போல் உறுத்துப் பார்த்தான். ''எங்களுக்கு வெற்றி அருளுங்கள்'' என்று பகட்டாக உடை அணிந்த தலைமைத்துணைப் பாதிரியார் இடி முழக்கம் செய்தபொழுது, கூரை நடுங்கியது. அவரது ஆடையில் புனைத்திருந்த சிவப்பு ரோஜா வடிவங்கள் நறும் புகைப்படலங்களில் மறைந்தன.

பக்தர்கள் சிலுவையை முத்தமிடுவதற்கு முன்னேறினார்கள். பருத்துத் தடித்தவனும் மயிர் நரைத்தவனுமான ரோமோடானோவ்ஸ்கிதான் முதலில் சிலுவையை முத்தமிட்டான். அவன் ஒரு நிமிட நேரம் முத்தமிட்டவாறு இருந்தான்; அப்பொழுது, அவனது தோள்கள் உயர்ந்து தாழ்ந்தன. அவனுக்குப் பின்னால் பாயர்களும் மகாப் பிரபுக்களும் ஒருவர் பின் ஒருவராகவந்து முத்தமிட்டனர்; அவர்கள் அனைவருமே வயதானவர்கள்தாம்; வாலிப வயதினரெல்லாம் அப்பொழுதே போர்க்களம் சென்றுவிட்டனர். பக்தி சிரத்தையோடு நடந்த வணிகர்கள், கோயில் அதிகாரி வைத்திருந்த தட்டத்தில் பொற்காசுகளையும் மோதிரங்களையும் முத்துமாலைகளையும் போட்டார்கள். அவர்கள் நிமிர்ந்த நன்னடையோடும் நேர்கொண்ட பார்வையோடும் கோயிலிலிருந்து வெளியேறினார்கள். மீண்டும் கதவுக்கு மேலிருந்த புனித உருவத்துக்கு முன் சிலுவைக் குறியிட்டு விட்டு, அவர்கள் கேசத்தைப் பின்னுக்குத் தள்ளிக்கொண்டு குல்லாய் அல்லது தொப்பியைத் தரித்தவாறு, ஆங்காங்கே மென்புல் வளர்ந்திருந்த சதுக்கத்தின் வழியே நிர்வாகிகளின் அவைக்கு நடந்தனர். சாமான்ய மக்களின் கூட்டத்தையும் சர்க்கார் அலுவலகச் சாளரங்களையும் நோக்கியவாறு, குதிகாலால் ஒலி செய்துகொண்டே விரைந்து நடந்தனர்.

ஐவான் பிராவ்கின் ஆலயத்திலிருந்து வெளிவந்த பொழுது, பல விகாரமான கரியகரங்கள் அவனது வெல்வெட் கோட்டின் தொங்கல்களைப் பிடித்துக்கொண்டன. ''மகாப்பிரபு! மகாப் பிரபு! ஒரு கோபெக்... ஏதாவது ஒரு சிறு காசு!'' என்று அந்தப் பற்களை இழந்த அம்மணமான

பிச்சைக்காரர்கள் புலம்பினார்கள். உரோமமடர்ந்த அவர்கள் மேலெல்லாம் சீழ் வடிந்தது. அவர்கள் ஊர்ந்துவந்து, கை நீட்டினார்கள். கந்தல்களை ஆட்டிக்கொண்டே, ''மகாப்பிரபு, மகாப்பிரபு!'' என்றார்கள். வெறுப்படைந்த ஐவான் திரும்பிப்பார்த்து ''முட்டாள்களா, என்ன சொல்லுகிறீர்கள்? நான் பிரபுவல்ல!'' என்றான். சட்டைப்பைகளில் இருந்த செப்புக்காசுகள் அனைத்தையும் எடுத்து வினியோகம் செய்தான். ஒரு வழுக்கைத் தலையன் நெருப்பைக்கிளறும் இருப்புச் சட்டங்களை உராய்ந்தான்; மனித இயல்பு அறவே இல்லாத குரலில், ''எனக்கு வெந்தணல் வேண்டும்!'' என்று ஊளையிட்டான்.

வாஸிலி ரீவ்யாகின் தன் மெல்லிய தாடியை உருவிக்கொண்டு அருகில் நின்றான். கீறல் போன்ற அவனது கண்கள் மலர்ந்திருந்தன. பிச்சைக்காரர்களிடமிருந்து விடுபட்ட பிராவ்கின் அவனிடம் சொன்னான்:

''வியாபாரியே, இது உமது சேனையா? இன்றைக்காவது நீங்கள் சிலுவைக் குறியிடுவது நல்லது.''

''ஐவான், நாம் சமுதாயத்துடன் சேர்ந்துள்ளோம். நாம் சமுதாயத்துடன் சேர்ந்து பணிந்து தொழுகிறோம். உலகம் எளிய நிலையில் உள்ளது. நாம் ஆண்டவனோடு இருக்கிறோம்'' என்று கூறிய ரீவ்யாகின், வயிற்றுக்கு நேராகக் கரங்குவித்துத் தலை வணங்கினான்.

''ஆ! இணங்காதார் குழுவைச் சேர்ந்த நாய்! நிஜமாகவே நாய்தான்!'' என்ற எண்ணிய ஐவான் விரைந்து நடந்தான். அசடன் அவனுக்குப் பின்னால், ஆட்டைப்போல் கத்தினான்.

3

வாகன்களும் பீரங்கிகளும் மீண்டும் மீண்டும் சேற்றில் சிக்கின; சிப்பாய்கள் அவற்றை இழுக்க வேண்டியதாயிற்று. எதிர்காற்று வீசியடித்தது. தளபதிகளான வீடியும் கோலோவினும் தமது படைகளை மேற்கு நோக்கி அழைத்துச் சென்றனர். படைவரிசை அறுபது மைலுக்குமேல் நீண்டிருந்தது. ரிப்னினது படை அதுவரை மாஸ்கோவிலிருந்து புறப்படவில்லை. நாற்பத்தி ஐந்தாயிரம் காலாட் படையினரும் குதிரைப்படையினரும், ஏறத்தாழப் பத்தாயிரம் வாகன்களும் அந்தப் பயணத்தில் பங்குகொண்டிருந்தனர்.

காட்டு மரங்களது உச்சியில் ஈரக்கசிவு உடைய மூடுப்பனிப் படலங்கள் நகர்ந்தன. பர்ச் மரங்களிலும் ஆஸ்பன் மரங்களிலும் எஞ்சிமிஞ்சியிருந்த இலைகள், மழையின் வேகத்தில் உதிர்ந்து விழுந்தன. சாலைப்பள்ளங்களின் சேற்றில், சக்கரங்கள் குடம்வரை அமுங்கின; குதிரைகள் காலை ஒடித்துக்கொண்டன. வழியெல்லாம், விறைந்த காலையும் ஊதிய உடலையும் உடைய குதிரைச்சவங்கள் கிடந்தன. பல ஆட்கள் குட்டைகளின் ஓரத்தில் வாய்திறவாது உட்கார்ந்து விட்டனர். கொலை செய்வோமென்ற அச்சுறுத்தலுக்கும் அவர்கள் மசியவில்லை. அன்னிய அதிகாரிகளுக்குத் தான் துன்பம் அதிகம்; அவர்கள் குதிரையிலிருந்து இறங்கிவிட்டனர்; மேலாடையும் பொய்மயிரும் நனைந்து தண்ணீரைச் சொட்டிக்கொண்டிருந்தன. அவர்கள் நடுநடுங்கிக் கொண்டே, வாகன்களது உள் மரப்பட்டைப் போர்வைக்கு உள்ளே, சரக்கு மூட்டைகளுக்கிடையே குந்தியிருந்தனர்.

இறகுவைத்த தொப்பியும் பச்சைக்கோட்டும் பச்சைக் காலுறையும் அணிந்தவராகத் தாம் சிப்பாய்கள் மாஸ்கோவிலிருந்து புறப்பட்டனர். ஆனால் அவர்கள் ஸ்வீடிஷ் எல்லையை

அடைந்த பொழுது, பாதங்களில் ஒன்றுமில்லை; கழுத்துவரையில் சேறு; வரிசைகுலைந்து நடந்தனர்; அவர்கள் இல்மன் ஏரியின் தாழ்வான கரையைக் கடந்த பொழுது, ஏரியில் வெள்ளம் மிகுந்து கரைகளை நிரப்பிப் பல வாகன்களை அடித்துச் சென்றது.

இந்தக் குழப்பத்தில் பல வாகன்கள் பின்தங்கின; அவற்றுக்கு வழி புரியவில்லை. கொட்டும் மழையில், சேறான நிலத்தில் தங்கினால் தீ மூட்டுவது எப்படி? இத்துணை தொல்லைகள் போதாவென்று, குதிரைமீதுவந்த பிரபுக்கள், கொடிய விரோதிமாதிரி நடந்துகொண்டனர்; அவர்கள் சுற்றுப்புறக்கிராமங்களில் கிடைத்த தீவனங்களையெல்லாம் சூறையாடினார்கள். காலாட் படையினரைக் கடந்து சென்றபொழுது, ''முட்டாள்களே, வழிவிடுங்கள்!'' என்று கத்தினார்கள். வான்ஷீவீடனின் முன்னணிப்படையில் ஒரு தொகுதிக்குக் காப்டனாகவிருந்த அலெக்ஸி பிராவ்கின், பன்முறை புரவிமீது வந்த பிரபுக்களைப் பிரம்பாலடித்துச் சண்டை போட்டான். ஆகக்கூடி, உழைப்பும் கஷ்டமும் அதிகம்; ஒழுங்குதான் மிகவும் குறைவு.

சேனையின் முன்னணிப்படை சேற்று நிலத்தைக் கடந்து எல்லையின் அருகிலுள்ள லூகா நதிக்கரையை அடைந்தவுடன், முகாமிட்டுத் தளவாட வண்டிகளுக்காகக் காத்திருந்தது. அவர்கள் கூடாரங்களை அமைத்துக்கொண்டு தம்மை இயன்ற அளவுக்கு உலர்த்திக் கொண்டனர். சிப்பாய்கள் அஸோவ் படையெழுச்சிகளை நினைவூட்டிக் கொண்டனர். சிலர், கிரீமியாவில் வாஸிலிகோலிட்ஸின் தலைமையில் நிகழ்ந்த போர் எழுச்சிகளை ஞாபகப் படுத்திக் கொண்டார்கள். வெது வெதுப்பான தென்திசையில், ஸ்டெப்பியில் நடந்து சென்ற அந்த எழுச்சியோடு இதை ஒப்பிடவே சதுப்பு நிலமும் மேகங்களும் காற்றும் ஆளை அலைக்கழித்தன. இந்தப் பாழான நிலத்தைப் பிடிப்பதற்குள் அவர்கள் மிகுந்த துன்பத்துக்காளாக வேண்டியிருக்கு மென்று ஊகித்தனர்.

கூடாரங்களுக்கிடையே மூட்டப்பட்ட தீயிலிருந்து கரும்புகை கிளம்பியது. சிப்பாய்கள் தமது ஆடைகளில் ஒட்டுத் தையல் போட்டார்கள்; அல்லது வழுக்கித்தள்ளிய செங்குத்தான கரையிலிருந்து ஆற்றில் இறங்கிப் பாண்டங்களைக் கழுவினார்கள். அவர்களுக்கு வழங்கப் பட்டிருந்த பாதரட்சைகளெயல்லாம் சுக்கு நூறாகிவிட்டன. அதிர்ஷ்டசாலிகளாயிருந்தவர் களுக்கு உள் மரப்பட்டை ஜோடும் காலைச்சுற்றிக் கட்டும் துணியும் கிடைத்தன. மற்றவர்கள் பாதங்களில் கந்தலைச் சுற்றிக் கட்டிக்கொண்டனர். இந்த ரீதியல் காலம் தள்ளுவதென்றால் போர் செய்யாமலேயே நவம்பருக்குள் பாதிச்சிப்பாய்கள் மரித்து விடுவார்களென்று தோன்றியது. சில சமயங்களில் குதிரைவீரர்கள் யாராவது ஒரு பின்லாந்தியனைச் சிறைப் பிடித்துக் கயிற்றில் கட்டி இழுத்துவந்தனர். சிப்பாய்கள் அவனைச் சூழ்ந்துகொண்டு, பின்னிஷ் ஜனங்கள் எப்படி வாழ்ந்தனரென்று ருஷிய மொழியிலும் தார்த்தாரிய மொழியிலும் வினவினார்கள். அந்த பின்லாந்தியரோ முட்டாள்களாக இருந்தனர். பசுவின் இமை மயிரைப்போன்ற தமது இமை மயிர் விளங்கத் தெண்டத்தெண்ட விழித்தார்கள். அவர்களைக் குறுக்கு விசாரணை செய்வதற்கு அலெக்ஸி பிராவ்கினின் கூடாரத்துக்கு அழைத்துச் சென்றனர். அத்தகைய கைதிகள் விடுதலைபெறுவது அரிதாயிருந்தது. அவர்களைக் கட்டி வாகன் தொடருக்கு அனுப்புவதே வழக்கமாயிருந்தது. அங்கு பாசறை வியாபாரிகள் அவர்களை ஆளுக்கு எழுபத்தி ஐந்து கோபெக் விலைகொடுத்து வாங்கினர். பலசாலிகளுக்கு அதிக விலையும் கொடுத்தனர். அங்கிருந்து அக்கைதிகளை அவர்கள் நாவோகிரோடுக்கு கொண்டுசென்று விற்றனர். நாவோகிரோடில் தான் ராணுவக் கண்டிராக்டர்களின் ஏஜண்டுகளது அலுவலகங்கள் இருந்தன.

அலெக்ஸி பிராவ்கின் தன்படைப்பிரிவில் கண்டிப்பான ஒழுங்குமுறையை அமுல் நடத்தினான். அவனது சிப்பாய்கள் வயிறார உண்டனர். அவன் அவர்களை அக்கிரமமாகத் தண்டிப்பதில்லை. அவர்களோடு ஒரே பந்தியில் அமர்ந்து அவர்களுக்கு வழங்கும் உணவையே

அவனும் உண்டான். ஆனால் அவன் சோம்பேறித்தனத்தை அனுமதிப்பதில்லை; கட்டுப் பாட்டை மீறுவோரிடம் கடுமையாக நடந்துகொண்டான். எனவே ஒவ்வொரு நாளும் அவனது கூடாரத்தின் அருகே யாராவது ஒருவன் சந்துப்படையில் பிரம்படி வாங்கி வீறிட்டலறினான். இரவில் அலெக்ஸி விழித்தெழுந்து நேராகச் சென்று காவற்காரர்களைப் பார்வையிட்டான். ஒரு நாள் இரவில் அவன் ஓசையில்லாது காட்டின் வெளிப்புறத்தை அணுகிய பொழுது, செவியைத் தீட்டிக்கொண்டு நின்றான். மரத்தின் கிரீச் ஓசையா அல்லது மிருகம் செய்யும் அரவமா என்று அவனுக்குப் புரியவில்லை. தணிந்த குரலில் அவன் விளித்தான். தரித்த மரத்தின் அடிக்கட்டை மீது ஒரு சிப்பாய் உட்கார்ந்திருந்ததை அவன் கண்டான். அந்தச் சிப்பாய் துப்பாக்கியை அணைத்துக்கொண்டு, அதன் மீது தன்முகத்தைச் சாத்திக்கொண்டிருந்தான்.

''காவல் காப்பதுயார்?'' என்று அலெக்ஸி வினவினான்.

''நான்'' என்று துள்ளி எழுந்த சிப்பாய் சொன்னது நன்றாகக் காதில் விழவில்லை.

''காவல் காப்பது யார்?'' என்று அலெக்ஸி கத்தினான்.

''ஆண்ரி''

''நீ சிணுங்கி அழுதுகொண்டிருந்தாயா?''

''எனக்குத் தெரியாது'' என்று விடையளித்த சிப்பாய் அவனை வினோதமாக நோக்கினான்.

''தெரியாது! கொள்கை வெறிபிடித்த சோனிகள்!'' என்றான் அலெக்ஸி.

அப்பொழுது, ஆண்ரியை அடித்திருக்க வேண்டும். ஆனால் அலெக்ஸி காட்டுக்கும் மேல் நீண்ட தீச்சுவாலைகளை நினைவூட்டிக் கொண்டான். தீக்கிரையான பிரார்த்தனை விடுதியும் அதில் உயிரோடு வெந்து சாம்பலான ஆட்களும் அவனது ஞாபகத்தில் பட்டுத் தெறிந்தனர். தீச்சுவாலையில் பிரகாசித்த பனிக்கட்டிமீது ஆண்ரி நின்று கையைப் பிசைந்ததும் ஞாபகத்துக்கு வந்தது. அப்பொழுது அலெக்ஸி, இந்த மனிதனையும் பேய் பிடித்த விவசாயியையும் நெக்ட்ரியையும் கைது செய்யும்படி கட்டளையிட்டான். வழியில் இரவு நேரத்தில், பிர் மரங்களின் அடியில் அவர்கள் முகாமிட்டிருந்த பொழுது, நெக்டரி தப்பி ஓடிவிட்டான். எப்படி என்பதுதான் விளங்கவில்லை. அண்ரி உணர்வு இழந்தவனாகச் சறுக்குவண்டியில் கிடந்தான். அவன் பேசவும் இல்லை, உண்டி புசிக்கவுமில்லை. பாவ்நட்ஸில், காவற் படைவீட்டில் குறுக்கு விசாரணை செய்தபொழுது, அவர்கள் கசையாலடிப்போமென்று அவனை அச்சுறுத்தினார்கள். அப்பொழுது அவன் திடீரென்று மனம் விட்டுக் கதறினான். ''என்னை ஏன் வதைக்கிறீர்கள்? முன்பே நான் அனுபவித்த வேதனையெல்லாம் போதாதா? என் மாதிரி எவரும் வதைக்கப்பட்ட தில்லை'' என்று தொடங்கிய அவன் தன் கதை முழுவதையும் மூச்சுவிடாமல் எடுத்துரைத்தான். பேனாவை மசியில் தோய்ப்பதற்குக்கூடக் குமாஸ்தாவுக்கு நேரமில்லை. ஆண்ரி தன் ஆடையைக்கிழித்து, அடிவாங்கியதால் ஏற்பட்டிருந்த புண்களைக் காட்டினான். இவன் ஓர் அலாதியான மனிதன் என்பதையும் எழுதப் படிக்கத் தெரிந்தவன் என்பதையும் கண்ட அலெக்ஸி, அவனது தலைமயிரை கத்தரித்து, நீராடும் அறையில் குளிப்பாட்டும்படி உத்திரவிட்டான். அதன் பின் அவன் ஒரு சோல்ஜராகப்பதிவு செய்யப்பட்டான்.

''சிப்பாய் சிணுங்கக்கூடாது? உனக்கு ஏதாவது நோய் நொடியா?''என்று அலெக்ஸி கேட்டான்.

ஆண்ரி முறையாகவும் விளைப்பாகவும் நின்றான். ஆனால் வாய்திறந்து பேசவில்லை. அலெக்ஸி பிரம்பைக் காட்டிப் பயமுறுத்திவிட்டுத் திரும்பினான். ஆண்ரி நிராசையோடு கூவினான்:

''காப்டன்!''

இருளிலிருந்து வந்த இந்தக் குரலைக்கேட்டு அலெக்ஸி பதறினான். நீண்டகாலத்துக்கு முன் அவனே இந்த அவல நிலையில் இருந்தவன்தான். அவன் நின்று, கண்டிப்பான குரலில் கேட்டான்:

''என்ன? உனக்கு என்னவேண்டும்?''

''காப்டன், இந்த இருளில் எனக்குத் திகிலாயிருக்கிறது. இரவின் வெறுமை என்னைப் பயமுறுத்துகிறது.இந்த இதயவேதனை சாவையும் விடக்கொடியது. நாம் ஏன் இங்கு வந்திருக்கிறோம்?''

அலெக்ஸி மிகவும் வியப்புற்றான்; எனவே மீண்டும் ஆண்ரியை நெருங்கினான்.

''நாடோடி, நீ அம்மாதிரிப் பேசலாமா? இப்படி வாதிப்பவர்க்கு என்ன நேரிடும் என்பது உனக்குத் தெரியாதா?''

''அலெக்ஸி ஐவானோவிச், என்னை உடனே கொன்று விடுங்கள்! நானே எனது கொடிய பகைவன். என்னைப்போல் எவன் வாழ்வான்; ஒரு மிருகம்கூட ரொம்ப நாட்களுக்கு முன்பே செத்திருக்கும்! உலகம் என்னை ஏற்றுக்கொள்ளாது. எனக்கு எல்லாவற்றிலும் சலிப்பு ஏற்பட்டுவிட்டது. சாவும் என்னைத்தழுவ மறுக்கிறது. இந்த வாழ்வில் பொருள் ஏதுமில்லை. என் துப்பாக்கியை எடுத்து அதன் சனியனால் என்னைக் குத்திவிடுங்கள்!''

இதற்குப் பதிலாக, அலெக்ஸி பல்லைக்கடித்துக்கொண்டே ஆண்ரியைச் செவிட்டில் அறைந்தான். அவனது தலை ஆடியது; ஆனால் கம்மென்று இருந்தான்.

''தொப்பியை எடுத்துப் போட்டுக்கொள்! பாதிரி வேண்டாக் கொள்கை வெறியனே! கடைசித் தடவையாக உனக்கு நான் கூறும் அன்பான உரை இது. மூத்தோர்களிடம் படித்தாய் அல்லவா! அவர்கள் உனக்குப் போதித்த விவேகம் இதுதான்! நீ ஒரு சிப்பாய். 'நட' என்றால் நடக்கவேண்டும். 'சா' என்றால் சாகவேண்டும். ஏன் என்றா கேட்கிறாய்? ஏன் என்றால், அது அவசியம். பொழுது புலரும்வரை இங்கு இரு? மீண்டும் சிணுங்கினால் என் காதில் விழாமலிராது, ஜாக்கிரதை!''

அலெக்ஸி திரும்பிப் பாராமல் கூடாரத்துக்குச் சென்று உலர் புல்மீது படுத்தான். பொழுது புலர்வதற்கு இன்னும் நிரம்பநேரம் இருந்தது. பூமி ஈரமாயிருந்தது. குளிரில் உடம்பு நடுங்கியது. ஆனால் மழையுமில்லை, காற்றோட்டமும் இல்லை. தலைக்குமேல் போர்வையை இழுத்துக் கொண்டு அவன் பெருமூச் செறிந்தான்.

''எல்லாச் சிப்பாய்களும் மௌனமாகத்தான் இருக்கிறார்கள். ஆனால் அவர்கள் சிந்தனை செய்கிறார்கள்...ஓ, என்ன ஆட்கள்!'' என்று அவன் எண்ணினான்.

வட்டமான தோளை உடைய பிட்கா, அலெக்ஸியின் கையில் கோப்பையிலிருந்து தண்ணீரை ஊற்றினான். அலெக்ஸி அந்தக் குளிர்ந்த ஜலத்தில் பெருமூச்செறிந்தபொழுது,

அவனது உடம்பெல்லாம் பதறியது. அந்தக் காலை நேரத்தில் குளிர் அதிகமாயிருந்தது. சாம்பல் நிறமான பனி, புல்தரையை மூடியிருந்தது. அவன் நடந்தபொழுது, பூட்ஸில் ஒட்டி உலர்ந்த சேறு பொடித்தது. கூடாரங்களுக்கிடையே மூண்ட தீயிலிருந்து புகை எழும்பியது. கொடிதாங்கு வீரனான தூங்குமூஞ்சி மீர்பாக் தன் சட்டைமீது ஒரு ஆட்டுத்தோல் கோட்டைப் போட்டுக் கொண்டு, இரண்டு திகிலுற்ற சோல்ஜர்களிடம் ஏதோ இரைந்து பேசிக்கொண்டிருந்தான்.

''உங்களைக் கசையால் அடிப்பேன், கசையால் அடிப்பேன்!'' என்று கரகரத்த குரலில் திரும்பத் திரும்பக் கூறிய மீர்பாக், அவர்களில் ஒருவனது கன்னங்களைப் பிடித்து அமுக்கிக் கசக்கி விட்டு அவனைத் தள்ளினான். கோட்டைத் தோள்மீது போட்டுக்கொண்டு அவன் அலெக்ஸியின் கூடாரத்தை நோக்கிச் சென்றான். அவனது க்ஷவரம் செய்யாத நீண்ட முகம் உப்பியிருந்தது; கண்கள் வீங்கியிருந்தன. அவன் அரைகுறையாக தெரிந்து ருஷிய மொழியில் பேசினான்:

''வென்னீர் இல்லை; உணவு இல்லை. இது போர் இல்லை. முறையான போர் என்றால் அதிகாரி திருப்தி அடைவான். எனக்குத் திருப்தி இல்லை. உமது சிப்பாய்கள் மோசமான ஆட்கள்.''

அலெக்ஸி பதிலுரைக்கவில்லை. துண்டினால் கன்னங்களைக் கடுமையாகத் துடைத்துக் கொண்டிருந்தான். அவன் உறுமிக்கொண்டே, அழுக்குச் சட்டை அணிந்த முகத்தைத் திருப்பி, ''நடக்கட்டும்!'' என்று பிட்காவிடம் சொன்னான். பிட்கா தன் உள்ளங் கைகளால் அலெக்ஸியின் முதுகில் தட்டத் தொடங்கினான். ''விசையாகத் தட்டு!'' என்றான் அலெக்ஸி.

அந்த நேரத்தில், கித்தான் கூண்டு இட்ட வாகன் ஒன்று காட்டிலிருந்து வெளிவந்தது. வெவ்வேறு நிறமான ஆறு குதிரைகள் அதை இழுத்து வந்தன. அதற்குப் பின்னால் ஒரு டஜன் குதிரைகள் வந்தன; அவற்றில் ஏறி வந்தவர்கள் மேலெல்லாம் சேறாக இருந்தது. அந்த அரிதான் வயலில் வந்தபொழுது, வாகன் மீண்டும் மீண்டும் ஒரு பக்கமாகச் சாய்ந்து குலுங்கியது. அத கால் நடை வேகத்தில் முகாமை நோக்கி வந்துகொண்டிருந்தது. அலெக்ஸி தன் கோட்டை எடுத்துக் கொண்டான். அந்த அவசரத்தில் கோட்டின் கைகள் கூடப் பிடிபடவில்லை. வாளை எடுத்துக்கொண்டு கூடாரங்களை நோக்கி ஓடினான்.

''முரசொலிப்பவர்களே, எச்சரிக்கை ஒலி செய்யுங்கள்!''

வாகன் நின்றவுடன், செவிகளை உடைய கம்பளிக் குல்லாய் அணிந்த பீட்டர் அதிலிருந்து கஷ்டப்பட்டு இறங்கினான். அவன் மயிர்ப்பட்டு கொடுத்துத் தைத்த மிகச்சிவப்பான மேலாடை அணிந்திருந்தான்; அந்த மேலாடை அடிக்கடி நட்சத்திர வடிவமான குதி முட்களில் சிக்கியது. குதிரை வீரர்களும் இறங்கினார்கள். தெளிந்த காற்றில், முரசுகளின் பேரொலி பரவியது. சோல்ஜர்கள் வண்டிகளிலிருந்து குதித்தனர். கூடாரங்களிலிருந்து விரைந்தனர். வேகமாகப் பித்தான்களைப் போட்டுக்கொண்டு, கச்சையை இறுகக் கட்டினர். சிப்பாய்கள் சதுர வடிவல் நின்றனர். கொடிதாங்கும் அதிகாரிகள் அந்த அணிவகுப்பை மேற்பார்வையிட்டபொழுது, பிரம்பால் அடித்தனர்; ஜெர்மானிய பாஷையில் ஏசினர். இடது கையை வாள்மீது வைத்துக் கொண்டும், வலுது கையில் தொப்பியை வைத்துக் கொண்டும் அலெக்ஸி பிராவ்கின் பீட்டருக்கு முன்னால் நின்றான். அவசரத்தில், அவனுக்குப் பொய்மயிர் கிடைக்கவில்லை.

பீட்டர் அவனது கலைந்துகிடந்த தலைமயிரை நோக்கிவிட்டுக் கூறினான்:

''தொப்பியைப் போட்டுக்கொள். முட்டாள், களத்தில் தொப்பியில்லாது நிற்காதே! உனது வெடி மருந்து வண்டிகள் எங்கே?''

''இல்மன் ஏரிக்கு அருகே விட்டு வந்தேன். பீரங்கிப் படை அதிகாரியே, வெடி மருந்தெல்லாம் நனைந்துவிட்டது.''

பீட்டர் மென்ஷிகோவை நோக்கித் திரும்பினான். சோர்வுற்றவனாய் முகஞ் சுளித்த மென்ஷிகோவ் வினவினான்:

''உன் படைப் பிரிவின் இதர கம்பெனிகள் எங்கே? கர்னல் வான் ஸ்வீடன் எங்கே?''

''தளபதி, இதர கம்பெனிகள் இன்னும் கீழே ஆற்றோரத்தில் சிதறியுள்ளன.''

மென்ஷிகோவ் சிறிது ஏளனத்துடன் தலை அசைத்தான். பீட்டர் முகம் சுளித்தான். ஏழடி உயரமுள்ள இருவரும் கட்டைகட்டையாகவிருந்த குறுத்தாள்களிடையே நடந்து, சோல்ஜர்கள் சதுரவியூகம் வகுத்திருந்த இடத்துக்குச் சென்றனர். சோல்ஜர்களது களைத்த முகங்களையும், மட்டரகமான கம்பளத்தில் செய்து நிறமிழந்திருந்த தொப்பிகளையும் அழுக்கான கோட்டு களையும் பாதத்தில் கட்டிய கந்தல்களையும் பீட்டர் கவனமில்லாதவன் போல் நோக்கினான்; தன் சட்டைப் பையிலிருந்த கையை எடுக்கவேயில்லை. அன்னிய அதிகாரிகள் மட்டும் சுறுசுறுப்பு விளங்க விறைப்பாக நின்றனர்.

அவர்கள் நீண்ட நேரம் அணிவகுப்புக்கு முன் நின்றனர். அதன் பின் பீட்டர் தலையை ஆட்டிக்கொண்டு, ''இளைஞர்களே, உங்களுக்கு நன்னலம் ஓங்குக!'' என்று கத்தினான்.

அதிகாரிகள் சிப்பாய்களை ஆத்திரத்துடன் நோக்கினார்கள். சிப்பாய்கள் ''பீரங்கிப்படை அதிகாரியே, உங்களுக்கு நன்னலம் ஓங்குக!'' என்று கத்தினார்கள்.

பீட்டர் அவர்களை நெருங்கி வந்து 'ஏதாவது புகார் உண்டா?'' என்று வினவினான்.

சிப்பாய்கள் மௌனமாயிருந்தனர். அதிகாரிகள் ஒரு பாதத்தை முன் வைத்தவாறு, பிரம்பைப் பிடித்துக்கொண்டு ஜாரை நோக்கினர். பீட்டர் மீண்டும் கண்டிப்பான தொனியில் கூறினான்:

''யாருக்குப் புகார் இருந்தாலும், அச்சமில்லாமல் முன் வந்து பேசுங்கள்!''

யாரோ ஒருவன் திடீரென்று புலம்பி பெருமூச்செறிந்தான். அலெக்ஸி ஆண்ரியைப் பார்த்தான். துப்பாக்கியைப் பற்றியிருந்த ஆண்ரியின் கைகள் நடுங்கின. ஆனால் அவன் தன் உணர்ச்சியைக் கட்டுப்படுத்திக்கொண்டு மௌனம் சாதித்தான்.

பீட்டர் பேசினான்: ''நாளைக்கு நாம் நார்வாவை நோக்கி முன்னேறுவோம். இளைஞர்களே, கஷ்டமான வேலை நம்மை எதிர்நோக்குகிறது. ஸ்வீடிஷ் அரசனான சார்லஸ் நேரடியாக நம்மைச் சந்திக்க வருகிறான். நாம் அவனைத் தோற்கடிக்க வேண்டும். நாம் நமது பூமியைக் கைவிட முடியாது. இதோ யாமோகிராட், ஐவான்கிராட், நார்வா ஆகியவை உள்ளன. இவையெல்லாம், கடற்கரை வரையில், ஒரு காலத்தில் நம் தந்தையர் நாட்டுப் பகுதியாக இருந்தன. நாம் விரைவில் அவனைத் தோற்கடித்துவிட்டுக் குளிர்காலப் பாளையத்தில் ஓய்வு எடுப்போம். புரிகிறதா?''

அவனது கண்கள் கடுமை விளங்கிப் பிதுங்கிக்கொண்டிருந்தன. சிப்பாய்கள் அவனை மௌனமாக நோக்கினார்கள். விஷயம் இதைவிடத் தெளிவாயிருக்க முடியாது. அணியிலிருந்து ஒரு துயரார்ந்த குரல் கேட்டது; ''நாம் அவர்களைத் தோற்கடித்து விடுவோம், அதற்கு வேண்டிய ஆட்கள் இருக்கிறார்கள்! பேசியது யார் என்பதைக் காண்பதற்காக மென்ஷிகோவ் உடனே

முன்னால் அடி எடுத்து வைத்தான். அலெக்ஸி துணுக்குற்றான். ஏனெனில் அவனது சிப்பாய்களில் சிறிதும் நம்ப முடியாதவனாக இருந்த பிட்காதான் அம்மாதிரி பேசினான் என்பதை அவன் கவனித்துவிட்டான்.

'காப்டன்!' என்றான் பீட்டர். பிராவ்கின் முன்னோக்கிப் பாய்ந்தான். ''உன் கம்பெனிகள் ஒழுங்கைக் கருதி உனக்கு நன்றி செலுத்துகிறேன். இதர விஷயங்களுக்கு நீ பொறுப்பு அல்ல. சிப்பாய்களுக்கு மும்மடங்கு வாட்கா வினியோகம் செய்.''

பீட்டர் தலைகுனிந்தவனாய் வாகனை நோக்கிச் சென்றான். மென்ஷிகோவ் தன் பழைய நட்பைப் பாராட்டும் முறையில் முதன் முதலாக அலெக்ஸியைப் பார்த்துக் கண் சிமிட்டினான். தன் சுத்தமான கையை மேலாடையின் கீழிருந்து எடுத்து அலெக்ஸியின் முதுகில் தட்டிவிட்டுக் குசுகுசுத்தான்:

''பீட்டர் அலெக்ஸிவீச் திருப்தி அடைந்திருக்கிறார். பிற கம்பெனிகளைக் காட்டிலும் உன்னுடையது ஒழுங்காய் இருக்கிறது. நார்வாவில் புகழ் விளங்கச் செயல்படு; அதன் பின் கர்னல் ஆகிவிடுவாய். நான் உன் தந்தையை நாவோகிரோடில் சந்தித்தேன். அவர் உனக்கு வாழ்த்துக்களைத் தெரிவிக்கும்படி கூறினார்.''

''நன்றி, அலெக்ஸாண்டர் டானிலோவிச்!''

''நற்பேறு உண்டாகட்டும்!''என்று கூறிய மென்ஷிகோவ் மேலாடையின் முற்பகுதியைப் பிடித்துக்கொண்டு பீட்டருக்குப் பின்னால் ஓடினான். அவர்கள் வாகனில் ஏறினார்கள். பிர்மரக் காட்டுக்குப் பின்னால் ஆறு வளையும் இடத்தை நோக்கிக் கரை வழியே குதிரைகளை விரட்டினார்கள்.

நார்வாவுக்கு ஒரு மைல் முன்னால், காம்பர் ஹால்ம் என்ற நீண்ட சதுப்புநிலத் தீவைச் சுற்றிச் சென்ற நாரோவா நதியின் இருபுறங்களிலும் படகுப்பாலம் அமைத்தனர். ஷெரிமிடேவின் குதிரைப்படை படகுப் பாலத்தைக் கடந்து, பகைவருக்குத் தொல்லை விளைவிப்பதறக்காக ரீவால் சாலையில் முன்னேறியது. டிரூபிட்ஸ்காயின் படையில் ஒரு பகுதியும் இடது கரைக்குச் சென்று, நார்வாவின் கருங்கல் காவலரண்களிலிருந்து அரை மைல் தூரத்தில் தமது தளவாட வண்டித் தொடர்களில் மறைவில் அணிவகுத்தது. இவ்வாறு இவை ஆற்றைக் கடந்ததை நார்வா காவற்படை எதிர்க்கவில்லை. திறந்தவெளியில் போர் செய்யத் துணிவதற்கு அதனிடம் போதுமான பலமில்லை என்பதே காரணம்.

செப்டம்பர் மாதம் 23-ம் தேதி, முன்னணிப் படை முழுவதும் யாமோகிராட் சாலையிலிருந்து திரும்பி, மலைப்பாங்கான சம நிலத்தில் இறங்கின. அவை காம்பர்ஹால்ம் தீவை நோக்கி முன்னேறி, விரைந்தோடிய கலங்கிய நதியின் மேல் அசைந்தாடிய பாலங்களைக் கடக்கத் தொடங்கின. ஒரு காலத்தில் பயங்கர ஐவானது கோட்டையாக விளங்கிய ஐவான் கிராடின் கட்டைகுட்டையான புல்லடர்ந்த ஸ்தூபிகளிலிருந்தும், நார்வாவின் கூரான ஸ்தூபிகளிலிருந்தும், ஓடு வேய்ந்த கூரைகளிலிருந்தும் இந்தப் படை எழுச்சியைப் பார்க்க முடிந்தது.

அமைதியான நாள்; சூரியன் விட்டுவிட்டு ஒளி வீசினான்; உஷ்ணம் இல்லை. நார்வாவிலும், ஐவான்கிராடிலும் செங்கற் கோயில்களின் மணிகள் எச்சரிக்கை ஓசை செய்தன.

போக்குவரத்தால் மணலில் இயல்பாக அமைந்த அகன்ற பாதை வழியே சிப்பாய்கள் நடந்து வந்து பாலங்களின் அருகே குழுமினார்கள். தமக்கே உரிய நரித்தோல் அருகு கட்டி உயரமாக

விருந்த குல்லாயை அணிந்தவரும் பீட்டரது வெறுப்புக்குப் பாத்திரமானவருமான பழைய காவற் படைச் சிப்பாய்களும் இவர்களிடையே இருந்தனர். வண்டிகள் உடைந்து இருந்தன. அவற்றை ஒரு வகையாகக் கயிறுகளால் கட்டிப் பந்தோபஸ்து செய்து அவற்றில் பீப்பாய்களையும் சரக்குகளையும் பெட்டிகளையும் சேறான ரொட்டிச் சிட்டங்களையும் ஏற்றியிருந்தனர். வண்டி ஓட்டிய விவசாயிகளது துணிகள் கிழிந்து விட்டன; அவர்கள் தமது இளைத்த குதிரைகளைச் சவுக்காலடித்து விரட்டினர். அந்தக் குதிரைகள் தம்மால் இயன்ற அளவுக்கு மூச்சுப் பிடித்து வண்டிகளை இழுத்தன. ஒரு மடித்த கொடியை ஏந்தியவன் ஓடினான். குத்துக் கம்பின் நுனியில் கட்டிய சிறிய கொடி விரைந்து சென்றது. தன் படைக் குழுவிலிருந்து பிரிந்துவிட்ட ஒரு துப்பாக்கி வீரன், வெடிமருந்து திணிக்கும் கம்பை ஏந்திக்கொண்டு ஓடினான். மேலாடையைத் தோள் மீது போட்டுக்கொண்டு குதிரை மீது சென்ற அதிகாரி, பாதசாரிகளைப் பிரம்பால் அடித்து வழிசெய்து கொண்டு விரைந்தான். பாயர் வீட்டு இளைஞன் ஒருவன், பித்தான் இடாத கம்பளிக் கோட்டுக்குக் கீழ் அணிந்திருந்த தன் பாட்டனது உடற்கவசத்தைக் காட்டிக்கொண்டு, கூச்சலிட்டவாறு குதிரையை விரட்டினான்; அவனுக்குப் பின்னால் அவனது பரிவாரத்தினர் முதுகில் தார்த்தாரிய வில்லையும் அம்புகளையும் கட்டிக்கொண்டு குதிரை மீது சென்றனர். அவர்கள் பஞ்சு போன்ற பொருளைத் திணித்துத் தைத்த கம்பளிக்கோட்டை அணிந்திருந்தனர்; பீப்பாய்கள் மாதிரித் தோற்றமளித்தனர். அவர்கள் அனைவரும் ஒரு சிறு குன்றைக் கடந்தபொழுது, அதன் மீது சாம்பல் நிறக்குதிரையில் வீற்றிருந்த, பீட்டரை நோக்கினர். இரும்புக் கவசம் அணிந்த ஜார், தொலை நோக்கிக் கருவி வழியே பாத்துக் கொண்டிருந்தான். அவனருகில், கரும்புரவி மீது மென்ஷிகோவ் இடுப்பில் கைவைத்து அமர்ந்திருந்தான். மென்ஷிகோவ் மகிழ்ச்சி ததும்ப அவர்களைப் பார்த்தான். காற்று அவனது பொன்முலாம் பூசிய தொப்பியின் இறகுகளுடன் விளையாடியது.

துப்பாக்கியால் சுட்டால் நார்வா கோட்டையில் விழும் அளவு தூரத்தில், ருஷியசேனை அரைவட்டவடிவில் வியூகம் அமைத்தது. அந்த வியூகத்தின் இருபுறங்களும் நாரோவா நதிக்கரையில் அமைந்திருந்தன. வீடியின் படை வீரர்கள் டவுனுக்கு மேல் அணிவகுத்திருந்தனர். நடுவில், ஹென்மான்ஸ்பர்க் குன்றின் அடிவாரத்தில் கோலோவின் படை அணிவகுத்தது. இடதுபுறத்தில், காம்பர் ஹால்ம் தீவுக்கு மேல்இருந்த பாலத்தின் அருகே, ஸெமினோவ்ஸ்கி படைப்பிரிவும் பிரியோ பிராஷன்ஸ்கி படைப்பிரிவும், டிரூபிட்ஸ்காய் தலைமையிலிருந்த காவற் படையினரும் அணிவகுத்தனர். இங்குதான் யூஜின் கூடாரமும் இருந்தது. அவன் சேனையின் பிரதான ஆலோசகனாக நியமிக்கப்பட்டிருந்தான். தீவில் இருந்த ஒரு வலைஞன் குடிசையில் பீட்டரும் மென்ஷிகோவும் தமது பாசறையை அமைத்துக்கொண்டனர்.

ஸ்வீடிஷ் படையினர் ரீவால் சாலை வழியாகத் தாக்கலாமென்று கருதி, ருஷியர்கள் தமது அணிவகுப்பின் வெளிப்புறத்தில் ஆழமான பதுங்கு குழியைத் தோண்டி பாதுகாப்புகளை அமைத்துக்கொண்டார்கள். நார்வா காவலரண்களைக் குறிபார்த்துச் சுடுவதற்குச் சிறு அரண்களில் துப்பாக்கிகளை நிறுத்தினர். ஹால்லார்ட் என்ற இன்ஜினியர் இந்த வேலைகளைத் திட்டமிட்டு நிறைவேற்றினான். நார்வா கோட்டையின் அரண் கூண்டுகளிலிருந்து புகை கிளம்பியது; துப்பாக்கிகள் கடுமையாகக் குரைத்தன. வண்டிகள், கூடாரங்கள், பதுங்கு குழிகள் ஆகியவற்றின் அருகில் குண்டுகள் விழுந்தன. தோட்டங்களிடையே இருந்த சில பண்ணை வீடுகள் வெடி குண்டுகளால் எரிக்கப்பட்டன. எரிந்த வீடுகளிலிருந்தும் சிப்பாய்கள் மூட்டிய தீக்களிலிருந்தும் கிளம்பிய புகைப்படலம் டவுனை நோக்கிச் சென்றது. அங்கிருந்து துப்பாக்கிகள் தீச்சுவாலைகளைக் கக்கிக் கொண்டேயிருந்தன. நார்வாவின் ராணுவத் தளபதி கர்னல் ஹாரன், அனுபவமும் துணிவும் மிகுந்த சோல்ஜராயிருந்தான்.

தாமஸ், கிளோரியா, கிறிஸ்தீவல், டிரயம்ப் ஆகிய நார்வாவின் காவலரண்களைப் பார்வையிடுவதற்காக வீடுகள், தோட்டங்கள் ஆகியவற்றின் மறைவு வழியாகப் பீட்டரும்

ஹால்வார்டும் குதிரைமீது சென்றனர். சில சந்தர்ப்பங்களில் அவர்கள் காவலரண்களை நெருங்கியதால், ஸ்வீடிஷ் துப்பாக்கி வீரர்களின் கொடியமுகங்கள் தொளைகள் வழியே தென்பட்டன. அந்தச் சிப்பாய்கள் சந்தடி செய்யாது சுறுசுறுப்பாகத் துப்பாக்கிகளைச் சித்தம் செய்தனர். 'சுடு!' என்ற உத்திரவு வந்தவுடன் அவர்கள் சுட்டனர். அந்தக் குண்டுகள் ஈவிரக்க மில்லாது சீழ்க்கையடித்துக்கொண்டு பறந்தன. பீட்டர் கண்களை அகல விரித்தான்; அவனது கன்ன எலும்புகள் புடைத்துக்கொண்டன; ஆனால் அவன் ஊசலாடவில்லை. இன்ஜினியர் ஹால்லார்ட் அனுபவமிகுந்தவன்; திறமையானவன்; அவன் நிலைகலங்காது, சரியான சமயத்தில், குதிரையை விரட்டி அப்பால் சென்றான். மினுமினுத்துக் கொண்டிருந்த மென்ஷிகோவ்- அவர்கள் ஒவ்வொரு தடவையும் அவனையே குறிபார்த்துச் சுட்டார்கள்- தொப்பியின் இறகுகளை ஆட்டிக்கொண்டே ''குறிதவறியது, தோழர்களே'' என்று துப்பாக்கி வீரர்களைப் பார்த்து மமதையோடு முழங்கினான்; துள்ளிக் குதித்த தன் குதிரையைக் கழுத்தில் தட்டிக்கொடுத்தான். அந்தக் கருங்குண்டு யாரைத் தாக்குமென்று நோக்கியவாறு ஐம்பது நெட்டையான மீசைக்காரர்கள் குதிரைமீது துப்பாக்கியுடன் இருந்தனர்.

கோட்டையின் சுவர்கள் உயரமானவை. அரை வட்டவடிவில் பிதுங்கிக்கொண்டிருந்த காவலரண்கள் கற்பாறைகளால் கட்டப்பட்டவை. இரும்புக்குண்டுகள் அவற்றின்மீது பட்டுத் தகர்ந்தன. அரண்கூண்டுகளின் தொளைகளிலும் பலகணிச்சாய்வுகளிலும் பளுவான துப்பாக்கி களின் வாய்கள் துருத்திக்கொண்டிருந்தன. கோட்டையில் முந்நூறுபேர் இருந்தனர். காவற் படையில் சிப்பாய்களும் குதிரைப்படையினரும் ஆயுதமேந்திய நகரத்தாருமாகச் சேர்ந்து இரண்டாயிரம் பேர் இருந்தனர்.நார்வாவைத் திடீர்த் தாக்குதல்மூலம் கைப்பற்றிவிட முடியுமென்று உளவாளிகள் கூறியது பொய் என்பது புலப்பட்டுவிட்டது.

பீட்டர் குதிரையிலிருந்து இறங்கி ஒரு முரசுமீது அமர்ந்தான். தன் மடியில் ஒரு காகிதத்தை விரித்தனர். பணியாளான மிஷ்கா ஒரு மசிக்கூட்டினை நீட்டினான். ஹால்லார்ட் ஜாரின் அருகில் குதிகால்கள்மீது குத்திக்கொண்டு, கோட்டைக்குள்ள தூரத்தை நோக்கினான். வாத்து இறகு பேனாவைப் பிடித்த பீட்டரின் பெரிய கை, பதறியவாறு கோடுகளைக் கவனமாக வரைந்தது. அரைவட்டவடிவில் குதிரைமீது துப்பாக்கியுடன் அமர்ந்த வீரர்களுக்கு முன்னால் மென்ஷிகோவ் முன்னும் பின்னும் போய்க்கொண்டிருந்தான்.

''ஒவ்வொரு காவல் அரணுக்கும் பதினைந்து முற்றுகைத் துப்பாக்கிகள் தேவை. எனவே, காவல் அரண்களைத் தகர்த்துக்கொண்டு முன்னேறுவதற்கு நாற்பத்தி எட்டு பவுண்டு பித்தளைத் துப்பாக்கிகள் அறுபது வேண்டும். குறைந்த பட்சமாக நூற்று இருபது ஆயிரம் குண்டுகளும் தேவை'' என்று ஹால்லார்ட் தன் மந்தமான சமச்சீரான குரலில் கூறினான்.

''அவ்வளவா!'' என்றான் பீட்டர்.

''தாக்குவதற்குமுன் நகரில் நெருப்புப் பிடிக்கச் செய்வதற்கு ஆயிரம் வெடிகுண்டுகளுடன் கூடிய நாற்பது சட்டி பீரங்கிகள் தேவை.''

''இப்படித்தான் ஐரோப்பாவில் கணக்குப் போடுகிறார்கள்!'' என்று கூறியபீட்டர் அந்தப் புள்ளி விவரங்களைக் குறித்துக்கொண்டான்.

''துப்பாக்கிகளின் சூட்டைத் தணிப்பதற்குப் பத்து பீப்பாய் புளிக்காடி தேவை. இடையீடில்லாமல் குண்டுமாரி பொழிவதன்மூலமே முற்றுகைக்கு உள்ளானவரின் எதிர்ப்பைத் தகர்க்க முடியுமென்பது மார்ஷல் லக்ஸம்பர்க்கின் கருத்து. நமக்குப் பதினைந்தாயிரம் எறிகுண்டுகள்

தேவை. முப்பது படிகளை உடைய ஏணிகள் ஆயிரம் வேண்டும். இரண்டு ஆட்கள் தூக்கிக் கொண்டு ஓடத்தக்க வகையில் அவை இலேசாக இருக்கவேண்டும். ஐந்தாயிரம் மூட்டை கம்பளியும் தேவை.''

''கம்பளி எதற்கு?''

''துப்பாக்கிக் குண்டுகளிலிருந்து சிப்பாய்களைப் பாதுகாப்பதற்காக டன்கர்க்கை முற்றுகையிட்டபொழுது, எதிரி வெறியோடு துப்பாக்கிப் பிரயோகம் செய்தபோதிலும், இத்தகைய சாக்குகளின் பாதுகாப்பில், கோட்டை வாயிலை அடைவதில் மார்ஷல் வாபான் வெற்றியடைந்தார். எவ்வாறு எனில் குண்டு எளிதாகக் கம்பளி நூலில் சிக்கிவிடுகிறது.''

''நல்லது'' என்றான் பீட்டர். அவனுக்கு அந்த வாதம் திருப்தியளிக்கவில்லை. அந்த விவரத்தையும் குறித்துக்கொண்டே ''மென்ஷிகோவ், ஐந்தாயிரம் மூட்டை கம்பளிநூல் தேவை'' என்று கூறினான்.

கால்களை அகலவிரித்து முழங்கால் மீது கைவைத்துக்கொண்டு காற்றில் துடித்த காகிதத்தைச் சாய்ந்து நோக்கிய மென்ஷிகோவ் உதட்டைப் பிதுக்கிக்கொண்டு சொன்னான்ஃ

''இது வீண், மீன்ஹெர்ஸ். மேலும் கம்பளி கிடைக்காது.'' அவன் ஹால்லார்ட்டை நோக்கித் தொடர்ந்துபேசினான். ''அஸோவில் வாளைத்தவிர வேறு எந்தவிதமான தற்காப்புமில்லாமல் சிப்பாய்கள் சுவர் ஏறிக்குதித்து நகரை வசப்படுத்திக் கொண்டார்கள்.''

அவர்களுக்குப் பின்னால் குதிரை வீரர்களிடையே, ஒரு குதிரை துடித்துக்கொண்டிருந்தது; ஒருவன் கரகரத்த குரலில் அலறினான். அவர்கள் திரும்பிப்பார்த்தனர். ஒரு சாம்பல் நிறக்குதிரை காலால் உதைத்துக்கொண்டும் கண்மூடித்தனமாகத் தலையை ஆட்டிக்கொண்டும் இருந்தது. அதன் நாசித் தொளைகளுக்குமேலிருந்த காயத்திலிருந்து கரிய உதிரம் ஒழுகிக்கொண்டிருந்தது. சுமார் இருநூறு அடிக்கு அப்பாலிருந்த புதர்களை நோக்கிக் குதிரை வீரர்கள் கவலையோடு பார்த்தனர். அந்தப் புதர்களிலிருந்து புகை வெளியே வந்தது. பீட்டர் பேனா பிடித்த கரத்தை உயர்த்தியவாறு பேசாது முரசுமீது அமர்ந்திருந்தான்.

கோட்டை ஸ்தூபியின் வாயில் வழியாகச் சில துப்பாக்கிச் சிப்பாய்கள் புறப்பட்டு தோட்ட வேலிகளுக்குப் பின்னால் வந்து மறைந்திருந்தனர். பீரங்கிகளின் முழக்கத்தில் அவர்கள் வந்த அரவம் காதில் விழவில்லை. கிளோரியா காவலரணின் பாதுகாப்பில் அவர்களால் மறைவாக வரமுடிந்தது. அவர்களுக்குப் பின்னால் இரும்புக் கவசமும் திண்ணிய தொப்பியும் அணிந்த குதிரை வீரர்கள் விரைந்து வந்தனர். வாளை உருவிய அவர்கள் இடது புறத்திலிருந்து சுற்றி வளைப்பதற்காகப் புதர்ச் செடிகளிடையே நீண்ட வரிசையில் விரைந்தனர்.

ஒரே ஒரு வினாடிநேரம் மென்ஷிகோவ் தன் கண்களை அகலவிரித்து இந்தப் பகைவரை வெறித்து நோக்கினான். அதன்பின் அவன் தன் கருங்குதிரையண்டை பாய்ந்தான். மேலாடையைக் கழற்றி எறிந்துவிட்டுக் குதிரைமீது ஏறினான்.

''வாளை உருவுங்கள்!'' என்று அவன் ஊளையிட்டான். முகம் இரத்தச் சிவப்பாக ஆகியது வாளை உருவிய மென்ஷிகோவ், குதிரையைக் குதிமுட்களால் குத்திவிரட்டினான்.

''குதிரைப் படையினரே, என்னைப் பின் தொடருங்கள்'' என்ற சத்தம் கேட்டவுடன் அவர்கள் முரசருகே நின்ற பீட்டரைச் சுற்றிக்கொண்டு, ஸ்வீடிஷ் குதிரைவீரர்களைத் தடுத்து நிறுத்த வேகமாகச் சென்றனர்.

ஹால்லார்ட் கவலையோடு உதட்டைக் கடித்துக்கொண்டான். கரியபிடரியை உடைய சாம்பல் நிறக் குதிரையைப் பீட்டர் அருகே இட்டுக்கொண்டு வந்து கூறினான்:

''மாட்சிமை பொருந்தியவரே, இந்தப் போர்க்களத்துக்கு அப்பால் செல்லும்படி உங்களை இறைஞ்சுகிறேன்.''

பீட்டர் குதிரைமீது ஏறியபொழுது, ருஷியக் குதிரைப்படையினர் ஸ்வீடிஷ் படையினரைச் சந்திப்பதைக் கண்டான். ருஷியர்கள் நெருக்கமான தொகுதியாகச் சென்றனர். மென்ஷிகோவின் பிரகாசமான தொப்பி மீதிருந்த இறகுகள் உயர்ந்து தாழ்ந்தன. ஸ்வீடிஷ் வீரர்கள் புதர்ச் செடிகளிடையே பரவிநின்றனர். இப்பொழுது இரண்டு புறங்களிலுமிருந்தவர்கள் வேமாகத் திரும்பினார்கள். அவர்கள் குதிரைகளைக் குதிமுட்களால் குத்தியும் வாட்களால் தாக்கியும் விரட்டினார்கள். ஆனால் அவர்கள் அணிவகுப்பதற்குச் சந்தர்ப்பம் கிடைக்கவில்லை. மென்ஷிகோவின் கருங்குதிரை ஒரு சிவலைக் குதிரையுடன் மோதுவதைப் பீட்டர் பார்த்தான். அந்தக் குதிரைமீதிருந்த ஸ்வீடிஷ்காரன் அதன் பிடரிமயிரைப் பிடித்துக்கொண்டு விழுந்தான். ருஷியப்படை வீரர்கள் வாளைச் சுழற்றிக் கொண்டே விரைந்த இடைவிடாமல் தாக்கியவண்ண மிருந்தனர். சிலர் களத்தில் விழுந்துகிடந்தனர். ஒருவன் எழுந்திருக்க முயல்வதைப் போல் தலையை ஆட்டினான். இன்னொருவனது முழங்கால்கள் வேதனையால் துடித்துக் கொண்டிருந்தன. பல ஆளில்லாத குதிரைகள் திகிலுற்றுக் களத்தில் அங்குமிங்கும் பாய்ந்தன.

ஹால்லார்ட் கடிவாளவாரை இழுத்துக்கொண்டே 'இங்கு இருப்பது ஆபத்து!'என்று பீட்டரிடம் வற்புறுத்திக் கூறினான். சாம்பல்நிறக் குதிரை துள்ளியது. பீட்டர் அதைத் தன் குதிகால்களால் அடித்தான். கொஞ்சதூரம் போனபிறகும் அவன் திரும்பிப் பார்த்துக் கொண்டேயிருந்தான். ஸ்வீடிஷ் குதிரைவீரர்கள் ருஷியர்கள் பிடியில் சிக்காது தப்பவேண்டு மென்று ஓடிக்கொண்டிருந்தனர். வலது புறத்தில், அவர்கள் நகருக்குச் செல்வதற்கான பாதையில், பல்வகை வர்ணக் குதிரைகள் மீது அமர்ந்த பிரபுக்களது படைவீரர்கள் தார்த்தாரிய வெறியோடு வளைவுக்கத்திகளை ஆட்டிக்கொண்டு விரைந்து வந்து வளைக்க முற்பட்டனர். கோட்டைச் சுவரின் மேற்கட்டியிருந்து அவர்களைக் குறிபார்த்துத் துப்பாக்கிகள் தீ கக்கின.

பர்ச் மரத்தோப்பு ஒன்றை அவர்கள் அடைந்தவுடன், பீட்டர் நெடியமூச்சு வாங்கினான். குதிரை மெதுவாக நடந்தது. ''ஆம், அது எளிதல்ல'' என்று தனக்குள் சொல்லிக் கொண்டான்.

''நான் உங்களைப் பாராட்டுகிறேன். உங்களுடைய குதிரைப்படை அருமையானது'' என்றான் ஹால்லார்ட்.

''அதுமட்டும் இருந்தால் போதாது. ஆத்திரத்தை வரவழைத்துக்கொண்டு குதிரையை விரட்டி எதிரியைத் தாக்குவதன் மூலம் கோட்டையைப் பிடித்துவிட முடியாது'' என்றான் பீட்டர்.

அவன் ஒரு சிறு குன்றின் உச்சிக்குச் சென்றவுடன், குதிரையை நிறுத்தி நான்குமைல் அளவுக்கு நீண்டிருந்த படைவரிசையையும் தளவாட் வண்டிகளையும் நோக்கிப் புருவத்தை நெரித்தான். எங்கு பார்த்தாலும், பதுங்குகுழி வெட்டி மண்ணை எறிந்துகொண்டிருந்தனர். பல ஆட்கள் முகாமில் அடுப்புகளின் அருகிலும் வண்டிகளின் அருகிலும் வாளா விருந்தனர். கால் ஊனமான சோனிக்குதிரைகளும் தென்பட்டன. புதர்கள் மீது கந்தல்கள் பரப்பிக்கிடந்தன. இந்தப் பெரும் படை வேண்டா வெறுப்பாகப் போருக்கு வந்திருப்பதாகத் தோன்றியது.

''நவம்பருக்கு முன்னால் ஒன்றும் செய்ய முடியாது. உறைபனி உறுதியாவதற்கு முன்னால் முற்றுகைத் துப்பாக்கிகளைக் கொண்டுவர முடியாது. காகிதத்திட்டம் வேறு; நடைமுறை உண்மை வேறு'' என்று பீட்டர் மொழிந்தான்.

மீண்டும் கால்நடை வேகத்தில் குதிரையைச் செல்லச் செய்த பீட்டர், ராணுவ விஞ்ஞானத்தின் ஆதிபுருஷர்களை வாபான், லக்ஸம்பர்க் என்ற புகழ்பெற்ற மார்ஷல்கள் நடத்திய படையெழுச்சிகளைப் பற்றியும் முற்றுகைகளைப்பற்றியும் ஹால்லார்ட்டை வினவினான். பிரான்ஸிலுள்ள ராணுவதளவாட பாக்டரிகளைப்பற்றியும் வினவினான். லினன் துணியால் இறுகக் கட்டப்பட்டிருந்த அவனது மெலிந்த கழுத்துத்துடிக்க, அவன் கூறினான்:

''அது இயற்கைதான். அங்கு சகல விஷயங்களும் சீராக அமைந்துள்ளன. அனைத்தும் கேட்டவுடன் கிடைக்கின்றன. அவர்களது சாலைகளோடு நமது சாலைகளை ஒப்பிடுங்கள்...''

பதுங்கு குழிகளைப் பாய்ந்து கடந்து மென்ஷிகோவின் குதிரை விரைந்துவந்தது. அவனது முகம் இன்னமும் குருதிச் சிவப்பாக இருந்தது; கண்களில் வெறி நர்த்தனம் செய்தது; அவன் இன்பமாகப் பல்லைக்காட்டி இளித்தான். அவனது தொப்பியில் ஓர் இறகுதான் எஞ்சியிருந்தது. உடற்கவசத்தில், அடிபட்டதால் ஏற்பட்ட வரிகள் புலனாயின. அவன் மூச்சுத் தடுமாறிய தன் குதிரையை இழுத்து நிறுத்திக் கூறினான்:

''பீரங்கிப்படை அதிகாரியே, பகைவனை முறியடித்தோம். பெருத்த இழப்பை உண்டக்கினோம். எதிரிகளால் பாதிப்பேர்தான் உயிரோடு தப்பி ஓடினார்கள்.'' அவன் உற்சாகமிகுதியில் எதிரியின் நஷ்டத்தை மிகைப்படுத்திக் கூறினான். ''நம் கட்சியில் இருவர் உயிரிழந்தனர். சிலருக்கு இலேசான காயம்.''

மென்ஷிகோவைக் கண்டவுடன் பீட்டர் உவகையால் மூக்கைச் சுருக்கினான்.

''நல்லது. நல்ல காரியம்'' என்றான் அவன்.

அன்றுமாலை யூஜின் கூடாரத்தில் தளபதிகள் கூடினார்கள். அங்கு விளையாட்டுச் சேனையின் ஸ்தாபகனான பகட்டும் கண்டிப்பும் மிகுந்த கோலோவின் இருந்தான்; காவற் படையினரிடையே மிகுந்த செல்வாக்கை உடையவனும் பருத்துத் தடித்த பணக்காரப் பாயருமான டிரூபிட்ஸ்காய் இருந்தான். உரத்தகுரலுக்கும் ஓங்கிய குத்துக்கும் பெயர் பெற்றவனும் உயிர்க்காவலர் படைத்தலைவனுமான புதுர்லின் இருந்தான். வழுக்கைத்தலை வீடியும் இருந்தான். வீடிக்குக் காய்ச்சல். ஆட்டுத் தோல்கோட்டு அணிந்திருந்த போதிலும் அவனது உடம்பு நடுங்கிக்கொண்டிருந்தது. பீட்டர் மென்ஷிகோவ், ஹால்லார்ட் ஆகியோர் வந்தவுடன் அனைவரும் தன் முகாம் உணவைப் பகிர்ந்து கொள்ள வேண்டுமென்று யூஜின் வேண்டிக்கொண்டான். ரீவாலிலிருந்து தருவிக்கப்பட்ட அருமையான உணவுவகைகளும் அதற்குமுன் ருஷியர்கள் சுவைத்தறியாத உணவு வகைகளும் பரிமாறப்பட்டன. உயர்தர ஒயினும் நிறைய வினியோகமாயிற்று.

யூஜின் மிகுந்த உற்சாகத்துடன் காணப்பட்டான். பல மெழுகுவத்திகளை ஏற்றி வைக்கும்படி உத்திரவிட்டான். சதைப்பற்றில்லாத கரங்களால் சைகை செய்துகொண்டே, புகழ்பெற்ற போராட்டங்களைப்பற்றிப் பல கதைகளைக் கூறினான். இரத்தம் பெருக்கெடுத்தோடிய களத்தின் அருகே, மேடு ஒன்றில் கிடந்த உடைந்த பீரங்கி மீது நின்று, அவன் எதிரி வியூகத்தைத் தகர்ப்பதற்கும் சுற்றிவளைப்பதற்கும் கட்டளை பிறப்பித்ததைப்பற்றி விவரித்தான். பல படைகளை நதிவெள்ளத்தில் மூழ்கடித்ததையும் பல நகர்களை மீத மிச்சமில்லாது எரித்ததையும் பற்றிப் பேசினான்.

சுவை மிகுந்த உண்டி வகைகளைப் புசித்த ருஷியர்கள் உற்சாகமில்லாது கதை கேட்டுக் கொண்டிருந்தனர். பீட்டர் எங்கோ நினைவாக, யூஜினின் நீண்ட மூக்கையும் ஈரமீசையையும்

வெறித்துப்பார்த்தான். விரல்களால் மேஜையைத் தட்டிக்கொண்டிருந்தான். அவனது தோள்பட்டைகள் வேதனை தாங்காதமாதிரி துடித்தன. இந்தப் படையெழுச்சி ஆரம்பமான திலிருந்தே பீட்டர் எங்கோ சிந்தனையாகப் பார்ப்பதைப் பழக்கமாகக் கொண்டிருந்தான்.

யூஜின் தன் காலிக்கோப்பையைப் பணியாளிடம் கொடுத்துவிட்டுப் பேசினான்: ''நார்வா! நார்வா! முறையாக ஒரு நாள் குண்டுவீச்சு நடத்திவிட்டுத் தென்புறத்துக் காவலரண்களைச் சிறிது நேரம் தாக்கினால் போதும். நார்வாவின் சாவிகளை வெள்ளித் தட்டத்தில் வைத்து உங்களிடம் கொடுக்கலாம். அதன்பின் அங்கு சிறிய காவற்படையை நிறுத்திவிட்டுக் குதிரைப்படையைப் பக்கவாட்டில் அணிவகுத்துவிட்டு, உள்ள சக்திகளையெல்லாம் சார்லஸுக்கு எதிராக ஈடுபடுத் துங்கள். கிறிஸ்துமஸை ரீவாலில் கொண்டாடுவோம்! ஆம், உறுதியாகச் சொல்கிறேன்.''

பீட்டர் எழுந்திருந்தான். கூடாரத்தின் கூரையைத் தொடக்கூடாதென்பதற்காகக் குனிந்த தலையுடன் அங்கும் இங்கும் நடந்தான். கீழே கிடந்த ஒரு வைக்கோலை எடுத்தான். அண்மையிலிருந்த வீட்டிலிருந்து யூஜினுக்காகத் தருவிக்கப்பட்டிருந்த படுக்கையில் படுத்து, வைக்கோலால் பற்களின் இடுக்குகளைக் குத்தினான்.

''ஹால்லார்ட் என்னிடம் ஒரு ஜாப்தாவைக் கொடுத்திருக்கிறார்'' என்று பீட்டர் பேசத் தொடங்கியவுடன் அவர்கள் உண்பதை நிறுத்திவிட்டு அவனை நோக்கினார்கள். ''இந்த ஜாப்தாவில் உள்ளவை அனைத்தும் நம்மிடம் இருந்தால், நம்மால் நார்வாவைப் பிடிக்கமுடியும். நமக்கு அறுபது முற்றுகைத் துப்பாக்கிகள் தேவை.'' அவன் எழுந்து உட்கார்ந்து, சட்டைப் பையிலிருந்த கசங்கிய காகிதத்தை எடுத்துக் கோலோவினுக்கு முன்னாலிருந்த மேஜையில் எறிந்தான். ''அதைப்படியுங்கள். தற்சமயம் நமது அரண்களில் ஒருநல்ல துப்பாக்கிகூட இல்லை. ரிப்னின், திவர் அருகே சேற்றில் சிக்கியுள்ள முற்றுகைத் துப்பாக்கிகளுடன் மன்றாடிக் கொண்டிருக்கிறான். நமது சட்டி பீரங்கிகள் வால்டே அருகில் சேற்றில் சிக்கிவிட்டதாக இன்று தகவல் கிடைத்தது. வெடிமருந்து வண்டிகள் இன்னமும் இல்மன் ஏரிக்கருகில்தான் கிடக்கின்றன. நிலவரம் எப்படி, தளபதிகளே?''

தளபதிகள் மெழுவத்திகளை அருகே வைத்துக்கொண்டு ஜாப்தாவைப் படித்தார்கள். மென்ஷிகோவ் மட்டும் தனியாக இருந்தான். அவனது முகத்தில் ஏளனக்குறிபடர்ந்தது. அவனுக்கு முன்னால் கோப்பையில் ஒயின் இருந்தது.

சிறிதுநேரம் மௌனமாயிருந்த பீட்டர் மீண்டும் மெதுவாகவும் கடுமையாகவும் பேசினான்; ''இது ஒரு ராணுவ முகாம் அல்ல; இது ஒரு ஜிப்ஸி முகாம். அஸோவிலிருந்து நிலைமையைவிட இங்குள்ள நிலைமை மோசம். வாஸ்கா கோலிட்ஸின் ராணுவத்தின் நிலைமையையும்விட மோசம்.'' மென்ஷிகோவ் குதிமுள்ளால் ஓசைசெய்து, வாயை அகலத்திறந்து இளித்தான். ''இதை முகாம் என்று சொல்வதா! சோல்ஜர்கள் தளவாட வண்டித் தொடர்களின் அருகே இரை தேடித் திரிகிறார்கள். அந்த வண்டிகளில் ஏராளமான பின்னிஷ் பெண்கள் இருக்கின்றனர். குழப்பம்! ஒழுங்கீனம்! சோம்பேறிகள்! பார்த்தாலேயே வெறுப்புண்டாகிறது. ரொட்டி பூஞ்சக்காளான் பிடித்துக் கிடக்கிறது. சில படைப்பிரிவுகளில் இரண்டு நாட்களுக்குத் தேவையான உப்பு இறைச்சியே உள்ளது. உப்பிலிட்ட இறைச்சியெல்லாம் எங்கே? நாவோகிரோடிலா? இங்கு ஏன் இன்னும் வரவில்லை? விரைவில் மழைபெய்யவிருக்கிறது. சிப்பாய்களுக்குக் குடிசைகள் எங்கே?''

பீட்டர் பேசியபொழுது ஒருவரும் வாய்திறக்கவில்லை. மெழுகுவத்திகளின் வெடிப்பொலி மட்டுமே கேட்டது. பீட்டரின் பேச்சு யூஜினுக்குப் புரியவில்லை. அவன் ஜாரையும் தளபதிகளையும் மாறிமாறிப்பார்த்தான்.

''மாஸ்கோவை விட்டுப்புறப்பட்டு இரண்டு மாதங்களாகிவிட்டன. இன்னும் இலக்கை அடையவில்லை. இது ஒரு போர் எழுச்சியா? கிறிஸ்தியனை இழிவுபடுத்தி இரண்டு லட்சம் பொற்காசுகளைக் கொடுக்கும்படி நிர்ப்பந்தம் செய்வதில் சார்லஸ் வெற்றியடைந்துவிட்டான் என்பது உங்களுக்குத் தெரியுமா? இப்பொழுது கிறிஸ்தியனுடன் சமாதானம் ஏற்பட்ட பின், சார்லஸ் தன் முழுச்சேனையுடன் பெர்னாவில் இறங்கி ரீகாவை நோக்கி முன்னேறிக் கொண்டிருக்கிறான். அவன் ரீகாவில் அகஸ்ட் அரசனைத் தோற்கடித்துவிட்டால் நவம்பரில் இங்கு வருவான் என்று எதிர்பார்க்கலாம். அவனை எப்படிக்களத்தில் சந்திக்கப்போகிறோம்?''

மூத்த அதிகாரி என்ற முறையில் கோலோவின் எழுந்து நின்றான். புருவத்தை நெரித்துக் கொண்டு பேசத்தொடங்கினான்:

''பீட்டர் அலெக்ஸிவிச், ஆண்டவன் அருளால்...''

''முட்டாள் கிழவா! நமக்குத் தேவை துப்பாக்கிகள்!'' என்று பீட்டர் இடைமறித்தான். நெற்றியில் ஓர் இரத்தக் குழாய் புடைத்துக்கொண்டது. மேலும் கூறினான்: ''வெடி குண்டுகள் வேண்டும்! முற்றுகைத் துப்பாக்கிகளுக்கு நூற்று இருபதாயிரம் குண்டுகள் வேண்டும். உப்பிவிட்ட இறைச்சிவேண்டும்!''

இரண்டு வாரகாலம் மீண்டும் அடைமழை பெய்தது. அடர்த்தியான மூடுபனிக்கூட்டங்கள். கடலிலிருந்து நகர்ந்து வந்து கவ்வின. சிப்பாய்களது பதுங்கு குழிகளில் தண்ணீர் நிறைந்தது; கூடாரங்கள் ஒழுங்கின; அந்தக் குளிர் மிகுந்த ஈரக்கசிவான இரவுகளில் ஒதுங்குவதற்கு இடமில்லை. முகாம் முழுவதும், இடுப்பளவு சேறு ஆகிவிட்டது. பலர் வயிற்றுக்கடுப்பாலும் காய்ச்சலாலும் துன்புற்றனர். ஒவ்வொரு இரவிலும், டஜன் கணக்கான வண்டிகள், இறந்தோரின் சவங்களை ஏற்றிக்கொண்டு சென்றன.

கோட்டையிலிருந்தவர்கள் முற்றுகையிட்டோரைத் துப்பாக்கிப் பிரயோகம் செய்த வண்ணமிருந்தனர். அவர்கள் அநேகமாக அதிகாலைவேளையில், கோட்டை வாயிலைக் கடந்துவந்து காவற்காரர்களை அமுக்கிக் கொன்றுவிட்டு பதுங்கு குழிகளுக்கு விரைந்துவந்து அங்கு உறங்கியவர்மீது குண்டுகளை வீசிவிட்டுச் சென்றனர். ஒவ்வொருநாளும் பீட்டர் தன் அணிவகுப்பு முழுவதையும் சுற்றிப்பார்த்தான். அவன் வாயடக்கமாகவும் கடுமையாகவும் இருந்தான். ஈரமான மேலாடையையும் அலங்கோலமான தொப்பியையும் அணிந்து தன் சாம்பல் நிறப் பெண் குதிரைமீது ஏறிச் சுற்றிலும் வெறித்துப் பார்த்துவிட்டு மூடுபனியூடே கால்நடை வேகத்தில் குதிரையைச் செலுத்தினான்.

சாமான்கள் வருவதற்குத் தாமதம் ஏற்பட்டது. வண்டிகளும் குதிரைகளும் இல்லாமையே தாமதத்துக்குக் காரணம் என்று தகவல் வந்தது. விவசாயிகளிடமிருந்து குதிரைகள் வண்டிகள் அனைத்தையும் முன்பே கொள்முதல் செய்துவிட்டனர். எனவே பிரபுக்களிடமும் மடங்களிலும் உள்ள வண்டி குதிரைகளைச் சுவீகரித்துக் கொள்ள வேண்டியதாயிற்று. குதிரைகள் மிகவும் துன்பமடைந்தன. மேய்ச்சல் நிலமெல்லாம் வெறுமையாக விருந்தன. ஒவ்வொருநாளும் அடை மழை பெய்ததாலும் சாலைகள் மோசமாக விருந்ததாலும், கஷ்டங்கள் அதிகமாயின. பீட்டர் தான் முகாமிட்டிருந்த வலைஞன் குடிசையில், தீவனங்களுக்குப் பொறுப்பாயிருந்த தளபதியை உணர்விழந்து விழும்வரை அடித்தான் என்றும் அந்தத் தளபதியின் துணைவனைத் தூக்கிலிட வேண்டுமென்று உத்திரவிட்டானென்றும் வதந்தி உலவியது. அதிகாரிகள் உதவாக்கரைகளாக விருந்தனர். ருஷிய அதிகாரிகள் பழைய முறைகளுக்கு அடிமையானவர்கள்; வாயாடிகளாகவும் கையாலாகாதவர்களாகவும் இருந்தனர்; ஆமை வேகத்தில் செயல்பட்டனர். அன்னிய

அதிகாரிகளோ குளிர்தாங்காது வாட்காவைக் குடித்துக்கொண்டேயிருந்தனர்; நியாயம் 'இருந்தாலும் இல்லாவிட்டாலும் சிப்பாய்களை அடித்துக்கொண்டேயிருந்தனர்.

சார்லஸ் அரசன் பெர்னாவில் இறங்கி ரீகா சென்றான் என்பதும் அவனைக் கண்டவுடனேயே லிவோனிய மேன்மக்கள் பணிந்தவிட்டார்களென்பதும், அவன் அகஸ்ட் அரசனது படைகளைக் குர்லாண்டுக்குள் விரட்டிவிட்டானென்பதும் நம்பகமான சேதிகளாகக் கிடைத்தன. அகஸ்ட் அரசனோ வார்ஸாவில் இருந்தான். போலிஷ் பிரபுக்கள் சகோதரச் சண்டைகளால் சீரழிந்து கொண்டிருந்தனர். பணம், காஸ்ஸக்படை, துப்பாக்கிகள், காலாட்படை ஆகியவற்றை அளித்து உதவும்படி பீட்டரை வேண்டிக்கொண்டு அகஸ்ட் தூதனுக்கு மேல் தூதனை அனுப்பிக் கொண்டிருந்தான். உறைபனிக்காலத் துவக்கத்திலேயே ஸ்வீடிஷ் படையை எதிர்பார்க்கலா மென்பதை நார்வாவை முற்றுகையிட்ட ருஷியர்கள் நன்கு உணர்ந்தனர்.

பகைவரை அலைக் கழிப்பதற்காக நான்கு குதிரைப் படைப் பிரிவுகளுடன் அனுப்பப்பட்ட ஷெரிமிடேவ், விஸன்பர்க் வரை முன்னேறி, ஸ்வீடிஷ் பாதுகாப்புப் படைப் பிரிவை வெற்றிகரமாக முறியடித்தான். ஆனால் அவன் அதன்பின் தீடீரென்று நார்வாவுக்கு இருபத்தி ஐந்து மைல் தூரத்தில், கடற்கரையருகே உள்ள பிகையோகிக்குப் பின் வாங்கிவிட்டான். அங்கிருந்து அவன் பீட்டருக்குக் கடிதம் எழுதினான்:

''... தான் பயத்தினால் வாபஸாகவில்லை; கூடுதலான பந்தோபஸ்தைக் கருதியே பின்வாங்கியிருக்கிறேன். விஸன்பர்க் அருகில், முடிவில்லாத சதுப்பு நிலங்களும் பெரிய காடுகளுமே உள்ளன. சுற்றுப்புறத்தில் புல்வெளிகளில் புல்லெல்லாம் அறுக்கப்பட்டுவிட்டது. இவை எல்லாவற்றுக்கும் மேலாக, நார்வா வரும் வழியில் எதிரிகள் எங்களைச் சுற்றி வளைத்து விடுவார்களென்றும் நான் அஞ்சினேன். நான் கிராமங்களை எரித்துப் பின்னிஷ் ஜனங்களை விரட்டியதாகக் கூறி என்னிடம் கோபித்துக் கொண்டிருக்கிறீர்கள். உண்மையைச் சொல்கிறேன், என்னை நம்புங்கள். சில கிராமங்களே சுட்டெரிக்கப்பட்டன; எதிரிக்கு நிழல் கிடைக்கக்கூடா தென்பதற்காகத்தான் அதையும் செய்தோம். இப்பொழுது, பிரத்தியேகமான உத்திரவு இல்லாமல், எந்த நாசவேலையும் செய்யக் கூடாதென்று ஆணை பிறப்பித்திருக்கிறேன். பிகை யோகியில் உள்ள எங்களுக்குத் தெரியாமல் பகைவர் நடமாட்டம் நிகழ்வது சாத்தியமில்லை. நான் இதற்குமேல் பின்வாங்க மாட்டேன். சாவே நேர்ந்தாலும் மனந்தளராது இறுதிவரை இங்கு நிற்போம் என்பதைத் தெரிவித்துக் கொள்கிறேன்.''

கடைசியில், நன்மைக்கோ தீமைக்கோ, காற்று வட திசை நோக்கித் திரும்பியது. ஒரே நாளில் அது ஈரக் கசிவான மூடுபனியைத் தூரத்திக்கொண்டு போய்விட்டது. வானத்தில் தாழ்வாகத் தொங்கிய கதிரவன், சேறாகிக் கிடந்த முகாமில் சிற்றொளி பெய்தான்; நகரில் திருக்கோயில் ஸ்தூபியின் உச்சியில் இருந்த இளஞ்சேவல் கதிரொளியில் பிரகாசித்தது. பூமியெல்லாம் உறைபனிமயமாயிற்று. வெடிமருந்து வண்டித் தொடர்கள் வரத் தொடங்கின. 'சிங்கம்,' 'கரடி' என்ற பெயர்களுக்கு உரிய இரண்டு புகழ்பெற்ற பழங்காலப் பீரங்கிகளும் வந்தன. அவை நூறாண்டுகளுக்கு முன் ஆண்ரி சோஹாவ், ஸெமியன் தூபியாங்கா ஆகியோரால் நாவோகிரோடில் செய்யப்பட்டவை. ஒவ்வொன்றும் ஐந்து டன் எடை உடையவை; ஒவ்வொன்றையும் பத்து ஜோடிக் காளைகள் இழுத்து வந்தன. நூறு பவுண்டு எடையுள்ள குண்டுகளை வெடிக்கக்கூடிய சட்டி பீரங்கிகள் தாழ்வான அகன்ற சக்கரங்கள் மீது வந்தன. சேனை முழுவதும் ஆயுதபாணியாக நின்றது. ஸ்வீடிஷ் படை தாக்கலாமென்று கருதி குதிரைப் படை வீரர்கள் வாளை உருவிச் சித்தமாயிருந்தனர்.

'சிங்கம்,' 'கரடி' இரண்டிலும் கயிறுகளைக் கட்டினார்கள். நார்வா கோட்டையின் தென்புறக் காவலரண்களுக்கு எதிரில் இருந்த அரணுக்கு பீரங்கிகளை இருநூறு ஆட்கள் இழுத்துச் சென்றனர். இரவெல்லாம் பீரங்கிகளை அமைக்க வேண்டிய இடங்களில் அமைத்தனர். கோட்டையிலும் ஒருவனும் உறங்கவில்லை. அங்கும் தாக்குதலுக்குத் தயாராகிக் கொண்டிருந்தனர்; விளக்கொளிபுலனாயிற்று; காவற்காரர்கள் ஒருவரையொருவர் விளித்துப் பேசுவது காதில் விழுந்தது.

நவம்பர் மாதம் ஐந்தாம் தேதி அதிகாலையில் பீட்டர், யூஜினோடும் தளபதிகளோடும் ஹெர்மான்ஸ்பர்க் குன்றுக்குச் சென்றான். கடுமையான காற்று வீசியது. இன்னமும் முகாமில் ஒளிபடரவில்லை. காலைக் கதிரவனின் செங்கதிர்கள் நகரின் செங்குத்தான கூரைகளையும் ஸ்தூபிகளையும் அப்பொழுதே தொட்டன. சமநிலத்திலிருந்து தீச்சுவாலைகள் பாய்ந்தன; பூமி அதிர்வுற்றது, ...துப்பாக்கிகள் இடி முழக்கம் செய்தன. வெடிகுண்டுகள் வளைந்து சென்று நகருள் விழுந்தன. முகாமும் கோட்டைச் சுவர்களும் புகைப் படலத்தில் மறைந்தன. பீட்டர் தன் தொலைநோக்கிக் கருவியைத் தாழ்த்திவிட்டு ஹால்லார்டைத் தலையசைத்து விளித்தான். ஹால்லார்ட் விரைந்து வந்து அதிருப்தியாகச் சூள் கொட்டினான்.

"இது மோசமான நிலைமை. குண்டுகள் இலக்கை எட்டுவதில்லை. வெடிமருந்து நல்லதல்ல."

"என்ன செய்யவேண்டும்? உடனடியாக..."

"துப்பாக்கிகளால் தாங்க முடியுமானால், அதிகமான வெடிமருந்தை உபயோகிக்கலாம்."

பீட்டர் வேகமாக குன்றிலிருந்து இறங்கினான். இழுவைப் பாலத்தை விரைந்து கடந்தான். கம்பிவேலிக்குப் பின்னாலிருந்த வாயில் வழியே குதிரை உள்ளே சென்றது. அங்கே 'சிங்கம்', 'கரடி' ஆகிய பீரங்கிகளின் நீண்ட குழல்களை சிப்பாய்கள் புளிக் காடியாலும் தண்ணீராலும் குளிரச் செய்துகொண்டிருந்தனர். அந்தப் பீரங்கி அடுக்குக்குப் பொறுப்பாயிருந்த டச்சுக்காரனான ஜேகப், பீட்டரை நெருங்கினான். அவன் ஒரு கடலோடி; குட்டையானவன்; கிழவன்; மோவாயைச் சுற்றி அருகு கட்டியதுபோல் தாடி வைத்திருந்தான். அவன் பீட்டரிடம் அமைதியாகக் கூறினான்:

"இதனால் பயனில்லை. இந்த மருந்து புறாச் சுடுவதற்குத்தான் பயன்படும். புகைக்கரியும் புகையும் தவிர வேறொன்றுமில்லை."

பீட்டர் தன் மேலாடையையும் கோட்டையும் கழற்றி எறிந்தான்; சட்டைக் கையைச் சுருட்டி விட்டான். ஒரு சிப்பாயிடமிருந்த மருந்து திணிக்கும் கோலை வாங்கிக் குழலிலிருந்த புகைக் கரியைத் துடைத்தான்.

"வெடிமருந்து!" என்று கத்தினான் பீட்டர்.

சாம்பல் நிறக் காகிதத்தில் மடித்திருந்த வெடிமருந்துப் பொட்டணங்கள் பல கை மாறி வந்தன; பீட்டர் ஒரு பொட்டணத்தைப் பிரித்து அதிலிருந்து கொஞ்சம் பொடியைக் கையிலெடுத்துப் பார்த்தான்; ஆத்திர மிகுதியால் பூனைபோல் வன்மூச்செறிந்தான். ஆறு பொட்டணங்களைக் குழாயில் திணித்தான்.

"அது அபாயகரமான முயற்சி" என்றான் ஜேகப்.

"நாவை அடக்கு! குண்டு எங்கே?"

பீட்டர் முப்பத்தியாறு ராத்தல் எடையுள்ள குண்டைப் பந்து மாதிரி தூக்கிப் போட்டான்; அதைக் குழாய்க்குள் தள்ளித் திணித்தான். மிகத்தாழ்வாகக் குனிந்து நோக்கி திருகைத் திருப்பினான். ''எரி கயிறுஎங்கே. எல்லோரும் துப்பாக்கியண்டை நில்லாது ஒதுங்குங்கள்.''

காதைச் செவிடாக்கும் கர்ஜனையுடன் 'கரடி' தீ கக்கியது. இரும்புச் சக்கரங்கள் மீது அமைந்திருந்த அது பின் பக்கம் சாய்ந்தது; அதன் வால்பகுதி தரையில் புதைந்தது. குண்டு பறந்தது. தூரத்தில் அது வடிவில் சுருங்கியது. கிளோரியா காவலரணிலிருந்து கற்கள் பெயர்ந்து விழுந்தன; ஸ்தூபியின் விளிம்பிலிருந்த ஒரு பல் உடைத்தது.

''ஓ, இது பரவாயில்லை!'' என்று ஜேகப் கூறினான்.

''இம்மாதிரியே சுடவேண்டும்'' என்று பீட்டர் கூறினான். கோட்டைப் போட்டுக்கொண்டு அவன் சட்டி பீரங்கி அடுக்கை நோக்கிக் குதிரையில் விரைந்தான். வெடி மருந்து அளவை ஒன்றுக்கு ஒன்றரையாக அதிகரிக்க வேண்டுமென்று சகல துப்பாக்கி அடுக்குகளுக்கும் உத்திரவிடப்பட்டது. நூற்றி முப்பது துப்பாக்கிகளின் இடி முழக்கத்தில் பூமி மீண்டும் நடுங்கியது. மேல் நோக்கிய சட்டி பீரங்கிகளிலிருந்து பயங்கரமான தீச் சுவாலைகள் கிளம்பின. புகைப் படலங்கள் கலைந்தபின், நகரில் இரண்டு வீடுகள் எரிந்து கொண்டிருந்ததை அவர்கள் பார்த்தார்கள். இரண்டாவது குண்டுவீச்சு வெற்றியடைந்தது. ஆனால் மேற்புறத்து அடுக்கில், இரண்டு சட்டி பீரங்கிகள் உடைந்துவிட்டதாக விரைவில் தெரிய வந்தது. அவை அண்மையில் தான், நாரிஷ்கினது தூலாபாக்டரியில் வார்க்கப்பட்டன. பல துப்பாக்கி வண்டிகளின் இருசுகள் வெடித்தன. ''அதைப் பற்றிப் பிறகு கவனிப்போம். குற்றவாளி யாரென்பதைக்கண்டு பிடிப்போம், இப்பொழுது இம்மாதிரியே சுட்டுக்கொண்டிருங்கள்'' என்றான் பீட்டர்.

இவ்வாறாகத்தான் நார்வா மீது குண்டுமாரி பொழியும் தாக்குதல் தொடங்கியது. அது நவம்பர் மாதம் பதினைந்தாம் தேதிவரை இடைவிடாமல் நீடித்தது.

ஜாரின் சமையற்காரனான பெல்டன் அடுப்பில் முட்டைகளை வறுத்தபொழுது தணிந்த குரலில் முணுமுணுத்துக் கொண்டிருந்தான். சமையற்காரனது ஆள், யாம்பர்க் வரை குதிரையில் சென்று மிகவும் கஷ்டப்பட்டு பன்னிரண்டு முட்டைகளை வாங்கி வந்தான். ஆனால் அவை கெட்டுப் போயிருந்தன.

''பெல்டன், என்ன முணுமுணுக்கிறாய்? கூடுதலாக மிளகைப்போடு.''

''மாட்சிமைக்குரியவரே, அவ்வாறே செய்கிறேன்! மிளகுப்பொடி அதிகமாகப் போடுகிறேன்.''

பீட்டர் கணப்பின் அருகே உட்கார்ந்திருந்தான். இந்த இடத்தில்தான் கதகதப்பாக இருந்தது. தடுப்புக்குப் பின்னாலுள்ள சிற்றறையில், மென்ஷிகோவும் அவனும் படுத்து உறங்கிய அந்த இடத்தில், சுவர்களின் வழியாகவே காற்று அடித்தது. இந்த நள்ளிரவில், காற்று ஊளையிடு வதையும் இந்தக் குடிசைக்கருகிலிருந்த காற்றாடி இயந்திரம் கிரீச்சென்று ஓசை செய்வதையும் அவனால் கேட்க முடிந்தது. அடுப்பில், பர்ச்மர விறகுகள் இனிமையாக வெடிப்பொலி செய்தன.

கோபங்கொண்ட பெல்டன், அடுப்பருகே சமையல் பொருட்களைப் பரப்பி மோப்பம் பிடித்துக் கொண்டிருந்தான். தீச் சுவாலைகள் அவனது சதைப்பற்றுள்ள நாசியைச் சிவக்கச் செய்தன.

''பெல்டன், உன்னை ஸ்வீடிஷ்காரர்கள் சிறைப் பிடித்தால் என்ன செய்வாய்?''

''மாட்சிமை பொருந்தியவரே, நீங்கள் சொல்வது காதில் விழுகிறது.''

''ஆஹா! ஜாரின் சமையற்காரனல்லவா! என்று கூறி உன்னைத் தலைகீழாகத் தொங்கவிடுவார்கள்.''

''செய்தால் என்ன. நான் என் கடமையை அறிவேன்.''

அவன், நிலைகொள்ளாது ஆடிய மேஜை மீது ஒரு சுத்தமான துண்டை விரித்தான். அதில் மிளகு இட்டவாட்காவை உடைய மட்ஜாடியை வைத்தான். உலர்ந்த கரிய ரொட்டியை மெல்லிய துண்டகளாக வெட்டி வைத்தான். புகைக்குழாயில் இலேசாகப் புகை பிடித்த பீட்டர், சாமர்த்தியமாகவும் லாகவமாகவும் செயல்பட்ட பெல்டனைக் கவனித்தான். கம்பளி பூட்ஸும் மெத்தையைப் போல் தைத்த சட்டையும் அணிந்திருந்த பெல்டன், ஒரு தூசாடையை இடுப்பில் கட்டியிருந்தான்.

''நான் ஸ்வீடிஷ்காரர்களைப் பற்றித் தமாஷ் செய்யவில்லை. உன் உடைமைகளை யெல்லாம் சேகரித்துக்கொள்'' என்றான் பீட்டர்.

பெல்டன் பீட்டரைப் பக்கவாட்டில் பார்த்தான்; ஜார் தமாஷ்செய்யவில்லை என்பதை உணர்ந்தான். நீண்ட கைப்பிடி உடைய சிறிய வாணலியை வறுத்த முட்டையோடு மேஜை மீது வைத்தான்; சிறிய நகரக் கோப்பையின் வாட்கா ஊற்றினான்.

''தயவு செய்து மேஜைக்கு வாருங்கள்.''

அந்த இடிந்த கட்டிடம் காற்றில் ஆடியது. மெழுகுவத்தி ஊசலாடியது. மென்ஷிகோவ் சந்தடி செய்தவாறு உள்ளே வந்தான்.

''என்ன காற்று! என்ன குளிர்!'' என்று அவன் அலுத்துக்கொண்டான்..

கழுத்துப்பட்டையின் முடிச்சை அவிழ்த்துக்கொண்டே முகம் சுளித்த அவன் அடுப்பருகே சென்று கைகளை நெருப்பில் காட்டிக்கொண்டே,

''உடனே இங்கு வருவான்'' என்றான்.

''குடிபோதையில் இல்லையே?'' என்று பீட்டர் வினவினான்.

''உறங்கிக்கொண்டிருந்தான். படுக்கையிலிருந்து கிளப்பினேன்.''

அலெக்ஸாண்டர் பீட்டருக்கு எதிரில் உட்கார்ந்து, மேஜையை ஆட்டிப் பார்த்து விட்டு வாட்காவை ஊற்றிக் குடித்தான். தலையை ஆட்டினான். சிறிது நேரம் இருவரும் மௌனமாக உண்டனர். அதன் பின் பீட்டர் தணிந்த குரலில் கூறினான்ஃ

''காலம் கடந்துவிட்டது. இனி ஒன்றும் சரிப்படுத்த முடியாது.''

அலெக்ஸாண்டர் கஷ்டப்பட்டு விழுங்கிக்கொண்டே, பதிலளித்தான்ஃ

''அவன் அறுபது மைல் தூரத்தில் இருப்பது உண்மையானால், ஷெரிமிடேவ் அவனது முன்னேற்றத்தைத் தாமதப் படுத்தவில்லை யென்றால், நாளை மறுதினம் இங்கு வந்துவிடுவான்.

நாம் திறந்த வெளியில் அவனைச் சந்தித்தால், நமது குதிரைப் படையைக்கொண்டு அவனைத் தோற்கடிக்க முடியாது?'' அவன் காலரை அவிழ்த்து விட்டுக்கொண்டு, ''கோசுக்கீரைச் சூப் இருக்கிறதா?'' என்று பெல்டனைக் கேட்டான். மேலும் கொஞ்சம் வாட்கா ஊற்றிக் கொண்டான். ''அவனிடம் பத்தாயிரம் ஆட்கள்தான் இருக்கிறார்கள். கைதிகள் இந்த விவரத்தைச் சத்தியம் செய்து ஊர்ஜிதம் செய்கிறார்கள். நாம் என்ன அவ்வளவு முட்டாள்களா? இதை நினைத்தாலேயே மனது துன்பமடைகிறது!'' என்று பீட்டரிடம் சொன்னான்.

''அது உண்மைதான். ஆனால் இரண்டு நாட்களில் முட்டாள்களைப் புத்திசாலிகளாக்க முடியாது. நார்வாவில் நமக்குத் தோல்வி ஏற்பட்டால் பிஸ்கோவிலும் நாவோகிரோடிலும் எதிரியைத் தடுத்து நிறுத்த முயல்வோம்'' என்றான் பீட்டர்.

''மீன்ஹெர்ஸ், அவ்வாறு சிந்திப்பதே தவறு.''

''சரி, சரி.''

அவர்கள் மௌனமாயினர். பெல்டன் கீழே குந்திக்கொண்டு கரியை ஊதினான். அவன் ஒரு செப்புக் கொதிகலத்தில் பீரைச் சூடாக்கிக் கொண்டிருந்தான்.

நார்வாவில் நிலைமை ருஷியருக்குச் சாதகமாக மாறவில்லை. அவர்கள் இரண்டு வார காலம் நகர் மீது குண்டுமாரி பொழிந்தார்கள்; சுரங்க வெடிகளை வெடித்தார்கள். அகழ்க் கிடங்கைத் தோண்டி முன்னேறினார்கள். ஆனால் சுவர்களில் உடைப்பு ஏற்படுத்தவோ, நகரை எரிக்கவோ அவர்களால் முடியவில்லை. நேரடித் தாக்குதலை நடத்துவதற்குத் தளபதிகள் துணியவில்லை. நூற்றி முப்பது துப்பாக்கிகளில், பாதித்துப்பாக்கிகள் உடைந்துவிட்டன. அல்லது சேதமடைந்துவிட்டன. முதல் நாள்தான் அவர்கள் இருப்பிலிருந்த வெடி மருந்தையும் குண்டுகளையும் கணக்குப் பார்த்தார்கள். இன்னும் ஒரு நாள் குண்டுமாரி பொழிவதற்குத்தான் இருப்பில் இருந்தவை போதுமானவையாக விருந்தன. வெடி மருந்து வண்டிகளோ இன்னமும் நாவோகிரோட் அருகே கஷ்டப்பட்டு நகர்ந்து கொண்டிருந்தன.

ஸ்வீடிஷ் ராணுவம் ரீவால் சாலையில் வெகு விரைவாக வந்துகொண்டிருந்தது. ஒருவேளை, இந்த நேரத்தில் அது பிகையோகியில் ஷெரிமிடேவுடன் போராடிக் கொண்டிருக்கலாம். கோட்டையின் துப்பாக்கிகள் ஒருபுறம், முன்னேறிக்கொண்டிருந்த சார்லஸின் சேனை இன்னொரு புறம்- இரண்டுக்கும் இடையே ருஷியர்கள் சிக்கியிருந்தனர்.

கரண்டியை எறிந்துவிட்டுப் பீட்டர் பேசினான்: ''நாம் நிறையச் சத்தம் போட்டோம். வாய்ச் சொல் வீரத்தில் நாம் திறமைசாலிகள். ஆனால் இன்னமும் போராடக் கற்றுக்கொள்ளவில்லை. துவக்கத்திலிருந்தே தவறான வகையில் செயல்பட்டோம். இதனால் பயனில்லை. இங்கு ஒரு துப்பாக்கியால் சுடவேண்டுமானால், மாஸ்கோவிலேயே மருந்தைக் கிட்டித்துச் சித்தம் செய்ய வேண்டும், புரிகிறதா?''

மென்ஷிகோவ் கூறினான்:

''இங்கு வரும்பொழுது, தீயருகே அமர்ந்து குளிர்காய்ந்த முதலாவது கம்பெனியின் சோல்ஜர்களது பேச்சுக் காதில் விழுந்தது. அவர்கள் ஸ்வீடிஷ் சேனையை எதிர்பார்த்துக் கொண்டிருக்கின்றனர். முகாம் முழுவதும் இதைப்பற்றிக் கிசுகிசுக்கிறார்கள். அவர்கள் தளபதிகளை என்னவெல்லாம் ஏசுகிறார்கள்! 'நமது அதிகாரிக்குத்தான் முதல் குண்டு' என்று ஒருவன் பேசியதை நான் கேட்டேன்.''

பீட்டரின் கண்கள் மினுமினுத்தன: ''தளபதிகள்! திருக்கோயில் கொடிகளுடன் சுவர்களைச் சுற்றி ஊர்வலம் செல்வதற்குத்தான் அவர்கள் லாயக்கானவர்கள்! தளபதிகள்! முதுமைத் தளர்ச்சிக்கு உரிய மடையர்கள்!...'' என்றான்.

மென்ஷிகோவ் பக்கவாட்டில் நோக்கிக்கொண்டே எச்சரிக்கையோடு கூறினான்:

''பீட்டர் அலெக்ஸிவிச், இந்த மூன்று நாட்களுக்கு நான் துருப்புக்களுக்குத் தலைமை தாங்குதற்கு அனுமதியுங்கள். நிஜமாகத்தான்; அனுமதிப்பீர்களா?''

பீட்டர் அதைக் காதில் வாங்காதவன்போல் சட்டைப்பையிலிருந்த புகையிலைப் பையைத் தேடினான். கஷ்டப்பட்டுச் சுவாசித்துக்கொண்டே, விரல்களால் புகையிலையை எடுத்துக் குழாயில் அடைத்தான்.

''நாளையிலிருந்து யூஜின் சேனாதிபதி. அவன் மடையன்தான். ஆனால் ராணுவ விஷயங்களில் ஐரோப்பிய முறைகளை அறிந்தவன்; நல்ல சோல்ஜர். அவனது தலைமையில், நமது சேனையிலுள்ள அன்னியர்கள் புதிய நம்பிக்கை பெறுவார்கள். பொழுது புலர்வதற்குள் தயராகிவிடு. தெரிகிறதா? நாம் புறப்படுகிறோம்'' என்றான் பீட்டர்.

இன்னமும் சிரமப்பட்டுச் சுவாசித்த பீட்டர், மெகுவத்தியை அருகில் இழுத்துக் குழாயைப் பற்றவைத்தான். மென்ஷிகோவ் தணிந்த குரலில் வினவினான்:

''பீட்டர் அலெக்ஸிவிச், நாம் எங்கே போகிறோம்?''

''நவோகிரோடுக்கு!''

அலெக்ஸாண்டரின் கண்கள் வியப்பால் விரிந்ததைப் பீட்டர் நோக்கினான். திடீரென்று அவனது முகம் கருஞ்சிவப்பாகியது. வேர்த்துக் கொண்டிருந்த நெற்றியில் ஓர் இரத்தக்குழாய் உப்பியது.

அவன் கோபத்தைக் கட்டுப்படுத்திக்கொண்டு பேசினான்:''அந்தப்பையன் (சார்லஸ்) இழப்பதற்கு ஒன்றுமில்லை. ஆனால் எனக்கு அப்படியல்ல. நார்வாதான் ஆதி அந்தம் எல்லாம் என்று நீ நினைக்கிறாயா? போர் இப்பொழுதுதான் ஆரம்பமாகியிருக்கிறது. நாம் வெற்றியடைய வேண்டும். ஆனால் இந்தச் சேனையுடன் வெற்றிபெற முடியாது. புரிகிறதா? பின்னணி யிலிருந்து, தளவாட வாகன்களிலிருந்து தொடங்கவேண்டும். வாளேந்திப் புரவிமீது பாய்ந்து செல்வது கடை நிலையிலுள்ள காரியமாகும். முட்டாள், நீ சார்லஸைவிடத் தைரியசாலியாக விரும்புகிறாயா? உன் கண்களைத் தாழ்த்து?'' பீட்டர் முகம் ஆத்திரத்தால் துடித்தது.

''என்னை நோக்காதே என்று உத்திரவிடுகிறேன்'' என்றான்.

அலெக்ஸாண்டர் கீழ்ப்படியவில்லை. அவமானம் தாங்காது கண்ணீர் பொங்கிய கண்களை அவன் தாழ்த்தவில்லை. ஒரு கண்ணீர்த்துளி விறைப்பான கன்னத்தில் ஓடியது. பீட்டர் கண்களைச் சுருக்கிக்கொண்டு அவனை வெறித்துப்பார்த்தான். இருவரும் சுவாசிக்கவில்லை. அதன்பின் பீட்டர் சிறிது நேரம் சிரித்தான். சுவரில் சாய்ந்துகொண்ட கைகளைச் சட்டைப்பைகளில் நுழைத்தான்.

அவன் மென்ஷிகோவ் மாதிரியே பேசினான்: ''மீன் ஹெர்ஸ், என் ஆருயிர்த் தோழனே! என் நடத்தையைக்கண்டு வெட்கப்படுகிறாயா? சற்றுப்பொறு. இன்னும் பல நிகழ விருக்கின்றன.

அவர்கள் அனைவரும் என்னைப்பாராது முகத்தைத் திருப்பிக்கொள்வார்கள். நான் சார்லஸைக்கண்டு பயந்துவிட்டேன்! சேனையை விடுத்துவிட்டு நாவோகிரோடுக்கு ஓடுகிறேன்! டிராயிட்ஸாவுக்கு முன் ஓடியமாதிரி! சரிசரி! உன் அழகுமுகத்தைத் துடைத்துக்கொள். தளபதிகள் வந்துவிட்டார்கள். போய்ப்பார்.''

காவற்காரர்கள் மாறினார்கள். உறைபனி பெய்த பூமியில் குளம்புகள் பதியும் ஒலி கேட்டது. பலகணிக்கு வெளியே, தீப்பந்தங்களின் வெளிச்சம் புலனாயிற்று. யூஜினும் தளபதிகளும் குதிமுட்களால் ஒலி செய்துகொண்டு உள்ளே வந்தனர். காற்றடித்ததால் சிவந்த அவர்களது முகங்கள் பீதியுற்றிருந்தன. இந்த நடுநிசிப் பொழுதில் என்ன நிகழ்ந்திருக்குமென்பதுதான் அவர்களுக்கு விளங்கவில்லை. பீட்டர் அவர்களைத் தலையசைத்து வரவேற்றுவிட்டு யூஜினைத் தழுவினான். மெழுகுவத்தியை எடுத்துக்கொள்ளும்படி மென்ஷிகோவுக்குச் சைகை செய்துவிட்டு, மரத்தடுப்புக்குப் பின்னாலிருந்த சிற்றறைக்குச் சென்றான்.

மென்ஷிகோவ், காகிதங்களும் புகையிலையும் சிதறிக்கிடந்த சிறு மேஜைமீது மெழுகுவத்தியை வைத்தான். எல்லோரும் நின்று கொண்டிருந்தனர். பீட்டர் உட்கார்ந்து கொண்டான். ஒரு காகிதத்தை எடுத்துத் தனக்குள் படித்துக்கொண்டான். அதில் ஆங்காங்கே எழுதியதை அடித்துமிருந்தது. அதன்பின் அவன் இருமிவிட்டு யாரையும் பாராது உறுதியான வறட்சியான குரலில் படித்தான்ஃ

''ஆண்டவன் பெயரால் மாட்சிமைபொருந்திய நாம் முக்கியமான அலுவலை முன்னிட்டுச் சேனையைவிட்டுச் செல்வதால், கீழ்க்கண்ட ஷரத்துகளின் அடிப்படையில் ராணுவத்தை மேன்மைமிகுந்த கோமகனான யூஜினிடம் ஒப்படைகிறோம்.'' மேஜை அருகே நின்ற கோமகனது தொடை நடுங்கியது. வெள்ளையான முயல் தோல் அணிந்த அந்த மெல்லிய தொடையையும், வாளின் கைப்பிடியைப்பற்றிய அவனது உலர்ந்த கரத்தையும் பீட்டர் நோக்கினான். பிறகு படித்தான்ஃ ''ஷரத்து ஒன்றுஃ மேன்மை மிகுந்த அவர் சேனாதிபதியாக விருப்பார். ஷரத்து இரண்டுஃ அவரே மாட்சிமை மிகுந்த ஜார்மன்னர் என்று கருதி, அவரது உத்திரவுகளுக்குச் சகல தளபதிகளும் அதிகாரிகளும் சிப்பாய்களும் கீழ்ப்படியவேண்டும். ஷரத்து மூன்றுஃ'' பீட்டர் தன் குரலை உயர்த்தினான்ஃ ''எவ்வாறாகிலும் நார்வாவையும் ஐவான் கிராரைடயும் உடனடியாகப் பிடிக்கவேண்டும். ஷரத்து நான்குஃ கீழ்ப்படியாத தளபதிகளையும் அதிகாரிகளையும் சோல்ஜர்களையும் தம் பிரஜைகளாகவே கருதி மரணதண்டனை உட்பட சகலவிதமான தண்டனைகளையும் விதிப்பதற்கும் அவருக்கு அதிகாரம் உண்டு.''

பீட்டர் தளபதிகளை நோக்கினான். வீடி தலையசைத்துத் தன் சம்மதத்தைத் தெரிவித்தான். டிரூபிட்ஸ்காய் மகாப்பிரபுவின் வேர்த்த முகம் உப்பியது. நரைமயிரை வெட்டிவிட்டிருந்த புதுர்லினது தாழ்வான நெற்றியில் சுருக்கம் விழுந்தது. கோலோவின் அவப்பேறும் அவமானமும் அடைந்தவன் போல் தலையைத் தொங்கப் போட்டுக்கொண்டான். பீட்டர் மேலும் படித்தான்ஃ

''மேன்மைக்குரிய அவர், ஸ்வீடிஷ் சேனையின் வருகையைப்பற்றித் தகவல்களைச் சேகரித்துக்கொண்டிருக்க வேண்டும். சார்லஸின் வருகைபற்றி நம்பகமான சேதிகிடைத்தவுடன், அவனது சேனை பலமானதாக விருந்தால், அவன் நார்வாவுக்குள் பிரவேசிப்பதைத் தடுக்க, மேன்மை பொருந்திய யூஜின் சகல நடவடிக்கைகளையும் எடுக்கவேண்டும். ஆண்டவன் உதவியுடன் சார்லஸைத் தோற்கடிக்க முயலவேண்டும். ஆனால், முடிந்தால் புதிய படைபலம் கிடைக்கும் வரையில் காத்திருப்பது நலம்.'' பீட்டர் காகிதத்தைத் தாழ்த்திவிட்டு யூஜினிடம் கூறினான்ஃ ''ரிப்னினும் காஸ்ஸக்குகளும் அவர்களது தலைவனான ஹெட்மானும் வெடிமருந்து வண்டித்தொடர்களுடன் சில நாட்களில இங்கு வந்து சேர்வர்.'' பீட்டர் கோலோவின் பக்கம் திரும்பி, ''உட்கார்ந்து நல்ல பிரதி ஒன்று எடுங்கள்'' என்றான்.

வெளிப்புறக்கதவை யாரோ ஓங்கித்தட்டும் ஓசை கேட்டது. மென்ஷிகோவ் கவலையோடு வழி செய்துகொண்டு அடுக்களைக்குச் சென்றான். யாரோ ஒருவன் உள்ளேவந்தான். தூரத்தில் பலர் உரக்கக் கத்தும் சத்தமும் காற்றோடு திறந்த கதவுவழியாக உள்ளேவந்தது. பீட்டர் வழியில் நின்றவனைத் தள்ளிவிட்டு அடுக்களைக்கு விரைந்தான். ''என்ன நடந்தது?'' என்று அவன் பயங்கரமான குரலில் வினவினான்.

அவனுக்கு முன்னால் ஓர் இளைஞன் நின்றான். சிறுமியின் முகம்மாதிரி சிவந்திருந்த முகத்தைத் தொங்கப் போட்டுக் கொண்டிருந்தான். அவனது மூக்கு சப்பையாக விருந்தது; கண்களில் தைரியம் விளங்கியது. ஒரு காதுக்குமேல் தலைமயிர் இரத்தத்தில் கெட்டிதட்டிப் போயிருந்தது.

''ஷெரிமிடேவின் கீழ்ப் பணியாற்றும் அதிகாரியான பால்'' என்று மென்ஷிகோவ் விரைவாகக் கூறினான்.

''சரி, என்ன சேதி.''

பால் என்ற அந்த இளைஞனது முகம் துடித்தது. அவன் பீட்டரை நோக்கி முகத்தை உயர்த்தினான். தன்னை ஒரு நிலைப்படுத்திக்கொண்டு கூறினான்:

''ஷெரிமிடேவ் என்னை அனுப்பினார். அவரது சிப்பாய்கள் எங்கு தங்கலாமென்று கேட்டுத் தெரிந்து வருவதற்காக என்னை அனுப்பினார்.''

பீட்டர் ஒன்றும் பேசவில்லை. தளபதிகள் கவலையோடு சிற்றறையின் கதவருகில் கூடி நின்றனர்.

மென்ஷிகோவ் தனது கதகதப்பான குட்டைக் கோட்டை இழுத்துக்கொண்டே, விரைந்து பேசினான்:

''அவர்கள் பிகையோகியிலிருந்து ஓடிவந்து விட்டார்கள். சொரணை கெட்டவர்கள். குல்லாய்களைக்கூட விட்டுவிட்டு வந்திருக்கிறார்கள். பிரபுக்களாம், பிரபுக்கள்!''

நவம்பர் மாதம் பதினேழாம் தேதி காலையில், பிரபுக்களின் படையினருக்கு அந்தத் தகவல் கிடைத்து; இரவில், ஸ்வீடிஷ் சேனையினரில் சிலர் கடற்கரை வழியே ரீவால் சாலைக்குச் சென்று விட்டனர் என்று தகவல் கிடைத்தவுடன், பிரபுக்களது படையினர் தமக்குப் பின்புறத்தில் எதிரிகள் வந்துவிட்டதை எண்ணித் துணுக்குற்றனர்; பிரதான ராணுவத்திலிருந்து தனிமைப்பட்டு விடுவோமென்று அஞ்சினர். எனவே அவர்கள் ஷெரிமிடேவின் உத்திரவுகளைப் பொருட் படுத்தாது, பிகையோகியிலிருந்து பின்வாங்கத் தொடங்கினார்கள். நிலைகுலைந்து ஓடிய அந்தப் படையினரிடையே புகுந்த ஷெரிமிடேவ், குதிரைகளையும் சிப்பாய்களையும் சவுக்காலடித்துச் சத்தம்போட்டுக் கடித்து கொண்டான். ஆனால் பின் வரிசையினர் முன் வரிசையினரை நெருக்கித் தள்ளியதால், ஷெரிமிடேவின் குதிரையும் வளைந்து திரும்பிக் கூட்டத்தோடு ஓடியது. இந்த நிலையில் அவன்தான் என்ன செய்வான்? அதிகாலையில், சுற்றுப்புறக் குன்றுகளில் இரும்புக் கவசமும் தொப்பியும் அணிந்த ஸ்வீடிஷ் சிப்பாய்கள் தோன்றினர். ஷெரிமிடேவ் சில தொகுதிகளைத் திரட்டிப் பின்வாங்கும் படையினரது பின்னணியைப் பாதுகாத்தான்; தளவாட வண்டித்தொடர்களில் சிலவற்றையும் காப்பாற்றினான். அவனால் ஆகக்கூடியதாயிருநதது அவ்வளவுதான். ஸ்வீடிஷ் படையினர் பிரபுக்களைத் துரத்தவில்லை. பிரபுக்களின் குதிரைகள் விரைந்து வந்து, இரவில் நார்வா முகாமின் எல்லையை அடைந்தன. இருட்டில், பாதுகாப்பு

மதில்மேலிருந்த காவற்காரர்கள் அவர்களைப் பகைவர்களென்று கருதித் துப்பாக்கிப் பிரயோகம் செய்யத் தொடங்கினார்கள். ''நண்பர்கள்! நண்பர்கள்!'' என்று குதிரைவீரர்கள் வெறியோடு கத்தினார்கள். முகாமிலிருந்தோர் அனைவரும் விழித்தெழுந்தனர்; எங்கும் இதைப்பற்றியே பேச்சாயிருந்தது.

பால் என்ற அதிகாரிமட்டும் முகாமுக்குள் அனுமதிக்கப்பட்டான். அவன் ஜாரைக் காண விரைந்து சொன்றான். குளிர்காற்று வலுவாக வீசியடித்தது. பிரபுக்களது குதிரைகளிலிரந்து இறங்கிப் பதுங்குழிக்கு அப்புறத்தில், பாலங்களருகே நின்றனர். கம்பி வேலிக்கு இப்புறத் திலிருந்த சிப்பாய்கள், ''பிரபுக்களே, ஏன் இவ்வளவு வேகமாக ஓடி வருகிறீர்கள்? ஒளிந்து கொள்ளவேண்டுமா? அந்தோ பாவம்!'' என்று கத்தினார்கள்.

முகாம் முழுவதும் முரசுகள் பேரொலிசெய்தன. விளக்குகளை ஏந்தியவர்கள் சுறுசுறுப்பாகக் குதிரைமீது சென்றனர். பல்வேறு படைப்பிரிவினரும் ஆங்காங்கே கூடி ஜாரின் ஆணை ஓலையைப் படிக்கக் கேட்டார்கள். புகழ்பெற்ற அஜாத சத்துருவும் பேரரசுக் கோமகனுமான யூஜினிடம் சேனைத் தலைமையை ஒப்படைத்திருப்பதாக அந்த ஓலை கூறியது. சிப்பாய்கள் வியப்படைந்தனர். அச்சங் கொண்டனர். மௌனமாயிருந்தனர். ஜார் முகாமில் இல்லை யென்றும், ஸ்வீடிஷ்படை மூன்று மைல் தூரத்திலே இருப்பதாகவும் வாய்மொழியாக வதந்தி விரைவில் பரவியது.

ஒருவனும் உறங்கவில்லை. தீ முட்டப்பட்டது; ஆனால் காற்று அதை அணைத்தது. அதிகாலையில் ஷெரிமிடேவின் குதிரைப்படை வலது புறத்துக்கு மாற்றப்பட்டது. அந்தக் குதிரைப் படையினர் கிராதிக்குள் பாதுகாப்புப் பெறவில்லை. சிறு தீவுகளுக்கிடையே நாரோவா நதி விரைந்து பாய்ந்த இடத்தின் அருகே நகருக்கு மேலாக உள்ள ஓர் இடத்தில் அவர்கள் அணிவகுத்தனர். பொழுது புலர்ந்தது. ஆனால் ஸ்வீடிஷ் படையினரைக் காணவில்லை. பிகையோகியிலிருந்து ஸ்வீடிஷ் படையினர் தம்மைவிடாது தொடர்ந்துவந்ததாக ஷெரிமிடேவின் படையினர் உறுதியாகக் கூறினார்கள். ஆனால் அண்மையில் விரோதியின் நடமாட்டம் ஏதும் இல்லையென்று ரோந்து சுற்றி வந்தவர்கள் கூறினார்கள்.

முரசுகள் ஒலிக்கக் கோமகன் குதிரைமீது அமர்ந்து முகாமைச் சுற்றி வந்தான். அப்பொழுது அவன் பேரொளிவீசும் மேலாடையை அணிந்திருந்தான். மார்ஷலின் தடியைப் பிடித்துக் கொண்டிருந்தான். கோலோவின், டிரூபிட்ஸ்காய், புதுர்லின், இமிரீஷியாவின் இளவரசன், மகாப்பிரபு யாகோவ்ரோடல்கோருகி ஆகியோரும் அவனுடன் சென்றனர். யூஜின், தொங்கிய மீசையைக் கையுறையால் தடவி விட்டுக்கொண்டு, தனக்கு அரைகுறையாகத் தெரிந்த ருஷிய மொழியில் சோல்ஜர்களைப் பார்த்துக்கத்தினான்ஃ ''அன்பர்களே நன்னலம் ஓங்குக! நாம் நமது தந்தையான ஜாருக்காக உயிர்த்தியாகம் செய்வோம்.'' ரணபேரிகைகள் முழங்கின; கீழ்க்காணும் உத்திரவு சகல படைப்பிரிவினருக்கும் படிக்கப்பட்டதுஃ

''இரவில் பாதிப்படைகள் ஆயுதமேந்திச் சித்தமாயிருக்கவேண்டும். அதிகாலையில், ஒவ்வொரு சிப்பாய்களும் இருபத்தி நான்கு குண்டுகளும் அவற்றுக்குத் தேவையான வெடி மருந்தும் வழங்கப்படும். பொழுது புலர்ந்தவுடன் சேனை முழுவதும் அணி வகுக்கவேண்டும். மூன்ற துப்பாகிகளில் குண்டு போட்டதும், பாண்டு வாத்தியங்கள் வாசிக்கப்படும்; முரசுகள் கொட்டப்படும்; பதுங்கு குழிகளின் அரண்களில் கொடிகளை ஏற்றவேண்டும். எதிரி எழுபத்தி ஐந்து அடிதூரத்துக்குள் வந்த பிறகே சுடவேண்டும்.''

இரவில் காற்று திசைமாறியது. கடலிலிருந்து நிலத்தை நோக்கி மேல்காற்று அடித்ததால் கதகதப்பாயிருந்தது. ஸ்வீடிஷ் மேஜர்ஜெனரலான ரிபிங், இரண்டு வீரர்களைத் துணைக்கு

இட்டுக்கொண்டான். மூவரும் தம் குதிரைகளின் குளம்புகளில் கம்பளியைவைத்துக்கட்டினர். கும்மிருட்டில் விரைந்து வந்து, பதுங்கு குழிகளின் ஆழத்தையும் அரணாக அமைந்த கைப்பிடிச்சுவரின் உயரத்தையும் அளந்துகொண்டு சென்றனர்.

அலெக்ஸி பிராவ்கினுக்கு ஓநாய்ப்பசி; அடிகாற்றுவேறு அவனை வதைத்தது. கம்பெனியின் கொடிக்கருகே மதில்மீது நடைபோட்டுக்கொண்டிருந்தான். இப்பக்கம் மூன்று அடி வைத்த பின் திரும்பி அப்பக்கம் மூன்று அடி நடக்கவேண்டும். இந்தப் புறமதிலின் நீளம் நான்கு மைல் சிற்சில இடங்களில்தான் மதில் காவலுக்குச் சோல்ஜர்கள் நிறுத்தப்பட்டிருந்தனர். எக்காளங்கள் ஊதின; பேரிகைகள் கொட்டின; துப்பாக்கிகளிலும் கைத்துப்பாக்கிகளிலும் மருந்து திணித்துக் குண்டைத்தள்ளிச்சத்தம் செய்தாகிவிட்டது. வெடிமருந்தைப் பற்றவைக்கும் வத்தியும் புகைந்துகொண்டிருந்தது. நேரம்ஃ முற்பகல் பதினோரு மணி.

அலெக்ஸி தன்னால் இயன்ற அளவுக்கு வயிற்றை இறுகக் கட்டிக்கொண்டான். புதிய சேனாதிபதி சகல விஷயங்களைப்பறியும் சிந்தித்து முடிவு கூறினான்ஃ ஆனால சிப்பாய்களின் வயிற்றுத் தீனியைப்பற்றி மட்டும் அவன் யோசிக்கவேயில்லை. சில நாட்களாகச் சோல்ஜர்களும் அதிகாரிகளும் பூஞ்சக்காளான் பிடித்த பிஸ்கோத்தையும் பயணப்பைகளில் ஒட்டிக்கிடந்த துண்டுதுணுக்குகளையும் புசித்துவந்தனர். முதல் நாள் இரவு பிஸ்கோத்தே வினியோகமாக வில்லை. மதில்மேல் நின்ற சோல்ஜர்கள் புள்ளோட்டி உருவங்கள் மாதிரி தென்பட்டனர். பிராவ்கினது கம்பெனியில் போரிடத் தகுதியானவர்களாக எஞ்சியவர் எட்டுப்பேர்தாம். விருவிருப்போடு போர்புரிய வேண்டுமென்றும், துப்பாக்கிகள் எழுப்பும் புகைப்படலத்தினூடே தன் கம்பெனியை இட்டுச்சென்று பகைவனது கொடிக் கம்பைப் பிடுங்க வேண்டுமென்றும் (''அலெக்ஸி, நன்றி. உன்னைக் கர்னலாக உயர்த்தியிருக்கிறோம்...'' என்ற புகழுரைக்குப் பாத்திரமாக வேண்டுமென்றும்) அலெக்ஸி ஊக்கமாயிருந்தகாலம் ஒன்று இருந்தது. ஆனால் இப்பொழுது, ஏதாவது ஒரு கதகதப்பான பதுங்கு குழியில் அமர்ந்து, நீராகாரத்தைப் பருகித் தொண்டையில் அதன் ஆவிசுட்டால் அதுவே பெறுதற்கரியபேறு என்று அலெக்ஸி எண்ணினான்.

காற்று விசையோடு அடித்ததால் கண்களைச் சுருக்கிய அலெக்ஸி, அண்மையில் இருந்த ஆண்ரியைப் பார்த்து ''ஏன் வாயைப் பிளந்துகொண்டு விழியைப் பிதுக்குகிறாய்? நேராக நில் என்று கத்தினான்.'!

ஆனால் ஆண்ரி அதைக் காதில் வாங்கிக்கொள்ளவில்லை. தோள்களை வளைத்துக்கொண்டு அவன் எதையோ வெறித்துப் பார்த்தான்; அவனது கூரிய நாசி விறைப்பாக விருந்தது. சாவையே நோக்குகிறான்போல் இருந்தது. இதர சோல்ஜர்களும், சிலிர்க்கும் நாய்களைப்போல் ஹெர்மான்ஸ்பர்க் குன்றை நோக்கிப் பார்த்துக்கொண்டிருந்தனர். அந்தக் குன்றுக்குமேல், கதிரவன் தோன்றியும் மறைந்தும் மேகங்களுடன் விளையாடிக்கொண்டிருந்தான். தடித்த மரங்களின் அடிக்கட்டைகளுக்கும் இலை யுதிர்ந்த பர்ச் மரங்களுக்கும் இடையே பெருஞ்சுமை ஏந்திய மனிதர்கள் நடமாடினார்கள் அவர்கள் மேன் மேலும் அதிகமாகக் காட்டிலிருந்து வந்து கொண்டிருந்தனர். அவர்கள் மூட்டைகளைத் தூக்கி எறிந்துவிட்டு முன்னால் ஓடி நெருங்கிய வரிசைகளில் நின்றனர். ஆறு குதிரை பூட்டிய வண்டிகளில் துப்பாக்கிகள் தென்பட்டன. சில ருஷிய அணி வகுப்பின் மையத்து அரணை நோக்கிச் சென்றன. வேறுசில ஆற்றைக் கடந்து வீடியின் அரண்களை நோக்கிச் சென்றன. இன்னும் சில சமநிலத்தின் வழியாக வலதுபுறம் நோக்கி நேராகச் சென்றன. ஹெர்மான்ஸ்பர்க் குன்றின் மீது ஆறு காலாட் படை வரிசைகள் நின்றன. குதிரைப் படையினர் இரண்டு வரிசைகளில் காட்டிலிருந்து வெளிவந்தனர்.

அலெக்ஸி வெறியோடு கத்தினான்: ''முரசு கொட்டுவோரே போர்த்துவக்க எச்சரிக்கை ஓசை செய்யுங்கள்!''

மும்முனைத் தொப்பிகளை இழுத்து விட்டுக்கொண்டு காற்றிலிருந்து பாதுகாப்புத் தேடிய கீழதிகாரிகள் மதில் மேல் ஏறினார்கள். முரசுகள் முழங்கின. காரணமில்லாது திருப்தியடைந்த வனாகத் தோன்றிய மீர்பர்க், கையால் சுட்டிக்காட்டி அலெக்ஸியிடம் கத்தினான்:''அதோ பார் அந்தக் குதிரை மீது இருப்பவன்தான் சார்லஸ் அரசன்!'' ஸ்வீடிஷ் படைகளது ஒழுங்கும் கட்டுப்பாடும் வியத்தற்குரியனவாக இருந்தன. அவர்கள் மனிதர்களாகவே தோன்றவில்லை. உணர்ச்சியற்றவர்களாகவும் அமரர்களாகவும் தோன்றினர். அவர்கள் மெதுவாகக் குன்றிலிருந்து இறங்கி நடை போட்டனர். அதோ அங்கே, குன்றின் மீது ஆறு குதிரை வீரர்கள் இருந்தனர். முன்னணிக் குதிரையிலிருந்த ஒல்லியான மனிதன் கையை ஆட்டினான். மற்ற குதிரை வீர்கள் அவனிடம் விரைவாகச் சென்றனர்; அதன்பின் காலாட் படை வரிசையை நோக்கிப் பாய்ந்து வந்தனர்.

மதில்மேல் பறந்த கொடிகளது கம்பங்களைக் காற்று சாய்த்தது. முரசுகள் உருக்கமாக ஓசை செய்தன. ஈயம் போன்ற பனிமேகம் கடலிலிருந்து கிளம்பி விண்ணில் விரைவாகப் பரவியது. நான்கு துப்பாக்கி வண்டிகள் பதுங்கு குழியிலிருந்து இருநூறு அடி தூரத்தில், பிராவ்கின் கம்பெனி இருந்த இடத்துக்கு நேர் எதிராக வந்து நின்றன; அவற்றில் இருந்த சிப்பாய்கள் இறங்கினார்கள். அதன் பின் வெடிமருந்து ஏற்றிய பச்சை வண்டிகளும் வந்து நின்றன. கருநீல உடுப்பு அணிந்த பலசாலிகள் வண்டியிலிருந்து குதித்துத் துப்பாக்கிகளுக்கு அருகில் நின்றனர். ஒரு காலாட் படைத் தொகுதி ஒழுங்குகுலையாது ஓடி வந்தது. வெண்மையான கழுத்துப்பட்டை அணிந்த பலர் முதல் வரிசைக்கு விரைந்தனர். பளபளவென்ற வாட்களை உருவியவுடன், ஸ்வீடிஷ் சிப்பாய்கள் இரண்டு வரிசைகளாகத் துப்பாக்கி அடுக்கின் இருபுறத்திலும் பிரிந்து கீழே தலைகுப்புறப் படுத்தனர். மண்கட்டிகள் பறக்கத் தொடங்கின.

அலெக்ஸி வாயில் கை வைத்து உரக்கக் கத்தினான்: ''அதிகாரிகளே! கீழதிகாரிகளுக்குத் தெரிவியுங்கள்; சிப்பாய்களுக்குத் தெரிவியுங்கள்; உத்திரவு கொடுப்பதற்கு முன்னால் சுடக்கூடாது; சுட்டால் மரணதண்டனை கிடைக்கும்!'' மீர்பர்க் மதில் வழியே ஓடி ஜெர்மானிய மொழியில் கத்தினான். பிரம்பைக் காட்டிப் பயமுறுத்தினான். அப்பொழுது தாடி வளர்த்துப் பயங்கரமாகத் தோன்றிய பிட்கா, தன் பொல்லாங்கவிளங்கப் பல்லைக் காட்டினான். மீர்பர்க் அவனை அடிக்கக் கை ஓங்கினான். காற்று கோட்டுத் தொங்கல்களைக் கிழிக்க முயன்றது; ஒரு தொப்பி காற்றில் பறந்தது.

அலெக்ஸி ருஷியத் துப்பாக்கி அடுக்கை நோக்கி ''தொடங்குங்கள்! ஜல்தி!'' என்று கத்தினான். கடைசியில் காதைச் செவிடாக்கும் ஓசை கேட்டது. பேய்கள்! ''சுடுவதற்கும் தெரியவில்லை!'' என்று அலெக்ஸியின் வாய் முணுமுணுத்தது. இதற்குப் பதிலாக, நான்கு ஸ்வீடிஷ் துப்பாக்கிகளும் தீ கக்கின. அரை மைலுக்கு அப்பால், 'சிங்கமும்' 'கரடி'யும் இடி முழக்கம் செய்தன. நான்கு ஸ்வீடிஷ் துப்பாக்கி வண்டிகளும் துப்பாக்கிகளை மதிலுக்கு அருகே கொண்டு வந்தன. துப்பாக்கிச் சிப்பாய்கள் ஓடிவந்து துப்பாக்கிகளின் குழலைச் சுத்தம் செய்து மருந்தைத் திணித்து குண்டைத் தள்ளிவிட்டு பின்னால் பாய்ந்தனர். இருவர் சக்கரங்கள் அருகே நிற்க, ஒருவன் எரி கயிற்றுடன் குத்திக்கொண்டான். வெள்ளைக் கழுத்துப் பட்டை அணிந்த ஒருவன் வாளை உயர்த்தினான். குண்டுகள் வெடித்தன. நான்கு குண்டுகள் மதிலின் பைன் மரக்கட்டைகளுக்குள் வெடித்ததால், நாலாபுறங்களிலும் மரச் செதில்கள் பறந்தன. அலெக்ஸி தடுமாறி விழுந்தான். அவன் துள்ளி எழுந்த தெளிவாக ஒரு பார்வை பார்த்தான். அப்பொழுது

அவன் கண்ட காட்சியை வாழ்நாள் முழுவதும் மறக்கவில்லை; ஏற்றத் தாழ்வான நிலத்தில் ஒரு வெண்புரவி பாய்ந்து வந்தது. பதுங்கு குழி ஓரமாக வந்த அதன் மேல் சிறிய மும்முனைத் தொப்பி அணிந்த ஓர் ஒல்லியான வாலிபன் உட்கார்ந்திருந்தான். தொப்பிக்குக் கீழே ஒரு குறுகலான தோல் பை தொங்கியது; அது கழுத்தின் பின்புறத்தில் அடித்துக் கொண்டேயிருந்தது. வளையம் போல் சுருண்டிருந்த படித்தட்டில் குதிகால் வரை நுழைத்துக்கொண்டும் கால்களை நன்றாக நீட்டிக் கொண்டும் விதேசி முறையில் சாவரி செய்தான். மதில் மேலிருந்த சுட்ட ருஷியர்களை ஏளனமாக நோக்கிய அவனுக்குப் பின்னால் இருபது உடற்கவசமணிந்த வீரர்கள் பக்கம் பக்கமாகச் சோனிக் குதிரைகளில் வந்தனர். ''ஆண்டவனே, எனக்கு உதவுங்கள்!'' என்று ஆண்ரி கத்தினான்.

வானமெங்கும் மேகம் பரவியது. இருள் சூழ்ந்தது. முகாமையும் உடற் கவசமணிந்த ஸ்வீடிஷ் குதிரைப் படையினரையும் ஸ்வீடிஷ் காலட் படை வரிசைகளையும் பனிப்படலம் மறைத்தது. காற்று ஊளையிட்டது; துப்பாக்கிகள் குரைத்தன. துப்பாக்கிகள் கக்கிய தீச் சுவாலைகள் மங்கலான ஒளி வட்டங்களாகச் சிதறின. மதில் வெடித்து உடைந்து கொண்டிருந்தது. குண்டுகள் தலைக்கு மேல் சினந்து சீறின. பனிப்புயல் சுழன்றடித்தது. முள் மாதிரி குத்தியபனி, சிப்பாய்களைக் குருடாக்கியது. பதுங்கு குழிக்கு அப்பால் எதிரில் என்ன நிகழ்கிறதென்பதே விளங்கவில்லை. கடந்த பதினைந்து நிமிஷ நேரத்தில், முகாமில் என்ன நடந்தது என்பது தெரியவில்லை. பிழைத்தால் போதுமென்று குனிந்து ஓடிய ஒருவன் அலெக்ஸி மீது மோதினான். அவன் அலெக்ஸியின் கம்பெனியைச் சேர்ந்தவனல்ல. அலெக்ஸி அவனைப் பிடித்துக் கொண்டான். ''நம்மைக் காட்டிக்கொடுத்து விட்டார்கள்!'' என்று ஊளையிட்ட அவன் பிடியிலிருந்து விடுபட்டுப் பனிப் புயலில் மறைந்தான். அப்பொழுதுதான், சுழன்று கொண்டிருக்கும் பனியின் இடையே பதுங்கு குழிக்குள் 'சுள்ளிகள் விழுவதை அவன் கவனித்தான். பனியைக் கையால் தள்ளிவிட்டு, ''சுடுங்கள்! சுடுங்கள்!'' என்று அவன் கத்தினான்.

முன்பே, சுறுசுறுப்பான ஆட்கள் பதுங்கு குழியில் வேலை செய்து கொண்டிருந்தனர்.

ஸ்வீடிஷ் துப்பாக்கி வீரர்கள் ஓடிவந்து பதுங்கு குழியில் சுள்ளிகளைப் போட்டு நிரப்பி, ஏணியில்லாமலேயே மதில் மீது ஏறத் தொடங்கிவிட்டனர்.

ஆண்ரி சுட்டுவிட்டுப் பின்வாங்கி துப்பாக்கிச் சனியனை நீட்டுவதை அலெக்ஸி கண்டான். உடம்பெல்லாம் பனியான ஒருவன் மதில்மேல் கால்விரித்து அந்தத் துப்பாக்கிச் சனியனைப் பிடித்தான். அண்ரி துப்பாக்கியை வலிந்திழுத்தான். மற்றவனும் இழுத்தான். அலெக்ஸி பன்றியைக் குத்துவதுமாதிரி அவனை வாளால் குத்திக்கொண்டே, கீச்சென்று அலறினான். மேன்மேலும் அதிகமான ஆட்கள் வந்துகொண்டிருந்தனர். பனிப்புயலே அவர்களைத் தள்ளிக் கொண்டு வந்ததென்று தோன்றியது. அலெக்ஸி வாளால் குத்தினான்; ஏதோ ஒரு மென்மையான பொருளை அது ஊடுருவியது. அவனது கண்கள் நோவுற்றன. அவனது மண்டையோட்டில் விழுந்த அடியே நோவுக்குக் காரணம். அந்த அடியில் கபாலம் மட்டுமல்ல, முகமே தோசையாக ஆனமாதிரி இருந்தது.

ஆண்ரி பதுங்கு குழிகளில் எப்படி உருண்டான் என்பது அவனுக்கே தெரியாது. இளம் புரியாத பயம் அவனை ஆட்கொண்டது. குழியில் தவழ்ந்து சென்றான். யாரோ ஒருவன் கைகளை ஆட்டிக்கொண்டு அவனைக் கடந்து ஓடினான். ஓடியவனைத் துரத்திக்கொண்டு இரண்டு ஸ்வீடிஷ் சிப்பாய்கள் சினந்து ஓடினர். அவர்கள் துப்பாக்கிச் சனியனை நீட்டிக்கொண்டு ஓடினர். ஆண்ரி கீழே தாழ்ந்து படுத்துவிட்டான்.

''என்ன மனிதர்கள் இவர்கள்!'' என்று அவன் அலுத்துக் கொண்டான். அவன் தலையைத் தூக்கினான்; வாய் நிறையப் பனிக்கட்டி. அவன் துள்ளி எழுந்து கால் பதற நின்றபொழுது,

இருவர் சண்டையிடுவதைக் கண்டான். பிட்கா, மீர்பாக்கைக் கட்டிப்பிடித்து அவனது குரல் வளையைத் திருகுவதற்காக இருட்டில் தொண்டையைத் தேடிக் கொண்டிருந்தான். மீர்பாக் பிட்காவின் தாடியைப் பிடித்து உலுக்கினான்: ''அப்படிச் செய்யாதே, பேயே'' என்று கத்தினான். பிட்கா கரகரவென்று முணுமுணுத்துக்கொண்டே, மீர்பாக்கின் தோட்களைப் பிடித்து அவனைக் கீழே தள்ளினான். ''என்ன மனிதர்கள்!'' என்று மிகுந்த வெறுப்புடன் கூறிய ஆண்ரி ஓட்டமாக ஓடினான்.

ஸ்வீடிஷ் சேனையில் நடு வரிசையைச் சேர்ந்த நான்காயிரம் துப்பாக்கி வீரர்கள் கோலோவின் படையை வெறித்தனமாகத் தாக்கினர். மதில்மேல் நிகழ்ந்த போர் கால் மணி நேரம் நீடித்தது. ருஷியர்கள் பனிப்புயலில் பார்வையை இழந்து தவித்தனர்; பசியால் சோர்ந்திருந்தனர்; தளபதி களிடம் அவர்களுக்கு நம்பிக்கையே கிடையாது. இந்தக் கொடிய பனிப் புயலில் ஏன் போராடிச் சாகவேண்டுமென்று அவர்களுக்கு விளங்கவில்லை. எனவே, மதில்களிலிருந்து பின்வாங்கினார்கள். ''நம்மை அதிகாரிகள் காட்டிக் கொடுத்துவிட்டார்கள்! அதிகாரிகளைக் கொலை செய்யுங்கள்!'' என்று அவர்கள் கத்தினார்கள். திக்கு இலக்குத் தெரியாது. சுட்டுக்கொண்டு அங்குமிங்கும் அலைந்தனர். பதுங்கு குழிகளிலும் இதர இடங்களிலும் ஒருவரை ஒருவர் மிதித்தனர். அவர்கள் ஓடியபொழுது, டிரூபிட்ஸ்காயின் படைப் பிரிவுகளையும் உடன் அழைத்துச் சென்றனர். ஆகக்கூடி, ஆயிரக்கணக்கான சிப்பாய்கள், பாலங்களையும் துறைகளையும் நோக்கி ஓடினார்கள்.

ஸ்வீடிஷ் படையினர் அவர்களை ரொம்பதூரம் துரத்தவில்லை. அவ்வளவு பெரிய முகாமில் இந்தப் பனிப் புயலில் சிக்கிவிடலாமென்று பயந்தே அவர்கள் பின்தங்கினர். அவர்கள் உடனே திரும்பி வரவேண்டுமென்று மதில் மேல் முரசு அறைந்து அறிவிக்கப்பட்டது. ஆனால் அந்தத் துப்பாக்கி வீரர்களில் ஒரு பகுதியினர், வழி புரியாமல் வாகன் தொடர்களிலிருந்து அடைப்புக்குள் புகுந்தனர். இங்கு பனிபெய்த பாய்களை நீக்கிவிட்டுப் பார்த்தால், பீப்பாய் பீப்பாயாகக் கெட்டுப் போன இறைச்சி இருந்தது; மிடாமிடாவாக வாட்கா இருந்தது. ஆயிரத்துக்கு மேற்பட்ட துப்பாக்கி வீரர்கள். போர் முடியும் வரையில் வாட்காமிடாக்களின் அருகிலேயே பொழுதைக் கழித்தனர். வாகன்களிடையே ஓடிய ருஷியர்களை இந்த வீரர்கள் கொன்று குவித்தனர் அல்லது விரட்டியடித்தனர்.

காலாட்படையைத் தொடர்ந்து குதிரைப்படை முன்னேறியது. உடைத்தெரியப்பட்ட நுழை கதவுகள் வழியே அது முகாமுக்குள் புகுந்தது. அது நேராகத் தலைமையான அரணுக்குச் சென்றது. 'சிங்கம்', 'கரடி' என்ற பீரங்கிகள் இப்பொழுது வீடிஅமைத்திருந்த அரண்கள்மீது சுடத் தொடங்கின. வீடியின் படை இருந்த இடத்தில்தான், எதிர்ப்பு உறுதியானதாகவிருந்தது. வீடி தன் வீரர்கள் அனைவரையும் நான்கு வரிசைகளில் மதில்மேல் நிறுத்தினான். அவனே அதிகாரியின் குத்துக்கம்போடு அவர்களிடையே நின்றான். மதிலேற முயன்ற ஸ்வீடிஷ் சிப்பாய்கள் முறியடிக்கப்பட்டனர். பின் வரிசையில் நின்ற ருஷிய சோல்ஜர்கள் துப்பாக்கிகளில் மருந்தைத் திணித்துக் கொடுக்க, முன்வரிசையிலிருந்தவர்கள் சுட்டுக்கொண்டேயிருந்தனர். பதுங்கு குழி, சவங்களாலும் படுகாயமுற்று விழுந்தவர்களாலும் நிறைந்தது. 'கரடி', 'சிங்கம்' ஆகிய பீரங்கிகளிலிருந்து குண்டுகள் பாய்ந்து வந்தபொழுது, வீடி குதிரைமீது ஏறி மதில் அருகே விரைந்து சென்ற தன் படைவீரரை உற்சாகப்படுத்தினான்; உறுதியாக இருங்கள்!'' என்று கத்தினான். குதிரையின் அடியில் ஒரு குண்டு வெடித்தது. பனிக்கட்டிகள் பறந்து சுழன்றன; புகை மண்டியது; குதிரை புரண்டு விழுந்ததைப் படை வீரர்கள் பார்த்தனர்.

ஷெரிமிடேவின் குதிரைப் படைக்குப் பின்னால் ஆறு. ஒரு புறத்தில் வீடியின் அரண்கள். இன்னொரு புறத்தில் காடு. பனிப்பயுல் அவர்களது முகத்தை நையப் புடைத்தது. பின்புறத்தில்

நாரோவா நதி பெருமுழக்கம் செய்தது. காட்டிலிருந்து பயங்கரமான கூச்சல்கேட்டது. அவர்களால் எதையும் பார்க்க முடியவில்லை. அவர்களுக்கு ஒன்றும் விளங்கவில்லை. அவர்களது வலது புறத்தில், தூரத்திலிருந்து துப்பாக்கி முழக்கம் மேன்மேலும் அதிகமாகக் கேட்டது. அருகில் துடியில் மதில்களண்டை கைத் துப்பாக்கிகளது முழக்கம் கேட்டது; கூக்குரல் எழுந்தது; உயிர் துறப்போரின் ஓலமும் கேட்டது; இந்தப் பயங்கரமான ஒலிகளைக் கேட்ட பாயர் குமாரர்களுக்கு மயிர் குத்திட்டது.

ஷெரிமிடேவ் தன் படை வரிசையின் நடுவில் ஒரு குன்றின்மீது இருந்தான். தொலை நோக்கிக் கருவியால் பார்த்தால், தன் குதிரையின் செவிகள் கூடப் புலனாகவில்லையென்பதைக் கண்ட அவன், அந்தக் கருவியைச் சட்டைப்பையில் போட்டுக்கொண்டு விட்டான். ருஷிய முகாமில் என்ன நிகழ்ந்ததென்று அவனுக்குப் புரியவில்லை. சேனாதிபதியின் உத்திரவுக்காகக் காத்திருந்து ஏமாற்றம் அடைந்தான். பிரபுக்களின் குதிரைப் படையை மறந்துவிட்டார்களா அல்லது இதைக் கண்டு பிடிக்க அவர்களால் முடியவில்லையா? அல்லது ஏதாவது விபரீதம் நிகழ்ந்துவிட்டதா என்று அவன் யோசித்துக்கொண்டிருந்தான்.

அப்பொழுது, இடப்புறத்திலிருந்து துப்பாக்கி முழக்கம் கேட்டது; காட்டிலிருந்துதான் இந்த ஓசை வருகிறதென்று அவன் அனுமானித்தான்; படித்தட்டில் நின்றவாறு அவன் அதற்குச் செவிகொடுத்துக் கேட்டான். அதன்பின் இளைஞனான மகாபிரபு ராஸ்டால்ஸ்கியை விளித்தான்.

''நான்கு படைத் தொகுதிகளை இட்டுக் கொண்டுபோய், காட்டிலுள்ள விரோதியை விரட்டி விடு, ஆண்டவன் உனக்கு உதவுவாராக!'' என்று கூறினான்.

உடற்கவசமும் இரும்புத் தொப்பியும் அணிந்திருந்த போதிலும் குளிரினால் விறைத்துப் போயிருந்த அந்த இளைஞன் ஏதோ முணுமுணுத்துவிட்டுக் குன்றிலிருந்து குதிரைமீது இறங்கினான். அதன்பின், காட்டிலிருந்து ஒரு பீரங்கி குரைத்தது. மரண வேதனையால் துடித்தவனது ஓலம் கேட்டது. உடனே, வலதுபுறத்திலிருந்தும் இடதுபுறத்திலிருந்தும் முன்புறத் திலிருந்தும் கைத்துப்பாக்கிகள் சீறின. ''வாளை உருவுங்கள்! ஆண்டவனது உதவியோடு முன்னேறுங்கள்!'' என்ற உத்திரவிடுவதற்காக ஷெரிமிடேவ் சுற்றுமுற்றும் பார்த்தான். ஆனால் யாருக்கு உத்திரவிடுவது? குதிரைகள் பின்வாங்கிக் கொண்டிருந்தன.

''நாம் ஒழிந்துவிட்டோம்! அழிந்துவிட்டோம் ஆற்றைக் கடந்து செல்லுங்கள்!'' என்று ஆயிரக்கணக்கானவர்கள் கத்தினார்கள். தானும் தன் குதிரையும் மிதிபட்டுத் துவைக்கப் படுவதைத் தவிர்ப்பதற்காக, ஷெரிமிடேவும் பின்வாங்க வேண்டியதாயிற்று. அவன் கடிவாளத்தைப் பிடித்து இழுத்தபொழுது, ஆத்திரத்தால் புருவத்தை நெரித்தான்; கண்ணீர் கன்னங்களில் வழிந்தது. ஊளைகளும் கூக்குரல்களும் காதைச் செவிடாக்கின. பல குதிரைகளின் தலைகளும் பிடரிமயிர்களும் பனி பெய்த முதுகுகளும் ஆற்றில் தென்பட்டன. கரை செங்குத்தாயிருந்தது. குதிரைகள் பின்நோக்கிச் சரித்து சாய்ந்தன. பின்னால் வந்த குதிரைகள் முன்னால் விழுந்தவற்றின்மீது காலடி வைத்து நடந்தன. பனிப் புயலின் மத்தியில், வெள்ளத்தில் மிதந்த குதிரைத் தலைகளும் மானிட முகங்களும் புலனாயின. வலிப்புக் கண்டவர்போல் காற்றைப் பிடிக்க முயலும் கரங்கள், நீர்ச்சுழிகளிடையே கண நேரம் தோன்றி மறைந்தன. மேன்மேலும் அதிகமான குதிரை வீரர்கள், நூற்றுக் கணக்கில், நாரோவாவில் குதித்தனர். நீந்தி அக்கரை செல்ல முயன்றனர்; நீரோட்டத்துடன் மல்லுக்கு நின்றனர்; நீரில் முழுகினர்.

ஷெரிமிடேவின் சிறந்த குதிரை, ஆற்று நடுவிலிருந்த சிறு தீவுக்குக் கஷ்டப்பட்டுச் சென்றது. அங்கு சிறிது நேரம் நின்று நெட்டுயிர்த்தபிறகு விழிப்போடு வெள்ளத்தில் இறங்கிறது; பற்களைக் காட்டிக்கொண்டே நீந்தியது; ஷெரிமிடேவை அக்கரையில் சேர்த்தது.

போர்க்களத்துக்கு மூடுதிரையாகவிருந்த பனிப்பயுல், ருஷியர்களை விட ஸ்வீடிஷ் படையினருக்கே அதிக அபாயம் விளைவிப்பதாக இருந்தது எனலாம். முன்னேறிய படையினருக்கிடையே செய்திப் போக்குவரத்து ஏதுமில்லை. அந்தப் பனிப்புயலில், அரசனையும் தளபதிகளையும் தேடிக் கொண்டு தூதர்கள் அலைந்து திரிந்ததெல்லாம் வீணாயிற்று. ருஷியரது விலாப்புற அணிகளைத் திடீர்த் தாக்குதலால் அழிக்கவேண்டுமென்றும், ருஷியர்களைச் சுற்றி வளைத்துவிட வேண்டுமென்றும் காவலரண்களிலிருந்து தீ கக்கி அவர்கள் அங்கு இங்கு நகர முடியாது செய்ய வேண்டுமென்றும் திட்டம் வகுத்திருந்தனர். அது கை கூடவில்லை. ருஷியர் அணியின் இடைப் பகுதிதான் முதலில் தகர்ந்தது; கோலோவின் படைகள் நிலைகுலைத்து பின்வாங்கிப் பனிப்புயலில் மறைந்தன. ஆனால் விலாப்புற அணிகள் எதிர்பாராத உறுதியோடு எதிர்த்தன. குறிப்பாக, வலது விலாப்புறஅணி வைராக்கியத்துடன் வெஞ்சமர் செய்தது. இங்குதான் ஸெமினோவ்ஸ்கி படைப்பிரிவும் பிரியோ பிராஷன்ஸ்கி படைப் பிரிவும்-சேனையின் சிறந்த பிரிவுகள் இருந்தன.

மணி மூன்று ஆகிவிட்டது. ஆனால் துப்பாக்கி பிரயோகம் நிற்கவில்லை; பனிக்கட்டிகள் சுழன்றன. பொழுது சாய்வதற்கு முன்னால், போரில் வெற்றி கண்டுவிட வேண்டும்; இல்லா விட்டால் ருஷிய அணியின் நடுப்பகுதியை உடைத்துக்கொண்டு உள்ளே சென்றிருக்கும் ஸ்வீடிஷ் பட்டாளங்கள் நான்குக்கும் ஆபத்து நேரிடலாம். எவ்வாறெனில், ருஷியர்கள் தமது அரண்களிலிருந்து வெளிவரத் துணிந்தால், களைத்துச் சோர்ந்த ஸ்வீடிஷ் பட்டாளங்களைச் சுற்றி வளைத்து அழித்து விடலாம். குறைவாகக் கணித்தாலும், ருஷிய அணியின் விலாப்புறங்களில், இன்னமும் போரில் ஈடுபடாத படைகளில், பதினைந்தாயிரும் பேர் இருக்கலாமென்று கருதப்பட்டது.

போராட்டம் துவங்கியபொழுது, சார்லஸ், உடற்கவசமணிந்த மூன்று படைத் தொகுதியினரோடு, ஸ்டன்பாக்கின் அணிக்கும் மெய்டலின் அணிக்கும் இடையே இருந்தான். நடுப் பகுதியிலும் வலது விலாப்புறத்திலும் ஸ்வீடிஷ் படை தாக்குவதை ஏககாலத்தில் பார்க்க வேண்டுமென்பதற்காகவே அவன் அந்த இடத்தைத் தேர்ந்ததெடுத்துக் கொண்டான். இங்குதான், அவனைப் பனிப்புயல் தாக்கியது. முன்னேறிய படையினர் கண்ணுக்குத் தெரியாதவாறு பனி ஏடுகள் மறைத்தன. பீரங்கிகள் கக்கும் தீச்சுவாலைகள் கூட தென்படவில்லை. சார்லஸ் முகத்தை உயர்த்திக் கொண்டும் பற்களைக் கடித்துக் கொண்டும், போராட்டத்தின் தன்வயமிழக்கச் செய்யும் ஒலிகளைக் கேட்டான். தளபதி ரீன்ஸ்கோல்டின் அதிகாரி குதிரைமீது வந்து அரசனிடம் சேதி கூறினான்ஃ துப்பாக்கி வீரர்கள் ருஷியர் அணியை மையத்தில் தகர்த்துக்கொண்டு முகாமின் உட்பகுதிக்கு முன்னேறுவதாக அவன் தெரிவித்தான். சார்லஸ் அவனது தோள்களைப் பிடித்துக்கொண்டு செவிக்குள் கத்தினான்ஃ

''ருஷியரைத் துரத்துவதை நிறுத்த வேண்டுமென்றும் மையப் பகுதி அரணை வசப்படுத்த வேண்டுமென்றும், பாதுகாப்புக்குத் தயார் செய்தகொண்டு உத்திரவுக்குக் காத்திருக்க வேண்டுமென்றும் அரசன் உத்திரவிட்டதாகத் தளபதியிடம் தெரிவித்துவிடு.''

வலது விலாப்புறத்தில், வீடியின் அரண் வரிசையைத் தாக்கிக்கொண்டிருந்த ஷிலிப்பன் பாக்குக்குச் சார்லஸ் தூதன் மேல் தூதனாக அனுப்பிக்கொண்டிருந்தான். ''தளபதியின் செயலைக் கண்டு அரசன் ஆச்சரியமடைவதாகத் தெரிவி'' என்று சேதி அனுப்பினான். இருப்புப் படை யிலிருந்து இரண்டு கம்பெனிகளை ஷிலிப்பன்பாக்குக்கு உதவியாக அனுப்ப வேண்டுமென்றும் சார்லஸ் கட்டளையிட்டான். ஆனால் இந்த இருப்புப் படைகள் இருந்த இடம் தெரியவில்லை. எனவே, ஷிலிப்பன்பாக்குக்குப் புதுப் பலம் கிடைக்கவில்லை. அரைவாசி தகர்ந்த அரண்

வரிசையை ஸ்வீடிஷ் படையினர் ஆத்திரத்தோடு நோக்கினார்கள். தளபதி வீடிமீது ஒரு வெடி குண்டுச் சிம்பு பட்டு அவன் காயமடைந்தான். ஆனால் கிடைத்ததைக் கொண்டு ருஷியர்கள் விடாப்பிடியாகப் போராடினார்கள்.

ஒவ்வொரு நிமிடமும் ஆபத்து அதிகமாகிக்கொண்டிருந்தது. முதல் நாளில் போர்த்தலைவர் குழு கூடியபொழுது, சகல தளபதிகளும் நார்வாவில் ருஷியரை உடனடியாகத் தாக்குவது அசட்டுத் துணிச்சலான காரியமென்று கூறி அந்த யோசனையை எதிர்த்தனர். வேலை மிகுதியால் களைத்தும் பட்டினியால் சோர்ந்துமிருந்த பத்தாயிரம் சோல்ஜர்களை வைத்துக்கொண்டு, வலு மிகுந்த அரண் அமைத்துக்கொண்டுள்ள ஐம்பதினாயிரம் துருப்புகளைத் தாக்குவது மதியீனமான செயல் என்று அவர்கள் கருதினர். ஸ்வீடிஷ் படையினர் வேகமாக நெடுந்தூரம் நடந்து வந்தவர்கள் அந்த வேகத்துக்குத் தளவாட வண்டிகள் ஒத்துவாராவென்பதைக் கண்டு, வண்டிகளை விடுத்துவிட்டுச் சாமான் மூட்டைகளையும் சிப்பாய்களே தூக்கிக்கொண்டு வந்தனர். இவ்வாறு பாடுபட்டுக்களைத்தவர்களைக் கொண்டு தாக்குதலைத் தொடுப்பது ஆபத்தானது என்று தளபதிகள் கருதினர். ஆனால் சார்லஸ் அந்தக் கருத்தை ஏற்கவில்லை. ''தாக்குவோன்தான் வெற்றியடைகிறான். அபாயத்தைத் தழுவும் மனிதனது பலம் பன்மடங்கு அதிகரிக்கிறது. நாளைக்கு நீங்கள் ஜார் பீட்டரை என் கூடாரத்துக்குக் கொண்டு வருவீர்கள்'' என்று அவன் கூறினான். அவனது திட்டத்தைத் தளபதிகளிடம் எடுத்துரைத்தான். அந்தத் திட்டத்தில் பனிப்புயலைத் தவிர மற்ற அம்சங்கள் அனைத்தையும் கணக்கிலெடுத்துக் கொண்டிருந்தான்.

சார்லஸ் தலையை உயர்த்திக் கொண்டு போர் முழக்கங்களைக் கேட்டான். அபாயம் அவனைக் கிறுகிறுக்கச் செய்தது. குங்ஸோர் காட்டில் கரடி வேட்டையாடும் விளையாட்டு கூட இதற்கு ஒப்பாக முடியாது. இடது விலாப்புறத்தில் துப்பாக்கிப் பிரயோகம் செய்யும் ஓசை சார்லஸ் செவியில் சிறப்பாக விழுந்தது. இடது விலாப் பகுதியில்தான், தளபதி லோவன் ஹாப்பின் இரண்டு படைப் பிரிவுகள் ஸெமினோவ்ஸ்கி பட்டாளத்தையும் பிரியோ பிராஷன்ஸ்கி பட்டாளத்தையும் விரட்டுவதற்காகப் பாடுபட்டன. இந்த முக்கியமான இடத்தில், அவர்கள் வெற்றியடையாதிருப்பது எப்படி என்பது சார்லஸுக்குப் புரியவில்லை.

சார்லஸ் திரும்பினான். ஒரு குதிரையின் கடிவாளத்தைப் பிடித்தான்- அந்தப் பனிப்புயலில் குதிரையோ அதன் மீதுள்ள வீரனோ புலப்படவில்லை-இருப்பிலுள்ள படையிலிருந்து நான்கு கம்பெனிகள் லோவன் ஹாப்புக்கு உதவியாக வரவேண்டுமென்று சார்லஸ் கத்தினான். இந்தக் கம்பெனிகளும் கண்ணில் படவில்லை. எனவே அவை அனுப்பப்படவில்லை. இடது புறம் துப்பாக்கிப் பிரயோகம் மேன் மேலும் மூர்க்கமானதாயிற்று. பனி மயமாகக் காட்சியளித்த ஒரு குதிரை வீரன் திடீரென்று பனிப் படலங்களின் இடையே தோன்றினான்.

''மாட்சிமை பொருந்தியவரே, தளபதி லோவன்ஹாப் புதுப்படை அனுப்பி உதவி வேண்டுமென்று கோருகிறார்'' என்றான் அவன்.

''நான் நான்கு கம்பெனிகள் அனுப்பினேனே? எனக்கு ஆச்சரியமாயிருக்கிறது.''

''மன்னர் பிரானே, மதில்கள் அழிந்துவிட்டன. பதுங்கு குழிகளைச் சுள்ளிகளும் சவங்களும் நிரப்பிவிட்டன. ஆனால் ருஷியர்கள் கழிவேலிக்குப் பின்னால் பின் வாங்கிவிட்டனர். அவர்கள் பயத்தாலும் இரத்த வெறியாலும் உன்மத்தம் பிடித்து அலைகின்றனர். கண்ட மேனிக்குச் சபிக்கிறார்கள். துப்பாக்கிச் சனியன்கள் மீது பாய்கிறார்கள். தளபதி லோவன்ஹாப் பன்முறை காயமடைந்துவிட்டார். எனினும் சோல்ஜர்களுக்குத் தலைமை தாங்கித் தரையில் நின்று சமர் நிகழ்த்துகிறார்.''

"எனக்கு வழி காட்டு!"

சார்லஸ் தன் குதிரையை விரட்டினான். பனியும் காற்றும் வீசி அடித்ததால், தாழ்வாகக் குனிந்துகொண்டான். அதிகாரிக்குப் பக்கத்திலேயே சென்றான். அவனது உடலைக் குத்தி ஊடுருவிய காற்று இதயத்தில் இன்ப கீதம் பாடுவதாக அவனுக்குத் தோன்றியது. காற்றிலும் பனியிலும் துப்பாக்கி முழக்கத்திலும் இன்பங் கண்ட சார்லஸ், தன் வாளால் ஒருவனைக் குத்திப் பார்க்கவேண்டுமென்று ஆசைப்பட்டான். அதிகாரி கையை நீட்டிக் காட்டிவிட்டு ஏதோ கத்தினான். அவன் காட்டிய இடம் மஞ்சளாக இருந்தது. அது ஒரு வாய்க்காலின் பனிமூடிய அடிப்பரப்பு. சார்லஸ் குதி முட்களால் குத்தினான். அவனது குதிரை அந்த மஞ்சளான பனியைத் தாண்டியது. ஆனால் சதுப்பிலே சிக்கிவிட்டது. அது காலைத் தூக்குவதற்கு முயல முயல, மேன்மேலும் அதிகமாக அழுந்தியது. பனிக்காற்றில் அது பெரு மூச்சு வாங்கியது. சார்லஸ் குதிரை மீதிருந்து கீழே குதித்தான். அவனது இடது கால் முழங்கால் மூட்டு மட்டும் பசபசப்பான சேற்றில் அழுந்தியது. அவன் தீவிரமாகக் காலை ஆட்டிப் பூட்ஸிலிருந்து லாவகரமாக இழுத்தான். தொப்பி, வாள் இரண்டையும் இழந்துவிட்ட சார்லஸ், கைகளையும் ஊன்றி அக்கரைக்கு ஊர்ந்து சென்றான். அங்கே அதிகாரி குதிரையிலிருந்து இறங்கி நின்று சார்லஸுக்காகக் கை நீட்டிக் கொண்டிருந்தான்.

தொப்பியில்லாத சார்லஸ் ஒற்றைப் பூட்ஸோடு அதிகாரியின் ஒல்லிக் குதிரை மீது ஏறினான். அந்த நடுங்கிய புரவியைக் குதிமுள்ளால் குத்தித் துப்பாக்கிப் பிரயோகம் நிகழ்ந்த இடத்துக்கு விரைந்தான். சவங்களும் காயம் பட்டவர்களும் குன்று குன்றாகக் குவிந்து கிடந்தனர்; குதிரை அந்தக் குன்றுகளைத் தாண்டிக் குதித்தது. அடையாளம் புரியாத நிழல்கள் ஓடுவதையும் ஒரு துப்பாக்கி தீ கக்கி முழங்குவதையும் சார்லஸ் கண்டான். அவர்கள் தத்தம் துப்பாக்கி மீது சாய்ந்தவாறு, இரத்தக்கறை படிந்த பனிக்கும் சவங்களுக்கும் அப்பால் இருந்த சாய்வான கூர் நுனிக் கழிவேலியை நோக்கிக் கொண்டிருந்தனர். அந்தக் கழி வேலிக்குப் பின்னால் ருஷியர்கள் உற்சாகத்தோடு கத்திக்கொண்டும் முஷ்டி உயர்த்திக்கொண்டும் கைத் துப்பாக்கிகளைக் காட்டி அச்சுறுத்திக்கொண்டும் நின்றனர். ஒரு தாக்குதலை ருஷியர்கள் முறியடித்து விட்டரென்பது தெற்றெனப் புலனாயிற்று.

சார்லஸ் தன் துப்பாக்கி வீரர்களிடையே குதிரையை நிறுத்தி, "வாள்" என்று கத்தினான். அந்தக் கோஷம் வெடிப்புறக் கேட்டது. அந்த வீரர்கள் திரும்பி அவனைப் பார்த்து அடையாளம் கண்டுகொண்டனர். அவன் சாய்ந்து கை நீட்டி விரல்களைப் பரப்பி, "ஒரு வாள்!" என்று மீண்டும் கத்தினான். ஒருவன் அவனது கையில் வாளின் கைப் பிடியைக் கொடுத்தான்.

"சோல்ஜர்களே! உங்களது அரசனின் கௌரவத்தை, இங்கே இந்தப் பாதுகாப்பு நிலைகளில் காப்பாற்ற வேண்டும். இந்தப் பாதுகாப்பு வேலியை வசப்படுத்தியாக வேண்டும்! இந்தக் காட்டு மனிதர்களைத் தூக்கி நதியில் தள்ளுங்கள்!" என்று அவன் கத்தினான். அவன் வாளை உயர்த்தியதும் ஓர் எக்காளம் நீட்டி முழங்கியது. அதைத் தொடர்ந்து பனிப் புயலில் கண்ணுக்குப் புலனாகாத மேலும் இரண்டு எக்காளங்கள் இழுத்து இசைத்தன. "சோல்ஜர்களே! கடவுளும் உமது அரசனும் உம்முடன் உள்ளனர்! நான் உங்களுக்குத் தலைமை தாங்குகிறேன்! என்னைப் பின்பற்றுங்கள்!" என்றான் சார்லஸ்.

அவனது குதிரை குருதி சிதறிய பனியில் விரைந்து சென்றது. அவனுக்கு பின்னால் "கடவுளின் பெயரால்!" என்ற கோஷத்தைக் கனத்த குரல்கள் ஒலித்தன. அப்போதைக்கப்போது, கழி வேலிக்குப் பின்னாலிருந்து குண்டுகள் பறந்து வந்தன. குண்டுகளால் கழிவேலியில் ஏற்பட்ட உடைப்பில் தலைகுனிந்து நின்ற அசுர உருக்கொண்ட ருஷியனைச் சார்லஸ்

கவனித்தான். சார்லஸ் புன்னகை செய்துகொண்டு தன் குதிரையைப் பின்னங் கால்களில் நிற்கச் செய்தான். வெஞ்சின வெறியின் வடிவாக விளங்கிய ருஷியன், கவட்டைக் கோலால் தாக்குவது மாதிரி துப்பாக்கிச் சனியனால் குதிரையின் மார்பைக் குத்தினான். சார்லஸ் குதிரை மீது சாய்ந்தான். அப்பொழுது தன் வாளால் ருஷியனது மார்பில் குத்தினான். ஆனால் அவன் குதிரை மீதிருந்து குதித்தபொழுது தடுமாறினான். அவனைச் சுற்றிலும் பலர் ஊளையிட்டனர்; வாள்கள் உராய்ந்தன; அடியும் குத்தும் பரிமாறப்பட்டன. யாரோ சார்லஸைத் தள்ளவே, அவனும் விழுந்தான். ஒரு பளுவான பூட்ஸ் அவனது முதுகு மீது பதிந்து, அவனைப் பனியில் அமுக்கியது. ஆனால் விரைவில் அவனைச் சிலர் கண்டு தூக்கிக்கொண்டு போனார்கள். மூர்ச்சையான சார்லஸுக்குத் துப்பாக்கி வண்டியில் உணர்வு உண்டாயிற்று. அவன் மீது கெட்ட வாடை வீசும் சிப்பாய்க் கோட்டைப் போட்டு மூடியிருந்தார்கள். சிப்பாய்களைப் பின் வாங்கும்படி கோரி எக்காளங்கள் ஒலித்தன. சார்லஸ் கோட்டை எடுத்து எறிந்துவிட்டு உட்கார்ந்தான்.

''யாருடைய பூட்ஸையாவது கொண்டுவாருங்கள், என் பாதத்தில் ஒன்றுமில்லை. பூட்ஸ் வேண்டும், குதிரை வேண்டும்'' என்று சார்லஸ் கத்தினான்.

கோலோவினது படையினரும் டிரூபிட்ஸ்காய் படையினரும் அந்தக் குழப்பத்தில் கலந்து விட்டனர். அவர்கள் ஆற்றைக் கடக்க முடியாது வளைத்துவிடப் போகிறார்களே யென்று அஞ்சிக் கரைக்கு விரைந்தனர். அவர்கள் பாலத்தில் நெருக்கியடித்துக்கொண்டு சென்றனர். பாலத்துக்கு ஆதாரமாயிருந்த படகுகள் அமுங்கின. நாரோவாவின் மஞ்சள் நிறமான வெள்ளம், மேல் காற்றில் புடைத்துக்கொண்டு பாலத்தின் கிராதியின் மீது அலை வீசியது. வெண் பனி ஏடுகள் விழுந்து கொண்டேயிருந்தன. நுரைத்துக்கொண்டு ஓடிய வெள்ளத்தில், மனிதர்களது சவங்களும் குதிரைகளது உடல்களும் தென்பட்டன. அவை மூன்று மைலுக்கு அப்பால் ஆற்றைக் கடக்க முயன்ற ஷெர்மிடேவின் குதிரைப் படையைச் சேர்ந்த குதிரைகளும் ஆட்களுமே, மேன் மேலும் ஆட்கள் கரையில் கூடி ஊளையிட்டுக்கொண்டு பாலத்தில் இடம் பிடிக்க முயன்றனர். ஆடிக் கொண்டிந்த பாலத்தின் வலது ஓரம் அதிகமாக அமுங்கியது. வெள்ளம் பாலத்தின் மேல் ஓடியது. கிராதி கிரீச் சென்றது. கயிற்றுக் கட்டுகள் விடுபடத் தொடங்கின. பாலத்தின் நடுப்பகுதியிலிருந்த படகுகள் பரிபூர்ணமாக அமுங்கியதுடன் பாலத்திலிருந்து விடுபட்டன. பாலத்தின் மேலிருந்தவர்கள் சவங்களைச் சுழற்றிக்கொண்டு சென்ற வெள்ளத்தில் விழுந்தனர். ஒரு பெரிய கூக்குரல் எழுந்தது. ஆனால் பின்னாலிருந்தவர்கள் முன்னாலிருந்தவர்களைத் தொடர்ந்து தள்ளிக் கொண்டிருந்தார்கள். நூற்றுக் கணக்கான சோல்ஜர்கள் நாரோவாவுக்குள் தள்ளப்பட்டனர். கடைசியில், துண்டாகப் பிரித்த பாலப் பகுதியை வெள்ளம் அடித்துச் சென்று சதுப்பான கரையில் ஒதுங்கியது.

அங்கே, ஆற்றுக்கு அருகில், பிரியோ பிராஷன்ஸ்கி, ஸெமினோவ்ஸ்கி பட்டாளங்களது அணிக்குப் பின்னால், யூஜினுடைய கூடாரம் இருந்தது. முகாமின் தென்புறத்தையும் மேல் புறத்தையும் பாதுகாப்பதற்கான போராட்டம் இரண்டு மணி நேரத்துக்கு மேல் நீடித்தது. இந்தப் பனிப் புயலில், படையினருக்கு உத்திரவு கொடுக்க முடியவேயில்லை. கூடாரத்தில், மேஜைக்கு முன்னால் பிரியோ பிராஷன்ஸ்கி பட்டாளத்துக் கர்னலான பிளம்பர்க் கையில் முகத்தை வைத்துக் கொண்டு உட்கார்ந்திருந்தான். அந்தக் கொழுமழுத்த அதிகாரி அடிக்கடி பெருமூச்சு விட்டுக் கொண்டிருந்தான். அவனுக்கு எதிராக அமர்ந்திருந்த ஹால்லார்ட் மெழுகு வத்தியை நோக்கித் தெண்டத்தெண்ட விழித்துக் கொண்டிருந்தான். எப்பொழுது ஸ்வீடிஷ் அதிகாரி வருவான், தலை வணங்கி வாளின் கைப்பிடியை நீட்டலாம் என்று அவன் அமைதியாகக் காத்துக் கொண்டிருந்தான்.

கோமகன் யூஜின் பாசறைக்குள் பிரவேசித்தான். அவனது உடற் கவசத்தின் மீதிருந்த மான் தோல் கோட் பனிமயமாயிருந்தது. அவன் தன் முக மூடியை உயர்த்தியிருந்தான்; மீசையில் பனித் திவலைகள் தென்பட்டன; அவனது உதடுகள் நடுங்கின.

அவன் கத்தினான்:

''இந்த ருஷியப் பன்றிகளுக்குப் பேய்தான் சேனாதிபதியாக வேண்டும். மேஜர் கன்னிங் ஹாமையும் மேஜர் காஸ்ட்டையும் பதுங்கு குழியில் கொன்று விட்டார்கள். இதோ இருபத்தி ஐந்து அடி தூரத்தில், காப்டன் வால்பிரக்டின் கழுத்தை அறுத்துப் போட்டிருக்கிறார்கள். என் மீது இத்தகைய பாரத்தை ஜார் தெரிந்தே ஏற்றி வைத்துவிட்டான்! இது ஓர் இராணுவமா? போக்கிரிகளது கூட்டம்!''

ஹால்லார்ட் விரைவாக எழுந்து ஒரு சால்வையை எறிந்தான். கூடாரத்துக்குள் சுழல் காற்று பனியை வாரி வீசியது. பல்லாயிரம் ஆட்களது கூச்சல், துப்பாக்கிகளது முழக்கத்தையும் விட உரத்துக் கேட்டது. யூஜின் கூடாரத்திலிருந்து வெளியே சென்றான். கீழே பாலம் ஒன்று கரையை நோக்கி நகர்ந்து செல்வதையும், அதன் மீது ஆட்கள் கூக்குலிடுவதையும் அவன் கண்டான். வலதுபுறத்தில், முகாமின் மதில் ஆற்றங்கரையில் முடியும் இடத்தில் ஏராளமாக சிப்பாய்கள் சந்தடி செய்வதையும் கண்டான்.

''ஸ்வீடிஷ் படையினர் மையத்தில் அணியைக் குலைத்து விட்டனர். இவை கோலோவின் படைகள்'' என்றான் ஹால்லார்ட்.

சோல்ஜர்கள் மதில் மேல் ஏறிக்கொண்டிருந்தனர். சில கோஷ்டிகள் தனித் தனியாகக் கூடாரத்தை நோக்கி ஓடிவந்தன.

''பேய்களா!'' என்று யூஜின் கத்தினான். ''கனவான்களே, புரவி மீது ஏறுங்கள்!'' என்றான். அவன் தனது மான் தோல் கோட்டைக் கழற்றத் தொடங்கினான். ஆனால் கவசம் அணிந் திருந்ததால் முடியவில்லை. ''உதவி செய்யுங்கள்; முடியாதா? அட, பேய்கள், வருகின்றன'' என்று கத்தினான்.

யூஜின், ஹால்லார்ட், பிளம்பர்க் ஆகிய மூவரும் குதிரைமீது ஏறிக் கரைக்குச்சென்று மேற்கு நோக்கிப் போனார்கள். அவர்கள் ஆத்திரம்கொண்ட சிப்பாய்களிடமிருந்து தம்முயிரைப் பாதுகாத்துக் கொள்வதற்காக ஸ்வீடிஷ் தலைவர்களிடம் சரணடைவதென்று தீர்மானித்துக் கொண்டு சென்றனர்.

இரவு வந்தது. காற்று அடங்கிக்கொண்டிருந்தது. மிருதுவான பனி பெய்தது. எப்பொழு தாவது, ஒரு துப்பாக்கிப் பிரயோகச் சத்தம் கேட்டது. ருஷிய முகாமில், இடுகாட்டு அமைதி நிலவியது; ஒரு விளக்குக்கூட எரியவில்லை. நடுப் பகுதியில் மட்டுமே, பிடிபட்ட தளவாட வண்டித் தொடரில், ஸ்வீடிஷ் வீரர்கள் குடிபோதையில் பாடிக்கொண்டிருந்தனர். அந்தக் குடிகாரர்களில் பலர் போதை மிகுதியால் சுருண்டு விழுந்து கிடந்தனர். அவர்களையும் கொல்லப்பட்டவர்களின் சவங்களையும், எரிந்துகொண்டிருந்த பீப்பாய்களது சுவாலைகள் எடுத்துக் காட்டின.

கோலோவின், டிரூபிட்ஸ்காய், புதுர்லின், இமிரீஷியாவின் இளவரசன், யகோவ் டோல் கோருகி, பத்து கர்னல்கள் (இவர்களிடையே புகழ்பெற்ற தளபதியான கார்டனது மகனும், பிரான்ஸில் லிபோர்ட்டின் மகனும் இருந்தனர்), லெப்டினன்ட்-கர்னல்கள், மேஜர்கள்,

காப்டன்கள், லெப்டினன்டுகள்- மொத்தம் எண்பது அதிகாரிகள் குதிரையுடனோ குதிரையில்லாமலோ, யூஜினும் மற்றவர்களும் கூடியிருந்த கூடாரத்தின் அருகே திரண்டிருந்தனர். அவர்கள் மகாப்பிரபு கோஸ் லோவ்ஸ்கியையும் மேஜர் பிலையும் சார்லஸுடன் பேச்சுவார்த்தை நடத்துவதற்கு அனுப்பியிருந்தனர் ஆனால் வழியில், அவர்களது சோல்ஜர்கள் அவர்களை அடையாளம் கண்டு கொண்டு கொன்று விட்டனர்.

பாசறையில், மரச்சிம்பைக் கொளுத்தி, அதன் வெளிச்சத்தில் கோலோவின் பேசிக் கொண்டிருந்தான்:

''பாதுகாப்பு அரண்கள் தகர்ந்துவிட்டன. சேனாதிபதி ஓடிவிட்டான். பாலங்கள் தகர்ந்து விட்டன. வெடிமருந்து வண்டிகள் ஸ்வீடிஷ் படையினர் கையில் சிக்கிவிட்டன. நாளைக்கு நம்மால் போராட்டத்தைத் தொடர்ந்து நடத்த முடியாது. ஆனால் நமது அவலநிலையை ஸ்வீடிஷ் படைத்தலைவர்களால் இந்த இரவில் புரிய முடியாது. எனவே, இப்பொழுது அரசனிடமிருந்து, சலுகைகளைப் பெற்று உடன்பாடு காண முடியும்; நமது ஆயுதங்களையும் துருப்புகளையும் பாதுகாக்க முடியும். ஐவான் ஐவனோவிச் அவர்களே, என் நண்பரே!'' இங்ஙனம் விளித்த கோலோவின் புதுர்லினுக்குத் தலை வணங்கினான்: ''நீங்களே அரசனிடம் சென்று பேசுங்கள். நாம் கிறிஸ்துவர்களின் ரத்தத்தைச் சிந்த விரும்பவில்லை என்பதால் போரை நிறுத்த விரும்புவதாகச் சொல்லுங்கள். நாம் வீடு செல்வோம். அவனும் தன் தேசத்துக்குத் திரும்பி செல்லட்டும்.''

''துப்பாக்கிகளைப் பற்றி என்ன? அவற்றையும் நாம் ஒப்படைத்துவிடுவதா?'' என்று புதுர்லின் கரகரத்த குரலில் வினவினான்.

ஒருவனும் பதில் உரைக்கவில்லை. தளபதிகள் தமது கண்களைத் தாழ்த்தினார்கள். கோலோவினது பெருமிதம் விளங்கிய முகத்தில் வருத்தம் தோன்றியது; ஆத்திரமும் படர்ந்தது. தடித்த உதடும் கரியமயிரும் உடைய யாகோவ் டோல்கோருகி தன்புருவங்களை நெரித்துக் கொண்டு பேசினான்:

''இந்த வீண் பிதற்றலினால் என்ன பயன்? நாம் அவமானத்துக்குள்ளாவதைத் தவிர்க்க முடியாது. எதிரியின் இரக்கத்தை எதிர்பார்த்து நிற்கிறோமென்பதை மறக்கக்கூடாது.''

புதுர்லின் இரண்டு பிஸ்டல்களைத் தன் பெல்ட்டில் சொருகிக் கொண்டான்; கண்களை மறைக்கும் வகையில் தொப்பியை இழுத்துவிட்டுக் கொண்ட வெளியேறினான்.

''எக்காளம் ஊதுவோன்!'' என்று அவன் விளித்தான்.

அதிகாரிகள் அவனைச் சூழ்ந்து பேசினர்: ''என்ன, ஐவான் ஐவனோவிச்? நாம் சரண் அடைகிறோமா?''

''ஐவான் ஐவனோவிச், நாங்கள் சாகத் தயார். ஆனால் நமது சிப்பாய்களே நம்மைக் கொல்லத் துடிக்கிறார்கள்.''

சார்லஸும் அவனது தளபதிகளும், ருஷிய முகாமிலிருந்து அரை மைல் தூரத்திலிருந்த பண்ணையில் புதுர்லினைச் சந்தித்தார்கள். ஸ்வீடிஷ் தலைவர்களும், ருஷியர்களைப போலவே, மறுநாளைப் பற்றி அஞ்சிக் கொண்டிருந்தனர். கௌரவத்துக்காகச் சில சிக்கல்களை ஏற்படுத்த முயன்றனர். அதன்பின், ருஷிய ராணுவம் தனது படைக்கலங்களுடனும் கொடிகளுடனும் நாரோவாவைக் கடப்பதற்கு அனுமதிப்பதாகக் கூறினர். ஆனால் பெரிய துப்பாக்கிகளையும்

தளவாடவாகன்களையும் எடுத்துச் செல்லக்கூடாதென்று நிபந்தனை விதித்தனர். சகல ருஷிய ஜெனரல்களையும் அதிகாரிகளையும் அந்தப் பண்ணைக்குக் கொண்டுவந்து பிணையாக ஒப்படைக்க வேண்டுமென்றும் அதன் பின் ருஷிய சோல்ஜர்கள் அமைதியாக வீடு செல்ல முடியுமென்றும் கூறினர்.

புதுர்லின் வாதம் செய்ய முயன்றான். ஆனால் சார்லஸ் ஏளன முறுவலோடு பேசினான்:

''என் சகோதரனான ஜார் பீட்டரிடம் உள்ள அன்பால், நான் அவனது தளபதிகளை சோல்ஜர்களின் வெஞ்சினத்திலிருந்து பாதுகாக்கிறேன். உங்கள் துருப்புகளோடு இருப்பதை விட நார்வாவில் இருப்பதே உங்களுக்கு நல்லது; அமைதியாக இருக்கலாம்; நல்ல உணவும் கிடைக்கும்.''

இந்த நிபந்தனைகளை ஒப்புக்கொள்வதைத் தவிர புதுர்லினுக்கு வேறுவழியில்லை. பிணையாக வரவேண்டியவர்களை இட்டு வருவதற்காக உடற்கவசமணிந்த கோஷ்டியினர் சென்றார்கள். ஸ்வீடிஷ் சேனையைச் சேர்ந்த சுரங்க வெடிக்கண்ணிப் போர்வீரர்கள் விரைவில் ருஷியர்களை வெளியேற்ற வேண்டுமென்பதற்காகச் சொக்கப்பனை கொளுத்தி ஆற்றுக்குப் பாலம் அமைத்தனர். பிரியோ பிராஷன்ஸ்கி பட்டாளமும் ஸெமினோவ்ஸ்கி பட்டாளமும் முதலில் முகாமிலிருந்து நீங்கி. அவை கொடிகளோடும் ஆயுதங்களோடும் சென்றன. முரசு கொட்டிக்கொண்டே பாலத்தைக் கடந்தன. அந்தப் பட்டாளங்களைச் சேர்ந்தவர்கள் உயரமானவர்கள், மீசை உடையவர்கள், உற்சாகமில்லாது சென்றனர். காயமடைந்தவர்களைத் தோளில் தூக்கிக்கொண்டு சென்றனர். வீடியின் படைவீரர்கள் பாலத்தைக் கடந்தபொழுது ஸ்வீடிஷ் சிப்பாய்கள் அஞ்சத்தக்கவராக நின்று ஆயுதங்களை ஒப்படைக்கும்படி கோரினார்கள். அந்தச் சிப்பாய்கள் சபித்துவிட்டுக் கைத்துப்பாக்கிகளைக் கீழே போட்டார்கள். ஸ்வீடிஷ் சிப்பாய்கள் பிற படைப்பிரிவுகளைத் துப்பாக்கிப் பிரயோகம்செய்து விரட்டினார்கள்.

பொழுது புலர்ந்தபொழுது, ருஷிய ராணுவத்தில் மிஞ்சியிருந்த நாற்பத்தி ஐந்தாயிரம் ஆட்களும் பின்வாங்கத் தொடங்கினார்கள். பாதத்துக்கு ஒன்றுமில்லை; பசிக்கு உணவு இல்லை. அதிகாரிகளும் இல்லை. ஒரே குழப்பம். ஐவான் கிராட் காவலரண்களிலிருந்து அவர்களுக்குப் பின்னால் சில குண்டுகள் பறந்துசென்றன.

நாவோகிரோடை அடைந்த பீட்டர் கவர்னர் வீட்டின் முன்றிலுக்குப் பிரவேசித்தபொழுது, நார்வா விபத்துபற்றிய சேதி அவனுக்குகிட்டியது. ஜார் வண்டியைத் தொடர்ந்து பாலின் குதிரை கவர்னர் வீட்டுக்குள் நுழைந்தது. தள்ளாடிய குதிரையிலிருந்து குதித்த பால், ஜாரைப் பிரகாசமான கண்களால் நோக்கினான்.

''எங்கிருந்து வருகிறாய்?''என்று பீட்டர் கோபத்தோடு கேட்டான்.

''அங்கிருந்து, பீரங்கிப்படை அதிகாரியே!''

''விபத்து.''

பீட்டரின் தலை சுற்றியது. மென்ஷிகோவ் கால்களை நீட்டிக்கொண்டு அங்கு வந்தான். உடனடியாகக் கேட்ட கேள்வியையும் கிடைத்த பதிலையும் ஊகித்துவிட்டான். முகப்பு மண்டபத்துப் படிக்கட்டின் அடியில் நின்ற கவர்னர் வாயைப் பிளந்துகொண்டு நின்றான். பிதுங்கிய கண்களை உடைய அந்தக் கிழவன் உருவில் சிறியவன். விசையான காற்று அவனது நெருக்கமில்லாத மயிரைத்தூக்கி விளையாடியது.

''சரி, வா. அதைப்பற்றி விவரம் கூறு'' என்று கூறிய பீட்டர் படிக்கட்டில் அடிவைத்தான். உடனே கவர்னரை நோக்கித் திரும்பினான். மிகுந்த வியப்படைந்தவன்போல் அவனைப் பார்த்தான்.

''தற்காப்புக்கு அனைத்தும் சித்தமாக உள்ளனவா?'' என்று பீட்டர் வினவினான்.

''ஐயா, நான் இரவில் உறங்குவதே இல்லை. உங்களை எப்படித் திருப்திப்படுத்துவது என்பதைப்பற்றித்தான் எப்பொழுதும் யோசித்துக் கொண்டிருக்கிறேன்'' என்று கூறிய கவர்னர் மண்டியிட்டான். நாயைப்போல் இறைஞ்சும் நோக்கோடு தொடர்ந்து பேசினான்: ''இதை எப்படிப் பாதுகாப்பது? இது வசதியில்லாத நகரம். அகழிகள் தூர்ந்துவிட்டன.வால்காவ் நதி மீதுள்ள பாலம் கெட்டுப்போய்விட்டது. விவசாயிகளைக் கிராமங்களிலிருந்து கிளப்பமுடியாது. குதிரைகளெல்லாம் வாகன் இழுப்பதற்குப் போய்விட்டன. இரக்கம் காட்டுங்கள்!''

கவர்னர் பேசினான் என்று சொல்வதைவிடச் சிணுங்கி அழுதான் என்று கூறலாம். அவன் ஜாரின் பாதங்களைப் பற்றிக் கொண்டான். பீட்டர் அவனை உதைத்து எறிந்துவிட்டு ஹாலுக்குள் ஓடினான். ஹாலில் பாதிரிகளும் கன்னியாஸ்திரீகளும், இறுகப்பிடித்த குல்லாய் அணிந்த மூத்தோரும் இருந்தனர்; பீட்டர் உள்ளே வந்ததும் அவர்கள் துள்ள எழுந்து நின்றனர். அவர்களில் ஒருவன் அம்மணமான உடம்பில் கணகணக்கும் இரும்புச் சங்கிலியைக் கட்டிக் கொண்டிருந்தான்; அவன் பெஞ்சிக்கு அடியில் பதுங்கிவிட்டான்.

''இவர்கள் யார்?'' என்றான் பீட்டர்.

கரிய அங்க அணிந்த பாதிரிகளும் தறவிகளும் தாழ்வாகக் குனிந்தனர். பருத்துத் தடித்த பாதிரி ஒருவன் பேசத்தொடங்கினான்:

''மகத்தான ஜார் அவர்களே, மடங்களும் தேவாலயங்களும் பாழகக்கூடாது. ஒவ்வொரு மடமும் பத்து அல்லது அதற்கு அதிகமான வண்டி, குதிரைகளைக் கொடுக்கவேண்டுமென்றும் அதிகபட்சமான ஆட்களை இரும்பு மண்வெட்டிகளுடன் அனுப்ப வேண்டுமென்றும் அவர்களுக்கு வேண்டிய உணவையும் கொடுக்க வேண்டுமென்றும் கட்டளையிட்டிருக்கிறீர்கள். தவிர, ஒவ்வொரு பாரிஷும் (அதாவது திருக்கோயிலுக்குரிய வட்டாரம்) ஆட்களையும் வண்டிகளையும் கொடுக்க வேண்டுமென்கிறீர்கள். மகா ஜார் அவர்களே, உண்மையில் இவை மானிட சக்திக்கு அப்பாற்பட்டவை. நாங்கள் இரந்து உயிர் வாழ்கிறவர்கள்.''

பீட்டர், கதவுத் தாழ்ப்பாளில் கை வைத்துக்கொண்டே, அந்தப் பேச்சுக்குச் செவி கொடுத்தான். அவனது உப்பிய கண்கள், தலை தாழ்ந்த வடிவங்களைப் பார்வையிட்டன.

''இங்கு எல்லா மடங்களிலிருந்தும் விண்ணப்பம் செய்வதற்கு வந்திருக்கிறார்களா?'' என்று பீட்டர் வினவினான்.

''எல்லா மடங்களிலிருந்தும் வந்திருக்கிறோம்'' என்று துறவிகள் ஒரு சேரக் கூறினார்கள். ''எல்லாவற்றிலிருந்தும் வந்திருக்கிறோம்'' என்று துறவி நங்கைகளும் கூட்டாக இயம்பினார்கள்.

''மென்ஷிகோவ், வெளியே போவதற்கு ஒருவரையும் அனுமதிக்காதே. கதவருகே காவற்காரனை நிறுத்து'' என்று கூறிய பீட்டர் போஜன அறைக்குச் சென்றான். சேனைக்கு நிகழ்ந்த விபத்தின் விவரங்களைக் கூறுமாறு பாலிடம் உத்திரவிட்டான். தாழ்வான கூரையை உடைய அந்த

அறையில் வெப்பம் அதிகமாயிருந்தது. பீட்டர் குறுக்கும் நெடுக்கும் விரைந்து நடந்தான். அடிக்கடி அவன் மேஜையிலிருந்து உப்பிலிட்ட வெள்ளரிக்காயை எடுத்துக் கடித்து மென்று கொண்டே கேள்விகளைக் கேட்டான். பீரங்கிகளை இழந்த விவரத்தையும் ஷெரிமிடேவின் குதிரைப் படையில் ஆயிரம் குதிரை வீரர்கள் நாரோவாவில மூழ்கிப் போனதையும் பாலம் தகர்ந்த போது ஐந்தாயிரம் சிப்பாய்கள் வெள்ளத்தில் மாய்ந்ததையும் அதைவிட அதிகமான பேர் களத்தில் இறந்ததையும் பால் விவரித்தான். (காயம்பட்ட வீடி உட்பட) எழுபத்தி ஒன்பது அதிகாரிகளும் தளபதிகளும் சரணடைந்த விவரத்தையும் மேலதிகாரிளோ தீவனங்களோ இல்லாது சேனை பின் வாங்கி வருவதையும் குறிப்பிட்டான். கீழதிகாரிகள் தாம் அவர்களுடன் உள்ளனர். உயிர்க் காவலர் படைகளின் கீழதிகாரிகள் தாம் உள்ளனர் என்றே சொல்லிவிடலாம்

பீட்டர் பேசினான்ஃ ''அந்தக் கோமகன் முதலில் சரண் அடைந்தானா? ஆஸ்திரியன், பெரிய வீரன், வேசிமகன்! அவனுடன் பிளம்பர்க்கும் பணிந்தானா? அலெக்ஸாண்டர், விளங்கிற்றா? பிளம்பர்க் என் உடன் பிறந்தவன் மாதிரி இருந்தான். அவன் ஸ்வீடிஷ்காரர்களிடம் ஓடிவிட்டான்! போக்கிரி! போக்கிரி!'' வெள்ளரிக்காயின் விதைகள் பீட்டரது வாயிலிருந்து வெளியே பாய்ந்தன. ''எழுபத்தி ஒன்பது துரோகிகள்! கோலோவின், டோல்கோருகி, வாங்கா புதுர்லின்-புதுர்லின் முட்டாள் என்பதை அறிவேன். ஆனால் அவன் போக்கிரியாகவும் இருக்கிறான்! ட்ரூபிட்ஸ்காய், வாழ வழப்புக்கும் மழமழப்புக்கும் குறைவில்லை! பன்றிப்பயல்! அவர்கள் எப்படிச் சரண் அடைந்தனர்?''

''காப்டன் ராஸ்கல், தன் உடற்கவச வீரருடன் அவர்களது குடிசைக்குச் சென்றான். நம் ஆட்கள் தமது வாட்களை ஒப்படைத்தனர்.''

''ஒருவன்கூட- ஒருவன்கூட இல்லை...''

''சிலர் அழுதனர்.''

''அழுதார்கள்! வீரர்கள்! என்ன? இந்த அவமானத்துக்குப்பின் நான் சமாதானத்தை நாடுவேன் என்று அவர்கள் நினைக்கிறார்களா?''

''சமாதானம் நாடுவதும் சாவதும் ஒன்றுதான்'' என்று மென்ஷிகோவ் தாழ்ந்த குரலில் கூறினான்.

நடந்து கொண்டிருந்த பீட்டர், அறையின் கோடியில் இருந்த மைக்கா கதவு இட்ட சாளரத்துக்குமுன் கால்களை விரித்து நின்றான்; முதுகுக்குப் பின்னால கைவிரல்களை மடக்கிப் பிரித்துக் கொண்டிருந்தான். அதன்பின் அவன் பேசினான்ஃ

''இந்தத் தோல்வி நமக்கு நல்ல படிப்பினை. நாம் புகழை நாடவில்லை. அவர்கள் நம்மைப் பத்துத்தடவை தோற்கடிக்கலாம். இறுதியில் நாம் ஜயிப்போம் அலெக்ஸாண்டர்! உன்னை நான் நகருக்குப் பொறுப்பாக நியமிக்கிறேன். இன்றே வேலையைத் தொடங்கு. அகழ்க்கிடங்குகளை வெட்டு; அரண்களை அமை. நாவோகிரோடைத் தாண்டி ஸ்வீடிஷ்காரர்கள் முன்னேறுவதை நாம் அனுமதிக்கமுடியாது. அவர்களை இங்கு தடுத்து நிறுத்துவதில் நாம் அனைவரும் இறந்தாலும் சரிதான், பின்வாங்க முடியாது. பிராவ்கினையும் சிவிஸ்னிகாவையும் கண்டு பிடிக்கச் சொல். அவர்களை என்னிடம் உடனே அனுப்பு. நாவோகிரோடின் முக்கியமான வர்த்தகர்களும் வரட்டும். கவர்னரை நீக்கவேண்டும்.'' மென்ஷிகோவ் கிளம்பிச் சென்ற பொழுது பின் சிந்தனையாகப் பீட்டர் கூறினான்ஃ ''கவர்னரை இந்த வீட்டிலிருந்து தூக்கி எறியச் சொல்.'' மென்ஷிகோவ் விரைந்து சென்றான். பீட்டர் பாலை நோக்கிக் கூறினான். ''முந்நூறு

வண்டிகளைக் கண்டுபிடி, அவற்றில் ரொட்டியை ஏற்றிக் கொண்டுபோய், பொழுது சாய்வதற்குமுன் சேனையைச் சந்திக்கவேண்டும். புரிகிறதா?''

''அம்மாதிரியே செய்வேன்.''

''துறவிகளைக்கூப்பிடு!''

கதவுக்கு எதிரில் இருந்த பெஞ்சியில் பீட்டர் உட்கார்ந்தான். அவனது முகம் கடுமையாக விருந்தது; அந்திக்கிறிஸ்துவின் பிரதிபிம்பம் மாதிரியே விளங்கினான். துறவிகள் உள்ளே வந்தனர். முன்பே இந்தப் போஜன அறை புழுக்கமாயிருந்தது; இப்பொழுது இன்னும் அதிகமாகப் புழுங்கியது.

பீட்டர் அவர்களிடம் பேசினான்: ''ஆண்டவனது பாதுகாவலர்களே, நீங்கள் உங்களது மடங்களுக்கும் பாரிஷுகளுக்கும் திரும்பிச் செல்லுங்கள். எல்லோரும் இன்று பதுங்கு குழிகள் வெட்டுவதில் பங்கெடுக்கவேண்டும்.''குருமாருக்குரிய தலைமூடி அணிந்த பாதிரித்துறவி தன் அடர்த்தியான புருவங்களை உயர்த்தினான். ''தந்தையே, பேசாதிருங்கள்!'' என்று பீட்டர் அவனிடம் அச்சுறுத்தும் வகையில் கூறிவிட்டுத் தொடர்ந்து பேசினான்:

''இரும்பு மண்வெட்டிகளோடும் குதிரைகளோடும் வரவேண்டும். புதிய துறவிகளும் லௌகீகச் சகோதர்களும் மட்டும் வந்தால் போதும். உயர் நிலையிலுள்ள துறவிமுதல் சகல துறவிகளும், சகல துறவி நங்கைகளும் சகல பாதிரிகளும் சகலதுணைப் பாதிரிமார்களும் வரவேண்டும். ஆண்டவனது மகிமையைக் கருதிக் கொஞ்சம் வேலை செய்யுங்கள்! பாதிரி, நான் பேசுகிறேன். நீ பேசாதே! நம் அனைவருக்காகவும் நான் பிரார்த்தனை செய்கிறேன். கான்ஸ்டாண்டி நோபிளின் சமய முதல்வர், நான் அம்மாதிரி செய்வதற்கு எனக்குப் புனிதத்தைலம் பூசி உரிமை வழங்கியிருக்கிறார். நான் மடங்களுக்கும் கோயில்களுக்கும் ஒரு லெட்டினன்டை அனுப்புவேன். அவன் அங்கே யாராவது சோம்பிக்கிடப்பதைக் கண்டால், அந்தச் சோம்பேறியைச் சந்தைக்குக் கொண்டுவந்து கம்பத்தில் கட்டி ஐம்பது கசையடி கொடுப்பான். இந்தப் பாவத்தையும் நானே சுமப்பேன். பதுங்கு குழிகள் வெட்டி அரண்களை அமைத்து முடிக்கும் வரையில், ஸோபியா ஆலயத்தில் மட்டுமே வழிபாடு நிகழும்; வேறு எந்த ஆலயத்திலும் தெய்வ வழிபாடு நிகழாது. இனி நீங்கள் போகலாம்!''

அவன் பெஞ்சியின் விளிம்பைப் பிடித்துக்கொண்டு கழுத்தை நீட்டினான். வட்டமான கன்னங்களில் கட்டை கட்டையாய் மயிர் முளைத்திருந்தது. மீசை துடித்து. ஓ, அவன் பார்க்கப் பயங்கரமானவனாக இருந்தான். திகிலடைந்த துறவிகள் ஒருவரையொருவர் தள்ளிக்கொண்டு கதவைக் கடந்தனர். பீட்டர் கத்தினான்:

''ஏ, யார் அங்கே? கதவருகே இருந்த காவற்காரனை நீக்கிவிடு!''

அவன் ஒரு கோப்பையில் வாட்காவை ஊற்றிக்கொண்டான். மீண்டும் அறையில் குறுக்கும் நெடுக்கும் நடக்கத் தொடங்கினான். சிறிது நேரத்தில் தெருக்கதவு திறந்து மூடிய ஓசை கேட்டது. நடையறையில் தாழ்வான குரல்கள் கிசுகிசுத்தன.

''அவர் எங்கே இருக்கிறார்? கோபமாக இருக்கிறாரா?''

பிராவ்கினும் சிவிஸ்னிகாவும் உள்ளே வந்தனர். அவர்களுடன் நாவோகிரோட் வியாபாரிகள் ஐவரும் வந்தனர். நாவோகிரோட் வியாபாரிகள் குல்லாயைப் பிசைந்துகொண்டும் அச்சத்தோடு தெண்டத்தெண்ட விழித்துக்கொண்டும் வந்தனர். அந்த வியாபாரிகள் தன் கரத்தில்

முத்தமிடுவதைப் பீட்டர் அனுமதிக்கவில்லை. அவன் உல்லாசமாக அவர்களது தோள்மீது கைபோட்டு, நெற்றியில் முத்தமிட்டான். பிராவ்கினை மட்டும் உதட்டில் முத்தமிட்டான்.

''நலம்தானே, ஐவான் ஆர்ட்டமிச்! நலம்தானே, அலெக்ஸி ஐவனோவிச்!'' அதன்பின் அவன் நாவோகிரோட் ஆட்களை நோக்கினான்: ''என் மதிப்புக்குரிய நண்பர்களே உட்காருங்கள். பாருங்கள். மேஜையில் உணவும் ஒயினும் உள்ளன. ஆனால் வீட்டுக்காரனை வெளியே தள்ளச் செய்து விட்டேன்! ஆ, இந்தக் கவர்னர் என்னை எப்படித் தொல்லைப் படுத்தினான்! பதுங்கு குழிகளும் தாண்ட முடியாத அரண்களும் தயாராகியிருக்குமென்று எண்ணி நாம் இங்குவந்தேன். ஆனால் மண் வெட்டியால் ஒரு தடவை கூட மண்ணை வெட்டவில்லை.''

அவன் எல்லோருக்கும் வாட்கா ஊற்றிக்கொடுத்தான். நாவோகிரோட் வியாபாரிகள் தமது கோப்பைகளுடன் துள்ளி எழுந்தார்கள். பீட்டர் முதலில் பருகினான்; திருப்தியோடு களைத்து விட்டுக் காலிக்கோப்பையால் மேஜையைத் தட்டினான்.

''நாம் நமது சம்பாஷணையின் துவக்கத்தை வாழ்த்தி வாட்கா பருகிவிட்டோம்'' என்று அவன் சிரித்துக்கொண்டே கூறினான். ''நல்லது, வியாபாரிகளே, நீங்கள் கேள்விப் பட்டீர்களா? ஸ்வீடிஷ் அரசன் நமக்கு ஓர் அடி கொடுத்திருக்கிறான். ஆரம்பத்துக்கு இது நல்லதுதான். ஓர் அடிபட்ட மனிதன் இரண்டு அடிபடாதவருக்குச் சமானம் இல்லையா?'' என்று அவன் மேலும் பேசினான்.

வியாபாரிகள் ஒன்றும் பேசவில்லை. ஐவான் உதட்டைப் பிதுக்கிக்கொண்டு மேஜையைப் பார்த்தான். சிவிஸ்னிகாவ் பயங்கரமான புருவங்களை நெரித்துக்கொண்டு வேறுதிசையில் நோக்கினான். நாவோகிரோட் வியாபாரிகள் இலேசாகப் பெருமூச்சு விட்டனர்.

''நாம் இந்தவாரத்தில் ஸ்வீடிஷ் படைகளை இங்கு எதிர்பார்க்கலாம். நாம் நாவோகிரோடை இழந்தோமானால், மாஸ்கோவை இழந்துவிடுவோம். அதன்பின் நம்மனைவருக்கும் வாழ்வு இல்லை'' என்றான் பீட்டர்.

''ஓ ஹோ-ஹோ'' என்று பிராவ்கின் நெட்டுயிர்த்தான். சிவிஸ்னிகாவின் கருந்தாடி முகம், மஞ்சளாகியது.

''நம்மால் ஸ்வீடிஷ் படையை நாவோகிரோடில் தடுத்து நிறுத்த முடிந்தால், கோடைகாலம் தொடங்குவதற்கு முன்னால், முன்பிருந்ததைவிடப் பலமான சேனையைத் திரட்டில் பயிற்றுவித்து விடலாம். இருமடங்கு துப்பாக்கிகளை வார்த்தெடுப்போம் நார்வாவிலிருந்த துப்பாக்கிகள்! வெட்கக்கேடு! அவர்கள் அந்த உதவாக்கரைகளை எடுத்துக் கொள்ளட்டும்! இனி அம்மாதிரி துப்பாக்கிகளைச் செய்யமாட்டோம், தளபதிகள் யுத்தக் கைதிகளாகி விட்டார்கள். அது குறித்து எனக்கு மகிழ்ச்சிதான். அந்தக்கிழவர்கள் ஈயச்சுமை மாதிரி என் கால்களைக் கட்டிப்போட்டிருந்தனர். நாம் இளைஞரை, புதியவர்களைத் தளபதிகளாக நியமிக்கவேண்டும். நாம் தேசம் முழுவதையும் தட்டி எழுப்புவோம். ஒரு தோல்வி அடைந்து விட்டோமென்பது உண்மை. பரவாயில்லை. இந்தயுத்தம் இப்பொழுது தான் ஆரம்பமாயிருக்கிறது. ஐவான்! அலெக்ஸி! நீங்கள் இந்தப் போருக்கு ஒரு ரூபிள் கொடுத்தால், நான் இரண்டு ஆண்டுகளில் பத்து ரூபிள்களாகத் திருப்பித்தருவேன்.''

பீட்டர் பின்பக்கம் சாய்ந்தான்; இரண்டு மணிக்கட்டுகளாலும் மேஜையில் குத்தினான்.

''வியாபாரிகளே, அப்படித்தானே?'' என்றான்.

''பீட்டர் அலெக்ஸிவிச், நாங்கள் அந்த ஒரு ரூபிளுக்கு எங்கே போவது. எங்களது பேழைகளில் இருப்பது பணமா? இல்லை. சுண்டெலிகள் தாம் உள்ளன.'' என்றான் சிவிஸ்னிகாவ்.

''உண்மை, முற்றிலும் உண்மை''என்று நாவோகிரோட் வியாபாரிகள் முணுமுணுத்தனர்.

பீட்டர் அவர்களை ஒரு பார்வை பார்த்தான். அவர்கள் அச்சத்தால் குறுகினார்கள். பீட்டர் ஐவான் பிராவ்கினது குட்டையான முதுகில் கைவைத்து, ''நீ என்ன சொல்கிறாய்?'' என்று வினவினான்.

''பீட்டர் அலெக்ஸிவிச், ஆண்டவன் எங்களை உம்மோடு பிணைத்திருக்கிறார். நீங்கள் போகிற இடத்துக்கு நாங்களும் பின்தொடர்வோம்'' என்று பிராவ்கின் பதிலளித்தான். அவனது கொழுத்த முகத்தில் அமைதியும் நேர்மையும் தெளிவும் விளங்கின.

சிவிஸ்னிகாவ் திகைத்தான். பண விஷயத்தில் உஷாராயிருக்க வேண்டுமென்று அவர்கள் இப்பொழுதுதான் சேர்ந்து முடிவு செய்தனர். ஆனால் இந்தச் சாமர்த்திய சாலியான ஐவான் திடீரென்று வலியவந்து பணம் தருவதாகக் கூறினான்!

பீட்டர் பிராவ்கினது தோள்களைத் தன்கைகளால் தட்டினான்; அவனது வேர்த்த முகத்தைத் தன்மார்பின் பித்தளைப் பித்தான்கள் மீது அமுக்கினான்.

''ஐவான், உன்னிடமிருந்து நான் எதிர்பார்த்த பதில் இதுவே. நீ கெட்டிக்காரன், தைரியசாலி. இதற்காக உனக்குத் தகுந்த பயன் கிடைக்கச் செய்வேன். வியாபாரிகளே, பணம் அவசரமாக தேவைப்படுகிறது. ஒருவார காலத்தில், நாம் நாவோகிரோடில் அரண்களை அமைத்து நிகிடா ரிப்னின் படையை இங்கு நிறுத்தவேண்டும்.''

5

''ஒருவரையும் உள்ளே அனுமதிக்கக் கூடாதென்று உத்திரவு. வந்தவழியே போய் விடுங்கள்!''

இவ்வாறு பிரியோ பிராஷன்ஸ்கி மாளிகையின் முகப்பு மண்டபத்தில் கடமை புரிந்த அதிகாரி அங்குவந்த அனைவரிடமும் கூறினான்.

பலவண்டிகளும் கூண்டு இட்ட சறுக்கு வண்டிகளும் முன்றிலில் காத்துக்கொண்டிருந்தன. டிசம்பர் மாதக்காற்று, கரிய குழிகளில் பனிக்கட்டிகளைத்தள்ளி நிரப்பிக் கொண்டிருந்தது. பனியில் விறைத்த மரங்கள் அசைந்து ஒலி செய்தன; புயல் மழைவெயிலில் அடிபட்ட மாளிகைக் கூரைகளின் காற்றாடிக் கை இறகுகள் கிரீச்சென்றன. அதிகாலையிலிருந்து பகல் முழுவதும், அமைச்சர்களும் பாயர்களும் தத்தம் வண்டியில் காத்துக்கிடந்தனர். ஆறு குதிரைகள் பூட்டிய பொன்முலாம் பூசிய வண்டியில் வந்த மென்ஷிகோவுக்கும் உள்ளே செல்ல அனுமதி கிடைக்கவில்லை.

இரவு பத்துமணியானவுடன், ரோமோடானோவ்ஸ்கி வந்தான். கரடித்தோல் கோட்டை அணிந்த மகாப்பிரபு, செங்கற்படிகளில் கஷ்டப்பட்டு ஏறியபொழுது, காவற்பணியில் நின்ற அதிகாரி நடுநடுங்கினான். அவனை உள்ளே விடுவது ஜாரின் உத்திரவை மீறுவதாகும்;

அனுமதிக்காவிட்டால் ரோமோடோனோவ்ஸ்கி, ஜாரை விசாரிக்காமல், தன் சொந்த அதிகாரத்தை உபயோகித்து அந்த அதிகாரியைக் கடுமையாகக் கசையால் அடிக்கச்செய்வான்.

ரோமோடோனோவ்ஸ்கி மாளிகையில் நுழைந்தான். அவனது காலடி ஓசையைக் கேட்டவுடன், கதவு நிலைகளருகே நின்ற காவற்காரர்கள் அனைவரும் ஒளிந்துகொண்டனர். அவன் ஜாரின் படுக்கை அறையை அடைவதற்குமுன், மும்முறை ஓய்வு எடுத்தான். படுக்கையறையை அடைந்தவுடன், நகத்தால் கதவைத் தட்டிவிட்டு உள்ளே சென்று புராதனமான மரபுக்கிணங்க வணக்கம் தெரிவித்தான்.

''மாமா, இங்கு ஏன் வந்தீர்கள்?'' என்று பீட்டர் வினவினான்.' அவன் புகை பிடித்துக் கொண்டு அறைக்குள் அங்கும் இங்கும் நடந்த வண்ணமிருந்தான். புகைப்படலம் அவனது முகத்தை மறைத்தது. கிழவனது வணக்கத்துக்கு மறுமொழி கூறாது, வெறுப்போடு பார்த்தான். ''ஒருவரையும் உள்ளேவிடக்கூடாதென்று உத்திரவிட்டிருந்தேன்'' என்றான்.

''பீட்டர் அலெக்ஸிவிச், அவர்கள் ஒருவரையும் உள்ளே விடுவதில்லை. உங்களது தகப்பனார் அறிவிப்பு இல்லாது வருவதற்கு என்னை அனுமதித்திருந்தார்'' என்றான் ரோமோடோனோவ்ஸ்கி. பீட்டர் தோள்களைக் குலுக்கிவிட்டுக் குழாயின் தண்டைக் கடித்துக்கொண்டே நடந்தான். கிழவன் தொடர்ந்து பேசினான்: ''பீட்டர் அலெக்ஸிவிச், நீங்கள் காலையிலிருந்து எதைப்பற்றிச் சிந்தனை செய்துகொண்டிருக்கிறீர்கள்? நீங்கள் என் யோசனையைக் கேட்க வேண்டுமென்று உமது தாயும் தந்தையும் சொல்லிச் சென்றார்கள். நாம் சேர்ந்து யோசிப்போம். ஒரு வேளை, ஏதாவது நல்ல யோசனை தோன்றலாம்.''

''இந்த வீண் பிதற்றல் வேண்டாம். நான் எதைப்பற்றி யோசிக்கிறேன் என்பது உங்களுக்குத் தெரியும்.''

ரோமோடானோவ்ஸ்கி உடனடியாகப் பதில் சொல்லவில்லை. அவன் உட்கார்ந்து கொண்டு கோட்டைத் திறந்துவிட்டான். அந்தப் புழுக்கமான அறையில் சுவாசிப்பதே கிழவனுக்குக் கஷ்டமாயிருந்தது. அவன் ஒரு வண்ணக் கைக்குட்டையை எடுத்து முகத்தைத் துடைத்துக்கொண்டான்.

''ஒரு வேளை, நான் சொல்லப்போவது வெற்றுரையாக இல்லாதிருக்கலாம். உமக்கு எப்படித்தெரியும்? உமக்கு எப்படித் தெரியும்?''

பீட்டர் தன்னுணர்வில்லாமல் திடீரென்று தன்குரலை உயர்த்திக் கர்ஜிக்கத் தொடங்கினான். அதைக்கேட்டுச் சுவரின் அப்பக்கத்தில இருட்டான அரசுகட்டில் அறையில் இருந்த காவற்காரன் கிலியடைந்து கைத்துப்பாக்கியைக் கீழே போட்டான்.

''நிர்வாகிகளின் அவையில் பணமூட்டைகள் வாதம் செய்யத் தொடங்கினார்கள். நம்மால் ஸ்வீடிஷ் சேனையைச் சமாளிக்க முடியதென்பது நார்வாவில் நிரூபிக்கப்பட்டு விட்டதென்றும் நாம் சமாதானம் செய்துகொள்ள வேண்டுமென்றும் வாதித்தனர். அவர்கள் என் முகத்தை நேராக நோக்காது பேசினார்கள். நான் அவர்களிடம் இம்மாதிரி பேசினேன்.'' என்று கூறிய பீட்டர், கிழவனது கோட்டின் மார்பைப் பிடித்து உலுக்கினான். ''ஆனால் அவர்கள் அழுகிறார்கள். 'ஜார்' அவர்களே, நீங்கள் எங்களைச் சித்திரவதைசெய்து கொன்றாலும் சரி, நாங்கள் என்ன செய்யமுடியும்? எங்களிடம் பணமில்லை. நாங்கள் நொடித்து விட்டோம்' என்று கூறுகிறார்கள். நான் எதைப்பற்றி யோசிக்கிறேன் என்று கேட்கிறீர்கள். எனக்குப் பணம் வேண்டும். இருபத்தி நான்கு மணி நேரமாக இதைப்பற்றித்தான் மண்டையை உடைத்துக்கொண்டிருக்கிறேன்!'' அவன்

ரோமோடானோவ்ஸ்கியைப் பிடித்த பிடியை நெகிழவிட்டான். ''மாமா, என்ன சொல்கிறீர்கள்?'' என்றான்.

''பீட்டர் அலெக்ஸிவிச், நீங்கள் சொல்வதைக் கேட்டுக்கொண்டிருக்கிறேன். நான் பேசும் முறை விரைவில் வரும்.''

பீட்டர் தன் கண்களைச் சுருக்கி, ''ஊம்'' என்றான். சிறிது நேரம் அங்கும் இங்கும் நடந்தான். அதன்பின் சற்று அமைதியாகப் பேசினேன்.

''நமக்கு உலோகம் தேவை. வெற்று ஓசைசெய்யும் உபரியான மணிகள் ஏராளமாக உள்ளன. அவை ஜனங்களுக்குத் தேவையில்லை. இந்த மணிகளையெல்லாம் எடுத்து உருக்கி வார்ப்போம். வசந்த காலத்துக்கு முன்னால் எண்ணூறு டன் வார்ப்பு இரும்பு தயார்செய்த தருவதாக யூரல் மலைப்பகுதியிலிருந்து டெமிடோவ் எழுதியிருக்கிறான். ஆனால் பணம் தேவை! மீண்டும் நகர மக்களையும் விவசாயிகளையும் வலுக்கட்டாயம் செய்வதா? அவர்களிடமிருந்து எவ்வளவு கிடைக்கும்? முன்பே அவர்களைச் சக்கையாகப் பிழிந்துவிட்டோம். மேலும், புதிய வரியை விதித்தாலும் அது அடுத்த ஆண்டில்தான் வசூலாகும். எனினும், பொன்னும் வெள்ளியும் இல்லாமல் இல்லை. அவை ஒரு பயனும் இல்லாது கிடக்கின்றன. ''பீட்டர் பேசி முடிக்க வில்லை. ஆனால் அதற்குள் ரோமோடானோவ்ஸ்கி கண்கள் உப்பின.

''மாமா, நீங்கள் என்ன சொல்வீர்களென்பதை நான் அறிவேன். அதனால்தான் நான் உங்களுக்குச் சொல்ல அனுப்பவில்லை. நான் இந்தப் பணத்தை எடுத்துக்கொள்ளப் போகிறேன்.''

''பீட்டர் அலெக்ஸிவிச், தற்சமயம், நீங்கள் மடத்தின் இருப்பு நிதியைத் தொடக்கூடாது.''

''ஏன் கூடாது?'' என்று சேவல் கூவுவதுபோல் உயர்ந்த குரலில் பீட்டர் கத்தினான்.

''இந்த நேரம் சரியல்ல. தற்சமயம் அம்மாதிரிச்செய்வது ஆபத்தில் முடியும். ஒவ்வொரு நாளும் எப்படிப்பட்ட ஆட்களை என்முன்னால் இழுத்துக்கொண்டு வருகிறார்களென்பதை நான் உம்மிடம் சொல்லப்போவதில்லை.'' ரோமோடானோவ்ஸ்கியின் மடியில் இருந்த அவனது தடித்த விரல்கள் பதறின. அவன் மேலும் கூறினான்: ''தற்காலத்தில், மாஸ்கோ வர்த்தகங்கள் உங்களது விசுவாசமிக்க சேவகர்களாயிருக்கிறார்கள். அவர்கள் நார்வாவின் தோல்வியை எண்ணித் திகிலடைந்தால் என்ன? எவரும் திகிலடையமுடியும். அவர்கள் பேசிப்பேசி அந்தத் திகிலைப்போக்கிக் கொள்வார்கள். யுத்தம் என்றால் அவர்களுக்கு லாபம் கிடைக்கிறது. அவர்கள் பணம் கொடுப்பார்கள். நீங்கள் மட்டும் பொறுமை இழக்காதிருக்கவேண்டும். ஆனால் இப்பொழுது நீங்கள் மடங்களைத் தொட்டீர்களானால், மறுநாள் ஒவ்வொரு பொது இடத்திலும் அசடர்கள் என்ன கத்துவார்கள் தெரியுமா? கிரிஷ்காதாலிட்ஸ்கி* சந்தையிலே உரக்கக்கத் தினானே, அதே மாதிரி கத்துவார்கள்.

தாலிட்ஸ்கி பேசியது ஞாபகம் இருக்கிறதா? சரி, அதனால் என்ன செய்வது? மடங்களின் நிதிகளை ஓசை செய்யாது கொஞ்சம் கொஞ்சமாக எடுத்துக் கொள்ளவேண்டும்.''

''மாமா, நீங்கள் தந்திரசாலி.''

''நான் கிழவன், எனக்குத் தந்திரம் எதற்கு?''

---

*கிரிகரி(கிரிஷ்கா) தாலிட்ஸ்கி: இணங்காதான். பீட்டர் அந்திக் கிறிஸ்து என்று குறிபிட்ட எழுத்துக்களின் ஆசிரியன். 1700ல் தூக்கிலிடப்பட்டான்.

''எனக்கு உடனடியாகப்பணம் வேண்டும். வழிப்பறி செய்தாகிலும் பெறவேண்டும்.''

''அதிகமாகத் தேவைப்படுமா?''

ரோமோடானோவ்ஸ்கி இந்தக் கேள்வியைக் கேட்டபொழுது இலேசாகப் புன்னகை செய்தான். பீட்டர் மீண்டும் 'ஊம்!' என்று கூறிவிட்டு அந்தச் சிறிய படுக்கையறையில் மேலும் கீழும் நடந்தான். புகைக் குழாயை மெழுகுவத்தியில் பற்ற வைத்துக்கொண்டு புகைப் படலத்தை ஊதிவிட்டு உறுதியாகக் கூறினான்:

''இருபது லட்சம் தேவை.''

''அதற்கும் குறைவாகப் போதாதா?''

பீட்டர் கிழவனுக்கு முன்னால் திடீரென்று உட்கார்ந்துகொண்டான். கிழவனது முழங்கால் களைப் பிடித்துக் குலுக்கினான்.

''எனக்குத் தொல்லை கொடுத்து விளையாடுவது போதும்! நாம் ஓர் ஒப்பந்தம் செய்து கொள்வோம். தற்சமயம், நான் மடத்தின் பணத்தைத் தொடவில்லை. சரிதானே? உங்களிடம் பணமிருக்கிறதா. எவ்வளவு?''

''நாளைக்குப் பார்க்கலாம்.''

''இல்லை. இப்பொழுதே வேண்டும். இருவரும் போகலாம்.''

''அவ்வளவு அவசர அவசியம் என்றால் உங்கள் இஷ்டம்'' என்று கூறிய கிழவன், கரடியைப் போல் கதவை நோக்கி நகர்ந்தான். ''உங்களுடன் ஒருவரும் வரக் கூடாது. நாம் இருவர் மட்டும் செல்லவேண்டும்'' என்றான்.

ரோமோடானோவ்ஸ்கியின் தோல்மூடிக் கோச்சு வண்டி கிரெம்லினுக்குள் நுழைந்து, சர்க்கார் காரியாலயங்களின் பழைய கட்டிடங்களிடையே உள்ள குறுகிய சந்துகளில் வளைந்து வளைந்து சென்று, ஒரு தாழ்வான செங்கற் கட்டிடத்தின் முன்னால் நின்றபொழுது, ஸ்பாஸ்கி ஸதூபியிலுள்ள கடிகாரம் மணி ஒன்று அடித்தது. முகப்பு மண்டபத்தின் படியில் ஒரு விளக்கு இருந்தது. ஆட்டுத்தோல் கோட்டு அணிந்த ஒருவன், இரும்புக் கதவு மீது சாய்ந்து கால்களைக் கட்டிக்கொண்டு குறட்டை விட்டான். பீட்டரைத் தொடர்ந்து ரோமோடானேன்ஸ்கி கோச்சி லிருந்து இறங்கினான். விளக்கில் மெழுகுவத்தி புகைந்து கொண்டிருந்தது. விளக்கை எடுத்து ரோமோடானோவ்ஸ்கி, ஆட்டுத் தோல் கோட்டிலிருந்து துருத்திக்கொண்டிருந்த மரப்பட்டைப் பாதரட்சையை உதைத்தான். ''உனக்கு என்ன வேண்டும்?'' என்று தூக்கக் கலக்கத்தில் முணுமுணுத்த, காவற்காரன் காலரின் விளிம்பைத் தள்ளிவிட்டுக்கொண்டு பார்த்தான். வந்திருப்பவர்கள் யார் யார் என்பதைத் தெரிந்தவுடன் எழுந்து நின்றான்.

ரோமோடானோவ்ஸ்கி அவனைக் கதவுக்கு இப்பால் தள்ளிவிட்டுத் தன்னிடமிருந்த சாவியால் பூட்டைத் திறந்தான். பீட்டர் உள்ளே போனவுடன் அவனும் உள்ளே சென்று, கதவை உட்பக்கத்தில் பூட்டினான். விளக்கை உயர்த்திப் பிடித்துக்கொண்டு அவன் தண்மை மிகுந்த வெளிக்கூடத்தையும் வெப்பம் மிகுந்த நடையறையையும் கடந்து தாழ்வான வில்வளைவுக் கூரையை உடைய ஒரு கூடத்துக்குப் பீட்டரை அழைத்துச் சென்றான். அதன் சுவர்ப் பூச்சு பொறுக்குதட்டி உதிர்ந்துகொண்டிருந்தது. அலெக்ஸி ஜாராயிருந்த போது நிறுவப்பட்ட ரகசிய விவகார இலாகாவின் அலுவலகம் இது. அங்கு புழுதியும் காய்ந்த கசு மலமும் நாற்றம் வீசின.

சுண்டெலி நாற்றமும் வீசியது. பின்னால் தட்டியிட்ட இரண்டு பலகணிகளிலும் சிலந்திக் கூடுகள் ஏராளமாக இருந்தன. ஒரு கதவு சிறிது திறந்தது. நம்பிக்கைக்குப் பாத்திரமான காவற்காரக் கிழவன் திகிலுற்ற முகத்தைக் காட்டி, ''யார் அங்கே? நீங்கள் யார்?'' என்று வினவினான்.

''மிட்ரிச், மெழுகுவத்தி கொண்டுவா'' என்று அவனிடம் ரோமோடானோவ்ஸ்கி கூறினான்.

தூரத்துச் சுவரின் ஓரத்தில், இரும்புத் தாழ்ப்பாளுடன் கூடிய தாழ்வான நிலையறைப் பெட்டிகள் தென்பட்டன. இந்தப் பெட்டிகளைத் தொடக் கூடாது என்பதுமட்டுமல்ல, இவற்றில் என்ன தஸ்தவேஜிகள் உள்ளன என்பதைப் பற்றிக் கேள்வி கேட்பதே மரண தண்டனைக்குரிய குற்றமாயிருந்தது. மிட்ரிச் இரும்பு மெழுகுவத்தி விளக்கைக் கொண்டுவந்தான்.

ரோமோடானோவ்ஸ்கி, நடுவிலுள்ள நிலையறைப் பெட்டியைக் காட்டிவிட்டுக் கூறினான். ''அதைச் சுவரிலிருந்து இழு!'' காவற்காரன் தலையை அசைத்தான். ''நான் உத்திரவிடுகிறேன். நான் பொறுப்பேற்றுக்கொள்கிறேன்'' என்றான் ரோமோடானோவ்ஸ்கி.

மிட்ரிச் மெழுகுவத்தி விளக்கைத் தரையில் வைத்து விட்டுத் தன் மெலிந்த தோளைக் கொடுத்து நிலையறைப் பெட்டியை இழுக்க முயன்றான். ஆனால் அது நகரவில்லை. பொறுமை இழந்த பீட்டர் தனது குட்டையான கோட்டையும் குல்லாவையும் எறிந்துவிட்டு நிலையறைப் பெட்டியை நகர்த்திவிட்டான். அதன் அடியிலிருந்து ஒரு சுண்டெலி ஓடியது. நிலையறைக்குப் பின்னால், சுவரில் ஓர் இரும்புக் கதவு இருந்தது. அதில் புழுதியடர்ந்த சிலந்திக் கூடுகள் இருந்தன. ரோமோடானோவ்ஸ்கி ஒரு பெரிய சாவியை எடுத்தான். ''மிட்ரிச், விளக்கைப் பிடித்துக்கொள். என்னால் பார்க்க முடியவில்லை'' என்று கூறிய அவன், கஷ்டப்பட்டு மூச்சுவிட்டுக்கொண்டே, சாவியைப் பூட்டுத் திறப்பில் ஒரு வகையாக நுழைத்தான். முப்பதாண்டுகளில், பூட்டுத் துருப்பிடித்துவிட்டது. எனவே திறக்கவில்லை. ''கடப்பாரையை உபயோகித்தாகவேண்டும். மிட்ரிச், போய் கடப்பாரையைக் கொண்டுவா'' என்றான்.

பீட்டர் மெழுகுவத்தி விளக்கை எடுத்துக் கதவை ஆராய்ந்துகொண்டிருந்தான்.

''அதில் என்ன இருக்கிறது?''

''என் மகனே, நீயே பார்ப்பாய். இதில் ரகசிய தஸ்தவேஜிகள் இருப்பதாக அரண்மனைப் பதிவு ஏடு கூறுகிறது. மகாப்பிரபு கோலிட்ஸின் கிரீமியாவில் போர் செய்தபொழுது உன் சகோதரி, ஸோபியா ஓர் இரவில் இங்கு வந்தாள். இன்றுபோல் அன்றும் என்னால் திறக்கமுடியவில்லை. இங்கு நின்றுவிட்டு அவள் போய்விட்டாள்'' என்றான் ரோமோடானோவ்ஸ்கி. அவனது தார்த்தாரிய மீசைக்குக்கீழ் ஓர் இலேசான புன்னகை தென்பட்டது.

மிட்ரிச் ஒரு கடப்பாரையையும் ஒரு கோடரியையும் கொண்டுவந்தான். பீட்டர் பூட்டை உடைப்பதில் ஈடுபட்டான். அவன் கோடரியின் கைப்பிடியை உடைத்துவிட்டான்; விரல் தோலும் உரித்து போயிற்று. அவன் கனமான கடப்பாரையால் கதவின் விளிம்பைத் தாக்கத் தொடங்கினான். அந்தப் பேரோசை அந்தக் காலிக்கட்டிடமெங்கும் எதிரொலி செய்தது. ரோமோடானோவ்ஸ்கி மனங்கலங்கி பலகணிக்குச் சென்றான். கடைசியில், பீட்டர் கடப்பாரை நுனியால் நெம்பிப் பூட்டை உடைப்பதில் வெற்றி கண்டான். இரும்புக் கதவு புலம்பிக் கொண்டே திறந்தது. பொறுமையிழந்த பீட்டர் விளக்கை எடுத்துக்கொண்டு மற்றவர்களுக்கு முன்னால் அந்தச் சாளரமில்லாத அறைக்குள் நுழைந்தான்.

சகல பொருட்கள்மீதும் புழுதியும் சிலந்தி வலையும் தென்பட்டன. சுவர் ஓரமாயிருந்த நிலைக்கால் தட்டுகளில், பயங்கர ஐவான் காலத்திலும் போரிஸ் கோடுநோவ் காலத்திலும் திருத்தமாகச் செய்யப்பட்ட மூக்குக் குவளைகள் இருந்தன; உயரமான காலை உடைய இத்தாலியக் குடி கிண்ணங்கள் இருந்தன; முக்கியமான சந்தர்ப்பங்களில் ஜார் கைகழுவுவதற்கான வெள்ளித் தட்டங்கள் இருந்தன. பொன்னாலான பிடரிமயிரும் தந்தத்தினாலான பற்களும் உடைய வெள்ளியாலான சிங்கங்கள் இரண்டு இருந்தன. ஏராளமான தங்கத் தட்டுகளும் உடைந்துபோன வெள்ளி விளக்குகளும் இருந்தன. மரகதக் கண்களை உடைய ஒரு பெரிய மயில்... கட்டித் தங்கத்தால் செய்யப்பட்டது-காட்சியளித்தது. கடந்த காலத்தில், பைஸாண்டியத்தில், சக்கரவர்த்தியின் சிம்மாசனத்துக்கு இரு புறத்திலுமிருந்த இரண்டு மயில்களில் ஒன்று இது. அதன் பொறி அமைப்பு இப்பொழுது செயல்படவில்லை. கீழ்த்தட்டுகளில் தோல் பைகள் கிடந்தன. அவற்றின் தையல் விட்டுப் போன ஓட்டை வழியாக டச்சுப் பொற்காசுகள் வெளியே உருண்டு விழுந்திருந்தன. நிலைக்கால் தட்டுகளுக்கு அடியில், பல வகையான மயிர்ப் பட்டுகளும் கம்பளிகளும் வெல்வெட்டுகளும் ஸில்க்குகளும் கிடந்தன; அவை அந்த அரித்துக் கெட்டுப் போயிருந்தன.

பீட்டர் இவற்றில் சிலவற்றை எடுத்தான். விரலை ஈரமாக்கிக்கொண்டு அவற்றைத் தேய்த்தான். ''பொன்! வெள்ளி!'' என்று வியந்தான். டச்சுப் பொற்காசுகளிலிருந்து பைகளை எண்ணினான். நாற்பத்தி ஐந்து பைகளோ, இருந்தன. அவன் மயிர்ப் பட்டுகளை எடுத்து ஆட்டினான்.

''மாமா, இவை கெட்டுப் போயுள்ளன.''

''மகனே, கெட்டிருந்தாலும், பயன்படும்.''

''இதைப்பற்றி நீங்கள் ஏன் முன்பே கூறவில்லை?''

''நான் வாக்குக் கொடுத்திருந்தேன். உன் தந்தை அலெக்ஸிமைகலோவிச் பன்முறை போர்மேல் சென்றார். அப்பொழுதெல்லாம் தேவையில்லாத பணத்தையும் அரிய பொருட்களையும் என்னிடம் ஒப்படைத்துவிட்டுச் செல்வார். அவர் மரணப் படுக்கையில் இருந்தபொழுது, எனக்குச் சொல்லியனுப்பினார். போர்மூண்டு, தேசம் மிகுந்த கஷ்டப்பட்டால் ஒழிய, இந்த வைப்பு நிதியை அவரது வாரிசுகளிடம் கொடுக்கக்கூடாது என்று எனக்கு உத்திர விட்டார்.''

பீட்டர் தன் தொடைகளைத் தட்டிக்கொண்டு கூறினான்.

''நீங்கள் என்னைக் காப்பாற்றிவிட்டீர்கள்; உண்மையில் என்னை ரட்சித்துவிட்டீர்கள். இங்குள்ள செல்வம் எனக்குப் போதும்; துறவிகள் உங்களுக்கு நன்றி கூறுவார்கள். அந்த மயில்! ஒரு படைப்பிரிவுக்குத் தேவையான துணியும் பூட்ஸும் ஆயுதமும் வாங்குவதற்கு அந்த மயில் போதும். அதைக்கொண்டு சார்லஸை முறியடிக்கலாம். ஆனால் மாமா, அந்த மணிகளைப் பொறுத்த மட்டில், நீங்கள் கோபித்துக் கொள்ளக்கூடாது, நான் அவற்றை இறக்கிவிடப் போகிறேன்.''

அத்தியாயம்–5

1

பால்டிக் கடலோர நாடுகளைப் பயமுறுத்தும் அளவுக்கு வந்துவிட்டு, நின்ற இடம் தெரியாது மறைந்த காட்டுமிராண்டிகளின் ஜாரை எண்ணி ஐரோப்பா நகைத்தது; விரைவில் அவனை மறந்தது. பேன்களால் பீடிக்கப்பட்ட ருஷியர்கள் இழிவானவர்களென்றும் அயோக்கியர் களென்றும் புகழ்பெற்ற யாத்திரீகர்களது கதைகள் மூலம் ஐரோப்பா அறிந்திருந்தது. அந்த ஜனங்கள் தமது மரபுவழி அறியாமை அந்தகாரத்தில் தடுமாறுவதற்கு வசதியாக அவர்களை நார்வா போரில் விரட்டியடித்த சார்லஸ் மன்னனைச் சிறிதுகாலம் ஐரோப்பியத் தலைநகர்கள் மாவீரனாகப் போற்றின. நார்வா வெற்றியைக் கொண்டாடுவதற்காக, ஆம்ஸ்டர்டாமில் நகர மண்டமும் வியாபாரிகளின் நிலையமும் கொடிகளால் அலங்கரிக்கப்பட்டன. பாரிஸ் நகரத்தில், புத்தக விற்பனையாளர்கள் இரண்டு வெண்கல மெடல்களை வெளியிட்டனர். ஒன்றில் வாலிபனான ஸ்வீடிஷ் அரசனுக்குப் புகழ் அணங்கு முடிசூட்டுச் சித்திரவதைச் செதுக்கி யிருந்தனர்; அதன் கீழ் ''இறுதியில் நீதி வெல்கிறது'' என்று குறித்திருந்தனர். இன்னொரு மெடலில், ஜார்பீட்டர் ஓட்டம் பிடிப்பதாயும், அவசரத்தில் அவனது கால்முக் குல்லாவை நழுவவிடுவதாயும் வரைந்திருந்தனர். மாஸ்கோவில் முன்னாளில் ஸ்தானிகராயிருந்த இக்னேஸ் குவரியன்ட், வியன்னாவில், தனது காரியதரிசியான ஜோஹான் கோர்பின் நாட்குறிப்பை வெளியிட்டான். மாஸ்கோவாசிகளது காட்டுமிராண்டித்தனமான, நகைக்கத்தக்க பழக்கங் களையும் 1698ல் காவற்படையினர் பெரும் அளவில் சிரச்சேதம் செய்யப்பட்ட கொமையையும் நன்கு விவரித்திருந்தது. ருஷியர்கள் மீண்டும் பிஸ்கோவில் தோற்றுவிட்டனர் என்றும் கன்னிகாமடத்திலிருந்து விடுதலையான இளவரசி ஸோபியா மீண்டும் ஆட்சிபுரியத் தொடங்கிவிட்டாள் என்றும் வியன்னாவின் அரசவையில் பேச்சு அடிபட்டது.

ஆனால் இந்தச் சிறு திறமான நிகழ்ச்சிகளையெல்லாம் மறக்கச் செய்யும் நிகழ்ச்சி ஒன்று தொடங்கியது. அதுவே நீண்டகாலமாக எதிர்பார்க்கப்பட்ட போரின் ஆரம்பமாகும். ஸ்பெயின் தேசத்து அரசன் இறந்தான். பிரான்ஸ், ஆஸ்திரியா இரண்டும் வாரிசு உரிமை கொண்டாடின. இங்கிலாந்தும் ஹாலந்தும் தலையிட்டன. மார்ல்பாரோவின் கோமகனான ஜான் சர்ச்சில், ஸேவாய் இளவரசனான யூஜின் வென்டோம் கோமகன் முதலிய புகழ் பெற்ற தளபதிகள் நகர்களை எரிப்பதற்கும் நாட்டுப் புறத்தைச் சூறையாடுவதற்கும் தொடங்கினார்கள். இத்தாலியிலும், பவேரியாவிலும் அழகு மிகுந்த பிளாண்டர்ஸிலும் ஆயுதமேந்திய நாடோடிகள் அமைதியாக வாழ்ந்த ஜனங்களைத் துன்புறுத்தினார்கள்; உணவு, ஒயின் அகியவற்றின் சேமிப்புகளையெல்லாம் பறிமுதல் செய்தார்கள். ஹங்கேரியில் கலகம் மூண்டது. பெரிய தேசங்களின் தலைவிதி ஈரெட்டான நிலையில் இருந்தது. யாருடைய கப்பற்படை கடல்களில் அரசு புரியவேண்டு மென்பதே போரின் உயிர் நிலையான பிரச்சனை. கிழக்கு ஐரோப்பிய விவகாரங்களை இப்பொழுது கவனிப்பதற்கு நேரமில்லை.

நார்வா வெற்றியால் சார்லஸின் உற்சாகம் அதிகரித்தது. ஜாரின் ராஜ்யத்துக்குள்ளேயே பீட்டரைத் தொடர்ந்து செல்ல வேண்டுமென்று அவன் கூறினான். ஆனால் இரண்டாவது தடவையாக விதிக்குச் சவால் விடும் அபாயத்தில் இறங்கவேண்டாமென்று அவனது தளபதிகள் இறைஞ்சினார்கள். களைத்துச் சோர்ந்த சேனை, தோர்பாத் அருகே உள்ள லைஸாவில் குளிர்காலத்தைக் கழிப்பதற்கு அனுப்பப்பட்டது. அங்கிருந்து சார்லஸ் அரசன் தன் செனேட்டுக்கு அகந்தை மிகுந்த கடிதம் ஒன்றை எழுதினான்; புதியபடையும் பணமும் வேண்டுமென்று கோரினான். ஸ்டாக்ஹோமில் போரை எதிர்த்தவர்கள் இப்பொழுது வாயடைத்துப் போய் விட்டனர். செனேட் புதியவரிகளை விதித்தது. வசந்தகாலத்தில் இருபதினாயிரம் பேர் உள்ள காலாட் படையையும் குதிரைப் படையையும் லைஸாவுக்கு அனுப்பியது. ''ருஷிய நாட்டு ஜாரை எதிர்த்து ஸ்வீடன் போர்புரிவதற்கான காரணங்கள்'' என்ற தலைப்பில், லத்தீன் மொழியில் ஒரு புத்தகம் வெளியிடப்பட்டது. ஐரோப்பிய அரசவைகளில் அதை மன நிறைவோடு படித்தார்கள்.

இப்பொழுது, ஐரோப்பாவில் பலம் மிகுந்த சேனைகளில் ஒன்று சார்லஸ் வசமிருந்தது. எந்தத் திசையில் தாக்குதலைத் தொடுப்பதென்பதை அவன் முடிவு செய்யவேண்டியிருந்தது; கீழ்த் திசையில் முன்னேறினால், ருஷியப் பாலைநிலத்தில், வறுமைவாய்ப்பட்ட சில நகர்களையே பிடிக்க முடியும்; அங்கு கொள்ளையடிப்பதற்குப் பொருளும் இல்லை; அவற்றைப் பிடிப்பதால் புகழும் இல்லை. தென் மேற்குத்திசையில் துரோகம் செய்த அகஸ்ட் அரசனை எதிர்த்து முன்னேறலாம்; போலந்து தேசத்தின் உட்பகுதிகளை வசப்படுத்தலாம்; அங்கிருந்து ஸாக்ஸனி மீது படையெடுக்கலாம்; ஐரோப்பாவின் இதய பாகத்துக்கே போகலாம்; பெரிய மார்ஷல்களது துப்பாக்கிகள் அங்கு இப்பொழுது முழங்கிக்கொண்டிருந்தன. ஒரு புதிய ஸீஸர் என்ற பெயருக்கும் புகழுக்கும் உரியவனாகலாம் என்று எண்ணிய சார்லஸுக்குத் தலை சுற்றியது. கடற்கொள்ளைக் காரர்களின் தோன்றல்களை அவனது காவலர்கள் பிளாரன்ஸின் உயர்ரக ஸில்க்குகளைப்பற்றியும் எஸ்கோரியலின் நிலைவறைகளிலுள்ள தங்கத்தைப் பற்றியும் பிளாண்டர்ஸின் இலேசான மஞ்சள் நிறக் கூந்தலை உடைய மகளிரைப் பற்றியும் பவேரியாவின் சாலைச் சந்திகளிலுள்ள சாராயக் கடைகளைப்பற்றியும் கனவு கண்டனர்.

கோடைவந்தது. சாலைப்போக்குவரத்து சாத்தியமாயிற்று. சார்லஸ், எண்ணாயிரம் சிப்பாய்களைக்கொண்ட படையை ஷிலிப்பன்பர்க் தலைமையில் ருஷிய எல்லைக்கு அனுப்பினான். அவன் தன் சேனை முழுமையும் உடன் அழைத்துக்கொண்டு, லிவோனியாவை விரைவில் கடந்தான். எதிர்பார்க்கத்தக்க வகையில், ரீகா நகருக்கு ஒன்றரை மைல்தூரத்தில், திலினா நதியைப் படகுகளில் கடந்தான். அகஸ்டின் ஸாக்ஸன் ராணுவத்தை மீதமிச்சமில்லாது அழித்தான். இந்தப் போரில் புண்பட்டவர்களில் ஜோஹான் பாத்குல் ஒருவன். அவன் ஸ்வீடிஷ் உடற்கவசச் சிப்பாய்களது பிடியிலிருந்து நூலிழையில் தப்பினான். எனவே, உடனடியாகப் பிடிபட்டுத் தூக்கிலேற்றப்படாது காப்பாற்றிக் கொண்டான்.

ரீகாவில் முறியடிக்கப்பட்ட சேனை இகழ்ச்சிக்குரிய ருஷியர் சேனையல்ல; ஐரோப்பா வெங்கும் புகழ்பெற்ற ஸாக்ஸன் சோல்ஜர்களது ராணுவமாகும். புகழ் தேவதை, தனது சிறகுகளை சார்லஸ் மீது விரிப்பதற்காகத்தான் தோன்றியது.

''அவன் போரைப்பற்றியே சிந்தனை செய்கிறான். முன் யோசனையோடு கூறும் புத்திமதிகளுக்குச் செவிகொடுப்பதில்லை. தனது திட்டங்கள் ஆண்டவனது சம்மதம் பெற்றவை மாதிரி பேசுகின்றான். அவனிடம் மமதை மிகுந்துவிட்டது; முட்டாள் தனம் அதிகரித்துவிட்டது. அவனை ஆயிரம் ஆட்களோடு தனியாகவிட்டோமானால் கூட, அந்த ஆயிரம் பேருடன் ஒரு சேனை முழுவதையும் எதிர்க்கத் துணிவான். சோல்ஜர்களுக்குச் சாப்பாடு கிடைக்கிறதா

என்பதைப்பற்றிக்கூட அவன் கவலைப்படுவதில்லை. நம் ஆட்களில் யாராவது கொல்லப் பட்டாலும், அவனுக்குச் சிறிதும் வருத்தமில்லை'' என்று தளபதி ஸ்டீன்போக் ஸ்டாக்ஹோமுக்கு எழுதினான்.

ரீகாவிலிருந்து சார்லஸ் அகஸ்ட் அரசனைத் துரத்திக்கொண்டு சென்றான். போலந்தில், பிரபுக்களிடையே உள்நாட்டுப் போர்மூண்டது! சில பிரபுக்கள் ஸ்வீடனுக்கு எதிராக அகஸ்டை ஆதரித்தனர். மற்ற பிரபுக்கள் சார்லஸை ஆதரித்தனர்; ஸ்வீடிஷ் சேனைதான் போலந்தில் ஒழுங்கை நிலை நாட்டுமென்றும் உக்ரேனையும் கீவையும் ருஷியரிடமிருந்து பெற்றுத் தருமென்றும் அவர்கள் கூறினார்கள். அவர்கள் லிஸென்ஸ்கி போலந்தின் அரசனாக வேண்டு மென்றும் சொன்னார்கள். அகஸ்ட் வார்ஸாவிலிருந்து ஓடினான். சார்லஸ் எதிர்ப்பு ஏதுமில்லத நிலையில் வார்ஸாவில் பிரவேசித்தான். அகஸ்ட், கிரகோவில் ஒரு புதிய சேனையை விரைவாக அமைப்பதில் ஈடுபட்டிருந்தான்.

ஒரு வினோதமான வேட்டை தொடங்கியது; ஓர் அரசன் இன்னோர் அரசனை வேட்டையாடினான். மீண்டும் ஐரோப்பிய அரசவைகள் சார்லஸை வீரனாகப் போற்றினார்கள். அவனது பெயர் யூஜின் பெயருடனும் மார்ல் பாரோவின் பெயருடனும் சேர்த்துக் குறிப்பிடப்பட்டது. சார்லஸ் தன்னை எந்தப் பெண்ணும் நெருங்க விடுவதில்லை யென்றும், பூட்ஸைக்கழற்றாது படுத்து உறங்குகிறானென்றும், பேசிக்கொண்டார்கள். போர் தொடங்கும் நேரத்தில் சார்லஸ் இளம்பச்சைக் கோட்டில் கழுத்துவரை பித்தானிட்டுக்கொண்டு தொப்பி இல்லாது குதிரைமீது ஏறி, தன் படைக்கு முன்னால் சென்று கடவுள் பெயரை உச்சரித்துக்கொண்டே எதிரியைத் தலை, கால் தெரியாது தாக்குவதாகவும், அவனது படையினர் அவனுடன் சேர்ந்து மூர்க்கமாகத் தாக்குவதாகவும் பேசிக்கொண்டார்கள். மந்தமான கீழ்ப்பகுதியில், ஜார்பீட்டரைச் சமாளிப்பதற்கு அவன் ஷிலிப்பன் பாக்கை அனுப்பியிருந்தான்.

அந்தவருடக் குளிர்காலத்தைப் பீட்டர் மாஸ்கோவிலும் நாவோகிரோடிலும் வாரனேஷிலும் கழித்தான். வாரனேஷில் கருங்கடற் கப்பற்படைக்கான கப்பல்களைக் கட்டும் வேலை விரைவாக நடைபெற்றுக்கொண்டிருந்தது. பழைய அரசவைக் குமாஸ்தாவான வினியஸ், சுரங்கத்தொழிலில் நிபுணனாயிருந்தான். அவன் மாஸ்கோ வார்ப்படத் தொழிற் சாலையில் ஒரு பயிற்சிக்கூடத்தை அமைத்தான். அதில் பிரபுக்களின் வீட்டு இளைஞர்களும், நகர இளைஞர்களும், தாழ்குடியில் பிறந்தபோதிலும் திறமை உள்ள இளைஞர்களுமாக இருநூற்றி ஐம்பது பேர் வார்ப்படத்தொழிலும் கணிதமும் கோட்டை அமைப்பு வரலாறும் பயின்றனர். மணி வெண்கலத்தில் சேர்த்து உலோகக் கலவை செய்வதற்குப் போதுமான செம்புகிடைக்கவில்லை. எனவே, செம்புக்கனிப் பொருளைத் தேடுவதற்காகப் பீட்டர் வினியஸைச் சைபீரியாவுக்கு அனுப்பினான். கிரெம்லினின் சிவப்பு முகமண்டபத்தில் கொலையுண்ட மாத்வியீவின் மகனான ஆண்ரி மாட்வியீவ், லீஜ் என்ற இடத்தில் புதிய முறையில் செய்த பதினைந்தாயிரம் கைத்துப்பாக்கிகளையும், துரிதமாகச் சுடும் துப்பாக்கிகளையும் தொலை நோக்கிக் கருவிகளையும் அதிகாரிகளது தொப்பிகளில் வைப்பதற்கான தீப்பறவை இறகுகளையும் வாங்கினான். துணியும் கித்தானும் உற்பத்தி செய்யும் ஐந்து பாக்டரிகள் மாஸ்கோவில் செயல்பட்டன. ஐரோப்பா முழுவதிலுமிருந்து நல்ல சம்பளம் கொடுத்துத் தேர்ந்தவினைஞர்கள் தருவிக்கப்பட்டனர். பகலெல்லாம் சிப்பாய்களது பயிற்சி இடைவிடாது நிகழ்ந்தது. அதிகாரிகள் சிப்பாய்களுக்குப் பயிற்சி அளித்துக்கொண்டே தாமும் தேர்ச்சி பெற்றவர்களாக வேண்டிய தாயிற்று. இத்தகைய திறமையுள்ள அதிகாரிகளது குழுவைத் தயார் செய்வதுதான் மிகவும் கஷ்டமாயிருந்தது. ஒருவனை அதிகாரியாக உயர்த்தினால், ஒன்று அவன் அதிகார வெறிபிடித்தவனானான்; அல்லது மிகுதியாகக் குடித்து வீண்பொழுது போக்கும் சோம்பேறியாக மாறினான்.

நார்வா தோல்வி ஏற்பட்டு இரண்டுவாரம் கடந்த பிறகு, பீட்டர் நாவோகிரோடில் இருந்த ஷெரிமிடேவுக்கு ஒரு கடிதம் எழுதினான். அப்பொழுது ஷெரிமிடேவ் குதிரைப்படையின் மீத மிச்சங்களைச் சேகரித்துக் கொண்டிருந்தான். சில குதிரை வீரர்கள் குதிரையையோ வாளையோ இழந்தனர்; இதர வீரர்கள் அனைத்தையும் இழந்திருந்தனர். பீட்டர் எழுதியது:

''அவப்பேறு நிகழும் பொழுது, அனைத்தையும் கைவிடுவது தவறான காரியம். எனவே நீங்கள் ஏற்றுக்கொண்டுள்ள பணியைத் தொடர்ந்து நிறைவேற்ற வேண்டுமென்று உத்திர விடுகிறேன்; அதாவது, எதிர்காலத்தில் நாட்டெல்லையைப் பாதுகாப்பதற்கும் எதிரி வசமுள்ள பிரதேசத்தில் புகுந்து பெருஞ்சேதம் ஏற்படுத்துவதற்கும் தகுதியான வகையில் நீங்கள் குதிரைப் படையை அமைக்கவேண்டும். இந்த விஷயத்தில் சாக்குப் போக்கு இடமில்லை. அங்குப் போதுமான ஆட்கள் இருக்கிறார்கள். நதிகளிலும் சதுப்பு நிலங்களிலும் பனி உறைந்து கிடக்கிறது. மீண்டும் எச்சரிக்கிறேன். நோய் நொடியைக்கூடச் சாக்குப்போக்காகக் காட்டாதீர்கள். ஓடிவந்தவர்களில் பலருக்கு உடல் நலமில்லை; அவர்களில் ஒருவனான மேஜர் லோபனாவ் நோயென்று சாக்குச் சொன்னதற்காகத் தூக்கிலிடப்பட்டான்...''

பிரபுக்களின் குதிரைப்படையை நம்பமுடியவில்லை. எனவே, பத்துக்குதிரைப் படைப் பிரிவுகளுக்காகப் பல்வேறு நிலைகளிலுள்ளவர்கள் திரட்டப்பட்டனர். விவசாயிகளும் ஒப்பந்த அடிமைகளும் அதிகமாகச் சேர்ந்தனர். சாப்பாடு உடை வசதிகளுடன் ஆண்டுக்குப் பதினோரு ரூபிள் சம்பளமும் கிடைக்குமென்றவுடன் அவர்கள் மனமுவந்து சேர்ந்தனர். அடிமை முறையின் தொல்லைகளிலிருந்து விடுபடக் கருதிய பலர் குதிரைப்படையில் சேர முன்வந்ததால், வாட்ட சாட்டமான பலசாலிகள் மட்டுமே தேர்ந்தெடுக்கப்பட்டனர். பயிற்சி முடிந்தவுடன், துப்பாக்கி ஏந்திய குதிரைப் படையினர் நாவோரகிரோடுக்கு அனுப்பட்டனர். அங்கே தளபதி ரிப்னின் நார்வாபோரில் பங்கு கொண்ட படைவீரர்களைத் திரட்டிப் பயிற்சி அளித்துப் புதிய படைப் பிரிவுகளை அமைத்துக் கொண்டிருந்தான்.

புத்தாண்டுத் துவக்கத்துக்குள், நாவோகிரோட், பிஸ்கோவ், பிச்சர்ஸ்க் மடம் ஆகியவற்றின் பாதுகாப்பு அரண் வேலைகள் முற்றுப்பெற்று விட்டன. வடக்கே, ஹால்மோகரி, ஆர்க்கேஞ்சல் ஆகிய இரண்டில் அரண் அமைப்பு வேலைகள் நடந்தகொண்டிருந்தன. ஆர்க்கேஞ்சலிலிருந்து பத்துமைல் தூரத்தில், பெரிஸோவ்ஸ்க் கழிமுகத்தில் நோவோ- திவின்கா என்ற கருங்கற் கோட்டையை விரைவாக நிறுவிக்கொண்டிருந்தனர். கோடை காலத்தில், ஜூன் மாதச் சந்தைக்கு இங்கிலாந்திலிருந்தும் ஹாலந்திலிருந்தும் பல வர்த்தகக் கப்பல்கள் ஆர்க்கேஞ்சலுக்கு வந்தன. அந்த ஆண்டில் சர்க்கார் அன்னியர்களுடன் தானேசெய்த வர்த்தகத்தின் அளவை அதிகரித்தது. கீல், வெடி உப்பு, மெழுகு முதலிய பொருட்களை முன்பே சர்க்கார்தான் விற்பனை செய்தது; இந்த வருடம் மேலும் பல பொருட்களின் ஏற்றுமதியையும் அரசாங்கம் தனது ஏகபோக மாக்கிக்கொண்டது. எனவே, தோலில் செய்த பொருட்களையும் தந்தத்தில் செய்த பொருட்களையுமே தனிப்பட்ட வியாபாரம் செய்யமுடிந்தது. ஜூன் மாதம் இருபதாம் தேதி, ஸ்வீடிஷ் போர்க் கப்பல்கள் வடக்கு திவினாவின் கழி முகத்தில் நுழைத்தன. புதிய கோட்டையைப் புறக்கணித்துவிட்டு ஆர்க்கேஞ்சல் செல்வது சாத்தியமில்லை என்பதைக் கண்ட அந்தக் கப்பற்படை நோவோ- திவின்கா கோட்டைமீது குண்டுமாரி பொழிந்தது. அப்பொழுது, அந்தப் படையிலிருந்த நான்கு விரைபோர்க்கப்பல்களில் ஒன்று கோட்டைக்கு எதிரில் மணல் தட்டில் நின்றுவிட்டது. அதே நிலைமை ஒரு பந்தயப்படகுக்கும் ஏற்பட்டது. ருஷியர்கள் படகுகளில் குதித்தனர். ஸ்வீடிஷ் ஆட்களுடன் போராடி அந்த இரண்டு கலங்களையும் கைப்பற்றினர். அவமானமடைந்த ஸ்வீடிஷ் கப்பற்படை வெண் கடலுக்குத் திரும்பியது.

கோடைகாலம் முழுவதுமே, ஷிலிப்பன்பாக்கின் முன்னணிப்படையினருக்கும், ஷெரிமிடேவின் முன்னணிப்படையினருக்கும் இடையே மோதல்கள் நிகழ்ந்தன. ஸ்வீடிஷ் சிப்பாய்கள் பிச்சர்ஸ்க் மடத்தை நெருங்கினார்கள். சுற்றுப்புறக்கிராமங்களை எரித்தார் களென்பதுமெய்; ஆனால் அரண் வசதிகளுடன் கூடிய மடத்தை அவர்கள் கைப்பற்ற முடியவில்லை. ஷலிப்பன்பர்க் திகிலடைந்து, சார்லஸ் மன்னனுக்குக் கடிதம் எழுதினான்; மேலும் எண்ணாயிரம் சிப்பாய்கள் தேவையென்று எழுதினான். மாதந்தோறும் ருஷியரது துணிச்சல் அதிகமாகி வருவதாகக் குறிப்பிட்டான். எதிர்பார்த்ததையும் விட விரைவாக, அவர்கள் நார்வா விபத்தினால் ஏற்பட்ட பேரிழப்பை ஈடுசெய்து கொண்டுவிட்டனரென்றும் அறிவித்தான். அவர்கள் ராணுவ விஞ்ஞானத்திலும் பெரிய முன்னேற்றம் கண்டுவிட்டனர். அவர்களது போர்க்கலங்களின் தரமும் உயர்ந்துவிட்டது. இரண்டு படைப்பகுதிகளை வைத்துக்கொண்டு ருஷியர்களை முறியடிக்க முடியாதென்று அவன் தெரிவித்தான். அந்தச் சமயத்தில், சார்லஸ் கிராகோவைப் பிடித்துக்கொண்டு அகஸ்டை ஸாக்ஸனிக்குள் விரட்டிக்கொண்டிருந்தன. அவன் ஷிலிப்பன் பாக்கின் அறிவுரைக்குச் செவி கொடுக்கவில்லை.

1701 டிசம்பர் வரை நிலைமைகள் இவ்வாறு உருவாயின.

குளிர்கால மத்தியில் பிடிபட்ட ஸ்வீடிஷ் சோல்ஜரிடமிருந்து ஷெரிமிடேவுக்கு ஒரு தகவல் கிடைத்தது. டோர்பரத்துக்கு அருகிலுள்ள எரிஸ்ட்பார் பண்ணையில், ஷிலிப்பன் பாக்கின் படை குளிர்காலத்தை முன்னிட்டுத் தங்கியிருப்பதாக அந்த சோல்ஜர் கூறினான். உடனே ஷெரிமிடேவுக்கு ஒரு யோசனை தோன்றியது. அந்தத் துணிச்சலான யோசனை அவனையே அச்சுறுத்தியது. திடீரென்று பகைவர் பிரதேசத்தில் நுழைந்து, எதிரியை எதிர்பாராத விதமாக மடக்கினால் என்ன என்ற யோசனைதான் அது. இது கிடைத்தற்கரிய சந்தர்ப்பம். முன் காலமா யிருந்தால், குருட்டு அதிர்ஷ்டத்தை நம்புவது விவேகமல்ல என்ற அவன் கருதியிருப்பான். ஆனால் இந்த வருடம் பீட்டர் எல்லோரையும் ரொம்பப் படுத்திவைத்தான். கணநேரம் கூட அமைதியாகவிருக்கவிடாமல் செய்தான். பலரைக்குற்றம் கூறினான். அவர்கள் செய்ததில் குறை இருந்ததென்று புகார் கூறுவதைவிடச் செய்யத்தவறியதற்கே அதிகமாகக் குற்றம் கூறினான்.

இந்த ஆபத்தான காரியத்தை துணிந்துசெய்யவேண்டும். புதிதாகப் பயிற்சிபெற்ற பத்தாயிரம் சிப்பாய்களுக்கு ஆட்டுத்தோல் கோட்டும் கம்பளிபூட்ஸும் வழங்கினான் ஷெரிமிடேவ். பதினைந்து பெருந் துப்பாக்கிகளைச் சறுக்கு வண்டிகளில் ஏற்றினான். மிக விரைவாகவும் மிகுந்த முன்னெச்சரிக்கையுடனும் ஸிர்காஷியன் குதிரைவீரர்களும் கால்முக் குதிரைவீரர்களும் தார்த்தாரிய குதிரைவீரர்களும் அடங்கிய முன்னணிப்படை சென்றது; மூன்றே நாட்களில் எரிஸ்ட்பாரை அடைந்தது. நெட்டையான குல்லாய் தரித்தும் குதிரை வால்களால் அலங்கரிக்கப்பெற்ற வில்லும் ஈட்டியும் தாங்கியும், ஆயா என்ற சிற்றாற்றின் உயரமான பனிமூடியகரையில் குதிரைவீரர்கள் வந்ததை ஸ்வீடிஷ் சிப்பாய்கள் கண்டனர்; ஆனால் அப்பொழுது ஒன்றும் செய்வதற்கில்லை; காலம் கடந்து விட்டது. லெப்டினன்ட் கர்னலான லீவன் இரண்டு கம்பெனிகளுடனும் ஒரு துப்பாக்கியுடனும் ஆற்றுக்கு வந்தான். சாய்வுக் கண்ணை உடைய காட்டுமிராண்டிகள் அக்கரையில் நின்று தமது வில்லை உயர்த்தி அம்புமாரி பொழிந்தனர். ஓநாய்க்கூட்டம் ஊளையிடுவதுபோல் பெருஞ்சத்தம் அதிகமாகிக் கொண்டிருந்தது; கட்டம்போட்ட ஆடை அணிந்து வளைவு வாட்களை ஏந்திய தார்த்தாரியர் களும் நீலக்கோட்டு அணிந்து, கண்ணிக் கயிறுகளையும் குத்துக்கம்புகளையும் ஏந்திய ஸிர்காஷியரும், பனிப்போக்குகளைக் கடந்துவந்து, வலது புறத்திலும் ஸ்வீடிஷ் சிப்பாய்களைக் கடந்த சென்றனர். ஏதிரே, கால்முக் சிப்பாய்கள் ஊளையிட்டுக்கொண்டு தாக்கினர். லெட்டினன்ட் கர்னல் லீவனும் அவனுடன் வந்த முந்நூறு எஸ்டோனியச் சிப்பாய்களும் வெட்டிக் கொல்லப்பட்டனர்.

ஸ்வீடிஷ் முகாமில் ஒரே கூக்குரல். ஆறு துப்பாக்கிகளுடன் வந்த இன்னொருபடை, குதிரை வீரர்களை ஆற்றுக்கு அப்பால் விரட்டியது. ஷிலிப்பன்பாக், தன் எக்காளம் ஊதுவோருடன் முகாமில் குதிரைமீது சுற்றித்திரிந்தான். ஸ்வீடிஷ் சிப்பாய்கள் தாம் அணிந்திருந்த ஆடைகளோடு குடிசைகளிலிருந்து கிளம்பித் தத்தம் படைப்பகுதியில் சேர ஓடினார்கள். பண்ணைக்குமுன்னால், நிறையப் பெய்திருந்த பனியில் சேனை அணிவகுத்தது. தன்னை நெருங்கிய ருஷியப்படைமீது துப்பாக்கிப் பிரயோகம் செய்தது. ரஷியர்களது சதுர வியூகத்தின் நடுவில் ஷெரிமிடேவ் குதிரைமீது அமர்ந்திருந்தான். அவன் துணிக்கோட்டு போட்டுக்கொண்டு குறுக்கே மூவர்ணக் கச்சையைக் கட்டிக் கொண்டிருந்தான்.

ருஷியக் குதிரைப் படையின் முன்னணிப் பிரிவினர் போருக்குப் புதியவர்களாகையால் ஸ்வீடிஷ் துப்பாக்கிப் பிரயோகத்துக்குமுன் நிலைகுலைந்தனர். ஸ்வீடிஷ் சிப்பாய்கள் முன்னேறினார்கள். ஆனால் ருஷியர்கள் பதினைந்து துப்பாக்கிகளைச் சறுக்கு வண்டிகளில் விரைவாகக்கொண்டு வந்து துப்பாக்கிப் பிரயோகம் செய்யவே, ஸ்வீடிஷ் முன்னேற்றம் தடுத்து நிறுத்தப்பட்டது. ஸ்வீடிஷ் படையினர் திகைப்புற்றதால் நிலைகுலைந்தனர். இதற்குள் கிராப்டாவ், ஷிபின், குலிட்ஸா ஆகியோரின் படைப்பிரிவுகள் மீண்டும் ஒன்று திரண்டன. அவை விலாப்புறங்களிலிருந்து ஸ்வீடிஷ் சிப்பாய்களை நெருக்கின. ஷெரிமிடோவ் வியூகத்தின் நடுவிலிருந்து உரத்த குரலில் கத்தினான்: ''சகோதரர்களே! சகோதரர்களே! ஸ்வீடிஷ் சிப்பாய்களை வலுவாகத் தாக்குங்கள்!'' ருஷியர்கள் துப்பாக்கிச் சனியன்களை நீட்டிக்கொண்டு முன்னேறினர். இருள் விரைவாகச் சூழ்ந்தது; துப்பாக்கிகளின் தீச்சுவாலைகளே அப்போதைக்கப் போது இருளைக்கிழித்தது. பண்ணைக்கட்டிடங்களின் மறைவுக்குப் பின்வாங்குமாறு ஷிலிப்பன்பாக் உத்திரவிட்டான். ஆனால் எக்காளங்கள் அந்த உத்திரவை அறிவிக்கும் வகையில் புலம்பியவுடனே, தார்த்தாரியர்களும் கால்முக்குகளும் ஸிர்காஷியர்களும் புத்துணர்ச்சியுடன் முன்னேறிப் பின்வாங்கிய ஸ்வீடிஷ் அணிகளைக் குலைத்துச்சிதறச் செய்தனர். படுகொலை நிகழ்ந்தது. தளபதி ஷிலிப்பன்பாக் தன் சிப்பந்திகள் மூவருடன் இருளில் தப்பி ஓடுவதே பெரும்பாடாகிவிட்டது. அவன் ரீவாலுக்கு ஓடினான்.

இந்த முதலாவது வெற்றியைச் சொக்கப்பனைகள் கொளுத்தியும் ஒளி அணிக்காட்சிகள் அமைத்தும் மாஸ்கோ கொண்டாடியது. செஞ்சதுக்கத்தில், பீப்பாய் பீப்பாயாக வாட்காவும் பீரும் வினியோகம் செய்யப்பட்டது. முழுசுமுழுசாக ஆடுகள் வறுக்கப்பட்டன. ஸ்பாஸ்கி ஸ்தூபியலி ஸ்வீடிஷ் கொடிகள் தாழ்ந்து தொங்கின. ஜாரின் உருவப்படம் ஒன்றை- வயிரங்கள்- பதிக்கப் பெற்றது ஷெரிமிடேவுக்கு வழங்குவதற்காகவும், இதற்குமுன் வழங்கப்பெறாத பட்டமான ஜெனரல்-பீல்டு-மார்ஷல் என்ற விருதை அவனுக்கு அளிப்பதற்காகவும் மென்ஷிகோவ் நாவோகிரோடுக்கு விரைத்தான். அந்தப் போரில் பங்குகொண்ட ஒவ்வொரு சோல்ஜருக்கும், ஒரு வெள்ளி ரூபிள் கொடுக்கப்பட்டது. இந்தக் காசுகள், பழைய காசுகளுக்குப் பதிலாக புழங்க வேண்டுமென்பதற்காக மாஸ்கோ நாணயச்சாலையில் புதிதாக அடிக்கப்பெற்றவை.

ஷெரிமிடேவ் தன் நன்றியைத் தெரிவிக்க முயன்றபொழுது அழுதுவிட்டான். அவன் மென்ஷிகோவ் மூலம் பீட்டருக்கு ஒரு கடிதம் எழுதினான். அதில், மாஸ்கோவுக்கு அவசர வேலை நிமித்தம் வருவதற்கு அனுமதி கேட்டிருந்தான். ''என் மனைவி இன்னமும் ஓர் அயலான் வீட்டில் வசிக்கிறாள். அவளுக்கு ஒரு வீட்டை ஏற்பாடு செய்யவேண்டும். எவ்வளவு அற்பமான தாயினும், தனக்கென்று ஓர் இல்லம் அவளுக்குத் தேவை'' என்று அவன் எழுதியிருந்தான். பீட்டர் பின்வருமாறு பதிலளித்தான்:

''ஜெனரல்-பீல்டு-மார்ஷல், நீங்கள் மாஸ்கோவுக்கு வருவது அவசியமில்லை. ஆனால் உங்கள் இஷ்டப்படி செய்யுங்கள். நீங்கள் வருவதாயிருந்தால், பாடுபட்ட வாரத்தில் வந்துவிடுங்கள்; பரிசுத்த வாரத்தில்* திரும்பி விடலாம்.

ஆறு மாதம் கழிந்தபின், ஷெரிமிடேவ் மீண்டும் தளபதி ஷிலிப்பன் பாக்கை ஹம்மல்ஷாப் அருகில் சந்தித்தான். இரத்தம் பெருக்கெடுத்தோடிய இந்தப் போராட்டத்தில், ஏழாயிரம் ஸ்வீடிஷ் சிப்பாய்களில் ஐந்தாயிரத்து ஐந்நூறுபேர் இறந்தனர்; இந்தப் பரிதாபத்துக்குப் பிறகு, லிவோனியாவைப் பாதுகாக்க ஆளில்லை; கடற்கரைத் துறைமுகங்களை அடைவதற்கு வழி ஏற்பட்டது. ஷெர்மிடேவ், கிராம்ப்புறத்தையும் நகர்களையும் பண்ணைகளையும் மேன் மக்களின் புராதனமான கோட்டை வீடுகளையும் சூறையாடினான். இலையுதிர்காலத்தில் அவன் பீட்டருக்கு பின்வருமாறு எழுதினான்:

''சர்வ சக்தனான ஆண்டவனும், புனிதமான தேவமாதாவும் தங்களுடைய விருப்பங்களைப் பூர்த்திசெய்துவிட்டனர்; இந்த விரோதி நாட்டில் சூறையாடுவதற்கு ஒன்றும் மிச்சமில்லை. மரியன் பர்க், நார்வா, ரீவால், ரீகா ஆகியவற்றை மட்டும் தொடவில்லை; மிச்சமுள்ள தனைத்தையும் அழித்து விட்டோம். இந்தக் கைதிகளை என்ன செய்வதென்றுதான் எனக்குப் புரியவில்லை. முகாம்களிலும் சிறைகளிலும் இதர இடங்களிலும் பின்னிஷ் கைதிகள் நிறைய உள்ளனர். இதனால் அபாயமும் உண்டு; ஏனெனில் இந்த ஜனங்கள் விரோத மனப்பான்மை உடையவர்களாயிருக்கிறார்கள். பின்லாந்தியரிடையே, கோடரியை உபயோகிக்கக் கூடியவர்களையும் வினைஞர்களையும் பொறுக்கி, வாரனேஷுக்கோ அஸோவுக்கோ வேலை செய்வதற்காக அனுப்பவேண்டுமென்று ஆணைபிறப்பிக்கும்படி உத்திர விடுங்கள்.''

2

புராதனமான மரியன்பர்க் கோட்டையில் பன்னிரண்டு நாட்களாக வெடிகுண்டுகள் விழுந்து கொண்டிருந்தன. அது பாயிப் ஏரியிலிருந்த தீவில் அமைந்தகோட்டை; அதன் கருங்கல் மதில்களோ ஏரியின் அடியிலிருந்து கட்டப்பட்டடவையாகத் தோன்றின. எனவே, எந்தப் பக்கத்திலிருந்தும் அதைத் தாக்க முடியவில்லை. எழுநூறு அடி நீளத்துக்கு ஒரு மரப்பாலம் இருந்தது. தீவில், அந்தப் பாலத்தின் முகப்பில் ஒரு காவலரண் இருந்தது. ஆனால் அந்த மரப் பாலத்தை ஸ்வீடிஷ் படையினரே பிரித்து எடுத்துவிட்டனர்.

கோட்டையில் ரை தானியம் ஏராளமாகச் சேமிக்கப்பட்டிருந்தது. சூறையாடப்பட்ட நாட்டுப் புறத்தில் பட்டினி கிடந்த ருஷியர்களுக்கு அந்த ரைதானியம் கிடைத்தால் மிகவும் மகிழ்ச்சி அடைவார்கள். ஷெரிமிடேவ் தொண்டர்களைத் திரட்டி அவர்களிடம் கூறினான்.

''அந்தக் கோட்டையில் மது உண்டு; மாதர்களும் உள்ளனர். உங்களால் முடிந்த அளவுக்குப் பாடுபடுங்கள். கோட்டையைப் பிடித்தவுடன், இருபத்திநான்கு மணி நேரம் சர்வ சுதந்திரமாக இன்பம் அனுபவிக்க அனுமதி தருவேன்.''

சோல்ஜர்கள் ஏரியின்அருகே இருந்த கிராமத்தில் சில மரக் குடிசைகளை விரைவாகப் பிரித்தனர். அந்த மரக் கட்டைகளைக் கொண்டு கட்டுமரங்களை அமைத்துக் கொண்டனர். ஆயிரம் தொண்டர்கள். அந்தக் கட்டுமரங்களில் ஏறிக் கோட்டையை நோக்கிச் சென்றனர். அவற் றிடையே, ஸ்வீடிஷ் வெடிகுண்டுகள் விழுந்து வெடித்தன.

★ ஈஸ்டருக்கு முந்தையவாரம் புனிதவாரமாகும்; அதற்கு முற்பட்டவரும் பாடுபட்ட வாரம் ஆகும். (மொ-ர்)

ஷெரிமிடேவ் தன் குடிசையின் வாயிலில் நின்று தொலை நோக்கிக் கருவி மூலம் நோக்கினான். ஸ்வீடிஷ்க்காரர்கள் ஆத்திரப்பட்டனர். நிராசையடைந்திருந்தனர். அவர்களால் தொண்டர்களை முறியடிக்க முடியுமா? அந்தக் கோட்டையை முற்றுகையிட்டுப் பிடிப்ப தென்றால், இலையுதிர்காலத்தின் பிற்பகுதிவரை காத்திருக்க வேண்டும். அது அவனுக்குப் பிடிக்கவில்லை. திடீரென்று அவன் கோட்டையின் நுழைவாயிலண்டை பூமியிலிருந்து பெருந்தீச்சுவாலை எழுவதைக் கண்டான்; ஸ்தூபியின் மரக்கட்டிடம் சிதறியது. சுவரின் ஒரு பகுதியும் தகர்ந்து விழுந்தது. அப்பொழுதே, சுட்டு மரங்கள் அந்த உடைப்பை நெருங்கிக் கொண்டிருந்தன. அப்பொழுது ஓர் அகலமான வெள்ளைத் துணி கோட்டையின் பலகணிகளில் ஒன்றில் தோன்றியது. அது தொங்கியதைக் கண்ட ஷெரிமிடேவ் தொலை நோக்கியை மூடிவிட்டுத் தொப்பியை எடுத்துச் சிலுவைக் குறியிட்டான்.

உறுப்பு உறுப்பாகப் பிரிக்கப்பட்ட பாலம் மீண்டும் ஒருவகையாக அமைக்கப்பட்டது. கோட்டை வாழ் ஜனங்கள் அதன் வழியே கரைக்கு வந்தனர். அவர்கள் குழந்தைகளையும் கூடைகளையும் மூட்டைகளையும் தூக்கிக்கொண்டு வந்தனர். பெண்கள் தமது வீடுகளையும் அவற்றைக் கொள்ளையடிப்பதற்காகக் கண் வீசிய ருஷியர்களையும் பார்த்து அஞ்சி அழுதனர். ஆனால் கோட்டையிலிருந்து வெளியேற வேண்டியவர்கள் அனைவரும் வெளியேறியவுடன், நுழை கதவுகள் மூடப்பட்டன. குறுகலான பலகணிச் சாய்வுகளில் புகை தெரிந்தது. கோட்டையில் ஒரு ருஷியக் கொடியை ஏற்றுவதற்காகப் படகில் சென்ற லெப்டினன்ட் ஒருவன் இந்தத் தீக்கு முதற்பலியானான். கரையிலிருந்து சட்டி பீரங்கிகள் முழங்கின. பாலத்திலிருந்த ஜனங்கள் பீதியடைந்து கூடைகளையும் மூட்டைகளையும் கீழே போட்டு ஓடிவந்தனர். கோட்டை வீட்டின் கூரைகளிலிருந்து பெரிய சுவாலை தோன்றி ஆடியது. வெடிப் பொலியால் ஏரி நடுங்கியது. கருங்கற்கள் ஜனங்கள் மீது விழுந்தன. கோட்டையும் சேமிப்பு விடுதிகளும் எரிக்கு இரையாயின. கொடிதாங்கு வீரனான உல்ப் என்பவனும் படைத்துறைப் பயிற்சிபெற்ற கோட்ஷிலிச் என்பவனும் ஒன்றும்செய்ய முடியாத ஆத்திரத்தில் வெடி மருந்துக் கிடங்குக்குச் சென்று அதில் தீ வைத்துவிட்டனர்; கிடங்கு வெடிப்பதற்கு முன் தப்புவதற்கு உல்புக்கு அவகாசமில்லை. கோட்ஷிலிச் உடம்பெல்லாம் பொசுங்கி இரத்தத்தைப் பெருக்கிக்கொண்டு சுவரின் உடப்பில் கிடந்தான்; அங்கிருந்து வெள்ளத்தில் விழுந்தான். அவனை ஒரு படகில் தூக்கிப்போட்டுக் கொண்டு வந்தனர்.

கோட்டையின் சேனாதிபதியும் அவனது அதிகாரிகளும் ஜெனரல்-பீல்டு-மார்ஷல் ஷெரிமிடேவின் குடிசைக்குள் பிரவேசித்தனர். அப்பொழுது அவன் ஜன்னல் அருகே பகல் உண்டி உண்பதற்காக அமர்ந்திருந்தான். சேனாதிபதி தொப்பியை எடுத்துவிட்டு வினயமாகத் தலை வணங்கித் தன் வாளைக் கொடுத்தான். அதிகாரிகளும் அவனைப் பின்பற்றினர். ஷெரிமிடேவ், வாட்களைப் பெஞ்சியில் எறிந்துவிட்டு அவர்களை ஆத்திரத்துடன் ஏசினான். அவர்கள் ஏன் காலாகாலத்தில் சரணடையவில்லை யென்றும் ஜனங்களுக்குத் தாங்க முடியாத வேதனை ஏற்படுவதற்கு ஏன் காரணமாயிருந்தார்களென்றும் கடிந்து கொண்டான். அவர்களால் பலர் இறந்தனரென்று கூறினான். கோட்டைக்கு வஞ்சமாகத் தீ வைத்தனரென்றும் அவர்களைச் சாடினான். எதற்கும் துணிந்தவர்களான ருஷியக் குதிரைப் படைத் தலைவர்களும் குடிசையைச் சுற்றி நின்றனர். வெயிலில் கன்றிய அவர்கள் க்ஷவரம் செய்துகொண்டு பல நாட்களாகிவிட்டன. அவர்கள் ஸ்வீடிஷ் அதிகாரிகளை வெகுண்டு நோக்கினார்கள். எனினும் கோட்டையின் சேனாதிபதியாகவிருந்தவன் தைரியமாகப் பதிலளித்தான்:

''எங்களிடையே பல பெண்களும் குழந்தைகளும் உள்ளனர். மிகுந்த நன்மதிப்புக்குரிய பாதிரியாரான கிளக் என்பவரும் அவரது மனைவியும் மகளிரும் உள்ளனர். அவர்கள்

சுதந்திரமாகச் செல்வதற்கு அனுமதி தர வேண்டுகிறேன். அவர்களைத் துன்புறுத்தக் கூடாதென்று சோல்ஜர்களுக்குக் கட்டளையிட வேண்டுகிறேன். பெண்களும் குழந்தைகளும் கைதியாவதாலோ கஷ்டப்படுவதாலோ உங்களுக்குப் புகழ் கிட்டப் போவதில்லை.''

''உன் பேச்சுக்குச் செவி கொடுக்க நான் தயாரில்லை!'' என்று ஷெரிமிடேவ் கத்தினான்.

அவனது க்ஷவரம் செய்துகொண்ட அன்பான முகம்- அமைதியான குடும்ப வாழ்வுக்குத் தகுதியான முகம்- ஆத்திரத்தால் வேர்த்துக் கொட்டியது. வயிற்றை மேஜையின் அடியிலிருந்து இழுத்துக்கொண்டு, அவன் எழுந்தான்.

''சேனாதிபதியையும் அதிகாரிகளையும் கைது செய்!'' என்று அவன் உத்திரவிட்டான்.

அவன் தனது மூவர்ணக் கச்சையை நேராக்கிக் கொண்டான். மிக்க சிவப்பான துணியில் தைத்த குட்டையான மேலாடையைப் போர்வீரனது தோரணையில் தோளில் போட்டுக்கொண்டு தன் துருப்புகளைப் பார்வையிடுவதற்காகக் கர்னல்களுடன் வெளியேறினான்.

கோட்டையிலிருந்து கிளம்பிய புகைப் படலங்கள் சூரியனை மறைத்தன. கிட்டத்தட்ட முந்நூறு ஸ்வீடிஷ் கைதிகள் தலையைத் தொங்கப் போட்டுக்கொண்டு ஏரிக்கரையில் நின்றனர். கைதிகளின் கதி என்னவாகுமென்பதை அறியாத ருஷிய சோல்ஜர்கள், ஆத்திரப்பட்டு நின்ற லிவோனியா விவசாயிகளைச் சுற்றி நடந்தனர். அந்த விவசாயிகள் பாதுகாப்புத் தேடி இரண்டு வாரங்களுக்கு முன்னால் மரியன் பர்க் கோட்டைக்கு ஓடினார்கள். துயரே வடிவாய் மூட்டைகள்மீது உட்கார்ந்து முழங்கால் மீது தலையைச் சாய்த்திருந்த பெண்களிடம் பேச்சுக் கொடுப்பதற்கும் ருஷியர்கள் முயன்றனர். ஓர் எக்காளம் ஊதியது. ஜெனரல்-பீல்டு- மார்ஷல் பெருமிதம் விளங்கப் பீடு நடைபோட்டுச் சென்றான். அப்பொழுது, அவனது நட்சத்திரவடிவக் குதிமுட்கள் கணகண வென்று ஒலித்தன.

குதிரைகளிலிருந்து இறங்கி நின்ற வீரர் கோஷ்டிக்குப் பின்னாலிருந்து இரண்டு கண்கள் தன்னை நோக்குவதை ஷெரிமிடேவ் கவனித்தான். அவை விழிகளா? அல்ல; அவனது இதயத்தை எரிந்த சிறிய சுவாலைகள். போர்க்காலத்தில், சில நேரங்களில் பெண்ணின் கண்கள் வாளின் அலகைவிடக் கூர்மையாக விருப்பதுண்டு. ஷெரிமிடேவ் பெருமிதமாக 'ஊம்!'என்று ஒலித்துக் கனைத்துக்கொண்டு திரும்பினான். சோல்ஜர்களது புழுதியடர்ந்த கோட்டுக்குப் பின்னால் நீல கவுன் தெரிந்தது. அவன் புருவத்தை நெரித்தான், மீண்டும் அந்த நயனங்களை நோக்கினான். கருமையான கண்கள்; கண்ணீர்த் துளிகளுடன் பளபளத்தன; அவற்றில் இளமை விளங்கியது. பணிவாகக் கெஞ்சுவன போல் தோன்றின. ஆம். பதினேழு வயது நங்கை ஒருத்தி கால் விரல்களை மட்டும் தரையில் ஊன்றி நின்று சோல்ஜர்களின் முதுகளுக்குப் பின்னாலிருந்து பீல்டு மார்ஷலைப் பார்த்துக்கொண்டிருந்தான். ஆகஸ்ட் மாதப் பகல் நேரத்தில் குளிராயிருந்ததால், பெரிய மீசை உடைய புரவிவீரன் ஒரு சோல்ஜரின் கசங்கிய மேலாடையை அவளது மெல்லிய கவுன் மீது போட்டிருந்தான். அவன் இப்பொழுது தன் தோளால் அவளை பீல்டு மார்ஷல் கண்ணில் படாதவாறு மறைக்க முயன்றான். ஆனால் அவளோ தன் கழுத்தை நீட்டினாள். பயத்தால் நீண்ட அவளது முகத்தில் புன் முறுவலை வரவழைக்க முயன்றாள். அவளது இதழ்கள் மடித்துக் கொண்டன. ''ஊம்!'' என்று ஷெரிமிடேவ் மீண்டும் கனைத்துவிட்டுக் கைதிகளைப் பார்வையிடச் சென்றான்.

பகலுணவைப் புசித்துச் சிறு துயில்கொண்டு விழித்தெழுந்த ஷெரிமிடேவ் அந்தி ஒளியில் பெஞ்சி மீது உட்கார்ந்து பெருமூச்சு விட்டுக்கொண்டிருந்தான். குடிசையில் பால் மட்டும்

அவனுடன் இருந்தான். அவன் மேஜையின் மூலையில் பேனாவால் ஏதோ பிறாண்டிக் கொண்டிருந்தான்.

''உஷார். உன் கண்கள் கெட்டுவிடும்'' என்று ஷெரிமிடேவ் தணிந்த குரலில் கூறினான்

''அநேகமாக முடித்துவிட்டேன், ஐயா.''

''சரி, அநேகமாக முடித்து விட்டாயானால், பூர்த்தி செய்துவிடு'' என்று கூறிய ஷெரிமிடேவ் தனக்குத்தானே மேலும் பேசிக்கொண்டான். ''நம் போன்றவர்களுக்கு இப்படித்தான் நிகழ்கிறது... சரி, சரி... நான் என்ன செய்வேன்?...''

அவன் தன் கையால் மேஜை மீது மெல்லத் தாளம் போட்டான். மங்கலான வெளிச்சத்தைத் தந்த சிறிய ஜன்னல் வழியே நோக்கினான். ஏரியில், கோட்டை இன்னமும் எரிந்து கொண்டிருந்தது. பால் எள்ளிநகையோடும் வகையில் பீல்டு மார்ஷலை நோக்கினான். ''எப்படி சொக்கிப் போய்விட்டார்! கழுத்து வீங்கிவிட்டது. முகம் எதையோ பறிகொடுத்தமாதிரி இருக்கிறது!'' என்று அவன் எண்ணினான்.

ஷெரிமிடேவ் அவனிடம் கூறினான்: ''கர்னலிடம் இந்த உத்திரவை எடுத்துச் செல். அத்துடன், இரண்டாவது படைப் பகுதிக்குப் போ. அந்த ஸார்ஜண்ட் அங்கு இருக்கிறானா வென்று பார். அவன் பெயர் என்ன? ஓசிப்டெமின். அவனோடு தளவாட வண்டித் தொடரில் ஓர் இளம் பெண் இருக்கிறாள். குதிரைப் படை வீரர்களிடம் அவள் செத்துவிடுவாள். பாவம்! அவளை இங்கு அழைத்து வா. சற்றுப் பொறு. இந்தா, ஓசிப்புக்கு ஒரு ரூபிள். நான் கொடுக்கும் பரிசு என்று சொல்.''

''பீல்டு மார்ஷல், உங்களது உத்திரவுகளை நிறைவேற்றுவேன்!''

குடிசையில் தனியாக விருந்த ஷெரிமிடேவ் பெருமூச்செறிந்து தலையை அசைத்தான். அவனால் முடியாது; என்னதான் முயன்றாலும், பாவம் செய்யாது வாழ முடியாது. 1697-ல் அவன் நேபிள்ஸில் இருந்தபொழுது ஒரு கருங்குழலாள் அவனது இதயத்தில் புகுந்துகொண்டாள். அது அவனைச் சுட்டது... அவன் விஸுவியஸ் (ஓர் எரிமலை) மீது ஏறி நரகத்தின் சுவாலைகளை நோக்கினான்; காப்ரி தீவிலுள்ள பயங்கரமான குன்றுகள் மீது ஏறினான். ரோமானிய தெய்வங் களது கோயில்களைக் கண்டான். கத்தோலிக்கர் மடங்களுக்குச் சென்றான். தெய்வகுமாரன் எந்தப் பலகையில் உட்கார்ந்து தன் சீடர்களது பாதங்களைக் கழுவினாரோ,அந்தப் பலகையைக் கத்தோலிக்கர் மடத்தில் கண்ணால் கண்டு கையால் தொட்டான். கடைசி இரவுணவி*ல் புசிக்கப்பட்ட ரொட்டியின் துண்டம் ஒன்றையும் கண்டான். ஏசுநாதரின் தொப்பூழிலும் ஆண்குறி மேல்தோலிலும் சிறிது சிறிது எடுத்துப் பதிக்கப்பட்டிருந்த மரச் சிலுவையைக் கண்டான். ஏசுநாதரின் பாதரட்சைகளில் ஒன்றையும்-அது மிகவும் க்ஷீணமடைந்திருந்தது கண்டான். ஞான ஸ்நானம் செய்வித்த ஜான் புனிதரின் தந்தையான தீர்க்கதரிசி ஸ்க்கேரியாவின் தலையையும் பார்த்தான். இன்னும் பல வியப்புக்குரிய அற்புதப் பொருட்களைக் கண்டான்.ஆயினும் இசைக் கருவியோடு ஆடிப் பாடிய ஜூலியா, பிரகாசமான கண்களை உடைய ஜூலியா அவை அனைத்தையும் அவன் மறக்கும்படி செய்தாள். அவன் அவளைத் தன்னுடன் மாஸ்கோவுக்கு அழைத்து வர வேண்டுமென்று பெரிதும் விரும்பினான்; அவளது பாதங்களில் விழுந்து கெஞ்சினான். பூ, இது என்ன கூத்து!

★ கடைசி இரவுணவு; ஏசுநாதர் சிலுவையில் அறையப்படுவதற்கு முதல் நாள் இரவு அவர் தம் சீடர்களுடன் உண்டதே- கடைசி இரவுணவு என்று குறிப்பிடப்படுகிறது.

வழக்கம் போல், பால் விரைவாகத் திரும்பிவிட்டான். ஷெரிமிடேவ் கொஞ்ச நேரத்துக்கு முன் பார்த்த பெண்ணைக் குடிசைக்குள் மெல்லத் தள்ளினான். அவள் நீல ஆடை உடுத்தி யிருந்தாள். தூய்மையான வெள்ளைக் காலுறைகளைத் தரித்திருந்தாள். மார்பில் ஒரு சால்வையைக் கட்டிக்கொண்டிருந்தாள். ஆனால் அவளது கரிய சுருள் கேசத்தில் வைக்கோல் குஞ்சங்கள் தென்பட்டன. அதற்குள்ளாகவே குதிரைப் படையினர் தளவாட வண்டிக்கு அடியில் அவளிடம் விஷமம் செய்ய முற்பட்டிருக்கவேண்டும். அவள் குடிசை வாயில் மண்டியிட்டுத் தலை வணங்கினாள். பணிந்து இறைஞ்சும் சுபாவத்தின் வடிவமாகத் தென்பட்டன.

பால் உள்ளூர நகைத்துக்கொண்டு வெளியேறினான். ஷெரிமிடேவ் சிறிது நேரம் அவளை உற்று நோக்கினான். அவளது நேர்த்தியான வடிவழகும் இலாகவமான அங்க அசைவுகளும் வெண்மையாகவும் சொகுசாகவும் இருந்த கழுத்தும் கரங்களும் அவனைக் கவர்ந்தன. அவள் மிகவும் கவர்ச்சியாகவிருந்தாள். ஷெரிமிடேவ் அவளிடம் ஜெர்மானிய மொழியில் பேசினான்.

''உன் பெயர் என்ன?''

அவள் இலேசாக விம்மிவிட்டு விடை தந்தாள்.

''எலீனா காதரீனா.''

''காதரீனா. நல்ல பெயர். உன் தந்தை பெயர் என்ன?''

''நான் ஓர் அனாதை. கிளக் பாதிரியாரிடம் வேலை செய்து கொண்டிருந்தேன்.''

''வேலை செய்தாயா? ரொம்ப நல்லது. உனக்குத்துணிகளைச் வெளுக்கத் தெரியுமா?''

''துணி வெளுக்கத் தெரியும். இன்னும் பல காரியங்களைச் செய்யமுடியும். குழந்தைகளைப் பார்துக்கொள்வேன்.''

''அப்படியா? சரி. இங்கு என் துணிகளை வெளுப்பதற்கு ஒருவருமில்லை. உனக்குத் திருமணமாகவில்லையா?''

காதரீனா சிறிது விம்மினாள். தன் முகத்தை உயர்த்தாமல் பதிலளித்தாள்.

''அண்மையில்தான் திருமணமாயிற்று.''

''ஆ, யாருக்கு!''

''அரசனது சோல்ஜரான ஜோஹான் ரேபி என்பவருக்கு.''

ஷெரிமிடேவ் புருவத்தை நெரித்தான். ''அவன் என்ன ஆனான்? கைதியாகி விட்டானா? கொல்லப்பட்டு விட்டானா?'' என்று வறட்சியாக வினவினான்.

''அவர் இரண்டு சோல்ஜர்களுடன் ஏரியில் நீந்தத் தொடங்கியதைப் பார்த்தேன். அதன் பின் அவரைக் காணவில்லை.

''காதரீனா, அழாதே, நீ இளம் பருவத்தினள். இன்னொரு கணவன் கிடைப்பான். பசிக்கிறதா?''

''ரொம்பப் பசிக்கிறது'' என்று அவள் தணிந்த குரலில் கூறினாள். அவள் தன் நசுங்கிய முகத்தை உயர்த்தினாள். மீண்டும் பணிவாகவும் நம்பிக்கையோடும் புன்னகை செய்தாள். ஷெரிமிடேவ் அவளிடம் சென்றான்; தோள்களைப் பிடித்துத்தூக்கினான்; அவளது நேர்த்தியான, கதகதகப்பான கேசத்தில் முத்தமிட்டான். அவனது தோள்களும் வெது வெதுப்பாகவும் மென்மையாகவும் இருந்தன.

''மேஜைக்குவா, உட்கார்ந்து கொள். நீ புசிப்பதற்கு ஏதாவது கிடைக்கும். பார்த்துத் தருகிறோம். உனக்குத் தீங்கிழைக்கமாட்டோம். ஒயின் குடிப்பாயா?''

''எனக்குத் தெரியாது.''

''அப்படியானால், குடிப்பாய் என்று அர்த்தம்.''

ஷெரிமிடேவ் தன் பணியாளை விளித்தான். அவன் தன்னைப்பற்றி இழிவாக எண்ணி இளிக்கக்கூடாதென்பதற்காகக் கண்டிப்பான குரலில், இரவுணவை மேஜையில் பரிமாற வேண்டுமென்று உத்திரவிட்டான். சாப்பிட்டபொழுது, அவன் புசிப்பதைவிட அவளைப் பார்ப்பதிலேயே அதிகக் கவனம் செலுத்தினான்ஃ அவளுக்கு நிஜமாகவே நல்ல பசி! அவள் இலாகவமாகவும் நளினமாகவும் சாப்பிட்டாள். அப்போதைக்கப்போது, தன் சுழல் விழிகளால் ஷெரிமிடேவை நோக்கித் தன் மென்மையான சிறுபற்கள் விளங்க நன்றி உணர்வோடு முறுவலித்தாள். உணவை உண்டு ஒயினைக் குடித்தவுடன் அவளது கன்னங்கள் இளஞ்சிவப்பாயின.

''உன் உடைகளெல்லாம் தீயில் எரிந்துவிட்டன என்று நினைக்கிறேன்.''

''ஆம். நான் அனைத்தையும் இழந்துவிட்டேன்'' என்று அவள் மெல்ல இயம்பினாள்.

''பரவாயில்லை. உனக்கு வேறு துணிகளை வாங்கிக் கொடுப்போம். நாம் இந்த வாரத்தில் நாவோகிரோட் செல்லவிருக்கிறோம். அங்கு வசதியாக இருக்கலாம். இங்கு யுத்தகளத்துப் பாணியில், கணப்பின் பரணில் படுத்துறங்குவோம்.''

காதரீனா அவனைப் பார்த்தாள்; அவளது முகம் சிவந்தது. முகத்தைத் திருப்பித் தன் கையால் மூடிக்கொண்டாள்.

''காதரீனா என் அன்பே, நீ என்ன பெண்!...'' ஷெரிமிடேவ் இந்தப் பணிப் பெண்ணிடம் சொக்கிவிட்டான். அவன் மேஜையின் வழியே அவளது கையைத் தன் கையில் எடுத்துக் கொண்டான். அவள் இன்னமும் தன் முகத்தை ஒரு கையால் மறைத்துக்கொண்டிருந்தாள். ஆனால் அவளது விரல்களினூடே ஒரு கண் கவர்ச்சியாகப் பிரகாசித்தது.

''சரி, சரி. கவலைப்படாதே. உன்னை அடிமையாகத் தாழ்த்தமாட்டோம். நீ என் வீட்டில் வசிப்பாய். என் வீட்டைக் கவனித்துக்கொள்ள ஒருத்தி வேண்டுமென்று ரொம்ப நாட்களாக எண்ணியிருந்தேன்'' என்றான் ஷெரிமிடேவ்.

3

நார்வாவில் தோல்வியுற்ற சிப்பாய்கள் நாவோகிரோடுக்குத் திரும்பிய பொழுது அவர்களில் பலர் படையை விட்டு ஓடினார்கள். சிலர் வடக்கே உள்ள இணங்காதார் கிராமங்களுக்குச் சென்றனர். வேறு சிலர் டான் நதிக்கரைக்கும் வால்காவுக்கு அப்பாலுள்ள பிரதேசங்களுக்கும் நீர்ப்பர்நதியின் முகத்துவாரத்தை நோக்கியும் ஓடினார்கள். நீண்டகாலமாக வெறுப்பான அனுபவங்களுக்கு உள்ளான பிட்காவும் இம்மாதிரி ஓடியவர்களில் ஒருவன். எப்படியிருந்தாலும், லெப்டினன்ட் மீர்பாக்கைக் கொன்றதற்காக அவனுக்கு மரணதண்டனை விதிப்பார்கள். அவன் தன்னுடன் வரும்படி ஆண்ரியை அழைத்தான். பார்க்கப்போனால் இருவரும் சேர்ந்து பல நாட்கள் ஒரு தெப்பத்தைக் கட்டி இழுத்தனரல்லவா? ஒரே தட்டில் இருந்து உண்டனரல்லவா. எனவே அவனுடன் செல்ல ஆண்ரி இணங்கினான். தவிர, நார்வாவில் ஏற்பட்ட பயங்கரமான அனுபவத்துக்குப்பின், ஆண்ரிக்குத் துப்பாக்கி சுமக்கும் வேலை இல்லாது, எங்கு போனாலும் ஒன்றுதான் என்று தோன்றியது.

இரவில் அவர்கள் முகாமிலிருந்து கிளம்பினார்கள். தமது படைப்பிரிவுக்குச் சொந்தமான மெலிந்த குதிரையையும் கொண்டு சென்றனர். அதை ஒரு மடத்தில் ஐம்பது கோபெக்குக்குவிற்றனர். இருவரும் அந்தக் காசைப் பகிர்ந்துகொண்டு தத்தம் கந்தல் துணியில் முடிந்துகொண்டார்கள். அவர்கள் சாலைவழியைத் தவிர்த்துக் கிராமம் கிராமமாகச் சென்று சில சமயங்களில் பிச்சையெடுத்தும் சில சமயங்களில் திருடியும் பிழைத்தனர். ஆஸ்டாஷ்கோவோ கிராமத்தில் ஒரு பாதிரியின் முன்றிலில் ஒரு கோழிக்குஞ்சைத் திருடினார்கள். கிராமத்து அமீனாவீட்டு முன்றிலிலிருந்து வெள்ளயில் செய்த கடிவாளத்தையும், குதிரைமீது பெண்கள் உட்கார்வதற்காகப் போடும் திண்டையும் திருடி ஒரு சாராயக்கடைக்காரனிடம் விற்றார்கள். இரண்டு தடவைகள், மாதாகோயில் உண்டியலைப் பெயர்ந்து எடுப்பதில் அவர்கள் வெற்றி யடைந்தனர். ஆனால் அவற்றில் ஒன்று காலியாக விருந்தது; இன்னொன்றில் ஒரு கோபெக்தான் இருந்தது.

அவர்கள் குளிர்காலத்தை வால்டே குன்றுகளிலுள்ள புகைபோக்கி இல்லாத குடிசைகளில் கழித்தனர். அந்தக் குடிசைகள் பனியில் புதைத்திருந்தன; சிறுவர் சிறுமிகள் புகைப்படலத் திடையே தவியாய்த் தவித்தனர். இரவில் வெளியே காற்று ஊளையிட்டது; உள்ளே குழந்தைகள் தொட்டில்களில் வீறிட்டலறின. ஆண்ரி இரவில் அடிக்கடி விழித்துக்கொண்டாள். உறைகூட அணியாத பாதங்களைப் பிடித்துக்கொண்டு நெடுநேரம் உட்கார்ந்திருந்தான். அவனுக்கு அருகில் அழுகிக் கெட்டவாடை வீசிய வைக்கோல்மீது படுத்து கன்றுக்குட்டி மென்றுகொண்டிருந்தது. பெஞ்சியில் ஒரு விவசாயி குறட்டைவிட்டான். அடுப்பின் அருகில், தரைமீது விவசாயியின் மனைவிகாலைக் கட்டிக் கொண்டு படுத்திருந்தாள். கணப்பின் பரணில் படுத்திருந்த குழந்தைகள் உறக்கத்தில் முணுமுணுத்தன. கரப்பான பூச்சிகள் சின்னக் குழந்தையின் விரல்களையும் கன்னங்களையும் கடித்தன. தொட்டிலில் கிடந்த அக்குழந்தை கதறி அழுதான். அவன் ஏன் பிறந்தான்? கரப்பான் பூச்சிகள் அவனை ஏன் கடிக்கவேண்டும்? என்று கேட்பதுபோல் அழுதான்.

''நீ ஏன் தூங்கவில்லை?'' என்று பிட்கா ஆண்ரியை வினவினான். அவனும் தூங்காது யோசனையில் ஆழ்ந்திருந்தான்.

''நாம் புறப்படலாம், பிட்கா'' என்றான் ஆண்ரி.

''முட்டாள், இந்த இரவில், பனிப்புயலில் எங்குபோவது?''

''இதை என்னால் பொறுக்க முடியவில்லை, பிட்கா.''

பிட்கா பேசினான்: ''இங்கு நாற்றம் தாங்கவில்லை. இந்தக் கெட்டவாடையில், சுவாசிக்க முடியவில்லை. இவர்கள் மிருகங்களைவிடக் கேவலமாக வாழ்கிறார்கள். இந்த ஆள் குறட்டை விடுவதைக் கேட்டாயா? அவன் ஆசைதீரக் குறட்டைவிடுவான்; அதன்பின் ஒரு குவளை தண்ணீரைக் குடித்துவிட்டு, வேலைக்குப் போவான். பகலெல்லாம் குதிரைமாதிரி வேலை செய்வார்கள். நான் நேற்று அவனிடம் உசாவினேன்; கிராமம் முழுவதும் நிலச்சுவான்தாருக்காக வேலை செய்கிறதென்று அவன் கூறினான். நிலச்சுவான்தாரின் மகள் ராணுவத்துடன் போயிருக் கிறாள். ஆனால் கிழவன் இந்தக் கிராமத்திலேயே இருக்கிறான். அவனுக்குக் கணவாயின் அப்புறத்தில் ஒரு நல்ல வீடும் இருக்கிறது. அவன் கஞ்சன், கொடுமை செய்வதில் கள்னெஞ்சன். அவன் விவசாயிகளிடம் உள்ளதையெல்லாம் சுருட்டிக்கொண்டு போகிறான். உதவாக்கரையான கீரை கிழங்கு வகைகள் தான் விவசாயிகளுக்கு மிஞ்சுகின்றன. இந்த விவசாயிகள்அனைவரும் மடையர்கள். யாராவது ஒருவன் கொஞ்சம் புத்திசாலியாகவும் தைரியசாலியாகவும் இருந்தால், அவனை நிலப்பிரபு வண்டியிலேற்றி வால்டேக்குக் கொண்டு செல்கிறான். வால்டே சந்தையிலே அந்த ஆளை வண்டியிலிருந்து இறக்காமலேயே விற்று விடுவான். இம்மாதிரியே, அறிவுள்ளவர் களையெல்லாம் அவன் இந்த ஊரிலிருந்து ஒழித்துவிட்டான். அதன் பின் அவனது காரியம் எளிதாக முடியுமல்லவா? இங்கு குழந்தைகள் பிறக்கும் பொழுதே புத்தி இல்லாதவையாகப் பிறக்கின்றன.

ஆண்ரிபாதங்களைப்பற்றிக் கொண்டும் உடம்பை ஆட்டிக்கொண்டும் கேட்டுக் கொண்டிருந்தான். பத்துப்பேர், நிறைந்த வாழ்வில் பெறக்கூடிய அனுபவங்களையெல்லாம் அவன் இருபத்தி நான்கு ஆண்டுகளில் அடைந்துவிட்டான். எனினும், அவனைக் கொல்வது கடினம். அவன் ஏன் இன்னமும் உயிரைப் பிடித்துக்கொண்டிருந்தான்? அந்த மெலிந்த சரீரத்தின்மீதுள்ள பாசமா? அல்ல. இருள் நீக்கி மருள் ஒழித்து ஒளிபெற வேண்டுமென்று அவன் அவாவியதே காரணம். அடி, உதை, பசி, தாகம், மெலிவு, நலிவு எதையும் ஒரு பொருட்டாக மதியாது, அந்த இன்னல்கள் அனைத்தையும் அனுபவித்துக்கொண்டு, காடு புதர் முதலிய வற்றையெல்லாம் கடந்து எங்கோ உள்ள இன்ப பூமியை நோக்கி முன்னேறுவதாக அவனுக்கு தோன்றியது. வாழ்நாட்களை வெற்றிகரமாகக் கடந்துவிட்டால், அந்த இன்ப பூமியை அடைந்து விடலாமென்று அவன் நம்பினான். ''அந்தப் பூமி எங்கே உள்ளது? அதன் தன்மை என்ன?'' என்பதைப் பற்றியே அவன் யோசித்துக்கொண்டிருந்தான்.

இப்பொழுது, பிட்கா சொல்வதைக் கேட்டுக்கொண்டு, அந்தகாரத்தை அகல விரித்த கண்களால் நோக்கிய ஆண்ரி ஒரு காட்சியைக் கண்டான். அது கனவா அல்லது நினைவா என்று புரியவில்லை. பச்சைப் பாவாடை உடுத்திய ஒரு குன்று; கதகதப்பான தென்றலில் அசைந்தாடும் இலைகளை உடைய பர்ச்மரம்!... ஓ என்ன இன்பம்! ஆனால் அது இப்பொழுது மறைந்து விட்டது... ஒரு முகம் மிதந்து வருகிறது; முன்னால் கண்டறியாத முகம். அது அவனருகே வந்து அவனைத் தொட்டுக் கண்களைத் திறக்கிறது. உயிருள்ளவனின் முகத்தைவிட இது உண்மையானதாகத் தோன்றுகிறது. அவனிடம் பலகையும் மயிர்க்குச்சுகளும் வண்ணங்களும் இருந்தால் அந்த முகத்தின் உருவை வரைந்து விடுவான்... அது அவனைப் பார்த்துப் புன்னகை செய்துவிட்டு போகிறது... கண்ணைப்பறிக்கும் நீலத்திடையே ஒரு நகரம் தென்படுகிறது. அதிசயிக்கத்தக்க நகரம். அற்புதமான நகரம்! அவன் இந்த நகரத்தை, இந்த அசைந்தாடும் இலைகள் நிறைந்த பர்ச்மரத்தை, இந்த புன்னகை தவழ் முகத்தை எங்குசென்று தேடுவான்?

''காலையில் நாம் மாளிகைக்குச் செல்வோம். பாயர் மனமகிழ்ந்து பூரிக்கும் வரை பொய்களைச் சொல்வோம். அதன்பின், அவன் தன் சேவகர்களோடு நாம் உண்பதை அனுமதிக்கலாம்'' என்று பீட்டர் கனத்த குரலில் கூறினான்.

அவன் எப்பொழுதுமே பணக்காரர் வீடுகளில், நார்வா விபத்தைப்பற்றிக் கதை சொல்வான்; நடந்தவற்றைப்பற்றியும் நடக்காதவற்றைப்பற்றியும் புனைந்துரைப்பான். கதை கேட்டவர்களெல்லாம் கண்ணீர் பெருக்கச் செய்வான். சில சமயங்களில் நிலச்சுவான் தாரே வேலைக்காரர்களின் விடுதிக்குவந்து கன்னத்தைக் கையில் வைத்துக் கொண்டு மனம் சோர்ந்து உட்கார்ந்து கதையைக் கேட்பான். சார்லஸ் அரசன், பல்லாயிரக் கணக்கான ருஷிய சோல்ஜர்களைக் கொன்றுவிட்டுப் போர்க்களத்தில் புரவிமீது பவனி வந்ததை பிட்கா வர்ணிப்பான்:

''...அவனது முகம் அழகாயிருக்கும்; இடதுகையில் ஒரு கோளத்தையும் வலது கையில் ஒரு கூரிய வாளையும் வைத்திருப்பான். அவன் வெள்ளியாலும் பொன்னாலும் செய்த அணிமணி ஆடைகளை உடுத்தியிருப்பான். அவனது குதிரை வெண்மையானது, உள்ளூரம் மிகுந்தது. அதன் வயிறுவரை மானிட ரத்தம் தெறிந்திருந்தது. இரண்டு வீரத் தளபதிகள் குதிரைகளின் கடிவாளத்தைப் பிடித்துக்கொண்டு முன்னால் சென்றனர். அரசன் குதிரைமீது உட்கார்ந்து என்னிடம் வந்தான். நான் மார்பில் பாய்ந்த குண்டோடு தரையில் கிடந்தேன். என்னைச் சுற்றிலும் பல ஸ்வீடிஷ் சிப்பாய்களது சவங்கள் கிடந்தன. என்னருகே வந்தவுடன் ''இங்கு கிடப்பவன் யார்?'' என்று அரசன் தளபதிகளை வினவினான். ''இவன் ஒரு ருஷிய வீரன். அவன் தன்கையால் பன்னிரண்டு துப்பாக்கி வீரர்களைக் கொன்றான்'' என்று தளபதிகள் விடைதந்தனர். ''வீர மரணம் எய்தி விட்டான்'' என்றான் அரசன். ''இல்லை, அவன் சாகவில்லை. மார்பில் ஒரு குண்டு பாய்ந்திருக்கிறது'' என்று தளபதிகள் கூறினர். அவர்கள் என்னைத் தூக்கி நிறுத்தினார்கள். நான் என் கைத்துப்பாக்கியை எடுத்துக்கொண்டு, அரசனுக்குச் செய்யவேண்டிய மரியாதைகளுடன் வணங்கினேன். ''வீரன்!'' என்று கூறிய அரசன் ஒரு பொற்காசைத் தனி சட்டைப் பையிலிருந்து எடுத்தான். 'தைரியம் மிகுந்த ருஷியச் சிப்பாயே இந்தா, இதை எடுத்துக்கொள். உன் தேசத்துக்கு அமைதியாகச் செல்வாயாக, ஆண்டவனை எதிர்க்காதீர்களென்றும் பணக்காரர்களுக்கு எதிராக முறைமன்றத்துக்குப் போகாதீர்களென்றும் ஸ்வீடிஷ்காரரோடு சண்டை போடாதீர்களென்றும் ருஷியரிடம் சொல்லு' என்று அவன் என்னிடம் சொன்னான்...''

இம்மாதிரி கதை சொன்ன பிறகு, பிட்காவுக்கும் அவனுடன் இருந்த ஆண்ரிக்கும் தவறாது சாப்பாடுகிடைத்தது. பணியாட்களின் விடுதியில் அவர்கள் உறங்குவதற்கும் அனுமதி கிடைத்தது. ஆனால் பணக்காரன் வீட்டில் பிரவேசிப்பது எளிய காரியம் அல்ல. அவர்கள் யாரைக்கண்டாலும் சந்தேகப்பட்டார்கள். ஒவ்வொரு வருடமும், பட்டாளத்தில் சேர விரும்பாததாலும், ராணுவ வரியோ, ஸ்தல வரியோ கட்ட விரும்பாததாலும் ஏராளமான ஜனங்கள் வீடுவாசலைத் துறந்து காட்டுக்கு ஓடினர். அங்கு தனியாகவோ கூட்டாகவோ கொள்ளையடிக்கத் தொடங்கினர். சில சிறிய நகரங்களில் கிழவர், கிழவிகளும் சிறுவர் சிறுமிகளுமே மிஞ்சியிருந்தனர். யாரைப்பற்றிக் கேட்டாலும், அவன் குதிரைப்படைக்குப் போய்விட்டான் என்றோ, அகழ் வெட்டி அரண் அமைக்கும் வேலைக்கு எடுத்துக் கொள்ளப்பட்டான் என்றோ, யூரல் மலைக்கு இட்டுக்கொண்டு போயினர் என்றோ பதில் வந்தது. அல்லது சந்தையில் கடைவைத்துக்கொண்டு தெய்வ பயத்தோடும் நன் மதிப்போடும் வாழ்ந்த வியாபாரி, தன் மனைவி மக்களைத் துறந்துவிட்டுக் கொள்ளைக்காரனாகப் போய்விட்டாள் என்றும், சாலை அருகே உள்ள ஏதாவதொரு கிடங்குக் கணவாயில் சீழ்க்கை அடித்துக் கொண்டிருப்பான் என்றும் தெரிவித்தனர்.

ஏதாவதொரு கொள்ளைக்காரர் கோஷ்டியில் சேர வேண்டுமென்றுதான் பிட்கா மீண்டும் மீண்டும் எண்ணினான். வேறு வழிதுறை ஏதும் புலப்படவில்லை. அவர்கள் எத்துணை காலம்தான் கிராமம் கிராமமாகத் திரிந்துகொண்டிருக்கமுடியும். இந்த நாடோடி வாழ்வும் முடிவில் அலுத்துவிடும் அல்லவா? ஆனால் கள்வர் கோஷ்டியில் சேர்வதை ஆண்ரி முழு மனதுடன் வெறுத்தான். ''நாம தென் திசையில், உலகத்தின் விளிம்புக்குச் செல்வோம்'' என்று அவன் கூறிக்கொண்டேயிருந்தான். ''ஆம், அங்கு போகலாம். அங்கும் ஜனங்கள் இருப்பார்கள். அவர்கள் இலவசமாக உணவு அளிக்கமாட்டார்கள். காஸ்ஸக்குகளிடம் கூலிவேலை செய்யவேண்டும்; அல்லது நிலப் பிரபுவின் அடிமையாகி முதுகெலும்பு முறியப்பாடு படவேண்டும். ஆனால் சாலையில் விளையாடினால் குல்லாயில் நூறு ரூபிள் வைத்துத்தைத்து விடலாம். அம்மாதிரி பணம் திரட்டியபின், வியாபாரியாக ஆகிவிடலாம். அதன்பின் எந்தப் படைவீரனும், எந்தக் குமாஸ்தாவும், எந்தப் பிரபுவும் நம்மைத் துன்புறுத்தமுடியாது. நமக்கு நாமே எஜமானராகலாம்'' என்று ஆண்ரிக்குப் பிட்கா பதிலளித்தான்.

கோடை காலத்தில் ஒருநாள் மாலை வேளையில் அவர்கள் ஒரு வயலில் உட்கார்ந் திருந்தனர். எருவில் வைத்த எரி இலேசாகப் புகைந்து கொண்டிருந்தது. மென் காற்றில் புல் சலசலவென்று அசைந்தது. ஆண்ரி சூரியாஸ்தமனக் காட்சியை நோக்கினான். பூமியின் விளிம்பில் ஒரு மங்கலான ஒளிக்கற்றை மட்டும் மிஞ்சியிருந்தது. ஆண்ரி பேசினான்:

''பிட்கா, நான் என்ன சொல்லப்போகிறேன் என்பதை நீ அறிவாய். என்னிடம் ஒரு சக்தி இருக்கிறது. எந்த மனிதனிடமும் இல்லாத அளவுக்கு என்னிடம் அந்தச் சக்தி இருக்கிறது. புல்லினிடையே சீழ்க்கை அடிக்கும் காற்றுக்கு நான் செவி கொடுக்கும்போது, எனக்கு அதன் பாஷை புரிகிறது. எனக்கு அனைத்தும் விளங்குகின்றன. அந்தத் தெளிவால் என் இதயம் வெடித்துவிடும் போலிருக்கிறது. நான் சூரியஸ்தமனத்தைப் பார்க்கும்பொழுது, அந்தி ஒளியை நோக்கும்பொழுது, எனக்கு விளங்காத புதிர் ஏதுமில்லை. நான் அளவற்ற இன்பமும் துன்பமும் அனுபவிக்கிறேன். சூரியஸ்தமனத்துடன், வானமெங்கும் பரவிப்படர்ந்துவிடக்கூடிய அளவுக்கு நான் உவகையும் துயரும் அனுபவிக்கிறேன்.''

காய்ந்த சுள்ளியால் அணையும் நெருப்பைத் தூண்டிவிட்டுப் பிட்கா பேசினான்: ''என் கிராமத்தில் ஓர் அசடன் இருந்தான். அவன் வாத்து இடையன். அவனும் இப்படிதான் பேசினான். அவனது பேச்சிலிருந்து ஒன்றும் விளங்காது. அவன் நன்றாகக் குழல் வாசிப்பான். கிராமவாசிகள் அனைவரும் கூடி அவனது இசையைப் பருகுவார்கள். அந்த நாட்களில், பிரான்ஸில் லிபோர்டுக்காக வாத்தியம் வாசிப்பவர்களைத் தேடிக்கொண்டிருந்தனர். அவர்கள் அந்த அசடனை இட்டுக்கொண்டு போனார்கள்.

''நார்வாவில், ஷெரிமிடேவின் அடிமைகளில் ஒருவன் என்னிடம் இத்தாலி தேசத்தைப் பற்றிப் பேசினான். அங்கு ஓவியர்கள் எப்படி வாழ்கிறார்கள், எவ்வாறு ஓவியம் வரைகிறார்கள் என்று அவன் விவரித்தான். என்னால் ஓய்ந்திருக்க முடியாது. அந்த ஓவியர்களில் ஒருவனுக்கு அடிமையாகி வண்ணக் கலவைகளைச் செய்து கொடுக்க முடிந்தால், அதை நான் பெரிதும் விரும்புவேன். பிட்கா, எனக்கு அந்தக் கலையில் தேர்ச்சி உண்டு. ஓர் ஓக் மரப் பலகையை எடுத்துக்கொள். எண்ணெய் பூசித் தேய்த்துவிடு. அதைச் செப்பினட்டுச் சித்தமாக்கு. சிறு சட்டிகளில் வண்ணங்களைப் பொடி செய். சிலவற்றை எண்ணெயுடன் கலந்து தயார்செய்; வேறு சில வண்ணங்களை முட்டைக் கருவோடு சேர்த்துத் தயார் செய். மயிர்க் குச்சுகளை எடுத்துக் கொள்...'' ஆண்ரிமெல்லப் பேசினான்; மென் காற்றின் ஒலியைவிடத் தணிந்த குரலில் அவன் மென்மையாக கிசுகிசுத்தான். ''பிட்கா, பொழுது புலர்கிறது; ஆனால் பிறகு மறைகிறது. அதை நீ அறிவாய், ஆனால் என் பலகையில் பகலொளி மங்குவதில்லை, மறைவதில்லை. பர்ச்மரமோ

பைன் மரமோ தென்பட்டால், அதிலிருந்து நீ என்ன உணர்கிறாய்? ஒன்றுமில்லை. ஆனால் என் பலகையில் வரைந்த மரத்தைப் பார்த்தால், உனக்கு எல்லாம் புரியும். நீ அழுதுவிடுவாய்.''

''இந்த இத்தாலி தேசம் எங்கேயிருக்கிறது?''

''எனக்குத் தெரியாது, பிட்கா. நாம் விசாரிப்போம். ஜனங்கள் சொல்வார்கள்.''

''சரி, நாம் அங்கு செல்வோம். எனக்கு எதுவாயினும் ஒன்றுதான.''

4

1702-ம் ஆண்டின் வசந்த காலத்தில் அணை கட்டும் தொழிலில் வல்லவர்களான பத்து இன்ஜினியர்கள் ஹாலந்திலிருந்து ஆர்க்கேஞ்சலுக்கு வந்தனர். அவர்களை ஆண்ரிமாட்வியில் உயர்ந்த சம்பளத்துக்கு அமர்த்தி அனுப்பியிருந்தான். அதாவது, அவர்களது பராமரிப்புச் செலவு தவிர, ஒவ்வொருவருக்கும் மாதத்துக்குப் பதினேழு ரூபிள், இருபது கோபெக் ரொக்கமாகக் கொடுக்க வேண்டும். ஐவர் தூலாவுக்கு அருகிலுள்ள இவானோவ்ஸ்கோயி ஏரிக்கு அனுப்பப் பட்டனர். அந்தப் பகுதியில், முந்தைய ஆண்டில் வகுத்த திட்டப்படி, டான் நதிக்கும் ஓகா நதிக்கும் இடையே உபா, ஷாத் நதிகளின் வழியாகக் கால்வாய் வெட்டி முப்பத்தியோரு அணை அடைப்புகளை அமைக்க வேண்டும். இதர ஐந்து இன்ஜினியர்களும் விஷ்ணிவாலோசோக்குக்கு அனுப்பப்பட்டனர். அவர்கள் திவரிஸ்டாவுக்கும் மிஸ்டாவுக்கும் இடையே கால்வாய் வெட்டி அணை அமைக்கவேண்டும்.

விஷ்ணிவாலோசோக் கால்வாய் அமைந்துவிட்டால் காஸ்பியன் கடல் லடோகா ஏரியோடு இணைந்துவிடும். இவானோவ்ஸ்கோயி கால்வாய்கள் லடோகா ஏரியையும் வால்கா நதியின் பள்ளத்தாக்கையும் கருங்கடலுடன் இணைத்துவிடும்.

பீட்டர் ஆர்க்கேஞ்சலில் இருந்தான். அங்கு திவினாவின் முகத்துவாரத்தில் அரண் அமைப்பு வேலை நடைபெற்றது; வெண் கடற்படைக்காக விரைவுபோர்க்கப்பல்கள் கட்டப்பட்டன. அநாதி காலந்தொட்டு, வெண்கடலிலிருந்து லடோகா ஏரிக்கு விக் ஏரி, ஒனீகா ஏரி, ஸிவிர்நதி ஆகியவற்றின் வழியாக ஒரு பாதை இருந்ததென்று ஸ்தல வியாபாரிகள் பீட்டரிடம் கூறினார்கள். அந்தப் பாதையில்பயணம் செல்வது கடினமாயிருந்தது. இடையிடையே நில வழியில் செல்ல வேண்டியிருந்ததாலும், ஆங்காங்கே நீரோட்டத்தின் வேகம் மிகுதியாகவிருந்ததாலும் அந்தப் பாதையில் சருக்குகளைக் கொண்டு செல்வதில் சிக்கல் ஏற்பட்டது. ஆனால் ஒனீகா ஏரிவரையில் கால்வாய்களை வெட்டி அணைகளைக் கட்டினால், வெண் கடற்கரையிலிருந்து லடோகா ஏரிக்கு நீர் வழியே பொருட்களைக் கொண்டு செல்ல முடியுமென்று அவர்கள் கூறினார்கள்.

காஸ்பியன் கடல், கருங்கடல், வெண்கடல் ஆகியவற்றுடன் வால்கா, டான், ஸிவிர் நதிகள் வழியே லடோகா ஏரி இணைப்புக்கொள்ள முடியும் என்பதுடன், லடோகா ஏரி, ஒரு சிற்றாற்றின் மூலம் பால்டிக் கடலுடனும் தொடர்பு கொண்டிருக்கிறது. நோடிபர்க், நீன்ஸ்சான்ஸ் என்ற இரண்டு கோட்டைகளும் அந்தச் சிறு ஆறான நீவாவின் மீதுதான் அமைந்திருந்தன. டச்சு இன்ஜினியரான ஐஸக் ஆப்ரஹாம் நிலப் படத்தைக் காட்டிக்கொண்டே பீட்டரிடம் கூறினான்; ''நீங்கள் கால்வாய்களை வெட்டி அணை அடைப்புகளை நிறுவுவதன் மூலம் பயனின்றி இருக்கும் கடல்கள் பயன்தரச் செய்வீர்கள். நூற்றுக் கணக்கான ஆறுகளின் வெள்ளம் நீவாவில் பாய்ந்து, உங்களது கப்பல்களை நீவா வழியாக கடலுக்குள் கொண்டுசெல்லும்.''

அதனால்தான் 1702-ம் ஆண்டின் இலையுதிர் காலத்திலிருந்து, நீவாவின் ஆதிக்கத்தைப் பெறுதற்காகச் சகல முயற்சிகளும் செய்தனர். அட்மிரலாயிருந்த அப்ராக்ஸினது மகனான அப்ராக்ஸின், இங்கிரியாவை அழிப்பதில் கோடை காலத்துக் கழித்தான். அவள் மிகுந்த விரைவுக்குரிய இஸோரா நதி வரையில் சென்றான். கடலுக்கருகே பாழான சமநிலத்தில் வளைந்து வளைந்து செல்லும் அந்த நதியின் கரையில் அவன் ஸ்வீடிஷ் தளபதியான கிராங்ஜார்டைத் தோற்கடித்தான். அந்தத் தளபதி தூதர் ஹைப் குன்றுகளுக்கு அப்பால் ஓடினான். நீவாவுக்கு அப்பால் டூகா நதிக்கரையிலுள்ள நின்ஸ்சான்ஸ் என்ற சிறிய கோட்டையில் அந்தத் தளபதி தனது நிலைகுலைந்தபடையுடன் புகுந்துகொண்டான்.

அப்ராக்ஸின் தன் படைகளுடன் லடோகா ஏரியை நோக்கிச் சென்று நஸீயாநதிக் கரையில் அணிவகுத்தான். ஷெரிமிடேவும் தன் வலு மிகுந்த பீரங்கிப் படையுடனும் தளவாட வண்டிகளுடனும் நாவோகிரோடிலிருந்து லடோகாவை நோக்கி வந்துகொண்டிருந்தான். பீட்டர் பிரியோ பிராஷன்ஸ்கி பட்டாளத்திலிருந்தும் ஸெமினோவ்ஸ்கி பட்டாளத்திலிருந்தும் ஐந்து படைப் பகுதிகளை அழைத்துக்கொண்டு படகுகளில் ஏறி ஒனீகா வளைகுடாவுக்கு வந்து, அதன் தாழ்வான கரையில் நூசா என்ற வலைஞர் கிராமத்தின் அருகில் இறங்கினான். அங்கிருந்து விக் நதியின் கழிமுகத்திலுள்ள இணங்காதார் கிராமமான ஸோரோக்காவுக்குக் காப்டன் அலெக்ஸி பிராவ்கினை அனுப்பினான். அந்த வருடக் கோடையிலே, ஐவான் பிராவ்கின், கைதியாயிருந்த ஒரு ஸ்வீடிஷ் லெப்டினன்ட் கர்னலைக் கொடுத்து, ஸ்வீடிஷ் சேனையிடம் கைதியாக இருந்த தன்மகனின் விடுதலையைப் பெற்றான். இந்தக் கைதிகளின் பரிவர்த்தனைக்காக அவனே நார்வாவுக்குச் சென்றான்; தவிர, முந்நூறு வெள்ளி ரூபிள்களும் கொடுத்தான். இப்பொழுது அலெக்ஸி விக் நதி முழுவதையும் படகில் கடந்து, அதில் அணைகள் கட்டுவதற்கு முடியுமா என்பதை அறிந்து வரவேண்டுமென்று பீட்டர் கட்டளை இட்டிருந்தான்.

நூசா கிராமத்தில் இறங்கிய படைகள் புல் ஏரியைக் கடந்தன; காடுகளில் வெட்டித் திருத்தி மரக்கிளைகளைக் கொண்டு அமைத்த சாலை வழியேயும் மரப் பாலங்கள் வழியேயும் பாவ்நட்ஸை அடைந்தன. இந்தச் சாலை மூன்றே மாதங்களில் அமைக்கப்பட்டது. விவசாயிகளும், இணங்காதார் கிராமங்களிலிருந்தும் ஆசிரமங்களிலிருந்தும் வலுக்கட்டாயமாகத் திரட்டப்பட்ட லௌகீகச் சகோதர்களும் இந்தச் சாலையை அமைத்தனர். சோல்ஜர்கள் இரண்டு பெரிய படகுகளை உருளைகளில் கட்டி இழுத்துக்கொண்டு போனார்கள். அவர்கள் சதுப்பு நிலங்களைக் கடந்தபொழுது, அழுகிப் போன மரங்களைக் கண்டனர்; கொசுக்கள் அவர்களை வதைத்தன; பாசிபடர்ந்த கற்பாறைகள் எதிர்ப்பட்டன. அவர்கள் காடு அடர்ந்த பல தீவுகளை உடைய அற்புதமான விக் ஏரியை அடைந்தனர். அந்தத் தீவுகள், வெள்ளத்திலிருந்து எழுந்த அசுரர்கள் போல் புலப்பட்டன. வானம் வெளுத்திருந்தது; ஒரு மேகம்கூட இல்லை. ஏரியிலும் அதன் கரைகளிலும் உள்ள எதுவும் தென்படவில்லை. ஜீவராசிகளெல்லாம் காடு புதர்களில் பதுங்கிவிட்டனவென்று தோன்றியது.

ராணுவச் சாலையிலிருந்து ஆறு மைல் தூரத்தில் உள்ள டேனியல் ஆசிரமத்தில், பாடுபட்ட வாரத்தில் நிகழ்வதுமாதிரி பகலும் இரவும் வழிபாடு நிகழ்ந்தது. லினன் முக்காடு அணிந்த ஆடவரும் பெண்டிரும் மண்டியிட்டுத் தொழுதார்கள்; இருபத்தி நான்கு மணி நேரமும் விளக்குகள் எரிந்து கொண்டிருந்தன. நான்கு நுழை கதவுகளையும் சாத்தித் தாழ்ப்பாளிட்டு விட்டனர். முளைக்கதவுகளின் அருகே இருந்தகுடிசைகளும் பிரார்த்தனை விடுதிகளைச் சுற்றிலும் வைக்கோல் கட்டுகளும் கீலும் சித்தமாயிருந்தன. இதுவரை தன்னந்தனியாக ஒதுங்கியிருந்த நெக்டரி இப்பொழுது இந்தப் பக்தர்கள் முன் வந்தான். அவனது சீடர்கள் எரிந்த பின்பு சிறைப்பட்டுத் தப்பிஓடிய நெக்டரி, வேறு போக்கிடம் இல்லாத காரணத்தால் டேனியல்

ஆசிரமத்துக்கு வந்து தங்கினான். ஆனால் டெனிஸோவுக்கு அவனைப் பிடிக்கவில்லை. எனவே, நெக்டரி தன் ஆசிரமவாசிகளுடன் உறவாடுவதை அவன் அனுமதிக்கவில்லை. நெக்டரி தனது வெறுப்பைக் காட்டும் முறையில், பூமியில் ஒரு குழிதோண்டி, அந்தக் குழியில் இரண்டாண்டுகள் மௌனமாகக் காலம் கழித்தான். மோட்டு மரச் சட்டங்களை அமைத்துப் புற்பற்றைகளைக் கொண்டு மூடிய அந்தக் குழியண்டை யாராவது சென்றால், நெக்டரி அவன்மீது மலத்தை வீசி எறிந்தான். இன்று அவன் தானாக ஆசிரமவாசிகள் முன்தோன்றினான். அவனது குறுகலான தாடி முழங்கால் மூட்டுவரை நீண்டிருந்தது; அவனது ஆடை எலும்புகள் மஞ்சளாயிருந்தன. அவன் தனது சுருங்கிய கைகளை உயர்த்திக்கொண்டு கத்தினான்; ''ஆண்ரி டெனிஸோவ், ஒரு பூஞ்சைக் காளான் அப்பத்துக்காக ஏசுநாதரை விற்றுவிட்டான். உங்களுக்குக் கண்கள் தெரியவில்லையா? அந்திக் கிறிஸ்து நேரடியாக நமது பிரதேசத்துக்கு வந்திருக்கிறான். அவன் இரண்டு பெரிய படகுகளை இழுத்துக்கொண்டு வந்திருக்கிறான். உங்கள் எல்லோரையும் பன்றிகள் மாதிரி அவற்றில் அடைத்து அடியாழத்து நரகத்துக்குக் கொண்டு போவான். உங்களைக் காப்பாற்றிச் கொள்ளுங்கள்! ஆண்ரி டெனிஸோவின் வார்த்தைக்குக் காது கொடுக்காதீர்கள்! ஜன்னலில் உட்கார்ந்திருக்கும் அவனது கொழுத்த முகறையைப் பாருங்கள்! ஜார்பீட்டர் அவனுக்கு நல்லதோர் அப்பம் சன்மானமாக அனுப்பியிருக்கிறான்!''

நிலைமை அபாயகரமாவதை டெனிஸோவ் உணர்ந்தான். உயிரோடு தீக்குளிப்பதற்கு பலர் இணங்குவர் என்று அஞ்சிய அவன் தன் அறையின் சாளரத்திலிருந்து கத்திப் பேசி, நெக்டரியை அம்பலப்படுத்தினான்; ''நெக்டரி, அந்தக் குழியில் கிடந்தபோது, உன் புத்தி சுவாதீனத்தை இழந்துவிட்டாய் உனக்கு ஜனங்களை எரிப்பதொன்றுதான் தெரியும். உலகத்தையே எரித்துவிட முடிந்தால், அதை நீ விரும்புவாய். ஜார் நம் விவகாரங்களில் தலையிடவில்லை. அவன் அமைதியாக அவன் வேலை மேல் செல்லட்டும். நாம் நமது வேலையைக் கவனிப்போம். நான் அப்பம் தின்றதைப் பற்றிப் பலவாறாகப் பேசுகிறாய். உன் வாழ்நாளில் நீ என்னைவிட அதிகமான அப்பங்களைப் புசித்திருக்கிறாய்.உனக்கு உன் குழிக்கு ஒவ்வொரு இரவிலும் கோழிக் குஞ்சு கொண்டுவருவது யார் என்பது எங்களுக்கு தெரியும். ஆசிரமத்தின் குடியிருப்பில் ஒரு கோழிக் குஞ்சுகூட மிஞ்சவில்லை. உன் குழியில் கோழிக் குஞ்சின் எலும்புகள் நிறைந்திருக்கின்றன.

இதைக் கேட்டவுடன் பலர் அந்தக் குழிக்கு ஓடினார்கள். உண்மையில் அந்தக் குழியின் மூலையில் கோழிக் குஞ்சு எலும்புகள் புதைக்கப்பட்டிருப்பதைக் கண்டனர். இதன் பின் பெரிய குழப்பம் ஏற்பட்டது. டெனிஸோவ் இரகசியமாகக் குடியிருப்பிலிருந்து வெளியேறினான். நல்ல குதிரைமீது ஏறிச் சேனை உள்ள இடத்துக்கு விரைந்தான். முகாம் கணப்புகளின் வெளிச்சத்திலிருந்தும் குதிரைகள் கனைக்கும் சத்தத்திலிருந்தும் சூரியஸ்தமன வேளையைக் குறிக்கும் வகையில் பித்தளை எக்காளங்கள் ஒலித்ததிலிருந்தும் அவன் சேனை இருக்கும் இடத்தைக் கண்டுகொண்டான்.

பீட்டர் ஒரு கித்தான் கூடாரத்தில் தன் அதிகாரிகளுடன் உட்கார்ந்திருந்தான். அவர்கள் கொசுக்களை விரட்டுவதற்காகப் புகை பிடித்துக்கொண்டிருந்தனர். குருமார் உடையும் இறுகப் பிடித்த குல்லாயும் தரித்தவன் உள்ளே வந்தான். அவனது ஊக்கமான முகத்தைக் கண்டவுடன் பீட்டர் முறுவலித்தான்:

''வருக, ஆண்ரி டெனிஸோவ்! நீங்கள் என்னிடம் என்ன நல்ல சேதி சொல்லப் போகிறீர்கள்? இன்னமும் இரண்டு விரல்களால் சிலுவைக் குறி செய்து, என்னிடமிருந்து பாதுகாப்புத் தேடுகிறீர்களா?''

பீட்டரின் சைகைக்கு இணங்க, டெனிஸோவ் மேஜையருகே உட்கார்ந்தான். அவன் அந்தப் புகையைக் கண்டு முகத்தைச் சுளிக்கவில்லை; அதைத் தன் முகத்தினருகே வராமல் தள்ளிவிட்டான். அவன் ஒளிவு மறைவு இல்லாத நேரான பார்வையோடு பேசினான்.

''ஐயா, பீட்டர் அலெக்ஸிவிச், நாங்கள் பாழாய்க் கிடந்த பிரதேசத்தில் எங்கள் தொழிலைத் தொடங்கினோம். இங்கு பல வகைப்பட்ட ஜனங்கள்-ஒன்றும் அறியாதவர்கள்- வந்தனர். சிலரிடம் அன்பு காட்டியே அவர்களைக் கீழ்ப்படியச் செய்தோம். வேறு சிலரை பயமுறுத்திப் பணியச் செய்தோம். பயமுறுத்துவதற்கு உங்கள் பெயரைப் பயன்படுத்தினோம். நிலவரம் அவ்வாறு இருந்தது; மன்னித்து விடுங்கள். ஒரு பெரிய முயற்சியில், சில தவறுகள் செய்வதைத் தவிர்க்க முடியாது. பல நிகழ்ச்சிகள் நடந்தன. சிலவற்றை மறப்பதே நல்லது.''

''இப்பொழுது என்ன நடக்கிறது?'' என்று பீட்டர் வினவினான்.

''ஐயா, இப்பொழுது எங்களது தொழில் நன்கு நிலை கொண்டுவிட்டது. ஆயிரத்து முந்நூறு ஏகராவுக்கு மேல் நிலத்தைப் பண்படுத்திச் சாகுபடி செய்கிறோம். அதே அளவு புல்வெளியும் உள்ளது. எங்களிடம் நூற்று இருபது பசுக்கள் உள்ளன. மீன் பிடிக்கும் தொழிலும் நடக்கிறது. உப்பிட்டு உலர்த்துவதற்கான மேடைகள் உண்டு. தோல் பதனிடும் தொழிற்சாலைகளும் கம்பளி நெசவுச் சாலைகளும் இருக்கின்றன. தூலாவில் உள்ளோரைவிடச் சிறந்த சுரங்க நிபுணர்களும் உலோக வேலை வினைஞரும் எங்களிடம் உள்ளனர்.''

இந்தக் கடைசி வாக்கியத்தைக் கேட்டவுடன், பீட்டரின் ஏளனப் புன்னகை மறைந்தது. எப்படிப்பட்ட உலோக மண் எங்கே தோண்டி எடுக்கப்படுகிறது என்று அவன் விவரமாக வினவத் தொடங்கினான். ஒனீகா ஏரிக்கரையில் இரும்புக் கனிகள் உள்ளன வென்றும் பாவ்நட்ஸின் அருகில் உள்ள ஓர் இடத்தில் முப்பத்தியாறு பவுண்டு உலோக மண்ணில் பதினெட்டு பவுண்டு இரும்பு உருக்கி எடுக்கப்பட்டதென்றும் கேட்டவுடன், பீட்டர் வினவினான்:

''பாதிரி வேண்டாக் கூட்டத்தைச் சேர்ந்தவரே, எங்களிடம் நீங்கள் எதிர்பார்த்தது என்ன?''

டெனிஸோவ் சிறிதுநேரம் யோசனை செய்விட்டு மொழிந்தான்:

''ஐயா, உங்களது ராணுவத்துக்கு இரும்பு தேவை. எங்களுக்குக் கட்டளையிடுங்கள். நாங்கள் உலோக மண்ணை உருக்கி உலோகம் எடுப்பதற்கான உலைகளையும் பட்டரைகளையும் வசதியான இடங்களில் அமைத்துக் கொள்கிறோம். எங்களது இரும்பு, தூலா இரும்பின் நயத்தைவிட உயர்ந்தது. இதன் விலையும் கம்மியாக இருக்கும். அகின்பி டெமிடோவ், ஐம்பது கோபெக் என்று விலைவைக்கிறான்...''

''நீங்கள் சொல்வது தவறு. டெமிடோவ் முப்பத்தி ஐந்து கோபெக்குக்கும் கொடுக்கிறான்.''

''நல்லது. நாங்களும் முப்பத்தி ஐந்து கோபெக் என்று விலைவைக்கிறோம். ஆனால் யூரல் மலை சேய்மையில் உள்ளன. நாங்களோ அண்மையில் இருக்கிறோம். இங்கு செய்யும் கிடைக்கும் பாவ்நட்ஸுக்கு அருகே 'கரடிக் குன்றுகளின்' காடுகளில் பாய் மரத்துக்கு தேவையான மரம் கிடைக்கும். ஐம்பது அடி உயரத்துக்கு வளர்ந்த மரங்கள், வலுவானவை, வெட்டினால் கணீரென்று நாதம் உண்டாகிறது. நீவா உங்கள் வசமான பின்பு நாம் ஹாலந்துக்கு மரங்களை வெட்டி அனுப்பலாம். பாதிரிகளையும் குமஸ்தாக்களையும் கண்டால்தான் எங்களுக்குப் பயம். எங்களுக்கு அவர்கள் தேவையில்லை. நான் என் சொந்த வழியில் பேசுவதற்காக என்னை மன்னித்து விடுங்கள். எங்களது பழக்க வழக்கங்களுக்கு இணங்க நாங்கள்

வாழ்வதை அனுமதியுங்கள். இங்குள்ள ஜனங்கள் திகிலடைந்திருக்கிறார்கள். ஆசிரமத்தில் அவர்கள் மூன்று நாட்களாக எந்த வேலையும் செய்யவில்லை. முக்காடு அணிந்து கொண்டு பாசுரங்களைப் பாடிக்கொண்டிருக்கிறார்கள். கால்நடைகளுக்குத தீனி போடுவதுமில்லை, தண்ணீர் காட்டுவதுமில்லை. அவை கொட்டில்களில் கதறிக்கொண்டிருக்கின்றன. நான்கு முனைச் சிலுவையும் நற்கருணைப் பிரசாதமும் எடுத்துக்கொண்டு பாதிரி யாராவது வந்தால் இந்த ஜனங்கள் திரும்பிப் பாராது ஓடிவிடுவார்கள். அவர்களைக் கட்டிப் பிடிக்க முடியாது. சித்திர வதையையும் அடக்கு முறையையும் அனுபவித்தவர்கள். அவர்கள் ஜன சஞ்சாரமில்லாத இடத்தைத் தேடி ஓடிவிட்டால், தொழில் படுத்துவிடும்.''

''நீங்கள் சொல்வது வினோதமாயிருக்கிறது. ஆசிரமத்தில் நிறையப் பேர் இருக்கிறார்கள்?''

''ஆண்களும் பெண்களுமாக ஐயாயிரம் உழைப்பாளிகள் இருக்கிறார்கள். வேலை செய்யாத கிழவர்களும், குழந்தைகளும் உள்ளனர்.''

''எல்லோரும் சுதந்திரமானவர்களா?''

''ஆம், அவர்கள் அடிமைத்தளைகளை முறித்துவிட்டு ஓடிவந்தவர்கள்.''

''நல்லது. நான் உங்களுக்காக என்ன செய்ய வேண்டும். சரி, முக்காட்டை நீக்குங்கள். இரண்டு விரல்களால் சிலுவைக் குறியிடுங்கள். விரும்பினால் ஒற்றை விரலாலும் குறியிட்டுக் கொள்ளுங்கள். உங்கள் தொழில் முழுமைக்கும் இரட்டிப்பு வரி கட்டிவிடுங்கள்.''

''இதற்கு மனப்பூர்வமாகச் சம்மதிக்கிறோம்.''

''பாவ்நட்ஸுக்கு வினைஞர்களை அனுப்புங்கள்; கப்பல் கட்டுவதில் திறமை உள்ளவர்களாக அனுப்புங்கள். எனக்குப் பெரியனவும் சிறியனவும் ஐந்நூறு படகுகள் தேவை.''

''உள்ளன்போடு செய்கிறேன்.''

''நல்லது. ஆண்ரி டெனிஸோவ், நான் நன்னலம் பெறவேண்டி மது பருகுங்கள்!'' என்று கூறிய பீட்டர், கலப்பு ஈய ஜாடியிலிருந்து கோப்பை நிறைய ஊற்றினான். டெனிஸோவின் முகம் வெளுத்தது. அவனது கண்கள் நடுங்கின. ஆனால் பீட்டர் தலைகுனிந்து கோப்பையை நீட்டிய பொழுது, டெனிஸோவ் பெருமிதத்துடன் எழுந்து நின்று, இரண்டு விரல்களால் மெதுவாகச் சிலுவைக் குறியிட்டான். அவன் கோப்பையில் துளி மிச்சமில்லாமல் குடித்துவிட்டுக் குல்லாயை எடுத்து அதனால் தன் சிவந்த உதடுகளைத் துடைத்தான்.

''உங்களது அன்புச் செயலுக்கு நன்றி'' என்றான் டேனிஸோவ்.

''புகை பிடியுங்கள்'' என்று கூறிய பீட்டர் தன் புகைக் குழாயின் கடித்து மென்ற தண்டை நீட்டினான். டெனிஸோவின் பார்வையில் ஓர் ஏளனம் தோன்றியது. அவன் சிறிதும் ஊசலாடாமல் புகைக்குழாயைப் பெறுவதற்குக் கரத்தை நீட்டினான். ஆனால் பீட்டர் அதைத் தள்ளி வைத்தான்.

இடையில் ஏதும் நிகழாதமாதிரி பீட்டர் தொழிலைப் பற்றிய பேச்சைத் தொடர்ந்தான்: ''உலோகமண் கிடைக்கும் இடங்களையும், அவற்றைச் சுற்றி உங்களுக்கும் தேவையான நிலத்தையும் நீங்கள் அளக்க வேண்டும். அந்த நிலத்தைச்சுற்றி எல்லைக் கம்புகளை நட்டுவிட வேண்டும். இதைப்பற்றி மாஸ்கோவில் உள்ள வீனியஸுக்கு எழுதவேண்டும். இந்தத்

தொழிற்சாலைகளுக்கும் உருக்கி எடுக்கும் உலைகளுக்கும் நீங்கள் பத்தாண்டுகள் வரிகட்ட மாட்டீர்களென்று அவனிடம் கூறுகிறேன்.'' டெனிஸோவ் தன் புருவங்களை உயர்த்தினான். ''அது போதாதா? சரி. பதினைந்தாண்டுகளுக்கு வரி வசூலிக்க மாட்டோம். இரும்பின் விலையை பின்னர் தீர்மானித்துக் கொள்வோம். வேலையை உடனடியாகத் தொடங்குங்கள். உங்களுக்கு அதிகமான ஆட்கள் தேவைப்பட்டாலும் வேறு ஏதாவது வேண்டியிருந்தாலும் வினியஸுக்கு எழுதுங்கள். பணம் மட்டும் கேட்காதீர்கள். முனிவரே, இன்னொரு கோப்பை அருந்தக் கூடாதா?''

செப்டம்பர் மாதக் கடைசியில் மோசமான பருவ நிலையில், மூன்று சேனைகள் நஸியா நதிக்கரையில் ஒன்று சேர்ந்து நோடிபர்க்கை நோக்கி முன்னேறின. லடோகா ஏரியிலிருந்து நிவா நதி புறப்படும் இடத்தில், நதியின் நடுவிலுள்ள தீவில் இந்தப் புராதனமான கோட்டை இருந்தது. தீவின் இருபுறத்திலுமுள்ள ஆறுவழியே கப்பல்செல்வதென்றால், அது கோட்டையின் காவல் அரண்களிலிருந்து எழுபது அடிதூரத்திலேயே செல்லும். எனவே, கோட்டைத் துப்பாக்கிகளின் தயவில்லாது கப்பல்போகமுடியாது.

நோடிபர்க்குக்கு எதிரில் உள்ள நிலத்துக்குத் துருப்புகள் வந்தன. தாழ்வாகச் சஞ்சரித்த சூல்கொண்ட மேகங்களினூடே, அவர்களால் கோட்டையின் கருங்கல் ஸ்தூபிகளையும் கூம்பு வடிவக் கூரைகளின் காற்றாடிகளையும் பார்க்க முடிந்தது. கோட்டை மதில்கள் உயரமாகவும் வலுவாகவும் இருந்ததால், எதிரிலுள்ள முகப்பு நிலத்தில் அகழ் வெட்டிப் பீரங்கிகளை வைப்பதற்கு அரண் அமைத்த சிப்பாய்கள் பெருமூச்செறிந்தனர். இந்தக் கோட்டையைக் கட்டிய நாவோகிரோட் ஆட்கள் இதற்குக் 'கொட்டை' என்று பொருத்தமாகத்தான் பெயர் வைத்தனர். இதை எளிதாக உடைக்கமுடியாது. ஸ்வீடிஷ் ஆட்கள் எண்ணித் துணிவதற்கு நீண்டகாலம் பிடித்ததென்று தோன்றியது. மதில்களின் மீது ஓர் ஆளைக்கூடக் காணவில்லை. ஈயக் கூரைகளை மேகங்கள் மறைத்தன. அதன்பின் திடீரென்று கோட்டையின் மைய ஸ்தூபியில் ஸ்வீடிஷ் அரசனுக்குரிய சிங்கக்கொடி, கொடிக்கம்பத்தில் ஏறிப்பறந்தது. ஒரு பளுவான துப்பாக்கி ஈவிரக்கமின்றி முழங்கியது. அகழ்க்கிடங்கருகே உள்ள மண்ணில் ஒரு குண்டு விழுந்தது. ஸ்வீடிஷ்படை போராடத் துணிந்துவிட்டது.

நீவாநதியின் வலதுகரை-கோட்டைக்கு அக்கரை- பலமான பாதுகாப்புகளுடன் இருந்தது. ஏரியிலிருந்து அதை அணுகுவதற்குச் சதுப்பு நிலம் இடையூறாயிருந்தது. ருஷியச்சேனை நோடிபர்க்குக்கு வருவதற்கு முன்பே இடது கரையில், ஏரியிலிருந்து முகப்பு நிலத்தின் காடு வழியே ஒரு பாதை அமைக்கப்பட்டிருந்தது. இப்பொழுது பல்லாயிரக் கணக்கான சோல்ஜர்கள் ஏரியிலிருந்து படகுகளில் கயிறுகளைக் கட்டி இழுத்தனர். அவற்றைக் கோட்டைக் கருகில் நீவாநதியில் இறக்குவதற்காகக் காட்டில் வெட்டிய பாதை வழியே இழுத்துக்கொண்டு வந்தனர். ஒவ்வொரு படகையும் சிலர் இழுக்க வேறு சிலர் அது அப்பக்கமும் இப்பக்கமும் சாயாதவாறு பிடித்துக்கொண்டு வந்தனர்.

''மீண்டும்! மீண்டும்! எல்லோருமாக!'' என்று பீட்டர் கத்தினான். அவன் கோட்டைக் கழற்றி எறிந்துவிட்டான். சட்டை வேர்வையில் நனைந்து இருந்தது. கழுத்துப் பட்டியை முறுக்கிக் கட்டிய நீண்ட கழுத்தில், இரத்தக் குழாய்கள் புடைத்துக்கொண்டிருந்தன. வேலைசெய்து பொழுது இடுக்குகளில் சிக்கியதால், கணுக்கால்கள் புண்ணாயிருந்தன. அவன் கயிற்றைப் பிடித்துக்கொண்டு ''சேர்ந்து இழுங்கள்! விசையோடு இழுங்கள்!'' என்று கண்கள் உப்பக் கத்தினான்.

சிப்பாய்கள் முதல்நாளிலிருந்து ஆகாரத்தைக் கண்ணால் பார்க்கவேயில்லை. அவர்களது கைகளில் இரத்தம் கசிந்தது. ஆனால் அந்தப் பிசாசு அவர்களுக்கு ஓய்வு அளிக்கவேயில்லை. அவன் கத்தினான், சபித்தான், அவர்களை அடித்தான். அவர்களோடு சேர்ந்து இழுத்தான். பொழுது சாய்வதற்குள் ஐம்பது பெரிய படகுகள்- முன்புறத்திலும் பின்புறத்திலும் துப்பாக்கி வீரர்கள் நிற்பதற்கு மேடைகள் அமைக்கப்பட்டிருந்த படகுகள்- நீவாவில் இறக்கப்பட்டன. சிப்பாய்கள் மிகவும் களைத்து விட்டதால், அவர்களுக்குச் சாப்பிடமுடியவில்லை; ஈரமான பாசியிலோ, சிறு குன்றிலோ, நின்ற இடத்திலேயே கிடந்து உறங்கினார்கள்.

அதிகாலையில் முரசுகள் முழங்கின. கொடி தாங்கு அதிகாரிகள் ஆட்களை எழுப்பினார்கள்; அவர்களைத் தூக்கி நிறுத்தினார்கள். கைத்துப்பாக்கிகளில் மருந்தை அடைக்க வேண்டுமென்று சிப்பாய்கள் உத்திரவிடப்பட்டனர். இன்னும் இருமுறை சுடுவதற்கு வேண்டிய மருந்தை மழையில் நனையாமலிருப்பதற்காகக் கோட்டுப்பையில் வைத்துக்கொள்ள வேண்டுமென்றும், வாயில் இரண்டு தோட்டாக்களை அடக்கிக்கொள்ள வேண்டுமென்றும் கட்டளை பிறந்தது. சோல்ஜர்கள் தத்தம் துப்பாக்கிக் குதிரையைக் கோட்டுத்தொங்கலால் மறைத்துக்கொண்டு, அசைந்தாடும் படகுகளின் மேடை மீது கஷ்டப்பட்டு ஏறினார்கள். நதி கொந்தளித்தது. விரைவாகப் பாய்ந்த தண்ணீரில் அவர்கள் துடுப்புத்தள்ளினர். அந்த இருட்டில், காடு சலசலத்த எதிர்க்கரையை அடைந்து நாணற்களிடையே குதித்தார்கள். அதிகாரிகள் தமது கம்பெனிகளைத் திரட்டுவதற்குள் பன்முறை ஏசினார்கள்.

அவர்கள் காத்திருந்தார்கள். கரற்று வீசியது. விரைந்தோடிய மூடுபனியின் இடையே சிவப்பு ஒளிக்கற்றைகள் தென்பட்டன. பொழுது புலர்ந்த அந்நேரத்தில், ஒரு படகு அந்த ஈயம் போன்ற நதியைக் கடந்தது. பீட்டர் மென்ஷிகோவ் கோனிக்ஸெக் ஆகிய மூவரும் நிலத்தில் குதித்தனர். ஸாக்ஸன் ஸ்தானிகனான கோனிக்ஸெக், சேனையுடன் வர விரும்புவதாகக் கூறினான். எனவே, அவனைச் சேர்த்துக்கொண்டனர். அவன் ஜாருடன் இருக்க வேண்டுமென்று நிச்சயிக்கப்பட்டது. ''தயாராகுங்கள்!'' என்ற உத்திரவு பிறந்தது. பீட்டர் புதர்களைப் பிடித்துக் கொண்டு செங்குத்தான கரையில் கஷ்டப்பட்டு ஏறினான். அவனது குட்டையான கோட்டின் குஞ்சங்கள் காற்றில் அடித்துக்கொண்டன. அவன் விரைந்து சென்றான். மங்கலான நீண்ட நிழல் விழுந்தது. சிப்பாய்கள் அவனைப் பின் தொடர்ந்தனர். அவனுக்கு இடது புறத்தில் இரண்டு பிஸ்டல்களுடன் சென்றான் மென்ஷிகோவ். கோனிக்ஸெக் வலது புறத்தில் சென்றான்.

திடீரென்று அவர்கள் மூவரும் ஓரிடத்தில் நின்றனர். சிப்பாய்களின் முன் வரிசை அவர்களைக் கடந்தது; ''கைத்துப்பாக்கிகளைச் சித்தமாக்குங்கள்! துப்பாக்கிக் குதிரையை இழுத்து வரிசை வரிசையாகச் சுடுங்கள்!'' என்று பீட்டர் உத்திரவிட்டான். அந்த முன் வரிசையில், சக்கிமுக்கிக் கல்லை உராயும் சத்தம் போட்டது. இரண்டாவது வரிசை முன்னேறி பீட்டரைக் கடந்தது. ''நேராகப்பார்!'' என்று பீட்டர் கடுமையான குரலில் கத்தினான். ''முதல் வரிசையினர்ஃ சுடுங்கள்!'' ஆங்காங்கே காற்றில் அசைந்தாடிய பைன்மரங்களையும், தரித்த மரங்களின் அடிக் கட்டைகளுக்கு அப்பால், சம நிலத்தில் இருந்த ஸ்வீடிஷ் அரணின் தாழ்வான கைப்பிடிச் சுவரையும் துப்பாக்கித் தீயின் சுவாலைகள் பிரகாசிக்கச் செய்தன. ஸ்வீடிஷ் அரணிலிருந்து பதிலுக்குச் சுட்டனர்; ஆனால் அவர்கள் விட்டுவிட்டுச் சுட்டனர். ''இரண்டாவது வரிசையினர்ஃ சுடுங்கள்'' என்றான் பீட்டர். முதல் வரிசையைப்போல் இரண்டாவது வரிசையும் சுட்டுவிட்டு ஒரு முழங்காலை மடித்துக்கொண்டு ஒடுங்கியது. ''மூன்றாவது வரிசை... மூன்றாவது வரிசை!'' என்று பீட்டர் கத்தினான். ''துப்பாக்கிச் சனியன்கள் தயார்! விரைவாக ஓடுங்கள்!''

அந்த ஏற்றத் தாழ்வான நிலத்தில் பீட்டர் ஓடினான். சோல்ஜர்கள் அணி குலைந்தது. ஆயிரம் சோல்ஜர்களும் ஆவேசமடைந்த கூட்டமாக ஓடினார்கள். மேன் மேலும் உரத்த குரலில்

கத்திக்கொண்டு துப்பாக்கி முனையால் குத்துவதற்கு தயாராக ஓடி அரணை அடைந்தனர். அதற்குள்ளாகவே, அரண்காவலர்கள், சரண் அடைவதைத் தெரிவிக்கும் முறையில் கைப்பிடிச் சுவருக்கு மேல் கரங்களை உயர்த்திவிட்டனர். சில ஸ்வீடிஷ் சிப்பாய்கள் காட்டுக்குள் ஓடிவிட்டார்கள்.

வலது கரையின் அகழ்க்கிடங்குகளும் அரணும் பிடிபட்டுவிட்டன.வெயில் வந்தவுடன், சட்டி பீரங்கிகளை ஆற்றின் வழியே அக்கரைக்குக் கொண்டுசென்றார்கள். அதே நாளில், ருஷியர்கள் நீவாவின் இருகரைகளிலிருந்தும் நோடிபர்க் கோட்டைமீது குண்டுமாரி பொழியத் தொடங்கினார்கள்.

இரண்டுவாரம் மூர்க்கமாகக் குண்டுமாரி பொழிந்தபிறகு, கோட்டையில் பெருந் தீப்பிடித்துக் கொண்டது. சில வெடிமருந்துக் கிடங்குகளிலும் தீப்பிடித்து வெடிப்பு ஏற்பட்டது. எனவே, கோட்டை மதிலின் கீழையப் பகுதி தகர்ந்தது. அதன்பின், பிற்பகுதியில் வெள்ளைக் கொடி கட்டிய ஒரு சிறிய படகு முகப்பு நிலத்து அகழ்க்கிடங்குகளை நோக்கி விரைந்து வந்ததை ருஷியர்கள் கண்டனர். ஒரு நெட்டையான, சவக்களை கட்டிய அதிகாரி தலையில் இரத்தக்கறை படிந்த கைக்குட்டையைக் கட்டிக் கொண்டிருந்தவன்- படகிலிருந்து இறங்கினான். அவன் யாது செய்வது என்று உறுதியில்லாதவனாய் சுற்று முற்றும் பார்த்தான். அலெக்ஸி பிராவ்கின் ஒரு பதுங்கு குழியிலிருந்து பாய்ந்து வந்து அவனைத் துடுக்காக நோக்கினான்: ''இங்கு ஏன் வந்தாய்?'' என்று வினவினான். அந்த அதிகாரி கோட்டையிலிருந்தெழும் புகைப்படலங்களை நோக்கிச் சைகை செய்துகொண்டே, ஸ்வீடிஷ் மொழியில் விரைவாகப் பேசினான்.

''ருஷிய மொழியில் பதில் சொல். நீங்கள் சரண் அடையப்போகிறீர்களா, இல்லையா?'' என்று அலெக்ஸி ஆத்திரத்துடன் இடைமறித்தான்.

செவ்வனே உடை அணிந்து, புன்னகை தவழும் முகத்துடன் கோனிக்ஸெக் உதவி செய்வதற்காக வந்தான். அவன் நன்னயத்தோடு தொப்பியை எடுத்துவிட்டு அதிகாரியை வணங் கினான். அவன் முன்னர் கூறியதைத் திரும்பவும் சொல்லச் செய்து, அதை மொழி பெயர்த்தான். புகையும் நெருப்பும் அதிகமாயிருப்பதால் கோட்டையில் தங்க முடியவில்லையென்று, சேனாதிபதியின் மனைவியும் இதர அதிகாரிகளது மனைவிமார்களும் கோட்டையிலிருந்து வெளியேறுவதற்கு அனுமதி வேண்டினார்கள். இதே வேண்டுகோளை ஷெரிமிடேவுக்கு எழுதிய கடிதத்திலும் குறிப்பிட்டிருந்தனர். அந்த அதிகாரி அக்கடிதத்தையும் கொண்டுவந்திருந்தான். அலெக்ஸி அதை அவனிடமிருந்து பெற்றுக் கொண்டு புரட்டிப்புரட்டிப் பார்த்தான். திடீரென்று அவனது முகம் போகத்தால் கோணியது. அந்தக் கடிதத்தை அதிகாரியின் காலடிச் சேற்றில் எறிந்துவிட்டு அவன் கத்தினான்:

''இந்த வேண்டுகோளை நான் பீல்டு மார்ஷலிடம் தெரிவிக்க மாட்டேன். இதன் பொருள் என்ன? நாங்கள் கோட்டையிலுள்ள பெண்கள் வெளியேறுவதை அனுமதித்தால், இன்னும் இரண்டு வாரம் தாக்குதல் நடத்தி எங்களது ஆட்களில் பலரை இழக்கவேண்டும். முடியாது. உடனடியாகச் சரண் அடையுங்கள்! அவ்வளவுதான்.''

கோனிக்ஸெக் அலெக்ஸியைவிட வினயமாக நடந்துகொண்டான். அவன் கடிதத்தை சேற்றிலிருந்து எடுத்துத் தன் கோட்டில் துடைத்து அதிகாரியிடம் கொடுத்தான்; வேண்டு கோளுக்கு இணங்க இயலாது என்று தெரிவித்தான்; ஸ்வீடிஷ் அதிகாரி தோள்களைக் குலுக்கிக்கொண்டு ஆத்திரத்துடன் படகுக்குச் சென்றான். அந்தப் படகு தன்வழியே செல்லத் தொடங்கியவுடன் கோஷ்கா, ஹின்டர், பீட்டர் ஆகியோரின் அடுக்குகளிலிருந்த நாற்பத்திரண்டு சட்டிப் பீரங்கிகளும் சேர்ந்து குரைத்தன.

இரவெல்லாம் தீ கொழுந்து விட்டெரிந்தது. ஸ்தூபிகளின் ஈயக்கூரைகள் உருகின உத்திரங்கள் எரிந்து விழுந்தபொழுது, பெரிய சுவாலைகள் உண்டாயின. அந்தப் பேரொளியில் ஆறு பிராகாசித்தது. இருகரைகளிலுமிருந்த ருஷிய முகாம்களிலும் ஏணிகளுடன் தொண்டர்கள் காத்திருந்த நூறு படகுகளிலும் வெளிச்சம் மிகுந்தது. நள்ளிரவுக்குப்பின் குண்டுமாரி பொழிவது நின்றது. அப்பொழுது, சுவாலைகளின் கர்ஜனைமட்டுமே காதில் விழுந்தது.

பொழுதுவிடிவதற்கு இரண்டுமணி நேரம் முன்பாக பீட்டரின் பீரங்கி அடுக்கிலிருந்து ஒரு பீரங்கி சுட்டது. சிப்பாய்களைக் கிளர்ந்தெழச் செய்யும் வகையில் முரசுகள் கொட்டின. படகுகள் கோட்டையை நெருங்கின. அவை நெருங்க நெருங்க, தீச்சுவாலைகளின் ஒளியில் கோட்டை நன்கு பிரகாசித்தது. இந்தப் படகு செல் படைக்கு மூன்று இளம் அதிகாரிகள் தலைமை தாங்கினர். அவர்கள் மிஷ்கா கோலிட்ஸின், கார்போவ், அலெக்ஸாண்டர் மென்ஷிகோவ் ஆகியோர் ஆவர். முதல்நாள் அலெக்ஸாண்டர் கண்ணீர் பெருக்கிப் பீட்டரிடம் கெஞ்சினான். ''மீன்ஹெர்ஸ், ஷெரிமிடோவ் பீல்டு-மார்ஷலாகி விட்டார். மேஜர்ஜெனரல் என்றும் பிஸ்கோவ் கவர்னர் என்றும் என்னை ஜனங்கள் இகழ்ச்சியாகப் பேசுகிறார்கள். என்னைப்பார்த்து நகைக்கிறார்கள். ஆனால் நான் பணியாளாக இருந்தவன். இன்றும் ஊழியன்தான். ராணுவ அந்தஸ்துப் பெறுவதற்காக நான் போய்ப் போராடுகிறேன்.''

பீட்டர் முகப்பு நிலத்திலிருந்து பீரங்கி அடுக்கின் அருகே பீல்டுமார்ஷல், பட்டாளத் தலைவர்கள் ஆகியோருடன் நின்றுகொண்டிருந்தான். அவர்கள் தொலை நோக்கிக் கருவிவழியே பார்த்துக்கொண்டிருந்தனர். படகுகள், கீழைய சுவரின் உடைப்பை விரைவாக நெருங்கின. பழுக்கக் காய்ச்சிய குண்டுகள் அவற்றை நோக்கிப் பாய்ந்தன. முதல் படகு கரையை அடைந்தது. சோல்ஜர்கள் விரைவாக இறங்கினார்கள்; ஏணிகளை இழுத்துவைத்து ஏறத் தொடங்கினார்கள். ஆனால் ஏணிகள் குட்டையாகவிருந்தன. உடைப்பின் உச்சியைக் கூட அவை எட்டவில்லை. சிப்பாய்கள். ஒருவர் முதுகில் இன்னொருவராக ஏறிப் பிதுங்கிக்கொண்டிருந்த கருங்கற்கள் மீது கஷ்டப்பட்டு ஏறினார்கள். மேலேயிருந்து கற்பாறைகள் உருட்டி விடப்பட்டன. காய்ச்சி உருக்கிய ஈயம் அவர்கள் மீது கொட்டப்பட்டது. இருபது அடி உயரத்திலிருந்தது காய மடைந்தவர் விழுந்தனர். பல படகுகள் மீது குண்டுவிழுந்து, அவற்றில் தீப்பிடித்துக்கொண்டது. அவை எரிந்துகொண்டே வெள்ளத்தோடு சென்றன.

பீட்டர் தன் தொலைநோக்கி வழியாக ஆவலோடு பார்த்தான். வெடிமருந்துப் புகைப் படலம், போராட்டம் புலனாகாதவாறு செய்தபொழுது, அவன் தொலை நோக்கியைக் கக்குளில் வைத்துக்கொண்டு, கோட்டுப்பித்தான்களை உருட்டினான். இவ்வாறு செய்து, சிலபித்தான்களை முன்பே பெயர்த்தெடுத்து விட்டான். அவனது முகம் சாம்பல் நிறமாயிருந்தது; உதடுகள் கறுத் திருந்தன; கண்கள் புதைத்திருந்தன. ''இது ஏன்? அனைத்தும் தவறு!'' என்று அவன் தனக்குள் கூறிக்கொண்டான். அவனது கழுத்து துடித்தது. அவன் ஷெரிமிடேவ் நோக்கித்திரும்பினான். கடந்த இரண்டாண்டுகளில் இதைவிட மோசமான காட்சிகளைக் கண்டவனான ஷெரிமிடோவ் அமரிக்கையாகப் பெருமூச்சுவிட்டான். ''அவர்கள் மீண்டும் வெடிமருந்து விஷயத்தில் பிசுநாறித்தனம் செய்துவிட்டார்கள். வெறுங் கையால் கோட்டையைப் பிடிப்பதா? இது நடக்காது!'' என்றான் பீட்டர்.

''ஆண்டவன் கருணை மிகுந்தவர். நாம் எவ்வகையிலும் கோட்டையைப் பிடிப்போம்'' என்று ஷெரிமிடோவ் கண்களை மூடிக்கொண்டு கூறினான். பீட்டர் கால்களை அகலவிரித்துக் கொண்டு, தொலைநோக்கியை இடது கண்ணுக்கு நேராகப் பிடித்தான்.

சுவர்களின்கீழே, பலர் இறந்து கிடந்தனர்; பலர் படுகாயமுற்றுக்கிடந்தனர். கதிரவன் உச்சிக்கு வந்துவிட்டான். சிறுசிறு மேகங்கள் பகலவனுக்கு மூடுதிரை இட்டன. கோட்டை ஸ்தூபிகளிலிருந்து புகை முகில்களைச் சந்திக்கவிரைந்தது. ஆனால் தீ அடங்கிக்கொண்டிருந்தது. ஒரு புதிய தொண்டர்படை மேல்கரையிலிருந்து படகுகளில் சென்றது. அவர்கள் ஏணிகளை வைத்து வேகமாக ஏறினார்கள். அவர்கள் வெடிமருந்து வத்தியைக் கொளுத்திப் பற்களுக் கிடையே வைத்துக் கொண்டிருந்தனர். தத்தம் பையிலிருந்து எறிகுண்டை எடுத்து அதன் முகப்பைப் பல்லால் கடித்துவிட்டு அதைக்கொளுத்தி எறிந்தனர் சிலர் சுவரின் உடைப்பு மீது ஏறிவிட்டனர். ஆனால் அவர்கள் தலையைத் தொங்கப் போட்டுக் கொண்டிருக்க வேண்டியதாயிற்று. ஸ்வீடிஷ் சிப்பாய்கள் பிடிவாதமாக எதிர்த்தனர். பீரங்கிகளால் சுடுவதும் ஏறிகுண்டுகள் வெடிப்பதும் கூச்சல்களும் இப்பொழுது கூடுதலாகக் கேட்டன; உடனே ஓடுங்கின; மீண்டும் வலுவாகக் கேட்டன. இவ்வாறு ஒரு மணி, இரண்டுமணி நீடித்தது.

ஏணிகளில் ஏறிச் சுவரின் பிதுக்கங்களில் நின்று, கருங்கல் குவியலில் மறைந்து ஸ்வீடிஷ் தோட்டாக்களிலிருந்து தம்மைப் பாதுகாத்துக்கொண்டே குண்டு வீசியவர்களது நெஞ்சுறுதியே பீட்டரது நம்பிக்கையெல்லாம், அவனது அருமுயற்சியின் எதிர்காலம் முழுவதும் தீர்மானமாவதாகத் தோன்றியது. அவர்களுக்கு உதவியாக யாதும் செய்யமுடியவில்லை. பீரங்கி அடுக்குகள் செயல்பட முடியாது. இன்னும் அதிகமான படகுகள் இருந்தால், மேலும் இரண்டாயிரம் சிப்பாய்களை உதவிக்கு அனுப்பலாம். ஆனால் உபரியான படகுகள் இல்லை; வேறு ஏணிகளும் இல்லை; போதுமான எறிகுண்டுகளும் இல்லை.

''ஐயா, நீங்கள் கூடாரத்துக்குப்போய்ச் சாப்பிட்டுவிட்டு ஓய்வு எடுக்கக்கூடாதா? இப்படி வீணுக்குப் படபடப்பதால் என்னபயன்?'' என்று கிழவிமாதிரி பெருமூச்சு விட்டுக்கொண்டே ஷெரிமிடோவ் கூறினான்.

பீட்டர் தொலைநோக்கியைத் தாழ்த்தாமல் உறுமினான். அங்கே சுவர்மீது நரைதாடி உடைய நெட்டையான கிழவன்-இரும்புக் கவசமும் பழங்காலத் தொப்பியும் அணிந்தவன்-ருஷியர்களைக்காட்டி வாயை அகலத்திறந்தான். அவன் ஏதோ இரைந்து பேசினான் என்பது புலனாயிற்று. ஸ்வீடிஷ் சிப்பாய்கள் அவனைச்சுற்றித் திரண்டு கத்திப்பேசினார்கள். அவர்கள் ஏதோ வாக்குவாதம் செய்தனர் போலும். கிழவன் அவர்களில் ஒருவனைப் பிடித்துத்தள்ளினான்; இன்னொருவனைத் தன் பிஸ்டலால் அடித்தான்; துருத்திக்கொண்டிருந்த கருங்கற்களில் கஷ்டப்பட்டு இறங்கி உடைப்பை அடைந்தான். ஐம்பது ஆட்கள் அவனைப் பின் தொடர்ந்தனர். உடைப்பில், ஸ்வீடிஷ் சிப்பாய்களும் ருஷியசிப்பாய்களும் ஒரு சேரக்குவிந்து சண்டையிட்டனர். பலர் சுவரிலிருந்து கீழே விழுந்தனர். பீட்டர் நீட்டி முனங்கினான்.

''அந்தக் கிழவன் தான் சேனாதிபதி, எரிக்ஷிலிப்பன்பாக், என்னிடம் தோற்றோடிய ஜெனரல் ஷிலிப்பன் பாக்கின் அண்ணன்'' என்று ஷெரிமிடோவ் கூறினான்.

ஸ்வீடிஷ் சிப்பாய்கள் விரைவில் உடைப்பை வசப்படுத்திக்கொண்டனர். தமது கைத்துப்பாக்கிகளால் சுடுவதற்குத் தொடங்கினர். அவர்கள் ஏணிகளில் வேகமாக இறங்கி வாள் மட்டும் வைத்திருந்த ருஷியரோடு கைகலந்தனர்; கவசமணிந்த கிழவன் உடைப்பில் நின்று, பாதங்களால் அறைந்தான்; சேவல் சிறகடிப்பதைப்போல் கைகளை ஆட்டினான்.

''ஸ்வீடிஷ்காரனுக்கு இரத்தம் சூடேறிவிட்டால், அவன் எதற்கும் அஞ்சுவதில்லை. சாவுக்கும் அஞ்சமாட்டான்'' என்றான் ஷெரிமிடோவ்.

தப்பிப்பிழைந்த ருஷியர்கள் தமது படகுகளைநோக்கிப் பின் வாங்கினார்கள். முகத்தில் கந்தல் துணியால் கட்டுப்போட்டிருந்த ஒருவன் அங்கு மிங்கும் ஓடிப்படகுகளிலிருந்து சோல்ஜர்களை விரட்டினான். அவன் மேலும் கீழும் பாய்ந்து, படகில் ஏறி வந்தவர்களை அடித்தான். அதன்பின் ஒரு படகின் முன்புறம் சென்று அந்தக் காலிப்படகை வலுவாகத் தள்ளினான். அம்மாதிரியே இன்னொரு படகையும் தண்ணீரில் தள்ளிவிட்டான்.

''அதுதான் மிஷ்கா கோலிட்ஸின். அவனது இரத்தமும் கொதிக்கிறது'' என்றான் ஷெரிமிடோவ்.

இப்பொழுது படகுகளைச் சுற்றிக் கைகலப்புப் போராட்டம் நடந்தது.

பன்னிரண்டு பெரிய படகுகள் நீரோட்டத்தை எதிர்த்துக்கொண்டு கோட்டைக்கு விரைந்தன. அந்தப் பெரு முயற்சியால் துடுப்புகள் வளைந்தன. படகுகள் நிறையத்தொண்டர்கள் இருந்தனர். இவர்கள் மென்ஷிகோவ் சிப்பாய்கள், கடைசி இருப்புப்படையினர். மென்ஷிகோவ் தான் முதலில் கரையில் குதித்தான். அவன் கோட்டோ தொப்பியோ அணியவில்லை. இளஞ்சிவப்பான ஸில்க் சட்டை தரித்திருந்தான். வாளும் பிஸ்டலும் வைத்திருந்தான்.

''வெளிச்சம் போடுகிறான். தற்பெருமைக்காரன்!'' என்று பீட்டர் முணுமுணுத்தான்.

இந்தப் புதிய படையைக் கண்ட ஸ்வீடிஷ்காரர்கள் சுவரை நோக்கி ஓடினார்கள். ஆனால் அவர்களில் சிலர்தாம் ஓடிப்பிழைக்க முடிந்தது. மற்றவர்கள் கொல்லப்பட்டனர். மீண்டும் கருங்கற்களும் மரங்களும் மேலேயிருந்து உருண்டு விழுந்தன. ஒரு துப்பாக்கி தெறி குண்டுகளை அனுப்பியது. மீண்டும் ருஷியர்கள் ஏணிகளில் ஏறினார்கள். பீட்டர் தொலை நோக்கி வழியாக இளஞ்சிவப்புச் சட்டையைக் கவனித்தான். மென்ஷிகோவ் புகழும் ராணுவ அந்தஸ்தைப் பெறுவதற்காக அஞ்சா நெஞ்சத்துடன் அமர் நிகழ்த்தினான். அவன் கஷ்டப்பட்டு உடைப்பில் ஏறி ஷிலிப்பன் பாக்மீது பாய்ந்தான். அவனது பிஸ்ட்லிலிருந்து பாய்ந்த குண்டை ஏமாற்றினான். இருவரும் வாட்போர் நிகழ்த்தத் தொடங்கினார்கள். ஷிலிப்பன்பாக்கின் ஆட்கள் வந்த அவனை மீட்டு இழுத்துக்கொண்டு போனார்கள். இந்தப் புதிய தாக்குதலுக்குமுன், ஸ்வீடிஷ் சிப்பாய்கள் சோர்ந்து போனார்கள்.

''அந்தப் பிசாசைப்பார்!'' என்று பாதத்தைத் தரையில் அறைந்த பீட்டர் கத்தினான். சுவரின் உச்சியில், வாயில்களின் இடையே, மென்ஷிகோவின் இளஞ்சிவப்புச் சட்டை ஒளிர்ந்தது.

அதன்பின், பீட்டர் தன் தொலை நோக்கியால் தெளிவாகப் பார்க்கமுடியவில்லை. கோட்டைக்குப்பின்னால், சூரியாஸ்தமனத்தின் செவ்வொளி படர்ந்தது.

''பீட்டர் அலெக்ஸிவிச், அவர்கள் வெள்ளைக் கொடியை ஏற்றிவிட்டார்களென்று தோன்றுகிறது! நல்லது, சரியான நேரம்தான். நாமும் பதின்மூன்று மணிநேரமாகப் போராடி யிருக்கிறோம்.'' என்றான் ஷெரிமிடோவ்.

அன்று இரவு நீவாநதிக்கரைகளில் பெரிய சொக்கப்பனைகள் கொளுத்தப்பட்டன. முகாமில் ஒருவனும் உறங்கவில்லை. செப்புக் கலங்களில் கஞ்சி பொங்கியது. முழுமுழு ஆடாக எடுத்து நெருப்பில் போட்டுப் பதப்படுத்தினார்கள். பாதி பாதியாக அறுக்கப் பட்ட பீப்பாய்கள் முன்னால் நீண்ட மீசை உடைய 'கார்ப்போரல்'கள் நின்று வரம்பு இல்லாது வாட்கா வழங்கினார்கள். ஒவ்வொருவனும் விரும்பிய அளவுக்கு வாங்கிக் குடித்தான்.

பதின்மூன்று மணிநேரப் போராட்டத்துக்குப் பின், தொண்டர்கள் இன்னமும் அமைதி அடையாதிருந்தனர். அவர்களில் அநேகர் இரத்தக்கறைபிடித்த கந்தல்களால் கட்டுக் கட்டிக்கொண்டிருந்தனர். அவர்கள் கணப்பின் அருகே அடிமரங்கள் மீதோ பிர்மரக்கிளைகள் மீதோ அமர்ந்து, போராட்டத்தைப்பற்றியும் காயம்பட்டதைப்பற்றியும் தோழர்கள் இறந்ததைப் பற்றியும் பரிதாபமான கதைகளைச் சொன்னார்கள். அவர்களைச் சுற்றிலும், வாயைப் பிளந்து கொண்டு வட்டமாக நின்ற சிப்பாய்கள் அன்றையப் போராட்டத்தில் பங்கெடுக்காதவர்கள். அவர்கள் இந்தச் சோகக் கதைகளைக் கேட்டபொழுது, அப்போதைக் கப்போது திரும்பி, ஆற்றில் மங்கலாகத் தெரிந்த கறுத்த ஸ்தூபிகளை நோக்கினார்கள். அந்தப் பாழான கோட்டைச்சுவர்களின் அடியில் ஏராளமான சவங்கள் கிடந்தன.

ஐந்நூறுக்கு மேற்பட்ட தொண்டர்கள் கொல்லப்பட்டு விட்டனர். கிட்டத்தட்ட ஆயிரம் பேர் படுகாயமடைந்து, கூடாரங்களிலும் தளவாட வண்டிகளிலும் முனங்கிக்கொண்டு கிடந்தனர்.

''உடையாத கொட்டையைப் பொடியாக்கி விட்டோம்'' என்று சோல்ஜர்கள் பெருமூச் செறிந்து கூறினார்கள்.

ஒரு வாய்க்காலுக்கு அப்பால், மேட்டு நிலத்தில் அமைந்த ஜாரின் கூடாரம் பேரொளி வீசியது. அங்கிருந்து கூச்சல்களும் எக்காள இசையும் கேட்டன. பகலில் சுட்டது போதுமென்று, அவர்கள் வாழ்த்து உரைத்துக் குடிக்கும்பொழுது குண்டுபோடவில்லை.

மிகுதியாகக் குடித்த அதிகாரிகள் சிறுநீர் கழிப்பதற்காக அடிக்கடி பாசறையிலிருந்து தள்ளாடிக்கொண்டே வெளியே வந்தனர். அவர்களில் ஒருவன்-அவன் ஒரு கர்னல் வாய்க்காலுக்குச் சென்று அக்கரையிலிருந்த சோல்ஜர்களது கணப்புகளை நீண்டநேரம் நோக்கினான். அதன்பின், ''இளைஞர்களே, அருமையான சாதனை!'' என்று கத்தினான்.

சில சோல்ஜர்கள் தலையை உயர்த்தி முணுமுணுத்தார்கள்: ''நீ ஏன் ஊளையிடுகிறாய்? அடங்காப்பிடாரி, உள்ளேபோய்க்குடி.''

பீட்டரும் சிறுநீர் கழிப்பதற்காகக் கூடாரத்திலிருந்து தள்ளாடிக்கொண்டு வந்தான். அவனுக்குத் தலை சுற்றியது. சோல்ஜர்களது கணப்புகள் எங்கோ மிதந்துசெல்வது மாதிரி அவனுக்குத் தோன்றியது. அவன் குடி போதைக்கு உள்ளாவது அரிது. ஆனால் இன்று ஒயின் அவனது சித்தத்தைக் கலங்கச்செய்தது. மென்ஷிகோவும் கோனிக்ஸெக்கும் அவன் பின்னால் வந்தனர்.

''மீன்ஹெர்ஸ், ஒரு மெழுகுவத்தியைக் கொண்டுவரட்டுமா? சிறுநீர்கழிக்க ரொம்பநேரம் ஆகிறதே?'' என்று குடிகாரன் குரலில் அலெக்ஸாண்டர் கேட்டான்.

கோனிக்ஸெக் ''ஹா, ஹா'' என்று சிரித்தான். தன் கோட்டுத் தொங்களைத் தூக்கிப் பிடித்துக்கொண்டு பெட்டைக்கோழி மாதிரி துள்ளத் தொடங்கினான்.

''கோனிக்ஸெக்!'' என்றான் பீட்டர்.

''மாட்சிமை மிகுந்தவரே, இதோ இருக்கிறேன்.''

''விருந்து மேஜையில் எதைப்பற்றித் தற்புகழ்ச்சி செய்துகொண்டாய்?''

''நான் தற்புகழ்ச்சி செய்துகொள்ளவில்லை, ஐயா.''

''பொய் சொல்லாதே. நான் என் காதால் கேட்டேன். நீ ஷெரிமிடேவிடம் என்ன பிதற்றினாய்? 'என் ஆத்மாவின் விமோசனத்தைக் காட்டிலும் இந்தச் சிற்றுடைமையே நான் அதிகமாக நேசிக்கிறேன்' என்றாயல்லவா? அந்த அற்புதமான சிற்றுடைமை என்ன?''

''ஷெரிமிடேவ் அவனது அடிமையான ஒரு லிவோனியப் பெண்ணைப்பற்றிப் புகழ்ச்சியாகப் பேசினார். ஆனால் நான் அம்மாதிரி பேசியதாக...''

கோனிக்ஸெக் திடீரென்று நிதானமடைந்ததால், வாக்கியத்தைப் பூர்த்திசெய்யவில்லை. அவனது திகிலுற்ற முகத்தைப் பீட்டர் நாரை மாதிரி நோக்கினான். பீட்டர் உல்லாசமில்லாது பற்களைக் காட்டி இளித்தான்.

''ஆ, மாட்சிமை மிக்கவரே, என்னிடமுள்ள பொடி டப்பியைப்பற்றித்தான் பீத்திக் கொண்டேன். அது பிரெஞ்சு நாட்டில்செய்தது. என் சாமான்களுடன் இருக்கிறது. நான் போய்க்கொண்டுவருகிறேன்...''

அவன் 'வாய்க்காலை நோக்கி விரைந்து நடந்தான். அரைச்சட்டையின் பித்தான்களைப் பீதியுடன் அவிழ்த்தான்.

''கடவுளே, கடவுளே, அவன் இதை எப்படிக் கண்டுபிடித்தான்? நான் இதை ஒளித்து விடவேண்டும். உடனடியாகத் தூக்கி எறியவேண்டும்...'' என்று அவன் எண்ணினான். அவனது விரல்கள் நாடாவைத் தொட்டன; பதக்கத்தைப் பிடித்தன. பதக்கத்தைத் திருகி இழுக்க முயன்றான்; ஆனால் ஸில்க்கயிறு கழுத்தை வருத்தியது. குன்றின்மீது நின்ற பீட்டர் அவனையே பார்த்துக்கொண்டிருந்தான். ''இதோ கொண்டு வருகிறேன்'' என்று சொல்வதுபோல் தலையசைத்தான் போனிக்ஸெக். கருங்கற்பாறைகள்மீது ஓடிய அந்த ஆழமான வாய்க்காலைக்கடப்பதற்கு ஒருமரத்தைப் பாலமாகப் போட்டிருந்தனர். கோனிக்ஸெக் பாலத்தில் நடக்கத் தொடங்கினான். பூட்ஸுகளில் சேறு அதிகமாயிருந்ததால் அவை வழுக்கி விட்டன. அவன் ஸில்க்கயிறை முறுக்கி இழுத்துக் கொண்டேயிருந்தான். திடீரென்று காலடி தவறியது. ஆவேசமாகக் கைகளை ஆட்டிக்கொண்டு மல்லாந்து விழுந்தான்.

''குடிவெறி கொண்ட மடையன்!'' என்றான் பீட்டர்.

அவர்கள் சிறிதுநேரம் காத்திருந்தனர். மென்ஷிகோவ் புருவத்தை நெரித்தான். சற்றுக் கிலியடைந்து, வாய்க்காலை நோக்கிச்சென்றான்.

''பீட்டர் அலெக்ஸிவிச், ஆபத்து நேர்ந்திருக்கிறது. சில ஆட்களைக் கூப்பிடவேண்டும்'' என்றான் அவன்.

வாய்க்காலில் ஆறு அடி தண்ணீர்தான் இருந்தது. ஆயினும் கோனிக்ஸெக் உடனடியாகப் பிடிபடவில்லை. அவன் விழுந்தபொழுது, முதுகு ஒரு கற்பாறையைத் தாக்கியிருக்கவேண்டும் எனவே, உடனடியாக அவன் அடிப்பரப்புக்குத் தள்ளப்பட்டிருக்கவேண்டும். சோல்ஜர்கள் அவனைக் கூடாரத்துக்குத் தூக்கிக்கொண்டு வந்து அடுப்பின் அருகே கிடத்தினார்கள். பீட்டர் அவனது மார்பை உயர்த்தித் தாழ்த்தத் தொடங்கினான்; அவனது கைகளை இழுத்துவிட்டான்; வாய்க்குள் ஊதினான்.

ஸாக்ஸன் ஸ்தானிகருக்கு அது ஓர் இழிவான முடிவுதான். பீட்டர், கோனிக்ஸெக்கின் பித்தான்களை நீக்கியபொழுது, பச்சிளங் குழந்தையின் உள்ளங்கை அளவுக்கு ஒரு பதக்கம்

மார்போடு ஒட்டியிருப்பதைக் கண்டான். அவன் சட்டைப் பைகளைத் தேடிக் கடிதங்களின் கட்டு ஒன்றை எடுத்தான். உடனே அவன் மென்ஷிகோவுடன் தன் கூடாரத்துக்குச் சென்றான்.

''கனவான்களே, விருந்து நிறைவு பெறுகிறது. ஜார் உறங்க விரும்புகிறார்'' என்று மென்ஷிகோவ் அதிகாரிகளிடம் கூறினான்.

விருந்தாளிகள் கூடாரத்திலிருந்து விரைவாக வெளியேறினார்கள். சிலரைத் தூக்கிப் பிடித்து இழுத்துக்கொண்டு போகவேண்டியதாயிற்று. அவர்களது பாதங்கள் பூமியில் பாவ மறுத்தன. கூடாரத்தில், அறை குறையாகக் காலியான தட்டுகள், பாதி எரித்த மெழுகுவத்திகள் ஆகியவற்றுக் கிடையே பீட்டர் ஈரமான கடிதங்களை வைத்தான். அவன் தன் நகங்களால் பதக்கத்தை நெம்பித்திறந்தான். உள்ளே அன்னா மான்சிகளின் உருவப்படம் இருந்தது; அருமையான வேலைப்பாட்டுடன் விளங்கியது. அவளது கள்ளம் கபடமில்லாத நீல விழிகள் மலர்ந்திருந்தன; சின்னஞ்சிறு பற்கள் கூடப் புன்னகை செய்தன. அந்த உருவப்படம் உயிர்ப்புள்ளது போலத் தோன்றியது. கண்ணாடிக்கீழ் படத்தைச் சுற்றி ஒரு மயிர்ச்சுருள் இருந்தது. பீட்டரின் முத்தங்களைப் பன்முறை பெற்றிருந்த அதே மயிர்ச்சடைதான். மூடியின் உட்புறத்தில், ''அன்பும் விசுவாசமும்'' என்று சொற்கள் ஜெர்மானிய மொழியில் ஊசி முனையால் கீறப்பட்டிருந்தன.

பீட்டர் கண்ணாடியையும் நீக்கிவிட்டு அந்த மயிரைத் தொட்டுப் பார்த்தான். அதன்பின் அந்தப் புத்தகத்தை மேஜையின் மேல் குட்டையாகத் தேங்கியிருந்த ஒயினுக்குள் எறிந்தான். அவன் அந்தக் கடிதங்களைப் படிக்கத் தொடங்கினான். அவை அனைத்தும் கோனிக்ஸெக்குக்கு அன்னா எழுதியவை. காதல் நோயால் பீடிக்கப்பட்டவள் எழுதும் அற்பத்தனமான சிணுங்கல் கடிதங்கள் தாம்.

''அப்படியா!'' என்றான் பீட்டர். மேஜையில் முழங்கையை ஊன்றிக்கொண்டு மெழுகுவத்தியை வெறித்துப்பார்த்தான். ''இதை எண்ணிப்பார்!'' என்ற பீட்டர் புன்னகைசெய்து தலையை ஆட்டினான். ''அவள் எனக்கு நம்பிக்கைத் துரோகம் செய்தாள். எனக்குப் புரிய வில்லை. என்னிடம் பொய் பேசினாள். அலெக்ஸாண்டர், எப்படிப் பொய்பேசினாள்! ஆரம்பத் திலிருந்தே இப்படித்தான் செய்திருப்பாளா? எனக்குப் புரியவில்லை. அன்பாம்! விசுவாசமாம்!''

''செத்தை! மீன் ஹெர்ஸ், அவள் ஒரு வேசி, சாராயக்கடைச் சிறுக்கி... ரொம்ப நாட்களுக்கு முன்பே உங்களிடம் சொல்ல விரும்பினேன்...''

''நாவை அடக்கு! என்னதுணிச்சல்? வெளியேறு!''

பீட்டர் குழாயில் புகையிலையைத் திணித்தான். மேஜை மீது ஊன்றிக்கொண்டே புகைபிடித்தான். ஒயின் குளத்தில் கிடந்த உருவப்படத்தை நோக்கினான். ''உன்னே அடைவதற்காக வேலி ஏறிக்குதித்தேன். உன் பெயரை எத்தனை தடவை உச்சரித்திருக்கிறேன்! உன்னை நம்பினேன். உன் வெதுவெதுப்பான தோளில் சாய்ந்து உறங்கினேன். நீ எத்தகைய முட்டாள்! பெட்டைக் கோழிகளைப் பார்த்துக்கொள்ளத்தான் உனக்குத் தெரியும். சரி அது முடிந்தது'' என்று எண்ணிய பீட்டர், இந்த விவகாரத்தை மனத்திலிருந்து விலக்கி விட்டதைப்போல் கையால் செய்துவிட்டு எழுந்தான். புகைக்குழாயை எறிந்துவிட்டு கிரீச் சென்ற பாசறைக்கட்டிலில் படுத்துக்கொண்டான்; ஆட்டுத்தோல் கோட்டால் தன்னைப் போர்த்திக்கொண்டான்.

5

நோடிபர்க் கோட்டை ஷிலூஸ்ஸல்பர்க் என்று புதுப்பெயர் சூட்டப்பட்டது. கேந்திர நகர் என்பது இந்தப் பெயரின் பொருள். உடைப்பை நிறைவு செய்து சீரமைத்தனர்; தீக்கு இரையான ஸ்தூபிகளுக்கு மேல் மரத்தால் கூரைவேய்ந்தனர். கோட்டையில் ஒரு காவலர் படை நிறுத்தப் பட்டது. சேனை குளிர்காலத்தைக் கழிப்பதற்கான பாளையத்துக்குச் சென்றது. பீட்டர் மாஸ்கோவுக்குத் திரும்பினான்.

மியஸ்நிட்ஸ்கி நுழைவாயிலண்டை பீட்டர் வந்ததும், மணிகள் கணகணத்தன. பெரிய வணிகர்கள் மாதாகோயில் பதாகைகளுடன் பீட்டரை வரவேற்றனர். மியாஸ் நிட்ஸ்காயா தெருவில் எழுநூறு அடி தூரத்துக்குச் சிவப்புக் கம்பளம் விரித்திருந்தனர். வியாபாரிகள் தமது குல்லாய்களை மேலே தூக்கி எறிந்து பிடித்துக்கொண்டு, அன்னிய தோரணையில், ''வெற்றி!'' என்று கோஷமிட்டனர். பீட்டர் பொன்முலாம் பூசிய ரதத்தில் நிமிர்ந்து நின்று பவனிவந்தான். அவனுக்குப்பின்னால் ஸ்வீடிஷ் கொடிகள் புழுதியில் புரண்டு விழுந்தன; ஸ்விடிஷ் கைதிகள் தலை குனிந்து நடந்தனர். ஓர் உயரமான வண்டியில், மரத்தால் செய்த சிங்கத்தின்மீது ஸோடோவ் நின்று காட்சியளித்தான். அவன் தகரத்தில் செய்த குருமாரின் தலைப்பாகையும் ஒருவகையான முரட்டுத்துணியில் தைத்த சிவப்பு மேலாடையும் தரித்து, ஒருகையில் வாளையும் இன்னொரு கையில் வாட்கா சாடியையும் ஏந்திக்கொண்டிருந்தான்.

இந்த வெற்றிக்கு ஏற்றமுறையில் மாஸ்கோ இரண்டுவாரம் விருந்துண்டு மகிழ்ந்தது. பல கண்ணியமான பிரஜைகள் மட்டுமீறி உண்டதால் நோயுற்று இறந்தனர். செஞ்சதுக்கத்தில், அப்பங்களைச்சுட்டு மக்களுக்கு வினியோகம் செய்தனர். வியாஸ்மா இனிப்பு அப்பங்களையும் கைக்குட்டைகளையும் ஜனங்களுக்கு வழங்கவேண்டுமென்று ஜார் உத்திரவிட்டதாயும், அவ்வாறு செய்யாது அந்தப் பொருளை பாயர்கள் கையாடி விட்டதாயும் ஒரு வதந்தி உலவியது. ஒவ்வொரு நாளும் இரவில், கிரெம்லின் ஸ்தூபிகளிலிருந்து வாண வெடிகுண்டுகள் பறந்தன; சுவர்களில் அமையப் பெற்ற சக்கரவாணங்கள் தீப்பொறி பறக்கச் சுற்றி வினோதம் காட்டின. இந்த விருந்தும் வாண வேடிக்கைகளும் ஒரு பெருந்தீயில் முடிந்தன. கிரெம்லினில் மூண்ட தீ கிடோகோ ரோடுக்குப் பரவியது; வலுவான காற்று வீசியதால் அது எரியும் தணல்களை மாஸ்க்வா நதியின் அக்கரைக்கும் கொண்டு சென்றது. நகரெங்கும் சுவாலைகள் அலை அலையாகப் பரவின. ஜனங்கள் நகர வாயில்களுக்கு ஓடினார்கள். அவர்கள், ஹாலந்தில் செய்த தீயணைப்புப் பொறியில் பீட்டர் தீ, புகை வழியே செல்வதைப் பார்த்தனர். எதையும் காப்பாற்ற முடியவில்லை. கிரெம்லினில் ஸிட்னி கட்டிடத்தையும் கோகோஷ்கின் மாளிகையையும் தவிர மீதி அனைத்தும் எரிந்துவிட்டன; பழைய ஜார் மாளிகையும் பஸ்பகரமாயிற்று. இளவரசி நடால்யாவையும் அரியணைக்கு வாரிசான இளவரசன் அலெக்ஸியையும் அதிலிருந்து மீட்பதே பெரும்பாடாயிற்று. அலுவலகங்கள், மடங்கள், வெடி மருந்துக் கிடங்குகள் அனைத்தும் தீயில் அழிந்தன. மகாஐவான் மணிக் கூண்டிலிருந்த மணிகள் பேரொலி செய்து கொண்டு கீழே விழுந்தன. அவற்றில் மிகப் பெரியதும் நூற்று இருபத்தியெட்டு டன் எடையுள்ளதுமான மணி சிறிது பிளந்துகொண்டது.

பிற்பாடு, அழிவுகளிடையே நின்ற ஜனங்கள் ''இன்னும் சிறிது காலம் ஆட்சி செய்! மேலும் மோசமான நிகழ்ச்சிகளைக் காணலாம்!'' என்று பேசிக்கொண்டனர்.

ஹாலந்திலிருந்து காவிரில்கா திரும்பிவந்ததைக் கொண்டாடும் பொருட்டு, பிராவ்கின் குடும்பத்தினர் அனைவரும் நண்பகல் வழிபாட்டுக்குப்பின் ஐவான் வீட்டு மேஜையைச் சுற்றிக் கூடினார்கள். சமீபகாலத்தில், லெப்டினன்ட்- கர்னலாக உத்தியோக உயர்வுபெற்ற அலெக்ஸி அங்கு இருந்தான். வாரனேஷில் கப்பற்படை அதிகாரியாக விளங்கிய யாகோவ் அங்கிருந்தான். அவன் மந்தமானவனாகத் தோன்றினான்; முரட்டுத்தனமாகப் பேசினான்; புகையிலை நெடியைப் பரப்பினான். ஆர்ட்டமனும் அவனது மனைவி நடால்யாவும் விருந்துக்கு வந்திருந்தனர். ஆர்ட்டமன், ஷாப்ரோவின் கீழ் அன்னியநாட்டு உறவு அலுவலகத்தில் மொழி பெயர்ப்பாளனாக வேலை செய்தான். நடால்யா மூன்றாவது தடவையாகக் கருத்தரித்திருந்தாள்; அவள் முன்னைக் காட்டிலும் பருத்திருந்தாள்; அவளது அழகும் சோம்பலும் அதிகரித்திருந்தன. ஐவானுக்கு அவளைப் பார்த்துக்கொண்டிருப்பதில் அலுப்புத் தட்டுவதில்லை. ரோமனும் அவனது மற்றைய இருமகளிரும்கூட அங்குவந்திருந்தனர். அந்த வருட இலையுதிர் காலத்தில், அந்தோணியாவை லெப்டினன்ட் பெல்கின் என்பவனுக்குத் திருமணம் செய்திருந்தனர். பெல்கின் இழிகுடியில் பிறந்தவன் என்றாலும் பீட்டரின் தனியன்புக்குப் பாத்திரனாயிருந்தான். இப்பொழுது அவன் இங்கிரியாவில் இருந்தான். ஆல்கா இன்னமும் கன்னிகழியாது கன்றிப் போயிருந்தாள்.

ரோமன் கடந்த சில ஆண்டுகளில் முதுமையடைந்து விட்டான்; அவன் மிகுதியாகக் குடிக்க நேர்ந்ததே இதற்குத் தலைமையான காரணம். ஒரு விருந்தில் குடித்துவிட்டு வீட்டுக்குவந்து உறங்கி எழுந்தானென்றால், வேறு ஓரிடத்துக்கு வரவேண்டுமென்ற உத்திரவுடன் ஒரு சோல்ஜர் அடுக்களையில் காலையிலிருந்தே காத்திருந்தான். உடனே அவன் தானே புதிதாகக் கண்டுபிடித்தப் புனைந்த மீசையை- உள் மரப்பட்டையில் செய்த- எடுத்துக்கொண்டும் மரத்தால் செய்த வாளைத் தரித்துக்கொண்டும் ஜாரை மகிழ்விக்க வண்டியில் புறப்பட்டான்.

ரோமன் மாதிரி ஆறு பாயர்கள் ஜாருக்குக் களிப்பூட்டுவதற்காக நியமிக்கப்பட்டிருந்தனர். அவர்கள் அனைவரும் உயர் குடிப்பிறவிகள். ஆயினும் அவர்கள் முட்டாளாக இருந்த காரணத்தாலோ தீய நோக்குடன் சூழ்ச்சி செய்த காரணத்தாலோ கோமாளிகளாக நியமனமாயினர். அவர்களது தலைவன் ஷாவோஸ்கி மகாப்பிரபு வாடி உலர்ந்த கிழவன், தீயோன்; குடிவெறியன்; கோள் சொல்லி; கோமாளிச் சேவை கடினமானதல்ல; ஐந்தாவது வட்டிப்பை உண்டபின், எல்லோரும் குடிபோதையிலிருந்துபொழுது, பீட்டர் மேஜையில் கைவைத்துக் கழுத்தை நீட்டிச் சுற்றுமுற்றும் பார்த்துவிட்டு ''நம்மனைவரையும் குடிபோதை ஆட்கொள்ளப் பார்க்கிறது. நாம் தோற்றுவிடக் கூடிய அபாயம் ஏற்பட்டிருக்கிறது'' என்று உரக்கக் கூறினான். உடனே ரோமன் மேஜையிலிருந்து நீங்கிப் பொய் மீசையைக் கட்டிக் கொண்டு சிறிய சக்கரங்களை உடைய சின்ன மரக்குதிரைமீது ஏறினான். ஒரு கிண்ணம் ஒயினை அவனிடம் வழங்கினர். அவன் வாளை உயர்த்திப் பிடித்துக்கொண்டு ஊக்கத்தோடு ஒயினைக் குடிக்க வேண்டும். அதன்பின், ''நாம் சாவோம்; ஆனால் சரண் அடையமாட்டோம்'' என்று கூறவேண்டும். அதன்பின் குள்ளர்களும் கோமாளிகளும் நாய்மாதிரி குரைத்துக்கொண்டு அவனிடம் பாய்ந்து சென்றனர்; அந்தக் குதிரையை மேஜையைச் சுற்றி உருட்டினர். கோமாளிவேலைக்கு நியமிக்கப்பட்ட பாயர் களுக்குப் பீட்டர் வேறு புதிய பொழுது போக்கு எதையும் கண்டுபிடிக்காதபொழுது, இதற்கு மேல் ஒரு வேலையுமில்லை.

அன்று ஐவான் பிராவ்கின் மிகவும் உல்லாசமாக இருந்தான். அவனைச் சுற்றிக் குடும்பத்தினர் வீற்றிருந்தனர்; தொழில் செழிப்பாயிருந்தது; மாஸ்கோவை எரித்த பெருந்தீ கூட

அவனது மாளிகையை நெருங்கவில்லை. அவனது பிரத்தியேக பாசத்துக்கு உரிய அலெக்ஸாண்டிரா மட்டும் அங்கு இல்லை. இப்பொழுது அவனைப் பற்றித்தான், ஆம்ஸ்டர்டாம் கப்பல் மட்டும் தொழிற் கல்லூரியில் பட்டம் பெற்று வந்திருக்கும் தன்னடக்கம் மிகுந்த இளைஞனான காவிரில்கா தன் தந்தையிடம் சொல்லிக் கொண்டிருந்தான்.

அலெக்ஸாண்டிராவும் அவளது கணவனும், ஜாரின் ஸ்தானிகனான மாட்வியீவுடன் ஹேகில் இருந்தனர். ஆனால் அவர்கள் ஸ்தானிகராலயத்தில் தங்கவில்லை. தமக்கென்று ஒரு வீடு வாடகைக்கு எடுத்து அதில் வசித்து வந்தனர். அவளிடம் வண்டிகளும் உயர் ஜாதிக் குதிரை களும் இருந்தன. ஒரு சிங்காரப் படகும் வைத்திருந்தான். இதைக் கேட்டவுடன், வியப் படைந்தவன் மாதிரி, ''ஓ, ஓ!'' என்றான் ஐவான். உண்மையில் அவன் பீட்டருக்குத் தெரியாமல், இந்தக் குதிரைகள், படகு முதலியனவற்றை வாங்குவதற்காக நிறையப் பணம் அனுப்பி யிருந்தான். ஓராண்டுக்கு முன்னால், ஸ்வீடிஷ் படைகளின் முன்னேற்றத்தைக் கண்டு அகஸ்ட் ஓடியபொழுது, வால்காவ் தம்பதிகள் வார்ஸாவிலிருந்து கிளம்பினார்கள். அவர்கள் பெர்லினுக்குச் சென்றனர்; ஆனால் அங்கு அதிக நாட்கள் தங்கவில்லை. அலெக்ஸாண் டிராவுக்குப் பிரஷ்ய அரசவை பிடித்தமாயில்லை! அந்த அரசன் அற்பனாயிருந்தான். பிரஷ்யர்களது வாழ்வு உப்புச் சத்து இல்லாததாயிருந்தது. அவர்கள் ஒவ்வொரு மடக்கு அல்லது கவளத்தையும் கணக்குப் பார்க்கும் அளவுக்குக் கஞ்சர்களாயிருந்தனர்.

''ஹேகில், அவளது வீட்டில் எப்பொழுதும் விருந்தாளிகள் குழுமியிருக்கின்றனர். ஆனால் அவர்களில் சிலர்தான் முக்கியமான புள்ளிகள். பெரும்பாலோர் சாகசிகள் அல்லது ஓவியர்கள் அல்லது பாடகர்கள் அல்லது இந்திய ஜாலவித்தைக்காரர்கள். அவள் அவர்களோடு கால்வாயில் படகில் செல்கிறாள்; அப்பொழுது மேல் தளத்தில் அமர்ந்து 'ஹார்ப்' (ஒரு வகை யாழ்) வாசிக்கிறாள்'' என்று காவிரில்கா அவர்களிடம் கூறினான்.

ஐவான் வியப்புக்குரிய சைகை செய்து குடும்பத்தினரைப் பார்த்துக்கொண்டே, ''அவள் ஹார்ப் வாசிப்பதற்கும் கற்றுக்கொண்டு விட்டாளா?'' என்றான்.

காவிரில்கா மேலும் கூறினான்: ''அவள் தெருவில் போகும்பொழுது எல்லோரும் தலை வணங்குகின்றனர். ஆனால் அவள் பதிலுக்கு இம்மாதிரி தலை அசைக்கிறாள். விருந்தாளி களுடன் வாஸிலி அளவளாவுவதைப் பல சந்தர்ப்பங்களில் அவள் அனுமதிப்பதில்லை. ஆனால் வாஸிலி வருத்தப்படவில்லை. இதிலும் வாஸிலிக்குத் திருப்திதான். அவர் இப்பொழுது மிகவும் அமரிக்கையாகிவிட்டார் எப்பொழுதும் ஏதாவது படித்துக்கொண்டும் சிந்தனை செய்து கொண்டும் இருக்கிறார். இப்பொழுது லத்தீன் மொழியிலுள்ள நூல்களை நன்றாகப் படிக்கிறார். கப்பல் கட்டும் துறைகளுக்கும் பொருட்காட்சி சாலைகளுக்கும் வியாபார நிலையத்துக்கும் செல்கிறார். அனைத்தையும் கருத்தூன்றிக் கவனித்து மனத்தில் பதிய வைத்துக் கொள்கிறார்.''

காவிரில்கா ஹேகிலிருந்து புறப்படுவதற்கு முன், அவனைச் சந்தித்த அலெக்ஸாண்டிரா, இவ்வளவு இருந்தும் ஹேக் நகரில் சலிப்புத் தட்டுவதாகச் சொன்னான். டச்சுக்காரர்கள் பணத்தையும் தொழிலையும் பற்றியே பேசினார்கள். அவர்களுக்குப் பெண்களிடம் இங்கிதமாகப் பழகத் தெரியவில்லை. நாட்டியமாடும்பொழுது, அவளது கால்விரல்களை மிதித்துவிடுகிறார்கள். எனவே அவள் பாரிஸுக்குப் போக விரும்பினான்.

''பகட்டுக்காரி! பிரெஞ்சு அரசனுடன் ஜோடி நடனம் ஆடுவதிலேயே குறியாயிருக்கிறாள்!'' என்று வியந்து கூறிய ஐவான் மன நிறைவோடு கண்களைச் சுருக்கினான். ''அவள் எப்பொழுது ஊருக்குத் திரும்புகிறாள்? அதைப் பற்றிச் சொல்லு'' என்றான்.

''பிறந்த மண்ணையும் தின்ற உப்பையும் எவரும் மறக்க முடியாது'' என்றான் ஐவான்.

தன் மகனைப் பற்றி நாளெல்லாம் கதை சொன்னாலும் ஐவான் கேட்டுக் கொண்டிருப்பான். ஆனால் போஜனத்தின் இடையில், பீட்டர் மென்ஷிகோவுடன் வந்தான். அவன் இப்பொழுது பிராவ்கின் வீட்டுக்கு அடிக்கடி வந்தகொண்டிருந்தான். அவன் கூடியிருந்தோருக்குத் தலை அசைத்தான். ரோமன் படபடத்தைக் கண்டு, ''பேசாதிருங்கள். இன்று உங்களுக்குப் பணியில்லை.'' என்று பீட்டர் கூறினான். அவன் பலகணிக்குச் சென்று எரியுண்ட நகரின் அழிவுகளைச் சிறிது நேரம் நோக்கினான். உயிர்த் துடிப்பும் சந்தடியும் மிகுந்திருந்த தெருக்களில், சாம்பல் மேடுகளும் அவற்றிலிருந்து துருத்திக் கொண்டிருந்த புகை போக்கிகளும், கவிந்த கூரைகள் இல்லா தொழிந்து கரியான திருக்கோயில்களும் தென்பட்டன. குளிர் காற்றில் சாம்பல் படலங்கள் பறந்தன.

''பாழான இடம்! அன்னியநாடுகளில் ஒவ்வொரு நகரம் ஆயிரமாண்டுகளுக்கு அழிவ தில்லை! ஆனால் இது! எப்பொழுதும் எரிக்கு இரையாகிக் கொண்டிருக்கிறது! மாஸ்கோவாம் மாஸ்கோ!'' என்றான் பீட்டர்.

அவன் மேஜை முன் அமர்ந்து நிறைய உண்டான். ஆனால் மந்தமாகவும் மௌனமாகவும் இருந்தான். அதன் பின் காவிரில்காவை விளித்து அவன் ஹாலந்தில் பெற்ற பயிற்சியைப் பற்றியும் படித்த நூல்களைப் பற்றியும் விவரமாக உசாவினான். பேனாவும் காகிதமும் கொண்டுவரச் சொல்லி, கப்பலின் உடற்பகுதியும் கப்பற் பாயும் கடற்கரைக் கோட்டையும் வரைந்து காவிரில்காவுடன் விவாதித்தான். ஒரு தடவை அவன் காஷ்கா கூறியதை மறுத்துப் பேசினான். ஆனால் அந்த இளைஞன் தன் கருத்தையே வலியுறுத்தினான். அப்பொழுது பீட்டர் அவனது தலையில் தட்டிக் கொடுத்து, '' நீ உன் தந்தையின் பணத்தை விரயம் செய்யவில்லை'' என்றான். ஐவான் ஆனந்தக் கண்ணீர் வடித்து மூக்கால் உறிஞ்சினான்.

பீட்டர் புகைக்குழாயைப் பற்றவைத்துக்கொண்டு மீண்டும் பலகணிக்குச் சென்றான்.

''ஐவான், நாம் ஒரு புதிய நகரை நிர்மாணிக்க வேண்டும்'' என்றான் பீட்டர்.

''பீட்டர் அலெக்ஸிவிச், இந்தநகரைப் புணர் நிர்மாணம் செய்துவிடுவோம். ஓராண்டுக்குள் மாஸ்கோ மறுமலர்ச்சி அடைந்துவிடும்.''

''இங்கே கட்டக் கூடாது.''

''பீட்டர் அலெக்ஸிவிச், வேறு எங்கே கட்டுவது? இது புராதனமான இடம். இது நமது முன்னோர்களது மாஸ்கோ'' என்றான் ஐவான். கட்டைக்குட்டையாக இருந்த அவன் வேகமாகக் கண் சிமிட்டிக்கொண்டு தலையைப் பின்புறம் சாய்த்தவாறு பேசினான். ''பீட்டர் அலெக்ஸிவிச், நான் முன்பே இதைப்பற்றி யோசனை செய்துவிட்டேன். மரம் வெட்டுவதற்கு ஐந்தாயிரம் விவசாயிகளைக் கூலிக்கு அமர்த்திவிட்டோம். ஷேக்ஸ்னா, ஷிலோன் ஆகிய நதிகளின் கரைகளில் அந்த மரங்களை அறுத்துத் திருத்தி அந்நதிகளில் மிதக்க விடுவோம். இங்கு வந்தவுடன் அவற்றைச் சேர்த்து வீடு கட்டி விடலாம். நுழை கதவுகளும் திட்டிவாசலும் உள்ள ஒரு வீட்டை ஐந்து ரூபிள் செலவில் கட்டி முடிக்கலாம். இதைவிட உயர்வாக என்ன செய்ய முடியும்? இந்தத் தொழிலில் மென்ஷிகோவ் எனது பங்காளியாக ஈடுபடுகிறான்.''

''இங்கு அல்ல'' என்று ஜன்னலுக்கு வெளியே நோக்கிய பீட்டர் திரும்பக் கூறினான். ''புதிய நகரத்தை லடோகா ஏரியின் அருகே நீவா நதிக்கரையில் கட்டவேண்டும். உங்களது மரம் வெட்டுவோரை அங்கு அனுப்பவேண்டும்.''

முதுகுக்குப் பின்னால் கைகளைக் கோர்த்துக்கொண்டு விரல்களைச் சுழற்ற வேண்டுமென்று ஐவான் துடித்தான்.

''அம்மாதிரியே செய்வோம்'' என்று அவன் கிசுகிசுத்தான்.

''மீன் ஹெர்ஸ், அந்த மான்ஸ் கிழவி (அன்னாவின் தாய்) மீண்டும் கண்டு பேச வந்தாள். அவள் அழுகிறாள். கோயிலுக்குப் போய் வழிபடுவதற்காவது அனுமதி தர வேண்டு மென்கிறாள்'' என்று பிராவ்கின் வீட்டிலிருந்து மாலையில் திரும்பிச் சென்ற பொழுது, மென்ஷிகோவ் எச்சரிக்கையோடு கூறினான். வண்டி சாம்பல் மேடுகளைக் கடந்து சென்றது. காற்றில் பறந்த சாம்பல், வண்டியின் தோல்கூண்டை ஓங்கி அடித்தது. பீட்டர் வண்டியின் மூலையில் சாய்ந்தான். மென்ஷிகோவ் சொன்னதை அவன் கேட்கவில்லையென்று தோன்றியது.

நோடிபர்க் போராட்ட வெற்றிக்குப்பின், பீட்டர் ஒரே ஒரு சந்தர்ப்பத்தில்தான் அன்னாவைப் பற்றிக் குறிப்பிட்டான். பீட்டரின் உருவப்படத்தை வைத்துச் சுற்றிலும் வயிரங்கள் பதிக்கப்பட்டிருந்த பதக்கத்தை அவளிடமிருந்து பெற்றுவருமாறு அவன் மாஸ்கோ வந்த பின் மென்ஷிகோவிடம் உத்திரவிட்ட சந்தர்ப்பமே அது. அவள் தனது நகைகளையும் பணத்தையும் முன்போலவே அனுபவிக்க பீட்டர் அனுமதியளித்தான். அவள் கிராமத்துக்குப் போக விரும்பாவிடில் அந்த மாளிகையிலேயே தொடர்ந்து வாழலாமென்றும் கூறப்பட்டது. ஆனால் அவள் மாளிகையிலிருந்து வெளியே போகக் கூடாது என்றும் வீட்டுக்குள்ளேயே அடைந்து கிடக்க வேண்டுமென்றும் கட்டளையிடப்பட்டாள்.

ஒரு களையை வேரோடு பிடுங்கி எறிவது மாதிரி, அவன் அந்தப் பெண்ணிடம் ஏற்பட்டிருந்த பாசத்தை வேதனையோடு அறுத்தெறிந்தான். அவளை மறந்துவிட்டான். இப்பொழுது வண்டியில் மென்ஷிகோவ் அவளைப் பற்றிக் குறிப்பிட்டபொழுது, அவனது முகத்தில் ஒரு விதமான அசைவும் ஏற்படவில்லை. அன்னா அவனுக்குக் கடிதம் எழுதினாள்; ஆனால் ஒரு பதிலும் வரவில்லை. அவள் தன் தாயாரைப் பரிசுகளுடன் மென்ஷிகோவிடம் அனுப்பினாள். தன் வாழ்வில் ஜாரை மட்டுமே காதலித்ததாகவும், பீட்டரின் காலடியில் விழுவதற்கு அனுமதி வேண்டுவதாகவும் அவள் மென்ஷிகோவுக்குத் தாயார் மூலம் தகவல் அனுப்பினாள். அந்தப் பதக்கத்தைக் கோனிக்ஸெக் தன்னிடமிருந்து களவாடியதாக அவள் சாதித்தாள். அவள் கோனிக்ஸெக்குக்கு எழுதிய காதற்கடிதங்களும் கிடைத்துள்ளனவென்பது அவளுக்குத் தெரியாது.

மீன் ஹெர்ஸுக்கு ஒரு பெண்ணின் அன்பு அவசர அவசியமாகத் தேவைப்பட்ட தென்பதை மென்ஷிகோவ் உணர்ந்திருந்தான். ஜாரின் பணியாட்கள் அனைவரும் மென்ஷிகோவிடம் வருமானம் பெற்றுப் பயனடைந்ததால், அவர்கள் அவனிடம் ஜாரைப் பற்றித் தெரிவித்தார்கள். அவன் சரிவர உறங்குவதில்லையென்றும் முனங்கிக்கொண்டே கிடப்பதாகவும், முழங் கால்களால் சுவரை நைப்புடைக்கிறானென்றும் அவர்கள் தெரிவித்தனர். அவனுக்குப் பெண்ணியற்கை அமைந்தவள் கிடைத்தால் மட்டும் போதாது. அவள் இன்முகம் காட்டி அன்பு சொரிந்து மென்மை சிறக்க நடந்து கொள்ளும் வாழ்க்கைத் துணைவியாகவும் இருத்தல் வேண்டும். அன்னாமான்ஸைப் பற்றி மெஷிகோவ் குறிப்பிட்டதே, பீட்டரின் சலனங்களைக் கண்டறிவதற்காகத்தான். ஆனால் பீட்டர் எவ்வகையான சலனத்தையும் வெளியிடவில்லை. அவர்கள் மரக்கட்டை பாவிய சாலையிலிருந்து மிருதுவான பாதையில் திரும்பினார்கள். மென்ஷிகோவ் திடீரென்று உரக்கச் சிரித்துத் தலையை ஆட்டினான். பீட்டர் அவனிடம் வறட்சியாகப் பேசினான்.

''உங்களையெல்லாம் எப்படி மேய்க்கிறேனென்று எனக்கே வியப்பாயிருக்கிறது. நான் ஏன் உங்களைக் கட்டிக்கொண்டு மாரடிக்க வேண்டுமென்று தெரியவில்லை.''

''நான் என்ன செய்தேன்? சத்தியமாகச் சொல்கிறேன்...''

''நீ என்ன செய்தாலும் அதில் ஏதாவது வஞ்சனை இல்லாது இருக்காது. இப்பொழுதும் நீ ஏதோ வாய்மையற்ற செயலுக்குத் திட்டமிடுகிறாய். எனக்குப் புரிகிறது.''

மென்ஷிகோவ் மூக்கால் உறிஞ்சினான்.அவர்கள் சிறிது நேரம் அமைதியாயிருந்தனர். அதன்பின் மென்ஷிகோவ் இளநகை தவழத் தன் பேச்சைத் தொடங்கினான்:

''நான் ஷெரிமிடேவுடன் சண்டை போட்டுவிட்டேன். அவர் விரைவில் உங்களிடம் புகார் செய்வார். அவர் எப்பொழுதும் தன் வீட்டு நிர்வாகியைப் பற்றிப் பெருமையடித்துக் கொண்டிருந்தார். அவளை ஒரு குதிரைப் படை வீரனிடமிருந்து ஒரு ரூபிள் விலைக்கு வாங்கியதாகக் கூறினார். பத்தாயிரம் ரூபிள் கிடைத்தாலும் அவளைப் பிரிய மாட்டேனென்றும், அவள் உல்லாசமும் உயிர்த்தளிர்ப்பும் மிகுந்தவள் என்றும் அவளால் செய்ய முடியாத காரியம் ஒன்றுமில்லை என்றும் கூறினார். எனவே, நான் அவரைக் கையில் போட்டுக்கொள்ள முயன்றேன். நாங்கள் கணிசமான அளவுக்குக் குடித்தோம். அவளைப் பார்க்கவேண்டு மென்றேன். அவள் 'எங்கு இருக்கிறாளென்று தெரியாது எனக் கூறித் தட்டிக் கழிக்க முயன்றார். ஆனால் நான் வற்புறுத்தினேன். கிழவருக்கு இக்கட்டான நிலைமை. சாக்குப்போக்குச் சொல்லிப் பயனில்லை. அதன் பின் அவளைக் கூப்பிட்டார். அவளைக் கண்டவுடனேயே என் இதயத்தைப் பறிகொடுத்து விட்டேன். உண்மையான அழகி, குதூகலமாயிருந்தாள். தெளிவான குரல்; உல்லாசமான கண்கள்; சுருள்கேசம். புரதான வழக்கப்படி, விருந்தாளிக்கு முத்தம்கொடுத்து மதுக் கோப்பையை வழங்க வேண்டுமென்ற நான் கூறினேன். ஷெரிமிடேவ் என்னை உறுத்துப் பார்த்தார். ஆனால் அவள் சிரித்தாள். அவள் ஒரு குடி கிண்ணத்தில் ஒயினை ஊற்றி எனக்குக் கொடுத்துவிட்டு தலை வணங்கினாள். நான் அதைக் குடித்துவிட்டு அவளது இதழ்களில் முத்தமிட்டேன். மீன் ஹெர்ஸ், அந்த முத்தம் என்னைத்தகித்தது. என்னால் வேறு எதைப் பற்றியும் சிந்திக்க முடியவில்லை. இரத்தம் சூடேறியது. ''இந்த நங்கையை என்னிடம் கொடுத்துவிடுங்கள். நான் அவளுக்காக என் அரண்மனையையே உங்களுக்கு தருவேன்; கடைசிச் சட்டையையும் தருவேன். இம்மாதிரியான ஒரு மங்கைக்கு உங்களால் ஈடுகொடுக்க முடியாது. அவளுடன் இன்பம் துய்ப்பதற்கு ஓர் இளைஞன் தேவை. நீங்கள் அவளது ஆவலைக் கிளறிவிட்டு விட்டு அதைப் பூர்த்தி செய்யமாட்டீர்கள். மேலும் உங்களுக்கு மனைவி மக்கள் இருக்கின்றனர். இம்மாதிரிச் செய்வது பாவம். தவிர, இந்தக் கயமைச் செயலைப் பீட்டர் அலெக்ஸிவிச்சுக்குத் தெரிந்தால் அவர் என்ன சொல்வாரோ?'' என்று நான் கிழவரிடம் பேசினேன். கிழவர் எக்கச் சக்கமாகச் சிக்கிக்கொண்டார். அவர் கஷ்டப்பட்டு மூச்சுவிட்டார். 'அலெக்ஸாண்டர் டாடனிலோவிச், என்னிடம் எஞ்சியுள்ள ஒரே இன்பப் பொருளையும் தட்டிப் பறிக்க முயல்கிறாய்' என்று அவர் கூறினார். அவர் நிர்க்கதியாகக் கையை அசைத்து அழத் தொடங்கினார். அது உண்மையிலேயே வேடிக்கையாயிருந்தது. அதன் பின் அவர் தனியாகப் படுக்கையறைக்குச் சென்று அதன் கதவை அடைத்துக்கொண்டார். அந்தப் பெண்ணோடு விஷயங்களைப் பேசி முடிப்பதற்கு அதிக நேரமாகவில்லை. நான் ஒரு கோச்சுக்குச் செல்லி அனுப்பினேன். அவளையும் அவளது மூட்டைகளையும் அதில் ஏற்றி விடுதித் துறைக்கு இட்டுச் சென்றேன். மறுநாள், அவளை மாஸ்கோவுக்கு அழைத்து வந்தேன். அவள் ஒரு வார காலத்துக்குச் சிறிது அழுதாள். ஆனால் அது வெறும் நடிப்பு என்றுதான் நான் நினைக்கிறேன். இப்பொழுது என் வீட்டில் பறவை மாதிரி இன்பமாக வாழ்கிறாள்.''

பீட்டர் அவளது பேச்சைக் கேட்டானா இல்லையா என்பதைக் கண்டுபிடிக்க முடியவில்லை. ஆனால் மென்ஷிகோவ் தன் கதையை முடித்தவுடன், பீட்டர் இருமினான். பீட்டரின் பல்வகை இருமல்களது உள்ளுறைப் பொருளை அறிந்தவனான மென்ஷிகோவ், பீட்டர் கவனமாகச் செவி கொடுத்தான் என்பதைப் புரிந்துகொண்டான்.

6

பிராவ்கின், சிவிஸ்னிகோவ், வியாபாரியான ஸாட்ராபிஸ்னி ஆகியோரும், அரசாங்க ஏஜண்டுகளை டுப்ரோவ்ஸ்கி, ஷீகோலின், எவ்ரிநாவ் ஆகியோரும் துணி, லினன், ஸில்க் ஆகியவற்றை உற்பத்தி செய்யும் தொழிற்சாலைகளையும் காகித மில்களையும் கயிறு உற்பத்தி ஸ்தாபனங்களையும் யாவூஸா மாஸ்க்வா நதிக்கரைகளில் அமைத்தார்கள். போரில் இறந்த நிலப் பிரபுக்களுக்கும் அவமானமுற்றுத் தண்டனை பெற்ற நிலப்பிரபுக்களுக்கும் சொந்தமான எஸ்டேட்டுகளைச் சுவீகரித்துக்கொண்ட எஸ்டேட் இலாகா, பல கிராமங்களை இந்தப் பாக்டரிகளுக்கு நிரந்தர அடிமைகளாக்கியது.

வியாபாரிகள் தமது சோம்பலிலிருந்து விடுபட்டுக் கொண்டிருந்தார். அவர்கள் பெருந்தீக்குப் பிறகு புதிதாகக் கட்டிய நிர்வாகிகளின் அவை வாயிலில் கூடிய பொழுதெல்லாம் புதிதாகப் பிடிபட்ட இங்கிரியாவைப் பற்றியே உரையாடினார்கள். வரும்கோடையில், கடற்கரைப் பகுதியிலுள்ள இங்கிரியாவில் உறுதியாக நிலைகொள்ள முடியுமென்று அவர்கள் எதிர்பார்த்தனர். அவர்கள் தமது நிலவறையில் புதைத்திருந்த பாட்டன்மார்களின் பொற் காசுப் பானைகளைத் தோண்டி எடுத்தனர். தமது சிப்பந்திகளைச் சந்தைகளுக்கும் சாராயக் கடைகளுக்கும் அனுப்பி உழைப்பாளிகளை ஒப்பந்த அடிமைகளாக அமர்த்தினர்.

அந்த வருடக் குளிர்காலத்தில், பிராவ்கின் தனது தொழில்களைப் பெரிய அளவுக்கு விஸ்தரித்தான். உத்திரவாதப் பத்திரங்கள் எழுதிக்கொடுத்து ரோமோடானோவ்ஸ்கியின் அதிகாரத்துக்குட்பட்ட சிறைகளிலிருந்து கைதிகளைக்கொண்டு வந்து வேலை வாங்கும் சலுகையை அவன் மென்ஷிகோவின் உதவியால் பெற்றான். அந்தக் கைதிகளில் சிலர் விலங்கிடப்பட்டும் சிலர் விலங்கிடப் படாமலும், பிராவ்கினது துணி லினன் பாக்டரிகளில் வேலை செய்தனர். அந்தப் பாக்டரிகளின் நீர் உருளைகள், யாவூஸா நதிக்கரையில் பேரோசை செய்தன. அவன் குற்ற விவகார இலாகாவிடம் எழுநூறு ரூபிள் கொடுத்து ஸிமோவின் விடுதலையைப் பெற்றான். ஸிமோவை வாரனேஷிலிருந்து மூன்று குதிரை பூட்டிய வண்டியில் வரவழைத்தான். இப்பொழுது, ஸாகோல் நிகியிலுள்ள ஐவானது மரம் அறுப்பு மில்லில், ஸிமோவ் வேம்பாவிலிருந்து செயல்படும் ஓர் அற்புதமான பொறியை அமைத்துக் கொண்டிருந்தான்.

எங்கு நோக்கினும், தொழிலாளர் பற்றவில்லை என்ற குறை தென்பட்டது. கிராமங்களிலிருந்து பாக்டரிகளில் வேலை செய்வதற்காகத் தருவிக்கப்பட்ட பலர், இந்தப் புதிய அடிமை முறையை வெறுத்துத் தொலைவிலுள்ள பாழான பிரதேசங்களுக்கு ஓடினார்கள். நிலப்பிரபுவுக்கு வேலை செய்வது கடினமாயிருந்தது என்பதும் பல குதிரைகள் கூட விவசாயி மாதிரி 'பாடுபடவில்லை என்பதும் மெய்தான். ஆனால் இந்தப் பாக்டரிகளின் அடிமை முறை அதைவிட மோசமாயிருந்தது. கைதியோ, சுதந்திரமானவனோ சகல உழைப்பாளிகளும் சிறையில் நடத்துவதை விடக் கேவலமாகப் பாக்டரியில் நடத்தப்பட்டனர். ஓர் உயரமான கம்பிவேலி ஒவ்வொரு பாக்டரியைச் சுற்றியும் அமைக்கப்பட்டிருந்தது. நுழைவாயிற்

காவலர்கள் நாய்களை விடக்கொடியவர்களாயிருந்தனர். இருண்ட தொழிற்சாலையில் கடகடவென்று ஒலித்த தறிகளைக் கவனித்த தொழிலாளி பாடவும் முடியாது. அவன் பாடினால், மேலாளாக வேலை பார்த்த அன்னியன் தன் கைத்தடியால் அவன் தோளில் அடித்துச் சிறையில் தள்ளுவதாக அச்சுறுத்தினான். கிராமத்தில், குளிர்காலத்திலாவது விவசாயி கணப்பின் மீது படுத்து நன்றாக உறங்க முடிந்தது. ஆனால் இங்கு கோடையிலும் குளிர் காலத்திலும், இரவிலும் பகலிலும், தொழிலாளி தறியின் ஓட்டத்தைச் செயற்படுத்திக்கொண்டே இருந்தான். அவன் தனது துணிகளையும் சம்பளத்தையும் பெறுவதற்கு முன்பாகவே அவற்றைக் கொடுப்பதாக உறுதி கூறிக் குடித்துவிட்டான். ஆகக்கூடி அது அடிமை முறையாகவே இருந்தது. ஆனால் அகின்பிடெமிடாவுக்குச் சொந்தமான யூரல் பாக்டரிகளையும் சுரங்கங்களையும் பற்றி உலவிய வதந்திகள் தாம் மிகவும் அஞ்சத்தக்கவையாக இருந்தன. அவனுடைய ஸ்தாபனங்களுடன் இணைக்கப்பட்ட ஜில்லாக்களிலுள்ள ஜனங்கள், அவற்றில்போய் வேலை செய்வதற்கு அஞ்சி மனம் போன போக்கில் ஓடினார்கள்.

டெமிடாவின் ஏஜண்டுகள் சந்தைகளிலும் சாராயக்கடை உள்ள இடங்களிலும் சுற்றித் திரிந்தனர். கண்டவர்களுக்கெல்லாம் தாராளமாக மது வழங்கினர். யூரல் பிரதேசத்தின் சொகுசான வாழ்வைப்பற்றிச் சிறப்பாக வர்ணித்தனர். அங்கு நிலம் நிறைய இருப்பதாகவும் ஓராண்டு வேலைசெய்துவிட்டுப் பணத்தைக் குல்லாயினுள் தைத்துக்கொண்டு அமைதியாக வந்துவிடலாமென்றும், விரும்பினால், பொன்னெடுப்பதற்காக நிலம் ஆராயாலாமென்றும் அங்கு கண்ட இடமெல்லாம் பொன் கிடக்கிறதென்றும் அவர்கள் கூறினார்கள்.

இம்மாதிரி ஏஜண்டுகளில் ஒருவன், தகுதியான நபரைப்பிடித்து மிகுதியாகக் குடிக்கச்செய்த பின்னர், சாராயக்கடைக்காரனையே சாட்சியாக வைத்துக்கொண்டு அந்தக் குடி வெறியனுக்கு முன்னால் ஒரு பத்திரத்தை நீட்டினான். ''இங்கே, மசியால் ஒரு குறி இடு'' என்று கூறினான். அதன்பின் அந்த மனிதன் மீளமுடியாது. அவனை வண்டியில் ஏற்றினார்கள். வன்முறையில் அவன் எதிர்த்தால், அவனுக்கு விலங்கிட்டு வண்டியிலேற்றினார்கள். அதன்பின் அவனை நூற்றுக்கணக்கான மைல் தூரத்துக்கு அப்பால் கொண்டுசென்றனர். வால்காவுக்கு அப்பால், கிர்கிஷ் ஸ்டெப்பிகளுக்கு அப்பால் காடு அடர்ந்த உயரமான மலைகளுக்கு அப்பால் நிவ்யான்ஸ்கி பாக்டரிக்கோ சுரங்கத்துக்கோ கொண்டு சென்றனர். அங்கு போனவர்களில் மீண்டவர் சிலரே, அங்கு தொழிலாளரை அடை கல்லுடனும் உலையுடனும் கட்டிப்போட்டனர். கீழ்ப்படியாதவர்களுக்குக் கசையடிகிடைத்தது. கஸாக்குகள் கயிறுகளுடன் குதிரைமீது அமர்ந்து சகல சாலைகளையும் காட்டுப்பாதைகளையும் காவல் காத்ததால், அங்கிருந்து ஓட முடிய வில்லை. கலகம் செய்யத்துணிந்தவர்கள் ஆழமான சுரங்க வழிகளில் தூக்கி எறியப்பட்டனர் அல்லது குளங்களில் மூழ்கடிக்கப்பட்டனர்.

கிறிஸ்துமஸுக்குப் பிறகு, பட்டாளத்துக்குப் புதிதாக ஆட்கள் எடுத்தார்கள். ஜாரின் ஏஜண்டுகள், சகல டவுன்களிலும் தச்சர்களையும் கல் தச்சர்களையும் தொழிலாளிகளையும் திரட்டினார்கள். மாஸ்கோவுக்கும் நாவோகிரோடுக்கும் இடையே வசித்தவர்கள் அனைவரும் வண்டி ஓட்டும் வேலைக்குத் திரட்டப்பட்டனர்.

7

''உன் காதரீனாவை ஏன் எனக்குக் காட்டுவதில்லை?''

''மீன் ஹெர்ஸ், அவள் கூச்சப்படுகிறாள். என்னிடம் பிரியமாயிருக்கிறாள். என்னிடம் மிகவும் அன்பாயிருப்பதால், அவள் வேறு எவரையும் கண்ணெடுத்துப் பார்க்கமாட்டார்கள். அவனைத் திருமணம் செய்துகொள்ளலாமென்று கூடத்தோன்றுகிறது.''

''பின்னர், ஏன் கல்யாணம் செய்துகொள்ளாதிருக்கிறாய்?''

''செய்துகொள்ளலாம்; ஆனால்...''

மென்ஷிகோவ் அடுப்பின் அருகில் வழவழப்பான தரையில் அமர்ந்து நெருப்பைக் கிளறிவிட்டான். காற்று புகைபோக்கில் ஊளையிட்டது; இரும்புத் தகட்டால் ஆன கூரையைத் தாக்கிக் கடகடவென்று ஒலி எழுப்பியது. உயரமான ஜன்னலின் கதவுகள்மீது பனி சுழன்றுமோதியது. மேஜைமீதிருந்த இரண்டு மெழுகுவத்திகளின் சுவாலைகள் நடுங்கின. பீட்டர் புகைபிடித்தான்; ஒயின் குடித்தான்; சிவந்த முகத்தையும் ஈரக்கசிவான மயிரையும் துண்டினால் துடைத்தான். அவன் அப்பொழுதுதான் தூலாவிலுள்ள பாக்டரிகளுக்கு விஜயம்செய்துவிட்டுத் திரும்பி வந்திருந்தான். நீராடுவதற்காக நேராக மென்ஷிகோவ் வீட்டுக்கு வந்திருந்தான். அவன் மூன்று மணிநேரம் நீராவி ஸ்நானம் செய்தான். மென்ஷிகோவின் மணச்சத்து இட்ட லினனையும் ஸில்க்கோட்டையும் தரித்துக்கொண்டு இரவு உணவு உண்பதற்கு அமர்ந்தான். அவன் கழுத்தையும் மார்பையும் திறந்துவிட்டிருந்தான். அந்தச் சிறிய போஜன அறைக்கு வேலைக் காரர்கள்கூட வரக்கூடாதென்று உத்திரவிட்டிருந்தான். அவன் மென்ஷிகோவுடன் பல் வகைப்பட்ட சில்லறை விவகாரங்களைப்பற்றி உரையாடிவிட்டுச் சிரித்தான். திடீரென்று காதரீனாவைப்பற்றி விசாரித்தான். வண்டியில் வந்தபொழுது உரையாடியதன் பிறகு, இப்பொழுதே அவன் முதன் முதலாக அவளைப்பற்றிக் குறிப்பிட்டான்.

''பீட்டர் அலெக்ஸிவிச், இழிகுடியில் பிறந்தவனான நான் ஒரு கைதியை மணம்செய்து கொள்வதென்றால்... எனக்குப் புரியவில்லை...'' என்று விட்டுவிட்டுப்பேசிய மென்ஷிகோவ் இருப்புச் சட்டத்தால் நெருப்பைக் கிளறித் தீப்பொறி பறக்கச்செய்தான். ''யூடோக்ஸியா ஆர்ஸெனீவாவை மணம் புரிந்தகொள்வதற்கு இணங்குவேனா என்று என்னைக் கேட்டிருக் கிறார்கள். அது ஒரு தொன்மையான குடும்பம்;* பொற்குலத்தைச் சேர்ந்த குடும்பம். அவளை நான் மணந்துகொண்டால், நான் அப்பம் விற்றவன் என்பதை ஜனங்கள் மறப்பதற்கு அது உதவும். அன்னியர்கள் என்னைப் பார்ப்பதற்கு வந்துகொண்டேயிருக்கிறார்கள். என் மனைவி யார் என்பதையும் என் அந்தஸ்து என்ன என்பதையும் தாம் அவர்கள் முதன் முதலில் அறிய விரும்புகிறார்கள். நீங்கள் என்னைத் தெருவில் கண்டு எடுத்தீர்களென்று அவர்களிடம் குசுகுசுப்பதில் நமது கொழுத்தப்பருந்த சந்துப்பட்டை உடைய உயர்குடிப் பிரபுக்கள் பேரானந்தம் அடைகிறார்கள்.''

★ பொற்குலம் (Golden Horde) கிப்சக்குகள் என்ற துருக்கியக் குடியினர். அவர்களது சாம்ராஜ்யம் மத்திய ருஷியாவிலும் தென் ருஷியாவிலும் பதின்மூன்றாம் நூற்றாண்டில் ஸ்தாபிக்கப்பட்டது. (மொ-ர்)

''நீ சொல்வது உண்மை''என்று முகத்தைத் துடைத்துக்கொண்ட பீட்டர் கூறினான். அவனது கண்கள் பிரகாசித்தன.

மென்ஷிகோவ் இருப்புச் சட்டத்தைக் கீழே போட்டுவிட்டு மேலும் பேசினான்: ''எனக்குக் கோமகன் போன்ற பட்டம் ஏதாவது இருந்தால் நன்றாயிருக்கும்.'' அவன் பித்தளையில்

செய்த தீத்தாங்கியை அடுப்புவாயில் வைத்தான். மேஜையின் அருகே வந்து, ''மீன்ஹெர்ஸ், பயங்கரமான பனிப்புயல் வீசுகிறது. நீங்கள் இன்று இரவு வீட்டுக்குப்போக வேண்டாம்'' என்றான்.

''வீட்டுக்குப் போவதாக நான் கருதவில்லை'' என்றான் பீட்டர்.

மென்ஷிகோவ் ஒயின்கோப்பையைக் கையில் எடுத்தான்; அது நடுங்கியது. அவன் கண்களை உயர்த்தாது அமர்ந்திருந்தான்.''இந்தப் பேச்சைத் துவக்கியது நான் அல்ல, நீதான். போய் அவளை அழைத்துவா.'' என்றான் பீட்டர்.

மென்ஷிகோவின் முகம் வெளுத்தது. அவன் உணர்ச்சி மிகுதியோடு எழுந்து அறையிலிருந்து வெளியேறினான். பீட்டர் காலை ஆட்டிக்கொண்டு அமர்ந்திருந்தான். காற்று ஊளையிட்டதைத்தவிர, வேறு ஒரு சத்தமும் கேட்கவில்லை. பீட்டர் புருவத்தை உயர்த்திக் கேள்விப் புலனைக் கூராக்கிக் கொண்டான். அவனது கால், கடிகார ஊசல் குண்டுபோல் முறையாக ஆடிக்கொண்டிருந்தது. அதன்பின் ஆத்திரமும் அவசரமும் விளங்கிய காலடி ஓசை கேட்டது. திரும்பிவந்த மென்ஷிகோவ் உதட்டைக் கடித்துக்கொண்டு கூறினான்:

''அவள் வந்துகொண்டிருக்கிறாள்.''

பீட்டரின் தீட்டிய செவியில் , பெண்ணின் பாத ஒலி விழுந்தது. அவள் அமைதி நிறைந்த வீட்டில் குதிகால்களால் தட்டிக்கொண்டு களிப்போடு வருவதாக அவனுக்குத் தோன்றியது.

''உள்ளே வா, பயப்படாதே'' என்று கூறிய மென்ஷிகோவ் கதவுவழியே காதரீனா பிரவேசிப்பதற்கு இடம் விட்டு விலகினான். நடைபாதையின் இருளுக்குப்பின் அறையின் மெழுகுவத்திச் சுவாலைகளைக் கண்டதும் அவளுக்குக் கண்கள் சற்றுக் கூசின. அதன்பின் அவள் யாது செய்வது என்று வினவுவதுபோல் மென்ஷிகோவைப் பார்த்தாள். அவள் அவனது தோள் அளவே இருந்தாள்; கருங்கூந்தலும் உயர்ந்து தாழும் புருவங்களும் பீட்டரின் கவனத்தைக் கவர்ந்தன. அச்சமில்லாமல் முன்போல் இலேசாக நடந்து பீட்டரிடம் சென்று வணங்கினாள்; மேஜையின் மேலிருந்த அவனது பெரிய கரத்தை அசேதனப் பொருள்மாதிரி எடுத்து முத்தமிட்டாள். அவன் அவளது இதழ்களின் வெது வெதுப்பையும் சீரான வெண்பற்களின் தன்மையையும் உணர்ந்தான். அவள் தனது வெண்மையான சிறிய தூசாடையின் அடியில் கரங்களைக் குவித்துக்கொண்டு பீட்டரது கைவைத்த நாற்காலி முன்னால் நின்றாள். இலாவகமாக நடந்துவந்த அவளது பாதங்கள் ஒன்றுக்கொன்று சிறிது விலகி நின்றன. அவள் ஒளிவு மறைவு இல்லாமலும் உல்லாசமாகவும் பீட்டரின் கண்களை நோக்கினாள்.

''காதரீனா உட்கார்ந்துகொள்.''

அவள் தனக்கு அரைகுறையாகத் தெரிந்த ருஷியமொழியில் பதிலளித்தாள். ஆனால் அந்தக் குரல் எவ்வளவு இனிமையாயிருந்தது! வெளியே புயல் அடித்த போதிலும் இங்கே கதகதப்பும் பாதுகாப்பும் உறுதியாகக் கிடைக்குமென்ற உணர்ச்சி அந்தக்குரலைக் கேட்ட பீட்டருக்கு உண்டாயிற்று. அவனது செவிகளின் விறைப்பு மறைந்தது. பாதத்தை ஆட்டுவதையும் அவன் நிறுத்தினான்.

''நன்றி உட்கார்கிறேன்'' என்று கூறிய அவள் உடனடியாக ஒர நாற்காலியின் விளிம்பில் அமர்ந்து கொண்டாள். தூசாடையின் அடியில், வயிற்றுக்குமேல் குவிந்த கரங்களை அவள் இன்னமும் எடுக்கவில்லை.

'' நீ ஓயின் குடிப்பாயா?''

''குடிப்பேன். நன்றி.''

''இந்தச் சிறைவாழ்வு கஷ்டமாயில்லையே?''

''கஷ்டமாயில்லை. நன்றி.''

மென்ஷிகோவ் முகத்தைத் தொங்கப் போட்டுக்கொண்டு மேஜைக்கு வந்தான்; மூவருக்கும் ஒயின் ஊற்றினான்.

''நன்றி, நன்றி என்று சொல்வதைத்தவிர, வேறு ஒன்றும் பேசமாட்டாயா? ஏதாவது பேசு'' என்று மென்ஷிகோவ் அவளிடம் கூறினான்.

''நான் எப்படி அவருடன் பேசுவேன். அவர் சாதாரண மனிதர் அல்ல'' என்றாள் அவள் .

அவள் தூசாடையின் அடியிலிருந்து ஒரு கையைக் கொண்டுவந்து ஒயின் கோப்பையை எடுத்தாள். கண்ணில் விரைவாக ஒளிவீசப் பீட்டரை நோக்கிப் புன்னகை செய்தாள்.

பீட்டர் சிரித்தான். அவன் இம்மாதிரி மன நிறைவோடு சிரித்து நீண்டகாலமாகிவிட்டது. அவன் காதரீனாவைக் கேள்வி கேட்கத்தொடங்கினான். அவள் சொந்த ஊர் எது, எங்கு வாழ்ந்தாள், எப்படிக் கைதியானாள் என்பனவற்றை விசாரித்தான். அவனுக்குப் பதில் கூறிய பொழுது அவள் தன் நாற்காலியில் நன்றாக அமர்ந்துகொண்டாள்; மேஜை விரிப்பின் மீது திறந்த மேனிக்கு இருந்த முழங்கைகளை வைத்துக்கொண்டாள். அவளது கரியகண்கள் பளபளத்தன. மிருதுவாக மினுமினுத்த மார்பகத்தின்மீது இருண்டு பின்னல்களாகக் கிடந்த அவளது கருங்கேசம் ஸில்க் மாதிரி அவள் தனது சில வருடவாழ்வில் தன்னை வருத்திய சூறாவளிகளையும் சமாளித்திருப்பாளென்று பீட்டருக்குத் தோன்றியது.

மென்ஷிகோவ் கோப்பையில் ஒயின் ஊற்றிக்கொண்டேயிருந்தான். அடுப்பில் அதிகமான விறகுகளை வைத்தான். பனிப்புயல் ஊளையிட்டுத் துணுக்குறச் செய்தது. பீட்டர் சோம்பல் முறித்தான். குட்டை மூக்கைச் சுருக்கினான், காதரீனாவைப் பார்த்துக்கூறினான்:

''சரி, படுக்க நேரமாகி விட்டது என்று நினைக்கிறேன். நான் போகிறேன். காட்டூஷா, மெழுகுவத்தியை எடுத்துக் கொண்டுவந்து வழியைக்காட்டு.''

வெடு வெடுப்பாயுள்ள விவசாயியான பிட்கா விலங்கிட்ட கால்களை விரித்துக்கொண்டு நின்று மரக்கொட்டாப்புளியால் மரக்கட்டையை அடித்துக் கொண்டிருந்தான். அவனது நெற்றியில் புதிதாகச் சூடு போட்ட இடம் கருஞ்சிவப்பாயிருந்தது. அவன் தாட்டிமையுள்ள ஆள். மற்ற ஆட்கள் தத்தம் தள்ளுவண்டியைக் கீழே போட்டுவிட்டனர் அல்லது இடுப்பளவுத் தண்ணீரில் முகத்தை உயர்த்திக்கொண்டு நின்றனர் அல்லது முதுகிலிருந்த மரக்கட்டையைக் கீழே எறிந்து விட்டனர். சதுப்பான கரையில் மரக்கட்டை அழுத்துவதைப் பார்த்துக்கொண்டு அவர்கள் வாளாவிருந்தனர்.

அந்தத் தீவை யான்னிஸாரி-குழிமுயல் தீவு- என்று பின்லாந்தியர் அழைத்தனர். அந்தச் சிறிய தீவில் கரை கட்டுவதற்காக அவர்கள் மரக்கட்டையை அடிக்கத் தொடங்கியிருந்தனர். மூன்று

வாரங்களுக்கு முன்னால், நீவா நதிக் கரையில் ஒரு மைல் தூரத்தில் இருந்த நீன்ஸ்சான்ஸின் அரண்களை ருஷியர்கள் தாக்கினார்கள். ஸ்வீடிஷ் படையினர் நீவா நதிக்கரைகளைக் கைவிட்டுவிட்டு ஸீஸ்திரா நதிக்கு அப்பால் பின் வாங்கினார்கள். மேடு தட்டுமே என்று அஞ்சிய ஸ்வீடிஷ் கப்பற்படை விரிகுடாவில் தூரத்திலேயே இருந்தது. அதன் கப்பற் பாய்கள், கதிரொளியில் மங்கலாகப் பிரகாசித்த சிற்றலைகளின் இடையே கறுப்பாகத் தோன்றின. இரண்டு சிறிய கப்பல்கள் நீவா நதியின் கழிமுகத்தை நோக்கித் துணிந்து வந்தன; ஹிர்வி தீவுவரை வந்தன. ஆனால் அந்தத் தீவின் மரங்களிடையே ருஷியப் பீரங்கி அடுக்கு ஒன்று மறைவாயிருந்தது. அந்தச் சிறிய கப்பல்கள் ருஷியர்களது குட்டிக் கப்பல்களால் வளைக்கப்பட்டுப் பிடிப்பட்டன.

நிறைய இரத்தம் சிந்தி மிகுதியாகப் பாடுபட்டதின் பலனாக, வடோகா ஏரியிலிருந்த கடலுக்குள்ள பாதை ருஷியர் வசமாயிற்று. கிழக்கேயிருந்து எராளமான வாகன் தொடர்களும் தொழிலாளரும் கைதிகளும் வந்து சேர்ந்தனர். பீட்டர் ரோமோடானோவ்ஸ்கிக்கு எழுதினான்: ''இங்க ஆள்படை அவசர அவசியமாகத் தேவைப்படுகிறது. எல்லா நகரங்களுக்கும் அலுவலகங் களுக்கும் நகர சபைகளுக்கும் எழுதுங்கள்; குற்றவாளிகளையெல்லாம் சேகரித்து அனுப்ப வேண்டுமென்று எழுதுங்கள்.'' ஆயிரக் கணக்கான மைல் தூரத்திலிருந்து தருவிக்கப்பட்ட ஆயிரக்கணக்கான ஆட்கள் கட்டுமரங்களிலும் படகுகளிலும் ஏற்றப்பட்டனர். அவர்கள் நீவாவின் வலதுபுறக் கரைக்கும் கொய்பூ தீவுக்கும் அழைத்துச் செல்லப்பட்டனர். அங்கு மண் குடிசைகளும் மிலாறுகளாலான குடிசைகளும் தோன்றின; அடுப்புகள் புகைந்தன; கோடரிகள் கணீரென்று 'ஓசை செய்தன; ரம்பங்கள் அறுத்தன. இங்கே, மண்ணுலகின் இந்தக் கடைகோடிப் படைக்கு, தொழிலாளிகள் வந்து கொண்டேயிருந்தனர். ஆனால் ஒருவனும் திரும்பவில்லை. கொய்பூ தீவுக்கு எதிரில், சதுப்பான யான்னி தீவில் ஆறு காவலரண்களை உடைய ஒரு கோட்டை கட்டப்பட்டது. ருஷிய நாட்டின் சகல வர்த்தகப் பாதைகளுக்கும் வெளிப் போக்காகக் கஷ்டப் பட்டுப் பெற்றுள்ள இந்த நீவா நதி ஆதிக்கத்தைக் காப்பாற்றுவதற்காகவுமே, அந்தக் கோட்டை கட்டப்பட்டது. ''...அந்த ஆறு காவலரண்களை ஆறுசேனாதிபதிகள் கட்டவேண்டும். முதல் காவலரணைப் பீரங்கிப் படை அதிகாரியான பீட்டர் அலெக்ஸியும் இரண்டாவது காவலரணை மென்ஷிகோவும் கட்டவேண்டும். மூன்றாவதைக் கட்டுவது டிரூபிட்ஸ்காய். நான்காவதைக் கட்டுவது ஸோடோவ்...'' கோட்டைக்கு அஸ்திவாரம் இட்டபொழுது பீட்டரின் குடிசையில் மது பருகிக் கால்கோள் விழாவைக் கொண்டாடினார்கள். வாழ்த்து உரைத்து மதுவைப் பருகியும் துப்பாக்கிகளை முழக்கியும் அவர்கள் மனமகிழ்ந்தபொழுது, புதிய கோட்டைக்குப் பீட்டர்ஸ்பர்க் என்று பெயர் சூட்ட முடிவு செய்தனர்.

பால்டிக்கடல் அந்தக் கோட்டையிலிருந்து கல்லெறி தூரத்தில் இருந்தது. மேற்கே ஸ்வூடிஷ் கடற்படையின் கப்பற் பாய்களுக்கு அப்பால் பெரிய கடல் மேகங்கள் விண்ணில் தொங்கின. வேறு ஓர் உலகத்திலிருந்து வரும் புகைபோல் அவை தோன்றின. பாழான கோட்லின் தீவின் காவற்காரர்கள் மட்டுமே, ருஷியர்கள் கண்டிராத அந்த மேகங்களை நோக்கினர்; நீர்ப்பரப்பையும் சூரியஸ்தமனத்தின் பயங்கர ஒளியையும் நோக்கினர். உணவுப் பொருளுக்குப் பஞ்சம் ஏற்பட்டிருந்தது. நாசமாக்கப்பட்ட இங்கிரியாவிலிருந்து எந்தப் பொருளையும் தருவிக்க முடியவில்லை; ஏனெனில் அங்கு பிளேக் நோய் பரவியிருந்தது. தொழிலாளிகள் வேர்களையும் மரப்பட்டையையும் தின்றனர். பீட்டர் ரோமோடானோவ்ஸ்கிக்கு எழுதிய கடிதத்தில், ''இங்கு நோய் பரவிப் பலர் இறந்து விட்டதால்'' அதிகமான ஆட்களை அனுப்பும்படி கூறினான். மேன்மேலும் வாகன் தொடர்களும் விவசாயிகளும் கைதிகளும் வந்து கொண்டேயிருந்தனர்...

சூடேறிய ஈரக் கசிவான நெற்றியில் தலைமயிர் புரள, பிட்கா மரக்கட்டையை ஓக் மரக் கொட்டாப் புளியால் அடித்துக்கொண்டேயிருந்தான்.

மூன்றாம் பாகம்

அத்தியாயம் 1

1

மாஸ்கோ வாழ்வு சுவையற்றதாகிவிட்டது. அந்த ஜீலை மாத வெப்பத்தில், உச்சிப் பொழுதில், தெரு நாய்கள்தாம் கோணி வளைந்த தெருக்களில் பதுங்கிப் பதுங்கிச்சென்றன. ஜனங்கள் வாசலில் எறிந்திருந்த கழிவு கூளங்களை மோப்பம் பிடித்தன. முன்போல், இப்பொழுது பொது மைதானங்களில் கூச்சலும் சந்தடியும் கேட்பதில்லை. முன்காலத்தில், கண்ணியமான பிரஜைகள் சந்தையில் நடந்தபொழுது கடைக்காரர்கள் அவர்களைத் தத்தம் கடைக்குப் பிடித்திழுப்பார்கள்; அதனால் அவர்களது கோட்டுத் தொங்கல்கள் கிழிந்து விடுவதுண்டு. அந்தக் குழப்பத்தில், அந்தக் காலத்தில் அதிகாலையிலே ஆர்பாத், சுஹாரேவ் முதலிய புறப்பேட்டைகளிலிருந்தும் மாஸ்க்வா நதிக்கு அப்பாலிருந்தும் வண்டிகள் நிறையத் துணிகளும் தோல் சாமான்களும் இரும்புச் சரக்குகளும் பானைகளும் கிண்ணங்களும் தட்டுகளும் வினோத வடிவு ரொட்டிகளும் உள் மரப்பட்டைச் சல்லடைகளில் குவிந்த காய்கறி, கனிகளும் வந்துசேர்ந்தன. தெரு விற்பனை யாளர்கள் தூக்குக் கோல்களில் மரப்பட்டைச் செருப்புகளையும் தின்பண்டத் தட்டங்களையும் தொங்கவிட்டுக்கொண்டு விலை கூறினார்கள். வண்டிகளை விரைவாகத் தொகுத்து வைத்துக் கடைகளை அமைத்தனர். ஆனால் இப்பொழுது, காவற்படையினரது பேட்டைகள் பாழாகிக்கிடந்தன. அந்த வீட்டுக்கூரைகள் விழுந்துகிடந்தன; அந்த வீடுகளது முன்றில்களில் முட்செடிகள் மண்டிக்கிடந்தன. அந்தக் காவற்படையினரில் பலர் கைதிகளோடும் ஒப்பந்த அடிமைகளோடும் புதிதாக நிறுவப்பட்ட பாக்டரிகளில் வேலைசெய்தனர். இந்தப் பாக்டரிகளில் உற்பத்தியான லினனும் பஞ்சாடையும் நேராகப் பிரியோபிராஷன்ஸ்கி அலுவலகத்துக்குக் கொண்டு செல்லப்பட்டன. மாஸ்கோ பட்டரைகள் அனைத்தும் வாட்களையும் ஈட்டிகளையும் குதிரை ஏறும் படித் தட்டுகளையும் குதிமுட்களையும் செய்வதில் ஈடுபட்டிருந்தன. ஓர் அங்குலக் கயிறுகூட மாஸ்கோவுக்கு வரவில்லை. உற்பத்தியான கயிறு முழுவதையும் சேனை கட்டாயமாகக் கொள்முதல் செய்தது.

இப்பொழுது, முன்போல் இரவும் பகலும் மணி அடித்துக்கொண்டிருந்தார்களாவென்றால் அதுவும் இல்லை. பல திருக்கோயில்களிலிருந்த பெரிய மணிகளையெல்லாம் இறக்கி வார்ப்படத் தொழிற்சாலைக்குக் கொண்டுபோய்விட்டனர். அங்கே அந்த மணிகளை உருக்கித் துப்பாக்கிகளைச் செய்துவிட்டனர். 'பழைய பிமன்' மணிக்கூண்டிலிருந்த பெரிய மணியைப் புகையிலை நெடிபரப்பிய சிப்பாய்கள் இறக்கி இழுத்தபொழுது மணி அடிக்கும் கோயிற்

பணியாள் மிகுதியாகக் குடித்துவிட்டு உத்திரத்திலிருந்து தூக்குப்போட்டுக்கொள்வதற்கு முயன்றான். பிறகு அவன் ஒரு பெட்டியின் மீது காலைக்கட்டிக்கொண்டு கிடந்தான்: ''ஒரு காலத்தில் மாஸ்கோ நயமான மணியோசைக்குப் புகழ் பெற்றிருந்தது. இப்பொழுது கவலை மிகுந்த காலத்தை அது எதிர் நோக்குகிறது'' என்று அவன் அப்பொழுது வீறிட்டலறினான்.

முன்பெல்லாம், ஒவ்வொரு பாயரது மாளிகைக்கு முன்னாலும், துடுக்கான அடிமைகள் ஒயிலாகக் குல்லாயைத் தரித்துக்கொண்டு அமர்ந்து தமக்குள்ளே விந்தையாகப் பேசிச் சிரித்துப் பொழுது போக்கினர்; அல்லது நாணயங்களைச் சுண்டியாடும் சூதாட்டத்தை ஆடினர்; அல்லது குதிரைமீதோ கால் நடையாகவோ சென்ற வழிப்போக்கர்களிடம் குறும்புசெய்து தொல்லை கொடுத்தனர். ஆகக்கூடி சிரிப்பும் கூச்சலும் முரட்டு விளையாட்டுமாக இருந்தது. ஆனால் இப்பொழுது பாயரது மாளிகையின் நுழை கதவுகள் சாத்தியிருந்தன; அந்த வீடுகளின் விசாலமான முன்றில்களில் அமைதி நிலவியது. ஆடவர்கள் சண்டைக்குப் போய்விட்டார்கள்; பாயர்களது புதல்வர்களும் மகளிரது கணவன்மார்களும் படைப்பிரிவுகளில் கீழதிகாரிகளாகச் செயல் பட்டனர் அல்லது வெளிநாட்டுக்கு வேலை நிமித்தம் அனுப்பட்டிருந்தனர். பாயர்களது இளங்குமாரர்கள், கப்பல் கட்டுதலையும் கணித சாத்திரத்தையும் கோட்டை அமைப்புக் கலையையும் கற்பதற்காகக் கல்லூரிகளுக்குச் சென்றிருந்தனர். பாயர் மட்டும் திறந்த ஜன்னலுக்கு முன்னால் சோம்பேறித்தனமாக உட்கார்ந்திருந்தான். ஜார் பீட்டர் மாஸ்கோவில் இல்லாத சில நாட்களிலாவது தனக்கு ஓய்வு கிடைத்ததை எண்ணியும் புகை பிடிக்கவோ தாடியைச் சிரைக்கவோ முழங்கால் மூட்டுவரை நீண்ட வெள்ளைக் காலுறையை அணிந்து குதித்துக் கூத்தாடவோ கொப்பூழ்வரை நீண்டதாகப் பெண்மயிரை அணியவோ நிர்ப்பந்திக்கப்படாததை எண்ணியும் அவன் ஆறுதல் அடைந்தான்.

பாயர் ஜன்னல்முன் அமர்ந்து மனங்குமைந்து சிந்தனைசெய்தான்; ''என்ன இருந்தாலும், என் அருமை மிஷ்காவுக்குக் கணிதம் கற்றுக்கொடுக்க முடியாது. கணிதம் அறியாமல்தான், மாஸ்கோவைக் கட்டினார்கள். ஆண்டவன் அருளால், ஐந்நூறு ஆண்டுகளாக ஜனங்கள் கணித சாத்திரம் தெரியாது வாழ்ந்தனர். அந்த நாட்களில், வாழ்வும் உயர்வாயிருந்தது. நீவாவின் வெற்றியைப் பாராட்டி எத்தனை பழிகேடான கடல் தெய்வங்களையும் காதல் தெய்வங்களையும் கில்ட் வாகன்களில் வைத்து ஊர்வலம் வந்தால் என்ன? இந்தப் போரிலிருந்து இறுதியான அழிவைத்தவிர வேறொன்றையும் எதிர்பார்க்க முடியாது. ஸ்வீடிஷ் படையினர் நிச்சயமாக நமது சேனையைத் தோற்கடித்து விடுவார்கள். இந்தச் தோல்விக்காகக் காத்திருக்கும் துருக்கியர்கள் கிரீமியாவிலிருந்து கிளம்பி ஓகாவைக் கடந்து முன்னேறுவார்கள். ஓ-ஓ-ஹோ-ஹோ!''

பாயர் ஒரு பருத்த விரலைப் பழத்தட்டை நோக்கி நீட்டினான். பாழாய்ப்போன வண்டுகள் தட்டிலும் ஜன்னல் அருகிலும் மொய்த்துக்கொண்டிருந்தன. சோம்பலோடு மணிமாலையை உருட்டிய பாயர், முன்றிலை நோக்கினான். எங்கும் அனைத்தும் பாழாகிவிட்டனவாகத் தோன்றியது. இந்தப் பல வருடங்களாக ஜாரின் பொழுதுபோக்குகளில் பங்கு கொள்வதற்கே நேரம் போதவில்லை. எனவே, அவன்தன் சொந்த வீட்டைபற்றி யோசித்துப் பார்க்கவேயில்லை. சேமிப்பு அறைகள் காய்ந்து இருந்தன; நிலவறைகளின் புறப்பற்றைக் கூரைகள் தொய்வு அடைந்திருந்தன; ஈரமான பூண்டுகள் எங்கும் மண்டிக்கிடந்தன. பெட்டைக் கோழிகள் மெலிந்து கிடந்தன. வாத்துக்குஞ்சுகள் மிகவும் சிறியனவாக உள்ளன. தாய்ப்பன்றிக்குப் பின்னால் செல்லும் கூனல் குட்டிகளோ அழுக்காகவும் சோனியாகவும் இருந்தன. பன்றிகளைக் கவனித்த பணிப் பெண்ணையும் கோழிப்பண்ணையை நிர்வகித்த வேலைக்காரியையும் கூப்பிட்டு அவர்களைப் பர்ச் மரக்கம்பால் அடிக்கச்செய்து தண்டிக்க வேண்டுமென்பதை பாயர் அறிந்திருந்தான்.ஆனால் இந்த உஷ்ணத்தில் உரக்கக் கத்துவதற்கும் ஆத்திரப்படுவதற்கும் அவனால் முடியவில்லை.

பாயர் தன் கண்களை உயர்த்தினான். வேலிக்கு அப்பால், இளமஞ்சள் மலர்களாலும் இரைச்சலிடும் தேனீக்களாலும் சூழப்பட்ட எலுமிச்சை மரங்களுக்கு அப்பால், அவன் நோக்கினான். சிறிது தூரத்தில், புயல் மழை வெயிலில் அடிபட்டு நிறமிழந்த கிரெம்லின் சுவர்கள் தென்பட்டன. அவற்றின் ஞாயில்களது பிளவுகளில் புதர்கள் மண்டிக்கிடந்தன. வேடிக்கையாக இதைக் கருதமுடியாது; ஏனெனில் இந்தக் காட்சி வேதனை அளித்தது. ஜார் பீட்டரின் ஆட்சியால் ஏற்பட்ட விளைவு இது! டிராயிட்ஸ்கி நுழை வாயிலில், குப்பை மேடுகள் கண்ணைக்குத்தின. அகழியோ சேறான குட்டையாகிவிட்டது; பெட்டைக் கோழியால் கூட அதைக் கடக்க முடியாது. அதன் நாற்றத்தை என்ன வென்று சொல்ல! நிக்லின்னாயா நதியில் ஆழமே இல்லை. அதன் வலது கரையில் இருந்த பழம் பொருட் சந்தையில், கள்வர்கள் பலர் அறியத்திருட்டுச் சாமான்களை விற்றார்கள். இடது கரையில், கிரெம்லின் மதிலின் அருகே அழுக்குச் சட்டை அணிந்த பையன்கள் அமர்ந்து மீன் பிடித்தனர். அவர்களை எவனும் துரத்தியடிக்கவில்லை.

செஞ்சதுக்கத்தின் கடை வரிசைகளில் பகலுண்டிக்காகப் புறப்பட்ட கடைக்காரர்கள் கடைகளைமூடிப் பெரிய பூட்டுகளைப் பூட்டினர்; வியாபாரம் மந்தமாயிருந்தது. கோயிற் பணியாளும் திருக்கோயிற் கதவுகளை இழுத்து சாத்திவிட்டுப் பிச்சைக்காரர்களை நோக்கித் தன் செம்மறியாட்டுத் தாடியை ஆட்டிக்கொண்டே நீங்கினான். அவன் தன் வீடு சென்று உப்பிலிட்ட மீனைப் புசித்துவிட்டு வெங்காயத்தைக் கடித்துக்கொண்டு ரைதானிய தேறலைப் பருகிவிட்டு தோப்பு நிழலில் படுத்து இலேசாகக் குறட்டைவிடுவான். உறுப்புக் குறைந்தவர்களும் குரூபிகளும் இதர பிச்சைக்காரர்களும் கோயில் வாயிலிலிருந்த கிளம்பி உச்சிவேளை வெப்பத்தில் தத்தம் வழியே சென்றனர்.

உண்மையில் பகலுணவு பரிமாறும் நேரம் வந்துவிட்டது. வர்ணிக்க முடியாத மசமசப்பால் பாயர் தள்ளாடினான். ஆனால் அவன் திடீரென்று அதிர்வுற்றுத் தன் முகத்தையும் கழுத்தையும் நீட்டினான்; கைகளால் கண்களைச் சற்று மறைத்து நோக்கினான். தன் மணையிலிருந்த சிறிது எழுந்திருந்தும் பார்த்தான். டிராயிட்ஸ்கி நுழைவாயிலிலிருந்து நிக்லின்னாயா நதிமீது அமைந்திருந்த கற்பாலத்தின் மீது கதிரொளியில் பிரகாசித்த ஒரு கண்ணாடிக் கோச்சு போய்க்கொண்டிருந்தது. ஒன்றன்பின் ஒன்றாகப் பூட்டிய நான்கு குதிரைகள் அதை இழுத்தன. தலைமைக் குதிரையின் மிது மிக்க சிவப்பான பணித்துறை ஆடை உடுத்திய ஒரு வில்லைச் சேவகன் அமர்ந்திருந்தான். இது பீட்டரின் தனி அன்புக்குரிய நடால்யாவின் கோச்சு. அவள் தனது சகோதரனைப் போலவே சுறுசுறுப்பும் பரபரப்பும் மிகுந்தவளாயிருந்தாள். இப்பொழுது இளவரசி ஏதோ ஜோலியாக எங்கோ போய்க்கொண்டிருந்தாள். அவள் இப்பொழுது எங்கு போய்க்கொண்டிருப்பாள்? பாயர், வண்டுகளைத் துரத்துவதற்காகச் சிடுசிடுப்போடு கைக்குட்டையால் விசிறிக்கொண்டே, பலகணிக்கு வெளியே நோக்கினான்.

''கிரிஷுத்கா!'' என்று அவன் ஓர் இளைஞன் விளித்தான். கக்குளில் சிகப்பான ஒட்டுத் துணிவைத்துத் தைத்த நீண்ட முரட்டுலினன் சட்டையைத் தரித்திருந்த அவன் கிணற்றுக்கருகே, தண்ணீர் தேங்கிய குட்டையில் பாதரங்களைக் குளிரச் செய்தகொண்டிருந்தான். ''வேகமாக ஓடு; இல்லாவிட்டால் என்னிடம் நன்றாக வாங்குவாய்! டிவர்ஸ்காயாவில் ஒரு கில்ட் கோச்சைப் பார்த்தால், அதைவிடாது தொடர்ந்து ஓடு, திரும்பிவந்து, அவள் எங்குபோகிறாளென்று எனக்குச் சொல்லு'' என்றான் அந்தப்பாயர்.

2

செவிமேல் சிவப்பு இறகுகளும் சேணத்தில் பித்தளை அணிகளும் வெண்கல மணிகளும் தரித்த நான்கு சாம்பல் நிறப்புரவிகளும் விசாலமான புல்வெளியின் குறுக்கே விரைந்து சென்று இஸ்மாயிலோவ்ஸ்கி மாளிகையின் முன் நின்றன. இஸ்மாயிலோவோ கிராமத்து எஸ்டேட்டில் மனத்துக்கிசைந்த வகையில் பொழுது போக்கிய அலெக்ஸி மைகலோவிச் என்ற ஜார் கட்டிய மாளிகை இது. இங்கு இன்றுகூடப் பெண்மான்கள் மேய்ந்தன; கரடிகள் குழிகளில் அடைத்து வைக்கப்பட்டிருந்தன; கோழிப்பண்ணையில் பகட்டாக நடந்த மயில்கள் கோடை இரவில் மரங்களின் உச்சியில் குந்தின; இந்த அரண்மனை மரத்தால் கட்டப்பட்டது; காலப்போக்கில் இந்த மரமெல்லாம் கறுத்துவிட்டன; இதன் அறைகள், நடைபாதைகள், வாயில் மண்டபங்கள் ஆகியவற்றின் தகரக் கூரைகளை எண்ண முடியாது. அந்த வண்ணக் கூரைகளில் சில பீப்பாய் வடிவில் அமைந்தவை இன்னும் சில பெண்களின் தலைச்சீட்டைப் போல் வளைவாகவும் கூர்நுனி உடையனவாகவும் இருந்தன; வேற சில கூரைகள் செங்குத்தாய் அமைந்திருந்தன. அந்தக் கூரைக்களுக்குமேல் துறுதுறுவென்றிருந்த குருவிகள் பறந்து சென்றன. எங்கும் நண்பகல் அமைதி நிலவியது; அரண்மனையில் பலகணிகள் அனைத்தும் மூடியிருந்தன. முகப்பு மண்டபத்தில் ஒரு கிழச் சேவல் ஒற்றைக் காலில் நின்று சிறிது உறங்கிய வண்ணமிருந்தது. கோச்சு வந்து நின்றவுடன் அந்தச் சேவல் துணுக்குற்று வீறிட்டலறி ஓடியது. அதைக் கண்டு, பல்வேறு முகப்பு மண்டபங்களிலிருந்து பெட்டைக்கோழிகளும், வீட்டில் தீப்பிடித்து விட்டது மாதிரி கொக்கரிக்கத் தொடங்கின. கீழ்த்தளத்தில் ஒரு சிறிய தாழ்வான கதவு திறந்தது; வீட்டுக் காவலனான கிழவன் உற்றுப்பார்த்தான். கோச்சு வண்டியைக் கண்ட அவன் நிதானமாக மண்டியிட்டு நெற்றி தரையைத் தொடும் அளவுக்குக் குனிந்து வணங்கினான்.

நடால்யா கோச்சுக்கு வெளியே தலையை நீட்டி அவசரமாக வினவினான்:

''தாத்தா. அந்த இளம் பெண்கள் எங்கே?''

தாடியையும் உதட்டையும் பிதுக்கிக்கொண்டே கிழவன் எழுந்தான்.

''எஜமானி அம்மா, வாருங்கள். அழகு மிகுந்த இளவரசி நடால்யா அலெக்ஸீவன்னா அவர்களே, வருக'' என்று அடர்ந்து வளர்ந்த புருவங்களை உடைய கிழவன் அவளை அன்போடு வரவேற்றான். ''ஆ, ஆண்டவன் அருளிய இளவரசியே! அந்த மங்கைகள் எங்கே என்று கேட்கிறீர்களா. அவர்கள் எங்கே இருக்கிறார்ளென்று எனக்குத் தெரியாது. நான் அவர்களைப் பார்க்கவில்லை.''

நடால்யா கோச்சிலிருந்து கீழே குதித்தாள். கூர் நுனி உடையதும் முத்துப் பின்னல்களால் சிறந்ததும் பளுவானதுமான தலைச்சூட்டை நீக்கினாள். அகன்ற கைகளை உடையதும் மணிப்பின்னலுடன் கூடியதுமான கோட்டையும் கழற்றினாள். வெளியே சென்ற பொழுதே, அவள் இந்த மாஸ்கோ ஆடையை அணிந்துகொண்டாள். அவளது பணிப் பெண்ணான வாஸிலிஸாமியாஸநாயா அந்தத் தலையணியையும் கோட்டையும் வாங்கி வண்டியில் வைத்தாள். ஒல்லியாகவும் உயரமாகவும் சுருசுருப்பாகவும் இருந்த நடால்யா இலேசான

டச்சுக்கவுனை அணிந்தவளாய் புல்வெளியின் குறுக்கே தோப்பை நோக்கி நடந்தாள். அந்தத்தோப்பின் குளிர் நிழலில் அவள் கண்களைப்பாதி மூடினாள்; எலுமிச்சை மரங்களது மலர் மணம் அவ்வளவு திறனுள்ளதாகவும் இனிமையானதாகவும் இருந்தது.

''ஆ- ஊ!'' என்று கத்தினாள் நடால்யா.

அண்மையிலிருந்து ஒரு பெண்குரல் சுறுசுறுப்பில்லாது விடைபகர்ந்தது. அங்கே கிளைகளினூடே பெய்த கதிரொளியில் தண்ணீர் தகதகவென்று பிரகாசித்தது. பலகையால் அமைந்த சிறுதுறையை உடைய குளத்தின் அருகில் ஒரு பன்னிறக்கூடாரம் இருந்தது. அந்தக் கூடாரத்தில் நிழலில், வெப்பத்தைப் பொறுக்க முடியாத நான்கு மகளிர் திண்டுகள் மீது படுத்துக் கொண்டிருந்தனர். நடால்யாவைக் கண்டவுடன் அவர்கள் கஷ்டப்பட்டு எழுந்தனர். சோர்வுற்றிருந்த அவர்களது கூந்தல் வாரி முடியாதிருந்தது. அவர்களில் அதிக வயதுள்ளவளும் சிறிய வடிவினளும் நீண்ட நாசிக்கு உரியவளுமான அனிஸ்யா டால்ஸ்டாயாதான் முதலில் நடால்யாவிடம் ஓடினாள். அவள் தன் கைகளை உயர்த்திக்கொண்டும் கூர்ந்த கண்களை உருட்டிக்கொண்டும் கத்தினாள்: ''நமது அன்புக்குரிய நடாலியுஷ்கா! நமது இளவரசி! ஆ, ஆ, அன்னிய ஆடை! ஆ, ஆ, நீங்கள் தெய்வ அணங்குதாம்!''

மற்ற மூன்று பெண்களில் இருவர் தமது தடித்த உதடுகளைப் பாதிதிறந்தும் கண்களை அகலவிரித்தும் இளவரசியைத் துலக்கமாக உறுத்து நோக்கினார்கள். அவர்கள்தாம் அலெக்ஸாண்டர் மென்ஷிகோவின் சகோதரிகளான மார்த்தாவும் அன்னாவும் ஆவார்கள். இருவருமே உருண்டு திரண்ட உடற்பொலிவை உடையவர்கள். ஆயினும் அவர்கள் இன்னமும் ஓரளவுக்குப் பண்படாதவர்களாயிருந்தனர். ஏனெனில் அவர்கள் பண்பாட்டினைப் பயில் வதற்கும் எழுதப் படிக்கக்கற்பதற்கும் இங்குவந்து அதிக நாட்களாகவில்லை. அனிஸ்யா டால்ஸ்டாயாவின் மேற்பார்வையில் அவர்கள் நன்னய நாகரீகத்தையும் ஏட்டக் கல்வியையும் பெறவேண்டுமென்று, பீட்டர் உத்திரவிட்டிருந்தான். அதன் பேரில், தந்தை வீட்டிலிருந்த அவர்கள் இங்கு கொண்டுவரப்பட்டனர். நடாடல்யாவின் டச்சு ஆடை நேர்த்தியான சிவப்புக் கம்பளத்துணியில் தைத்தது. தங்கக்கரை உடையது. நன்றாக இறுகப்பிடித்த அரைக்கச்சு அணிந்திருந்தாள்; கழுத்தையும் தோட்களையும் முழங்கைகளையும் திறந்து விட்டிருந்தாள். தன்னை டையானா* போன்ற ஒரு பெண் தெய்வத்துக்குத்தான் ஒப்பிட முடியுமென்பதை நடால்யாவே உணர்ந்திருந்தாள். அண்ணனைப் போலவே அவளுக்கும் நுனி உயர்ந்த குட்டை மூக்கு; கண்களும் வாயும் சிறியவை. அவளது முட்டை வடிவமுகம் தெளிவும் இளமையும் மமதையும் விளங்கத் திகழ்ந்தது.

''இந்த ஆடை நேற்றுத்தான் வந்தது. ஸாங்கா-அலெக்ஸாண்டிரா வால்காவா- இதை ஹேகிலிருந்து எனக்கு அனுப்பினாள். இது அழகாகவும் சௌகரியமாகவும் இருக்கிறது. அரசாங்க நிகழ்ச்சிகளில் இதை அணிந்துகொள்ள முடியாது. ஆனால் தோப்பிலோ புல் வெளியிலோ விளையாடுவதற்கு அணியலாம்'' என்றாள் நடால்யா.

அந்தப்பெண்கள் தன் ஆடையழகை நன்கு பார்க்கவேண்டுமென்பதற்காக, நடால்யா வட்டம் சுற்றிக்கொண்டேயிருந்தாள். நான்காவது மங்கை சற்று விலகி நின்றாள். அடக்கமாகக் கைகட்டி நின்ற அந்தப் பெண்ணின் கோவை இதழ்கள் விரிந்து புன்னகை பூத்தன. அவளது பெண்மை விழிகளும் மலர்ந்திருந்தன. வெப்பத்தால் அவளது வட்டமான கன்னங்கள் சிவந்திருந்தன. கரிய சுருள் கேசம் ஈரமாயிருந்தது. மற்ற மூன்று மகளிரும் வியப்பையும்

★டையானா சந்திரனைப் பெண் தெய்வமாகக் கருதிய ரோமானியர். அதை டையானா என்று அழைத்தனர். அவள் ஒளித் தேவதையாகவும் கற்புத் தெய்வமாகவும் கருதப்பட்டாள். - மொர்.

பாராட்டையும் தெரிவித்துக் கொண்டிருந்த பொழுது, இந்தப் பெண் ஒதுங்கி நின்றதால், நடால்யா அவளைப் பன்முறை நோக்கி வெடு வெடுப்போடு உதட்டைப் பிதுக்கினாள். இந்த மரியன்பர்க் கைதியை, சோல்ஜரின் கோட்டை அணிந்து வண்டியின் அடியில் கிடந்தவளை, ஷெரிமிடேவின் கூடாரத்துக்குத் தருவிக்கப்பட்டு அங்கிருந்து மென்ஷிகோவால் பெறப் பட்டவளை, அவனால் பீட்டருக்கு ஒரு கோப்பை ஒயினோடு ஓர் இரவில் வழங்கப்பட்டவளைப் பிடித்திருந்ததா, பிடிக்கவில்லையா என்பதை அறுதியிட்டுக் கூறுவதே நடால்யாவுக்குக் கஷ்டமாயிருந்தது.

கன்னிகா மடத்தில் அடைபட்டுக் கிடந்த ஸோபியாவின் சகோதரிகளான காட்காவும் மாஷ்காவும் மாஸ்கோவெங்கும் ஏளனமாகக் குறிப்பிடப்படும் இழிநிலையை அடைந் திருந்தனர். ஆனால் அந்த ஒன்றுவிட்ட சகோதரிகள் போலல்லாமல், நடால்யா கன்னிப் பெண்ணாகவே இருந்தாள். அவள் எளிதில் சினங்கொள்ளக் கூடியவள்; விட்டுக் கொடுக்காத கொள்கைப் பிடிப்பை உடையவள். பன்முறை அவள் காட்காவையும் மாஷ்காவையும் நேருக்கு நேராக வேசிகள் என்று வைதிருக்கிறாள்; ஆத்திரத்தில் அவர்களைச் செவிட்டில் அடித்தும் இருக்கிறாள். அவளது அரண்மனையில், பழைய அந்தப்புர வழக்கங்களெல்லாம் மண்மூடிப் போய்விட்டன.

பணிப் பெண்களும் சார்ந்திருப்பவர்களும் கொச்சையான விஷயங்களைக் குசுகுசு வென்று பேசித் திரிவதற்கு அவள் இடம் கொடுக்கவில்லை. பீட்டர், மானங்கெட்ட ஆசைக் கிழத்தியான அன்னாவைத் துறந்த பிறகு பல மகளிருடன் வரை நெறியில்லாது உறவு கொண்டபொழுது, அவள் அவனைக் கூடக் கடிந்துகொண்டாள். சிப்பாய் ஒருவனால் சிறையெடுக்கப்பட்ட இந்தக் காதரீனாவும் சிறிது காலத்துக்கே பீட்டரின் இதயத்தில் இடம் பெற முடியுமென்றும் அதன் பின் அவன் இவளை விட்டொழித்து மறந்து விடுவானென்றும்தான், நடால்யா ஆரம்பத்தில் எண்ணினாள். ஆனால் அவளது கணிப்புத் தவறாயிற்று. வெளியே சூறைக் காற்று வீசியடித்த இரவில், மென்ஷிகோவின் இல்லத்தில் விளக்கேத்திப் படுக்கையறைக்கு வழி காட்டிய காதரீனாவை அவன் மறக்கவேயில்லை. அவளுக்காக ஆர்பாத்தில் ஒரு சிறிய வீடு வாங்க வேண்டுமென்று பீட்டர் உத்திரவிட்டான். மென்ஷிகோவே அவளது படுக்கை, கூடைகள், மூட்டைகள் ஆகியவற்றை அங்கு கொண்டு வந்தான். விரைவில், அவள் அங்கிருந்து இஸ்மாயிலோவ்ஸ்கி மாளிகைக்கு அனுப்பட்டாள். அங்கே, அனிஸ்யா டால்ஸ்டாயாவின் மேற்பார்வையில் விட்டு வைக்கப்பட்டாள்.

ஒரு காலத்தில் சிப்பாயின் வண்டியடியில் கிடந்தவள் என்றாலும், இங்கே காதரீனா கவலையில்லாது வாழ்ந்தாள்; எப்பொழுதும் அகமும் முகமும் மலர்ந்தவளாக இருந்தாள். பீட்டர் அவளுக்கு அடிக்கடி நகைச்சுவை மிகுந்த சிறு கடிதங்களை அனுப்பினாள். அவன் ஒன்று, ஸ்விர் நதிக்கரையில் இருந்தான். அங்குதான் பால்டிக் கடற்படையைக் கட்டத் தொடங்கி யிருந்தான்; அல்லது புதிய நகரமான பீட்டர்ஸ்பர்க்கில் இருந்தான்; அல்லது வாரனேஷில் இருந்தான். வருவோர் போவோர் வழியே காதரீனாவுக்குக் கடிதம் எழுதி அனுப்பினான். அவளைப் பிரிந்த வாழ்வு அவனுக்குத் துன்பமாயிருந்தது. அவளோ அவனது கடிதங்களைக் கஷ்டப்பட்டு எழுத்துக்கூட்டிப் படித்து உளம் பூரித்தாள்; அவளது உடற்பொழிவும் நாளுக்கு நாள் அதிகரித்தது. அவனை அந்த அளவுக்கு வசியப்படுத்தும் மோஹன சக்தி அவளிடம் என்ன இருக்கிறது என்பதை அறிவதற்கு நடால்யா பெரிதும் விரும்பினாள்.

''ஜார் திரும்பி வந்தவுடன், உனக்கும் இம்மாதிரியான கவுன் தைத்துக் கொடுக்கச் சொல்லட்டுமா?'' என்று காதரீனாவைக் கண்டிப்பாக நோக்கிய நடால்யா வினவினாள்

மனங்குழம்பித் தலை வணங்கிய காதரீனா, ''எனக்கு இது ரொம்பப் பிடிக்கும். நன்றி'' என்று முணுமுணுத்தாள்.

அனிஸ்யா டால்ஸ்டாயா, நடால்யாவிடம் குசுகுசுத்தாள்: ''அன்பார்ந்த நடால்யா, அவளைக் கூச்சமடையும்படி செய்யாதே; அவளை இப்படிக் கடுமையாக நோக்காதே. அன்பாக நடந்துகொள். நான் உனது அன்பைப்பற்றிப் பலவாறாகப் பேசுகிறேன். அனால் 'இளவரசி நல்லலெழக்கமானவள், நான் பாவி' என்று சொல்லிக்கொண்டேயிருக்கிறாள். 'ஜார் என்னை நேசிப்பார் என்று நான் கனவிலும் எதிர்பார்க்கவில்லை. அந்த அதிர்ச்சியிலிருந்து நான் இன்னும் விடுபடவில்லை' என்று கூறுகிறாள். இந்த இரண்டு பேதைப் பெண்களும் அவளது வாழ்வைப் பற்றிக் கேள்வி கேட்டுக் குடைந்து கொண்டேயிருக்கிறார்கள். அதைப் பற்றியெல்லாம் பேசக் கூடாதென்று நான் கண்டிப்பாகத் தடுத்துவிட்டேன். கிரேக்கத் தெய்வங்களைப்பற்றியும் அவர்களது செயல்களைப் பற்றியும் கேளுங்கள், பேசுங்கள் என்று நான் சொல்லியிருக்கிறேன். ஆனால் அவர்களுக்குப் பட்டிக்காட்டுப் புத்தி போகவில்லை. சில்லறை விஷயங்களைப் பற்றி வெட்டிப் பேச்சுப் பேசுவதையே விரும்புகின்றனர். 'நீங்கள் அடிமைகளாயிருந்தீர்கள்; இப்பொழுது அரசமகளிராகிவிட்டீர்கள்' என்று காலையிலிருந்து மாலைவரை அவர்களிடம் சொல்லிக் கொண்டேயிருக்கிறேன்.''

வெட்டுக்கிளிகள் அரவம் செய்தன. தூரத்தில், குளத்துக்கு அப்பால், கரிய பைன்மரங்களின் உச்சிகள் கண்ணைப் பறிக்கும் உஷ்ணத்தில் உருகுவதாகத் தோன்றியது. பெரிய ஈக்கள் நாணல்களில் ஒட்டிக்கொண்டன. நீர்ச் சிலந்திகள் தண்ணீரில் அசைவற்றுக் கிடந்தன. நடால்யா கூடாரத்தின் நிழலுக்குச் சென்று தன் கச்சையைக் கழற்றி எறிந்தாள்; கருங்கூந்தலைத் தலையைச் சுற்றிக் கட்டினாள். கவுனை அவிழ்த்துக் கீழே விழச் செய்தாள். நேர்த்தியான உள்ளங்கியையும் அவிழ்த்துக் கீழே போட்டாள். அரண்மனை அலுவலகத்துக்கு அடிக்கடி நூல்களுடன் வரும் டச்சுச் சிற்பங்களைப் போல அவள் அம்மணமாக நின்றாள். கூச்ச நாச்சமன்றிக் குளத்துறைக்குச் சென்றாள்.

''எல்லோரும் குளிக்க வாருங்கள்!'' என்று தலையைச் சுற்றிக் கட்டிய கேசத்தை இறுக்கிக் கொண்டே கூடாரத்தை நோக்கிக் கூறினாள்.

மார்த்தாவும் அன்னாவும் தம் ஆடைகளை நீக்குவதற்குச் சங்கோசப்பட்டனர். ''கொழுத்த பிராணிகளே, ஏன் ஊசலாடுகிறீர்கள்? உங்களது கவர்ச்சி சக்தியை எவரும் களவாடப் போவதில்லை'' என்று டால்ஸ்டாயா கடிந்து கூறிய பிறகே அவர்கள் ஆடைகளை நீக்கினர். இளவரசி தன்னையே உற்று நோக்குவதைக் கண்ட காதரீனாவும் சங்கடப்பட்டாள். காதரீனா சுருள் கூந்தல் உடைய தலையைச் சற்று சாய்த்துக்கொண்டு வெட்டிய புல் மீது விழிப்பாக நடந்தபொழுது, அவளது வட்டமான தோட்கள் மீதும் வாட்ட சாட்டமான தொடைகள் மீதும், உடல் முழுவதின் மீதும் பொன்னிற ஒளி பாய்ந்தது. அப்பொழுது அவளை நோக்கி நடால்யா, வடக்கே கப்பல் கட்டிக் கொண்டிருக்கும் அண்ணன் இந்தப் பெண்ணை எண்ணி ஏங்குவது இயல்புதான் என்று கருதினாள். அவள் தனது அழகான கரங்களால் குழந்தையை வாரி எடுத்து மார்பில் அணைத்துக்கொள்வதைப் புகை பிடிக்கும் பீட்டர் புகைச் சுருள்களிடையே காண்பதாகக் கற்பனை செய்வான் என்று எண்ணினாள். பெருமூச்சுவிட்ட நடால்யா கண்களை மூடிக்கொண்டு குளிர்ந்த ஜலத்தில் குதித்தாள். அவள் குதித்த இடத்தில், குளத்தின் அடியில் குளிர் நீர் ஊற்றுகள் இருந்தன.

காதரீனா அமைதியாகத் துறையிலிருந்து இறங்கினாள். மேன் மேலும் அதிகமான தைரியத்துடன், குளத்தில் மூழ்கி கொண்டிருந்தாள்; இன்பமாகச் சிரித்தாள். அந்தச் சமயத்தில்,

அவளைத் தான் நேசிக்க விரும்புவதை நடால்யா உணர்ந்தாள். அவள் நீந்திச் சென்று அவளது கருந்தோட்கள் மீது கைவைத்தாள்.

''காதரீனா, நீ அழகி. என் அண்ணன் உன்னைக் காதலிப்பதைக் கண்டு நான் மகிழ்கிறேன்.

''நன்றி, இளவரசி.''

''நீ என்னை நடாஷாவென்று அழைக்கலாம்.''

அவள் காதரீனாவின் வட்டமான, ஈரக்கசிவான குளிர்ந்த கன்னத்தை முத்தமிட்டாள். அவளது சிவந்த கண்களில் உற்று நோக்கினாள்.

''காதரீனா, புத்திசாலியாக இரு. நான் உன் சினேகிதியாகவிருப்பேன்.''

மார்த்தாவும் அன்னாவும் துறையில் இருந்தனர். பாதங்களைத் தண்ணீரில் நனைத்து விட்டு அலறினர். பொறுமை இழந்த அனிஸ்யா இரண்டு பருத்துத் தடித்த பெண்களையும் தண்ணீருக்குள் தள்ளினாள். சிறிய சிலவந்திப் பூச்சிகளெல்லாம் பறந்தன. ஈக்கள் நாணல்களிலிருந்து கிளம்பிக் குளித்த மகளிரைச் சுற்றிப் பறந்தன.

3

கூடாரத்தின் நிழலில் ஈரக்கசிவான கூந்தலை மறுக்கிவிட்டிருந்த நடால்யா பழச்சாறும், பேரிக்காய் இனவகைப்பழத்தின் தேறலும் பருகினாள்; நிலவறையிலிருந்து அப்பொழுதே கொண்ட வரப்பட்ட சிறிது புளிப்பான ரைதானியத் தேறலையும் அருந்தினாள். ஓர் இனிப்புத் தின்பண்டத்தை வாயில் போட்டுக்கொண்டு அவள் பேசினாள்:

''நமது தேசத்தின் அறியாமைக் காணும்பொழுது வெட்கித் தலைகுனிய வேண்டியிருக்கிறது. ஆனால் ஆண்டவன் நம் தேச மக்களைப் பிற நாட்டு மக்களைவிடப் புத்திக் குறைவானவர்களாகப் படைக்கவில்லை. நம் தேச மகளிர் பிறநாடுகளின் மகளிரை உடலமைவிலும் வடிவழகிலும் சிறந்தவர்களாக உள்ளனர் என்று அன்னியர்களே கூறுகிறார்கள். நமது பெண்களுக்குக் கல்வியும் பண்பாடும் எட்டாக்கனிகளல்ல; அவர்கள் கல்வி கற்று நவநாகரிகம் பெற்றுத் திகழ முடியும். அந்தப்புரத்தின் அந்தகாரத்தில் கிடந்துழலும் நம் பெண்களை வலுக்கட்டாயமாக வெளியே கொண்டு வருவதற்காக என் அண்ணன் நாள்தோறும் பாடுபடுகிறார். இதை எதிர்ப்பது யார்? மகளிர் அல்ல; அவர்களது தாய் தந்தையர்தாம். போர்மேல் சென்ற அண்ணன் என்னிடம் வற்புறுத்திச் சொன்னான்; 'நடாஷா, பண்டையப் பழக்கத்தைக் கட்டிக்கொண்டிருக்கும் இந்த நீண்ட தாடிக்காரர்களைச் சும்மா விடாதே. அன்பான வார்த்தைக்கு இணங்காவிட்டால் அவர்களைத் தொந்தரவு செய்வதற்கும் தயங்காதே. இல்லாவிட்டால் இந்த உளையில் நாம் அனைவரும் சிக்கி விடுவோம்.' நான் என்னால் இயன்றதைச் செய்கிறேன். ஆனால் நான் தனியாகவே செயல்படுகிறேன். அணிமைக் காலத்தில் மகாராணி பிராஸ்கோவ்யா எனக்கு உதவி செய்யத் தொடங்கியிருக்கிறார். அவருக்கு நான் நன்றி தெரிவிக்கக் கடமைப்பட்டிருக்கிறேன். பழைய பழக்கங்களிலிருந்து முறித்துக்கொள்வது கஷ்டமாயிருக்கிறதென்றாலும், அவர் தமது மகளிர் நவநாகரிக நாரீ மணிகளாக விளங்குவதற்கு உதவி செய்திருக்கிறார். அந்தப் பெண்கள் ஞாயிற்றுக்கிழமைகளில் வழிபாடு முடிந்தவுடன் பிரெஞ்சு ஆடை அணிந்து விருந்தினரை வரவேற்கிறார்கள்; காப்பி அருந்திவிட்டு இசைப்

பெட்டியைத் திருகி விடுகிறார்கள். அதன்பின் உலக விவகாரங்களைப் பற்றி உரையாடு கிறார்கள். இந்த வருட இலையுதிர் காலத்தில் நான் கிரெம்லினில் ஒரு புதுமையைச் செய்து காட்டப் போகிறேன்.''

''எங்களது கண்களின் ஒளியே, அது என்ன புதுமை?'' என்று இதழ்களிலிருந்த பழச்சாற்றைத் துடைத்துக் கொண்ட அனிஸ்யா வினவினாள்.!

''ஓர் அசாதாரணமான விஷயம். தியேட்டர் அமைக்கப் போகிறேன். பிரெஞ்சு அரசவையில் இருப்பதுமாதிரி இது இருக்காது என்பது மெய்தான். அங்கே, வார்ஸேல்ஸில், உலகப் புகழ் பெற்ற நடிகர்களும் நாட்டியக் கலைஞர்களும் பாடகர்களும் இதர கலைஞர்களும் உள்ளனர். இங்கு நான் தனியாள். நான் தான் பிரெஞ்சு மொழியிலுள்ள நாடகங்களை ருஷிய மொழியில் ஆக்கவேண்டும்; அவற்றின் குறைகளை நிரப்பவேண்டும். நான்தான் நடிகர்களைத் தயார் செய்ய வேண்டும்.''

'தியேட்டர்' என்ற சொல்லைக் கேட்டவுடன், அன்னாவும் மார்த்தாவும் அனிஸ்யாவும்; வைத்த கண் வாங்காது நடால்யாவைப் பார்த்துக்கொண்டிருந்த காதரீனாவும் ஒருவரை ஒருவர் நோக்கிவிட்டுக் கைகளை விரித்தனர். நடால்யா தொடர்ந்து பேசினாள்ஃ

''ஜனங்களை அதிகமாகப் பீதி அடையச் செய்யக்கூடாது என்பதற்காக ஆரம்பத்தில் எரிஉலையின் நாடகம் என்பதை நடித்துக் காட்டுவோம். அதில் பாட்டுக்களும் உண்டு. புத்தாண்டு விழவுக்கு ஜார் வருவார்; பீட்டர்ஸ் பார்க்கிலுள்ளவர்களும் வருவார்கள். அப்பொழுது ''ஒழுக்கம் கெட்ட டான் ஜுவான் அல்லது பூமியால் விழுங்கப்பட்டவன்'' என்ற நாடகத்தை நடித்துக் காட்டுவோம். எல்லோரும் தியேட்டருக்கு வரவேண்டுமென்று உத்திரவிடுவேன். அவர்கள் வரத் தவறினால், குதிரைப் படையினரை அனுப்பிப் பார்வையாளர்களை இட்டுவரச் செய்வேன். அதெலக்ஸாண்டிரா வால்காவா மாஸ்கோவில் இல்லாததுதான் பெரிய குறை. அவள் இருந்தால், பேருதவி செய்வாள். அவள் ஒன்றுமறியாத விவசாயிக் குடும்பத்தில் பிறந்தவள். அவளது தகப்பனார் ஒரு காலத்தில் உள் மரப்பட்டையில் பெல்ட் செய்து அணிந்து கொண்டார். அவள் திருமணமான பின்னரே எழுதப் படிக்கக் கற்றுக்கொண்டாள். எனினும் அவள் இப்பொழுது மூன்று மொழிகளில் ஆற்றொழுக்காகப் பேசுகிறாள். செய்யுட்களை இயற்று கிறாள். இப்பொழுது அவள் ஹேக்நகரில் ஆண்ரி மாட்வியீவின் ஸ்தானிகராலயத்தில் இருக் கிறாள். அவளது நட்பைப்பெற வேண்டிப் பண்புடை வீரர்கள் வாளேந்தி 'நேர் இருவர்' சமர் செய்கின்றனர். அவர்களில் சிலர் அந்த சமர்களில் கொல்லப்பட்டு விட்டனர். அவள் பதினான் காவது லூயி மன்னனது அவையில் பிரகாசிப்பதற்காகப் பாரிஸ் போகத் திட்டமிட்டிருக்கிறாள். கல்வியின் அனுகூலம் இப்பொழுது புரிகிறதா?''

இங்ஙனம் நடால்யா பேசியவுடன், அனிஸ்யா மென்ஷிகோவ் மகளிரின் விலாப்புறத்தில் விரல்களால் குத்தினாள்.

''இப்பொழுது என்ன சொல்கிறீர்கள். ஜார் திரும்பி வந்தவுடன், உங்கள் ஒரு நவநாகரிக வீரனுக்கு அறிமுகம் செய்தால், நீங்கள் எவ்வாறு நடந்து கொள்வீர்கள்? நீங்கள் வெட்கப்பட்டுக் கோணுவதைத்தான் ஜார் பார்க்கவேண்டும்'' என்றாள் அனிஸ்யா.

''அனிஸ்யா, அவர்களை விட்டுவிடு. வெப்பம் அதிகமாயிருக்கிறது. சரி, நான் போய் வருகிறேன். நான் இனித்தான் அன்னியர் பேட்டைக்குப் போகவேண்டும். அங்கே என் சகோதரிகளைப் பற்றிப் பல புகார்கள் கிளம்பியுள்ளன. அவை ஜார் காதிற்கு எட்டிவிடுமோ வென்று அஞ்சுகிறேன். என் அக்காமாரிடம் நான் கடுமையாகப் பேசப் போகிறேன்'' என்றாள் நடால்யா.

4

ஸோபியா நாவோடிவிச்சி கன்னியா மடத்துக்கு அனுப்பட்ட பொழுதே, அவளது சகோதரிகளான காட்காவும் மாஷ்காவும் கிரெம்லினிலிருந்து வெளியேற வேண்டியதாயிற்று. இரண்டு இளவரசிகளும் தங்குவதற்கு பாக்ரோவ்கா வட்டத்தில் ஒரு வீடு ஒதுக்கப்பட்டது. அரண்மனை அலுவலகம் அவர்களது பராமரிப்புச் செலவை ஏற்றுக் கொண்டதுடன் ஆடம்பரச் செலவுகளையும் அனுமதித்தது. பாடகர்கள், குதிரைலாய ஊழியர்கள், இதரவேலைக்காரர்கள் ஆகியோரின் சம்பங்ளை அரண்மனை அலுவலகம் கொடுத்தது. ஆனால் இளவரசிகளிடம் அவர்கள் ரொக்கம் கொடுக்கவில்லை; அவர்களுக்கு ரொக்கம் தேவையில்லை என்பது ஒரு காரணம். அவர்கள் வடிகட்டிய முட்டாள்களாயிருந்ததால், பணத்தைக் கொடுப்பது பேராபத்தான விஷயமாயிருந்தது என்பது இன்னொரு காரணம்.

காட்காவுக்கு இப்பொழுது கிட்டத்தட்ட நாற்பதுவயது. மாஷ்கா அவளைவிட ஒரு வயது இளையவள். அவர்கள் தமது பாக்ரோவ்கா இல்லத்தில் ஒழுக்கம் கெட்டவாழ்க்கையை நடத்தினரென்பது மாஸ்கோ அறிந்த பகிரங்க ரகசியம். அவர்கள் காலையில் நேரம் கழித்துப் படுக்கையிலிருந்து எழுந்தனர்; தலைமயிரைக் கூடச் சீவாது பாதிநாள் பலகணி அருகே உட்கார்ந்து கொட்டாவி விட்டனர். சூரியன் அஸ்தமிக்கும் நேரத்தில் குழல்களும் நரம்பு வாத்தியங்களும் உடைய பாடகர்கள் அறைக்கு வந்தனர். அப்பொழுது, ஆப்பிள் மாதிரக் கன்னத்தைச் செவ்வண்ணமாக்கிக்கொண்டும் புருவங்களில் புகைக்கரியைப் பூசிக் கறுப்பாக்கிக்கொண்டும் ஆடை அணிந்துகொண்டும் இருந்த இளவரசிகள் வாத்திய இசையைப் பருகியும் இனிய பழச்சாறுவகைகளை அருந்தியும், அந்தப் பழைய மரவீடே ஆடும் வகையில் நள்ளிரவு வரையில் நடனமாடியும் பொழுது போக்கினர். இளவரசிகள் பாடகர்களிடம் கள்ளத் தொடர்பு கொண்டிருந்தனரென்றும் அதன் வழியே அவர்களுக்குப் பிறந்த குழந்தைகள் கிம்ரி நகரில் வளர்ந்து வந்தன என்றும் சொல்லப்பட்டது.

அந்தப் பாடகர்களுக்கு ராஜோபசாரம் நடந்தது. எனவே அவர்கள் சாதாரண நாட்களில் கூட மிக்க சிவப்பான ஸில்க் சட்டையும் மார்ட்டன்-தோல் குல்லாயும் உயர் ரக தோல் பூட்ஸும் அணிந்து வெளிச்சம் போட்டனர். அவர்கள் இளவரசிகளிடமிருந்து பணம் கறந்து கொண்டே யிருந்தனர். அந்தப் பணத்தைப் பாக்ரோவ்ஸ்கி வாயிலில் இருந்த மதுக்கடையில் விரயம் செய்தனர். பணம் தேவைப் பட்டபொழுது, இளவரசிகள் தம் வீட்டு மாடிப் படியின் கீழ் ஒரு சிற்றறையில் வசித்த தாம்னா என்ற கிம்ரி பெண்ணைப் பழந்தணிச் சந்தைக்கு அனுப்பினார்கள். அங்கே அவள் இளவரசிகளின் பழைய துணிகளை விற்று வந்தாள். ஆனால் இந்தப் பணமும் போதவில்லை. ஏதாவது கிடைக்குமென்று காட்கா நம்பிக்கொண்டிருந்தாள். இதன் பொருட்டு அவள் புதையலைப் பற்றிக் கனவு காணவேண்டுமென்று தாம்னாவுக்கு உத்திரவிட்டாள். தாம்னாவும் அத்தகைய கனவுகளைக் கண்டாள். ஏதாவது ஒரு நாள் புதையல் கிடைக்குமென்ற நம்பிக்கையோடு காட்கா வாழ்ந்தாள்.

நடால்யா தன் சகோதரிகளிடம் கடுமையாகப் பேசவேண்டுமென்று ரொம்ப நாட்களாகத் திட்டமிட்டிருந்தாள். ஆனால் அடை மழை பெய்ததாலோ புயல் அடித்தாலோ வேறு காரணத் தாலோ அவள் அதை ஒத்திப் போட வேண்டியதாயிற்று. முதல் நாளன்று, அக்காமார்களது புதிய முறைகெட்ட நடவடிக்கையைப் பற்றி நடால்யாவுக்குத் தகவல் கிடைத்தது; அன்னியர்

பேட்டைக்கு அவர்கள் அடிக்கடி சென்று வரத் தொடங்கிவிட்டனர் என்பதே அது. அவர்கள் திறந்தவண்டியில் டச்சு ஸ்தானிகளது வீட்டுக்குப் போயிருந்தார்கள். கோட்டையும் வாளையும் தரித்துக்கொண்டான். அப்பொழுது இளவரசிகள் வரவேற்பு அறையில் அமர்ந்து சிரித்துக் கொண்டும் கிசுகிசுத்துக்கொண்டும் இருந்தனர். அவன் வந்து உயிர் நிலையிலுள்ளவருக்கு வணங்கும் முறையில் வணங்கியபொழுது அவர்களுக்கு என்ன செய்வதென்று தெரியவில்லை; வெறுமனே நாற்காலியிலிருந்து எழுந்து மீண்டும் உட்கார்ந்தனர். உடனடியாக அவர்கள் ''சீனியும் மிட்டாய்களும் விற்பனை செய்யும் ஜெர்மானியப் பெண்ணின் கடை எங்கிருக்கிறது?'' என்று டச்சுத்தூதனை வினவினர். அவர்கள் தகவலை அறியவே அங்குவந்ததாகவும் சொன்னார்கள்.

டச்சு ஸ்தானிகள் அவர்களிடம் வணக்க இணக்கமாக நடந்துகொண்டான்; தின்பண்டக் கடைக்கு அவர்களை அழைத்துச் சென்றான். அங்குச் சென்றவுடன் அவர்கள் பல்வகைத் தின்பண்டங்களைப் பொறுக்கினார்கள். இறுதியில், சீனி, மிட்டாய், முட்டை, ஆப்பிள் முதலியவற்றை ஒன்பது ரூபிளுக்கு வாங்கினார்கள். மாஷ்கா கூறினாள்:

''இவற்றை வண்டியில் கொண்டுவை.''

''பணம் கொடுத்தால்தான் கொண்டு வைப்பேன்'' என்று கடைக்காரி விடைதந்தாள்.

ஆத்திரமடைந்த இளவரசிகள் கிசுகிசுத்துப்பேசி யோசைன செய்தனர். அதன்பின் ''இவற்றைச்சேர்த்துப் பொட்டணமாகக்கட்டு பிறகு ஆள் அனுப்புகிறோம்''என்று அவளிடம் கூறினர்.

மானம் வெட்கம் முதலியவற்றை இழந்துவிட்ட அந்த இளவரசிகள் தின்பண்டக் கடையிலிருந்து அன்னாவின் வீட்டுக்குச் சென்றனர். அவள் இன்னமும் ஜார்பீட்டர் கட்டிக் கொடுத்த வீட்டில்தான் வசித்து வந்தாள். அவர்களுக்கு உடனடியாகக் கதவு திறக்கப்பட வில்லை. நுழை கதவைத் தட்டிக்கொண்டே நின்றனர்; காவல் நாய்கள் ஊளையிட்டன. அதன்பின் அவர்கள் உள்ளே சென்ற பொழுது, ஜாரின் மாஜி ஆசைநாயகி படுக்கையில் இருந்தாள். அவள் வேண்டுமென்றே ஆடைகளை நீக்கிவிட்டுப் படுத்துக்கொண்டு பேட்டி அளித்தாள் போலும், அவர்கள் அவளிடம் கூறினர்:

''அன்பார்ந்த அன்னா, நீ பல்லாண்டு நன்னலம் பெற்று வாழ்வாயாக, நீ வட்டிக்குக் கடன்கொடுப்பதை நாங்கள் அறிவோம். எங்களுக்கு இருநூறு ரூபிள்வேண்டும்; நூறு ரூபிளாவது கொடு.''

அன்னா மான்ஸ் கடுமையாக விடை தந்தாள்:

''ஜாமீன் இல்லாது கடன் தரமாட்டேன்.'' காட்கா கண்களில் நீர் நிரம்பியது.

''என்ன அவப்பேறு! எங்களுக்கு ஜாமீன் கொடுக்கமுடியாது. கேட்டவுடன் கொடுப்பாய் என்று எண்ணினோம்'' என்றாள்.

இளவரசிகள் இருவரும் அந்த வீட்டிலிருந்து புறப்பட்டனர்.

இப்பொழுது அவர்களுக்குப் பசி எடுத்துவிட்டது. ஒரு வீட்டில் விருந்தினர் களியாட்டம் போடுவதைப் பலகணிகள் வழியே கண்டனர். அங்கே வண்டியை நிறுத்தும்படி உத்திர விட்டனர். லிவோனியாவுக்குப் போர் மேல் சென்றிருந்த யூடின் என்ற ஸார்ஜண்டின் வீடு அது.

அவனது மனைவிக்கு இரட்டைக் குழந்தைகள் பிறந்திருந்தன. அவற்றுக்கு பெயரிடும் விழா அன்று நிகழ்ந்தது. இளவரசிகள் அழையாத விருந்தாளிகளாக மேஜைக்குச் சென்றனர். அங்கு நன்மதிப்போடு வரவேற்கப்பட்டனர்.

மூன்று மணி நேரம் கழிந்தபின் அவர்கள் யூடின் வீட்டிலிருந்து சென்று கொண்டிருந்த பொழுது, வில்லியம் பீல் என்ற ஆங்கிலேய வியாபாரி அவர்களை அடையாளங் கண்டு கொண்டான். அவர்கள் வண்டியை நிறுத்தி அவன் தமக்குப் பகலுணவு அளிப்பானா வென்று வினவினர். பீல் தொப்பியை வீசிக்கொண்டே, ''மிகுந்த மகிழ்வோடு விருந்தோம்புவேன்!'' என்று உல்லாசமாகக் கூறினான். அவன் வீட்டுக்குச் சென்ற இளவரசிகள் அங்கே இங்கிலீஷ் மதுவகைகளைப் பருகினார்கள். இருட்டுவதற்கு ஒரு மணி நேரம் முன்பாக அவர்கள் பீல் வீட்டிலிருந்து கிளம்பி அன்னியர் பேட்டையில் சுற்றிக்கொண்டிருந்தனர்; வெளிச்சம் தந்த சாளரங்களையெல்லாம் பார்த்துக்கொண்டு சென்றனர்; இவ்வாறு அவர்கள் இருட்டும் வரை இன்பமாகப் பொழுது போக்கினர்.

5

நடால்யாவின் கோச்சு அன்னியர் பேட்டையில் விரைந்து சென்றது. செங்கற் கட்டிடம் மாதிரித் தோன்றும் வகையில் திறமையாக வண்ணம் பூசப்பெற்ற சிறு மாவீடுகளையும், இரும்புச் சட்டமிட்ட கதவுகளை உடைய நீண்ட கொட்டாரங்களையும் வினோதமான வடிவுகளில் வெட்டிவிடப்பட்ட மரங்களை உடைய முன்றில் தோட்டங்களையும் கடந்து சென்றது. எங்கு நோக்கினும் வண்ணம் பூசிய கதவுகள் அகலத்திறந்திருந்தன. நடால்யா யாரையும் பாராது உதடுகளைப் பிதுக்கிக்கொண்டு உட்கார்ந்திருந்தாள். தோளில் கோட்டைப் போட்டுக்கொண்டும் கூர் நுனித்தலை மணியைத் தரித்துக் கொண்டும் பொம்மை மாதிரி அமர்ந்திருந்தாள். வைக்கோல் தொப்பி அணிந்த கம்பீரமான பெண்கள் அவளது வண்டியைத் தம் குழந்தைகளுக்குச் சுட்டிக் காட்டினார்கள். காலுறைப் பட்டைகளும் பின்னல் குல்லாயும் அணிந்த கொழுமழுத்த ஆடவர்கள் அவளுக்குத் தலை விழாமலிருப்பதற்காகத் தொப்பியால் முகத்தை மறைத்துக்கொண்டு சாலையிலிருந்து பாய்ந்து ஒதுங்கினார்கள். நடால்யாவுக்கு வெட்கம் பிடுங்கித் தின்றது; அழுகை வரும்போலிருந்தது. ஏனெனில் அன்னியர் பேட்டையிலுள்ளோர் அனைவரும் தம்மைப் பார்த்து நகைக்கும் நிலையைக் காட்காவும் மாஷ்காவும் உண்டாக்கியிருப்பதை அவன் உணர்ந்தான். டச்சுக்காரிகள், ஸ்விஸ்காரிகள், இங்கிலீஷ்காரிகள், ஜெர்மானியப் பெண்கள் ஆகிய சகல விதேசிப் பெண்களும், பீட்டரின் சகோதரிகள் காட்டு மிராண்டிகளென்றும் ஒட்ட உறிஞ்சும் அட்டைகளென்றும் தமக்குள் பேசிக்கொள்வரென்பதை அவள் உணர்ந்திருந்தாள்.

பிரஷ்ய தூதனான கெய்ஸர்லிங்கின் வீட்டு நுழைகதவுகளுக்கு சிவப்பிலும் மஞ்சளிலும் கட்டம் போட்டிருந்தன. அந்த வீட்டின் அருகே ஒரு கோணலான சந்தில் தன் சகோதரிகளின் வண்டி நிற்பதை நடால்யா பார்த்தாள். கெய்ஸர்லிங் அன்னாவை திருமணம் செய்துகொள்ள விரும்பினானென்றும், ஜாரிடம் உள்ள பயத்தால் தயங்கினானென்றும் பேசப்பட்டது. நடால்யா தன் வண்டியின் கண்ணாடி முகப்பில் விரல் மோதிரங்களால் தட்டினான். கோச்சோட்டி, கன்னங் கரேலென்றிருந்த தன் தாடியை உயர்த்திக்கொண்டு ''நில்லுங்கள், மாடப் புறாக்கள்!'' என்று தனது உரத்த குரலில் கத்தினான். சாம்பல் நிறக்குதிரைகள் பெருமூச்சு வாங்கிக்கொண்டு நின்றன. நடால்யா தன் பணிப் பெண்ணிடம் கூறினான்:

''வாஸிலிஸா, உள்ளே போ. நான் உடனே இகதரீனா அலெக்ஸிவ்னா (காட்கா)வையும் மேரியா அலெக்ஸீவ்னா (மாஷ்கா)வையும் பார்க்க வேண்டுமென்று ஜெர்மானியத் தூதரிடம் கூறு. அவர்கள் ஒரு கவளம் உண்டியை விழுங்குவதற்குக் கூட அனுமதிக்காதே. அவசிய மானால், அவர்களைப் பலாத்காரமாக இழுத்து வா!''

வாஸிலிஸா மென்மையாக முனங்கிக்கொண்டு கோச்சிலிருந்து இறங்கினான். நடால்யா சாய்ந்துகொண்டு விரல்களைச் சொடுக்கினாள். சிறிது நேரத்தில், கெஸர்லிங் முகப்பு மண்டபத்தின் படிகளில் இறங்கி ஓடிவந்தான். அவன் ஒல்லியாகவும் குட்டையாகவும் இருந்தான்; இமைமயிர் கன்றுக் குட்டியுடையது மாதிரி இருந்தது. விரைவாகக் கையிலெடுத்த தொப்பியையும் பிரம்பையும் மார்பில் அமுக்கிக்கொண்டு சிவப்புக் கால்சட்டை அணிந்த கால்களை வளைடீத்து மண்டியிட்டான். அவன் தனது கூரான சிறுநாசியை உயர்த்தி, வீட்டுக்குள் எழுந்தருளி, கொஞ்சம் குளிர்ந்த பீரைப் பருகிக் கௌரவிக்க வேண்டுமென்று நடால்யாவை இறைஞ்சினான்.

நடால்யா வெடுக்கென்று பதில் அளித்தாள்: ''எனக்கு அவகாசமிலலை. உங்கள் வீட்டில் நான் பீர் அருந்தமாட்டேன். நல்ல மனிதர் நீர்! வெட்கக் கேடான காரியங்களைச் செய்து கொண்டிருக்கிறீர்!'' அவன் இடைமறித்துப் பேசுவதற்கு இடம் தராது, அவள் மேலும் சென்னாள்: ''போங்கள். உள்ளேபோய் உடனடியாக இளவரசிகளை அனுப்புங்கள்.''

கடைசியில் காட்காவும் மாஷ்காவும் வெளியே வந்தனர். சுருக்கங்களும் மடிப்புகளும் உடைய அகன்ற கவுனை அணிந்திருந்த அவர்கள் வைக்கோற்போர்மாதிரி விகாரமாக விருந்தனர். வட்டமான முகத்தில் செவ்வண்ணம் பூசியிருந்தனர்; அதில் அசடுவழிந்தது; திகிலுணர்ச்சி ததும்பியது. அவர்கள் கன்னங்கரிய பொய்மயிரை வைத்துச் சடைபோட்டு உச்சந்தலையில் கட்டியிருந்தனர். அந்த உயரமான கூந்தல் முடிச்சில் மணிமாலைகள் தென்பட்டன. நடால்யா அவர்களைக் கண்டவுடன் பற்களைக் கடித்து உறுமினாள். அவர்கள் கொழுப்புச் சதையில் புதைத்திருந்த கண்களால் சூரியனை நோக்கினார்கள். ''அவமானம் அடைந்தது போதும். வண்டியில் இருந்து கொண்டே கோச்சின் கதவைத் திறந்தான். இளவரசி அவனிடம் விடை பெறவும் மறந்து, வண்டியில் நடால்யாவுக்கு எதிரிலிருந்த இருக்கையில் ஒரு வழியாகத் தம்மை இருத்திக் கொண்டனர். வண்டி தரிசு நிலத்தின் குறுக்கே, பாக்ரோவ்காவை நோக்கி விரைந்தது, சிவப்பு உருளைகளை உடைய அக்கோச்சு இப்பக்கமும் அப்பக்கமும் ஆடிக்கொண்டும் புழுதியைக் கிளப்பி கொண்டும் சென்றது.

வழியில் நடால்யா ஒரு வார்த்தை பேசவில்லை. மிகவும் திகைப்படைந்த காட்காவும் மாஷ்காவும் கைக்குட்டையால் விசிறிக் கொண்டனர். வீட்டில் மாடி அறைக்குச் சென்றுக் கதவைச் சாத்திக் கொண்டபிறகே, நடால்யா மனம்விட்டுப் பேசினாள்:

''மானங்கெட்ட ஜன்மங்களே, உங்களுக்கு அறிவில்லையா? அல்லது மடத்தில் அடைபட வேண்டுமென்று ஆசைப்படுகிறீர்களா? மாஸ்கோவில் கிடைத்துள்ள அபக்கியாதி போதாதா? உலகம் முழுமைக்கும் முன்னால் அவப் பெயர் எடுக்கத் தொடங்கிவிட்டீர்களே? அன்னிய தூதர்களைப் போய்ப் பார்க்கும்படி உங்களுக்கு யோசனை கூறியது யார்? உங்களது முகறையை நிலைக்கண்ணாடியில் பார்த்துக் கொள்ளுங்கள். உங்களது கன்னங்கள் கொழுப்பு மிகுதியால் வெடித்துவிடும் போல் உள்ளன. பேராசைப் பிண்டங்களா, இன்னமும் டச்சுத் தின்பண்டங் களுக்கும், ஜெர்மானியத் தின்பண்டங்களுக்கும் நாக்கைத் தொங்கப் போட்டுக்கொண்டு அலைகிறீர்கள். அந்தத் துப்புக்கெட்ட விபசாரியான அன்னன்மான்ஸிடம் போய் இருநூறு ரூபிள் கடன் கேட்டுக் கெஞ்சும்படி உங்களிடம் சொன்னது யார். அட்டைகளா, உங்களை வீட்டைவிட்டு

துரத்திவிட்டு அவள் ஆனந்தமடைந்திருக்கிறாள்! இதைப்பற்றிக் கெய்ஸர்லிங் நிச்சயமாகப் பிரஷ்ய வேந்தனுக்கு எழுதுவான். அந்த அரசன் அதை ஐரோப்பா வெங்கிலும் ஒலிபரப்புவான்! நீங்கள் தின்பண்டக் கடைக்காரியை ஏமாற்றப் பார்த்தீர்கள். இல்லையென்று மறுத்துப்பேச முயலாதீர்கள்! அவள் கெட்டிக்காரி, பணமில்லாமல் பொருள்தர மாட்டேனென்றாள். அட, கடவுளே! இப்பொழுது ஜார் என்ன கூறுவார்? கொழுமமுத்த வேசிகளே, அவர் உங்களை என்ன செய்வது? கூந்தலை வெட்டிவிட்டு புஸ்டோஸர்ஸ்குக்கு அனுப்புவதா?''

தலையணியையும் கோட்டையும் எடுக்காது, நடால்யா அறையில் குறுக்கும் நெடுக்கும் நடந்தாள். உள்ளக் கிளர்ச்சி மிகுதியால், உள்ளங் கைகளை மடக்கினாள்! காட்காவையும் மாஷ்காவையும் ஆத்திரத்தோடு நோக்கினாள். முதலில் அவர்கள் நின்று கொண்டிருந்தனர். பிறகு கால்கள் சோர்ந்தன; எனவே உட்கார்ந்து கொண்டனர். அவர்களது மூக்குச் சிவந்தது. அழுகையை அடக்கியதால் கன்னங்கள் துடித்து உப்பின. ஆனால் பயத்தால் பேச முடியாது திணறினார்கள்.

நடால்யா தொடர்ந்து பேசினாள்:

''நம்மைப் பாதாளத்திலிருந்த கரையேற்றுவதற்கு ஜார் தம்மால் இயன்றதனைத்தும் செய்கிறார். அவர் உறங்குவதில்லை, உண்பதில்லை. தம் கையாலேயே பலகைகளை ரம்பங்கொண்டு அறுக்கிறார், ஆணி அடிக்கிறார். தெறிகுண்டுகளும் வெடிகுண்டுகளும் பாய்ந்து வரும் களத்தில் மரணத்தைத் திரணமென மதித்துப் போராடுகிறார். இவற்றையெல்லாம் எதற்காகச் செய்கிறார்? நம்மை மனிதர்களாக்குவதற்காக. அவரை இகழ்ச்சிகுள்ளாக்கி அழிப்பதற்கு அவரது சத்துருக்கள் காத்துக்கொண்டிருக்கின்றனர். நீங்கள் என்ன செய்கிறீர்கள்? அவருடைய கொடிய விரோதிகூட நீங்கள் செய்யத் துணிந்த காரியங்களைச் செய்யமாட்டான். நான் உங்களை நம்பப் போவதில்லை; அன்னியர் பேட்டைக்குச் செல்லும்படி உங்களைத் தூண்டிவிட்டது யார் என்று நான் கண்டுபிடிக்கிறேன், சோம்பல் பிடித்த கிழங்களா?''

இதைக் கேட்டவுடன் இளவரசிகளது மடித்த உதடுகள் திறந்து கோணின. அவர்கள் கண்ணீர் உகுத்தனர்.

''எங்களுக்கு எவரும் யோசனை கூறவில்லை. நாங்கள் மண் மூடிப் போகவேண்டும்!...'' என்று காட்கா பிதற்றினாள்.

'' நீ பொய் சொல்கிறாய்! தின்பண்டக் கடைக்காரியைப் பற்றி உங்களிடம் யோசனை கூறியது யார். அந்தத் துடுக்கான சிறுக்கி அன்னாமான்ஸ் வட்டிக்குக் கடன் கொடுப்பதாகச் சொன்னது யார்?''

மாஷ்கா ஊளையிட்டாள்.

''அந்த கிம்ரிமாது, தாம்னாதான் சொன்னாள். அவள் இந்தத் தின்பண்டக் கடைக்காரியைக் கனவில் கண்டதாகக் கூறினாள். நாங்கள் நம்பினோம். வாதுமைப்பருப்பில் செய்த தின்பண்டம் புசிக்க விரும்பினோம்.''

நடால்யா ஓடிப்போய்க் கதவைத் திறந்தாள். இங்கே பெண்ணாடை அணிந்த கோமாளி வடிவில் சிறிய கிழவன் நின்றான். அவனுடன் பணிப்பெண்களும் கூனர்களும் கோமாளிகளும் நின்றனர். நடால்யா கரியசால்வை அணிந்த ஒரு பெண்ணின் கையைப் பற்றினாள்.

''நீதான் கிம்ரியிலிருந்து வந்தவளா?''

''இளவரசி, நீங்கள் சொல்வது சரி, நான் கிமிரியிலிருந்து வந்தவள், விதவை, என் பெயர் தாம்னா'' என்றாள் அவள்.

''இளவரசிகளை அன்னியர் பேட்டைக்குப் போகும்படி தூண்டியது நீயா?''

தாம்னாவின் வெளுத்தமுகம் துடித்தது. அளது நீண்ட உதடுகள் கோணின. அவள் கூறினாள்:

''இளவரசியாரே, என்னிடம் ஒரு தீய மாயசக்தி இருக்கிறது. நான் புத்தி சுவாதீனம் இல்லாதபொழுது, ஏதேதோ உளறுவேன். என்னை ரட்சிக்கும் இளவரசிகள் என் பிதற்றலைக் கேட்டுச் சிரிக்கும்பொழுது நான் மனமகிழ்கிறேன். இரவில் நான் அதிசயமான கனவுகளைக் காண்கிறேன். என் கனவுகளை இளவரசிகள் நம்புகிறார்களா இல்லையா என்பது எனக்குத் தெரியாது. நான் என் வாழ்வில் ஒருநாளும் அன்னியர் பேட்டைக்குச் சென்றதில்லை. எந்தத் தின்பண்டக் காரியையும் கண்டதில்லை.'' மீண்டும் நடால்யாவுக்குத் தலைவணங்கிவிட்டு தாம்னா பேசாது நின்றாள். சால்வைக்குக் கீழ் கரங்களைக் கட்டிக்கொண்டு சிலையாய் நின்ற அவளை நெருப்பைக்கொண்டு சித்திரவதைசெய்தாலும் உண்மையைக் கக்கமாட்டாளென்பதை நடால்யா புரிந்துகொண்டாள்.

வெப்பம் தாங்காது இலேசாக விம்மிய காட்காவையும் மாஷ்காவையும் மீண்டும் நடால்யா பார்த்தாள். கோமாளிக் கிழவன் தலையை உள்ளே நீட்டினான். அவனுக்கு நாசித்தொளைகள் இருந்தன; ஆனால் நாசியில்லை. அவனது மீசையும் தாடியும் அலங்கோலமாக இருந்தன; உதடுகளைப் பயங்கரமாகப் பிதுக்கிக்கொண்டிருந்தான்.

''உங்களைச் சிரிக்கவைக்கவேண்டுமா?'' என்று அவன் வினவினான்.

பொறுமை இழந்த மாஷ்கா அவனை நோக்கிக் கைக்குட்டையை அசைத்தாள். ஆனால் அதற்குள்ளாக ஒரு டஜன் கரங்கள் கதவைப்பற்றிக்கொண்டன. கோமாளிப் பெண்களும் கந்தல் உடுத்திய குரூபிகளும் கோமாளிக் கிழவனைத் தள்ளிக்கொண்டு உள்ளே நுழைந்தனர். அவர்கள் தலையில் ஒன்றுமணியவில்லை. சிலர் விசித்திரமான மேலாடை உடுத்தியிருந்தனர்; பர்ச்மரப் பட்டையில் செய்த தலையணி தரிந்திருந்தனர். அவர்கள் கூச்சமோ வெட்கமோ இல்லாமல், இலாகவமாகக் குதித்தாடினர்; வீறிட்டலறினர்; ஒருவர் கூந்தலை ஒருவர்பற்றி இழுத்தனர்; ஒருவர் முகத்தில் ஒருவர் அடித்தனர். கோமாளிக்கிழவன் ஒட்டுத்தையல் கவுன் உடுத்திய ஒரு கூனியின் முதுகில் உட்கார்ந்தான். ''அன்னியப் பெண் மீது அமர்ந்த அன்னியன் பீர் குடிக்கப் போகிறான்!'' என்று மூக்கால் கத்தினான். விரைவாக நடையறைக்கு வந்த பாடகர்கள் சீழ்க்கை அடித்துக்கொண்டு நடனப்பாட்டுப் பாடினார்கள். தாம்னா நடந்துசென்று கணப்பின் பின்னால் நின்றாள்; சால்வையைப் புருவங்கள்வரை இழுத்துவிட்டுக்கொண்டாள்.

நடால்யாவுக்கு எரிச்சலாகவும் கோபமாகவும் இருந்தது. அவள் பாதத்தைத் தளத்தில் அறைந்தாள். ''ஒழிந்துபோங்கள்!'' என்று அந்தக் குதித்துக் கும்மாளம்போடும் இழி ஜனக் கூட்டத்தைப் பார்த்துக்கத்தினாள். ஆனால் அந்தக் கோமாளிகள் இன்னும் உரத்தகுரலில் சத்தம் செய்தனர். இந்தப் பேய்க்கூட்டத்திடம் அவள் தனியாக என்னசெய்வாள்? மாஸ்கோவில் இந்தப் பிசாசுகள் இல்லாத இடமில்லை. ஒவ்வொரு பாயர் வீட்டிலும், ஒவ்வொரு திருக்கோயில் வாயிலிலும் இந்தப் பேய்க்கணங்கள் சுழன்று ஆடின. அவள் தன் சகோதரிகளுடன் இனிப்பேச முடியாதென்பதை ஓர்ந்து, தன் வழியே செல்ல எண்ணினாள். ஆனால் உடனடியாகப் போவது முட்டாள்தனமானதாகிவிடும்; ஏனெனில் காட்காவும் மாஷ்காவும், வண்டிபோகும்போது ஜன்னல் வழியே தலையை நீட்டி வயிறு வெடிக்கச் சிரிப்பார்கள்.

திடீரென்று, இந்த இரச்சலுக்கும் குழப்பத்துக்கும் இடையே, முன்றிலில் உருளைகள் கடகடவென்று சத்தமும் குதிரைக் குளம்புகள் பூமியில் பாவும் ஓசையும் கேட்டன. கிழவன் பற்களைக் காட்டி ''கலையுங்கள்!'' என்று உத்திரவிட்டான். கோமாளிக் கூட்டம் எலிகளைப் போல் கதவுக்கு ஓடியது. ஒரு நிமிடத்தில், அமைதி நிலவியது. மரத்தாலான படிக்கட்டுக் காலடி நடையால் கிரீச் சென்றது.

வெள்ளிப் பூண் இட்ட தாடியையும் குல்லாயையும் கையில் எடுத்துக்கொண்டும் மேல்மூச்சுக் கீழ்மூச்சு வாங்கிக்கொண்டு ஒரு பருத்துத்தடித்த மனிதன் அறையில் பிரவேசித்தான். அவன் பழைய மாஸ்கோ பாணியில் தொளதொளவென்றிருந்த நீண்டகோட்டை அணிந் திருந்தான். அந்தக் கருஞ்சிவப்புக் கோட்டு பூமியைத் தொட்டது. அவனது அகன்ற கரிய முகத்தை க்ஷவரம் செய்துகொண்டிருந்தான். மீசையைப் போலிஷ் முறையில் முறுக்கிவிட்டிருந்தான். அவனது ஈரக் கண்கள் பிதுங்கியிருந்தன. அவன் குல்லாயால் தரையைத் தொட்டு நடால்யாவை மௌனமாக வணங்கினான். அதன்பின் கஷ்டப்பட்டுத் திரும்பி காட்காவுக்கும் மாஷ்காவுக்கும் வணங்கினான். அவர்கள் பயத்தால் மூச்சுத்திணறினர். அவன் குல்லாயையும் தடியையும் பக்கத்தில் கிடத்திக்கொண்டு பெஞ்சியில் அமர்ந்தான்.

''ஊப்! நல்லது. நான் வந்திருக்கிறேன்'' என்றான் அவன். தன் கோட்டின் மார்புப் பையிலிருந்து ஒரு பெரிய வண்ணக் கைக்குட்டையை எடுத்து முகத்தையும் கழுத்தையும் நெற்றிமீது வாரிவிட்டிருந்த ஈரமான கேசத்தையும் துடைத்துக் கொண்டான். இவன்தான் மாஸ்கோவில் பெரிதும் அஞ்சப்படும் மனிதன்: மகாப்பிரபு ரோமோடானோவ்ஸ்கி.

''இங்கு நிகழும் விஷமங்களைப்பற்றி நாம் கேள்விப்பட்டோம், கேள்விப்பட்டோம். ஆ ஆ ஆ!'' என்றான். அவன் கைக்குட்டையைக் கோட்டுப்பையில் திணித்துவிட்டுக் காட்காவையும் மாஷ்காவையும் நோக்கிக் கண்களைச் சுழற்றினான். ''உங்களுக்குத் திடீரென்று வாதுமைப் பருப்புத் தின்பண்டம் வேண்டுமென்ற ஏக்கம் உண்டாயிற்றா? நல்லது, நல்லது! வஞ்சனையால் உண்டாவதைவிடப் பேதைமையால் விளையும் பொல்லாங்கு அதிகம் என்பது உங்களுக்குத் தெரியாதா? உங்களது நடவடிக்கையால் வம்பளப்பு வாய்ப்பு ஏற்பட்டிருக்கிறது'' என்று கூறிய கிழவன் நடால்யாவை நோக்கித் திரும்பி மேலும் பேசினான்: ''அவர்கள் கடன் வாங்குவதற்காக அன்னியர் பேட்டைக்குச் சென்றார்கள். அதன் பொருள் என்ன. யாருக்கோ பணம் தேவைப் படுகிறது. என்னிடம் கோபிக்காதீர்கள். நான் உங்கள் சகோதரிகளது வீட்டுக்குக் காவல்போடப் போகிறேன். இங்கு கிம்ரியிலிருந்து வந்த ஒருத்தி ஒரு சிற்றறையில் வசிக்கிறாள்.அவள் ஒரு பானையில் இரகசியமாக உணவு எடுத்துக்கொண்டு தோட்டத்துக்கு அப்பாலுள்ள தரிசு நிலத்திலிருக்கும் பழைய நீராடும் அறைக்குப்போகிறாள். அங்கு ஓடிப்போன மாஜி பாதிரியான கிரிஷ்கா என்பவன் வசிக்கிறான்.'' இதைக் கேட்டவுன் காட்காவுக்கும் மாஷ்காவுக்கும் முகம் வெளுத்தது. அவர்கள் கன்னத்தில் கைவைத்துக்கொண்டனர். ரோமோடானோவ்ஸ்கி தொடர்ந்து பேசினாள்: ''இந்த மாஜி பாதிரியான கிரிஷ்கா காதல் கஷாயம் வடித்துக் கொடுக்கிறான். அத்துடன் கருச்சிதைக்கும் மருந்துகளையும் செய்து கொடுக்கிறான். நல்லது, இத்தோடு விவகாரம் முடிகிறதா? இல்லை. இந்தக் கிரிஷ்கா குற்றங்களுக்குத் தூண்டிவிடும் அநாமதேயக் கடிதங்களை எழுதுகிறான். இரவு நேரத்தில், அன்னியர் பேட்டையிலுள்ள சில ஸ்தானீகர்களது வீடுகளுக்குச் சென்று வருகிறான். மேலும் அவன் நாவோடிவிச்சி கன்னித்துறவி மடத்தில் தரையைக் கழுவும் வேலையைச் செய்துவரும் ஒரு பணிப்பெண் வீட்டுக்கும் போய் வருகிறான். அந்தப் பணிப்பெண், 'மாஜி ரீஜண்டான ஸோபியா அலெக்ஸீவ்னாவின் அறையையும் கழவி விடுகிறாள்.'' மகாப்பிரபு மெதுவாகத் தணிந்த குரலில் பேசினான்.

அறையிலிருந்தவர்கள் அவளது பேச்சை மூச்சுவிடாது கேட்டனர். அவன் மேலும் கூறினான்: ''என் அன்பார்ந்த நடால்யா அலெக்ஸீவ்னா, நான் சிறிதுநேரம் இங்கு தங்குவேன். நீங்கள் இந்த விவகாரங்களில் சிக்கி உங்களது கரங்களை மாசுபடுத்திக்கொள்ளாதீர்கள். குளிர்ந்த மாலை நேரத்தில், இங்கு நிற்காது வீட்டுக்குச் செல்லுங்கள்.''

அத்தியாயம் 2

1

பிராவ்கின் சகோதர்களான அலெக்ஸி, யாகோவ், காவிரில்கா ஆகிய மூவரும் மேஜையைச் சுற்றி அமர்ந்திருந்தனர். இம்மாதிரிகூடி ஒயின் அருந்தி மனம்விட்டுப் பேசும் சந்தர்ப்பம் அரிதாகவே வாய்த்தது. இந்த நாட்களில் எதற்கும் நேரம் கிடைப்பதில்லை. விரைவாகவும் வேகமாகவும் அலுவல்களைச் செய்து முடிப்பதற்கும் பொழுது போதவில்லை. இன்று இந்த ஊரில் இருந்தால், நாளைக்குச் சறுக்குவண்டியில் ஏறி ஆயிரம் மைலுக்கப்பாலுள்ள இன்னோர் இடத்துக்குச் செல்லவேண்டும்; விரைந்து செல்லும் வண்டியில் உலர் புல் மீது ஆட்டுத்தோல் கோட்டுடன் கிடந்து அடுத்த ஊரை எதிர்பார்க்க வேண்டும். போதுமான ஆட்கள் இல்லை யென்றும் மிகக் குறைவான ஆட்களே உள்ளனர் என்றும் தோன்றியது.

யாகோவ் வாரனேஷிலிருந்தும் காவிரில்கா மாஸ்கோவிலிருந்தும் வந்திருந்தார்கள். நீவா நதியின் இடதுகரையில் பான்டான் காவின் முகப்பருகே பண்டக சாலைகளைக் கட்டவேண்டும் மென்றும் கரையில் தோணித்துறைகளை அமைத்து ஆற்றின் குறுக்கே சங்கிலி அல்லது குறுக்குச் சட்டம்போட வேண்டுமென்றும், கரைமுழுவதுமே கட்டைகள் அடித்துப் பலப்படுத்த வேண்டு மென்றும் அவர்களுக்கு உத்திரவிடப்பட்டிருந்தது. இவ்வாறு அவர்கள், ஸிவிர் நதிக்கரையில் துரிதமாகக் கட்டப்படும் பால்டிக் படைக்கப்பல்களது வருகைக்குத் தயாராக வேண்டும். முந்தைய வருடத்தில் அலெக்ஸாண்டர் மென்ஷிகோவ், ஸிவிர்நதிக்கரையிலுள்ள லோடிநோயி என்ற இடத்துக்குப் போயிருந்தான்; பாய்மரத்துக்கு வேண்டிய விருட்சங்களை வெட்டும்படி உத்திரவிட்டான். அங்கே, ஈஸ்டர் வாரத்தில், அவனே முதலாவது கப்பல்கட்டும் துறைக்கு அஸ்திவாரமிட்டான். புகழ் பெற்ற தச்சர்களும் கம்மாளர்களும் அங்கு தருவிக்கப்பட்டிருந்தனர். ஆம்ஸ்டர்டாமில் கப்பல்கட்டும் தொழிலில் தேர்ச்சிபெற்ற இளைஞர்களும், வாரனேஷிலும் ஆர்க்கேஞ்சிலும் வேலை செய்து அனுபவம் பெற்ற வினைஞர்களும் ஹாலந்திலிருந்தும் இங்கிலாந்திலிருந்தம் வந்த புகழ் பெற்ற வினைஞர்களும் ஸிவிர் நதிக்கரையில் வேலை செய்தனர். அவர்கள் இருபது துப்பாக்கிகளை உடைய விரை போர்க் கப்பல்களையும் பல்வகைப் பெரிய சிறிய கப்பல்களும் கட்டிக்கொண்டிருந்தனர். சாலைகளில் சறுக்கு வண்டி போக முடிந்தபொழுதே, பீட்டர் அவ்விடத்துக்கு விரைந்து சென்று கப்பல் கட்டுவோருடன் சேர்ந்து கொண்டான். இப்பொழுது அவன் இங்கே, பீட்டர்ஸ்பர்க் வருவதற்கு இருந்தான்.

அலெக்ஸி கோட்டு அணியவில்லை. ஞாயிற்றுக்கிழமையானதால் சலவை செய்த டச்சு லினன் சட்டையைப் புதிதாக எடுத்து அணிந்திருந்தான். சரிகைத் தொங்கலைச் சுருட்டி விட்டுக் கொண்டு கத்தியால் மாட்டிறைச்சியை அறுத்துக்கொண்டிருந்தான். அவர்களுக்கு முன்னால் மேஜை மீது ஒரு மட்பாண்டத்தில் சூடான கோசுக்கீரைச் சூப்பும் ஒரு சாவுவாட்காவும் மூன்று கலப்பு ஈயக் கோப்பைகளும் இருந்தன. ஒவ்வொருவருக்கும் முன்னால் நாட்பட்ட 'ரை' ரொட்டித்துண்டும் இருந்தது.

''மாஸ்கோவில் கோசுக்கீரையும் மாட்டிறைச்சியும் சாமானியமான உணவுப் பொருட்கள்'' என்று அலெக்ஸி தன் சகோதர்களிடம் சொல்லிக்கொண்டிருந்தான். அவனது சிவந்த கன்னங் களை மழமழப்பாகச் சிரைத்துவிட்டுக் கொண்டிருந்தான்; மெல்லிய மீசையை மேல்நோக்கி முறுக்கி விட்டிருந்தான்; தலைமயிரை வெட்டிவிட்டிருந்தான். அவனது பொய்மயிர் சுவரில் ஓர் ஆணியில் தொங்கிக்கொண்டிருந்தது. ''ஆனால் இங்கே பண்டிகை நாட்களில் உப்பிலிட்ட மாட்டிறைச்சியை உண்கிறோம். புளிப்பான கோசுக்கீரையை எடுத்துக்கொண்டால், மென்ஷிகோவின் உக்கிராண அறையில் கொஞ்சம் இருக்கிறது; புரூஸிடம் கொஞ்சமும் என்னிடம் கொஞ்சமும் உள்ளன. வேறு ஒருவரிடமும் கிடையாது. நாங்கள் கோடையிலேயே இதைப்பற்றி யோசித்துத் தோட்டத்தில் கோசுக்கீரை பயிர் செய்ததால் தான், எங்களிடமும் இருக்கிறது. இங்கு நாம் கடினமான வாழ்க்கை நடத்துகிறோம். ஒவ்வொரு பொருளுக்கும் தட்டுபாடுதான்; விலையும் அதிகம்.''

அலெக்ஸி இறைச்சித் துண்டுகளைக் கோசுகீரைச் சூப்பில் போட்டுக் கலப்பு ஈயக்கிணங்களில் மதுவை ஊற்றினான். சகோதரர்கள் ஒருவருக்கொருவர் தலை வணங்கிவிட்டுப் பெருமூச்செறிந்தனர்; மதுவைக் குடித்துவிட்டுச் சூப்பைப் புசிக்கத்தொடங்கினர்.

''ஜனங்கள் இங்கு வருவதற்கு அஞ்சுகிறார்கள். இங்கும் பெண்களே இல்லையென்று சொல்லலாம். உண்மையில் இது துறவிகளது ஆசிரம வாழ்க்கைதான். குளிர்காலத்தில் பரவாயில்லை; பனிப்புயல் பயங்கரமாக வீசுகிறது; இருள் சூழ்கிறது; தவிர போனவருடக் குளிர் காலத்தில் வேலையும் மிகுதியாகவிருந்தது. ஆனால் இன்று வீசுவதுமாதிரி வசந்தகாலத் தென்றல் வீசும் பொழுது, பலவகையான விவேகமற்ற விஷயங்கள் மூளையில் வட்டமிடுகின்றன. இங்கு ஒவ்வொருவனும் தன் பொறுப்பை நிறைவேற்ற வேண்டுமென்பதில் கண்டிப்பாக இருக்கிறார்கள்'' என்றான் அலெக்ஸி.

''ஆம், இது ஒரு பாழான பிரதேசம்'' என்று குருத்தெலும்புத் துண்டைக் கடித்துக் கொண்டிருந்த யாகோவ் கூறினான்.

யாகோவ் அவனது சகோதரர்களைப்போல் திருத்தமாகக் காட்சி அளிக்கவில்லை. அவனது தவிட்டு நிறக்கோட்டில் நிறையக் கறைகள் இருந்தன; பித்தான்களைக் காணவில்லை. ரோமமடர்ந்த கழுத்தைச் சுற்றிக் கட்டியிருந்த கறுப்புப்பட்டை பசபசப்பாயிருந்தது. அவனிடமிருந்து மட்டரகப் புகையிலையின் நெடிவீசியது. அவன் பொய்மயிர் அணியவில்லை; தோள்வரை வளர்ந்திருந்த மயிரைச் சீவவுமில்லை.

''நீ சொல்வது தவறு, தம்பி'' என்று பதிலளித்தான் அலியோஷ்கா: ''இங்கிருந்து தூதர்ஹாப் பண்ணையை நோக்கிக் கரையோரமாகச் சென்றால், நாட்டுபுறத்தின் செழிப்பை நீ நன்றாக உணர்வாய். இடுப்பளவுக்குப் புல்வளர்கிறது; பர்ச் மரங்கள் உயரமாக வளர்ந்திருப்பதால் அண்ணாந்து பார்த்தால்தான் அவற்றின் உச்சி புலப்படுகிறது. 'ரை' தானியம், பலவகையான காய்கறி கனிகளும் இங்கு பயிராகின்றன. நீவாவின் கழிமுகத்தைச் சுற்றி நிலம் பாழாகவும் சதுப்பாகவும் இருப்பது மெய். ஆனால் ஏதோ காரணத்தால், இந்த இடத்தில்தான் நகரைக் கட்டவேண்டமென்று ஜார் தீர்மானித்து விட்டார். ராணுவக் கண்கொண்டு நோக்கின், இது தகுதியான இடம் என்பதில் ஐயமில்லை. இங்கு ஒரே ஒரு தொல்லை உண்டு; அதாவது ஸ்வீடிஷ்காரர்கள் நாம் அமைதியாக வாழ்வதை அனுமதிக்க மாட்டார்கள். போனவருடம், கடலிலிருந்த கப்பற்படையைக் கொண்டு அவர்கள் ஸீஸ்கிரா நதியில் நம்மை அழிக்கப் பார்த்தார்கள். ஆயினும் நாம் அவர்களை விரட்டி விட்டோம். இனிக் கடல்வழியே நம்மைத் தாக்குவதற்கு அவர்கள் துணியமாட்டார்கள். ஜனவரி மாதத்தில், தெப்பம் தெப்பமாகக்

கருங்கற்களை ஏற்றிக் கோட்லின் தீவின் அருகே உறைபனியில் அமுக்கினோம். குளிர்காலமெல்லாம் நாம் கருங்கற்களைக் கொண்டுவந்து குவித்தோம், ஆற்றில் பனிக்கட்டிகள் உருகுவதற்கு முன்னால், ஐம்பது துப்பாக்கிகளை உடைய வட்டமான காவலரண் சித்தமாகிவிடும். அதற்கான திட்டத்தைப் பீட்டர் அலெக்ஸிவிச் வாரனேஷிலிருந்து அனுப்பினார். அவரே ஒரு மாதிரியையும் செய்து அனுப்பினார். அந்தக் காவலரணைக் கிரான்ஷிலாட் என்று பெயரிடவேண்டுமென்றும் உத்திரவிட்டார்.

''எனக்கு அதைப்பற்றிச் சகல விவரங்களும் தெரியும் என்றான் யாகோவ்.'' அந்த 'மாதிரி' விஷயமாக எங்களுக்கும் பீட்டர் அலெக்ஸிவிச்சுக்கும் வாக்குவாதம் மூண்டது. காவலரண் ரொம்பத் தாழ்வாக இருக்கிறதென்றும் கடல் கொந்தளிக்கும் பொழுது, அலைகள் துப்பாக்கிகளை மூழ்கடிக்குமென்றும் நான் கூறினேன். காவலரண் மேலும் மூன்றரை அடி அதிகமான உயரத்தில் அமைய வேண்டுமென்றேன். அதற்காக அவர் என்னைக் கம்பால் அடித்தார். மறுநாள் காலையில் எனக்கு அவர் சொல்லியனுப்பினார். ''யாகோவ், நீ சொன்னது சரி. நான்தான் தப்பு செய்தேன்'' என்று கூறினார். எனக்கு ஓர் இனிப்பு அப்பமும் ஒரு கோப்பை வாட்காவும் வழங்கினார். நாங்கள் மன மொத்துப் போனதற்கு அறிகுறியாக அவர் இந்தப் புகைக்குழாயைக் கொடுத்தார்!

பலவகையான தட்டுமுட்டுச் சாமான்கள் கிடந்த சட்டைப்பையிலிருந்து யாகோவ் ஒரு குழாயைத் தேடி எடுத்தான். அது சிறியதாகவும் கறுத்ததாகவும் இருந்தது. அதன் வாயில் வைத்துக் கொள்ளும் பகுதி நன்கு மெல்லப்பட்டிருந்தது. அவன் அந்தக் குழாயில் புகையிலையை அடைந்தான். சக்கிமுக்கிக் கல்லை நன்றாக அடித்துச் சக்கிமுக்கிப் பஞ்சில் தீ உண்டாக்கினான். இரு அண்ணன்களைவிட உயரமானவனும் வாட்ட சாட்டமானவனும் மாசற்ற கன்னங்களையும் கரிய சிறிய மீசையையும் பெரிய கன்னங்களையும் உடையவனும் ஸாங்காவைப் போலவே தோற்றமளித்தவனுமான காவிரில்கா திடீரென்று கோசுக்கீரைச் சூப்புக்கரண்டியைக் குலுக்கிவிட்டுப் பொருத்தமில்லாது பேசினான்ஃ

''அலியோஷ்கா, ஒரு கரப்பான் பூச்சியைப் பிடித்துவிட்டேன்.''

''என்ன பேசுகிறாய், பைத்தியக்காரா? அது கரித்துண்டு'' என்று கூறிய அலியோஷ்கா கரித்துண்டைத் தேக்கரண்டியிலிருந்து எடுத்து மேஜையின் மீது போட்டான். காவிரில்கா தலையைப் பின்பக்கம் சாய்த்துத் தன் வெண்பற்கள் விளங்கச் சிரித்தான்.

யாகோவ் பேசினான்ஃ ''நீ நமது அம்மா மாதிரியே இருக்கிறாய். அப்பா தேக்கரண்டியைத் தட்டில் எறிவார்; அருவருப்பாயிருக்கிறது, கரப்பான் பூச்சி!'' என்று அவர் கூறுவார். 'கரப்பான் இல்லை, கரித்துண்டு' என்பாள் அம்மா. வேடிக்கைதான். ஆயினும் நினைத்தால் வேதனையாகவிருக்கிறது. அலியோஷ்கா, உனக்கு அப்பொழுது வயதாகிவிட்டது; ஆனால் நாங்கள் கால்சட்டை இல்லாது கணப்பின் பரணில் குளிர்காலத்தைக் கழித்ததை யாகோவ் மறக்கவில்லை. ஸாங்கா எங்களுக்குப் பயங்கரமான கதைகளைச் சொன்னாள். ஆம், அப்படித்தான் நாம் வாழ்ந்தோம்...''

மூவரும் தேக்கரண்டிகளைப் போட்டுவிட்டு மேஜையின் மீது முழங் கைகளை வைத்துச் சிந்தனையிலாழ்ந்தனர். மூவரும் நெடுந்தொலைவுத் துயரை எண்ணி வருந்தியதாகத் தோன்றியது. அலெக்ஸி கோப்பைகளில் மீண்டும் மதுவை ஊற்றினான். ஓய்வான உரையாடல் மீண்டும் ஆரம்பமாயிற்று. அலெக்ஸி தன் குறைகளை எடுத்துவைத்தான். கோட்டையில் புனிதர் பீட்டர் தேவாலயம், புனிதர் பால் தேவாலயம் ஆகியவற்றுக்காகப் பலகைகளை அறுக்கும்

வேலைக்கு அவன் பொறுப்பாயிருந்தான். ரம்பங்களோ கோடரிகளோ தேவைப்பட்ட அளவுக்குக் கிடைக்கவில்லை. தொழிலாளருக்கு ரொட்டியும் தினையும் உப்பும் கிடைக்கச் செய்வது மேன்மேலும் கஷ்டமான பிரச்னையாயிற்று, குளிர் காலத்தில் பின்னிஷ் கடற்கரை யிலிருந்து கல்லும் மரமும் ஏற்றிய சறுக்கு வண்டிகளை இழுப்பதற்குப் பயன்பட்ட குதிரைகள் உலர்புல் இல்லாது பட்டினி கிடந்தன. இனி சறுக்குவண்டிகள் ஓடமுடியாது; சாதாரண வண்டிகள் தேவை; ஆனால் அவற்றை அமைப்பதற்கு சக்கரங்கள் இல்லை.

மீண்டும் கோப்பைகளில் வாட்கா ஊற்றிக்கொண்ட அவர்கள் ஐரோப்பிய அரசியலைப்பற்றி விமர்சனம் செய்தனர். ஐரோப்பிய நிகழ்ச்சிகள் அவர்களை வியப்பிலாழ்த்தின; அவை அவர்களுக்குப் பிடிக்கவுமில்லை. ஐரோப்பிய நாகரிக அரசுகள் நேர்மையாக உழைத்து நாணயமாக வியாபாரம் செய்யுமென்று அவர்கள் எதிர்பார்த்து ஏமாற்றமடைந்தனர். பிரெஞ்சு அரசன் ஆங்கிலேயரையும் டச்சுக்காரரையும் ஆஸ்திரியச் சக்கரவர்த்தியையும் எதிர்த்து நிலத்திலும் கடலிலும் போர்புரிந்து கொண்டிருந்தான். அதற்கு முடிவு ஏற்படாதென்றே தோன்றியது. துருக்கியர்கள் மத்திய தரைக் கடல் விஷயமாக ஸ்பெயினோடும் வெனிஸோடும் தகராறு செய்துகொண்டிருந்தனர். ஒருவர் கப்பற்படையை இன்னொருவர் கொளுத்தினர். பிரஷ்ய அரசனான பிரெடிரிக் மட்டுமே தற்காலத்தில் பேசாதிருந்தான். அவன் அதிகத் தொல்லையில்லாமல் எதை அபகரிக்கலாமென்று கண்ணும் கருத்துமாய்க் காத்திருந்தான். ஸாக்ஸனி, ஷிலிஸ்விக், போலந்து, லிதுவேனியா ஆகிய நாடுகள் போராலும் உள்நாட்டுச் சண்டையாலும் அழிந்துகொண்டிருந்தன. போலிஷ்காரர்கள் ஒரு புதிய அரசனைத் தேர்ந்தெடுக்க வேண்டுமென்று இரண்டு மாதங்களுக்கு முன்னால் சார்லஸ் உத்திரவிட்டான். இப்பொழுது போலந்தில், ஸாக்ஸனியின் அகஸ்ட், லீஸென்ஸ்கி ஆகிய இரு அரசர்கள் இருந்தனர். போலிஷ் பிரபுக்கள் பிளவுபட்டிருந்தனர்; சிலர் அகஸ்டையும் வேறு சிலர் லீஸென்ஸ்கியையும் ஆதரித்தனர். அந்த வெறியில் அவர்கள் ஸ்தலஸ்தாபனங்களை வாட்போர்க்களங்களாக மாற்றினார்கள். சிறு நிலச்சுவான்தார்களில் தமக்குள்ள ஆதரவாளர்களைத் திரட்டிக் கொண்டு எதிர்க்கட்சியின் கிராமங்களையும் எஸ்டேட்டுகளையும் அழிப்பதில் ஈடுபட்டனர். இதே பொழுதில் சார்லஸ் தன் படைகளுடன் போலந்தில் சுற்றித் திரிந்தான். அந்தப் படைகள் நாட்டைச் சூறையாடின; நகரங்களை அழித்தன. போலந்து முழுவதையும் தன் காலடியில் கொண்டு வந்தபின், ஜார் பீட்டர் மீது பாயப் போவதாகவும் மாஸ்கோவை எரிக்கப் போவதாகவும் ருஷிய நாட்டைப் பாழாக்கப் போவதாகவும் சார்லஸ் அச்சுறுத்தினான். அதன்பின் அவன் மாஸிடோனியாவின் மகா அலெக்ஸாந்தர் மாதிரி ஒரு புதிய அலெக்ஸாந்தராகத் தன்னைப் பிரகடனம் செய்து கொள்ள எண்ணினான். ஆகக்கூடி, உலகம் முழுவதும் புத்தி சுவாதீனத்தை இழந்து விட்டதென்று சொல்ல முடிந்தது.

காரை பூசிய சுவரின் நடுவே நான்கு சிறிய கதவுகளை உடைய பலகணி பதிக்கப் பட்டிருந்தது. அதற்கு வெளியே ஒரு பெரிய பனிக்கட்டி கணீரென்ற ஓசையுடன் விழுந்தது. மூன்று சகோதரர்களும் திரும்பினர். ஈரக் கசிவுடைய கூரையில் உருகியபனி சடசட வென்ற ஒலியுடன் சொட்டிக்கொண்டிருந்தது. ஓர் இலையுதிர்ந்த தோப்பில் குருவிகள் சிறகடித்ததும் அவர்கள் காதில் விழுந்தது. அப்பொழுது அவர்கள் அன்றாட விவகாரங்களைப்பற்றிப் பேசத் தொடங்கினார்கள்.

அலெக்ஸி கவலையோடு பேசினான்: ''இங்கே நாம் மூவர் அண்ணன் தம்பிகள் இருக்கிறோம். மூவரும் துப்புக்கெட்ட பிரம்மசாரிகளாயிருக்கிறோம். என் பணியாள் என் சட்டைகளைத் துவைக்கிறான்; தேவைப்பட்டபொழுது பித்தானை வைத்துத் தைக்கிறான். ஆனாலும் அது மனைவி செய்வது மாதிரியாகாது. அது பெண்ணின் கரமல்ல. தவிர, அதைப்

பற்றிக்கூடக் கவலையில்லை. சட்டைகள் எக்கேடு கெட்டுத் தொலைந்தாலும் பரவாயில்லை. அவள் வழிமேல் விழிவைத்து சாளரத்தில் எனக்காகக் காத்திருக்க வேண்டுமென்பதையே நான் பெரிதும் விரும்புகிறேன். எலும்பு கூடச் சில்லிட்டுப்போய் களைத்துச் சோர்ந்து வீட்டுக்கு வந்தால், தன்னந்தனியாகத் தலையணை மீது தலைகுப்புற விழவேண்டியிருக்கிறது. இது தெரு நாயின் வாழ்க்கை! ஆனால் அவளை எங்கே கண்டுபிடிப்பது?''

''அதுதான் கேள்வி'' என்று கூறிய யாகோவ் முழங்கைகளை மேஜையில் ஊன்றிக்கொண்டு மூன்று புகைச்சுருளை ஒன்றன் பின் ஒன்றாக ஊதினான். ''அன்பார்ந்த அண்ணா, நான் இந்தப் பந்தயத்தில் சேரவில்லை. நான் எழுதப் படிக்கத் தெரியாத பேதையை மணம் புரியமாட்டேன். அவளிடம் எதைப்பற்றியும் பேசமுடியாது. கூட்டத்தில் அழுக்குப்படாத சீமாட்டியோடு நடன மாடுகிறேன்; பீட்டர் அலெக்ஸிவிச்சின் உத்திரவுக்கு இணங்க அவளைப்பாராட்டிப் பேசுகிறேன். ஆனால் அவள் என்னை மணந்துகொள்ளமாட்டாள். எனவே அவசியம் ஏற்படும் பொழுது, ஏதாவது ஒரு வகையில் சமாளித்துக்கொள்கிறேன். அதெல்லாம் தவறு என்பது மெய். தூய்மையற்றது. பழி கேடானது என்பதும் மெய்தான். ஆனால் எனக்கு உலகத்திலுள்ள அத்தனை பெண்களையும் விட கணித சாத்திரமே உயர்ந்தது.

''ஒன்று இன்னொன்றை விலக்கவில்லை'' என்று அலெக்ஸி அவனிடம் மெல்லக் கூறினான்.

''ஒன்றோடொன்று பொருந்துவதில்லை என்பதுதான் என் அபிப்பிராயம். தோப்பிலிருக்கும் குருவியைப்பார். அதற்குத் தன் தோழி மீது ஏறிக் குதிப்பதைத் தவிர வேறு வேலையில்லை. ஆனால் மனிதன் சிந்தனை செய்வதற்காகக் கடவுளால் படைக்கப் பட்டிருக்கிறான்.'' என்று கூறிய யாகோவ் தன் தம்பியை நோக்கிவிட்டு, ''ஒரு வேளை நமது காவிரில்கா இத்துறையில் நிபுணனாயிருக்கலாம்'' என்றான்.

காவிரில்காவின் முகம் கழுத்துவரை சிவந்தது. அவன் மெதுவாகச் சிரித்தான். அவனது கண்கள் பனித்தன. அவனுக்கு ஏற்பட்ட மலைப்பில் எந்தப் பக்கம் நோக்குவதென்றே தெரியவில்லை.

யாகோவ் அவனை முழங்கையால் இடித்தான்.

''சொல்லு, சொல்லு! எனக்கு இத்தகைய பேச்சுக்கள் ரொம்பப்பிடிக்கும்.''

''ஒழிந்துபோ; சொல்வதற்கு ஒன்றுமில்லை. எனக்கு இன்னும் வயதாகவில்லை!'' என்றான் காவிரில்கா.

ஆனால் யாகோவும் அலெக்ஸியும் அவனை விடுகிற வழியாக இல்லை.

''முட்டாள், நமக்குள்ளேதானே பேசுகிறோம். ஏன் கூச்சப்படுகிறாய்?'' என்றான் அலெக்ஸி.

காவிரில்கா நீண்ட நேரம் மறுத்து வந்தான். அதன்பின் பெருமூச்சுவிட்டான்; கடைசியில் தன் சகோதரர்களிடம் கதையைக் கூறினான்.

கிறிஸ்துமஸுக்கு முன்னால் ஒரு நாள் மாலையில், அரண்மனையிலிருந்து ஒரு தூதன் ஐவான் பிராவ்கினுடைய வீட்டுக்கு வந்தான். அவன் ''காவிரில்கா இவனோவிச் பிராவ்கின் உடனடியாக அரண்மனைக்கு வரவேண்டுமென்று உத்திரவிடப்பட்டிருக்கிறார்'' என்று அறிவித்தான். முதலில் காவிரில்கா அந்த உத்திரவுக்குக் கீழ்ப்படிய விரும்பவில்லை. அவன்

இளைஞனாயிருந்தாலும் ஜாரின் தனியன்புக்கு உரியவன்! மேலும், அவன் வாரனேஷ் கப்பல் கட்டும் துறைக்காக இரண்டுதளக் கப்பலின் உருவரைப் படத்தைப் பூர்த்தி செய்து கொண்டிருந்தான்! ஜாரின் உத்திரவுக்கிணங்க அவன் சுஹாரேவ் ஸ்தூபியில் நடைபெற்ற கப்பல் கட்டும் தொழிலைப் போதித்து வந்த படியால், அந்த மாணவர்களுக்கு அந்த உருவரைப் படத்தைக் காட்ட விரும்பினான். எனவே கை மேல் உள்ள வேலையை விட்டுவிட்டு அரண்மனைக்குப்போக அவனுக்கு விருப்பமில்லை. ஆனால் ''காவ்ருஷ்கா, பிரெஞ்சுக் கோட்டை அணிந்துகொள். உத்திரவிட்ட இடத்துக்குப்போ. இம்மாதிரியான விஷயங்களில் பொறுப்பில்லாமல் நடந்து கொள்ளாதே'' என்று ஐவான் பிராவ்கின் கண்டிப்பாகக் கூறினாள்.

காவிரில்கா ஒரு வெள்ளை ஸில்க் கோட்டைத் தரித்துக் கொண்டான்; இடுப்பைச் சுற்றி ஒரு பட்டைத் துணியைக் கட்டிக்கொண்டான். மோவாய்க்குக் கீழே சரிகையை மடித்துவிட்டான். பொய்மயிரில் கஸ்தூரியைத் தூவினான். அதன்பின் குதிமுட்கள் வரை தொங்கிய மேலாடையைப் போட்டுக்கொண்டு சறுக்குவண்டியில் கிரெம்லினுக்குப் புறப்பட்டான். மாஸ்கோ முழுவதும் பார்த்துப் பொறாமைப்படும் அளவுக்கு உயர்ந்ததாயிருந்த மூன்று ஜாதிக் குதிரைகள் அந்த வண்டியில் கட்டப்பட்டிருந்தன.

தூதன் அவனைக் குறுகலான படிக்கட்டுகள் வழியாகவும் இருண்ட நடைபாதைகள் வழியாகவும், பெருந்தீக்கு இரையாகாது தப்பிய அந்தபுரத்துக்கு அழைத்துச் சென்றான். அங்கு சகல அறைகளும் தாழ்வாயிருந்தன; வில்வளைவுக் கூரைகளை உடைய அந்த அறைகளில் பொன்னிறமான கட்டுக்கோப்புகளிலும் சிவப்பான கட்டுக்கோப்புகளிலும் பச்சையான கட்டுக்கோப்புகளிலும் கொடிகளும் மலர்களும் வரையப்பட்டிருந்தன. மெழுகும் நறும்புகைப் பொருளும் மணத்தன. ஓடு வேய்ந்த கணப்புகள் அறைகளை வெப்பமாக்கின. ஒவ்வொரு கணப்புப் பெஞ்சிமீதும் ஒரு பாரசீகப் பூனை சோம்பேறித்தனமாகச் சிறு துயில் கொண்டிருந்தது. நிலையறைப் பெட்டியின் மைக்காக் கதவுகளுக்குப் பின்னால் இருக்கலாம். இப்பொழுது அவை பயன்படுத்தப்படவில்லை. கொடிகள் செதுக்கிய கருங்கல் தளத்தைக் குதி முட்களால் குத்தி, இந்தப் பழங்காலத்தின் மீத மிச்சங்கள் பால் தனக்குள்ள அருவருப்பைக் காவிரில்கா காட்டினான். கடைசிக் கதவில் அவன் குனிந்து ஓர் அடி முன்வைத்தான். உடனே, திடீரென்று பொசுக்கும் வெயிலால் தாக்கப்பட்டவனைப்போல், அழகு உருவம் ஒன்றின் கவர்ச்சியால் தாக்கப்பட்டான்.

மங்கலான பொன்வேய்ந்த கூரையின் அடியில் ஒரு மேஜை இருந்தது. அது கழுகின் தலையும் இறக்கையும் சிங்கத்தின் உடலுமுடைய விலங்கு வடிவங்களை ஆதாரமாகக் கொண்டு நின்றது. அந்த மேஜையின் மீது மெழுகுவத்திகள் எரிந்தன. அவற்றுக்கு முன்னால் சிதறிக் கிடந்த காகிதங்கள் மீது முழங்கைகளை ஊன்றிய ஓர் இளம் பெண் உட்கார்ந்திருந்தாள். அவள் திறந்துகிடந்த நோட்டுக்கள்மீது குட்டையான கம்பளிக் கோட்டைப் போட்டுக் கொண்டிருந்தாள். இலோசான ஒளி அவளது மென்மையான முட்டை வடிவத்தைப் பிரகாசிக்கச் செய்தது. அவள் எழுதிக்கொண்டிருந்தாள். திடீரென்று அவள் தனது அன்ன இறகுப் போனாவைக் கீழே போட்டுவிட்டு மோதிரங்கள் அணிந்த விரல்களால் தலையைச் சுற்றிக்கட்டியிருந்த பின்னலைச் சரிசெய்துகொண்டு, தன் வெல்வெட் கண்களை உயர்த்திக் காவிரில்காவைப் பார்த்தாள். இவள் தான் இளவரசி நடால்யா.

காவிரில்கா, அநாகரிக முறைப்படி அவள் காலில் விழவேண்டும். ஆனால் அவன் அவ்வாறு செய்யாமல், பிரெஞ்சு நடத்தை விதிகளைப் பின்பற்றி இடது பாதத்தை நீட்டித் தொப்பியைத் தாழ்த்தி வணங்கினான்; அப்பொழுது அவனது கரியபொய்மயிரின் சுருள்கள் முகத்தின்மீது விழுந்தன. இளவரசி தன் சிறுவாயின் ஓரங்கள் வழியே குறுநகை செய்தாள்; மேஜையிலிருந்து எழுந்து தனது அகன்ற முத்துநிறக் கவுனின் விளிம்புகளை உயர்த்தி முழங்கால்களை வளைத்து வணங்கினாள்.

கூரையின் வில்வளைவைப் பொய்மயிர் தொடும் அளவுக்கு நெட்டையாகவிருந்த அவனை இளவரசி வியந்து நோக்கினாள்.

''நீதான் ஐவான் ஆர்ட்டமிச்சின் மகன் காவிரில்காவா? வருக, வருக, உட்கார்ந்து கொள். உன் சகோதரி அலெக்ஸாண்டிரா ஹேக் நகரிலிருந்து எனக்கு எழுதியிருக்கிறாள்; என் முயற்சிகளுக்கு உன்னால் உதவி செய்ய முடியுமென்று குறிப்பிட்டிருக்கிறாள். நீ பாரிஸுக்குப் போயிருந்தாயா? அங்குள்ள தியேட்டர்களைப் பார்த்தாயா?'' என்று இளவரசி வினவினாள்.

இரண்டாண்டுக்கு முன்னால் 'கார்னிவல்' வாரத்தில் கப்பல் கட்டுவோர் இருவருடன் அவன் ஹேகிலிருந்து பாரிஸுக்கு சென்றதையும் அங்குத் தியேட்டர்கள், வீதிகளில் நிகழ்ந்த கலை விழாக்கள் முதலிய அற்புதங்களை அவன் கண்டதையும், அவனிடம் விவரித்தான். ஒவ்வொரு விவரத்தையும் நடால்யா அறிய விரும்பினாள். அவன் சரியாக விளக்க முடியாது தடுமாறிய பொழுதெல்லாம் அவள் பொறுமை இழந்தவளாய் குதிகால்களால் தளத்தை அறைந்தாள். அவளுக்கு ஏற்பட்ட பேருவகையில் அவன் அருகேயே வந்துவிட்டாள். பிரெஞ்சுப் பழக்கங்களைப் பற்றிக் கேட்டுவியந்து, கண்களை அகல விரித்தாள்; இதழ்களையும் பாதித்திறந்தாள்.

அவள் கூறினாள். ''அங்கே ஜனங்கள் துறவிகளைப்போல் தத்தம் வீட்டில் அடைந்து கிடக்கவில்லை. அவர்கள் தாம் இன்புறவும் பிறரை இன்புறுத்தவும் தெரிந்தவர்கள். அவர்கள் வீதியில் நடனமாடுகிறார்கள்; இன்பியல் நாடகங்களைக் கண்டுகளிக்கிறார்கள். அம்மாதிரியான வாழ்வை நாம் இங்கும் புகுத்தவேண்டும். நீ ஓர் இன்ஜினியர் என்று சொல்கிறார்கள். ஓர் அறையை மாற்றியமைத்துத் தரும் பொறுப்பை உன்னிடம் ஒப்படைக்கப் போகிறேன். அந்த அறையைத் தியேட்டராகப் பயன்படுத்தலாமென்பது என் யோசனை. ஒரு மெழுகுவத்தியை எடுத்துக்கொண்டு என்னுடன் வா.''

காவிரில்கா ஒரு பளுவான மெழுகுவத்தி விளக்கை எடுத்துக் கொண்டான். நடால்யா ஆடை சலசலக்க இலேசாக நடந்து முன்சென்றாள். அவர்கள் வில்வளைவுக் கூரையுள்ள அறைகள் வழியே சென்றபொழுது கணப்புப் பெஞ்சிகளில் கிடந்த பாரசீகப் பூனைகள் விழித்தெழுந்து முதுகை வளைத்துவிட்டு மீண்டும் படுத்துக் குளிர்காய்ந்தன. ஆங்காங்கே, மாஸ்கோ ஜார்களின் கடுமையான முகங்கள் அவர்களை நோக்கின. இளவரசி நடால்யா தன்னையும் பேய்மாதிரி பொய்மயிர் அணிந்த இந்த வாலிபனையும் மாஸ்கோவின் பொக்கிஷமாகக் கருதப்பட்ட பண்டைய பழக்கங்களையும் ஆழங்காணாத படுகுழிக்குள் கொண்டு செல்வதைத் தாம் ஒப்பவில்லை என்று அந்த உருவப் படங்கள் சொல்வதாகத் தோன்றியது.

செங்குத்தாக இறங்கிய குறுகலான படிக்கட்டின் இருட்டில் நடால்யா பீதி அடைந்தாள்; எனவே அவள் தனது ஆடை அணியாத கையை காவிரில்காவின் கையோடு கோர்த்துக் கொண்டாள். அவன் அவளது தோளின் கதகதப்பையும் கூந்தலின் மணத்தையும் கோட்டின் கம்பளத்தையும் உணர்ந்தான். அவள் உயர் ரகப் பூட்ஸ் அணிந்த பாதத்தைக் கவுனின் அடியிலிருந்து நீட்டி இருளில் முன்னோக்கிச் சாய்ந்து மிகுந்த விழிப்போடு நடந்தாள். காவிரில்காவின் அகமெல்லாம் துரிதமாகத் துடித்தது. அவனது குரல் தழுதழுத்தது. அவர்கள் படிக்கட்டின் அடியை அடைந்தவுடன் அவள் அவனது கண்களைத் துரிதமாக உற்றுப் பார்த்தாள்.

அந்து அரித்த துணியால் மூடப்பட்டிருந்த ஒரு தாழ்வான கதவைக் காட்டி 'இதைத்திற' என்று அவள் கூறினாள். உயரமான நிலையைத் தாண்டி இருள் செறிந்த அறையில் முதலில் பிரவேசித்தாள் நடால்யா. சுண்டெலியின் மணமும் புழுதியின் நெடியும் அவளை வரவேற்றன. விளக்கை உயரத் தூக்கிய காவிரில்கா, நான்கு கட்டை குட்டையான தூண்களை உடைய ஒரு

பெரிய மண்டபத்தைப் பார்த்தான். பழங்காலத்தில் இது போஜனக் கூடமாகப் பயன்பட்டது; சாதுவான மைஹைல் பிடோரோவிச் ஜாராயிருந்தபொழுது அவன் தன் தேசீயக் குழுவுடன் இங்கு வழக்கமாக விருந்துண்டான். சுவர் ஓவியங்கள் பெயர்ந்து விழுந்துகொண்டிருந்தன; தளத்தின் பலகைகள் கிரீச் சென்றன; தூரத்துச் சுவரின் ஆணிகளில், உள் மரப்பட்டையில் செய்த பொய்மயிர், காகிதத்தில் செய்த மேலாடைகள், முதலிய கோமாளிகளது பகட்டாடையலங் காரங்கள் தொங்கின. ஒரு மூலையில், தகரத்தில் செய்த மகுடங்களும் உடற்கவசங்களும், மரத்தில் செய்த வாட்களும், உடைந்த நாற்காலிகளும் செங்கோல்களும் குவிந்து கிடந்தன. இவையெல்லாம் ஜோஹான் குன்ஸ்ட் என்பவனது ஜெர்மானியத் தியேட்டரின் மீதமிச்சங்கள். அந்தத் தியேட்டர் செஞ்சதுக்கத்தில் அமைக்கப்பட்டிருந்தது. அவனது நாடகங்கள் முட்டாள் தனமானவையாகவும் இழிவானவையாகவும் இருந்ததால் அந்தத் தியேட்டர் மூடப்பட்டது.

''நான் இங்கு என் தியேட்டரை அமைக்கப்போகிறேன்'' என்றாள் நடால்யா, ''இந்தப் புறத்தில் நீ நடிகர்களுக்காக ஓர் உயரமான மேடையைக் கட்டவேண்டும். அதில் திரையும் விளக்குகளும் இருக்கவேண்டும், இங்கே பார்வையாளருக்குப் பெஞ்சிகள் போடவேண்டும். கூரையின் உட்புறத்தில் நன்றாக வண்ணம் பூசவேண்டும்; உல்லாசமாகப் பொழுது போக்குவதென்றால், காரியங்களை அரைகுறையாகச் செய்யக்கூடாது.''

காவிரில்கா, வந்த வழியே திரும்பவும் நடால்யாவுடன் மாடிக்குச் சென்றாள். அதன்பின் அவன் முத்தமிடுவதற்குக் கையை நீட்டி அவள் விடை கொடுத்தாள். நள்ளிரவில் வீட்டுக்குத் திரும்பிய அவன் பொய் மயிரையும் கோட்டையும் கூட நீக்காமல் படுக்கையில் விழுந்தான். அவன் கூரையை வெறித்துப் பார்த்தபொழுது, படபடவென்று ஒலிசெய்யும் மெழுகு வத்தியின் வெளிச்சத்தில் முட்டை வடிவ முகத்தையும் அதன் கவனமான வெல்வெட் கண்களையும், வார்த்தைகளை உச்சரித்த சிறிய வாயையும், மணச்சத்திட்ட கம்பளிக்கோட்டால் பாதி மூடிய மென்மையான தோள்களையும் காண்பதுபோல் அவனுக்குத் தோன்றியது. அவனுக்கு முன்னால் அந்தச் சூடான இருளில் நடந்தசென்ற அவளது கவுன் மடிப்புகளது சலசலப்பு இன்னமும் அவனது செவியில் ஒலித்தது.

மறுநாள் மாலையில் இளவரசி அவனுக்கு மீண்டும் சொல்லியனுப்பினாள். 'எரி உலையின் நாடகம்' என்ற இன்பியல் நாடகத்தை அவள் அவனுக்குப் படித்துக்காட்டினாள். அது இன்னும் முற்றுப்பெறவில்லை. மூன்று வாலிபர்களை முக்கிய பாத்திரங்களாகப் படைத்து அவளே எழுதிய நாடகம் இது. இரவில் நெடுநேரம்வரை அவள் தாளலயம் தவறாது அமைந்த செய்யுட்களைப் படித்தாள்; அழுத்தம் தரவேண்டிய இடத்தில் தன் இறகுப் பேனாவை அசைத்தாள். அதைக் கேட்டுக்கொண்டிருந்த காவிரில்கா, அந்த மூன்று வாலிபர்களில் ஒருவனாகவேதான் ஆகிவிட்டதாக எண்ணினான். நாடகத்தில் வருவதைப் போலவே, அவனும் உலையில் அம்மணமாக நின்று இன்பவெறியில் கூச்சலிடத் தயாராயிருப்பதாக எண்ணினான்.

பழைய மண்டபத்தை மாற்றியமைக்கும் வேலையில் அவன் ஈடுபட்டான். அரண்மனை அலுவலகத்தின் குமாஸ்தாக்கள் உடனடியாகவே தடைபோடத் தொடங்கினர். மரம், காரை, ஆணி முதலியவற்றைக் கொடுப்பதில் தாமதம் செய்தனர். ஆனாலும் அவனது ஊக்கம் குன்றவில்லை. காவிரில்கா, உருவ வரைப்படம் வரையும் வேலையைப் புறக்கணிப்பதையும் கப்பல் கட்டும் தொழிலைப் போதிக்கும் கல்லூரிக்குப் போகாதிருப்பதையும் ஐவான் கவனித்தான். பகலுண்டி புசிக்கும்பொழுது, காவிரில்கா தேக்கரண்டியைத் தொடாமல் வெட்ட வெளியை வெறுமையாக உற்று நோக்குவதையும், இரவில் எல்லோரும் உறங்கிய பிறகும் அவன் மூன்று கோபெக் பெறுமானமுள்ள மெழுகுவத்தியை எரித்துக்கொண்டு கண்

விழிப்பதையும் ஐவான் கவனித்தான். ஆனால் அவன் ஒன்றும் கேட்கவில்லை. ஒரே ஒரு சந்தர்ப்பத்தில் அவன் முதுகுக்குப்பின்னல் விரல்களைப் பிசைந்துகொண்டும் உதடுகளை மென்றுகொண்டும் தன் மகனிடம் சொன்னான்: ''காவ்ரூஷ்கா, நான் இதைமட்டும் சொல்வேன்: நீ நெருப்போடு பழகுகிறாய். ஜாக்கிரதையாயிரு.''

லென்ட் நோன்புக்காலத்தில், வாரனேஷிலிருந்து ஸிவிருக்குச்செல்லும் வழியில் பீட்டர் மாஸ்கோவுக்கு வந்தான். பீட்டர்ஸ்பர்க்கல் துறைமுகத்தைக் கட்டுவதற்குக் காவிரில்கா யாகோவுடன் வரவேண்டுமென்று அவன் உத்திரவிட்டான். அது காவிரில்காவுக்குத் தியேட்டருடன் இருந்த தொடர்புக்கு முடிவுகட்டியது.

இந்த இடத்தில் காவிரில்கா தன் கதையை முடித்தான். அவன் மேஜையிலிருந்து எழுந்து தனது டச்சுக்கோட்டின் ஏராளமான சிறுபித்தான்களை அவிழ்த்துவிட்டு மார்பைத் திறந்து கொண்டான். பலூன்மாதிரி அகன்று இருந்த குட்டையான கால்சட்டையின் பைகளில் கைகளை விட்டுக் கொண்டு, குடிசையில் கதவிலிருந்து ஜன்னல்வரை நடைபோடத் தொடங்கினான்.

அலெக்ஸி வினவினான்:

''உன்னால் அவளை மறக்கமுடியாதா?''

''முடியாது. என்னைச் சித்திரவதைசெய்து கொல்வதாக அச்சுறுத்தினாலும், அம்மாதிரியான ஒன்றை மறக்க நான் விரும்பமாட்டேன். யாகோவ் தன் விரல் நகங்களால் மேஜையைத் தட்டி விட்டுக் கூறினான்:

''இம்மாதிரியான உணர்ச்சி மிகுந்த இதயத்தை நமக்கு அளித்தது அம்மாதான். ஸாங்காவும் அப்படித்தான் இருக்கிறாள். இது விஷயத்தில் ஒன்றும் செய்யமுடியாது. இந்த நோய்க்கு மருந்து இல்லை. சகோதரர்களே, நாம் மீண்டும் நமது கோப்பைகளை நிரப்புவோம். நமது தாயாரான அவ்டோத்யா எவ்டொகிமோவ்னாவின் நினைவைக் கொண்டாடி மதுவைப் பருகுவோம்.''

இந்தச் சமயத்தில், நடைபாதையில் பூட்ஸிலிருந்து சேற்றை நீக்குவதற்காகப் பூட்ஸ் காலைத் தட்டும் ஓசைகேட்டது. கதவு திறந்தது. சேறு சிதறப்பெற்ற கரியமேலாடையையும் ஜரிகை நாடாவுடன் கூடிய கரிய தொப்பியையும் அணிந்தவன் நுழைந்தான். அவன்தான் பிரியோ பிராஷன்ஸ்கி பட்டாளத்தின் துணை அதிகாரி; இங்கிரியா, காரீலியா எஸ்டோனியா ஆகியவற்றின் கவர்னர்- ஜெனரல், ஷிலூஸ்ஸல்பர்க்கின் கவர்னர், அலெக்ஸாண்டர் டானிலோவிச் மென்ஷிகோவ்.

2

''கரடிக் குகைமாதிரி புகையால் நிறைத்துவிட்டாயே! எழுந்திருக்காதே; எழுந்திருக்காதே. அந்தச் சடங்கெல்லாம் வேண்டாம். சரி, எப்படி இருக்கிறீர்கள்? ஆற்றுக்குப்போய் வருவோமா? என்ன சொல்கிறீர்கள்?'' என்று அன்பாகப் பேசயி மென்ஷிகோவ் தன் மேலாடையைக் கீழே எறிந்தான்; தொப்பியைப் பெரிய பொய்மயிருடன் நீக்கிவிட்டு மேஜை முன் உட்கார்ந்தான்; காலித்தட்டத்தையும் மென்று துப்பிய எலும்புகளையும் நோக்கினான். ''இன்று நிரம்பமந்தமா யிருந்தது. எனவே சீக்கிரமாகவே பகலுண்டியைப் புசித்துவிட்டு ஒருமணிநேரம் உறங்கினேன். எழுந்திருந்து பார்த்தால் வீட்டில் ஒருவரும் இல்லை; விருந்தாளிகளும் இல்லை;

வேலைக்காரர்களும் இல்லை. அவர்கள் கவர்னர் ஜெனரலைக் கைவிட்டு விட்டுப்போய் விட்டார்கள். உறக்கத்தில் செத்திருந்தாலும், கேள்விமுறையில்லை.'' என்று கூறிய அவன் அலெக்ஸியை நோக்கிக் கண்களைச் சிமிட்டினான். ''லெப்டினன்ட்- கர்னல், கொஞ்சம் மிளகு இட்ட வாட்காவும் கோசுக்கீரையும் கொடுப்பீர்களா? எனக்குத்தலைவலி. சரி. கப்பல்கட்டும் சகோதரர்களே, உங்கள் வேலை எப்படியிருக்கிறது. விரைவில் முடிக்கவேண்டும். நான் நாளைக்குப் போய்ப் பார்க்கிறேன்.'' என்றான்.

அலெக்ஸி நடைபாதைக்குச் சென்று கொஞ்சம் கோசுக்கீரையும் ஒருசாடி வாட்காவும் கொண்டுவந்தான். பெரிய வயிரம் பதித்தமோதிரம் அணிந்த தூயவிரலை நீட்டிக்கொண்டு, மென்ஷிகோவ் தனக்குமட்டும் வாட்கா ஊற்றிக்கொண்டான். தட்டிலிருந்து பனிக்கட்டியோடு ஒட்டியிருந்த கொஞ்சம் கோசுக்கீரையை எடுத்துக்கொண்டான். அவன் கண்களைச் சுருக்கி ஒரு மடக்கு வாட்காவைக்குடித்தான்; அதன்பின் கோசுக்கீரையைமென்று தின்னத் தொடங்கினான்.

''ஞாயிற்றுக்கிழமையைப்போல் மோசமானநாள் கிடையாது. ஞாயிற்றுக்கிழமையன்று ஏற்படும் சலிப்பில் செத்துவிடுவேன் போலிருக்கிறது. அல்லது ஒரு வேளை இங்கு வசந்தம்தான் இவ்வளவு அலுப்பைத் தருகிறதோ? என் உடம்பு முழுவதும் வலிக்கிறது; எனக்கு ஏதோ ஓர் ஆவல் உண்டாகிறது. ஒரு பெண்ணுமில்லை; அதுதான் காரணம். நாம் நேர்த்தியான வெற்றி வீரர்கள்தான்! போராட்டத்தால் விளைந்த பலன் இதுதான்! நாம் ஒரு நகரைக் கட்டிவிட்டோம்; ஆனால் ஒரு பெண்ணும் இல்லை. அடக் கடவுளே! என்னைப் பொறுப்பிலிருந்து விடுவிக்கும்படி பீட்டர் அலெக்ஸிவிச்சைக் கேட்கப்போகிறேன். இந்தக் கவர்னர் ஜெனரல் பதவியால் எனக்கு ஒரு பயனுமில்லை; ஆம் யாதொரு பயனுமில்லை. மாஸ்கோ கடையில் வியாபாரம் செய்வது இதைவிட மேலான காரியம்; பசித்த வேளையில் உணவு கிடைத்தால்போதும். மாஸ்கோவில் எத்தகைய பெண்கள் இருக்கிறார்கள்! வீனஸ்கள்தாம்! விஷமம் விளையாடும் விழிகள்; வெப்பமான கன்னங்கள்; மென்மையின் வடிவங்கள்; புன்னகை செய்வதற்குச் சித்தமான இதழ்கள். சரி, நாம் ஆற்றுக்குப் போவோம். இங்கே புழுக்கமாக விருக்கிறது.''

அலெக்ஸாண்டர் டானிலோவிச்சால் நீண்டநேரம் உட்கார்ந்திருக்கமுடியாது. ஜார் பீட்டருடன் வேலை செய்வோருக்கு நேரம் ஏது? மென்ஷிகோவின் கருத்தை உணர்ந்து ஒத்துப்போவது கஷ்டமான காரியம். அவன் ஒரு விஷயத்தைப்பற்றிப் பேசுவான்; ஆனால் மனத்தில் வேறொன்றை எண்ணிக்கொண்டிருப்பான். அவனால் அபாயம் விளைவிக்கவும் முடியும். அவன் மீண்டும் பொய்மயிரையும் தொப்பியையும் அணிந்துகொண்டு, மயிர்ப்பட்டுக் கொடுத்துத் தைத்த மேலாடையைத் தூக்கிப் போட்டுக்கொண்டு குடிசையிலிருந்து பிராவ்கின் சகோதர்களுடன் வெளியேறினான். வலுவான வசந்தகாலத்து ஈரக்காற்று அவர்கள் மீது வீசியது. தாமஸ்தீவு என்று முன்பு குறிப்பிடப்பட்ட இந்தப் பீட்டர்ஸ்பர்க் பிரதேசத்தில் பைன்மரங்கள் மிருதுவாகவும், அதே பொழுதில், வலுவாகவும் சலசலத்தன. நீலவானத்திலிருந்து ஆற்று வெள்ளம் கொட்டுவதுபோல் அவை சலசலத்தன. ஆங்காங்கே தென்பட்ட இலையுதிர்ந்த பர்ச்மரணங்களை வட்டமிட்ட காகங்கள் கரைந்தன.

டிராயிட்ஸா சதுக்கத்தின் கோடியில் அலெக்ஸியின் குடிசை அமைந்திருந்தது. அதை மரத்தால் கட்டிக்காரைபூசியிருந்தனர். டிராயிட்ஸா சதுக்கத்தில் இருந்த அடிக்கட்டைகளும் வேர்களும் அகற்றப்பட்டுவிட்டன. சதுக்கத்தில் வெட்டி கிடந்தவற்றை எல்லாம் எடுத்துக் கொண்டுபோய் விட்டனர். அலெக்ஸி குடிலிலிருந்து கொஞ்சதூரத்தில், சமீபகாலத்தில் மரத்தில் கட்டப்பட்ட கடைவரிசைகள் இருந்தன. அந்தக் கடைகளின் வாயிற்புறத்தில் குறுக்கும் நெடுக்குமாகப் பலகைகளை ஆணிகளால் அடித்திருந்தனர்; ஏனெனில் வியாபாரிகள் இன்னும்

வந்துசேரவில்லை. இடதுபுறத்தில், கோட்டையில் மட்சுவர்களும் காவலரண்களும் தென்பட்டன. அவற்றின்மீது பனி பெய்திருக்கவில்லை. பீட்டர் அலெக்ஸியின் காவலரணில் மட்டுமே, பாதி அளவுக்குக் கருங்கற்கள் அமைக்கபட்டிருந்தன. அங்கே, ஆண்டிரு புனிதரின் சிலுவை நீலத்தில் வரையப்பெற்ற வெள்ளைக் கொடி பாய்மர உச்சியில் பறந்தது. அது வரவிருக்கும் கப்பற்படையின் அடையாளமாகவிருந்தது.

சதுக்கமெங்கும் தண்ணீர் நின்றது. அதில் காற்று சிற்றலைகளைத் தோற்றுவித்தது. அலெக்ஸாண்டர் பாதை எதுவென்று பாராமல், நீவாவை நோக்கிச் சதுக்கத்தின் குறுக்கே சென்றான்; அப்பொழுது அவனது கால்கள் தண்ணீரைச் சிதறவடித்தன. பீட்டர்ஸ்பர்க்கின் தலைமையான சதுக்கமான இந்த டிராயிட்ஸா சதுக்கம், வார்த்தை அளவிலும் பீட்டர் தன் நோட்டுப் புத்தகத்தில் வரைந்திருந்த திட்டங்களின் அளவிலும்தான் இருந்தது. இரண்டே கட்டிடங்கள் தாம் கட்டப்பட்டிருந்தன; ஒன்று டிராயிட்ஸா தேவாலாயம். இது சிறிய கோயில், மரத்தால் கட்டப்பட்டது. சுவர்களில் பாசி அடர்ந்திருந்தது. இன்னொன்று ஆற்றின் அருகே உள்ள ஜாரின் குடிசை. இந்த இரண்டு அறைக்கட்டிடம் நேர்த்தியாக அறுக்கப்பட்ட மரக் கட்டைகளால் கட்டப்பட்டது. அதன் முன்புறப் பலகைகளில் வண்ணம் பூசி, செங்கற்கட்டிடம் எனத்தோன்றியது. கூரை முகட்டில், மரத்தால் செய்து வண்ணம் பூசிய சட்டிப் பீரங்கியும் இரண்டு குண்டுகளும் இருந்தன. அந்தக் குண்டுகளின் வத்திகள் எரிவது மாதிரிக்காட்டப்பட்டிருந்தது.

சதுக்கத்தின் இன்னொரு புறத்தில் ஒரு தாழ்வான டச்சுத்தோரணை வீடு தென்பட்டது. அந்தக் கவர்ச்சியான வீட்டின் புகைபோக்கி வழியே புகை இடைவிடாது சுருள் சுருளாக வெளிவந்தது. அதன் ஜன்னலின் மங்லான கண்ணாடித் தகடுகள் மூலம், கலப்பு ஈயச்சட்டிகளும் தட்டங்களும், தொங்கும் குடற்குழாய் பணியாரங்களும் புலனாயின. வாயிலுக்குமேல் பயங்கரமாகத் தோன்றிய கடலோடியின் வண்ணம்பூசிய உருவம் இருந்தது. அந்தக் கடலோடி கடற் கொள்ளைக்காரன் மாதிரி தாடி வைத்திருந்தான்; ஒரு கையில் பீர் கோப்பையும் இன்னொரு கையில் பகடைப் பெட்டியும் வைத்திருந்தான். கதவுக்குமேல் ஒரு நீண்ட கழியில் தொங்கிய அறிவிப்புப் பலகையில் ''நான்கு விரை போர்க்கப்பல்களின் விடுதித்துறை'' என்ற விளக்க வாசகம் எழுதப்பட்டிருந்தது.

அவர்கள் ஆற்றுக்கு வந்தபொழுது, காற்று அவர்களது மேலாடைகளைப்பற்றி இழுத்தது; பொய்மயிரைப் பறக்கச் செய்தது. நீவாநதியின் பனிக்கட்டி நீலமாயிருந்தது. இடை இடையே உறையாத தண்ணீர் குளம் குளமாய்ப் புலப்பட்டது. கரைகள் சுமாராக அமைக்கப்பட்டிருந்தன. அவற்றின் மீது குதிரைச் சாணத்தைப் பரப்பியிருந்தனர். அலெக்ஸாண்டர் டானிலோவிச் திடீரென்று கோபம்கொண்டு பேசினான்.

''இந்த வேலைக்கெல்லாம் இரண்டாயிரம் ரூபிள்தான் ஒதுக்கப்பட்டிருக்கிறது. ஓ, கரிய ஆத்மாக்கள், பூஞ்சைக்காளான் தின்னும் கறுமிகள்! குமாஸ்தாக்கள், எழுதுவோர்கள், அலுவலகங்கள் ஆகியோரை நான் மதிப்பதில்லை. மாஸ்கோவில் அவர்கள் ஒவ்வொரு காசுக்கும் பிசுநாறித் தனம் செய்து காகிதத்தை வீணாக்குகிறார்கள். இங்கு நான்தான் எஜமானன்! என்னிடம் பணம் இருக்கிறது. குதிரைகள் உள்ளன. என்னால் திறமைசாலிகளைத் தருவிக்க முடியும். அவர்களை எங்கிருந்து தருவிக்கறேனென்று எவரும் தலையிட்டுக் கேட்கமுடியாது. பிராவ்கின் சகோதர்களே, நீங்கள் இங்கு தூங்குவதற்கு வரவில்லை என்பதை மறந்து விடாதீர்கள். மே மாதத்துக்குள் துறை அமைக்க வேண்டுமென்று உங்களுக்கு உத்திர விடப்பட்டிருந்தது. ஆனால் அதுபோதாது இந்தப் பீட்டர்ஸ்பர்க் வசதிகள் அமைக்க வேண்டுமென்பதைக் காட்டினான். ''கடற்போரில் வெற்றி கண்ட ஒரு கொடிக்கப்பல், தன் பாய்களில் குண்டு பாய்ந்த

வடுக்களுடன் திரும்பிவருகிற தென்றால் அது பான்டாங்கா முகப்பிலயே நின்று விடுவதா? கூடாது. அது இங்கே வந்து நிற்கவேண்டும்!'' என்று கூறிய அவன் ஒரு சிறிய குட்டையைப் பூட்ஸ்காலால் ஓங்க மிதித்தான். ''செல்வம் மிகுந்த வர்த்தகன் ஒருவன் ஹாலந்திலிருந்தோ இங்கிலாந்திலிருந்தோ வந்தால், இங்கே பீட்டர் அலெக்ஸி, விச்சின் வீடு; இங்கே என் வீடு. இங்கிருந்து நாங்கள் நல்வரவு கூறுவோம்!'' என்றான்.

மென்ஷிகோவின் வீடு, அதாவது கவர்னர் ஜெனரலின் மாளிகை ஜாரின் குடிசையிலிருந்து எழுநூறு அடி தூரத்தில் ஆற்றோரத்தில் அமைந்திருந்தது. அது விரைவாகக் கட்டப்பட்டது; மண்சுவர்களை உடையது. ஆற்றில் தூரத்தில் வரும்பொழுதே புலனாகத் தக்கதாக உயரமான டச்சுப் பயணிக் கூரை வேயப்பட்டிருந்தது. அதன் முன்பக்கத்தின் இடையில் ஒரு நுழைமாடம் இருந்தது. நுழை மாடத்தின் முக்கோண முகப்புக்குமேல் மரத்தில் செய்து பொன்மூலாம் பூசிய நெப்டியூன் உருவம், திரிசூலத்துடன் கிடந்து காட்சி தந்தது. அதன் இடது புறத்தே மார்பை உடைய ஒரு கடற்கன்னியின் உருவம் அமைந்திருந்தது. அந்தக் கடற்கன்னி கவிழ்த்துவைத்த குடத்தின் மீது முழங்கையை வைத்துச் சாய்ந்திருந்தாள். ''அ.மெ.'' என்ற எழுத்துக்கள்- அலெக்ஸாண்டர் மென்ஷிகோவ் பெயரின் முதலெழுத்துக்கள்- நடுவில் பொறிக்கப் பட்டிருந்தன. அவற்றை ஒரு பாம்பு சுற்றிக்கொண்டிருந்தது. கூரைமீதிருந்த கொடிக்கம்பில் கவர்னர் ஜெனரலின் சொந்தக் கொடி பறந்தது. நுழைமாடத்துக்கு முன்னால் இரண்டு துப்பாக்கிகள் இருந்தன.

''இந்த வீட்டை வெட்கப்படாமல் அன்னியருக்குக் காட்டலாம். அந்தக் கடல் தெய்வங்கள் நேர்த்தியாக உள்ளன அல்லவா? அவை என் வீட்டு நுழைமாடத்தில் படுப்பதற்காகவே கடலிலிருந்து வந்ததுபோல் தோன்றுகிறது. ஸிவிர்நதியிலிருந்து கப்பல்கள் இங்குவந்து இடி முழக்கம் செய்து புகைப்படலத்தைப் பரப்பும் பொழுது... எப்படியிருக்கும். அருமையான காட்சி!''

மென்ஷிகோவ் தன் கருநீலக் கண்களைச் சுருக்கிக்கொண்டு வீட்டை வியந்த வண்ண மிருந்தாள். அதன்பின் இடது கூரையை நோக்கினான். அங்கே அக்கரையில் தரித்த மரங்களின் அடிக்கட்டைகளிடையே ஒரு சில பைன் மரங்களே தனித்தனியாக நின்றன. மென்ஷிகோவ் தன் எரிச்சலைக்காட்டி உறுமினான்.

''அந்தோ, பரிதாபம்! அவசரத்தில் சிறிது கெடுத்து விட்டார்கள்'' என்று கூறிய அவன் தன்பிரம்பால், நீவாவிலிருந்து பான்டாங்கா புறப்படும் இடத்தைக் காட்டினான். ''என் வீட்டுச் சாளரங்களுக்குமுன் எத்தகைய காட்சி இருந்தது! திண்ணிய சுவர்மாதிரி ஒரு பைன் மரக்காடு இருந்திருக்கும். அந்தக் காட்டில் கோடையில் வசிப்பதற்கேற்ற ஓர் இன்ப விடுதியைக் கட்டி யிருக்கலாம். அவர்கள் அந்தக் காட்டையெல்லாம் வெட்டிவிட்டார்கள். எப்பொழுதுமே இப்படித்தான். அவர்கள் பாழாய்ப் போகட்டும்! சரி, நாம் என் வீட்டுக்கு செல்வோம். எதாவது உண்பதற்கும் பருகுவதற்கும் கிடைக்கும்.''

''கவர்னர்ஜெனரல், பாருங்கள் அதோ நீவாநதியில் பல ஸ்லெட்ஜுகள் வருகின்றன. ஜார் வருகிறாரா?'' என்றான் அலெக்ஸி.

அலெக்ஸாண்டர் ஒரு பார்வை பார்த்து விட்டு, 'அவர்தான்!' என்று கத்தினான்; உடனே செயல்படத் தொடங்கினான். பிராவ்கின் சகோதரர்கள் தனித்தனி உத்திரவுகளுடன் வெவ்வேறு திசைகளில் சென்றனர். வேலைக்காரர்கள் உரத்த குரலில் விளித்துக்கொண்டு வீட்டினுள் சென்ற மென்ஷிகோவ், சில வினாடி, நேரத்தில் மீண்டும் ஆற்றங்கரைத் துறையில் தோன்றினான்.

இப்பொழுது அவன் பிரியோ பிராஷன்ஸ்கி உடுப்பு அணிந்திருந்தான்; சட்டையின் முன்கை தங்க ஜரிகை உள்ளதாகவும் சிவப்பாகவும் இருந்தது. தோளில் ஒரு ஸில்க் கழுத்துப் பட்டையைப் போட்டிருந்தான். இரண்டாண்டுகளுக்கு முன்னால் நீவா கழிமுகத்தில் ஸ்வீடிஷ் விரை போர்க்கப்பலுக்குள் எந்தவாளுடன் புகுந்து தாக்கினானோ. அதேவாளை அணிந்திருந்தான்.

நீவாநதியில் பயங்கரமான அளவுக்குப் பெய்து குவித்திருந்த பனிக்கட்டிகள் மீது பல ஸ்லெட்ஜுகள் வந்துகொண்டிருந்தன. ஐம்பது துப்பாக்கிவீரர்கள் தமது களைத்துச் சோர்ந்த குதிரைகளைக் குதிமுட்களால் குத்திவிரட்டினர். அவர்கள் பனி உருகிய இடங்களிருக்குமோ வென்று அஞ்சியே பனிச்சறுக்கு வண்டிகளை ஓட்டினர். அவற்றுக்குப் பின்னால் தோல் கூண்டு இட்ட பளுவான சறுக்கு வண்டியொன்று வந்தது. பனிக்கட்டிகளிடையே நின்ற தண்ணீர்வழியே உருண்டு வந்த அதன் சக்கரங்கள் படகுத்துறை அருகே நின்றன. நீண்ட பூட்ஸ் அணிந்த கால் வண்டியிலிருந்து இறங்கியவுடன், கவர்னர் ஜெனரல்வீட்டு முன்னாலிருந்த இரண்டு துப்பாக்கி களும் இடியோசை செய்தன. ஆட்டுத்தோல் சட்டையின் முன்கைப் பகுதியைத் தள்ளியவிரல்கள் வண்டியின் தோல்திரையைப் பிடித்தன. உள்ளேயிருந்து ஒரு கனத்தகுரல் ஒலித்தது.

''டானிலிச், எனக்கு உதவிசெய்! வெளியே வரமுடியவில்லை.''

மென்ஷிகோவ் துறையிலிருந்து தண்ணீருக்குள் குதித்தான். முழங்கால் மூட்டுவரை பனிக்கட்டி உருகிய தண்ணீர் நின்றது. அவன் பீட்டரை வெளியே இழுத்தான். அதே சமயத்தில், 'பீட்டர்-பால் கோட்டையின் சகல காவலரண்களும் தீச்சுவாலைகளைக் கக்கப் பிரகாசித்தன; உடனே, அவை புகைப்படலங்களில் மறைந்தன. ஓர் இடியோசை நீவாநதிவழியே பரவியது; ஜார் குடிசைக் கருகில் இருந்த கொடிக்கம்பத்தில் அரசர்கொடி ஏற்றப்பட்டது.

பீட்டர் துறையில் ஏறித் தன் உடம்பை நிமிர்த்தினான்; குல்லாயைப் பின்புறமாகத் தள்ளினான். அவன் முதன் முதலில் மென்ஷிகோவைத்தான் பார்த்தான்; மகிழ்ச்சியால் சிவந்த அவனது முகத்தை, நிம்மதியில்லாத அவனது புருவங்களை நோக்கினான். பீட்டர் அவனது கன்னங்களைத் தன் கைகளால் கசக்கிவிட்டுக் கூறினான்.

''நண்பா, எப்படியிருக்கிறாய்? நான் உன்னை எதிர்பார்த்துக் கொண்டிருந்தேன். நீ வருகைதர மனம் கொள்ளவில்லை. எனவே நானே வந்திருக்கிறேன். இந்த ஆட்டுத் தோல்கோட்டை நீக்கு. பாதை மோசமாயிருக்கிறது. ஷிலூஸ்ஸஸ்பர்க் அருகே மூழ்கி விடுவோம் போலிருந்தது. வண்டிதூக்கி வாரிப் போடத்தில் உடம்பெல்லாம் காயமாகி விட்டது. காலெல்லாம் பல்லாயிரம் ஊசிகுத்துவது போல் இருக்கிறது.''

அலங்கோலமான மீசையை உடைய க்ஷவரம் செய்யாத முகத்தைக் காற்றடிக்கும் திசையில் திருப்பினான். சுழன்றுகொண்டிருந்த வசந்தகால மேகங்களையும் அவற்றுக்கிடையே கனல் சொரிந்த கதிரவனையும் ஆற்றின் உறைபனியையும் உருகிய நீர்க்குட்டைகளையும் நோக்கினான். அவனது நாசித் துளைகள் உப்பின; அவனது சிறு வாயின் ஓரங்கள் குழிந்தன.

''சுவர்க்கம்! டானிலிச், உண்மையில் இது ஒரு பூலோக சுவர்க்கம். கடல் மணம் வீசுகிறது'' என்றான்.

சதுக்கத்தின் குறுக்கே, குட்டை நீரைத் தெறித்துக்கொண்டு ஜனங்கள் ஓடிவந்தனர். அவர்களுக்குப் பின்னால் இறுகப் பிடித்த பச்சைக் கோட்டும் வெள்ளைக் காலுறையும் அணிந்து கைத்துப்பாக்கிகளைத் தூக்கியவராய் பிரியோ பிராஷன்ஸ்கி பட்டாளத்தினரும் ஸெமினோவ்ஸ்கி பட்டாளத்தினரும் வந்தனர்.

3

''...வார்ஸாவில் அவன் ராட்ஸீவ்ஸ்கி பாதிரியார் வீட்டில் விருந்துண்டபொழுது பேசினான்: ''நீவா வழியாக ஒரு பொருள் செல்ல விடமாட்டேன்; கடற்கரையைப் பிடித்து வைத்திருக்க முடியுமென்று ருஷியர்கள் கனவு காண வேண்டாம். அகஸ்டை ஒழித்துக் கட்டியபின் பீட்டர்ஸ்பர்க்கைப் பிடிப்பது எனக்கு எளிதான காரியம்' என்றான்.''

''வேசி மகன்! அந்தப் பெரிய முட்டாளா! நான் அந்த வீரனைக் களத்தில் சந்தித்தால் சில பாடங்களைக் கற்பிப்பேன்'' என்று பதில் கூறினான் மென்ஷிகோவ். அவன் நீராடும் அறையில் பெஞ்சியின் மேல் நிர்வாணமாக அமர்ந்து தலைக்குச் சோப்புத் தேய்த்துக்கொண்டிருந்தான்.

''ஆர்க்கேஞ்சலுக்கு ஓர் ஆங்கிலக் கப்பலைக்கூட அனுமதிக்க மாட்டேன் என்றும் அவன் சொன்னான். மாஸ்கோவ் வியாபாரிகளது சரக்குக் கொட்டாரங்களில் கெட்டழியட்டும் என்றான்!''

''மீன் ஹெர்ஸ், நமது சரக்குகள் கெட்டழுகவில்லையே!''

''ஆண்டவன் உதவியால், முப்பத்தியிரண்டு இங்கிலீஷ் கப்பல்கள், நான்கு விரை போர்க்கப்பல்களின் பாதுகாப்புடன் ஓர் இழப்புமில்லாமல் ஆர்க்கேஞ்சலுக்கு வந்துவிட்டன. அவர்கள் இரும்பும் எஃகும் பீரங்கிக்குப் பயன்படும் பித்தளையும் புகையிலைப் பீப்பாய்களும் கொண்டு வந்திருக்கின்றனர். இன்னும் நமக்கு வேண்டாத சாமான்களும் கொண்டுவந்துள்ளனர்; அவற்றையும் நாம் வாங்கித் தொலைக்க வேண்டியிருக்கிறது.'' ''பரவாயில்லை, மீன் ஹெர்ஸ். நமக்கு நஷ்டம் ஏற்படாது. அவர்களும் தைரியமாகப் பிரயாணம் செய்து வந்ததற்கு அனுகூலம் அடைய வேண்டும். உங்களுக்கு ரைதானிய மதுவின் நீராவி வேண்டுமா?'' என்று கூறிய மென்ஷிகோவ் ''நார்டோவ்!'' என்று விளித்துக்கொண்டே நடை பாதைக்குச் செல்லும் தாழ்வான கதவண்டை, சென்றான்; இழைப்புளியால் புதிதாக சீர்படுத்தப்பட்ட ஈரத்தரையில் வெறும் பாதங்களால் ஒலி செய்துகொண்டே நடந்த அவன், ''நாடோவ், உனக்கு என்ன நேர்ந்தது? புகையில் மயங்கி விட்டாயா? ஒரு ஜாடி ரைதானிய மது கொண்டுவா. அதன் ஆவியைப் பிடிக்க வேண்டும்.''

பீட்டர் கூரையருகே இருந்த சுவர் நிலைத்தட்டில், சதைப்பற்றில்லாத முழங்கால்களை உயர்த்திக்கொண்டு படுத்திருந்தான். அவன் உடல் கழுவும் துடைப்பத்தால் விசிறிக் கொண்டிருந்தான். பணியாளான நார்டோவ் அவனை இரு முறை நீராவியில் முழுக்காட்டி விட்டான்; அதன்பின் குளிர்ந்த ஜலத்தை அவன் மேல் ஊற்றிவிட்டான். இப்பொழுது பீட்டர்ஸ்பர்க் வந்தவுடனேயே, இரவுணவை நன்றாகப் புசிப்பதற்குத் தயாரிப்பாக ஸ்நான அறைக்குள் சென்றான். எலுமிச்சை மரத்தால் கட்டப்பட்ட அந்த அறை களிப்பூட்டியது. விருந்தினர் கவர்னர் ஜெனரலின் போஜன அறையில் இரண்டு மணி நேரமாகக் காத்திருந்த போதிலும், நீராடும் அறையிலிருந்து நீங்குவதற்குப் பீட்டருக்கு மனமில்லை.

நார்டோவ் கணப்பின் செப்புக் கதவைத் திறந்து உள்ளே வெப்பத்தில் சிவந்திருந்த கருங்கற்கள் மீது ஒரு குவளை ரைதானிய மதுவை ஊற்றினான். மென்மையானதும் வலுவானதுமான ஆவி பரவியது. பீட்டரது உடம்பில் சூடேறியது. அவனுக்கு ரொட்டியின் மணத்தை நுகர முடிந்தது.

''மீன் ஹெர்ஸ், நீராவி முழுக்கைப்பற்றி, அதிலும் ரைதானிய மதுவின் ஆவியில் முழுகுவதைப் பற்றி, பாரிஸ் நகரத்தினரால் புரியவே முடியவில்லையென்று காவிரில்கா பிராவ்கின் கூறுகிறான். மேலும் அங்குள்ள ஜனங்கள் வடிவில் சிறியவர்களாயிருப்பதாக அவன் சொல்கிறான்.''

''நாம் அறிந்துகொள்ள வேண்டிய பலவிஷயங்களை அவர்கள் நன்கு தெரிந்து கொண்டிருக்கிறார்கள்'' என்றான் பீட்டர். ''நமது வர்த்தகர்கள் சரியான காட்டு மிராண்டிகள். ஆர்க்கேஞ்சலில் அவர்களோடு நான் பட்டபாடு; அவர்களுக்குக் கெட்டுப் போன சரக்குகளை விற்பனை செய்தவதிலேயே குறி. பொய் சொல்வார்கள்; ஆணையிட்டுப் பேசுவார்கள். மூன்று ஆண்டுகள் ஒப்பாரி வைப்பார்கள்; அதற்குள் புதிய சரக்குகளும் கெட்டுவிடும். வடக்குத் திவினாவில் மீன்கள் ஏராளமாய் இருக்கின்றன. துடுப்பைத் தண்ணீருக்குள் விட்டால், அது அப்படியே நிற்கிறது; கடல் மீன்களின் கூட்டம் அவ்வளவு அடர்த்தியாக விருக்கிறது. ஆனால் கிட்டங்கிப் பக்கம் சென்றால், நாற்றம் நாசியைத் துளைக்கிறது. நிர்வாகிகளின் அவையில் வியாபாரிகளிடம் இங்கிதமாகப் பேசிப் பார்த்தேன்; பயனில்லை; கடைசியில் அவர்களிடம் ஆத்திரப்பட்டுப் பேச வேண்டியதாயிற்று.''

மென்ஷிகோவ் பெருமூச்செறிந்தான். ''ஆம், அப்படித்தான் இருக்கிறது. மீன் ஹெர்ஸ், அறியாமையே காரணம். இந்த வியாபாரிகளுக்குச் சுதந்திரம் அளித்தோமானால் அவர்கள் தேசத்தையே நாசம் செய்து விடுவார்கள். நார்டோவ், குளிர்ந்த பீர் கொண்டுவா.''

பீட்டர் தன் நீண்ட கால்களைத் தொங்கப்போட்டுக்கொண்டு சுவர்நிலைத் தட்டில் நிமிர்ந்து உட்கார்ந்தான். அவனது கரிய சுருள் மயிரிலிருந்து வேர்வைத் துளிகள் வழிந்தன. அவன் கூறினான்:

''நல்லது, ரொம்ப நல்லது. நண்பா, நிலவரம் இதுதான். பீட்டர்ஸ்பர்க் இல்லாவிட்டால் நாம் உயிரற்ற உடலாகத்தான் இருப்போம்.''

4

இங்கே, வெற்றிகொள்ளப்பட்ட வளைகுடாவின் அருகே, ருஷியநாட்டின் ஓர் ஓரத்தில், மென்ஷிகோவ் வீட்டு விருந்து மேஜையைச் சுற்றி அமர்ந்திருந்தவர் யார் யார். ''தகுதிக்கேற்ற சிறப்புக் கிடைக்கும்'' என்ற பீட்டரின் உத்திரவுக்கிணங்க முன்னுக்கு வந்தவர்கள்; புகைபோக்கி யில்லாத குடிசையில் பிறந்து, திறமையால் ஏற்றம் கண்டவர்கள்; மரப்பட்டை ஜோடு அணிந்த வராய் இருந்து தகுதியால் ருஷியத் தோலில் செய்த உயர்வகை பூட்ஸ் அணியும் நிலைக்கு உயர்ந்தவர்கள்; ''அட, கடவுளே, கணப்பு இல்லாத குளிர் வீட்டில் பசிதாங்காது பதறும் நிலையை ஏன் எனக்கு அளித்தீர்கள்?'' என்று மனங்குமைவதற்குப் பதிலாக, விரும்பியோ விரும்பாமலோ முக்கியமான அரசியல் விவகாரங்களைப் பற்றிச் சிந்தித்துச் சீர் தூக்கிப் பேசும் நிலைக்கு மேம்பாடு அடைந்தவர்கள். இப்பொழுதம் அவர்கள் உணவுத் தட்டுக்ள நிறைந்த மேஜையைச் சுற்றி அமர்ந்து அரசியல் விஷயங்களைத்தான் விவாதித்துக்கொண்டிருந்தனர். இங்கே பிராவ்கின் சகோதரர்கள் இருந்தனர். வாரனேஷிலிருந்து ஸிவிருக்கு வந்துள்ள புகழ்கெற்ற கப்பல் கட்டுவோரான பியோதாஸியும் காவ்ரிலா மென்ஷிகோவும் இருந்தனர். இருட்டில் பிரகாசிக்கும் பூனையின் கண்களைப்போன்ற விழிகளை உடைய நாவோகிரோட் கண்டிராக்டரான நிகோமார்ஸ்கியும் நங்கூரங்களைச் செய்வதில் நிபுணனான திரின்டியும் மரத்தில்

உருவம் செதுக்குவதிலும் பொன்மூலாம் பூசுவதிலும் வல்லவனான தாராகனோவும் இங்கு இருந்தனர்.

ஆனால் மேஜையைச் சுற்றி அமர்ந்தவர்கள் அனைவருமே இழிகுடி பிறவிகள் அல்ல. பீட்டருக்கு இடது பக்கத்தில் ரோமன் புரூஸ் உட்கார்ந்திருந்தான்; சிவப்பு மயிரையும் சதைப்பற்றில்லாத முகத்தையும் கொடூரமாக மடிக்கப்பட்டிருந்த மெல்லிய உதடுகளையும் உடைய அவன் அரசகுடும்பத்தில் பிறந்தவன், ஸ்காட்லாந்து தேசத்தவன். அவன் கணித சாத்திரத்தில் வல்லவன்; புத்தகங்களை மிகுதியாகப் படிப்பவன். அவனது சகோதரன் ஜேகப்பும் இங்கிருந்தான். இருவரும் மாஸ்கோவில் அன்னியர் பேட்டையில் பிறந்தவர்கள். பீட்டரின் இளவயதிலேயே அவர்கள் அவனோடு சேர்ந்தனர்; அவனது லட்சியத்தையே தம் லட்சியமாகக் கொண்டு வாழ்ந்தனர். உயிர்க்காவலர் படையின் கர்னலான மிஷ்கா கோலிட்ஸிலும் இங்கு இருந்தான். மிஷ்கா மமதை மிகுந்தவன்; கழுகுக் கண்களை உடையவன்; மந்தமான தோற்றத்தினன். அவன் தனது மெலிந்த மூக்கின் கீழ் குறுகலான மீசை வைத்திருந்தான். ஷிலூஸ்ஸல்பர்க்கைப் பிடிப்பதற்காக நடந்த போராட்டத்தில் அவன் புகழ் பெற்றான். மற்றவர்களைப் போலவே அவனும் நிறைய மதுவைக் குடித்தான்; அதனால் அவனதுமுகம் வெளுத்தது. மேஜைக்கடியில் குதிமுட்களால் கணகணவென்று ஓசை செய்து கொண்டிருந்தான். இங்கு கடலோடியும் பால்டிக் கப்பற்படையின் துணை அட்மிரலுமான கார்னீலியஸ் கிரீஸ் இருந்தான். அவனது பட்டுத்தேர்ந்த முகத்தில் ஆழமான சுருக்கங்கள் இருந்தன. அவனது பார்வை, கடலின் அடி ஆழத்தைப் போல் வினோதமாக இருந்தது. இங்கு மேஜர்-ஜெனரல் சேம்பர்ஸ் என்பனும் இருந்தான். கட்டுக்குட்டான சேம்பர்ஸ், உறுதியான முகமும் வளைவான நாசியும் உடையவன். பீட்டரது 'ஜன்ம நட்சத்திரம்' நற்பேறுக்குரியது என்பதில் நம்பிக்கை வைத்து, தமது உடைமைகளான வாளையும் வீரத்தையும் கௌரவத்தையும் அவனுக்காக அர்ப்பணித்த நாடோடிகளில் சேம்பர்ஸும் ஒருவன். இங்கே அமைதியான காவிரிலா கோலோஎகினும் இருந்தான்; இவன் ஜாரின் அரண்மனை முதல்வனாக வேலை பார்த்தான்; நெடிது நோக்கும் நோன்மை உடையவன்; தந்திரசாலி; நகரையும் கோட்டையையும் கட்டுவதில் மென்ஷிகோவுக்கு உதவியாகத் தற்சமயம் பணியாற்றினான்.

விருந்தாளிகள் அனைவரும் ஏககாலத்தில் உரக்கப் பேசிக்கொண்டிருந்தனர். அவர்களில் சிலர், ஜார் செவியில் விழவேண்டுமென்பதற்காக வேண்டுமென்றே குரலை உயர்த்தினார்கள். உயர்ந்த கூரையை உடைய அந்த அறையில் புதுக் காரை மணம் வீசியது. வெளிச்சத்தைப் பிரதிபலிப்பதற்காகப் பின்புறத்தில் செப்புத்தகடு பதிக்கப்பெற்ற கிளைவிளக்குகள் வெண் சுவரிலிருந்து ஒளிவீசின; ஒவ்வொரு கிளைவிளக்கிலும் மூன்று மெழுகுவத்திகள் எரிந்தன. மேஜையில் பரப்பியிருந்த ஒளி வண்ண விரிப்புகள் மீது காலி சாடிகள் சொருகப்பட்டிருந்த பலமெழுகுவத்திகள் எரிந்தன. மேஜையில், ஏராளமான கலப்பு ஈயத் தட்டுகளிலும் மண் தட்டுகளிலும் உணவு வகைகள் நிறைந்திருந்தன; பன்றித்தொடை இறைச்சி, நாக்குகள், ஆவியில் வெந்த குடற்குழாய் பணியாரங்கள், வாத்துகள், முயல்கள், கோசுக் கீரை, முள்ளங்கிக் கிழங்குகள், உப்பிலிட்ட வெள்ளரிக்காய் வகை, ஆகியவை பரிமாறப்பட்டிருந்தன; இவையெல்லாம் கண்டிராக்டரான நிகோமார்ஸ்கி, மென்ஷிகோவுக்குச் சன்மானமாகக் கொண்டு வந்தவை.

தீவனங்களையும் வைக்கோலையும் பங்கிட்டுக் கொண்டதைப் பற்றித்தான் அவர்கள் கூச்சலிட்டு வாதம் செய்தனர். யாரை நஷ்டப்படுத்தி யார் அதிகமாகப் பெற்றுக்கொண்டான் என்பதே கேள்வி. தீவனங்கள் நாவோகிரோடிலிருந்து ஷிலூஸ்ஸல்பர்க் கோட்டைக்கு வந்து சேர்ந்தன; கோடையில் வால்காவ் வழியாகவும், லடோகா ஏரி வழியாகவும் படகில் வந்தன.

குளிர்காலத்தில் காடுகளிடையே புதிதாக அமைக்கப்பட்ட சாலை வழியே வந்தன. ஷிலூஸ்ஸல்பர்க் கோட்டையின் வலுவான சுவர்களால் பாதுகாக்கப்பட்ட இந்தத் தீவனச் சேமிப்புகளை மிகவும் நம்பகமான உணவுப் பொறுப்பாளர்கள் நிர்வகித்தனர். அவர்கள் கோரிக்கை கிடைத்தவுடன் பீட்டர்ஸ்பர்குக்குச் சாக்குகளை அனுப்பினர்; விபோர்க் புறத்தில் மட்குடிசைகளில் வசித்த சோல்ஜர்களுக்கு அனுப்பினர். கட்டிட வேலையில் ஈடுபட்டிருந்த பல்வேறு பணி மனைகளுக்கு அனுப்பினர்; ஏப்ரல் மாதத்திலிருந்து செப்டம்பர் மாதம்வரை மாறிமாறி வந்து வேலை செய்த தச்சர்கள், மரம் வெட்டுவோர். மண் வெட்டுவோர், கல்தச்சர், கூரைவேய்வோர் ஆகிய வெளியூர் ஜனங்களுக்கு வழங்கினர். நாவோகிரோடிலிருந்து வரும் சாலையில் போக்குவரத்து எளிதாயில்லை; அந்தப் பகுதியின் கிராமப்புறம் போரால் நாசமாகிவிட்டது. உள்ளூரில் ஒரு பொருளும் கிடைப்பதில்லை. சேமிப்புகள் போதவில்லை; புரூஸ், சேம்பர்ஸ், கிரீஸ் ஆகியோரும் அவ்வளவு முக்கியமானவர்களாக இல்லாத வேறு சிலரும் தீவனங்களில் பெரும் பங்கைத் தட்டிக்கொண்டு போக முயன்றனர். இப்பொழுது இங்கே அவர்களிடையே வாதம் தடித்துவிட்டது; கணக்கு வழக்குகளைப் பைசல் செய்யமுயன்றனர்.

பீட்டருக்கு முன்னால் ஒரு குழித்தட்டம் நிறைய சூடான சூப் வைத்தனர். சிப்பாய்களில் ஒருவன் திக்கெட்டிலும் சுற்றித் திரிந்து, இறுதியில் பான்டாங்காவின் கரையில் ஒரு சிறு கிராமத்தில், இந்தச் சூப்புக்கான வேலை வாங்குவதில் வெற்றியடைந்தான். அதன் சொந்தக் காரனான பின்னிஷ்வலைஞன் சந்தர்ப்பத்தை நன்கு பயன்படுத்திக்கொண்டு, அந்தக் கிழக் கோழிக்குப் பதினைந்து கோபெக் வாங்கிவிட்டான். சூப்பைப் புசித்த பீட்டர், தன் பெருங் கரங்களையும் நீண்ட கைகளையும் மேஜையின்மீது வைத்தான். நீராவி முழுக்குக்குப் பின் அவனது கரங்களின் சிரைக் குழாய்கள் உப்பியிருந்தன. அவன் மிகக் குறைவாகவே பேசினான்; பிறர் பேச்சுக்குக் கவனமாகக் காது கொடுத்தான். அவனது பெரிய கண்களில் கண்டிப்புத் தோன்றின; ஓரளவுக்குப் பயமூட்டின. ஆனால் அவன் குழாயில் புகையிலையைத் திணிப்பதற்காகவே வேறு காரணங்களுக்காகவோ கண்களைத் தாழ்த்திய பொழுது, குறுநகை தவழ்ந்த சிறுவாயும், குட்டை மூக்கும் வட்டமான கன்னங்களும் உடைய அவனது முகம் நல்லிணக்கம் ததும்பியதாகத் தோன்றியது. அவனிடம் யாராவது தைரியமாக வந்து அவனது குடிகிண்ணத்துடன் தன் கிண்ணத்தை உராய்ந்து, ''பீரங்கிப்படை அதிகாரியே, உமது நன்னலத்துக்காக!'' என்றால், அவன் யாரென்று நோக்கிய பீட்டர், பேசாதிருந்தான் அல்லது நேர்த்தியான கரிய சுருள் மயிரை அசைத்துக்கொண்டு பதிலளிப்பான். ''பாக்கஸின் பெயரால்!'' என்று அவன் கனத்த குரலில் பதிலளித்துவிட்டு, ஹாலந்தில் மாலுமிகளும் கடற்படை அதிகாரிகளும் கற்றுக் கொடுத்த முறையில், கிண்ணத்தை உதட்டால் தொடாமல் பற்களுக்கிடையே வைத்து நேராகத் தொண்டைக்குள் மடக்கு மடக்காகக் குடிப்பான்.

இன்று பீட்டர் பல காரணங்களினால் மன நிறைவு எய்தியிருந்தான். முதலாவது, ஸ்வீடிஷ் காரர்களை ஏளனம் செய்யும் வகையில் கடற் கடவுளையும் கடற் கன்னியையும் முன்னால் உடைய அருமையான வீட்டை மென்ஷிகோவ் கட்டியிருந்தான். இரண்டாவதாக மேஜையைச் சுற்றி அமர்ந்திருந்தவர்கள் அனைவரும் அவனுடைய ஆட்கள்; ஒரு பெரிய முயற்சியைக் குறித்து அவர்கள் உணர்ச்சிவசப்பட்டு வாதம் செய்தனர்; அந்த முயற்சியினால் விளையும் அபாயத்தைக் குறித்தும் அதன் வெற்றி தோல்வியைக் குறித்தும் அவர்கள் கிஞ்சித்தும் கவலைப்படவில்லை. அவனுக்குச் சிறப்பாக உவகையளித்தது என்னவென்றால் அவனது சட்டைப் பையில் கடித்து மென்ற பென்ஸில் கட்டையுடனும் குழாயுடனும் புகையிலைப் பையுடனும் கிடந்த தடித்த நோட்டுப் புத்தகத்தில் அவன் யோசித்து எழுதிய பெரிய பெரிய திட்டங்களெல்லாம் இங்கு கண் கூடாக வடிவெடுத்துக் கொண்டிருந்தன. கோட்டையின் காவலரண் மீதிருந்த கொடி காற்றில் ஆடியது; சதுப்பான கரைகளில் முளைகளடித்துக் கட்டைகளை அமைத்தனர்; எங்கு நோக்கினும்

ஜனங்கள் தத்தம் வேலையில் ஈடுபட்டிருந்தனர். ஓர் உண்மையான நகரம் உண்டாகிவிட்டது. அது பெரிய நகரமல்ல, ஆயினும் நகரத்தின் அம்சங்கள் அனைத்தும் இதில் உள்ளன.

புகைக் குழாயின் 'அம்பர்' நறுக்கை மென்றுகொண்டே, பீட்டர், புரூஸ் சொல்வதைக் கேள்விப் புலனில் பதித்துக்கொள்ளாது கேட்டான். ஆத்திரமடைந்த புரூஸ், கெட்டுப் போன உலர்புல்லைப் பற்றிப் பீட்டரிடம் முணுமுணுத்துக் கொண்டிருந்தான். மிகுதியாகக் குடித்து விட்ட சேம்பர்ஸ், தன் கிண்ணத்துடன் பீட்டரிடம் வந்தபொழுது ஏதோ கத்தியதையும் அவன் கேளாது கேட்டான். நீண்ட காலமாக அவனது மனம் எந்த லட்சியத்தில் லயித்திருந்ததோ, அதே குறிக்கோளை அடைந்து விட்டதாகப் பீட்டர் கருதினான். கதகதப்பான அஸோவ், கடலை, மிகுந்த உழைப்புடன் வசப்படுத்தியது நல்ல காரியம்தான்; மூடுபனிக்குக் கீழே குளிர்ந்த அலைகள் உருண்ட வெண்கடற்கரையில் இருந்தபொழுதும் அவனது மனம் மகிழ்ந்தது. ஆனால் அந்த இரு கடல்களையும் பால்டிக் கடலுடன் ஒப்பிட முடியாது. அற்புதமான நகரங்களுக்கும் செல்வம் படைத்த தேசங்களுக்கும், பால்டிக் கடல் போக்குவரத்து மார்க்கமாக விளங்கியது. எனவே வேறு எங்கும் இல்லாத அளவுக்கு இங்கு பீட்டர் உவகையுற்றான்; அவனது சிந்தனைச் சிறகுகள் விரிந்து பறந்தன. அவனது சக்தி இருமடங்காகப் பெருகியது.

மென்ஷிகோவ் பீட்டரை அடிக்கடி நோக்கினான். அவனது நாசித் தொளைகள் மேன்மேலும் உப்புவதையும் குழாயிலிருந்து அதிகமான புகை வந்துகொண்டிருப்பதையும் அவன் கவனித்தான்.

அவன் திடீரென்று விருந்தினரைப் பார்த்து, ''போதும், போதும்!'' என்று கத்தினான். ''ஓட்ஸ், தினை, ஓட்ஸ், தினை என்றே நச்சரித்துக் கொண்டிருக்கிறீர்கள். இதைக் கேட்பதற்காகப் பீரங்கிப்படை அதிகாரி இங்கு வரவில்லை'' என்று கூறிய அவன் பிரகாசமான குட்டைக் கோட்டணிந்து புன்னகை செய்த கட்டுக்குட்டான ஆளைப்பார்த்துக் கண்ணைச் சிமிட்டினான். ''பெல்டன், ரைன் நதிப் பிரதேசத்து ஒயினை கோப்பைகளில் ஊற்று. நான் சொல்வது புரிகிற தல்லவா?'' அதன்பின் அவன் எதையோ எதிர்பார்ப்பவனைப் போல் பீட்டரைப் பார்த்தான். வழக்கம் போல் பீட்டரது அக உலக ஓட்டங்களை அவன் புரிந்துகொண்டு விட்டான். பீட்டர் எதைப் பற்றிச் சிந்தனை செய்து பல்வேறு கருத்துக்களுக்கிடையே மல்லாடச் சிரமப்பட்டானோ அதைப்பற்றி ஒரு முடிவுக்கு வந்துவிட்டான் என்பதை அவனது கறுத்த கண்கள் அலெக்ஸாண்டருக்கு உணர்த்தின. மாற்ற முடியாத முடிவு உருவான பின், அவனிடம் வாதிப்பதிலும் மறுத்துப் பேசுவதிலும் அர்த்தமில்லை.

அறையில் அமைதி நிலவியது. பருத்த வயிற்றினை உடைய சாடியிலிருந்து குடி கிண்ணங்களில் ஒயின் ஊற்றிய ஓசை மட்டும் கேட்டது. மேஜையிலிருந்து கைகளை எடுக்காமல், பீட்டர் கில்ட் நாற்காலியில் சாய்ந்துகொண்டான்.

''சார்லஸ் மன்னன் தைரியசாலி. ஆனால் அவன் புத்திசாலி அல்ல. மட்டு மீறிய மமதை உடையவன்'' என்று மாஸ்கோபாணியில் சொற்களை மெதுவாக உச்சரித்துக்கொண்டு தொடங்கினான்: ''அவன் ஆயிரத்து எழு நூறாம் ஆண்டில் தன் சந்தர்ப்பத்தை இழந்தான். அதை அவன் நழுவ விடாதிருந்தால், நாம் இப்பொழுது இங்கு உட்கார்ந்து இந்த உயர்வகைச் செந்தேறலைப் பருகிக் கொண்டிருக்க முடியாது. நார்வாவில் ஏற்பட்ட தோல்வி நமக்கு அரிய படிப்பினையாக விருந்தது. அடிபட்டால் இரும்பு வலுப் பெறுகிறது; மனிதர்கள் பக்குவ மடைகின்றனர். நாம் நிறையக் கற்றுக்கொண்டோம்; எதிர்பாராத விஷயங்யள் பலவற்றையும் கற்றுக்கொண்டோம். ஸ்வீடிஷ்காரர்கள் அசாதாரணமானவர்களல்ல என்பதையும் அவர்களைக் களத்திலும் கோட்டைச் சுவர்களிலும் முறியடிக்க முடியுமென்பதையும் நமது தளபதிகளும் ஷெரிமிடேவும் ரிப்னினும் உலகம் முழுமைக்கும் காட்டிவிட்டனர்; என் மனதுக்கிசைந்த

குழந்தைகளாகிய நீங்கள் இந்தப் புனிதமான இடத்தைவென்று வசப்படுத்திவிட்டீர்கள். கடலின் அடி ஆழத்தைக் கலக்கும் சமுத்திர அரசன் இந்தப் பிரபுவின் வீட்டுக் கூரையில் ஓய்வெடுத்துக் கொண்டிருக்கிறான்; கரங்கள் காய்த்துப் போகும் அளவுக்கு நாம் பாடுபட்டுக் கட்டியுள்ள கப்பல்களின் வருகையை எதிர்பார்த்துக் கொண்டிருக்கிறான். ஆனால் பீட்டர்ஸ்பர்க்கில் உறுதியாக நிலைகொண்டுவிட்ட நாம், ஸீஸ்திரா நதியிலும் கோட்லின் தீவிலும் ஸ்வீடிஷ் படையினரை இடைவிடாது விரட்டிக் கொண்டிருப்பது விவேகமான செயலா? சார்லஸ் தன் கனவுகளையும் கற்பனைகளையும் நனவாக்க முயல்கிறான். அந்தக் காரியத்தை முடித்துக் கொண்டு, அவன் ஐரோப்பாவிலுள்ள சேனைகளை நமக்கு எதிராகத் திருப்பிவிடும் வரையில் காத்திருப்பது புத்திசாலித்தனமான செயலா? நாம் அம்மாதிரி செய்தோமானால், சமுத்திர ராஜனால் கூட நம்மைக் காப்பாற்ற முடியாது.

நமது இதயம் இங்கே இருக்கிறது. ஆனால் நெடுந்தொலைவிலேயே, வலுவான கோட்டை களிலேயே நாம் சார்லஸைச் சந்திக்கவேண்டும். நாமே தைரியமாகத் தாக்குதலை மேற்கொள்ள வேண்டும். பனிக்கட்டி உடைந்தவுடன், நாம் முன்னேறி கெக்ஸ்ஹாமை ஸ்வீடிஷ் படையினரிட மிருந்து மீட்கவேண்டும். அப்பொழுதுதான், லடோகா ஏரி பண்டைக்காலத்திலிருந்த மாதிரி நமது ஏரியாகும். நமது கப்பற்படை பயமில்லாமல் வடதிசையில் செல்ல முடியும். நாம் நாரோவா நதிக்கு அப்பால் செல்லவேண்டும். நார்வாவைப் பிடிக்கவேண்டும். இந்தத் தடவை தோல்வி அடையக்கூடாது. நண்பர்களே, இந்தப் படையெழுச்சிக்கான தயாரிப்புகளை உடனே தொடங்கவேண்டும். தவக்கம் செய்தால் அழிந்துவிடுவோம்.''

5

புகைச் சுருள்களினூடே, பலகணியின் சிறு கதவுகளினூடே, பீட்டர் வெளியே பார்த்தான். மூடுபனிச் சிதறல்களினூடே பவனி வந்த முக்கால் சந்திரன் அசையாது தொங்கியது. ''டானிலிச், இங்கேயே இரு. என்னுடன் வராதே. நான் வெளியே போய்க் காற்று வாங்கிவிட்டுத் திரும்பி வருகிறேன்'' என்றான் பீட்டர்.

அவன் மேஜையை விடுத்து வெளியே நுழைமாடத்துக்குச் சென்றான். கடலரசனும் பொற்குடத்தின் மேல் சாய்ந்த கடற்கன்னியும் ஓய்வு எடுத்த இடத்துக்குக் கீழே நின்ற பீட்டர் சட்டைப் பையில் புகைக் குழாயைத் திணித்தான். அப்பொழுது, தூணுக்குப்பின்னால் சுவரோடு ஒட்டியிருந்த ஒரு மனிதன் வந்து பீட்டருக்கு முன்னால் மண்டியிட்டு, ஒரு காகிதத்தை தன் தலைக்கு மேல் நீட்டினான். அவன் தலையில் ஒன்றும் அணியவில்லை. கரடுமுரடான துணியில் தைத்த விவசாயி கோட்டும் மரப்பட்டைப் பாதரட்சையும் அணிந்திருந்தான்.

''உனக்கு என்ன வேண்டும்? நீ யார்? எழுந்திரு. என்ன உத்திரவு பிறப்பிக்கப் பட்டிருக் கிறதென்று உனக்குத் தெரியாதா?'' என்று பீட்டர் வணங்கினான்.

அவன் தாழ்வான குரலில் உருக்கமாகப் பேசினான்: ''மகாஜார் அவர்களே, பணிவு மிகுந்த ஏழைப் பிரஜையாகிய ஆண்ரி கோலிகோவ் ஒரு வரம் வேண்டுகிறேன். ஐயா, நான் நசித்துக் கொண்டிருக்கிறேன், கருணை காட்டுங்கள்!''

பீட்டர் பெருமூச்செறிந்தான்: விண்ணப்பத்தை வெடுக்கென்று வாங்கிக் கொண்டான். அவனை எழுந்திருக்கும்படி மீண்டும் உத்திரவிட்டான்.

''நீ வேலையைத் தட்டிக் கழிக்கிறாயா? நோயுற்றிருக்கிறாயா. நான் உத்திரவிட்டபடி வாட்கா கிடைக்கிறதா?''

''ஐயா, நான் நலமாயிருக்கிறேன், வேலையைத் தட்டிக்கழிக்கவில்லை. வண்டியில் கருங்கற்களை ஏற்றிவருகிறேன். மண்வெட்டுகிறேன். ரம்பத்தால் அறுக்கிறேன். ஐயா, என்னிடமுள்ள ஓர் அற்புதமான சக்தி வீணாக்கிக் கொண்டிருக்கிறது. நான் கோலிகோவ் குடும்பத்தைச் சேர்ந்த ஓவியன். நாங்கள் பாலேக்கில் புனித உருவங்களை வரைந்து வந்த தொழிற் குடியினர். காலத்தால் அழியாதனவாகவும் என்றும் உயிர்த்தளிர்ப்புள்ளனவாகவும் உருவப்படங்களை வரைய என்னால் முடியும். கடலின் அலைகளையும் அவற்றின்மீது பாய்விரித்துச் செல்லும் கப்பல்களையும் அவற்றைச் சூழும் துப்பாக்கிப் புகைப்படலங்களையும் என்னால் வரைய முடியும்; நன்றாக வரைவேன்.''

பீட்டர் மீண்டும் பெருமூச்செறிந்தான்; ஆனால் கோபம் ஓரளவுக்குத் தணிந்துவிட்டது. அவன் வினவினான்:

''கப்பல்களை வரைய உன்னால் முடியுமா? நீ பொய் சொல்லவில்லை என்று நான் எப்படி நம்புவது?''

''நான் என் ஓவியத்தைக் கொண்டு வந்து காட்டவேண்டும். ஆனால் அதைச் சுவர்மீது சித்திரித்திருக்கிறேன். வண்ணப் பூக்களைக் கொண்டு அல்ல; கரியால் வரைந்துள்ளேன். என்னிடம் மயிர்க்குச்சுகளும் இல்லை; வண்ணப்பூச்சுகளும் இல்லை. அவற்றைப்பற்றிக் கனவு காண்கிறேன். விரல் அளவேயுள்ள சிமிழ்களில் வண்ணப்பூச்சுகளும் இல்லை. அவற்றைப்பற்றிக் கனவு காண்கிறேன். விரல் அளவேயுள்ள சிமிழ்களில் வண்ணப்பூச்சுகளும் சில மயிர்க் குச்சுகளும் கிடைத்தால்கூடப் போதும், ஐயா, அவற்றுக்காக நீங்கள் என்ன சொன்னாலும் செய்வேன், தீயிலும் குதிப்பேன்!''

பீட்டர் மூன்றாவது தடவையாக மூக்கால் சீறி, ''நாம் போகலாம்!'' என்றான். குட்டை குட்டையாகத் தேங்கியிருந்த தண்ணீரில் இருந்த மெல்லிய பனிக்கட்டிகள் நிலவொளியில் பிரகாசித்தன. அந்தக் கட்டிகளைத் தனது பூட்ஸ் காலால் பொடித்த பீட்டர் சந்திரனை நோக்கினான். அவனது இயல்பான விறுவிறுப்போடு நடந்து சென்றான். ஆண்ரி ஓடவேண்டியதாயிற்று. ஜாரின் மிகவும் நீளமான நிழலை ஓரக்கண்ணால் நோக்கிக்கொண்டே ஓடினான்; அந்த நிழலை மிதிக்காமல் ஜாக்கிரதையாக ஓடினான்.

அவர்கள் தலைமையான சதுக்கத்தைக் கடந்து, ஆங்காங்கே தனித்தனியாக இருந்த பைன் மரங்களை நோக்கித் திரும்பிப் பெரிய நீவ்காவின் கரையை அடைந்தனர். அங்குதான் கட்டிடத் தொழிலாளரது புற்பற்றை வேய்ந்த ஒண்டுக்குடிசைகள் இருந்தன. உணர்ச்சிவசப்பட்ட ஆண்ரி, ஒரு குடிசைக்கு முன்னால் நின்று முடிதாழ்த்தி உற்சாகமாகக் குசுகுசுத்தவாறு பலகைக் கதவைத் திறந்தான். பீட்டர் தலைகுனிந்து உள்ளே அடி எடுத்துவைத்தான். கிட்டதட்ட இருபது ஆட்கள் துயிலிடங்களில் உறங்கிக்கொண்டிருந்தனர். பஞ்சுபோன்ற பொருள் திணித்துத் தைத்த கோட்டையும் உள் மரப்பட்டையில் முடைந்த பாயையும் மேலே போர்த்திக்கொண்டிருந்தனர். அவற்றிலிருந்து வெறும் பாதங்கள் வெளியே துருத்திக்கொண்டிருந்தன. பெரயி தாடியுடைய ஒருவன் இடுப்புவரை ஏதும் அணியாது தீச்சட்டியின் அருகே தாழ்வான மணையில் அமர்ந்து தன் சட்டையைத் தைத்துக் கொண்டிருந்தான்.

அவன் பீட்டரைக் கண்டு ஆச்சரியமடையவில்லை. சட்டையில் ஊசியைக் குத்தி, அதைக் கீழே வைத்துவிட்டு, மாதாகோயில் புனித உருவத்துக்கு முன் வணங்குவதுமாதிரி மெதுவாகத் தலைகுனிந்தான்.

''உனக்கு என்னென்ன புகார்கள் உள்ள? உணவு மோசமாயிருக்கிறதா?'' என்று பீட்டர் திடீரென்று வினவினான்.

''மோசம்தான், ஐயா'' என்று அவன் எளிய முறையில் தெளிவாகக் கூறினான்.

''துணிமணிகள் கிழிந்துவிட்டனவா?''

''இலையுதிர் காலத்தில் துணிகளை வழங்கினார்கள். குளிர்காலத்தில் அவை கிழிந்து விட்டன. நீங்களே பார்க்கிறீர்களே!''

''நோய்நொடி அதிகமா?''

''பலர் நோயுற்று இருக்கிறார்கள், ஐயா; இது உடல் நலனைக் கெடுக்கும் இடம்.''

''வைத்திய சாலையில் மருந்து கொடுக்கிறார்களா!''

''நாங்கள் வைத்தியசாலை இருப்பதாகக் கேள்விப்பட்டிருக்கிறோம்.''

''உங்களுக்கு அதில் நம்பிக்கை இல்லையா?''

''நான் எப்படிச் சொல்ல முடியும்? நாங்களே நலமாகிவிடுகிறோம்.''

''நீ எங்கிருந்து வருகிறாய். எந்தக் கோஷ்டியில் வந்தாய்?''

''நான் கெரென்ஸ்க் நகரிலிருந்து வருகிறேன். இலையுதிர் காலத்தில் வந்த மூன்றாவது கோஷ்டியில் வந்தேன். நான் நகரவாசி. இந்தக் குடிசையிலுள்ள நாங்கள் அனைவரும் சுதந்திரமாகக் கூலி வேலைக்கு வந்திருப்பவர்கள்.''

''நீ ஏன் குளிர்காலத்திலும் இங்கேயே தங்கிவிட்டாய்?''

''குளிர்காலத்தில் வீட்டுக்குப்போக எனக்கு விருப்பமில்லை. அங்கே போனால், கணப்பின் பரணில் படுத்துப் பசிதாங்காது அலறவேண்டும். கூலிக்காரனாக இங்கேயே தங்கிவிட்டேன்; சர்க்காரே எங்களுக்கு உணவளிக்கிறது. நாங்கள் மரங்களை வண்டியிலேற்றிக்கொண்டு வருகிறோம். அவர்கள் எங்களுக்குக் கொடுக்கும் ரொட்டியைப் பாருங்கள்.'' ஒரு கோட்டின் அடியிலிருந்து கறுப்பு ரொட்டித் துண்டை எடுத்துத் தன் கைகளுக்குள் அமுக்கி விறைப்பான விரல்களால் துண்டமாக்கினான்.

''பூஞ்சைக்காளான் பிடித்திருக்கிறது இதைத் தின்றால் வைத்தியசாலை எப்படி உதவ முடியும்?'' என்றான்.

ஆண்ரி தீச்சட்டியில் ஒரு புதியவிறகை வைத்தான். அந்தத் தாழ்வான குடிசையில் வெளிச்சம் அதிகமாயிற்று. களிமண் சாந்து பூசிய அந்தக் குடிசையின் சுவர்களில் சில பகுதிகளில்தான் வெள்ளையடித்திருந்தது. சில தலைகள் உள் மரப்பட்டைப் பாயை நீங்கிக்கொண்டு உயர்ந்தன. பீட்டர் ஒரு திண்ணையில் உட்கார்ந்து தாடிக்காரனது கண்களை உற்று நோக்கினான்.

''நீ கெரன்ஸ்கில் என்ன செய்கிறாய்?''

''நான் தேன்மது* விற்பனை செய்கிறேன். ஆனல் இந்தக்காலத்தில் தேன் மது வாங்கிக் குடிப்போர் சிலரே. யாரிடமும் பணம் இல்லை.''

''எல்லாம் என் தவறு அல்லவா? நான் அனைவரையும் வறியவராக்கிவிட்டேன் அல்லவா?''

தாடிக்காரனது தோள்கள் உயர்ந்து தாழ்ந்தன; அவனது மெலிந்த மார்பில் கிடந்த பித்தளைச் சிலுவையும் உயர்ந்து தாழ்ந்தது. அவன் இன்பம் இல்லாத புன்னகையோடு தலையை ஆட்டினான்.

''நீங்கள் உண்மையை அறிய விரும்புகிறீர்கள்?'' என்று அவன் வினவினான். ''நன்று நான் உண்மையைச் சொல்வதற்கு அஞ்சவில்லை. நான் வாழ்வில் போதுமான அளவு தொல்லைப் பட்டிருக்கிறேன். அந்தக்காலத்தில் ஜனங்கள் வாழ்க்கை நடத்துவது எளிதாயிருந்தது. இன்று போல் அவ்வளவு வரிச்சுமை இல்லை. முன் காலத்தில் ஒரு வீட்டுக்கு இவ்வளவு, ஒரு கலப்பைக்கு இவ்வளவு என்று வரி விதித்தார்கள். அது விஷயத்தில் ஏதாவது ஏற்பாடு செய்து கொள்ள முடிந்தது; சௌகரியமாக விருந்தது. இப்பொழுது ஒவ்வொருவருக்கும் தலைவரி விதிக்கிறீர்கள். ஒவ்வொருவனையும் பதிவு செய்து, அவனிடம் வரி வசூலிக்க ஆள் அனுப்பிவிடுகிறீர்கள். கடந்த சில ஆண்டுகளில் ஒரு புதிய சுமையையும் திணித்துவிட்டீர்கள். கோடைகாலத்தில், முறைபோட்டுக் கொண்டு மூன்று தொகுதிகளில் நாற்பதாயிரம் ஆட்கள் மாகாணங்களிலிருந்து வரவேண்டுமென்று உத்திரவிட்டிருக்கிறீர்கள். எங்கள் ஊரில் பத்து வீட்டுக்கு ஒரு வீட்டிலிருந்து ஓர் ஆளைக் கோடரியுடனோ மண்வெட்டியுடனோ மரம் செதுக்கும் கருவியுடனோ அழைத்துக் கொள்கிறார்கள். மற்ற ஒன்பது வீடுகளிலிருந்தும், அந்த ஆளின் பராமரிப்புக்காக வீட்டுக்கு முப்பத்தி ஒன்பதரை கோபெக் வசூலிக்கிறார்கள். இந்தப் பணத்தைக் கண்டுபிடித்தாகவேண்டும். எனவே, ''சூடான தேன் மது வாங்கலையா!'' என்று சந்தையில் குரல் கம்மக் கத்துவதால் பலன் என்ன? நல்ல மனிதன் ஒருவன் அத்தேறலைக் குடிக்க விரும்புவான். ஆனால் குடித்துவிட்டு ''நன்றி!'' என்று கூறுவதைத் தவிர அவனால் ஒன்றும் செய்ய முடியாது. காசு இருந்தால் அல்லவா கொடுப்பான்? என் புதல்வர்களை நீங்கள் குதிரைப் படையில் சேர்த்துக் கொண்டுவிட்டீர்கள்; வீட்டில் மனைவியும் நான்கு பெண்களும் தான் இருக்கின்றனர். ஆனால் இம்மாதிரியெல்லாம் ஏன் செய்கிறீர்களென்பது உங்களுக்குத்தான் நன்கு தெரியும்.''

''அது உண்மைதான், எனக்குத்தான் நன்கு தெரியும்!'' என்று பீட்டர் கடுமையாகக் கூறினான். ''அந்த ரொட்டியை என்னிடம் கொடு'' என்று கேட்டு வாங்கி அந்தப் பூஞ்சைக்காளான் பிடித்த ரொட்டியைப் பிய்த்து நுகர்ந்து பார்த்துவிட்டுச் சட்டைப் பையில் போட்டுக் கொண்டான். ''நீவாவில் பனிக்கட்டி உடைந்து உருகும்பொழுது, புதிய துணிமணிகளும் மாப்பட்டைப் பாதரட்சைகளும் கொண்டு வருவார்கள். அவர்கள் மாவு கொண்டு வருவார்கள்; அதன்பின் இங்கேயே ரொட்டி சுடலாம்'' என்று தாடிக்காரனிடம் கூறிய பீட்டர். ஆண்ரியை மறந்தவனாகக் கதவை நோக்கி நடக்கத் தொடங்கினான். ஆனால் அப்பொழுது ஆண்ரி இறைஞ்சும் பாவனையில் நிற்பதைக் கண்டு, ''புனித உருவ- ஓவியனே, நீ வரைந்திருப்பதைக் காட்டு'' என்று புன்னகை செய்து கூறினான்.

துயிலிடங்களுக்கு இடையே உள்ள சுவரில் ஒரு பகுதி மழமழப்பாக்கப்பட்டு வெள்ளை பூசப்பட்டிருந்தது; உள் மரப்பட்டைப் பாயால் மூடப்பட்டும் இருந்தது. ஆண்ரி அந்தப் பாயைக்

★தேன்மது. தேனோடு தண்ணீரைக் கலந்து கொதிக்கச் செய்து மணச்சத்து இட்டபானம்.

கவனமாக நீக்கினான். தீச்சட்டியை இழுத்துக்கொண்டு வந்து இன்னொரு விறகை ஏற்றினான்; நடுங்கிய கரத்தில் எரிந்த விறகைத்தூக்கிப் பிடித்துக்கொண்டு உச்சஸ்தாயியில் அறிவித்தனர்.

''ஆயிரத்தி எழுநூற்று மூன்றாம் ஆண்டு மே மாதம் ஐந்தாம் தேதி, நீவாவின் கழிமுகத்தில் கிடைத்த மகத்தான மகிமைக்குரிய வெற்றிஃ பதினான்கு துப்பாக்கிகளை உடைய எதிரிக் கப்பலான ஆஸ்ட்ரல், எதிரி அட்மிரலின் கப்பலான பத்துத் துப்பாக்கிகளை உடைய ஹிடான் ஆகிய இரண்டும் பீரங்கிப் படை அதிகாரியான பீட்டர் அலெக்ஸியிடமும் லெப்டினன்டான மென்ஷிகோவிடமும் சரண் அடைகின்றன.''

வெள்ளையடித்த சுவரில் ஓவியம் திறமையோடு வரையப்பட்டிருந்தது. சுரண்டு நுரைத்த அலைகளின்மேல், துப்பாக்கிகளது புகைப்படலங்களிடையே இரண்டு ஸ்வீடிஷ் கப்பல்கள் கரியால் சித்தரிக்கப்பட்டிருந்தன. அவற்றைச் சுற்றி நின்ற படகுகளிலிருந்து ருஷியர்கள் அந்தக் கப்பல்களில் ஏறிக்கொண்டிருந்தனர். கப்பல்களுக்குமேல், புகைப்படலங்களிடையே இரண்டு கரங்கள் தெரிந்தன. அவை பிடித்திருந்த நீண்ட துகிற்கொடியில் ஆண்ரி சற்றுமுன் சொன்ன விளக்கவாசகம் பொறிக்கப்பட்டிருந்தது. பீட்டர் கீழே குந்திக்கொண்டான். ''நன்று, நன்று!'' என்றான். அனைத்தும் பிழையற்றவையாக அமைந்திருந்தன; கப்பல்களின் பாய்மரக்கயிறுகளின் கட்டு, கப்பற்பாய்கள், கொடிகள் அனைத்தும் சரியாயிருந்தன. வாளும் பிஸ்டலும் ஏந்திய மென்ஷிகோவ் ஏணியில் ஏறிக்கொண்டிருப்பதையும் அவன் கண்டுகொள்ளமுடிந்தது. அவன் தன்னையும் அடையாளம் கண்டுகொண்டான். ஆடைச்சிறப்பை மிகைப்படுத்தியிருந்த போதிலும், அந்த உருவம் தத்ரூபமாக இருந்தது; அவன் பகைவனது கப்பலின் பிற்பகுதியின் அருகே, படகின் முன்புறத்தில் நின்று, கத்திக் கொண்டும் எறிகுண்டுகளை வீசிக்கொண்டும் இருந்தான்.

''நன்று, நன்று! உனக்கு இந்த வெற்றியைப்பற்றி எப்படித்தெரியும்?'' என்று வினவினான் பீட்டர்.

''உங்கள் படகைத் துடுப்பினால் தள்ளியவர்களில் நானும் ஒருவன்.''

பீட்டர் ஓவியத்தை விரலால் தொட்டான். உண்மையில் அது கரிதான். அவனுக்குப் பின்னால் ஆண்ரி மெல்லப் புலம்பினான்.

''அப்படியானால் பயிற்சி பெறுவதற்கு உன்னை ஹாலந்துக்கு அனுப்புவேன். குடிவெறியனாக ஆகாதிருப்பாயா? பிசாசுகளா, உங்களை நான் நன்கறிவேன்'' என்றான் பீட்டர்.

பீட்டர் கவர்னர். ஜெனரலின் வீட்டுக்குத் திரும்பி வந்து கில்ட் நாற்காலியில் உட்கார்ந்து கொண்டான். மெழுகுவத்திகள் பெரும்பாலும் எரிந்துவிட்டன. விருந்தாளிகள் குடிபோதையில் இருந்தனர். மேஜையின் ஒருமூலையில் மாலுமிகள் தலைகளை ஒருசேரக் குவித்துக்கொண்டு ஓர் ஒப்பாரிப்பாடலைப் பாடிக்கொண்டிருந்தனர். மென்ஷிகோவ் மட்டும் தெளிவாக விருந்தான். அவன் உடனடியாக, மீன் ஹெர்ஸின் வாய் ஓரத்தில் கன்னம் இழுப்பதைக் கவனித்து விட்டான். இதற்கு என்ன காரணமென்பதை ஊகிக்கத் துரிதமாக யோசனை செய்தான்.

''இந்தா இதைச் சுவைத்துப்பார்!'' என்று பீட்டர் திடீரென்று அவனைப் பார்த்துக்கத்தினான். பூஞ்சைக்காளான் பிடித்த ரொட்டித்துண்டை எடுத்துக்கொடுத்து, ''கவர்னர் ஜெனரல், இதைச் சுவைத்துப்பார்!'' என்றான் மீண்டும்.

''மீன் ஹெர்ஸ், இது என் பிழையல்ல. கோலெவ்கின்தான் ரொட்டி வினியோகத்தைக் கவனிக்கிறான். இந்தத் துண்டு அவன் தொண்டையை அடைக்கட்டும்! திருடன்! மானங்கெட்ட போக்கிரி!''

''அதைச் சாப்பிடு!'' என்ற பீட்டரின் கண்கள் ஆத்திர மிகுதியால் விரிந்தன. ''ஆட்களுக்குக் கழி பொருட்களைப் போடுகிறாய். நீயே சாப்பிடு. கடலரசனே! இங்கு ஒவ்வொரு நிகழ்ச்சிக்கும் ஒவ்வொரு ஆளின் உயிருக்கும் நீதான் பொறுப்பு!...''

மென்ஷிகோவ் வருந்திச் சோர்ந்தவன்போல் பீட்டரை நோக்கிவிட்டு அந்த ரொட்டித் துண்டை மென்றான். துக்கம் தொண்டையை அடைப்பது மாதிரி மிகைப்பட்ட கஷ்டத்தோடு அதை விழுங்கினான்.

6

பீட்டர் அலெக்ஸிவிச் உறங்குவதற்காகத் தன் குடிசைக்குச்சென்றான். கவர்னர் ஜெனரலின் வீட்டு அறைகளில் கூரை உயர்வாயிருந்தது. பீட்டருக்கோ தாழ்வான கூரையும் சிற்றடக்கமான அறையும்தான் பிடிக்கும். அவன் ஸாண்டாவில் கிளீஸ்ட் என்ற கொல்லனது வீட்டில் இருந்த பொழுது, கால்களை நீட்டக்கூடமுடியாத நிலையறைப் பெட்டியில் படுத்து உறங்கினான். அது அவனுக்குப் பிடித்தது.

பணியாளான நார்டோவ் கணப்பை நன்றாக எரியவிட்டிருந்தான். குனிந்து பார்க்கவேண்டிய அளவுக்குத் தாழ்வாக இருந்த நீண்ட ஜன்னலின் அருகே கிடந்த மேஜையில், நார்டோவ் புத்தகங்களையும் காகிதங்களையும் எழுதுவதற்கு வேண்டிய இதர கருவிகளையும் பகுத்துத் தொகுத்துவைத்திருந்தான். படம் வரைவதற்கான கருவிகளும் இருந்த கெட்டியான தோல் பைகளும், தொலை நோக்கிக்கருவிகளும் திசைகாட்டிக் கருவிகளும் புகையிலையும் புகைக்குழாய்களும் மேஜைமீது இருந்தன. சுவர்களில் கப்பல்கித்தான் திரையாகத் தொங்கியது. பீட்டர்-பால் கோட்டையின் தலைமை விளக்குப் பாய்மரத்துக்காகக் கொண்டுவரப்பட்டிருந்த அரை ஆள் உயரமுள்ள விளக்கு ஒரு மூலையில் இருந்தது. பல நங்கூரங்கள், கப்பிகளோடும் கீல்பூசிய கயிறுகளோடும் ஆங்காங்கே கிடந்தன.

நான்கு திருகு சுருள் கம்பங்களுடன் கூடிய மரக்கட்டிலில் லினன் வர்ணத்திரை தொங்கியது. நன்றாக நீராவியில் குளித்து இரவுணவை வயிறார உண்டிருந்த பீட்டர், காதுவரை படுக்கைக் குல்லாயை இழுத்து விட்டுக்கொண்டு இன்ப உறக்கத்தில் ஆழ்ந்திருக்க வேண்டும். ஆனால் அவனுக்குத் தூக்கம் வரவில்லை. காற்று கூரையைத் தாக்கிக் கடகட சத்தம் செய்தது; புகை போக்கியில் ஊளையிட்டது; ஜன்னல் அடைப்புகளை ஆட்டங்கொள்ளச் செய்தது. அவனது அருமை நண்பனான அலெக்ஸாண்டர் மென்ஷிகோவ் தரையில் கம்பளவிரிப் பின்மீது அமர்ந் திருந்தான். அவனுக்குப் பக்கத்தில் ஒரு வட்டமான இரும்பு விளக்கு இருந்தது. அவன் அகஸ்ட் அரசனது பணக்கஷ்டத்தை விவரித்துக் கொண்டிருந்தான். அகஸ்டின் அவைக்கு ருஷ்ய ஸ்தானிகளும் சென்றிருந்த கிரிகிரி டோல்கோருகி, விசேஷதூதர்கள் மூலம் அனுப்பிய சகல அறிக்கைகளிலும் அதைப்பற்றிக் குறிப்பிட்டிருந்தான்.

அகஸ்ட் அரசன் அவனது ஆசை நாயகிகளால் பரிபூர்ணமாக அழிந்து விட்டான். பணத்துக்கு வழியில்லாது தவித்தான். அவனது ஸாக்ஸன் பிரஜைகள் தம்மால் இயன்ற அளவுக்குப்பணம்

கொடுத்து விட்டார்கள். ஸாக்ஸனியில் நூறு தாலர்கள்* கூடக் கடன் வாங்க முடியாது என்று சொல்லப்பட்டது. ஸாண்டோமிரில் கூடிய போலிஷ் சட்டசபை, அவனுக்கு ஒரு காசுகூடக் கொடுக்க முடியாதென்று அறிவித்து விட்டது. அகஸ்ட் தன் கோட்டைவீட்டைப் பிரஷ்ய அரசனுக்குப் பாதிவிலைக்கு விற்றுவிட்டான். மீண்டும் சாத்தானோ சார்லஸ் அரசனோ அவனது பாதையில் இன்னொரு பெண்ணை அனுப்பிவிட்டான். இவள்தான் ஐரோப்பாவிலேயே ஒப்புயர்வில்லாது சீமாட்டி அரோரா. கோட்டை வீட்டை விற்றுக்கிடைத்த பணத்தை அகஸ்ட் அரோராவுக்காக நடனங்களிலும் வாண வேடிக்கைகளிலும் செலவு செய்துவிட்டான். எனினும், அவனது சட்டைப்பை காலியானவுடன் அந்தச் சீமாட்டி அவனுக்கு வினயமாக நன்றி கூறிவிட்டு, வெல்வெட்டுகள், ஸில்க்குகள், வெள்ளித் தட்டுகள் ஆகியவற்றை ஒரு கோச்சு நிறைய ஏற்றிக் கொண்டு போய்விட்டாள். அகஸ்டிடமோ உணவுக்கூடப் பணமில்லை; அவன் மகாப்பிரபு டோல்கோருகி வீட்டுக்குவந்து அவனை எழுப்பி, அழுதுகொண்டே கூறினான்:

''என் ஸாக்ஸன் துருப்புகள் ஒருவார காலமாக உலர்ந்த ரொட்டிப் பொறுக்குகளைத் தின்றுகாலம் தள்ளுகின்றன. போலிஷ் துருப்புகளுக்குச் சம்பளம் கிடைக்காததால், அவை கொள்ளையடிக்கத் தொடங்கிவிட்டன. போலிஷ்காரர்கள் புத்தி சுவாதீனத்தை இழந்து விட்டார்கள். இன்று போலந்தில் குடிப்பது மாதிரியும் சண்டைபிடிப்பது மாதிரியும் எவரும் எங்கும் கண்டிருக்க முடியாது. பிரபுக்கள் தத்தம் பரிவாரங்களுளோடு கிளம்பி ஒருவருக்கொருவர் எதிராகப் போர்புரிகின்றன. கோட்டை வீடுகளும் டவுன்களும் தாக்கப்படுகின்றன. கிராமங்கள் எரிக்கப்படுகின்றன. தார்த்தாரியங்களை விடக் கேவலமாகத் தீம்பு புரிகின்றனர். போலிஷ் அரசைப்பற்றி அவர்கள் சிறிதும் கவலைப்படுவதில்லை. ஓ! நான் அவப்பேற்றினுக்குரிய அரசன்! என் வாளை உருவி அதன் மேல் விழுவதுதான் நல்லது!''

அவனது கதையைக் கேட்டபிறகு, இரக்கநெஞ்சம் படைத்தவனான டோல்கோருகி அந்தத் துரதிர்ஷ்டங்களுக்காக கண்ணீர் சொரிந்தான்; தன் சொந்தப் பணத்திலிருந்து பத்தாயிரம் தாலர்கள் ரசீது கூடப் பெற்றுக்கொள்ளாமல் கொடுத்தான். அரசன் உடனடியாக வீட்டுக்குத் திரும்பினான். அங்கே அவனது புதிய ஆசை நாயகியான காஸெல்ஸ்கா என்ற சீமாட்டி சினந்து சீறிக் கொண்டிருந்தாள். அவன் அவளுடன் விருந்துண்டு கேளிக்கைகளில் ஈடுபடத்தொடங்கினான்.

மென்ஷிகோவ் விளக்கை அருகே இழுத்துக்கொண்டான். கடிதத்தை எடுத்து, ஒளி பரப்பிய விளக்குத் துவாரங்களின் அருகே அதைப் பிடித்துக்கொண்டு படித்தான். அவனுக்கு இன்னமும் நன்றாகப் படிக்க முடியாத காரணத்தால் நிறுத்தி நிறுத்திப் படித்தான்!

''மீன் ஹெர்ஸ் ஓர், உதாரணத்துக்கு, ஸாண்டோமிரிலிருந்து கிரிகரிடோல்கோருகி எழுதியதைப் படிக்கிறேன்; போலிஷ் சிப்பாய்கள் சாராயக்கடைகளில் பீர் கோப்பையோடு போராடுவதல் சமர்த்தர்கள். ஆனால் அவர்களை விரோதிக்கு எதிராக அணிவகுத்து அழைத்துச் செல்வது கடினமாகும். அகஸ்ட் அரசனின் ஸாக்ஸன் சேனை நல்லதுதான். ஆனால் அதற்கு ஸ்வீடிஷ் படையுடன் போராடுவதில் மனம் இல்லை. ஸ்வீடிஷ்காரர்கள் போலந்தில் பாதி பாகத்தை அழித்து விட்டார்கள். அவர்கள் தேவாலயங்களையும் கல்லறைகளையும் கூட விட்டு வைக்கவில்லை. ஆனால் இதெல்லாம் போலிஷ் பிரபுக்களின் கண்ணில் படவில்லை. அவர்கள் ஒவ்வொருவரும் தத்தம் நலனிலேயே கண்ணாயிருக்கின்றனர். இத்தகைய அரசாங்கம் எப்படிப் பிழைக்க முடியுமென்பது எனக்குப் புரியவில்லை. பகைவனை வேறுபக்கம் திருப்பி விடுவது என்பது தவிர, வேறு எதற்கும் போலந்து பயன்படாது.''

★ தாலர்: வழக்கொழிந்த வெள்ளி நாணயம். இந்த ஜெர்மன் நாணயத்தின் மதிப்பு கிட்டத்தட்ட மூன்று ஷில்லிங்.

இதைக் கேட்ட பீட்டர் கூறினான்:''நானும் பெரிய உதவியை எதிர்பார்க்கவில்லை. பத்தாயிரம் தாலர்களை அரசனிடமிருந்து பெற்றுக்கொள்ளும்படி அதற்கு நான் பொறுப்பு இல்லையென்றும் முன்பே டோல்கோருகிக்கு எழுதிவிட்டேன். அந்தப் பணத்தைக்கொண்டு ஒருவிரை போர்க் கப்பலைக் கட்டலாம்'' பற்களால் 'கிளிக்' ஒலிசெய்து அவன் கொட்டாவி விட்டான். மேலும் கூறினான்:''ஏவாளின்* மகளிர்! அவர்கள் நம்மை என்ன பாடு படுத்து கிறார்கள்! ஆம்ஸ்டர்டாம் சாராயக் கடையிலிருந்து ஒருத்தி என்னிடம் அடிக்கடி வந்தாள். பொய் பேசினான்; துடுக்கானவன்; ஆனால் மோசமில்லை. அவளாலும் எனக்குச் செலவு ஏற்பட்டது.''

''மீன் ஹெர்ஸ், இந்த விஷயத்தில் நீங்கள் அகஸ்ட் அரசனுடன் உங்களை எப்படி ஒப்பிட்டுக் கொள்ளமுடியும்? அகஸ்டுக்கு அரோராவால் மட்டும் ஐந்து லட்சம் செலவு. நீங்கள் அந்தச் சாராயக் கடைச் சிறுக்கிக்கு அவளை எனக்கு நன்றாய் நினைவிருக்கிறது முந்நூறு ரூபிளோ ஐந்நூறுரூபிளோ கொடுத்தீர்கள், அவ்வளவுதான்.''

''ஐந்நூறு ரூபிள்! அவ்வளவா? ஆ-ஆ- ஆ. அதற்காக என்னை நையப் புடைத்திருக்க வேண்டும். அகஸ்ட் நமக்கு முன் மாதிரியல்ல. நாம் அரசாங்கத்துக்கு உரியவர்கள். நமக்கென்று ஒரு காசும் கிடையாது. அலெக்ஸாண்டர், உஷார், 'அவ்வளவுதான்' என்று தத்துவம் பேசிக் கஜானா பணத்தைக் குப்பையில் கிடப்பது மாதிரி கருதி விடாதே'' என்று கூறிய பீட்டர் சிறிது நேரம் மௌனமாயிருந்தான். அதன்பின், ''இங்கு வண்டியில் மரமேற்றி அடிக்கும் ஒருவன் இருக்கிறான்; அவனிடம் ஆண்டவன் அளித்த தனித்திறமை இருக்கிறது'' என்றான்.

''ஆண்ரூஷ்கா கோலிகோவைச் சொல்கிறார்களா.''

''ஆம், அவன் திறமை இங்கு விரயமாகிறது. அவனுக்குத் தகுதியான வேலை இதுவல்ல. அவனை மாஸ்கோவுக்கு அனுப்பவேண்டும். அவன் ஒரு நபரின் உருப் படத்தை வரைய வேண்டும்.'' பீட்டர் ஓரக்கண்ணால் அலெக்ஸாண்டரை நோக்கினான். அவன் இளிப்பதுபோல் பீட்டருக்குத் தோன்றியது. ''உஷார்! எழுந்து வந்து தடியால் அடிப்பேன். இளிப்பது எப்படி என்பதைக் கற்றுக் கொடுப்பேன். நான் காதரீனா இங்கு இல்லாததை உணர்கிறேன்; அவ்வளவு தான். நான் கண்களை மூடிக்கொண்டால், அவன் கண்ணுக்குள் இருப்பதாகத் தோன்றுகிறது. கண்களைத் திறந்தால், என் நாசித்துளைகள் அவளை உணர்கின்றன. அவளது குறைகளை யெல்லாம் உன் போன்ற பலரிடம் அவள் கொண்டிருந்த தொடர்பெல்லாம் மறந்து மன்னித்து விடுகிறேன். ஏவாளின் மகளது திறன் அத்தகையது. அவ்வளவுதான் அதைப்பற்றிச் சொல்ல முடியும்'' என்றான் பீட்டர்.

அவன் திடீரென்று மௌனமானான். பொழுது புலர்ந்ததால், நீண்ட ஜன்னல் சாம்பல் நிறமானதைக் கண்டான். அலெக்ஸாண்டர், கம்பளவிரிப்பிலிருந்து இலேசாக எழுந்தான். காற்றின் ஓசையோடு ஒரு புதிய ஒலி கலந்து வந்தது. பனிக்கட்டிகள் படபடவென்ற வெடித்து உடையும் ஓசை அது.

''மீன் ஹெர்ஸ், நீவா நதியில் பனிக்கட்டி உடைகிறது!''

''உண்மையாகவா? அப்படியானால் இனி நமக்கு உறக்கமில்லை!''

---

*ஏவாள்: ஆண்டவனால் முதன் முதலில் படைக்கப்பட்ட மனிதர் இருவரே என்பது கிறித்துவ நம்பிக்கை ஆடவன் பெயர் ஆதாம், பெண்ணின் பெயர் ஏவாள்.

அத்தியாயம் 3

1

கெக்ஸ்ஹாம் படையெழுச்சி ஆரம்பத்திலேயே தடைப்பட்டது. காலாட்படைப் பிரிவுகளும், ராணுவ வாகன் தொடர்களும் ஷிலூஸ்ஸல்பர்க்கும் பாதி வழி கூடக் கடக்கவில்லை. குதிரைப் படை அப்பொழுதே ஒகா ஆற்றைக் கடந்தது. பிரியோபிராஷன்ஸ்கி, ஸெமினோவ்ஸ்கி பட்டாளங்களின் ஆட்களை ஏற்றிய படகுகள் நீவாவில் மூன்று மைல்தூரம்கூடச் செல்லவில்லை. அப்பொழுது, கரையில் ஆங்காங்கே வளர்ந்துகொண்டிருந்த இளம் பிர்மரங்களிடையேயிருந்து ஒரு குதிரை வீரன் தோன்றித் தொப்பியை ஆட்டினான். பீட்டர் படகுத் தொகுதிக்குப் பின்னால் ஒருபடகில் போய்க்கொண்டிருந்தான். கரையில் இருந்த குதிரை வீரன் ''ஏ, படகுக்காரா, ஜார் எங்கே? அவருக்கு ஒரு கடிதம் கொண்டுவந்திருக்கிறேன்'' என்று கத்தியதைக் கேட்ட பீட்டர் படகைக் கரைக்குத் திருப்பினான். குதிரை வீரன் குதிரையிலிருந்து குதித்துத் தண்ணீரின் ஓரத்துக்கு ஓடிவந்து தான் அணிந்திருந்த அதிகாரியின் கம்பளிக்குல்லாய் உச்சியை இரண்டு விரல்களால் தொட்டான்; ஊக்கமும் கவலையும் நிறைந்த கண்களை உடைய சிவந்த முகத்தை நீட்டிக் கொண்டு கரகரத்த குரலில் கூறினான்:

''பீரங்கிப்படை அதிகாரி அவர்களே, நான் குதிரைவலவர் பீட்டர் அப்ராக்ஸினிடமிருந்து வருகிறேன்.''

நூலால் தைத்து மெழுகால் முத்திரை வைத்த கடிதத்தைத் தன் சட்டையின் முன்கையிலிருந்து எடுத்துப் பீட்டரிடம் கொடுத்துவிட்டுச் சற்றுப் பின் வாங்கினான். இவன்தான் லெப்டினன்ட் பால்.

பீட்டர் பல்லால் நூலைக்கடித்து எடுத்துவிட்டு அந்தச் சிறு குறிப்பை விரைவாகப்படித்தான்; மீண்டும் கவனமாகப் படித்துவிட்டு ஆத்திரத்தில் புருவத்தை நெரித்தான். கதிரொளியில் பிரகாசித்த சிற்றலைகளில் ஓசை நயத்தோடு தடுப்புகளைத் தள்ளிக்கொண்டு முன்னேறிய படகுத்தொகுதியை அவன் சுருங்கிய கண்களால் நோக்கினான்.

''உன் குதிரையை ஒரு மாலுமியிடம் கொடுத்துவிட்டு படகுக்குவா'' என்று பாலிடம் கூறிய அவன் திடீரென்ற அவனை நோக்கிக் கத்தினான்; ''தண்ணீரில் இறங்கு. படகு மண்தட்டி நிற்பது தெரியவில்லையா. படகைத் தள்ளிவிட்டு அதில் பாய்ந்து குதி!''

காற்றுக்கு எதிராகப் பாயிழுத்துக்கட்டிப் படகைப் பீட்டர்ஸ்பர்க் பக்கத்துக்குச் செலுத்தினான். அங்குபோய்ச் சேரும்வரை அவன் வாய்திறக்கவில்லை. அவன் திறமையாகத் தன்படகை இறங்கு துறைக்குப் பக்கமாகக் கொண்டுவந்தான். இரண்டு மாலுமிகள் விரைவாகப் பிரதான பாயைக் கீழே இழுத்தனர். முக்கோணப் பாயை நோக்கிச் சென்றனர். அவர்கள் பாய்களைச் சுருட்டிப் பாய்மரக் கருவிகளை விதிகளுக்கிணங்க முறையாகத் தொகுத்துவைக்கும் வரையில் பீட்டர் மௌனமாக உறுத்துப்பார்த்துக் கொண்டிருந்தான். அதன்பிறகே அவன் குடிசைக்கு விரைந்தான். உடனடியாக, மென்ஷிகோவ், கோலோவ்கின், புரூஸ், துணை அட்மிரல் கிரீஸ் ஆகியோர் அங்குவந்தனர். அவர்கள் திகிலடைந்திருந்தனர். பீட்டர் அந்தப்

புழுக்கமான சிறிய அறையில் காற்று வீசவேண்டுமென்பதற்காகப் பலகணியைச் சிறிது திறந்தான். அதன்பின் அவன் உட்கார்ந்துகொண்டு, நார்வாவுக்கு வடக்கே பன்னிரண்டு மைல் தூரத்திலுள்ள யாம்பர்க் கோட்டையில் காவற்படைத் தலைவனாயிருந்த பீட்டர் அப்ராக்ஸின் கடிதத்தைப் படித்தான்ஃ

''ஐயா, உங்களது உத்திரவைப் பின்பற்றி, நான் வசந்தகாலத் துவக்கத்தில், யாம்பர்க்கிலிருந்து மூன்று காலப்படைப் பிரிவுகளையும் ஐந்து குதிரைப்படைப் பகுதிகளையும் நாரோவா நதியின் கழிமுகத்துக்கு இட்டுச் சென்றேன். ராஸ்ஸன் என்ற சிற்றாறு நாரோவாவுக்குள் விழும் இடத்தில் அணிவகுத்தோம். விரைவில் ஐந்து ஸ்வீடிஷ் கப்பல்கள் நதியை நோக்கிவந்தன. மேலும் பல துகிற்கொடிகள் சேய்மையில் கடலில் புலனாயின. மென்காற்று வீசியபொழுது, இரண்டு போர்க் கப்பல்கள் கழிமுகத்தில் நுழைந்து நமது தளவாட வண்டித் தொடர்மீது குண்டுமாரி பொழியத் தொடங்கின. ஆண்டவன் அருளால் நாங்கள் பெருந் துப்பாக்கிகளுடன் வெற்றிகரமாகத் திருப்பித் தாக்கினோம். நமது குண்டுகள் ஒரு ஸ்வீடிஷ் கப்பலை அழித்தன. எதிரியை நாரோவாவின் கழிமுகத்திலிருந்து விரட்டி விட்டோம். அந்த மோதலுக்குப்பின், ஒருவாரமாக, கடற்கரையிலிருந்து சிறிது தூரத்தில், ஐந்து போர்க் கப்பல்களும் பதினொரு இரட்டைப்பாய்ப் போக்குவரத்துக் கப்பல்களும் நங்கூரம் பாய்ச்சி நிற்கின்றன. அதுதான் எனக்கு மிகுந்த கவலை தருவதாயிருக்கிறது. ஸ்வீடிஷ் காரர்கள் நிலத்தில் எதையும் இறக்கவிடாமல் செய்தவதற்காக, நான் கடற்கரை முழுவதும் சிப்பாய்களை அனுப்பிக்கொண்டேயிருக்கிறேன். மேலும் குதிரைப்படையினரை ரீவால் சாலைவழியாகவும் நார்வா வரையிலும் அனுப்பி விரோதியின் எல்லைபுறக் காவற்வீடுகளை அழிக்கச் செய்கிறேன். நார்வாவில் சகல பொருட்களுக்கும் தட்டுப்பாடு ஏற்பட்டிருப்பதாகவும், உங்களது விவேகமான உத்திரவுக்கிணங்க நாங்கள் நாரோவாவின் முகத்துவாரத்தை வசப்படுத்தி விட்டதை எண்ணி அவர்கள் வருந்துவதாகவும் கைதிகள் சொல்கிறார்கள்.

நமது வேவுகாரர்கள் இரவில் திருட்டுத்தனமாக நார்வாவின் நுழை கதவுகளையே அணுகி ரீவாலின் கவர்னரிடமிருந்து நார்வாவின் படைத்தலைவனான ஹாரனுக்குக் கடிதம் கொண்டு வந்த தூதனைப் பிடித்தனர். அந்தக் கடிதம் பரிபாஷையில் எழுதப்பட்டது. இந்த விசேஷதூதன், மெய்க்காவலர் படையில் காப்டனாகவுள்ள ஸ்டால்வான் ஹோல்ஸ்டீன் என்று தன்னை அறிமுகப்படுத்திக் கொண்டான். உயர்ந்த பிரபுவின் குடும்பத்தைச் சேர்ந்தவனாம். சார்லஸ் மன்னனின் தனியன்புக்கு உரியவனாம். அவன் முதலில் என் கேள்விகளுக்குப் பதில்கூற மறுத்தான். ஆனால் நான் கொஞ்சம் சத்தம் போட்டபிறகு அவன் பேசினான். ஷிலிப்பன்பாக் ஒரு பெரிய சேனையுடன் நேரடியாக வருவானென்று நார்வாவில் எதிர்பார்த்துக் கொண்டிருக் கிறார்களென்றும், ஸ்வீடிஷ்காரர்கள் முன்பே தானியம், மாவு, கடல்மீன், உப்பிலிட்ட இறைச்சி முதலியவற்றை முப்பத்தி ஐந்து கப்பல்களில் ஏற்றி அனுப்பியிருப்பதாகவும் அவன் சொன்னான். அந்தக் கப்பற்தொகுதியின் தலைவனாக துணை அட்மிரலான டீ பிரௌஸ்ட் என்ற பிரெஞ்சுகாரன் வருகிறானாம். 'அவன் இடதுகையை இழந்தவன்; இழந்த கைக்குப் பதிலாக வெள்ளியில் கை செய்து பொருத்திக் கொண்டிருப்பான். அவனது கப்பல்களில் இருநூறு துப்பாக்கிகளும் கடற்படைவீரர்களும் இருக்கிறார்களாம்.

ஐயா, இத்தகைய முக்கியமான விஷயத்தில் காப்டன் ஹோல்ஸ்டீனை நம்பலாமா என்பதைப் பற்றி எனக்கு ஒன்றும் புரியவில்லை. ஆனால் இன்று அதிகாலையில், கடலைக் கவ்விய இருள் கலைந்த பிறகு, அடிவானம் முழுவதும் கப்பற்பாய்களால் மறைக்கப் பட்டிருப்பதைக் கண்டோம். நாற்பதுக்கு மேற்பட்ட கொடிகளை எண்ணினோம். என் படை பலம் குறைவு; குதிரைப்படை சிறியது. என்னிடம் ஒன்பது துப்பாக்கிகள் இருந்தன. அவற்றில்

ஒன்று அன்றையத் துப்பாக்கிப் பிரயோகத்தில் வெடித்துவிட்டது. நான் விபரீதத்தைத்தவிர வேறொன்றையும் எதிர் பார்க்கவில்லை. எனக்கு உதவுங்கள், ஐயா.''

''என்ன? நீங்கள் என்ன சொல்கிறீர்கள்?'' என்று கடிதத்தைப் படித்து முடித்த பீட்டர் வினவினான்.

புரூஸ் ஆத்திரமாகத் தன் மோவாயைக் கறுப்புக் கழுத்துப் பட்டைக்குள் அமுக்கினான். கார்னீலியஸ் கிரீஸின் பட்டுத் தேர்ந்த முகத்திலிருந்து எதையும் ஊகிக்க முடியவில்லை. இங்கிருந்தே நார்வாவின் விரிகுடாவில் ஐம்பது ஸ்வீடிஷ் கப்பல்களையும் பார்க்க முடிந்த மாதிரி, அவனது கண்கள் சுருங்கின. எப்பொழுதுமே உடனுக்குடன் பதில் கொடுக்கும் மென்ஷிகோவ் கூட இப்பொழுது வாய்திறவாது புருவத்தை நெரித்தான்.

''ராணுவக்குழுவின் கனவான்களே, உங்களை நான் கேட்கிறேன்ஃ இந்த தந்திரமான ஆட்டத்தில சார்லஸ் மன்னன் என்னிடமிருந்து ஒரு காயை வென்றுவிட்டானா? நார்வாவை நோக்கிச் சாமர்த்தியமாக இயங்கி, கெக்ஸ்ஹாமைப் பாதுகாத்து விட்டானா? அல்லது நாம் நார்வாவை ஷிலிப்பன் பாக் பிடித்துக்கொள்ளட்டுமென்று விடுத்துவிட்டு, பிடிவாதமாக உயிர்க்காவலர் படையைக் கெக்ஸ்ஹாமுக்கு அழைத்துச் செல்வதா?''

கார்னீலியஸ் கிரீஸ் தலையை ஆட்டினான். அட்மிரலின் கௌரவத்தைச் சிறிதும் பொருட்படுத்தாது, அவன் பொடிடப்பியை எடுத்தான். காரமான சிவப்பு மிளகுடனும் வெல்லச் சாராயத்துடனும் கொதிக்கவைத்த புகையிலைத் துண்டை டப்பியிலிருந்து எடுத்துவாயில் அடக்கிக் கொண்டான்.

''கூடாது!'' என்றான் அவன்.

''கூடாது!'' என்று புரூஸ் உறுதியாகக் கூறினான்.

''கூடாது!'' என்று முழங்காலைத் தட்டிக்கொண்ட மென்ஷிகோவ் சொன்னான்.

''கெக்ஸ்ஹாமைப் பிடிப்பது கஷ்டமாயிருக்காது. ஆனால் அதற்குள் சார்லஸ் மன்னன் இரண்டாவது காயையும் நம்மிடமிருந்து பறித்து விடுவான். அதுவும் ராணிக்காயையே பறித்து விடுவான்'' என்று மென்மையான குரலில் கோலோவ்கின் கூறினான்.

''ஆ!'' என்றான் பீட்டர்.

வார்த்தைகளில் விளக்காமலேயே விஷயம் தெளிவாகப் புரிந்தது. ஷிரலிப்பன்பாக் படை நார்வாவுக்குள் செல்வதை அனுமதித்தால் அதன்பின் நார்வா, யுரீவ் என்ற பிரதான கோட்டைகளைப் பிடிப்பதைப்பற்றிய யோசனைக்கே இடமில்லை. அவற்றைப் பிடிக்காவிட்டால், பீட்டர்ஸ் பர்க்குக்கு வழிதிறந்திருக்கும். ஒரு மணி நேரம் கூடத்தாமதிக்க முடியாது. சிறிது நேரத்துக்குள், தூதர்கள் ஷிலூஸ்ஸல்பர்க் சாலை வழியாகவும் நீவா நதிக் கரை வழியாகவும் குதிரை மீது சிட்டாய்ப் பறந்தனர். துருப்புகளையும் படகுகளையும் பீட்டர்ஸ்பர்க்குக்குத் திருப்பிக்கொண்டு வரவே அவர்கள் சென்றனர்.

மூன்று நாட்களாகப் பகலும் இரவும் குதிரை மீது இருந்த பாலுக்கு, ஜாரின் மிளகு இட்ட வாட்காவில் ஒரு கோப்பையும், உப்புடன் ஒரு ரொட்டித் துண்டும் நார்டோவைத் தாஜா செய்து பெறுவதற்கே, நேரம் இருந்தது. அன்பின் அவன் அப்ராக்ஸின் முகாமுக்கு மீண்டும் விரைந்தான். கவலைகளையெல்லாம் கடவுளிடம் ஒப்படைத்துவிட்டுக் கடைசி மூச்சு உள்ளவரை

ஸ்வீடிஷ்காரர்களை உறுதியாக எதிர்க்க வேண்டுமென்ற உத்திரவை அப்ராக்ஸினுக்குத் தெரிவிக்கவே அவன் விரைந்தான். பீட்டர் பாலை வழியனுப்பியபொழுது, அவனது கையைப் பிடித்து இழுத்து அவனது நெற்றியில் முத்தமிட்டுவிட்டுக் கூறினான்:

''ஒரு வாரத்துக்குள் நான் எனது துருப்புகள் அனைத்துடனும் நார்வா மதில்களண்டை இருப்பேன் என்பதை அவனிடம் வாய் மொழியாக் கூறு.''

2

சேவல் வலிமையோடு கூவியதால் சார்லஸ் மன்னன் விழித்துக்கொண்டான். கூடாரத்தின் அரை குறை ஒளியில் கண்களைத் திறந்த அரசன். சேவலின் கூவல்களுக்குக் காது கொடுத்தான். அந்தச் சேவல் தளவாட வாகன் தொடரில் பிரயாணம் செய்தது. இரவில் ஒரு கூண்டிலடைத்து அரசனது கூடாரத்தில் வைக்கப்பட்டது. படையினரது துயில் கலைப்பதற்காக ஒரு கொம்பு நீட்டி முழக்கியது. அப்பொழுது அரசன் மூடுபனி ஆழ்ந்த மலைப்பள்ளத்தையும் கொம்புகளின் முழக்கத்தையும் நாய்களின் குரைப்பையும் வேட்டை விலங்கின் குருதியைச் சிந்துவதற்கு அவன் துடித்த துடிப்பையும் நினைவூட்டிக்கொண்டான். கூடாரத்துக்குப் பக்கத்தில் ஒரு நாய் குரைத்தது. அதன் ஒலியைக் கொண்டு பார்த்தால், அது சீமாட்டிகள் வண்டியில் எடுத்துச் செல்லும் கேவலமான வளர்ப்பு நாய் என்று தோன்றியது. யாரோ அதன் வாயை அடைக்க முயன்றதால் அது துயரத்தோடு குரைத்தது. ''இந்த நாய் எங்கிருந்து வந்திருக்கிறது?'' என்ற கேள்வி அரசனது மனத்தில் எழுந்தது. அருகே குதிரைகள் கட்டப்பட்டிருந்த இடத்தில் அவை சண்டை போடத் தொடங்கின. ஒரு குதிரை வெறித்தனமாகக் கனைத்தது. ''பரிவுக்குரிய விஷயம் தான்; ஆயினும் கடலரசனுக்குக் காயடிப்பது அவசியமென்று தோன்றுகிறது'' என்று அரசன் எண்ணினான். பளுவான அளவான காலடி ஓசைக் காதில் விழுந்தன. காவற்காரர்கள் மாறுவது சம்பந்தமான உத்திரவுகளைக் கேட்பதற்கு அரசன் தன் செவியைத் தீட்டிக்கொண்டான். சிறகுகளால் சீழ்க்கை அடித்துக்கொண்டு, பறவைகள் கூடாரத்துக்கு மேல் பறந்தன. ''இன்று நேர்த்தியான நாளாயிருக்கும்'' என்று அவன் தன் மனதில் குறித்துக்கொண்டான். ஒலிக்கும் குரல்களும் மேலும் தெளிவாகக் கேட்டன. விழித்தெழும் முகாமின் ஆண்மை மிகுந்த மகிழ்ச்சியான இசை இது. அரசனுக்கு இது வாத்திய வகைகளின் இன்னிசையை விட இனிமையானதாகத் தோன்றியது.

சாலைப்புழுதியும் குதிரை வேர்வையும் நாறிய கோட்டைப் போர்த்திக்கொண்டு முகாம் படுக்கையில் சிறிது நேரம் உறங்கி எழுந்த அரசனுக்கு மிகுந்த சுறுசுறுப்புணர்ச்சி ஏற்பட்டிருந்தது. ஆம், களத்தின் எதிர்ப்புறத்தில் பகைவன் முகாமிட்டிருந்து, அங்கிருந்து ஈரமான மூடுபனியினூடே கணப்பின் மணம் பரவி வந்ததென்றால், அப்பொழுது சேவல் கூவித் துயிலெழுவதில் அவன் ஆயிரம் மடங்கு அதிக இன்பங் காண்பான். படுக்கையிலிருந்து பூட்ஸ் போட்டுக்கொண்டு குதிரை மீது தாவிப் போரணி வகுத்திருக்கும் தன் படையில் விரைந்திருப்பான்.

ஆனால் அம்மாதிரியான சந்தர்ப்பம் இப்போதெல்லாம் கிடைப்பதில்லை. கிலிஸென் போராட்டத்தில் சகல துப்பாக்கிகளையும் கொடிகளையும் இழந்த பின்னர், ஓராண்டாக அகஸ்ட் பின் வாங்கிக் கொண்டேயிருந்தான். வரம்பில்லாத போலந்தின் நிலப்பரப்பில் முயல் மாதிரி பதுங்கிப் பதுங்கிப் பின் வாங்கிக் கொண்டிருந்தான். ஓ, கோழை! பொய்யன்! சூழ்ச்சிக்காரன்! துரோகி! ஒழுக்கங்கெட்ட கழிசடை! நேரான போரைக் குறித்து அஞ்சினான் அவன். நார்வாவிலும் ரீகாவிலும் கிலிஸௌவிலும் வெற்றிகண்டு திக்கெட்டும் புகழ் பரப்பிய சார்லஸ்,

பட்டினி கிடக்கும் ஸாக்ஸன் சிப்பாய்களையும் குடிபோதையிலுள்ள போலிஷ் துருப்புகளையும் பயனில்லாது துரத்தும் நிலைக்குத் தாழ்த்தப்பட்டு விட்டான். விலைமகள் மாதிரி காலைப் பொழுதெல்லாம் மஞ்சத்தில் புரளவேண்டிய நிலைமை சார்லஸுக்குக் கட்டோடு பிடிக்கவில்லை.

இங்ஙனம் எண்ணமிட்ட சார்லஸ் மன்னன் இரண்டு விரல்களை வாயில் வைத்துச் சீழ்க்கை அடித்தான். உடனடியாகக் கூடாரத்தின் வாயில்திரை விலகியது; நுனி உயர்ந்த நாசியில் மறுஉடைய பர்க்கன் ஹம் பிரபு அரசனது பணியாளுடன் உள்ளே வந்தான். கூடாரத்தின் கூரையைத் தலை தொடும் அளவுக்கு உயரமாயிருந்த பணியாள் அரசனது சுத்தம் செய்யப்பட்ட பூட்ஸையும் கரும்பச்சைக் கோட்டையும் கொண்டு வந்தான். அந்தக் கோட்டில், குண்டுகளும் குண்டுச் சிம்புகளும் ஓட்டை செய்ததால் பல இடங்களில் தையல் போடப்பட்டிருந்தது.

அரசன் கூடாரத்திலிருந்து வெளியே வந்து தன் கைகளை நீட்டி உள்ளங்கைகளைக் குழித்துக் கொண்டான்; பணியாள் ஒரு வெள்ளிப் பாண்டத்திலிருந்து கவனமாகத் தண்ணீர் ஊற்றினான். சார்லஸ் பறக்கும் குண்டுகளிடையே நிற்பதற்கு எளிதில் பழகிவிட்டான்; ஆனால் கழுத்திலும் காதின் பின்புறத்திலும் குளிர்ந்த நீர்படுவதை அவன் வெறுத்தான். துடைத்துக்கொண்ட துண்டைப் பணியாளிடம் எறிந்துவிட்டு அவன் தலைமயிரைச் சீவிக்கொண்டான். பர்க்கன்ஹாம் தன்னெதிரே காட்டிய கண்ணாடியைப் பார்க்காமலேயே கத்தரிக்கப்பட்டிருந்த மயிரை வாரிக் கொண்டான். அவன் கோட்டை நேராக்கிக்கொண்டு கழுத்துவரை பித்தான்களைப் போட்டுக் கொண்டு, ஆற்றங்கரையிலிருந்து சரிவாக அமைந்திருந்த பசுமை நிலத்தில் உள்ள கூடாரங்களின் வரிசைகளை நோக்கினான். கூடாரங்களும் பின்னால், குதிரைகள் கட்டப்பட்டிருந்த இடத்தில் துப்பாக்கிகளின் பித்தளைக் குழல்களைக் கந்தல்களால் தேய்த்துப் பளபளப்பாக்கிக் கொண்டிருந்தனர். ''துப்பாக்கி வண்டிகளில் சேறு வாரியடிக்கப்பட்டிருப்பதும், துப்பாக்கிக் குழல்களில் புகைக்கரி கறைபடுவதும் எவ்வளவு நன்றாயிருக்கும்!'' என்று சார்லஸ் எண்ணினான். ஆற்றங்கரையில் சிப்பாய்கள் சட்டைகளைத் துவைத்துக் காயவைத்துக் கொண்டிருந்தனர். அக்கரையில் சமய சாத்திர விற்பன்னர்கள் மாதிரி நாரைகள் பெருமிதம் விளங்கச் சதுப்பு நிலத்தில் நடந்தன. அதற்கும் அப்பால், ஒரு தாழ்வான குன்றின் வயது முதிர்ந்த மரங்களுக்கும் மேலே தேவாலயத்தின் இரட்டை ஸ்தூபிகள் புலனாயின. அவை க்ஷீணநிலையிலிருந்தன; மஞ்சளாகவிருந்தன.

இம்மாதிரியான மந்தமான நிலக் காட்சிகளைக்கண்டு சார்லஸுக்கு நிரம்ப அலுத்துவிட்டது. இந்தப் பாழாய்ப்போன போலந்து முழுவதும் செல்வதில் மூன்றாண்டுகள் கழிந்துவிட்டன. இந்த மூன்றாண்டுகளில், அவன் விஸிடூலா நதியிலிருந்து யூரல் மலைகள் வரையுள்ள நாடுகளைப் பிடித்திருக்கலாம்.

''காலை உணவைப் புசிக்கிறீர்களா?'' என்று கூடாரத்தை நோக்கிக் கைகாட்டிய பர்க்கன்ஹம் பிரபு வினயமாக வினவினான். உள்ளே காலியான வெடிமருந்துப் பீப்பாய்மீது வெண்மையான லினனை விரித்து, அதன்மீது மெல்லிய ரொட்டித் துண்டுகளை உடைய வெள்ளித்தட்டும் வெந்த காரட்டுகள் உள்ள குழிதட்டமும் வைக்கப்பட்டிருந்தன. இன்னொரு குழி தட்டத்தில் மட்டரகமான கோதுமையில் செய்த கஞ்சி இருந்தது. அவ்வளவுதான். அரசன் உள்ளே நுழைந்து உட்கார்ந்து தன் மடியில் ஒரு துண்டை விரித்துக்கொண்டான். அரசனுக்குப் பின்னால் நின்ற பர்க்கன்ஹம், அவனது வினோதமான போக்குகளை எண்ணி வியந்தான். அவன் இவ்வளவு எளிய உணவை உட்கொண்டு தன் உடல்நலனை ஏன் கெடுத்துக்கொள்ளவேண்டும் மென்பது பிரபுவுக்குப் புரியவில்லை. ஒருவேளை, எதிர்காலத்தில் வாழ்க்கைக் குறிப்புகள்

எழுதுவதற்கு இது அவசியமா? அரசன் ஆவல் மிகுந்தவனாயிருந்தான். கிலிஸௌ போராட்டத்துக்குப் பின் பிடிபட்ட அகஸ்டின் பொருட்களின் ஒன்றும், புகழ்பெற்ற ஸெல்வினி செய்ததுமான ஒரு கில்ட் குடி கிண்ணத்தில் தண்ணீர் இருந்தது. ஆற்றிலிருந்தெடுத்த அந்த நீரிலிருந்து தவளை மணம் வந்தது. உலகப் புகழ் என்பது எளிய சமையல் என்று பிரபு எண்ணினான்.

''ஒரு கேவலமான சிறு நாய், முகாமுக்குள் எப்படி வந்தது? யாராவது வந்திருக்கிறார்களா?'' என்று காரட்டை மென்று தின்ற சார்லஸ் கேட்டான்.

''அரசர் பெருமானே, நேற்று இரவு நெடுநேரம் கழிந்தபின், அகஸ்டின் ஆசை நாயகியான காஸெல்ஸ்கா சீமாட்டி முகாமுக்கு வந்தாள். நீங்கள் அருள் கூர்ந்து அவளுக்குப் பேட்டி அளிப்பீர் என்று அவள் கருதுகிறாள்.''

''பைப்பர் கோமகனுக்கு அவளது வருகையைப் பற்றித் தகவல் தெரியுமா.''

தெரியுமென்று பர்க்கன்ஹம் கூறினான். சிக்கனமான உணவை முடித்துக்கொண்டபின் சார்லஸ் கிண்ணத்திலிருந்த தண்ணீரைத் தைரியமாகக் குடித்தான். துண்டைக் கசக்கிப் போட்டு விட்டு, மும்முனைத் தொப்பியைத் தலையின் பிற்பகுதியில் அழுத்திக்கொண்டு கூடாரத்தி லிருந்து விரைவாக நடந்தான். அவன் சீமாட்டியின் வண்டி எங்கு நிற்கிறதென்று கேட்டு அறிந்து ஒரு தோப்பை நோக்கி நடந்தான். கோச்சின் உச்சியிலுள்ள மன்மத உருவமும் பறவை வடிவங்களும், மரக்கிளைகளின் வழியே புலனாயின.

கோச்சில் திண்டுகள் சரிகைகள் ஆகியவற்றின் இடையே காஸெல்ஸ்கா உறங்கிக் கொண்டிருந்தாள். அவள் பருத்திருந்தாள். எனினும், மிக்க வெண்மையான மேனியோடு இன்னமும் சுந்தரவதியாகத்தான் இருந்தாள். கசங்கிய குல்லாயிலிருந்து சுருள் மயிர்விடுபட்டு வெளியே நெளிந்தது. அரசனது பூட்ஸ் கால்பட்டதால் அவளது வளர்ப்பு நாய் குரைத்தது. அந்தச் சத்தத்தால் விழிப்படைந்த அவள் தனது பெரிய மரகதக் கண்களை - ஸ்லாவ் மக்களுக்கு உரிய கண்களை - திறந்தாள். இத்தகைய கண்கள் ஆடவருக்கு இருந்தால், அந்த ஆடவரைச் சார்லஸ் ஏளனமாகக் கருதினான்; பெண்டிருக்கு இருந்தால், அவர்களை அவன் வெறுத்தான். கோக்சின் கண்ணாடிக் கதவருகே, சிறு பிள்ளைத்தனமான வாயும் சதைப் பற்றுள்ள பெரிய நாசியும் ஏளன நோக்கும் உடைய மெலிந்த முகத்தைக் கண்ட காஸெல்ஸ்கா அலறினாள்; கைகளால் முகத்தை மூடிக்கொண்டாள்.

''நீ ஏன் இங்கு வந்தாய்?'' என்று அரசன் வினவினான். ''குதிகைளை வண்டியில் பூட்டும்படி உடனடியாக உத்திரவிடு. விரைவாகத் திரும்பிவிடு. இல்லாவிட்டால் அந்தத் துப்புக் கெட்ட அகஸ்டின் உளவாளியாகக் கருதி உன்னைப் பிடித்துக்கொள்வார்கள். நான் சொல்வதைக் கேட்கிறாயா?'' என்றான் அவன்.

அந்தச் சீமாட்டி போலிஷ்காரி. எனவே, அவனை எளிதில் அச்சுறுத்த முடியாது. மேலும் முரட்டுத்தனமாக அச்சுறுத்தத் தொடங்கியது அரசன் செய்த தவறாகும். காஸெல்ஸ்கா முகத் திலிருந்த கைகளை எடுத்தாள்; திண்டுகளில் நிமிரந்து அமர்ந்து, நிரபராதியின் கவர்ச்சியோடு அவனைப் பார்த்துப் புன்னகை செய்தாள்.

''ஐயா, நன்னாள் வருக!'' என்று அவள் இங்கிதமாகக் கூறினாள். ''நான் வீறிட்டலறி உங்களைப் பயமுறுத்தியதற்கு மன்னிக்கவேண்டுகிறேன். எல்லாம் எனது நாயின் பிழைதான். அது வருவோர் போவோர் காலடியில் சிக்கி என்னைக் கவலை கொள்ளச் செய்கிறது. ஏதாவது

ரொட்டிப் பொறுக்கு அல்லது கோழி எலும்பு கிடைக்குமா என்று தேடட்டுமென்று அதைக் கோச்சிலிருந்து வெளியே விட்டேன். ஐயா, நானும் என் நாயும் பசியால் செத்துக்கொண்டிருக் கிறோம். நேற்று முழுவதும் நாங்கள் குதிரைகளை விரைவாக விரட்டிக்கொண்டு வந்தோம். வழியெல்லாம் அழிந்த கிராமங்களும் எரிந்த கோட்டை வீடுகளுமே தென்பட்டன. ஒரு ரொட்டித்துண்டுகூடக் கிடைக்கவில்லை. முட்டைக்கு ஒரு பொற்காசு தருவதாகச் சொல்லிப் பார்த்தேன். ஏதோ ஒருவகையான குகைகளிலிருந்து வெளி வந்த போலிஷ் ஜனங்கள் வானத்தை நோக்கிக் கைகளை உயர்த்தினார்கள். அவர்களிடம் யாதுமில்லை. ஐயா, எனக்கு உணவு வேண்டும். பயணத்தின் பயங்கரங்களுக்கெல்லாம் ஈடுசெய்ய விரும்புகிறேன்; உங்களது அருள் நெஞ்சத்தையும் பெருந்தன்மையையும் நான் வேண்டுகிறேன்; உங்கள் முன்னிலையில் சிற்றுண்டி புசிப்பதற்கு எனக்கு அனுமதி கொடுங்கள்.

வார்ஸேல்ஸிலேயே வாழ்நாள் முழுவதையும் கழித்தவளாதலால், அவள் அருமையான பிரெஞ்சு மொழியில் ஆற்றொழுக்காகப் பேசினாள். அப்பொழுது, அவள் தலைமயிரை சீவினாள்; உதடுகளுக்கு வண்ணம் பூசினாள்; முகத்தில் நறுமணப்பொடி தூவினாள்; மணச்சத்தைத் தெளித்துக் கொண்டாள். படுக்கைக் குல்லாயை நீக்கிவிட்டு ஸ்பானிஷ் ஜரிகைப் பட்டையைக் கட்டிக்கொண்டாள். இவ்வளவு காரியங்களையும் பேசும்பொழுதே செய்து முடித்துவிட்டாள். சார்லஸ் இடைமறித்துப் பேசுவதற்கு முயன்றான், அவள் கோச்சிலிருந்து இறங்கி அவனது கரத்தைப் பற்றிக் கொண்டாள்.

அவள் மேலும் கலகலவென்று மொழிந்தாள்: ''ஓ, என் அரசரே, ஐரோப்பா முழுமையும் உங்களைக் கொண்டாடுகிறது. இப்பொழுதெல்லாம், ஹேவாய் இளவரசனான யூஜினையோ மார்ல் பாரோ கோமகனையோ ஒருவரும் குறிப்பிடுவதில்லை. அவர்களிருவரும் ஸ்வீடிஷ் அரசனது மேன்மையையும் தலைமையையும் ஏற்றுக்கொள்ள வேண்டியதாகிவிட்டது. என் உள்ளக் கிளர்ச்சியை நீங்கள் புரிந்துகொண்டு என்னை மன்னிக்கவேண்டும். எங்களது கனவுகளின் நாயகனான உங்களை ஒரு நிமிஷம் பார்ப்பதற்காக நான் என் உயிரையே தயக்கமில்லாது தியாகம் செய்வேன். ஐயா, நீங்கள் என்னை எப்படி வேண்டுமானாலும் குற்றம் சாட்டுங்கள்; கடைசியில் உங்களது குரலைக் கேட்கிறேன்; அதனால் மனமகிழ்கிறேன்.''

சீமாட்டி தன் காலைச் சுற்றி வட்டமிட்ட சப்பை மூக்குச் சிறு நாளைப் பிடித்துக்கொண்டாள். அரசனது கையை ஒரு கையால் உறுதியாகப் பிடித்துக்கொண்டாள். அவளை உதறி விலக்குவது பரிகசிக்கத்தக்கதாகுமென்று அரசன் அஞ்சினான்.

''நன் காய்கறிகளைத்தான் உண்கிறேன்; தண்ணீர் மட்டுமே குடிக்கிறேன். அகஸ்ட் அரசனுடன் ஆடம்பர வாழ்வு நடத்திய உனக்கு இவை போதாது. சரி, கூடாரத்துக்கு வா'' என்று வெடுக்கென்று கூறினான் சார்லஸ்.

தமது அரசன், கொழுத்துப் பருத்த ஓர் அழகியைத் தோப்பிலிருந்து இழுத்துக்கொண்டு வந்ததைக்கண்டு, முகாமிலிருந்தவர்கள் பெருவியப்படைந்தனர். அவனது மெல்லிய ஆடை காற்றில் ஆடியது. அரசன் ஆத்திரத்துடன் தலை நிமிர்ந்து நடந்தான். கூடாரத்தில் பெரிய பொய் மயிர் அணிந்த பர்க்கன்ஹம் காத்திருந்தான். அவன் பொன்னில் செய்த ஒற்றைக்கண் கண்ணாடி வைத்திருந்தான். அவனுடன் மூடனைப்போல் காட்சியளித்த பைப்பர் கோமகன் நின்று கொண்டிருந்தான்.

சீமாட்டி முதலில் கூடாரத்துக்குள் போவதை அனுமதித்த அரசன் பற்களைக்கடித்துக் கொண்டு பைப்பரிடம் கூறினான்:

''இந்தக் குற்றத்துக்கு உன்னை இலேசில் மன்னிக்க மாட்டேன்.'' பர்க்கன்ஹமை நோக்கித்திரும்பி, ''இவளுக்கு இறைச்சி கிடைத்தால், கொண்டுவந்து கொடுத்துத் தொலை'' என்றான்.

பர்க்கன்ஹம் கொண்டுவந்த திண்டுகள் மீது அவள் அமர்ந்தாள். அரசன் அவளுக்கு எதிரில் ஒரு முரசின் மீது உட்கார்ந்தான். வெடிமருந்துப் பீப்பாய் மீது பரிமாறப்பட்ட உணவு வகைகள் எதிர்பார்த்ததைவிட அதிகமாயிருந்தன. மூளையும், வாத்து இறைச்சியும் குளிர்ந்த இறைச்சியும் பரிமாறப்பட்டிருந்தது. ஸெல்லினின் செய்த கிண்ணத்தில் ஒயின் ஊற்றியிருந்தது. அரசன் உதட்டைப் பிதுக்கினான். ''நல்லது! இந்தப் பர்க்கன்ஹம் போக்கிரி; தன் கூடாரத்தில் என்ன சாப்பிடுகிறானென்பது இப்பொழுது விளங்கிவிட்டது'' என்று அரசன் எண்ணமிட்டான். சீமாட்டி வயிறாற உண்டாள்; எலும்புகளை நாயிடம் எறிந்தாள். சாப்பிட்டுக்கொண்டே பேசினாள்:

''ஆ, ஏசுநாதரும் மேரித்தாயும் காப்பாற்றுவார்களாக! ஐயா, நான் ஏன் அனாவசியமாகப் பாசாங்கு செய்ய வேண்டும்? என் மனத்திலிருப்பதை நீங்கள் புரிந்துகொண்டு விட்டீர்கள். போலிஷ் ராஜ்யத்தைக் காப்பாற்ற முடியுமென்ற ஒரே நம்பிக்கையுடன் நான் இங்கு வந்திருக்கிறேன். இதுவே என் தூதின் நோக்கம். என் மனத்தின் ஏவலுக்கு இணங்கவே நான் இத்தூதை மேற்கொண்டிருக்கிறேன். போலந்து மீண்டும் கவலையில்லாது வாழவேண்டும். விருந்துண்டு வேட்டையாடி இன்புற வேண்டும். அதற்காகவே நான் இங்குவந்திருக்கிறேன். போலந்து நாசமாகிக்கிடக்கிறது. ஐயா, என்னைக் கோபமாகப் பார்க்காதீர்கள். அகஸ்ட் அரசரின் மதியீனமே அனைத்துக்கும் காரணம் என்பதை நான் அறிவேன். கெட்டவேளையில், ஜோஹான் பாத்குல் என்ற பிசாசின் பேச்சைக்கேட்டு உங்களது விரோதியானதை எண்ணி அகஸ்ட் அரசன் இன்று மிகவும் வருந்துகிறார். என்னை நம்புங்கள்; லிவோனியாவுக்கான போர் ஆரம்ப மானதற்குக் காரணம் எது? அகஸ்டின் கெட்ட எண்ணம் அல்ல; பாத்குலின் சூழ்ச்சிதான். பாத்குலைத் தண்டிக்கவேண்டும். பாத்குல்தான் அகஸ்ட் அரசனுக்கு டேனிஷ் மன்னரோடும் அந்த அசுரப்பிறவியான ஜார்பீட்டரோடும் பொருந்தா நட்பை ஏற்படுத்தி வைத்தான். ஆனால் தவறுகளைத் திருத்த முடியாதா. நன்னெறிகளில் தலை சிறந்தது பெருந்தன்மை அல்லவா? ஐயா, நீங்கள் பெரியவர்; பெருந்தன்மைக்கு உரியவர்...''

அவளது கண்கள் பனித்தன. ஆயினும் இந்த உணர்ச்சி மிகுதியால் அவள் சாப்பிடுவதைக் குறைக்கவில்லை. அவள் வெகு வேகமாகப் பல கருத்துக்களைக் கொட்டினாள். அவற்றைக் கேட்டுக் கிரகித்துக்கொள்வதே சார்லஸுக்குக் கஷ்டமாயிருந்தது. ஒரு கருத்துக்குச் சுடச் சுட விடைகொடுக்க அவன் தயாராவதற்குள் அவள் மறுப்புத் தரவேண்டிய இன்னொரு கருத்தை வீசினாள். பர்க்கன்ஹம் பெருமூச்சை அடக்கிக்கொண்டான். கால்களை அகலவிரித்துக்கொண்டு தஸ்தவேஜிப் பையுடன் மூலையில் நின்ற பைப்பர் சாமர்த்தியமாகப் புன்னகை செய்தான்.

''அகஸ்ட் அரசன் சமாதானத்தையே நாடுகிறார். ஜார் பீட்டருடன் செய்து கொண்டிருக்கும் இழிவான ஒப்பந்தத்திலிருந்து முறித்துக்கொள்வதற்கு அவர் சித்தமாயிருக்கிறார். ஏனெனில் அது அவருக்கு ஒரு விடுதலையாகும். ஆனால் சமாதானம் செய்துகொள்ளும்படி உங்களை இறைஞ்சுவதில் பெண்களாகிய நாங்கள்தான் முன்னணியில் இருக்கிறோம். குறுகியகால மானிட வாழ்வுக்கு மூன்றாண்டு சண்டை சச்சரவே அதிகம்'' என்றாள் சீமாட்டி.

''சமாதானம் அல்ல, சரணாகதி'' என்றான் சார்லஸ். தனது மஞ்சள் பாய்ந்த கண்களால் சீமாட்டியை வெறித்துப் பார்த்த அவன் மேலும் கூறினான்: ''நான் போலந்தில் பேச்சு வார்த்தை நடத்தமாட்டேன். இந்த நாட்டை அகஸ்ட் இழந்துவிட்டான். ஸாக்ஸனியில் அவனது தலை

நகரில் பேசுவேன். உங்களது பசி தீர்ந்ததா? இன்னும் என்னைக் கடிந்து கூறுவதற்கு ஏதாவது எஞ்சியிருக்கிறதா?''

நன்றாக வறுத்திருந்த பறவை ஒன்றைத் தின்றுவிட்டு இளஞ் சிவப்பான விரல்களை நக்கிய காஸெல்ஸ்கா விரைவாகப் பேசினாள்: ''ஐயா, நான் என் புத்தி சுவாதீனத்தையே இழந்து விட்டேன். என் தூதின் தலைமையான நோக்கத்தை மறந்துவிட்டேன். எதற்காக இவ்வளவு அவசரப்பட்டு வந்தேனோ அந்தக் காரியத்தை மறந்துவிட்டேன்.'' அவள் தன் கட்கத்தில் தொங்கிய சிறிய தங்கச் சிமிழைத் திறந்து அதில் சுருட்டியிருந்த காகிதத்தை எடுத்துப் பிரித்தாள். ''ஐயா, இது மாடப் புறா அஞ்சல் வழியாக நேற்றையதினம் கிடைத்தது. ஜார் பீட்டர் பெரும் படையுடன் நார்வாவுக்கு எதிராக அணிவகுத்துச் செல்கிறான். மாஸ்கோ கொடுங்கோலனது இந்த ஆபத்தான முயற்சிக்கு எதிராக உங்களை எச்சரிப்பது என் கடமை.'' என்றாள்.

பைப்பர் புன்னகை செய்வதை நிறுத்தினான். அவன் அரசனை நெருங்கினான். இருவரும் அந்தக் கடிதத்தின் சின்னஞ்சிறு எழுத்தைப் படித்துணர்வதற்கு முயன்றார். சீமாட்டி தனது இனிய விழிகளால் பர்க்கன்ஹமை நோக்கி, இலேசாகப் பெருமூச்சு விட்டாள். ஸெல்லினியின் குடி கிண்ணத்தை உயர்த்திச் சிறிதளவு ஒயினைப் பருகினாள்.

3

அகஸ்ட் அரசன் பகட்டழகுக்கு உரியவன்தான். சிறந்த விருந்துகளுக்காகவும் நுண் கலைகளின் பராமரிப்புக்காகவும் ஐரோப்பாவின் அழகு மங்கைகளுடன் காதல் லீலைகள் நடத்துவதற்காகவும், வீயன்னாவிலும் மாட்ரிட்டிலும் வார்ஸேல்ஸிலுமுள்ள அரசருக்கு எவ்வகையிலும் தாழாத வேந்தனைப் பெறவேண்டுமென்ற போலிஷ் செருக்கைப் பூர்த்தி செய்வதற்காகவும் இயற்கையால் படைக்கப்பட்டவனாகத் தோன்றினான். ஆனால் அவன் இப்பொழுது மிகவும் சோர்ந்திருந்தான். லூவாவ் மாகாணத்திலுள்ள அந்தக் கோடான சிறு நகரான ஸோகாவில் பாதி அழிந்த கோட்டை வீட்டில் அவனது அரசவை முகாமிட்டிருந்தது. அவனது புடையர்கள் பசியால் துன்புற்றனர். இந்த ஊரில், ஞாயிற்றுக்கிழமைச் சந்தை கூட நடைபெறவில்லை; ஏனெனில் சுற்றுவட்டாரக் கிராமங்களில் வசித்த உக்ரேனிய ஜனங்கள், போர் முடிவை எதிர்பார்த்தவர்களாய்க் காட்டில் ஒளிந்திருந்தனர். அல்லது வேறு எங்கோ ஓடிவிட்டனர். நீப்பர் நதிக்கரைப் பகுதிகளுக்குத்தான் ஓடியிருக்கவேண்டுமென்று தோன்றியது. அந்தப் பகுதியில் காஸ்ஸக்குகள் கலகம் செய்யப்போவதாக வதந்திகள் உலவின.

வெறும் வயிற்றோடு படுப்பதைத் தவிர்ப்பதற்காக, அகஸ்ட் அரசன், அந்த வட்டாரத்து நிலப்பிரபுக்களின் அழைப்புகளை ஏற்றுக்கொள்ள வேண்டியதாயிற்று, நயத்தக்க நாகரிகம் தெரியாத பெண்களுக்குப் பிரெஞ்சுப் பாணியில் பாராட்டுத் தெரிவிக்க வேண்டியதாயிற்று. வெறுக்கத்தக்க ஒயினைப் பருகவேண்டியதாயிற்று. விருந்து மேஜையில் வாளால் கடகடவென்று ஒலி செய்தும், கிண்ணங்களை மேஜைமீது ஓங்கிவைத்து ஓசை செய்தும் குழப்பம் செய்த பரிவாரத்தினரை மமதையோடு நோக்கி மீசையை முறுக்கிய ஒவ்வொரு போலிஷ் பிரபுவும் தன்னை அகஸ்ட் அரசனைவிடப் பெரிய அரசனாகக் கருதிக்கொண்டான். வார்ஸா சட்டசபை அகஸ்டை அரசு கட்டிலிலிருந்து அகற்றிவிட்டது. பாதிபோலிஷ் மாகாணங்கள் அதை ஏற்கவில்லை என்பது மெய். எனினும் லீ ஸென்ஸ்கி என்ற இன்னொரு போலிஷ் வேந்தன் வார்ஸா மாளிகையில் வசித்தான். அவன் அகஸ்டை இழிவுபடுத்தும் ஆணைகளைப் பிறப்பித்தான். அகஸ்டின் மணிப்பின்னல் கோட்டுகளையும் பிரெஞ்சுக் காலுறைகளையும் தன்

வேலைக்காரர்களுக்கு வினியோகம் செய்தான். போலந்தின் கீழைய பகுதி முழுவதும் நீப்பர் நதியின் வலது கரையில் புதோலியாவிலிருந்து வின்னிட்ஸாவரையில்- விவசாயிகளின் கலகம் பரவியிருந்தது. ஹிமில்நிட்ஸ்கி காலத்திய கலகத்தைவிட இது வேகங் குறைந்ததல்ல. சார்லஸ் மன்னனோ அதிக தூரத்தில் இல்லை. லூவாவுக்கும் யாரோஸ்லாவுக்கும் இடையே ஏதோ ஓரிடத்தில் முப்பத்தி ஐந்தாயிரம் சிறந்த துருப்புகளுடன் அவன் முகாமிட்டிருந்தான். இவ்வாறு அகஸ்ட் ஸாக்ஸனியை நோக்கிப் பின்வாங்க முடியாதபடி அவன் தடுத்துவிட்டான். ஆகக் கூடி, எந்தப்பக்கமும் செல்ல முடியாது, வளையத்தில் சிக்கிய நிலையில் அகஸ்ட் இருந்தான்.

சார்லஸிடன் ஏற்பட்ட பயத்தில் அகஸ்ட் தன்னம்பிக்கையை இழந்துவிட்டான். துருப்பிடித்த இருப்புப்பட்டையுடன் கூடிய பூட்ஸும், புழுதி படிந்த கோட்டும் அணிந்த அந்தக் கொடிய வாலிபனது முகம் அலியுடையதுமாதிரி இருந்தது; கண்கள் புலியுடையது மாதிரி இருந்தன. அவனை எண்ணினாலும் அகஸ்ட் அஞ்சிக்குன்றினான். சார்லஸை விலைக்குவாங்க முடியவில்லை; எவ்வகையிலும் மயக்கவும் முடிவில்லை. துப்பாக்கிகளின் இடி முழக்கத்தையும் புகையையும், வாட்கள் உராய்ந்து மின்னுவதையும் படுகாயமுற்ற சிப்பாய்களின் கதறலையும் இரத்த வாடையும் எரிநாற்றமும் வீசிய களத்தின் காட்சியையும் தான் சார்லஸ் விரும்பினான். அவன் வாழ்வின் பயனாக வேறொன்றையும் கருதவில்லை. குதிரைமீது ஏறிப் போர்க்களத்தில் பிணங்களிடையே செல்வதை அவன் மிகவும் விரும்பினான். சார்லஸ் தனது மெலிவான தலையணையின் அடியில், 'விமர்சனங்கள்' என்ற ஸீஸர் எழுதிய நூலை மட்டும் வைத்திருந்தான். இடைக்காலத்து ஸ்காண்டிநேவியனது* ஆவேசத்துடன் அவன் போரை நேசித்தான். இருபது பவுண்டு வெடிகுண்டால் தலையில் தாக்குண்டு இறப்பதை விரும்புவானேயல்லாது, தன் அரசுக்கு அனுகூலமான சமாதான ஒப்பந்தத்தில் கூடக் கையெழுத்திட மாட்டான்.

அன்று அகஸ்ட் அரசன், காஸெல்ஸ்காவின் வருகைக்காகக் காத்திருந்தான். அவளது பெண்மைக்குரிய சாகசத்தால், சார்லஸைச் சமாதானம் செய்துகொள்வதற்கு இணங்கவைக்க முடியுமென்று பிரமை அவனுக்குக் கிடையாது. ஆனால் லிதுவேனியாவிலிருந்து மாடப்புறா அஞ்சல்மூலம் ஜார்பீட்டரின் படையெழுச்சியைப்பற்றிக் கிடைத்த தகவல் முக்கியமானது; சார்லஸை அச்சுறுத்தக் கூடியது. தளபதி ஷிலிப்பன்பாக்கின் சிறுபடையை நம்பியிருப்பது மதியீனம் என்று அவன் உணரலாம். அர்த்தமில்லாமல் அகஸ்டைத் துரத்திக்கொண்டிருப்பதைக் காட்டிலும் பால்டிக் கடலோர மாகாணங்களுக்குச் சேனையைத் திருப்பிவிடுவது நலமல்லவா என்று அவன் யோசிக்கலாம். சார்லஸ் ஜார்பீட்டரோடு போர்புரிய வேண்டுமென்று எல்லோரும் வற்புறுத்தினார்கள். சார்லஸ் பிரெஞ்சு அரசனது கூட்டாளியாகி வீயன்னாமீது படையெடுப்பானோவென்று பயந்த ஆஸ்திரிய சக்கரவர்த்தியும், வீயன்னாவின் ராஜதந்திரிகள் சார்லஸைத் தம் கட்சிக்குத் திருப்பி பிரெஞ்சு எல்லைமீது படையெடுக்கச் செய்வார்களோவென்று பயந்த பிரெஞ்சு அரசனும், சார்லஸ் பீட்டரை எதித்துப் போரிட வேண்டுமென்றனர். யாரைக் கண்டாலும் அஞ்சி நடுங்கிய பிரஷ்ய அரசன், இந்தக் கிறுக்கனான சார்லஸிடம் அதிகமாகப் பயந்தான். அவன் சுலபமாகப் பிராண்டன்பர்க் பிரஷ்யாமீது படையெடுத்துக் கோனிக்ஸ் பர்க்கைப் பிடித்துக்கொண்டு தன்னையே அழித்து விடுவானோ என்று பிரெடிரிக் அஞ்சினான். எனவே அவனும், சார்லஸ் பீட்டரை எதிர்த்துப் போர்மேல் செல்வதை விரும்பினான்.

அன்று பிற்பகலில் அகஸ்டைச் சந்திப்பதற்குப் பாத்குல் வந்தான். அவன் கெட்டகோபத்தில் இருந்தான். ருஷியத் தளபதியின் பச்சை உடுப்பை அணிந்திருந்தான். அது அவனுக்குப்

---

*ஸ்காண்டிநேவியா: நார்வேயும் ஸ்வீடனும் அடங்கிய தீபகற்பம். சரித்திரத்தில், டென்மார்க்கும் ஐஸ்லாந்தும்கூட ஸ்காண்டிநேவியாவில் அடங்கும்.

பொருந்தாததால், அவனது பருமனை மிகைப்படுத்திக் காட்டியது. அவனது குரல் கம்மியிருந்தது. கொழுத்த முகத்தில் குறுகலாகத் தோன்றிய உயர்ந்தநெற்றி கோபத்தால் சுருங்கியது. எப்பொழுதும் போல், முகம் மமதையை வெளிக்காட்டியது. சார்லஸ் மன்னனுடன் பெரும்போர் நிகழ்த்துவதைத் தவிர்க்கும் ஜார்பீட்டரின் கோழைத்தனத்தைப்பற்றி அவன் புகார் செய்தான்; பிரெஞ்சு மொழி அவன் வாயில் படாதபாடு பட்டது.

''ஜாரிடம் இரண்டு பெரிய சேனைகள் உள்ளன. அவன் போலந்துமீது படையெடுக்க வேண்டும். என்ன நஷ்டம் ஏற்பட்டாலும் பொருட்படுத்துவதில்லை என்று தீர்மானம்செய்து, உங்களது படைகளுடன் சேர்ந்து சார்லஸை எதிர்த்து முறியடிக்கவேண்டும்'' என்றான் பாத்குல். அப்பொழுது அவனது ஊதாநிறமான கன்னங்கள் துடித்தன. ''அம்மாதிரி செய்வது தைரியமும் விவேகமும் மிகுந்த நடவடிக்கையாகும். இதர ருஷியர்களைப் போலவே ஜாரும் சுயநல வெறியனாகவிருக்கிறான். அவன் பின்னிஷ் வளைகுடாவிற்கு வருவதற்கு அனுமதிக்கப் பட்டான். அங்கே சிறு பிள்ளைத் தனமான அவசரபுத்தியுடன் அவன் தன் சிறு நகரைக் கட்டிக் கொண்டிருக்கிறான். அவனுக்கு இங்கிரியாவும் யாம், கோபோர்யீ என்ற இரண்டு அருமையான கோட்டைகளும் கிடைத்தன. அவன் அவற்றுடன் திருப்தியடைந்து ஐரோப்பாவின் பால் தனக்குள்ள கடமையை நிறைவேற்ற வேண்டும். ஆனால் அவனது பசி அதிகரித்துக் கொண்டேயிருக்கிறது. நார்வாவும் யுரீவும் வேண்டுமென்று நினைக்கிறான். ரீவாலின்மீதும் ஒரு கண் வைத்திருக்கிறான். அதன்பின் லிவோனியாவையும் ரீகாவையும் பிடிக்க விரும்புவான். இந்த ஜாரை ஒருவரம்புக்குள் கட்டுப்படுத்தவேண்டும். ஆனால் இதைப்பற்றி அவனது மந்திரிகளிடம் பேசிப்பயனில்லை. அவர்கள் சாயம்பூசிய சணல் கூளத்தில் பொய்மயிர் அமைத்து அணிந்துள்ள முரட்டு விவசாயிகள். அழுக்குப்பன்றி, தூய படுக்கையை எம்மாதிரி நோக்கும்? அப்படித்தான் அவர்கள் ஐரோப்பாவை நோக்குகிறார்கள். அரசர் பெருமானே, நான் ஒளிவு மறைவில்லாமலும் வெட்டொன்று துண்டிரண்டாகவும் பேசுவதாக நீங்கள் எண்ணலாம்; ஆனால் நான் கஷ்டப்படுகிறேன். என் தாயகமான லிவோனியா, தங்களது ராஜ மாட்சிமையின் ஆட்சிக்கு உட்பட வேண்டுமென்பதொன்றுதான் என் ஆவல். ஆனால் எங்கு நோக்கினும், வீயன்னாவிலும் சரி, பெர்லினிலும் சரி போலந்திலும் சரி, எல்லோரும் இதைப்பற்றி அக்கரை யில்லாதவர்களாய் உள்ளனர். லிவோனியாவின் தலையாய விரோதி யார் என்பது எனக்கே புரியவில்லை. என்னைத் தண்டிக்கப்போவதாக அச்சுறுத்தும் சார்லஸா அல்லது என்னை நம்புவதாக நடித்து, எனக்கு லெப்டினன்ட் ஜெனரல் பட்டமும் வழங்கிய பீட்டரா? லிவோனியாவின் விரோதி யார்? ஆம். நான் ருஷ்ய உடுப்பை அணிந்திருக்கிறேன். இறுதிவரை, என் பங்கை அந்தரங்க சுத்தியோடு நிறைவேற்றுவேன். ஆனால் என் உணர்ச்சிகளை நான் அழிக்கமுடியாது. உங்களது செயலற்ற நிலையும் சோம்பலும் என் இதய வேதனையைப் பெருக்குகின்றன. உங்களது குரலை உயர்த்துங்கள். படைகளை அனுப்ப வேண்டுமென்று ஜாரைக் கேளுங்கள். சார்லஸுடன் தீர்மானமான போர்நிகழ்த்த வேண்டுமென்று அவனிடம் வற்புறுத்துங்கள்!''

முன்னெல்லாம் இம்மாதிரித் துடுக்காகப் பேசிய பாத்குலை அகஸ்ட் வெளியே தள்ளிவிடுவான். ஆனால் இன்று அவன் பொடிடப்பியை விரல்களால் உருட்டிக்கொண்டு பேசா திருந்தான். காவற்பணியில் இருந்த அதிகாரியான குதிரைப்படைக் காப்டன் தார்னோவ்ஸ்கியை அரசன் விளித்தான். கார்ஸெல்ஸ்கா திரும்பி வருவதைப்பற்றி முதலில் தகவல் கொடுப்பவனுக்கு நூறு பொற்காசுகள் கொடுப்பதாகக் (அவனிடம் அந்தப் பணம் இல்லை!) கூறினான். ஏழு கிளை விளக்கில் மெழுகுவத்திகளை வைத்துக்கொண்டு ஆட்கள் வந்தனர். அந்த விளக்கை யூதர் திருக்கோயிலிலிருந்து கைப்பற்றினார்களென்று தோன்றியது. அரசன் கண்ணாடியருகேசென்று தனது தொங்கிய முகத்தைக் கவலையோடு ஆராய்ந்தான். அவனுக்குத் தன் பிரதிபிம்பத்தைப் பார்ப்பதில் ஒருபொழுதும் சலிப்புத் தட்டுவதில்லை. கிரேக்க தெய்வத்தின் சிலையிலிருப்பதைப்

போல் அந்தச் சிற்றின்ப நாட்டம் மிகுந்த வாயையும், அந்த எடுப்பான பெரிய நாசியையும், ஆத்மாவின் பல்கணிகளான அந்த சத்தமான கண்களின் உல்லாசமான ஒளியையும், பெண்கள் எப்படி விரும்பி நேசிக்கிறார்களென்பதை அவனால் கண்ணாடியில் பார்த்துக் கற்பனைசெய்ய முடிந்தது. அரசன் தன் பொய்மயிரை எடுத்தான். ஆம், உண்மைதான்; நிஜமயிரில் நரை கண்டிருந்த. கண்ணிலிருந்து புருவம்வரை மெல்லிய வரிகள் படர்ந்திருந்தன. எல்லாம் இந்தப் பாழாய்ப்போன சார்லஸால் வந்தவினை.

''ஸோபெக்ஸான்ஸ்கி பிரபு மூன்றாவது தடவையாகத் தூதனை அனுப்பிவிட்டார் என்பதை உங்களுக்கு நினைவூட்ட அனுமதியுங்கள். பிரபுவும் அவரது மனைவியும் இரவுணவு உண்பதற்கு உங்களுக்காகக் காத்திருக்கிறார்கள். உணவு வகைகளில் சில, நேரம் அதிகமானால் கெட்டுவிடக் கூடும் என்றும் சொல்லியனுப்பியிருக்கிறார்கள்'' என்று கதவருகே நின்ற குதிரைப்படைக் காப்டன் கூறினான்.

அரசன் கஸ்தூரி மணம் வீசிய ஸில்க் அரைச்சட்டையின் பையிலிருந்து முகப் பொடி டப்பியை எடுத்தான்; அன்னப் பட்சியின் மெல்லிறகைக்கொண்டு செய்த குஞ்சத்தால் முகத்தை ஒற்றிக்கொண்டான். மார்பு ஜரிகைமீது விழுந்த பொடியை உதறிவிட்டான்.

''அவர்கள் இரவுணவுக்கு ஏதாவது விசேஷமாகத் தயாரித்திருக்கிறார்களா?'' என்று போகிற போக்கில் வினவினான்.

''நான் தூதனிடம் விசாரித்தேன். நேற்றைய தினத்திலிருந்து பிரபுவின் வீட்டில், பன்றிக்குட்டிகளையும் கோழிகளையும் கொன்றுகொண்டிருந்தார்களென்றும் குடற்குழாய்களில் இறைச்சித் துண்டுகளை இட்டு மசாலாபோட்டுப் பணியாரம் செய்தனரென்றும் வாசனைத் திரவியங்களைப்போட்டுச் சமையல்செய்யும் வேலை மும்முரமாக நடைபெற்றதென்றும் அவன் கூறினான். அரசரின் நுண்ணயச் சுவைநுகர் திறனை அவர்கள் அறிவார்கள். எனவே, அந்த வீட்டுச் சீமாட்டி தம் கையாலேயே வாத்து ரத்தம் குடித்த அட்டைகளை வறுத்திருக்கிறார்களாம்.''

''என்ன அருமை! என்ன நேர்த்தி! வாளைக்கொடு; நான் போகிறேன்.''

ஸோபெக்ஸான்ஸ்கியின் எஸ்டேட் டவுனுக்கு அருகில்தானிருந்தது. அகஸ்ட் தனது தோல் கோச்சில் சென்றான். அவனது துயரமான அனுபவங்களின் விளைவாக அந்த வண்டி சேதாரம் அடைந்திருந்தது. சாலையில் செல்லும் பொழுது, சாலைப்புழுதியின் மணம் காற்றில் மிதந்து வந்தது. மழை வருவதற்கிருப்பதாகத் தோன்றியது. அஸ்தமித்துக் கொண்டிருந்த கதிரொளியை ஒரு மேகம் மறைத்தது. அரசனுக்கு முன்னால் குதிரைமீது விரைந்து சென்ற ஒரு சாமான்ய நிலப்பிரபு, அவனது வருகையை அறிவித்தான். பண்டைக்காலத்து மரங்களின் நிழலில் அகன்ற பாதையில் வந்த கோச்சைச் சந்திக்கத் தீப்பந்தம் ஏந்தியோர் ஓடினார்கள். பூச்செடிப் பாத்தியைச் சுற்றிச் சென்றவண்டி, நீளமான ஒற்றையடி வீட்டுக்கு முன்னால் நின்றது. நாய்கள் ஊளையிட்டன. அந்த வீட்டுக்கு நாணல் வகைகளால் கூரை வேயப்பட்டிருந்து. இங்கும் கிழிந்த சட்டையை அணிந்த அடிமைகள் தீப்பந்தங்களுடன் அங்குமிங்கும் தலைவிரிகோலமாக ஓடினர். அவர்கள் பாதத்தில் ஏதும் அணியவில்லை. முகப்பு மண்டபத்துக்கருகே, சாமான்ய நிலப்பிரபுக்கள் நின்றனர்; ஸோபெக்ஸான்ஸ்கியின் அடியாட்களும் இங்கு நின்றனர். அவர்கள் மயிர் நரைத்த 'புலி'கள். முகத்தில் பயங்கரமான வாள் வெட்டு வடுக்களை உடையவர்கள். இங்கு பானை வயிற்றை உடைய பெருந்தீனி தின்னிகளும் நின்றனர். அவர்கள், முன்போல் கடினமானதும் ஏழு அங்குல நீளமுள்ளதுமான தமது நறுமணக் களிம்பு பூசிய மீசையைப் பெருமையாகக் காட்டிக்கொண்டனர். விகாரமான பழைய கோட்டுகளை விலைக்குவாங்கி உடுத்திய போதிலும்,

வாலிபர்கள் மூர்க்கமாகத் தான் காணப்பட்டனர். அவர்கள் அனைவரும் பிரபுக்களின் சுதந்திரத்தைக் காட்டுவதற்காக, ஒரு கையை இடுப்பிலும் ஒரு கையை வாளின் கைப்பிடியிலும் வைத்துக்கொண்டு நின்றனர். அகஸ்ட் அரசன் தன் பேருடம்பை வளைத்துக்கொண்டு கோச்சிலிருந்து வெளிவந்தபோது, அவர்கள் அனைவரும் சேர்ந்து ஒரே சமயத்தில் லத்தீன் மொழியில் வாழ்ந்து உரைத்தனர். வயதானவரான ஸோபெக்ஸான்ஸ்கி நல்வரவு கூறும் சைகையோடு வாயில் மண்டபத்தின் படிகளில் இறங்கினான். அவன் மட்டுமிஞ்சிக் கொடுக்கும் போலிஷ் வேளாண்மைப் பண்பினைப் போற்றுபவன். எனவே அந்தச் சமயத்தில் அவன் அரசன் விரும்பியதெல்லாம் கொடுத்திருப்பான். வேட்டை நாய்கள், லாயத்திலுள்ள குதிரைகள், ஆகிய அனைத்தையும் வழங்கியிருப்பான். சகல வேலைக்காரர்களும் வேண்டுமென்றாலும் அளித்திருப்பான். உள்ளே கம்பளிகொடுத்துத் தைத்த நீலக்கோட்டையும் தந்திருப்பான். தன் இள மனைவி அன்னாவைக் கேட்டால்தான் கொடுக்க இசைந்திருக்க மாட்டான் எனலாம். அன்னா அவனது கணவனுக்குப் பின்னால் நின்றாள். என்ன அழகு! என்ன நிறம்! மேல் நோக்கும் நுனியுடன் கூடிய சிறு நாசியின் நேர்த்திதான் என்னே! ஓர் இறகும் உயரமான முடியும் உடைய ஸ்பானிஷ் தொப்பி அணிந்த அன்னாவைக் கண்டதும், அகஸ்ட் அரசனின் சோர்வெல்லாம் மறைந்ததொழிந்தது.

தாழ்ந்து வணங்கிய அகஸ்ட் அன்னாவின் விரல் நுனிகளைப் பற்றிக்கொண்டு அவளது கரத்தைச் சிறிது உயர்த்தினான். போலிஷ் தேசீய நடனத்தில் செய்வது மாதிரி, தாளம்தவறாது நடந்து, அவளைப் போஜன கூடத்துக்கு இட்டுச் சென்றான். அவர்களுக்குப் பின்னால் வந்த பிரபுவுக்கு உவகையால் கண்கள் பனித்தன. பிரபுவுக்குப் பின்னால் வீட்டுப்பாதிரி வந்தான். அந்தத்துறவியிடமிருந்து செம்மறியாட்டு மணம் வீசியது; அவன் இடுப்பைச்சுற்றி ஒரு வடத்தைக் கட்டியிருந்தான். அவனுக்கும் பின்னால் மற்றவர்கள் அந்தஸ்துக் கேற்றபடி அணிவகுத்து வந்தனர்.

மேஜையில் வைக்கோல் பரப்பி அதன்மீது பூப்போட்ட விரிப்பை விரித்திருந்தனர். அதைக் கண்டவுடன் விருந்தினர் பாராட்டுக் கூச்சலிட்டனர். உள் சட்டையில்லாது கட்டம் போட்ட கோட்டை மட்டும் அணிந்திருந்த ஒரு நெட்டையன் ஆடி முனங்கி கைகளைத் தலைக்குமேல் உயர்த்திக்கொட்டினான். அதைக்கண்டு அனைவரும் சிரித்தனர். வெள்ளித் தட்டுகளிலும் கலப்பு ஈயத்தட்டுகளிலும் வேலைப்பாடுகளுடன் கூடிய மட்பாண்டங்களிலும், குடற்குழாய்ப் பணியாரங்களும் வறுத்த பறவைகளும், கன்றின் இறைச்சியும், பன்னி இறைச்சியும் எலும்புகளை நீக்கி வேகவைத்துப் பக்குவப் படுத்திய கோழிகளும், நாக்குகளும், இனிய ஊறுகாய்களும் சுருளப்பங்களும் தட்டையான அப்பங்களும் குவிந்திருந்தன. பச்சைக் கண்ணாடியில் கரடிவடிவத்தில் செய்த உக்ரேனியக் குப்பிகளில் வாட்கா இருந்தது. ஹங்கேரிய ஒயினும் பீரும் சாடிகளில் இருந்தன. மெழுகுவத்திகள் எரிந்தன; வெளியே ஜன்னல்களுக்கு நேராக அடிமைகள் தீப்பந்தங்களைப் பிடித்துக்கொண்டு நின்றதால் அங்கிருந்தும் வெளிச்சம் வந்தது. அவர்கள் மங்கலான அடைப்புவழியே, தமது எஜமானன் விருந்துண்ணும் மகிமையை நோக்கினார்கள்.

விருந்தினர் அனைவரும் குடிபோதையில் சுருண்டு விழும்வரையில் குடிக்கச் செய்யும் வழக்கத்தை இன்று தனது வருகையை முன்னிட்டுப் பிரபு கை விடுவான் என்று அரசன் எண்ணினான். ஆனால் ஸோபெக்ஸான்ஸ்கி போலிஷ் பரம்பரைப் பழக்கத்திலிருந்து வழுவ வில்லை; மேஜையைச்சுற்றி எத்தனை விருந்தினர்கள் இருந்தார்களோ, அத்தனை தடவைகள் அவன் எழுந்தான். நரை மீசையைக் கையினால் தடவிக்கொண்டு அவன் ஒவ்வொரு தடவையும் ஒருவன் பெயரைக் குறிப்பிட்டான். அரசனுக்கு வாழ்த்து உரைப்பதில் ஆரம்பித்து மேஜையின்

எதிர்க்கோடியில் இருந்த நெட்டையனுக்கு வாழ்த்துக் கூறிப் பருகுவதில் முடித்தான். அனைவரையும் ஆரம்பத்தில் சிரிக்கச் செய்த அதே நெட்டையன்தான். அவன் பாதங்களில் பூட்ஸ் அணியாது வந்தான் என்பதும் பிறகு தெரிந்தது. விருந்தளித்தவன் எழுந்து நின்று ''நீடு வாழ்க!'' என்று கத்தினார். அதன்பின் அந்தக் குறிப்பிட்ட விருந்தாளி எழுந்து நின்று விருந்தளித்த சீமானுக்கும் சீமாட்டிக்கும் வாழ்த்துரைத்து மதுவைப் பருகினான். அங்கிருந்த அனைவரையும் வாழ்த்திக் குடித்தபின், ஸோபெக்ஸான்ஸ்கி, போலிஷ். ராஜ்யத்தை வாழ்த்திப் பருகவேண்டுமென்று முன்மொழிந்தான். அதன்பிறகு போலந்தின் அரசனான அகஸ்டைக் குறிப்பிட்டு ''அவருக்காக மட்டுமே வாளேந்துவோம், குருதி சிந்துவோம்'' என்று மொழிந்து, அகஸ்டுக்கு மீண்டும் வாழ்த்துரைத்து மது பருகினார்கள். அதன் பின், பழுது செய்யக்கூடாத பிரபுத்துவ தனி உரிமைகளைப் பாராட்டி ஒரு குடிவைபவம் தொடர்ந்தது. அதற்குள் ஒயினால் சூடேறப்பெற்ற விருந்தினரிடமிருந்து பகுத்தறிவு விடைபெற்றுக் கொண்டது. அவர்கள் வாளை உருவினார்கள். மேஜை ஆடியது. மெழுகுவத்திகள் விழுந்தன. சதுர வடிவான சிறு நிலப்புரபு ஒருவன்-ஒற்றைக் கண்ணன்- ''தமது விரோதிகளான பிரிவினையாளர்களும் மாஸ்கோவாசிகளும் இம்மாதிரி அழிவார்கள்!'' என்று கத்தி வாளை மிகைப்படையாக வீசி, குடற்குழாய்ப் பணியாரங்களிருந்த பெரிய தட்டத்தை இரண்டாக வெட்டினான்.

அகஸ்டின் இடது புறத்தில், அவனது இதயத்தின் அருகில் அன்னா உட்கார்ந்திருந்தாள். அவள் ரோஜா மாதிரி சிவந்திருந்தாள். அவள் அரசனிடம் வார்ஸேல்ஸின் கவர்ச்சியான வாழ்வைப் பற்றியும் அங்கு அவன் நடத்திய லீலா வினோதங்களைப் பற்றியும் சாதுரியமாகக் கேள்வி கேட்டாள். மணியொலிப்பதுபோல் சிரித்தாள். அப்போதைக்கப்போது அவனைத் தன் முழங்கையாலோ தோளாலோ தொட்டாள், அதே பொழுதில் மேஜையின் கீழ்க்கோடியில் சாமானியமான பிரபுக்கள் என்ன செய்கின்றனரென்பதையும் கவனித்தாள். அவர்கள் மிகுதியாகக் குடித்துவிட்டு நாக்கு ஒன்றை எடுத்துப் புசிப்பதையும், பக்குவம் செய்த வாத்து ஒன்றை எடுத்து முரட்டு லினன் கால் சட்டைப்பையில் திணித்துக் கொள்வதையும் கூரிய பார்வைமூலம் பணியாட்களைத் தருவித்து உத்திரவிடுவதையும் அவள் கவனித்தாள்.

அன்னாவின் மெல்லிய இடையை அணைப்பதற்கு அரசன் பல முயற்சிகள் செய்து விட்டான். ஆனால் ஒவ்வொரு தடவையும் அவளது கணவன், ஒரு கிண்ணம் ஒயினைக் கொடுத்து, ''ஐயா, பெற்றுக் கொள்ளுங்கள்!'' என்றான். அகஸ்ட் ஒயினில் ஒரு பகுதியை மட்டும் குடிக்க முயன்றான். அல்லது திருட்டுத்தனமாக மேஜையின் அடியில் ஒயினைக் கொட்டினான். ஆனால் இந்த முயற்சிகள் பலன் தரவில்லை. நாற்காலிக்குப் பின்னால் நின்ற வேலைக்காரனோ, மேஜையின் அருகில் பாட்டிலோடு அமர்ந்திருந்த வேலைக்காரனோ உடனடியாகக் கிண்ணத்தை நிரப்பினர். கடைசியில் வறுத்த அட்டைகள் கௌரவ விருந்தாளிக்குப் பரிமாறப்பட்டன. அன்னா தன் கையால் அவனது தட்டில் அட்டைகளைப் பரிமாறினாள்.

''இத்தகைய பட்டிக்காட்டுப் பண்டத்தை நீங்கள் புகழ்வதைக் கண்டு நான் வெட்கப் படுகிறேன்'' என்று உள்ளர்த்தம் சுட்டாத தொனியில்தான் கூறினாள். ஆனால் அரசன் அந்த வாக்கியத்துக்கு அவனது கண்களில் வேறு ஒரு பொருளைக் கண்டான். அவள் மேலும் பேசினாள்: ''இவற்றைத் தயாரிப்பது கடினமல்ல. இளம் வாத்தாயிருக்க வேண்டும்; அது ரொம்பக் கொழுத்திருக்கக் கூடாது. அட்டைகள் வாத்திடமிருந்து நிறைய ரத்தத்தை உறிஞ்சிய பின், அவற்றை வாத்தோடு அடுப்பில் போட வேண்டும். அங்கே அவை வாத்தின் மார்பிலிருந்து விடுபடுகின்றன. அப்பொழுது அவற்றை எடுத்து வாணலியில் போட்டு வறுக்க வேண்டும்.''

இரண்டு விரல்களால் ஓர் அட்டையை எடுத்து வாயில் போட்டுப் பற்களால் கடித்த அரசன் ''பாவப்பட்ட வாத்து! சுவைத் திறனைக் கிளறுவதற்காக அழகு மகளிர் என்னதான் செய்ய மாட்டார்கள்!'' என்றான்.

சீமாட்டி அன்னா சிரித்தாள்; அப்பொழுது அவளது தொப்பியிலிருந்த இறகு வசீகரமாக ஆடியது. அவள் விஷயத்தில் நல்ல முன்னேற்றம் ஏற்பட்டுக்கொண்டிருப்பதை அரசன் உணர்ந்தான். இடர்ப்பாடு நேரிடுமென்ற அச்சமில்லாமல், அவளிடம் தன் அன்பைப் பிரகடனம் படுத்துவதற்காக, நடனத்தின் துவக்கத்தை எதிர்நோக்கிக் கொண்டிருந்தான். அந்த நேரத்தில் கிழிந்த கோட்டணிந்த ஒருவன் கதவருகே குடிபோதையுடன் நின்ற விருந்தினரைத் தள்ளிக் கொண்டு ஓடிவந்தான். புழுதியால் கறுத்திருந்த அவன் மீது வேர்வை வழிந்தோடியது.

''பிரபு, பிரபு, ஆபத்து!'' என்று பிரபுவின் நாற்காலிக்கு முன் மண்டியிட்டுக் கொண்டே அவன் கத்தினான்: ''ஒரு பீப்பாய் பழைய தேன் மது கொண்டு வருவதற்காக என்னை மடத்துக்கு அனுப்பினீர்கள். அதைப் பெற்றுக்கொண்டு வந்தேன். என்னைப் பிடித்த பேய், கிராமத்தின் சுற்றுப்புறம் வழியாக வரும்படி என்னைத் தூண்டியது. அவ்வாறு பிரதான சாலை வழியாக வந்த பொழுது, அனைத்தையும் இழந்துவிட்டேன். தேன் மதுப் பீப்பாய், என் குதிரை, என் வாள் என் குல்லாய் அனைத்தையும் பறிகொடுத்தவிட்டேன். தலை தப்பியது போதுமென்று திரும்பி வந்தேன். என்னைக் கொள்ளையடித்துவிட்டார்கள். ஒரு பெரிய சேனை ஸோகோலை நெருங்கிக் கொண்டிருக்கிறது!''

அகஸ்ட் ஆத்திரமடைந்து புருவத்தை நெரித்தான். அன்னா அவனது கரத்தைப் பற்றிக் கொண்டாள். இந்தச் சமயத்தில் சார்லஸ் ராணுவம் தவிர வேறு எதுதான் ஸோகோலுக்கு வர முடியும்? ''ஸ்வீடிஷ்காரர்கள் வருகிறார்கள்! வாளேந்துங்கள்!'' என்ற கனவான்கள் கூச்சலிட் டார்கள். ஸோபெக்ஸான்ஸ்கி மேஜையில் ஒரு குத்துக் குத்தினான்; அப்பொழுது குடி கிண்ணங்கள் துள்ளிக் குதித்தன.

''கனவான்களே, அமைதியாயிருங்கள்! உடனடியாக நிதானத்துக்கு வராதவர்களை விரிப்பில் படுக்கப்போட்டு ஐம்பது கசையடி கொடுப்போம். வேசி மக்களே, நான் சொல்வதைக் கேளுங்கள். அரசன் எனது விருந்தாளி. நான் இந்த வயதில் அவமானமடைய மாட்டேன். ஸ்வீடிஷ்காரர்கள் தமது சேனை முழுவதுடன் இங்குவந்தாலும், நமது விருந்தாளியை ஒப்படைக்க மாட்டோம்'' என்றான்.

''அரசரை ஒப்படைக்க மாட்டோம்!'' என்று பிரபுவின் பரிவாரத்தினர் கத்தினர்; கடகட சத்தத்துடன் வாளுறையிலிருந்து வாளை எடுத்தனர்.

''குதிரைகளைச் சித்தம் செய்யுங்கள்! பிஸ்டல்களைத் தயார் செய்யுங்கள்! நாம் உயிரையும் தியாகம் செய்வோம்! போலந்தின் பெருமைக்குப் பழுது தேடமாட்டோம்!'' என்று பிரபு கோஷித்தான்.

''பழுது தேடமாட்டோம்! நீடு வாழ்க!'' என்றனர் பரிவாரத்தினர்.

அதிர்ஷ்ட வசமாக இரவு இருட்டாயிருப்பதைப் பயன்படுத்திக்கொண்டு புரவிமீது ஏறி தப்பி ஓடுவதே சாதுரியமான செயல் என்பதை அகஸ்ட் அறிந்திருந்தான். ஆனால் பகட்டழகு மிகுந்த அகஸ்ட், உல்லாசமான விருந்தையும், இன்னமும் பிடித்த கையை விடாத அழகு அணங்கையும் விடுத்துவிட்டுத் துப்புக்கெட்ட கோழையைப் போல் எப்படி ஓடமுடியும்! அத்தகைய இழிவுக்கு அவனை உள்ளாக்கச் சார்லஸாலும் முடியாது. யாருக்கு வேண்டும் இந்தச் சாதுரியம்!

‘‘கனவான்களே, நீங்கள் மேஜைக்குத் திரும்பவேண்டுமென்று நான் கட்டளையிடுகிறேன். நாம் தொடர்ந்து விருந்துண்போம்!’’ என்றான் அகஸ்ட். மீண்டும் தன் இருக்கையில் அமர்ந்த அரசன், சூடான கன்னங்களில் விழுந்திருந்த பொய் மயிர்ச் சுருள்களைத் தள்ளி விட்டான். பார்க்கப்போனால், ஸ்வீடிஷ் படையே இங்கு வந்தாலும், இவர்கள் அவனை எங்காவது ஒளித்து விடுவார்கள்; எங்காவது கடத்திக்கொண்டு போய்விடுவார்கள். அரசர்களுக்குத் தீம்பு நேர்வதில்லை. அவன் ஒயினை ஊற்றிக் கிண்ணத்தை உயர்த்தினான். வடிவழகுக்குரிய பெரிய கரம் நடுங்கவில்லை. அன்னா அவனை வியந்து நோக்கினாள். அந்த நோக்குக்காகவே ஒரு ராஜ்யத்தைக் கொடுக்கலாமென்று அரசனுக்குத் தோன்றியது.

‘‘ரொம்ப நல்லது! நாம் தொடர்ந்து விருந்துண்ண வேண்டுமென்பது அரசரின் ஆணை’’ என்று ஸோபெக்ஸான்ஸ்கி கூறினான். அவன் கைகொட்டிப் பணியாரத் தட்டத்தை இரண்டாக வெட்டியவனை விளித்தான். அவன் சில ஆட்களுடன் சாலைக்குச் சென்று காவல் காக்க வேண்டுமென்று உத்திரவிட்டான். அதன்பின், உயர்வு தாழ்வு பேதம் பாராட்டாமல் அனைவருக்கும் ஹங்கேரி ஒயின் ஊற்ற வேண்டுமென்று கட்டளையிட்டான். பீப்பாய் காலியாக வேண்டுமென்றும் கூறினான். நிலவறைகளிலும் சேமிப்பு அறைகளிலும் உள்ள சிறந்த பொருட்களையெல்லாம் தருவிக்கும்படியும் இன்னிசைக் குழுவினருக்குச் சொல்லி அனுப்பும்படியும் ஆணையிட்டான்.

புதிய உற்சாகத்துடன் விருந்து வைபவம் நீடித்தது. அன்னா அரசனுடன் நடனமாடினாள். தனக்காகச் சுவர்க்கவாசலைத் திறக்கும்படி புனிதர்* பீட்டரையே வசீகரப்படுத்துகிறமாதிரி அவள் நடனமாடினாள். அவளது சிறிய தொப்பி ஒரு செவிப் பக்கம் சாய்ந்தது. மஸூக்கர் நடனப் பண்ணின் ஒலிகள் அவளது சுருள் மயிரை முறுக்கியது. அவளது குட்டையான கவுன் சுழன்றது அல்லது மெல்லிய கால்களுடன் ஒட்டிக்கொண்டது. அவளது சிவப்புபூட்ஸ் தரையைப் புடைத்தது அல்லது பூமியைப் பாவாது பறந்தது. அவளுடன் நடனமாடிய அரசனும் சிறப்பாகக் காட்சியளித்தான். உயரமாகவும் அந்த சந்தமாகவும் இருந்தான். ஒயினும் இன்ப நாட்டமும் அவனது முகத்தை வெளுக்கச் செய்திருந்தன.

‘‘சீமாட்டி அன்னா, நான் புத்தி சுவாதீனத்தை இழந்து கொண்டிருக்கிறேன்! என்னிடம் இரக்கம் காட்டு!நிலைகலங்கி நிற்கிறேன். புனிதர்களின் பெயரால் வேண்டுகிறேன், இரக்கம் காட்டு!’’ என்று அவன் பற்களைக் கடித்துக்கொண்டே அவளிடம் கிசுகிசுத்தக் கொண்டிருந்தான். அவள் ஒரு பார்வையின் மூலம்பதிலளித்தாள். இரக்கம் காட்டுவது என்ற பிரச்னைக்கே இடமில்லை யென்றும் சுவர்க்கவாயில் முன்பே திறக்கப்பட்டு விட்டதென்றும் அந்தப் பார்வை மூலம் அவள் அறிவுறுத்தினாள்.

திடீரென்று, இருள் சூழ்ந்த வெளியிலிருந்து, வேலைக்காரர்களது திகிலுற்ற கூச்சல்களும் குதிரைகளின் கனைப் பொலிகளும் கேட்டன. இன்னிசை இடையில் முறிந்தது. வாளை எடுக்கவோ பிஸ்டலைச் சித்தம் செய்யவோ ஒருவனுக்கும் நேரமில்லை. அனைத்துமே ஆடிக்கொண்டிப்பதாக அரசனுக்குத் தோன்றியது. ஆனால் அன்னாவை விட பற்றிய அவன் வாளை உருவினான்.

விருந்துக் கூடத்துக்குள் இருவர் பிரவேசித்தனர். ஒருவன் ஆஜானுபாகுவாகவிருந்தான். அவனது மூக்குப் பெரிதாயிருந்தது. மீசையும் பெரிதாகத் தொங்கியது. ஒரு கண்தான் அவனுக்கிருந்தது. தங்கக்குஞ்சத்தை உடைய உயரமான ஆட்டுத் தோல் குல்லாய் தரித்திருந்தான்.

★புனிதர் பீட்டர்: ஏசுநாதரின் முதல் சீடர்களில் ஒருவர். ஊழ்க்கடைநாளில் ஒவ்வொருவரைக் குறித்தும் தீர்ப்புக் கூறியபின், சுவர்க்கத்துக்குச் செல்லவேண்டியவருக்கே பீட்டர் வழிவிடுவார் என்பதும் சுவர்க்கவாசல் திறவுகோல் அவரிடமே இருக்கிறது என்பதும் கிறித்துவ நம்பிக்கை.

இன்னொருவன் அவ்வளவு உயரமில்லை. கண்ணியமாகவும் மென்மையாகவும் தோற்ற மளித்தான்; புழுதிபடித்த உடுப்பை அணிந்து, தோளில் தளபதிக்குரிய கழுத்துப் பட்டையைப் போட்டுக் கொண்டிருந்தான்.

''மாட்சிமை பொருந்திய அகஸ்ட் அரசர் இங்கு இருக்கிறாரா'' என்று வினவிய அவன், அஞ்சத்தக்க வகையில் உருவிய வாளுடன் அகஸ்ட் அரசன் நிற்பதைக் கண்டு, தொப்பியை எடுத்து விட்டுத் தாழ்ந்து வணங்கினான்.

''ஐயா, என் அறிக்கையை ஏற்றுக்கொள்ளுங்கள்ஃ ஜார் பீட்டர் லெக்ஸிவிச்சின் உத்திரவுக்கு இணங்க, நான் பதினோரு காலாட் படைப் பிரிவுகளுடனும் ஐந்து காஸ்ஸக் பிரிவுகளுடனும் வந்திருக்கிறேன். உங்களது கட்டளைக் கிணங்க நாங்கள் நடக்கவேண்டுமென்பது உத்திரவு'' என்றான் அவன்.

இவன்தான் கீவின் கவர்னரும் துணைப்படையின் சேனாதிபதியுமான டிமிட்ரி கோலிட்ஸின்; ஷிலூஸ்ஸல்பர்க்கின் வீரனான மிஷ்கா கோலிட்ஸின் அண்ணன். நீண்ட கையை உடைய சிவப்புத் துருக்கிய சட்டையும் குதிகாலைத்தொடும் அளவுக்கு தொங்கியமேலாடையும் அணிந்திருந்த உயரமானவன் தான் கஸாக்குகளின் இடைக்காலத் தலைவனான டேனியல் அபாஸ்டால். இந்தக் கஸாக்கைக்கண்ட போலிஷ் பிரபுக்களின் மீசை அஞ்சத்தக்க வகையில் துடித்தது. அவன் ஒருகையை உதாசீனமாக இடுப்பில் வைத்துக் கொண்டும் இன்னொரு கையில் தடியை உருட்டிக் கொண்டும் வாயிலண்டைநின்றான். நன்கு அமைந்த அவனது இதழ்களில் புன்னகை அரும்பியது. அவனது புருவங்கள் அம்பு போல் இருந்தன. கஸாக் கூட்டத்தார் படையெடுத்துத் தீ வைக்கும் பொழுது இரவு பிரகாசிப்பதுமாதிரி அவனது ஒற்றைக்கண் செவ்வொளி வீசியது.

அகஸ்ட் அரசன் சிரித்தான்; வாளை உறையில் சொருகிவிட்டு கோலிட்ஸினைத் தழுவினான்; காஸ்ஸக் தலைவன் முத்திமிடுவதற்குக் கரத்தை நீட்டினான். மூன்றாவது தடைவயாக மேஜையில் விருந்து வகைகள் பரிமாறப்பட்டன. குடி கிண்ணத்தில் ஒரு பைன்ட் ஹங்கேரிய ஒயினை ஊற்றி அக்கிண்ணத்தை ஒருவர் பின் ஒருவராகப் பெற்றுக்கொண்டனர். உக்ரேனிலிருந்து உதவி அனுப்புவதாக வாக்களித்த பீட்டர் அதற்கிணங்க நடந்தகொண்டதற்காக அவனை வாழ்த்திருப்பருகினார்கள். அங்கு வந்து சேர்ந்திருக்கும் படைகளின் நன்னலத்தை நாடிப் பருகினார்கள். ஸ்வீடிஷ் படையினரது அறிவை வேண்டி அருந்தினார்கள். வீம்பு பேசிய பிரபுக்கள் கஸாக் தலைவனான அபாஸ்டால் குடிபோதையில் சுருண்டு விழவேண்டுமென்று பெரிதும் விரும்பினார்கள். ஆனால் அவன் புருவத்தை உயர்த்திக்கொண்டு கிண்ணம் கிண்ணமாக் காலி செய்தானேயல்லாது, நிலைகலங்கவில்லை. அவனைக் குடிபோதையிலாழ்த்த முடியவில்லை.

அதிகாலையில், பல பிரபுக்கள் முன்றிலுக்கு இழுத்துக்கொண்டு போய்க் கிணற்றடியில் போட்டபிறகு, அகஸ்ட் அன்னாவிடம் கூறினான்ஃ

''உன் பாதங்களில் சமர்ப்பிப்பதற்கும் என்னிடம் பொக்கிஷங்கள் இல்லை. நான் இரந்து வாழும் அநாதையாக இருக்கிறேன். ஆனால் இன்று மீண்டும் செல்வமும் அதிகாரமும் பெற்று விட்டேன். அன்னா, நீ என் வண்டியில் ஏறிக்கொண்டு சேனையுடன் வரவேண்டுமென்று விரும்பு கிறேன். நாம் உடனடியாகக் கிளம்பவேண்டும். ஒரு மணி நேரம் கூடத் தாமதிக்கக்கூடாது. தெய்வீக அணங்கே, நான் சார்லஸை மூடனாக்குவேன். வார்ஸாவை உனக்கு வெள்ளித் தட்டில் அளிக்கவிரும்புகிறேன்!'' அவன் எழுந்திருந்தான். சூழ்ந்திருந்தவர்களைப் பார்த்து கம்பீரமாகப் பேசினான். அவர்கள் விழிகளை உருட்டிக் கொண்டிருந்தனர்; நறுமணக்களிம்பு பூசிய அவர்களது

மீசைகள் துடித்தன. ''கனவான்களே, நான் உங்கள் அனைவரையும் என் புடையர் குழுவில் சேர்த்துக் கொள்கிறேன். உங்களது குதிரைகளைச் சித்தம் செய்யுமாறு உங்களுக்கு உத்திர விடுகிறேன்.''

துருப்புகள் மூன்று நாட்களாவது ஓய்வு எடுக்கவேண்டுமென்றும் குதிரைகளுக்குத் தீனி போட வேண்டுமென்றும் பின்தங்கிய தளவாட வண்டித் தொடர்களைத் தருவிக்க வேண்டு மென்றும் டிமிடரிகோலிட்ஸின் எவ்வளவோ வினயமாகவும் இங்கிதமாகவும் பேசிப்பார்த்தான். ஆனால் அகஸ்டைக் கட்டிபிடிக்க முடியவில்லை. கதிரவன் பனித்திவலைகளை உலரச்செய்தவற் குள்ளாக, அவன் டிமிட்ரியோடும் அபாஸ்டாலோடும் ஸோகாலை அடைந்துவிட்டான். நகரின் சகல நெருக்கங்களிலும் வாகன்களும் குதிரைகளும் பீரங்கிகளும் நின்றன. களைத்துச் சோர்ந்த ருஷிய சோல்ஜர்கள் இளம் புல்மீது படுத்துறங்கினார்கள். ஆங்காங்கே சிப்பாய்கள் மூட்டியிருந்த தீ புகைந்தது. அரசன் தன் வண்டியின் பலகணிவழியே நோக்கினான். தூங்கிக்கொண்டிருந்த காலாட்படையினரையும், வாகன்கள்மீது கைகால்களை விரித்துக் கண்கள் வனப்போடு கிடந்த காஸ்ஸக்குகளையும் நோக்கினான்.

''என்ன சோல்ஜர்கள்! என்ன சோல்ஜர்கள்! வீரர்கள்தாம்!'' என்று கூறிக்கொண்டே யிருந்தான்.

அவனது கோட்டை வீட்டின் வாயிலில் காப்டன் தார்னோவ்ஸ்கி அவனைச் சந்தித்துத் திகிலோடு குசுகுசுத்தான்:

''சீமாட்டி வந்துவிட்டார். அவர் படுக்கச் செல்வதற்கு விரும்பவில்லை. மிகவும் கோபமாக விருக்கிறார்.''

''ஓ, என்ன மதியீனம்!'' என்று கூறிய அரசன் ஈரமாயிருந்த படுக்கையறைக்கு உல்லாசமாகச் சென்றான். அங்கே யூதர்கோயில் கிளை விளக்கில் மெழுகுவத்திகளில் உருகிய மெழுகு ஓடிக் கொண்டிருந்தது. சீமாட்டி நின்று கொண்டிருந்தாள்; அவனது முகத்தை மௌனமாக நோக்கினாள். அவன் பேசத்தொடங்கியவுடன் சுடச்சுடப் பதிலளிக்க வேண்டுமென்று காத்திருந்தாள்.

''ஸோபீ! கடைசியில் வந்துசேர்ந்தாயா! சரி, சார்லஸ் அரசனைப்பார்த்தாயா?'' என்று திட்டமிட்டிருந்ததைவிட அவசரமாகவே பேசினான்.

''ஆம். நான் சார்லஸைப் பார்த்தேன். நன்றி...'' என்றாள். அவளது முகத்தில் மாவு பூசியிருந்தாள் போலிருந்தது. முகம் உப்பி விகாரமாகவிருந்தது. ''மாட்சிமை பொருந்தியவரே, முதலில் கைவரப்பெற்ற மரத்தில் உங்களைத் தூக்கிலிட வேண்டுமென்பதொன்றுதான் சார்லஸ் அரசரின் விருப்பம். அரசருடன் நான் நடத்திய சாம்பாஷணையின் விவரத்தை நீங்கள் அறிய விரும்பினால் நான் சொல்லத்தயார். ஆனால் இப்பொழுதுதான் உங்களை ஒன்று கேட்க வேண்டும். உமது துப்புக்கெட்ட வேலையைச் செய்வதற்குக் கடை நிலையிலுள்ள பணிப்பெண் மாதிரி என்னை அனுப்புகிறீர்கள். நான் பல அவமதிப்புகளுக்கு ஆளாகிறேன். வழியில் ஆயிரம் ஆபத்துக்கள். கற்பழிக்கப் படலாம், கொள்ளையடிக்கப்படலாம், கொல்லப்படலாம். இத்தனைக்கும் அஞ்சாது நான் சென்றேன். நீங்கள் அதற்குள் ஸோபெக்ஸான்கியின் மனைவி யிடம் இன்பம் தேடிச்சென்றீர்கள்... அந்த அற்பச்சீமாட்டியை நான் என் பணிப்பெண்ணாகக்கூட வைத்துக்கொள்ளமாட்டேன்...''

''ஸோபி, சில்லறை விஷயங்களைப் பெரிதுபடுத்திப் பேசுகிறாய்!''

இவ்வாறு அகஸ்ட் மடத்தனமாக உளறியவுடன் சீமாட்டி கோஸெல்ஸ்கா அவனருகே வந்தாள். பூனை அடிப்பது மாதிரி இலாவகமாக அவனது முகத்தில் அறைந்தாள்.

அத்தியாயம் 4

1

காவற்கூண்டு அமைக்கப்பட்டிருந்த சிறுகுன்றை அடைந்தவுடன், பீட்டர் குதிரையிலிருந்து குதித்தான். காவற்கூண்டு மேடைக்குச் செல்வதற்காக ஏணியில் ஏறினான். சேம்பர்ஸ், மென்ஷிகோவ், ரிப்னின் ஆகியோர் அவனைப் பின் தொடர்ந்தனர். பீட்டர் அப்ராக்ஸின் கொஞ்சம் பின்னால் வந்தான். அவனுக்குத் தலை சுற்றியது; உடலின் சுமையும் பெரிய தாயிருந்தது; தரை மட்டத்திலிருந்து எழுபது அடி உயரத்திலுள்ள அந்தக் காவற்கூண்டுக்கு ஏறிச்செல்வது எளிதான காரியமல்ல. ஆனால் பாய்மரங்களில் ஏறிப்பழக்கப்பட்டவனான பீட்டர் அலெக்ஸிவிச்சுக்கு மூச்சுத் திணறவில்லை. அவன் வேகமாக ஏறித் தொலைநோக்கிக் கருவியைச் சட்டைப்பையிலிருந்து எடுத்தான். மேடையில் கால்களை அகலவிரித்து நின்று, அந்தக் கருவி வழியே பார்க்கத் தொடங்கினான்.

பசுமையான தட்டில் பரப்பியிருப்பதுமாதிரி நார்வா அவனுக்குப் புலனாயிற்று. நார்வாவின் தடித்துக் குள்ளமான ஸ்தூபிகளையும் அவற்றின் வாயில்களையும் இழுவைப் பாலங்களையும் மதில்களின் சந்திப்புகளில் சதுரமான கருங்கற்களால் அமைந்து பிதுங்கிய காவலரண்களும், வட்டமான வெடி மருந்துக் கூண்டுடன் கூடிய பழைய பெரிய நடு அரணும் வளைந்துசெல்லும் தெருக்களும் ஆகாயத்துக்குள் நுழைத்த ஈட்டிகளைப் போல் கூர்நுனியுடன் இருந்த தேவாலயக் கோபுரங்களும் அவனுக்குத் துலக்கமாகப் புலனாயின. ஆற்றின் அக்கரையில், நீண்டகாலத்துக்கு முன்னால் பயங்கர ஐவான் கட்டிய ஐவான் கிராட் கோட்டை புலப்பட்டது. ஈயக் கூரையிட்ட அதன் எட்டுக் கோபுரங்களும், வெடி குண்டு வீச்சால் சேதமடைந்திருந்த அதன் உயர்ந்த மதில்களும் தெரிந்தன.

மென்ஷிகோவும் ஒரு தொலைநோக்கி வழியாகப் பார்த்துக்கொண்டிருந்தான். ''நகரைப் பிடித்துவிடுவோம்!'' என்றான் அவன்.

''அதற்குள் பெருமையடித்துக்கொள்ளாதே'' என்று பற்களைக் கடித்துக்கொண்டே பீட்டர் கூறினான்.

நகருக்குக்கீழே, ராஸ்ஸன் வாய்க்கால்கரையில் அப்ராக்ஸின் மண்ணில் அமைந்துள்ள அரணுக்கு அருகே நதிக்கரையில் படைகளும் தளவாட வண்டிகளும் நகர்ந்தன. அவை புழுதியைக் கிளப்பியதால், ரொம்பத் தெளிவாகத் தெரியவில்லை. அவை ஒரு படகுப் பாலத்தைக் கடந்தன. டவுனுக்கு மூன்றுமைல் தூரத்தில் காலட்படையினரும் குதிரைப்படை யினரும் முகாமிட்டிருந்தனர். அதற்குள்ளாகவே, வெண்மையான கூடாரங்கள் அமைந்து விட்டன; அசையாக்காற்றில் புகைமண்டியது; ஆங்காங்கே தென்பட்டது சிறு புல்நிலங்களில் குதிரைகள் சஞ்சரித்தன. கோடரி வெட்டும் சத்தம்கேட்டது. வயதான பெரிய பைன்மரங்கள் விழுந்தபொழுது, அவற்றின் உச்சிகள் நடுங்கின.

''வாகன்களையும் கழிவேலிகளையும் கொண்டு பாதுகாப்பு அமைத்துள்ளோம். ஆனால் அவை போதா. அகழ்கள் வெட்டுவதற்கு அரண்சுவர் அமைப்பதற்கும் உத்திரவு இட மாட்டீர்களா?'' என்று மகாப்பிரபு ரிப்னின் கேட்டான். அவன் எச்சரிக்கையாக இல்லாத தைரியசாலி. அவசியம் ஏற்பட்டால் அங்குல நிலத்தைக்கூட விட்டுக்கொடுக்காது போராடி உயிர் துறப்பதற்குச் சித்தமானவன். அவன் தனது வழிமரபு, பீட்டருடையதைவிடத் தொன்மையான தென்று கருதியபோதிலும், அவனது தோற்றம் பகட்டாகவோ எடுப்பாகவோ இல்லை. குள்ள வடிவினனாக இருந்தான். அவனது பார்வையிலும் குறை இருந்தது. ஆனால் அந்தச் சிறிய கண்கள் மிகுந்த சாதுரியத்தை வெளிப்படுத்தின.

''அகழிகளும் அரண்களும் நம்மைக் காப்பாற்றமுடியாது. நாம் கிடங்கு வெட்டி அரண் அமைத்துப் பதுங்கியிருப்பதற்காக இங்குவரவில்லை''என்று உறுமிய பீட்டர், தன் தொலை நோக்கிக் கருவியால் மேற்கு நோக்கிப்பார்த்தான். பெரிய கோப்பை நிறைய வாட்காவைக் குடித்துவிட்டுத் தான் தினசரி வேலையைத் தொடங்குவதென்று பழக்கப்பட்ட சேம்பர்ஸ் கம்மிய குரலில் கூறினான்:

''கைத்துப்பாக்கியைச் சித்தமாக வைத்துக்கொள்ள வேண்டுமென்றும் பூட்ஸைக்கழற்றாது உறங்க வேண்டுமென்றும் சோல்ஜர்களுக்கு உத்திரவிடலாம். ஆனால் அது அவசியமில்லை. தளபதி ஷிலிப்பன்பர்க் விஸன்பர்கில் முகாமிட்டிருக்கிறானென்பது உண்மை. ஆனால் அவன் ஒருவாரகாலமாவதற்குள், டவுனைக் காப்பாற்ற வந்து சேரமுடியாது.''

''நான் முன்னொரு தடவை ஸ்வீடிஷ் துணைப்படையின் வருகைக்காக இதே இடத்தில் காத்திருந்தேன். மிக்க நன்றி. நாங்கள் படிப்பினையைக் கற்றுக்கொண்டுவிட்டோம்!'' என்று பீட்டர் புதிய குரலில் பேசினான். மென்ஷிகோவ் முரட்டுத்தனமாகச் சிரித்தான்.

மேல்திசையில் ஆவலோடு நோக்கினான் பீட்டர். அங்கு ஒளிக்கற்றைகளின் அணைப்பில் கடல் உறங்கியது. காற்று அசையவேயில்லை. பீட்டர் கண்களைச் சிரமப்படுத்திப் பார்த்த பொழுது, தெளிந்த அடிவானத்தில் அருகே சுருட்டி பாய்களுடன் கூடிய பல கப்பற் பாய்மரங்கள் புலனாயின. இதுதான் வெள்ளிக்கர அட்மிரலான டீ பிரௌஸ்டின் கப்பற்படை; அசையாக் கடலில் நிலையாகக் கிடந்தது.

காவற்கூண்டின் ஆட்டங்கண்ட மேடையின் மெலிந்த கிராதியைப் பற்றிக்கொண்டே, அப்ராக்ஸின் கூறினான்:

''பீரங்கிப்படை அதிகாரி அவர்களே, இத்தகைய படையைக் கண்டு நான் பீதி அடையாதிருக்கமுடியுமா? ஐம்பது கப்பல்கள் உள்ளன; அட்மிரலும் தைரியசாலி. உண்மையில், அந்தப் பாழாய்ப் போனவனுக்குக் காற்றின் உதவி கிடைக்காது செய்து, என்னை ரட்சித்தார் ஆண்டவன்.''

விரல் மடக்கிப் பாய்மரங்களை எண்ணிய மென்ஷிகோவ், ''எவ்வளவு பொருட்கள் வீணாகின்றன!'' என்றான். ''அவனது கப்பற் கீழறைகள் நிறைய மீன் வகைகளும் ரீவால் பன்றித் தொடை இறைச்சியும் இருக்கவேண்டும். ரீவால் பன்றித் தொடை இறைச்சி எவ்வளவு சுவையாக விருக்கிறது! உண்மையில், ரீவால் ஜனங்கள் நன்றாகச் சாப்பிடுகிறார்கள்! இந்த வெப்பத்தில் அந்தப் பண்டங்களெல்லாம் கெட்டுவிடும். அந்த ஒற்றைக்கைப்பிசாசு அவற்றைக் கடலில் கொட்டி விடுவான். அப்ராக்ஸின் நிலத்தில் வாழும் மடையன் நீ. நீ வந்து கடலருகே உட்கார்ந்திருக்கிறாயே? உன்னிடம் ஏன் படகுகள் இல்லை. இந்தச் சலனமில்லாத வேளையில்,

துப்பாக்கி வீரர்களின் கம்பெனி ஒன்றைப் படகுகளில் அனுப்பினால், டீ பிரௌஸ்ட்டை மடக்கிவிடலாம்'' என்றான் மென்ஷிகோவ்.

''ஒரு கடற்பறவை மணலில் இறங்குகிறது; உறுதியாகச் சொல்கிறேன்: அது இறங்குகிறது!'' என்று திடீரென்று கத்தினான் பீட்டர். அவனது முகம் உல்லாசமாயிருந்தது. கண்கள் வட்ட மாயிருந்தன. அவன் மேலும் கூறினான்:

''புயலடிக்கப் போகிறது என்று சொல்கிறேன். பத்துதாலர் பந்தயம் கட்டத்தயார். என்னுடன் யார் பந்தயத்துக்கு வருகிறார்கள்? ஓ, மாலுமிகளே! பாவம்! டானிலிச், முணுமுணுக்காதே. அநேகமாக அட்மிரலின் பன்றித் தொடை இறைச்சியை நீ சுவைக்க முடியலாம்.''

தொலை நோக்கியைக் கோட்டுப் பையில் போட்டுக் கொண்ட பீட்டர், ஏணியில் விரைவாக இறங்கினான். அவன் தரையில் குதிப்பதற்கு உதவிய கர்னல் ரென்னியிடம் ''எனக்கு முன்னால் ஒரு குதிரைப் படைப்பகுதியை அனுப்பு; இன்னொரு படைப்பகுதியுடன் என்னைத் தொடர்ந்துவா'' என்றான். அவன் குதிரைமீதேறி நார்வாவை நோக்கித் திரும்பினான். பெரிய காதுகளை உடைய, அந்தக் கடுஞ்சிவப்புக் குதிரை உயரமானது; பீல்டு-மார்ஷல் ஷெரிமிடேவ் அந்தக் காயடித்த குதிரையை பீட்டருக்குச் சன்மானமாக வழங்கினான். அது எரிஸ்ட்பார் போராட்டத்தில் கைப்பற்றப்பட்டது. ஷிலிப்பன் பாக்கிடமிருந்தே கைப்பற்றியதாக ஷெரிமிடேவ் சொல்லிக் கொண்டான். அது வேகமாகச் சென்றது. பீட்டருக்குக் குதிரைச் சவாரியென்றால் அவ்வளவாகப் பிடிக்காது. குதிரை பாய்ந்த சென்றபொழுது அவன் படித்தட்டில் நின்றுகொண்டான். ஆனால் மென்ஷிகோவ் தனது தூய வெண்குதிரையை உசுப்பிவிட்டுக் கொண்டேயிருந்தான். அதுவும் ஸ்வீடிஷ் படையினரிடமிருந்து பிடிபட்டதுதான். அந்த எழுச்சி பெற்ற புரவியும் மென்ஷிகோவும் விளையாடிக் கொண்டிருந்ததாகத் தோன்றியது; ஒரு சமயம் அது ஒரு பக்கம் நோக்கிக்கொண்டு புல்வெளியைக் கடந்தது, இன்னொரு சமயம் உட்கார்ந்து தனது கரிய பாதங்களால் காற்றைப் பிறாண்டிவிட்டு வெகுவேகமாகச் சென்றது; அப்பொழுது மென்ஷிகோவ் தோளில் போட்டிருந்த மிக்க சிவப்பான மேலாடை முதுகுப் புறத்தில் மிதந்தது; தொப்பியின் இறகுகளும் கழுத்துப் பட்டையின் ஓரங்களும் ஆடின. வெப்பம் அதிகமாயிருந்த போதிலும் அந்த நாள் களிப்பூட்டுவதாகத்தான் இருந்தது. தோப்புகளிலும் கவனிப்பாரற்றுக்கிடந்த தோட்டங்களிலும் புள்ளினம் ஆர்த்தன, இசைத்தன.

தார்த்தாரிய முறையில் குதிரைச் சவாரி செய்வதற்குப் பால பருவத்திலிருந்தே பழக்கப் பட்டிருந்த ரிப்னின். தனது சுறுசுறுப்பான சிறு குதிரையில் விரைந்து வந்தான். அப்ராகஸினுக்கு வேர்த்துக்கொட்டியது. ருஷியனுக்கு அழகாகவோ சௌரியமாகவோ இல்லாத பொய்மயிரை அவன் அணிந்திருந்தான். முன்னால் புதர்களிடையே ஒரு படைப்பகுதி உளவு பார்த்துக் கொண்டிருந்தது. பீட்டருக்கும் அவனது கூட்டாளிகளுக்கும் பின்னால் இன்னொரு படைப்பகுதி அணிவகுத்து வந்தது. அதன் தலைமையில் கர்னல் ரென்னி வந்தான். ரென்னி அந்த சந்தமானவன், குடிகாரன், நற்பேற்றினை நாடிய அவன் தன் வாளையும் கௌரவத்தையும் பீட்டரின் சேவையில் ஈடுபடுத்தியிருந்தான்.

பீட்டர் தன் பக்கத்தில் சவாரி செய்த சேம்பர்ஸிடம், குட்டை குழிகளையும், பூண்டு புதர்கள் மண்டிய உயரமான சுவர்களையும் உளுத்துப்போயிருந்த மூலைகளையும் காட்டினான்.

''இங்குதான் என் சேனை அழிந்தது. இங்குதான் சார்லஸுக்குப் புகழ்கிடைத்தது. நாங்கள் வலிமையின் ரகசியத்தை உணர்ந்தோம். ஆம், இங்குதான் நாம் எங்கே தொடங்கவேண்டு மென்பதைக் கற்றுக்கொண்டோம். இறுதியாக அழிந்து விடக்கூடிய நிலைமையை உண்டாக்கிய

பத்தாம் பசலி ஏற்பாடுகளை ஒரு வழியாக ஒழித்துக்கட்டினோம்'' என்று பீட்டர் எளிய முறையில் உரைத்தான்.

அவன் சேம்பர்ஸிடமிருந்து திரும்பிச் சுற்றுமுற்றும் பார்த்தான். கொஞ்சதூரத்தில், கூரை விழுந்த குடிசையொன்று தெரிந்தது. அவன் கடிவாளவார்களை இழுத்துப் பிடித்தான். அவனது முகம் கறுத்தது. மென்ஷிகோவ் அவனிடம் விரைந்துவந்து களிப்போடு கூறினான்:

''அதே குடிசைதான், மீன் ஹெர்ஸ், ஞாபகம் இருக்கிறதா.''

''ஞாபகம் இருக்கிறது.''

பீட்டர் புருவத்தை நெரித்துக்கொண்டு குதிரையைத் தட்டினான். மீண்டும் தன் இருக்கையில் அமிழ்ந்தமிழ்ந்து உயர்ந்தான். விபத்து நேர்ந்ததற்கு முதல் நாள் இரவை உறக்கமில்லாது கழித்தானே, அதை அவன் எப்படி மறக்கமுடியும்? அப்பொழுது அவன் அந்தக் குடிசையில் துளித்துக்கொண்டிருந்த மெழுகுவத்தியைப் பார்த்தவாறு உட்கார்ந்திருந்தான். அலெக்ஸாண்டர் கம்பளி விரிப்பின் மீது படுத்துச் சத்தமில்லாது அழுதுகொண்டிருந்தான். சோர்வையும் அவமானத் தையும் யாதும் செய்தவற்கியலாத வெஞ்சினத்தையும் கட்டுப் படுத்துவதற்கும் மறுநாள் அவனைச் சார்லஸ் நிச்சயமாகத் தோற்கடித்து விடுவான் என்பதை ஒப்புக்கொள்வதற்கும் அவனது மனம் பட்டபாடு கொஞ்ச நஞ்சமல்ல. அன்று அவன் சகிக்கமுடியாத ஒரு முடிவை, சொன்னால் நம்புவதற்கு இயலாத ஒரு முடிவை எடுக்கவேண்டியதாயிற்று. அந்த நேரத்தில் சேனையை அங்கேயே விட்டுவிட்டு சறுக்கு வண்டியிலேறி நாவோகிரோடுக்கு விரைந்து அங்கே அடியிலிருந்து தொடங்குவதென்று முடிவு செய்வதற்குள் அவனது மனம் அடைந்த வேதனை சொல்லுந்தரமன்று. நாவோகிரோடுக்குச் சென்றபின் அவன் பணமும் உணவும் இரும்பும் தேட வேண்டியதாயிற்று. பற்பல சாகசங்களையும் வித்தைகளையும் கடைப்பிடிக்க வேண்டிய தாயிற்று. ஆயுதம் வாங்கவேண்டு மென்பதற்காகக் கையில் கிடைத்தவற்றையெல்லாம் அன்னிய வியாபாரிகளுக்கு விற்றான். துப்பாக்கிகளும் குண்டுகளும் தயார் செய்தான். எல்லாவற்றுக்கும் மேலாக, இந்த ஜனங்களை அவன் புது வார்ப்பிலெடுக்க வேண்டியதாயிற்று. பழமை யென்னும் சகதியில் சிக்கிக் கிடந்த ஜனங்களைப் பிடித்திழுத்துக் கரையேற்றிக் கண்களைத் திறந்து விலாவில் குத்தித் தூண்டி விட்டான். அவர்களைக் கடிந்தும் சாடியும் புடைத்தும் உருவாக்கி னான்; அவர்களுக்குக் கற்றுக்கொடுத்தான். பனியிலும் சேற்றிலும் ஆயிரமாயிரம் மைல்கள் விரைந்தோடிக் கடந்து அலுவல்களை நிர்வகித்தான். அழிக்க வேண்டியதை அழித்து ஆக்க வேண்டியதை ஆக்கினான். ஐரோப்பிய அரசியல் கடலின் கொந்தளிப்புகளில், அதன் ஆயிரம் கழிகளில் சிக்காது படகை ஓட்டினான். இன்னும் அசையாது கிடப்பனவற்றை எண்ணி மனங்குமைந்தான்.

குதிரைப் படையினர் பைன் மரங்களின் சூடான நிழலிலிருந்து அகன்ற புல்வெளிக்குச் சென்றனர். அகழியால் சூழப்பட்ட நார்வாவின் மதில்களுக்கு எதிரில் அந்தப் புல்வெளி இருந்தது. குதிரை வீரரைக் கண்டு கிலியடைந்த ஜனங்கள் கத்தினார்கள். கால்நடைகளை டவுனுக்குள் விரட்டிக்கொண்டு ஓடினார்கள். புல்வெளி வெறிச்சென்றாகியது. இழுவைப் பாலங்கள் எழுப்பிய பொழுது, அவற்றின் சங்கிலிகள் கடகடவென்று ஒலி செய்தன. பாலங்கள் உயர்ந்து நுழைகதவுகளைத் தடாலென்று மூடின.

பீட்டர் கால்நடை வேகத்தில் குதிரையைச் செலுத்தி ஒரு சிறு குன்றின்மீது ஏறினான். மீண்டும் அவர்கள் தொலை நோக்கிகளை எடுத்து உயரமான வலுமிக்க மதில்களை ஆராய்ந்தனர். மதிலின் கருங்கற்களிடையே இருந்த இடுக்குகளில் புல் வளர்ந்திருந்தது.

நுழைவாயில் ஸ்தூபியின் உச்சியில், இருப்புத் தொப்பியும் தோல் கவசமும் அணிந்த ஸ்வீடிஷ்காரர்கள் நின்றுகொண்டிருந்தனர். அவர்களில் ஒருவன் பக்கவாட்டில் கைகளை நீட்டி ஒரு மஞ்சள் நிறப்பதாகையை நேராகப் பிடித்துக்கொண்டிருந்தான். இன்னொருவன், நெட்டை யானவன், ஸ்தூபியின் விளிம்புவரை நடந்து வந்து கைப்பிடிச் சுவரில் முழங்கையை வைத்துத் தொலை நோக்கியைக் கண்ணுக்கு உயர்த்தினான். முதலில் அவன் குன்றில் குதிரை மீது நின்ற அனைவரையும் ஒவ்வொருவனாகப் பார்த்தான்; பிறகு நேராக பீட்டரை மட்டும் நோக்கினான்.

தொப்பியால் விசிறிக் கொண்டிருந்த ரிப்னின், அப்ராக்ஸினிடம் தணிந்த குரலில் பேசினான்: ''இந்த ஆட்கள் எவ்வளவு வாட்டசாட்டமாக விருக்கிறார்கள்! அவர்கள் ஸ்தூபியின் மேல் நிற்பதைப் பார்த்தால் பீதி உண்டாகி விடுகிறது! உஸ்ட்- நாரோவாவில் கடற்படை முழுவதும் என்னை நோக்கிப் பாய்ந்த பொழுது, ஒன்பதே துப்பாக்கிகளுடன் நான் பட்ட பாட்டினை நீ கற்பனை செய்துபார். அதோ அந்த நெட்டையன், தொலை நோக்கியால் பார்க்கிறவன், மோசமான ஆள்! நீங்கள் வருவதற்கு முன்னால் நான் அவனைக் களத்தில் சந்தித்தேன். பிடிக்க முயன்றேன், முடியவில்லை.''

''ஸ்தூபியில் நிற்கும் நெட்டையனது பெயர் என்ன?'' என்று பீட்டர் கரகரத்த குரலில் கேட்டான்.

''ஐயா, அவன்தான் தளபதி ஹாரன்; நார்வாவின் ராணுவத் தலைவன்.''

ஹாரன் பெயரை அப்ராக்ஸின் உச்சரித்தவுடனேயே, மென்ஷிகோவ் தன் குதிரையைக் குத்திப் புல்வெளியை விரைவாக கடந்தான். ''முட்டாள்!'' என்று பீட்டர் அவனுக்குப் பின்னால் ஆத்திரத்தோடு விளித்தான். ஆனால் காதில் காற்று சீழ்க்கை அடித்ததால் மென்ஷிகோவ் அதைக் கேட்கவில்லை. அவன் கோட்டையின் நுழைவாயிலுக்கு அருகாமையில் சென்று தொப்பியை எடுத்து ஆட்டிக்கொண்டு நீட்டி நெளித்த குரலில் விளித்தான்:

''ஏ ஸ்தூபிமீது நிற்பவனே! ஏ, தளபதி! கௌரவமாகக் கொடிகளுடனும் படைக் கலங்களுடனும் சங்கீதத்துடனும் வெளியேறுவதற்கு அனுமதிக்கிறோம். சமாதானமாகப் போய்விடுங்கள்!''

தளபதி ஹாரன் தனது தொலை நோக்கியைத் தாழ்த்தினான். மயில் மாதிரி அணிமணியால் ஒப்பனை செய்துகொண்டு, வெண்புரவியின் மீது துள்ளிக்கொண்டிருந்த ருஷியன் கத்திப் பேசியதைக் காது கொடுத்துக் கேட்டான். பக்கத்தில் நின்ற ஸ்வீடிஷ்காரனிடம் திரும்பினான். அவன் மென்ஷிகோவ் சொன்னதை மொழிபெயர்த்துக் கூறினான் போலும். புளிப்பான பண்டத்தைச் சுவைத்தவன் போல் அவனது கண்டிப்பான முகம் சுளித்தது. கைப்பிடிச் சுவரின் மீது சாய்ந்து மென்ஷிகோவை நோக்கித் துப்பினான்.

''முட்டாள்! இதுதான் என் பதில்! இன்னமும் வலுவானதொன்றும் கிடைக்கும்'' என்று அவன் கத்தினான்.

ஸ்தூபிமீது நின்ற ஸ்வீடிஷ்காரர்கள் ஏளனமாகச் சிரித்தார்கள். ஒரு தீச்சுவாலை தோன்றியது. சிறிய புகைப்படலம் தென்பட்டது. ஒரு குண்டு காற்றைத் துளைத்துக்கொண்டு வந்தது. மென்ஷிகோவ் தலைக்குமேலாக விர்ரெனப் பாய்ந்தது.

''ஏ, எ-எ-எ!'' என்று குன்றின்மீது நின்ற ரிப்னின் போலி இசைக் குரலில் கத்தினான். ''ஸ்வீடிஷ்காரர்களே, உங்களுக்கு நன்றாகச் சுடத் தெரியவில்லை. துப்பாக்கி வீரர்களை அனுப்புங்கள். நாங்கள் கற்றுக்கொடுக்கிறோம்!'' என்றான்.

இப்பொழுது குன்றின் மேலிருந்தவர்கள் சிரித்தனர். பீட்டரிடம் சவுக்கடி கிடைப்பது உறுதி என்பதை உணர்ந்த மென்ஷிகோவ், தொப்பியை ஆட்டிக்கொண்டு ஸ்வீடிஷ் காரர்களைப் பார்த்து ஏளனமாக இளித்துக்கொண்டும், குதிரைமீது துள்ளினான். இரண்டாவது குண்டு பறந்துவந்து குதிரையின் அருகே வெடித்தது. அஞ்சி ஒதுங்கி குதிரை விடுவிடு என்று திரும்பிச் சென்றது.

கோட்டையைச் சுற்றி வட்டமிட்டு அதன் மதில்கள் மீது முந்நூறு துப்பாக்கிகள் இருப்பதை எண்ணிவிட்டுத் திரும்பிய பீட்டர் அந்த மறக்கமுடியாத குடிசைக்குச் சென்று குதிரையிலிருந்து இறங்கினான். எல்லோரையும் வெளியே காத்திருக்கச் சொல்லிவிட்டு மென்ஷிகோவை மட்டும் உள்ளே அழைத்துச் சென்றான். நான்காண்டுகளுக்கு முன்னால், ருஷிய ராஜ்யத்தைப் பாது காப்பதற்காக அவமானத்தையும் இழிவையும் ஏற்றுக்கொள்வதென்று முடிவு செய்த அந்த அறையில் உடைந்துபோன சிறிய ஜன்னலின் அருகு மீது அமர்ந்தான். அந்த நாட்களில் அங்கு ஒரு நல்ல அடுப்பு இருந்தது. ஆனால் இப்பொழுது புகைக்கரிப்படிந்த கற்களின் குவியல் தான் தென்பட்டது. தரையில் கசுமலமான வைக்கோல் கிடந்தது. இரவில் ஆடுகளையும் செம்மறியாடுகளையும் இங்கு அடைத்தனர் என்பதை ஊகிக்க முடிந்தது. மென்ஷிகோவ் குற்றம் செய்தவனைப்போல் பீட்டருக்கு முன்னால் நின்றான்.

பீட்டர் பேசினான்:

''டானிலிச், இதை மறந்துவிடாதே! ஆண்டவன் அறியச் சொல்கிறேன்: ''நீ முட்டாள் தனமாக வெளிச்சம் போடுவதை மீண்டும் நான் கண்டால், சவுக்காலடித்து முதுகுத்தோலை உரித்து விடுகிறேன்! பதில் பேச வராதே! நாவை அடக்கு! முற்றுகையிடும் படைகளுக்கு யாரைச் சேனாதிபதியாக நியமிப்பது என்று ஊசலாடினேன். இம்மாதிரியான ஒரு முயற்சியில், அன்னியனுக்குப் பதிலாக என் நாட்டவனையே நான் அதிகமாக விரும்புவேன். ஆனால் தளபதி ஹாரனுக்கு முன்னால் குதிரைமீது கூத்தாடி கோமாளித்தனம் செய்து உனக்குக் கிடைக்கவிருந்த சந்தர்ப்பத்தைக் கெடுத்துக்கொண்டாய். உன் நடத்தை மிக்க இழிவாயிருந்தது! உன்னால் இன்னமும் மாஸ்கோ சந்தைகளை மறக்கமுடியாது. என் மேஜையில் செய்தது மாதிரி, எங்கும் எல்லா விஷயங்களையும் கேலிக் கூத்தாகப் பார்க்கிறாய். முட்டாள்! ஐரோப்பா உன்னை நோக்குகிறதென்பதை மறக்கிறாய். நாவை நீட்டாதே. பதில் பேசாதே!'' பீட்டர் குழாயில் புகையிலைத்தூளை அடைத்த பொழுது ஓசை செய்து சுவாசித்தான். மேலும் பேசினான்: ''டானிலிச் இன்னொரு விஷயம். நான் இந்த மதில்களை நன்றாகப் பார்த்தேன். எனக்குக் கவலையாகவிருக்கிறது. நாம் இரண்டாவது தடவை நார்வாவிலிருந்து வாபஸாக முடியாது. நார்வாதான் போர் முழுமைக்கும் கேந்திரமானது. சார்லஸ் இதை இன்னும் உணராவிட்டாலும், நான் உணர்கிறேன். நாளைக்கே நாம் இந்நகரைச் சுற்றி வளைத்து விடுவோம். ஒரு குஞ்சு வெளியே போக முடியாதபடி செய்வோம். ஆனால் அதன்பின் நாம் என்ன செய்வது? மதில்கள் வலுவாயிருக்கின்றன. தளபதி ஹாரன் பிடிவாதக்காரன். ஷிலப்பன்பார்க் நமக்கருகில் இருக்கிறான். நாம் காலம் கடத்தினோமானால் போலந்திலுள்ள சார்லஸ் தன் சேனை முழுவது டனும் இங்கு வந்துவிடுவான். நகரை விரைவில் பிடிக்கவேண்டும். ஆனால் நமது ஆட்கள் அதிகம் பேரை இழப்பதற்கும் எனக்கு விருப்பமில்லை. டானிலிச் என்ன சொல்கிறாய்?''

''ஏதாவதொரு தந்திரம் செய்வதைப்பற்றி யோசிக்கலாம். ஓர் உபாயத்தைக் காண்பதும் கஷ்டமல்ல. ஆனால் பீல்டு-மார்ஷல் ஒகிலிவ்தான் இங்கு தலைவன். அவன் தன் புத்தகங் களிலிருந்து ஏதாவது வழிமுறைக்கண்டு பிடிப்பான். நான் யார்? நான் என்ன சொல்ல முடியும்? விவசாயிமாதிரி, முட்டாள் தனமாக உளறுவேன்'' என்று கூறிய மென்ஷிகோவ் வாயை மூடிக் கொண்டு அசை போட்டான். தன் கண்களை உயர்த்தினான். பீட்டரின் முகம் அமைதியாகவும்

துயரம் ததும்பியதாகவும் இருந்தது. மென்ஷிகோவுக்கு இரக்கம் உண்டாயிற்று. ''மீன்ஹெர்ஸ், கவலைப்படாதீர்கள். இன்று இரவுவரை எனக்கு அவகாசம் கொடுங்கள். நான் உங்கள் கூடாரத்துக்குவருகிறேன். ஒரு யுக்தியைப்பற்றி யோசித்து வைத்திருக்கிறேன். நம் ஜனங்களை உங்களுக்குத் தெரியாதா? இது ஆயிரத்து எழுநூறு அல்ல. கவலைப்படாதீர்கள். என் வார்த்தையை நம்புங்கள்'' என்றான்.

2

விசாலமான கித்தான் கூடாரத்திலிருந்த மேஜைமீது, பணியாளான நார்டோவ் பீட்டர்ஸ்பர்க் குடிசையில் செய்தமாதிரியே காகிதங்களையும் கணிதக் கருவிகளையும் ராணுவ நிலப்படங் களையும் ஒழுங்காக வைத்திருந்தான். அடுப்புத்தீயின் வெப்பம்மாதிரி, கூடாரத்துக்குள் வெளியேயிருந்து பகலவனது உஷ்ணம் பரவியது. தத்துக்கிளிகளின் உரத்த அரவம் காதைத் துளைத்தது.

பீட்டர் மேஜைமுன் அமர்ந்து வேலை செய்து கொண்டிருந்தான். அவன் கைச்சட்டையும் டச்சு அரைக்கால் சட்டையும் மிதியடியும் அணிந்திருந்தான். கைச்சட்டைக்குப் பித்தான் இடாது மார்பைத் திறந்து விட்டிருந்தான். அவன் அடிக்கடி எழுந்திருந்து கூடாரத்தின் மூலைக்குச் சென்றான். அங்கே நார்டோவ் அவன் தலையில் ஒரு குவளை ஊற்று நீரை ஊற்றினான். எப்பொழுதும்போலவே, நார்வா படையெழுச்சிக் காலத்திலும் பல அவசரப் பிரச்சனைகளைக் கவனிக்கவேண்டியிருந்தது.

அலெக்ஸி மாகரோவ் மேஜையின் அருகே நின்றான். அணிமைக் காலத்தில், பீட்டரின் காரியதரிசியாக நியமிக்கப்பட்ட அந்த இளைஞன் காகிதக்குவியலிலிருந்து ஒவ்வொரு காகிதமாகப் பீட்டரிடம் எடுத்துக்கொடுத்தான். வெட்டுக்கிளிகளின் அரவத்துக்கும் மேல் கேட்கக் கூடியவகையில், அவன் உரத்த குரலில், ''மாஸ்கோவிலும் இதர நகர்களிலும் உள்ள நீராடும் நிலையங்களைப் பொறுப்பேற்று நடத்தும்படி அலெக்ஸி ஸின்யாவினுக்கு உத்திரவு'' என்று படித்தான். உடனே ஒரு காகிதத்தை ஜார் முன்னால் வைத்தாள். அதன் இடது புறத்தில் ஒரு பத்தியில் எழுதப்பட்டிருந்த உத்திரவைப்பீட்டர் விரைவாகப் படித்தான். இறகு பேனாவை மைக்கூட்டில் தோய்த்துக்கொண்டு, காகிதத்தின் வலது பகுதியில், கோணல் மாணலாகவும் புரியாதனவாகவும் பெரிய எழுத்துக்களை எழுதினான். அவசரத்தில் சில எழுத்துக்கள் விடுபட்டுப்போயின. அவன் எழுதியதுஃ ''தாடியை எடுத்து விடுவதற்கு ஜனங்களைத் தூண்டி விடுவதற்காகச் சாத்தியமான இடங்களில், நீராடும் அறையுடன் க்ஷவரக் கடை வைக்கவும். காலில் ஆணி விழுவதற்கு வைத்தியம் செய்யத் திறமைசாலிகளை அமர்த்திக் கொள்ளவும்.''

மாகரோவ் இன்னொரு தஸ்தவேஜியைப் பீட்டர் முன் வைத்தான்ஃ ''ராஜ்யம் முழுவதிலு முள்ள மீன் பிடிதுறைகளுக்கும் நீரால் ஓட்டப்பெறும் ஆலைகளுக்கும் பொறுப்பாக விருப்பதற்குப் பீட்டர் கிக்கினுக்கு உத்திரவு...'' மசித்துளியோடு கூடியபேனா தயங்கியது.

''இந்த உத்திரவைத் தயாரித்தது யார்?''

''ஐயா, நீங்கள் கையொப்பமிட வேண்டுமென்பதற்காக, மாஸ்கோவிலிருந்து மகாப்பிரபு ரோமோடானோவ்ஸ்கி அனுப்பியது.''

''மாஸ்கோவில் புல்லுருவிப் பிறவிகளுக்குக் குறைவில்லை. அவர்கள் சாளரத்தருகே அமர்ந்து வீண் பொழுது போக்குகிறார்கள். அலுத்துப் போகும் பொழுது புளிப்புப் பழத்தைத் தின்கிறார்கள். சரி, கிக்கினுக்கு ஒரு சந்தர்ப்பம் அளிப்போம். அவன் திருடனாக மாறினால், என் கசையாலேயே அவனது தோலை உரிப்பேன். நான் இவனை நம்பவில்லையென்று ரோமோடானோவ்ஸ்கிக்கு எழுது.''

''பீட்டர்ஸ்பர்க்கிலிருந்து விசேஷதூதன் மூலம் லெப்டினன்ட் கர்னல் அலெக்ஸி பிராவ்கின் அனுப்பிய அறிக்கை'' என்று கூறிய மாகரோவ் மேலும் படித்தான்: ''ஐயா, பீட்டர்ஸ் பர்க்கில் அமையவிருக்கும் தோட்டத்துக்காக, மாஸ்கோ ஸ்தீரிஷ்னேவிடமிருந்து ஆறு பூச்செடிகள் வந்திருக்கின்றன. அவை பத்திரமாக வந்து சேர்ந்தன. ஆனால் அவற்றை நடுவதற்குமுன் தோட்டக்காரன் லிவோ நாவ் இறந்துவிட்டான்!''

''எப்படி- இறந்து விட்டானா? என்ன மோசம்?'' என்று வினவினான் பீட்டர்.

''நீவாவில் குளித்தபொழுது முழுகிவிட்டான்'' என்றான் மாகரோவ்.

''ஓ குடிபோதையோடு குளிக்கப் போயிருப்பான். எப்பொழுதுமே இப்படித்தான்; நல்லவர்கள் நீண்டகாலம் வாழ்வதில்லை. பாவம், அவன் திறமையான தோட்டக்காரன். எழுது...''

பீட்டர் மூலைக்குப்போனான். நார்டோவ் தலையில் தண்ணீர் ஊற்றியபின், பெருமூச்சு வாங்கிக்கொண்டு கடிதம் எழுத வாசகம் கூறத் தொடங்கினான். மேஜையின் மூலையருகே நின்ற மாகரோவ் மணிமணியாக எழுதினான்:

''ஸ்திரீஷ்னேவுக்குப் பூச்செடிகள் வந்து சேர்ந்தன. சில செடிகளே அனுப்பியது கண்டு நாங்கள் வருத்தப்படுகிறோம். இஸ்மாயிலோவாவிலிருந்து சகலவிதமான பூச்செடிகளையும் அனுப்புவதற்குத் தவறவேண்டாம். குறிப்பாக, நறுமணமலர்ச் செடிகளை நிச்சயம் அனுப்பவும். நல்ல தோட்டக்காரனை அனுப்புங்கள். அவன் தனிமையில் தவிக்காதிருக்க, அவனைக் குடும்பத்தோடு அனுப்புங்கள். காதரீனாவும் அனிஸ்யா டால்ஸ்டாயாவும் அவர்களுடன் உள்ள இதரரும் இஸ்மாயிலோவாவில் எவ்வாறு இருக்கிறார்கள் என்பதை எனக்குத் தெரிவிக்கும்படி ஆண்டவன் பெயரால் கேட்டுக்கொள்கிறேன். இதைப்பற்றி அடிக்கடி எழுதுவதற்கு மறக்கா தீர்கள். குதிரைப்படை திரட்டும் முயற்சியில் எந்த அளவு முன்னேறியிருக்கிறீர்கள் என்பதையும் எனக்கு எழுதுங்கள். விரைவில் சிறந்த வீரர்களைக் கொண்டதாக ஒரு படைப்பிரிவைச் சித்தம்செய்து இங்கு அனுப்புங்கள்.''

பீட்டர் மீண்டும் மேஜையின் முன்னால் அமர்ந்தான். மாகரோவ் எழுதியதைப் படித்து விட்டுத் தனக்குள்ளே குறுநகை செய்தவனாகக் கையெழுத்திட்டான்.

''வேறு என்ன. காகிதங்கள் வந்த முறையிலே ஒன்றன்பின் ஒன்றாகக் கொடுக்காதே. முக்கியமான காகிதங்களைக்கொடு'' என்றான் பீட்டர்.

''நமது துருப்புகள் பத்திரமாக வந்து சேர்ந்ததைக் குறித்து ஸோகாவிலிருந்து கிரிகிடோல் கோருகி எழுதிய கடிதம்.''

''அதைப்படி!'' என்றான் பீட்டர். அவன் கண்களை மூடினான். கழுத்தை நீட்டிக் கொண்டான். கீறல்கள் நிறைந்த வலுவான பெரிய கரங்களை மேஜைமீது வைத்தான்.

ஸோகாலில் ருஷியப்படைகள் வந்து சேர்ந்தவுடன், அகஸ்ட் அரசன் அளவுக்குமீறிய தைரியம் பெற்றுவிட்டானென்றும், கிலியௌ போராட்டத்தில் ஏற்பட்ட தோல்விக்குப் பழிவாங்குவதற்காகச் சார்லஸ் மன்னனை நேரான பெரும்போரில் சந்திக்க விரும்பினானென்றும் டோல்கோருகி தெரிவித்திருந்தான். இப்பொழுது அகஸ்டுக்கு இரண்டு ஆசை நாயகிகள் இருப்பதாகவும் அவர்களும் இந்த அசட்டுத் துணிச்சலான திட்டத்தை நிறைவேற்றும்படி அவனைத் தூண்டினார்களென்றும் தெரிவித்திருந்தான். இரையைப் பிடிக்க விரும்பும் ஓநாய்மாதிரி சார்லஸ் இத்தகைய பெரும்போருக்காகத்தான் காத்திருந்தான். நல்ல வேளையாக, சார்லஸுடன் உடனடியாக மோதும் திட்டத்தைக் கைவிடச் செய்வதில் டிமிட்ரிகோலிட்ஸின் பெரும்பாடுபட்டு வெற்றியடைந்துவிட்டான். சார்லஸ் வார்ஸாவுக்குப் போதுமான பாதுகாப்பு ஏற்பாடு செய்யாததைக் கருத்தில்கொண்ட அகஸ்டின் கவனத்தை வார்ஸாமீது திருப்பிவிட்டான் டிமிட்ரி. இதன் விளைவு என்னவாகுமென்பது ஆண்டவனுக்குத்தான் தெரியும்.

பீட்டர் அந்த நீண்ட கடிதத்தின் வாசகத்தைப் பொறுமையாகக் கேட்டான். மெல்லிய மீசையுடன் கூடிய உதட்டை உயர்த்திப்பற்களைக் காட்டினான். அவனது கழுத்துத் துடித்தது.

''அருமையான துணைவன்!'' என்று வாய் கிசுகிசுத்தது. அதன்பின் அவன் ஒரு காகிதத்தை எடுத்துவைத்துக்கொண்டான். உச்சந்தலையைச் சொறிந்துகொண்டே டோல்கோருகிக்குப் பதிலெழுதத் தொடங்கினான். சிந்தனையின் வேகத்துக்குத் தக்கபடி பேனா ஓடவில்லை. அவன் எழுதியதுஃ

''... அகஸ்ட் அரசனது ஆபத்தான திட்டத்தை அவன் கைவிடுமாறு செய்வதற்கு நீங்கள் சளைக்காமல் முயல வேண்டுமென்று மீண்டும் உங்களுக்கு நினைவூட்டுகிறேன். அவன் அதிர்ஷ்டத்தை -அதாவது குருட்டடியை-நம்பிச் சார்லஸுடன் பெரும்போர் நிகழ்த்தத் துடிக்கிறான். ஆனால் கடவுளே எதையும் ஒப்பேற்றுகிறார். மனிதர்களாகிய நம்மைப் பொறுத்த மட்டில், நமக்கு அருகாமையிலுள்ளவற்றை, இந்த மண்ணுலகில் உள்ளவற்றைப்பார்த்து யோசித்துக் காரியம் செய்வதே விவேகமாகும். சுருக்கமாகச் சொல்லப்போனால், தீர்மானமான போராட்டத்தை நாடுவது அவனுக்கே ஆபத்தாகும். ஏனெனில் ஒருமணி நேரத்தில் அனைத்தையும் இழந்துவிடுவான். அந்தத் தீர்மானமான போராட்டத்தில் தோல்வி ஏற்பட்டால் அத்தகைய அவல நிலையிலிருந்து ஆண்டவன் அவனையும் நம்மையும் காப்பாற்று வாராக-அகஸ்ட் அரசனுக்கு சத்துருவால் கேடுவிளைவதுடன், தேச நலனைக் கருத்தில் கொள்ளாத போலிஷ்காரர்களும் அவனை அவமானப்படுத்தி அரசுகட்டிலிலிருந்து அப்புறப் படுத்தி விடுவார்கள். அவன் தனக்குத் தானே இத்தகைய விபரீதத்தை ஏன் தேடிக்கொள்ள வேண்டும்? அவனுக்குள்ள ஆசை நாயகிகளைப்பற்றி குறிப்பிட்டிருக்கிறீர்கள். உண்மையில், அந்த நோய்க்கு மருந்துகிடையாது. அந்தப் பெண்களது நல்லெண்ணத்தைப் பெற்று அவர்களுடன் கூட்டு சேர்வதொன்றுதான் நீங்கள் செய்யக்கூடியதாகும்.''

புகைப்படலங்கள் அடர்த்தியாக மிகுந்ததால், சுவாசிக்க முடியவில்லை. ''Ptr'' என்று கையெழுத்திட்ட பீட்டர் கூடாரத்துக்கு வெளியே சென்றான். அங்கே உஷ்ணம் அதிகமா யிருந்தது. துருப்புகளும் தளவாட வண்டிகளும் தமது முகாமிலிருந்து புறப்பட்டுப் புழுதியைக் கிளப்பிக்கொண்டு, கோட்டைக்கு முன்னால் தாம் அணிவகுக்க வேண்டிய இடத்துக்கு சென்றனர். குன்றில் கூடாரத்தின் வாயிலில் நின்ற பீட்டரால் அதைப்பார்க்க முடிந்தது. பீட்டர் தனது மார்பை- அதன் வெண்சருமத்தைத் தடவினான். அவனது இருதயம் மெதுவாகவும் வலுவாகவும் துடித்தது. அதன்பின் அட்மிரல் பிரெயஎஸ்டின் கப்பல்கள் நின்ற திசையை நோக்கினான். இங்கிருந்து அந்தக் கப்பல்கள் புலனாகவில்லை. ருஷியச் சேனை முழுமைக்கும்

உணவு அளிப்பதற்குப் போதுமான தீவனங்களை உடைய கப்பல்கள், அளவிட முடியாத கடற்பரப்பில் உறங்கிக்கொண்டிருந்தன. மண்ணும் விண்ணும் கடலும் சோர்ந்திருந்தன; எதையோ எதிர்பார்த்துக் கொண்டிருப்பதாக அவை தோன்றின. காலம் என்பதே சுழலாது இருப்பதாகத் தோன்றியது. திடீரென்று கரும் பறவைக் கூட்டம் ஒன்று குன்றுக்கு மேலாகப் பறந்து காட்டை நோக்கிச் சென்றது. பீட்டர் அண்ணாந்து பார்த்தான். ஆம். அது வந்து கொண்டிருந்தது. பழுக்கக் காய்ச்சிய இரும்புத் தகடுபோலிருந்த வானத்துக்குள், தென் கிழக்கிலிருந்து மேகங்கள் விரைந்து வந்தன.

''மாகரோவ்!'' என்று விளித்தான் பீட்டர்.

''பத்து தாலர் பந்தயம் கட்டுகிறாயா?'' என்று வினவினான்.

கூரிய நாசியை உடைய மாகரோவ், களைப்பாலும் தூக்க மின்மையாலும் வெளுத் திருந்தான். கூடாரத்திலிருந்து விரைவாக வந்து அவனது நேரான உதடுகளில் புன்னகை தவழ வில்லை; சட்டைப்பையிலிருந்து பணப்பையை எடுத்தான்.

''ஐயா, உத்திரவு'' என்றான் அவன்.

பீட்டர் அவனை நோக்கிக் கையை ஆட்டினான்.

''உள்ளேபோ. எனது மாலுமிச் சட்டையும் நீரில் நனைந்த குல்லாவையும் கடல் பூட்ஸையும் சுத்தம் செய்யும்படி நார்டோவிடம் கூறு. கூடாரத்துக்கு நன்றாக முளையடி. இல்லாவிடில், பறந்துவிடும். பெரும்பயுல் வீசப்போகிறது.''

எப்பொழுதுமே கடல் அவனைக் கவர்ச்சித்தது, வசீகரித்தது. தொளதொள வென்றிருந்த சட்டையையும், பின் கழுத்தையும் மறைந்த தோல் குல்லாவையும் அணிந்துகொண்டு அவன் குதிரை மீது ஏறிக் கடற்கரைக்கு விரைந்தான். அவனுடன் குதிரப்படையினர் சிலரும் சென்றனர். (சில துப்பாக்கி வீரர்களையும் இரண்டு துப்பாக்கிகளையும் அனுப்பும்படி அப்ராக்ஸினுக்கு முன்பேசேதி போயிருந்தது.) மரண வேதனையில் துடிக்கும் தேள் கொட்டுவதைப்போல், சூரியன் தகித்தான். சாலைகளில் புழுதிப்படலங்கள் சுழன்றன. வலுவான காற்று, கடற்பரப்பைக் கிழித்தது. இருண்ட அடிவானத்திலிருந்து ஒரு கருமேகம் மேல் நோக்கி ஊர்ந்தது. கடைசியில், கடல் சுவாசிக்கத் தொடங்கியது. அந்தச் சுவாசத்தில், கடற் செடிமணமும் மீன் செதிள் மணமும் விரவியிருந்தது. காற்று மேன்மேலும் வலுப்பெறவே, கடலரசன் தன் நிறைகுரலில் அலை எழுப்பினான்.

பீட்டர் தன் குல்லாயைப் பிடித்துக்கொண்டே மனமகிழ்வோடு இளித்தான். அவன் மணற் பாங்கான கடற்கரையில் குதித்தான். அலை அலையாய்ப் படர்ந்த மேகத்தின் விளிம்பிலிருந்து கடைசித் தடவையாகச் சூரியன் ஒளிவீசினான். அந்த ஒளி சுருள் அலைகளைத் தழுவியது. உடனடியாக அந்தகாரம் சூழ்ந்தது. கடகடவென்று முழங்கிய மேகம், ஒரு கோடியிலிருந்து இன்னொரு கோடிவரையில் தீப்பற்றி எரிவதுபோல் சிவந்த ஒளியுடன் பிரகாசித்தது. வளைந்து வளைந்துவந்த மின்னல் அவனருகே தண்ணீரைத் தாக்கியபொழுது, அவனுக்குக் கண் தெரியவில்லை. இடியோசை வலுமிக்கதாயிருந்ததால், கடற்கரையிலிருந்தவர்கள் பீதியடைந்து குனிந்தனர். வானமே இடிந்து வீழ்வதாகத் தோன்றியது.

நீரில் நனையாத குல்லாயையும் மாலுமியின் சட்டையையும் தாம் மென்ஷிகோவும் அணிந்திருந்தான். அவன் பீட்டர் அருகில் வந்தான்.

"இதைத்தான் நான் புயலென்று கூறுவேன். நிஜப் புயல்!" என்று பீட்டர் அவனிடம் கத்தினான்.

"மீன் ஹெர்ஸ், நீங்கள் கெட்டிக்காரர்தாம்."

"நாம் என்ன எதிர்பார்க்கலாமென்பது உனக்கு இப்பொழுது தான் புரிந்ததா?"

"நாம் கொள்ளைப் பொருளைப் பெறுவோமல்லவா?"

"அதற்குள் உறுதியாகப் பேசாதே! அவசரப்படாதே!"

அவர்கள் அதிகநேரம் காத்திருக்கவில்லை. கொஞ்ச தூரத்தில் இருந்த அட்மிரல் பிரௌஸ்டின் போர்க்கப்பல்களையும் வியாபாரக் கப்பல்களையும் அவர்கள் மின்னலின் ஒளியில் பார்த்தனர். புயல் அந்தக் கப்பல்களைக் கரையை நோக்கி, மணல்திடர்கள் மீது உந்தித் தள்ளிக் கொண்டிருந்தது. அந்தக் கப்பல்கள் நாட்டியமாடுவதாகத் தோன்றியது; வெறும் பாய்மரங்கள் தொட்டிலாடுவது போல் ஆடின; அங்குமிங்கும் சிதறிவிட்ட அக்கப்பல்கள் எளிதாகக் கரைக்குத் தள்ளப்பட்டு விடுமென்று தோன்றியது.

"புத்திசாலி! புத்திசாலி!" என்று கத்தினான் பீட்டர். "அவன் என்ன செய்கிறானென்று பார்! அவன்தான் உண்மையான அட்மிரல்! முன் பாய்மரத்துக்கு முன்னாலுள்ள முக்கோணப்பாயை விரிக்கிறான்பார்! பாய்மரக்கயிறுகளில் பாயை விரித்துவிடுகிறான்! முன் பாய்மரத்துக்கு ஆதாரமாக முகப்பில் கட்டியிருக்கும் கயிற்றில் பாயை விரித்து விடுகிறான்! நீட்டுவதற்கான கம்பும் வளைப்பதற்கான சட்டமும் இல்லாத நீட்டுப் போக்குப்பாயை விரிக்கிறான் பார்! பிசாசுதான்! டானிலிச், பார்த்துப்படித்துக்கொள்!" என்றான்.

"ஓ, அவன் சிக்கமாட்டான்! சிக்கமாட்டான்!" என்று முனங்கினான் மென்ஷிகோவ்.

காற்றுத்தான் சற்றுத்திசை மாறியதோ, அட்மிரலின் திறமைதான் கடலுடன் நடந்த போராட்டத்தில் வெற்றி பெற்றதோ, புரியவில்லை; மொத்தத்தில் புயல்கித்தான்களின் உதவியுடன் திசைமாறிய கப்பல்கள் மீண்டும் தொடுவானத்தை நோக்கி இயங்கின. பாரமான மூன்று கப்பல்கள் தாம் மணல் திடர்களை நோக்கித் தள்ளப்பட்டன. பலகைகள் கிரீச்சென்று ஒலிசெய்ய, கிழிந்த கித்தான்கள் தொங்கி ஆட அவை கடற்கரையிலிருந்து சுமார் எழுநூற்றி ஐம்பது அடிதூரத்தில் மணலில் ஏறின. பெருத்த அலைகள் அவற்றைத் திரும்பத் திரும்ப அடித்து, அவற்றினுள் பாய்ந்தன. அப்பொழுது மேல் தளங்களிலிருந்து படகுகளும் பீப்பாய்களும் தூக்கி எறியப்பட்டன; பாய்மரங்கள் தகர்க்கப்பட்டன.

"அந்தக் கப்பல்கள் மீது சுடுங்கள். அதிகம் சுடவேண்டாம். அவர்களை அச்சுறுத்தினால் போதும்" என்று மெஷிகாவ் துப்பாக்கி வீரர்களிடம் மொழிந்தான்.

துப்பாக்கிகள் குரைத்தன. குண்டுகள் ஒரு கப்பல் அருகே கடலில் விழுந்து தண்ணீரை வாரியடித்தன. பதிலுக்குக் கப்பல்களிலிருந்து பிஸ்டல் குண்டுகள் பாய்ந்துவந்தன. பீட்டர் குதிரை மீது ஏறி அதைக்கடலுக்குள் விரட்டினான். துப்பாக்கி வீரர்கள் கூச்சலிட்டுக் கொண்டே அவனைப் பின் தொடர்ந்தனர். குதிரை தகராறு செய்ததால், அவன் இறங்க வேண்டியதாயிற்று. அவனும் தப்பிக்கொண்டும் கத்திக்கொண்டும் கலங்கலான அலைகளில் விரைந்து நடந்தான்.

"ஏ, உங்களைத்தான்! கப்பல்களிலிருப்பவர்களே! தண்ணீரில் குதியுங்கள்! சரண் அடையுங்கள்!" என்றான்.

அலைகளில் பாய்ந்துவரும் குதிரையையும், சபித்துக் கொண்டும் புகையும் குண்டுகளைக் காட்டிப் பயமுறுத்திக் கொண்டும் இடுப்பளவுத் தண்ணீரில் வந்த பெருமீசை வீரர்களையும் கண்டவுடன் ஸ்வீடிஷ்காரர்கள் மிகவும் பீதியடைந்தனரென்று தோன்றியது. மாலுமிகளும் சிப்பாய்களும் கப்பல்களிலிருந்து குதித்தனர். அவர்கள் ''மாஸ்கோ, மாஸ்கோ, சிநேகிதன்!'' என்று கூறிக்கொண்டே பிஸ்டல்களையும் வெட்டுக் கத்திகளையும் ஒப்படைத்தனர். மென்ஷிகோவ் தன் வீரர்களுடன் ஒரு கப்பலில் ஏறி அதன் காப்டனைக் கைது செய்தான். ஆனால் உடனே பெருந்தன்மையோடு அவனது முதுகில் தட்டிக் கொடுத்துவிட்டு வெட்டுக்கத்தியைத் திருப்பிக் கொடுத்தான். அதன்பின் அவன் கத்தினான்ஃ

''பீரங்கிப்படை அதிகாரி அவர்களே, கீழறைகளிலிருந்து கொஞ்சம் நாற்றம் வருகிறது. ஆனால் கடல் மீன்களும் உப்பிலிட்ட இறைச்சியும் இன்னமும் உண்பதற்குத் தகுதியாக இருப்பதாக காப்டன் கூறுகிறான்.''

3

நார்வாவை முற்றுகையிட்ட துருப்புகள் குதிரை லாட வடிவத்தில் வியூகம் வகுத்திருந்தன. நகரின் மேற்புறத்திலும் கீழ்ப்புறத்திலும், ஆற்றங்கரையில் அந்த வியூகங்களின் முனைகள் அமைந்திருந்தன. ஆற்றின் அக்கரையில் ஐவான்கிராடும் இம்மாதிரியே முற்றுகையிடப்பட்டது. அகழ்க்கிடங்குகள் வெட்டப்பட்டன; வேலி அரண்கள் அமைக்கப்பட்டன. ருஷிய முகாமில் புகையும் அழுக்கும் சந்தடியும் மிகுந்திருந்தன. ஸ்விடிஷ்காரர்கள் உயரமான மதில்களின் மேல் நின்று கடுகடுப்போடு பார்த்தனர். புயற்காற்று அடித்து டீ பிரௌஸ்டின் கப்பற்படையைச் சிதறடித்ததிலிருந்து, அவர்கள் மனம் கசந்திருந்தனர். குறுக்குப் பாதையில் சடுதியில் செல்வதற்காகப் புல் வெளி வழியே தனித்தனியே சென்ற குதிரை வீரர்கள் காவலரண்களை நெருங்கிய பொழுது அவர்களையும் குறிவைத்து பீரங்கியால் சுட்டனர்.

பிடிபட்ட கப்பல்களிலிருந்து கிடைத்த மீன் பீப்பாய்களையும் இறைச்சிப் பீப்பாய்களையும் ஸ்வீடிஷ்காரர்கள் பார்க்கக் கூடிய இடத்தில் கொண்டுவந்து வைக்கவேண்டுமென்று பீட்டர் உத்திரவிட்டான். மரக்கிளைகளால் அலங்கரிக்கப்பட்ட வாகன்களில் அந்தப் பீப்பாய்கள் முகாமுக்குக் கொண்டு வரப்பட்டன. வாகன்களின் பின்னே, கடற்செடிகளால் கட்டப்பட்ட மாலையை அணிந்த பருத்துத் தடித்த ஆள் நடந்து வந்தான். அவன் அம்மணமாயிருந்தான்; அட்மிரல் டீபிரௌஸ்டைப் பற்றியும் தளபதி ஹாரனைப் பற்றியும் ஒரு கொச்சையான பாட்டைப் பாடிக்கொண்டு வந்தான்; இல்லை, ஊளையிட்டுக்கொண்டு வந்தான். கம்பெனிகளுக்கும் பீரங்கி அடுக்குகளுக்கும் பீப்பாய்கள் வினியோகமாயின. சோல்ஜர்கள் ஒரு மீனையோ பன்றி இறச்சித் துண்டையோ துப்பாக்கிச் சனியனில் குத்திக் காட்டி, 'ஏ, ஸ்வீடிஷ்காரா, இந்தா சிற்றுண்டி!' என்று கத்தினார்கள். இதைக் கண்ட ஸ்வீடிஷ்காரர்கள் பொ மை இழந்தனர். எக்காளங்கள் ஊதின; முரசுகள் ஒலித்தன; இழுவைப் பாலங்கள் தாழ்ந்தன; உட கவச வீரர்களின் படைப்பகுதியொன்று வெளியே வந்தது. தொப்பி அணிந்த தலையைத் தாழ்த்திக்கொண்டும், குதிரையின் காதுகளுக்கிடையே அகல வாளை வைத்துக்கொண்டும் அவர்கள் ருஷிய அரண்களை நோக்கி விரைந்து வந்தனர். ருஷியர்கள் தமது கொள்ளைப் பொருளைக் கீழே வைத்துவிட்டு, கைக்குக் கிடைத்தவற்றை கம்பு , மருந்து திணிக்கும் கோல், மண்வெட்டி முதலியவற்றை- எடுத்துக்கொண்டு திருப்பித் தாக்க வேண்டியதாயிற்று. கைகலப்பு ஏற்பட்டது. பெருங்கூச்சல் எழுந்தது. பின் புறத்திலிருந்து ருஷியக் குதிரைப்படை வீரர்கள் வருவதையும்,

முன்னால் துப்பாக்கிச் சிப்பாய்கள் வேலி அரண்கள் மீது ஏறுவதையும் கண்ட உடற்கவசப் படையினர் திரும்பினார்கள். சில ஆட்களே புல்வெளியில் எஞ்சியிருந்தனர். நீண்ட நேரம், ருஷியச் சிப்பாய்கள் ஆளில்லாத பீதியுற்ற குதிரைகளை விரட்டிக் கொண்டிருந்தனர்.

இத்தகைய மோதல்கள் நிகழ்ந்தன வென்றாலும், பொதுவாக ஸ்வீடிஷ்காரர்கள் கவலைப் பட்டதாகத் தெரியவில்லை. ''நான் ருஷியர்களைக்கண்டு அஞ்சவில்லை. அவர்கள் தமது ஜார்ஜ் புனிதரின் உதவியுடன் கோட்டையைத் தாக்கத் துணியட்டும். 1700-ல் அடைந்த தோல்வியை விடப் பெரிய தோல்வியை அடைவார்கள்'' என்று தளபதி ஹாரன் கூறியதாகப் பிடிபட்ட கைதிகள் சொன்னார்கள். அவனிடம் ரொட்டி, வெடிமருந்து, குண்டுகள் ஆகியவை போதுமான அளவில் இருந்தன. மேலும் அவன் ஷிலிப்பன்பர்க்கை நம்பியிருந்தான். ருஷியர்களுக்கு நல்ல பாடம் கற்பிக்க விரும்பிய ஷிலிப்பன் பர்க், துணைப்படைக்காகக் காத்திருந்தான். அவன் ரீவால் சாலையில் விஸன்பர்க் என்ற சிறிய டவுனில் முகாமிட்டிருப்பதை மென்ஷிகோவ் நேரில் உளவு பார்த்து வந்து ஊர்ஜிதம் செய்தான்.

ருஷியத் துருப்புகளுக்கும் அவகாசம் தேவைப்பட்டது. நகரத்தில் எரியூட்டுவதற்கு முற்றுகைத் துப்பாக்கிகளும் சட்டிப் பீரங்கிகளும் தேவை. அவையெல்லாம் நாவோகரோடி லிருந்து கடக்க முடியாத சாலைகளில் கஷ்டப்பட்டு வந்து கொண்டிருந்தன. அந்தப் படைக் கலங்களில்லாமல் நகரைத் தாக்குவதைப் பற்றிச் சிந்திக்கவே முடியாது.

பீல்டு மார்ஷல் ஷெரிமிடேவிடமிருந்து கிடைத்த சேதியிலும் பெரிய சாதனை எதுவும் இடம் பெறவில்லை. அவன் யுரீவை முற்றுகையிட்டு விட்டான். அகழ்க்கிடங்குவெட்டி அரண் அமைந்துக் கொண்டுவிட்டான். சுவரை உடைப்பதற்கான சுரங்கவெடிக் கண்ணி அமைக்க முன்னேற்பாடுகளைத் தொடங்கிவிட்டான். டவுனுக்குள் குண்டுகளை அனுப்பிக்கொண்டிருந் தான். ''ஸ்வீடிஷ்காரர்கள் எங்களை ரொம்பப்படுத்துகிறார்கள். இன்றுவரை என்னால் பகைவனது துப்பாக்கியையும் சட்டிப் பீரங்கியையும் வாயடைக்க முடியவில்லை. அந்தப் பாழாய்ப் போனவர்கள் பல துப்பாக்கிகளைக் கொண்டு குண்டுமாரி பொழிகின்றனர்; நமது பீரங்கி அடுக்குகளில் ஒரே சமயத்தில் பத்துக் குண்டுகள் விழுகின்றன. ஆனல் அவர்கள் நமது தளவாட வாகன்களையே அதிகமாகத் தாக்குகிறார்கள். நாங்கள் எவ்வளவோ பாடுபட்டு முயன்ற போதிலும் டவுனிலிருந்து ஒருவனையும் பிடிக்க முடியவில்லை. இரண்டு பின்லாந்தியர் தாம் நம்மிடம் வந்திருக்கின்றனர். அவர்களால் எதையும் உறுதியாகச் சொல்ல முடியவில்லை; கறாராக ஒன்றும் தெரியவில்லை. முற்றுகையிலிருந்து டவுனை விடுவிப்பதற்கு வருவதாக ஷிலிப்பன்பாக் வாக்களித்திருப்பதாக அவர்கள் முழங்கிக் கொண்டேயிருக்கிறார்கள்'' என்று மென்ஷிகோவுக்கு ஷெரிமிடேவ் எழுதியிருந்தான்.

உண்மையில், ஷிலிப்பன்பாக் சதையில் குத்திய முள் மாதிரி இருந்தான். அந்த முள்ளை விரைவில் எடுத்து விடவேண்டும். எப்படி எடுப்பது என்ற பிரச்னையைக் குறித்தே பீட்டர் யோசித்துக் கொண்டிருந்தான்.

அன்று இரவு மென்ஷிகோவ் அவனை ஏமாற்றவில்லை. அவன் பீட்டரின் கூடாரத்துக்கு வந்து அங்கிருந்த நார்டோவ் முதலிய அனைவரையும் வெளியேறும்படி செய்தான். அதன் பிறகு, ஷிலிப்பன்பாக்கை நம்ப முடியாதென்ற நிலையை ஹாரனுக்கு உண்டாக்குவதற்காக அவன் யோசித்துள்ள உபாயத்தைப் பீட்டரிடம் தெரிவித்தான். முதலில் பீட்டர் அதை உதாசீனம் செய்தான். ''இம்மாதிரியான யோசனைகள் எப்படித் தோன்றின? மிகுதியாகக் குடித்தாயா?'' என்று வினவினான். ஆனால் கூடாரத்தில் குறுக்கும் நெடுக்கும் நடந்து புகை பிடித்த பிறகு பீட்டர் சிரித்தான்.

''கிழவனை மடையனாக்குவதும் நல்லதுதான்'' என்றான்.

''மீன்ஹெர்ஸ், அவனை மடையனாக்குவோம், என் வார்த்தையை நம்புங்கள்.''

''உன் வார்த்தைக்கு ரொம்ப மதிப்பு இல்லை. இதனால் ஒரு பயனும் விளையாவிட்டால் என்ன செய்வது? நீதான் பதில் சொல்லவேண்டும், நண்பா!''

''அதனால் என்ன? நான் முதல் தடவையாக பதில் சொல்லப்போகிறேனா? என் வாழ்நாளெல்லாம் பலவற்றுக்குப் பொறுப்பாகிப் பதில் சொல்வதிலேயே கழிந்துவிட்டன.''

''சரி, நடத்து!''

அன்று இரவே, லெப்டினன்ட் பால் குதிரை மீது ஏறினான். ஒரு கோப்பை மதுவைக் குடித்துவிட்டு பிஸ்கோவுக்குக் குதிரையை நான்கு கால் பாய்ச்சலில் விரட்டினான். பிஸ்கோவில் தான் ராணுவக் கிடங்குகள் இருந்தன. வழக்கத்தை மீறிய திறமையுடன் செயல்பட்ட அவன் திட்டமிடப்பட்டுள்ள நடவடிக்கைக்குத் தேவையான அனைத்தையும் மூன்று குதிரை பூட்டிய வண்டிகளில் கொண்டுவந்தான். பட்டாளத்தின் தையற்காரர்கள் இரண்டு இரவுகள் வேலை செய்து, கோட்டுகள், அதிகாரிகளது கழுத்துக் குட்டைகள் பதாகைகள் ஆகியவற்றை மாற்றித் தைத்தனர். சிப்பாய்களது மும்முனைத் தொப்பிகளுக்கு வெள்ளை நாடாவால் விளிம்பு வைத்தனர். இந்த இரண்டு குறுகிய இரவுகளில் இரண்டு குதிரைப் படைப்பிரிவுகள் பகுதி பகுதியாகக் கிளம்பி இரகசியமாகச் சென்றன. அவற்றுடன் இரண்டு காலட்படைப் பிரிவுகளும் சென்றன; அவற்றின் துப்பாக்கி வண்டிகள் பச்சை நிறத்தை இழந்த மஞ்சள் நிறத்துடன் காட்சியளித்தன; அவையெல்லாம் ரீவால் சாலையில் சென்றன; நார்வாவிலிருந்து ஆறு மைல் தூரத்திலுள்ள காட்டில் முகாமிட்டன. தையற்காரர்கள் திருத்தியும் மாற்றியும் அமைத்த உடைகள் அங்கு தருவிக்கப்பட்டன. ஸ்வீடிஷ்காரர்கள் இந்த நிகழ்ச்சிகளில் எதையும் கவனிக்கவில்லை.

ஜீன் மாதம் 8-ம் தேதி, துலக்கமான காலை நேரத்தில், நார்வா மதில்களுக்கு முன்னால் அமைந்த ருஷிய முகாமில் திடீரென்ற கலக்கம் உண்டாயிற்று.முரசுகள் கொட்டி அபாய அறிவிப்புச் செய்தன. பெரிய கைத்தாளங்கள் பேரோசை செய்தன. குதிரைமீது ஏறிய அதிகாரிகள் அங்குமிங்கும் சென்று குரல் கம்மும் அளவுக்குக் கத்தினார்கள். சோல்ஜர்கள் குடிசை களிலிருந்தும் கூடாரங்களிலிருந்தும் பாய்ந்து வந்தனர். கோட்டுக்கும் காலுறைக்கும் பித்தானிட்டுக்கொண்டும் மும்முனைத் தொப்பியின் கீழ் தொங்கிய நீண்ட கேசத்தைப் பின்பக்கம் தள்ளிக்கொண்டும் அவர்கள் இரண்டு வரிசைகளில் அணிவகுத்தனர். துப்பாக்கி வண்டிகளை இழுத்து வந்து ரீவால் சாலைக்கு எதிரே திருப்பியபோது துப்பாக்கி வீரர்கள் கூச்சலிட்டார்கள். குதிரை வீரர்கள், புல்வெளிகளில் நின்ற பாரவண்டிக் குதிரைகளை முகாமுக்குள்ளே வாகன்களுக்குப் பின்னால் விரட்டினார்கள்.

ருஷிய முகாமில் நிலவிய ஏக்கத்தையும் குழப்பத்தையும், மதில்மேல் ன்ற ஸ்வீடிஷ் காரர்கள் வியந்து நோக்கினார்கள். தளபதி ஹாரன் தலைக்கு ஒன்றும் அணியாது வந்து வெளிப்புறக் கருங்கற் படிக்கட்டு வழியாக நுழைவாயில் ஸ்தூபிக்கு ஏறினான். அங்கிருந்து தொலை நோக்கியால் ரீவால் சாலையை நோக்கினான். அந்தத் திசையிலிருந்து இரண்டு குண்டுகள் சுட்ட ஒலி கேட்டது; ஒரு நிமிடத்துக்குள் மேலும் இரண்டு குண்டுகள் சுடப்பட்டன. அம்மாதிரி மேலும் நான்கு தடவைகள் குண்டு சுடும் ஒலி கேட்டது. இது தளபதி ஷிலிப்பன் பாக்கின் வருகையை அறிவிக்கும் அறிகுறி என்றுணர்ந்த ஸ்வீடிஷ்காரர்கள் இருபத்தியோரு துப்பாக்கிகளில் குண்டு போட்டு ராஜ மரியாதை செய்தனர்; நகர தேவாலயங்களின் மணிகள் அனைத்தும், விழாவுக்குரிய ஓசை செய்தன.

ருஷியர்களில் தலைமையான துடுக்குக்காரனான மென்ஷிகோவ் வெண்புரவியில் ஏறி, இரண்டு வரிசைகளில் நின்ற மாஸ்கோ படைகளுக்கு முன்னால் கூத்தாடுவதை தளபதி ஹாரன் கண்டான். முற்றுகை ஆரம்பித்ததிலிருந்து கடுகடுவென்றிருந்த அவன் முதன்முதலாகப் புன்னகை செய்தான். மென்ஷிகோவ் அனுபவமிக்க சேனாதிபதி மாதிரி நடந்துகொண்டான். இரண்டாவது வரிசையிலிருந்து சோல்ஜர்கள் திரும்பிக் கோட்டையை நோக்கவேண்டுமென்று உத்திரவிட்டு வாளை உயர்த்தினான். அவர்கள் கீழ்ப்படிந்தனர்; ஆட்டு மந்தைமாதிரி ஓடி அரணுக்குப் பின்னால் அகழ்க்கிடங்குகளில் குந்தினார்கள். அதன்பின் அவன் குதிரையை இழுத்துப் பிடித்து முன்னங்கால்களத் தூக்கச் செய்தான்; ரீவால்சாலையை நோக்கி நின்ற முன் வரிசைக்குப் பக்கமாகக் குதிரையைப் பாய்ந்து ஓடச் செய்தான். இப்பொழுது தளபதி ஹாரனுக்குச் சகல விஷயங்களும் புரிந்துவிட்டன. புகழ்பெற்ற போராட்டங்களின் அனுபவமும், முதுமையும் அவனை விவேகியாக்கியுள்ளன. சிவப்பு மேலாடை தரித்த பகடியான மென்ஷிகோவ் சீர்படுத்த முடியாத தவறைச் செய்யப்போகிறனென்று ஹாரன் அனுமானித்தான். அவன் தனது மெலிந்த காலாட்படை அணியை இட்டுச் செல்வாவென்றும் ஷிலிப்பன்பாக்கின் இரும்புக் கவச வீரர்கள் ருஷியர்கள்மீது குண்டுமாரி பொழிந்தும் அவர்களை வாளால் வெட்டியும் குதிரைகளின் காலடியில் துவைத்தும் அழித்துவிடுவார்களென்றும் ஹாரன் கருதினான். அவன் ரோமமடர்ந்த நாசித் தொளைகள் வழியாகப் பெருமூச்சு வாங்கினான். அவனிடம் பன்னிரண்டு குதிரைப்படைப் பகுதிகளும் நான்கு காலாட் படைப் பகுதிகளும் கதவருகே அணி வகுத்து இருந்தன. ஷிலிப்பன்பாக்கைக் கண்டவுடன், ருஷியப்படையைப் பின்னாலிருந்து தாக்குவதற்கு இந்தப் படையினரை அனுப்புவதென்று அவன் திட்டமிட்டான்.

மரணத்தைத் தழுவ விரைவான்போல், மென்ஷிகோவ் தேவையில்லாது தொப்பியை நீக்கி ஆட்டினான்; துள்ளிக்கொண்டு செல்லும் தன் குதிரையைத் தொடர்ந்து வரும் படையினர் ''வாழ்க!'' என்று இன்னும் உரத்தக் கத்த வேண்டுமென்றே அவன் அவ்வாறு தொப்பியை ஆட்டினான். அந்தக் கூச்சல் நார்வாவின் மதில்களை எட்டியது; முதுமைக்குரிய தளபதி மீண்டும் புன்னகை செய்தான். மென்ஷிகோவின் படையினர் எந்தப் பைன் மரக்கட்டை நோக்கிச் சென்றனரோ, அதே காட்டிலிருந்து ருஷியக் குதிரை வீரர்கள் துப்பாக்கிப் பிரயோகத்தைத் தாங்க முடியாது பின்வாங்கினார்கள். அதன்பின், பைன்மரக்காடு முழுவதிலுமிருந்து, ஷிலிப்பன் பாக்கின் காவலர் படையினர் தென்பட்டனர். அவர்கள் அணிவகுப்பு ஊர்வலத்தில் நடப்பது மாதிரி தோளோடுதோள் சேர்த்து வந்தனர். முன்னால் துப்பாக்கிச் சனியன்களைச் சித்தம் செய்து நீட்டிக்கொண்டு வந்தனர். அவர்கள் முன்னேறியபொழுது. இரண்டாவது வரிசையினர் துப்பாக்கியில் மருந்தைத் திணித்து இரண்டாவது வரிசையினரிடம் கொடுத்தனர். உயரத்தூக்கிப் பிடித்த மஞ்சள் நிறக்கொடிகள் காற்றில் ஆடின. ஒரு வினாடி நேரத்துக்கு ஹாரன் தனது தொலை நோக்கிக் கருவியைத் தாழ்த்தினான்; பையிலிருந்த கைக்குட்டையையெடுத்து உதறிவிட்டுக் கண்களைத் துடைத்துக் கொண்டான். ''போர்த் தெய்வங்கள்!'' என்று முணுமுணுத்தான்.

மென்ஷிகோவ் தொப்பியைப் பிடித்துக்கொண்டே முன்னால் விரைந்து, முன்னேறிய தன்படைகளை நிறுத்தினான். ஆறு குதிரைகளால் இழுக்கப்பட்ட துப்பாக்கிகளும், இரண்டு வெடிமருந்து வண்டிகளும் அவனது விலாப்புறங்களுக்கு விரைந்தன. ருஷியத் துப்பாக்கி வீரர்கள் திறமைசாலிகள்; கடந்த சில ஆண்டுகளில் அவர்கள் தேர்ச்சி பெற்றிருந்தனர். வலது புறத்தில் எட்டுத் துப்பாக்கிகளையும், இடது புறத்தில் எட்டுத் துப்பாக்கிகளையும் ஸ்வீடிஷ்காரர்களுக்கு நேரகச் சுறுசுறுப்பாகத் திருப்பினார்கள். அந்தத் துப்பாக்கிகள் பளபளத்தன. (வண்டிக் குதிரைகளை அவிழ்த்து அப்பால் விரட்டி விட்டுவிட்டனர்.) அந்தத் துப்பாக்கிகள் அனைத்தும் ஒரே சமயத்தில் புகை கக்கின. அந்தப் புகை ஸ்வீடிஷ் படையினர் இருபது அடி தூரம் முன்னேறு வதற்குள்ளாகத் துப்பாக்கிகள் மீண்டும் முழங்கின. ஹாரன் தன்கையில் கைக்குட்டையைக்

கசக்கினான். இவ்வளவு துரிதமாகத் துப்பாக்கிப் பிரயோகம் செய்வதைக் கண்டு அவன் வியந்தான். ஸ்வீடிஷ் படையினர் நின்றுவிட்டனர்! இது என்ன அக்கிரமம்! குண்டுகள் பாய்வதைக் கண்டு கலங்குது ஷிலிப்பன்பாக்குக்கு வழக்கமில்லையே! ஒரு பெருந் துப்பாக்கிகள் வந்து சேர்வதற்காகக் காத்துக்கொண்டிருக்கிறானா? தளபதி ஹாரன், தொலை நோக்கியை இப்பக்கமும் அப்பக்கமும் திருப்பி ஷிலிப்பன்பாக்கைத் தேடினான். ஆனால் போர்க்களத்தில் மேன்மேலும் அடர்த்தியான புகையில், அவனால் தெளிவாகப் பார்க்க முடியவில்லை. தெறி குண்டுகள் தொடர்ந்து பொழிவதால், ஸ்வீடிஷ் வீரர்கள் ஊசலடினார்களென்று கூட அவனுக்குத் தோன்றியது. அவன் உன்னிப்பாகக் கவனித்தான். கடைசியில், மஞ்சள் நிறத் துப்பாக்கி வண்டிகளில் ஸ்வீடிஷ் பீரங்கிகள் காட்டிலிருந்து தோன்றிப் பேரோசை செய்தன. அப்பொழுது மென்ஷிகோவின் ஆட்கள் நிலைகுலைந்து மனங்குழம்பி நிற்பதை அவனால் தெளிவாகப் பார்க்க முடிந்தது. இதுதான் தகுந்த தருணம்! ஹாரன், தன் சுருக்கம் விழுந்த முகத்தைத் தொலை நோக்கியிலிருந்து திருப்பினான்; மஞ்சள் படிந்த பற்களையும் அவற்றின் ஈறுகளையும் காட்டிக்கொண்டே, துணைத் தலைவனான கர்னல் மார்க்வார்ட்டிடம் கூறினான்:

''இதோ என் ஆணை. நுழைகதவுகளைத் திறந்து சென்று ருஷியரின் வலது சாரியைத் தாக்குங்கள்!''

இழுவைப்பாலம் கடகடவென்றது. ஒரே சமயத்தில் குதிரைப் படையினர் நான்கு நுழை கதவுகள் வழியாகவும் வெளியே சென்றனர்; அவர்களைத் தொடர்ந்து காலடிட்படையினரும் ஓடினர். கர்னல் மார்க்வார்ட் நார்வா படையை ஆப்பு வடிவத்தில் அணி வகுத்து முன்னேறினான். ருஷியர்களது அரண்களையும் வேலிகளையும் விரைவாகத் தாக்கித் தகர்க்க வேண்டுமென்றும், பின்புறத்திலிருந்து மென்ஷிகோவ் படையின் விலாப்புறத்தில் தாக்கவேண்டுமென்றும் அந்தப் படையை ஷிலப்பன் பாக் படையை நோக்கித் தூக்கிக் கிடுக்கியில் பிடித்து வதைக்க வேண்டு மென்றும் மார்க்வார்ட் திட்டமிட்டிருந்தான்.

தொலை நோக்கி மூலம் பார்த்த தளபதி ஹாரன், முதலில் களிப்புற்றான், பிறகு கலங்கினான். கர்னல் மார்க்வாட்டின் படை ருஷியரது வேலிகளையும் அரண்களையும் தகர்த்துக்கொண்டு விரைவாக முன்னேறிப் பதுங்கு குழிகளின் எதிர்ப்புறத்தை அடைந்துவிட்டது. இந்த வெற்றியில் அதற்கு ஏற்பட்ட இழப்பு குறைவே. ரஷிய முகாமைக் கொள்ளையடிப்பதற்காக நார்வாவின் ஜனங்கள் கால்நடையாகவும் வண்டியிலும் கதவுகள் வழியே வெளியேறினார்கள். குறிநெறி யில்லாது கைத்துப்பாக்கியால் சுட்டுக்கொண்டிருந்த மென்ஷிகோவின் படை திடீரென்று ஒரு புரிந்துகொள்ள முடியாத சூழ்வினையைக் கடைப்பிடித்தது; மார்க்வார்ட்டால் தாக்குண்ட அதன் வலது பகுதி விரைவாகக் கம்பு வேலி அரண்களை நோக்கிப் பின்வாங்கியது. தூரத்திலிருந்து இடது பகுதி, சரண்அடையச் செல்வதுபோல் விரைவாக ஷிலிப்பன் பாக் படையை நோக்கி ஓடியது. இருபுறத்துப் பீரங்கிகளும் திடீரென்று மௌனமாயின. சிறப்பாகத் தாக்கிக்கொண்டு முன்னேறிய மார்க்வார்ட்டின் படை ஷிலிப்பன் பாக்கின் படைக்கும் மென்ஷிகோவின் படைக்கும் இடையேயுள்ள களத்தில் காணப்பட்டது. பிரகாசமான கவசமணிந்த குதிரைப் படையினர் கடிவாளவார்களை இழுத்துப் பிடித்து அரைவட்ட அளவில் திரும்பியபின், செய்வது அறியாது நின்றனர். அவர்களுடன் சென்ற காலாட்படையினரும் நின்றுவிட்டனர். ''எனக்குப் புரியவில்லை! என்ன நடந்தது? மார்க்வார்ட்டைப் பேய் தின்க!'' என்று கத்தினான் தளபதி ஹாரன்.

''தளபதி, எனக்கும் புரியவில்லை'' என்று அருகில் நின்ற படைத்துறைப் பணியாளரான பிஸடிரம் பதிலளித்தான்.

அவசரமாகத் தொலைநோக்கியைத் திருப்பித்திருப்பிப்பார்த்த தளபதி ஹாரன், ஸ்வீடிஷ்காரர்களை நோக்கி மினுக்கனான மென்ஷிகோவ் செல்வதைப் பார்த்தான். அவன் ஏன் போனான்? சரண்அடையவா. மார்க்வார்ட்டும் இரண்டு குதிரை வீரர்களும் மென்ஷிகோவைத் தடுத்து நிறுத்த முற்பட்டதையும், அவன் அவர்களைக் கடந்து சென்று புல்வளர்ந்த குன்றை அடைந்து அதிகாரிகளது கோஷ்டி ஒன்றண்டை இறங்குவதையும் ஹாரன் பார்த்தான். அந்த அதிகாரிகளின் மேலாடையையும், அங்கு பறந்த மஞ்சள் நிறச் சங்கக் கொடிகளையும் கொண்டு பார்த்தால், அது ஷிலிப்பன் பாக்கின் பாசறையாகத்தான் இருக்க வேண்டும். ஆனால் ஷிலிப்பன்பாக் எங்கே? மீண்டும் தொலைநோக்கியைத் திருப்பிப் பார்த்தபொழுது, மார்க் வார்ட்டும் மென்ஷிகோவைத் தொடர்ந்து விரைந்ததையும் ஏதோ பேய் பிசாசைக் கண்டவன் போல் கையை ஆட்டிக்கொண்டு திரும்ப முயல்வதையும் ஹாரன் கண்டான். குன்றிலிருந்தவர்கள் ஓடிவந்து அவனைக் குதிரையிலிருந்து இழுத்து இறக்கினார்கள். தொங்கும் செவியுள்ள பெரிய குதிரைமீதமர்ந்த ஒருவன் குன்றின் மீது ஏறினான். அவனுக்கு முன் கொடி தாழ்ந்தது. இது ஷிலிப்பன் பாக்காகத்தான் இருக்கவேண்டும். ஒரு கண்ணீர்த்துளி, ஹாரனின் பார்வையை மங்கச் செய்தது. அவன் அதை ஆத்திரத்துடன் துடைத்துக்கொண்டு, தொலைநோக்கியின் பித்தளை வளையத்தைத் தன் நேத்திரக்குழியில் அமுக்கினான். தொங்கும் செவியுடைய குதிரை மீதிருந்தவன் ஷிலிப்பன்பாக் மாதிரி இல்லை. எல்லாவற்றுக்கும் மேலாக, அவன்... மாதிரியிருந்தான்...!

''தளபதி, நாம் வஞ்சிக்கப்பட்டுவிட்டோம்!'' என்று பிஸ்டிரம் குசுகுசுத்தான்.

''ஸ்வீடிஷ் உடுப்பு அணிந்து நிற்பவன் ஜார் பீட்டர் என்று நீ சொல்லாமலேயே எனக்குப் புரிகிறது. என்னைச் சாதுரியமாக வஞ்சித்துவிட்டார்கள். உன் உதவியில்லாமலேயே நான் இதை உணர்கிறேன். என் உடற் கவசத்தையும் வாளையும் கொண்டு வரும்படி உத்திரவிடு.'' இங்ஙனம் கூறிய ஹாரன் பயனறதாகிவிட்ட தொலைநோக்கியைக் கீழே போட்டுவிட்டு, வாலிபனின் சுறுசுறுப்புடன் ஸ்தூபியின் படிக்கட்டில் விரைவாக இறங்கினான்.

சேனாதிபதி முட்டாளாகும்பொழுது என்ன நிகழுமோ அதுதான் போலிப் போர் நிகழ்ந்த களத்தில் நடைபெற்றது. ஸ்வீடிஷ் உடுப்பணிந்த காலாட்படையினரும், ஸ்வீடிஷ் உடுப்பணிந்த காலம் கருதி காட்டில் மறைந்திருந்த குதிரைப் படையினரும் ஒரு புறத்திலிருந்தும், மென்ஷி கோவின் படை இன்னொரு புறத்திலிருந்தும் மார்க்வார்ட்டின் படையினரைத் தாக்கினர். ஜார் பீட்டரிடம் வாளை ஒப்படைத்த மார்க்வார்ட் தொப்பியைப் புல்மீது எறிந்துவிட்டு ரஷிய அதிகாரிகளிடையே ஏங்கி வெட்கித் தலைகுனிந்து நின்றான். நார்வா படையினரில் மூன்றிலொரு பகுதியான தன் சிறந்த வீரர்கள் கண்ணெதிரே அழிவதைக் காண விரும்பாது தலைகுனிந்து நின்றான்.

கொஞ்ச நேரம், அவனது காலாட்படையைப் பாதுகாத்த குதிரைப் படையினர் எதிரியைத் தாக்கியவாறே முறையாகப் பின்வாங்கினர். ஆனால் காட்டில் ஒளிந்திருந்த கர்னல்ரென்னியின் குதிரைப்படை பின்புறத்திலிருந்து தாக்கியவுடன் கைகலப்புச் சண்டை தொடங்கியது. துப்பாக்கிப் பிரயோகம் நின்றது. வாளால் வெட்டிய ருஷியர்களது ஊளையும், இறந்து கொண்டிருந்த ஸ்வீடிஷ் சிப்பாய்களின் ஓலமும், கவசத்தையும் தொப்பியையும் வாள் அலகு உராயும் ஓசையும்தான் கேட்டன. கைகலப்பிலிருந்து விடுபட்ட குதிரை வீரர்கள் தனித்தனியாகப் புல்வெளிமீது குருட்டுத்தனமாகப் பாய்ந்து, ஒருவரை ஒருவர் இடித்து மோதி விழுந்தனர். கரடியைக் கட்டிப் போட்டு அதன்மீது நாய்களை ஏவிவிட்டு வேடிக்கை பார்க்கும் கூட்டத்தைப் போல் ருஷியர்கள் அரண் சுவர்கள் மீது நின்று வேடிக்கைப் பார்த்தார்கள். சோல்ஜர்கள்

ஊளையிட்டார்கள், கூத்தாடினார்கள், தொப்பியைத் தூக்கி எறிந்து விளையாடினார்கள்.

ஸ்வீடிஷ் படையில் ஒரு சிறு பகுதிதான் நகருக்கு வெற்றிகரமாகப் பின்வாங்கியது. ருஷியர்கள் நகரின் நுழைக் கதவுக்குள் பிரவேசிப்பதைத் தடுப்பதொன்றைத்தான் ஹாரனால் சாதிக்க முடிந்தது. கொள்ளையடிப்பதற்காக வெளியே வந்த நகர ஜனங்கள், அகழிக்கரையில் உன்மத்தம் பிடித்தவர்போல் வண்டியில் திரிந்தனர். ருஷிய சோல்ஜர்கள் கம்பு வேலியை ஏறிக் குதித்துத் துப்பாக்கிப் பிரயோகத்தை லட்சியம் செய்யாது ஓடி, பல நார்வா பிரஜைகளை வண்டி குதிரைகளுடன் கைப்பற்றித் தமது அதிகாரிகளிடம் விற்பனை செய்வதற்காக முகாமுக்கு இட்டு வந்தனர்.

அன்று அந்தி வேளையில், மென்ஷிகோவின் பெரிய கூடாரத்தில் ஓர் உல்லாசமான விருந்து நிகழ்ந்தது. அவர்கள் அட்மிரல் பிரெளஸ்டினின் கடுமையான வெல்லச் சாராயத்தைக் குடித்தனர்; ரீவால் பன்றி இறைச்சியும் பக்குவமான மீனும் உண்டனர்; அவர்களில் பலர் அந்த மீன் வகையை முன்னால் பார்த்ததில்லை. மீன் கொஞ்சம் கெட்டவாடை வீசியபோதிலும் சுவையாகவிருந்தது. அவர்கள் மென்ஷிகோவின் சாதுரியத்தை வாழ்த்திப் பருகினர்; அவனது முதுகில் நையப் புடைத்தனர்.

''விவேகம் நிறைந்த ஹாரனை வடிகட்டிய மடையனக்கிவிட்டாய்! நீதான் இன்றைய வீரன்!'' என்றான் பீட்டர். அவன் சிரித்தபொழுது, தோள்கள் குலுங்கின. அவன் நிறையக் குடித்தான். சம்மட்டியாடிப்பதைப்போல் மென்ஷிகோவின் தோள்பட்டைகளினிடையே குத்தினான்:

''நீ யுலைஸிஸ்ஸை*யே ஏமாற்றிவிடுவாய் என்று பந்தயம் கட்டிக் கூறுவேன்! ருஷியர்களை விடப் பெரிய தந்திரசாலிளைக் கற்பனை செய்வதும் கடினம்!'' என்று கூறிய சேம்பர்ஸும் கவர்னர்-ஜெனரலின் முதுகில் குத்தினான்.

விருந்தாளிகள் ஒருவரையொருவர் இடைமறித்துப் பேசிக்கொண்டு, தளபதி ஹாரனுக்குக் கடிதம் எழுதுவதற்கான வாசகத்தைத் தீர்மானிக்கப் பன்முறை முயன்றனர். அவனுக்கு 'நீண்ட மூக்கு' என்ற விருதினை அந்தக் கடித வாயிலாக அளிக்க விரும்பினர். கடிதத்தின் ஆரம்பம் நன்றாகயிருந்தது; ''வாழ்க! நனைந்த கால் சட்டை அணிந்த நார்வாவின் அசையாப் பறவையே, வாழ்க! முட்டாள் கிழவனே, சிங்கம்போல் கர்ஜிக்கும் காயடித்த பூனையே...'' அதைத் தொடர்ந்து எழுத வேண்டிய வாசகத்தைப்பற்றி மகிக் கடுமையான மொழியில் யோசனை கூறப்பட்டதால், அதை எப்படி எழுதுவது என்று அறியாது மாகரோவ் திகைத்தான்.

ரிப்னின் உரக்கச் சிரித்து முடித்தபின் கூறினான்:

''பீட்டர் அலெக்ஸிவிச், கிழவனை இம்மாதிரி அவமானப்படுத்துவது நல்லதா? பார்க்கப் போனால், நம் காரியம் இன்னும் முடியவில்லை.''

மற்றவர்கள் மேஜையைக் குத்தினார்கள்; ரிப்னினைப் பார்த்துச் சத்தம் போட்டார்கள். ஆனால் பீட்டர் மாகரோவிடமிருந்த பூர்த்தியாகாத கடிதத்தை வாங்கிக் கசக்கிப் பையில் போட்டுக் கொண்டான்.

''நாம் நிறையச் சிரித்துவிட்டோம். அதுபோதும்'' என்றான் அவன்.

---

*யுலைஸிஸ்: ட்ரோஜன் போரில் பங்குகொண்ட கிரேக்க மாவீரர்களில் ஒருவன். சூழ்வனைத் திறம் மிகுந்தவன். டிராய் போருக்குப் பின் தன் காடு திரும்பும் பாதையில் அவனுக்கு ஏற்பட்ட அனுபவங்களே, 'ஓடிஸ்ஸி' என்ற காவியத்தில் ஹோமர் விவரிக்கிறார்.

அவன் எழுந்திருந்தான். உடல் ஆடியது. மாகரோவின் தோளைப் பிடித்துக்கொண்டான்; மிகுந்த முயற்சி செய்து தன் வட்டமான முகத்தில் வாடிக்கையான உறுதிப்பாட்டை வரவழைத்துக் கொண்டான். நீண்ட கழுத்தை நீட்டினான். வழக்கம்போல், நிதானத்தை எய்தினான்.

''கொண்டாட்டம் போதும்!'' என்று மொழிந்த அவன் கூடாரத்திலிருந்து வெளியே சென்றான்.

பொழுது புலர்ந்து கொண்டிருந்தது. பனித்திவலைகளுடன் கூடிய புல், சாம்பல் நிறமாகத் தோன்றியது. முகாம் அடுப்புகளின் தீயிலிருந்து கிளம்பிய புகை புல்மீது நெளிந்தது. காலையின் இன்பதைப் பீட்டர் நன்கு நுகர்ந்தான்.

''இந்த வேளை நல்ல நேரமாயிருக்கட்டும்! உரிய நேரம் வந்துவிட்டது!'' என்றான் பீட்டர். உடனடியாக ரிப்னினும் ரென்னியும் மற்ற அதிகாரிகளை விட்டு விலகிப் பீட்டரை நெருங்கினார்கள்.

''உங்கள் இருவருக்கும் நான் மீண்டும் சொல்கிறேன்; வெற்றியைப்பற்றிய வீண் பெருமை பேசும் அறிக்கைகள் எனக்குவேண்டாம். நான் அவற்றை எதிர்பார்க்கவில்லை. உங்கள் முன்னால் உள்ள பணி சிரமமானது. அவன் மீண்டும் எழுந்திருக்க முடியாதபடி தோல்வியுற வேண்டும். இம்மாதிரியான அரு முயற்சிக்கு நீங்கள் உங்களது மனத்தைக் கல்லாக்கிக் கொள்ளவேண்டும். இனிப்போங்கள்!'' என்றான் பீட்டர்.

ரிப்னினும் ரென்னியும் வணங்கினார்கள். முழங்கால் மூட்டுவரை நீண்டிருந்த அடர்த்தியான புல்வழியே இருண்ட காட்டை நோக்கிச் சென்றார்கள். நேற்யை ஒப்பனைப் போரில் பங்கு கொண்ட காலாட் படையினரும் குதிரைப்படையினரும் தமது ருஷிய உடுப்புகளை மீண்டும் அணிந்து கொண்டு காட்டில் காத்திருந்தனர். அவர்களை அழைத்துக்கொண்டு ரிப்னினும் ரென்னியும் செல்லவேண்டும்; அவர்கள் முன்நின்ற கடமை சாமானியமானதல்ல; அவர்கள், விஸன்பர்க் அருகே முகாமிட்டிருந்த ஷிலிப்பன்பாக் படையை சுற்றிவளைத்து அழிக்கவேண்டும்.

4

''எனவே, கனவான்களே, நம்மால் மதிப்பற்றவனென்று கருதப்பட்ட மாஜி அரசன் அகஸ்ட் ருஷியரிகளிடமிருந்து உதவிபெற்று வார்ஸாவை நோக்கி விரைவாக முன்னேறிக் கொண்டிருக் கிறான்'' என்ற ராணுவக்குழுவின் கூட்டத்தைத் துவக்கிவைத்த வாலிப அரசனான லீஸென்ஸ்கி கூறினான். அவன் தன்மீது திணிக்கப்பட்ட அரசியல் விவகாரங்களின் சுமையால் பெரிதும் சோர்ந்திருந்தான். அவனது மமதைக்குரிய அழகு முகம் மந்தமாகவும் வெளுப்பாகவும் இருந்தது. தன் உழையர் குழுவின் தன் நிறைவுணர்ச்சியுள்ள முகங்களைக் காணவும், போர், பணம், கடன் ஆகியவை பற்றிய பேச்சைக்கேட்கவும் அவனுக்கு விருப்பமில்லை. இந்த வாழ்வினை அவன் வெறுத்தான். எனவே கண்களை உயர்த்தாது அமர்ந்திருந்தான் அவன் சோம்பேறித் தனமாக ஜபமணிமாலையை உருட்டிக்கொண்டிருந்தான். போலிஷ் உடைகள் அவனுக்குப் பிடிக்க வில்லை. எனினும் அவற்றையே உடுத்தியிருந்தான். நார்வாவின் வீரனாக தளபதி ஹாரனுடைய மருமகன், கர்னல் ஆர்வித்ஹாரன் தலைமையில் ஸ்வீடிஷ் காவற்படை வார்ஸா வந்து தங்கிய திலிருந்தே, போலிஷ் செல்வர்களும் பிரபுக்களும் பொய்மயிர்களை மாட்டு சட்டத்தில் தொங்க விட்டுவிட்டனர்; பிரெஞ்சுக் கோட்டுகளை அந்து அரிக்காமலிருப்பதற்காக அவற்றின் மீது புகையிலைத் தூளைத்தூவி, பத்திரமாக வைத்துவிட்டனர். போலிஷ் கோட்டும் நீர் நாய்த்தோல்

குல்லாயும் கணீரென்று ஒலிக்கும் குதிமுட்களை உடைய மிருதுவான பூட்ஸும் அணிந்தனர். வாளுக்குப் பதிலாக முன்னோர்களின் பளுவான பட்டாக் கத்தியைத் தரித்துக்கொண்டனர்.

அவர்கள் கர்னல் ஹாரனின் நம்பகமான பாதுகாப்பில் கவலையில்லாத உல்லாச வாழ்வு நடத்தினார்கள். லீஸென்ஸ்கி நன்னடத்தைக்கு உரியவானயினும், உயர்குடியிற் பிறந்தவனல்ல; எனவே அவனைத்தான் அரசனாகத் தேர்ந்தெடுக்க வேண்டுமென்று ஹாரன் சட்டசபையை வலுக்கட்டாயம் செய்ததால், அவனிடம் வெறுப்படைந்திருந்தனர்; ஆனால் இப்பொழுது அதையும் மறந்து மன்னித்துவிட்டார்கள். ஸ்வீடிஷ் அதிகாரிகள் மமதை உடையவர்களாக இருந்தனர்; ஒரு வகையான முரடர்களும் கூட. ஆயினும் குடிப்பதில் போலிஷ்காரர்களோடு போட்டியிட முடியவில்லை. விஷ்னிவிட்ஸ்கி, பாடோக்கி போன்றோரோடு மஸூர்க்கர் நடனத்தில் போட்டியிடவும் அவர்களால் முடியவில்லை. போரால் நாசமான எஸ்டேட்டுகளின் வருமானம் சுருங்கிக்கொண்டேயிருந்தென்பதொன்றுதான் போலிஷ் பிரபுகளுக்குக் கவலை அளித்தது. ஆனால் இதுவும் தற்காலிகமான கஷ்டம் தான்; சார்லஸ் நிரந்தரமாகப் போலந்தில் தர்பார் நடத்தமுடியாது. விரைவிலோ கொஞ்சகாலம் கழித்தோ அவன் ஜார்பீட்டருக்கு ஈடு கொடுக்கக் கிழக்கே போயாகவேண்டுமென்று அவர்கள் கருதினர்.

ஆனால் இப்பொழுது, வார்ஸாவில், நிர்மலமான நீல வானத்தில் கருமேகம் எதிர்பாராத விதமாகத் தோன்றியுள்ளது. அகஸ்ட் செல்வம்படைத்த லுப்ளின் நகரை எளிதாகக் கைப்பற்றி விட்டான். பெரிய ஆர்ப்பாட்டம் செய்த போலிஷ் குதிரைப் படையுடன் விஸ்தூலாவின் இடது கரை வழியாக வார்ஸாவை நோக்கி விரைவாக முன்னேறிக் கொண்டிருந்தான். ஒற்றைக்கண் அரக்கனான டேனிலா அபாஸ்டால் தனது நீப்பர் காஸ்ஸக்குகளுடன் விஸ்தூலாவைக் கடந்து அதன் வலது கரையை அடைந்து, வார்ஸாவின் அருகிலுள்ள பிரகாவை நெருங்கிக் கொண்டிருந்தான். பக் நதிக்கரை நகர்களிலிருந்த லீஸென்ஸ்கி படைகளைப் பதினோரு ருஷியக்காலட்படைப் பிரிவினர் முறியடித்துக்கொண்டிருந்தனர். அந்த ருஷியர்கள் முன்பே பிரஸ்ட் நகரை வசப்படுத்திக் கொண்டுவிட்டனர். அவர்களும் வார்ஸாவை நோக்கி வந்து கொண்டிருந்தனர். பீல்டு மார்ஷல் ஷூலன்பர்க்கின் ஸாக்ஸன் படை மேல் திசையிலிருந்து வார்ஸாவை நெருங்கியது. ஷூலன்பர்க் சமத்காரமான சூழ்வினையின் மூலம் சார்லஸை ஏமாற்றிவிட்டான். ஏமாந்த சார்லஸ் வேறு சாலையில் அவனை எதிர்பார்த்துக்கொண்டிருந்தான்.

''நான் பேப்லிஷ் மகுடத்தைச் சூட்டிக்கொள்ள விரும்பவில்லை என்பதற்குக் கடவுளும் புனிதமான கன்னி மேரியும் சாட்சி. சட்டசபையின் சித்தமே என்னை அரசனாக்கியது'' 'என்று லீஸென்ஸ்கி கண்களை உயர்த்தாமல் ஏளனமாக இழுத்துப் பேசினான். அவனது காலடியில், ஒரு வேட்டைநாய் கம்பளத்தின் மீது படுத்திருந்தது. அது தன் முகறையைத் தன் பாதங்களில் வைத்துக்கொண்டு படுத்துக்கிடந்தது. அவன் மேலும் பேசினான்:

''இதுவரை அரசபதவி அடைந்தால் எனக்குக் கஷ்டங்களும் ஏமாற்றங்களுமே நேரிட்டன; அகஸ்டின் பொல்லாங்குக்கு வார்ஸா உட்படுவதைத் தவிர்ப்பதற்காக, முன்னெச்சரிக்கை யாகவும் முன்யோசனையோடும் நடக்கச் சட்டசபை விரும்பினால் நான் மகுடத்தைத் துறக்கத் தயாராயிருக்கிறேன். அவன் ஆத்திரப்படுவதற்கு நியாயம் இருக்கிறதென்பதில் ஐயமில்லை. அவன் ஆவல் மிகுந்தவன், முரட்டுப் பிடிவாதம் உடையவன். அவனது துணைவனான ஜார் பீட்டரை விட அகஸ்டையும் விடப் பெரிய பிடிவாதக்காரன், சாமர்த்தியசாலி. அவர்கள் நம்மை அழித்துத் தம் குறிக்கோளை அடையும்வரை விடாப்பிடியாகப் போர் நிகழ்த்துவார்கள்.'' அவன் தன் பாதத்தில் அணிந்த மென்தோல் பூட்ஸை நாயின் முதுகின்மேல் வைத்தான். அது தன் முகத்தை உயர்த்தி வயலெட் கண்களால் அவனை நோக்கியது.

''என்னை நம்புங்கள். நான் ஒன்றையும் வற்புறுத்தவில்லை. நான் இத்தாலிக்குப் போவதையே பெரிதும் விரும்புவேன். பாலேக்னா சர்வகலாசாலையின் படிப்பு என் ஆர்வத்தைக் தூண்டுகிறது'' என்று தன் பேச்சை முடித்தான் லீஸென்ஸ்கி.

சிவந்த முகமும் தடிப்பான கண்களும் உடைய கர்னல் ஹாரதன் மடிப்புநாற்காலியில் அரசனுக்கு எதிராக உட்கார்ந்திருந்தான். கட்டுக்குட்டாயிருந்த அவன் அணிந்திருந்த பச்சைக் கோட்டு நைந்து போயிருந்தது. அவன் வெடுவெடுப்போடு பேசினான்ஃ

''இது ராணுவத் தயாரிப்பு அல்ல; இழிவான சரணாகதி.''

லீஸென்ஸ்கி வாயைக் கோணிக்கொண்டு சிரித்தான். அகஸ்ட் அரசனது கொடிய விரோதியான கத்தோலிக்கத் தலைமைப்பாதிரி, ராட்ஸீவ்ஸ்கி, ஹாரனது பழியுரையைக் கேட்க வில்லை. அவன் இக்னேஷியஸ் லயோலா காலத்திலிருந்து யேசுச் சங்கத்தாரின் கல்லூரிகளில் கண்ணும் கருத்துமாகக் கற்றுக்கொடுக்கும் தொனியில் -கேட்போர் நெஞ்சத்தைப் பிணிக்கும் தகைமை உடையதாய், வினயமும் வளமையும் அண்மையும் மிகுந்ததாய் உள்ள தொனியில் பேசினான்.

''போராட்டத்தைத் தவிர்க்க வேண்டுமென்று நீங்கள் விரும்புகிறீர்கள். ஆனால் இது தற்காலிகமான பலவீனம். உங்களது ஆத்மாவின் மலர்களைக் கடுங்காற்று வாடச் செய்துவிட்டது. நாங்கள் மிகவும் பரிவுகொள்கிறோம். ஆனால் கத்தோலிக்க அரசனது மகுடத்தைத் தொப்பிமாதிரி நினைத்தபோது கழற்ற முடியாது. கத்தோலிக்க மன்னனது மகுடத்தை அவனது தலையோடுதான் நீக்கமுடியும். சமயஸ்தாபனத்தின் சத்துருவும் அக்கிரமமாக அதிகாரத்தைப் பறிக்க விரும்புவோனுமான அகஸ்டை வீரத்துடன் எதிர்ப்போம். ஆம் ஸாக்ஸனியின் எலக்டரான அகஸ்ட் கெட்டுப் போன கத்தோலிக்கன்.''

தலைமைப்பாதிரி தமது பகட்டான சிவப்புஸில்க் உடையை சலசலத்துக்கொண்டே ஹாரனை நோக்கித்திரும்பினார். அந்த ஆடை, அறையின் பளபளப்பான தளத்தில் பிரதிபலித்தது. அவர் அருமையான உண்டிவகையை அளிப்பதைப்போல் நுண்ணயமான சைகை செய்தார். கர்னல் ஹாரன் தன் நாற்காலியைப் பின்னுக்குத் தள்ளினான். கறுத்த பூட்ஸ் அணிந்த பருத்தகால்களை அகல விரித்துக்கொண்டு நின்றான். (மற்ற ஸ்வீடிஷ் காரர்களைப் போலவே அவனும் சார்லஸைப் பின்பற்றி விகாரமான கோட்டையும் முரட்டுத் தோல் பூட்ஸையும் அணிந்தான்) வறட்சியாக இருமித் தொண்டையைச் சரிப்படுத்திக்கொண்டு, ஹாரன் பேசினான்ஃ

''நான் திரும்பிச் சொல்கிறேன்! ராணுவக்குழுவின் விவாதம் போர்த்திட்ட விவாதமாயிருக்க வேண்டும். வீண் பிதற்றலுக்கு இங்கு இடமில்லை. கடைசி சோல்ஜர் உள்ளவரை, நான் வார்ஸாவைக் காபந்து செய்வேன். என் அரசனது கருத்து அதுவே. சூரியன் அஸ்தமித்தபின் வார்ஸாவின் நுழை கதவுவழியே யார் வெளியே சென்றாலும், அவனைச் சுடவேண்டுமென்று என் சிப்பாய்களுக்கு உத்திரவிட்டிருக்கிறேன். ஒரு கோழை கூட வார்ஸாவைவிட்டு வெளியேற முடியாது! நான் அதை அனுமதிக்க மாட்டேன். கோழைகளையும் போராடச் செய்வேன். எனக்கு சிரிப்புவருகிறது; உண்மையில் அகஸ்டினிடம் நம்மைவிட அதிகத் துருப்புகள் இல்லை. இதைப் பற்றி என்னைவிட நன்றாகச் சேனாதிபதி லூபோமிர்ஸ்கி மகாப்பிரபுவுக்குத் தெரியும். எனக்குச் சிரிப்புவருகிறதுஃ அகஸ்ட் நம்மைச்சுற்றி வளைக்கிறானாம்! இதன் பொருள் என்ன? அவனது படையைத் துண்டு துண்டாக அழிப்பதற்கு நமக்குச் சந்தர்ப்பம் தருகிறான் என்பதே. தெற்கே அவனது குதிரைப்படை குடிவெறியோடு வருகிறது. கிழக்கேயுள்ள அபாஸ்டாலின் காஸ்ஸக் படைக்குக் குறைவான ஆயுதபலமே உண்டு. நமது கவசமணிந்த குதிரை வீரர்களின் முன் கஸாக்குகள் நிற்கமுடியாது. பீல்டு மார்ஷல் ஷூலன் பர்க் வார்ஸாவை அடைவதற்குமுன் இறந்து

விடுவான்; எனது அரசர் அவனைத் துரத்திக்கொண்டிருக்கிறாரென்பதில் ஐயமில்லை. கோலிட்ஸினிடம் உள்ள பதினோரு ருஷியப்படைப் பிரிவுகளால் ஓரளவுக்கு அபாயம் உண்டு. என்பது உண்மைதான். ஆனால் அந்தப்படைகள் பிரஸ்டிலிருந்து வருவதற்குள்ளாக நாம் அகஸ்டை அழித்து விடுவோம். எனவே, கோலிட்ஸின் படை பின்வாங்க வேண்டியதாகும்; அல்லது நம் கையில் அழியும். இன்று இரவே, லூபோ மிர்ஸ்கி பிரபு குதிரைப் படைகள் அனைத்தையும் வார்ஸாவில் குவிக்கவேண்டுமென்பது என்யோசனை. இந்த மெழுகு வத்திகள் எரிந்து அணைவதற்குள்ளாக அரசர் தேசீயக் குடி படையைத் திரட்டும்படி ஆணையிட வேண்டு மென்பது என்யோசனை. அகஸ்ட் அரசனது சிறகுகளை நாம் ஒடித் தெறியாவிட்டால், என்பனைப் பேய் விழுங்கட்டும்!''

மீசையின் மீது பெருமூச்சு விட்டுக்கொண்டு, ஹாரன் சிரித்தான்; அதன்பின் உட்கார்ந்து கொண்டான். இப்பொழுது, போலிஷ் துருப்புகளுக்கும் லிதுவேனியத்துருப்புக்களுக்கும் சேனாதிபதியாகவிருந்த லூபோ மிர்ஸ்கியை அரசன் நோக்கினான். இந்த விவாதம் நடைபெற்ற நேரமெல்லாம், அரசனுக்கு இடது புறத்தில் கில்ட் நாற்காலியில் உட்கார்ந்திருக்க சேனாதிபதி, நெற்றியைக் கையில் தாங்கிக்கொண்டிருந்தான். எனவே அவனது முகபாவம் புலனாகவில்லை. அவனது வட்டமான தலையில் மிளகுப்பொடி தூவிய மாதிரி மயிர் கத்தரித்து விடப்பட்டிருந்தது. உச்சந்தலை மயிர் மட்டும் கத்தரிக்கப்படவில்லை. இந்தத் தலையும் நீளமான மெலிந்த தொங்கு மீசையும்தான் தெரிந்தது.

அமைதி நிலவியவுடன் அவன் பெருமூச்சு விட்டான்; தன்னுணர்வு பெற்றவன் போல் நிமிர்ந்து அமர்ந்தான். அழகாக நெய்யப்பட்டிருந்த பெல்ட்டில் வயிரங்கள் பதித்த தடி தொங்கியது. அதிகாரச் சின்னமான அந்தத்தடியில் மெதுவாகக் கைவைத்தான். அவன் நெட்டையானவன்; எலும்பும் தோலுமாக மெலிந்திருந்தவன்; அகன்ற தோட்களை உடையவன்; அவனது கழுகு போன்ற முகத்தில் இலேசான தழும்புகள் இருந்தன; கன்னங்கள் குழிந்திருந்தன. கன்ன எலும்புகளின்மீது விறைப்பாகவிருந்த தோல் சிவந்திருந்தது. ஒட்டோ உறவோ இல்லாதவன் மாதிரி அவன் காட்சியளிப்பதையும், அவனது முகத்தின் அகங்காரத்தையும் ஆர்வமின்மையையும் கண்ட அரசனது இமைகள் துடித்தன. அரசன் தன் நாயைத் தட்டிக்கொடுத்தான். சேனாதிபதி மெதுவாக எழுந்து நின்றான். அவன் நீண்ட நாட்களாக எதிர்பார்த்திருந்த நேரம், கணக்குவழக்குத் தீர்ப்பதற்கான சமயம் வந்துவிட்டது.

போலிஷ் செல்வந்தர்களிலே அவனுக்கு ஒப்பானவன் யாருமில்லை. தனது எஸ்டேட்டு களில் அவன் எந்த அரசனையும்விட அதிகச் சக்தியுள்ளவனாக விளங்கினான்; அவன் சட்ட சபைக்குச் சென்ற பொழுதும், ஸென்டோஹோவுக்குத் தொழுகை யாத்திரை சென்ற பொழுதும், குறைந்த பட்சம் ஐந்தாயிரம் சாதாரண நிலப்பிரபுக்கள் உள்ளே வானநீலம் கொடுத்துத் தைத்த சிவப்புக் கோட் அணிந்து முன்னும் பின்னும் குதிரைமீதும் வண்டியிலும் சென்றனர். உக்ரேனியர்களோ தார்த்தாரியர்களோ கலகம் செய்தபொழுது, தேசீயக் குடிபடையைத் திரட்டினார்களேயானால் அவன் தனக்குச் சொந்தமான மூன்று குதிரைப்படைப் பிரிவுகளையும் அழைத்து வந்தான். அவனது குதிரை வீரர்கள் எஃகுக்கவசம் அணிந்தனர். முதுகில் சிறகு கட்டியிருந்தனர். பியாஸ்ட்ஸின் வழித்தோன்றல் என்ற முறையில், அவன் அகஸ்டின் வீழ்ச்சிக்குப்பின் அரசனாக வேண்டியவனாகத் தன்னைக் கருதினான். போனவருடம் அரசனது தேர்வு நிகழ்ந்தபொழுது, சட்டசபை உறுப்பினரில் மூன்றில் இருவர், வாட்களால் சடகட சத்தம் செய்துகொண்டு, ''எங்களுக்கு லூபோமிர்ஸ்கி வேண்டும்'' என்று கத்தினார்கள். ஆனால் சார்லஸ் அவனை விரும்பவில்லை. ஏனெனில் சார்லஸ் ஒரு பொம்மை அரசனையே விரும்பினான்.

கர்னல் ஹாரன், கொந்தளித்துக் கொண்டிருந்த சட்டசபையைத் தன் சிப்பாய்களைக் கொண்டு சுற்றிவளைத்தான். அவர்கள் வெடிமருந்தின் வத்திகளைப் பற்றவைத்தார்கள். முரசுகளைக் கொட்டி அவ்விடத்தின் புனிதத் தன்மையைக் கெடுத்தார்கள். குதிகால்களால் ஆணிகளை அடிப்பதுபோல் ஓங்கி மிதித்து நடந்த ஹாரன், காலியான அரியணை மேடையை நெருங்கினான். ''நான் லீஸென்ஸ்கியைப் பிரேரேபிக்கிறேன்'' என்றான்.

அதிலிருந்து சேனாதிபதி தன் சந்தர்ப்பத்தை எதிர்பார்த்துக் கொண்டிருந்தான். அவனது கௌரவத்தைப் புண்படுத்துவதற்கு எவரும் துணிந்ததில்லை. ஆனால் சார்லஸ் அவனை அவமானப் படுத்திவிட்டான். பார்க்கப்போனால் இந்தச் சார்லஸுக்கு இவனிடம் உள்ள அளவுக்குச் சாகுபடி நிலமோ பொன்னோ இருக்க முடியாது. தனது புதிரான பார்வையை அங்குமிங்கும் வீசிய லூபோமிர்ஸ்கி தடியின் கைப்பிடியை நகங்களால் பிறாண்டிக்கொண்டே பேசத் தொடங்கினான். மெய்யெழுத்துக்களை ஆத்திரத்துடன் உச்சரித்தான். அது பாம்பு சீறுவது மாதிரி இருந்தது.

''என் காதில்தான் தவறாக விழுந்ததா? அல்லது இது என் கற்பனையா? காவற்படைத் தலைவர் (ஹாரன்) எனக்கு உத்திரவு கொடுக்கத் துணிந்துவிட்டார். சோனதிபதியான எனக்கு, மகாப்பிரபு லூபோமிர்ஸ்கிய எனக்கு, ஆணையிடத் துணிந்துவிட்டார். இது வேடிக்கையா? அல்லது துடுக்குத்தனமா?'' அரசன் ஜபமணி மாலையைப் பிடித்த கையை உயர்த்தினான். தலைமைப் பாதிரியார் தமது நாற்காலியில் முன்பக்கம் சாய்ந்து, உப்பிய ஆந்தை மூஞ்சியை ஆட்டினார். ஆனால் சோனதிபதி பயமுறுத்தும் வகையில் குரலை உயர்த்தினான்! ''என் யோசனைக்காக நீங்கள் காத்திருக்கிறீர்களா? கனவான்களே, நான் உங்கள் பேச்சுகளைக் கேட்டேன். என் மனச் சாட்சியைக் கலந்து ஆலோசித்தேன். என் பதில் இதுதான்! நமது துருப்புகளை நம்பமுடியாது. அவர்கள் தமது உதிரத்தையும் தமது சகோதரர்களது உதிரத்தையும் சிந்த வேண்டுமென்றால், ஒவ்வொரு பிரபுவும் உற்சாகம் பொங்கி எழவேண்டும்; கனன்று கொதிக்கவேண்டும். அவ்வாறு செய்வதற்கான போர்க்கோஷம் என்ன? அரசருக்குத் தெரியும்? எனக்குத் தெரியாது. 'ஆண்டவன் பெயரால், லீஸென்ஸ்கிகளின் புகழைப் பெருக்க முன்னேறுங் கள்!' என்பதா? அவர்கள் அசைய மாட்டார்கள். ''ஆண்டவன் பெயரால் ஸ்வீடனது அரசனின் புகழைப் பெருக்க முன்னேறுங்கள்!' என்பதா? அவர்கள் வாளைக் கீழே போட்டு விடுவார்கள். என்னால் துருப்புகளுக்குத் தலைமை தாங்க முடியாது! நான் இனி சேனாதிபதி அல்ல!''

அவனது கோணிய முகம், அடர்த்தியான புருவம் வரையில் கருஞ்சிவப்பாகியது. உணர்ச்சி வசப்பட்ட லூபோமிர்ஸ்கி தடியை பெல்ட்டிலிருந்து எடுத்து, சிறுபிள்ளைத் தனமான அரசனது காலடியில் வெள்ளைநிற நாய் இரங்கத்தக்க வகையில் கதறியது.

''இது துரோகம்'' என்று ஹாரன் சினந்து சீறினான்.

5

வெறிகொள்ளுதல் என்று பொருள்படும் 'பர்ஸாக்' என்ற சொல், பூர்வீக காலத்திலேயே ஆட்சிக்கு வந்ததாகும். ஸ்காண்டி நேவியர்கள், பேய்க்காளான் வகையினைத்தின்று வெறி கொண்ட பழக்கத்திலிருந்து இந்தச் சொல்- பர்ஸர்க் பிறந்தது. பிற்பாடு, இடைக்காலத்தில் பர்ஸர்க் என்ற சொல்லுக்கு வேறு பொருள் ஏற்பட்டது. கவசமோ கேடயமோ தலைக்காப்போ இல்லாது லினன் சட்டைமட்டும் அணிந்தவராய், போர்க்களத்தைக் கண்ட மாத்திரத்திலேயே கொதித்தெழுந்த போர் வெறியர்களை ஸ்காண்டி நேவியர் பர்ஸர்க் என்று அழைத்தனர். இந்தப் பர்ஸர்க்குகள் மிகவும் அஞ்சத்தக்கவராக இருந்தனர். கன்யூட்*டின் பன்னிரண்டு புதல்வர்களும் பர்ஸர்க்குகளாக இருந்தனரென்றும் ஸ்காண்டி நேவியர்களே அவர்களைக்கண்டு அஞ்சியதால் அந்தப் பன்னிருவரும் தனிப்படகில் சென்றனரென்றும் கர்ண பரம்பரை வழக்குக் கூறும்.

சார்லஸ் மூர்க்கம் கொண்டபொழுது, அவனை பர்ஸர்க் என்றுதான் வர்ணிக்க வேண்டியதாயிற்று. அவன் ஆத்திரம் கொண்டு பேயாட்டமாடிய பொழுது, கூடாரத்தில் இருந்த அவனது உழையர்கள் மிகவும் பீதியடைந்தனர். பைப்பர் கோமகன் தன் உயிருக்கே ஆபத்து நேரிடுமென்று அஞ்சினான். காஸெல்ஸ்கா சீமாட்டி மூலம் மாடப்புறா அஞ்சல் கடிதம் கிடைத்த பிறகு, பைப்பரும் பீல்டுமார்ஷல் ரீன்ஸ் கோல்டும் எடுத்துச் சொன்னவற்றைக் கேளாது, சார்லஸ் அரசன் தன் பழைய முடிவிலேயே நிலைத்து நின்றான். அகஸ்டை ஒரே அடியில் அழித்து விட்டுப் போலந்து முழுவதும் லீஸெஸ்ஸ்கிக்குப்பணியச் செய்வதென்றும், அதன்பின் தன் படைகளுக்கு ஓய்வு கொடுப்பதென்றும் அடுத்த ஆண்டின் கோடைகாலத்தில் படையெழுச்சி நடத்திப் பீட்டரின் படைகளை அழிப்பதென்றும் அவன் திட்டமிட்டிருந்தான். நார்வா, யுரீவ் ஆகியவற்றைப்பற்றி அவன் கவலைப்படவில்லை; ஏனெனில் அவற்றின் காவற்படைகள் நம்பகமானவை; அந்தக் கோட்டைகளின் வலுவான மதில்களை ருஷியரால் உடைக்க முடியாதென்றும் அவன் கருதினான். மேலும், வீரத்தில் சிறந்த ஷிலிப்பன் பாக்கும் அங்கு இருந்தான். ஆனால் இவற்றையும் விட முக்கியமான காரணம் ஒன்றும் இருந்தது. அலெக் ஸாண்டர், ஸீஸர் ஆகியோரின் புகழுக்கு உரிமையாளனாக விளங்கும் அவன், ஒரு மாடப்புறாத் தபாலைக்கண்டு, அதுவும், ஒழுக்கம் கெட்ட சிறுக்கி கொண்டுவந்து கொடுத்த கடித்ததைக் கண்டு தன் திட்டத்தை மாற்றுவதென்றால், அது அவனது பெருமைக்குப் பழுது என்றும் அவன் கருதினான்.

தெவிட்டிய நிலை அடைந்த சிங்கம் போல் சார்லஸ், கண் முன்னேயிருந்த அகஸ்ட் அரசனைக் கீறிப்பிளக்காதிருந்தபொழுது, ஸோகாலில் ருஷியத்துணைப்படை வந்தது; அகஸ்ட் வார்ஸாவை நோக்கி விரைவாக முன்னேறினான். ஸோபெக்ஸான்ஸ்கியின் வீட்டு விருந்தில் குடற் பணியாரத் தட்டத்தை வாளால் வெட்டிய பிரபுவின் மூலம் இந்தச் சேதிகள் பைப்பருக்குக் கிட்டின. பைப்பர் திகிலடைந்தான். பொது புலர்ந்து கொண்டிருந்ததால் அரசனை எழுப்பு வதற்குச் சென்றான். சார்லஸ் தன் கூடாரத்தில் முகாம்-படுக்கையில் படுத்துக் கைளை மார்பின்மீது குவித்துக்கொண்டு அமைதியாக உறங்கினான். பித்தளையில் செய்த இரவு விளக்கு இலேசான வெளிச்சம் தந்தது. அவனது பெரிய கருடமூக்கும் உறுதியாக மடித்த உதடுகளும்

*கன்யூட்: டென்மார்க்கின் தலைவன். இவன் தலைமையில் டேனிஷ்காரர்கள் இங்கிலாந்து மீது படையெடுக்கச் சென்றனர். அதில் வெற்றி கண்டனர். கி.பி, 1018-ல் கன்யூட், இங்கிலாந்து, நார்வே, டென்மார்க் ஆகியவற்றின் அரசனானான்.

துறவியைப்போல் உலர்ந்த கன்னங்களும் அந்த வெளிச்சத்தில் புலனாயின. உறக்கத்தில் கூடச் சார்லஸ் அலாதியானவனாகத் தோன்ற விரும்பினான். அவன் கல்லறையில் மீளா உறக்கத்தில் ஆழ்ந்த மேன்மகனைப் போலிருந்தான்.

பைப்பர் கோமகன், அரசனது சேவல்மீது நம்பிக்கை வைத்தான். அது உரக்கக் கூவுவதற்கு நேரம் வந்துவிட்டது. ஆனால் அரசனைப் போலவே உண்டி சுருக்கி வாழவேண்டிய நிலைமைக்கு உட்பட்ட சேவல், தன் கூண்டில் அங்குமிங்கும் அசைந்துவிட்டுக் கம்மிய குரலில் இலேசாகக் கூவியது.

இரவு விளக்கின் திரியைத் தூண்டிவிட்ட பைப்பர், ''அரசர் பெருமானே, எழுந்திருங்கள்!'' என்று மென்மையாக மொழிந்தான். ''அரசரே கெடுதலான தகவல் வந்திருக்கிறது'' என்று மேலும் கூறினான். சார்லஸ் உடலை அசைக்காது கண்களைத் திறந்தான். ''அகஸ்ட் நம்மை ஏமாற்றி விட்டான்'' என்றான் பைப்பர்.

சார்லஸ் உடனடியாக, லினன் உள்ளாடை அணிந்த கால்களை இழுத்தான்; கம்பளிக் காலுறை அணிந்த பாதங்களைத் தொங்கவிட்டான். கைமுட்டிகளை ஆதாரப்படுத்திக்கொண்டு உட்கார்ந்து பைப்பரைப் பார்த்தான். புடையர் குழுவினரின் வினயத்தோடும் விவேகத்தோடும், பைப்பர் அகஸ்டின் சூழ்நிலைகளில் ஏற்பட்டுள்ள மாறுதல்களைச் சார்லஸிடம் விவரித்தான்.

''என் பூட்ஸ், என் கால் சட்டை'' என்று மெதுவாகக் கூறினான் சார்லஸ். அவனது இமைக்காத கண்கள் மேலும் பயங்கரமாக விரிந்தன. அவை மினுமினுத்ததாகக்கூடத் தோன்றியது. ஒரு வேளை, புகையத் தொடங்கிவிட்ட இரவு விளக்குச் சுவாலையின் பிரதிபலப்பு அந்தப் பிரமையைப் பைப்பரிடம் ஏற்படுத்தியிருக்கலாம்.

பைப்பர் கூடாரத்திலிருந்து வெளியேறி உடனடியாகப் பர்க்கன்ஹாமைக் கூட்டி வந்தான். அவன் விரைவாக அணிந்த பொய்மயிர் ஒரு பக்கம் சாய்ந்திருந்தது தளபதிகள் ஒருவர் பின் ஒருவராகக் கூடாரத்துக்கு வந்தனர். சார்லஸ் கால்சட்டையையும் பூட்ஸையும் போட்டுக் கொண்டான். கோட்டுக்குப் பித்தான்களிடும்பொழுது இரண்டு நகங்களை ஒடித்துக் கொண்டான். அதன் பிறகே அவன் தன் மூர்க்க வெறியை வெளியிட்டான்.

''நீ வேசிகளுடன் பொழுதைக் கழிக்கிறாய்! பருத்துத் தடித்துவிட்டாய்!'' என்று அவன் நிரபராதியான தளபதி ரோஸனைப் பார்த்துக் குரைத்தான். தாடைகளில் சுளுக்கு ஏற்பட்டுப் பற்கள் கடகடவென்ற அடித்துக் கொண்டதால் அவன் அம்மாதிரி குரைத்தான். தளபதி லோஹன் ஹாப்பை நோக்கி, ''இன்று நீ அவமானப்படப்போகிறாய்!'' என்று கத்தி, வாளால் குத்துவது மாதிரி பாய்ந்து குதித்தான். ''நீ என் சேனையின் சாதாரண சிப்பாய்த் தளவாட வண்டியுடன் நடக்கவேண்டியவன். ஐரோப்பாவின் தலைவிதியை நிர்ணயிக்கக்கூடிய தலைமையான சேதியைக் குடபோதையிலுள்ள சாமான்ய பிரபுவிடமிருந்து நான் அறியவேண்டியிருக்கிறது! ஆடலணங்குகளிடமிருந்து நான் தகவல்களை அறியவேண்டியிருக்கிறது! நான் நகைப்புக்கு இடமாகிவிட்டேன்! கஸாக்குகள், நான் தூங்கும்பொழுது என்னைச் சிறைப்படுத்திக் கழுத்தில் கயிற்றைக்கட்டி மாஸ்கோவுக்குக் கொண்டு போகாதிருப்பதுதான் ஆச்சரியப்பட வேண்டிய விஷயம்! ஹெர்பைப்பர், நீ ஓர் ஆள்! உனது குடும்ப மரபுச் சின்னங்களில் கோமகனது அணி முடிச்சின்னத்தை நீக்கிவிட்டுக் கோமாளியின் குல்லாயைச் சேர்த்துக்கொள்வது நலமென்று நான் யோசனை கூறுகிறேன்! கௌதாரியையும் சதுப்பு நிலப்பறவையையும் இதர வேட்டைப் பொருட்களையும் தின்று கொழுக்கிறாய்! நீ ஒரு குடிகாரன், கழுதை! அவமானமடைந்து விட்டதாகப் பாசாங்கு செய்யாதே! உன்னைச் சித்திரவதை செய்து சிறையில் தள்ளுவேன். உன்

உளவாளிகள் எங்கே? சம்பவங்கள் நிகழ்வதற்கு இருபத்தி நான்கு மணி நேரம் முன்பே எனக்குத் தகவல் தெரிவிப்பார்களென்றாயே, அந்தத் தூதர்கள் எங்கே? ஒழிந்துபோ! நான் சேனையை விட்டுச் செல்கிறேன், சாதாரண பிரஜையாகிறேன்! உங்களது அரசானயிருப்பது எனக்கு அருவருப்பைத் தருகிறது!''

இங்ஙனம் பேசியபின், சார்லஸ் தன் கோட்டுப் பித்தான்கள் அனைத்தையும் பிய்த்தெறிந்தான். முரசை உதைத்தான். அதன் முகப்புக் கிழிந்தது. அவன் பர்க்கன்ஹாமின் பொய்மயிரையும் பிய்த்துப் பிய்த்து எறிந்தான், பின்வாங்கி ஒதுங்கிய புடையர்களிடையே அவன் கூடாரத்தில் பேயாட்டமாடியபொழுது, ஒருவனும் அவனிடம் பேசத் தணியவில்லை. பர்ஸாக் வலிப்பு அடங்கியபின் சார்லஸ் முதுகுக்குப் பின்னால் கைகோர்த்துக் கொண்டு தலைகுனிந்து பேசினான்:

''படையினருக்கு உடனடியாக எச்சரிக்கை கொடுக்கவேண்டுமென்று உங்களுக்கு உத்திர விடுகிறேன். கனவான்களே, நீங்கள் சித்தமாவதற்கு மூன்று மணி அவகாசம் கொடுக்கிறேன். நான் படையெழுச்சியைத் தொடங்குவேன்! என் உத்திரவிலிருந்து நீங்கள் அனைத்தையும் தெரிந்து கொள்வீர்கள். பர்க்கன்ஹாம், பேனாவும் காகிதமும் மசியும் கொண்டுவா.''

6

''பொறுக்க முடியவில்லை. எத்தனை நேரம் இங்கே கிடப்பது? உறுதியாக முடிவு எடுத்துத் தாக்குதலைத் தொடுத்திருந்தால், இந்நேரம் வார்ஸாவில் இருக்கலாம்'' என்று அலுத்துப் பேசிய காஸெல்ஸ்கா வண்டிக்கு வெளியே நோக்கினாள். இருண்டிருந்த வார்ஸாவைச் சுற்றி, விரிவான அரைவட்ட வடிவில் முகாம் அடுப்புகள் எரிந்தன. காஸெல்ஸ்கா சோர்ந்துவிட்டாள். பொன் முலாம் பூசிய மன்மத உருவை உச்சியில் கொண்ட உயர்ந்த கோச்சு அவளுக்கு இருந்ததென்பது மெய்தான். ஆனால் ஒரு சிறிய ஆற்றைக் கடந்தபொழுது, அது உடைந்துவிட்டது. எனவே அன்னாவின் சௌகரியமில்லாத வண்டியில் ஏறி உட்கார வேண்டியதாயிற்று. அந்த வண்டி விகாரமானது; சாலையில் செல்லும்பொழுது, தூக்கிவாரிப்போட்டது. சீமாட்டிக்கு எரிச்சலாயிருந்தது. அன்னாவிடம் பரிவு உண்டாயிற்று. எனவே, நகர நாகரிகம் தெரியாத அந்தப் பெண்ணிடம் கூட நன்றாக நடந்துகொண்டாள்.

''நம் வண்டிக்கு முன்னால் அரசரது வண்டி நிற்கிறது. ஆனால் அவர் அதனுள் இல்லை. அவர் என்ன எண்ணிக் கொண்டிருக்கிறாரோ, ஆண்டவனுக்குத்தான் வெளிச்சம். சாப்பாட்டுக்கோ ஓய்வு எடுப்பதற்கோ ஏற்பாடு செய்வதாகத் தெரியவில்லை'' என்றாள் அவள்.

காஸெல்ஸ்கா, வாரை இழுத்தாள்; கோச்சின் ஜன்னல் கதவைக் கஷ்டப்பட்டுத் தாழ்த்தினாள். காற்றில் குதிரை வேர்வை நாற்றம் கலந்து வந்தது. முகாம் அடுப்புகளில் புகை பசியைக் கிளறியது. கூச்சலும் தூற்றலும் சிரிப்பும் குதிரைகளின் காலடி ஓசையும் தொலைவில் துப்பாக்கி சுடும் சத்தமும் காதில் விழுந்தன. பட்டாளத்து வாழ்வின் அம்சங்கள் இவை. இவை சீமாட்டிக்கு வெறுப்பையே தந்தன. எனவே அவள் பலகணிக் கதவை மீண்டும் உயர்த்தினாள். வண்டியின் மூலையில் சாய்ந்து கொண்டாள். கசங்கிய கௌனும் பிரயாண மேலாடையும் குத்திய பெட்டி மூலைகளும் அவளுக்கு ஆத்திரமூட்டின. யாரையாவது இரத்தம் வரும்படி கடிக்க வேண்டுமென்று அவளுக்குத் தோன்றியது.

''ராஜமாளிகையில் இருந்ததெல்லாம் பறிபோயிருக்குமென்றும் அங்கு அனைத்தும் அலங்கோலமாயிருக்குமென்றும் நான் அஞ்சுகிறேன். லீஸென்ஸ்கி குடும்பம் பேராசைக்குப்

பெயரெடுத்ததாகும். லீஸெஸன்ஸ்கி நான் நன்கறிவேன். அவன் அற்பன், குறுகிய மனப்பான்மை உடைய வெறியன். அன்பே, உனக்கு வார்ஸாவில் கண்ணியமான குடும்பத்துடன் தொடர்பு இருந்தால், தனி வீடு பார்த்துக்கொள். அகஸ்ட் அரசரை அதிகம் நம்பாதே. அட, கடவுளே, அவர் பலே போக்கிரி!'' என்றாள் அவள்.

காஸெல்ஸ்காவுடன் உரையாடுவதில் அன்னா உவகை கண்டாள். அவளிடம் நன்னடத்தை பயில்வதாகக் கருதினாள். அன்னாவுக்கு மார்பகம் உருண்டு திரளத் தொடங்கியதிலிருந்தே அவள் அசாதாரணமான வாழ்வைக் குறித்துக் கனவு கண்டாள். அவள் கண்ணாடியில் தன் பிரதி பிம்பத்தைக் கண்டபோதெல்லாம் தன் அழகை உணர்ந்தாள். அவள் எழிலாயிருந்ததுடன், கண்டோரைக் கிறுகிறுக்கச் செய்வோளாகவும் இருந்தாள். அறிவு, சுறுசுறுப்பு, களியார்வம் ஆகியவற்றையும் பெற்றிருந்தாள். அவள் ஏழ்மைப்பட்ட குடும்பத்தில் பிறந்தவள். நொடித்துப்போன பிரபுவான அவளது தந்தை சந்தையிலும் பிரபுக்களின் சீட்டாட்ட மேஜையிலும் ஒருவகையாக ஜீவனம் தேடினான். அவன் வீட்டிலிருப்பதே அரிதாகவிருந்தது. இருந்த பொழுது அவன் அழுக்கடர்ந்த கோட்டை அணிந்துகொண்டு பலகணியில் அமர்ந்து வீட்டின் வறியநிலையை நோக்கினான். அப்பொழுது அவன் களைத்துப்போய் அமைதியாகவிருந்தான். அவனது அன்புக்குரிய ஒரே மகளான அன்னா, அவனது கடந்த காலத் திருவிளையாடல்களைப் பற்றிக் கூறும்படி வற்புறுத்திக் கிண்டல் செய்து தொல்லைப்படுத்தினாள். அவன் அலுத்துக் கொண்டே கதை கூறத் தொடங்கினானென்றாலும், படிப்படியாக எழுச்சி பெற்றுத் தன் வீரத்தைப் பற்றியும் செல்வாக்கான தொடர்புகளைப் பற்றியும் பெருமையடித்தக் கொண்டான். விஸ்னிவட்ஸ்கி, படோக்கி, லூபோமிர்ஸ்கி, ஸார்டோர்ஸ்கி ஆகிய குடும்பங்களது ஆடம்பரமான அற்புத வாழ்வைப்பற்றி மெய்யும் பொய்யும் கலந்து அவன் பேசியதை, கற்பிதக் கதையைக் கேட்பதுமாதிரி கேட்டாள். அவன் தன்னிடமிருந்த கடைசிக் குதிரையையும் விற்றுச் சூதாட்டக் கடனை அடைத்துவிட்டு, எஞ்சியிருந்த கோழிக்குஞ்சையும் தின்றுவிட்டுத் திக்கற்றவனாக நின்றபொழுதுதான், அன்னாவை வயதான ஸோபக்ஸான்ஸ்கிக்குத் திருமணம் செய்து கொடுக்க இசைந்தான். கிழவனை மணந்து கொள்ள முடியாதென்று அன்னா சொல்லவில்லை. பிரகாசமான எதிர்காலத்துக்கு இந்தத் திருமணம் வாய்ப்பளிக்குமென்று அவள் கருதினாள். கணவனது வயதுக்கு ஒவ்வாத மோகம்தான் அவளுக்கு எரிச்சலை உண்டாக்கியது. எனினும் உலக அறிவுக்குக் கட்டுப்பட்ட அன்பான இதயத்தை அவள் பெற்றிருந்தாள்.

இப்பொழுது, ஒரே தாவுதலில் அவள் நற்பேறு என்ற ஏணியின் உச்சிப்படிக்கு ஏறிவிட்டாள். அரசனே அவளது வலையில் விழுந்துவிட்டான். இந்தத் திடீர் உயர்வால் அவள் மமதை கொண்டு மதியிழக்கவில்லை. அவள் கெட்டிக்காரி. வெளிச்சமில்லாத கோதுமைச் சட்டியில் கூத்தாடும் சுண்டெலியைப்போல, அவளது திறமைகள் தொழிற்பட்டன. அனைத்தையும் எண்ணித் துணிய வேண்டுமென்பதையும், நெடிது நோக்கும் திறனோடு செயல்பட வேண்டுமென்பதையும் அவள் உணர்ந்தாள். மோகத்தில் மதிமயங்கிய பல புருஷர்களைப் போலவே, அன்னாவின் கணவனுக்கு ஒன்றும் புரியவில்லை. அவள் அவனிடம் கூறினாள்: ''எனக்குப் பட்டிக்காட்டு வாழ்க்கை இனி வேண்டாம்! நான் வார்ஸாவின் முதலாவது சீமாட்டியாக விரும்புகிறேன். என் நற்பேற்றினை எண்ணி நீங்கள் மனமகிழவேண்டும். ஜோஸப், எதைப்பற்றியும கவலைப்படாதீர்கள்! மனதார வயிறார, விருந்துண்ணுங்கள். என்னைப் போற்றிக் கொண்டேயிருங்கள்!''

கணவனைச் சமாளிப்பது அவளுக்குக் கடினமாயில்லை. காஸெல்ஸ்கா சீமாட்டியை அறிவால்வென்று அவளைத் தகராறு இல்லாமல் ஒதுக்கும் வேலையே கஷ்டமானது. ஆனால் அதையும்விட நுண்ணயமாகச் சாதிக்கவேண்டிய வேலை ஒன்று இருந்தது. அதுதான் அரசனைத்

தன் பிடியில் வைத்திருப்பதாகும். அரசனது அப்போதைய இச்சையைப் பூர்த்தி செய்வதோடு அமையாது, அவனை உறுதியாகத் தன்னுடன் பிணைத்துக்கொள்ள வேண்டுமென்று அன்னா விரும்பினாள்.

இந்தக் காரியத்தைச் சாதிப்பதற்குப் பெண்மையின் கவர்ச்சி மட்டும் போதாது அனுபவமும் தேவைப்பட்டது.எனவே, அவள் வசியம் செய்வதின் மர்மங்களைச் சீமாட்டியிடமிருந்து கற்றுக்கொள்வதில் உடனடியாக ஈடுபட்டாள்.

''ஆ, அன்பார்ந்த சீமாட்டி, ரோஜாவின் அருகே உள்ள தேனீபோல், நான் உங்கள் அருகில் இருக்க முடியுமானால், வார்ஸாவில் குடிசையில் வசிப்பதற்கும் தயார்'' என்று அன்னா கூறினாள். அவள் வண்டியின் இன்னொரு மூலையில் பாதங்களை நெருக்கமாக வைத்துக் கொண்டு அமர்ந்திருந்தாள். கண்களை மூடிக்கொண்டிருந்த சீமாட்டியின் முகத்தை அடிக்கடி பார்த்தாள். அது முகாம் கணப்புச் சுவாலைகளின பிரதிபலிப்பில் இளம் சிவப்பாயிருந்தது; அந்தச் சுவாலைகள் தாழ்ந்தபோது, மேகங்களில் மறைந்த சந்திரனைப் போல் நிழலில் மறைந்தது. ''நான் இன்னமும் ஒன்றுமறியாத குழந்தையாக இருக்கிறேன். அரசர் என்னிடம் பேசும்பொழுது நடுநடுங்குகிறேன்; ஏதாவது பொருத்தமில்லாமலோ மதியீனமாகவோ பதில் உரைத்து விடுவேனோ என்று அஞ்சுகிறேன்'' என்றாள் அன்னா.

சீமாட்டி தன் புளிப்பான சிந்தனைகளுக்குப் பதில் கூறுவதைப்போல் பேசத் தொடங்கினாள்:

''அரசருக்குப் பசியெடுத்தால், ஸ்டிராஸ்பர்க் அப்பத்தைச் சுவைத்துத் தின்பதுமாதிரியே ரைதானிய ரொட்டியையும், புசிப்பார். வழியிலுள்ள ஒரு தங்குமனையில் அவர் அம்மை வடுக்களை உடைய கஸாக் மாது ஒருத்தியைக் கண்டார். அவள் ஜாடிகளைத் தூக்கிக்கொண்டு நிலவறைக்கும் முற்றுத்துக்குமாகப் போய்வந்துகொண்டிருந்தாள். அது மின்னல் தோன்றி மறைவது போலிருந்தது. அவள் ஒரு பெண் என்ற எண்ணம் அரசனுக்கு ஏற்பட்டது. வேறு எதைப்பற்றியும் அவருக்குக் கவலையில்லை! ஓ! மகா அசுரன்! இளஞ் சிவப்புக் காலுறையில் கட்டியிருந்த கரும் வெல்வெட் நாடாவை நாட்டியமாடியபொழுது காட்டியே கோனிக்ஸ்மார்க் சீமாட்டி அவரைத் தன் கையில் போட்டுக்கொண்டாள்.''

'' ஏது நாதரே, மேரித்தாயே! அதற்கு அவ்வளவு பயன் உண்டா?'' என்று அன்னா குசுகுசுத்தாள்.

''வால்காவா என்ற ருஷியப் பெண்ணைக் கண்டு அவள் பால் மிருக இச்சை கொண்டார். ஒரு நடனத்தின்பொழுது, அவள் பன்முறை தன் கவுனையும் உள் கச்சையையும் மாற்றினாள். அவர் அவளது அறைக்குள் புகுந்து அவளது உட்கச்சையைப் பிடுங்கி தன்வேர்த்த முகத்தைத் துடைத்துக் கொண்டார். போன நூற்றாண்டில், இதேபோல் பிரெஞ்சு அரசன் ஒருவன் நடந்து கொண்டான். ஆனால் அங்கு அதன் விளைவாக அவர்களிடையே சாசுவதமான அன்பு உண்டாயிற்று. ஆனால் இங்கு அகஸ்டின் கண்ணெதிரிலேயே வால்காவா மறைந்துவிட்டாள். அதைக் கண்டு அனைவரும் மனமகிழ்ந்தனர்'' என்றாள் சீமாட்டி.

''நான் வடிகட்டிய முட்டாள்! பெண்ணின் உட்கச்சைக்கும் அன்புக்கும் என்ன சம்மந்தம் என்று எனக்குப் புரியவில்லை'' என்றாள் அன்னா.

''உட்கச்சையில் ஒன்றுமில்லை. பெண்ணின் சருமம், அவளது அலாதியான நறுமணம். அதுதான் விஷயம். பெண்ணின் சருமம் மலரின் மணமும் ஒன்றுபோலத்தான். கன்னியர் மடங்களை நடத்தும் பள்ளிக்கூடங்களின் இளம் மாணவிகள் அனைவரும் இதை அறிவார்கள்.

உன் அன்புக்குரிய அரசனைப் போன்ற கழிசடைகள், நாசி நுகரும் மணத்தைக் கொண்டே இச்சை கொள்கின்றனர்.''

''ஓ, புனிதமான கன்னிமேரியே!''

''அவரது பெரிய மூக்கைப் பார்த்தாயா? அதைப்பற்றி அகஸ்ட்டுக்கு ரொம்பப் பெருமை. ஏனெனில், நான்காவது ஹென்ரிக்கும் பெரிய மூக்கு. அவர் எப்பொழுதும் தன் நாசித் தொளைகளால் மோப்பம் பிடிக்கிறார்.''

''அப்படியானால், அம்பர்பொடி, நறுமணச் சத்து, நறுமணத் திரவியங்கள் ஆகியவைதாம் தலையாய முக்கியத்துவம் வாய்ந்தவை. நீங்கள் சொல்வதை நான் நன்குபுரிந்து கொண்டிருக் கிறேனா?''

''நீ ஒடிஸ்ஸி என்ற நூலைப் படித்திருந்தால், ஸர்ஸி என்ற மாயமந்திரக்காரி ஆடவர்களைப் பன்றிகளாக மாற்றினாளென்பதை மறந்திருக்க முடியாது. இவ்வளவு தூரம் பேதை மாதிரி பாசாங்கு செய்யாதே. ஆனால் இதெல்லாம் எனக்குப் பிடிக்கவில்லை; வெறுப்பாயிருக்கிறது. இவை இழிவான முறைகளென்று கருதுகிறேன்.''

சீமாட்டி மௌனமானாள். அறிவால் யார் யாரை வென்றார்கள் என்பதை அன்னாவால் திட்டமாகக் கணிக்க முடியவில்லை. கரிய இதழ்களில் நுரை தள்ளிய குதிரையின் முகம் கோச்சின் பல கணியருகே தோன்றியது. அரசன்தான் குதிரைமீது வந்தான். அவன் குதிரையிலிருந்து குதித்துக் கோச்சுக் கதவைத்திறந்தான். அவனது நாசித்தொளைகள் ஒளிர்ந்தன; கண்ணைப் பறிக்கும் புன்னகையால் முகம் மலர்ந்தது. அவன் பொன் முலாம் பூசிய தொப்பி அணிந்திருந் தான்; முகமூடி உயர்ந்திருந்தது; ஆடம்பரமான கருஞ்சிவப்பு மேலாடையைத் தோள்மீது போட்டிருந்தான். குதிரை வீரன் காட்டிய தீப்பந்தத்தின் வெளிச்சத்தில் பகட்டழகோடு தோன்றிய அரசனைக் கண்டவுடன் ''இல்லை, இல்லை; இது மடமையல்ல!'' என்று தனக்குள் கூறிக் கொண்டான். அரசன் களிப்போடு கத்தினான்ஃ

''சீமாட்டிகளே, வெளியே வாருங்கள். நீங்கள் ஒரு சரித்திர முக்கியமான காட்சியைக் காண்பீர்கள்!''

இலேசாக அலறிய அன்னா வண்டியிலிருந்து இறங்கினாள்.

''என் முதுகு வலிக்கிறது. இதைத்தான் நீங்கள் சாதிக்க விரும்பினீர்களென்பதில் எனக்கு ஐயமில்லை. நான் சரியாக ஆடை உடுத்தவில்லை. இங்கேயே இருக்கிறேன்; வெறும் வயிற்றோடு உறங்குகிறேன்.''

''பல்லக்கு வேண்டுமானால் அனுப்புகிறேன்'' என்று அரசன் வெடுக்கென்று கூறினான்.

''பல்லக்கா? எனக்கா?'' திடீரென்று அகலவிரிந்த அவளது கண்களின் பச்சைச் சுவாலையைக்கண்ட அகஸ்ட் சற்றுப் பின்வாங்கினான். அவள் வெகு விரைவாகக கோச்சிலிருந்து இறங்கினாள். இலேசாகச் சிவப்பு விரவிய மஞ்சளில் பிரயாண மேலாடை தரித்திருந்தாள். மோதிரங்களிலும் செவிகளின் தொங்கணிகளிலும் ரத்தினங்கள் ஒளிர்ந்தன. அவளது கூந்தல் அலங்காரம் சிறிது கலைந்திருந்தாலும், அதன் கவர்ச்சி குன்றவில்லை. ''எப்பொழுதும் உங்களுக்குத் தொண்டாற்றுவேன்!'' என்று கூறிய அவள் திறந்தமேனிக்கிருந்த தன் கையை அவனது கையினுள் நுழைத்தாள். இந்தப் பெண்ணுடைய கலையின் சிறப்பை அன்னா மீண்டும் உணர்ந்தாள்.

அவர்கள் மூவரும் அரசனது வண்டியை நோக்கிச் சென்றனர். அங்கே பொறுக்கி எடுக்கப்பட்ட குதிரைப்படையினர் இருந்தனர். அவர்கள் உடற்கவசம் அணிந்திருந்தனர். முதுகில் இரும்புச் சட்டத்துக்குள் அன்னப் பட்சியின் இறகுகளை வைத்துக்கொண்டிருந்தனர். கம்பளத்தின்மீது மூன்று நாற்காலிகள் போடப்பட்டிருந்தன. இடையிலிருந்த நாற்காலி சற்று முன்னால் இருந்தது. அரசன் அதில் அமர்ந்தான். மற்ற இரண்டிலும் அன்னாவும் காஸெல்ஸ்காவும் அமர்ந்தனர். அன்னாவின் இதயம் படபடவென்று அடித்துக்கொண்டது. அவர்களைச் சுற்றி நின்ற குதிரைகளது கவசமும் இறக்கைகளும் தொப்பியும் அடுப்புகளது தீயின் ஒளியில் பிரகாசித்தன. அந்த நெட்டையான குதிரைவீரர்கள், அகஸ்ட்டுக்கு வார்ஸா மாளிகையும் புகழையும் பணத்தையும் பெற்றுக் கொடுப்பதற்காக ஆண்டவனால் அனுப்பட்ட தேவர்களாக அவளுக்குத் தோன்றினர். அவள் தன் கண்களை மூடிக் கொண்டாள்.

''அரசன் ஆட்டுக்குட்டி மாதிரி என் கரங்களில் கிடப்பாராக!'' என்று அவள் பிரார்த்தித்தாள்.

குதிரைக்குளம்புகள் பூமியை மிதிக்கும் ஓசை கேட்டது. குதிரைப்படையினர் இடையில் வழிவிட்டு ஒதுங்கினர். இருளிலிருந்து லூபோமிர்ஸ்கி வந்தான். அவனது புடையர்களுக்கும் தோளில் சிறகுகள் இருந்தன; ஆனால் அவை கரிய இறகுகளாலானவை. சோனதிபதி அரசன் அருகே வந்தவுடன் கடிவாளவார்களைப் பிடித்திழுத்தான். பெருமூச்செறிந்த குதிரை மீதிருந்து குதித்து, அலை அலையாய் நெளிந்த மேலாடையுடன் நடந்து, அகஸ்ட்டுக்கு முன்னால் கம்பளியில் மண்டியிட்டான்.

''ஐயா, உங்களுக்குச் சம்மதமானால், என் துரோகத்தைத் மன்னித்து விடுங்கள்'' என்றான்.

அவனது சூடான கரியகண்களில் பதற்றம் இல்லை. சிவந்த முகத்தில் எழுச்சி இல்லை. விட்டுவிட்டுப் பேசினான். அவன் தன் செருக்கை அடக்கிக்கொள்ள வேண்டியதாகி விட்டது. வயிர மாலையுடன் கூடிய குல்லாயை அவன் நீக்கவில்லை; ஆனால் அவனது மெலிந்த கரங்கள் நடுங்கிக் கொண்டிருந்தன.

''நான் உங்களுக்குத் துரோகம் இழைத்தது பைத்தியக்காரத் தனமாகும். மதிமயக்கத்தால் நிகழ்ந்தவினை அது. ஆனால் நான் ஒரு கணமும் லீஸென்ஸ்கியை அரசனாக ஏற்றுக்கொள்ள வில்லை. அவனை அரசனாக்கியதை அவமானமாகக் கருதி மனம் நொந்தேன். கடைசியில், நான் செயல்படுவதற்குரிய நேரம் வந்தது! நான் என் கைத்தடியை அவனது காலடியில் எறிந்தேன். காறித்துப்பிவிட்டு வெளியேறினேன். அரண்மனை முன்றிலில் ஹாரனின் சோல்ஜர்கள் என்னை வளைக்கப்பார்த்தனர். ஆண்டவன் அருளால், என் வாள்வலி குன்றவில்லை. எதிரியின் ரத்தம் ஓடியது. அது லீஸென்ஸ்கியுடன் ஏற்பட்ட பகையை உறுதி செய்தது. என் வாழ்வை உங்களிடம் ஒப்படைக்கிறேன்!''

இந்தப் பேச்சைக் கேட்டுக்கொண்டே இரும்புக் கையுறைகளை மெதுவாகக் கழற்றிய அகஸ்ட், அந்த உறைகளைக் கம்பளத்தில் போட்டான். அவனது முகம் தெளிவு அடைந்தது. அவன் எழுந்திருந்து கைகளை நீட்டிக் காற்றில் குலுக்கினான்.

''நான் உன்னை மனமார மன்னித்துத் தழுவிக்கொள்கிறேன்'' என்றான் அகஸ்ட். மார்பில் நரபரிகளும் அரமகளிரும் செதுக்கப்பெற்ற இத்தாலிய கவசத்தை அணிந்த அகஸ்ட், அவனது முகத்தைத் தன்மார்பில புதைத்துக் கொண்டான். தேவைக்கு அதிகமான நேரம் இம்மாதிரி வைத்திருந்த பின், அகஸ்ட் இன்னொரு நாற்காலியைக் கொண்டுவரும்படி உத்திரவிட்டான். ஆனால் அதற்கு முன்பே, நாற்காலி அங்கு போடப்பட்டிருந்தது. அகஸ்டுக்கும் ருஷியருக்கும்

எதிராகத் தான் போர் புரிய மறுத்தபின் வார்ஸாவில் நிகழ்ந்த சம்பவங்களை லூபோமிர்ஸ்கி விவரித்தான். தன் கன்னத்தின் காயங்களை விரலால் தடவிப்பார்த்துக்கொண்டே அவன் பேசினான்.

வார்ஸாவில் பெரிய குழப்பம் ஏற்பட்டிருந்தது. கத்தோலிக்கத் தலைமைப் பாதிரியார், போனவருடம் லூப்லின் சட்டசபைக் கூட்டத்தில் மண்டியிட்டு அகஸ்ட்டுக்கும் போலிஷ் ராஜ்ய சுதந்திரத்துக்கும் விசுவாசம் தெரிவித்தார்; ஒரு மாதம் கழிந்தவுடன் அவர் சார்லஸ் அரசனுக்கு விசுவாசம் தெரிவித்து லூதர் கொள்கையினரது பைபிளை முத்தமிட்டார். அப்பொழுது, அகஸ்ட்டை அரசபீடத்திலிருந்து அகற்றவேண்டுமென்று பிரேரேபித்தவரும் அவரே; உடனடியாகக் கர்னல்ஹாரன் கோரியபடி, லூபோ மிர்ஸ்கியைக் கைவிட்டதும் அவரே. இவ்வாறு மும்முறை துரோகம் செய்த இப்பாதிரியார்தான் முதன் முதலில் வார்ஸாவைவிட்டு ஓடினார். கோயில் நீதிகளைப் பல பேழைகளில நிரப்பிக்கொண்டு போய்விட்டார்.

லீஸென்ஸ்கி அரசன், வெறிச்சென்று கிடந்த மாளிகையில் மூன்று நாட்கள் அலைந்து திரிந்தான். ஒவ்வொரு நாளும் அரசவைக்குவந்த உழையர்களின் எண்ணிக்கை குறைந்து கொண்டே வந்தது. அவன் தப்பி ஓடிவிடக் கூடாதென்று ஹாரன் காவல் காத்துவந்தான்; தன்னந்தனியாக நின்று தன் காவற்படையின் உதவியுடன் வார்ஸாவைப் பாதுகாப்பதாக ஹாரன் வாக்களித்திருந்தான். அரசன் சாப்பிடும்பொழுது, அதே அறையில் ஹாரன் இருப்பதை அரசவை விதிகள் அனுமதிக்கவில்லை. அந்த நேரத்தில் அவன் பக்கத்து அறையில் உட்கார்ந்து குதிமுட்களால் ஒலி செய்து கொண்டிருந்தான். இந்த ஓசையைப் பொறுக்க முடியாத காரணத்தால், சாப்பாட்டுக்கு இடையில், லீஸென்ஸ்கி, ஆபூலியஸ் லத்தீன் மொழியில் எழுதிய கவிதைகளை உரக்கப்படித்தான். ஆனால் நான்காவது நாள் இரவில், விவசாயியின் ஆடையும் பொய்த்தாடியும் அணிந்துகொண்டு தப்பி ஓடுவதில் லீஸென்ஸ்கி வெற்றியடைந்தான். அவனது முடியலங்காரப் பணியாளும் ஏவலாளும் கூடச் சென்றனர். அவன் ஒரு வண்டியில் இரண்டு கீல் பீப்பாய்களுடன் நகர வாயில்களைக் கடந்தான். அரசாங்க நிதி முழுமையும் அந்தப் பீப்பாய்களில் இருந்தது. லீஸென்ஸ்கி தன் நாயோடு அரண்மனை அறைகளில் சுற்றித் திரிந்துகொண்டும் அபூலியஸின் கவிதைகளைப் படித்துமே காலங்கழிக்கவில்லையென்றும், அவன் தன் குடும்பப் பண்புக்கு இணங்க வேறு வேலையும் செய்தானென்றும் ஹாரன் காலம் கடந்தபின் உணர்ந்து கொண்டான். அவன் அரசனது படுக்கையின் திரைகளைக் கிழித்து மிதித்தான்; அரண்மனை நிர்வாகியை வாளால் குத்தினான். இரவுக் காவற்குழுவின் தலைவனைச் சுட்டுக் கொல்லச் செய்தான். ஆனால் லீஸென்ஸ்கியுடன் தொடர்புகொண்ட செல்வந்தர்கள் வார்ஸாவிலிருந்து ஓடுவதை இவற்றில் ஏதும் தடுக்கவில்லை.

இந்தக் கதையைக் கேட்டு ஏளனமாகச் சிரித்த அகஸ்ட், அப்போதைக்கப்போது கைமுட்டிகளால் நாற்காலியின் கைச்சட்டங்களைக் குத்தினான்; தன் ஆசைக் கிழத்திகளை நோக்கினான். காஸெல்ஸ்காவின் கண்கள், தணுப்பான ஏளனத்தை வெளியிட்டன. ஆனால் அன்னா வெள்ளிமணி போல் சிரிப்பொலி செய்தாள்.

''இப்பொழுது உன் யோசனை என்ன? முற்றுகையிடுவதா, அல்லது உடனடியாகத் தாக்குவதா?''

''ஐயா, உடனடியாகத் தாக்குவோம். ஹாரனது காவற்படை பெரிதல்ல. சார்லஸ் வருவதற்கு அவகாசம் கொடுக்காமல், வார்ஸாவை வசப்படுத்த வேண்டும்.''

''உடனடித் தாக்குதலா! அட இழவே! விவேகமான யோசனைதான்!'' என்று அகஸ்ட் எஃகு அணிந்த தோளைத் தட்டிக்கொண்டு கத்தினான். ''தாக்குதல் வெற்றியடைய வேண்டுமானால்,

வேகவைத்த வாத்து போன்ற நல்ல உணவைத் துருப்புகளுக்கு அளிக்கவேண்டும். மிதமாகக் கணித்தாலும் ஐந்தாயிரம் வாத்துக்கள் தேவைப்படும்!'' என்ற அகஸ்ட் நாசியைச் சுருக்கினான். ''அந்த வாத்துக்களை வாங்கினால் ஒன்றும் மோசம் இல்லை. ஆனால் மகாப்பிரபு கோலிட்ஸின் எனக்கு இருபதாயிரம் தாலர்களே கொடுத்தான். சொற்பத்தொகை. பணவிஷயத்தில், ஜார் அள்ளிக் கொடுப்பவனல்ல. அவனது கை கவடில்லாது கொடுக்கும் கை அல்ல. நான் தலைமைப் பாதிரியின் நிதியையும் அரண்மனைப் பொக்கிஷத்தையும் நம்பியிருந்தேன். அவையும் களவு போய்விட்டன.!'' என்று கத்தியபொழுது, அவனது முகம் கருஞ்சிவப்பாகியது. ''பார்க்கப் போனால், என் தலைநகரை விடுவிப்பதற்குக் கூட எனக்கு வசதி இல்லை.''

லூபோமிர்ஸ்கி, காலடியை நோக்கியவாறு அரசனது பேச்சைக் கேட்டுவிட்டுத் தணிந்த குரலில் கூறினான்:

''என் ராணுவப் பணப்பெட்டி இன்னும் காலியாகவில்லை. நீங்கள் உத்திரவிட்டால்....''

''நன்றி. உங்களது உதவியைப் பயன்படுத்திக் கொள்வேன்'' என்று அகஸ்ட் அவசரமாக இடைமறித்துக் கூறினான்; ஆயினும் அவன் உண்மையான வார்ஸேஸல்ஸ் நன்னயத்தோடு கூறினான். ''எனக்கு லட்சம் தாலர்கள். தேவை. தாக்குதலுக்குபிறகு அந்தத் தொகையைத் திருப்பிக் கொடுப்பேன்'' என்று கூறிய அகஸ்டின் முகம் ஒளிர்ந்தது. அவன் மீண்டும் லூபோ மிர்ஸ்கியைக் கன்னத்தோடு கன்னம் வைத்துத் தழுவினான். ''பிரபு சென்று ஓய்வு எடு. நாமும் ஓய்வு எடுக்க விரும்புகிறோம்'' என்றான்.

சேனைத்தலைவன் குதிரைமீது பாய்ந்து, திரும்பிப் பாராமல் இருளில் விரைந்தான். அகஸ்ட் பெண்களை நோககிப் பேசினான்:

''சீமாட்டிகளே, உங்களது களைப்பான பயணத்துக்குத் தக்க பரிசு கிட்டப் போகிறது. உங்களுக்கு வேண்டுவன என்ன என்ன என்பதை மட்டும் என்னிடம் தெரிவியுங்கள். சாப்பிட வேண்டும் என்பது உங்களது முதன்மையாக குறைந்தபட்ச கோரிக்கை அல்லவா? உங்களது சௌகரியத்தையும் சந்தோஷத்தையும் பற்றி நான் கவலைப்பட வில்லையென்றும் மறந்து விட்டேன் என்றும் எண்ணாதீர்கள். அரசன் எந்த நேரத்திலும் எதையும் மறக்கக்கூடாது. என் வண்டிக்கு வரும்படி உங்களை அழைக்க அனுமதி கொடுங்கள்.''

அத்தியாயம்–5

1

காவிரில்கா பிராவ்கின் ஓய்வு எடுப்பதற்கு இடையில் தங்காமல் மாஸ்கோவுக்கு விரைந்தான். தன் சின்ன வண்டியில் கட்டியிருந்த மூன்று குதிரைகளையும் கட்டந்தோறும் மாற்றிக் கொள்வதற்கு அதிகாரம் அளித்த ஜாரின் உத்திரவு அவனிடமிருந்தது. அவன் ஜாரின் தபாலை எடுத்துச் சென்றான். அத்துடன் பீட்டர்ஸ்பர்க்குக்குச் சகலவிதமான இரும்புச் சாமான்களையும் உடனடியாக அனுப்பவேண்டுமென்று பீட்டர் ரோமோடாவோவ்ஸ்கிக்கு எழுதிய கடிதத்தையும் கொண்டு சென்றான். ஆண்ரியும் அவனோடிருந்தான். வழியில் கொஞ்சமும் தாமதிக்கக் கூடாதென்ற காவிரில்காவுக்கு உத்திரவிடப்பட்டிருந்தது. அவனால்தான் தாமதம் செய்ய முடியுமா? பொறுமை இழந்த அவனது இதயம்தான், வண்டிக்குப் பலமைல் தூரம் முன்னால்

ஓடிக்கொண்டிருந்ததே! அவர்கள் குதிரைகளை மாற்றும் நிலையத்தை அடைந்தவுடன், தலைமுதல் கால்வரை படர்ந்த புழுதியோடு காவிரில்கா முகப்பு மண்டபப் படிகளில் வேகமாக ஏறிச் சாட்டையால் கதவைத்தட்டுவான். ''கமிஸார், உடனடியாகக் குதிரைகள் வேண்டும்!'' என்று வழிகளை உருட்டிக்கொண்டே கத்துவான். வெப்பம் தாங்க முடியாதிருந்ததால், அதிகாரி உள்ளாடைமட்டும் அணிந்து சட்டைக்குப் பெல்ட்டும் போடாது பாதரட்சையும் அணியாது, கிடப்பான். ஆகக்கூடி தங்க நாடாவை உடைய தொப்பியை மட்டுமே அவனது அதிகாரச் சின்னமாக அணிந்திருப்பான். தூங்கிவழிந்த அவ்வதிகாரியை நெருங்கி, ''ஒரு கோப்பை ரைதானிய மது கொடு; நான் அதைக் குடிப்பதற்குள் குதிரைகளைப் பூட்டிவிடு'' என்பான் காவிரில்கா.

ஆண்ரியும் மனவெழுச்சி கொண்டிருந்தான். வண்டியிலிருந்து விழுந்து இறந்து விடுவானோ என்ற அச்சத்தில், அவன் பற்களைக் கடித்துக்கொண்டு, வண்டியின் இருப்பக்கங்களையும் பிடித்துக் கொண்டான். கேசம் முதுகில் புரள, மூக்கை சதுப்பு நிலப் பறவையின் அலகுபோல் முன்னால் நீட்டிக்கொண்டு அவன் சுற்றுமுற்றும் பார்த்தான். அப்பொழுதே விழிபெற்றவன் போல், கதகதப்பான குங்குலிய மணம் வீசிய காடுகளையும், வானத்தைப் பிரதிபலித்த வட்டமான ஏரிகளையும் அவற்றின் பச்சைப் பசேலென்ற விளிம்புகளையும், கோடைகால முகில்களையும், வளைந்து வளைந்து சென்ற சிற்றாறுகளையும் அந்த ஆறுகளின் கருமையான நீர்ப்பரப்பிலிருந்து பல்வகையான பறவைகள், பாலத்தில் கடகடவென்று உருண்ட வண்டியைக் கண்டு எழுந்து பறந்ததையும் நோக்கினான். சேணத்தின் மணி அடித்தபொழுது அது முடிவில்லாது நீண்டபாதை முன்னால் விரிந்து கிடப்பதை வருத்தத்துடன் எடுத்துரைப்பதாக ஆண்ரிக்குத் தோன்றியது.

காவிரில்காவின் ஆத்திரத்தை உணர்ந்த வண்டியோட்டி, குதிரைகளை விரட்டிக்கொண்டேயிருந்தான். வழியில் ஆங்காங்கே சில கிராமங்கள் தென்பட்டன. அவை மிகவும் பழையவை. குடிசைகள் மோசமாயிருந்தன. அவற்றில் பலகணிகளுக்குப் பதிலாக மெல்லிய தோல்பையால் மூடப்பட்ட ஓட்டைகள் இருந்தன; தாழ்வான கதவுகளுக்குமேல் புகைக்கரி அடர்ந்த குறுகலான திறப்புத் தென்பட்டது. இந்தக் காட்டிலும், ஜனங்களுக்கு ஆண்டவனை நினைவூட்டுவதற்கு ஏதாவது வேண்டுமல்லவா? எனவே, வில்லோமரத்தடியில் இறக்கிய சார்புவிடுதியில் வழிபாட்டு உருவம் இருந்தது. சில கிராமங்களில் இரண்டு அல்லது மூன்று குடிசைகளில்தாம் ஜனங்கள் வசித்தனர். இதர குடிசைளில், கூரைகள் விழுந்திருந்தன; வாயிற்கதவுகள் உடைந்து கிடந்தன. முன்றில்களில் புல்பூண்டு வகைகள் மண்டிக்கிடந்தன. அவற்றில் வாழ்ந்த ஜனங்கள் எங்கே? யூரல் பிரதேசத்துக்கு ஓடியிருப்பர்; அல்லது டான் நதிக்கரைக்குப் போயிருப்பர்; அல்லது அவர்கள் வடக்கே திவினா நதிக்கரையிலோ விகா நதிக்கரையிலோ அடர்ந்த காடுகளில் ஒளிந்திருப்பார்கள்.

கன்னத்தில் கைவைத்த ஆண்ரி,

''ஓ, வறுமைப்பட்ட கிராமங்கள்! ஜனங்கள் எவ்வளவு மோசமாக வாழ்க்கை நடத்து கிறார்கள்!'' என்று பரிவோடு குசுகுசுத்தான்.

காவிரில்கா அறிவு நுட்பத்தோடு விடைதந்தான்.

''நம் நாட்டில் ஜனத்தொகை குறைவு; ஆனால் நிலப்பரப்போ அதிகம். ஒரு கோடியிலிருந்து இன்னொரு கோடிக்குப் போவதற்குப் பத்தாண்டுகள் பிடிக்கும். இதுதான் வறுமைக்குக் காரணம். ஒவ்வொருவனிடமிருந்தும் அதிகமாக எதிர்பார்க்கப்படுகிறது. நான் பிரான்ஸுக்குப் போயிருந்தேன். அட, கடவுளே! விவசாயிகள் காற்றில் தள்ளாடுகின்றனர். புல்லைத்தின்று,

புளித்த மதுவைப் பருகுகின்றனர். ஆனால் பிரெஞ்சுப் பிரபு வேட்டைக்குக் கிளம்பினால், வண்டி வண்டியாக வேட்டைப் பொருட்கள் கிடைக்கின்றன. அங்குதான் உண்மையான வறுமை இருக்கிறது. ஆனால் அதற்குக் காரணம் வேறு.''

பிரெஞ்சு விவசாயிகள் ஏன் காற்றில் தள்ளாடினார்களென்று ஆண்ரி கேட்கவில்லை. அவனது மனம் மெய்யறிவு பெறவில்லை; காரணகாரியத் தொடர்புகளை அவனால் புரிந்து கொள்ள முடியவில்லை. அவன் தன் கண்களாலும் காதுகளாலும் நாசித் தொளைகளாலும், வாழ்வின் இனிமையையும் கசப்பையும் அனுபவித்தான்; அளவுக்கு மீறி இன்பமும் துன்பமும் உற்றான்.

வால்டே குன்றுகளில் கிராமப் புறம் சற்றுச் செழிப்பாயிருந்தது. ஆங்காங்கே சென்ற வருடத்து உலர்புல் குவியல்கள் தென்பட்டன. அவற்றின் மீது பருந்துகள் அமர்ந்திருந்தன. இலை தழை மண்டிய புதர்களிடையே கால்நடைப் பாதைகள் வளைந்து சென்றன. அவற்றில் நடந்து காட்டுக்கனிகள் பறிக்கவேண்டும் போலிருந்தது. இங்கு காட்டின் சலசலப்பு மென்மை யாகவும் திண்ணியதாகவும் இருந்தது. கிராமங்களும் சுபீட்சமாகவிருந்தன. அணி செய்யப் பெற்ற வலுவான வாயில்களும் உருவங்கள் செதுக்கப்பெற்ற முன்வாயில் மண்டபங்களும் புலப்பட்டன.

அவர்கள் குதிரைகளுக்குத் தண்ணீர் காட்டுவதற்காக ஒரு கிணற்றினடியில் நின்றனர். அடர்த்தியான கேசத்தைச் சடைபோட்டுக் கொண்டிருந்த பதினாறுவயது மங்கை ஒருத்தியைப் பார்த்தனர். அவள் அணிந்திருந்த பர்ச் மரப்பட்டைத் தலையணியின் ஒவ்வொரு முனையிலும் ஒரு நீல உருண்டை மணி தென்பட்டது. அவள் மிகவும் அழகாயிருந்தாள். வண்டியிலிருந்து இறங்கிச் சென்று அவளது இதழ்களில் முத்தமிடலாமென்று தோன்றியது. ஆண்ரி இலேசாகப் பெருமூச்சு விட்டான். பட்டிக்காட்டுப் பெண்ணை இழிவாகக் கருதிய காவிரில்கா அவளிடம் கூறினான்:

''நீ ஏன் அங்கு நின்று எங்களை முறைத்துப் பார்க்கிறாய்? எங்களது சக்கரத்தின் பட்டை உடைந்திருப்பது தெரியவில்லையா? போய் ஒரு கொல்லனைக் கூப்பிடு!''

''ஓ!'' என்று மென்மையாகக் கத்திய அவள், பானைகளுடன் கூடிய தூக்குக் கம்பைக் கீழே போட்டுவிட்டு புல்வழியே ஓடினாள். முரட்டு லினனில் தைத்த கௌனின் விளிம்புக்குக் கீழே இளஞ்சிவப்புக் குதிகால்கள் மினுக்கு மினுக்கென்று ஒளிர்ந்தன. எனினும், அவள் யாரிடமாவது சென்று ஏதாவது சொல்லியிருக்கவேண்டும். சிறிது நேரத்துக்குள் ஒரு கொல்லன் அங்குவந்தான். அவனைக் கண்டவுடன், ''என்ன வாட்ட சாட்டமான ஆள்!'' என்று எவனும் மனமகிழ்ந் திருப்பான். உடற்கட்டும் உறுப்பழகும் பெற்று விளங்கினான்; சிறிய சுருள்மீசை வைத்திருந்தான்; பெரியமனது பண்ணி இந்த மூடப் பிரயாணிகளைக் காணவந்தவன் மாதிரி அவன் புன்னகை செய்தான். எழுபது பவுண்டு எடையால் புடைத்தாலும் தாங்கக்கூடிய மார்பு; வலுவான கரங்களைத் தோல் தூசாடையில் நுழைத்திருந்தான்.

அவன் இழுத்திசைக்கும் குரலில் சிறிது ஏளனத்தோடு பேசினான்: ''சக்கரப்பட்டை உடைந்துவிட்டதா? இது மாஸ்கோவில் செய்ததென்பது உடனடியாகத் தெரிகிறதே?'' என்றான். அவன் தலையை அசைத்துக்கொண்டு வண்டியைச் சுற்றி நடந்தான்; அதன் அடியில் பார்த்தான்; வண்டியின் பிற்பகுதியைப் பிடித்து, பிரயாணிகளையும் வண்டியையும் எளிதாக ஓர் ஆட்டி ஆட்டினான். ''இது சுக்குநூறாகிவிடுதம் போலிருக்கிறது. மரத்தை ஏற்றி அடிப்பதற்குத்தான் இதுலாயக்கானது'' என்றான்.

காவிரில்கா ஆத்திரத்துடன் வாதிக்கத் தொடங்கினான். ஆண்ரி கொல்லனைப் பாராட்டும் முறையில் நோக்கினான். எல்லா அற்புதங்களையும்விட இதுவே பெரிய அதிசமாகத் தோன்றியது. அவன் மயிர்க்குச்சுகளையும் வண்ணப் பூச்சுகளையும் நறுமணம் வீசும் ஓக்மரப் பலகைகையும் தேடாது எப்படியிருக்க முடியும்? அனைத்தும் மின்னலெனத் தோன்றி மறைந்தன. மீளமுடியாத சூனியத்தில் மறைந்து ஒழிந்தன. ஓவியன் மட்டுமே பலகையின் வெண்மையான மேற்பரப்பில் வரைவதன் மூலம் இந்த அர்த்தமில்லாத அழிவைத் தடுக்கிறான்.

''சரி, இதைச் சரி செய்வதற்கு அதிக நேரம் பிடிக்குமா? ஒவ்வொரு மணி நேரமும் மதிப்பிடமுடியாது. நான் ஜார் வேலையாக விரைந்து செல்கிறேன்'' என்றான் காவிரில்கா.

''இதைச் சரி செய்வதற்கு நீண்ட நேரமும் எடுக்கலாம்; குறுகிய நேரமும் எடுக்கலாம்'' என்று கொல்லன் பதிலளித்தான். காவிரில்கா கடுமையாகத் தன் சாட்டையை நோக்கிவிட்டு அவனைப் பார்த்தான்.

''சரி, உனக்கு எவ்வளவு வேண்டும்?'' என்று வினவினான் காவிரில்கா.

கொல்லன் சிரித்தான்: ''எனக்கு எவ்வளவு வேண்டுமா? என் வேலைக்குக் கூலி அதிகம். நான் நியாயமான கூலி கேட்டால், கொடுப்பதற்கு உம்மிடம் பணமிருக்காது. காவிரில்கா இவனோவிச், நான் உம்மை அறிவேன்! வசந்த காலத்தில நீர் இவ்வழியே உம் சகோதரனுடன் சென்றீர். ஓர் இரவை என் வீட்டில் கழித்தீர். அதை மறந்து விட்டீரா? உம் சகோதரன் புத்திசாலி. எனக்கு ஜார்பீட்டரையும் நன்றாகத் தெரியும். அவரும் என்னை அறிவார். இந்த வழியே செல்லும் பொழுதெல்லாம் அவர் என் பட்டரைக்குவந்து பார்த்துவிட்டு போவார். அவரும் கெட்டிகாரர்தாம். சரி, பட்டரைக்கு வாருங்கள். ஏதாவது செய்யலாம்''

சாலைக்கு அருகே ஒரு சரிவில் பட்டரை இருந்தது. அது பெரிய மரக்கட்டைகளால் கட்டப்பட்ட தாழ்வான கட்டிடம்; புற்பற்றைகளால் கூரை வேயப்பட்டிருந்தது. குதிரைக்கு லாடம் அடிப்பதற்கு மூன்று இடங்கள் இருந்தன. சுற்றிலும் சக்கரங்களும் கலப்பைகளும் பிற்பரம்புகளும் கிடந்தன. கொல்லனது சகோதரர்கள் கதவருகே நின்றனர்; அண்ணன் சிடுசிடு வென்றிருந்தான், தாடிக்காரன், பேருருவாளன். தம்பிகள் தூசாடை கட்டியிருந்தனர்; சுருள் மயிர்த்தலையில் தோல்பட்டை கட்டியிருந்தனர். கொல்லன் அவசரப்படாமல் வேலை செய்தான்; ஆனால் திறமையாகவும் எளிதாகவும் செயல்பட்டான். அவனே குதிரைகளை அவிழ்த்துவிட்டு வண்டியைக் குடைசாய்த்தான். அதன் சக்கரங்களை நீக்கி, அவற்றின் இரும்பு இருசுகளை இழுத்தெறிந்தான். ''பாருங்கள், இரண்டு இருசுகளும் வெடித்துள்ளன. இதற்கு அந்த மாஸ்கோ கொல்லனை இந்த இருசாலேயே தலையிலடிக்கவேண்டும்'' என்றான். அவன் உலையில் இருசுகளை நுழைத்துவிட்டு ஒரு சாக்குக் கரியை அதில் கொட்டினான். கடைசித் தம்பியைப் பார்த்துக் கத்தினான்:

''வானுஷா, துருத்தியைச் செவ்வனே தொழிற்படுத்து. மரம் வெட்டும் பொழுது, கை சிவக்குமோவென்று பார்க்கக்கூடாது!'' சகோதரர்கள் வேலை தொடங்கினார்கள். காவிரில்கா புகைபிடித்துக்கொண்டு கதவு நிலையருகே நின்றான். ஆண்ரி கதவுப்படியில அமர்ந்தான். அவர்களும் உதவி செய்தால் நேரம் மிச்சமாகாதாவென்று வினவினர். ஆனால் கொல்லன் வேண்டாமென்று கையை அசைத்துக் கூறினான். ''பேசாது உட்கார்ந்திருங்கள். வால்டே கொல்லர்கள் எப்படிப்பட்டவர்களென்று ஒரு தடவையாவது பாருங்கள்!''

வானுஷா துருத்தியைத் தொழிற்படுத்தினான். வெடிப்பொலி செய்த தீப்பொறிகள்

கூரைக்குப் பறந்தன. அவற்றின் வெளிச்சத்தில், சிலைமாதிரி நின்ற அண்ணன் புலப்பட்டான். அவன் முப்பத்தியாறு பவுண்ட் சம்மட்டியின் நீணட கைப்பிடியைப் பிடித்துக்கொண்டிருந்தான். கொல்லன், வெப்பத்தைக் கக்கிய உலையில் இசை அசைத்துப் புரட்டிக்கொண்டிருந்தான்.

அவன் முன்போல் புன்னகை செய்தவாறு பேசினான்: ''உமக்குச் சொல்கிறேன்; நாங்கள் வாரோபியீவ் குடும்பத்தைச் சேர்ந்தவர்கள். நாங்கள் கொல்லர்கள். துப்பாக்கிகளும் மணிகளும் செய்கிறோம். உம் வண்டியில் கட்டியிருக்கும மணி நாங்கள் செய்ததுதான். போனவருடம் ஜார்பீட்டர் உங்களைப் போலவே கதவு நிலையில் உட்கார்ந்துகொண்டு என்னைக் கேள்வி கேட்டார்! 'கான்ராதி, வேலையைச் சற்று நிறுத்து: முதலில் எனக்குப் பதில் கூறு. உன் மணிகள் மட்டும் ஏன் இப்படி இன்னோசை செய்கின்றன? நீ செய்த வாளின் அலகுமட்டும் ஏன் உடையாது வளைகிறது? உன் பிஸ்டலிலிருந்து பாயும் குண்டு, ஐம்பது அடிதூரம் அதிகமாகச் செல்ல முடிகிறது, எதனால்? அது ஒரு பொழுதும் குறிதவறுவதில்லை, ஏன்?'' நான் கூறினேன்: ''மாட்சிமைக்குரியவரே, பீட்டர் அலெக்ஸிவிச் அவர்களே, எங்களது மணிகள் ஏன் இனிமையாக ஒலிக்கின்றன என்றால், நாங்கள், அனுபவசாலிகள் கற்றக்கொடுத்தவகையில் செம்பையும், வெள்ளீயத்தையும் தராசில் நிறுத்து விடுகிறோம். நாங்கள் அவற்றைக் குமிழிகளில்லாது வார்க்கிறோம். எங்களது வாள் அலகு உடையாது வளைகிறது ஏன் என்றால் நாங்கள் அது மிக்க சிவப்பாகும் வரை சூடேற்றி ஆளிவிதை எண்ணெயில் பதப்படுத்துகிறோம். எங்களது பிஸ்டல்கள் குறிதவறாது ஸ்டீபன் ஸ்டீபனோவிச் -ஆண்டவன் அவரது ஆத்மா சாந்தியடைய அருள்வாராக- நாங்கள் சிறுவர்களாயிருந்தபோது, ஒவ்வொரு பிழைக்கும் கம்பால் வலிக்க வலிக்க அடித்து, ''தரக்குறைவான வேலை திருட்டைவிட மோசமான குற்றம்'' என்று கூறினார். இதுதான் நிலவரம்?''

கான்ராதி, இருசை இடுக்கியால் உலையிலிருந்து எடுத்து, சிறிய துடைப்பத்தால் செதிள்களைத் தட்டிவிட்டான்; அப்பொழுது துடைப்பத்தில் தீப்பிடித்தது. அவன் தன் அண்ணனை நோக்கித் தாடியை ஆட்டியவுடன் அண்ணன் ஓர் அடி பின் வாங்கி முன்னும் பின்னும் சாய்ந்து சம்மட்டியால் வட்டம்போட்டு அடித்தான். காய்ச்சிச்சிவந்த உலோகத்துகள்கள் சுவர்களில் தெறித்தன. கான்ராதி தனக்கு அடுத்த தம்பியை நோக்கி, ''ஸ்டீபா!'' என்று தலையசைத்தான். அவன் இன்னொரு புறத்தில் அண்ணனுடையதைவிடச் சிறிய சம்மட்டியுடன் நின்றான். அதன்பின் அவர்கள் ஈஸ்டர் மணியோசையைப்போல் சம்மட்டியாலடித்து ஓசை செய்தனர். அண்ணன் தன் பெரிய சுத்தியால் ஒரு தடவை அடித்தான்; அதைத் தொடர்ந்து ஸ்டீபா இருமுறை அடித்தான்; கான்ராதி இரும்பை இப்பக்கமும் அப்பக்கமும் புரட்டிக்கொண்டே, தன் சின்ன சுத்தியால் துரிதமாகத்தட்டினான். ''நிறுத்து'' என்று கத்திய அவன் பற்றவைத்த இருசை மண்தரையில் வைத்தான். ''வானூஷா துருத்தியை வேகமாகத் தொழிற்படுத்து'' என்றான்.

கொல்லன் புறங்கையால் வேர்வையைத் துடைத்துக்கொண்டு காவிரில்காவிடம் தொடர்ந்து பேசினான்: ''அதன்பின் பீட்டர் அலெக்ஸிவிச் என்ன சொன்னார் தெரியுமா? 'கான்ராதி, நீ தூலாகொல்லனான நிகிடா டெமிடாவைப்பற்றிக் கேள்விப்பட்டிருக்கிறாயா? அவனுக்கு இன்று யூரல் பிரதேசத்தில் தொழிற்சாலையும் சுரங்கமும் இருக்கின்றன. பல விவசாயிகள் அவன் கீழ் வேலை செய்கின்றனர். அவனது மாளிகை என்னுடையதைவிடப் பகட்டழகாக இருக்கிறது. எனினும் அவன் உன்னைப் போலவே எளிய நிலையில தான் தொடங்கினான். நீயும் ஒரு பெரிய தொழிலைப்பற்றி யோசனை செய். வாழ்நாளெல்லாம் சாலையில் குதிரைக்கு லாடம் அடித்துக் கொண்டிருக்காதே. தொழிலாரம்பிக்க பணமில்லையென்றால், என்னிடமும் பணத்துக்குத் தட்டுபாடுதான் என்றாலும் உனக்கு ஏதாவது தருகிறேன். ஒரு ராணுவ தளவாடத் தொழிற்

சாலையை மாஸ்கோவில் தொடங்கு. பீட்டர்ஸ்பர்க்கில் தொடங்குவது இன்னும் நல்லது பீட்டர்ஸ்பர்க் சுவர்க்கம்தான்' என்றார். அவர் வர்ணித்ததைப் பார்த்தால் என்னை வசீகரிக்க முயன்றாரென்று தோன்றியது. 'ஓ, மாட்சிமை பொருந்திய பீட்டர் அலெக்ஸிவிச் அவர்களே, நாங்கள் சாலையருகே அரசர்மாதிரி இன்பமாக வாழ்கிறோம். அப்பம் ஆப்பு அல்லவென்றும், அப்பத்தைத்தின்றால் அது வயிற்றை அறுக்காதென்றும், வயிறார உண்டு மனமார உறங்கி ஒத்து வாழ்ந்து உழைக்க வேண்டுமென்றும் எங்களது தந்தை கூறுவார். நாங்கள் அவரது புத்திமதிகளைப் பின்பற்றுகிறோம். எங்களுக்குவேண்டிய பீரைக் காய்ச்சிக்கொள்கிறோம். கடுமையானதாக வடிக்கிறோம்; உங்களது நலத்தை நாடிப்பருகிறோம். அழகான தோல் கையுறைகளை அணிந்து வீதியில் செல்கிறோம். குத்துச்சண்டையிட்டு இன்பமடைகிறோம். இந்த இடத்தைவிட்டுச்செல்ல எங்களுக்கு பிரியமில்லை' ன்று நான் பதிலளித்தேன். அதைக் கேட்டு அவர் ஆத்திரமடைந்தார். 'கான்ராதி, நீ இதைவிட மோமசமான பதிலைக் கொடுத்திருக்க முடியாது. தன்னிறைவு உணர்ச்சி உள்ளவன், மேன்மேலும் மேம்பாடு அடையத் துடிக்காதவன் உள்ளதையும் பறிகொடுத்து விடுவான். சோம்பேறிப் பேய்களா, நீங்கள் இதை எப்பொழுது புரிந்து கொள்வீர்கள்?' என்றார். ஆம், அவர் எனக்கு ஒரு புதிர்போட்டுவிட்டார்.''

அதன்பின் கொல்லன் பேசாதிருந்தான்; புருவத்தை நெரித்துக் கண்களைத் தாழ்த்தினான். அவனது தம்பிகள் அவனைப் பார்த்தனர். அவர்களும் இந்தப் பொருளைக்குறித்துப் பேச விரும்பினர்; ஆனால் துணியவில்லை. அவன் தலையை அசைத்துக்கொண்டு தனக்குள் சிரித்துக் கொண்டான்.

''இப்படித்தான் அவர் எல்லோரையும் கிளறி விடுகிறார். அப்படியானால் நாங்கள் சோம்பேறிகளா? உண்மையில் நாம் சோம்பேறிகளென்று தோன்றுகிறது'' என்று கூறினான்.

அவன் துரிதமாக உலையை நோக்கித் திரும்பினான். அதில் இரண்டாவது இருசு காய்ந்திருந்தது. அவன் இடுக்கியைப்பற்றிக்கொண்டு சகோதரர்களை வேலைக்கு அழைத்தான்.

ஒன்றரை மணிநேரத்தில், வண்டி பயணத்துக்குச் சித்தமாகிவிட்டது. மரப்பட்டைத் தலைச் சூட்டு அணிந்த நங்கை, பட்டையருகேயே உலவிக்கொண்டிருந்தாள். கடைசியில் கான்ராதி அவளைக் கவனித்தான்.

''மாஷ்கா!'' என்று அவன் விளித்தான். அவள் பின்னலைச் சுழற்றிவிட்டுச் சிலையாக நின்றாள். ''ஓடிப்போய், இந்தக் கனவான்களுக்கு ஆறிய பால் கொண்டுவா.''

காவிரில்கா, தன கண்களைச்சுருக்கி, அவளது மினுமினுத்த குதிகால்களைக் கவனித்துக் கொண்டே வினவினான்:

''அவள் உன் சகோதரியா? நேர்த்தியான நங்கை.''

கொல்லன் பதிலளித்தான்: ''அவளால் தொல்லைதான். திருமணம் செய்துகொடுப்பதற்கும் வயதாகவில்லை. வீட்டிலும் அவளால் பயனில்லை. நெய்யமாட்டாள்; மாடு கறக்கமாட்டாள்; வாத்துகளைப் பராமரிக்கமாட்டாள். நீலக்களிமண்ணைப் பிசைந்து உருவங்கள் செய்து களிப் படைவதொன்றுதான் அவளுக்குத் தெரியும். நாய்மீது பூனை சவாரி செய்வதுமாதிரி உருவம் செய்வாள்; கம்பை ஊன்றிக்கொண்டிருக்கும் கிழவியின் உருவத்தைச் செய்வாள். என்றுமே இருந்திராத பறவை விலங்குகளின் வடிவங்களைச் செய்வாள். அவளது அறையில் இம்மாதிரி பொருளற்றவைதான் நிறைந்துள்ளன. அவற்றைத் தூக்கி எறிய முயன்றோம். அவள் ஊளையிட்டாள். எப்படியாவது தொலையட்டுமென்று விட்டுவிட்டோம்.''

''அப்படியா! அந்த உருவங்களை நாம் உடனே பார்க்கவேண்டும்'' என்று ஆண்ரி கிசுகிசுத்தான். புனிதமான பயபக்திகொண்டவன்போல் கண்களை அகலத்திறந்து கொல்லனை நோக்கினான். கொல்லன் தொடைகளைத் தட்டிக்கொண்டு சிரித்தான். வானுஷாவும் ஸ்டீபாவும் உரக்கச்சிரிக்க விரும்பினார்கள்; ஆனால் இலேசாகவே சிரித்தனர். மரப்பட்டைத் தலைச் சூட்டணிந்த பெண் மட்பாண்டத்தில் காய்ந்த பாலைக் கொண்டுவந்தாள்.

''மாஷ்கா, இவர் உனது சிறிய உருவங்களைப் பார்க்க விரும்புகிறார். ஏனென்று எனக்குத் தெரியவில்லை. அவற்றைக் காட்டு.''

அந்தப் பெண்ணின் முகம் வெளுத்தது. அவளது கையிலிருந்த பால் பாண்டம் நடுங்கியது.

''மாட்டேன். நான் காட்டமாட்டேன்.'' என்று கத்திய அவள் மட்பாண்டத்தைப் புல்மீது வைத்துவிட்டுத் திரும்பினாள்; தூக்கத்தில் நடப்பவள் மாதிரி சென்றாள். அவள் பட்டரைக்குப் பின்னால் மறைந்த பிறகு, சகோதரர்கள் அனைவரும் விலாவைப் பிடித்துக்கொண்டு சிரித்துத் தலை மயிரை ஆட்டினர். ஆண்ரி மட்டும் சிரிக்கவில்லை. மூக்கை நீட்டிக்கொண்டு, பெண் மறைந்த திக்கையே நோக்கினான் அவன்.

''கான்ராதி, நான் உன் வேலைக்குப் பணம் கொடுக்க வேண்டுமல்லவா?'' என்றான் காவிரில்கா.

''எப்படிக் கொடுக்கமுடியும்?'' என்று கூறிய கொல்லன், ஈரக் கண்களைத் துடைத்துவிட்டு மீசையைத் தடவினான்; தாடியைத் தட்டிக்கொடுத்தான். ''ஜார்பீட்டரைப் பார்க்கும்பொழுது என் வாழ்த்துக்களைத் தெரிவியுங்கள். தேவையானதைச் சேர்த்துக்கொள்ளுங்கள். கான்ராதி கோபிக்க வேண்டாமென்று இறைஞ்சினானென்றும், அவன் பிறரைக்காட்டிலும் மடையனாக இருக்க மாட்டானென்று சொன்னதாகவும் கூறுங்கள். அவருக்கு என் விடை விளங்கும்'' என்று கூறினான் கொல்லன்.

2

பரந்து விரிந்த வயல்களுக்கு அப்பால், பர்ச் மரத்தோப்புகளுக்கு அப்பால், ரைதானியக் கதிர் வரிசைகளுக்கு அப்பால், கருநீலக் காடுகளுக்கு அப்பால், வானவில் நீண்டு இருந்தது. வானவில்லின் ஒருமுனை, விண்ணில் எங்கோபோய்க்கொண்டிருந்த மேகத்தில் இருந்தது. அதன் இன்னொரு முனை பூமியைத் தொட்டதாகத் தோன்றிய இடத்தில், பொன் மின்னியது.

''ஆண்ரூஷ்கா, அதைப்பார்க்கிறாயா?''

''ஆம், பார்க்கிறேன்.''

''அதுதான் மாஸ்கோ!''

''காவிரில்கா இவனோவிச், அது ஒரு நற்சகுனம் மாதிரி உள்ளது. வானவில் நமக்காக மாஸ்கோவில் ஒளி பெய்கிறது.''

''மாஸ்கோ ஏன் இவ்வளவு பிரகாசமாக இருக்கிறதென்று எனக்கே புரியவில்லை. மாஸ்கோ வருவதில் உனக்கு மகிழ்ச்சிதானே.''

''மனமகிழ்வது இயல்புதான். எனக்கு மகிழ்ச்சியும் உண்டு, பயமும் உண்டு.''

''மாஸ்கோவை அடைந்தவுடன், நாம் முதல் வேலையாக நீராடும் அறைக்குச் செல்ல வேண்டும். காலையில் நான் ரோமோடோனோவ்ஸ்கியைப் போய்ப்பார்ப்பேன். அதன்பின் உன்னை இளவரசி நடால்யா அலெக்ஸீவ்னாவிடம் அழைத்துச் செல்கிறேன்.''

''அதுதான் எனக்குப் பயமாயிருக்கிறது.''

''வண்டிக்காரா, நான் சொல்வதைக் கேள். குதிரைகளைச் சவுக்காலடித்து விரட்டு. நல்லவனல்லவா. சவுக்காலடியென்று உன்னைக் கெஞ்சிக் கேட்கிறேன்'' என்று இதுவரை இல்லாத வினயத்தோடு வண்டிக்காரனிடம் கூறினான்.

மழை பெய்துவிட்டதால், சாலையில் வண்டி செல்வது எளிதாயிருந்தது. குதிரைகளது குளம்புகள் சேற்றினை வாரி எறிந்தன. பர்ச் மர இலைகள் பிரகாசித்தன. இளங்காற்று நறுமணம் வீசியது. எதிர்புறத்தில், விவசாயிகள் காலி வண்டிகளை ஓட்டிவந்தனர். விற்கமுடியாத பசுவையோ நொண்டிக் குதிரையையோ வண்டிக்குப் பின்னால் கட்டி இருந்தனர். கழுகுச் சின்னத்துடன் கூடிய ஒரு கம்பத்தில் ''மாஸ்கோ: 34 வெர்ஸ்டுகள்'' என்று எழுதியிருந்தது. மீண்டும் அவர்கள் இடிந்த குடிசைகளைக் கடந்தனர். அவற்றில் சில, சாலைக்குப் பக்கவாட்டில் அமைந்திருந்தன; வேறு சில குடிசைகளின் பின்வாயில் சாலையை நோக்கியது. சாம்பல் நிறமான வில்லோ மரங்களில் மறைவில் ஒரு கல்லறை இருந்தது. அதன் அருகில் சிறிய தேவாலயத்தின் கூடாரவடிவக் கூரையுடைய மேற்பூச்சு உரிந்துகொண்டிருந்தது. மீண்டும், ஒரு சிறுவன் சாலையில் குறுக்கே ஓடிவந்து குதிரைகளை நெருங்கினான். அவன் கூந்தலைப் பின்னுக்குத் தள்ளிக்கொண்டு குதிரைமாதிரி நடித்தான். வண்டிக்காரன் கீழே குனிந்து அந்தப் பையனைச் சவுக்காலடித்தான். ஆனால் அந்தப் பையன் வழியிலிருந்து துள்ளிச் சென்று, தன் வட்டமான கண்களால் வண்டியை நோக்கினான்.

மீண்டும் அவர்கள் ஒரு குன்றில் இறங்கி இன்னொரு குன்றில் ஏறினார்கள். அவர்கள் வலதுபுறம் நோக்கியபொழுது, புதர்களிடையே ஒரு நீரோட்டம் ஒளிர்ந்தது. நீண்ட சட்டை அணிந்த தாடிக்கார விவசாயிகள், புல்வெளியில் கால்களை விரித்து நின்று, ஏககாலத்தில் அரிவாளை வீசிப் புல்லறுத்தார்கள். இடதுபுறத்தில் நோக்கினால், காட்டு விளிம்பின் நிழலோரத்தில் கால்நடைகள் படுத்துக்கிடந்தன. ஓர் இடையப் பையன் கோல் எடுத்துக்கொண்டு, கருமையும் வெண்மையயும் கலந்த நிறம் கொண்ட காளைக் கன்றைத் துரத்திக்கொண்டிருந்தான். அவனுக்குப் பின்னால், ஒரு சிறு நாய் காதுகளை அடித்துக்கொண்டே புல்வெளியில் பாய்ந்தது. மீண்டும் ஒரு கம்பம்- ''31 வெர்ஸ்டுகள்'' என்று எழுதியிருந்தது. காவிரில்கா முனங்கினான்.

''வண்டிக்காரா, மூன்று வெர்ஸ்டுகளைத்தான் கடந்திருக்கிறோம்.''

களிப்பான முகத்தை உடைய வண்டிக்காரன் திரும்பினான். அவனுக்குச் சிவந்த கன்னங்களிடையே அழகாக நிமிர்ந்த முனையை உடைய நாசி இருந்தது. வாட்கா கோப்பையில் பிரதிபலிப்பதற்காகவே அது படைக்கப்பட்டிருப்பதாகத் தோன்றியது.

''ஐயா, கம்பங்களைக் கொண்டு வெர்ஸ்டுகள் கணக்கிடாதீர்கள். அவற்றை நம்பமுடியாது. மதுக்கடைகளைக் கொண்டு தூரத்தைக் கணியுங்கள். பாருங்கள், இப்பொழுது வேகத்தை அதிகரிப்போம்'' என்றான் வண்டிக்காரன்.

''ஓய்-ஓய்-ஓய், என் சின்னக் குதிரைகளா!'' என்று திடீரென்று நீட்டி முழக்கி ஊளையிட்டான். கடிவாளங்களைத் தளர்த்திவிட்டுப் பின்னால் சாய்ந்தான். நிறத்தில் ஒவ்வாத

அந்தப் பெருந்தலைக் குதிரைகள் நான்குகால் பாய்ச்சலில் சென்றன; அவை திடீரென்று திரும்பி ஒரு சாராயக்கடை அருகே நின்றன. இது ஒரு பழைய கட்டிடம். நீளமானது, மரத்தால் அமைந்தது. நுழைவாயிலில் நீண்ட கம்பம் நட்டிருந்தது. படிக்கக் கூடியவர்களுக்காகக் கதவுக்கு மேல், நீலம் பூசிய இடத்தில், ''சாராயக்கடை'' என்ற மிக்க சிவப்பான எழுத்துக்களைப் பொறித்திருந்தனர்.

''ஐயன்மீர், நீங்கள் என்ன செய்தாலும் சரி, குதிரைகள் சோர்ந்துவிட்டன'' என்று உல்லாசமாகக் கூறிய வண்டிக்காரன் உயரமான கம்பளிக் குல்லாயை எடுத்தான். ''விரும்பினால், என்னை அடித்துக் கொல்லுங்கள். ஆனால் இப்பொழுது வாட்கா வாங்கிக்கொடுப்பதே நல்லது'' என்றான்.

பழைய பாணியில், கருஞ்சிவப்புக்கோட்டும் வழுக்கைத் தலைக்குமேல் நீண்டிருந்த காலரும் அணிந்த சாராயக் கடைக்காரன் முன்பே இன்முகம் காட்டி நல்வரவு கூறிக்கொண்டு முகப்புக்கு வந்துவிட்டான். அவன் கையில இருந்ததட்டில் மூன்று வாட்கா கோப்பைகளும் கசகசா விதைகளுடன் கூடி மூன்று சுருளப்பங்களும் இருந்தன. அவர்களுக்கு வேறு வழியில்லை; வண்டியிலிருந்து இறங்கிக் கால்களை நீட்டினார்கள்.

ஈரமான அந்தி ஒளிநேரத்தில், அவர்கள் மாஸ்கோவின் வெளிப்புறத்தை அடைந்தனர். எஸ்டேட்டுகள், கிராமங்கள், தோப்புகள், திருக்கோயில்கள், வேலிகள் ஆகியவற்றுக்கு முடிவேயில்லையென்று தோன்றியது. சில சமயங்களில் வண்டியின் முன்புறம் எலுமிச்சை மரத்தின் கிளைகளை உராய்ந்தது; அப்பொழுது மழைத்துளிகள் பிரயாணிகள் மீது தெறித்தன. கெட்டிக் கண்ணாடிக் கதவுகளையோ தோற்பை அடைப்புகளையோ உடைய பலகணிகளில் விளக்கொளி புலனாயிற்று. பிச்சைக்காரர்கள் இன்னமும் திருக்கோயில் முகப்புகளில் உட்கார்ந்திருந்தனர். மணிக்கோபுரங்களது மேல் வளைவுகளில் காகங்கள் கரைந்தன. மரம் பாவிய சாலையில் வண்டி கடகடவென்ற சத்தம்செய்து சென்றபொழுது காவிரில்கா வண்டிக் காரனது தோளைப்பிடித்து, ஒரு சந்தைச் சுட்டி அதில் திரும்பும்படி கூறினான். ''அதோ அங்கே, வேலியருகே ஒருவன் படுத்திருக்கிறானே, அதற்கு எதிரில், உள்ள மொட்டைச்சந்தில் இருக்கிறது. நில், நில்! வீடு வந்துவிட்டது!'' என்று காவிரில்கா வண்டியிலிருந்து குதித்து, நுழைகதவைத் தட்டினான். அது பணப் பெட்டிமாதிரி வெள்ளீயம் பூசிய இரும்புப் பூட்டால் பூட்டப்பட்டிருந்தது. கதவு தட்டும் ஒலி கேட்டவுடன் ஓநாய் வேட்டையில் பயன்பட்ட பெரிய நாய்கள் குரைத்தன; தமது சங்கிலிகளை இழுத்துச் சத்தம் செய்தன.

நீண்டகாலம் வெளியூர் சென்றிருந்தபின் வீட்டுக்குத் திரும்பிவந்தால், அதில் ஓர் அலாதியான இன்பம் காணமுடியும். வீட்டில் அனைத்தும் பழகியவையாக உள்ளன; அவற்றை மீண்டும் அடையாளம் கண்டுகொள்கிறோம். தணுப்பான கூடத்தில் ஜன்னல் அருகில் மெழுகு வத்தி எரிந்து கொண்டிருக்கிறது. இங்கு சுவர்களின் ஓரத்தில், விண்ணப்பம் செய்வோர் எஜமானன் விளிக்கும் வரையில் காத்திருப்பதற்காகப் பெஞ்சிகள் போடப்பட்டிருக்கின்றன. காலியாயுள்ள குளிர்கால நடையறையில இரண்டு கணப்புகள் உள்ளன. இங்கு தரைமீதுள்ள மெழுகுவத்தி காற்று வீச்சில் உருகித் துளித்துக்கொண்டிருக்கிறது. இடதுபுறத்திலுள்ள துணித் திரையிட்ட கதவு வழியாகப்போனால், டச்சுப்பாணியிலமைந்த வரவேற்பு அறை உள்ளது. குறிப்பிடத் தக்கவிருந்தாளிகளை வரவேற்று உபசரிப்பதற்காக உள்ள இவ்வறையில் யாரும் புழங்குவதில்லை. வலதுபுறக் கதவைத்திறந்து சென்றால், தாழ்வான கூரையை உடைய கதகதப்பான அறைகளுக்குப் போகலாம். நேராகவே சென்றால், நடைபாதைகளில் திரிய வேண்டும்; செங்குத்தான படிக்கட்டுகளில் ஏறி இறங்கவேண்டும். அங்கெல்லாம் உக்கிராண

அறைகளும் இதர சேமிப்பு அறைகளும் படுக்கையறைகளும் சிற்றறைகளும் உள்ளன. சொந்த வீட்டின் மணம் அலாதியானதுதான்; அது இன்பமானது, சொகுசானது. பயணம் சென்றவன் திரும்பி வந்தவுடன், வீட்டு ஜனங்கள் மட்டுமீறிய மகிழ்ச்சி அடைகின்றனர். அவர்களது பார்வையிலும் பேச்சிலும் பேரன்பு ததும்புகிறது. அவனது விருப்பங்களைப் பூர்த்தி செய்வதற்கு அவர்கள் மிகவும் ஆவலாயுள்ளனர்.

காவிரில்காவின் தகப்பனான ஐவான் தன் தொழில் சம்பந்தமாக வெளியே போயிருந்தான். பருத்துத் தடித்தவளும் அமைதியானவளுமான வீட்டு நிர்வாகி தன் நிலைக்கேற்ற இழுத்திசைக்கும் குரலில் காவிரில்காவை வரவேற்றாள். உண்மையான பேய் என்று ஐவானால் வர்ணிக்கப்பட்ட தலைமைக் குமாஸ்தாவும், சமீபகாலத்தில் வெளிநாட்டிலிருந்து தருவிக்கப் பட்ட தலைமைப்பணியாளான காரலும் அவனை வரவேற்றனர். காரலின் குடும்பப் பெயரை ஒருவராலும் உச்சரிக்க முடியவில்லை. அவன் நெட்டையாகவும் வாயடக்கமாகவும் இருந்தான்; வேலையில்லாததாலும் ருஷியஉண்டி வகைகளைப் புசித்ததாலும் உப்பியிருந்தான். அவனது மேவாய் வலுவானதாகவிருந்தது. அடர்த்தியாகத் தொங்கிய புருவமயிர், அவனது கூர்த்த அறிவுக்குச் சான்றாக விளங்கியது. அவன் மிதமாக சம்பளத்துக்கு மாஸ்கோ வருவதற்குக் காரணமாயிருந்த ஒரே குறை என்னவெனில், மூக்கு இருக்க வேண்டிய இடத்தில், சிறிய கறுப்புவெல்வெட் குல்லாய் இருந்தது. அவன் நாண் ஒலி செய்வது போல் அந்தச் சப்பை மூக்கு வழியே பேசினான்.

''எனக்கு ஒன்றும் வேண்டாம். நீராடினால் போதும். இரவுச்சாப்பாட்டுக்கு பாகாகப் பக்குவம் செய்தமீனும் இறைச்சி அப்பமும், வாத்தும் இன்னும் கொஞ்சம் உருப்படியானதாக எதுவாகிலும் கிடைத்தால் போதும். பீட்டர்ஸ்பர்க்கில் நாற்றமெடுத்த உப்பிலிட்ட இறைச்சியும் காய்ந்த ரொட்டியும் மட்டும் தின்று மெலிந்து விட்டோம்'' என்றான் காவிரில்கா.

வீட்டு நிர்வாகி தன் தடிக்கரங்களை உயர்த்திக் குவித்தாள். ''யேசுநாதரே! நீங்கள் எப்படிக்காய்ந்த ரொட்டி தின்ன முடிந்தது?'' என்றாள். தலைமக் குமாஸ்தா தன் செம்மறி யாட்டுத் தாடியை உணர்ச்சியோடு குலுக்கி, ''ஆம்-ஆம்- ஆம்'' என்றான். தலைமைப் பணியாளுக்கு ஒரு ருஷியச் சொல்கூடத் தெரியாது. எனவே அவன் மரஉருவம் மாதிரி எடுப்பாக நின்றான். ஒரு தட்டையான பெரிய பாதத்தை முன்னால் வைத்துக் கொண்டு, கரங்களை முதுகுக்குப் பின்னால் சேர்த்துக்கொண்டும் நின்றான். வீட்டு நிர்வாகி, குளிப்பதற்கான தூயலினன் ஆடைகளைச் சேகரிக்கத் தொடங்கினாள். அவள் இழுத்திசைக்கும் குரலில் பேசினாள்:

''உங்களை நீராவியில் குளிப்பாட்டுவோம். உணவும் மதுவும் அளித்து, அன்னப்பட்சியின் மெல்லிறகு மஞ்சத்தில் படுத்துறங்கச் செய்வோம். சொந்தவீட்டுத்துயில் இனிமையானது. ஆண்டவன் அருளால் நாம் அனைவரும் நலமாயிருக்கிறோம். அவப்பேறும் கவலையும் நம் வீட்டுவாயிலை மிதிப்பதில்லை. டச்சுப் பசுக்கள் அனைத்தும் கன்று போட்டிருக்கின்றன. இங்கிலீஷ் பன்றிகள் ஒவ்வொன்றும் பதினாறு குட்டிகள் ஈன்றிருக்கின்றன. ரோமோடோனோவ்ஸ்கியே அவற்றைக்கண்டு போக வந்தார். தோட்டத்தில் கனிகள் முன்னைக்காட்டிலும் நன்றாக உள்ளன. உங்களது தந்தையின் வீடு சுவர்க்கம்தான்; ஆம், உண்மையான சுவர்க்கம்! ஆனால் இதுகாலியாகக் கிடக்கிறது. ஆ! ஆ! உங்களது தந்தை அறைகளில் உலவிக் கொண்டேயிருக்கிறார். 'ஆகபாவ்னா, நான் தனிமையில் துன்பமடைகிறேன். பாக்டரிகளைப் போய்ப் பார்த்து வந்தாலும் நல்லது' என்பார். இப்பொழுது அவரிடம் பணம் நிறையக்குவிந்து விட்டதால், அவருக்கே கணக்குத் தெரியாது. ஸாங்காவுக்காக இல்லாவிட்டால், அவர்

வாழ்நாளில் பணத்தை எண்ணவே மாட்டார். இந்தக் கறுப்பு மூக்கு ஆள்தான் எங்களுக்குள்ள ஒரே தலைவலி. ஆனால் இந்த நாட்களில், உங்கள் வீட்டில் இம்மாதிரியான ஆளும் அவசியம் தான். ஐவான் ஆர்டமிச்சுக்குப் பட்டம் வழங்கவிருப்பதாக மாஸ்கோவில் பேசிக்கொள் கிறார்கள். இவன் சிவப்பு இறகுகளுடன் கூடிய தொப்பியைத் தலையில் வைத்துக் கொண்டு, கைத்தடியால் தரையை அடித்துக்கொண்டு பெரிய பாதங்களால் ஓசைசெய்து நடந்தான் என்றால், அது பிரமாதமாக இருக்கிறதென்பதை மறுக்க முடியாது. அவன் பிரஷ்ய அரசனது தலைமைப் பணியாளாக இருந்தான். அந்த அரசன் அவனது மூக்கைப் பிய்த்தெறியும்படி உத்திரவிட்டான் போலிருக்கிறது. அது மாதிரி ஏதோ நடந்திருக்கிறது. அவனை முதலில் கண்டவுடன் நாங்கள் சிறிது அஞ்சினோம். அவன் அன்னியன். இது விளையாட்டு விவகாரமல்ல! குதிரைலாயத்தில் வேலை செய்யும் இக்னாஷ்கா அவனுக்கு பாலாலிகா* வாத்தியத்தை வாசிப்பதற்குக் கற்றுக் கொடுத்தான். அதன்பின் அவன் எப்பொழுதும் அந்தகருவியின் தந்திகளைத் தட்டிக்கொண்டே யிருக்கிறான். எல்லோருக்கும் அதைக்கேட்டு அலுத்துவிட்டது. அவன் எப்படிச் சாப்பிடுகிறான்! ‘அம்மா, ஏதாவது தின்பதற்குக் கொடுங்கள்’ என்று என்னையே வட்டமிடுகிறான். இத்தகைய முட்டாளை நான் இதுவரையில் பார்த்ததில்லை! ஆனால் அவனது தொழிலுக்கு அந்த முட்டாள் தனம் தான் தேவைப்படுகிறது போலும்! புனிதர் ஜான் தினத்தன்று, நாம் பெரிய விருந்து வைத்தோம். மகாராணி பிராஸ்கோவ்யா அவர்களே வருகைதந்து கௌரவித்தார்கள். அன்று காரல் இல்லாவிடில், கஷ்டப்பட்டிருப்போம். அவன் அணிந்த கோட்டின் நாடாக்களும் குஞ்சங்களும் மட்டுமே குறைந்த பட்சம் பத்துராத்தல் எடையிருக்கும். மான்தோல் கையுறைகள் அணிந்துகொண்டான். ஒரு பொன் தட்டத்தில், ஆயிரம் ரூபிள் பெறுமானமுள்ள தங்கக் கிண்ணத்தை வைத்தான். ஒரு காலை மண்டியிட்டு, தட்டத்தை மகாராணியிடம் நீட்டினான். அதையும்விட உயர்ந்ததாக இன்னொரு குடிகிண்ணத்தை எடுத்து வைத்து, இளவரசி நடால்யாவிடம் வழங்கினான்...

அவள் கதை சொன்னபொழுதே, வீட்டு அடிமை, காவிரில்காவின் புழுதியான கோட்டையும் உள் கோட்டையும் கழற்றினான். கழுத்துப்பட்டைத் தொங்கலை அவிழ்த்து விட்டு விட்டு, கஷ்டப்பட்டு உறுமிக்கொண்டே பூட்ஸை இழுக்கத் தொடங்கினான். காவிரில்கா திடீரென்று கால்களை இழுத்துக் கொண்டு துள்ளி எழுந்து கத்தினாள்:

‘‘இளவரசி நம் வீட்டுக்கு வந்தாளா? என்ன மடத்தனமாகப் பேசுகிறாய்?’’

‘‘ஆம், வந்தாள். அழகு தேவியான இளவரசி வந்தாள். கண்கவர் பொலிவுக்குரிய இளவரசி, ஐவான் ஆர்ட்டமிச்சின் இடதுபுறத்தில் அமர்ந்திருந்தாள். அவளது சிறிய கரங்கள், மோதிரங் களோடும் கடகங்களோடும் பிரகாசித்தன. அவளது தோள்கள் அன்னம்மாதிரி உள்ளன. மார்புக்கு மேல் கதிர்மணி அளவில் ஒரு சிறிய பிறப்புக்குறி இருக்கிறது. அதை எல்லோரும் கவனித்தனர். இளமஞ்சள் நிறத்தில் ஆடை அணிந்திருந்தாள்; அது காற்றைவிட இலேசாக இருந்தது. அதன்கரையில் ஸில்க் ரோஜாக்கள் இருந்தன. அவளது சிரத்தில், ஒரு விண்ணுலகப் பறவையின் வாலை வைத்திருந்தாள்.’’

அதன்பின் காவிரில்கா கதைக்குக் காது கொடுக்கவில்லை. ஆட்டுத்தோல் கோட்டைத் தோள்மீது போட்டுக் கொண்ட அவன் தார்த்தாரிய மிதியடிக் கட்டைகளால் சத்தம் செய்து கொண்டு, நடையறைகள் படிக்கட்டுகள் வழியாக நீராடும் அறைக்கு விரைந்து சென்றான். அதன் முன்னறையில் திடீரென்று அவனுக்கு ஞாபகம் வந்தது:

★ பாலாலிகா: யாழ்வகையைச் சேர்ந்த ருஷிய நாட்டு இசைக்கருவி.

''ஆகபாவ்னா, என்னுடன் வந்தவன் எங்கே?''

தலைமைப் பணியாள் ஆண்ரியை வீட்டினுள் அனுமதிக்கவில்லை போலிருக்கிது. அவன் முன்றிலில் வண்டிக்குள்ளேயே உட்கார்ந்திருந்தான். அவன் அங்கே தன் சொந்த சிந்தனை களுடன் மனமகிழ்ந்தான். கருமையான கூரைகளுக்குமேல் விண்மீன்கள் ஒளிர்ந்தன. அடுக்களைகள், வைக்கோல் போர்கள், கால்நடைகளின கொட்டகைகள் ஆகியவறறின் மணம் காற்றில் விரவிவந்தது. அது சொகுசாயிருந்தது. அடிக்கடி எலுமிச்சை மரத்து மலரின் மணம் எங்கிருந்தோ வந்தது. அந்தத் தலைசிறந்த நறுமணத்தை நுகர்ந்தபொழுது அவனது இதயம் விரைவாகத் துடித்தது. ஆண்ரி தன் முழங்கையில் சாய்ந்து வானத்தை நோக்கினான். வானமெங்கும் இந்த விளக்குகள் ஏன் ஒளிர்கின்றன? அவை ஏன் இவ்வளவு சேய்மையில் உள்ளன? அவை அங்கு பிரகாசிப்பதின் காரணம் என்ன? இந்தக் கேள்விகளுக்கு ஆண்ரியால் விடை சொல்ல முடியாது. அவன் அவற்றைப்பற்றி எண்ணி மூளையைக் குழப்பிக் கொள்ளவு மில்லை. ஆனால் விண்மீன்கள் அவனது மனம் அமைதியும் நிம்மதியும் அடைய உதவின. இந்த வண்டியிலுள்ள அவன் எத்துணை சிறியவனாகத் தோன்றினான்? ஆம். அவன் சிறியவன்தான். ஆனால் நெக்தரியிடம் அடிபட்ட ஆண்ரி வேறு, இன்றைய ஆண்ரி வேறு. அவன் இப்பொழுது தன்னை ஒரு அற்பப் புழுவாகவும் கேவலமான சதைப்பிண்டமாகவும் கருதவில்லை. ஆண்ரி தன் குறுகியகால வாழ்வில் அனுபவித்தவற்றை ஒரு மிருகம்கூடப் பொறுத்திருக்க முடியாதென்று நாம் எண்ணலாம். அவன் அவமானத்துக்குள்ளானான். அடி வதைகளுக்கு ஆளானான், குளிரில் நடுங்கிப் பசியில் துடித்து வெதும்பினான். ஆனாலும் என்ன? இப்பொழுது அவன் பிரபஞ்சத்தின் விளக்குகளை நோக்கிக்கொண்டு, அரசர்க்கரசன்மாதிரி உட்கார்ந்திருக்கிறான்; அந்தராத்மாவின் குரலைக் கேட்டுக்கொண்டிருக்கிறான். ''ஆண்ரி, போ, மனங்கலங்காதே, உன் பாதையிலிருந்து பிறழாதே! விரைவில், வெகு விரைவில், உன் அற்புதத் திறன் இன்பமடையும். அதனால் இயலாத தொன்றில்லை என்ற நிலை உண்டாகும். விகாரமாக உள்ளதிலிருந்து அழகானதோர் உலகத்தை நீ படைப்பாய்'' என்று அது கூறியது.

நெக்டரியுடன் இருந்த நாளில், அவன் இம்மாதிரியான அந்தராத்மாவின் பேச்சைக் கேட்டிருந்தானேயானால், அது பேயின் குரல் என்றும், அதைக் கேட்டதற்குத் தண்டனை அனுபவிக்க வேண்டுமென்று நெக்டரி சொல்லியிருப்பான். ஆண்ரியை நாற்பது நாளைக்குச் சங்கிலியால் கட்டிப்போட்டிருப்பான்; கோப்பைத் தண்ணீர் மட்டுமே கொடுத்திருப்பான்; ஆண்ரி வழிபாட்டு விளக்கிலிருந்து எண்ணெயை ரகசியமாக எடுத்து இரத்தப் புண்களில் தடவி யிருப்பான். இதை எண்ணிய பொழுது, ஆண்ரி பகை உணர்ச்சி இல்லாமல் புன்னகை செய்தான். ஒரு தடவை, அரசர்க்கரசனான அவனை, புகை படிந்த மதுக்கடையில் ஒரு நகரவாசி மூர்க்கமாக அடித்துக் காலைப்பிடித்துத் தூக்கிச் சாணம் படிந்த பனியில் எறிந்ததை ஆண்ரி திடீரென்று நினைவூட்டிக்கொண்டான். அவர்கள் அவனை எதற்காக அடித்தார்களென்பது அவனுக்கு ஞாபகமில்லை. மாஸ்கோ மதில்களில் காவற்படையினர் சவங்கள் தொங்கிய பயங்கரமான குளிர்காலத்தில்தான் அவன் அவ்வாறு அடிபட்டான். அந்தக் காலத்தில் அவன் பட்டினி கிடந்தான். பாதத்துக்குச் செருப்பு இல்லாமல், உடம்பைக் கந்தல் கோட்டால் மூடிக்கொண்டு திரிந்தான். கவலையும் ஏக்கமும் அவனை அரித்துத்தின்றன. ஒவ்வொரு மதுக்கடையாக நடந்துசென்று, குடித்தவர்களிடம் கோப்பை வாட்கா தரும்படி கெஞ்சினான். அவர்கள் தன்னைக் கடைசியில் கொல்வார்களென்றும் உள்ளூர நம்பினான். அப்பொழுது அவன் கொலைசெய்தான். அப்பொழுதுதான் அவன் பார்பாரா புனிதரின் தேவாலயத்தில் தாண்டாற்றிய பணியாளைக் கண்டான். மேல்நோக்கி பிகுவாக நின்ற சிறிய சடைப்பின்னலையும் பிளவுபட்டமூக்கையும் சுருங்கிய கண்களையும் உடைய அவன்தான், துறவற அமைதியை நாடுமாறும் நெக்தரியிடம் சென்று யாக்கையை ஈவிரக்கமில்லாது துன்புறுத்திக்கொள்ளுமாறும் எடுத்துரைத்தான்.

''வினோதப் பிறவிகள்! சதையை வதைப்பதாம்! ஆனால் இந்த உடற்கட்டு எவ்வளவு அழகா யிருக்கமுடியும்!'' என்று இப்பொழுது ஆண்ரி முணுமுணுத்தான். இன்னொரு நினைவு அவனது மனத்தில் பட்டுத்தெறித்தது: பொன் மயமான மாலை நேரம்; பாலேக் கிராமத்தில் பசுக்கள் கதறிக்கொண்டே முன்றில்களில் நுழைகின்றன. அவனது தோள்களை உடைய அவனது அன்னை மெலிந்த சரீரத்துக்கு உரியவள்- நுழைவாயிலை நோக்கிச் செல்கிறாள். வாயிற்கதவு சீர்குலைந் துள்ளது. முன்றிலும் கவனிப்பாராற்றுக் கிடக்கிறது. ஆண்ரியும் அவனது சகோதரர்களும்- அவர்களுக்கிடையே ஒவ்வொரு வயதுதான் வித்தியாசம். சக்கரங்களில்லாத வண்டிமீது உட்கார்ந்திருக்கின்றனர். அவர்கள் பொறுமையாகக காத்துக்கொண்டிருக்கிறார்கள். இம்மாதிரி யான தாயாரிடம் வெறுமையாக இருப்பதொன்றுதான் சாத்தியம்! அவள் தொய்ந்திருந்த கதவைத் திறக்கிறாள். கதவுக்கால்களை உராய்ந்துகொண்டே அவர்களுக்கு அன்பாக அமுதூட்டிய புரென்கா இலேசாகக் கதறிக்கொண்டு உள்ளே நுழைகிறது. அவர்களது தாயின்மூலம் கறுப்பாகவும் வழவழப்பற்றதாகவும் துயரார்ந்ததாகவும் இருக்கிறது. புரென்காவின்முகம் வெதுவெதுப்பாக இருக்கிறது. அவளது நெற்றியில் சுருள் மயிர் நெளிகிறது; அவளது மூக்கு ஈரமாகவும் கண்கள் பெரிதாகவும் மிருதுவாகவும் உள்ளன. புரென்கா யாரையும் எந்நாளும் தொந்தரவு செய்யாத சாது. அவள் பையன்களை நோக்கி மூச்சு விட்டுவிட்டு, தண்ணீர் குடிப் பதற்குக் கிணற்றடிக்குச் செல்கிறாள். கிணற்றினடியில், மணையின்மீது அமர்ந்த தாய், புரென்காவிடம் பால் கறக்கிறாள். பானையில் பால் இறங்குகிறது. பையன்கள் பொறுமையாக உட்கார்ந்திருக்கிறார்கள். தாயார் கிண்ணங்களைக் கொண்டுவந்து, அவற்றில் பாலை ஊற்றுகிறாள். ''சரி. வாருங்கள்'' என்று முரட்டுத்தொனியில் கூறுகிறாள். அவனது சகோதரர்கள் அவனையே பார்த்துக்கொண்டிருக்கின்றனர். கடைசிப் பையன் இலேசாகப் பெருமூச்செறி கிறான்; ஏனென்றால் அவன் கடைசியில் தான் குடிக்க முடியும்...

''ஏ, பிரயாணி, வண்டியிலிருந்து இறங்கு!'' என்ற குரலைக்கேட்டு ஆண்ரி தன்னுணர்வு பெற்றான். கோபித்த முகத்துடன் கூடிய ஒரு வாலிபன் -வீட்டு அடிமை அவன் முன் நின்றான். 'காவிரில்கா இவானோவிச் நீராவியில் குளிப்பதற்கு உன்னைக் கூப்பிடுகிறார். உன் பூட்ஸை இங்கேயே, எடுத்துவிடு. கோட்டையும் குல்லாவையும் கழற்றி வண்டியின் அடியில் போடு. இது பாயர் வீடு அல்ல; கந்தல் அணிந்தவர்களை நாங்கள் உள்ளே அனுமதிப்பதில்லை'' என்றான் அவன்.

குளித்த பிறகு உடலுறுப்புகள் நெகிழ்ந்து அளித்த உவகையோடு, காவிரில்காவும் ஆண்ரியும், கழுத்தில் துண்டைக் கட்டிக்கொண்டு சாப்பிட உட்கார்ந்தனர். ஆகாபாவ்னா, காவிரில்காவின் படுக்கையறையைச் சீராகச்சுத்தம் செய்தவற்குத் தலைமைப் பணியாளை அனுப்பினாள். அவளது பருத்த வெண்கரங்கள், மேஜைமீது சுறுசுறுப்பாகச் செயல்பட்டன. நன்றாகப் பக்குமடைந்த தண்டங்களைத் தட்டுகளில் நிரப்பினாள். இந்தச் சந்தர்ப்பத்துக்காக உள்ளேயிருந்து எடுத்து வந்த வெனிஸியக் கண்ணாடிக் கோப்பைகளில் சிறந்த வாட்கா வகைகளையும் பழரசங்களையும் ஊற்றினாள். மெழுகுவத்திகள் பிரகாசமாக எரிந்தபொழுது, ஆண்ரி அறையின் மூலையில் ஒரு நாற்காலிமேல் இருந்த நேர்த்தியான லினன் திரையால் மூடப்பெற்ற படச் சட்டத்தைக் கண்டான். ஆகபாவ்னா வருத்தக்குறியோடு கைமீது கன்னத்தை வைத்துக்கொண்டாள். அவள் கூறினாள்:

''ஓர் அயலானுக்கு முன்னால் இதை எப்படிக் காட்டுவது என்று எனக்குப் புரியவில்லை உங்கள் சகோதரி, அலெக்ஸாண்டிரா இவனோவ்னா, இதை ஜான்புனிதர் நாளுக்காக ஹாலந் திலிருந்து அனுப்பினாள். நமது அன்புக்குரிய ஐவான் ஆர்ட்டமிச் இதை அடிக்கடி சுவரில் மாட்டுகிறார். ஆனால் அதன் பின் அவரது மனம் வேதனை அடைகிறது. அதை மீண்டும் எடுத்து

மறைத்து வைக்கிறார். அந்தப் படத்தோடு அவள் ஒரு கடிதமும் எழுதியிருந்தாள். ‘அப்பா தயங்கவேண்டாம். என் உருவப்படத்தை போஜன அறையில் மாட்டுங்கள். ஐரோப்பாவில் இதை விடக் கவர்ச்சியான படங்களை மாட்டுகிறார்கள். அநாகரிகமாக நடந்துகொள்ளாதீர்கள்’ என்று எழுதினாள்.''

காவிரில்கா எழுந்திருந்தான். மெழுகுவத்தியுடன் சென்ற, படத்தின்மீதிருந்த திரையை விலக்கினான். ஆண்ரி ஓரளவுக்கு எழுந்து பார்த்தான். பிரமித்தான். சொன்னால் நம்பமுடியாரத அளவுக்கு வனப்பும் மோஹன சக்தியும் உடைய வால்காவாவின் உருவப்படம் இது.

''நன்று, நன்று!'' என்று மட்டுமே காவிரில்கா கூறினான். காலைநேரத்தில், கடல் அலைகளின் இடையில், பெருமீன் ஒன்றின்மீது அலெக்ஸாண்டிரா படுத்திருப்பதாகக் கலைஞன் வரைந்திருந்தான். அவள்பிறந்த மேனிக்கு அம்மணமாக இருந்தாள்; முத்துப்போன்ற நகங்களை உடைய ஒரு கையால் மட்டும் மூடிக்கொண்டிருந்தாள். அவளது இன்னொரு கரத்தில் கொடி முந்திரிப் பழங்கள் நிறைந்த கிண்ணத்தை வைத்திருந்தாள். அந்தக் கிண்ணத்தின் விளிம்பில் குந்தியிருந்த இரண்டு புறாக்கள் அந்தக் கனிகளைக் கொத்திக் கொண்டிருந்தன. அவளது தலைக்குமேல், வலது புறத்திலும் இடதுபுறத்திலும், இரண்டு உருண்டு திரண்ட சிசுக்கள் காற்றில் தலைகீழாக மிதந்தன. அவை கன்னங்கள் புடைக்கச் சங்கு ஊதின. அலெக் ஸாண்டிராவின் கண்கள், நீல நிறம் கொண்டிருந்தன. அவளது முகத்தில் இளமை ததும்பியது. வாயின் ஓரங்கள் விரிந்து போக்கிரித்தனமான புன்னகை செய்தன.

''இதுதான் ஸாங்கா, பார்!'' என்று வியப்புற்ற காவிரில்கா கூறினான். ''ஆண்ரி, ஹாலந்தில் இருக்கும் அவளிடம்தான் உன்னை அனுப்பப் போகிறோம். அங்கு போனபின், பேயின் பிடியில் சிக்காதே. ஸாங்கா வீனஸ்தான்; உண்மையான வீனஸ்தான். அவளுக்காக நயநாகரிக வீரர்கள் வாட்போர் செய்வதிலும், சிலர் உயிரையும் இழப்பதிலும் ஆச்சரியமில்லை'' என்றான் காவிரில்கா.

3

மாஸ்கோவின் காவலனான ரோமோடானோவ்ஸ்கி மியாஸ் நிட்ஸ்காயாவில், லூபியான்கா சதுக்கத்தின் அருகில் இருந்த பெரிய முன்னோர் காலத்து மாளிகையில் வசித்துவந்தான். பாடகர்களோடும் பாதிரிகளோடும் கூடிய சிறு கோயில், வீட்டிலேயே இருந்தது. லினன் ஒர்க்ஷாப்புகளும் கம்பளித் தொழிற்சாலைகளும் தோல் பதனிடும் நிலையங்களும் பட்டரை களும் குதிரைலாயங்களும் மாட்டுக்கொட்டகைகளும் ஆட்டுப்பட்டிகளும் கோழிப்பண்ணை களும் பற்பல சரக்குகளையும் தீவனங்களையும் நிரப்பியிருந்த சேமிப்பு விடுதிகளும் நிலவறைகளும் அந்த மாளிகையில் இருந்தன. அவையெல்லாம், பல நூற்றாண்டுகள் நிலைத்து நிற்கத்தக்கனவாக, பெரிய மரக்கட்டைகளால் கட்டப்பட்டிருந்தன. குடியிருப்பும் வீடும் அதே முறையில்தான் இருந்தது. ஜார் அலெக்ஸி மைக்கலோவிச் காலத்திலிருந்து மாஸ்கோ மக்கள் பெருமையாகப் பாராட்டிவந்த அலங்காரங்கள் எதுவும் இந்த வீட்டில் கிடையாது. வீடு பார்ப்பதற்கு அழகாயில்லை. ஆனால் அது உறுதியான கட்டிடம். பலகையால் வேயப்பட்ட கூரையில், பாசிபடர்ந்திருந்தது. சுவர்களில், உயரத்தில், சிறிய சாளரங்கள் இருந்தன. வீட்டின் பழக்க வழக்கங்களும் பழைய காலத்துக்குரியவைதாம். ஆனால் இதைச் சொல்லுக்குச் சொல் மெய்யென்று கருதி, வெளுத்ததெல்லாம் பாலென்று எண்ணும் வெகுளித்தனத்தோடு ஒருவன் குதிகால் மட்டும் தொங்கும் நீண்ட கைக்கோட்டு அணிந்துகொண்டு நீண்ட தாடியோடு

வந்தானென்றால், அவன் பாடு ஆபத்துத்தான். அவன் *ரூரிக்கின் வழித்தோன்றலாகவே யிருந்தாலும் ரோமோடானோவ்ஸ்கியின் வேலைக்காரர்களது குறும்புகளிலிருந்து தப்ப முடியாது. அவனது கோட்டை முழங்கால் மூட்டு அளவில் வெட்டிவிடுவார்கள்; அவனது கன்னங்களில் கத்தரித்த மணிச்சுருள்கள் ஒட்டிக்கொண்டிருக்கும்; அவனது தாடியோ கோட்டுப் பையிலிருந்து துருத்திக் கொண்டிருக்கும். படைத்தவனுக்குமுன் தாடியில்லாது காட்சியளிப் பதற்கு வெட்கப்பட்டால், வேண்டுமே என்பதற்காகப் பிணப்பெட்டியில் தாடியை வைத்துக் கொள்ளென்று சொல்லிக் கோட்டுப்பையில் திணிப்பார்கள். ரோமோடானோவ்ஸ்கி விருந்து கொடுத்தால் விருந்தாளிகளில் பலர் மூக்கால் அழுதுகொண்டே வந்தனர். ஏனெனில், பலவகையான குறும்புகளுக்கும் சுவைகேடான கோமாளித்தனங்களுக்கும் தண்டல்களுக்கும் உட்படவேண்டுமென்பது அவர்களுக்குத் தெரிந்திருந்தது.

ரோமோடானோவ்ஸ்கி அதிகாலையிலேயே எழுந்திருந்தான். கரிய லினன் சட்டையை உடுத்திக்கொண்டு, பிரார்த்தனை பாசுரம் பொறித்த குறுகிய பெல்ட்டைப் போட்டுக் கொண்டான்; சுருங்கிய நேரம் நிகழ்ந்த காலை வழிபாட்டில் கலந்துகொண்டான். நறும்புகை யினூடே கதிரொளி பாய்ந்து, மெழுகுவத்திகள் வழிபாட்டு விளக்குகள் ஆகியவற்றின் சுவாலையை மங்கச் செய்தபொழுது பாதிரி 'அவ்வாறே ஆகுக' என்ற சமயவாசக இறுதிக்குறிப்பை உச்சரிக்க, ரோமோடானோவ்ஸ்கி தன் பளுவான சரீரத்தை இறக்கி சிறிய கம்பளத்தின் மீது மண்டியிட்டான்; உறுமிக்கொண்டே புதிதாகக் கழுவிய தளத்தை நெற்றியால் குட்டினான். அவன் எழுந்து நிற்க உதவி செய்தனர். நின்றவுடன் அவன் பாதிரி நீட்டிய தணுப்பான சிலுவையை முத்தமிட்டு விட்டுப் போஜன அறைக்குச் சென்றான். அங்கே, பெஞ்சியின் மீது வசதியாக அமர்ந்துகொண்டு மிளகுபொடியிட்ட வாட்காவை அருந்தினான். அந்கத் கடுந்தேறலை ருஷியனல்லாத ஒருவன் பருகினால் நீண்ட நேரம் வாயைப் பிளந்துகொண்டு கிடப்பான். வாட்காவைக் குடித்த கிழவன் சிறிய கரிய ரொட்டித்துண்டை உப்போடு தின்றுவிட்டு உண்டிவகைகளைப் புசிப்பதில் ஈடுபட்டான். தணுப்பான ரைதானிய மதுவில் மீனும் காய்கறி களும் போட்டுச் செய்த சூப்பையும் ஊறிய பொருட்களால் செய்த பலவகைப் பண்டங்களையும வறுத்த உணவு வகைகளையும் அவன் அரவசரமில்லாது விவசாயியின் பாணியில் உண்டான். அவனது குடும்பத்தினர் பேசாது உண்டனர். அப்பொழுது ஜன்னல் அருகுகளிலுள்ள கூண்டுகளில் இருந்த பழகிய பறவைகள் குரல் கொடுத்தன. அவற்றில் ஒன்று ''மாமா, கொஞ்சம் வாட்கா'' என்று தெளிவாகவே கூறியது.

கடைசியில் ரோமோடானோவ்ஸ்கி ஒரு கோப்பை ரைதானிய மதுவைக் குடித்துவிட்டுச் சிறிது களைப்பாறினான். அதன்பின் எழுந்திருந்து தளத்தின் பலகைகள் கிரீச்சென்ற ஓசை செய்யும்படியாக நடந்து முன்னறைக்குச் சென்றான். அங்கே பணியாட்கள் அவனுக்குப் பெரிய துணிக்கோட்டை அணிவித்து குல்லாவையும் தடியையும் கொடுத்தனர். அவன் படிக்கட்டில் இறங்குவதை நுழைமாடத்தின் மங்கலான ஜன்னல் அடைப்புக் வழியே கண்டவர்கள், முன்றிலிலிருந்து ஓடினார்கள். அவன் முன்றிலில் செங்கற்பாவிய பாதையில் தனியாக நடந்தான். கழுத்துப் பருத்திருந்ததால் தலையைத் திருப்புவது கடினமாயிருந்த போதிலும், அவன் தனது பிதுக்கமான கண்களின் ஓரப்பார்வையால் அனைத்தையும் கவனித்தான். யார் எங்கே ஓடி ஒளிந்தான் என்பதையும் சின்னஞ் சிறிய முறைகேடுகளையும் அறிந்து கொண்டான். அவன் அனைத்தையும் நினைவில் பதிவு செய்து கொண்டான். ஆனால் பல முக்கியமான அரசாங்க விவகாரங்களைக் கவனிக்க வேண்டியிருந்ததால், சில்லறை விஷயங்களில் தலையிட முடியாது போயிற்று. வேலியில் இருந்த இரும்பாலான திட்டிவாசல் வழியே, பக்கத்திலிருந்த பிரியோ

★ ரூரிக்: பத்தாம்நூற்றாண்டில் கீவ்ராஜ்யத்தை ஆண்டவன். அவனது வம்சத்தினரே பிற்காலத்தில் ருஷிய ஜார்களாக ஆண்டனர்.

பிராஷன்ஸ்கி அலுவலகத்தின் வெளி முற்றத்தில் நுழைந்தான். அங்கே, அவனுக்கு முன்னால், ஓரளவுக்கு இருண்டிருந்த நீண்ட நடைபாதைகளில், குமாஸ்தாக்களும் அவர்களது உதவி யாளர்களும் மௌனமாகக் குல்லாயை எடுத்தனர்; சோல்ஜர்கள் பிகுவாக நின்றனர்.

அவனுடைய அலுவலகத்தின் வாயிலில், பிரியோ பிராஷன்ஸ்கி பணிமனையின் தலைமைக் குமாஸ்தாவான கிச்சரின் அவனைச் சந்தித்தான். அவன் பூஞ்சு பிடித்த கூரையின் கீழ் பலகணியின் அருகில் மேஜைக்கு முன்னால் உட்கார்ந்தவுடன், கிச்சரின் நிகழ்ச்சிகளைத் தொகுத்துரைத்தான்; முதல்நாள், தூலாவிலிருந்து நான்கு பித்தளைப் பீரங்கிகளும் நான்கு நல்ல இரும்புப் பீரங்கிகளும் வந்துள்ளன. அவற்றை உடனடியாக அனுப்ப வேண்டுமா? நார்வாவுக்கு அருகிலுள்ள முகாமுக்கு அனுப்புவதா? அல்லது யுரீவுக்கு அருகிலுள்ள முகாமுக்கு அனுப்புவதா? நேற்றுத் தான் புதிதாகத் திரட்டபட்ட படைப்பகுதி ஒன்றுக்குச் சகல உபகரணங்களும் வழங்கப்பட்டன. சோல்ஜர்களுக்குப் பாதரட்சை வழங்குவதுதான் பாக்கி. அடுத்தவாரத்தில், பூட்ஸுகள் கிடைத்துவிடும். நிர்வாகிகளின் அவையில், பூட்ஸ் வணிகர் சங்கத்தினர் இவ்வாறு உறுதியாகக் கூறியிருக்கிறார்கள்; தவறமாட்டோமென்று சிலுவையில் முத்தமிட்டுச் சத்தியம் செய்யவும் தயாராயிருக்கின்றனர். என்ன செய்வது? உத்திரவுப்படி வெடிமருந்தும் குண்டுகளும் சக்கிமுக்கிக் கல்களை அடைத்த பைகளும் நார்வாமுகாமுக்கு அனுப்பியாகிவிட்டது. எறிகுண்டுகளை மட்டும் அனுப்பமுடியவில்லை; ஏனெனில், எறிகுண்டுச் சேமிப்பு விடுதிக்குக் காவலனான மாக்ஸிமோவ் இரண்டாவது நாளும் குடிபோதையிலிருந்தான்; அவன் எவனிடமும் சாவிகளைக் கொடுக்க முடியாதென்றான். அவர்கள் அவனிடமிருந்து சாவிகளை பலாத்காரமாகப் பிடுங்க முயன்றனர். ஆனால் அவன் தன் வெறியில், கோசுக்கீரையை வெட்டும் வெட்டுக்கத்தியைக் காட்டி அவர்களை அச்சுறுத்தினான். அதைக் குறித்து என்ன செய்வது? இம்மாதிரி பலவிஷயங் களைக் குறித்துக் கிச்சரின் எடுத்துரைத்தான். கடைசியில், அவன் ஜன்னலை நெருங்கி இரகசிய வழக்குகளின் தஸ்தாவேஜிகளை எடுத்து (பலாத்காரம் செய்யாது நடத்திய விசாரணையிலும் சித்திரவதை செய்து நடத்திய விசாரணையிலும் குமாஸ்தாக்கள் பதிவு செய்த வாக்குமூலங்கள் அடங்கியவை), அவற்றைப் படிக்க ஆரம்பித்தான். மேஜையில் ஒரு கையை வைத்துக்கொண்டு உட்கார்ந்திருந்த ரோமோடானோவ்ஸ்கி அவன் சொன்னதைக் கேட்டானா அல்லது சிறுதுயில் கொண்டிருந்தானா என்று சொல்ல முடியவில்லை. ஆனால் அவன் விஷயத்தின் சாரத்தை நிச்சயமாகக் கிரகித்துக்கொள்வான் என்பதைக் கிச்சரின் அறிந்திருந்தான்.

கிச்சரின், சலிப்பூட்டும் குரலில் தஸ்தாவேஜிகளிலிருந்து படித்தான்:

''இளவரசிகளான ஈகதரீனா அலெக்ஸீவ்னா, மேரியா அலெக்ஸீவ்னா ஆகியோரது வீட்டின் கொல்லைப்புறத்தில், கிரிஷ்கா என்ற மாஜி பாதிரி ஒளிந்திருந்த பழைய ஸ்நான விடுதியில், தளத்தின் பலகைகளுக்கு அடியில், ஒரு கைப்பிரதிப் புததகம் கண்டெடுக்கப்பட்டது. முழுக் காகிதத்தை நான்காக மடித்துத்தைத்த அப்புத்தகம் அரைவிரல் பருமன் உள்ளது. 'ஒவ்வொரு வகையான ஞானத்தையும் நாடு' என்று அதன் முதற்பக்கத்தில் எழுதியிருக்கிறது. 'தந்தை, குமாரன், புனித ஆவி ஆகியோரின் பெயரால்...ஸீலிஸீகா என்ற மூலிகை ஒன்று இருக்கிறது. அது கணவாய்களிலும் எரிந்த இடங்களிலும் வளர்கிறது. இது சிறியது; ஒன்பது இலைகளை உடையது. அதன் உச்சியில் சிவப்புப் பூ ஒன்றும் கருஞ்சிவப்புப் பூ ஒன்றும் கருநீலப் பூ ஒன்றும் ஆக மூன்று பூக்கள் மலர்கின்றன. இந்த மூலிகையின் சக்தி அதிகம். இதை அமாவாசை தினத்தன்று பறிக்கவேண்டும்; அதில் செய்த கஷாயத்தை மும்முறை குடிக்க வேண்டும். அதன்பின், காற்றுப் பேய்களையும் நீரில் வசிக்கும் பேய்களையும் காணலாம். அவற்றிடம் 'ன்ஸ்ட்ச்ன்ஸி' என்ற மாயமந்திரச் சொல்லை உச்சரித்தால், அவை கேட்கும் வரமெல்லாம் வழங்கும்' என்று அந்த முதற்பக்கத்திலேயே எழுதியிருந்தது.''

ரோமோடானோவ்ஸ்கி பெருமூச்சு விட்டான்; கண்களை உயர்த்திக் கூறினான்:

''அந்த வார்த்தையை மீண்டும் தெளிவாகச் சொல்.''

கிச்சரின் நெற்றியைச் சொறிந்துவிட்டு முகத்தைச் சுளுக்கிக்கொண்டான். முயற்சி செய்து 'ன்ஸ்ட்ச்ண்ஸி' என்று ஒரு வழியாக உச்சரித்து விட்டுக்கிழவனை நோக்கினான். கிழவன் தலையை அசைக்கவே, தொடர்ந்து படித்தான்:

''ஓ, மகாப்பிரபுக்களே, செல்வந்தர்களே, கண்ணழியக் கண்ணீர் உகுத்துக் கதறுவோரே, விரும்பத்தக்கது என்ன? தற்காலத்தின் கொடுமையைக் குறைத்து மீண்டும் சகஜநிலைமை ஏற்படும்படி செய்யவேண்டும்...''

''அதுதான், அதுதான், அதுதான்!'' என்று தன் நாற்காலியில் அசைந்த ரோமோடானோவ்ஸ்கி கூறினான். புதிர் விளங்கி விட்டதைக் குறிக்கும் புத்தொளியில் அவனது பெரிய கண்கள் பிரகாசித்தன. ''ஸீல்ஸீகா மூலிகையின் உட்பொருள் விளங்கிவிட்டது. இந்தப் புத்தகம் தன்னுடையது என்பதை அந்த மாஜிப்பாதிரி ஒப்புக்கொண்டு விட்டானா?'' என்று அவன் வினவினான்.

''இன்று, சித்திரவதைக்குப்பின், இரண்டு மணிநேரத்துக்கு மேல் கழிந்த பிறகு, கிரிஷ்கா இந்தப்புத்தகம் தன்னுடையதென்பதை ஒப்புக்கொண்டான். இதைக் கிஸ்கோவ்காவில் ஓர் அயலானிடம் நான்கு கோபெக்குக்கு வாங்கியதாகச் சொல்கிறான். இதை ஏன் நீராடும் அறையின் தளப்பலகைகளின் கீழ் பதுக்கி வைத்தாய் என்று கேட்டால், பேதைமையால் செய்தேனென்று கூறுகிறான்.''

''மீண்டும் சகஜநிலைமை ஏற்படவேண்டுமென்ற வாசகத்தை எப்படிப் புரிந்து கொள்வது என்று கேட்டாயா?''

''கேட்டேன். ஐந்து கசையடி கொடுத்தபிறகு அவன் விடைதந்தான்; திருக்கோயில் ரொட்டி சுடுவதற்குக் காகிதத்தைப் பயன்படுத்தலாமென்று இந்தப் புத்தகத்தைத் வாங்கினானாம். அவன் அதைப் படிக்கவில்லையாம். அதில் என்ன எழுதியிருக்கிறதென்று அவனுக்குத் தெரியாதாம்.''

''ஆ, போக்கிரி! போக்கிரி!'' என்று கிழவன், மெதுவாக விரலை ஈரமாக்கிக்கொண்டு அந்தப் புத்தகத்தின் ஏடுகளைப் புரட்டினான். சில பகுதிகளை அவன் உரக்கப்படித்தான். ''வஹாரியா என்ற மூலிகை சிவப்புக் கலந்த மஞ்சள் நிறமாக இருக்கும்; ஒரு மனிதனுக்குச் சாகடிக்கும் விஷத்தைக் கொடுத்திருந்தால் அவனுக்கு இந்த மூலிகையில், செய்த கஷாயத்தைக் கொடு. அவன் குதம் வழியாகக் கழிவான்; வாய் வழியாக வாந்தி எடுப்பான்...'' ''இது ஒரு பயனுள்ள மூலிகைதான்'' என்று குறிப்பிட்ட ரோமோடானோவ்ஸ்கி, தொடர்ந்து படித்தான். ''ஸிரிலின் ஜனங்களை வசியம் செய்து கொடுப்பான். அவனது வருகைக்கான அறிகுறிகளாவன; நீகோடின் இலை அதாவது புகையிலை; அதை எரித்து அதன் புகையை விழுங்க வேண்டுமென்றும், அதைப் பொடியாக்கி அந்தப் பொடியை மணம் பிடிக்கவேண்டுமென்றும் உத்திரவுகள் பிறப்பிக்கப்படும். பக்திப் பாசுரங்களைப் பாடுவதற்குப் பதிலாக, இந்தப் பொடியை நுகர்ந்து உறிஞ்சிக் கொண்டிருப்பார்கள். தாடிகளைச் சிரைத்துவிடுவது இன்னோர் அறிகுறியாகும்.'' ''நல்லது,'' என்று புத்தகத்தை மூடிய ரோமோடானோவ்ஸ்கி சொன்னான்: ''நாம் போய், தற்காலத்தைப் பக்குவப்படுத்த விரும்புவது யார் என்று அவனையே கேட்போம். அவன் அனுபவம் மிகுந்தவன்; சுறுசுறுப்பானவன். இந்தப் புத்தகத்தைப் பற்றி எனக்கு ரொம்பக் காலமாகத் தெரியும். அவன் மாஸ்கோவில் பெரும் பகுதியை இப்புத்தகத்துடன் சுற்றியிருக்கிறான்.''

சித்திரவதை நிகழ்ந்த நிலவறைக்கு அவர்கள் குறுகலான செங்கற் படிக்கட்டு வழியே சென்றனர். அது ஈரத்தால் கெட்டிருந்தது. எப்பொழுதும்போல், கிச்சரின் சிறிது இகழ்ச்சியாகப் பேசினான்:

''தரையின் அடியிலிருந்து இந்த ஈரம் உண்டாகிறது. செங்கற்கள் கெட்டுவிட்டன. எந்த நேரத்திலும் நீங்கள் விழுந்து மரித்துவிடலாம். நாம் ஒரு புதிய படிக்கட்டைக் கட்டவேண்டும்.''

''ஆம், கட்டவேண்டும்'' என்று கிழவன் பதிலுரைத்தான்.

முன்னால், ஒரு துணைக் குமாஸ்தா மெழுகுவத்தியுடன் வழிகாட்டிக்கொண்டு சென்றான். தலைமைக் குமாஸ்தாவைப் போலவே அவனும் விதேசி ஆடைகளை உடுத்தியிருந்தான். ஆனால் அவனது ஆட்கள் கந்தலாக இருந்தன. அவனது கழுத்திலிருந்து ஒரு பித்தளை மைக்கூடு தொங்கியது. அவனது பாதி கிழிந்த கோட்டுப் பையிலிருந்து காகிதச் சுருள் நீட்டிக் கொண்டிருந்தது. தாழ்வான நிலவறையின் ஓக்மேஜைமீது அவன் மெழுகுவத்தியை வைத்தவுடன் பல எலிகள் மூலைகளிலிருந்த தன் வளைகளுக்கு ஓடின.

''அணிமைக் காலத்தில் எலிகளின் தொல்லை அதிகமாகிவிட்டது. மருத்துவச் சாலையில் ஆர்சினிக்கு வாங்கிக் கொள்ளவேண்டும்.'' என்றான் தலைமை குமாஸ்தா.

''ஆம், நீ வாங்கிக்கொள்ளவேண்டும்'' என்றான் ரோமோடானோவ்ஸ்கி.

கூரையின் அடியில் குனிந்து வந்த இரண்டு முரடர்கள் மர்ஜிப் பாதிரியான கிரிஷ்காவை இழுத்துக் கொணர்ந்தனர். அவனது விழிகள் பிதுங்கியிருந்தன; தாடி சடைபோட்டிருந்தது; கீழ் உதடு தொங்கியது. முகம் பச்சையாகவிருந்தது. உண்மையில், அவனால் நடக்க முடிய வில்லையா? கயிற்றுடன் கூடிய ஒரு வளையத்தின் கீழ் அவர்கள் அவனை நிறுத்தியவுடன், அவன் மூர்ச்சையாகி விழுந்து சவம்போல கிடந்தான். தலைமைக் குமாஸ்தா தணிந்த குரலில் கூறினான்.

''நான் அவனது கைகால்களை ஊனம் செய்யாமலேயே விசாரணை நடத்தினேன். அவன் திரும்பி நடந்தே சென்றான்.''

கிரிஷ்காவின் கலைந்த மயிரிடையே வழுக்கை விழுந்திருந்த இடத்தை ரோமோடா னோவ்ஸ்கி சிறிது நேரம் நோக்கினான். அதன்பின் தூக்கமயக்கமான குரலில் பேசினான்:

''போன வருடத்துக்கு முந்தைய வருடத்தில், ஸிவினோகோரோடில், தீர்க்கதரிசி எலிஜாவின் தேவாலயத்தில், வழிபாட்டு உருவங்களது வெள்ளிச் சட்டங்களை நீ திருடினாய் என்பதும் அறிவிப்பு ஆலயத்தில் பெட்டியை உடைத்தாயென்பதும் பலிபீடத்திலிருந்து பாதிரியின் ஆட்டுத் தோல் கோட்டையும் கம்பளி பூட்ஸையும் களவாடினாயென்பதும் கண்டு பிடிக்கப்பட்டுள்ளன. நீ கைதியானாய். ஆனால் காவலர் பிடியிலிருந்து தப்பி ஓடி மாஸ்கோவுக்குச் சென்றாய். அங்கே நீ முதலில் பல்வேறு பாயர்களது மாளிகைகளில் ஒளிந்திருந்தாய்; அதன்பின் இளவரசி வீட்டுக் கொல்லையிலிருந்த நீராடும் அறையில் காத்திருந்தாய். இதை நீ ஒப்புக்கொள்கிறாயா. பதில் கூறுவாயா? மாட்டாயா? சரி. நீ செய்த குற்றங்களில் பாதிதான் இவை.''

சிறிது நேரம் கிழவன் பேசாதிருந்தான். அப்பொழுது, முரடர்களுக்குப் பின்னால், கழுத்துவெட்டி ஓசை செய்யாது வந்து நின்றான். அவன் கண்ணியமானவனாகத் தோன்றினான். குழைவான முகமும் குழிவான கன்னங்களும் நிரலான மீசையும் சிறிய சுருள் தாடியும் சிவந்த பெரிய வாயும் உடையவனாக அவன் இருந்தான்.

ரோமோடானோவ்ஸ்கி தொடர்ந்து பேசினான்: ''நீ அன்னியர் பேட்டையில் வசிக்கும் உல்யானா என்பவள் வீட்டுக்கு அடிக்கடி போய்வந்தாயென்றும், அவளுக்குச் சில நபர்களிட மிருந்து கடிதங்களும் பணமும் கொண்டு கொடுத்தாயென்றும் தெரியவந்திருக்கிறது. இந்த உல்யானா நாவோடி விச்சி மடத்திலுள்ள ஒருத்திக்கு அக்கடிதங்களைக் கொண்டு சென்றாள். அவளிடமிருந்து உல்யானா கொண்டுவந்து கொடுத்த கடிதங்களையும் பொட்டணங்களையும் நீ மேற்குறிப்பிட்ட நபர்களிடம் கொண்டு சேர்த்தாய்; அப்படித்தானே. இதை நீ ஒப்புக் கொள்கிறாயா?''

தலைமைக்குமாஸ்தா மேஜைமீது சாய்ந்து, கிரிஷ்காவைக் கண்ணால் சுட்டிக்காட்டிக் கொண்டே, ரோமோடானோவ்ஸ்கியிடம் குசுகுசுத்தான்.

''அவன் உஷாராயிருக்கிறான். காதைப் பார்த்தே நான் சொல்லமுடியும்.''

''நீ உன் செய்கைகளை ஒப்பக்கொள்ள மாட்டாயா? அப்படியா? பிடிவாதம் செய்கிறாய். இரக்கப்படவேண்டிய விஷயம். இதனால் எங்களுக்கு அதிகத்தொல்லை; உனக்கு உடல் நோவு அதிகம். சரி இதைச் சொல்: ''நீ எந்தெந்த வீடுகளுக்குச்சென்றாய்? தற்காலத்தின் கொடுமையைத் தணித்து சகஜமான நிமையை ஏற்படுத்துவதுபற்றிய இந்தப் புத்தகத்தை யார்யாரிடம் படித்துக் காட்டினாய்?''

விழித்தெழுவது மாதிரி, கிழவன் ஒரு புருவத்தை உயர்த்தினான். அவனது முகம் வீங்கியது. தலைவெட்டி மெல்ல நடந்து வந்தான்; குப்புற விழுந்து கிடந்த கிரிஷ்காவைத் தொட்டுப் பார்த்துவிட்டுத் தலை அசைத்தான்.

''இல்லை. பிடோர்யூரிவிச், அவன் இன்று பேசமாட்டான்; அவனை வதைத்தும் பயனிருக்காது. சித்திரவதைக்கும் ஐந்து கசையடிக்கும் பிறகு அவன் உணர்ச்சியற்றுக் கிடக்கிறான். நாம் நாளையதினம் வரை காத்திருக்கவேண்டும்.''

பிடோர் யூரிவிச் மேஜையை நகங்களால் தட்டினான். ஆனால் தலைவெட்டியான ஸிலாண்டி அனுபவமுள்ளவன். உணர்ச்சியற்றுக் கிடப்பவனை இரண்டாக வெட்டிப் போட்டாலும் பயனில்லை; உண்மையைக் கக்கச் செய்ய முடியாது. ஆனால் விஷயம் மிகவும் முக்கியமானது. கிஷ்காவைக் கைது செய்ததன் மூலம், துப்புத் துலங்கும் போலிருந்தது. சதி ஏதும் இல்லாதிருக்கலாம்; ஆனால் ஸோபியாகாலத்தில் அனுபவித்த சலுகைகள் பறிபோனதைக் குறித்துப் பாயர்கள் கெட்ட எண்ணத்தோடு முணுமுணுத்தனரென்பதையும் பிடிவாதமாகப் புதிய நிலையை எதிர்க்க விரும்பினர் என்பதையும் நாவோடி விச்சி கன்னியர் மடத்தில் வாடும் ஸோபியாவுடன் தொடர்பு கொண்டுள்ளனர் என்பதையும் தேர்ந்து தெளியலாம். எனினும் இன்று ஒன்றும் செய்வதற்கில்லை. எனவே, பிடோர் ரோமோடானோவ்ஸ்கி எழுந்திருந்து, கெட்டுப் போன படிக்கட்டில் ஏறினான். கிச்சரின் மட்டும், கிரிஷ்காவினருகே வட்ட மிடுவதற்காகப் பின்தங்கினான்.

4

காலை நேரம் கதகதப்பாயிருந்தது. பூமி ஈரமாயிருந்தது. விசும்பில் மூடுபனி சூழ்ந்திருந்தது. சந்துகளில், நனைந்திருந்த மரவேலிகளும் புகைபோக்கி வழியேவந்த புகையும் இலேசாக மணம் வீசின. சாலைக்குழி குட்டைகளில் தேங்கியிருந்த தண்ணீரை குதிரையின் பாதங்கள் வாரித் தெளித்தன. பிரியோபிராஷன்ஸ்கி அலுவலக நுழைவாயிலில், காவிரில்கா குதிரையிலிருந்து இறங்கினான். நீண்டநேரம், அவனால் காவற்குழுவின் அதிகாரியைக் கண்டுபிடிக்க முடியவில்லை.

''அந்தப்பேய் எங்குபோய்ப் பதுங்கினான்?'' என்று நுழைவாயிலில் நின்ற மீசைக்கார சோல்ஜரைப் பார்த்து அவன் கத்தினான்.

''யாருக்குத் தெரியும்? இங்குதான் இதுவரை இருந்தார். இப்பொழுது எங்கோ போயிருக்கிறார்.''

''அப்படியானால் போய்க் கண்டு பிடி.''

''நான் என்னிடத்தை விட்டு நீங்கமுடியாது.''

''அப்படியானால் என்னை உள்ளேவிடு!''

''யாரையும் உள்ளேவிடக் கூடாதென்று உத்திரவு.''

''அப்படியானால் நானே போகிறேன்'' என்ற காவிரில்கா, திட்டிவாசல் வழியே உள்ளே செல்வதற்காகச் சோல்ஜரைப் பிடித்துத்தள்ளினான். ஆனால் அந்தச் சோல்ஜர் சொன்னான்:

''திட்டி வாசலைத்திறந்தால், போர்வினை விதிகளுக்கு இணங்க உன்னைத் துப்பாக்கிச் சனியனால் குத்துவேன்.''

கடைசியில், இந்தச் சத்ததைக் கேட்டு, நுழைவாயிலுக்கருகே, உள்ளேயிருந்த காவற் காரனது குடிசையில் பொழுதைக் கஷ்டப்பட்டுப் போக்கிய காவற்குழு அதிகாரி அங்குவந்து சேர்ந்தான். அவனது சின்னமுகத்தில் நிறைய வடுக்கள் இருந்தன; அவனது கண்கள் எதையும் சிறப்பாகப் பார்க்காது அலைந்தன. காவிரில்கா அவனிடம் பாய்ந்தான். பீட்டர்ஸ்பர்க்கிலிருந்து தபால் கொண்டுவந்திருப்பதாகவும் அதை நேரில் ரோமோடானோவ்ஸ்கியிடம் கொடுக்க வேண்டுமென்றும் கூறினான்:

''அவரை எப்பொழுது பார்க்கமுடியும்? இப்பொழுது அலுவலகத்தில் இருக்கிறாரா.''

''எனக்கொன்றும் தெரியாது'' என்று விடைதந்த அதிகாரி, சேறான வீதியை நமயாகக் கடந்த வரி நிறப் பூனையை நோக்கினான். ''இது மகாப்பிரபுவின் வீட்டுப்பூனை. இது காணாமற் போய் விட்டதென்று என்ன அமளி செய்தார்கள்; இந்த மிருகம் இதோ இருக்கிறது'' என்று கூறினான்.

திடீரென்று கதவுக் குடுமிகள் அசைந்தன; நுழைகதவுகள் கிரீச்சென்ற ஒலியுடன் நன்றாகத் திறந்தன. நீலவண்ணச் சேணம் பூட்டி ஒன்றன்பின் ஒன்றாகக் கட்டப்பட்டிருந்த நான்கு கருங் குதிரைகள் வெளிவந்தன. காவிரில்காவுக்குத் தன் புரவிமிது பாய்வதற்குத்தான் நேரமிருந்தது.

அப்பொழுது, தாழ்வான சக்கரங்களை உடைய பெரிய கில்ட் கோச்சின் பலகணி வழியே, ரோமோடானோவ்ஸ்கி பிதுங்கிய கண்களால் அவனை நோக்கினான். காவற்குழு அதிகாரி, காவிரில்கா குதிரையின் கடிவாளத்தைப் பிடித்தான். அவன் இயல்பாகவே இடையூறு செய்யும் குணத்தை உடையவனா அல்லது மாஸ்கோ காவலனின் வண்டியைத் தொடர்ந்து சென்று கடப்பது விதிகள் மூலம் தடுக்கப்பட்டிருக்கிறதா. காவிரில்காவுக்குப் புரியவில்லை.

''போகவிடு!'' என்று காவிரில்கா சினந்து சீறினான். அவன் கடிவாள வார்களைப் பிடித்து இழுத்துக்கொண்டு குதிமுட்களால் குத்தவே, குதிரை பின்னங் கால்களில் நின்றது. கடிவாள வாரைப் பிடித்துக்கொண்டு தொங்கிய அதிகாரி கீழே விழுந்தான்.

''காவற்காரா! அந்தப் போக்கிரியைப் பிடி!'' என்று கூச்சல் கேட்டபொழுது, காவிரில்கா லூபியான்ஸ்கி சதுக்கத்தில் போய்க்கொண்டிருந்தான்.

அவனால் கோச்சைப் பிடிக்க முடியவில்லை. எரிச்சலடைந்த அவன் நிக்லின்னி பாலம் வழியே கிரெம்லினில் சைபீரிய விவகார அலுவலகத்தினுள் நுழைந்தான். அந்தப் பணிமனை ஒரு தாழ்வான நீண்ட கட்டிடத்தில் இருந்தது. அதன் கூரை துருப்பிடித்திருந்தது. போரிஸ் கோடுநாவ் காலத்தில் கட்டப்பட்ட கட்டிடம் அது. திடீரென்று உயர்ந்த மேட்டின் விளிம்பில் இருந்த அது, கோட்டை மதிலைவிட உயரமானது. அதன் பின்புறத்தில் மாஸ்க்வா நதி ஓடியது. முன்னறையிலும் நடைபாதைகளிலும் கூட்டம் அதிகம்; ஜனங்கள் உட்கார்ந்திருந்தனர்; அல்லது சுவர் ஓரமாகத் தரையில் படுத்திருந்தனர். குமாஸ்தாக்கள் நீண்ட கோட்டு அணிந்திருந்தனர். மேஜையில் இடைவிடாது தேய்ப்பதால் இற்றுப்போன கோட்டின் முழங்கைப் பகுதியில் ஒட்டுத் தையல் போட்டிருந்தனர். அவர்கள் கிரீச் சென்ற கதவுகள் வழியே ஓடிவந்து காகிதங்களைக் காட்டி, சைபீரிய வாசிகளை ஆத்திரத்தோடு கடிந்துகொண்டனர். அந்தச் சைபீரிய மக்கள் ஆயிரக்கணக்கான மைல்கள் கடந்து வந்தவர்கள்; மனிதன் படைக்கப்பட்ட காலத்திலிருந்து எவனும் வாங்காத அளவுக்கு லஞ்சம் தண்டிய கவர்னரின் கொடுமைக்கு நிவர்த்தி தேடுவதற்காக வந்தனர். சுரங்கம், பொன்னுக்காக நிலமாராய்தல், ரோமமுள்ள விலுங்குகளை வேட்டை யாடுதல், மீன்பிடித்தல் ஆகியவை சம்பந்தமாக உரிமை பெறுவதற்கும் வந்திருந்தனர். விஷயம் அறிந்தவனாயிருந்தால், குமாஸ்தாவின் வசையை வாங்கிக் கட்டிக்கொண்டு, இங்கிதமாகக் கண்களைச் சுருக்கிக் கொண்டு கூறுவான்: ''நலம் செய்வோரே, என்னுடன் வாருங்கள். மளிகைக் கடை வரிசையிலாவது உங்களுக்குப் பிடித்தமான வேறு இடத்திலாவது மனம் விட்டுப் பேசுவோம்.'' ஆனால் அனுபவமில்லாதவன் மறுநாள் வரலாமென்று தலையைத் தொங்கப் போட்டுக்கொண்டு செல்வான். பல நாட்கள் பழிகிடப்பான். மீண்டும் மீண்டும் திட்டும் வசவும்தான் கிட்டும். விடுதித்துறையில் பணம் விரயமாவது தான் மிச்சமென்றாகிவிடும்.

ரோமோடானோவ்ஸ்கி ராணுவத்தளவாட இலாகாவில் இருந்தான். காவிரில்கா தனக்குப் பேட்டி கிடைக்குமாவென்று கேட்டனுப்பவில்லை. அவன் கூட்டத்தில் வழி செய்துகொண்டு கதவண்டை சென்றபொழுது, யாரோ ஒருவன் அவன் கோட்டைப் பிடித்திழுத்து ''எங்கே போகிறாய்? அங்கே போகக்கூடாது'' என்று கூறினான். ஆனால் காவிரில்கா அவனைத் தள்ளி விட்டு உள்ளே சென்றான். ரோமோடானோவ்ஸ்கி, ஒரு தாழ்வான புழுக்கமான அறையில் தனியாக உட்கார்ந்திருந்தான்; ஜன்னல் பாதி அளவு அடைத்திருந்தது. பிரகாசமான கைக்குட்டை யால் கழுத்தைத் துடைத்துக்கொண்டிருந்த அவனுக்கு முன்னால் மேஜையில் பல உத்திரவுகளும் விண்ணப்பங்களும் புகார்களும் குவிந்து கிடந்தன. காவிரில்காவைக்கண்டவுடன், அவன் கடிந்துகொள்ளும் வகையில் தலையசைத்துக் கூறினான்:

''ஐவான் ஆர்ட்டமிச்சின் மகனல்லவா? தைரியசாலிதான்! இழிகுடிப் பிறப்பினர் தாமே கதவைத்திறந்துகொண்டு வருகின்றனர். சரி, உனக்கு என்னதேவை?''

காவிரில்கா தபாலைக் கொடுத்துவிட்டு வாய்மொழியாகக் கூற வேண்டியதைச் சொன்னான்; சகலவிதமான இரும்புச் சாமான்களையும் - குறிப்பாக ஆணிகளை -உடனடியாகப் பீட்டர்ஸ் பர்க்குக்கு அனுப்ப வேண்டுமென்ற சொல்லியனுப்பியதாக அவன் கூறினான். ரோமோடா னோவ்ஸ்கி, மெழுகு முத்திரையை உடைத்துவிட்டு ஜாரின் கடிதத்தைப் பிரித்தான். தூரத்தில் பிடித்துக்கொண்டு அதைப் படித்தான். பீட்டர் எழுதினான்:

''ஐயா! நார்வா அருகில் ஓர் அற்புத நிகழ்ச்சி நடைபெற்றதென்பதை மாட்சிமைபொருந்திய உங்களுக்குத் தெரிவிக்க விரும்புகிறேன். முட்டாள்கள் சாமர்த்தியசாலிகளை ஏமாற்றி விட்டனர். ஸ்வீடிஷ்காரர்கள் மமதை மிகுதியால் நமது தந்திரங்களைப் புரிந்துகொள்ள முடியாத குருடர்களானார்கள். நாங்கள் சூதாக நடத்திய பேரில் நார்வா காவற்படையின் மூன்றில் ஒரு பகுதி கொல்லப்பட்டது அல்லது சிறைப்பட்டது. இந்தப் போரை நேரில் கண்ட வெல்படினன்ட்பால் விரைவில் அங்குவந்து உங்களிடம் விவரமாகக் கூறுவான். வைத்தியசாலைக்குத் தேவையான மருந்து மூலிகைகள் சிறிதளவுகூடப் பீட்டர்ஸ்பர்க்குக்கு வந்து சேரவில்லை. இதைப்பற்றி நான் ஆண்ரி வினியஸுக்குப் பன்முறை எழுதினேன். ஒவ்வொரு தடவையும் இதோ வருகிறது என்று பதில் எழுதுகிறான். மாஸ்கோ பாஷையில் அந்தச் சொற்றொடருக்குத் தனிப்பொருள் போலிருக்கிறது. அவனது உயிரைவிட ஆயிரடங்கு அதிக மதிப்புள்ள இந்த முக்கிய விஷயத்தில் அவன் ஏன் இப்படி உதாசீனமாக நடந்து கொள்கிறானென்று கேளுங்கள். பீட்டர்.''

மாஸ்கோ காவலன் படித்து முடித்தவுடன், கடிதத்தில் கையெழுதிட்ட பகுதியைத் தன் இதழ்களால் தொட்டான். அதன்பின், பெருமூச்செறிந்தான். அவன் கூறினான்:

''வெப்பமாகவும் புழுக்கமாகவும் இருக்கிறது. வேலை குவிந்து கிடக்கிறது. பகல் முழுவதும் வேலைபார்த்தாலும், பாதி அலுவல்களே நிறைவு எய்துகின்றன, என் துணைவர்கள், ஆ, என் துணைவர்கள்! கஷ்டப்பட்டு வேலை செய்வதற்கு விரும்புவோர் ஒரு சிலரே. அனைவரும், குறைவாக வேலை செய்து அதிகமாக வருமானம் பெறுவதில் குறியாயிருக்கின்றனர். நீ ஏன் இவ்வளவு சிறப்பாக ஆடை அணிந்து பொய்மயிரும் சூட்டிக்கொண்டிருக்கிறாய்? இளவரசியைக் காணச் செல்கிறாயா? அவள் அரண்மனையில் இல்லை. இஸ்லாமிலோவோ கிராமத்தில் இருக்கிறாள். அவளைப் பார்க்கும் வளைவுகளுக்குக்கீழே, ஜன்னலிலுள்ள கூண்டில் ஓர் அருமையான ஸ்டார்லிங் பறவை இருக்கிறது. அது ருஷியமொழியில் மிகவும் நன்றாகப் பேசுகிறது. அவ்வழியே செல்வோர் நின்று அப்பேச்சைக் கேட்கின்றனர். சிறிது நேரத்துக்குமுன் நானே வண்டியை நிறுத்தி அந்தப் பேச்சைக் கேட்டேன். இளவரசிக்குப் பிரியமிருந்தால் அதை விலைக்கு வாங்கலாம். சரி, போ, வெளியே போகும் பொழுது, குமாஸ்தா நெஸ்டிரோவிடம் சொல்லி, ஆண்ரிவினியஸைக் கையோடு அழைத்து வருவதற்கு ஆள் அனுப்பச்செய். இந்தா, என் கரத்தை நீ முத்தமிடலாம்.''

5

பிற்பகலில் தூறலிடத் தொடங்கியது; மனவெழுச்சி குன்றக்கூடாதென்பதற்காக, அனிஸ்யா, டால்ஸ்டாயா, அரசுகட்டில் அறையில் பந்தாடலாமென்று யோசனை கூறினாள். அந்தக் காலி அறையில் பல்லாண்டுகளாகவே ஒருவரும் அடி எடுத்து வைக்கவில்லை.

மென்ஷிகோவ் பெண்களான அன்னாவுக்கும் மார்த்தாவுக்கும் விளையாட்டு என்றால் மகிழ்ச்சி தான். எந்த நேரத்திலும் எந்த விளையாட்டுக்கும் அவர்கள் தயார். குழிந்த கைகளை நீட்டிக் கொண்டும் நாடாக்களை ஆட்டிக்கொண்டும் வீறிட்டலறிக் கொண்டும் அவர்கள் கிரீச்சென்ற தளப்பலகைகள் மீது பந்தைப் பிடிக்க ஓடினார்கள். இந்தக் குறிப்பிட்ட நாளில், நடால்யா இடனம் தெரியாத துயருக்குள்ளாகியிருந்தாள்; விளையாட்டு அவளைக் களிப் படையச் செய்யவில்லை. அவள் சிறுமியாகவிருந்தபொழுது, இந்த அறைச் சுவர்களில் உயரத்திலுள்ள ஜன்னல்களின் சிவப்பு, நீல, மஞ்சள் அடைப்புகள் வழியே அறையினுள் கதிரவன் பிரகாசித்தான்; கில்ட்தோல் சுவர்களில் ஒளிர்ந்தது. அந்தத் தேலை அகற்றிவிட்டார்கள். சுவரின் மரக்கட்டைகள் மேற்பூச்சு இன்றிப் புலனாயின; கட்டைகளின் இடையே சணல்கூள முடிச்சுகள் தொங்கின. கூரையில் மழை சடசடவென்று ஒலிசெய்தது. அவள் காதரீனாவிடம் கூறினாள்:

''எனக்கு இஸ்மாயிலோவ்ஸ்கி மாளிகை பிடிக்கவில்லை. இது பெரிய வெற்றிடமாக உள்ளது; நாம் எங்காவது போய் நிம்மதியாக அமர்வோம்.''

அவள் காதரீனாவின் தோள்மீது கைபோட்டு, கீழ்தளத்திலுள்ள சிறிய படுக்கையறை ஒன்றுக்கு இட்டுச் சென்றாள். அதுவும் சீண்டுவாரற்றதாகவே இருந்தது. அவளது காலஞ்சென்ற தாயாரின் படுக்கையறை அது. தாயாரான நடால்யா கிரில்லோவ்னா இறந்து பலகாலமாகி விட்டது. ஆனால் இன்னும் அந்த அறையில் இலேசாக மணம் வீசியது. அது நறும் புகைமணமா அல்லது கஸ்தூரி மணமா என்று உறுதியாகச் சொல்ல முடியவில்லை. கடைசி நாள்வரை, நடால்யா கிரில்லோவ்னாவுக்குக் கீழைய தேசங்களின் மணச்சத்துகள் ரொம்பப் பிடித்த மாயிருந்தன.

நடால்யா படுக்கையில்லாத கட்டிலையும் திரைகளில்லாத திருகுசுருள் கால்களையயும் சுவரில் மாட்டியிருந்த மங்கலான சிறிய சதுரக்கண்ணாடியையும் நோக்கிவிட்டுத் திரும்பினாள்; சிதிலமாகியிருந்த பலகணிச் சட்டத்தைத் தள்ளித் திறந்தாள். ஜன்னலுக்குக் கீழிருந்த மலர்ச் செடிகள், முட்செடிகள் முதலியவற்றின் மீது பெய்த மழையின் மணம் அறையினுள் வந்தது.

''காடியா, உட்கார்வோம்'' என்றாள் நடால்யா. அவர்கள் திறந்த ஜன்னல் அருகே அமர்ந்தனர்.

''ஆம்!'' என்று நடால்யா பெருமூச்செறிந்து பேசத் தொடங்கினாள்: ''விரைவில் கோடைகாலம் முடிந்துவிடும். நமக்கே தெரியாமல், இலையுதிர்காலம் வந்துவிடும். அதைப் பற்றி உனக்கு என்ன கவலை? பத்தொன்பது வயதில்,யாரும் கடந்த காலத்தைப்பற்றி வருந்துவ தில்லை. நாட்கள் பறந்து செல்வதை எண்ணிக் கவலைப்பட மாட்டார்கள்! ஆனால் நான், எனக்கு என்ன வயது என்று உனக்குத் தெரியுமா? நான் என் அண்ணன் பீட்டரைவிட ஒரு வயதுதான்

சிறியவள்; அதிலிருந்து என் வயதைக் கணித்துக்கொள். என் தாயாருக்குப் பதினேழு வயதில் கல்யாணமாயிற்று. அப்பொழுது என் தந்தைக்கு முப்பத்தி ஐந்து வயதுக்கு மேலாகிவிட்டது. அவர்கள் பருமனாயிருந்தார். அவரது தாடியில் எப்பொழுதும் மணப்பூண்டின் நறுமணம் கமழ்ந்தது. அவர் எப்பொழுதும் நோயாளியாகவிருந்தார். எனக்கு அவரை நன்றாக நினைவு இல்லை. அவர் நீர்க்கோவையால் இறந்தார். ஒரு நாள் அனிஸ்யா டால்ஸ்டாயா பழத்தேறலைப் பருகிவிட்டுக் கடந்தகால ரகசியங்களை எனனிடம் கூறத் தொடங்கினாள். யௌவனப் பருவத்தில், என் தாயார் கவலையற்றவளாகவும் உல்லாசமாகவும் மிகுந்த புலனுகர் திறமுடைய வளாகவும் இருந்தாள். உனக்குப் புரிகிறதா?'' நடால்யா மங்கிய கண்களால் காதரீனாவை நோக்கிவிட்டுத் தொடர்ந்தாள். ''ஸோபியாவின் ஆட்கள் என் தாயாரைப்பற்றி என்னெல்லாம் அலர் தூற்றினர்! ஆனால் அம்மாவை எப்படிக் குற்றம் சொல்ல முடியும்? பண்டைக்கால மரப்படி, எல்லாம் பாவம் தான். பெண்ணாகப் பிறப்பதே பாவம். பெண் என்பவள் கோபத்தின் குவளை, நகரத்தின் நுழை வாயில் என்பது அக்காலக் கருத்து. ஆனால் நமது புதிய பார்வையில், வேறு வகையாகப் பொருள் கொள்கிறோம். கவர்ச்சிக்குரிய காதல்தேவன் தன் கணைகளால் ஜனங்களது இதயங்களில் ஊடுருவுகின்றான் என்போம். அப்படியானால், என்ன செய்யவேண்டும்? இலையுதிர்கால இரவில், கழுத்தில் கருங்கல்லைக் கட்டிக்கொண்டு ஏரி குளத்தில் விழுந்து சாவதா? கூடாது. தவறு பெண்ணுடையதல்ல; அது காதல் தேவனின் தவறு! அந்தக் காலத்தில் மாஸ்கோவில் முஸின்-புஷ்கின் என்ற பாயர் குமாரன் இருந்தானென்று அனிஸ்யா சொன்னாள். அவன் தேவதைமாதிரி அல்லது பேய்மாதிரி என்று வேண்டுமானலும் சொல்லலாம். அந்த சந்தமாக விருந்தான். அவன் அச்சமில்லாதவன்; உணர்ச்சி வசப்பட்டவன்; குதிரைச் சவாரியில் மிகுந்த துணிவுள்ளவன்; தைரியசாலி. கவர்னிவல் வாரத்தில், மாஸ்க்வா நதியின் உறைபனிமீது தன்னுடன் எவராவது மாற்போர் செய்யத் துணிவாரா என்று அவன் அறைகூவினான். எப்பொழுதும் அவனுக்கே வெற்றி கிட்டியது. என் தாயார் சாதாரணக் கூண்டு வண்டியில் ரகசியமாகச் சென்று அவனது வீரத்தைக் கண்டு களித்தாள். பிற்பாடு அவள் அவனைக் கோப்பையில் மது ஊற்றித் தருவோனாக நியமித்தாள்.'' இங்ஙனம் பேசிய நடால்யா தன்முகத்தைத் திருப்பிக் கட்டிலைப்பார்த்தாள்; அவளது புருவங்களுக்கிடையே ஒரு சுருக்கம் விழுந்தது. ''அதன் பிறகு, திடீரென்று அவன் கவர்னராகப் புஸ்டோ ஸெர்ஸ்குக்கு அனுப்ப பட்டான். அவள் மீண்டும் அவனைக் காணவில்லை. ஆனால், காதரீனா, எனக்கு அந்த அளவுக்குக் கூட நற்பேறுகிட்டவில்லை.''

சிறுமழை இன்னமும் பெய்துகொண்டிருந்தது. அறையில் அடக்கமாயிருந்தது. மூடுபனி யினூடே மங்கலாகத் தெரிந்த பெரிய மரங்கள், இஸ்மாயிலோவோவின் பைன் மரங்களைப் போலவே இல்லை. பறவைகள் அனைத்தும் வீட்டிறைப்புகளில் ஒதுங்கின. அவை கலகலவென்ற ஒலிக்கவுமில்லை, பாடவுமில்லை; ஓர் அலங்கோலமான காகம் மட்டும் சாம்பல் நிறமான புல்வெளி வழியே தாழ்வாகப் பறந்துசென்றது. காதரீனா அதைத் தெளிவாகக் கவனித்தாள். அந்தத் திருட்டுக் காகம் கோழிப் பண்ணையை நோக்கிப் பறக்கிறதென்றும், முன்தினத்தில் செய்த மாதிரி மீண்டும் ஒரு மஞ்சளான குஞ்சைத் தூக்கிச்செல்லுமென்றும் அவள் இளவரசியிடம் சொல்ல விரும்பினாள். நடால்யா ஜன்னல் படியில் முழங்கைகளை ஊன்றி முகத்தைச் சாய்த்துக்கொண்டாள். காதரீனா அவளது கழுத்தையும் தலையின் பிற்பகுதியில் இருந்த சிறு மயிர்ச்சுருள்களையும் நோக்கிவிட்டு திடீரென்று எண்ணினாள். ''இதை இதுவரை எவரும் முத்தமிடவில்லை என்பது சாத்தியமான விஷயமா? ஓ, எவ்வளவு கசப்பான நிலைமை!'' அவ்வாறு எண்ணிய அவள் இலேசாகப் பெருமூச்சு விட்டாள்.

ஆனால் நடால்யாவின் காதில் அந்தப் பெருமூச்சு ஒலி விழுந்தது. அவள் அவசரமாகத் தன் தோளை அசைத்தாள்; கையிலே மோவாயை வைத்துக்கொண்டு பேசினாள்ஃ

''இப்பொழுது உன்னைப்பற்றிச்சொல். உண்மையே பேசவேண்டும்! காதரீனா, உனக்கு இதுவரை எத்தனை காதலர்கள்?''

காதரீனா முகத்தைத் திருப்பிக்கொண்டு குசுகுசுத்தாள்:

''மூன்று பேர்.''

''மென்ஷிகோவைப்பற்றி நான் அறிவேன். அவனுக்கு முன்னால் யாராவது உண்டா? ஷெரிமிடேவும் ஒரு காதலனா?''

''இல்லை, இல்லை'' என்று காதரீனா விரைவாகப் பதிலளித்தாள். ''பீல்டு மார்ஷலிடம் சூப் செய்வதற்கும் துணி வெளுப்பதற்கும்தான் எனக்கு நேரம் இருந்தது. பால் கலந்து இனிப்பான எஸ்டோனிய சூப்பி செய்து கொடுத்தேன். ஓ! எனக்கு அவரைப் பிடிக்கவேயில்லை! எனக்குக் கூச்சலிடுவதற்குப் பயம். ஆனால் கணப்புப் புகையில் மூச்சடைக்கச்செய்து செத்தாலும் சாவேனே அல்லாது அவரோடு வாழமாட்டேன் என்று எனக்குள் உறுதியாகக் கூறிக் கொண்டேன். அதே தினத்தில் அலெக்ஸாண்டர் டானிலிச் என்னை அவரிடமிருந்து அழைத்துப் போனார். அவர் மிகுந்த களியார்வம் உடையவர். நிறையத் தமாஷ் செய்தார். நாங்கள் நன்றாகச் சிரித்து இன்புற்றோம். எனக்கு அவரிடம் அச்சமே கிடையாது.''

''ஆனால் என் அண்ணனைக் கண்டு அஞ்சுகிறாய்?''

காதரீனா உதட்டைப் பிதுக்கினாள்; நேர்மையான பதிலை அளிப்பதற்காகத் தன் வெல்வெட் புருவங்களைச் சேர்த்து யோசித்தாள்.

''ஆம்... ஆனால் விரைவில் அந்த அச்சத்தைப் போக்கி விடுவேனென்று எண்ணுகிறேன்.''

''உன் இரண்டாவது காதலன் யார்?''

''ஓ, நடாஷா, இரண்டாவது நபர் காதலன் அல்ல. ஒரு ருஷியச் சிப்பாய்; நல்லவன். நான் அவனை ஓர் இரவு மட்டும் நேசித்தேன். நரித்தோல் குல்லாய் அணிந்த முரடர்கள் வளைவுக் கத்திகளுடன் என்னை வதைத்தபொழுது, அவன் என்னைக் காப்பாற்றினான். அவனுக்கு நான் எதைத்தான் மறுக்கமுடியும்? அந்த முரடர்கள் எரிந்த வீட்டிலிருந்து என்னை இழுத்து வந்தனர்; என் உடையைக் கிழித்தனர். நான் அவர்களைப் பிறாண்டிவிடக் கூடாதென்பதற்காக என்னைச் சவுக்கால் அடித்தனர். குதிரைமீது என்னை வலுக்கட்டாயமாக ஏற்ற விரும்பினர். அச்சமயத்தில் அந்த ருஷியச் சிப்பாய் ஓடி வந்தான். அவனையும் இவனையும் இன்னொருவனையும் பிடித்துத்தள்ளினான். அப்பா! என்ன பலம்! ''ஆ கால்முக்குகளே! குதிரைப்பால் குடிப்பவர்களே! ஒரு நங்கைக்கு தீம்புசெய்யத் துணிந்தீர்களா?'' என்றான். அவன் என்னை அணைத்துக்கொண்டு தளவாட வண்டியருகே சென்றான். அப்பொழுதே இருட்டிவிட்டது. நாங்கள் வைக்கோல் மீது படுத்தோம்.''

நடால்யாவின் நாசித் தொளைகள் துடித்தன; அவள் கடுமையாக வினவினாள்:

''வண்டியின் அடியிலா?''

''ஆம்... 'பெண்ணே, நீதான் சொல்லவேண்டும். பெண்ணுக்கு விருப்பமிருந்தால் தான், அது இன்பமாயிருக்கும்' என்று அவன் சொன்னான். எனவே நான் அவனை ஒரு காதலனாகக் கருதுகிறேன்.''

''மூன்றாவது காதலன் யார்?''

''மூன்றாவது காதலன்தான் என் கணவன் ஜோஹான்ரேபி. சார்லஸ் மன்னனின் உடற் கவசப்படையில் பணியாற்றியவர்: அவர் மரியனபர்க் காவற்படையில் இருந்தார். எனக்குப் பதினாறு வயதானவுடன், 'எலீனா இகாதரீனா, நான் உன்னை வளர்த்துவிட்டேன். உன் காலஞ் சென்ற தாயாருக்குக் கொடுத்த வாக்குறுதியை நிறைவேற்ற விரும்புகிறேன். உனக்கு நல்ல கணவன் பார்த்திருக்கிறேன்' என்ற கிளக் பாதிரியார் என்னிடம் கூறினார்.''

''உன் தாய் தந்தையர் என்ன ஆனார்கள்? அவர்களை உனக்கு நினைவிருக்கிறதா?''

''இல்லை. எனக்கு ஞாபகமே இல்லை. என் தந்தை சிறுவராயிருந்தபொழுதே, லிதுவேனியாவிலிருந்து, ஸாபீஹா பிரபுவிடமிருந்து எஸ்டோனியாவுக்கு ஓடிப்போனார். அங்கே மரியன்பர்க் அருகில் ஒரு சிறு பண்ணையைக் குத்தகைக்கு எடுத்தார். நாங்கள் அனைவரும் -எனது நான்கு அண்ணன்கள், இரண்டு சகோதரிகள், கடைக்குட்டியான நான் ஆகிய அனைவரும்-அங்கேதான் பிறந்தோம். பிளேக் வந்தது. என் தந்தையும் சகோதரன் ஒருவனும் இறந்தனர். கிளக் பாதிரியார் என்னைத் தன் வீட்டுக்கு அழைத்துச் சென்றார். அவர் எனக்கு இரண்டாவது தந்தையாக இருந்தார். அவரது வீட்டில் நான் வளர்ந்தேன். என் சகோதரிகளில் ஒருத்தி ரீவாலிலும் இன்னொருத்தி ரீகாவிலும் வசிக்கின்றனர். என் சகோதர்கள் எங்கே இருக்கின்றனரென்று எனக்குத் தெரியாது. போரினால் ஒவ்வொருவரும் வெவ்வேறு திசைக்குப் போய்விட்டோம்.''

''நீ உன் கணவனைக் காதலித்தாயா?''

''அதற்கு நேரம் கிடைக்கவில்லை. ஜான் புனிதர் தினத்தன்று திருமணம் நடைபெற்றது. ஓ, அன்று எவ்வளவு இன்பமாகப் பொழுது கழிந்தது! நாங்கள் ஏரிக்குச்சென்று ஜான் புனிதரின் நினைவைக் கொண்டாடும் பொருட்டுச் சொக்கப்பனை கொளுத்தினோம். தலையில் மாலையைச் சுற்றிக்கொண்டு நாங்கள் ஆடினோம்; கிளக் பாதிரியார் 'பிடில்' வாசித்தார். நாங்கள் பீர் குடித்தோம். சிறு குடற்குழாய் பணியாரங்களை ஏலக்காய் போட்டுப் பக்குவம் செய்தோம். ஒரு வாரம்கழிந்தபின், பீல்டுமார்ஷல் ஷெரிமிடேவ் மரியன்பர்க்கை முற்றுகையிட்டார். ருஷியர்கள் சுவரை உடைத்தவுடன், 'தப்பி ஓடுங்கள்!' என்ற ஜோஹானிடம் கூறினேன். அவர் ஏரியில் குதித்து நீந்தத் தொடங்கினார். அதன்பின் நான் அவரைப் பார்க்கவேயில்லை.''

''நீ அவனை மறந்துவிட வேண்டும்.''

''நான் பல விஷயங்களை மறந்தாக வேண்டியிருக்கிறது. அவற்றை எளிதில் மறந்து விடுகிறேன்.'' என்று கூறிய காதரீனா பயம் தெரிய புன்னகை செய்தாள். அவளது விழிகளில் கண்ணீர் நிறைந்தது.

''காதரீனா, நீ எதையும் என்னிடமிருந்து மறைக்கவில்லையே?''

''நான் எப்படி உங்களிடமிருந்து மறைக்கத் துணிவேன்? எதையாவது சொல்லாது விடுத்திருந்தால், பிறகு நினைத்துக் கொள்வேன். இரவெல்லாம் உறங்காது காத்திருப்பேன். பொழுது புலரும்பொழுது அதைச் சொல்வதற்கு உங்களிடம் வருவேன்'' என்று காதரீனா அன்பு ததும்பப் பேசினாள். அவளது மலர்ந்த கன்னங்களில் கண்ணீர் வழிந்தோடியது.

''என்ன விருந்தாலும், நீ அதிர்ஷ்டக்காரி'' என்று கூறிய நடால்யா, கன்னத்தைக் கைமீது வைத்துக்கொண்டு, கூண்டுப் பறவையைப்போல் பலகணிக்கு வெளியேபார்த்தாள். அவளது மென்மையான தொண்டை அடைத்துக்கொண்டது. பிறகு அவள் பேசியதாவது:

''இளவரசிகளாகிய நாங்கள் எவ்வளவு களியார்வம் உடையரேனும், எங்களுக்குக் கன்னியர் மடம் ஒன்றுதான் கதி. எங்களைத் திருமணம் செய்து கொடுக்க மாட்டார்கள்; எங்களை மனைவிகளாக ஏற்றுக்கொள்வோர் இல்லை. எனவே, கன்னிகாமடமில்லாவிட்டால், மாஷ்கா, காட்கா மாதிரி மான வெட்கத்தை துறந்து தீயொழுக்க வழியில் செல்லவேண்டும்; ஸோபியா கொடுமையான பெண்புலி மாதிரி அதிகாரத்துக்காகப் போராடியதில் ஆச்சரியமில்லை.''

நடால்யா துயரமிகுதியில் மூடிய கரத்தை-நேர்த்தியான நீலச்சிரைகள் உள்ள கரத்தை-முத்தமிடுவதற்கு காதரீனா குனிந்தபொழுது, புல்வெளியில் ஒல்லிக்குதிரைமீது ஒரு நெட்டையன் தோன்றினான். குதிரையின் பிடரி ஈரமாயிருந்தது. சவாரி செய்தவனது மேலாடை நனைந்திருந்தது. நீரை உறிஞ்சிக்கொண்ட இறகுகள் தொப்பியிலிருந்து தொங்கின. அவன் நடால்யாவைக் கண்டவுடன் குதிரைமீதிருந்து குதித்துக் கடிவாளவார்களைக் கீழே போட்டு விட்டு ஜன்னலை நோக்கி நடந்தான். அதன்பின் அவன் தொப்பியை நீக்கி, புல்லில் ஒரு காலால் மண்டியிட்டுத் தொப்பியை மார்பின் மீது அமுக்கினான்.

நடால்ய விரைவாக எழுந்தாள். அவளது கெட்டியான பின்னல் கழுத்தில் விழுந்தது. முகம் சிவந்து துடித்தது. கண்கள் ஒளிர்ந்தன. இதழ்கள் விரிந்தன. ''காவிரில்கா! நீயா? வருக, நண்பா! வீட்டுக்குள் வா. அங்கே மழையில் நிற்காதே'' என்று அவள் மிருதுவாகக் கூறினாள்.

காவிரில்காவுக்குப் பின்னால் இருசக்கரக் குதிரைவண்டி வந்தது. அதில் திகிலடைந்த ஓர் ஆள் உட்கார்ந்திருந்தான். கூரிய நாசி உடைய அவன் வண்டிக்காரனுக்குப் பக்கத்தில் உட்கார்ந்திருந்தான். அவன்மீது மழை பெய்யாதிருக்கப் படுதாக் கட்டியிருந்தது. நடால்யா மீது வைத்த கரிய கண்களை வாங்காமல், காவிரில்கா மலர்ச்செடிகள் நெருங்கினான்.

அவன் மூச்சுத்திணறிக் கொண்டே பேசினான்: ''நீங்கள் பல்லாண்டு வாழ்வீராக. நான் ஒரு வேலையாக ஜாரிடமிருந்து வந்திருக்கிறேன். ஒரு திறமையான ஓவியனை அழைத்து வந்திருக் கிறேன். அன்புக்குரிய ஒரு நபரின் உருவப்படத்தை அவன் வரையவேண்டும். அதன்பின் அவன் பயிற்சி பெறுவதற்கு வெளிநாடு செல்வான். வண்டியிலிருக்கும் அவனை என்னுடன் அழைத்துவர அனுமதி கொடுங்கள்.''

6

அனிஸ்யா டால்ஸ்டாயா ஒரு வேலைக்காரனைக் குதிரை மீது கிரெம்லினுக்குச் சென்று தீவனங்களின் இலாகாவிலிருந்து இரவுணவுக்கு வேண்டிய பல்வகைப் பொருட்களையும் இனிப்புப் பண்டங்களையும் கொண்டுவரும்படி அனுப்பினாள். ''மெழுகுவத்திகள், பற்பல மெழுகுவத்திகள்'' எடுத்துவர வேண்டுமென்றும் சொல்லியிருந்தாள். இன்னொருவன் இன்னிசைக் குழுவினரை இட்டுவருவதற்காக அன்னியர் பேட்டைக்கு விரைந்தான். சமைய லறையின் புகைபோக்கி வழியே அடர்த்தியான புகை நெளிந்து சென்றது. அடுக்களைச் சிறுவர்கள் வெட்டுக் கத்திகளால் 'கட், கட்' என்ற சத்தம் செய்தனர். சிறுமிகள் கவுனை இழுத்துக் கட்டிக்கொண்டு களைகளிடையே சென்ற கோழிக்குஞ்சுகளைப் பிடிப்பதற்குத் துரத்தினார்கள். வேலையின்மையால் சோம்பேறிகளாகி விட்ட அரண்மனை மீனவர்கள், வலையும் கூடையும்

எடுத்துக்கொண்டு குளங்களுக்குச் சென்று குளத்திடிச் சேற்றில் சோம்பிக்கிடந்த மீன்களைப் பிடித்தனர்.

மழைக்குப்பின், வளர்ந்த செடிகளிடையே மறைந்துகிடந்த குளங்களிலிருந்து மூடுபனி புகைபோல் எழும்பியது. யாரும் பயன்படுத்தாது கெட்டுக்கிடந்த பெரும்பாலத்தைத் திரையிட்டு மறைத்த மூடுபனி மாளிகைக்கு முன்னாலிருந்த புல்வெளியின் மரங்களிடையே ஊர்ந்து பரவியது. அந்தப் பழைய கட்டிடத்தின் கூரைகள் கூட மூடுபனியில் அமிழ்ந்தன.

ஜார் அலெக்ஸி மைகலோவிச் காலத்திலிருந்து வீட்டு அடிமையாக வேலைபார்த்த கிழவர்கள், வேலைக்காரர்களது விடுதிகளின் அருகே இருந்த சமையலறையில் வாயிலில் உட்கார்ந்து, அரண்மனையில் அங்கும் இங்கும் மெழுகுவத்தியின் மங்கலான ஒளிதோன்றி மறைவதைக் கவனித்தனர். நடையோசையையும் சிரிப்பொலியையும் கேட்டனர். இந்தப் பழைய வீடு எஞ்சியுள்ள காலத்தை அமைதியாகக் கழித்துவிட்டு மரக்கட்டைச் சுவர்களைப் புயலுக்கும், க்ஷீணமான கூரைகளை அடை மழைக்கும் அர்ப்பணித்துவிட்டு இல்லாதொழியட்டு மென்று இவர்கள் விடமாட்டார்கள். போலிருந்தது. மன எழுச்சிகொண்ட இந்த வாலிபர்கள், இந்த இடத்திலும் தமது புதிய முறைகளுடன் ஆக்கிரமித்து விட்டனர். அவர்கள் மேன்மாடத் திலிருந்து நிலவறைவரை படிகளில் விரைவாக ஏறியும் இறங்கியும் கூத்தடித்தார்கள். அவர்கள் அந்த ஓட்டத்திலும் தேட்டத்திலும் கண்டதென்ன? சிலந்திகளையும் வளையிலிருந்து எட்டி பார்த்த சுண்டெலிகளையும் கண்டனர்.

நடால்யா திடீரென்று களியார்வம் மிகுந்த குறளியின் வசப்பட்டிருந்தாளென்று தோன்றியது. காலையிலிருந்து சோர்ந்துகிடந்த அவள், காவிரில்கா வந்தபின் புத்தொளி வீசினாள். அவளது வண்ணம் செழுமையடைந்தது. அவள் ஒன்றன்பின் ஒன்றாகப் பல களி யாட்டங்களைத் திட்டமிட்டாள். யாருக்கும் ஒரு நிமிஷ நேரம் ஓய்வு கூடக் கொடுக்கவில்லை. அனிஸ்யா டால்ஸ்டாயா எப்பக்கம் திரும்புவதென்று தெரியாது தவித்தான்.

''இன்று நாம் 'பெல்ஷாஸ்ஸாரின் விருந்து'* நடத்துவோம்; வினோதமாக ஆடை அணிந்து விருந்துண்போம்.''என்று இளவரசி அனிஸ்யாவிடம் கூறினாள்.

''என் கண்களின் ஒளியே, கிறிஸ்துமஸ் கொண்டாட்டத் துவக்கத்துக்கு இன்னும் ரொம்ப நாட்கள் இருக்கின்றனவே தவிர, பெல்ஷாஸ்ஸார் அரசன் எவ்வளவு நேரம் விருந்துண்டானோ நான் பார்க்கவில்லை, எனக்குத் தெரியாது.''

''நாம் அரண்மனை முழுவதும் தேடுவோம்; விசித்திரமானதாகவும் வியப்பானதாகவும் கிடைக்கக் கூடியவற்றையெல்லாம் போஜன அறைக்குக் கொண்டு செல்வோம். இன்று என்னை மறுத்துப் பேசாதே. மூடமாக இருக்காதே.''

பழைய படிக்கட்டுகள் கிரீச்சென்றன. நீண்ட காலமாகத் திறவாத கதவுகளின் துருப்பிடித்த குடுமிகள் முனங்கின. நடால்யாவும் பிறரும் கவுனை இழுத்துக் கட்டிக்கொண்டு அரண்மனையில் அங்குமிங்கும் ஓடினர்; காவிரில்கா ஒரு மெழுகுவத்தியை எடுத்துக்கொண்டு அவர்களைப் பின் தொடர்ந்தான். அவன் பயபக்தியோடு வெறித்து நோக்கிய வண்ணமிருந்தான். உட்கார்ந் திருந்ததை அவன் குதிரைமீதிருந்து கண்டதிலிருந்தே, இந்தப்பயபக்தி அவனை ஆட்டுகொண்டு விட்டது. ஒப்புயர்வில்லாத அழகுதேவியாகத் திகழ்ந்த இளவரசியைப் பற்றிப் பண்டைக்காலக்

★ பெல்ஷாஸ்ஸர் விருந்து: பண்டைக்காலத்தில் பாபிலோனியாவில் வேந்தனாயிருந்தவன் அவன். ஆயிரம் பிரபுக்களை அழைத்து அவர்களுடன் அவனும் அவனது மனைவிமாரும் ஆசை நாயகிகளும் வெளளிக் கலங்களிலும் தங்கக் கலங்களிலும் ஒயின் அருந்தினரென்றும் பைபிள் கூறும். (பழைய ஏற்பாடு: டேனியல் புத்தகம்)-மொர்.

கற்பனைக் கதைகளை அவனது இளம்பருவத்தில் ஸாங்கா கூறியிருந்தான். கணப்பின் பரண்மீது அமர்ந்து அப்பொழுது கேட்ட கதையின் ராணிமாதிரி நடால்யா தோன்றினாள். ஆனால் அந்தக் கதையில், இளவரசன் ஐவான் குதிரைமீது ஏறிப்பாய்ந்தான்; 'காட்டுமரங்களின் உச்சிக்குமேல், மேகமண்டலத்தின் அடியில், இருந்த' உப்பரிகையின் பலகணிச் சட்டத்துக்கே பாய்ந்து அந்த ஈடு ஜோடு இல்லாத அழகியின் வெண்கரத்து மோதிரத்தை எடுத்துக்கொண்டான்...

ஆண்ரியும் அவர்களோடு சேரவேண்டுமென்பது உத்திரவு. அவன் திகைப்புற்றிருந்தான். முதல் நாள் இரவு, பெரிய மீன்மீது சயனித்திருந்த ஸாங்காவின் உருவப்படத்தை உற்றுப் பார்த்த திலிருந்தே நிஜ உலகத்துக்கு அப்பால், நிஜவுலகுக்கும் கனவுலகுக்கும் இடையே இருப்பதாக அவனுக்குத் தோன்றியது. மென்ஷிகோவ் பெண்கள் அவனைக் கிறுகிறுக்கச் செய்தனர். வட்டமான கன்னங்களை உடைய அந்த அந்தசந்தமான பெண்களின் மார்பகத்துத்திரட்சி அவனைக் கவர்ந்தது. அத்தனை ஆடைமடிப்புகளாலும் மார்பகவளைவுகளின் கவர்ச்சியை மறைக்க முடியவில்லை. அவர்களிடமிருந்து ஆப்பிள் மணம் வீசியது. ஆகக்கூடி அவர்களை உறுத்துப் பார்க்காது இருக்க முடியவில்லை.

சேமிப்பு அறைகளில் அவர்கள் பழங்காலத்துக் கம்பளிகளையும் விரிப்புகளையும் ஆடை ஆபரணங்களையும் கண்டனர்; பைஸாண்டிய மணிப்பின்னல் வேலைப்பாட்டுடன் கூடிய மிகவும் அகலமான கோட்டுகளும், மேலாடைகளும், சட்டைகளும், நீண்டகைகளை உடைய பாரசீகச் சட்டைகளும், ஒவ்வொன்றும் முப்பத்தியாறு ராத்தல் எடையுள்ள முத்துக்கள் பதித்த தலைச் சூட்டுகளும் கிடைத்தன. அவற்றைப் பணிப்பெண்கள் அள்ளிக்கொண்டு போய் போஜன மண்டபத்தில் குவித்தனர். நிலவறைகளில் ஒன்றில் அவர்கள் கூரையின் அடியில் ஒரு சிறுகதவைக் கண்டனர். நடால்யா ஒரு மெழுகுவத்தியை எடுத்துக்கொண்டு விரல்கள் மீது நின்று அண்ணாந்து பார்த்தாள்.

''அவன் அங்கு இருப்பானா?'' என்று வினவினாள்.

''யார்?'' என்று அன்னாவும் மார்த்தாவும் திகிலுற்றுக் கத்தினார்கள்.

''வீட்டுக்காவல் தேவதை'' என்றாள் நடால்யா.

அந்தப் பெண்கள் கன்னத்தில் போட்டுக்கொண்டனர்; ஆனால் முகம் வெளுக்கவில்லை. அவர்களது கண்கள் தாம் அகலவிரிந்தன. அனைவரையும் பயம் பிடித்துக்கொண்டது. கணப்பு களைக் கவனித்துவந்த கிழவன் ஓர் ஏணியைக் கொண்டுவந்து சுவரில் சாய்த்தான். காவிரில்கா உடனடியாக அதில் ஏறினான். இந்த நேரத்தில் அவன் எந்த அபாயத்தையும் துணிந்து மேற் கொள்வான். அவன் சிறுகதவைத்திறந்து இருளில மறைந்தான். அவர்கள் காத்திருந்தனர்; நீண்ட நேரம் ஆகிவிட்டது மாதிரி இருந்தது. அவன் உள்ளிருந்து பேசவில்லை; அவன் அசையும் ஓசையும் கேட்கவில்லை. நடால்யா பயத்தோடு கிசுகிசுத்தாள்!

''காவிரிலா, இறங்கிவா!''

அதன்பின் அவனது பூட்ஸின் குதிகால் தோன்றியது; கோட்டின் அகன்ற விளிம்பு தெரிந்தது. அவன் இறங்கினான்; உடம் பெல்லாம் சிலந்திக் கூடுகள் ஒட்டியிருந்தன.

''நீ அங்கு என்ன பார்த்தாய்?''

''அதிகமாக ஏதும் பார்க்கவில்லை. ஏதோ ஒன்று சாம்பல் நிறமாக விருந்தது. ரோமமடர்ந்ததாகத் தோன்றியது. மிருதுவானதொன்று என் முகத்தைத் தடவியது.''

அவர்கள் மூச்சுத்திணறினார்கள். நிலவறையிலிருந்து விரைவாக விரல்களால் நடந்து வெறியேறினார்கள்; படிக்கட்டில் ஓட்டமாக ஏறினார்கள். அவர்கள் மாடிக்கு வந்தபின்பே அன்னாவும் மார்த்தாவும் வீறிட்டலறத் தொடங்கினார்கள். வீட்டுத் தேவைதையைத் தேடும் விளையாட்டு விளையாடலாமென்று நடால்யா கூறினாள். அவர்கள் ரகசியக் கதவுகளைத் தேடினர்; படிக்கட்டுகளின் கீழிருந்த சிற்றறைகளை எச்சரிக்கையோடு திறந்தனர்; கணப்புகளின் அடியில் நோக்கினர்; பயத்தால் மூச்சை அடக்கிக்கொண்டே தேடினர். அவர்களது முயற்சி வீண் போகவில்லை. சிலந்திக்கூடுகள் நிறைந்த ஒர் இருட்டான இடத்தில் அவர்கள் கொடுந்தீச் சுவாலைகளுடன் கூடிய இரண்டு பச்சைக் கண்களைக் கண்டனர்; பீதியடைந்து விரைந்தோடினர். நடால்யா கால் இடறி காவிரிலாவின் கைகளில் விழுந்தாள். அவன் அவளை இறுகப்பற்றியதால் அவனது இதயத்துடிப்பைக் கேட்டாள்; ஆடவனது இதயம் மெதுவாகவும் தீர்க்கமாகவும் துடிப்பதை அவள் செவிகொடுத்துக் கேட்டாள். தன் தோளை அசைத்துத் தாழ்ந்தகுரலில் கூறினாள்:

''நான் போகிறேன்!''

அதன்பின் அவர்கள் பெல்ஷாஸ்ஸாரின் விருந்துக்கான ஏற்பாடுகளைக் கவனித்தனர். வீட்டுத் தேவதையைப் போல் மஞ்சள் நிறத்தாடியை உடையவனான (கணப்புகளை கவனிக்கும்) கிழவன் மீண்டும் ஏணியைக் கொண்டுவந்தான். அந்தக் கிழவன் புதிய கம்பளிபூட்ஸை அணிந்திருந்தான்; சட்டையின்மீது பித்தளைச் சிலுவையைத் தொங்கவிட்டிருந்தான். அவர்கள் போஜன கூடத்தின் மரக்கட்டைச்சுவர்களின் அந்து அரித்த கம்பளங்களை -நீண்ட காலத்துக்கு முன் அகற்றப்பட்டவற்றை தொங்கவிட்டனர். மேஜையை அகற்றிவிட்டுத் தரையிலேயே விருந்து பரிமாறினார்கள். பாபிலோனிய பாணியில் உட்கார்ந்து உண்ண வேண்டுமென்றும் காவிரில்கா பெல்ஷாஸ்ஸார் அரசனாக இருக்கவேண்டுமென்றும் உத்திரவு பிறந்திருந்தது. பழசாயிருந்தபோதிலும் இன்னமும் அழகாயிருந்த மணப்பின்னலுடன் கூடிய பாரசீகச் சட்டையை அவர்கள் அவனுக்கு அணிவித்தார்கள். அந்த மிகசிவப்பான சட்டையில் கழுகின் தலையும் இறக்கையும் சிங்கத்தின் உடலுமுடைய புராணவிலங்கின் வடிவங்கள் பொன்னில் பொறிக்கப்பட்டிருந்தன. நூறாண்டுகட்குமுன் கால வண்ணமாயிருந்த கோட்டை அவனது தோள்களில் தொங்கவிட்டனர். அவனது தலையில் முத்துக்கள் பதித்த தலைச் சூட்டை அணிவித்தனர். அது நடால்யாவின் பாட்டியான மகாராணியுடையது என்று தெரிந்தது. நடால்யாவுக்கு ஸெமிராமிஸ்* வேடம் போட்டார்கள். அவளுக்குப் பொன்னாடை தரித்து அடர்த்தியான கேசத்தின் பின்னல்களைச் சுற்றி வண்ணக் கைக்குட்டைகளைக் கட்டினார்கள். பணிப்பெண்கள் வெளியே சென்று சேவல்களின் வால்களிலிருந்து சில அழகான இறகுகளைப் பறித்துக்கொண்டு வந்தனர். அவை நடால்யாவின் தலைப்பாகையில் ஒட்டி வைக்கப்பட்டன.

மார்த்தாவுக்கும் அன்னாவுக்கும் என்ன வேஷம் போடுவதென்று அவர்கள் திகைத்தனர். நடால்யா அவர்களை அறைக்கு வெளியே சென்று கூந்தலை அவிழ்த்து விட்டுக்கொள்ளும்படி கூறினாள். கவுனையும் சட்டையையும் எடுத்துவிட வேண்டுமென்றும், உள்ளாடை மட்டும் அணிந்திருந்தால் போதுமென்றும் கூறினாள். அவர்களது உள்ளங்கி நீளமாயிருந்தது; நேர்த்தியான லினனில் தைத்தது; புதிது. பணிப்பெண்கள் மீண்டும் ஓடினார்கள். இந்தத் தடவை, குளத்துக்குச் சென்று அல்லி மலர்களைக் கொண்டு வந்தனர். அந்த அல்லிமலர்கள், மென்ஷிகோவ் பெண்களின் கபத்திலும், கைகளிலும், கேசத்திலும் அணிவிக்கப்பட்டன; அவற்றின் நீண்ட தண்டுகளை அவர்களது இடுப்பைச் சுற்றிக் கட்டினார்கள். இவ்வாறாக, அந்தக்

★ஸெமிராமிஸ்: அஸ்ஸீரியாவின் ராணி என்பது கதை. அவள் ஒரு தெய்வத்தின் புத்திரி என்றும், நினிவே என்ற நகரத்தைக் கட்டி அஸ்ஸீரிய முடியாட்சியை ஸ்தாபித்த நினஸ் என்பவனை மணந்தாள் என்றும், அவளது காலம் கி. மு. 2000 என்றும் கதைகள் உண்டு.

குமாரிகள், டைக்ரிஸ், யூப்ரிடீஸ் ஆகிய நதிகளில் உறையும் அரமகளிராக மாறினார்கள். மலர்களுக்கும் தோட்டங்களுக்கும் உரிய பெண் தெய்வமாகக் காதரீனாவுக்கு வேடம் போடுவது எளிதாயிருந்தது. அவளது பாபிலோனிய நாமம், அஸ்டார்டி; அதே தெய்வத்தைக் கிரேக்கர்கள் க்லோரிஸ் என்றும் அழைத்தனர். பணிப்பெண்கள் மீண்டும் வெளியே சென்று சிவப்பு முள்ளங்கிக் கிழங்குகளையும் பச்சைக் கீரைகளையும் பச்சை வெங்காயங்களையும் பட்டாணி களையும் கொண்டுவந்தனர். பூசணிக்காய்களையும் பழுக்காத ஆப்பிள்களையும் கூடக் கொண்டு வந்தனர். காதரீனாவின் முகம் சிவந்தது; இதழ்கள் ஈரமாயின, உவகையால் கண்கள் வட்டமாயின. அவள் தன் கூச்சத்தைத் துறந்தாள். எப்பொழுதும்போல் ஒவ்வொரு சிறு விஷயத்துக்கும் சிரித்தாள்; பட்டாணியும் கீரையும் தொடுத்த மாலை அணிந்து, காய்கறிகளாலான மகுடம் தரித்து, கையிலேந்தி, அவள் மெய்யான செடி கொடி மலர்த் தெய்வமாகத் திகழ்ந்தாள்.

''ஓவியனை என்ன செய்வது?'' என்று நடால்யா திடீரென்று சிந்தனை செய்தாள். ''எதியோபியன் வேடம் போடுவதற்கு யாருமில்லை. அவன் எதியோபியர் வேந்தனாக இருக்கட்டும்!'' என்ற முடிவு செய்தாள்.

ஆண்ரிக்குப் புதியதோர் அற்புதம் நிகழ்ந்தது. அது கனவா நிஜமா என்று அவனுக்குப் புரியவில்லை; பெண்களின் கைகள் அவனைத் தொட்டுப் பிடித்து இங்கும் அங்கும் தள்ளின; ஸில்க்கும் மணிப் பின்னாலாடையும் உடுத்தின; முகத்தைப் புகைக்கரியால் கறுப்பாக்கின. அவனது மூக்கில் ஒரு பித்தளை வளையத்தை ஒட்டவைத்தன. விருந்து முடியும்வரையில் அதை அகற்றக் கூடாதென்று அவர்கள் கண்டிப்பாக உத்திரவிட்டனர். ஆண்டவன் அவனுக்குத் தேவனது சிறகுகளைக் கொடுத்தால்கூட இதைவிடச் சந்தோஷமாயிருக்க முடியாதென்று அவனுக்குத் தோன்றியது.

அன்னியர் பேட்டையிலிருந்து ஒரு பிடில்வாசிப்பவனும் ஒரு புல்லாங்குழல் வாசிப்பவனும் இசைக் கட்டைகளுடன் கூடிய இசைக் கருவி வாசிப்பவன் ஒருவனும் வந்தனர். அவர்கள் தாழ்ந்து வணங்கி உள்ளே பிரவேசித்தனர். அவர்களும் விநோத ஆடைகளை அணிய வேண்டியதாயிற்று.

''இனி உண்டு குடிக்கத் தொடங்குங்கள். திண்டுமீது சம்மணம் போட்டுக்கொண்டு உட்காரவேண்டும். ஒயினும் தேன் மதுவும் ஓடுகளில் எடுத்துக் குடிக்கவேண்டும்'' என்று உத்திரவு பிறந்தது.

பெல்ஷாஸ்ஸார் விருந்தில் எப்படி நடந்துகொள்வதென்று ஒருவருக்கும் தெரியவில்லை. அவர்கள் தட்டுகளுக்கும் மெழுகுவத்திகளுக்கும் முன்னால் அமர்ந்து ஒருவரையொருவர் நோக்கிப் புன்னகை செய்தார்கள். எவருக்கும் பசி எடுக்கவில்லை. நடால்யா தன் தலைப் பாகையின் சேவல் இறகுகளை ஆட்டிக்கொண்டே, நினைவிலிருந்து கவிதை ஓதினாள். கிரெம்லின் அந்தப்புரத்தில், சூடான அறையில், குளிர்கால இரவில், அவன் காவிரில்காவுக்குப் படித்துக் காட்டிய கவிதையே அது.

பெரிய தலைப்பாகையை அணிந்த நடால்யா கவிதையைக் கூறியபொழுது, அவளது முகம், வெளுத்தது. அவள் சிறிதளவு ஒயினைக் குடித்துவிட்டு அனிஸ்யா டால்ஸ்டாயாவுடன், 'போல்கா' நடனமாடினாள். இசைக் குழுவினர் மென்மையாக வாசித்தனர்; ஆனாலும் அந்த இசை ஒவ்வொரு நரம்பும் சிலிர்த்துப் பாடும்படி செய்தது.

''காதரீனாவுடன் நாட்டியமாடு!'' என்று கண்கள் மின்ன காவிரிலாவிடம் கூறினாள் நடால்யா.

அவன் எழுந்திருந்து, பெல்ஷாஸ்ஸாரின் கோட்டைக் கீழே எறிந்தான். அவசியமானால் இடையீடில்லாமல் இருபத்தி நான்கு மணி நேரம் ஆடக்கூடிய நிலையில் அவன் இருந்தான். காதரீனாவின் முதுகு சூடாகவும் எளிதில் வளையக்கூடியதாகவும் இருந்தது; அவளது பாதங்கள் இலேசாக இருந்தன. அவள் சுழன்றபொழுது, தலையிலிருந்தும் தோள்களிலிருந்தும் காய்கனிகள் பறந்து விழுந்தன. காவிரில்கா தாளத்தை விரைவுபடுத்தினான். வாத்தியக்காரர் களும் அவ்வாறே செய்தனர். அன்னாவும் மார்த்தாவும் கூடக் கைகோர்த்துக்கொண்டு சுழன்றனர். ஆண்ரி மட்டும் உட்கார்ந்திருந்தான். மூக்கில் வளையம் தொங்கியதால் அவனால் உண்ணவோ அருந்தவோ முடியவில்லை. ஆனால் இதனால் அவனது மன நிறைவு குன்றவில்லை. ஒலிம்பஸ் சிகரத்தில் உறையும் தெய்வங்களைப்பற்றி இளவரசி ஓதிய கவிதை புல்லாங்குழல் நாதத்துடன் இசைந்து அவனது செவிகளில் ரீங்காரம் செய்தது. அவனது கண்ணுக்கு முன்னால், மோகம் ஊட்டும் கிண்ணத்தைக் கையில் வைத்துக் கொண்டு பெருமீன் மீது பள்ளிகொண்ட அம்மணமான பெண் தெய்வம் மிதந்தாள்.

காவிரில்கா எளிதில் நம்பும் இதயத்தை உடையவன். காதரீனாவுடன் போல்கா நடனம் ஆடும்படி அவன் உத்திரவிடப்பட்டிருந்தான்; எனவே, சளைக்காது ஆடினான். நடால்யா பழைய ஒளியில்லாது வேறு வகையில் களிப்பில்லாமல் புன்னகை செய்ததாக அவனுக்குப் பன்முறை தோன்றியது. ஆனால் ஆடுவதை நிறுத்திவிட்டுப் பூசணிக்காய்களும் சிவப்பு முள்ளங்கிக் கிழங்குகளும் சுற்றிவைத்து அலங்கரிக்கப்பட்டிருந்த இருக்கைக்கு காதரீனாவை அழைத்துச் செல்ல வேண்டுமென்பதை அவன் உணரவில்லை. வேதனை மிகுதியால் இளவரசி பற்களைக் கடிப்பதை அவன் நோக்கினான். உடனே அவள் எதிர்பாராத விதமாகத் தள்ளாடினாள்; ஆடலை நிறுத்திவிட்டு அனிஸ்யாவைப் பிடித்துக்கொண்டான். அவளது தலைப்பாகை கீழே விழுந்தது.

''இளவரசிக்குத் தலை சுற்றுகிறது!'' என்று அனிஸ்யா பீதியோடு கத்தினாள். வாசிப்பதை நிறுத்தும்படி வாத்தியக்காரர்களுக்குச் சைகை காட்டினாள்.

நடால்யா அவளிடமிருந்து விடுவித்துக்கொண்டு, பின்தானை தரையில் புரள அவ்வறை யிலிருந்து வெளியேறினாள். இத்துடன் பெல்ஷாஸ்ஸார்விருந்து முடிவுற்றது. உடனே, அன்னாவுக்கும் மார்த்தாவுக்கும் உள்ளங்கியோடு இருப்பதைக் குறித்து வெட்கம் வந்தது. ஒருத்திக்கொருத்தி ஏதோ குசுகுசுத்துவிட்டு வெளியே ஓடினார்கள். காதரீனா ஓரளவு பீதியோடு தன் இருக்கையில் அமர்ந்து, தன்னை அலங்கரித்த காய்கறிகளைப் பிய்த்து எறிந்தாள். தட்டங் களை உடைய கம்பளத்தின் மீது கால்களை அகலவிரித்து நின்ற காவிரில்கா துயருற்றிருந்தான்; மெழுகுவத்திகளைப் பார்த்து தெண்டத்தெண்ட விழித்தான். இளவரசியைத் தொடர்ந்து வெளியே ஓடிய அனிஸ்யா சில வினாடியில் திரும்பிவந்து காவிரில்காவின் கரத்தில் கிள்ளினாள்.

''அவளிடம் செல் முட்டாள்! அவள் காலில் விழுந்து தரையில் குட்டிக்கொள்!'' என்று அவள் குசுகுசுத்தாள்.

நடால்யா போஜன அறைக்கு வெளியேயிருந்த நடைபாதையில் நின்று கொண்டிருந்தாள்; அவள் திறந்த ஜன்னல் வழியே மூடுபனியை நோக்கினாள். கண்ணுக்குப் புலனாகாது மறைந்திருந்த சந்திரனது ஒளியில் மூடுபனி பிரகாசித்தது. காவிரில்கா அவளருகே சென்றான். கூரையிலிருந்த இலைகள் மீது நீர்த்துளிகள் விழுந்த ஓசை அவனது காதில் விழுந்தது.

''மாஸ்கோவில் அதிக நாட்கள் தங்குவதற்காக வந்திருக்கிறாயா?'' என்று அவள் திரும்பிப் பாராமல் கேட்டாள். அவனால் பதிலுரைக்க முடியவில்லை. மூச்சுத்திணறி நின்ற அவன் சுவாசிப்பதே பெரும்பாடாகிவிட்டது. ''இங்கு உனக்கு ஒரு வேலையுமில்லை. நாளைக்கே, எங்கிருந்து, வந்தாயோ அங்கே போய்விடு'' என்றாள் அவள்.

அவள் இந்த வார்த்தைகளைச் சொன்ன பிறகு, அவளது தோள்கள் உயர்ந்தன. ''நான் உங்களை ஆத்திரமூட்டி விட்டேனா? ஆண்டவனே! உங்களுக்குத் தெரிந்திருந்தால்! உங்களுக்குத் தெரிந்திருந்தால்!'' என்றான் காவிரில்கா.

அதன்பின் அவள் திரும்பினாள். புகைக்கரி தீட்டிய புரவங்களை உடைய முகத்தை அவனருகில் கொண்டு வந்து கூறினாள்:

''நான் உன்னை விரும்பவில்லை; காது கேட்கிறதா? போ, போய்விடு!'' ''போய்விடு, போய்விடு!'' என்று சொல்லிக்கொண்டேயிருந்தபொழுது அவள் அவனைத் தள்ளுவதற்குக் கைகளை உயர்த்தினாள். ஆனால் அவ்வளவு பெரிய ஆளைத் தள்ளமுடியாதென்று ஒருவேளை எண்ணினாளோ? ஸெமிராமிஸ் வளைகள் கலகலவென்று ஒலிக்க அவனது தோள்மீது கைவைத்தாள். அவளது தலை மேன்மேலும் குனிந்தது காவிரில்காவும் என்ன செய்கிறானென்பதை உணராமல் அவளது கூந்தலின் வெதுவெதுப்பான வகிட்டில் முத்தமிடத் தொடங்கினான். அவளோ, ''வேண்டாம், வேண்டாம், போய்விடு, போய்விடு'' என்று சொல்லிக்கொண்டேயிருந்தாள்.

அத்தியாயம் 6

1

பீட்டர் அலெக்ஸிவிச் கித்தான் கோட்டைக் கழற்றி எறிந்துவிட்டுச் சட்டைக்கைகளைச் சுருட்டிவிட்டு இருந்தான். போர்ச்சுக்கீசிய கடற்கொள்ளைக்காரர்கள் மாதிரி மிக்க சிவப்பான கைக்குட்டையைத் தலையில் சுற்றிக்கட்டியிருந்தான். அந்தப் பழக்கத்தை அவன் துணை அட்மிரல் பாம்பர்க்கிடமிருந்து கற்றுக்கொண்டான். அந்தக் கைக்குட்டையின் விளிம்பில் கொடிமுந்திரி இலை வடிவங்கள் அமைக்கப்பட்டிருந்தன; இது இஸ்மாயிலோவோவிலிருந்து கிடைத்த பரிசு. பழங்காலமாயிருந்தால், அவன் பூட்ஸையும் காலுறையையும் கூட எடுத்திருப்பான். பாதங்கள் மேல்தளத்தின் கதகதப்பை உணர வேண்டுமென்பது அப்போதைய கருத்து. மென்காற்று கப்பற்பாய்களை நிரப்பியது. இரட்டைப் பாய்மரக் கப்பலான காதரீனா எளிதாகவும் இணக்கமாகவும் ஓசையின்றியும் நகர்ந்தது. அதைத் தொடர்ந்து உல்ரிக்கா என்ற கப்பல் வந்தது. தூரத்தில் அடிவானமும் கடலும் சந்திக்கும் இடத்தில், வாட்மீஸ்டர் என்ற விரைபோர்க்கப்பல் மங்கலாகப் புலனாயிற்று. அது வேகமாக வந்து கொண்டிருந்தது.

இந்தக் கப்பல்கள் சமீப காலத்தில் ஸ்வீடிஷ்காரர்களிடமிருந்து கைப்பற்றப்பட்டவை. இது ஓர் எதிர்பாராத வெற்றி, மகத்தானதும் கூட, லிஸ்ஜோர்ட் தலைமையிலிருந்த பன்னிரண்டு கப்பல்களையும் ருஷியர்கள் பிடித்துவிட்டனர். அதற்குமுன், இரண்டு வருடங்களாக அக்கப்பற் படை 'சுட்' ஏரிக்குச் சின்னஞ்சிறு படகுகூடப் போகவிடாமல் தடுத்துவந்தது; கடற்கரையோரக் கிராமங்களையும் பண்ணைகளையும் கொள்ளையடித்து வந்தது; யுரீவை முற்றுகையிட்ட ஷெரிமிடேவைப் பின்புறத்திலிருந்து தாக்குவதாக அச்சுறுத்தியது. அந்தக் கப்பற்படையின் தலைவன் தைரியம் மிகுந்த கடலோடி. எனினும் அவனை ஏமாற்றுவதில் ருஷியர்கள் வெற்றியடைந்தனர். ஓர் இரவில் இடிமின்னலோடு அடைமழை பெய்தபொழுது, புயலடிக்குமென்று அஞ்சியோ வேறு காரணத்தாலோ லிஸ்ஜோர்ட் தன் கப்பல்களை எம்பாச் நதியின்

கழிமுகத்துக்குக் கொண்டு வந்தான். அங்கே காரோலஸ் என்ற கொடிக்கப்பலில் அஜாக்கிரதையாகக் குடித்துவிட்டான். மிகுதியாகக் குடித்த அவன், அதிகாலையில் கண்களைத் திறந்துபொழுது, நூற்றுக்கணக்கான படகுகளும் கட்டுமரங்களும் கரைகளிலிருந்து கப்பல்களை நோக்கி விரைந்து வந்து கொண்டிருந்தன.

''ருஷியக் காலாட் படையினைக் கப்பல்களின் இரண்டு பக்கங்களிலிருந்தும் சுடுங்கள்!'' என்று தலைவன் கத்தினான்.

ஆனால் ஸ்வீடிஷ் வீரர்கள் துப்பாக்கிகளில் வெடி மருந்தைத் திணிப்பதற்கோ, நங்கூரங் களின் தடித்த கயிறுகளை அறுப்பதற்கோ நேரமில்லை. அதற்குள் ருஷியர்களது கலங்கள் ஸ்வீடிஷ் கப்பல்களைச் சூழ்ந்துவிட்டன. ருஷியர்கள் எறிகுண்டுகளை எறிந்தனர்; பிஸ்டல் களால் சுட்டனர்; கப்பல்களில் ஏறினர். காலாட்படை கப்பற்படையைக் கைப்பற்றுவதென்பது மானக்கேடான விஷயம். எனவே படைத்தலைவன் பெருங்கோபம் கொண்டான்; வெடி மருந்துக்கிடங்கினுள் தாவி அதில் தீவைத்தான். கப்பலின் வெடிப்புகள், திறப்புகள் வழியாக தீச்சுவாலைகள் தோன்றின. இடி முழக்கம்போன்ற பேரோசை கேட்டது. மரச்சட்டங்களும் பீப்பாய்களும் ஆட்களும் தலைவனும், பெரும்புகைப் படலத்தோடு தூக்கி எறியப்பட்டனர். அவர்கள் மேகமண்டலத்தையே நெருங்கினர் போலத் தோன்றியது.

இதைப்பற்றி எண்ணிய பீட்டரின் முதுகை வெயில் பொசுக்கியது; மென்காற்று அவனது முகத்தில் அன்பு சொரிந்தது. அலைகளில் வரிவரியாகத் தோன்றிய சூரிய வெளிச்சம் அவனது கண்களைக் கூசச்செய்தது. அவன் கண்களைச் சுருக்கினான். கப்பலின் சுக்கான் அருகேயிருந்த அவன், குளிர்காற்று நன்றாகப்பட வேண்டுமென்பதற்காகக் கால்களை அகல விரித்தான் பாய்மரக் கயிறுகள் சிணுங்கின. சீழ்க்கை அடித்தன. கப்பலைத் தொடர்ந்து வந்த கடற்பறவைகள் கடுமையாகக் கத்தின; வெண்மையான ஸதனங்கள் மாதிரி, கப்பற்பாய்கள் ஆற்றல் மிகுதியால் உப்பின.

பீட்டர் அலெக்ஸிவிச் வெற்றி வீரனாக நார்வாவை நோக்கிப் போய்க்கொண்டிருந்தான். அவன் ஸ்வீடிஷ் கொடிகளையும் கொண்டு போனான். அவை பிரதான பாய்மரத்தின் அடியில் குவிந்து கிடந்தன. நேற்றைக்கு முன்தினம், யுரீவ் கைப்பற்றப்பட்டது. சார்லஸ் மன்னனது வாலிலிருந்து இன்னோர். இறகைப் பிடுங்கியாகிவிட்டது. ஆஸ்திரியச் சக்கரவர்த்திக்கும் பிரிட்டீஷ், பிரெஞ்சு அரசர்களுக்கும் கடிதங்கள் போய்விட்டன. ''ஆண்டவன் உதவியுடன் நாங்கள் பண்டைக்காலத்திலிருந்து எங்களுக்குச் சொந்தமான யுரீவை மீட்டுவிட்டோம்; ருஷிய நாட்டைப் பாதுகாப்பதற்காக யாரோஸ்லாவ் விளாடிமிரோவிச் எழுநூறு ஆண்டுகளுக்குமுன் ஸ்தாபித்த யுரீவ் நகர் எங்கள் வசமாகிவிட்டது'' என்று அக்கடிதங்களில் தெரிவிக்கப்பட்டிருந்தது.

சார்லஸ் மன்னன் தன்னை மாஸிடோனியாவின் அலெக்ஸாண்டருடன் ஒப்பிட்டுக் கொண்டான்; ஆனால் பீட்டர் அம்மாதிரியெல்லாம் ஒருபொழுதும் எண்ணியதில்லை. உண்மையில் அவன் போரை ஒரு கடினமான விவகாரமாகக் கருதினான். இரத்தம் சிந்திப் பாடுபட வேண்டியதாக உள்ளதென்றும் அரசாங்கத்தின் இன்றியமையாத தேவையை முன்னிட்டுப் போரில் இறங்கவேண்டியிருக்கிறதென்றும் அவன் எண்ணினான். எனினும், யுரீவ் கோட்டையைப் பிடித்தபொழுது, அவனுக்கு ராணுவத்திறனில் நம்பிக்கை ஏற்பட்டது. தன்னைப்பற்றி ஒரு திருப்தியும் பெருமிதமும் உண்டாயிற்று. (நார்வாவுக் கருகிலுள்ள முகாமிலிருந்து வந்த) பத்தே நாட்களில் அவன் யுரீவைப் பிடித்துவிட்டான். பீல்டுமார்ஷல் ஷெரிமிடேவும் புகழ்பெற்ற மார்ஷல் டீ வாபானின் சீடர்களான அன்னிய இன்ஜினியர்களும் அசாத்தியமென்று எதைக் கருதினார்களோ அதையே செய்துகாட்டிவிட்டான்.

இன்னொன்றும் அவனுக்கு இன்பம் அளித்தது; தூரத்திலுள்ள காடுகள் நிறைந்த கடற்கரை இதற்குமுன்னால் ஸ்வீடிஷ்காரர்கள் கையிலிருந்தது. இப்பொழுது அது ருஷியருடையதாகி விட்டது சுட் ஏரியும் ருஷியரின் ஏகபோகமாகிவிட்டது. ஆனால் விருப்பங்கள் நிறைவேற நிறைவேற, புதிய புதிய ஆசைகள் உண்டாகின்றன; அதுதான் மனித இயல்பு. இப்பிரகாசமான காலை நேரத்தில் அழகான கப்பலில் ஆண்டிரு புனிதரின் கொடியை வானளாவக் கட்டிப் பறக்கவிட்டுச் சார்லஸை அவமதிக்கும் வகையில் பிரயாணம் செய்வதே சிறந்தது என்று எண்ணலாம். ஆனால் அவ்வாறு இல்லை. இன்று அவன் தன் உள்ளக் காதலியைப்பற்றியே ஆவலோடு எண்ணிக்கொண்டிருந்தான். அந்த ஆவல் அவனது உடம்பெல்லாம் நடுங்கச் செய்தது. அவளை வர்ணிப்பதற்கு வார்த்தையில்லை. அவளை அன்பின் ஒளியென்றோ ஆசை நாயகியென்றோ சொல்வது பொருந்தாது. காதரீனா அவனது உள்ளக் காதலி, செல்வத்துட் செல்வம். அவன் நாசித் தொளைகள் வழியாக ஈரக்காற்றை நிறைய உட்கொண்டபொழுது, சட்டையினடியில் தோள்பட்டைகள் நகர்ந்தன. கடலும் மேல் தளத்துப் பலகைகளும் நீராடும் குளத்தை நினைவூட்டின. இம்மாதிரியான வெப்பமானநாளில் காதரீனா குளிப்பதைப் பார்ப்பதாக அவனுக்குத் தோன்றியது. அவள் அந்தக கைக் குட்டையில் கொடிமுந்திரி இலைகளைத் தைத்த பொழுது, ஒரு வசிய மந்திரத்தையும் பிரயோகித்துவிட்டாளென்றும், தன் பெண்மைக் கவர்ச்சியால் அந்தக் கைக்குட்டைக்கு நறுமணம் ஊட்டிவிட்டாளென்றும் அவனுக்குத் தோன்றியது. முதுகுப்புறம் அடித்தகாற்று அந்தக் கைக்குட்டையின் முனைகளை ஆடிப்பறக்கச் செய்தது. அந்த முனைகள் அடிக்கடி அவனது மூக்கிலும் உதடுகளிலும் பட்டுக் கிளுகிளுக்கச் செய்தன. அழகிய சுரள் கேசத்தை உடைய அந்தக் களியார்வம் மீகுந்த லிவோனி மந்திரக்காரி செய்வதறிந்துதான் செய்திருக்கிறாள். யுரீவில் பயந்துபோயிருந்த பெண்கள் அழகாக இருந்தார்கள். ஆயினும் ஒருத்தியும் காதரீனாவோடு ஒப்பிடத்தக்கவள் அல்ல. காதரீனாவின் உறுதியான இடுப்பிலிருந்து கட்டம் போட்ட கீழாடை எவ்வளவு கவர்ச்சியாக அசைந்தாடியது! அம்மாதிரி யுரீவில் எவளுக்கும் இல்லை. கன்னங்களைப் பற்றிக்கொண்டு, கண்களின் ஆழத்தைப் பார்த்துக்கொண்டு பற்களோடு பற்கள் உராயச் செய்ய வேண்டுமென்று தோன்றும்படியாக எந்தப் பொண்ணும் இல்லை.

பொறுமை இழந்த பீட்டர் பூட்ஸ் காலால் தளத்தைத் தட்டினான். உடனடியாகத் திடுக்கிட்டு விழித்த ஒருவன் போஜன அறையிலிருந்து தோன்றினான். ஒரு கதவு சாத்திக்கொண்டது. காரியதரிசி மாகரோவ் ஏணி வழியே விரைவாக இறங்கி வந்தான்.

''ஐயா, இதோ இருக்கிறேன்'' என்றான் அவன்.

அவனது உலர்ந்து மெலிந்த முகத்தையும் சிவந்த கண்ணிமைக் துப்புகளையும் பார்க்க பீட்டருக்கு விருப்பமில்லை. அவை கப்பல் பிரயாணிக்குப் பொருத்தமானவையல்ல என்பது அவன் கருத்து. எனவே அவனைத் திரும்பிப்பாராமல், வெடுக்கென்று கூறினான்:

''காகிதம், பேனா, மை வேண்டும்!''

மாகரோவ் விரைந்து சென்று ஏணியில் தடுமாறிக்கொண்டே ஏறினான். பீட்டர் அவனுக்குப் பின்னால் பூனைபோல் சீறினான். மாகரோவ் விரைவில் மடிப்பு நாற்காலி, காகிதம், மசிக்கூடு, ஆகியவற்றுடன் திரும்பி வந்தான். அவனது காதில் பல இறகு போனாக்கள் சொருகப் பட்டிருந்தன. பீட்டர் ஒரு பேனாவை எடுத்துக்கொண்டு சொன்னான்:

''சுக்கானை இறுகப்பற்றிக்கொள். நிலத்தில் வாழும் முட்டாளே, கப்பற் பாய்கள் தொங்கி ஆடும்படி விட்டாயானால், உன்னைக் கயிற்றால் அடிப்பேன்.''

அவன் மாகரோவைப் பார்த்துக் கண்ணைச் சிமிட்டிவிட்டு நாற்காலியில் அமர்ந்து, மடியில் ஒரு காகிதத்தை விரித்துக்கொண்டான். முகத்தை ஒரு பக்கமாகச் சாய்த்துக்கொண்டு பிரதான பாய்மரத்தின் உச்சியில் பறந்த நீண்ட கொடியைப் பார்த்தான். அதன்பின் அவன் எழுதத் தொடங்கினான்.

''அனிஸ்யா டால்ஸ்டாயாவுக்கும் காதரீனாவுக்கும்'' என்று காகிதத்தின் ஒரு பக்கத்தில் எழுதினான். இன்னொரு பக்கத்தில், மசியைச் சிதறிக்கொண்டும் எழுத்துக்களை விழுங்கிக் கொண்டும் அவன் எழுதியதுः ''நீங்கள் இருவரும் பல்லாண்டு நல்லாரோக்கியத்தோடு வாழ்வீர் களாக. உங்களது நலம் அறிய விரும்புகிறேன். நான் இங்கு கஷ்டப்பட்டு பாடுபட்டுக் கொண்டிருக்கிறேன். என் துணிகளைச் செப்பம் செய்வதற்கும் கசக்கிக் காயவைப்பதற்கும் ஒருவருமில்லை. எல்லாவற்றும் மேலாக, நீங்கள் என்னுடனில்லாததால் மனம் துன்பமடை கிறது. நேற்றைக்கு முன்தினம், நாங்கள் ஸ்வீஷ்காரர்களுடன் அருமையான நடனம் ஆடினோம்; சார்லஸ் மன்னன் பயந்துவிட்டான். நான் இந்தத் தொழிலில் பிரவேசித்ததிலிருந்து இப்படிப்பட்ட விளையாட்டைக் கண்டதில்லையென்று உறுதியாகச் சொல்கிறேன். சுருக்கமாகச் சொல்வ தென்றால் நாங்கள் ஆண்டவன் உதவியோடு வாள் முனையில் யுரீவைக் கைப்பற்றி விட்டோம். உங்களது உடல் நலனைப்பற்றி எனக்கு எழுதவேண்டாம். எவ்வளவு விரைவில முடியுமோ அவ்வளவு விரைவில், நீங்கள் இங்கு வந்துவிடுங்கள். என் மனம் சோர்வதைத் தடுக்க இது அவசியம். நீங்கள் பிஸ்கோவ் வந்தவுடன் எங்குபோக வேண்டுமென்பது பற்றி நான் எழுதும்வரை காத்திருங்கள். இங்கு சத்துரு அருகில் இருக்கிறான். பீட்டர்.''

சுக்கானை மீண்டும் பிடித்த பீட்டர், ''இந்தக் கடிதத்தைப் படிக்காது மடித்து முத்திரையிடு. முதல் சந்தர்ப்பம் கிடைத்தவுடன் இதை அனுப்பு'' என்று மாகரோவிடம் கூறினான்.

இப்பொழுது ஏதோ பாரம் இறங்கியதுபோல் அவனுக்கிருந்தது. கப்பலின் மணி நேரத்தை அறிவித்து ஓசை செய்தது. உடனடியாக முன்னேர மேடையிலிருந்து துப்பாக்கியின் இடிமுழக்கம் கேட்டது; வெடி மருந்தின் இனிய மணம் பீட்டரை நோக்கி வந்தது. கப்பலின் தலைவனான காப்டன் நெப்லூயிவ் இடைமேடைக்கு ஓடி வந்தான். சதைப்பற்றில்லாத அவனது முகத்தில் இளமையும் துடுக்குத்தனமும் விளங்கின. அவன் அகலக்கத்தியைக் கீழே தொங்கப் போட்டுக்கொண்டு, இரண்டு விரல்களைத் தன் மும்முனைத் தொப்பிக்கு உயர்த்தினான்.

''பீரங்கிப்படைத் தலைவரே, இது அட்மிரலைப் பாராட்டும் நேரம். ஒரு கோப்பை ஏற்றுக் கொள்ளுங்கள்'' என்றான் அவன்.

நெப்லூயிவுக்குப் பின்னால், பச்சை நிறமான பின்னல் துணியில் தைத்த உள் சட்டை அணிந்த குள்ளமான பெல்டன் மலர்ந்த முகத்துடன் வந்தான். சமையற்காரனது குல்லாயை நீக்கிவிட்டு அவனும் கடற்கொள்ளைக்காரனது தோரணையில் ஒரு வெண்மையான கைக்குட்டையைக் கட்டியிருந்தான். அவன் பீட்டடரிடம் ஒரு தகரத்தட்டத்தை நீட்டினான். அதில் ஒரு வெள்ளிக்குடி கிண்ணமும் கசகசா விதையிட்ட சுருளப்பமும் இருந்தன.

பீட்டர் கிண்ணத்தைக் கையில் எடுத்துக் குத்துமதிப்பாக எடையை நிர்ணயிக்க முனைந்தான். கடலோடியின் அக்கரையோடு அவன்,கதிரமணிச் சாராயத்தின் சுவை விருவிருப்போடு கூடிய கடுமையான வாட்காவை விழுங்கினான். சுருளப்பத்துண்டுகளை மென்றுகொண்டே அவன் நெப்லூயிவிடம் கூறினான்.

''நாம் இரவில் நாரோவாவில் நங்கூரம் பாய்ச்சுவோம். நான் கரைக்குச்சென்று உறங்குவேன். அங்கு தண்ணீரின் ஆழம் என்ன என்று பார்த்திருக்கிறீர்களா?''

''நாரோவா கழிமுகத்தில் வலது கரையின் அருகே ஒரு மணல்திடர் இருக்கிறது. இடது கரையின் அருகே, பதினோரு அடி அளவு தண்ணீர் இருக்கிறது.''

''நல்லது, நீ போகலாம்.''

பீட்டர் மீண்டும் சூடான மேல் தளத்தில் சுக்கான் அருகே தனியாகவிருந்தான். வாட்கா அவனது உடம்பெல்லாம் சிலிர்க்கச்செய்தது. மாறிமாறிப் பெருமூச்செறிந்தும் புன்னகைசெய்தும் அவன் நேற்றைய முன்தினம் நிகழ்ந்த அந்த மகத்தான நடவடிக்கையை சார்லஸுக்கு எரிச்சலூட்டவிருக்கும் நடவடிக்கையை -நினைவூட்டிக்கொண்டான்.

2

யுரீவ் முற்றுகைக்குப் பொறுப்பாயிருந்த பீல்ட் மார்ஷல் ஷெரிமிடேவ் காலம் கடத்திக் கொண்டிருந்தான்; தனக்கும் தன் படைக்கும் அதிகச் சிரமில்லாமலேயே, ஸ்வீடிஷ்காரர்களைப் பட்டினி போட்டுப் பணியச் செய்யலாமென்பது அவனது திட்டம். அவன் விட்டுவிட்டுத் தாவிப் பல விஷயங்களைப் பற்றி எழுதிய கடிதங்களை பீட்டர் கசக்கி மேஜையின் கீழ் எறிந்தான். பீல்டுமார்ஷலைப் பேய் பிடித்துவிட்டதாகத் தோன்றியது. இரண்டு ஆண்டுகளாகத் துணிவோடும் மூர்க்கத்தோடும் போர் நடத்தி வந்த அவன் இப்பொழுது யுரீவ் மதிலுக்குமுன்னால் கிழவியைப்போல் வாய்மூடி அசைபோட்டுக் கொண்டிருந்தான். பீட்டரது வற்புறுத்தலுக் கிணங்க, வியன்னாவிலிருந்த தருவிக்கப்பட்ட பீல்டு-மார்ஷல் ஓகிலிவி நார்வா முகாமுக்கு வந்தவுடன், பீட்டர் அவனிடம் முகாமின் தலைமைப் பொறுப்பை ஒப்படைத்துவிட்டு விரைவாக யுரீவுக்குப் புறப்பட்டான். ஓகிலிவுக்குப் பராமரிப்புச் செலவுகள் அனைத்தும் செய்த பிறகு, ஒயின் உட்படப் பல்வகையான பொருட்களையும் கொடுத்த பின்பும் ஆண்டுக்கு மூவாயிரம் தாலர்கள் ரொக்கமாகச் சம்பளம் கொடுக்கவேண்டும்.

பீல்டுமார்ஷல் ஜாரை எதிர்பார்க்கவில்லை. அவன் உயரமான மண்சுவருக்குப் பின்னால் தளவாட வண்டிகளிடையே அமைந்திருந்த கூடாரத்தில் பகலுணவுக்குப் பின் குறட்டை விட்டுக் கொண்டிருந்தான். உச்சி வேளையின் வெப்பம் மிகுதியாகவிருந்தது. ஈக்கள் மொய்க்கக்கூடா தென்பதற்காக முகத்தில் கட்டியிருந்த கைக்குட்டையை ஜார் அவிழ்த்தவுடன் அவன் எழுந்திருந்தான்.

''மதிலுக்குப் பின்னால் ஓய்வாக உறங்குகிறீரா? எழுந்திருங்கள். அரண் அமைப்பைக் காட்டுங்கள்'' என்று கடுமையாக விழிகளை உருட்டிக்கொண்டே பீட்டர் கத்தினான்.

பீல்டுமார்ஷல் பயத்தால் ஊமையாகிவிட்டான். அவன் கால்சட்டையை எப்படிப்போட்டுக் கொண்டானோ, அவனுக்கே தெரியாது. தொப்பியும் வாளும் கிடைக்கவில்லை. தலையில் ஒன்றும் அணியாது குதிரைமீது ஏறினான். ராணுவ இன்ஜினியர் கோபர்ட்டும் அப்பொழுதே விழித்துக் கொண்டு ஓடிவந்தான். இந்த முற்றுகைக் காலத்தில் அவன் செய்த ஒரே நன்மை என்னவெனில், நல்ல ருஷியக் கோசுக்கீரைச் சூப்பைக் குடித்துக் கன்னங்களில் கொழுப்பேற்றியதே ஆகும். ஓங்கி வளர்ந்திருந்த பீட்டர் அவனைப்பார்த்து ஆத்திரத்தோடு தலையசைத்தான். மூவரும் முற்றுகை நிலைமைகளைக் கண்டறியச் சென்றனர்.

பீட்டருக்கு ஒன்றும் பிடிக்கவில்லை. கீழ்ப்புறத்தில்தான் ஷெரிமிடேவ் முற்றுகையை நடத்திக்கொண்டிருந்தான். அங்கு கோட்டையின் சுவர்கள் உயரமாயிருந்தன; கட்டுக்குட்டான

ஸ்தூபிகள் புதிதாகப் பலப்படுத்தப்பட்டிருந்தன. முன்புறத்தில், நட்சத்திர வடிவில் அமைந் திருந்த அரண் நீண்டிருந்தது. அதைச் சுற்றிலும் இருந்த அகழியில் தண்ணீர் நிறைந்திருந்தது. மேல்புறத்தில், ஆழமான எம்பாக்நதி நகருக்கு நல்ல பாதுகாப்பாயிருந்தது. தென்புறத்தில், பாசியடர்ந்த சதுப்புநிலம் நகருக்குப் பாதுகாப்பாயிருந்தது. ஷெரிமிடேவ் அகழ்க்கிடங்கு வெட்டி முன்னேறி நகரின் மதில்களை நெருங்கிவிட்டான். ஆனாலும் அவன் மிகுந்த எச்சரிக்கை யுடன் முன்னேறியிருந்தான். ஸ்வீடிஷ் துப்பாக்கிகளுக்கு அஞ்சி, ரொம்பவும் நெருங்கா திருந்தான். அவனது பீரங்கி மேடைகளோ முட்டாள்தனமான முறையில் அமைக்கப் பட்டிருந்தன. அவை இரண்டாயிரம் குண்டுகளை நகருக்கள் அனுப்பியிருந்தன. ஆங்காங்கே சிலவீடுகள் எரிந்ததுதான் மிச்சம். அவை மதில்களைப் பிறாண்டவுமில்லை.

''பீல்டுமார்ஷல், ஒவ்வொரு குண்டுக்கும் நான் எவ்வளவு செலவு செய்கிறேனென்று உமக்குத் தெரியுமா? யூரல் மலைப்பக்கத்திலிருந்து அவற்றைக்கொண்டு வருகிறோம். வீணாய்ப்போன இந்த இரண்டாயிரம் குண்டுகளுக்கும் உன் சம்பளத்திலிருந்து கொடுப்பீரா?'' என்று பீட்டர் கடுகடுப்பாக வினவினான். அவன் ஷெரிமிடேவின் தொலை நோக்கியைப் பிடுங்கிக்கொண்டு மதில்களைப் பார்வையிட்டான். ''தென்புற மதில் பழையது; தாழ்வாகவும் இருக்கிறது. நான் அப்படித்தான் இருக்குமென்று எண்ணினேன்....'' அவன் விரைவாக இன்ஜினியர் கோபர்ட்டை நோக்கித் திரும்பினான். ''இதை இலக்காகக் கொண்டு குண்டுகளை வீசவேண்டும். இங்குதான் மதிலிலும் வாயிலிலும் உடைப்பு ஏற்படுத்த வேண்டும். இங்கிருந்தே நகரைப் பிடிக்கவேண்டும். கீழ்ப்புறத்திலிருந்து அல்ல. அங்கே பூமி உலர்ந்திருப்பதால், சுலபமான வழியை நாடுவது கூடாது. கழுத்தளவு சதுப்பில் முன்னேற வேண்டுமானாலும், வெற்றியை நாடவேண்டும்'' என்றான்.

ஆட்சேபணை கூறுவதற்கு ஷெரிமிடேவுக்குத் துணிச்சல் இல்லை. அவன் தடித்த நாக்கால் முணுமுணுத்தான்ஃ '' சரிதான்... உங்களுக்குத் தெரியாததா?... நாங்கள் யோசித்தோம். ஆனால் இந்த யோசனை தோன்றவில்லை.''

இன்ஜினியர் கோபர்ட் தன் கன்னங்களை வினயமாக அசைத்தான்; ஆனால் புன்னகையில் சிறிது ஏளனம் தென்பட்டது.

''மாட்சிமை பொருந்தியவரே, தென்புற மதிலும், அங்குள்ள ஸ்தூபிவாயிலும்- அது ருஷிய வாயில் என்று குறிப்பிடப்படுகிறது- பழையவைதாம். ஆயினும் அவற்றை அசைக்க முடியாது; ஏனென்றால் அவற்றைச் சதுப்பு நிலம் வழியாகத்தான் அடைய முடியும். இந்தச் சதுப்பு நிலத்தைக் கடக்க முடியாது'' என்றான் கோபர்ட்.

''யாரால் சதுப்பைக் கடக்க முடியாது?'' என்று பீட்டர் கத்தினான். அவனது கழுத்துத் துடித்தது. கால இழுத்துக்கொண்டதால் (குதிரையின்) படித்தட்டிலிருந்த பாதம் வெளிவந்தது. ''ருஷிய சோல்ஜருக்குக் கடக்க முடியாதது ஒன்றுமில்லை. நாம் இங்கு சதுரங்கம் ஆடவில்லை. ஜீவமரணப் போராட்டம் நடத்திக்கொண்டிருக்கிறோம்.''

இங்ஙனம் கூறிய பீட்டர் குதிரைமீதிருந்து கீழே குதித்து, புல்லின்மீது நகரத்தின் படத்தை விரித்தான். சட்டைப்பையிலிருந்த கருவிப் பெட்டியை இழுத்தான். அதிலிருந்த காம்பசையும் ரூலரையும் பென்ஸிலையும் எடுத்தான். அவன் படத்தில் அளந்து குறிப்பு எடுத்தபொழுது, பீல்டு மார்ஷலும் கோபர்ட்டும் அவனருகே குந்திக்கொண்டனர்.

''இங்குதான் பீரங்கிகளை அமைக்க வேண்டும்!'' என்ற பீட்டர், சதுப்பு நிலத்தின் ஓரத்தில் 'ருஷியவாயிலுக்கு' எதிரில் உள்ள இடத்தைக் காட்டினான். ''இங்கே ஆற்றுக்கு அக்கரை

யிலிருந்த சில பெருந்துப்பாக்கிகள் தொழிற்படவேண்டும்'' என்றான். பீரங்கி மேடைகளிலிருந்த குண்டுகள் எப்படி ருஷிய வாயிலுக்குப் பறந்து செல்லவேண்டுமென்று அவன் திறமையாக வரிகளைப் போட்டுக் காட்டினான். மீண்டும் காம்பசுடன் அளவுகளைக் கணித்தான். ''சரிதான்... ரொம்பத்தூரமல்ல'' என்று முணுமுணுத்தான் ஷெரிமிடேவ். கோபர்ட் கிண்டலாகப் புன்னகை செய்தான்.

''இந்த மாறுதல்களைச் செய்வதற்கு மூன்று நாள் அவகாசம் கொடுக்கிறேன். இம்மாதம் ஏழாம் தேதி, நான் வாணவேடிக்கையைத் தொடங்குவேன்'' என்றான் பீட்டர்.

அவன் காம்பசையும் ரூலரையும் பெட்டியல் வைத்து அந்தப் பெட்டியைக் கோட்டுப் பையில் திணிக்க முயன்றான். ஆனால் அந்தக் கொடிமுந்திரி இலைக்கரையிட்ட கைக்குட்டை அங்கு இருந்தது. அதை இழுத்து எடுத்துக் கோட்டின் மார்புப்பையில் வெடு வெடுப்போடு திணித்தான்.

மூன்று நாட்கள், சிப்பாய்களுக்கு ஓய்வுமிலலை உறக்கமுமில்லை. பகலில் அவர்கள் ஸ்வீடிஷ்காரர்களின் கண்ணெதிரே பழைய இடங்களில் வேலை செய்தனர்; அவர்களது கைத்துப்பாக்கிகளும் பீரங்கிகளும் சுடுவதைச் சமாளித்துக்கொண்டு பதுங்கு குழிவெட்டினர்; ஏணிகளை இணைத்தனர். இரவில், இரகசியமாக, வெளிச்சமில்லாது அவர்கள் துப்பாக்கிகளிலும் சட்டிப்பீரங்கிகளிலும் எருதுகளைக்கட்டி அவற்றைச் சதுப்பு நில ஓரத்துக்கும், படகுப் பாலம் வழியாக ஆற்றின் அக்கரைக்கும் கொண்டு சென்றனர். சுள்ளிகளாலும் மண் சுவர்களாலும் பீரங்கி அடுக்குகளை மறைத்தனர்.

காட்டுக்கு மேல் கதிரவன் காட்சிதந்தான். தென்சுவரின் இடிந்த கூரைகள் மீது வெளிச்சம் விழுந்தது. சதுப்பு நிலத்தின் மூடுபனிக்கு மேல், 'ருஷியவாயில்' ஸ்தூபியின் ஞாயில்கள் பிரகாசித்தன. இந்த அமைதியான காலை வேளையில், புகை போக்கிகளிலிருந்து நீலம் பாய்ந்த புகை கிளம்பியது. அந்த நேரத்தில், அறுபது பெருந்துப்பாக்கிகளும் சட்டிப் பீரங்கிகளும் மண்ணையும் விண்ணையும் கிடுகிடுக்கச் செய்தன. எழுபது பவுண்டு எடையுள்ள குண்டுகள் சதுப்பு நிலவழியாகச் சீறிக்கொண்டு சென்றன. ஆற்றுக்கு அக்கரையிலிருந்த சட்டிப் பீரங்கிகளும் முழங்கின. வெடிமருந்துப் புகைத்திரையின் பாதுகாப்பில், ஐவான் ஸிடாக்கின் துப்பாக்கி வீரர்கள், மரக்கிளைக் கட்டுகளுடன், சதுப்பு நிலத்தில் பாதையிடுவதற்கு ஓடினார்கள்.

பீட்டர் அலெக்ஸிவிச் தென்புறத்துப் பீரங்கி அடுக்கோடு இருந்தான். அவன் சத்தம் போடுவதற்கோ கட்டளையிடுவதற்கோ ஆத்திரப்படுவதற்கோ சந்தர்ப்பம் எழவில்லை. துப்பாக்கி வீரர்கள் விரைவாகச் செயல்படுவதைத் திரும்பித் திரும்பி நோக்குவதற்கும் தன் அங்கீகாரத்தைத் தெரிவிப்பதற்கும் தான் அவனுக்கு நேரம் இருந்தது. கடவுள் வாழ்த்துப் பாடலை வேகமாக ஓதினால் எவ்வளவு நேரம் ஆகுமோ, அதைவிடக் குறைவான நேரத்தில் அவர்கள் துப்பாக்கிக் குழலைச் சுத்தம் செய்து மருந்தைத் திணித்து குண்டைத்தள்ளி, குறிப்பார்த்து விட்டனர்.

''சகல பீரங்கி அடுக்குகளும் தயார்!'' என்று குள்ளனான கர்னல் நிசாயீவ் கத்தினான். அவனது குருதிச்சிவப்பான கண்கள் பிதுங்கியிருந்தன. முதன்முதலில் குண்டுகளை அனுப்பிய பொழுது, அவனது தொப்பியும் பொய்மயிரும் பறந்து போய்விட்டன.

''தூரம் முன்போல்! எரி கயிற்றால் கொளுத்து, சுடு!'' ஒவ்வொரு பீரங்கி அடுக்கின் தலைவனும் ''சுடு!'' என்று எதிரொலித்தான்.

குண்டுகள் இலக்கைத் தாக்கின. ஸ்தூபிகளின் ஞாயில்கள் இடிந்து விழுந்தன. மதிலின் கூரையில் தீப்பற்றியது. நகரில் குண்டு விழுந்து தீப்பிடித்த பல வீடுகள் எரிந்துகொண்டிருந்தன. தேவாலயங்களில் மணி அடித்தது. குட்டையான சாம்பல் நிற உடுப்பணிந்த ஸ்வீடிஷ் சோல்ஜர்கள் வாயிலுக்கு வெளியே மரக்கட்டைகளையும் சாக்குகளையும் பீப்பாய்களையும் இழுத்துக்கொண்டு வந்து அடைப்பு எழுப்பினார்கள். ருஷியர்கள் எவ்வளவோ பாடுபட்டும், அன்று மாலையில் வாயில் ஸ்தூபியும் மதிலும் உறுதியாக இருந்தன. பீரங்கி அடுக்குகளை இன்னும் முன்னால் கொண்டு செல்ல வேண்டுமென்று பீட்டர் உத்திரவிட்டான்.

ஆறு நாட்கள் வெடிகுண்டு வீச்சு நிகழ்ந்தது. ஐவான் ஸிடாக்கின் துப்பாக்கி வீரர்கள் சதுப்பு நிலத்தில் சாலை அமைத்தனர். முழங்கால் அளவும் இடுப்பளவும் தண்ணீரில் நின்று வேலை செய்தனர். எதிரியின் குண்டுகள் தம்மீது விழுவதைத் தடுக்க மண் கூடைகளையே பாதுகாப்பாகக் கொண்டனர். கொல்லப்பட்டவர்கள், கொல்லப்பட்ட இடத்திலேயே புதைந்தனர். காயமடைந் தவர்களை அவர்களது தோழர்கள் தூக்கிச் சென்றனர். அபாயத்தை உணர்ந்த ஸ்வீடிஷ்காரர்கள், இதர ஸ்தூபிகளிலிருந்த சில பெருந் துப்பாக்கிகளை இந்த வாயில் ஸ்தூபிக்குக் கொண்டுவந்து அதிகமான குண்டுகளைச் சுட்டனர். நகரம் புகையில் மறைந்தது. சிவப்புக் கதிரவன் புகைப் படலங்களினூடே ஒளி பெய்துபொசுக்கினான்.

பீட்டர் பீரங்கி மேடையை விட்டகலவில்லை. வெடிமருந்து பட்டு அவனது உடம் பெல்லாம் கறுத்திருந்தது. அவன் குளிக்கவுமில்லை, முகம் கழுவவுமில்லை. கிடைத்த உணவை விரைவாக உண்டான். துப்பாக்கிச் சிப்பாய்களுக்குத் தானே வாட்கா வழங்கினான். துப்பாக்கிகள் இடி முழக்கம் செய்தபொழுதே, அருகில் ஒரு படை வண்டியினடியில் தினம் ஒரு மணி நேரம் உறங்கினான். கோபர்ட் படித்தவனாயினும் வாளாவிருந்தான். பீட்டர் ''வாளாவிருப்பவர் இங்கு தேவையில்லை'' என்று கூறி, அவனைப் பிரதான தளவாட வண்டத் தொடருக்கு அனுப்பி விட்டான்.

ஜீன் மாதம் 12-ம் தேதி அந்தி ஒளிநேரத்தில் அவன் ஷெரிமிடேவுக்குச் சொல்லியனுப் பினான். இந்தச் சில நாட்களில் ஸ்வீடிஷ்காரர்களை அச்சுறுத்தி அவர்களது கவனத்தைச் சிதறடிப்பதற்காக, ஷெரிமிடேவ் கீழ்ப்புறத்தில் தன் படையுடன் பெரிய சந்தடி செய்து கொண்டிருந்தான். அவன் மீண்டும் தீவிரமாகச் செயல்பட்டான்; குதிரையிலிருந்து இறங்குவது அரிதாயிருந்தது. திட்டவும் கைமுட்களால் குத்தவும் அவன் தயங்கவில்லை. பீட்டர் சொல்லியனுப்பி ஷெரிமிடேவ் வந்தபொழுது, பீரங்கிகள் ஓய்ந்திருந்தன. மீசை வைத்த வீரர்கள் பீட்டரைச் சுற்றி அமர்ந்திருந்தனர். அவர்கள் முன் காலத்திலேயே பழக்கமானவர்கள்தாம். விளையாட்டுச் சேனையில் அவர்கள் இருந்தபொழுது, பிரஸ்பர்க்கின் மதில்களருகே ரோமோடானோவ்ஸ்கியின் குதிரைப்படை மீது மரத்தால் செய்த பீரங்கியிலிருந்து கிழங்குகளையும் களிமண் குண்டுகளையும் அனுப்பியவர்கள். அவர்களில் சிலர் கந்தலான உடுப்பு அணிந்தும் தலையில் கந்தலைக் கட்டிக்கொண்டும் இருந்தனர்.

தூலாவில் பித்தளையில் வார்த்தெடுத்த மிகப் பெரிய பீரங்கியான 'ஸாலமந்தரின்' வண்டி மீது பீட்டர் உட்கார்ந்திருந்தான். அந்தப் பீரங்கியின் சூட்டைத் தணிப்பதற்காக இருபது பானை புளிக்காடி ஊற்றியிருந்தனர். இன்னும் அது உஸ்ஸென்று ஒலிசெய்தது. பீட்டர் ரொட்டிகளை மென்றுகொண்டே, அந்தநாள் வேலையை விவாதித்தான். அவன் வார்த்தைகளை விரைவாக உச்சரித்தான். கடைசியில், தென் சுவரில் மூன்று உடைப்புகள் ஏற்பட்டுவிட்டன. விரோதியால் அவற்றை நிரப்பிச் சரி செய்ய முடியாது. இக்னாத் குரோச்கின் என்ற வீரன், வாயில் ஸ்தூபியின் மூலையைக் குறிவைத்துப் பல குண்டுகளை ஒன்றன்பின் ஒன்றாக அனுப்பினான். ''அவன் ஆணி

அடிப்பதுமாதிரி குண்டுகளால் அடித்துக் கொண்டேயிருந்தான். இல்லையா? என்ன?'' என்ற பீட்டர் சேவல் கூவும் குரலில் கத்தினான். ''ஸ்தூபியின் மூலை முழுவதும் விழுந்துவிட்டது. மிச்சப் பகுதி எந்நேரத்திலும் தகர்ந்து விழுந்துவிடும்'' என்றான்.

''இக்னாத், எங்கே இருக்கிறாய். இங்கே வா!'' என்ற பீட்டர், அவனிடம் தன் புகைக் குழாயின் தண்டை நீட்டினான். ''நான் இதை உன்னிடம் கொடுக்கவில்லை. வேறு குழாய் என்னிடம் இல்லை. புகை பிடித்துவிட்டுத் திருப்பிக் கொடு. நல்லவனே! நாம் பிழைத்திருந் தோமானால், நான் இதை மறக்கமாட்டேன்'' என்றான்.

அடர்த்தியாக வளர்ந்த மீசையை உடைய அமைதியான மனிதனான இக்னாத்குரோச்கின் தன் மும்முனைத் தொப்பியை நீக்கிவிட்டுக் கவனமாகக் குழாயைப் பெற்றுக்கொண்டான். அவன் குழாய்வாயில் நோண்டிப் பார்த்தான். முகத்தில் இன்பமான சுருக்கங்கள் தோன்றின.

''மாட்சிமை பொருந்தியவரே, குழாயில் புகையிலையே இல்லை!''

மற்ற வீரர்கள் சிரித்தனர். பீட்டர் தன் புகையிலைப் பையை எடுத்தான். அதிலும் புகையிலை இல்லை. அந்தச் சமயத்தில்தான் பீல்டு மார்ஷல் வந்தான். பீட்டர் ஆவலோடு கூறினான்:

''போரிஸ் பெட்ரோவிச், புகைப்பதற்கு ஏதாவது இருக்கிறதா. எங்களது பீரங்கி அடக்கில், புகையிலையும் இல்லை, வாட்காவும் இல்லை.'' துப்பாக்கி வீரர்கள் மீண்டும் சிரித்தனர் ''அன்பு செய்யுங்கள்.''

ஷெரிமிடேவ் தலைவணங்கி, அழகான மணித்தையல் புகையிலைப் பையை வினமாயகக் கொடுத்தான்.

''ஓ, நன்றி. அதைக் குரோச்கினிடம் கொடுங்கள். இக்னாத் நான் அதை உனக்குப் பரிசளிக்கிறேன். குழாயைத் திருப்பிக் கொடுக்க மறந்து விடாதே'' என்றான் பீட்டர்.

அவன் துப்பாக்கிச் சிப்பாய்களை அனுப்பிவிட்டுச் சிறிது நேரம் உலர் ரொட்டியை உரக்க மென்று கொண்டிருந்தான். பீல்டுமார்ஷல், இடுப்பால் தடியைத் தாங்கிக்கொண்டு பேசாது நின்றான்.

பீட்டர் மாறிய குரலில் பேசினான்:''போரிஸ் பெட்ரோவிச், இனி நாம் காத்திருக்க முடியாது. சிப்பாய்கள் கோபமாயிருக்கிறார்கள். சாலைபோடுவோர் பல நாட்களாகச் சதுப்பு நிலத்தில் கிடக்கிறார்கள். அது கடினமான காரியம். நான் கீல் பீப்பாய்களை எரித்து, இரவெல்லாம் சுடப் போகிறேன். நீங்கள் ஸாமோஹவாலோவ் படைப் பிரிவிலிருந்து மாஸ்கோ கைத்துப்பாக்கி வீரர்களின் பகுதியை அனுப்பவேண்டும். அவர்கள் உறுதியானவர்கள். தீரர்கள். தயவு செய்து, ஆண்டவனுக்காக, உங்களது வேலையைத் தொடர்ந்து செய்யுங்கள். ஆனால் ஆட்களை அனாவசியமாகப் பலிகொடுக்காதீர்கள். அதிகாலையில் நான் தாக்குதலைத் தொடுப்பேன்.''

ஷெரிமிடேவ் தடியைத் தாழ்த்திவிட்டுச் சிலுவைக் குறியிட்டான்.

''நண்பரே, போய்வாருங்கள்'' என்றான் பீட்டர்.

சதுப்புநிலத்தின் ஓரத்திலும் ஆற்றின் அக்கரையிலும் கீல் பீப்பாய்கள் எரிந்தபொழுது, பீரங்கிகள் இடைவிடாது சுட்டன. சத்துருக்களுக்கு இது புது அனுபவமாயிருந்தது. வாயிற் கதவுகள் தகர்ந்து விழுந்தன. முன்னால் அமைக்கப்பட்ட அடைப்பும் கம்புவேலிகளும் தகர்ந்தன.

ஸ்வீடிஷ்காரர்கள், இரவிலேயே தாக்குதலை எதிர்பார்த்தனர். எரிந்தகீலின் வெளிச்சத்தில், துப்பாக்கிச் சனியன்களும் தொப்பிகளும் கொடிகளும் சுவர் உடைப்புகள் வழியே தென்பட்டன. நகரில் அபாயச்சங்கு அலறியது.

சுள்ளிகளால் பாதுகாக்கப்பட்ட பதுங்குகுழியில், முழங்கால்களைச் சிறிது வளைத்து நின்ற பீட்டர் தொலை நோக்கிவழியாகப் பார்த்தான். அவனுக்குப்பின்னால் ஐவான் ஸிடாக் நின்றான். அவனுக்குச் சொந்த ஊர், ஓரல்; அவன் ஜிப்ஸிமாதிரி இருந்தான். அவனது கண்களில் ஒரு வறட்சியான பிரகாசம் தென்பட்டது; உதடுகள் துடித்தன; ஆவல் மிகுதியால் பற்களை நறநற வென்று கடித்தான். இரவுப் பொழுது குறைவாயிருந்தது. காட்டுக்குமேல், கீழையவானத்தில் பசுமை தென்பட்டது. விண்மீன்கள் மங்கிமறைந்தன. இனித் தாமதிக்க முடியாது. ஆனால் பீட்டர் இன்னமும் தயங்கினான். திடீரென்று, ஐவான்ஸிடாக் மார்பின் அடி ஆழத்திலிருந்து வேதனை யோடு ''ஓ-ஓ-ஓ!'' என்று ஒலிசெய்து தன் தொங்கிய தலையை அசைத்தான். பீட்டர் அவனது தோளைப் பிடித்துக்கொண்டு, ''போ!'' என்று கூறினான்.

சுள்ளிக்கட்டுமீது பாய்ந்து குதித்த ஸிடாக் தாழ்வாகக் குனிந்து சதுப்பு நிலவழியே ஓடினான். உடனடியாக ஒரு வாணம் மேலே உயர்ந்து வெடித்துப் பச்சை ஒளிகளைச் சிதறியது. அதைத் தொடர்ந்து இன்னும் இரு வாணங்கள் அவ்வாறே வெடித்தன. பீரங்கிகள் மௌனமாயின. அந்த அமைதி அவர்களது செவிப்பறைகளை அமுக்கியது. அவர்கள் சதுப்பு நிலத்தின் கருஞ்சிவப்பு மேடுகளின் மறைவிலிருந்து எழுந்து நுழைகதவுகளை நோக்கி முன்னேறினார்கள். கால்கள் உளையில் அழுந்தின. சதுப்புநிலமெங்கும் சோல்ஜர்களாகவே தென்பட்டனர். சதுப்புநிலமே நகர்வதாகத் தோன்றியது. மாஸ்கோ துப்பாக்கி வீரர்கள், துப்பாக்கிச் சனியனைச் சித்தம் செய்துகொண்டு ஆற்றின் அக்கரையிலிருந்து முன்னேறினார்கள். பீட்டர் தன் தொலை நோக்கியைத் தாழ்த்திவிட்டு நன்றாக மூச்சு வாங்கினான்; கோபத்தால் புருவத்தை நெரித்து, ''ஓ!ஓ!'' என்றான். கோட்டை மதிலுக்கு முன்னாலுள்ள அடைப்பில் எஞ்சியிருந்த ஐந்து துப்பாக்கிகள் ஸிடாக்கின் சிப்பாய்களை நேரடியாகத் தாக்கின. சதுப்புநிலத்தில் ஒருவன் 'வாழ்க' என்று வெறிக் கூச்சலிட்டான். ஸ்வீடிஷ் சிப்பாய்கள் மதில் உடைப்புகளின் வழியே வெளி வந்தனர். அவர்கள் ருஷியரோடு சண்டைபோடுவதற்குக் களிதுள்ள ஓடிவந்தனர். கூச்சலுக்கும் கர்ஜனைக்கும், இடையே கைகலப்புப் போராட்டம் நடந்தது. மதில்களின் அருகிலும் நுழைகதவுகள் அருகிலும் நாலாயிரம் ஆட்கள் சண்டை போட்டுக் கொண்டிருந்தனர்.

பீட்டர் பதுங்குகுழியிலிருந்து ஏறி, பாசி வழியே நடந்தான். அவன் தொலை நோக்கியையோ ஆயுதத்தையோ தேடுவது மாதிரி உடுப்பெல்லாம் ஆராய்ந்தான். அப்பொழுது கர்னல் நிசாயீவ் அங்கு வந்தான்.

''ஐயா, நீங்கள் அங்கே போக முடியாது'' என்றான்.

அவர்கள் போராட்டம் நடந்த திசையை நோக்கிக் கொண்டு நின்றனர்.

''துணைப்படை வேண்டுமென்று சொல்லியனுப்பு'' என்றான் பீட்டர்.

''ஐயா, தேவையில்லை.''

''நான் சொல்கிறேன், யாரையாவது அனுப்பு!''

''தேவையில்லை, நம் ஆட்கள் அவர்களது துப்பாக்கிகளைக் கைப்பற்றிக் கொண்டிருக் கிறார்கள்.''

‘‘இருக்காது...’’

‘‘நான் பார்க்க முடிகிறது.’’

அதுவும் உண்மைதான். இரண்டு துப்பாக்கிகள் நுழை கதவுகள் நோக்கித் தீ கக்கின. சிப்பாய்கள் உடைப்புகள் வழியே நகரினுள் நுழைந்தனர்.

நிசாயீவ் கண்களில் நீர் தளும்பியது.

‘‘ஐயா, இனி வேடிக்கை தொடங்கும்’’ என்றான்.

ருஷியர்கள் ரொம்பக் கஷ்டப்பட்டிருந்ததாலும், அவர்களில் பலர் அனாவசியமாகக் கொல்லப்பட்டிருந்ததாலும், மிகுந்த கோபம் கொண்டிருந்தனர். அவர்கள் குறுகிய தெருக்களின் வழியே நகரச் சதுக்கத்துக்கு எதிரியைத் துரத்தினர். அங்கே, அந்தச் சண்டையின் சூட்டில் அவர்கள் நான்கு முரசடிப்பவரைக்கூடக் கொன்றுவிட்டார்கள். அவர்கள் சரணாகதியை அறிவிப்பதற்காக, யுரீவ் சேனாதிபதியால் அனுப்பட்டவர்கள். கோட்டை வீட்டு ஸ்தூபியில் எக்காளம் ஊதுவோன் கஷ்டப்பட்டு ஊதிச் சரணாகதியை அறிவித்த பிறகே, படுகொலை நிகழ்ச்சிக்கு முடிவு ஏற்பட்டது. அப்பொழுதும் உடனடியாக முடியவில்லை; கஷ்டப்பட்டுத் தான் அது நிறுத்தப்பட்டது.

3

காட்டு நிழலில், கரையோரமாகக் ‘காதரீனா’ தொங்கும் பாய்களுடன் சிறிது நேரம் ஊர்ந்தது. ஒரு துப்பாக்கியிலிருந்து குண்டு சுடப்பட்டது. நங்கூரச் சங்கிலியால் கடகடவென்று சத்தம் செய்தனர். உடனே ஒரு படகு கப்பலை நெருங்கியது. அதில் நீண்ட மேலாடையும் உயரமான இறகுகளை உடைய தொப்பியும் அணிந்த மென்ஷிகோவ் நின்றுகொண்டிருந்தான். அவனது முன் கைப் பகுதியைத் தைப்பதற்கு மட்டும் ஒன்பது கஜம் இங்கிலீஷ் துணி செலவாகியிருக்கும். பீட்டர் தடைச் சுவரின் மீது முழங்கைகளை வைத்துக்கொண்டு அவனை நோக்கினான். மென்ஷிகோவ் வலது கையால் சைகை செய்து தொப்பியை எடுத்து அதை மூன்றுதரம் ஆட்டி விட்டுக் கத்தினான்ஃ

‘‘வாழ்க! வாழ்க! பீரங்கிப்படைத் தலைவரே! இப்பெரிய வெற்றியை முன்னிட்டுப் பாராட்டுகிறேன்!’’

‘‘சற்றுப் பொறு; நான் இதோ வருகிறேன்’’ என்று பீட்டர் தாழ்ந்த குரலில் கூறினான். ‘‘இங்கு என்ன சேதி’’ என்று வினவினான்.

‘‘நாங்களும் வெற்றி அடையாதில்லை.’’

‘‘நல்லது. நான் கடைசிக் கடிதத்தில் எழுதியதை எனக்காகத் தயார் செய்தாயா? அங்கு மட்டரகமான பீர்கூடக் கிடைக்கவில்லை.’’

‘‘நேற்று மூன்று சாடிகளில் உயர்ரக ஒயின் வந்தது. எங்களது முகாமை ஷெரிமிடேவ் முகாம்மாதிரி நிர்வகிக்கமாட்டோம். இங்கு தாமதம் இல்லை; தட்டுப்பாடு இல்லை’’ என்று யமென்ஷிகோவ் கர்ஜித்தான்.

''பெருமையடித்துக் கொண்டேயிரு!'' என்ற பீட்டர், காப்டன் நெப்லூயிவை விளித்து, மறுநாள் நிறைவேற்றவேண்டிய உத்திரவுகளைத் தெரிவித்தான். மறுநாள், கொடிகளை ஏற்றியவுடன், துப்பாக்கிகள் குண்டுபோட வேண்டுமென்றும், ''வீரத்தால் வசப்படுத்தியவை'' என்ற அறிவிப்பை ஏற்றவேண்டுமென்றும், ஸ்வீடிஷ் கொடிகளை முரசொலியோடு கரைக்குக் கொண்டு செல்லவேண்டுமென்றும் பீட்டர் சொன்னான். இந்த உத்திரவுகள் இளம் காப்டனைக் கௌரவிப்பவையாகும். எனவே நெப்லூயிவின் முகம் சிவந்தது. பீட்டர் அவனை வெறித்துப் பார்த்தான்; அதனால் அவனது நாணம் அதிகமாயிற்று.

''நேர்த்தியான பிரயாணம், தலைவா!'' என்றான் பீட்டர்.

நெப்லூயிவின் முகம் குருதிச் சிவப்பாகி வேர்த்தது. அவனது கூரிய கண்கள் உணர்ச்சி மிகுதியால் பனித்தன. ஜார் அவனைக் கப்பற்படைப் பகுதியின் தலைவனாக நியமித்து விட்டான். பீட்டர் அதற்குமேல் ஏதும் பேசவில்லை. நீண்டகால்களை நீட்டிக்கொண்டு, கப்பலின் கீல் பூசிய பக்கத்தை பூட்ஸால் தேய்த்துக்கொண்டு இறங்கிப் படகினுள் ஏறிக்கொண்டான். அவன் மென்ஷிகோவின் பக்கத்தில் அமர்ந்து அவனை முழங்கையால் மெல்ல இடித்தான்.

''நீ என்னைச் சந்திக்க வந்ததுகண்டு மகிழ்ச்சி அடைகிறேன். நன்றி, உங்களுக்கும் வெற்றி கிட்டியதா? ஷிலிப்பன் பாக்கைத் தோற்கடித்து விட்டீர்களா?''

''மீன் ஹெர்ஸ், எத்தகைய தோல்வி! ரிப்னின் தன்படைகளுடன் வென்டன் அருகே அவன்மீது பாய்ந்தான். என் யோசனைக்கு இணங்க, ரென்னி அவன் நகருக்குச் செல்ல முடியாது குதிரைப் படையுடன் தடுத்தான். விரும்பினாலும் விரும்பாவிட்டாலும்,நேரடியான போர் செய்ய வேண்டிய நிலைமை ஸ்வீடிஷ் படைக்கு ஏற்பட்டது. ஷிலிப்பன் பாக்குக்கு நல்ல அடி. ஒரு டஜன் குதிரை வீரர்களோடு ரீவாலுக்குத் தப்பி ஓடுவது அவனுக்குப் பெரும்பாடாகி விட்டது.''

''இவ்வளவிருந்தும் இந்தத் தடவையும் தப்பிவிட்டானா! பிசாசுதான்''

''நழுவி விடுவதில் சமர்த்தனாக இருக்கிறான். ஆனால் பரவாயில்லை. அவனிடம் இப்பொழுது துப்பாக்கியுமில்லை, கொடியுமில்லை, படையுமில்லை. பிற்பாடு, ரிப்னின் குடிபோதையிலிருந்த பொழுது புலம்பினான்: ''ஷிலிப்பன்பாக்கைப் பிடிக்கவில்லையே என்றுகூட நான் அவ்வளவு வருத்தப்படவில்லை. அந்தக் குதிரை கிடைக்கவில்லையே என்றுதான் அதிகம் வருந்துகிறேன். அவனது குதிரை சிட்டாய்ப் பறக்கிறது என்றான். 'நீ கிரிமியா தார்த்தாரியனல்ல குதிரை திருடுவதற்கு; நீ ருஷியத்தளபதி. ராஜதந்திரிமாதிரி சிந்திக்கவேண்டும்' என்று அவனிடம் சொன்னேன். இதைப் பற்றி இருவரும் பெரிய சண்டை போட்டோம். இன்னொரு செய்தி; வார்ஸாவிலிருந்து ஒரு தூதன் விரைவாக வந்திருக்கிறான். அகஸ்ட் அரசன் உங்களிடம் ஓர் அரசியல் தூதனை அனுப்புகிறானாம். நார்வாவிலேயே, கோட்டைவீட்டில், அவனுக்குப் பேட்டி அளிப்பது நல்லது. மின் ஹெர்ஸ், என்ன சொல்கிறீர்கள்?''

பீட்டர் பச்சை நீர்ப்பரப்பைப் பாதிக்கண்களால் நோக்கிக்கொண்டும் நகங்களைக் கடித்துக் கொண்டும், மென்ஷிகோவின் பேச்சைக் கேட்டான்.

''மாஸ்கோவிலிருந்து என்ன சேதி?'' என்று வினவினான் பீட்டர்.

''இன்னும் வேலை வந்திருக்கிறது. ரோமோடானோவ்ஸ்கி ஒரு தூதன் மூலம் பெட்டி நிறையக் கடிதங்களையும் காகிதங்களையும் அனுப்பியிருக்கிறார். பீட்டர்ஸ்பர்க் செல்லும்

வழியில் இங்கு வந்த காவிரில்கா பிராவ்கின், இஸ்மாயிலோவ்ஸ்கி மாளிகையிலிருந்து ஒரு கடிதம் கொண்டு வந்தான்.'' பீட்டர் அவனை விரைவாகப் பார்த்தான். ''மீன் ஹெர்ஸ், அந்தக் கடிதம் என்னிடம் இருக்கிறது. அவன் நான்கு முலாம் பழங்களை ஆட்டுத்தோலில் சுருட்டிக் கொண்டு வந்தான். அவற்றை இரவுணவோடு சுவைப்போம். இஸ்மாயிலோவோவில் அவர்கள் உங்களுக்காக வருந்தி மெலிந்துவிட்டார்களென்றும் கண்ணிழியக்கலுழ்கிறார்களென்றும் அவன் சொன்னான்.''

''பொய் சொல்கிறாய்!'' என்றான் பீட்டர். படகு கரையை அடைந்தது. பீட்டர் செங்குத்தான கரைக்கு ஏறினான். அங்கே மென்ஷிகோவின் கூடாரம், நதியை நோக்கிக் கொண்டிருந்தது.

இருவரும் இரவுணவு புசிக்கக் கூடாரத்தில் அமர்ந்தனர். குதிரை இருக்கைத் திண்டுகள் மீது அமர்ந்த பீட்டர் தோள்களை வளைத்துக்கொண்டு மிகுந்த பசியுடன் பெருந்தீனி உண்டான். ஷெரிமிடேவ் கூடாரத்தில் அவன் அவ்வளவு பட்டினி கிடந்திருந்ததே காரணம். மென்ஷிகோவ் அதிகமாக உண்ணவில்லை. அவன் குடித்துக்கொண்டேயிருந்தான். மணிக்கட்டில் இறுகக் கட்டியிருந்த அகன்ற பட்டைமீது உள்ளங்கையை வைத்துக்கொண்டிருந்த அவன் அடக்கமாகக் காணப்பட்டான். கன்னங்கள் சிவந்திருந்தன. மெழுகுவத்திகளது சுவாலைகள் பிரதிபலித்ததால், அவனது ஆழமன நீலக்கண்களில் சிறு ஒளிகள் தென்பட்டன. அவன் புதிய பீல்டு மார்ஷலான ஓகிலிவியைப்பற்றிப் பேசிக்கொண்டிருந்தான். பீட்டரது அமைதியான முகத்தில் வெறுப்புக்குறி தோன்றாத வகையில், கவனமாகப் பேசினான்.

''அவன் மெத்தப்படித்தவன் என்பதை மறுக்க முடியாது. அவன் வீயன்னாவிலிருந்து தோல் அட்டையிட்ட புத்தகங்களைக் கொண்டுவந்திருக்கின்றான். அவனது கூடாரத்தில் ஒரு வண்டி புத்தகங்கள் குவிந்துகிடக்கின்றன. முதன் முதலில் அவன் எங்களிடம் என்ன சொன்னான் தெரியுமா? நமது உணவுகளை அவன் சாப்பிடமாட்டேன் என்பதே. மிகுந்த மமதையோடு அவ்வாறு சொன்னான். அவன் விழித்தெழுந்தவுடன் எதையாவது கடித்துத் தின்றுவிட்டு வாட்கா குடிக்கமாட்டான். சாக்லேட்டும் காப்பியும் வெண்மையான கோதுமை ரெட்டியும் தேவை. பகலுணவுக்குப் புதிதாகப் பிடித்த மீன் வேண்டும். மீன் என்றால் எந்தவகை மீனையும் ஏற்றுக்கொள்வானென்பது அல்ல. 'பர்பட்' மீன்தான் வேண்டுமாம். அத்துடன் வேட்டைப் பொருளும் கன்றின் இறைச்சியும் தேவை. நாங்கள் மனங்கலங்கினோம். பீல்டு மார்ஷலின் உத்திரவுகளை நிறைவேற்றியாகவேண்டும். நான் ஒரு பின்னிஷ் உளவாளியை ரீவாலுக்கு அனுப்பினேன்; காப்பியும் சாக்லேட்டும் வாங்கி வருவதற்குத்தான். என் பணத்திலிருந்து அவனிடம் ஐந்து பொற்காசுகள் கொடுத்தேன். நாம் அவனுக்காக ஒரு பசுவைத் தருவித்திருக் கிறோம். அதை முளையில் கட்டிப்போட்டிருக்கிறோம். பால் கறக்கவும் தயிர்கடைந்து வெண்ணெய் எடுக்கவும் ஒரு நல்ல இளம் பெண்ணை அமர்த்தியிருக்கிறோம். அவனுடைய கூடாரத்துக்குப் பின்னால் ஒரு கழிப்பிடத்தை அமைத்துப் பூட்டுப் போட்டிருக்கிறோம். அதன் சாவியை அவன் ஒருவரிடமும் கொடுப்பதில்லை.''

''பீட்டர் வாயிலிருந்த கவளத்தை விரைவாக விழுங்கிவிட்டுச் சிரித்தான்.''

''ஆசியாக்காரர்களே, நான் அவனுக்கு ஏன் மூவாயிரம் தாலர் கொடுக்கிறேன்? அதனால் உங்களுக்குப் பாடம் சொல்லித்தருகிறான்!''

''ஆம். அவன் சொல்லித்தருகிறான். மறுநாள் சகல படைப்பிரிவுகளின் தலைவர்களையும் அவன் அழைத்தான். எங்களது பெயர்களையோ குடும்பப் பெயர்களையோ அவன் விசாரிக்க வில்லை. ஒருவருடனும் கைகுலுக்கவில்லை. ஆஸ்திரியச் சக்கரவர்த்தியின் தனி அன்புக்கு

உரியவனாயிருப்பதைப்பற்றி அளந்தான். அவன் எந்தெந்தச் சேனைகளுக்குத் தலைமை பூண்டான் என்பதையும் எந்தெந்த நகர்களை முற்றுகையிட்டான் என்பதையும் விஸ்தரித்தான். ''நீயே என் சிறந்த சீடன்'' என்று மார்ஷல் டீவாபான் அவனிடம் பாராட்டிக் கூறியதையும் அவனுக்கு ஒரு பொடிடப்பி வழங்கியதையும் எடுத்துரைத்தான். அவனுக்குக்கிடைத்துள்ள சகல விருதுகளையும் இந்தப் பொடிடப்பியையும் எங்களுக்குக்காட்டினான். இந்த டப்பியின் மூடியில், ஓர் இளம்பெண் ஒரு பீரங்கியைக் கட்டித் தழுவும் சித்திரம் உள்ளது. அதன்பின், அவன் எங்களைப் போகச் சொல்லிவிட்டான். நன்னடத்தை கருதியாவது எங்களுக்குக் கொஞ்சம் சாக்லேட் வழங்கியிருக்கலாம்; ஆனால் அவன் அப்படிச் செய்யவில்லை. 'நான் விரைவில் ஒரு திட்டத்தை வரைந்து விடுவேன். அதன்பின், நார்வாவைப் பிடிப்பது எப்படி என்பதை நீங்கள் புரிந்துகொள்வீர்கள்' என்றான். அவன் அதை இன்னமும் எழுதிக்கொண்டிருக்கிறான்.''

''நன்று, நன்று!'' என்ற பீட்டர் தன் கரங்களைத துண்டினால் துடைத்துக்கொண்டான். கொட்டாங்கச்சியில் உருவாக்கி, தெய்வவடிவங்களைக் கில்ட்டில் பொறித்திருந்த மாக்டிபர்க் குடிகிண்ணத்தின் காலைப்பிடித்து எடுத்தான். உல்லாசமாக உதடுகளைச் சுழித்துக்கொண்டு-அவனது கண்கள நகைப்புக்குறி காட்டுவது அரிது-அவன் சொன்னான்:

''அன்பார்ந்த நண்பா, முற்காலத்தில் கூகுப் பேட்டையில் செய்த மாதிரி, நமது தந்தை பாக்கஸையும் தாயான வேகம்மிகுந்த வீனஸையும் வாழ்த்திப் பரவுவோம். அந்தக் கடிதத்தை என்னிடம் கொடு.''

மெழுகு முத்திரையுடன் கூடிய அந்தச் சிறு குறிப்பில், கொடி முந்திரி இலைக்கரை போட்ட கைக்குட்டையிலிருந்தது போலவே, பெண்மைக்குரிய இன்மணம் கமழ்ந்தது. அது காதரீனாவின் கடிதம். அவளால் எழுதமுடியாதாகையால் அவள் சார்பில் அனிஸ்யா எழுதியிருந்தாள்.

''என் ஒளியும் இன்பமுமான ஜாருக்கு. ஐயா என் ஒளியும் இன்பமுமான உங்களுக்கு ஒரு பரிசு அனுப்புகிறேன். இஸ்மாயிலோவோவில், கண்ணாடியின் கீழ் பழுக்கவைத்த சில முலாம் பழங்கள். அவை நன்றாக இனிக்கின்றன. ஐயா, என் ஒளியே, இன்பமே, அவற்றைப் புசியுங்கள். அவை உங்களுக்கு நன்மை செய்யுமாக! மேலும் என் கண்களின் ஒளியே, உங்களைப்பார்க்க விரும்புகிறேன்.''

''அவள் அதிகம் எழுதவில்லை. ஆனால் நீண்ட நேரம் யோசித்துப் புருவத்தைச் சுருக்கியும் தொண்டையைக் கனைத்தும் இந்தவாசகத்தை உருவாக்கியிருப்பாள்'' என்று சிறிது ஏளனமாகப் பீட்டர் கிசுகிசுத்தான். அவன் குடி கிண்ணத்தைக் காலி செய்துவிட்டு முழங்கால்களைத் தட்டிக் கொண்டு எழுந்து கூடாரத்தைவிட்டுப் புறப்பட்டான்.

''டானிலிச், மாகரோவைக் கூப்பிடு. இருவருமாக மாஸ்கோ தபால்களைப் பிரித்து வையுங்கள். நான் காலாற நடக்கப்போகிறேன்'' என்றான் பீட்டர்.

மாலை நேரம் புழுக்கமாயிருந்தது. கரிய பைன் மரக்காட்டில், சூடான குங்குலிய மணம் கமழ்ந்தது. சூரியன் ஒளிக்காட்சி காட்டாது மறைந்தான். இரவுப் பறவைகள் தனிமையில் அலறும் நேரம் அது. தலைக்குமேல், வௌவால்கள் ஓசையின்றி இங்குமங்கும் பறக்கும் நேரம் அது. புல்வெளியில் ஆங்காங்கே முகாம்-அடுப்புகள் எரிந்தன. மென்ஷிகோவுடன் காவலுக்கு வந்திருந்தவர்களது குதிரைகள் தமது கடிவாளவார்களை உலுக்கிக் கலகலவென்று ஒலி செய்தன. பீட்டர் ஆற்றோரமாக நடந்தான். அவனது காலுறை முழங்கால் மூட்டுவரை பனியால் ஈரமாயிருந்தது.அடிக்கடி அவன் சிறிது நின்று நன்றாக மூச்சுவாங்கினான். ஆற்றை நோக்கிச்

சென்று அவன் ஒரு கிடங்குக் கணவாய் விளிம்பில் மீண்டும் நின்றான். கணவாயிலிருந்து ஈர இலைகளின் மணமும் தேன் மணமும் வந்தன. ஓர் இலேசான ஆவி சுருள் சுருளாக வந்தது; அது புகையாக இருக்கலாமென்று தோன்றியது. ஒரு குரல் தெளிவாகக் கேட்டது. தானும் தூங்காமல் பிறரையும் தூங்கவிடாமல் கதை சொல்லிப் பொழுதைக்கழிக்கும் சிப்பாய்களில் ஒருவனது குரலாயிருக்குமென்று தோன்றியது. பீட்டர் திரும்பிச் செல்ல அடி .எடுத்தபோது, திடீரென்று பின்வரும் பேச்சு அவன்காதில் விழுந்தது.

''...அவள் மாயக்காரி என்பதெல்லாம் வீண்பேச்சு. முகம்கூடக் கழுவாது, அழுக்குச் சட்டை யுடன் திரிந்த வேலைக்காரியே அவள். நாம் அவளைக் கைப்பற்றிய பொழுது அந்த நிலையில் தான் இருந்தாள். அவளுடன் படுத்துறங்குதற்கு எல்லா விவசாயிகளுமே விரும்பமாட்டார்கள். மிஷ்கா, நான் சொன்னது சரிதானே? நான் அவளை முதலில் கண்டபோது பீல்டு மார்ஷலோடு இருந்தாள். அவள் கூடாரத்திலிருந்து வெளியே வந்து குப்பை கூளங்களைக் கொட்டிவிட்டு தூசாடையால் துடைத்துக்கொண்டு உள்ளேபோய் காய்கறி நறுக்கினாள். சிங்காரச்சிறுக்கிதான். அறிவுள்ளவளும் கூட, இவள் சுயமுயற்சியால் முன்னுக்கு வருவாளென்று அப்பொழுதே எண்ணினேன். ஓ, அவள் கெட்டிக்காரி என்பதில் ஐயமில்லை!''

ஒரு மத்தனமான குரல் வினவியது:

''மாமா, அதன்பின் அவளுக்கு என்ன நடந்தது?''

''உனக்குத் தெரியாதா? மூடர்களைக் காண்பதற்குக் கடலைக்கடந்து செல்ல வேண்டாமென்பது உண்மையான மூதுரை. இப்பொழுது அவள் ஜாரோடு வாழ்கிறாள். அப்பங்களும் இனிப்புப் பண்டங்களும் புசிக்கிறாள். பாதி நேரம் உறங்குகிறாள்; பாதி நேரம் கொட்டாவிவிட்டுச் சோம்பல் முறிக்கிறாள்.''

மடத்தனமானகுரல் வியந்து கூறியது:

''மாமா, அப்படியானால் அவள் தனி வார்ப்பிலெடுக்கப்பட்டவளாயிருக்கவேண்டும்.''

''மிஷ்காவைக்கேள். அவள் எப்படிப்பட்டவள் என்று சொல்வான்...''

தூக்கக் கலக்கமான கனசாரீரம் விடை தந்தது:

''நீங்கள் இருவரும ஒழிந்துபோங்ள். எனக்கு அவளை ஞாபகம் இல்லை.''

பீட்டர் மூச்சுத் திணறினான். அவமானத்தால் அவனது முகம் எரிந்தது. கரிய குருதியின் பெருக்கோடு கோபம் எழுந்தது. ஜாரைப்பற்றி இம்மாதிரி மதிப்புக்குறைவாகப் பேசுவோரை ரோமோடானோவ்ஸ்கி விலங்கிட்டு வதைத்தான். அவர்களைப் பிடித்தாலென்ன. என்ன இழிவு! என்ன அவமானம்! என்ன ஏளனம்! என்ன நகைப்பு! ஆனால் சேனை முழுவதும் அவனைப் பார்த்துச் சிரித்ததென்றால் குற்றம் அவனுடையது தானே. மிஷ்காவினாடியிலிருந்த சிறுக்கியைச் சுவீகரித்துக்கொண்டது அவன் தானே!...

அவளது முதலிரவு இன்பத்தைச் சுவைத்த சோம்பேறி விவசாயியை நோக்கி அவன் தலை குனிந்து நடந்தான். ஆனால் ஏதோ ஒரு மென்மையான சக்தியால் தடுக்கப்பட்டவன் மாதிரி நின்றான். அவன் தீர்க்கமாக மூச்சுவாங்கிவிட்டு ஈரான நெற்றியின்மீது கைவைத்தான். ''காதரீனா, காமாதுரமான பொம்மை...'' என்றெண்ணிய அவன் முன்னால் ஒரு தொட்டுணரக்கூடிய காட்சி தோன்றியது. இனிய வடிவம்; என்ன கதகதப்பு! என்ன மென்மை! என்ன சூதுவாதில்லாத

சுபாவம்! பொன்னிற மேனியாள்! பார்க்கப்போனால், அவளைத் தன்னுடையவளாகச் சேர்த்துக்கொண்டபொழுது, அவன் அனைத்தையும் அறிந்துதானிருந்தான்! சோல்ஜரைப்பற்றியும் அவனுக்குத் தெரிந்துதானிருந்தது!

ஈரமான பூண்டுகளை மிதித்துக்கொண்டு அவன் கணவாய்க்குள் பெருமிதமாக நடந்தான். புகையின் பின்னாலிருந்த மூவர் எழுந்தனர். ''அங்கு போவது யார்.'' என்று ஒருவன் முரட்டுத் தனமான குரலில் வினவினான். ''நான்தான்'' என்று உறுமினான். பீட்டர். அவர்கள் பயந்து வேர்த்த போதிலும், இமை மூடித் திறப்பதற்குள் கைத்துப்பாக்கியை எடுத்துக்கொண்டு பிகுவாக நின்றனர். உற்சாகமாகத் தலையை நிமிர்த்திக்கொண்டும், துப்பாக்கியை முன்னால் பிடித்துக் கொண்டும், ஜாரை முறைத்தப் பார்த்துக்கொண்டும், தீயில் குதிக்கவும் சாவைத்தழுவவும் சித்தமானவர்களாக நின்றனர்.

அவர்களைப் பார்க்காமலேயே பீட்டர் அணைந்த தீயை பூட்ஸ்காலால் கிளறிப்பார்த்தான்.

''எனக்கு ஒரு தணல் கொடுங்கள்!'' என்றான்.

நடுவில் நின்றவனும் கதை சொல்லுவோனுமான குறும்புக்காரன் மண்டியிட்டுச் சாம்பலைக் கிளறினான். ஒரு தணலை எடுத்து உள்ளங்கையில் தூக்கித்தூக்கிப்போட்டுக் கொண்டிருந்தான். குழாயில் புகையிலையை அடைத்த பீட்டர் அதைப்பற்ற வைத்துக்கொண்டு புகைபிடித்தான். அந்தக் கோடியில் நின்றவனை நோக்கினான். ''அவன்தான்...'' நல்ல உடற்கட்டு உடையவன், பலசாலி, ஆஜானு பாகு. அவனது முகம் தெளிவாகப் புலனாகவில்லை.

''உன் உயரம் என்ன? ஏன் உயிர்க்காவலர் படையில் சேரவில்லை? உன் பெயரென்ன?

அந்த சோல்ஜர் விதிகளுக்கிணங்கப் பதிலுரைத்தான். ஆனால் மாஸ்கோ பாணியில் இழுத்து இசைத்தான். அந்தத் துடுக்குத்தனமான இழுத்திசைவைக்கண்ட பீட்டரின் மீசை துடித்தது. ''என் பெயர் மிஷ்கா புளூகோவ். நெவ்ஸ்கி குதிரைப்படைப் பிரிவில் ஆறாவது கம்பெனியைச் சேர்ந்த சிப்பாய். 1699-ல் ஆறு அடி ஏழு அங்குலம் உயரம்'' என்று அந்த சோல்ஜர் கூறினான்.

''1699-லிருந்து சேனையில் இருந்தும் சிப்பாயாகவே இருக்கிறாயா. நீ சோம்பேறியா? அல்லது மூடனா?''

''ஆம். பீரங்கிப்படை அதிகாரியே, நான் சோம்பேறி, மூடன் இரண்டும்தான்'' என்று அவன் மெல்லக் கூறினான்.

''முட்டாள்!'' என்றான் பீட்டர்.

பீட்டர் புகைக்குழாய் வாயிலிருந்த தணலை ஊதி எறிந்தான்; புகையிலையில் நன்றாய்த் தீப்பற்றிக்கொண்டுவிட்டது. அவன் மூடுபனியில் மறைந்த பிறகு, சோல்ஜர்கள் நகைப்பதற்கு அஞ்சினாலும் அர்த்தபுஷ்டியோட ஒருவரையொருவர் பார்த்துக்கொள்வர் என்பதை அவன் அறிந்திருந்தான். அவன் வாயில் பிடித்த புகைக்குழாயிலிருந்து தீப்பொறி பறக்க, முகத்தை நிமிர்த்திக் கொண்டும் கைகளை முதுகுக்குப் பின்னால் கோர்த்துக்கொண்டும் கிடங்குக் கணவாயிலிருந்து நடந்தான். கூடாரத்தை அடைந்தவுடன், மேஜையின் முன்னால் அமர்ந்தான். மெழுகுவத்தியை அப்பால் வைத்துவிட்டு, தொண்டை வறண்டிருந்ததால் கொஞ்சம் ஒயினைக் குடித்தான். புகைத்திரையில் முகத்தை மறைத்துக்கொண்டு அவன் பேசினான்:

''டானிலிச்,நெவ்ஸ்கிபடைப்பிரிவின் ஆறாவது கம்பெனியில், உயிர்க்காவலர் படைக்குத் தகுதியானவன் ஒருவன் இருக்கிறான். இது முறையில்லை.''

மென்ஷிகோவின் ஆழமான நீலக் கண்களில் வியப்போ குறும்போ தென்படவில்லை. உளப்பூர்வமாகப் புரிந்துகொண்டவன் மாதிரி அவன் பேசினான்:

''மிஷ்கா புளுதோவா? ஆம். எனக்கு அவனை நீண்டகாலமாகத் தெரியும். மரியன்பர்க்கைக் கைப்பற்றியபொழுது, அவனுக்கு ஒரு வெள்ளி ரூபிள் பரிசுகொடுக்கப்பட்டது. அவனது படைப்பகுதியின் தலைவன் அவனைவிட மறுக்கிறான். மிஷ்கா குதிரைகளை நேசிக்கிறான்; குதிரைகளுக்கும் அவனிடம் அன்பு. நமது சேனையிலேயே ஆறாவது கம்பெனிக் குதிரைகளை விடச் சிறந்த குதிரைகள் கிடையாது'' என்றான் மென்ஷிகோவ்.

''அவனைப் பிரியோபிராஷன்ஸ்கி படைப்பிரிவுக்கு மாற்று. முதலாவது கம்பெனியின் வலது விலாப்புறச் சிப்பாயாக நியமி'' என்றான் பீட்டர்.

4

மெலிந்த கீழ்க்கால்களை உடைய நெட்டையான தளபதிஹாரன் ஸ்தூபியிலிருந்து இறங்கிச் சந்தை வழியே சென்றான். எப்பொழுதும் போல், கடைகளுக்கு முன்னால் கூட்டம் இருந்தது. ஆனால் வாங்குவதற்கான உணவுப் பொருட்கள் தாம் நாள்தோறும் குறைந்துவந்தன. முள்ளங்கிக் கிழங்கு கிடைத்தது; குழிமுயலுக்குப் பதிலாகத் தோலுரித்த பூனை கிடைத்தது. குதிரை இறைச்சி கொஞ்சம் கிடைத்தது. ஆத்திரமடைந்தபெண்கள் முன்போல் அவனிடம் மரியாதை காட்டுவதில்லை. சிலர் அவனைக் கண்டதும் முகத்தைத் திருப்பிக்கொண்டனர். ''கிழப்பேயே, ருஷியரிடம் சரண் அடைந்து விடு. ஏன் ஜனங்களை வீணுக்குப் பட்டினி போடுகிறாய்?'' என்று ஜனங்கள் கிசுகிசுத்ததும் அவன் காதில் பன்முறை விழுந்தது. ஆனால் தளபதியின் அமைதியைக் குலைக்க எதனாலும் முடியவில்லை.

நகரத்தின் பெரிய கடிகாரம் ஒன்பது தடவைகள் மணி அடித்தபொழுது, அவன்தனது சுத்தமான சிறுவீட்டை அடைந்து, படியில் கிடந்த வாயிற்பாயில் பாதங்களைத் துடைத்துக் கொண்டான். ஒரு சுத்தமான பணிப்பெண் கதவைத் திறந்து வணங்கினாள். அவள் தொப்பியையும் பெல்ட்டிலிருந்து எடுத்துக்கொடுத்த பளுவான வாளையும் வாங்கிக்கொண்டாள். தளபதி கைகழுவிக் கொண்டு, போஜன அறைக்கு நிதானமாகவும் பெருமிதமாகவும் நடந்தான். அந்த அறையில ஒரு சுவரின் நீட்டுப்போக்கில் தாழ்வான ஜன்னல் இருந்தது. அதன் வட்டமான தடித்த அடைப்புகள் இலேசான ஒளியையே உள்ளே அனுமதித்தன. அந்த ஒளி மஞ்சளாகவும் பச்சையாகவும் இருந்தது.

மேஜைக்கருகே தளபதிக்காகக் காத்துக்கொண்டு நின்றாள் அவனது மனைவி. ஸ்பர்லிஸ் சீமாட்டியாகப் பிறந்த அவள் இலேசில் வழிக்குவராத மன நிலையை உடையவள். அவளுடன் மூன்று மகளிரும் ஒரு மகனும் இருந்தனர். வட்டமான தோளை உடைய அச்சிறுமிகள் தந்தையைப்போலவே நீளமான மூக்கும் கொஞ்சம் மயிரும் பெற்றிருந்தனர். சிடுமூஞ்சிச் சிறுவன் தாயாரின் செல்லப்பிள்ளை.

தளபதி அமர்ந்தான். மற்றவர்களும் உட்கார்ந்தனர். எல்லோரும் கரங்கூப்பி நன்றி தெரிவிப்புப் பாசுரத்தை மனதுக்குள் ஓதினர். கலப்பு ஈயப் பாத்திரத்தின் மூடியை எடுத்தபொழுது, நீராவி வந்தது. ஆனால் நீராவியைத் தவிர, சுவையுள்ளதாக அதில் ஒன்றுமில்லை. ஏனெனில், உப்போ பாலோ இல்லாத வழக்கமான ஓட்ஸ் கஞ்சிதான் அதிலிருந்தது. வருத்தம் மிகுந்த

சிறுமிகள் கஷ்டப்பட்டு அதை உள்ளே தள்ளினர். ஆனால் முகறையை இழுத்துக்கொண்டிருந்த சிறுவன்தான் தட்டை நகர்த்திவிட்டு ''நான் குடிக்கமாட்டேன்!'' என்று தாயிடம் குசுகுசுத்தான். இரண்டாவது வட்டிப்பில் நேற்றைய தினத்தின் இறைச்சி-எலும்புகளும் சில பட்டாணிகளுமே இருந்தன. அவர்கள் பீருக்குப் பதிலாக நீர் குடித்தார்கள். தளபதி தனது பெரிய மஞ்சள் படர்ந்த பற்களால் இறைச்சியை அமைதியாக மென்று தின்றான்.

சீமாட்டி, பொறுக்குத் தட்டிய ரொட்டித் துண்டைத் தட்டில் தூளாக்கிக்கொண்டே விரைவாகப் பேசினாள்:

''காரல்,உங்களை மணந்துகொண்டு பதினான்கு வருடமாகிறது. ஆனால் எவ்வளவுதான் முயன்றாலும் உங்களைப் புரிந்தகொள்ளமுடியவில்லை. உங்கள் உடம்பில்,ஒரு சொட்டு நல்ல ரத்தம் உள்ளதா? உங்களுக்குக் கணவனிடமும் தந்தையிடமும் இருக்கவேண்டிய ஈரம் இதயம் இருக்கிறதா? பன்றி இறைச்சி, சீனி, மீன் இன்னும் பலவகையான தின்பண்டங்கள் ஆகியவற்றை ரீவாலிலிருந்து கப்பல்களில் ஏற்றி அனுப்பினார் அரசர். நான்கு குழந்தைகளைப்பெற்ற தகப்பன், உங்கள் நிலையிலுள்ள ஒரு மனிதன் எப்படி நடந்துகொண்டிருக்கவேண்டும்? வாளேந்திப் போர் புரிந்து கப்பல்களை டவுனுக்குக்கொண்டு வந்திருக்கவேண்டாமா? ஆனால் ரஷியர்கள் ரீவால் இறைச்சியைத்தின்று கொழுப்பதை நீங்கள் அமைதியாகப் பார்த்துக் கொண்டிருந்தீர்கள். என் குழந்தைகளோ ஓட்ஸ்கஞ்சியைக் குடித்துத் திணறவேண்டியிருக்கிறது! நீங்கள் கல்நெஞ்சுக்காரர் என்பதை எப்பொழுதும் சொல்லிக் கொண்டேயிருப்பேன். நீங்கள் இயற்கைக்கு மாறான அசுரப் பிறவி. அந்தப் பரிகசிக்கத்தக்க போலிப் போராட்டம்? இனி நான் ஐரோப்பாவில் தலைகாட்ட முடியாது. 'முச்சந்தி மடையன் மாதிரி ருஷியரிகளிடம் ஏமாந்த தளபதி ஹாரனின் மனைவியா நீ?' என்ற அவர்கள் கேட்பார்கள். 'அந்தோ, அந்தோ! அது உண்மை' என்பேன் நான். நகரத்திலுள்ள ஒவ்வொரு அங்காடிக்காரியும் உங்களை ஸ்தூபியின் கிழநாரை என்று இகழ்வது கூட உங்களுக்குத் தெரியாது. இவை எல்லாவற்றுக்கும் மகுடம் வைத்தாற்போல், நமது ஒரே நம்பிக்கையாக விருந்த தளபதி ஷிலிப்பன்பாக்கும், நமக்கு உதவி செய்ய முனைந்து வென்டன் அருகே முறியடிக்கப்பட்டுவிட்டார். ஆனால் நீங்களோ இடித்த புளிமாதிரி சிறிதும் கலங்காதிருக்கிறீர்கள். வாழ்விலேயே தலையான இன்பத்தைக் கண்டவர்போல், கடிக்க முடியாத இறைச்சியை மென்றுகொண்டிருக்கிறீர்கள். முடியாது. என்னால் இனிப் பொறுக்க முடியாது! நான் குழந்தைகளுடன் ஸ்டாக்ஹோம் அரசவைக்குச் செல்கிறேன். அனுமதி கொடுங்கள்.''

''அதற்குக் காலம் கடந்துவிட்டது. பொறியில் சிக்கிய எலிமாதிரி நாம நார்வாவில் அடைபட்டிருக்கிறோம்'' என்றான் ஹாரன்.

சீமாட்டி இரண்டு கைகளாலும் சரிகைக் குல்லாயைப் பிடித்து அதை முகத்தில் இழுத்து விட்டுக்கொண்டாள்

''நீங்கள் என்ன செய்ய முயல்கிறீர்களென்பதை நான் அறிவேன். நானும் என் குழந்தைகளும் புல்லையும் எலிகளையும் திண்ண வேண்டுமென்பது உங்களது திட்டம்!''

முகறையை இழுத்துக் கொண்டிருந்த பையன் திடீரென்று சிரித்துவிட்டுத் தாயாரை நோக்கினான். சிறுமிகள் கண்ணீர் உகுத்துக் கொண்டே தட்டுமீது தலைகுனிந்தனர். ஹாரன் ஒரளவுக்குத் திகைப்படைந்தான். அது அநியாயமான குற்றச்சாட்டு. அவன் ஒன்றும் தன் குழந்தைகள் புல்லையும் எலியையும் தின்ன வேண்டுமென்று தவம்கிடக்கவில்லை. எனினும், முன்போலவே அமைதியோடு சிற்றுண்டியை முடித்துக் கொண்டான்.

கொஞ்ச நேரமாகவே, அவனது துணை அதிகாரி பிஸ்டிரமின் குதிமுட்கள் கதவுக்கு வெளியே கணகணத்துக் கொண்டிருந்தான். எதோ நிகழ்ந்திருப்பதை ஊகிக்க முடிந்தது. ஹாரன் குழாயை எடுத்துப் புகையிலையை அடைத்தான்; சக்கிமுக்கிக் கல்லைத் தேய்த்து, அதன் பொறியில் சக்கிமுக்கிப் பஞ்சைப் பற்றவைத்துக் குழாயைப் பற்றவைத்துக்கொண்டான். அதன் பிறகே அவன் அறையிலிருந்து வெளியேறினான்.

பிஸ்டிரம் தளபதியின் தொப்பியையும் வாளையும் வைத்திருந்தான். அவன் மூச்சுத் திணறிக் கொண்டே பேசினான்:

''மேன்மைக்குரியவரே, ருஷிய முகாமில் திடீரென்று சுறுசுறுப்பாகச் செயல்படுகின்றனர். இதன் காரணம் விளங்கவில்லை.''

தளபதி ஹாரன் மீண்டும் சந்தையைக் கடந்தான். பீதியடைந்த ஜனங்கள் அங்கு குவிந்திருந்தனர். அவன் தன்னைக் கிழநாரை என்று குறிப்பிடும் ஜனங்களைப் பார்க்க விரும்பா தவனாய், தலைநிமிருந்து நடந்து சென்றான். அவன் ஸ்தூபியின் தேய்ந்த படிகளில் ஏறினான். ருஷிய முகாமில் அசாதாரணமானதொன்று நிகழ்ந்து கொண்டிருந்தது என்பது உண்மைதான். நகரை முற்றுகையிட்ட அரைவட்ட வடிவான அரண்களின் ஓரத்தில் ருஷியர்கள் இரண்டு வரிசைகளில் அணிவகுத்தனர். கிழக்கேயிருந்து புழுதிப் படலம் பறந்துவந்தது. முதலில், சிறு குதிரைகள்மீது சில சிப்பாய்கள் வருவதையே காண முடிந்தது. அவர்களுக்குக் கொஞ்ச தூரத்தில் பீட்டரும் மென்ஷிகோவும் புரவிமீது வந்தனர். குதிரைகள் கிளப்பிய மஞ்சள் நிறப்புழுதி அடர்த்தியாகவிருந்ததால், ஹாரன் வேதனையோடு முகஞ் சுளித்தான். ஜாருக்கும் மென்ஷி கோவுக்கும் பின்னால், பதினெட்டு மஞ்சள் நிறமான ஸாட்டின் கொடிகளைத் தூக்கிக்கொண்டு சிப்பாய்கள் குதிரைமீது வந்தனர். அவற்றில் பதினெட்டு ராஜ சிம்மங்கள் நெளிந்தன; தமது பாதங்களை ஆத்திரத்துடன் நீட்டின.

குதிரைப்படையினரும் ஜாரும் மென்ஷிகோவும் ஸ்வீடிஷ் கொடிகளும்,முற்றுகையிட்ட சேனை முழுவதையும் கடந்தபொழுது, சேனை வீரர்கள் ''வாழ்க! வெற்றி'' என்று தமது காட்டுமிராண்டிக் குரலின் உச்சஸ்தாயியில் கத்தினார்கள்.

5

ருஷிய முகாமில் கொண்டாட்டமாயிருந்தது. ஜாரின் கூடாரத்தின் அருகே துப்பாக்கிகள் குண்டு போட்டு வாழ்த்துக் கூறுவதை கிளோரியா காவலரணிலிருந்து தெளிவாகப்பார்க்க முடிந்தது. குண்டு போட்டதை எண்ணுவதின் மூலம் எத்தனை தடவை வாழ்த்து உரைத்து மது பருகினார்களென்பதை அறியவும் முடிந்தது. ரஷியர்கள் தற்பெருமையடித்துக் கொள்வார்கள் என்பதை அறிந்த தளபதி ஹாரன், அவர்கள் துடுக்கான சேதியுடன் ஒரு தூதனை அனுப்புவார் களென்று எதிர்பார்த்தான். அவ்வாறே நிகழ்ந்தது. கிட்டத்தட்டநாற்பது பேர், ஜாரின் கூடாரத் திலிருந்து வெளியே வந்து கோப்பைகளையும் குடி கிண்ணங்களையும் ஆட்டினர். ஒருவன் குதிரைமீது தாவி ஏறி, கிளோரியா காவலரணை நோக்கி விரைந்தான். எக்காளம் ஊதுவோன் குதிரைமீது ஏறி அவனைப் பின் தொடர்ந்தான். துப்பாக்கிப் பிரயோகத்துக்கு இலக்காவதைத் தவிர்ப்பதற்காகக் குதிரையை இப்பக்கமும் அப்பக்கமும் திருப்பிய தூதன் ஒரு கைக்குட்டையை வாளின் நுனியில் குத்தி உயர்த்திக்கொண்டு ஸ்தூபியின் அடிவாரத்தில் குதிரையை நிறுத்தினான்! எக்காளம் ஊதுவோன் பின்னால் சாய்ந்துகொண்டு பலம் கொண்ட மட்டும் ஊதினான்; அவ்வழியே பறந்து சென்ற காகங்கள் பீதியடைந்தன.

''சத்தியம்! சத்தியம்!'' என்று தூதன் கத்தினான். ''நான் பிரியோபிராஷன்ஸ்கி பட்டாளத்தின் லெப்டினன்ட் கர்னல் கார்போவ்'' என்றான். அவன் மிகுதியாகக் குடித்திருந்தான். முகம் சிவந்திருந்தது; சுருள் மயிர் காற்றில் கலைந்திருந்தது. தளபதி ஹாரன் ஸ்தூபியிலிருந்து சாய்ந்து விடை கூறினான்:

''பேசு! நான் கேட்டுக்கொண்டிருக்கிறேன். உங்களைக் கொல்வதற்கு வேண்டிய அவகாசம் இருக்கிறது.''

லெப்டினன்ட் கர்னல் அண்ணாந்து பார்த்துக் கத்தினான்; ''ஆண்டவன் உதவியால், சென்ற வெள்ளிக்கிழமை, பீல்ட் மார்ஷல் ஷெரிமிடேவ் தாக்குதல் தொடுத்து யுரீவ் நகரைக் கைப்பற்றினார் என்பதை உங்களுக்குத் தெரிவிக்க நான் வந்திருக்கிறேன். அந்த நகரத்தின் சேனாதிபதி பணிவாக வேண்டிக் கொண்டதாலும், அவர்கள் தற்காப்பில் வீரம் காட்டியதாலும், அதிகாரிகளின் வாட்களைப் பறிக்காது விடுத்தோம்; சோல்ஜர்களின் மூன்றிலொரு பகுதியினர் கைத்துப்பாக்கியும் வெடி மருந்தும் வைத்துக் கொள்வதற்கு அனுமதிக்கப்பட்டனர். ஆனால் அவர்களது கொடிகள் பறிமுதலாயின. படைத்துறை இசையும் கூடாதென்று தடை விதிக்கப் பட்டது.''

பிஸ்டிரம் உரத்த குரலில் மொழிபெயர்த்தான். ஹாரனுக்குப் பின்னால் நின்ற அதிகாரிகள் ஒருவரையொருவர் ஆத்திரத்தோடு பார்த்துக் கொண்டார்கள். ''ரஷிய நாய்! பொய் சொல்கிறான்!'' என்று ஒருவன் உணர்ச்சி வசப்பட்டுக் கத்தினான். தொலைவிலுள்ள கூடாரத்தின் அருகே சிலர் குடி கிண்ணங்களுடன் நின்றதைச் சைகையால் காட்டிய கார்போவ் கூறினான்:

''கனவான்களே, இந்தச் சமாதானம், ஷுலஸ்ஸல்பர்க்கிலும் நீன்ஸ்சான்ஸிலும் யுரீவிலும் ஏற்பட்ட தோல்விகளைவிடச் சிறந்ததல்லவா? எனவே, நீங்கள் கௌரவமாகச் சரணடைந்து நார்வாவை ஒப்படைக்க வேண்டுமென்று சேனாதிபதியான பீல்டு மார்ஷல் ஓகிலிவி கோருகிறார். உங்களது தூதர்கள் உடனடியாகக் கூடாரத்துக் வரவேண்டும். குடி கிண்ணங்களில் மது ஊற்றித் துப்பாக்கிகளில் மரியாதை செய்வதற்கான மருந்தைக் கிட்டித்துத் தயாராக இருக்கின்றோம்.''

''முடியாது! நாங்கள் போராடுவோம்!'' என்று ஹாரன் கண்டிப்பான குரலில் கூறினான். குழி விழுந்த கனங்களையும் பெரிய மூக்கையும் உடைய அவனது முகம் வெளிறிப்போயிருந்தது. அவனது கரங்கள் நடுங்கின. ''போய்விடு! மூன்று நிமிட நேரத்தில், சுடுவதற்கு உத்திரவிடுவேன்'' என்றான்.

கார்போவ் அவனுக்கு வாளால் முகமன் கூறிவிட்டு, ''விரைந்து செல்!'' என்று எக்காளக் காரனிடம் கத்தினான். ஆனால் அவன் ஸ்தூபியின் எதிர்ப்பக்கத்தை நோக்கித் தன் துள்ளிக் குதித்த குதிரையைத் திருப்பினான். அதிகாரிகள் கைப்பிடிச் சுவர் ஓரமாக ஓடினர். அவன் அவர்களை நோக்கிப் பேசினான்:

''உங்களில் யார், ருஷிய அதிகாரியாகிய என்னைப் பொய்யன் என்று கூறினான். அந்த அநாகரிகப் போக்கிரி எங்கே. மொழிபெயர்ப்பாளரே, விரைவில் மொழி பெயர்த்துச் சொல்!''

''அந்தப் போக்கிரிக்குத் தைரியமிருந்தால் முன்வரட்டும். ஆளுக்கு ஆள் களத்தில் சந்திப்போம்!''

அதிகாரிகள் கூச்சலிட்டனர். ஒரு பருத்துத் துடித்த அதிகாரியின் முகம் கருஞ்சிவப்பாகியது. அவன் தன்னைப் பிடித்திழுக்க முயன்றவர்களிடமிருந்து திமிறிக் கொண்டபொழுது,

முஷ்டிகளை ஆட்டினான். துப்பாக்கியில் பொறி கக்கும் விசைகள்'கிளிக்' என்றன. கார்போவ் குதிரையின் மீது தலையைச் சாய்த்துக்கொண்டு விரைந்து சென்றான். குண்டுகள் அவனைப்பின் தொடர்ந்து பறந்து சீழ்க்கை அடித்தன. ஸ்தூபியிலிருந்து சுமார் ஐந்நூறு அடி சென்ற பின் அவன் தன் எதிரிக்காகக் காத்திருந்தான். குதிரையைத் தூண்டிவிட்டுக் கொண்டும் இழுத்துப்பிடித்துக் கொண்டும் சிறிது நேரம் இருந்தான். அதன்பின் நுழைகதவுகள் திறந்தன; இழுவைப் பாலம் அகழிமீது விழுந்தது. பருமனான அதிகாரி களத்தில் கார்போவை நோக்கிக் குதிரைமீது விரைந் தான். இருவரில் அவனே உயரமானவன்; அவனது குதிரையும் வலுவானதாயிருந்தது. அவனது வாள் ருஷியனது வாளைவிட நான்கு அங்குலம் நீளமாயிருந்தது. இந்தச் சண்டைக்காக அவன் இரும்புக் கவசம் அணிந்து வந்தான்; கார்போவின் பித்தானிடாத கோட்டின் அடியிலிருந்து சரிகை காற்றில் பறந்தது.

வழக்கப்படி, சண்டை தொடங்குவதற்கு முன் சொற்போர் நிகழ்ந்தது. ஸ்வீடிஷ்காரன் கடுமையான சொற்களால் அவமதித்தான்; ருஷியன் மாஸ்கோ வசவுகளை ஆற்றொழுக்காகப் பேசினான். அதன்பின் அவர்கள் தத்தம் இருக்கையிலிருந்த தோல்பையிலிருந்து பிஸ்டலை எடுத்தனர். குதிமுட்களால் குதிரையைக் குத்தி ஒருவரையொருவர் வேகமாக நெருங்கினர். இருவரும் ஏககாலத்தில் சுட்டனர். ஸ்வீடிஷ்காரன் தன் வாளை நீட்டினான். கார்போவ் வேறு திசையில் திரும்பினான். ஸ்விடிஷ் குதிரையின் வாய் முன்னாலேயே, தார்த்தாரிய முறையில் தன் குதிரையில வட்டமிட்டு இரண்டாவது பிஸ்டலால் சுட்டான். ஸ்வீடிஷ்காரன் பற்களைக் கடித்துக் கொண்டு உறுமினான். மீண்டும் கொடுமையாகத் தாக்க முற்பட்டான். கார்போவ் குதிரையின் முன்னங்கால்களைத் தூக்கச் செய்து தற்காத்துக் கொண்டான். ஸ்வீடிஷ்காரனது வாள் குதிரையின் கழுத்தில் ஆழப் பதிந்தது. ''ஓ, என் குதிரை கொல்லப்பட்டுவிட்டது. பூமியில் நின்று அவனைச் சமாளிக்க முடியாது'' என்று கார்போவ் எண்ணினான். ஆனால் ஸ்வீடிஷ்காரன் தூக்கக் கலக்க மடைந்தவன் போல், வாளின் கைப்பிடியை நெகிழவிட்டுத் தள்ளாடினான். இடது கையால் தோல் பையிலுள்ள பிஸ்டலை எடுக்க முயன்றான். விழுந்த குதிரைமீதிருந்து குதித்த கார்போவ் தன் வாளால் ஸ்விடிஷ்காரனது விலாப்புறத்தில் கவசத்தினடியில் பன்முறை குத்தினான். அவன் குதிரைமீது ஆடுவதைக் கவனித்தான். ''பிசாசு,பலசாலி, இறக்க விரும்பவில்லை!'' என்று எண்ணியவனாக ருஷிய முகாமை நோக்கி நொண்டி நொண்டி நடந்தான்.

இரவில் களத்தை இருள் சூழ்ந்தது. பனி பெய்தது. துப்பாக்கிப் பிரயோகம் நின்று ரொம்ப நேரமாகிவிட்டது. சமையலடுப்புகள் புகைந்தன. எல்லோரும் ஓய்வு எடுக்கும் நேரம் ஆனால் ருஷிய முகாம் மட்டும் உறக்கம் கொள்ளவில்லை. பாலம் கட்டப்பட்டிருந்த மேலைய விளிம்பில் மேன்மேலும் அதிகமான விளக்குகள் நகர்ந்தன. உத்திரவுகளை உரக்க உரைத்த கூச்சலும் வண்டிகளை இழுத்தவரின் ''ஊ-ஊ-ஊ-ம்'' என்ற முழக்கமும் கேட்டன. முகாம் அடுப்புகளின் வெளிச்சமும் தீப்பந்தச் சுவாலைகளும் விளக்குகளின் ஒளியும் நாரோவாவின் வலதுகரை யெல்லாம், ஐவான் கிராடின் மதில்கள் வரையில் பரவிவிட்டன. விரைவில், இந்த அசையா ஒளிகளும் அசையும் ஒளிகளும், ஆகஸ்ட் மாத வானத்தின் மகோன்னதமான விண்மீன்களைவிட அதிகமாயின.

காலையில், நார்வா 'ஸ்தூபிகளில் இருந்தவர்கள், யாம்கரோட் சாலையில் பெருந் துப்பாக்கி களும் சட்டிப் பீரங்கிகளும் எருதுகளால் இழுக்கப்படுவதைக் கண்டனர். சில பாலத்தைத் தாண்டின. பெரும்பாலானவை வலதுகரையிலேயே, குவிந்திருந்த துருப்புகளுக்கு முன்னால் நின்றன.

அன்று காலை, ஆற்றோரத்திலிருந்த 'ஹானர்' என்ற காவலரணுக்குத் தளபதி ஹாரன் பழைய நகரம் வழியாகச் சென்றான். அங்கே செங்கல்லால் கட்டப்பட்டதும் அழிக்க

முடியாததாகக் கருதப்பட்டதுமான ஓர் அரண்மீது ஏறி நின்று பார்த்தான். தொலைநோக்கியின் உதவியில்லாமலேயே அவனால் பித்தளை அசுரக் கருவிகளை எண்ண முடிந்தது. பீட்டரின் திட்டத்தையும் தன் தவறையும் அவன் எளிதில் உணர்ந்தான். அவன் விவேகம் நிறைந்த கிழவனா யிருந்த போதிலும், ருஷியர்கள் அவனை மீண்டும் ஏமாற்றிவிட்டர்கள். அவர்கள் தனது தற்காப்பு ஏற்பாட்டில் இருந்த இரண்டு பலவீனமான அம்சங்களைக் கவனிக்காதிருந்து விட்டான்; அழிக்க முடியாததாகக் கருதப்பட்ட ஹானர் என்ற காவலரணை ருஷியர்களது புதிய பெருந் துப்பாக்கிகள் சில நாட்களில் அழித்துவிடுமென்பது ஒன்று. ஆற்றுப் பக்கத்தில் நகருக்குப் பாதுகாப்பா யிருந்தும், செங்கற்களால் கட்டப்பட்டதும் பயங்கர ஐவான் காலத்ததுமான பழைய விக்டோரியா காவலரணையும் அவன் கணக்கிலெடுக்கவில்லை என்பது இன்னொன்று. இரண்டு மாதங்களாக, ருஷியர்கள் புதிய நகரின் வலுவான அரண்களைத் தாக்குவதற்குத் தயாராவதாக நடித்துக் கொண்டிருந்தனர். உண்மையில் அவர்கள் இந்தப் பக்கத்திலிருந்து தாக்குவதற்கே அப்பொழு திருந்து தயாரிப்புகளைச் செய்துவந்துள்ளனர்.ஆயிரக்கணக்கான ருஷிய சோல்ஜர்கள் விரைவாக மண்வெட்டுவதை தளபதி ஹாரன் கவனித்தான். அவர்கள் ஹானர், விக்டோரியா, ஆகிய காவலரண்களுக்கு எதிராகவும் அவற்றைக் கடப்பதற்குத் தடை செய்யக்கூடிய ஐவான் கிராடுக்கு முன்னாலும் பதுங்கு குழிகளை வெட்டிக் கொண்டும் பீரங்கி அடுக்குகளை அமைத்துக் கொண்டும் இருந்தார்கள். படகுப் பாலங்கள் வழியாக ஆற்றைக் கடந்து தாக்க அவர்கள் தயாராகிக் கொண்டிரந்தனர்.

''நன்று, அனைத்தும் தெளிவாகிவிட்டன; முட்டாள்தனமான வேடிக்கைகளுக்கு இனி இடமில்லை; நாம் போராடுவோம்! அவர்களை எதிர்ப்பதற்கு நம்மிடம் ஸ்வீடிஷ் வீரம் உள்ளது. அது சாமானியமானதல்ல'' என்று கிசுகிசுத்தவாறே மேலும் கீழும் நடந்தான்.

அதிகாரிகளே நோக்கித் திரும்பிய அவன், பூட்ஸ்காலால் பூமியை அறைந்துவிட்டுக் கூறினான்:

''இங்குதான் ரகளை நடக்கப்போகிறது. இங்கேதான் நாம் ருஷிய குண்டுகளைச் சமாளிக்க வேண்டும். ருஷியர்கள் அவசரப்படுகிறார்கள். நாமும் அவசரப்படவேண்டும். நகரில், மண்வெட்டியை உபயோகிக்கக் கூடியவர்களாக உள்ளவர் அனைவரையும் திரட்டும்படி நான் உங்களுக்கு உத்திரவிடுகிறேன். மதில்கள் விழுமானால், மதில்களுக்கு வெளியே எதிரியைத் தடுப்பதற்கு அரண் எழுப்புவோம். வீதிகளில் போராடுவோம். நான் நார்வாவை ருஷியரிடம் ஒப்படைக்க மாட்டேன்!''

அன்று அந்தி வேளையில், ஹாரன் வீட்டுக்குத் திரும்பி மேஜை முன் அமர்ந்தான்; தனது பெரிய மஞ்சள் நிறப்பற்களால், கல்லாகியிருந்த இறைச்சியைக் கடித்து மென்றான். சந்தையில் ஜனங்கள் பேசுவதைக் கேட்டுப் பீதியடைந்த சீமாட்டி, ஆத்திரமிகுதியால் வாயடைத்துப் போனாள். தட்டின் ஓரத்தில் ஈரவிரலால்கோடு கிழித்த சிடுமூஞ்சிச் சிறுவன் சொன்னான்:

''ருஷியர்கள் நம்மனைவரையும் கொன்றுவிடுவார்களென்று பையன்கள் கூறுகிறார்கள்'' தளபதி ஹாரன் தண்ணீரைக் குடித்தான்; மெழுகுவத்திச் சுவாலையில் புகைக்குழாயைப் பற்றவைத்துக் கொண்டான்.

''மகனே, எப்படியானால் என்ன? ஒருவன் தன் கடமையைச் செய்வதுதான் முக்கியமான விஷயம். மற்றபடி, ஆண்டவன் அருளில் நம்பிக்கை கொள்ளவேண்டும்.''

6

வேறு ஒரு தஸ்தவேஜி இவ்வளவு நீளமாகவும் மந்தமாகவும் இருந்தால், அதை மாகரோவிடம் எறிந்து, ''இதைப் படித்துவிட்டுப் புரியக்கூடிய முறையில் சுருக்கமாக எழுது'' என்று பீட்டர் சொல்லியிருப்பான். ஆனால் இது பீல்டு மார்ஷல் ஓகிலிவி வரைந்துள்ள போர்த்திட்டம். அவன் மேமாத முதல் தேதிலிருந்து இந்த வேலையொன்றிலேயே ஈடுபட்டு இதற்காகச் சம்பளம் வாங்கியிருக்கிறான் என்பதை வைத்துக் கணக்கிட்டுப் பார்த்தால், அவனது உணவு வகையாறாச் செலவுகளை நீக்கிவிட்டுக் கணித்தாலும், இந்தத் திட்டத்துக்காக கஜானா எழுநூறு தங்கத்தாலர்களைச் செலவிட்டிருக்கிறது. புகை பிடித்துக்கொண்டும் கனைத்துக் கொண்டும், பீட்டர் பீல்டு மார்ஷலது உழைப்பில் கிடைத்த பயனை-ஜெர்மானிய மொழியில் எழுதப்பட்ட தஸ்தவேஜியைப் படித்தான்.

பச்சை நிறப் பூச்சிகள் மெழுகுவத்திகளைச் சுற்றி வட்டமிட்டன. அவற்றின் பயங்கரமான கால்கள் வாலையில் பொசுங்கின. அந்தப் பூச்சிகள் தரையில் சிதறிக்கிடந்த காகிதங்கள் மேல் விழுந்தன. குருவியின் அளவில் பாதிளவு இருந்த ஒரு பூச்சி உள்ளே சுழன்றுவந்து மெழுகு வத்திகளை அணைத்தது. பீட்டருக்கு இந்தப் பயனில்லாத வினோதப் பூச்சிளைக் கண்டால் பிடிப்பதில்லை. கரப்பான் பூச்சிகளை அவன் அதிகமாக வெறுத்தான். மாகரோவ் தன் பொய் மயிரை எடுத்துக் கொண்டு அதனால் கூடாரத்திலிருந்த பெரிய பூச்சியை விரட்ட முற்பட்டான்.

தொடைகளை விரித்து அமர்ந்திருந்த பீட்டருக்குப் பக்கத்தில் பீட்டர் ஷாப்ரோவ் இருந்தான். அவன் பீல்டு மார்ஷல் ஓகிலிவியுடன் மாஸ்கோவிலிருந்து வந்திருந்தான். அவன் வடிவில் சிறியவன். பனித்த கண்களில் மலர்ச்சியிருந்தது. விஷயங்களை உடனுக்குடன் புரிந்துகொள்ளும் ஆற்றல் அவனுக்கு இருப்பதை அந்தக் கண்கள் புலப்படுத்தின. பீட்டர் அவன்மீது நெடுநாளாகக் கண் வைத்திருந்தான். அவன் விசுவாசமாயிருக்க வேண்டிய அளவுக்குப் புத்திசாலியா, அவனது அறிவுக் கூர்மை ஒரு துறைக்குரியதா அல்லது விரிந்த வீச்சுக்குரியதா, அவன் மிதமிஞ்சிய பேராசைக்காரனா என்றெல்லாம் பீட்டர் தனக்குள் கேட்டுகொண்டு முடிவுகாண முயன்று கொண்டிருந்தான். அன்னிய நாட்டு உறவுக் காரியாலத்தில் சாதாரண மொழி பெயர்ப்பாளனாக இருந்த ஷாப்ரோவ் சமீப காலத்தில் அங்கு பதவியொன்றுமில்லாவிட்டாலும் ஒரு முக்கியஸ்தனாகி விட்டான்.

''குழப்பம்தான் அதிகமாகிறது! சுற்றி வளைத்து நீட்டி முழக்குவதாயிருக்கிறது'' என்று பீட்டர் முகஞ்சுளித்துக் கூறினான். ஷாப்ரோவ், மோதிரங்கள் அணிந்த சிறுகரங்களை உயர்த்தினான்; துள்ளி எழுந்து சாய்ந்து அந்தக் காகிதத்திலிருந்த குழப்பமான பகுதியைத் துரிதமாகவும் பிழையில்லாமலும் மொழி பெயர்த்தான்.

''ஹா! அவ்வளவு தானா? ஏதோ பெரிய ஞானம் பொதிந்திருக்கிறதென்று எண்ணினேன்'' என்று கூறிய பீட்டர் மைக்கூட்டில் பேனாவைத் தோய்த்துக் கைப்பிரதியின் ஓரத்தில் சில சொற்களை ருஷிய மொழியில் எழுதினான். 'ருஷிய மொழியில், எளிதாயிருக்கிறது.

''ஷாப்ரோவ் நீ பீல்டுமார்ஷலுடன் அதிகமாகப் பழகியிருக்கிறாய். அவனுக்குப் போடும் தீனிக்குப் பயன் உண்டா?'' என்ற பீட்டர் வினவினான்.

க்ஷவரம் செய்து நீலமாயிருந்த ஷாப்ரோவின் முகம் மலர்ந்தது. தந்திரசாலியின் முகமாகத் தோன்றியது. அவன் பதிலுரைக்கவில்லை. அவனது மௌனத்துக் காரணம் முன்னெச்சரிக்கை யல்ல. தான் பேசாவிட்டாலும், பீட்டர் இமைக்காத கண்களால் தன் சிந்தனைகளை உணர்ந்து கொள்ள முடியுமென்பதை அவன் அறிந்திருந்தான்.

பீட்டர் பேசினான்: ''அவன் அளவுக்கு மீறி அகந்தை பிடித்தலைவதாக நம் ஆட்கள் சொல்கின்றனர். அவன் சிப்பாயை நெருங்க மாட்டேனென்கிறான். அதி நாஸுக்கான பேர்வழி தான்! ருஷிய சோல்ஜரிடம் அவன் வெறுப்படைவதற்கு என்ன இருக்கிதென்பதுதான் புரியவில்லை. எந்த ருஷிய சோல்ஜரை வேண்டுமானாலும் சட்டையைத் தூக்கிவிட்டுப்பார். அவனது உடம்பு வெண்மையாகவும் சுத்தமாகவும் இருக்கிறது. பேன்களா? தளவாட வண்டிக் காரர்களிடம் வேண்டுமானால் பேன்கள் இருக்கலாம். ஓ, இந்த ஆஸ்திரியர்கள் எப்படி பட்டவர்கள்! இன்று காலை நான் அவனது கூடாரத்துக்குச் சென்றேன். அவன் சிறிய குழிதட்டத்தில் இருந்த தண்ணீரில் கைகழுவினான்; அதிலேயே முகம் கழுவினான், வாயைக் கொப்புளித்தான். இப்படிச் செய்த போதிலும், நம்மைக் கண்டால் அருவருப்பாயிருக்கிறதாம்! அவன் வீயன்னாவிலிருந்து வந்ததிலிருந்து குளிக்கவேயில்லை.''

வாயை விரல்நுனியால் மூடிக்கொண்டு உடல் குலுங்கிச் சிரித்த ஷாப்ரோவ், ''அவன் குளிக்கவேயில்லை. ஆம், குளிக்கவேயில்லை!'' என்று ஆமோதித்தான். மேலும் அவன் கூறினான் ''ஜெர்மனியில் யாராவது கழுவ விரும்பினால், ஒரு குழிதட்டத்தில் தண்ணீர் கொண்டுவரச்சொல்லி, அதில் உடலின் எப்பகுதியைக் கழுவவேண்டுமோ அப்பகுதியைக் கழுவுவான் என்று அவர் சொல்கிறார். ஸ்நானம் செய்வது காட்டுமிராண்டிகளின் பழக்கம் என்பது அவருடைய கருத்து. நாம் உள்ளிப்பூண்டை நசுக்கியும் வெட்டியும் முழுசாகவும் நிறைத்தின்னும் பழக்கத்தைத்தான் பீல்டு மார்ஷல் அதிகமாக வெறுக்கிறார். ஆரம்பத்தில் அவர் மூக்கைக் கைக்குட்டைகளால் மூடிக்கொண்டேயிருந்தார்.''

''அப்படியா!'' என்று பீட்டர் வியந்தான். ''இதை நீ ஏன் முன்பே சொல்லவில்லை? நாம் உள்ளிப்பூண்டு அதிகமாகத் தின்பது மெய். ஆனால் அது உடம்புக்கு நல்லது. அவனும் அதைப் பழக்கப்படுத்திக் கொள்ளட்டும்''என்றான்.

அவன் அந்தத் திட்டத்தை கீழே எறிந்துவிட்டுச் சோம்பல் முறித்தான். அதன்பின் அவன் திடீரென்று மாகரோவை நோக்கினான்:

''காட்டு மிராண்டி, மேஜைமீது விழுந்து கிடக்கும் பூச்சிகளைத் துடைத்தெடு! பீல்டு-மார்ஷலுக்கு ஒயினும் நாற்காலியும் கொண்டு வரச்சொல். இன்னொரு விஷயம்: நீ பேச்சைக் கேட்கும்பொழுது உள்ளிப்பூண்டு நாற்றத்தைப் பரப்புவாய். முகத்தை வேறுபக்கம் திருப்பி மூச்சுவிடு.''

பீல்டுமார்ஷல் ஓகிலிவி கூடாரத்துக்கு வந்தான். அவன் மஞ்சள் நிறப் பொய்மயிரும் தங்கப்பின்னல் அருகிட்ட வெண்மையான ராணுவக் கோட்டும், முழங்கால் மூட்டுவரை நீண்டிருந்த மிருதுவான பூட்ஸும் அணிந்திருந்தான். அந்தப் பூட்ஸில் முழங்கால் மூட்டு அருகே மடிப்புத் தென்பட்டது. அவன் ஒரு கையில் தொப்பியையும் இன்னொரு கையில் பிரம்பையும் உயர்த்தித் தலை வணங்கி நிமிர்ந்தான். அவள் உயரமாயிருந்தான். பீட்டர் அலெக்ஸிவிச் எழுந்திருக்காமல், பரப்பிய விரல்களால் நாற்காலியைக் காட்டி, ''உட்காருங்கள், எப்படி இருக்கிறீர்கள்?'' என்று வினவினான். ஷாப்ரோவ் ஓசைசெய்யாது நெருங்கி வந்து உணர்ச்சியற்ற புன்னகையோடு மொழி பெயர்த்தான். பீல்டு மார்ஷல் பெருமிதம் விளங்கி, சிறிது கால்களை

விரித்துக்கொண்டு அமர்ந்தான். வயிறு முன்னுக்குத் தள்ளியிருந்தது. தூரத்தில் பிரம்பை பிடித்துக்கொண்டிருந்தான். அவனது வெளிறிய முகம் கொழுமழுப்பாகவிருந்தது; ஆனாலும் மெலிந்த உதடுகளுடன் சிடுசிடு வென்றிருந்தான். அவனது பார்வையில் கம்பீரம் இருந்த தென்பதில் ஐயமில்லை.

''நான் உங்கள் திட்டத்தைப் படித்தேன், அது நன்றாக இருக்கிறது. புத்திசாலித்தமான திட்டம், புத்திசாலித்தனமான திட்டம்'' என்று கூறிய பீட்டர் மேஜையின் அடியிலிருந்து நகரத்தின் உருவரைப் படத்தை எடுத்தான். அவன் அதை விரித்தவுடன் பூச்சிகள் அதன்மேல் விழுந்தன. ''ஒரே ஒரு விஷயத்தில்தான் எனக்குக் கருத்து வேற்றுமை. நார்வாவைப் பிடிக்க வேண்டும். மூன்று மாதத்தில் அல்ல. மூன்று நாட்களில்'' என்றான் பீட்டர்.

யாரோ நீட்டிவிட்டது மாதிரி பீல்டுமார்ஷலின்முகம் நீண்டது. அவனது சிவந்த புருவங்கள் உயர்ந்தன. அவனது வாயின் ஓரங்கள் தாழ்ந்தன. கண்கள் கோபத்தை வெளியிட்டன.

''நன்று, நன்று!மூன்று நாட்கள் என்று சொன்னபொழுது நான் அவசரப்பட்டுவிட்டேன். நாம் பேரம் பேசினால், ஒருவாரம் என்பதில் உடன்பாடு காணலாம்.'' படத்தின்மீது விழுந்த பூச்சிகளை வெடுவெடுப்போடு விரலால் தள்ளிய பீட்டர் மேலும் பேசினான்: பீரங்கி மேடைகளுக்கான இடங்களைச் சாதுரியமாகப் பொறுக்கியிருக்கிறீர்கள். ஆனால், நீங்கள் என்னை மன்னிக்க வேண்டும். சிறிது நேரத்துக்கு முன்னால், நான் ஓர் உத்திரவை நேரடியாகப் பிறப்பித்தேன். ஆற்றுக்கு அக்கரையிலுள்ள பீரங்கி அடுக்குகளை, விக்டோரியா, ஹானர் ஆகிய காவலரண் களுக்கு எதிராத திருப்பிவிடச் சொல்லியிருக்கிறேன். தளபதி ஹாரன்★ 'அக்கிலிஸ்பாதம்' அதுதான்.''

''மாட்சிமைக்குரியவரே, திட்டப்படி நாம் முதலில் ஐவான் கிராடுமீது குண்டுகளை வீசி அதைத் தாக்கவேண்டும்.'' என்று ஓகிலிவி கட்டுக்கடங்காத உணர்ச்சியோடு கத்தினான்.

''அது அவசியமில்லை. தளபதி ஹாரன் அதைத்தான் எதிர்பார்க்கிறான். இலையுதிர்காலம் வரை, நாம் ஐவான் கிராடு தாக்குதலில் ஈடுபட்டிருப்போமென்றுதான் அவன் நம்புகிறான். ஆனால் ஐவான் கிராடால் நமக்கு இடர்ப்பாடு விளைவிக்க முடியாது. அதிகப் பட்சமாகப் போனால், நமது படகுப் பாலங்களைக் கொஞ்சம் துப்பாக்கிப் பிரயோகம் செய்யலாம். பிற்பகுதியில், சார்லஸ் மன்னன் நகரைக் காப்பாற்றுவதற்காக வரக்கூடிய அபாயமிருப்பதாகச் சொல்கிறீர்கள். அது முன்யோசனையுடன் கூடிய கருத்து, ஆம் முன் யோசனையுடன் கூடிய கருத்து. 1700-ல் அவன் துணைப்படையுடன் வந்ததால், இதே நிலையில் என்சேனையைப் பறி கொடுத்தேன். நீங்கள் நம் கட்சியிலும் துணைப்படை தயாரிக்கத் திட்டமிட்டிருக்கிறீர்கள். ஆனால் அது சிக்கலான விஷயம், செலவும் அதிகமாகும்; அவகாசமும் அதிகம் தேவைப்படும். நான் திட்டமிடும், துணைப்பலம் என்னவென்றால், நார்வாவை விரைவில் கைப்பற்றுவதே. முன்னெச்சரிக்கை மூலம் அல்ல, வேகத்தினால் வெற்றி கிட்டவேண்டும். உங்களது திட்டம் ராணுவ விஞ்ஞானமும் அரிஸ்டாட்டிலின் தர்க்க சாத்திரமும் பெற்றெடுத்த தவப்பயனாகும். ஆனால் எனக்கு நார்வா உடனடியாகத் தேவை. பட்டினி கிடப்பவனுக்கு ரொட்டித்துண்டு எவ்வளவு அவசரத் தேவையோ, அதுமாதிரி, பட்டினி கிடப்பவன் காத்திருக்கமுடியாது.''

ஓகிலிவி முகத்தை ஸில்க் கைக் குட்டையால் துடைத்துக்கொண்டான். இந்தக் காட்டு மிராண்டி வாலிபனின் வாதத்தைப் புரிந்துகொள்வது அவனுக்குக் கஷ்டமாயிருந்தது. ஆனால்

★ அக்கிலிஸ்பாதம்: பலவீனமான இடம். அக்கிலிஸ் பண்டைய கிரேக்க வீரன். அவனது தாயார் அவனது பாதத்தைப் பிடித்துக்கொண்டு 'ஸ்டிக்ஸ்' என்ற நரக லோகநதியில் முழுக்காட்டினாள். எனவே அவன் சத்துருவாக விளங்கிய பொழுதிலும், ஸ்டிக்ஸ் நீரில் படாத பாதம் மட்டும் அழியாத்தன்மை பெறவில்லை. பாரிஸ் என்ற திரோஜன் இளவரசனது கணைபாதத்தில் பாய்ந்தபொழுது, அக்கிலிஸ் கொல்லப்பட்டான்.

வாதம் செய்யாமல் இணக்கம் தெரிவிப்பது அவனது மதிப்புக்குப் பங்கம் தேடுவதாகும். அவனது கைக்குட்டை வேர்வையால் நனைந்தது.

அவன் கம்பளத்தின்மீதிருந்த தன் தொப்பியில் கைக்குட்டையை எறிந்து விட்டுப் பேசினான்: ''மாட்சிமை பொருந்தியவரே, பதினோரு கோட்டைகளையும் டவுன்களையும் வெற்றி கரமாகக் கைப்பற்றுதில் எனக்கு நற்பேறு துணைபுரிந்திருக்கிறது. நாமுர் தாக்கப்பட்ட பொழுது, மார்ஷல் டீவாபான் என்னைத் தழுவிக்கொண்டு அவரது சிறந்த சீடன் நானே என்று கூறினார். அங்கே போர்க்களத்திலே, படுகாய மடைந்தவர்கள் முனங்கிக்கொண்டிருந்த இடத்தில் அவர் எனக்கு ஒரு பொடி டப்பி கொடுத்தார். இந்தத் திட்டத்தை வகுக்கும்பொழுது, நான் என் ராணுவ அனுபவத்தில் எதையும் புறக்கணிக்காமல், அனைத்தையும் சீர்தூக்கிக் கணித்தேன். மிகுந்த தன்னடக்கத்துடன், ஆனால் திட்டமான உறுதியுடன் நான் கூறுகிறேன். இந்தத் திட்டத்திலிருந்து நூலிழை வழுவினாலும் ஆபத்தான விளைவுகள் ஏற்படும். ஆம், அரசர் பெருமானே, ருஷிய சோல்ஜர் இன்னமும் சோல்ஜராகவில்லை; கைத்துப்பாக்கி ஏந்திய விவசாயியாகவே இருக் கிறான் என்பதால்தான் முற்றுகைக்கு அதிக நாட்கள் ஒதுக்கியிருக்கிறேன். ரஷிய சோல்ஜருக்கு ஒழுங்கையும் கட்டுப்பாட்டையும் பற்றி யாதும் தெரியவில்லை. சோல்ஜர் ஏனென்று கேட்காமல் கீழ்ப்படிய வேண்டும். ருஷியச் சிப்பாயை அம்மாதிரி கீழ்ப்படியச் செய்வதற்குள்அவனது முதுகில் பல கம்புகளை ஒடிக்கவேண்டும். அதன்பின் நான் தடியை ஆட்டியவுடன், அவன் குண்டுமாரிக்கு அஞ்சாது ஏணி எடுத்துச் சென்று சுவர் ஏறுவான் என்ற நம்பிக்கை எனக்கு உண்டு.''

பறவை மாதிரி கண்களை மூடிக்கொண்ட ஓகிலிவி தன் பேச்சைக்கேட்டு உவகை அடைந்தான். ஷாப்ரோவ், அவனது படாடோபமான சொற்றொடர்களை அறிவுக் கொத்த ருஷிய மொழியில் மொழி பெயர்த்தான். ஓகிலிவி பேச்சை முடித்தவுடன் பீட்டர் அலெக்ஸிவிச்சை நோக்கினான். திடீரென்று, அவசரமாகக் கால்களை நாற்காலியின் கீழ் ஒரு சேரக் குவித்தான்; பிரம்பைப் பிடித்த கரத்தைத் தாழ்த்தினான். பீட்டரின் முகம் பயங்கரமாயிருந்தது; அவனது கழுத்து ஒன்றுக்கு இரண்டாக நீண்டது; கண்கள் விரிந்தன. அவற்றிலிருந்து ஆண்டவன் தடுப்பாராக. பேய் பூதங்கள் பாயத்துடித்தன. அவன் கஷ்டப்பட்டுச் சுவாசித்தான். இறந்த பூச்சிகளிக்கிடையே கிடந்த அவனது பெரிய கரம் குருட்டாம் போக்கில் நகர்ந்தது. அது பேனாவைக்கண்டது. பேனாவை இரண்டாக ஒடித்தது.

''அப்படியா? அப்படியா. ருஷிய சோல்ஜர் கைத்துப்பாக்கி பிடித்த விவசாயியா?'' என்று அவன் அடைபட்ட தொண்டை வழியே பேசினான். ''அதில் ஒன்றும் குறை இல்லை. ருஷிய விவசாயி அறிவுள்ளவன். சாமர்த்தியசாலி, வீரன். அவன் கரத்தில் கைத்துப்பாக்கியும் இருந்துவிட்டால், எதிரி நடுநடுங்கவேண்டும். இதற்காக ஒருவனைக்கம்பால் அடிப்பதில்லை! அவனுக்குத் தெரியாவிட்டால், குற்றம் அவனுடையதல்ல; அதிகாரியுடையது.என் சோல்ஜரைக் கம்பால் அடிக்கவேண்டியிருந்தால், நான்தான் அடிப்பேன், நீங்களல்ல.''

தளபதி சேம்பர்ஸ், தளபதி ரிப்னின், அலெக்ஸாண்டர் மென்ஷிகோவ் ஆகியோர் கூடாரத்தினுள் பிரவேசித்தனர். மாகரோவ் ஒவ்வொருவனுக்கும் ஒரு கோப்பை ஒயின் கொடுத்தான். அவர்கள் கிடைத்த இடத்தில் அமர்ந்தனர். அதன்பின் பீட்டர், தன் குறிப்புகளோடு கூடிய பீல்டு மார்ஷலின் தஸ்தவேஜியை அடிக்கடி பார்த்துக்கொண்டும், மெழுகுவத்திகள் முன்நின்று பூச்சிகளை விரட்டியவாறு படத்தின் புள்ளிகளையும் கோடுகளையும் வரைந்து கொண்டும், ராணுவக் குழுவிடம் தன் திட்டத்தைப் படித்தான். சில மணி நேரத்தில், சகல படைகளும் பீரங்கிகளும் தளவாட வண்டிகளும் அந்தத் திட்டத்தின்படி இயங்கின.

7

தலைச்சூட்டு இல்லாத பெண்கள் தளபதி ஹாரனின் குதிரையை மறித்துக்கொண்டனர். அதன் கடிவாளத்தையும் படித்தட்டுகளையும் அவனது தோல் கோட்டின் தொங்கல்களையும் பிடித்துக் கொண்டனர். இளைத்து மெலிந்தும், எரிந்த வீடுகளின் புகையால் கறுத்தும் இருந்த அவர்கள், புத்தி கலங்கியவர்களைப்போல் வெறித்துப் பார்த்துக்கொண்டு, ''சரணடைந்து டவுனை ஒப்படை சரணடை!'' என்று கத்தினார்கள். அவனுக்குக் காவலாக வந்த குதிரை வீரர்களும் அம்மாதிரியே மறிக்கப்பட்டனர். அவர்களால் ஹாரனை நெருங்க முடியவில்லை. ரஷியப் பீரங்கிகளின் முழக்கம், நகரச் சதுக்கத்திலிருந்த வீடுகளைக் கிடுகிடுக்கச் செய்தது. அந்தச் சதுக்கத்தில் தீய்ந்த உத்திரங்களும் உடைந்த ஓடுகளும் நிறையக் கிடந்தன. பீரங்கிக் குண்டுவீச்சுத் தொடங்கி இது ஏழாவது நாள். தாக்குதலின் பயங்கரத்துக்கும் படையெடுப் பாளரின் கொடுமைக்கும் நகரை உட்படுத்தாதீர்களென்ற பீல்டுமார்ஷல் ஓகிலிவி முதல்நாள்தான் யோசனை அனுப்பினான்; அந்த வினயமான மிதமான யோசனையையும் ஹாரன் நிராகரித்து விட்டான். அந்தக் கடிதத்தைக் கசக்கித் தூதன் முகத்தில் எறிந்துவிட்டான். இந்த சேதி நகரெங்கும் பரவிவிட்டது.

வீறிட்டலறிய பெண்களைப் பயத்தாலும் பசியாலும் கோணிய அவர்களது முகங்களைத் தளபதி ஹாரன் மங்கிய கண்களால் பார்த்தான். இதுதான் போரின் நிஜ சொரூபம் என்று எண்ணினான். அவன் உறையிலிருந்து வாளை எடுத்து அதனால் அவர்களை அடித்துக்கொண்டே குதிரையை விரட்டினான். ''எங்களைக் கொன்றுவிடு! கொன்றுவிடு! மிதித்துச் சாகடித்துவிடு!'' என்று அவர்கள் கத்தினார்கள். அவர்கள் அவனைக் கீழே இழுக்க முயன்றனர். அவன் ஆடினான். திடீரென்று ஓர் இடி முழக்கம் கேட்டது. அவனது இரும்பு இதயமும் சுருங்கியது. பழைய நகரத்தின் ஓடு வேய்ந்த கூரைகளிலிருந்து கறுப்பாகவும் மஞ்சளாகவும் புகையும் சுவாலைகளும் பெருவடிவில் எழுந்தன; வெடிமருந்துக் கிடங்குகள் வெடித்துவிட்டன. பழைய நகர மண்டபத்தின் உயர்ந்த ஸ்தூபி தள்ளாடியது. வெறிபிடித்த குரல்கள் வீறிட்டலறின. ஜனங்கள் சந்துகளில் நுழைந்தனர். சதுக்கம் காலியாயிற்று. வாளைக் குறுக்கே பிடித்துக்கொண்டு ஹாரன் 'ஹானர்' காவலரணை நோக்கி நான்குகால் பாய்ச்சலில் குதிரையை விரட்டினான். ஆற்றின் அக்கரையிலிருந்து செங்குத்தான வளைவுகளில் வந்த குண்டுகள் வீட்டுக் கூரைகள்மீது உஸ்ஸென்ற ஒலியுடன் விழுந்தன. சந்திலும் விழுந்து வெடித்தன. தளபதி தனது மிரண்ட குதிரையின் இரத்தமயமான விலாப்புறங்களில் பெரிய குதி முட்களால் குத்திக்கொண்டே யிருந்தான்.

ஹானர் காவலரண் புகையிலும் புழுதியிலும் மறைந்திருந்தது. செங்கற் தொகுதிகளையும், கவிழ்ந்த துப்பாக்கிகளையும், மேல் நோக்கிய தரைக் கால்களையும் ருஷியர் சுட்ட இடத்துக்கு நேராக ஏற்பட்டிருந்த பெரிய உடைப்பையும் தளபதியால் பார்க்க முடிந்தது. சுவர்கள் அடியோடு இடிந்து விழுந்திருந்தன. முகத்தில் காயம்பட்டு உடம்பெல்லாம் புழுதியாகியிருந்த படைப் பிரிவின் தலைவன் தளபதியிடம் வந்தான். ''எதிரியை உள்ளே விடக்கூடாது என்பது என் உத்திரவு'' என்றான் ஹாரன். டைப்பிரிவின் தலைவன் கடிந்து நோக்கினானா, ஏளனமாகப் பார்த்தானா என்பதை ஊகிக்க முடியவில்லை. தளபதி திரும்பினான்; குறுகிய சந்துகள் வழியாக விக்டோரியா காவலரணுக்குக் குதிரையை விரட்டினான். எரிந்த குடிசைகளின் சுவாலைகளைக் கண்டு அவன் தோல் கோட்டின் முன்கைப் பகுதிகளால் தன் முகத்தைப் பன்முறை மூடிக்கொள்ள

வேண்டியதாயிற்று. அவன் காவலரணை நெருங்கியபொழுது, குண்டுகள் ஊளையிட்டுப் பறந்த வந்ததைக் கேட்க அவன் முடிந்தது. ருஷியர்களது குறிதவறவேயில்லை. காவலரணின் மதில்கள் இடிந்து விழுந்தன. தளபதி குதிரை மீதிருந்து இறங்கினான். அவனது குதிரையைப் பெற்றுக் கொண்ட சோல்ஜர், பிடிவாதமாகத் தளபதியின் பார்வையைத் தவிர்த்தான். ஹாரன் தன் தோலுறையின் முஷ்டியால் அவனது மோவாயில் குத்தினான். செங்கற்குவியல்கள் மீது ஏறி, இன்னமும் இடியாத மதிற் பகுதியை அடைந்தான். நேரடித் தாக்குதல் தொடங்கி விட்டதை அங்கிருந்து பார்த்தான்.

படகுப் பாலத்தில், குட்டைவடிவச் சிப்பாய்களைக் கடந்த மேன்ஷிகோவ் ஓடிக்கொண்டி ருந்தான். அவன் வாளைச் சுழற்றிக்கொண்டும் உரத்தகுரலில் ஊளையிட்டுக்கொண்டும் ஓடினான். சோல்ஜர்களும் உச்சஸ்தாயியில் ஊளையிட்டனர். ஐவான் கிராடின் உயர்ந்த மதில் களிலிருந்த அவர்களைக் குறிவைத்துப் பீரங்கிகள் முழங்கின. வெடிகுண்டுகள் தண்ணீரில் விழுந்தன; அல்லது காற்றைத் துளைத்துக்கொண்ட வந்த அவை தலைக்குமேல் சீழ்க்கை அடித்துச் சென்றன. இடது கரையை அடைந்த மென்ஷிகோவ், பாலத்திலிருந்து குதித்துத் திரும்பி, பூட்ஸ்காலால் ஓங்கி மிதித்தும் மேலாடையின் விளிம்பை ஆட்டியும், ''முன்னேறு, முன்னேறு!'' என்றான். முதுகில் மூட்டை இருந்ததால் கூனர்களைப்போல் தோன்றிய சிப்பாய்கள், தொய்ந்த பாலத்தின் வழியே ஓடி வந்தனர். ஆனால் அவர்கள் காலம் கடத்துவதாக மென்ஷிகோவுக்கு தோன்றியது. ''விரைந்து வாருங்கள்!'' என்று கத்திய அவன் குடிகாரனைப் போல் புதிதாகப் புனைந்த பல வசைகளையும் வீசினான்.

இங்கே, இடதுகரை குறுகலாக இருந்தது. ஒரு பக்கம் நதி; இன்னொரு பக்கம் விக்டோரியா காவலரணின் ஈர மதில், பாலத்தைக் கடந்த படைவீரர்கள் கூட்டமாகத் திரண்டு நெருக்கினார்கள். வேர்வை நாற்றம் வீசியது. மென்ஷிகோவ் முழங்கால் அளவுத் தண்ணீரில் இறங்கி விரைந்து படைவீரர்களுக்கு முன் சென்றான். ''முரசு கொட்டுவோரே, முன்னால் வாருங்கள்! கொடிகள் முன்னால் வரவேண்டும்!'' என்று கத்தினான். ஐவான் கிராடின் பெருந்துப்பாக்கிகள் இந்த அணியைக் குறிவைத்துச்சுட்டன. சில குண்டுகள் கரையோரமாக நதியில் வெடித்து சிப்பாய்கள் மீது தண்ணீரை வாரி அடித்தன. வேற சில குண்டுகள் சுவர்மீது மோதி வெடிதது்ச் சிதறிய சிம்புகளால், சிப்பாய்கள் பொசுங்கினார்கள். முன் வரிசையினர் தடுக்கி விழுந்து முன்னேறி உடைப்பின் குவியலில் உச்சிமீது ஏறிவிட்டனர். முரசுகள் கொட்டின. கூச்சல் அதிகமாயிற்று. உடைப்புக் குவியலின் உச்சிக்குப் பின்னால் ஒரு குரல் ஸ்விடிஷ் மொழியில் ஏதோ கத்தியது. ஒரு குண்டு வெடித்தது. சிப்பாய்கள் உடைப்புவழியே நகருக்குள் புகுந்துவிட்டனர்.

இரண்டாவது அணியுடன் தளபதி சேம்பர்ஸ் சென்றான். அவன் ஓர் உயரமான குதிரை மீது அமர்ந்திருந்தான் அது முரசொலிக் கொத்தவாறு தலையசைத்தது. அவன் செங்கற் பொடியால் தேய்த்துப் பளபளப்பாக்கப்பட்ட பித்தளைக் கவசத்தை -அது முக்கிய சந்தர்ப்பங்களிலேயே அவனால் அணியப்பட்டது - தரித்திருந்தான். வளைந்த மூக்கை உடைய அவனது குருதிச் சிவப்பான முகத்தைச் சிப்பாய்கள் தெளிவாகப் பார்க்க வேண்டுமென்பதற்காக, தொப்பியைக் கையில் வைத்திருந்தான். ''வீர ருஷியர்களே, முன்னேறுங்கள்! வீர ருஷியர்களே, முன்னேறுங்கள்!'' என்று கம்மியகுரலில் கூறிக்கொண்டேயிருந்தான்.

ஹானர் காவலரணை நோக்கிச் சென்ற அந்த அணியின் தலைமையில், பிரியோ பிரஷன்ஸ்கி படைவீரர்கள் சென்றனர். அவர்கள் அனைவரும் நெட்டையர்கள்; மீசை வைத்திருந்தனர்; நன்றாக உண்ட உடல் நலம் ஓம்பியவர்கள்; புருவம் வரை இழுத்துவிட்ட மும்முனைத் தொப்பி அணிந்தவர்கள்; கைத்துப்பாக்கிகளில் துப்பாக்கிச் சனியனைச் சித்தம் செய்திருந்தனர்; ஏனெனில்

சுடாமல் குத்தவேண்டுமென்பது உத்திரவு. லெப்டினன்ட் கர்னல் கார்போவ் தலைமை தாங்கினான். தன் ஆட்களும், படைக்குப் பின்னால் பதுங்கியிருந்த எதிரிகளும் தன்னையே நோக்குவதை அவன் அறிந்திருந்தான். அவன் நிமிர்ந்த நன்னடையோடும் நேர்கொண்ட பார்வையோடும் சென்றான். அவனுக்குப் பின்னால் நான்கு முரசறைவோர் உருக்கமான ஒலி எழுப்பினார். செங்கற் சுவரின் உடைப்பை அடைவதற்குச் சுமார் நூறு அடிதூரம் இருந்தது. கார்போவ் நடை வேகத்தை அதிகரிக்கவில்லை; ஆனால் அவனது தோள்கள் உயர்ந்தன. இதைக்கண்ட சிப்பாய்கள் நிலைகுலைந்து விரைந்தனர். பின்னணியிலிருந்தவர்களும் முன்னுக்கு வந்தனர். முரசுகள் ''ர்ர்ர்ர் ராடா, ர்ர்ர்ர் ராடா'' என்று கொட்டின. சுவரின் உடைப்பில் இரும்புத் தொப்பிகளும் துப்பாக்கி குழல்களும் தோன்றின. ''நிணங்களா, ஆயுதத்தைக் கீழே போடுங்கள்! சரண் அடையுங்கள்!'' என்று கார்போவ் கத்தினான். அவன் ஒருகையில் வாளையும் இன்னொரு கையில் பிஸ்டலையும் எடுத்துக் கொண்டு விரைந்து முன்னேறினான். ஒரு மின்னொளி வீசியது; ஒரு முழக்கம் கேட்டது; வெடி மருந்துப்புகை அவனது முகத்தைப் புடைத்தது ''நான் இன்னமும் உயிரோடிக்கிறேனா?'' என்று அவன் மகிழ்ச்சியோடு எண்ணினான். தோள்களை உயர்த்திய அந்த அச்சம் மறைந்தது. போர்புரிய வேண்டுமென்ற தாகம் அதிகரித்தது. ஆனால் சிப்பாய்கள் அவனை முந்திக்கொண்டு விட்டனர். யாரையாவது வாளால் குத்த எண்ணினான் கார்போவ். ஆனால் விவசாயியின் தோரணையில், கவட்டைக் கோலை ஆள்வதுமாதிரி துப்பாக்கிச் சனியனைப் பயன்படுத்திய பிராஷன்ஸ்கி சிப்பாய்களின் அகன்ற முதுகுகளையே அவன் காணமுடிந்தது.

ரிப்னினுடைய மூன்றாவது அணி, பாதி தகர்ந்திருந்த கிளோரியா காவலரணைத் தாக்குவதற்கு ஏணிகளுடன் விரைந்தது. மதிலின் பாதுகாவலர்கள் சுட்டுக்கொண்டேயிருந்தனர்; கருங்கற்களையும் மரக்கட்டைகளையும் உருட்டி விட்டனர். தாக்குவோர் மீது ஊற்றுவதற்காகக் கீல் பீப்பாய்களில் தீ வைத்தனர். ரிப்னின் பொறுமை இழந்தவனாய், வாயில் ஸ்தூபியின் அடியில் சிறு குதிரை மீது அங்குமிங்கும் அலைந்தான்; கை முட்டிகளை ஆட்டினான்; ஏணிகளில் ஏறியவர் தடுமாறக் கூடாதென்பதற்காக அவர்களுக்கு உற்சாக மூட்டும் வகையில் கத்தினான். ஒருவன், இன்னொருவன், இன்னும் பலர், காயப்பட்டும், குத்தப்பட்டும், உச்சியிலிருந்தே விழுந்தனர். ஆனால்- ஆண்டவன் அருள் சொரிந்தார். சிப்பாய்கள் கூட்டம் கூட்டமாக ஏறினர். எரிந்த கீல் பீப்பாய்களைக் கவிழ்ப்பதற்கு எதிரிக்கு அவகாசம் இல்லாது போயிற்று. ருஷியர்கள் மதிலின் உச்சியில் ஏறிவிட்டனர்.

ஹாரனின் மனைவி தன் குழந்தைகளின் கைகளை மீண்டும் மீண்டும் பிடித்துக்கொண்டாள். ஒவ்வொரு தடவையும் அவர்களை எண்ணிப் பார்த்தாள் போலவிருந்தது. அவள் அதிர்வுற்று கேட்டாள். துப்பாக்கிப் பிரயோக ஒலியும் கூக்குரலும் நெருங்கிக்கொண்டேயிருந்தன. அவள் தன் கைகளை நீட்டினாள்; கரங்களைப் பிசைந்தாள்; நெளியும் இதழ்களால் ''அசுரா, நீ இதைத்தான் நாடினாய்! பிடிவாதக்காரா, கல்னெஞ்சனே!'' என்று ஆத்திரமாகக் குசுகுசுத்தாள். ''அம்மா, திட்டாதே, திட்டாதே!'' என்று சிறுமிகள் மன்றாடினார்கள். சிறுவன் கை முட்டியை வாயினுள் வைத்துக்கொண்டு, அழுத சகோதரிகளைக் கவனித்தான்.

சக்கரங்கள் அருகே உருண்டன. சீமாட்டி பலகணிக்கு விரைந்தாள். வீட்டுச் சாமான்கள் ஏற்றிய வண்டியை ஒரு நொண்டிக்குதிரை இழுத்துச் சென்றது. அதற்குப் பின்னால் பெண்கள் மூட்டையைத் தூக்கிக்கொண்டு ஓடினர். ''கோட்டை வீட்டுக்கு! கோட்டை வீட்டுக்கு! ஓடுங்கள்! காப்பாற்றிக் கொள்ளுங்கள்!'' என்று கூக்குரல் கேட்டது. நான்கு சிப்பாய்கள் ஒரு தூக்குக்கட்டிலை எடுத்துச் சென்றனர். மேலும் பல தூக்குக் கட்டில்களில் வெளிறிய முகத்தை உடைய காயம் பட்டோர் தூக்கிச் செல்லப்பட்டனர். அதன்பின், வட்டமான தோளை உடைய ஒரு கிழவன்

சாக்கு மூட்டையுடன் செல்வதை அவள் கண்டாள். அவன் அடமானத்துக்குக் கடன் கொடுக்கும் பணக்காரன். மிதியடி அணிந்த காலை இழுத்து விரைந்து நடந்த அக்கிழவன், வீறிட்டலறிய பன்றிக்குட்டியையும் தூக்கிச் சென்றான். திடீரென்று அவன் சாக்கு மூட்டையையும் பன்றிக் குட்டியையும் தொப்பென்று போட்டுவிட்டு ஓட்டம் பிடித்தான். அருகே கண்ணாடி உடைபடும் ஒலி கேட்டது. ''ஓ-ஓ'' என்று ஒரு குரல் வேதனையோடு புலம்பியது. சதுக்கத்தின் அக்கோடியில் தளபதி ஹாரன் நிற்பதை அவள் பார்த்தாள். அவன் கையை அசைத்து ஏதோ ஓரிடத்தைக் காட்டிக்கொண்டிருந்தான். குதிரை வீரர்கள் அவனைக்கடந்து விரைந்தனர். ஹாரன் தனது தடுமாறிய குதிரையைப் பன்முறை வாளால் அடித்தான். அவனது கறுத்தமுகத்தில் சகல பற்களும் புலனாயின. ஓநாயைப்போல் பற்களைக் காட்டினான். அவன் குனிந்து குனிந்து உயரக் குதிரை நாலுகால் பாய்ச்சலில் ஒரு சந்தினுள் நுழைந்தது.

''காரல்! காரல்!'' என்று கத்திய சீமாட்டி கூடத்துக்கு ஓடி தெருக்கதவைத் திறந்தாள். ''காரல்! காரல்!'' என்று மீண்டும் விளித்தாள்.

அப்பொழுது அவள் ருஷியர்களைப்பார்த்தாள். அவர்கள் வெறிச்சென்று கிடந்த சதுக்கத்தில் வீடுகளின் ஓரமாக வந்து ஜன்னல்கள் வழியே நோக்கினர். அவர்கள் அகன்ற முகமும் நீண்ட கேசமும் உடையவராயிருந்தனர்; தொப்பியில் பித்தளையில் செய்த கழுகு வடிவம் இருந்தது.

சீமாட்டி திகிலடைந்துவிட்டாள். ருஷியர்கள் அவளையும் வீட்டுவாசலில் பறந்த சேனாதிபதியின் கொடியையும் சுட்டிக் காட்டிக்கொண்டு நெருங்கியபோதிலும், பயத்தின் மிகுதியால் அசையாது நின்று அவர்களைக் கவனித்தாள். சோல்ஜர்கள் அவளைச் சூழ்ந்தனர். ஆவேசத்தோடு கைகாலாட்டினர்; கோபமாகப் பேசினர். ஒரு தட்டை மூஞ்சிக்காரன் அவளைக் கடந்து வீட்டினுள் புகுந்தான். சந்தையில் தென்படும் சாதாரணப் பெண் பிள்ளை மாதிரி, அவளை அவன் தள்ளியபொழுது, அவள் நீண்டகாலமாக அடக்கி வைத்திருந்த வெறுப்பெல்லாம் பீறிட்டுக் கிளம்பி வெடித்தது. அவளது வாழ்வைக்கெடுத்த கிழட்டுக் கணவனிடமிருந்த வெறுப்பும், அவளைத் துன்பத்திலும் பயத்திலும் ஆழ்த்தி வதைத்த ருஷியக் காட்டுமிராண்டி களிடம் ஏற்பட்ட வெறுப்பும் குமுறியெழுந்தன அவன் தட்டை மூஞ்சிக்காரனைப்பற்றி கூடத்துக்கு வெளியே தள்ளினாள்; சீறினாள்; மூச்சடைத்ததால் சொற்கள் திணறின; அவனது கன்னங்களிலும் கண்களிலும் நகங்களால் கீறினாள்; காலால் உதைத்தாள்; கடிக்கவும் செய்தாள். திகைத்துப்போன சிப்பாய், தன்னாலியன்ற அளவுக்கு இந்தப் பைத்தியக்காரியிடமிருந்து தற்காத்துக்கொண்டான். இருவரும் கருங்கல் குவியல்மீது விழுந்தான். ஒரு பெண்ணுக்குள்ள வெறியைக் கண்டு வியந்த அவனது தோழர்கள் அவளை இழுத்துவிட முயன்றனர். கடைசியில் வெஞ்சினம்கொண்ட அவர்கள் இருவர்மீதும் விழுந்து, அவர்களைப் பிரித்தனர். ஆனால் அவர்கள் நகர்ந்த நின்று பார்த்தபொழுது, சீமாட்டி சாய்ந்து கிடந்தாள்; தலை சுழன்று கிடந்தது. முகத்தில் நீலம் பாய்ந்திருந்தது. தூக்கியிருந்த கவுனை ஒரு சோல்ஜர் இறக்கிவிட்டான். இன்னொருவன், கதவருகே தோன்றிய சிறுவனையும் சிறுமிகளையும் நோக்கிக் கோபத்துடன் திரும்பினான். சிறுவன் வீறிட்டலறுவதற்காக வாயைத் திறந்துகொண்டு குதித்தான். ஆனால் அவனால் கத்தமுடியவில்லை; அவனுக்குக் கண்ணீரும் வரவில்லை. ''இந்த மதலைகள் எப்படியாவது தொலையட்டும்! நாம போகலாம்!'' என்று அந்த சிப்பாய் கூறினான்.

முக்கால் மணி நேரத்தில் எல்லாம் முடிந்துவிட்டன. ருஷியர்கள் புயல்வேகத்தில், பழைய நார்வாவின் சதுக்கங்கிலும் தெருக்களிலும் புகுந்தனர். அவர்களைத் தடுத்து நிறுத்தவோ பின்வாங்கச் செய்யவோ முடியாது போயிற்று. பழைய நகரைப் புதிய நகரிலிருந்து பிரித்த மண்

சுவருக்கு வாபஸாகுமாறு தளபதி ஹாரன் தன் படையினருக்கு உத்திரவிட்டான். அந்த மதில் அகலமாகவும் உயரமாகவும் இருந்தது. அதன் செங்குத்தான சரிவுகளில் பீட்டரின் படைக்குப் பேரிழப்பை உண்டாக்கலாமென்று அவன் நம்பினான்.

தளபதி தன் குதிரைமீதிருந்தான். குதிரையின் தலை குளம்பைத் தொட்டது. புதிதாக வீசிய இளங்காற்றில், அவனது சொந்தக் கொடி- கறுப்பு, மஞ்சள் இரு நிறங்களை உடையது கம்பத்தில் பறந்தது. அவனுக்குப் பின்னால் ஐம்பது கவசமணிந்த குதிரை வீரர்கள் அரைவட்ட வடிவில் நின்றனர். உயரமான மதிலின் உச்சியிலிருந்து தளபதியால் பல தெருக்களைப் பார்க்கமுடிந்தது. அந்தத் தெருக்கள் வழியேதான் அவனது படைகள் பின்வாங்கி வந்து சேரவேண்டும். ஆனால் அவை வெறிச்சென்று கிடந்தன. அவன் தெருக்களைப் பார்த்துக்கொண்டே காத்திருந்தான்; சுருக்கம் விழுந்த உதடுகளைக் கடித்தான். கடைசியில், முதலில் ஒருதெருவின் கோடியிலும், பிறகு இன்னொரு தெருவின் கோடியிலும், சிறு வடிவங்கள் ஓடுவது தென்பட்டன. அவர்கள் யாரென்பதும், அவர்கள் ஏன் தெருக்களின் குறுக்கே ஓடுகிறார்களென்பதும் அவனுக்குப் புரிய வில்லை. அவனுக்குப் பின்னால் நின்ற குதிரை வீரர்கள் உறுமினார்கள். ஒரு குதிரைவீரன் நான்கு கால் பாய்ச்சலில் குதிரையை விரட்டிக்கொண்டு வந்தான். மதிலின் அடிவாரத்தில் இறங்கிய அவன், இரத்தக் கறை படிந்த இடது கரத்தை வலதுகரத்தில் பிடித்துக்கொண்டு செங்குத்தான ஏற்றத்தில் ஏறினான். இவன்தான் துணை அதிகாரி பிஸ்டிரம். வாளையும் பிஸ்டலையும் தொப்பியையும் கோட்டின் தொங்கலையும் பறிகொடுத்துவிட்டு வந்து நின்றான்.

''தளபதி!'' என்று வெறிகொண்ட முகத்தை உயர்த்திய அவன் கத்தினான்.

''தளபதி! ஓ, கடவுளே, கடவுளே!'' என்றான்.

''லெப்டினன்ட் பிஸ்டிரம். நான் கேட்டுக்கொண்டிருக்கிறேன். அமைதியாகப் பேசு!''

''தளபதி! நமது துருப்புகளைச் சுற்றி வளைத்துவிட்டார்கள். ருஷியர்கள் தலைகால் தெரியாது பேயாட்டமாடுகிறார்கள்! இத்தகைய படுகொலையை நான் ஒருபொழுதும் கண்ட தில்லை! தளபதி, கோட்டை வீட்டுக்கு விரைந்து செல்லுங்கள்!''

ஹாரனுக்கு என்ன செய்வதென்றே தெரியவில்லை. தூரத்தில் தெருக்களில் ஓடியவர்கள் யார் என்பது அவனுக்கு இப்பொழுது புரிந்துவிட்டது. நிதானமாகச் சிந்தனைசெய்து உறுதியான முடிவுக்கு வருவதைப் பழக்கமாகக்கொண்ட ஹாரனின் சிந்தனை இப்பொழுது குழம்பிவிட்டது. அவனால் ஒரு முடிவுக்கு வரமுடியவில்லை. படித்தட்டுகளிலிருந்த பாதங்கள் நழுவி வெளி வந்து குதிரையின் அடி வயிற்றுக்குக் கீழே தொங்கின. அவனது குதிரைப் படையினர் திகிலடைந்து முணுமுணுத்ததைக்கேட்டும் அவன் எழுச்சி பெறவில்லை. அகன்ற மதிலின் இருபுறங்களிலும், தாடி உடைய கஸாக்குகள் குதிரைமீது விரைந்து வந்தனர். உயரமான ஆட்டுத்தோல் குல்லாயணிந்து பயங்கரமாகத் தோன்றிய அவர்கள் உரத்து ஊளையிட்டனர்; வளைவுக் கத்திகளைச் சுழற்றினர்; கைதுப்பாக்கிகளை நீட்டினர். இந்தப் பயங்கரத்தைக் காணச் சகிக்காத பிஸ்டிரம், தன் முகத்தைத் தளபதியின் குதிரைமீது அமுக்கினான். ஒருவரை ஒருவர் நோக்கி ஸ்வீடிஷ் குதிரை வீரர்கள் வாளை எடுத்துத் தரையில் எறிந்துவிட்டுக் குதிரைமீதிருந்து இறங்கத் தொடங்கினர்.

உள்ளக் கிளர்ச்சியின் கொதிப்போடு முதலில் வந்த கர்னல்ரென்னி, தளபதியின் குதிரைக் கடிவாளத்தைப் பிடித்தான்.

''தளபதி ஹாரன்! நீர் என் கைதி!''

மெய்ம்மறந்திருந்தவன் மாதிரி, ஹாரன் தன் வாளை உயர்த்தினான். அந்த வாளைப் பிடுங்குவதற்காக அதைப் பிடித்த விரல்களை ரென்னி பலாத்காரமாகத் திறக்கவேண்டிய தாயிற்று.

பீல்ட்மார்ஷல் ஓகிலிவி இல்லாதிருந்தால் பீட்டர் ரொம்ப நேரத்துக்கு முன்பே, தன் படையினருடன் சேர்வதற்குப் போயிருப்பான். நான்காண்டுகளாக அவன் எதைச் சாதிக்க விரும்பினானோ அதை அவனது படைவீரர்கள் முக்கால் மணி நேரத்தில் சாதித்துவிட்டார்கள். ஆறாத குருதிக்கட்டிமாதிரி தொல்லை கொடுத்த பிரச்னைக்கு தீர்வு கண்டாகிவிட்டது. ஆனால், அவன் ஐரோப்பிய வழக்கப்படி, அரசனுக்கு உகந்த முறையில் நடந்துகொள்ள வேண்டி யிருந்தது. பிரியோ பிராஷன்ஸ்கி உடுப்பையும் வெண்மையான கழுத்துப்பட்டையையும், இறகுடன் கூடிய புதிய மும்முனைத் தொப்பியையும் அணிந்து, வெண் புரவிமீது உட்கார்ந் திருந்தான். இந்தக் குன்றிலிருந்து இனிப் பார்ப்பதற்கு ஏதுமில்லாததால், தொலை நோக்கி தொடைமீது கிடந்தது; வலதுகரத்தால் அதைப் பிடித்துக்கொண்டிருந்தான். முகத்தில் மாட்சிமை எடுப்பாக விளங்க அவன் காட்சியளித்தான். இது ஐரோப்பாவுக்கே முக்கியமானதொரு விஷயம். தாக்குதலுக்கு அசையாத கோட்டைகளிலொன்றாகக் கருதப்பட்ட நார்வாவைத் தாக்கிப் பிடிப்பது என்பது இலேசான காரியமல்ல.

அடிக்கடி அதிகாரிகள் குதிரைமீது விரைந்து வந்தனர். பீட்டர் ஓகிலிவிடம் செல்லும்படி மோவாய் அசைவின் மூலம் தெரிவித்தவுடன் அவர்கள் போர் நிலவரத்தைப் பீல்டுமார்ஷலிடம் தெரிவித்தனர். எத்தனை வீதிகளும் சதுக்கங்களும் வசப்பட்டுள்ளன என்பதை அவர்கள் எடுத்துரைத்தனர். ருஷியர்கள் வேகமாக முன்னேறுவதாகவும் சத்துரு நிலைகுலைந்து ஓடுவ தாகவும் கூறினர். கடைசியில், கிளோரியா காவலரணின் உடைந்த கதவுகள் வழியே கிளம்பிய மூன்று அதிகாரிகள் தமது குதிரைகளை நாலுகால் பாய்ச்சலில் விரட்டினர். ஓகிலிவி ஒரு விரலை உயர்த்தி விட்டுக் கூறினான்ஃ

''ஆ, நற்செய்தி என்று நினைக்கிறேன்.''

முதலில் வந்த கஸாக் அதிகாரி, குதிரை நிற்பதற்கு முன்னாலேயே அதன் மீதிருந்து குதித்தான். பீட்டரை நோக்கித் தன் கருந்தாடியை உயர்த்திக் கர்ஜித்தான்ஃ

''நார்வாவின் சேனாதிபதியான தளபதி ஹாரன் தன் வாளை ஒப்படைத்து விட்டார்.''

''அருமை!'' என்று ஓகிலிவி வியந்து கூறினான். வெண்மையான மான்தோல் உறை அணிந்த கையால் நயமாகச் சைகை செய்து, அவன் பீட்டரை அழைத்துக் கூறினான்ஃ

''மாட்சிமை பொருந்தியவரே, தயவு செய்து முன் சொல்லுங்கள். நகரம் உங்களுடையது.''

பீட்டர், கோட்டை வீட்டில் வில்வளைவுக் கூரை உடைய மண்டபத்தினுள் விரைவாக நடந்தான். அவனது உயரம் அதிகமாகிவிட்டதாகத் தோன்றியது. முதுகு விறைப்பாயிருந்தது. மார்பு மும்முரமாகப் புடைத்துச் சுருங்கியது. கையில் வாளேந்தியிருந்தான். அவன் ஆத்திரத் தோடு மென்ஷிகோவை நோக்கினான்; அதற்குள்ளாகவே ஒரு கிண்ணம் ஒயினைக் குடித்துவிட்ட கர்னல் ரென்னியையும் நோக்கினான். இறுதியாக, பிறந்த நாள் கொண்டாடுவதுபோல் இறும்பூ றெய்திய தளபதி சேம்பர்ஸை நோக்கினான்ஃ

''பழைய நகரில் படுகொலை ஏன் நிற்கவில்லை என்பதை நான் அறியவிரும்புகிறேன். நகரில் ஏன் இன்னமும் கொள்ளையடிக்கிறார்கள்?'' என்று பீட்டர் அவர்களைப் பார்த்துச் சத்தம்

போட்டான். வாள் பிடித்த கையை நீட்டிக்கொண்டு மேலும் கூறினான் "நான் ஒரு சோல்ஜரை அடித்தேன். அவன் குடிபோதையில் இருந்தான். ஓர் இளம் பெண்ணை இழுத்துக் கொண்டு போனான்." அவன் வாளை மேஜைமீது எறிந்தான்; மன்ஷிகோவைப் பார்த்துக் கூறினான்: "உன்னை நகரின் கவர்னராக நியமிக்கிறேன். இரத்தம் சிந்துவதையும் கொள்ளையடிப்பதையும் ஒரு மணி நேரத்துக்குள் நிறுத்தவேண்டும். தவறினால், முதுகுத் தோல் உரியாது; தலை பறிபோகும்."

மென்ஷிகோவின் முகம் வெளுத்தது. அவன் உடனடியாகக் கிழிந்துபோன மேலாடையை இழுத்துக்கொண்டே வெளியேறினான். ரிப்னின் மெல்லக் கூறினான்:

"எதிரி காலம் தாழ்ந்த பின்பே இரக்கம் காட்டும்படி வேண்டிச் சரண் அடைந்தான். அதனால் நமது சிப்பாய்களைக் கட்டுப்படுத்த முடியவில்லை. அவர்கள் ஆத்திரமாயிருக்கிறார்கள். நான் அதிகாரிகளை அனுப்பினேன். அவர்கள் சிப்பாய்களின் சிண்டைப் பிடித்து இழுத்துக் கொண்டு போகிறார்கள். கொள்ளையடிப்பதில் நகர மக்களே ஈடுபட்டிருக்கிறார்கள்."

"அவர்களைப் பிடித்துத் தூக்கிலிடுங்கள். அப்பொழுதுதான் பிறருக்குப் பயம் ஏற்படும்."

மேஜைமுன் அமர்ந்த பீட்டர் உடனடியாக எழுந்தான். ஓகிலிவி உள்ளே வந்தான். அவனோடு வந்த இரண்டு சோல்ஜர்களும் ஓர் அதிகாரியும் தளபதி ஹாரனைக் கூட்டி வந்தனர். பரிபூர்ண அமைதி நிலவியது. ஹாரனின் நட்சத்திரவடிவக் குதிமுட்களின் ஒலி மட்டும் கேட்டது. அவன் பீட்டரை நெருங்கியவுடன் முகத்தை உயர்த்தி, மங்கிய கண்களால் பீட்டரைக் கடந்து நோக்கினான். அவனது உதடுகள் கோணி இன்பமில்லாது புன்னகை செய்தன. மேஜையில் விரித்திருந்த சிவப்புத் துணிமீது கிடந்த கரத்தைப் பீட்டர் இழுத்து மடிப்பதை அனைவரும் கண்டனர். (பீதியடைந்த ஓகிலிவி அவனை நோக்கி ஓர் அடி எடுத்து வைத்தான்.) பீட்டரின் தோள்கள் வெறுப்போடு அசைந்ததையும் அனைவரும் பார்த்தனர். அவன் நெடுநேரம் பேசாதிருந்தான். மற்றவர்கள் மூச்சுவிடாது காத்திருந்ததால் அலுத்துப்போயினர்.

"உன்னை நான் கௌரவமாக நடத்தமாட்டேன்" என்று பீட்டர் தன் குரலை உயர்த்தாது கூறினான். "முட்டாள்! கிழட்டு ஓநாயே! இரத்த வெறிபிடித்த பிடிவாதக்காரா...!" என்றான். கர்னல் ரென்னியை நோக்கிக் கூறினான்:

"இவனை நகரம் முழுவதும் கால்நடையாக நடத்திச் செல். அவன் தனது கை வேலையைப் பார்க்கட்டும் அதன்பின் சிறையிலடை."